கரமாஸவ் சகோதரர்கள்

*Acknowledgements:* *Russky Yazyk Publishers for the text of Karamazov Brothers and sketch of Fyodor Dostoevsky. all-the-books.ru for Dostoevsky's image on the wrapper.*

# கரமாஸவ் சகோதரர்கள்

அரும்பு சுப்ரமணியன் (பி. 1961)
மொழிபெயர்ப்பாளர்

ஈரோட்டில் பிறந்த அரும்பு, அவருடைய தாத்தா மீனாட்சிசுந்தர முதலியார் நிறுவிய கலைமகள் கல்வி நிலையத்தில் படித்தவர். காலஞ்சென்ற இவரது தந்தை எஸ்.பி. சுப்ரமணியன் கம்யூனிஸக் கொள்கையால் ஈர்க்கப்பட்டவர். செம்பியன் என்று தன் பெயரை மாற்றிக்கொண்ட ரஷ்யரான செமியோன் ரூதினுடன் பேனா நண்பரானார். செம்பியன் இவருக்கு அரும்பு என்ற பெயரைச் சூட்டினார்.

கல்லூரியில் ஆங்கில இலக்கியம் படிக்கும்போது இவருடைய தாயாரும் ஆங்கில இலக்கியம் பயில, இருவரும் ஒரே வருடம் இளங்கலைப் பட்டம் பெற்றனர். கல்லூரிப் படிப்பை முடித்ததும் ரஷ்ய இலக்கியம் படிக்க 1981இல் சோவியத் ரஷ்யா சென்றார். முதல் வருடம் ரஷ்ய மொழியைப் படித்த பிறகு, டான் நதிக் கரையில் அமைந்திருக்கும் ரஸ்தோவ் பல்கலைக் கழகத்தில் எட்டு ஆண்டுகள் இலக்கியப் படிப்பை மேற்கொண்டார். அப்போது இவரது தாயாரும் மாஸ்கோ வந்து ஆறு மாதம் ரஷ்ய மொழியைப் பயின்றார்.

1990இல் இந்தியா திரும்பிய பின்னர் சில ரஷ்ய நிறுவனங்களில் பணியாற்றினார். தற்போது கவிஞராக, ரஷ்ய மொழிபெயர்ப்பாளராகச் சென்னையில் வசித்துவருகிறார்.

ஐந்தாண்டுகள் தன்னை முழுமையாக இந்த மொழிபெயர்ப்புக்காக ஒப்புக்கொடுத்த அரும்புவுக்கு, தஸ்தயேவ்ஸ்கி தன் நாவலில் வரும் பாத்திரங்களின் வலியின் ஒரு பகுதியைத் தரவும் தயங்க வில்லை.

- அன்பார்ந்த வாசகருக்கு,

 வணக்கம்.

 காலச்சுவடு நூலை வாங்கியமைக்கு நன்றி.

 நூலின் உள்ளடக்கம், உருவாக்கம், அட்டைப்படம் இன்ன பிற அம்சங்கள் பற்றிய உங்கள் கருத்துகளையும் ஆலோசனைகளையும் காலச்சுவடு வரவேற்கிறது. தகவல், எழுத்து, வாக்கியப் பிழைகள் தென்பட்டால் அவசியம் தெரிவித்து உதவுங்கள். நூல் தயாரிப்பில் கடும் குறைபாடு இருப்பின் மாற்றுப் பிரதி உங்களுக்குக் கிடைக்கக் காலச்சுவடு ஏற்பாடு செய்யும்.

 மின்னஞ்சல்: **publisher@kalachuvadu.com**

 காலச்சுவடு நாகர்கோவில் அலுவலகத்திற்குக் கடிதம் அனுப்பலாம்.

 தங்கள்
 எஸ்.ஆர். சுந்தரம் (கண்ணன்)
 பதிப்பாளர் — நிர்வாக இயக்குநர்

---

Unauthorised use of the contents of this published book, whether in e-book or hardcopy format, for any type of Artificial Intelligence (AI) training — including but not limited to Machine Learning, Deep Learning, Natural Language Processing, Computer Vision, Chatbot Training, Image Recognition Systems, Recommendation Engines, and Language Models — is strictly prohibited without prior licensing from the publisher. Any such unauthorised use may result in legal action.

தஸ்தயேவ்ஸ்கி

# கரமாஸவ் சகோதரர்கள்

ரஷ்ய மூலத்திலிருந்து தமிழில்
## அரும்பு சுப்ரமணியன்

காலச்சுவடு பதிப்பகம்

The publication was effected under the auspices of the Mikhail Prokhorov Foundation TRANSCRIPT Programme to Support Translations of Russian Literature.

கரமாஸவ் சகோதரர்கள் ❖ நாவல் ❖ ஆசிரியர்: பியோதர் மிஹாய்லவிச் தஸ்தயேவ்ஸ்கி ❖ ரஷ்ய மூலத்திலிருந்து தமிழில்: அரும்பு சுப்ரமணியன் ❖ முதல் பதிப்பு: மே 2014, பதினொன்றாம் பதிப்பு: அக்டோபர் 2025 ❖ வெளியீடு: காலச்சுவடு பப்ளிகேஷன்ஸ் (பி) லிட்., 669, கே. பி. சாலை, நாகர்கோவில் 629001

**karamaasav cakootararkaL** ❖ Novel ❖ Author: Fyodor Dostoevsky ❖ Tamil translation of Karamazov Brothers ❖ Translated from Russian by Arumbu Subramanian ❖ Language: Tamil ❖ First Edition: May 2014, Eleventh Edition: October 2025 ❖ Size: Royal ❖ Paper: 18.6 kg maplitho ❖ Pages: 1216

Published by Kalachuvadu Publications Pvt.Ltd., 669, K.P. Road, Nagercoil 629001, India ❖ Phone: 91-4652-278525 ❖ e-mail: publications@kalachuvadu. com ❖ Printed at Compuprint Premier Design House, Chennai 600086

ISBN: 978-93-82033-27-1

10/2025/S.No. 561, kcp 6071, 18.6 (11) uss

இம்மொழிபெயர்ப்பு

ரஸ்தோவ்–ஆன்–டான்
அரசு பல்கலைக்கழக இலக்கியப் பிரிவு
ஆசிரியர்களுக்கு

# பொருளடக்கம்

| | |
|---|---|
| மொழிபெயர்ப்பாளர் உரை | 15 |
| இலக்கிய, சரித்திர நிகழ்வுகள் | 19 |
| கதாபாத்திரங்களின் பட்டியல் | 27 |
| ஆசிரியரிடமிருந்து | 31 |

## முதலாவது பாகம்

### முதலாவது புத்தகம்

#### ஒரு குடும்பத்தின் சரிதம்

| | |
|---|---|
| 1. பியோதர் பாவ்லவிச் கரமாஸவ் | 37 |
| 2. வீட்டிலிருந்து முதல் மகனை வெளியேற்றுதல் | 41 |
| 3. இரண்டாவது திருமணம், இரண்டு குழந்தைகள் | 45 |
| 4. மூன்றாவது மகன் அல்யோஷா | 53 |
| 5. மூத்தோர் | 64 |

### இரண்டாவது புத்தகம்

#### இடத்திற்குப் பொருந்தாத சந்திப்பு

| | |
|---|---|
| 1. துறவி மடாலயத்திற்கு வந்தனர் | 76 |
| 2. வயதான கோமாளி | 83 |
| 3. கடவுள் நம்பிக்கையுள்ள கிராமத்துப் பெண்கள் | 96 |
| 4. கடவுள் நம்பிக்கையில்லாத பெண்மணி | 106 |

5. இருக்கட்டும், இருக்கட்டும்! 116
6. எதற்காக வாழ்கிறான் இப்படிப்பட்ட மனிதன்! 128
7. கருத்தரங்கு நடத்துபவர் – தொழில் முன்னேற்றத்தில் நாட்டங்கொண்டவர் 142
8. அவதூறு 154

## மூன்றாவது புத்தகம்

### சிற்றின்பக்காரர்கள்

1. வேலைக்காரர்கள் வசிக்கும் இடம் 166
2. முடைநாற்றக்காரி லிஸவெத்தா 173
3. கொந்தளிக்கும் மனத்தின் பாவமன்னிப்பு: கவிதை வடிவில் 178
4. கொந்தளிக்கும் உள்ளத்தின் பாவமன்னிப்பு: சிறுசிறு நிகழ்ச்சிகளினூடே 189
5. குமுறுகின்ற உள்ளத்தின் பாவமன்னிப்பு: 'தலைகீழாய்' 200
6. ஸ்மெர்தியாக்கவ் 211
7. வாக்குவாதம் 218
8. பிராந்தியைக் குடித்த பிறகு 225
9. காமுகர்கள் 235
10. இருவரும் சேர்ந்து 242
11. மீண்டும் அழிந்துபோன இன்னும் ஒரு கௌரவம் 257

# இரண்டாவது பாகம்

## நான்காவது புத்தகம்

### மனவேதனை

1. தந்தை ஃபெரபோன்த் 271
2. தந்தையின் வீட்டில் 285
3. பள்ளி மாணவர்களுடன் சேர்ந்திணைந்து 291
4. ஹஹ்லக்கோவாவின் வீட்டில் 298
5. வரவேற்பறையில் மனவேதனை 306

6. குடிசையில் மனவேதனை — 322

7. புதிய காற்றில் — 333

## ஐந்தாவது புத்தகம்

## ஆதரவாகவும் எதிராகவும்

1. திருமண ஒப்பந்தம் — 348
2. கித்தாருடன் ஸ்மெர்தியாக்கவ் — 363
3. சகோதரர்களின் அறிமுகம் — 372
4. கலகம் — 385
5. கிறிஸ்துவ மத எதிர்ப்பாளர்களைத் தண்டிப்பவர் — 401
6. இன்னமும் ஒன்றும் விளங்கவில்லை — 430
7. 'புத்திசாலியுடன் பேசுவது எப்போதுமே சுவாரஸ்யமானது' — 444

## ஆறாவது புத்தகம்

## ரஷ்யத் துறவி

1. வயதான ஸோசிமாவும் விருந்தாளிகளும் — 455
2. கடவுளை அடைந்த துறவியும் மூத்தோர் ஸோசிமாவின் வார்த்தைகளிலிருந்தே அவர் வாழ்க்கையில் நடந்தவற்றை அலெக்ஸெய் ஃபியோதரவிச் கரமாஸவ் பதிவுசெய்திருக்கிறான்.

வாழ்க்கை வரலாற்றுக் குறிப்பு

    அ) அருட்தந்தை ஸோசிமாவின் அண்ணனைப் பற்றி — 461

    ஆ) அருட்தந்தை ஸோசிமாவின் வாழ்வில் புனித சமய நூல்களின் தாக்கம் — 466

    இ) மூத்தோர் ஸோசிமாவின் காளைப் பருவ மற்றும் இளமைக்கால நினைவுகள் — 475

    ஈ) ரகசியமாய்ப் பார்க்க வந்தவர் — 484

3. மூத்தோர் ஸோசிமாவின் உரையாடல்கள் மற்றும் அவருடைய சமய நற்போதனையிலிருந்து

    அ) ரஷ்யத் துறவியின் லட்சணங்களைப் பற்றி — 503

    ஆ) நிலக்கிழார்கள் மற்றும் வேலையாட்களைப் பற்றி ஒருசில வார்த்தைகள்: இவர்கள் மனதளவில் உடன்பிறந்தவர்களாக இருக்க முடியுமா என்பது பற்றி — 506

    இ) பிரார்த்தனை, அன்பு மற்றும் வேறு உலகங்களுடனான தொடர்பு பற்றி — 512

| | | |
|---|---|---|
| ஈ) | சக மனிதனுக்கு வேறொரு மனிதன் தீர்ப்பு வழங்க முடியுமா? இறுதிவரை இருக்கும் நம்பிக்கையைப் பற்றி | 516 |
| உ) | நரகமும் நரகத்திலுள்ள நெருப்பும் பற்றி; ஒரு பூடார்த்தமான சொல்லாடல் | 518 |

# மூன்றாவது பாகம்

## ஏழாவது புத்தகம்

### அல்யோஷா

1. இறந்த உடலிலிருந்து வரும் துர்நாற்றம் — 525
2. சரியான நேரம் — 541
3. வெங்காயம் — 549
4. கானா கலிலெய்ஸ்கயா — 573

## எட்டாவது புத்தகம்

### மீச்சியா

1. குஸ்மா சம்சனோவ் — 580
2. திருட்டு நாய் — 594
3. தங்கச் சுரங்கம் — 603
4. இருட்டில் — 618
5. திடீர் முடிவு — 625
6. இதோ நான் வந்துவிட்டேன்! — 646
7. முன்பிருந்ததும் மறுக்க முடியாததும் — 657
8. மூளைக் கோளாறால் பிதற்றல் — 680

## ஒன்பதாவது புத்தகம்

### பூர்வாங்க விசாரணை

1. அரசு அதிகாரி பெர்ஹோத்தினின் ஆரம்ப காலப் பணி — 699
2. அபாய எச்சரிக்கை — 708
3. வேதனைகளினூடே ஆன்மாவின் பயணம் — 716
4. இரண்டாவது வேதனை — 727

5. மூன்றாவது வேதனை 737
6. அரசு வழக்குரைஞர் மீச்சியாவை மடக்கினார் 752
7. மீச்சியாவின் மிகப்பெரிய ரகசியம். சீழ்க்கை அடித்தனர். 762
8. சாட்சியாளர்களின் வாக்குமூலம். பச்சிளங்குழந்தை 778
9. மீச்சியாவை வெளியே கூட்டிச்செல்லுதல் 790

# நான்காவது பாகம்

## பத்தாவது புத்தகம்

### பையன்கள்

1. கோல்யா கிரசோத்கின் 797
2. குறும்புச் சிறார்கள் 803
3. பள்ளிச் சிறுவன் 810
4. ஷுச்கா 821
5. இல்யூஷாவின் படுக்கை அறை 831
6. பிஞ்சில் முதிர்ச்சி 852
7. இல்யூஷா 862

## பதினோராவது புத்தகம்

### சகோதரன் இவான் ஃபியோதரவிச்

1. குரூஷென்கா வீட்டில் 867
2. நோய்வாய்ப்பட்ட கால் 880
3. குட்டிச்சாத்தான் 893
4. கடவுள் வாழ்த்துப்பாவும் ரகசியமும் 902
5. நீயல்ல, நீயல்ல! 921
6. ஸ்மெர்தியாக்கவுடன் முதல் சந்திப்பு 929
7. இரண்டாவது முறையாக ஸ்மெர்தியாக்கவைப் பார்த்தல் 941
8. மூன்றாவது மற்றும் கடைசி முறையாக ஸ்மெர்தியாக்கவைப் பார்த்தல் 953
9. சாத்தான். இவான் ஃபியோதரவிச்சின் மனக்கிலி 974
10. 'இதை அவன் சொன்னான்!' 999

## பன்னிரண்டாவது புத்தகம்

## தவறான தீர்ப்பு

1. ஊழ்வினை நாள் — 1007
2. ஆபத்தான சாட்சியாளர்கள் — 1015
3. மருத்துவ வல்லுநர்களின் கருத்தும் ஒரு பவுண்டு கொட்டையும் — 1027
4. அதிர்ஷ்டம் மீச்சியாவைப் பார்த்துச் சிரிக்கிறது — 1034
5. திடீர் பேரழிவு — 1047
6. அரசு வழக்கறிஞரின் உரை. குணாம்ச ஆய்வு — 1060
7. குற்றம் சுமத்தப்பட்டவனின் நடத்தையைப் பற்றி — 1072
8. ஸ்மெர்தியாக்கவைப் பற்றி ஒரு ஆய்வு — 1079
9. முழுவீச்சுடன் இயங்கும் அகநிலை உணர்வு. விரைந்தோடும் மூன்று குதிரைகள். — 1092
10. பிரதிவாதியின் வாதம். ஒரே வாதத்தில் இரண்டு குறிக்கோளையும் அடைதல் — 1107
11. பணமும் இருக்கவில்லை. கொள்ளையும் நடைபெறவில்லை — 1112
12. அப்படியே கொலையும் நடக்கவில்லை — 1120
13. நல்லொழுக்கம் இல்லாதவர்களின் கருத்துகள் — 1130
14. விவசாயிகள் வெற்றிக் களிப்பில் எழுந்து நின்றார்கள் — 1141

## முடிவுரை

1. மீச்சியாவைக் காப்பாற்றத் திட்டங்கள் — 1153
2. ஒரு நிமிடத்திற்குப் பொய் உண்மையானது — 1160
3. இல்யூஷாவின் இறுதிச் சடங்கு. அந்தக் கல்லுக்கு அருகே சொற்பொழிவு — 1170

*பிற்சேர்க்கை* — 1183

*குறிப்புகள்* — 1195

# மொழிபெயர்ப்பாளர் உரை

சோவியத் யூனியன் என்று அப்போது அழைக்கப் பட்ட இன்றைய ரஷ்யாவில் நான் இருந்த ஒன்பது ஆண்டு களும் என் வாழ்வின் மிக இனிமையான பகுதியாகும். அப்போதுதான் நான் ரஷ்ய இலக்கியப் படிப்பை மேற் கொண்டேன்.

அதில் முதல் வருடம் மல்தாவியாவின் தலைநகரான கிஷினோவில் ரஷ்ய மொழியைப் படிக்க நேர்ந்தது என் பாக்கியங்களுள் ஒன்று.

கிஷினோவ் தன்னுள் பொதிந்து வைத்திருந்த வண்ணக் கலவைகளையும் சில்லிப்பையும் மட்டுமின்றி, அதற்கு முன் நான் கண்டிராத, உணர்ந்திராத பலவற்றை யும் பிரிபிரியாய், பூப்பூவாய் மென்மை துலங்க என்னுள் உதிரவிட்டது.

மஞ்சளேறிய இலைகள் பழுத்துதிர்ந்து சருகாகும் இலையுதிர் காலத்தில் 'தோப்ரய உத்ரா' என்று காலை வந்தனத்தைச் சொல்லி நான் ரஷ்ய மொழியைப் பயில ஆரம்பித்தேன்.

வெள்ளை நிறத்தின் மேல் இயற்கைக்கு இத்தனை மோகமா என்று கண்கள் ஆச்சர்யத்தில் விரிந்த அந்தக் கூதிர் பருவத்தில்தான் 'பஜ்யெஷ்' என்ற ரஷ்ய இலக்கணம் என் மனத்தில் உறைய ஆரம்பித்தது.

பூக்களைச் சரம் தொடுத்துப் பார்த்ததுண்டு, தலையில் வைத்துப் பார்த்ததுண்டு, பூஜைகளில் பார்த்ததுண்டு, தரையில் தூவிப் பார்த்ததுண்டு. ஆனால் பூக்களெல்லாம் ஒன்றுகூடி ஊரையே அலங்கரித்து, அவற்றின் நறுமணத் தால் இந்த ஊருக்கு இது வசந்த காலம் என்று சுட்டிக் காட்டிய அந்த முகூர்த்தத்தில்தான் புஷ்கினின் காதல் கவிதைகளும் லெர்மான்தவின் கனிவுறும் கவிதைகளும் என்னை ஆட்கொள்ள ஆரம்பித்தன.

சூல்கொண்ட பூக்கள் செர்ரி, ஆப்ரிகாட், மல்பெரி என்று பழங்களான காலத்தில்தான் நான் கோகலையும் லெவ் தல்ஸ்தாயையும் தஸ்தயேவ்ஸ்கியையும் கேள்விப்பட ஆரம்பித்தேன்.

இயற்கையின் ஆழமான பாதிப்பில்லாமல் என்னால் ரஷ்ய இலக்கியத்தை உள்ளிடவும் முடிவதில்லை, அசை போடவும் முடிவதில்லை.

டான் நதிக்கரையிலிருக்கும் ரஸ்தோவ் – ஆன் – டான் என்ற நகரத்திலிருக்கும் ரஸ்தோவ் அரசு பல்கலைக்கழகத்தில் என் எட்டு வருட ரஷ்ய இலக்கியப் படிப்பு தொடர்ந்தது. எனக்கு ரஷ்ய மொழியையும் இலக்கியத்தையும் கற்பித்த ஆசிரியர்களின் பங்களிப்பும் ஈடுபாடும் இணையற்றவை. என் அறைக்கே வந்து எனக்குப் பாடம் கற்பித்த ஆசான்களை நான் நெஞ்சில் நிறுத்தி, இப்போதும் ஒருமுறை சிரந்தாழ்த்திப் பணிகிறேன். என்னுடைய ரஷ்ய இலக்கிய ஆராய்ச்சி நோபல் பரிசு பெற்ற மிகையில் அலெக்ஸாந்தரவிச் ஷோலகவின் படைப்புகளைப் பற்றியதாக இருந்தது. ஆனாலும் பியோதர் மிஹாய்லவிச் தஸ்தயேவ்ஸ்கியின் படைப்பான 'பிராச்சியா கரமாஸவி' என்று அழைக்கப்படும் 'கரமாஸவ் சகோதரர்கள்' என்ற நாவலைத் தான் நான் ரஷ்ய மூலத்திலிருந்து தமிழில் மொழியாக்கம் செய்துள்ளேன்.

முதல்முதலாக, ரஷ்ய மூலத்திலிருந்தே நேரடியாகத் தமிழுக்குப் பெயர்க்கப்பட்ட மொழிபெயர்ப்பு இது. இருமொழிப் பரிச்சயமும் கொண்ட நான், என்னைப் பாதித்த இந்தப் பனுவலின் மூலக் கருத்துகளை அப்படியே உங்களிடம் சேர்க்க இயன்றவரை முயன்றிருக்கிறேன். ஆனாலும், விரலுக்கு வசப்படாது காற்றாய் உணரும் நுட்பங்களை வார்த்தைகளில் எப்படி வடித்துத் தர!

வள்ளுவம் தொட்டு, ராமாயண காலந்தொட்டு, ஏன் நாகரிக அகரம் தொட்ட காலம் முதல் இன்றுவரை மனிதனின் உள் மன விசித்திரங்களையும் ஆழ் மனப் பிரதேசங்களையும் முழுவதுமாக வரையறுத்து விளக்கிவிட முடியாதா என்ற ஏக்கத் தேடல்தான், இறகுப் பேனா முதல் மின்னணு எழுதுகோல் வரை தொட்ட எல்லா எழுத்தாளர்களையும் ஒருமித்துப் பயணிக்க வைக்கிறது.

கிரேக்கத் தத்துவ ஞானி டையோஜனஸ் பட்டப்பகலில் கையில் விளக்கை ஏந்தி 'மனிதனைத் தேடினாராம்.' அப்படிப் பகலில் தேடிக் கண்டுபிடிக்க முடியாத மனிதனை தஸ்தயேவ்ஸ்கி அடர் இருட்டில் தேடித் திரிந்து உண்மை என்ற பருப்பொருளின் வழியே கண்டுபிடித்தார். இருளும் ஒளியும் கலந்ததுதான் வாழ்க்கை என்றால், அதில் நல்லதும் கெட்டதும், இன்பமும் துன்பமும் இருப்பது இயற்கைதானே. அப்படிப்பட்ட வாழ்க்கைச் சித்திரத்தில் பியோதர் பாவ்லவிச் கரமாஸவும், அல்யோஷாவும் ரஷ்யத் தூரிகை கொண்டு வரையப்பட்ட

வெறும் வண்ணச் சித்திரக் கதாபாத்திரங்களே என்று சிலருக்குத் தோன்றலாம். ஆனால், சற்றே அந்தத் திரையை உற்றுப் பார்த்தால் கணத்தில் அதையே கண்ணாடியாக்கி நமது முகங்களையும் தெரிய வைத்துவிடுவதுதான் தஸ்தயேவ்ஸ்கியின் படைப்பு வல்லமை.

ஆயிரம் பக்கங்களுக்கு மேல் மொழிபெயர்த்து முடித்து இதை உங்கள் பார்வைக்குக் கொண்டுவரும் இந்தத் தருணத்தில், இதற்கு ஒவ்வொரு வகையில் உதவிய மராத் குர்மானவ், சாகித்திய அகாதமியினர், இரா.மீனாட்சி, கி.அ. சச்சிதானந்தம், சி. மோகன், ரவிசுப்ரமணியன் ஆகியோரை நன்றியுடன் நினைத்துக்கொள்கிறேன்.

இனி தஸ்தயேவ்ஸ்கி காட்டும் கதையின் பாத்திரங்கள் வழியே நாம், நம்மைப் பார்க்க...

சென்னை  
13 செப்டம்பர் 2012

**அரும்பு சுப்ரமணியன்**  
123456or@gmail.com

# இலக்கிய, சரித்திர நிகழ்வுகள்

பியோதர் மிஹாய்லவிச் தஸ்தயேவ்ஸ்கியின் வாழ்க்கையில் நடந்த மற்றும் அவர் வாழ்ந்த காலத்தில் நடந்த இலக்கிய, சரித்திர நிகழ்வுகளைப் பற்றிய சிறு குறிப்பு.

| வருடம் | எழுத்தாளரின் வாழ்வு | இலக்கிய நிகழ்வு | சரித்திர நிகழ்வு |
|---|---|---|---|
| 1821 | தஸ்தயேவ்ஸ்கி பிறப்பு | ஃபிளாபர் பிறப்பு (இறப்பு: 1880) | நெப்போலியன் மறைவு |
| 1823–31 | | புஷ்கின் எழுதிய எவ்கேனி அனேகின் | |
| 1825 | | | அலெக்ஸாண்டர் I மறைவு. டிசம்பர் புரட்சி. நிக்கலாய் I பதவியேற்பு |
| 1828 | | லியோ தல்ஸ்தாய் பிறப்பு (இறப்பு: 1910) | |
| 1830 | | ஸ்தென்தால்: சிவப்பும் கருப்பும் (Le Rouge et lenoir) | |
| 1833–37 | மாஸ்கோ பள்ளிகளில் படிப்பு | | |

| | | | |
|---|---|---|---|
| *1834* | தரோவய பண்ணை வாங்கப்படுதல் | புஷ்கின்: ஸ்பேடு களின் ராணி (*The Queen of Spades*) | |
| *1835* | | பல்ஸாக்: தந்தை கோரியட் (*Le Pere Goriot*) | |
| *1836* | | கோகல்: அரசு அதிகாரி | |
| *1837* | தஸ்தயேவ்ஸ்கியின் தாய் மரணம்.<br>சகோதரர் மிகையில் புனித பீத்தர்புர்க் செல்லுதல். | புஷ்கின் மரணம் (பி. 1799)<br>டிக்கன்ஸ்: பிக்விக் பேப்பர்ஸ் | |
| *1838–41* | புனித பீத்தர்புர்க் ராணுவப் பொறியியல் கலைக்கழகத்தில் படிப்பு | | |
| *1839* | தந்தையின் இறப்பு. பண்ணையாட்களால் கொலைசெய்யப்பட்ட தாக ஒரு சந்தேகம். | ஸ்தென்தால்: பார்மிலுள்ள துறவி மடம் (*La Chartreuse de Parme*) | |
| *1840* | | ஜோலா பிறப்பு (இ. 1902) | |
| *1841* | ராணுவத்தில் அதிகாரி யாக நியமனம். | லெர்மான்தவ் மரணம் (பி. 1814) | |
| *1842* | | ஸ்தென்தால் மரணம் (பி. 1783) | |
| *1843* | பொறியியல் படைப் பிரிவில் பதிவுசெய்தல். | கோகல்: இறந்துபோன ஆன்மாக்கள், மேற்சட்டை | |
| *1845* | 'ஏழை மக்கள்' எழுதப்பட்டு விமர்சகர் பெலின்ஸ்சியால் பாராட்டப்பட்டது. | | |
| *1846* | 'ஏழை மக்கள்' 'இரண்டகமான' 'திரு. பிரகார்சின்' எழுதப்பட்டன. | | |

| | | | |
|---|---|---|---|
| *1847* | பெலின்ஸ்கியுடனான உறவு முறிதல்; பெத்ரஷேவ்ஸ்கி குழுவில் இடம்பெறும் கூட்டங்களில் கலந்து கொள்ளுதல்.<br>'வாடகை விடுதியின் தலைவி'<br>'ஒன்பது வார்த்தைகளில் ஒரு நாவல்'<br>'பீத்தர்புர்க் தொடர் வரலாறு' | பெலின்ஸ்கி மரணம் (பி. 1811)<br>தேக்கரே: வேனிட்டி ஃபேர் (*Vanity Fair*) | |
| *1848* | 'வெள்ளை இரவுகள்' மற்றும் பிற கதைகள் | டிக்கன்ஸ்: டாம்பேயும் மகனும் | |
| *1848–49* | | | பாரீஸ் மற்றும் பிற ஐரோப்பிய நாடுகளில் புரட்சி |
| *1849* | நீத்தச்கா நெஸ்வநோவா. ஸ்பெஷ்நெவ் மற்றும் தூரவுடைய குழுக்களைக் கவனித்தல். கைது செய்யப் பட்டு புனித பீத்தர் மற்றும் பால் கோட்டைகளில் அடைக்கப்படுதல். தண் டனை குறைக்கப்பட்டு சைபீரியா செல்லுதல். | | |
| *1850* | | பல்ஸாக் மரணம் (பி. 1799)<br>டிக்கன்ஸ்: டேவிட் காப்பர்ஃபீல்ட் | |
| *1850–54* | ஓம்ஸ்க் கோட்டைச் சிறையில் | | |
| *1851* | | | கிறிஸ்டல் மாளிகையில் மிகப்பெரிய கண்காட்சி நடைபெற்றது |

| | | | |
|---|---|---|---|
| *1852* | | கோகலின் மறைவு (பி. 1809) | |
| *1853–56* | | | கிரிமியப் போர் |
| *1854–59* | செமிபலத்தின்ஸ்கில் ராணுவ சேவை | | |
| *1855* | | | நிக்கலாயின் மறைவு; அலெக்ஸாண்டர் II பதவியேற்பு |
| *1856* | | துர்கேனவ்: ருதின் ஃபிளாபர்ட்: திருமதி போவரி | |
| *1857* | மேரிஸ் மரியா தெமித்ரியேவ்னா இசாயவா | | |
| *1859* | த்வேர் நகரத்திற்குக் குடிபெயர்தல். டிசம்பர் மாதத்தில் புனித பீத்தர்புர்க் திரும்புதல் "மாமாவின் கனவு". ஸ்தெபான்சிக்கவின் "கிராமமும் கிராமத்து மக்களும்" | | |
| *1860* | நேரம் என்ற சிற்றிதழை நிறுவுதல். "மரண வீட்டிலிருந்து குறிப்புகள்" | துர்கேனவ்: மாலைப் பொழுதில் ஜார்ஜ் எலியட்: மில் ஆன் தி ஃப்ளாஸ் டிக்கன்ஸ்: மிகப் பெரிய எதிர்பார்ப்பு. | |
| *1861* | | | ரஷ்யாவின் பண்ணைகளில் வேலை செய்யும் அடிமைகளுக்குச் சுதந்திரம். |

| | | | |
|---|---|---|---|
| | | | அமெரிக்காவில் உள் நாட்டுப் போர் வெடித்தது. |
| 1862 | முதல் வெளிநாட்டுப் பயணம் – ஜெர்மனி, பிரான்சு, இங்கிலாந்து, சுவிட்ஸர்லாந்து, இத்தாலி. | துர்கேனவ்: தந்தையரும் குழந்தைகளும். ஹியூகோ: துயரங்கள். | |
| 1863 | இரண்டாவது முறையாக வெளிநாட்டுப் பயணம் – ஜெர்மனி, பிரான்சு, இத்தாலி "கோடைகால எண்ணங்களைப் பற்றிக் குளிர் காலத்தில் எழுதப்பட்ட குறிப்புகள்" | | போலந்து நாட்டில் எழுச்சி. அமெரிக்க அடிமைகள் விடுதலை |
| 1864 | புதிய இதழ் – சகாப்தம் "சுரங்கத்திலிருந்து குறிப்புகள்" மனைவியின் மறைவு. சகோதரர் மிகையிலின் மறைவு. | | |
| 1865 | முதலை, சகாப்தம் இதழ் மூடப்பட்டது. மூன்றாவது முறையாக வெளிநாட்டுப் பயணம். | | |
| 1865–69 | | தல்ஸ்தாய்: போரும் அமைதியும் | |
| 1866 | "குற்றமும் தண்டனையும்" | | |
| 1867 | அன்னா கிரிகோரியெவ்னா ஸ்நீத்கினாவை மணத்தல். "சூதாடி". நான்காவது முறையாக வெளி நாட்டுப் பயணம் (ஜெர்மனி, சுவிட்ஸர்லாந்து.) | | |

| | | | |
|---|---|---|---|
| | மகன் சோன்யாவின் பிறப்பும் இறப்பும். | | |
| 1868 | "பேதை"<br>சுவிட்ஸர்லாந்து, இத்தாலிக்குப் பயணம். | | |
| 1869 | மகள் லியூபவ் பிறப்பு | | |
| 1870 | "நிரந்தரக் கணவன்" | டிக்கன்சன் மறைவு (பி. 1812)<br>ஹெர்சென் மறைவு (பி. 1812) | பிரெஞ்சு – புருஷியன் போர் |
| 1871 | மகன் பியோதரின் பிறப்பு; திரும்பவும் புனித பீத்தர்புர்க் திரும்புதல்.<br>"தீய ஆவிகள்" | | ஜெர்மானியப் பேரரசு அறிவிக்கப் படுதல்.<br>பாரீஸ் நாட்டின் தன்னாட்சி |
| 1872 | ஸ்தாரய ரஷ்யாவில் கோடை காலம் – அதுவே அவருடைய கோடைகால வாசஸ்தலமானது.<br>"பக்குவப்படாத இளமை" | | |
| 1873 | குடிமகன் இதழுக்குப் பதிப்பாசிரியராதல். அதில் "ஒரு எழுத்தாளனின் நாட்குறிப்பு" இடம் பெற்றிருந்தது. | | |
| 1874 | பதிப்பாசிரியர் என்ற பதவியிலிருந்து விலகி, ஒரு எழுத்தாளனின் நாட்குறிப்பு என்ற இதழைத் தனியே பிரசுரித்தல். (1876, 1877, 1880, 1881) | | |
| 1875 | உடல்நலனைப் பேணு வதற்காக 'பேட் எம்ஸ்'க்குப் பயணம். | | |

| | | | |
|---|---|---|---|
| *1875–78* | | தல்ஸ்தாயின் "அன்னா கரீனினா" | |
| *1876* | "அளப்பருஞ் சிறப்பு வாய்ந்த கிறிஸ்மஸ் மரம்" "பணிவான ஒன்று" | | |
| *1877* | "கேலிக்குரியவனின் கனவு" | | |
| *1878* | மகன் அலெக்ஸேயின் பிறப்பும் இறப்பும். ஒப்தீனா புஸ்தீன் என்ற மடாலயத்திற்கு விளாதிமிர் சலவ்யோவுடன் பயணம். | | |
| *1879* | உடல்நலனைப் பேணுவதற்காக 'பேட் எம்ஸ்'க்குப் பயணம் | | |
| *1879–80* | "கரமாஸவ் சகோதரர்கள்" | | |
| *1880* | புஷ்கின் விழாவில் பேசுதல். | ஃபிளாபர்ட்டின் மரணம் (பி. 1821) | |
| *1881* | தஸ்தயேவ்ஸ்கியின் மரணம். தூய பீத்தர்புர்கிலுள்ள அலெக்ஸாண்டர் நெவ்ஸ்கி மடாலயத்தில் ஈமச்சடங்கு. | | அலெக்ஸாண்டர் II கொலை; அலெக்ஸாண்டர் III பதவியேற்பு. |

# கதாபாத்திரங்களின்
# பட்டியல்

ரஷ்ய மொழியில் ஒருவருடைய பெயர் மூன்று பகுதிகளைக் கொண்டிருக்கும். முதல் பெயர் அவருடைய சொந்தப் பெயராகவும் இரண்டாவது பெயர் தந்தையுடைய முதல் பெயராகவும், இறுதியில் அவருடைய குடும்பப் பெயரைக் கொண்டதாகவும் இருக்கும். குடும்பத்திலுள்ளவர் களும் நண்பர்களும் ஒருவருடைய பெயரைச் சுருக்கி அழைக்கலாம். உதாரணமாக மீத்கா, அல்யோஷ்கா, காத்கா, ரக்கீத்கா என்று. ஆனால் முன்பின் தெரியாதவர்கள் அப்படி அழைப்பது மரியாதை குறைவாகக் கருதப்படுகிறது. கரமாஸவ் என்ற பெயரில் வரும் 'ஸ' என்பது ஆங்கிலத்தில் வரும் 'Z'ஐப் போன்றது.

ஃபியோதர் பாவ்லவிச் கரமாஸவ்

திமித்ரி ஃபியோதரவிச் (மீச்யா, மீத்கா, மீச்சென்கா, மீத்ரி பியோதரவிச்)

இவான் ஃபியோதரவிச் (வான்யா, வான்கா, வானெச்கா)

அலெக்ஸெய் ஃபியோதரவிச் (அல்யோஷா, அல்யோஷ்கா, அல்யோஷென்கா, அல்யோஷெச்கா, அலெக்செய்சிக், ல்யோஷா, ல்யோஷென்கா)

பாவெல் ஃபியோதரவிச் ஸ்மெர்தியாக்கவ்

அக்ரஃபேனா அலெக்ஸாந்ரவ்னா ஸ்வெத்லோவ் (குரூஷென்கா, குரூஷா, குரூஷ்கா)

கத்தரீனா இவானவ்னா வெர்ஹோத்செவ் (காச்யா, காத்கா, காசென்கா)

ஸோசிமா (துறவியாவதற்கு முன்பு ஸினோவி என்றழைக்கப்பட்டார்)

நிக்கலாய் இலிச் ஸ்நெகிரெவ்

அரினா பெத்ரோவ்னா

வார்வரா நிக்கலாயவ்னா (வார்யா)

நீனா நிக்கலாயவ்னா (நீனச்கா)

இல்யூஷா (இல்யூஷெச்கா, இல்யூஷ்கா)

நிக்கலாய் இவானவ் கிரசோத்கின் (கோல்யா)

கத்தரீனா ஓசிப்பவ்னா ஹஹ்லக்கோவா

லிஸா (லீஸ்)

கிரிகோரி வசிலேவிச் குத்தூஸவ் (வசிலியேவ்)

மார்ஃபா இக்னச்சேவ்னா (இக்னச்யேவா)

மிகையில் ஓசிபவிச் ரக்கீத்தின் (மீஷா, ரக்கீத்கா, ரக்கீதுஷ்கா)

பாய்ஸி

ஃபெரபோன்த்

இப்போலித் கிரீல்லவிச் (குடும்பப் பெயர் இல்லை)

நிக்கலாய் பர்ஃபியோனவிச் நெலூதவ்

ஃபெச்சுகோவிச்

கெர்ஷென்ஸ்தூபே

மக்ஸிமவ் (மக்ஸிமுஷ்கா)

பியோத்தர் ஃவோமிச் கல்கானவ் (பெத்ரூஷா)

பியோத்தர் இலிச் பெர்ஹோத்தின்

பியோத்தர் அலெக்ஸாந்தரவிச் மியூசவ்

திரிஃபோன் பரீசவிச் (பரீசிச்)

ஃபெதோசயா மர்க்கோவ்னா (ஃபேன்யா, ஃபெதோசயா மர்க்கோவ்)

குஸ்மா குஸ்மிச் சம்சனோவ்

லிஸவெத்தா ஸ்மெர்தியாஷயா (முடைநாற்றக்காரி லிஸவெத்தா, குடும்பப் பெயர் இல்லை)

மிகையில் மக்காரவிச் மக்காரவ் (மக்காரிச்)

முஸ்யாலவிச்

ருப்ளோவ்ஸ்கி

மரியா கந்த்ரச்சேவ்னா (குடும்பப் பெயர் இல்லை)

வார்வின்ஸ்கி

## அன்னா கிரிகோரியவ்னா தஸ்தயேவ்ஸ்கிக்குச் சமர்ப்பணம்

"கோதுமை மணி மண்ணில் விழுந்து மடியாவிட்டால் அது அப்படியே இருக்கும். அது மடிந்தால்தான் மிகுந்த விளைச்சலை அளிக்கும் என உறுதியாக உங்களுக்குச் சொல்கிறேன்"

(யோவான், 12:24)

## ஆசிரியரிடமிருந்து

என்னுடைய கதையின் நாயகன் அலெக்ஸெய் ஃபியோதரவிச் கரமாஸவின் வாழ்க்கையைச் சித்திரிக்க ஆரம்பித்த வேளையில் சற்றே என்னைத் தயக்கம் பற்றியது. குறிப்பாக அலெக்ஸெய் ஃபியோதரவிச்சை நான் கதாநாயகன் என்று குறிப்பிட்டாலும், அவன் சிறப்பாகச் சொல்லக்கூடிய விதத்தில் மிகப்பெரிய ஒரு மனிதன் அல்ல என்று எனக்குத் தெரியும். எனவே உங்கள் மனத்தில் தவிர்க்க முடியாத சில கேள்விகள் எழும் என்றும் எனக்குத் தெரியும். உதாரணமாக, "உங்களுடைய அலெக்ஸெய் ஃபியோதரவிச் எந்த விதத்தில் சிறப்பானவன் என்று நீங்கள் அவனை இந்தக் கதையின் நாயகனாகத் தேர்ந்தெடுத்தீர்கள்? அப்படி அவன் என்ன செய்து விட்டான்? அவனைப் பற்றி இங்கு யாருக்கு என்ன தெரியும், என்ன காரியத்தைச் செய்து அவன் பெரும் புகழை ஈட்டினான்? அவனுடைய வாழ்க்கையைப் பற்றிய உண்மைகளைத் தெரிந்துகொள்ள வாசகனாகிய நான் ஏன் என்னுடைய நேரத்தைச் செலவழிக்க வேண்டும்?" என்பது போன்ற கேள்விகள் உங்கள் மனதில் எழலாம்.

மிகவும் சிக்கலான இந்தக் கடைசிக் கேள்விக்கு என்னால் இப்படித்தான் பதில் தர முடியும்: 'நீங்களே இந்த நாவலைப் படித்துப் பார்த்துத் தெரிந்துகொள்ளுங்கள்' என்று. சரி, இந்த நாவலை நீங்கள் படிக்கிறீர்கள். படித்து முடித்து விட்டு என்னுடைய அலெக்ஸெய் ஃபியோதரவிச்சின் சிறப்பம்சத்தை நீங்கள் ஏற்றுக்கொள்ளாமலும் போகலாம் இல்லையா? இப்படி நான் சொல்வதற்குக் காரணம், இதை நான் ஆழ்ந்த வருத்தத்துடன் எதிர்பார்ப்பதால் தான். என்னைப் பொறுத்தவரையில் அவன் சிறப்பான தொரு அம்சத்தைக் கொண்டவன். ஆனால் அதை நான் என்னுடைய வாசகர்களாகிய உங்களுக்குப் புரியவைப்பேனா என்பதில் சந்தேகம் கொள்கிறேன். அவன் காரிய சிரத்தை உள்ளவன் ஆனால் குறிப்பிட்ட ஒரு காரியத்தையோ,

விளக்கிச் சொல்லக்கூடிய விதத்தில் ஒரு காரியத்தையோ செய்யக் கூடியவன் அல்ல. அது மட்டுமல்ல, நம்முடைய இந்தக் காலகட்டத்தில், அதுவும் இந்தச் சமயத்தில், மக்களிடமிருந்து தெளிவாக ஒரு விஷயத்தைப் பெறுவது என்பதே விநோதமாக இருக்கிறது. சந்தேகத்திற் கிடமின்றி ஒன்றை மட்டும் என்னால் இங்குத் தெளிவாகச் சொல்ல முடியும்: இவன் விசித்திரமானவன்; இன்னும் சொல்லப்போனால், விநோதமானவன், தனித்தன்மை வாய்ந்தவனும்கூட. ஆனால் அவனுடைய இந்த விநோதத் தன்மையும் தனித்தன்மையும் கவனத்தை ஈர்ப்பதைவிட ஊறு விளைவிப்பனவாகவே இருக்கின்றன. அதுவும் குறிப்பாக, இப்போது ஒவ்வொருவரும் நுணுக்கமாக விவரங்களை ஒன்றுசேர்க்க முற்பட்டு, குறைந்தபட்சம் ஏதோ ஒரு பொதுக் கருத்தியைபை, பொதுவான, பொருளற்ற பொருத்தமின்மையிலிருந்து பெற முயன்றுகொண்டிருக்கும்போது. பெரும்பாலும் விநோதமான இந்த மனிதன், தனித்தன்மை வாய்ந்தவனாகவும் தனித்து விடப் பட்டவனாகவும் இருக்கிறான். இல்லையா?

ஒருவேளை இந்தக் கருத்தை நீங்கள் ஏற்றுக்கொள்ளாவிட்டால், “அப்படியல்ல”, “அல்லவே அல்ல” என்று சொல்லுங்கள்; அப்படி யென்றால் என் கதையின் நாயகன் அலெக்ஸெய் ஃபியோதரவிச்சின் தனிச் சிறப்பம்சங்களை உளப்பூர்வமாக நான் ஏற்றுக்கொள்வேன். இப்படிப்பட்ட விசித்திரமான இந்த மனிதன் ‘எப்போதுமே’ தனது தனித்தன்மையுடன் தனித்துவிடப்பட்டவனாக இருக்கவில்லை; மாறாக, மற்ற எல்லோருடைய உணர்வுகளையும் முழுமையாகத் தன்னுள் வைத்திருக்கும் இவனிடமிருந்து, அவனுடைய காலஞ்சார்ந்த மக்க ளெல்லோரும் ஏதோ ஒரு காரணத்தால், காற்றில் அலைக்கழிக்கப் பட்டவர்களைப் போல அவனிடமிருந்து விலகி நிற்கின்றனர்...

இப்படிப்பட்ட சுவாரஸ்யமில்லாத, தெளிவில்லாத விளக்கங்களைக் கொடுக்கும் முயற்சியில் நான் இறங்காமல் அப்படியே இந்த நாவலை ஆரம்பித்திருக்க முடியும்: அது பிடித்திருந்தால் அப்படியோ அல்லது எப்படியோ இது படிக்கப்படும். ஆனால் சிரமம் என்னவென்றால், என் வசமிருக்கும் வாழ்க்கை வரலாறு ஒன்று; நாவல்களோ இரண்டு. முக்கியமான கதை இரண்டாவது நாவலில் இடம்பெற, இப்போது அது நம்முடைய காலகட்டத்தில் நடைபெற, அந்தக் கதையின் காரணகர்த்தாவாக என் கதாநாயகன் இருக்கிறான். இந்த நாவலில் இடம்பெறும் முதல் கதை முப்பது வருடங்களுக்கு முன்பே நடந்து முடிந்துவிடுகிறது. அதற்கு பிறகு ஏறக்குறைய இது கதையல்ல, கதா நாயகனின் வெறும் இளமைக் கால நிகழ்வுகளின் பதிவு மட்டுமே. ஆனால் முதல் கதையை எழுதாமல் நான் தவிர்த்திருந்தால் இரண்டாவது கதை வாசகர்களுக்குப் புரியாமல் போய்விடும். இந்த விதத்தில் எனக்கு ஆரம்பகட்டச் சிரமங்கள் சற்று அதிகமாகவே இருந்தன. நானே வாழ்க்கை வரலாற்றை எழுதும் வரலாற்று ஆசிரிய னாக இருக்க, தன்னடக்கம் நிறைந்த, தெளிவில்லாத கதா நாயகனை வைத்து ஒரு நாவல் எழுதுவதே அதிகம் என்கின்ற பட்சத்தில்,

அவனை மையப்படுத்தி இரண்டு நாவல்களைப் படைக்கும் என்னுடைய ஆணவத்தை எப்படி விளக்குவது என்றே தெரியவில்லை!

இந்தக் கேள்விக்கு விடைகாண முடியாத பட்சத்தில், பதில் எதுவும் சொல்லாமல், வேறு வழியின்றி அதை நான் புறக்கணிக்கிறேன். புத்திக்கூர்மையுள்ள வாசகன், நான் என்ன சொல்ல வருகிறேன் என்பதைப் புரிந்துகொண்டு, ஆரம்பத்திலிருந்து எதை நான் விளக்க விரும்பினேனோ, அதை உடனே புரிந்துகொண்டு, பொன்னான நேரத்தையும் சொற்களையும் செலவழிக்கும் என்னைப் பார்த்து எரிச்சலே அடைவான். இதற்கான சரியான பதிலை இப்போதே நான் சொல்லிவிடுகிறேன்: இப்படிப்பட்ட பயனற்ற வார்த்தைகளையும் பொன்னான நேரத்தையும் நான் ஏன் செலவழிக்கிறேன் என்றால், முதலாவது மரியாதை நிமித்தமாக; இரண்டாவது தந்திர உத்தியுடன், அதாவது, எப்படியிருப்பினும் உங்களை நான் முன்கூட்டியே எச்சரித்து விட்டேன் என்ற நம்பிக்கையில். மிக முக்கியமாக, “இப்போது இருக்கும் ஒற்றுமையில் முழுமை” காணும் என்னுடைய கதை தனக்குள்ளாகவே இரண்டு கதைகளாகப் பிரிந்துவிட்டதில் எனக்கு மகிழ்ச்சியே. முதல் கதையைப் படித்து முடித்தவுடன் ‘இரண்டாவது பாகத்தைப் படிப்பதில் அர்த்தமேதும் இருக்கிறதா?’ என்று வாசகர்களே முடிவு செய்து கொள்ளலாம். கண்டிப்பாக, யாரும் எதற்கும் கட்டுப்பட்டவர்களல்ல; முதல் கதையின் இரண்டு பக்கங்களைப் படித்து முடித்ததுமே வாசகர்கள் அதை மேலே படிக்காமல் புத்தகத்தைத் தூக்கி எறிந்துவிட முடியும். ஆனால் பண்புமிக்க, மென் உணர்வு கொண்ட வாசகர்கள் ஆர்வத்துடன் இந்தக் கதையை இறுதிவரை படித்து முடித்துவிட்டு, நடுநிலையாக நின்று தங்கள் கருத்தைச் சொல்லக் கண்டிப்பாகத் தவறமாட்டார்கள்: உதாரணமாக, அப்படிப்பட்டவர்கள்தான் ‘ரஷ்ய மதிப்பீட்டாளர்கள்’ என்று அப்படிப்பட்டவர்களை நினைத்து என் மனம் சற்றே ஆறுதலடையும்: அப்படிப்பட்டவர்களுடைய கடமை உணர்வையும் திட்ப நுட்பத்தையும் மீறி அவர்களுக்கு ஒரு செயல் விளக்கத்தை என்னால் கொடுக்க முடியும். அதாவது இந்த நாவலின் முதல் பகுதியைப் படித்து முடித்த உடனேயே அவர்கள் உரிமையுடன் இந்தப் புத்தகத்தைத் தூக்கி எறிந்துவிட முடியும். இதுதான் இந்தப் புத்தகத்திற்கான முன்னுரை. இது தேவையில்லாத ஒன்று என்பதை நான் முழுமையாக உணர்கிறேன். ஆனால், ஏற்கெனவே இது எழுதப் பட்டுவிட்டதால் அப்படியே அதை நான் விட்டுவிடுகிறேன்.

இனி, கதையை நோக்கி.

# முதலாவது பாகம்

புத்தகம் ஒன்று
# ஒரு குடும்பத்தின் சரிதம்

## 1
### பியோதர் பாவ்லவிச் கரமாஸவ்

அலெக்ஸெய் ஃபியோதரவிச் கரமாஸவ், நம் வட்டாரத்து நிலக்கிழாரான பியோதர் பாவ்லவிச் கரமாஸவின் மூன்றாவது மகனாவார்; தன் காலத்தில் மிகப் பிரபலமாக இருந்த இந்த நிலக்கிழார் (ஆம், இப்போதும் நம்மால் அப்படியே நினைவுகூரப்படுகிறவர்), சரியாகப் பதின்மூன்று வருடங்களுக்கு முன்பு மிகப்பெரிய சோகமான, துயரமான ஒரு முடிவைச் சந்தித்திருந்தார். அந்தச் சம்பவத்தைப் பற்றிப் பிறகு நான் தேவையான இடத்தில் என் வாசகர்களுக்குத் தெரியப்படுத்துவேன். இப்போது அந்த "நிலக்கிழாரை"ப் பற்றிச் சில வார்த்தைகள் (தனது பண்ணையில் பெரும்பாலும் அவர் வசிக்கவில்லை என்றாலும், மக்கள் அவரை இப்படித்தான் அழைத்தனர்). இவர் விசித்திரமான மனிதராக மட்டுமல்லாது, கேவலமான, நெறிகெட்ட வாழ்க்கையை வாழ்பவராக, குறிப்பாக, புரிந்துகொள்ள முடியாத ஒரு முட்டாளாகவே இருந்தார். ஆனால் இப்படிப்பட்ட முட்டாள்களில் ஒருசிலர் தங்களுடைய சொத்து சம்பந்தப்பட்ட கணக்கு வழக்குகளை மிகச் சிறப்பாகக் கையாளத் தெரிந்தவர்களாக, அதுவும் அதை மட்டுமே சிறப்பாகக் கையாளத் தெரிந்தவர்களாக இருந்தனர். உதாரணமாக, பியோதர் பாவ்லவிச் தன் வாழ்க்கையின் ஆரம்ப காலத்தில், பணமல்லாத வறிய

நிலப்பிரபுவாக, சாப்பாட்டிற்கே மற்றவர்களை அண்டிப் பிழைக்கும் ஏழ்மை நிலையில் இருந்தவர், இறக்கும் தறுவாயில் பணமாகத் தன்னிடம் நூறாயிரம் ரூபிள்களை வைத்திருந்தார். இருந்தாலும், அவர் தன்னுடைய வாழ்நாள் முழுவதும் மடையர்களில் மடையனாகவே வாழ்ந்து வந்தார். மீண்டும் ஒருமுறை இதை நான் சொல்கிறேன்: இது வெறும் மடத்தனம் என்பது மட்டுமல்ல; இப்படிப்பட்டவர்களில் பெரும்பாலோர் புத்திசாலிகளாகவும் தந்திரசாலிகளாகவும் இருக்க, இந்த மடத்தனமானது, குறிப்பாக, தனக்கே உரிய ஏதோ ஒரு தேசியத் தன்மையாக இருந்தது.

இருமுறை மணமுடித்திருந்த பியோதர் பாவ்லவிச்சுக்கு மூன்று மகன்கள் இருந்தனர். முதல் மனைவிக்குப் பிறந்த திமித்ரி பியோதரவிச் மூத்தவன்; இவானும் அலெக்ஸெயும் இரண்டாவது மனைவிக்குப் பிறந்தவர்கள். பியோதர் பாவ்லவிச் கரமாஸவின் முதல் மனைவி நம்முடைய வட்டாரத்தைச் சார்ந்த செல்வச் செழிப்பான, உயர் குல மியூசவ் குடும்பத்தைச் சார்ந்தவள். அழகிலும் அறிவிலும் சிறந்த இந்தப் பெண்மணி, வரதட்சணையுடன் வந்திருந்தவள். நம்முடைய இந்தக் காலத்திலும் சரி, கடந்த காலத்திலும் சரி, அபூர்வமான பெண்ணாக இருந்த அவள், எதற்காக இப்படிப்பட்ட ஒரு 'முட்டாளை' (அப்படித்தான் அவர் அழைக்கப்பட்டார்) மணந்துகொண்டாள் என்று சொல்லப்பட்ட கருத்தை இங்கு நான் விளக்கப்போவதில்லை. ஆனால், கடந்த தலைமுறையைச் சார்ந்த 'காதற்காவிய உணர்ச்சிகள்' மேம்பட்ட ஒரு பெண்ணைப் பற்றி எனக்குத் தெரியும். ரகசியமாகப் பல ஆண்டுகள் ஓர் இளைஞனைக் காதலித்துவந்த அவள், அவனை மிக அமைதியாக மணந்துகொள்ள வாய்ப்பிருந்தும், அவள் பலவிதமான இடையூறுகளைத் தனக்குத்தானே ஏற்படுத்திக்கொண்டு, ஷேக்ஸ்பியரின் நாடகத்தில் வரும் ஒஃபேலியாவாகத் தன்னைக் கற்பனை செய்து கொண்டு, புயலடிக்கும் ஓர் இரவு வேளையில், செங்குத்தான மலை உச்சியிலிருந்து வெகு ஆழத்தில், வேகமாக ஓடும் நதியில் குதித்துத் தன்னுடைய உயிரை மாய்த்துக்கொண்டாள். நீண்ட காலமாகவே அந்த நதிக்கரையைக் கவனமாகக் கவனித்து வந்த அவள், ஏனோ தற்கொலை செய்துகொள்ளவே முடியாத அந்தச் சமதளமான, மனதைக் கவர்ந்திழுக்காத சாதாரண ஓரிடத்தைத் தேர்ந்தெடுத்து, அங்கு விழுந்து தன்னுயிரை மாய்த்துக்கொண்டாள். கடந்த இரண்டு, மூன்று தலை முறைகளாகவே நம்முடைய ரஷ்ய வாழ்க்கையிலும் இப்படிப்பட்ட சம்பவங்கள் நடந்துகொண்டிருப்பதை நாம் கவனிக்கத்தான் வேண்டும். இப்படித்தான் அதலெய்தா இவானவ்னா மியூசவ் செய்த காரியமும், வெளிநாட்டில் நடந்த இந்தச் சம்பவத்தின் எதிரொலியாக, சந்தேகத்திற்கு இடமின்றி, அவளுடைய சிறைபட்ட மனத்தின் சீற்றமாகவும்[1] இருந்தது. ஒருவேளை அவள் பெண் விடுதலையை ஆதரிப்பவளாக, கட்டுக் கோப்பான சமூக விதிமுறைகளை எதிர்ப்பவளாக, குடும்ப அமைப்பின், உறவுக்காரர்களின் அதிகார குணத்தைத் தட்டிக் கேட்பவளாக இருக்கக்கூடும். ஆனால், பியோதர் பாவ்லவிச் 'பிறரை அண்டிப் பிழைப்பவர்' என்று பெயரெடுத்திருந்ததும், சீர்திருத்தங்களைத் தாராள மயமாக்கி வாழ்வை நல்வழிப்படுத்த முற்படும் இந்தக் காலத்தில்,

அவர் ஒரு கோமாளியாகவே இருந்தாலும், தைரியமாக அவற்றை எள்ளி நகையாடிக் கேலி செய்யும் மனிதர்களில் ஒருவராக அவர் இருந்ததும் அவளுடைய எளிமையான கற்பனைக்குத் துணைபோய் அவளை அப்படிச் செயல்பட வைத்திருக்கலாம். அதலெய்தா இவானவ்னா ஓடிப்போய் பியோதர் பாவ்லவிச்சை மணந்துகொண்ட சம்பவம் அவளுக்கு இன்னும் கிளர்ச்சியூட்டுவதாகவே இருந்தது. அப்போது இழிநிலையில் இருந்த பியோதர் பாவ்லவிச் தன்னுடைய நிலைமையைச் சரிசெய்துகொள்ள எதை வேண்டுமானாலும் செய்யத் தயாராக இருந்தார். அதுவும் நல்லதொரு குடும்பத்திலிருந்து, வரதட்சணையுடன் வரும் பெண்ணை எண்ணி அவர் மயங்கிக் கிறங்கியே போயிருந்தார். ஆனால் தம்பதியர் இருவரிடமும் பரஸ்பரக் காதல் என்பதே இல்லாமல், அதலெய்தா இவானவ்னாவின் பேரழகு கூட அவரைக் கட்டியிழுப்பதாக இல்லாமல் இருந்தது. தன்னுடைய வாழ்நாள் முழுவதும் சிற்றின்பத்தில் மூழ்கித் திளைத்த பியோதர் பாவ்லவிச்சுக்கு எந்தப் பெண்ணாவது கை அசைத்தால்கூடப் போதும், உடனே அவளுடைய அரைப் பாவாடையில் கிறங்கிப் போகிறவர், தன்னுடைய வாழ்நாளிலேயே முதல் முறையாக இப்போதுதான் இப்படி ஒரு வித்தியாசமான அனுபவத்தைப் பெற்றிருந்தார். இந்தப் பெண் ஒருத்திதான் விசித்திரமாக அவரிடம் எந்தவொரு தனிப்பட்ட உணர்ச்சியையும் தூண்டாதவளாக இருந்தாள்.

திருட்டுத்தனமாக வீட்டைவிட்டு ஓடிவந்த அதலெய்தா இவானவ்னாவுக்குத் தன்னுடைய கணவனைப் பார்த்தமாத்திரத்தில் வெறுப்பு மட்டுமே மேலோங்கி இருப்பதை உணர்ந்தாள். இப்படியாக நடந்து முடிந்த இந்தத் திருமணம் வெகுசீக்கிரமே உச்சபட்ச நிலையை அடைந்தது. அதலெய்தா இவானவ்னா வீட்டை விட்டு ஓடிப்போன சம்பவத்தை அவளுடைய குடும்பத்தினர் பெரிதுபடுத்தாமல், வரதட்சணை யாக அவளுக்குக் கொஞ்சம் பணத்தைக் கொடுத்துச் சமரசம் செய்து வைத்தாலும், தம்பதிகளுக்கிடையே சண்டை இடைவிடாமல் இருந்து வந்தது. ஆனால் அப்படிப்பட்ட சமயங்களில் இந்த இளம் பெண் உண்மையாகவே மிக மேன்மையாக நடந்துகொண்டாள்; பியோதர் பாவ்லவிச்சோ அவளுக்குக் கொடுக்கப்பட்டிருந்த இருபத்து ஐயாயிரம் ரூபிள்களை ஒட்டுமொத்தமாக அவளிடமிருந்து தட்டிப் பறித்து, நிமிடத்தில் அவற்றைச் செலவழிக்கவும் செய்தார். அப்படியே வரதட்சணையாக அவளுக்குக் கொடுக்கப்பட்டிருந்த, நாட்டுப்புற மாளிகையைத் தன் பெயரில் எழுதி வாங்கிக்கொள்ளத் திட்டமிட்டு அவர், அதற்கான முயற்சியில் முழு மூச்சுடன் இறங்கி, ஒவ்வொரு நிமிடமும் வெட்கமின்றி அவளைப் பயமுறுத்தி, அவள் முன்பு மண்டியிட்டு, பாசாங்கு செய்து அவளை அலைக்கழித்து வேதனைப் படுத்தியதில், அவருடைய கொடுமைகளைத் தாளாது அவள் சோர்ந்து விழும் போதுதான் அவர் அவளை விட்டு விலகிச் செல்பவராக இருந்தார். ஆனால், அதிர்ஷ்டவசமாக, அதலெய்தா இவானவ்னாவின் குடும்பத்தினர் இந்த விஷயத்தில் தலையிட்டு அந்தத் திருடனின் கொட்டத்தை அடக்கினர். தம்பதிகளிடையே அடிக்கடி சண்டை சச்சரவுகள் நடந்தது என்னவோ உண்மை. ஆனால், பொதுவாக,

வரதட்சணை என்ற பெயரில், வழக்கமாகப் பெண்கள் அடிபடுவது போலில்லாமல், கரிய நிறங்கொண்ட அதலெய்தா இவானவ்னா, கோபமும் தைரியமும் ஆச்சரியப்படுமளவுக்கு உடல் வலிமையும் கொண்டவள், தன்னுடைய கணவனை அடித்து வந்தாள் என்ற செய்தி ஊர் முழுவதும் பரவியிருந்தது. இறுதியாக, அவள் தன்னுடைய மூன்று வயது மீச்சியாவை பியோதர் பாவ்லவிச்சின் கைகளில் விட்டுவிட்டு, அவரிடமிருந்து தப்பித்து, கருத்தரங்குகள் நடத்தும் ஒரு ஆசிரியருடன், அதுவும் ஏழ்நிலையில் இறக்கும் தறுவாயிலிருந்த ஒருவருடன் ஓடிப்போனாள். இதையறிந்த பியோதர் பாவ்லவிச் உடனே வீட்டில் இருந்தவர்களையெல்லாம் அழைத்து, முறிந்துபோன தன்னுடைய மண வாழ்க்கையைப் பற்றிச் சொல்லி அழுது புலம்பி மிக அதிகமாகக் குடிக்க ஆரம்பித்தார்; இதற்கிடையில், அவர் தன்னால் முடிந்த அளவுக்கு அருகிலிருந்த வட்டாரங்களுக்குச் சென்று, அதாலய்தா இவானவ்னா ஓடிப்போன விஷயத்தை அழுதபடியே சொல்லி, கேட்பதற்கே கூசும்படியான தாம்பத்திய உறவைப் பற்றி ஊர் முழுவதும் சொல்லி வந்தார். இப்படி முட்டாள்தனமாகத் தன்னுடைய பேதமையைக் காட்டிக்கொண்டு, முக்கியமாக, தாம்பத்திய உறவின் மென்மையான விஷயங்களைக் கவர்ச்சியூட்டும் விதத்தில் ஊதிப் பரப்பிக்கொண்டிருந்தது அவருக்கு மகிழ்ச்சியைக் கொடுத்தது. இதைக் கேட்டுப் பலரும், ‘பியோதர் பாவ்லவிச், உங்களுக்கு என்ன பெரிய பட்டமா கிடைத்துவிட்டது, எப்படி இப்படி இந்தச் சோகத்தையும் மீறி உங்களால் சந்தோஷமாக இருக்க முடிகிறது?’ என்று சொல்லிக் கேலி செய்தார்கள். இப்படி ஒரு புதிய கோமாளி வேடத்தில் திரிவது அவருக்கு மகிழ்ச்சியாக இருக்கிறதென்றும், மற்றவர்களைச் சிரிக்கவைப்பதற்காகவே அவர் இந்தக் கோமாளி வேஷத்தை போட்டுக் கெண்டார் என்றும் பலரும் பலவிதமாக அவரைப் பற்றிப் பேசினார்கள். யாருக்குத் தெரியும், உண்மையாகவே அது அவருடைய கள்ளங் கபடமற்ற தன்மையாகக்கூட இருக்கலாம். ஓடிப் போனவளின் தடயம் இறுதியாக, அவருக்குக் கிடைக்கப் பெற்றது. பாவப்பட்ட அவள், கருத்தரங்குகள் நடத்தும் அவருடன் சேர்ந்து, அடிமைத் தளையிலிருந்து மக்களை விடுவிக்கும் பணியில் முழுமையாகத் தன்னை அர்ப்பணித்துக்கொண்டிருந்தாள். இதையறிந்த பியோதர் பாவ்லவிச் உடனே பீத்தர்புர்க் செல்ல ஆயத்தமானார்; ஆனால் அது எதற்கு என்று அவருக்கே தெரியாமலிருந்தது. அப்படி அவர் அங்குப் போயிருந்தாலும் அது சரியானதொரு முடிவாகத்தானிருந் திருக்கும்; அது தன்னுடைய தனிப்பட்ட உரிமை என்று கருதியவர், அன்புமிக்க தன் மனைவியிடம் தனது வீரத்தைக் காட்ட வேண்டுமென்று நினைத்தவர், மறுபடியும் கட்டுக்கடங்காமல் குடிக்க ஆரம்பித்தார் . . . சரியாக இந்தச் சமயம் பார்த்துத்தான் அவள் இறந்துபோன செய்தி அவர்களுக்குப் பீத்தர்புர்க்கிலிருந்து கிடைக்கப் பெற்றது. ஏதோ சிறு அறை ஒன்றில் அவள் திடீரென்று இறந்துபோயிருக்க, காய்ச்சல் கண்டு அவள் இறந்துபோயிருக்கக்கூடும் என்று ஒருசிலரும், பட்டினி யால் அவள் இறந்துபோயிருக்கக்கூடும் என்று வேறு சிலரும் பேசிக் கொண்டார்கள். தன் மனைவி இறந்துபோன செய்தி கிடைத்தபோது

பியோதர் பாவ்லவிச் குடிபோதையில் இருந்தார்; அப்படி அந்தச் செய்தி கிடைக்கப்பெற்றதும் சந்தோஷத்தில் அவர் தெருவுக்கு ஓடிவந்து கைகளை மேலே உயர்த்தி வானத்தைப் பார்த்து, "கடவுளே, உன்னை வந்தடைந்திருக்கும் அவளுடைய ஆத்மா சாந்தி அடையட்டும்"[2] என்று கத்தினார் என்று ஒரு சிலரும், இல்லை, இந்தச் செய்தியைக் கேட்டு அவர் ஒரு சிறு குழந்தையைப் போலத் தேம்பித் தேம்பி அழுதார் என்று வேறு சிலரும், அவரைப் பார்க்கவே பரிதாபமாக இருந்தது என்று அவரிடம் வெறுப்பு பாராட்டியவர்களும்கூடப் பேசிக்கொண்டார்கள். இவை எல்லாவற்றையும் மீறி அதில் வேறு ஒரு உண்மையும் இருந்திருக்கக்கூடும்; அதாவது, தனக்கு விடுதலை கிடைத்ததை எண்ணி அவர் மகிழ்ந்து, தனக்குச் சுதந்திரம் கொடுத்தவளை நினைத்து அவர் அழுதிருக்கக்கூடும் அல்லது இந்த இரண்டு உணர்வு களும் கலந்து வெளிப்பட்டிருக்கக்கூடும். பெரும்பாலான சமயங்களில் மனிதர்கள், கேடுகெட்ட மனிதர்கள்கூட, நாம் நினைப்பதை விடப் பேதைகளாகவும் சூதுவாதற்றவர்களாகவும் இருக்கிறார்கள்.

ஆமாம், நாமும் கூட அப்படித்தான்.

# 2

## வீட்டிலிருந்து முதல் மகனை வெளியேற்றுதல்

இப்படிப்பட்ட மனிதர் எப்படிப்பட்ட ஒரு தந்தையாக, குழந்தையை வளர்க்கும் பெற்றோராக இருந்திருப்பார் என்பதை நம்மால் யூகிக்க முடிகிறது. அப்படிப்பட்ட தந்தை எப்படிப்பட்டவராக இருப்பாரோ, அப்படித்தான் அவரும் இருந்தார்; அதாவது, அதுவரை அதலெய்தா இவானவ்னாவின் அரவணைப்பிலிருந்த மகனை, அவளின் மீதிருந்த கோபத்தாலோ அல்லது முறிந்துபோன அவருடைய இல்வாழ்க்கையின் வெறுப்பாலோ அவனை ஒதுக்கித்தள்ளாமல், உண்மையாகவே தனக்கு இப்படி ஒரு மகன் இருக்கிறான் என்பதையே அவர் முற்றிலுமாக மறந்துபோயிருந்தார். அப்படிப்பட்ட அவர் கண்ணீரும் கம்பலையுமாகப் புலம்பித் திரிந்தபோது, தன்னுடைய வீட்டை வாழத் தகுதியற்ற ஒரு இடமாக்கி, நெறிகெட்ட ஒரு வாழ்வை அவர் வாழ்ந்து வந்தபோது, கிரிகோரி என்ற நன்றி விசுவாசமுள்ள வேலைக்காரன் மட்டும் மூன்று வயது மீச்சியாவைப் பேணிப் பாதுகாத்திருக்காவிட்டால், அப்போது மீச்சியாவுக்குத் துணி மாற்றக்கூட ஆளில்லாமல் இருந்திருக்கும். மீச்சியாவைப் பெற்ற தாய்வழி உறவுக்காரர்கள்கூட அப்போது அவனைக் கவனிக்க முடியாத சூழ்நிலையில் இருந்தனர். அதலெய்தா இவானவ்னாவின் தந்தை, அதாவது மீச்சியாவின் தாத்தா மியூசவ், இறந்துபோய், விதவையான மீச்சியாவின் பாட்டி மாஸ்கோ விற்குப் போன இடத்தில் உடல்நலம் மோசமாகிப் போயிருக்க, அதலெய்தாவின் தங்கைகளும் திருமணமாகிப் போய்விட, ஏறத்தாழ ஒரு வருடம், மீச்சியா, கிரிகோரி வாழ்ந்த அந்தச் சிறிய குடிசையிலேயே

வாழ்ந்து வந்தான். அவனுடைய தந்தைக்கு எப்போதாவது மீச்சியாவைப் பற்றிய நினைவு வந்தால் (உண்மையாகவே, அவன் உயிருடன் இருப்பதே அவருக்கு நினைவில்லாமல் இருந்தது), அவர் குடித்துக் கும்மாள மிடுவதற்குக் குழந்தை இடைஞ்சலாக இருப்பதை உணர்ந்து அவரே மீச்சியாவை மறுபடியும் அந்தக் குடிசைக்கு அனுப்பிவைத்தார். அந்தச் சமயத்தில்தான் இறந்துபோன அதலெய்தா இவானவ்னாவின் அத்தை மகன் பியோத்தர் அலெக்சாந்தரவிச் மியூசவ், பாரிஸில் பல வருடங்கள் வாழ்ந்தவர், தன்னுடைய ஊருக்குத் திரும்பி வந்தார். இன்னும் இளமையுடன் இருந்த மியூசவ் குடும்பத்தினரைப் போலில்லாமல், அவர் முற்றிலும் மாறுபட்டவராக, தலைநகரைச் சார்ந்த மனிதராக, பல விஷயங்களைத் தெரிந்திருந்த அவர், வாழ்நாள் முழுவதும் ஐரோப்பாவிலேயே வாழ்ந்த காரணத்தால், வெளி நாட்டவரைப் போலவே அறிவில் சிறந்து விளங்கி, வாழ்நாளின் கடைசிப் பகுதியில், அதாவது 1840–50ஆம் ஆண்டுகளில் அவர் 'லிபரல்' கட்சியைச் சார்ந்தவராக இருந்தார். தன்னுடைய தொழிலில் ஈடுபட்டிருந்த அவர், லிபரல் கட்சி சார்ந்த பலருடன், ரஷ்யாவிலும் வெளிநாட்டிலும் தொடர்புவைத்திருந்தவர், தனிப்பட்ட முறையில் புருதோன், பக்குனின்[1] போன்றவர்களைத் தெரிந்து வைத்திருந்தவர், 1848ஆம் ஆண்டில் பாரீஸில் நடந்த மூன்று நாள் பிப்ரவரி புரட்சியைப்[2] பற்றிப் பேசுவதிலும் நினைவுகூர்வதிலும் அலாதிப் பிரியம் கொண்டு, ஏதோ தானே அந்தப் போராட்டத்தில் நேரடியாகப் பங்கு கொண்டவரைப்போல விவரமாக அந்தப் புரட்சியைப் பற்றி விவாதித்து வந்தார். அவர் இளமைப் பருவ நிகழ்ச்சிகளைப் பற்றி நினைவுகூரும்போது, குறிப்பாக இந்தச் சம்பவம் அவருக்கு மிகவும் மகிழ்ச்சி தரக்கூடிய ஒன்றாக இருந்தது என்றார். மிகவும் வசதியான நிலையில் இருந்த அவர், முன்பு போலவே, ஏறக்குறைய ஆயிரக்கணக்கான ஆட்களைத் தன்னுடைய பண்ணையில் வேலைக்கு வைத்திருந்தார். நம்முடைய ஊரின் எல்லைப் பகுதியில் இருக்கும் புகழ்மிக்க துறவி மடாலயத்திற் கருகே அற்புதமான பண்ணை ஒன்று அவருக்குச் சொந்தமாக இளம் வயதிலேயே கிடைக்கப் பெற்றிருக்க, அதில் மீன்பிடிக்கும், மரம் வெட்டும் உரிமைகளைத் தொடர்ந்து அவர் தன்னுடையதாகத் தக்கவைத்துக்கொண்டிருந்தார்; ஆனால், அதைப் பற்றிய முழு விவரம் எதுவும் எனக்குத் தெரியாது; தன்னுடைய இந்த உரிமையை நிலை நாட்டிக்கொள்ள அவர் 'மதகுருமார்களுக்கு' எதிராக வழக்கு ஒன்றும் போட்டிருந்தார். அதலெய்தா இவானவ்னாவைப் பற்றி முழுவதுமாகக் கேட்டறிந்த அவர், எப்போதோ அவள்மீது கொண்ட பிரியத்தால், இப்போது வீணாய்க் கழிகின்ற மீச்சியாவின் இளமைப் பருவத்தை எண்ணி, பியோதர் பாவ்லவிச்சின் மீதிருந்த வெறுப்பையும் மீறி, அவனுடைய வாழ்வைச் சீர்செய்யும் பொறுப்பை ஏற்றுக்கொண்டார். அப்படி அந்தப் பொறுப்பைத் தன்னுடைய கைகளில் எடுத்துக்கொண்ட அவர், முதன்முறையாக பியோதர் பாவ்லவிச்சைச் சந்தித்தார். மீச்சியாவைத் தான் எடுத்து வளர்க்கப் போகும் எண்ணத்தைப் பியோதர் பாவ்லவிச்சிடம் அவர் வெளிப்படையாகத் தெரிவித்தார். இதைக் கேட்ட பியோதர் பாவ்லவிச்சோ சிறிது நேரம் அவர் யாரைப்

பற்றி, எந்தக் குழந்தையைப் பற்றிப் பேசுகிறார் என்றே தெரியாமல், அப்படி ஒரு குழந்தை தன்னுடைய வீட்டில் இருக்கிறதா என்பதுபோல் கேட்டுக்கொண்டிருந்தார் என்று அந்தச் சம்பவத்தைப் பற்றிப் பிறகு பியோதர் அலெக்சாந்தரவிச் நினைவுகூர்ந்தார். அவர் அப்படிச் சொன்னது சற்று அதிகப்படியாக, உண்மைக்குப் புறம்பாக இருந்தாலும், அதில் உண்மை இருக்கத்தான் செய்தது. உண்மையாகவே, பியோதர் பாவ்லவிச் கரமாஸவ் தன்னுடைய வாழ்நாள் முழுவதும் இப்படிக் கபடநாடகமிட்டுக்கொண்டு, தேவையே இல்லாமல், தனக்குத்தானே தீங்கிழைத்துக்கொள்ளும் விதத்தில் வேஷமிட்டுக்கொண்டு, உதாரணமாக, இப்போது நடந்துகொண்டதைப் போலவே நடந்துகொள்வது அவருக்குப் பழக்கமான ஒன்றாக இருந்தது. இந்தக் குணம் பியோதர் பாவ்லவிச்சுக்கு மட்டுமே உரித்தான குணமாக இல்லாமல், நம்முடைய மக்கள் பெரும்பாலானோருக்கும் சொல்லப்போனால், அறிவார்ந்த பலருக்கும் உரித்தான ஒன்றாகவே இருந்தது. இந்தப் பொறுப்பைக் கைகளில் ஏற்றுக்கொண்ட பியோதர் அலெக்சாந்தரவிச் மியூசவ், உடனே குழந்தைக்கு ஒரு பாதுகாவலரை நியமித்து (கரமாஸவின் ஒத்துழைப்புடன்), மீச்சியாவின் தாய்க்குப் பிறகு அவனுக்குக் கிடைக்க வேண்டிய வீடு, பண்ணை ஆகியவற்றைப் பராமரிக்க வழிவகை செய்தார். இப்படியாக, மீச்சியா தன்னுடைய சொந்த மாமா வீட்டிற்குக் குடிபெயர்ந்து போனான்; ஆனால் மாமாவிற்குக் குடும்பம் என்று ஒன்று இல்லாமல், பரம்பரைச் சொத்து மூலம் வருகின்ற வருவாயை வைத்துக்கொண்டு வாழ்ந்துவந்த அவர், நீண்டகாலப் பயணமாக மீண்டும் பாரீஸ் செல்ல நேர்ந்ததால், மீச்சியாவை அவர் மாஸ்கோவிலிருக்கும் தன்னுடைய உறவுக்காரப் பெண்மணியின் பொறுப்பில் விட்டுவிட்டுச் சென்றார். பாரீஸுக்குச் சென்ற அவர் இந்தக் குழந்தையைப் பற்றி முற்றிலுமாக மறந்துபோக, அங்கு நடந்த பிப்ரவரி புரட்சி அவருடைய வாழ்நாளிலேயே மறக்க முடியாத ஒரு சம்பவமாக, அவருடைய எண்ணத்தைக் கவர்ந்திழுக்கக்கூடிய ஒன்றாக இருந்தது. இந்தச் சம்பவத்திற்கிடையே மாஸ்கோவிலிருந்த அந்த உறவுக்காரப் பெண்மணியும் இறந்துபோக, அவளுடைய மகள்களில் ஒருத்தி வீட்டுக்கு மீச்சியா குடிபெயர்ந்து போனான். இப்படியாக, நான்காவது முறையாக அவன் மீண்டும் வேறு ஒரு வீட்டிற்கு இடம்பெயர்ந்து போனான். பியோதர் பாவ்லவிச் கரமாஸவின் முதல் மகனான மீச்சியாவைப் பற்றி நான் இன்னும் அதிகம் சொல்ல வேண்டியிருப்பதால், இதற்கு மேலும் அவனைப் பற்றி எதுவும் சொல்லாமல், இந்த அளவிலேயே நிறுத்திக்கொள்கிறேன். இல்லை யென்றால் இந்தக் கதையை மேலே என்னால் தொடர முடியாமல் போய்விடும்.

பியோதர் பாவ்லவிச் கரமாஸவின் மூன்று மகன்களில் ஒருவனான திமித்ரி பியோதரவிச், வயது வந்ததும் தன்னுடைய சொத்து முழுவதும் தனக்குக் கிடைக்கப்பெறும் என்ற நம்பிக்கையில் வாழ்ந்து வந்தான். அவனுடைய குழந்தைப் பருவமும் இளமைக் காலமும் நெறிகெட்ட வழியில் கழிந்தன. 1917ஆம் ஆண்டுக்கு முன்பிருந்த ஜிம்னாஸியம் என்ற உயர்நிலைப் பள்ளியானது மாணவர்களைப் பல்கலைக்கழக

நுழைவுத் தேர்வுக்குத் தயார் செய்துகொண்டிருந்தது. அந்த உயர்நிலைப் பள்ளியில் படிப்பை முடித்திராத திமித்ரி பியோதரவிச், ராணுவப் பள்ளிக்கு அனுப்பப்பட்டு, பிறகு அங்கிருந்து காகஸஸ் என்ற இடத்திற்குச் சென்று வேலைபார்த்து வந்தவன், பதவி உயர்வு பெற்று, ராணுவத்தில் வேலைசெய்துகொண்டிருக்கும்போதே 'டூயல்' என்ற இருவர் பங்கு பெறும் துப்பாக்கிச் சண்டையில் பங்கேற்றதன் விளைவாகப் பதவி யிறக்கம் செய்யப்பட்டு, மீண்டும் பதவி உயர்வு பெற்றவன், அதிகமாகக் குடித்துக் களித்து, நிதானமிழந்து, பணப்புழக்கத்தில் திளைத்து வாழ்ந்துகொண்டிருந்தான். இளைஞன் என்ற தகுதியைப் பெற்றவுடன் தன்னுடைய தந்தை பியோதர் பாவ்லவிச்சிடமிருந்து பணம் பெற ஆரம்பித்தவன், இன்றுவரை கடனையும் அதிகமாகப் பெருக்கிவைத்திருந் தான். தன்னுடைய சொத்து விவரங்களைப் பற்றித் தெளிவுபடுத்திக் கொள்வதற்காக அவசரமாக நம்முடைய ஊருக்கு வந்த அவன், முதன்முதலாகத் தன்னுடைய தந்தையைப் பார்த்து, இவர்தான் தன் தந்தை என்பதைத் தெரிந்துகொண்டான். அப்போதே அவனுக்குத் தன் தந்தையைப் பிடிக்காமல்போனது. அப்படி ஊருக்கு வந்தவன், ஒரு சிறு தொகையை மட்டும் தந்தையிடமிருந்து பெற்றுக்கொண்டு, மீண்டும் அவரிடமிருந்து பணம் பெறும் வழிமுறைகளைப் பேசி முடித்துக்கொண்டு (கவனிக்கப்பட வேண்டிய ஒன்று), சொத்து விஷயங்களைப் பற்றியோ, கிடைக்க வேண்டிய ஆதாயத்தைப் பற்றியோ, இப்படி எந்தவித விவரங்களும் தன்னுடைய தந்தையிடமிருந்து கிடைக்கப் பெறாமல், அங்கிருந்து சீக்கிரமாகவே கிளம்பிப் போய்விட்டான். சொத்து பற்றிய விஷயங்களை உண்மைக்குப் புறம்பாக, மிகப்பெரிய அளவிலான எண்ணத்தை மீச்சியா வைத்திருந்தான் என்பதை அப்போதே பியோதர் பாவ்லவிச் கவனித்திருந்தார் (இதை நாம் நினைவில் கொள்ள வேண்டும்). இதன் காரணமாகத் தன்னுடைய மனத்தில் தனிக் கணக்கு ஒன்றைப் போட்டு வைத்திருந்தவர், சற்றே மன நிம்மதியுடன் இருந்தார். இள வயதில் உணர்ச்சிவசப்படும் மீச்சியா ஒரு சிறுபையன் என்பது பியோதர் பாவ்லவிச்சுக்குத் தெரியும், அவனுக்குப் பணம் கிடைக்கும்போதெல்லாம் குடித்துக் கும்மாளமிட்டு, பணத்தைச் செலவழித்து, அதுவே போதுமென்று சில காலம் அமைதியாய் இருப்பான் என்பதும் அவருக்குத் தெரியும். இதை மனத்தில் வைத்துக்கொண்டு அவ்வப்போது அவனுக்கு அவர் சிறு தொகையை அனுப்பிக்கொண்டிருக்க, இறுதியாக, திமித்ரி பியோதரவிச் பொறுமையிழந்து, நான்கு வருடங்கள் கழித்து, தன்னுடைய தந்தையிடம் தனக்குச் சேரவேண்டிய பரம்பரைச் சொத்து பற்றிய விஷயங்களைப் பேசி முடிவுசெய்ய நம்முடைய ஊருக்குக் கிளம்பி வந்தபோதுதான் அவனுக்கு மிகப்பெரிய ஆச்சர்யம் காத்திருந்தது. அதாவது, அவனுக்குச் சொத்து எதுவும் இல்லை என்றும் கணக்கு போட்டுப் பார்த்தால், திமித்ரி தான் பியோதர் பாவ்லவிச்சிடமிருந்து மிக அதிகமாகப் பணம் வாங்கியிருந்தான் என்றும் அதனால் திமித்ரி தான் தன்னுடைய தந்தைக்குப் பணம் கொடுக்க வேண்டியிருந்தது என்ற விஷயமும் அவனுக்குத் தெரிய வந்தது: எந்தெந்த வகையில், எந்தெந்த வியாபாரத் திட்டங்களுக்காக எவ்வளவு தொகை அவனால்

விரயமாக்கப்பட்டிருந்தது என்பதையும் மீண்டும் அவன் தன் தந்தையிடமிருந்து பணம் கேட்க முடியாது என்பதையும் அப்போது தான் அவன் தெரிந்துகொண்டான். இளங்காளைக்குப் பெருத்த ஏமாற்றம் ஏற்பட்டது; உண்மையை மறைத்துத் தந்தை சொன்ன பொய்யால், கோபம் அவனுடைய தலைக்கு ஏறி, அறிவு மழுங்கிய நிலையில் அவன் தன்னை இழக்கலானான். அந்தத் தருணம்தான் அவனைச் சோகமானதொரு முடிவுக்குத் தள்ளியது. அதுதான் என்னுடைய முதல் கதையின் உட்கரு அல்லது மிகவும் சரியாகச் சொன்னால், இந்தக் கதையின் வெளிக் கருத்து. அப்படிப்பட்ட அந்தக் கதையை நோக்கி நான் நகரும் முன்பாக, பியோதர் பாவ்லவிச்சின் மற்ற இரண்டு மகன்கள், அதாவது மீச்சியாவின் தம்பிகளைப் பற்றியும் அவர்கள் வந்த கதையைப் பற்றியும் உங்களுக்கு இங்கு நான் விரிவாகக் கூற விழைகிறேன்.

# 3

## இரண்டாவது திருமணம், இரண்டு குழந்தைகள்

நான்கு வயது மீச்சியாவைத் தன்னுடைய பொறுப்பிலிருந்து கை கழுவிவிட்ட பியோதர் பாவ்லவிச், வெகு சீக்கிரமே இரண்டாவது திருமணத்தைச் செய்துகொண்டார். அந்தத் திருமணம் எட்டு வருட காலம் நீடித்தது. அருகில் இருந்த - ஒரு மாகாணத்தைச் சார்ந்த மிகப்பெரிய கம்பெனி ஒன்றிற்கு ஒரு சிறு வேலையாகச் சென்றிருந்த பியோதர் பாவ்லவிச், தன்னைவிட வயதில் மிகவும் இளமையான சோஃபியா இவானவ்னாவை மணந்துகொண்டார். பியோதர் பாவ்லவிச் குடிவெறியில் களியாட்டம் போடுபவராக இருந்தாலும், தான் ஈட்டிய பணத்தை முதலீடு செய்வதில் கண்ணும் கருத்துமாய், அதற்கான வேலைகளை வெற்றிகரமாகச் செய்து முடிப்பதில் முனைப்புள்ளவராக இருக்க, பெரும்பாலும் அவருடைய வியாபாரத் தொடர்புகள் எல்லாமே புரிதலுக்கு அப்பாற்பட்ட புதிராகவே இருந்தன. இவர் மணந்து கொண்ட சோஃபியா இவானவ்னா குழந்தைப் பருவத்திலிருந்தே உற்றார் உறவினர் இல்லாத அனாதை; அவளுக்கென்று யாரும் கிடையாது. பெயர் தெரியாத, கோயில் மணியக்காரரின் மகளான சோஃபியா, படைத் தளபதியின் விதவை மனைவியான வரஹோவா என்னும் பணக்காரப் பெண்மணியின் வீட்டில் சந்தோஷமில்லாமல் வாழ்ந்து வந்தாள். அதைப் பற்றிய முழு விவரம் எதுவும் எனக்குத் தெரியாது. ஆனால், சோஃபியா இவானவ்னாவை வளர்த்த அந்தப் பெண்மணி, கொடுமைக்காரியாக இல்லாவிட்டாலும், பொறுப்பில்லாதவளாக இருந்தாள்; பணிவடக்கமான, பதில் எதுவும் பேசத் தெரியாத இந்த இளம்பெண் சோஃபியா, ஒருமுறை பழைய சாமான்கள் இருக்கும் அறை ஒன்றில் தூக்குப் போட்டுக்கொண்ட

போது, தக்க சமயத்தில் அவள் காப்பாற்றப்பட்டாள் என்பதை மட்டும் நான் கேள்விப்பட்டிருக்கிறேன். அந்த அளவுக்குத் தன்னுடைய வளர்ப்புத் தாயின் ஓயாத கடிந்துரைப்புகளை அவளால் தாங்கிக் கொள்ள முடியாமல்போனது; வயதான கிழவி வரஹோவாவோ, பொறுமையே இல்லாமல், பிடிவாதக்காரியாக, சோம்பேறியாக, சிறுமை வாய்ந்த கொடுமைக்காரியாக இருந்தாள். பியோதர் பாவ்லவிச் சோஃபியாவை மணக்க விருப்பப்பட்டபோது, அவரைப் பற்றித் தெரிந்திருந்த அந்த மாகாணத்து மக்கள் அவரை அங்கிருந்து விரட்டி யடித்தனர். ஆனால், அவர் எப்படித் தன்னுடைய முதல் திருமணத்தைச் செய்துகொண்டாரோ, அப்படியே இந்த அனாதைப் பெண்ணையும் தன்னுடன் அவர் ஓடிவர வைத்தார். சோஃபியா இவானவ்னாவுக்குத் தக்க சமயத்தில் இவரைப் பற்றிய முழு விவரமும் தெரிந்திருந்தால், அவருடன் அவள் ஓடிப் போகாமல் இருக்க வாய்ப்புகள் அதிகம் இருந்திருக்கும். ஆனால், இது வேறு ஒரு மாகாணத்தில் நடந்தது; சொல்லப்போனால், பதினாறு வயதே நிரம்பியிருந்த அந்தப் பெண்ணுக்கு இவற்றையெல்லாம் புரிந்துகொள்ள ஏது வாய்ப்பு! தனக்கு உதவி செய்பவளுடன் இருப்பதைவிட, ஆற்றில் குதிப்பதே மேல் என்பதுதான் அவளுக்குத் தெரிந்திருந்தது! இப்படியாகப் பாவப்பட்ட இந்தப் பெண் தனக்கு நல்லது செய்பவளிடமிருந்து தனக்கு நல்லது செய்பவனை வந்தடைந்தாள். பியோதர் பாவ்லவிச் இந்தத் திருமணத்தின் மூலமாக வரதட்சணை எதையும் பெற்றிருக்க வில்லை. காரணம், வரஹோவா இவர்கள் இருவர் மீதும் கோபமாக இருந்தது மட்டுமில்லாமல், அவள் இருவரையும் சபித்துச் சாபமிட்டாள்; ஆனால் பியோதர் பாவ்லவிச்சோ அதைப் பற்றியெல்லாம் கவலைப் படவே இல்லை. ஏனெனில் பெண்களின் மீது அவருக்கிருந்த வெறித் தனமான ஆசையும் சிற்றின்பக் கிளர்ச்சியும் அவருடைய மனதை அரித்தெடுக்க, வெகுளித்தனமான, அழகிய சோஃபியா இவானவ்னாவின் அழகு அவரை மயக்க, எப்படியாவது அவளை அடைந்தே தீருவது என்ற வெறியில் அவர் இருந்தார். குழந்தைத்தனமான அவளுடைய சிறிய கண்கள் அவருடைய மனதைக் கத்தி போட்டு அறுப்பதுபோல இருந்தது என்று அவர் தனக்கே உரித்தான கேவலமான சிரிப்புடன் அவளைப் பற்றிப் பிறகு நினைவுகூர்ந்தார். மேலும் சிற்றின்பத்தில் திளைக்கக்கூடிய ஈனப் பிறவியான இவருக்கு இப்படிப் பேசுவது மிகவும் கேளிக்கையாகவும் இருந்தது. பியோதர் பாவ்லவிச் எந்தவிதத் திருமணச் சடங்குகளையும் மேற்கொள்ளாது, எதற்குமே வாய்திறந்து எதிர்த்துப் பேசாத, மிகவும் பொறுமையான சோஃபியா இவானவ்னாவை அந்தச் சுருக்குக் கயிற்றிலிருந்து காப்பாற்றியதைச் சொல்லிக்காட்டியே, குற்றம்சாட்டப்பட வேண்டியவள் அவள்தான் என்பதுபோல, சாதாரணத் திருமண வாழ்வின் சடங்குகளைக்கூடக் கடைபிடிக்காமல் அவளிடம் அவர் மிகக் கேவலமாக நடந்துகொண்டார். கீழ்த்தரமான பெண்களை வீட்டிற்குக் கூட்டிக்கொண்டு வந்து அவர்களுடன் குடித்துக் கும்மாளமிட்டுச் சிற்றின்பத்திலும் அவர் ஈடுபட்டார். இங்கு நான் வேலையாள் கிரிகோரியைப் பற்றி கண்டிப்பாகக் குறிப்பிட வேண்டும்; பார்ப்பதற்கு அச்சமூட்டுபவனாக, மடையனாக, விடாது வாதம்

செய்பவனாக அவன் இருந்தாலும், முதல் ஜமீன்தாரணி அதலெய்தா இவானவ்னாவின் மீது வெறுப்பு பாராட்டிய அவன், இப்பொழுதிருக்கும் ஜமீன்தாரணிக்காகப் பரிந்துபேசி, வீட்டிற்கு வந்த பரத்தையர்களைத் தான் வேலையாள் என்பதையும் மீறி, தன்னுடைய முழு சக்தியையும் பிரயோகித்து வீட்டைவிட்டு அவர்களை வெளியேற்றினான். சந்தோஷமில்லாமல், பயத்துடன் வாழும் நம்முடைய கிராமத்துப் பெண்களிடம் வெகு சாதாரணமாகக் காணப்படும் நரம்புத் தளர்ச்சி என்னும் வலிப்பு நோய் சோஃபியா இவானவ்னாவையும் தாக்கி இருந்தது. இப்படிப்பட்ட கொடுமையான வலிப்பு நோயால் பாதிக்கப் பட்டுப் பலமணி நேரம் தொடர்ந்து சுயநினைவின்றிக் கிடப்பாள் சோஃபியா இவனாவ்னா. இந்த நிலையிலும் அவள் இவான், அலெக்ஸெய் என்ற இரண்டு மகன்களை அவருக்குப் பெற்றெடுத்திருந்தாள். முதல் மகன் இவான், அவர்களுடைய திருமணம் முடிந்த முதல் வருடத்திலேயே பிறந்தான். இரண்டாவது மகன் அலெக்ஸெய் திருமணம் முடிந்து மூன்று ஆண்டுகள் கழிந்துப் பிறந்தான். சோஃபியா இவானவ்னா இறந்துபோனபோது அலெக்ஸெய்க்கு நான்கு வயதுதான் ஆகியிருந்தது. அப்படிப்பட்ட குழந்தைக்குத் தன்னுடைய தாயின் நினைவு பசுமையாக வாழ்நாள் முழுவதும் இருந்தது சற்று ஆச்சர்யமான விஷயம்தான் என்று எனக்குத் தெரியும்; ஆனால் தன்னுடைய கனவுகள் மூலமாக அவன் தன் தாயின் நினைவுகளைத் தன்னுள் தக்கவைத்திருந்தான். அவனுடைய தாயின் மரணத்திற்குப் பிறகு, முதல் மகன் மீச்சியாவுக்கு நிகழ்ந்தது போலவே, இவான், அலெக்ஸெய் இருவரும் கிரிகோரியின் குடிசைக்குத் தள்ளப்பட்டுத் தங்களுடைய தந்தையால் மறக்கப்பட்டிருந் தனர். கிரிகோரியின் குடிசைக்குத் தள்ளப்பட்ட குழந்தைகளை, சோஃபியா இவானவ்னாவை வளர்த்த அந்த முட்டாள் கிழவி, படைத் தளபதியின் விதவை வரஹோவா சென்று பார்த்தாள். அப்போது அவள் உயிருடன்தான் இருந்தாள். எட்டு வருடங்கள் கழித்தும் சோஃபியா இவனாவ்னா அவளுக்கு இழைத்த துரோகத்தை அவள் மறக்காமலிருந்தாள். இந்த எட்டு ஆண்டுகளிலும் சோஃபியாவின் வாழ்வில் நடந்த எல்லா விஷயங்களையும் அவள் கேட்டுத் தெரிந்து கொண்டிருந்தாள்; வலிப்பு நோயால் அவள் பாதிக்கப்பட்டிருந்ததையும் கேவலமான வாழ்க்கையால் அவள் அவதிப்பட்டு துன்புற்றதையும் அறிந்த அவள், “அப்படித்தான் வேண்டும் அவளுக்கு, நன்றி கெட்ட தனத்திற்குக் கடவுள் கொடுத்த பரிசு” என்று ஊராரிடம் சொல்லி வந்தாள்.

சோஃபியா இவானவ்னா இறந்து மூன்று மாதங்கழித்துத் திடீரென்று நம்முடைய ஊருக்கு வந்த இந்தப் படைத் தளபதியின் மனைவி வரஹோவா, நேராக பியோதர் பாவ்லவிச்சின் வீட்டிற்குச் சென்று, அங்கிருந்த அரைமணி நேரத்தில் சில நல்ல காரியங்களைச் செய்தாள். அப்போது அந்தி சாயும் வேளையாக இருந்தது. எட்டு வருடங்கள் அவளைப் பார்த்திராத பியோதர் பாவ்லவிச், குடி போதையில் அவளை எதிர்கொண்டார். அவரைப் பார்த்த மாத்திரத்தில் எந்த விளக்கமுமின்றி, அவருடைய கன்னத்தில் ஓங்கி அறை ஒன்றைக் கொடுத்த அவள், அவரிடம் ஒன்றும் பேசாமல் அவருடைய தலை

மயிரை மட்டும் பிடித்து இழுத்துவிட்டுப் பையன்கள் இருக்கும் குடிசைக்கு நேராகச் சென்றாள் என்று சம்பவத்தைப் பார்த்த சிலர் பிறகு நினைவுகூர்ந்தார்கள். குளிக்காமல், அழுக்கு உடைகளுடன் இருந்த அந்தப் பையன்களைப் பார்த்த மாத்திரத்தில் கிரிகோரியின் கன்னத்திலும் இரண்டு அறைகளை விட்ட அவள், குழந்தைகளைத் தன்னுடன் அழைத்துக்கொண்டு செல்வதாகச் சொல்லிவிட்டு, இருந்த உடைகளை அவர்களுக்கு மாட்டிவிட்டு, கம்பளித் துணியால் அவர்களைப் போர்த்தி, வண்டியில் ஏற்றித் தன்னுடைய ஊருக்குக் கூட்டிக்கொண்டு போய்விட்டாள். அவள் கொடுத்த அறைகளைக் கிரிகோரி ஒரு அடிமைக்குக் கிடைத்த பரிசாக எண்ணி, மறு வார்த்தை எதுவும் பேசாமல், வெளியே நிறுத்தப்பட்டிருந்த வண்டி வரை வந்து அந்தக் கிழவியை வழியனுப்பி வைத்தவன், மிகவும் மரியாதை யாகத் தாழ்மையுடன் அவளை வணங்கி, பயபக்தியுடன், “இந்த அனாதைகளைக் காப்பாற்றிய உங்களுக்குக் கடவுள் பரிசளிப்பார்” என்று சொன்னான். “எப்படியிருந்தாலும், நீ ஒரு முட்டாள்தான்” என்று உரக்கச் சொன்ன வரஹோாவா, அங்கிருந்து கிளம்பிப் போனாள். நடந்ததெல்லாம் நன்மைக்கே என்று எண்ணிய பியோதர் பாவ்லவிச், பிள்ளைகள் அவளிடம் வளர்வதைத் தடுக்காமல், தன்னுடைய சம்மதத்தைத் தெரிவிக்கும் விதத்தில் அமைதியாக இருந்தார். ஆனால், தான் கன்னத்தில் அறை வாங்கிய விஷயத்தை அவரே ஊர் முழுக்கச் சென்று பரப்பிக்கொண்டிருந்தார்.

இந்தச் சம்பவம் நடந்துமுடிந்த குறுகிய காலத்திலேயே படைத் தளபதியின் மனைவி வரஹோாவா இறந்துபோனாள். அப்படி அவள் இறக்கும் தறுவாயில் அந்த இரண்டு பையன்களுக்கும் தலா ஆயிரம் ரூபிள்களைக் கொடுத்து, “இந்தப் பணம் இவர்களுடைய படிப்பிற்காக, இவர்களுக்கு மட்டுமே செலவழிக்கப்பட வேண்டும். இவர்கள் பருவம் அடையும் வரை இந்தப் பணம் மிகவும் சிக்கனமாக அவர்களுக்காக மட்டுமே செலவழிக்கப்பட வேண்டும், ஏனெனில் இப்படிப்பட்ட குழந்தைகளுக்கு இந்தப் பணமே மிகவும் அதிகமானது, அப்படியே அவர்களுக்கு யாரும் உதவ முன்வந்தால், தாராளமாக உதவலாம்” என்று தன்னுடைய உயிலில் எழுதி வைத்துவிட்டு இறந்துபோனாள். தனிப்பட்ட விதத்தில் அந்த உயிலை நான் படிக்கவில்லையென்றாலும், தன்னுடைய பாணியில் அவள் இப்படித்தான் ஏதோ ஒன்றை விநோதமாக எழுதி வைத்திருந்தாள் என்று கேள்விப்பட்டேன்.

அந்தக் கிழவியின் சொத்துக்கு உண்மையான வாரிசாக, அந்த மாகாணத்தில் அவளுடைய நம்பிக்கைக்குப் பாத்திரமான எஃபிம் பெத்ரோவிச் பலேனவ் என்ற பிரபு வம்சத்தைச் சார்ந்த ஒருவர் இருந்தார். பியோதர் பாவ்லவிச்சுடன் அவர் கொண்டிருந்த கடிதத் தொடர்பின் மூலமாகக் குழந்தைகளுக்கு பியோதர் பாவ்லவிச்சிட மிருந்து எந்த ஒரு உதவியும் கிடைக்காது என்பது அவருக்குத் தெள்ளத் தெளிவாகத் தெரிந்தது, (நேரடியாக அவர் பணம் தர முடியாது என்று மறுக்காவிட்டாலும், பல சமயங்களில் அவர் பதில் தராமல் இழுத்தடித்தார். சில சமயங்களில் அவர் மிகவும் உணர்ச்சிவசப்பட்டவராக

இருந்தார்). இதன் காரணமாக, இந்த அனாதைக் குழந்தைகளை வளர்க்கும் பொறுப்பைத் தானே ஏற்றுக்கொண்ட எஃபிம் பெத்ரோவிச், கடைசிப் பையன் அலெக்ஸெயின் மீது அளவுகடந்த பிரியம் வைத்திருந்ததால், அவனை அவர் நீண்டகாலமாகத் தன்னுடைய வீட்டிலேயே வைத்து வளர்த்துவந்தார். இந்தச் சம்பவத்தை நினைவில் கொள்ளுமாறு நம்முடைய வாசகர்களை நான் கேட்டுக்கொள்கிறேன். இந்தச் சிறார்கள் தங்களுடைய வளர்ப்பிற்கும், படிப்பிற்கும், வாழ்க்கை முழுவதற்கும் எஃபிம் பெத்ரோவிச்சுக்கு மட்டுமே கடமைப்பட்டிருக் கிறார்கள் என்றுதான் சொல்ல வேண்டும். ஏனெனில் இப்படிப்பட்ட மனித நேயங்கொண்ட, நேர்மையான மனிதர்களை இந்தக் காலத்தில் பார்ப்பது மிகவும் அரிது. படைத் தளபதியின் மனைவி வரஹோவா கொடுத்த பணத்தை அவர் தொடாமல், கொஞ்சம் கொஞ்சமாக அந்த ஆயிரங்களைச் சேமித்துவைத்து, சிறார்கள் வளர்ந்து பருவ மெய்தியதும் இரண்டு சதவிகித வட்டியுடன் அந்தப் பணத்தைப் பெருக்கி, அவர்களைத் தன்னுடைய செலவிலேயே படிக்கவைத்து, ஒவ்வொருவருக்கும் ஆயிரம் ரூபிள்களுக்கும் மேலாகக் கிடைக்குமாறு அந்தப் பணத்தை அவர் சேமித்துவைத்திருந்தார். இந்தச் சிறார்களின் குழந்தைப் பருவமும் இளமைக் காலமும் எப்படிக் கழிந்தன என்ற விவரங்களைத் தற்போது உங்களுடன் பகிர்ந்துகொள்ளாமல், அவர்க ளுடைய வாழ்க்கையில் நடந்த மிக முக்கியமான விஷயங்களை மட்டுமே இங்கு நான் சுட்டிக்காட்ட விரும்புகிறேன். இப்படியாக, பெரியவன் இவான், மற்றவர்களுடன் கலகலப்பாகப் பேசிப் பழகாமல், தனக்குள் பதுங்கிக்கொள்பவனாக, ஆனால் பயந்த சுபாவம் இல்லாதவ னாக இருந்தான். தன்னுடைய பத்து வயதிலேயே வேறு ஒருவருடைய வீட்டில், அவர்களுடைய கழிவிரக்கத்தின் பேரில் வாழ வேண்டியதற்குக் காரணம், ஒழுங்கில்லாத தன்னுடைய தந்தை தான் என்பதையும், அப்படியே அவரைப் பற்றிப் பேசுவதுகூட அவமானம் என்ற சில விஷயங்களையும் அவன் தெரிந்து வைத்திருந்தான்.

தன்னுடைய குழந்தைப் பருவத்திலேயே அவன் அசாதாரண அறிவையும் படிப்பில் விஞ்சி நிற்கும் திறமையையும் பெற்றிருந்தான். (அப்படித்தான் மற்றவர்களும் அவனைப் பற்றி பேசிக்கொண்டார்கள்). ஆனால், பதின்மூன்று வயதுகூட நிரம்பியிராத அவன், எஃபிம் பெத்ரோவிச்சின் குடும்பத்தை விட்டுப் பிரிந்து சென்றது ஏன் என்றுதான் எனக்குத் தெரியவில்லை; மாஸ்கோவிலிருந்த பள்ளி விடுதி ஒன்றில் சேர்க்கப்பட்ட அவன், திறமையான, பிரபலமான, எஃபிம் பெத்ரோவிச்சின் பால்ய நண்பரான, ஆசிரியர் ஒருவரிடம் பயிற்சி பெற்று வந்தான். திறமையான பையன் திறமை வாய்ந்த அறிவாளியால் வளர்க்கப்பட வேண்மென்று எப்போதுமே 'நல்லதைச் செய்ய விரும்பும்' எஃபிம் பெத்ரோவிச்சின் வார்த்தைகளை நினைவு கூர்ந்த இவான், அவருடைய இந்த நல்ல எண்ணத்தின்பேரில் மட்டுமே இது சாத்தியமானது என்றும் சொன்னான். உயர்நிலைப் பள்ளியை முடித்துவிட்டு இந்த இளைஞன் பல்கலைக்கழகத்தில் சேர்ந்தபோது, எஃபிம் பெத்ரோவிச்சோ அந்தத் திறமை வாய்ந்த அந்த ஆசிரியரோ உயிருடன் இருக்கவில்லை. அந்த முட்டாள் கிழவி வரஹோவா

உயிலில் குறிப்பிட்டபடி இந்தக் குழந்தைகளின் பணத்தை எஃபிம் பெத்ரோவிச் பத்திரமாகப் பாதுகாத்து வந்தாலும், அந்தப் பணம் சரியாக நிர்வகிக்கப்படாததால், இரண்டு சதவிகித வட்டியுடன் வளர வேண்டிய அந்தப் பணம், தவிர்க்க முடியாத பல காரணங்களால், சட்ட விதிமுறைப்படி சரியான நேரத்தில் அவனுக்குக் கிடைக்காமல் போக, பல்கலைக்கழகத்தில் சேர்ந்த முதல் இரண்டு வருடங்களும் இவானே வேலை செய்து, தன்னையும் தன் படிப்பையும் பார்த்துக் கொள்ள வேண்டிய சிரமத்திற்குள்ளானான். இங்கே நாம் ஒன்றைக் கவனிக்க வேண்டும். இவ்வளவு சிரமத்திலும் அவன் தன்னுடைய தந்தைக்குக் கடிதம் எழுதி உதவி கேட்காததற்குக் காரணம் அது அவனுடைய கர்வத்திற்கு இழுக்கு என்பதோ அல்லது அவன் அவர்மீது கொண்ட வெறுப்போ காரணமாக இருக்கக்கூடும் அல்லது மற்றவர்கள் சொல்வதுபோல, தந்தையிடமிருந்து அவனுக்கு எந்த உதவியும் கிடைக்கப் பெறாது என்பதை அவன் அறிந்தவனாகவும் இருக்கக்கூடும். இப்படி எதுவாக இருந்தாலும், சிறுவன் தன்னுடைய நிலையிலிருந்து தாழ்ந்து போகாமல், பலவிதமான வேலைகளைச் செய்து, அதாவது, தனக்கு இருபது கோபெக் வருமானம் வரும் வகையில், முதலில், அவன் பாடம் எடுத்தும், பிறகு, தெருவில் கண்ட நிகழ்ச்சிகளைக் 'கண்ணால் கண்டவை' என்ற தலைப்பில் பத்து வரிகளில் செய்தித்தாளுக்கு எழுதிக்கொடுத்தும் பணமீட்டி வந்தான். இவன் எழுதிய கட்டுரைகள் விறுவிறுப்பாகவும் காரசாரமாகவும் இருந்ததால், அவை எல்லோராலும் விரும்பிப் படிக்கப்பட்டு விமர்சனத்திற்குள்ளாக, காலையிலிருந்து மாலை வரை, எப்போதுமே தேவையின் வாயிலைத் தட்டிக்கொண்டு ஆண், பெண் என்ற பாரபட்ச மில்லாமல் நிற்கும் பரிதாபத்திற்குரிய மாணவர்கள், விதவிதமான பத்திரிகைகள், பதிப்பக – வாயில்களைத் தட்டிக்கொண்டு, சிறப்பான சிந்தனைகள் எதுவுமின்றி, காலங்காலமாய்ச் செய்துவந்த அதே அந்த பிரெஞ்சு மொழியிலிருந்து மொழிபெயர்த்து நகல்களை எடுத்து எழுதிக்கொண்டிருந்தவர்களுக்கு இடையே, இந்த இளைஞனுடைய அறிவும் செயல் திட்டமும் எல்லா விதத்திலும் விஞ்சி நிற்பதாக இருந்தது. பதிப்பகத் துறைக்கு அறிமுகமான இவான் பியோதரவிச், அந்தத் தொடர்பைத் துண்டித்துக்கொள்ளாமல் தொடர்ந்து கட்டுரைகள் எழுதிவர, பல்கலைக்கழகத்தில் அவன் இருந்த காலத்திலும் பலவிதமான தலைப்புகளின்கீழ் கட்டுரைகளை எழுதி வந்தவன், அப்படியே சிறப்பான முறையில் பல புத்தகங்களையும் வெளியிட்டு வந்ததால், இலக்கியக் கூட்டங்களில் அவன் பிரபலமாகப் பேசப்பட்டான். இப்படி நடந்த இலக்கியக் கூட்டங்களில் அவன் பேசப்படுவதைத் தன்னுடைய பல்கலைக்கழக இறுதி நாட்களில் தற்செயலாக அவன் கவனிக்க ஆரம்பித்தான். பல்கலைக்கழகப் படிப்பை முடித்துவிட்டு, கையிலிருந்த இரண்டாயிரம் ரூபிள்களை எடுத்துக்கொண்டு வெளிநாடு போகத் தயாராக இருந்த இவான் பியோதரவிச் திடீரென்று தனக்கு அறிமுகமில்லாத, வித்தியாசமான தலைப்பின்கீழ், வல்லுநர்களால்கூட எழுத முடியாத மிகப்பெரிய கட்டுரை ஒன்றை பெரிய பத்திரிகை ஒன்றுக்கு எழுதி அனுப்பி அது பிரசுரமாயிருந்தது சாதாரண மக்களுடைய

கவனத்தைக்கூட ஈர்த்திருந்தது. இங்கு முக்கியமாகக் குறிப்பிடப் பட வேண்டியது என்னவென்றால், அவன் படித்துப் பெற்ற பட்டமோ விஞ்ஞானம் சம்பந்தப்பட்டது, ஆனால் அவன் எழுதிப் பிரசுரித்திருந்த கட்டுரையோ அதற்கு முற்றிலும் மாறுபட்ட ஒன்று என்பதுதான். அவன் எழுதிய அந்தக் கட்டுரை, அந்தச் சமயம் மிக சுவாரஸ்யமான கேள்விகளை எழுப்பிக் கொண்டிருந்த கிறிஸ்துவ மதக் கோயில்களைச் சார்ந்த வழக்காடு மன்றத்தைப் பற்றியது.[1] மக்களால் வெகுவாக விவாதிக்கப்பட்ட கருத்துகளை நன்கு ஆராய்ந்து, தனிப்பட்ட தன்னுடைய கருத்துகளையும் சேர்த்து அந்தக் கட்டுரையை அவன் எழுதியிருந்தான். எதிர்பாராத முடிவைக் கொண்டிருந்த அந்தக் கட்டுரையானது அற்புதமாக எழுதி வெளியிடப்பட்டிருந்தது. இதன் காரணமாக, கிறிஸ்துவ சபையைச் சார்ந்த பெரும்பாலோரும் இந்தக் கட்டுரையின் ஆசிரியரைத் தங்களுக்குள் ஒருவராகவே வரித்துக் கொண்டனர். அப்படியே பொதுமக்களும் கடவுள் நம்பிக்கை இல்லாத வர்களும்கூட இவான் பியோதரவிச் எழுதிய கட்டுரையைப் படித்து விட்டு அவனைப் பாராட்டினர். அறிவார்ந்த மக்கள் சிலரோ இந்தக் கட்டுரையை விவேகமே இல்லாத, நகைமுரண் சார்ந்த ஒரு கட்டுரை யாகவே கருதினர். இந்தச் சம்பவத்தை இங்கு நான் குறிப்பிட்டுச் சொல்வதற்குக் காரணம், தன்னுடைய காலத்தில் இந்தக் கட்டுரை யானது நம்முடைய ஊருக்கு வெளியே இருந்த புகழ்பெற்ற துறவி மடாலயத்துக் கோயிலைச் சென்றடைந்து, கோயிலைச் சார்ந்த நீதிமன்றங்களைப் பற்றிய அந்தக் கேள்வியானது மக்களின் ஆழ்ந்த கவனத்தை ஈர்த்து, அனைவரையும் ஆச்சர்யத்தில் ஆழ்த்தியது என்பதால் தான். இந்தக் கட்டுரையின் ஆசிரியரைப் பற்றித் தெரிந்துகொண்ட மக்கள், இவான் நம்முடைய ஊரைச் சார்ந்தவன், நம்முடைய பியோதர் பாவ்லவிச்சின் மகன் என்று அவன்மீது பரிவு காட்டினர். இப்படியாக, இந்தச் சமயத்தில்தான் நம்முடைய இந்த ஆசிரியர் நமக்குக் காட்சி யளிக்கிறார். எதற்காக இவான் பியோதரவிச் நம்முடைய ஊருக்கு வந்தான் என்ற கேள்வியைக் கேட்கும்போதே என்னுள் ஒருவித மன உலைவு உண்டாவதை நான் உணர்கிறேன். இவான் மேற்கொண்ட இந்தப் பயணம், எவ்வளவு தூரம் விதிவசப்பட்ட ஒன்றாக, மிகப்பெரிய விளைவுகளுக்கு உட்படக்கூடிய ஒன்றாக இருந்தது என்பது நீண்ட காலமாகவே எனக்குப் புரிந்துகொள்ள முடியாத ஒன்றாக இருந்தது. பொதுவாகச் சொன்னால், இது புரிந்துகொள்ள முடியாத ஒரு விஷயம்தான்; ஏனெனில், இந்த அளவுக்குப் புத்திக் கூர்மையுள்ள, அறிவார்ந்த, கண்ணியமான, பெருமைமிக்க இளைஞன், திடீரென்று மிகவும் கேவலமான தன்னுடைய தந்தையின் வீட்டிற்கு, அதுவும் தன்னுடைய வாழ்நாள் முழுவதும் தன்னை ஒதுக்கி வைத்துவிட்டுத் தன்னைப் பற்றிய நினைவே இல்லாமல், தன்னை மறந்துபோய், அப்படியே தனக்காக ஒரு பைசாகூடச் செலவு செய்யாத, அப்படி அவனே கேட்டிருந்தாலும்கூட அவனுக்காகப் பணத்தைச் செலவு செய்திருக்காத தந்தையின் வீட்டிற்கு, அதுவும் எங்கே தன்னுடைய இரண்டு மகன்களான இவானும் அலெக்ஸெயும் தன்னிடம் பணம் கேட்டுவிடுவார்களோ என்று அச்சத்தில் வாழ்ந்து வந்த அவருடைய

வீட்டிற்கு, அவருடன் சேர்ந்து வாழ வந்தான் என்பதுதான் புரியாம லிருக்கிறது. இப்படியாக இந்த இளைஞன் தேவையில்லாமல் ஒரு மாத காலம் தன் தந்தையின் வீட்டில் அவருடன் சேர்ந்து வாழ்ந்து வந்தான். குறிப்பாக, இது என்னை மட்டுமில்லாது, இறுதியாக எல்லோரையும் ஆச்சர்யத்தில் ஆழ்த்தவே செய்தது. முன்பு நான் குறிப்பிட்டதுபோல, பியோதர் பாவ்லவிச்சின் முதல் மனைவியின் தூரத்து உறவினரான பியோத்தர் அலெக்சாந்தரவிச் மியூசவ், நீண்ட காலமாகப் பாரீஸில் வாழ்ந்துவந்தவர், தன்னுடைய ஊர்ப்புறச் சொத்து சம்பந்தமான விஷயங்களைச் சரிசெய்ய பாரீஸை விட்டு ஒரேயடியாக நம்முடைய ஊருக்குத் திரும்பிவந்தார். அப்படி வந்தவர், நம்முடைய ஊரில் இவானைப் பார்த்து அளவுகடந்து ஆச்சர்யப் பட்டார் என்பது எனக்கு நினைவிருக்கிறது, ஏனெனில் இவானுடன் அறிவார்ந்த பல விஷயங்களை அவர் விவாதித்துவந்தார். "'கௌரவ மானவன்' இவான், எப்போதும் தன்னுடைய தேவைகளைத் தானே பூர்த்தி செய்துகொள்ளும் திறமை கொண்டவன், வெளிநாட்டிற்குப் போகுமளவுக்கு அவனிடம் பணம் இருந்தும்கூட எதற்காக அவன் இங்கு வந்தான் என்பதுதான் தெரியவில்லை என்று பியோத்தர் அலெக்சாந்தரவிச் சொல்லிவந்தது ஊரிலிருக்கும் எல்லோருக்கும் நன்றாகத் தெரியும்; தந்தையிடம் பணம் கேட்டு அவன் வரவில்லை, அப்படியே அவன் பணம் கேட்டு வந்திருந்தாலும் அவர் பணம் எதுவும் கொடுக்க மாட்டார்; குடிப்பதிலும் பெண்களுடன் கூத்தடிப்பதி லும் அவனுக்கு ஈடுபாடு கிடையாது; அப்படியிருக்க, எதற்காக இவான் இங்கு வந்திருக்கிறான் என்பது தான் தெரியவில்லை, ஆனால் இவான் இல்லாமல் இந்தக் கிழவனுக்கு வாழ்க்கை ஓடாது என்ற அளவுக்கு இந்த நாட்களில் அவர் இவானுடன் ஒன்றிப்போய் விட்டார்!" என்று தனது எண்ணத்தைப் பகிர்ந்துகொண்டார் மியூசவ். இது உண்மைதான்; அந்தக் கிழவன்மீது இந்த இளைஞன், நாம் உணரக்கூடிய அளவிற்கு மாற்றத்தை ஏற்படுத்தியிருந்தான்; இவான் சொல் கேட்டு அந்தக் கிழவர் நடந்துகொள்வதுபோல இருந்தாலும், சில சமயங்களில் அவர் தன்னுடைய மனம் போன போக்கில், அவனுக்கு வெறுப்பை ஏற்படுத்துமளவுக்கு நடந்துகொண்டார்தான்; இருந்தாலும், சில சமயங்களில் அவர் ஒழுக்கமானவராகவும் இருந்தார்...

இவான் பியோதரவிச் தன் மூத்த சகோதரன் திமித்ரி பியோதரவிச் சின் வேண்டுகோளுக்கிணங்கி, எப்படியாவது திமித்ரியின் வேலையை முடித்துவிட வேண்டுமென்ற உறுதியான நோக்கத்துடன்தான் இங்கு வந்தான் என்பதும், தன் மூத்த சகோதரன் திமித்ரியை அவன் பிறந்த நாளிலிருந்தே பார்த்திருக்கவில்லை என்பதும், மாஸ்கோவிலிருந்து இவான் வருவதற்கு முன்பே அவன் தன் சகோதரன் திமித்ரியுடன் கடிதத் தொடர்பு கொண்டிருந்தான் என்பதும், நம்முடைய ஊருக்கு அவன் வந்தபிறகுதான் தன் சகோதரன் திமித்ரியை அவன் நேரில் பார்த்து அறிமுகமாகிக்கொண்டான் என்பதும் இப்போது நமக்குத் தெரியவருகிறது. எதற்காக அவன் இங்கு வந்திருக்கிறான் என்பதை நம்முடைய வாசகர்கள் தெரிந்துகொள்ள வேண்டிய நேரத்தில் சரியாகத் தெரிந்துகொள்வார்கள். மேலும், இவான் பியோதரவிச் என்ன

விஷயமாக இங்கு வந்திருக்கிறான் என்பதை முன்னதாகவே நான் தெரிந்துகொண்டபோதிலும், இவானை என்னால் புரிந்துகொள்ள முடியவில்லை, அப்படியே அவனுடைய வருகை எனக்குப் புதிராகவும், விளங்கிக் கொள்ள முடியாத ஒன்றாகவும் இருக்கிறது.

மேலும் ஒன்றை இங்கு நான் குறிப்பிட விரும்புகிறேன். தன் தந்தைக்கும் மூத்த சகோதரன் திமித்ரி பியோதரவிச்சிற்கும் இடையே நடந்த பெரிய ஒரு பிரச்சினையைத் தீர்த்து, அவர்களைச் சமரசப் படுத்துவதற்காகவே இவான் பியோதரவிச் இங்கு வந்திருக்கிறான், ஏனெனில் திமித்ரி பியோதரவிச் தன் தந்தைக்கு எதிராக வழக்கு ஒன்றைப் போட்டிருந்தான். மீண்டும் ஒன்றைச் சொல்லிக்கொள்கிறேன், இந்தக் குடும்பமானது, முதல்முறையாக இங்கு ஒன்றுசேர்ந்தது மட்டுமில்லாமல், குடும்பத்திலுள்ள உறுப்பினர்கள் ஒருசிலர் இங்கு தான் முதல்முறையாகச் சந்தித்துக்கொள்கின்றனர். இப்படியாக, திமித்ரி, இவான் என்ற இரண்டு சகோதரர்களும் நம்முடைய ஊருக்கு வருவதற்கு ஒரு வருடத்திற்கு முன்பே இளைய சகோதரன் அலெக்ஸெய் ஃபியோதரவிச் இங்கு வந்து நம்முடன் வாழ்ந்துகொண்டிருக்கிறான். எனவே, இந்தக் கதையில், என்னுடைய முன்னுரை மூலமாக, அலெக்ஸெய் ஃபியோதரவிச்சை அரங்கிற்குக் கொண்டுவருவதுதான் எனக்குச் சிரமமாக இருந்தது. ஆனால், இப்போது அவனை இங்கு அறிமுகப்படுத்த வேண்டிய சூழ்நிலை உருவாகிவிட்டது. அதுவும் புரிதலுக்கு அப்பாற்பட்ட நிலையை முன்னதாகவே நான் இங்கு விளக்க வேண்டியிருக்கிறது, குறிப்பாக, என்னுடைய வருங்காலக் கதாநாயகனைக் கதையின் முதல் பகுதியிலேயே வாசகர்களுக்கு அறிமுகப்படுத்தி, அரங்கிற்குக் கொண்டுவர வேண்டிய கட்டாயத்தில் நான் இருக்கிறேன். அதுவும் எப்படிப்பட்ட கதாநாயகனை, மத குருமார்களின் வார்த்தைகளுக்குக் கட்டுப்படும் ஒரு கதாநாயகனை. ஆம், ஏற்கெனவே ஒரு வருட காலமாக நம்முடைய துறவி மடாலயத்தில் வாழ்ந்துவரும் இந்தக் கதாநாயகன், தன்னை அந்த மடாலயத்திற்குச் சமர்ப்பித்துக்கொள்ளத் தயாராக இருந்தான்.

## 4

## மூன்றாவது மகன் அல்யோஷா

இருபது வயது நடந்துகொண்டிருக்கும் அல்யோஷாவைக் (அலெக்ஸெய் என்று செல்லமாக அழைப்பது) (சகோதரன் இவானுக்கு இருபத்தி நான்கு வயதும், மூத்த சகோதரன் திமித்ரிக்கு இருபத்து எட்டு வயதும் நடந்துகொண்டிருந்தது) கிறிஸ்துவ மத வெறியன் என்றோ விசித்திரமானவன் என்றோ நான் முழுமையாகச் சொல்லிவிட முடியாது. ஆனால், அவனைப் பற்றிய என்னுடைய கருத்தைச் சொல்லி விடுகிறேன்: தன்னுடைய இளம் பருவத்திலிருந்தே மனிதர்களை நேசிக்கும் சாதாரணமான மனிதன் அவன்; துறவு வாழ்வை அவன்

ஏன் தேர்ந்தெடுத்தான் என்றால், அந்தச் சமயத்தில், அந்தப் பாதை மட்டுமே அவனைக் கவர்ந்திழுத்து, உலகிலுள்ள பயங்கரமான துன்பங்களிலிருந்து அவனை மீட்டெடுத்து, அவனுடைய ஆன்மாவிற்கு அன்பு ஒளிகாட்டும் மிக உயர்ந்த, ஒரே பாதையாக அவனுக்குத் தெரிந்தது. அந்தப் பாதை அவனைக் கவர்ந்திழுக்கக் காரணம், அந்தப் பாதையைத் தேர்ந்தெடுத்த நம்முடைய வயதான துறவி ஸோசிமாவை அவன் சந்திக்க நேர்ந்ததும், அவனுடைய கருத்துப்படி, மிகவும் புகழ்வாய்ந்த ஒருவராக அவர் இருந்ததும், அப்படியே பிரவாகமாகக் கிளர்ந்தெழுந்த அவனுடைய முதல் முழு அன்பை இதயப்பூர்வமாக அவரிடம் அவன் சமர்ப்பித்ததுமே. தொட்டில் பருவத்திலிருந்தே விசித்திரமான மனிதனாக அவன் இருந்தான் என்பதை நான் மறுக்க முடியாது. அவனைப் பற்றி முன்பு நான் குறிப்பிட்டதுபோல, நான்கு வயதிலேயே தன்னுடைய தாயை இழந்தவனாக அவன் இருந்தாலும், தாயின் முகமும், அவள் காட்டிய பரிவும் அவனுடைய நினைவை விட்டு அகலாது வாழ்நாள் முழுவதும் அவனுடைய மனத்தில் பசுமையாக இருந்தன. "என்னுடைய அம்மா அப்படியே உயிருடன் என் முன்பு நிற்பது போலவே இருக்கிறது" என்று அவன் தன் தாயைப் பற்றிய நினைவுகளைப் பகிர்ந்துகொண்டான். இப்படிப்பட்ட நினைவுகள் ஒருசிலருக்கு ஞாபகத்திற்கு வரலாம் (இது எல்லோரும் அறிந்த ஒன்று), ஆனால், அவன் சிறு குழந்தையாக, இரண்டு வயதிருக்கும் போதே, அவனுடைய தாயின் நினைவு ஏதோ இருட்டிலிருந்து வெட்டி எடுக்கப்பட்ட ஒரு பகுதியாக, மற்ற நினைவுகள் எல்லாம் மறைந்து, மறந்துவிட்ட போதும், இந்த நினைவுப் புள்ளி மட்டும், இந்தப் பகுதி மட்டும், அவனுள் எஞ்சி நிற்பதாக அவனுக்குத் தெரிந்தது. அந்தக் காட்சி அவனுள் இப்படித்தான் இருந்தது: ஒரு கோடைகால மாலைப் பொழுதில் அமைதியாக, தனித்து ஒதுக்கப்பட்ட ஒரு ஜன்னலின் ஊடாக மறையும் சூரிய வெளிச்சத்தில் (அந்திம சூரிய ஒளி அவன் நினைவில் ஆழமாகப் பதிந்திருக்க), அறையின் ஒரு மூலையிலிருந்த உருவப் படத்தின் முன்பு ஏற்றப்பட்டிருந்த விளக்கு முன்னால் அவள் மண்டியிட்டு, வலிப்பு நோயால் பாதிக்கப்பட்டது போலப் பெருங்குரலெடுத்துக் கதறி அழும் அவனுடைய தாய், அவனைத் தன் இரு கரங்களாலும் இறுகப் பற்றி அணைக்க, அந்த அணைப்பு சற்றே அவனுக்கு வலியை ஏற்படுத்த, அவனுக்காகத் தூய கன்னி மாதாவிடம் பிரார்த்தித்த அவள், அவனைத் தழுவிய படியே அவனுடைய இரு கரங்களையும் மாதாவின் உருவப்படத்தின் முன்பு நீட்டியது ஏதோ மாதாவின் பாதுகாப்பில் இருந்தது போல இருந்தது . . . அப்போது திடீரென்று அங்கு ஓடிவந்த குழந்தைப் பராமரிப்பாளர், பயத்தில் அவனை அவளிடமிருந்து பறிப்பது அவனுடைய நினைவில் பசுமையாக இருந்தது. இப்படியாக, இதுதான் அவன் நினைவில் நின்ற காட்சி! அந்தக் கணநேரத்தில் தெரிந்த அவனுடைய தாயின் முகம் அவனுடைய நினைவில் ஆழமாகப் பதிந்திருந்தது: அது துயரம் தோய்ந்த, அருமையான காட்சி என்று அவன் குறிப்பிட்டதிலிருந்தே அந்தக் கணநேரத்தை அவன் எவ்வளவு ஆழமாக நினைவில் வைத்திருந்தான் என்பதை நாம் புரிந்துகொள்ள

முடியும். ஆனால், தன்னுடைய இந்த நினைவை அவன் யாரிடமும் பகிர்ந்துகொள்ள விரும்பவில்லை. பொதுவாக, குழந்தைப் பருவத்திலும் சரி, இளமைப் பருவக் காலத்திலும் சரி, எல்லா விஷயங்களையும் வெளிப்படையாக அவன் எல்லோரிடமும் பகிர்ந்துகொள்பவன் அல்ல; மிகவும் குறைவாக அவன் பேசியதற்குக் காரணம், யாரையும் அவன் நம்பாததோ, யாரைப் பார்த்தும் அவன் வெட்கப்பட்டோ அல்லது அவனுடைய மனத்தில் சோகம் குடிகொண்டிருந்ததோ அல்ல; இவை எல்லாவற்றிற்கும் மேலாக, வேறு ஏதோ ஒரு காரணம், உள்ளார்ந்த, கடமை சார்ந்த, மற்றவர்களைச் சாராத, அவனை மட்டுமே சார்ந்த தனிப்பட்ட வேறு ஒரு முக்கியமான காரணத்தால் தான் அவன் சற்றே மற்றவர்களை மறந்தவனாக இருந்தான். ஆனால், அவன் மனிதர்களை நேசிப்பவன். தன்னுடைய வாழ்நாள் முழுவதும் மனிதர்களின்மீது நம்பிக்கை கொண்டவனாக அவன் இருந்ததால், யாரும் அவனை ஒரு சாதாரண மனிதனாகவே நினைக்கவில்லை. ஏதோ பிறரிடம் நியாயத்தைக் கற்பிக்கவோ, அவர்களுடைய குற்றங்களைக் கேட்டு அவர்களைத் தண்டிக்கவோ அவன் எப்போதுமே முனைந்த தில்லை என்பதால், அவனிடமிருந்த ஏதோ ஒன்று (ஆம், இனி வாழ்நாள் முழுவதும்), நம்மைப் பாதிக்கவே செய்கிறது. நடக்கும் எந்தச் சம்பவத்தைப் பற்றியும் அவன் விவாதிக்காமல் எல்லாவற்றையும் அப்படியே அவன் ஏற்றுக்கொண்டாலும், அடிக்கடி அவன் சோகத்தில் ஆழ்ந்துபோனான். அது மட்டுமின்றி, இளமைப் பருவத்திலிருந்தே யாரையும் அவன் ஆச்சரியப்படுத்தவோ, அச்சமூட்டவோ இல்லை. தன்னுடைய இருபதாம் வயதில் தந்தையின் வீட்டிற்கு வந்தவன், அழுக்கடைந்த குகையாகக் காட்சியளித்த அந்த வீட்டில், நெறிகெட்ட வாழ்வை வாழ்ந்துவந்த தன் தந்தையின் முன்பாகப் பரிசுத்தமானவனாக, தூய்மையானவனாக, பார்ப்பதற்கே வெட்கிக் கூசும் விஷயங்களிலிருந்து அமைதியாகத் தன்னை விலக்கிக்கொண்டு, எள்ளளவும் அவர்மீது வெறுப்பு காட்டாமல், குற்றம் சொல்லாமல் வாழ்ந்துவந்தான். ஆரம்ப காலத்தில் மற்றவர்களை அண்டிப் பிழைத்து வாழ்ந்துவந்த அவனுடைய தந்தை, அதன் காரணமாகவே, சட்டென்று கோபப்படுபவர், முதலில் அல்யோஷாவைப் பார்த்ததும் நம்பிக்கை இழந்து, வேதனையுடன் அவனை எதிர்கொண்டவர், (பெரும்பாலும் அதிகமாகப் பேசாமல் அமைதியாகவே அவர் இருந்ததால், மனத்தில் என்ன நினைக்கிறார் என்பதை யூகிப்பதே கடினமாக இருந்தது) சீக்கிரமே, இரு வாரங்களில், அன்பாக அவர் அவனைக் கட்டித் தழுவி, முத்தமிட்டுக் குடிபோதையில் கண்ணீர் விட்டு உணர்ச்சிவசப் படவும் ஆரம்பித்தார்; யாரையும் எப்போதும் முழுமையாக நேசிக்க முடியாத அவருக்கு, இப்போது ஏற்பட்ட இந்த மாற்றம் மகனின் மீதிருந்த ஆழமான பாசத்தையும் அன்பையுமே காட்டியது.

ஆம், குழந்தைப் பருவத்திலிருந்தே அல்யோஷாவை எல்லோருக்கும் பிடித்திருந்தது. அவனை வளர்த்த எஃபிம் பெத்ரோவிச் பலேனவ் என்ற அருமையான மனிதரின் வீட்டில், அவருடைய குடும்பத்தின ருடன் ஒன்றிப்போய்விட்ட அவனை அவர்கள் தங்கள் வீட்டுப்பிள்ளை யாகவே கருதினர். சிறு குழந்தையாக அவன் இருந்தபோதே அவர்க

ளுடைய வீட்டிற்கு வந்துவிட்ட அல்யோஷா, ஏதோ அவர்கள் தன்மீது அன்பு காட்ட வேண்டும் என்பதற்காகத் தந்திரமாகவோ கோழைத் தனமாகவோ ரகசியமாகவோ எதையும் செய்யாமல், இயல்பாகவே அவன் அன்பாக நடந்துகொண்டான். இப்படி எந்தவிதப் பாசாங்கும் இல்லாமல் இயல்பாக அவன் அன்பு செலுத்தியது, இயற்கை அவனுக்குக் கொடுத்த பரிசாக இருந்தது. பள்ளியிலும் அவன் அப்படித்தான் இருந்தான். நண்பர்களிடையே நம்பிக்கையை அதிகமாக ஏற்படுத்தாதவ னாக இருந்த அவன், சில சமயங்களில் வெறுப்பையும் கேலியையும் உண்டுபண்ணக் கூடியவனாகக்கூட இருப்பதாகத் தோன்றும். உதாரண மாக, ஆழ்ந்த சிந்தனையில் மூழ்கியபடி அவன் தன்னைத் தனிமைப் படுத்திக்கொள்வான். சிறுவயதிலிருந்தே மூலையில் அமர்ந்து புத்தகத்தைப் படிக்க விரும்புபவனாக அவன் இருந்தாலும், பள்ளிக்கு வந்த நாள் முதலே நண்பர்கள் அவனிடம் அன்பு பாராட்டி, தோழமை உணர்வுடன் பழகியது, எல்லோரிடமும் அவன் நண்பனாக இருந்த காரணத்தால் தான் என்பதை நாம் அறுதியிட்டுக் கூறலாம். மகிழ்ச்சியில் அவன் துள்ளிக் குதித்துக் குதூகலமடைந்த நாட்கள் மிகமிகக் குறைவே. அதற்காக அவன் ஏதோ ஒரு சோகத்தில் இருந்தான் என்றும் சொல்லி விட முடியாது, மாறாக, தெளிவான, நிலையான மனநிலையிலேயே அவன் இருந்தான். சம வயதுள்ள தன் நண்பர்களுக்கு மத்தியில் அவன் தன்னைத் தனியாக வெளிப்படுத்திக்கொள்ள விரும்பியதே இல்லை. அதன் காரணமாகவே, யாருக்கும் எப்போதும் அவன் பயப்பட்டதும் இல்லை என்பது அவனுடைய நண்பர்களுக்கு நன்றாகத் தெரியும்; இருந்தாலும், தன்னுடைய இந்தத் தைரியமான குணத்திற்காக அவன் பெருமைப்படாமல், அதை ஒரு பொருட்டாகவே நினைக்காமல் அவன் இருந்தான். கேலிப் பேச்சுகளை ஒருநாளும் அவன் மனத்தில் வைத்துக் கொண்டதில்லை. தன்னைக் கிண்டல் செய்தவர்களிடம் தானே வலியப் போய், ஏதோ ஒன்றுமே நடக்காதது போல, வெகு சாதாரணமாக, தெளிவாக, நம்பிக்கையுடன் பேசுவான். இப்படி அவர்கள் செய்யும் கேலியை ஒரு பொருட்டாகவே அவன் மதிக்காமல், அவற்றை உடனே மறந்து, மன்னித்துவிடுவதால், மாணவர்கள் அவன்பால் ஈர்க்கப்பட்டு, அவனால் ஆட்கொள்ளப்பட்டிருந்தார்கள். ஆனால், கீழ் வகுப்பு மாணவர்கள் முதல் மேல் வகுப்பு மாணவர்கள் வரை, எல்லோரும் அவனிடம் தோழமை உணர்வுடன் தீங்கிழைக்கும் நோக்கமில்லாமல் அவனைக் கேலிசெய்தது வரவேற்கத்தக்க ஒரு விஷயமாக இருந்தது. இருந்தாலும், பள்ளி மாணவர்கள் செய்யும் இந்தக் கேலியானது காட்டுமிராண்டித்தனமானது; வெட்கப்படுமளவுக்கு மூர்க்கத்தனமானது. பெண்களைப் பற்றி அவர்கள் பேசும் அவதூறான வார்த்தைகளை அவனால் காது கொடுத்துக் கேட்க முடியாமல் இருந்தது. இப்படிப் 'பலரறிந்த', 'பலர் பேசிய' வார்த்தைகள் துரதிருஷ்ட வசமாகப் பள்ளிகளிலிருந்து நீக்க முடியாத ஒன்றாக இருந்தது. அந்தக் காலத்தில் ராணுவ வீரர்கள்கூட அறிந்திராத, பேசியிராத பல விஷயங்களை, நம் உயர்குடிப் பிள்ளைகள், அறிவார்ந்த குலத்தைச் சேர்ந்த பிள்ளைகள், அதுவும் மனதால் தூய்மையான, குழந்தைத்தனம் மாறாத பிள்ளைகள், வகுப்பில் பேசிக்கொள்வதும் பலதரப்பட்ட

படங்களைப் பார்ப்பதும் வழக்கமாக இருந்தது. இவர்கள் அநேகமாகக் கேடுகெட்ட, நல்லொழுக்கம் இல்லாத, மனித நேயத்தை, மனித குணத்தை உண்மையாகவே வெறுப்பவர்களாக உருவாகவில்லை யென்றாலும், அதைப் போன்றதொரு வெளித்தோற்றத்தை மென்மை யாக, அழுத்தமாகக் கொண்டவர்களாக இருந்தனர். கேவலமான இப்படிப்பட்ட வார்த்தைகளை 'அல்யோஷா கரமாஸவ்' கேட்க நேர்ந்தபோது, உடனே அவன் தன்னுடைய காதுகளைச் சட்டென்று பொத்திக்கொள்வான்; இருந்தாலும் அவர்கள் வேண்டுமென்றே அவனுடைய கைகளை விலக்கிவிட்டு, கெட்ட வார்த்தைகளை அவனுடைய காதுகளில் உரக்கச் சொன்னாலும், அவன் ஒரு வார்த்தை கூடப் பேசாமல், தன்னை அவர்களிடமிருந்து விடுவித்துக்கொண்டு, தரையில் படுத்து காதுகளைப் பொத்திக்கொள்வான்; வீணாக அவர்க ளிடம் சண்டை போடமாட்டான்; அவர்கள் செய்யும் கேலித்தனத்தை அமைதியாக அவன் பொறுத்துக்கொள்வான். இறுதியாக அவர்கள் அவனைப் 'பெட்டை' என்று சொல்லிக் கேலிசெய்துவிட்டுப் பிறகு பாவம் என்று விட்டுவிடுவார்கள். அவன் வகுப்பில் முதல் மாணவனாக இல்லாவிட்டாலும், நன்றாகப் படிப்பவர்களில் ஒருவனாக இருந்தான்.

எஃபிம் பெத்ரோவிச் இறந்துபோனபோது, அல்யோஷா இன்னும் உயர்நிலைப் பள்ளியில் (ஜிம்னாஷியா என்று ரஷ்யப் புரட்சிக்கு முன்பு அழைக்கப்பட்டது) இரண்டு வருடப் படிப்பைப் படிக்க வேண்டி இருந்தது. தனிமையாகிவிட்ட எஃபிம் பெத்ரோவிச்சின் மனைவி தன் கணவனை இழந்தபிறகு, உறவுக்காரப் பெண்களைக் கூட்டிக் கொண்டு இத்தாலி நாட்டிற்குச் சென்றுவிட, அல்யோஷா தூரத்து உறவினர்களான, ஆனால், எந்த வகையில் அவனுக்கு உறவினர்கள் என்று தெரியாத, இரண்டு பெண்கள் இருந்த ஒரு வீட்டில் வாழ்ந்து வந்தான். யாருடைய வருமானத்தில் தான் வாழ்கிறோம் என்று கவலைப்படாத குணம் அல்யோஷாவுக்கு இருந்ததால், பணத்தைப் பற்றிய கவலையே இல்லாமல் அவன் வாழ்ந்து வந்தான். இந்த விதத்தில் அவன் தன் மூத்த சகோதரன் இவான் பியோதரவிச்சைப் போல் இல்லை, ஏனெனில் இவான் தன்னுடைய முதல் இரண்டு வருடப் பல்கலைக்கழக வாழ்க்கையை மிக ஏழ்மையான நிலையில், தானே வேலைசெய்து தன்னைக் காப்பாற்றிக்கொண்டு வாழ்ந்தவன், மற்றவர்களின் கருணையில், மற்றவர்களின் உழைப்பில் வாழ்வதைச் சிறுபருவத்திலிருந்தே வெறுத்து வந்தான். ஆனால், அலெக்ஸெயின் இந்த விநோதமான குணத்தை நாம் குறைகூற முடியாது, ஏனெனில் அவனைப் பற்றி அறிந்தவர்களுக்குத்தான் தெரியும், அலெக்ஸெய் போன்ற முட்டாள் இளைஞர்களுக்கு அதிகமாகப் பணம் கிடைத்தாலும், அவர்கள் அதை நல்ல வழியில் செலவழிக்காமல், தங்களை ஏமாற்றும் குள்ள நரிகளுக்கு அந்தப் பணத்தைக் கொடுத்து ஏமாறுவார்கள் என்பது. ஆம், பொதுவாகச் சொன்னால், பணத்தின் மதிப்பு அவனுக்குத் தெரிந்திருக்கவில்லை என்ற கூற்றை அப்படியே நாம் நேருண்மையாக எடுத்துக்கொள்ளக் கூடாது. அவன் கேட்காமலேயே சொந்தச் செலவுக்காக அவனுக்குப் பணம் கொடுக்கப்பட்டபோது, அதை அவன் செலவழிக்காமல், என்ன செய்வதென்று தெரியாமல் ஒரு

வாரம் முழுவதும் அதை வைத்துக்கொண்டு முழித்தான்; அப்படியே, அந்தப் பணத்தைச் சேமித்துவைக்கவும் தெரியாமல் அடுத்த நிமிடமே அதைச் செலவழிக்கவும் செய்தான். ஒருமுறை பியோத்தர் அலெக்சாந்தரவிச் மியூசவ் தன்னுடைய முதலாளித்துவ நேர்மையுடன், ஆனால், சற்றே சங்கோஜத்துடன் அலெக்ஸெயைப் பார்த்துச் சொன்னார், "அறிமுகமில்லாத பல்லாயிரக்கணக்கான மனிதர்கள் நடுவே காசு, பணம் இல்லாமல் இவனை விட்டுவிட்டு வந்தாலும், பசி, குளிரால் இவன் தாக்கப்பட்டு இறந்துவிடாமல் இருக்க, மக்கள் இவனுக்கு உணவு கொடுத்து, வசிக்க இருப்பிடமும் கொடுத்து வசதி செய்து தருவது, உலகிலேயே இவன் ஒருவனுக்காகத்தான் இருக்கும்; அப்படியே அவர்கள் எதுவும் செய்யவில்லை என்றாலும், அவன் தனக்குத்தானே எல்லாவற்றையும் செய்துகொண்டு, அதற்காக அதிக சிரத்தை எதுவும் எடுத்துக் கொள்ளாமல், அதற்காகக் கேவலமும் படாமல் இருக்கக் கூடியவன் இவன் ஒருவன் தான்; அதே சமயம் இவன் மற்றவர்களுக்குப் பாரமாகவும் இருக்க மாட்டான், மாறாக, மற்றவர்கள் இவனுக்குச் செய்யும் உதவிகளெல்லாம் அவர்களுக்கு மனநிறைவைக் கொடுப்பதாகவே இருக்கும்" என்று சொன்னார்.

அல்யோஷா பள்ளிப் படிப்பை முடித்திருக்கவில்லை; முழுமையாக இன்னும் ஒருவருட காலம் இருக்கும்பட்சத்தில், அவன் தன் தந்தையை முக்கியமான ஒரு காரணத்தின் பொருட்டுப் பார்க்கப் போவதாகத் திடீரென்று வீட்டிலிருந்த பெண்களிடம் சொல்லி, இந்த எண்ணம் தனக்கு இப்போதுதான் உதித்தது என்றும் சொன்னான். இதைக் கேட்டு மிகவும் வருத்தப்பட்ட அந்தப் பெண்கள், அவனை அவனுடைய வீட்டிற்கு அனுப்பிவைக்க விருப்பப்படாமல் இருந்தனர். ஆனால் பயணத்திற்கான செலவு அதிகமாக இல்லாத காரணத்தால், அல்யோஷாவின் உதவியாளர் வெளிநாடு போகும்போது அவனுக்குக் கொடுத்த கைக்கடிகாரத்தை அவன் அடகுவைத்துப் பணம் பெற விரும்பாத அந்த வீட்டுப் பெண்கள், அவர்களே அவனுக்குப் பணமும் புதுத் துணிமணிகளும் உள்ளாடைகளும் வாங்கிக் கொடுத்து அவனை வழியனுப்பிவைத்தனர். ரயிலில் தான் மூன்றாவது வகுப்பிலேயே பயணம்செய்யப் போவதால், அவர்கள் கொடுத்த பணம் மிகவும் அதிகம் என்று சொல்லி, அந்தப் பணத்தில் பாதியை அவன் அவர்களிடமே திருப்பியும் கொடுத்தான். நம்முடைய ஊருக்குத் திரும்பி வந்த அவனைப் பார்த்து அவன் தந்தை கேட்ட முதல் கேள்வி, "படிப்பை முடிக்காமல் நீ ஏன் இங்கு வந்தாய்?" என்பதுதான்; அதற்கு அவன் வெளிப்படையாகப் பதில் எதுவும் சொல்லாமல், ஏதோ யோசனையில் இருந்தான் என்று பார்த்தவர்கள் சொன்னார்கள். அப்படி அவன் இங்கு வந்தது அவனுடைய அம்மாவின் கல்லறையைப் பார்க்கத்தான் என்பது பிறகுதான் தெரியவந்தது. அதற்குப் பிறகுதான், நம்முடைய ஊருக்கு அவன் வந்த காரணத்தையே அவன் தெரியப்படுத்தினான். அவனுடைய இந்த வருகைக்கான முழு காரணமும் இதில் தான் இருக்கிறதா என்பது சந்தேகம்தான். ஆனால் அவனால் அப்போது விளக்க முடியாத ஏதோ புரியாத, புதிரான, தவிர்க்க முடியாத, காரணம் ஒன்று அவனுடைய ஆன்மாவைத் திடீரென்று

தட்டி எழுப்பி, அவனை இந்த இடத்திற்கு அழைத்து வந்தது. பியோதர் பாவ்லவிச்சால் தன்னுடைய இரண்டாவது மனைவியை எங்குப் புதைத்தார்கள் என்று நினைவுபடுத்திச் சொல்ல முடியவில்லை, ஏனெனில் அவள் இறந்த பிறகு, அவளுடைய கல்லறைக்கு மண்போட்ட நாளிலிருந்து, இன்றுவரை அவர் ஒருமுறைகூட அந்தப் பக்கமே போயிருக்காததால், அவளை எங்கே புதைத்தார்கள் என்று அவருக்குத் தெரிந்திருக்கவில்லை . . .

இங்கு பியோதர் பாவ்லவிச்சைப் பற்றிச் சில வார்த்தைகள் சொல்ல வேண்டும். நீண்ட காலமாக அவர் நம்முடைய ஊரில் இல்லாமல் இருந்தார். அவருடைய இரண்டாவது மனைவி இறந்து போய் மூன்று, நான்கு வருடங்களிலேயே அவர், தெற்குப் பகுதியிலிருக்கும் ரஷ்யாவுக்குக் கடைசியாக ஒதிஸா என்ற ஊருக்கு வந்து சேர்ந்து பல வருடங்கள் அங்கு வாழ்ந்துவந்தார். “யூதர்கள், அற்பர்கள், நலிந்தவர்கள், குடிகாரர்கள் என்று பலருடனும்” தான் அறிமுகமானதாகப் பிறகு நினைவுகூர்ந்தவர், ‘நலிந்து போனவர்களால்’ மட்டுமல்ல, ‘தகுதிவாய்ந்த யூதர்களாலும்’ அவர் ஏற்றுக் கொள்ளப்பட்டார் என்பதையும் நினைவுகூர்ந்தார். அவருடைய வாழ்நாளின் இந்தச் சமயத்தில்தான் அவர் பணத்தைப் பெருக்கிக்கொள்ளும் அதிர்ஷ்ட வாய்ப்புகளையும் மற்றவர்களிடமிருந்து பணத்தைக் கறக்கும் வழிமுறைகளையும் கற்றுக்கொண்டார் என்று தெரிகிறது. நம்முடைய ஊருக்கு அல்யோஷா வருவதற்கு மூன்று வருடங்களுக்கு முன்புதான் அவர் இங்கு வந்திருந்தார். அவருடைய பழைய நண்பர்கள் அவரை மிகவும் வயதானவராகக் கருதினாலும், உண்மையாகவே அவர் இன்னும் கிழவராகிவிடவில்லை. நம்முடைய ஊருக்குத் திரும்பிவந்த இவர், மதிப்பு மிக்கவராக நடந்துகொள்ளாமல், தற்பெருமை கொண்டவராகவே நடந்துகொண்டார். அதனால் இந்தப் பழைய கோமாளியின் திமிர்பிடித்த தோரணை மற்றவர்களின் நகைப்புக்கு இடமாகவே இருந்தது. பெண்களைப் பற்றி அவர் இழிவாகப் பேசுவது முன்பு இருந்ததைவிடவும் இப்போது வெறுக்கத்தக்கதாக இருந்தது. நம்முடைய மாகாணத்தில் பல புதிய மதுபானக் கடைகளைத் திறப்பதற்கு இவர் முக்கிய காரணமாக இருந்தார். நூறாயிரம் அல்லது அதற்குச் சற்றே குறைவான மதிப்புள்ள கடைகள் அவர் பெயரில் இருந்தன. மாகாணத்திலிருந்த பலரும், ஊர்ப்புறத்திலிருந்த மக்களும் இவரிடம் கடனீட்டுப் பத்திரத்தைக் கொடுத்து நம்பிக்கையுடன் கடனைப் பெற்றுச் சென்றது அனைவரும் அறிந்த விஷயமே. கடைசி சில காலமாக, ஏனோ அவர் திடமனமில்லாமல், தன்னுடைய சமநிலையை இழந்து, கணக்குவழக்குகளைச் சரிவரப் பார்க்க முடியாமல், ஏதோ ஒன்றில் ஆரம்பித்து, ஏதோ ஒன்றில் முடித்து, பகற்கனவு கண்டபடி, அடிக்கடி குடிக்க ஆரம்பித்தவரை, தக்க சமயத்தில் வேலையாள் கிரிகோரி மட்டும் ஆசானைப் போலக் கூட இருந்து கவனித்திருக்காவிட்டால், இந்நேரம் பியோதர் பாவ்லவிச் உயிருடனேயே இருந்திருக்க மாட்டார். அல்யோஷாவின் வருகை தனிப்பட்ட அவருடைய வாழ்வில் ஒரு ஒழுங்கை ஏற்படுத்தியது. அது அந்தக் கிழவரின் உள் மனத்தில் வெகுகாலமாக உறங்கிக்கிடந்த

ஏதோ ஒன்றைக் காலங்கடந்து தட்டி எழுப்பியிருந்தது: “உனக்குத் தெரியுமா, அல்யோஷா, நீ அந்த வலிப்புநோய்க்காரியைப் போலவே இருக்கிறாய்” என்று அடிக்கடி அவர் சொல்லி வந்தார். அப்படித்தான் அவர் தன் மனைவியை, அல்யோஷாவின் தாயை விளித்தார். இறுதியாக, அந்த ‘வலிப்புநோய்க்காரியின்’ கல்லறையைக் கிரிகோரி தான், அல்யோஷாவுக்குக் காட்டினான். கல்லறை இருந்த இடத்திற்குச் சென்ற அல்யோஷா, மூலையில் தன்னுடைய தாயின் கல்லறையில் மலிவான, சுத்தமான இரும்புத் தகட்டில் பொறிக்கப்பட்டிருந்த அவளுடைய பெயரையும் வயதையும் இறந்த ஆண்டையும், அப்படியே நடுத்தர வயதில் இறந்துபோனவர்களின் கல்லறைகளில் பொறிக்கப்படும் நான்கு வரிக் கவிதையையும் பார்த்தான். ஆச்சரியம் என்னவென்றால், அந்த இரும்புத் தகடு கிரிகோரியின் கைவண்ணத்தில் உருவானது என்பதுதான். பாவப்பட்ட அந்த ‘வலிப்புநோய்க்காரியின்’ கல்லறையைக் கிரிகோரி தன்னுடைய சொந்தச் செலவில் பராமரித்து வந்தவன், பலமுறை பியோதர் பாவ்லவிச்சிடம் இதைப் பற்றி நினைவுபடுத்தியும், அவர் இந்தக் கல்லறையை மட்டுமல்ல, அவளுடைய நினைவுகளையும் உதறித் தள்ளிவிட்டு ஒதிஸாவுக்குக் கிளம்பிப் போயிருந்தார்.

தன் தாயின் கல்லறையைப் பார்த்த அல்யோஷா, விசேஷமாக எந்தவித உணர்வையும் வெளிக்காட்டவில்லை; கிரிகோரி எப்படி அந்தக் கல்லறையில் இரும்புத் தகட்டைப் பதிக்கச் சிரமப்பட்டான் என்ற அவனுடைய நியாயமான கதையை மட்டும் தலைகுனிந்து கேட்ட வண்ணம் வார்த்தை எதுவும் பேசாமல் இருந்த அல்யோஷா, அங்கிருந்து கிளம்பிச் சென்றுவிட்டான். அதற்குப் பிறகு ஒரு வருடம் அவன் அந்தக் கல்லறைப் பக்கமே போகவில்லை. இந்தச் சம்பவம் பியோதர் பாவ்லவிச்சிடம் வித்தியாசமானதொரு தாக்கத்தை ஏற்படுத்தியிருந்தது. திடீரென்று அவர் ஒரு ஆயிரம் ரூபிள்களை எடுத்துக்கொண்டு, துறவி மடாலயத்திற்குச் சென்று, இறந்துபோன தன்னுடைய மனைவியின் ஆத்மா சாந்தியடைய பிரார்த்தித்தார்; ஆனால், அது அவருடைய இரண்டாவது மனைவி, அல்யோஷாவின் தாய் ‘வலிப்புநோய்க்காரிக்காக’ அல்ல; மனதளவில் அவரை நொறுக்கிப் போட்டிருந்த அவருடைய முதல் மனைவி அதலெய்தா இவானவ்னா வுக்காக. அப்படிப் பிரார்த்தித்து வேண்டிக் கொண்டவர், அன்று மாலையே நன்றாகக் குடித்துவிட்டுத் துறவிமார்களைப் பற்றி அல்யோஷாவிடம் திட்டித் தீர்த்தார். அவர் மதம் சார்ந்த மனிதர்களை ஆதரிப்பவர் அல்ல; ஐந்து கோப்பெக்குகளைச் செலவழித்துக் கடவுள் முன்பாக ஒரு மெழுகுவர்த்தியை ஏற்றக்கூடியவரும் அல்ல. இப்படிப் பட்ட மக்களுக்கு விநோதமாகத் திடீரென்று ஒரு உந்துவேகமும் உணர்ச்சிப் பிரவாகத்தில் புதிய எண்ணங்களும் தோன்றும்.

இதற்கு முன்பு நான் கூறியதுபோல, மன உறுதி இல்லாமல், தடுமாற்றத்துடன் இருந்த பியோதர் பாவ்லவிச், இவ்வளவு காலமாக எப்படிப்பட்ட வாழ்க்கையை வாழ்ந்தார் என்பதை அவருடைய உடல்நிலை இப்போது காட்டுவதாக இருந்தது. அவருடைய சிறிய கண்களுக்குக் கீழே பெரிய சதை கொண்ட பைகள் திமிர்த்தனமாகத்

திமிறி எழும்பி எப்போதும் சந்தேகத்தையும் கேலியையும் வெளிப்படுத்த, அவருடைய முகத்திலிருந்த ஆழமான, அளவில்லாத கொழுப்பு நிறைந்த சுருக்கங்கள் முகத்தின் கூம்பிய தாடிப்பகுதியிலிருந்து தொண்டைக் குழிவரை சதுரமான பை போன்றதொரு சதைப் பிடிப்பை ஏற்படுத்தி யிருக்க, இவையெல்லாம் ஒன்றுசேர்ந்து, சிற்றின்பத்தை நாடக்கூடிய அருவருப்பானதொரு தோற்றத்தை அவருக்குக் கொடுத்திருந்தது. மேலும் மாமிசம் உண்ணும் அவருடைய நீண்ட வாயும் தடித்த உதடுகளும் அதற்குக் கீழே தெரியும் சிறுசிறு கரும் அழிமானங்களைக் கொண்ட அவருடைய பற்களும் அருவருப்பாகத் தெரிந்தன. ஒவ்வொரு முறை அவர் பேசும்போதும் அவருடைய வாயிலிருந்து எச்சில் வெளியே தெறித்தது. தன்னுடைய முக அமைப்பைப் பற்றித் தானே கேலிசெய்து கொள்வதில் அவர் அலாதிப் பிரியமும் திருப்தியும் கொண்டவராக இருந்தார்.

குறிப்பாக, வளைந்த தன்னுடைய மூக்கு பெரிதாக இல்லாமல், மெலிதாகக் குவிந்து இருப்பது எப்படி இருக்கிறதென்று அவரே விவரிக்கிறார்: "அப்படியே ரோமானியர்களைப் போல, பழங்கால ரோமானிய உயர்குல பிரபுக்களைப் போல உடலமைப்பும் தொண்டைப் பகுதியும் எனக்கு இருக்கிறது" என்று அவரைப் பற்றி அவரே சொல்லிக் கொண்டார். இப்படிச் சொல்வதில் அவர் பெருமையும் பட்டுக் கொண்டார்.

தன் தாயின் கல்லறையைக் கண்டுபிடித்த சில நாட்களுக்குப் பிறகு, அல்யோஷா திடீரென்று தான் துறவி மடாலயத்தில் சமயப் போதகராகச் சேரப்போவதாகவும் அதற்குத் துறவிமார்கள் சம்மதம் தெரிவித்துவிட்டார்கள் என்றும் அவன் தன் தந்தையிடம் சொன்னான். இதுதான் அவனுடைய ஆத்மார்த்தமான ஆசை என்றும் சொன்னவன், தன் தந்தையின் அனுமதியை நாடி நின்றான். துறவி மடத்தில் தஞ்சம் புகுந்த வயதான ஸோசிமா 'அமைதியான இந்த இளைஞன்' மீது குறிப்பிடத்தக்கதொரு தாக்கத்தை ஏற்படுத்தியிருந்தார் என்று இந்தக் கிழவருக்கு முன்பே தெரியும்.

"துறவிமார்களுள் மிக நேர்மையான, மதிப்பிற்குரிய துறவி, சந்தேகத்திற்கிடமின்றி வயதான துறவி ஸோசிமா" என்று சொன்ன அல்யோஷாவை அமைதியாக, ஆழ்ந்த சிந்தனையோடு பார்த்த பியோதர் பாவ்லவிச், அல்யோஷா சொன்னதைக் கேட்டுவிட்டு, ஆச்சர்யப்படாமல், "ம்ஹூம், நீ அங்குதான் போக விருப்பப்படுகிறாயா, என் அமைதியான மகனே!" என்றார். அப்படிக் கேட்டவர், பாதி குடிபோதையில் திடீரென்று நீண்டதொரு சிரிப்பை உதிர்த்துவிட்டு, மனத்திலுள்ள தந்திரமான தன்னுடைய எண்ணத்தை மறைக்காமல் வஞ்சகமாகச் சொன்னார்: "ம் . . . இப்படித்தான் ஏதாவது ஒன்றில் இது வந்து முடியுமென்று நான் நினைத்தேன். நீ அங்குதான் போக வேண்டுமென்று முரண்டு பிடிக்கையில் நான் என்ன சொல்ல முடியும்? உன்னிடம் இரண்டாயிரம் ரூபிள்கள் இருக்கின்றன, அதுதான் உன்னுடைய சொத்து. என் தேவதூதனே! இனிமேல் உனக்கு நான் எதுவும், எப்போதும், கொடுக்கக் கடமைப்பட்டவன் அல்ல, ஆம்,

யார் கேட்டாலும் சரி, இதோ இப்போதே உன்னுடைய பங்கை உனக்கு நான் கொடுத்துவிடுகிறேன். ஆனால் அப்படி யாரும் அதைப் பற்றிக் கேட்கவில்லையென்றால், நானும் அதைப் பற்றிப் பேசப் போவதில்லை! உனக்கோ ஒரு பறவையைப் போல வாரத்திற்கு இரண்டு தானிய மணிகள் இருந்தால் போதும் . . . ம்ம் . . . சரி, தெரியுமா உனக்கு, ஊர்ப்புறத்திலிருக்கும் துறவி மடாலயத்தில் பெயர்பெற்ற கொல்லைப்புறம் என்று ஒன்று இருக்கிறது. அங்கு 'மடாலயத்தைச் சார்ந்த மனைவிகள்' மட்டுமே வாழ்கிறார்கள்; அவர்களை மக்கள் அப்படித்தான் அழைக்கிறார்கள்; அங்கு முப்பது மனைவிமார்கள் இருப்பார்கள் என்று நினைக்கிறேன் . . . நான் அங்குப் போயிருந்தேன், தெரியுமா, அது எவ்வளவு சுவாரஸ்யமான இடம் என்று! தெளிவாகச் சொன்னால், ஒரே இனத்தைச் சார்ந்த பல பெண்கள்; அங்கு மிகவும் மோசமானவர்கள் ரஷ்யர்கள்தான்; பிரெஞ்சு நாட்டைச் சேர்ந்தவர்கள் யாரும் இன்னும் அங்கு வரவில்லை. அவர்களிடம் இருக்கும் பணத்திற்குக் கூப்பிட்டால் போதும், உடனே வந்துவிடுவார் கள். ஆனால், இங்கிருக்கும் துறவி மடாலயத்தில் ஒன்றுமே இல்லை; இங்கிருக்கும் துறவிகளுக்கு மனைவிமார்கள் இல்லை. வெறும் ஆண் துறவிகள் மட்டும் இருபது பேர், உண்மையாக நோன்பை அனுசரிப்பவர் களாக இருக்கிறார்கள். ஒப்புக்கொள்கிறேன் . . . ம். நீ துறவியாக விரும்புவதை. ஆனால் உன்னைப் பார்க்க எனக்குப் பரிதாபமாக இருக்கிறது அல்யோஷா; உண்மையைச் சொன்னால், எனக்கு உன்னைப் பிடித்திருக்கிறது, நீ நம்பினாலும், நம்பாவிட்டாலும் சரி . . . எப்படி யிருந்தாலும் சரி, கேள், என்னுடைய ஆறுதலான வார்த்தைகளை: நாங்கள் இங்கு அதிக பாவங்களைச் செய்கிறோம்; பாவப்பட்ட எங்களுக்காக, பாவிகளான எங்களுக்காக நீ அங்குப் பிரார்த்தனை செய். இதைப் பற்றி நான் நிறைய யோசித்தேன்: எனக்காக யாராவது ஒருவராவது பிரார்த்தனை செய்வார்களா என்று! அப்படி ஒரு மனிதன் இந்தப் பூமியில் இருக்கிறானா என்று! அன்பார்ந்த சிறுவனே, இந்த விஷயத்தில் நான் ஒரு முட்டாள்; நான் சொல்வதை நீ நம்பினாலும், நம்பாவிட்டாலும் சரி, நான் ஒரு முட்டாள்தான். எவ்வளவுதான் நான் முட்டாளாக இருந்தாலும், மறுபடியும் இதைப் பற்றியே நான் சிந்தித்துப் பார்க்கிறேன் – அடிக்கடி சிந்தித்துப் பார்க்கிறேன்: ஆனால் இதையே நான் எப்போதுமே செய்துகொண் டிருப்பேன் என்று நீ எதிர்பார்க்க முடியாது. நான் இறந்தபிறகு சாத்தான்கள் என்னைக் கொக்கி போட்டு அவர்களுடைய இடத்திற்கு என்னை இழுத்துக்கொண்டு போக மறக்காது என்பதை நான் நினைத்துப் பார்க்கிறேன். நான் கேட்கிறேன், இந்தச் சாத்தான்கள் அந்தக் கொக்கிகளை எங்கிருந்து பெறுகின்றன? அந்தக் கொக்கிகள் எதனால் செய்யப்பட்டவை? இரும்பாலா? அப்படியானால், அவற்றை எங்கே காய்ச்சி அடிக்கிறார்கள்? அப்படி அவர்களிடம் ஒரு பெரிய தொழிற்சாலை இருக்கிறதா என்ன? மடாலயத்திலுள்ள துறவிமார்கள் நரகத்தில் ஏதோ ஒரு உட்கூரை இருக்கிறதென்று நினைக்கிறார்கள். ஆனால் அப்படி எந்தவொரு உட்கூரையும் நரகத்தில் இல்லை என்பதை நம்பவே நான் தயாராக இருக்கிறேன்; அப்படி நம்புவதுதான்

சாதுர்யமானதாக, சந்தேகத்தைத் தெளிவுபடுத்துவதாக, கிறிஸ்துவ மதத்தைச் சார்ந்ததாக இருக்கிறது. ஆனால், உண்மையாகப் பார்த்தால், எல்லாமே ஒன்றுதான்: கூரையுடனா அல்லது கூரையில்லாமலா, எல்லாமே ஒன்றுதான். நாசமாய்ப்போன இந்தக் கேள்வி எங்குப் போய் முடியுமோ! உண்மையாகக் கூரை என்று ஒன்று இல்லை யென்றால், கொக்கிகளும் இல்லைதானே. அப்படிக் கொக்கிகளும் இல்லையென்றால், எல்லாமே தவறு என்றுதானே அர்த்தம்; அப்படி யானால் மறுபடியும் நம்புவதற்கு இது உகந்ததாக இல்லையே: பிறகு என்னை யார் கொக்கி போட்டு இழுத்துக்கொண்டு போக முடியும், அப்படி என்னைக் கொக்கி போட்டு இழுத்துக் கொண்டு போகாவிட்டால் என்னுடைய நிலைமை என்னவாகும்? நியாயம் என்று ஒன்று எங்கே இருக்கும்? *Il faubrait tes inventer*[1] இந்தக் கொக்கிகள் என் ஒருவனுக்காக மட்டுமே சிறப்பாகச் செய்யப்பட்டவை, ஏனெனில் நான் அவ்வளவு கேவலமானவன், அல்யோஷா..!

'இல்லை, அங்கே கொக்கிகளெல்லாம் கிடையாது' என்று அல்யோஷா ஆழமாகச் சிந்தித்தபடி தன்னுடைய தந்தையைப் பார்த்து அமைதியாகச் சொன்னான்.

'அப்படியானால், கொக்கிகளின் நிழல் மட்டும்தான் அங்கு இருக்கிறதா? ஆமாம், எனக்குத் தெரியும், தெரியும். ஒரு பிரெஞ்சு நாட்டுக்காரன் நரகத்தைப் பற்றி இப்படி விவரித்தான்: *"J'ai vu l'ombre d'un cocher gui avee l'ombre d'une brosse frottait l'obre d'une carrosse"*[2] ஆக, என் அருமை மகனே, உனக்கு எப்படித் தெரியும். அங்கே கொக்கிகள் இல்லை என்று? நீ அந்தத் துறவிமார்களுடன் வாழ்ந்த பிறகு திரும்பி வந்து வேறு விதமாகச் சொல்வாய். சரி, நீ அங்குப் போய் அவர்களுடன் இருந்துவிட்டுப் பிறகு வந்து என்னிடம் உண்மையைச் சொல்: அங்கு என்ன இருக்கிறதென்று. அதைத் தெரிந்துகொண்டால், அங்கே போவது எனக்குச் சுலபமாக இருக்கும் இல்லையா. சொல்லப் போனால், இங்கு என்னுடன், இந்தக் குடிகாரக் கிழவனுடன், நான் சல்லாபிக்கும் இந்தப் பெண்களுடன் நீ இங்கு இருப்பதைவிட, நீ அங்கு துறவிமார்களுடன் இருப்பதே மேல்; இருந்தாலும் உன்னை எந்தவிதத் தீய சக்தியும் அண்டாது; நீ ஒரு தேவ தூதனைப் போன்றவன். ஆமாம், அங்கேயும் உன்னை எந்தவிதத் தீயசக்தியும் அண்டாது என்ற உறுதியான நம்பிக்கையுடன்தான் உன்னை நான் அங்குப் போக அனுமதிக்கிறேன். உன்னிடம் தகர்க்க முடியாத உறுதியான உள்ளம் இருக்கிறது. உன்னுள் எரியும் இந்த நெருப்பு எரிந்து தணிந்து, நீர்த்துப்போய்ப் பிறகு என்னிடம் நீ திரும்பி வருவாய். உன்னை எதிர்பார்த்து நான் காத்திருப்பேன், ஏனெனில் இவ்வுலகிலேயே என்மீது குற்றம் சொல்லாத ஒரே மனிதன் நீதான் என்பதை நான் உணர்கிறேன், அதை உணராமல் என்னால் இருக்க முடியவில்லை!.."

இப்படிச் சொன்ன அவர் வெடித்தழுதார். உணர்ச்சிவசப்பட்டவ ராக அவர் இருந்தார். நயவஞ்சகராகவும் உணர்ச்சிவசப்பட்டவராகவும் அவர் இருந்தார்.

கரமாஸவ் சகோதரர்கள்

# 5

# மூத்தோர்

இந்த நாவலைப் படிக்கும் வாசகர்கள் என்னுடைய இந்த இளைஞன் உடல்நலமில்லாத, மெலிந்த தேகத்தைக் கொண்ட, வலுவிழந்த, உற்சாக மில்லாது பகல் கனவு காணும் ஒரு இளைஞன் என்று நினைக்கலாம். மாறாக, பத்தொன்பது வயது நிரம்பிய அல்யோஷா, ஆரோக்கியமாக, சிவந்த கன்னங்களுடன், ஒளிமிக்க பார்வையுடன் மேன்மை பொருந்திய இளைஞனாக இருந்தான். அவன் அழகு பொருந்திய கட்டுடலுடன், நடுத்தர உயரங்கொண்டவனாய், கருமை நிறங்கலந்த ரஷ்யனாய், நீண்ட முக அமைப்பில் தெளிவான தோற்றத்துடன், சாம்பலும் கருமை நிறமும் கலந்து ஒளிரும் அகலமான கண்களுடன், ஆழ்ந்த சிந்தனையும் அமைதியான தோற்றமும் கொண்டவனாக இருந்தான். அவனுடைய சிவந்த கன்னங்கள் மதவெறிக்கோ, தியானத்தின் மூலமாகக் கடவுளைக் கண்டடையும் நம்பிக்கைக்கோ ஊறு விளைவிக்காத வண்ணம் இருந்தது என்றுகூடச் சொல்லலாம். ஆனால், எனக்கு மற்ற எல்லா வற்றையும்விட, அல்யோஷா கள்ளங்கபடமில்லாத புறவாய்மையாள னாக, உண்மையான ஒரு மனிதனாக இருந்தான் என்றுதான் தோன்று கிறது. சந்தேகத்திற்கிடமின்றி, அவன் துறவி மடாலயத்தில் அற்புதங்கள் நிகழும் என்ற உறுதியான நம்பிக்கையைக் கொண்டிருந்தான். ஆனால் என்னைப் பொறுத்தவரையில், புறவாய்மையாளன் நம்புகிற அற்புதங்கள் எப்போதுமே குழப்பத்தை உண்டு பண்ணாதவை. இப்படிப்பட்டவனுக்கு அதிசயங்கள், கடவுள் நம்பிக்கையைத் தூண்டுபவையாக இருக்காது. உண்மையான புறவாய்மையாளன் கடவுள்மீது நம்பிக்கையில்லாதவனாக இருந்தாலும், எப்படியும் அவன் அதிசயங்களை நம்புபவனாக, அப்படியே அவன் முன்னால் உண்மையாகவே அதிசயம் நடந்தாலும், தனிப்பட்ட தன்னுடைய உணர்வுகளை அவன் நம்பாமல், நடக்கும் உண்மையை மட்டுமே நம்புபவனாக இருப்பான். அப்படியே அதிசயங்கள் நடப்பதை அவன் ஏற்றுக்கொண்டாலும், அது இயற்கையில் நிகழும் இயல்பான விஷயம் என்ற காரணத்தால் மட்டுமே அவற்றை அவன் ஏற்றுக்கொண்டு, இதுவரை அவனுக்குத் தெரிந்திராத இந்த விஷயம் இப்போது அவனுக்குத் தெரியவந்த காரணத்தால் அதை அவன் ஏற்றுக்கொள்பவனாக இருப்பான். புறவாய்மையாளனிடம் கடவுள் நம்பிக்கை அதிசயங்களால் உருவாவதில்லை, அதிசயங்கள்தான் நம்பிக்கையின் பேரில் உருவாகின்றன. தன்னுடைய இந்தக் குணாம்சத்தின் காரணமாக, எந்த ஒரு கருத்தின் மீதும் அவன் ஒருமுறை நம்பிக்கை வைத்தால் போதும், அது உண்மை என்ற கோட்பாட்டின் பேரில்தான் நடக்கிறது என்பதை நம்புபவனாக இருப்பான். ஃபோமா என்ற திருத்தூதர், 'எதையும் நம்முடைய கண்களால் பார்க்காதவரை நாம் நம்ப முடியாது' என்று சொன்னவர், அப்படி ஒன்றைப் பார்த்த பிறகு, 'இயேசுநாதர் என்னுடையவர், என்னுடைய கடவுள்!' என்று நம்பினார். ஏதோ ஒரு அதிசயம் நிகழ்ந்துதான் அவருக்குக் கடவுள்மீது

பற்றும் நம்பிக்கையும் உண்டாக்கியதா என்றால், இல்லை, அநேகமாக, அவர் கடவுள்மீது நம்பிக்கை வைக்க விருப்பப்பட்டதாலேயே அவருக்குக் கடவுள்மீது நம்பிக்கை உண்டானது என்பதுதான் உண்மை. அவர், "நான் கண்களால் பார்க்காதவரை நம்ப மாட்டேன்" என்று சொன்னதே, கண்ணுக்குப் புலப்படாமல் இருக்கும் கடவுள்மீது முழுமையான நம்பிக்கை கொண்டவராக இருந்ததால்தான்.

அல்யோஷாவைப் பற்றி, அவன் ஒரு முட்டாள், அறிவில்லாதவன், பள்ளிப் படிப்பை முடிக்காதவன் என்று பலரும் சொல்லலாம். அவன் பள்ளிப் படிப்பை முடிக்காதவன் என்பது உண்மைதான். ஆனால், அதற்காக அவன் ஒரு முட்டாள், மடையன் என்று சொல்வ தெல்லாம் நியாயத்திற்கு அப்பாற்பட்டது. முன்பு நான் குறிப்பிட்டுச் சொன்னதையேதான் இப்போதும் சொல்கிறேன். இந்தப் பாதையை அவன் தேர்ந்தெடுத்ததற்குக் காரணம், அந்த நாட்களில் இந்தப் பாதை ஒன்றுதான் பூவுலகப் பயங்கரங்களிலிருந்து அவனை விடுவித்து அவனுடைய ஆன்மாவை வெளிச்சத்திற்குக் கொண்டுவரக்கூடிய தெளிவான ஒரே பாதையாக அவனுக்குத் தெரிந்தது என்பதுதான். நம்முடைய இந்தக் காலத்தின் கழிநிலைப் பகுதியைச் சார்ந்த இளைஞனாக அவன் இருந்தான் என்பதை நாம் ஏற்றுக்கொள்ள வேண்டும். அதாவது, இயல்பாகவே அவன் நேர்மையானவனாக, வாழ்க்கையில் உண்மையைத் தேடுபவனாக, அப்படி அதைத் தேடிக் கண்டுபிடிப்பதில் நம்பிக்கை உள்ளவனாக, அதே நம்பிக்கையுடன் தன்னுடைய முழு ஆத்மாவையும் அதில் ஈடுபடுத்தி, அதற்கான நடவடிக்கைகளை உடனே மேற்கொள்பவனாக, அதன் காரணமாக, துணிச்சல் மிகுந்த எந்தக் காரியத்தையும் செய்பவனாக, அதற்காக எதையும் தியாகம் செய்யக்கூடிய இளைஞனாக அவன் இருந்தான். துரதிருஷ்டவசமாக, இப்படிப்பட்ட சூழ்நிலைகளில் வாழ்வைத் துறப்பது, எளிதான தியாகம் அல்ல என்பது இந்த இளைஞர்களுக்குப் புரிவதில்லை. ஏனெனில், எளிதாக உணர்ச்சிவசப்படக்கூடிய இந்த இளம் பருவத்தில், அவர்கள் ஐந்து, ஆறு ஆண்டுகள் சிரமமான பாடங்களைக் கவனமாகப் படித்து, விஞ்ஞான அறிவைப் பெற்று, அந்த உண்மையான அறிவைப் பெறத் துணிச்சலுடன் பன்மடங்கு சக்தியைச் செலவழித்து, அந்த அறிவின் மூலமாகத் தங்களை முழுமை யாக்கிக்கொள்வது மிகப்பெரிய தியாகம் என்பதும் அப்படிப்பட்ட அந்தத் தியாகத்தைச் செய்யக்கூடிய சக்தி எல்லா இளைஞர்களிடமும் இருப்பதில்லை என்பதும் அவர்களுக்குப் புரிவதில்லை. ஆனால், அல்யோஷா மேற்கொண்ட பாதையோ இப்படிப்பட்ட தியாகத்தை உடனே செய்யக்கூடிய வாய்ப்பைப் பெற்றிருந்த பாதையாக இருந்தது. கடவுளின் இருப்பும் நிலைபெற்ற, அழியாத தன்மையும் நிதர்சனமாய் இருக்கிறதென்பதை உணர்ந்த அல்யோஷா, "நிலைபேறுடைய, சாசுவதமான வாழ்வைப் பெற நான் விரும்புகிறேன், இதில் சமரசம் என்பதற்கே இடமில்லை" என்று முடிவெடுத்தான். ஒருசமயம் அவன் நாத்திகவாதியாகக் கடவுள் இல்லை என்று சாசுவதமற்ற வாழ்வை ஏற்றுப் பொதுவுடைமைவாதியாக இருந்திருந்தாலும், அவன் இதே

அளவு வேட்கையுடன்தான் இருந்திருப்பான் (ஏனெனில் சோசியலிசம் என்பது வெறும் உழைப்பாளர்களைச் சார்ந்த கேள்வி மட்டுமல்ல, அப்படியே நான்காவது வாழ்க்கை நிலை என்றழைக்கப்படும் ஒரு நிலையை மட்டும் கொண்டதும் அல்ல; அது நாத்திகம் என்றவொரு அனுகூலத்தைத் தன்னுள் கொண்டு, அந்த நாத்திகக் கொள்கையானது நவீன உருவேற்று, அதன் அடிப்படையில் பேபெல் என்கின்ற ஒரு உயர் கோபுரத்தைக்[1] கட்டுவதாகும். அல்யோஷாவுக்குத் தான் வாழ்ந்துவந்த அந்தப் பழைய வாழ்வை மீண்டும் வாழ்வது என்பது முடியாத ஒரு காரியமாக, விநோதமான ஒன்றாக இருந்தது. ஏனெனில், "நிறைவுள்ளவராக விரும்பினால் நீர் போய், உன் உடைமைகளை விற்று ஏழைகளுக்குக் கொடும். அப்பொழுது விண்ணகத்தில் நீர் செல்வராய் இருப்பீர். பின்பு வந்து என்னைப் பின்பற்றும்"[2] என்பதை உணர்ந்தவன் அல்யோஷா. எனவே, "என்னிடமிருக்கும் 'எல்லா வற்றையும்' பிறருக்குக் கொடுக்காமல், வெறும் இரண்டு ரூபிள்களை மட்டும் என்னால் பிறருக்குக் கொடுக்க முடியாது, அல்லது நடக்கும் பூசைகளில் மட்டும் நான் பங்கேற்றுக்கொண்டு, 'என்னைத் தொடர்ந்து வா' என்று மற்றவர்களிடம் சொல்லவும் முடியாது" என்று அவன் நினைத்தான். அவனுடைய குழந்தைப் பருவத்தில் அவனுடைய தாய் அவனை மடாலயத்திற்கு அழைத்துச்சென்று, பிரார்த்தனையில் கலந்துகொண்டது அவனது நினைவில் இருந்திருக்கலாம். ஒருவேளை மாலை நேரச் சூரிய அஸ்தமனத்தின் சரிவான ஒளிக்கதிர்கள் அந்த உருவச் சிலையின் மீது படர்ந்திருந்தபோது அவனுடைய வலிப்புநோய்க்காரத் தாய் அவனைக் கைகளில் தாங்கியிருந்தது அவனுடைய நினைவில் இருந்திருக்கலாம். எல்லாவற்றையும் அவன் யோசித்துப் பார்த்து, ஆழ்ந்த சிந்தனையுடன் நம்முடைய ஊருக்கு வந்து, தன்னிடமிருக்கும் எல்லாவற்றையும் பிறருக்குக் கொடுத்துவிடுவதா அல்லது இரண்டு ரூபிள்களை மட்டும் கொடுப்பதா என்று அவன் யோசித்துக்கொண்டிருந்த வேளையில்தான் துறவி மடாலயத்திலிருந்த முதியவரைச் சந்தித்தான்.

மேலே நான் குறிப்பிட்டபடி, வயதான அந்த மனிதர்தான், முதியவர் ஸோசிமா; ஆனால், பொதுவாக இங்கு 'மூத்தோர்கள்' என்றழைக்கப்படுபவர்களைப் பற்றி ஒருசில வார்த்தைகள் சொல்ல வேண்டும்; நம்முடைய துறவியர்கள் வாழும் மடாலயங்களில் இருக்கும் இந்த 'மூத்தோர்களைப் பற்றி, உறுதியான நல்லதொரு கருத்தை என்னால் சொல்ல முடியுமா என்று யோசித்துப் பார்த்தால், அவர்களைப் பற்றிய போதுமான அறிவு எனக்கு இல்லாததால், அவர்களைப் பற்றிச் சுருக்கமாக, மேலெழுந்தவாரியான கருத்துகளையே நான் விளக்க முற்படுபவனாக இருக்கிறேன். முதலாவதாக, இவர்களைப் பற்றி ஆய்வு செய்த ஆராய்ச்சியாளர்களும் வல்லுநர்களும் உறுதியாகச் சொல்வது என்னவென்றால், மூத்தோர்கள், அப்படியே மூத்தோர்கள் அடங்கிய நிறுவனங்கள், நம்முடைய துறவியர் மடாலயங்களில் சமீப காலமாக, ஏறக்குறைய நூறு வருடங்களாகத்தான் இருக்கின்றன என்றும், ஆனால் தொலைதூரக் கிழக்குப் பிரதேசங்களில், குறிப்பாக

தஸ்தயேவ்ஸ்கி

சினாய் மற்றும் ஏதாஸ்[3] மலைப் பகுதிகளில் துறவி மடாலயங்களில் மூத்தோர் நிறுவனம் ஆயிரம் வருடங்களுக்கும் மேலாக இருந்து வந்திருக்கின்றன என்றும் சொல்கிறார்கள். அப்படியே பழங்காலந் தொட்டே மூத்தோர் அடங்கிய இந்த நிறுவனங்களானது நம்முடைய ரஷ்யாவில் இருந்திருக்க வேண்டும் என்றும் அவர்கள் சொல்கிறார்கள்; அவை நம்முடைய நாட்டில் நிலவிய வறுமை காரணமாக, தத்தார்களின் படையெடுப்பு[4] காரணமாக, கான்ஸ்டான்டிநோபிள்[5] வெற்றிகரமாகக் கைப்பற்றப்பட்ட பிறகு கிழக்குப் பிரதேசங்களுடன் முன்பிருந்த தொடர்புகள் அற்றுப்போனதன் காரணமாக, இந்த நிறுவனங்கள் அழிந்து, மறைந்து போயிருக்க வேண்டும் என்கிறார்கள்.

கடந்த நூறாம் ஆண்டின் இறுதிப் பகுதியில், அதாவது, 18ஆம் நூற்றாண்டின் கடைசிப் பகுதியில், ரஷ்யாவின் புகழ்பெற்ற துறவிகளில் ஒருவரான பாய்ஸி வெலிச்கோவ்ஸ்கி[6] (அவரை அப்படித்தான் அழைத்தார்கள்) மற்றும் அவருடைய சீடர்களால் இந்த மூத்தோர் நிறுவனங்கள் மீண்டும் புதுப்பிக்கப்பட்டு, ஏறக்குறைய நூறு ஆண்டுகளாக இந்த நிறுவனங்கள் துறவியர் மடாலயங்களில் இருந்து வந்தாலும், சில சமயங்களில் அவை தடைசெய்யப்பட்டு, ஏதோ ரஷ்யாவில் கேள்விப்பட்டிருக்காத புதிய ஒரு நிறுவனமாகவே கருதப் பட்டது. குறிப்பாக இது ரஷ்யாவின் புகழ்பெற்ற துறவியர் மடாலயமான கஸ்யோல்ஸ்கைய ஒப்தீனா[7] என்ற இடத்திலிருக்கும் துறவியர் மடாலயத்தில் அங்கீகரிக்கப்பட்ட ஒன்றாக, மிகச் சிறப்பாக இயங்கி வந்தது. நம்முடைய துறவியர் மடாலயத்திற்கு இந்த நிறுவனம் யாரால் எப்போது கொண்டு வரப்பட்டது என்று என்னால் சரியாகக் குறிப்பிட்டுச் சொல்ல முடியவில்லை, ஆனால் நம்முடைய துறவி மடாலயம் இந்த மூத்தோர் நிறுவனத்தை அங்கீகாரம் செய்யும் மூன்றாவது மடாலயமாகக் கருதப்பட்டு, அந்த நிறுவனத்தின் கடைசி முதியவராக இருக்கும் மூத்தோர் ஸோசிமாவுக்கு வயதாகி, உடல்நலம் குன்றி, ஏறக்குறைய இப்போது அவர் இறக்கும்தறுவாயில் இருக்கும் போது, இனி அவருடைய இடத்தில் யார் பொறுப்பேற்று இந்த நிறுவனத்தை நடத்துவார்கள் என்பது கேள்விக்குறியாகவே இருக்கிறது. தற்போது நம்முடைய துறவி மடாலயத்திற்கு இந்தக் கேள்வி மிக முக்கியமானதொன்றாக இருக்கிறது; ஏனெனில் இந்த நாள்வரை நம்முடைய மடாலயமானது எந்த விதத்திலும் புகழ்பெற்ற ஒரு மடாலயமாக இருக்கவில்லை. நம்முடைய மடாலயத்தில் சக்திவாய்ந்த துறவிமார்களுடைய நினைவுச் சின்னங்களோ அற்புதங்களை நிகழ்த்தக் கூடிய எந்தவித உருவச் சிலைகளோ சரித்திரப் புகழ்பெற்ற சம்பவங்களோ நம்முடைய நாட்டிற்காகப் பாடுபட்டு வாழ்வைத் தியாகம் செய்தவர் களின் அடையாளச் சின்னங்களோ இப்படி எதுவுமே இல்லாமல் இருக்கிறது. இந்த மடாலயமானது மூத்தோர்களின் புகழையும் பெருமையையும் தாங்கியபடி, இந்த மடாலயத்து மூத்தோர்களின் புகழ் ரஷ்யா முழுவதும் பரவி, அவர்களைப் பார்ப்பதற்கும் அவர்க ளுடைய சொற்களைக் கேட்பதற்கும் பல்லாயிரக்கணக்கான மைல் களுக்கு அப்பால் இருந்தும் நாட்டின் பல பகுதிகளிலிருந்தும் யாத்ரிகர்கள் கூட்டம் கூட்டமாக வந்துகொண்டிருந்தார்கள்.

இப்படியாக, இந்த மூத்தோர்கள் என்பவர்கள் யாவர்? மூத்தோர்கள் என்பவர்கள் உங்களுடைய ஆன்மாவையும் சக்தியையும் அவர்களுடைய ஆன்மாவிலும் சக்தியிலும் தாங்கி இருப்பவர்கள். ஒருமுறை நீங்கள் உங்களை வழிநடத்தும் மூத்தோரைத் தேர்ந்தெடுத்துவிட்டால், உங்களுடைய விருப்பங்கள் எல்லாவற்றையும் துறந்துவிட்டு, முழுமையாக உங்களை நீங்கள் அவரிடம் சமர்ப்பித்துவிட வேண்டும். இந்தக் கடுமையான சோதனைக்கு, இந்தப் பயங்கரமான வாழ்க்கை முறைக்கு மனமுவந்து தங்களைத் தாங்களே விருப்பத்துடன் அர்ப்பணித்துக் கொள்பவர்கள், நீண்டகாலக் கடுஞ்சோதனைக்கு உட்பட்டு, தான் என்னும் கர்வத்தை விட்டொழித்து, ஆசைகளை அடக்கி, வாழ்நாள் முழுவதும் மூத்தோர் சொல் கேட்டுப் பணிந்து நடந்து வந்தால், இறுதியாக அவர் உங்களுக்கு முழுமையான சுதந்திரத்தை அளித்து, அதாவது, தான் என்னும் தன்னுடைய சுயத்திலிருந்து விடுபடும் முழுமையான சுதந்திரத்தை அளித்து, அதன் மூலமாக, தங்களைத் தாங்களே அறிந்துகொள்ள முடியாமல் பாவப்பட்டதொரு வாழ்வை வாழும் மக்களிடமிருந்தும் உங்களை அவர் காப்பாற்றுபவராக இருப்பார். இப்படிப்பட்ட மூத்தோர்கள் இருக்கும் நிறுவனங்களானது, கோட்பாடுகள் என்று குறிப்பிட்டுச் சொல்லுமளவுக்கு எதையும் கொண்டிருக்காமல், பல்லாயிரம் ஆண்டுகளாகக் கிழக்குப் பிரதேச நாடுகளில் இருந்து வந்தவையாகும். மூத்தோருக்குக் கட்டுப்படுதல் என்பது நம்முடைய துறவியர் மடாலயங்களில் எப்போதுமே கடைபிடிக்கப்படும் “கீழ்ப்படிதல்” என்னும் கோட்பாடு அல்ல. இங்கு மூத்தோருக்கு ஒப்புக்கொடுத்தல் என்பது, காலங்காலமாய்த் தொடர்ந்துவரும், அதாவது, யார் தங்களை மூத்தோரிடம் இணங்கி ஒப்புக்கொடுக்கிறார்களோ அவர்கள் அவருடன் சேர்ந்து இணைபிரியாத ஒரு இணக்கத்தை ஏற்படுத்திக்கொள்ளும் ஒரு பழக்கமாகும். உதாரணமாக, இப்படி ஒரு கதையும் உலவிவந்தது, அதாவது, பண்டைக் காலத்தில், துறவி மடாலயத்தில் பயிற்சி பெறுவதற்காகப் புதிதாகச் சேர்ந்த சீடர் ஒருவர், தன்னுடைய மூத்தவர் சொல் கேட்டுக் கீழ்ப்படிந்து நடக்காமல், துறவி மடாலயத்தைவிட்டு வெளியேறி, வேறு ஒரு ஊருக்கு, அதாவது சிரியாவிலிருந்து எகிப்திற்குச் சென்று, நீண்ட காலமாக மதஞ்சார்ந்த அரும்பெருங்காரியங்களைச் செய்து, ஆழமான தன்னுடைய சமயப் பற்றின் காரணமாகப் பலவிதமான கொடுமைகளை அனுபவித்து, இறுதியாக அவர் கொண்டிருந்த மத நம்பிக்கையின் பேரில் தன்னுடைய உயிரையும் துறந்தாராம். அப்போது அவருடைய உடலை அடக்கம் செய்ய, புனிதத் தன்மைக்குப் பெருமதிப்பளிக்கும் விதத்தில், திருச்சபையில் அவருடைய உடலைக் கிடத்தி, அடக்கம் செய்வதற்கான ஏற்பாடுகளைச் செய்தபோது, திருச்சபைக் குரு “ஞானஸ்நானம் பெற்றுப் புனித மடையாதவனே, வெளியேறு!” என்று சொன்னாராம், உடனே அந்தத் துறவியின் உடலைத் தாங்கியிருந்த ஈமப் பேழையானது, வைக்கப் பட்டிருந்த இடத்திலிருந்து மேலெழும்பித் திருச்சபைக்கு வெளியே தூக்கி எறியப்பட்டதாம்; இப்படி அது மூன்று முறை நடந்ததாம். அதன்பிறகுதான் இந்தப் புனிதத் துறவி தான் கொடுத்த வாக்குப்படி தன்னுடைய மூத்தவர் சொல் கேட்டுப் பணிந்து நடக்காமல் அவரை

விட்டு விலகிச் சென்றதால், எவ்வளவுதான் மத நம்பிக்கையின் பொருட்டு அவர் சிரமங்களை அனுபவித்துத் தியாகங்களைச் செய்திருந்தாலும், அவருடைய மூத்தவரிடமிருந்து மன்னிப்பு பெறாமல் அவர் மன்னிக்கப் பட மாட்டார் என்று தெரிய வந்ததாம். அதனால், அந்த முதியவர் வரவழைக்கப்பட்டு, கொடுத்த வாக்கைக் கடைபிடிக்காத அந்தத் துறவியை மன்னித்த பிறகுதான், அவருடைய உடல் அடக்கம் செய்யப் பட்டதாம். சந்தேகத்திற்கிடமின்றி இது ஒரு பழங்காலக் கதைதான், ஆனால் இதோ இப்போது அண்மைக் காலத்தில் நடந்த சம்பவம் ஒன்று: நம்முடைய சம காலத்து ரஷ்யத் துறவிமார்களில் ஒருவர், பாவவிமோசனம் பெறுவதற்காக ஏதாஸ் மலைக்குச் சென்றவர், திடீரென்று தன்னுடைய மூத்தோர் இட்ட கட்டளையை ஏற்று, தான் மிகப் புனிதமாகக் கருதிய, தான் மிகவும் நேசித்த, அமைதியான சொர்க்கபூமி என்று தன்னுடைய ஆழ்மனத்தில் நினைத்திருந்த அந்த மலையை விட்டு வெளியேறி, முதலில் ஜெருசலேமுக்குச் சென்று, அங்கிருந்த புனித இடங்களையெல்லாம் தரிசித்துவிட்டுப் பிறகு ரஷ்யாவின் வடக்குப் பகுதியிலிருந்த சைபீரியாவுக்குச் சென்றபோது, "அதுதான் உன்னுடைய இடம், இது அல்ல" என்ற அவருடைய மூத்தோரின் கட்டளையை அவர் ஏற்க வேண்டி வந்ததாம். இதனால் ஆச்சரியமும் ஆழ்ந்த வருத்தமும் அடைந்த துறவி கான்ஸ்டான்டி நோபிளுக்குச் சென்று உலகளாவிய, உயர்நிலைத் தலைமைக் குருவைச் சந்தித்து, அவருடைய மூத்தோர் இட்ட கட்டளையிலிருந்து தன்னை விடுவிக்குமாறு மன்றாடிக் கேட்டபோது, அதைச் செய்ய இந்தப் பூமியில் வேறு யாருக்கும் சக்தி கிடையாது, கொடுத்த வாக்கைத் திரும்பப் பெறும் அதிகாரம் வேறு ஒருவருக்குக் கிடையாது என்று சொன்ன உயர்நிலைத் தலைமைக் குரு, அந்த மூத்தோர் ஒருவரால் தான் அவர் இட்ட கட்டளையிலிருந்து அவரை விடுவிக்க முடியும் என்றும் சொன்னாராம். இப்படியாக, மூத்தவர்களிடம் இருந்த அதிகாரமானது, சில சமயங்களில், எல்லை மீறிய ஒன்றாக, புரிந்து கொள்ள முடியாத ஒன்றாக இருந்தது. இதன் காரணமாகத்தான் மூத்தோர் நிறுவனம் பெரும்பாலான துறவி மடாலயங்களில் மிகப் பெரிய தொல்லையாகக் கருதப்பட்டது. இருந்தாலும், இப்படிப்பட்ட மூத்தோர்களை மிக உயர்வாகவே மக்கள் மதித்தனர். உதாரணமாக, நம்முடைய துறவியர் மடாலயத்திலிருந்த மூத்தோர்களைச் சந்தித்து, அவர்களுக்கு மரியாதை செலுத்தி, தங்களுடைய சந்தேகங்களைத் தெளிவுபடுத்திக் கொண்டு, தாங்கள் செய்த பாவங்களை, மன வேதனை களை அவர்களிடம் முறையிட்டு, அவர்களுடைய அறிவுரையையும் வழிகாட்டுதலையும் பெற்றுக்கொள்ள, சாதாரண மக்கள் மட்டுமல்ல, புகழ்பெற்ற மனிதர்களும் அவர்களைத் தேடிச் சென்றனர். இதைப் பார்த்து, இப்படிப்பட்ட மூத்தோர்களின் போக்கை ஏற்க முடியாமல் அவர்களுக்கு எதிராக நடப்பவர்கள், மூத்தோர்கள் தங்களுடைய அதிகாரத்தின் பேரிலும், சிற்றறிவின் காரணத்தாலும் புனிதத் தன்மை வாய்ந்த, ரகசியமாகச் சொல்லப்படும் பாவமன்னிப்புச் சடங்கை அவர்கள் கேவலப்படுத்துவதாகவும் புதிதாகச் சேர்ந்த துறவிமார்கள் தங்களுடைய மூத்த துறவிகளிடம் இடைவிடாது பாவமன்னிப்பு

கேட்கவேண்டி இருப்பதாகவும், மக்கள் சொல்லும் பாவமன்னிப்புக ளெல்லாம் ரகசியங்களாகக் காப்பாற்றப்படுவதில்லையென்றும் மூத்தோர்களுக்கு எதிராகக் குற்றஞ்சாட்டிக் கூக்குரல் எழுப்பினர். எது எப்படியிருந்தாலும், இந்த மூத்தோர் நிறுவனமானது இப்படிப் பட்ட தாக்குதல்கள் அனைத்தையும் தாக்குப்பிடித்து நம்முடைய ரஷ்யத் துறவியர் மடாலயங்களில் கொஞ்சம் கொஞ்சமாக நிலை பெற்று நிற்கலாயின. உண்மையாகப் பரிசோதிக்கப்பட்ட, இந்தப் பல்லாயிர வருடப் பழக்கமானது, இருபுறமும் கூர்மை வாய்ந்த கருவியைப் போல, மனிதனின் ஒழுக்கப் பண்புகளைச் சீர்படுத்தி, அடிமைத் தனத்திலிருந்து அவனை விடுவித்து, அவனுக்குச் சுதந்திரம் அளித்து, நிறைவுபெற்ற ஒரு மனிதனாக அவனை மாற்றாமல், மீண்டும் அவனை அடிமைப்படுத்தி, அவனைச் சாத்தானின் கர்வங் கொண்ட ஆதிக்க வெறியால் சங்கிலியால் மீண்டும் பிணைப்பதாகவும் இருக்கக்கூடும்.

நிலப்பிரபுக்களின் வம்சாவழியில் வந்த அறுபத்து ஐந்து வயதான ஸோசிமா, தன்னுடைய இளவயதில் காகஸஸ் மலைப்பகுதியில் ராணுவ அதிகாரியாகப் பணிபுரிந்திருந்தார். அவரிடமிருந்த ஏதோ ஒரு தனித்தன்மைதான் சந்தேகத்திற்கிடமின்றி, அல்யோஷாவைக் கவர்ந்திழுத்தது. மூத்தோர் ஸோசிமாவுக்கு அல்யோஷாவைப் பிடித் திருந்ததால், அவர் அவனைத் தன்னுடைய அறையில், தன்னுடனேயே வாழ அனுமதித்திருந்தார். துறவி மடாலயத்தில் வாழ்ந்துவந்த அல்யோஷா எந்த விதத்திலும் மடாலயத்தைச் சார்ந்தவனாக இல்லாமல், அவனுடைய விருப்பப்படி எங்கு வேண்டுமானாலும், மடாலயத்திற் குள்ளும் மடாலயத்திற்கு வெளியிலும் சென்று வருபவனாக இருந்தவன், மற்றவர்களிடமிருந்து தன்னை வேறுபடுத்திக் காட்டாமல் இருப்பதற் காகவே துறவி அங்கியை விருப்பத்துடன் அணிந்து வந்தான் என்பதை நான் இங்குக் குறிப்பிட்டுச் சொல்ல வேண்டும். ஆனால், அந்த அங்கியை அணிந்துகொள்வது அவனுக்குப் பிடித்திருந்தது. அவனுடைய மூத்தோரான அருட்தந்தை ஸோசிமாவின் ஆன்மிக சக்தியும் இடையறாத புகழும் அல்யோஷாவின் இளமைக் காலக் கற்பனையை ஒருவேளை, மிக அதிகமாகத் தாக்கியிருக்கக்கூடும். அருட்தந்தை ஸோசிமா தன்னை நாடி வந்தவர்களுக்குப் பாவ மன்னிப்பளித்து, அவர்கள் சொல்வதை மனமுவந்து கேட்டு, அவர்களுக்குப் பல வருடங்களாக அறிவுரைகளை யும் ஆறுதலையும் சொல்லிவந்தவர், அவர்களுடைய மன வேதனையை யும் சோகத்தையும் முழுமையாகத் தெரிந்துவைத்திருந்த காரணத்தால், முன்பின் தெரியாதவர்கள் அவரைப் பார்க்க வந்தபோதும், அவர்களாக எதுவும் சொல்வதற்கு முன்பே, அவர்கள் எதற்காக அவரைப் பார்க்க வந்திருக்கிறார்கள், அவர்களுடைய மனக்கவலை என்ன, அவர்களுடைய மனதை வாட்டி வதைக்கும் விஷயம் என்ன என்று அவர்களுடைய உள்மன ரகசியங்களைச் சொல்லி அவர்களை ஆச்சரியப்படவும் அதிர்ச்சியடையவும் வைத்தார் என்று பலரும் பேசிக்கொண்டார்கள். ஆனால், அப்படி அவரைச் சந்தித்துப் பேசவரும்போது ஏறக்குறைய பயத்துடனும் பதற்றத்துடனும் வந்தவர்கள், அவரைப் பார்த்துவிட்டு மகிழ்ச்சியுடன் திரும்பிப் போவதையும் மிக அதிகமாகப் பயந்திருந்த

வர்களின் முகத்தில்கூட அச்சம் விலகி, ஏறக்குறைய பிரகாசமாக அவர்களுடைய முகம் ஒளிர்வதையும் அல்யோஷா கவனித்திருந்தான். அருட்தந்தை ஸோசிமா முற்றிலும் கண்டிப்பானவராக இல்லாமல் இருந்ததுதான் அல்யோஷாவை மிக அதிகமாக ஆச்சரியப்படவைத்தது; மாறாக, எப்போதுமே அவர் மகிழ்ச்சியுடன் சந்தோஷமானவராகவே இருந்தார். பாவம் செய்தவர்களிடம் அவர் அதீதக் கருணையுடனும் அதிகமாகப் பாவம் செய்தவர்களிடம் இன்னும் அதிகமான கருணை யுடனும் இருந்தார் என்று அவரைப் பற்றித் துறவிமார்கள் பேசிக் கொண்டார்கள். அவருடைய வாழ்நாளின் இறுதிவரை அருட்தந்தை ஸோசிமாவைத் துறவியர்கள் ஒருசிலர் வெறுக்கவும் அவரைப் பார்த்துப் பொறாமைப்படவும் செய்தார்கள் என்றாலும், அப்படிப் பட்டவர்களின் எண்ணிக்கை மிகக் குறைவாகவே இருந்தது; அப்படித் தங்களுடைய உணர்வுகளை வெளியே காட்டிக்கொள்ளாமல் அமைதி யாக இருந்தவர்களில், மடாலயத்தின் மிகப்பெரிய பதவியிலிருந்த, உதாரணமாக, அதீத மௌனத்துடன் தீவிரமாக நோன்புகளைக் கடைபிடித்துவந்த வயதான துறவிகளுள் ஒருவரும் இருந்தார். இருந்தாலும், பெரும்பாலான துறவிமார்கள் அருட்தந்தை ஸோசிமாவின் பக்கம் இருக்க, அவர்களில் பெரும்பாலானோர் உளப்பூர்வமாகவும் ஆழமாகவும் உண்மையாகவும் அவரை நேசித்தனர்; மேலும் சிலர் அவர்மீது வெறித்தனமான அன்பு கொண்டிருந்தனர்; அப்படிப் பட்டவர்கள் அருட்தந்தை ஸோசிமா ஒரு புனிதத் துறவி என்றும், சீக்கிரமே இறந்து போகப் போகிற அவரால் துறவி மடாலயத்தில் அதிசயம் நிகழ்ந்து, நம்முடைய துறவி மடாலயத்திற்கு அவர் புகழ் சேர்ப்பார் என்பதில் எந்தவிதச் சந்தேகமும் இல்லை என்று மிக அமைதியாக, யாருடைய காதுகளுக்கும் கேட்காமல், சிலர் பேசிக் கொண்டார்கள். புனித ஆலயத்திலிருந்து ஈமப்பேழை தூக்கி எறியப் பட்ட கதையை அல்யோஷா எப்படி நம்பினானோ, அப்படியே, அருட்தந்தை ஸோசிமா இறந்ததும் துறவி மடாலயத்தில் அற்புதம் நிகழும் என்பதையும் அவன் முழுமையாக நம்பினான். அவரை நாடி நோய்வாய்ப்பட்ட குழந்தைகள், வயதானவர்கள் வந்தபோது, அவர் அவர்களைத் தன்னுடைய கரங்களால் ஆசீர்வதித்து அவர்களுக் காகப் பிரார்த்தனை செய்ய, அவர்கள் சீக்கிரமாகவே குணமடைந்து திரும்பி வந்து, ஒருசிலர் அடுத்த நாளே திரும்பிவந்து, அருட்தந்தையின் கால்களில் விழுந்து கண்ணீர் மல்க அழுது, அவர்களைக் குணப் படுத்தியதற்காக நன்றி கூறியதை அல்யோஷா தன் சொந்தக் கண்களால் பார்த்தான். உண்மையாகவே அவர்கள் குணப்படுத்தப்பட்டார்களா அல்லது காலப்போக்கில் இயற்கையாகவே அவர்களுடைய நோய்கள் குணப்படுத்தப்பட்டனவா என்ற கேள்விகள் அல்யோஷாவின் மனத்தில் எழ முடியாத அளவுக்கு அவன் தன்னுடைய ஆசானின் ஆன்மிக சக்தி மீது நம்பிக்கை வைத்து, அவருக்குக் கிடைத்த புகழை ஏதோ தனக்குக் கிடைத்த வெற்றியாகவே பாவித்தான். ரஷ்யாவின் பல பகுதிகளிலிருந்து வந்து மடாலயத்து வாயிலில் குழுமியிருந்த சாதாரண மக்கள், வயதான இந்தத் துறவியை நேரில் பார்த்து, அவரைத் தரிசித்து, அவருடைய ஆசீர்வாதத்தைப் பெறுவதற்காகக் காத்திருந்த காட்சி

அல்யோஷாவைப் பரவசமடையவும் அந்தப் பரவசத்தால் அவனுடைய முகம் மலர்ந்து பிரகாசமடையவும் செய்தது. அப்படிக் குழுமி இருந்தவர்கள் அருட்தந்தை ஸோசிமாவைப் பார்த்தவுடன் மண்டி யிட்டுக் கதறி அழுது, அவருடைய பாதங்களையும் அவர் நடந்துவந்த பாதையையும் முத்தமிட, அவ்வாறே அழுதவண்ணமே பெண்கள் தங்களுடைய குழந்தைகளையும் சித்த பிரமை பிடித்த நோயாளிகளை யும் அவர் முன்பு நிறுத்தி அவருடைய ஆசீர்வாதத்தை வேண்டி நின்றனர். அப்படித் தன்னைப் பார்க்க வந்தவர்களிடம் அவர் உரையாடிய பிறகு, அவர்களுக்காக அவர் சிறிய பிரார்த்தனை ஒன்றைச் செய்து, அவர்களை ஆசீர்வதித்து வழியனுப்பிவைத்தார். சமீப காலமாக மிகவும் நோய்வாய்ப்பட்டு, உடல்நலம் குன்றி, தன்னுடைய சிறு அறையிலிருந்து வெளியே வரக்கூட முடியாமல் இருந்த அவரைப் பார்ப்பதற்காக யாத்ரிகர்கள் துறவி மடாலயத்து வாயிலில் வந்து பல நாட்களாகக் காத்திருந்தனர். மக்கள் ஏன் அப்படி அவரை நேசித்தார்கள், எதற்காக அவரை முழுந்தாளிட்டு வணங்கி, அவருடைய முகத்தைப் பார்த்ததும் கண்ணீர் மல்க அழுதார்கள் என்ற கேள்விகளெல்லாம் அல்யோஷாவின் மனத்தில் உதிக்கவே இல்லை. சாதாரண ரஷ்ய மக்களுடைய எளிய ஆத்மாவானது, தாங்க முடியாத வேலைப் பளுவாலும் துயரங்களாலும் முக்கியமாக, எங்கும் பரவி, நீக்கமற நிறைந்திருக்கும் அநீதிகளாலும் அழிவற்ற பாவங்களில் உழன்று, அமைதியைத் தேடி, கோயிலையோ புனிதத் துறவிகளையோ நாடிச் சென்று அவர்களுடைய பாதங்களில் விழுந்து, தொழுது ஆறுதல் தேடுவதைத் தவிர, சக்தி மிகுந்த வேறெந்த வழியும் அவர்களுக்கு இல்லை என்பது அவனுக்குத் தெளிவாகப் புரிந்திருந்தது. “பாவமும் பொய்மையும் மருட்சியும் இப்பூவுலகில் இருக்கிறதென்றால், அப்படியே ஏதாவது ஒரு இடத்தில் புனிதத் தன்மையும் அதற்கு மேலான ஒன்றும் இருக்கவே செய்கிறது; அப்படிப்பட்ட புனிதத் துறவியிடம் உண்மை குடிகொண்டிருக்கிறது; அவருக்கு அந்த உண்மை யின் வலிமையைப் பற்றியும் தெரிந்திருக்கிறது; எனவே, உண்மையானது இப்பூவுலகில் அழிந்துபோகாமல், ஒருநாள் நம்மை வந்தடைந்து, ஏற்கனவே உறுதிசெய்யப்பட்டது போல, நம்மை வந்து அது ஆட்சி செய்யும்” என்பது அவனுக்குத் தெரிந்திருந்தது. குறிப்பாக இதைத்தான் மக்களும் எதிர்பார்த்து, நம்பியும் இருந்தார்கள் என்பதும் அல்யோஷா வுக்கு நன்றாகத் தெரியும். இப்படியாக, இந்த முதியவர், இந்தத் துறவிதான், கடவுளின் பாதுகாவலர், உண்மைக்கு உரைகல்லாய் இருக்கும் மூத்தோர் ஸோசிமா என்பதில் அவன் சிறிதும் சந்தேகம் கொள்ளாமல், அவர் முன்பு கைகளை நீட்டிக் கதறியழும் மக்கள், நோயாளிகள், குழந்தைகள், பெண்கள் என்று எல்லோருடனும் சேர்ந்து அவனும் அவர் முன்பாக நின்றான். முதியவர் இறந்த பிறகு இந்த மடாலயத்திற்கு வியத்தகு வகையில் புகழ் சேர்ப்பார் என்ற நம்பிக்கை, வேறு யாரையும்விட அல்யோஷாவுக்கு மிக அதிகமாக இருந்தது. பொதுவாக, இந்த எண்ணம் அவனுடைய மனத்தில் கடைசி சில நாட்களாக மிக ஆழமாக, கொழுந்துவிட்டு எரிந்துகொண்டிருந்தது. இந்த முதியவர் அசாதாரணமான ஒரு மனிதராக இருந்தது, அல்யோஷா

வுக்கு எந்தவிதத்திலும் குழப்பத்தை உண்டாக்கவில்லை. “எப்படி யிருப்பினும், அருட்தந்தை ஸோசிமா, மக்கள் எல்லோருக்குமான ஆன்மிகச் சக்தியைத் தன் உள்ளத்தில் ஆழமாக, ரகசியமாகப் பாதுகாத்து வைத்து, இந்த மண்ணுலகில் இறுதியாக உண்மையை நிலைநாட்டி, அதன் மூலமாக எல்லோரையும் அவர் புனிதப்படுத்தி, ஏழைகள், பணக்காரர்கள், உயர்ந்தவர், தாழ்ந்தவர் என்ற பாகுபாடு இல்லாமல், ஒருவரை ஒருவர் நேசித்து, கடவுளின் குழந்தைகளாக எல்லோரும் மாறும்போது, உண்மையான கிறிஸ்துவின் ஆட்சி மலரும்” என்ற இந்த எண்ணம்தான் அல்யோஷாவின் மனத்தில் வேட்கையாகத் தங்கி இருந்தது.

இதுவரை தன் இரண்டு சகோதரர்களைப் பற்றி முற்றிலுமாக அறிந்திராத அல்யோஷாவுக்கு, அவர்களுடைய வருகை ஒருவிதத் தாக்கத்தை ஏற்படுத்தியது போலவே இருந்தது. தன் சொந்தச் சகோதர னான இவான் பியோதரவிச்சை விடவும், (ஒரே தாய் வயிற்றுப் பிள்ளை) தன்னுடைய ஊருக்குத் தாமதமாக வந்திருந்த மற்றொரு சகோதரனான திமித்ரி பியோதரவிச்சுடன் அல்யோஷா வெகு சீக்கிரமே நெருங்கிப் பழகினான். தன்னுடைய சகோதரன் இவானைப் பற்றித் தெரிந்துகொள்ள மிகவும் பிரயாசைப்பட்ட அல்யோஷா, ஏற்கெனவே இரண்டு மாதங்கள் அவனுடன் தங்கியிருந்து, அவனை அடிக்கடி சந்தித்து வந்தாலும், அவர்கள் இருவரும் நண்பர்களாக ஆக முடியாம லேயே இருந்தது : அல்யோஷா அமைதியானவனாக, எதையோ எதிர்பார்த்து, எதற்காகவோ வெட்கப்படுபவனாக இருக்க, அவனுடைய சகோதரன் இவானோ நீண்ட நேரம் அவனையே வெறித்துப் பார்ப்பவ னாக, அல்யோஷாவைப் பற்றிய நினைவே இல்லாதவனாக இருந்தது அல்யோஷாவுக்குப் புதிராக இருந்தது.

தன் சகோதரனின் அக்கறையற்ற இந்தத் தன்மைக்கு, அவர்களுக்குள் இருக்கும் வயது வித்தியாசம் அல்லது முக்கியமாக, படிப்பு வித்தியாசம் காரணமாக இருக்கலாம் என்று அல்யோஷா நினைத்தான். ஆனால், அவன் கூடவே இவ்வளவு தூரம் தன்மீது ஈடுபாடு இல்லாமல், இணக்கமாகப் பழக முடியாமல் அவன் ஏன் இருக்கிறான் என்பதையும் நினைத்துப் பார்த்தான்: ஏதோ ஒரு முக்கியமான, சிரமமான, அடைய முடியாத, ஒரு நோக்கத்தைக் கருத்தில் கொண்டுதான் அவன் இப்படிக் கவனமில்லாமல் இருக்கிறான் என்றும் அல்யோஷா நினைத்தான். கற்றறிந்த நாத்திகனுக்கு, பைத்தியகார சமயப் பயிற்சியாளன் மீது வெறுப்புகூட இருக்கலாம் என்றும் அல்யோஷா நினைத்தான், அவனுடைய சகோதரன் ஒரு நாத்திகவாதி என்று அவனுக்கு நன்றாகத் தெரியும். இதன் காரணமாக ஒருவேளை அவனுக்கு அல்யோஷாமீது வெறுப்பு ஏற்பட்டிருந்தால், அது அவனுடைய குற்றமல்ல, வெறும் மனஉலைவுதான் காரணம்; இவான் எப்போது தன்னுடன் நெருங்கிப் பழகுவான் என்று அல்யோஷா கவலையுடன் காத்திருந்தான். திமித்ரி பியோதரவிச், இவானைப் பற்றி ஆழ்ந்த மரியாதையுடன், குறிப்பாக, உளங்கனிந்த அக்கறையுடன் அல்யோஷாவிடம் பேசினான். தன் னுடைய இரண்டு மூத்த சகோதரர்களைப் பற்றியும் அவர்களுடைய

நெருக்கமான உறவைப் பற்றியும் அல்யோஷா அவன் மூலமாகத்தான் தெரிந்துகொண்டான். அவனுடைய சகோதரன் இவான்மீது திமித்ரி கொண்டிருந்த வியப்பிற்குரிய மரியாதை, அல்யோஷாவை ஆச்சர்யப் படவைக்க, இவானுடன் திமித்ரியை ஒப்பிட்டுப் பார்த்தால், ஏறக்குறைய படிப்பறிவே இல்லாத திமித்ரி, குணத்திலும் முற்றிலுமாக மாறுபட்டவன், இவானுடன் எப்படி ஒத்துப்போய் பரஸ்பரம் பாராட்ட முடிந்தது என்பதும் அல்யோஷாவுக்கு ஆச்சர்யமாகவே இருந்தது.

இந்தச் சமயத்தில்தான், அந்தச் சந்திப்பு, தெளிவாகச் சொன்னால், குடும்பச் சந்திப்பு, பலதரப்பட்ட குடும்ப உறுப்பினர்களைக் கொண்ட அந்தச் சந்திப்பு, முதியவரின் சிறு அறையில் நடந்து, அல்யோஷாவின் மீது மிகப்பெரிய தாக்கத்தை ஏற்படுத்தியிருந்தது. உண்மையைச் சொல்லப்போனால், இந்தச் சந்திப்பிற்கான காரணம் உண்மையானதாக இருக்கவில்லை. குறிப்பாக அப்போதுதான் திமித்ரி பியோதரவிச்சுக்கும் அவனுடைய தந்தை பியோதர் பாவ்லவிச்சுக்குமிடையே சொத்து, நிலம் சம்பந்தமான விஷயங்களில் தீர்வு காணமுடியாத கருத்து வேறுபாடு நிலவிவந்தது. அவர்கள் இருவருக்கும் இடையேயான உறவு முறிந்துபோகும் நிலையில் இருந்த நேரம் அது. எனவே, முதியவர் ஸோசிமாவை நேரில் சந்தித்து, இந்த விஷயங்களைப் பற்றிப் பேசி சுமுகமாகப் பிரச்சினையைத் தீர்த்துக்கொள்ள முடியுமா என்ற விருப்பத்தை விளையாட்டாகத் தெரிவித்தது பியோதர் பாவ்லவிச்சாகத் தான் இருக்க முடியும்.

சாதாரணமாக வரும் மக்களைவிடவும், பாராட்டத்தக்க இப்படிப் பட்ட எண்ணங்களுடன் வருபவர்களை மிகக் கவனமாக, அதிக முக்கியத்துவம் கொடுத்து மடாலய அதிபர் கவனிக்க வேண்டி இருந்தது. உடல்நலம் குன்றியிருந்த முதியவருக்கு மடாலயத்தில் நடந்த இந்தச் சம்பவம் சந்தேகத்திற்கிடமின்றி, ஒருவிதத் தாக்கத்தை ஏற்படுத்த, கடைசி சில நாட்களாகவே நோய்வாய்ப்பட்டு அறையை விட்டு வெளியேகூட வரமுடியாமல் இருந்த அருட்தந்தை ஸோசிமா, பொது மக்களைச் சந்திக்கக்கூட முடியாமல் படுத்திருந்தார். அப்படிப்பட்டவர் இறுதியாக, அவர்களைச் சந்திக்க ஒப்புதல் தந்து நாளையும் குறித்தார். அப்படி நாளைக் குறித்தவர், “என்னை உங்களுக்கு நடுவராகவோ, பாகம் பிரிப்பவராகவோ அமர்த்தியவர் யார்?”[8] என்று சிரித்தபடி அல்யோஷாவைப் பார்த்துக் கேட்டார்.

இந்தச் சந்திப்பைப் பற்றிக் கேள்விப்பட்டதும் அல்யோஷா மிகவும் சங்கடப்பட்டுப் போனான். வாதமும் விவாதமும் செய்ய வருபவர்களில் இந்தச் சந்திப்பை மிக முக்கியமாகக் கருதியது திமித்ரி மட்டும்தான்; மற்றவர்கள் எல்லோரும் வேடிக்கையாகப் பொழுதுபோக்குவதற்காகவோ முதியவரை அவமானப்படுத்துவதற்காகவோ வரலாம் என்றுதான் அல்யோஷாவுக்குத் தோன்றியது. சகோதரன் இவானும் மியூசவும் ஒருவித ஆர்வத்தின் பேரில், ஒருவேளை, பக்குவம் என்று வரையறுக்கப் படாத ஒருவித ஆர்வத்தின் பேரில் வர, அவனுடைய தந்தையோ கோமாளித்தனத்தை அரங்கேற்றவே வரலாம் என்று அல்யோஷா

நினைத்தான். உண்மையாக, அமைதியாக, நிதானமாக அல்யோஷா இருந்தாலும், அவனுடைய தந்தையைப் பற்றி அவனுக்கு நன்றாகத் தெரியும். மீண்டும் சொல்கிறேன், இந்தச் சிறுவன் மற்றவர்கள் நினைப்பது போல, மிகச் சாதாரண மனிதன் அல்ல. சந்திப்பு குறிக்கப்பட்டிருந்த அந்த நாளை மனவேதனையுடன் அவன் எதிர்பார்த்திருந்தான். சந்தேகத்திற்கிடமின்றி, அவனுடைய இந்தக் குடும்பத் தகராறு எப்படி யாவது நல்ல விதத்தில் முடிந்துவிட வேண்டுமென்றுதான் அவன் ஆசையும் கவலையும்பட்டான். மிக முக்கியமாக, அவனும் முதியவரைப் பற்றித்தான் அதிகமாகக் கவலைப்பட்டான்: எங்கே அவர்கள் அவருடைய மதிப்பையும் புகழையும் கெடுத்து, அவரை அவமதித்துவிடுவார்களோ, அதுவும் குறிப்பாக, நயமாக, நயவஞ்சகமாகக் கேலி பேசும் மியூசவையும் மிகப்பெரிய படிப்பாளியான இவானையும் நினைத்துத்தான் அவன் மிகவும் பயப்பட்டான். இவர்களைப் பற்றிய எல்லா விஷயத்தையும் முதியவரிடம் சொல்லி அவரை எச்சரிக்க வேண்டுமென்று நினைத்த அவன், ஏனோ அவரிடம் ஒன்றும் சொல்லாமல் அமைதியாக இருந்தான். சந்திப்பு நடக்கப்போகும் ஒரு நாளுக்கு முன்பு, தன் நண்பன் மூலமாக, இந்தச் சந்திப்பைப் பற்றித் திமித்ரிக்குத் தெரியப்படுத்திய அல்யோஷா, திமித்ரியை அவன் நேசிப்பதாகவும் கொடுத்த வாக்குறுதியைக் காப்பாற்றும் விதத்தில் அவன் நடந்துகொள்வான் என்று அல்யோஷா எதிர்பார்ப்பதாகவும் சொல்லி அனுப்பினான். இதையறிந்து சற்றே யோசனையில் ஆழ்ந்த திமித்ரி, அல்யோஷாவுக்கு அவன் என்ன வாக்குறுதி கொடுத்தான் என்ற நினைவில்லாமல், பதிலுக்குக் கடிதத்தில், 'வெட்கங்கெட்டவைக்கு முன்பாகத் தான் தன்னடக்கத் துடனும் முதியவரிடமும் இவானிடமும் தான் மரியாதையுடனும் நடந்துகொள்வேன் என்றும், வேறு ஏதாவது கேலிக்கூத்தான சம்பவமோ, சதி வேலையோ அங்கு நடக்கலாம், என்றும் குறிப்பிட்டு அவன் எழுதியிருந்தான். அப்படியே, "இவ்வளவு தூரம் நீ மதித்துப் போற்றும் உன்னுடைய அருட்தந்தை முன்பாக நான் எதையும் விவாதித்துப் பேசுவதைவிட, வாயை மூடிக்கொண்டு அமைதியாகவே இருப்பேன்" என்றும் கடிதத்தில் திமித்ரி இறுதியாகக் குறிப்பிட்டிருந்தான். அது அல்யோஷாவுக்குத் திருப்தி அளிப்பதாக இருந்தது.

## இரண்டாவது புத்தகம்

# இடத்திற்குப் பொருந்தாத சந்திப்பு

## 1

## துறவி மடாலயத்திற்கு வந்தனர்

அதுவோர் அழகான, கதகதப்பான, பிரகாசமான நாளாக இருந்தது. ஆகஸ்ட் மாதத்தின் பிற்பகுதியாக அது இருந்தது. பொது வழிபாட்டிற்குப் பிறகு முதியவரைச் சந்திக்கக்கூடிய நேரம் உத்தேசமாகப் பதினொன்றரை மணி என்று வரையறுக்கப்பட்டிருந்தது. நம்முடைய வருகையாளர்கள், சரியாக மடாலய விருந்துச் சடங்கு முடிந்தபிறகே வந்திருந்தாலும், அதற்காக அவர்கள் வருத்தப் படவில்லை. இரண்டு குதிரை வண்டிகளில் அவர்கள் வந்து இறங்கியிருந்தார்கள். அற்புதமான, விலையுயர்ந்த குதிரைகள் பூட்டப்பட்ட நேர்த்தியான முதல் வண்டியில் பியோத்தர் அலெக்சாந்தரவிச் மியூசவ், தன்னுடைய தூரத்து உறவினனான, இருபது வயது நிரம்பிய இளம் பியோத்தர் ஃவோமிச் கல்கானவுடன் வந்திருந்தார். இந்த இளைஞன் பல்கலைக்கழகத்தில் சேருவதற்காகத் தன்னைத் தயார் செய்துகொண்டிருந்தான்; ஏனோ அவன் மியூசவின் வீட்டில் தங்கியிருக்க, அவரோ வெளிநாடு சென்று, ஜுரிச்சிலோ, ஜேனாவிலோ படிக்குமாறு அவனுக்கு ஆசைகாட்டிக் கொண்டிருந்தார். அந்த இளைஞன் இன்னும் எந்தவொரு முடிவையும் எடுக்காமல் இருந்தான். எதையோ யோசித்த வண்ணம் அவன் குழப்பத்தில் இருந்தது போல இருந்தது. பார்ப்பதற்கு இனிமையான முகத்துடன், உறுதியான கட்டுடலுடன் சற்றே அதிக உயரம் உள்ளவனாக அவன்

இருந்தான். அவனுடைய பார்வை விநோதமாக எதையோ உற்றுப் பார்ப்பது போல இருந்தது. குழப்பத்திலிருக்கும் எல்லா மனிதர்களைப் போலவே அவன் நீண்ட நேரம் மற்றவர்களை உற்றுப்பார்ப்பவனாக இருந்தாலும் அவன் அவர்களைப் பார்ப்பதே இல்லை. பொதுவாக அமைதியாக இருக்கும் அவன், சில சமயங்களில் தனியாகவோ யாருடனாவது இருக்கும் போதோ திடீரென்று அதிகமாகப் பேசுபவனாக, கடவுளுக்குத்தான் தெரியும் அது ஏன் என்று, திடீரென்று வெடித்துச் சிரிப்பவனாக இருந்தான். ஆனால் இப்படிப்பட்ட அகத் தூண்டுதல் எவ்வளவு சீக்கிரம் அவனிடம் உருவானதோ, அவ்வளவு சீக்கிரம் அது மறைந்தும் போனது. எப்போதும் அவன் நேர்த்தியாக உடை அணிந்து, நவ நாகரிகமாக, தனக்கெனப் போதுமான வருமானத்துடன் இருந்தவன், அதை இன்னும் பன்மடங்கு பெருக்கிக்கொள்ளும் வாய்ப்பை எதிர்பார்த்துக் காத்திருந்தான். அல்யோஷாவின் நண்பனாகவும் அவன் இருந்தான்.

பியோதர் பாவ்லவிச் தன் மகன் இவான் பியோதரவிச்சுடன், வயதான குதிரைகள் இரண்டு பூட்டப்பட்ட, சாம்பல், ரோஜா வண்ணங்கலந்த, முற்றிலும் கலகலத்துப் போன, ஆனால் மியூசவின் வண்டியைவிடப் பன்மடங்கு பழமையான, விஸ்தாரமானதொரு குதிரை வண்டியில் வந்திறங்கினார். இந்தச் சந்திப்பைப் பற்றி ஒருநாள் முன்னதாகவே திமித்ரி பியோதரவிச்சுக்குத் தெரிவித்திருந்தபோதிலும், அவன் ஒரு மணி நேரம் நாற்பது நிமிடங்கள் தாமதமாக வந்திருந்தான். மடாலயத்தின் மதில் பக்கமிருந்த விடுதியின் முன்பாக விருந்தினர்கள் தத்தம் வண்டிகளை நிறுத்திவிட்டு, மடாலயத்தின் வாயிலை நோக்கி நடந்துவந்தார்கள். பியோதர் பாவ்லவிச்சைத் தவிர, மற்ற மூன்று பேரும் துறவி மடாலயத்தையே பார்த்திருக்கவில்லை போலும்; முப்பது வருடங்களாக மியூசவ் திருச்சபைக் கோயிலுக்குக்கூடச் சென்றதில்லை போலும். ஆர்வத்துடன் அவர் மடாலயத்தைச் சுற்றியும்முற்றியும் பார்த்துக்கொண்டு வந்தாலும், இயல்பாக இருப்பது போலவே காட்டிக் கொண்டார். அவருடைய கவனமான பார்வைக்கு, திருக்கோயில் கட்டடத்தையும் இன்னும் சில குடியிருப்புகளையும் தவிர வேறெதுவும் சிறப்பானதாகத் தென்படவில்லை; துறவி மடாலயத்தின் உட்புறக் கட்டமைப்பு எந்தவித பாதிப்பையும் அவருள் ஏற்படுத்தவில்லை. சிலுவையிட்டுக்கொண்டு, தங்களுடைய தொப்பிகளைக் களைந்த வண்ணம் கடைசியாகத் தொழுபவர்கள் திருக்கோயிலைவிட்டு வெளியேறிக்கொண்டிருந்தார்கள். சாதாரண மக்களுக்கு நடுவே, உயர்குலப் பெண்கள் ஓரிருவரும், வயதான படைத்தளபதியும் வந்து கொண்டிருந்தார்கள்; அவர்கள் அனைவரும் விடுதிப் பக்கமாக நின்று கொண்டிருந்தார்கள். வந்திருந்த நம்முடைய விருந்தாளிகளைப் பிச்சைக் காரர்கள் உடனே சூழ்ந்துகொண்டாலும், ஒருவரும் அவர்களுக்குப் பிச்சை போடவில்லை. பெத்ரூஷா (ரஷ்ய மொழியில் பியோத்தரைச் செல்லமாக அழைப்பது) கல்கானவ் தான் தன்னுடைய சட்டைப் பையிலிருந்து பத்து கோப்பெக்குகளை (கோப்பெக் என்பது பைசா) ஏனோ அவசரமாக, குழப்பத்துடன் எடுத்து, ஏன் என்று கடவுளுக்குத் தான் தெரியும், வயதான பெண்மணி ஒருவரின் கையில் சட்டென்று

திணித்துவிட்டு, "இதைச் சரிசமமாகப் பிரித்து எடுத்துக்கொள்ளுங்கள்" என்று சொன்னான். அவன் செய்த இந்தச் செயலைப் பார்த்து, ஒருவரும் எதுவும் சொல்லாததால், தேவையில்லாமல் அவன் மேலும் குழம்பிப் போனான்.

நிலைமை ஏனோ அங்கு விசித்திரமாக இருந்தது. உண்மையாகவே அவர்களைத் துறவி மடாலயத்தினர் இன்னும் சிறப்பாக, விமரிசையாக வரவேற்றிருந்திருக்க வேண்டும். ஏனெனில் அவர்களில் ஒருவர் அண்மையில் ஆயிரம் ரூபிள்களை நன்கொடையாக மடாலயத்திற்குக் கொடுத்திருக்க, வேறு ஒருவரோ மிகப்பெரிய நிலப்பிரபுவாக, கற்றறிந்த ஒரு அறிவாளியாக இருக்க, சொல்லப்போனால், ஆற்றில் மீன்பிடிக்கும் உரிமைக்காக மடாலயத்தின்மீது வழக்கு தொடர்ந்திருந்த அவரைச் சார்ந்து மடாதிபதிகள் இருக்க, மடாலயத்திலுள்ளோர் அவர்களை மிகச் சிறப்பாக வரவேற்றிருந்திருக்க வேண்டும். ஆனால், ஏனோ எந்த உயர் மடாதிபதியும் அவர்களை வரவேற்க வந்திருக்கவில்லை. கோயில் வளாகத்திலிருந்த கல்லறைகளை வெறித்துப் பார்த்தபடி வந்த மியூசவ், இப்படிப்பட்ட 'புனிதமான' இடத்தில் புதைக்கும் உரிமைக்காக மரித்தவரின் உறவினர்கள் மிக அதிகமாகச் செலவு செய்ய வேண்டி இருக்குமென்று சொல்ல நினைத்தவர், ஏனோ எதுவும் சொல்லாமல் அமைதியாக வந்தார். பரந்த மனப்பான்மை கொண்ட இந்த 'லிபரல்' கொள்கையாளரின் ஆரவாரமான ஏளனப் பேச்சு, அவருள் கோபமாக மாறியிருந்தது.

"நாசமாய்ப் போக, இந்தப் புரியாத இடத்தில் யாரையாவது எதையாவது கேட்டுத் தெரிந்துகொள்ளலாமென்றால் . . . ஆனால், இதைக் கேட்டுத் தெரிந்துகொள்ள வேண்டும், ஏனெனில் நேரம் ஓடிக்கொண்டே இருக்கிறது" என்று திடீரென்று தனக்குத்தானே அவர் இப்படி முணுமுணுத்துக்கொண்டார்.

திடீரென்று வயதான, வழுக்கைத் தலைகொண்ட மனிதர் ஒருவர், நீண்டதொரு கோடைகால அங்கியை அணிந்துகொண்டு, கனிவான பார்வையுடன், அவர்களை நோக்கி வந்தார். தன்னுடைய தொப்பியை மரியாதையின் நிமித்தமாகச் சற்றே அவர் உயர்த்தி, தான்தான் தூலா நகரத்திலிருந்து வந்திருக்கும் நிலப்பிரபு மாக்சிமவ் என்று இனிமையான, குழைவான குரலில் தன்னை அறிமுகம் செய்து கொண்டார். அப்படித் தன்னை அறிமுகம் செய்துகொண்டவர், உடனே நம்முடைய விருந்தாளிகளைக் கவனிக்க ஆரம்பித்தார்.

"முதியவர் ஸோசிமா, ஒரு தனி அறையில், தன்னந்தனியாக, இந்தக் காட்டினூடே, இதோ இந்தக் காட்டினூடே, நானூறு அடி தூரத்தில் வசிக்கிறார்."

"இந்தக் காட்டில் முதியவர் வசிக்கிறார் என்று எனக்குத் தெரியும்", என்று பதிலளித்த பியோதர் பாவ்லவிச், "வழிதான் எங்களுக்குத் தெரியவில்லை, நாங்கள் இங்கு வந்து நீண்ட நேரமாயிற்று" என்றார்.

"இதோ இந்த நுழைவாயில் வழியாக, நேராக இந்தக் காட்டிற்குள் . . . காட்டிற்குள். வாருங்கள். என்னுடன் வாருங்கள் . . .

நானும் அங்குதான் போகிறேன் . . . நானும் . . . இதோ இந்த வழியாக, இப்படி . . .” என்று அவர்களுக்கு வழிகாட்டினார் மாக்சிமவ்.

அவர்கள் அந்த நுழைவாயிலைத் தாண்டி நேராகக் காட்டிற்குள் சென்றார்கள். அறுபது வயது ஜமீன்தார் மாக்சிமவ் நடந்துவராமல், சரியாகச் சொன்னால், ஒரு பக்கமாக ஏறக்குறைய ஓடிவந்தவர், அடக்க முடியாத ஆர்வத்துடன் அவர்களைக் குழப்பத்துடன் பார்த்தார். அப்படிப் பார்த்த அவருடைய கண்கள் எகிறி வெளியே தெறித்துவிடுவது போல இருந்தது.

“பாருங்கள், நாங்கள் முதியவரைப் பார்க்க எங்களுடைய தனிப் பட்ட சொந்த வேலையாக வந்திருக்கிறோம்” என்று கண்டிப்பான குரலில் சொன்ன மியூசவ், “சொல்லப்போனால், நாங்கள் ‘புகழ்பெற்ற முதியவ’ரைச் சந்தித்துப் பேசுவதற்கான சந்தர்ப்பத்தைப் பெற்றிருக் கிறோம். ஆகவே, எங்களுக்கு நீங்கள் வழிகாட்டியதற்கு நன்றி, ஆனால் எங்களுடன் சேர்ந்து அவரைப் பார்க்க நீங்கள் அங்கு வரவேண்டா மென்று கேட்டுக்கொள்கிறோம்.”

“ஏற்கெனவே அவரை நான் சந்தித்துப் பேசிவிட்டேன், ஏற்கனவே பார்த்துப் பேசிவிட்டேன் . . . அவர் மிகவும் நாகரிகமானவர்” என்றபடி தன்னுடைய விரலைக் காற்றில் சொடுக்கினார் மாக்சிமவ்.

“யார் நாகரிகமானவர்?” என்று மாக்சிமவைக் கேட்டார் மியூசவ்.

“முதியவர், அற்புதமான அந்த முதியவர், முதியவர்தான் . . . பெருமையும் புகழும் மடாலயத்தைச் சேரட்டும். ஸோசிமா, ஆம், அவர்தான் எப்படிப்பட்ட ஒரு மனிதர் . . .’ என்று தட்டுத் தடுமாறிப் பேசும் மாக்சிமவைத் தடுத்துநிறுத்தும் விதத்தில், நடுத்தர உயரமும் தலையில் தொப்பியும் வெளிறிய முகமும் ஒடுங்கிய கன்னங்களும் கொண்ட துறவி ஒருவர் அவர்களை நோக்கி வந்தார். மேலே நடக்காமல் பியோதர் பாவ்லவிச்சும் மியூசவும் அங்கேயே நின்றார்கள். அவர்களைப் பார்த்து மிகுந்த அடக்கத்துடன், இடுப்பளவு குனிந்து வணங்கிய துறவி, “உங்களுடைய சந்திப்பு முடிந்தவுடன் உங்கள் அனைவரையும் உணவருந்தத் தாழ்மையுடன் அழைக்கிறார் தலைமை மடாதிபதி. நீங்கள் தாமதிக்காமல் ஒரு மணிக்குள் வந்துவிடுமாறு தெரிவிக்கச் சொன்னார். உங்களையும்தான்” என்று மாக்சிமவையும் பார்த்துச் சொன்னார்.

“கண்டிப்பாக, நீங்கள் விடுத்த கோரிக்கையை நிறைவேற்றுவேன்!” என்று உரக்கச் சொன்ன பியோதர் பாவ்லவிச், அவர்களுக்குக் கொடுக்கப்பட்ட அழைப்பை மிகவும் மகிழ்ச்சியாக ஏற்றுக்கொண்டு, “கண்டிப்பாக வருவேன். உங்களுக்குத் தெரியும் என்று நினைக்கிறேன், நாம் எல்லோரும் நாகரிகமாக நடந்துகொள்வதாக வாக்குக் கொடுத் துள்ளோம் . . . என்ன, பியோத்தர் அலெக்சாந்தரவிச், அப்படித்தானே?” என்று கேட்டார்.

“ஆமாம், பிறகு எப்படி? எதற்காக நான் இங்கு வந்திருக்கிறேன், இங்குள்ள பழக்கவழக்கங்களையெல்லாம் தெரிந்துகொள்ளத்தானே.

எனக்கு ஒரே ஒரு சங்கடம்தான், அது நான் உங்களுடன் இங்கு வந்ததுதான் பியோதர் பாவ்லவிச் ...”

“ஆமாம், திமித்ரி பியோதரவிச்சை இன்னும் காணவில்லையே.”

“ஆமாம், அவன் வராமல் இருந்தாலே நல்லது; உங்களுடைய குழப்பமான இந்த வீட்டு விஷயங்களை, பேரம் பேசும் பரிவர்த்தனைகளை யெல்லாம் கேட்பதற்கு எனக்கு என்ன இனிமையாகவா இருக்கும்? சரி, நாங்கள் விருந்தில் கலந்துகொள்ளும் விஷயத்தையும் எங்களுடைய நன்றியையும் மடாதிபதிக்குத் தெரிவியுங்கள்” என்று அந்தத் துறவியைப் பார்த்துச் சொன்னார் மியூசவ்.

“இல்லை, உங்களை நான் நேராக முதியவரிடம் கொண்டுபோய்ச் சேர்க்க வேண்டும்” என்று பதிலளித்தார் அந்தத் துறவி.

“அப்படியானால், நேராக நான் தலைமை மடாதிபதியைப் பார்க்கச் செல்கிறேன், நேராகத் தலைமை மடாதிபதியை” என்று பிதற்றினார் மாக்சிமவ்.

“தலைமை மடாதிபதி இப்போது வேலையாக இருக்கிறார், ஆனால், உங்கள் விருப்பப்படியே நீங்கள் செய்யுங்கள் ...” என்று மாக்சிமவைப் பார்த்து முடிவு செய்யாத தொனியில் சொன்னார் அந்தத் துறவி.

“பிடிவாதமான கிழவர்” என்று மியூசவ் உரக்கச் சொன்னபோது, ஜமீன்தார் மாக்சிமவ் ஏற்கனவே துறவி மடாலயத்தை நோக்கிப் போய்க்கொண்டிருந்தார்.

“இவன் ஃபோன் ஸோனைப்[1] போல இருக்கிறான்” என்று சட்டென்று சொன்னார் பியோதர் பாவ்லவிச்.

“உங்களுக்கு அதுமட்டும்தான் தெரியும் ... ஏன் அவன் ஃபோன் ஸோனைப் போல இருக்கிறான்? நீங்கள் ஃபோன் ஸோனைப் பார்த்திருக்கிறீர்களா என்ன?” என்று கேட்டார் மியூசவ்.

“அவனுடைய புகைப்படத்தைப் பார்த்திருக்கிறேன். அவனுடைய முகத் தோற்றம் இவனுக்கு இல்லை, ஆனால் எப்படி விளக்குவது என்று தெரியவில்லை. அவனைப் போலவே இரண்டாவது ஃபோன் ஸோன்தான் இவன். ஒருவருடைய முகத்தைப் பார்த்தே என்னால் சொல்லிவிட முடியும்.”

“ஆம், தெரியும், நீங்கள் இப்படிப்பட்ட விஷயங்களில் கைதேர்ந்தவ ரென்று. ஒன்றே ஒன்றைத்தான் சொல்லிக்கொள்ள விரும்புகிறேன், பியோதர் பாவ்லவிச், இப்போது நீங்களே சொன்னதுபோல, நாம் எல்லோரும் இங்கு நாகரிகமாக நடந்துகொள்ள வேண்டும் என்பது உங்களுக்கு நினைவிருக்கிறதுதானே. உங்களைத்தான் சொல்கிறேன், கட்டுப்பாட்டோடு இருங்கள். ஏதாவது கோமாளித்தனம் செய்து என்னை உங்களுக்குச் சமமாக்கிவிடாதீர்கள் ... பாருங்கள், இவர் எப்படிப்பட்ட மனிதர் என்றால்” என்று அந்தத் துறவியைப் பார்த்துச் சொன்ன மியூசவ், “இவர் இருக்கும் திசைப் பக்கம் நாகரிகமான மனிதர்களைக் கூட்டிக் கொண்டு போவதே பாவம், அப்படிப்பட்டவர் இவர்.”

வெளிறிப்போன துறவியின் உதடுகளில் அமைதியான, லேசான, ஒரு விதத்தில் கள்ளத்தனமற்ற புன்னகை நெளிந்தோடினாலும், தன்னுடைய சுய கௌரவத்தின் பேரில் அவர் பதில் எதுவும் சொல்லாமல் அமைதியாக வந்தார். மியூசவுக்கு இன்னும் அதிகமாகக் கோபம் வந்தது.

“பாழாய்ப்போனவர்கள், நூற்றாண்டு நூற்றாண்டு காலமாக அமைதி குலையாத இப்படி ஒரு வெளிப்புறத் தோற்றத்தை வளர்த்து வைத்துக்கொண்டிருக்கிறார்கள். உண்மையாக இது எல்லாமே பைத்தியகார ஏமாற்று வேலைதான்!” என்ற எண்ணம் அவருடைய மனத்தில் தோன்றியது.

‘இதோ, மடாலயத்திற்கு வந்துவிட்டோம்!’ என்று பியோதர் பாவ்லவிச் உரக்கச் சொல்ல, மடாலயத்தின் கதவுகளும் அரணும் பூட்டப்பட்டிருந்தன.

அந்தக் கதவுகளிலும் அதன் பக்கங்களிலும் வரையப்பட்டிருந்த துறவியர்களின் படத்தைப் பார்த்து பியோதர் பாவ்லவிச் சிலுவையிட்டுக் கொண்டார்.

“ரோமாபுரியில் ரோமானியர்களைப் போல நடந்துகொள்ள வேண்டும். நம்முடைய ஒழுங்குமுறையை வேறொரு மடாலயத்தில் பின்பற்றக் கூடாது” என்றார் பியோதர் பாவ்லவிச். “இந்த மடாலயத்தில் இருபத்து ஐந்து துறவியர்கள் வீடுபேறு பெறுவதற்காக வந்து தங்கி, முட்டைக்கோஸைச் சாப்பிட்டுக்கொண்டிருக்கிறார்கள். இந்தத் துறவியர் மடத்திற்குள் ஒரு பெண்கூட நுழைய முடியாது என்பதுதான் இந்த மடாலயத்தின் சிறப்பம்சம். உண்மையாகவே அது அப்படித்தான். ஆனால், முதியவரைப் பார்ப்பதற்காகப் பெண்கள் வருகிறார்கள் என்று நான் கேள்விப்பட்டேனே?” என்று கூட வந்த அந்தத் துறவியைப் பார்த்துத் திடீரென்று கேட்டார் பியோதர் பாவ்லவிச்.

“பொதுமக்களில் பெண்கள்கூட, அதோ அங்கே அந்த வெளிப்புறத் தாழ்வாரத்தில் காத்திருக்கிறார்கள். உயர்குடியைச் சார்ந்த பெண்களுக்காக அந்தத் தாழ்வாரத்திற்கருகே, மதிற்சுவருக்குப் பின்புறமாக, இரண்டு அறைகள் கட்டப்பட்டிருக்க, அந்த அறைகளின் ஜன்னல் பக்கமாக, முதியவர் ஸோசிமா உடல்நிலை ஆரோக்கியமாக இருந்த போது, உட்புற வாசல் வழியாக, அதாவது மைதானத்திற்கு வெளியே வந்து அந்தப் பெண்களைச் சந்தித்தார். இதோ இப்போது ஹார்க்கவ் என்ற ஊரிலிருந்து பெருமாட்டி ஹஹ்லக்கோவா, உடல்நலம் சரியில்லாத தன் மகளுடன் வந்து காத்துக்கொண்டிருக்கிறார். ஒருவேளை முதியவர் அவர்களைச் சந்திப்பதற்காக வாக்கு கொடுத்திருக்கலாம், ஆனால் கடைசி சில நாட்களாகவே அவருடைய உடல்நிலை மிகவும் மோசமாக இருப்பதால், அவர் பொதுமக்களைச் சந்திக்க முடியாமல் இருக்கிறது” என்றார் அவர்களை அழைத்து வந்த துறவி.

“அப்படியானால், பெண்களை அடைய இந்தத் துறவி மடாலயத்தில் குறுக்கு வழியொன்று இருக்கிறது போலும். நீங்கள் ஒன்றும் தப்பாக நினைத்துக்கொள்ளாதீர்கள், புனிதத் துறவியே, நான் வேறு எதைப்

பற்றியும் சொல்லவில்லை, வெகு சாதாரணமாகத்தான் சொன்னேன். உங்களுக்குத் தெரியுமா, நீங்கள் கேள்விப்பட்டிருப்பீர்கள் என்று நினைக்கிறேன், ஏதாஸ் மலையில், பெண்கள் மட்டுமல்ல, பெண் இனத்தைச் சார்ந்த எதுவுமே இருக்கக் கூடாதாம், அதாவது கோழி, வான் கோழி, பசுக்கள் என்று எதுவுமே . . .” என்று சொன்ன பியோதர் பாவ்லவிச்சைப் பார்த்து,

“பியோதர் பாவ்லவிச், இப்படியே உங்களை நான் இங்குத் தனியாக விட்டுவிட்டுப் போய்விடுகிறேன்; நான் போன பிறகு மடாலயத்திலுள்ளவர்கள் உங்களைப் பிடித்து வெளியே தள்ளி விடுவார்கள்; முன்கூட்டியே உங்களை நான் எச்சரிக்கிறேன்” என்றார் மியூசவ்.

“உங்களுக்கு நான் எந்த விதத்தில் தொல்லை கொடுத்துவிட்டேன், பியோத்தர் அலெக்சாந்தரவிச்” என்றபடி மடாலயத்தின் மதிற்புறமாகச் சென்றவர், திடீரென்று, “எப்படிப்பட்ட ரோஜாப் பூக்கள் நிறைந்த பள்ளத்தாக்கில் இவர்கள் வாழ்கிறார்கள் என்று வந்து பாருங்கள்!” என்று உரக்கக் கத்தினார்.

உண்மையாகவே, அப்போது அங்கு ரோஜாப் பூக்கள் இல்லை என்றாலும், பலவிதமான அற்புத, அரிய, இலையுதிர் காலப் பூக்களைக் கொண்ட செடிகள் எங்கெல்லாம் நடப்பட முடியுமோ அங்கெல்லாம் நடப்பட்டிருந்தன. அனுபவமிக்க கைகள் அவற்றைப் பராமரித்து வந்தது தெளிவாகத் தெரிந்தது. கோயிலின் மதிற்புறத்திலும் கல்லறை களுக்கு இடையேயும் மலர்ப்படுக்கைகள் அமைக்கப்பட்டிருந்தன. ஒரு சிறிய அறையைக் கொண்ட முதியவரின் வீடானது, மரத்தால் செய்யப்பட்ட ஒற்றை மாடியுடன், வெளிப்புறத் தாழ்வாரத்தில் பூச்செடிகளைக் கொண்டதாக இருந்தது.

“ஆனால், இவருக்கு முன்பு வாழ்ந்த புனிதத் துறவி வர்சனோஃபியா இருந்த காலத்தில் இந்த இடம் இப்படியா இருந்தது? இல்லை, அவருக்கு நேர்த்தியான எந்தப் பொருட்களின் மீதும் விருப்பமில்லாமல், மடத்துக்கு வந்த பெண்களையும் தடிகொண்டு அடித்து விரட்டியதாகச் சொன்னார்கள்” என்று சொன்ன பியோதர் பாவ்லவிச், மாடிப் படிகளில் ஏறினார்.

“முதியவர் வர்சனோஃபியா விநோதமாக நடந்துகொண்டார் என்று சொல்வதெல்லாம் மடத்தனமான பேச்சு. அவர் தடி கொண்டு யாரையும் எப்போதும் அடித்ததில்லை” என்று பதிலளித்தார் கூட வந்திருந்த துறவி. “சரி, நன்மக்களே, ஒரு நிமிடம் காத்திருங்கள், உங்களை நான் கூப்பிடுகிறேன்” என்று சொல்லிவிட்டு உள்ளே போனார் அந்தத் துறவி.

அப்போது, ‘பியோதர் பாவ்லவிச், கடைசி முறையாக உங்களை நான் எச்சரிக்கிறேன், நன்றாகக் கேட்டுக் கொள்ளுங்கள். ஒழுங்காக நடந்துகொள்ளுங்கள், இல்லையேல் இங்கு நடப்பதே வேறு’ என்று மீண்டும் ஒருமுறை குரலைத் தாழ்த்திச் சொன்னார் மியூசவ்.

'நீங்கள் ஏன் இப்படிப் பதறுகிறீர்கள் என்று எனக்குப் புரியவில்லை' என்று கேலிசெய்த பியோதர் பாவ்லவிச், 'ஒருவேளை நீங்கள் செய்த பாவங்களை எண்ணி பயப்படுகிறீர்களோ? ஏனெனில், ஒருவருடைய கண்களைப் பார்த்தே அவர் எதற்காகத் தன்னைப் பார்க்க வந்திருக்கிறார் என்பதை முதியவர் சொல்லிவிடுவாராம். ஆனால், இந்த உண்மையை எவ்வளவு தூரம் நீங்கள் மதிக்கிறீர்கள் என்று எனக்குத் தெரியாது, ஏனெனில் நீங்கள் பாரீஸில் நீண்டகாலம் வாழ்ந்தவராயிற்றே. அப்படியே, நீங்கள் முற்போக்குவாதியும் ஆயிற்றே! இப்படிப்பட்ட நீங்கள் உண்மையாகவே என்னை ஆச்சர்யப்பட வைக்கிறீர்கள்!' என்றார் பியோதர் பாவ்லவிச்.

அவர் சொன்ன இந்த வார்த்தைக்கு மியூசவ் பதிலளிப்பதற்கு முன்பே அவர்களை உள்ளே வரச்சொல்லி அழைப்பு வந்தது. எனவே சற்றே எரிச்சலுடன் அவர் உள்ளே நுழைந்தார் . . .

'இப்படியாக, எரிச்சலுடன் நான் இருப்பதால், தகராறு செய்யப் போகிறேன் என்று . . . முன்கூட்டியே எனக்குத் தெரிந்துவிட்டது, நான் கோபத்தில் கத்தப் போகிறேன், அப்படிக் கத்தி என்னையும் என்னுடைய எண்ணங்களையும் பாழடித்துக் கொள்ளப்போகிறேன்' என்ற எண்ணம் பியோதர் பாவ்லவிச் மனத்தில் வந்துபோனது.

## 2

## வயதான கோமாளி

விருந்தாளிகள் வந்தவுடன் தன்னுடைய படுக்கை அறையை விட்டு வெளியே வந்த முதியவரும் விருந்தாளிகளும் ஒரே சமயத்தில் முதியவரின் வரவேற்பு அறையில் நுழைந்தார்கள். அந்தச் சிறு அறையில், முதியவர் வருவதற்கு முன்பாகவே, மணமாகாத இரண்டு துறவிமார்களான நூலகத்தைப் பராமரிப்பவரும், அதிக வயதாகாத, ஆனால் நோய்வாய்ப்பட்டு உடல்நலம் சரியில்லாமல் இருந்த, பேரறிவாளி என்று கருதப்பட்ட அருட்தந்தை பாய்சியும் அவர்களுக்காகக் காத்துக் கொண்டிருந்தார்கள். இவர்களைத் தவிர, அந்த அறையின் ஒரு மூலையில், (இறுதிவரை அங்கேயே நின்றபடி) இருபத்தி இரண்டு வயது இளைஞன் ஒருவன், சாதாரண அலுவலர் உடையில், கருத்தரங்குகளை நடத்துபவன், இறைமையியலில் வல்லுநராகப் போகிறவன், துறவி மடாலயத்தின் ஆதரவையும் தோழமையையும் பெற்றவன், அங்கே நின்றுகொண்டிருந்தான். நல்ல உயரமும் மலர்ந்த முகமும் அகன்ற கன்ன எலும்புகளையுடைய முக அமைப்பையும் கொண்ட அவன், அறிவார்ந்த, சிறிய, பழுப்பு நிறக் கண்களைக் கொண்டவனாக, கூர்ந்து கவனிக்கும் திறன் கொண்டவனாக இருந்தான். அவனுடைய முகத்தில் முழுமையாகத் தன்னைக் கிறிஸ்துவ மதத்திற்கு ஒப்புக் கொடுக்கும் தன்மை தெளிவாகத் தெரிய, ஆனால் அது மதிப்புமிக்க ஒன்றாக, அதில் எந்தவித அடிவருடித்தன்மையும் இல்லாமல் இருந்தது. வந்திருந்த விருந்தாளிகளைப் பார்த்து தலையசைத்து வணங்கி

அவர்களை வரவேற்கக்கூட அவன் முனையாமல், ஏதோ அவர்கள் அவனுக்குச் சமமானவர்கள் அல்ல என்பது போல, மாறாக, அவனுடைய தகுதிக்கு அவர்கள் கீழானவர்கள் என்பது போல அவன் அவர்களுக்கு முக்கியத்துவம் எதுவும் கொடுக்காமல் நின்றுகொண்டிருந்தான்.

புதிதாகச் சமயம் மாறிய இளைஞன் ஒருவனும் அல்யோஷாவும் பின்தொடர்ந்து வர, முதியவர் ஸோசிமா அறைக்குள் நுழைந்தார். அப்படி அவர் உள்ளே நுழைந்ததும், மணமாகாத துறவிகள் எழுந்து வணங்கி, மிகத் தாழ்மையுடன் குனிந்து, தங்களுடைய விரல்களால் தரையைத் தொட்டு, முதியவரை வணங்கி, அவருடைய கையை முத்தமிட, முதியவர் அவர்களை ஆசீர்வதித்தார். பதிலுக்கு அவரும் ஒவ்வொருவரையும் தாழ்மையுடன் வணங்கி, தரையைத் தொட்டுப் பணிந்து, ஒவ்வொருவரிடமிருந்தும் ஆசீர்வாதத்தைப் பெற்றுக்கொண்டார். இந்தச் சமயச் சடங்கு முழுவதும் முழுக் கவனத்துடன், ஏதோ தினசரி நடைபெறும் ஒரு சாதாரணச் சடங்காக இல்லாமல், ஒருவித ஆழ்ந்த உணர்வுடன் நடந்தேறியது. மியூசவுக்கு இது ஏதோ விருந்தாளி களைக் கவர்ந்திழுப்பதற்காகச் செய்யப்பட்ட தனிச் சடங்காகவே தெரிந்தது. வந்திருந்த நண்பர்களில் அவர்தான் முதல் மனிதராக நின்றுகொண்டிருந்தார். முன்தினமே அவர் யோசித்து வைத்தபடி, தன்னுடைய கொள்கைகளைப் பொருட்படுத்தாது, நாகரிகத்தின் பொருட்டாவது, முதியவரை அணுகி, அவரிடம் ஆசீர்வாதம் பெற்று, அவருடைய கைகளை முத்தமிடாது போனாலும்கூட, குறைந்தபட்சம், அவருடைய ஆசீர்வாதத்தையாவது (அப்படிப்பட்ட சடங்குகள் இங்கே கடைபிடிக்கப்படுவதால்) பெறுவது என்று முடிவு எடுத்திருந்தார். ஆனால், துறவிகள் இப்படிப் பணிவாக வணங்குவதையும் முத்தமிடுவதை யும் பார்த்து உடனே அவர் தன்னுடைய எண்ணத்தை மாற்றிக் கொண்டார்: எனவே, மிக மரியாதையாக, ஆழ்ந்த அக்கறையுடன், மிகப் பணிவாக முதியவரை அவர் வணங்கிவிட்டுத் தன்னுடைய இருக்கையில் வந்தமர்ந்தார். அப்படியே பியோதர் பாவ்லவிச்சும் காப்பியடிக்கும் குரங்கைப் போல, மியூசவ் செய்ததையே பார்த்துச் செய்துவிட்டு முதியவரை வணங்கி அவருடைய இருக்கையில் வந்தமர்ந்தார். இவான் பியோதரவிச்சும் மிகக் கவனமாக, பணிவாக முதியவரை வணங்கிவிட்டு, சற்றே விறைப்பாக நகர்ந்துபோக, மிகவும் குழப்பத்திலிருந்த கல்கானவோ தலைகுனிந்து முதியவரை வணங்காம லேயே சென்றுவிட்டான். அவர்களை ஆசீர்வதிப்பதற்காகத் தன்னுடைய கைகளை உயர்த்திய முதியவர், ஏனோ அவர்களை ஆசீர்வதிக்காமல் கைகளைத் தாழ்த்திக்கொண்டு மீண்டும் ஒருமுறை அவர்களை வணங்கி அனைவரையும் அமரச் சொன்னார். இதைப் பார்த்த அல்யோஷாவின் முகத்தில் ரத்தம் சீறிப் பாய்ந்தது; அவனுக்கு மிகவும் வெட்கமாக இருந்தது. வருந்தீங்குணரும் அவனுடைய உணர்வுகள் உண்மையாகிக் கொண்டிருந்தன.

சிவப்பு நிறத் தோலாலான, நீண்ட, பழங்காலச் சாய்விருக்கை ஒன்றில் முதியவர் அமர, அந்த இரண்டு புனிதத் துறவிமார்களைத் தவிர, மற்ற விருந்தாளிகளெல்லோரும் சுவருக்கு எதிர்ப்புறமிருந்த

சிவப்பு மரத்தாலான, கருப்பு நிறத் தோலால் மூடப்பட்டிருந்த பழமை வாய்ந்த நான்கு நாற்காலிகளில் அருகருகே அமர்ந்தார்கள். அந்தப் புனிதத் துறவிகள் இருவரில் ஒருவர் கதவருகேயும் மற்றொருவர் ஜன்னலருகேயும் அமர்ந்தார்கள். கருத்தரங்கு ஒருங்கிணைப்பாளரும் அல்யோஷாவும் நாற்காலியில் அமராமல் நின்றபடியே இருந்தார்கள். அந்தச் சிறிய அறையில் இடம் அதிகமாக இல்லாததால், பார்ப்பதற்கு எல்லாமே சலிப்பூட்டும் விதத்தில் உற்சாகமில்லாமலிருந்தது. அறையி லிருந்த பொருட்களும் மரச்சாமான்களும் நேர்த்தியாக இல்லாமல், எளிய, வறிய நிலையில், மிக மிகத் தேவைக்குட்பட்டவையாக இருந்தன. ஜன்னலின் உள்திட்டில் இரண்டு பூந்தொட்டிகளும் அறையின் மூலையில் பலவிதமான உருவச் சிலைகளும் இருக்க, அங்கே மிகப்பெரிய அன்னை மரியாளின் படம், அநேகமாக, திருச்சபை உட்பிரிவுக்கு முன்பு, வரையப்பட்ட ஒன்றாக இருந்தது. அந்த உருவத்தின் முன்பு விளக்கொன்று எரிந்துகொண்டிருந்தது. அதற்கருகே இருவேறு உருவச் சிலைகளும் அவற்றிற்கருகே தேவதூதரின் உருவச் சிலையும் சைனா மண்ணால் செய்யப்பட்ட முட்டை வடிவங்களும் வருத்தம் தோய்ந்த மேரி மாதாவை அணைத்தபடி யானைத் தந்தத்தால் செய்யப்பட்ட கத்தோலிக்கச் சிலுவையும் இன்னும் பல வெளிநாட்டுச் சிற்பங்களும் கடந்த நூற்றாண்டைச் சார்ந்த புகழ்பெற்ற இத்தாலி நாட்டு ஓவியர்களால் வரையப்பட்ட ஓவியங்களும் அங்கு வைக்கப்பட்டிருந்தன. இப்படிப் பட்ட நேர்த்தியான, விலையுயர்ந்த சிற்பங்களுக்கு நடுவே, மிக மலிவாக, சில கோப்பெக்குகளுக்காக (பைசாக்களுக்காக) நம்முடைய சந்தைகளில் விற்கப்படும் மிகச் சாதாரணக் கற்பாள அச்சில் வடிவமைக்கப்பட்ட ரஷ்யத் துறவிமார்களின், தியாகிகளின் உருவப்படங்களும் இருந்தன. மேலும் கற்பாள அச்சில் செய்யப்பட்ட தற்கால மற்றும் பழங்கால ரஷ்யத் தலைமைக் குருமார்களின் படங்கள் அறையின் மறுபக்கச் சுவரில் மாட்டப்பட்டிருந்தன. 'சமயஞ் சார்ந்த' அந்தப் பொருட்களை யெல்லாம் மேலோட்டமாக மியூசவ் நோட்டம் விட்டபிறகு, ஆழ்ந்த தன்னுடைய பார்வையை முதியவர்மீது பதித்தார். தன்னுடைய எண்ணங்களை மிக உயர்வாக மதித்த அவர், பலஹீனமான இந்தக் குணத்திற்குத் தன்னுடைய ஐம்பதாவது வயதைக் காரணம் காட்ட, அப்படிப்பட்ட இந்த ஐம்பதாவது வயதானது, அறிவார்ந்த, செல்வச் செழிப்பான ஒரு மனிதனைத் தன்னளவில் எப்போதுமே உயர்த்திக் காட்டினாலும், சில சமயங்களில் அதுவே அவருக்கு எதிராகவும் இருந்தது.

முதியவரைப் பார்த்த நிமிடத்திலிருந்தே அவருக்கு ஏனோ முதியவரைப் பிடிக்காமல் போனது. உண்மையைச் சொன்னால், அவருடைய முகத்திலிருந்த ஏதோ ஒன்று, மியூசவுக்கு மட்டுமல்ல, பெரும்பாலானோருக்கும் பிடிக்காமல்தான் போனது. அதிக உயர மில்லாமல், கூன் விழுந்து, கால்கள் மிகவும் நலிந்துபோன அந்த முதியவருக்கு அறுபத்து ஐந்து வயதே ஆகியிருந்தாலும், அவர் நோய் வாய்ப்பட்டிருந்த காரணத்தால், பார்ப்பதற்கு மிகவும் வயதானவராக, குறைந்தபட்சம், பத்து வயது அதிகமானவராகத் தெரிந்தார். அவருடைய முகம் முற்றிலும் வறண்டுபோய், மெலிதான சுருக்கங்களுடன்,

குறிப்பாகக் கண்களைச் சுற்றி மிக அதிகமான சுருக்கங்களுடன் இருந்தார். அவருடைய கண்கள் சிறியதாக, துறுதுறுவென்று பிரகாசமாக மின்னும் இரண்டு புள்ளிகளைப் போலத் தெரிந்தன. நெற்றியில் சாம்பல் நிற முடி மட்டும் இருக்க, அவருடைய கூரிய தாடி கட்டையாக, அங்கொன்றும் இங்கொன்றுமாக இருக்க, உதடுகள் அடிக்கடி புன்னகை யைச் சிந்தியவாறு, மெலிதான இரண்டு கம்பிகளைப் போல இருந்தன. அவருடைய மூக்கு நீளமாக இல்லாமல், கூர்மையாக அப்படியே பறவையின் அலகுபோல இருந்தது.

'அவருடைய எல்லா அங்க அடையாளங்களும் வெறுப்புணர்வைத் தூண்டுவதாக, அற்பத்தனமானதாக, சிறுமை வாய்ந்ததாக' இருப்பதாக மியூசவுக்குப் பட்டது. பொதுவாக, இதனால் அவர் அதிருப்தி அடைந்தவராக இருந்தார்.

அப்போது அடித்த கடிகார மணியோசை அவர்களுடைய பேச்சைத் தொடங்குவதற்கு உதவியாக இருந்தது. விலை அதிகமில்லாத சிறிய சுவர்க்கடிகாரத்தின் ஊசற்குண்டு அவசரமாகப் பன்னிரண்டு முறை அடித்தது.

'நாம் சரியான நேரத்திற்குத்தான் வந்திருக்கிறோம்' என்று உரக்கச் சொன்ன பியோதர் பாவ்லவிச், 'என்னுடைய மகன் திமித்ரி பியோதர விச்சைத்தான் இன்னும் காணவில்லை. அவன் இன்னும் வராததற்கு உங்களிடம் நான் மன்னிப்பு கேட்டுக்கொள்கிறேன், புனிதமான முதியவரே! ('புனிதமான முதியவரே' என்று அவர் குறிப்பிட்டதைக் கேட்டு அல்யோஷா அப்படியே அதிர்ந்துபோனான்). நான் எப்போதுமே சரியான நேரத்தைப் பின்பற்றுபவன்[1], அதுவும் ஒருசில வினாடிகளைக் கூட, ஏனெனில் அது நவநாகரிகமான மன்னனின் குணத்திற்குச் சமமானது.'

'ஆனால், நீங்கள்தான் மன்னனில்லையே' என்று முணுமுணுத்த மியூசவ், உடனே தன்னைக் கட்டுப்படுத்திக்கொண்டார்.

'ஆமாம், நான் மன்னன் இல்லைதான், பியோத்தர் அலெக்சாந்தரவிச் மியூசவ், நான் மன்னன் இல்லை என்பது எனக்கே தெரியும், இதோ இப்படித்தான் தவறான ஒன்றை எப்போதுமே நான் சொல்லிவிடுகிறேன்! பெருமதிப்பிற்குரியவரே!' என்று ஏதோ ஒரு உணர்ச்சிப்பெருக்கில் விளித்தவர், 'இப்போது நீங்கள் ஒரு கோமாளியைப் பார்க்கிறீர்கள், உண்மையான ஒரு கோமாளியை! அப்படித்தான் நான் என்னை அழைத்துக்கொள்கிறேன். துரதிருஷ்டவசமாக, என்னுடைய நீண்ட காலப் பழக்கம் இது! சில சமயங்களில் திட்டமிட்டே நான் பொய் சொல்வேன், அப்படித் திட்டமிட்டுச் சொல்லும் பொய்கள் மற்றவர் களைக் குதூகலப்படுத்துவதற்காகவும் அவர்களுக்குச் சாதகமாக இருப்பதற்காகவும்தான். ஒருவரிடம் இணக்கமாக இருப்பது என்பது மகிழ்ச்சிக்குரிய விஷயம்தானே? கேளுங்கள், ஏழு வருடங்களுக்கு முன்பு நான் ஒரு வியாபாரத்தின் பொருட்டு, சிற்றூர் ஒன்றில் வணிக அலுவலகம் அமைப்பதற்காக அவ்வூர் வியாபாரிகளைச் சந்திக்கப் போயிருந்தேன். அந்த ஊரைச் சார்ந்த வட்டார ஸ்ப்ராவ்னிக்[2]

என்ற காவல்துறை அதிகாரியைச் சந்தித்து, அவரிடம் எங்களுக்கு உதவுமாறு கேட்டுக்கொண்டு, அப்படியே அவரை விருந்துக்கு அழைக்கப் போயிருந்தேன். அப்போது எங்களைப் பார்க்க வெளியே வந்த அந்தக் காவல் துறை அதிகாரி, சற்றே உயரமானவராய், உடல் பருமனானவராய், இளம் பொன்நிற முடியுடன், பார்ப்பதற்கு முக வாட்டத்துடன் அச்சமூட்டுபவராக இருந்தார்; இப்படிப்பட்டவர்கள் மிகவும் ஆபத்தானவர்கள்: சீறிவிழும் கர்ண கொடூரமான மனிதர்கள். நான் நேராக அவரிடம் போய், மிகச் சாதாரண ஒரு மனிதனைப் போல 'உயர்திரு, ஸ்ப்ராவ்னிக், காவல் துறை அதிகாரியே, நீங்கள் எங்களுடைய நப்ராவ்னிக்காக, அதாவது எங்களை வழிநடத்திச் செல்பவராக இருப்பீர்களா?' என்று கேட்டேன். 'யாரது என்னை நப்ராவ்னிக் என்றழைப்பது? அதாவது வழி நடத்துபவர் என்று குறிப்பிடுவது?' என்று கேட்டார். அவர் இப்படிச் சொன்னதுமே புரிந்துகொண்டேன், இது ஒன்றும் சரிப்பட்டு வராது, நிலைமை மோசமாகப் போகிறதென்று, உடனே நான் 'எல்லோரையும் குதூகலப் படுத்துவதற்காக, சிலேடையாக நான் பேசிவிட்டேன், ஏனெனில் நப்ராவ்னிக் நம்முடைய புகழ்பெற்ற ரஷ்ய இசையமைப்பாளர், இசைக்குழு இயக்குநர்; நம்முடைய அலுவலகம் அமைதியாக இயங்க, இசையமைப்பாளர் எப்படி இசைக் குழுவை இணக்கமாக நடத்திச் செல்வாரோ அதைப் போலவே நீங்களும் எங்களுடைய வணிக அலுவலகத்தின் மீது அக்கறை கொண்டு எங்களை வழிநடத்திச் செல்ல வேண்டுமென்று . . .' சொன்னேன். நான் சொன்ன இந்த விளக்கமும் ஒப்புவமையும் இடத்திற்கேற்ப சரியாகத்தானே இருந்தது? ஆனால் உடனே அந்த அதிகாரி எங்களைப் பார்த்து, 'மன்னியுங்கள், நான் காவல் துறை அதிகாரி; என்னை இசைக்குழு இயக்குநர் என்றழைப்பதை நான் அனுமதிக்க மாட்டேன்' என்றார். அப்படிச் சொன்னவர், எழுந்து வெளியே போயே போய்விட்டார். உடனே நான் அவரைப் பின்தொடர்ந்து உரக்கக் கத்திக்கொண்டே, 'ஆமாம், ஆமாம், நீங்கள் காவல்துறை அதிகாரிதான், இசைக் குழு இயக்குநரல்ல!' என்றேன். ஆனால் அவர், 'இல்லை, ஒருமுறை நீங்கள் என்னை இசைக்குழு இயக்குநர் என்று சொல்லிவிட்டீர்கள், அது அப்படியே இருக்கட்டும்' என்று சொல்லிவிட்டுப் போயே போய்விட்டார். ஆனால், பாருங்கள், எங்களுடைய வேலைதான் கெட்டுவிட்டது! இப்படித்தான், எப்போதுமே நான் இப்படித்தான். என்னுடைய அன்பாதரவான, இணக்கமான தன்மையால் எனக்கு நானே கேடு விளைவித்துக் கொள்வேன்! ஒருமுறை, பல வருடங்களுக்கு முன்பு, முக்கியமான ஒரு மனிதரைச் சந்தித்து நேரடியாக அவரிடம் 'உங்களுடைய மனைவி கூச்ச சுபாவமுள்ளவர்' என்று சொன்னேன். அதாவது, அவள் பண்பு மிக்கவள் என்பதைச் சுட்டிக்காட்டும் விதத்தில் அவளுடைய சிறப்பான குணாம்சத்தைப் பாராட்டும் விதத்தில் சொன்னேன்; அதற்கு அவர் சட்டென்று, 'நீங்கள் என்ன அவளை வெட்கப்பட வைத்தீர்களா?' என்று கேட்டார். நானும் பொறுக்க முடியாமல், சட்டென்று அடக்கமாக, 'ஆமாம், அவளை நான் வெட்கப்பட வைத்தேன்' என்றேன். உடனே அவர் பதிலுக்கு வெகுவாக என்னை வெட்கப்பட வைத்துவிட்டார் . . .

இது நடந்து வெகுகாலமாகிவிட்டதால், இப்போது இதைச் சொல்ல நான் வெட்கப்படவில்லை; ஆனால், இப்படித்தான் எப்போதுமே எனக்கு நானே கேடு விளைவித்துக்கொள்ளும் வகையில் பேசிவிடுகிறேன்.'

'அதைத்தான் நீங்கள் இப்போதும் செய்துகொண்டிருக்கிறீர்கள்' என்று வெறுப்புடன் முணுமுணுத்தார் மியூசவ்.

முதியவர் அவர்கள் இருவரையும் அமைதியாகப் பார்த்தார்.

'அப்படியா நான் செய்கிறேன்? உங்களுக்குத் தெரியுமா, பியோத்தர் அலெக்சாந்தரவிச், நான் பேச ஆரம்பித்ததும் நீங்கள்தான் முதன்முதலாக என்னுடைய பேச்சுக்கு எதிர்ப்பு தெரிவிப்பீர்கள் என்று எனக்கு முன்பே தெரியும், சொல்லப்போனால், முன்கூட்டியே இதை நான் எதிர்பார்த்திருந்தேன். அப்படி என்னுடைய வேடிக்கையான பேச்சு மற்றவர்களால் ஏற்கப்படாமல் போனால், பெருமதிப்பிற்குரியவரே, என்னுடைய கன்னங்கள் கீழ்த்தாடையில் ஒட்டிக்கொண்டு, கிட்டத் தட்ட வலிப்பு நோயால் பாதிக்கப்பட்டது போலத் துடிக்கும்; இது எனக்குச் சிறு வயதிலிருந்தே, மற்றவர்களை நான் அண்டிப் பிழைக்கும் காலத்திலிருந்தே இருக்கிறது. பிறவியிலிருந்தே அசைக்க முடியாத ஒரு கோமாளிதான் நான்; இருந்தாலும், பெருமதிப்பிற்குரியவரே, நான் ஒரு மடையனும்கூட; என்னிடம் கெட்ட குணம் இருக்கிறது என்பதை நான் மறுக்க மாட்டேன்; ஒரு சமயம் அது என்னிடம் மிகப்பெரிய அளவில் இல்லாமல் சிறிதளவே இருக்க, அது மிகப்பெரிய, முக்கியமானதொரு இடத்தைத் தேடிப் போயிருக்கலாம்; ஆனால் அது கண்டிப்பாக பியோத்தர் அலெக்சாந்தரவிச், உங்களுடைய இடத்தைத் தேடி வந்திருக்காது, ஏனெனில் உங்களுடைய இருப்பிடம் அவ்வளவு முக்கியமானதொரு இடமல்ல. இருப்பினும், எனக்கு நம்பிக்கை இருக்கிறது, கடவுள்மீது நம்பிக்கை இருக்கிறது. ஆனால், கடைசி சில காலமாகத்தான் எனக்கு அதில் சந்தேகம், இப்போது அந்த மிகப்பெரிய உண்மையைத் தெரிந்துகொள்ளத்தான் பெருமதிப்பிற் குரியவரே, தீதராத்தைப் போல *(Diderot)*[3] நான் காத்திருக்கிறேன். நானும் ஒரு தத்துவஞானி. உங்களுக்குத் தெரிந்திருக்கலாம், புனிதத் தந்தையே, தத்துவ ஞானி தீதராத், பேரரசி கத்தரீனாவின் ஆட்சிக் காலத்தில், தலைமைக் குரு பிளேத்தோனைச் *(Platon)*[4] சந்திக்கப் போயிருந்தார். அப்படிப் போனவர், நேரே உள்ளே சென்று, அவரைப் பார்த்து, 'கடவுள் இல்லை' என்று அறிவித்தார். உடனே அந்தப் புனிதத் துறவி தன்னுடைய விரலை உயர்த்தி அவரைச் சுட்டிக்காட்டி, " 'கடவுள் இல்லை' என்று அறிவிலிகள் தம் மனத்திற்குள் சொல்லிக் கொள்கின்றனர்"[5] என்றார். உடனே அவர் பிளத்தோனின் கால்களில் விழுந்து கதறி, 'கடவுளை நான் நம்புகிறேன், அப்படியே ஞானஸ்நானம் பெற்றுக்கொள்ளவும் தயாராக இருக்கிறேன்' என்றார். உடனே அவருக்கு அங்கேயே ஞானஸ்நானம் கொடுக்கப்பட்டது. இளவரசி தாஷ்கோவா அவருக்கு ஞானத் தாயாகவும், பத்தோம்கின் அவருக்கு ஞானத் தந்தையுமானார்கள் . . .'[6] என்றார். இதைக் கேட்டதும்,

'பியோதர் பாவ்லவிச், இதைப் பொறுத்துக்கொள்ளவே முடியாது! நீங்கள் பொய் சொல்கிறீர்கள் என்று உங்களுக்கே தெரியும், இது

உண்மைக்குப் புறம்பான, மடத்தனமான ஒரு சம்பவம்; பொய்யான ஒரு விஷயத்தைச் சொல்வதற்கு எதற்காக நீங்கள் இப்படி உங்கள் மண்டையை உடைத்துக்கொள்கிறீர்கள்?' என்று தன்னைக் கட்டுப்படுத்த முடியாமல் கத்தினார் மியூசவ்.

'என்னுடைய வாழ்நாள் முழுவதும் இதை நான் பொய்யென்று தான் நினைத்திருந்தேன்!' என்று உணர்ச்சிவசப்பட்டுச் சொன்னார் பியோதர் பாவ்லவிச். ஆனால் 'நன்மக்களே, நடந்த முழு உண்மையை யும் இப்போது சொல்கிறேன் கேளுங்கள்: பெருமதிப்பிற்குரிய முதியவரே, என்னை மன்னியுங்கள், கடைசியாக நான் திதராத்தைப் பற்றி, அவர் ஞானஸ்நானம் பெற்றார் என்று சொன்னது எல்லாம் நானாகக் கற்பனை செய்து, இதோ இந்த நிமிடம் கற்பனை செய்து சொன்னது தான். அவரைப் பற்றிப் பேச ஆரம்பித்தபோது இவையெல்லாம் எனக்குத் தோன்றவே இல்லை. சற்று சுவாரஸ்யமாக இருக்கவே அப்படி நான் ஒரு கதையை விட்டேன். அதற்காகவே என்னுடைய மண்டையை நான் உடைத்தும் கொண்டேன், பியோத்தர் அலெக்சாந்தரவிச், மற்றவர்களுடன் இணக்கமாக, சுமுகமாக இருப்பதற்காகவே. ஆனால், இவற்றையெல்லாம் நான் ஏன் செய்கிறேன் என்று சில சமயங்களில் எனக்கே தெரிவதில்லை, ஆனால், திதராத்தைப் பற்றியும், 'முட்டாள் சொல்லியிருப்பான்' என்ற விஷயத்தைப் பற்றியும் என்னுடைய சிறு வயதிலிருந்தே நான் குடியிருந்த வீட்டு நிலப்பிரபுக்கள் சொல்ல, குறைந்தபட்சம் இருபது முறையாவது நான் கேட்டிருப்பேன்; சொல்லப் போனால், பியோத்தர் அலெக்சாந்தரவிச், உங்களுடைய அத்தை மாவ்ரா ஃபமிநீஷ்னா சொல்லவும் நான் கேட்டிருக்கிறேன். நாத்திக வாதியான தித்ராத், தலைமைக் குரு பிளத்தோனைப் பார்த்து கடவுள் இல்லை என்று வாதிட்டார் என்பதை இன்றுவரை அவர்கள் நம்புகிறார்கள்' என்று சொன்னார் பியோதர் பாவ்லவிச்.

மியூசவ் தன்னுடைய பொறுமையை மட்டும் இழந்து தான் அமர்ந்திருந்த இடத்திலிருந்து எழவில்லை, அவர் தன்னையே மறந்தவராக இடத்தைவிட்டு எழுந்தார். அவர், தானும் கோமாளியாகிவிட்டதை நினைத்துக் கோபத்தில் எழுந்தார். உண்மையாக, அந்தச் சிறு அறையில் நம்ப முடியாத விஷயங்களெல்லாம் நடந்துகொண்டிருந்தன. இதே இந்த அறையில், ஏற்கனவே நாற்பது, ஐம்பது வருடங்களாக, இதற்கு முன்பிருந்த முதியவரின் காலத்திற்கு முன்பிருந்தே, இங்கே வருகை தந்த வருகையாளர்கள் எல்லோரும் ஆழ்ந்த மரியாதையுடன்தான் எப்போதும் இருந்திருக்கிறார்கள்; வேறுவிதமான மக்கள் இதுவரை இங்கு வந்ததில்லை. அந்த அறைக்குள் நுழைய அனுமதி கொடுக்கப் பட்டவர்கள் எல்லோருமே, அந்த அறைக்குள் நுழைந்ததுமே, எவ்வளவு பெரிய வாய்ப்பு அவர்களுக்குக் கொடுக்கப்பட்டிருக்கிறது என்பதைச் சட்டென்று புரிந்துகொண்டார்கள். அங்கு வந்த பெரும்பாலானோரும் அறைக்குள் நுழைந்ததும் மண்டியிட்டு நின்றவர்கள், தங்களுக்குக் கொடுக்கப்பட்ட நேரம் முடியும்வரை அப்படியே முழந்தாளிட்ட படியே நின்றுகொண்டிருந்தார்கள். சமுதாயத்தின் 'உயர்ந்த நிலையி லிருந்த' பலரும் மிகப்பெரிய அறிவாளிகளும் அப்படியே சுதந்திரமாகச் சிந்தித்துச் செயல்படும் சிந்தனையாளர்களும்கூட, ஆர்வத்தின்

பொருட்டோ ஒரு காரணத்தின் பொருட்டோ, விதிவிலக்கில்லாமல் ஒவ்வொருவரும், தங்களுடைய ஆழ்ந்த மரியாதையைத் தெரிவிப்பது அவர்களுடைய கடமை என்றெண்ணி, அவரவர்களுடைய வருகை நேரம் முடியும்வரை மிக நாகரிகமாக நடந்துகொள்ள, அங்குப் பணத்திற்கு முக்கியத்துவம் கொடுக்கப்படாமல், ஒரு பக்கம் அன்பும் கருணையும் முக்கியத்துவம் பெற்றிருக்க, மற்றொரு பக்கம் மன அமைதியும் உள்ளத்தை நொறுக்கும் வேதனையான விஷயங்களும் நெருக்கடியான தருணங்களைத் தகர்க்கக்கூடிய சாத்தியமும் முக்கியத்துவம் பெற்றிருந்தன. அப்படிப்பட்ட இடத்தில், திடீரென்று இப்படிப்பட்ட ஒரு கோமாளி, பியோதர் பாவ்லவிச்சைப் போன்ற ஒரு கோமாளி, மரியாதைக்குரிய அந்த இடத்திற்குச் சற்றும் பொருத்த மில்லாதவராக வந்திருந்தது அங்கிருந்தவர்களுக்கு, குறைந்தபட்சம் அங்கிருந்த ஒருசிலருக்கேனும், அதிர்ச்சியையும் ஆச்சர்யத்தையும் அளிப்பதாக இருந்திருக்கும். தங்களுடைய நிலையிலிருந்து சிறிதும் மாறாது நின்றுகொண்டிருந்த அந்த இரண்டு புனிதத் துறவிமார்களும் முதியவர் என்ன சொல்வார் என்று முழுக் கவனத்துடன், மியூசவைப் போலவே, அவர்களும் எழுந்து போவதற்குத் தயாராக இருந்தார்கள். அல்யோஷா தலையைக் குனிந்தபடி நின்றவன், வெடித்தழத் தயாராக இருந்தான். தன் சகோதரன் இவான் பியோதரவிச் ஒருவனால்தான் தன் தந்தையைக் கட்டுப்படுத்த முடியுமென்று நம்பியிருந்த அல்யோஷா வுக்கு, அவன்கூடத் தந்தையைக் கட்டுப்படுத்தாமல், நாற்காலியை விட்டுக் கொஞ்சமும் நகராமல், கண்களைக் கீழே தழையவிட்டபடி, இது எதில் கொண்டுபோய் முடியுமோ என்ற பதற்றத்துடன், ஏதோ ஒரு மூன்றாவது மனிதனைப் போல அமர்ந்திருந்தது அல்யோஷாவுக்கு விநோதமாக இருந்தது.

அல்யோஷாவுக்கு நன்கு தெரிந்த, ஏறக்குறைய நெருங்கிய நண்பனான ரக்கீத்தினை (கருத்தரங்கு ஒருங்கிணைப்பாளர்), அவனால் ஏறிட்டுக்கூடப் பார்க்க முடியவில்லை: ரக்கீத்தின் என்ன நினைப்பான் என்று (அவன் ஒருவன்தான் அந்தத் துறவி மடாலயத்திலேயே அப்படி நினைப்பவனாக இருந்தான்) அவனுக்கு நன்றாகத் தெரியும்.

‘என்னை மன்னித்து விடுங்கள் . . .’ என்று ஆரம்பித்த மியூசவ், முதியவரைப் பார்த்து, ‘இந்தக் கேலிக்கூத்தில் நானும் ஒருவன் என்று நீங்கள் நினைக்கலாம். தவறு என்னுடையதுதான். ஏனெனில் பியோதர் பாவ்லவிச்சைப் போன்றவர்கள் தங்களுடைய கடமையை உணர்ந்து நடப்பார்கள் என்று நம்பி, மரியாதைக்குரிய மனிதராகிய உங்களை அவருடன் சேர்ந்து பார்க்க வந்தது என்னுடைய தவறுதான் . . . இப்படி இவருடன் வந்ததால் மன்னிப்பு கேட்க வேண்டி வரும் என்று நான் நினைத்துக்கூடப் பார்க்கவில்லை . . .’

இதற்கு மேலும் பேச முடியாமல், தர்மசங்கடமான நிலையில் பியோத்தர் அலெக்சாந்தரவிச் மியூசவ் வெளியேற முயன்றார்.

‘நீங்கள் இதைப் பற்றியெல்லாம் கவலைப்பட வேண்டாம்’ என்று வலுவிழந்த முதியவர் தன்னுடைய கால்களைத் தரையில் ஊன்றி,

எழுந்து நின்று, பியோத்தர் அலெக்சாந்தரவிச்சின் இரண்டு கைகளைப் பற்றி, நாற்காலியில் அவரை அமரவைத்தார். 'இதைப் பற்றி நீங்கள் ஒன்றும் கவலைப்பட வேண்டாமென்று உங்களை நான் கேட்டுக் கொள்கிறேன். நீங்கள் என்னுடைய விருந்தாளியாக இங்கிருக்க வேண்டுமென்று உங்களை நான் வற்புறுத்திக் கேட்டுக் கொள்கிறேன்' என்றவர், தலைவணங்கி வணக்கம் தெரிவித்துவிட்டுத் தன்னுடைய சோபாவில் வந்தமர்ந்தார்.

'மேன்மையான முதியவரே, என்னுடைய கேலிப் பேச்சால் உங்களை நான் அவமதித்துவிட்டேனா?' என்று உரக்கக் கேட்ட பியோதர் பாவ்லவிச், இருக்கையின் கைப்பிடிகளைத் தன் இரு கைகளால் பற்றிக்கொண்டு, தனக்குச் சாதகமாக இப்போது பதில் கிடைக்கா விட்டால் இருக்கையிலிருந்து உடனே எழும்பிக் குதிப்பவர்போல இருந்தார்.

'உங்களை நான் மனப்பூர்வமாகக் கேட்டுக்கொள்கிறேன். எதற்கும் நீங்கள் கவலைப்பட வேண்டாம், வெட்கப்பட வேண்டாம்' என்று உறுதியாகச் சொன்னார் முதியவர் . . . 'வெட்கப்படாமல் நீங்கள் உங்கள் வீட்டில் இருப்பது போலவே இங்கு இருக்கலாம். முக்கியமாக, உங்களைப் பற்றி நீங்களே ஏதாவது நினைத்துக்கொண்டு வெட்கப்பட வேண்டாம், ஏனெனில் அதுதான் எல்லாவற்றிற்கும் முக்கிய காரணம்.'

'என்ன, வீட்டில் இருப்பதுபோல நாங்கள் இங்கு இருப்பதா? அதாவது, இயல்பாக நாங்கள் எப்படி எங்கள் வீட்டில் இருப்போமே, அப்படியா? இது மிகவும் அதிகம், மிக மிக அதிகம், ஆனால் நீங்கள் காட்டும் கருணையை நான் ஏற்றுக்கொள்கிறேன். உங்களுக்குத் தெரியுமா, அருட்தந்தையே, வீட்டில் இருப்பது போல இருங்கள் என்று சொல்லி என்னிடம் நீங்கள் சவால்விடக் கூடாது; பிறகு நான் என்னுடைய சுய ரூபத்தைக் காட்டிவிடுவேன்; அப்படி மட்டும் சொல்லிவிடாதீர்கள் . . . அது உங்களுக்கே ஆபத்தாக முடியும் என்பதை முன்கூட்டியே எச்சரிக்கிறேன். மற்றபடி எதுவுமே இப்போது புரிந்துகொள்ள முடியாத நிலையில்தான் இருக்கிறது, இருந்தாலும் ஒருசிலர் என்னுடைய சுயரூபத்தைப் பார்க்க மிகவும் ஆவலாக இருக்கிறார்கள். இதை நான் உங்களுக்குத்தான் சொல்கிறேன், பியோத்தர் அலெக்சாந்தரவிச்; முதியவரே, மிகப் புனிதமானவரே, உங்களைப் பார்த்து நான் ஆச்சர்யப்படுகிறேன்!' என்றவர், எழுந்துநின்று தன்னுடைய இரு கைகளையும் மேலே உயர்த்தி, 'உம்மைக் கருத்தாங்கிப் பாலூட்டி வளர்த்த உம் தாய் பேறுபெற்றவர்"[7] குறிப்பாக, தங்களுக்குப் பாலூட்டிய அந்த மார்புக் காம்புகள்! நீங்கள் இப்போது ஒன்றை என்னிடம் குறிப்பிட்டீர்கள், 'உங்களைப் பார்த்து நீங்களே வெட்கப்படாதீர்கள், அதிலிருந்துதான் எல்லாப் பிரச்சினைகளும் ஆரம்பமாகின்றன' என்று. உங்களுடைய அந்த வார்த்தைதான் என்னுடைய உள்ளத்தை ஊடுருவிச் சென்று எனக்குள் இருப்பதை எனக்கே அடையாளம் காட்டிவிட்டது. மனிதர்களிடம் நான் பழகும்போது, எல்லோரையும் விட நான் கீழானவன், கோமாளி என்று, என்னைப் பற்றி நான் நினைத்துக் கொள்கிறேன், அதனால் 'சரி, உண்மையாகவே நான்

கோமாளியாகவே இருந்துவிட்டுப் போகிறேன்; உங்களை எல்லாம் நினைத்து நான் பயப்படத் தேவையில்லை, ஏனெனில் நீங்கள் எல்லோரும், ஒவ்வொருவரும் என்னைவிடக் கீழானவர்களே!' என்று, எனக்கு நானே சொல்லிக்கொள்கிறேன். இதனால்தான் நான் கோமாளியாக இருக்கிறேன். மேன்மை பொருந்திய முதியவரே, வெட்கத்தின் பொருட்டு, ஆம், என்னுடைய வெட்கத்தின் பொருட்டே நான் கோமாளியாக இருக்கிறேன். என்னுடைய தாழ்ந்த மனப்பான்மையை மறைத்துக் கொள்ளத்தான் இப்படி ஒரு வேஷத்தை நான் போட்டுக் கொண்டிருக்கிறேன். அப்படி நான் போடும் இந்த வேஷத்தைப் பார்த்து, 'இனிமையானவன், அறிவுள்ளவன்' என்று மற்றவர்களால் நான் ஏற்றுக்கொள்ளப்பட்டுவிட்டால், கடவுளே, எவ்வளவு நல்ல மனிதனாக நான் இருந்திருப்பேன்! மிகப்பெரிய ஆசானாக இருந்திருப்பேன்!' என்று சொன்னவர், திடீரென்று மண்டியிட்டு, 'நிலையான வாழ்வை உரிமையாக்கிக் கொள்ள நான் என்ன செய்ய வேண்டும்?'[8] என்று முதியவரைப் பார்த்துக் கேட்டார். இப்படிக் கேட்டவர் உண்மையாகவே அவ்வளவு தூரம் நெகிழ்ந்துபோய்த்தான் கேட்டாரா அல்லது கேலி செய்யும் நோக்கத்தில் கேட்டாரா என்று சொல்வது கடினமாக இருந்தது.

இதைக்கேட்ட முதியவர், கண்களை உயர்த்திப் புன்னகையுடன் சொன்னார்:

'உங்களுக்கே நன்றாகத் தெரியும், நீங்கள் என்ன செய்ய வேண்டுமென்று; அந்த அளவுக்கு நீங்கள் ஒரு புத்திசாலிதான்: குடிபோதைக்கு நீங்கள் ஆளாகாதீர்கள்; அப்படியே தன்னடக்கமில்லாமல் பேசாதீர்கள்; சிற்றின்பத்திற்கு ஆளாகாதீர்கள், குறிப்பாக, பணத்தின்மீது பேராசை கொள்ளாதீர்கள்; ஆம், அப்படியே உங்களுடைய ஊரில் இருக்கும் மதுக்கடைகள் எல்லாவற்றையும் மூடவில்லை என்றாலும், ஒருசில மதுக்கடைகளையாவது மூடுங்கள். முக்கியமாக, மிக மிக முக்கியமாக, பொய் சொல்லாதீர்கள்' என்று சொன்ன முதியவரை இடைமறித்து,

'அதாவது, திதராத்தைப் பற்றி நான் சொன்னேனே, அதையா நீங்கள் குறிப்பிடுகிறீர்கள்?' என்று கேட்டார் பியோதர் பாவ்லவிச்.

'இல்லை, திதராத்தைப் பற்றிச் சொன்னதை அல்ல. முக்கியமாக, உங்களுக்கு நீங்களே பொய் சொல்லிக்கொண்டு உங்களை நீங்களே ஏமாற்றிக்கொள்ளாதீர்கள். அப்படித் தனக்குத்தானே பொய் சொல்லிக் கொள்கிறவன், தான் சொல்லும் பொய்களால், தனக்குள் இருக்கும் உண்மையையும் தனக்கு வெளியே இருக்கும் உண்மையையும் எந்தவித உண்மையையும் அறிய முடியாதவனாய், தன்னுடைய மரியாதையையும் பிறரிடத்திலுமுள்ள மரியாதையையும் இழப்பவனாகிறான். அப்படித் தன்னுடைய மரியாதையை இழந்து யாரையும் மதிக்காதவன், யார் மீதும் அன்பு பாராட்ட முடியாமல், பிறரை நேசிக்கும் தன்மையை இழந்து, அதன் காரணமாகவே கேவலமான சிற்றின்பத்தில் ஈடுபட, மிருகத்தனமான வழிக்கு அது அவனை இழுத்துச் செல்ல, இப்படி இவை எல்லாமே தனக்குத்தானேயும் மற்றவர்களிடமும் இடைவிடாமல்

சொல்லும் பொய்களின் விளைவாக ஏற்படுகிறது. அப்படித் தனக்குத் தானே பொய் சொல்லிக்கொள்பவன், வேறு யாரையும்விடத் தானே மிக அதிகமாக மற்றவர்களிடம் கோபப்படுவான். அப்படிக் கோபித்துக் கொள்வதும் ஒருவிதத்தில் இனிமையாகத்தானே இருக்கிறது? யாரும் தன் மீது கோபப்படவில்லை என்பதை நன்கு அறிந்த அவன், அப்படி ஒன்றைத் தானே கற்பனை செய்துகொண்டு, வெளி உலகிற்காகப் பொய் சொல்லிக்கொண்டு, நடக்கும் எல்லாவற்றையும் பெரிதுபடுத்திக் கொண்டு, ஒன்றுமில்லாத துன்னெலிப் புற்றைக் கூட மலையென உருவகப்படுத்தி, கோபப்பட்டுக்கொண்டு, அப்படிக் கோபப்படுவதில் சந்தோஷமும் அடைந்து, அப்படி அடைந்த சந்தோஷத்தில் திருப்தியும் அடைந்து, உண்மைக்கு எதிரியாக இருப்பான். ஆமாம், எழுந்து நில்லுங்கள், அமருங்கள் என்பதெல்லாம்கூட ஒரு வகையில் பொய்யான செயல்கள்தான் . . .' என்று சொன்ன முதியவரைப் பார்த்து,

'ஆசீர்வதிக்கப்பட்டவரே, உங்களுடைய கைகளைக் கொடுங்கள், முத்தமிடுகிறேன்!' என்று சொன்ன பியோதர் பாவ்லவிச், குதித்தெழுந்து வந்து முதியவரின் மெலிந்த கைகளைச் சத்தமாக முத்தமிட்டார். 'உண்மையாக, உண்மையாக, கோபித்துக் கொள்வதிலும் ஒரு சுகம் இருக்கிறது. அதை நீங்கள் சரியாகச் சொன்னீர்கள்; இதுவரை இப்படிப் பட்ட ஒன்றை நான் கேள்விப்பட்டதே இல்லை. உண்மையாக, இனிமையாக, அழகாக இருப்பதற்காக, அப்படி அழகாக இருப்பது மட்டுமில்லாது, மிக அற்புதமாக இருப்பதற்காகவே என்னுடைய வாழ்நாள் முழுவதும் நான் சிரமப்பட்டிருக்கிறேன்; நீங்கள் ஒன்றைச் சொல்ல மறந்துவிட்டீர்கள் முதியவரே, ஆம், அழகாக இருப்பதற்காக என்பதை! நான் இதை எழுதி வைத்துக்கொள்கிறேன்! என்னுடைய வாழ்நாள் முழுவதும், ஒவ்வொரு நாளும், ஒவ்வொரு மணி நேரமும் நான் பொய் சொல்லியிருக்கிறேன். உண்மையாகவே நான் ஒரு பொய்யன், பொய்களுக்குத் தந்தை! இல்லை, சரியாகச் சொன்னால், பொய்களின் தந்தையல்ல, சற்றே குழம்பிவிட்டேன், பொய்களுக்குப் பிள்ளை[9] என்பதே சரியாக இருக்கும். ஒன்றே ஒன்று . . . என்னுடைய தேவ மைந்தனே . . . திதராத்தைப் பற்றிச் சில சமயம் பொய் சொல்லலாம் தானே! திதராத்தைப் பற்றிய உண்மையைத் திரித்துச் சொன்னால் ஆபத்து ஒன்றும் இல்லை, ஆனால் அப்படி வேறு யாரைப் பற்றியாவது சொன்னால்தானே ஆபத்து. மேன்மையான முதியவரே, சொல்லப் போனால், இரண்டு வருடங்களுக்கு முன்பு, ஒரு விஷயத்தை நான் தெரிந்துகொள்வதற்காக, அவசரமாக இங்கு வந்தேன்; தயவுசெய்து பியோத்தர் அலெக்சாந்தரவிச்சிடம் சொல்லுங்கள், என்னை இடை மறித்துப் பேச வேண்டாமென்று. இதோ இதைத்தான் இங்கு வந்து நான் கேட்டுத் தெரிந்துகொள்ள விருப்பப்பட்டேன்: 'துறவிகளின் வாழ்க்கை' என்ற புத்தகத்தில் ஒரு சம்பவம் குறிப்பிடப்பட்டிருக்கிறது, அதாவது புனிதத் துறவி ஒருவரை, அதிசயங்கள் பலவற்றைச் செய்பவரை, அவருடைய ஆழ்ந்த சமயப் பற்றின் காரணமாகத் துன்புறுத்தி, அவருடைய தலையைத் துண்டிக்க, அவரோ எழுந்து வந்து துண்டிக்கப் பட்ட தன்னுடைய தலையை 'அன்புடன் முத்தமிட்டு', அதைத்

தன்னுடைய கைகளில் ஏந்தியவாறு நீண்ட தூரம் நடந்து சென்றார் என்று குறிப்பிடப்பட்டிருப்பது உண்மையா, மதிப்பிற்குரிய முதியவரே?'

'அல்ல, இது உண்மை அல்ல.'

'துறவிகளின் வாழ்க்கை' என்ற புத்தகத்தில் இப்படி எந்தவொரு சம்பவமும் குறிப்பிடப்படவில்லை. நீங்கள் எந்தத் துறவியைப் பற்றிச் சொல்கிறீர்கள்?' என்று கேட்டார், புனிதத் துறவி, நூலக அருட்தந்தை.

'அவர் யார் என்று எனக்குத் தெரியாது. அப்படி அவர் யாரென்று தெரியாததால், என்னால் அவரைப் பற்றி எதுவும் சொல்ல முடியவில்லை. யாரோ இப்படிச் சொல்லி என்னை ஏமாற்றிவிட்டார்கள். ஆனால் யார் இப்படிச் சொல்லி என்னை ஏமாற்றினார்கள் தெரியுமா? இதோ இந்த பியோத்தர் அலெக்சாந்தரவிச் மியூசவ்தான்; இதோ இப்போது நான் திதராத்தைப் பற்றிச் சொன்னதற்குக் கோபப்பட்டாரே, அவரேதான் இந்தக் கதையையும் சொன்னார்.'

'இப்படிப்பட்ட எதையும் நான் சொல்லவில்லை; அதுவும் உங்களிடம் இப்படி எதையுமே நான் சொல்லவில்லை.'

'உண்மைதான், நீங்கள் என்னிடம் எதையும் சொல்லவில்லை; ஆனால், பலர் கூடியிருந்த சபையில் இதைப் பற்றி நீங்கள் சொன்னபோது அங்கு நான் இருந்தேன்; இது நடந்து நான்கு வருடங்கள் இருக்கும். அதை இங்கு நான் நினைவுகூரக் காரணம், உங்களுடைய இந்த வேடிக்கையான கதை என்னுடைய நம்பிக்கையைத் தகர்த்தெறிந்துவிட்டது, பியோத்தர் அலெக்சாந்தரவிச் மியூசவ். அது எந்த விதத்தில் என்னுடைய நம்பிக்கையை உருக்குலைத்து, எவ்வளவு பெரிய தாக்கத்தை, எவ்வளவு பெரிய பாதிப்பை என்னுள் ஏற்படுத்தியது என்று உங்களுக்குத் தெரியாது. ஆம், பியோத்தர் அலெக்சாந்தரவிச், என்னுடைய மிகப் பெரிய அழிவுக்கு, மனமாற்றத்திற்கு நீங்கள்தான் காரணம்! அது திதராத் பற்றிய விஷயத்தைவிட மிகப்பெரியது!' என்று மியூசவுக்குப் பதிலளித்த பியோதர் பாவ்லவிச் கரமாஸவின் முகத்தில் பரிதாப உணர்வு பொங்கி வழிந்தாலும், அவர் நடிக்கிறார் என்பது அங்கிருந்த எல்லோருக்கும் தெள்ளத்தெளிவாகத் தெரிந்தது. ஆனால், மியூசவோ வேதனையுடன் கட்டுண்டவராய் அமர்ந்திருந்தார்.

'என்னவொரு முட்டாள்தனம், இது எல்லாமே முட்டாள்தனம்' என்று முணுமுணுத்தார் மியூசவ். 'இருக்கலாம், நான் எப்போதாவது அப்படிச் சொல்லியிருக்கலாம்... ஆனால், கண்டிப்பாக அதை நான் உங்களிடம் சொல்லியிருக்க மாட்டேன். நான் பாரிஸில் இருந்தபோது, பிரெஞ்சுக்காரர் ஒருவர் சொல்ல, அதாவது 'துறவிகளின் வாழ்க்கை' என்ற புத்தகத்திலிருந்து காலை நேரப் பிரார்த்தனையின் போது இது படிக்கப்பட்டது என்று சொல்ல நான் கேள்விப்பட்டேன்... அவர் கற்றறிந்த மனிதர், குறிப்பாக ரஷ்யாவைப் பற்றிய புள்ளி விவரங்களைப் பற்றி மிக ஆழமாகக் கற்றறிந்தவர், நீண்ட காலம் ரஷ்யாவில் வாழ்ந்தவர்... ஆனால், தனிப்பட்ட விதத்தில், 'துறவிகளின் வாழ்க்கை' என்ற புத்தகத்தை நான் படித்ததில்லை... ஆமாம், அதை

நான் படிக்கப்போவதுமில்லை... இன்னும் எப்படிப்பட்ட விஷயங்க ளெல்லாம் நாங்கள் உணவருந்தும்போது சொல்லப்பட்டது தெரியுமா? அப்போது நாங்கள் உணவருந்திக்கொண்டிருந்தோம்...'

'ஆமாம், அப்போது நீங்கள் உணவருந்திக்கொண்டிருந்தீர்கள், நானோ என்னுடைய நம்பிக்கையை இழந்துகொண்டிருந்தேன்!' என்று ஏளனமாகச் சொன்னார் பியோதர் அலெக்சாந்தரவிச் கரமாஸவ்.

'உங்களுடைய நம்பிக்கையைப் பற்றி எனக்கு என்ன கவலை!' என்று உரக்கச் சொல்ல நினைத்த மியூசவ், தன்னைக் கட்டுப்படுத்திக் கொண்டு வெறுப்புடன், 'உங்களால் தீண்டப்படும் எல்லாமே சோபை இழந்துவிடுகிறது.'

திடீரென்று முதியவர் தன்னுடைய இருக்கையிலிருந்து எழுந்தார். எழுந்தவர், 'மன்னியுங்கள் பெருமக்களே, உங்களைச் சிறிது நேரம் இங்குத் தனியாக விட்டுவிட்டுப் போகிறேன்' என்று வந்திருந்த விருந்தாளி களைப் பார்த்துச் சொன்னவர், 'நீங்கள் வருவதற்கு முன்பே என்னைப் பார்க்க சிலர் வந்து காத்திருக்கிறார்கள். அவர்களை நான் பார்த்து விட்டு வருகிறேன்.' என்றவர், 'இருந்தாலும், நீங்கள் பொய் பேசாமல் இருங்கள்' என்று மலர்ந்த முகத்துடன் பியோதர் பாவ்லவிச் கரமாஸவைப் பார்த்துச் சொன்னார்.

அப்படிச் சொன்னவர் தன்னுடைய அறையைவிட்டு வெளியேறி, படிக்கட்டுகளில் இறங்க, அவருக்கு உதவும் நோக்கத்தில் அல்யோஷாவும் அந்தப் புதுப் பணியாளனும் வேகமாகச் சென்றார்கள். அல்யோஷாவுக்கு மூச்சடைத்தது; முதியவர் குதூகலமாக, கோபமடையாமல் இருந்தது அவனுக்கு மகிழ்ச்சியைத் தந்தது. வெளிப்புறத் தாழ்வாரத்தில் அவரைப் பார்ப்பதற்காகக் காத்திருந்தவர்களுக்கு ஆசீர்வாதம் வழங்க முதியவர் சென்றார். ஆனால், பியோதர் பாவ்லவிச் கரமாஸவ் வாசற்கதவருகே அவரை நிறுத்தி, 'ஆசீர்வதிக்கப்பட்டவரே!' என்று உணர்ச்சிவசப்பட்டு உரக்கச் சொன்னவர், 'மீண்டும்' ஒருமுறை தங்களுடைய கைகளை முத்தமிட அனுமதியுங்கள்! 'ஆமாம், உங்களுடன் ஒருவர் பேசவும் வாழவும் முடியும்! எப்போதுமே இப்படி நான் பொய் பேசிக்கொண்டு கோமாளியாகவே இருப்பேன் என்று நீங்கள் நினைக்கிறீர்களா? உங்களைச் சோதிப்பதற்காகவே அப்படி நான் நடந்துகொண்டேன் என்பதை நீங்கள் தெரிந்துகொள்ள வேண்டும். உங்களால் அதை ஏற்றுக்கொள்ள முடியுமா என்று பரிசோதிக்கவே அப்படி நான் நடந்துகொண்டேன். உங்களுடைய பெருமைக்கு முன்பாக என்னுடைய தன்னடக்கம் தலைதூக்கி நிற்குமா என்பதை நான் பரிசோதித்துப் பார்த்தேன்! அப்படிப் பார்த்ததில், இதோ உங்களுக்கு நான் தரும் பெருமைக்குரிய நற்சான்றிதழ்: ஒருவர் உங்களுடன் வாழமுடியும் என்பதுதான்! இதற்கு மேல் இனி நான் எதுவும் பேசப் போவதில்லை. என்னுடைய இருக்கையில் அமர்ந்து, நடப்பதை அமைதியாகக் கேட்கப் போகிறேன். இனி, பியோத்தர் அலெக்சாந்தரவிச் மியூசவ், அடுத்த பத்து நிமிடங்களுக்கு' நீங்கள்தான் இங்கு மிக முக்கியமான மனிதர்..." என்றார்.

கரமாஸவ் சகோதரர்கள்

# 3

## கடவுள் நம்பிக்கையுள்ள கிராமத்துப் பெண்கள்

இந்த முறை கிராமப்புறப் பெண்கள் இருபதுக்கும் மேற்பட்டோர் மரத்தாலான தாழ்வாரத்திற்குக் கீழே, துறவி மடாலயத்தை ஒட்டி யிருந்த சுவர்ப்புற மைதானத்தில், கூட்டமாக வந்து காத்திருந்தனர். அவர்களைப் பார்க்க முதியவர் வருகிறார் என்று இறுதியாக அறிவிக்கப் பட்டதும், அவர்கள் ஆவலுடன் காத்திருந்தார்கள். தாழ்வாரத்தில் உயர்குலப் பெண்களுக்காக ஒதுக்கப்பட்ட இடத்தில் முதியவரைப் பார்க்க பெருமாட்டி ஹஹ்லக்கோவா வந்து காத்துக்கொண்டிருந்தாள். அப்படி அங்கு வந்து காத்துக்கொண்டிருந்தவர்கள் இரண்டு பேர்: ஒருவர் பெருமாட்டி ஹஹ்லக்கோவா, மற்றொருவர் அவளுடைய மகள். பெருமாட்டி ஹஹ்லக்கோவா, ஒரு பணக்காரப் பெண்மணி, எப்போதும் தனிரசனையுடன் ஆடை அணியும் அவள், இன்னும் இளமையாக, பார்ப்பதற்கு இனிமையானவளாக, சற்றே வெளிறிய நிறத்தில், ஏறக்குறைய கரிய, பிரகாசமான விழிகளைக் கொண்டவளாக இருந்தாள். முப்பத்தி மூன்று வயதிற்கு மேலில்லாத அவள், விதவையாகி ஐந்து வருடங்களாகியிருந்தன. பதினான்கு வயது நிரம்பிய அவளுடைய மகள் முடக்குவாத நோயால் அவதிப்பட்டுக்கொண்டிருந்தாள்.

பரிதாபத்திற்குரிய அந்தப் பெண், ஆறுமாதகாலமாகவே நடக்க முடியாமல், நீண்ட, வசதியானதொரு கால்சக்கர வண்டியில் வைத்துத் தள்ளப்பட்டாள். வசீகர முகத்துடன் ஆனால் உடல்நலம் குன்றிய காரணத்தால் மெலிந்து காணப்பட்ட அவள், மகிழ்ச்சியாகவே இருந்தாள். நீண்ட இமைகளைக் கொண்ட அவளுடைய பெரிய கருவிழிகளில் குறும்புத்தனம் பளிச்சிட்டது. அவளுடைய தாய் இளவேனிற் காலத்திலேயே அவளை வெளிநாட்டிற்கு அழைத்துச் செல்ல விருப்பப் பட்டாலும், கோடைகாலம் வரை அவளை அழைத்துச் செல்ல முடியாதபடி பண்ணை வேலையில் அவள் மூழ்கி இருந்தாள். நம்முடைய ஊரில் அவர்கள் புனித காரியத்திற்காகத் தங்காமல், பண்ணை விஷயமாக ஒருவார காலம் தங்கியிருந்தாலும், மூன்று நாட்களுக்கு முன்பு அவர்கள் முதியவரைச் சந்தித்திருந்தார்கள். முதியவர் யாரையும் பார்க்க முடியாத நிலையில் இருக்கிறார் என்பதைத் தெரிந்திருந்தும் கூட, மீண்டும் அவர்கள் 'நோய்களைக் குணப்படுத்தும் அந்த மிகப் பெரிய குணவானைப் பார்க்க வேண்டும்' என்ற ஆவலில் வந்து அவரைப் பார்க்கக் காத்திருந்தார்கள்.

மகள் அமர்ந்திருந்த சக்கர நாற்காலிக்கு அடுத்த நாற்காலியில், முதியவரை எதிர்பார்த்த வண்ணம், அந்தத் தாய் அமர்ந்திருக்க, அவர்களுக்கு இரண்டு அடி தள்ளி, நம்முடைய துறவி மடாலயத்தைச் சார்ந்திராத, வடக்கே பிரசித்தி பெறாத, வெகுதொலைவிலிருந்த ஒரு துறவி மடாலயத்திலிருந்து வந்திருந்த துறவி ஒருவர் முதியவரைப் பார்க்கக் காத்துக்கொண்டிருந்தார். அவரும் முதியவருடைய ஆசீர்

வாதத்தைப் பெறுவதற்காகக் காத்துக்கொண்டிருந்தார். வெளிப்புறத் தாழ்வாரத்திற்கு வந்த முதியவர், தன்னைப் பார்ப்பதற்காகக் காத்திருக்கும் மக்களை நோக்கிச் சென்றார். தாழ்வாரம் மூன்று பகுதிகளாகப் பிரிந்திருக்க, குழுமியிருந்த கூட்டத்தின் கீழ் வரிசை, தாழ்வாரத்தின் தரைப்பகுதியில் இருந்தது. மேல் படிக்கட்டில் வந்து நின்ற முதியவர், தன்னுடைய தோளணிப் பட்டையைச் சரிசெய்தபடி, தன்னை நோக்கி வந்த பெண்களை ஆசீர்வதித்தார். அவர்களில் சித்த பிரமை பிடித்த பெண் ஒருத்தி அவளுடைய இரு கைகளையும் முதியவரை நோக்கி நீட்டினாள். முதியவரைப் பார்த்தவுடன் திடீரென்று விநோத சத்தத்துடன் விக்கி அழுதபடி, உடல் குலுங்க, வலிப்பு நோய் வந்தவளைப் போல அவள் துடித்தாள். அதைப் பார்த்த முதியவர் தன்னுடைய தோளணிப் பட்டையை எடுத்து அவளுடைய தலைமீது போர்த்தி, அவளுக்காக ஒரு சிறு பிரார்த்தனையைச் செய்ய, அப்படியே அவள் அமைதியாகிப்போனாள். இந்தக் காலகட்டத்தில் இது எப்படிப் பார்க்கப்படுகிறது என்று எனக்குத் தெரியாது, ஆனால் என் சிறுவயதில் இப்படி வலிப்பு வந்து துடித்த பெண்களைக் கிராமங்களிலும், துறவி மடாலயங்களிலும் நிறையப் பார்த்திருக்கிறேன். அவர்களைக் காலைநேரப் பிரார்த்தனைக்குக் கூட்டிக்கொண்டு வரும்போது, அவர்கள் பெருங்குரலெடுத்து நாய்களைப் போலக் குரைக்க, அந்தச் சத்தம் கோயில் முழுவதும் அதிர, அப்படி அழைத்து வரப்பட்டவர்கள் பிரார்த்தனைக் கூடத்தில் நிறுத்திவைக்கப்பட்டதும், அவர்களுடைய 'பேய்க்குணம்' அவர்களைவிட்டு விலகி, சிறிது நேரம் அவர்கள் அமைதியாக இருப்பதை நான் பார்த்திருக்கிறேன். சிறுவனாக இருந்த என்னை அப்போது அது மிகவும் ஆச்சர்யத்தில் ஆழ்த்தியது. இதைப் பற்றி நான் பெரியவர்களிடம் கேட்டபோது, என்னுடைய கிராமத்து ஆசிரியர்களும் ஜமீன்தார்களும் அவர்கள் வேலை செய்யாமலிருப்பதற்காகவே இப்படிப் பாசாங்கு செய்கிறார்கள் என்றும் சற்றே இவர்களிடம் கடுமையாக நடந்துகொண்டால் எல்லாம் சரியாகிவிடும் என்றும் சொன்னவர்கள், இது போன்ற பல சம்பவங்களை உதாரணமாக எடுத்துச் சொன்னார்கள். ஆனால், இறுதியாக, மருத்துவர் களிடமிருந்து நான் தெரிந்துகொண்டது என்னவென்றால், இதில் எந்தவொரு பாசாங்குத் தன்மையும் இல்லை என்றும் இது பெண்களைத் தாக்கும் ஒரு பயங்கரமான நோய் என்றும் நம்முடைய ரஷ்யா முழுவதும் பரவியிருக்கும் இந்த நோய், கடுமையான கிராம வாழ்க்கை யின் காரணமாகக் கிராமத்துப் பெண்களைத் தாக்குகிறது என்றும், இந்த நோயானது, கடுமையான வேலைப் பளுவின் காரணமாகப் பெண்களைத் தாக்கி, அவர்களைப் பலவீனப்படுத்துவதுடன், குழந்தைப் பேற்றின்போது அவர்களுக்கு எந்தவித மருத்துவச் சிகிச்சையும் கிடைக்கப் பெறாததால் இந்த நோய்க்கு அவர்கள் ஆளாகிறார்கள் என்பதையும் நான் ஆச்சர்யத்துடன் தெரிந்துகொண்டேன்; அது மட்டுமில்லாமல், அடி, உதை என்ற தாங்க முடியாத துயரங்களைப் பெண்களில் பலர் தாங்கிக்கொண்டாலும், சிலரால் அவற்றைத் தாங்கிக்கொள்ள முடியாமல் போவதே இதற்குக் காரணம் என்பதையும் நான் தெரிந்து கொண்டேன்.

இப்படிப் பித்துப்பிடித்த பெண்களைப் பெருங்கூட்டப் பிரார்த் தனைக்குக் கூட்டிக்கொண்டு வந்ததும் அவர்கள் விநோதமாக, உடனடியாகக் குணப்படுத்தப்பட்டதைப் பற்றி எனக்கு என்ன சொன்னார்கள் என்றால், இது ஒரு பெரிய பாசாங்கு வேலையென்றும் இது ‘மதகுருமார்களின்’ தந்திரச் செயல் என்றும், ஏறக்குறைய இது இயல்பான ஒரு செயல்முறையாகி, அதாவது, பெருங்கூட்டப் பிரார்த்தனைக்கு அவர்கள் அழைத்து வரப்பட்டதும் உடனே அவர்கள் குணப்படுத்தப்படுவார்கள் என்பதை அந்தப் பெண்களே, ஏதோ எழுதப்படாத விதிபோல நம்பினார்கள் என்றும், அப்படி அவர்கள் இந்தச் சமயச்சடங்குகளில் பங்கேற்றவுடன் அவர்களுக்குள் இருந்த சாத்தான், தாக்குப் பிடிக்க முடியாமல் ஓடிவிடும் என்று அவர்கள் நம்பினார்கள் என்றும் எனக்கு விளக்கம் அளிக்கப்பட்டது. எனவே சித்த பிரமை பிடித்த பெண்களையும் நரம்புத் தளர்ச்சியால் பாதிக்கப் பட்ட பெண்களையும் இந்தச் சமயச் சடங்கிற்கு அழைத்துவந்து மண்டியிட்டு அவர்களை வணங்கச் செய்யும் நிகழ்வுகள் கோயில்களில் எப்போதுமே நடைபெற (அதைத் தவிர வேறு நிகழ்வுகளும் நடைபெற), அவர்கள் மண்டியிட்டுக் குனிந்து வணங்கும்போது அவர்களுடைய உடலில் ஒருவித அதிர்வலை ஏற்பட்டு, அதன் மூலமாக அவர்கள் கண்டிப்பாகக் குணமடைவார்கள் என்ற அதிசயத்தை அவர்களே நம்பவும் செய்தார்கள். அப்படிப்பட்ட அந்த அதிர்வலை அவர்களுக்குள் ஒரு நிமிடம்தான் இருந்தது. அதைப் போலவேதான் இப்போதும், முதியவர் தன்னுடைய தோளணிப் பட்டையைச் சித்த பிரமை பிடித்த அந்தப் பெண்மணியின் மீது போட்டு ஆசீர்வதித்ததும் அந்த அதிசயம் நடந்தது.

அதைப் பார்த்து அங்குக் குழுமியிருந்த பெரும்பாலான பெண்கள் ஆச்சர்யத்திலும் அதிசயத்திலும் கண்ணீர் மல்க நின்றார்கள்; மற்றவர்கள் அவருடைய அங்கியின் ஒரு முனையையாவது பற்றி முத்தமிட வேண்டு மென்று எத்தனிக்க, இன்னும் சிலரோ அரற்றி, அழுது புலம்பினார்கள். அப்படி நின்ற எல்லோரையும் ஆசீர்வதித்த முதியவர், ஒரு சிலரிடம் நின்று பேசினார். சித்த பிரமை பிடித்த அந்தப் பெண்ணை அவருக்கு நன்றாகவே தெரிந்திருந்தது, ஏனெனில் ஆறு மைல் தூரத்திற்கு அப்பால் இருந்த துறவி மடாலயத்திலிருந்து வந்திருந்த அவளை இதற்கு முன்பும் அவரிடம் கூட்டிக்கொண்டு வந்திருந்தார்கள்.

‘இதோ இவர் வெகுதொலைவிலிருந்து வந்திருக்கிறார்!’ என்று அதிக வயதாகாத ஒரு பெண்மணியை முதியவர் சுட்டிக்காட்ட, மெலிந்த, வற்றிய கன்னங்களுடன், வெயில் பட்டுக் கருக்காமல், ஏனோ முகம் முழுவதும் கருத்தவளாக இருந்தாள் அவள். முழந்தாளிட்ட படி, நிலைகுத்திய பார்வையால் முதியவரை அவள் வெறித்துப் பார்த்தாள். அவளுடைய கண்களில் ஒரு சீற்றம் தெரிந்தது.

தன்னுடைய கைகளைக் கன்னத்தில் வைத்துக்கொண்டு, தலையை மேலும் கீழும் ஆட்டியபடி அரற்றிக்கொண்டே அவள், ‘வெகு தொலைவி லிருந்து, புனிதத் தந்தையே, வெகு தொலைவிலிருந்து, முந்நூறு மைல்களுக்கு அப்பாலிருந்து ஆம், வெகு தொலைவிலிருந்து, புனிதத் தந்தையே, வெகு தொலைவிலிருந்து வருகிறேன்’ என்று அவள்

சொன்னாள். கிராமத்து மக்களிடையே சொல்ல முடியாத நீண்டகால வேதனை, விளக்க முடியாத, தவிர்க்க முடியாத வேதனையாக மாறிப் போயிருந்தது. ஆனால் நீண்டகாலமாகப் பொறுத்துக்கொள்ளப்பட்ட இந்த வேதனை அவர்களுடைய ஆழ்மனத்திலிருந்து கண்ணீராய்ப் பெருகி, புலம்பலாக வெளிப்பட்டது. குறிப்பாக இது கிராமத்துப் பெண்களிடம் காணப்பட்டது. ஆனால், ஆழ்மனத்திலிருக்கும் வெளிப் படாத இந்தச் சோகத்தைத் தாங்குவது எளிதல்ல. அப்படி வெளிப்படும் அந்தப் புலம்பல், அவர்களுடைய மனக் கசப்பை மேலும் அதிகரித்து, மனதை ரணப்படுத்திய பிறகுதான் ஆறுதலடையும். இப்படிப்பட்ட இந்த வேதனை, எளிதில் ஆறுதலடைய விரும்பாது, புண்பட்ட உணர்வுகளைத் தேற்றவிடாது முரண்பட்டு நிற்கும். இந்தப் புலம்பலுக்கு மனக்காயத்தின் நமைச்சல் தொடர்ந்து தேவைப்படும். 'நீங்கள் எல்லோரும் நகரவாசிகளா?' என்று கேட்ட முதியவர், அந்தப் பெண்ணை ஆச்சர்யத்துடன் பார்த்தார்.

'நாங்கள் நகரவாசிகள், முதியவரே, நகரவாசிகள்; விவசாயிகளாக இருந்த நாங்கள் இப்போது நகரத்தில் வசிக்கிறோம். அருட்தந்தையே, உங்களைப் பார்ப்பதற்காக, நாங்கள் இங்கு வந்திருக்கிறோம். உங்களைப் பற்றி நாங்கள் நிறையக் கேள்விப்பட்டிருக்கிறோம், முதியவரே, உங்களைப் பற்றிக் கேள்விப்பட்டிருக்கிறோம். என்னுடைய கடைசி மகனைப் புதைத்துவிட்டுக் கடவுளைப் பிரார்த்திக்கக் கோயிலுக்குப் போனேன். அப்படி நான் மூன்று துறவி மடாலயங்களுக்குப் போனேன், 'நீ அங்குப் போ, நஸ்தஸ்யூஷ்கா' (நாஸ்தியா என்ற பெயரைச் செல்லமாக அழைப்பது) என்று அங்கே சொன்னார்கள், அதாவது, என்னை இங்கு வந்து உங்களைப் பார்க்கச் சொன்னார்கள், என் அன்பார்ந்தவரே. எனவே, நேற்று வந்த நான் கோயிலுக்குப் போனேன்; இன்று உங்களைப் பார்க்க வந்திருக்கிறேன்.'

'நீ எதற்காக அழுகிறாய்?'

'இறந்து போன என் மகனை நினைத்து நான் அழுகிறேன், முதியவரே, மூன்று வயதாக இன்னும் மூன்று மாதங்களே இருந்தன¹. அவனை நினைத்துத்தான் நான் கண்ணீர் சிந்துகிறேன், முதியவரே, என்னுடைய மகனை நினைத்துத்தான். கடைசியாகப் பிறந்த இந்தப் பையனுடன் சேர்த்து, எனக்கும் நிக்கித்துஷ்காவுக்கும் மொத்தம் நான்கு குழந்தைகள். ஆமாம், குழந்தைகள் எங்களுக்குத் தங்குவதே இல்லை; எங்களுடைய எல்லாக் குழந்தைகளும் இறந்துபோய்விட்டன. முதல் மூன்று குழந்தைகளைப் புதைத்தபோது அவ்வளவாக நான் அழவில்லை, ஆனால் நான்காவதாக இந்தக் குழந்தையை நான் புதைத்தபோது என்னால் தாங்கிக்கொள்ளவே முடியவில்லை. இதோ அப்படியே அவன் என்னைவிட்டு விலகாமல் என் கண்முன்னேயே நிற்கிறான். என்னுடைய மனம் கிடந்து தவியாய்த் தவிக்கிறது. அவனுடைய துணிமணிகளை, அவன் அணிந்த சட்டையை, காலணி களைப் பார்த்து நான் புலம்புகிறேன். அவன் விட்டுச்சென்ற எல்லாப் பொருட்களையும் பார்த்துப் பார்த்து நான் அழுகிறேன். என் கணவன் நிக்கித்துஷ்காவைப் பார்த்து, 'என்னை விட்டுவிடு, என் அருமைக் கணவனே, எங்காவது நான் புனித யாத்திரைக்குப் போய்

விடுகிறேன்' என்று சொன்னேன். குதிரை வண்டி ஓட்டுபவன் என் கணவன், ஆனால் நாங்கள் ஏழைகளல்ல, அருட்தந்தையே, ஏழைகளல்ல; எங்களுக்குச் சொந்தமாகக் குதிரையும் குதிரை வண்டியும் இருப்பதால் நாங்களே வண்டியோட்டி வியாபாரம் செய்கிறோம். ஆனால், இவையெல்லாம் இனி எங்களுக்கு எதற்காக? நான் இல்லாத நேரத்தில் என்னுடைய நிக்கித்துஷ்கா குடிக்க ஆரம்பித்திருப்பான், முன்பு போலவே, நான் கொஞ்சம் நகர்ந்தாலும் போதும், உடனே அவன் குடிக்க ஆரம்பித்துவிடுவான். ஆனால், அவனைப் பற்றி இப்போது நான் வருத்தப்படவில்லை. இதோ நான் வீட்டைவிட்டு வந்து மூன்று மாதங்களாகின்றன. எல்லாவற்றையும் நான் மறந்துவிட்டேன், எதையுமே நான் நினைத்துப் பார்க்க விரும்பவில்லை; இனி நான் அவனோடு எப்படி சேர்ந்து வாழ முடியும்? அவ்வளவுதான், எல்லாமே, எல்லாமே முடிந்துவிட்டது. இனிமேல் நான் என்னுடைய வீட்டைப் பற்றியோ என்னுடைய நில, புலன்களைப் பற்றியோ எதைப் பற்றியுமே நான் நினைத்துப் பார்க்கப் போவதில்லை!'

'நான் சொல்வதைக் கேள், தாயே' என்று சொன்ன முதியவர், 'ஒரு முறை, நீண்ட காலத்திற்கு முன்பு, புனிதத் துறவி ஒருவர், ஆலயத்தில் உன்னைப் போல ஒரு பெண்மணியைப் பார்த்தார். அந்தத் தாய் இறந்துபோன தன்னுடைய குழந்தைக்காக, கடவுள் எடுத்துக்கொண்ட அவளுடைய ஒரே குழந்தையை நினைத்துத் தேம்பித் தேம்பி அழுதுகொண்டிருந்தாள். அப்போது அந்தப் பெண்ணைப் பார்த்து அந்தப் புனிதத துறவி சொன்னார், 'கடவுளின் சிம்மாசனத் திற்கு முன்பு நிற்கும் இந்தக் குழந்தைகள் எவ்வளவு பெரிய தைரியசாலி கள் தெரியுமா?' சொர்க்கலோக ராஜ்யத்தில் இவர்களைவிடத் தைரியமானவர்கள் வேறு யாரும் இல்லை, ஏனெனில் அவர்கள் கடவுளைப் பார்த்துக் 'கடவுளே, எங்களுக்கு நீங்கள் வாழ்வைப் பரிசாக அளித்தீர்கள், ஆனால் நாங்கள் வாழ்வதற்கு முன்பாகவே அதை நீங்கள் எங்களிடமிருந்து பறித்துக்கொண்டீர்கள்' என்று கேட்கிறார்கள். அவர்கள் இவ்வளவு தைரியமாகக் கடவுளைப் பார்த்துக் கேட்க, கடவுள் அவர்களுக்குத் தேவதை என்ற பட்டத்தைக் கொடுக் கிறார். ஆகவே, அந்தப் புனிதத் துறவி, 'வருத்தப்படாதே, பெண்மணி, அழாமல் நீ சந்தோஷமாக இரு, ஏனெனில் உன்னுடைய குழந்தை இனி கடவுளின் திருச்சபையில் தேவதைகளுள் ஒருவனாக இருக்கிறான்' என்றார். அப்போது அழுதுகொண்டிருந்த அந்தப் பெண்மணியைப் பார்த்து அவர் அப்படித்தான் சொன்னார். அவர் ஒரு மிகப்பெரிய துறவி, எனவே உண்மை இல்லாத ஒன்றை அவர் சொல்லியிருக்கவே மாட்டார். தெரிந்துகொள், தாயே, உன்னுடைய குழந்தையும் கடவுளின் அரியாசனம் முன்பு நின்று, உனக்காகக் கண்டிப்பாகக் கடவுளிடம் பிரார்த்தித்து, கடவுளின் புகழைப் பாடிக்கொண்டுதான் இருப்பான். எனவே, அழாமல் நீ சந்தோஷமாக இரு.'

தலையைக் குனிந்தபடி அந்தத் தாய் தன்னுடைய கன்னத்தைக் கையில் தாங்கிக்கொண்டு முதியவர் சொன்னதைக் கேட்டாள். பிறகு நீண்ட பெருமூச்செறிந்தாள்.

'நீங்கள் சொன்னது போலத்தான் என்னுடைய நிக்கித்துஷ்காவும், 'அறிவில்லாமல் நீ இங்கே அழுதுகொண்டிருக்கிறாய், ஆனால் நம்முடைய மகனோ கடவுளின் சந்நிதியில் தேவதைகளோடு ஒன்றாகக் கடவுளின் புகழைப் பாடிக்கொண்டிருப்பான்' என்று சொன்னான். ஆனால் அப்படிச் சொன்னவன், என்னைப் போலவே அழவும் செய்தான். உடனே நான், 'தெரியும் நிக்கித்துஷ்கா, நம் மகன் கடவுளின் சந்நிதியில்தான் இருப்பான், அங்கில்லாமல் அவன் வேறெங்கு இருக்க முடியும். ஆனால், முன்பு இருந்தது போல அவன் நம்மிடம் இப்போது இல்லையே!' என்று சொன்னேன். 'அவனை ஒருமுறை, ஒரே ஒருமுறை மீண்டும் நான் பார்க்க வேண்டும்; அவனருகில்கூட நான் போக மாட்டேன், ஒரு வார்த்தைகூடப் பேசமாட்டேன்; ஒரு மூலையிலிருந்து அவனை ஒரே ஒரு நிமிடம் பார்த்தால் கூடப் போதும்; முற்றத்தில் அவன் விளையாடுவதை, தன்னுடைய சிறு குரலெடுத்து என்னைக் கூப்பிடுவதை, 'அம்மா, நீ எங்கேயிருக்கிறாய்?' என்று என்னைக் கூப்பிடுவதை, ஒருமுறை அவன் தத்தித்தத்திச் செல்வதை, 'ஒரே ஒருமுறை, டக் – டக் – டக் என்று அவன் நடந்து போவதை, என்னைப் பார்த்து அவன் என்னிடம் ஓடி வருவதை, அப்படி அவன் ஓடிவரும் அந்தச் சத்தத்தை ஒருமுறை நான் கேட்டால் போதும்! ஆமாம், அவன் இங்கு இல்லை, புனிதத் தந்தையே, அவன் இங்கு இல்லை, அவனை இனி நான் எப்போதுமே பார்க்க முடியாது, அவன் பேசுவதை நான் கேட்க முடியாது! இதோ அவனுடைய இடுப்புக் கச்சை, ஆனால், அவன் இங்கு இல்லை, அவனை நான் இனி எப்போதுமே பார்க்க முடியாது, அவன் பேசும் பேச்சையும் இனி நான் கேட்க முடியாது!..'

இப்படிப் புலம்பிய அவள், தன்னுடைய இடுப்பில் மறைத்து வைத்திருந்த தங்க நிறத்தில் பின்னப்பட்ட அவனுடைய சிறிய அரைக்கச்சையை எடுத்துப் பார்த்துக் கதறி அழ, கண்களிலிருந்து பெருகிய கண்ணீரைக் கைகளால் அவள் மறைத்தும் அவளுடைய கண்ணீர் கைவிரல்களுக்கிடையே வழிந்தோடியது.

இது, "இராகேல் தன் குழந்தைகளுக்காக அழுதுகொண்டிருக் கிறாள்; ஆறுதல் பெற அவள் மறுக்கிறாள்; ஏனெனில் அவள் குழந்தைகள் அவளோடு இல்லை"[2] என்பது போலிருக்கிறது. இப்படிப்பட்டவர்கள் தாம் தாய்மார்கள், உலகிலுள்ள எல்லாத் தாய்மார்களும் இப்படிப் பட்டவர்கள்தாம். எனவே, உங்களுடைய துயரங்களை நீங்கள் ஆற்றிக் கொள்ளாதீர்கள், அப்படி நீங்கள் அதை ஆற்றிக்கொள்ளவும் தேவை யில்லை; துயரை ஆற்றிக்கொள்ளாமல் நீங்கள் அழுவதை உங்களுடைய குழந்தைகள் ஒவ்வொரு முறையும் பார்த்து, அவர்களை நீங்கள் மறக்கவில்லை என்பதை உணர்ந்து நீங்கள் அழுவதைக் கடவுளிடம் சுட்டிக்காட்டி சந்தோஷப்படுவார்கள்.

உன்னுடைய இந்த அழுகை, தாய்மை நிறைந்த அழுகை, நீண்ட காலம் தொடரப்போகும் ஒன்று, இறுதியாக அது உனக்கு மன அமைதியைக் கொடுத்து, கசப்பான இந்தக் கண்ணீரை அமைதியான சந்தோஷமாக மாற்றி, உன்னுடைய மனபாரத்தை நீக்கி உன்னைப்

பாவங்களிலிருந்து காப்பாற்றும். உன் மகனைப் பொறுத்தவரையில், அவனுக்காக நான் பிரார்த்திப்பேன். அவனுடைய பெயர் என்னவோ?'

'அலெக்செய், முதியவரே.'

'அற்புதமான பெயர். மனிதக் கடவுள் என்று பொருள்!'[3]

'ஆமாம், அருட் தந்தையே, அவன் கடவுள், கடவுளேதான், அலெக்செய் மனிதக் கடவுள்தான்.'

'அவர் மிகப்பெரிய துறவி! நான் பிரார்த்திக்கும்போது உன்னுடைய துயரங்களை நினைவுகூர்ந்து உனக்காக, உன் கணவனின் ஆரோக்கியத்திற்காகப் பிரார்த்திப்பேன். ஆனால், அவனை இப்படித் தனியாக விட்டுவிட்டு வந்ததுதான் நீ செய்த பாவச் செயல். அவனிடம் உடனே நீ திரும்பிப் போய் அவனுடைய நலனில் அக்கறை செலுத்து. உன்னுடைய மகன் அவனுடைய தந்தையை நீ தனியாக விட்டுவிட்டு வந்ததை நினைத்து விண்ணுலகில் வருத்தப்பட்டு அழுவான்; அவனுடைய சந்தோஷத்தை நீ ஏன் கெடுக்கிறாய்? ஏனெனில், அவன் உயிரோடு இருக்கிறான், உயிரோடு, அவனுடைய ஆன்மா எப்போதுமே உயிரோடுதான் இருக்கும்; உன்னுடைய வீட்டில் அவன் இல்லையே தவிர, கண்ணுக்குப் புலப்படாமல் அவன் உன்னுடன்தான் இருக்கிறான். உன்னுடைய வீட்டை நீ புறக்கணித்துவிட்டு வந்தால், அவன் எப்படி அங்கு வருவான்? தாயும தந்தையுமாகிய நீங்கள் இருவருமே வீட்டில் இல்லையென்றால், அவன் யாரைப் பார்க்க வருவான்? நீ அவனைக் கனவில் கண்டு மனவேதனைப்படுகிறாய் என்று இப்போது சொன்னாய், ஆனால் நீ வீட்டிற்குத் திரும்பிப் போனால் அவனைப் பற்றி இனிய கனவுகள் உனக்கு வரும். உடனே நீ உன்னுடைய வீட்டிற்கு, உன் கணவனைப் பார்க்கப் போ.'

'போகிறேன், அருட்தந்தையே, உங்களுடைய அறிவுரையை ஏற்று இப்போதே நான் போகிறேன். என்னுடைய மனதை நீங்கள் புரிந்து கொண்டீர்கள். நிக்கித்துஷ்கா, நிக்கித்துஷ்கா, காத்திரு என் செல்லமே, எனக்காகக் காத்திரு!' என்று புலம்பிய அந்தப் பெண்மணியை விட்டு நகர்ந்து, யாத்திரீக உடையில் இல்லாமல் சாதாரண நகரவாசியைப் போல உடையணிந்திருந்த, வயது முதிர்ந்த பெண்மணியின் பக்கமாகத் திரும்பினார் முதியவர். அவளுடைய கண்களைப் பார்த்ததும் அவள் ஏதோ ஒன்றைச் சொல்லவருவது அவருக்குப் புரிந்தது. அவள் தன்னை, மறைந்த படைத்தளபதியின் மனைவி என்றும் நம்முடைய நகரத்திற்குச் சற்றுத் தொலைவில் வசிப்பதாகவும் சொன்னாள். அவளுடைய மகன் வாசியா ராணுவத்தில் வேலை பார்ப்பவன், சைபீரியாவிலுள்ள இர்கூத்க்ஸ் என்ற நகரத்திற்கு வேலைக்குப் போனான். போனவன் இரண்டுமுறை கடிதம் எழுதினான், அதன் பிறகு ஒரு வருடமாகியும் அவனிடமிருந்து கடிதம் எதுவும் இல்லை என்று முதியவரிடம் அவள் சொன்னாள். அவனைப் பற்றி விசாரிக்கலாம் என்றால், எங்குப் போய், யாரைக் கேட்பது என்று புரியவில்லை என்றும் அவள் சொன்னாள்.

‘ஒரு நாள் ஸ்தெப்பனீதா இலிநீஷ்னா பெத்ரியாகினா என்ற செல்வச் சீமாட்டியான வணிகரின் மனைவி சொன்னாள், ‘ப்ரஹ்ரோவ்னா, நீ ஆலயத்திற்குச் சென்று, அங்கு இறந்தவர்களுக்காக வழிபாடு செய்யும் ஏட்டில் உன் மகனின் பெயரை எழுதிவை. ஒரு சமயம் அவனுக்காகப் பிரார்த்தனை நடத்தப்படும்போது, அது அவனுக்கு மன உளைச்சலைக் கொடுத்து, அவன் உனக்குக் கடிதம் எழுதக்கூடும். இது பலமுறை மக்களால் கடைபிடிக்கப்பட்டு, பரிசோதிக்கப்பட்டது; கண்டிப்பாக இதற்குப் பலன் கிடைக்கும்’ என்றாள். ‘ஆனால் எனக்குத்தான் சந்தேகம், அருட்தந்தையே! அப்படிச் செய்வது சரியா, தவறா, அப்படிச் செய்தால் நல்லது நடக்குமா?’ நீங்கள்தான் எனக்கு வழிகாட்ட வேண்டும்.’

‘அப்படிச் செய்வதைப் பற்றி நீ நினைத்துக்கூடப் பார்க்கக் கூடாது. அப்படிச் செய்ய நீ வெட்கப்பட வேண்டும். ஆம், பெற்ற தாயே உயிரோடு இருக்கும் ஒரு மகனுக்கு இறந்துபோனவருக்கான ஒரு வழிபாட்டைச் செய்ய முடியுமா என்ன! இது மிகப்பெரிய பாவம், இது சூனியம் செய்வதற்குச் சமம், உன்னுடைய இந்தப் பேதைமைத் தன்மை காரணமாக மட்டுமே இது மன்னிக்கப்படுகிறது. இதற்குப் பதிலாக அவனுடைய ஆரோக்கியத்திற்காக நீ கடவுளிடம் பிரார்த்தித்துக் கொள்; ஆம், கடவுள் உன்னுடைய இந்தத் தவறான எண்ணங்களுக்காக உன்னை மன்னிப்பார். இதோ, இன்னும் ஒன்றைச் சொல்கிறேன், கேள். ப்ரஹ்ரோவ்னா, உன் மகன் நேரடியாக உன்னை வந்து பார்ப்பான் அல்லது உனக்குக் கடிதம் எழுதுவான். இனி நீ அமைதியாக வீட்டிற்குப் போகலாம். உன் மகன் உயிரோடுதான் இருக்கிறான்.’

‘எங்களுடைய பேரன்பிற்குரியவரே, கடவுள் உங்களை ரட்சிப்பார், எங்களுக்காக நல்லது செய்யும் நீங்கள் எல்லோருக்காகவும் பிரார்த்தனை செய்து எங்களுடைய பாவங்களை . . .’ என்று அவள் சொல்லி முடிப்பதற்குள் அந்தக் கூட்டத்தில் கொழுந்துவிட்டு எரியும் இரண்டு கண்கள் முதியவர்மீது நிலைகுத்தி நிற்பதையும், பார்ப்பதற்கு அவை நோயுற்று நலிவுற்றிருந்தாலும், அந்தக் கண்களுக்குரியவர் இன்னும் இளமையான கிராமத்துப் பெண்ணாக இருப்பதையும் முதியவர் கவனித்தார். முதியவரை மிக அமைதியாக அவள் பார்த்தது, ஏதோ அவள் அவரை நெருங்கிவரப் பயப்பட்டது போலத் தெரிந்தது.

‘உனக்கு என்ன வேண்டும், குழந்தையே?’

‘என்னுடைய மனத்திலிருக்கும் கறையைச் சுத்தம் செய்ய வேண்டும் அன்பார்ந்தவரே’ என்று அவள் அமைதியாக, பரபரப்பு எதுவும் இல்லாமல் மண்டியிட்டு அவருடைய கால்களில் விழுந்து கேட்டாள்.

‘பாவம் செய்துவிட்டேன், அன்பார்ந்தவரே, செய்த பாவத்தை எண்ணி நான் பயப்படுகிறேன்.’

முதியவர் கடைசிப் படிக்கட்டில் அமர, மண்டியிட்ட அந்தப் பெண் அவருக்கு அருகில் வந்தாள்.

‘நான் விதவையாகி இரண்டு வருடங்களாகின்றன’ என்றவள் சற்றே நடுக்கத்துடன் பாதிக்குரலில் முணுமுணுத்தாள். ‘திருமண வாழ்க்கை எனக்கு மிகவும் சிரமமாக இருந்தது; வயதான என் கணவன் என்னை அடித்து நொறுக்கினார். உடல்நலம் சரியில்லாமல் அவர் படுத்திருந்தார்; அப்போது நான் நினைத்தேன், அவருக்கு உடல்நலம் மட்டும் சரியாகி மீண்டும் எழுந்து வந்தால் என்னுடைய நிலைமை என்னவாகுமென்று? அப்போதுதான் எனக்கு இந்த எண்ணம் தோன்றியது ..?’ என்றவளை இடைமறித்து, ‘நில்’ என்ற முதியவர், தன்னுடைய காதுகளை அவளுடைய உதடுகளுக்கருகே கொண்டுசென்றார். அவள் மிக அமைதியாக அவருடைய காதுகளில் முணுமுணுக்க, அவள் சொன்னது எதுவுமே யாராலுமே கேட்க முடியாமலிருந்தது. வேகமாக அவள் எல்லாவற்றையும் சொல்லி முடித்தாள்.

‘இது மூன்றாவது வருடமா?’

‘ஆமாம், இது மூன்றாவது வருடம். முதலில் நான் இதைப் பற்றியெல்லாம் நினைத்துப் பார்க்கவில்லை, ஆனால் இப்போது எனக்கு உடம்பு சரியில்லாமல் இருக்கும்போது எனக்குப் பயமாக இருக்கிறது.’

‘வெகுதொலைவிலிருந்து வருகிறாயா?’

‘ஆமாம், ஐநூறு மைல்களுக்கு அப்பாலிருந்து.’

‘பாவமன்னிப்பு கேட்டாயா?’

‘ஆமாம், இரண்டுமுறை பாவமன்னிப்பு கேட்டேன்.’

‘புனிதவழிபாட்டிற்கு உன்னை அனுமதித்தார்களா?’

‘ஆமாம், அனுமதித்தார்கள்; ஆனால் எனக்குப் பயமாக இருக்கிறது. நான் இறந்து போவேனோ என்று எனக்குப் பயமாக இருக்கிறது.’

‘அப்படி நீ பயப்படத் தேவையில்லை; எதற்குமே நீ பயப்படத் தேவையில்லை. வீணாக நீ வருத்தப்படாதே. நீ செய்த பாவத்திற்காக உண்மையாக வருத்தப்பட்டாலே போதும், கடவுள் உன்னை மன்னிப்பார். ஆம், கடவுளால் மன்னிக்கப்படாத பாவம் ஒன்று இந்தப் பூமியில் இல்லவே இல்லை. அப்படி அந்தப் பாவத்திற்காக உண்மையாக நீ மனவருத்தப்பட்டாலே போதும். கடவுளுடைய எல்லையற்ற அன்பைப் பெற முடியாத அளவுக்கு மனிதனால் ஒரு பாவத்தையும் செய்துவிட முடியாது. அப்படிக் கடவுளின் அன்பைப் பெற முடியாத அளவுக்கு இந்த மண்ணுலகில் பாவம் என்று ஒன்று இருக்க முடியுமா என்ன? நீ செய்த பாவத்தை நினைத்து எப்போதும் நீ வருத்தப்படு, ஆனால் அதற்காக மன உலைவு கொள்ள வேண்டாம். நினைத்துப் பார்க்க முடியாத அளவுக்குக் கடவுள் உன்னுடைய பாவங்களினூடும், உன்னுடைய பாவங்களுடனும் உன்னை நேசிக்கிறார் என்பதை நீ நம்பு, “அது போலவே மனம் மாறத் தேவையில்லாத தொண்ணூற்றொன்பது நேர்மையாளர்களைக் குறித்து உண்டாகும் மகிழ்ச்சியைவிட,

மனம் மாறிய ஒரு பாவியைக் குறித்து விண்ணுலகில் மிகுதியாக மகிழ்ச்சி உண்டாகும்"[4] என்று வெகுகாலத்திற்கு முன்பே சொல்லப் பட்டிருக்கிறது.

'எனவே, நீ பயமில்லாமல் போய்வா. மற்றவர்களுடைய மனதைப் புண்படுத்தாதே, மற்றவர்கள் உன்னைக் கோபித்துக்கொண்டால் அவர்கள்மீது நீ கோபங்கொள்ளாதே. இறந்துபோன உன் கணவனை நீ மனமார மன்னித்து அவரை நீ ஏற்றுக்கொள். வருத்தப்படுவது என்பதே அன்பு காட்டுவதாகும், அப்படி அன்பு செலுத்துவதால் கடவுளுக்கு நீ சமமாகிறாய்... அன்பானது எல்லாவற்றையும் ஈடு செய்யும், எல்லாவற்றையும் காப்பாற்றும். உன்னைப் போலவே பாவியாகிய நான், உன்னுடைய வார்த்தைகளைக் கேட்டு மனமிரங்கி, உனக்காக வருத்தப்படும்போது, கடவுள் இதைவிடப் பன்மடங்கு உனக்காக வருத்தப்பட்டு உன்னை மன்னிப்பார். அன்பானது விலை மதிக்க முடியாத ஒரு பொக்கிஷம்; அந்த அன்பைக் கொண்டு உலகை வென்று செய்த பாவத்திற்குப் பரிகாரம் தேடி, உன்னுடைய பாவத்தையும் பிறருடைய பாவங்களையும் நீ கழுவிக்கொள்ளலாம். எனவே, நீ பயப்படாமல் போய் வா.'

அப்படிச் சொன்னவர், தன்னுடைய கழுத்திலிருந்த சிலுவையை எடுத்து மூன்றுமுறை சிலுவையிட்டு அவளை ஆசீர்வதித்தார். அமைதி யாக அவள் தரையைத் தொட்டு வணங்கி அவருடைய ஆசீர்வாதத்தைப் பெற்றுக்கொண்டாள். பிறகு அவர் எழுந்து கைக்குழந்தையுடன் நலமாக இருக்கும் அந்தப் பெண்மணியை நோக்கிச் சென்றார்.

'வீஷகோரியவிலிருந்து வந்திருக்கிறோம், அன்பார்ந்தவரே.'

'ஆறு மைல் தூரத்திலிருந்து இவ்வளவு தூரம் சிரமப்பட்டு வந்து சோர்வுடன் நிற்கிறாயே, உனக்கு என்ன வேண்டும்?'

'உங்களைப் பார்க்கலாம் என்றுதான் வந்தேன். உங்களை நான் இதற்கு முன்பும் சந்தித்திருக்கிறேன், நீங்கள் என்னை மறந்துவிட்டீர்களா? அப்படி நீங்கள் என்னை மறந்து விட்டீர்கள் என்றால், உங்களுக்கு ஞாபகமறதி அதிகம் என்று அர்த்தம். உங்களுக்கு உடல்நலம் சரியில்லை என்று எங்கள் ஊரில் பேசிக்கொண்டார்கள். எனவே, நேரில் வந்து உங்களைப் பார்த்து, உங்களுடைய உடல்நலனைப் பற்றித் தெரிந்து கொள்ளலாம் என்று வந்தேன். இப்போது உங்களை நான் பார்த்து விட்டேன், நீங்கள் நன்றாகத்தான் இருக்கிறீர்கள். இன்னும் இருபது வருடங்கள் நலமாக உயிருடன் இருப்பீர்கள், இது சத்தியம். கடவுள் உங்களுடன் இருப்பார்! உங்களுக்காக இவ்வளவு பேர் பிரார்த்திக்கும் போது, எப்படி உங்களுக்கு உடல்நலம் சரியில்லாமல் போகும்?'

'நன்றி, அன்பார்ந்தவளே, உன்னுடைய நல்ல எண்ணத்திற்கு நன்றி.'

'ஒரு சிறு வேண்டுகோள்: இதோ என்னிடம் அறுபது கோபெக்குகள் (பைசா) இருக்கின்றன; இவற்றை என்னைவிட ஏழையான ஒருவருக்குக் கொடுத்துவிடுங்கள். இங்கு வரும்போது இதை உங்களிடம் கொடுக்க

வேண்டுமென்று நினைத்தேன், ஏனெனில் உங்களுக்குத்தான் தெரியும் அதை யாருக்குக் கொடுக்க வேண்டுமென்று.'

'நன்றி, அன்புக்குரியவளே, உன்னுடைய நல்ல எண்ணத்திற்காக உன்னை நான் நேசிக்கிறேன். கண்டிப்பாக உன்னுடைய வேண்டுகோளை நிறைவேற்றுவேன். உனக்குப் பெண் குழந்தையா?'

'ஆமாம், அருட்தந்தையே, லிசவெத்தா என்ற பெண் குழந்தை.'

'கடவுள் உன்னையும் உன் குழந்தை லிசவெத்தாவையும் ஆசீர்வதிப்பார். என்னுடைய உள்ளத்தை நீ மகிழ்வித்துவிட்டாய். போய் வா, அன்பார்ந்தவளே, போய் வா, மனத்திற்கினியவளே.'

அப்படிச் சொன்னவர், அங்கிருந்த எல்லோரையும் ஆசீர்வதித்து விட்டு, தலைகுனிந்து எல்லோரையும் வணங்கி விடைபெற்றுக்கொண்டு சென்றார்.

## 4

## கடவுள் நம்பிக்கையில்லாத பெண்மணி

முதியவர் பொதுமக்களை ஆசீர்வதித்ததைப் பார்த்துக்கொண்டிருந்த சீமாட்டி தன்னுடைய கண்களில் வழிந்த கண்ணீரைக் கைக்குட்டையால் துடைத்தபடி நின்றுகொண்டிருந்தாள். இயற்கையாகவே இரக்க குணமுடையவளாக இருந்த அவள், ஏதோ ஒருவகையில் உணர்ச்சி வசப்பட்டவளாக இருந்தாள். இறுதியாக, அவள் இருக்கும் இடத்திற்கு வந்த முதியவரை, அவள் பெருமகிழ்ச்சியுடன் பார்த்தாள். அப்படிப் பார்த்தவள்,

'மனதைத் தொடும் இந்தக் காட்சியைப் பார்த்து நான் மனமுருகி நிற்கிறேன் . . .' என்று மேலே பேசமுடியாமல் உணர்ச்சிவசப்பட்டுச் சொன்னவள், 'மக்கள் உங்களை நேசிக்கிறார்கள் என்று எனக்குப் புரிகிறது, நானும் மக்களை நேசிக்கிறேன்; அப்படி அவர்களை நேசிக்கவும் விருப்பப்படுகிறேன்; ஆமாம், அவர்களை நேசிக்காமல் எப்படி இருப்பது, நம்முடைய அருமையான, எளிமையான ரஷ்யமக்களை, மேதமை பொருந்திய நம்முடைய ரஷ்ய மக்களை!'

'உங்களுடைய மகளின் உடல்நலம் எப்படியிருக்கிறது? மறுபடியும் ஏதாவது நீங்கள் என்னிடம் சொல்ல விரும்புகிறீர்களா?'

'ஆமாம், உங்களைப் பார்க்க வேண்டுமென்று நான் மன்றாடிக் கேட்டுக்கொண்டேன்; உங்களைப் பார்ப்பதற்காகவே உங்களுடைய ஜன்னல் முன்பு மண்டியிட்டு, மூன்று நாட்களானாலும் பரவாயில்லை, கண்டிப்பாக உங்களைப் பார்த்துப் பேச வேண்டுமென்று நான் நின்றுகொண்டிருந்தேன். எங்களுடைய உளப்பூர்வ, உணர்ச்சிபூர்வமான நன்றியை உங்களுக்குத் தெரியப்படுத்தவே மறுபடியும் நாங்கள் உங்களைப் பார்க்க வந்திருக்கிறோம். அற்புதமாக நோய்களைக்

குணப்படுத்துபவரே! நீங்கள் என்னுடைய லீஸாவைக்[1] குணப்படுத்தி விட்டீர்கள், முழுமையாகக் குணப்படுத்திவிட்டீர்கள், அவளுக்காக நீங்கள் பிரார்த்தித்து, உங்களுடைய கரங்களால் அவளை ஆசீர்வதித்துக் குணப்படுத்தினீர்களே, அப்படிப்பட்ட உங்களுடைய அந்தக் கரங்களை முத்தமிட்டு நன்றிகூறவே நாங்கள் இங்கு வந்திருக்கிறோம்; எங்களுடைய உளங்கனிந்த நன்றியை உங்களுக்குத் தெரியப்படுத்தவே நாங்கள் இங்கு வந்திருக்கிறோம்!'

'நான் எப்போது அவளைக் குணப்படுத்தினேன்? அவள் இன்னமும் சக்கர நாற்காலியில்தானே உட்கார்ந்திருக்கிறாள்?'

'உங்களைச் சந்தித்துவிட்டு வந்த அந்த வியாழக்கிழமையிலிருந்து இன்றுவரை, இரண்டு நாட்களாகவே அவளுக்குக் காய்ச்சல் இல்லை, கொஞ்சம்கூட இல்லை' என்று அந்தச் சீமாட்டி பதற்றத்துடன் சொன்னாள். 'அதுமட்டுமல்ல, அவளுடைய கால்களும் வலுப்பெற்று விட்டன. இன்று காலை எழுந்ததுமே அவள் ஆரோக்கியமாக இருப்பதாக உணர்ந்தாள்; இரவு முழுவதும் அமைதியாகத் தூங்கிய அவளுடைய கன்னங்களைப் பாருங்கள், சிவந்திருக்கின்றன, அப்படியே அவளுடைய கண்களும் ஜீவனுடன் இருக்கின்றன. இன்றுவரை அழுதவண்ணமாகவே இருந்த அவள், இப்போது சந்தோஷமாக, சிரித்துக்கொண்டிருக்கிறாள். இன்று தன்னை நிற்கவைக்குமாறு வற்புறுத்திக் கேட்டுக்கொண்ட அவள், எதையும் பிடிக்காமல் தானாகவே ஒரு நிமிடம், கீழே விழாமல் நின்றாள். இன்னும் பதினைந்து நாட்களில் அவள் நடனம் ஆடப் போவதாகச் சவால் விடுகிறாள். உடனே நான் மருத்துவர் கெர்ஷென்ஸ் தூபேவை அழைத்துக் கேட்டேன்; அவர் ஆச்சர்யத்தில் தன்னுடைய தோள்களை உயர்த்தி 'என்ன சொல்வது என்று தெரியவில்லை, ஆச்சர்யமாக இருக்கிறது' என்று சொன்னார். இப்படி இருக்கையில், உங்களைப் பார்த்து, நீங்கள் செய்த இந்த மிகப்பெரிய உதவிக்கு நன்றி கூறாமல், நாங்கள் எப்படிப் போவது? லீஸ், உன்னுடைய நன்றியை அவருக்குத் தெரியப்படுத்து, வா, வந்து தெரியப்படுத்து!'

லீஸின் அழகான சிரித்த முகம் திடீரென்று சோர்ந்துவிட, அவள் தன்னுடைய சக்கர நாற்காலியிலிருந்து எவ்வளவு தூரம் எழுந்து நிற்க முடியுமோ அவ்வளவு தூரம் எழுந்து நின்று முதியவரைப் பார்த்துக் கைகளைக் கூப்பி வணங்கியபோது, திடீரென்று அடக்க முடியாமல் அவள் வெடித்துச் சிரித்தாள் . . .

'இது நான் அவனைப் பார்த்து, அவனை!' என்று அல்யோஷாவைச் சுட்டிக்காட்டியவள், தன்னுடைய குழந்தைத்தனமான சிரிப்பை அடக்க முடியாமல் சிரித்தாள். முதியவருக்குப் பின்னால் ஒரு அடி தள்ளி நின்ற அல்யோஷாவை அப்போது யார் பார்த்திருந்தாலும் அவனுடைய கன்னங்கள் வெட்கத்தில் சட்டென்று சிவந்ததைக் கவனித்திருக்க முடியும். அவனுடைய கண்கள் சந்தோஷத்தில் ஒளிர்வதை மறைக்க அவன் தன்னுடைய கண்களைக் கீழே தாழ்த்திக்கொண்டான்.

'அவள் உங்களிடம் ஒரு விஷயத்தைச் சொல்ல வந்திருக்கிறாள், அலெக்ஸெய் ஃபியோதரவிச் . . . நீங்கள் எப்படி இருக்கிறீர்கள்?'

என்றபடி கையுறை அணிந்த தன்னுடைய நேர்த்தியான கையைக் குலுக்குவதற்காக அந்தச் சீமாட்டி தன் கைகளை நீட்டினாள். முதியவர் உடனே திரும்பி அல்யோஷாவைக் கவனமாகப் பார்த்தார். லீஸைப் பார்த்து, விநோதமாக, தடுமாற்றத்துடன் புன்னகைத்தபடி, கைகுலுக்கி வணக்கம் தெரிவிக்கத் தன்னுடைய கைகளை அல்யோஷா நீட்டினான். லீஸ் அப்போது தன்னை மிக முக்கியமானவளாகக் காட்டிக்கொண்டாள்.

‘கத்தரீனா இவானவ்னா என்னிடம் இதைக் கொடுத்தனுப்பினாள்’ என்று ஒரு சிறிய கடிதத்தை அவனிடம் லீஸ் நீட்டினாள். ‘நீங்கள் கண்டிப்பாக அவளை வந்து பார்க்க வேண்டும், ஆமாம் அதுவும் சீக்கிரமே, கூடிய சீக்கிரமே நீங்கள் வந்து அவளைப் பார்க்க வேண்டும்; அப்படிப் பார்க்காமல் நீங்கள் அவளை ஏமாற்றிவிடக் கூடாது, கண்டிப்பாக நீங்கள் அவளைப் பார்க்க வரவேண்டுமென்று அவள் என்னிடம் சொல்லி அனுப்பினாள்.’

‘அவள் என்னை வரச் சொன்னாளா? அவளைப் பார்க்கவா . . . எதற்காக?’ என்று அல்யோஷா மிகுந்த ஆச்சர்யத்துடன் மெலிதாக முணுமுணுத்தான். திடீரென்று அவனுடைய முகம் கவலையில் தோய்ந்தது.

‘அண்மையில் நடந்த விஷயங்களெல்லாம் திமித்ரி பியோதர விச்சைப் பற்றியது . . .’ என்று லீஸின் தாய் நிலைமையை அவசரமாக விளக்க முற்பட்டாள். ‘கத்தரீனா இவானவ்னா ஒரு முடிவுக்கு வந்துவிட்டாள் . . . அதைப் பற்றி உங்களிடம் பேசுவதற்காகத் தான் அவள் உங்களைக் கட்டாயம் பார்க்க வேண்டுமென்று சொல்லி அனுப்பினாள் . . . எதற்காக என்று எனக்குத் தெரியாது, ஆனால் உங்களை அவள் வெகு சீக்கிரமே பார்க்க விருப்பப்படுகிறாள். கட்டாயம் நீங்கள் இதைச் செய்ய வேண்டும், கண்டிப்பாகச் செய்ய வேண்டும், உங்களுடைய கிறிஸ்துவ உணர்வுகூட இதை செய்யச் சொல்லக்கூடும்.’

‘நான் அவளை ஒரே ஒருமுறைதான் பார்த்திருக்கிறேன்’ என்று அல்யோஷா குழப்பத்துடன் தொடர்ந்தான்.

‘ஓ, அவள் எப்படிப்பட்ட பெருந்தன்மையான, ஒப்புவமையில்லாத பெண்மணி தெரியுமா! . . . எவ்வளவு கஷ்டங்களை அவள் கடந்து வந்திருக்கிறாள், எவ்வளவு கஷ்டங்களைத் தாங்கிக்கொண்டிருக்கிறாள், இன்னும் எவ்வளவு கஷ்டங்கள் அவளுக்காகக் காத்திருக்கின்றன . . . இவை எல்லாமே பயங்கரம், பயங்கரம்!’

‘சரி, நான் அவளைப் போய்ப் பார்க்கிறேன்’ என்று தீர்மானத்துடன் சொன்ன அல்யோஷா, அவனிடம் கொடுக்கப்பட்ட அந்தச் சிறிய குறிப்புத்தாளைப் பிரித்துப் பார்த்தபோது, அவளைக் கண்டிப்பாகப் பார்க்கவர வேண்டுமென்று எழுதப்பட்டிருந்த கோரிக்கையைத் தவிர, அதில் வேறு எதுவுமே எழுதப்பட்டிருக்கவில்லை.

‘நீங்கள் செய்யக்கூடிய மிக அருமையான விஷயம் இதுதான், அற்புதம்’ என்று திடீரென்று லீஸ் உற்சாகமாகக் கத்தினாள். ‘அம்மா

விடம் நான், நீங்கள் அவளைப் போய் பார்க்கமாட்டீர்கள், ஏனெனில் நீங்கள் துறவி மடாலயத்தில் இருக்கிறீர்கள் என்று சொன்னேன். ஆனால், நீங்கள் எவ்வளவு அற்புதமான மனிதர்! எப்போதுமே நான், நீங்கள் அற்புதமான மனிதராகத்தான் இருப்பீர்கள் என்று, நினைத்துப் பார்த்ததுண்டு, ஆஹா, இப்போது எனக்கு எவ்வளவு மகிழ்ச்சியாக இருக்கிறது!'

'லீஸ்!' என்று கடுமையான குரலில் மேலே பேசவிடாமல் அவளுடைய அம்மா அவளைத் தடுத்து நிறுத்தினாலும் உடனே புன்னகை பூத்த முகத்துடன்,

'அலெக்ஸெய் ஃபியோதரவிச், நீங்கள் எங்களையெல்லாம் மறந்து விட்டீர்கள், எங்களுடைய வீட்டிற்கு நீங்கள் வருவதே இல்லை; ஆனால், லீஸுக்கு உங்களுடன் இருப்பது மனநிறைவைத் தருவதாக இருக்கிறது என்று என்னிடம் இரண்டு மூன்றுமுறை அவள் சொல்லி யிருக்கிறாள்.'

அதைக் கேட்டுத் தன்னுடைய கண்களை உயர்த்திய அல்யோஷா, காரணம் தெரியாமல் சட்டென்று முகம் சிவந்து, அசட்டுத்தனமாகச் சிரித்தான். நல்லவேளையாக, முதியவர் இந்தமுறை அவனைப் பார்க்க வில்லை. மேலே நாம் குறிப்பிட்டபடி, முதியவரின் வருகைக்காக, லீஸின் சக்கர நாற்காலிக்கு அருகில் நின்றுகொண்டிருந்த அந்தத் துறவியிடம் முதியவர் பேசிக்கொண்டிருந்தார். அவர் மிகமிகச் சாதாரணத் துறவிமார்களில் ஒருவராக, அதாவது சாதாரணக் குலத்தில் பிறந்து, கடவுளின் மீது அசைக்க முடியாத நம்பிக்கை வைத்து, அப்படிப்பட்ட தன்னுடைய நம்பிக்கையில் மிகவும் உறுதியானவராக அவர் இருந்தார். வெகுதொலைவில், வடக்குப் பகுதியிலிருந்து, அப்தோர்ஸ்கி என்ற மிக வறிய புனித சில்வெஸ்தர் துறவிமடாலயத்தி லிருந்து அவர் வருவதாகவும், அந்த மடாலயத்தில் ஒன்பது துறவிமார்கள் மட்டுமே இருப்பதாகவும் அவர் சொன்னார். முதியவர் அவரை ஆசீர்வதித்துத் தன்னுடைய சிறிய அறைக்கு நேரம் கிடைக்கும்போது வருமாறு சொன்னார்.

அப்போது அந்தத் துறவி சட்டென்று லீஸைச் சுட்டிக்காட்டி, 'எப்படி நீங்கள் இப்படி ஒரு பெரும் சாதனையைச் செய்யத் துணிந்தீர்கள்?' என்று கேட்டார். முதியவர் லீஸைக் 'குணப்படுத்தியதைத்' தான் அவர் அப்படிக் குறிப்பிட்டார்.

அதற்கு 'அதைப் பற்றி இப்போது ஒன்றும் சொல்வதற்கில்லை, நோயின் வேகத்தைத் தணிப்பது என்பது முழுமையாக அதைக் குணப்படுத்துவது என்று ஆகாது. அப்படியே பல்வேறு காரணங்களாலும் மாற்றங்கள் ஏற்பட்டிருக்கலாம், அப்படி அவளிடம் மாற்றங்கள் ஏற்பட்டிருந்தால், அது கடவுளின் சக்தியே அன்றி வேறொன்று இல்லை, எல்லாமே கடவுளின் செயல். என்னை வந்து பிறகு பாருங்கள் துறவியே' என்று சொன்ன முதியவர், 'இப்போதெல்லாம் பொதுமக்களை என்னால் எல்லா நேரமும் சந்திக்க முடிவதில்லை; எனக்கு உடல்நலம் சரியில்லை; என்னுடைய நாட்கள் எண்ணப்பட்டுவிட்டன என்பது எனக்குத் தெரியும்' என்றார்.

'இல்லை, இல்லை, எங்களிடமிருந்து கடவுள் உங்களைப் பிரிக்க மாட்டார், நீங்கள் இன்னும் பல்லாண்டு காலம் வாழ்வீர்கள்' என்று உரக்கச் சொன்னாள் அந்தத் தாய். 'ஆமாம், உங்களுக்கு என்ன உடம்புக்கு? பார்ப்பதற்கு நீங்கள் ஆரோக்கியமாக, கலகலப்பாக, சந்தோஷமாகத்தானே இருக்கிறீர்கள்.'

'வழக்கத்திற்கு மாறாக, இன்று நான் நன்றாகத்தான் இருக்கிறேன், ஆனால் அப்படிக் கொஞ்ச நேரம்தான் என்னால் இருக்க முடியும் என்று எனக்குத் தெரியும். என்னுடைய உடம்பைப் பற்றியும் உடல் நலத்தைப் பற்றியும் எனக்கு நன்றாகவே தெரியும். நான் உற்சாகமாக இருப்பதாக நீங்கள் நினைத்தால், இதைவிட அதிகமாக என்னை நீங்கள் சந்தோஷப்படுத்த முடியாது. மகிழ்ச்சியாக இருப்பதற்காகவே மனிதர்கள் படைக்கப்பட்டிருப்பதால், மனநிறைவுடன் யார் மகிழ்ச்சியாக இருக்கிறார்களோ, அவர்கள் 'இந்த மண்ணுலகில் இறைவனுடைய விருப்பத்தை நான் நிறைவேற்றிவிட்டேன்' என்று, உரிமையுடன் சொல்லிக்கொள்ளலாம். நேர்மையானவர்கள், புனிதமானவர்கள், பெருந்தியாகிகள் எல்லோருமே மகிழ்ச்சியானவர்கள்.'

'எவ்வளவு பெரிய, உயர்வான, தைரியமான, வார்த்தைகள்' என்று வியந்து சொன்னாள் அந்தத் தாய், 'நீங்கள் சொல்லும் வார்த்தைகள் மனதைக் கிழித்து ஊடுருவிச் செல்வது போல இருக்கின்றன. இருந்தாலும், சந்தோஷம், சந்தோஷம் என்பது எங்கே இருக்கிறது? யார் தன்னை மகிழ்ச்சியான மனிதன் என்று சொல்லிக்கொள்ள முடியும்? எவ்வளவு தூரம் நீங்கள் இரக்கமுள்ளவராக இருந்தால், மீண்டும் ஒருமுறை உங்களைப் பார்க்க எங்களை நீங்கள் அனுமதித்திருப்பீர்கள்; உங்களை நான் மறுபடியும் சந்தித்ததால், போனமுறை உங்களிடம் சொல்லாத, சொல்லமுடியாத, இவ்வளவு காலமாக என்னை வதைத்து வந்த அந்த விஷயத்தை உங்களிடம் சொல்கிறேன்! மன்னியுங்கள், நான் வேதனையுடன் இருக்கிறேன், ஆமாம் மிகவும் துன்பத்திலிருக்கிறேன்...' என்று சொன்னவள், ஒருவித மனவெழுச்சியுடன் தன்னுடைய கைகளைக் கூப்பியவாறு முதியவர் முன்பாக நின்றாள்.

'குறிப்பாக எதற்காக நீங்கள் வருத்தப்படுகிறீர்கள்?'

'நான் துன்பப்படுவது... நம்பிக்கையில்லாத காரணத்தால்...'

'கடவுள்மீது நம்பிக்கை இல்லாத காரணத்தினாலா?'

'இல்லை, இல்லை, அப்படி நினைத்துப் பார்க்கக் கூட எனக்குத் துணிச்சலில்லை, ஆனால் இறப்பிற்குப் பின்னால் இருக்கும் வாழ்க்கையை எண்ணி – எப்படிப்பட்ட புதிரான வாழ்க்கை அது! அதைப் பற்றிச் சொல்ல யாருமே, யாருமே இங்கில்லை! கேளுங்கள், நீங்கள் அற்புதமாக நோய்களைக் குணப்படுத்துபவர்; உங்களுக்கு மனித மனத்தைப் பற்றி நன்றாகத் தெரியும்; நான் சொல்வதை நீங்கள் முழுமையாக ஏற்றுக்கொள்ள வேண்டுமென்று நான் எதிர்பார்க்கவில்லை; ஆனால் என்னுடைய வார்த்தைகள் சாதாரண வார்த்தைகள் அல்ல, அவை இறப்பிற்கு அப்பால் இருக்கும் வாழ்க்கை பற்றியவை. எனவே, அவை

பற்றிய கவலையும் பயமும் என்னை அதிபயங்கரமாக ஆட்கொண்டிருக்கின்றன ... யாரிடம் இதைப் பற்றிக் கேட்பது என்று எனக்குத் தெரியாமலிருந்ததால், வாழ்நாள் முழுவதும் யாரிடமும் இதைப் பற்றிக் கேட்காமல் இருந்தேன் ... இதோ இப்போது உங்களை நான் தைரியமாகக் கேட்கிறேன் ... கடவுளே, இனி நீங்கள் என்னைப் பற்றி என்ன நினைத்தாலும் சரியே!' என்று சந்தேகத்துடன், ஏதோ நம்பிக்கை இல்லாதவளாகக் கைகளைக் காற்றில் உதறியபடி சொன்னாள்.

'உங்களைப் பற்றி நான் என்ன நினைப்பேன் என்று நினைத்து நீங்கள் வருத்தப்படாதீர்கள்' என்ற முதியவர், 'உங்களுடைய மன வேதனை எனக்கு முழுமையாகப் புரிகிறது' என்றார்.

'நான் எப்படி உங்களுக்கு நன்றி சொல்வேன்! பாருங்கள், என்னுடைய கண்களை மூடிக்கொண்டு யோசிக்கிறேன்: எல்லோருக்குமே கடவுள்மீது நம்பிக்கை இருக்கிறதென்றால், எனக்கு மட்டும் அது எப்படி இல்லாமல் போனது? இந்த நம்பிக்கையானது முதன்முதலாக இயற்கையின் சீற்றத்தின் விளைவாக வந்ததே தவிர உண்மையாகக் கடவுள் என்று ஒன்று இல்லை என்றுதான் சொல்கிறார்கள். நான் என்ன நினைக்கிறேன், வாழ்நாள் முழுவதும் எதை நம்பினேன் என்றால், எழுத்தாளர் ஒருவர் குறிப்பிட்டது போல, 'நான் இறந்து போனதும் எல்லாமே முடிந்துவிடுகிறது, 'என்னுடைய கல்லறையின் மீது வளரும் புற்களைத் தவிர வேறெதுவும் இருப்பதில்லை' என்று. இது எவ்வளவு பெரிய பயங்கரம்! கடவுள் மீதுள்ள நம்பிக்கையை எப்படி நான் திரும்பப் பெறுவது? சிறு பிள்ளையாக இருந்தபோது எதைப் பற்றியும் யோசிக்காமல் கண்மூடித்தனமாக நான் கடவுள்மீது நம்பிக்கை வைத்திருந்தேன். ஆனால், அப்படி என்னிடம் கடவுள்மீது நம்பிக்கை இருக்கிறது என்பதை எப்படி நான் நிரூபிப்பது? உங்களை வணங்கித் தொழுது, இதைப் பற்றிக் கேட்டுத் தெரிந்துகொள்ளலாம் என்றுதான் நான் இங்கு வந்தேன். இந்தத் தருணத்தை நான் நழுவவிட்டு விட்டால், இனி வாழ்நாளில் யாருமே இந்தக் கேள்விக்கு பதிலளிக்க முடியாது. இதை நான் எப்படி நிரூபிப்பது? எப்படி நம்புவது? என்னவொரு துரதிருஷ்டம்! என்னைச் சுற்றி இருக்கும் மனிதர்களை நான் பார்க்கிறேன், யாருக்குமே இதைப் பற்றிய கவலையே இல்லை போலும், ஒருவருக்கும் இதைப் பற்றிய சிந்தனைகூட இல்லை, நான் ஒருத்திதான் இதைப் பற்றி யோசித்துக்கொண்டே இருக்கிறேன். இது பயங்கரம், பயங்கரம்!'

'இது பயங்கரம்தான், இதில் சந்தேகமே இல்லை. இங்கு எதையுமே நிரூபிக்க முடியாது, ஆனால் நம்பிக்கை வைக்கலாம்.'

'எப்படி ... எந்த விதத்தில்?'

'உண்மையான அன்பின் அனுபவத்தை வைத்து. உங்களைச் சுற்றி இருப்பவர்களை நீங்கள் தொடர்ந்து தீவிரமாக நேசிக்க முயலுங்கள். அப்படி நேசிப்பதில் எவ்வளவு தூரம் வெற்றியடைகிறீர்களோ, அவ்வளவு தூரம் நீங்கள் கடவுளின் இருப்பை உணர்வதோடு, உங்களுடைய ஆன்மாவின் நிலைபேற்றையும் உணர்வீர்கள். உங்களைச்

சுற்றி இருப்பவர்களை நேசிப்பதில் முழுமையாக உங்களை நீங்கள் அர்ப்பணித்துக்கொண்டீர்களென்றால், ஐயத்திற்கிடமின்றி, உங்களுடைய வாழ்க்கையின் மீதான நம்பிக்கையை நீங்கள் பெறுவதுடன், உங்களுடைய மனத்தில் எந்தவிதச் சந்தேகமும் நுழைய முடியாமல் போகும். இந்த முறையானது பரிசோதிக்கப்பட்ட, நிரூபிக்கப்பட்ட ஒன்றாகும்.'

'செயல்வடிவிலான அன்பு? அப்படியானால், இதோ மீண்டும் ஒரு கேள்வி, பிரச்சினைக்குரிய கேள்வி, பிரச்சினைக்குரிய கேள்வி! நீங்கள் நம்புகிறீர்களோ இல்லையோ, எவ்வளவு தூரம் நான் மனித குலத்தை விரும்புகிறேன் என்றால், எல்லாவற்றையும் விட்டுவிட்டு, என்னிடமிருக்கும் எல்லாவற்றையும் விட்டுவிட்டு, ஏன் லீஸைக் கூடத் தனியாக விட்டுவிட்டு, இரக்கமுள்ள ஒரு செவிலித்தாயாக இருக்கவே நான் விரும்புகிறேன். இப்படி கற்பனை செய்துகொண்டு, என்னுடைய கண்களை மூடிக்கொண்டு நான் கனவு காணும்போது, தாங்க முடியாத ஒரு சக்தி என்னுள் உருவாவதை நான் உணர்கிறேன். எந்தவிதமான காயங்களும் எந்தவிதத் தொற்று நோய்களும் என்னை அச்சுறுத்த முடியாது. அவை எல்லாவற்றையும் நான் என்னுடைய சொந்தக் கைகளால் கழுவிச் சுத்தம் செய்து, கட்டுப்போட்டு, துன்பப் படுபவர்களின் அருகிலிருந்து அவர்களுடைய காயங்களை முத்தமிட்டுப் பணியாற்றவும் நான் தயாராக இருக்கிறேன்...'

'இது மிகப்பெரிய விஷயம், உங்களுடைய மனம் வேறு எதைப் பற்றியாவது நினைப்பதைவிடவும் இப்படி நினைப்பது நல்லது. ஆமாம், வாய்ப்பு கிடைக்கும்போது மட்டும் அப்படிப்பட்ட காரியங்களைச் செய்யாமல், எப்போதுமே அந்த நல்ல காரியங்களை நீங்கள் செய்து கொண்டிருக்க வேண்டும்'

'சரி, அப்படிப்பட்ட வாழ்வை நான் எவ்வளவு காலம் வாழ முடியும்?' என்று கோபமாக, ஏறக்குறைய வெறிபிடித்தவளைப் போலக் கேட்ட அந்தச் சீமாட்டி, மேலே தொடர்ந்தாள். 'இதுதான் மிக முக்கியமான கேள்வி!' என்னை வேதனைப்படுத்தும் கேள்விகளில் மிக மிக முக்கியமான கேள்வி இதுதான். கண்களை மூடிக்கொண்டு என்னையே நான் இப்படிக் கேட்டுக்கொள்கிறேன்: இந்தப் பாதையில் உன்னால் நீண்ட காலம் பயணிக்க முடியுமா? எந்த நோயாளிக்கு நீ காயங்களைக் கழுவிச் சுத்தம் செய்து பணியாற்றுகிறாயோ, அவன் அதற்கு நன்றி பாராட்டாமல், நீ செய்யும் சேவையை மதிக்காமல், உன்னுடைய மனிதகுல நேயத்தைப் பொருட்படுத்தாமல், உனக்கு வேதனையளிக்கும் விதத்தில், உன் மீது எறிந்து விழுந்து, இன்னும் மேலான சேவையை உன்னிடமிருந்து அவன் எதிர்பார்த்து, உன்னைப் பற்றி மேலிடத்தில் அவன் குறையும் சொன்னால் (அதிகமாகத் துன்பப்படுபவர்களுக்கு இப்படித்தான் நடக்கிறது) நீ என்ன செய்வாய்? அப்போது உன்னுடைய இந்த நேசம் தொடர்ந்து நீடிக்குமா, நீடிக்காதா? அதற்கான பதிலை இப்படித்தான் நான் எதிர்கொள்கிறேன் என்பதை உங்களால் நினைத்துக் கூடப் பார்க்க முடியாது: மனித குலத்தின் மீது நான் கொண்டிருக்கும் என்னுடைய இந்தச் செயல்வழி நேசத்திற்கு அப்படி ஏதாவது ஒரு கேடு ஏற்படுமானால், கண்டிப்பாக அது

ஒரு நன்றிகெட்ட செயலாகத்தான் இருக்க முடியும்: சுருக்கமாகச் சொன்னால், பணத்திற்காக வேலை செய்பவள் நான், அதனால் என்னுடைய பணத்தை நான் உடனே வாங்கிக்கொண்டு, என்னுடைய இந்த நல்ல குணத்திற்காக என்னை நானே பாராட்டிக்கொண்டு, அன்பின் மீதே அன்பு செலுத்த நான் ஆரம்பிப்பேன். இல்லாவிட்டால், யாரையுமே என்னால் நேசிக்க முடியாமல் போய்விடும்!'

இப்படி வெறிபிடித்தவள் போல, உண்மையானவளாகத் தன்னைக் காட்டிக்கொண்டவள், பேசி முடித்ததும், முதியவர் தனக்குச் சாதகமாகப் பேசுவார் என்றெண்ணி அவரைப் பார்த்தாள்.

'நீண்ட நாட்களுக்கு முன்பு, மருத்துவர் ஒருவர், என்னிடம் இப்படித்தான், சொன்னார்', என்று ஆரம்பித்தார் முதியவர். 'அவர் ஒரு வயதான மனிதர், சந்தேகத்திற்கு இடமின்றி, அவர் ஒரு அறிவாளியும் கூட, வெளிப்படையாக அவர் ஒன்றைச் சொன்னார், கேலியாக, ஆனால் வருத்தங்கலந்த ஏளனத்துடன்: நான் எவ்வளவு தூரம் மிக அதிகமாக மனிதகுலத்தை நேசிக்கிறேனோ அவ்வளவு குறைவாக நான் ஒவ்வொரு மனிதனையும் தனித்தனியாக நேசிக்கிறேன், குறிப்பாக, தனிப்பட்ட மனிதர்களை. என்னுடைய கனவுகளில்', அவர் சொல்கிறார் 'நான் மனித குலத்திற்காக மிகவும் பாடுபடுகிறேன்; எந்த அளவுக்கு என்றால், தேவைப்பட்டால் மக்களுக்காகச் சிலுவையைக் கூடத் தாங்கும் அளவுக்கு, ஆனால், அப்படியிருக்கும் நான் என்னுடைய அறையில் இரண்டு நாட்கள் கூட வேறு யாருடனாவது தங்கியிருக்க முடியாது என்பதை என் அனுபவத்தின் மூலமாக நான் தெரிந்து கொண்டேன். அப்படியே யாராவது என் அருகில் வந்தால்கூட அவருடைய தனிமனித இயல்பு என்னுடைய தனித்தன்மையை ஒடுக்கி என்னுடைய சுதந்திரத்தைக் கட்டுப்படுத்துவதாக இருக்கிறது. மிக உன்னதமான மனிதனைக் கூட என்னால் இருபத்து நான்கு மணி நேரத்தில் வெறுத்து ஒதுக்கிவிடமுடியும், அதாவது, ஒருவனை, நீண்ட நேரம் அவன் உணவு சாப்பிடும் காரணத்திற்காக, மற்றொருவனை, சளிபிடித்து இடைவிடாமல் மூக்குச் சிந்தும் காரணத்திற்காக என்னால் வெறுத்து ஒதுக்க முடியும். ஒருவர் என்னை லேசாகத் தொட்டால்கூட நான் மனிதனுக்கு எதிரியாக மாறிவிடுகிறேன். ஆனால், எந்த அளவுக்குத் தனிப்பட்ட மனிதர்களை நான் வெறுக்கிறேனோ, அந்த அளவுக்கும் அதிகமாக என்னுள் மனிதகுல நேயம் கொழுந்துவிட்டெரிவதை நான் உணர்கிறேன்.'

'இதற்கு நான் என்ன செய்வது? இப்படிப்பட்ட சூழ்நிலையில் நான் என்ன செய்வது? என்னுடைய நம்பிக்கையை நான் இழப்பதா? வேண்டாமா?' என்று கேட்டாள் அந்தச் சீமாட்டி.

'இல்லை, இதுவே போதுமானது, அதாவது நீங்களடைந்த துன்பமே போதுமானது. உங்களால் எதைச் செய்ய முடியுமென்று நீங்கள் நினைக்கிறீர்களோ, அதைச் செய்யுங்கள். உங்களை வெகு ஆழமாகவும் மிக உண்மையாகவும் நீங்கள் தெரிந்துகொண்டதால் தான் இவ்வளவு பெரிய காரியங்களை உங்களால் செய்ய முடிகிறது! உங்களுடைய வாய்மையை நான் பாராட்ட வேண்டுமென்பதற்காக நீங்கள் என்னிடம்

இவ்வளவு தூரம் உண்மையைச் சொன்னீர்கள் என்றால், உண்மையான செயல்வழி நேசத்திற்கு எவ்வித அரும்பெரும் செயல்களையும் உங்களால் செய்ய முடியாது; அது எல்லாமே கனவாகி, வாழ்க்கையே பொய்யாகி, பேய்த்தோற்றமாகிவிடும். அப்போது வருங்காலத்தைப் பற்றிய எண்ணமே அழிந்துபோய், இறுதியாக உங்களை நீங்களே எப்படியாவது சமாதானம் செய்து கொள்வீர்கள்!'

'என்னை நீங்கள் நொறுக்கிவிட்டீர்கள்! இப்போது, நீங்கள் இதைச் சொன்னபோது தான், நன்றிகெட்டதனத்தை என்னால் தாங்கிக்கொள்ள முடியாது என்பதை நான் உணர்ந்தேன், நான் சொன்னது, உண்மையாகவே உங்களுடைய பாராட்டை எதிர்பார்த்துத்தான். நான் எப்படிப் பட்டவள் என்பதை நீங்கள் எனக்கு உணர்த்திவிட்டீர்கள்; என்னுடைய ஆழ்மனதை நீங்கள் எனக்குச் சுட்டிக்காட்டிவிட்டீர்கள்; என்னையே நீங்கள் எனக்குத் தெளிவுபடுத்திவிட்டீர்கள்.'

'உண்மையாகவா சொல்கிறீர்கள்? சரி, இப்போது இவ்வளவு தூரம் வெளிப்படையாக நீங்கள் உண்மையைச் சொன்னபிறகு, உங்களுடைய நேர்மையான நல்ல உள்ளத்தை நான் நம்புகிறேன். நீங்கள் வாழ்க்கையில் மகிழ்ச்சியடையவில்லையென்றாலும், சரியான பாதையைத்தான் தேர்ந்தெடுத்திருக்கிறீர்கள், அந்தப் பாதையை விட்டு நீங்கள் விலகிவிடக் கூடாது என்பதை எப்போதுமே மறக்கக் கூடாது. முக்கியமாகப் பொய் சொல்லாமல் இருங்கள், எந்தவிதமான பொய்யும் சொல்லாமல், குறிப்பாக, உங்களுக்கு நீங்களே பொய் சொல்லிக் கொள்ளாமல் இருங்கள். ஒவ்வொரு மணி நேரமும் ஒவ்வொரு நிமிடமும் பொய்சொல்லாதபடி உங்களை நீங்களே கவனித்துக் கொள்ளுங்கள். அப்படியே மற்றவர்கள் மீதும் உங்கள் மீதும் வெறுப்பு கொள்ளாமல் இருங்கள்: உங்களிடமுள்ள கெட்ட குணத்தை நீங்கள் உணர்ந்துவிட்டாலே அது உங்களைத் தூய்மைப்படுத்திவிடும். அப்படியே உங்களுடைய பயத்தையும் நீங்கள் விட்டுவிடுங்கள், ஏனெனில் அதுதான் உங்களுடைய எல்லாவிதப் பொய்களுக்கும் மிக முக்கிய காரணகர்த்தாவாகும். காதலை அடையத் துடிக்கும் உங்களுடைய சிறிய மனதைக் கண்டு நீங்கள் பயப்படாதீர்கள்; அதன் காரணமாக நீங்கள் செய்யக்கூடிய மிகக்கேவலமான நடவடிக்கைகளைக் கண்டுகூட நீங்கள் பயப்படாதீர்கள். உங்களைச் சந்தோஷப்படுத்தும் வகையில் என்னால் ஒன்றும் சொல்ல முடியவில்லையே என்று நான் வருத்தப் படுகிறேன், ஏனெனில் உண்மையான செயல்வழி அன்பானது, கனவுலகில் நீங்கள் காணும் அன்பைவிட மிகவும் பயங்கரமானது, சிரமமானது. நீங்கள் கனவு காணும் அன்பானது, மக்கள் எல்லோருடைய கவனத்தையும் தன் பக்கம் திருப்பும் வகையில், தியாகத்தை உடனே செய்யவும், அதன்பொருட்டு சீக்கிரமாகவே திருப்தியடையவும் செய்யும். இது உண்மையாகவே வாழ்வைக்கூடத் தியாகம் செய்யும் அளவுக்கு, நாடகங்களில் காட்டப்படுவதைப் போல, காதல் நீண்டகாலமாக நிலைத்து வாழாமல், சீக்கிரமே அழிந்துவிடுவதைப் போல, மக்கள் அதைப் புகழ்வதைப் போல நடந்துகொள்ள விழையும். உண்மையான செயல்வழி அன்பானது, உழைப்பையும் பொறுமையையும் தன்னுள்

கொண்டிருக்க, மற்றவர்களுக்கோ இது ஒரு மிகப்பெரிய விஞ்ஞான மாகத் தெரியும். எப்படியிருந்தாலும், உங்களுடைய குறிக்கோளை நோக்கி நீங்கள் போவதற்குப் பதிலாக, அதனின்று நீங்கள் விலகிப் போகும் தருணத்தில், எல்லாவித முயற்சிகளையும் மீறி, அப்படி நடப்பதைப் பார்த்து நீங்கள் அதிர்ச்சியடையும் அந்தத் தருணத்தில், திடீரென்று நீங்கள் இலக்கை அடையப்போவதைப் பார்த்து, எப்போதும் உங்களை அன்புடன் வழிநடத்தும் கடவுள், நேசத்துடன் உங்களை அரவணைப்பதைப் பார்த்து, அற்புதமான அவருடைய சக்தி உங்களிட மிருந்து வெளிப்படுவதைப் பார்த்து, நீங்களே ஆச்சர்யப்படுவீர்கள் என்பதையும் முன்கூட்டியே நான் சொல்லிக்கொள்கிறேன். மன்னிக்கவும், இதற்கு மேலும் என்னால் பேசிக்கொண்டிருக்க முடியாது, ஏனெனில் என்னைப் பார்க்க நிறைய பேர் நீண்ட நேரமாகக் காத்துக்கொண்டிருக் கிறார்கள். நான் போய்வருகிறேன்' என்று அவளிடமிருந்து விடைபெற்றுச் சென்றார் முதியவர்.

இதைக் கேட்டு அந்தப் பெண்மணி கண்ணீர் மல்க நின்றாள்.

திடீரென்று பதற்றத்துடன், 'லீஸ், லீஸ், அவளை ஆசீர்வதியுங்கள், ஆசீர்வதியுங்கள்!'

'ஆனால், அவளிடம் அன்பு காட்டுவதில் எந்தவிதப் பயனும் இல்லை. எப்படி அவள் குறும்பு செய்துகொண்டிருந்தாள் என்பதை நான் பார்த்துக் கொண்டுதான் இருந்தேன்' என்று விளையாட்டாகச் சொன்னார் முதியவர். அப்படிச் சொன்னவர் அவளைப் பார்த்து, 'நீங்கள் ஏன் எப்போதும் அலெக்ஸெயைக் கேலிசெய்துகொண்டே இருக்கிறீர்கள்?' என்றார்.

உண்மையாகவே, லீஸ் அதைத் தான் செய்துகொண்டிருந்தாள். அல்யோஷா நேரடியாக அவளைப் பார்க்காமல், வெட்கத்துடன் வேறு பக்கமாகப் பார்வையைத் திருப்பிக் கொண்டதை முதல் சந்திப்பிலேயே கவனித்த லீஸுக்கு மிகவும் வேடிக்கையாக இருந்தது. அல்யோஷாவின் பார்வை அவள்மீது படுமா என்று ஆதங்கத்துடன் அவள் காத்திருந்தாள்: தன்னை உற்றுநோக்கும் அவளுடைய பார்வையைத் தாங்க முடியாமல், அவன் பட்டும் படாமல் அவளைத் தன்னிச்சையாகப் பார்த்தபோது, அவள் வெற்றிப் புன்னகை புரிந்தாள். அதைப் பார்த்து அல்யோஷா இன்னும் அதிகமாக வெட்கப்பட்டுக் குழம்பிப்போனான். இறுதியாக அவன் அவள் இருக்கும் பக்கமே திரும்பாமல், முதியவர் பின்னால் போய் ஒளிந்துகொண்டான். மீண்டும் தாங்க முடியாத ஆர்வத்தில், அவள் தன்னைப் பார்க்கிறாளா என்று அவன் எட்டிப் பார்த்தபோது, ஏறக்குறைய லீஸ் சக்கரநாற்காலியில் தொங்கியபடி, அவனையே உற்றுப் பார்த்துக்கொண்டிருந்தாள்; அப்படி அவன் அவளைப் பார்த்ததுமே வெடித்துச் சிரித்த அவளைப் பார்த்து முதியவர்,

'எதற்காக நீங்கள் அவனை இப்படிக் கேலிசெய்கிறீர்கள்?' என்று கேட்டார். இதைக் கேட்டு எதிர்பாராதவிதமாகச் சட்டென்று வெட்கப் பட்ட லீஸ், கண்கள் பளிச்சிட, முகம் சட்டென்று சுருங்க, பதற்றத்துடன், முறையிடும் குரலில் வேகமாகச் சொன்னாள்:

'அவன் ஏன் எல்லாவற்றையும் மறந்துவிட்டான்? நான் சிறுமியாக இருந்தபோது அவன்தான் என்னைத் தூக்கி விளையாடினான். உங்களுக்குத் தெரியுமா, என்னுடைய வீட்டிற்கு வந்து அவன்தான் எனக்கு எழுதப் படிக்கக் கற்றுக்கொடுத்தான். இரண்டு வருடங்களுக்கு முன்பு இங்கிருந்து போனவன், எப்போதுமே என்னை மறக்கமாட்டேன், நாங்கள் எப்போதுமே நண்பர்கள், இணைபிரியாத நண்பர்கள் என்றும் சொன்னான்! ஆனால், இப்போது திடீரென்று அவன் என்னைப் பார்த்து பயப்படுகிறான்; நான் அவனை விழுங்கிவிடுவேனா என்ன? அவன் ஏன் என் பக்கமே வரமாட்டேன் என்கிறான்? அவன் ஏன் என்னிடம் பேச மறுக்கிறான்? எங்களைப் பார்க்க அவன் ஏன் எங்கள் வீட்டிற்கு வருவதே இல்லை? நீங்கள் அவனை வெளியே அனுப்புவதில்லையா? ஆனால் அவன் எல்லா இடங்களுக்கும் போய் வருகிறான் என்று எங்களுக்குத் தெரியும். அவனை எங்கள் வீட்டிற்கு வரச்சொல்லி நான் கூப்பிடுவதும் அவ்வளவு உசிதமில்லை. அது சரியாகவும் இருக்காது இல்லையா. அவன் எங்களை மறக்காமல் இருந்தால், அவன்தான் முதலில் எங்களைப் பார்க்க வர வேண்டும். இல்லை, இனிமேல் அவன் தன்னைக் காப்பாற்றிக்கொள்ளவே விரும்புகிறான்! நீங்கள் ஏன் அவனுக்கு இவ்வளவு பெரிய அங்கியைக் கொடுத்திருக்கிறீர்கள் ... ஓடினால் அவன் தடுக்கி விழுந்துவிடுவான் ...'

இப்படிச் சொன்னவள், தன்னை அடக்க முடியாமல் சட்டென்று முகத்தை மூடிக்கொண்டு அமைதியாக, விடாமல் தொடர்ந்து பயங்கர மாகச் சிரித்ததில் அவளுடைய உடல் முழுவதும் குலுங்கியது. அவள் சொன்னதைப் புன்னகையுடன் கேட்ட முதியவர், அவளை மென்மை யாக ஆசீர்வதித்தார்; அப்படி ஆசீர்வதித்த அவருடைய கைகளை முத்தமிட்ட அவள், திடீரென்று அவருடைய கைகளைத் தன்னுடைய கண்களில் ஒற்றிக்கொண்டு அழ ஆரம்பித்தாள்.

'என் மீது கோபப்படாதீர்கள்; நான் ஒரு முட்டாள்; எதற்கும் உபயோகமில்லாதவள் ... அல்யோஷா செய்வது சரிதான், மிகவும் சரிதான், இப்படிப்பட்ட முட்டாளைப் பார்க்க வராமல் இருப்பது சரிதான்!'

அப்படிச் சொன்னவளிடம், 'கண்டிப்பாக அவனை நான் அனுப்பி வைக்கிறேன்' என்று உறுதியளித்தார் முதியவர்.

# 5

## இருக்கட்டும், இருக்கட்டும்!

ஏறக்குறைய இருபத்து ஐந்து நிமிடங்கள் முதியவர் தன்னுடைய அறையில் இல்லாமல் இருந்தார். திமித்ரி பியோதரவிச்சின் வருகையை எதிர்பார்த்து எல்லோரும் பன்னிரண்டரை மணி வரை காத்திருந்தாலும், அவன் இன்னும் வராமல்தான் இருந்தான். ஆனால், அவனைப் பற்றிய நினைவே விருந்தாளிகளுக்கு இல்லாமல், அவனை மறந்த

நிலையில் எல்லோரும் தங்களுக்குள் பேசிக்கொண்டிருந்ததை உள்ளே நுழைந்த முதியவர் பார்த்தார். இவான் பியோதரவிச்சும் மற்ற இரண்டு புனிதத் துறவிமார்களும் மும்முரமாக உரையாடிக்கொண்டிருந்தார்கள். அந்த உரையாடலில் மிகுந்த ஆர்வத்துடன் மியூசவ் பங்கேற்றிருந்த போதும், அவருடைய பேச்சு மறுபடியும் எடுபடாமலேயே போனது; அவருடைய கேள்விகளுக்குப் பதிலளிக்கப்படாமல் அவர் புறக்கணிக்கப் பட்ட அந்தப் புதிய சூழல் அவருக்கு மேலும் எரிச்சலை உண்டாக்கியது. பொது அறிவு சம்பந்தமாக இதற்கு முன்பு அவர் இவான் ஃபியோதர விச்சுடன் வாதம் செய்தபோதும், அவரை அவன் சற்றே வெறுப்புடன் நிராகரித்ததை அவரால் ஏற்றுக்கொள்ள முடியவில்லை: 'ஐரோப்பாவில் இதுவரை முற்போக்கானவை என்று கருதப்பட்ட கருத்துகளைவிட மிக உயர்வான கருத்துகளையே நான் கடைபிடித்தாலும், இந்தப் புதிய தலைமுறை எங்களை முற்றிலுமாக நிராகரிக்கிறது' என்று அவர் தனக்குள் நினைத்துக்கொண்டார். அமைதியாக இருப்பதாகத் தானே மனமுவந்து உறுதி அளித்த பியோதர் பாவ்லவிச், உண்மையாகவே சிறிதுநேரம் பேசாமல் அமைதியாக இருந்தவர், தன்னருகில் அமர்ந்திருந்த பியோத்தர் அலெக்சாந்தரவிச்சை எரிச்சலுடன் ஏளனப் புன்னகையுடன், அக மகிழப் பார்த்துக்கொண்டிருந்தார். நீண்ட நாட்களாக அவரைப் பழிவாங்கத் திட்டமிருந்த அவர், இப்போது வந்த வாய்ப்பை நழுவ விடாமலிருந்தார். ஆனால் இறுதியாகப் பொறுமையிழந்த பியோதர் பாவ்லவிச், தன்னருகில் அமர்ந்திருந்தவரின் காதில் தாழ்ந்த குரலில் மறுபடியும் கேலியாகச் சொன்னார்: 'அன்பான அந்த முத்தத்திற்கு' பிறகு நீங்கள் ஏன் இன்னும் இந்தக் கேடுகெட்ட கூட்டத்தைவிட்டுப் போகாமல் இங்கேயே உட்கார்ந்திருக்கிறீர்கள்? நீங்கள் கேவலப்பட்டு அவமதிக்கப்பட்டாலும் உங்களுடைய அறிவைக் காட்டிக்கெள்ளாமல் இங்கிருந்து நீங்கள் போகமாட்டீர்கள் போலும்.'

'மீண்டும் ஆரம்பித்துவிட்டீர்களா? இதோ இப்போதே நான் போய்விடுகிறேன்.'

'இல்லை, எல்லோரும் போனபிறகுதான் நீங்கள் போவீர்கள்!' என்று மீண்டும் தேள் போலக் கொட்டினார் பியோதர் பாவ்லவிச். அப்படிச் சொன்ன அந்தச் சமயத்தில்தான் முதியவர் தன்னுடைய அறைக்குள் நுழைந்தார்.

வாக்குவாதம் ஒரு நிமிடம் தடைபட, முதியவர் முன்பு அமர்ந்திருந்த அதே இடத்தில் சென்று அமர்ந்து எல்லோரையும் பார்த்தவர், கனிவாக, அவர்களுடைய விவாதத்தைத் தொடங்கச் சொன்னார். அவருடைய எல்லா முக பாவங்களையும் தெள்ளத் தெளிவாகத் தெரிந்துவைத்திருந்த அல்யோஷாவுக்கு, அவர் மிகவும் சோர்ந்துபோய்ச் சிரமத்துடன் அமர்ந்திருப்பது புரிந்தது. கடைசி சில நாட்களாகவே நோயுடைய வேகத்தால் வலுவிழந்திருந்த முதியவருக்கு மயக்கமும் வலிப்பும் வரஆரம்பித்திருந்தது. அப்படி வலிப்பு வருவதற்கு முன்பு தெரியக்கூடிய அந்த வெளிறிய முகமும் உதடுகளும் இப்போது அவருடைய முகத்தில் ஏறக்குறையத் தெளிவாகத் தெரிந்தன. ஆனால், அவர் இந்தச் சந்திப்பைக் கெடுக்க விரும்பாமல் இருந்ததும் மிகத்

தெளிவாகத் தெரிந்தது; அதற்கு ஏதோ ஒரு காரணம் இருக்க, அது என்னவாக இருக்கும் என்பதைத்தான் அல்யோஷா மிக உன்னிப்பாகக் கவனித்துக்கொண்டிருந்தான்.

‘இவான் பியோதரவிச்சைச் சுட்டிக்காட்டி, சுவாரஸ்யமான அவருடைய கட்டுரையைப் பற்றி விவாதித்துக்கொண்டிருக்கிறோம்’ என்று புனிதத் துறவி நூலகர் யூசஃவ், முதியவரிடம் சொன்னார். ‘கட்டுரையில் அவர் பல புதிய விஷயங்களைப் பற்றிச் சொல்லியிருக்கிறார்; ஆம் அது இரண்டு வழிகளையும் தவிர்க்கக்கூடிய புதியதொரு கருத்தாக இருக்கிறது. சமயகுரு ஒருவர் எழுதிய புத்தகத்தின் ஆய்வுப் பொருளுக்குப் பதில் அளிக்கும் விதத்தில், திருக்கோயில் சார்ந்த பொது நீதிமன்றம் மற்றும் அதனுடைய பொது உரிமை பற்றிய கட்டுரை ...’ என்றவரை இடைமறித்து, ‘துரதிருஷ்டவசமாக உங்களுடைய கட்டுரையை நான் படிக்கவில்லை. ஆனால், அதைப் பற்றிக் கேள்விப் பட்டேன்’ என்று இவான் பியோதரவிச்சை உற்றுநோக்கியபடி சொன்னார் முதியவர்.

‘மிகவும் பொறுப்பான நிலையைத் தேர்ந்தெடுக்கிறார்’ என்று தொடர்ந்த நூலகப் புனிதத் துறவி, ‘அரசாங்கத்தையும் திருக்கோயில்களையும் பிரிக்கும் திருக்கோயில் சார்ந்த பொது நீதிமன்றக் கருத்தை முற்றிலும் புறக்கணிப்பவராக இருக்கிறார் இவர்.’

‘சுவாரஸ்யமான கருத்து, ஆனால் அது எந்த அர்த்தத்தில்?’ என்று இவான் பியோதரவிச்சைக் கேட்டார் முதியவர்.

இறுதியாக, முதியவருக்குப் பதிலளிக்க விழைந்த அவன், அல்யோஷா பயந்தபடி இல்லாமல், கர்வங்கலந்த பணிவான தன்னடக்கத்துடன், உணர்ச்சிகளைக் கட்டுப்படுத்திக்கொண்டு, எந்தவித உள்ளர்த்தமும் இல்லாமல், வெளிப்படையாக, கேட்பதற்கு இனிமையாக, அன்பாகப் பதிலளித்தான்.

‘என்னுடைய ஆய்வானது, மூலப்பொருள்களை ஒன்று சேர்ப்பதாகும், அதாவது, திருக்கோயில்கள் மற்றும் அரசின் மைய நோக்கங்களைத் தனித்தனியாகப் பிரித்துப் பார்த்தால், சந்தேகத்திற்கு இடமின்றி, இவை இரண்டுமே இயல்பாக இயங்கக்கூடிய சூழ்நிலை மட்டுமின்றி, இவை இரண்டும் ஒத்துப்போய் சுமுகமாக இயங்கக்கூடிய சூழ்நிலையை நம்மால் எப்போதுமே கொண்டுவர முடியாது, ஏனெனில் இவை இரண்டிற்கும் அடிப்படையாக இருப்பது உண்மை இல்லாத தன்மைதான். அரசாங்கத்தையும் திருக்கோயிலையும் இந்த விவாதங்களில் சமரசம் செய்துவைப்பது, உதாரணமாக, என்னைப் பொறுத்தவரையில், நீதிமன்ற விவகாரங்களில் சமரசம் செய்துவைப்பது, என்பது கண்டிப்பாக முடியாத ஒரு காரியம். எனக்கு எதிராக வாதிடும் அந்தப் புனிதத் துறவி அரசாங்கத்தில் திருக்கோயில்களுக்கென்று தனியாக, உறுதியாக ஒரு இடம் இருக்கிறது என்று உறுதியாகச் சொல்கிறார், அதை நான் எதிர்க்கிறேன்; மாறாக, திருக்கோயில் தன்னுள் அரசாங்கத்தை உள்ளடக்கி, ஏதோ ஒரு மூலையில் அது தனக்கான ஒரு இடத்தைப் பிடிக்காமல், தன்னுடைய இடத்தைத் திருக்கோயில் முழுவதுமாக

ஆக்கிரமித்துத் தன்னுடைய முழு ஆட்சியையும் இப்போது நிலைநிறுத்த முடியவில்லையென்றாலும், வருங்காலத்திலாவது அதற்கான திட்டத்தை உருவாக்கி, அதைத் தன்னுடைய முழு நோக்கமாகக் கொண்டு கிறிஸ்துவ சமுதாயத்தை வளப்படுத்த வேண்டும்.'

'முற்றிலும் உண்மை!' என்று அமைதியான, கண்டிப்பான, நடுங்கிய குரலில் சொன்னார் கற்றறிந்த அருட்தந்தை பாய்சி.

'இது முற்றிலும் பெரியதொரு ஆதிக்கம்! Ultramontanism[1] போப்பாண்டவருக்கே பேராணை உரிமை இருக்கிறது என்ற கோட்பாட்டை ஆதரிக்கும் தன்மை!' என்று பொறுமை இழந்து, கால்மேல் கால் போட்டபடி அமர்ந்திருந்த மியூசவ் உரக்கச் சொன்னார்.

'ஆமாம், எங்களிடம் மலைகள்தான் இல்லை!' என்று பதிலளித்த அருட்தந்தை யூசஃவ், முதியவரைப் பார்த்து மேலே பேச ஆரம்பித்தார்: "அடிப்படை மற்றும் முக்கியமான' கருத்துகளைப் பற்றி அவர் தன்னுடைய எதிராளிக்கு இப்படிப் பதிலளிக்கிறார்: அதுவும் புனிதத் துறவிக்கு எதிராக என்பதைக் கவனிக்க வேண்டும். முதலாவதாக, 'எந்த ஒரு சமுதாய அமைப்பும் தங்களுடைய மக்கள் மீது, சமுதாயத்தின் மீது, அரசாங்க உரிமையின் பேரில் அதனுடைய அதிகாரத்தைப் பிரயோகிக்க முடியாது, பிரயோகிக்கவும் கூடாது. இரண்டாவதாக: திருச்சபை என்பது சமயநோக்கத்துடன் மக்களை இணைக்கும் ஒரு அமைப்பாக இருப்பதால், திருக்கோயில்களுக்குக் குற்றவியல் மற்றும் தனிப்பட்ட மனித (நீதிபரிபாலனம்) சட்ட அதிகாரங்கள் இருக்கக் கூடாது'; இறுதியாக, மூன்றாவதாக, 'திருக்கோயில் என்பது இவ்வுலக ராசாங்கம் அல்ல ...'

அருட்தந்தை பாய்சி பொறுமையிழந்து மீண்டும் இடைமறித்து 'வார்த்தைகளில் விளையாடுவது கண்ணியமில்லாத ஒன்று!' என்று சொன்னார். 'நீங்கள் ஆட்சேபிக்கும் அந்தப் புத்தகத்தை நான் படித்தேன்', என்று இவான் பியோதரவிச்சைப் பார்த்துச் சொன்னவர், 'அதில் 'திருக்கோயில் என்பது இவ்வுலக ராஜ்யம் அல்ல' என்று குறிப்பிடப் பட்ட அந்தப் புனிதத் துறவியின் வார்த்தைகளைப் படித்து நான் ஆச்சர்யப்பட்டேன். அப்படி அது இந்தப் பூவுலகைச் சார்ந்தது அல்ல என்றால், அது முழுவதுமாகவே இவ்வுலகத்தைச் சார்ந்தது அல்ல என்றுதானே அர்த்தமாகிறது. புனித விவிலிய நூலில் 'எனது ஆட்சி இவ்வுலக ஆட்சி போன்றது அல்ல'[2] என்பது இந்த அர்த்தத்தில் குறிப்பிடவில்லை. வார்த்தைகளில் இப்படி விளையாடக் கூடாது. நம்முடைய இயேசு கிறிஸ்து இப்பூமியில் திருக்கோயில்களை நிறுவுவதற் காகவே வந்திருக்கிறார்.

விண்ணுலக ராஜ்யம், ஐயத்திற்கிடமின்றி, இப்பூவுலகைச் சார்ந்த தல்ல, மேலுலகையே சார்ந்தது; ஆனால், பூமியிலிருக்கும் திருக்கோயில் கள் வழியாக இல்லாமல் வேறு வழியாக அந்த விண்ணுலக ராஜ்யம் பூமியில் நுழைய முடியாது. எனவே, சாதாரண மனிதர்களின் சிலேடைப் பேச்சுகள் இப்படிப்பட்ட சூழ்நிலையில் பொறுத்தமற்றதாகவும் தவறாகவும் போய்விடுகின்றன. திருக்கோயிலானது உண்மையாகவே

ஒரு ராஜ்யம்; ஆட்சிபுரிவதற்கான ஒரு ராஜ்யம்; இறுதியாக அதுதான் இந்த மண்ணுலகை ஆளும் என்பதில் சந்தேகமே இல்லை; இது முன்கூட்டியே உறுதிசெய்யப்பட்டிருக்கிறது . . .'

இப்படிச் சொன்னவர், திடீரென்று தன்னைக் கட்டுப்படுத்திக் கொண்டு அமைதியானார். இவான் பியோதரவிச் அவர் சொன்னதைக் கவனமாக, மரியாதையுடன் கேட்டுவிட்டு, முதியவரைப் பார்த்து அவையடக்கத்துடன், ஆனால் வெளிப்படையாக, கனிவாகச் சொன்னான்: 'என்னுடைய கட்டுரையின் சாராம்சம் என்னவென்றால், பழங்காலத்தில், அதாவது முதல் மூன்று நூற்றாண்டுகளில், கிறிஸ்துவ சமயம் திருக்கோயில்கள் வழியாக, திருக்கோயில்கள் மூலமாகத்தான் இந்தப் பூமியில் தோன்றிப் பரவியிருந்திருக்கிறது. ஆனால் கிறிஸ்துவ மதமல்லாத ரோமானிய சாம்ராஜ்யம் கிறிஸ்துவ மதத்தைத் தழுவிய போது, கிறிஸ்துவ ஆலயங்களை மட்டும் தங்களுடைய ராஜ்யத்துடன் சேர்த்துக்கொண்ட ரோமானியர்கள், முன்பு போலவே, தங்களுடைய ஆட்சியைக் கிறிஸ்துவ மதம் சாராத ஒன்றாகவே நடத்திவந்தார்கள். உண்மையாகப் பார்த்தால், அது அப்படித்தான் நடந்திருக்க முடியும். ஆனால், ரோமாபுரி ராஜாங்கம் தன்னுள் மிக அதிகமாகக் கிறிஸ்துவ சமயம் சாராத நாகரிகத்தையும் அறிவையும் உள்வாங்கிக்கொண்டு, உதாரணமாக, அவற்றையே தன்னுடைய கொள்கையாகவும் அரசாட்சி யின் அடிப்படையாகவும் கொண்டிருந்தது. ஆனால், கிறிஸ்துவத் திருக்கோயில்களைப் பொறுத்தவரை, அது அரசாட்சியில் அங்கம் வகிக்க ஆரம்பித்தவுடன், உறுதியான தன்னுடைய கொள்கைகளைத் துறந்துவிட முடியாமல், எதை அடித்தளமாகக் கொண்டிருந்ததோ அதை விட்டு விலகி விடவும் முடியாமல், அதையே ஆதாரமாகக் கொண்டு, இயேசு கிறிஸ்துவால் குறிப்பிட்டபடி, உலகம் முழுவதையும், அதாவது பண்டைக்கால அரசாங்கத்தையும் திருக்கோயிலுக்குள் கொண்டுவர ஆரம்பித்தது. இப்படியாக, (வருங்காலத்தைக் கணக்கில் கொண்டு), திருக்கோயில் அரசாங்கத்தில் வரையறுக்கப்பட்ட தன்னுடைய இடத்தைத் தேடாமல், 'மக்களுடன் இணைந்த எல்லாவித இயக்கங்களைப் போல' அல்லது 'மதத்தின் பேரில் இணைந்த மக்களைப் போல' (ஆசிரியர் இப்படித் திருக்கோயிலைப் பற்றிக் குறிப்பிடுவதை நான் எதிர்க்கிறேன்) இல்லாமல், மாறாக, பூமியிலிருக்கும் எந்த ஒரு அரசாங்கமும் இறுதியாகத் திருக்கோயிலை நாடி வந்து, திருக் கோயிலாகவே முழுவதும் மாறி, திருக்கோயிலே அன்றி வேறு எதுவுமாக இல்லாமல், திருக்கோயிலுடன் இணைந்து, தன்னுடைய மற்ற எல்லா நோக்கங்களையும் எண்ணங்களையும் துறந்து செயல்பட வேண்டும். இது எந்தவிதத்திலும் அதனுடைய மதிப்பை அழித்து, அதைக் கேவலப்படுத்தி, மிகப்பெரிய அரசாங்கம் என்னும் அதனுடைய புகழையோ, ஆட்சியாளர்கள் என்ற புகழையோ கெடுக்காமல், மாறாக, பொய்யான, தவறான பாதையிலிருந்து அரசாங்கத்தை மீட்டெடுத்து, உண்மையான, சரியான பாதைக்கு இட்டுச் சென்று, நல்ல இலக்கை அடையக்கூடிய நிலையான, ஒரு வழிக்கு அழைத்துச் செல்வதாக இருக்கும். இதன் காரணமாகத்தான் 'திருக்கோயில் – பொது நீதிமன்றங் களின் அடிப்படை' என்ற புத்தகத்தின் ஆசிரியர், இப்படிப்பட்ட

அடிப்படையான கருத்துகளைப் பாவப்பட்ட, ஒழுங்குமுறையற்ற நம்முடைய இந்தக் காலகட்டத்தில், தற்காலிக மற்றும் தவிர்க்க முடியாத ஒன்று என்று மட்டுமே இவற்றை எடுத்துக்கொண்டு, வேறு எதுவுமாக எடுக்காமல் இருந்திருந்தால், சரியானதொரு தீர்ப்பை அவரால் இதற்குக் கூறியிருக்க முடியும். ஆனால், தான் எடுத்துரைத்த அடிப்படை எண்ணங்களைத் துணிவாகப் பறைசாற்றிய ஆசிரியர், அவற்றின் ஒரு பகுதியை மட்டுமே அருட்தந்தை யூசஃவ் இப்போது உங்களுக்கு எடுத்துச்சொல்ல, அந்த அடிப்படைக் கருத்துகள் அசைக்க முடியாத விதத்தில் உறுதியானவை, பேராற்றல் கொண்டவை, நிலையானவை என்று குறிப்பிட்ட ஆசிரியர், அப்படியே திருக்கோயிலுக்கு முற்றிலும் எதிரானவராக, அதன் புனிதத் தன்மைக்கு, காலங்காலமாக அசைக்க முடியாமல் இருந்துவரும் அதனுடைய பெருமைக்கு எதிரானவராக இருக்கிறார். ஆக, இதோ இதுதான் என்னுடைய கட்டுரையின் முழு சாராம்சம்.'

'அதாவது, இரண்டு வார்த்தைகளில்' என்று ஒவ்வொரு வார்த்தைக்கும் அழுத்தம் கொடுத்துச் சொன்ன அருட்தந்தை பாய்சி, 'வேறு பல கோட்பாடுகளின்படி, அதாவது நம்முடைய இந்த 19ஆம் நூற்றாண்டில் மிக அதிகமாக விளக்கப்படும் கோட்பாடுகளின்படி, திருக்கோயிலானது அரசாங்கமாகப் புத்துயிர் பெற்று, கீழ்நிலையிலிருந்து மேல்நிலைக்கு முன்னேறி, அதனுள் மறைந்து, விஞ்ஞானத்திற்கு வழிவகுத்து, காலத்தின் உட்பொருளாகி, பிறகு அதுவே வாழ்க்கையாகிப் பண்பாடாக மாற வேண்டும். அப்படி மாறாமல் எதிர்த்து நின்றால், அரசாங்கம் என்னும் கட்டுக்கோப்பின் ஒரு மூலைக்கு அது தள்ளப்பட்டு, கண்காணிப்புக்கு உட்படுத்தப்படும் – இதுதான் இப்போது எல்லா நாடுகளிலும், நம்முடைய, மற்றும் பிற ஐரோப்பிய நாடுகளிலும் நடந்துகொண்டிருக் கிறது. ஆனால், ரஷ்ய உணர்வுப்படி, நம்பிக்கை செறிந்த இந்த அழைப்பானது, திருக்கோயில் அரசாங்கமாகப் புத்துயிர் பெற்று, அதன் மூலமாகக் கீழ்நிலையிலிருந்து மேல்நிலைக்கு முன்னேறாமல், மாறாக, அரசாங்கமே திருக்கோயிலாக மாறி, வேறு எதுவுமாக இல்லாமல் இருக்க வேண்டும் என்பதுதான். ஆக, இது இப்படி நடக்கும், கண்டிப்பாக நடக்கும் !'

மியூசவ் சிரித்தபடி மீண்டும் கால்மீது கால் போட்டுக்கொண்டு 'இதை நான் ஒத்துக்கொள்கிறேன் நீங்கள் எனக்குச் சற்றே ஆறுதல் அளித்துள்ளீர்கள்' என்று சொன்னார். 'எனக்குத் தெரிந்தவரை, இவை எல்லாமே ஏதோவொரு கற்பனை உலகில் நடக்கக்கூடிய ஒரு சாதனையாக, வெகுதூரத்தில், எல்லைகளைக் கடந்த பிரதேசத்தில் நடப்பது போல, இயேசு கிறிஸ்துவின் இரண்டாவது வருகையைப் போல இருக்கிறது. அது அப்படி இருக்கலாம். இது ஏதோ ஓர் அழகான, போர்கள் இல்லாத, ராஜதந்திரிகள், வங்கிகள் இல்லாத, இன்னும் இதுபோன்ற நடைமுறைக்கு அப்பாற்பட்ட, சிறந்த குறிக்கோள்களைக் கொண்ட கனவுலகம் போல எனக்கு இருக்கிறது. இது ஏதோ ஒருவிதத்தில் பொதுவுடைமை போன்றதுதான். ஆனால், நானோ இவை எல்லாவற்றையும் உண்மை என நினைத்து, அதாவது

'இனிமேல்' திருக்கோயிலானது, உதாரணமாக, குற்றவாளிகளைத் தண்டித்து, அவர்களுக்குக் கசையடி கொடுத்து, அவர்களை சைபீரியாவுக்கு அனுப்பி, அதற்கும் மேலாக அவர்களுக்கு மரண தண்டனை கொடுக்கக் கூடியது என்று நினைத்தேன்.'

'ஆமாம், திருக்கோயில் – பொதுநீதிமன்றம் என்று இவ்விரண்டு நிறுவனங்கள் மட்டுமே இருக்க நேரிட்டாலும்கூட, திருக்கோயிலானது குற்றவாளிகளைச் சைபீரியாவுக்கு அனுப்பவோ அவர்களுக்கு மரண தண்டனை கொடுக்கவோ செய்யாது. குற்றத்தின் மீதான அதனுடைய பார்வை கண்டிப்பாக, சந்தேகத்திற்கிடமின்றி, கொஞ்சம் கொஞ்சமாக மாறும்; அது உடனே, இப்போதே மாறாமல், வெகு சீக்கிரமே மாறும்...' என்று அமைதியாகக் கண் கொட்டாமல் சொன்னான் இவான் ஃபியோதரவிச்.

'நீங்கள் உண்மையாகவா சொல்கிறீர்கள்?' என்று அவனை உற்றுப்பார்த்தபடி கேட்டார் மியூசவ்.

'எல்லாமே திருக்கோயிலுக்குச் சொந்தமானால், திருக்கோயில் குற்றவாளிகளையும் சட்டத்தைப் புறக்கணிப்பவர்களையும் ஒதுக்கி வைக்காது, அவர்களுடைய தலையைத் துண்டிக்காது, அவர்களை மன்னித்து விட்டுவிடும்' என்று தொடர்ந்தான் இவான் ஃபியோதரவிச். 'உங்களை நான் கேட்கிறேன், சமுதாயத்திலிருந்து விலக்கப்பட்டவர்கள் எங்கே போவார்கள்? அப்படியானால் அவர்கள் மக்களிடமிருந்து மட்டுமல்லாமல், இயேசு கிறிஸ்துவிடமிருந்தும் விலக்கப்பட்டவர்களாக இருக்க வேண்டுமா? அவர்கள் செய்த தவறுக்காக அவர்கள் மக்களிடமிருந்து மட்டுமல்லாமல், திருக்கோயிலிலிருக்கும் இயேசு கிறிஸ்துவாலும் புறக்கணிக்கப்படுகிறார்கள். கடுமையாகச் சொன்னால், விஷயம் இதுதான், அதாவது வெளிப்படையாக இது சொல்லப்படவில்லை என்றாலும், இன்றைய சூழ்நிலையில் குற்றவாளியின் மனசாட்சி அவனுடன் இப்படி சமரசம் செய்து கொள்கிறது: 'நான் திருடவே செய்தாலும், திருக்கோயிலுக்கு எதிராக நான் செயல்படவில்லை; இயேசு கிறிஸ்துவுக்கும் நான் எதிரானவன் அல்ல' என்று தனக்குத் தானே சொல்லிக்கொள்ளும் இன்றைய குற்றவாளி, வருங்காலத்தில் அரசாங்கத்தின் இடத்தைப் பிடிக்கும் திருக்கோயில் முன்பாக இப்படிச் சொல்லச் சிரமப்படுவான், ஏனெனில் இந்த மண்ணுலகிலுள்ள எல்லாத் திருக்கோயில்களையும் அவனால் மறுக்க முடியாது; 'எல்லா மனிதர்களும் தவறு செய்கிறார்கள், வழிதவறிப் போகிறார்கள்; திருக்கோயில் என்பதே பொய்; நான் மட்டும் கொலையாளி, திருடன் – ஆனால் கிறிஸ்துவத் திருக்கோயில் நேர்மையானது' என்று சொல்லிக் கொள்வது ஒரு மனிதனுக்குக் கடினமாக இருக்க, அதற்கு மிகப்பெரிய ஒரு சூழ்நிலையும் வாய்ப்பும் தேவையாக இருக்கும்பட்சத்தில், அப்படிப்பட்ட வாய்ப்பு அடிக்கடி கிடைப்பதாகவும் இருப்பதில்லை. இனி, மற்றொரு பக்கத்தைப் பார்ப்போம்: அதாவது குற்றம் பற்றிய திருக்கோயிலின் கருத்தைக் கவனித்துப் பார்த்தால், தற்போதுள்ள நிலைமைகள் மற்றும் கிறிஸ்துவ மதம் அல்லாத சமய எண்ணங்களில் மாற்றம் ஏற்பட்டு, வழக்கம்போல் சமுதாயத்தின் நோயுள்ள பகுதிகளை

வெட்டி எடுத்து, சமுதாயத்தைக் காப்பாற்றி, குறைந்தபட்சம் இந்த முறையாவது முழுமையான, நேர்மையான வழியைத் தேர்ந்தெடுத்து, மனிதனை நல்வழிப்படுத்தி, சீர்திருத்தி, அவனை உயிர்ப்புறச் செய்து பாவங்களிலிருந்து அவனை மீட்டெடுத்துக் காப்பாற்ற வேண்டாமா ...'

'என்ன இது? மீண்டும் உங்களைப் புரிந்துகொள்ள முடியவில்லையே' என்று இடைமறித்த மியூசவ், 'மீண்டும் ஏதோ ஒரு கனவு, உருவமில்லாத ஏதோ ஒன்று; ஆம், புரிந்துகொள்ள முடியவில்லை. எப்படி விலகி நிற்பது? விலகி நிற்பது என்றால் என்ன? இவான் ஃபியோதரவிச், நீங்கள் ஏதோ விளையாடுகிறீர்கள் என்று நினைக்கிறேன்.'

'ஆமாம், உண்மையைச் சொல்லப்போனால், அப்படித்தான் இருக்கிறது' என்று திடீரென்று முதியவர் சொல்ல, எல்லோரும் அவரையே உற்றுப் பார்க்க, 'இப்போது பூமியில் இயேசு கிறிஸ்துவின் ஆலயங்கள் மட்டும் இல்லாமல் இருந்திருந்தால், குற்றவாளிகள் செய்யும் பாவங்களுக்கும் தடை எவையும் இல்லாமல் இருந்திருக்கும்; தண்டனைகளும் தொடர்ந்து கொடுக்கப்பட்டிருக்கும், அதாவது உண்மையான தண்டனை – இப்போது குறிப்பிடப்பட்டது போல, மனதைத் தகர்க்கும் வழக்கமான – இயந்திரத்தனமான தண்டனைகளாக இல்லாமல், மாறாக, அது தண்டனையாக இருக்கும், அதாவது, உண்மையாகவே ஒருவருடைய மனத்தில் அமைதியை நிலைநாட்டி, அவருடைய மனசாட்சியை விழிப்படையச் செய்யும் தண்டனையாக இருக்கும்.'

'அது எப்படி என்பதை நான் தெரிந்துகொள்ளலாமா?' என்று மிக ஆர்வத்துடன் கேட்டார் மியூசவ்.

'அது எப்படி என்றால்' என்று ஆரம்பித்தார் முதியவர். 'முன்பிருந்த பிரம்படிகளும் கடுந்தண்டனைகளும் யாரையும் திருத்திவிடவில்லை; முக்கியமாக, குற்றவாளிகளிடம் அவை பயத்தை உண்டு பண்ணவில்லை யாதலால், குற்றங்களும் குறையவில்லை; மாறாக, குற்றங்கள் அதிகமாகவே வளர ஆரம்பித்தன. இதை நீங்கள் ஒப்புக்கொள்ளத்தான் வேண்டும். ஆக, சமுதாயம் முற்றிலுமாகப் பாதுகாக்கப்படவில்லை என்பது தெளிவாகத் தெரியவருகிறது. மேலும் குற்றவாளியானவன் சமுதாயத்திலிருந்து இயந்திரத்தனமாக விலக்கப்பட்டு, கண்காணாத இடத்திற்கு வெகுதூரம் அனுப்பப்பட, அடுத்த நிமிடமே அவனுடைய இடத்திற்கு வேறு ஒரு குற்றவாளி, ஏன் இரண்டு மூன்று குற்றவாளிகள் கூட வரக்கூடிய சாத்தியம் இருக்கிறது. இன்றளவும் சமுதாயத்தைப் பாதுகாத்து, குற்றவாளிகளையும் சீர்திருத்தி, அவர்களை நல்ல மனிதர்களாக உருவாக்கக்கூடிய சக்தி என்று ஒன்று இருக்குமானால், அது கிறிஸ்துவின் அரசாட்சி மட்டும்தான்; அவருடைய மனசாட்சியின் உள்ளாட்சி மட்டும்தான். ஒருவன், தான் செய்த குற்றத்தை இயேசு கிறிஸ்துவின் சமூகத்திலிருக்கும் ஒரு மகனாக இருந்து உணர்ந்து, அதாவது திருக்கோயிலில், அதன் கூட்டமைப்பு முன்பாகத் தான் செய்த குற்றத்தை அவன் உணர வேண்டும். இப்படியாக, இன்றைய குற்றவாளி திருக்கோயிலின் முன்பு மட்டுமே தன்னுடைய குற்றங்களை

கரமாஸவ் சகோதரர்கள்

உணரமுடியும்; அரசாங்கத்தின் முன்பல்ல. எனவே, நீதிமன்றம், திருக்கோயில் சமூகத்தைச் சார்ந்ததாக இருந்தால், யாரை மன்னித்து, யாரைத் தன்னுடைய சமூகத்தில் மீண்டும் உறுப்பினராக ஏற்றுக் கொள்வது என்று அதற்குத் தெரியும். அப்படியே திருக்கோயிலும் எந்தவிதச் சட்டபூர்வமான அதிகாரத்தையும் தன்னிடம் கொண் டிருக்காமல், நன்னெறிக் கோட்பாடுகள் அடங்கிய கண்டனங்களைத் தெரிவிக்கும் அதிகாரத்தை மட்டுமே கொண்டிருந்தால், குற்றவாளியைத் தண்டிக்கும் உரிமையை அது இழக்கும். அது குற்றவாளியைத் தன்னிட மிருந்து விலக்கிக்கொள்ளாமல், ஒரு தந்தையைப் போலக் கூட இருந்து அவனை எச்சரிக்கை செய்யும். அதுமட்டுமின்றி, கிறிஸ்துவ முறைப்படி அந்தரங்கமாகக் கூடிப்பேசும் பெரும் முயற்சியை அது கைவிடாமல், குற்றவாளியுடனான தொடர்பைத் துண்டிக்காமல், அதைத் தொடரும். குற்றவாளியைக் கிறிஸ்துவ மதப் பிரார்த்தனைகளில் கலந்துகொள்ள அனுமதித்து, கிறிஸ்துவச் சடங்குகளில் பங்கேற்க வாய்ப்பளித்து, அவனை ஒரு குற்றவாளியாகப் பாவிக்காமல், ஒரு கைதியாகவே பாவிக்கும். கடவுளே, அரசாங்கம் அவர்களைப் புறக்கணித்து, வெறுத்து ஒதுக்குவது போல, கிறிஸ்துவ சமுதாயமும் திருக்கோயிலும் அவர்களைப் புறக்கணித்து வெறுத்து ஒதுக்கினால், அவர்கள் என்ன ஆவார்கள்! அரசாங்கத்தால் தண்டிக்கப்பட்ட மனிதனைத் திருக்கோயிலும் விலக்கிவைத்தால், அவர்களுடைய நிலைதான் என்னவாகும்? இதைவிட ஆழமான மனக்கசப்பு வேறு எதுவும் அவர்களுக்கு இருக்க முடியாது; குறைந்தபட்சம் ரஷ்யக் குற்றவாளிகளுக்கு, ஏனெனில் அவர்கள் இன்னமும் கடவுள்மீது நம்பிக்கை உள்ளவர்களாக இருக்கிறார்கள். யாருக்குத் தெரியும், உண்மையாகவே அதனுடைய விளைவு, ஒருவேளை, சோகமாகக்கூட இருக்கலாம்; இந்த மனக்கசப்பால் குற்றவாளி தன்னுடைய நம்பிக்கை யைக் கூட இழக்கலாம்; அப்படி நடந்தால் என்னவாகும்? ஆனால், திருக்கோயில் பாசமுள்ள, அன்புள்ள ஒரு அன்னையைப் போல, தண்டனை தரும் செயல்களிலிருந்து தன்னை விலக்கிக்கொண்டு, அரசாங்க நீதிமன்றத்தால் குற்றவாளி என்று கடுமையாக ஒருவன் தண்டிக்கப்பட்ட பிறகு, யாராவது ஒருவராவது அவன்மீது இரக்கம் காட்ட வேண்டாமா என்ன? அப்படித் திருக்கோயில், தண்டனை வழங்கும் செயல்களிலிருந்து தன்னை விலக்கிக்கொண்டதற்குக் காரணம், திருக்கோயில் வழங்கும் தீர்ப்பு மட்டுமே உண்மையானதாக இருக்க, அதன் காரணமாக, வேறெந்த நீதிமன்றச் செயல்களிலும், நன்னெறி சார்பாகவோ, கருத்து சார்பாகவோ, தற்காலிகமாகக்கூடச் சமரசம் செய்துகொள்ள முடியாத சூழ்நிலையில் அது இருக்கிறது. இங்கு வேறு எந்தவகையான தொடர்புகளுக்கும் இடமே கிடையாது. மற்ற நாடுகளில் இருக்கும் குற்றவாளிகள் மிக அரிதாகவே தாங்கள் செய்த குற்றங்களுக்காக வருத்தப்படுகிறார்கள் என்று ஆராய்ச்சியாளர் கள் கூறுகிறார்கள், ஏனெனில் அவர்கள் குற்றத்தை வெறும் குற்றமாகப் பார்க்காமல், நியாயமற்ற, கொடுமையான சக்திகளை எதிர்க்கும் ஒரு செயலாகவே பார்க்கிறார்கள். அந்தச் சமுதாயம் குற்றவாளியின் மீது தன்னுடைய அதிகாரத்தைப் பிரயோகித்து, வெற்றிகரமாக அவனைச்

சமுதாயத்திலிருந்து இயந்திரத்தனமாகப் பிரித்து, வெறுப்புடன் ஒதுக்கிவைத்து, (குறைந்தபட்சம் ஐரோப்பியர்கள் அதை ஒப்புக் கொள்கிறார்கள்), வெறுப்பு, மற்றும் முழு நிராகரிப்பு காரணமாக அவனுடைய வருங்கால வாழ்க்கையைப் பற்றிக் கவலை கொள்ளாமல், தவறு செய்துவிட்ட ஒரு சகோதரனாகப் பார்க்க மறுக்கிறார்கள். இப்படியாக, இவை எல்லாமே திருக்கோயிலின் அனுசரணையே இல்லாமல், பெரும்பாலான இடங்களில் திருக்கோயில்கள் என்பவையே இல்லாமல், மிகப்பெரிய கோயில் என்னும் கட்டமைப்புக்குள் பாதிரிமார்கள் மட்டுமே எஞ்சி இருக்க, மிகவும் தாழ்ந்த நிலையிலிருக்கும் கோயில்கள்கூடத் தங்களை அரசாங்கம் என்னும் நிலைக்கு உயர்த்திக் கொண்டு அதனுள் கரைந்துவிட எத்தனித்துக்கொண்டிருந்தன. இப்படிப் பட்ட நிலைமை குறைந்தபட்சம் லூதர்ன் சமயக் கொள்கைகளைப் பின்பற்றும் நாடுகளில் இருப்பதாகத் தெரிகிறது. ரோமாபுரியைப் பொறுத்தவரையில் கடந்த ஆயிரம் ஆண்டுகளாகவே திருக்கோயில் இருந்த இடத்தில் அரசாங்கம் பிரகடனப்படுத்தப்பட்டுவிட்டது. எனவேதான் குற்றவாளியே திருக்கோயிலின் ஒரு உறுப்பினராக இருக்க, அப்படித் தான் ஒரு உறுப்பினராக இருப்பதையே அவன் உணராமல் விலக்கப்படும்போது, அவன் மிகவும் வருத்தப்படுகிறான். அப்படியே மீண்டும் அவன் கிறிஸ்துவ சமூகத்திற்குத் திரும்பி வந்தாலும், மற்றவர்களால் அவன் அதீத வெறுப்புடன் நடத்தப்படுவதால், கிறிஸ்துவ சமூகமே அவனைத் தன்னிடமிருந்து விலக்கிவைக்கிறது. இப்படிப்பட்ட செயல் எதில் கொண்டுபோய் முடியுமென்பதை நீங்களே யோசித்துப் பாருங்கள். பல தருணங்களில் நம்முடைய நிலைமையும் இப்படித்தான் இருக்கிறது; ஆனால் ஒரு விஷயத்தை நாம் கவனிக்க வேண்டும், சட்டபூர்வமான நீதிமன்றங்களைத் தவிர, குற்றவாளியைத் தன்னுடைய சொந்த மகனாகப் பாவித்து அவனுடன் இருக்கும் தொடர்பைத் துண்டித்துக்கொள்ளாமல், அன்புடன் அவனை வரவேற்கும் திருக் கோயில்களும் நம்மிடம் இருக்கத்தான் செய்கின்றன. அதுமட்டுமல்லாமல், திருச்சபை வழங்கிய தீர்ப்பானது, குற்றவாளியின் மனத்தில் குறைந்த பட்சம் ஒரு கனவாக, வருங்காலத்தை எதிர்கொள்ளும் செயல்வேகத் துடன் இல்லாவிட்டாலும், கருத்தளவிலாவது அது பாதுகாக்கப்பட்டு, சந்தேகத்திற்கிடமின்றி, குற்றவாளியாலேயே அது உணரப்படுகிறது. இப்போது இங்கே சொல்லப்பட்டவை எல்லாமே உண்மையானவை, அதாவது உண்மையாகவே திருச்சபை சார்ந்த நீதிமன்றம் மட்டும் நடைமுறையில் இருந்திருந்தால், அதுவும் தன்னுடைய முழு பலத்துடன் அது செயல்பட்டிருந்தால், அதாவது சமுதாயம் முழுவதுமே திருச்சபை யைச் சார்ந்திருந்திருந்தால், மற்ற எந்த அமைப்புகளும் எப்போதுமே குற்றவாளியின் மீது இவ்வளவு பெரிய தாக்கத்தை உண்டுபண்ணாத அளவுக்குத் திருச்சபை மிகப்பெரியதொரு தாக்கத்தை ஏற்படுத்தி யிருந்தால், அதன் விளைவாக, குற்றங்களும் நம்ப முடியாத அளவுக்கு உண்மையாகவே வெகுவாகக் குறைந்திருக்க வாய்ப்பிருந்திருக்கும். அப்படியே சந்தேகத்திற்கிடமின்றி, வருங்காலக் குற்றவாளிகளையும் திருச்சபை நன்றாகவே புரிந்துகொண்டு, தற்போது நடக்கும் குற்றங்களின் சக்திவாய்ந்த காரணங்களையும் உணர்ந்து, குற்றம் புரிந்த காரணத்தால்

அது ஒதுக்கிவைக்கப்பட்டவர்களை மீட்டெடுத்து, அவர்களின் வீழ்ச்சிக்குக் காரணமாக இருந்த நிலைமைகளை அவர்களுக்கு விளக்கி, அறிவுறுத்தி, அவர்களைத் தவறுசெய்ய விடாமல் காப்பாற்றியிருக்கும். ஆம், இவையெல்லாம் உண்மையே, என்று சொன்னபடி புன்னகைத்த முதியவர், 'ஆனால், கிறிஸ்துவச் சமூகம் அதற்கு இன்னும் தன்னைத் தயார்படுத்திக்கொள்ளாமல், நன்னெறி கொண்ட ஏழு பேரை மட்டுமே தன்னுள் கொண்டதாக இருக்கிறது; ஆனால் இந்த ஏழு பேர் என்கின்ற எண்ணிக்கை அளவில் மட்டும் இன்னும் குறையாமல், மாற்றம் எதுவுமில்லாமல் நிலையாக இருப்பதால், தற்போது கிறிஸ்துவச் சமயஞ்சாராத இந்தச் சமுதாயமானது, கண்டிப்பாக ஒரு சமயக்கூட்டுக் குழுவாக முழுமையாக உருமாறி, உலகளாவிய, வல்லமை சான்ற கிறிஸ்துவத் திருச்சபையாக மாறும். இது கண்டிப்பாக நடக்கும்; இந்த நூற்றாண்டில் இது நடக்காவிட்டாலும், இது எப்போதாவது நடக்கும், நடந்தே தீரும் என்பது விதியாகும்! எப்போது இது நடக்கும் என்பது மனித அறிவுக்கு எட்டக்கூடிய ஒரு விஷயமல்ல; கடவுளின் தீர்க்க தரிசனத்திற்கு அது உட்பட்டதாகையால், அது உடனே, இப்போதேகூட நடக்கலாம். ஆனால், இறுதியாகச் சொல்லப் பட்டது நடக்கும், நடந்தே தீரும்!'

'ஆமாம், நடக்கும், இது கண்டிப்பாக நடக்கும்!' என்று பய பக்தியுடனும், இறுக்கத்துடனும் சொன்னார் அருட்தந்தை பாய்ஸி.

'விசித்திரம் இது மிகமிக விசித்திரமானது!' என்று மியூசவ் வெறுப்புடன் சொல்லவில்லையென்றாலும், இந்தக் கருத்தை நிராகரிக்கும் தொனியில் அழுத்தமாகச் சொன்னார்.

'இது ஏன் அவ்வளவு தூரம் விசித்திரமானது?' என்று அருட்தந்தை யூசஃவ் கவனமாகக் கேட்டார்.

'ஆமாம், பிறகு இதற்கு என்ன அர்த்தம்?' என்று சட்டென்று இடைமறித்த மியூசவ், 'இம்மண்ணுலகில் அரசாங்கம் அழிந்துபோய் அந்த இடத்திற்குத் திருச்சபை உயர்ந்து நிற்க வேண்டுமா! இது போப்பாண்டவரின் மீயுரிமைக் கோட்பாட்டை விடவும் அதிகாரமிக்க ஒன்றாக இருக்கிறதே! இது போப்பாண்டவர் ஏழாம் ஜார்ஜுக்குக் கூடத் தோன்றியிருக்காத யோசனை!'

'நீங்கள் முற்றிலும் தவறாகப் புரிந்துகொண்டிருக்கிறீர்கள்!'என்று கடுமையாகச் சொன்ன அருட்தந்தை பாய்ஸி, 'திருச்சபை அரசாங்கமாக மாற வேண்டியதில்லை என்பதைப் புரிந்துகொள்ளுங்கள். இது ரோமாபுரியையும் அதன் கனவுகளையும் தகர்த்தெறியக் கூடிய விஷயம். இது சாத்தானின் அடுத்த மயக்கம், பேராசை! மாறாக, அரசாங்கம் தான் திருச்சபையாக மாறி, உலகம் முழுவதும் பரவக்கூடிய திருச்சபையாக உயர்ந்து, போப்பாண்டவரின் மீயுரிமைக் கோட்பாடு, ரோமாபுரி இவற்றிற்கு எதிராக நின்று, அதேபோல உங்களுடைய கருத்துக்கும் எதிராக நின்று, மகத்தான சமயக் கொள்கையை இப்பூமியில் நிலைநாட்ட வேண்டும். அப்படிப்பட்ட நட்சத்திரம் ஒன்று கிழக்கே உதிக்கும்' என்றார்.

இதைக்கேட்ட மியூசவ் நாவடக்கத்துடன் அமைதியாக இருந்தார். அவருடைய முழுத் தோற்றமும் அளவுக்கதிகமான மேன்மையை வெளிப்படுத்தியது. ஏளனமான புன்னகை அவருடைய உதடுகளில் படர்ந்தது. இவையனைத்தையும் படபடக்கும் இதயத்துடன் அல்யோஷா பார்த்துக்கொண்டிருந்தான். இந்தப் பேச்சுவார்த்தை முழுவதும் வெகுவாக அவனைப் பாதித்திருந்தது. தற்செயலாக அவன் ரக்கீத்தினை ஏறிட்டுப் பார்க்க, அவனோ இவை எல்லாவற்றையும் மிகக் கவனமாகக் கேட்டுக்கொண்டு, முன்பு நின்றுகொண்டிருந்த அதே இடத்தில், கதவருகே நின்றுகொண்டு, கண்களைத் தாழ்த்திக் கீழே பார்த்தபடி இருந்தான். சிவந்துபோன அவனுடைய கன்னங்களைப் பார்த்த அல்யோஷாவுக்கு அவனும் கலக்கத்துடன் இருக்கிறான் என்பது புரிந்தது.

'சிறு சம்பவம் ஒன்றைக் குறிப்பிட அனுமதியுங்கள்' என்று உறுதியான குரலில், மேன்மையான விதத்தில் சட்டென்று கேட்டார் மியூசவ். 'சில ஆண்டுகளுக்கு முன்பு, டிசம்பர் மாதப் புரட்சிக்குப் பிறகு, பாரீஸ் அரசாங்கத்தில் முக்கிய பதவி வகித்த, சுவாரஸ்யமான ஒரு பெரியவரை நான் சந்திக்க நேர்ந்தது. அவர் ஏதோ ஒரு சாதாரணத் துப்பறியும் நபரல்ல; அரசியலில் துப்பறியும் குழுவை நிர்வகிக்கும் மிகப்பெரிய, செல்வாக்குள்ள பதவியை வகிப்பவர். அவருடன் பேசக் கூடிய ஒரு வாய்ப்பை ஏற்படுத்திக்கொண்டு அதீத ஆர்வத்துடன் அவரிடம் நான் பேசிக்கொண்டிருந்தேன்; தன்னுடைய உயர் அதிகாரியிடம் அறிக்கை ஒன்றைச் சமர்ப்பிக்க வந்தவர், அந்த உயர் அதிகாரியால் நான் வரவேற்கப்பட்ட விதத்தைப் பார்த்து என்னிடம் அவர் ஓரளவு வெளிப்படையாகப் பேசினார் – ஓரளவு வெளிப்படையாக என்பதை விட மரியாதையாக, குறிப்பாக, பிரெஞ்சு நாட்டவர் எப்படி இனிமையாக நடந்துகொள்வார்களோ அப்படி, அதுவும் நான் வெளிநாட்டுக்காரன் என்பதால் என்னிடம் அவர் இன்னும் பணிவாகப் பேசினார். ஆனால், நான் அவரை நன்றாகப் புரிந்துகொண்டேன். சோசலிசப் புரட்சியாளர்களைப் பற்றி, அதுவும் அன்றைய நாட்களில் கண்காணிக்கப் பட்டவர்களைப் பற்றி அப்போது பேச்சு அடிபட்டது. பேச்சின் முக்கிய சாராம்சத்தை விடுத்து, அவர் சொன்ன, சுவாரஸ்யமான கருத்து ஒன்றைச் சொல்கிறேன்.'

'நாங்கள் இந்த சோசலிசவாதிகளையும் கிளர்ச்சியைத் தூண்டுபவர்களையும் கடவுளை மறுக்கும் நாத்திகர்களையும் புரட்சிக்காரர்களையும் பற்றியெல்லாம் கவலைப்படுவதில்லை; அவர்களையெல்லாம் நாங்கள் கண்காணிக்கிறோம். அவர்களுடைய நடவடிக்கைகளைப் பற்றி எங்களுக்குத் தெரியும். ஆனால் அப்படிப்பட்டவர்கள் மிகக் குறைந்தவர்களே ஆனாலும், குறிப்பிடத்தக்கவர்கள்: கடவுள்மீது அவர்கள் நம்பிக்கை வைத்திருப்பவர்கள். அவர்கள் கிறிஸ்துவர்கள், ஆனால் அதேசமயம் சோசலிசவாதிகள். இதோ, இப்படிப்பட்டவர்களைப் பார்த்துத்தான் நாங்கள் மிக அதிகமாகப் பயப்படுகிறோம்; இவர்கள்தான் பயங்கரமானவர்கள்! சோசலிச – கடவுள் நம்பிக்கையற்றவர்களை விட இந்த சோசலிஸக் கிறிஸ்துவர்கள் பயங்கரமானவர்கள்' என்றார்.

இந்த வார்த்தைகள் அப்போது என்னைத் திடுக்கிடவைத்தாலும் நன்மக்களே, இப்போது அவை எனக்குச் சட்டென்று நினைவுக்கு வருகின்றன . . .'

'அதாவது, அவற்றை நீங்கள் எங்கள்மீது பிரயோகித்து எங்களை சோசலிஸ்டுகளாகப் பார்க்கிறீர்கள்?' – என்று அருட்தந்தை பாய்ஸி நேரடியாக, எந்தவித ஒளிவுமறைவுமின்றிக் கேட்டார். அதற்கு பியோத்தர் அலெக்சாந்தரவிச் பதில்தர யோசிக்கும் முன்பாகவே கதவுகள் திறக்கப்பட்டு, நீண்டநேரமாக வராமல் இருந்த திமித்ரி ஃபியோதரவிச் உள்ளே நுழைந்தான். உண்மையாகவே யாரும் அவனை அப்போது எதிர்பார்த்திருக்கவில்லையாதலால், அவனுடைய திடீர் வருகை ஒரு சில நிமிடங்களுக்கு அவர்களுக்கு ஆச்சர்யத்தைக் கொடுத்தது.

# 6

## எதற்காக வாழ்கிறான் இப்படிப்பட்ட மனிதன்!

இருபத்தி எட்டு வயது இளைஞனான திமித்ரி பியோதரவிச், சராசரி உயரமும் இனிமையான முகத்தோற்றமும் கொண்டவனாக இருந்தாலும், பார்ப்பதற்குச் சற்றே வயதானவனாகத் தோற்றமளித்தான். திண்ணிய உடற்கட்டும் வலுவான தேக அமைப்பும் கொண்ட அவனுடைய முகம் நோயாளியைப் போல இருந்தது. முகம் மெலிந்து, கன்னங்கள் உட்குழிவுடன், வெளிறிய பழுப்பு நிறத்தில் இருந்தன. அவனுடைய பெரிய, கரிய விழிகள் உணர்ச்சிமிக்கவையாக, வளைந்து கொடுக்காத பிடிவாதத்துடன், ஏனோ தெளிவின்றிக் காணப்பட்டன. அவன் பதற்றத்தில் இருந்ததால், எரிச்சலுடன் பேசினான்; அவன் பார்வை அவனுடைய மனநிலையைத் தெரிவிக்காமல், வேறு ஏதோ ஒன்றை, அந்த நிமிடத்திற்குச் சம்பந்தமில்லாத ஒன்றைத் தெரிவிப்பதாக இருந்தது. 'எதைப் பற்றி அவன் யோசிக்கிறான் என்று சொல்வது கடினம்' என்று ஒருசிலர் அவனைப் பற்றித் தங்களுடைய கருத்தைத் தெரிவித்தார்கள். மற்றவர்களோ, எதைப் பற்றியோ அவன் ஆழமாகச் சிந்திப்பதால், அவன் சோகமாக இருக்கிறான் என்றவர்கள், திடீரென்று அவன் வெடித்துச் சிரிப்பதைப் பார்த்து ஆச்சர்யப்பட்டு, பார்ப்பதற்குச் சோகமானவனாக இருந்தாலும், உண்மையாகவே அவன் சந்தோஷமாக, மகிழ்ச்சியாகவே இருக்கிறான் என்று நினைத்தார்கள். இருந்தாலும், நோய்வாய்ப்பட்ட அவனுடைய முகத்தோற்றத்திற்கான அர்த்தம் இப்போது புரிந்தது: கடைசி சில காலமாகவே அவன் வாழ்ந்துவந்த மூர்க்கத்தனமான, 'நெறிகெட்ட' வாழ்வைப் பற்றி மக்களுக்குத் தெரிந்திருந்தது போலவே, தந்தையிடம் அவன் மிக ஆக்ரோஷமாகக் கோபப்பட்டு, பிறகு அது சண்டையாக மாறிச் சொத்து விவகாரம் வரை சென்றதையும் மக்கள் அறிந்திருந்தார்கள். இதைப் பற்றி ஊரில் பல கதைகளும் உலவிவந்தன. இயல்பாகவே அவன் கோபப்படுபவனாக இருந்தான் என்பது உண்மைதான்; 'புத்தி தடுமாறுபவனாக, தெளிவான எண்ணம் இல்லாதவனாக' இருக்கிறான் என்று ஒருமுறை நீதிபதி

செமியோன் இவானவிச் கச்சால்னிக்கவ் அவர்கள் சமரச பேச்சு வார்த்தைக்காக நியமிக்கப்பட்டிருந்தவர், கூட்டம் ஒன்றில் இப்படிக் குறிப்பிட்டிருந்தார். திமித்ரி பியோதரவிச் நீண்டதொரு மேலங்கியை மிக நேர்த்தியாகப் பொத்தானிட்டு அணிந்து, கையில் கறுப்புநிறக் கையுறையுடன், நீண்ட தொப்பி ஒன்றைக் கையில் ஏந்தியபடி உள்ளே நுழைந்தான். அண்மையில் ஓய்வுபெற்ற ராணுவ அதிகாரியைப் போல, தாடி இல்லாமல் மீசையுடன் அவன் இருந்தான். அழுத்தமான பழுப்பு நிறங்கொண்ட அவனுடைய கேசம் குட்டையாக வெட்டப்பட்டு, நெற்றியின் முன்புறம் தூக்கி வாரப்பட்டிருந்தது. ஒரு படைவீரனைப் போல அவனுடைய நடை அகன்று, அழுத்தமாக இருந்தது. வாயிற்படி அருகே சென்று சற்றே நின்றவன், ஒருமுறை எல்லோரையும் பார்த்து விட்டு, முதியவர்தான் விரும்தோம்புபவர் என்பதை உணர்ந்து, நேராக அவரை நோக்கிச் சென்றான். அப்படிச் சென்றவன், அவர் முன்பாகத் தலைகுனிந்து அவருடைய ஆசீர்வாதத்தை வேண்டி நின்றான். முதியவர் எழுந்து அவனை ஆசீர்வதித்தார்; திமித்ரி பியோதரவிச் அவருடைய கைகளை மரியாதையுடன் முத்தமிட்ட பிறகு, சற்றே ஆழ்ந்த பதற்றத்துடன், ஏறக்குறைய எரிச்சலுடன் சொன்னான்,

'இவ்வளவு நேரம் உங்களைக் காக்கவைத்ததற்காகப் பெரிய மனது செய்து என்னை மன்னிக்க வேண்டும். தந்தையால் அனுப்பப் பட்ட வேலையாள் ஸ்மெர்தியாக்கவ் சந்திப்பு ஒரு மணிக்கு என்று சொன்னபோது, சந்திப்பு ஒரு மணிக்கா என்று, அவனை நான் இரண்டுமுறை கேட்டேன். ஆனால் அவன் உறுதியாகச் சந்திப்பு ஒருமணிக்குத்தான் என்று சொன்னான். பிறகுதான் தெரிய வந்தது . . .'

'கவலைப்படாதீர்கள்' என்று குறிக்கிட்ட முதியவர், 'பரவாயில்லை, சற்றுத் தாமதமாக வந்திருக்கிறீர்கள், அதனால் மிகப்பெரிய பாதிப்பு ஒன்றுமில்லை.'

'உங்களுக்கு மிகப்பெரிய நன்றி; இதைவிடப் பெரிய, தயாள குணத்தை நான் எதிர்பார்க்க முடியாது' என்று சொன்னபடி திமித்ரி பியோதரவிச் மீண்டும் ஒருமுறை முதியவரை வணங்கிவிட்டுச் சட்டென்று தன் தந்தை அமர்ந்திருந்த பக்கம் திரும்பி 'அவரையும்' மரியாதையுடன் தலைகுனிந்து வணங்கினான். இதை அவன் முன் கூட்டியே தீர்மானித்து வைத்துச் செயல்பட்டான் என்பது தெளிவாகத் தெரிந்தாலும், அப்படி அவன் தலைகுனிந்து வணங்குவதைத் தனது கடமையாகவும், உண்மையாகவே, தனது மரியாதையையும் நல்லெண்ணத்தையும் வெளிப்படுத்தும் செயலாகவும் அவன் நினைத்தான். இதைப் பார்த்து பியோதர் பாவ்லவிச் ஆச்சர்யப் பட்டாலும், உடனே அவர் தன்னைச் சுதாரித்துக்கொண்டார். திமித்ரி பியோதரவிச் தலைவணங்கி வணக்கம் தெரிவித்ததற்குப் பதிலளிக்கும் விதத்தில், உடனே பியோதர் பாவ்லவிச்சும் தன்னுடைய இருக்கையிலிருந்து எழும்பிக் குதித்துத் தலைவணங்கித் தன்னுடைய மகனுக்குப் பதில் வணக்கத்தைத் தெரிவித்தார். அவனுடைய முகம் காரிய சிரத்தையுடன் கவனமாக உற்று நோக்குவது போல இருந்தாலும், அவன் பார்வை சட்டென்று குரோதத்தை வெளிப்படுத்துவதாக

இருந்தது. பிறகு அவன் அமைதியாக எல்லோரையும் வணங்கிவிட்டு, அழுத்தமாக, நீண்ட அடிகள் எடுத்துவைத்து ஜன்னல் அருகே அருட்தந்தை பாய்ஸி அமர்ந்திருந்த நாற்காலிக்கருகே இருந்த ஒரே நாற்காலியில் வந்து அமர்ந்து, உடலைச் சற்றே முன்புறமாகத் தள்ளி, முழுவதுமாக நாற்காலியில் அமராமல், இடைமறிக்கப்பட்ட உரையாடலைக் கேட்கத் தயாரானான்.

திமித்ரி பியோதரவிச்சின் வருகைக்கு இரண்டு நிமிடமே பிடித்ததால், இடைமறிக்கப்பட்ட உரையாடல் மீண்டும் தொடர்ந்தது. ஆனால் இந்த முறை பியோத்தர் அலெக்சாந்தரவிச், அருட்தந்தை பாய்சி கேட்ட எரிச்சல் மிக்க கேள்விகளுக்குப் பதிலளிப்பதில்லை என்று முடிவு செய்திருந்தார்.

'இந்த விவாதத்தை மேலே தொடராமல் இத்துடன் முடித்துக் கொள்ள அனுமதியுங்கள்' என்று சற்றே நகர்ப்புறவாசிக்கான அலட்சியத்துடன் சொன்னார் மியூசவ். 'இந்த விவாதப் பொருளானது சற்றே அறிவார்ந்த விஷயம். இதோ இவான் ஃபியோதரவிச் நம்மைப் பார்த்து சிரிக்கிறார்; இது சம்பந்தமாக, சுவாரஸ்யமான ஏதோ ஒரு விஷயம் அவரிடம் இருக்கிறது என்று நினைக்கிறேன். அவரையே கேளுங்கள்.'

'ஒரு சிறு கருத்தைத் தவிர, குறிப்பாகச் சொல்வதற்கு ஒன்றுமில்லை' என்று உடனே பதிலளித்த இவான் ஃபியோதரவிச், 'பொதுவாக, ஐரோப்பிய லிபரலிஸம், அதுவும் ரஷ்ய கவின்கலை லிபரலிஸம்கூட சோசலிசத்தின் இறுதி விளைவுகளைக் கிறிஸ்துவ மதத்துடன் அவ்வப்போது இணைத்து நீண்டகாலமாகப் பேசிக்கொண்டிருக்கிறது. இப்படிப்பட்ட பண்பாடற்ற கருத்து, கண்டிப்பாக, அதன் தனிச்சிறப்பு அம்சம்தான். சொல்லப்போனால், சோசலிசத்தைக் கிறிஸ்துவ மதத்துடன் இணைத்து லிபரலிஸ்டுகள் மற்றும் கவின்கலை ஆர்வலர்கள் மட்டு மல்லாது, பல சமயங்களில், அரசியல் காவலர்களும், அதாவது வெளிநாட்டு அரசியல் காவலர்களும் இணைத்துப் பேசுகிறார்கள். நீங்கள் சொன்ன அந்தப் பிரெஞ்சு நாட்டுச் சம்பவமும் இதைப் போன்றதுதான், பியோத்தர் அலெக்சாந்தரவிச் மியூசவ்.'

'பொதுவாக, இந்த விவாதத்தை ஒதுக்கிவைக்குமாறு நான் மீண்டும் ஒருமுறை உங்களைக் கேட்டுக்கொள்கிறேன்' என்று மறுபடியும் சொன்ன பியோத்தர் அலெக்சாந்தரவிச் மியூசவ், 'பதிலாக, நன்மக்களே, இதோ இவான் ஃபியோதரவிச்சைப் பற்றிய முக்கியமான விஷயம் ஒன்றைச் சொல்கிறேன், கேளுங்கள். ஐந்து நாட்களுக்கு முன்பு, ஒரு விவாதத்தின் போது, பெண்கள் நிறைந்திருந்த ஒரு சபையில் அவர் பெருமிதத்துடன், 'மனிதன் தன்னைப் போலவே தன்னுடைய சக மனிதனை நேசிப்பதற்கு இயற்கையில் சட்டம் எதுவும் இல்லை; அப்படித் தன்னுடைய மனிதகுலத்தை மனிதன் நேசிக்க வேண்டுமென்ற சட்டம் எதுவும் இல்லையென்பதால், இதுவரை அவன் மனித குலத்தை நேசித்து வந்தது, சட்டத்தின் பேரில் அல்லாமல், அழியாப் புகழின் மேல் இருக்கும் நம்பிக்கையின் பேரில்தான் என்றார். அப்படியே இடைப் பட்ட ஒரு விஷயத்தையும் அவர் சொன்னார். அதாவது இயற்கையின்

முழு விதியும் இதில்தான் அடங்கியிருக்கிறது; ஏனெனில் அழியாப் புகழின் மீதிருக்கும் மனித நம்பிக்கையைத் தகர்த்துவிட்டால், அந்த நிமிடமே, மனிதகுல அன்பு மட்டுமல்ல, வாழ்க்கையின் ஆதாரத்திற்கான முக்கிய சக்தியும், வாழ்க்கையை வாழவைக்கக்கூடிய வலிமையும் இல்லாமல் போகும் என்றார். அதுமட்டுமின்றி, ஒழுக்கக்கேடு என்று எதுவுமே இல்லாமல், எல்லாமே ஏற்றுக்கொள்ளப்பட்டு, எல்லாமே இசைவளிக்கக்கூடிய ஒன்றாகி, மனிதனை மனிதன் தின்பதுகூட ஏற்றுக்கொள்ளப்படுவதாக மாறிவிடும். அப்படியே எந்த ஒரு தனி மனிதனும், உதாரணமாக, இப்போது இருக்கும் மனிதர்கள், எப்படிக் கடவுளின் மீதோ தங்களுடைய இறவாப்புகழின் மீதோ நம்பிக்கை இல்லாமல் இருக்கிறார்களோ, அப்படியே அவர்கள் இயற்கைக்கு உட்பட்ட நன்னெறி விதிமுறைகளையெல்லாம் மாற்றி, முன்பிருந்த சட்டதிட்டங்களையெல்லாம் தகர்த்தெறிந்து விட்டு அவற்றிற்கு எதிராக நின்று, சமயச்சார்பு விதிமுறைகளை மீறித் தங்களுடைய தன்னல அடிப்படையில் சுயநலவாதிகளாக மாறும்போது, குற்றம் செய்வதுகூட அனுமதிக்கக்கூடிய ஒன்றாகி, மிகமிக இன்றியமையாத, நியாயமான, பெருமதிப்புடன் ஏற்றுக்கொள்ளப்பட வேண்டிய ஒன்றாக உருமாறிவிடுமென்று ஆணித்தரமாகச் சொன்னார். இந்த முரண்பாட்டிலிருந்து, நன்மக்களே, நம்முடைய அருமையான, விசித்திரமான, முரண்பாட்டாளர், இவான் ஃபியோதரவிச் சொல்லக்கூடிய மற்ற விஷயங்களை நீங்களே யூகித்துக்கொள்ளலாம்.'

'ஒரு நிமிடம்' என்று சட்டென்று எதிர்பாராமல் இடைமறித்த திமித்ரி பியோதரவிச், ஒன்றைத் தெளிவுபடுத்திக்கொள்ள முற்பட்டு, 'நாத்திகத்தின் பேரில், குற்றமானது அனுமதிக்கப்படுவது மட்டுமல்லாமல், இன்றியமையாத ஒன்றாகி, மிக அறிவார்ந்த ஒன்றாகக்கூட ஏற்றுக்கொள்ளப்படும், அப்படித்தானே?'

'கண்டிப்பாக அப்படித்தான்' என்றார் அருட்தந்தை பாய்ஸி.

'இதை நான் நினைவில் வைத்துக்கொள்வேன்.'

திடீரென்று இடைமறித்துப் பேசிய திமித்ரி பியோதரவிச், அப்படியே திடீரென்று அமைதியானான். எல்லோரும் அவனை ஆச்சர்யத்துடன் பார்த்தனர்.

'மக்கள் தங்களுடைய இறவாப் புகழின் மீது வைத்திருக்கும் நம்பிக்கையை இழந்தால் உண்டாகும் விளைவுகள் இவைதான் என்று நீங்கள் உண்மையாகவே நினைக்கிறீர்களா?' என்று முதியவர் சட்டென்று இவான் ஃபியோதரவிச்சைப் பார்த்துக் கேட்டார்.

'ஆம், உறுதியாகச் சொல்கிறேன். இறவாப் புகழ் என்று ஒன்று இல்லாவிட்டால் நல்ல மனிதர்கள் என்பவர்களே இல்லாமல் போய் விடுவார்கள்!'

'இதை நீங்கள் நம்பினீர்களென்றால், நீங்கள்தான் மகிழ்ச்சியான மனிதர், இல்லையேல் நீங்கள்தான் வருத்தப்படக்கூடிய மனிதரும் ஆவீர்!'

கரமாஸவ் சகோதரர்கள்

‘நான் ஏன் வருத்தப்படக்கூடியவனாவேன்?’ என்று புன்னகைத்த படி கேட்டான் இவான் ஃபியோதரவிச்.

‘ஏனெனில், உங்களுடைய ஆன்மாவின் இறவாப் புகழ் மீது உங்களுக்கு நம்பிக்கை இல்லை, அதுமட்டுமின்றி, கிறிஸ்துவ ஆலயத்தைப் பற்றியும் அது சார்ந்த கேள்விகளைப் பற்றியும் நீங்கள் எழுதியவற்றை நீங்களே நம்புவதாக எனக்குத் தெரியவில்லை.’

‘நீங்கள் சொல்வது ஒரு சமயம் சரியாக இருக்கலாம்! . . . ஆனால், நான் எதையும் இங்கு விளையாட்டாகச் சொல்லவில்லை’ என்று சொன்ன இவான் ஃபியோதரவிச், விநோதமாக அவர் சொன்ன கருத்தை ஒப்புக்கொண்டு சட்டென்று முகம் சிவந்துபோனான்.

‘விளையாட்டாக நீங்கள் இதைச் சொல்லவில்லை என்பது உண்மை தான். உங்களுடைய கருத்தை உறுதியாக நீங்கள் இன்னும் நம்பவில்லை என்பது தான் உங்களுடைய மனதை வேதனைப்படுத்துகிறது. ஆனால், அப்படி வேதனைப்படுபவன் மனத்தளர்ச்சியின் காரணமாகச் சில சமயம் நெறிபிறழ்ந்து போக முற்படுவான்; அதே போல் தன்னுடைய மனத்தளர்ச்சியிலிருந்தும் அவன் வெளிவர விரும்புவான். எனவே இந்த மனத்தளர்ச்சியின் காரணமாக நீங்கள் நெறிதவறிப்போகிறீர்கள் – பத்திரிகைகளில் பிரசுரிக்கப்படும் கட்டுரைகள் மற்றும் வாதங்களின் மீது உங்களுக்கே நம்பிக்கையில்லாமல், நீங்களே உங்களைக் கேலிசெய்து கொண்டு . . . இந்தக் கேள்விகளுக்கான விடை எதுவும் உங்களிடம் இல்லாததால், அதுவே உங்களுடைய மிகப்பெரிய சோகமுமாகி, ஆனால் அதற்கான விடை கண்டிப்பாகத் தேவைப்படுவதால் . . .’ என்று சொன்ன முதியவரை இடைமறித்து, ‘இதற்கான விடை என்னிட மிருந்து கிடைக்கப்பெறுமா? இதற்கு ஆக்கப்பூர்வமான வழியில் என்னால் விடை காண முடியுமா?’ என்று கேட்டான் இவான் ஃபியோதரவிச்.

‘ஆக்கப்பூர்வமான வழியில் இதற்கு விடைகாண முடியாவிட்டால், எதிர்மறையான வழியில் எப்படியுமே இதற்கு விடைகாண முடியாது என்பதை நீங்களே அறிவீர்கள், ஏனெனில் உங்களைப் பற்றி உங்களுக்கே தெரியும்; எல்லா வேதனைகளும் உங்களுக்குள்தான் இருக்கின்றன. ஆனால், உங்களைப் படைத்தவனுக்கு நீங்கள் நன்றி சொல்லுங்கள், இப்படிப்பட்ட உயர்ந்த உள்ளத்தை, இவ்வளவு பெரிய சோகத்தைத் தாங்கிக்கொள்ளும் ஒரு மனதை உங்களுக்குக் கொடுத்ததற்கு; ‘மேன்மையான விஷயங்களின் மீது ஈடுபாடுகொண்டு அதை நாடி உங்கள் மனம் செல்வதைப் பார்த்து இறைவனுக்கு நீங்கள் நன்றி சொல்லுங்கள்; ஏனெனில் நம்முடைய இந்த உரையாடல் சொர்க்கத்தில் நடைபெறுவதற்கு ஒப்பாகும். நீங்கள் இந்த மண்ணுலகில் இருக்கும் போதே இதற்கான விடை உங்களை வந்தடையும், ஆம், கடவுள் உங்களை ரட்சித்து உங்களுக்கு வழிகாட்டுவார்.’

அப்படிச் சொன்ன முதியவர் தன்னுடைய கைகளை உயர்த்தித் தன்னுடைய இருக்கையிலிருந்தபடியே இவான் ஃபியோதரவிச்சுக்குச் சிலுவையிட விரும்பினார். ஆனால், அவன் சட்டென்று எழுந்து வந்து, அவருடைய ஆசீர்வாதத்தைப் பெற்றுக் கைகளை முத்தமிட்ட

பிறகு, அமைதியாகத் தன்னுடைய இடத்தில் போய் அமர்ந்தான். அவனுடைய நடையுடை பாவனைகள் எல்லாம் ஆத்மார்த்தமாக இருந்தன. ஆம், முதியவருடன் நடந்த இந்த முழு உரையாடலும் உண்மையாகவே எதிர்பாராத ஒன்றாக இருக்க, அது அங்கிருந்த எல்லோரையும் ஆச்சர்யத்தில் ஆழ்த்த, எல்லோரும் ஒரு நிமிடம் மனக்கிளர்ச்சியுடன் அமைதியாக அமர்ந்திருந்தார்கள். ஆனால், அல்யோஷாவின் முகத்தில் சற்றே பயம் தெரிந்தது. அப்போது மியூசவ் தோள்களைச் சட்டென்று வளைத்து நிமிர்த்தி அமர, அந்த நிமிடம் பியோதர் பாவ்லவிச் கரமாஸவ் தன்னுடைய இருக்கையிலிருந்து எழும்பிக் குதித்தார்.

'இறையருள் மிக்க, புனிதமான முதியவரே!' என்று திடீரென்று உரக்கச் சொன்னவர், இவான் ஃபியோதரவிச்சைச் சுட்டிக்காட்டி, 'இவன் என் மகன், அப்படியே என்னுடைய ரத்தமும் சதையுமான என் அன்பான மகன்! சொல்லப்போனால், மிகவும் மரியாதைக்குரியவன். ஆனால் இப்போது உள்ளே வந்தானே, என்னுடைய இன்னொரு மகன் திமித்ரி பியோதரவிச், அவன் காரல் மோரைப் போன்றவன்; அவனுக்கு எதிராக நின்றுதான் உங்களிடம் நான் நியாயம் கேட்கிறேன் – இவனுக்குக் கொஞ்சம்கூட என்மீது மரியாதை கிடையாது; ஃபிரான்ஸ் மோரைப் போன்றவன் இவன்; இவர்கள் இருவருமே ஷில்லருடைய 'திருடர்கள்' நாவலில் வரும் கதாபாத்திரங்களைப் போன்றவர்கள்; அதனால்தான் நான் கிராஃப் மூர் (*Regierender Graf Vol Noor (German)*) போல இருக்கிறேன்! இவர்களை நீங்களே விசாரித்து இவர்களிடமிருந்து என்னைக் காப்பாற்றுங்கள்! எங்களுக்கு உங்களுடைய பிரார்த்தனைகள் மட்டுமல்ல, வருவதுரைக்கும் உங்களுடைய முன் எச்சரிக்கைகளும் தேவைப்படுகின்றன.'

'வீட்டிலுள்ளவர்களை அவமதித்து, கேலிசெய்யாமல், பேசுங்கள்' என்று வலுவற்ற சோர்ந்த குரலில் சொன்னார் முதியவர். நேரம் ஆக ஆக அவர் சக்தியை இழந்து கொண்டிருப்பது தெளிவாகத் தெரிந்தது.

'இப்படிப்பட்ட கேலிக்கூத்து இங்கு நடக்குமென்று எனக்கு முன்பே தெரியும்' என்று தான் அமர்ந்திருந்த இடத்திலிருந்து துள்ளிக் குதித்து, வெறுப்பும் சீற்றமும் கலந்த தொனியில் கத்தினான் திமித்ரி பியோதரவிச். 'மன்னிக்க வேண்டும், மரியாதைக்குரிய அருட்தந்தையே' என்று முதியவரைப் பார்த்துச் சொன்னவன், 'நான் படிப்பறிவில்லாதவனாகையால் உங்களை எப்படி அழைக்க வேண்டுமென்றுகூட எனக்குத் தெரியாது; ஆனால் அவர்கள் உங்களை ஏமாற்றிவிட்டார்கள்; அளவு கடந்த கருணையுடன் நீங்கள் எங்களை இங்கு வர அனுமதித்தீர்கள். என் தந்தைக்கோ வெறும் புரளியைக் கிளப்ப வேண்டுமென்று மட்டுமே ஆசை; அது ஏனென்று தெரியாது. அவருக்கு எப்போதுமே ஒரு உள்நோக்கம் உண்டு. அது என்னவென்று இப்போது எனக்கு விளங்கி விட்டது.'

'எல்லோரும், எல்லோரும் என்னையே குற்றம்சாட்டுகிறார்கள்!' என்று தன்னுடைய பங்கிற்குக் கத்திய பியோதர் பாவ்லவிச் கரமாஸவ்,

'இதோ பியோத்தர் அலெக்சாந்தரவிச் மியூசவும் என்னைத்தான் குற்றம்சாட்டுகிறார். அப்படித்தானே, பியோத்தர் அலெக்சாந்தரவிச், என்னைத்தானே நீங்களும் குற்றம் சாட்டுகிறீர்கள்!' என்று மியூசவ் பக்கம் திரும்பிப் பார்த்துச் சொன்னவரை, இடைமறித்து எதுவும் பேசாமல் அமைதியாக இருந்தார் மியூசவ். 'எல்லோரும் எதற்காக என்னையே குற்றம் சாட்டுகிறார்கள் என்றால், இந்தப் பிள்ளைகளின் பணத்தை வைத்துக்கொண்டு, அவர்களுக்கு நான் எதுவும் கொடுக்காமல், அதன் மூலமாகப் பெரும் பணம் ஈட்டுகிறேன் என்று நினைக்கிறார்கள்; அப்படியானால், சட்டம் என்று ஒன்று இருக்கிறது இல்லையா? சட்டம் எல்லாவற்றையும் கணக்கெடுக்கும், திமித்ரி பியோதரவிச், உங்களுடைய ரசீதுகள், கடிதங்கள், ஒப்பந்தங்கள் இப்படி உங்களிடம் இருக்கும் எல்லாவற்றையும் கணக்கெடுக்கும், கணக்கெடுத்து, உங்களிடம் எவ்வளவு பணம் இருந்தது, எவ்வளவு பணத்தைச் செலவு செய்தீர்கள், இப்போது உங்களிடம் எவ்வளவு இருக்கிறது என்று இப்படி எல்லா வற்றையும் கணக்கெடுக்கும்; பியோத்தர் அலெக்சாந்தரவிச் மியூசவ் இதைப் பற்றி ஏன் ஒன்றும் சொல்லாமல் அமைதியாக இருக்கிறீர்கள்? திமித்ரி பியோதரவிச் ஒன்றும் உங்களுக்கு முன்பின் தெரியாதவரல்லவே. நீங்கள் எல்லோரும் எனக்கு எதிராக இருக்கிறீர்கள், ஆனால் உண்மை யாக திமித்ரி பியோதரவிச் தான் என்னிடம் கடன்பட்டிருக்கிறான், ஆம், கொஞ்சநஞ்சமல்ல, பல்லாயிரம் ரூபிள்கள், அவை எல்லா வற்றிற்கும் என்னிடம் ஆவணச் சான்றுகள் இருக்கின்றன! ஊருக்கே தெரியும் அவனுடைய ஊதாரித்தனத்தை, ஆரவாரத்தைப் பற்றி! அவன் முன்பு வேலை செய்த இடத்தில் மரியாதைக்குரிய இரண்டு பெண்களைக் களங்கப்படுத்தியதற்காக, தலைக்கு ஆயிரம் ரூபிள்களை அவன் கட்டவேண்டி இருந்தது: இது எல்லாம் எங்களுக்குத் தெரியும், திமித்ரி பியோதரவிச், இந்த ரகசியங்கள் எல்லாவற்றையும் என்னால் ஆதாரத்துடன் நிரூபிக்க முடியும்... உங்களால் இதை நம்பமுடியுமா, புனிதத் துறவியே, இவன் ஒரு நல்ல குடும்பத்துப் பெண்ணை, பெண்களிலேயே மரியாதைக்குரிய ஒரு பெண்ணை, பணக்கார வீட்டுப் பெண்ணை, முன்னாள் அதிகாரியின் மகளை, தாய்நாட்டிற்குச் சேவை செய்து, புனிதத் துறவி அன்னாவின் பெயர் கொண்ட வீரவாளைத் தரித்திருக்கும் தளபதியின் மகளைத் திருமணம் செய்து கொள்வதாக வாக்களித்துவிட்டுப் பிறகு அவளைக் கைகழுவிவிட்டான்; நிச்சயம் செய்த பிறகு அவளை அவன் அனாதையாக விட்டுவிட்டு, வேறு ஒரு கவர்ச்சிக் கன்னியுடன் அவள் முன்பாகவே அவன் சல்லாபித்துக்கொண்டிருக்கிறான். ஆனால், அந்தக் கவர்ச்சிக் கன்னியோ, சொல்லப்போனால், மரியாதைக்குரிய ஒரு மனிதரின் மனைவியாக வாழ்ந்தவள்; ஆனால் அவளோ சுதந்திரமாக இருக்க விரும்பும் பெண்மணி; யாராலும் வென்றிழுக்க முடியாத மனவலிமை உள்ளவள்; சட்டப்படி அவள் வேறொருவரின் மனைவி; நல்லொழுக்கமுடையவள் அவள், ஆம், புனிதத் தந்தையே, மாசுமருவற்றவள்! அப்படிப்பட்ட அவளுடைய வலிமையான மனக்கோட்டையைத் தகர்க்க திமித்ரி பியோதரவிச் தங்கச் சாவியைப் பயன்படுத்த விரும்புகிறான்; அதற்காக என்னிடம் அவன் சண்டை போட்டுக்கொண்டு என்னுடைய பணத்தை

தஸ்தயேவ்ஸ்கி

அபகரிக்கப் பார்க்கிறான்; ஏற்கெனவே அவளுக்காக ஆயிரக்கணக்கில் அவன் பணத்தையும் செலவுசெய்துவிட்டான். இதற்காக அவன் இன்னும் அதிகமாகப் பணத்தைக் கடன் வாங்கிக்கொண்டும் இருக்கிறான், அதுவும் யாரிடமிருந்து என்று நினைக்கிறீர்கள்? சொல்லவா, வேண்டாமா, மீச்சியா (திமித்ரியைச் செல்லமாக, சுருக்கமாக அழைப்பது)?'

'வாயை மூடுங்கள்!' என்று கத்திய திமித்ரி பியோதரவிச், 'நான் இங்கிருந்து போகும் வரை, வாயை மூடிக்கொண்டிருங்கள், என் முன்னால் மாசுமருவற்ற அந்தப் பெண்ணின் பெயரைச் சொல்லி அவளைக் களங்கப்படுத்தத் துணியாதீர்கள் . . . அவளுடைய பெயரை நீங்கள் சொல்வதே அவளுக்குக் கேவலம் . . . அதை நான் அனுமதிக்க மாட்டேன்!'

அப்படிக் கத்திய அவனுக்கு மூச்சிரைத்தது.

'மீச்சியா, மீச்சியா!' என்று பதற்றத்தில் கத்திய ஃபியோதர் பாவ்லவிச் கரமாஸவ், கண்களில் கண்ணீரை வரவழைத்துக்கொண்டார். 'ஒரு தந்தையுடைய ஆசீர்வாதம் உனக்குத் தேவையில்லையா? நான் சாபம் கொடுத்தால் என்னவாகும் என்று தெரியுமா?' என்ற பியோதர் பாவ்லவிச்சைப் பார்த்து, 'வெட்கங்கெட்டவர், கபடக்காரர்!' என்று கத்தினான் திமித்ரி பியோதரவிச்.

'ஒரு தந்தையைப் பார்த்து இப்படிப் பேசுவதா! அப்படியானால் மற்றவர்களைப் பார்த்து இவன் எப்படிப் பேசமாட்டான்! பெருமக்களே, நீங்களே யோசித்துப் பாருங்கள், இங்கே ஒரு ஏழை மனிதர், ஆனால் மரியாதைக்குரிய ஒருவர், ஓய்வுபெற்ற தளபதி, ஏதோ ஒரு காரணத்தால் தன்னுடைய பணியிலிருந்து விலக்கப்பட்டவர், எந்தவித வழக்கும் அவதூறும் இல்லாமல் நேர்மையாக இருந்தவர், பெரிய குடும்பத்தின் சுமையைத் தாங்கிக்கொண்டிருக்கும் அவரை மூன்று வாரங்களுக்கு முன்பு நம்முடைய இந்த திமித்ரி பியோதரவிச், சத்திரத்தின் வாசலில் வைத்து, அவருடைய தாடியைப் பிடித்துத் தெருவிற்கு இழுத்து வந்து எல்லோர் முன்னிலையிலும் அடித்திருக்கிறார்; அதற்கு ஒரே காரணம், அவர் என்னிடம் ஒரு சிறு முகவராகப் பணியாற்றுகிறார் என்பதுதான்.'

'பொய், இது எல்லாமே பொய்! மேலெழுந்தவாரியாகப் பார்த்தால் இது உண்மையாக இருக்கலாம், ஆனால் உள்ளார்ந்து பார்த்தால் இது பொய்!' என்று கோபத்தில் படபடத்தான் திமித்ரி பியோதரவிச். 'அருட்தந்தையே, என்னுடைய செயல்களை நான் நியாயப்படுத்த விரும்பவில்லை; ஆம், அதை நான், அந்தத் தளபதியிடம் நான் மிருகத்தனமாக நடந்துகொண்டேன் என்பதை எல்லோர் முன்னிலையிலும் ஒத்துக்கொள்கிறேன், அதற்காக இப்போது நான் வருத்தப்படுகிறேன்; அப்படி நான் மிருகத்தனமாக நடந்துகொண்டதற்கு என் மீதே நான் கோபமும் கொள்கிறேன். ஆனால், நீங்கள் சொல்லும் இந்தத் தளபதி, உங்களுடைய நம்பிக்கைக்குப் பாத்திரமானவர், அந்தப் பெண்ணிடம், நீங்கள் சொல்லும் அந்தப் பேரழகியிடம் அனுப்பப்பட்டு, உங்கள் சார்பாக என்னிடமிருந்து எல்லாக் கடனீட்டுப் பத்திரங்களையும்

எடுத்துவந்து, நான் வாங்கிய கடனுக்காக என்னைச் சிறையில் தள்ளி, சொத்து விஷயங்களில் உங்களை நான் தொந்தரவு செய்யாமல் இருக்க நீங்கள் முயன்றீர்கள். இப்போது ஏதோ நான் அந்தப் பெண்ணிடம் மயங்கிவிட்டதாக நீங்கள் என்மீது குற்றம் சாட்டுகிறீர்கள்; ஆனால் நீங்களே அவளிடம் என்னை மயக்கி அவளுடைய கைக்குள் என்னை வைக்குமாறு அவளுக்குச் சொல்லி அனுப்பியிருக்கிறீர்கள்! அதை அவளே என்னிடம் வந்து நேரடியாகச் சொல்லி உங்களைக் கேலி செய்தாள்! என்னை நீங்கள் சிறைக்கு அனுப்ப விரும்புவதே அவளைப் பார்த்து நீங்கள் பொறாமைப்படுவதால்தான்; அவளே உங்களைப் பார்த்துச் சிரிக்கிறாள், கேட்கிறதா உங்களுக்கு – அவளே உங்களைப் பார்த்துச் சிரிக்கிறாள்; நீங்கள் அவளிடம் சொன்ன எல்லாவற்றையும் அவள் என்னிடம் வந்து சொல்லிவிட்டாள். ஆக, புனிதத் துறவிமார்களே, உங்கள் முன்பாக, இதோ, இப்படிப்பட்ட தந்தை, ஒழுக்கங்கெட்ட மகனைப் பார்த்துக் கடிந்துரைக்கிறார்! இதற்குச் சாட்சியாக இருக்கும் பெருமக்களே, நான் கோபப்படுவதற்கு என்னை மன்னியுங்கள், ஆனால், இப்படி ஏதாவது புரளியைக் கிளப்பத்தான் இந்தக் கபட நாடகமிடும் கிழவன் எல்லோரையும் இங்கு வரவழைத்திருக்கிறான் என்று எனக்கு முன்பே தெரியும். அவரிடம் மன்னிப்பு கேட்கும் நோக்கத்தில் தான் நான் இங்கு வந்தேன்! ஆனால், இந்த நிமிடம் வரை அவர் என்னை மட்டுமல்ல, மரியாதைக்குரிய அந்தப் பெண்ணையும் கேவலப்படுத்திய தால், மரியாதையின் பொருட்டு அவளுடைய பெயரைக்கூட நான் இங்குச் சொல்ல விரும்பவில்லை, அதனால், இவர் செய்த இந்தச் சதிச் செயலை, என் தந்தை என்று கூடப் பார்க்காமல் நான் பகிரங்கமாக வெளியில் சொல்ல முடிவு செய்துவிட்டேன்!'

இதற்கு மேல் அவனால் பேச முடியவில்லை. கண்கள் பளிச்சிட, அவன் மூச்சுத் திணறினான். அந்தச் சிறு அறையில் எல்லோரும் கலக்கத்துடன் அமர்ந்திருந்தார்கள். முதியவரைத் தவிர மற்ற எல்லோரும் தங்களுடைய இருக்கைகளில் சஞ்சலத்துடன் அமர்ந்தபடி சற்றே நகர்ந்து கொடுக்க ஆரம்பித்தார்கள். திருமணமாகாத அந்தப் புனிதத் துறவிமார்கள் சிடுசிடுப்பான முகத்துடன் முதியவரின் அழைப்பை எதிர்பார்த்துக் காத்திருந்தார்கள். ஏற்கெனவே வெளிறிய முகத்துடன் அமர்ந்திருந்த முதியவர், பதற்றத்தின் காரணமாக அல்லாமல், உடல் நலக் குறைவால் முகம் வெளிறிப் போயிருந்தார். பரிவுடன் கூடிய புன்னகை அவருடைய இதழ்களில் தவழ்ந்தது. அந்தச் சச்சரவை நிறுத்தச் சில சமயங்களில் அவருடைய கை மேலே உயர்ந்தது; ஐயத்திற் கிடமின்றி, அந்தச் சைகையே இந்தக் காட்சிக்கு முற்றுப்புள்ளி வைக்கப் போதுமானதாக இருந்தாலும், எதையோ எதிர்பார்த்து அவர்கள் பேசுவதையே கருத்தூன்றிக் கவனித்துக்கொண்டிருந்த முதியவர், தனக்குப் புரியாத ஏதோ ஒன்றைப் புரிந்துகொள்ள முற்படுபவர் போல இருந்தார். இறுதியாக, பியோத்தர் அலெக்சாந்தரவிச் மியூசவ் தான் அவமானப் பட்டு, கேவலப்பட்டு விட்டதாக உணர்ந்தார்.

'நடந்த இந்த அவமானச் செயலுக்கு நாம் எல்லோருமே பொறுப்பாளிகள்!' என்று மிகக் கோபமாகச் சொன்னவர், 'இங்கு

வரும்போது இப்படி ஒன்று நடக்கும் என்று நான் எதிர்பார்க்கவே இல்லை, ஆனால் எப்படிப்பட்டவர்களுடன் சந்திப்பு நடக்கப் போகிறது என்பது மட்டும் எனக்குத் தெரிந்திருந்தது . . . இப்போதே இதற்கு ஒரு முடிவு கட்ட வேண்டும்! மதிப்பிற்குரியவரே, நம்புங்கள், இங்கு நடந்தவற்றைப் பற்றியெல்லாம் எனக்குத் தெரியாது. அதை நான் நம்பவும் தயாராக இல்லை. அப்படியே முதல் முறையாக இப்போது தான் எனக்குத் தெரியும் . . . ஒழுக்கமில்லாத ஒரு பெண்ணிற்காகச் சொந்தத் தந்தையே மகனைப் பார்த்துப் பொறாமைப்படுகிறார் என்பதும் அந்த ஜந்துவிடமே அவர் கள்ளத் தொடர்பும் கொண்டு தன் மகனையே அவர் சிறைக்கு அனுப்பப் பார்க்கிறார் என்பதும் இப்போதுதான் எனக்குத் தெரிய வருகிறது. இப்படிப்பட்ட ஒரு சந்திப்பிற்கு வர என்னை நீங்கள் கட்டாயப்படுத்திவிட்டீர்கள் . . . நான் ஏமாற்றப்பட்டு விட்டேன்; உங்கள் எல்லோரைப் போலவே நானும் ஏமாற்றப்பட்டு விட்டேன் என்பதைச் சொல்லிக்கொள்கிறேன் . . .'

'திமித்ரி பியோதரவிச்!' என்று ஏதோ தன்னுடையது போல இல்லாத குரலில் திடீரென்று கத்திய பியோதர் பாவ்லவிச் கரமாஸவ், 'நீங்கள் மட்டும் என் மகனாக இல்லாமல் இருந்திருந்தால், இந்த நிமிடமே உங்களை நான் டூயலுக்கு, அதாவது இருவர் பங்கு பெறும் துப்பாக்கிச் சண்டைக்கு அழைத்திருப்பேன் . . . மூன்றடி தூரத்தில் நின்று சுடும் துப்பாக்கிச் சண்டைக்கு . . . கைக்குட்டை ஊடாகச் சுடும் துப்பாக்கிச் சண்டைக்கு . . . ஒரு கைக்குட்டையின் ஊடாக, ஒரே ஒரு கைக்குட்டையின் ஊடாக நடக்கும் சண்டைக்கு!' என்று தனது இரண்டு கால்களையும் தரையில் ஓங்கி உதைத்தபடி சொன்னார்.

தங்களுடைய வாழ்நாள் முழுவதும் பொய்களையே சொல்லிக் கொண்டு நடிக்கும் கிழட்டுப்பொய்யர்கள் தாங்கள் ஏற்றுக்கொண்ட பாத்திரத்திற்கேற்ப உண்மையாக, உணர்ச்சிபூர்வமாகக் கண்ணீர்விட்டு அழுதாலும், அந்த நிமிடமோ (அல்லது அடுத்த நிமிடமோ) அவர்கள் தங்களுக்குள் நடுநடுங்கியபடியே இப்படித்தான் முணுமுணுத்துக் கொள்வார்கள்: 'நீ பொய் சொல்கிறாயென்று உனக்குத் தெரியும், வெட்கங்கெட்டவனே, வயதான காலத்திலும், இப்போதுகூட நீ நடிக்கிறாய், உன்னுடைய எல்லாப் 'புனிதமான' கோபத்தினூடும், 'புனிதமாகக்' கோபப்படும் இந்தத் தருணத்திலும்கூட நீ நடிக்கிறாய் என்பது உனக்குத் தெரியும்.'

திமித்ரி பியோதரவிச் கோபத்தில் தன்னுடைய புருவங்களை நெறித்து, உயர்த்திச் சொல்லவொணா வெறுப்புடன் தன் தந்தையை ஏறிட்டுப் பார்த்தான்.

'நினைத்தேன், நான் நினைத்தேன்', என்று அமைதியாக, கட்டுப் பாட்டுடன் சொன்னவன், 'தேவதை போன்ற என் வருங்கால மனைவி யுடன் நான் சொந்த ஊருக்குப் போய் வயதான காலத்தில் இந்தக் கிழவனைப் பற்றிப் பேசி மகிழ வேண்டுமென்று நினைத்தேன்; ஆனால் நான் பார்ப்பதோ நடத்தை கெட்ட ஒரு காமவெறியனையும் முழுக் கோமாளியையும்தான்!'

‘துப்பாக்கிச் சண்டை!’ என்று ஒவ்வொரு வார்த்தையிலும் எச்சில் தெறிக்க, மூச்சிரைக்க மீண்டும் உரக்கக் கத்தினார் வெறுக்கத்தக்க அந்தக் கிழவர். ‘பியோத்தர் அலெக்சாந்தரவிச் மியூசவ், உங்களுக்குத் தெரியுமா, உங்களுடைய குடும்பத்திலேயே இப்படிப்பட்ட உயர்ந்த, உண்மையான – கேட்கிறீர்களா, பெண்கள், இப்போது சொன்னீர்களே ‘ஜந்து’ என்று, அப்படிப்பட்ட அந்த ‘ஜந்துவை’விட உன்னதமான பெண்கள் உங்களுடைய குடும்பத்திலேயே கிடையாது! திமித்ரி பியோதரவிச், உங்களால் குறிப்பிடப்படும் அந்த ‘ஜந்து’ உங்களுடைய திருமணத்திற்காக நிச்சயிக்கப்பட்டவளை மாற்றியவள், அப்படிப் பட்டவள் உங்களுடைய மணப்பெண்ணின் கால் செருப்புக்குக்கூடத் தகுதியில்லாதவள் என்று நீங்களே முடிவு செய்துவிட்டீர்கள், இதோ, இப்படிப்பட்டவள்தான் அந்த ஜந்து!.’

‘வெட்கக்கேடு!’ என்று சட்டென்று சொன்னார் அருட்தந்தை ஜோசப்.

‘வெட்கக்கேடு, அவமானம்’ என்று இதுவரை அமைதியாக இருந்த கல்கானவ், தன்னுடைய இளங்குரல் நடுங்க, முகம் சிவக்க, சட்டென்று உரக்கச் சொன்னார்.

‘இப்படிப்பட்ட மனிதன் எதற்காக உயிர் வாழ வேண்டும்!’ என்று சற்றே கம்மிய குரலில் முணுமுணுத்த திமித்ரி பியோதரவிச், கோபத்தில் தன் தோள்களை வெகுவாக மேலே உயர்த்த, பார்ப்பதற்கு அவன் கூன்விழுந்தவன் போல இருந்தான்; ‘ஆமாம் சொல்லுங்கள், இதற்கு மேலும் இவர் உயிருடன் இருந்து இந்த மண்ணுலகைக் கேவலப்படுத்த வேண்டுமா என்ன?’ என்று வயதான அந்தக் கிழவரைச் சுட்டிக்காட்டிச் சொன்னான் திமித்ரி பியோதரவிச். மெதுவாக, அளவான குரலில் அவன் இப்படிச் சொன்னான். உடனே, ‘கேட்கிறீர்களா, துறவிமார்களே, நீங்கள் கேட்கிறீர்களா, இவன்தான் தந்தையைக் கொல்பவன்’ என்று சீறிய பியோதர் பாவ்லவிச் கரமாஸவ், அருட்தந்தை ஜோசப்பைப் பார்த்து, ‘இதோ, ‘வெட்கம்’ என்று சொன்ன உங்களுடைய வார்த்தைக்குப் பதில்! என்ன வெட்கம்? இந்த ‘ஜந்து’, இந்தக் ‘கேடுகெட்ட பெண்’ உங்கள் எல்லோரையும் விடப் புனிதமானவளாக இருக்கக் கூடும், புண்ணியம் தேடும் இளந்துறவிமார்களே! சூழ்நிலை காரணமாகத் தன்னுடைய இள வயதில் அவள் வழி தவறியிருக்கக் கூடும்; ஆனால், ‘அவள் பலரையும் நேசித்தாள்’ அப்படிப் பலரை நேசித்த அவளை ஏசு கிறிஸ்து மன்னிப்பார் . . .’

‘ஏசு கிறிஸ்து அப்படிப்பட்ட காதலை மன்னிப்பதில்லை . . .’ என்று பொறுமையிழந்து பதிலளித்தார் அருட்தந்தை பாய்சி.

‘இல்லை, அப்படிப்பட்ட, குறிப்பாக, அப்படிப்பட்ட காதலைத்தான் ஏசு கிறிஸ்து மன்னிப்பார்! வெறும் முட்டைக்கோசைச் சாப்பிட்டுக் கொண்டு உங்களுடைய ஆன்மாவைக் காப்பாற்றிக்கொள்ளும் நீங்களா உண்மையானவர்கள்! தூண்டில் இரைமீனை, அதுவும் நாளுக்கு ஒன்று என்று சாப்பிடும் நீங்கள் அதைக்கொண்டு கடவுளை வாங்கிவிட முடியும் என்று நினைக்கிறீர்களா!’

'இதைப் பொறுத்துக்கொள்ளவே முடியாது, முடியவே முடியாது!' என்ற சத்தம் அறையின் எல்லாப் பக்கத்திலிருந்தும் கேட்டது.

இப்படியாக, எல்லாம் கலந்து அவமானத்தை அரங்கேற்றிய காட்சி எதிர்பாராதவிதமாக முடிவுக்கு வந்தது. சட்டென்று முதியவர் தன்னுடைய இடத்திலிருந்து எழுந்தார். அங்கிருந்தவர்களிலேயே முதியவரைப் பற்றி மிக அதிகமாகக் கவலை கொண்டிருந்த அல்யோஷா, சட்டென்று அவருடைய கைகளைத் தாங்கிப் பிடிக்கத் தவறவில்லை. திமித்ரி பியோதரவிச் அமர்ந்திருந்த பக்கம் சென்ற முதியவர், அவனருகே சென்று, அவன் முன்பாக முழந்தாளிட்டு அவனை வணங்கினார். முதலில் முதியவர் வலுவிழந்து கீழே விழுந்துவிட்டார் என்றுதான் அல்யோஷா நினைத்தான். ஆனால், அது அப்படி இருக்கவில்லை. திமித்ரி பியோதரவிச் முன்பாக முழந்தாளிட்ட முதியவர், சிரம் தாழ்த்தித் தலை தரையைத் தொடும்படிக் கீழே விழுந்து, எல்லோரும் பார்க்கும்படி அவனை வணங்கினார். அப்படி வணங்கிய முதியவர் எழுந்தபோது, ஆச்சர்யத்தில் அல்யோஷா அவரைத் தாங்கிப் பிடிக்கக் கூட மறந்தவனாக நின்றுகொண்டிருந்தான். வலுவற்ற புன்னகை ஒன்று அவருடைய இதழ்களில் சிறிதாக மின்னி மறைந்தது.

'மன்னியுங்கள், எல்லோரும் என்னை மன்னியுங்கள்!' என்று அங்கிருந்தவர்களைப் பார்த்து எல்லாப் பக்கமும் தலைவணங்கிச் சொன்னார் முதியவர்.

திமித்ரி பியோதரவிச் ஒன்றும் புரியாது சில நிமிடங்கள் வாயடைத்துப் போய் நின்றான். அவனுடைய கால்களில் அவர் விழுந்து வணங்கியதற்கு என்ன அர்த்தம்? இறுதியாக 'ஓ கடவுளே' என்று உரக்கக் கத்தியபடி தன்னுடைய முகத்தைக் கைகளால் பொத்திக் கொண்டு திமித்ரி பியோதரவிச் அறையை விட்டு வெளியேறினான். அவனைத் தொடர்ந்து கூட்டமாக விருந்தாளிகளும் விருந்தோம்புவரிடம் சொல்லிக்கொள்ளாமல், குழப்பத்தில் ஆசீர்வாதத்தையும் பெற்றுக் கொள்ளாமல் வெளியேறினார்கள். திருமணமாகாத ஒரே ஒரு புனிதத் துறவி மட்டும் முதியவரிடம் ஆசீர்வாதம் பெறச் சென்றார்.

'இது என்ன காலில் விழுவது? இது ஏதோ ஒரு சங்கேதக் குறியா?' என்று ஏனோ இதுவரை அமைதியாக இருந்த பியோதர் பாவ்லவிச் கரமாஸவ் திடீரென்று சம்பாஷணையை ஆரம்பிக்க முற்பட்டு, குறிப்பாக யாரையும் பார்த்துப் பேச தைரியமில்லாதவராகக் கேட்டார். எல்லோரும் அப்போது துறவிமடாலயத்தை விட்டு வெறியேறிக்கொண்டிருந்தார்கள்.

'பைத்தியக்கார வீட்டிற்கும் பைத்தியக்கார மனிதர்களுக்கும் நான் பொறுப்பல்ல' என்று சட்டென்று கோபத்தில் சொன்னார் மியூசவ். 'ஆனால் என்னை நான் உங்களுடைய சமூகத்திலிருந்து விலக்கிக்கொள்கிறேன், பியோதர் பாவ்லவிச், நம்புங்கள், அப்படியே உங்களிடமிருந்தும் என்னை நான் முழுவதுமாக விலக்கிக்கொள்கிறேன். எங்கே அந்தத் துறவி?'

ஆனால், 'அந்தத் துறவி', அதாவது, துறவி மடாலயத் தலைவருடன் உணவருந்த விருந்தாளிகளை அழைத்துக்கொண்டு போக வந்திருந்த அந்தத் துறவி, விருந்தாளிகளைக் காக்கவைக்கவில்லை. படிக்கட்டுகளில் இறங்கிவந்த விருந்தாளிகளை, ஏதோ அவர்களைப் பார்ப்பதற்காகவே காத்திருந்தவர் போல, உடனே எதிர்கொண்டு வரவேற்றார்.

'மரியாதைக்குரிய அருட்தந்தையே, உதவி செய்யுங்கள், என்னுடைய மனமார்ந்த மரியாதையைத் துறவி மடாலயத் தலைவருக்குத் தெரியப் படுத்தி, என்னை, மியூசவைத் தனிப்பட்ட முறையில் மன்னித்துவிடுமாறு மரியாதைக்குரியவரை நான் கேட்டுக் கொண்டதாக அவரிடம் சொல்லுங்கள்; தவிர்க்க முடியாத சில காரணங்களால் மரியாதைக்குரிய மடாலயத் தலைவர் சிறப்பளிக்கும் விருந்தில் என்னால் பங்குகொள்ள முடியாமல் போகிறது; இருந்தாலும் மனமார இந்த விருந்தில் கலந்து கொள்ளவே நான் விரும்புகிறேன்; ஆனால் அது என்னால் முடியாது' என்று எரிச்சலுடன் அந்தத் துறவியிடம் சொன்னார் பியோத்தர் அலெக்சாந்தரவிச் மியூசவ்.

'அந்தத் தவிர்க்க முடியாத சூழ்நிலை – அது நான்தானே!' என்று உடனடியாகப் பிடித்துக்கொண்டார் பியோதர் பாவ்லவிச் கரமாஸவ்.

கேளுங்கள், அருட்தந்தையே, இந்த பியோத்தர் அலெக்சாந்தரவிச் மியூசவுக்கு என்னுடன் இருக்கப் பிடிக்கவில்லை. நான் மட்டும் இல்லாமல் இருந்திருந்தால், அவர் இப்போதே இந்த விருந்துக்குப் போயிருப்பார். நீங்கள் போங்கள், பியோத்தர் அலெக்சாந்தரவிச் மியூசவ், போங்கள், போய்த் தலைமை மடாதிபதியைப் பாருங்கள். அப்படியே உங்களுக்கு நல்ல பசி எடுக்க என்னுடைய வாழ்த்துக்கள்! நான் என்னுடைய வீட்டிற்குப் போகிறேன், ஆனால் நீங்களல்ல. என்னுடைய வீட்டிற்கு நான் இப்போதே போகிறேன். இங்கு இருப்பதற்கு எனக்குத் தகுதியில்லை என்று நான் நினைக்கிறேன், பியோத்தர் அலெக்சாந்தரவிச் மியூசவ், என் அருமை உறவினரே!'

'நான் உங்களுக்கு உறவினன் அல்ல, அப்படியே உங்களுக்கு நான் எப்போதுமே உறவினனாக இருக்க விரும்பவும் இல்லை; நீங்கள் வெறுக்கத்தக்க மனிதர்!'

'உங்களைச் சீண்டுவதற்காக வேண்டுமென்றே நான் அப்படிச் சொன்னேன், ஏனெனில் நீங்கள் இந்த உறவை, சொந்தத்தை மறுக்கிறீர்கள், இருந்தாலும் என்னுடைய உறவினர்தான் நீங்கள் என்பதை எப்படி நீங்கள் ஒதுக்கித்தள்ளினாலும், ஆலயத்திலிருக்கும் குறிப்பேட்டின் மூலமாக அதை நான் நிரூபிக்க முடியும்; இவான் ஃபியோதரவிச், நீ இங்கு இருக்க விருப்பப்பட்டால் நான் வீட்டிற்குப் போய் இறங்கி விட்டு, குதிரை வண்டியை உனக்கு அனுப்பிவைக்கிறேன், உன் விருப்பப் படி நீ இங்கு இருந்துவிட்டு வா. பியோத்தர் அலெக்சாந்தரவிச் மியூசவ், தகைமையுடைமை உங்களை வேண்டிக் கேட்டுக்கொள்கிறது, தலைமை மடாதிபதி முன்பாக நீங்கள் தோற்றமளிக்க வேண்டுமென்று, ஏனெனில் நாம் அங்கு ஏற்படுத்திய குழப்பத்திற்குத் தலைமை மடாதிபதியிடம் நீங்கள் மன்னிப்பு கேட்க வேண்டாமா என்ன . . .'

'ஆமாம், உண்மையாகவே நீங்கள் வீட்டிற்குப் போகப் போகிறீர்களா? பொய் சொல்லவில்லையே?.'

'பியோத்தர் அலெக்சாந்தரவிச் மியூசவ், இவ்வளவு தூரம் நடந்தபிறகு எப்படி நான் பொய் சொல்வேன்! ஏதோ வேகத்தில் அப்படி நான் நடந்துகொண்டேன், மன்னியுங்கள், நன்மக்களே, ஏதோ வேகத்தில் நான் அப்படிச் செய்துவிட்டேன்! அது மட்டுமல்ல, எனக்கு ஆச்சர்யம்; ஆம், வெட்கமும் கூட! பெருமக்களே, ஒருவருக்கு மாசிடோனியாவைச் சார்ந்த அலெக்சாந்தரைப் போல மனம் இருக்கலாம், மற்றொருவருக்கு ஃபிடோவிலுள்ள சிறிய நாயைப் போல உள்ளம் இருக்கலாம். எனக்கு அந்தச் சிறிய நாயைப் போன்றதொரு மனம். இவ்வளவு தூரம் நடந்தபிறகு எப்படி நான் அந்த விருந்தில் பங்குகொண்டு அவர்கள் கொடுக்கும் உணவைச் சாப்பிடுவது? மன்னியுங்கள், அது என்னால் முடியாது!'

'சாத்தானுக்குத் தான் வெளிச்சம், இவர் ஏமாற்றுகிறாரா இல்லையா!' என்று நினைத்த மியூசவ், தயக்கத்துடன் பின் வாங்கும் அந்தக் கோமாளியைக் குழப்பத்துடன் பார்த்தார். மியூசவ் தன்னைப் பார்ப்பதைக் கவனித்த கரமாஸவ், அவர் இருக்கும் பக்கமாகத் திரும்பி ஒரு முத்தத்தைக் காற்றில் பறக்கவிட்டார்.

'நீங்களும் தலைமை மடாதிபதியைப் பார்க்க வருகிறீர்களா?' என்று மியூசவ், இவான் ஃபியோதரவிச்சைப் பார்த்துத் திடீரென்று கேட்டார்.

'ஏன் வராமல்? அதற்காகத்தானே தனிப்பட்ட முறையில் நான் அழைக்கப்பட்டிருக்கிறேன்.'

'நாசமாய்ப் போன இந்த விருந்துக்கு துரதிருஷ்டவசமாக வர வேண்டியதாகப் போய்விட்டது' என்று இன்னும் அதே எரிச்சல் கலந்த கடுப்பான தொனியில் தொடர்ந்த மியூசவ், அந்தத் துறவியின் காதுகளில் தான் சொன்னது கேட்கும் என்பதைக்கூடப் பொருட் படுத்தாமல் சொன்னார்: நடந்த இந்தக் குழப்பத்திற்கு அங்கேயாவது நாம் மன்னிப்புக் கேட்போம். அப்படியே இதற்குக் காரணம் நாமல்ல என்பதையும் தலைமை மடாதிபதிக்கு விளக்குவோம்... அதைப் பற்றி நீங்கள் என்ன நினைக்கிறீர்கள்?'

'ஆம், இதற்குக் காரணம் நாம் அல்ல என்பதை அவருக்கு நாம் விளக்க வேண்டும். மேலும் என்னுடைய தந்தையும் அங்கு இருக்க மாட்டார்' என்றான் இவான் ஃபியோதரவிச்.

'ஆமாம், நீங்களும் உங்கள் தந்தையும், நாசமாய்ப் போன இந்தச் சாப்பாடும்!'

இப்படியாக, எல்லோரும் நடந்துசென்றார்கள். அந்தத் துறவி அமைதியாக எல்லாவற்றையும் கேட்டுக்கொண்டு கூடவே நடந்து வந்தார். காட்டு வழியாக நடந்து சென்றபோதுதான் சாதாரணமாகச் சொன்னார், தலைமை மடாதிபதி எப்போதோ அங்கு வந்து அவர்களுக்காகக் காத்திருக்கிறார் என்றும் அவர்கள் அரைமணி

கரமாஸவ் சகோதரர்கள் 141

நேரத்திற்கும் மேலாகத் தாமதமாகப் போகிறார்கள் என்றும். அவருடைய பேச்சுக்கு யாரும் மறுபேச்சு பேசவில்லை. மியூசவ் இவான் ஃபியோதரவிச்சை வெறுப்புடன் பார்த்தார்.

'எதுவுமே நடக்காதது போல விருந்துக்குப் போகிறானே!' என்று மியூசவ் நினைத்தார். 'வெட்கங்கெட்ட அவன் மூஞ்சியும் கரமாஸவின் மனசாட்சியும்.'

## 7

## கருத்தரங்கு நடத்துபவர் - தொழில் முன்னேற்றத்தில் நாட்டங்கொண்டவர்

அல்யோஷா தன்னுடைய முதியவரைப் படுக்கை அறைக்கு அழைத்துச் சென்று கட்டிலில் உட்காரவைத்தான். அறை மிகவும் சிறியதாக, தேவையான பொருட்களை மட்டும் கொண்டதாக இருந்தது; குறுகிய இரும்புக் கட்டிலில், படுக்கைக்குப் பதிலாக ஒட்டுப்போட்ட கம்பளி மட்டுமே இருந்தது. ஒரு மூலையில் பைபிள் படிப்பதற்கான சாய்மேசையும் அதில் விவிலிய நூலும் சிலுவையும் வைக்கப்பட்டிருந்தன. பலவீனமாக இருந்த முதியவர் கட்டிலில் சரிந்து விழுந்தார்; அவருடைய கண்கள் பளிச்சிட, மூச்சுவிட அவர் சிரமப்பட்டார். சாய்ந்து உட்கார்ந்த வண்ணம், எதையோ யோசித்தபடி, அவர் அல்யோஷாவைக் கூர்ந்து பார்த்தார்.

'புறப்படு, என் அன்பிற்குரியவனே, புறப்படு, என்னுடன் பர்ஃவீரியா இருக்கிறான், அது போதும், நீ வேகமாகப் போ. நீ அங்குத் தேவைப் படுவாய்; மடாதிபதிக்கு நீ உதவியாயிரு.'

'இங்கேயே இருப்பதற்கு என்னை ஆசீர்வதியுங்கள்' என்று அல்யோஷா அவரிடம் கெஞ்சும் குரலில் கேட்டான்.

'நீ அங்கு மிகவும் தேவைப்படுவாய். அங்கு அமைதியில்லை. உன்னுடைய சேவை அங்குத் தேவை; அது உனக்கு உதவியாக இருக்கும். தீய சக்திகள் மேலெழுந்தால் நீ பிரார்த்தனை செய். தெரிந்துகொள் மகனே, (முதியவர் அவனை அப்படி அழைக்கவே விரும்பினார்) உன்னுடைய வருங்காலத்திற்கான இடம் இதுவல்ல என்பதை நீ தெரிந்துகொள், என் இளையவனே, கடவுள் என்னை அழைத்துக் கொண்டதும் நீ இந்த மடாலயத்தை விட்டுப் போய்விடு. இங்கிருந்து நீ போய்விடு.'

அல்யோஷா புறப்பட ஆயத்தமானான்.

'என்ன யோசிக்கிறாய்? இப்போது இது உன்னுடைய இடமல்ல. இவ்வுலகிலிருக்கும் மிகப்பெரிய கீழ்ப்படிதலுக்காக[1] உன்னை நான் ஆசீர்வதிக்கிறேன். நீ பயணிக்க வேண்டிய தூரம் இன்னும் விரிந்து கிடக்கிறது. நீ கண்டிப்பாகத் திருமணம் செய்துகொள்ள வேண்டும்.

மீண்டும் வந்தவழியே நீ திரும்பிச் செல்லும் முன்பாக இங்கு நடக்கும் எல்லாவற்றையும் நீ சகித்துக்கொள்ள வேண்டும். நிறைய வேலைகள் உனக்காகக் காத்திருக்கின்றன. உன்மீது எனக்குச் சந்தேகம் இல்லை, அதனால்தான் இங்கிருந்து உன்னை நான் அனுப்பிவைக்கிறேன். ஏசு கிறிஸ்து உன்னுடன் இருப்பாராக. அவரை நீ பாதுகாப்பாய், அவர் உன்னைப் பாதுகாப்பார். பெரிய பெரிய சிரமங்களை வாழ்வில் நீ எதிர்கொள்வாய், அவையே உன்னைச் சந்தோஷப்படுத்தும். இதோ என்னுடைய வேண்டுகோள் உனக்கு: கஷ்டமான நேரத்தில் சந்தோஷத்தைத் தேடு. உன்னுடைய வேலையைச் செய், இடைவிடாது செய். இந்தத் தருணத்திலிருந்து என்னுடைய வார்த்தைகளை நீ நினைவில் கொள், மீண்டும் நான் உன்னுடன் பேசுவேன், என்னுடைய நாட்கள் மட்டுமல்ல, என்னுடைய கணநேரங்களும் இப்போது எண்ணப்பட்டு விட்டன.'

இதைக்கேட்டு அல்யோஷாவின் முகத்தில் சட்டென்று மாற்றம் ஏற்பட்டது. அவனுடைய இதழோரங்களில் நடுக்கம் ஏற்பட்டது.

'என்ன நீ மறுபடியும்?' என்றபடி அமைதியாகப் புன்னகைத்தார் முதியவர். மரித்துப் போன உறவினர்களைத் தங்களுடைய கண்ணீரால் வழியனுப்பட்டும் இவ்வுலக மக்கள், இறக்கப்போகும் நம்முடைய அருட்தந்தையை எண்ணி நாம் சந்தோஷப்படுவோம். என்னை இங்கேயே விட்டுவிட்டுப் போ. நான் இப்போது பிரார்த்தனை செய்ய வேண்டும். புறப்படு, சீக்கிரமாகப் புறப்படு. உன் சகோதரர்களுடன் போய் இரு. ஆம், ஒரு சகோதரன்கூட அல்ல, இருவருடனும் நீ சேர்ந்திரு.'

அவனை ஆசீர்வாதம் செய்யக் கைகளை உயர்த்தினார் முதியவர். அங்கிருந்து போக அல்யோஷாவுக்கு விருப்பம் இல்லையென்றாலும், அவரை எதிர்த்துப் பேச அவனால் முடியவில்லை. 'சகோதரன் திமித்ரியை அவர் வணங்கியதன் அர்த்தமென்ன?' என்று அவரை இப்போது அவன் கேட்க விரும்பினான்; அவனுடைய நுனிநாக்கில் அது கேள்வியாகவும் எழுந்தது: ஆனால், அதைக் கேட்க அவனுக்குத் துணிவில்லை. தேவை இருந்திருந்தால், அவன் கேட்காமலேயே அதற்கான விளக்கத்தை முதியவர் சொல்லியிருப்பார் என்று அவனுக்குத் தெரியும். எனவே, அதைப் பற்றிச் சொல்ல அவருக்கு விருப்பமில்லை என்று தெரிகிறது. ஆனால், அந்தத் தலைவணங்கல் அல்யோஷாவை மிகவும் ஆச்சர்யத்தில் ஆழ்த்தியது; அதில் ஏதோ ஒரு ரகசிய அர்த்தம் இருப்பதாக அவன் குருட்டுத்தனமாக நம்பினான். ரகசியமான அந்த அர்த்தம், ஒருவேளை, பயங்கரமான ஒரு அர்த்தமாகக்கூட இருக்கலாம். துறவிமடாலயத்தைத் தாண்டித் தலைமை மடாதிபதியின் தலைமையில் நடக்கவிருக்கும் விருந்திற்குப் போவதற்கு முன்பாகத் (சாப்பாட்டு மேஜையில் உதவ மட்டுமே) திடீரென்று அல்யோஷாவின் இதயத்தில் ஆழ்ந்த வலி ஏற்பட, அவன் அப்படியே நின்றுவிட்டான்: முதியவரின் வார்த்தைகள் அவன் காதில் மீண்டும் ஒலிப்பது போல இருக்க, வெகு சீக்கிரமே வரவிருக்கும் அவருடைய மரணத்தை எப்படி அவர் முன்னறிந்து உணர்ந்தார் என்று அவன் யோசிக்கலானான். அதுவும்

இவ்வளவு துல்லியமாக அவர் வருவதுரைப்பதைக் கேட்டு, அவர் சொன்னதை அவன் பரிபூரணமாக நம்பினான். ஆனால், அவனால் எப்படி முதியவரில்லாமல், அவரைப் பார்க்காமல், அவருடைய குரலைக் கேட்காமல் இருக்க முடியும்? மேலும் அவன் எங்கே போவான்? அழக்கூடாது என்றும் அவர் உத்தரவிட்டிருக்கிறார், அப்படியே மடாலயத்தை விட்டு வெளியேறவும் சொல்லியிருக்கிறார். கடவுளே! இதற்கு முன்பு இப்படி ஒரு மனவேதனையை அவன் அடைந்ததே இல்லை. துறவி அறைக்கும் மடாலயத்திற்கும் இடையே இருந்த காட்டு வழியைக் கடந்து வேகமாக அவன் போகும்போது, தன்னுடைய எண்ணங்களைத் தாங்கிக்கொள்ள முடியாமல், அவன் நடைபாதையின் இருபுறமும் நீண்டு வளர்ந்து உயர்ந்து நிற்கும் தேவதாரு மரங்களைப் பார்த்துக்கொண்டே நடந்தான். அவன் நீண்ட தூரம் நடக்க வேண்டியதாக இருக்கவில்லை; ஐந்நூறு அடிகள் மட்டுமே எடுத்துவைக்க வேண்டி இருந்தது; அதற்கு மேலில்லை; அப்போது யாருமே வர வாய்ப்பில்லாமல் இருந்தாலும், முதல் வளைவிலேயே அவன் ரக்கீத்தினைச் சந்தித்தான். யாருக்காகவோ அவன் காத்துக் கொண்டிருந்தான்.

‘எனக்காகவா காத்திருக்கிறாய்?’ என்று ஒரே தளத்தில் அவனைச் சந்தித்த ரக்கீத்தினைப் பார்த்துக் கேட்டான் அல்யோஷா.

‘குறிப்பாக உன்னைப் பறிக்கத் தான் நான் காத்திருக்கிறேன்’ என்று அசட்டுச் சிரிப்புடன் சொன்னான் ரக்கீத்தின். ‘தலைமை மடாதிபதியைப் பார்க்க அவசரமாகப் போகிறாய் என்று எனக்குத் தெரியும், சாப்பாட்டு அறையில் அவர் இருக்கிறார். படைத்தளபதி பஹாத்தவுக்காகத் தலைமை மடாதிபதி ஏற்பாடு செய்திருந்த விருந்தைப் போல இதுவரை ஒரு விருந்தும் நடந்ததில்லை, அது உனக்கு நினைவிருக்கிறதா. நான் அங்கு வரவில்லை, நீ போ, போய் அவர்களுக்கு உணவு பரிமாறி உதவு. ஆனால் அலெக்ஸெய், ஒன்று மட்டும் சொல்: அந்தச் சம்பவத்தின் அர்த்தம் என்ன? அதைத் தான் நான் உன்னிடம் கேட்க விரும்புகிறேன்.’

‘எந்தச் சம்பவம்?’

‘அதுதான் உன்னுடைய சகோதரன் திமித்ரி ஃபியோதரவிச் முன்பாக முதியவர் தரையைத் தொட்டு வணங்கினாரே அதுவும் அவருடைய மண்டை தரையில் படும்படி!’

‘நீ என்ன அருட்தந்தை ஸோசிமாவைப் பற்றியா சொல்கிறாய்?’

‘ஆம். அருட்தந்தை ஸோசிமாவைப் பற்றித்தான்.’

‘மண்டையா?’

‘ஓ! மரியாதையில்லாமல் சொல்லிவிட்டேனா. நல்லது. அப்படியே இருக்கட்டும். ஆக, அந்தச் சம்பவம் எதைக் குறிக்கிறது?’

‘எதைக் குறிக்கிறதென்று தெரியவில்லை, மீஷா.’

‘அவர் உன்னிடம் சொல்லமாட்டாரென்று எனக்குத் தெரியும். விவேகமானது என்று அதில் எதுவும் இல்லை, எப்போதும் போலவே தயையுள்ள முட்டாள்தனம் தான். ஆனால், அதற்கு ஒரு நோக்கம் இருக்கிறது. உடனே ஊரிலுள்ள எல்லாப் போலிப் புனிதவான்களும், ‘அந்தச் சம்பவத்துக்கு என்ன அர்த்தம்?’ என்று இந்த விஷயத்தையே பெருமையாக மாகாணத்தில் பரப்பிக்கொண்டிருப்பார்கள். என்னைப் பொறுத்தவரை முதியவர் உண்மையாகவே விவேகமானவர்தான்: குற்றவாளியை அவர் மோப்பம் பிடித்துவிட்டார். அந்தத் துர்நாற்றத்தை உங்களிடம் முகர்ந்து பார்க்கிறார்.’

‘எந்தக் குற்றவாளியை?’

ரக்கீத்தின் எதையோ சொல்ல விருப்பப்பட்டான்.

‘உங்கள் குடும்பத்தில் அந்தக் குற்றம் நடக்கப்போகிறது. உன் சகோதரர்களுக்கும் பணக்காரத் தந்தைக்கும் இடையே அது நடக்கும். அதனால்தான் தந்தை ஸோசிமா, நடக்கப்போகும் அந்தச் சம்பவத்திற்காகத் தன்னுடைய மண்டையைத் தரைதொட்டு வணங்கினார்; அப்படி அது நடந்தால் மக்கள் உடனே ‘ஓ, அதுதான் முதியவர் தரைதொட்டு வணங்கி, வருவதை முன்கூட்டியே உரைத்தார்’ என்று சொல்வார்கள்: இருந்தாலும் அதில் என்ன முன்கூட்டியே வருவதுரைப்பது. மண்டையைத் தொட்டுக் காட்டுவதா? ஆமாம், இந்த இடுகுறி, உருவகம் எல்லாம் சாத்தானுக்குத்தான் புரியும்! ஒவ்வொருவரும் இதைப் பற்றிப் பேசுவார்கள், நினைத்துப் பார்ப்பார்கள்: குற்றம், சொல்லப் போனால், முன்னதாகவே அவருக்கு அது தெரிந்துவிட்டது; அதுதான் குற்றவாளியைச் சுட்டிக்காட்டிவிட்டார். கடவுளின் பெயரைச் சொல்லும் முட்டாள்கள் எப்போதுமே இப்படித்தான்: சாராயக் கடையில் சிலுவை போடுவார்கள், ஆலயத்தின்மீது கல்லெறிவார்கள். அப்படித்தான் உன்னுடைய முதியவரும்: நியாயமானவனைத் தடி கொண்டு விரட்டுவார், ஆனால் கொலைகாரனின் காலில் மண்டியிட்டு விழுவார்.’

‘என்ன குற்றம்? என்ன கொலைகாரன்? என்ன சொல்கிறாய்’ என்று அல்யோஷா நோண்ட ஆரம்பித்ததும் ரக்கீத்தின் பேச்சை நிறுத்தினான்.

‘என்ன கொலைகாரன்? உனக்குத் தெரியாதா என்ன? நீ பேசுவதைப் பார்த்தால், உன்னை நம்பிப் பந்தயங்கட்டப் பயமாக இருக்கிறது. சரி சுவாரஸ்யமான இந்தச் செய்தியைக் கேள், கவனி அல்யோஷா, எப்போதும் நீ உண்மையையே பேசுகிறாய், இருந்தாலும் இரண்டு நாற்காலிகளுக்கு நடுவில்தான் நீ உட்காருகிறாய்: அதை நீ யோசித்துப் பார்த்தாயா, சொல்?’

‘யோசித்துப் பார்த்தேன்’ என்று அமைதியாகப் பதிலளித்தான் அல்யோஷா. இதைக் கேட்ட ரக்கீத்தின் சற்றே வியப்படைந்தான்.

‘என்ன? அதைப் பற்றி நீ நினைத்துப் பார்த்தாயா?’ என்று உரக்கக் கேட்டான் ரக்கீத்தின்.

'நான் ... நான் அப்படி நினைக்கவில்லை' என்று முணுமுணுத்த அல்யோஷா, 'ஏதோ இப்படி நீ விசித்திரமாகப் பேசும்போது எனக்கு என்னவோ அதைப் பற்றி நான் நினைத்துப் பார்த்தேன் என்று தான் தோன்றுகிறது.'

'பார்த்தாயா (எவ்வளவு தெளிவாக உன்னுடைய கருத்தை நீ வெளிப்படுத்தினாய் என்று) இன்று உன் தந்தையையும் சகோதரன் மீச்சியாவையும் பார்த்த பிறகுதானே நீ நடக்கப்போகும் குற்றத்தைப் பற்றி நினைத்துப் பார்த்திருக்கிறாய்? ஆக, நான் நினைத்ததில் தவறில்லை தானே?'

'நிறுத்து, நிறுத்து' என்று பீதியுடன் இடைமறித்த அல்யோஷா, எதற்காக நீ இப்படியெல்லாம் பேசுகிறாய்? ... இது ஏன் உனக்கு அவ்வளவு முக்கியமானதாகப் படுகிறது?'

'இரண்டும் வெவ்வேறு கேள்விகள், அவை இரண்டும் இயற்கை யானவை. ஒவ்வொன்றிற்கும் வரிசையாகப் பதில் சொல்கிறேன். முதலில், நான் ஏன் அப்படிப் பார்க்கிறேன்? இன்று மட்டும் உன் சகோதரன் திமித்ரி ஃபியோதரவிச்சை முழுமையாக ஒருமுறை நான் பார்த்திருக்காவிட்டால், அவன் எப்படிப்பட்டவன் என்று எனக்குத் தெரிந்திருக்காவிட்டால் ஒன்றையும் நான் பார்த்திருக்க மாட்டேன் தான். அவனிடத்தில் இருக்கும் ஏதோ ஒரு அம்சத்தின் காரணமாக அவனை ஒருமுறை பார்த்ததுமே, இப்படிப்பட்ட நியாயமான மனிதர்க ளிடம், ஆனால் சிற்றின்பக்காரர்களிடம், ஏதோ ஒரு அம்சம், வெகு சாதாரணமாக அவர்களைத் தாண்டிச் செல்ல விடுவதில்லை என்பதை நான் முழுமையாகப் புரிந்துகொண்டேன். ஆனால் அதுவல்ல இப்போது முக்கியம், அதாவது அவன் தன் தந்தையைக் குத்திக்கொல்வான் என்பதுதான் முக்கியமான விஷயமே. ஆனால், உன் தந்தையோ அளவுக்கு மீறிக் குடிப்பவர், தன்னடக்கமின்றி உளறுபவர், எப்போதும் எதிலும் வரைமுறையே இல்லாதவர், எனவே இருவரும் கட்டுப்பாட்டை இழந்து, இறுதியாக அந்தச் சாக்கடையில் இருவரும் வீழ்வார்கள் ...'

'அல்ல, மீஷா, அல்ல, அது அப்படியல்ல, என்னுடைய பயத்தைத் தெளிவுபடுத்து. அப்படி ஒன்றும் நடக்காது.'

'அப்படியென்றால் நீ ஏன் இப்படி நடுங்குகிறாய்? உனக்கு ஒரு வேடிக்கை தெரியுமா? அவன் நியாயமானவனாகவே இருக்கட்டும், மீச்சென்கா'[2] (அவன் முட்டாள், ஆனால் நேர்மையானவன்) ஆனால், அவன் சிற்றின்பக்காரன், இப்படிப்பட்டவன்தான் அவன், இதுதான் அவனுடைய குணம். இந்தக் குணத்தை அவனுடைய தந்தை அவனுக்குக் கொடுத்துவிட்டார். ஆனால், உன்னைப் பார்த்துத்தான் நான் ஆச்சர்யப் படுகிறேன்: நீ மட்டும் எப்படி இவ்வளவு பரிசுத்தமானவனாக இருக்கிறாய்? நீயும் கரமாஸவ் குடும்பத்தினன் தானே! உங்கள் குடும்பத்தில் சிற்றின்ப உணர்வு, தொட்டால் பற்றிக்கொள்ளும் தன்மை கொண்டது. ஆக இந்த மூன்று சிற்றின்பக் காமவெறியர்களும் ஒருவரை யொருவர் கண்காணித்துக் கொண்டிருக்கிறார்கள் ... கத்திகளைத் தங்கள் பின்னால் வைத்துக்கொண்டு. மூன்று பேரும் ஒருநாள் மோதிக்கொள்வார்கள். நீ, நான்காவது.'

'அந்தப் பெண்ணைப் பற்றி நீ சொல்வது தவறு. திமித்ரி அவளை ... வெறுக்கிறான்,' என்று ஏதோ பயந்து நடுங்கிய குரலில் அல்யோஷா சொன்னான்.

'நீ குரூஷென்காவைப் பற்றியா சொல்கிறாய்? இல்லை, அவன் அவளை வெறுக்கவில்லை. நிச்சயிக்கப்பட்ட தன்னுடைய மணப் பெண்ணை அவளுக்காக அவன் தூக்கி எறிந்தபோதே அவன் அவளை வெறுக்கவில்லை என்பது தெளிவாகத் தெரிந்துவிட்டது. அது ... அது, அதுவல்ல விஷயம், நீ ஏன் இன்னும் எதையுமே புரிந்துகொள்ள மாட்டேன் என்கிறாய்.'

திமித்ரி போன்றவர்களுக்கு ஏதாவது ஒரு அழகியைக் காதலித்தால் போதும், வேண்டியது ஒரு பெண் உடல்தான்; உடம்பின் ஏதாவது ஒரு பகுதியாக இருந்தாலும் சரி (சிற்றின்பக்காரனுக்கு அது புரியும்), உடனே அவளுக்காக அவர்கள் தங்களுடைய சொந்தக் குழந்தைகளை யும், தாய், தந்தை, ரஷ்யாவையும், ஏன் சொந்த நாட்டையுமே விட்டுக் கொடுப்பார்கள்; ஒருவன் நேர்மையானவனாக இருந்தாலும் திருடுவான்; மென்மையானவனாக இருந்தாலும் கொலைசெய்வான், நம்பிக்கை உள்ளவனும் குணம் மாறுவான். பெண்களின் கால்களை வர்ணிக்கும் புஷ்கின்[3] என்ற புகழ்பெற்ற கவிஞன் தன்னுடைய கவிதைகளில் பெண்களின் கால்களை வர்ணித்தான்; மற்றவர்கள் அவற்றைப் பற்றிப் பாடவில்லை, ஆனால் பெண்களின் கால்களைப் பார்த்தபோதெல்லாம் அவர்கள் கிளர்ச்சியுறாமல் இருக்கவில்லை. ஆனால், கால்கள் மட்டுமல்ல ... என் சகோதரனே, இங்கே வெறுப்பு கூடப் பிரயோசனமல்ல; அவன் குரூஷென்காவை எவ்வளவு தூரம் வெறுத்தாலும். ஆம், அவன் அவளை வெறுக்கிறான், அவளைவிட்டு விலகமுடியாதபடி இருக்கிறான்.'

'இது எனக்குப் புரிகிறது' என்று எதையோ உளறிக் கொட்டினான் அல்யோஷா.

'உண்மையாகவா? ஆமாம், நீ புரிந்துகொண்டாயென்று தெளிவாகத் தெரிகிறது, நீ பேசும் முதல் வார்த்தையிலேயே, நீ உளறிக்கொட்டும் போதே எல்லாவற்றையும் நீ புரிந்துகொண்டாயென்று தெரிகிறது' என்று குரூர சந்தோஷத்தில் ரக்கீத்தின் சொன்னான். 'எதிர்பாராத விதமாக நீ உளறிக் கொட்டிவிட்டாய், அது இப்போது வெளியில் வந்துவிட்டது. எப்படியிருந்தாலும், இது ஒரு விலைமதிக்க முடியாத ஒப்புதல் வாக்குமூலம்: இது உனக்குத் தெரிந்த விஷயமாகப் படுகிறது, அதைப் பற்றி அந்தச் சிற்றின்பத்தைப் பற்றி நீ யோசித்திருக்கிறாய், ஆக, நீ எவ்வளவு பரிசுத்தமானவன்! அல்யோஷா, நீ அமைதியாக, புனிதமாக இருப்பவன் என்பதை நான் ஒப்புக்கொள்கிறேன், ஆனால், அமைதியாக எதைப் பற்றியெல்லாம் நீ யோசித்துப் பார்த்தாயோ, அது அந்தச் சாத்தானுக்குத்தான் வெளிச்சம், இன்னும் என்னவெல்லாம் உனக்குத் தெரியுமோ அதுவும் அந்தச் சாத்தானுக்கே வெளிச்சம்! நீ பரிசுத்தமானவன், ஆனால் எவ்வளவு தூரம் உன்னுடைய மனக் குதிரையை நீ ஓட விட்டிருக்கிறாய், பார். நீண்ட நாட்களாகவே உன்னை நான் கவனித்துக்கொண்டுதான் வருகிறேன். நீயே ஒரு

கரமாஸவ், முழுமையான ஒரு கரமாஸவ், ஆக ஏதோ ஒன்று மரபு வழியாகவோ, குடும்பச் சிறப்பு அம்சமாகவோ உன்னிடம் அது இருக்கத்தான் செய்கிறது. தந்தைவழியில் நீ சிற்றின்பக்காரன், தாய் வழியில் நீ கடவுளின் பேரால் உருவான முட்டாள். ஏன் நடுங்குகிறாய்? நான் உண்மையைச் சொல்லவில்லையா என்ன? உனக்குத் தெரியுமா, 'அவனை நீ என்னிடம் கூட்டிக்கொண்டு வா (உன்னைத்தான்) அவனுடைய உள்ளங்கியை நான் உருவிவிடுகிறேன்' என்று குரூஷென்கா என்னிடம் சொன்னாள். 'அவனை என்னிடம் கூட்டிக் கொண்டு வா, கூட்டிக் கொண்டு வா!' என்று, எப்படி அவள் என்னைக் கேட்டாள் தெரியுமா: நினைத்துப் பார்த்தேன்: அவளுக்கு ஏன் உன் மேல் இவ்வளவு ஆசை என்று? தெரியுமா, அவள் ஒரு சாதாரணப் பெண் அல்ல, அவளும் ஒரு பெண்தான்.'

'அவளுக்கு என்னுடைய வணக்கத்தைத் தெரிவி, அவளைப் பார்க்க நான் வரமாட்டேன் என்று அவளிடம் போய்ச் சொல்' என்று சொன்ன அல்யோஷா, ஏளனமாய்ப் புன்னகைத்தான். 'மிகாயில் நீ சொல்ல வந்ததை முதலில் சொல், பிறகு நான் என்ன நினைத்தேன் என்பதைச் சொல்கிறேன்.'

'இன்னும் என்ன இருக்கிறது சொல்ல, எல்லாம் தெளிவாகத் தெரிந்துவிட்டது. இது எல்லாமே, சகோதரனே, பழைய கதைதான். நீ உன்னைக் காமவெறியன் என்று முடிவு செய்துவிட்டால், ஒரே தாய்க்குப் பிறந்த உன் சகோதரன் இவானைப் பற்றி என்ன சொல்ல? அவனும் கரமாஸவ் குடும்பத்தைச் சேர்ந்தவன்தானே. இதில்தான் கரமாஸவ் குடும்பத்தைப் பற்றிய கேள்வியே அடங்கி இருக்கிறது: நீங்கள் எல்லோருமே காமவெறியர்கள், பணம் பறிப்பவர்கள், கிறிஸ்துவின் பெயரைச் சொல்லும் முட்டாள்கள்! உன் சகோதரன் இவான், ஏதோ ஒரு முட்டாள் காரணத்திற்காகக் கடவுளின் புகழைப்பாடிக் கேலிக்கூத்தாகக் கட்டுரைகளை எழுதிப் பிரசுரித்து வருகிறான்; அவனே ஒரு நாத்திகவாதி, இந்த இழிவான விஷயத்தை அவனே ஒத்துக்கொள்கிறான்; இப்படிப்பட்டவன்தான் உன் சகோதரன் இவான். அதுமட்டுமல்ல, மீச்சியாவுக்கு நிச்சயிக்கப்பட்ட பெண்ணை அவன் தன்வசம் இழுக்கப் பார்க்கிறான், அவனுடைய அந்த எண்ணமும் வெற்றியடையப்போகிறது. ஆம், இது இன்னும் எப்படி என்றால், மீச்சியாவுடைய சம்மதத்துடன், ஏனெனில் அவனே தனக்கு நிச்சயிக்கப் பட்ட பெண்ணைக் கைவிட்டுவிட்டு, சீக்கிரமே குரூஷென்காவைக் கைபிடிக்கப் போகிறான். இதோ, குறித்து வைத்துக்கொள், இவை எல்லாவற்றையும் அவன் தன்னுடைய உயர்ந்த எண்ணத்தின் பேராலும் தன்னலமற்ற உள்ளத்தின் பேராலும் செய்கிறான். இப்படிப்பட்ட மனிதர்கள்தாம் தீய காரியங்களைச் செய்வதற்காகவே விதிக்கப் பட்டவர்கள்! இதற்குப் பிறகு சாத்தான்தான் உங்கள் எல்லோரையும் காப்பாற்ற வேண்டும்: தான் செய்கின்ற இழிசெயல்களை அவனே ஒத்துக்கொள்கிறான், அவன் அதைத் தொடர்ந்து செய்தும் வருகிறான். இன்னும் கேள்: வயதான உன் தந்தை மீச்சென்காவின் வழியில் குறுக்கிடுகிறார். திடீரென்று குரூஷென்காவின் மீது அவர் பைத்தியமாக

அலைகிறார். அவளைப் பார்க்கும் போதெல்லாம் அவருடைய வாயிலிருந்து எச்சில் வழிகிறது: அவள் ஒருத்திக்காகத்தான் அவர் அந்தத் துறவி அறையில் அப்படிப்பட்ட ஒரு அவதூற்றைக் கிளப்பினார், ஏனெனில் மியூசவ் அவளை நெறிதவறிய ஜந்து என்று துணிந்து சொல்லிவிட்டார். பூனையைவிடக் கேவலமாக மோகங் கொண்டவர் உன் தந்தை. முதலில், ரகசியமாக வியாபார விஷயத்தின் பொருட்டு அவளை அவர் வேலையிலமர்த்தினார், பின்னர் திடீரென்று அவளுடைய தோற்றத்தில் மயங்கி, அவள்மீது அவர் வெறிகொண்டு, நியாயமில்லாத ஏதேதோ காரணங்களைச் சொல்லிக்கொண்டு அவள் பின்னால் அலைகிறார். ஆக இப்படியாக, அப்பாவும் மகனும் இந்த வழியில் மோதிக்கொள்கிறார்கள். ஆனால் குரூஷென்கா அவருக்கு மில்லை, அவனுக்குமில்லை; இருவரையும் தூண்டிவிட்டபடி யாரிடம் அதிக ஆதாயம்பெறலாமென்று அவர்களை அவள் கண்காணிக்கிறாள். ஏனெனில் அப்பாவிடம் நிறையப் பணம் இருக்கிறது, அதை அவள் பறித்துக்கொள்ளலாம்; அவர் அவளைத் திருமணம் செய்து கொள்ள மாட்டார், ஆனால் இறுதியாக அவர் கஞ்சத்தனமாகப் பணப்பையை யும் இடுப்பில் ரகசியமாகச் சொருகிக்கொள்வார். இந்த இடத்தில்தான் மீச்சென்கா தன்னுடைய மதிப்பைப் பெறுகிறான்; அவனிடமோ பணம் இல்லை, ஆனால் திருமணம் செய்துகொள்ளும் தகுதி உள்ளவன். ஆமாம், திருமணம் செய்துகொள்ளும் தகுதியைப் பெற்றவன்! இப்படிப் பட்டவன் தன் மணப்பெண்ணை, ஒப்பற்ற அழகியை, காத்தரீனா இவானவ்னாவை, பணக்காரப் பிரபுவின் மகளை, உயர்குடிப் பெண்ணைக் கைவிட்டுவிட்டு, முன்னாள் வணிகனின், மாநகரத் தலைவனின், வயதான, ஒழுக்கங்கெட்ட, அற்ப சம்சனோவுடன் வாழ்க்கை நடத்திய குரூஷென்காவை, மீச்சென்கா திருமணம் செய்து கொள்ள விருப்பப்படுகிறான். இந்த மோதலில் ஏதோ ஒரு பெரிய குற்றம் கண்டிப்பாக நடக்கப்போகிறது. இதைத்தான் உன் சகோதரன் இவான் எதிர்பார்க்கிறான், இப்போது அவன் பணக்காரனாகி சொகுசாக வாழப் போகிறான்: கத்தரீனா இவானவ்னாவிற்காக ஏங்கிய அவன், அவளைப் பெறுவான், ஆம், அதுவும் அறுபதாயிரம் ரூபிள்கள் வரதட்சணையுடன். குறிப்பிட்ட சிறப்பம்சம் எதுவும் இல்லாத இந்தச் சின்ன மனிதனுக்கு, பணமில்லாத இவானுக்கு, இது ஒரு அருமையான ஆரம்பம். இதையும் நீ குறித்து வைத்துக்கொள்: இதன் விளைவாக அவன் மீச்சியாவை நோகடிப்பதோடல்லாமல், சாகும் வரை அவன் மீச்சியாவுக்குக் கடன்பட்டவனாகவும் இருப்பான். போன வாரம் மீச்சியா நாடோடி மக்களுடன் சேர்ந்து கொண்டு, குடித்துவிட்டுப் போதையில் அவனுக்கு நிச்சயித்த பெண் கத்தரீனா அவனுக்குப் பொருத்தமானவளல்ல, அவனுடைய சகோதரன் இவானுக்கே பொருத்தமானவள் என்று கொக்கரித்துக் கத்தியது எனக்கும் தெரியும். சொல்லப்போனால், இவ்வளவு தூரம் அழகாக இருக்கும் இவான் ஃபியோதரவிச்சை, கத்தரீனாகூட மறுக்கமாட்டாள்தான்; ஆக இவர்கள் இருவருக்குமிடையே அவள் சிக்கித் தவிக்கிறாள். அப்படி இவான் உங்களை என்ன சொல்லி மயக்கினானோ தெரிய வில்லை, நீங்கள் எல்லோரும் அவன் பின்னாலேயே போகிறீர்கள்!

அவனோ உங்களைப் பார்த்துச் சிரிக்கிறான்: சொல்லப்போனால், அவன் செல்வந்தனாகி, உங்களுடைய செலவில் உல்லாசமாக இருக்கப் போகிறான்.'

'இதையெல்லாம் நீ எப்படித் தெரிந்துகொண்டாய்? எப்படி அப்படி ஒரு நம்பிக்கையுடன் இதை நீ சொல்கிறாய்?' என்று கோபமாக, நறுக்குத் தெறித்தாற்போலக் கேட்டான் அல்யோஷா.

'இப்போது நீ ஏன் இதைப் பற்றிக் கேட்கிறாய், என்னுடைய பதிலைத் தெரிந்துகொள்ள உனக்குப் பயமா? அப்படியானால் உண்மையைத்தான் நான் சொல்கிறேன் என்று நீயே ஒப்புக்கொள்கிறாய்.'

'உனக்கு இவானைப் பிடிக்கவில்லை. பணம் ஒருபோதும் அவனை மயக்காது.'

'அப்படியா? அப்படியானால் கத்தரீனா இவானவ்னாவின் அழகு? இங்குக் கொஞ்சநஞ்சப் பணமில்லை, அறுபதாயிரம் என்பது யாரையும் கவர்ந்திழுக்கக்கூடிய ஒன்று'

'இவான் இதற்கும் மேல் தகுதியானவன். இந்தச் சில ஆயிரங்களுக்காக அவன் மயங்கமாட்டான். பணத்தையோ பாதுகாப்பையோ இவான் தேடவில்லை. துன்பத்தைத்தான் அவன் தேடுகிறான்.'

'இது என்ன இன்னுமொரு பிதற்றல்? ஆஹா, நீங்கள் . . . சீமான்கள்!'

'ஓ, மீஷா, அவனுடைய ஆன்மா கொந்தளித்துக்கொண்டிருக்கிறது. அறிவு உள்ளடக்கத்துடன் ஆழ்ந்து மூழ்கிக் கிடக்கிறது. அவனுடைய எண்ணங்கள் மிகவும் உயர்வானவை. விளக்கங்களுக்கு அப்பாற்பட்டவை. லட்சங்களை நாடுபவர்களில் ஒருவன் அல்ல அவன், எண்ணங்களுக்கு விடை தேடுபவன் அவன்.'

'இது இலக்கியத் திருட்டு அல்யோஷா. உன்னுடைய முதியவரின் வார்த்தைகளை நீ சொல்லாடல் செய்கிறாய். ஹா, இவான் உங்களுக் கெல்லாம் ஒரு விடுகதை போட்டிருக்கிறான்!' என்று வெளிப்படையாக வெறுப்புடன் சீறினான் ரக்கீதின். அவனுடைய முகபாவம் மாறி, உதடுகள் ஏளனத்துடன் சுழித்தன. 'ஆமாம், அந்த விடுகதை முட்டாள் தனமானது, அதற்கு விடை தேட வேண்டிய அவசியமே இல்லை. உன்னுடைய மூளையை நீ பயன்படுத்து, புரிந்துகொள்வாய். அவனுடைய கட்டுரை கேலிக்குரியது, முட்டாள்தனமானது. முட்டாள்தனமான அவனுடைய கோட்பாட்டை நானும் கேட்டேன்:

'ஆன்மாவுக்கு அழிவென்பதில்லை, அப்படியே நல்லது என்பதும் இல்லை, எனவே எல்லாமே அனுமதிக்கப்படுபவை.' (நினைவிருக்கிறதா எப்படி உன் சகோதரன் மீச்சென்கா கத்தினான் 'இதை நான் நினைவில் வைத்துக்கொள்வேன்!' என்று) பிழைபட்ட இந்தக் கோட்பாடு கயவர் களுக்கானது . . . இப்படி நான் திட்டுவது முட்டாள்தனம்தான் . . . சரி, இது கயவர்களுக்கானதல்ல, 'விடைகாண முடியாத ஆழ்ந்த எண்ணங்களைக் கொண்ட' திமிர் பிடித்த பள்ளி மாணவர்களுக்கானது என்று வைத்துக்கொள்வோம். அவன் ஏதோ தற்பெருமையடித்துக்

கொள்கிறான், ஆனால் அதற்கான உள்ளர்த்தம் இதுதான்: 'ஒருபுறம், இதை ஏற்றுக்கொள்ள வேண்டி இருக்கிறது ... மறுபுறம் இதை ஒப்புக்கொள்வதைத் தவிர வேறுவழியில்லாமல் இருக்கிறது ...' அவனுடைய முழுக் கோட்பாடும் ஒரு சொற்புரட்டு, ஏமாற்று வேலை! ஆன்மாவிற்கு அழிவில்லை என்பதை மனித இனம் நம்பாவிட்டாலும், நல்ல விஷயங்கள் இந்தப் பூமியில் இருப்பதற்குத் தேவையான வலிமையை அது தனக்குத் தானே ஊட்டிக் கொள்ளும்; சுதந்திர தாகத் தேடலில், சமதர்மத்தில், சகோதரத்துவத்தில் தன்னுடைய வலிமையை அது நிலைநாட்டிக் கொள்ளும் ...'

ரக்கீத்தின் தன்னை அடக்கிக்கொள்ள முடியாமல் கொதித்துப் போனான். ஆனால், ஏனோ திடீரென்று எதையோ நினைத்தவாறு நிறுத்தினான்.

'ஹா, இது போதும்' என்று முன்பைவிட ஏளனமாகச் சிரித்தான் அவன்.

'நீ ஏன் சிரிக்கிறாய்? நான் நாகரிகமில்லாதவன் என்று நீ நினைக்கிறாயா?'

'இல்லை. அப்படி நான் நினைத்துக்கூடப் பார்க்கவில்லை. நீ அறிவாளி, ஆனால் ... நான்தான் அற்பத்தனமாகச் சிரித்துவிட்டேன். எனக்குப் புரிகிறது, மீஷா, நீ எப்படி இதைப் பற்றியெல்லாம் யோசித்து கொதித்துப்போயிருக்கிறாய் என்று. உன்னுடைய இந்தக் கிளர்ச்சித் தூண்டலிலிருந்து நீ கத்தரீனா இவானவ்னாவின் மீது அக்கறை இல்லாமல் இல்லை என்று என்னால் ஊகிக்க முடிகிறது; சகோதரனே, இந்தச் சந்தேகம் எனக்கு முன்பே இருந்தது, அதனால்தான் நீ உன் சகோதரன் இவான்மீது விருப்பம் இல்லாதவன் போல இருக்கிறாய். அவனைப் பார்த்து நீ பொறாமைப்படுகிறாயா?'

'ஏன் அவளுடைய பணத்தைப் பார்த்துக்கூட நான் பொறாமைப் படுகிறேன் என்று அதையும்தான் சேர்த்துச் சொல்லேன், அதனால் என்ன இப்போது?'

'இல்லை, இல்லை, நான் பணத்தைப் பற்றி எதுவும் சொல்ல வில்லை, அப்படிச் சொல்லி உன்னை நான் புண்படுத்த விரும்ப வில்லை.'

'சரி, நீ அப்படிச் சொன்னதால் நான் நம்புகிறேன், ஆனால் உன் சகோதரன் இவானும், நீங்கள் எல்லோரும் நாசமாய்ப் போக! கத்தரீனா இவானவ்னா விஷயத்தில் மட்டுமல்ல, வேறு எந்த விதத்திலேயும் அவன் விரும்பத்தக்கவன் அல்ல என்பதை நீங்கள் ஏன் புரிந்துகொள்ள மாட்டேன் என்கிறீர்கள் ... எதற்காக அவனிடம் நான் அன்பு பாராட்ட வேண்டும், நாசமாய்ப் போக! அவன்தான் என்னை நொறுக்கிவிட்டானே! அவனைத் திட்டக்கூட எனக்கு உரிமை இல்லையா என்ன?'

'உன்னைப் பற்றி நல்லதோ, கெட்டதோ எதையும் அவன் சொல்லி நான் கேட்டதில்லை; உன்னைப் பற்றி அவன் எதுவுமே பேசுவதில்லை'

'கேள்விப்பட்டேன், நேற்று முன்தினம் அவன் கத்தரீனா இவானவ்னாவிடம் கெட்டவார்த்தைகளைப் பயன்படுத்தி என்னைத் திட்டினான் என்று – இதோ இப்படித்தான் இருக்கிறான் உங்கள் நலனில் அக்கறை காட்டும் உங்கள் உண்மையான ஊழியன். இதில் யார் யாரைப் பார்த்துப் பொறாமைப்படுகிறார்கள் என்றுதான் தெரியவில்லை! அவன் சொன்னானாம், நான் மட்டும் திருக்கோயில் மடாலய வாழ்க்கையைத் தொழிலாகத் தேர்ந்தெடுத்து, வருங்காலத்தில் துறவியாகப் போகும் முடிவை எடுக்காமல் இருந்திருந்தால், இப்போதே நான் பீத்தர்புர்க் போய் மிகப்பெரிய பத்திரிகை ஒன்றில் சேர்ந்து விமர்சனம் எழுதி, பத்து வருடம் அதில் வேலை செய்து, கிடைத்த அனுபவத்தில் இறுதியாக அந்தப் பத்திரிகைக்கே உரிமையாளன் ஆகிவிடுவேனாம். பிறகு அந்தப் பத்திரிகையை அப்படியே முற்போக்கு, நாத்திக, சோசியலிஸ வழியில் கொண்டுசென்று, அதற்குச் சற்றே சோசியலிஸப் பளபளப்பூட்டி, அதாவது உங்களுடைய மற்றும் நம்முடைய மக்களை நான் கையில் வைத்துக்கொண்டு, மிகக் கவனமாகப் பேதைகளைத் திசை திருப்புவேனாம். என்னுடைய இந்தப் பத்திரிகைத் தொழிலின் கடைசி காலகட்டத்தில், உன் சகோதரனின் யோசனைப் படி, சந்தாதாரர்களின் பணத்தை எடுத்து என்னுடைய வங்கிக் கணக்கில் போட்டு, ஆர்வமிக்க முதலீட்டாளர்கள் மூலம் வியாபாரத்தில் முதலீடு செய்து, சோசலிஸ சாயல் எந்தவிதத்திலும் என்னைத் தடைசெய்யாத விதத்தில், பீத்தர்புர்கில் பெரிய வீடு ஒன்றைக் கட்டிக்கொண்டு, இந்தப் பதிப்பகத்தை அதில் மாற்றி, வீட்டின் மாடிப்பகுதியை வாடகைக்கு விட்டுவிடுவேனாம். அதற்கு இடம்கூடப் பார்த்துவிட்டேனாம்: நோவா ஆற்றின்மீது கட்டப்பட்ட நோவா காமின்ஸ்கி பாலத்தின் வழியாகச் செல்லும் லித்தென்ஸ்கி சாலை வீபர்க் என்ற புறநகர்ப் பகுதியை அடைகிறதே, அந்த இடம்தானாம் . . .'

'ஓ, மீஷா, உன்னுடைய கடைசி வார்த்தைவரை எல்லாமே அப்படியே நடக்கட்டும்!' என்று தன்னுடைய மகிழ்ச்சியைக் கட்டுப் படுத்த முடியாமல் திடீரென்று கத்தினான் அல்யோஷா.

'நீங்கள், அலெக்ஸெய் ஃபியோதரவிச், ஏன் அப்படி என்னை ஏளனமாகப் பார்க்கிறீர்கள்.'

'இல்லை. இல்லை. நான் வேடிக்கையாகத்தான் சொன்னேன், மன்னித்துவிடு.'

'நான் வேறு எதைப் பற்றியோ யோசித்துக்கொண்டிருக்கிறேன். ஆனால், ஒன்றை மட்டும் கேட்கிறேன், யார் உனக்கு இந்த விவரங்களை யெல்லாம் சொன்னது, யாரிடமிருந்து நீ இவற்றையெல்லாம் தெரிந்து கொண்டாய். கத்தரீனா இவானவ்னா வீட்டில் உன்னைப் பற்றி அவன் பேசியபோது இதையெல்லாம் நீ கேட்டிருக்க வாய்ப்பில்லையே?'

'அங்கு நான் இல்லைதான். ஆனால் திமித்ரி ஃபியோதரவிச் அங்கிருந்தான், இப்படி அவன் சொன்னதை நானே என்னுடைய காதால் கேட்டேன், அதாவது, என்னிடம் அவன் சொல்லவில்லை; தற்செயலாக, என்னுடைய விருப்பத்திற்கு மாறாக அதை நான்

கேட்க வேண்டியிருந்தது. அப்போது நான் குரூஷென்கா வீட்டில் வெளியே வரமுடியாத நிலையில், அவளுடைய படுக்கை அறையில் உட்கார்ந்திருந்தபோது, திமித்ரி பியோதரவிச் பக்கத்து அறையில் பேசிக்கொண்டிருந்ததை நான் கேட்டேன்.'

'ஓ, ஆமாம், நான் மறந்தே போய்விட்டேன், அவள் உனக்குச் சொந்தக்காரியல்லவா ..?'

'என்ன, சொந்தக்காரியா? அந்தக் குரூஷென்கா எனக்கு உறவா?' என்று சட்டென்று கத்திய ரக்கீத்தினின் முகம் முற்றிலும் சிவந்து போனது. 'உனக்கு என்ன பித்துப்பிடித்துவிட்டதா? நீ என்ன பைத்தியமா?'

'ஏன்? அவள் உனக்கு உறவு இல்லையா? அப்படித்தானே நான் கேள்விப்பட்டேன் . . .'

'எங்கு நீ கேள்விப்பட்டாய்; இல்லை, கரமாஸவ் பெருங்குடி மக்களே, உங்களை நீங்கள் பழம்பெரும் பிரபு வம்சாவழியினர் என்று தற்பெருமையடித்துக்கொள்கிறீர்கள், ஆனால் உன் தந்தையோ கோமாளி போல முன்பின் தெரியாதவர்களின் சாப்பாட்டு மேசைப் பக்கம் அல்லாண்டதில், அவர்மேல் இரக்கப்பட்டு, கருணையின் பேரில் மக்கள் அவரைச் சமையலறைவரை போக அனுமதித்தார்கள். நான் ஒரு துறவியின் மகன்தான், உங்களுக்கு நான் ஒரு கேடுகெட்ட அற்பப் புழுதான், அதற்காக என்னை நீங்கள் இவ்வளவு சந்தோஷமாகக் கேவலப்படுத்தக் கூடாது. தன்மானம் எனக்கும் இருக்கிறது, அலெக்ஸெய் ஃபியோதரவிச். குரூஷென்காவுக்கு நான் உறவினன் ஆக முடியாது, அவள் ஒரு பரத்தை, தயவுசெய்து அதை நீங்கள் புரிந்துகொள்ளுங்கள்!'

ரக்கீத்தின் அதீத எரிச்சலுடன் இருந்தான்.

'தயவுசெய்து என்னை மன்னித்துவிடு, இதை நான் நினைத்துகூடப் பார்க்கவில்லை, அவள் என்ன வேசியா? அப்படிப்பட்டவளா அவள்?' என்று கேட்ட அல்யோஷா அந்தக் கணமே முகம் சிவந்துபோனான். நான் மறுபடியும் சொல்கிறேன் கேள், அவள் உன்னுடைய உறவுக்காரி என்று நான் கேள்விப்பட்டேன். அவளைப் பார்க்க நீ அடிக்கடி போவாய், ஆனால் அவள்மீது உனக்குக் காதல் எதுவும் இல்லை என்று நீ தானே சொன்னாய், ஆனால் அவளை நீ, குறிப்பாக இவ்வளவு தூரம் வெறுப்பாய் என்று நான் நினைத்துக்கூடப் பார்க்க வில்லை! உண்மையாகவே இவ்வளவு தூரம் அவள் வெறுத்து ஒதுக்கப் படக்கூடியவளா, என்ன?'

'நான் அவளுடைய வீட்டிற்குப் போகிறேன் என்றால் அதற்குப் பல காரணங்கள் உண்டு, அதை நீ தெரிந்துகொள்ள வேண்டிய அவசியம் இல்லை. எனக்கு அவள் உறவுக்காரி என்பதைவிட, உன் சகோதரனுக்கும் தந்தைக்கும் உறவுக்காரி என்ற சாத்தியம்தான் அதிகமாக இருக்கிறது.'

சரி, நாம் வரவேண்டிய இடத்திற்கு வந்துவிட்டோம். இப்போது நீ சமையலறைக்குப் போவது நல்லது. ஏய், யாரங்கே, அங்கே என்ன

நடக்கிறது? நாங்கள் தாமதமாக வந்துவிட்டோமா? ஆமாம், இவ்வளவு சீக்கிரம் அவர்கள் உணவருந்தியிருக்க முடியாது! ஒருவேளை, கரமாஸவ் குடும்பத்தினர் மீண்டும் சர்ச்சையை ஆரம்பித்துவிட்டார்களா? அப்படித்தான் இருக்கிறது போல. இதோ உன் தந்தை, அவருக்குப் பின்னால் இவான் ஃபியோதரவிச், தலைமை மடாதிபதியைப் பார்த்துவிட்டு வருகிறார்கள். அதோ, அருட்தந்தை இஸிதோர் படிக்கட்டில் நின்றுகொண்டு ஏதோ உரக்கச் சொல்கிறார். உன் தந்தைகூடப் பதிலுக்குக் கைகளை ஆட்டியபடி ஏதோ கத்துகிறார் பார், கண்டிப்பாக அது கெட்ட வார்த்தைதான் என்று நினைக்கிறேன். அதோ அங்கே மியூசவ் வண்டியில் ஏறிப்போகிறார், பார் அங்கே போகிறார். இதோ மாக்சிமவ் நிலக்கிழார்கூடப் பின்னாலேயே ஓடுகிறார் – ஆமாம், அங்கே ஏதோ தகறாறுதான்; அப்படியானால் விருந்து நடக்கவில்லை போல. ஒரு சமயம் தலைமை மடாதிபதியை அவர்கள் அடித்து விட்டார்களோ? அல்லது அவர்களுக்கு அடிவிழுந்துவிட்டதா? அப்படி யிருந்தால் அது அவர்களுக்குத் தேவைதான்..!'

ரக்கீத்தின் அடைந்த கொந்தளிப்புக்குக் காரணம் இல்லாமல் இல்லை. உண்மையாகவே எதிர்பாராத விதமாக அங்குத் தகராறு நடந்ததுதான். எல்லாமே ஒருவித 'அகத்தூண்டுதலின்' விளைவாக நடந்திருந்தது.

## 8

## அவதூறு

பண்பு மிக்க குணமும் இனிமையான, நேர்த்தியான மனமும் கொண்ட மியூசவ், இவான் ஃபியோதரவிச்சுடன் தலைமை மடாதிபதியைப் பார்க்கச் சென்றபோது, தான் கோபப்பட்டு நடந்துகொண்டது சரியல்ல என்றெண்ணி வெட்கப்பட்டார். உண்மையாகப் பார்க்கப்போனால், மரியாதைக்கு உகந்தவரல்லாத, கேவலமான பியோதர் பாவ்லவிச்சுக்காகத் தான் பொறுமையிழந்து, துறவியின் அறையில் கோபப்பட்டது தேவையில்லாத ஒன்றாக அவருக்குப் பட்டது. 'எப்படியிருந்தாலும், இந்தத் துறவிகள் மீது எந்தக் குற்றமும் இல்லையே' என்று படியேறும் போது நினைத்தவர், இங்கிருக்கும் துறவிமார்கள் எல்லோரும் நல்லவர்களென்றால், (இந்த அருட்தந்தை நிக்கலாய், தலைமை மடாதிபதிகூட உயர்குடியைச் சார்ந்தவர் போல) இவர்களுடன் நாம் ஏன் அன்பாக, மரியாதையாக, இனிமையாக நடந்துகொள்ளக் கூடாது? இனி நான் விவாதம் எதுவும் செய்யப் போவதில்லை; அன்புடன் அவர்கள் சொல்வதைக் கேட்டு, அப்படியே... அப்படியே... இந்தக் கூட்டத்திலிருக்கும் இந்த ஈசாப், இந்தக் கோமாளி, காட்டான் இனத்தைச் சார்ந்தவன் அல்ல நான் என்பதையும், எப்படி அவர்கள் இங்கு வந்து மாட்டிக்கொண்டார்களோ, அது போலவே நானும் இங்கு வந்து மாட்டிக்கொண்டேன் என்பதையும் அவர்களுக்குப் புரியவைக்கப்போகிறேன்...' என்று தனக்குள் நினைத்துக்கொண்டார்.

காட்டில் மரம் வெட்டும் உரிமை, மீன்பிடிக்கும் உரிமை (சர்ச்சைக் குரிய இந்த இடங்களெல்லாம் எங்கிருக்கின்றன என்பது அவருக்கே தெரியாது) இவை எல்லாவற்றையும் அவர்களுக்கே விட்டுக் கொடுக்க முடிவு செய்தவர், இன்று மட்டுமல்ல, இனி எப்போதுமே அந்த உரிமை தனக்கு வேண்டாமென்றும் அவ்வளவு தூரம் மதிப்பில்லாத அந்த உரிமையையும் மடத்திற்கு எதிராகப் போடப்பட்ட வழக்குகளை யும் அவர் திரும்பப் பெற்றுக்கொள்வதாகவும் முடிவுசெய்தார்.

விருந்தளிக்கச் சாப்பாட்டு அறைக்குள் தலைமை மடாதிபதி நுழைந்தபோதுதான் இந்த நல்ல எண்ணங்கள் எல்லாம் அவருள் எழுந்து மீண்டும் அவை வலுப்பட்டுப் போயின. சாப்பாட்டு அறை என்று குறிப்பிட்டுச் சொல்ல முடியாதபடி இரண்டு அறைகள் மட்டுமே அங்கிருக்க, அவை அந்த முதியவரின் அறையைவிடப் பெரியதாக, வசதியாக இருந்தன. ஆனால், அறையிலிருந்த மற்ற பொருட்கள் எல்லாம் வேறெந்த வகையிலும் சிறப்பாக இருக்கவில்லை: அமர்வதற் காகச் சிவப்பு மரத்தால் செய்யப்பட்ட இருக்கைகள் தோலாலான துணியால் மூடப்பட்டு, இருபதாம் ஆண்டு பழைய வடிவமைப்பைக் கொண்டவையாக இருந்தன; தரைகூட வர்ணம் அடிக்கப்படாம லிருந்தது; ஆனால் தரை மிகவும் சுத்தமாகப் பளபளக்க, ஜன்னல் திட்டுப் பலவகை விலையுயர்ந்த மலர்களால் அலங்கரிக்கப்பட்டிருந்தது; அங்கிருந்த பொருள்களிலேயே, சாப்பாட்டு மேசைதான் விலையுயர்ந்த பொருளாக இருந்தது: மேசைத்துணி மிகவும் சுத்தமாக இருக்க, பாத்திரங்களும் பளபளப்பாக இருந்தன; மூன்று வகையான ரொட்டிகள் அற்புதமாகத் தயாரிக்கப்பட்டிருக்க, இரண்டு ஒயின் பாட்டில்களும் அருமையான மடத்துத் தேன் இரண்டு பாட்டில்களிலும், பெரிய கண்ணாடிக் குடுவையில் மடத்திலேயே செய்யப்பட்ட, மிகவும் புகழ்பெற்ற க்வாஸும்[1] அங்கு வைக்கப்பட்டிருந்தன. சுத்தமான வோத்கா மட்டும் இல்லாமல் இருந்தது.

விருந்தினர்களுக்காகத் தனிப்பட்ட முறையில் ஐந்து விதமான உணவு தயாரிக்கப்பட்டிருந்தது என்று ரக்கீத்தின் அந்த விருந்தைப் பற்றிப் பிறகு விவரித்தான். அவை: ஸ்டெர்லெட் என்ற ஒருவகை மீன் கொண்டு தயாரித்த ஊஹா[2] சூப்பும் மீன் பதார்த்தமும் வேகவைத்த மீனைச் சிறப்பான விதத்தில் தயாரித்த பண்டமும் மேலும் சிவப்பு மீன் கொண்டு பொரிக்கப்பட்ட பதார்த்தமும் ஐஸ்கிரீமும் வேகவைத்த கம்போத்[3] என்ற பழச்சாறும் இறுதியாக, கீசெல்[4] என்ற பழ ஜெல்லியும் தயாரிக்கப்பட்டுள்ளன என்று தலைமை மடாதிபதியின் சமையல் அறையில் தொடர்பு கொண்டிருந்த ரக்கீத்தின் விவரித்தான்.

எல்லா இடங்களிலும் அவனுக்குத் தொடர்பு இருந்தது, எல்லா வற்றையும் அவன் பேசியே சாதித்தான். இயற்கையாகவே பரபரப்பாக, பொறாமையுடன் இருக்கும் அவனுக்குத் தன்னுடைய குணநலன்களைப் பற்றி நன்றாகத் தெரிந்திருந்தும், அவன் பெருமையாகவே தன்னைப் பற்றிப் பேசிக்கொள்வான். அவனுக்குத் தெரியும், எப்படியோ தன்னுடைய வழியில் தான் பெரியவனாகிவிடுவோம் என்று, ஆனால்

அவனுடன் நெருக்கமாக இருக்கும் அல்யோஷாவுக்குத் தான் தன் நண்பன் நேர்மையில்லாமல் இருப்பது மிகவும் சிரமமாக இருந்தது; ஆனால் ரக்கீத்தினுக்கு அதைப் பற்றிய கவலையே இல்லாமல் இருந்ததுடன், மேசை மீதிருக்கும் பணத்தைத் திருட மாட்டான் என்பதற்காக அவன் தன்னை மிகப் பெரிய நேர்மையாளன் என்றும் எண்ணிக்கொண்டிருந்தான். இதில் அல்யோஷா மட்டுமல்ல, வேறு யாருமே எதுவுமே செய்ய முடியாமலிருந்தது.

ரக்கீத்தின் போன்ற சாதாரண மனிதன் விருந்துக்கு அழைக்கப் பட்டிருக்க வாய்ப்பில்லை, ஆனால் அருட்தந்தை ஜோசப்பும் அருட் தந்தை பாய்சியும் மற்றும் அவர்களுடன் திருமணமாகாத வேறொரு துறவியும் விருந்துக்கு அழைக்கப்பட்டிருந்தார்கள். அங்கு பியோத்தர் அலெக்சாந்தரவிச்சும் கல்கானாவும் இவான் ஃபியோதரவிச்சும் உள்ளே நுழைந்தபோது ஏற்கெனவே அவர்களுக்காக எல்லோரும் காத்துக்கொண்டிருந்தார்கள். ஒருபுறம் நிலக்கிழார் மாக்சிமவும் காத்துக்கொண்டிருந்தார். விருந்தாளிகளை வரவேற்கத் தலைமை மடாதிபதி உள்ளே வந்தார். நல்ல உயரமும் மெல்லிய உருவமும் கொண்ட அவருக்கு வயதாகியிருந்தாலும் இன்னமும் ஆரோக்கிய மானவராய், பாதி நரைத்த தலைமுடியுடன், நீண்ட வாகுகொண்ட முகத்தில் பயபக்தியும் சிடுசிடுப்பும் கலந்த தோற்றங்கொண்டவராக அவர் இருந்தார். வந்திருந்த விருந்தினர்களை மௌனமாகத் தலை யசைத்து வரவேற்றவரிடம் ஆசீர்வாதம் பெற விருந்தாளிகள் விழைந்தனர். அப்போது மியூசவ் அவருடைய கைகளை முத்தமிட எத்தனிக்க, தற்செயலாக அவர் தன்னுடைய கைகளை விலக்கிக்கொள்ள, தலைமை மடாதிபதிக்கு முத்தம் கொடுக்கப்படாமலேயே போனது. ஆனால் இவான் ஃபியோதரவிச்சும் கல்கானாவும் எளிய உள்ளத்துடன் அவருடைய கைகளை முத்தமிட, அவர் முழுமனதுடன் அவர்களை ஆசீர்வதித்தார். ‘பெருமதிப்பிற்குரிய அருட்தந்தையே, உங்களிடம் நாங்கள் மன்னிப்பு கோருகிறோம்’ என்று மெல்லிய புன்னகையுடன், பணிவான தொனியில் ஆரம்பித்த பியோத்தர் அலெக்சாந்தரவிச் மியூசவ், ‘விருந்துக்குத் தங்களால் அழைக்கப்பட்ட பியோதர் பாவ்லவிச்சால் இங்கு வர இயலாமல் போனதற்குத் தாங்கள் அவரை மன்னிக்க வேண்டும்; தங்களுடைய அழைப்பை ஏற்று அவரால் இங்கு வர இயலாமல் போனதற்குக் காரணம் இருக்கிறது. மதிப்பிற்குரிய அருட்தந்தை ஸோசிமாவின் அறையில் அவருடைய மகனுடன் ஏற்பட்ட வாக்குவாதத்தில் அவர் ஒருசில வார்த்தைகளை . . . அதாவது, சொல்லத் தகாத சில வார்த்தைகளைப் பிரயோகித்துவிட்டார் . . . அதைப் பற்றி, மதிப்பிற்குரியவரே, (திருமணமாகாத துறவிகளைப் பார்த்து) உங்களுக்கு ஏற்கனவே தெரியுமென்று நினைக்கிறேன். எனவே, அவர் தான் செய்த தவறை உணர்ந்து, உண்மையாக வருத்தப்பட்டு, வெட்கித் தலைகுனிந்து, அதனினின்று மீள இயலாமல் தன்னுடைய ஆழ்ந்த வருத்தத்தை உங்களிடம் தெரிவிக்குமாறு என்னையும் அவருடைய மகனான இவான் ஃபியோதரவிச்சையும் கேட்டுக்கொண்டார் . . . சுருக்கமாகச் சொல்லப்போனால், நடந்த இந்தச் சம்பவத்திற்கு அவர் பிறகு பிராயச்சித்தம் தேடிக்கொள்ள விருப்பப்படுகிறார், இப்போது

அவர் தங்களுடைய ஆசீர்வாதத்தைப் பெற்று, நடந்தவற்றை மறந்து விடுமாறு தங்களை அவர் தாழ்மையுடன் கேட்டுக் கொள்கிறார் . . .' இப்படிச் சொன்ன மியூசவ் அமைதியானார். சற்று முன்பு நடந்த சம்பவத்தின் விளைவாக, அவருடைய மனத்திலிருந்த காழ்ப்புணர்ச்சியின் அடிச்சுவடு மறையும் விதத்தில் கண்டனக் கணைமாரியின் கடைசிச் சொற்களைப் பிரயோகித்த பிறகு, அவர் மனமகிழ்ந்து போனார். மீண்டும் மனிதகுலத்தின் மீது அவர் பரிபூரண அன்பு கொண்டவராகத் திகழ்ந்தார். தலைமை மடாதிபதி அவர் சொன்னதைக் கவனமாகக் கேட்டுவிட்டு, சற்றே தன்னுடைய தலையைச் சாய்த்து 'அவரால் இங்கு வர இயலாமல் போனதற்கு நான் வருந்துகிறேன். நம்முடன் அவர் இங்கு வந்து உணவு அருந்தியிருந்தால், நம் மீது அவர் அன்பு செலுத்தியிருப்பார்; நாமும் அவர்மீது அன்பு செலுத்தியிருப்போம். உங்களை நாங்கள் அன்புடன் அழைக்கிறோம், நன்மக்களே, வாருங்கள், வந்து உணவருந்துங்கள்.'

அப்படிச் சொன்னவர், இறைவனின் முன்பாக மீண்டும் பிரார்த்திக்க ஆரம்பித்தார். அவரைப் பார்த்து அனைவரும் தலைவணங்கிப் பிரார்த்தித்தனர்; நிலக்கிழார் மாக்சிமவ் ஆர்வமிகுதியில் சற்றே தன்னை முன்னிறுத்திக் கைகளை மூடிப் பிரார்த்தித்தார்.

அந்தச் சமயம்தான் பியோதர் பாவ்லவிச் இப்படியொரு காரியத்தை இறுதியாகச் செய்தார்.

உண்மையாகவே தான் வெளியே போக வேண்டுமென்ற விருப்பத்தை அவர் உணர்த்த விரும்பினார், ஏனெனில் அருட்தந்தை ஸோசிமாவின் அறையில் அவர் மிக மோசமாக நடந்துகொண்ட பிறகு, ஏதோ ஒன்றும் நடக்காதது போலத் தலைமை மடாதிபதி அளிக்கும் விருந்தில் பங்குகேற்க உண்மையாகவே அவரால் முடியவில்லைதான். இது வெட்கத்தின் காரணமாகவோ தான் செய்த செயலுக்கு வருத்தப்பட்டோ அல்ல; அல்லது இவ்விரண்டிற்கும் நேர்மாறான ஒன்றாகவும் அது இருக்கக்கூடும்; இருந்தாலும், தலைமை மடாதிபதியுடன் ஒன்றாகச் சேர்ந்தமர்ந்து விருந்து உண்பது என்பது அவரால் ஏற்க முடியாத காரியமாக இருந்தது. அந்தச் சமயம் விடுதியின் வாசலில் வந்து நின்ற குதிரை வண்டியில் ஏறும் முன்பாக அவர் சட்டென்று நின்றார். முதியவரிடம் அவர் சொன்ன வார்த்தைகள் அப்போது அவருக்கு நினைவுக்கு வந்தன: 'மனிதர்களிடம் 'நான் பழகும்போது கேவலமானவனாக, கோமாளியாக இருப்பதாக எனக்குத் தோன்றுவதால் உண்மையாகவே நான் ஒரு கோமாளியாகவே நடித்து விடுகிறேன், ஏனெனில், நீங்கள் எல்லோரும், ஒவ்வொருவரும், என்னை விடக் கேவலமானவர்கள்' என்ற வார்த்தைகள். கேவலமான நடவடிக்கையின் மூலமாக எல்லோரையும் அவர் பழிவாங்க விரும்பினார். முன்பு ஒருமுறை அவரிடம் கேட்கப்பட்ட கேள்வி திடீரென்று அவருக்கு இப்போது நினைவுக்கு வந்தது: 'நீங்கள் ஏன் ஒருவரை இப்படி வெறுக்கிறீர்கள்?' என்ற அந்தக் கேள்வி. அதற்கு அவர் கேவலமாகச் சிரித்தபடி, 'இதற்காகத்தான்: எனக்கு அவர் ஒரு கெடுதலும் செய்யவில்லை, ஆனால் மனசாட்சியில்லாமல் அவருக்கு நான் ஒருமுறை

கெடுதல் செய்தேன், அந்தக் கணமே அவரை நான் வெறுப்பதை உணர்ந்தேன்' என்று அவர் பதிலளித்தார். அப்படிப்பட்ட இந்தப் பதிலை நினைத்தவுடன் வன்மத்துடன், அமைதியாக அவர் சிரித்தார். அவருடைய கண்கள் பளிச்சிட்டு, உதடுகள் நடுங்கின. 'இதை நான் ஆரம்பித்து வைத்ததால், நானே இதை முடித்தும் விடுகிறேன்' என்று சட்டென்று முடிவு செய்தார். அவருடைய ஆழ்மனத்திலுள்ள உணர்வு அந்தச் சமயம் இப்படிப்பட்ட வார்த்தைகளைத்தான் வெளிப்படுத்தியது: 'என்னை நான் திருத்திக்கொள்ள முடியாத நிலையில், மற்றவர்கள்மீது எவ்வளவு தூரம் என்னால் எச்சில் துப்ப முடியுமோ, அவ்வளவு தூரம் வெட்கமில்லாமல் எச்சில் துப்புகிறேன்: அதற்காக நான் வெட்கப்படவில்லை. அப்படியே என்னைப் பற்றி நீங்கள் என்ன நினைத்தாலும் சரியே, அதைப் பற்றி எனக்குக் கவலை இல்லை!' என்று சொன்னவர், குதிரை வண்டிக்காரனை நிறுத்தி வேகமாகத் துறவி மடாலயத்திற்கு, நேராகத் தலைமை மடாதிபதியைப் பார்க்கப் போக வேண்டுமென்று உத்தரவிட்டார். தான் என்ன செய்யப் போகிறோம் என்ற தெளிவான எண்ணம் இல்லாமல், தன்னுடைய கட்டுப்பாட்டை இழந்திருந்த அவர், சற்றே தூண்டிவிட்டாலும் போதும், எல்லை மீறிய ஏதோ ஒன்றை, மிகக் கேவலமான ஒன்றைச் செய்யக்கூடியவராக இருந்தவர், சட்டத்தால் தண்டிக்கப்படக்கூடிய மிகப்பெரிய குற்றத்தைச் செய்யவில்லையென்றாலும், கேவலமான ஏதோ ஒன்றைச் செய்யத் தயாராக இருந்தார். ஆனால் கடைசி நிமிடத்தில் அவர் தன்னைக் கட்டுப்படுத்திக்கொண்டு, கேவலமான எந்தக் காரியத்தையும் செய்யாமல், அப்படிக் கேவலமாக எதையும் செய்யாத தன்னுடைய திறமையைக் கண்டு தானே வியந்தும் கொண்டார். விருந்தாளிகள் பிரார்த்தனையை முடித்துக்கொண்டு தலைமை மடாதிபதியுடன் உணவருந்த அமர்ந்த அந்தச் சமயத்தில் தான் பியோதர் பாவ்லவிச் உள்ளே நுழைந்தார். வாசலில் நின்றபடி அங்கிருந்தவர்களை ஏற இறங்கப் பார்த்தவர், வன்மத்துடன் நீண்டதொரு, ஏளனச் சிரிப்பைச் சிந்தினார். 'நீங்கள் எல்லோரும் நான் போய் விட்டதாக நினைத்தீர்களல்லவா, ஆனால், இதோ நான் மறுபடியும் இங்கு வந்துவிட்டேன்!' என்று அறை அதிர முழங்கினார்.

ஒரு நிமிடம் அவரை உற்றுப் பார்த்து அமைதியான விருந்தாளிகள், இப்போது முட்டாள்தனமான, வேண்டத்தகாத ஏதோ ஒரு சம்பவம் நடக்கும் என்று நினைத்தார்கள். அதற்கேற்ப இதுவரை அமைதியாக இருந்த பியோத்தர் அலெக்சாந்தரவிச் சட்டென்று அமைதியை இழந்து வெடித்துச் சீறினார். அவருடைய மனத்தில் உறங்கிக் கிடந்த உணர்வுக ளெல்லாம் விழிப்புணர்வு பெற்றன:

'என்னால் இதைப் பொறுத்துக்கொள்ள முடியாது! பொறுத்துக் கொள்ளவே முடியாது . . . எப்படியுமே முடியாது!' என்று கத்தினார்.

ரத்த அழுத்தம் அவருடைய தலைக்கு ஏறியது. கோபத்தில் அவர் பேச்சு தடுமாறுவதைக் கூட உணர முடியாமல், தொப்பியைக் கைகளில் பற்றிக்கொண்டார்.

‘அப்படி அவரால் எதைப் பொறுத்துக்கொள்ள முடியாது?’ ‘எப்படியுமே எதற்காகவுமே அவரால் எதைப் பொறுத்துக்கொள்ள முடியாது?’ என்று பியோதர் பாவ்லவிச் உரக்கக் கேட்டார். ‘மதிப்பிற்குரியவரே! நான் உள்ளே வரலாமா? என்னை உங்களில் ஒருவனாக விருந்துண்ண நீங்கள் ஏற்றுக்கொள்வீர்களா?’

‘முழுமனதோடு உங்களை நாங்கள் ஏற்றுக்கொள்கிறோம்’ என்று பதிலளித்தார் தலைமை மடாதிபதி. ‘நன்மக்களே! உங்களுடைய கருத்து வேறுபாடுகளை ஒருபுறம் ஒதுக்கித்தள்ளிவிட்டு, உறவினர்களுடன் இணங்கி, அன்புடன் கலந்து, நம்முடைய இந்த அமைதியான உணவுக்காக நாம் இப்போது பிரார்த்திப்போம்...’

‘இல்லை, இல்லை, இது முடியவே முடியாது’ என்று கோபமாகத் தன்னிலையிழந்து கத்தினார் பியோத்தர் அலெக்சாந்தரவிச்.

‘நல்லது, பியோத்தர் அலெக்சாந்தரவிச்சால் இதைப் பொறுத்துக் கொள்ள முடியாதென்றால் என்னாலும் இதைப் பொறுத்துக்கொள்ள முடியாது, என்னாலும் இங்கு இருக்க முடியாது. இனிமேல் பியோத்தர் அலெக்சாந்தரவிச்சுடன்தான் நான் இருக்கப்போகிறேன்: பியோத்தர் அலெக்சாந்தரவிச், இங்கிருந்து நீங்கள் போனால், நானும் உங்களைப் பின்தொடர்ந்து வருவேன்; நீங்கள் இங்கு இருந்தால் நானும் இங்கிருப்பேன். உறவினர்களுடன் ஒற்றுமையாயிருங்கள் என்று நீங்கள் சொன்ன வார்த்தை அவரைக் கொட்டிவிட்டது, தலைமை மடாதிபதியே, ஏனெனில் அவர் என்னைத் தன் உறவினராகவே ஏற்றுக்கொள்ளவில்லை! அப்படித்தானே ஃவோன் ஸோன்? இதோ இங்கே ஒரு ஃவோன் ஸோன் இருக்கிறான். வணக்கம் ஃவோன் ஸோன்’ என்று குறிப்பிட்ட பியோதர் பாவ்லவிச்சைப் பார்த்து, ‘நீங்கள் என்னையா சொல்கிறீர்கள்?’ என்று ஆச்சர்யத்தில் முணுமுணுத்தார் நிலக்கிழார் மாக்சிமவ்.

‘ஆமாம், உங்களைத்தான், பிறகு வேறு யாரை நான் சொல்ல முடியும்? தலைமை மடாதிபதியையா ஃவோன் ஸோன் என்று சொல்ல முடியும்!’ என்று உரக்கக் கேட்டார் பியோதர் பாவ்லவிச்.

‘ஆனால் நான் ஃவோன் ஸோன் இல்லை, மாக்சிமவ்.’

‘இல்லை, நீ ஃவோன் ஸோன்தான். மதிப்பிற்குரியவரே, ஃவோன் ஸோன் என்றால் யாரென்று உங்களுக்குத் தெரியுமா? அந்தப் பெயரில் ஒரு குற்றவாளி இருந்தான், அவன் ஒரு பரத்தைத் தரகர் வீட்டில் கொல்லப்பட்டான் – அவனை மக்கள் இப்படித்தான் அழைத்தார்கள்; மக்கள் அவனைக் கொன்று, அவனிடமிருந்ததைக் கொள்ளையடித்து, முதிர்ந்த அவனுடைய வயதையும் பொருட்படுத்தாது, அவனுடைய உடலை ஒரு பெட்டியில் வைத்து ஆணியடித்து, பீத்தர்புர்கிலிருந்து மாஸ்கோ செல்லும் சரக்கு வண்டியில் ஏற்றி, அவனைப் பற்றிய தொடர்பு எண் விவரக் குறிப்புகளுடன் அவனுடைய சடலத்தை அனுப்பிவைத்தார்கள். அப்படி சடலத்தைச் சவப்பெட்டியில் வைத்து ஆணி அடித்தபோது அங்கிருந்த பரத்தைப் பெண்கள் எல்லோரும் பழங்கால நரம்பிசைக் கருவி மீட்டி, பாட்டுப் பாடி ஆடி மகிழ்ந்தனர்;

ஆக, அதே அந்த ஃவோன் ஸோன்தான் இவன். இறந்துபோன அவன்தான் இப்போது உயிர்த்தெழுந்து வந்திருக்கிறான், அப்படித் தானே ஃவோன் ஸோன்?'

'என்னது? எப்படி?' என்று திருமணமாகாத இளந்துறவிகளுடைய குரல்கள் கூட்டத்திலிருந்து கேட்டன.

'வாருங்கள், போகலாம்!' என்று கல்கானாவைப் பார்த்துச் சத்தமாகச் சொன்னார் பியோத்தர் அலெக்சாந்தரவிச்.

'இல்லை, இல்லை, எல்லாவற்றையும் சொல்ல என்னை அனுமதியுங்கள்!' என்று அவரைத் தடுத்து நிறுத்தி, அறைக்குள் அடி எடுத்து வைத்தார் பியோதர் பாவ்லவிச். 'அருட்தந்தை ஸோசிமாவின் அறையில் நான் ஏதோ மரியாதை குறைவாகத் தூண்டில் மீன் சாப்பிடுபவர்கள் என்று சொன்னதால் என்னை நீங்கள் அவமானப்படுத்தினீர்கள், பியோத்தர் அலெக்சாந்தரவிச் மியூசவ், என் உறவினரே, நீங்கள் உண்மையாக இருப்பதை விட மேன்மையாக இருப்பதையே விரும்புகிறீர்கள் *(plus de niblesse gue de sincertie)* நானோ அதற்கு மாறாக, உண்மையாக இருப்பதையே விரும்புகிறேன் *(plus de sincerite)*, அப்படியே உங்களுடைய அந்த மேன்மையை நான் *(noblesse)* காறித் துப்புகிறேன்! அப்படித்தானே ஃவோன் ஸோன்? தலைமை மடாதிபதியே, நான் கோமாளியாக இருக்கலாம், கோமாளி போல நடிக்கலாம், ஆனால், நான் ஒரு நேர்மையான மாவீரன், மனத்திலுள்ளதை வெளிப்படையாகச் சொல்ல விரும்புபவன், எனவே என்னைப் பேச அனுமதியுங்கள். ஆம், நான் ஒரு நேர்மையான வீரன், ஆனால், பியோத்தர் அலெக்சாந்தரவிச்சிடமோ வேறு எதையும் விடத் தற்பெருமைதான் அதிகமாக இருக்கிறது. இங்கு நடப்பவற்றைப் பார்த்து என்னுடைய மனத்தில் பட்டதைச் சொல்லத்தான் நான் இங்கு வந்தேன். என் மகன் அலெக்ஸெய், இயேசுநாதருடைய அருளால் பாபவிமோசனம் பெற்று வீடுபேறு அடைய இங்கு வந்திருக்கிறான். அவனுக்குத் தந்தையாக இருக்கும் நான், அவன் தேர்ந்தெடுத்த இந்த நல்வழிப்பாதையைப் பாராட்டி அவனை உற்சாகப்படுத்தவே இங்கு வந்தேன். வந்தவன் இங்கு நடப்பவற்றைப் பார்த்து அமைதியாக இப்படி யோசிக்கிறேன்; எங்களுடைய நிலைமை எப்படி இருக்கிறது, தெரியுமா? தரையில் எது விழுந்தாலும் அது அப்படியே இருப்பதுபோல. அதாவது, ஒருமுறை எங்கள் மனத்தில் விழுந்தது பல நூற்றாண்டு காலமாக அப்படியே எங்கள் மனத்தில் இருப்பது போல. ஆனால், இனி நான் எழுந்து நிற்கவே விரும்புகிறேன். புனித அருட்தந்தையே, நீங்கள் என்னைத் தூண்டிவிட்டு விட்டீர்கள். பாவமன்னிப்பு என்பது மிகப்பெரிய ஒரு இறைவாக்குறுதி, அதை நான் தலைவணங்கி மரியாதையுடன் ஏற்கிறேன், விழுந்து வணங்கி அதைத் தொழவும் தயாராக இருக்கிறேன்; ஆனால் அங்கு அந்தச் சிறு அறையில் எல்லோரும் முழந்தாளிட்டு, வாய்விட்டுச் சத்தமாகப் பாவமன்னிப்பு கேட்கிறார்கள். பாவமன்னிப்பு என்பது சத்தமாகக் கேட்கக்கூடிய ஒன்றா என்ன? அது பாதிரிமார்களின் காதுகளில் அமைதியாக மொழியப்பட வேண்டிய ஒன்று; அப்போது தான் நீங்கள் செய்த பாவகுற்றங்கள் ரகசியமாகப் பாதுகாக்கப்படும்

என்பது பழங்காலந்தொட்டுப் புனிதத் துறவிகளால் கடைபிடிக்கப் பட்டு வந்த ஒன்று. அப்படியிருக்க, எப்படி எல்லோர் முன்னிலையிலும் நான் வாய்விட்டுச் சத்தமாகப் பாவ மன்னிப்பு கேட்கமுடியும், அதாவது உதாரணமாக, நான் இவை, இவற்றைச் செய்தேன் என்று நான் எப்படி வாய்விட்டுச் சத்தமாகச் சொல்ல முடியும். உங்களுக்கு இது புரிகிறதா? சில சமயங்களில் இப்படிச் சொல்வதே சரியல்ல என்று நான் நினைக்கிறேன். ஏனெனில் அது மிகப்பெரிய சர்ச்சையைக் கிளப்பும்! அருட்தந்தையரே, எந்தவிதச் சமயப் பிரிவினையையும் நான் தூண்ட விரும்பவில்லை ... இப்போதே நான் மாவட்டத் தலைமைக் குருசபைக்கு, என்னுடைய மகன் அலெக்ஸெயை இங்கிருந்து கூட்டிக் கொண்டு போக விரும்புகிறேன் என்று கடிதம் எழுதப் போகிறேன் ...'

இங்கு ஒன்று கவனிக்கப்பட வேண்டும். பியோதர் பாவ்லவிச் தான் கேள்விப்பட்டதை எங்கு எடுத்துச் சொல்ல வேண்டுமோ அங்குத் தெளிவாக எடுத்துச் சொல்லிவிட்டார். இப்படிப்பட்ட வதந்திகள் எப்போதுமே அங்கு உலவி வந்தன; அவை இன்னும் மாவட்டச் சமய தலைமை முதல்வரின் காதுகளையும் எட்டியிருந்தன (நம்முடைய இந்த மடத்தில் மட்டுமில்லாது, மூத்தோர் நிறுவனங்களில் இருந்து வந்த பல்வேறு மடங்களிலும் கூடத்தான்), அதாவது மூத்தோர்கள் அளவுக்கதிகமாக மதிக்கப்படுவதாகவும் இதனால் தலைமை மடாதிபதி யின் மதிப்பு இழந்துபோவதாகவும் அப்படியே மூத்தோர்கள் பாவ மன்னிப்பின் ரகசியத் தன்மையைத் தவறான வழியில் பயன்படுத்துவ தாகவும் மற்றும் இது போன்ற பலவிதமான வதந்திகள் உலவிவந்தன. இப்படிப்பட்ட முட்டாள்தனமான குற்றச்சாட்டுகள் காலப்போக்கில் நம்முடைய நகரத்திலும் வேறு பல இடங்களிலும் தானாகவே அழியத் தொடங்கின. ஆனால், கேடுகெட்ட இந்த வதந்தி, பியோதர் பாவ்லவிச்சை யும் அவருடைய உணர்வுகளையும் சாத்தானைப் போலப் பற்றிக் கொண்டு, அவரைக் கேவலங்களின் ஆழத்திற்கு இழுத்துச்சென்று, அவருக்கே புரியாத இந்தப் பழங்காலக் குற்றச்சாட்டுகளை அவருக்கு ஓதிக்கொண்டிருந்தது. ஆமாம், அறிவுப்பூர்வமாகப் பேசுவதற்கு அவரால் எதுவும் முடியவில்லை, மேலாக, இந்தமுறை முதியவரின் அறையில் பாவமன்னிப்பு கேட்டு முழந்தாளிட்டு அவர் முன்பு யாரும் நிற்கவில்லை; ஆனால் முன்பு அவர் கேட்டிருந்த இந்தப் பழைய குற்றச்சாட்டுகளை அவர் ஏனோ இப்போது நினைவுகூர்ந்து, அதையே திரும்பத் திரும்பச் சொல்லிக்கொண்டிருந்தவர், இந்த முறை அதுபோன்ற எந்தவிதக் காட்சிகளையும் பார்க்கவில்லை. இப்படிப்பட்ட முட்டாள்தனமான குற்றச்சாட்டுகளைச் சுட்டிக்காட்டிய பிறகு, தான் பேசுவதில் அர்த்த மில்லை என்று உணர்ந்த அவர், மற்ற யாருக்கும் அது தெரிந்துவிடக் கூடாது என்பதில் கவனமாக இருந்தார். இனி அவர் சொல்லப்போகும் எதுவுமே அறிவற்ற சொற்களின் பொருளற்ற வார்த்தைகளாகத்தான் இருக்குமென்பதை உணர்ந்த அவர், தன்னைக் கட்டுப்படுத்த முடியாமல் மேலும் உளரத் தொடங்கினார்.

'என்னே அருவருப்பு!' என்று கருவினார் பியோத்தர் அலெக்சாந்தரவிச்.

'மன்னிக்கவும்' என்று சொன்ன தலைமை மடாதிபதி, 'ஏற்கெனவே குறிப்பிட்டது போல, எனக்கு எதிராக நிறையப் பேர் பேச ஆரம்பித் திருக்கிறார்கள், நல்லது அல்லாத விஷயங்களைக்கூடச் சொல்லி வருகிறார்கள்; இவை எல்லாவற்றையும் கேட்ட பிறகு 'இந்தத் திருத்தம் இயேசு கிறிஸ்துவிடமிருந்து எனக்கு வந்திருக்கிறது, இது என்னுடைய ஆணவமிக்க ஆன்மாவைத் தேற்ற வந்துள்ளது' என்று எனக்கு நானே சொல்லிக்கொள்கிறேன். எனவே மதிப்பிற்குரிய விருந்தாளிகளே, இதற்காக உங்களுக்கு நாங்கள் பணிவன்புடன் நன்றி கூறிக்கொள்கிறோம்.'

அப்படிச் சொன்ன அவர், பியோதர் பாவ்லவிச் இருக்கும் பக்கமாகத் திரும்பித் தலைகுனிந்து வணங்கினார்.

'சே, சே! என்னே இது திருநிலைப் பகட்டார்வம், பழம் பஞ்சடைந்த வார்த்தைகள்! பாழும் பழைய வார்த்தைகள், பழம் உணர்வுச் சொற்கள்! பழைய பொய்கள், அப்படியே மரபொத்த முறையார்ந்த வணக்கங்கள்! எங்களுக்குத் தெரியும் இந்த வணக்கங்களைப் பற்றி!' 'உதட்டில் முத்தம், இதயத்தில் கத்தி' என்ற ஷில்லருடைய 'திருடர்களைப்' போன்றது இது. எனக்கு இந்தக் கபடநாடகம் தேவையில்லை, எனக்கு உண்மை வேண்டும்!' ஆனால் இந்தச் சிறு தூண்டில் மீன் உண்பவர்களின் உண்மை எனக்குத் தேவையில்லை, இதை நான் முன்கூட்டியே சொல்லிவிடுகிறேன்! அருட்தந்தையரே, துறவிகளே, எதற்காக நீங்கள் இந்த விரதத்தை மேற்கொள்கிறீர்கள்? எதற்காகப் பிறகு சொர்க்கத்தில் அதற்கான பரிசை எதிர்பார்க்கிறீர்கள்? ஆக, இந்த வெகுமானத்திற்காக இனிமேல் நானும் விரதம் இருக்கப் போகிறேன்! அப்படியல்ல, தூய்மையான துறவியே, முதலில் நீங்கள் இந்த மண்ணுலக வாழ்வில் நல்லது செய்பவராக இருங்கள், துறவி மடாலயத்திற்குள் அடைத்து, உங்களைத் தாழிட்டுக்கொண்டு, தேவையான எல்லாவற்றையும் பெற்றுக்கொண்டு, மேலுலகிலிருந்து எந்தவித வெகுமதிகளையும் எதிர்பார்க்காமல், சமுதாயத்திற்கு நல்லது செய்யுங்கள் – இது சிரமமான காரியம். அருட்தந்தை தலைமை மடாதிபதியே, என்னால்கூட மெல்லிழைவாகப் பேசமுடியும். சரி, இங்கு விருந்துக்குத் தயார் செய்து வைத்திருக்கும் பண்டங்களைப் பார்ப்போம்' என்று சொன்னபடி, சாப்பாட்டு மேஜைக்கு வந்தார் பியோதர் பாவ்லவிச். 'பழைய துறைமுகம் *(Old Port)*, பிரான்சிலிருந்து தருவிக்கப்பட்ட திண்சிவப்பு நிறம் வாய்ந்த புட்டி, எலிசேயவ்[5] சகோதரர்களால் தயாரிக்கப்பட்டது, ஓ, ஆமாம் தந்தையே! இதைப் பார்த்தால் தூண்டில் மீன்களைச் சாப்பிடும் துறவிகளின் சாப்பாடு போல இல்லையே? இந்தப் புட்டிகளை நீங்கள் வெகு நயமாகப் பேசிப் பெற்றிருக்கிறீர்கள், ஹி, ஹி, ஹி!'

'இதையெல்லாம் யார் உங்களுக்குத் தருவித்துக் கொடுத்தது? இந்த ரஷ்ய உழைப்பாளி தன்னுடைய காழ்ப்பேறிய கரங்களால் தான் ஈட்டிய சிறு பகுதியைத் தன்னுடைய குடும்பத்தின் தேவைகளுக்குப் பயன்படுத்தாமல், அரசாங்கத்திற்கு வரி செலுத்தாமல், இதை உங்களுக்குக் கொண்டுவந்து சேர்த்திருக்கிறான்!, நீங்கள், புனிதத் தந்தையே, மக்களின் ரத்தத்தைக் குடிக்கிறீர்கள்!'

'நீங்கள் பேசும் வார்த்தைகள் எல்லாமே அவமதிப்பானவை' என்றார் அருட்தந்தை இயோசிஃப். அருட்தந்தை பாய்ஸி ஒன்றுமே பேசாமல் அமைதியாக இருந்தார். மியூசவ் அறையை விட்டு வேகமாக வெளியேற, அவரைப் பின்தொடர்ந்தார் கல்கானவ்.

'நல்லது, அருட்தந்தையே, நான் பியோத்தர் அலெக்சாந்தரவிச்சுடன் போகிறேன்! இனிமேல் நீங்கள் என்னைக் கெஞ்சிக் கூப்பிட்டால்கூட நான் இங்கு வரமாட்டேன். உங்களுக்கு ஆயிரம் ரூபிள்களை நான் கொடுத்ததால் உங்களுடைய கண்களில் மீண்டும் ஒரு எதிர்பார்ப்பு தெரிகிறது ஹி, ஹி, ஹி! இல்லை, இனிமேல் நான் எதுவும் கொடுக்கப் போவதில்லை. என்னுடைய இளம்பருவத்தில் நான் சகித்துக்கொண்ட கேவலத்திற்கு இப்போது நான் பழிதீர்த்துக் கொள்கிறேன்!' என்று தன்னுடைய ஆழ்ந்த உணர்வைப் போலியாக வெளிப்படுத்தியபடி கத்தியவர், 'இந்தத் துறவி மடாலயம் என்னுடைய வாழ்வில் மிகப்பெரிய அர்த்தத்தைக் கொண்டிருக்கிறது! இந்தத் துறவி மடாலயத்திற்காக நான் என்னுடைய கசப்பான கண்ணீரைச் சிந்தியிருக்கிறேன்! நீங்கள் தான் என்னுடைய மனைவியை, வலிப்புநோய்க்காரியை எனக்கு எதிராகச் செயல்பட வைத்தீர்கள். நீங்கள்தான் என்னைக் கோயில் களிலெல்லாம் சபித்து, ஊரில் என்னைப் பற்றிப் புரளி கிளப்பினீர்கள்!' போதும் அருட்தந்தையரே, இது 'லிபரல்கள்' வாழும் காலம், நீராவிக் கப்பல்கள், ரயில்கள் இயங்கும் காலம். இனி என்னிடமிருந்து ஆயிரம், நூறு ரூபிள்கள் ஏன் நூறு கோபெக்குகளைக்கூட உங்களால் பெற முடியாது!'

மீண்டும் இதைக் கவனிக்க வேண்டும். இந்தத் துறவிமடாலயம் அவர் வாழ்வில் எப்போதுமே, எப்படியுமே எந்த ஒரு முக்கியத்துவத்தையும் பெற்றிருக்கவில்லை; அப்படியே இந்தத் துறவிமடாலயத்திற்காக அவர் எந்த ஒரு கசப்பான கண்ணீரையும் சிந்தவில்லை. இவ்வளவு வேகமாகப் பேசியதில் பெரும்பாலும் அவரே அவர் சொல்வதை ஒரு நிமிடம் நம்புவது போலாகிவிட்டது; உணர்ச்சிப் பெருக்கில் அவருக்குக் கண்ணீர் கூட வருவது போல இருந்தது; ஆனால் அங்கிருந்து வெளியேறுவதற்கு இதுதான் சரியான நேரம் என்று அப்போது அவர் உணர்ந்தார். வெட்கங்கெட்ட அவருடைய பொய்க்குப் பதிலளிக்கும் விதத்தில் தலைமை மடாதிபதி தலைகுனிந்து வணங்கித் திறம்படப் பதிலளித்தார்.

'மீண்டும், சொல்லப்பட்டது யாதெனில், உங்கள்மீது சுமத்தப்படும் அவமானங்களை நீங்கள் சந்தோஷத்துடனும், விழிப்புணர்வுடனும் பொறுத்துக்கொள்ளுங்கள். மேலும் அதற்காக நீங்கள் நிலைகுலைந்து விடாதீர்கள், உங்களை அவமதிப்பவரை நீங்கள் வெறுக்கவும் செய்யாதீர்கள்.' ஆக இப்படித்தான் நாங்கள் நடந்து கொள்கிறோம்.'

'ஹா, ஹா, எப்படி, சந்தோஷத்துடன் பொறுத்துக்கொள்வதா! எப்பேர்ப்பட்ட சுற்றி வளைப்புப் பேச்சுகள்! நீங்கள் சொல்வதை நீங்களே யோசித்துப் பாருங்கள் அருட் தந்தையரே, நான் போய் வருகிறேன். பெற்றவன் என்ற உரிமையில் என் 'மகன்' அலெக்ஸெயை இங்கிருந்து நான் அழைத்துச் செல்லவே போகிறேன். இவான்

ஃபியோதரவிச், கடமையுணர்ச்சி கொண்ட என் மகனே, என்னைப் பின்தொடர்ந்து வா! ஃவோன் ஸோன், உனக்கு இங்கு என்ன வேலை! நீயும் என்னுடன் கிளம்பு. நாம் இருவரும் சந்தோஷமாக இருக்கலாம். இங்கிருந்து என்னுடைய வீடு வெகுதூரமில்லை (3500 அடிதான்), இந்த நோன்பைக் கடைபிடிப்பதற்குப் பதிலாக உனக்கு நான் பன்றி இறைச்சியையும் பூரணமும் தருகிறேன்; நாம் நன்றாகச் சாப்பிடுவோம்; பிராந்தியும் மணமும் இன்சுவையுங் கொண்ட சாராயமும் தருகிறேன்; கடுந்தேறலும் இருக்கிறது . . . ஏய், ஃவோன் ஸோன் இந்தச் சந்தோஷமான வாய்ப்பை நீ நழுவவிடாதே!'

இப்படி உரக்கப் பேசிக்கொண்டே சைகை காட்டியபடி அங்கிருந்து அவர் வெளியேறினார். அந்தச் சமயத்தில்தான் அவரைப் பார்த்த ரக்கீத்தின் அல்யோஷாவுக்கு அவரைச் சுட்டிக்காட்டினான்.

'அலெக்ஸெய்' என்று சற்று தூரம் சென்ற பிறகு அவனைப் பார்த்த அவர், சற்றே உரத்த குரலில் 'இன்றே நீ எல்லாவற்றையும் எடுத்துக்கொண்டு வீட்டிற்கு வா, தலையணை, கம்பளி, படுக்கை எல்லாவற்றையும் எடுத்துக்கொண்டு, உன்னுடைய வாடையே இங்கு வீசாதபடி என்னிடம் வந்துசேர்.'

நின்ற இடத்திலேயே நிலைகொண்டவனாய், நடப்பவற்றை யெல்லாம் அல்யோஷா கவனமாக, அமைதியாகப் பார்த்துக்கொண் டிருந்தான். இதற்கிடையில் ஃபியோதர் பாவ்லவிச் குதிரை வண்டியில் ஏற, இவான் ஃபியோதரவிச் அல்யோஷாவைக் கூடக் கவனிக்காமல், அவனிடம் விடையும் பெற்றுக்கொள்ளாமல், முகவாட்டத்துடன் மௌனமாக பியோதர் பாவ்லவிச்சைப் பின்தொடர்ந்து சென்றான். இங்கு நம்ப முடியாத இன்னொரு விசித்திரமான காட்சி இதற்கு முத்தாய்ப்பாய் அமைந்தது. திடீரென்று மாக்சிமவின் உருவம் வண்டிச் சக்கரங்களுக்கிடையே தெரிந்தது. தாமதித்து விடாமல் இருக்க, மூச்சிரைக்க அவர் ஓடி வந்தார். அப்படி ஓடிவந்த அவசரத்தில் அவர் இவான் ஃபியோதரவிச்சின் இடது கால்மீது கால் வைத்துப் பெட்டியை அழுத்தமாகப் பற்றி வண்டிக்குள் ஏறி எட்டிக் குதிக்க முயன்றார்.

'நான், நானும் உங்களுடன் வருகிறேன்!' என்று கத்திக்கொண்டு, எதற்கும் தயாரான நிலையில், மேலும் கீழும் குதித்தபடி, முகத்தில் மகிழ்ச்சி பொங்க, 'என்னையும் ஏற்றிக்கொள்ளுங்கள்' என்றார்.

'நான் சொன்னேன் இல்லையா, இவன் ஃவோன் ஸோன்தான்!' என்று மகிழ்ச்சியுடன் கத்தினார் ஃபியோதர் பாவ்லவிச். 'உண்மையாகவே இவன் உயிர்த்தெழுந்து வந்த ஃவோன் ஸோன்தான். ஆம், எப்படி நீ அங்கிருந்து தப்பித்து வந்தாய்? என்ன வித்தையெல்லாம் அங்கு நீ செய்தாய், ஃவோன் ஸோன், எப்படி உன்னால் அந்த விருந்தை விட்டுவிட்டு வரமுடிந்தது? எப்படிப்பட்ட வீம்புக்காரன் நீ, என்னையும் மிஞ்சிவிட்டாய், ஆச்சர்யம்! சரி, ஏறு, குதித்து ஏறு, சீக்கிரம்! அவனுக்கு வழிவிடு வான்யா[6], அவனுடன் பயணம் செய்தால்

கலகலப்பாக இருக்கும். அவன் இங்கே எப்படியாவது கால்களுக்கு நடுவே உட்கார்ந்துகொள்வான். என்ன, உட்கார்ந்துகொள்கிறாயா ஃவோன் ஸோன்? அல்லது குதிரை வண்டிக்காரனுடன் உட்கார்ந்து கொள்கிறாயா? ஏறிக் குதித்து அவனுடன் உட்கார்ந்துகொள், ஃவோன் ஸோன்! . . .'

ஆனால், அமைதியாக அமர்ந்திருந்த இவான் ஃபியோதரவிச் சட்டென்று தன்னுடைய முழுபலத்தையும் பிரயோகித்து மக்சிமவின் நெஞ்சில் ஓங்கிக் குத்த, சில அடிதூரம் அவர் பறந்து சென்று நிலைகுத்தி நின்றார். அவர் கீழே விழவில்லையென்றால், அது முற்றிலும் எதிர் பாராத ஒன்றுதான்.

'ஓட்டு!' என்று வண்டிக்காரனைப் பார்த்து கோபமாகக் கத்தினான் இவான் ஃபியோதரவிச்.

'நீ ஏன் இப்படி? நீ ஏன்? நீ ஏன் இப்படி அவனிடம் நடந்து கொண்டாய்?' என்று ஃபியோதர் பாவ்லவிச் சொல்லிக்கொண்டிருந்த போதே வண்டி புறப்பட்டுவிட்டது. இவான் ஃபியோதரவிச் பதில் எதுவும் பேசவில்லை.

இரண்டு நிமிடம் அமைதியாய் இருந்த ஃபியோதர் பாவ்லவிச், மீண்டும் வெறுப்புடன் தன் மகனைப் பார்த்துக்கேட்டார். 'நீ தான் இந்தத் துறவி மடத்திற்கு வர வேண்டும் என்று அடம் பிடித்தாய், அதற்கான எல்லா ஏற்பாட்டையும் நீதான் செய்தாய், இப்போது நீயே ஏன் கோபப்படுகிறாய்?'

'போதும் கேவலமாக நீங்கள் ஆடிய ஆட்டமெல்லாம், இனியாவது கொஞ்சம் அமைதியாக இருங்கள்' என்று கண்டிப்பான குரலில் பேச்சை வெட்டினான் இவான் ஃபியோதரவிச்.

இரண்டு நிமிடங்கள் மீண்டும் அமைதியாக இருந்தார் ஃபியோதர் பாவ்லவிச்.

'பிராந்தி மட்டும் இப்போது இருந்தால் நன்றாக இருக்கும்' என்று சூத்திர வாய்பாடு போலத் தன்னுடைய கருத்தைச் சொன்னார். ஆனால், இவான் ஃபியோதரவிச் அதற்குப் பதில் எதுவும் சொல்ல வில்லை.

'நாம் வீட்டிற்குப் போவோம், போனதும் நீயும் குடிக்கலாம்.' இப்போதும் இவான் ஃபியோதரவிச் அமைதியாக இருந்தான். அப்படியே இரண்டு நிமிடங்கள் அவரும் அமைதியாக இருந்தார்.

'அல்யோஷாவை அந்தத் துறவி மடாலயத்திலிருந்து நான் கூட்டிக்கொண்டு வந்துவிடப் போகிறேன், அது உனக்குப் பிடிக்காமல் இருக்கலாம், மரியாதைக்குரிய காரல் ஃவோன் மூர்.'

இவான் ஃபியோதரவிச் வெறுப்புடன் தோள்களை மேலே உயர்த்திக் கீழிறக்கி, வேறு பக்கமாகத் திரும்பி, வழியைப் பார்த்துக்கொண்டே வந்தான். வீடு வந்து சேரும்வரை இருவரும் பேசிக்கொள்ளவே இல்லை.

மூன்றாவது புத்தகம்
# சிற்றின்பக்காரர்கள்

## 1

## வேலைக்காரர்கள் வசிக்கும் இடம்

பியோதர் பாவ்லவிச் கரமாஸவின் வீடு நகரத்தின் நடுவே இல்லாவிட்டாலும், புறநகர்ப் பகுதியில் இல்லாமல் இருந்தது. அது பழைய வீடாக இருந்தாலும், பார்ப்பதற்கு அழகாக இருந்தது: சாம்பல் வண்ணம் பூசப்பட்ட வீடு, ஒரு தளத்தில் இடைமாடியைக் கொண்டதாய், கூரையின் இரும்புத் தகடு சிவப்பு நிறம் அடிக்கப்பட்டதாய் இருந்தது. இயல்பாகவே அது நீண்ட காலம் நிலைத்து நிற்கக்கூடியதாக, தாராள இடவசதியுடன், சகல வசதிகளையும் தன்னுள் கொண்டிருந்தது. அதில் பலவிதமான அறைகளும் ஒதுக்கிடங்களும் எதிர்பாராத இடங்களில் படிக்கட்டுகளும் இருந்தன. வீட்டில் எலிகள் குடியிருந்தாலும் பியோதர் பாவ்லவிச் அவற்றின் மீது கோபங்கொள்ளவில்லை. ஏனெனில், 'மாலை வேளையில் நான் தனியாக இருக்கும்போது எனக்குச் சலிப்பில்லாமல் இருக்குமில்லையா' என்பார். ஆனால், வழக்கமாக அவர் தன்னுடைய வேலையாட்களை வெளியே இருக்கும் விடுதிக்கு அனுப்பிவிட்டு, உள்புறம் வீட்டைத் தாழிட்டுக்கொண்டு இரவு முழுவதும் தனியாகவே இருப்பார். வீட்டின் முற்றத்திலிருந்த அந்த விடுதி, இட வசதியுடன், உறுதியான கட்டடமாக இருந்தது; பியோதர் பாவ்லவிச்சின் வீட்டில் சமையலறை இருந்தாலும், உணவு அந்த விடுதியில்தான் தயாரிக்கப்பட்டது. சமைக்கும்

வாசனை அவருக்குப் பிடிக்காததால் அவருக்குச் சாப்பாடு அந்த விடுதியிலிருந்துதான் எல்லாக் காலமும், குளிர்காலமானாலும் சரி, வெயில் காலமானாலும் சரி, வந்தது. பொதுவாக, அந்த வீடு பெரிய குடும்பத்தைக் கணக்கில் கொண்டு கட்டப்பட்டிருந்தது. தற்போது இருக்கும் எஜமானன், வேலையாள் போல ஐந்து மடங்கு அதிகமான ஆட்களுக்கு இடமளிக்கக் கூடியதாக அது இருந்தது. ஆனால், நம்முடைய இந்தக் கதை நடக்கும் இந்தச் சமயத்தில், ஃபியோதர் பாவ்லவிச், இவான் ஃபியோதரவிச் மற்றும் வேலையாட்கள் மூவர் மட்டுமே அங்கு வசித்துவந்தனர்: வயதான கிரிகோரி, அவருடைய வயதான மனைவி மார்ஃபா, வேலையாள் ஸ்மெர்தியாக்கோவ் மற்றும் இளைஞன் ஒருவன் ஆகியோர் மட்டுமே இருந்தனர். இந்த வேலையாட்கள் மூவரைப் பற்றியும் சில வார்த்தைகள் விளக்கமாகச் சொல்ல வேண்டும். கிரிகோரி வசிலேவிச் குத்தூஸவ் கிழவனைப் பற்றி ஏற்கெனவே நாம் குறிப்பிட்டிருக்கிறோம். யாருக்கும் வளைந்து கொடுக்காமல், எளிதில் இணங்காமல், தன்னுடைய வழியிலிருந்து விலகாமல் தன்னுடைய குறிக்கோளை நோக்கி உறுதியாகச் செல்லும் அவர், எப்போதாவது, எதற்காகவாவது திரும்பிப் பார்த்தார் என்றால், (அது ஆச்சர்யப்படுமளவுக்குப் பகுத்தறிவு இல்லாததாக இருந்தது) அது அவர் முன் இருக்கும் ஆணித்தரமான உண்மையைத்தான். பொதுவாகச் சொன்னால், கையூட்டுக் கொடுத்து வாங்கப்பட முடியாத நேர்மையான மனிதராக அவர் இருந்தார். அவருடைய மனைவி மார்ஃபா இக்னசேவ்னா வாழ்நாள் முழுவதும் தன் கணவனின் சொல்படி வாழ்ந்துவந்தவள், கொத்தடிமைத்தனத்திலிருந்து குடியானவர்களெல்லாம் விடுதலை பெற்ற சமயத்தில், பியோதர் பாவ்லவிச்சின் அதிகாரப் பிடியிலிருந்து விலகி, மாஸ்கோவுக்குச் சென்று வியாபாரம் செய்து பிழைத்துக்கொள்ளலாம் (அவர்களிடம் கொஞ்சம் பணம் இருந்தது) என்று சொல்லி நச்சரித்து வந்தாள்; ஆனால் கிரிகோரியோ, 'கிழவிகள் எல்லோருமே ஏமாற்றுக்காரிகள், நேர்மை இல்லாதவர்கள்' என்ற எண்ணத்தில், அவளும் தன்னை இப்படித்தான் ஏமாற்றுகிறாள் என்றெண்ணி, தன்னுடைய முன்னாள் எஜமானன் எப்படிப்பட்டவராக இருந்தாலும் சரி, அவரை விட்டு விலகிச்செல்லாமல், 'எஜமானனுடன் இருப்பதே அவர்களுடைய கடமை' என்று சொல்லி அங்கேயே இருந்துவிட்டான்.

'கடமை என்றால் என்னவென்று உனக்குத் தெரியுமா?' என்று மார்ஃபா இக்னசேவ்னாவை அவன் கேட்டான்.

'கடமை என்றால் என்னவென்று எனக்குத் தெரியும், கிரிகோரி வசிலேவிச், ஆனால் நாம் இங்கு இருப்பதில்தான் என்ன கடமையிருக்கிறது என்று எனக்குப் புரியவில்லை' என்று அழுத்தமாகப் பதிலளித்தாள் மார்ஃபா இக்னசேவ்னா.

'நல்லது. புரிய வேண்டாம், அது அப்படியே இருக்கட்டும். இனிமேல் நீ அமைதியாக இங்கேயே இரு' என்றான். அப்படியே அது நடந்தது: அங்கிருந்து அவர்கள் எங்கும் போகவில்லை, எனவே பியோதர் பாவ்லவிச் அவர்களுக்குக் கொஞ்சம் சம்பளம் கொடுத்து

அவர்களைத் தன்னுடன் வைத்துக்கொண்டவர், தொடர்ந்து அவர்களுக்குச் சம்பளம் கொடுத்து வந்தார். தன்னுடைய எஜமானன் மீது அவன் அசைக்க முடியாத செல்வாக்கு கொண்டிருந்தது கிரிகோரிக்கு நன்றாகத் தெரியும். அதை நன்கு அறிந்திருந்த அவனுடைய உணர்வில் தவறேதும் இருக்கவில்லை: எதற்கும் வளைந்து கொடுக்காத தந்திரமான கோமாளி பியோதர் பாவ்லவிச், தானே குறிப்பிட்டது போல, 'வாழ்க்கையில் சில விஷயங்களில்' மிகவும் கண்டிப்பாக இருந்தவர், 'பல விஷயங்களில்' அளவுக்கு அதிகமாகப் பலவீனமானவராகவும் இருந்தார். அப்படி எந்தெந்த விஷயங்களில் அவர் உறுதியில்லாமல் இருந்தார், எதற்காக அதிகம் பயந்தார் என்பது அவருக்கே தெரியும். ஒரு சில விஷயங்களில் மிகவும் விழிப்புடன் இருக்க வேண்டிய அவரை, கிரிகோரி என்ற நேர்மையான மனிதன் மட்டும் கூடவே இருந்து பாதுகாத்திருக்காவிட்டால், அவருடைய நிலைமை மிகவும் மோசமாகிப் போயிருந்திருக்கும். வியாபார விஷயங்களில், பல சமயங்களில், பியோதர் பாவ்லவிச் அதிகம் பாதிக்கப்பட்டு, அடிபடக் கூடிய நிலையில் இருந்தபோது, கிரிகோரிதான் அவரைக் காப்பாற்றி, ஒவ்வொரு முறையும் அவருக்குப் புத்திமதி கூறி அவரைத் தேற்றி வந்தான். ஆனால், அடிகள் மட்டுமே பியோதர் பாவ்லவிச்சைத் திருத்திவிடுவதாக இல்லை: குறிப்பிட்ட சில தருணங்களில், (உணர்ச்சி வசப்பட்ட தருணங்களில்) பியோதர் பாவ்லவிச்சால்கூட எண்ணிப் பார்க்க முடியாத சிரமமான, நெருக்கடியான, தவிர்க்க முடியாத தருணங்களில், கிரிகோரிதான் அவருக்கு உண்மையான, நெருக்கமான மனிதனாக இருந்தான் என்பதை அவர் அறிந்திருந்தார். பெரும்பாலும் அப்படிப்பட்ட தருணங்கள், அவர் மனநிலை தடுமாறிய தருணங்களாக இருந்தன: நெறிகெட்ட வழியில், கட்டுக்கடங்காச் சிற்றின்ப வெறியால் கேடுகெட்ட செயல்களைச் செய்துகொண்டு, புழுவைப் போலக் கேவலமாக வாழ்ந்துவந்த அவர், குடிபோதையிலிருந்த தருணங்களில் ஆன்மிக உணர்வு மேலிட்டு, நன்னெறி மனப்பான்மை உள்ளத்தைத் தகர்க்க, அவருடைய உடலும் மனமும் வெகுவாகப் பாதித்திருந்தன. 'அப்படிப்பட்ட நேரங்களில் என்னுடைய இதயம் இடம்பெயர்ந்து தொண்டைக்குழிக்கு வந்து துடிப்பது போல இருக்கும்' என்று அவர் சில சமயம் நினைவுகூர்ந்தார். இப்படிப்பட்ட நேரங்களில்தான் தனக்கருகே, தன்னுடைய அறையில் யாரும் இல்லாவிட்டாலும், முற்றத்திலிருக்கும் விடுதியிலாவது, நேர்மையான, திடமான ஒரு மனிதர், தன்னைப் போல ஒழுக்க நெறியிலிருந்து பிறழாமல், தன்னுடைய எல்லா ரகசியங்களையும் நெறிகெட்ட நடத்தையையும் அறிந்து தனக்கு விசுவாசமாக, எந்தவித ஆட்சேபணையும் தெரிவிக்காமல், முக்கியமாக, அவர் செய்வதெல்லாவற்றையும் பொறுத்துக்கொண்டு, எதற்காகவும் அவரைக் கடிந்துகொள்ளாமல், இந்த வாழ்க்கையில் மட்டுமல்லாது இனி வரும் காலங்களிலும் கூட, நெருக்கடியான இப்படிப்பட்ட நேரங்களில் தன்னைக் காப்பாற்ற ஒருவர் வேண்டுமென்று அவர் விரும்பினார்; ஆனால் யாரிடமிருந்து அவரைக் காப்பாற்றுவது? அறிமுகமில்லாதவர்களிடமிருந்தா, அவருடைய பேரச்சத்திலிருந்தா, பேராபத்திலிருந்தா? இப்படிப்பட்ட தருணங்களில் யாராவது ஒருவர்

தனக்கு நெருக்கமான தோழனாகத் தன்னை நீண்டகாலம் அறிந்தவனாக, தன்னுடன் நட்பு பாராட்டி, அர்த்தமில்லாமல் ஓரிரு வார்த்தைகளை யேனும் பேசிக்கொண்டு, அவருடைய முகத்தைப் பார்த்துக்கொண் டிருக்க ஒருவன் வேண்டுமென்று அவர் நினைத்தார்; அப்படிப்பட்ட அந்த மனிதர் அவர்மீது கோபங்கொள்ளாமல் இருந்தால், அதுவே அவருக்கு நிம்மதியாக இருக்கும் என்றும் அவர் நினைத்தார்; மீறிக் கோபப்பட்டால், அதுவே அவருடைய மனதை நோகடிப்பதாகவும் இருக்கும் என்றும் அவர் நினைத்தார். சில சமயங்களில் (மிக அரிதாகவே), பியோதர் பாவ்லவிச் இரவு நேரங்களில் கிரிகோரி தங்கியிருந்த விடுதிக்குச் சென்று தூக்கத்தில் அவனை எழுப்பித் தன்னுடன் சிறிது நேரம் வந்து தங்கியிருக்குமாறு அழைத்ததுண்டு. அப்படிக் கிரிகோரி வந்ததும், தேவையில்லாத பல விஷயங்களைப் பற்றி அவனுடன் பேசி, விவாதித்துவிட்டு, சீக்கிரமே அவனை விடுதிக்கு அவர் அனுப்பி வைத்தாலும், சில சமயங்களில் அவர் விளையாட்டாகப் பேசியபடி, எல்லாக் கவலைகளையும் மறந்து ஆழ்ந்து உறங்கிப் போய்விடுவதும் உண்டு. அல்யோஷாவின் வருகைக்குப் பிறகு இப்படி எந்தச் சம்பவமும் நடக்கவில்லை. அவருடன் இருந்த அல்யோஷா 'நடக்கும் எல்லா விஷயங்களைப் பார்த்தும், எதையும் கண்டிக்கவில்லை' என்பது அவருடைய 'இதயத்தைத் துளைத்தது'; அதுமட்டுமின்றி, வழக்கத்துக்கு மாறான, ஆச்சர்யமான குணம் ஒன்றை அல்யோஷா பெற்றிருந்தான். வயதான அந்தக் கிழவரிடம் அவன் சிறிதும் கோபப்படாமல், அவரிடம் எப்போதுமே அன்பாக, இயற்கையான, வெளிப்படையான பற்றுதலுடன் இருந்தான்; ஆனால் அதற்கு அவர் கொஞ்சமும் தகுதியில்லாதவராக இருந்தார். இதுவரை 'கீழ்த்தரமான விஷயங்களுக்கு' மட்டுமே இடமளித்து வந்த வயதான, தனிக்கட்டை காமுகனுக்கு இது மிகப்பெரிய ஆச்சர்யத்தைக் கொடுத்தது. அல்யோஷா அவரை விட்டுவிட்டுச் சென்ற பிறகு, இதற்கு முன்பு புரிந்துகொள்ள முடியாத ஒன்றை அவர் புரிந்துகொண்டதாகப் பிறகு அவர் நினைவுகூர்ந்தார்.

கிரிகோரி, அதலெய்தா இவானவ்னாவை, பியோதர் பாவ்லவிச்சின் முதல் மனைவியை, அவருடைய முதல் மகனான திமித்திரி ஃபியோதர விச்சின் தாயை வெறுத்தான் என்றும், ஆனால் அதற்கு மாறாக, அவருடைய இரண்டாவது மனைவியான வலிப்புநோய்க்காரியை, சோஃபியா இவானவ்னாவை, தன்னுடைய சொந்த எஜமானனின் விருப்பத்திற்கும் மாறாக, அவளைப் பற்றி யாராவது பாதகமாகவோ கேவலமாகவோ பேசினால், உடனே எதிர்த்து நின்று, அவளை ஆதரித்துப் பேசுபவனாக இருந்தான் என்று கதையின் ஆரம்பத்திலேயே நான் குறிப்பிட்டிருந்தேன். அப்படிப்பட்ட அந்தத் துரதிருஷ்டசாலியின் மீதிருந்த கிரிகோரியின் அன்பு பரிசுத்தமானதாய், கடந்த இருபது வருடங்களாக வளர்ந்து வந்து, இன்றுவரை யாராவது ஏதாவது அவளைப் பற்றிப் பேசினால்கூட, உடனே எதிர்த்துப் பேசுபவனாக அவன் இருந்தான். பார்ப்பதற்குக் கிரிகோரி பாசமில்லாதவனாக இருப்பது போல இருக்கும்; மௌனமாக, வாய்பேசாமல் இருக்கும் அவனுடைய வார்த்தைகள் பெரும்பாலும் கனமானதாய், அறிவார்ந்தவை யாக இருக்கும். இப்படியாக, முதல்முறை அவனைப் பார்க்கும்போது,

தன்னுடைய பணிவான, வாய்பேசாத மனைவியை அவன் விரும்புகிறானா இல்லையா என்று சொல்ல முடியாதபடி இருந்தாலும், அவளை அவன் மிகவும் விரும்பினான் என்பது அவளுக்கு நன்றாகத் தெரியும். மார்ஃபா இக்னசேவ்னா அறிவாளி மட்டுமல்ல, தன் கணவனை விட அறிவானவளாகவும் நடைமுறை விஷயங்களில் குறைந்தபட்சம் அவனைவிட விவேகமானவளாகவும் அவனுடைய உயர்ந்த உள்ளத்தை ஆரம்பத்திலிருந்தே மதித்துப் போற்றும் பணிவடக்கமுடைய மனைவியாகவும் இருந்தாள். அவர்கள் இருவரும் தங்களுடைய தாம்பத்ய வாழ்வில் ஒருவருடன் ஒருவர் அதிகம் பேசிக்கொள்ளாமல், அத்தியாவசியமான நடைமுறை வாழ்க்கை விஷயங்களை மட்டுமே விவாதித்துக் கொள்பவர்களாக இருந்தது ஆச்சர்யமாகத்தான் இருந்தது. தன்னுடைய காரியங்களையும் கடமைகளையும் தெளிவாக யோசித்துச் செயல்படக் கூடியவனாகக் கிரிகோரி இருந்ததால், எந்தவிதமான அறிவுரையும் அவனுக்குத் தேவைப்படவில்லை என்பதை மார்ஃபா இக்னசேவ்னா அறிந்திருந்தாள். தன் கணவன் பணிவான தன்னுடைய குணத்தை மதித்து ஏற்றுக்கொண்டது அவனுடைய அறிவு நுட்பத்தின் வெளிப்பாடு என்பதை அவள் உணர்ந்திருந்தாள். ஒருமுறைகூட அவன் அவளை அடித்ததில்லை, ஆனால் ஒரே ஒருமுறை மட்டும் அவன் அவளை லேசாகத் தட்டியிருக்கிறான்.

பியோதர் பாவ்லவிச், அதலெய்தா இவானவ்னாவை மணமுடித்திருந்த முதல் வருடம், கிராமத்தில் ஒருமுறை, அப்போது அடிமைகளாயிருந்த கிராமத்துச் சிறுமிகள், கிராமத்துப் பெண்கள் எல்லோரும் சேர்ந்து தங்களுடைய எஜமானனின் பண்ணையில் பாட்டுப்பாடி, நடனமாடி, திருமணத்தைக் கொண்டாடத் திரண்டிருந்தனர். ‘புல்வெளிப் பரப்பு எவ்வளவு பசுமையாயிருக்கிறது’ என்ற பாடலைப் பாட ஆரம்பித்தவுடன் அப்போது இளமையாக இருந்த மார்ஃபா இக்னசேவ்னா, ஆர்வ மிகுதியில் திடீரென்று துள்ளிக்குதித்து மிக அற்புதமாக ‘ரஷ்ய’ மரபுப்படி நடனமாடினாள்; செல்வச்செழிப்பு வாய்ந்த மியூசவ் குடும்பத்தில், மாஸ்கோவிலிருந்து வரவழைக்கப்பட்ட நடனப் பயிற்சியாளரிடம் நடனம் கற்றுக்கொண்டிருந்த அவள், கிராம முறைப்படி நடனமாடாமல், ரஷ்ய மரபுப்படி மிக அற்புதமாக நடனமாடினாள். தன் மனைவி நடனமாடியதைப் பார்த்த கிரிகோரி, ஒரு மணி நேரங்கழித்து அவள் குடிசைக்குத் திரும்பியதும், அவளுக்குப் பாடம் கற்பிக்கும் விதத்தில் அவளுடைய தலைமுடியைப் பிடித்துச் சற்றே வேகமாக இழுத்தான். அவளுக்குக் கொடுக்கப்பட்ட இந்தத் தண்டனையை உணர்ந்த அவள், தன்னுடைய வாழ்நாளில் மீண்டும் ஒருமுறை அப்படிப்பட்ட ஒரு காரியத்தைச் செய்யவே இல்லை. ஆம், மார்ஃபா இக்னசேவ்னா அதன்பிறகு ஒருபோதும் நடனமாடவில்லை.

கடவுள் அவர்களுக்குக் குழந்தைகளைக் கொடுக்கவில்லை. ஒரே ஒரு குழந்தை மட்டும் பிறந்து இறந்துபோனது. கிரிகோரிக்குக் குழந்தைகள் என்றால் பிடிக்கும் என்ற விருப்பத்தை அவன் மறைக்கவில்லை, அப்படி அதை மறைக்காததற்காக அவன் வெட்கப்படவும் இல்லை. அதலெய்தா இவானவ்னா, வீட்டை விட்டு ஓடிப் போன

போது, மூன்று வயதான திமித்ரி ஃபியோதரவிச்சை ஏறக்குறைய ஒரு வருடம் அவன்தான் வளர்த்து, தலைவாரி, குளிப்பாட்டிக் கவனித்து வந்தான்.

அப்படியே இவான் ஃபியோதரவிச்சையும், அல்யோஷாவையும் அவன் கவனித்து வர, அதற்காக அவன் கன்னத்தில் அறையும் பட்டான்; இதைப் பற்றி ஏற்கெனவே நான் குறிப்பிட்டிருக்கிறேன். மார்ஃபா இக்னசேவ்னா கருத்தரித்தபோது கிரிகோரி தன்னுடைய சொந்தக் குழந்தையை எதிர்பார்த்து நம்பிக்கையுடன் காத்திருந்தான். ஆனால் அந்தக் குழந்தை பிறந்து அவனுடைய இதயத்தை வேதனையில், பயத்தில் நிறைத்தது. காரணம், அது ஆறுவிரல்களுடன்[1] பிறந்திருந்தது. இதைப் பார்த்து நொறுங்கிப்போன கிரிகோரி அந்தக் குழந்தைக்கு ஞானஸ்நானம் கொடுக்கும்வரை எதுவுமே பேசாமல் தோட்டத்தில் வேலை செய்து வந்தான். அப்போது வசந்தகாலமாக இருக்க, மூன்று நாட்களும் அவன் தோட்டத்தில் நிலத்தை உழுது வரப்பு கட்டிக்கொண் டிருந்தான். மூன்றாவது நாள் குழந்தைக்கு ஞானஸ்நானம் செய்ய வேண்டியிருந்தது; அதற்குள் கிரிகோரி ஒரு முடிவுக்கு வந்தான். குடிசைக்குள் நுழைந்து அங்குக் குழுமியிருந்த பாதிரியார், விருந்தாளிகள் மற்றும் ஞானத் தந்தை பியோதர் பாவ்லவிச்சைப் பார்த்து அவன் திடீரென்று குழந்தைக்கு, ‘ஞானஸ்நானம் கொடுக்க வேண்டாம், கொடுக்கவே வேண்டாம்’ என்று ஒவ்வொரு வார்த்தையையும் கவலை யுடன் உச்சரித்தவன், பாதிரியாரை வெறித்துப் பார்த்தான்.

‘ஏன் வேண்டாம்?’ – என்று பாதிரியார் சற்றே அவனை ஆச்சர்ய மாகக் கேட்டார்.

‘ஏனெனில் இது . . . உருக்குலைந்த குழந்தை’ என்று கிரிகோரி முணுமுணுத்தான்.

‘எப்படி, எந்தவிதத்தில் உருக்குலைந்த குழந்தை?’ என்று கேட்ட கேள்விக்குக் கிரிகோரி பதில் எதுவும் சொல்லாமல் சிறிது நேரம் அமைதியாக இருந்தான்.

‘இயற்கையிலேயே தவறு நடந்துவிட்டது’ என்று அவன் தெளிவில்லாமல் முணுமுணுத்தாலும், இதற்கு மேல் அவன் எதுவும் சொல்லாமல், தான் எடுத்த முடிவில் உறுதியாக நின்றான்.

இதைக் கேட்டு மற்றவர்கள் கேலியாகச் சிரித்தாலும், பரிதாபத்திற் குரிய அந்தக் குழந்தைக்கு ஞானஸ்நானம் கொடுக்கப்பட்டது என்பதை நாம் புரிந்துகொள்ள வேண்டும். கிரிகோரி தீவிரமாகப் பிரார்த்தனை செய்தாலும், புதிதாகப் பிறந்த அந்தக் குழந்தையைப் பற்றிய தன்னுடைய எண்ணத்தை மட்டும் அவன் மாற்றிக் கொள்ளவே இல்லை. தற்செயலாக, எதற்கும் அவன் தடையாகவும் இருக்கவில்லை; ஆனால், நோய்வாய்ப் பட்ட குழந்தை இரண்டு வாரங்கள்தான் உயிருடன் இருந்தது; அப்படி உயிருடன் இருந்த குழந்தையை அவன் பார்க்க விருப்பப்படாமல், பெரும்பாலான நேரம் அவன் குடிசையைவிட்டு வெளியேதான் இருந்தான். ஆனால், அந்தக் குழந்தை இரண்டு வாரங்களுக்குப்

பிறகு தொண்டை நோயால் பாதிக்கப்பட்டு இறந்துபோனபோது, அவனே அந்தக் குழந்தையைச் சவப்பெட்டியில் இட்டுக் குழிதோண்டிப் புதைத்து, கல்லறையில் முழந்தாளிட்டு, வருத்தத்துடன் தலை கவிழ்ந்து பிரார்த்தித்தான். அன்றைய தினத்திலிருந்து பல வருடங்களாகவே அவன் தன்னுடைய குழந்தையைப் பற்றி ஒருமுறைகூட நினைத்துப் பார்க்கவில்லை, ஆம், மார்ஃபா இக்னசேவ்னாகூடத் தன்னுடைய குழந்தையைப் பற்றி ஒருமுறைகூட அவன் முன்பு பேசவில்லை, அப்படி எப்போதாவது தன் 'குழந்தையைப்' பற்றி அவள் பேச நேர்ந்தால், கிரிகோரி வசிலேவிச் இல்லாத சமயமாக, மிக மெல்லிய குரலிலேயே பேசினாள். மார்ஃபா இக்னசேவ்னாவைப் பொறுத்தவரை, அந்தக் கல்லறையிலிருந்துதான் அது கிரிகோரி 'தெய்வ' சம்பந்தப்பட்ட காரியங்களில் ஈடுபட்டு, 'துறவிகளின் வாழ்க்கை' என்ற புத்தகத்தைப் படித்து வந்தான்; அப்படி அந்தப் புத்தகத்தைப் படித்த ஒவ்வொரு முறையும் அவன் வெள்ளிச் சட்டமிட்ட தன்னுடைய கண்ணாடியை அணிந்துகொள்வான். சில சமயங்களில் நோன்பு இருந்த நாட்களைத் தவிர, அபூர்வமாக அவன் சத்தம் போட்டுப் படிப்பான். ஜோப் என்ற புத்தகத்தை விரும்பிப் படித்த அவன், 'இசாக்சிரியன் என்ற நம்முடைய புனிதத் துறவி'[2] சொன்ன வார்த்தைகளை, சமயபோதனைகளை எங்கிருந்தோ கிடைக்கப் பெற்றவன், அதன் பொருள் புரியா விட்டாலும், அதை விலைமதிப்பற்ற புத்தகமாகக் கருதிப் பல காலம் தொடர்ந்து படித்து வந்தான்.

அண்மைக் காலத்தில், கசையடித் தண்டனை என்று சொல்லிக் கொண்டு தன்னைத்தானே கசையால் அடித்துக்கொள்ளும் காட்சியை அண்டை வீட்டில் பார்த்த அவன், மனம் நொந்து, அப்படிப்பட்ட புதிய சமயக் கோட்பாட்டிற்கு மாறுவது நல்லதல்ல என்றெண்ணினான். 'பக்தியில்' தோய்ந்துவிடும் குணம் அவனுக்கு இன்னும் மதிப்பைச் சேர்த்திருந்தது. மறைபொருளான இறைத்தன்மைக்கு அவன் ஆட்பட்டவன் போலும்! ஆறு விரல்களுடன் பிறந்த அவனுடைய குழந்தையின் பிறப்பும் இறப்பும் தற்செயலாகப் பொருந்திப் போகும் வகையில், எதிர்பாராத விதமாக, விசித்திரமான, அசாதாரணமான ஒரு நிகழ்ச்சி நடந்தேறி, அதைப் பிறகு கிரிகோரி 'தன்னுடைய மனத்தில் ஆழப் பதிந்த' ஒரு நிகழ்ச்சியாக நினைவுகூர்ந்தான். ஆறுவிரல் கொண்ட தன் குழந்தையைப் பறிகொடுத்த மார்ஃபா இக்னசேவ்னா, அன்று இரவு தூங்கிக்கொண்டிருந்தபோது, பிறந்த குழந்தை அழும் சத்தம் ஒன்றைக் கேட்டாள். பயந்துபோய் அவள் தன் கணவனை எழுப்பினாள். அவனும் அந்தச் சத்தத்தைக் கேட்டு வேதனையில் யாரோ முனகுவது போல இருக்க, அதுவும் அது ஒரு 'பெண்ணின் குரலாக' இருப்பதை அறிந்து, உடனே எழுந்து உடையணிந்து வெளியே சென்றான்; அது மே மாதக் கதகதப்பான இரவு நேரமாக இருந்தது. முன் தாழ்வாரத்திற்கு வந்தவனின் காதுகளில் அந்தச் சத்தம் தெளிவாகத் தோட்டத்திலிருந்து வருவதாகக் கேட்டது. ஆனால், இரவு நேரங்களில் தோட்டம் பூட்டப் பட்டு, தோட்டத்தைச் சுற்றி வலுவான, பெரிய வேலி போடப்பட்டிருந்தது. எனவே வீட்டிற்குத் திரும்பிச் சென்று விளக்கையும், தோட்டத்துச் சாவியையும் எடுத்துக்கொண்டு வந்தவனிடம், அவனுடைய மனைவி

அந்தச் சத்தம் குழந்தையின் சத்தம்தான், அதுவும் அவர்களுடைய குழந்தையின் சத்தம்தான் என்று கதறுவதையும் பொருட்படுத்தாது, கிரிகோரி அமைதியாகத் தோட்டத்திற்குச் சென்றான். சத்தம் குளியல் அறையிலிருந்து வருகிறது என்பதைத் தெளிவாகத் தெரிந்துகொண்டவன், தோட்டத்து நுழைவாயில் அருகே சென்றதும் உண்மையாகவே அது ஒரு பெண்ணின் குரலாக இருப்பதை உணர்ந்தான். குளியலறையைத் திறந்ததும் அவன் பார்த்த காட்சி அவனை அதிர்ச்சியடைய வைத்தது: தெருவெல்லாம் சுற்றித்திரிந்த முடை நாற்றக்காரி லிஸவெத்தா, குள்ளச்சி அப்போதுதான் ஒரு குழந்தையைப் பெற்றெடுத்திருந்தாள். உயிர்பிரிந்து கொண்டிருந்த அவளருகே அந்தக் குழந்தை கிடந்தது. அவளால் எதையும் பேசமுடியாதபடி ஊமையாக இருந்தாள். இது எல்லாமே, குறிப்பாக, விளக்கப்படக் கூடிய ஒன்றாக இருந்தது.

## 2

## முடைநாற்றக்காரி லிஸவெத்தா

இங்கு நடந்த, குறிப்பிட்ட ஒரு சம்பவம்தான் கிரிகோரியை அதிர்ச்சி யடைய வைத்து, ஆழமான ஏதோ ஒரு வேதனையை அவனுள் அழுத்தமாகத் திணித்து, முன்பு எழுந்த சந்தேகத்தைக் கிளறிவிட்டது. முடைநாற்றமெடுத்த இந்த லிஸவெத்தா இறந்தபோது, ஊரிலிருந்த மூதாட்டிகளெல்லாம் சேர்ந்து, ‘பாவம், ஐந்தடிகூட இல்லாத இந்தக் குள்ளச்சி பாவம்’ என்று அவளைப் பற்றி உருக்கமாகப் பேசினர். இருபத்தைந்து வயதான அவள் ஆரோக்கியமாக, அகன்ற முக அமைப்புடன், சிவந்த கன்னங்களையும் உணர்ச்சிகளற்ற பேதைமைத் தன்மையையும் கொண்டிருந்தாள். வெறித்துப் பார்க்கும் அவளுடைய பார்வையில் இனிமை இல்லையென்றாலும், மென்மை பளிச்சிட்டது. குளிர்காலம், கோடைக்காலம் எதுவாக இருந்தாலும் சரி, அவள் காலில் செருப்பில்லாமல், வெறுங்காலுடன், சணலிலான ஒற்றைச் சட்டையுடன் மட்டுமே இருந்தாள்.

சற்றேறக்குறைய கருநிறமான அவளுடைய கூந்தல் அடர்த்தியாக, செம்மறியாட்டு ரோமம் போலச் சுருட்டையாகத் திரண்டு பெரிய தொப்பி அணிந்திருப்பது போலக் காட்சியளித்தது. மேலும் வெறுந் தரையில், அழுக்கடைந்த இடத்தில் அவள் படுத்திருந்ததால், அவள்மீது தூசியும் மண்ணும் இலைகளும் மரப்பட்டைகளும் ஒட்டியிருந்தன. அவளுடைய தந்தை இலியா வசிப்பதற்கு வீடில்லாமல், நோய்வாய்ப் பட்டு, எல்லாவற்றையும் இழந்த நிலையில், அளவுக்கு அதிகமாகக் குடித்துக்கொண்டு, நம்முடைய நகரத்து நடுத்தர வர்க்கப் பணக்காரர் ஒருவரிடம் எடுபிடியாகப் பல ஆண்டுகள் வேலைசெய்து வந்தார். லிஸவெத்தாவின் தாய் நீண்ட நாட்களுக்கு முன்பே இறந்துபோயிருந்தாள். எப்போதுமே நோய்வாய்ப்பட்ட நிலையில் இருந்த லிஸவெத்தாவின் தந்தை வீட்டிற்கு வந்தபோதெல்லாம் மனவெறுப்பில் அவளை அடித்து உதைத்தார். அதனால் மிக அரிதாகவே வீட்டிற்குச் சென்ற அவள்மீது

ஊர்மக்கள் இரக்கம் காட்டி, உணவு கொடுத்து, கடவுள் அருள் பெற்ற குள்ளச்சி என்று அவளை ஆதரித்து அடைக்கலம் கொடுத்து வந்தனர். இலியாவும் அவனுடைய எஜமானன் மற்றும் கருணை படைத்த வியாபாரிகள் பலரும் சேர்ந்து, ஒரே சட்டையுடன் அலைந்து திரிந்த லிஸவெத்தாவுக்கு நாகரிகமாக ஆடை அணிவிக்க முடிவுசெய்து, குளிர்காலத்திற்குத் தேவையான, ஆட்டுத் தோலாலான மேல் அங்கியை யும் காலணியையும் அவளுக்கு அணிவிக்கப் பலமுறை முயன்றனர். ஆனால், அவளோ அவர்கள் கொடுத்த எதையும் நிராகரிக்காமல், தனக்கு அணிவிக்கப்பட்ட எல்லாவற்றையும் அணிந்துகொண்டு, வேறு இடத்திற்குச் சென்று, பெரும்பாலும் ஆலயத்தின் முன்வாசலுக்குச் சென்று, அணிவிக்கப்பட்ட எல்லாவற்றையும் – கைக்குட்டை, பாவாடை, ஆட்டுத்தோலாலான மேலங்கி, காலணிகள் எல்லாவற்றையும் களைந்து ஓரிடத்தில் வைத்துவிட்டு, முன்புபோலவே ஒரே சட்டையுடனேயே, காலணியில்லாமல் திரிந்துவந்தாள். ஒருமுறை அந்த மாகாணத்தின் புதிய கவர்னர் நம்முடைய நகரத்தை மேற்பார்வையிட வந்தவர், லிஸவெத்தாவைப் பார்த்து, இப்படி ஒரு பெண் தன்னுடைய இளமைக் காலத்தில் ஒரே ஒரு சட்டையுடன் பொது இடங்களில் அலைந்து திரிவது நாகரிகமல்ல என்று ஊர்ப்பெரியவர்களைக் கூட்டி முறையிட்ட போது, அவர்கள் அந்த ‘முட்டாள் பெண் ஒரு துறவியைப் போல இருக்கிறாள்’ என்று சொன்னாலும், கவர்னர் அவளுக்குத் துணிமணி கொடுத்து அவளைக் கருணையுடன் கவனிக்குமாறு கேட்டுக்கொண்டார். அப்படிச் சொன்ன கவர்னர் போய்விட்டார். ஆனால், லிஸவெத்தாவோ பழையபடி மீண்டும் ஒரே சட்டையுடன் அலைய ஆரம்பித்தாள். ஊர்மக்களும் அவளை அப்படியே விட்டுவிட்டனர். அதன் பிறகு லிஸவெத்தாவின் தந்தை இலியாவும் இறந்துபோனார். இப்படியாக, அனாதை என்ற பெயரில், கடவுளுக்குப் பயப்பட்ட ஊர் மக்கள் அவள்மீது இன்னும் அதிகமாகக் கருணை காட்டி வந்தனர். உண்மை யாகவே எல்லோரும் அவளை அன்புடன் நடத்தினர், குறிப்பாக, மாணவர்கள், இளைஞர்கள்கூட அவளைக் கேலி செய்யவில்லை. முன்பின் தெரியாதவர் வீட்டில் அவள் நுழைந்தால்கூட யாரும் அவளை வீட்டை விட்டு வெளியே விரட்டாமல், அன்புடன் அவளுக்குக் காசு கொடுத்து உதவி வந்தனர். அதை அவள் கவனமாகத் தேவாலய நன்கொடைப் பெட்டியில் போடுவாள். சந்தையில் யாராவது அவளுக்குச் சிறு ரொட்டித்துண்டோ பண்டமோ கொடுத்தால், உடனே அதை அவள் தான் சந்திக்கும் முதல் குழந்தைக்கோ பணக்காரப் பெண்மணிக்கோ கொடுப்பாள்; அந்தப் பணக்காரப் பெண்களும் மகிழ்ச்சியுடன் அதை வாங்கிக்கொள்வார்கள். அவளோ கருப்பு ரொட்டியையும் தண்ணீரையும் தவிர வேறு எதையுமே சாப்பிட மாட்டாள். மிகப்பெரிய, விலையுயர்ந்த பொருட்கள் இருக்கும் கடைக்குச் சென்று அவள் அங்கு உட்கார்ந்திருந்தாலும்கூட, கடைக்காரர் கள் அவளை எப்போதுமே கண்காணித்ததில்லை, ஏனெனில் ஆயிரக்கணக்கில் அவள் முன்னால் பணம் இருந்தாலும், அவள் ஒரு கோப்பெக்கையும் தொடமாட்டாள் என்று அவர்களுக்குத் தெரியும்: எப்போதாவதுதான் அவள் தேவாலயத்திற்குள் போவாள்; மற்ற

நேரங்களில் அவள் தேவாலயத்தின் வாசலிலோ அல்லது கழிகளால் செய்யப்பட்ட வேலியைத் தாண்டி (மரத்தாலான வேலிகளைவிடக் கழிகளாலான வேலிகள் இன்னும் நம்மூரில் நிறைய இருக்கின்றன.) யாருடைய காய்கறித் தோட்டத்திலோ தான் படுத்து உறங்குவாள். வீட்டிற்கு, அதாவது இறந்துபோன தன் தந்தை வேலை செய்த எஜமானின் வீட்டிற்கு, வாரத்திற்கு ஒருமுறை போவாள். குளிர்காலத்தில் அவள் அந்த வீட்டின் நடைபாதையிலோ மாட்டுத் தொழுவத்திலோதான் உறங்குவாள். எப்படி அவளால் இப்படி ஒரு வாழ்வை வாழ முடிந்தது என்று அனைவரும் ஆச்சர்யப்பட்டனர், ஆனால், அப்படிப்பட்ட ஒரு வாழ்க்கைக்கு அவள் பழக்கப்பட்டிருந்தாள்; குள்ளமாக இருந்த அவள், அசாதாரணமான சக்தியுடையவளாக இருந்தாள். தன்னுடைய தற்பெருமையைக் காட்டிக்கொள்வதற்காகவே அவள் இப்படிச் செய்கிறாள் என்று நம்மூரில் சிலர் பேசினாலும், அது அப்படி இருக்கவில்லை: அவளால் ஒரு வார்த்தைகூடப் பேச முடியாமலிருக்க, சில சமயங்களில் அவள் புரிந்துகொள்ள முடியாத சத்தத்தை மட்டுமே எழுப்ப, எப்படிப்பட்ட கர்வம் அவளிடம் இருக்க முடியும்! ஒருநாள் செப்டம்பர் மாத, தெளிவான, இதமான பௌர்ணமி இரவு நேரத்தின் போது, நம்மைப் பொறுத்தவரை பின்தங்கிய இரவு வேளையில், (நீண்ட காலத்திற்கு முன்பு) நம் ஊரைச் சேர்ந்த குடிகாரக் கும்பல் ஒன்று ஐந்தாறு இளைஞர்களைக் கொண்ட கும்பல், கூட்டுக் குழுவிலிருந்து (கிளப்) தங்களுடைய வீட்டிற்குத் திரும்பிக்கொண் டிருந்தனர். இருபுறமும் கழிக்கம்புகளால் பின்னப்பட்ட வேலியும் அதையொட்டி அண்டை வீட்டார்களின் காய்கறித் தோட்டமும் இருந்தன; தோட்டப்பாதை நீண்ட, நாற்றமெடுக்கும் குட்டைக்கு மேலிருந்த பாலத்தின் வழியாகச் செல்ல, அந்தக் குட்டையைச் சில சமயம் நம் மக்கள் நதியென்றும் சொல்வர். அந்த வேலிக் கருகிலிருந்த செந்தட்டி, புற்களுக்கு நடுவே இந்தக் கூட்டம், உறங்கும் லிஸவெத்தாவைப் பார்த்தது. இப்படி ஊர் சுற்றும் இந்தப் பெருமக்கள் அவளருகே சென்று, அவளைப் பார்த்து நாகரிகமில்லாமல் கேலிசெய்து உரக்கச் சிரித்து எக்காளமிட்டனர். அப்போது அதில் ஒருவர், 'இப்படிப்பட்ட மிருகத்தை யாராவது பெண் என்று சொல்ல முடியுமா, அதுவும் உதாரணமாக, இப்போது' என்ற விசித்திரமான கேள்வியைக் கேட்டார். அதற்கு எல்லோரும் முடியாது என்று தங்களுடைய கருத்தைக் கர்வத்துடன் வெளிப்படுத்தினர். ஆனால், அந்தக் கூட்டத்தி லிருந்த பியோதர் பாவ்லவிச் மட்டும், உடனே, அவள் பெண்தான் என்று என்னால் ஏற்றுக்கொள்ள முடியும், அதற்கு மேலாகவும் அவளை என்னால் ஏற்றுக்கொள்ள முடியும், அதுவும் குறிப்பாக, கவர்ச்சியாக ஏதோ ஒன்று அவளிடம் இருக்கிறது என்று பலமுறை அதையே அவர் திரும்ப திரும்பச் சொன்னார். உண்மையாக, அந்தச் சமயத்தில் அவர் தன்னுடைய சுயநினைவை இழந்து, கோமாளியாக மாறி, மற்றவர்களை மகிழ்ச்சிப்படுத்த, தன்னைப் பெருமையாகக் காட்டிக்கொள்ளவே இப்படிச் சொன்னார். அந்தச் சமயம் பார்த்துத் தான் பீத்தர்புர்கிலிருந்து அவருடைய முதல் மனைவி அதலெய்தா இவானவ்னா இறந்துபோன செய்தி அவருக்குக் கிடைக்கப் பெற,

அதைக் கேட்ட அவர், தன்னுடைய மென்பட்டுத் துணியாலான தொப்பியைக் கையிலெடுத்து, மேலும் கீழும் ஆட்டிக்கொண்டு நடந்து சென்றது ஊர்மக்களை, ஏன் கெட்ட சகவாசமுள்ள அவருடைய நண்பர்களைக்கூட அதிர்ச்சியடைய வைத்தது. இந்தக் கூட்டமானது எதிர்பாராத விதமாக எந்த விஷயத்தையும் கேலிக் கூத்தாக்கக் கூடிய வல்லமை கொண்டது; அந்தக் கூட்டத்திலிருந்த ஒருவர் பியோதர் பாவ்லவிச்சைத் தூண்டிவிட்டு வேடிக்கை பார்க்கவும் செய்தார்; மற்றவர்களோ அருவருப்பும் வெறுப்புணர்வும் மேலிட, தத்தம் வீடுகளுக்குத் திரும்பிச் சென்றனர். அவர்களைத் தொடர்ந்து பியோதர் பாவ்லவிச்சும் தன்னுடைய வீட்டிற்குத்தான் சென்றார் என்று பிறகு அவர் உறுதிசெய்தார்; அது அப்படியாக இருந்திருக்கலாம். ஆனால் அதைப் பற்றி எதுவும் உறுதியாகச் சொல்ல முடியாது. அதன்பிறகு ஐந்தாறு மாதங்கள் கழித்து லிஸவெத்தா கருத்தரித்திருக் கிறாள் என்ற செய்தி தெரியவந்து, அந்தப் பாவச்செயலைச் செய்த குற்றவாளியை மக்கள் தேடினர். இங்குதான் திடீரென்று விநோதமான இந்த வதந்தியும் ஊர் முழுவதும் பரவியது. அதாவது, அந்தக் குற்றவாளி வேறு யாருமல்ல, பியோதர் பாவ்லவிச்தான் என்று; இது எப்படிப் பரவியது என்று தெரியாது; ஆனால் ஊரைச் சுற்றித்திரிந்து வந்த அந்தக் குழுவிலிருந்த ஒருவர், அந்தச் சமயத்தில் நம்முடைய ஊரில் தான் வசித்துவந்தார்; மரியாதைக்குரிய வயதான அவர், மக்கள் நகரமன்ற உறுப்பினராகவும் வயது வந்த பெண்களைக் கொண்ட ஒரு குடும்பஸ்தராகவும் இருந்தார்; அப்படியே ஏதாவது நடந்திருந்தால் கூட அதை அவர் வெளியே சொல்லியிருக்கமாட்டார்; மற்ற ஐந்து பேரும் அப்போது நம்முடைய ஊரில் இல்லாமல் இருந்தார்கள். ஆனால் அந்த வதந்தி மட்டும் எப்படியோ பியோதர் பாவ்லவிச்சை நேரடியாகத் தாக்கியது; அப்படியே அது விடாது அவரைத் தொடர்ந்து தாக்கவும் செய்தது. ஆனால் அப்படிப்பட்ட வதந்திகள் வெகுவாக அவரைப் பாதிக்கவில்லை: முக்கியமில்லாத சாதாரண வியாபாரிகளுக்கு அவர் எந்தவிதப் பதிலையும் கொடுக்கவில்லை. அந்தச் சமயம் அவர் யாருடனும் பேசாமல், தற்பெருமையுடன் தனக்குத் தெரிந்த அரசு அதிகாரிகள், உயர்குடிப் பெருமக்களுடன் மட்டுமே கலந்து உறவாடி, உல்லாசமாகக் காலத்தைக் கழித்து வந்தார். அப்போதுதான் இப்படி உலவி வந்த இந்த வதந்திக்கு எதிராகக் கிரிகோரி நின்று, வதந்தி பேசியவர்களுடன் சண்டைபோட்டு, தன்னுடைய எஜமானனை மட்டுமல்லாது, அவர்களுடைய தவறான எண்ணத்தையும் மாற்றினான். அதாவது, 'கீழ்த்தரமான பெண்ணேதான் இதற்குக் காரணம்' என்று உறுதியாகச் சொன்ன அவன், அந்தக் குற்றத்தைச் செய்தது வேறு யாருமல்ல, 'வாழ்க்கையில் வழுக்கி விழுந்துவிட்ட கார்ப்' தான் என்றான். (தீயவழியில், குற்றங்கள் பல புரிந்து சிறையிலிருந்த அவனை மக்கள் அப்படித்தான் அழைத்தார்கள்;) அப்படிப்பட்டவன், அந்தச் சமயம் பார்த்துச் சிறையிலிருந்து தப்பி, ரகசியமாக நம்முடைய ஊரில் தஞ்சம் புகுந்திருந்தான். எனவே அந்த அனுமானம் ஏற்றுக் கொள்ளப்படக்கூடியதாக இருக்க, மக்கள் கார்ப்பை, குறிப்பாக, இரவு நேரங்களில், இலையுதிர் கால ஆரம்பத்தில் மூன்றுமுறை

நம் ஊரில் கொள்ளையடித்தவனை நினைவுகூர்ந்து பார்த்தனர். இந்தச் சம்பவம் முழுவதும் அப்படியே எல்லாப் பிற நிகழ்ச்சிகளும் பாவப்பட்ட அந்தக் குள்ளச்சி மீது இரக்கத்தை மட்டும் ஏற்படுத்த வில்லை, அதற்கும் மேலாக, அவளைப் பற்றிக் கவலைகொள்ளவும் அவள்மீது அக்கறை காட்டவும் வைத்தன. பணக்கார விதவை, வியாபாரியின் மனைவி கன்த்ரச்செவ்னா, ஏப்ரல் மாதக் கடைசியில் லிஸவெத்தாவைத் தன்னுடைய வீட்டிற்கு அழைத்துச் சென்று, பேறுகாலம் முடியும்வரை அவளை வெளியில் அனுப்பக் கூடாது என்று வீட்டிலுள்ளோருக்கு உத்தரவு போட்டிருந்தாள். அப்படி அவளைத் தீவிரமாகக் கண்காணித்து வந்தபோதும், அதையும் மீறி அவள் ரகசியமாகப் பேறு காலத்தின் கடைசி நாளன்று, மாலை வேளை அங்கிருந்து வெளியேறி, பியோதர் பாவ்லவிச்சின் தோட்டத்திற்கு வந்து சேர்ந்தாள். அந்த நிலையில் எப்படி அவள் அவ்வளவு பெரிய வலுவான வேலியைத் தாண்டிக் குதித்து உள்ளே சென்றாள் என்பது புரியாத ஒரு புதிராகத்தான் இருந்தது. ஒருசிலர் யாரோ அவளை அங்குக் 'கொண்டுவந்து சேர்த்திருப்பார்கள்' என்றும் மற்றவர்கள், அவளை ஏதோ ஒரு சக்தி 'கொண்டுவந்து சேர்த்தது' என்றும் சொன்னார்கள். ஆனால், இயல்பாகவே அது நடந்திருக்கக்கூடிய விஷயம்தான், ஏனெனில் லிஸவெத்தா முன்பின் தெரியாதவர்களின் வீட்டு வேலியைத் தாண்டிச் சென்று படுத்துறங்கும் பழக்கமுள்ளவ ளாதலால், எப்படியோ அவள் பியோதர் பாவ்லவிச்சின் தோட்டத்து வேலியைத் தாண்டி, தன்னுடைய பேறுகால நிலைமையையும் பொருட்படுத்தாது குதித்ததில் அவள் தன்னைக் காயப்படுத்திக் கொண்டிருக்க வேண்டும். கிரிகோரி வேகமாக வீட்டிற்குத் திரும்பிச் சென்று மார்ஃபா இக்னசேவ்னாவை அழைத்து வந்து லிஸவெத்தாவைக் கவனிக்கச் சொன்னவன், அருகில் உள்ள பிரசவம் பார்க்கும் தாதியை அழைத்துவர ஓடினான். இறுதியாக, குழந்தை காப்பாற்றப்பட, லிஸவெத்தாவோ விடியற்காலை வேளையில் இறந்துபோனாள். கிரிகோரி அந்தக் குழந்தையை வீட்டிற்கு எடுத்துவந்து மனைவியின் மடியில் கிடத்தி, 'அனாதையான இந்தக் கடவுளின் குழந்தை எல்லோருக்கும் சொந்தம், ஆனால், நமக்கு அது எல்லோரைக்காட்டிலும் அதிகச் சொந்தம். இறந்துபோன நம்முடைய குழந்தையால் இந்தக் குழந்தை அனுப்பப்பட்டிருக்கிறது; சாத்தானின் மகன் இது என்றாலும் கூட, நன்னடத்தையுள்ளவளின் குழந்தையும் இது. இனிமேல் நீ அழுது புலம்பாமல் இந்தக் குழந்தையைக் கவனித்துக்கொள்' என்றான். இப்படியாக மார்ஃபா இக்னசேவ்னா இந்தக் குழந்தையை எடுத்து வளர்த்து வந்தாள். அவனுக்கு ஞானஸ்நானம் செய்து பாவல் என்று பொதுவாகப் பெயரிட்டு, தந்தை வழிப்பெயராக, பியோதரவிச் என்றும் பெயரிட்டார்கள். பியோதர் பாவ்லவிச் இதற்கு மறுப்பெதுவும் தெரிவிக்காமல் வேடிக்கை பார்த்தவர், அதற்கான பொறுப்பெதுவும் தன்மீது விழாதபடி கவனித்துக்கொண்டார். கேட்பாரற்றுக் கிடந்த குழந்தையைக் கிரிகோரி எடுத்து வளர்ப்பது, ஊர் மக்களுக்கு மகிழ்ச்சியைத் தந்தது. பியோதர் பாவ்லவிச் அந்தக் குழந்தைக்காக ஒரு குடும்பப் பெயரைத் தேர்ந்தெடுத்தார்: லிஸவெத்தாவின் கேலிப்

பெயரான ஸ்மெர்தியாஷய (முடைநாற்றக்காரி) என்ற பெயரை எடுத்து அந்தக் குழந்தைக்கு ஸ்மெர்தியாக்கவ் எனப் பெயரிட்டார். இந்த ஸ்மெர்தியாக்கவ் தான் பிறகு ஃபியோதர் பாவ்லவிச்சின் இரண்டாவது வேலையாளாக நியமிக்கப்பட்டு, நம்முடைய கதையின் ஆரம்பத்தில் வயதான கிரிகோரி, கிழவி மார்ஃபாவுடன் விடுதியில் தங்கியிருந்தவன். அவன்தான் சமையல்காரனாகப் பிறகு வேலையில் அமர்த்தப்பட்டான். அப்படி அமர்த்தப்பட்ட இந்த ஸ்மெர்தியாக்கவைப் பற்றி வாசகர்களுக்கு ஒன்றை நான் இப்போது சொல்ல விருப்பப் பட்டாலும், சாதாரண ஒரு விஷயத்திற்காக வாசகர்களின் கவனத்தைத் திருப்ப விரும்பாமல், தானாகவே அது கதையில் இடம்பெறுமாறு அமைத்துவிட்டேன்.

## 3

## கொந்தளிக்கும் மனத்தின் பாவமன்னிப்பு: கவிதை வடிவில்

துறவி மடாலயத்தை விட்டுவிட்டுத் தன்னுடன் வந்துவிட வேண்டு மென்று தன் தந்தை இட்ட கட்டளையைக் கேட்டுக் கொஞ்ச நேரம் எதுவும் புரியாமல் நின்றான் அல்யோஷா. எதுவும் புரியாமல் அப்படியே அவன் கல்லாய் நின்று விடவில்லை, ஏனெனில் அப்படிச் சமைந்து நிற்பது அவனுடைய குணம் அல்ல. மாறாக, அமைதி குலைந்திருந்த அவன், தலைமை மடாதிபதியின் சமையலறையில், தன் தந்தை என்ன செய்தார் என்பதை அறிய மாடிக்குச் சென்றான். சென்றவன் கீழே வந்து, ஊருக்குச் செல்ல முடிவுசெய்து, தன்னை வாட்டும் இந்தச் சிக்கலான விஷயத்திற்குத் தீர்வுகாண முடியும் என்று நம்பினான். முன்னதாகவே ஒன்றைச் சொல்லி விடுகிறேன்: தந்தை கத்திய வறட்டுக் கத்தலுக்கும் 'தலையணை மெத்தையுடன்' வீட்டிற்கு வந்துவிடுமாறு உத்தரவிட்ட அவருடைய கட்டளைக்கும் அவன் கொஞ்சம் கூடப் பயப்படவில்லை. அவர் இட்ட இந்தக் கட்டளை, கூக்குரல் எல்லாமே அவருடைய 'உணர்ச்சிப் பெருக்கால்', அந்த நிமிடத்தில் இடப்பட்ட கட்டளை என்பதும், ஒருவித எழுச்சியின் பேரால் இடப்பட்டது என்பதும் அவனுக்கு நன்றாகத் தெரியும்; நம்முடைய ஊரைச் சார்ந்த வியாபாரி ஒருவர், தன் வீட்டுப் பெயர் சூட்டுவிழாவில் நண்பர்களை அழைத்துக் கொண்டாடியபோது, அதிகமாக அவருக்கு வோத்கா தரப்படவில்லை என்ற காரணத்திற்காக அவரே தன் வீட்டுப் பீங்கான் பாத்திரங்களைப் போட்டுடைத்து, மனைவியின் ஆடைகளைக் கிழித்து, வீட்டிலிருந்த மரச்சாமான்களையெல்லாம் போட்டு உடைத்து, இறுதியாக, கண்ணாடிப் பொருள்களையும் போட்டு உடைத்துத் தன்னுடைய வெறும் பகட்டாரவாரத்தைக் காட்டினார். அதுபோலத் தான் இவனுடைய தந்தையும் இப்போது நடந்துகொண்டார் என்று நினைத்தான் அல்யோஷா. அடுத்த நாள் அந்தக் குடிகார வியாபாரி

உடைந்துபோன தன்னுடைய கோப்பைகள் மற்றும் தட்டுகளுக்காக வருத்தப்பட்டிருப்பான் என்பதில் சந்தேகமே இல்லை. இந்தக் கிழவர் கூடத் தன்னை அடுத்த நாளோ, அல்லது அன்றேகூட ஒருவேளை துறவிமடாலயத்திற்கு அனுப்பிவைக்கக் கூடுமென்று அல்யோஷாவுக்குத் தெரியும். அதுமட்டுமின்றி, தன் தந்தை வேறு யாருக்கு வேண்டுமானாலும் தீங்கிழைக்கக் கூடும், ஆனால் அவரால் தனக்கு மட்டும் தீங்கிழைக்கவே முடியாது என்பதும் அல்யோஷாவுக்கு நன்றாகவே தெரியும். அப்படியே, வேறு யாருமே இவ்வுலகில் தனக்கு எப்படியுமே தீங்கிழைக்க முடியாது என்பதும் அவனுக்குத் தெரியும்; அப்படியே வேறு யாரும் தன்னை எதுவும் செய்ய முடியாது என்பதையும் அவன் அறிந்திருந்தான். ஒருமுறை கொடுக்கப்பட்டது, ஏன் என்ற கேள்வியின் எல்லைகளைத் தாண்டி நின்று ஏற்றுக்கொள்ளப்படுவதாயிருக்கிறது; இந்தவிதத்தில், தன்னுடைய பாதையை எந்தவிதத் தயக்கமுமின்றிப் பின்பற்றிச் சென்றான் அல்யோஷா. அந்த நிமிடம் அவனால் குறிப்பிட்டுச் சொல்ல முடியாத ஏதோ ஒரு மனக்கஷ்டம், மனவேதனை அவனுள் கிளர்ந்தெழுந்து, அது ஒரு பெண்ணைப் பற்றிய பயமாக, குறிப்பாக கத்தரீனா இவனாவ்னாவைப் பற்றிய இனம் புரியாத பயமாக இருந்தது. சொல்லப்போனால், அவள்தான் சிறிது நேரத்திற்கு முன்பு பெருமாட்டி ஹஹ்லகோவா மூலமாகச் சீட்டு ஒன்றைக் கொடுத் தனுப்பி, அவனுடன் அவள் ஏதோ பேசவேண்டுமென்று அவனை மன்றாடிக் கேட்டுக்கொண்டிருந்தாள். இந்த வேண்டுகோளும், அப்படியே அங்கு அவன் கண்டிப்பாகப் போகவேண்டுமென்ற இந்த நிர்ப்பந்தமும் தான், அவனுடைய உள்ளத்தில் ஏதோ ஒரு இனம் புரியாத வேதனையை, மடாலயத்தில் நடந்த எல்லா நிகழ்வுகளுக்குப் பின்னும், துறவி மடாலயத் தலைவர் முன்பாக நடந்த நாடகத்திற்குப் பின்பும், ஆழமானதொரு வலியை, இன்னும் அதிகப்படுத்தி, இன்று காலை வரை அவனை வேதனையில் ஆழ்த்தியது. அவனிடம் அவள் என்ன பேசுவாள், அவளுக்கு அவன் என்ன பதிலளிக்க வேண்டும் என்பதைப் பற்றியெல்லாம் நினைத்து அவன் பயப்படவில்லை. அவளுடைய பெண்மையைக் கண்டும் அவன் பயப்படவில்லை: தன்னுடைய வாழ்நாள் முழுவதும், குழந்தைப் பருவத்திலிருந்து துறவி மடாலயத் திற்கு வரும்வரை, பெண்களுடன் மட்டுமே வாழ்ந்துவந்த அவனுக்குப் பெண்களின் குணத்தைப் பற்றி எதுவுமே தெரிந்திருக்கவில்லை. குறிப்பாக, இந்தப் பெண்ணை, கத்தரீனா இவானவ்னாவைப் பார்த்து அவன் பயப்பட்டான். முதன்முதலாக அவளைப் பார்த்த சமயத்தி லிருந்தே அவளைக் கண்டு அவன் பயப்பட்டான். பொதுவாக, ஓரிரு முறை அல்லது மூன்று முறை அவன் அவளைப் பார்த்திருப்பான்; அவளுடன் ஒருமுறை எதிர்பாராதவிதமாக ஓரிரு வார்த்தைகள்கூட அவன் பேசியிருக்கிறான். அழகான, ஆணவமான, அதிகார மனப் பான்மை கொண்ட பெண்ணாக அவளுடைய உருவம் அவனால் நினைவுகொள்ளப்பட்டது. அவளுடைய அழகல்ல அவனைத் துன்புறுத்தியது. அவளிடமிருந்த வேறு ஏதோ ஒன்று, புரிந்துகொள்ள முடியாத ஏதோ ஒன்றுதான் அவனைத் துன்புறுத்தியது. குறிப்பாக, இந்தத் துயரத்தை அவன் பெருமதிப்பிற்குரிய ஒன்றாக நினைத்தான்;

அவனுடைய சகோதரன் திமித்ரியைக் காப்பாற்ற அவள் முயன்றாள்; அவனோ அவள் முன்பாகக் குற்றம்சாட்டப்படக் கூடியவனாக இருந்தாலும், தன்னுடைய பரந்த மனப்பான்மையின் பேரில், அவள் அவனைக் காப்பாற்ற முயன்றாள். அவளுடைய இந்தப் பெருந் தன்மையையும் அற்புதமான இந்த உணர்வையும் மதித்து, அவன் நியாயம் கற்பித்தபோதும், அவளுடைய வீட்டை நெருங்க நெருங்க அவனுடைய முதுகுத்தண்டில் ஏதோ ஒரு சில்லிட்ட உணர்வு அதிர்வதை அவன் உணர்ந்தான்.

அவளுடன் மிக நெருக்கமாக இருந்த தன் சகோதரன் இவான் ஃபியோதரவிச் அங்கிருக்க வாய்ப்பில்லை என்பதை அவன் அறிந்திருந் தான்: ஒருவேளை இப்போது அவன் தந்தையுடன் இருக்கலாம். அப்படியிருந்தால், திமித்ரியையும் தான் சந்திக்க முடியாது என்று நினைத்தவனுக்கு, நடக்கவிருக்கும் கெட்டதை ஓர் உணர்வு உணர்த்திற்று. இப்படியாக, அவர்கள் இருவருக்கும் இடையேயான பேச்சுவார்த்தை ரகசியப் பேச்சுவார்த்தையாக இருக்கப்போகிறது. விதி வசத்தால் நடக்கப்போகிற இந்தப் பேச்சு வார்த்தைக்கு முன்பாகத் தன் சகோதரன் திமித்ரியை ஒருமுறை அவன் பார்த்துவிட வேண்டுமென்று விரும்பினான். இந்தக் கடிதத்தைக் காட்டாமல் அவன் தன்னுடைய சகோதரன் திமித்ரியிடம் கொஞ்சம் பேசமுடியும். ஆனால், திமித்ரியோ வெகு தூரத்தில் இருக்கிறான், அப்படியே அவன் வீட்டில் இல்லாமலும் இருக்கக்கூடும். ஒருநிமிடம் அந்த இடத்திலேயே அமைதியாக நின்ற அவன், இறுதியாக ஒரு முடிவை எடுத்தான். வழக்கம்போல அவசரமாகத் தனக்குச் சிலுவையைப் போட்டுக்கொண்டு, எதையோ நினைத்துச் சிரித்தபடி, பயத்துடன் அந்தப் பெண்ணின் வீட்டை நோக்கி அவன் நடந்தான். அவள் குடியிருந்த வீடு அவனுக்குத் தெரிந்திருந்தது. பெரிய தெருவின் வழியாகச் சதுக்கத்தின் ஊடே போனால், அவளுடைய வீடு சற்றுத் தொலைவாகத்தான் இருந்திருக்கும். நம்முடைய இந்தச் சிறிய நகரமானது அங்கொன்றும் இங்கொன்றுமாகக் கட்டடங்களைக் கொண்டிருந்ததால், தூரம் சற்று அதிகமாகத் தெரிந்தது. அது தவிர, அவனுடைய தந்தை அவனை எதிர்பார்த்துக் காத்திருந்ததால், அவருடைய கட்டளையைச் சிரமேற்கொண்டு, சரியான நேரத்திற்கு வீட்டிற்குப் போக வேண்டும் என்றும் அவன் நினைத்தான்; ஏனெனில் தான் தாமதமாகப் போனால் தந்தை எரிச்சலடையக்கூடும், அப்படியே அவன் வேகமாகக் கத்தரீனா இவனாவ்னாவையும் பார்த்துவிட்டுப் போக வேண்டும். இப்படி இவற்றையெல்லாம் மனத்தில் நினைத்துக் கொண்டு குறுக்கு வழியில் செல்ல முடிவு எடுத்து, பழக்கப்பட்ட பின்புறத் தோட்டம், குறுக்கு சந்து வழியாக அவன் நடக்கலானான். குறுக்கு சந்துகளைக் கடந்து, ஆட்கள் இல்லாத வேலிகளினூடே புகுந்து, சில சமயங்களில் அவற்றைத் தாண்டி, முன்பின் தெரியாதவர் களின் புறவாசல் பகுதிகளைக் கடந்து சென்றது அவனுக்குப் பெரிதாகத் தெரியவில்லை; ஊரில் எல்லோருக்கும் அவனைத் தெரிந்திருக்க, அவனைப் பார்த்த எல்லோரும் அவனுக்கு வணக்கத்தைத் தெரிவித்தனர். இப்படியாக, குறுக்கு வழியே சென்ற அவன், சீக்கிரமே பெரிய தெருவை வந்தடைந்தான். ஓரிடத்தில், தன் தந்தையின் வீட்டை

மிக அருகில் அவன் கடக்க நேரிட, அருகிலிருந்த ஒரு தோட்டத்தைக் கடந்து, அங்கிருந்த நான்கு ஜன்னல்கள் அடங்கிய பழையதொரு சிறிய வீட்டையும் அவன் கடந்து சென்றான். அல்யோஷாவிற்குத் தெரிந்தவரை, அந்த வீடு வயது முதிர்ந்த படுத்த படுக்கையாய் இருந்த பாட்டிக்குச் சொந்தமாக இருக்க, அந்தப் பாட்டி தன் மகளுடன் அங்கு வாழ்ந்து வந்தாள்; சிறிது காலத்திற்கு முன்புவரை, அதாவது ஒரு வருடத்திற்கு முன்புவரை, தளபதிகளின் வீடுகளில் வேலை செய்து பீத்தர்புர்கில் வாழ்ந்து வந்த இந்த மூதாட்டியின் மகள் தன் தாயைப் பார்த்துக்கொள்ள இங்கு வந்தவள், விலை உயர்ந்த தன்னுடைய ஆடைகளைத் தன் தாயிடம் காட்டி மகிழ்ந்துகொண் டிருந்தாள். பாட்டியும் மகளும் ஏழ்மை நிலைக்குத் தள்ளப்பட்டு, தங்களுடைய அண்டை வீட்டுக்காரராகிய கரமாஸவ் குடும்பத்தாரிடம் ரொட்டியும் சூப்பும் இரவல் வாங்கி வாழ்ந்து வந்தவர்களுக்கு, மார்ஃபா இக்னசேவ்னாதான் மனமுவந்து உதவி வந்தாள். அந்தப் பாட்டியின் மகள் சூப்பை இரவல் கேட்டு வாங்கிவந்த போதிலும், அவள் தன்னுடைய ஆடை ஒன்றைக்கூட விற்க முற்படாமலிருக்க, அவற்றில் ஒன்று மிக நீண்ட வால் போன்ற பகுதியைக் கொண்டதாக இருந்தது. அல்யோஷா தன்னுடைய நண்பன் ரக்கீத்தின் மூலமாக நகரத்தில் நடக்கும் எல்லா விஷயங்களையும் அறிந்து வைத்திருந்தான்; அப்படித்தான் எதேச்சையாக, இந்தக் கடைசித் துண்டுத் தகவலும் அவனுக்குக் கிடைக்கப்பெற்றிருக்க, அவனோ வெகு இயல்பாக அதை மறந்துபோயிருந்தான். ஆனால் அண்டை வீட்டுக்காரரின் தோட்டத்தை நெருங்கியபோது திடீரென்று அவனுடைய நினைவிற்கு வால்போன்ற பகுதி சட்டென்று நினைவுக்கு வர, எதையோ நினைத்த படி குனிந்திருந்த தன்னுடைய தலையை நிமிர்த்திப் பார்த்தபோது . . . அவன் சந்திக்க நினைத்த அந்த மனிதனை எதிர்பாராத விதமாகத் திடீரென்று சந்தித்தான். அண்டை வீட்டுக்காரரின் தோட்டத்து வேலியருகே சாய்ந்து நின்றபடி, அவனுடைய சகோதரன் திமித்ரி ஃபியோதரவிச், தன்னுடைய முழு பலத்தையும் பிரயோகித்து, கையசைத்து அல்யோஷாவுக்குச் சைகை காட்டியபடி, வார்த்தை எதுவும் பேசாமல், பேசினால் யாராவது கேட்டு விடுவார்களோ என்ற பயத்தில், மௌனமாக அல்யோஷாவின் கவனத்தைத் திருப்ப வெகுவாக முயன்றுகொண்டிருந்தான். அல்யோஷா உடனே அந்த வேலியை நோக்கி ஓடினான்.

'நல்லவேளையாக நீயே என்னைப் பார்த்துவிட்டாய், இல்லா விட்டால், உன்னை நான் சத்தம் போட்டுக் கூப்பிட வேண்டி வந்திருக்கும்' என்று திமித்ரி ஃபியோதரவிச் சந்தோஷத்துடன் அவசர அவசரமாக முணுமுணுத்தான். 'இந்தப் பக்கமாக ஏறு! வேகமாக! ஓ, நீ வந்தது எவ்வளவு நல்லதாகப் போயிற்று; உன்னைப் பற்றி இப்போதுதான் நினைத்துக்கொண்டிருந்தேன் . . .'

அவனைப் பார்த்ததில் அல்யோஷாவும் சந்தோஷப்பட, இந்த வேலியை எப்படித் தாண்டுவது என்றுதான் அவனுக்குத் தெரியாம லிருந்தது. ஆனால் 'மீச்சியா' வலுவான தன்னுடைய கைகளால்

அவனுடைய முழங்கையைப் பிடித்திழுத்து, அல்யோஷா வேலியைத் தாண்ட உதவினான்.

செருப்பில்லாமல் திரியும் நகரத்துச் சிறுவனைப் போல, திமித்ரியின் பெரிய அங்கியைப் பற்றிக்கொண்டு வேலியைத் தாண்டிக் குதித்தான் அல்யோஷா.

‘ஓ, ரொம்ப நல்லது, வா, இனி நாம் இருவரும் போகலாம்!’ என்று மீச்சியா குதூகலமாக முணுமுணுத்தான்.

‘எங்கே போகிறோம்’ என்று அல்யோஷா மெதுவாகக் கேட்டபடி தோட்டத்தைச் சுற்றிப் பார்த்தபோது, அவர்கள் இருவரைத் தவிர வேறு யாரும் அங்கிருக்கவில்லை. அது மிகச்சிறிய தோட்டமாக, ஐம்பதடி தூரத்தில் சில வீடுகளைக் கொண்டிருந்தது. ‘ஆமாம், இங்கு தான் யாருமே இல்லையே, பிறகு ஏன் இப்படி நீ முணுமுணுக்கிறாய்?’

‘நான் ஏன் முணுமுணுக்கிறேனா? ஹா, நாசமாய்ப் போக’ என்று திடீரென்று திமித்ரி உரக்கச் சொன்னான். ‘ஆமாம், நான் ஏன் இப்படி முணுமுணுக்கிறேன்? பார், விதி அப்படி விளையாடுகிறது! நான் ஒரு ரகசியத்தைப் பாதுகாத்து வைத்திருக்கிறேன். எல்லாவற்றையும் பிறகு உனக்கு விவரமாகச் சொல்கிறேன்; இது ரகசியமானதால் தேவையே இல்லாமல் முட்டாள்தனமாக நான் முணுமுணுக்கிறேன். வா போகலாம். அதோ அங்கே. அதுவரை நீ பேசாமல் இரு. உன்னை நான் நெஞ்சாரத் தழுவி அணைத்துக்கொள்ள விரும்புகிறேன்.’

‘மிக உன்னதமான கடவுளுக்குப் புகழ் உண்டாகுக, உன்னதமான கடவுளின் புகழ் என்றென்றும் என்னுள் நிலைபெற்றிருப்பதாகுக!’

நீ இங்கு வருவதற்கு முன்பு இதைத் தான் நான் சொல்லிக் கொண்டிருந்தேன் . . .

அந்தத் தோட்டமானது பத்துக்குப் பத்து, அல்லது அதைவிடப் பெரியதாக, சுற்றிலும் மரங்களைக் கொண்டதாய், வேலிகள் அடங்கிய நான்கு புறங்களிலும் நிழல் தரும் ஆப்பிள், எலுமிச்சை, பீர்ச் மரங்களைக் கொண்டிருந்தது. அதற்கு நடுவே, இருந்த புல்வெளி பரப்பைச் சுற்றிக் காலி இடமும் கோடை காலத்திற்குத் தேவையான முப்பத்தி ஆறு பவுண்டு எடை கொண்ட வைக்கோல் புதர்களும் வைக்கப் பட்டிருந்தன. அந்த வைக்கோல் புதர்கள் வசந்த காலத்தில் எஜமானிக்குக் கொஞ்சம் ரூபிள்களை ஈட்டிக் கொடுக்க, வேலியைச் சுற்றிலும் விதையில்லாத கரு முந்திரிப்பழமரமும் நெல்லி மரமும் வெள்ளை, சிவப்பு, மஞ்சள் நிறங்கொண்ட தித்திப்பான சிறு பழங்களைக் கொண்ட மரங்களும் இருந்தன; வீட்டுக்கு முன்பு சில நாட்களுக்கு முன்னால் போடப்பட்ட காய்கறித் தோட்டமும் இருந்தது. திமித்ரி ஃபியோதரவிச் விருந்தாளியைத் தோட்டத்தின் ஒரு மூலைக்கு, வீட்டை விட்டு வெகு தூரம் அழைத்துச் சென்றான். அங்கே அடர்த்தியாக வளர்ந்திருந்த எலுமிச்சை மரங்களும் வெகுகாலமாய் வளர்ந்து நின்ற கருமுந்திரிப்பழத் தோப்பும் வெள்ளை மலர்களைக் கொண்ட குட்டை மரங்களும் பனிபோல பால் வெள்ளை நிறங்கொண்ட

வட்டமலர் கொத்துச் செடிகளும் ரோஜா மற்றும் நறுமணங்கமழும் புதர்ச் செடிகளும் நடுநடுவே பசுமையான, கொடிகளடர்ந்த, வளைந்த இடைவழியும் மழைக்கு ஒதுங்கக் கூடிய கூரை ஒன்றும் பழங்காலத் தோற்றத்தைக் கொண்டிருந்தது.

கொடிகள் அடர்ந்த இந்தக் கூரை எப்போது கட்டப்பட்டது என்று கடவுளுக்குத்தான் தெரியும், ஐம்பது வருடங்களுக்கு முற்பட்டதாக இருக்கக்கூடும்; அப்போது இந்த இடத்திற்குச் சொந்தக்காரரான அலெக்சாந்தர் கார்லவிச் ஃவோன் ஷ்மித் என்ற ஓய்வுபெற்ற தளபதியால் அது கட்டப்பட்டிருந்தது.

ஆனால் இப்போது அது பாழடைந்த நிலையில், தரையெல்லாம் அரித்து, மரக்கட்டைகளெல்லாம் உதிர்ந்து, நாட்பட்ட வாடையைக் கொடுத்துக்கொண்டிருந்தது. அதன் உள்ளே பச்சை நிறங்கொண்ட, மரத்தாலான மேஜை பூமியில் பதியப்பட்டு, சுற்றிலும் அதே பச்சை நிறங்கொண்ட மரப்பெஞ்சுகளும் இன்னும் உபயோகப்படுத்தக்கூடிய நிலையில் இருந்தன. அந்தக் கொடிகளடர்ந்த மேஜையிலிருந்த பாதிப் பாட்டில் பிராந்தியையும் கண்ணாடிக் குவளையையும் பார்த்த அல்யோஷா, தன் சகோதரனின் எழுச்சிமிக்க மனநிலையை உடனே புரிந்துகொண்டான்.

'இதோ பிராந்தி!' என்று சிரித்தான் மீச்சியா, 'நீ என்ன நினைக்கிறாய் என்று எனக்குத் தெரியும்' 'மறுபடியும் நான் குடிக்க ஆரம்பித்துவிட்டேன் என்றுதானே? இந்த மாயையை நீ நம்பாதே.'

'உண்மையில்லாத, பொய்ப்பேசும் கூட்டத்தை நீ நம்பாதே,

உன்னுடைய சந்தேகங்களை நீ ஒதுக்கிவை...'

நான் குடிப்பதில்லை, உன்னுடைய பேராசை பிடித்த ரக்கீத்தின் சொல்வது போல, 'என்னை நான் திருப்திபடுத்திக் கொள்கிறேன்'; அவ்வளவு தான். 'என்னை நான் திருப்திபடுத்திக் கொள்கிறேன்' என்று என்னைப் பற்றி அவன் விவாதித்துக் கொண்டேதான் இருப்பான். உட்கார். அல்யோஷா உன்னைக் கட்டி அணைத்து என்னோடு சேர்த்துக்கொள்கிறேன், உண்மையாக இந்த மண்ணுலகில்... உண்மையாக (குறித்து வைத்துக்கொள்! குறித்து!) உன்னை மட்டும்தான் நான் இப்படி நேசிக்கிறேன்!'

இந்தக் கடைசி வார்த்தையை ஏதோ வெறி கொண்டவனைப் போலச் சொன்னான் திமித்ரி.

'உன்னைத் தவிர வேறு யாரையும், ஆமாம், ஒரு பெண்ணை, 'அந்தத் துடுக்குக்காரியை' நான் விரும்பியதால்தான் சீரழிந்துபோனேன். காதலில் விழுவது என்பது காதலிப்பது என்று அர்த்தமாகாது; என்னால் காதலிக்க முடியும், அதே சமயம் வெறுப்பையும் உணர முடியும். இதை நினைவில் கொள்! இப்போது நான் சந்தோஷமாக இருப்பதால் இப்படிச் சொல்கிறேன்!' இந்த மேஜைக்கு அருகே வந்து உட்கார், உன் அருகில் அமர்ந்து, உன்னைப் பார்த்தபடி என்னுடைய மனத்தி

கரமாஸவ் சகோதரர்கள்

லுள்ள எல்லாவற்றையும் நான் கொட்டித் தீர்த்து விடுகிறேன். இப்போது நான் சொல்லப்போகும் எல்லாவற்றையும் நீ அமைதியாகக் கேள், எல்லாவற்றையும் உன்னிடம் சொல்லப்போகிறேன்; அதற்கான நேரம் வந்துவிட்டது. அமைதியாக எல்லாவற்றையும் நான் விவரமாகச் சொல்லப் போகிறேன்: 'தொடரும்' என்று சொல்வார்களே, அதைப் போல; இத்தனை நாட்களாக உன்னைப் பார்க்க நான் ஏன் துடித்தேன், இப்போதும் ஏன் துடிக்கிறேன் தெரியுமா? (ஐந்து நாட்களாக இங்கு நான் உட்கார்ந்துகொண்டிருக்கிறேன்). ஆமாம் ஐந்து நாட்களாக! ஏனெனில் உன்னிடம் மட்டும்தான் நான் எல்லாவற்றையும் சொல்ல முடியும், நீ எனக்குத் தேவை, நாளைக்கே இந்த ஆகாயத்திலிருந்து நான் கீழே விழ, என்னுடைய வாழ்வு முடியவும் தொடரவும் கூடும். மலையுச்சியிலிருந்து அதலபாதாளத்தில் விழுவதை நீ எப்போதாவது உணர்ந்திருக்கிறாயா அல்லது அதைப் பற்றி நீ கனவாவது கண்டிருக் கிறாயா? அதைத்தான் இப்போது நான் செய்துகொண்டிருக்கிறேன். ஆனால் கனவில் அல்ல, அதற்காக நான் பயப்படவில்லை, இதைக் கேட்டு நீயும் பயப்படவேண்டாம். அதாவது, நான் பயப்படுகிறேன், ஆனால், எனக்கு அது இனிமையாக இருக்கிறது. அதாவது இனிமையாக அல்ல, ஆச்சர்யமாக ... நாசமாய்ப் போக, எது நடந்தாலும் சரியே. எல்லாம் ஒன்றுதான். வலிமையான ஆவி, வலிமையற்ற ஆவி, பெண்ணுருவ ஆவி எதுவானாலும் சரியே! வா, இப்போது நாம் இயற்கையில் திளைத்து மகிழ்வோம்: பார், எவ்வளவு பிரகாசமான சூரியவெளிச்சம், எவ்வளவு தெளிவான ஆகாயம், எவ்வளவு பசுமையான இலைகள், இன்னமும் தொடரும் முழு கோடைக்காலம், மதியம் நான்கு மணி ஆகப் போகிற இந்த நேரத்தில் எவ்வளவு அமைதி! நீ எங்கே போவதாக இருந்தாய்?'

'தந்தையைப் பார்க்கப் போய்க்கொண்டிருந்தேன், ஆனால் அதற்கு முன்பு கத்தரீனா இவானவ்னாவை நான் பார்க்க வேண்டும்'

'முதலில் அவளை, பிறகு தந்தையை! நம்பமுடியவில்லை! என்ன ஒரு பொருத்தம்! உடலிலும், உள்ளத்திலும் நான் வலியைத் தாங்கிக் கொண்டு எதற்காக உன்னை அழைத்தேன், உன்னைப் பார்க்க விருப்பப் பட்டேன், உனக்காகக் காத்திருந்து, உன்னை எதிர்பார்த்திருந்தேன் என்று தெரியுமா?'

ஒரு விஷயமாக உன்னை நான் அப்பாவிடமும் கத்தரீனா இவானவ்னாவிடமும் பேச அனுப்பிய பிறகு இருவரிடமுள்ள தொடர்பை யும் நான் முறித்துக்கொள்ள விரும்புகிறேன். அதற்கு நான் ஒரு தேவதூதனை அனுப்ப வேண்டும். யாரை வேண்டுமானாலும் நான் அனுப்பலாம், ஆனால் ஒரு தேவதூதனைத்தான் நான் அனுப்ப விரும்பினேன், எனவே தந்தையிடமும் அவளிடமும் நீ போய்ப் பேசிவிட்டு வா.'

'நீ உண்மையாகவே அவர்களிடம் பேச என்னை அனுப்பப் போகிறாயா?' என்று மன அமைதி குலைந்தவனாகக் கேட்டான் அல்யோஷா.

'அது உனக்குத் தெரிந்திருக்கிறதே, உடனே அதைப் புரிந்து கொண்டாயே. ஆனால், இப்போது அதைப் பற்றிப் பேசாதே – ஒன்றும் பேசாதே. உன்னுடைய வருத்தத்தையும் கண்ணீரையும் நான் பார்க்க விரும்பவில்லை !'

'திமித்ரி ஃபியோதரவிச் நெற்றியில் விரலைப் பதித்து எதையோ யோசித்தபடி எழுந்தான்: 'அவளாகவே உன்னைக் கூப்பிட்டாளா, அல்லது கடிதம் எதுவும் எழுதினாளா, இல்லை வேறு என்ன விஷயம்? எதற்காக அவளை நீ பார்க்கப் போகிறாய், அப்படி அவள் அழைத்திருக்க வில்லையென்றால் அவளைப் பார்க்க நீ போயிருக்க மாட்டாய் தானே?'

'இதோ அவள் கொடுத்தனுப்பிய துண்டுச் சீட்டு' என்று தன்னுடைய பையிலிருந்த சீட்டை எடுத்து அல்யோஷா நீட்டினான். மீச்சியா வேகமாக அதை வாங்கிப் படித்தான்.

'ஓ, இதற்காகத்தான் பின்வாசல் வழியாக நீ வந்தாயா? கடவுளே! நன்றி, அவனைப் பின்வாசல் வழியாக அனுப்பியதற்கு நன்றி, அதனால் தான் வயதான, முட்டாள் மீனவனிடம் தங்க மீன் சிக்கிக்கொண்டது போல¹ என்னிடம் இவன் மாட்டிக் கொண்டான்.'

'கேள், அல்யோஷா, கேள் என் சகோதரனே, கவனமாகக் கேள், உன்னிடம் எல்லாவற்றையும் சொல்ல நான் முடிவுசெய்துவிட்டேன், யாரிடமாவது எல்லாவற்றையும் சொல்ல வேண்டும்தானே. ஏற்கெனவே நான் விண்ணுலகத் தேவதூதனிடம் எல்லாவற்றையும் சொல்லிவிட்டேன், ஆனால் இப்போது மண்ணுலகிலிருக்கும் தேவதூதனிடம் சொல்லப் போகிறேன். மண்ணுலகிலிருக்கும் அந்தத் தேவதூதன் நீதான். கேள், கேட்டு நீயே ஒரு தீர்ப்பைச் சொல், அதன் பிறகு நீ என்னை மன்னித்து விடு... என்னைவிட உயர்வான ஒருவன் இதைக் கேட்டு என்னை மன்னிக்க வேண்டும் என்றுதான் நான் நினைத்தேன். இதைக்கேள்: இரண்டு ஆன்மாக்கள் உலகத்தை விட்டு அசாதாரணமான ஓரிடத்திற்குத் திடீரென்று பறந்துசெல்ல, ஒரு ஆன்மா பறப்பதற்கு முன்போ இறப்பதற்கு முன்போ மற்றொரு உயிரிடம் சொல்கிறது, எனக்காக இதை நீ செய் என்று. அப்படிச் செய்யப்பட வேண்டிய காரியம் ஒன்று யாராலும் எப்போதும் கேட்கப்படாத ஒன்றாக இருக்க, அதுவும் இறக்கும் தறுவாயில் கேட்கப்படும் ஒன்றாக இருக்க, அதைச் செய்யாமல் இருக்கமுடியுமா... அதுவும் அது நண்பனாக அல்லது சகோதரனாக இருக்கும்பட்சத்தில்?'

'அதை நான் செய்கிறேன், என்னவென்று என்னிடம் சொல், சீக்கிரமாகச் சொல்.'

'சீக்கிரம்... ஹா, அவசரப்படாதே அல்யோஷா: அவசரப்பட்டால் அமைதியை இழந்துவிடுவாய், இனிமேல் அவசரப்படுவதற்கு ஒன்றும் இல்லை, இப்போது உலகம் புதுவழியில் போய்க்கொண்டிருக்கிறது. ஓ அல்யோஷா, சந்தோஷம் என்பதை அறியாதவன் நீ! நான் என்ன சொல்லிக்கொண்டிருக்கிறேன்? ஏதோ அதைப் பற்றி உனக்குத்

தெரியாதது போல! என்ன செய்ய, அறிவில்லாமல்தான் நான் பேசிக் கொண்டிருக்கிறேன்.'

'மனிதனாய் இரு, நல்ல மனிதனாய் இரு!'

'இந்தக் கவிதை யாருடையது'

அல்யோஷா பொறுமையுடன் காத்திருக்க முடிவுசெய்தான். அவன் செய்ய வேண்டிய காரியம் இனிமேல்தான் இருக்கிறது என்பதை அவன் புரிந்துகொண்டான். மீச்சியா எதையோ யோசித்தவண்ணம், மேசைமீது முழங்கையை வைத்து, உள்ளங்கையில் கன்னத்தைப் பற்றிக் கொண்டான். இருவரும் அமைதியாக அமர்ந்திருந்தார்கள்.

'அல்யோஷா, நீ ஒருவன்தான் என்னைக் கேலிசெய்வதில்லை!'

என்னுடைய பாவ மன்னிப்பை நான் ஆரம்பிக்கிறேன்... ஷில்லருடைய கலிப்பாடலைப் போல, *An die Freude*² எனக்கு ஜெர்மானிய மொழி தெரியாது, ஆனால், *die freude* என்றால், மகிழ்ச்சிக்காக என்று மட்டும் தெரியும். இது ஏதோ நான் குடித்துவிட்டு உளறுகிறேன் என்று நீ நினைக்காதே, நான் முழுக் குடிகாரன் அல்ல, நான் முழுக் குடிகாரனாக எனக்கு இன்னும் இரண்டு பாட்டில் பிராந்தி தேவை.

'செந்நிற முட்டாள் சிலினும்
தடுமாறும் கழுதை மீதிருந்தான்,–'

நானோ இன்னும் கால் பாட்டில்கூடக் குடித்து முடிக்கவில்லை, ஆனால் நான் சிலின் அல்ல. நான் சிலின் அல்ல, ஆனால் சீலன்'³, அதாவது, அப்படி இருப்பவனாக நான் முடிவுசெய்துவிட்டேன். இந்த இருபொருள் அர்த்தங்கொண்ட வார்த்தைக்கு என்னை நீ மன்னித்துவிடு, நிறைய விஷயங்களுக்காக இன்று நீ என்னை மன்னிக்க வேண்டும், இந்த இருபொருள் கொண்ட வார்த்தைக்கு மட்டுமல்ல. கவலைப்படாதே, ஏதோ நான் சுற்றி வளைத்துப் பேசுவதாக நீ நினைக்காதே, காரியத்திற்கு வருகிறேன், இதோ இப்போதே அதைப் பற்றிச் சொல்கிறேன் கேள். இதற்கு மேலும் உன்னை நான் காக்கவைக்க விரும்பவில்லை. ஒரு நிமிடம், அது எப்படி... என்று தன்னுடைய குரலை உயர்த்தி, ஒரு நிமிடம் எதையோ யோசித்தபடி திடீரென்று ஆரம்பித்தான்:

'பயந்தாங்கொள்ளி, வெற்றுடம்பன், காட்டுமிராண்டி
மலை முழைஞ்சு, கெவியில் குகைவாழ் கூட்டம்,
நாடோடி பூமியைப் பாழாக்கி,
தோலுரித்துச் சக்கை சவறாக்க,
வேடுவன் காட்டில் வில் அம்பு தொடுக்க,
கவலையைக் கடல் அலையில் வீசியபடி
காலக்கேடான கரையை நோக்கிக் காலம் செல்ல!

ஒலம்பஸ் உச்சி மலையிலிருந்து
தேடுகிறாள் அன்னை செரேரா
தூக்கிச் செல்லப்பட்ட தன் குழந்தையின் தடயங்களை:

பசுமை மறந்த இயற்கை
வெறுமையை நீள்காடாய் விரிக்க,
களைத்து அலைந்த ஆன்மாவுக்கு
இல்லை ஒரு குடிலும், கதகதப்பாய் சிறு குறு நிலமும்;
அப்படியே இல்லை எங்கும் ஒரு கோயிலும்
கடவுள் மீது பக்தியும்.

வயல்வெளி ஒன்றும்
சோபிக்கவில்லை அறுவடை நேரத்தில்
வெந்தழலில் வீழ்ந்த மனித உடல் எச்சங்களின்
ரத்தம் பெருகிய பலி பீடங்கள் –
ஆகப் பெரும் சோகத்துடன் அவள் பார்வை பட்ட இடமெல்லாம்
துயரமும் பாரமும் கனத்து நிற்க,
தாழ்நிலையில் வீழ்ந்து
மனிதன் கிடப்பதைப் பார்த்தாள் அவள்!'[4]

திடீரென்று அழுகை பீறிட்டதால் மீச்சியா கண்ணீருடன் வெடித்தழுதான். அப்படியே அல்யோஷாவின் கைகளை அவன் பற்றிக்கொண்டான்.

'நண்பனே, என் நண்பனே, மானமிழந்து, மதிப்பிழந்து நான் இன்றுவரை வாழ்ந்துகொண்டிருக்கிறேன். இவ்வுலகில் மனிதன் எவ்வளவு விஷயங்களைப் பொறுத்துக்கொள்ள வேண்டியிருக்கிறது. என்னே பெருங் கொடுமை! ஏதோ நான் பிராந்தி குடித்துக்கொண்டு சிற்றின்பத்தில் வீழும் கேடுகெட்ட அதிகாரி என்று நீ என்னை நினைத்துவிடாதே. நான் பொய் ஒன்றும் சொல்லவில்லை, அப்படி மதிப்பிழந்த மனிதனைப் பற்றித்தான் நான் நினைத்துக்கொண்டிருக்கிறேன். இனியும் என்னை நானே புகழ்ந்துகொண்டு, பொய் ஏமாற்றாமலிருக்கக் கடவுள் எனக்குத் துணைபுரிவாராக! நான் ஏன் அப்படிப்பட்ட ஒரு மனிதனைப் பற்றி நினைக்கிறேன் என்றால், நானே அப்படிப்பட்ட ஒரு மனிதன் தான்.

'கேடுகெட்ட ஆன்மாவை
மீட்டெடுத்து உயர்த்த மனிதன்
தொன்மையான தாய் பூமியுடன்
சாசுவதமாய் இணைந்திருப்பானாக'[5]

பிரச்சினை இதுதான்: எப்படி நான் இந்தப் பூமியுடன் சாசுவதமாய் இருப்பதாகச் சூளுரைக்கமுடியும்? இந்தப் பூமியை நான் முத்தமிட வில்லை, அவளுடைய மார்பை வெட்டி எடுக்கவும் இல்லை; நான் விவசாயி ஆக வேண்டுமா, அல்லது மேய்ப்பன் ஆகவேண்டுமா? தெரியவில்லை, ஆனால், நான் போய்க்கொண்டிருக்கிறேன்: நான் வெட்கம் கெட்டவனா, இல்லை பிரகாசமும் மகிழ்ச்சியும் உள்ளவனா. பரிதாபம் என்னவென்றால், இவ்வுலகில் எல்லாமே புதிரானது! ஒவ்வொரு முறையும் மிகக் கேவலமான செயல்களைச் செய்துகொண்டு, அதலபாதாளத்தில் நான் விழும்போதெல்லாம் (எப்போதுமே அப்படித் தான் எனக்கு நிகழ்கிறது) 'செரேராவும் மனிதனும்' என்ற கவிதையைப் படிப்பேன். ஆனால், அது என்னைத் திருத்தியதா என்ன? இல்லை,

இல்லவே இல்லை! ஏனெனில் நான் ஒரு கரமாஸவ். தலைகீழாக அதலபாதாளத்தில் நான் விழும்போதுகூட, அவமானப்படுவதையே நவநாகரிகமான செயலென்று நினைக்கிறேன். அப்படி அந்த அநாகரிக மான செயலை நினைக்கும் சமயத்தில்தான் திடீரென்று இந்த நீடுயர் எழுச்சிப் பாடலை நான் பாடுகிறேன். பாவியாக, நான் கீழ்த்தர மானவனாக, கேவலமானவனாக இருந்தாலும், அந்த அங்கியின் ஓரத்தை முத்தமிட்டேனும் என்னுடைய கடவுளை நான் அணைத்துக் கொள்கிறேன்; இப்போது நான் சாத்தானைப் பின்தொடர்ந்து சென்றாலும், கடவுளே! நான் உம் மகன். கடவுளே! உம்மை நான் விரும்புகிறேன், அதனால்தான் என்னால் மகிழ்ச்சியாக இருக்க முடிகிறது; இவையில்லாமல் உலகம் இயங்க முடியாது:

‘உலகைப் படைத்த கடவுளின் ஆன்மா
பெரு மகிழ்ச்சியைச் சாசுவதமாக்கி,
ரகசிய சக்தியுடன் கிளர்ந்தெழுந்து
வாழ்வெனும் கோப்பைக்கு எழுச்சியூட்டுகிறது;
புல் நிலத்தை உலகுக்குள் ஈர்த்திழுத்து
கதிரவனைச் சொர்க்கத்தினின்று வரவழைத்து
பிரபஞ்ச, நட்சத்திர வெளியில் திளைத்து
பெரு மகிழ்ச்சியை உனக்குத் தரவில்லை, மழுங்கிய அறிவுதான் உனக்கு.

வள்ளண்மை படைத்த இயற்கையின் மார்பில்
ஜீவிக்கும் உயிர்களெல்லாம் சுவாசிக்கும் பேரின்பத்தை;
எல்லாப் படைப்பையும், மக்கள் அனைவரையும்
தன்னுள் இழுத்துப் பேரின்ப மூட்ட,
கோப்பை தளும்ப அன்பின் நிறைமை
பெருமகிழ்ச்சி நமக்கு; கல்லறைக்கடியே
புழு பூச்சிகளுக்குப் – புலனுகர்வின்பம்;
சொர்க்கத்தில் தேவதை கடவுளின் முன்பாக’

சரி கவிதைகள் போதும்! கண்ணீரை நான் சிந்திவிட்டேன், எனவே என்னை அழவிடு. நான் ஒரு மடையன் என்று எல்லோரும் என்னைப் பார்த்துச் சிரிக்கலாம், ஆனால் நீ மட்டும் அப்படிச் செய்யமாட்டாய், இதோ உன்னுடைய கண்களும் பளிச்சிடுகின்றன. ஆமாம், போதும் கவிதைகள். இனி நான் அந்தப் ‘புழு பூச்சிகளைப் பற்றி, கடவுள் அவற்றுக்குக் கொடுத்த காமவிகாரத்தைப் பற்றிச் சொல்கிறேன், கேள்.’

‘புழுப்பூச்சிகளும் கழிகாமமுற்றிருக்க! அந்தப் புழுப்பூச்சி, என் சகோதரனே, குறிப்பாக நான்தான். நாம் எல்லோரும் கரமாஸவ் குடும்பத்தைச் சார்ந்தவர்கள், அப்படிப்பட்டவர்கள் தான் நாம், தேவதூதனாகிய உன்னிடத்திலும் உன்னுடைய ரத்தத்திலும் அந்தப் பூச்சி உயிருடன் வாழ்ந்துகொண்டு, உன்னுடைய ரத்தத்தையும் குடித்துக் கொண்டு, உள்ளத்தைக் கிளர்ச்சியூட்டி, உன்னையும் அது சீற்றங் கொள்ள வைக்கும். இந்தக் கடுங்கொந்தளிப்பு காமவிகாரத்தின் பெருங் கொந்தளிப்பு, சீற்றமிக்க எந்தக் கொந்தளிப்பை விடவும் கொடுமையானது! அழகு என்பது அச்சமூட்டக் கூடியது, ஏனெனில் அதை வார்த்தைகளால் விளக்க முடியாது, அப்படி விளக்க முடியாதபடி கடவுள் இவ்வுலகில்

புதிரைத்தான் படைத்திருக்கிறார். இங்கு எல்லாக் கரைகளும் ஒன்று கூடி, முரண்பாடுகளைச் சந்தித்தவண்ணம் வாழ்ந்துகொண்டிருக்கின்றன. சகோதரனே, நான் அதிகம் படித்தவனல்ல, ஆனால் இதைப் பற்றிப் புரிந்துகொள்ள முடியாத மர்மங்கள் வாழ்க்கையில் நிறைந்திருப்பது மிகவும் மோசம்! புதிர்கள் நிறைந்த வாழ்வு மனிதனை அடிமையாக்கு கிறது. அதற்கு எவ்வளவு சிறப்பாக விடைகாண முடியுமோ அவ்வளவு சிறப்பாக விடை கண்டு, அந்தத் தொல்லையிலிருந்து நாம் காயப் படாமல் விலகி வெளியே வந்துவிட வேண்டும். அழகு! உயர்ந்த உள்ளங்கொண்ட அறிவார்ந்த மனிதன், எப்படிப்பட்ட உன்னத எண்ணத்துடன், மேரிமாதாவைக் கற்பனை செய்து உருவாக்கினானோ, அதே மனிதன், மிகக் கேவலமான 'சோடோம்' என்ற பாலுணர்விலும் வீழ்ந்துகிடக்கிறான்! எல்லாவற்றிலும் கொடுமையானது என்ன வென்றால், 'சோடோம்' என்ற பாலுணர்வைத் தன் மனத்தில் வைத்திருக்கும் அதே மனிதன், கறைபடியாத தன் இளவயது மன எழுச்சியை, உள்ளத்தைச் சுட்டெரித்துத் தீப்பிழம்பாக்கும் புனித மேரி மாதாவின் உருவத்தைப் புறக்கணிக்க முடியாமல் அவளையும் பத்திரமாக அதே மனத்தில் வைத்திருப்பதுதான்.

ஆம், மனிதன் என்பவன் எல்லாவற்றையும் தன்னுள் அடக்கியவன், மிகப்பெரிய விஷயங்களையும்கூட; ஆனால், அவனை ஒரு கட்டுப் பாட்டிற்குள் கொண்டுவர நான் விருப்பப்படுகிறேன். சாத்தானுக்குத் தான் தெரியும், அதை எப்படிச் செய்ய வேண்டும் என்று! மனிதனின் அறிவுக்கு எது கேவலமாகத் தெரிகிறதோ, அதுவே மனிதனின் உள்ளத்திற்கு மிக அழகாகவும், அற்புதமானதாகவும் தெரிகிறது; 'சோடோம்' என்ற கிளர்ச்சியில் அழகு என்று ஏதாவது இருக்கிறதா என்ன? இருந்தாலும் நான் சொல்வதை நம்பு; 'சோடோம்' என்ற இந்தப் பாலுணர்ச்சியில்தான் பெரும்பான்மையான மக்கள் அழகு என்ற ஒன்றைப் பார்க்கிறார்கள் – அது உனக்குத் தெரியுமா? கொடுமை என்னவென்றால், அழகு என்பது அச்சமூட்டக்கூடியது மட்டுமல்ல, ரகசியமானதும்கூட. இங்கேதான் சாத்தானும் கடவுளும் மனித இதயத்தைப் போர்க்களமாக்கி, அதில் போராட்டத்தை நடத்துகிறார்கள். எதிர்பாராதவிதமாக, அந்தப் போராட்டத்தில் யாருக்கு வலிக்கிறதோ, அவர்களே பேசுகிறார்கள். இப்போது இதை நீ கேள்.

## 4

## கொந்தளிக்கும் உள்ளத்தின் பாவமன்னிப்பு: சிறுசிறு நிகழ்ச்சிகளினூடே

அங்கே நான் இருந்தபோது மனம்போன போக்கில் ஒரு வாழ்வை வாழ்ந்து வந்தேன். சற்று நேரத்திற்கு முன்பு நம் தந்தை சொன்னது போல, பெண்களைக் கவருவதற்காகவே நான் சில ஆயிரம் ரூபிள்களைச் செலவுசெய்து வந்தேன். அது ஒரு கேடுகெட்ட கற்பனையான வாழ்வு;

அதைப் போல என்னுடைய வாழ்வில் எப்போதுமே எதுவுமே நடந்ததில்லை, அப்படி எது நடந்திருந்தாலும் 'அதற்குப்' பணம் தேவைப்பட்டிருக்கவில்லை. பணம் என்பது எனக்கு வெறும் ஒரு துணைக் கருவிதான்; மன எழுச்சிதான், பின்புலம்; ஒரு நாள் ஒரு பெண், இன்னொரு நாள் தெருவில் போகும் வேறொரு வேலைக்காரப் பெண்ணாகக்கூட இருக்கலாம். இரண்டு பேரிடமும் என்னால் மகிழ்ச்சியாக இருக்க முடியும், பணத்தை அவர்களுக்காகத் தண்ணீர் போல நான் செலவழித்து, அவர்களுடன் பாட்டுப் பாடி, கூத்தடித்து, நாடோடியைப் போல என்னால் வாழமுடியும். தேவை என்றால் நாடோடிப் பெண்ணிற்காகவும் என்னால் பணத்தைச் செலவழிக்க முடியும், ஏனெனில் அதை அவர்கள் விருப்பத்துடன் ஏற்றுக்கொள்வார்கள்; அதற்காக அவர்கள் ஆழ்ந்த நன்றியுடனும் மகிழ்ச்சியுடனும் இருப்பார்கள் என்பதையும் நான் ஒப்புக்கொள்ள வேண்டும். உயர்குடிப் பெண்கள் என்னை மிகவும் விரும்புகிறார்கள் – எல்லோரும் அல்ல, ஒருசிலர் மட்டும்; இருந்தாலும் தெருவில் திரியும் பெண்களை எனக்குப் பிடிக்கும்; ஆதரவற்ற அந்தப் பெண்கள், இருட்டான தெருக்களில், சதுக்கத்திற்குப் பின்னால் இருக்கும் துணிச்சலான, எதிர்பாராத கட்டித் தங்கங்கள்; சேற்றில் கிடக்கும் தங்கக் கட்டிகள். சகோதரனே, உருவகமாகத் தான் நான் பேசுகிறேன், உருவகமாகத் தான். அந்த ஊரில் அப்படிப்பட்ட தெருக்கள் இல்லை, ஆனால் நன்னெறிப்படி அவை இருந்தன. என்னைப் போல நீ இருந்தால் இவையெல்லாம் உனக்குப் புரியும். ஒழுக்கங்கெட்ட, காமவெறி கொண்ட, கேவலமான விஷயங்கள் எனக்குப் பிடிக்கும்: நான் ஒரு மூட்டைப் பூச்சி, மூர்க்கத்தனமான மூட்டைப் பூச்சி! சொல்லப்போனால், நான் ஒரு கரமாஸவ்! ஒருமுறை, அந்த ஊரிலிருந்தவர்கள் எல்லோரும் சேர்ந்து மூன்று குதிரைகள் பூட்டிய ஏழு வண்டிகளில் உல்லாசப்பயணம் போனோம்; அந்த இருட்டான பனிக்கால இரவின்போது, என்னருகில் அமர்ந்த அதிகாரியின் மகளை, அழகான, மென்மையான, பரிதாபத்திற்குரிய பணிவான அந்தப் பெண்ணை நான் முத்தமிட வைத்தேன். பேதையான அந்தப் பெண், அடுத்த நாள் நான் அவளைப் பெண் கேட்டு வருவேன் என்று நினைத்தாள் (முக்கியமாக என்னைத் திருமணத்திற்கு ஏற்ற ஆண் என்று அவள் நினைத்தாள்); ஆனால், அதற்குப் பிறகு, ஐந்து மாதங்களாக நான் அவளிடம் ஒரு வார்த்தைகூடப் பேசவில்லை. ஊரில் நடன நிகழ்ச்சிகள் நடந்தபோதெல்லாம் அவளுடைய கண்கள் என்னைப் பின்தொடர்ந்து வந்ததை நான் உணர்ந்தேன். (அப்படிப்பட்ட நடன நிகழ்ச்சிகள் அங்கு அடிக்கடி நடந்தன) அவளுடைய கண்கள் பிழம்பாய் என்னைச் சுட்டெரிக்க, அதை நான் என்னுள் மகிழ்ச்சியைத் தூண்டும் அந்தக் காமப் பூச்சிக்கு இரையாக்கிக்கொண்டிருந்தேன். ஐந்து மாதங்களுக்குப் பிறகு அவள் ஒரு அதிகாரியை மணந்து ஊரைவிட்டுப் போய்விட்டாள் . . . என்மீது கோபம்கொண்ட அவள், இன்னும் என்னை விரும்புபவளாக இருக்கக்கூடும். திருமணத்திற்குப் பிறகு அவர்கள் மகிழ்ச்சியாக இருக்கிறார்கள். இதைப் பற்றி நான் யாரிடமும் எதுவும் சொல்லவில்லை, அவளுடைய நற்பெயருக்குக் களங்கம் விளைவிக்கும் விதத்தில் எதையும் நான் சொல்லவில்லை

என்பதை நீ தெரிந்துகொள்ள வேண்டும். கீழ்த்தரமான ஆசைகளைக் கொண்ட நான் கேவலமானவனாக இருக்கலாம், கீழ்த்தரமானவற்றை நான் விரும்பலாம், ஆனால் நான் நேர்மையற்றவன் அல்ல. உன்னுடைய முகம் சிவந்து, கண்கள் ஒளிர்வதைப் பார்க்கிறேன். சரி, போதும், இந்தக் கீழ்த்தரமான பேச்சுகள்! ஆனால் இவை எல்லாம் வெறும் பீடிகைகள்தான்; இதுவரை நீ கேட்டதெல்லாம் பால் தெ கோக்கின் *(Paul de kock)* சிறிய மலர்களைப் பற்றித்தான்; ஆனால் அதனுள் காட்டுமிராண்டித்தனமான பூச்சி வளர்ந்து, ஆன்மாவை ஆக்கிரமித்துக் கொண்டிருக்கிறது. சகோதரனே, பெண்களைப் பற்றிய விஷயங்களை முழுத் தொகுப்பாக எழுதக்கூடிய சக்தி என்னிடம் இருக்கிறது. கடவுள் அந்த இனிமையான பெண்களுக்கு நல்ல ஆரோக்கியத்தைக் கொடுப்பாராக! என்னுடனான நீடித்த உறவுகள் முறிந்துபோகும் போது, யாருடனும் நான் சண்டைபோடுவதில்லை; கேவலமாகப் பேசி யாருடைய நற்பெயருக்கும் களங்கம் விளைவிப்பதில்லை. சரி, இதைப் பற்றிப் பேசியது போதும். இந்தப் பிதற்றலைக் கேட்கத்தான் உன்னை அழைத்தேன் என்று நினைக்கிறாயா? இல்லை, இதைவிடச் சுவாரஸ்யமான விஷயம் ஒன்றைச் சொல்லவே உன்னை நான் இங்கு அழைத்தேன்; ஆச்சர்யப்படாதே, உன்னிடம் ஒன்றை வெட்கப் படாமல், வெளிப்படையாக நான் சொல்லப் போகிறேன், அதில் எனக்கு சந்தோஷமும்கூட.

‘நான் வெட்கப்பட்டு முகம் சிவந்து போனதால் நீ அப்படிச் சொல்கிறாயா?’ என்று சட்டென்று கேட்டான் அல்யோஷா. ‘உன்னுடைய வார்த்தைகளோ, செயல்களோ என்னை வெட்கப்பட வைக்கவில்லை, உன்னைப் போலவே நானும் இருப்பதால் என்னை நினைத்தே நான் வெட்கப்படுகிறேன்.’

‘என்ன நீயா? இதை ஒத்துக்கொள்ள உனக்கு இவ்வளவு காலமாயிற்றா?’

‘இல்லை, இவ்வளவு நாள் ஆகவில்லை’ என்று சற்றே கோபமாகச் சொன்னான் அல்யோஷா. (இந்த எண்ணம் அவனுடைய உள்ளத்தில் நீண்ட காலமாகவே இருந்தது போலும்). ‘எல்லாமே ஒரே நிலையில் தான் இருக்கிறது. படிக்கட்டின் கீழ்ப் படியில் நான் இருக்கிறேன், நீ எங்கோ மேலே பதின்மூன்றாவது படியில் இருக்கிறாய், அவ்வளவு தான். இதை நான் அப்படித்தான் பார்க்கிறேன், மற்றபடி எல்லாமே ஒன்றுதான். கீழ்த்தட்டில் கால் பதித்த எவரும் மேல்தட்டிற்குப் போகத்தானே வேண்டும்.’

‘எனவே, நீ அங்கு அடி எடுத்து வைக்காமல் இருப்பது நல்லது, அப்படித்தானே?’

‘யாரால் அங்கு அடி எடுத்து வைக்க முடியாமல் இருக்க முடியுமோ அவர்கள் அடி எடுத்து வைக்காமல் இருப்பது நல்லது.’

‘உன்னால் அது முடியுமா?.’

‘முடியாது என்று நினைக்கிறேன்.’

‘பேசாமல் இரு அல்யோஷா, என் அன்பானவனே, அமைதியாய் இரு, உன்னுடைய கைகளை ஏனோ முத்தமிட வேண்டும் போலிருக் கிறது; நீ என்னை நெகிழ வைத்துவிட்டாய். அந்தப் பகட்டுக்காரி குருஷென்கா மனித மனதைப் புரிந்தவள்; ஒருநாள் உன்னை விழுங்கி விடுவதாக என்னிடம் சொன்னாள். சரி இதைப் பற்றி இனிமேல் எதுவும் பேசவேண்டாம்! இந்த அருவருப்பில் இருந்து விலகி, புழு, பூச்சிகள் மண்டிய என்னுடைய சோக வாழ்வுக்கு வருவோம், ஆனால் அதுவும் இப்படிப்பட்ட புழு, பூச்சி மற்றும் கேவலங்களும் நிறைந்த இடம்தான். விஷயம் என்னவென்றால், பெண்களைத் தீயவழிக்கு இட்டுச் செல்பவன் நான் என்று அந்தக் கிழம் என்னைப் பற்றிப் பொய் சொன்னாலும், உண்மை என்னவென்றால், அப்படி ஒரு விஷயம் என்னுடைய வாழ்வில் ஒரே ஒருமுறை தான் நடந்தது, அதுவும் சரியாக நடக்கவில்லை; ஏதோ ஒரு கதையை இட்டுச் சொல்லி அந்தக் கிழவன் என்மீது பழிபோட்டாலும், நடந்தது என்ன என்பது அவருக்குத் தெரியாது: இதைப் பற்றி எதையும் நான் யாருக்கும் சொல்லவில்லை; உன்னிடம் மட்டும்தான் முதன்முதலாக இப்போது சொல்லப் போகிறேன், ஆனால், இவானுக்கு மட்டும் இதைப் பற்றி முன்பே தெரியும். அவனுக்கு மட்டும் இதைப் பற்றி நான் சொல்லி யிருக்கிறேன். ஆனால் அவனிடமிருந்து ஒரு வார்த்தைகூட வெளியே வராது.’

‘என்ன, இவான் அப்படிப்பட்டவனா?’

‘ஆமாம்.’

திமித்ரி சொல்வதை மிகக் கவனமாக உற்றுக் கேட்டான் அல்யோஷா.

‘ராணுவத்தில் நான் வேலைபார்த்தபோது ஒரு பெரிய அதிகாரியாக நான் இருந்தும், எப்போதுமே கடுமையான கண்காணிப்பில், ஏதோ ஒரு குற்றவாளியைப் போலவே நான் நடத்தப்பட்டேன். ஆனால் அந்தச் சிறு கிராமத்தில் மக்கள் என்னை மிக நன்றாகவே கவனித்துக் கொண்டார்கள். பணத்தை நான் அதிகமாகச் செலவழித்ததால் அவர்கள் என்னைப் பணக்காரன் என்று நினைத்தார்கள்; அப்படித் தான் நானும் என்னைப் பற்றிப் பெருமையாக நினைத்துக்கொண் டிருந்தேன். ஆனால் வேறு ஏதோ ஒரு காரணத்திற்காகத்தான் அவர்கள் என்னை அப்படி உபசரித்திருக்க வேண்டும். இதைப் பார்த்து ஒருசிலர் ஆச்சர்யப்பட்டாலும், மக்களிடம் நான் மதிப்புமிக்கவனாகவே இருந்தேன். வயதான என்னுடைய துணைத் தளபதிக்கு ஏனோ என்னைப் பிடிக்க வில்லை. என்னுடன் அவர் எப்போதுமே சண்டை போட்டுக்கொண் டிருந்தார்; ஊர் மக்கள் எல்லோரும் எனக்குச் சாதகமாக இருந்ததால், அவரால் என்னை ஒன்றும் செய்யமுடியவில்லை. அவருக்குக் கொடுக்க வேண்டிய மரியாதையை நான் கொடுக்கத் தவறியதால் குற்றம் என்னுடைய பேரில்தான் இருந்தது. இதற்குக் காரணம் என்னுடைய பெருமைதான். வளைந்து கொடுக்காத, ஆனால் உண்மையாகவே அன்பான, இனிய பண்பு மிக்க அந்தக் கிழவருக்கு இரண்டு மனைவிகள்

இருந்து, இருவரும் எப்போதோ இறந்து போயிருந்தார்கள். சாதாரணக் குடும்பத்தைச் சார்ந்த அவருடைய முதல் மனைவி, அவளைப் போலவே சாதாரண ஒரு பெண் பிள்ளையைப் பெற்றிருந்தாள். அங்கு நான் இருந்தபோது, திருமணமாகாத, இருபத்து நான்கு வயதான அவள், இறந்துபோன அவளுடைய தாயின் சகோதரி மற்றும் அவளுடைய தந்தையுடன் வாழ்ந்து வந்தாள். சின்னம்மா எளிமையின் உருவமாக இருக்க, அக்காவின் மகளோ, துணைத் தளபதியின் மகளோ துடுக்கானவளாக இருந்தாள். அவளைப் பற்றி நினைத்துப் பார்க்கும்போது நல்ல வார்த்தைகள் சொல்ல வேண்டுமென்றுதான் விரும்புகிறேன்: ஆனால், நான் சந்தித்த பெண்களிலேயே குணமிக்க பெண்மணி அவள்தான் என்பதை இங்கு நான் குறிப்பிட வேண்டும்; அவளை அகஃபையா என்றழைத்தார்கள், அதாவது அகஃபையா இவானவ்னா என்பது அவளுடைய பெயர். பார்ப்பதற்கு அழகாக, ரஷ்ய அழகுடன், உயரமானவளாய், வாட்டசாட்டமான உடலமைப்புடன், நேர்த்தியான கண்களும், ஆனால் முரட்டுத்தனமான முக அமைப்பும் கொண்டவளாக அவள் இருந்தாள். இருமுறை வந்த திருமண வாய்ப்புகளை உதறித் தள்ளிவிட்டுத் திருமணம் செய்துகொள்ள விருப்பமில்லாமல் இருந்த அவள், எப்போதுமே மகிழ்ச்சியாக இருந்தாள். அவளுக்கு மிக நெருங்கிய நண்பனாக நான் இருந்தேன். வேறு விதமாக நினைக்கவேண்டாம்; நாங்கள் நல்ல நண்பர்களாக, தூய்மையான நண்பர்களாக இருந்தோம். பெண்கள் பலரிடம் தவறு எதுவும் செய்யாமல், மிக நெருக்கமான நட்பை மட்டுமே பாராட்டும் நண்பனாக நான் இருந்திருக்கிறேன். வெளிப்படையாக அவளிடம் பல விஷயங்களை நான் பேசியிருக்கிறேன், அதற்கெல்லாம் அவள் வெறும் சிரிப்பை மட்டுமே பதிலாக உதிர்த்தாள் தெரியுமா. பெண்களில் பலர் வெளிப்படையான பேச்சுகளையே விரும்புகிறார்கள் என்பதை நீ கவனத்தில் கொள்ள வேண்டும், அப்படியே அவள் திருமணமாகாத பெண்ணாக இருந்ததால், அது எனக்கு இன்னும் சாதகமாக, மகிழ்ச்சியாக இருந்தது. தன்னை அவள் உயர் குடியில் பிறந்த நாகரிகமான பெண்ணாக ஏற்றுக்கொள்ள முடியாமல் இருந்தது. அப்படி அவளும், அவளுடைய சிற்றன்னையும் தங்களைத் தாங்களே தாழ்வாக நினைத்துக்கொண்டு, சமுதாயத்தில் தங்களைக் கீழ்நிலையிலேயே வைத்துக்கொண்டாலும், அகஃபையை மட்டும் எல்லோருக்கும் பிடித்திருந்தது; அவளுடைய உதவி எல்லோருக்கும் தேவையாக இருந்தது; ஏனெனில் ஆடைகளை வடிவமைப்பதில் அவள் மிகவும் திறமைசாலியாக இருந்தாள்: உண்மையாகவே அவளிடம் நல்ல திறமை இருக்க, தான் வடிவமைத்துக் கொடுத்த ஆடைகளுக்கு அவள் பணம் எதுவும் வாங்காமல், இனிய மனதுடன் அதைச் செய்து வந்தாலும் யாராவது அவளுக்குப் பரிசு கொடுத்தால், அதை அவள் மறுக்காமல் வாங்கிக்கொண்டாள். துணைத் தளபதி சற்றே வித்தியாசமானவர்தான்! அந்த ஊரில் புகழ்பெற்ற மனிதர்களில் ஒருவராக இருந்த அவர், பரந்த மனப்பான்மையுடன் ஊரிலிருந்த பெரிய மனிதர்களையெல்லாம் அழைத்துத் தன்னுடைய வீட்டில் விருந்தும் நடனமும் ஏற்பாடு செய்து, ஊர் மக்களை உபசரித்து வந்தார். படைப்பிரிவில் நான் சேர்ந்தபோது, துணைத் தளபதியின்

அழகான இரண்டாவது மகள், தலைநகரத்துப் பிரபு வம்சத்தைச் சார்ந்த பள்ளியில் படிப்பை முடித்துவிட்டு, ஊருக்குத் திரும்பி வருகிறாள் என்று ஊரில் எல்லோரும் பேசிக்கொண்டார்கள். அப்படிப்பட்ட அந்த இரண்டாவது மகள்தான், இந்த கத்தரீனா இவானவ்னா, துணைத் தளபதியின் இரண்டாவது மனைவியின் மகள். இறந்துபோன இரண்டாவது மனைவி, மிகப் பெரிய படைத் தளபதியின் குடும்பத்தைச் சார்ந்தவள்; எனக்குத் தெரிந்தவரை, திருமணத்தின் போது வரதட்சணை யாகப் பணம் எதுவும் அவள் கொண்டு வரவில்லை. ஆனால் பெரிய இடத்தில் அவளுக்குத் தொடர்புகள் இருந்ததால், ஏதோ ஒன்றை எதிர்பார்த்துத்தான் இந்த விதிவிலக்கு, அதாவது வரதட்சணை இல்லாத திருமணம் ஏற்றுக்கொள்ளப்பட்டது என்று தெரிகிறது. எப்படி இருந்தாலும், அவளுடைய வருகையானது (இந்த வருகை நல்லதுக்கல்ல) நகரத்திலிருந்த எல்லோரும் அறிந்த ஒன்றாக இருக்க, நம்முடைய நகரத்தின் பிரபலமான இரண்டு பெண்மணிகளில் ஒரு பெண்மணி தளபதியின் மனைவி, மற்ற பெண்களுடன் சேர்ந்து, துணைத் தளபதியின் இரண்டாவது மகளின் வருகை குறித்து அதிகக் கவனம் செலுத்தி, அவளுக்காகச் சிறப்பு விருந்தும், கலை நிகழ்ச்சிகளையும் ஏற்பாடு செய்து, அதில் அவளை முதன்மைப்படுத்தி, அதன் மூலமாகக் கிடைக்கும் பணத்தில், தனியாக வீடுகளில் பாடம் எடுக்கும் ஆசிரியர் களுக்கு உதவப் பணம் சேர்க்கும் பணியில் ஈடுபட்டிருந்தாள். அவள்மீது நான் அதிகக் கவனம் செலுத்தாமல், ஆனால், முன்பு நடந்தது போலவே, அவளால் அதிகம் ஈர்க்கப்பட்டு, விளையாட்டாக நான் பேசிய பேச்சு ஊர் முழுவதும் பரவி இருந்தது. ஒருநாள் மாலை வேளை, பீரங்கிப் படைத் தளபதியின் வீட்டில், அவள் என்னைப் பார்த்தபோது, நான் அவளைப் பார்த்தும் பார்க்காதது போல இருந்தேன்: அவளை அறிமுகம் செய்துகொள்ள எனக்கு ஆர்வம் இல்லாமல் இருந்தது. அதன் பிறகு அவளைப் பார்த்து நான் ஒருசில வார்த்தைகள் பேசியபோது அவள் ஏளனமாக உதட்டைச் சுழித்துச் சிரித்தபடி, என்னைப் பார்த்தும் பார்க்காதது போலச் சென்றதால், ‘பொறு, உன்னைப் பழிதீர்த்துக் கொள்கிறேன்!’ என்று நான் நினைத்துக் கொண்டேன். பயங்கரமான முரடனாகப் பல நேரங்களில் நான் இருந்ததை நான் உணர்ந்திருக்கிறேன். முக்கியமாக, நான் என்ன நினைத்தேன் என்றால், கள்ளங்கபடமற்ற மாணவியாக ‘காசென்கா’ இல்லாமல், கர்வம் பிடித்தவளாக, ஆழ்ந்த அறிவும் கல்வியும் பெற்றவளாக அவள் இருக்க, நானோ படிப்பறிவும் ஆழ்ந்த அறிவும் இல்லாதவனாக இருக்கிறேனே என்று நினைத்தேன். நீ என்ன நினைத்தாய், நான் அவளைத் திருமணம் செய்துகொள்ள ஆசைப் பட்டேன் என்றா? இல்லை, இல்லவே இல்லை, எவ்வளவு நல்லவன் நான் என்பதை அவள் உணரவில்லை என்பதற்காக அவளைப் பழி வாங்க விரும்பினேன். இதற்கிடையில் நான் குடிக்கவும், வன்முறையில் ஈடுபடவும் ஆரம்பித்ததால், துணைத் தளபதி என்னைக் கைதுசெய்து மூன்று நாட்கள் சிறையில் அடைத்தார். அந்தச் சமயம்தான் தந்தை எனக்கு ஆறாயிரம் ரூபிள்களை அனுப்பி வைத்திருந்தார்; இனிமேல் எங்களுக்குள் உள்ள ‘கணக்கு முடிந்துவிட்டது’ என்றும் இனிமேல்

அவரிடமிருந்து நான் எதையும் எதிர்பார்க்க மாட்டேன் என்றும் எனக்கும் அவருக்குமிடையே இனி எந்தவிதத் தொடர்பும் இல்லை என்றும் நான் கடிதம் எழுதி அனுப்பியதற்குப் பதில் தரும் விதமாக, அவர் எனக்கு அந்தப் பணத்தை அனுப்பியிருந்தார்.

அப்போது எனக்கு ஒன்றும் தெரிந்திருக்கவில்லை: இங்கு வந்த பிறகு, சில நாட்களுக்கு முன்புவரை, ஏன் இன்றுவரைகூட, தந்தையிடமிருக்கும் என்னுடைய பணம், சொத்து பற்றிய விஷயங்கள் எவையும் எனக்குத் தெரியாது. சரி, அது நாசமாய்ப் போக, அதைப் பற்றி நாம் பிறகு பேசுவோம். அந்த ஆறாயிரம் ரூபிள்கள் எனக்குக் கிடைத்தபோதுதான், நம்பிக்கைக்குரிய என்னுடைய நண்பனிடமிருந்து சுவாரஸ்யமான, மிக முக்கியமான விஷயம் ஒன்று கடிதம் மூலமாகத் தெரிய வந்தது; அதாவது படைத்தளபதி, அந்தத் துணைத் தளபதியின் விஷயத்தில் அதிருப்தி அடைந்தவர், அவர்மீது சந்தேகப்பட்டார் என்பது; ஒரே வார்த்தையில் சொல்லப் போனால், அவருடைய எதிரிகள் அவருக்கு எதிராக வேலை செய்தார்கள் என்பதுதான். அந்தப் பிரிவின் தளபதி நேராக அவரிடம் வந்து வெகுவாக அவரைக் கடிந்துகொண்டார். அதன் பிறகு வேலையிலிருந்து அவரை விலகி விடுமாறும் உத்தரவிட்டார். இது எப்படி நடந்தது என்பதை நான் விளக்கப் போவதில்லை, ஆனால் அவருக்குச் சில எதிரிகள் இருந்ததால், மக்கள் அவரையும் அவருடைய குடும்பத்தாரையும் திடீரென்று புறக்கணிக்க ஆரம்பித்தனர். அப்போதுதான் நான் என்னுடைய முதல் விளையாட்டை விளையாடத் தொடங்கினேன்: எப்போதும் நட்புடன் பழகி வந்த அகஃபையா இவானவ்னாவிடம் ‘உன்னுடைய தந்தை வேலை செய்யும் படைப்பிரிவில் நாலாயிரத்து ஐநூறு ரூபிள்களைக் காணவில்லையாமே’ என்று சொன்னேன். ‘என்னது, நீங்கள் என்ன சொல்கிறீர்கள்? இப்போதுதான் படைத்தளபதி வந்து கணக்குப் பார்த்துவிட்டுப் பணம் சரியாக இருப்பதாகச் சொல்லிவிட்டுப் போனாரே . . .’ என்றாள். ‘ஆமாம், அப்போது இருந்தது, ஆனால் இப்போது இல்லை’ என்றேன். இதைக் கேட்டு அவள் மிகவும் பயந்து போய்விட்டாள்: ‘தயவுசெய்து இப்படி என்னைப் பயமுறுத்தாதீர்கள், இது எப்படி உங்களுக்குத் தெரியும்’ என்று அவள் கேட்டாள். ‘பயப்படாதீர்கள், இதை யாரிடமும் நான் சொல்லமாட்டேன், இதைப் பற்றி என்னிடமிருந்து ஒரு வார்த்தைகூட வெளியே வராது, ‘எந்த விதத்திலாவது’ உங்களுடைய தந்தையால் அந்த நாலாயிரத்து ஐநூறு ரூபிள்களைக் கட்ட முடியாமல் போய், சட்டத்தின் முன்பாக அவர் நிறுத்தப்பட்டு, வயதான இந்தக் காலத்தில் அவர் பதவி இறக்கம் செய்யப்பட்டு, முழுப் பணத்தையும் உடனே கட்டச் சொல்லி ஆணை பிறப்பிக்கப்பட்டு, அவரால் அதைக் கட்ட முடியாமல் போகுமானால், உங்களுடைய சகோதரியை ரகசியமாக என்னிடம் அனுப்பி வையுங்கள், அந்த நாலாயிரத்து ஐநூறு ரூபிள்களை நான் கொடுக்கிறேன்; சத்தியமாக, இந்த விஷயத்தை புனித ரகசியம் போலக் காப்பாற்றுவேன், யாரிடமும் சொல்லமாட்டேன்’ என்றேன். ‘ஹா, எவ்வளவு கேவலமானவன் (இப்படித்தான் அவள் சொன்னாள்)! . . .’ எவ்வளவு கீழ்த்தர

மானவர் நீங்கள்! எவ்வளவு தைரியம் உங்களுக்கு!' என்று கடுஞ்சீற்றத்துடன் சொன்ன அவளிடம் திரும்பிப் போகும்போது யாரிடமும் இதைப் பற்றிச் சொல்ல மாட்டேன், பரம ரகசியமாக இதை நான் பாதுகாப்பேன், என்னை நம்புங்கள் என்று சொன்னேன். அந்த இரண்டு பெண்களும் அதாவது அகாஃபையாவும் அவளுடைய சிற்றன்னையும் முன்னதாகவே சொல்லிவிடுகிறேன், இருவரும் தேவதைகளைப் போல, இந்தக் காரியம் முடியும்வரை இந்த விஷயத்தை மிக ரகசியமாக வைத்து, யாருக்கும் தெரியாமல், கர்வங்கொண்ட அவளை, காச்சியாவை, உண்மையாகவே பயபக்தியுடன் நேசித்த அவளை, அவள் முன்பு, அவர்கள் ஏதோ பணிப்பெண்களைப் போல மிகத் தாழ்மையுடன் நடந்துகொண்டனர் . . . ஆனால், அகாஃபையா தான் எங்களுக்குள் நடந்த இந்தப் பரிவர்த்தனையைப் பற்றிப் பிறகு வெளியில் சொல்லியிருப்பாள் என்று நினைக்கிறேன். அதைப் பிறகு நான் உறுதியாகவும் தெரிந்துகொண்டேன், நடந்த எல்லாவற்றையும் அவள்தான் வெளியில் சொல்லிவிட்டாளென்று; எனக்கும் அதுதான் தேவைப்பட்டது.

அப்போதுதான் புதிய படைத்தளபதி திடீரென்று தலைமைப் பொறுப்பை ஏற்றிருந்தார். பழைய தளபதியோ நோய்வாய்ப்பட்டு இரண்டு நாட்கள் வேலைக்குப் போகாமல் இருந்ததால், படைப் பிரிவுக்குச் சேர வேண்டிய பணத்தை அவரால் திருப்பித் தரமுடியாமல் போனது. நம்முடைய மருத்துவர் கிராவ்சென்கா உண்மையாகவே அவர் உடல்நலம் சரியில்லாமல் இருப்பதாகச் சொன்னார். ஆனால், இதற்கு முன்பே, நீண்ட காலமாகவே இந்த ரகசியம் எனக்குத் தெரிந்திருந்தது. அதாவது, கணக்கு வழக்குகளைப் பரிசோதனை செய்தபோது ஒவ்வொருமுறையும், இந்த நான்காண்டு காலமும் அவ்வப்போது பணம் காணாமல் போனது தெரியவந்தது. காணாமல் போன அந்தப் பணத்தை அவர் வயதான படைத்தளபதி, நம்பிக்கையான திரிஃபோனவ் என்பவரிடம் கடனாகக் கொடுத்திருந்தார். மனைவியை இழந்திருந்த அந்த வயதான திரிஃபோனவ், தங்கச் சட்டத்தாலான கண்ணாடியை அணிந்துகொண்டு, தாடி வைத்திருந்தவர், படைத்தளபதி கடனாகக் கொடுத்த அந்தப் பணத்தை எடுத்து, சந்தைக்குப் போய் லாபகரமான வழியில் அதைப் பெருக்கித் திரும்பி வந்து, அந்தப் பணத்தைப் படைத்தளபதியிடம் முழுவதுமாக அவர் திருப்பிக் கொடுத்ததோடல்லாமல், அவருக்குச் சந்தையிலிருந்து பரிசுப் பொருட்களையும் அந்தப் பணத்திற்கான வட்டியையும் சரியாகத் திருப்பிக் கொடுத்து வந்தார். இந்த முறைதான் (தற்செயலாக இதைப் பற்றி நான் திரிஃபோனவின் மூக்கொழுக்கி மகனான, நெறிதவறிப் பிறந்த அவருடைய வாரிசு மூலமாகத் தெரிந்துகொண்டேன்), திரிஃபோனவ் சந்தையிலிருந்து திரும்பி வந்ததும் படைத்தளபதியிடம் அவர் பணத்தைத் திருப்பித் தரவில்லை. ஆனால் படைத்தளபதி சந்தையிலிருந்து திரும்பி வந்த அவரைப் பார்க்க உடனே சென்றார். அப்படிச் சென்றவரிடம் திரிஃபோனவ், 'உங்களிடமிருந்து எதையும் எப்போதும் நான் வாங்கவில்லை, ஆமாம், எதையுமே வாங்கவில்லையே' என்று சொல்லிவிட்டார். ஆக, நம்முடைய படைத்தளபதி காய்ச்சல்

கண்டு, தலையில் ஈரத் துணியைக் கட்டிக்கொண்டு, மூன்று பெண்களும் அவருக்கு ஐஸ்கட்டி ஒத்தடம் கொடுக்க, வீட்டில் அவர் படுத்திருந்தார்; அப்போது திடீரென்று அவரைத் தேடிக் கணக்குப் புத்தகமும் கட்டளையும் வந்தன: 'இரண்டு மணி நேரத்திற்குள் உடனே பணம் முழுவதும் வந்து சேர வேண்டும்' என்று. அந்தப் புத்தகத்தில் அவர் கையெழுத்திட்டிருந்ததைப் பிறகு நான் பார்த்தேன். சட்டென்று அவர் எழுந்தார், எழுந்து சீருடை அணியப்போவதாகச் சொன்னவர், படுக்கை அறைக்குச் சென்று, இருகுழல் கைத்துப்பாக்கியில் வெடி பொருளை நிரப்பி, வேலைநிமித்தமாகப் பயன்படுத்தும் குண்டுகளையும் அதில் திணித்து, வலது கால் பாதரட்சையைக் கழற்றி, நெஞ்சுக்கு நேராகத் துப்பாக்கியின் வாய் முகப்பை வைத்துப் பெருவிரலால் விசை இழுப்பை இயக்க எத்தனித்துக்கொண்டிருந்தார். அப்போது அகாஃபியா நான் எச்சரித்ததை நினைவுகூர்ந்து சந்தேகத்துடன் அவருடைய படுக்கை அறைக்குச் சென்றவள், சரியான நேரத்தில் அவரைக் காப்பாற்றினாள்: வேகமாக அவருக்குப் பின்பக்கமாகச் சென்று அவரைத் தள்ளி, அவரைக் கட்டி அணைத்தபோது, துப்பாக்கி அறையின் உட்கூரையைப் பார்த்துச் சுட்டது; யாருக்கும் காயம் ஏற்படவில்லை; அதற்குள் எல்லோரும் பாய்ந்து வந்து அவரைப் பிடித்துத் தள்ளி, அவர் கையில் இருந்த துப்பாக்கியைப் பிடுங்கி எறிந்தனர் . . . இந்த விவரங்களெல்லாம் பிறகு எனக்குத் தெரியவந்தது. அப்போது நான் வீட்டில் இருந்தேன்; இருள் கவிழ்ந்திருந்த நேரம், வெளியே போவதற்காக ஆடை அணிந்து, தலை வாரி, கைக்குட்டையில் வாசனை திரவியத்தைப் பூசிக் கையில் தொப்பியை எடுத்தபோது, திடீரென்று கதவு திறக்க – என் முன்னே, என்னுடைய வீட்டில், கத்தரீனா இவானவ்னா வந்து நின்றாள்.

விநோதங்கள் நடக்கத்தானே செய்கின்றன: அவள் வந்ததை யாரும் தெருவில் கவனித்திருக்கவில்லை, அப்படியே என் வீட்டிற்கு அவள் வந்ததையும் யாரும் கவனிக்கவில்லை. நான் குடியிருக்கும் வீட்டை, வயதான, இரண்டு அரசு அலுவலகப் பெண்மணிகளிடமிருந்து வாடகைக்கு எடுத்திருந்தேன்; அவர்கள் எனக்குத் தேவையானதைச் செய்து கொடுத்தார்கள், மரியாதைக்குரிய வயதான பெண்மணிகள், நான் சொல்வதையெல்லாம் கேட்டு, நான் இட்ட கட்டளைக்கு மறுவார்த்தை பேசாமல் அவற்றை நிறைவேற்றினார்கள். சந்தேகத்திற் கிடமின்றி, எல்லாமே எனக்குப் புரிந்துபோனது. உள்ளே வந்தவள் நேராக என்னைப் பார்த்தாள், அவளுடைய கரிய விழிகள் தீர்மானமாக, திமிராக என்னைப் பார்த்தன; ஆனால் உதடுகளில், உதடுகளுக்கருகே தயக்கம் நெளிவதைக் கவனித்தேன்.

'நானே நேரில் வந்து உங்களைப் பார்த்தால், நீங்கள் நாலாயிரத்து ஐந்நூறு ரூபிள்களைத் தருவீர்கள் என்று என்னுடைய சகோதரி சொன்னாள். அதனால்தான் இங்கு வந்தேன் . . . பணம் கொடுங்கள்! . . .' என்றாள். பயத்தில் அவளுக்கு மூச்சுத் திணறி, குரல் மங்கி, உதட்டு விளிம்புக் கோடுகள் நடுங்கின. 'அல்யோஷ்கா, நான் சொல்வதை நீ கேட்கிறாயா, இல்லை தூங்குகிறாயா?'

‘மீச்சியா, எனக்குத் தெரியும் நீ எதையும் மறைக்காமல், முழு உண்மையையும் சொல்வாய்’ என்று சொன்னான் அல்யோஷா சற்றுக் கலவரத்துடன்.

‘அந்த முழு உண்மையைத்தான் இப்போது நான் சொல்லப் போகிறேன். அப்படி அந்த முழு உண்மையையும் நீ தெரிந்துகொள்ள விரும்பினால், இதோ அதுதான் இது, கேள், தயங்காமல் சொல்கிறேன். என்னுடைய முதல் எண்ணம் கரமாஸவ் குணத்தை ஒத்தது. ஒருமுறை என்னைப் பூரான் கடித்ததில் சகோதரனே, நான் காய்ச்சல் கண்டு இரண்டு வாரம் படுத்திருந்தேன்; இதோ இப்போது திடீரென்று அதே விஷப் பூரான் என்னுடைய இதயத்தையும் கடித்துவிட்டது என்பதை நான் உணர்ந்தேன்; தலையில் இருந்து கால்வரை அவளைப் பார்வையால் நான் அளந்தேன். நீ அவளைப் பார்த்திருக்கிறாய் தானே? மிகவும் அழகானவள். ஆம், அப்போது அவள் வேறு ஒரு விதத்திலும் அழகாக இருந்தாள், தன்னுடைய மேதமையாலும் பெருந்தன்மையாலும் தந்தைக்காகத் தியாகம் செய்யும் விதத்திலும் அவள் அழகாக இருந்தாள், ஆனால் நானோ கேடுகெட்ட, சாதாரண ஒரு பூச்சியைப் போல இருந்தேன். ஒரு அற்பனைப் போல, மூட்டைப் பூச்சியைப் போல நான் இருந்தாலும், அவள் என்னைச் சார்ந்தவளாக, உடலாலும் ஆன்மாவாலும் முழுமையாக என்னைச் சார்ந்தவளாக இருந்தாள். குறிப்பிட்ட ஒரு வட்டத்திற்குள் அவள் நின்றுகொண் டிருந்தாள். ஒன்றை வெளிப்படையாகச் சொல்கிறேன் கேள்: விஷம் தோய்ந்த என்னுடைய அந்த எண்ணம் மனம் முழுவதும் பரவி, என்னை உந்தித் தள்ளியதில், என்னுடைய இதயத்துடிப்பே நின்று விட்டது போல இருந்தது. என்னுடைய பேராவலைத் தடுத்து நிறுத்த முடியாது போல் இருந்தது: ஒரு மூட்டைப் பூச்சியைப் போல, விஷமுள்ள பெருஞ் சிலந்தியைப் போல, ஈவு இரக்கமில்லாமல் என்னால் நடந்துகொள்ள முடிந்தது . . . மூச்சுவிடக்கூட முடியாதபடி போனது. கேள்: அடுத்த நாள் காலையிலேயே அவளைத் திருமணம் செய்து கொள்ளும் என்னுடைய விருப்பத்தை நான் தெரிவித்து, இங்கே நடந்ததை யாரும் சந்தேகப்படாதபடி பெருமதிப்புடன் என்னால் நடந்துகொண்டிருக்க முடியும். ஏனெனில் கீழ்த்தரமான ஆசைகளைக் கொண்டவனாக இருந்தாலும், நேர்மையானவனாக நான் இருந்தேன். அப்படி நினைத்த நிமிடமே, திடீரென்று யாரோ என்னுடைய காதுகளில் இப்படி முணுமுணுப்பதுபோல இருந்தது: ‘ஆமாம், இந்தத் திருமணக் கோரிக்கையைக் கேட்டதுமே அவள் வீட்டைவிட்டு வெளியே வராமல், வண்டிக்காரனை அனுப்பி, உன்னை வெளியே போகச் சொல்வாள். சொல்லப் போனால், ஊர் முழுக்க இந்தக் கேவலத்தைத் தெரிவிப்பேன், உன்னைப் பார்த்து பயப்பட மாட்டேன்!’ என்றும் அவள் சொல்வாள் என்றே எனக்குத் தோன்றியது. அவளைப் பார்த்த அந்த கணத்தில், என்னுடைய உள்மனம் என்னை ஏமாற்றவில்லை என்பதை நான் உணர்ந்தேன்: ஆம் அப்படித்தான், அப்படியேதான் நடந்திருக்கும். என்னுடைய கழுத்தைப் பிடித்து என்னை வெளியே தள்ளியிருப்பார்கள் என்பதை அவளுடைய முகத்தைப் பார்த்ததுமே நான் தெரிந்துகொண்டேன். என்னுள் கொதித்து, குமுறிக்கொண்டிருந்த

காழ்ப்புணர்ச்சி கேவலமாக, வெறுக்கத்தக்க ஒரு அற்பனைப் போல, காட்டுமிராண்டி போல என்னை நடக்கத் தூண்டியது: என் முன்பு நிற்கும் அவளைப் பார்த்துக் கேவலமான ஒரு கடைக்காரனைப் போல ஏளனமாகப் பேச விரும்பினேன்.

'என்ன நாலாயிரம் ரூபிள்களா! ஆமாம், சும்மா விளையாட்டாகத் தான் சொன்னேன். அதற்குப் போய் நீங்கள் என்னை இப்படி எளிதில் நம்பி ஏமாந்துவிட்டீர்களே, நூறு, இரு நூறு ரூபிள்களை வேண்டுமானால் உங்களுக்கு நான் ஆசையாகக் கொடுக்கலாம், ஆனால் நாலாயிரம் ரூபிள்களை இதற்காக முட்டாள் தனமாக வீசி எறிவது கொஞ்சம் அதிகம்தான். ஒன்றும் இல்லாததற்குப் போய் நீங்கள் இவ்வளவு சிரமப்பட்டிருக்க வேண்டாம் என்று நினைக்கிறேன்' என்று நான் சொல்ல விரும்பினேன்.

'தெரியுமா, அப்படிச் சொல்லியிருந்தால், எல்லாவற்றையும் நான் இழந்திருக்கக்கூடும், அவளும் ஓடிப் போயிருந்திருப்பாள்; கேவலமாகப் பழிவாங்கும் எண்ணத்தில் எல்லாமே நடந்தேறியிருக்கும்; வாழ்நாள் முழுவதும் இதற்காக நானும் வெதும்பிப் புலம்பி, வேறு வழியில்லாமல் நடந்த எல்லாவற்றையும் ஏற்றுக்கொண்டு வேதனைப்பட்டிருப்பேன்! ஆனால், சத்தியமாகச் சொல்கிறேன், இதுவரை எந்தப் பெண்ணிடமும் எப்போதுமே நடக்காத ஒன்று அப்போது, அந்த நிமிடம் நடந்தது. வெறுப்புடன் அவளை நான் பார்த்தேன், இது சத்தியம்: மூன்று நிமிடமா, ஐந்து நிமிடமா என்று தெரியாது, ஆனால் அவளை நான் அதீத வெறுப்புடன், மயிர் அளவே தடித்திருந்த வெறுப்புடன், காதல் சிதைந்த வெறுப்புடன் அவளைப் பார்த்தேன்! அப்படியே ஜன்னல் பக்கம் சென்று பனியில் உறைந்துபோயிருந்த ஜன்னலின் மீது என்னுடைய தலையைச் சாய்த்தபோது, அது நெருப்பாக என்னைச் சுட்டது. அப்படி நீண்ட நேரம் நான் நிற்கவில்லை, கவலைப்படாதே, திரும்ப மேஜை அருகே வந்து, செருகுப் பெட்டியைத் திறந்து, ஐயாயிரம் மதிப்புள்ள, ஐந்து சதவிகித வட்டியுடன் பெறக்கூடிய காசோலை ஒன்றைப் பெயர் எதுவும் எழுதாமல் எடுத்தேன் (அது என்னுடைய பிரெஞ்சு அகராதிக்குள் இருந்தது). அமைதியாக அதை அவளிடம் காண்பித்துவிட்டு மடித்து அதைக் கொடுத்து விட்டுக் கதவைத் திறந்து, சற்றே தள்ளி நின்று சிரம் தாழ்த்தி மரியாதையுடன் அவளை நான் வணங்கினேன் – இதை நீ நம்பலாம்! சீறி எழும் கோபத்துடன் கூரிய விழிகளால் உற்றுப் பார்த்த அவள், வெற்றுத் தாளைப் போல வெளுத்துப்போய், வார்த்தை எதுவும் பேசாமல், உணர்ச்சிவசப்படாமல், மென்மையாக, அமைதியாக, என்னுடைய கால்களில் விழுந்து, தரையைத் தொட்டு வணங்கினாள் – இது பழங்கால ரஷ்யப் பழக்கமாக இருக்க, இப்படி ஒன்றை, பள்ளிப்படிப்பு முடித்திருந்த இந்தக் கால மாணவியிடம் எதிர்பார்க்கவே முடியாது! பிறகு, அவள் வேகமாய்த் துள்ளிக் குதித்து ஓடினாள். அப்படி அவள் ஓடியபோது, வாளை உருவி என்மீது நான் பாய்ச்சிக்கொள்ள விரும்பினேன். ஆனால், அது ஏன் என்றுதான் எனக்குத் தெரியாது; ஒருவித மடத்தனமான, எதிர்பாராத அதிர்ச்சியின் விளைவாகக்கூட அது இருக்கலாம்.

தெரியுமா, இப்படிப்பட்ட அதிர்ச்சியில் ஒருவர் தன்னைத்தானே மாய்த்துக்கொள்ளவும் கூடும்; ஆனால் என்னை நான் மாய்த்துக் கொள்ளவில்லை; அந்த வாளை எடுத்து முத்தமிட்ட பிறகு அதை நான் மீண்டும் உறையிலிட்டேன். இதைப் பற்றி எல்லாம் சொல்லத் தேவையில்லைதான். இந்தப் போராட்டத்தைப் பற்றிச் சொல்லும்போது, என்னை நானே புகழ்ந்துகொள்ளும் விதத்தில் கொஞ்சம் கதை விட்டிருக்கிறேன் என்று தான் எனக்குத் தோன்றுகிறது. இருக்கட்டும், அப்படியே இருக்கட்டும், மனித மனங்களைக் கள்ளத்தனமாய்த் துருவிப் பார்க்கும் இந்தப் பேய் எல்லா ஒற்றர் மனங்களையும் பற்றற்றும்! இதுதான் கத்தரினா இவாவ்னாவுடன் நடந்த முழுச் 'சம்பவம்.' இதைப் பற்றித் தெரிந்தவன் நீ ஒருவன் தான், என் சகோதரனே!

இப்படிச் சொன்ன திமித்ரி ஃபியோதரவிச் எழுந்து குழப்பத்தில் ஓரிரு அடிகள் எடுத்து வைத்துத் தன்னுடைய நெற்றியில் படர்ந்திருந்த வியர்வையைக் கைக்குட்டையால் துடைத்துக்கொண்டு, முன்பு தான் அமர்ந்திருந்த இடத்தில் அமராமல், எதிரே போடப்பட்டிருந்த நாற்காலியில் அமர, அவனைப் பார்க்க அல்யோஷா முழுவதுமாகத் திரும்ப வேண்டியிருந்தது.

## 5

## குமுறுகின்ற உள்ளத்தின் பாவ மன்னிப்பு: 'தலைகீழாய்'

'இப்போது, அந்தச் சம்பவத்தின் முதல் பகுதி எனக்குத் தெரியும்' என்றான் அல்யோஷா.

'முதல் பகுதி உனக்குத் தெரியும், புரியும்: அது நாடகம், அது அங்கே நடந்தது. இரண்டாவது பகுதி தான் துன்பவியல் நாடகம், அது இங்கே நடக்கப் போகிறது.'

'இன்னும் இரண்டாவது பகுதி ஒன்றும் புரியவில்லையே.'

'எனக்கு மட்டும் புரிகிறதா என்ன?'

'ஒரு நிமிஷம், திமித்ரி, இங்கு ஒரு முக்கியமான கேள்வி. சொல்: நீதானே மணமகன், நீ தானே அவளை மணமுடிக்கப் போகிறாய், அப்படித்தானே?'

'இப்போது நான் மணமகனல்ல, அந்தச் சம்பவம் நடந்து மூன்று மாதத்திற்குப் பிறகுதான் நான் மணமகனானேன். அந்தச் சம்பவம் நடந்து முடிந்த அடுத்த நாளே, எல்லாம் முடிந்துவிட்டது, இனிமேல் ஒன்றும் செய்வதற்கில்லை என்று எனக்கு நானே சொல்லிக்கொண்டேன், அதற்குப் பிறகு அவளைத் திருமணம் செய்துகொள்வது என்ற கோரிக்கையை விடுப்பது எனக்குக் கேவலமாகப்பட்டது. ஊரில்

அவள் தங்கி இருந்த அடுத்த ஆறு வாரமும் அவள் என்னிடம் ஒரு வார்த்தைகூடப் பேசவில்லை. ஒரே ஒரு முறையைத் தவிர: என் வீட்டிற்கு அவள் வந்து போன பிறகு, அவர்களுடைய பணிப்பெண் என்னிடம் வந்து ஒரு கடிதத்தைக் கொடுத்தாள். உறையில் என்னுடைய முகவரி எழுதப்பட்டிருந்தது. அதை நான் திறந்து பார்த்தேன். அதில் ஐந்தாயிரம் ரூபிள்களைப் பணமாக மாற்றியபோது கிடைத்த மீதித் தொகை வைக்கப்பட்டிருந்தது. நான்காயிரத்து ஐந்நூறு ரூபிள்கள்தான் அவளுக்குத் தேவைப்பட்டிருந்தது; காசோலையைப் பணமாக அவள் மாற்றியபோது இருநூற்றுக்கும் அதிகமாக ரூபிள்கள் இழக்கப்பட்டிருந்தன. மீதியிருந்த இருநூற்று அறுபது ரூபிள்களை அவள் திருப்பி அனுப்பியிருந்தாள் என்று நினைக்கிறேன்; சரியாக எவ்வளவு என்று எனக்கு நினைவிலில்லை; மற்றபடி அந்தப் பணத்தைத் தவிர வேறெதுவும் அந்த உறையில் இல்லை; குறிப்போ விளக்கமோ கடிதமோ எதுவுமே இல்லை. பென்சிலால் ஏதாவது எழுதப்பட்டிருக்குமா என்று நான் பார்த்தேன். ஆனால், எதுவுமே எழுதப்பட்டிருக்கவில்லை! மீதியிருந்த பணத்தை வைத்துக்கொண்டு நான் களியாட்டம் போட்டதில், புதிதாக வந்த படைத் தளபதி எனக்குக் கடுந்தண்டனை கொடுத்தார். புதிதாக வந்த படைத்தளபதி படைப்பிரிவின் கணக்குவழக்குகளைச் சரிபார்த்த போது, பணம் அங்கு சரியாக இருந்ததைப் பார்த்து அவரும் படைப் பிரிவிலிருந்த மற்றவர்களும் ஆச்சர்யப்பட்டனர். இப்படிக் கணக்கு வழக்குகளை ஒப்படைத்த பழைய தளபதி உடல்நலம் சரியின்றி மூன்று வராம் படுக்கையில் படுத்தவர், திடீரென்று மூளை பாதிப்பால் ஐந்து நாட்கள் கழித்து இறந்துபோனார். பதவியிலிருந்து இன்னும் அவர் ஓய்வெடுத்திருக்காத காரணத்தால், அவருடைய உடல் ராணுவ மரியாதையுடன் அடக்கம் செய்யப்பட்டது. ஈமச்சடங்குகள் முடிந்து, பத்து நாட்களுக்குப் பிறகு, கத்தரீனா இவானாவ்னாவும் அவளுடைய தங்கையும் அத்தையும் மாஸ்கோவுக்குப் பயணப்பட்டனர். அவர்கள் கிளம்புவதற்கு முன்பு, சரியாகச் சொல்லப்போனால், புறப்பட்ட அதே நாளன்று (அவர்களை நான் பார்க்கவும் இல்லை, வழி அனுப்பப் போகவும் இல்லை) அழகான நீல நிறத்தாளில் பென்சிலால் எழுதப்பட்ட, ஒரே ஒரு வரி அடங்கிய சிறுகுறிப்பு ஒன்று எனக்குக் கிடைக்கப்பெற்றது: 'உங்களுக்கு நான் கடிதம் எழுதுவேன் காத்திருங்கள்.' இதோ இவ்வளவு தான் அதில் எழுதப்பட்டிருந்தது.

சுருக்கமாக ஒருசில வார்த்தைகளில் உனக்கு நான் விளக்குகிறேன். மாஸ்கோவுக்குச் சென்ற அவர்களுடைய வாழ்வில் மின்னல் வேகத்தில், அரேபியக் கதைகளில் வரும் நிகழ்ச்சிகளைப் போல, எதிர்பாராத விதத்தில் மாற்றங்கள் நிகழ்ந்தன. காலஞ்சென்ற படைத் தளபதியின் மனைவி, அவர்களுடைய உறவுக்காரி, தன்னுடைய இரண்டு மகள்களை யும் அம்மை நோய்க்கு வாரிக் கொடுத்தவள், வாரிசுகள் இல்லாமல் இருந்தாள். அந்த வேதனையில் ஆழ்ந்திருந்த அந்த வயதான மூதாட்டி, கத்தரீனா இவானாவ்னாவைத் தன்னுடைய சொந்த மகளாகப் பாவித்து, தன்னைக் காப்பாற்ற வந்தவளாக எண்ணித் தன்னுடைய சொத்து முழுவதையும் கத்தரீனா பெயரில் மாற்றி எழுதி, உடனே அவளுக்கு எண்பதாயிரம் ரூபிள்களைப் பணமாகக் கொடுத்து, அவளுடைய

விருப்பப்படி அதைச் செலவு செய்துகொள்ளுமாறும் சொன்னாள். அந்த மூதாட்டி வலிப்பு நோயால் அவதிப்படுகிறாள் என்பதை நான் மாஸ்கோவில் அவளைப் பார்த்த பிறகுதான் தெரிந்துகொண்டேன். இப்படியாக, திடீரென்று தபால் மூலமாக எனக்கு நாலாயிரத்து ஐந்நூறு ரூபிள்கள் வந்து சேர்ந்தன; அதைப் பார்த்து நான் ஆச்சர்யத்தில் முற்றிலுமாக உறைந்துபோனேன். மூன்று நாட்களுக்குப் பிறகு அவள் உறுதியளித்தபடி எனக்குக் கடிதம் வந்து சேர்ந்தது.

அந்தக் கடிதம் இப்போதுகூட என்னிடம்தான் இருக்கிறது, எப்போதும் அது என்னிடம்தான் இருக்கும், அதனுடன்தான் நான் மரித்தும் போவேன். நீ அதைப் பார்க்க வேண்டுமா, காட்டட்டுமா? கண்டிப்பாக நீ அதைப் படிக்க வேண்டும்: எனக்கு மனைவியாக வர அவள் விருப்பப்படுகிறாள், அவளே விருப்பப்படுகிறாள், 'உங்களை நான் விரும்புகிறேன், சொல்லப்போனால், பித்துப் பிடித்தவளைப் போல உங்களை நான் விரும்புகிறேன், நீங்கள் என்னை விரும்பா விட்டாலும் சரி, நீங்கள்தான் என்னுடைய கணவர். பயப்படாதீர்கள் உங்களுக்கு நான் எப்போதுமே சிரமம் கொடுக்கமாட்டேன்; வீட்டி லிருக்கும் ஏதாவது ஒரு பொருளைப் போல, தரைவிரிப்பு போல, மூலையில் கிடப்பேன் ... உங்களை எப்போதுமே விரும்புவேன், உங்களிடமிருந்து உங்களை நான் காப்பாற்ற விரும்புகிறேன் ...' என்று அதில் எழுதியிருந்தது. அல்யோஷா, இதை நான் திரும்பச் சொல்வதற்கே தகுதி இல்லாதவன்; என்னுடைய கொச்சையான வார்த்தைகளில், கேவலமான என்னுடைய குரலில், எப்போதுமே கேவலமாக இருக்கும் என்னுடைய குரலில், மாற்றிக்கொள்ள முடியாத என்னுடைய தொனியில் இதைச் சொல்வதற்கே நான் தகுதியில்லாதவன்! இந்தக் கடிதம் இன்றுகூட என்னுடைய இதயத்தைக் குத்திக் கிழிக்கிறது; இதை என்னால் சுலபமாக ஏற்றுக்கொள்ள முடியுமா என்ன? இதற்கு உடனே நான் பதில் எழுதினேன் (என்னால் உடனே மாஸ்கோவுக்குப் போக முடியவில்லை), கண்ணீரால் எழுதினேன்; ஒரு விஷயத்திற்காக எப்போதுமே நான் வெட்கப்படுவேன்: இப்போது அவள் சீதனத்துடன் இருக்கும் பணக்காரப் பெண்மணி, ஆனால், நானோ பணமில்லாத ஒரு கயவன்; பணம் எப்படி எல்லாவற்றையும் மாற்றி அமைக்கிறது என்பதைக் குறிப்பிட்டு நான் எழுதினேன். இப்படி எழுதாமல் நான் அமைதியாக இருந்திருக்க வேண்டும், ஆனால் எப்படியோ அது என்னுடைய பேனா முனையிலிருந்து நழுவி வந்துவிட்டது. உடனே மாஸ்கோவிலிருந்த இவானுக்கு நான் கடிதம் எழுதினேன், ஆறு பக்கம் எழுதிய கடிதத்தில் எவ்வளவு தூரம் விளக்க முடியுமோ, அவ்வளவு தூரம் நான் விளக்கி, இவானைப் போய் அவளைப் பார்க்கச் சொன்னேன். நீ ஏன் என்னை அப்படிப் பார்க்கிறாய்? ஆமாம், இவான் அவளை விரும்பினான், அப்படி விரும்பிய அவனை, அவளிடம் அனுப்பியது என்னுடைய முட்டாள்தனம்தான் என்று எனக்குத் தெரியும், உங்களுடைய எண்ணப்படி, உலகத்தின் பார்வையில், நான் முட்டாள்தனமாகத்தான் நடந்துகொண்டேன். ஒருவேளை நான் செய்த இந்த முட்டாள்தனமான செயல் நம் எல்லோரையும் காப்பாற்றக்கூடும், அவள் அவனை எவ்வளவு உயர்வாக நினைக்கிறாள்,

அவன்மீது எவ்வளவு மதிப்பு வைத்திருக்கிறாள் என்று உனக்குத் தெரியாதா என்ன? எங்கள் இருவரையும் ஒப்பிட்டுப் பார்க்கும்போது, என்னைப் போன்ற ஒரு மனிதனை, அதுவும் இவ்வளவு தூரம் நடந்த பிறகு என்னைப் போய் அவள் காதலிப்பாளா என்ன?

'அவனைவிட உன்னைப் போன்ற ஒருவனைத்தான் அவள் விரும்புவாள் என்று எனக்கு உறுதியாகத் தெரியும்.'

'அவள் என்னை விரும்பவில்லை, அவளுடைய நல்லொழுக்கத்தைத் தான் அவள் விரும்புகிறாள்' என்று சட்டென்று தற்செயலாய், வெறுப்புடன் சொன்னான் திமித்ரி ஃபியோதரவிச். அப்படிச் சொன்னவன், புன்னகை புரிந்தாலும், கோபத்தில் அவனுடைய கண்கள் தணலாய் எரிய, மேசையை அவன் தன் கைமுட்டியால் ஓங்கிக் குத்தினான்.

'சத்தியமாகச் சொல்கிறேன், அல்யோஷா, நீ நம்புகிறாயோ இல்லையோ, புனிதமான கடவுள்மீது, இவ்வுலகை ஆளும் ஏசுகிறிஸ்துவின் மீது ஆணையிட்டுச் சொல்கிறேன், அவளுடைய மென்உணர்வுகளை நான் கேலிசெய்தாலும் அவளைவிடப் பன்மடங்கு நான் கீழானவன் என்று எனக்குத் தெரியும்! மேன்மை பொருந்திய அவளுடைய எண்ணங்களோ வானத்துத் தேவதையைப் போல் பரிசுத்தமானவை! சோகம் என்னவென்றால் இந்த உண்மை எனக்குத் தெரிவதுதான். ஒரு மனிதன் கொஞ்சம் வெற்றாரவாரமானவனாக இருப்பதில் என்ன தவறு? அதைத்தான் நான் செய்கிறேன்! ஆனால் உண்மையாக, உண்மையாகவே நான் உண்மையைத்தான் சொல்கிறேன். இவானைப் பொறுத்தவரையில், அவன் எப்படி சபித்துக்கொண்டிருப்பான் என்று எனக்குத் தெரியும். அதுவும் இந்த மனநிலையில் இருக்கும் அவன்! யாருக்கு, எதற்கு முன்னுரிமை கொடுக்கப்பட்டிருக்கிறதென்று, யாருக்குத் தெரியும்! இப்படிப்பட்ட ஒரு கயவனுக்கு, ஏற்கனவே திருமணம் நிச்சயிக்கப்பட்ட ஒருவனுக்கு, அதுவும் கீழ்த்தரமான செயல்களைக் கொஞ்சமும் கவலையே இல்லாமல் செய்யும் ஒருவனுக்கு, எல்லோர் முன்னிலையிலும் நிச்சயிக்கப்பட்ட சொந்த மணப்பெண் முன்பாக இப்படி நடந்துகொள்ளும் ஒருவனுக்கு, இப்படிப்பட்ட ஒரு பெண் கிடைக்க, வேறு ஒருவனுக்கோ இந்த வாய்ப்பு மறுக்கப்படுகிறது! ஏன்? ஏன் என்றால், தன்னுடைய நன்றியுணர்வின் பேரில் அவள் தன்னுடைய வாழ்வை அழித்துக்கொள்ள விரும்புகிறாள்! எவ்வளவு பெரிய முட்டாள்தனம்! இதைப் பற்றி இவானிடம் நான் எப்போதும், எதுவுமே சொன்னதில்லை, அப்படித்தான் இவானும் என்னிடம் அதைப் பற்றி எப்போதும் ஒரு வார்த்தைகூட, ஜாடையாகக்கூடப் பேசியதில்லை; ஆனால் விதியானது சரியான தீர்ப்பை அளிக்கும்; தகுதியுள்ளவன் வெற்றி பெறுவான்; தகுதியில்லாதவன் ஒரு மூலைக்குத் தள்ளப்படுவான் – கேவலமான தன்னுடைய மூலைக்கு, அவன் விரும்பும் அந்த மூலைக்குத் தள்ளப்பட்டு, அங்கு அடைந்திருக்கும் அழுக்கிலும், துர்நாற்றத்திலும் தானாகவே அவன் அழிந்துபோவான். ஏதோ நான் மனம் போன போக்கில், உபயோகமில்லாத வார்த்தைகளை உதிர்த்துக் கொண்டு, ஒரு வேகத்தில் பேசுவது போல இருந்தாலும், என்னுடைய

மனம் உறுதியாகவே இருக்கிறது. அப்படிப்பட்ட நான் ஏதாவது ஒரு மூலையில் மறைந்து காணாமல்போவேன்; அவள் இவானைத் திருமணம் செய்து கொள்வாள்.'

'நில், சகோதரனே, இருந்தாலும் ஒரு விஷயத்தைப் பற்றி நீ என்னிடம் சொல்லவில்லை: நீ மணமகன்தானே, எப்படி இருந்தாலும் நீதானே அவளுக்கு மணமகன்? அவள் விரும்பாதபோது நீ எப்படி இந்தத் திருமணத்தைத் தடுத்து நிறுத்த முடியும்?' என்று மீண்டும் அமைதியிழந்து குறுக்கிட்டான் அல்யோஷா.

'நான் பெயரளவில்தான் மணமகன், முறையாக அவளுக்கு நிச்சயிக்கப்பட்டவன்; மாஸ்கோவிற்கு நான் சென்றிருந்தபோது அந்தப் புனிதச் சடங்கு மிகப்பெரிய அளவில், உருவ வழிபாட்டுடன் நடந்தது. படைத் தளபதியின் மனைவி, அந்த விதவை எங்களை ஆசீர்வதித்தாள் என்றால் நீ நம்புவாயா, அவள் காச்சியாவுக்கு வாழ்த்துக்கூடத் தெரிவித்தாள்: 'எல்லா விதத்திலும் நல்ல ஒரு மனிதனைத்தான் நீ தேர்ந்தெடுத்திருக்கிறாய் என்பதை நான் பார்க்கிறேன்' என்றாள். அவளுக்கு இவானைப் பிடிக்கவில்லை என்றால் உன்னால் நம்ப முடிகிறதா? அவள் அவனுக்கு வாழ்த்து எதுவும் சொல்லவில்லை. மாஸ்கோவில் நான் காச்சியாவிடம் நிறையப் பேசினேன், என்னைப் பற்றிய எல்லா விஷயங்களையும் நேர்மையாக, வெளிப்படையாக, உண்மையாக அவளிடம் சொன்னேன். நான் சொன்ன எல்லாவற்றையும் அவள் கேட்டுக்கொண்டாள். இழையோடிய கூச்சம் அவளிடம் இருந்தது; உளங்கனிந்த வார்த்தைகள் அவளிடமிருந்து வெளிவந்தன... ஆம் அப்படியே, ஆணவமான வார்த்தைகளும்கூட. அப்போதுதான் அவள் என்னைத் தீய பழக்கவழக்கங்களை விட்டுவிடுமாறு கேட்டுக் கொண்டு என்னிடம் சத்தியமும் வாங்கிக்கொண்டாள். நானும் அவளுக்குச் சத்தியம் செய்து கொடுத்தேன். ஆனால் இப்போது...'

'என்ன இப்போது.'

'உன்னை நான் இப்போது இங்கு அழைத்ததற்குக் காரணம், நீ இந்த நாளை உன் நினைவில் வைத்துக்கொள், இன்று நான் உன்னை கத்தரினா இவானவ்னாவிடம் அனுப்புவதற்குக் காரணம்...'

'என்ன ?'

'அவளைப் பார்க்க இனி நான் எப்போதுமே வரமாட்டேன் என்பதை நீ போய் அவளிடம் சொல்வதற்காகத்தான் உன்னை இங்கு நான் வரவழைத்தேன்.'

'ஆனால் அது எப்படி முடியும்.'

'முடியாத இதைச் செய்வதற்காகத்தான் உன்னை நான் இங்கு வரவழைத்தேன், ஏனெனில் அதை எப்படி நான் அவளிடம் சொல்வது.'

'நீ எங்கே போகப் போகிறாய்.'

'இருண்ட ஒரு மூலைக்குத்தான்.'

'ஆக, நீ குரூஷென்காவிடம் போகப்போகிறாய்!' என்று கைகளை உயர்த்தியபடி அல்யோஷா சொன்னான். 'அப்படியானால் ரக்கீத்தின் உண்மையைத்தான் சொல்லியிருக்கிறான். நீ ஏதோ அவளைச் சாதாரணமாகப் பார்க்கத்தான் போனாய் என்று நான் நினைத்தேன்.'

'நிச்சயம் முடிந்த பிறகு இப்படி ஒரு காரியத்தை நீ செய்யலாமா? அதுவும் இப்படிப்பட்ட ஒரு பெண்ணுடன்; எல்லோர் முன்னிலும் உறுதிசெய்து கொண்ட பிறகு இப்படி நீ செய்யலாமா?'

'என்னிடம் இன்னும் தன்மானமும் நேர்மையும் இருக்கின்றன. எப்போது நான் குரூஷென்காவைப் பார்க்கப் போனேனோ அப்போதே மணமகன் என்ற தகுதியை நான் இழந்து, நேர்மையானவன் என்ற தகுதியையும் இழந்துவிட்டேன் என்று எனக்குத் தெரியும். நீ ஏன் அப்படிப் பார்க்கிறாய்? உனக்குத் தெரியுமா, முதன்முதலாக அவளைப் பார்க்க நான் போனபோது, அவளை நையப் புடைக்க வேண்டும் என்றுதான் நினைத்தேன்; அப்போதுதான் ஒரு உண்மையை நான் தெரிந்துகொண்டேன், அதாவது தந்தையிடம் வேலை பார்த்த, அந்தப் படைத்தளபதி, நான் கொடுத்த கடன் பத்திரத்தைக் குரூஷென்கா விடம் கொடுத்து, என்னிடமிருந்து பணத்தை வாங்கிக்கொண்டு, இதற்கு மேலும் நான் பணம் கேட்டுத் தந்தையை நச்சரிக்கக் கூடாது என்று திட்டம் போட்டுச் செய்தார் என்பதைத் தெரிந்துகொண்டேன். என்னை அவர்கள் பயமுறுத்தவும் தயாராக இருந்தார்கள். அப்போது தான் நான் அவளை அடித்து நொறுக்க அங்குப் போனேன்; இதற்கு முன்பு நான் அவளைப் பார்த்திருக்கிறேன். கவர்ச்சியான பெண் அல்ல அவள். வயது முதிர்ந்த அந்த வியாபாரியைப் பற்றியும் எனக்குத் தெரியும்; இப்போது அவர் உடல்நலமில்லாமல் படுத்த படுக்கையாய்க் கிடக்கிறார், இருந்தாலும் போதுமான பணத்தை அவர் அவளுக்குக் கொடுத்துவிட்டுப் போவார். எனக்குத் தெரியும், அவள் இப்படித்தான் பணம் சேர்க்கிறாள், சேர்த்து அளவுக்கு அதிகமாக வட்டிக்குப் பணம் கொடுக்கும் அவள், ஈவிரக்கமில்லாத, நேர்மையற்ற, தந்திரக்காரி. எனவே அவளை நையப் புடைக்க வேண்டுமென்றுதான் நான் அங்குப் போனேன், ஆனால் அவளிடமே நான் தங்கிவிட்டேன். இடிஇடித்து என் மேல் விழ, நான் வீழ்ந்துவிட்டேன், எல்லாமே முடிந்துவிட்டது; வேறெந்த வழியும் இப்போது இல்லை. காலச்சக்கரம் வேகமாகச் சுழன்றுவிட்டது, இதுதான் இப்போது என்னுடைய நிலைமை. ஏழையாக இருந்த எனக்கு அப்போது திடீரென்று மூவாயிரம் ரூபிள்கள் கிடைக்கப் பெற்றன. அவளுடன் நான் சேர்ந்துகொண்டு ஆறு கிலோமீட்டர் தொலைவிலிருந்த மோக்ரய நகரத்திற்குச் சென்று, அங்கிருந்த நாடோடி களுடன் ஆட்டமும் பாட்டமும் போட்டு, நான் மதுவை அளவுக்கு அதிகமாகக் குடித்து, அங்கிருந்த எல்லோரையும் குடிகாரர்களாக்கி, ஆயிரக்கணக்கில் பணத்தைச் செலவு செய்தேன். மூன்று நாட்களுக்குப் பிறகு என்னிடம் எதுவுமே இல்லாமல் போனது. ஆனால் நான் உலகத்தின் உச்சியிலிருந்தேன். என்னை அது எந்த வழிக்காவது இட்டுச் சென்றதா என்றால், இல்லை; அவள் எனக்கு ஒரு வாய்ப்பும் தரவில்லை. சொல்கிறேன் கேள், அவளுக்கு நான் அடிமையாகிவிட்டேன்.

அந்த ஆத்திரம் பிடித்த குரூஷென்காவின் உடலில் இருக்கும் ஒரு வளைவு அவளுடைய கால்வரை நெளிந்து செல்கிறது, அதுவும் இடது காலின் சுண்டுவிரல் வரை. அதை நான் பார்த்தேன், முத்த மிட்டேன், சத்தியமாகச் சொல்கிறேன் அதுதான் எனக்குக் கிடைத்தது!' அவள் சொல்கிறாள்: 'நீ விரும்பினால் உன்னை நான் திருமணம் செய்துகொள்வேன், ஆனால் நீயோ ஒரு ஏழை. என்னை நீ அடிக்க மாட்டாய் என்று சொல். நான் என்ன செய்ய விரும்புகிறேனோ அதையெல்லாம் நீ என்னைச் செய்ய அனுமதிப்பாய் என்றால், உன்னை நான் திருமணம் செய்துகொள்கிறேன்' என்று சொல்லியபடி அவள் சிரித்தாள். இன்னமும் அவள் சிரிக்கிறாள்!' என்று கோபத்தில் சொன்ன திமித்ரி ஃபியோதரவிச் ஒரு குடிகாரனைப் போல இருந்தான். அவனுடைய கண்கள் ரத்தமாய்ச் சிவந்து போயிருந்தன.

'உண்மையாகவே நீ அவளைத் திருமணம் செய்துகொள்ள விருப்பப்படுகிறாயா?'

'அவளுக்கு விருப்பமென்றால் இப்போதே நான் அவளைத் திருமணம் செய்துகொள்வேன், இல்லையென்றால் அவளுடைய வீட்டு முற்றத்தில் ஒரு வேலைக்காரனாக இருப்பேன். அல்யோஷா நீ, நீ . . .' என்று அவனுடைய தோளைப்பிடித்து வேகமாக உலுக்கியவன், 'உனக்குத் தெரியுமா, நீ ஒரு கள்ளங்கபடமற்றவன். எதையும் யோசிக்காமல் உளறும் உன்னுடைய பிதற்றலில் ஒரு சோகம் இருக்கிறது! தெரிந்துகொள் அலெக்ஸெய், நான் கேவலமானவனாக, இழிவான உணர்ச்சிகளுடன் இருப்பவன்தான், ஆனால் திமித்ரி கரமாஸவ் ஒரு காலமும் திருடனாக, சட்டைப் பையில் இருந்து பணத்தைத் திருடுபவனாக இருக்கவே முடியாது. இருந்தாலும் நீ தெரிந்துகொள்ள வேண்டியது என்னவென்றால், நான் ஒரு திருடனாக, சட்டைப்பையில் இருந்து பணத்தைத் திருடும் ஒரு கள்வனாக மாறிவிட்டேன் என்பதைத்தான்! நான் குரூஷென்காவை நையப்புடைக்கக் கிளம்பிய அந்தக் காலை வேளைதான் கத்தரீனா இவானவ்னா என்னைக் கூப்பிட்டு, யாருக்கும் தெரியாமல் ரகசியமாக (எதற்காக என்று தெரியவில்லை, ஆனால் ஏதோ ஒரு காரணம் இருக்கக்கூடும்) மாஸ்கோவிலிருக்கும் அகாஃபையா இவானவ்னாவுக்குத் தலைமைத் தபால் நிலையத்திலிருந்து மூவாயிரம் ரூபிள்களை அனுப்ப வேண்டுமென்று கேட்டுக்கொண்டவள், இங்குள்ளவர்களுக்குத் தெரியாமல் நகரத்திற்குச் சென்று அந்தப் பணத்தை அனுப்ப வேண்டு மென்று என்னைக் கேட்டுக்கொண்டாள். இதோ அந்த மூவாயிரம் ரூபிள்களைத்தான் நான் பையில் வைத்துக்கொண்டு குரூஷென்காவுடன் மோக்ரயவுக்குச் சென்றேன். அதன்பிறகு, நகரத்திற்குச் சென்று பணத்தை அனுப்பிவிட்டதாகவும், அதற்கான ரசீதைப் பிறகு அவளிடம் கொடுப்ப தாகவும் சொல்லிவிட்டு, இதோ இன்னமும் அவளிடம் கொடுக்காமல், மறந்துவிட்டேன் என்று சொல்லிக்கொண்டு அலைந்து திரிந்துகொண் டிருக்கிறேன். இனி என்ன நடக்கப்போகிறது என்று நீ நினைக்கிறாய், இதோ இப்போது நீ அவளிடம் போய், 'உங்களிடமிருந்து திமித்ரி விடைபெற்றுக்கொள்வதாகச் சொல்லச் சொன்னான்' என்று சொன்ன வுடன் 'என்னுடைய பணம் எங்கே?' என்று அவள் கேட்பாள், அவளிடம் நீ இப்படிச் சொல்லமுடியும், 'அவன் ஒரு கீழ்த்தரமான

கயவன், கட்டுக்கடங்காத காம உணர்ச்சிகளுக்கு அடிமையான மோசக்காரன். உங்களுடைய பணத்தை அகஃபையாவுக்கு அவன் அனுப்பாமல், செலவழித்துவிட்ட காட்டுமிராண்டி' என்று. இன்னும் இதையும் நீ சேர்த்துச் சொல்லலாம். 'அவன் திருடன் அல்ல, இதோ உங்களுடைய மூவாயிரம் ரூபிள்கள், நீங்களே அதை அகாஃபையா இவானவ்னாவுக்கு அனுப்பிவிடுங்கள். உங்களிடமிருந்து அவன் விலகி, விடைபெற்றுக்கொள்வதாகச் சொல்லச் சொன்னான்' என்று. இப்படிச் சொன்னவுடன், உடனே அவள், 'எங்கே அந்தப் பணம்?' என்று கேட்பாள்.

'மீச்சியா, நீ வருத்தத்திற்குரியவன்தான், ஆம்! அதற்காக இவ்வளவு தூரம் நீ மன வேதனைப்பட்டு நம்பிக்கையிழந்து உன்னை நீயே நோகடித்துக்கொள்ள வேண்டாம்!'

'அந்த மூவாயிரம் ரூபிள்களைத் திருப்பிக் கொடுக்க முடியாவிட்டால் என்னையே நான் சுட்டுக்கொள்வேன் என்று நீ நினைக்கிறாயா? அப்படி எதுவும் செய்ய மாட்டேன் – அதுதான் என்னுடைய பெரிய பிரச்சினையே. அதை நான் இப்போது செய்ய முடியாது, ஒருவேளை பிறகு செய்யக்கூடும், இதோ இப்போதே குரூஷென்காவிடம் போகிறேன் – என்னுடைய கொழுப்பு அடங்கட்டும்!'

'அங்கு போய் நீ என்ன செய்யப் போகிறாய்?'

'அவளுக்குக் கணவனாக இருப்பேன்; அவளுக்குக் கணவனாக இருக்கக்கூடிய அந்தப் பதவி எனக்குக் கிடைக்கலாம்; அப்படியே அவளுடைய காதலன் ஒருவேளை அவளுடைய வீட்டிற்கு வந்தால் பக்கத்து அறைக்கு நான் போய்விடுவேன். அவளுடைய காதலனின் மிதியடியைச் சுத்தம் செய்து, சமவாரைத் (தேநீர் தயாரிக்கப் பயன் படுத்தப்படும் ரஷ்ய பாண்டம்) தயாரித்து, மற்ற வேலைகளைக் கவனித்துக்கொள்வேன் . . .'

'கத்தரீனா இவானவ்னா எல்லாவற்றையும் புரிந்துகொள்வாள், இந்தத் துயரத்தின் ஆழத்தைப் புரிந்துகொண்டு உன்னுடன் அவள் சமாதானமாக இருப்பாள். அவளுக்கு ஆழ்ந்த அறிவு உண்டு, இப்படி நீ சோகமாக இருக்கக் கூடாது என்பதை அவள் அறிவாள்' என்று வெற்றிகரமாக முழங்கினான் அல்யோஷா.

'ஒருபோதும் அவள் சமரசமாக இருக்க மாட்டாள்' என்று அசட்டுச் சிரிப்புடன் சொன்னான் திமித்திரி.

'சகோதரனே இந்த விஷயத்தில் எந்தப் பெண்ணும் சமரசமாக இருக்கமாட்டாள். இதற்குச் சரியான வழி என்ன தெரியுமா?'

'என்ன?'

'மூவாயிரம் ரூபிள்களை அவளிடம் திருப்பிக் கொடுப்பதுதான்.'

'எங்கிருந்து கொடுப்பது? கேள், என்னிடம் இரண்டாயிரம் ரூபிள்கள் இருக்கின்றன. இவான் ஆயிரம் ரூபிள்கள் தருவான், ஆக இந்த மூவாயிரத்தை அவளிடம் நாம் திருப்பிக் கொடுத்துவிடலாம்.'

‘எப்போது கிடைக்கும் உன்னுடைய அந்த மூவாயிரம் ரூபிள்கள்? இன்னும் நீ சின்னப் பையனாகவே இருக்கிறாய், பணம் உன்னிடம் இருக்கிறதோ இல்லையோ, இன்றே நான் கண்டிப்பாக இங்கிருந்து போயாக வேண்டும்; இதற்கு மேலும் நான் காலந்தாழ்த்திக் கொண்டு இங்கு உட்கார்ந்திருக்க முடியாது. நாளைக்கு என்றால் மிகவும் தாமதமாகி விடும், ஏற்கனவே தாமதமாகிவிட்டது. உன்னை நான் தந்தையிடம் அனுப்ப வேண்டும்.’

‘தந்தையிடமா?’

‘ஆம், நீ அவளைப் பார்க்கப் போவதற்கு முன்பு தந்தையைப் பார்க்க நீ போகவேண்டும். அவரிடம் நீ அந்த மூவாயிரம் ரூபிள்களைக் கேள்.’

‘இல்லை, மீச்சியா, அவர் தரமாட்டார்.’

‘அவர் கொடுத்தாலும், ஆம் அவர் கொடுக்கவே மாட்டார், உனக்குத் தெரியுமா அலெக்ஸெய், மனக்கசப்பு என்றால் என்ன என்று?’

‘தெரியும்.’

‘கேள்.’ சட்டப்படி பார்த்தால் அவர் எனக்கு எதுவுமே கொடுக்கத் தேவையில்லை. என்னுடைய பங்கை ஏற்கனவே அவரிடமிருந்து நான் பெற்றுக்கொண்டேன், முழுவதுமாக அவரிடமிருந்து நான் வாங்கிக்கொண்டேன் என்று எனக்குத் தெரியும். நியாயமாகப் பார்த்தால் அவர் எனக்குப் பணம் கொடுக்க வேண்டும். அம்மாவுடைய இருபத்து எட்டாயிரம் ரூபிள்களை வைத்துத்தானே அவர் ஆயிரம் ஆயிரமாகச் சம்பாதித்தார். அந்த இருபத்து எட்டாயிரத்திலிருந்து அவர் எனக்கு மூவாயிரம் ரூபிள்களை இப்போது கொடுக்கட்டுமே, அப்படி அவர் கொடுத்தால் வேதனையில் உழலும் என்னுடைய ஆத்மாவுக்குச் சாந்தியளித்து, அவர் செய்த பாவங்களுக்கு அவர் பரிகாரமும் தேடிக் கொள்வார்! இந்த மூவாயிரம் ரூபிள்களை மட்டும் அவர் கொடுத்தால் அவருடைய உறவை நான் முறித்துக்கொள்வேன், இது சத்தியம், இனி எதுவுமே அவரிடம் நான் கேட்க மாட்டேன். எனக்கு அவர் தந்தையாக இருப்பதற்கு நான் அவருக்குக் கடைசி முறையாக வாய்ப் பளிக்கிறேன். அவரிடம் போய்ச் சொல், கடவுளே இந்த வாய்ப்பை அவருக்கு ஏற்படுத்திக்கொடுத்திருக்கிறார் என்று.’

‘மீச்சியா, ஒருபோதும் அவர் பணம் தரமாட்டார்.’

‘எனக்குத் தெரியும் அவர் பணம் தரமாட்டார் என்று, நன்றாகவே எனக்குத் தெரியும். அதுவும் இப்போது. அது மட்டுமல்லாமல் இன்னொன்றும் எனக்குத் தெரியும்: ஒருசில நாட்களுக்கு முன்பு, நேற்றுதான் என்று நினைக்கிறேன், முதன்முதலாக அவருக்குத் தெரிந்திருக்கும், உறுதியாகத் தெரிந்திருக்கும் (குறித்து வைத்துக்கொள்: உறுதியாக அவருக்குத் தெரிந்திருக்கும்) இது விளையாட்டல்ல, உண்மையாகவே என்னைத்தான் குரூஷென்கா திருமணம் செய்து

கொள்ள விருப்பப்படுகிறாள் என்பது. குரூஷென்கா ஒரு விலைமாது என்று அவருக்குத் தெரியும், அவரே அவள் மீது பைத்தியமாக இருக்கும் போது அவர் எப்படி எனக்குப் பணம் கொடுப்பார்? அது மட்டுமல்ல, இன்னும் ஒன்றைச் சொல்கிறேன் கேள்: ஐந்து நாட்களுக்கு முன்புதான் அவர் வங்கியில் இருந்து நூறு ரூபிள் நோட்டுகளாக மூவாயிரம் ரூபிள்களை எடுத்து, ஒரு பெரிய உறையில் போட்டு, யாருக்கும் தெரியாமல், உறைமேல் ஐந்து முறை முத்திரைகளைப் பதித்து, சிவப்பு நாடாவில் கட்டி, பத்திரமாக வைத்திருக்கிறார் என்பதும் எனக்குத் தெரியும். எல்லா விவரங்களும் எனக்குத் தெரியும்! அந்த உறையின் மீது, 'என்னுடைய தேவதை குரூஷென்காவிற்கு, விருப்பப்பட்டால் நீ என்னைப் பார்க்க வரலாம்' என்று அவரே தன்னுடைய கைப்பட எழுதியிருக்கிறார்; உறையில் பணம் இருக்கிறது என்பது அவருடைய வேலையாள் ஸ்மெர்தியாக்கவைத் தவிர வேறு யாருக்கும் தெரியாது; அவர் தன்மீது எவ்வளவு நம்பிக்கை வைத்திருக்கிறாரோ, அதே அளவு நம்பிக்கையை அவர் வேலையாள் ஸ்மெர்தியாக்கவின் மீதும் வைத்திருக்கிறார். இதோ மூன்று நான்கு நாட்களாக அந்த உறையைப் பெற்றுக்கொள்ள குரூஷென்கா வருவாள் என்ற நம்பிக்கையுடன் அவர் காத்துக்கொண்டிருக்கிறார்; ஏனெனில் அவளிடம் அதைப் பற்றி அவர் சொல்லி இருக்கிறார்; அவளும் 'முடிந்தால் வருவேன்' என்று பதிலளித்திருக்கிறாள். அப்படியானால், அவள் அந்தக் கிழவனைப் பார்க்கப் போனால், நான் அவளைத் திருமணம் செய்துகொள்ள முடியாதுதானே? இப்போது புரிகிறதா உனக்கு, நான் ஏன் இப்படி ஒளிந்துகொண்டு எல்லாவற்றையும் கண்காணித்துக்கொண்டிருக்கிறேன் என்று?'

'நீ அவளைக் கண்காணித்துக்கொண்டிருக்கிறாயா?'

'ஆமாம். நான் அவளைக் கண்காணித்துக்கொண்டுதான் இருக்கிறேன். இப்படிப்பட்ட பரத்தையர்களுக்கு நம் உள்ளூரில் இருக்கும் வேலைக்காரன் ஃபோமா வாடகைக்கு அறையை விடுவான். ஃபோமா நம்மூரிலிருக்கும் முன்னாள் படைவீரன். அவன் ஒரு வேலைக்காரனைப் போல, இரவில் காவல்காப்பான், பகலில் வேட்டைக்குப் போவான்; இப்படித்தான் அவன் வாழ்ந்துகொண்டிருக்கிறான். நானும் அவன் மூலமாகத்தான் எனக்கு தங்குமிடத்தை ஏற்பாடு செய்துகொண்டேன்; அவனுக்கோ வீட்டு உரிமையாளருக்கோ இங்கிருந்துகொண்டு நான் கண்காணிப்பது தெரியாது.'

'ஸ்மெர்தியாக்கவுக்குத் தெரியுமா?'

'தெரியும், அவன் ஒருவனுக்கு மட்டும்தான் தெரியும். குரூஷென்கா கிழவனைப் பார்க்கப் போனால் ஸ்மெர்தியாக்கவ் உடனே என்னிடம் சொல்வான்.'

'அவன்தான் அவர்களுடைய உறவைப் பற்றிச் சொன்னானா?'

'ஆமாம், அவன்தான். இது முற்றிலும் ரகசியமான விஷயம். இவானுக்குக் கூடத் தெரியாது, பணத்தைப் பற்றிய விஷயமும் தெரியாது.

கிழவன் இவானை இரண்டு, மூன்று நாட்கள் செர்மாஷ்னயாவுக்கு அனுப்பப்போகிறான்: அங்கிருக்கும் மரங்களை எட்டாயிரம் ரூபிள்கள் கொடுத்து வாங்க நல்ல வியாபாரி ஒருவர் வந்திருப்பதாகவும், அதற்காக இவான் இரண்டு, மூன்று நாட்கள் அங்கு போய் உதவுமாறும் அவர் கேட்டுக்கொண்டிருக்கிறார். குரூஷென்கா வீட்டிற்கு வரும்போது இவான் அங்கிருப்பது அவருக்குப் பிடிக்கவில்லை.'

'ஆக, குரூஷென்கா எப்போது வருவாள் என்று அவர் காத்துக் கொண்டிருக்கிறார், அப்படித்தானே?'

'ஆமாம், ஆனால் அவள் இன்று போகமாட்டாள்', அதற்கான அறிகுறி எதுவும் இல்லை. ஒருவேளை அவள் அங்குப் போகாமலேயே இருக்கக்கூடும்!' என்று மீச்சியா சட்டென்று சொன்னான். 'ஸ்மெர்தி யாக்கவும் அப்படித்தான் நினைக்கிறான். அப்பா இப்போது இவானுடன் உட்கார்ந்து குடித்துக்கொண்டிருப்பார். அலெக்ஸெய், நீ இப்போது போய் அவரிடம் அந்த மூவாயிரத்தைக் கேள்...'

'மீச்சியா, அன்பானவனே, உனக்கு என்னவாயிற்று!' என்று சொன்னபடி அல்யோஷா தன்னுடைய இடத்திலிருந்து எழுந்து வந்து, கடுங்கோபத்திலிருக்கும் திமித்ரி ஃபியோதரவிச்சைப் பார்த்தான். திமித்ரிக்குப் புத்தி பேதலித்துவிட்டது என்று அவன் நினைத்தான்.

'ஓ, இல்லை, எனக்குப் பைத்தியமில்லை' என்ற திமித்ரி ஃபியோதரவிச், தன்னுடைய சகோதரனை ஆழ்ந்த அன்புடன் பார்த்தான். 'நான் ஏன் உன்னை அப்பாவிடம் அனுப்புகிறேன், தெரியுமா, ஏனெனில் அதிசயத்தை நம்புபவன் நான்.'

'அதிசயத்தையா?'

'இறையருள் நிறைந்த அதிசயத்தை நம்புகிறேன். என்னுடைய உள்ளத்தைப் பற்றிக் கடவுளுக்குத் தெரியும், என்னுடைய மனக்கசப்பை அவர் அறிவார். என்னுடைய நிலைமையை அவர் பார்க்கிறார். இப்படி ஒரு பயங்கரம் நடக்க அவர் விடமாட்டார். அல்யோஷா, நான் அதிசயத்தை நம்புகிறேன், நீ போ!...'

'சரி, நான் போகிறேன், ஆனால், சொல். எனக்காக நீ இங்கு காத்திருப்பாயா?'

'காத்திருப்பேன், எனக்குத் தெரியும், இது உடனே நடக்காதென்று, ஏனெனில் நீ போன உடனேயே அவரிடம் இதைப் பற்றிப் பேச முடியாதுதானே. இப்போது அவர் குடிமயக்கத்தில் இருப்பார். உனக்காக நான் காத்திருப்பேன், மூன்று நான்கு மணி நேரம், ஏன் ஐந்து, ஆறு, ஏழு மணி நேரம் கூடக் காத்திருப்பேன், ஆனால் ஒன்று மட்டும் தெரிந்துகொள், நடு இரவாக இருந்தாலும் சரி, பணத்துடனோ பணம் இல்லாமலோ இன்று நீ கத்தரீனா இவானவ்னாவைப் பார்க்கப் போ. போய்: 'உங்களிடமிருந்து திமித்ரி விடைபெற்றுக்கொள்வதாகச் சொல்லச் சொன்னான் என்று சொல்' இதே வார்த்தைகளை அவளிடம் நீ சொல். 'உங்களிடமிருந்து திமித்ரி விடைபெற்றுக்கொள்வதாகச் சொல்லச் சொன்னான்' என்று.'

‘மீச்சியா! ஒருவேளை குரூஷென்கா இன்று திடீரென்று வந்து விட்டால் . . . அல்லது இன்று இல்லாமல் நாளையோ, நாளை மறுநாளோ வந்தால்?’

‘குரூஷென்காவா? கவனமாக நான் கண்காணித்துக்கொண்டிருக் கிறேன், அப்படி அவள் போனால், வீட்டில் புகுந்து எல்லாவற்றையும் நான் குழப்பிவிடுவேன் . . .’

‘ஒருவேளை . . .’

‘ஒருவேளை அவள் போனால், கொலைகூடச் செய்யத் தயங்க மாட்டேன். என்னால் அதைத் தாங்கிக்கொள்ளவே முடியாது.’

‘யாரைக் கொல்வாய்?’

‘கிழவனைத்தான், அவளைக் கொல்லமாட்டேன்.’

‘மீச்சியா என்ன சொல்கிறாய்!’

‘எனக்குத் தெரியாது, தெரியாது . . . ஒருவேளை நான் கொலை செய்யாமலும் இருக்கக் கூடும், கொலைசெய்யவும்கூடும் . . .’ அந்த நிமிடம் திடீரென்று அருவருப்பான அந்த முகத்தை வைத்துக்கொண்டு கேவலமாக அவர் நடந்துகொண்டால், எனக்குப் பயம்தான். அவருடைய அந்தக் குரல்வளையை, அந்த மூக்கை, அந்தக் கண்களை, வெட்கங் கெட்ட அந்தச் சிரிப்பை நான் வெறுக்கிறேன். அவரைப் பார்க்கவே எனக்கு அருவருப்பாக இருக்கிறது. அதனால்தான் நான் பயப்படுகிறேன். இதோ, இதைத்தான் என்னால் தாங்கிக்கொள்ள முடியவில்லை . . .’

‘நான் போகிறேன் மீச்சியா. எது நல்லது என்று கடவுளுக்குத் தெரியும், கெட்டது நடக்காது என்றே நம்புகிறேன்.’

‘இங்கிருந்து கொண்டு அதிசயம் நடக்கும் என்று நான் காத்துக் கொண்டிருப்பேன். அப்படி நடக்கவில்லை என்றால் . . .’

ஆழ்ந்த சிந்தனையுடன் அல்யோஷா தன்னுடைய தந்தையைப் பார்க்கக் கிளம்பினான்.

## 6

## ஸ்மெர்தியாக்கவ்

உண்மையைச் சொல்லப்போனால், அல்யோஷா தன்னுடைய தந்தையைச் சாப்பாட்டு மேஜையில் எதேச்சையாகச் சந்தித்தான். வழக்கம்போல் சாப்பாட்டு மேஜை சாப்பிடும் அறையில் மட்டுமல்லாது வரவேற்பு அறையிலும் இருந்தது. வீட்டிலிருந்த மிகப்பெரிய வரவேற்பறை பழங்கால மர வேலைப்பாட்டுடன் ஆடம்பரமாக அலங்கரிக்கப்பட்டிருந்தது. மிகப் பழமையான மரச் சாமான்களெல்லாம் வெள்ளை, சிவப்பு நிறங்கொண்ட பட்டு உறையால் மூடப்பட்டிருந்தன.

ஜன்னல்களுக்கிடையே வேலைப்பாடு நிறைந்த, வெள்ளி முலாம் பூசப்பட்ட சட்டங்களைக் கொண்ட பழம்பெரும் கண்ணாடிகள் இருந்தன. வெள்ளை நிறக் காகிதத்தால் அலங்கரிக்கப்பட்டிருந்த சுவரின் பல இடங்களிலும் வெடிப்புகளும் இரண்டு மிகப் பெரிய உருவப்படங்களும் சுவரை அலங்கரித்தன – அதில் ஒன்று, அந்த ஊரை முப்பது வருடங்களுக்கு முன்பு ஆட்சி செய்த தளபதியின் படம் இளவரசரைப் போல இருக்க, அடுத்தது, நீண்ட நாட்களுக்கு முன்பு மரித்துப்போன கிறிஸ்துவ மதகுருமாருடைய படமாக இருந்தது. வலப்புற மூலையில் பலவிதமான உருவச்சிலைகளும் அவற்றின் முன்பு இரவு வேளையில் விளக்குகளும் ஏற்றப்பட்டிருந்தன... இறை பக்தியை அது வெளிப்படுத்துவதைவிட, அறைக்கு அது வெளிச்சம் தருவதாகவே இருந்தது. பியோதர் பாவ்லவிச், அதிகாலை மூன்று அல்லது நான்கு மணிக்குப் படுக்கச் செல்வதற்கு முன்பாக, அந்த அறையில்தான் மேலும் கீழும் நடந்தபடி, நாற்காலியில் அமர்ந்து, யோசனையில் ஆழ்ந்திருப்பார். இப்படி ஒரு பழக்கத்தை அவர் மேற்கொண்டிருந்தார். பொதுவாக, இரவு நேரங்களில் அவர் தன்னுடைய வேலையாட்களை அவர்களுடைய குடியிருப்புகளுக்கு அனுப்பிவிட்டு, ஸ்மெர்தியாக்கவை மட்டும் தன்னுடன் தங்க வைத்துக்கொள்ள, ஸ்மெர்தியாக்கவ் அங்கிருந்த மரப்பேழையின் மீது படுத்து உறங்குவான். அல்யோஷா வீட்டிற்குள் நுழைந்த போது சாப்பாடு முடிந்திருந்தாலும், காப்பியும் இனிப்புப் பதார்த்தங்களும் பரிமாறப்பட்டிருந்தன. பியோதர் பாவ்லவிச் சாப்பாட்டிற்குப் பிறகு பிராந்தியுடன் இனிப்பு சாப்பிடுவதை விரும்பினார். இவான் ஃபியோதரவிச்சும் அந்த மேஜையில் அமர்ந்து காபியைக் குடித்துக்கொண்டிருந்தான். வேலையாட்களான கிரிகோரியும் ஸ்மெர்தியாக்கவும் மேஜையருகில் நின்றுகொண்டிருந்தனர். எஜமானர்களும் வேலையாட்களும் வழக்கத்துக்கு மாறாக, அன்று சந்தோஷத்துடன் இருந்தனர்... ஃபியோதர் பாவ்லவிச் சத்தம்போட்டுச் சிரித்துக்கொண் டிருந்தார்; அல்யோஷா வரவேற்பறையிலேயே தன்னுடைய தந்தையின் வழக்கமான நீண்ட கீச்சொலிச் சிரிப்பைக் கேட்டு, குடிப்பதற்கு முன்பு மகிழ்ச்சியாக இருக்கும் தன்னுடைய தந்தையின் மனநிலையைத் தெரிந்துகொண்டான்.

'இதோ வந்துவிட்டான், இதோ வந்துவிட்டான்!' என்று அல்யோஷாவைப் பார்த்து மகிழ்ச்சியுடன் திடீரென்று உரக்கச் சொன்னார் பியோதர் பாவ்லவிச். 'வா, எங்களுடன் அமர்ந்து நீயும் கொஞ்சம் காபி குடி, வந்து இங்கே உட்கார் – இது நோன்பு நாள், இருந்தாலும் சாப்பாடு சூடாகவும் அருமையாகவும் இருக்கும்! உனக்கு நான் பிராந்தி கொடுக்கவில்லை, ஏனெனில் நீ மது அருந்த மாட்டாய் தானே, ஒருவேளை கொஞ்சம் குடிக்கிறாயா? வேண்டாம், நான் உனக்குக் கொஞ்சம் மதுபானம் கொடுக்கிறேன், அது அருமையாக இருக்கும்! – ஸ்மெர்தியாக்கவ், இந்தச் சாவியை எடுத்துப் போய் அடுக்குப் பலகையின் வலதுபக்கத்தில் இரண்டாவது தட்டில் இருக்கும் மதுபானத்தைக் கொஞ்சம் சீக்கிரம் எடுத்து வா!'

அல்யோஷா எந்த மதுபானத்தையும் குடிப்பதற்குத் தயாராக இல்லாமல் வேண்டாமென்று சொல்லி மறுத்தான்.

‘உனக்காக இல்லாவிட்டாலும், எங்களுக்காகவது இந்த மதுபானம் வழங்கப்படும்’ என்றார் பியோதர் பாவ்லவிச் புன்முறுவலுடன். ‘சரி, நில், நீ சாப்பிட்டாயா இல்லையா?’

‘நான் சாப்பிட்டேன்’ என்று சொன்ன அல்யோஷா, உண்மையைச் சொன்னால், ஒரே ஒரு துண்டு ரொட்டியையும் ஒரு குவளை க்வாஸையும் (ரொட்டி மற்றும் தானியங்களிலிருந்து செய்யப்படும் ஒருவகை ரஷ்ய பானம்) மட்டுமே மடாதிபதியின் சமையலறையில் சாப்பிட்டிருந்தான். ‘எனக்குக் கொஞ்சம் சூடாகக் காபி கொடுத்தால் சந்தோஷமாகக் குடிப்பேன்.’

‘என் அருமையானவனே! கெட்டிக்காரனே! காபி குடி, சூடாக அவனுக்குக் காபி கொடுக்கிறீர்களா? இதோ காபி சூடாகிக்கொண் டிருக்கிறது. ஸ்மெர்தியாக்கவ் போடும் காபி அருமையாக இருக்கும். காபி, மீன், இறைச்சித் தின்பண்டம், ஆம் மீன் சூப் என்று வந்தால் ஸ்மெர்தியாக்கவ் ஒரு கலைஞன்தான். ஒரு நாள் அவன் செய்யும் இந்த மீன் சூப்பைக் குடிப்பதற்காகவே நீ இங்கு வரவேண்டும், வருவதற்கு முன்பு சொல்... ஒரு நிமிடம், நில், ஒரு நிமிடம், பெட்டி படுக்கையுடன் நீ இன்று வீட்டிற்கு வந்துவிட வேண்டுமென்று நான் சொன்னேனே, பெட்டி படுக்கையை எடுத்துக்கொண்டு வந்து விட்டாயா? ஹ – ஹ – ஹா!’ என்று உரக்கச் சிரித்தார்.

‘இல்லை, நான் கொண்டுவரவில்லை’ என்று சிரித்துக்கொண்டே பதிலளித்தான் அல்யோஷா.

‘நீ பயந்துவிட்டாய், உன்னை நான் பயமுறுத்திவிட்டேன் இல்லையா? என் அருமை மகனே, உன்னை நான் புண்படுத்த முடியுமா என்ன, கேள், இவான், என்னுடைய கண்களைப் பார்த்துச் சிரிப்பதை என்னால் பார்க்க முடியவில்லை! அப்படி அவன் சிரிப்பதை என்னால் பார்க்க முடியவில்லை! எனக்கு நானே சிரித்துக்கொள்கிறேன்; அவனை நான் விரும்புகிறேன்! அல்யோஷ்கா, பெற்றோர் தரும் ஆசீர்வாதத்தை உனக்கு நான் தர விரும்புகிறேன்.’

இதைக் கேட்டு அல்யோஷா எழுந்துநின்றபோது, பியோதர் பாவ்லவிச் தன்னுடைய எண்ணத்தை மாற்றிக்கொண்டிருந்தார்.

‘இல்லை, இல்லை, இப்போது சிலுவையிட்டு உன்னை நான் ஆசீர்வதிக்கவில்லை, உட்கார். சிறிய விருந்து ஒன்றை உனக்காகக் கொடுக்கப் போகிறேன், அதுவும் உன் விருப்பம் போலவே. உனக்கு அந்த விருந்து பிடிக்கும். இதோ கழுதை வலமோவா[1] பேச ஆரம்பித்து விட்டான், பார் எப்படிப் பேசுகிறான் என்று!.’ இங்கு கழுதை வலமோவா என்பது ஸ்மெர்தியாக்கவைக் குறிக்கிறது. இருபத்து நான்கு வயதான இந்த இளைஞன் அதிகம் யாரிடமும் பேசாத அமைதியான, குணமுடையவன். கூச்ச சுபாவத்தாலோ வெட்கத்தாலோ அப்படி அவன் பேசாமலிருக்கவில்லை, மாறாக, இயற்கையாகவே அவன் கர்வங்கொண்டவனாக, மற்றவர்களை ஏளனமாகப் பார்ப்பவனைப் போல இருப்பான். இப்படியாக, அவனைப் பற்றிச் சில வார்த்தைகள் இங்கே சொல்ல வேண்டும். மார்ஃபா இக்னசேவ்னா, கிரிகோரி

வசீலவிச்சால் வளர்க்கப்பட்ட அவன், கிரிகோரி குறிப்பிட்டது போல, 'கொஞ்சம்கூட நன்றி இல்லாதவன்;' சிடுசிடுப்பாக இருக்கும் அவன், கள்ளப்பார்வையால் உலகத்தைப் பார்ப்பவன். சிறுவயதில் பூனைகளைக் கொன்று, ஈமச் சடங்குகளைச் செய்து, அவற்றைப் புதைப்பதில் அவன் ஈடுபாடு கொண்டிருந்தான். அவன் படுக்கை விரிப்பை கிறிஸ்துவ மதகுருமார்கள் அணியும் அங்கியைப் போல அணிந்துகொண்டு, பாடல்களைப் பாடி, இறந்த பூனைகளின் மீது வாசனை திரவியத்தைப் பூசுவான். ரகசியமாக யாருக்கும் தெரியாமல் இதை அவன் செய்து வந்தான். ஒருநாள் இதைப் பார்த்த கிரிகோரி, அவனுக்குக் கடுமையான தண்டனை கொடுத்தான். அதனால் ஒரு வாரம் மூலையில் அவன் சுருண்டு படுத்திருந்தான். 'இந்த ஈனன் நம் யாரைப் பற்றியும் கவலைப் படவில்லை' என்று மார்ஃபா இக்னசேவ்னாவிடம் சொன்ன கிரிகோரி, 'யார் மீதும் அவனுக்கு அன்பு கிடையாது. நீ மனிதனே இல்லை, குளியலறை ஈரத்தில், அழுக்கில் கிடந்தவன்தானே நீ . . .' என்று கிரிகோரி ஸ்மெர்தியாக்கவின் முகத்தைப் பார்த்துச் சொன்னான். இப்படி அவன் சொன்ன வார்த்தைகளை, அவனை, ஸ்மெர்தியாக்கவ் எப்போதுமே மன்னிக்கவில்லை. கிரிகோரிதான் அவனுக்கு எழுதப் படிக்கக் கற்றுக் கொடுத்து, பன்னிரண்டு வயதானதும் விவிலிய நூல் சரிதத்தை அவனுக்குப் போதனை செய்தான். ஆனால் அதற்கெல்லாம் பயன் இல்லாமல் போனது. ஒருமுறை கிரிகோரி இரண்டாவது அல்லது மூன்றாவது பாடம்தான் நடத்தியிருப்பான், சிறுவன் அசட்டுச் சிரிப்பு சிரித்தான்.

'என்ன ?' என்று அவனைத் தன்னுடைய மூக்குக் கண்ணாடியின் அடிவழியாகப் பார்த்தபடி கடுமையாகக் கேட்டான் கிரிகோரி.

'ஒன்றுமில்லை. கடவுள் வெளிச்சத்தை முதல் நாளில் படைத்து விட்டுப் பிறகு சூரியனையும் சந்திரனையும் நட்சத்திரங்களையும் நான்காவது நாள் படைத்தார் என்றால் முதல் நாள் வெளிச்சம் எங்கிருந்து வந்தது ?'[2] என்று கேட்டான்.

இது கிரிகோரியை மிகவும் ஆச்சர்யத்தில்ஆழ்த்தியது. சிறுவன் ஆசிரியரை ஏளனமாகப் பார்த்தான். அந்தப் பார்வையில் ஒரு குரூர சந்தோஷம் தெரிந்தது. கிரிகோரி தன்னிலையை இழந்தான். 'இதோ எங்கிருந்து வந்தது என்று காட்டுகிறேன் !' என்று கோபத்தில் சிறுவனின் கன்னத்தில் பளாரென்று ஓங்கி அறைந்தான். சிறுவன் அந்த அடியை அமைதியாகத் தாங்கிக்கொண்டு, பல நாட்கள் மறுபடியும் மூலையில் சுருண்டு படுத்துக்கிடந்தான். ஒரு வாரத்திற்குப் பிறகு அவனுக்கு வலிப்பு நோய் வந்து கடைசிவரை அந்த நோயால் அவன் அவதிப் பட்டான். இதையறிந்த பியோதர் பாவ்லவிச் தன்னுடைய குணத்தை உடனே மாற்றிக்கொண்டார். இதுவரை அவனை லட்சியம் செய்யா திருந்த அவர், இனிமேல் அவனைக் கடிந்துகொள்ளாமல், அவனைப் பார்த்தபோதெல்லாம் அவனுக்குச் சில கோப்பெக்குகளைக் (ரஷ்ய நாணயம்) கொடுத்தார். குதூகலமான மனநிலையில் இருந்தபோது அவனுக்கு அவர் இனிப்புப் பண்டங்களையும் கொடுத்தார். ஸ்மெர்தி யாக்கவின் நோயைப் பற்றித் தெரிந்தவுடன் அவர் மருத்துவரை

அழைத்து வந்து நோயைக் குணப்படுத்த முற்பட்டபோது, அது குணப்படுத்தப்படக்கூடிய நோய் அல்ல என்பதைப் புரிந்துகொண்டார். மாதத்திற்கு ஒருமுறை குறிப்பிட்ட இடைவெளியில் இந்த வலிப்பு அவனுக்கு வந்தது. சில சமயம் அந்த நோயின் சீற்றம் குறைவாகவும், பல சமயங்களில் மிக அதிகமாகவும் இருந்தது. பியோதர் பாவ்லவிச், கிரிகோரிக்குக் கடுமையான ஆணைகளைப் பிறப்பித்திருந்தார், அவனை அடிக்கக் கூடாது என்றும், தன்னைப் பார்க்க அவனை மாடிக்கு அனுப்ப வேண்டுமென்றும். இந்தச் சமயத்தில் கிரிகோரி அவனுக்கு எந்தப் பாடமும் சொல்லிக் கொடுக்காமல் இருந்தான். அவனுக்குப் பதினைந்து வயது இருக்கும்போது, ஒருநாள், புத்தக அலமாரியின் கண்ணாடிக் கதவுகளின் வழியாகப் புத்தகங்களின் தலைப்புகளைப் படிப்பதைப் பார்த்தார் பியோதர் பாவ்லவிச். அவரிடம் நிறைய புத்தகங்கள், நூற்றுக்கணக்கான புத்தகங்கள் இருந்தாலும், அவர் படிப்பதை யாரும் எப்போதும் பார்த்ததில்லை. உடனே அவர் புத்தக அலமாரியின் சாவியை எடுத்து ஸ்மெர்தியாக்கவிடம் கொடுத்து,

‘படி, நூலகர் ஆவாய், வேலை எதுவும் செய்யாமல் சுற்றித் திரிவதைவிட ஒரு இடத்தில் உட்கார்ந்து புத்தகங்களைப் படி. இதோ இந்தப் புத்தகத்தைப் படி’ என்று கோகல் எழுதிய ‘தீக்கென்காவிற்கு அருகிலிருக்கும் தானியக்களஞ்சியத்தில் ஒரு மாலைப்பொழுது’[3] என்ற புத்தகத்தைக் கொடுத்தார்.

சிறுவன் அந்தப் புத்தகத்தைப் படித்தான், ஆனால் அது அவனுக்குப் பிடிக்கவில்லை, ஒருமுறைகூட அவன் சிரிக்காமல் கோபத்துடன் அந்தப் புத்தகத்தைப் முடித்தான்.

‘என்ன? உனக்குச் சிரிப்பு வரவில்லையா?’ என்று கேட்டார் பியோதர் பாவ்லவிச். ஸ்மெர்தியாக்கவ் ஒன்றும் பேசாமல் அமைதியாக இருந்தான்.

‘பதில் சொல் முட்டாளே!’

‘உண்மைக்குப் புறம்பான விஷயங்கள் இந்தப் புத்தகத்தில் எழுதப் பட்டிருக்கின்றன’ என்று கேலியாகச் சிரித்தபடி முணுமுணுத்தான் ஸ்மெர்தியாக்கவ்.

‘ஓடிப்போய் விடு, வேலைக்காரப் புத்திதான் உன்னிடம் இருக்கிறது. இருந்தாலும் இதோ உனக்கு ஸ்மரக்தோவ் எழுதிய ‘உலக சரித்திர’[4] புத்தகம். இதில் உண்மையைத் தவிர வேறெதுவும் இல்லை. இதைப் படி’ என்று கொடுத்தார்.

ஆனால் ஸ்மெர்தியாக்கவ் பத்துப் பக்கங்களைக்கூடப் படித்திருக்க மாட்டான், அந்தப் புத்தகமும் அவனுக்குப் பிடிக்காமல் போய் உற்சாகமிழந்திருந்தான். இப்படியாக அவன் புத்தக அலமாரியை மீண்டும் தொடாமல் மூடிவைத்துவிட்டான். சீக்கிரமாகவே மார்ஃபாவும் கிரிகோரியும் ஸ்மெர்தியாக்கவுக்கு எப்படிக் கொஞ்சம் கொஞ்சமாகச் சாப்பாட்டில் வெறுப்பு ஏற்பட்டிருக்கிறது என்பதை பியோதர் பாவ்லவிச்சிடம் சொன்னார்கள்: சூப் குடிக்கும்போது அவன்

கரண்டியை எடுத்துச் சூப்பைக் கிளறி எதையோ தேடுவதுபோலக் குழப்பிக்கொண்டிருப்பதையும் சூப்பைக் கொஞ்சம் குடித்துவிட்டுப் பிறகு கரண்டியை விளக்குக்கு அருகே பிடித்து அவன் விளையாடுவதைப் பற்றியும் சொன்னார்கள்.

'அதில் என்ன கரப்பான்பூச்சியா இருக்கிறது' என்று கிரிகோரி சில சமயங்களில் அவனைக் கேட்டான்.

'ஒரு வேளை ஈ இருக்கிறதோ' என்பாள் மார்ஃபா.

அதிர்ச்சியடைந்த சிறுவன் பதில் எதுவும் பேசாமல், சாப்பிடக் கொடுத்த ரொட்டி, இறைச்சி போன்ற எல்லா உணவுப் பொருட்களின் மீதும் தன்னுடைய வெறுப்பை அப்படியே காட்டினான்: சிறு உணவுத் துண்டை முள் கரண்டியால் குத்தி வெளிச்சத்தின் கீழ் ஏதோ பூதக் கண்ணாடியில் பார்ப்பது போல வெகு நேரம் ஆராய்ந்து பார்த்து விட்டுப் பிறகு வாயில் போட்டுக்கொள்வான். 'பார் எவ்வளவு திமிர் பிடித்தவன்' என்று அவனைப் பார்த்துக் கிரிகோரி முணுமுணுப்பான். ஸ்மெர்தியாக்கவின் இந்த மனப்பான்மையைப் பற்றிக் கேள்விப்பட்டு, ஃபியோதர் பாவ்லவிச் அவனைச் சமையல்காரனாக்குவது என்று முடிவுசெய்து, சமையல் படிப்புப் படிக்க அவனை மாஸ்கோவுக்கு அனுப்பிவைத்தார். பல வருடங்கள் அங்குப் படித்து முடித்த பின்பு, மிகவும் மாறுபட்ட விதத்தில் ஸ்மெர்தியாக்கவ் ஊருக்குத் திரும்பி வந்தான். திடீரென்று அவன் வயது முதிர்ந்தவனாக, முகச் சுருக்கங்க ளுடன், முகம் வெளிறி, ஏதோ ஆண்மைத்தன்மை இழந்தவனைப் போல் காணப்பட்டான். மாஸ்கோ போவதற்கு முன்பு எப்படி அவன் இருந்தானோ அப்படியே இப்போதும் இருந்தான் என்றாலும், அவனுடைய நடவடிக்கையில் மாற்றம் தெரிந்தது: முன்பு போலவே அவன் மனிதர்களிடம் கலந்து பழகாதவனாக, மனிதர்களே அவனுக்குத் தேவை இல்லை என்பது போல இருந்தான். மற்றவர்கள் சொன்னதி லிருந்து, மாஸ்கோவில்கூட அவன் யாரிடமும் பேசாமல் அமைதியாகத் தான் இருந்தான் என்று தெரியவந்தது; மாஸ்கோவில் இருந்தபோது மாஸ்கோவைப் பற்றித் தெரிந்துகொள்ள அவன் விருப்பப்படாமல், ஏதோ ஒருசில விஷயங்களை மட்டுமே தெரிந்துகொண்டு, மற்ற எதைப் பற்றியுமே தெரிந்துகொள்ள ஆசையில்லாமல் இருந்தான். ஒருமுறை நாடக அரங்கிற்குச் சென்ற அவன், நாடகம் பிடிக்காமல் அமைதியாக அங்கிருந்து வெளியேறினான். ஆனால் மாஸ்கோவிலிருந்து அவன் வந்ததும், தன்னுடைய, நீண்ட மேற்சட்டையை நாள் ஒன்றுக்கு இருமுறை தேய்த்துச் சுத்தம் செய்து, அழுக்கில்லாமல் அணிந்துகொண்டு, இங்கிலாந்தில் செய்யப்பட்ட விசேஷமான காலணிகளை மெழுகு கொண்டு கண்ணாடி போல் பளபளக்கத் தேய்த்து, மெருகேற்றி, நேர்த்தியாக வைத்திருந்தான். மிக அற்புதமான சமையல்காரனாக அவன் மாறி இருந்தான். பியோதர் பாவ்லவிச் அவனுக்கு ஒழுங்காகச் சம்பளம் கொடுத்து வந்தார்; அந்தச் சம்பளப் பணத்தை அவன் தன்னுடைய ஆடைகளுக்கும் நறுமணப் பொருட்களுக்கும் தலைக்கு உபயோகிக்கும் நறுமணத் தைலத்திற்கும் பயன்படுத்தினான். ஆண்களிடம் பழகாமல் அவர்களைப் புறக்கணித்தது போலவே, அவன் பெண்களையும்

புறக்கணித்து, அவர்களிடமிருந்தும் விலகியே இருந்தான். பியோதர் பாவ்லவிச் அவனை வேறொரு நோக்கத்தில் கவனித்து வந்தார். அதாவது, வலிப்பு நோயால் அவன் அடிக்கடி பாதிக்கப்பட்டு வர, மார்ஃபா இக்னெச்சேவ்னா தயாரித்த உணவு பியோதர் பாவ்லவிச்சுக்குக் கொஞ்சம்கூடப் பிடிக்காமல் போனது.

'இப்போது ஏன் அடிக்கடி உனக்கு வலிப்பு நோய் வருகிறது' என்று அவர் தன்னுடைய புது சமையல்காரனைக் கடைக்கண்ணால் பார்த்தபடி கேட்டார். 'நீ திருமணம் செய்து கொள். வேண்டுமானால் உனக்கொரு பெண்ணை நான் பார்க்கவா?' என்று கேட்டார். இந்த வார்த்தைகள் ஸ்மெர்தியாக்கவுக்கு மனவேதனையளிக்க, அவன் முகம் வெளுத்துப் போய், பதிலொன்றும் பேசாமல் இருந்தான். உடனே பியோதர் பாவ்லவிச் இதைப் பற்றிப் பேசுவதில் பயனில்லை என்று விட்டுவிட்டார். விஷயம் என்னவென்றால், அவனுடைய நேர்மையான குணத்தில் அவருக்கு அதிக நம்பிக்கையிருந்தது; அவன் எப்போதும் எதையும் எடுக்கவோ திருடவோ மாட்டான். ஒருமுறை பியோதர் பாவ்லவிச் வங்கியில் இருந்து எடுக்கப்பட்ட முந்நூறு ரூபிள்களைக் குடிபோதையில் வாசல் முற்றத்தில் தவறவிட, அதை அவர் மறுநாள் காலையில்தான் கவனித்தார்: தன்னுடைய சட்டைப் பையில் பணத்தைத் தேடிய அவர், அந்த மூன்று நூறு ரூபிள்களும் மேஜையின் மேல் இருப்பதைத் திடீரென்று பார்த்தார். 'இவை எப்படி இங்கு வந்தன?' என்று கேட்டார். ஸ்மெர்தியாக்கவ் அந்தப் பணத்தை நேற்றே எடுத்து வந்து வைத்திருந்தான். 'இப்படிப்பட்ட ஒருவனை நான் பார்த்ததே இல்லை என்றுதான் சொல்ல வேண்டு'மென்று அவர் சொல்லிக் கொண்டே பத்து ரூபிள்களை அவனுக்குப் பரிசாக எடுத்துக் கொடுத்தார். இங்கு மேலும் ஒன்றைக் குறிப்பிட வேண்டும், அதாவது, ஸ்மெர்தியாக்கவின் நேர்மையில் மட்டும் அவருக்கு நம்பிக்கை இருக்கவில்லை, அவன் மேல் அவருக்கு ஒருவித அன்பும் இருந்தது; ஆனால், அந்த இளைஞன், மற்றவர்களுடன் எப்படி இணங்கிப் பழகாமல் சிடுசிடுப்பாக இருந்தானோ, அதேபோலவே இவருடனும் இணங்கிப் பழகாமல் சிடுசிடுப்பாகவே இருந்தான். அப்படியே மீறி அவன் பேசினாலும், அது மிகமிக அரிதாகவே இருந்தது. அவனைப் பார்த்து யாரும் அவனுடைய மனத்தில் என்ன இருக்கிறது, அவனுடைய விருப்பம் என்ன என்பதை யூகித்துச் சொல்ல முடியாமல் இருந்தது. இருந்தாலும், சில சமயங்களில் ஏதோ ஒரு யோசனையில் அவன் மூழ்கி, பத்து நிமிடங்களுக்கும் மேல், வீட்டு முற்றத்திலோ தெருவிலோ எங்காவது சிலைபோல நிற்பான். இதைப் பற்றி ஆராய்ச்சியாளர்கள் என்ன சொன்னார்கள் என்றால், இது ஏதோ ஒரு ஆழ்ந்த எண்ணத்தையோ கருத்தையோ பிரதிபலிப்பதாக இல்லை, மாறாக, இது ஒரு ஆழ்நிலைச் சிந்தனையாகவே இருக்கிறது என்றார்கள். கிராம்ஸ்கி[5] வரைந்த படம் ஒரு குளிர்காலக் காட்டைத் தத்ரூபமாக சித்திரித்திருந்தது; காட்டு வழிப் பகுதியில் நெய்த, நாரால் ஆன அழுக்கான காலணிகளை அணிந்துகொண்டு தன்னந்தனியாகச் செல்லும் மனிதர் ஒருவர், ஏதோ ஒரு காரணத்தால் வழிதவறி, ஆழ்ந்த யோசனையில், ஆனால் அவர் எதைப் பற்றியுமே 'சிந்திக்காமல்' இருப்பது போல இருக்கும்.

அப்படி நிற்கும் ஒருவரை மெல்லத் தட்டினால்கூடப் போதும், அவர் உடனே தூக்கத்திலிருந்து விழித்து எழுந்தவர் போல உங்களை ஒருவித ஆச்சர்யத்துடன், புரியாதது போலப் பார்ப்பார். அவர் தன்னுடைய சுயநினைவுக்கு உடனே திரும்பினாலும், அவர் எதைப் பற்றி யோசித்துக்கொண்டிருந்தார் என்று கேட்டால், அவரால் எதையும் நினைவுகூர்ந்து சொல்ல முடியாது. இருந்தாலும், தன்னுடைய அந்த ஆழ்நிலைச் சிந்தனையை அவர் அப்படியே தனக்குள் ரகசியமாக வைத்துக்கொள்வார். அப்படி ரகசியமாக வைத்துக்கொண்ட அந்த ஆழ்நிலைச் சிந்தனையை எதற்கு என்று தெரியாமலேயே அவர் சிறுகச் சிறுகச் சேமித்துத் தன்னுடைய ஆழ்மனத்திலும் பதிய வைத்துக் கொள்வார்: இப்படிப் பல வருடங்களாகச் சேமித்து வைத்த எண்ணங்களை அவர் திடீரென்று உதறித் தள்ளிவிட்டுப் பாவ விமோசனம் பெற ஜெருசலேமை நோக்கிக்கூடப் போகக்கூடும் அல்லது தன்னுடைய கிராமத்தைத் திடீரென்று அவர் எரித்துவிடவும் கூடும்; இல்லையேல், இவ்விரண்டையுமே அவர் செய்யக்கூடும். பொதுவாக, இப்படிப்பட்ட 'சிந்தனையாளர்கள்' நிறைய பேர் இருக்கிறார்கள். அப்படிப்பட்டவர்களில் ஒருவனாக, தன்னுடைய சிந்தனைகளைப் பேராவலுடன் ஒன்று திரட்டி, அவற்றைச் சேகரிக்கும் நோக்கம் என்னவென்று தெரியாமல் இருப்பவனாகவும் ஸ்மெர்தியாக்கவ் இருக்கக்கூடும்.

# 7

## வாக்குவாதம்

திடீரென்று கழுதை வலோமா பேச ஆரம்பித்தான். அவன் விவாதித்த பொருள் விசித்திரமான ஒன்றாக இருந்தது: காலையில் கிரிகோரி, லுக்கியானவின் கடையிலிருந்து வீட்டிற்குத் தேவையான பொருட்களை வாங்கச் சென்றபோது, ரஷ்யப் படை வீரர் ஒருவரைப் பற்றி அந்தக் கடைக்காரர் பேசிக்கொண்டிருந்தார்; வெகுதூர எல்லைப் பணியில், ஆசியாக்கண்டத்தில், வேலை செய்த அவன், இஸ்லாம் மதத்தவரால் கைது செய்யப்பட்டு, கிறிஸ்துவ மதத்திலிருந்து விலகி அவன் இஸ்லாம் மதத்திற்கு மாறவில்லை என்றால், கொடூரமான முறையில் கொல்லப் படுவான் என்று எச்சரிக்கப்பட்டும், அவன் தன்னுடைய கிறிஸ்துவ மத நம்பிக்கையைக் கைவிடாததால், மிகக் கொடூரமான முறையில், தோலுரிக்கப்பட்டு சாகடிக்கப்பட்டானாம்; அப்போதும் அவன் ஏசுகிறிஸ்துவின் நாமத்தைச் சொன்னபடியே இறந்தான் என்பதைச் செய்தித்தாளில் படித்துவிட்டு, அந்த வீரத் தியாகியைப் பற்றி லுக்கியானவ் பேசிக்கொண்டிருந்ததைக் கிரிகோரி கேட்டான். அதை அவன் சாப்பாட்டு மேஜை அருகே நின்றுகொண்டு சொன்னான். பியோதர் பாவ்லவிச் வழக்கம் போலச் சாப்பாட்டிற்குப் பிறகு பழவகைகளைச் சாப்பிட்டுக்கொண்டு கிரிகோரியுடன் எதையாவது பேசுவதையும், பேசி அவனுடன் சிரிப்பதையும் வழக்கமாகக் கொண்டிருந்தார். இந்த முறை அவர் நல்ல மனநிலையில் இருந்தார். பிராந்தியைக்

குடித்துக்கொண்டே இந்தக் கதையைக் கேட்ட அவர், இப்படிப்பட்ட படைவீரனை உடனே புனித குருமார்கள் பட்டியலில் சேர்த்து, உரிக்கப்பட்ட அவருடைய தோலைத் துறவி மடாலயம் ஒன்றிற்கு அனுப்ப வேண்டும், 'அப்படிச் செய்தால் மக்கள் கூட்டமும் பணமும் குவியும்' என்றார். அவர் கொஞ்சம் கூட வருத்தப்படாமல், மிகச் சாதாரணமாக இதை எடுத்துக்கொண்டு வழக்கம் போலத் தெய்வ நிந்தனை செய்ததைப் பார்த்துக் கிரிகோரி முகம் சுழித்தான். அப்போது கதவருகே நின்றுகொண்டிருந்த ஸ்மெர்தியாக்கவ் திடீரென்று சிரித்தான். சாப்பாடு முடியும் தருணத்தில் எப்போதுமே மேஜையருகே ஸ்மெர்தி யாக்கவ் வந்து நிற்பது வழக்கமாக இருந்தது. நம்முடைய ஊருக்கு இவான் ஃபியோதரவிச் வந்த நாளிலிருந்து அவன் ஒவ்வொரு நாளும் அப்படித்தான் வந்து நின்றான்.

'எதற்கு நீ இப்படிப் பல்லைக் காட்டுகிறாய்?' என்று அவனுடைய சிரிப்பைக் கவனித்த ஃபியோதர் பாவ்லவிச், அது கிரிகோரியைத் தான் குறிக்கிறது என்று தெரிந்திருந்தும் கேட்டார்.

'எதற்கு நான் சிரிக்கிறேன் என்றால்' என்று திடீரென்று எதிர் பாராதவிதமாக உரத்த குரலில் சொன்ன ஸ்மெர்தியாக்கவ், 'பாராட்டப் படக்கூடிய அந்தப் படைவீரனின் செயற்கரிய செயல் பெருமைப்படக் கூடியதுதான். இருந்தாலும், நான் என்ன நினைக்கிறேன் என்றால், வாழ்க்கையை நல்ல வழியில் பயன்படுத்தும் நோக்கத்தில், அந்தச் சமயம் அவன் கிறிஸ்துவையும் கிறிஸ்து சமயத்தையும் மறுத்துவிட்டு, பிறகு அவன் செய்த இந்தக் கோழைத்தனமான செயலுக்காக அவன் பரிகாரத்தைத் தேடி இருக்கலாம்.'

'இது பாவம் இல்லையா? பொய் சொன்ன பாவத்திற்காக நரகத்தில் அவன் வறுபடுவான் இல்லையா' என்றார் பியோதர் பாவ்லவிச்.

இப்படிப் பேசிக்கொண்டிருந்தபோதுதான் அல்யோஷா அங்கு வந்தான். முன்பு போலவே, அல்யோஷாவின் வருகையைக் கண்டு பியோதர் பாவ்லவிச் மிகவும் களிப்பெய்தினார்.

'உனக்குப் பிடித்த ஒன்றைப் பற்றி, அதைப் பற்றித் தான் நாங்கள் பேசிக்கொண்டிருக்கிறோம்' என்று மகிழ்ச்சியுடன் அடக்கமாகச் சிரித்தபடி, அல்யோஷாவை உட்காரச் சொல்லிவிட்டு அவர்கள் பேசுவதைக் கேட்கச் சொன்னார் பியோதர் பாவ்லவிச்.

'ஆட்டை வறுப்பது என்பதெல்லாம் அங்கே ஒன்றும் கிடையாது, ஆமாம், உண்மையைச் சொன்னால், அப்படி ஒன்றுமே அங்குக் கிடையாது' என்று ஸ்மெர்தியாக்கவ் சொன்னான்.

'ஆக, உண்மை என்னவென்றால்' என்று பியோதர் பாவ்லவிச், உற்சாகத்துடன் அல்யோஷாவின் முழங்காலை இடித்தபடி உரக்கச் சொன்னார்.

'அவன் ஒரு கயவன், கயவனேதான்!' என்று திடீரென்று கிரிகோரி அவனைக் கேவலப்படுத்தினான். சொன்னவன் அப்படியே கோபமாக ஸ்மெர்தியாக்கவ்வை முறைத்துப் பார்த்தான்.

'கயவன் என்று என்னை ஆத்திரப்பட்டுச் சொல்லாதீர்கள், கிரிகோரி வசிலியேவிச்,' என்று அடக்கமாகச் சொன்ன ஸ்மெர்தியாக்கவ், 'நீங்களே யோசித்துப் பாருங்கள், ஒருமுறை, நான் கிறிஸ்துவ மதத்தவர்களைச் சித்திரவதை செய்யும் கூட்டத்தில் மாட்டிக் கொண்டபோது, அவர்கள் கிறிஸ்துவையும் ஞானஸ்நானம் போன்ற புனிதச் சடங்கையும் தூற்ற வேண்டுமென்று என்னைக் கட்டாயப்படுத்தியபோது, நான் விவேகத்துடன் அப்படித்தான் செய்தேன், அதில் பாவம் ஒன்றும் இல்லை.'

'ஆமாம், இதைப் பற்றி ஏற்கனவே நீ சொல்லியிருக்கிறாய், இப்போது அதை நிரூபி, சுற்றி வளைக்காதே' என்று கத்தினார் பியோதர் பாவ்லவிச்.

'அவன் ஒரு ஆகாவழிச் சமையல்காரன்!' என்று முணுமுணுத்தான் கிரிகோரி வெறுப்புடன்.

'அவசரப்பட்டு என்னை அப்படிச் சொல்லாதீர்கள்; கோபப்படாமல் நீங்களே சற்றே யோசித்துப் பாருங்கள், கிரிகோரி வசிலியேவிச். நான் மட்டும் அப்போது அந்தக் கொடுமைக்காரர்களிடம், 'நான் கிறிஸ்துவன் அல்ல, உண்மையாகவே கிறிஸ்துவை வெறுக்கிறேன்' என்று சொன்னவுடனேயே நான் கடவுளால் சபிக்கப்பட்டு, ஏதோ கிறிஸ்துவ மதத்தின் மீது நம்பிக்கையே இல்லாதவன் போல, கிறிஸ்துவ சபையிலிருந்து அப்படியே விலக்கப்பட்டு, அப்படி நான் சொன்னதற்காக மட்டுமில்லாமல், அப்படிச் சொல்ல நினைத்ததற்காகவும் உடனே நான் திருச்சபையிலிருந்து விலக்கப்படுவேன் என்று நீங்கள் நினைக்கிறீர்களா, கிரிகோரி வசிலியேவிச்?'

உண்மையாகவே பியோதர் பாவ்லவிச்சின் கேள்விகளுக்கு அவன் பதிலளிப்பதாகவே இருந்தாலும், அவன் கிரிகோரியின் கேள்விகளுக்கு மனநிறைவுடன் பதிலளிப்பது போலவே நடித்தான்.

'இவான்!' என்று திடீரென்று உரக்கக் கத்திய, பியோதர் பாவ்லவிச், 'குனிந்து உன்னுடைய காதைக் கொடு' என்றவர் 'உனக்காகத்தான் இப்படியெல்லாம் அவன் செய்கிறான், அவனை நீ பாராட்ட வேண்டுமென்று அவன் விரும்புகிறான். அப்படியே நீ அவனைப் புகழ்ந்து பேசு' என்றார்.

தந்தையின் வியப்பிற்குரிய இந்த சம்பாஷணையைக் கவனத்துடன் கேட்டுக்கொண்டிருந்தான் இவான் ஃபியோதரவிச்.

'போதும், ஸ்மெர்தியாக்கவ், கொஞ்சம் நீ உன் திருவாயை மூடு' என்றார் மீண்டும் ஃபியோதர் பாவ்லவிச். 'இவான், குனிந்து மீண்டும் உன்னுடைய காதைக் கொடு' என்றார்.

இவான் மீண்டும் முழுக் கவனத்துடன் அவர் பக்கமாகக் குனிந்தான்.

'அல்யோஷாவைப் போலவே உன்னையும் நான் விரும்புகிறேன். ஏதோ உன்னை நான் விரும்பவில்லை என்று நீ நினைக்காதே. உனக்கு பிராந்தி கொஞ்சம் கொடுக்கவா?'

'கொடுங்கள்.'

‘இருந்தாலும் மரியாதையாக நீ குனிந்தாய்’ என்று சொன்னவரை இவான் ஃபியோதரவிச் அக்கறையுடன் பார்த்தான். ஸ்மெர்தியாக்கவை ஆரம்பத்திலிருந்தே அவன் விநோதமாகவே பார்த்து வந்தான்.

‘சபிக்கப்பட்டவன் நீ, சாபத்திற்குள்ளான நீ எப்படி’ என்று சட்டென்று வெடித்துச் சொன்ன கிரிகோரி, ‘கயவனான நீ எப்படி இதைப் பற்றிப் பேசலாம்...’ என்றவனை இடைமறித்து,

‘திட்டாதே, கிரிகோரி, திட்டாதே!’ என்றார் பியோதர் பாவ்லவிச்.

‘பொறுங்கள், கிரிகோரி வசிலியேவிச், பொறுமையாக நான் சொல்லப் போவதைக் கேளுங்கள்; நான் இன்னும் சொல்லி முடிக்கவில்லை; கடவுளால் சபிக்கப்பட்ட அந்த நிமிடமே, மிக முக்கியமாக, அந்த நிமிடத்திலிருந்தே சமயச் சார்பற்றவனாக நான் மாறி, ஞானஸ்நான உரிமையை இழந்து எந்தவிதக் கடமைக்கும் உட்படாதவனாக நான் ஆகிவிட்டேன் அப்படித்தானே?’

‘சீக்கிரமாகச் சொல், என் நண்பனே, சீக்கிரமாகச் சொல்லிமுடி’ என்று ஃபியோதர் பாவ்லவிச் தன்னுடைய மதுக் கிண்ணத்தில் இருந்த பிராந்தியை அனுபவித்துக் குடித்தபடி அவனை அவசரப் படுத்தினார். ‘நீ கிறிஸ்துவனா, இல்லையா?’ என்று அந்தக் கொடுமைக் காரர்கள் என்னைக் கேட்டபோதே நான் கிறிஸ்துவனாக இல்லை, அதாவது, அவர்களிடம் நான் பொய் சொல்லவில்லை. நான் கிறிஸ்துவன் அல்ல என்ற அந்த எண்ணம் என்னுள் உதித்தபோதே கடவுள் என்னைக் கிறிஸ்துவ மதத்திலிருந்து விலக்கிவிட்டார், அதாவது அந்தக் கொடுமைக்காரர்களிடம் நான் சொல்வதற்கு முன்பே கிறிஸ்துவ மதத்திலிருந்து நான் தூக்கி எறியப்பட்டுவிட்ட பிறகு, எந்த விதத்தில், எந்த நியாயத்தின் பேரில், என்னைக் ‘கிறிஸ்துவனாக இருந்துகொண்டு எப்படி நீ கிறிஸ்துவை மறுத்தாய்’ என்று நீங்கள் கேட்க முடியும்? ஏனெனில் அந்த மறுதலிப்புக்கு முன்னதாகவே, என்னுடைய எண்ணத்தில், புனித ஞானஸ்நானம் ரத்து செய்யப்பட்டு விட்ட தல்லவா? ஆக, நான் கிறிஸ்துவனாக இல்லாதபோது, நான் ஏன் கிறிஸ்துவை மறுக்க முடியாது, ஏனெனில் நான் மறுப்பதற்கு ஒன்று மில்லை. சமய சார்பற்ற அந்தத் தத்தாரினுக்கு (*Tatar*) யார் பொறுப் பேற்பது, கிரிகோரி வசிலியேவிச். சொர்க்கத்தில்கூட அவன் கிறிஸ்துவ னாகப் பிறக்காததற்கு யார் தண்டனையளிக்க முடியும், ஒரு எருமை மாட்டை இரண்டு முறை தோலுரிக்க முடியாதுதானே. ஆமாம், அந்தக் கடவுளே பிறகு, ‘அந்த தத்தாரின் எப்படி இறந்தான்’ என்று கேட்கும்போது, அவரே அவனுக்கு மிகக் குறைந்த தண்டனையைத் தான் கொடுப்பார் (ஏனெனில் ஏதாவது ஒரு தண்டனைதான் கொடுக்கப் பட வேண்டும்); காரணம், அவன் கடவுள் நம்பிக்கையற்ற பெற்றோர் களுக்குப் பிறந்து, நாத்திகனாக இவ்வுலகிற்கு வந்து சேர்ந்ததில் அவர் அவனைக் குற்றம் சொல்ல முடியாது தானே. வலுக்கட்டாயமாக அந்தத் தத்தாரினைக் கடவுள் பிடித்து வந்து இவன் கிறிஸ்துவன்தான் என்றும் சொல்ல முடியாது தானே! அப்படிச் சொன்னால் கடவுளே பொய் சொல்கிறார் என்றல்லவா ஆகிவிடும். மண்ணுலகையும்

விண்ணுலகையும் ஆளும் கடவுள் பொய் சொல்லலாமா, அதுவும் பொய்யான ஒரு வார்த்தையைச் சொல்ல முடியுமா என்ன?'

அப்படிச் சொன்ன அவனைப் பார்த்து கிரிகோரி ஆச்சர்யத்தில் கண்கள் மலர, வாயடைத்துப் போய் நின்றான். அவன் பேசியதில் எதுவுமே அவனுக்குப் புரியவில்லை என்றாலும், நெறிபிறழ்ந்த ஏதோ ஒன்று இருப்பதை உணர்ந்து, சுவரில் முட்டிக்கொண்டவனைப் போல ஸ்தம்பித்துப் போய் நின்றான் கிரிகோரி.

தன்னுடைய மதுக் கிண்ணத்தைக் காலிசெய்த ஃபியோதர் பாவ்லவிச் கிறீச்சிட்டுச் சிரித்தார்.

'அல்யோஷ்கா, அல்யோஷ்கா, இது எப்படி இருக்கிறது பார்! ஹா, எப்படிப்பட்ட விதண்டாவாதி இவன்! இவன் ஒரு ரோமன் கத்தோலிக்கன், நாற்றம் பிடித்த அந்த ரோமன் கத்தோலிக்கனா நீ, யார் உனக்கு இதைச் சொல்லிக் கொடுத்தது? நீ பிதற்றுகிறாய், நீ ஒரு விதண்டாவாதி, பொய், பொய், நீ பொய் சொல்கிறாய். அழாதே, கிரிகோரி, நாம் இவனை இப்போதே, இந்த நிமிடமே துளைத்து எடுப்போம் வா. கழுதையே, நீ மட்டும் இதைச் சொல்: அந்தக் கொடுமைக்காரர்களிடம் நீ சொன்னது உண்மையாக இருக்கலாம், ஆனால் நீயோ கடவுள் நம்பிக்கையில்லாதவன், அப்படித்தானே சொன்னாய், கடவுள்மீது நம்பிக்கையில்லாத கயவனாக நீ இருந்தாய் என்று; ஆக ஏற்கெனவே நீ நாத்திகனாக இருக்கும்போது, எப்படி நீ நரகத்தில் பாராட்டப்படுவாய். பதில் சொல், என் அருமை ரோமன் கத்தோலிக்கனே!'

'சந்தேகத்திற்கிடமின்றி, முழுமனதுடன் நானேதான் கடவுளை மறுத்தேன், இருந்தாலும் குறிப்பிட்டுச் சொல்லும்படி இதில் எந்தப் பாவமும் கிடையாது, அப்படியே இருந்தாலும், அது மிகவும் சாதாரண மானதுதான்.'

'என்ன சாதாரணமானதா!'

'நாசமாய்ப் போனவனே!' என்று சீறினான் கிரிகோரி.

'நீங்களே யோசித்துப் பாருங்கள், கிரிகோரி வசிலியேவிச்' என்று தன்னுடைய வெற்றியை உணர்ந்தபடி, எந்தவித மனக்கிளர்ச்சியு மில்லாமல் எதிரியைத் தோற்கடித்துவிட்ட பேரானந்தத்தில் தொடர்ந்தான் ஸ்மெர்தியாக்கவ், 'நீங்களே யோசித்துப் பாருங்கள், கிரிகோரி வசிலியேவிச், கடுகளவு நம்பிக்கையை நீங்கள் வைத்துக் கொண்டு, பேரளவு மலையைப் பார்த்து உடனே அது கடலில் விழ வேண்டுமென்று சொன்னால், அது உடனே கடலில் விழுந்துவிடுமென்று புனித *பைபிளில்*[1] சொல்லப்பட்டிருக்கிறதா என்ன. கிரிகோரி வசிலியேவிச், நான் கடவுள் நம்பிக்கையில்லாதவன் தான், ஆனால் உங்களுக்கோ கடவுள் நம்பிக்கை அதிகமாக இருக்கிறது; அதுதான் நீங்கள் என்னைத் திட்டிக்கொண்டே இருக்கிறீர்கள்; அப்படி இருக்கும் நீங்கள் ஏன் அந்த மலையிடம் சொல்லக் கூடாது, கடலில் போய் விழு என்று; சரி, அது கடலில் விழவேண்டாம், (ஏனெனில் அது மிக தூரத்தில் இருக்கிறது) குறைந்தபட்சம் நம் தோட்டத்திற்குக்

கீழே ஓடும் நாற்றமெடுத்த சிற்றோடையிலாவது வந்து விழலாம்தானே; ஆனால் நீங்கள் எவ்வளவுதான் கத்தினாலும், அது நகராது. அங்கே தான் இருக்குமென்பதை நீங்கள் அறிவீர்கள். அப்படியானால் அதற்கு என்ன அர்த்தம், கிரிகோரி வசிலியேவிச், உண்மையான கடவுள் நம்பிக்கை உங்களிடம் இல்லாமல் நீங்கள் வெறுமனே மற்றவர்களைத் திட்டுகிறீர்கள் என்றுதானே அர்த்தம்! மீண்டும் சொல்கிறேன், மிக உன்னதமான மனிதனிலிருந்து சாதாரண மனிதன்வரை, பாலை நிலத்தில் தனியாக பாபவிமோசனம் தேடி அலையும் ஓரிருவரைத் தவிர, வேறு யாராலுமே இந்த மலையைக் கடலுக்குள் கொண்டு செலுத்த முடியாது; அப்படிப்பட்ட அவர்களைத் தேடிக் கண்டுபிடிப்பது கூடச் சிரமம்; அப்படியிருக்கையில், இவ்வுலகில் இருக்கும் எல்லோரும், அந்த ஓரிருவரைத் தவிர, மற்ற எல்லோரும் கடவுளால் சபிக்கப் பட்டவர்களா என்ன? கருணையின் பேரில் யாரையுமே அவர் மன்னிக்கமாட்டாரா என்ன? அதனால்தான், ஒரே ஒருமுறை நான் சந்தேகத்திற்குட்பட்டாலும், அதற்காக மனம் வருந்தி அழுதால் மன்னிக்கப்படுவேன் என்பதை நம்புகிறேன்.'

'நில்!' என்று ஆச்சர்யத்தில் கத்திய ஃபியோதர் பாவ்லவிச், 'ஆக அந்த இரண்டு மனிதர்கள் மலையை நகர்த்தக் கூடியவர்களாக இருப்பார்கள் என்று நீ நினைக்கிறாய், அப்படித்தானே? இவான், இந்தச் சனியனைக் குறித்து வைத்துக்கொள், எழுதிவை: வாழ்க்கை எவ்வளவு தூரம் விரிந்து பரந்துகிடக்கிறதோ, அதுபோலவே ரஷ்யர்களும் உலகம் முழுவதும் பரவியிருக்கிறார்கள்!'

'மிகச் சரியாகச் சொன்னாய், இது மக்களிடமிருக்கும் நம்பிக்கையைப் பற்றியது என்று.' இவான் ஃபியோதரவிச் ஒரு புன்முறுவலுடன் இதை ஒப்புக்கொண்டான்.

'ஆக நீ ஒத்துக்கொள்கிறாய்!' அப்படியென்றால் அது உண்மையாகத் தான் இருக்கும்! அல்யோஷா, நீ சொல், அது சரியாகத்தான் இருக்கு மில்லையா? ஏனென்றால், ரஷ்யர்களுடைய நம்பிக்கை உண்மையாகவே அப்படிப்பட்டதுதான்.'

'இல்லை, ஸ்மெர்தியாக்கவிடம் இருக்கும் நம்பிக்கை ரஷ்ய நம்பிக்கையே அல்ல' என்று ஆய்ந்தமைவுடன் உறுதியாகச் சொன்னான் அல்யோஷா.

'அவனுடைய நம்பிக்கையைப் பற்றி நான் சொல்லவில்லை, ஆனால் சிறப்பான இந்தத் தனித்தன்மையைப் பற்றி – அதாவது, அந்த இரண்டு துறவிமார்களின் தனித்தன்மையைப் பற்றித்தான் நான் சொல்கிறேன், வேறெதைப் பற்றியும் நான் சொல்லவில்லை: ஆக இதுதான் ரஷ்ய குணம், இல்லையா?'

'ஆமாம், இந்தத் தனித்தன்மை அப்படியே ரஷ்ய குணமேதான்' என்று சிரித்தபடி சொன்னான் அல்யோஷா.

'உன்னுடைய இந்த வார்த்தைகள், பத்து ரூபிள் தங்க நாணயம் வெல்லும், கழுதையே, உனக்கு நான் அதை இப்போதே கொடுக்கிறேன்; ஆனால் மற்ற விஷயங்களெல்லாம் வெறும் பிதற்றல், முழுப் பொய்,

கரமாஸவ் சகோதரர்கள்

பொய், முட்டாளே, தெரிந்துகொள், நம்முடைய நம்பிக்கையின்மைக்குக் காரணம், எதையும் நாம் ஆழமாக யோசித்துப் பார்க்காததுதான், ஏனெனில் எப்போதுமே நாம் அவசரப்படுகிறோம்: முதலாவது, நம்முடைய வேலைகள் நம்மை முழுவதுமாக ஆக்கிரமித்துக் கொண்டுள்ளன, இரண்டாவது, கடவுள் நமக்கு அதிகமான நேரத்தைக் கொடுக்கவில்லை – ஒரு நாளைக்கு இருபத்து நான்கு மணிநேரம்தான்; நிம்மதியாக உறங்கக்கூட நமக்கு நேரமில்லை; அப்படி இருக்கையில் நாம் செய்த காரியங்களை எண்ணி வருந்துவதற்கு நமக்கு ஏது நேரம்? நீயோ அந்தக் கொடுமைக்காரர்கள் முன்பு உன்னுடைய நம்பிக்கையைத் துறந்தாய், ஏனெனில் துறப்பதற்கு உன்னுடைய நம்பிக்கையைத் தவிர வேறெதுவும் இல்லை என்றாய்; ஆனால் உன்னுடைய கடவுள் நம்பிக்கையை அவர்களிடம் நீ காட்டியிருக்க வேண்டாமா! அப்படி நீ செய்யாமலிருந்தது உன்னுடைய பாவத்தை அதிகப்படுத்துகிறது என்று நான் நினைக்கிறேன், சகோதரனே, இல்லையா?'

'அப்படியே இருந்தாலும், நீங்களே யோசித்துப் பாருங்கள், கிரிகோரி வசிலியேவிச், அதுதான் எல்லா விஷயத்தையும் சுலபமாக்கு கிறது; அது உண்மையுங்கூட. தெரியுமா, கடவுளை எப்படி நான் நம்பியிருக்க வேண்டுமோ அப்படி நான் நம்பியிருந்தால், அந்தக் கடவுளின் நம்பிக்கைக்காக நான் சித்திரவதைப்படாமல், முகமதிய சமயத்தைத் தழுவியதற்காகச் சித்திரவதைப்பட்டிருந்தால், உண்மை யாகவே அது ஒரு பெரிய பாவமாக இருந்திருக்கும். ஆனால், அப்படி இருந்திருந்தால், வேதனைகள் எனக்கு இருந்திருக்காது, ஏனெனில் நான் அந்த மலையிடம் ஒன்றே ஒன்றைத்தான் சொல்லியிருந்திருப்பேன்: பெயர்ந்து வந்து இந்தக் கொடுமைக்காரனை வீழ்த்திவிடு என்று; உடனே மலையும் நகர்ந்து வந்து கரப்பான்பூச்சியை நசுக்குவது போல அவனை நசுக்கியிருக்கும். அப்படியே நானும் எந்தத் தீங்கும் செய்யாதவன் போலக் கடவுளின் பெருமையைப் புகழ்ந்து பாடி யிருப்பேன். ஆனால், அந்தச் சமயம் பார்த்து, 'இந்தக் கொடுமைக் காரர்களை வீழ்த்திவிடு என்று சொன்னபோது, அந்த மலை நகர்ந்து வந்து அவர்களை வீழ்த்தவில்லையென்றால், நான் எப்படிச் சந்தேகப் படாமல் இருக்க முடியும்? அப்படியே நான் சொர்க்கத்தின் ராஜ்ஜியத்தில் ஒரு நாளும் அடியெடுத்து வைக்கப் போவதில்லை என்று எனக்குத் தெரியும் (ஏனெனில் நான் இட்ட கட்டளையின் பேரில் அந்த மலை நகர்ந்து வரவில்லையென்றால், அதற்கு அர்த்தம், என்னுடைய நம்பிக்கை அந்த உலகில் உன்னதமான ஒன்றாக ஏற்றுக்கொள்ளப்பட வில்லை, அப்படியே எனக்காக மிகப் பெரிய பரிசொன்றும் அவ்வுலகில் காத்துக்கொண்டிருக்கப் போவதில்லை என்பதுதானே) பிறகு எதற்காக நான் என்னுடைய தோலை உரிக்க அவர்களுக்கு இடம் கொடுக்க வேண்டும்? என்னுடைய முதுகுத் தோல் முழுவதுமாக உரிக்கப்பட் டிருந்தாலும்கூட என்னுடைய கதறலைக் கேட்டு அந்த மலை நகர்ந்து வந்திருக்காது. இன்னும் சொல்லப்போனால், அந்தத் தருணத்தில், ஒருவன் சந்தேகப்படுவது மட்டுமல்லாது, சரியாகச் சிந்தித்துப் பார்க்கக் கூட முடியாமல், தன்நிலை மறந்தவனாக இருந்திருப்பான். இப்படியாக,

மண்ணுலகிலும் விண்ணுலகிலும் எனக்கு எந்தவித நன்மையும் எந்தவிதக் கைம்மாறும் கிடைக்காதபோது எதற்காக நீங்கள் என்னைக் குற்றம்சாட்ட வேண்டும்? குறைந்தபட்சம் என்னுடைய தோலையாவது நான் காப்பாற்றிக்கொள்வேன் இல்லையா? எனவே, கடவுளின் கருணை மீது முழு நம்பிக்கை வைத்து, எனக்கு மன்னிப்பு கிடைக்கும் என்ற நம்பிக்கையில்தான் நான் இருக்கிறேன்...' என்றான் ஸ்மெர்தியாக்கவ்.

# 8

# பிராந்தியைக் குடித்த பிறகு

இதுவரை நடந்துவந்த விவாதம் முடிவுக்கு வர, இவ்வளவு நேரம் நல்ல மனநிலையில் இருந்த ஃபியோதர் பாவ்லவிச் திடீரென்று கோபப்பட்டார். கோபத்தில் அவர் இன்னும் அதிகமாகப் பிராந்தியை ஊற்றிக் குடிக்க ஆரம்பித்தார்.

'இப்பொழுதே இங்கிருந்து ஓடி விடுங்கள், ரோமானியக் கத்தோலிக்கர்களே' என்று தன்னுடைய வேலையாட்களைப் பார்த்துக் கத்தினார் ஃபியோதர் பாவ்லவிச். 'ஓடிப் போய் விடு ஸ்மெர்தியாக்கவ். உனக்குத் தருவதாகச் சொன்ன அந்தப் பத்து ரூபிள் தங்கக் காசை இப்போதே கொடுக்கிறேன், எடுத்துக்கொண்டு ஓடிப்போய் விடு. அழாதே கிரிகோரி, நீ மார்ஃபாவைப் பார்க்கப் போ, அவள் உன்னைச் சமாதானம் செய்து தூங்கவைப்பாள். இவர்கள் உன்னை நிம்மதியாக இருக்க விடமாட்டார்கள், இந்தக் கயவர்கள், சாப்பாட்டு வேலை முடிந்ததும் அமைதியாக இருக்க உன்னை விடமாட்டார்கள்' என்று அங்கிருந்த வேலைக்காரர்களைப் போய்விடும்படி கட்டளையிட்டபடி கர்ஜித்தார் ஃபியோதர் பாவ்லவிச்.

'சாப்பிடும்போது எப்போதும் மேஜைக்கருகில் வந்து நிற்பதைப் பழக்கமாக வைத்திருக்கிறான் ஸ்மெர்தியாக்கவ்; அவனுக்கு உன்னைப் பிடித்துப்போய் விட்டது, அப்படி நீ என்ன செய்தாய்?' என்று இவான் ஃபியோதரவிச்சைப் பார்த்துக் கேட்டார் ஃபியோதர் பாவ்லவிச்.

'நான் ஒன்றும் செய்யவில்லை' என்று சொன்னபடி, 'ஏனோ அவன் எனக்கு அதிகமாக மரியாதை கொடுக்கிறான்; அவன் ஒரு வேலைக்காரன், அப்படியே ஒரு அற்பப் பிறவியுங்கூட. காலம் கனிந்து வரும்போது இதை அவன் சரியாகப் பயன்படுத்திக் கொள்வான்' என்றான் இவான்.

'காலம் கனிந்து வரும்போதா?'

'இவனைவிட நல்லவர்களும் இருப்பார்கள், இவனைப் போன்றவர்களும் இருப்பார்கள்; ஆனால், இவனைப் போன்றவர்கள்தான் அதிகம் இருப்பார்கள். அதன்பிறகுதான் இவனைவிடச் சிறந்தவர்கள் இருப்பார்கள்.'

கரமாஸவ் சகோதரர்கள்

‘எப்போது அந்தக் காலம் கனிந்து வரும்?’

‘ராக்கெட்டை அனுப்புவதற்கான சமிக்ஞைகளைக் கொடுக்கலாம். ஒருவேளை அது ‘உஸ்’ என்ற சத்தத்துடன் மேலே போகாமல் கீழே விழுந்துவிடவும் கூடும். இப்படிப்பட்டவர்களின் பேச்சை மக்கள் கேட்க விரும்புவதில்லை.’

‘அது, அது, சகோதரனே, அப்படி இருக்கலாம். ஆனால், இந்தக் கழுதை யோசிக்கிறது. ஆமாம், அது அந்தச் சாத்தானுக்குத்தான் தெரியும், இது எதில் கொண்டுபோய் முடியுமென்று.’

‘அவன் எண்ணங்களைத் திரட்டிக்கொண்டிருக்கிறான்’ என்று புன்னகையுடன் சொன்னான் இவான்.

‘பார், என்னைக் கண்டாலே அவனுக்குப் பிடிக்காது என்று எனக்கு நன்றாகத் தெரியும். அப்படியே உன்னைக் கண்டாலும்தான். ஆனால், அவன் ஏனோ உன்னை உயர்வாக மதிக்க முடிவு செய்து விட்டான் என்று நினைக்கிறேன். அதைப் போலவே அல்யோஷ்காவையும் அவன் வெறுக்கிறான். ஆம், அவன் திருடனல்ல, வம்பு, தும்பு பேசுபவனும் அல்ல; அமைதியாக இருப்பவன். வீட்டில் நடக்கும் சண்டைகளைப் பற்றி வெளியில் எதுவும் சொல்லமாட்டான். மாவில் முட்டைக்கோஸைப் பொதித்து வேகவைக்கும் உருண்டைப் பதார்த்தத்தை அற்புதமாகச் சமைப்பான். இப்படி எல்லாம் இருந்தாலும், இப்போது அவனைப் பற்றிப் பேசுவது தேவைதானா?’

‘உண்மையைச் சொல்லப்போனால் தேவையில்லைதான்.’

‘அவன் என்னதான் நினைத்தாலும் சரியே, இந்த ரஷ்ய ஆண் மகன்களைப் பிரம்பால்தான் அடிக்க வேண்டும்; அப்படித்தான் நான் எப்போதும் சொல்லி வருகிறேன். நம்முடைய இந்த ஆண் பிள்ளைகள் வஞ்சகர்கள்; அவர்களுக்குக் கருணை காட்டுவதில் அர்த்தமில்லை. அப்படியே சில சமயங்களில் இப்போதும்கூட அவர்கள் பிரம்படிபடுவது நல்லதுதான். ரஷ்ய மண்ணானது பீர்ச் மரத்தைப் போல வலிமையானது. பீர்ச் மரம் நிறைந்த காடுகளெல்லாம் அழிந்துபோனால், ரஷ்யாவும் அழிந்துபோகும். நான் அறிவாளிகளின் பக்கம்தான் நிற்பேன். நாம் அறிவாளிகளாகிவிட்டதால் கிராமவாசிகளை அடிப்பதை நிறுத்திவிட்டோம். ஆனால் அவர்கள் தங்களைத் தாங்களே அடித்துக்கொள்வதை இன்னும் தொடர்ந்து செய்துகொண்டுதான் இருக்கிறார்கள். அப்படியே அதை அவர்கள் நன்றாகவே தொடர்ந்து செய்துகொண்டிருக்கிறார்கள்; நீங்கள் எந்த அளவையால் அளக்கிறீர்களோ, அதே அளவையால் ...[1] ஒரே வார்த்தையில் சொல்லப்போனால், இது அளக்கப்படும். ஆனால், ரஷ்யா ஒரு பன்றிப்பட்டி. என்னுடைய தோழனே, ரஷ்யாவை நான் எப்படி வெறுக்கிறேன் என்று மட்டும் தெரிந்தால் ... அதாவது ரஷ்யாவை அல்ல, அதிலிருக்கும் ஒழுக்கக் கேடுகளை ... அப்படிப் பார்க்கப் போனால், ரஷ்யாவைக் கூடத்தான். *Toul cela c’est de la cochonnerie*. இது அப்படியே ஒரு பன்றிப்பட்டிதான். உனக்குத் தெரியுமா, எனக்கு என்ன பிடிக்குமென்று? நான் நுண்ணறிவை விரும்புகிறேன்.’

'ஏற்கனவே நீங்கள் ஒரு கிண்ணம் பிராந்தியைக் குடித்திருக்கிறீர்கள். போதும். நிறுத்திக்கொள்ளலாமே.'

'பொறு. இன்னும் ஒரு மதுக்கிண்ணத்தைக் குடித்துவிட்டு, அப்படியே இன்னும் ஒரு மதுக் கிண்ணத்தைக் குடித்துவிட்டு நிறுத்திக்கொள்கிறேன். இல்லை. நில். நீ என்னை இடைமறித்து விட்டாய். நான் 'மோக்ரய'வைக் கடந்து சென்றபோது வயோதிகர் ஒருவரிடம் பேசிக்கொண்டிருந்தேன். அப்போது அவர் சொன்னார், 'எல்லாவற்றிற்கும் மேலாக வேசிகளைப் பிரம்பால் அடிப்பதை நாம் மிகவும் விரும்புகிறோம். இளைஞர்களை வைத்து நாம் அவர்களை அடிக்கிறோம். நாளை ஒரு சமயம் அடிபட்ட பெண்களில் ஒருத்தியை அந்தப் பையன் மணமகளாகத் தேர்ந்தெடுத்தால், பார் அதற்காகவே நம் பெண்கள் அப்படி அடிபடத் தயாராக இருப்பார்கள்' என்றார்.

இப்படிப்பட்ட *Marquis de sades*ஐ, சேச்சே, என்னவென்று சொல்வது, ம்? நீ விரும்பினாலும் விரும்பாவிட்டாலும், இதில் ஒரு அர்த்தம் இருக்கத்தான் செய்கிறது. நாம் ஒருநாள் அங்கு போய் அவர்களைப் பார்த்துவிட்டு வருவோமா? என்ன, அல்யோஷ்கா, உனக்கு வெட்கமாக இருக்கிறதா, வெட்கப்படாதே, என்னுடைய குழந்தையே. நான் தலைமை மடாதிபதி அளித்த விருந்தில் கலந்து கொண்டு, 'மோக்ரய' நகரத்துப் பெண்களைப் பற்றித் துறவிகளிடம் பேசாமல் போனதற்காக வருத்தப்படுகிறேன். அல்யோஷ்கா, உன்னுடைய துறவிமார்களைப் பற்றி நான் கேவலமாகப் பேசியதற்காக நீ கோபப் படாதே. சகோதரனே, கோபம் இப்போது என் தலைக்கேறுகிறது. கடவுள் என்று ஒருவர் இருந்தால், நான் செய்த தவறுகளுக்கு அவர் தண்டனை கொடுத்து, அதற்கான விளைவுகளை என்னை அனுபவிக்க வைப்பார்; ஆனால் அப்படி ஒருவர் இல்லை என்றால், உன்னுடைய அருட்தந்தையர்களைக் கொல்வதில்கூடப் பாவமில்லை, ஏனெனில் அவர்கள்தான் முன்னேற்ற அறிவொளியைப் பரப்பவிடாமல் செய்தவர்கள். இதனால் நான் தனிப்பட்ட விதத்தில் எவ்வளவு தூரம் நான் பாதிக்கப்பட்டேன் என்று சொன்னால் நீ நம்புவாயா இவான்? இல்லை, நீ நம்பமாட்டாய், உன்னுடைய கண்களைப் பார்த்தாலேயே தெரிகிறது. மற்றவர்கள் என்னைக் கோமாளி என்று சொல்வதை நீ நம்புகிறாய். அல்யோஷா, நீ என்ன நினைக்கிறாய், நான் கோமாளியை விட ஒருபடி மேல்தானே!'

'நீங்கள் வெறும் கோமாளி மட்டுமல்ல என்பதை நம்புகிறேன்.'

'நான் நம்புகிறேன், நீ நம்புகிறாய் என்பதை நான் நம்புகிறேன், நீ உண்மை சொல்கிறாய், உண்மையைப் பார்க்கிறாய், அப்படியே உண்மையையும் பேசுகிறாய். ஆனால் இவான் அப்படியல்ல. அவன் தற்பெருமைக்காரன் ... இருந்தாலும், உன்னுடைய துறவி மடாலயத்தைப் பற்றிய எல்லா விஷயங்களையும் நான் முடித்துக்கொள்கிறேன். இந்த ரஷ்ய மண்ணிலிருக்கும் எல்லா விசித்திரங்களையும் ஒரே நேரத்தில் சரிசெய்து, எல்லா முட்டாள்களையும் அவரவர் இடத்தில் அமர்த்த வேண்டும். நாம் அறிவாளிகள், கதகதப்பான இடத்தில் அமர்ந்துகொண்டு

பிராந்தியைக் குடிக்கிறோம். இவான், உனக்குத் தெரியுமா, இது எல்லாமே முன்னேற்பாடாகக் கடவுளால் செய்யப்பட்டிருக்கிறது என்று! நீ சொல் இவான், கடவுள் இருக்கிறாரா இல்லையா? உறுதியாக, மனப்பூர்வமாகச் சொல்! மறுபடியும் நீ ஏன் சிரிக்கிறாய்?'

'ஏன் சிரிக்கிறேனா, இரண்டு துறவிமார்கள் மலையை நகர்த்தினார்கள் என்று நம்பிய ஸ்மெர்தியாக்கவின் நம்பிக்கையைப் பற்றிய உங்களுடைய கருத்தைச் சொன்னீர்களே, அதை நினைத்துத்தான் சிரிக்கிறேன்.'

'நான் இப்போது அவனைப் போலவா இருக்கிறேன்?'

'நிச்சயமாக'

'அப்படியானால், நானும் ஒரு ரஷ்யன், ரஷ்யனுக்கான தனித் தன்மை என்னிடமும் இருக்கிறது என்றுதானே அர்த்தம். நீயும் ஒரு தத்துவஞானிதான், அதனால்தான் உன்னிடமும் அந்தத் தனித்தன்மை இருக்கிறது. விரும்பினால் அதையும் நான் கண்டுபிடித்துச் சொல்கிறேன். நாளைக்கே கண்டுபிடித்துச் சொல்கிறேன், பந்தயம் வைத்துக் கொள்ளலாமா. சரி அது இருக்கட்டும், சொல், கடவுள் இருக்கிறாரா, இல்லையா? உண்மையைச் சொல்! நீ உண்மையைச் சொல்ல வேண்டும் என்று நான் விரும்புகிறேன்.'

'இல்லை, கடவுள் இல்லை'

'அல்யோஷ்கா, நீ சொல், கடவுள் இருக்கிறாரா இல்லையா'

'கடவுள் இருக்கிறார்.'

'இவான், நிலைபேறுடைமை, அதாவது அழியாத்தன்மை என்று ஒன்று சிறிதளவேனும் இருக்கிறதா இல்லையா?'

'இல்லை, அழியாத்தன்மை என்று ஒன்றுமே இல்லை?'

'அப்படி எதுவுமே இல்லையா?'

'அப்படி எதுவுமே இல்லை.'

'அதாவது அப்படி எதுவுமே இல்லை அப்படித்தானே? ஒரு வேளை அப்படி ஏதாவது ஒன்று இருக்குமோ? எப்படி இருந்தாலும் எதுவுமே இல்லை என்பதைவிட ஏதாவது ஒன்று இருக்கிறது என்பதே மேல்!'

'இங்கு ஒன்றுமே இல்லை, பூஜ்யம்தான் இருக்கிறது!'

'அல்யோஷ்கா, அழியாத்தன்மை என்று ஒன்று இருக்கிறதுதானே?'

'ஆமாம் இருக்கிறது.'

'அப்படியானால் கடவுளும் அழியாத்தன்மையும் இருக்கின்றனவா?'

'ஆமாம் கடவுளும், அழியாத தன்மையும் இருக்கின்றன. அழியாத் தன்மை கடவுளிடம் இருக்கிறது.'

‘ம். இருக்கலாம், இவான், நீ சொல்வது சரியாக இருக்கலாம். இந்த இனிமையான நம்பிக்கையை வைத்துத்தானே பல்லாயிரம் ஆண்டுகளாக மனிதன் எல்லாவற்றையும் அர்ப்பணித்துக் கொண்டிருக் கிறான்! அப்படிப்பட்ட இந்த மனித குலத்தைப் பார்த்து யார் ஏளனமாகச் சிரிப்பது? இவான், கடைசிமுறையாக, முடிவாகச் சொல்: கடவுள் இருக்கிறாரா இல்லையா? கடைசி முறையாக உன்னைக் கேட்கிறேன்!’

‘கடைசி முறையாகச் சொல்கிறேன், கடவுள் இல்லை.’

‘அப்படியானால் மனிதர்களைப் பார்த்து ஏளனம் செய்வது யார், இவான்?’

‘சாத்தான் என்று நினைக்கிறேன்’ என்று சிரித்தபடி சொன்னான் இவான் ஃபியோதரவிச்.

‘அப்படியானால் சாத்தான் என்று ஒன்று இருக்கிறதா?’

‘இல்லை, சாத்தானும் இல்லை.’

‘அந்தோ பரிதாபம். சாத்தானுக்கே வெளிச்சம்! கடவுளைக் கண்டுபிடித்தவனை என்ன செய்ய மாட்டேன்! *ASPEN* மரத்தில் தூக்கிலிட்டால் கூடப் போதாது.’

‘கடவுள் என்று ஒருவரை மட்டும் கற்பனை செய்யாமல் இருந் திருந்தால், நாகரிகம் என்பதே முற்றிலுமாக இல்லாமல் போயிருக்கும்.’

‘அப்படி இல்லாமல் இருந்திருக்குமா என்ன? கடவுள் இல்லாமல் இருந்திருந்தால், அப்படியா இருந்திருக்கும்?’

‘ஆம், அப்படியே இந்த பிராந்தியும் இருந்திருக்காது. இந்த பிராந்தியை உங்களிடமிருந்து எடுத்துவிட வேண்டுமென்று நினைக்கிறேன்.’

‘ஒரு நிமிடம், ஒரு நிமிடம், ஒரு நிமிடம், என் அருமையானவனே, இன்னும் ஒரே ஒரு கோப்பை வேண்டும். அல்யோஷாவின் உணர்வு களை நான் புண்படுத்திவிட்டேன். நீ கோபப்படமாட்டாய் தானே, அலெக்ஸெய்? அலெக்ஸெய், நீ அருமையானவன், மிகவும் அருமை யானவன், அலெக்ஸெய், நீ!’

‘இல்லை நான் கோபப்படமாட்டேன். உங்களுடைய உள்ளத்தைப் பற்றி எனக்குத் தெரியும். உங்களுடைய எண்ணங்களைவிட உங்களுடைய உள்ளம் இனிமையானது.’

‘என்னுடைய உள்ளம் என்னுடைய எண்ணங்களைவிட இனிமை யானதா? கடவுளே, அதுவும் இதைப் பற்றி யார் சொல்வது, இவான், நீ அல்யோஷ்காவை விரும்புகிறாயா?’

‘ஆம், விரும்புகிறேன்.’

‘அவனை விரும்பு. (ஃபியோதர் பாவ்லவிச் மிக அதிகமாகக் குடித்திருந்தார்) கேள், அல்யோஷா உன்னுடைய முதியவரிடம்

நான் மிகவும் முரட்டுத்தனமாக நடந்துகொண்டேன். அதனால்தான், படபடப்புடன் இருந்தேன். ஆனால் முதியவர் அறிவார்ந்தவர், நீ என்ன நினைக்கிறாய் இவான்?'

'நானும் அப்படித்தான் நினைக்கிறேன்.'

'ஆம், அப்படித்தான், *il y a du piron*[2] *la - dedans*. கொஞ்சம் பிரோனின் தன்மையும் அவரிடம் இருக்கிறது. அவர் ரோமானிய கத்தோலிக்கர், ஆனால் ரஷ்யர். உயிரினங்களிடையே பெருந்தன்மை இருப்பதுபோல, அவரிடமும் வெறுப்பும் சீற்றமும் மறைமுகமாகக் கொந்தளித்துக் கொண்டிருக்கின்றன; வெளித்தோற்றத்திற்குத்தான் அவர் துறவிபோல கிறிஸ்துவ அங்கியை அணிந்துகொண்டு நாடகமாடிக்கொண்டிருக்கிறார்.'

'இல்லை, அவர் கடவுளை நம்புகிறார்.'

'இல்லை, அவர் கடவுளை இம்மியளவுகூட நம்பவில்லை.'

'அது உனக்குத் தெரியாதா என்ன? அவரே அதை எல்லோரிடமும் சொல்லியிருக்கிறார், அதாவது எல்லோரிடமும் அல்ல, அவரைத் தேடிவரும் அறிவாளிகளிடம் சொல்லியிருக்கிறார். அதை அவர் ஆளுநர் ஷுல்சுவிடமும் வெளிப்படையாகச் சொல்லியிருக்கிறார்: *Credo,* நம்புகிறேன், ஆனால் எதை என்றுதான் தெரியவில்லை என்று.'

'உண்மையாகவா?'

'உண்மையாகவே அப்படித்தான். ஆனால் அவரை நான் மதிக்கிறேன். அவரிடம் ஏதோ ஒரு கொடூரமான பேய்க் குணம் இருக்கிறது, அல்லது 'நம் காலத்து மாவீரன்' என்ற கதையில் வரும் கதாபாத்திரம் அர்பேனின்[3] போல ... அதாவது, நீ பார்த்தாய் என்றால், அவர் ஒரு சிற்றின்பக்காரர்; எந்த அளவுக்குச் சிற்றின்பக்காரர் என்றால், என்னுடைய மகளையோ மனைவியையோ பாவமன்னிப்பு கேட்க அவரிடம் அனுப்பக்கூடப் பயந்துபோகும் அளவுக்கு அவர் ஒரு சிற்றின்பக்காரர்.'

'தெரியுமா, அவர் பேச ஆரம்பித்தால் ... மூன்று வருடங்களுக்கு முன்பு அவர் எங்களைத் தேநீரும் மதுபானமும் (பெருங்குடிப் பெண்கள் அவருக்கு மதுபானங்களை அனுப்புகிறார்கள்) அருந்த அழைத்தபோது அவர் பழைய கதைகளையெல்லாம் சொல்லி வயிறு வலிக்க எங்களைச் சிரிக்கவைத்தார் ... குறிப்பாகச் சொல்லப்போனால், பக்கவாதம் வந்து பாதிக்கப்பட்ட ஒரு பெண்ணை எப்படி அவர் குணப்படுத்தினார் என்பதை அவரே சொன்னார். 'எனக்குக் கால்கள் மட்டும் நன்றாக இருந்திருந்தால் உங்களுடன் நான் நடனம் ஆடியிருப்பேன்' என்றார். எப்படிப்பட்டவர் பார்! 'கொஞ்ச நஞ்சக் குறும்பல்ல நான் செய்திருக்கிறேன்' என்று அவரே சொன்னார். தெமீதவ் என்ற வியாபாரியிடமிருந்து அறுபதாயிரம் ரூபிள்களை அவர் சுருட்டிக்கொண்டார்.'

'எப்படிச் சுருட்டினார்?'

'அந்த தெமீதவ், இந்த நேர்மையான மனிதரிடம் வந்து, நண்பனே, என்னுடைய வீட்டில் நாளைக்குச் சோதனை நடக்கப்போகிறது,

எனவே இந்தப் பணத்தை நீ பத்திரமாக வைத்திரு' என்று அவரிடம் கொடுத்தார். அவரும் அப்படியே அந்தப் பணத்தை மிகப் பத்திரமாக வைத்துக்கொண்டார்.

அப்படிப் பத்திரமாக வைத்துக்கொண்டவர், 'இந்தப் பணம் கிறிஸ்துவ திருச்சபைக்காகக் கொடுக்கப்பட்டது' என்றும் சொல்லி விட்டார். அவரிடம் நான் சொன்னேன்: 'நீ ஒரு கயவன்' என்று. 'அல்ல, நான் கயவன் அல்ல, பரந்த மனப்பான்மை கொண்டவன்' என்றார். தற்செயலாக, அது அவரல்ல... அது வேறொருவர். அவரை நான் வேறு யாரோ ஒருவரென்று தவறாக நினைத்துவிட்டேன்... ஆக இன்னும் ஒரு மதுக்கிண்ணம் குடித்துக் கொள்கிறேன்; இவான், அந்த மது பாட்டிலை அங்கிருந்து எடுத்துவிடு. இப்போது நான் பொய் சொன்னேன், இவான், என்னை ஏன் நீ தடுத்து நிறுத்தவில்லை... நான் பொய் சொல்கிறேன் என்பதை நீ எனக்கு ஏன் சுட்டிக்காட்ட வில்லை.'

'எனக்குத் தெரியும் நீங்களே நிறுத்திவிடுவீர்கள் என்று.'

'பொய் சொல்கிறாய், ஏதோ கோபத்தில், நீ என் மீதிருக்கும் கோபத்தில்தான் அப்படிச் சொல்லாமல் இருந்தாய். நீ என்னை வெறுக்கிறாய். கேவலப்படுத்துகிறாய்.'

'சரி, நான் போய் வருகிறேன், பிராந்தி உங்கள் தலைக்கு ஏறிவிட்டது.'

'நீ சொர்மாஷ்னய போக வேண்டுமென்று உன்னை நான் எவ்வளவு தூரம் கெஞ்சி கேட்டுக் கொண்டேன். ஆனால், நீ போக மாட்டேன் என்று இங்கேயே இருக்கிறாய்'

'நீங்கள் இப்படி அடம்பிடித்தால் நாளைக்கே நான் போகிறேன்.'

'இல்லை, நீ போகமாட்டாய். இங்கிருந்து கொண்டு என்னை நீ வேவு பார்க்கிறாய், அதுதான் உனக்குப் பிடித்திருக்கிறது; கேவலமான இந்த எண்ணத்தின் காரணமாகத்தான் நீ சொர்மாஷ்னய போக மாட்டேன் என்கிறாய்.'

அமைதியிழந்த கிழவர் கோபப்பட்டார். இவ்வளவு நேரம் அமைதியாக இருந்தவர், குடிவெறி தலைக்கேறச் சட்டென்று அவர் தன்னிலை இழந்தார்.

'என்ன முறைக்கிறாய்? உன்னுடைய கண்கள் என்ன சொல்கின்றன தெரியுமா, வழக்கமாகக் குடிக்கும் புத்திகெட்ட குடிகாரன்தானே நான் என்று. உன்னுடைய சந்தேகக் கண்களும் வெறுப்பான பார்வை யும்... ஏதோ ஒரு திட்டத்துடன்தான் நீ இங்கு வந்திருக்கிறாய். இதோ அல்யோஷ்கா என்னைப் பார்க்கிறான். அவனுடைய பார்வை எவ்வளவு தெளிவாக, கள்ளம் கபடமில்லாமல் இருக்கிறது தெரியுமா? அல்யோஷ்காவுக்கு என்மீது வெறுப்பு இல்லை. அலெக்ஸெய், நீ இவானை விரும்பாதே...'

'என் சகோதரன்மீது கோபப்படாதீர்கள்! அவனைப் புண் படுத்தாதீர்கள்' என்று சட்டென்று அழுத்தமாகச் சொன்னான் அல்யோஷ்கா.

கரமாஸவ் சகோதரர்கள்

‘சரி அப்படியே ஆகட்டும். ஆ, தலை என்னமாய் வலிக்கிறது. அந்தப் பிராந்தியைத் தள்ளிவை; இவான் மூன்றாவது முறையாக உனக்கு நான் சொல்கிறேன்.’ எதையோ யோசித்தபடி தந்திரமாய் நீண்ட நேரம் சிரித்தான் இவான்:– ‘கோபப்படாதே இவான், வயதான இந்த உதவாக்கரைக் கிழவனிடம் நீ கோபப்படாதே. எனக்குத் தெரியும், உனக்கு என்னைப் பிடிக்குமென்று, இருந்தாலும் நீ என்னைக் கோபித்துக் கொள்ளாதே. என்னை உனக்குப் பிடிக்குமென்றாலும் நீ என்மீது கோபப்படாதே. உனக்கு என்னைப் பிடிப்பதற்கு ஒரு காரணமும் இல்லை. நீ செர்மாஷ்னய போகும்போது பரிசு ஒன்றை எடுத்துக் கொண்டு உன்னுடன் நானும் வருவேன். நீண்ட நாட்களாகவே அங்கு ஒரு விலைமாது ஒருத்தியைப் பார்த்து வைத்திருக்கிறேன், அவளை உனக்குக் காட்டுகிறேன். மூர்க்கமான பெண் அவள். அப்படிப் பட்டவளைக் கண்டு நீ பயப்படாதே, அவளை நீ வெறுத்து ஒதுக்காதே – அவர்கள்தான் ரத்தினக் கற்கள்!’

அப்படிச் சொன்னவர், கைகளை முத்தமிட்டுக்கொண்டார்.

‘எனக்கு நீங்கள்’ . . . என்று ஆர்வத்துடன் தனக்குப் பிடித்த விஷயத்தைத் திடீரென்று பேச ஆரம்பித்த அவர், நிமிடத்தில் அமைதியாகி, ‘எனக்கு நீங்கள் . . . ஓ, நீங்கள் எனக்குக் குழந்தைகள்! சிறு பிள்ளைகளே, கள்ளங்கபடமற்ற நீங்கள் எனக்குக் குழந்தைகள் . . . எந்தப் பெண்ணும் என்னைக் கவராமல் இல்லை, அதுதான் என்னுடைய குணமே! இது உங்களுக்கு எங்கே புரியப்போகிறது: ரத்தம் ஓட வேண்டிய உங்களுடைய நரம்புகளில் இன்னும் பால்தானே ஓடுகிறது, நீங்கள் இன்னும் அடைகாக்கப்படாத குஞ்சுகள்! என்னுடைய கருத்துப் படி எல்லாப் பெண்களிடமும் ஏதோ ஒருவித கவர்ச்சி இருக்கவே செய்கிறது. ஒரு பெண்ணிடம் இருப்பது மற்றொரு பெண்ணிடம் இல்லை, அதைக் கண்டுபிடிப்பதுதான் மிக முக்கியம்! அதற்குத் திறமை வேண்டும்! என்னைப் பொறுத்தவரையில் அவலட்சணமானவள் என்று ஒருத்தி இல்லவே இல்லை: பெண் என்பதே பாதி கவர்ச்சி . . . ஆம், அது எங்கே உங்களுக்குப் புரியப் போகிறது! வயதான பெண்களில் கூட ஆச்சர்யப்படத்தக்க விதத்தில் ஏதோ ஒன்று சில சமயங்களில் தென்படும், ஆனால் அது வெளியில் தெரியாதபடி முட்டாள்கள் அவர்களை மழுங்கடித்து வைத்திருப்பார்கள்! செருப்பு அணியாத பெண்களையும் சாதாரணப் பெண்களையும் மேலும், கீழும், வலம் இடம் என்று எல்லாப் பக்கமும் பார்க்க வேண்டும் – அப்படிப் பார்ப்பதுதான் சரியான முறை. அதைப் பற்றியெல்லாம் உனக்குத் தெரியாது. இப்படிப்பட்ட பெண்களை மகிழ்ச்சி அடைய வைத்து, ஆச்சர்யத்தில் ஆழ்த்தி, உயர்குடிமகன் ஒருவன் ஒழுக்கங்கெட்ட இவர்களை விரும்புவதற்காக அவர்களை வெட்கப்பட வைக்க வேண்டும். உண்மை என்னவென்றால், கீழ்த்தரமான இப்படிப்பட்ட மக்கள் இருக்கும்வரை பாத்திரம் கழுவும் வேலைக்காரியும் அவளுக்கான எஜமானனும் இருக்கவே செய்வார்கள் – வாழ்க்கையில் மகிழ்ச்சியடைய இதைவிட வேறென்ன வேண்டும்! நில் . . . நான் சொல்வதைக் கேள் அல்யோஷ்கா. உன்னுடைய இறந்துபோன அம்மாவை நான் அடிக்கடி

வியப்பில் ஆழ்த்தியிருக்கிறேன், ஆனால் அது வேறு ஒருவிதத்தில். அவளிடம் எப்போதுமே நான் கொஞ்சியதில்லை, ஆனால், சமயம் வாய்த்தபோதெல்லாம், திடீரென்று அவள் முன்பு நான் அடிமை போல முழந்தாளிட்டு, அவளுடைய கால்களை முத்தமிட்டு, அவளைச் சிரிக்கவைத்து – இப்போது நடந்தது போல இருக்கிறது – அப்படி அவள் வெடித்துச் சிரிக்கும்போது அவளுடைய சிரிப்பு சத்தமாக இல்லாமல், அமைதியாக, உணர்ச்சித் துடிப்புடன் விநோதமாக இருக்கும். எனக்குத் தெரியும், அந்தச் சிரிப்புதான் அவளுடைய வலிப்பு நோயின் ஆரம்பமாக இருக்குமென்று; அடுத்த நாளே அவள் வலிப்பு கண்டு அலற, அந்தச் சிரிப்பு எந்தவித மகிழ்ச்சியையும் கொடுக்காமல், ஒருவித ஏமாற்றத்தையே கொடுத்தாலும், அதனால் எனக்கு எந்தப் பாதகமும் இல்லாமல் இருந்தது. இதோ இப்படித்தான் எல்லாவற்றிலும் ஏதோ ஒன்றை அடையாளம் காணும் செயல்திறன் இருக்க வேண்டும்! ஒருமுறை பெல்யாவ்ஸ்கி என்ற அழகான, பணக்காரர் உன்னுடைய அம்மாவையே சுற்றிச் சுற்றிவர, அதனால் என்னிடம் அவர் இணக்கமாக இருக்க விரும்பி, ஒருமுறை திடீரென்று அவள் முன்பாக என்னைக் கன்னத்தில் அறைந்துவிட்டார். அவளோ – ஆட்டுக்குட்டி போன்ற அவளோ, அவர் என்னை அடித்ததற்காக அவருடைய கன்னத்தில் அவள் அறைவாள் என்று நான் எதிர்பார்த்தேன்; ஆனால், அவளோ, 'நீயோ உதைபட்டவன், கன்னத்தில் அறைவாங்கியவன், எப்படி என் முன்பாக அவன், என் கண்ணெதிரிலேயே உன்னை அடிக்க முடியும்! இனிமேல் நீ என்னைப் பார்க்காதே, எப்போதும், எப்போதுமே என்னைப் பார்க்காதே! உடனே அவனை இருவர் சண்டையிடும் துப்பாக்கிச் சண்டைக்கு அழை!' என்றாள்.

அவளுடைய தாழ்வு மனப்பான்மையை விரட்டுவதற்காக அவளை நான் துறவிமடாலயத்திற்கு அழைத்துச் சென்று, புனித அருட்தந்தையர் களிடம் அவளுக்காகப் பிரார்த்திக்கச் சொன்னேன். கடவுளின் மேல் ஆணையாக, அல்யோஷா, நான் அந்த வலிப்புநோய்க்காரியை எப்போதுமே துன்புறுத்தியதில்லை! ஒருமுறை, அதுவும் திருமணமான முதல் வருடம், அவள் அதிகமாகப் பிரார்த்தித்துக்கொண்டு, புனித தூய மேரி விழாக்களில் பங்கெடுத்துக்கொண்டு, என்னைப் படிக்கும் அறைக்குத் துரத்திவிடுவாள். அப்போது, இந்த விசித்திரமான தெய்வ நம்பிக்கையை எப்படி அவளிடமிருந்து துரத்துவது என்று நான் யோசித்தேன்! உடனே நான், 'இதோ பார், உன்னுடைய உருவச் சிலையை நான் அகற்றிவிடுகிறேன்: நீயோ அதைத் தெய்வ சக்தியாக நினைக்கிறாய், ஆனால் நானோ அதன்மீது எச்சில் துப்புவேன், அதனால் எனக்கு ஒன்றும் ஆகாது! . . . என்றேன்.' அப்படி நான் செய்வதைப் பார்த்த அவள், கடவுளே, அப்போதே அவள் என்னைக் கொன்றுவிடுவாள் என்றுதான் நினைத்தேன்; ஆனால் அவளோ துள்ளி எழுந்து கைகளை மேலே உயர்த்திச் சட்டென்று முகத்தை மூடிக்கொண்டு உடல்முழுவதும் நடுங்கத் தரையில் விழுந்தாள் . . . அப்படியே விழுந்தாள் . . . அல்யோஷா,' 'அல்யோஷா! என்னவாயிற்று, என்னவாயிற்று!' என்று கத்தினார் ஃபியோதர் பாவ்லவிச். பயத்தில்

கிழவர் குதித்தெழுந்தார். அவனுடைய அம்மாவைப் பற்றிப் பேச ஆரம்பித்தபோதே அல்யோஷாவின் முகம் கொஞ்சம் கொஞ்சமாக மாற ஆரம்பித்திருந்தது. அவனுடைய முகம் சிவந்து, கண்கள் தீ ஜுவாலையாக எரிந்தன; உதடுகள் நடுங்கின... எச்சில் தெறிக்க அந்தக் குடிகாரக் கிழவன் பேசியபோது திடீரென்று விநோதமாக அல்யோஷாவுக்கு ஏற்பட்ட ஏதோ ஒன்றை அந்தக் கிழவர் கவனிக்கவில்லை, அந்த 'வலிப்பு நோய்க்காரி'க்கு ஏற்பட்டது போலவே அவனுக்கும் ஏற்பட்டது. சட்டென்று எழுந்து கீழே விழுந்தவன், அவனுடைய அம்மாவைப் போலவே, இரண்டு கைகளையும் விரித்துக் கைகளால் முகத்தை மூடியபடி வலிப்பு நோயால் குலுங்குவது போல உடல் முழுவதும் குலுங்கிக் கண்ணீர் விட்டு அமைதியாக அழுதான். தாயைப் போலவே மகனிடமும் இருந்த இந்த அசாதாரணமான ஒற்றுமையைக் கண்டு அந்தக் கிழவர் அசந்துபோனார்.

'இவான், இவான்! சீக்கிரம் தண்ணீர் கொண்டுவா, இது அவளைப் போலவே, அப்படியே அவளைப் போலவே இருக்கிறது! வாயிலிருக்கும் தண்ணீரை அப்படியே அவன்மீது துப்பு; அப்படித்தான் அவனுடைய அம்மாவுக்கு நான் செய்தேன். அவனுடைய அம்மாவைப் போலவே, அப்படியே அவனுடைய அம்மாவைப் போலவே இவன் இருக்கிறான்' என்று இவானைப் பார்த்து முணுமுணுத்தார் ஃபியோதர் பாவ்லவிச்.

'ஆனால் அவனுடைய அம்மாவும் என்னுடைய அம்மாதானே' என்று கட்டுக்கடங்காத கோபத்துடன் திடீரென்று வெறுப்பாகக் கேட்டான் இவான். கோபத்தில் கொழுந்து விட்டெரியும் அவனுடைய பார்வையைப் பார்த்துக் கிழவர் சற்றே நடுநடுங்கிப் போனார். ஒரே ஒரு நிமிடம்தான் என்றாலும் இனம் புரியாத ஏதோ ஒன்று நடந்தது. அல்யோஷாவின் தாய்தான் இவானின் தாய் என்பது ஒரு நிமிடம் அந்தக் கிழவருக்கு ஞாபகம் இல்லாமல் போனது... 'எப்படி உன்னுடைய அம்மாவும்?' என்று கிழவர் ஒன்றும் புரியாதவராக உளறினார். 'நீ என்ன சொல்கிறாய்? எந்த அம்மாவைப் பற்றி நீ சொல்கிறாய்? என்ன அவள் உன்னுடைய... ஓ, நாசமாய்ப் போக! ஆம் அவளும் உன்னுடைய அம்மாதான்! ஆம், நாசமாய்ப் போக! ஓ, இவான், எப்போதும் இல்லாமல் இப்போது நான் மிகவும் குழம்பிப் போயிருக்கிறேன், நீ என்னை மன்னித்துவிடு, இவான், நான் நினைத்தேன்... ஹி, ஹி, ஹி' - என்று அவர் நிறுத்தினார். குடிவெறியில் சிரித்த அவருடைய அர்த்தமற்ற அசட்டுச் சிரிப்பு அவருடைய முகம் முழுவதும் படர்ந்திருந்தது. அப்போது வரவேற்பறையின் கதவுகளைத் திறந்து கொண்டு மிகப்பெரிய சத்தத்துடன் திமித்ரி ஃபியோதரவிச் திடுதிப்பென உள்ளே நுழைந்தான். கிழவர் பயத்தில் இவான் ஃபியோதரவிச்சின் பின்னால் போய் ஒளிந்துகொண்டார்.

'அவன் என்னைக் கொன்றுவிடுவான், கொன்றுவிடுவான்! அவனை உள்ளே விடாதீர்கள், உள்ளே வரவிடாதீர்கள்!' என்று கத்திக்கொண்டே தரையில் புரளும் இவான் ஃபியோதரவிச்சின் நீண்ட அங்கியை அவர் பிடித்துக்கொண்டார்.

# 9

## காமுகர்கள்

திமித்ரி ஃபியோதரவிச்சைத் தொடர்ந்து, வரவேற்பறைக்குள் கிரிகோரியும் ஸ்மெர்தியாக்கவும் ஓடிவந்தார்கள். வராந்தாவிலேயே அவர்கள் சண்டை போட்டபடி திமித்ரியை உள்ளே வரவிடாமல் தடுத்துக்கொண்டிருந்தார்கள். (அப்படித்தான் ஃபியோதர் பாவ்லவிச் அவர்களுக்குக் கட்டளையிட்டிருந்தார்.) வரவேற்பறைக்குள் பலவந்தமாக உள்ளே நுழைந்த திமித்ரி ஃபியோதரவிச், அங்கிருந்தவர்களை ஒரு நிமிடம் ஏறிட்டுப் பார்த்தபோது, வீட்டின் உட்பக்கத்திலிருந்த பெரிய இரண்டு கதவுகளை மூடக் கிரிகோரி மேஜையைச் சுற்றி வேகமாய் ஓடிப்போய், கதவுகளுக்கு முன்னே கைகளைச் சிலுவை போல அகல விரித்து, சொல்லப்போனால், தன்னுடைய கடைசி மூச்சு இருக்கும் வரை அவனை உள்ளே வர விடாமல் தடுத்து நிறுத்த ஆயத்தமானான். இதைப் பார்த்த திமித்ரி உரக்கக் கத்தியபடி கிரிகோரியின் மீது பாய்ந்தான்.

'ஆக, அவள் அங்குதான் இருக்கிறாள்! அவளை அங்கேதான் ஒளித்துவைத்திருக்கிறீர்கள்! தள்ளு கயவனே!' என்றபடி கிரிகோரியைப் பிடித்துத் தள்ள அவன் முற்பட்டான். கோபத்தில் திமித்ரி தன்னுடைய கைமுட்டியால் கிரிகோரியைப் பலங்கொண்ட மட்டும் இழுத்து அடித்தான். இதைப் பார்த்துக் கிழவர் தரையில் முகங் கவிழப் படுத்துக்கொள்ள, திமித்ரி அவரைத் தாண்டி, கதவைத் திறந்துகொண்டு உள்ளே சென்றான். ஸ்மெர்தியாக்கவ் வரவேற்பறையின் அடுத்த மூலையில் ஃபியோதர் பாவ்லவிச்சை இறுக அணைத்தபடி, உடல் நடுங்க, முகம் வெளிறிப்போய் நின்றான்.

'அவள் இங்கேதான் இருக்கிறாள்!' என்று கத்திய திமித்ரி ஃபியோதரவிச், 'அவளை நான் இங்குப் பார்த்தேன். வீட்டை நோக்கி அவள் நடந்து வந்துகொண்டிருந்தாள்; ஆனால் அவளைத் தான் என்னால் பிடிக்க முடியாமல் போயிற்று; எங்கே அவள்? எங்கே அவள்?'

'அவள் இங்குதான் இருக்கிறாள்!' என்ற அவன் உரக்கக் கத்தியது ஃபியோதர் பாவ்லவிச்சுக்கு மிகுந்த ஆச்சர்யத்தைத் தந்தது. அவருடைய பயம் மறைந்துபோனது.

'பிடி, அவனைப் பிடி!' என்று கத்திக்கொண்டே திமித்ரி ஃபியோதரவிச்சைத் தாக்கப் பின்தொடர்ந்தார் ஃபியோதர் பாவ்லவிச். கிரிகோரி அதற்குள் தரையிலிருந்து எழுந்து ஆச்சர்யத்துடன் அவரைப் பார்த்தான். இவான் ஃபியோதரவிச்சும் அல்யோஷாவும் தந்தையைத் தொடர்ந்து அவர் பின்னால் ஓடினார்கள். மூன்றாவது அறையிலிருந்து ஏதோ ஒன்று விழுந்து நொறுங்கும் பெரிய சத்தம் கேட்டது: அது மிகப்பெரிய ஒரு கண்ணாடிப் பூக்குடுவையாக இருந்தது. விலை உயர்ந்த ஒன்றாக அது இல்லாமல், பளிங்குப் பீடத்தின் மீதிருந்த அதைத் திமித்ரி ஃபியோதரவிச் வேகமாக ஓடியபோது தட்டி நொறுக்கியிருந்தான்.

‘அவனைப் பிடியுங்கள்’ என்று கத்தினார் கிழவர். ‘உதவி செய்யுங்கள்!’ என்றபடி இவான் ஃபியோதரவிச்சும் அல்யோஷாவும் வயதான தங்களுடைய தந்தையை எப்படியோ பிடித்து இழுத்து வந்து வரவேற்பறைக்குள் மீண்டும் அவரைத் தள்ளினார்கள்.

‘எதற்காக நீங்கள் அவன் பின்னால் ஓடுகிறீர்கள்! உங்களை அவன் கொன்றுவிடுவான்!’ என்று தன் தந்தையைப் பார்த்துக் கோபமாகக் கத்தினான் இவான் ஃபியோதரவிச்.

‘இவான், அல்யோஷா அந்தக் குரூஷென்கா இங்குதான் இருக்கிறாள் போலும்; அவனே சொல்கிறான், அவள் இங்கு ஓடிவந்ததைப் பார்த்ததாக’ என்று கத்தினார் ஃபியோதர் பாவ்லவிச்.

அவருக்கு மூச்சு இரைத்தது. இந்த நேரத்தில் குரூஷென்காவை அவர் இங்கு எதிர்பார்க்கவில்லையாதலால், இங்குதான் அவள் இருக்கிறாள் என்ற செய்தி அவரைக் குழப்பத்தில் ஆழ்த்தியது. ஏதோ வலிப்பு வந்தவர்போல அவருடைய உடம்பு நடுங்கியது.

‘ஆமாம், அவள் இங்கு வரவில்லை என்பதை’ நீங்களே பார்த்தீர்களல்லவா என்று கத்தினான் இவான்.

‘ஒருவேளை அவள் வேறுவழியாக இங்கு வந்திருந்தால்?’ என்று கேட்டார் ஃபியோதர் பாவ்லவிச்.

‘சரி, கதவோ பூட்டியிருக்கிறது, சாவியோ உங்களிடம் இருக்கிறது . . .’ என்றான் இவான். திடீரென்று திமித்ரி மீண்டும் அந்த வரவேற்பறைக்குள் நுழைந்தான். மறுபக்கமிருந்த கதவு உண்மையாகவே பூட்டப்பட்டிருப்பதை அவன் பார்த்தான், ஆம், பூட்டப்பட்ட அந்தக் கதவின் சாவி ஃபியோதர் பாவ்லவிச்சின் சட்டைப் பையிலிருந்தது. அறையில் எல்லா ஜன்னல்களும் சாத்தப்பட்டிருந்தன. குரூஷென்கா எப்படியுமே, எந்தவழியிலிருந்தும் உள்ளே வருவதற்கு வாய்ப்பில்லாமல் இருந்தது.

‘பிடி அவனை!’ என்று பியோதர் பாவ்லவிச் மீண்டும் திமித்ரியைப் பார்த்து உரக்கக் கத்தினார். ‘என்னுடைய படுக்கை அறையிலிருந்த பணத்தை அவன் திருடிவிட்டான்!’ என்று இவானின் பிடியிலிருந்து தன்னை விடுவித்துக்கொண்டு மீண்டும் அவர் திமித்ரிமீது பாய்ந்தார். உடனே, அவன் கிழவனின் முன் மண்டையில் எஞ்சியிருந்த இரு கொத்து மயிரைச் சட்டென்று பற்றியிழுத்து அவரைக் கீழே தள்ளினான். கீழே விழுந்தவரின் முகத்தில் தன்னுடைய குதிகால் செருப்பால் இரண்டு மூன்று உதை விட்டான். அடிபட்ட கிழவர் கடுமையான வலியில் முனகினார். இவான் ஃபியோதரவிச், சகோதரன் திமித்ரியைப் போல அவ்வளவு வலிமையானவன் இல்லையென்றாலும், பலங்கொண்ட மட்டும் அவனைக் கிழவரிடமிருந்து இழுத்து விலக்கினான். அல்யோஷாவும் தன்னுடைய சக்தி முழுவதையும் பிரயோகித்துத் தன் சகோதரனைப் பிடித்திழுத்தான்.

‘பைத்தியக்காரா, நீ அவரைக் கொன்றுவிடுவாய்!’ என்று கத்தினான் இவான்.

'அது அவருக்குத் தேவைதான்!' என்று மூச்சிரைக்கச் சொன்னான் திமித்ரி.

'இப்போது கொல்லவில்லை என்றாலும் திரும்ப வந்து அவரைக் கொல்வேன். யாரும் அவரைக் காப்பாற்ற முடியாது!' என்று கத்தினான் திமித்ரி.

'திமித்ரி! இப்போதே போய்விடு!' என்று அல்யோஷா அவனுக்குக் கட்டளையிட்டான்.

'அலெக்ஸெய்! நீ சொல், உன்னை மட்டும்தான் நான் நம்புகிறேன்: இப்போது அவள் இங்கு வந்தாளா இல்லையா, கொஞ்ச நேரத்திற்கு முன்புதான் இந்த வீட்டை நோக்கி, வேலியை ஒட்டி அவள் மறைந்து வருவதை நான் பார்த்தேன். சத்தம் போட்டு நான் அவளைக் கூப்பிட்டேன், ஆனால் அவள் ஓடிவிட்டாள்...' என்றான் திமித்ரி.

'சத்தியமாகச் சொல்கிறேன், அவள் இங்கு வரவில்லை, அப்படியே அவளை யாரும் இங்கு எதிர்பார்க்கவும் இல்லை!'

'ஆனால், நான் அவளைப் பார்த்தேன்... அப்படியானால், அவள்... எங்கிருக்கிறாள் என்பதை இப்போதே நான் தெரிந்து கொள்கிறேன்... வருகிறேன், அலெக்ஸெய்! பணத்தைப் பற்றிப் பிதற்றும் இந்தக் கிழவனிடம் நீ எதுவும் சொல்லாதே, ஆனால், கத்தரீனா இவானவ்னாவைப் பார்த்து மறக்காமல் அவளிடம் சொல், அவர்களிடமிருந்து நான் விடைபெற்றுக்கொள்கிறேன் என்று, ஆம், பிரியா விடை; 'உங்களிடமிருந்து அவன் விடைபெற்றுக்கொள்கிறான்' என்று சொல்லி இங்கு நடந்த எல்லாவற்றையும் அவளிடம் விளக்கமாகச் சொல்.'

அதற்குள் இவானும் கிரிகோரியும் கிழவரைத் தரையிலிருந்து தூக்கி நாற்காலியில் உட்கார வைத்தனர். அவருடைய முகம் ரத்தத்தில் தோய்ந்திருக்க, சுய நினைவிலிருந்த அவர், திமித்ரி கத்துவதை ஆர்வத்துடன் கேட்டுக்கொண்டிருந்தார். உண்மையைச் சொல்லப் போனால், அவருக்கு வீட்டில் எங்கேயோ குருஷென்கா இருப்பது போலவே இருந்தது. வெளியே போன திமித்ரி ஃபியோதரவிச் அவரை வெறுப்புடன் பார்த்தான்.

'உன்னுடைய இந்த ரத்தத்திற்காக நான் கவலைப்படவில்லை!' என்று சொன்னவன், – 'ஜாக்கிரதையாய் இரு, கிழவனே, உன்னுடைய கனவுகளைக் கவனமாகப் பேணிப் பாதுகாத்து வைத்துக்கொள், ஏனென்றால், எனக்கும் கனவுகள் இருக்கின்றன! உன்னை நான் சபிக்கிறேன், அப்படியே முற்றிலுமாக உன்னை நிராகரிக்கிறேன்...'

அப்படிச் சொன்னவன் அறையிலிருந்து வெளியேறினான். 'இங்கே, இங்கேதான் எங்கேயோ அவள் கண்டிப்பாக இருக்க வேண்டும்' என்றவர், ஸ்மெர்தியாக்கவ், என்று ஆள்காட்டி விரலால் ஸ்மெர்தியாக்கவை அழைத்து, மூச்சு விடக்கூட முடியாமல் அவர் முணுமுணுத்தார்.

'இல்லை, அவள் இங்கு இல்லை, புத்திகெட்ட கிழவரே' என்று அவரைப் பார்த்து எரிச்சலுடன் கத்திய இவான், 'இதோ, மயக்கமாகி

கரமாஸவ் சகோதரர்கள்

விட்டார்!' தண்ணீர், துவாலையை எடுத்துக்கொண்டு சீக்கிரம் வா ஸ்மெர்தியாக்கவ்!'

ஸ்மெர்தியாக்கவ் தண்ணீர் கொண்டுவரப் போனான். கிழவரின் ஆடைகளை ஒருவழியாகக் களைந்து அவரைப் படுக்கையில் படுக்க வைத்தார்கள். இவானும் அல்யோஷாவும் ஈரத் துவாலையை அவருடைய தலையில் கட்டினார்கள். பிராந்தி குடித்த போதையில் வலுவிழந்து, இந்தச் சம்பவத்தில் பயங்கரமாக அடி வாங்கியிருந்த அவர் கண்களை மூடித் தலையணையில் படுத்ததுமே உறங்கிப்போனார். இவான் ஃபியோதரவிச்சும் அல்யோஷாவும் வரவேற்பறைக்கு வந்தனர். உடைந்து போன பூக்குடுவையின் துண்டுகளை ஸ்மெர்தியாக்கவ் அள்ள, கிரிகோரியோ ஆச்சர்யத்தில் தரையைப் பார்த்தபடி மேஜையருகே நின்றுகொண்டிருந்தான்.

'நீயும் தலையில் ஈரத் துண்டைக் கட்டிக் கொஞ்சநேரம் படு' என்று கிரிகோரியைப் பார்த்து அல்யோஷா சொன்னான். 'நாங்கள் அவரைப் பார்த்துக்கொள்கிறோம். சகோதரன் உன் தலையிலும் பயங்கரமாக அடித்துவிட்டான்...'

'என்னை அடிப்பதற்கு அவன் எப்படித் துணிந்தான்!' என்று ஒவ்வொரு வார்த்தையையும் சோர்வுடன் உச்சரித்தான் கிரிகோரி.

'அவனுடைய தந்தையையே அடிக்க அவனுக்குத் 'துணிவிருக்கும்' போது நீ எம்மாத்திரம்!' என்று முகத்தைச் சுளித்தபடி வெறுப்பாகச் சொன்னான் இவான் ஃபியோதரவிச்.

'நான் அவனைக் குளிப்பாட்டி வளர்த்தவன்... என்னை அடிக்கத் 'துணிந்து' விட்டானே!'

'நாசமாய்ப் போக, அவனை மட்டும் நான் விலக்கிப் பிடிக்காம லிருந்திருந்தால் இந்நேரம் அவன் தந்தையைக் கொன்றிருப்பான். இந்தக் கிழவரை முடிக்க அவனுக்கு அதிக நேரம் பிடிக்காது தெரியுமா!' என்று அல்யோஷாவைப் பார்த்தபடி முணுமுணுத்தான் இவான் ஃபியோதரவிச்.

'கடவுளே, காப்பாற்று!'

'எதற்குக் காப்பாற்ற வேண்டும்?' என்று முகத்தைச் சுழித்தவாறு கேட்ட இவான், தன்னுடைய முணுமுணுப்பைத் தொடர்ந்தான். 'ஒரு துரோகி மற்றொரு துரோகியை அழித்துக்கொண்டு இருவருமே அழிந்துபோகட்டும்!'

அல்யோஷா தொடர்ந்தான்.

'இங்கு ஒரு கொலை நடக்க நான் விடமாட்டேன்; இப்போது எப்படித் தடுத்தேனோ அப்படியே எப்போதும் தடுப்பேன்.'

'அல்யோஷா, நீ இங்கேயே இரு, நான் கொஞ்சம் காற்றாட வெளியில் நடந்துவிட்டு வருகிறேன்; எனக்குத் தலை கொஞ்சம் வலிக்கிறது' என்றான் இவான்.

அல்யோஷா தந்தையின் படுக்கை அறையின் திரைச் சீலைக்குப் பின்னால் ஒரு மணி நேரத்திற்கும் மேலாக உட்கார்ந்திருந்தான். கிழவர் திடீரென்று கண்களைத் திறந்து அமைதியாக அல்யோஷாவைப் பார்த்தபோது, நடந்த எல்லாவற்றையும் மறுபடியும் அவர் நினைத்துப் பார்ப்பது அல்யோஷாவுக்குத் தெளிவாகத் தெரிந்தது. சட்டென்று அவருடைய முகத்தில் கவலைக்கான அறிகுறி தென்பட்டது.

'அல்யோஷா,' என்று ஃபியோதர் பாவ்லவிச் பொருளறிந்து முணுமுணுத்தபடி, 'எங்கே இவான்.'

'அவனுக்குத் தலை வலிப்பதால் முற்றத்தில் இருக்கிறான்; எல்லாவற்றையும் அவன் கண்காணித்துக் கொண்டுதான் இருக்கிறான்.'

'அங்கிருக்கும் முகம் பார்க்கும் கண்ணாடியை எடுத்துக் கொடு!' பெட்டியில் இருந்த வட்டவடிவிலான, மடித்து எடுத்துக்கொள்ளும் வசதிகொண்ட அந்தக் கண்ணாடியை எடுத்துக் கொடுத்தான் அல்யோஷா. கிழவர் கண்ணாடியில் தன்னுடைய முகத்தை உற்றுப் பார்த்தார்: அடிபட்ட மூக்கு நன்றாக வீங்கியிருக்க, இடது புருவத்திற்கு மேல் நெற்றியில் பெரிய அளவில் கன்றிவிட்ட காயம் நீலநிறத்தில் இருந்தது.

'இவான் என்ன சொல்கிறான்? என் ஒரே அருமை மகனே, அல்யோஷா, நான் இவானைப் பார்த்துப் பயப்படுகிறேன்; யாரை விடவும் நான் இவானைப் பார்த்துத்தான் மிகவும் பயப்படுகிறேன்; உன் ஒருவனைப் பார்த்துத்தான் நான் பயப்படாமல் இருக்கிறேன்.'

'இவானைக் கண்டு நீங்கள் பயப்பட வேண்டாம், அவன் உங்கள் மீது கோபமாக இருக்கிறான்; ஆனால் அவன் உங்களைக் காப்பாற்றுவான்.'

'அல்யோஷா, ஆனால் அந்த மற்றொருவன் என்ன ஆனான்? அவன் குரூஷென்காவைப் பார்க்கப் போய்விட்டான் என்று நான் நினைக்கிறேன்! உண்மையைச் சொல், என் அருமை மகனே, குரூஷென்கா இங்கு வந்திருந்தாளா இல்லையா?'

'யாருமே அவளை இங்குப் பார்க்கவில்லை. அவள் இங்கு வந்திருக்கிறாள் என்பது வெறும் பொய், அவள் இங்கு வரவே இல்லை.'

'ஆனால் மீத்கா அவளைத் திருமணம் செய்துகொள்ள விருப்பப் படுகிறான், திருமணம் செய்துகொள்ள!'

'அவள் அவனைத் திருமணம் செய்துகொள்ள விரும்பவில்லை.'

'மாட்டாள், மாட்டாள், அவள் மாட்டவே மாட்டாள், அவனை அவள் எப்படியுமே திருமணம் செய்துகொள்ளமாட்டாள்!' என்ற கிழவர் மிகவும் சந்தோஷத்துடன், இதைவிடச் சந்தோஷமான விஷயத்தை யாருமே அவரிடம் சொல்லியிருக்க முடியாது என்பது போல மிகவும் சந்தோஷத்துடன் சொன்னார்.

உடனே அவர் அல்யோஷாவின் கையை எடுத்துத் தன்னுடைய மார்பின் மீது வைத்து இதமாக அழுத்தினார். அவருடைய கண்களில்

இருந்து கண்ணீர்கூட வந்தது. 'அந்த உருவச்சிலையை, புனித மேரியின் அந்த உருவச்சிலையைப் பற்றிச் சொன்னேனே, அந்த உருவச்சிலையை நீயே எடுத்துக்கொள், உன்னுடனேயே நீ எடுத்துக்கொண்டு போ. திரும்பவும் நீ துறவி மடாலயத்திற்குப் போகலாம்... வெறும் விளையாட்டுக்காகத்தான் நான் அப்படிச் சொன்னேன், என்மீது நீ ஒன்றும் கோபப்படாதே. எனக்குத் தலைவலிக்கிறது அல்யோஷா... என்னுடைய மனதைச் சாந்தப்படுத்து, என்னுடைய தேவதூதனே, உண்மையைச் சொல்!'

'மீண்டும் நீங்கள் அதைப் பற்றித்தானே: அவள் வந்தாளா இல்லையா என்றுதானா?' என்று கசப்புடன் கேட்டான் அல்யோஷா.

'இல்லை, இல்லை, இல்லை, உன்னை நான் நம்புகிறேன், நீ ஒன்றைச் செய்ய வேண்டும். குருஷென்காவிடம் நீ போகவேண்டும், எப்படியாவது நீ அவளைப் பார்க்க வேண்டும். பார்த்து, அவளைக் கேள், யாரிடம் அவள் இருக்க விருப்பப்படுகிறாள் என்று, என்னிடமா இல்லை அவனிடமா? என்று; உன்னால் இதைச் செய்ய முடியுமா முடியாதா?'

'அவளைப் பார்த்தால் அவளிடம் நான் கண்டிப்பாகக் கேட்பேன்' என்று இக்கட்டான சூழ்நிலையில் முணுமுணுத்தான் அல்யோஷா.

'இல்லை அவள் சொல்லமாட்டாள்' என்று இடைமறித்துச் சொன்ன கிழவர், 'எளிதில் அவள் மனம் மாறக்கூடியவள். உனக்கே அவள் முத்தம் கொடுத்து, உன்னுடனே இருக்க விருப்பப்படுகிறேன் என்றுகூட அவள் சொல்வாள். அவள் ஒரு ஏமாற்றுக்காரி, வெட்கம் கெட்டவள், இல்லை நீ அங்கே போகக் கூடாது, போகவே கூடாது.' 'ஆமாம், அது நல்லதுமல்ல, நீயோ ஒரு துறவி, இது எந்த விதத்திலும் சரிப்பட்டு வராது.' 'அங்கே போ' என்று கத்திக்கொண்டே அவன் ஓடியபோது உன்னை அவன் எங்கே போகச் சொன்னான்.'

'கத்தரீனா இவானவ்னாவைப் பார்க்கப் போகச் சொன்னான்.'

'அவனிடம் பணம் இல்லை, ஒரு பைசாகூட இல்லை, கேள் அல்யோஷா, இன்று இரவு நான் யோசித்து வைக்கிறேன். இப்போது நீ போய் வா. ஒருவேளை நீ அவளைப் பார்க்கலாம்... நாளைக் காலை வா, உன்னிடம் நான் ஒன்று சொல்ல வேண்டும், நாளைக்கு நீ வருவாய் தானே?'

'வருவேன்.'

'நாளைக்கு நீ வரும்போது என்னைப் பார்க்க நீயே வருவது போல வா. நான் உன்னை வரச்சொன்னேன் என்று யாரிடமும் சொல்லாதே. இவானிடம்கூட இதைப் பற்றிச் சொல்லாதே.'

'சரி.'

'போய் வா, என் தேவதூதனே, என்னை நீ காப்பாற்றியதை ஒருபோதும் நான் மறக்கமாட்டேன். நாளைக்கு உன்னிடம் ஒன்று சொல்ல வேண்டும்... இப்போது நான் கொஞ்சம் யோசிக்க வேண்டும்...'

‘உங்களுக்கு இப்போது எப்படி இருக்கிறது?’

‘நாளைக்கு, நாளைக்கே நான் எழுந்து நடப்பேன், முற்றிலுமாகக் குணமடைந்துவிடுவேன், முழுவதுமாகக் குணமடைந்துவிடுவேன்!’

முற்றத்திற்கு வந்த அல்யோஷா, நுழைவாயில் விசிப்பலகையில் தன் சகோதரன் அமர்ந்திருப்பதைப் பார்த்தான்: உட்கார்ந்திருந்த அவன், குறிப்பேட்டில் பென்சிலால் எதையோ எழுதிக்கொண்டிருந்தான். கிழவர் நல்ல நினைவில் இருப்பதாகவும் இப்போது அவர் தூங்குவ தாகவும் அவனை அவர் மடாலயத்திற்குப் போகச் சொல்லி அனுப்பி விட்டதாகவும் இவானிடம் சொன்னான் அல்யோஷா.

‘அல்யோஷா, நாளை காலை உன்னை நான் இங்குப் பார்த்தால் மிகவும் சந்தோஷப்படுவேன்’ என்று தன்னுடைய இருக்கையில் இருந்து எழுந்தபடி அன்புடன் சொன்னான் இவான் – அவன் காட்டிய அந்த அன்பு அல்யோஷாவுக்கு அதீத ஆச்சர்யத்தைத் தந்தது.

‘நாளைக்கு நான் ஹஹ்லக்கோவாவைப் பார்க்கப் போகிறேன்’ என்றான் அல்யோஷா. ‘கத்தரீனா இவானவ்னாவை நாளைக்கு நான் பார்க்கக்கூடும், அப்படி ஒருவேளை அவளைப் பார்க்க முடிய வில்லை என்றால் . . .’

‘ஆக எப்படியும் நீ கத்தரீனா இவானவ்னாவைப் பார்க்கப் போகிறாய்! அவன் சொன்னது போல அவளுக்குப் ‘பிரியாவிடை’ கொடுக்கத்தானே?’ என்று சட்டென்று ஒரு சிரிப்பை உதிர்த்து அல்யோஷாவைச் சங்கடப்படுத்தினான் இவான்.

‘இப்போது எனக்குப் புரிகிறது, அவன் ஏன் அப்படி உரக்கக் கத்தினான் என்று; இதற்கு முன்பு அவன் கத்தியதும் ஏன் என்று இப்போது எனக்குப் புரிகிறது. அவளைப் பார்த்து . . . ஹா . . . ஹா, ஒரு வரியில் சொல்லப்போனால், ‘பிரியாவிடை’ சொல்லச் சொல்லிச் சொல்லியிருக்கிறான், அப்படித்தானே?’

‘சகோதரனே! திமித்ரிக்கும் தந்தைக்கும் இடையேயான மனக்கசப்பு எதில் கொண்டுபோய் முடியுமென்று எனக்குத் தெரியவில்லை!’

‘அதை யூகிப்பது கடினம். அது ஒன்றும் இல்லாமலும் போகலாம்: அப்படியே அது மறைந்தும் போகலாம். அந்தப் பெண் – மனிதனை விழுங்கும் ஒரு மிருகம். எது எப்படி இருந்தாலும், கிழவரைப் பத்திரமாகப் பாதுகாக்க வேண்டும், அப்படியே திமித்ரியையும் வீட்டுக்குள் நுழையவிடாமலும் பார்த்துக்கொள்ள வேண்டும்.’

இவான் ‘உன்னிடம் ஒன்று கேட்கலாமா: இந்தப் பூமியில் ஒரு மனிதன் வாழத்தகுதி இல்லாதவன் என்பதை முடிவுசெய்ய வேறு ஒரு மனிதனுக்கு உரிமை இருக்கிறதா என்ன?’

‘தகுதியை நிர்ணயிப்பதைப் பற்றி ஏன் பேச வேண்டும், ஒரு மனிதனின் உள்ளத்தில் இந்தக் கேள்வி அடிக்கடி கேட்கப்பட வேண்டிய ஒன்றாக இருக்க வேண்டும், ஆனால், அது தகுதியின் அடிப்படையில் அல்ல, அதற்கும் மேலாக, இயல்பாகவே கேட்கப்பட வேண்டிய

கேள்வியாக இருக்க வேண்டும். உரிமையைப் பற்றிச் சொல்லப் போனால், யாருக்குத்தான் விருப்பப்பட உரிமை இல்லை?'

'ஆனால் ஒரு மனிதன் மற்றொரு மனிதனின் இறப்பைப் பற்றிப் பேசக் கூடாதல்லவா?'

'ஆக, வேறொரு மனிதனின் இறப்பைப் பற்றிப் பேசக் கூடாது, அப்படித்தானே? நாம் வேறுவிதமாக வாழமுடியாது, இப்படித்தான் வாழமுடியுமென்று நாம் ஒத்துக்கொள்ளாமல், நமக்கு நாமே ஏன் பொய் சொல்லிக்கொள்ள வேண்டும். 'இரண்டு துரோகிகள் ஒருவரை ஒருவர் தின்றுகொண்டிருக்கிறார்கள்' என்று நான் சற்று முன்பு சொன்னேனே, அதைப் பற்றியா நீ சொல்கிறாய்? அப்படியானால், உன்னை ஒன்று கேட்க வேண்டும்: திமித்ரியைப் போல வயதான இந்தக் கிழவரைக் கொல்லக்கூடியவன் நான் என்று நீ நினைக்கிறாயா?'

'என்ன இவான்! எப்போதுமே உன்னைப் பற்றி அப்படி நான் நினைத்ததே இல்லை! அப்படியே திமித்ரிகூட அப்படிச் செய்வான் என்றும் நான் நினைக்கவில்லை.'

'குறைந்தபட்சம் அதற்காகவாவது உனக்கு நான் நன்றி சொல்ல வேண்டும்.' 'எப்போதுமே அவருக்கு நான் பாதுகாவலனாக இருப்பேன் என்பதை நீ தெரிந்துகொள்.'

ஆனால் இதைப் பற்றிய என்னுடைய கருத்துக்கு நான் முழுச் சுதந்திரம் அளிக்க விரும்புகிறேன். நாளை சந்திப்போம், சென்று வருகிறேன். என்னைக் குற்றவாளி என்றோ வில்லன் என்றோ நினைக்காதே' என்று ஒரு புன்முறுவலுடன் இதையும் சேர்த்துச் சொன்னான் இவான்.

எப்போதும் போலில்லாமல் அவர்கள் இருவரும் மிக இதமாக, அழுத்தமாக இப்போது கைகுலுக்கிக்கொண்டார்கள்.

ஏதோ ஒரு நோக்கத்துடன்தான் இவான் இப்படி ஒரு முதல் அடியை எடுத்துவைப்பதாக அல்யோஷா நினைத்தான்.

# 10

## இருவரும் சேர்ந்து

தந்தையின் வீட்டில் நுழைந்தபோது அல்யோஷாவுக்கிருந்த மன நிலையைவிட, வெளியே வந்தபோது இருந்த அல்யோஷாவின் மனநிலை மிகவும் சோர்வடைந்து நொறுங்கிப் போயிருந்தது. அவனுடைய எண்ணங்கள் எல்லாம் சிதறித் தகர்ந்துபோயிருந்தாலும், நடந்த வேதனையான, முரண்பாடான சம்பவங்களை ஒன்று சேர்த்து, பொதுவான ஒரு முடிவுக்கு வரவேண்டுமென்று அவன் விரும்பினான். இதுவரை இல்லாத ஒரு உணர்வு, அல்யோஷாவைத் தளர்ச்சியின் விளிம்புக்குக் கொண்டுசென்றது. முக்கியமான கேள்வி ஒன்று மிகப்

பெரியதாக, மலையைப் போன்று மிகப் பிரம்மாண்டமானதாக, எல்லாவற்றையும்விடப் பேரச்சம் நிறைந்ததாக, விடைகாண முடியாத ஒன்றாக அவன் முன்னே எழுந்து நின்றது: இந்தப் பெண்ணின் மோசமான தொடர்பால், தந்தைக்கும் சகோதரன் திமித்ரிக்கும் இடையே என்ன நடக்கும் என்ற இந்தக் கேள்விதான் அவன் முன்னே மிகப் பிரம்மாண்டமாக எழுந்து நின்றது. இப்போது அந்தக் காட்சியை அவனே பார்த்துவிட்டான். அவர்கள் இருவரும் போட்டுக்கொண்ட சண்டையை அவன் பார்த்துவிட்டான். இருந்தாலும், திமித்ரிதான் இதில் துரதிருஷ்டசாலியாக, மகிழ்ச்சியை இழந்தவனாக இருக்கக்கூடும்: பேரழிவு அவனை இறுகப்பற்றியிருந்தது. அல்யோஷா நினைத்ததைவிட, மற்றவர்களும் இதில் சம்மந்தப்பட்டிருக்கிறார்கள், சொல்லப்போனால், மிக அதிகமாகவே சம்மந்தப்பட்டிருக்கிறார்கள். இதில் ஏதோ ஒரு ரகசியம் அடங்கியிருப்பதாக அல்யோஷா உணர்ந்தான். அவனுடைய சகோதரன் இவான், அல்யோஷா விரும்பியது போலவே, பரஸ்பரப் புரிதலை நோக்கி ஒரு அடி எடுத்து வைத்திருந்தாலும், அது அவனுக்குப் பயத்தையே அளித்தது. அப்படியானால் அந்தப் பெண்கள்? கத்தரீனா இவானவ்னாவைப் பார்க்கப் போக வேண்டுமென்று இதற்கு முன்பு அவன் நினைத்தபோது தர்மசங்கடமான ஒருவித உணர்வு அவனுள் எழ, இப்போது அது மறைந்துபோயிருந்தது அவனுக்கு ஆச்சர்யமாக இருந்தது. மாறாக, அவளைப் பார்த்தால் ஏதாவது ஒரு வழி கிடைக்கு மென்று எண்ணி, அவளைப் பார்க்க அவசரமாக அவன் போனான். எப்படி இருந்தாலும், இந்த விஷயத்தை அவளிடம் இப்போது சொல்வதற்கு அவனுக்குச் சிரமமாகவே இருந்தது: அந்த மூவாயிரம் ரூபிள்களுக்கான விடை முடிவாக இப்போது கிடைத்துவிட, அப்படியே சகோதரன் திமித்ரி நேர்மையில்லாதவன் என்பதை உணர்ந்து, இனி எந்தவித நம்பிக்கையும் இல்லாமல், வருகின்ற எந்தத் தோல்வியை யும் எதிர்கொள்ளப் பயப்படாதவனாக அவன் இருந்தான். அப்படியே தந்தையின் வீட்டில் நடந்த இந்த நிகழ்ச்சியைப் பற்றியும் கத்தரீனா இவானவ்னாவிடம் தெரிவிக்குமாறு அவன் கேட்டுக்கொண்டிருந்தான்.

பல்ஷோய் தெருவில் இருக்கும் விசாலமான, வசதியான கத்தரீனா இவானவ்னாவின் வீட்டிற்கு அல்யோஷா வந்துசேர்ந்தபோது மாலை ஏழுமணியாகி, அரையிருளாக இருந்தது. அவள் தன்னுடைய இரு அத்தைமார்களுடன் வாழ்கிறாள் என்று அல்யோஷாவிற்குத் தெரியும், அந்தப் பெண்மணியில் ஒருத்தி, தற்செயலாக, அவளுடைய உறவுக்காரப் பெண்ணாக இல்லாமல், ஒன்றுவிட்ட தங்கை அகோஃபையா இவானவ்னாவுக்குச் சொந்தக்காரியாக இருந்தாள்; பள்ளிப்படிப்பை முடித்துத் திரும்பியிருந்த அவள், தன்னுடைய சகோதரியையும் அவளையும் பொறுப்பாகக் கவனித்துக்கொள்ளும் அடக்கமான பெண்ணாக இருந்தாள். அவளுடைய மற்றொரு அத்தை பணக்காரியாக இல்லாவிட்டாலும், மிக நாகரிகமாக, கவனத்தை ஈர்க்கக்கூடிய, மாஸ்கோவைச் சார்ந்த பெண்மணியாக இருந்தாள். அவர்கள் இருவருமே கத்தரீனா இவானவ்னாவிற்கு உதவிசெய்பவர்களாக, அவளை நன்கு கவனித்து, பாதுகாத்து வருபவர்களாக இருந்தார்கள். மாஸ்கோவில் உடல்நலம் சரியில்லாமல் இருந்த காலஞ்சென்ற படைத்தளபதியின்

மனைவிக்கு மட்டுமே கத்தரீனா இவானவ்னா கீழ்ப்படிந்து நடந்து வந்தாள், ஏனெனில் அவள் அவளுக்குப் பணம் கொடுத்து உதவி வந்தாள்; அத்துடன் வாரம் இருமுறை இங்கு நடக்கும் விஷயங்களைக் கடிதம் எழுதித் தெரிவிப்பது அவளுடைய கடமையாக இருந்தது.

வரவேற்பறையில் நுழைந்த அல்யோஷா, அங்கிருந்த பணிப் பெண்ணிடம், தான் வந்திருப்பதாகக் கத்தரீனா இவானவ்னாவிடம் தெரிவிக்குமாறு சொன்னபோது, ஏற்கனவே அவனுடைய வருகையைப் பற்றி அவர்களுக்குத் தெரிந்திருந்தது என்பது அவனுக்குத் தெளிவாகத் தெரிந்தது (ஒருவேளை அவன் வருவதை அவர்கள் ஜன்னல் வழியாகப் பார்த்திருக்கலாம்); ஏனெனில் பரபரப்பாகப் பெண்கள் நகர்வதும் சரசரக்கும் அவர்களுடைய பாவாடைச் சத்தமும் அவனுக்குக் கேட்டது; அப்படியே இரண்டு, மூன்று பெண்கள் வேகமாக அங்கிருந்து வெளியேறுவது போலவும் இருந்தது.

அவனுடைய வருகை இப்படி ஒரு பதைபதைப்பை ஏற்படுத்தியது அவனுக்கு ஆச்சர்யமாக இருந்தது. இருந்தாலும், வரவேற்பறைக்கு உடனே அவன் அழைத்துச் செல்லப்பட்டான். அந்த வரவேற்பறை மிகப் பெரியதாக, நேர்த்தியாக அலங்கரிக்கப்பட்டு, மரச்சாமான்க ளெல்லாம் மிக அழகாகத் தேர்வுசெய்யப்பட்டு, அந்த மாகாணத்தைச் சார்ந்திராத ஒன்றாக இருந்தது. அங்கே பலவிதமான சோஃபாக்களும் சாய்விருக்கைகளும் சிறிய பெரிய மேஜைகளும் போடப்பட்டிருந்தன; சுவரில் படங்கள் மாட்டப்பட்டு, மேசை மீது பூக்குடுவைகளும் குடுவைகள் நிறைய பூக்களும் வைக்கப்பட்டு, விளக்குகள் எரிய, ஜன்னல்மீது மீன் தொட்டியும் வைக்கப்பட்டிருந்தன. அந்தி சாயும் அந்த வேளையில், அந்த அறை சற்றே இருட்டாக இருந்தது. சோபாவில் அமர்ந்திருந்தவர்கள் விட்டுச் சென்ற அங்கிகளும் முழுவதுமாகக் குடித்து முடிக்கப்படாத இரண்டு குவளை சாக்லேட் பானமும் மென்இனிப்பு ரொட்டிகளும் கண்ணாடித் தட்டில் நீல நிறத் திராட்சை களும் இன்னும் பலவிதமான இனிப்பு வகைகளும் இருந்ததை அல்யோஷா கவனித்தான். யாரோ விருந்தாளிகள் வந்திருக்க, அப்படி விருந்தாளிகள் வந்திருந்த நேரத்தில் அவன் இடையூறாக அங்கே வந்திருப்பதை நினைத்து அல்யோஷா வருத்தப்பட்டான். அப்போது திரைச்சீலையை விலக்கிக்கொண்டு கத்தரீனா இவானவ்னா கைகளை அகல விரித்தபடி முகத்தில் மகிழ்ச்சி பொங்க, ஒளிரும் சிரிப்புடன் அல்யோஷாவை நோக்கி வேகமாக வந்தாள். அவளைப் பின்தொடர்ந்து வந்த பணிப்பெண் எரியும் இரண்டு மெழுகுவர்த்திகளை மேஜையின் மீது கொண்டுவந்து வைத்தாள்.

‘கடவுளுக்கு நன்றி, இறுதியாக நீங்கள் வந்துவிட்டீர்கள்! இன்று முழுவதும் உங்களை நினைத்துக்கொண்டு கடவுளிடம் நான் வேண்டிக் கொண்டிருந்தேன்! உட்காருங்கள்.’

மூன்று வாரத்திற்கு முன்பு, கத்தரீனா இவானவ்னாவின் விருப்பத்தின் பேரில், முதன்முறையாகத் திமித்ரி, அல்யோஷாவை அவளுடைய வீட்டிற்குக் கூட்டிக்கொண்டு வந்தபோது அவளுடைய

அழகைப் பார்த்து அவன் வியந்துபோனான். அந்தச் சந்திப்பின்போது குறிப்பாக அவர்கள் எதுவும் பேசிக்கொள்ளவில்லை. அப்போது அவளிடம் பேசுவதற்கு அல்யோஷா மிகவும் வெட்கப்பட்டதால், அவனுடைய உணர்வுகளுக்கு மதிப்புக் கொடுத்து கத்தரீனா இவானவ்னா, திமித்ரி ஃபியோதரவிச்சிடமே பேசிக்கொண்டிருந்தாள். அல்யோஷா அப்போது அமைதியாக இருந்தாலும், அவன் எல்லா வற்றையும் கவனித்துக்கொண்டுதான் இருந்தான். தற்பெருமை மிகுந்த அந்தப் பெண்ணின் அதிகாரத் தன்மையும் வீறார்ந்த அவளுடைய நடைமுறைப் பழக்கவழக்கங்களும் அவளுடைய சுயகட்டுப்பாடும் அவனை வியப்பிலாழ்த்தின. இவையெல்லாம் எந்தவிதச் சந்தேகமு மின்றி அவளிடமிருக்க, எதையும் அவன் அதிகமாக உருவகப்படுத்திச் சொல்லவில்லை என்பது அவனுக்குத் தெரிந்தது. வெளிர் மஞ்சள் நிற முகத்தில் ஒளிரும் அவளுடைய இரு கரிய விழிகள் மிக அழகாக இருந்ததை அவன் கவனித்தான். அந்தக் கண்களைப் போன்றே நேர்த்தியான அவளுடைய இதழ்களும் அதில் இருந்த ஏதோ ஒன்றும் அவனுடைய சகோதரனை ஈர்த்திருக்கிறது, ஆனால் அந்த ஈர்ப்பு ஒரு சமயம் நீண்ட காலம் நீடிக்காமலும் போகலாம். தன்னுடைய இந்த எண்ணத்தை அவன் திமித்ரியிடம் ஓரளவு வெளிப்படையாகவே சொன்னான். ஏனெனில் அவர்களுடைய சந்திப்பிற்குப் பிறகு மணப் பெண்ணைப் பற்றிய அல்யோஷாவின் அபிப்பிராயத்தை மறைக்காமல் வெளிப்படையாகச் சொல்லும்படி திமித்ரி அவனைக் கேட்டுக் கொண்டிருந்தான்.

'அவளுடன் நீ சந்தோஷமாக இருப்பாய், ஆனால் ஒருவேளை அது . . . அமைதியில்லாத சந்தோஷமாக இருக்கக்கூடும்' என்று சொன்னான் அல்யோஷா.

'அதுதான் சகோதரனே, இப்படிப்பட்ட பெண்கள் அப்படித்தான் இருப்பார்கள், விதிக்கு முன்பு அவர்கள் வளைந்துபோக மாட்டார்கள். அதனால் வாழ்நாளின் இறுதிவரை தொடர்ந்து அவளை நான் விரும்பமாட்டேன் என்று நீ நினைக்கிறாயா?' என்று கேட்டான் திமித்ரி.

'இல்லை, ஒருவேளை நீ அவளை கடைசிவரை விரும்பலாம், ஆனால் அவளுடன் காலம் முழுவதும் நீ சந்தோஷமாக இருக்க முடியாது . . .'

'முட்டாள்தனமான' இப்படிப்பட்ட தன்னுடைய எண்ணத்தைத் தன் சகோதரனின் கட்டாயத்தின் பேரில் வெளிப்படையாகச் சொன்னதற்கு அல்யோஷா இப்போது வெட்கப்பட்டான். ஏனெனில், தான் சொன்ன இந்தக் கருத்து பயங்கர முட்டாள்தனமானதாக அவனுக்கே பட்டது. அதுவும் ஒரு பெண்ணைப் பற்றி அவன் சொன்ன கருத்துகளை நினைத்து அவனே வெட்கப்பட்டான். இப்படியாக, அப்படிப்பட்ட கத்தரீனா இவானவ்னா, தன்னைப் பார்த்ததும் உடனே ஓடிவந்ததைப் பார்த்து, அவளைப் பற்றித் தான் சொன்ன கருத்துகள் தவறாக இருக்குமோ என்றெண்ணி அவன் ஐயப்பட்டான். அவளுடைய

முகம் இப்போது எதையும் மறைக்காமல் வெளிப்படையாக, அன்பு ததும்ப, இதமாய், உண்மையாகவே கள்ளங்கபடமில்லாமல் இருந்தது. இதற்கு முன்பு அல்யோஷாவைத் தாக்கியிருந்த 'கர்வங்கொண்ட செருக்கான' அவளுடைய உருவம் மறைந்துபோய், இப்போது பெருந் தன்மையுடன், துணிச்சலான, வலிமையை உள்ளடக்கி, தெளிவான பார்வையுடன், அசைக்க முடியாத நம்பிக்கையைக் கொண்டிருந்த உருவம் தெரிந்தது. அவளைப் பார்த்த நிமிடத்திலேயே, அவள் உச்சரித்த முதல் வார்த்தையிலிருந்தே, அவள் மிகவும் விரும்பும் அந்த மனிதனிட முள்ள உறவு சோகமானது என்பது மட்டுமல்லாமல், இதுவரை நடந்த எல்லா விஷயங்களும் அவளுக்குத் தெரிந்திருக்கிறது என்பதையும் அல்யோஷா புரிந்துகொண்டான். இருந்தாலும், இவையெல்லாவற்றையும் மீறி, அவளுடைய முகம் பிரகாசமாகவும் வருங்காலத்தின் மீது மிகப்பெரிய நம்பிக்கையைக் கொண்டிருப்பதாகவும் இருந்தது. திடீரென்று அல்யோஷா அவள் முன்னால் உண்மையாகவே குற்றம் புரிந்தவனைப் போல உணர்ந்தான். அவளால் அவன் ஈர்க்கப்பட்டு, வெற்றியடையப் பட்டவனாக இருந்தான். இவை எல்லாவற்றையும்விட, அவள் உச்சரித்த முதல் வார்த்தையிலேயே, இதுவரை உணரப்படாத ஒருவித ஆழமான உற்சாகம் அபூர்வமாய் வெளிப்பட்டு, பரவச உணர்வை ஏற்படுத்தியது.

'எதற்காக உங்களைப் பார்க்க இப்படி நான் காத்திருக்கிறேன் என்றால், உண்மையை வேறு யாரிடமுமில்லாமல் உங்களிடமிருந்து மட்டுமே தெரிந்துகொள்ள முடியுமென்ற காரணத்தினால்தான்.'

'நான் இங்கு வந்தது . . .' என்று குழப்பத்துடன் முணுமுணுத்த அல்யோஷா, 'நான் . . . அவன் என்னை அனுப்பிவைத்தான் . . .'

'ஓ, அவர் உங்களை அனுப்பிவைத்தாரா, அப்படித்தான் நானும் நினைத்தேன். இனி எல்லாம் எனக்கு விளங்கிவிட்டது, எல்லாமே!' என்று கத்தரீனா இவானவ்னா ஆச்சர்யமாகச் சொன்னபோது, அவளுடைய கண்கள் திடீரென்று பளிச்சிட்டன. 'ஒரு நிமிடம், அலெக்ஸெய் ஃபியோதரவிச், எதற்காக உங்களைப் பார்க்க இப்படிக் காத்திருக்கிறேன் என்பதை இப்போதே சொல்லிவிடுகிறேன். பாருங்கள், ஒருவேளை உங்களுக்குத் தெரிந்ததைவிட எனக்கு அதிகமாகத் தெரிந்திருக்கக்கூடும்; உங்களிடமிருந்து எனக்கு எதுவும் தெரிந்துகொள்ளத் தேவையில்லாமலும் இருக்கலாம். ஆனால் உங்களிடமிருந்து ஒன்றை நான் தெரிந்துகொள்ள வேண்டும்: எனக்கு உங்களுடைய கருத்து, அவரைப் பற்றிய உங்களுடைய முழுக் கருத்தும் தெரிய வேண்டும்; ஒளிவுமறைவு இல்லாமல், நேர்மையாக, எதையும் மறைக்காமல், வெளிப்படையான கருத்தை உங்களிடமிருந்து தெரிந்துகொள்ள விரும்புகிறேன் (அது எவ்வளவு கடுமையானதாக இருந்தாலும் சரி) – நீங்கள் அவரை இப்போது எப்படிப் பார்க்கிறீர்கள், அதுவும் இன்று நீங்கள் அவரைச் சந்தித்த பிறகு அவரைப் பற்றி நீங்கள் என்ன நினைக்கிறீர்கள்? என்ற உங்களுடைய கருத்து எனக்குத் தேவை. அதுதான் சரியாக இருக்குமென்று நான் நினைக்கிறேன், ஏனெனில் அவர் இப்போது என்னைப் பார்க்க விரும்பவில்லை. உங்களுக்குப் புரிகிறதா, உங்களிடமிருந்து நான் என்ன எதிர்பார்க்கிறேன் என்பது?

என்னிடம் என்ன சொல்லச் சொல்லி அவர் உங்களை இங்கு அனுப்பி வைத்தார் (உங்களை அனுப்புவார் என்று எனக்குத் தெரியும்!) – வெளிப்படையாகச் சொல்லுங்கள், அவர் சொன்ன கடைசி வார்த்தை வரை எல்லாவற்றையும் சொல்லுங்கள்!'

'உங்களிடமிருந்து அவர் விடைபெற்றுக்கொள்வதாகவும் உங்களைப் பார்க்க அவர் எப்போதுமே வரமாட்டார் என்றும் திரும்ப உங்களிடம் அவர் வரவேமாட்டார் என்றும் ... உங்களிடமிருந்து அவர் விடை பெற்றுக்கொள்வதாகவும் சொல்லச் சொன்னார்.'

'விடைபெற்றுக்கொள்வதா? அப்படியா சொன்னார், அப்படியா சொல்லச் சொன்னார்?'

'ஆமாம்.'

'ஒருவேளை அவர் தவறாகச் சொல்லியிருக்கலாம்; தவறாக வேறு எதையோ சொல்லிவிட்டாரோ?'

'இல்லை, குறிப்பாக இதைத்தான் சொல்லச் சொன்னார்: 'விடை பெற்றுக்கொள்வதாக' 'மூன்றுமுறை, மறக்காமல் இதை உங்களிடம் நான் தெரிவிக்க வேண்டுமென்றும் சொன்னார்.'

கத்தரீனா இவானவ்னா முகம் சிவந்துபோனாள்.

'அப்படியானால் எனக்கு ஒரு உதவிசெய்யுங்கள், அலெக்ஸெய் ஃபியோதரவிச், இனிமேல்தான் உங்களுடைய உதவி எனக்குத் தேவை: நான் என்ன நினைக்கிறேன் என்பதைச் சொல்கிறேன், அது சரியா தவறா என்பதை மட்டும் சொல்லுங்கள். கேளுங்கள், அவர் போகிற போக்கில் எதையும் குறிப்பிட்டுச் சொல்லாமல், எந்த வார்த்தைகளுக்கும் அழுத்தம் கொடுக்காமல், என்னிடமிருந்து விடைபெற்றுக்கொள்வதாக மட்டுமே அவர் சொன்னார் என்றால், எல்லாமே முடிந்துவிட்டது ... எல்லாமே முடிந்துவிட்டது என்று அர்த்தம்! ஆனால் குறிப்பிட்ட அந்த வார்த்தையை, விடைபெற்றுக்கொள்கிறார் என்ற வார்த்தையை மறக்காமல் என்னிடம் சொல்லுமாறு அவர் கேட்டுக்கொண்டார் என்றால், அது அவரையும் அறியாமல் ஏதோ ஒரு மனவெழுச்சியில் சொல்லியிருக்கிறார் என்றுதானே அர்த்தமாகிறது?' அவர் எடுத்த இந்த முடிவைக் கண்டு அவரே பயந்துவிட்டார்! என்னிடமிருந்து உறுதியாக அவர் விலகிவிடவில்லை, மலை உச்சியில் இருந்து வீழ்ந்து விட்டார். அந்த வார்த்தையை அவர் அழுந்தச் சொல்வதற்குக் காரணம், தன்னைத் தைரியமுள்ளவராக அவர் காட்டிக்கொள்வதற்குத்தான் ...'

'அப்படித்தான், அப்படியேதான்!' என்று உடனே உறுதி செய்த அல்யோஷா, 'எனக்கும் அப்படித்தான் தோன்றுகிறது.'

'அப்படியானால் அவரை நான் முழுவதுமாக இழக்கவில்லை! ஏதோ ஒரு மனக்கசப்பில் அவர் இருக்கிறார், அவரைக் காப்பாற்றி நான் அவரை வெளியில் கொண்டுவர முடியும். ஒரு நிமிடம்: பணத்தைப் பற்றி அவர் ஏதாவது சொன்னாரா, அந்த மூவாயிரம் ரூபிள்களைப் பற்றி?'

'அதைப் பற்றி மட்டும் அவர் சொல்லவில்லை, ஒருவேளை அதுதான் அவரைக் கொன்றுகொண்டிருக்கிறது என்று நான் நினைக்கிறேன். அவர் சொன்னார், அவருடைய நேர்மையை அதுதான் பாழாக்கிவிட்டதென்றும் இனி அதைப் பற்றிப் பேசுவதற்கு ஒன்றுமே இல்லை என்றும் சொன்னார்' என்று அல்யோஷா தன் சகோதரனைக் காப்பாற்ற ஏதாவது ஒருவழி இருக்குமா என்ற நம்பிக்கையில் சற்றே உணர்ச்சி பொங்கச் சொன்னான். 'ஆனால், உங்களுக்கு . . . அந்தப் பணத்தைப் பற்றி ஏதாவது தெரியுமா?' என்று கேட்டவன் சட்டென்று பேச்சை நிறுத்தினான்.

'அதைப் பற்றி எனக்கு எப்போதோ தெரியும், முழுமையாகத் தெரியும். மாஸ்கோவிற்குத் தந்தி அனுப்பிப் பணம் கிடைத்ததா என்று நான் கேட்டேன், அது கிடைக்கவில்லை என்று சொன்னதுமே எனக்குத் தெரியும், அந்தப் பணத்தை அவர் மாஸ்கோவுக்கு அனுப்ப வில்லை என்று; ஆனால் அதைப் பற்றி அவரிடம் நான் ஒன்றும் சொல்லவில்லை. மேலும் அவருக்குப் பணம் தேவைப்பட்டது என்பதைப் போனவாரம் தான் நான் தெரிந்துகொண்டேன் . . . ஆக, இவையெல்லாம் ஒன்றுசேர, ஒரே ஒரு உறுதிப்பாட்டைத் தான் நான் எடுத்தேன்: உண்மையான நண்பன் யார், சிரமமான நேரத்தில் அவர் யாரை அணுக வேண்டுமென்பது அவருக்குத் தெரிய வேண்டுமென்று; உண்மையான நண்பன் நான்தான் என்பதை அவர் ஏற்றுக்கொள்ள மறுக்கிறார்; என்னைத் தெரிந்துகொள்ள அவருக்கு விருப்பமில்லை, என்னை ஒரு பெண்ணாக மட்டுமே அவர் பார்க்கிறார். இதை நினைத்துத்தான் நான் இந்த ஒரு வாரமும் வேதனைப்பட்டேன்: அந்த மூவாயிரம் ரூபிள்களுக்காக என்னைப் பார்த்து அவர் வெட்கப் படாமல் இருக்க நான் என்ன செய்ய வேண்டும்? என்று. இப்படி அவர் நடந்துகொண்டதற்காக அவரும் மற்றவர்கள் என்ன நினைப்பார் கள் என்பதை நினைத்தும் அவர் வெட்கப்படட்டும், ஆனால் என்னைப் பார்த்து அவர் வெட்கப்படத் தேவையில்லை. எந்தவித வெட்கமு மில்லாமல் கடவுளிடம் அவர் எல்லாவற்றையும் சொல்கிறார்தானே, அப்படியிருக்கையில் அவருக்காக என்னவெல்லாம் நான் தாங்கிக் கொண்டிருக்கிறேன் என்பதை அவர் ஏன் புரிந்துகொள்ளமாட்டேன் என்கிறார்? எப்படி அவர் என்னைப் புரிந்துகொள்ளாமல் இருக்கிறார்! முழுமையாக நான் அவரைக் காப்பாற்ற விரும்புகிறேன்; அவருக்கு நான் மணமகள் என்பதை அவர் மறந்துவிடட்டும்! ஆனால் அதை நினைத்துத்தான் அவர் பயப்படுகிறார்! உங்களிடம், அலெக்ஸெய் ஃபியோதரவிச், அவர் பயப்படாமல்தானே பேசுகிறார்? அப்படி யிருக்கையில், என்னிடம் மட்டும் ஏன் பயப்படுகிறார், அதற்கு நான் தகுதியில்லாதவளா என்ன?' என்று இந்தக் கடைசி வார்த்தைகளைக் கண்ணீர் சிந்த அவள் சொன்னாள்; அவள் கண்களிலிருந்து கண்ணீர் வழிந்தோடியது.

'உங்களிடமும் நான் ஒன்றைச் சொல்ல வேண்டும்' என்று நடுங்குகிற குரலில் சொன்ன அல்யோஷா, 'இப்போதுதான் அவன் தந்தையைப் பார்க்க வந்திருந்தான்,' என்றவன் அங்கு நடந்த விஷயம் முழுவதையும் விவரமாகச் சொன்னான்; அதாவது, எப்படி அவன்

தந்தையிடமிருந்து பணம் பெறுவதற்காக அனுப்பப்பட்டான் என்றும் எப்படி திமித்ரி வேகமாக உள்ளே நுழைந்து தன் தந்தையை அடித்தான் என்றும் அதன் பிறகு அல்யோஷாவைப் பார்த்து, 'விடைபெற்றுக் கொள்வதாக' மீண்டும் ஒருமுறை அவன் சொன்னான் என்பதையும் அல்யோஷா சொன்னான். அதன்பிறகு 'அவளைப் (குரூஷென்காவை) பார்க்க அவன் போய்விட்டான்' என்று தன்னுடைய குரலைத் தாழ்த்திச் சொன்னான் அல்யோஷா.

'அவளிடம் நான் சமாதானமாகப் போகமாட்டேன் என்று நீங்கள் நினைக்கிறீர்களா? அவளை நான் ஏற்றுக்கொள்ளமாட்டேன் என்று அவர் நினைக்கிறாரா? ஆனால் அவளை அவர் திருமணம் செய்துகொள்ளமாட்டார்' என்று திடீரென்று பலவீனமாகச் சிரித்தபடி சொன்ன அவள், 'கரமாஸவ் தங்களுடைய வேட்கையை முழுவதுமாக இப்படித் தணித்துக்கொள்ள முடியுமா என்ன? இது ஒரு உணர்ச்சிப் பெருக்கு, காதல் அல்ல. அவளை அவர் திருமணம் செய்துகொள்ள மாட்டார், ஏனென்றால் அவள் அவரைத் திருமணம் செய்துகொள்ள மாட்டாள்...' என்று சொன்ன கத்தரீனா இவானவ்னா மீண்டும் ஒருமுறை திடீரென்று விசித்திரமாகப் புன்னகைத்தாள்.

'ஒருவேளை அவர் அவளைத் திருமணம் செய்துகொள்ளலாம்' என்று கண்களைக் கீழே தாழ்த்தியபடி சோகமாகச் சொன்னான் அல்யோஷா.

'அவள் அவரைத் திருமணம் செய்துகொள்ளமாட்டாள், என்று நான் சொல்கிறேன்! அந்தப் பெண் – ஒரு தேவதை, அது உங்களுக்குத் தெரியுமா? தெரியுமா அது உங்களுக்கு!' என்று திடீரென்று அசாதாரண மான ஆக்ரோஷத்துடன் கேட்டாள் கத்தரீனா இவானவ்னா. 'விசித்திர மான படைப்புகளில், அதிவிசித்திர கவர்ச்சிக்கன்னி அவள்! எப்படிப் பட்ட மருட்சியான கவர்ச்சிக்கன்னி அவள் என்பது எனக்குத் தெரியும், ஆனால் அதைப் போலவே அவள் எவ்வளவு தூரம் இரக்ககுணங் கொண்டவள், உறுதியானவள், பெருந்தன்மையானவள் என்பதும் எனக்குத் தெரியும். நீங்கள் ஏன் என்னை அப்படிப் பார்க்கிறீர்கள், அலெக்ஸெய் ஃபியோதரவிச்? ஒருவேளை என்னுடைய வார்த்தைகள் உங்களைத் திகைக்கவைத்துவிட்டதா, அல்லது நான் சொல்வதை உங்களால் நம்பமுடியவில்லையா? அக்ரஃபேனா அலெக்சாந்தரவ்னா, (குரூஷென்கா என்ற பெயரின் விரிவாக்கம்தான் அக்ரஃபேனா என்பது) என்னுடைய தேவதையே!' என்று யாரையோ உரக்க விளித்த படி மற்றொரு அறையைப் பார்த்து 'இங்கு வா, இந்த அருமையான மனிதர் அல்யோஷாவுக்கு நம்மைப் பற்றிய விஷயமெல்லாம் தெரியும், அவரை வந்து பார்!' என்றாள்.

'இங்கு, இந்தத் திரைச்சீலைக்குப் பின்னால், உங்களுடைய அழைப்புக்காக நான் காத்திருந்தேன்' என்று நேர்த்தியான, சற்றே இனிமையான குரல் ஒன்று கேட்டது.

திரைச்சீலை விலக... குரூஷென்காவே சிரிப்பும் சந்தோஷமும் பொங்க மேஜையருகே வந்தாள். ஏதோ ஒரு புதிய, சக்திவாய்ந்த உணர்வு அல்யோஷாவை ஆட்கொண்டது போல உணர்ந்தான்.

அவள்மேல் பதிந்த தன்னுடைய பார்வையை அவனால் விலக்கிக் கொள்ள முடியவில்லை. ஆக இவள்தான் அந்தப் பயங்கரமான பெண்மணி – 'மனிதனைத் தின்னும் மிருகம்' என்று அரைமணி நேரத்திற்கு முன்பாகச் சகோதரன் இவான் சொன்னது இவளைப் பற்றித்தானா என்று நினைத்தான் அல்யோஷா; ஆனால் அவனுக்கு எதிரே நின்ற அந்தப் பெண் மிகவும் சாதாரணமானவளாக, பார்ப்பதற்கு மிகவும் இயல்பான ஒரு பெண்ணைப் போல – தன்மையாக, அழகாக, சொல்லப்போனால், வசீகரமாக, மற்ற அழகான பெண்களைப் போலவே – மனதைக் கவரக்கூடிய 'சாதாரண' ஒரு பெண்ணாகவே இருந்தாள்! ரஷ்ய அழகு, யாரையும் ஈர்த்து, மன எழுச்சியை உண்டாக்கக்கூடிய அற்புதமான அழகாக அது இருந்தது! பெண்களில் அவள் சற்றே உயரமானவளாக, ஆனால் கத்தரீனா இவானவ்னாவை (அவள் மிகவும் உயரமானவள்)விடச் சற்றே உயரம் குறைந்தவளாக, முழுமையான உடலமைப்புடன், நடந்தால்கூடச் சத்தம் எழாதவாறு மென்மையானவளாக, நேர்த்தியானவளாக, குறிப்பாக கத்தரீனா இவானவ்னாவைப் போலவே இனிமையான குரலைக் கொண்டவளாக இருந்தாள். கத்தரீனா இவானவ்னாவைப் போல அழுத்தமான, உறுதியான நடை உடை பாவனைகள் எவையுமின்றி, சத்தமே இல்லாமல் அவள் உள்ளே வந்தாள். நடந்துவந்த அவளுடைய காலடிச் சத்தம்கூடக் கேட்கவில்லை. நாற்காலியில் அவள் வந்தமர்ந்தபோது பகட்டான, பட்டாலான அவளுடைய கறுப்பு நிற உடை காற்றில் அசைந்து சலசலப்பை ஏற்படுத்த, நேர்த்தியான, மெலிந்த, வெண்மையான அவளுடைய கழுத்திலும் செழுமையான அவளுடைய தோள்களிலும் விலையுயர்ந்த கறுப்புநிறக் கம்பளிச் சால்வை அழகாகப் போர்த்தப் பட்டிருந்தது. இருபத்திரண்டு வயதான அவளுடைய முகம் அவளுடைய வயதைச் சரியாகப் பிரதிபலித்தது. முகம் வெண்ணிறமாய், கன்னங்கள் வெளிர் ரோஜா நிறத்துடன் இளஞ்சிவப்பாக இருந்தன. அகன்ற முக அமைப்புடன் கீழ்த்தாடை வெளியே நீட்டியபடி இருந்தது. உதடுகள் மெலிந்திருக்க, கீழ் உதடு மட்டும் இருமடங்கு பெரியதாகப் புடைத்திருந்தது. அடர்ந்தெழுந்த வெளிர் பழுப்புநிறத் தலைமுடி ஆச்சர்யப்படும் விதத்தில் அடர்த்தியாக இருக்க, கருமையான புருவங்களோ நிறைவானதாய், நேர்த்தியான சாம்பல் நிறங்கலந்த நீலநிறக் கண்கள் நீண்ட கண் இமைகளுடன், நாட்டம் இல்லாத சாதாரண மனிதனைக்கூடச் சட்டென்று பிரமிக்க வைத்து, மனத்தில் பதியக்கூடிய முகத்தோற்றமாக இருந்தது. நம்பிக்கையூட்டும் குழந்தைத் தனமான அவளுடைய முகபாவம் அல்யோஷாவின் கவனத்தை வெகுவாக ஈர்த்தது. 'களிப்புடன்' மகிழ்ச்சியைத் தெரிவிக்கும் சிறு பிள்ளையைப் போன்ற அவளுடைய பார்வை குழந்தைக்கே உரிய ஆர்வத்துடன் ஏதோ ஒன்றை எதிர்பார்த்தபடி, குதூகலத்துடன் மேஜையை நோக்கி அவள் நடந்துவந்தாள். அவளுடைய பார்வை அல்யோஷாவின் மனதைக் களிப்படைய வைத்ததை அவன் உணர்ந்தான். அவளிடமிருந்த ஏதோ ஒன்று, அவனால் என்னவென்று விளக்க முடியாத ஏதோ ஒன்று அவனையும் அறியாமல் அவனைத் தாக்க, ஒருவேளை அது அவளுடைய மிருதுவான, நேர்த்தியான உடல் அசைவாக, பூனையைப் போன்ற அவளுடைய சத்தமற்ற

அசைவாகவும் இருக்கக்கூடும். இருப்பினும் திண்ணமான, செழுமையான உடலமைப்பைக் கொண்டவளாக அவள் இருந்தாள். அகன்ற முழுமையான அவளுடைய தோள்களும், பெண்ணுக்குரிய இளமையான உயர்ந்த, அந்த மார்பும் சால்வையினூடே தெரிந்தன. அவளுடைய உடலமைப்பு மிலோவின் வீனஸ் போல இருக்கிறது என்று சொல்வது சற்றே மிகைப்படுத்திக் கூறுவதாக இருக்கலாம். ஆனால், ரஷ்ய அழகைப் பற்றி ஆராயும் வல்லுநர்கள் குரூஷென்காவைப் பார்த்தால், முப்பது வயதை நெருங்கும் இளம் பெண்ணான அவள், வயதிற்கேற்ற உடலமைப்பு இல்லாமல் சற்றே பருமனாய், முகத்தொய்வுடன், கண்களுக்கடியில் கருநிறமும் நெற்றியில் சுருக்கங்களும் இருக்க, நிறமிழந்து, பொலிவிழந்து, சீக்கிரமே அழியக்கூடிய அழகு, ரஷ்யப் பெண்களையும் ஆட்டிப் படைக்கின்றது என்றே சொல்வார்கள். சந்தேகத்திற்கிடமின்றி, அல்யோஷா, அவற்றைப் பற்றியெல்லாம் நினைக்கவில்லை, இருந்தாலும், அவள் அவனைக் கவர்ந்திருக்க, அவள் ஏன் இப்படி இழுத்துப் பேசுகிறாள் என்று அவன் சற்றே வருத்தத்துடன் யோசித்தான். அப்படி இழுத்துப் பேசுவதிலிருக்கும் இனிமையான சத்தத்திலும், அலை அலையாக வார்த்தையை உச்சரிப்பதிலும் ஏதோ ஒரு ஈர்ப்பு இருப்பதாக அவள் நினைத்தாள். இது சந்தேகத்திற்கிடமின்றி, ஒரு கெட்ட பழக்கமாக, சரியான வளர்ப்பின்மையைக் காட்டுவதாக இருந்தாலும், குழந்தைப் பருவத்திலிருந்தே இப்படிப் பேசிப் பழக்கப்பட்ட அவளுக்கு இது நல்ல பழக்கமாகத் தெரிய, பார்ப்பவர்களுக்கு இது மிகவும் கொச்சையாக இருந்தது. இருந்தாலும், அவளுடைய இந்தப் பேச்சு, குரலிலிருந்த ஏற்றத்தாழ்வு, குழந்தையைப் போலக் கள்ளங்கபடமற்ற வெளிப்படையான உள்ளம், மகிழ்ச்சியான, அமைதியான, குதூகலமான முகம், கண்களில் தெறித்த சுடரொளி இவை எல்லாமே அல்யோஷாவை மறுத்துப் பேச முடியாதபடி செய்தது! கத்தரீனா இவானவ்னா, அல்யோஷாவிற்கு எதிரிலிருக்கும் நாற்காலியில் அவளை உட்கார வைத்து, புன்னகைக்கும் அவளுடைய இதழ்களில் ஆசையுடன் பல முறை முத்தமிட்டாள். அவள் குரூஷென்காவை விரும்புவது தெளிவாகத் தெரிந்தது.

‘முதன்முறையாக நாங்கள் சந்தித்துக்கொள்கிறோம், அலெக்ஸெய் ஃபியோதரவிச்’ என்று பெருமகிழ்ச்சியுடன் சொன்ன அவள், குரூஷென்காவைப் பார்த்து, ‘அவளைப் பற்றித் தெரிந்துகொள்ள நான் ஆசைப்படுகிறேன்; என்னுடைய முதல் தெரிவிப்பின் பேரிலேயே அவள் இங்கு வந்து என்னைப் பார்த்துவிட்டாள் . . . எனக்குத் தெரியும், எல்லாவற்றையும் நாங்கள் பேசி முடித்து அனைத்திற்கும் விடை காண்போம் என்று! அப்படித்தான் என்னுடைய மனம் சொல்கிறது . . . இது தேவையில்லையென்று எல்லோரும் சொன்னார்கள், ஆனால் என்னுடைய இந்த எண்ணத்தில் தவறில்லை என்றுதான் எனக்குத் தோன்றுகிறது. அவளுடைய எண்ணங்களை குரூஷென்கா என்னிடம் விளக்கமாகச் சொன்னாள்; இரக்கமுள்ள ஒரு தேவதையைப் போல அவள் பறந்துவந்து எனக்கு அமைதியையும் மகிழ்ச்சியையும் கொடுத்திருக்கிறாள் . . .’

‘என்னைப் பார்க்க வராமல் நீ தவிர்த்துவிடவில்லை, அருமையான, இனிமையான இளம்பெண்ணே’ என்று அதே அந்த மகிழ்ச்சியான புன்னகை ததும்ப, மென்மையான இசைத்தொனியில் சொன்னாள் கத்தரீனா இவானவ்னா.

‘மனதைக் கவரும் மாயக்காரியே, எப்படி நீங்கள் அப்படிச் சொல்லலாம்! உங்களை நான் புறக்கணிப்பதா, இதோ மீண்டுமொரு முறை உங்களுடைய கீழ் உதட்டை முத்தமிடுகிறேன். ஏற்கெனவே அது வீங்கிப் போயிருக்கிறது, இப்போது மீண்டும் அது வீங்கப் போகிறது . . . பாருங்கள், அலெக்ஸெய் ஃபியோதரவிச், எப்படி அவள் சிரிக்கிறாள் என்று! இப்படிப்பட்ட ஒரு தேவதையைப் பார்த்து மனம் களிப்படையத்தானே செய்யும் . . .’ என்று சொன்னவளைப் பார்த்து அல்யோஷா முகம் சிவக்க, மெலிதான இனம் புரியாத ஒரு நடுக்கம் அவனுள் படர்ந்தது. ‘நீங்கள் அதிகமாக என்னைப் புகழ்கிறீர்கள், இனிமையான சீமாட்டியே, அதற்கு நான் முற்றிலும் தகுதியில்லாதவளாக இருக்கக்கூடும்.’

‘நீ தகுதி இல்லாதவளா, உனக்குத் தகுதி இல்லை என்றா சொன்னாய்?’ என்று கத்தரீனா இவானவ்னா மீண்டும் உளக் கனிவுடன் தன்னுடைய வியப்பை உள்ளடக்கியபடி கேட்டவள், ‘அலெக்ஸெய் ஃபியோதரவிச், உங்களுக்குத் தெரியுமா, இவள் எப்படிப்பட்ட அருமையான எண்ணமும் தன்னிச்சை கொண்ட பெருமையான உள்ளமும் கொண்டவள் என்று!’

மேதமை பொருந்தியவள் அவள், அலெக்ஸெய் ஃபியோதரவிச், பெருந்தன்மையானவள், தெரியுமா? சற்றே துரதிருஷ்டவசமானவள், தகுதியில்லாத ஒருவனுக்கு, ஒழுக்கமற்ற ஒருவனுக்காக எப்படிப்பட்ட ஒரு தியாகத்தைச் செய்ய அவள் தயாராக இருந்தாள்! படைத் தளபதியாக இருந்த ஒருவனை அவள் விரும்பினாள். எல்லாவற்றையும் அவனுக்காக அவள் விட்டுக் கொடுத்தாள்; சில வருடங்களுக்கு முன்பு, ஐந்து வருடங்களுக்கு முன்பு இது நிகழ்ந்தது; ஆனால் அவரோ இவளை மறந்துவிட்டு வேறு ஒருத்தியைத் திருமணம் செய்துகொண்டார். மனைவியை இழந்துவிட்ட அவர் இப்போது அவளைப் பார்க்க இங்கு வருவதாகக் கடிதம் எழுதியிருக்கிறார். உங்களுக்குத் தெரியுமா, அவளைப் பார்க்க அவர் வருவதாகக் கடிதம் எழுதியிருக்கிறார். தெரியுமா, அவரை, அவரை மட்டுமே வாழ்நாள் முழுவதும் அவள் விரும்புகிறாள். அவர் இங்கு வருவதால் குரூஷென்கா மறுபடியும் மகிழ்ச்சியானவளாகப் போகிறாள், ஏனெனில் இந்த ஐந்து ஆண்டுகளும் அவள் மகிழ்ச்சியில்லாமல்தான் இருந்தாள். யார் அவள்மீது குற்றஞ் சாட்ட முடியும், அவளுடைய இந்த நல்லெண்ணத்திற்காக யார் அவளைப் புகழாமல் இருக்க முடியும்! காலில்லாத, வயதான அந்த வியாபாரி அவளுக்கு ஒரு தந்தையைப் போல, தோழனைப் போல, அவளுக்குப் பாதுகாப்பாளனாக இருந்தார்; அவளுடைய மனமுறிவிலும் துன்பத்திலும் மிகவும் விரும்பிய அவனால் அவள் கைவிடப்பட்ட போதும் . . . ஆம், ஆற்றில் குதித்து அவள் இறந்துவிட முடிவுசெய்தபோதும் வயதான அந்த மனிதர்தான் அவளைக் காப்பாற்றினார்!’

‘அருமையான சீமாட்டியே, நீங்கள் என்னை என்னுடைய குற்றத்திலிருந்து வெகுவாகக் காப்பாற்றுகிறீர்கள், சற்றே நீங்கள் அவசரப்படுகிறீர்கள்’ என்று குரூஷென்கா மீண்டும் இடைமறித்தாள்.

‘உங்களை நான் குற்றத்திலிருந்து காப்பாற்றுகிறேனா? உங்களை நான் காப்பாற்றுகிறேனா, ஆம், அப்படி உங்களைக் காப்பாற்ற என்னால் முடியுமா என்ன? குரூஷென்கா, என் தேவதையே, உங்களுடைய கையைக் கொடுங்கள், பாருங்கள் இந்த அருமையான, சிறிய கைகளை, அலெக்ஸெய் ஃபியோதரவிச்; உங்களுக்குத் தெரியுமா, அவள் எனக்கு சந்தோஷத்தைக் கொடுத்து மீண்டும் என்னைப் புதுப்பித்துவிட்டாள் என்று; அதற்காக அவளுடைய கையை நான் முத்தமிடப் போகிறேன், கையின் மேற்புறம், உள்ளங்கையை, இதோ, இதோ, இங்கே!’ என்று உண்மையாகவே அழகாக இருந்த அந்தக் கைகளை, மூன்று மடங்கு பெரிதாக உருண்டு திரண்டிருந்த குரூஷென்கா வின் கைகளை மகிழ்ச்சியுடன் பற்றி முத்தமிட்டாள். கையை நீட்டிய படி சற்றே பதற்றத்துடன், கவர்ச்சியான சிரிப்புடன், ‘அந்த அருமையான சீமாட்டி’ முத்தமிடுவதைப் பார்த்துக் கொண்டிருந்த குரூஷென்காவிற்கு அது இதமாக இருந்தது போலும்! ஒருவேளை அளவுக்கு அதிகமாக இது உணர்ச்சி வசப்படுவதோ என்று தோன்றியது அல்யோஷாவுக்கு. அவன் முகம் சிவந்துபோனான். அவனுடைய மனது ஏனோ அமைதி யிழந்து இருந்தது.

‘அலெக்ஸெய் ஃபியோதரவிச் முன்பாக என்னுடைய கைகளை முத்தமிட்டு என்னை நீங்கள் வெட்கப்படவைக்காதீர்கள், அருமைச் சீமாட்டியே.’

‘உங்களை நான் வெட்கப்பட வைக்கிறேன் என்று நீங்கள் நினைக்கிறீர்களா?’ என்று சற்றே வியப்புடன் கேட்ட கத்தரீனா இவானவ்னா, ‘ஓ, அருமையானவளே, எப்படி நீங்கள் என்னைத் தவறாகப் புரிந்துகொண்டீர்கள்!’

‘ஒருவேளை நீங்களும் என்னைச் சரியாகப் புரிந்துகொள்ளாமல் இருக்கலாம், என் அருமைச் சீமாட்டியே, ஒருவேளை நான் நீங்கள் நினைப்பதைவிடவும் கெட்டவளாக இருக்கக்கூடும். மனதளவில் நான் மிகவும் மோசமானவள், துடுக்கானவள். பாவம் அந்தத் திமித்ரி ஃபியோதரவிச்சை விளையாட்டுத்தனமாக நான் கேவலப்படுத்தி விட்டேன்.’

‘ஆனால், நீங்கள்தான் அவரைக் காப்பாற்றப்போகிறீர்களே, அப்படித்தானே நீங்கள் எனக்கு வாக்கு கொடுத்திருக்கிறீர்கள். நீங்கள் அவரை அவருடைய சுய உணர்வுக்குக் கொண்டுவந்து, நீண்ட காலமாக நீங்கள் விரும்பிவரும் ஒருவரைத்தான் நீங்கள் திருமணம் செய்து கொள்ளப்போகிறீர்கள், அவரையல்ல என்ற உண்மையை அவருக்கு நீங்கள் தெரியப்படுத்துங்கள்.’

‘ஓ, இல்லை, அப்படி எதுவும் உங்களுக்கு நான் வாக்குக் கொடுக்க வில்லை. நீங்கள்தான் அப்படிச் சொன்னீர்கள், அப்படி எந்தவித வாக்குறுதியையும் நான் உங்களுக்குக் கொடுக்கவில்லை.’

'அப்படியானால் உங்களை நான் சரியாகப் புரிந்துகொள்ள வில்லையா' என்று மிகவும் தாழ்ந்த தொனியில் கத்தரீனா இவானவ்னா சொன்னபோது அவளுடைய முகம் சற்றே வெளுத்துப்போனது. 'நீங்கள்தானே வாக்குறுதி கொடுத்தீர்கள் . . .'

'ஓ, இல்லை, தேவதையே, சீமாட்டியே, உங்களுக்கு நான் எந்தவித வாக்குறுதியையும் கொடுக்கவில்லை' என்று அமைதியான, சீரான தொனியில், இன்னமும் அதே அந்த மகிழ்ச்சியான, மாசற்ற முக பாவத்துடன் இடைமறித்துச் சொன்னாள் குரூஷென்கா, 'இதோ, இப்போது தெரிகிறதா, மேன்மையான சீமாட்டியே, நான் எப்படிப் பட்ட மோசக்காரி, பிடிவாதக்காரி என்று. எனக்கு என்ன பிடித்திருக் கிறதோ அதைத்தான் நான் செய்வேன். சற்று நேரத்திற்கு முன்பு, ஒருவேளை நான் உங்களுக்கு வாக்கு கொடுத்திருக்கலாம், ஆனால் இப்போது அதை நான் மீண்டும் யோசித்துப் பார்க்கிறேன்: திடீரென்று அவன்மீது எனக்கு மறுபடியும் விருப்பம் ஏற்பட்டால், அதுதான் மீச்சியா மீது, ஏனெனில் ஒருமுறை அவனை எனக்குப் பிடித்திருந்தது – அது ஒரு மணி நேரத்திற்கும் மேலாக இருந்தது. எனவே, அவனிடம் நான் இப்போதே போய் ஒருவேளை 'இன்றிலிருந்து என்னுடனேயே நீ இருந்துவிடு' என்று நான் சொல்லக்கூடும் . . . இப்படி ஒருவிதத்தில் நான் ஏறுமாறானவள்தான் . . .'

'ஆனால், நீங்கள் கொஞ்ச நேரத்திற்கு முன்பு, முற்றிலும் வேறு விதமாகச் சொன்னீர்களே . . .' என்று பேச முடியாமல் திணறினாள் கத்தரீனா இவானவ்னா.

'ஓ, அது கொஞ்ச நேரத்திற்கு முன்பாகச் சொன்னேன்! ஆனால் மனதளவில் நான் மிகவும் மிருதுவானவள், முட்டாள். எனக்காக அவன் எவ்வளவு கஷ்டப்பட்டான் என்பதை நினைத்துப்பார்த்தால்! ஒருசமயம் வீட்டிற்குப் போய் திடீரென்று அவனை நினைத்து நான் வருத்தப்பட்டால் என்ன செய்வது?'

'இதை நான் எதிர்பார்க்கவே இல்லை . . .'

'ஓ, சீமாட்டியே, என்னைவிட நீங்கள் அதிக இரக்க குணங்கொண்ட பெருந்தன்மையாளர். எப்படிப்பட்ட முட்டாள் நான் என்று நீங்கள் என்னைப் பற்றித் தெரிந்துகொண்ட பிறகு, ஒருவேளை நீங்கள் என்மீது அன்பு பாராட்டாமல் இருக்கலாம். உங்களுடைய கையைக் கொஞ்சம் கொடுங்கள், தேவதை போன்ற சீமாட்டியே' என்று மென்மையாகக் கேட்டபடி கத்தரீனா இவானவ்னாவின் கையைப் பணிவுடன் பிடித்தாள் குரூஷென்கா. 'இதோ உங்களைப் போலவே, உங்களுடைய கைகளையும் முத்தமிடுகிறேன்; என்னுடைய கையை நீங்கள் மூன்றுமுறை முத்த மிட்டீர்கள். ஆனால் நானோ முந்நூறு முறை முத்தமிட்டு உங்களுடைய அன்பை ஈடுசெய்யப் போகிறேன். இனி எல்லாமே கடவுள் சித்தம்! ஒருவேளை உங்களுக்கு நான் அடிமையாகி, உங்களுக்கு வேண்டிய எல்லாவற்றையும் நான் செய்யக்கூடும், எந்தவித நிபந்தனைகளும் இல்லாமல்! கடவுளே, உங்களுடைய கை, உங்களுடைய கைதான் எவ்வளவு அழகாக இருக்கிறது! அருமையான சீமாட்டியே, கவர்ந் திழுக்கும் அழகுடையவளே!'

மெதுவாக அவள் தன்னுடைய உதட்டருகே, உண்மையாகச் சொல்லப்போனால், விநோதமான எண்ணத்துடன் அவளுடைய கையைக் கொண்டுசென்றாள். முத்தமிட்டு எல்லாவற்றையும் சரிசெய்து விடும் நோக்கத்தில், கத்தரீனா இவானவ்னா தன்னுடைய கைகளை விலக்கிக்கொள்ளாமல் அமைதியாக இருந்தாள்: குரூஷென்கா உச்சரித்த விநோதமான, 'அடிமை' என்ற வார்த்தையைக் கடைசியாகக் கேட்டு, நம்பிக்கையின்றி அமர்ந்திருந்தாள் கத்தரீனா இவானவ்னா. குரூஷென்கா வின் கண்களில் தற்செயலாகக் கள்ளங்கபடமற்ற, நம்பிக்கை ஊட்டக் கூடிய, உவகை பொங்கும் மகிழ்ச்சி தெரிந்தது . . . 'மிகவும் எளிமை யானவளாக இவள் இருக்கக்கூடும்!' என்று கத்தரீனா இவானவ்னாவின் மனத்தில் ஒரு நம்பிக்கை உண்டானது. அதற்குள் இனிமையான கையின் வசீகரத்தால் மெதுவாகத் தன் உதட்டருகே எடுத்துச் சென்றாள் குரூஷென்கா. அப்படி எடுத்துச் சென்றவள், எதையோ நினைத்தபடி இரண்டு மூன்று நிமிடங்கள் அப்படியே அதைத் தாங்கிப் பிடித்தாள்.

'உங்களுக்குத் தெரியுமா, என்னுடைய தேவதையே' என்றவள், திடீரென்று தன்னுடைய இனிமையான குரலைக் கனிவுடன் இழுத்துப் பேசியபடி, 'உங்களுடைய கையை நான் முத்தமிடப்போவதில்லை' என்று சொன்னவள், சிறுமணி போலக் 'கலகல'வென்று சிரித்தாள்.

'உங்களுடைய விருப்பப்படியே ஆகட்டும் . . . ஆனால் உங்களுக்கு என்னவாயிற்று?' என்று திடீரென்று கத்தரீனா இவானவ்னா வியப்புடன் கேட்டாள்.

'என்னுடைய கையை நீங்கள் முத்தமிட்டீர்கள், ஆனால் உங்களுடைய கையை நான் முத்தமிடவில்லை என்ற நினைவுடனே நீங்கள் இருங்கள்' என்ற அவளுடைய கண்களில் ஏதோ ஒன்று சட்டென்று மின்னியது. அப்படிச் சொன்னவள் கத்தரீனா இவானவ்னாவை ஆழமான, ஊடுருவிய பார்வையில் பார்த்தாள்.

'துடுக்கானவள்!' என்று சொன்னபடி எதையோ புரிந்து கொண்டவளைப் போல, முகம் சிவக்க, தன்னுடைய இடத்திலிருந்து சட்டென்று எழுந்தாள் கத்தரீனா இவானவ்னா.

'ஆக, எப்படி நீங்கள் என்னுடைய கையை முத்தமிட்டீர்கள், ஆனால் நான் உங்களுடைய கையை முத்தமிடவில்லை என்பதை இப்போதே நான் மீச்சியாவிடம் போய் சொல்வேன். இதைக்கேட்டு அவன் எப்படிச் சிரிப்பான் தெரியுமா!'

'விலைமகளே, இங்கிருந்து ஓடிப்போய்விடு!'

'வெட்கக்கேடு! இப்படிப்பட்ட வார்த்தைகள் உங்களுக்குக் கொஞ்சமும் பொருத்தமானவை அல்ல, சீமாட்டியே!'

'விலைமகளே, நீ அப்படிப்பட்டவள்தான், இங்கிருந்து போய்விடு' என்று கத்தினாள் கத்தரீனா இவானவ்னா. உருச்சிதைந்த அவளுடைய முகத்தின் எல்லாப் பகுதிகளும் நடுநடுங்கின.

'நானா விலைமகள்? திருமணமாகாத நீதான் மாலை வேளையில் உயர்குடிப்பெருமகன்களுக்கு உன்னுடைய அழகை விற்கிறாய், அது எனக்குத் தெரியும்.'

இதைக்கேட்டு கத்தரீனா இவானவ்னா அலறியபடி அவள்மீது பாய்ந்தபோது, அல்யோஷா தன்னுடைய முழுப் பலத்தையும் பிரயோகித்து அவளைத் தடுத்து நிறுத்தினான்.

‘இதற்கு மேல் ஒரு அடி, ஒரு வார்த்தைகூடப் பேசவேண்டாம்! ஒன்றும் பேசவேண்டாம், பதில் எதுவும் சொல்ல வேண்டாம், இப்போதே அவள் போய்விடுவாள்!’ என்றான் அல்யோஷா.

கத்தரீனா இவானவ்னாவின் அலறலைக் கேட்டுப் பணிப் பெண்ணும் இரண்டு உறவினர்களும் அறைக்கு ஓடி வந்தனர். அவளுக்கு உதவ அவர்கள் வேகமாக ஓடி வந்தனர்.

‘நான் போகிறேன்’ என்று சொன்னபடி குரூஷென்கா சோபாவின் மீதிருந்த தன்னுடைய தொப்பியைக் கையில் எடுத்தாள். ‘அல்யோஷா, அன்பானவனே, வந்து என்னை வழி அனுப்பு!’

‘போய்விடுங்கள், சீக்கிரமாக இங்கிருந்து போய்விடுங்கள்!’ என்று தன்னுடைய இரண்டு கைகளையும் கூப்பிக் கெஞ்சிக் கேட்டான் அல்யோஷா.

‘என் அருமை அல்யோஷென்கா, வந்து என்னை வழியனுப்பி வை! அருமையானவனே, ஒரு விஷயத்தை உன்னிடம் சொல்ல வேண்டும்! உனக்காக, அல்யோஷென்கா உனக்காகத் தான் இப்படி ஒரு நாடகத்தை நான் ஆடினேன். நல்ல பையனாக நீ வந்து என்னை வழியனுப்பி வை, என் அருமையானவனே, எல்லாவற்றையும் நீ பிறகு புரிந்துகொள்வாய்.’

அல்யோஷா தன்னுடைய கைகளை முறுக்கிக்கொண்டே திரும்பிச் சென்றான். குரூஷென்கா சத்தமாகச் சிரித்துக்கொண்டே வீட்டை விட்டு வெளியேறினாள்.

கத்தரீனா இவானவ்னாவிற்கு மயக்கமே வந்துவிட்டது. அவள் கதறி அழுதாள்; அவளுடைய உள்ளம் துடிதுடித்தது. எல்லோரும் அவளையே பார்த்துக்கொண்டிருந்தார்கள்.

‘உன்னை நான் முன்பே எச்சரித்தேன்’ என்று சென்னாள் அவளுடைய மூத்த அத்தை, ‘இப்படிச் செய்ய வேண்டாம் என்று; உன்னை நான் தடுத்து நிறுத்தினேன் ... ஆனால் நீ உணர்ச்சிவசப்பட்டு விட்டாய் ... இப்படி ஒரு காரியத்தை நீ செய்யலாமா? இப்படிப்பட்ட பெண்களைப் பற்றி உனக்குத் தெரியாது, கேடுகெட்டவள் அவள் ... தான்தோன்றித்தனமாக நீ நடந்துகொண்டாய்!’

‘இல்லை, அவள் ஒரு சிங்கம்’ என்று கத்தினாள் கத்தரீனா இவானவ்னா. ‘அலெக்ஸெய் ஃபியோதரவிச், எதற்காக நீங்கள் என்னைத் தடுத்து நிறுத்தினீர்கள், அவளை நான் நையப் புடைத்திருப்பேன், நன்றாக உதைத்திருப்பேன்.’

அல்யோஷாவின் முன் தன்னுடைய உணர்ச்சிகளை அவளால் கட்டுப்படுத்த முடியவில்லை; கட்டுப்படுத்தவும் அவள் விரும்பவில்லை.

‘பொது இடத்தில் அவளைப் பிரம்பால் அடிக்க வேண்டும்!’

அல்யோஷா கதவுப் பக்கமாகச் சென்று பின்வாங்கினான்.

'ஓ, கடவுளே!' என்று தன்னுடைய கைகளை அகல விரித்து அங்கலாய்த்தபடி திடீரென்று அவள் கத்தினாள், 'அவர்தான்! அவர்தான் எவ்வளவு தூரம் நேர்மையில்லாதவர், மனிதத் தன்மை இல்லாதவர்! அந்தக் கேடுகெட்ட, நாசமாய்ப் போன நாளன்று விதிவசத்தால் நடந்த செயலை அந்த வேசியிடம் அவர்தான் சொல்லியிருக்க வேண்டும்!' 'உங்கள் அழகை விற்கிறீர்கள், இளம்பெண்ணே!' இது அவளுக்குத் தெரிந்திருக்கிறது! அலெக்ஸெய் ஃபியோதரவிச், உன் சகோதரன் ஒரு கயவன்!'

அல்யோஷா ஏதோ சொல்ல விரும்பினான், ஆனால் ஒருவார்த்தை கூட அவனால் பேசமுடியவில்லை. வலி அவனுடைய இதயத்தை அழுத்தியது.

'போய்விடுங்கள், அலெக்ஸெய் ஃபியோதரவிச்! எனக்கு வெட்கமாக இருக்கிறது, பயமாக இருக்கிறது! நாளைக்கு . . . நாளைக்கு வாருங்கள், உங்களை மண்டியிட்டுக் கேட்டுக்கொள்கிறேன். என்னைத் திட்டாதீர்கள், என்னை மன்னித்துவிடுங்கள். நான் என்ன செய்யப்போகிறேன் என்று எனக்கே தெரியாது.'

தள்ளாடி நடந்தபடி அல்யோஷா தெருவுக்கு வந்தான். அவளைப் போலவே அவனுக்கும் அழவேண்டும் போல் இருந்தது. அப்போது திடீரென்று பணிப்பெண் அவனை நோக்கி ஓடி வந்தாள்.

'ஹஹ்லக்கோவிடமிருந்து வந்திருந்த கடிதத்தைக் கத்தரீனா இவானவ்னா உங்களிடம் கொடுக்க மறந்துவிட்டார்கள்; நேற்றிலிருந்தே அது அவர்களிடம்தான் இருந்தது' என்றாள் அந்தப் பெண்.

அல்யோஷா அந்தச் சிறிய ரோஜா நிற உறையை இயந்திரத்தனமாக வாங்கி, எந்தவித உணர்ச்சியுமின்றிச் சட்டைப் பையில் வைத்துக் கொண்டான்.

## 11

# மீண்டும் அழிந்துபோன இன்னும் ஒரு கௌரவம்

நகரத்திலிருந்து துறவி மடாலயத்தைச் சென்றடைய இன்னும் ஒன்றரைக் கிலோமீட்டர் தூரம் இருந்தது. யாருமில்லாத அந்த வழியில் அல்யோஷா வேகமாக நடந்தான். இருள் கவ்விக்கொண்டிருந்த அந்தச் சமயத்தில் முப்பது அடி தொலைவில் இருந்த எதையும் பார்ப்பதற்குக்கூடச் சிரமமாக இருந்தது. பாதிவழியில் குறுக்குப்பாதை ஒன்றிருந்தது. அந்தக் குறுக்குப் பாதையில் தனித்திருந்த நொய்மையான காற்றாடி மரத்திற்குக் கீழே ஏதோ ஒரு உருவம் அசைவது தெரிந்தது. அந்தக் குறுக்குப் பாதையை அல்யோஷா நெருங்கு முன்பே அந்த உருவம் பாய்ந்து வந்து கடுங்குரலில் மிரட்டியது:

‘பணமா, உயிரா எது உனக்கு வேண்டும்!’

‘மீச்சியா, நீயா!’ என்று ஆச்சர்யப்பட்ட அல்யோஷா வியப்புடன் அவனைப் பார்த்துக் கேட்டான்.

‘ஹா, ஹா, ஹா! நீ என்னை இங்கு எதிர்பார்க்கவில்லை இல்லையா? யோசித்துப் பார்த்தேன், உனக்காக எங்கே காத்திருப்பது என்று? அவனுடைய வீட்டுக்குப் பக்கத்தில் என்றால் இன்னும் மூன்று சாலைகள் இருக்கின்றன, உன்னைத் தவறவிட வாய்ப்பு இருக்கிறது. எனவே இறுதியாக, இங்கு வந்து உனக்காகக் காத்திருப்பது என்று நான் முடிவுசெய்தேன், ஏனெனில் கண்டிப்பாக நீ இந்த வழியாகத்தான் மடாலயத்திற்குச் செல்ல வேண்டும், வேறுவழியில்லை இல்லையா! சரி, நடந்த விஷயத்தைச் சொல், கரப்பானை நசுக்குவது போல என்னையும் நசுக்கு . . . சரி, என்னவாயிற்று உனக்கு?’

‘ஒன்றுமில்லை என் சகோதரனே . . . சற்றே நான் பயந்து விட்டேன், அந்தப் பயத்தில்தான். ஓ, திமித்ரி! அப்படியே நீ தந்தையின் ரத்தம் . . .’ அல்யோஷா அழ ஆரம்பித்தான். அவனுக்கு எப்போதோ அழவேண்டும் போல் இருந்தது, இப்போது ஏதோ ஒன்று அவனுடைய மனதைக் குத்திக் கிழித்து வெளியே வந்தது. ‘அவரை ஏறக்குறைய நீ கொன்றுவிட்டாய் . . . சபித்துவிட்டாய் . . . இதோ இப்போது . . . இப்பொழுது . . . கேலிசெய்கிறாய் . . . ‘பணமா, உயிரா!’ என்று.

‘ஆம், அதனாலென்ன? அது தப்பா என்ன? இப்போது அப்படி நான் நடந்திருக்கக் கூடாதோ?’

‘இல்லை, இல்லை . . . நான் விளையாட்டாகத்தான் . . .’

‘கொஞ்சம் நில். இந்த இரவைப் பார்: எவ்வளவு பயங்கரமாக இருக்கிறது, மேகம்தான் எப்படியிருக்கிறது, காற்று எவ்வளவு வேகமாக அடிக்கிறது பார்! இந்தக் காற்றாடி மரத்தடியில் உனக்காக நான் காத்துக்கொண்டிருந்தபோது திடீரென்று நினைத்தேன். கடவுள் சத்தியமாக!’: ஆம், எதற்காக இவ்வளவு கஷ்டத்தில் இன்னமும் உயிர் வாழவேண்டும், எதற்காகக் காத்திருக்க வேண்டுமென்று. இதோ இங்குக் காற்றாடிமரம், கைக்குட்டை சட்டை எல்லாம் இருக்கிறது, எல்லாவற்றையும் ஒன்றாகத் திரித்து, இறுக்கி, சுருக்குப் போட்டு, இனியும் பூமிக்குப் பாரமில்லாமல் என்னுடைய இந்த ஈனப்பிறவியை நான் முடித்துக்கொள்ளலாம் என்று! அப்போது தான் நீ வரும் சத்தம் கேட்டது, நீ வந்துவிட்டாய், ஏதோ ஒன்று என்னுடைய மனதில் தோன்றியது: ஆம் எனக்காக ஒரு மனிதன், என்னை நேசிக்க ஒரு மனிதன் இருக்கிறான், இப்பூவுலகில் அதிகமாக யாரை நான் நேசிக்கிறேனோ, அந்த அருமையான மனிதன், ஒரே ஒரு மனிதன் எனக்காக இருக்கிறானென்று! அப்படித்தான் நான் உன்னை நேசிக்கிறேன், இந்த நிமிடம்வரை அப்படித்தான் உன்னை நேசிக்கிறேன் என்பதால், ‘பாய்ந்து வந்து இப்போது அவனுடைய கழுத்தைப் பிடிக்கலாம்’ என்று நான் நினைத்தேன். அதற்குள் முட்டாள்தனமான யோசனை ஒன்று தோன்றியது: ‘விளையாட்டாக’ச் செய்யலாம் என்று. அதுதான் முட்டாள்தனமாக இப்படி நான் கத்தினேன்:

‘பணம்!’ என்று. என்னுடைய இந்த அறிவுகெட்டதனத்திற்கு என்னை மன்னித்துவிடு. அது வெறும் முட்டாள்தனம்தான் . . . சரி, அது நாசமாய்ப் போகட்டும், அங்கே என்ன நடந்தது? அவள் என்ன சொன்னாள்? வேண்டுமென்றால், என்னை அடி, உதை, ஆனால் என்னுடைய உணர்வுகளை வெறுத்து ஒதுக்காதே! அவள் பயங்கரமான கோபத்தில் இருந்தாளா என்ன?’

‘இல்லை, அப்படி இல்லை . . . அங்கு நடந்ததே முற்றிலும் வேறொன்று, மீச்சியா அங்கே . . . அவர்கள் இருவரையும் நான் பார்த்தேன்.

‘குரூஷென்காவை நான் கத்தரீனா இவானவ்னாவின் வீட்டில் பார்த்தேன்.’ இதைக் கேட்டு திமித்ரி ஃபியோதரவிச் வாயடைத்துப் போனான்.

‘அப்படி இருக்கவே முடியாது!’ என்று கத்தியவன், ‘நீ பிதற்றுகிறாய்! குரூஷென்கா அவள் வீட்டிலா?’ என்றான்.

கத்தரீனா இவானவ்னாவின் வீட்டில் அவன் நுழைந்ததிலிருந்து வெளியே வந்ததுவரை நடந்த எல்லாவற்றையும் விவரமாகச் சொன்னான் அல்யோஷா. பத்து நிமிடங்களாகப் பேசிய அவன், தங்கு தடையின்றி ஒத்திசைவாகப் பேசினான் என்று சொல்ல முடியாது, ஆனால் முக்கியமான எல்லா விஷயங்களையும், நுணுக்க அசைவுகளையும் விளக்கமாகச் சொன்ன அவன், தன்னுடைய உணர்வுகளைச் சில சமயங்களில் ஒரே தொனியில் வெளிப்படுத்தினான். அமைதியாக எல்லாவற்றையும் கேட்ட திமித்ரியின் பார்வையில் கோபம் இருந்தாலும், முழு விஷயத்தையும் எல்லாவற்றையும் அவன் தெளிவாகப் புரிந்துகொண்டான் என்பது அல்யோஷாவுக்குப் புரிந்தது. மேலே அவன் சொல்லச் சொல்ல திமித்ரியின் முகம் கடுகடுப்பாவதைவிட வருத்தமடைந்தது. அவனுடைய புருவங்கள் நெறிய, பற்கள் இறுகி, கோபமான அவனுடைய பார்வை அழுத்தமாக, ஆழமாக, அச்சுறுத்துவதாக இருந்தது . . . கடுஞ்சீற்றத்தில் எழுந்த அந்த உணர்வால் சட்டென்று, நினைத்துப் பார்க்க முடியாத வேகத்தில் அவனுடைய முகம் மாறி, பற்கள் இறுக, எந்தவிதப் பாசாங்கும் இல்லாமல் திடீரென்று அவன் சிரித்தான். அந்தச் சிரிப்பில் ஆழ்ந்துபோன அவனால் கொஞ்ச நேரம் எதுவும் பேசமுடியாமல் போனது.

‘ஆக, அவள் கைகளை முத்தமிடவில்லை! முத்தமிடாமல் ஓடிப் போய்விட்டாள்!’ என்று சோபை இழந்த ஆச்சர்யத்தில் சொன்னான் திமித்ரி. அப்படி இயல்பாக அவன் சொல்லியிருக்காவிட்டால், அது கோணங்கித்தனமாக இருந்திருக்கும். ‘தான் ஒரு சிங்கம் என்று அவள் கத்தினாளா, அவள் சிங்கம்தான்! ஆம், அவள் ஒரு சிங்கம்தான்! ஆக, அவளைப் பொது இடத்தில் வைத்து அடிக்க வேண்டுமா? ஆமாம், ஆமாம், அடிக்க வேண்டும், நான்கூட அப்படித்தான் நினைக்கிறேன், அவளை அடிக்க வேண்டும், எப்போதோ அதை நான் செய்திருக்க வேண்டும்! பார் சகோதரனே, பிரம்பால் அவள் அடிபடட்டும், ஆனால் அதற்கு முன்பாக அவளிடமிருந்து நான் மீண்டு வந்து குணமடைய வேண்டும்; எனக்கு அவளை நன்றாகத்

தெரியும், அந்தத் திமிர் பிடித்த பெண்ணரசி, அங்கு உட்கார்ந்து கொண்டு, அவளுடைய கைகளைப் பிடித்துக்கொண்டு எல்லா வற்றையும் சொல்லிவிட்டாள், அந்தக் கேடுகெட்டவள்! அந்த மாதரசி, எல்லாக் கேடுகெட்ட பெண்களுக்கும் பேரரசி, இப்பூவுலகில் யாராலும் நினைத்துக்கூடப் பார்க்க முடியாத ஒருபெண் அவள்! அவளைப் பொறுத்தவரையில் அவள் விசித்திரமானவள்! ஆக, அவள் வீட்டிற்கு ஓடிவிட்டாளா? இப்போது . . . நான் போய் அவளைப் பார்த்துவிட்டு வருகிறேன்! அல்யோஷ்கா, என்னைக் குற்றம்சாட்டாதே, நான் ஒப்புக்கொள்கிறேன், அவளைத் தூக்கிலிட்டால்கூடத் தப்பில்லை . . .'

'அப்படியானால், கத்தரீனா இவானவ்னா!' என்று வருத்தத்துடன் கேட்டான் அல்யோஷா.

'இதற்கு முன்பு யோசித்துப் பார்க்காத ஒன்றை இப்போது நான் யோசித்துப் பார்க்கிறேன்!'

உலகிலுள்ள நான்கு கண்டங்களை, ஏன் ஐந்து கண்டங்களையும்[1] கண்டுபிடித்தது போல இருக்கிறது! எப்படிப்பட்ட வேலையை அவள் செய்திருக்கிறாள்! இந்த காச்சென்கா (கத்தரீனா), பள்ளி முடித்த மாணவி, தன்னுடைய தந்தையின் பெருமதிப்பைக் காப்பாற்றுவதற்காக, இந்த முட்டாள்தனமான, முரட்டுத்தனமான அதிகாரியைப் பார்ப்ப தற்கு, அவருடைய வீட்டிற்குப் போவதற்கும் பயப்படாமல், தன்னையே கேவலப்படுத்திக் கொள்ளும் பெரிய அபாயத்தைச் செய்யத் துணிந்தாளே! ஆனால் அவளுடைய கௌரவம், அபாயகரமான அவளுடைய தைரியம், விதியின் அறைகூவலை, கட்டுக்கடங்காத எதிர்ப்பைத் தாங்கிநின்றது! அவளுடைய அத்தை அவளைத் தடுத்து நிறுத்தினாள் என்றா சொன்னாய்? உனக்குத் தெரியுமா, அவளுடைய அத்தையே தன்னிச்சையாகச் செயல்படுபவள்தான்; அவள்தான் அந்த மாஸ்கோவைச் சார்ந்த படைத்தளபதியின் மனைவியுடைய சொந்தத் தங்கை, கர்வம் பிடித்த அவள், தன் கணவன் அரசாங்கப் பணத்தைக் கையாண்டதில் சிறை சென்று, எல்லாவற்றையும் இழந்து, பெயரையும் புகழையும் இழந்த பிறகு, கர்வம் பிடித்த இந்த மனைவி, இப்போது அமைதியாக இருக்கிறாள்; இன்றுவரை தலைநிமிர முடியாமல் அமைதியாக இருக்கிறாள். ஆக, அவள்தான் காச்சியாவைத் தடுத்து நிறுத்தியிருக்கிறாள், ஆனால் காச்சியா அவள் பேச்சைக் கேட்கவில்லை. சொல்லப்போனால், 'எல்லாவற்றையும் என்னால் செய்துவிட முடியும், எல்லாமே என்னுடைய சக்திக்கு உட்பட்டது, விரும்பினால், குரூஷென் காவையும் என்வசப்படுத்த முடியும்', – என்று நம்பி ஏமாந்து போனது யாருடைய குற்றம்! குரூஷென்காவின் கையை முதன் முதலாக அவள் முத்தமிட்டது ஏதோ ஒரு நோக்கத்தின் பேரில் என்று நீ நினைக்கிறாயா? இல்லை, உண்மையாகவே, உண்மையாகவே, அவள் குரூஷென்காவால் ஈர்க்கப்பட்டு, இல்லை, அவளுடைய எண்ணத்தால் மருட்சியால் ஈர்க்கப்பட்டு, அந்த எண்ணமும் மருட்சியுமே என்னுடையதாக இருக்கிறது! ஓ, என் அருமை அல்யோஷாவே, எப்படித்தான் அவர்களிடமிருந்து நீ தப்பித்து வந்தாயோ? அங்கியை மடித்துக் கட்டிக்கொண்டு நீ ஓடி வந்துவிட்டாயோ? ஹா – ஹா –ஹா!'

‘சகோதரனே! அந்தச் சம்பவத்தை நீ குரூஷென்காவிடம் சொன்னதால் கத்தரீனா இவானவ்னாவை எவ்வளவு தூரம் நீ புண்படுத்திவிட்டாய் என்பதை நீ உணரவில்லை என்று நினைக்கிறேன். அதுதான் இப்போது அவள் கத்தரீனாவைப் பார்த்து, ‘நீங்கள்தான் உங்களுடைய அழகை வாலிபர்களுக்கு விற்பதற்காக ரகசியமாய்ப் போகிறீர்கள்!’ என்கிறாள். ‘என் அருமைச் சகோதரனே! இதைவிட அதிகமான வேதனை வேறென்ன இருக்கமுடியும்?’ கத்தரீனா இவானவ்னா கேவலப்பட்டதில் தன் சகோதரனுக்கு உண்மையாகவே மகிழ்ச்சிதான் என்றாலும், உண்மையாகவே அது அப்படி இல்லை என்ற விஷயம் அல்யோஷாவை வேதனைப்படுத்தியது.

‘ஒரு நிமிடம்!’ என்ற திமித்ரி ஃபியோதரவிச் திடீரென்று கோபத்தில் நெற்றியைச் சுருக்கி, முன்நெற்றியில் அடித்துக்கொண்டான். கத்தரீனா இவானவ்னாவின் கோபத்தையும் கூச்சலையும் பற்றி முழுவதுமாக அல்யோஷா திமித்ரியிடம் சொல்லியிருந்தாலும், இப்போதுதான் திமித்ரிக்கு அந்த விஷயம் உறைத்தது: ‘உங்களுடைய சகோதரன் ஒரு ஏமாற்றுப்பேர்வழி!’ என்ற வார்த்தை. ‘ஆம், காச்சியா சொன்னது போல, ‘விதிவசப்பட்ட அந்த நாளைப் பற்றி நான் குரூஷென்காவிடம் சொல்லியிருக்கக்கூடும். ஆமாம், அப்படித்தான், நினைக்கிறேன், அதைப் பற்றிச் சொன்னதாகத்தான் நினைக்கிறேன்! அது அந்த மோக்ரய நகரத்தில் நான் அதிகமாகக் குடித்துவிட்டு, அந்த நாடோடிக் கூட்டத்துடன் பாடிக்கொண்டிருந்தபோது, நடந்திருக்க வேண்டும் . . . அப்போது நான் அழுதேன், அழுதுகொண்டு காச்சியாவின் புகைப் படத்தின் முன்பாக மண்டியிட்டு அவளைத் தொழுததைப் பார்த்து குரூஷென்கா புரிந்துகொண்டிருக்க வேண்டும். எல்லாவற்றையும் அவள் புரிந்துகொண்டு அவளும் அழுதாள் என்பது எனக்கு நினைவில் இருக்கிறது . . . ஹா, நாசமாய்ப் போக! இப்போது எப்படி அது வேறுவிதமாகப் போனது? அப்போது அவள் அழுதாள், ஆனால், இப்போது . . . இப்போது ‘காச்சியாவின் இதயத்தைக் கத்தியால் குத்திவிட்டாள்!’ ‘ஆக, இப்படிப்பட்டவர்கள்தான் பெண்கள்’ என்றவன் கண்களைக் கீழே தாழ்த்தி ஆழ்ந்த யோசனையில் மூழ்கினான்.

‘ஆம், நான் ஒரு மோசக்காரன்!’ எந்தவிதச் சந்தேகமுமின்றி நான் ஒரு மோசக்காரன்’ என்று திடீரென்று பயங்கரமான குரலில் சொன்னான் திமித்ரி. ‘அழுதாலும், அழாவிட்டாலும் நான் ஒரு மோசக்காரன்தான்! அவள் என்னை மோசமாகப் பெயர் சொல்லி அழைத்ததை நான் ஒப்புக்கொள்கிறேன், ஒரு சமயம் அது அவளுக்கு அமைதியைத் தரும் என்றால், அதை நான் ஒப்புக்கொள்கிறேன். சரி, போதும், இதைப் பற்றி மேலும் பேசாமல் விடைபெற்றுக் கொள்வோம்! இது ஒன்றும் சந்தோஷமான விஷயமல்ல. நீ உன் வழியே போ, நான் என் வழியில் போகிறேன். வேறு வழியின்றி நாம் சந்திக்க நேர்ந்தால்கூட உன்னை நான் மீண்டும் சந்திக்க விரும்பவில்லை. வருகிறேன். அலெக்ஸெய்!’ என்றபடி அல்யோஷாவின் கையை அவன் அழுத்திப் பிடித்தபோது திமித்ரி தலையைக்கூட நிமிர்த்தாமல், கண்கள் தரையைப் பார்த்தபடி, விருட்டென்று விலகி, நகரத்தை நோக்கி வேகமாக நடந்தான். திமித்ரி திடீரென்று முற்றிலுமாக

விலகிப்போனதை அல்யோஷாவால் ஏற்றுக்கொள்ள முடியாமல் அவன் போன பாதையையே வெறித்துப் பார்த்துக்கொண்டிருந்தான்.

'ஒரு நிமிடம் அலெக்ஸெய், நான் செய்த இன்னுமொரு குற்றத்தை உன்னிடம், உன்னிடம் மட்டுமே நான் ஒப்புக்கொள்ள முடியும்!' என்று சொன்னபடி திமித்ரி ஃபியோதரவிச் பின்னோக்கித் திரும்பினான். 'என்னைப் பார், நன்றாகப் பார்: பார், இதோ இங்குதான், இந்த இடத்தில்தான் நேர்மையில்லாத பயங்கரமான, ஒரு எண்ணம் என்னுள் உருவானது. ('இங்குதான்' என்று சொன்னபடி திமித்ரி ஃபியோதரவிச் தன்னுடைய கை முட்டியால் நெஞ்சுப் பகுதியை மிக மோசமாக அடித்துக்கொண்டபோது, நேர்மையில்லாத ஏதோ ஒன்று, குறிப்பாக அவனுடைய மார்புப் பகுதியிலோ, ஒரு வேளை சட்டைப்பை இருக்கும் இடத்திலோ அல்லது அவனுடைய கழுத்துப் பகுதியிலோ இருப்பது போல இருந்தது) உனக்கு என்னைப் பற்றி நன்றாகவே தெரியும்: நான் கேவலமானவன்; அப்படிப்பட்டவன்தான் நான் என்பதையும் ஒப்புக்கொள்கிறேன்! ஆனால் தெரிந்துகொள், இதுவரை நான் செய்ததை விடவும், இனிமேல் நான் செய்யப்போவதைவிடவும், இப்போது, குறிப்பாக, இந்த நிமிடம் என்னுடைய இதயத்தில் தோன்றுகிற, இதோ இங்கு, இங்குத் தோன்றுகிற அந்த எண்ணத்திற்குத்தான் நான் முழுப் பொறுப்பாளி; அதைச் செய்யாமல் என்னால் தடுத்து நிறுத்த முடியும், அப்படியே அதைச் செய்யவும் என்னால் முடியும் என்பதை நீ தெரிந்துகொள்! இன்னும் ஒன்றையும் நீ தெரிந்துகொள், அதை நான் செய்வேன், தடுத்து நிறுத்தாமல் அதை நான் செய்வேன் என்பதையும் நீ தெரிந்துகொள். எல்லாவற்றையும் உன்னிடம் சொன்னேன், ஆனால், இதை மட்டும் உன்னிடம் நான் சொல்லவில்லை, ஏனெனில் வெட்கங்கெட்ட என்னுடைய மண்டைக்கே அது இன்னும் புலப்படவில்லை!' இன்னமும்கூட என்னால் அதைத் தடுத்துநிறுத்த முடியும்; அப்படித் தடுத்துநிறுத்தி இழந்துபோன என்னுடைய நேர்மையை நாளைக்கே நான் மீண்டும் நிலைநாட்ட முடியும்; ஆனால், அதை நான் தடுத்துநிறுத்தப் போவதில்லை; அந்தக் கேவலமான எண்ணத்தை நான் நிறைவேற்றப்போகிறேன், அதற்கு நீ தான் முதல் சாட்சியாக இருக்கப்போகிறாய் என்பதை முன்கூட்டியே சொல்லிக் கொள்கிறேன்! இறப்பு, பயங்கரம்! அதைப் பற்றி விளக்குவதற்கு ஒன்றுமில்லை, நேரம் வரும்போது அதைப் பற்றி நீயே தெரிந்து கொள்வாய்! நாற்றமெடுத்த தெருவையும் கேடுகெட்டவளையும் தவிர வேறெதுவுமில்லை என்னிடம்! வருகிறேன். எனக்காக நீ பிரார்த்தனை செய்ய வேண்டாம், அதற்குத் தகுதியானவனல்ல நான், ஆமாம், அது எனக்குத் தேவையும் இல்லை, முற்றிலும், முற்றிலுமாக அது எனக்குத் தேவையில்லை . . . எதுவுமே எனக்குத் தேவையில்லை! எல்லாமே நாசமாய்ப் போக!'

என்றவன், இந்த முறை திரும்பிப் பார்க்காமல் ஒரேயடியாகப் போய்விட்டான். அல்யோஷா மடாலயத்திற்குப் போகத் திரும்பினான். 'என்ன, என்ன, நான் அவனை எப்போதுமே பார்க்கமாட்டேனா, என்ன சொல்கிறான் அவன்?' – அவனுக்குப் பைத்தியம் பிடித்துவிட்டது

போல, 'ஆம், நாளைக்கே நான் அவனைப் போய்ப் பார்ப்பேன், எங்கிருந்தாலும் அவனைத் தேடிக் கண்டுபிடித்து, அவசியம் அவனை நான் பார்ப்பேன். அவன் என்ன அப்படிச் சொல்வது! . . .'

அல்யோஷா மடாலயத்தைச் சுற்றிக்கொண்டு போகாமல் பைன் மரக்காடுகளினூடே, மடாலயத்தின் வாயிலை வந்தடைந்தான். மடாலயத்திற்குள் போக அப்போது அவனை அனுமதித்தாலும், பொதுவாக அந்தச் சமயம் வேறு யாரையும் மடாலயத்திற்குள் நுழைய அனுமதிப்பதில்லை. முதியவரின் சிறிய அறைக்குள் அவன் நுழைந்ததும் அவனுடைய இதயம் படபடத்தது: 'எதற்காக, எதற்காக அவன் மடாலயத்தை விட்டு வெளியேறினான், எதற்காக முதியவர் அவனை 'உலகைப்' பார்க்க வெளியே அனுப்பினார்? இங்கு அமைதியாக, புனிதமாக இருக்கிறது, ஆனால் வெளியிலோ – ஒரே குழப்பம், பயங்கரம், தன்வழி தடுமாறி, தொலைந்துவிடுவது போல இருக்கிறது . . .' என்று நினைத்தான் அல்யோஷா.

அந்தச் சிறு அறையில் பர்ஃபீரி மணிக்கொருமுறை அருட்தந்தை ஸோசிமாவின் ஆரோக்கியத்தைப் பற்றி வினவிக்கொண்டிருந்ததைப் பார்த்து, அருட்தந்தை ஸோசிமாவின் உடல்நிலை மிகவும் மோசமாகிக் கொண்டிருக்கிறது என்பதை அல்யோஷா புரிந்துகொண்டான்; அவனுக்கு அது பயத்தை அளித்தது. பொதுவாக துறவிகளைச் சந்திக்கும் மாலை நேரச் சந்திப்புகூட இந்த முறை நடக்கவில்லை. சாதாரணமாக மாலை வேளையில், தங்களுடைய பணியை முடித்துக்கொண்டு அவரவர்களுடைய அறைகளுக்குச் செல்லுமுன்பாகத் துறவிமார்கள் அனைவரும் அருட்தந்தை ஸோசிமாவின் அறையில் ஒன்றுகூடி, அன்று அவர்கள் செய்த பழிபாவங்கள், கெட்ட எண்ணங்கள், வேட்கைகள், அவரவர்களுக்குள் நடந்த சண்டைகள் இப்படி எல்லா வற்றையும் உரக்கச் சொல்லிப் பாவமன்னிப்பு கேட்பது வழக்கமாக இருந்தது. ஒருசிலர் மண்டியிட்டுப் பாவமன்னிப்பு கேட்பார்கள். முதியவர் அவர்களுக்கு அறிவுரை கூறிச் சமாதானப்படுத்துவார்; நல்லது செய்ய வலியுறுத்துவார்; அவர்களை அமைதிப்படுத்தி, ஆசீர்வதித்துப் பின் அவர்களை வழியனுப்பி வைப்பார். இதோ இப்படிப்பட்ட சகோதரத்துவமான 'பாவமன்னிப்புக்கு' எதிராகத்தான் வயதான சிலர் எதிர்ப்பு தெரிவித்து, இந்தச் செயலைத் திருநிலைக்குப் புறம்பான ரகசிய பாவமன்னிப்பு என்றும், புனிதத்தன்மையைக் குலைக்கக்கூடியது என்றும் பழிதூற்றினாலும், அங்கு நடந்தது முற்றிலும் வேறொன்றாக இருந்தது. இதை அவர்கள் மாவட்டத் திருச்சபைத் தலைமை வரை கொண்டுசென்று, இப்படிப்பட்ட பாவமன்னிப்புகள் நல்லதொரு குறிக்கோளைக் கொண்டிருக்காதது மட்டுமின்றி, உண்மை யாகவே அவை பாவத்திற்கும் வசீகரத்திற்கும் ஆளாகக் கூடியவை என்றும் சொன்னார்கள். அந்தச் சகோதரத் துறவிமார்களில் பலர் முதியவரைப் பார்க்க விரும்பவில்லையென்றும், ஆனால், எங்கே மற்றவர்கள் தங்களைத் திமிர் பிடித்தவர்கள், எண்ணக் கிளர்ச்சி யாளர்கள் என்று குற்றம்சாட்டுவார்களோ என்ற பயத்தில் அவர்கள் முதியவரைப் பார்க்கப்போவதாகவும் சொன்னார்கள். ஒருசில

சகோதரத் துறவிமார்கள் மாலைவேளையில் முதியவரைப் பார்க்கப் போகு முன்பு தங்களுக்குள் இப்படிப் பேசி ஒரு ஒப்பந்தத்தைச் செய்துகொண்டார்கள் என்றும் சொன்னார்கள். அதாவது; 'இன்று காலை உன்னிடம் நான் கோபித்துக்கொண்டேன் என்று சொல்வேன், அதை நீ உறுதி செய்ய வேண்டும்' என்ற இந்த ஒப்பந்தம், சொல்லப் போனால், முதியவரை நிறைவுபடுத்த மட்டுமே என்றனர். இப்படிச் சில வேளைகளில் நடந்தது அல்யோஷாவுக்கும் தெரியும். அதுபோலவே, துறவிமடாலயத்திற்கு வரும் கடிதங்களை, அது உறவினர்களிடமிருந்து வந்ததாக இருந்தால்கூட, முதலில் அவை முதியவர் ஸோசிமாவால் படிக்கப்பட்ட பிறகே உரியவருக்குக் கொடுக்கப்படும் என்ற பழக்கத்தையும் சில சகோதரத் துறவிமார்கள் முழுவதுமாக வெறுத்தனர். இவை எல்லாம் சுதந்திரமாக, உண்மையாக, மனத்தின் அடி ஆழத்திலிருந்து எழும்பக்கூடிய தன்னார்வப் பணிவின் காரணமாக, வரவேற்கக் கூடிய வழிகாட்டுதலின் பேரில் செய்யப்பட வேண்டும்; ஆனால், சில சமயங்களில் இவை முற்றிலும் உண்மைக்குப் புறம்பாக, சூழ்ச்சி நிறைந்ததாக, போலித்தனமாகப் போய்விடுகிறபோது, வயது முதிர்ந்த, அனுபவமிக்க துறவிமார்கள் நம்பியது என்னவென்றால், 'இந்தச் சுவர்களுக்குள் வீடுபேறு அடைவதற்காக உண்மையாக விருப்பப்பட்டு யார் இங்குக் காலடி எடுத்து வைத்து வந்தார்களோ, அவர்கள் இந்தக் கீழ்ப்படிதலுக்கும் தங்களின் சுயத்தை மறுப்பதன் மூலமாகவும், எந்தவிதச் சந்தேகமுமின்றி, மிகப்பெரிய பயனை அடைவார்கள் என்றும், இதற்கு மாறாக, இதைப் பாரமென்று எண்ணி யார் குற்றம் சாட்டுகிறார்களோ, அவர்கள் எப்படியுமே உண்மையான துறவிகளாகப் போவதில்லை என்றும், அப்படிப்பட்டவர்கள் தங்களுடைய நேரத்தை வீணாக்கிக்கொண்டு தேவையில்லாமல் துறவி மடாலயத்தில் வாழ்ந்துவருகிறார்கள் என்றும், அப்படிப்பட்டவர்களுக்குத் தகுந்த இடம் வெளி உலகம்தான் என்றும் நம்பினார்கள்; பாவத்திலிருந்தும் சாத்தானிடமிருந்தும் வெளி உலகத்தை மட்டுமல்ல, தேவாலயத்தைக்கூடக் காப்பாற்ற முடியாது; அதற்காகப் பாவச் செயலுக்கு நாம் இடம் கொடுக்கக் கூடாது.'

'அருட்தந்தை ஜோஸிமா மிகவும் தளர்ந்துபோய்த் தூங்கிக் கொண்டிருக்கிறார்' என்று அருட்தந்தை பாய்ஸி அல்யோஷாவை ஆசீர்வதித்தபடி முணுமுணுத்தார். 'அவரை எழுப்புவதுகூடச் சிரமமாக இருக்கிறது. அவரை எழுப்பவும் வேண்டாம். ஐந்து நிமிடம் மட்டுமே விழித்திருந்த அவர், தன்னுடைய ஆசீர்வாதத்தைச் சகோதரத் துறவிமார்களுக்குத் தெரிவிக்குமாறு சொல்லிவிட்டுத் தனக்காக இரவுநேரப் பிரார்த்தனையில் அவர்களை வேண்டிக்கொள்ளுமாறும் கேட்டுக் கொண்டார். மீண்டும் அவர் காலையில் சிலுவையிடும் புனிதச் சடங்கை ஏற்றுக்கொள்வதாகவும் சொன்னார். உன்னைப் பற்றி அவர் கேட்டார் அலெக்ஸெய், வீட்டிற்கு நீ போய்விட்டாயா என்று கேட்டார்; நீ போயிருப்பதாகச் சொன்னார்கள். 'அங்கு இருப்பதற்காகத் தான் நான் அவனை ஆசீர்வதித்து அனுப்பினேன்; அதுதான் அவனுடைய இடம், இதுவல்ல அவன் இருக்க வேண்டிய இடம்' என்று அவர் உன்னைப் பற்றிச் சொன்னார்.' உன்னை அவர்

கரிசனத்தோடும் அன்போடும் விசாரித்தார்; அதற்கு நீ எவ்வளவு தூரம் தகுதியானவன் என்பதை நினைவுகொள்ள வேண்டும்! இப்போது நீ வெளிஉலகிற்குப் போக வேண்டும் என்பதை எதை வைத்து அவர் முடிவு செய்தார்? அப்படியானால் உன்னுடைய வாழ்வில் நடக்கப்போகும் ஏதோ ஒன்றை அவர் முன்கூட்டியே உணர்ந்து விட்டார்! புரிந்துகொள், அலெக்ஸெய், நீ வெளி உலகிற்குப் போனாலும் முதியவர் சொன்னதுபோல உன்னுடைய கடமைகளைச் சரிவர நீ செய்ய வேண்டும்; தேவையற்ற பொழுதுபோக்குகளையும் பூவுலகிற்குரிய இன்பத்தையும் நீ நாடக் கூடாது . . .' என்று சொன்ன அருட்தந்தை பாய்ஸி அங்கிருந்து வெளியேறினார். முதியவர் இறந்துகொண்டிருக்கிறார் என்பதில் அல்யோஷாவுக்குச் சிறிதும் சந்தேகமில்லாமல் இருக்க, ஒருவேளை அவர் ஓரிரு நாட்களே உயிர் வாழ்பவராக இருக்கக்கூடும். தந்தையையும் ஹஹ்லக்கோவா குடும்பத்தாரையும் சகோதரனையும் அப்படியே கத்தரீனா இவானவ்னாவையும் பார்க்கப் போவதாகக் கொடுத்த வாக்குறுதியையும் மீறி, அல்யோஷா நாளைக்கே துறவி மடாலயத்திற்குச் சென்று முதியவர் மீதிருக்கும் பாசத்தின் பேரில் அவர் இறக்கும்வரை அங்கேயே இருப்பதென்று திட்டவட்டமாக முடிவுசெய்தான். முதியவரின் மீதிருந்த அன்பால் அவனுடைய உள்ளம் கனன்றது; இவ்வுலகில் வேறுயாரைவிடவும் மிக அதிகமாகப் போற்றி வணங்கும் முதியவர் இறக்கும் தறுவாயில் இருக்கும்போது அவரை விட்டுவிட்டு அவன் வீட்டிற்குப் போனதை நினைத்து மிகவும் நொந்துபோனான். முதியவரின் அறைக்குச் சென்ற அல்யோஷா, அமைதியாக உறங்கும் முதியவர் முன் மண்டியிட்டுத் தரையைத் தொட்டு வணங்கினான். அசைவற்று, சீராக மூச்சு விடுவதுகூடக் கேட்க முடியாத விதத்தில் அமைதியாக அவர் தூங்கிக்கொண்டிருந்தார். அவருடைய முகம் அமைதியாக இருந்தது.

அன்று காலை முதியவர் விருந்தாளிகளை வரவேற்று உபசரித்த அந்த அறைக்குத் திரும்பிச் சென்ற அல்யோஷா, தன்னுடைய உடையைக் களையாமல், காலணிகளை மட்டும் கழற்றி வைத்துவிட்டு, ஒற்றைத் தலையணையுடன், வெகுநாட்களாகப் படுத்து உறங்கும் அந்தக் குறுகலான, தோலாலான, முரட்டு சோபாவில் படுத்தான்.

அவனுடைய தந்தை அன்று சத்தம் போட்டு கொண்டுவரச் சொன்ன அந்தப் படுக்கையை விரித்துப் படுக்க அவன் மறந்திருந்தான். தன்னுடைய அங்கியைக் கழற்றிப் போர்வைக்குப் பதிலாக வெகு சாதாரணமாக அவன் போர்த்திக்கொண்டான். ஆனால், உறங்கப் போவதற்கு முன்பு முழந்தாளிட்டு நீண்ட நேரம் அவன் பிரார்த்தித்தான். உணர்வு பொங்கும் அந்தப் பிரார்த்தனையில் தன்னுடைய குழப்பங்களைத் தெளிவுபடுத்தச் சொல்லி அவன் வேண்டவில்லை; இரவு நேரப் பிரார்த்தனையில் கடவுளின் பெருமையைப் பாடுவதில் தன்னுடைய உள்ளம் எவ்வளவு கழிபேருவகை அடைகிறது என்பதை மட்டும் அவன் உணர்ந்திருந்தான். அந்தப் பேரானந்தத்தில், அவனுக்குக் கிடைத்த அந்தப் பேரானந்தத்தில்தான் இதமான, அமைதியான தூக்கத்தை அவனால் பெறமுடிந்தது. பிரார்த்தனையை அவன் முடித்த

போது, திடீரென்று தற்செயலாக, கத்தரீனா இவானவ்னாவின் பணிப்பெண் பாதிவழியில் அவனைப் பார்த்துக் கொடுத்த அந்தச் சிறிய, ரோஜாவண்ண உறை தன்னுடைய பையில் இருப்பதை உணர்ந்தான். அவனுக்கு அது சங்கடத்தைக் கொடுத்தாலும், தன்னுடைய பிரார்த்தனையை அவன் முடித்தான். அதன் பிறகு சற்றே தயங்கியபடி அதை அவன் பிரித்துப் பார்த்தான். அதில் இன்று காலை முதியவரின் முன்பாக அவனைப் பார்த்துச் சிரித்தாளே அந்த இளம்பெண் ஹஹ்லக்கோவா, அவளிடமிருந்து அவனுக்கு ஒரு கடிதம் வந்திருந்தது.

'அலெக்ஸெய் ஃபியோதரவிச், இந்தக் கடிதத்தை நான் உங்களுக்கு ரகசியமாக எழுதுகிறேன்; அம்மாவுக்குக்கூடத் தெரியாமல் எழுதுகிறேன் என்பதுதான் என்னால் கொஞ்சமும் ஏற்றுக்கொள்ள முடியாமல் இருக்கிறது. என்னுடைய மனத்தில் தோன்றிய இந்த எண்ணத்தை இனிமேலும் உங்களுக்குத் தெரியப்படுத்தாமல் இருக்க முடியாதென்பதால் இதை நான் சொல்கிறேன்; ஆனால் இப்போது இது நம் இருவரையும் தவிர வேறு யாருக்கும் தெரியவேண்டாம். இதுநாள்வரை உங்களிடம் சொல்ல விரும்பியதை எப்படி நான் சொல்லாமல் இருப்பது? காகிதம் வெட்கப்படாது என்கிறார்கள், ஆனால் அது உண்மையல்ல; எப்படி நான் முழுமையாகச் சிவந்து போயிருக்கிறேனோ, அதே போலத்தான் இந்தக் காகிதமும் சிவந்துபோயிருக்கிறது என்பதை நான் அறுதியிட்டுக் கூறமுடியும். அருமையான அல்யோஷா, உங்களை நான் விரும்புகிறேன், என்னுடைய இளமைப் பருவத்திலிருந்தே, மாஸ்கோவில் இருந்த போதிலிருந்தே; அப்போது நீங்கள் இப்படி இல்லவே இல்லை, ஆனால் அப்போதிருந்தே உங்களை நான் விரும்பு கிறேன், என்னுடைய வாழ்நாள் முழுவதும் உங்களை நான் விரும்புவேன். இதயப்பூர்வமாக உங்களை நான் தேர்ந்தெடுத்து உங்களுடன் வாழ விரும்புகிறேன்; கடைசிவரை நாம் ஒன்றாக வாழ்ந்து நம்முடைய வாழ்வை ஒன்றாகவே முடித்துக்கொள்வோம். ஆனால், ஒரு நிபந்தனை, நீங்கள் அந்தத் துறவி மடாலயத்தை விட்டு வெளியே வர வேண்டும். சட்டப்படி நமக்குத் திருமணம் நடைபெறும் வரை நாம் பொறுத் திருப்போம். அதற்குள் என்னுடைய உடல்நலம் முழுவதுமாகத் தேறிவிடும்; அப்போது என்னால் நடக்க முடியும், எழுந்து நடனம்கூட ஆட முடியும். இதில் எந்தவிதச் சந்தேகமும் இல்லை. பாருங்கள், எப்படி எல்லாவற்றையும் நான் திட்டமிட்டிருக்கிறேன் என்று, ஆனால் ஒன்றை மட்டும் என்னால் சரியாகச் சொல்ல முடியவில்லை: இதைப்படிக்கும்போது என்னைப் பற்றி நீங்கள் என்ன நினைப்பீர்கள் என்பதைத் தான்! எப்போதுமே நான் சிரித்துக்கொண்டு, குறும்பு செய்வது போலவே இதுவும் உங்களுக்குத் தோன்றுகிறதோ என்னவோ! இன்று காலைகூட உங்களை நான் சிரமப்படுத்திவிட்டேன்; ஆனால் இந்தக் கடிதத்தை இப்போது நான் எழுதும்போது மேரி மாதாவை வணங்கிவிட்டுத் தான் எழுதுகிறேன், என்னை நம்புங்கள், இதோ இப்போதுகூட நான் பிரார்த்திக்கிறேன்; நான் அழுதுவிடுவேன் போல இருக்கிறது. உங்களுடைய கைகளில் இப்போது என்னுடைய ரகசியம் இருக்கிறது; நாளை நீங்கள் வரும்போது எப்படி உங்களை

நான் ஏறிட்டுப் பார்ப்பேன் என்று எனக்குத் தெரியாது. ஓ, அலெக்ஸெய் ஃபியோதரவிச், ஒருவேளை உங்களை நான் நாளைக்குப் பார்க்கும் போது இன்றுபோலவே முட்டாள்தனமாகச் சிரித்துவிட்டால் என்ன செய்வது? ஏதோ விளையாட்டுத்தனமாகக் கேலிசெய்கிறேன் என்று நினைத்து நான் எழுதிய கடிதத்தை நீங்கள் நம்பாமல் போய்விடுவீர்களோ. இனிமையானவரே, உங்களை நான் கெஞ்சிக் கேட்டுக்கொள்கிறேன், என்மீது நீங்கள் இரக்கங்கொண்டவரானால், நாளைக்கு நீங்கள் இங்கு வரும்போது நேராக என்னுடைய கண்களைப் பார்க்காதீர்கள்; உங்களைப் பார்த்ததும் சட்டென்று நான் சிரித்துவிடக்கூடும், அதுவும் அந்த நீண்ட அங்கியில், அதைப் பற்றி நினைத்துப் பார்க்கும்போதே நான் சில்லிட்டுப் போகிறேன், எனவே உள்ளே நுழைந்ததும் கொஞ்ச நேரம் நீங்கள் என்னைப் பார்க்கவே வேண்டாம், என்னுடைய அம்மாவையோ ஜன்னலையோ பாருங்கள் . . .

இதோ, இப்போது நான் உங்களுக்குக் காதல் கடிதம் எழுதி விட்டேன், கடவுளே, நான் என்ன செய்துவிட்டேன் பாருங்கள்! அல்யோஷா, இதற்காக நீங்கள் என்னை வெறுக்காதீர்கள், நான் ஏதாவது முட்டாள்தனமாகச் செய்திருந்தால், உங்கள் மனதைப் புண்படுத்தியிருந்தால் என்னை மன்னித்துவிடுங்கள். இப்போது என்னுடைய ரகசியம் உங்களுடைய கைகளில்; காலகாலத்திற்கும் என்னுடைய நற்பெயர் அழிந்துபோய்விட்டது.

இன்று நான் கண்டிப்பாக அழுவேன். இப்போது நான் விடைபெற்றுக்கொள்கிறேன். நம்முடைய அந்தப் பயங்கரமான சந்திப்பு நடக்கும்வரை உங்களிடமிருந்து நான் விடைபெற்றுக் கொள்கிறேன் – லீஸ்.

தயவுசெய்து பார்க்கவும். அல்யோஷா, நீங்கள் கண்டிப்பாக, அவசியமாகக் கட்டாயம் வரவேண்டும்!' – லீஸ்

அல்யோஷா அந்தக் கடிதத்தை ஆச்சர்யத்துடன் பார்த்தான்; இருமுறை அதைப் படித்துவிட்டு அதில் எழுதியிருந்ததை நினைவு கூர்ந்தபடியே திடீரென்று அமைதியாக, இனிமையாகச் சிரித்தான்.

அந்தச் சிரிப்புச் சத்தம் அவனைக் குலுங்கவைக்க, அவனுக்கு அது பாவச்செயலாகத் தோன்றியது: ஒரு நிமிடங்கழித்து, மீண்டும் அவன் அதே போல அமைதியாக, சந்தோஷமாகச் சிரித்தான். அந்தக் கடிதத்தை மெதுவாக அவன் உறையில் போட்டு, அப்படியே சிலுவை போட்டுக்கொண்டு படுத்தான். அவனுடைய உள்ளத்தை அழுத்திய உணர்வுகளெல்லாம் அவனை விட்டுப் பறந்துபோயின. 'கடவுளே, எல்லார் மீதும் கருணை காட்டு, எல்லோரையும் காப்பாற்று, வருத்தமானவர்களுக்கும் அமைதி இல்லாதவர்களுக்கும் நீ நல்வழியைக் காட்டு. அப்படி நல்வழி காட்டி அவர்களைக் காப்பாற்றுவது உன்னுடைய வழியாகும். அன்பானவன் நீ, அனைவருக்கும் மகிழ்ச்சியை நீ அளிப்பாயாக!' என்று முணுமுணுத்தபடி சிலுவை போட்டுக்கொண்டு அமைதியான உறக்கத்தில் அல்யோஷா ஆழ்ந்துபோனான்.

# இரண்டாவது பாகம்

## நான்காவது புத்தகம்

# மனவேதனை

## 1

## அருட்தந்தை ஃபெரபோன்த்

இன்னும் விடிந்திராத காலை வேளையிலேயே அல்யோஷா எழுந்திருந்தான். முதியவர் கண்விழித்தெழுந்த போது தான் மிகவும் சோர்வாக இருப்பதை அவர் உணர்ந்தாலும் படுக்கையிலிருந்து தன்னைச் சாய்வு நாற்காலி யில் உட்காரவைக்குமாறு அவர் கேட்டுக்கொண்டார். முழுமையான சுயநினைவில் அவர் இருந்தார்; அவருடைய முகம் மிகவும் சோர்வடைந்திருந்தாலும் பார்ப்பதற்குத் தெளிவாக, ஏறக்குறைய மகிழ்ச்சியாக இருந்தது; அவருடைய பார்வை இணக்கமாகவும் கதகதப்பாகவும் சந்தோஷமாகவும் இருந்தது. 'இன்று நான் உயிரோடு இருப்பேனா என்று எனக்குத் தெரியாது' என்று அவர் அல்யோஷாவிடம் சொன்னார்; பிறகு அவர் பாவமன்னிப்புக் கோர விரும்பி இறை வாக்குறுதியையும் உடனே பெற விரும்பினார். அவருடைய பாவ மன்னிப்பாளர் எப்போதுமே அருட் தந்தை பாய்ஸியாக இருந்தார். அந்த இரண்டு புனிதச் சடங்குகளையும் அவர் செய்து முடித்தவுடன் அறையில் கூட்டம் சேர்ந்தது. திருமணமாகாத துறவிமார்கள் ஒன்று சேர, கொஞ்சங்கொஞ்சமாக அந்த அறை பிறகு துறவிமார் களால் நிறைந்து வழிந்தது.

இதற்கிடையில் பொழுதுபுலர்ந்த காலை வேளை உதயமாகிக்கொண்டிருந்தது. துறவி மடாலயத்திலிருந்து

மக்கள் வரத் தொடங்கினர். பிரார்த்தனை முடிந்ததும் முதியவர் எல்லோரிடமும் விடைபெற்றுக்கொண்டு எல்லோருக்கும் முத்தம் கொடுத்தார். அவருடைய அறை சிறியதாக இருந்ததால், உள்ளே வந்தவர்கள் இனி வருபவர்களுக்கு இடங்கொடுக்க வேண்டி வெளியே வந்தனர். முதியவர் மீண்டும் நாற்காலியில் அமர, அல்யோஷா அவரருகே சென்று நின்றான். அவரால் எவ்வளவு முடியுமோ அவ்வளவு தூரம் அவர் பேசவும், போதிக்கவும் செய்தார்; அவருடைய குரல் சோர்ந்திருந்தாலும், இன்னும் அழுத்தமாக இருந்தது. ‘உங்களுக்கு நான் எவ்வளவு ஆண்டுகள் போதித்திருக்கிறேன், எவ்வளவு ஆண்டுகள் வாய்மொழிப் பாடம் கற்பித்திருக்கிறேன்; அந்தப் பழக்கத்திலேயே நான் பேச ஆரம்பித்துவிட்டேன், பேசும்போதே உங்களுக்குப் பாடம் கற்பிக்கிறேன்; எனவே, நான் பேசுவதைவிட மௌனமாய் இருப்பது எனக்குச் சிரமமாக இருக்கிறது, என்னுடைய அருட்தந்தைமார்களே, இனிமையான என் சகோதரத் துறவிமார்களே, இப்போது நான் தளர்ந்துபோய் விட்ட நிலையிலும் பேச ஆரம்பித்துவிட்டேன்’ என்று அவர் வேடிக்கையாகப் பேசிக்கொண்டே தன்னைச் சுற்றி இருந்தவர்களைக் கனிவுடன் பார்த்தார். அப்போது அவர் பேசியதை அல்யோஷா பிறகு நினைவுகூர்ந்தான். அவருடைய பேச்சு தெளிவாகவும் குரலில் தேவையானதொரு அழுத்தமும் இருந்தாலும் அவர் பேசும் பேச்சில் தொடர்பில்லாமல் இருந்தது. நிறைய விஷயங்களைப் பற்றி அவர் பேசினார்; இறப்பதற்கு முன்பாகத் தன்னுடைய வாழ்நாளில் சொல்லப் படாத விஷயங்களையெல்லாம் அவர் பகிர்ந்துகொள்ள வேண்டுமென்றும் அது தன்னுடைய சந்தோஷத்திற்காக மட்டுமில்லாது பொதுவாக எல்லோரிடமும் பகிர்ந்துகொள்ள வேண்டுமென்கிற தாகத்தாலும் தன்னுடைய பரவச நிலையைத் தான் உயிருடன் இருக்கும் போதே உளப்பூர்வமாக ஒருமுறை எல்லோரிடமும் மறுபடியும் பகிர்ந்துகொள்ள வேண்டுமென்கிற விருப்பத்திலும் பேசுவது போலப் பேசினார் . . .

‘தந்தைமார்களே, நீங்கள் ஒருவரை ஒருவர் நேசியுங்கள்’ என்று அவர் சொன்னார் (அல்யோஷா பிறகு இந்த அறிவுரையை எவ்வளவு முறை நினைத்துப் பார்த்திருப்பான்.) கடவுளின் பிள்ளைகளே, அன்பு செலுத்துங்கள். நாம் இந்தச் சுவர்களுக்குள் நம்மை அடைத்துக்கொண்டு விட்டதால் வெளி உலகத்தில் இருப்பவர்களைவிட நாம் ஒன்றும் புனிதமானவர்கள் அல்ல. மாறாக இங்கு வாழும் ஒவ்வொருவரும் வெளி உலகில் இருக்கும் எல்லோரையும்விடவும் இவ்வுலகத்திலிருக்கும் யாரையும்விடவும் கீழானவர்கள் என்பதை நாம் தெரிந்துகொள்ள வேண்டும் . . . இந்தத் துறவி மடாலயச் சுவர்களுக்குள் நாம் வாழும் காலம்வரை மிகத் தெளிவாக இதை நாம் தெரிந்துகொள்ள வேண்டும். அப்படியில்லையென்றால் நாம் இங்கு இருப்பதில் பயன் ஏதுமில்லை. அதை நாம் உணரும்போது, அதாவது வெளி உலகிலிருப்பவர்களைவிட நாம் கீழானவர்கள் என்பதை மட்டுமல்ல, உலகிலிருக்கும் மக்கள் எல்லோருக்குமாகவும் எல்லாவிதக் குற்றவாளிகளுக்காகவும் எல்லா மனிதப் பாவங்களுக்கும் தனிமனிதப் பாவங்களுக்கும் நாம் பொறுப்பாளி என்பதை நாம் உணரும்போதுதான் நம்முடைய தனிநிலை வாழ்வின் குறிக்கோள் அதனிடத்தைச் சென்றடைய முடியும். என் அருமை

யானவர்களே, தெரிந்துகொள்ளுங்கள். இங்கு இருக்கும் ஒவ்வொருவரும் தனித்தனியாக எல்லா மக்களுக்காகவும், இவ்வுலகிலிருக்கும் எல்லா மக்களுக்காகவும் நீங்கள் பொறுப்பேற்க வேண்டும் என்பதில் சந்தேக மில்லாமல் இருங்கள். பொதுவாக இது உலகளாவிய பொறுப்பு மட்டுமல்ல, மனிதர்களடங்கிய, ஒவ்வொரு மனிதனின் தனிப்பொறுப்பு. அப்படியே இவ்வுலகில் வாழும் ஒவ்வொரு மனிதனும் ஒவ்வொரு மனிதனுக்காகவும் ஏற்றுக்கொள்ளும் பொறுப்பு இதுவாகும். இப்படிப் பட்ட விழிப்புணர்வுதான் ஒரு துறவிக்குச் சூட்டப்படும் கிரீடம். ஆம், அதுதான் இப்பூவுலகில் வாழும் எந்த ஒரு மனித வாழ்வுக்கும் சூட்டப்படும் உண்மையான கிரீடமும் ஆகும். ஏனெனில் துறவிகள் மற்ற மனிதர்களிலிருந்து வேறுபட்டவர்களல்ல. அவர்களும் மற்ற மனிதர்களைப் போலவே இப்பூமியில் வாழப் பிறந்தவர்கள்தாம். அப்போதுதான் நம்முடைய இதயங்கள் என்றும் அழியாத, உலகளாவிய, எல்லையற்ற அன்பால் நெகிழ்ந்துபோகும். அப்போது உங்கள் ஒவ்வொருவருக்கும் இவ்வுலகை அன்பால் வெல்லும் சக்தி கிடைக்கும்; அப்படியே உலகின் பாவங்களையெல்லாம் உங்கள் கண்ணீரால் நீங்கள் கழுவ முடியும்... ஒவ்வொருவரும் உங்களுடைய உள்ளத்தைக் கவனமாகக் கண்காணிக்க வேண்டும்; இடைவிடாது நீங்களே உங்களுடைய குறைகளைச் சொல்லிப் பாவமன்னிப்புக் கேட்க வேண்டும். பாவங்களைக் கண்டு நீங்கள் பயப்படாதீர்கள், அதைத் தெரிந்துகொண்ட உங்களுக்குப் பாவமன்னிப்பு உண்டு; அதே சமயம் கடவுளிடம் நீங்கள் வரையறை ஒப்பந்தம் போடாதீர்கள். எல்லாவற்றிற்கும் மேலாகக் கர்வம் இல்லாமல் இருங்கள். வலிமையானவர்கள் முன்பும் வலிமை யற்றவர்கள் முன்பும் கர்வம் இல்லாமல் இருங்கள். உங்களை நிராகரிப்பவர்களை, உங்களைக் கேவலப்படுத்துபவர்களை, உங்களை நிந்திப்பவர்களை, உங்களைப் பழிதூற்றுபவர்களை நீங்கள் வெறுக்காதீர் கள். நாத்திகர்களை வெறுக்காதீர்கள்; நல்லவை அல்லாதவற்றைப் போதிப்பவர்களையும் உலகாயதவாதிகளையும் கெட்டவர்களே ஆனாலும், நல்லவர்களானாலும் யாரையும் நீங்கள் வெறுக்காதீர்கள்; ஏனெனில் குறிப்பாக, நம்முடைய இந்தக் காலகட்டத்தில் பெரும் பான்மையோர் நல்லவர்களே. அவர்களை நம்முடைய பிரார்த்தனையின் போது நீங்கள் நினைவில் கொள்ளுங்கள்: 'கடவுளே, எல்லோரையும் காப்பாற்று, யாருக்காகப் பிரார்த்திக்க ஆள் இல்லையோ அவர்களையும் உன்னைத் தொழ விரும்பாதவர்களையும் நீ காப்பாற்று.' அப்படியே 'கர்வத்தின் பெயரில் நான் இதைச் செய்யவில்லை, ஏனெனில் கடவுளே, எல்லோரைவிடவும் நான் கீழானவன்...' கடவுளின் மக்களை நேசியுங்கள், அறிமுகமில்லாதவர்கள் உங்களுடைய மந்தையை உங்களிடமிருந்து அபகரித்துப் போக அனுமதிக்காதீர்கள்; உங்களுடைய சோம்பேறித் தனத்தால், அதீத ஆணவத்தால், எல்லாவற்றிற்கும் மேலாக, மிக மோசமான உங்களுடைய பேராசையின் காரணத்தால் கண்களை மூடிக்கொண்டு விழிப்புடன் நீங்கள் இல்லாத காரணத்தால், உங்களுடைய மந்தையை யார் வேண்டுமானாலும் உங்களிடமிருந்து பிரித்துச் செல்ல முடியும். இடைவிடாது திருமறை நூலை மக்களுக்கு நீங்கள் போதியுங்கள்... பேராசைப்படாதீர்கள்... வெள்ளியையும் தங்கத்தையும் விரும்பாதீர்கள்;

அவற்றைச் சேமித்துவைக்காதீர்கள் . . . கடவுள் மீது நீங்கள் நம்பிக்கை வையுங்கள், அவருடைய கொடியைப் பற்றிக்கொள்ளுங்கள். வெகு உயர்வாக அதை உயர்த்திப் பிடியுங்கள் . . .'

உண்மையாகவே, முதியவரின் பேச்சு இங்குச் சொல்லப்பட்டதை விடவும் தொடர்பில்லாமல் இருந்ததைப் பிறகு அல்யோஷா கவனித்தான். சிலசமயம் பேச முடியாமல் அவருக்கு மூச்சுத் திணறவும், பிறகு முழுபலத்தையும் சேகரித்து அவர் மூச்சு விடவும் செய்தார்; ஆனால் அவர் ஏதோ ஒரு பரவச நிலையில் இருந்தார். அவர் பேசுவதை ஆச்சர்யத்துடன் அனைவரும் கேட்டனர், அப்படியே அதைக் கேட்டுப் பலர் நெகிழ்ந்து போயினர்; அவருடைய பேச்சில் தெளிவு இல்லாததையும் அவர்கள் கவனித்தனர் . . . அவர் சொன்னதைப் பிறகு அவர்கள் நினைத்துப் பார்த்தனர். அந்த அறையைவிட்டு அல்யோஷா வெளியேற வேண்டிய சூழ்நிலை ஏற்பட்டபோது, அங்கு நிலவிய பதற்றத்தையும் அறைக்கு உள்ளேயும் வெளியேயும் கூடியிருந்த மக்களின் எதிர்பார்ப்பையும் பார்த்து அவன் ஒரு நிமிடம் திகைத்துப்போனான். அவர்களில் ஒருசிலருடைய எதிர்பார்ப்பு எச்சரிக்கையூட்டுவதாகவும் வேறு சிலருடைய எதிர்பார்ப்பு வெற்றி ஆரவாரமுடையதாகவும் இருந்தது. முதியவர் இறந்தால், முக்கியமான ஏதோ ஒரு சம்பவம் நிகழும் என்று அங்கிருந்த அனைவரும் எதிர்பார்த்திருந்தனர். இந்த எதிர்பார்ப்பு ஒரு விதத்தில் அர்த்தமற்றதாக இருந்தாலும், ஆச்சாரமிக்க, மிகப்பெரிய, மூத்த அருட்தந்தைமார்கள்கூட ஏதோ ஒன்று நிகழும் என்றே எதிர்பார்த்துக் காத்திருந்தனர். அருட்தந்தை பாய்ஸி கட்டிறுக்கத்துடன் அமர்ந்திருந்தார். அல்யோஷாவைப் பார்க்க நகரத்திலிருந்து ரக்கீத்தின் வந்திருக்கிறான், அப்படியே அவன் ஹஹ்லக்கோவாவிடமிருந்து விநோதமான கடிதம் ஒன்றைக் கொண்டுவந்திருக்கிறான் என்று துறவி ஒருவர் ரகசியமாக அல்யோஷாவிடம் சொல்ல, அவன் அந்த அறையைவிட்டு வெளியே வந்தான். அந்தக் கடிதத்தில் சுவாரஸ்யமான, உண்மைச் சம்பவம் ஒன்றைப் பற்றி திருமதி ஹஹ்லக்கோவா எழுதியிருந்தாள். அதாவது, நேற்று நடந்த சந்திப்பில், முதியவரைப் பார்த்து ஆசீர்வாதம் பெற்ற பெண்களில் ஒருத்தி, இந்த நகரத்துப் பெண்ணான ப்ரஹ்ரோவ்னா, படைவீரரின் விதவை மனைவியாவாள். அவள் முதியவரிடம், 'என் மகன் வாசென்கா ராணுவத்தில் சேர்ந்து, வெகு தொலைவில், சைபீரியாவிலிருக்கும் இர்கூத்ஸ்க் நகரத்திற்குச் சென்றவன், ஒரு வருடமாக எந்தக் கடிதமும் எழுதாமல் இருக்கிறான்; ஒரு சமயம் அவன் இறந்துபோயிருக்கக்கூடுமோ! அப்படியிருந்தால் அவனுடைய ஆத்மா சாந்தியடைய நான் பிரார்த்திக்கலாமா?' என்று கேட்டிருந்தாள். உயிருடன் இருப்பவனுக்கு இப்படி ஒரு பிரார்த்தனையைக் கண்டிப்பாகச் செய்யக் கூடாது, அப்படிச் செய்தால் அது செய்வினை செய்வதற்கு ஒப்பாகும்' என்று அவர் கண்டிப்பாகச் சொல்லியிருந்தார்.

பிறகு அவளுடைய அறியாமையை எண்ணி அவளை அவர் மன்னித்து மேலும் கூறினார், 'ஏதோ வருவதுரைக்கும் புத்தகத்தைப் படித்துச் சொல்வதைப் போல' (தன்னுடைய கடிதத்தில் ஹஹ்லக்கோவா

இப்படித்தான் குறிப்பிட்டிருந்தாள்), அவளுடைய மகன் சந்தேகத்திற்கிடமின்றி, உயிரோடிருப்பதாகவும், அவளைப் பார்க்க அவன் வெகு சீக்கிரமே வருவான் அல்லது கடிதம் எழுதுவான் என்றும், வீட்டிற்குத் திரும்பிச் சென்று அவனுக்காக அவள் காத்திருக்க வேண்டுமென்றும் அவர் சொன்னார். இப்படியாக, நடந்தது என்ன தெரியுமா, என்று மிக ஆர்வத்துடன் எழுதிய ஹஹ்லக்கோவா, 'அதுமட்டுமின்றி, அதற்கு மேலும் ஒன்று நிகழ்ந்தது' என்று எழுதியிருந்தாள். அதாவது, அந்த மூதாட்டி தன்னுடைய வீட்டிற்குத் திரும்பியபோது சைபீரியாவிலிருந்து கடிதம் வந்து அவளுக்காகக் காத்திருந்தது. அப்படியே பயணத்தின் நடுவே எழுதப்பட்ட அந்தக் கடிதம் இக்கத்திரின்புர்க்கிலிருந்து அனுப்பப் பட்டிருந்தது; அதில் வாஸ்யா என்ற ஒரு அரசு அதிகாரியுடன் அவன் ரஷ்யாவுக்குத் திரும்பி வந்துகொண்டிருப்பதாகவும், இந்தக் கடிதம் கிடைத்த மூன்று வாரங்களில் அவனே 'தன் தாயை நேரில் வந்து கட்டி அணைக்கப் போவதாகவும்' எழுதியிருந்தான். இப்படி நடந்த இந்த 'அற்புத தீர்க்கதரிசனத்தைப்' பற்றி அல்யோஷா துறவிமார்களுக்கும் அவர்களைச் சார்ந்த மற்ற சகோதரத் துறவிமார்களுக்கும் உடனடியாகத் தெரிவிக்க வேண்டுமென்று திருமதி. ஹஹ்லக்கோவா அந்தக் கடிதத்தில் குறிப்பிட்டு எழுதியிருந்தாள்: 'இது எல்லோருக்கும், எல்லோருக்கும் தெரிய வேண்டும்' என்று தன்னுடைய கடிதத்தை அவள் எழுதி முடித்திருந்தாள். கடிதம் மிக அவசரமாக, வேக வேகமாக எழுதப்பட்டிருக்க, எழுதியவரின் பதற்றம் ஒவ்வொரு வரியிலும் தெரிந்தது. ஆனால், இதைத் துறவிமார்களுக்குத் தெரியப்படுத்துவது அவசியமில்லாமல் இருந்தது, ஏனெனில் ஏற்கெனவே அவர்களுக்கு எல்லாமே தெரிந்திருந்தது: ரக்கீத்தின் அல்யோஷாவை வெளியே வரும்படிக் கேட்டுத் துறவி ஒருவரை அனுப்பியபோது அந்தத் துறவியிடம் அவன் வேறொரு விஷயத்தையும் செய்யச் சொல்லியிருந்தான்; 'பெரு மதிப்பிற்கும், ஆழ்ந்த வணக்கத்திற்கும் உரிய அருட்தந்தை பாய்ஸியை ரக்கீத்தினாகிய நான் பார்க்க வேண்டும், அதுவும் தாமதிக்காமல் உடனே பார்க்க வேண்டும்; இப்படி அவசரப்படுத்துவதற்கு என்னை மன்னியுங்கள்' என்று எழுதிய கடிதத்தையும் அவன் கொடுத்தனுப்பி யிருந்தான். அல்யோஷாவைச் சந்தித்த துறவி அதற்கு முன்னதாகவே அருட்தந்தை பாய்ஸியிடம் இந்தக் கடிதத்தைக் கொடுத்திருக்க, அல்யோஷா அந்தக் கடிதத்தை வெறும் ஆதாரச் சான்றாகத்தான் அருட்தந்தை பாய்ஸியிடம் கொடுக்க முடிந்தது. அதைப் படித்த அருட்தந்தை பாய்ஸி, இயல்பாகவே கண்டிப்பான, எச்சரிக்கையான மனிதராக இருந்தவர், நிகழ்ந்த அந்த 'அற்புதத்தை' அறிந்து, தன்னுடைய உள் உணர்வை மறைக்க முடியாமல் இருந்தார். கண்கள் பளபளக்க, உதடுகள் மலர, திடீரென்று ஆழமான சிரிப்பு ஒன்றை அவர் உதிர்த்தார். 'இதற்கு மேலானதையும் நாம் பார்ப்போம்!' என்ற வார்த்தைகள் சட்டென்று அவரிடமிருந்து வெளிவந்தன.

'ஒருவேளை இதைவிடவும் மேலானதை, இதைவிடவும் மேலானதை நாம் பார்ப்போம்!' என்று அங்குக் குழுமியிருந்த துறவிகள் அவருடைய வார்த்தைகளைத் திருப்பிச் சொன்னார்கள். ஆனால் அருட்தந்தை பாய்ஸி மீண்டும் கோபத்துடன், இப்போது இதைப் பற்றி யாரும்

எதுவும் பேசக் கூடாது, ஏனெனில், 'இது மறுபடியும் உறுதிசெய்யப்பட வேண்டும், சாதாரண மக்களில் பலர் மேற்போக்காகப் பேசுபவர்கள், அப்படியே இது இயல்பாகவும் நடந்திருக்கக்கூடும்' என்று தன்னுடைய மனசாட்சியை அமைதிப்படுத்தச் சொன்ன வார்த்தைகளை அவரே நம்பவில்லை என்பதைச் சுற்றியிருந்தவர்களும், அவர் சொன்னதைக் கேட்டவர்களும் உணர்ந்தனர். அந்த நிமிடமே இந்த 'அற்புதத்தைப்' பற்றிய விஷயம் துறவிமடாலயம் முழுவதும், குழுமியிருந்த சாதாரண மக்களுக்கும் தெரியவந்தது. வடக்குப் பகுதியின் வெகு தூரத்திலிருக்கும் அப்தோர்ஸ்க் மடத்தின் 'புனித சில்வெஸ்த்தரிலிருந்து' நேற்று வந்திருந்த அந்த இளைஞனுக்கு நடந்த இந்த அற்புதம், அங்கிருந்தவர்களைக் காட்டிலும் மிக அதிக ஆச்சர்யத்தைக் கொடுத்தது. அவன்தான் நேற்று ஹஹ்லக்கோவாவின் அருகில் நின்றுகொண்டு முதியவரை வணங்கிக் 'குணமான' அந்தப் பெண்ணின் மகளைக் காட்டி, ஆழ்ந்த உணர்வுடன், 'இப்படிப்பட்ட செயல்களை எவ்வளவு தைரியமாக நீங்கள் செய்கிறீர்கள்?' என்று கேட்டான். ஆனால், ஏற்கனவே சற்றுக் குழப்பத்திலிருந்த அவனுக்கு எதை நம்புவது என்றுதான் தெரியாமல் இருந்தது. அப்படியே நேற்று மாலை அவன் அருட்தந்தை ஃபெரபோன்த் தைத் தேனீப் பண்ணைக்குப் பின்புறம் இருக்கும் அவருடைய தனி அறையில் சந்தித்துப் பேசியது, மிகப்பெரிய, பயங்கரமான தாக்கத்தை அவனுடைய மனத்தில் ஏற்படுத்தியிருந்தது. வயதான இந்த அருட் தந்தை ஃபெரபோன்த், உபவாசத்தையும், மௌனவிரதத்தையும் கடைபிடிப்பவர், அருட்தந்தை ஸோசிமாவுக்கு எதிராக இருந்தார் என்பதை முன்கூட்டியே நாம் குறிப்பிட்டிருக்கிறோம். முக்கியமாக – வயதானவர்களுக்குக் கொடுக்கப்படும் முக்கியத்துவத்தைத் தவறான, அற்பத்தனமான புதுச்சடங்கு என்று கருதுபவர் அவர். யாரிடமும் அதிகம் பேசாத அமைதியான இந்தத் துறவி, ஸோசிமாவுக்கு எதிராக இருப்பவர். அவர் ஒரு பயங்கரமான மனிதர். அபாயகரமான இவர், முக்கியமாக, பல துறவிமார்களின் இரக்கத்தைப் பெற்றிருந்தார்; துறவிமடாலயத்திற்கு வரும் சாதாரண மக்கள் இவரை ஒரு பெரிய துறவி, கடும் உபவாசக்காரர் என்று நினைத்திருந்தாலும், அவரை அவர்கள் ஒரு முட்டாளாகவே கருதினர் என்பதில் சந்தேகமில்லை. ஆனால், அந்த முட்டாள்தனம் அவர்களை ஈர்ப்பதாகவே இருந்தது. அருட்தந்தை ஃபெரபோன்த், தந்தை ஸோசிமாவைப் பார்க்க ஒருபோதும் சென்றதில்லை. இந்தத் துறவி மடாலயத்தில்தான் அவர் வாழ்ந்து வந்தார் என்றாலும், மடாலயத்தின் சட்டதிட்டங்களைப் பின்பற்றுவதில் அக்கறை எதுவும் இல்லாமல் தன்னை ஒரு முட்டாளாகவே அவர் பாவித்துக்கொண்டிருந்தார். அவருக்கு எழுபத்து ஐந்து வயது இருக்கலாம்; மடாலயத்தின் தேனீப் பண்ணையின் பின்புறம், மடாலயத்தின் ஒரு மூலையில், ஏறக்குறைய இடிந்துவிழும் நிலையில் இருக்கும், மரத்தால் செய்யப்பட்ட, போன நூற்றாண்டில் கட்டப்பட்ட பழைய ஒரு அறையில் வாழ்ந்துவந்த இவருக்கு முன்பு, அதே அறையில், புகழ்பெற்ற யோவான் என்ற புனிதத் துறவி நூற்று ஐந்து ஆண்டுகள் வாழ்ந்துவந்தார்; உபவாசங்களையும், மௌனவிரதத்தையும் அவர் கடைபிடித்து வந்தார் என்றும், அவர் செய்த தியாகங்களைப் பற்றி

அரிதான பல கதைகள் துறவி மடாலயத்திலும், அதைச் சுற்றி இருந்த பகுதிகளிலும் இன்றுவரை சொல்லப்பட்டு வந்தன. அருட்தந்தை ஃபெரபோன்த் அந்த அறையில் வாழ்வதற்காக மிகவும் முயன்று, இறுதியாக, ஏழு ஆண்டுகளுக்கு முன்புதான் அவருக்கு அனுமதி கிடைக்கப் பெற்றது என்றாலும், அந்தத் தனி அறையில், அதாவது, தனிப்பட்ட ஜெபம் நடத்தப்படும் அறைபோல இருக்கும் அந்தக் குடிசையில், அதிகமாக உருவப்படங்களும் பார்வையாளர்களால் ஏற்றப்பட்டு இடைவிடாது எரியும் மெழுகுவர்த்திகளும் இருந்ததால், அவற்றைப் பாதுகாக்கும் பொறுப்பை அருட்தந்தை ஃபெரபோன்த் ஏற்றுக்கொண்டார். மூன்று நாட்களுக்கு ஒருமுறை இரண்டு பவுண்டு ரொட்டியைத் தவிர வேறெதையும் அவர் சாப்பிடுவதில்லை. (ஆம், அது உண்மைதான்); மூன்று நாட்களுக்கு ஒருமுறை தேனி வளர்க்கும் துறவிப் பணியாளர் அவருக்கு ரொட்டி கொடுத்து வந்தார் என்றாலும், அருட்தந்தை ஃபெரபோன்த் அவருடன்கூட அதிகமாகப் பேசியதில்லை. இந்த நான்கு பவுண்டு ரொட்டியுடன் இறைவழிபாடு முடிந்து தாமதமாக, ஆனால் கவனமாக அனுப்பப்படும் மெல்லப்பமும்தான் அவருடைய ஒருவார உணவாக இருந்தது. குடுவையிலிருந்த தண்ணீர் அவருக்காகத் தினமும் மாற்றப்பட்டது. கூட்டு வழிபாட்டில் அவர் அதிகமாகக் கலந்துகொள்ளவில்லை. நாள் முழுவதும் அவர் மண்டியிட்டுப், பிரார்த்திப்பதை வழிபாட்டிற்கு வந்தவர்கள் பார்த்தார்கள். அப்படியே யாருடனாவது அவர் பேசினார் என்றாலும், அது சுருக்கமானதாக, சட்டென்று பேச்சை நிறுத்தும், விநோதமான, முரட்டுத்தனமான பேச்சாகவே அது இருக்கும். அரிதாக அவர் வழிபாட்டிற்கு வருபவர்களுடன் சிலசமயம் பேசினாலும், பெரும்பாலும் அவருடைய பேச்சு விநோதமான வார்த்தைகளைக் கொண்டதாய், கேட்பவருக்குப் புரியாமல் இருக்க, அதற்கான விளக்கத்தை அவரிடம் எத்தனை முறை கேட்டாலும் அதற்கு அவர் விளக்கம் சொல்லாதவராகவே இருந்தார். பாதிரியார் என்ற தகுதி எதுவுமில்லாமல் சாதாரணத் துறவியாகவே அவர் இருந்தார். அவரைப் பற்றி விசித்திரமான ஒரு பேச்சு சாதாரண மக்களிடம் அடிபட்டது, அதாவது அருட்தந்தை ஃபெரபோன்த் மேலுலக ஆவிகளுடன் மட்டுமே பேசுவதால் மக்களிடம் அவர் பேசுவதில்லை என்ற பேச்சு அடிபட்டது. அப்தோர்ஸ்கிலிருந்து வந்திருந்த இளம் துறவிக்கு அருட்தந்தை ஃபெரபோன்த்தின் அறையைக் காட்ட வந்த தேனீப் பண்ணை பராமரிப்பாளர், வந்திருந்த விருந்தாளியை எச்சரித்தார்; ‘அருட்தந்தை ஃபெரபோன்த் உங்களிடம் பேசினாலும் பேசலாம், பேசாமல் அமைதியாகவும் இருக்கலாம்’ என்று. இதைக் கேட்டு அந்த இளம் விருந்தாளி அருட்தந்தை ஃபெரபோன்த்தை எப்படிப் பயபக்தியுடன் பார்க்கச் சென்றார் என்பதைப் பிறகு அவரே நினைவுகூர்ந்தார்: அன்று ‘பொழுது கடந்து தாமதமான வேளையாக இருந்தது. அறைக்கதவின் கடைசிப் படிக்கட்டில் அருட்தந்தை ஃபெரபோன்த் உட்கார்ந்திருந்தார். அவர் அமர்ந்திருந்த இடத்திற்குப் பின்னால் பழம்பெரும், பிரம்மாண்டமான, இரட்டை அரம்பப்பல் விளிம்பு கொண்ட இலைகளையும் சிறு மலர்கொத்துகளையும் கொண்ட *(elm)* மரம் ஒன்று சலசலத்துக்கொண்டிருந்தது. மாலை நேரக் குளிர்

காற்று வீசிக்கொண்டிருந்தது. அப்தோர்ஸ்கிலிருந்து வந்திருந்த அந்த இளந்துறவி அருட்தந்தை ஃபெரபோன்த் முன்பாக வணங்கி நின்று அவருடைய ஆசீர்வாதத்தைக் கோரினார்.

'நானும் உன்னை வணங்கி ஆசீர்வாதம் பெற வேண்டுமென்று நீ விரும்புகிறாயா?' என்று கேட்ட அருட்தந்தை ஃபெரபோன்த், அந்த இளம்துறவியை 'எழுந்திரு!' என்றார்.

அந்த இளந்துறவி எழுந்து நின்றார்.

'ஆசீர்வதிப்பதால் ஒருவர் ஆசீர்வதிக்கப்படுகிறார், என்னருகில் வந்து உட்கார். எங்கிருந்து நீ வருகிறாய்?'

பாவப்பட்ட அந்த இளந்துறவியை எது அதிகமாக ஆச்சர்யப் படுத்தியது என்றால், வயதான இந்தக் காலத்திலும் கடுமையாக உபவாசமிருக்கும் அருட்தந்தை ஃபெரபோன்த், திடமானவராக, கூன்விழாமல் நிமிர்ந்து, புத்துணர்ச்சியுடன் முகம் மலர்ந்து, சற்றே ஒல்லியாக, உயரமானவராக அவர் இருந்தாலும், அவர் ஆரோக்கிய மானவராக இருந்ததுதான் அவரை ஆச்சர்யத்தில் ஆழ்த்தியது. கவனத்தை ஈர்க்கக்கூடிய விதத்தில் அவருடைய உடல் கட்டுறுதியாக இருந்தது. உடற்பயிற்சி செய்யும் வலிமை வாய்ந்த தேகமாக இருந்தது. இந்த வயதான காலத்திலும் அவருடைய அடர்த்தியான தலைமயிரும் தாடியும் முழுமையாக நரைக்காமல், கருநிறத்தில் இருந்தன. அவருடைய கண்கள் சாம்பல் நிறத்தில், பெரிதகன்று, ஒளிரும் தன்மையுடன், புடைத்திருந்தது இன்னும் அவருக்கு ஆச்சர்யத்தைக் கொடுத்தது. பேசும்போது அவர் 'ஓ' என்ற சொல்லை அழுத்தி உச்சரிக்கும் பழக்கத்தைக் கொண்டிருந்தார். துரு வண்ணத்தில், அந்தக் காலக் கைதிகளுக்காக முரட்டுத் துணியில் தைக்கப்பட்ட பெரிய அங்கி ஒன்றையும் இடுப்பில் தடித்த கயிறு ஒன்றையும் அவர் அணிந்திருந்தார். அந்த அங்கிக்குள் அணிந்திருந்த முரட்டுத்தனமான, பருத்திச் சட்டை பல மாதங்களாகக் கழற்றப்படாமல், ஏறக்குறையக் கறுப்பு நிறமாய் மாறி, அங்கி வழியே தெரிந்தது. அந்த அங்கிக்குள் முப்பது பவுண்டு எடை கொண்ட சங்கிலியை அவர் அணிந்திருந்தார் என்று மக்கள் பேசிக்கொண்டார்கள். காலில், மிகப் பழைய, ஏறக்குறைய பிய்ந்துபோன காலணிகளை அவர் அணிந்திருந்தார்.

'அப்தோர்ஸ்க் என்ற சிறிய ஊரிலிருக்கும் புனித சில்வெஸ்த்தர் மடத்திலிருந்து நான் வருகிறேன்' என்று பணிவாகக் கூறிய அந்த இளந்துறவி, தன்னுடைய ஆர்வம் செறிந்த பார்வையைச் சற்றே பயத்துடன் அருட்தந்தை ஃபெரபோன்த் மீது சட்டென்று பதித்தான்.

'உங்களுடைய சில்வெஸ்த்தருக்கு நான் வந்திருக்கிறேன். அவருடன் நான் தங்கியிருக்கிறேன். சில்வெஸ்த்தர் இப்போது எப்படியிருக்கிறார்?'

இதைக் கேட்ட அந்த இளந்துறவி ஆச்சர்யப்பட்டுப் போனார்.

'திறமையற்ற மக்கள் நீங்கள்! உபவாசங்களை இப்படியா கடைபிடிப்பது?' 'வெகுகாலமாகவே எங்களுடைய துறவிமடாலயத்தில்

உபவாசங்களை நாங்கள் இப்படித்தான் கடைபிடிக்கிறோம்: நாற்பது நாள் உபவாசத்தின் போது திங்கள், புதன், வெள்ளிக்கிழமைகளில் துறவிமார்களுக்கு மதிய உணவு கிடையாது. செவ்வாய், வியாழக் கிழமைகளில் சகோதரத் துறவிமார்கள் வெள்ளை ரொட்டியும் வேகவைத்த பழங்களுடன் தேனும், காட்டுத் தீங்கனிகள் அல்லது உப்புப் போட்டுப் பதப்படுத்தப்பட்ட முட்டைக்கோஸ் மற்றும் ஓட்ஸ் கஞ்சியும்தான் சாப்பிடுவார்கள். சனிக்கிழமைகளில் தாளித்த முட்டைக் கோஸ் சூப், பட்டாணியுடன் செய்த மாவீடு (நூடுல்ஸ்), கஞ்சி ஆகியவை தான். வாரநாட்களில் கருவாடும் பாற்கஞ்சியும் உண்டு. புனித வாரத்தின் போது திங்கள் முதல் சனி மாலைவரை ஆறு நாட்களும் சாப்பாடு சமைக்கப்பட மாட்டாது; ரொட்டியும் தண்ணீரும்தான்; அதுகூட மிகவும் குறைந்த அளவே; உபவாசத்தின் முதல் வாரம் சம்பிரதாயப்படி சில நாட்கள் சாப்பிடவே மாட்டோம். புனித வெள்ளி, புனித சனியன்று மதியம் மூன்று மணிவரை எதுவும் சாப்பிடவும், குடிக்கவும் கூடாது, பிறகு சிறிதளவு ரொட்டியும் தண்ணீரும் அப்படியே ஒரு கோப்பைத் திராட்சை ரசமும் உணவாகக் கொடுக்கப்படும். புனித வியாழனன்று எண்ணெய் சேர்க்கப்படாத உணவும் திராட்சை ரசமும் உலர்ந்த பழங்களும் சாப்பிடுவோம். புனித வியாழனைப் பற்றி லஓதிக்க சமயக்குழு (*Laodicean Council*) இப்படிச் சொல்கிறது. 'நாற்பது நாள் உபவாசத்தைக் கடைசி வியாழக்கிழமையன்று முடிப்பது சரியல்ல, அப்படிச் செய்தால் இந்த நாற்பது நாள் உபவாசத்தையும் அவமதிப்ப தாகும்.' இதோ இப்படித்தான் எங்கள் துறவிமடாலயத்தில் உபவாசம் அனுஷ்டிக்கப்படுகிறது.

'ஆனால், நீங்கள் அனுஷ்டிக்கும் உபவாசத்தை எதனுடனும் ஒப்பிட்டுப் பார்க்க முடியாது அருட்தந்தையே' என்று அந்த இளந்துறவி சொன்னதை அருட்தந்தை ஃபெரபோன்த் ஏற்றுக்கொண்டு மேலும் சொன்னார், 'வருடம் முழுவதும், ஈஸ்டரின் போதும் நீங்கள் ரொட்டியை யும் தண்ணீரையும்தான் சாப்பிடுகிறீர்கள், மேலும் இரண்டு நாள் நாங்கள் சாப்பிடும் ரொட்டி உங்களுக்கு ஒரு வாரம் முழுவதும் போதுமானதாக இருக்கிறது. உண்மையைச் சொல்லப்போனால், உங்களுடைய இந்த உபவாசமுறை மிகவும் ஆச்சர்யமாகத்தான் இருக்கிறது.'

'சரி, காளான்?' என்று திடீரென்று கேட்ட அருட்தந்தை ஃபெரபோன்த், 'க' என்ற எழுத்தை மூச்சிழுத்துச் சொன்னதால், ஏறக்குறைய அது 'ஹ' என்று கேட்டது.

'காளான்?'

'ஆமாம். ஆமாம். அந்த ரொட்டியை நான் விட்டுவிடுவேன், எனக்கு அது வேண்டவே வேண்டாம், காட்டிற்குச் சென்று அங்குக் கிடைக்கும் காளானையும் காட்டுத் தீங்கனிகளையும் சாப்பிட்டு என்னால் உயிர்வாழ முடியும், ஆனால், இங்கிருப்பவர்களால் இந்த ரொட்டியை விடமுடியாது, நாசமாய்ப் போன இந்த ரொட்டியைக் அவர்கள் கட்டிக்கொண்டு அழுகிறார்கள். வேறு சமயஞ்சார்ந்த மக்கள் சொல்கிறார்கள், இப்படி உபவாசமிருக்கத் தேவையில்லையென்று.

இது ஆணவப்பேச்சு, மதத்தின் மீது நம்பிக்கையில்லாமல் இருப்பதுதான் இதற்குக் காரணம்.'

'ஆ, இதுதான் உண்மை' என்று பெருமூச்சு விட்டபடி சொன்னார் அந்த இளந்துறவி.

'சாத்தானை நீ அவர்களிடம் பார்த்தாயா?'

'யார் அந்த அவர்கள்?' என்று பயந்தபடி கேட்டார் அந்த இளந்துறவி.

'போன வருடம் தலைமை மடாதிபதியை இயேசுநாதர் மீட்டுயிர்ப்பு வாரத்தின்போது நான் பார்த்தேன். அதன் பிறகு இன்றுவரை இன்னும் அவரை நான் பார்க்கவில்லை. சில துறவிமார்களின் அங்கிகளுக்குள் சாத்தான் ஒளிந்துகொண்டு, அவர்களுடைய உடலில் ஏறி உட்கார்ந்து கொண்டு, தன்னுடைய கொம்புகளை வெளியே காட்டிக்கொண்டிருக் கிறது; ஒருசிலரின் சட்டைப் பையிலிருந்து அது வெளியே எட்டிப் பார்க்கும் அதனுடைய கண்கள் வேகமாய்ச் சுழல, அவை என்னைப் பார்த்து அவை பயப்படும்; ஒன்று மிக அழுக்கான ஒரு துறவியின் வயிற்றில் தஞ்சம் புகுந்துகொள்ள, மற்றொன்று அவருடைய கழுத்தில் தொங்கிக்கொண்டிருக்க, அதைக் கவனிக்காமலேயே அவரும் அதைத் தூக்கிக்கொண்டே அலைந்தார்.'

'நீங்கள் ... பார்த்தீர்களா?' என்று தெரிந்துகொள்ளும் ஆர்வத்துடன் கேட்டார் அந்த இளந்துறவி.

'ஆமாம், நான் அதைப் பார்த்தேன், என்னுடைய இரண்டு கண்களாலும் பார்த்தேன். தலைமை மடாதிபதியைப் பார்த்துவிட்டு வெளியில் வரும்போது கதவிற்குப் பின்னால் அது ஒளிந்துகொண் டிருப்பதை நான் பார்த்தேன்; ஒன்றரை மீட்டர் உயரத்தில், அது மிகப்பெரிய ஒன்றாக, தடித்த வாலுடன், அதிக எடையுடன், நீண்ட வாலின் நுனிப்பகுதி பிளவுபட்ட கதவிடுக்கில் மாட்டிக்கொண்டிருக்க, நான் கதவைப் புத்திசாலித்தனமாக வேகமாகச் சாத்தியபோது அதனுடைய வால் கதவிடுக்கில் மாட்டிக்கொண்டதை நான் பார்த்தேன். வேதனையில் அது கீச்சிட்ட சத்தத்தையும் வாலை அடித்துக்கொண்ட விதத்தையும் பார்த்து அதற்கு நான் சிலுவையிட்டேன், ஆம் மூன்று முறை சிலுவையிட்டேன். அடித்து நொறுக்கப்பட்ட சிலந்தியைப் போல அது அங்கேயே வீழ்ந்து மாண்டது. இனி அது ஒரு மூலையில் அழுகி, நாற்றமெடுத்துக் கிடப்பதை அவர்கள் பார்க்கவும் மாட்டார்கள்; அந்தத் துர்நாற்றத்தை அவர்கள் உணரவும் மாட்டார்கள். அதன் பிறகு ஒரு வருடம் நான் அங்குப் போகவில்லை. நீ இங்கு வந்திருக்கும் விருந்தாளி என்பதால் இதை உன்னிடம் சொல்கிறேன்.'

'நீங்கள் சொல்வதைக் கேட்க எனக்குப் பயமாக இருக்கிறது! மதிப்பிற்குரிய, புனிதத் தந்தையே, நீங்கள் ஏதோ தூய ஆவிகளுடன் தொடர்ந்து பேசுவதாகப் பேச்சு ஒன்று வெகு தூரத்திலும் அடி படுகிறதே, அது உண்மையா?' என்று மேலும் தைரியத்துடன் கேட்டார் அந்த இளந்துறவி.

‘சில சமயங்களில் அது பறந்து வந்து என்னைப் பார்க்க வரும்.’

‘பறந்து வருகிறதா, எப்படி?’ எந்த வடிவத்தில்?’

‘பறவை வடிவத்தில்.’

‘புனித ஆன்மா புறா வடிவத்திலா?’

‘அது புனித ஆன்மா, இது புனித ஆவி. புனித ஆவி என்பது வேறு, புனித ஆன்மா என்பது வேறு. சில சமயங்களில் அது பறந்துவந்து கீழிறங்கும்: தூக்கணாங்குருவி, தித்திரி அல்லது நீல வண்ணச் சிறு பறவை போல அது இருக்கும்.’

‘நீல வண்ணச் சிறு பறவை உருவத்தில் அது இருக்கும் என்று நீங்கள் எப்படித் தெரிந்துகொண்டீர்கள்?’

‘அது என்னிடம் பேசும்.’

‘எப்படிப் பேசும், எந்த மொழியில் பேசும்?’

‘மனித மொழியில்.’

‘உங்களிடம் அது என்ன சொன்னது?’

‘இதோ, இன்று அது என்னிடம் வந்து, முட்டாள் ஒருவன் வந்து உன்னைப் பார்ப்பான், அறிவுகெட்ட கேள்விகளைக் கேட்பான் என்று சொன்னது. இளந்துறவியே, அளவுக்கு அதிகமாக நீ தெரிந்து கொள்ள ஆசைப்படுகிறாய்.’

‘உங்களுடைய வார்த்தைகள் பயங்கரமாக இருக்கின்றன, ஆசீர் வதிக்கப்பட்ட, மதிப்பிற்குரிய அருட்தந்தையே’ என்று தன்னுடைய தலையைச் சிலுப்பியபடி சொன்னான் அந்த இளந்துறவி. அவனுடைய பயம் தழுவிய கண்களில் நம்பிக்கையின்மை தற்செயலாகப் பளிச்சிட்டது.

‘அங்கே இருக்கும் மரம் உனக்குத் தெரிகிறதா?’ என்று சிறிது நேரம் அமைதியாய் இருந்த அருட்தந்தை ஃபெரபோன்த் அந்த இளந்துறவியைப் பார்த்துக் கேட்டார்.

‘தெரிகிறது, ஆசீர்வதிக்கப்பட்ட தந்தையே.’

‘உன்னைப் பொறுத்தவரையில் அது ஒருவகை மரம் (*elm*), ஆனால் என்னைப் பொறுத்தவரை அது முற்றிலும் வேறான ஒன்று.’

‘அது எப்படி?’ என்று அமைதியாக இருக்கும் அருட்தந்தையிட மிருந்து பதிலை எதிர்பார்த்துக் கேட்டார் அந்த இளந்துறவி.

‘இரவு நேரங்களில் அது நடக்கும். அங்கிருக்கும் இரண்டு கிளைகள் உன்னுடைய கண்களுக்குத் தெரிகிறதா? இரவு நேரங்களில் இயேசு கிறிஸ்து தனது கைகளை என் முன்பாக நீட்டி, அந்தக் கரங்களால் என்னை அவர் தேடுவதை நான் தெளிவாகப் பார்த்து நடுங்கியிருக் கிறேன். பயங்கரம், ஓ, அது பயங்கரம்!’

‘அது இயேசு கிறிஸ்துவாக இருக்கும் பட்சத்தில் பயப்பட என்ன இருக்கிறது?’

‘ஒருவேளை அவர் என்னைத் தேவலோகத்திற்கு இட்டுச் சென்று விட்டால் என்னசெய்வது?’

‘உயிருடனா?’

‘இலியாசிவின் புகழைப் பற்றி, ஆன்மாவைப் பற்றி நீ கேள்விப் பட்டதில்லையா என்ன?’ அவர் என்னை அரவணைத்து அவருடனேயே கூட்டிக்கொண்டு சென்றுவிடுவார் . . .’

அப்தோர்ஸ்கிலிருந்து வந்திருந்த இளந்துறவி இந்த உரையாடலைக் கேட்டு ஆச்சர்யப்பட்டு, தனக்கென ஒதுக்கப்பட்ட அறைக்குச் சென்று, அங்கிருந்த மற்றொரு சகோதரத் துறவியுடன் இந்த விஷயத்தைப் பகிர்ந்துகொண்டபோது அவர் மிக அதிகமாகக் குழம்பிப் போனாலும், அவருடைய மனம் தந்தை ஸோசிமாவைவிட அருட்தந்தை ஃபெரபோன்த் மீதே அதிக அனுதாபத்தைக் கொண்டிருந்தது. அப்தோர்ஸ்கிலிருந்து வந்திருந்த இளந்துறவிக்கு உபவாசம்தான் மிக முக்கியம், எனவே, அதைக் கடைபிடிப்பதில் மிகச் சிறந்த ஒருவருக்கு, அருட்தந்தை ஃபெரபோன்த் போன்றவருக்கு, ‘அற்புதங்களைப் பார்ப்பது’ என்பது இயற்கையான ஒன்று என்று அவர் நினைத்தார். அவர் பேசும் வார்த்தைகளில் ஒருவித முரண்பாடு இருந்தாலும், கடவுளுக்கு அதன் அர்த்தம் புரியும்தானே, அப்படியே கடவுள் நேசிக்கும் எல்லாப் புனித முட்டாள்களும் அருட்தந்தை ஃபெரபோன்த்தைப் போலவே விநோதமாகப் பேசவும், காரியங்களைச் செய்யவும் செய்யத்தானே செய்கிறார்கள். சாத்தானின் வால் கதவிடுக்கில் சிக்கிய கதையை அந்த இளந்துறவி உண்மையென நினைத்து அப்படியே அதைச் சந்தோஷமாக ஏற்றுக்கொண்டார். அதுமட்டுமின்றி, துறவி மடாலயத் திற்கு வருவதற்கு முன்பே அந்த இளந்துறவி முதியவர்களுக்கான நிறுவனத்தை எதிர்ப்பவராக, அதைப் பற்றி மக்களுடைய கருத்தைக் கேட்டு, ஊறு விளைவிக்கக்கூடிய ஒரு புது நிறுவனம் இது என்ற எண்ணத்தில்தான் அவர் இருந்தார். துறவி மடாலயத்திற்கு வந்த பின்பு, மேற்போக்கான எண்ணங்கொண்ட ஒருசில துறவிகள், அப்படியே முதியவர் நிறுவனங்களை எதிர்க்கும் துறவிமார்கள், ரகசியமாகத் தங்களுடைய கருத்துகளைப் பரிமாறிக்கொண்டதை அவர் கவனித்தார். இயல்பாகவே அந்த இளந்துறவி ஊக்கமுள்ளவராக, சாதுர்யமானவராக, எல்லாவற்றையும் தெரிந்துகொள்ளும் ஆர்வம் உள்ளவராக இருந்தார். அதன் விளைவாக, முதியவர் ஸோசிமாவால் நிகழ்த்தப்பட்ட அந்தப் புதிய ‘அற்புதம்’ பற்றிய விஷயம் அவரை மிகவும் ஆச்சர்யத்தில் ஆழ்த்தியது. பிறகுதான் அல்யோஷா நினைத்துப் பார்த்தான், அருட் தந்தை ஸோசிமாவைச் சுற்றியிருந்தவர்களில், அவருடைய அறைக்கு அருகிலிருந்த துறவிமார்களின் கூட்டத்தில், அங்கும் இங்கும் ஒருவராக, ஒரு சிறு உருவம் எல்லாவற்றையும் தெரிந்துகொள்ளும் ஆர்வத்தில், மற்றவர்கள் பேசுவதையெல்லாம் கேட்டுக்கொண்டு, கேள்விகளையும் கேட்டுக்கொண்டிருந்தது என்று. ஆனால் அந்தச் சமயம் அல்யோஷா அவரைக் கவனத்தில் கொள்ளவில்லை, அதற்குப் பிறகுதான் நடந்த எல்லாவற்றையும் அவன் நினைத்துப் பார்த்தான் . . .

ஆமாம், அவரைப் பார்ப்பதற்கு அப்போது அல்யோஷாவுக்கு நேரமில்லாமல் இருந்தது: அருட்தந்தை ஸோசிமா மீண்டும் களைப்படைவதை உணர்ந்து, தன்னைப் படுக்கையில் படுக்கவைக்கு மாறு மறுபடியும் கேட்டுக்கொண்டார்; சுற்றும், முற்றும் பார்த்தபடி அல்யோஷாவை அவர் தன் அருகில் வருமாறு அழைத்தார். அல்யோஷாவும் உடனே அவரருகே ஓடிப்போய் நின்றான். அப்போது முதியவர் அருகே அருட்தந்தை பாய்ஸியும் திருமணமாகாத அருட்தந்தை ஜோசப்பும் புதுப் பணியாளன் ஒருவரும் மட்டுமே இருந்தனர். சோர்வடைந்த தன்னுடைய கண்களைத் திறந்து அல்யோஷாவை ஆழ்ந்து பார்த்தபடி திடீரென்று கேட்டார் முதியவர் ஸோசிமா.

'மகனே, உனக்காக உன்னுடைய மக்கள் உன்னை எதிர்பார்த்துக் காத்திருக்கிறார்கள் இல்லையா?'

அல்யோஷா ஏதோ முணுமுணுத்தான்.

'உன்னை எதிர்பார்த்து யாரும் காத்திருக்கவில்லையா? இன்று வருவதாக யாருக்கும் நீ வாக்குக் கொடுக்கவில்லையா?'

'வாக்குக் கொடுத்தேன் ... தந்தைக்கு ... சகோதரர்களுக்கு ... மற்றவர்களுக்கு ... மற்றவர்களுக்கும்கூட ...'

'பார், அப்படி இருக்கையில், நீ கண்டிப்பாகப் போக வேண்டும், நீ வருத்தப்படாதே, தெரிந்துகொள், இந்த மண்ணுலகில் கடைசியாக என்னுடைய வார்த்தை உன் முன்பாகச் சொல்லப்படாமல் நான் இறந்துபோகமாட்டேன்; அந்த வார்த்தைகளை உனக்காக நான் சொல்வேன், என் மகனே; அது என்னுடைய மரண சாசனமாகும். என் இனிய மகனே, அதை நான் உன்னிடம் சொல்வேன், ஏனெனில் நீ என்னை விரும்புகிறாய். எனவே, யாருக்கு நீ வாக்குக் கொடுத்தாயோ அவர்களைப் பார்க்க இப்போதே நீ புறப்படு' என்றார்.

அவரை விட்டுச் செல்ல அவனுக்குச் சிரமமாக இருந்தாலும், அவருடைய வார்த்தையை அல்யோஷா உடனே கேட்டான். ஆனால், அந்த முதியவரின் உறுதிமொழி, அதாவது, இந்த மண்ணுலகில் அவருடைய இறுதி வார்த்தைகள் அவன் முன்பு மொழியப்படும், அதற்கு மேலாக, அந்த வார்த்தைகள் அவனுக்கான மரண சாசனமாகும் என்பது அல்யோஷாவின் மனதை ஆச்சர்யத்தில் ஆழ்த்தியது. எவ்வளவு சீக்கிரமாகத் தன்னுடைய வேலைகளை ஊரில் முடித்துக்கொண்டு திரும்பி வந்துவிட முடியுமோ அவ்வளவு சீக்கிரமாகத் திரும்பி வந்து விடுவது என்ற முடிவில் அவன் வேகமாகச் சென்றான். அப்போதுதான் அருட்தந்தை பாய்ஸி சொன்ன வார்த்தைகள் அழுத்தமான, எதிர்பாராத விளைவை அவனுள் ஏற்படுத்தின. அவர்கள் இருவரும் முதியவர் அறையை விட்டு வெளிவரும்போது இது நடந்தது.

'நினைவில் கொள், இளைஞனே' என்று ஒளிவுமறைவின்றி எந்த விதப் பீடிகையுமின்றி ஆரம்பித்தார் அருட்தந்தை பாய்ஸி: 'உலகில் விஞ்ஞானமானது, கடைசி இந்த நூற்றாண்டில் தன்னுடைய சக்தியை எல்லாம் திரட்டி, குறிப்பாக, தேவலோகத்தைப் பற்றி நம்முடைய

புனித நூல்களில் என்ன கூறப்பட்டிருக்கிறதோ, அவற்றையெல்லாம் கவனமாகப் பரிசோதித்து, கருணையில்லாமல் பிரித்தாராய்ந்து பார்த்ததில், முன்பு புனிதமாகக் கருதப்பட்ட எதையுமே விஞ்ஞானிகள் இப்போது புனிதமானதாக விட்டுவைக்கவில்லை. ஆனால், அவர்கள் அதைப் பகுதி பகுதியாகப் பிரித்து ஆராய்ந்து பார்த்ததில் முழுமையான ஒன்றை மட்டும் அவர்கள் பார்க்காமல் விட்டுவிட்டது, உண்மையாகவே, எவ்வளவு கண்மூடித்தனமானது என்று யோசித்துப் பார்த்தால் ஆச்சர்யமாகத்தான் இருக்கிறது. இருந்தாலும், முழுமையான ஒன்று முன்பு போலவே, எந்தவிதப் பாதிப்பிற்கும் உட்படாமல் அவர்கள் கண்முன்னேயே இருப்பதால், நரகத்தின் கதவுகள் அதற்கு எதிராகத் திறக்க முடியாது. பத்தொன்பது நூற்றாண்டுகளாக மட்டுமல்ல, இன்றளவும், ஒவ்வொரு மனித உள் இயக்கத்திலும், பெருந்திரளான மக்களின் இயக்கங்களிலும் அது வாழ்ந்துகொண்டிருக்கவில்லையா என்ன? எல்லாவற்றையும் அழித்தொழித்துவிட்ட அதே அந்த நாத்திக வாதிகளின் மன இயக்கங்களிலும், முன்பு போலவே அது வாழ்ந்து கொண்டுதானே இருக்கிறது! கிறிஸ்துவ மதத்தை மறுக்கும், அதன் இருப்புக்கு எதிராகப் புரட்சி செய்யும் யாருமே, உண்மையாகப் பார்த்தால், இயேசு கிறிஸ்துவின் படிவத்தால் உருவாக்கப்பட்டு அப்படியே எஞ்சி இருப்பவர்களாகவே இருக்க, அவர்களுடைய அறிவுக்கூர்மையோ, உள்ள எழுச்சிக் கனலோ, இயேசு கிறிஸ்துவைத் தவிர வேறு ஒரு உருவத்தை, உயர்ந்த வழிபாட்டிற்குரிய, மதிக்கத்தக்க ஒரு உருவத்தை மனித குலத்திற்கு உருவாக்கித் தரமுடியவில்லை. இன்னபிற முயற்சிக ளெல்லாம் கோர உருவத்தை உருவாக்குவதிலேயே முடிந்திருக்கிறது. குறிப்பாக, இதை நீ நினைவில் கொள், இளைஞனே, ஏனெனில் பிரிந்துபோகின்ற உன்னுடைய முதியவர், லௌகீக வாழ்க்கையை நீ வாழ வேண்டுமென்று முடிவு செய்துவிட்டார். ஒருவேளை, இந்த நாளை நீ நினைவில்கொண்டு, என்னுடைய இந்த வார்த்தைகளைப் பிறகு நீ நினைவுகூரலாம்; ஏனெனில் இந்த வார்த்தைகள் என்னுடைய ஆழ்மனத்திலிருந்து உன்னை வழிநடத்திச் செல்லவே சொல்லப் படுகின்றன. அப்படியே இன்னும் இளமையோடு இருக்கும் நீ மருட்சிகள் நிறைந்த இவ்வுலகில் நிலைகுலையாமல் ஒரு வாழ்க்கையை வாழ்வது உன்னுடைய சக்திக்கு அப்பாற்பட்டதாக இருக்கலாம். சரி, இப்போது நீ புறப்படு, அனாதை இளைஞனே.'

இப்படிச் சொன்ன அருட்தந்தை பாய்ஸி அவனை ஆசீர்வதித்தார். துறவி மடாலயத்திலிருந்து வெளியே வந்த அல்யோஷா அருட்தந்தை பாய்ஸியின் எதிர்பாராத இந்த வார்த்தைகளை நினைத்துப் பார்த்து, இதுவரை தன்னிடம் கடுமையாக நடந்துகொண்ட இந்தத் துறவி, திடீரென்று இவ்வளவு தூரம் எழுச்சிமிக்க அன்புடன் தனக்கு வழிகாட்டியாக இருப்பது, கண்டிப்பாக அருட்தந்தை ஸோசிமா இறக்கும் தறுவாயில் அவரைத் தனக்கு ஒரு வழிகாட்டியாக விட்டு விட்டுச் செல்வதால்தான் என்று நினைத்தான். 'ஒரு சமயம் இதைப் பற்றித்தான் அவர்கள் இருவரும் பேசிக்கொண்டிருந்தார்களோ' என்று திடீரென்று நினைத்தான் அல்யோஷா. அவன் கேட்ட எதிர்பாராத இந்த நீதிபோதனை அருட்தந்தை பாய்ஸியின் உள்ளார்ந்த அக்கறையைத்

தவிர வேறெதையும் காட்டுவதாக இல்லை: மருட்சிகளுக்கு எதிராக எவ்வளவு வலுவான பாதுகாப்பு அரணை அமைக்க முடியுமோ அவ்வளவு வலுவான அரணை அமைத்துத் தன்னுடைய இளமனதைப் பாதுகாக்கவும், கவர்ச்சியூட்டி வசப்படுத்தும் போராட்டங்களிலிருந்து அனுபவமற்ற தன்னுடைய இள நெஞ்சைப் பேணிப் பாதுகாத்துக் கொள்ளவும் அவன் வேகமாகப் புறப்பட்டான்; ஆனால் அதை எப்படிச் செய்வது என்றுதான் அவனுக்குத் தெரியாமல் இருந்தது.

# 2
## தந்தையின் வீட்டில்

முதலில் அல்யோஷா தன் தந்தையைப் பார்க்கப்போனான். அப்படிப் போகும்போது அவனுடைய தந்தை இறுதியாகச் சொன்ன வார்த்தை அவனுக்கு நினைவுக்கு வந்தது, அதாவது எப்படியாவது அவன் இவானுக்குத் தெரியாமல் இங்கு வரவேண்டுமென்பது. 'ஏன்?' என்று அல்யோஷா திடீரென்று நினைத்துப் பார்த்தான். அமைதியாக, என்னிடம் மட்டும் தந்தை எதையாவது சொல்ல வேண்டுமென்று நினைத்தால், எதற்காக யாருக்கும் தெரியாமல் நான் அங்குப் போக வேண்டும்? ஒருவேளை, நேற்று அவர் பதற்றத்தில் ஏதாவது ஒன்றைச் சொல்ல விரும்பி, அதைச் சொல்வதற்குப் பதிலாக இப்படிச் சொல்லி விட்டாரோ' என்றுகூட நினைத்தான். இருந்தாலும் மார்ஃபா இக்னச்சேவ்னா திட்டிவாயிலைத் திறந்தபோது, (கிரிகோரி உடல்நலம் சரியில்லாமல் படுத்திருந்ததால் அவள் கதவைத் திறந்தாள்) அல்யோஷா கேட்ட கேள்விக்குப் பதிலளிக்கும் விதத்தில், இவான் ஃபியோதரவிச் இரண்டு மணி நேரத்திற்கு முன்பே போய்விட்டான் என்று சொன்னது அல்யோஷாவுக்கு மிக்க மகிழ்ச்சியைத் தந்தது.

'அப்படியானால் தந்தை?'

'அவர் எழுந்து காபி குடித்துக்கொண்டிருக்கிறார்' என்று ஏதோ விறைப்பாகப் பதிலளித்தாள் மார்ஃபா இக்னச்சேவ்னா.

அல்யோஷா வீட்டிற்குள் நுழைந்தான். கிழவர் வீட்டில் அணியும் செருப்புடன், பழைய மேல் அங்கியை அணிந்துகொண்டு, மேஜையில் அமர்ந்தபடி, உருப்படியான வேலை எதையும் செய்யாமல், தேவையில்லாமல் கணக்குவழக்குகளைப் பார்த்துக்கொண்டிருந்தார். வீட்டில் அவர் தனியாக இருந்தார் (ஸ்மெர்தியாக்கவ் கூட இரவுநேர சாப்பாட்டிற்காகப் பொருட்களை வாங்க வெளியே சென்றிருந்தான்). ஆனால் அவர் பார்த்துக்கொண்டிருந்த கணக்குவழக்குகள் அவருடைய மனத்தில் நிற்கவில்லை.

காலையிலேயே அவர் தன்னை உற்சாகமாக வைத்துக்கொள்ள முயன்றாலும், பார்ப்பதற்கு அவர் சோர்வாக, பலவீனமாக இருந்தார். தலையில் இரவு முழுவதும் கட்டப்பட்டிருந்த சிவப்பு நிறக் கைக்குட்டை

எடுக்கப்பட்டதும், அந்த இடம் கன்றிப் போய்க் கருஞ்சிவப்பாக இருந்தது. அடிபட்டிருந்த அவருடைய மூக்கும் அந்த இரவு நேரத்திற்குள், வெகுவாக வீங்கிப் போய், ஆங்காங்கே கன்றிப்போன தடயங்களுடன், பார்ப்பதற்கே முகம் கோரமாக, எரிச்சலூட்டும் விதத்தில் இருந்தது. இதனால் உள்ளே நுழைந்த அல்யோஷாவை அவர் நட்புணர்வின்றிப் பார்த்தார்.

'காபி ஆறிப்போயிருக்கிறது' என்று கோபமாகக் கத்தியவர், 'உனக்கு நான் காபி கொடுக்கப் போவதில்லை.' 'நான், சகோதரனே, இன்று உபவாசத்திற்குரிய மீன் சூப்பை மட்டுமே குடிக்கப் போகிறேன், வேறு யாரையும் நான் சாப்பிட அழைக்கப் போவதில்லை. எதற்காக நீ இங்கு வந்தாய்?'

'உங்களுடைய உடல்நலத்தைப் பற்றித் தெரிந்துகொள்ளத்தான்.'

'ஆமாம். அதுமட்டுமல்ல, உன்னை நான் இங்கு வரச் சொல்லி நேற்று சொன்னேன் இல்லையா. எல்லாமே தேவையில்லாதது தான். தேவையில்லாமல் நான் உன்னைச் சிரமப்படுத்திவிட்டேன். ஆனால், எனக்குத் தெரியும், கண்டிப்பாக நீ இங்கு வருவாயென்று . . .'

இதை அவர் வெறுப்புடன் சொன்னார். சொன்னவர் எழுந்து போய்க் கண்ணாடி முன் நின்று தன்னுடைய மூக்கை மிக ஆர்வமாகப் பார்த்தார் (காலையிலிருந்து இது நாற்பதாவது முறையாக இருக்கலாம்). தன்னுடைய தலையில் கட்டப்பட்டிருக்கும் சிவப்பு நிறக் கைக்குட்டையை இன்னும் கொஞ்சம் அழகாக இருக்கும்படி சரிசெய்துகொண்டார்.

'சிவப்பு நிறத் துணியாக இருந்ததால் பரவாயில்லை, வெள்ளைத் துணியாக இருந்திருந்தால் மருத்துவமனையில் போடப்படும் கட்டுப் போல இருந்திருக்கும்' என்று அவர் பெருமையாகச் சொன்னார். 'சரி, உன்னுடைய நிலைமை என்ன? எப்படியிருக்கிறார் உன்னுடைய அந்த முதியவர்?'

'அவருடைய உடல்நிலை மிகவும் மோசமாக இருக்கிறது, அவர் இன்று இறந்துவிடவும் கூடும்' என்று பதிலளித்தான். ஆனால், அவன் சொன்ன பதிலை அவர் காதில்கூட வாங்கிக் கொள்ளவில்லை, ஆம், அவர் கேட்ட கேள்வியே அவருக்கு நினைவில் இல்லாமல் இருந்தது.

'இவான் போய்விட்டான்' என்று திடீரென்று அவர் சொன்னார். 'மீச்சியாவின் திருமணப் பெண்ணை எப்படியாவது அவன் தட்டிப் பறித்துவிட வேண்டுமென்று பார்க்கிறான், அதற்காகவே அவன் இங்கு வந்திருக்கிறான்' என்று உதட்டைச் சுழித்தபடி வெறுப்பாகச் சொல்லிவிட்டு அவர் அல்யோஷாவைப் பார்த்தார்.

'அப்படியா அவன் சொன்னான்?'

'ஆமாம். எப்போதோ அதை அவன் சொல்லிவிட்டான். தெரியுமா, மூன்று வாரங்களுக்கு முன்பே சொன்னான். பிறகென்ன, ரகசியமாக என்னைக் கொல்லவா அவன் இங்கு வந்திருக்கிறான்? அவன் இங்கு வந்ததற்கு ஏதாவது ஒரு காரணம் இருக்கத்தானே வேண்டும்?'

'நீங்கள் ஏன் இப்படிப் பேசுகிறீர்கள்?' என்று மனஉளைச்சலுடன் கேட்டான் அல்யோஷா.

'என்னிடம் அவன் பணம் கேட்கமாட்டான் என்பது உண்மை, அப்படியே கேட்டாலும் ஒன்றும் கிடைக்காது. இவ்வுலகில் எவ்வளவு நாள் என்னால் வாழ முடியுமோ அவ்வளவு நாள் வாழ நான் ஆசைப்படுகிறேன், என் இனிய அலெக்ஸெய் ஃபியோதரவிச். உங்களுக்குத் தெரியுமா, அப்படி நான் வாழும் காலம் முழுவதும் எனக்கு ஒவ்வொரு பைசாவும் (கோபெக்கும்) தேவை' என்று தொடர்ந்தவர், தன்னுடைய நீண்ட, அழுக்கான, மஞ்சள் நிற, கோடைக்கால மேல் அங்கிக்குள் கைகளை விட்டுக்கொண்டு, அறையின் ஒரு மூலையிலிருந்து மறுமூலைக்கு நடந்தார். 'நான் இன்னும் ஒரு ஆண்மகன், ஐம்பத்து ஐந்தே வயதான ஆண்மகன், அடுத்த இருபது வருடங்களுக்கு முழுமையான ஆண்மகனாக நான் இருப்பேன் என்ற உணர்விலேயே நான் இருக்க ஆசைப்படுகிறேன். வயதானால் நான் அசிங்கமாகிவிடுவேன், அப்போது யாரும் என்னைத் தேடி வரமாட்டார்கள், எனக்கு அப்போதுதான் பணம் தேவைப்படும். எனவே, அதற்காக, என் ஒருவனுக்காக, பணத்தை நான் மேலும் மேலும் சேர்த்துக்கொண்டிருக்கிறேன், என் இனிய மகனே அலெக்ஸெய் ஃபியோதரவிச். அது உங்களுக்குத் தெரிய வேண்டும், ஏனெனில், அருவருக்கத்தக்க வகையில் நீண்ட நாள் நான் வாழப் போகிறேன் என்பதும் உங்களுக்குத் தெரிய வேண்டும். கேவலமான வாழ்க்கையை வாழ்வதிலும் ஒரு இனிமை இருக்கிறது. எல்லோரும் அதைக் கேவலம் என்று சொல்லிக்கொண்டே ரகசியமாக அப்படி வாழ்கிறார்கள். ஆனால் நானோ அதை வெளிப்படையாகச் சொல்கிறேன். இதோ இப்படிப்பட்ட என்னுடைய இந்த வெளிப்படையான பேச்சைக் கேட்டுத் தான் நல்லது அல்லாதவற்றை விரும்புபவர்களும் என்மீது வந்து விழுகிறார்கள். நீ சொல்லும் சொர்க்கம், அலெக்ஸெய் ஃபியோதரவிச், அது எனக்கு வேண்டாம். உனக்கே தெரியும், அப்படியே சொர்க்கம் என்று ஒன்று இருந்தாலும், என்னைப் பொறுத்தவரை, தூங்கிய பிறகு மனிதன் எழவில்லையென்றால், அது ஒன்றுமே இல்லை என்றாகி விடுகிறது. விருப்பப்பட்டால் என்னுடைய ஆத்ம சாந்திக்காக நீங்கள் பிரார்த்திக்கலாம், இல்லாவிட்டால், நாசமாய்ப் போகட்டும். இதுதான் என்னுடைய தத்துவம். நேற்று நாம் எல்லாரும் குடிபோதையில் இருந்தாலும் இவான் நன்றாகத்தான் இருந்தான். அவன் ஒரு தற்பெருமைக் காரன், அவனுக்கு உண்மையான அறிவு கிடையாது . . . ஆம், குறிப்பாக எந்தப் படிப்பும் படித்துப் பட்டம் எதுவும் அவன் பெறவில்லை. ஒன்றும் பேசாமல் அமைதியாக உன்னைப் பார்த்து அவன் சிரிப்பான் – அப்படித்தான் தன்னுடைய எண்ணங்களை அவன் வெளிப்படுத்துவான்.'

அவர் பேசுவதை அல்யோஷா அமைதியாகக் கேட்டுக்கொண் டிருந்தான்.

'அவன் ஏன் என்னிடம் பேச மறுக்கிறான்? மீறிப் பேசினாலும் அவன் உதைபடுவான்; கயவன் அவன், உன்னுடைய இவான்! நான் நினைத்தால் அந்த குரூஷென்காவை இப்போதே திருமணம் செய்து கொள்ளமுடியும். ஏனெனில், பணம் இருந்தால் போதும், எதையும்

வாங்கிவிடலாம், அலெக்ஸெய் ஃபியோதரவிச், எதையும். அதனால் தான் இவான் பயப்படுகிறான்; குரூஷென்காவை நான் திருமணம் செய்துகொள்ளக் கூடாதென்று மீச்சியாவைப் பிடித்துத் தள்ளுகிறான்: குரூஷென்காவிடமிருந்து அவன் என்னை விலக்கிவிடப் பார்க்கிறான் (அப்படி நான் அவளைத் திருமணம் செய்துகொள்ளாவிட்டால், ஏதோ எல்லாப் பணத்தையும் நான் அவனுக்கு விட்டுவிட்டுப் போவது போல!), மற்றொரு விதத்தில் பார்த்தால் மீச்சியா, குரூஷென்காவைத் திருமணம் செய்துகொண்டால், இவான், மீச்சியாவுக்கு நிச்சயித்த பணக்காரப் பெண்ணைத் தட்டிக்கொண்டு போய்விடலாம்; இதோ இதுதான் அவனுடைய திட்டம்! கயவன் அவன், உன்னுடைய இவான்!'

'நீங்கள் கோபத்தில் இருக்கிறீர்கள். இது எல்லாம் நேற்று நடந்த சம்பவத்தின் விளைவு; போய்ப் படுத்து ஓய்வெடுங்கள்.'

'நீ இதைச் சொல்வதால் எனக்குக் கோபம் வரவில்லை, இதையே அவன் சொல்லியிருந்தால் பயங்கரமாக நான் கோபப்பட்டிருப்பேன்' என்று ஏதோ அவருடைய மண்டையில் அது இப்போதுதான் உதித்தது போலச் சொன்னவர், 'உன்னிடம் மட்டும் தான் நான் இனிமையானவனாக இருக்கிறேன், ஏனெனில் நான் ஒரு கெட்ட சுபாவமுள்ளவன்.'

'நீங்கள் கெட்டவர் அல்ல, ஏதோ வேறு விதமாக நீங்கள் இருக்கிறீர்கள், அவ்வளவுதான்' என்று சொன்னபடி சிரித்தான் அல்யோஷா.

'கேள், அந்தத் திருட்டுப் பயல் மீச்சியாவை இன்று நான் ஜெயிலில் தள்ள நினைத்தேன், இன்னும் என்னவெல்லாம் செய்ய நினைத்தேன் தெரியுமா!

இன்றைய நாகரிக உலகில் தாய்தந்தையர்மீது பழிதூற்றுவது என்பது நடக்கக்கூடிய ஒரு விஷயம்தான்; அது தவிர்க்க முடியாததுதான்; இருந்தாலும், சட்ட திட்டங்களை மீறி வயதான தந்தையின் தலை மயிரைப் பற்றி இழுத்து, அவருடைய வீட்டில் அவரையே தரையில் தள்ளிக் காலால் எட்டி உதைத்துக் கொலைசெய்யும் அளவுக்குப் போவது, அதுவும் சாட்சியாளர்களைக் கண்முன்னேயே வைத்துக் கொண்டு செய்வது என்பது அனுமதிக்கவே முடியாத ஒன்று. நான் மட்டும் நினைத்திருந்தால் நேற்று நடந்த இந்தக் காரியத்திற்காக அவனுடைய முட்டி எலும்பை உடைத்து அவனைச் சிறையில் தள்ளியிருக்க முடியும்.'

'ஆக, அவன்மீது நீங்கள் புகார் கொடுக்கவிரும்பவில்லை, அப்படித் தானே?'

'வேறு யாராவதாக இருந்திருந்தால் உடனே அதை நான் செய்திருப்பேன். 'இவான் என்னைத் தடுத்துவிட்டான். அவனை அறைந்திருப்பேன். ஆனால் ஒன்றை நான் கவனத்தில் கொள்ள வேண்டும் . . .' என்று குனிந்து நின்று அல்யோஷாவிடம் ரகசியமாக முணுமுணுத்தவர்,

'அந்தக் கயவனை மட்டும் நான் சிறையில் தள்ளியிருந்தால், அதைக் கேட்டு அவனைப் பார்க்க அவள் ஓடி வந்திருப்பாள். ஆனால், இன்று பலவீனமான இந்தக் கிழவனை உயிர் போக அவன் அடித்தான் என்று கேள்விப்பட்டதும், உடனே அவள் என்னைப் பார்க்க ஓடி வருவாள்; அவனைப் புறந்தள்ளிவிடுவாள்... எதிர்மறையான காரியத்தைத் தான் அவள் செய்வாள். அவளைப் பற்றி எனக்குத் தெரியும்! நீ கொஞ்சம் பிராந்தி குடிக்கிறாயா? ஆறிப்போன அந்தக் காபியை எடு, கால்பங்கு பிராந்தியை அதில் ஊற்றுகிறேன், நன்றாக இருக்கும், அதன் சுவையே தனி' என்றார்.

'வேண்டாம், வேண்டாம். நன்றி. இந்தச் சிறு ரொட்டித் துண்டை உங்கள் அனுமதியுடன் நான் எடுத்துக்கொள்கிறேன்' என்று அல்யோஷா அங்கிருந்த மூன்று கோபெக் பிரெஞ்சு ரொட்டி உருண்டையை எடுத்துத் தன்னுடைய நீண்ட அங்கியிலிருக்கும் பையில் போட்டுக் கொண்டான். 'பிராந்தியை நீங்களும் குடிக்க வேண்டாம்' என்று கிழவரின் முகத்தைப் பயத்துடன் பார்த்தபடி அறிவுரைத்தான்.

'நீ சொல்வது சரிதான், அது அமைதியைத் தராது. எரிச்சலையே தரும். ஆனால், ஒரே ஒரு மதுக்கோப்பை... இதோ அந்த அலமாரியி லிருந்து...'

அவர் அலமாரியைத் திறந்து தனக்கு ஒரு மதுக்கோப்பை பிராந்தியை ஊற்றிக் குடித்துவிட்டு அலமாரியைப் பூட்டிச் சாவியை மீண்டும் தன்னுடைய சட்டைப் பையில் போட்டுக்கொண்டார்.

'அது போதும். ஒரு மதுக்கோப்பை பிராந்தி என்னை ஒன்றும் செய்துவிடாது.'

'இப்போது நீங்கள் அதிகக் கருணையுள்ளவராகி விட்டீர்கள்' என்று சொல்லிப் புன்னகைத்தான் அல்யோஷா.

'ம்! பிராந்தி குடிக்காமலேயே உன்னை நான் விரும்பமுடியும், ஆனால், கயவர்களிடம் நான் கயவனாகத்தான் இருப்பேன். இவான் ஏன் செர்மாஷ்னய போகமாட்டேன் என்கிறான், தெரியுமா? அவனுக்கு என்னை வேவுபார்க்க வேண்டும்: அவள் இங்கு வந்தால், அவளுக்கு நான் அதிகமாகப் பணம் கொடுக்கிறேனா என்று அவன் வேவுபார்க்க வேண்டும். எல்லோரும் கயவர்கள்! ஆமாம், என்னால் இவானை ஏற்றுக்கொள்ளவே முடியாது. அவன் எங்கிருந்து வந்தானோ தெரிய வில்லை! எங்களைப் போன்ற மனம் அவனிடம் இல்லவே இல்லை. எதற்காக அவனுக்கு நான் எதையும் விட்டுவிட்டுச் செல்ல வேண்டும்? அவனுக்கு எதையும் நான் எழுதிவைக்கப் போவதில்லை என்பதை நீங்கள் எல்லோரும் தெரிந்துகொள்ள வேண்டும். ஒரு கரப்பான் பூச்சியை அடித்துக் கொல்வது போல மீச்சியாவை நான் அடித்துக் கொன்றுவிடுவேன். இரவு நேரத்தில் வரும் கரப்பான்களைச் செருப்பால் மிதித்துக் கொல்வது போல, என்னுடைய காலில் அவன் அகப்பட்டால் அவனை நான் மிதித்தே கொன்றுவிடுவேன். உன் மீச்சியாவும் என்னுடைய காலில் மிதிபட்டுச் சாகப்போகிறான். அவன் உன்

மீச்சியா, ஏனெனில் நீ அவனை விரும்புகிறாய். அவனை நீ விரும்புகிறாய், அதற்காக உன்னைப் பார்த்து நான் பயப்படவில்லை. ஆனால், இவான் அவனை விரும்பியிருந்தால் நான் பயந்தே போயிருப்பேன். இவான் யாரையும் நேசிக்கவில்லை, நம்முடைய இனம் சார்ந்த மனிதனே அல்ல இவான். அந்த மக்கள், இவானைப் போன்றவர்கள். அவர்கள், என் சகோதரனே, நம்முடைய மக்களே அல்ல; காற்றடித்தால் பறந்துவிடும் தூசியைப் போன்றவர்கள் . . . நேற்று உன்னை இங்கு வரச் சொன்னபோது முட்டாள்தனமான எண்ணம் ஒன்று எனக்குத் தோன்றியது: உன் மூலமாக மீச்சியாவின் எண்ணத்தைத் தெரிந்துகொள்ள வேண்டுமென்று. அதாவது, ஆயிரம் அல்லது இரண்டாயிரம் ரூபிள்களை அவனுக்குக் கொடுத்தால், அந்தப் பிச்சைக்காரன், கயவன் அடுத்த ஐந்து வருடங்களுக்கு, ஏன் முப்பத்தைந்து வருடங்களுக்கு குரூஷென்காவை விட்டுவிட்டு வேறெங்காவது ஓடிவிடுவானா, அவளை முழுவதுமாக விட்டுவிட்டு ஓடிவிடுவானா என்பதைத் தெரிந்துகொள்ள நான் நினைத்தேன்.'

'நான் . . . நான் அவனைக் கேட்கிறேன் . . .' என்று உளறினான் அல்யோஷா. 'ஒருவேளை அந்த மூன்றாயிரத்தையும் கொடுத்தால், ஒருவேளை அவன் . . .'

'பொய்! வேண்டாம், நீ ஒன்றுமே கேட்க வேண்டாம், இனிமேல் நீ ஒன்றுமே கேட்க வேண்டாம்! என்னுடைய எண்ணத்தை நான் மாற்றிக்கொண்டேன். இந்த முட்டாள்தனமான எண்ணத்தை நான் மாற்றிக்கொண்டேன். நேற்றுத்தான் இந்த முட்டாள்தனமான எண்ணம் எனக்கு உதித்தது. அவனுக்கு நான் எதுவுமே தரமாட்டேன், எதுவுமே, எதுவுமே, எனக்குப் பணம், என்னுடைய பணம் எனக்குத் தேவை' என்று கையைக் காற்றில் உதறியபடி சொன்னார் ஃபியோதர் பாவ்லவிச். 'அவனை அப்படியே ஒரு கரப்பான் பூச்சியை நசுக்குவது போல நசுக்கிவிடுவேன். அவனிடம் நீ எதுவும் சொல்லவேண்டாம், இல்லாவிட்டால் ஏதோ ஒரு நம்பிக்கையோடு அவன் இருப்பான். ஆமாம், இனி நீ செய்வதற்கு ஒன்றும் இல்லை, நீ போகலாம். அவனுடைய மணப்பெண் அந்த கத்தரீனா இவானவ்னாவை, எனக்குத் தெரியாமல் மிகக் கவனமாக அவன் மறைத்து வைத்திருக்கிறானா – அவள் அவனை மணந்துகொள்வாளா, மாட்டாளா? அவளைப் பார்க்க நீ நேற்று போயிருந்தாய் இல்லையா?'

'எப்படியும் அவள் அவனைக் கைவிடமாட்டாள்.'

'இதோ இப்படிப்பட்ட மென்மையான பெண்கள்தாம் இந்தக் கயவர்கள் பின்னால் அலைகிறார்கள்! தூர்த்தன், சொல்கிறேன், கேள். இந்த வெளுத்த பெண்களே இப்படித்தான்; காரியவாதிகள் . . . சரி! நான் மட்டும் இப்போது அவனைப் போல இளமையாக, அழகாக இருந்திருந்தால் (இருபத்து எட்டு வயதில் இவனைவிட அழகாக நான் இருந்தேன்), நானும் கண்டிப்பாக வெற்றியடைந்திருப்பேன். அவன் ஒரு கயவன்! ஆனால், அவனுக்குக் குரூஷென்கா எப்போதுமே கிடைக்கமாட்டாள், எப்போதுமே . . . அவனை நான் குழியில் தள்ளி விடுவேன்!'

கடைசி வார்த்தைகளை அவர் கோபத்தில் உச்சரித்தார். 'நீ புறப்படு, இங்கு உனக்கு வேலை ஒன்றும் இல்லை' என்று கண்டிப்புடன் சொன்னார் பியோதர் பாவ்லவிச்.

அல்யோஷா அவரிடம் விடைபெற்றுக்கொண்டு அவருடைய தோளில் முத்தமிட்டான்.

'எதற்காக இப்படி?' என்று சற்றே ஆச்சர்யத்துடன் கேட்ட கிழவர், 'நாம் இன்னும் சந்தித்துக்கொள்வோம். நீ என்ன நினைக்கிறாய், நாம் மீண்டும் சந்திக்க மாட்டோம் என்றா?'

'கண்டிப்பாகச் சந்திப்போம், நான் சும்மாதான் அப்படிச் செய்தேன்.'

'நானும் சாதாரணமாகத்தான் கேட்டேன். நான் ஏதோ அப்படி ...' என்றபடி அவனைப் பார்த்தார் கிழவர். 'கேள், உனக்குக் கேட்கிறதா' என்று அவனைப் பின்தொடர்ந்து உரத்த குரலில், 'என்றைக்காவது நீ இங்குச் சீக்கிரம் வா, உனக்கு நான் மீன் சூப், மீன் சூப் செய்து தருகிறேன், குறிப்பாக, இன்றைக்கு வைத்த சூப் போல இல்லாமல். கண்டிப்பாக வா! சரி, நாளைக்கு, கேட்கிறதா, நாளைக்கு வா!' என்றார்.

அல்யோஷா வாயிலைக் கடந்து சென்றவுடன் மீண்டும் அவர் அலமாரியைத் திறந்து பாதிக் கோப்பை மதுவை எடுத்துக் குடித்தார்.

'இதற்கு மேல் குடிக்க மாட்டேன்!' என்று முணுமுணுத்தபடி தன்னுடைய தொண்டையைச் சரிசெய்துகொண்டு மீண்டும் அலமாரியைப் பூட்டிச் சாவியைத் தன் பையில் போட்டுக்கொண்டு, படுக்கை அறைக்குச் சென்றவர், வலுவிழந்து படுக்கையில் படுத்த ஒரே நிமிடத்தில் உறங்கிப்போனார்.

## 3

## பள்ளி மாணவர்களுடன் சேர்ந்திணைந்து

'நல்லவேளை, குரூஷென்காவைப் பற்றி என்னிடம் அவர் எதுவும் கேட்கவில்லை' என்று நினைத்துக்கொண்டு தந்தையின் வீட்டை விட்டு வெளியே வந்த அல்யோஷா, ஹஹ்லக்கோவாவின் வீட்டை நோக்கிப் போகும்போது, 'அப்படிக் கேட்டிருந்தால் நேற்று நான் குரூஷென்காவைப் பார்த்ததை அவரிடம் சொல்ல வேண்டியிருந்திருக்கும்' என்று நினைத்துக்கொண்டான். பொழுதுவிடிவதற்குள், ஒரு இரவிலேயே எதிரிகள் மீண்டும் புதுத் தெம்புடன் தங்களுடைய இதயங்களைக் கல்லாக்கிக்கொண்டதை நினைத்து அல்யோஷா வருத்தப்பட்டான்.

'தந்தை எரிச்சலுடன், கெடு நோக்குடன் இருக்கிறார்; என்ன நினைத்தாரோ அதைச் செய்து முடிப்பதற்கு அவர் தயாராக இருக்கிறார்; அப்படியானால் திமித்ரி? அவனும் தன்னுடைய பலம் முழுவதையும் ஓரிரவுக்குள் திரட்டி, ஏற்கெனவே கெட்ட எண்ணத்துடன் எரிச்சலுடன்

இருக்கும் அவன், கண்டிப்பாக எதையாவது செய்ய நினைப்பான் . . . ஓ, எப்படியாவது இன்று அவனை நான் தேடிக் கண்டுபிடித்துவிட வேண்டும் . . .'

ஆனால், அல்யோஷாவால் இதற்கு மேல் எதையும் யோசித்துப் பார்க்க முடியவில்லை: வழியில் திடீரென்று ஒரு சம்பவம் நடக்க, அது முக்கியமானதொன்றாக இல்லாவிட்டாலும், அது அவன்மீது ஆழ்ந்த தாக்கத்தை ஏற்படுத்தியது. சதுக்கத்தைத் தாண்டி, பெரிய தெருவிற்கு அருகே, மிஹாய்லேவ்ஸ்க்கி தெருவின் திருப்பு முனையில், வடிகால் பள்ளத்தால் பிரிக்கப்பட்டிருந்த (நம்முடைய நகரம் முழுவதுமே இப்படிப்பட்ட சாக்கடை வடிகால்கள் குறுக்கும் நெடுக்குமாகப் போகும்) அந்தச் சிறு தெருவின் பாலத்திற்குக் கீழே, ஒன்பது வயதிலிருந்து பன்னிரண்டு வயது மிகாத இளஞ்சிறார்கள் கூட்டமாக நடந்துபோவதைப் பார்த்தான். பள்ளியிலிருந்து தத்தம் வீடுகளுக்குப் போய்க்கொண்டிருந்த அவர்களுடைய முதுகுகளில் பைகளும் ஒருசிலருடைய தோள்பட்டையில் தோலால் செய்யப்பட்டு வார்களால் இறுக்கிக் கட்டப்பட்ட சிறு பைகளும் இருக்க, மாணவர்கள் ஒருசிலர் மேல்சட்டையுடனும், மற்றவர்கள் மேல் அங்கியுடனும் இன்னும் சிலர் மிகப் பெரிய குதிகால்களைக் கொண்ட பாதரட்சைகளையும் அணிந்துகொண்டு சென்றனர்; அந்தப் பாதரட்சைகளின் மேல்பகுதி மடிப்புகளைக் கொண்டு நேர்த்தியான விதத்தில் வடிவமைக்கப்பட்டிருந்தது; அப்படிப் பட்ட பாதரட்சைகளைக் குறிப்பாக, இளஞ்சிறார்கள் விரும்பி அணிவதால், பணக்காரத் தந்தைமார்கள் தங்களுடைய குழந்தைகளுக்கு அளவுக்கு அதிகமாகச் செல்லம் கொடுத்து அவற்றை வாங்கிக் கொடுத்திருந்தனர். எதைப் பற்றியோ மிக ஆர்வத்துடன் அவர்கள் பேசிக்கொண்டும் விவாதித்துக்கொண்டும் சென்றனர். அப்படிப்பட்ட இளஞ்சிறார்களைக் கடந்து செல்லும்போது அல்யோஷாவால் எப்போதுமே தன்னை அவர்களுடன் தொடர்புபடுத்திப் பார்த்துக் கொள்ளாமல் இருக்க முடிவதில்லை; மாஸ்கோவில் அவன் இருந்த போதும் மூன்று அல்லது அந்த வயதொத்த குழந்தைகளை அவன் விரும்பினாலும், பத்து, பதினொரு வயதான இளஞ்சிறார்களையே அவனுக்கு மிகவும் பிடிக்கும். அந்த ஆர்வம் மீண்டும் அவனுள் தலைதூக்க, திடீரென்று அவன் அவர்களுடன் சேர்ந்துகொண்டு பேச்சுக் கொடுக்க விரும்பினான். அதன் காரணமாக அவர்கள் அருகே சென்ற அவன், அவர்களுடைய ரோஜா நிறக் கன்னங்களையும் உற்சாகம் ததும்பும் முகங்களையும் அப்படியே ஒவ்வொருவர் கையிலும் கற்கள் இருப்பதையும் பார்த்தான். அந்தச் சாக்கடை வடிகாலுக்கப்பால், ஏறக்குறைய முப்பது அடி தூரத்தில், வேலியருகே, இந்தக் கூட்டத்தி லிருந்து விலகிச்சென்ற மாணவன் ஒருவன், முதுகில் பையுடன், பத்து வயதுக்கு மேலிராத அவன், பார்ப்பதற்கு நோய்வாய்ப்பட்டு வெளிறிப்போன முகத்துடன், ஆனால் பளபளக்கும் கருநிறக் கண்களுடன் நின்றுகொண்டிருந்தான். அந்த ஆறு மாணவர்கள் குழுமியிருந்த கூட்டத்தை அவன் கவனமாகப் பார்த்துக்கொண்டிருப்பதைப் பார்த்தால், அவர்கள் அவனுடைய பள்ளித் தோழர்கள் என்பதும், பள்ளியிலிருந்து

வெளியே வந்தபோது அவர்கள் ஏதோ சண்டைபோட்டுக் கொண்டார்கள் என்பதும் தெளிவாகத் தெரிந்தது. அவர்களுக்கு அருகே சென்ற அல்யோஷா, சுருட்டைமுடியுடன், வெண்ணிறத்தில், ரோஜா வண்ணக் கன்னங்களுடன் கறுப்பு நிற மேல் அங்கியை அணிந்திருந்த ஒரு மாணவனைப் பார்த்துக் கேட்டான்:

'உங்களைப் போல நானும் மாணவனாகத் தோளில் பை மூட்டையைச் சுமந்துகொண்டு போனபோது எப்போதுமே நான் பையை இடது பக்கமாகத்தான் தொங்கவிட்டுக்கொள்வேன், ஏனெனில் வலது கையால் பையிலிருந்து எதையும் எடுத்துக் கொள்ளலாம்தானே; ஆனால் நீங்களோ உங்களுடைய வலது தோளில் பையை மாட்டிக் கொண்டிருக்கிறீர்கள். பையிலிருந்து ஏதாவது எடுக்க வேண்டுமென்றால் உங்களுக்குச் சிரமமாக இருக்காதா.'

அல்யோஷா தந்திரமாக எதையும் யோசித்துக் கேட்காமல் நேரடியாகவே பேச்சை ஆரம்பித்தான்; ஏனெனில் குழந்தைகளின் நம்பிக்கையை, அதுவும் குறிப்பாக, சிறார்களின் நம்பிக்கையைப் பெற வேண்டுமென்றால், பேச்சை வேறுவிதமாக ஆரம்பிக்க முடியாது. அவர்களுக்கு இணையாகப் பேச வேண்டுமென்றால், பேச்சை இப்படித் தான் கருத்தார்ந்த விதத்தில் ஆரம்பிக்க வேண்டும்; அல்யோஷா இயல்புணர்ச்சியின் பேரில் இதை அறிந்திருந்தான்.

'ஆனால் அவன் இடதுகைப் பழக்கமுள்ளவன்' என்று உடனடியாகப் பதிலளித்த மற்றொரு மாணவன், ஆரோக்கியமான உடற்கட்டுடன் பதினொரு வயது நிரம்பியவனாக இருந்தான். மற்ற ஐந்து மாணவர்களும் அல்யோஷாவைப் பார்த்துக்கொண்டிருந்தனர்.

'கற்களைக் கூட அவன் இடது கையால்தான் தூக்கி எறிகிறான்' என்றான் அந்த மூன்றாவது பையன். அந்தச் சமயம்தான் குறிபார்த்து வேகமாக எறியப்பட்ட கல் ஒன்று பறந்து வந்து அவர்களுக்கு அருகே, இடது கைப்பழக்கம் கொண்ட மாணவன்மீது பட்டு இலேசாக அவனைக் காயப்படுத்தியது. வடிகாலுக்கு அந்தப் பக்கமிருந்த பையன் தான் இதை வீசியெறிந்திருந்தான்.

'கல்லை எடுத்து அவனை அடி, அவன் அடிபடட்டும், ஸ்மூரவ்!' என்று மாணவர்கள் அனைவரும் கத்தினர். ஆனால், ஸ்மூரவ் (இடது கைப்பழக்கமுள்ளவன்) அதற்கெல்லாம் காத்திராமல் உடனே திரும்பிக் கல்லால் அடித்தான்: வடிகாலுக்கு அந்தப் பக்கம் நின்று கொண்டிருந்த பையன்மீது எறியப்பட்ட கல் குறிதவறிக் கீழே, தரையில் விழுந்தது.

வடிகாலுக்கு அந்தப் பக்கம் நின்றிருந்த பையன் அந்தக் கூட்டத்தைப் பார்த்து இன்னுமொரு கல்லை எடுத்து வீசினான். இந்த முறை அது நேரடியாக அல்யோஷாவின் மீது வந்து விழுந்து அவனுடைய தோளைப் பலமாகக் காயப்படுத்தியது. அந்தப் பையன் பை முழுவதும் கற்களை நிரப்பிக்கொண்டு தயாராக நின்று கொண்டிருந்தான். சட்டையின் மேற்பையில் கற்களை இப்படி நிரப்பிக்கொண்டு நின்றவன் முப்பது அடிக்கு அருகில்தான் நின்றுகொண்டிருந்தான்.

'இது அவன் உங்களை, உங்களைக் குறிபார்த்து அடிக்கிறான், வேண்டுமென்றே அவன் உங்களைக் குறிபார்த்து அடிக்கிறான். ஏனெனில் நீங்கள் கரமாஸவ், கரமாஸவ்தானே?' என்றபடி சத்தமாகச் சிரித்தார்கள் இளஞ்சிறார்கள். 'எங்கே, இப்போது நீங்களெல்லோரும் சேர்ந்து அவனைக் குறிபார்த்து அடியுங்கள் பார்ப்போம்!' என்றான் அல்யோஷா.

அந்தக் கூட்டத்திலிருந்து ஆறு கற்கள் ஒரேயடியாகச் சேர்ந்து அவன் பக்கம் போய் விழுந்தன. அதில் ஒன்று அந்தச் சிறுவனின் தலையில் விழ, அதனால் கீழே விழுந்த அவன் உடனே வேகமாக எழுந்து மீண்டும் அந்தக் கூட்டத்தை நோக்கிக் கற்களை வீசினான். இரண்டு பக்கமிருந்தும் சிறுவர்கள் கற்களால் தாக்கிக்கொள்ள, கூட்டத்திலிருந்த பெரும்பாலான சிறுவர்களின் சட்டைப் பைகளிலும் கற்கள் தயாராகவே இருந்தன.

'இது என்ன, நீங்கள் இப்படி! உங்களுக்கு வெட்கமாக இல்லையா! ஆறு பேர் ஒருவனுக்கு எதிராக, நீங்கள் அவனைக் கொன்றுவிடுவீர்கள் போலிருக்கிறது!' என்று கத்தினான் அல்யோஷா. எறியப்படும் கற்கள் வடிகாலுக்கு அந்தப் பக்கம் இருக்கும் சிறுவன்மீது படாதவாறு தடுத்தபடி அல்யோஷா நின்றான். உடனே மூன்று, நான்கு மாணவர்கள் கல்லெறியாமல் அமைதியாக ஒரு நிமிடம் ஒதுங்கி நின்றனர்.

'அவன்தான் முதலில் ஆரம்பித்தான்!' என்று சிவப்பு சட்டை அணிந்திருந்த சிறுவன் குழந்தைக் குரலில் எரிச்சலுடன் கத்தியபடி, 'அவன் ஒரு பொறுக்கி, கொஞ்ச நேரத்திற்கு முன்புதான் வகுப்பில் அவன் கிரசோத்கினைப் பேனாக் கத்தியால் ரத்தம் வரக் குத்தினான். கிரசோத்கின் இதை வெளியில் சொல்லவில்லை, ஆனால் அவனை உதைக்க வேண்டும்...' என்றான்.

'எதற்காக? நீங்கள் ஏன் அவனைக் கேலிசெய்கிறீர்கள்?'

'இன்னுமொரு கல்லை எடுத்து உங்கள் முதுகில் எறிய அவன் குறிபார்க்கிறான். அவனுக்கு உங்களை யார் என்று தெரிகிறது' என்று கத்தினார்கள் சிறுவர்கள். 'இப்போது அவன் எங்கள்மீது கல்லெறிய வில்லை, உங்கள்மீதுதான் கல் எறிகிறான். எங்கே எல்லோரும் சேர்ந்து மீண்டும் குறி பார்ப்போம், இந்த முறை அவனை விட்டுவிடாதே, ஸ்மூரவ்!'

ஆக, மீண்டுமொருமுறை கல்லெறியும் படலம் ஆரம்பித்தது; ஆனால் இந்த முறை அது இன்னும் வன்மையாக இருக்க, எறியப்பட்ட கல் வடிகாலுக்கு அப்பால் இருந்த சிறுவனின் மார்பில் பட்டது; அவன் அலறி அழுதபடி வேகமாக மலைமீது ஏறி மிகாய்லவ்ஸ்கய தெருவுக்கு ஓடினான். உடனே கூட்டத்திலிருந்த மாணவர்கள். 'ஆஹா, பயந்தாங்கொள்ளி, ஓடிவிட்டான், நார்ப்பயல்!' என்று கத்தினார்கள்.

'உங்களுக்கு அவனைப் பற்றித் தெரியாது, கரமாஸவ், அவன் ஒழுக்கங்கெட்டவன், அவனைக் கொல்ல வேண்டும்' என்று மேற்சட்டை

அணிந்திருந்த சிறுவன் ஒருவன் கண்கள் பிரகாசிக்கச் சொன்னான்; அந்தச் சிறுவர்களில் சற்றே வயது அதிகமானவனாக அவன் இருந்தான்.

'எப்படிப்பட்டவன் அவன்?' என்று கேட்டான் அல்யோஷா. 'அவன் எதையாவது திருடினானா என்ன?'

சிறுவர்கள் ஒருவரை ஒருவர் ஏளனப் புன்னகையுடன் பார்த்துக் கொண்டார்கள்.

'நீங்களும் அங்கேதான் போகிறீர்களா, மிகாய்லவ்ஸ்கிக்கு?' என்று தொடர்ந்தான் அந்தச் சிறுவன். 'அப்படியானால் அவனை விரட்டிப் பிடியுங்கள் ... பாருங்கள், அவன் போகாமல் அங்கேயே நிற்கிறான், உங்களைத்தான் அவன் பார்க்கிறான்.'

'அவன் உங்களைப் பார்க்கிறான், உங்களைத்தான் பார்க்கிறான்' என்று சிறுவர்களும் அதையே சொன்னார்கள்.

'அவனைக் கேளுங்கள், அவனுக்கு உடம்பு தேய்த்துக் குளிக்கும் சுரைப்புருடை நார் பிடிக்குமா என்று, கந்தல் கிழிசல்காரன்!' 'கேட்கிறதா உங்களுக்கு, நீங்கள் அவனை இப்படியே கேளுங்கள்.'

பொதுவான எக்காளச் சிரிப்பு அங்கே எழுந்தது. அல்யோஷா அவர்களைப் பார்த்தான், அவர்களும் அவனைப் பார்த்தார்கள்.

'போகாதீர்கள், நீங்கள் போனால் உங்கள்மீது அவன் கல்லெறிந்து உங்களைக் காயப்படுத்திவிடுவான்' என்று எச்சரிக்கை செய்தபடி கத்தினான் ஸ்மூரவ்.

'நான் அந்தக் கந்தல் கிழிசல் சுரைப்புருடை நாரைப் பற்றிக் கேட்க மாட்டேன், ஏனெனில் நீங்கள் அப்படித்தானே அவனைக் கேலிசெய்கிறீர்கள், ஆனால் நீங்கள் ஏன் அவனை இப்படி வெறுக்கிறீர்கள் என்பதை மட்டும் அவனிடம் நான் கேட்டுத் தெரிந்துகொள்வேன் ...'

'தெரிந்துகொள்ளுங்கள், தெரிந்துகொள்ளுங்கள்' என்றபடி சிறுவர்கள் சிரித்தனர்.

அல்யோஷா பாலத்தைக் கடந்து, மலை மீதேறி, வேலி ஓரமாக, வெறுத்து ஒதுக்கப்பட்ட அந்தச் சிறுவனை நோக்கிச் சென்றான்.

'நீங்கள் கவனமாயிருங்கள்' என்று கத்தியபடி அவனைத் தொடர்ந்து எச்சரித்த சிறுவர்கள், 'உங்களைக் கண்டு அவன் பயப்பட மாட்டான், திடீரென்று நீங்கள் கவனிக்காத சமயத்தில் கரசோத்கினைக் கத்தியால் குத்தியது போல உங்களையும் அவன் குத்திவிடுவான்' என்றனர்.

அந்த இடத்தை விட்டு நகராமல் அல்யோஷாவுக்காக அவன் காத்திருந்தான். அவனுக்கருகே வந்த அல்யோஷா ஒன்பது வயதுகூட நிரம்பியிராத, வளர்ச்சியில் குன்றியிருந்த, பலவீனமான, வெளுத்துப் போன, ஒல்லியான, நீண்ட முகங்கொண்ட, கரிய பெரிய விழிகளுடன் இருந்த அந்தச் சிறுவன் இன்னும் தன்னை வெறுப்புடன் பார்ப்பதைக் கவனித்தான். மிகப் பழைய மேல் அங்கியை அணிந்திருந்த அவன்

பார்ப்பதற்கு விகாரமாகத் தெரிந்தான். வெறுமையான கைகள் அங்கிக்கு வெளியே துருத்திக்கொண்டிருந்தன. கால் சட்டையின் வலது முழங்கால் பகுதியில் பெரிய ஒட்டுத்தையல் போடப்பட்டிருக்க, வலது பாத ரட்சையின் பெருவிரல் பகுதியில் மிகப்பெரிய ஓட்டை ஒன்று அளவுக்கு அதிகமான மை கொண்டு மறைக்கப்பட்டிருந்தது தெரிந்தது. மேலங்கியின் இரு சட்டைப் பைகளும் கற்கள் நிரப்பப்பட்டு வீங்கிப் போயிருந்தன. இரண்டு அடி தொலைவில், அந்தச் சிறுவனின் முன்பாக, அல்யோஷா வந்து நின்று கேள்விக்குறியுடன் அவனைப் பார்த்தான். அல்யோஷாவின் கண்களைப் பார்த்த அவன் தன்னைத் தாக்குவதற்காக அல்யோஷா வரவில்லை என்பதை உணர்ந்து, எதிர்க்கும் மனோபாவத்தை விட்டு விட்டு அவனே பேசினான்.

'நான் ஒருவன், அவர்கள் ஆறு பேர் . . . எல்லோரையும் ஒருவனாக நின்று நான் சமாளிப்பேன்' என்று கண்கள் மின்னச் சட்டென்று சொன்னான்.

'உங்களை அந்த ஒரு கல் பலமாகத் தாக்கியிருக்க வேண்டுமே.'

'ஆனால், நான் வீசிய அந்தக் கல் ஸ்மூரவ் தலையில் சரியாகப் போய் விழுந்தது' என்று கீச்சிட்டான் அந்தச் சிறுவன்.

'அவர்கள் சொன்னார்கள் உங்களுக்கு என்னைத் தெரியுமென்று, அப்படியானால் எதற்கு நீங்கள் என்மீது கல் எறிந்தீர்கள்?'

அந்தச் சிறுவன் பயத்தோடு அல்யோஷாவைப் பார்த்தான்.

'எனக்கு உங்களைத் தெரியாது. உங்களுக்கு என்னைத் தெரியுமா என்ன?'

'என்னை எதுவும் கேட்காதீர்கள்!' என்று எரிச்சலுடன் திடீரென்று கத்திய அந்தச் சிறுவன் அந்த இடத்தை விட்டு நகராமல், எதையோ எதிர்பார்த்தபடி, வெறுப்புக் கக்கும் கண்களுடன் பார்த்துக்கொண்டு நின்றான்.

'சரி, நான் போகிறேன்' என்ற அல்யோஷா, 'உங்களை எனக்குத் தெரியாது, அப்படியே உங்களை நான் கேலிசெய்யவும் இல்லை. அவர்கள் சொன்னார்கள், எப்படியும் உங்களை நான் பிடிக்க வேண்டுமென்று, ஆனால், உங்களை நான் பிடிக்கப் போவதில்லை, போய் வருகிறேன்!' என்றான்.

'அழகான காற்சட்டை அணிந்திருக்கும் துறவியே!' என்று கத்திய அந்தச் சிறுவன், அதே அந்த வெறுப்பான, எதிர்க்கும் பார்வை யுடன், அல்யோஷா இப்போது அவனைப் பாய்ந்து தாக்கினால் உடனே தன்னைப் பாதுகாத்துக்கொள்ளத் தயாராக நின்றவனைப் போல இருந்தவனை அல்யோஷா திரும்பிப் பார்த்துவிட்டு மேலே நடந்து சென்றான். ஆனால், அல்யோஷா மூன்றடிகூட நகர்ந்து போயிருக்க மாட்டான், அந்தச் சிறுவனின் பையில் இருந்து வந்த மிகப்பெரிய கல் ஒன்று அவனைப் பலமாகத் தாக்கியது.

‘பின்புறமிருந்து தாக்குகிறீர்களா? அவர்கள் சொன்னது உண்மை தான் போலும், மறைந்திருந்து நீங்கள் தாக்குவீர்கள் என்பது?’ என்றபடி திரும்பிய அல்யோஷாவின் முகத்தைக் குறிபார்த்து, வெறுப்புடன் மீண்டும் ஒரு கல்லை அவன் விட்டெறிந்தான். ஆனால், அல்யோஷா சரியான நேரத்தில் குனிந்துகொண்டதால் அந்தக் கல் அவனுடைய முழங்கையைத் தாக்கிப் போயிற்று.

‘உங்களுக்கு வெட்கமாக இல்லையா! உங்களை நான் என்ன செய்தேன்?’ என்று கத்தினான் அல்யோஷா. அந்தச் சிறுவன் அமைதியாக ஒன்றை எதிர்பார்த்துக் காத்திருந்தான், இப்போது அல்யோஷா கண்டிப்பாக அவனைத் தாக்குவான் என்று; ஆனால், அல்யோஷா அவனைத் தாக்காததால், ஒரு சிறு விலங்கைப் போலக் கயமைத் தனத்துடன் அவன் நின்றுகொண்டிருந்தான்: அல்யோஷா நகர்ந்து போவதற்குள், கோபத்தில் அவன் அல்யோஷாவின் மீது பாய்ந்து தலையைப் பிடித்திழுத்து, அல்யோஷாவின் இடது கை நடுவிரலை அழுந்தக் கடித்தான். அப்படி ஆழமாகக் கடித்தவன் தொடர்ந்து பத்து விநாடிகள் கடித்தான். வலி தாங்க முடியாமல் அல்யோஷா கத்திக்கொண்டே தன்னுடைய முழுப் பலத்தையும் பிரயோகித்து விரலை விடுவிக்க முயன்றான். இறுதியாக அந்தச் சிறுவன் அல்யோஷாவின் விரலை விட்டுவிட்டு, தான் நின்றிருந்த பழைய இடத்திலேயே போய் மீண்டும் நின்றுகொண்டான். எலும்பு வரை கடிக்கப்பட்ட நகத்தில் வலி அதிகமாக இருந்தது. ரத்தம் வழிந்துகொண்டிருந்தது. அல்யோஷா கைக்குட்டையை எடுத்து அடிபட்ட தன்னுடைய கையை அழுத்திக் கட்டினான். கிட்டத்தட்ட ஒரு நிமிடமாக அல்யோஷா கட்டு போட்டுக்கொண்டிருந்தான். அதுவரை அந்தச் சிறுவன் தள்ளி நின்று வேடிக்கை பார்த்தபடி காத்துக்கொண்டிருந்தான். இறுதியாக அல்யோஷா அவனை அமைதியாகப் பார்த்தான்.

‘சரி, பாருங்கள், எப்படி நீங்கள் எனக்கு வேதனை கொடுக்கும் விதத்தில் கடித்துக் காயப்படுத்தியிருக்கிறீர்களென்று, இது போதுமா? உங்களை நான் என்ன செய்தேன்?.’

அந்தச் சிறுவன் அல்யோஷாவை ஆச்சர்யத்துடன் பார்த்தான்.

‘நீங்கள் யார் என்று எனக்குத் தெரியாது, உங்களை நான் முதன்முறையாகப் பார்க்கிறேன்’ என்று அமைதியாகத் தொடர்ந்த அல்யோஷா, ‘ஏதோ உங்களுக்கு நான் தவறு செய்திருக்க வேண்டுமென்று நினைக்கிறேன், அதுதான் நீங்கள் என்னுடைய கை விரலைக் கடித்து என்னைக் காயப்படுத்திவிட்டீர்கள். ஆகவே, நான் செய்த தவறு என்ன என்பதை நீங்களே சொல்லுங்கள்?.’

பதில் சொல்வதற்குப் பதிலாக அந்தச் சிறுவன் திடீரென்று வாய்விட்டுச் சத்தமாக அழுதபடி அல்யோஷாவை விட்டுவிட்டு ஓடிப் போனான். அவனைத் தொடர்ந்து அல்யோஷா மிஹாய்லவ்ஸ்கய தெருவில் அமைதியாக நடந்துபோக, அந்தச் சிறுவனோ தன்னுடைய வேகத்தைக் குறைக்காமல், திரும்பிப் பார்க்காமல், அநேகமாக,

அழுதபடியே போனான். நேரம் கிடைக்கும்போது அந்தச் சிறுவனைத் தேடிக் கண்டுபிடிக்க வேண்டுமென்று நினைத்தான் அல்யோஷா. ஆனால், அதற்கு இப்போது அவனுக்கு நேரமில்லாமல் இருந்தது.

# 4
## ஹஹ்லக்கோவாவின் வீட்டில்

நகரத்திலேயே மிகச் சிறந்த வீடுகளில் ஒன்றான, கல்லால் கட்டப்பட்ட, இரண்டு மாடிகளைக் கொண்ட, அழகான திருமதி ஹஹ்லக்கோவாவின் வீட்டிற்கு அல்யோஷா சீக்கிரமாகவே வந்து சேர்ந்தான். திருமதி ஹஹ்லக்கோவா தன்னுடைய பெரும்பான்மையான நேரத்தை வேறு மாகாணத்தில் செலவழித்தாலும், அவர்களுக்கென்று மாஸ்கோவிலும் நம்முடைய நகரத்திலும் தந்தை, பாட்டன் வழிச் சொத்தாகச் சொந்த வீடு ஒன்று இருந்தது. இந்த மூன்று வீடுகளிலும் நம்முடைய ஊரில் இருக்கும் இந்த வீடுதான் மிகப்பெரிய வீடாக இருந்தாலும், அவர்கள் இங்கு அரிதாகவே வந்துபோனார்கள். அல்யோஷாவை வரவேற்பதற்காக வீட்டின் முற்றத்திற்கே ஓடிவந்தாள் ஹஹ்லக்கோவா.

'புதிதாக நடந்த அந்த அற்புதத்தைப் பற்றி நான் எழுதிய கடிதம் உங்களுக்குக் கிடைத்ததா, கடிதம் கிடைக்கப் பெற்றீர்களா?' என்று பதற்றத்துடன் வேகமாகக் கேட்டாள் அவள்.

'ஆம், கிடைக்கப் பெற்றேன்.'

'அதைப் பற்றி எல்லோருக்கும் சொன்னீர்களா, அந்தக் கடிதத்தை எல்லோரிடமும் காட்டினீர்களா? உண்மையாகவே அந்தத் தாய்க்கு அவர் மகனைத் திருப்பிக் கொடுத்திருக்கிறார்!'

'அவர் இன்று இறந்துபோகக்கூடும்.'

'கேள்விப்பட்டேன், எனக்கும் தெரியும், ஓ, அதைப் பற்றி உங்களிடம் பேச நான் எப்படிக் காத்துக்கொண்டிருக்கிறேன் தெரியுமா! உங்களிடமாவது, வேறு யாருடனாவது இதைப் பற்றிப் பேச விரும்புகிறேன். இல்லை, உங்களிடம், உங்களிடம் மட்டும்தான்! இனிமேல் என்னால் அவரைப் பார்க்கவே முடியாது என்பதை நினைத்துப் பார்க்கவே எவ்வளவு வருத்தமாக இருக்கிறது! எல்லோரும் பரபரப்பாகக் காத்துக் கொண்டிருக்கிறார்கள். ஆனால், உங்களுக்குத் தெரியுமா, கத்தரீனா இவானவ்னா இப்போது இங்குதான் இருக்கிறாள்!'

'ஓ, இது சந்தோஷமான விஷயம்!' என்று ஆர்த்துரைத்தான் அல்யோஷா. 'அப்படியானால் அவர்களை இன்று உங்கள் வீட்டில் நான் பார்ப்பேன்; அவர்களைப் பார்க்க என்னைக் கண்டிப்பாக வருமாறு நேற்றுதான் அவர்கள் என்னிடம் சொன்னார்கள்.'

'அது எனக்குத் தெரியும், எல்லாமே தெரியும்.'

நேற்று அவள் வீட்டில் நடந்த விஷயங்கள் எல்லாமே எனக்குத் தெரியும் . . . எல்லாப் பயங்கரமான விஷயமும் அந்த . . . பாவப்பட்ட ஜென்மத்துக்கு நடந்த எல்லாமும், *C'est tragique* – இது ஒரு பெரிய சோகம், அவளுடைய இடத்தில் நான் மட்டும் இருந்திருந்தால் அவளை நான் என்ன செய்திருப்பேன் தெரியுமா! ஆனால், உங்களுடைய சகோதரன், திமித்ரி, உங்களுடைய ஃபியோதரவிச்தான் எப்படிப் பட்டவன்! ஐயோ கடவுளே! அலெக்ஸெய் ஃபியோதரவிச், சொல்வதற்கு வார்த்தைகளே இல்லை, கொஞ்சம் யோசித்துப் பாருங்கள்: அங்கே உங்கள் சகோதரர் இருக்கிறார், அதாவது, நேற்று பயங்கரமாக நடந்துகொண்டாரே அவரல்ல, வேறு ஒருவர், இவான் ஃபியோதரவிச், அவளுடன் உட்கார்ந்து பேசிக்கொண்டிருக்கிறார்: முக்கியமான ஒன்றைப் பற்றி அவர்கள் விவாதித்துக்கொண்டிருக்கிறார்கள் . . . அவர்கள் என்ன பேசிக்கொண்டிருக்கிறார்கள் என்பது மட்டும் உங்களுக்குத் தெரிந்தால், பயங்கரம், பொறுக்கமாட்டாமல் உங்களிடம் சொல்கிறேன், அது ஒரு பயங்கரமான கதை, அதை நம்பவே முடியவில்லை: எதற்காக என்று தெரியாமலேயே இருவரும் தங்களைத் தாங்களே அழித்துக்கொண்டிருக்கிறார்கள்; அது ஏன் என்று அவர்களுக்கே தெரியும், இருந்தும் அவர்களுக்கு அதில் ஒரு சந்தோஷம். உங்களைப் பார்த்துப் பேச வேண்டுமென்று நான் காத்திருந்தேன், எப்படிக் காத்திருந்தேன் தெரியுமா! என்னால் இதைத் தாங்கிக் கொள்ளவே முடியவில்லை. உங்களிடம் இப்போது எல்லாவற்றையும் சொல்லிவிடுகிறேன், ஆனால், அதற்கு முன்பு வேறு ஒரு முக்கியமான விஷயத்தைப் பற்றியும் உங்களிடம் பேச வேண்டும், ஓ, அதை நான் மறந்தே போய்விட்டேன், மிக மிக முக்கியமானதொரு விஷயம்: சொல்லுங்கள், லீஸ் ஏன் இப்படி வலிப்பு நோய் வந்தவள் போல இருக்கிறாள்? நீங்கள் இங்கு வருகிறீர்கள் என்று தெரிந்தவுடனேயே அவள் இப்படி ஆகிவிட்டாள்!'

'அம்மா, இப்போது நீதான் வலிப்புநோய்க்காரியைப் போல இருக்கிறாய், நான் அல்ல' என்ற லீஸின் குரல் திடீரென்று பக்கத்து அறையின் கதவிடுக்கு வழியாகக் கலகலப்பாகக் கேட்டது. கதவிடுக்கு சிறியதாக இருந்தாலும் அவளுடைய குரல், நரம்புக் கோளாறால் பாதிக்கப்பட்டவர்களின் அதிர்ந்த சிரிப்பைப் போல, பயங்கரமான சிரிப்பைத் தன்னுள் அடக்கியது போல இருந்தது. கலகலப்பான அந்தக் குரலைக் கேட்ட அல்யோஷா, சக்கர நாற்காலியிலிருந்து லீஸ் அவனைப் பார்க்க முயல்வதைக் கவனிக்கவில்லை.

'ஆச்சர்யப்படுவதற்கு ஒன்றுமில்லை, லீஸ், ஆச்சர்யப்படுவதற்கு ஒன்றுமில்லை . . . உன் இஷ்டப்படியெல்லாம் நீ நடந்துகொண்டால் எனக்குதான் வலிப்பு நோய் வரும்; அதுமட்டுமா, எவ்வளவு தூரம் அவள் உடல்நலம் சரியில்லாமல் இருந்தாள் தெரியுமா, அலெக்ஸெய் ஃபியோதரவிச், இரவு முழுவதும் காய்ச்சல் கண்டு, முனகிக்கொண்டே, படுத்துக் கிடந்தாள்! மருத்துவர் கெர்த்ஷென்ஸ்தூபேவை எதிர்பார்த்து நான் விடியும்வரை சிரமத்துடன் காத்துக்கொண்டிருந்தேன். அவருக்கு ஒன்றும் புரியவில்லை, பொறுத்திருந்து பார்ப்போம் என்று அவர்

சொல்கிறார். இந்த கெர்த்ஷென்ஸ்தூபே எப்போதுமே இப்படித்தான், ஒன்றும் புரியவில்லை என்றுதான் சொல்வார். இங்கு நீங்கள் வருவதற்கு முன்பு இவள் கத்திக்கொண்டே கீழே விழப்பார்த்தவள், மீண்டும் தன்னை இந்த அறைக்குக் கூட்டிக்கொண்டு வருமாறு வற்புறுத்தினாள்...'

'அம்மா, எனக்கு அவர் வருகிறார் என்பதே தெரியாது, என்னை நான் இந்த அறைக்கு அழைத்து வரச் சொன்னது அதற்காகவே அல்ல.'

'அது உண்மையல்ல, லீஸ், யூலியா ஓடிவந்து உன்னிடம் அலெக்ஸெய் ஃபியோதரவிச் வருவதைப் பற்றிச் சொன்னாள், அதற்காகவே அவள் வாசலில் காத்துக்கொண்டும் இருந்தாள்.'

'என் இனிய தாயே, உங்களுடைய தரப்பிலிருந்து திறமையின்றிச் சொல்லப்பட்ட பயங்கரமான ஒரு விஷயம் இது. ஆனால், ஒருவேளை நீங்கள் திறம்படச் சொல்ல விருப்பப்பட்டீர்களென்றால், அறிவார்ந்த ஒன்றை இப்போது சொல்லுங்கள், என்னுடைய அருமைத் தாயே, நேற்று நடந்த சம்பவத்திற்குப் பிறகு, அவரைப் பார்த்து எல்லோரும் சிரிக்கிறார்கள் என்பதையும் பொருட்படுத்தாமல் அவர் இங்கே வந்திருக்கிறார் என்றால், அவரும் புத்தி கூர்மையில்லாதவர் என்பதையே நிரூபித்துவிட்டார்.'

'லீஸ், நீ மிக அதிகமாகப் பேசுகிறாய், உன்னை நான் கடுமையாகக் கண்டிக்க வேண்டியிருக்குமென்பதை ஆணித்தரமாகச் சொல்லிக் கொள்கிறேன். அவரைப் பார்த்து யார் சிரிக்கிறார்கள்? அவர் இங்கு வந்ததில் எனக்கு மிக்க மகிழ்ச்சி; எனக்கு அவர் தேவை, அவருடைய வருகை எனக்கு மிக மிக முக்கியம். ஓ, அலெக்ஸெய் ஃபியோதரவிச், எப்பேர்ப்பட்ட துரதிருஷ்டசாலி நான்!'

'அம்மா, என்ன இது, என் அருமைத் தாயே!'

'ஓ, விசித்திரமான உன்னுடைய போக்கால் வந்தது இது லீஸ், மன உலைவு, உன்னுடைய இந்த நோய், பயங்கரமான காய்ச்சலுடன் கழியும் இரவுகள், முடிவில்லாத கெர்த்ஷென்ஸ்தூபேவின் வருகைகள், குறிப்பாக, இவையெல்லாம் முடிவில்லாத ஒன்றாக இருக்கின்றன! முடிவாக எல்லாம், எல்லாமே... இறுதியாக இந்த அற்புதம்கூட! ஓ, இந்த அற்புதம் எந்த அளவுக்கு என்னை வியப்படைய, ஆச்சர்யப்பட வைக்கிறது தெரியுமா, அலெக்ஸெய் ஃபியோதரவிச்! அங்கே அந்த வரவேற்பறையில் நடந்த சம்பவத்தை என்னால் தாங்கிக்கொள்ள முடியவில்லை, தாங்கிக்கொள்ளவே முடியவில்லை, உங்களுக்கு முன்கூட்டியே சொல்லிக்கொள்கிறேன், என்னால் அதைத் தாங்கிக் கொள்ளவே முடியவில்லை. இது சோகவியல் நாடகமல்ல, ஒருவேளை இன்பியல் நாடகமாகக்கூட இருக்கலாம். சொல்லுங்கள், முதியவர் ஸோசிமா நாளைவரை உயிருடன் இருப்பாரா? ஓ, கடவுளே! என்னுள் என்ன நடக்கிறது, கண்களை மூடிக்கொண்டு நான் பார்க்கிறேன், எல்லாமே முட்டாள்தனமாக, முட்டாள்தனமாக இருக்கிறது.'

'தயைகூர்ந்து உங்களைக் கேட்டுக்கொள்கிறேன்' என்று திடீரென்று குறுக்கிட்ட அல்யோஷா, 'சுத்தமான துணி ஏதாவது இருந்தால் கொஞ்சம் கொடுங்களேன், என்னுடைய விரலுக்குக் கட்டுப்போட்டுக் கொள்கிறேன். அடிபட்டுவிட்டது, கடுமையாக வலிக்கிறது.'

அடிபட்ட விரலிலிருந்து கட்டைப் பிரித்தான் அல்யோஷா. கைக்குட்டை ரத்தத்தில் ஊறிப் போயிருந்தது. திருமதி ஹஹ்லக்கோவா வீறிட்டபடி கண்களை மூடிக்கொண்டாள்.

'கடவுளே, எப்படிப்பட்ட காயம், பயங்கரமாக இருக்கிறது!' கதவிடுக்கு வழியாக லீஸ் அந்தக் காயத்தைப் பார்த்ததும் கதவைத் திறந்துகொண்டு உடனே வந்தாள்.

'இங்கே வாருங்கள், என்னிடம் வாருங்கள்,' என்று அதிகாரத் தொனியில் அழுத்தமாகக் கூக்குரலிட்டவள், 'இனிமேல் முட்டாள் தனமும் எதுவும் செய்யாமல் இங்கே வாருங்கள்! ஓ, கடவுளே! இதைச் சொல்லாமல் இவ்வளவு நேரம் அமைதியாக நின்றுகொண் டிருந்தீர்களா? நிறைய ரத்தம் போயிருக்கிறது, அம்மா! எப்படி, எங்கே நீங்கள் இப்படிக் காயம் பட்டீர்கள்? முதலில் தண்ணீர், தண்ணீர் கொண்டுவாருங்கள்! காயத்தைக் கழுவிக் குளிர்ந்த நீரில் கையை வைக்க வேண்டும், அப்போதுதான் வலி நிற்கும், தண்ணீரில் கையைக் கொஞ்ச நேரம் வைக்க வேண்டும் . . . சீக்கிரம், சீக்கிரமாக வட்டிலில் தண்ணீர் கொண்டுவாருங்கள், அம்மா. ஐயோ, சீக்கிரம்' என்று பதற்றத்துடன் கத்தினாள் லீஸ். முற்றிலுமாக அவள் பயந்து போயிருந்தாள்; அல்யோஷாவின் காயம் அவளை வெகுவாகப் பாதித்திருந்தது.

'கெர்த்ஷென்ஸ்தூபேவைக் கூட்டி வரச்சொல்லி ஆளை அனுப்பவா?' என்று கேட்டபடி பதறினாள் திருமதி ஹஹ்லக்கோவா.

'நீங்கள் என்னைக் கொன்றுவிடுவீர்கள் அம்மா. உங்களுடைய அந்த கெர்த்ஷென்ஸ்தூபே இங்கு வந்து தனக்கு ஒன்றும் புரியவில்லை என்பார்! தண்ணீர், தண்ணீர்! அம்மா, தயவு செய்து புண்ணியமாய்ப் போகட்டும், யூலியாவை வேகமாக வரச்சொல்லுங்கள், இப்படித்தான் எப்போதுமே அவள் மெதுவாகத்தான் வருவாள், சீக்கிரமாகவே வரமாட்டாள், எதையாவது செய்துகொண்டேயிருப்பாள்! என்ன இது, சீக்கிரம், அம்மா, நான் செத்தே போய்விடுவேன் போலிருக்கிறது . . .'

'ஓ, இது ஒன்றுமில்லை!' என்று சொன்ன அல்யோஷா, அவர்கள் பயப்படுவதைப் பார்த்துத் தானும் பயந்துபோனான்.

யூலியா தண்ணீரை எடுத்துக்கொண்டு ஓடிவந்தாள். அல்யோஷா கைவிரலை அதில் நனைத்தான்.

'அம்மா, புண்ணியமாய்ப் போகட்டும், பஞ்சுத் துணியைக் கொண்டு வாருங்கள்; பஞ்சுத் துணியுடன் காயங்களுக்குப் போடும் மருந்தை, கடுகடுக்குமே, மண்நிறத்திலிருக்குமே, மருந்து, அதற்குப் பேர் என்ன, அதையும் எடுத்துக்கொண்டு வாருங்கள்! அது அங்கே இருக்கிறது,

இருக்கிறது . . . அம்மா, அது எங்கே இருக்கிறது தெரியுமா, அந்த மருந்துப்புட்டி உங்களுடைய படுக்கை அறையிலிருக்கும் வலது நிலை யடுக்கில், மிகப்பெரிய புட்டியில் இருக்கிறது. அதையும் அந்தப் பஞ்சுத் துணியையும் . . .'

'இதோ, இப்போதே எல்லாவற்றையும் கொண்டுவருகிறேன், லீஸ், நீ கத்தாதே, அமைதியாய் இரு. பார், எவ்வளவு வலிமையாக அலெக்ஸெய் ஃபியோதரவிச், துன்பத்தைத் தாங்கிக்கொண்டிருக்கிறார் என்று. எப்படி இப்படிப் பயங்கரமாக அடிபட்டீர்கள், அலெக்ஸெய் ஃபியோதரவிச்?'

திருமதி ஹஹ்லக்கோவா வேகமாக அறையைவிட்டு வெளியேறி னாள். லீஸ் அதற்காகத்தான் காத்திருந்தாள்.

'முதலில் என்னுடைய கேள்விக்குப் பதில் சொல்லுங்கள்,' என்று அல்யோஷாவைப் பார்த்து வேகமாகக் கேட்டவள், 'எங்கே இப்படி அடிபட்டீர்கள்? அப்புறம் உங்களிடம் வேறு ஒரு விஷயத்தைப் பற்றியும் பேச வேண்டும், சரியா!' என்றாள்.

லீஸின் தாய் வருவதற்குள் அவள் கேட்ட கேள்விக்குப் பதிலளிக்க வேண்டுமென்பதை இயல்பாகப் புரிந்துகொண்ட அல்யோஷா, அவசர மாகப் பல விஷயங்களைத் தவிர்த்துவிட்டுச் சுருக்கமாக, ஆனால், தெளிவாக, அந்தப் பள்ளிச் சிறுவர்களைச் சந்தித்த மர்மமான அந்தச் சந்திப்பைப் பற்றிச் சொன்னான். இதைக் கேட்ட லீஸ், இது பயனற்றது என்பது போலக் காற்றில் தன் கைகளை உதறினாள்:

'தேவையா, இது உங்களுக்குத் தேவையா, அதுவும் இந்த அங்கியை அணிந்துகொண்டு பள்ளிச் சிறுவர்களுடன் சேர்வது உங்களுக்குத் தேவையா!' என்று கோபத்துடன் கேட்டவள், ஏதோ அவன்மீது உரிமை கொண்டாடுபவள் போல, 'ஆம், நீங்களே ஒரு சிறு பையன், சிறிய பையன்தான்! இதில் இன்னும் எவ்வளவு சிறிய பையனாக முடியுமோ, அவ்வளவு சிறிய பையனாகிவிட்டீர்கள்! எப்படியாவது நீங்கள் அந்த நெறிகெட்ட பையனைப் பற்றித் தெரிந்துகொண்டு எனக்குச் சொல்லுங்கள், ஏனெனில், இதற்குப் பின்னால் ஏதோ ஒரு விஷயம் இருக்கிறது. சரி, இப்போது அடுத்தது, ஆனால் அதற்கு முன்பு ஒரு கேள்வி: இந்த வலியையும் வேதனையையும் பொருட் படுத்தாமல், அலெக்ஸெய், ஃபியோதரவிச், அற்பமான இந்த விஷயத்தைத் தவிர்த்துவிட்டு நல்லதொரு விஷயத்தைப் பற்றி உங்களால் பேசமுடியுமா?'

'கண்டிப்பாக முடியும், ஆமாம், இப்போது வலிகூட நின்று விட்டது.'

'காரணம், இப்போது உங்கள் கை தண்ணீரில் இருக்கிறது. அதை மாற்றவேண்டும், இல்லாவிட்டால் நிமிடத்தில் அது சூடாகிவிடும். யூலியா ஓடிப்போய் உடனே பனிக்கட்டியையும் வேறு வட்டிலில் குளிர்ந்த நீரையும் கொண்டுவா. இதோ அவள் போய்விட்டாள், இப்போது காரியத்திற்கு வருகிறேன்: இனிய அலெக்ஸெய் ஃபியோதரவிச், என்னுடைய கடிதத்தை, நேற்று நான் உங்களுக்கு அனுப்பிய கடிதத்தை

என்னிடம் உடனே திருப்பிக்கொடுங்கள், ஏனெனில் எந்த நிமிடமும் அம்மா வரக்கூடும், அவர்களுக்குத் தெரியவேண்டாமென்று...'

'இப்போது அது என்னிடமில்லை.'

'ஆனால், நீங்கள் என்னைச் சிறு பிள்ளையாக, மிகச் சிறிய பிள்ளையாக நினைக்கக் கூடாது, அதுவும் இப்படிப்பட்ட முட்டாள் தனமான வேடிக்கை பேச்சு நிறைந்த என்னுடைய கடிதத்திற்குப் பிறகு! முட்டாள்தனமான என்னுடைய இந்தக் கேலிப் பேச்சுக்கு நான் மன்னிப்பு கேட்டுக்கொள்கிறேன், ஆனால், நீங்கள் அந்தக் கடிதத்தைக் கண்டிப்பாக என்னிடம் திருப்பிக் கொடுத்துவிட வேண்டும், உண்மையாகவே அது இப்போது உங்களிடம் இல்லையென்றால், எப்படியாவது நீங்கள் அதை இன்றே எனக்குத் திருப்பிக் கொடுத்து விடுங்கள், கண்டிப்பாக!'

'எப்படியும் இன்று முடியாது, ஏனெனில் இன்று நான் மடாலயத் திற்குப் போகிறேன், இரண்டு, மூன்று, ஏன் நான்கு நாட்கள் கழித்துத் தான் திரும்பி வருவேன், ஏனெனில் முதியவர் ஸோசிமா...'

'நான்கு நாட்களா, என்ன முட்டாள்தனம்! நீங்கள் அதைப் படித்துவிட்டு என்னைக் கேலிசெய்கிறீர்களா?'

'நான் உங்களைக் கேலிசெய்யவே இல்லை.'

'ஏனோ?'

'ஏனெனில் அதில் எழுதப்பட்டவையெல்லாம் உண்மை என்று நான் நம்புகிறேன்.'

'நீங்கள் என்னைக் கேலிசெய்கிறீர்களா என்ன?'

'இல்லவே இல்லை. கடிதத்தைப் படித்து முடித்ததுமே அப்படித் தான் நடக்குமென்று நான் நினைத்தேன், ஏனெனில் முதியவர் ஸோசிமா இறந்ததும் மடாலயத்தை விட்டு நான் வெளியேறிவிடுவேன். பிறகு எனது படிப்பைத் தொடருவேன், பரீட்சைகளை எழுதி முடிப்பேன், சட்டப்படி வயது வந்ததும் நாம் இருவரும் திருமணம் செய்து கொள்வோம். உங்களை நான் விரும்புவேன். இப்போது அதைப் பற்றி நினைத்துப் பார்க்கக்கூட எனக்கு நேரமில்லாமல் இருந்தாலும், உங்களைவிடச் சிறந்த மனைவியை என்னால் தேடிக் கண்டுபிடிக்க முடியாது என்றுதான் நான் நினைக்கிறேன், அப்படியே முதியவர் என்னைத் திருமணம் செய்து கொள்ளும்படியும் கேட்டுக்கொண்டார்...'

'நானோ ஒரு நொண்டி, என்னைச் சக்கர நாற்காலியில் வைத்துத் தான் தள்ளுகிறார்கள்!' என்று சொல்லிக் கன்னங்கள் சிவக்கச் சிரித்தாள் லீஸ்.

'உங்களை நானே வண்டியில் வைத்துத் தள்ளிக்கொண்டு போவேன். ஆனால் நீங்கள் அதற்குள் குணமடைந்து விடுவீர்கள் என்ற நம்பிக்கை எனக்கு இருக்கிறது.'

கரமாஸவ் சகோதரர்கள்

‘நீங்கள் ஒரு பைத்தியக்காரர்’ என்று பதற்றத்துடன் சொன்ன லீஸ், ‘இப்படி ஒரு வேடிக்கையான பேச்சை வைத்துக்கொண்டு முட்டாள்தனமான ஒரு முடிவை எடுப்பதா! . . . ஓ, இதோ அம்மா வருகிறார்கள், சரியான நேரத்தில், அம்மா, எப்போதுமே நீங்கள் இப்படித்தான் தாமதமாகத்தான் வருவீர்கள், இப்படியா நேரங்கழித்து வருவது! இதோ, யூலியாவும் பனிக்கட்டிகளைக் கொண்டுவந்து விட்டாள்!’ என்றாள்.

‘ஓ, லீஸ், கத்தாதே, முக்கியமாக, நீ கத்தாதே. இந்தக் கத்தலைக் கேட்டால் எனக்கு . . . என்ன செய்வது, நீதான் இந்தப் பஞ்சுத் துணியை வேறு ஏதோ ஒரு இடத்தில் வைத்துவிட்டாய் . . . நான் தேடித் தேடி . . . வேண்டுமென்றே நீ வேறொரு இடத்தில் வைத்துவிட்டாய் என்று நினைக்கிறேன்.’

‘ஆமாம், எனக்கு எப்படித் தெரியும், இப்படி இவர் விரலில் அடிபட்டுக்கொண்டு வருவாரென்று, அப்படித் தெரிந்திருந்தால், உண்மையாகவே நான் அப்படிச் செய்திருப்பேன். என் தாயே, தேவதையே, நீங்கள் அறிவுப்பூர்வமான விஷயங்களைப் பேச ஆரம்பித்துவிட்டீர்கள்.’

‘அறிவுப்பூர்வமான விஷயங்களை விட்டுத்தள்ளு, ஆனால், எப்படிப்பட்ட உணர்வுடன் நீ அலெக்ஸெய் ஃபியோதரவிச்சின் விரலைப் பற்றிக் கவலைப்படுகிறாய், இதெல்லாம் என்னது! ஓ, என் அருமை அலெக்ஸெய் ஃபியோதரவிச், குறிப்பாக எதுவும் என்னைச் சிரமப்படுத்தவில்லை, கெர்ஷென்ஸ்தூபேவோ அல்லது தனிப்பட்ட எந்த நிகழ்வோ, என்னைச் சிரமப்படுத்தவில்லை, மொத்தமாக, ஒட்டு மொத்தமாக நடந்த எல்லா விஷயங்களும் சேர்ந்துதான் – இவை எல்லாவற்றையும் என்னால் தாங்கிக்கொள்ளவே முடியவில்லை.’

‘போதும், அம்மா, போதும், கெர்ஷென்ஸ்தூபேவைப் பற்றிய விஷயம் எல்லாம் போதும்’ என்று குதூகலமாகச் சிரித்தபடி சொன்ன லீஸ், ‘சீக்கிரமாக அந்தப் பஞ்சுத் துணியையும் தண்ணீரையும் கொடுங்கள். இது ஈய துணைக்காடிக் கரைசலடங்கிய கழுவுநீர் மருந்து அலெக்ஸெய் ஃபியோதரவிச், இப்போதுதான் எனக்கு அந்தப் பெயர் ஞாபகத்திற்கு வந்தது, ஆனால், இது அருமையான மருந்து. அம்மா, உங்களால் இதை நம்ப முடியுமா, வரும் வழியில் இவர் இளஞ்சிறார்களுடன் சண்டை போட்டதில் சிறுவன் ஒருவன் இவருடைய கைவிரலைக் கடித்துவிட்டானாம்! இவரே ஒரு சிறுவன், சிறிய பையன், இவ்வளவு நடந்த பிறகு திருமணத்தைப் பற்றி இவர் நினைக்கலாமா, ஆம், அம்மா, இவர் திருமணம் செய்துகொள்ள விருப்பப்படுகிறார். உங்களால் நினைத்துப் பார்க்க முடிகிறதா, திருமணமானவராய் இவரை உங்களால் நினைத்துப் பார்க்க முடிகிறதா, வேடிக்கையாக இல்லையா, பயங்கரமாக இல்லையா?’ என்றாள்.

லீஸ் தன்னுடைய படபடக்கும் மெல்லிய சிரிப்புடன் அல்யோஷா வைக் குறும்புத்தனமாய்ப் பார்த்தாள்.

‘எதற்காக அவர் திருமணம் செய்துகொள்ள வேண்டும் லீஸ், நீ என்ன சொல்கிறாய், இப்படியெல்லாம் நீ பேசக் கூடாது . . .

அப்படியானால், ஒருவேளை அந்தப் பையனை வெறிநாய் கடித்து விட்டதோ!'

'ஐயோ, அம்மா, வெறிநாய் கடித்துப் பைத்தியம் பிடித்த பையன்கள் இருக்கிறார்களா என்ன?'

'ஏன் இல்லை, லீஸ், ஏதோ நான் முட்டாள்தனமாகச் சொன்னதை நீ குறிப்பாகச் சுட்டிக்காட்டுகிறாய். உன்னுடைய சிறுவனை வெறிநாய் கடித்திருக்கலாம் அதனால் அவருக்குப் பைத்தியம் பிடித்திருக்கலாம், அப்படியே, அது அருகிலிருந்த வேறொருவரையும் கடித்திருக்கலாம். எவ்வளவு அழகாகக் கட்டுப்போட்டிருக்கிறாள் அலெக்ஸெய் ஃபியோதரவிச், என்னால்கூட இப்படிப் போட முடியாது. இன்னும் உங்களுக்கு வலிக்கிறதா?'

'கொஞ்சமாக.'

'உங்களுக்குத் தண்ணீரைக் கண்டு பயமில்லையா?' என்று கேட்டாள் லீஸ்.

'போதும், லீஸ், ஏதோ அவசரத்தில் நான் வெறிநாய் கடித்த பையனைப் பற்றிப் பேசிவிட்டேன், அதையே நீ பிடித்துக்கொண்டு ஒரு முடிவுக்கு வராதே. நீங்கள் இங்கு வந்ததை அறிந்த கத்தரீனா இவானவ்னா உங்களைப் பார்க்கத் துடித்துக்கொண்டிருக்கிறாள், ஆவலுடன் உங்களை எதிர்பார்த்துக் காத்துக்கொண்டிருக்கிறாள்.'

'ஐயோ, அம்மா, நீங்கள் போய்ப் பார்த்துவிட்டு வாருங்கள், இப்போது அவரால் அங்குப் போக முடியாது, ஏற்கெனவே வலியில் அவர் வேதனைப்பட்டுக்கொண்டிருக்கிறார்.'

'இல்லை, இப்போது எனக்கு வலியே இல்லை, தாராளமாக என்னால் அங்குப் போக முடியும்...'

'என்ன, நீங்கள் அங்கே போகப் போகிறீர்களா? என்ன நீங்கள்? என்னது.'

'ஏன் போகக் கூடாது? முதலில் எல்லாவற்றையும் பேசி முடித்து விட்டுப் பிறகு நான் இங்கு வருகிறேன், மீண்டும் நீங்கள் எவ்வளவு நேரம் என்னுடன் பேச வேண்டுமோ அவ்வளவு நேரம் பேசலாம்.'

'எனக்கு இப்போது கத்தரீனா இவானவ்னாவை உடனடியாகப் பார்க்க வேண்டும், அவளைப் பார்த்தபிறகு இன்றே நான் துறவி மடாலயத்திற்குத் திரும்ப வேண்டும்.'

'அம்மா, இவரைச் சீக்கிரம் கூட்டிக்கொண்டு போங்கள். அலெக்ஸெய் ஃபியோதரவிச், கத்தரீனா இவானவ்னாவைப் பார்த்த பிறகு மறுபடியும் என்னைப் பார்க்க வரவேண்டிய சிரமத்திற்கு நீங்கள் உள்ளாக வேண்டாம். நேரடியாக நீங்கள் துறவி மடாலயத்திற்குப் போங்கள், அங்குதான் நீங்கள் போக வேண்டும், அதுதான் உங்கள் இடம்! நான் தூங்கப் போகிறேன், நேற்று இரவு முழுவதும் நான் தூங்கவில்லை.'

‘ஓ, லீஸ், இது என்ன விளையாட்டு, ஆனால், உண்மையாகவே நீ தூங்கப்போனால் நல்லது என்றுதான் நினைக்கிறேன்!’ என்று ஆச்சர்யமாகச் சொன்னாள் திருமதி ஹஹ்லக்கோவா.

‘என்ன சொல்வதென்று தெரியவில்லை, எப்படி நான் ... வேண்டு மென்றால் மூன்று அல்லது இன்னும் ஐந்து நிமிடங்கள் இங்கு இங்கிருக்கிறேன்’ என்று முணுமுணுத்தான் அல்யோஷா.

‘இன்னும் ஐந்து நிமிடங்கள்! அம்மா, தயவுசெய்து இவரை இங்கிருந்து கூட்டிக்கொண்டு போங்கள், இவர் ஒரு அரக்கன்!’

‘லீஸ், உனக்குப் பைத்தியம் பிடித்துவிட்டது.’

‘வாருங்கள் போகலாம், அலெக்ஸெய் ஃபியோதரவிச், இவள் இன்று நல்ல மனநிலையில் இல்லை, ஏறுமாறாக நடந்துகொள்கிறாள், அவளை எரிச்சல்படுத்த விரும்பவில்லை. ஓ, எவ்வளவு கஷ்டம் தெரியுமா, இப்படி உணர்ச்சிவசப்படும் பெண்ணுடன் இருப்பது, அலெக்ஸெய் ஃபியோதரவிச்! ஒருவேளை, உண்மையாகவே உங்களைப் பார்த்தபிறகு அவள் தூங்க விருப்பப்படலாம். நீங்கள் அவளை இவ்வளவு சீக்கிரமே தூங்க வழிசெய்தது மிகவும் நல்லதுதான், எவ்வளவு மகிழ்ச்சியாக இருக்கிறது!’

‘ஓ, அம்மா, எவ்வளவு அற்புதமாகப் பேசுகிறீர்கள், இதற்காக உங்களை நான் முத்தமிடுகிறேன்.’

‘அப்படியே நானும் உன்னை, லீஸ். கேளுங்கள், அலெக்ஸெய் ஃபியோதரவிச்’ என்று ரகசியமாக, அவசரமாக முணுமுணுத்த திருமதி ஹஹ்லக்கோவா, அல்யோஷாவுடன் வெளியேறும்போது, ‘எதையும் உங்கள் மனத்தில் நான் திணிக்கவிரும்பவில்லை, எந்த முகத்திரையை யும் விலக்க நான் விரும்பவில்லை, ஆனால் நீங்களே சென்று பாருங்கள், அங்கு என்ன நடக்கிறதென்று; எல்லாவற்றையும் பாருங்கள், பயங்கரம், அளவுக்கு மீறிய, கற்பனைக்கடங்காத நகைச்சுவை நாடகம் இது: உங்களுடைய சகோதரன் இவான் ஃபியோதரவிச்சை அவள் விரும்பு கிறாள், ஆனால் தன்னுடைய வலிமை முழுவதையும் பிரயோகித்து அவள் திமித்ரி ஃபியோதரவிச்சைத் தான் விரும்புவதாக எல்லோரையும் நம்ப வைக்கிறாள், பயங்கரம்! உங்களுடன் நானும் வருகிறேன், ஒரு சமயம் அவள் என்னுடைய வருகையை ஆட்சேபிக்கவில்லை யென்றால், உங்களுடன் கடைசிவரை நான் இருப்பேன்’ என்றாள் ஹஹ்லக்கோவா.

## 5

## வரவேற்பறையில் மனவேதனை

ஆனால், வரவேற்பறையில் நடந்த சம்பாஷணை ஏற்கெனவே முடியும் தறுவாயில் இருந்தது; கத்தரீனா இவானவ்னா அதிக சந்தோஷத்தில் இருந்தாலும், உறுதியாக இருந்தாள். அல்யோஷாவும் திருமதி

ஹஹ்லக்கோவாவும் உள்ளே நுழைந்த சமயம் இவான் ஃபியோதரவிச் வெளியே புறப்படத் தயாரானான். அவனுடைய முகம் வெளிறிப் போயிருக்க, அல்யோஷா சற்றே அவனைக் கலக்கத்துடன் பார்த்தான். அல்யோஷாவின் மனத்திலிருந்த ஏதோ ஒரு சந்தேகம், இதுவரை அவனுடைய மன உலைவுக்குக் காரணமாயிருந்த ஒரு புதிருக்கு இப்போது பதில் கிடைத்தது போல இருந்தது. ஒரு மாதத்திற்கு முன்பே, பலரும் பல தடவை சொல்லியிருக்கிறார்கள், சகோதரன் இவான், கத்தரீனா இவானவ்னாவை விரும்புவதாகவும், அதுவும் மிக முக்கியமாக, அவளை அவன் மீச்சியாவிடமிருந்து 'தட்டிப் பறிக்கப்' போகிறானென்றும். கடைசிவரை இது அல்யோஷாவுக்கு விநோதமாகவே பட்டாலும், அது அவனை மிகவும் கவலைப்பட வைத்தது. அல்யோஷா தன்னுடைய இரண்டு சகோதரர்களையும் விரும்பியதால் அவர்களிடையே நிலவும் இந்தப் போட்டியை நினைத்து அவன் கவலைப்பட்டான். இதற்கிடையில் திமித்ரி ஃபியோதரவிச் திடீரென்று நேற்று அவனுடைய சகோதரன் இவானுடன் தான் போட்டிபோடப் போவதாகவும் திமித்ரிக்கு இது சாதகமாக அமையு மென்றும் சொன்னான். இது எப்படி திமித்ரிக்குச் சாதகமாக அமையும்? குரூஷென்காவைத் திருமணம் செய்துகொள்வதிலா? ஆனால், இந்த விஷயம் மனக்கசப்பையும் வருத்தத்தையுமல்லவா தரும் என்று நினைத்தான் அல்யோஷா. அதுமட்டுமில்லாமல், கத்தரீனா இவானவ்னா தன் சகோதரன் திமித்ரியைத்தான் ஆழமாகவும் உளப்பூர்வமாகவும் காதலிக்கிறாள் என்று அல்யோஷா நேற்றுவரை, நேற்று மாலை வரை நம்பியிருந்தான். அதற்கும் மேலாக, இவானைப் போன்றொருவனை அவளால் எப்படியுமே காதலிக்க முடியாது, திமித்ரியைத்தான் காதலிக்கிறாள், அதுவும் எப்படி அவன் இருக்கிறானோ, அப்படியே அந்த இயல்பான குணத்துடன், அவனைக் காதலிக்கிறாள், அப்படியே இந்தக் காதல் விசித்திரமானதாக இருந்தாலும், திமித்ரியைத்தான் அவள் காதலிக்கிறாள் என்று அவன் நினைத்திருந்தான். குரூஷென்காவுடன் நேற்று நடந்த சம்பவம் இப்போது வேறு ஒரு எண்ணத்தை அவனிடம் உருவாக்கியது. 'மனவேதனை' என்று உச்சரிக்கப்பட்ட திருமதி ஹஹ்லக்கோவாவின் அந்த வார்த்தை இப்போது அவனை உலுக்கி எடுத்தது; ஏனெனில், அந்த இரவுதான், பாதித் தூக்கத்தில் விடியற்காலையில் விழித்தெழுந்தவன், திடீரென்று கனவில் 'மன வேதனை, மனவேதனை!' என்று கத்தினான். அவனுக்குக் கனவு முழுவதும் நேற்று கத்தரீனா இவானவ்னாவின் வீட்டில் நடந்த சம்பவம்தான் திரும்பத் திரும்ப வந்தது. ஆனால் இப்போது திருமதி ஹஹ்லக்கோவா தெளிவாக, அழுத்தமாகச் சொல்வது போல, கத்தரீனா இவானவ்னா, இவானைத் தான் விரும்புகிறாள், ஆனால், ஏனோ விளையாட்டுத்தனமாக, வேண்டுமென்றே, 'மனவேதனை' காரணமாக, தன்னைத்தானே அவள் ஏமாற்றிக்கொண்டு, தேவையில்லாமல், திமித்ரியின் மேல் உண்டான காதலை ஏதோ ஒரு நன்றியுணர்வின் பேரில் ஏற்பட்ட காதல் என்று சொல்லிக் கொண்டிருப்பதை நினைத்து அல்யோஷா ஆச்சர்யப்பட்டான்: 'ஆமாம், ஒருவேளை, மெய்யாகவே, முழு உண்மையும் இந்த வார்த்தைகளில்தான் அடங்கி இருக்கிறதோ!'

அப்படியானால், இவானின் நிலைமை என்ன? அல்யோஷா தன்னுடைய இயல்பூக்கத்தின் பேரில் கத்தரீனா இவானவ்னாவைப் போன்ற ஆளுந்தன்மை உடையவர்கள், திமித்ரியைப் போன்றவர்களை மட்டுமே ஆள முடியும், இவான் போன்றவர்களைத் தங்களுடைய ஆளுமைக்கு உட்படுத்த முடியாது என்பதை உணர்ந்தான். திமித்ரி மட்டுமே (நெடுங்காலத்திற்குப் பிறகும்) இறுதியாக அவளிடம் சரணடைய முடியும், 'தன்னுடைய மகிழ்ச்சிக்காக' (இதைத்தான் அல்யோஷா விரும்பினான்), ஆனால் அது இவானால் முடியாது, ஏனெனில் இப்படிப்பட்டவளிடம் சரணடைவது அவனுக்கு மகிழ்ச்சியைக் கொடுக்காது என்ற எண்ணம் ஏனோ அல்யோஷாவின் மனத்தில் இருந்தது. இதோ இந்தத் தடுமாற்றங்களும் இப்படிப்பட்ட எண்ணங்களும் தான் அந்த வரவேற்பறைக்குள் அவன் நுழைந்தபோது அவனுடைய மனத்தில் வந்துபோயின. இன்னொரு எண்ணமும் அவனுடைய மனத்தில் திடீரென்று தவிர்க்க முடியாமல் வந்துபோனது:

'ஒருவேளை இவானையும் திமித்ரியையும் இரண்டு பேரையுமே அவள் விரும்பவில்லை என்றால் என்னவாகும்?' என்ற எண்ணம். கடைசி ஒருமாத காலமாகவே அல்யோஷாவின் மனத்தில் எழுந்த இந்த எண்ணங்களை நினைத்து அவனே வெட்கப்பட்டு, தன்னைத் தானே அவன் கோபித்தும் கொண்டான். 'காதலைப் பற்றி எனக்கு என்ன தெரியும், பெண்களைப் பற்றி இப்படி ஒரு முடிவுக்கு வர என்னால் எப்படி முடியும்' என்று ஒவ்வொரு முறையும் இப்படிப்பட்ட எண்ணங்களும் அனுமானங்களும் அவன் மனத்தில் எழுந்தபோது, தன்னைத்தானே அவன் எண்ணி நொந்துகொண்டான். இருந்தாலும், அவனால் இதை நினைத்துப் பார்க்க முடியாமல் இருக்க முடியவில்லை. தன்னுடைய இயல்பான உள்ளுணர்வின் பேரில், உதாரணமாகத் தன்னுடைய இரண்டு சகோதரர்களுக்குமிடையே நடக்கும் இந்தப் போட்டி எவ்வளவு முக்கியமானது, இதைச் சார்ந்து இனிமேல் எவ்வளவு பெரிய விஷயங்கள் நடக்கப்போகின்றன என்பதை அல்யோஷா நினைத்துப் பார்த்தான். 'ஒரு கேடுகெட்டவன் மற்றொரு கேடு கெட்டவனை விழுங்கப் பார்க்கிறான்' என்று நேற்று இவான் தன்னுடைய தந்தையைப் பற்றியும் சகோதரன் திமித்ரியைப் பற்றியும் சொன்னான். ஆக, அண்ணன் திமித்ரி அவனுடைய பார்வையில் ஒரு கேடுகெட்டவன், ஒருவேளை, நீண்ட நாட்களாகவே அவன் கேடுகெட்டவனாகவே இருந்தானோ என்னவோ; கத்தரீனா இவானவ்னாவைத் தெரிந்து கொண்ட நாளிலிருந்தே அவன் கேடுகெட்டவனாக இருந்தானோ என்னவோ? இந்த வார்த்தைகள், சந்தேகத்திற்கிடமின்றி, நேற்று இவானிடமிருந்து எதேச்சையாக வெளிவந்தன; இதில் முக்கியமானது என்னவென்றால், எதேச்சையாக அவை வெளிவந்தன என்பதுதான். இப்படியிருக்கையில், எப்படி அவர்களுக்குள் சமாதானம் நிலவக்கூடும்? அப்படியே இது ஒரு புதிய விஷயமும் அல்ல; வெறுப்பையும் பகையையும் வளர்க்க இந்தக் குடும்பத்திற்கு வேறு புதுக் காரணங்கள் கிடைத்துவிட்டன. அவ்வளவே. எல்லாவற்றிற்கும் மேலாக, யாருக்காக அல்யோஷா வருத்தப்படுவது? இருவருக்காகவுமா? தன்னுடைய இரண்டு சகோதரர்களையுமே அவன் நேசிக்கிறான், ஆனால் அவர்

களுக்குள் நடக்கும் பயங்கரமான இந்தப் போட்டியில் இருவரையும் பார்த்து அவன் வருத்தப்படுவதா? இந்தக் குழப்பத்தில் ஒருவர் தன்னை முழுவதுமாக இழந்துவிடக்கூடும், அப்படியே புரியாத இப்படிப்பட்ட நிலையை அல்யோஷாவின் உள்ளம் ஏற்றுக்கொள்வதாக இல்லை, ஏனெனில் அவனுடைய நேசம் எப்போதுமே செயல்திறனுடையதாக இருந்தது. அவனால் எப்போதுமே மந்தமாக, உயிர்ப்பில்லாமல் எதையுமே நேசிக்க முடியவில்லை; யாரையாவது அவன் நேசித்தால், உடனே அவர்களுக்கு அவன் உதவுவான். அப்படிச் செய்வதற்கு அவனுக்கு ஒரு குறிக்கோள் தேவைப்பட்டது; அப்படியே அவர்களில் ஒவ்வொரு வருக்கும் எது தேவை என்பதை அவன் உறுதியாகத் தெரிந்துகொள்ள வேண்டியிருந்தது; அப்படி அவர்களுடைய தேவை உண்மையாக இருக்கும் பட்சத்தில், இயற்கையாகவே அவன் ஒவ்வொருவருக்கும் உதவ விருப்பப்பட்டான். ஆனால், உறுதியான குறிக்கோளுக்குப் பதிலாகப் புரிந்துகொள்ள முடியாத குழப்பம்தான் அங்கு நிலவியது. ‘மனவேதனை’ என்ற வார்த்தை ஏற்கெனவே சொல்லப்பட்டிருந்தது! இந்த மனவேதனையில் அவன் எதைப் புரிந்துகொள்ளமுடியும்? இந்தக் குழப்பத்தில் அவனால் எதையுமே புரிந்துகொள்ள முடியவில்லை!

வெளியே போகத் தயாராயிருந்த இவான் ஃபியோதரவிச்சிடம், அல்யோஷா வருவதைப் பார்த்து கத்தரீனா இவானவ்னா, எதையோ வேகமாக, மகிழ்ச்சியாகச் சொன்னாள்:

‘ஒரு நிமிடம்! ஒரு நிமிடம் பொறுங்கள். அசைக்க முடியாத உறுதியான நம்பிக்கை வைத்திருக்கும் இந்த மனிதனின் கருத்தைப் பற்றி நான் தெரிந்துகொள்ள விரும்புகிறேன். கத்தரீனா ஓசிப்பவ்னா, போகாதீர்கள், நில்லுங்கள், உங்களைத்தான்’ என்று திருமதி ஹஹ்லக்கோவாவைப் பார்த்துச் சொன்னாள் கத்தரீனா இவானவ்னா. அல்யோஷாவைத் தன்னருகே அமரவைத்தவள், தனக்கெதிரே அமர்ந்திருந்த இவான் ஃபியோதரவிச்சின் பக்கத்தில் ஹஹ்லக்கோவாவை அமரவைத்தாள்.

‘இங்கே எல்லோரும் என் நண்பர்கள், இவ்வுலகில் எனக்கிருக்கும் அருமையான நண்பர்கள் இவர்கள்’ என்று இதமான குரலில் வேதனை யான, உண்மையான உணர்வுடன் கண்ணீர் ததும்பச் சொன்னபோது அல்யோஷாவின் உள்ளம் மீண்டுமொருமுறை அவள் பக்கமாகச் சாய்ந்தது. ‘அலெக்ஸெய் ஃபியோதரவிச், நேற்று நடந்த சம்பவத்திற்குச் சாட்சியாக நீங்கள் இருக்கிறீர்கள் . . . பயங்கரமான அந்தச் சம்பவத்தின் போது நான் எப்படியிருந்தேன் என்பதை நீங்கள் பார்த்தீர்கள். இவான் ஃபியோதரவிச், நீங்கள் அதைப் பார்க்கவில்லை, ஆனால் அவர் பார்த்தார். அப்போது என்னைப் பற்றி நீங்கள் என்ன நினைத்தீர்கள் என்று எனக்குத் தெரியாது. ஆனால், ஒன்று மட்டும் தெரியும், ஒரு சமயம் அப்படி எதுவும் மறுபடியும் இன்று நடந்தால், இப்போது நடந்தால், நேற்று போலவே இன்றும் அதே உணர்வுகளைத்தான் நான் வெளிப்படுத்துவேன் – அதே உணர்வுகளை, அதே வார்த்தைகளை அப்படியே அதே நடவடிக்கைகளை. என்னுடைய நடவடிக்கைகள் உங்களுக்கு நினைவிருக்கிறதா, அலெக்ஸெய் ஃபியோதரவிச், அதைச்

செய்ய விடாதபடி நீங்களே என்னைத் தடுத்து நிறுத்தினீர்கள் ... (இதைச் சொல்லும்போது அவள் சிவந்துபோனாள், அவளுடைய கண்கள் பளிச்சிட்டன.) உங்களுக்குச் சொல்கிறேன், அலெக்ஸெய் ஃபியோதரவிச், நடந்த எந்த விஷயத்திற்கும் என்னால் சமரசமாகப் போகமுடியாது. கேளுங்கள், அலெக்ஸெய் ஃபியோதரவிச், அவரை இன்னமும் நான் விரும்புகிறேனா இல்லையா என்று எனக்கே தெரியாது. இப்போது அவர் பரிதாபத்திற்குரியவராகிவிட்டார், காதலுக்கு அது ஏற்றதல்ல. அவரை நான் விரும்பியிருந்தால், என்னுடைய நேசிப்பை நான் தொடர்ந்திருந்தால், அவரைப் பார்த்து நான் பரிதாபப் பட்டிருக்க மாட்டேன், மாறாக, அவரை நான் வெறுத்திருப்பேன் ...'

அவளுடைய குரல் நடுங்கியது, இமைகளில் கண்ணீர் துளிர்த்து மின்னியது. அல்யோஷா தனக்குள் திடுக்கிட்டுப் போனான்: 'இந்தப் பெண் உண்மையானவள், மெய்யானவள்' என்று மனத்திற்குள் நினைத்துக்கொண்டவன், 'அப்படியே ... அப்படியே அவள் திமித்ரியை இனிமேலும் விரும்பவில்லை!' என்பதையும் அவன் உணர்ந்தான்.

'அப்படித்தான்! அது அப்படித்தான்!' என்று ஆச்சர்யத்துடன் சொன்னாள் திருமதி ஹஹ்லக்கோவா.

'பொறுங்கள், என் இனிய கத்தரீனா ஓசிப்பவ்னா, இன்று இரவு நான் முடிவு செய்த முக்கியமான ஒரு விஷயத்தைப் பற்றி முழுமையாக இன்னும் நான் சொல்லி முடிக்கவில்லை. என்னுடைய முடிவு பயங்கர மானதாக இருக்கும் என்று எனக்குத் தெரியும், ஆனால் அந்த முடிவை, என்னுடைய வாழ்நாள் முழுவதும் யாருக்காகவும் எதற்காகவும் நான் மாற்றிக்கொள்ள மாட்டேன் என்பதும் எனக்குத் தெரியும். என்னுடைய இனிமையான, பாசமிக்க, எப்போதுமே பரந்த மனப் பான்மையுள்ள என் ஆலோசகர், ஆழ்மனத்திலிருக்கும் என் ஒரே நண்பர், இவான் ஃபியோதரவிச் எல்லாவிதத்திலும் என்னை ஏற்றுக் கொண்டு, என்னுடைய இந்த முடிவைப் போற்றுவார் என்று நான் நினைக்கிறேன் ... என்னுடைய முடிவைப் பற்றி அவருக்குத் தெரியும்.'

'ஆம், நான் அந்த முடிவை ஏற்றுக்கொள்கிறேன்' என்று உறுதியான, அமைதியான குரலில் சொன்னான் இவான் ஃபியோதரவிச்.

'ஆனால், நான் என்ன ஆசைப்படுகிறேன் என்றால், அல்யோஷா (ஓ, அலெக்ஸெய் ஃபியோதரவிச், மன்னித்துவிடுங்கள், உங்களை நான் அல்யோஷா என்று அழைத்துவிட்டேன்) அலெக்ஸெய் ஃபியோதரவிச், என் இரண்டு நண்பர்கள் முன்னிலையிலும் நான் எடுத்த முடிவு சரியா இல்லையா என்பதை நீங்கள் எனக்குச் சொல்ல வேண்டுமென்று நான் விரும்புகிறேன். என்னுடைய உள்ளுணர்வு என்ன சொல்கிறதென்றால், என் இனிய சகோதரன் நீங்கள் அல்யோஷா, (ஏனெனில், நீங்கள் என் இனிய சகோதரர்),' என்று உணர்ச்சி பொங்க மீண்டும் சொன்னவள், சில்லிட்ட அவனுடைய கையைச் சூடான தன்னுடைய கைகளால் பற்றிக்கொண்டு, 'உங்களுடைய முடிவு, உங்களுடைய ஒப்புதல், என்னுடைய வேதனைகள் எல்லாவற்றையும்

மீறி எனக்கு அமைதியைத் தரும், ஏனெனில் உங்களுடைய வார்த்தை களுக்குப் பிறகு நான் அமைதியாகி, சமரசமடைந்துவிடுவேன் என்பதை என்னால் உணர முடிகிறது!' என்றாள்.

'நீங்கள் என்னை என்ன கேட்கப் போகிறீர்கள் என்று எனக்குத் தெரியாது' என்று முகம் சிவக்கச் சொன்ன அல்யோஷா, 'ஆனால், ஒன்று மட்டும் எனக்குத் தெரியும், உங்களிடம் நான் அன்பு பாராட்டு கிறேன், என்னைவிட உங்களுக்கு அதிக சந்தோஷமுண்டாகட்டும் என்று இந்த நிமிடம் நான் ஆசைப்படுகிறேன்! . . . மற்ற விஷயங்களைப் பற்றியெல்லாம் எனக்குத் தெரியாது . . .' என்று எதற்காகவோ இதையும் சேர்த்து வேகமாகச் சொன்னான் அல்யோஷா.

'மற்ற விஷயங்கள், அலெக்ஸெய் ஃபியோதரவிச், அந்த மற்ற விஷயங்கள் தான் இனிமேல் முக்கியமானவை. நேர்மை, கடமை இன்னும் என்ன இருக்கிறது என்று எனக்குத் தெரியாது, ஆனால், இதைவிடச் சிறந்தது வேறொன்றுமில்லை, ஒருவேளை, கடமையை விடவும் சிறந்த ஒன்று இருக்கலாம். தவிர்க்க முடியாத இந்த உணர்வை என்னுடைய மனம் தூண்டிவிட்டாலும், தவிர்க்க முடியாத வகையில் அந்த உணர்வு என்னை இழுத்துச் செல்கிறது. இவை எல்லாவற்றைப் பற்றியும் இரண்டே வார்த்தைகளில் சொல்லிவிட நான் முடிவுசெய்து விட்டேன்: அவன் அவளை, அந்த ஜென்மத்தைத் திருமணம் செய்து கொண்டாலும்' என்று வெற்றிகரமாக ஆரம்பித்தவள், 'அவளை எப்போதுமே, என்றென்றுமே நான் மன்னிக்கமாட்டேன், இருந்தாலும் அவனை நான் சும்மா விடப்போவதில்லை. இன்றிலிருந்து என்றுமே அவனை நான் சும்மா விடப்போவதில்லை!' என்று ஏதோ ஒரு மனவேதனையுடன், கலங்கிய மனப்போராட்டப் பரவசத்துடன் சொன்னாள் அவள். 'அதாவது, ஏதோ அவனை நினைத்து நான் வருத்தப்பட்டுக்கொண்டு அவன் போகுமிடமெல்லாம் அவன் பார்வையில் நான் பட்டுக்கொண்டு அவனை வேதனைப்படுத்தப் போவதில்லை – ஓ, அப்படியல்ல, வேறு ஒரு ஊருக்கு நான் போவேன், நீங்கள் எங்குப் போக விருப்பப்படுகிறீர்களோ அங்குப் போகலாம், ஆனால், வாழ்நாள் முழுவதும், என்னுடைய வாழ்நாள் முழுவதும் அவனை நான் கண்காணித்து வருவேன், அதிலிருந்து பின்வாங்க மாட்டேன். அவன் எப்போது அவளுடன் சந்தோஷமாக இல்லாமல் அவளை விட்டு விலகுவானோ, அது கண்டிப்பாக வெகுசீக்கிரமே நடக்கும், அப்போது அவன் என்னிடம் வரட்டும், வந்து நான் எப்படி அவனுக்குத் தோழியாக, சகோதரியாக இருப்பேன் என்பதை அவன் பார்க்கட்டும் . . . அவனுக்குச் சகோதரியாக, கண்டிப்பாகக் காலம் முழுவதும் அவனுக்கு நான் சகோதரியாக மட்டுமே இருப்பேன் என்பதை அவன் தெரிந்துகொள்ளட்டும்; இறுதியாக, இந்தச் சகோதரி உண்மையாக அவனுடைய சகோதரியாக, அவனுக்காகத் தன்னுடைய வாழ்வையே தியாகம் செய்துகொண்ட சகோதரியாக மட்டுமே இருப்பேன் என்பதை அவன் தெரிந்து கொள்ளட்டும். இதை நான் செய்து காட்டுவேன், கடைசியாக அவன் என்னைப் புரிந்துகொண்டு,

எதற்காகவும் வெட்கப்படாமல் நடந்த எல்லாவற்றையும் என்னிடம் சொல்லுவான் என்பதில் நான் உறுதியாக இருக்கிறேன்!' என்று ஏதோ ஒரு கட்டுக்கடங்காத வெறியுடன் சொன்னாள். 'அவன் வணங்கும் கடவுளாக நான் இருப்பேன் – இதுதான் அவன் என்னை ஏமாற்றியதற்கு, அவன் எனக்குச் செலுத்தும் மிகச்சிறிய கடனாக இருக்கும், ஏனெனில் அவன் செய்த காரியத்தின் பொருட்டுத் தான் நேற்று நடந்தவற்றையெல்லாம் நான் தாங்கிக்கொள்ள வேண்டியிருந்தது. நம்பிக்கைக்குப் பாத்திரமானவனாக அவன் இல்லாமல் என்னை அவன் ஏமாற்றியதற்கு, எவ்வளவு தூரம் நான் அவனிடம் நேர்மையாக, கொடுத்த வார்த்தையை வாழ்நாள் முழுவதும் கடைப்பிடிப்பவளாக இருக்கிறேன் என்பதை அவன் தன்னுடைய வாழ்நாள் முழுவதும் நினைத்துப் பார்க்கட்டும். அவனுடைய சந்தோஷத்திற்காக (அல்லது எப்படிச் சொல்வது), நான் ஒரு கருவியாக, ஒரு இயந்திரமாக என்னுடைய வாழ்நாள் முழுவதும் இருப்பேன் என்பதை இனி அவன் வாழுங்காலம் முழுவதும் பார்க்கட்டும்! இதுதான் என்னுடைய முடிவு! என்னுடைய இந்த முடிவை இவான் ஃபியோதரவிச் ஆமோதிக்கிறார்.'

இவ்வளவு நேரம் மூச்சுவிடாமல் தொடர்ந்து பேசியவள், இப்படிச் சொல்லி முடித்ததும், இழுத்துப் பெருமூச்சுவிட்டாள். தன்னுடைய எண்ணத்தை இதைவிட மதிப்பு மிக்க வகையில், திறமையாக, இன்னும் இயல்பாக அவள் சொல்ல விருப்பப்பட்டிருக்கலாம், ஆனால் அது அதீத வேகத்துடன், அளவுக்கதிகமாக, வெளிப்படையாக அமைந்து விட்டது. அவளுடைய வார்த்தைகளில் கட்டுக்கடங்காத இளமைப்பருவ முதிர்ச்சியின்மையும் நேற்று நடந்த சம்பவத்தால் உண்டான எரிச்சலும் அப்படியே தன்னைப் பெருமையுடன் கௌரவமாய்த் தலைநிமிர்த்தி வைத்துக்கொள்ள வேண்டிய தேவையும் இருந்ததை அவளே உணர்ந்தாள். திடீரென்று அவளுடைய முகம் இருண்டு போய்ப் பார்வையில் குதூகலம் இல்லாமல் போனது. உடனே அதைக் கவனித்த அல்யோஷா வின் மனம் வேதனையில் நெகிழ்ந்துபோனது. இவான் அப்போது எதையோ சொல்ல முற்பட்டான்.

'என்னுடைய கருத்தை நான் தெரிவிக்கிறேன்' என்றான் இவான். 'வேறு யார் இதைச் சொல்லியிருந்தாலும் அது உயிரற்று, திக்கித் திணறிப் போயிருப்பதாக இருந்திருக்கும், ஆனால் நீங்கள் சொன்னது அப்படியல்ல. வேறு யாராவது சொல்லியிருந்தால், அது தவறாக இருந்திருக்கும், ஆனால் நீங்கள் சரியாகச் சொன்னீர்கள். எப்படி இதை விளக்குவது என்று எனக்குத் தெரியவில்லை, ஆனால், நீங்கள் மிகவும் நேர்மையாக இருப்பதால், நீங்கள் சொன்னது சரியாக இருக்கிறது ...'

'ஆனால், இது இந்த நிமிடம்தான் ... இந்த நிமிடம் என்பது என்ன? நேற்றைய அவமானத்தின் பிரதிபலிப்புதான் – அதுதான் இந்த நிமிடத்தின் அர்த்தம்!' என்று திடீரென்று திருமதி ஹஹ்லக்கோவா தாங்கிக்கொள்ள முடியாமல் தன்னுடைய எண்ணத்தை வெளிப்படுத் தினாள்; இருந்தாலும் நடுவே குறுக்கிட விரும்பாமல் உண்மையான தன்னுடைய எண்ணத்தை மட்டுமே அவள் வெளியிட்டாள்.

'உண்மையாக, உண்மையாக' என்று இடைமறித்துப் பேசிய காரணத்தால் கோபத்தில் இவான் சற்றே கடுமையாகச் சொன்னான், 'வேறு ஒரு பெண்ணாக இருந்திருந்தால், இந்த நிமிடம் நேற்றைய சம்பவத்தின் எதிரொலியாக மட்டுமே இருந்திருக்கும், ஆனால் இது கத்தரீனா இவானவ்னாவாக இருப்பதால் இந்த நிமிடம் அவளுடைய வாழ்நாள் முழுவதும் நீடித்து நிற்கும் ஒன்றாக இருக்கிறது. வாக்குறுதி என்பது மற்றவர்களுக்கு ஒரு சாதாரண விஷயம், ஆனால் கத்தரீனா இவானவ்னாவுக்கு அது நீண்ட கால, துயர்மிக்க, வேதனையான, ஆனால் தொடர்ந்து வருகின்ற ஒரு கடமையாக இருக்கிறது. இந்தக் கடமையைச் செய்ய வேண்டுமென்ற உணர்வையும் அவள் பெற்றிருக் கிறாள்! கத்தரீனா இவானவ்னா, இனிமேல் உங்களுடைய வாழ்வு வேதனை நிறைந்த சிந்தனைகளால், தனிப்பட்ட உணர்வுகளால், நீங்கள் செய்யும் தியாகத்தால் நிரவப்பட்டு, அதே இந்தக் காரணங்களால் வேதனையைத் தாங்குவது உங்களுக்கு எளிதாகி, வாழ்க்கையின் போக்கிலேயே நீங்கள் சென்று, அதை வென்று, உங்களுக்குக் கிடைக்கும் வெற்றி உண்மையாகவே உங்களுக்குப் பெருமையைச் சேர்த்து, வலிமை யான, பெருமை பொருந்திய உங்களுடைய எண்ணம் நிறைவேற்றப் பட்டு, நிறைவேற்றப்பட்ட அந்த இனிமையான சிந்தனையால் உங்கள் மனம் நிறைந்து, வெற்றிகொள்ளப்பட்ட உங்களுடைய அந்த எண்ணம் நம்பிக்கை இல்லாததாக இருந்தாலும், உங்களுக்கு அது முழு திருப்தியைக் கொடுப்பதாக, எல்லாவற்றையும் சமன்செய்வதாக இருக்கட்டும் . . .'

இப்படிப்பட்ட வார்த்தைகள் ஒருவேளை தன்னுடைய எண்ணத்தை மறைக்க விரும்பாத காரணத்தால் இவானால் வேண்டுமென்றே வன்மத்துடன் கேலியாகச் சொல்லப்பட்டிருக்கலாம்.

'ஓ, கடவுளே, என்ன இப்படி எல்லாமே முறையில்லாமல்!' என்று மீண்டும் ஆச்சர்யத்துடன் சொன்னாள் திருமதி ஹஹ்லகோவா.

'அலெக்ஸெய் ஃபியோதரவிச், நீங்கள் என்ன சொல்லப்போகிறீர்கள் என்பதுதான் எனக்கு முக்கியம்!' என்று சொன்ன கத்தரீனா இவானவ்னா திடீரென்று கண்ணீர் சிந்தினாள். அல்யோஷா தான் அமர்ந்திருந்த இருக்கையிலிருந்து எழுந்தான்.

'சரி, பரவாயில்லை, பரவாயில்லை!' என்று அழுதுகொண்டே தொடர்ந்தவள், 'நேற்றைய சம்பவத்தால் நான் மனம் தளர்ந்து போயிருக்கிறேன்; ஆனால் இப்படிப்பட்ட இந்த இரண்டு நண்பர்களுடன், அதாவது உங்களுடனும் உங்களுடைய சகோதரன் இவானுடன் நான் இருப்பதால் இன்னும் வலிமை உள்ளவளாக நான் உணர்கிறேன் . . . ஏனெனில், எனக்குத் தெரியும் . . . நீங்கள் இருவரும் எப்போதுமே என்னைக் கைவிடமாட்டீர்கள் . . .' என்றாள்.

'நாளைக்கே நான் மாஸ்கோ போக வேண்டியிருப்பதால் துரதிருஷ்டவசமாக, நீண்ட நாட்கள் உங்களை நான் விட்டுவிட்டுப் போகவேண்டியிருக்கிறது . . . இது துரதிருஷ்டவசமானதுதான், ஆனால் ஒன்றும் செய்வதற்கில்லை . . .' என்று திடீரென்று சொன்னான் இவான் ஃபியோதரவிச்.

'நாளை, மாஸ்கோவிற்கா!' என்று கேட்ட கத்தரீனா இவானவ்னாவின் முகம் முற்றிலும் மாறியது, 'இருந்தாலும்... ஓ, கடவுளே, எவ்வளவு சந்தோஷமாக இருக்கிறது!' என்று உரக்கச் சொன்னவள், நிமிடத்தில் சுவடே தெரியாமல் தன்னுடைய கண்களில் வழிந்த கண்ணீரைச் சட்டென்று துடைத்துக்கொண்டாள். ஆச்சர்யப்படும் விதத்தில் நிமிடத்தில், அவளிடம் ஏற்பட்ட இந்த மாற்றத்தைப் பார்த்து அல்யோஷா திகைத்துப்போனான்: அவமானத்திற்குட்பட்ட பரிதாபத்திற்குரிய இந்தப் பெண், ஏதோ ஒரு மனவேதனையில் இதுவரை கண்ணீர் மல்க அழுதவள், எதையோ கேட்டு மிகவும் திருப்தி அடைந்தவள் போலத் தன்னைத்தானே முழுவதுமாகச் சுதாரித்துக்கொண்டு சந்தோஷத்துடன் பார்த்தாள்.

'ஓ, என்னை விட்டுவிட்டு நீங்கள் போவதால் நான் மகிழ்ச்சியடைகிறேன் என்று நீங்கள் நினைக்க வேண்டாம்' என்று இனிமையான ஒரு புன்னகையுடன் திடீரென்று தன்னுடைய வார்த்தையைத் திருத்தி அமைத்துக்கொண்டு 'உங்களைப் போன்ற நண்பர்கள் அப்படி நினைக்க மாட்டார்கள் என்று நினைக்கிறேன்; மாறாக, நீங்கள் இல்லாமல் போனால் நான் வருத்தம்தான் அடைவேன்' என்றவள், திடீரென்று இவான் ஃபியோதரவிச்சை நோக்கி வேகமாகச் சென்று அவனுடைய இரு கைகளையும் இதமாகப் பற்றி ஆழ்ந்த உணர்ச்சியுடன் அவனுடைய கைகளை அழுத்தினாள்; ஆனால், மகிழ்ச்சியான விஷயம் என்னவென்றால், தனிப்பட்ட முறையில் நீங்கள் என் அத்தையையும் என் சகோதரி அகாஃபையாவையும் மாஸ்கோவில் சந்தித்து, தற்போதைய என்னுடைய நிலைமையை, எனக்கு நடந்த இந்தப் பயங்கரமான விஷயத்தை அவர்களிடம் நேரடியாகச் சொல்லப்போகிறீர்கள் என்பதுதான்; இருந்தாலும், இனிமையான என் அத்தையிடம் இதைப் பற்றி நீங்கள் எதையும் சொல்ல வேண்டாம்; நீங்கள் சொல்ல மாட்டீர்கள் என்றும் எனக்குத் தெரியும். நேற்றும், இன்று காலையும் எவ்வளவு தூரம் நான் வருத்தப்பட்டேன் என்பதை உங்களால் நினைத்துக்கூடப் பார்க்க முடியாது, ஏனெனில் இப்படிப்பட்ட சம்பவத்தை விளக்கி எப்படி ஒரு பயங்கரமான கடிதத்தை நான் எழுதுவது என்று புரியாமல் இருந்தேன்... ஏனெனில், இதை எப்படியுமே கடிதத்தில் விளக்கி எழுத முடியாது... இனிமேல் கடிதம் எழுதுவது எனக்குச் சுலபம், ஏனெனில் நீங்களே அவர்களை நேரில் பார்த்து எல்லாவற்றையும் விளக்கமாகச் சொல்லப் போகிறீர்கள். ஓ, எவ்வளவு சந்தோஷமாக இருக்கிறது! ஆனால், இந்த ஒரு விஷயத்திற்கு மட்டுமே நான் சந்தோஷப்படுகிறேன், மறுபடியும் சொல்கிறேன், அதற்கு மட்டுமே நான் சந்தோஷப்படுகிறேன், என்னை நம்புங்கள். சந்தேகத்திற்கிடமின்றி, நீங்கள் எனக்கு மிக முக்கியமான மனிதர்... இப்போதே வேகமாகப் போய் நான் கடிதம் எழுதப்போகிறேன்,' என்று சொன்னபடி அறையை விட்டு வெளியேற முயன்றாள் கத்தரீனா இவானவ்னா.

'அப்படியானால், அல்யோஷா? அலெக்ஸெய் ஃபியோதரவிச்சின் முடிவைத் தெரிந்துகொள்ள நீங்கள் ஆசையாக இருந்தீர்களே, அது என்னவாயிற்று?' என்று கேட்டாள் திருமதி ஹஹ்லக்கோவா.

கோபமான, கடுப்பான தொனி அவளுடைய வார்த்தைகளில் வெளிப் பட்டது.

‘அதை நான் மறக்கவில்லை’ என்றபடி சட்டென்று நின்ற கத்தரீனா இவானவ்னா, ‘நீங்கள் ஏன் இந்த நேரத்தில் என்னிடம் இவ்வளவு பகைமை பாராட்டுகிறீர்கள், கத்தரீனா ஓசிப்பவ்னா?’ என்று கசப்பாக, கோபமாகக் கேட்டாள் கத்தரீனா இவானவ்னா. ‘ஏற்கெனவே நான் சொன்னதைத்தான் மீண்டும் சொல்கிறேன். எனக்கு அவருடைய கருத்து கண்டிப்பாகத் தேவை, அது மட்டுமல்ல: அவர் எடுக்கும் முடிவும் எனக்குத் தேவை! அவர் என்ன சொல்கிறாரோ அப்படித் தான் எல்லாமே நடக்கும். சரி, அவர் சொல்லப்போகும் வார்த்தைகளுக் காக நான் காத்துக்கொண்டிருக்கிறேன், அலெக்ஸெய் ஃபியோதரவிச் . . . என்னவாயிற்று உங்களுக்கு?’

‘இப்படி நடக்குமென்று நான் நினைத்துக்கூடப் பார்க்கவில்லை!’ என்று அல்யோஷா கவலையுடன் சொன்னான்.

‘என்னது? என்னது?’

‘இவான் மாஸ்கோ போவதைக் கேட்டு நீங்கள் சந்தோஷத்தில் கூக்குரலிட்டீர்கள் – அது வேண்டுமென்றே சொல்லப்பட்டது! பிறகு, மாஸ்கோவுக்கு அவன் போவதால் நீங்கள் சந்தோஷப்படவில்லை என்று விளக்கம் கொடுத்துவிட்டு, மாறாக, வருத்தப்படுவதாகச் சொன்னீர்கள் . . . அதாவது, ஒரு நல்ல நண்பனை இழப்பதாக, இது வேண்டுமென்றே நீங்கள் போட்ட நாடகம் . . . நாடக அரங்கில் இன்பவியல் நாடகம் நடப்பது போல! . . .’

‘என்னது? நாடக அரங்கு போலவா? என்ன சொல்கிறீர்கள்?’ என்று கோபத்தில் முகம் சிவந்தவளாய், மிகுந்த ஆச்சர்யத்துடன் உரக்கக் கேட்டாள் கத்தரீனா இவானவ்னா.

‘இப்படிப்பட்ட நண்பனை இழப்பதில் வருத்தம்தான் என்று நீங்கள் திட்டவட்டமாகச் சொன்னாலும், அவன் முன்பாகவே அவன் மாஸ்கோ போவது உங்களுக்கு மகிழ்ச்சியைக் கொடுக்கிறது என்று சொல்கிறீர்கள் . . .’ என்று மூச்சுவிடாமல் சொன்னான் அல்யோஷா. பேசிக்கொண்டே இருக்கையில் அமராமல் மேஜையின் அருகே வந்து நின்றான் அல்யோஷா.

‘நீங்கள் என்ன சொல்கிறீர்கள் என்று எனக்குப் புரியவில்லை.’

‘ஆமாம், எனக்கே புரியவில்லை . . . ஏதோ ஒன்று எனக்குப் புலப்படுகிறது . . . நான் சொல்வது சரியல்ல என்று எனக்கே தெரிகிறது, இருந்தாலும் அதை நான் சொல்கிறேன்’ என்று தொடர்ந்த அல்யோஷா, நடுங்கும் குரலில் விட்டுவிட்டுப் பேசினான். ‘என்னுடைய அறிவுக்குப் புலப்பட்ட வரையில், என் அண்ணன் திமித்ரியை நீங்கள் ஒருவேளை விரும்பவே இல்லை என்பதுதான் . . . அதுவும் ஆரம்பத்திலிருந்தே . . . ஆம், திமித்ரியும் உங்களை முழுமையாக விரும்பவில்லை . . . அவனும் ஆரம்பத்திலிருந்தே . . . உங்களை மரியாதையாக மட்டுமே பார்க்கிறான் . . .

நான் எப்படி இதை இவ்வளவு தைரியமாகச் சொல்கிறேன் என்று எனக்குத் தெரியாது, ஆனால் யாரிடமாவது உண்மையைச் சொல்ல வேண்டும் . . . ஏனெனில், யாருமே இங்கு உண்மையைப் பேச விரும்ப வில்லை . . .'

'எந்த உண்மையை?' என்று கத்தினாள் கத்தரீனா இவானவ்னா. அவளுடைய குரலில் உணர்ச்சி ததும்பிய உணர்வலை அதிர்ந்தது.

'இதோ, இவ்வளவுதான்' என்று எல்லாவித எச்சரிக்கை உணர்வையும் உதறித் தள்ளிவிட்டு உளறியவன், 'இப்போதே திமித்ரியைக் கூப்பிடுங்கள் – அவனைத் தேடிக் கண்டுபிடித்து நான் அழைத்து வருகிறேன் – அவன் இங்கே வரட்டும், வந்து உங்களையும் இவானையும் சேர்த்துவைக்கட்டும். ஏனெனில், நீங்கள் இவானை வேதனைப்படுத்துகிறீர்கள், அவனைக் காதலிக்கும் ஒரே காரணத்திற்காக; அப்படி நீங்கள் அவனை வேதனைப் படுத்துவது எதற்காக என்றால், உங்களுடைய மனவேதனையின் பொருட்டு நீங்கள் திமித்ரியை விரும்புவதால்தான் . . . உண்மையான உணர்வுடன் நீங்கள் திமித்ரியை விரும்பவில்லை . . . ஏனெனில், திமித்ரியை விரும்புவதாக உங்களுக்கு நீங்களே சொல்லிக்கொண்டு அதையே மற்றவர்களையும் நம்பவைக்கிறீர்கள் . . .' என்று சொல்லி விட்டு அமைதியானான் அல்யோஷா.

'நீங்கள் . . . நீங்கள் . . . நீங்கள் எவ்வளவு பெரிய முட்டாள் துறவி, அதுதான் நீங்கள்!' என்று சொன்னவளின் முகம் ஏற்கெனவே வெளிறிப் போக, உதடுகளைச் சட்டென்று சுழித்தாள் கத்தரீனா இவானவ்னா. இதைக் கேட்ட இவான் ஃபியோதரவிச் இருக்கையிலிருந்து சிரித்தபடி எழுந்தான். தொப்பியை அவன் கைகளில் பற்றியிருந்தான்.

'தவறாக நீ புரிந்துகொண்டாய், பரிதாபத்திற்குரிய அல்யோஷா' என்று சொன்ன இவானின் முகத்தோற்றம் இதுவரை பார்க்கப்படாத ஒன்றாக, இளமைப்பருவ உணர்வை, கட்டுக்கடங்காத வெளிப்படையான உணர்வைக் காட்டுவதாக இருக்க, 'என்னை கத்தரீனா இவானவ்னா எப்போதுமே விரும்பவில்லை! அவளுக்கு நன்றாகத் தெரியும், அவளை நான் விரும்புகிறேன் என்று. இருந்தாலும், என்னுடைய காதலைப் பற்றி அவளிடம் நான் ஒரு வார்த்தைகூடச் சொன்னதில்லை – அவளுக்கு என்னுடைய காதலைப் பற்றித் தெரியும், ஆனால் அவள் என்னை விரும்பவில்லை. என்னுடைய நட்புகூட அவளுக்குத் தேவை யில்லை; ஒருநாள்கூட அவளுக்கு என்னுடைய நட்பு தேவைப்பட்ட தில்லை: கர்வம் கொண்ட இந்தப் பெண்ணுக்கு என்னுடைய நட்பு எப்போதுமே தேவைப்படாது. பழிவாங்கும் எண்ணம் மட்டுமே இவளிடம் இருப்பதால் அவள் என்னைத் தன் அருகில் வைத்துக் கொண்டாள். என்னைப் பழிவாங்கிவிட்டு, அவள் பட்ட அவமானங் களை, திமித்ரியைப் பார்த்த நாள் முதலாக இன்றுவரை அவள் பட்ட அவமானங்களை, என் மூலமாக வெளிப்படுத்துகிறாள் . . . ஏனெனில், அவர்களுடைய முதல் சந்திப்பே கேவலமான ஒரு சந்திப்பாக அவளுடைய மனத்தில் பட்டுவிட்டது. இதோ இப்படிப்பட்டது தான் அவளுடைய உள்ளம்! இதுவரை திமித்ரிமீது அவள் கொண்டிருந்த

காதலைப் பற்றிச் சொல்வதைத் தான் நான் கேட்டுக்கொண்டிருந்தேன். இப்போது நான் போகிறேன், கத்தரீனா இவானவ்னா, ஆனால், நீங்கள் உண்மையாகவே அவன் ஒருவனைத்தான் விரும்புகிறீர்கள் என்பதை நான் தெரிந்துகொண்டேன். எவ்வளவு தூரம் உங்களை அவன் அவமானப்படுத்துகிறானோ, அவ்வளவு தூரம் அவனை நீங்கள் விரும்புகிறீர்கள். இதுதான் உங்களுடைய மனவேதனைக்குக் காரணம். உங்களை அவமானப்படுத்தும் அவனை, அவனுடைய இந்தக் குணத்துடன் நீங்கள் விரும்புகிறீர்கள். ஒருவேளை அவன் திருந்தி வந்தால், அந்த நிமிடமே நீங்கள் அவனை ஒதுக்கி வைத்துவிட்டு, உங்களுடைய காதலை முழுவதுமாக நீங்கள் துறந்துவிடுவீர்கள். ஆனால், அவன் உங்களுக்குத் தேவை, ஏனெனில், விசுவாசமற்ற அவனுடைய குணத்தைக் கண்டித்து, உங்களுடைய தியாகத்தை இடைவிடாமல் சொல்லிக்கொண்டிருக்க அவன் உங்களுக்குத் தேவை. இவை எல்லாமே உங்களுடைய பெருமைக்காகத்தான். ஓ, எவ்வளவு அவமானங்கள், இழிநிலைகள், எல்லாமே உங்களுடைய பெருமையால் வந்தவைதாம் . . . வயதில் நான் மிகவும் இளையவன். அப்படியே உங்களை மிக அதிகமாகக் காதலித்தவன். இதைப் பற்றிச் சொல்லாமல் அமைதியாக உங்களிட மிருந்து நான் விலகிவிடுவதுதான் கௌரவமான செயல் என்று எனக்குத் தெரியும்; அப்படிச் செய்திருந்தால் உங்களுக்கு எந்தவித பாதிப்பும் இருந்திருக்காது. ஆனால், உங்களை விட்டு வெகுதூரம் நான் போகப் போகிறேன், மீண்டும் திரும்பி எப்போதுமே வரமாட்டேன். ஒரேயடியாகப் போகப் போகிறேன் . . . உங்களுடைய மனவேதனையைக் கேட்டுக்கொண்டு உங்களுக்கருகே இருக்க எனக்கு விருப்பமில்லை . . . அதுமட்டுமல்ல, இதற்கு மேல் சொல்வதற்கு ஒன்றுமில்லை, எல்லா வற்றையும் நான் சொல்லிவிட்டேன் . . . வருகிறேன் கத்தரீனா இவானவ்னா, என்மீது கோபப்படாதீர்கள், ஏனெனில், நீங்கள் என்னைத் தண்டிப்பதைவிட, ஏற்கெனவே நூறு முறை நான் தண்டிக்கப் பட்டு விட்டேன்: இனிமேல் உங்களை நான் எப்போதுமே பார்க்கப் போவதில்லை; அதுதான் எனக்குக் கிடைத்த தண்டனை. விடை கொடுங்கள். உங்களுடைய கைகள் எனக்கு வேண்டாம். மிக அதிகமாக நீங்கள் என்னைப் புண்படுத்திவிட்டீர்கள், அதனால் இப்போது உங்களை என்னால் மன்னிக்க முடியாது. உங்களைப் பிறகு நான் மன்னிப்பேன், ஆனால், இப்போது உங்களுடைய கைகள் எனக்குத் தேவையில்லை. *Den Dank, Dame, Behehr ich nicht*, ‘கைம்மாறும் எனக்குத் தேவையில்லை, சீமாட்டியே’ என்று மேலும் சொன்னவன், வஞ்சப் புகழ்ச்சியாய் ஒரு புன்னகையைச் சிந்திவிட்டு, தற்செயலாக, எதையோ நிரூபிக்கும் விதத்தில் சற்றும் எதிர்பாராத விதத்தில், ஷில்லரின் (*Schiller*) வார்த்தைகளை மனப்பாடமாக அவன் சொன்னதை இதற்கு முன்பு அல்யோஷா கேட்டிருந்தால் நம்பியிருக்கவே மாட்டான். விருந்தோம்பும் சீமாட்டி ஹஹ்லக்கோவாவிடம்கூடச் சொல்லிக் கொள்ளாமல் இவான் அறையைவிட்டு வெளியேறினான். அல்யோஷா நம்பிக்கையின்றிக் கைகளைக் காற்றில் உதறினான்.

‘இவான்’ என்று நம்பிக்கையில்லாமல் கூப்பிட்ட அல்யோஷா அவனைத் தொடர்ந்தபடி, ‘திரும்பி வா, இவான்! இல்லை, அவன்

இனி எப்போதுமே வரமாட்டான்!' என்று சோகத்துடன் சட்டென்று சொன்னவன், 'நான்தான் இதற்குக் காரணம், நான்தான் இதை ஆரம்பித்து வைத்தேன்! இவான் வெறுப்புடன் இருந்ததால் எதையும் அவன் சரியாகப் பேசவில்லை. அவன் பேசியதில் நியாயமில்லை, கோபத்தில் பேசி இருக்கிறான் ...' என்று அல்யோஷா ஏதோ பைத்தியம் பிடித்தவன் போல உளறினான்.

கத்தரீனா இவானவ்னா திடீரென்று வேறோர் அறைக்குப் போனாள்.

'நீங்கள் ஒன்றும் தவறாகப் பேசவில்லை, அற்புதமாக, உண்மை யாகவே ஒரு தேவதூதனைப் போலத்தான் நடந்துகொண்டீர்கள்' என்று வேகவேகமாக, ஆனந்தப் பரவசத்தில் அல்யோஷாவிடம் சொன்னாள் திருமதி ஹஹ்லக்கோவா. 'இவான் ஃபியோதரவிச்சைப் போகாமல் தடுத்துநிறுத்த என்னாலான எல்லா முயற்சிகளையும் நான் எடுப்பேன் ...' என்று சொன்ன அவளுடைய முகம் அல்யோஷா வின் அவலநிலைக்கு முன்பு பூரித்துப் பிரகாசித்தது; ஆனால் திடீரென்று கத்தரீனா இவானவ்னா அறையிலிருந்து வெளியே வந்தாள். அவளுடைய கைகளில் இருநூறு ரூபிள்கள் இருந்தன.

'உங்களிடம் மிகப்பெரிய உதவி ஒன்றைக் கேட்கப் போகிறேன், அலெக்ஸெய் ஃபியோதரவிச்' என்று ஆரம்பித்தவள், அல்யோஷாவைப் பார்த்து அமைதியாக, ஏற்றதாழ்வில்லாமல் ஒரே குரலில், ஏதோ இங்கு எதுவுமே நடக்காதது போல, 'ஒரு வாரம் இருக்கும், ஆம், ஒரு வாரத்திற்கு முன்பு என்று நினைக்கிறேன், திமித்ரி ஃபியோதரவிச் ஆத்திரத்தில் எதைப் பற்றியும் யோசிக்காமல் கேவலமான காரியம் ஒன்றைச் செய்துவிட்டார். அங்குக் கேடுகெட்ட சத்திரம் ஒன்று இருக்கிறது. அந்தச் சத்திரத்தில் பதவியை இழந்த படைத்தளபதி ஒருவரை, உங்கள் தந்தையுடன் ஏதோ ஒருவிதத்தில் தொடர்பு கொண்டிருக்கும் அவரைத் திமித்ரி ஃபியோதரவிச் சந்தித்தார். அவர் மீது ஏனோ கோபங்கொண்ட அவர், சத்திரத்தில் அந்தப் படைத்தளபதியின் தாடியைப் பிடித்திழுத்து எல்லோர் முன்னிலையிலும், தெருவுக்கு இழுத்து வந்து, அவரைக் கேவலப்படுத்தி அவமானப் படுத்தியதில், பள்ளிக்குப் போகும் அவருடைய மகன், அக்கம் பக்கத்தி லிருந்தவர்களைக் கூப்பிட்டுத் தன்னுடைய தந்தையைக் காப்பாற்றுமாறு கெஞ்சி அழுததில், அவர்கள் அவரைக் காப்பாற்றுவதற்குப் பதிலாகக் கூடி நின்று வேடிக்கை பார்த்துச் சிரித்தார்கள் என்று பார்த்தவர்கள் சொன்னார்கள். மன்னிக்க வேண்டும், அலெக்ஸெய் ஃபியோதரவிச், இப்படிப்பட்ட கேவலமான சம்பவத்தை, அவருடைய இந்தக் கேடுகெட்ட நடத்தையைக் கண்டு எப்படி என்னால் கோபப்படாமல் இருக்க முடியும் ... கோபத்தில் திமித்ரி ஃபியோதரவிச் ஒருவரால் மட்டுமே இப்படிப்பட்ட காரியங்களைச் செய்ய முடியும் ... அவரும், அவருடைய கோபமும்! அதைப் பற்றி எதுவும் சொல்ல முடியாது, சொல்லும் நிலையிலும் நான் இல்லை ... எனக்கு வார்த்தைகள் தடுமாறுகின்றன. பரிதாபப்பட்ட அந்த மனிதரைப் பற்றி நான் விசாரித்தேன், பாவம் அவர் ஒரு ஏழை. அவருடைய குடும்பப் பெயர் ஸ்நெகிரியெவ். அவர் செய்த ஏதோ ஒரு குற்றத்திற்காக அவரைப் பதவியிலிருந்து

விலக்கிவிட்டார்கள்; அதைப் பற்றி அதிகம் எனக்குத் தெரியாது; ஆனால் பரிதாபத்திற்குரிய அந்த மனிதரும் அவருடைய குடும்பமும் நோய்வாய்ப்பட்ட குழந்தைகளும் புத்தி சுவாதீனமில்லாத அவருடைய மனைவியும் இழிந்த நிலைக்கு, ஏழ்மை நிலைக்குத் தள்ளப்பட்டு விட்டார்கள். அவர் நம்முடைய ஊரில் பிரதி எடுக்கும் எழுத்தராகச் சில காலம் வேலை செய்தார்; ஆனால், ஏனோ திடீரென்று அவருக்குச் சம்பளம் கொடுக்காமல் போய்விட்டனர். உங்களைப் பார்க்கும்போது ... என்ன நினைக்கிறேன் என்றால், எப்படிச் சொல்வது என்று தெரிய வில்லை, ஏதோ குழப்புகிறேன், பாருங்கள், அதாவது, அலெக்ஸெய் ஃபியோதரவிச், உங்களை நான் கேட்க விரும்புவதெல்லாம், என் இனிய, தயைகூர்ந்த அலெக்ஸெய் ஃபியோதரவிச்சே, நீங்கள் அவரிடம் போய், ஏதாவது ஒரு காரணத்தை முன்னிறுத்தி, அந்தப் படைத்தளபதி யிடம் போய், ஓ, கடவுளே! எப்படித் தடுமாறுகிறேன், எப்படியாவது அவரிடம் மென்மையாக, கவனமாக, அதை உங்களால்தான் நயமாகச் செய்யமுடியும், (அல்யோஷா சட்டென்று சிவந்துபோனான்) அவருக்கு உதவும் பொருட்டு இந்த இருநூறு ரூபிள்களை அவரிடம் கொடுத்து விடுங்கள். அவர் ஒருவேளை இதை வாங்கிக்கொள்ளலாம் ... அதாவது, அவரிடம் நீங்கள் பேசி அவரை இந்தப் பணத்தை வாங்கிக்கொள்ள வைக்க வேண்டும் ... அப்படியில்லையென்றால் என்ன செய்வது? பாருங்கள், இது அவர் புகார் கொடுக்காமல் இருப்பதற்காகக் கொடுக்கப் படும் கையூட்டு அல்ல (ஏனெனில், அவர் புகார் கொடுக்க விருப்பப் படுகிறார்) இரக்கத்தின் பேரில், அவருக்கு உதவும் எண்ணத்தில் நான், நான், திமித்ரி ஃபியோதரவிச்சின் மணப்பெண்ணாகிய நான் கொடுப்பது, அவர் கொடுப்பது அல்ல ... ஒரே வார்த்தையில் சொல்லப் போனால், உங்களால் இது முடியும் ... நானே போய் இந்தப் பணத்தை அவரிடம் கொடுத்திருக்க முடியும், ஆனால் என்னைவிட நீங்கள் திறமைசாலி என்பதால் உங்களிடம் இதை நான் கொடுக்கிறேன். அஸ்யோர்னய தெருவில், திருமதி கல்மீக்கோவாவின் வீட்டில் அவர் வசிக்கிறார் ... தயவுசெய்து, அலெக்ஸெய் ஃபியோதரவிச், எனக்காக நீங்கள் இதைச் செய்யுங்கள், இப்போது, இப்போது நான் கொஞ்சம் ... களைப்பாக இருக்கிறேன் ... விடைபெற்றுக்கொள்கிறேன்.' என்று சொன்ன அவள் வேகமாகத் திரும்பிப் போய் மீண்டும் கதவுத் திரைச்சீலைக்குப் பின்னால் மறைந்துபோனாள்; அல்யோஷா அவளிடம் எதையோ சொல்ல விரும்பி, ஒரு வார்த்தையும் சொல்ல முடியாமல் போனான். தான் இழைத்த குற்றத்தைச் சொல்லி அவளிடம் மன்னிப்புக் கேட்டு, ஏதாவது ஒன்றைப் பேச அவன் விழைந்தான், ஏனெனில் அவனுடைய உள்ளம் கனத்திருந்தது; அப்படிப் பேசாமல் அந்த அறையை விட்டு வெளியேற அவன் கொஞ்சமும் விரும்பவில்லை. ஆனால், திருமதி ஹஹ்லக்கோவா அவனுடைய கைகளைப் பிடித்திழுத்து அறைக்கு வெளியே அவனைக் கூட்டிக்கொண்டு வந்தாள். வந்தவள், அல்யோஷாவைத் தடுத்துநிறுத்தி, மீண்டும் அவனிடம் மெல்லிய குரலில் சொன்னாள்.

'கர்வம் பிடித்தவள், அதுதான் அவதிப்படுகிறாள், ஆனால், இரக்க குணம் உள்ளவள், கவர்ச்சிக் கன்னி, பெருந்தன்மையானவள்!' என்று

பாதிக்குரலில் முணுமுணுத்தாள் திருமதி ஹஹ்லக்கோவா. 'ஓ, அவளை நான் எவ்வளவு தூரம் நேசிக்கிறேன், குறிப்பாகச் சில சமயங்களில், இப்படிப்பட்ட சம்பவங்கள் நடக்கும்போது நான் மீண்டும் மீண்டும் சந்தோஷப்படுகிறேன்! அன்பான அலெக்ஸெய் ஃபியோதரவிச், உங்களுக்கு இது தெரியாதல்லவா, அதாவது நாங்கள் எல்லோரும், நான், அவளுடைய இரண்டு அத்தைமார்கள், ஏன் லீஸாவும் கூட, எல்லோரும் ஒரு மாதமாகக் கடவுளிடம் பிரார்த்திக்கிறோம், கத்தரீனா இவானவ்னா விருப்பத்திற்குரிய உங்களுடைய திமித்ரி ஃபியோதரவிச்சை, அவளைப் பற்றிக் கொஞ்சமும் தெரிந்துகொள்ள விரும்பாத, முற்றிலுமே அவளைக் காதலிக்காத திமித்ரி ஃபியோதரவிச்சை விட்டுவிலகி அறிவார்ந்த, இளமையான, அற்புதமான இவான் ஃபியோதரவிச்சை அவள் விரும்ப வேண்டுமென்று; ஏனெனில் இவான் ஃபியோதரவிச் இவ்வுலகில் வேறு யாரையும்விட அவளைத்தான் மிகவும் நேசிக்கிறார். அதை வலியுறுத்தத்தான் நாம் இங்கு இவ்வளவு தூரம் முயல்கிறோம்; இதன் காரணமாகத்தான் நான்கூட வேறு எங்கும் போகாமல் இங்கேயே இருக்கிறேன் . . .'

'ஆனால், அவள் அவமானத்திற்குள்ளானதால் மறுபடியும், மறுபடியும் அழுகிறாள்!' என்று கத்தினான் அல்யோஷா.

'பெண்களின் கண்ணீரை நம்பாதீர்கள், அலெக்ஸெய் ஃபியோதரவிச், அந்த விஷயத்தைப் பொறுத்தவரை எப்போதுமே நான் பெண்களுக்கு எதிரிதான், இந்த விஷயத்தில் ஆண்கள் பக்கம் தான் நான் நிற்பேன்.'

'அம்மா, நீங்கள் அவருக்கு அதிகமாக இடங்கொடுத்து அவரைக் கெடுத்துவிடுவீர்கள்' என்ற லீஸின் மெல்லிய குரல் அறையின் கதவிடுக்கிலிருந்து கேட்டது.

'இல்லை, இதற்கு நான்தான் காரணம், என்மீதுதான் மிகப்பெரிய தப்பு இருக்கிறது!' என்று மீண்டும் சொல்லிக்கொண்டே அமைதியிழந்த அல்யோஷா அவமானத்தில் முகத்தை மூடிக்கொண்டான்.

'இல்லை, மாறாக, நீங்கள் தேவதூதரைப் போல, தேவதூதரைப் போல நடந்துகொண்டீர்கள் என்பதை ஆயிரம் ஆயிரம் முறை நான் சொல்லத் தயாராக இருக்கிறேன்.'

'அம்மா, அவர் ஏன் தேவதூதரைப் போல நடந்துகொண்டார்' என்று லீஸின் மெல்லிய குரல் மீண்டும் கேட்டது.

'நடந்த எல்லாவற்றையும் பார்த்தால்' என்று லீஸின் குரல் காதில் விழாமல் தொடர்ந்த அல்யோஷா, 'இவானைத்தான் அவள் விரும்புகிறாளென்று நான் நினைத்தேன், அதனால்தான் முட்டாள்தனமான என்னுடைய கருத்தை நான் தெரிவித்துவிட்டேன் . . . இனி என்ன ஆகுமோ!'

'ஆமாம், யாரிடம், யாரிடம்?' என்று உரக்கக் கேட்ட லீஸ் 'அம்மா, என்னுடைய கேள்விக்குப் பதில் சொல்லாமல் உண்மையாகவே என்னைக் கொன்றுவிடுவீர்கள். உங்களைத்தான் கேட்கிறேன், நீங்கள் எனக்குப் பதில் சொல்லமாட்டேன் என்கிறீர்கள்' என்றாள்.

அந்த நேரத்தில் பணிப்பெண் அங்கு ஓடி வந்தாள்.

'கத்தரீனா இவானவ்னாவுக்கு என்னவோ ஆகிவிட்டது ... அவர்கள் அழுகிறார்கள் ... ஏதோ வலிப்பு நோய் வந்தது போல அடித்துக் கொள்கிறார்கள்.'

'என்னவாயிற்று' என்று கத்திய லீஸின் குரலில் ஏற்கெனவே எச்சரிக்கை தொனி வெளிப்பட்டது. 'அம்மா, இப்போது எனக்குத் தான் வலிப்புநோய் வரப்போகிறது, அவளுக்கல்ல!'

'லீஸ், புண்ணியமாய்ப் போகட்டும், கத்தாதே, கத்தி என்னைக் கொல்லாதே. உன்னுடைய இந்த வயதில், பெரியவர்களைப் போல எல்லாவற்றையும் தெரிந்துகொள்ள நீ ஆசைப்படாதே, இப்போது நான் அவசரமாகப் போகிறேன், திரும்பி வந்து நீ தெரிந்துகொள்ள வேண்டிய எல்லாவற்றையும் சொல்கிறேன். ஓ, கடவுளே! இதோ வருகிறேன், வருகிறேன் ... வலிப்புநோய் வந்துவிட்டது – இது நல்ல அறிகுறி, அலெக்ஸெய் ஃபியோதரவிச், இது அற்புதமான விஷயம்; அவள் இப்படி வேதனைப்படுவது மிகவும் நல்லது. இது இப்படித்தான் நடக்க வேண்டும். நான் இந்த விஷயத்தில் எப்போதுமே பெண்களுக்கு எதிரி; இப்படி இசிவு நோயால் வேதனைப்படும் எல்லாப் பெண் களுக்கும் நான் எதிரி; அப்படிப்பட்ட பெண்களின் கண்ணீருக்கும் நான் எதிரானவள். யூலியா ஓடிப்போய் அவளிடம் சொல், இப்போதே நான் வருகிறேன் என்று. இவான் ஃபியோதரவிச்சை இப்படிக் கைவிட்டு விட்டது அவளுடைய தப்புத்தான். ஆனால், அவன் போக மாட்டான். லீஸ், தயவுசெய்து நீ கத்தாதே! ஓ, ஆமாம், நீ கத்தவில்லை, நான்தான் கத்துகிறேன், உன் அம்மாவை நீ மன்னித்துவிடு, நான் மகிழ்ச்சியில் இருக்கிறேன், பெருமகிழ்ச்சியில், அதீத மகிழ்ச்சியில் இருக்கிறேன்! நீங்கள் கவனித்தீர்களா, அலெக்ஸெய் ஃபியோதரவிச், எவ்வளவு இளமையானவராக இவான் ஃபியோதரவிச் இருந்தாரென்று; எப்படிச் சொல்ல வேண்டிய எல்லாவற்றையும் சொல்லிவிட்டு அமைதியாக அவர் வெளியேறிவிட்டார் என்று! நான் நினைத்தேன், அவர் மிகவும் படித்தவர், அறிவாளி என்று, ஆனால், எப்படி அவர் இப்படிக் கோபமாக, வெந்தழலாக, வெளிப்படையாக, இளமைக்கே உரிய அனுபவமின்மையுடன், ஆனால், எல்லாமே அருமையாக, மிக அருமையாக ... அந்த ஜெர்மானியக் கவிதையை உங்களைப் போலவே மிகச் சரியாகச் சொன்னார்! ஆம், இதோ வருகிறேன், சீக்கிரமே ஓடி வருகிறேன். அலெக்ஸெய் ஃபியோதரவிச், வேகமாகப் போய் அவளிடம் நான் வருவதைச் சொல்லிவிட்டு வாருங்கள். லீஸ், உனக்கு ஏதாவது வேண்டுமா?

தயவுசெய்து அலெக்ஸெய் ஃபியோதரவிச்சை ஒரு நிமிடம்கூடத் தாமதிக்காமல் அனுப்பி வையுங்கள்.

இப்போது உன்னைப் பார்க்க அவர் திரும்பி வருவார் ...'

இறுதியாகத் திருமதி ஹஹ்லக்கோவா வேகமாகப் புறப்பட்டுப் போனாள். அல்யோஷா கிளம்பிப் போவதற்கு முன்பு லீஸைப் பார்க்கக் கதவைத் திறந்தான்.

'வேண்டாம்!' என்று கத்தினாள் லீஸ், 'இனி வேண்டவே வேண்டாம்! அங்கிருந்தே சொல்லுங்கள், கதவிடுக்கு வழியாகவே சொல்லுங்கள், எதற்காக நீங்கள் தேவதூதன் ஆனீர்கள் என்று! அதை மட்டும்தான் நான் தெரிந்துகொள்ள விரும்புகிறேன்.'

'இது பயங்கரமான முட்டாள்தனம், லீஸ்! நான் வருகிறேன்.'

'அப்படி எதுவும் சொல்லாமல் போக முயலாதீர்கள்!' என்று கத்தினாள் லீஸ்.

'லீஸ், உண்மையாகவே நான் வேதனையில் இருக்கிறேன்! உடனே நான் திரும்பி வந்துவிடுவேன், ஆனால் நான் மிகவும் வேதனையில் இருக்கிறேன்!'

இப்படிச் சொன்னவன் அந்த அறையை விட்டு வெளியேறினான்.

# 6

## குடிசையில் மனவேதனை

மிக மிக அரிதான சமயங்களிலேயே இப்படியோர் ஆழமான வேதனையை அவன் அனுபவித்திருந்தான். அவசரப்பட்டு எப்படிப் பட்ட 'முட்டாள்தனமான' காரியத்தை அவன் செய்துவிட்டான்: காதலைப் பற்றிய உணர்வுகளைப் பொறுத்தவரையில்! 'இதைப் பற்றி எனக்கு என்ன தெரியும், இதையெல்லாம் புரிந்துகொள்ள என்னால் முடியுமா என்ன?' என்று முகம் சிவக்க நூறுமுறை தனக்குத்தானே கேட்டுக்கொண்ட அவன், 'ஓ, அவமானப்பட்டால் கூடப் பரவாயில்லை, அதற்கான தண்டனையை அனுபவித்துவிடலாம், ஆனால் இப்போது வேதனை என்னவென்றால், வேறு பல புதிய வருத்தங்களுக்கும் இனி நான் ஆளாகப் போகிறேன்... முதியவர் என்னை இங்கு அனுப்பி வைத்ததற்குக் காரணம் இவர்களையெல்லாம் ஒன்றுசேர்க்கத்தானே. இப்படியா இவர்களை நான் ஒன்றுசேர்ப்பது?' 'கைகளை ஒன்றுசேர்ப்பது' என்ற வார்த்தையைத் திடீரென்று நினைவு கூர்ந்த அவன், மீண்டும் பயங்கரமாக வெட்கப்பட்டான். 'இதை நான் நேர்மையாகத்தான் செய்தேன் என்றாலும், செய்வதற்கு முன்பு அறிவுப்பூர்வமாக யோசித்திருக்க வேண்டும்' என்று திடீரென்று நினைத்தவன், தான் எடுத்த முடிவை நினைத்துச் சிறு புன்னகையையும் சிந்தாமல் இருந்தான்.

அஸ்யோர்னய தெருவில் வசிக்கும் அந்த ஏழைப் படைத்தளபதி யைப் பார்த்துவர வேண்டுமென்ற கத்தரீனா இவானவ்னாவின் வேண்டுகோளை ஏற்றுக்கொண்டு சென்ற அல்யோஷா, அந்தத் தெருவிற்குப் பக்கத்தில் இருக்கும் குறுக்குத் தெரு வழியாகப் போன போது, அண்ணன் திமித்ரி இருக்கும் வீடு அருகிலிருந்ததால் முதலில் திமித்ரியைப் பார்த்துவிட்டுப் பிறகு படைத்தளபதியைப் பார்க்கப்போவது

என்று நினைத்தபோதுதான், ஏதோ ஒரு முன்உணர்வு அவனைப் பார்க்க முடியாது என்று அவனுக்குச் சொன்னது. வேண்டுமென்றே எங்காவது அவன் ஒளிந்துகொண்டு அல்யோஷாவின் கண்களில் படாமல் இருப்பான் என்று அவன் சந்தேகப்பட்டாலும், எப்படியாவது அவனைத் தேடிக் கண்டுபிடித்து அவனைப் பார்த்துவிட வேண்டு மென்று அல்யோஷா நினைத்தான். நேரம் ஓடிக்கொண்டிருந்தது: துறவி மடாலயத்திலிருந்து வெளிவந்த நேரத்திலிருந்து முதியவரைப் பற்றிய எண்ணம் ஒரு நிமிடம்கூட, ஒரு வினாடிகூட அவனுடைய நினைவிலிருந்து அகலாமல் இருந்தது.

கத்தரீனா இவானவ்னாவின் அந்த வேண்டுகோள் அவனுள் ஒரு அவாவை எழுப்பியது: அந்தப் படைத்தளபதியின் மகனைப் பற்றி, பள்ளிக்குச் செல்லும் அந்தச் சிறுவனைப் பற்றி, எப்படி அவன் தன் தந்தைக்காக அழுது உதவி கேட்டான் என்று கத்தரீனா இவானவ்னா சொன்னபோது, அல்யோஷாவின் மனத்தில், அவன் முன்பு சந்தித்த அந்தப் பள்ளிச் சிறுவன், தன்னுடைய கைவிரலைக் கடித்த அந்தப் பையன், ஏன் இப்படி முரட்டுத்தனமாக நடந்துகொண்டான் என்று கேட்ட அந்தச் சிறுவனைப் பற்றிய நினைவு ஏனோ மனத்தில் வந்து போனது. காரணம் என்னவென்று தெரியாமல் இருந்தாலும், ஒருவேளை இது அவனாகத்தான் இருக்குமோ என்று அல்யோஷாவுக்குத் தோன்றியது. இப்படியாக, இந்த விஷயத்தில் தன்னுடைய கவனத்தைத் திருப்பிய அல்யோஷா, தான் செய்த அந்தத் ‘தவறை’ப் பற்றி ‘நினைத்துப்’ பார்க்காமல், தன்னுடைய தவறுக்காக மனம் நொந்துபோகாமல் என்ன நடந்தாலும் சரி, எது நடந்தாலும் சரி, எடுத்த காரியத்தைச் செய்து முடிப்பது என்று முடிவுசெய்தான். இந்தச் சிந்தனை இறுதியாக அவனுக்கு மன அமைதியைக் கொடுத்தது. தன் சகோதரன் திமித்ரியின் வீட்டிற்குப் போகும் அந்தக் குறுக்குத்தெருவில் திரும்பியபோதுதான், அல்யோஷா தன்னுடைய பசியை உணர்ந்து தந்தையின் வீட்டிலிருந்து எடுத்துவந்த சிறிய வட்டரொட்டியைச் சட்டைப்பையிலிருந்து எடுத்துச் சாப்பிட்டுக்கொண்டே போனான். அவனுக்கு அது தெம்பைக் கொடுத்தது.

வீட்டில் திமித்ரி இல்லை. வீட்டிலிருந்த வீட்டுச் சொந்தக்காரி – வயதான தச்சர், அவருடைய மகன், வயதான கிழவி, அதாவது, அவருடைய மனைவி, இவர்கள் எல்லோரும் அல்யோஷாவைச் சந்தேகத்துடன் பார்த்தார்கள். ‘மூன்று நாட்களாகின்றன அவன் இங்கு வந்து, ஒருவேளை எங்காவது போய் இருக்கலாம்’ என்று அல்யோஷா வற்புறுத்திக் கேட்ட கேள்விக்குப் பதிலளித்தார் அந்தக் கிழவர். திமித்ரி அவருக்குக் கொடுத்திருந்த அறிவுரையின்படி அவர் பதிலளிக்கிறார் என்பது அல்யோஷாவுக்குப் புரிந்தது. அவரிடம், ‘குருஷென்கா வீட்டிலா, ஃபோமா வீட்டிலா, யார் வீட்டில் திமித்ரி மறுபடியும் ஒளிந்துகொண்டிருக்கிறான்’ (வேண்டுமென்றே இந்த விஷயத்தை அல்யோஷா பேச்சுவாக்கில் சொன்னான்) என்று கேட்ட போது வீட்டிலிருந்த அனைவரும் அவனைப் பயத்துடன் பார்த்தார்கள். ‘எல்லோரும் அவனை விரும்புகிறார்கள் போலும், அவனுக்குச்

சாதகமாகப் பேசுகிறார்கள், இது நல்லதுதான்' என்று நினைத்தான் அல்யோஷா.

இறுதியாக அஸ்யோர்னய தெருவில் கல்மீக்கோவின் வீட்டில் வசிக்கும் அந்தப் படைத்தளபதியின் வீட்டை அவன் கண்டுபிடித்தான். பழுதடைந்து, ஒரு பக்கமாகக் கீழிறங்கி, அழுக்கடைந்த முற்றத்துடன், மூன்றே ஜன்னல்களைத் தெருப்பக்கமாகக் கொண்டிருந்த வீட்டில், தனியாக மாடு ஒன்று கட்டப்பட்டிருந்தது. வைக்கோற்போர் இருக்கும் முற்றத்தின் வழியாக அவருடைய வீட்டிற்குப் போகும் வழி இருந்தது; வைக்கோற்போர் இருக்கும் இடது பக்கத்தில் வயதான அந்த வீட்டுச் சொந்தக்காரி தன் மகளுடன் வசித்துவந்தாள்; இருவருமே காது கேளாதவர்களாக இருந்தனர் போலும். படைத்தளபதியைப் பற்றிப் பலமுறை அவன் திரும்பத் திரும்பக் கேட்டபிறகு, இறுதியாக, ஒருவர் அவன் கேட்ட கேள்வியைப் புரிந்துகொண்டு, வைக்கோற்போருக்கு அந்தப் பக்கம் இருக்கும் சுத்தமான குடிசையின் வாயிற்கதவைச் சுட்டிக்காட்டினார். படைத்தளபதி இருந்த வீடு உண்மையாகவே ஒரு சாதாரணக் குடிசையாகத் தானிருந்தது. வீட்டின் இரும்புத் தாழ்ப்பாளைப் பிடித்து அல்யோஷா கதவைத் திறந்தபோது எதிர் பாராத அந்த நிசப்தம் அவனுக்கு ஆச்சர்யத்தை ஏற்படுத்தியது. கத்தரீனா இவானவ்னாவின் வார்த்தைகளிலிருந்து குடும்பத்துடன் அவர் வாழ்கிறார் என்ற விஷயம் அல்யோஷாவுக்குத் தெரிந்திருந்தது: 'அவர்கள் ஒருவேளை உறங்கிக்கொண்டிருக்கலாம் அல்லது நான் வருவதை அறிந்து அவர்கள் கதவைத் திறப்பதற்காகக் காத்திருக்கலாம், எப்படியிருந்தாலும், கதவைத் தட்டுவது நல்லது' என்றெண்ணி, அவன் கதவைத் தட்டினான். பதில் அவனுடைய காதில் விழுந்தது, ஆனால் உடனடியாக இல்லை, பத்து வினாடிகள் கழித்து.

'யாரது?' என்று யாரோ முரட்டுத்தனமாக, அதீதக் கோபத்தில் கேட்டார்கள்.

அல்யோஷா கதவைத் திறந்துகொண்டு வாயிற்படியைத் தாண்டி உள்ளே நுழைந்தான். அந்தக் குடிசைக்குள் போதுமான அளவு இடம் இருந்தாலும், வீடு முழுவதும் மனிதர்களாலும் பலதரப்பட்ட தட்டு முட்டுச் சாமான்களாலும் நிறைந்திருந்தது. குடிசையின் இடது பக்கத்தில் மிகப்பெரிய ரஷ்ய அடுப்பு ஒன்று இருந்தது. அந்த அடுப்பு இருந்த இடத்திலிருந்து இடது பக்க ஜன்னல்வரை, அறை முழுவதையும் இணைத்தபடி கட்டியிருந்த கயிற்றில் துணிகள் தொங்கிக்கொண் டிருந்தன. சுவரின் வலது புறத்திலிருந்து இடதுபுறம்வரை அடைத்துக் கொண்டிருந்த கட்டிலை, பின்னல் வேலைப்பாடு கொண்ட தடித்த விரிப்பொன்று மூடியிருந்தது. அதன், இடது பக்கத்தில், பிரமிட் வடிவிலான நான்கு தலையணைகள் பெரிய அளவிலிருந்து சிறிய அளவுவரை வரிசையாக அடுக்கப்பட்டிருந்தன. வலதுபுறத்திலிருந்த மற்றொரு கட்டிலில் மிகச் சிறிய தலையணை ஒன்று மட்டும் இருந்தது. சற்றே தள்ளி மூலையின் இறுதிவரை கட்டப்பட்டிருந்த கயிற்றில் சிறிய ஒரு இடத்தை மறைப்பதற்காகத் திரைச்சீலையோ படுக்கை விரிப்போ மாட்டப்பட்டிருந்தது. அப்படி மறைக்கப்பட்டிருந்த இடத்தி

லிருந்த அகலமான விசிப்பலகையின் மீது படுக்கையும் அதற்கருகில் நாற்காலியும் இருப்பது தெரிந்தது. அந்த மூலையிலிருந்து ஜன்னலின் நடுப்பகுதிவரை வேலை செய்வதற்கு உகந்த, மரத்தாலான, சாதாரண மேஜை ஒன்று இருந்தது. மற்ற மூன்று ஜன்னல்களிலும் புகைபடிந்த, பச்சை நிற, நான்கு சிறிய பலகணி கண்ணாடிச் சில்லுகளடங்கிய ஜன்னல்கள் மிகக் குறைந்த வெளிச்சத்தையே அறைக்குள் விட, அறையானது இறுக்கமாக, போதுமான காற்றோட்டமும் வெளிச்சமும் இல்லாமல் இருந்தது. மேஜையின் மேலிருந்த வாணலியில், மீந்துவிட்ட முட்டைப் பொரியலும் சாப்பிட்டும் சாப்பிடாமலும் இருந்த ரொட்டித் துண்டும் அதற்கும் மேலாக, வண்டலுடன் இருந்த பாதி பாட்டில் வோத்காவும் இருந்தன. படுக்கையின் இடது பக்கத்து நாற்காலியில் அமர்ந்திருந்த பெண், பார்ப்பதற்கு இல்லத்தரசி போல, பூப்போட்ட ஆடை அணிந்திருந்தார். அவளுடைய முகம் ஒல்லியாக, மஞ்சள் நிறத்தில் இருந்தது; குழிந்த கன்னங்கள் நோய்வாய்ப்பட்டிருக்கும் அவளுடைய நிலையைக் காட்டியது. ஆனால், அல்யோஷாவை மிக அதிகமாகப் பாதித்தது, பரிதாபத்திற்குரிய அந்தச் சீமாட்டியின் கேள்விக்குரிய, ஆனால், இறுமாப்பு கலந்த பார்வைதான்.

அல்யோஷா தன்னுடைய வருகையின் காரணத்தைப் படைத் தளபதியிடம் விளக்கிக்கொண்டிருந்த சமயத்திலிருந்து அவன் பேச ஆரம்பித்தவரை, அவளுடைய பெரிய, காவிநிறக் கண்கள் அங்கும் இங்கும் அலைந்தபடி, பேசும் ஒவ்வொருவரையும் கேள்விக்குரிய, அதே அந்த இறுமாப்பு கலந்த பார்வையுடன் பார்த்துக்கொண்டிருந்தன. அந்தச் சீமாட்டிக்கு அருகில் இடது பக்க ஜன்னலருகே நின்றுகொண் டிருந்த இளம் பெண்ணின் முகம் பொலிவிழந்து, செந்நிறக் கூந்தலுடன், ஏழ்மையைத் தாங்கியபடி இருந்தாலும், அணிந்திருந்த ஆடை சுத்தமாக இருந்தது. உள்ளே நுழைந்த அல்யோஷாவை ஏளனமாக அவள் பார்த்தாள். படுக்கையின் வலது புறத்தில் இன்னொரு பெண் உருவம் அமர்ந்திருந்தது. அவள் ஒரு பரிதாபத்திற்குரிய உயிரினமாய், இருபது வயதான இளம் பெண்ணாக, கூன் விழுந்து, வலுவற்ற கால்களுடன் இருந்தாள் என்று அவளைப் பற்றி அல்யோஷாவிடம் பிறகு அவர்கள் சொன்னார்கள். அவளுடைய ஊன்றுகோல்கள் ஒரு மூலையில், கட்டிலுக்கும் சுவருக்கும் இடையே கிடந்தன. அந்தப் பரிதாபத்திற்குரிய பெண்ணின் அழகான, அருட்குணம் நிறைந்த கண்கள் ஏதோ ஒரு சாந்தமான அழகுடன் அல்யோஷாவைப் பார்த்தன. மேஜையின் அருகே அமர்ந்திருந்தவருக்கு நாற்பத்தைந்து வயதிருக்க, அதிக உயரமில்லாத அவர், ஒல்லியாய், மெலிந்த உடல்வாகுடன், செந்நிறத் தலைமுடியும், நைந்துபோன சுரைப்புருடை நார் போன்ற குறுஞ் செந்நிறத் தாடியும் கொண்டவராக இருந்தார். ('சுரைப்புருடை' என்ற வார்த்தை குறிப்பாக அல்யோஷாவின் மனத்தில் அவரைப் பார்த்த உடனேயே ஏனோ பளிச்சிட்டது என்பதைப் பிறகு அவன் நினைவு கூர்ந்தான்.) கதவுகளுக்கு அந்தப்புறமிருந்து சந்தேகமே இல்லாமல் அவர்தான் 'யாரது' என்று குரல் கொடுத்திருந்தார். ஏனெனில், அந்த அறையில் அவரைத் தவிர வேறு எந்த ஆண் மகனும் இல்லை. அல்யோஷா உள்ளே நுழைந்தவுடன் மேஜைக்கருகே அமர்ந்திருந்த

இருக்கையிலிருந்து அவர் துள்ளிக் குதித்தெழுந்து, கிழிந்துபோன துணியால் வாயைத் துடைத்துக்கொண்டு அல்யோஷாவைப் பார்க்க வேகமாக வந்தார்.

'மடாலயத்திலிருந்து துறவி வந்திருக்கிறார், யாரிடம் கேட்பது என்று அவருக்குத் தெரிந்திருக்கிறது போலும்!' என்று இடது மூலையில் நின்றுகொண்டிருந்த பெண் சத்தமாகச் சொன்னாள். ஆனால், அல்யோஷாவைப் பார்க்க வேகமாக வந்த அவர், சட்டென்று திரும்பி அவளைப் பார்த்துக் குழப்பமாக, சிதறிய குரலில், 'அப்படி இல்லை, வார்வரா நிக்கலாயெவ்னா, அப்படி இல்லை, நீங்கள் தவறாகப் புரிந்துகொண்டீர்கள்! அவரிடம் என்னவென்று நான் கேட்கிறேன்' என்று சொன்னவர், சட்டென்று அல்யோஷாவின் பக்கம் திரும்பி 'இங்கு வருவதற்கு ... கீழானவனின் இந்த வீட்டிற்கு நீங்கள் வருவதற்குக் காரணம் என்னவோ' என்றார்.

அல்யோஷா அவரை உற்றுப்பார்த்தான்; இப்போதுதான் முதன் முறையாக அவரை அவன் பார்க்கிறான். அருவருப்பான ஏதோ ஒன்று அவரிடம் வெற்றாரவாரமுடையதாக, எரிச்சலூட்டுவதாக இருந்தது. சந்தேகத்திற்கிடமின்றி, அவர் குடிபோதையில் இல்லை. அவருடைய முகம் பார்ப்பதற்கு மிகவும் கேவலமாக, அதே சமயம் விசித்திரமாக, கோழைத்தனமாக இருந்தது. நீண்ட காலமாக அவர் பணிந்து நடந்து மிகவும் கட்டுப்பட்டவராக இருந்தவர், இப்போது தலைநிமிர்ந்து நிற்கும் தனிமனிதராக இருந்தார்.

இன்னும் தெளிவாகச் சொல்லப்போனால், வேகமாக ஒருவரை அவர் தாக்கக்கூடிய அளவுக்கு, ஆனால் அதே சமயம் எங்கே யாராவது தன்னைத் தாக்கி விடுவார்களோ என்று பயப்படுபவராக இருந்தார். பேசும்போது குரலை ஏற்றி இறக்கிப் பேசும் அவருடைய தொனியில், கீச்சிடுகிற குரலில் ஏதோ ஒரு கோமாளித்தனமான சிரிப்பும் சில சமயங்களில் குரோதமும் சில சமயங்களில் கோழைத்தனமும் வெளிப் பட்டு, தடுமாறுகிற அவருடைய குரல் தொடர்ந்து நீண்ட நேரம் பேசமுடியாதபடி இருந்தது. 'கீழானவனின்' வீட்டிற்கு எதற்காக நீங்கள் வந்தீர்கள் என்று அவர் நடுக்கத்துடன், ஆச்சர்யத்தில் விழிகளை அகல விரித்து வேகமாக நெருங்கி வந்தவரைப் பார்த்து, தன்னிச்சை யாக அல்யோஷா பின்வாங்கினான். அந்த மனிதர் கறுப்பு நிறத்தில் அழுக்கடைந்த, கறைகளுடன் ஒட்டுத் தையல்கள் போட்ட மேல் அங்கி போன்ற ஏதோ ஒன்றை அணிந்திருந்தார். அதைப் போலவே அவர் அணிந்திருந்த கால்சட்டையும் வெளிர் நிறத்தில், நீண்டகாலமாக யாரும் அணியாத பாணியில், கட்டம் போட்ட மெலிதான துணியில், மடக்கிச் சுருட்டிக் கீழே தைக்கப்பட்டு, நீளத்தில் குறைந்து, சிறு வயதிலிருந்தே அணியப்பட்ட ஒன்றாக அது இருந்தது.

'நான் ... அலெக்ஸெய் கரமாஸவ்' என்று பதிலளித்தான் அல்யோஷா.

'அதைச் சொல்லாமலேயே புரிந்துகொள்ளக் கூடியவன் நான். என்னைப் பற்றிச் சொல்ல வேண்டுமென்றால், நான் இளைய

படைத்தளபதி ஸ்நெகிரேவ்; நீங்கள் இங்கு வந்ததற்கான காரணம் என்ன என்பதை நான் அறிந்துகொள்ள ஆவலாக இருக்கிறேன் ...'

'நான் சாதாரணமாகத்தான் இங்கு வந்தேன். உண்மையைச் சொல்லப்போனால், உங்களிடம் ஒன்று சொல்ல வேண்டும் ... நீங்கள் அனுமதித்தீர்கள் என்றால் ...'

'அப்படியானால் இதோ இந்த நாற்காலியில் அமருங்கள். பழங் கால நகைச்சுவை நாடகங்களில் சொல்லப்பட்டதுபோல, 'இடத்தை எடுத்துக்கொள்ள அனுமதியுங்கள்' ... என்று சொல்லிக்கொண்டே படைத்தளபதி காலியாக இருந்த ஒரு நாற்காலியை வேகமாக எடுத்து வந்து (சாதாரண மர நாற்காலிதான், துணியுறை எதுவும் போடப்படாமல் இருந்தது) ஏறக்குறைய அறையின் நடுவே போட்டார்; பிறகு தனக்காக ஒரு நாற்காலியை அதைப் போலவே எடுத்துவந்து அல்யோஷாவிற்கு அருகில் போட்டவர், முன்பு போலவே அல்யோஷாவுக்கு மிக அருகில் இருவரின் முழங்கால்களும் இடித்துக் கொள்ளும்படி நெருங்கிவந்து அமர்ந்தார்.

'நிக்கலாய் இலிச் ஸ்நெகிரேவ், ரஷ்ய காலாட்படையின் முன்னாள் படைத்தளபதி, நான் செய்த தவறுக்குப் பதவியை இழந்தாலும் நான் ஒரு படைத்தளபதிதான். சொல்லப்போனால், தொப்பியைக் கையில் வைத்திருக்கும் படைத்தளபதி, ஸ்நெகிரேவ் அல்ல, இருந்தாலும் என்னுடைய வாழ்க்கையின் இரண்டாவது பகுதியில் மற்றவர்கள் சொல்லுக்கு அடிபணிந்து நடக்கும் ஒரு மனிதனாகிவிட்டேன். பதவியை ஒருவர் இழந்துவிட்டால் மற்றவர்களுக்கு அடிபணியும் அவமானத்திற்கு ஆளாக வேண்டியதுதானே.'

'அது உண்மைதான்' என்று புன்னகையுடன் சொன்ன அல்யோஷா, 'ஆனால் இயல்பாகவே அந்தக் குணம் வந்துவிடுகிறதா அல்லது அந்தக் குணம் தேர்ந்தெடுக்கப்படுகிறதா?' என்றான்.

'கடவுள் சாட்சியாக இது வேண்டுமென்றேதான் தேர்ந்தெடுக்கப் படுகிறது. எப்போதும், என்னுடைய வாழ்நாள் முழுவதும் நான் பணிவாக நடந்துகொண்டதே இல்லை; திடீரென்று பதவியை இழந்த காரணத்தால் மற்றவர்களிடம் நான் பணிவாக அடங்கி நடக்க வேண்டியிருக்கிறது. இதை நான் மிகச் சிரமத்துடன்தான் செய்ய வேண்டியிருக்கிறது. நீங்கள் நிகழ்காலப் பிரச்சினைகளில் அக்கறை கொண்டவராக இருக்கிறீர்கள் என்பதை நான் பார்க்கிறேன். விருந்தோம்ப முடியாத நிலையிலிருக்கும் என்னைப் பார்க்க நீங்கள் வந்ததன் காரணம் என்ன?'

'நான் வந்ததற்கு ... அந்தக் காரணம்தான் ...'

'எந்தக் காரணம்?' என்று பொறுமையில்லாமல் இடைமறித்துக் கேட்டார் அந்தப் படைத்தளபதி.

'என் அண்ணன் திமித்ரி ஃபியோதரவிச்சைச் சந்தித்த அந்தச் சந்திப்பைப் பற்றித்தான்' என்று அல்யோஷா இக்கட்டான நிலையில் உளறிக் கொட்டினான்.

‘என்ன சந்திப்பு? ஓ, நீங்கள் அந்தச் சண்டையைப் பற்றியா? அதாவது தாடியை, நார் போன்ற என்னுடைய தாடியை இழுத்தது பற்றியா கேட்கிறீர்கள்?’ என்று கேட்டபடி சற்றே முன்னால் நகர்ந்து இருவரின் முழங்கால்களும் இடித்துக்கொள்ளும் அளவிற்கு நெருங்கி வந்தார். அவருடைய உதடுகள் இறுக அழுந்தி ஒரு கோட்டிலிருந்தன.

‘என்ன நார்?’ என்று முணுமுணுத்தான் அல்யோஷா.

‘அப்பா, அவர் உங்களிடம் என்னைப் பற்றிப் புகார் சொல்ல வந்திருக்கிறார்!’ என்று திரைச்சீலைக்குப் பின்புறம் ஒருமூலையிலிருந்து, கிறீச்சிட்ட அந்தச் சிறுவனின் குரல் அல்யோஷாவிற்கு ஏற்கெனவே தெரிந்த குரலாக இருந்தது. ‘நான்தான் சற்று முன்பு அவருடைய விரலைக் கடித்தேன்!’

திரைச்சீலை விலகியதும் நாற்காலிக்கருகில் விசிப்பலகையில் போடப்பட்டிருந்த மெத்தை மீது, திருஉருவச்சிலைகளுக்குக் கீழ், தன்னுடைய புதிய எதிரி படுத்திருப்பதை அல்யோஷா பார்த்தான். அந்தச் சிறுவன் தன்னுடைய மேல் அங்கியையும் பஞ்சாலான மிருதுவான சிறிய மெத்தையையும் போர்த்தியபடி படுத்திருந்தான். அவனுடைய கண்கள் பிழம்பாய்க் கனல, காய்ச்சல் கண்டு அவன் படுத்திருந்தது தெளிவாகத் தெரிந்தது. இப்போது அவன் அல்யோஷாவைப் பயமில்லாமல் பார்த்தான்.

‘பத்திரமாக நான் வீட்டில் இருக்கிறேன், இனி நீ என்னைத் தொட முடியாது’ என்பது போலிருந்தது அவனுடைய பார்வை.

‘என்ன சொல்கிறாய், விரலைக் கடித்தாயா?’ என்று கேட்டபடி அந்தப் படைத்தளபதி நாற்காலியிலிருந்து எழுந்தார். ‘உங்கள் விரலையா அவன் கடித்தான்?’

‘ஆமாம், என்னுடைய விரலைத்தான். தெருவில் கல்லெறிந்து கொண்டிருந்தார்கள்; ஆறு பேர் அவனுக்கு எதிராக, அவன் மட்டும் தனியாக இருந்தான். அதனால் நான் அவன் பக்கம் போனேன், ஆனால் அவன் என்மீது முதலில் கல்லெறிந்தான். பிறகு தலையில் மீண்டும் ஒரு கல்லை எறிந்தான். உடனே அவனை நான் கேட்டேன், உன்னை நான் என்ன செய்தேன் என்று? உடனே அவன் என்மேல் பாய்ந்து என்னுடைய விரலை வலிக்குமளவிற்குக் கடித்துவிட்டான், அது எதற்கு என்றுதான் தெரியவில்லை.’

‘அப்படியா, இதோ இப்போதே அவனை நான் உதைக்கிறேன்! இப்போதே!’ என்றபடி படைத்தளபதி நாற்காலியிலிருந்து வேகமாக எழும்பிக் குதித்தார்.

‘உங்களிடம் அவனைப் பற்றிக் குறை சொல்ல நான் வரவில்லை, பொதுவாகத்தான் சொன்னேன் ... நீங்கள் அவனை அடிப்பது எனக்குப் பிடிக்கவில்லை. இப்போது வேறு அவன் உடல்நலம் சரியில்லாமல் இருக்கிறான் ...’

‘அவனை நான் அடிப்பேன் என்று நீங்கள் நினைத்தீர்களா? உங்களுடைய திருப்திக்காக, இதோ நான் இப்போது இல்யூஷெச்காவை[1] உதைக்கிறேன் பார்க்கிறீர்களா? இப்போதே உதைக்கிறேன் பார்க்கிறீர்களா?’ என்று சொன்ன படைத்தளபதி வேகமாக அல்யோஷா பக்கம் திரும்பி, ஏதோ அவரே அல்யோஷாவின் மீது பாய்ந்து விழுபவர் போல எழுந்தார். ‘உங்களுடைய விரலுக்காக நான் வருத்தப்படுகிறேன் ஐயா, ஆனால் நீங்கள் விரும்பினால் இதோ இப்போதே இல்யூஷெச்காவை நான் உதைக்கிறேன்; ஆனால், அதற்கு முன்பு, இந்தக் கத்தியால், உங்கள் கண் முன்பாக, உங்களுடைய திருப்திக்காக, இப்போதே என்னுடைய நான்கு விரல்களையும் நான் வெட்டிக்கொள்கிறேன்; உங்களுடைய பழிவாங்கும் வேட்கைக்கு நான்கு போதும், ஐந்தாவது தேவைப்படாது என்று நினைக்கிறேன், இல்லையா?’ என்று பேச முடியாமல் திடீரென்று திணறியவர், பேச்சை நிறுத்தினார். அவருடைய முகத்திலிருந்த ஒவ்வொரு தசைநாரும் வெட்டியிழுக்கப்பட்டு, பார்ப்பதற்குச் சிலிர்த்தெழுந்து எதிர்த்து நிற்பவர் போல இருந்தார். ஒருவித மனக்கிளர்ச்சியில் வெறியுடன் அவர் இருந்தார்.

உட்கார்ந்திருந்தபடியே அல்யோஷா சொன்னான், ‘இப்போது எனக்கு எல்லாம் புரிந்துவிட்டது. அதாவது, உங்களுடைய மகன் இரக்க குணமுள்ளவன், தந்தையை நேசிப்பவன், அதனால் உங்களை அவமானப்படுத்தியவனின் சகோதரன் நான் என்பதால் அவன் என்னைத் தாக்கி இருக்கிறான் . . . இது எனக்குப் புரிந்துவிட்டது’ என்று சற்றே யோசித்தபடி சொன்னான் அல்யோஷா. ‘ஆனால், என் சகோதரன் திமித்ரி ஃபியோதரவிச் தான் செய்த காரியத்திற்காக வருந்துகிறான் என்று எனக்குத் தெரியும், அப்படியே உங்களைப் பார்க்க அவனால் வரமுடியுமானால், அல்லது எல்லாவற்றிற்கும் மேலாக, உங்களை அவன் மீண்டும் அதே இடத்தில் சந்திக்க முடியுமானால் எல்லோர் முன்னிலையிலும் அவன் உங்களிடம் மன்னிப்பு கேட்பான் . . . ஒரு சமயம் நீங்கள் அப்படி விருப்பப்பட்டீர்களென்றால்.’

‘அதாவது என்னுடைய தாடியை அவன் பிடித்திழுப்பான், பிறகு மன்னிப்புக் கேட்பான்.. சொல்லப்போனால், நடந்த எல்லாவற்றையும் சரிக்கட்ட வேண்டும், அப்படித்தானே?’

‘ஓ, அல்ல, அப்படி அல்ல, நீங்கள் எப்படி விருப்பப்படுகிறீர்களோ அப்படி; எது உங்களுக்கு வசதியோ அப்படி!’

‘ஆக, அந்தச் சத்திரத்தில், ‘தலைநகரம்’ என்ற சத்திரத்தின் முன்பாக அவன் என் முன்பு மண்டியிட்டு, அல்லது அந்தச் சதுக்கத்தில் மண்டியிட்டு அவன் என்னிடம் மன்னிப்பு கேட்க வேண்டுமென்று நான் சொன்னால் அவன் அப்படிச் செய்வான் அப்படித்தானே?’

‘ஆமாம், கண்டிப்பாக அவன் மண்டியிட்டு மன்னிப்புக் கேட்பான்.’

‘நீங்கள் என்னுடைய மனதைத் தொட்டுவிட்டீர்கள். நான் கண்ணீர் சிந்தும் அளவிற்கு என்னுடைய மனதைத் தொட்டுவிட்டீர்கள். நான்

மிகவும் உணர்ச்சிவசப்படக்கூடியவன். என்னுடைய குடும்பத்தாரை உங்களுக்கு அறிமுகப்படுத்திவைக்க அனுமதியுங்கள்: எனக்கு இரண்டு மகள்கள், ஒரு மகன் – அவன், சொல்லப்போனால், சரியில்லாதவன். நான் இறந்துபோனால் இவர்களை யார் கவனித்துக்கொள்வார்கள்? நான் உயிரோடு இருக்கும்வரை, அருவருக்கத்தக்க என்னை வேறு யார் விரும்புவார்கள்? என்னைப் போன்றவர்களுக்குக் கடவுள் எவ்வளவு பெருந்தன்மையான காரியத்தைச் செய்திருக்கிறார் என்று பாருங்கள். இல்லாவிட்டால் என்னைப் போன்றவனை வேறு யார் நேசிக்கமுடியும்...'

'ஆ, எவ்வளவு பெரிய உண்மை!' என்று ஆச்சர்யம் மேம்படச் சொன்னான் அல்யோஷா.

'இந்தக் கோமாளித்தனத்திற்கு முடிவு கட்டுங்கள்; வீட்டிற்கு யாரோ ஒரு முட்டாள் வர, அவர் முன்பாக எங்களை நீங்கள் கேவலப்படுத்துகிறீர்கள்' என்று தன்னுடைய தந்தையைப் பார்த்து ஜன்னலுக்கு அருகே நின்றுகொண்டிருந்த அவருடைய மகள் ஏளனமாக வெறுப்புடன் கத்தினாள்.

'கொஞ்சம் பொறுமையாய் இரு, வார்வரா நிக்கலாயவ்னா, நான் சொல்ல வந்ததைச் சொல்ல விடு' என்று அவளைப் பார்த்து அவர் கத்தினாலும், அவள் சொல்வதை அவர் முழுவதுமாக கேட்டுக் கொண்டார். 'அவள் அப்படித்தான்' என்று சொன்ன படைத்தளபதி அல்யோஷாவின் பக்கமாக மறுபடியும் திரும்பினார்.

'இயற்கையிலுள்ள எதையுமே
அவர் ஆசீர்வதிக்க விரும்பவில்லை'[2]

அதாவது, அதை நான் பெண்பாலில் சொல்லியிருக்க வேண்டும்: அவள் விரும்பவில்லை என்று. இப்போது என் மனைவியை உங்களுக்கு அறிமுகப்படுத்துகிறேன்: இதோ அரினா பெத்ரோவ்னா, காலில்லாத இந்தப் பெண்மணிக்கு நாற்பத்து மூன்று வயதாகிறது, ஆனால் அவளால் கொஞ்சம் நடக்க முடியும். தாழ்ந்தகுடியில் பிறந்தவள் அவள். அரினா பெத்ரோவ்னா, கனிவாகப் பாருங்கள், இவர்தான் அலெக்ஸெய் ஃபியோதரவிச் கரமாஸவ். எழுந்திருங்கள், அலெக்ஸெய் ஃபியோதரவிச்' என்றபடி அவனுடைய கையைப் பற்றியவர், இப்படிச் செய்வார் என்று எதிர்பாராத நேரத்தில் அல்யோஷாவின் கைகளை வேகமாகப் பற்றி இழுத்தார். 'ஒரு பெண்ணிடம் அறிமுகப்படுத்தப்படும்போது எழுந்து நிற்க வேண்டும். இது அந்த கரமாஸவ் இல்லை அம்மா, அவன்... ம், இது அவனுடைய சகோதரன், தன்னடக்கத்துடன் உதவும் அற்புதமான மனிதர். அரினா பெத்ரோவ்னா, என் தாயே, அனுமதியுங்கள், முதலில் உங்களுடைய கையை முத்தமிட அனுமதி யுங்கள்.'

அவர் தன்னுடைய மனைவியின் கையை மரியாதையாக மென்மையாக முத்தமிட்டார். இதை ஜன்னலுக்கருகே நின்று பார்த்துக் கொண்டிருந்த அவருடைய மகள் வெறுப்புடன் திரும்பிக்கொள்ள, இதுவரை கேள்விக்குறியுடன், கடுப்பாக இருந்த அவருடைய மனைவியின் முகத்தில் ஆச்சர்யத்துடன் கனிவு கசிந்தது.

தஸ்தயேவ்ஸ்கி

'வணக்கம், அமருங்கள், மதிப்பிற்குரிய செர்னமாஸவ்.[3]'

'கரமாஸவ், அம்மா, இது கரமாஸவ். நாம் தாழ்குடியைச் சார்ந்தவர்கள்' என்று மீண்டும் அவள் காதில் முணுமுணுத்தார்.

'சரி, கரமாஸவ் இல்லை, என்னது அது, எப்படி இருந்தாலும் சரி, செர்னமாஸவ் என்றுதான் அவரை நான் அழைப்பேன் ... அமருங்கள், எதற்காக உங்களை அவன் எழுந்திருக்கச் சொன்னான்? காலில்லாத பெண் என்று என்னைச் சொல்கிறான், ஆனால் எனக்குக் கால்கள் இருக்கின்றன, சற்றே அவை வீங்கிப்போய்ப் பீப்பாய் போல இருக்கின்றன அவ்வளவுதான், மற்றபடி உடம்பு வாடி உலர்ந்து சருகாய் இருக்கிறது. முன்பு எவ்வளவு குண்டாக இருந்தேன் தெரியுமா, இப்போது ஊசி போல இளைத்துவிட்டேன் ...'

'நாங்கள் சாதாரண மக்களிலும் கடைந்தெடுத்த சாதாரண மனிதர்கள்' என்று மீண்டும் ஒருமுறை சொன்னார் அந்தப் படைத் தளபதி.

'அப்பா, ஓ அப்பா!' என்று கூன் விழுந்த அந்தப் பெண், இது வரை ஒன்றும் பேசாமல் அமர்ந்திருந்தவள், திடீரென்று கைக்குட்டை யால் தன்னுடைய கண்களை மூடிக்கொண்டு 'கோமாளி!' என்று உரக்கக் கத்தினாள். ஜன்னலருகே நின்றுகொண்டு அவள் அவரைத் திட்டினாள்.

'எங்களுடன் எப்படிப்பட்டவர்கள் வாழ்கிறார்கள் என்று பாருங்கள்' தன்னுடைய மகள்களைச் சுட்டிக்காட்டிய அந்தத் தாய், 'மேகங்கள் வரும், போகும். எங்களுடைய கதை மறுபடியும் தொடரும். முன்பு நாங்கள் படையிலிருந்தபோது எங்கள் வீட்டுக்கு இப்படிப்பட்ட விருந்தாளிகள் நிறையப் பேர் வருவார்கள். இப்போது அதை நான் ஒப்பிட்டுச் சொல்லவில்லை. உங்களுக்கு யாரையாவது பிடித்திருந்தால் அவர்களை நேசியுங்கள். உதவி குருமாரின் மனைவி ஒருமுறை 'அலெக்ஸாந்தர் அலெக்ஸாந்தரவிச் அற்புதமான மனிதர், ஆனால், நஸ்தாஸியா பெத்ரோவ்னா நரகத்திலிருந்து வந்திருக்கும் கீழ்த்தரமான ஒரு பெண்மணி' என்று சொன்னார்கள்: சரி, அதற்கு நான் 'யாருக்கு யாரைப் பிடிக்கிறது என்பதுதான் விஷயம், நீயோ பழம்பஞ்சடைந்த முடைநாற்றக்காரி என்றேன்', 'உன்னையெல்லாம் சரியான இடத்தில் ஒழுங்காக வைக்க வேண்டும்' என்று அவள் சொன்னாள். அதற்கு நான், 'யாருக்கு நீ புத்திமதி சொல்ல வந்திருக்கிறாய், நடைகேடி?' என்றேன். அதற்கு அவள் 'என்னுடைய மூச்சுக் காற்று சுத்தமானது, நீதான் சுத்தமில்லாதவள்' என்று சொன்னாள். நான் 'சரி, அங்கிருக்கும் அதிகாரிகளைக் கேள், என்னுடைய சுவாசம் சுத்தமானதா, இல்லையா, என்று சொன்னேன். அப்போதிலிருந்தே அது என்னுடைய மனத்தில் தங்கிவிட்டது; மனதைவிட்டுப் போகமாட்டேன் என்கிறது, அதே அந்த அதிகாரி 'புனித வார'ச் சடங்கின் போது இங்கு வந்திருந்தார்.' அவரை நான் 'மேதமைக்குரியவரே, நல்ல ஒரு பெண்மணி சுத்தமான காற்றைச் சுவாசிக்கக் கூடாதா?' என்று கேட்டேன்: அதற்கு அவர் 'சுவாசிக்கலாம்' என்று பதிலளித்துவிட்டு, 'முதலில் உங்களுடைய

வீட்டுக் கதவு, ஜன்னல்களைத் திறந்துவையுங்கள், இங்கிருக்கும் காற்று சுத்தமாக இல்லை' என்றார். 'இப்படித்தான் எல்லோரும் சொல்கிறார்கள்!' ஆனால், என்னுடைய சுவாசம் அவர்களை என்ன செய்துவிட முடியும்? இறந்தவர்களின் சுவாசம் அதைவிட மோசமானது. 'உங்களுடைய சுவாசத்தை நான் கெடுக்கவில்லை' என்று சொல்லிக் கொண்டே 'புதிய காலணிகளை நான் செய்யச் சொல்லி இருக்கிறேன், வந்ததும் அவற்றை எடுத்துக்கொண்டு நான் போய்விடுகிறேன்' என்றேன். 'என் அருமையானவர்களே, என்னவர்களே, உங்களுடைய தாயைத் திட்டாதீர்கள்! நிக்கலாய் இலிச், என்னைப் பெற்றவனே, உன்னை நன்றாக நான் கவனித்துக் கொள்ளவில்லையா? என்னுடைய ஒரே சந்தோஷம் நீதான், இல்யூஷெச்கா பள்ளிக்கூடத்திலிருந்து நீ வந்தால் எனக்குச் சந்தோஷம், நீதான் எப்படி என்னை நேசிக்கிறாய்' நேற்று ஆப்பிள் ஒன்றைக் கொண்டுவந்து கொடுத்தான். 'மன்னிக்க வேண்டும், என்னவர்களே, மன்னிக்க வேண்டும், என் இனிய மக்களே, உங்களுடைய தாயை மன்னித்துவிடுங்கள், தனியாக இருக்கும் என்னை மன்னித்து விடுங்கள், ஆனால் எப்படி என்னுடைய சுவாசக்காற்று உங்களால் ஏற்றுக்கொள்ள முடியாத அளவுக்குக் கெட்டுப் போனது!'

பரிதாபத்திற்குரிய அந்தப் பெண் திடீரென்று கண்களில் கண்ணீர் மல்கத் தேம்பி அழ, அது சிற்றோடை போல வழிந்தோடியது. இதைப் பார்த்த அந்தப் படைத்தளபதி வேகமாக அவளருகே போனார்.

'அம்மா, அம்மா, என்னவளே, போதும், போதும்! தனியாக நீ இல்லை. நாங்கள் எல்லோரும் உன்னை விரும்புகிறோம், எல்லோரும் உன்னை ஆராதிக்கிறோம்!' என்றபடி மீண்டும் அவளுடைய கைகள் இரண்டையும் முத்தமிட்டபடி, மென்மையாக அவளுடைய முகத்தைத் தனது உள்ளங்கையால் தடவிக் கொடுத்தார்; துணியை எடுத்து அவர் முகத்தில் வழிந்தோடும் கண்ணீரைத் துடைத்தார். அவளுடைய கண்களில் கண்ணீர் இன்னும் மின்னுவது போல அல்யோஷாவுக்குத் தெரிந்தது. 'நீங்கள் எல்லாவற்றையும் பார்த்தீர்கள்தானே, கேட்டீர்கள் தானே?' என்று சட்டென்று அந்தப் படைத்தளபதி பரிதாபத்திற்குரிய பலவீனமான அந்தப் பெண்மணியைச் சுட்டிக்காட்டிக் கோபத்துடன் கேட்டார்.

'பார்த்தேன், கேட்டேன்' என்று முணுமுணுத்தான் அல்யோஷா.

'அப்பா, அப்பா! நீ என்ன இன்னும் அவருடன்... விடு அப்பா, அவரை விடு!' என்று கத்திய அந்தச் சிறுவன் தன்னுடைய படுக்கையிலிருந்து எழுந்துவந்து அனல் கக்கும் விழிகளால் அல்யோஷாவைப் பார்த்தான்.

'போதும் உங்களுடைய கோமாளித்தனம், இது உங்களை முட்டாளாகக் காட்டுகிறது, எதற்கும் பயன்படாத இந்தக் குணம்!...' என்று சொன்னபடி வார்வரா நிக்கலாயவ்னா கோபத்தில் தன்னுடைய கால்களைத் தரையில் உதைத்தாள்.

'இப்போது நீ காட்டும் கோபம் சரியானது, வார்வரா நிக்கலாயெவ்னா, உங்களை முழுமையாக நான் திருப்திப்படுத்துவேன்.

தொப்பியை அணிந்துகொள்ளுங்கள், அலெக்ஸெய் ஃபியோதரவிச், என்னுடைய தொப்பியையும் நான் எடுத்துக்கொள்கிறேன், வாருங்கள் நாம் போகலாம். உங்களிடம் மிக முக்கியமான விஷயம் ஒன்றைப் பேச வேண்டும், ஆனால் அதை வீட்டுக்கு வெளியேதான் பேச முடியும். இதோ இங்கு அமர்ந்திருப்பவள் என்னுடைய மகள், நீனா நிக்கலாயெவ்னா, உங்களுக்கு அறிமுகப்படுத்த மறந்துவிட்டேன், இவள் ஒரு தேவதை ... இறப்பிலிருந்து மீண்டு வந்தவள் ... அது மட்டும் உங்களுக்குப் புரியுமானால் ...'

'உடல் நடுநடுங்க, ஏதோ வலிப்புநோய் வந்தவனைப் போலப் போகிறான்' என்று தொடர்ந்தாள் கோபமாக வார்வரா நிக்கலாயெவ்னா.

'இப்போது காலைத் தரையில் வேகமாக உதைத்தபடி என்னைக் கோமாளி என்று கத்தினாளே அவளும் ஒரு தேவதைதான்; என்னைப் பற்றி அவள் சரியாகத்தான் சொன்னாள். புரிந்துகொள்ளுங்கள் அலெக்ஸெய் ஃபியோதரவிச், இந்த விஷயத்திற்கு நாம் ஒரு முடிவு கட்ட வேண்டும் ...'

இப்படியாக அல்யோஷாவின் கையைப் பற்றிக்கொண்டு வீட்டை விட்டு வெளியே வந்தவர், நேராகத் தெருவிற்கு அவனைக் கூட்டிக் கொண்டு வந்தார்.

## 7

## புதிய காற்றில்

'காற்று சுத்தமாகத்தான் இருக்கிறது, ஆனால் என்னுடைய வீட்டில் தான் அது சுத்தமாக இல்லை, எல்லாவித அர்த்தத்திலும். வாருங்கள், ஐயா, மெதுவாக நாம் நடந்துபோவோம். உங்களிடம் ஒரு விஷயத்தைச் சொல்ல வேண்டும், ஐயா.'

'நானும் உங்களிடம் மிக முக்கியமான விஷயம் ஒன்றைச் சொல்ல வேண்டும் ...' என்று குறிப்பிட்ட அல்யோஷா, 'அதை எப்படி ஆரம்பிப்பது என்றுதான் தெரியவில்லை.'

'என்னிடம் சொல்ல ஏதோ விஷயமிருக்கிறது என்று எனக்குத் தெரியாதா என்ன ஐயா? அப்படி இல்லாவிட்டால் என்னைப் பார்க்க நீங்கள் இவ்வளவு தூரம் இறங்கி வந்திருக்கவே மாட்டீர்களே. ஒருசமயம் இந்தச் சிறுவனைப் பற்றிக் குறை கூறத்தான் உண்மை யாகவே நீங்கள் இங்கு வந்தீர்களோ, ஐயா? ஆனால், அதை என்னால் நம்ப முடியவில்லையே, ஐயா. சரி, என்னுடைய பையனைப் பற்றிச் சொல்லப் போனால், ஐயா, எல்லாவற்றையும் சொல்ல முடியாது, ஐயா, ஒன்றை மட்டும் விளக்கமாகச் சொல்கிறேன், ஐயா. பாருங்கள், ஒரு வாரத்திற்கு முன்புவரை இந்த நார் அடர்த்தியாகத்தான் இருந்தது ஐயா, என்னுடைய தாடியைப் பற்றித்தான் சொல்கிறேன் ஐயா; என்னுடைய இந்தத் தாடியை உடம்பு தேய்த்துக் குளிக்கும் நார்

என்று சொல்லிக் கேலி செய்கிறார்கள், குறிப்பாக அந்தப் பள்ளிச் சிறுவர்கள், ஐயா. ஆகா, ஐயா, இதோ ஐயா, உங்களுடைய அண்ணன் திமித்ரி ஃபியோதரவிச்கூட என்னுடைய தாடியைப் பிடித்திழுத்து சத்திரத்தின் சதுக்கத்திற்கு இழுத்து வந்தபோது, அப்போதுதான் பள்ளிக்கூடம் விட்டு வந்த சிறுவர்களுடன் ஐயா, என்னுடைய இல்யூஷாவும் இருந்தான். அந்தக் கோலத்தில் ஐயா என்னைப் பார்த்த என் மகன் ஓடிவந்து, 'அப்பா, அப்பா!' என்று கத்தினான். என்னைப் பிடித்து இழுத்து, கட்டிப்பிடித்து, அங்கிருந்து என்னை இழுத்துச்செல்ல முயன்று, நான் படும் அவமானத்தைப் பார்த்து, 'விடுங்கள், அவரை விட்டுவிடுங்கள், அவர் என்னுடைய அப்பா, அவரை மன்னித்துவிட்டு விடுங்கள்' என்று கத்தினான். 'மன்னித்து விடுங்கள்' என்று அவன் அவருடைய கைகளைப் பிடித்து, ஆமாம், அவருடைய கைகளை, அந்தக் கைகளைப் பிடித்து அவன் முத்தமிட்டான் ஐயா . . . அந்த நிமிடத்தில் வெளிப்பட்ட அவனுடைய முகபாவத்தை ஐயா என்னால் மறக்கவே முடியாது, மறக்கவே முடியாது. ஐயா! . . .'

'சத்தியமாகச் சொல்கிறேன்' என்று தன்னுடைய உள் உணர்வை வெளிப்படுத்திய அல்யோஷா, 'என் அண்ணன் உளப்பூர்வமாக, மனமுவந்து தான் செய்த இந்தக் காரியத்திற்காகக் கண்டிப்பாக வருத்தப்படுவார், அதே அந்தச் சதுக்கத்தில் மண்டியிட்டு உங்களிடம் அவர் மன்னிப்பு கேட்க வேண்டுமென்றால் அதையும் அவர் செய்வார் . . . அவரைக் கண்டிப்பாக நான் மன்னிப்பு கேட்க வைப்பேன், இல்லையென்றால் அவர் எனக்குச் சகோதரனே இல்லை!'

'ஆஹா, அதற்கான வேலைகள் நடந்துகொண்டிருக்கின்றன போலும். அவர் அதைப் பற்றி நினைக்கவில்லை, நீங்கள்தான் அதைப் பற்றி நினைக்கிறீர்கள் என்று எனக்குத் தோன்றுகிறது ஐயா. இதை நீங்கள்தான் சொல்லியிருக்க வேண்டும், ஐயா. சரி, மேதமை பொருந்திய, அதிகார, பரந்த மனப்பான்மை கொண்ட உங்களுடைய அந்த சகோதரர் அப்போது என்ன சொன்னார் என்பதைக் கேளுங்கள், ஐயா. என்னுடைய தாடியைப் பிடித்திழுத்தவர், என்னை விட்டுவிட்டுச் சொன்னார், ஐயா, 'நீ ஒரு அதிகாரி, நானும் ஒரு அதிகாரி, உனக்குப் பதிலாக வேறு ஒரு நல்ல மனிதனை உன்னால் அனுப்பிவைக்க முடியுமென்றால் என்னிடம் அனுப்பிவை, அவனையும் நான் திருப்திப் படுத்தி அனுப்புகிறேன், ஆனால் நீயோ ஒரு பொறுக்கி!' இதோ, இதைத்தான் அவர் சொன்னார், ஐயா. 'உண்மையாகவே மேதமை பொருந்திய மனிதர் அவர்! இல்யூஷாவும் நானும் அங்கிருந்து வந்து விட்டோம் ஐயா, ஆனால் அவனுடைய மனத்தில் இந்தக் காட்சி என்றென்றும் அழியாத ஒன்றாகப் பதிந்துவிட்டது. ஆமாம், நாங்கள் மேல்குடி மக்களாக முடியாது, ஐயா. ஆமாம், நீங்களே முடிவு செய்யுங்கள் ஐயா, எங்களுடைய குடிசைக்கு நீங்கள் வந்தீர்கள்தானே, வந்து என்ன பார்த்தீர்கள் ஐயா? மூன்று பெண்கள் உட்கார்ந்திருக் கிறார்கள், ஐயா, அதில் ஒருத்தி நொண்டியாக, மன உறுதியில்லாமல் இருக்க, அடுத்தவளோ நொண்டியாக, கூன் முதுகுடன் உட்கார்ந்திருக்க, மூன்றாமவளோ கால்களுடன், அதி புத்திசாலியான மாணவியாக,

மீண்டும் பீத்தர்புர்கிற்கு, நேவா நதிக்கரையில் ரஷ்யப் பெண்களுக்கான உரிமையை நிலைநாட்ட வேண்டுமென்ற வேகத்துடன் இருக்கிறாள். இல்யூஷாவைப் பற்றி நான் சொல்லவே வேண்டியதில்லை, ஐயா, அவனுக்கு ஒன்பது வயதுதான் ஆகிறது, ஐயா, தனியாக இருக்கிறான்; ஒரு சமயம் நான் இறந்துபோனால் இவர்களெல்லாம் என்ன ஆவார்கள்? அதைத்தான் உங்களிடம் நான் கேட்கிறேன் ஐயா! இப்படி இருக்கையில் அவரை நான் என்ன ஒத்தைக்கு ஒத்தை சண்டை போடவா கூப்பிட முடியும்? அப்படியே அந்தச் சண்டையில் நான் இறந்துபோனால் இவர்களின் கதி என்னவாகும் ஐயா? அதற்கும் மேலாகச் சண்டையில் அவர் என்னைக் கொல்லாமல் ஊனமாக்கிவிட்டாரென்றால், என்னால் வேலை செய்துகூடப் பிழைக்க முடியாதே; ஆனால் வயிறு இருக்கும் தானே, அப்படியிருக்கையில் என்னுடைய வயிற்றிற்கும் அவர்களுடைய வயிற்றிற்கும் யார் சோறு போடுவது, ஐயா? ஒருவேளை இல்யூஷாவை வேண்டுமானால் நான் பள்ளிக்கு அனுப்பாமல் பிச்சையெடுக்க அனுப்பலாம்! சண்டை என்பதன் அர்த்தம் இதுவாகத்தான் இருக்கும் என்று எனக்குப் படுகிறது; ஒத்தைக்கு ஒத்தையாக நின்று சண்டை போடும் 'டூயல்' என்ற வார்த்தையே முட்டாள்தனமான வார்த்தையாகத் தான் எனக்குப்படுகிறது ஐயா.'

'அதே அந்தச் சதுக்கத்தில் மண்டியிட்டு அவன் உங்களிடம் மன்னிப்புக் கேட்பான்' என்று தன்னுடைய கண்கள் சிவக்க மறுபடியும் உரக்கச் சொன்னான் அல்யோஷா.

'அவரை நான் நீதிமன்றத்திற்கு இழுக்க விரும்பினேன்' என்றபடி தொடர்ந்த அந்தப் படைத்தளபதி, 'ஆனால், நம்முடைய சட்டப்படி, தனிப்பட்ட என்னுடைய இந்தக் காயங்களுக்கு நஷ்டஈடு ஒன்றும் அதிகமாகக் கிடைத்துவிடப் போவதில்லை, இல்லையா ஐயா? அப்போதுதான் அக்ரஃபேனா அலெக்ஸாந்தரவ்னா திடீரென்று என்னைக் கூப்பிட்டுக் கத்தினாள், 'அப்படி நினைத்துக்கூடப் பார்க்காதே! நீதிமன்றத்துக்கு அவனை நீ இழுத்தால், உன்னுடைய கயமைத் தனத்திற்காக அவன் உன்னை அடித்தான் என்று சொல்லி உன்னை நான் நீதிமன்றத்துக்கு இழுத்துவிடுவேன்' என்றாள். யாரிடமிருந்து இந்தக் கயமைத்தன்மை வெளிப்படுகிறது; யாருடைய கட்டளையின் பேரில் இது நடந்தது என்று கடவுள் ஒருவருக்குத்தான் தெரியும்; நானோ வெறும் ஒரு துரும்பு ஐயா; இது ஃபியோதர் பாவ்லவிச்சின் உத்தரவின் பேரிலும் அவளுடைய உத்தரவின் பேரிலும் தானே நடந்தது? அது மட்டுமல்லாமல் இன்னும் ஒன்றைச் சொன்னாள், 'இங்கு ஒரு பைசாகூடச் சம்பாதிக்க முடியாமல் உன்னை நான் விரட்டியடிப்பேன். என்னுடைய வியாபார நண்பனிடமும் இதைப் பற்றிச் சொல்வேன் (அவள் அந்தக் கிழவரை இப்படித்தான் அழைத்தாள் – என் வணிகன் என்று) அவரும் உன்னை விரட்டியடிப்பார்' என்றாள். அதனால், நான் யோசித்துப் பார்த்தேன், அந்த வணிகனும் என்னைத் துரத்தியடித்துவிட்டால் நான் எங்கே போய் வேலைசெய்து பிழைப்பது? ஆனால், எனக்கு உதவ இவர்கள் இருவரும்தான் இருக்கிறார்கள்; உங்களுடைய தந்தை பியோதர் பாவ்லவிச்சோ என்னை நம்பாதது

கரமாஸவ் சகோதரர்கள் 335

மட்டுமின்றி, தேவையில்லாத ஒரு காரணத்திற்காக ஐயா, நான் கையெழுத்து போட்ட ரசீதுகளை வைத்துக்கொண்டு என்னை கோர்ட்டுக்கு இழுக்கப் பார்க்கிறார். அதனால் இறுதியாக நான் அமைதியாகிவிட்டேன், ஐயா; நீங்களே பார்க்கிறீர்கள் தானே, எந்த அளவுக்கு நான் தாழ்ந்துபோயிருக்கிறேன் என்று, சரி, இப்போது என்னைக் கேட்க அனுமதியுங்கள், உங்களுடைய விரலை இல்யூஷா மிக ஆழமாக, வலிக்கும்படி கடித்துவிட்டானா? குடிசையில் அவனுக்கு முன்னால் எதையும் நான் விளக்கமாகக் கேட்க விரும்பவில்லை.

‘ஆமாம், பயங்கரமாக வலிக்கிறது, மிகவும் எரிச்சலுடன் அவன் இருந்திருக்கிறான். நான் கரமாஸவ் என்ற முறையில், உங்கள் சார்பாக, அவன் என்மூலம் பழிதீர்த்துக்கொண்டான் என்பது இப்போது எனக்குத் தெளிவாகத் தெரிகிறது. நீங்கள் பார்த்திருக்க வேண்டும், எப்படி அவன் தன் தோழர்களுடன் – பள்ளிச் சிறுவர்களுடன் சேர்ந்துகொண்டு கற்களை என்மீது வீசினான் என்று. அது பயங்கரமாக இருந்தது; அவனை அவர்கள் கொன்றிருக்கக்கூடும்; புத்தியில்லாமல் குழந்தைகள் கற்களை வீசிக்கொண்டதில் அவனுடைய தலையைக் கூட அவர்கள் உடைத்திருக்கக் கூடும்.’

‘ஆமாம், அது அவனுடைய தலையில் படவில்லையே தவிர, ஐயா, நெஞ்சில் பட்டுக் கன்றிப் போய் விட்டது ஐயா. அழுதுகொண்டே, முனகிக்கொண்டே வந்தவன், இப்போது உடம்பு சரியில்லாமல் படுத்திருக்கிறான்.’

‘உங்களுக்குத் தெரியுமா, முதன்முதலாக அவன்தான் எல்லோரையும் தாக்க ஆரம்பித்தான்; உங்களுக்காக அவன் என்னைப் பழிதீர்த்துக் கொண்டான்; சிறுவர்கள் சொன்னார்கள், அவன் கிரசோத்கின் என்ற பையனை ஒரு பேனாக் கத்தியால் குத்திவிட்டான் என்று . . .’

‘அதைப் பற்றி நானும் கேள்விப்பட்டேன், பயங்கரம், ஐயா கிரசோத்கின் இங்கு வேலை பார்க்கும் ஒரு அதிகாரி, ஏதாவது ஒரு பிரச்சினையில் இது போய் முடியலாம் ஐயா . . .’

‘உங்களுக்கு ஒரு யோசனை சொல்கிறேன்’ என்று இதமாகத் தொடர்ந்த அல்யோஷா, ‘கொஞ்ச நாள் நீங்கள் அவனைப் பள்ளிக்கு அனுப்பாதீர்கள், அவன் அமைதியாகும்வரை . . . அவன் கோபம் தணியும்வரை . . .’

‘கோபம், ஐயா!’ என்ற வார்த்தையைப் பிடித்துக்கொண்ட படைத் தளபதி, ‘குறிப்பாகக் கோபம்தான், ஐயா. சிறு பையனிடம் இருக்கும் மிகப்பெரிய கோபம், ஐயா. உங்களுக்கு இதெல்லாம் புரியாது, ஐயா. இது சம்பந்தமாக ஒரு விஷயத்தை விளக்கமாகச் சொல்ல அனுமதியுங்கள். அதாவது, அந்தச் சம்பவத்திற்குப் பிறகு பள்ளி மாணவர்களெல்லாம் அவனைப் புருடை நார் என்று கேலி செய்ய ஆரம்பித்து விட்டார்கள். பள்ளிச் சிறுவர்கள் கொஞ்சமும் இரக்கமில்லாதவர்கள்: அவர்களைத் தனித்தனியாகப் பார்த்தால் அவர்கள் கடவுளின் குழந்தைகள், ஆனால் குறிப்பாக எல்லோரையும் ஒன்றாகப் பள்ளியில் பார்த்தால், இரக்கமே

இல்லாதவர்கள். அவர்கள் இவனைக் கேலிசெய்ய ஆரம்பித்ததால் இல்யூஷாவின் தூய்மையான ஆத்மா வெகுண்டெழுந்துவிட்டது. சாதாரணப் பையன், வலிமையில்லாத மகன் – தன்னுடைய தந்தைக்காக வெட்கப்பட்டு, தனி ஒரு மனிதனாக, எல்லோரையும் எதிர்த்து நின்று சமாதானத்தை வலியுறுத்தினான். இது எல்லாமே அவனுடைய அப்பாவுக்காக, உண்மைக்காக, ஐயா, நியாயத்திற்காக, ஐயா. உங்களுடைய சகோதரனின் கைகளை அவன் முத்தமிட்டுக் கதறியபோது, எதையெல்லாம் அவன் பொறுத்துக்கொள்ள வேண்டி இருந்தது: 'அப்பாவை மன்னித்துவிடுங்கள், அப்பாவை மன்னித்துவிடுங்கள்' என்று அவன் கதறியது கடவுள் ஒருவருக்குத்தான் தெரியும், ஐயா. அப்படியே எனக்குத் தெரியும், ஐயா. இப்படிப்பட்டவர்கள் தான் நம்முடைய குழந்தைகள் – அதாவது கேவலமான நிலையில் இருக்கும் குழந்தைகள், உங்களுடைய குழந்தைகள் அல்ல, எங்களுடைய குழந்தைகள், ஆனால், நல்ல குழந்தைகள் – ம் – ஒன்பது வயதிலேயே இந்த வாழ்வின் உண்மையைத் தெரிந்துகொள்ளும் குழந்தைகள். ஆனால் பணக்காரக் குழந்தைகளுக்கு அது எங்கே தெரியப்போகிறது: இவ்வளவு ஆழமான விஷயங்களைப் பற்றி அவர்கள் தங்களுடைய வாழ்நாளில் எப்போதுமே யோசித்துப் பார்க்கமாட்டார்கள், ஆனால் என்னுடைய இல்யூஷா, அந்த நிமிடம், அந்தச் சதுக்கத்தில், அவருடைய கைகளைப் பிடித்து எப்படி முத்தமிட்டான், அந்த நிமிடமே, அவன் முழு உண்மையையும் புரிந்துகொண்டான். அந்த உண்மை அவனுள் ஊடுருவிச் சென்று காலத்திற்கும் அவனை நொறுக்கிவிட்டது' என்று ஆத்திரம் பொங்க வெறிபிடித்தவர் போல மீண்டும் சொன்ன அந்தப் படைத்தளபதி, இல்யூஷாவின் ஆன்மாவுக்குள் அந்த "உண்மை" எவ்வளவு ஆழமாக ஊடுருவிச் சென்றிருக்கும் என்பதை உணர்த்தும் விதத்தில் தன்னுடைய வலது கை முஷ்டியால் இடது உள்ளங்கையை வைத்து நெறித்தார். 'அன்றுதான் அவனுக்குக் காய்ச்சல் வந்து இரவு முழுவதும் அவன் உளறிக்கொண்டே இருந்தான். அவன் அதிகமாக எதையும் என்னிடம் பேசவில்லை; சொல்லப்போனால், அமைதியாகவே இருந்தான்; நான் கவனித்ததெல்லாம் இதைத்தான்: ஒரு மூலையில் உட்கார்ந்து கொண்டு ஜன்னலைப் பார்த்தபடி பாடங்களைப் படிப்பதுபோல அவன் பாசாங்கு செய்துகொண்டு என்னையே அவன் பார்த்துக் கொண்டிருந்தான்; பாடத்தில் அவன் கவனத்தைச் செலுத்தவில்லை என்று எனக்குத் தெரியும். அடுத்த நாள் நான் கொஞ்சம் அதிகமாகக் குடித்துவிட்டேன், ஐயா, நிறைய விஷயத்தை மறந்துவிட்டேன், நான் ஒரு பாவி, துயரங்களால் ஆனவன். ஐயா உடனே என்னுடைய அம்மா அழ ஆரம்பித்துவிட்டாள்; ஐயா அவளை நான் மிகவும் நேசிக்கிறேன், ஐயா. ஆனால், என்னுடைய வேதனையை மறக்க என்னிடமிருந்த கடைசிப் பணத்தையும் நான் குடித்துச் செலவழித்து விட்டேன். ஐயா பெருமகனே, அதற்காக நீங்கள் என்னை வெறுக்கக் கூடாது: ரஷ்யாவில், குடிகாரர்கள் மிகவும் இரக்கமானவர்கள். நம்மிடையே குடிகாரர்கள் அதிகம். அன்று நான் குடித்துவிட்டுப் படுத்திருந்தேன், அதனால் எனக்கு இல்யூஷாவைப் பற்றிய நினைவே இல்லாமல் இருந்தது; ஆனால், அன்றுதான் பள்ளியில் அவனை

எல்லோரும் காலையிலிருந்தே கேலிசெய்திருக்கிறார்கள்: ‘நார்ப் பயல்’ என்று அவனைப் பார்த்துக் கத்தியபடி, ‘உன் அப்பாவை, அவருடைய நார்த் தாடியைப் பிடித்திழுத்து சதுக்கத்திற்கு இழுத்துச் செல்ல, நீயோ அவர் பின்னால் ஓடி மன்னிப்பு கேட்டாய்’ என்று கேலி செய்திருக்கிறார்கள். மூன்றாவது நாளும் பள்ளியிலிருந்து அவன் வந்ததும் பார்க்கிறேன், அவனுடைய முகமே சரியில்லை, வெளுத்துப் போயிருந்தது. என்ன நடந்தது? என்று அவனிடம் கேட்டேன். அவன் பதில் ஒன்றும் சொல்லவில்லை. ஆமாம், வீட்டில் எதுவுமே பேசமுடியாது, உடனே அம்மாவும் மற்ற பெண்களும் சேர்ந்துகொள் வார்கள்; நடந்த இந்தச் சம்பவத்தைப் பற்றியெல்லாம் அவர்களுக்கு முதல்நாளே தெரியும். வார்வரா, அந்த, நிக்கலாவ்னா ஏற்கெனவே பிதற்ற ஆரம்பித்துவிட்டாள்:

‘கோமாளி, பரியாசகரிடம் அறிவுள்ள எதையும் எதிர்பார்க்க முடியுமா என்ன?’ உடனே நான், ‘மிகச் சரியாக’ என்று பதிலளித்தபடி, ‘வார்வரா நிக்கலாவ்னா, அறிவுப்பூர்வமாக ஏதாவது ஒன்று நம்மிடம் இருக்க முடியுமா?’ என்று கேட்டேன். இப்படியாக அந்த நிமிட வாக்குவாதம் முடிந்தது. மாலை வேளையில், ஐயா நான் என்னுடைய பையனைக் கூட்டிக்கொண்டு காலார நடக்கச் சென்றேன். உங்களுக்குத் தெரிய வேண்டும், ஐயா ஒவ்வொரு மாலை வேளையும் நாங்கள் இருவரும் நடப்போம், இதோ இந்தச் சாலை வழியாகத் தான் நாங்கள் நடந்துபோவோம்; எங்களுடைய வீட்டிலிருந்து அதோ அங்குத் தெரிகிறதே ஒரு பெரிய கல் வேயப்பட்ட அந்த வேலிக்கருகே, அங்கே தான் நம்முடைய நகரத்தின் மேய்ச்சல் நிலம் ஆரம்பிக்கிறது; அதுவரை நாங்கள் நடந்துபோவோம்: அது ஒரு இனிமையான, தனிமையான இடம் ஐயா. எப்போதும் போல என்னுடைய கையை அவனுடைய கைகளுடன் கோத்துக்கொண்டு நானும் இல்யூஷாவும் நடந்துபோனோம்; அவனுடைய சின்னக் கைகள், மெலிதான விரல்கள் சில்லிட்டுப் போயிருந்தன, ஆனால் என்னுடைய மனமோ சங்கடத்தில் ஆழ்ந்திருந்தது. ‘அப்பா, அப்பா!’ என்றான் அவன். ‘என்ன?’ என்று அவனிடம் நான் கேட்டேன்; அவனுடைய கண்கள் ஒளிர்வதை நான் பார்த்தேன். ‘அப்பா, அவர் ஏன் அப்படி உன்னிடம் நடந்துகொண்டார்!’ ‘என்ன செய்வது இல்யூஷா.’ ‘அவனுடன் சமாதானமாகப் போகாதே, சமாதான மாகப் போகாதே. பள்ளிச் சிறுவர்கள் சொல்கிறார்கள், அவர் உனக்குப் பத்து ரூபிள்கள் கொடுத்தார் என்று.’ ‘இல்லை, இல்யூஷா, அவரிட மிருந்து நான் பணம் எதுவும் வாங்கவில்லை, எப்போதுமே எதற்காகவுமே நான் பணம் வாங்க மாட்டேன்’ என்றேன். இதைக் கேட்டு அவன் உடல் முழுதும் நடுங்கியது; தன்னுடைய இரண்டு கைகளாலும் அவன் என்னுடைய கைகளைப் பற்றி மீண்டும் ஒருமுறை முத்த மிட்டான். ‘அப்பா, அவரைச் சண்டைக்கு அழை, பள்ளிக்கூடத்தில் எல்லோரும் என்னைக் கேலிசெய்கிறார்கள், நீ கோழை என்றும், தனியாகச் சண்டைக்குப் போக மாட்டாயென்றும், அவரிடமிருந்து நீ பத்து ரூபிள்களை வாங்கிக் கொண்டாய் என்றும் கேலிசெய்கிறார்கள்.’ ‘சண்டையை, இல்யூஷா, ஊக்குவிப்பது என்னால் முடியாத காரியம்’ என்று பதிலளித்தபடி அது சம்பந்தமாக உங்களிடம் சொன்ன கருத்தை

அவனிடம் நான் சுருக்கமாகச் சொன்னேன். நான் சொன்னதை அவன் கேட்டுக்கொண்டான். 'அப்பா, அப்பா, இருந்தாலும் அவரிடம் நீ சமாதானமாகப் போகாதே; நான் வளர்ந்து பெரிய ஆளானதும் நானே அவனைச் சண்டைக்கு அழைத்து அவனைக் கொன்றுவிடுகிறேன்!' என்றான். அவனுடைய கண்கள் ஒளிர்ந்து கனலாய்க் கனன்றன: எது எப்படியிருந்தாலும், நான் ஒரு தகப்பன், ஆகவே அவனிடம் 'ஒருவரை சண்டைக்கு அழைத்துக் கொல்வது என்பது பாவமான செயல்' என்றேன். 'அப்பா, அப்பா, நான் பெரியவனானதும் அவனை வீழ்த்துவேன், அவனுடைய கைகளிலிருக்கும் வாளை உருவி, அவனைக் கீழே தள்ளி, என்னுடைய வாளை மேலே உயர்த்திப் பிடித்து அவனிடம் 'உன்னை என்னால் இப்போது கொல்ல முடியும், ஆனால் மன்னித்து விட்டு விடுகிறேன், போ!' என்று சொல்வேன். அந்தச் சின்ன மண்டைக்குள் என்னவெல்லாம் நடந்துகொண்டிருக்கிறது என்று பாருங்கள், பாருங்கள், பெருங்குடி மகனே, இரண்டு நாட்களாக, அல்லும் பகலுமாக வாள்வீசிப் பழிதீர்த்துக்கொள்வது எப்படி என்று தான் அவன் நினைத்துக்கொண்டும் உளறிக்கொண்டும் இருந்தான் ஐயா. இது நடந்த மூன்றாவது நாள்தான் பள்ளியிலிருந்து அவன் பலமாக அடிபட்டு வந்தான்; நீங்கள் சொன்னது சரிதான், ஐயா; இனிமேல் அவனை அந்தப் பள்ளிக்கு அனுப்பமாட்டேன். அவன் ஒருவன் தனியாக இருக்க, வகுப்பிலிருக்கும் எல்லா மாணவர்களும் அவனுக்கு எதிராக இருக்கிறார்கள். வெறுப்புடன் மன வேதனையுடன் அவன் கொதித்துக்கொண்டிருப்பதைப் பார்க்க எனக்குப் பயமாக இருக்கிறது. மீண்டும் நாங்கள் இருவரும் காலார நடக்க ஆரம்பித்தோம். 'அப்பா, பணக்காரர்கள் இவ்வுலகில் எல்லோரையும்விட வலிமை யானவர்களா?' 'ஆம், இல்யூஷா, இவ்வுலகில் பணக்காரர்களைவிட வலிமை வாய்ந்தவர்கள் வேறு யாரும் இல்லை.' 'அப்படியானால் அப்பா நானும் பணக்காரனாகி, அதிகாரியாக உயர்ந்து, எல்லோரையும் வீழ்த்துவேன்; அப்போது ஜார் மன்னர் என்னைப் பாராட்டிப் பரிசளிப்பார்; அதன் பிறகு நான் இங்குத் திரும்பி வருவேன்; அப்போது யாரும் என்னை நெருங்க முடியாது . . .' சிறிது நேரம் மௌனமாக இருந்தவன், உதடுகள் துடிக்கச் சொன்னான்: 'அப்பா, நம்முடைய ஊர்தான் எவ்வளவு பொல்லாத ஊர்!' 'ஆம், இல்யூஷெச்கா, நம்முடைய ஊர் நல்ல ஊரே அல்ல.' 'அப்பா, நாம் வேறு ஏதாவது ஒரு நல்ல ஊருக்குப் போகலாம், நம்மைப் பற்றித் தெரியாத ஒரு ஊருக்குப் போகலாம்.' 'போகலாம், வேறெங்காவது போகலாம் இல்யூஷா, கொஞ்சம் காசு சேர்த்துக்கொள்கிறேன்.' கெட்ட எண்ணங்களிலிருந்து அவன் மீண்டு வந்ததை எண்ணி நான் சந்தோஷப்பட்டுக் கொண்டு, நாங்கள் இருவரும் எப்படி வேறு ஒரு ஊருக்குப் போய் எங்களுக்காகக் குதிரையையும் குதிரைவண்டியையும் வாங்குவது என்பதைப் பற்றிக் கனவு காண ஆரம்பித்தோம். அம்மாவையும் அக்காவையும் பாதுகாப்பாக வண்டியிலமர்த்தி உட்காரவைத்து நாங்களிருவரும் இருபுறமும் நடந்து வர, கொஞ்ச தூரம் அவனையும் நான் வண்டியிலேற்றிக்கொண்டு அவன் பக்கமாக நான் மட்டும் நடந்து வருவது போல கற்பனை செய்துகொண்டு, குதிரைக்கு அதிக பாரம் கொடுக்காதவாறு வண்டியில்

எல்லோரும் உட்காராமல், பெண்களை மட்டும் வண்டியில் அமர்த்திக் கூட்டிக்கொண்டு போவது போல நாங்கள் கனவு கண்டோம். இதைக் கேட்டு அவன் வியந்துபோனான், முக்கியமாக, எங்களுக்கு என்று சொந்தக் குதிரையும் அதில் அவன் ஏறிச் சவாரி செய்வதையும் கேட்டு அவன் வியந்துபோனான். குதிரை என்பது ரஷ்யச் சிறுவனின் ரத்தத்திலேயே ஊறி இருப்பது தெரிந்த விஷயம்தானே. இப்படியாக நாங்கள் நீண்ட நேரம் பேசிக்கொண்டிருந்தோம், நல்லவேளை கடவுளுக்கு நன்றி சொல்ல வேண்டும், அவனுடைய மனதை நான் வேறு பக்கமாகத் திருப்பி அவனை அமைதிப்படுத்தியதற்கு. இது மூன்று நாட்களுக்கு முன்பு மாலை வேளையில் நடந்தது; ஆனால் நேற்று மாலை முற்றிலும் வேறான ஒரு சம்பவம் நடந்தது. காலையில் அவன் பள்ளிக்குச் சென்றான், திரும்பி வரும்போது பார்ப்பதற்கு அவன் பயங்கரமாக, மிகப் பயங்கரமாக இருந்தான். சாயங்காலம் அவன் கையைப் பிடித்துக்கொண்டு காலார நான் நடந்துவந்தேன்; மௌனமாக அவன் இருந்தான்; ஒன்றுமே பேசவில்லை. அப்போது காற்று வீச ஆரம்பித்து, மேகங்களுக்கிடையே சூரியன் மறைந்து, இலையுதிர் காலம் ஆரம்பித்த வேளையில் ஏற்கெனவே இருட்டிப் போயிருந்தது – இருவரும் சோகமாக நடந்து வந்தோம். 'சரி, மகனே, எப்போது நாம் புறப்படப் போகிறோம்?' என்று நேற்று பேசிய விஷயத்தையே நான் திரும்ப ஆரம்பித்தேன். அவன் ஒன்றும் பேசாமல் அமைதியாக இருந்தான். ஆனால், அவனுடைய விரல்கள் நடுங்குவதை நான் உணர்ந்தேன். 'ஏ, இது சரியல்ல, ஏதோ ஒரு புதிய பிரச்சினை முளைத்துவிட்டது' என்று நான் நினைத்தேன். இதோ இந்தப் பெரிய கல் இருக்கும் இடத்திற்கு நாங்கள் வந்துசேர்ந்தோம்; அந்தக் கல் மீது நான் அமர்ந்தேன்; வானத்தில் ஏறக்குறைய முப்பது பட்டங்கள் சிறகடித்துப் பறந்துகொண்டிருந்தன. அது பட்டம் விடும் காலமாக இருந்தது.

'நாமும் நம்முடைய போன வருஷத்துப் பட்டங்களை எடுத்து விட வேண்டும், இல்யூஷா, அதை எங்கே நீ ஒளித்துவைத்திருக்கிறாய், எடு, அவற்றை நான் ஒழுங்குபடுத்தித் தருகிறேன்' என்றேன். ஒன்றும் பேசாமல் அவன் வேறு பக்கமாகத் திரும்பியபடி என் பக்கத்தில் நின்றுகொண்டிருந்தான். திடீரென்று காற்று பலமாக வீசி மணலை வாரி இறைத்தது. திடீரென்று அவன் ஓடி வந்து, இரு கைகளாலும் என்னைக் கட்டிக்கொண்டு, கழுத்தை அணைத்தபடி, இறுக என்னைப் பற்றிக்கொண்டான். உங்களுக்குத் தெரியுமா, கர்வத்துடன் அமைதியாகத் தங்களுடைய அழுகையை நீண்ட நேரம் அடக்கி வைத்துக்கொண் டிருக்கும் சிறுவர்களுக்குத் துக்கம் தாங்க முடியாமல் மேலிடும்போது அவர்கள் கண்களிலிருந்து கண்ணீர் துளிகளாய் வருவதில்லை, நீரோடையாய்ப் பெருக்கெடுத்துவிடுகிறது. அப்படிப் பெருகிவந்த கண்ணீர் மடையில் சூடான அவனுடைய கண்ணீர் என்னுடைய முகத்தை அப்படியே நனைத்தது. அந்தப் பெரிய கல்லின் மீதமர்ந்து அவன் என்னைக் கட்டி அணைத்தபடி உடல் நடுங்கக் குலுங்கி அழுதான். 'அப்பா, என் செல்ல அப்பா, உன்னை அவன் எப்படிக் கேவலப்படுத்திவிட்டான்!' இதைக் கேட்டு நானும் அவனைக் கட்டி

அணைத்துக் குலுங்கி அழுதேன். 'அப்பா, என் செல்ல அப்பா!' என்றான். நானும் 'இல்யூஷா, இல்யூஷெச்கா!' என்றேன். அப்போது யாருமே எங்களைப் பார்க்கவில்லை. கடவுள் ஒருவர் மட்டுமே எங்களைப் பார்த்தார்; ஒரு சமயம் இதை அவர் என்னுடைய கணக்கில் சேர்த்தாலும் சேர்த்துக்கொள்வார் ஐயா. அலெக்ஸெய் ஃபியோதரவிச், உங்களுடைய அண்ணனுக்கு நன்றி சொல்லுங்கள். இல்லை, ஐயா உங்களுடைய திருப்திக்காக என்னுடைய பையனை நான் அடிக்க மாட்டேன், ஐயா, அடிக்கவே மாட்டேன்!'

மீண்டும் அவர் அதே அந்தப் பழைய கோமாளித்தனத்துடன், கோபத்துடன் பேசி முடித்தார். அல்யோஷாவின் இடத்தில் வேறு யார் இருந்திருந்தாலும், அவர் இப்படிப் பேசியிருக்கமாட்டார்; இது அவர் அல்யோஷாவின் மேல் கொண்டிருந்த நம்பிக்கையின் பேரில் தான் இப்படிப் 'பேசினார்' என்பதை அல்யோஷா உணர்ந்தான். அல்யோஷாவுக்கு அது உற்சாகத்தைக் கொடுத்தாலும், அவனுடைய உள்ளம் கண்ணீரில் துடித்துக்கொண்டிருந்தது.

'ஹா, உங்களுடைய மகனுடன் சமாதானமாகப் போக எவ்வளவு தூரம் நான் ஆசைப்படுகிறேன்!' என்று ஆச்சர்யம் பொங்கச் சொன்னான் அல்யோஷா. 'நீங்கள் மட்டும் அதற்கு வழியமைத்துக் கொடுத்தால் . . .'

'கண்டிப்பாக' என்று முணுமுணுத்தார் படைத்தளபதி.

'ஆனால், இந்த முறை அதைப் பற்றிப் பேச அல்ல நான் வந்தது, அதைப் பற்றிப் பேசவே அல்ல, கேளுங்கள்' என்று ஆச்சர்யத்துடன் தொடர்ந்தான் அல்யோஷா. 'எனக்கு ஒரு விஷயத்தை உங்களிடம் சொல்ல வேண்டும். என் அண்ணன், அந்தத் திமித்ரி, தன் மணப் பெண்ணையும் கேவலப்படுத்திவிட்டான்; அவள் மிகச்சிறந்த ஒரு பெண்மணி; அவளைப் பற்றி நீங்கள் கேள்விப்பட்டிருக்கலாம். அவளைக் கேவலப்படுத்திய விஷயத்தைச் சொல்ல எனக்கு உரிமை இருக்கிறது, இன்னும் சொல்லப் போனால், அதைப் பற்றி நான் கண்டிப்பாகச் சொல்ல வேண்டும், ஏனெனில் நீங்கள் பட்ட அவமானத்தைப் பற்றி அவள் கேள்விப்பட்டு, மனவருத்தத்திற்குரிய உங்களுடைய நிலையை அவள் தெரிந்துகொண்டு, என்னிடம் அவள் . . . இதை . . . உங்களுக்கு உதவும் பொருட்டு என்னிடம் கொடுத்தனுப்பினாள் . . . ஆனால், இதை அவள்தான் கொடுத்தாள், திமித்ரி அல்ல; அவளை அவன் நிராகரித்துவிட்டான்; வேறு யாரும் இதைக் கொடுக்கவில்லை, நானோ என் சகோதரனோ இதைக் கொடுக்கவில்லை; அவள், அவளே தான் கொடுத்தாள்! அவளுடைய உதவியை நீங்கள் ஏற்றுக்கொள்ள வேண்டுமென்று அவள் உங்களைக் கெஞ்சிக் கேட்டுக்கொள்கிறாள் . . . நீங்கள் இருவருமே அந்த மனிதரால் அவமானப்பட்டுவிட்டீர்கள் . . . அதே அந்த அவமானத்துக்கு (அவமானத்தின் சக்திக்கு) அவள் உட்பட்டபோது, நீங்கள் பட்ட அதே அந்த அவமானத்தை அவள் நினைத்துப் பார்த்தாள்! இதனுடைய அர்த்தம், ஒரு தங்கை தன் சகோதரனுக்கு உதவ நினைப்பதுதான் . . . இதுதான், உங்களுக்குத் தங்கையாக இருந்து அவள் உதவும் இந்த இருநூறு ரூபிள்களை நீங்கள்

ஏற்றுக்கொள்ள வேண்டுமென்று அவள் என்னை மிகவும் கேட்டுக் கொண்டாள். யாருக்கும் இது தெரியப்போவதில்லை, எந்தவித நியாயமற்ற வம்பு தும்புகளுக்கும் இடம் இருக்கப் போவதில்லை . . . இந்த இருநூறு ரூபிள்களை நீங்கள் கட்டாயம் ஏற்றுக்கொள்ள வேண்டும், இல்லையென்றால் . . . இல்லையென்றால், நீங்கள் இருவருமே இவ்வுலகில் ஒருவருக்கொருவர் எதிரிகளாகிவிடுவீர்கள்! ஆனால், இவ்வுலகில் சகோதரத்துவம் இருக்கத்தானே செய்கிறது . . . உங்களுக்குள் நல்ல ஆன்மா இருக்கிறது . . . நீங்கள் இதைப் புரிந்துகொள்ள வேண்டும், நிச்சயமாகப் புரிந்துகொள்ள வேண்டும்! . . .'

இப்படியாக, அல்யோஷா புத்தம் புதிய, வானவில் நிறங்கொண்ட இரண்டு நூறு ரூபிள் வங்கிக் காசோலைகளை எடுத்து அவரிடம் நீட்டினான். அப்போது அவர்கள் இருவரும் வேலிப்பக்கமிருந்த பெரிய கல்லின் அருகே யாருமில்லாத இடத்தில் நின்றுகொண்டிருந்தார்கள். அந்த வங்கிக் காசோலைகள் படைத்தளபதியின் மனத்தில் இருந்த உணர்வை ஆழமாகத் தூண்டியது போலும்: முதலில் ஆச்சர்யத்தில் அவர் ஆடிப்போனார்; இதைப் போன்ற ஒன்றை அவர் கனவில்கூடக் கண்டதில்லை; இப்படி ஒன்று நடக்குமென்று அவர் எதிர்பார்க்கவே இல்லை. ஒருவரிடமிருந்து உதவி, அதுவும் முக்கியமான ஒருவரிட மிருந்து உதவி கிடைக்கும் என்று அவர் கனவிலும் எதிர்பார்க்கவில்லை. அந்த வங்கிக் காசோலைகளை அவர் கையில் வாங்கியபோது, அவரால் ஒரு நிமிடம் பேசக்கூட முடியவில்லை; புதிதாக ஏதோ ஒன்று அவருடைய முகத்தில் மின்னல் வேகத்தில் வெட்டிப் போனது.

'இது எனக்கா, எனக்கா, இவ்வளவு பெரிய தொகை இருநூறு ரூபிள்கள் எனக்கா! ஓ, கடவுளே! இவ்வளவு பெரிய தொகையைக் கடந்த நான்கு ஆண்டுகளாக நான் என் வாழ்வில் பார்க்கவே இல்லை, பெருங்குடி மகனே! இதைக் கொடுத்தவள் வேறு என் தங்கை என்று சொல்கிறாள் . . . இது உண்மையா, உண்மைதானா?'

'சத்தியமாகச் சொல்கிறேன், நான் சொல்வதெல்லாம் உண்மை!' என்று உணர்ச்சிப் பிரவாகத்தில் பதிலளித்தான் அல்யோஷா. அந்தப் படைத்தளபதி சிவந்துபோனார்.

'கேளுங்கள் ஐயா, என் அருமையானவரே, கேளுங்கள், இப்போது நான் இதை வாங்கிக்கொண்டால், நான் ஒரு பொறுக்கி என்றாகிவிட மாட்டேனா? அலெக்ஸெய் ஃபியோதரவிச், உங்கள் முன்பு நான் ஒரு பொறுக்கி என்றாகிவிட மாட்டேனா? வேண்டாம், ஐயா, அலெக்ஸெய் ஃபியோதரவிச், கேளுங்கள், நான் சொல்வதைக் கேளுங்கள்' என்று அவர் வேகமாக அல்யோஷாவின் இரண்டு கைகளையும் பற்றி, 'தங்கை' கொடுத்தனுப்பினாள் என்று வேறு நயமாகச் சொல்லி, இதை வாங்கிக்கொள்ள வைக்கிறீர்கள்; ஆனால், இதை வாங்கிக் கொண்டால் உங்களுடைய ஆழ்மனத்தில், என்மீது வெறுப்பு உங்களுக்கு வராதா, ஐயா, ஹா?'

'இல்லை, இல்லவே இல்லை! மோட்சம் பெற விரும்பும் என்னுடைய துறவி வாழ்க்கையின் மீது சத்தியமாகச் சொல்கிறேன், சத்தியமாக

இல்லை! இது ஒருவருக்கும் தெரியப்போவதில்லை. நமக்கு மட்டுமே தெரியும் – எனக்கு, உங்களுக்கு, அப்படியே அவளுக்கும் இன்னும் ஒருத்திக்கும் அவளுடைய நெருங்கிய நண்பருக்கும் . . .'

'அவளை விடுங்கள்! கேளுங்கள், அலெக்ஸெய் ஃபியோதரவிச், முழுமையாகக் கேளுங்கள், ஐயா, நான் சொல்வதை முழுமையாகக் கேட்க வேண்டிய நேரம் வந்துவிட்டது, ஐயா இனிமேல் இந்த இருநூறு ரூபிள்களுக்கான அர்த்தம் என்னவாக இருக்கும் என்பதை உங்களால் புரிந்துகொள்ள முடியவில்லை' என்று தொடர்ந்த அந்தப் பரிதாபத்திற் குரிய படைத்தளபதி, புரிந்துகொள்ள முடியாத ஆச்சர்யத்திற்கும் நிலைகுலைவிற்கும் உள்ளானார். வார்த்தைகள் குழற, அதிர்ச்சியில் வேகமாகப் பேசியவர், எங்கே தான் சொல்வதை அல்யோஷா முழுமை யாகக் கேட்காமல் போய்விடுவானோ என்ற பயத்தில் அவசரமாகப் பேசினார். 'அதுமட்டுமல்ல, இந்தப் பணம் எவ்வளவு நேர்மையாக, மரியாதைக்குரிய, புனித, 'தங்கையால், ஐயா,' கொடுக்கப்பட்டிருக்கிறது எனவே, இதை நான் என் அன்பு அம்மாவுக்கும், நீனச்சுக்காவுக்கும் (நீனா – மகள்) கூன் விழுந்த என் தேவதை, மகளுக்குமான மருத்துவச் செலவுக்குப் பயன்படுத்திக் கொள்ளலாமல்லவா? இரக்க குணம் கொண்ட மருத்துவர் கெர்ஷென்ஸ்தூபே, இருவரையும் ஒரு மணி நேரமாகப் பரிசோதித்துப் பார்த்துவிட்டு 'ஒன்றுமே புரியவில்லை' என்று சொன்னவர், தாது உப்புகள் அடங்கிய திரவம் ஒன்றை எழுதிக் கொடுத்து, அதை எடுத்துக்கொண்டால் அவளுக்கு நல்லது என்றும், காலுக்குத் தேவையான மருந்து ஒன்றையும் குறிப்பிட்டு எழுதிக் கொடுத்தார். தாது உப்புகள் அடங்கிய அந்தத் திரவம் முப்பது கோபெக்குகள் (பைசாக்கள்), அது போன்று நாற்பது புட்டில் திரவத்தை அவள் குடிக்க வேண்டுமாம். அந்த மருந்துச் சீட்டை எடுத்து சாமி படத்திற்குக் கீழே நான் வைத்தேன்; அப்படியே அது அங்கேயே இருக்கிறது. நீனச்சுக்காவுக்கோ குளியல் தொட்டியில் மருந்து கலந்து சூடான தண்ணீரில் தினமும் காலையும் மாலையும் குளிப்பாட்ட வேண்டுமென்று மருந்தொன்றை எழுதிக் கொடுத்திருக்கிறார். ஆம், எங்கே நான் இந்த மருத்துவச் சிகிச்சைகளைச் செய்வது, ஐயா, எங்களுடைய இந்தச் சிறிய வீட்டில், உதவிக்குக் கூட ஆள் இல்லாத இடத்தில், குளியல் தொட்டியும் கிடையாது, தண்ணீரும் கிடையாது, ஐயா? நீனச்சுக்காவுக்கோ முடக்கு வாத நோய், அதைப் பற்றி நான் எதுவும் உங்களிடம் சொல்லவில்லை; இரவு முழுவதும் அவளுடைய வலது பக்கம் கடுமையாக வலிக்கும்; கஷ்டப்படுவாள்; நம்புவீர்களோ இல்லையோ, தேவதை, தாங்கிக்கொள்கிறாள்; எங்களை வேதனைப்படுத்தாமலிருக்க அவள் அந்த வலியைப் பொறுமையாகத் தாங்கிக்கொள்கிறாள். எங்களுக்கு எது கிடைக்கிறதோ அதைச் சாப்பிடுவோம்; ஆனால், அவளோ எது மீந்துபோகிறதோ அதை மட்டுமே சாப்பிடுவாள்; அதுகூட நாய்க்குப் போட வேண்டிய கடைசிச் சாப்பாடாக இருக்கும்: 'இந்தக் கடைசிவாய் சாப்பாட்டிற்குக் கூட நான் அருகதையற்றவள், சொல்லப் போனால், 'உங்களிடமிருந்து இதை நான் பறித்துச் சாப்பிடுகிறேன், உங்களுக்குப் பாரமாக இருக்கிறேன்' என்பது போலத்தான் கருணை மிகுந்த, தேவதையான அவளுடைய

பார்வை இருக்கும். அவளுக்கு நாங்கள் சேவை செய்கிறோம், ஆனால் அது அவளுக்குப் பாரமாக இருக்கிறது: 'இதற்கு நான் தகுதி இல்லாதவள் தகுதியில்லாதவள், இது எனக்குத் தேவையில்லை, நான் ஒரு நொண்டி, எதற்கும் உதவாதவள்' என்று சொல்பவள், தேவதைக்கே உரிய முக்தியை எங்களுக்கு ஈட்டித் தருகிறாள்; அவளில்லாமல், அவளுடைய அமைதி யான இந்த வார்த்தைகள் இல்லாமல், எங்கள் வீடு நரகமாய்ப் போய்விடும், ஐயா, சொல்லப்போனால், வார்வரா கூட அவளுடைய தாக்கத்தால் சற்றே அமைதியாகிவிட்டாள். அதற்காக வார்வரா, அந்த நிக்கலாயவ்னாவைக் குறைவாக எடைபோட்டுவிடாதீர்கள், ஐயா, அவளும் ஒரு தேவதைதான், அவமானத்திற்குட்பட்டவள்தான். கோடைகால விடுமுறையில் எங்கள் வீட்டிற்கு வந்தவள், தனியாகப் பாடம் எடுத்துச் சம்பாதித்துச் சேர்த்து வைத்திருந்த பதினாறு ரூபிள்களுடன் செப்டம்பர் மாதத்தில் பீத்தர்புர்கிற்குத் திரும்பிச்செல்ல முடியாமல் இருக்கிறாள். அவளுடைய பணத்தை நாங்கள் செலவு செய்துவிட, அவள் இப்போது திரும்பிப் போக முடியாமல் இங்கேயே இருக்கிறாள், இதுதான் நிலைமை, ஐயா. ஆம், அவள் திரும்பிப் போகவும் கூடாது, ஏனென்றால் அவள் இங்கு அடிமை போல எங்களுக்கு வேலைசெய்கிறாள்; நாங்கள் குதிரையிடம் வேலை வாங்குவது போல அவளிடம் வேலைவாங்குகிறோம்; எங்கள் எல்லோருக்காகவும் அவள் வேலைசெய்கிறாள், துணி துவைக்கிறாள், செப்பனிடுகிறாள், தரையைக் கூட்டி மெழுகித் துடைக்கிறாள், அன்பு அம்மாவைப் படுக்கையில் படுக்கவைக்கிறாள், அன்பான அம்மா எப்போதுமே எதையாவது ஒன்றைக் கேட்டுக்கொண்டே இருப்பாள்; ஐயா, கண்ணீர் வடித்தபடியே இருக்கும் எங்கள் அன்பு அம்மா ஒரு பைத்தியக்காரி ஐயா!... இப்போது இந்த இருநூறு ரூபிள்களை வைத்துக்கொண்டு நான் ஒரு வேலையாளை நியமிக்க முடியும், ஐயா, உங்களுக்குப் புரிகிறதா, அலெக்ஸெய் ஃபியோதரவிச், அன்பான இந்த உள்ளங்களுக்கு என்னால் இப்போது மருத்துவச் செலவு செய்யமுடியும்; ஐயா, படிப்பதற்காக வார்வராவைத் திரும்பப் பீத்தர்புர்கிற்கு அனுப்பிவைக்க முடியும் ஐயா; கறி வாங்கி வந்து எல்லோருக்கும் தேவையான நல்ல உணவை நான் கொடுக்க முடியும் ஐயா. கடவுளே, இதுதானே என்னுடைய கனவாக இருந்தது!'

பரிதாபத்திற்குரிய அந்தப் படைத்தளபதிக்கு இவ்வளவு மகிழ்ச்சியைக் கொடுத்ததில், அந்தப் பணத்தை ஏற்றுக்கொள்ள வைத்ததில் அல்யோஷா வுக்குப் பேரானந்தமாக இருந்தது.

'நில்லுங்கள், அலெக்ஸெய் ஃபியோதரவிச், நில்லுங்கள்' என்று வெறிபிடித்தவர் போல, திடீரென்று புதிதாய் ஏதோ ஒரு கனவைக் கண்டு மீண்டும் உளறுவது போல, 'உங்களுக்குத் தெரியுமா, இல்யூஷா வுடன் சேர்ந்து நாங்கள் கண்ட கனவையும் இப்போது நிறைவேற்றிக் கொள்வோம்: ஒரு குதிரையை வாங்குவோம், அப்படியே இருக்கை வசதிகொண்ட, கதவுகள் அடங்கிய வண்டி ஒன்றையும் வாங்குவோம், ஆமாம், காகம் போன்ற கரிய நிறங் கொண்ட குதிரையை, அப்படிப் பட்ட கரிய நிறங்கொண்ட குதிரையை வாங்கத் தான் இல்யூஷா

விரும்பினான்; அப்படிப்பட்ட குதிரையை நாங்கள் வாங்கிக்கொண்டு நேற்று முன்தினம் பேசியபடி இருவரும் அதில் பயணிப்போம். கேஸ்கை மாகாணத்தில் எனக்குத் தெரிந்த வக்கீல் ஒருவர் இருக்கிறார், ஐயா என்னுடைய பிள்ளைப் பிராயத்திலிருந்தே அவர் எனக்கு நண்பர் ஐயா; தெரிந்த ஒரு நண்பர் மூலமாக அவர் சொல்லி அனுப்பி யிருக்கிறார், நான் அங்குப் போனால் அவருடைய அலுவலகத்தில் அவர் எனக்கு எழுத்தர் வேலை கொடுப்பதாக ஐயா; யாருக்குத் தெரியும், ஒருவேளை எனக்கு அந்த வேலை கிடைத்தாலும் கிடைக்கலாம் . . . அப்படிக் கிடைத்தால், என் அன்பு அம்மாவையும் நீனச்சுக்காவையும் வண்டியிலமர்த்தி, இல்யூஷெச்காவைக் குதிரை ஓட்டச் சொல்லி, கூடவே நானும் நடந்து, நடந்தே போவேன்; எல்லோரையும் அங்குக் கூட்டிக்கொண்டு போவேன்; ஐயா . . . கடவுளே, இப்படி ஏதாவது ஒரு கடனை மட்டும் அடைக்க எனக்கு ஒரு வழி கிடைத்தால் அதுவே போதும் ஐயா!'

'கிடைக்கும், கிடைக்கும்!' என்று உற்சாகமாகச் சொன்ன அல்யோஷா, 'கத்தரீனா இவானவ்னா உங்களுக்கு இன்னும் பணம் அனுப்புவார்கள், எவ்வளவு வேண்டுமோ, அவ்வளவு கொடுப்பார்கள்; உங்களுக்குத் தெரியுமா, என்னிடம் கூடப் பணமிருக்கிறது, எவ்வளவு வேண்டுமோ அவ்வளவு எடுத்துக்கொள்ளுங்கள், உங்கள் சகோதரனிடமிருந்து, உங்கள் நண்பனிடமிருந்து எடுத்துக்கொள்வதைப் போல நீங்கள் எடுத்துக்கொள்ளலாம்; பிறகு அதை நீங்கள் திருப்பிக் கொடுக்கலாம் . . . (நீங்கள் பணக்காரராகிவிடுவீர்கள், பணக்காரராகிவிடுவீர்கள்!) வேறு மாகாணத்திற்குக் குடிபெயர்ந்து போகும் உங்களுடைய இந்த எண்ணத்தை விடச் சிறந்ததொரு எண்ணம் வேறு எதுவுமாக இருக்க முடியாது! இதில்தான் நீங்கள் அடையக்கூடிய வீடுபேறும் இருக்கிறது, முக்கியமாக, உங்களுடைய பையனுக்கு – இதை எவ்வளவு சீக்கிரம் நீங்கள் செய்ய முடியுமோ அவ்வளவு சீக்கிரம் செய்ய வேண்டும்; குளிர்காலம் வருவதற்குள், பனிக்காலம் ஆரம்பிக்கும் முன்; பிறகு நீங்கள் அங்கிருந்து எனக்குக் கடிதம் எழுத வேண்டும், நாம் சகோதரர்களாக இருக்க வேண்டும் . . . இல்லை, இது கனவில்லை!'

அல்யோஷா அவரைக் கட்டிப்பிடித்து அணைத்துக் கொள்ளு மளவுக்கு மகிழ்ச்சியுடன் இருந்தான். ஆனால், அவன் படைத்தளபதியைப் பார்த்த மாத்திரத்தில் அப்படியே நின்று விட்டான்: தன்னுடைய கழுத்தை நீட்டியபடி, உதடுகளைப் பிதுக்கிக்கொண்டு எதையோ சொல்ல முற்பட்டவர், வெளிறிய முகத்துடன், பித்துப்பிடித்தவரைப் போல அங்கேயே நின்றுகொண்டிருந்தார்; விநோதமாக, சத்தம் ஏது மில்லாமல், எதையோ முணுமுணுத்தபடி அவர் நின்றுகொண்டிருந்தார்.

'என்ன நீங்கள், உங்களுக்கு என்னவாயிற்று!' என்று அவரை உலுக்கினான் அல்யோஷா.

'அலெக்ஸெய் ஃபியோதரவிச் . . . நான் . . . நீங்கள் . . .' என்று தடுமாற்றத்துடன் உளறிய படைத்தளபதி, விநோதமாக, ஆழ்ந்து அல்யோஷாவைப் பார்த்தவர், ஏதோ வெகு உயரத்திலிருந்து கீழே

விழுபவரைப் போல, ஆனால் அதே சமயம் உதடுகளில் புன்னகை தவழ, 'நான்... ஐயா, நீங்கள்... ஐயா இப்போது உங்களுக்கு நான் ஒரு வேடிக்கை காட்டட்டுமா ஐயா!' என்று வேகமாகச் சட்டென்று அழுத்தமாக முணுமுணுத்தபடி, இதற்குமேலும் குரலை உயர்த்த முடியாதவராகச் சொன்னார்.

'என்ன வேடிக்கை?'

'வேடிக்கை, வேடிக்கை – வேடிக்கை' என்று முணுமுணுத்த படைத்தளபதியின் உதடுகள் இடது பக்கமாக இழுக்க, இடது கண் நெறிக்கப்பட்ட நிலையில், அல்யோஷாவை வைத்த கண் வாங்காமல் பார்த்தார்.

'ஆமாம், உங்களுக்கு என்ன ஆயிற்று, என்ன வேடிக்கை?' என்று பயந்தபடி கத்தினான் அல்யோஷா.

'இதோ, இதைப் பாருங்கள்!' என்று திடீரென்று கீச்சுக்குரலில் சொன்னார் படைத்தளபதி. அவர்கள் இருவரிடையே நடந்த முழு சம்பாஷணையின் போதும் அவர் தன்னுடைய வலதுகை ஆள்காட்டி விரலுக்கும் கட்டைவிரலுக்கும் இடையே அந்த இருநூறு ரூபிள்களைப் பிடித்துக்கொண்டிருந்தவர், அதை உயர்த்திக் காட்டி, பொங்கி வந்த ஆத்திரத்தில் திடீரென்று அதைக் கசக்கி, வலது கையில் அழுத்தி உருட்டிப் பிடித்தார்.

'பார்த்தீர்களா ஐயா, பார்த்தீர்களா ஐயா!' என்று அல்யோஷாவைப் பார்த்துக் கீச்சிட்டவர், வெளுத்த முகத்துடன் பைத்தியம் பிடித்தவர் போல் திடீரென்று தனது முட்டியை உயர்த்திக் கசங்கிப்போன அந்தக் காசோலைகளை மண்ணில் வீசியபடி 'பார்த்தீர்களா ஐயா?' என்று மீண்டும் கூக்குரலிட்டபடி 'இதோ, இதுதான் நீங்கள்!' என்று தரையில் கசங்கிக் கிடந்த தாள்களைச் சுட்டிக் காட்டினார். திடீரென்று அவர் தன்னுடைய வலது காலைத் தூக்கித் தான் அணிந்திருந்த காலணியின் குதிப் பகுதியில் அந்தக் காசோலையைப் போட்டு மிதித்து, ஒவ்வொரு முறை அதை மிதிக்கும்போதும் மேல் மூச்சு கீழ் மூச்சு வாங்க உணர்ச்சி வெள்ளத்தில் மூழ்கினார்.

'இதோ உங்களுடைய பணம் ஐயா! இதோ உங்களுடைய பணம் ஐயா! இதோ உங்களுடைய பணம்! இதோ உங்களுடைய பணம் ஐயா' என்றவர் திடீரென்று பின்னால் குதித்து அல்யோஷா முன்பாக நிமிர்ந்து நின்றார். விவரிக்க முடியாத ஒரு பெருமை அவருடைய முழு உருவத்திலும் தெரிந்தது.

'உங்களை அனுப்பியவரிடம் போய்ச் சொல்லுங்கள், இந்த நார்த் தாடிக்காரன் தன்னுடைய நேர்மையை விலைக்கு விற்கமாட்டான் என்று ஐயா!' என்று கத்திக்கொண்டே தன்னுடைய கையை உயர்த்தி எல்லாமே வீண் என்பது போல் காற்றில் கையை அசைத்தார். பிறகு திரும்பி அவர் வேகமாக ஓடினார்; ஐந்தடிகூட எடுத்து

வைத்திருக்க மாட்டார், மீண்டும் திரும்பி அல்யோஷாவைப் பார்த்து அவர் கையசைத்தார். மீண்டும் ஐந்தடி எடுத்து வைத்தவர், கடைசி தடவையாக இந்தமுறை அவனைத் திரும்பிப் பார்த்தார்; அவருடைய முகத்தில் அப்போது ஏளனப் புன்னகை இல்லை, மாறாக, கண்ணீர் வழிந்தோடியது. அழுதவண்ணம், உடைந்த குரலுடன், தேம்பியபடி அவர் வேகமாகக் கத்தினார்:

'நாங்கள் பட்ட கேவலத்திற்காக உங்களிடமிருந்து பணம் வாங்கினால், பிறகு நான், என் பையனிடம் என்ன சொல்வது?' என்று சொன்னவர் வேகமாக ஓடினார், இந்த முறை திரும்பிப் பார்க்காமல்; அல்யோஷா சொல்ல முடியாத வருத்தத்துடன் அவர் போவதையே பார்த்துக்கொண்டிருந்தான். ஆமாம், அவனுக்குப் புரிந்தது, கடைசி நிமிடம் வரை அந்தக் காசோலைகளை அவர் கசக்கித் தூக்கி எறிவார் என்பது அவருக்கே தெரியாமல் இருந்தது என்பது. வேகமாக ஓடியவர், ஒருமுறைகூடத் திரும்பிப்பார்க்கவில்லை; அவர் திரும்பிப் பார்க்கமாட்டார் என்றும் அல்யோஷாவுக்குத் தெரியும். அவரைப் பின்தொடர்ந்து சென்று அவரைக் கூப்பிட அல்யோஷாவுக்கும் மனமில்லை; அது ஏன் என்று அவனுக்கும் தெரியவில்லை. கண்பார்வையிலிருந்து அவருடைய உருவம் மறைந்ததும் அந்த இரண்டு காசோலைகளையும் அல்யோஷா குனிந்து எடுத்தான். நைந்து கசக்கப்பட்டு, மணலில் புதைக்கப்பட்ட அந்தக் காசோலைகள் முழுமையாகப் புதுக் காசோலைகளைப் போல மொறுமொறுவென் றிருந்ததால் அவற்றை எடுத்துப் பிரித்துக் கைகளால் தடவிச் சரிசெய்தான் அல்யோஷா. அப்படித் தடவிக் கொடுத்த அந்தக் காசோலைகளை எடுத்து அல்யோஷா சட்டைப்பையில் போட்டுக்கொண்டு, தனக்குக் கொடுத்த வேலையை எவ்வளவு வெற்றிகரமாக முடித்தான் என்பதைச் சொல்வதற்காக கத்தரீனா இவானவ்னாவைப் பார்க்கப் போனான்.

### ஐந்தாவது புத்தகம்
# ஆதரவாகவும் எதிராகவும்

## 1
## திருமண ஒப்பந்தம்

முதல் ஆளாக அல்யோஷாவைத் திருமதி ஹஹ்லக்கோவா மீண்டும் சந்தித்தாள். அவசரமாக அவள் போய்க்கொண்டிருந்தாள். ஏதோ முக்கியமான ஒரு சம்பவம் நடந்திருந்தது. பித்துப்பிடித்த கத்தரீனா இவானவ்னா இறுதியாக மயக்கமடைந்து, 'தாங்க முடியாத, கடும் உடல் நலிவால் படுக்கையில் கிடத்தப்பட்டு, கண்கள் மருக உளற ஆரம்பித்தாள். காய்ச்சல் கண்ட அவளைப் பரிசோதிக்க மருத்துவர் கெர்ஷென்ஸ்தூபேவை அழைத்துவர அவளுடைய அத்தைமார்கள் போனார்கள். இருந்தும் அவர் இன்னும் வராமலிருந்தார். மருத்துவரை எதிர்பார்த்து எல்லோரும் கத்தரீனாவின் அறையில் காத்திருந்தனர். 'என்ன நடக்குமோ தெரியவில்லை, நினைவில்லாமல் கிடக்கிறாள். ஒருவேளை மூளைக் காய்ச்சலாக இருக்குமோ!' என்று சொன்ன திருமதி ஹஹ்லக்கோவா, பயந்து போயிருந்தாள்; 'இது கவனிக்கப்பட வேண்டிய ஒன்று, உடனே கவனிக்கப்பட வேண்டிய ஒன்று!' என்று ஒவ்வொரு வார்த்தையையும் அவள் அழுத்தி உச்சரித்தது, ஏதோ இதற்கு முன்பு அவளுக்கு நடந்ததெல்லாம் கவனிக்கப்படாத ஒன்றாக இருந்ததுபோல இருந்தது.

அவள் சொல்வதைக் கவலையுடன் கேட்டுக்கொண் டிருந்தான் அல்யோஷா; நடந்த சம்பவங்களைப் பற்றி

அல்யோஷா சொல்ல ஆரம்பித்த உடனேயே அவள் குறுக்கிட்டு, அதைப் பற்றிக் கேட்க அவளுக்கு இப்போது நேரமில்லை என்றும் தான் வரும்வரை அல்யோஷாவை லீஸ் உடன் இருக்குமாறும் கேட்டுக் கொண்டாள்.

'லீஸ், என் இனிய அலெக்ஸெய் ஃபியோதரவிச்' என்று ஏறக்குறைய அல்யோஷாவின் காதுகளில் முணுமுணுத்தவள், 'இன்று அவள் விநோதமாக என்னை ஆச்சர்யப்படவைத்துவிட்டாள். அப்படியே என்னுடைய இதயத்தையும் தொட்டுவிட்டாள். அதனால்தான் அவள் செய்த எல்லாவற்றையும் நான் மறந்து மன்னித்துவிடுகிறேன். ஆச்சர்யம் பாருங்கள், நீங்கள் இப்படிப் போனதும், நேற்றும் இன்றும் உங்களை அவள் கேலி செய்ததற்காக மிகவும் வருத்தப்பட்டாள். ஆனால், அவள் உங்களைக் கேலி செய்யவில்லை, விளையாட்டாகத்தான் பேசினாள். அவள் கண்ணீர் சிந்தி வருத்தப்பட்டதைப் பார்த்து நான் ஆச்சர்யப்பட்டுப் போனேன். என்னை அவள் கிண்டல் செய்த போதெல்லாம்கூட நான் இப்படி வருத்தப்பட்டதில்லை. ஆனால் எப்போதுமே அது விளையாட்டுக்காகத்தான் இருக்கும். உங்களுக்குத் தெரியுமா, அவள் எப்போதுமே என்னைக் கேலி செய்துகொண்டுதான் இருப்பாள். ஆனால், இந்தமுறை அவள் என்னை உண்மையாகவே கேலி செய்தாள். உங்களுடைய எண்ணங்களுக்கு அவள் அதிகமாகவே மதிப்பு கொடுக்கிறாள், அலெக்ஸெய் ஃபியோதரவிச், எனவே தயவு செய்து அவளுடைய உணர்வுகளைப் புண்படுத்தாதீர்கள்; அவள் சொல்வதற்கு எதிராக எதையும் பேசாதீர்கள். இப்போதெல்லாம் நானும் அதைத்தான் செய்கிறேன், அவளுடைய உணர்வுகளுக்கு மதிப்புக் கொடுக்கிறேன், ஏனெனில் அவள் புத்திசாலிப் பெண் – இல்லையா? இப்போதுதான் சொன்னாள், நீங்கள் அவளுடைய குழந்தைப்பருவ நண்பர் என்று, 'என்னுடைய குழந்தைப் பருவத்திலிருந்தே அவர் எனக்கு மிகவும் நெருங்கிய நண்பர்' என்று, நீங்களே யோசித்துப் பாருங்கள், இப்படி நீங்கள் ஒரு நெருங்கிய நண்பராக இருக்கும் பட்சத்தில், நான் எம்மாத்திரம்? இந்த விஷயத்தைப் பொறுத்தவரையில், உங்கள்மீது அவள் மனப்பூர்வமான, ஆழ்ந்த உணர்வுகளைக் கொண்டிருக்கிறாள்; இன்னும் சொல்லப்போனால், குழந்தைப் பருவ ஞாபகங்களை, முக்கியமாக, அதை விவரிக்க அவள் பயன்படுத்தும் வார்த்தைகள், சொற்றொடர்கள் எல்லாமே எதிர்பாராத வார்த்தைகளாக, சட்டென்று அவளிடமிருந்து வெளிப்படும். உதாரணமாக, இதோ இந்தப் பைன் மரத்தைப் பற்றி அவள் சொன்னாள்: அவள் குழந்தையாக இருந்தபோது எங்கள் தோட்டத்தில் பசுமை மாறா ஊசியிலை மரம் ஒன்று இருந்தது, அது இன்னும் அங்கு இருக்கக் கூடுமாகையால், அதைப் பற்றி அவள் சொல்லும்போது இறந்த கால வினைச்சொல்லைப் பயன்படுத்தவில்லை. இந்த ஊசியிலை மரங்கள் மனிதர்களைப் போலில்லாமல் நீண்ட காலமாகவே அவை அப்படியே இருக்கின்றனவாம். 'அம்மா,' என்ற லீஸ், 'எனக்கு இந்த மரத்தை என்னுடைய கனவிலிருந்தே தெரியும்' அதாவது 'என் கனவில் பார்த்த மாதிரியே' – இதைத்தான் அவள் வேறுவிதமாகச் சொன்னாள், ஏனென்றால் இதில் ஒரு சிறு குழப்பம் இருக்கிறது. 'ஊசியிலை மரம்' என்ற வார்த்தை

ஒரு முட்டாள்தனமான வார்த்தை, ஆனால் அவள் அதைப் பற்றிப் பேசும்போது ஏதோ ஒரு புதிய வார்த்தையை, சிறப்பான ஒரு வார்த்தையைப் பயன்படுத்தினாள். அது என்ன என்பதை இப்போது என்னால் சரியாகச் சொல்ல முடியவில்லை. ஆமாம். அதை நான் மறந்துவிட்டேன். சரி, நான் போகிறேன். ஏற்கெனவே பயங்கரமான அதிர்ச்சியில் நான் இருக்கிறேன்; ஒருவேளை எனக்குப் பைத்தியம் பிடித்துவிட்டதோ என்றுகூடத் தோன்றுகிறது. ஹா, அலெக்ஸெய் ஃபியோதரவிச், ஏற்கெனவே எனக்கு இரண்டுமுறை மனநிலை சரியில்லாமல் போனது. பிறகு என்னைக் குணப்படுத்தினார்கள். சரி, நீங்கள், லீஸைப் பார்க்கப்போங்கள். அவளை உற்சாகமாக வைத்திருங்கள், அதை நீங்கள் எப்போதுமே மிக அழகாகச் செய்வீர்கள். 'லீஸ்' என்று உரக்கச் சொன்னபடி அவள் இருக்கும் அறைக் கதவுகளைத் திறந்து, 'இதோ உன்னால் அவமானப்படுத்தப்பட்ட அலெக்ஸெய் ஃபியோதரவிச்சை இங்கு நான் கூட்டிக்கொண்டு வந்திருக்கிறேன். உன்மீது அவருக்குக் கொஞ்சம்கூடக் கோபமில்லை என்பதை என்னால் உறுதியாகச் சொல்ல முடியும்; மாறாக, அவரைப் பற்றி நீ ஏன் அப்படி நினைத்தாய் என்றெண்ணி அவர் ஆச்சர்யப்படுகிறார்!'

'நன்றி அம்மா, *Merci, Maman;* உள்ளே வாருங்கள், அலெக்ஸெய் ஃபியோதரவிச்.' அல்யோஷா உள்ளே போனான். ஏதோ குழப்பத்திலிருந்த லீஸ் திடீரென்று முழுவதுமாகச் சிவந்துபோனாள். எதையோ நினைத்து வெட்கப்பட்டவள் போலிருந்தவளுக்கு, இப்படிப்பட்ட தருணங்களில் எப்போதுமே அப்படித்தான் நடந்துவிடுகிறது, முற்றிலுமே தேவையில்லாத விஷயங்களைப் பற்றி அவசர அவசரமாகப் பேசிய அவளுக்கு, இப்போது ஏதோ தேவையில்லாத அந்த விஷயங்கள் எல்லாமே மிகவும் தேவையானவையாக இருந்தன.

'இப்போதுதான், அலெக்ஸெய் ஃபியோதரவிச், அந்த இருநூறு ரூபிள் பற்றிய கதையை, உங்களுக்குக் கொடுக்கப்பட்ட அந்த வேலையைப் பற்றி அம்மா சொன்னார்கள் . . . பாவப்பட்ட அந்தப் படைத்தளபதியைப் பற்றியும் . . . பயங்கரமான அந்தச் சம்பவத்தைப் பற்றியும் எப்படி அவர் புண்பட்டுப் போனார் என்பதைப் பற்றியும் சொன்னார்கள்; ஆனால், தெரியுமா, இதைப் பற்றியெல்லாம் சொன்னாலும், அம்மா எதையும் அறிவுப்பூர்வமாகச் சொல்லமாட்டார்கள்; நிறைய விஷயங்களை விட்டுவிடுவார்கள்; இருந்தாலும் அதைக் கேட்டு நான் அழுதுவிட்டேன். சரி, என்ன நடந்தது, நீங்கள் அந்தப் பணத்தை அவரிடம் கொடுத்தீர்களா? இப்போது எப்படி இருக்கிறார், பரிதாபத்திற்குரிய அந்த மனிதர்? . . .'

'அது என்னவென்றால் அந்தப் பணத்தை அவரிடம் நான் கொடுக்கவில்லை. அதுதான் பெரியகதை' என்று பதிலளித்த அல்யோஷா, அந்தப் பணத்தை அவரிடம் கொடுக்காதது அவனுக்குப் பெரிய கவலையைக் கொடுப்பது போல இருந்தாலும், வேறு பக்கமாகத் திரும்பிக்கொண்டு இதைப் பற்றிப் பேச அவன் சிரமப்படுவதைப் பார்த்த லீஸ், அவனுடைய மனதில் வேறு ஏதோ ஒரு விஷயம் இருப்பதைத் தெளிவாகப் புரிந்துகொண்டாள். நாற்காலியில் அமர்ந்தபடி விஷயத்தைச் சொல்ல ஆரம்பித்தான் அல்யோஷா; முதல் வார்த்தை

யிலேயே தன்னுடைய குழப்பங்களையெல்லாம் புறந்தள்ளிவிட்டு லீஸின் கவனத்தைச் சட்டென்று அவன் பிடித்தான். இப்போது நடந்த சம்பவத்தின் தாக்கத்தால் மனக்கிளர்ச்சியுடன் ஆழ்ந்த உணர்ச்சியுடன் இருந்த அவனால் எல்லாவற்றையும் தெளிவாகச் சொல்ல முடிந்தது. இதற்கு முன்பு சிறுபிள்ளையாக லீஸ் மாஸ்கோவில் இருந்த போதுகூட, அவளிடம் வந்துதான், அவன் தான் படித்த புத்தகங்களைப் பற்றியும் தன் வாழ்வில் நடந்த சம்பவங்களைப் பற்றியும் பகிர்ந்து கொள்வான். சில சமயங்களில் இருவருமாகச் சேர்ந்து கதை எழுதுவதும், கனவு காண்பதுவுமாக இருந்தார்கள்; ஆனால் அந்தத் தருணங்கள் எல்லாம் பெரும்பாலும் மகிழ்ச்சிகரமானவையாக வேடிக்கையாக இருந்தன. இப்போது மீண்டும் அவர்கள் அந்த மாஸ்கோ வாழ்க்கைக்கு, இரண்டு வருடங்களுக்கு முன்பு வாழ்ந்த வாழ்க்கைக்குத் திரும்பியது போல இருவரும் உணர்ந்தனர். அவன் சொன்ன கதையைக் கேட்டு லீஸ் நெகிழ்ந்துபோனாள். அவளிடம் 'சிறுவயது இல்யூஷச்காவை'ப் பரிவிரக்கத்துடன் அவனால் சித்திரிக்க முடிந்தது. பரிதாபத்திற்குரிய அந்தப் படைத்தளபதி எப்படி அந்தப் பணத்தைத் தூக்கி எறிந்து காலால் மிதித்தார் என்பதை விளக்கமாக அல்யோஷா சொல்லி முடித்ததும் தன்னைக் கட்டுப்படுத்த முடியாமல் சத்தமாகக் கத்தினாள் லீஸ்:

'ஆக, அவரிடம் நீங்கள் பணத்தைக் கொடுக்காமல் அவரை விரட்டியடித்துவிட்டீர்கள்! ஓ, கடவுளே, அவரைப் பின்தொடர்ந்து சென்று நீங்கள் அவரைப் பிடித்து நிறுத்தியிருக்கலாமே . . .'

'இல்லை, லீஸ், நான் அவரைப் பின்தொடர்ந்து போகாமல் இருந்ததுதான் நல்லது' என்று சொன்ன அல்யோஷா, தன்னுடைய நாற்காலியிலிருந்து எழுந்து ஆதங்கத்துடன் அறையில் நடக்க ஆரம்பித்தான்.

'எது நல்லது? ஏன் நல்லது? அவர்கள் சாப்பாட்டிற்கு வழியில்லாமல் செத்துப்போவார்கள்!'

'சாகமாட்டார்கள், ஏனெனில் இந்த இருநூறு ரூபிள்கள் எப்படியுமே அவர்களைச் சென்றடையும். அதை அவர் நாளைக்குக் கண்டிப்பாக வாங்கிக்கொள்வார். ஒருவேளை அதை அவர் நாளைக்கே வாங்கிக் கொள்ளலாம்' என்று சொல்லிக்கொண்டே ஏதோ ஒன்றை யோசித்த படி அல்யோஷா நடக்க ஆரம்பித்தான். 'நீங்கள் பாருங்கள், லீஸ்' என்று தொடர்ந்தவன், திடீரென்று அவள் முன்பு வந்து நின்று, 'நான்தான் ஒரு தவறைச் செய்துவிட்டேன், ஆனால் அந்தத் தவறு நல்லதுக்குத்தான்.'

'என்ன தவறு அது? எப்படி அது நல்லதாகிவிட்டது?'

'எதனால் என்றால், அந்தப் படைத்தளபதி ஒரு கோழை, உறுதியில்லாத மனங்கொண்டவர். வாழ்க்கையில் மிகவும் அடிபட்டவர். அப்படியே அதீத இரக்க மனப்பான்மையும் உள்ளவர். இப்போது, நான் இப்படித்தான் யோசிக்கிறேன்: திடீரென்று அவர் பணத்தைக்

கீழே காலால் போட்டு மிதிக்கும்வரை, அப்படி அவர் செய்வார் என்று அவருக்கே தெரியாமல் இருந்திருக்கும் என்பதை என்னால் உறுதியாகச் சொல்ல முடியும். எனக்கு என்ன தெரிகிறதென்றால், ஏதோ அவர் சட்டென்று ஒரு நிமிடத்தில் உணர்ச்சி வசப்பட்டுவிட்டா ரென்று... ஆமாம், அதைத் தவிர வேறுவிதமாக அவர் நடந்திருக்க முடியாது... முதலாவதாக, அந்தப் பணம் தனக்குக் கிடைத்ததை எண்ணி அவர் மிகவும் சந்தோஷப்பட்டு, மகிழ்ச்சியடைந்ததை அவரால் என்னிடம் மறைக்க முடியாமல் போனதற்கு அவர் தன்மீதே கோபப் பட்டுக் கொண்டார். அப்படி அவர் சந்தோஷப்பட்டு, அதிகமாக அதை வெளியில் காட்டிக்கொள்ளாமல், நவநாகரிகமாக, மற்றவர்களைப் போல பணத்தை வாங்கும்போது வளைந்து நெளிந்து, குழைந்திருந்தால், அந்தப் பணத்தை அவரால் வாங்கியிருந்திருக்க முடியும்; ஆனால் உண்மையாகவே அவர் மிக அதிகமாக அந்தப் பணத்தைப் பற்றி நினைத்து சந்தோஷப்பட்டதில், அதை ஏற்றுக்கொள்ள அவருக்கு அவமானமாகப் போய்விட்டது. ஹா, லீஸ், அவர் நேர்மையான, கருணையுள்ள மனிதர்; அதுதான் இப்படிப்பட்ட சந்தர்ப்பங்களில் மிகவும் சிக்கலாகிவிடுகிறது! அவர் பேசிய நேரம் முழுவதும் அவருடைய குரல் மெலிதாய், வலுவற்றதாய், அப்படியே அவசர அவசரமாகப் பேசப்பட்ட தொனியில், சற்றே ஏளனச் சிரிப்புடன் தேம்பி அழும் குரலில், ஆமாம், எந்த அளவுக்கு அவர் உணர்ச்சிவசப்பட்டாரோ, அந்த அளவுக்கு அவர் அழுதபடியே தன் மகள்களைப் பற்றிப் பேசினார்... அவருக்குக் கிடைக்கப்போகும் வேலை வேறு ஊரில் இருப்பதாகச் சொன்னார்... தன்னுடைய உள்ளார்ந்த உணர்வை அவர் என்னிடம் சற்றே அதிகமாகக் காட்டியபோது, அவருக்கே வெட்கம் வந்துவிட்டது. அதனால்தான் இப்போது அவர் என்மீது வெறுப்புப் பாராட்டுகிறார். அவர் ஏழைகளில் ஒருவர். முக்கியமாக இப்படி அவர் வெட்கப்பட்ட தற்குக் காரணம் சீக்கிரமே அவர் என்னைத் தன்னுடைய நண்பனாக ஏற்றுக்கொண்டு, என்னிடம் அவரை ஒப்படைத்துவிட்டதுதான்; முதலில் அவர் என்னை வெறுத்து ஒதுக்கிப் பயப்படவைத்தவர், திடீரென்று என்னிடமிருக்கும் பணத்தைப் பார்த்தவுடன், என்னைக் கட்டித்தழுவ ஆரம்பித்துவிட்டார். அவர் கட்டித் தழுவியதில் அவருடைய கை விரல்கள் என்னைத்தொட்டன. இந்தச் சமயத்தில்தான் அவர் தன்னுடைய அவமானத்தை உணர்ந்திருக்க வேண்டும்; அப்படிப்பட்ட தருணத்தில்தான் நான் மிகப்பெரிய தவறு ஒன்றைச் செய்துவிட்டேன்: திடீரென்று அவரிடம் நான், வேறு ஒரு ஊருக்குப் போவதற்கு அவருக்குப் பணம் போதவில்லையென்றால், அவருக்குத் தேவையான பணத்தை இன்னும் கொடுப்பார்கள் என்றும் அப்படியில்லையென்றால், அவருக்கு எவ்வளவு பணம் தேவைப்படுகிறதோ அதை நானே கொடுக்கிறேன் என்றும் சொல்லிவிட்டேன். இதுதான் அவரை ஆச்சர்யப்பட வைத்து விட்டது: எதற்காக அவருக்கு நான் உதவ முன்வர வேண்டும்? லீஸ், உங்களுக்குத் தெரியுமா, அவமானப்படும் மனிதருக்கு உதவ, சுற்றியுள்ள மக்கள் முன்வரும்போது... இதைப் பற்றி நான் கேள்விப்பட்டிருக்கிறேன், முதியவர் இதைப் பற்றி என்னிடம் சொல்லியிருக்கிறார். எப்படி இதை விளக்குவது என்று எனக்குத் தெரியவில்லை, ஆனால் இப்படிப்

பட்ட சம்பவங்களை நான் அடிக்கடி பார்த்திருக்கிறேன். ஆமாம், நான்கூட அவர் எப்படி நினைத்தாரோ அப்படியேதான் நினைக்கிறேன். முக்கியமான விஷயம் என்னவென்றால், கடைசி நிமிஷம்வரை அவர் அந்த வங்கிக் காசோலைகளைக் கீழே போட்டு காலால் மிதிப்பார் என்று அவரே எண்ணிப் பார்க்கவில்லை, ஆனால் அப்படிச் செய்வார் என்று அவருக்கு முன்கூட்டியே தெரிந்திருக்கிறது. அப்படி அவர் முன்கூட்டியே அதை உணர்ந்திருந்ததால்தான் அவர் மிகவும் ஆச்சர்யப் பட்டுப் போய்விட்டார் . . . சாதகமாக இந்தக் காரியம் முடியவில்லை என்றாலும், இது நல்லதுக்குத்தான். நான் என்ன நினைக்கிறேன் என்றால், இதைவிட நல்லது நடந்திருக்க முடியாது என்று . . .'

'ஏன், ஏன் இதைவிட நல்லது நடந்திருக்க முடியாது?' என்று ஆச்சர்யத்துடன் கேட்டாள் லீஸ்.

'ஏனென்றால், லீஸ், அப்படி அவர் அந்தப் பணத்தைக் காலால் உதைத்து உதாசீனப்படுத்தாமல் வாங்கியிருந்தால், வீட்டிற்குப் போன சில மணி நேரங்கழித்துத் தான் செய்த அந்தச் செயலுக்காக அவர் வெட்கப்பட்டுக் கண்டிப்பாக அழுதிருப்பார்; அதுதான் நடந்திருக்கும். அழுதழுது, அடுத்த நாள் காலையே என்னிடம் வந்து அவர் அந்தக் காசோலைகளை முன்பு வீசியெறிந்தது போலவே இப்போதும் வீசியெறிந்து காலால் மிதித்துக் கசக்கியிருப்பார். ஆனால், இப்போது அவர், மிகப்பெருமையுடன், வெற்றிக் களிப்புடன் 'தன்னைத்தானே கெடுத்துக்கொண்டார்' என்ற நினைப்புடன் அவர் போய்விட்டார். அதனால் இந்த இருநூறு ரூபிள்களை நாளைக்குள் அவரை வாங்க வைப்பது கடினம், ஏனென்றால் தன்னுடைய தன்மானத்தை நிரூபிக்கும் விதத்தில் அவர் அதைக் கீழே போட்டுக் காலால் மிதித்துவிட்டார் . . . அப்படி அவர் அதைக் கீழே போட்டு மிதித்தபோது மீண்டும் அவரிடம் நான் அந்தப் பணத்தை எடுத்துக் கொடுப்பேன் என்று அவருக்குத் தெரியாதுதானே. அதுமட்டுமல்ல, இந்தப் பணமும் அவருக்கு மிக அவசியமாக இருக்கிறது. இப்போது அவர் கர்வத்துடன் இருந்தாலும், எப்படிப்பட்ட உதவியை அவர் உதறித் தள்ளியிருக்கிறார் என்பதை அவர் இன்று நினைத்துப் பார்ப்பார். இன்னும் தீவிரமாக இரவு முழுவதும் யோசித்துப் பார்த்து, பணத்தைப் பற்றிக் கனவு கண்டபிறகு, நாளை காலையே விடிந்தவுடன் அவர் என்னிடம் வந்து மன்னிப்பு கேட்க ஓடிவருவார் பாருங்கள். அப்போது நான் சொல்வேன், 'தன்மான மிக்க மனிதர் நீங்கள் என்பதை நிரூபித்துவிட்டீர்கள், எனவே இந்தப் பணத்தை எடுத்துக்கொண்டு எங்களை மன்னித்துவிடுங்கள்' என்பேன். அப்போது அவர் இந்தப் பணத்தை வாங்கிக்கொள்வார்!'

எதையோ யோசித்தபடி இதைச் சொன்ன அல்யோஷா, 'இதோ இப்போது அவர் இந்தப் பணத்தை வாங்கிக்கொள்வார்!' இதைக்கேட்டு லீஸ் உடனே கைத்தட்டினாள்.

'ஆமாம், இது எவ்வளவு பெரிய உண்மை, ஹா, இதை நான் இப்போதுதான் புரிந்துகொண்டேன்! ஓ, அல்யோஷா, இதெல்லாம் உங்களுக்கு எப்படித் தெரிகிறது? உங்களால் இவ்வளவு சிறிய வயதில்

அவர் நினைப்பதை எப்படித் தெரிந்துகொள்ள முடிகிறது . . . என்னால் இதையெல்லாம் நினைத்துக்கூடப் பார்க்க முடியாது . . .'

'இதில் நாம் கவனிக்கக்கூடிய விஷயம் என்னவென்றால், நம்மிடமிருந்து அவர் பணம் வாங்கியிருந்தாலும், அவர் நமக்குச் சமமானவர் என்பதை நாம் அவருக்குப் புரியவைக்க வேண்டும்' என்று அவனுக்கே உரிய உற்சாகத்துடன் தொடர்ந்த அல்யோஷா, 'நமக்கு அவர் சமமானவர் மட்டுமல்ல, நம்மைவிட மேலானவரும்கூட.'

'நமக்கு மேலாக' அற்புதம், அலெக்ஸெய் ஃபியோதரவிச், மேலே சொல்லுங்கள், மேலே!'

'நமக்கு மேலே' என்று சொன்னபோது அதை நான் சரியாக விளக்கவில்லை . . . இருந்தாலும் பரவாயில்லை, ஏனெனில் . . .'

'ஓ, பரவாயில்லை, பரவாயில்லை, சரி, பரவாயில்லை! மன்னியுங்கள், அல்யோஷா, அருமையானவரே . . . தெரியுமா, இந்த நிமிஷம்வரை உங்களுக்கு நான் மரியாதை கொடுக்கவில்லை . . . அதாவது மரியாதை கொடுத்தேன், ஆமாம், எனக்குச் சமமாக, ஆனால் இனிமேல் அதற்கும் மேலாக உங்களுக்கு நான் மரியாதை கொடுப்பேன் . . . அன்பானவரே, நான் ஏதோ 'குத்திக்காட்டுகிறேன்' என்று நினைத்துக் கோபப்படாதீர்கள்' என்று உணர்ச்சி பொங்கச் சொன்னாள் லீஸ். 'நான் ஒரு விளையாட்டுப் பெண், சிறுமி, ஆனால், நீங்கள், நீங்கள் . . . கேளுங்கள், அலெக்ஸெய் ஃபியோதரவிச், நம்முடைய எல்லா விவாதங்களும் அதாவது உங்களுடைய விவாதங்கள் – இல்லை, சரியாகச் சொன்னால், நம்முடைய விவாதங்கள் . . . பரிதாபத்திற்குரிய அந்த மனிதர் மேல் வெறுப்பை உண்டாக்குவதாக இல்லையா? . . . அதாவது, மேலான இடத்தில் நாம் நின்றுகொண்டு அவருடைய ஆழ்மனதை ஆராய்வது போல இல்லையா? அதுவும் இப்போது, அந்தப் பணத்தை அவர் வாங்கிக் கொள்வார் என்று நாம் முடிவே செய்துவிட்டோம், அப்படித்தானே?'

'இல்லை, லீஸ், இதில் வெறுப்பு எதுவும் இல்லை' என்று உறுதியாகப் பதிலளித்த அல்யோஷா, ஏதோ இந்தக் கேள்விக்கு ஏற்கனவே பதிலளிக்கத் தயாராக இருந்தவனைப் போல, 'இங்கு வரும்போது இதைப் பற்றி நான் யோசிக்கத்தான் செய்தேன். யோசித்துப் பாருங்கள், என்னவிதமான வெறுப்பு அவர்மீது இருக்க முடியும், ஏனெனில் நாமே அப்படிப்பட்டவர்கள்தானே, அவரைப் போன்றவர்கள் தானே, நாமும், மற்றவர்களும். ஆமாம், நாம் ஒன்றும் அவரைவிட உயர்ந்தவர்களில்லையே, அவரைப் போன்றவர்கள் தானே நாமும். அப்படியே அவரைவிடச் சிறந்தவர்களாகவே நாம் இருந்தாலும், அவருடைய நிலையில் நாமும் அவரைப் போலத்தான் இருப்போம் . . . நீங்கள் எப்படி என்று எனக்குத் தெரியாது லீஸ், ஆனால் பல சமயங்களில் குறுகிய மனப்பான்மை என்னிடம் இருப்பதை நான் உணர்ந்திருக்கிறேன். ஆனால் அவரிடம் குறுகிய மனப்பான்மை இல்லை, மாறாக, மிகமிகப் பெருந்தன்மையான குணம்தான் இருக்கிறது . . . ஆம் லீஸ், இந்த விஷயத்தைப் பொறுத்தவரையில் அவரிடம் எனக்குக் கொஞ்சம்கூட வெறுப்பு இல்லை! உங்களுக்குத் தெரியுமா, லீஸ், ஒருமுறை என்னுடைய

முதியவர் சொன்னார், 'மக்கள் குழந்தைகளைப் போல் கவனிக்கப்பட வேண்டியவர்கள், அதிலும் ஒருசிலர் மருத்துவமனைகளில் இருக்கும் நோயாளிகளைப் போலக் கவனிக்கப்பட வேண்டியவர்கள் . . .' என்று.

'ஆ, அலெக்ஸெய் ஃபியோதரவிச், என் அருமைச் செல்லமே, வாருங்கள் நாம் மக்களை நோயாளிகளைக் கவனிப்பது போல் கவனிப்போம்!'

'ஆமாம், லீஸ், வாருங்கள், நானும் தயார்தான், ஆனால் இன்னும் அதற்கு நான் முழுமையாகத் தயாராகவில்லை; சில சமயங்களில் நான் பொறுமையில்லாதவனாக இருக்கிறேன், வேறு சில சமயங்களில் மற்றவர்கள்மீது என்னுடைய பார்வை சரியானதாக இருப்பதில்லை. ஆனால் நீங்கள் அப்படி அல்ல.'

'இல்லை, நான் இதை ஏற்றுக்கொள்ளமாட்டேன்! அலெக்ஸெய் ஃபியோதரவிச், எவ்வளவு மகிழ்ச்சியாக நான் இருக்கிறேன் தெரியுமா!'

'நீங்கள் இப்படிச் சொல்வதைக் கேட்க எனக்கு எவ்வளவு சந்தோஷமாக இருக்கிறது தெரியுமா, லீஸ்.'

'அலெக்ஸெய் ஃபியோதரவிச், ஆச்சர்யப்படக்கூடிய விதத்தில் நீங்கள் நல்லவர், ஆனால் சில சமயங்களில் ஏதோ கண்டிப்பாக இருப்பதைப் போல் போலித்தனமாகக் காட்டிக் கொள்கிறீர்கள் . . . ஆனால், நீங்கள் அப்படிப்பட்டவரா என்று யோசித்துப்பார்த்தால், நீங்கள் அப்படிப்பட்டவர் அல்ல என்றே எனக்குத் தோன்றுகிறது. நாம் பேசுவதை அம்மா கேட்கிறார்களா என்று தயவுசெய்து கதவைத் திறந்து மெதுவாகப் பாருங்கள்' என்று திடீரென்று நடுங்கிய குரலில் அவசரமாக முணுமுணுத்தாள் லீஸ்.

அல்யோஷா கதவுகளை மெதுவாகத் திறந்து பார்த்து அவர்கள் பேசுவதை யாரும் கேட்கவில்லை என்றான்.

'இங்கே வாருங்கள், அலெக்ஸெய் ஃபியோதரவிச்' என்று சொன்ன லீஸ், முகம் சிவக்க, 'உங்கள் கைகளைக் கொடுங்கள்' என்றாள். 'கேளுங்கள், உங்களிடம் மிகப்பெரிய உண்மை ஒன்றைச் சொல்ல வேண்டும்: உங்களுக்கு நேற்று நான் எழுதிய கடிதம் விளையாட்டாக எழுதப்படவில்லை, உண்மையாகவே எழுதப்பட்டதுதான் . . .'

அப்படிச் சொன்னவள், தன்னுடைய முகத்தைக் கைகளால் மூடிக்கொண்டாள். அவள் வெட்கப்பட்டாள் என்பது தெளிவாகத் தெரிந்தது. திடீரென்று அவனுடைய கைகளைப் பற்றி முழுமூச்சோடு மூன்றுமுறை அவள் முத்தமிட்டாள்.

'ஓ, லீஸ், அற்புதம்' என்று மகிழ்ச்சியில் ஆர்ப்பரித்தான் அல்யோஷா. 'அந்தக் கடிதத்தை நீங்கள் விளையாட்டாக எழுதாமல், உண்மையாகத் தான் எழுதினீர்கள் என்பதில் எனக்குக் கொஞ்சம்கூட சந்தேகம் இல்லை.'

'ஓ, கொஞ்சம்கூடச் சந்தேகமில்லையா!' என்றவள், அவனுடைய கைகளைத் தன் கைகளிலிருந்து முழுவதுமாக நழுவவிடாமல் பிடித்துக்

கொண்டு, வெட்கத்தில் முகம் சிவந்து, சந்தோஷத்தில், 'உங்களுடைய கைகளை நான் முத்தமிடுகிறேன், நீங்களோ 'அற்புதம்' என்கிறீர்கள்' என்று சொல்லிச் சிரித்தாள். இந்தக் குற்றச்சாட்டில் உண்மையாகவே நியாயம் இல்லைதான். இதைக் கேட்டு அல்யோஷாவும் செய்வதறியாது குழம்பி நின்றான்.

'உங்களைச் சந்தோஷப்படுத்திப் பார்ப்பதையே எப்போதும் நான் விரும்புவேன், லீஸ், ஆனால் அது எப்படி என்றுதான் எனக்குத் தெரியவில்லை' என்று முகம் சிவந்தபடி எதையோ முணுமுணுத்தான் அல்யோஷா.

'அல்யோஷா, என் அருமையானவரே, ஆர்வத்தைத் தூண்டாத, தைரியமான மனிதராக நீங்கள் இருக்கிறீர்கள். பாருங்கள், என்னை உங்களுடைய மனைவியாகத் தேர்ந்தெடுத்துவிட்டு, அமைதியாக உட்கார்ந்துவிட்டீர்கள்! கடிதத்தில் உண்மையைத்தான் எழுதினேன் என்று அவருக்குத் தெரிந்துவிட்டதாம்! ஹா, எப்படிப்பட்டவர்! ஆனால் அது உணர்ச்சிப் பெருக்கில் எழுதப்பட்ட ஒரு விஷயம் அவ்வளவு தான்!'

'ஆக, உங்கள்மீது நான் வைத்திருந்த நம்பிக்கை மோசமானதா என்ன?' என்று சிரித்தபடி சட்டென்று கேட்டான் அல்யோஷா.

'ஹா, அல்யோஷா, இல்லை, இல்லை, அது நல்ல நம்பிக்கைதான்' என்றபடி மகிழ்ச்சியுடன் உளமுருகப் பார்த்தாள் லீஸ். அவனுடைய கைகள் லீஸின் கைகளுக்குள் இருக்க அல்யோஷா அவளருகே நின்றுகொண்டிருந்தான். அப்படி நின்றுகொண்டிருந்தவன், திடீரென்று குனிந்து அவளுடைய இதழ்களில் தன்னுடைய இதழைப் பதித்து முத்தமிட்டான்.

'இது என்னது? என்ன ஆயிற்று உங்களுக்கு?' என்று வீரிட்டாள் லீஸ். அல்யோஷா முழுவதுமாகக் குழம்பிப்போனான்.

'ஓ, மன்னித்துவிடுங்கள், உங்களை நான் முத்தமிட்டதற்கு ... நான் ஒரு முட்டாள். என்னை நீங்கள் ஆர்வமில்லாதவர் என்று சொன்னதால் உங்களை நான் முத்தமிட்டுவிட்டேன் ... அது முட்டாள் தனமாகிவிட்டது ...'

லீஸ் சிரித்தபடி தன்னுடைய கைகளால் முகத்தை மூடிக்கொண்டாள்.

'அதுவும் இந்த அங்கியில்!' என்று அவளுடைய சிரிப்புக்கு இடையே சொன்னவள், திடீரென்று சிரிப்பதை நிறுத்திவிட்டு, முழுமையான அக்கறையுடன், ஏறக்குறைய கடுமையானவளாக மாறினாள்.

'சரி, அல்யோஷா, இந்த முத்தங்களுடன் கொஞ்சம் நாம் பொறுத் திருப்போம்; அதற்கான திறமை நம்மிடம் இல்லை. அப்படியே நாம் நீண்ட காலம் பொறுத்திருக்க வேண்டும். சொல்லுங்கள், எதற்காக நீங்கள் என்னை, இப்படிப்பட்ட முட்டாளை, நோயாளியான என்னை, அறிவாளியான நீங்கள், அதுவும் ஆழமாகச் சிந்திக்கக்கூடிய, கூர்ந்து கவனிக்கும் திறமை கொண்ட நீங்கள், தேர்ந்தெடுத்தீர்கள்? ஓ,

அல்யோஷா, நான் பயங்கரமான சந்தோஷத்தில் இருக்கிறேன், ஆனால் உங்களுக்கு நான் எந்தவிதத்திலும் நிகரானவள் அல்ல!'

'ஓ, லீஸ், நீங்கள் எனக்கு நிகரானவர்தான். கொஞ்சம் பொறுத்திருங்கள், லீஸ். ஓரிரு தினங்களில் துறவி மடாலயத்தைவிட்டு நான் வெளியே வந்துவிடுவேன். வெளி உலகுக்கு வந்ததும் நான் திருமணம் செய்துகொள்ள வேண்டுமென்று எனக்குத் தெரியும். அப்படித்தான் அவரும் எனக்குக் கட்டளையிட்டுள்ளார். உங்களைவிடச் சிறந்த பெண்மணி வேறு யார் . . . உங்களைவிட வேறு யார் என்னை ஏற்றுக் கொள்ள முடியும்? இதைப் பற்றி ஏற்கெனவே நான் சிந்தித்துப் பார்த்தேன். முதலாவதாக, என்னை நீங்கள் குழந்தைப் பருவத்திலிருந்தே அறிவீர்கள். இரண்டாவதாக, உங்களிடம் இருக்கும் பல திறமைகள் என்னிடம் இல்லை. என்னைவிட உங்களுடைய ஆன்மா உற்சாகமானது; முக்கியமாகச் சொன்னால், என்னைவிடத் தூய்மையானவர்கள் நீங்கள். நானோ பல விஷயங்களில், பலவிஷயங்களில் தொடர்பு உள்ளவன் . . . ஓ, உங்களுக்கு என்னைப் பற்றித் தெரியாது, நான் கரமாஸவ் குடும்பத்தைச் சார்ந்தவன்! அதனால்தான் நீங்கள் என்னைப் பார்த்துச் சிரிக்கிறீர்கள், கேலி செய்கிறீர்கள், என்னை ஏளனஞ்செய்கிறீர்கள்; மாறாக, நீங்கள் கேலிசெய்வதைப் பார்த்து நான் சந்தோஷப்படுகிறேன் . . . ஆனால், நீங்கள் ஒரு சிறுகுழந்தையைப் போலச் சிரிக்கிறீர்கள்; மனத்தில் உங்களை ஒரு தியாகியாக நீங்கள் நினைத்துக்கொள்கிறீர்கள் . . .'

'என்ன தியாகியாகவா? என்ன சொல்கிறீர்கள்?'

'ஆம், லீஸ், சிறிது நேரத்திற்கு முன்பு நீங்கள் கேட்ட கேள்வி: 'பரிதாபத்திற்குரிய அந்த மனிதர்மீது வெறுப்புக் கொண்டு அவருடைய ஆன்மாவை நாம் ஆராய்ந்து பார்க்கிறோம்' என்று நீங்கள் கேட்ட அந்தக் கேள்வி, ஒரு தியாகியுடைய கேள்வியாகத்தான் இருக்க முடியும் . . . பாருங்கள், என்னால் அப்படி எப்போதுமே சிந்திக்க முடியாது, ஆனால் யாரிடமிருந்து இப்படிப்பட்ட கேள்விகள் வருகின்றன என்று பாருங்கள்; துன்பத்தை யார் அனுபவிக்கிறார்களோ அவர்களிடமிருந்து தான் இப்படிப்பட்ட கேள்விகள் எழ முடியும். இந்த நாற்காலியில் அமர்ந்தபடி நீங்கள் மனத்தில் பல விஷயங்களை யோசித்துப் பார்க்கிறீர்கள் . . .'

'அல்யோஷா, உங்களுடைய கைகளைக் கொடுங்கள், ஏன் அவற்றை என்னிடமிருந்து விலக்கிக்கொண்டீர்கள்' என்று மகிழ்ச்சி பொங்கிய மென்குரலில், ஏதோ வலுவிழந்த நிலையில் முணுமுணுத்தாள் லீஸ். கேளுங்கள், அல்யோஷா, மடாலயத்திலிருந்து வெளிவந்ததும் எப்படிப் பட்ட ஆடைகளை நீங்கள் அணிவீர்கள்? சிரிக்காதீர்கள், கோபப் படாதீர்கள், இது மிகமிக முக்கியமான கேள்வி. அதுவும் எனக்கு ரொம்பவே முக்கியமான ஒன்று.'

'கருநீல நிறத்தில் வெல்வெட் புறச்சட்டையையும் வெண்ணிறத்தில் இடுப்பளவு கையில்லாத பருத்திச் சட்டையையும் சாம்பல் நிறத்தில் மென்முடித் தொப்பியையும் நீங்கள் அணிய வேண்டுமென்று நான் விருப்பப்படுகிறேன் . . . சொல்லுங்கள், கடிதத்தில் நான் நேற்று எழுதிய

படி உங்களை நான் விரும்பவில்லை என்று சொன்னதும் அதை நீங்கள் நம்பிவிட்டீர்களா?'

'இல்லை, நம்பவில்லை.'

'ஓ, திருத்த முடியாத மனிதர் நீங்கள்!'

'பாருங்கள், எனக்குத் தெரியும், நீங்கள் என்னை விரும்புகிறீர்கள் என்று, ஆனால் நீங்கள் என்னை விரும்பாதது போலப் பாசாங்கு செய்தேன், உங்களுக்குத் தடுமாற்றம் இல்லாமல், இணக்கமாக இருப்பதற்காக . . .'

'ஆனால் அது இன்னும் மோசம்! மோசம், எல்லாவற்றிற்கும் மேல் அது நல்லதும்கூட. அல்யோஷா, உங்களை நான் பயங்கரமாகக் காதலிக்கிறேன். போனமுறை நீங்கள் இங்கு வந்தபோது நினைத்தேன், 'என்னுடைய கடிதத்தைத் திருப்பித் தருமாறு அவரிடம் கேட்பேன், ஒருவேளை அவர் அதை அமைதியாகத் திருப்பிக் கொடுத்தால் (அப்படிச் செய்வார் என்பதை எதிர்பார்க்கலாம்) அவர் என்னைக் கொஞ்சம்கூடக் காதலிக்கவில்லை, என்மீது கடுகளவும் அக்கறை யில்லை, அவர் ஒரு சாதாரண முட்டாள், தகுதியில்லாத ஒரு இளைஞன், அவரை நினைத்து என்னை நான் அழித்துக்கொண்டேனே என்று நான் நினைத்திருப்பேன். ஆனால், கடிதத்தை நீங்கள் அறையில் வைத்துவிட்டு வந்தது எனக்கு ஆறுதலாகப் போய்விட்டது: மறுபடியும் அந்தக் கடிதத்தை நான் திருப்பிக் கேட்பேன் என்று நினைத்துத்தானே அதை நீங்கள் மடாலயத்திலேயே வைத்துவிட்டு வந்தீர்கள்? அப்படித் தானே? அப்படியா சொல்லுங்கள்.'

'ஓ, லீஸ், அப்படி இல்லவே இல்லை, அந்தக் கடிதம் என்னிடம் தான் இருக்கிறது; இதோ நேற்றும் இன்றும் என்னுடைய சட்டைப் பையில்தான் இருக்கிறது. பாருங்கள்' என்று அல்யோஷா சிரித்தபடி சற்றுத் தொலைவிலிருந்து அந்தக் கடிதத்தை எடுத்துக் காட்டினான்.

'உங்களிடம் அதை நான் கொடுக்கமாட்டேன். அது என்னிடம் இருக்கிறது, பார்த்துக்கொள்ளுங்கள்.'

'ஏன் கொடுக்கமாட்டீர்கள்? அப்படியானால் என்னிடம் நீங்கள் பொய் சொன்னீர்களா, துறவியாரே?'

'ஆம், பொய் சொன்னேன்' என்றபடி சிரித்த அல்யோஷா, 'கடிதத்தை உங்களிடம் திருப்பிக் கொடுக்காமலிருப்பதற்காகத்தான் அப்படி நான் சொன்னேன். எனக்கு அது ஒரு பொக்கிஷம்' என்றவன் மீண்டும் சிவந்தபடி திடீரென்று ஆழ்ந்த உணர்ச்சியுடன் தொடர்ந்தான். 'எப்போதுமே அது என்னிடம்தான் இருக்கும், யாரிடமும் அதை நான் எப்போதுமே கொடுக்கமாட்டேன்!'

மிகுந்த ஆச்சர்யத்துடன் லீஸ் அவனைப் பார்த்தாள்.

'அல்யோஷா' என்று மீண்டும் முணுமுணுத்த லீஸ், 'கதவுப் பக்கமாய்ப் பாருங்கள், நாம் பேசுவதை அம்மா கேட்கிறார்களா என்று.'

தஸ்தயேவ்ஸ்கி

'சரி, லீஸ், பார்க்கிறேன், ஆனால் அப்படிச் செய்வது நல்லதல்ல இல்லையா? ம்? உங்களுடைய அம்மாவை ஏன் இப்படி நீங்கள் கேவலமாகச் சந்தேகப்படுகிறீர்கள்?'

'என்ன கேவலம்? எந்த விதத்தில் கேவலம்? கதவருகில் நின்று கொண்டு நாம் பேசுவதை அவர்கள் கேட்டால் அது அவருடைய உரிமை அன்றிக் கேவலமில்லை' என்று வெடித்தாள் லீஸ்.

'உறுதியாக நீங்கள் நம்பலாம், அலெக்ஸெய் ஃபியோதரவிச், ஒரு நாள் நான் தாயாகும்போது, அதுவும் இப்படி ஒரு பெண் எனக்கு இருக்கும்போது, அவள் பேசுவதைக் கண்டிப்பாக நான் ஒட்டுக்கேட்பேன் என்பதை நீங்கள் உறுதியாக நம்பலாம்.'

'அப்படியா லீஸ், ஆனால் அது சரியல்ல.'

'ஓ, கடவுளே, இதிலென்ன கேவலம் இருக்கிறது? ஏதோ சாதாரண ஒரு விஷயமாக இருந்து அதை ஒட்டுக்கேட்டால் கேவலம், ஆனால் இங்கோ அவர்களுடைய சொந்த மகள் ஒரு இளைஞனுடன் தனி அறையில் கதவைச் சாத்திக்கொண்டு பேசிக்கொண்டிருக்கும்போது... கேளுங்கள் அல்யோஷா, உங்களுக்கு ஒன்று தெரிய வேண்டும்; நாம் திருமணம் செய்துகொண்டதும் உங்கள்மீது எப்போதுமே ஒரு கண் வைத்திருப்பேன், அது மட்டுமல்ல உங்களுக்கு வருகின்ற கடிதங்கள் எல்லாவற்றையுமே நான் பிரித்துப் படிப்பேன்... இதை இப்போதே சொல்லிவிட்டேன்...'

'சரி, சரி, அது அப்படித்தான் இருக்க வேண்டுமென்றால்...' என்று முணுமுணுத்த அல்யோஷா, 'ஆனால், அது சரியல்ல.'

'ஓ, உங்களுடைய வார்த்தையில் எவ்வளவு வெறுப்பு! அல்யோஷா, என் அருமையானவரே, நம்முடைய முதல் சந்திப்பிலேயே நாம் சண்டைபோட வேண்டாம் – பதிலாக உங்களுக்கு நான் எல்லா உண்மையையும் சொல்லிவிடுகிறேன்: கண்டிப்பாக ஒட்டுக்கேட்பது என்பது கேவலமான விஷயம்தான், அதைப் பற்றிய என்னுடைய கருத்து தவறானதுதான், நீங்கள் சொல்வது சரிதான், இருந்தாலும் நான் ஒட்டுக்கேட்கவே செய்வேன்.'

'அப்படியே செய்யுங்கள். ஆனால் என்னைக் கண்காணித்து, என்னிடமிருந்து கண்டுபிடிக்க ஒன்றுமில்லை' என்று சிரித்துக்கொண்டே சொன்னான் அல்யோஷா.

'அல்யோஷா, நான் சொல்வதைக் கேட்டு நீங்கள் நடப்பீர்களா? அதைப் பற்றி நாம் முன்கூட்டியே பேசி முடிவெடுக்க வேண்டும்.'

'மனப்பூர்வமாக லீஸ், நிச்சயமாக, ஆனால் முக்கியமான விஷயங்களில் அல்ல. முக்கியமான விஷயங்களில் நீங்கள் என்னுடன் ஒத்துப் போகாமலிருந்தால், என்னுடைய கடமை உணர்ச்சி எனக்கு எப்படிக் கட்டளையிடுகிறதோ அப்படித்தான் நான் நடந்து கொள்வேன்.'

'அப்படித்தான் இருக்க வேண்டும். தெரிந்துகொள்ளுங்கள், மாறாக, உங்களுடைய முக்கியமான விஷயங்களில் மட்டுமல்ல, எல்லா

விஷயங்களிலும், வாழ்நாள் முழுவதும் உங்களுடன் நான் ஒத்துப் போவேன் என்பதை உறுதியாகச் சொல்கிறேன், இது சத்தியம்' என்று உணர்ச்சி பொங்கச் சூளுரைத்த லீஸ், நான் 'இதை மிகுந்த சந்தோஷத் துடன் சொல்கிறேன், மிகுந்த சந்தோஷத்துடன்.' 'அது மட்டுமல்ல, சத்தியமாகச் சொல்கிறேன், ஒருபோதும் நீங்கள் பேசுவதை நான் ஒட்டுக் கேட்கமாட்டேன்; ஒருபோதும் உங்களுடைய கடிதங்களை நான் பிரித்துப் படிக்கவும் மாட்டேன்; ஏனெனில் நீங்கள் சொன்னது தான் சரி. ஆனால், ஒட்டுக்கேட்பது எனக்கு மிகவும் பிடிக்கும் என்றாலும் இனிமேல் அதை நான் செய்ய மாட்டேன், ஏனெனில் அது அது நல்லதல்ல என்று நீங்கள் நினைக்கிறீர்கள்.'

'இனிமேல் நீங்கள்தான் என்னுடைய தெய்வம்... கேளுங்கள், அலெக்ஸெய் ஃபியோதரவிச், நேற்றும் இன்றும் நீங்கள் ஏன் இவ்வளவு சோகமாக இருக்கிறீர்கள், நிறையக் கவலைகளும் கஷ்டங்களும் உங்களுக்கு இருக்கிறதென்று எனக்குத் தெரியும், ஆனால், அவை எல்லாவற்றையும் விட, தனிப்பட்ட ஏதோ ஒரு கவலை உங்களுக்கு இருப்பதாகத் தெரிகிறது, ஒருவேளை அது ரகசியமான ஒன்றோ, ஹா?'

'ஆமாம், லீஸ், அது ரகசியமான ஒன்றுதான்' என்று வருத்தத்துடன் சொன்னான் அல்யோஷா. 'நீங்கள் என்னை விரும்புவதால், அதை உணர்ந்துவிட்டீர்கள்.'

'என்ன கவலை அது? எதைப் பற்றியது? என்னிடம் சொல்லக் கூடாதா?' என்று மிரட்சியுடன் பரிவாகக் கேட்டாள் லீஸ்.

'பிறகு சொல்கிறேன் லீஸ்... பிறகு...' என்று தடுமாற்றத்துடன் பதிலளித்தான் அல்யோஷா. 'இப்போது சொன்னால் அது உங்களுக்குப் புரியாது. ஆம், அதை விளக்கவும் எனக்குத் தெரியாது.'

'எனக்குத் தெரியும், உங்களுடைய சகோதரர்களும் தந்தையும் உங்களுக்குச் சிரமம் கொடுக்கிறார்கள், அப்படித்தானே?'

'ஆமாம், என் சகோதரர்கள்' என்று எதையோ ஆழ்ந்து யோசித்த படி சொன்னான் அல்யோஷா.

'உங்களுடைய சகோதரன் இவான் ஃபியோதரவிச்சை எனக்குப் பிடிக்கவில்லை அல்யோஷா' என்று திடீரென்று சொன்னாள் லீஸ்...

அவள் சொன்னதைச் சற்றே ஆச்சர்யத்துடன் அல்யோஷா கேட்டாலும், அவன் எதுவும் பேசவில்லை.

'சகோதரர்கள் தங்களைத் தாங்களே அழித்துக்கொள்கிறார்கள்' என்று தொடர்ந்தவன், 'தந்தையும்கூட' என்றான். 'அதுமட்டுமல்ல, அவர்களுடன் சேர்த்து மற்றவர்களையும் அழிக்கிறார்கள். 'அவர் களுக்கே உரித்தான கரமாஸவுடைய சக்தி' அதில் இருக்கிறது. இதைத் தான் அருட்தந்தை பாய்ஸி சொன்னார், 'மண்ணுக்கே உரித்தான, கட்டுக்கடங்காத, கரடுமுரடான ஒன்று'... என்று. இந்தச் சக்தியை மீறிக் கடவுளின் சக்தி இருக்குமா என்று எனக்குத் தெரியாது. ஆனால்,

ஒன்று மட்டும் எனக்குத் தெரியும், நானும் கரமாஸவ் என்பதுதான் ... நான் என்ன துறவி, துறவியா என்ன, நான் என்ன துறவியா, லீஸ்? நீங்கள் இப்போதுதானே சொன்னீர்கள், நான் ஒரு துறவி என்று?'

'ஆமாம், சொன்னேன்.'

'ஒருவேளை கடவுளைக்கூட நான் நம்பாமல் இருக்கலாம்.'

'நீங்கள் கடவுளை நம்பவில்லையா, என்னவாயிற்று உங்களுக்கு?' என்று அமைதியாக, முன்னெச்சரிக்கையுடன் கேட்டாள் லீஸ். ஆனால், அல்யோஷா பதில் எதுவும் சொல்லவில்லை. ஒருவேளை, வரம்பு மீறிய அவனுடைய வார்த்தைகளில் அவனுக்கே புரியாத, உள்ளுணர்வு சார்ந்த, தெளிவில்லாத, சந்தேகத்திற்கு இடமின்றி, கவலை அளிக்கக் கூடிய ஏதோ ஒன்று இருந்திருக்க வேண்டும்.

'எல்லாவற்றையும்விட, இவ்வுலகிலேயே மிக அருமையான மனிதன் ஒருவன், என்னுடைய நண்பன், இந்த இடத்தை விட்டு, இந்த வாழ்வை விட்டுப் பிரிந்துபோகிறான், லீஸ். எவ்வளவு தூரம் அவன் எனக்கு நெருங்கிய நண்பன் தெரியுமா! இப்போது நான் தனியாக இருக்கிறேன் ... உங்களிடம் வந்துவிடுகிறேன் லீஸ் ... இனி நாம் இருவரும் சேர்ந் திருப்போம் ...'

'ஆம், சேர்ந்திருப்போம், சேர்ந்திருப்போம்! இன்றிலிருந்து இருவரும், இனிமேல் வாழ்நாள் முழுவதும் நாம் ஒன்று சேர்ந்திருப்போம். என்னை முத்தமிடுங்கள், அனுமதிக்கிறேன்' என்றாள் லீஸ். அல்யோஷா அவளை முத்தமிட்டான்.

'இனிமேல் நீங்கள் புறப்படலாம், கடவுள் உங்களுடன் இருப்பார்! (அவள் அவனுக்குச் சிலுவையிட்டாள்). அவர் உயிருடன் இருக்கும் போதே அவரைப் பார்க்கப் போய்விடுங்கள். உங்களை நிறுத்திவைப்பது இரக்கமற்ற செயல் என்று நான் நினைக்கிறேன். உங்களுக்காகவும் அவருக்காகவும் நான் இன்று பிரார்த்திப்பேன். அல்யோஷா, நாம் இனி சந்தோஷமாக இருப்போம்! சந்தோஷமாக, இல்லையா?'

'அப்படித்தான் தோன்றுகிறது, லீஸ்.'

லீஸிடமிருந்து விடைபெற்றுக்கொண்டு வெளியே வந்த அல்யோஷா, திருமதி ஹஹ்லக்கோவாவைச் சந்திக்காமல், அவளிடமிருந்து விடை பெற்றுக்கொள்ளாமல் போவது என்று முடிவுசெய்தான். ஆனால், அறைக்கதவுகளைத் திறந்தவுடனேயே மாடிப்படிக்கட்டிலிருந்து இறங்கி வந்த திருமதி ஹஹ்லக்கோவா அல்யோஷா முன்பாக வந்து நின்றாள். அவள் பேசிய முதல் வார்த்தையிலிருந்தே அல்யோஷா தெரிந்து கொண்டான், அவனைப் பார்க்க அவள் காத்திருந்தாள் என்று.

'அலெக்ஸெய் ஃபியோதரவிச், இது பயங்கரமானது. சிறுபிள்ளைத் தனமானது, அப்படியே முட்டாள்தனமானதும்கூட. இதைப் பற்றி நீங்கள் ஒன்றும் நினைக்கமாட்டீர்கள் என்று நான் நினைக்கிறேன் ... இது பயங்கர முட்டாள்தனமானது!' என்று அவள் எரிந்து விழுந்தாள்.

‘இதை மட்டும் அவளிடம் சொல்லிவிடாதீர்கள்’ என்ற அல்யோஷா, ‘அவள் நிலைகுலைந்து போய்விடுவாள். அது இப்போது அவளுக்கு நல்லதல்ல.’

‘அறிவார்ந்த இளைஞனிடமிருந்து அறிவார்ந்த வார்த்தைகளைக் கேட்கிறேன். நலிந்த அவளுடைய நிலைமையைப் பார்த்துத்தான் நீங்கள் எதுவும் பேசாமல் அவள் சொன்னதைக் கேட்டுக்கொண்டிருந்தீர்கள் என்று நினைக்கிறேன், அப்படித்தானே?’

‘ஓ, அல்ல, அப்படியல்ல, அவர்களிடம் நான் உண்மையைத்தான் சொன்னேன்’ என்று உறுதியாகப் பதிலளித்தான் அல்யோஷா.

‘உண்மையான அக்கறையுடன் பேசுவது என்பது நடக்க முடியாத காரியம், அதை நினைத்துக்கூடப் பார்க்கமுடியாது. முதலாவதாக, உங்களை இனிமேல் என்னுடைய வீட்டிற்கு விருந்தாளியாக ஒருபோதும் நான் அழைக்கமாட்டேன், இரண்டாவதாக, இங்கிருந்து நான் போகிறேன், அப்படியே அவளையும் என்னுடன் கூட்டிக்கொண்டு போகிறேன் என்பதையும் சொல்லிக்கொள்கிறேன்.’

‘ஏன், எதற்காக’ என்று கேட்ட அல்யோஷா, ‘அதற்கு இப்போது அவசரமில்லை, இன்னும் ஒன்றரை ஆண்டுகள் காத்திருக்க வேண்டும்’ என்றான்.

‘ஓ, அலெக்ஸெய் ஃபியோத்ரவிச், அது உண்மைதான், இந்த ஒன்றரை ஆண்டில் நீங்கள் ஆயிரம் முறை அவளுடன் சண்டை போடலாம், பிரிந்து செல்லலாம். ஓ, என்னே துரதிருஷ்டசாலி நான், எவ்வளவு துரதிருஷ்டசாலி, இது தேவையில்லாத சாதாரண விஷயமாக இருக்கலாம், ஆனால் இது எனக்குப் பேரிடியாக இருக்கிறது. நாடகத்தின் கடைசிக் காட்சியில் வரும் ஃபமூஸவ் போல நான் இருக்க, நீங்கள் சாத்ஸ்கி போலவும், அவள் சோஃபியா போலவும் இருக்க, யோசித்துப் பாருங்கள், உங்களைப் பார்ப்பதற்காகவே நான் மாடிப்படிக்கட்டுகளிலிருந்து இறங்கிவர, நாடகத்தின் முக்கியமான காட்சியும் இதே போல் படிக்கட்டுகளில்தான் நடக்கிறது![1] நீங்கள் பேசிய எல்லாவற்றையும் நான் கேட்டேன், கேட்டு மயங்கியே விழுந்திருப்பேன். ஆக, அந்தப் பயங்கரமான இரவுக்கும் அவளுடைய மன நோய்க்கும் இதுதான் காரணமாக இருந்திருக்கிறது! மகளுக்குக் காதல், ஆனால் அம்மாவுக்கு மரணம். இதற்கு நான் செத்தே போயிருக்கலாம். அடுத்து, மிக முக்கியமானது: அது என்ன கடிதம், அவள் என்ன எழுதியிருந்தாள், காட்டுங்கள் அதை, இப்போதே அதை என்னிடம் காட்டுங்கள்!’

‘இல்லை, வேண்டாம், கத்தரீனா இவானவ்னாவின் உடல்நிலை இப்போது எப்படி இருக்கிறது என்று சொல்லுங்கள், அது எனக்குத் தெரிந்தாக வேண்டும்.’

‘இன்னமும் அவள் பிதற்றிக்கொண்டுதான் இருக்கிறாள், சுய நினைவுக்கு வரவில்லை; அவளுடைய அத்தைமார்கள் வந்திருக்கிறார்கள், ஆனால் எல்லோருமே ஆசுவாசப்படுகிறார்கள், என்னைப் பார்த்துப்

பொறாமைப்படுகிறார்கள். கெர்ஷென்ஸ்தூபே வந்து பார்த்துவிட்டுக் கவலைதெரிவித்துவிட்டுப் போனார்; அவளை எப்படி சமாதானப் படுத்துவது என்றே எனக்குத் தெரியவில்லை; உண்மையாகவே மருத்துவரைத்தான் நான் கூட்டிக்கொண்டு வர ஆசைப்பட்டேன். அவரை என்னுடைய கோச்சு வண்டியில் அனுப்பிவைத்தேன். இதற்கிடையில், எல்லாவற்றிற்கும் மேலாக, நீங்களும் அந்தக் கடிதமும்! உண்மைதான், ஒன்றரை ஆண்டுகள் இன்னும் இருப்பது உண்மைதான். கடவுள் சத்தியமாக, இறந்துகொண்டிருக்கும் உங்களுடைய அந்த முதியவர் மீது சத்தியமாகக் கேட்கிறேன், அந்தக் கடிதத்தை என்னிடம் காட்டுங்கள், அவளுடைய அம்மாவிடம் காட்டுங்கள், அலெக்ஸெய் ஃபியோதரவிச்! அதை நீங்கள் உங்கள் கைகளிலேயே வைத்துக் கொள்ளலாம், அப்படியே நான் படித்துக் கொள்கிறேன்.'

'இல்லை. காட்ட முடியாது, கத்தரீனா ஓஸிப்பவ்னா. அவளே சொன்னால்கூட அதை நான் காட்ட முடியாது. நாளை வருகிறேன், நிறைய பேசுவோம், இப்போது போய்வருகிறேன்!'

படிக்கட்டில் இறங்கி அல்யோஷா தெருவை நோக்கி வேகமாகப் போனான்.

## 2

## கித்தாருடன் ஸ்மெர்தியாக்கவ்

ஆமாம், அவனுக்கு அப்போது நேரமில்லாமல் இருந்தது. லீஸிடமிருந்து அவன் விடைபெற்றுக்கொண்டு வந்தபோதே இந்த எண்ணம் அவனுடைய மனத்தில் உதித்தது. அதாவது, தன் கண்ணில் படாமல் ஒளிந்துகொண்டிருக்கும் திமித்ரியை எப்படி இப்போது தந்திரமாகப் பிடிப்பது என்பதுதான். ஏற்கெனவே மதியம் மூன்று மணியாகி இருந்தது. அல்யோஷாவின் மனம் முழுவதும் வேகமாக மடாலயத் திற்குப் போய், 'பெருமை வாய்ந்த' முதியவரை, இறந்துகொண்டிருக்கும் அவரைப் பார்த்துவிட வேண்டுமென்ற எண்ணம் மேலோங்கி இருந்தாலும், அதைவிடத் திமித்ரியைப் பார்த்துவிட வேண்டுமென்ற எண்ணம்தான் இன்னும் மேலோங்கி இருந்தது: நடக்கவிருக்கும் பயங்கரமான பேரழிவைப் பற்றிய எண்ணம் அல்யோஷாவின் மனத்தில் ஒவ்வொரு மணிநேரமும் அதிகமாக வலுக்க ஆரம்பித்தது. எப்படிப்பட்ட பேரழிவாக அது இருக்கும் என்பதைக் குறிப்பிட்டுச் சொல்ல முடியாமல், சகோதரன் திமித்ரியிடமும் என்ன சொல்வது என்று தெரியாமலும் அவன் இருந்தான். 'நான் இல்லாத நேரத்தில் அன்பான என்னுடைய அந்த மனிதர் இறந்துபோனாலும் சரியே, அதற்காக நடக்கவிருக்கும் ஒரு பேரழிவைத் தடுக்க வழி இருந்தும் அதைச் செய்யாமல் இருந்தால், பிறகு நான் வாழ்நாள் முழுவதும் வருத்தப்பட வேண்டியிருக்கும்' என்று வீட்டைக் கடந்து போகும்போது நினைத்துக்கொண்டே வேகமாக அவன் வீட்டுக்குப் போனான். இப்படிச் செய்வதால் அவருடைய

மிகப்பெரிய வார்த்தைகளை நான் நிறைவேற்றுவதாக இருக்கும்...' என்றும் அவன் நினைத்தான்.

அப்படியே நேற்று வேலியைத் தாண்டிக் குதித்தது போலவே குதித்து, திமித்ரிக்கே தெரியாமல் அந்தத் தோட்டத்தில் இருக்கும் நடைபாதையில் காத்திருப்பது என்று அவன் முடிவுசெய்தான். 'ஒருவேளை அவன் அங்கு இல்லையென்றால்' என்று நினைத்த அல்யோஷா, 'ஃபோமாவையோ, அந்த வீட்டுச் சொந்தக்காரியையோ தொந்தரவு செய்யாமல், அந்த நடைபாதையில் சாயங்காலம் வரை காத்திருப்பது என்று நினைத்தவன், ஒருவேளை குரூஷென்காவின் வருகையை எதிர்பார்த்து அவன் அங்கு வரக்கூடும்...' என்றும் நினைத்தான். தன்னுடைய திட்டத்திற்கான முழு விவரங்களை அலசி ஆராயாமல் அதை நிறைவேற்றுவது என்ற முடிவுடன் அல்யோஷா இருந்தான். அதற்காக இன்று அவன் துறவிமடாலயத்திற்குப் போகவில்லை என்றாலும் சரியே என்று நினைத்தான்...'

இப்படியாக, எந்தவிதத் தடங்கலும் இல்லாமல் எல்லாமே அமைதியாகவே நடந்தேறின: நேற்றுப் போலவே அந்த வேலியைத் தாண்டிக் குதித்துச் செடி கொடிகளடர்ந்த அதே அந்த நடைபாதைக்கு அவன் வந்து சேர்ந்தான். மற்றவர்கள் யாரும் அவனைப் பார்த்துவிடக் கூடாது என்று அல்யோஷா நினைத்தான்: வீட்டுச் சொந்தக்காரியோ, ஃபோமாவோ (ஒருவேளை அவன் அங்கிருந்தால்) திமித்ரி இட்ட கட்டளையின் பேரில் ஒருவேளை அல்யோஷாவைத் தோட்டத்திற்குப் போகவிடாமல் தடுத்துநிறுத்தக் கூடும் அல்லது சரியான நேரத்தில் விஷயத்தைத் திமித்ரிக்குத் தெரியப்படுத்தி, அல்யோஷா அவனை விசாரித்ததாகவும் அவனைத் தேடுவதாகவும் சொல்லக்கூடும் என்று நினைத்தான். ஆனால் அந்த நடைபாதையில் யாருமே இருக்கவில்லை. நேற்று அமர்ந்திருந்த அதே இடத்தில் அமர்ந்தபடி அல்யோஷா காத்துக்கொண்டிருந்தான். செடிகொடிகள் கவிழ்ந்த அந்த நடைபாதையைப் பார்த்தபோது, நேற்றைவிட இன்று அது மிகவும் சீர்குலைந்து பழுதடைந்து போயிருப்பதாகத் தோன்றியது. இன்றைய நாளும் நேற்று போலவே தெளிவாக இருந்தது. அங்கிருந்த பச்சை நிறமேஜையில் பிராந்தி சிந்தி, வட்டவடிவில் கறை இருந்தது. ஒருவேளை அது நேற்று திமித்ரி குடித்த மதுக் கிண்ணத்தின் கறையாக இருக்கலாம். இப்படிக் காத்திருந்த நேரத்தில் தேவையில்லாத, வீணான எண்ணங்கள் அவனுடைய மனத்தில் வந்துபோயின: உதாரணமாக, வந்தவுடன் வேறு இடத்தில் அமராமல், நேற்று அமர்ந்த அதே இடத்தில் அவன் ஏன் அமர்ந்தான் என்று அவன் யோசித்துப் பார்த்தான். இறுதியாக, எந்தவிதத் தெளிவுமின்றிக் காத்துக்கிடக்கும் நிலையை எண்ணி அவன் வருந்தினான். அப்படிப் பதினைந்து நிமிடங்கள்கூட அவன் காத்திருந்திருக்க மாட்டான், எங்கோ மிக அருகில் கித்தார் இசைக்கும் சத்தம் கேட்டது. அது அல்யோஷா உட்கார்ந்திருந்த இடத்திலிருந்து இருபது அடிகூட இல்லாத புதர் ஒன்றிலிருந்து அப்போதுதான் அங்கு வந்து உட்கார்ந்திருந்த ஓரிரண்டுபேர் வாசிப்பது போல இருந்தது. அல்யோஷாவுக்குத் திடீரென்று நினைவுக்கு வந்தது, சகோதரனிடம்

நேற்று விடைபெற்றுக்கொண்டு செல்லும் முன்பாக, அந்த வேலிக்கருகே இடது பக்கமாகத் தாழ்வான பழைய பெஞ்ச் ஒன்று புதர்களுக்கு நடுவே இருந்தது: ஒரு சமயம் அதில் அமர்ந்துகொண்டு விருந்தாளிகள் கித்தார் வாசிக்கலாம் என்று அவனுக்குத் தோன்றியது. அப்படியானால் யார் அவர்கள்? திடீரென்று ஆண்குரல் ஒன்று உச்சஸ்தாயில் இனிமையாக கித்தார் லயத்தோடு பாடியது:

வென்றொணா சக்தியுடன்
கட்டுண்டேன் காதலியுடன்.
கடவுளே க... ரு... ணை செய்
அவள் மீதும் என் மீதும்!
அவள் மீதும் என் மீதும்!
அவள் மீதும் என் மீதும்![1]

என்று பாடிய குரல் நின்றது. மிகவும் பணிவான தொனியில் இருந்த அந்தக் குரல் வேலையாட்கள் தங்கியிருந்த விடுதிப் பக்கமிருந்து வந்தது. அப்படியே பெண்குரல் ஒன்று திடீரென்று பணிவாக, மெல்லிழைந்து, ஆனால் மிடுக்காகக் கேட்டது.

'பாவெல் ஃபியோதரவிச், எங்கள்மீது உங்களுக்கு என்ன அவ்வளவு வெறுப்பு, நீங்கள் ஏன் எங்களைப் பார்க்க இவ்வளவு நாட்களாக வரவில்லை?'

'அதெல்லாம் ஒன்றுமில்லை, ம்' என்று பதிலளித்த அந்த ஆணின் குரல், பணிவாக, ஆனால் அசைக்க முடியாத உறுதியுடன் மேன்மையானதாக இருந்தது. பார்ப்பதற்கு ஏதோ அவர் ஆளுமையுடன் இருந்தது போலவும் அதற்கு அந்தப் பெண் இணங்கிப் போவது போலவும் இருந்தது. 'அந்த ஆண் ஸ்மெர்தியாக்கவாக இருக்கக்கூடும் என்று நினைத்த அல்யோஷா, அந்தப் பெண் மாஸ்கோவிலிருந்து வந்திருந்த வீட்டுக்காரியின் மகளாக இருக்கக்கூடும் என்றும் நினைத்தான். ஏனெனில் அவள்தான் தன்னுடைய நீண்ட வால் போன்ற ஆடையை அணிந்துகொண்டு, சூப்பை இரவல் கேட்டு மார்ஃபா இக்னச் சேவ்னாவைப் பார்க்க வருபவள் என்று அவன் நினைத்தான்...'

'கவிதைகள் என்றால் எனக்கு மிகவும் பிடிக்கும், அதுவும் அவற்றில் சந்தம் இருக்குமானால்' என்று தொடர்ந்து அந்தப் பெண்ணின் குரல். 'நீங்கள் ஏன் பாட்டைத் தொடரவில்லை?' என்று கேட்டதும் அந்தக் குரல் மீண்டும் பாடியது:

'ஜார் மன்னனின் கஜானா –
என்னவள் தேக நலத்தினும் பெரிதல்ல
கடவுளே க... ரு... ணை... வை
அவள் மீதும் என் மீதும்!
அவள் மீதும் என் மீதும்!
அவள் மீதும் என் மீதும்!'

'போனமுறை இதைவிட நன்றாக இருந்தது' என்று குறிப்பிட்டது அந்தப் பெண்ணின் குரல். நீங்கள் பணத்தைப் பற்றிப் பாடிய பிறகு, 'என்னவள் தேக நலத்தினும் பெரிதல்ல' என்று பாடியது

போன முறை உண்மையாகவே நேர்த்தியாக இருந்தது. இன்று நீங்கள் அதை மறந்துவிட்டீர்கள் போல'

'மடத்தனமாயிருக்கிறது கவிதை, ம்.'

'ஆனால், நல்ல கவிதைகள் எனக்கு மிகவும் பிடிக்கும்.'

'கவிதை என்பது உண்மையாகவே மடத்தனமானதுதான். நீங்களே யோசித்துப் பாருங்கள், கவிதை நடையில் யார் இந்த உலகத்தில் பேசுகிறார்கள்? அப்படியே நாம் கவிதை நடையில்தான் பேச வேண்டுமென்று அதிகாரிகள் கட்டளை இட்டாலும் நம்மால் அப்படிப் பேச முடியுமா என்ன?'

'கவிதைகள் முக்கியமல்ல மரியா கந்த்ரச்சேவ்னா.'

'எப்படி இவ்வளவு அறிவானவராக, எல்லாவற்றையும் தெரிந்தவராக நீங்கள் இருக்கிறீர்கள்?' என்று அன்பும் ஆதரவும் பொங்கக் கேட்டது அந்தப் பெண்ணின் குரல்.

'நான் மட்டும் நல்ல நேரத்தில் பிறந்திருந்தால், எவ்வளவு அறிவாளியாக, நிறைய விஷயங்களைத் தெரிந்திருப்பவனாக இருந்திருப்பேன். அப்படியே தந்தை யாரென்று தெரியாமல், நாற்றமெடுத்த லிஸவெத்தாவுக்குப் பிறந்தவன் என்று சொல்பவர்களை துப்பாக்கி எடுத்து நான் சுட்டும் தள்ளியிருப்பேன்; மாஸ்கோவில் இதைப் பற்றி என் முகத்திற்கு நேராகவே பேசினார்கள்; அதற்கு நான் கிரிகோரி வசிலேவிச்சுக்குத்தான் நன்றி சொல்ல வேண்டும். என்னுடைய இந்தப் பிறப்பிற்காக வருத்தப்படுவதைக் கிரிகோரி வசிலேவிச் கண்டித்திருக்கிறார்; 'அவளுடைய கருவறையைத் திறந்தவன் நீ'[2] என்றார் அவர். கருவறை இருக்கட்டும், அதைப் பற்றி ஒன்றுமில்லை, ஆனால் நான் வெளியுலகுக்கு வராமல் அப்படியே செத்துப்போயிருக்க வேண்டும். சந்தையில் பேசிக்கொண்டார்கள், உன்னுடைய அம்மாகூட இங்கிதமே இல்லாமல் லிஸவெத்தாவைப் பற்றிச் சிக்குப்பிடித்த, குள்ளச்சி, இரண்டடிக்கும் குறைவானவள் என்று சொன்னார்கள். மற்றவர்கள் சொல்வது போல உயரத்தில் குள்ளமானவளாக இருந்தாள் என்று சொல்லலாமே, ஏன் இரண்டடிக்கும் குறைவாக என்று அழுத்திச் சொல்ல வேண்டும்? ஒருவரை அழவைப்பதில் ஆசைபோலும், அதுவும் ஓர் ஆணை அழவைப்பதில், சொல்லப்போனால் அந்தக் கண்ணீர் ஓர் ஆணின் ஆழ்ந்த வருத்தத்தைக் கொண்டிருக்கிறது. படித்த ரஷ்ய ஆண்மகனுக்கு முன்பு சாதாரண ரஷ்ய ஆண்மகனின் உணர்வுகள் எம்மாத்திரம்? அவனுடைய படிப்பறிவின்மையின் காரணமாக அவனால் எதையுமே உணர முடியாது. சிறு வயதிலிருந்தே 'மிகச்சிறிய' என்ற வார்த்தையைக் கேட்கும்போதெல்லாம் எனக்குச் சுவரில் முட்டிக்கொள்ள வேண்டும் போலிருக்கும். இந்த விஷயத்தில் நான் ரஷ்யாவை முழுமையாக வெறுக்கிறேன், மரியா கன்த்ரச்செவ்னா.'

'நீங்கள் ராணுவத்தில் படைப்பயிற்சி மாணவனாகவோ குதிரைப் படை வீரனாகவோ இருந்திருந்தால் இப்படிப் பேசியிருக்கமாட்டீர்கள், மாறாக வாளை உருவி ரஷ்யாவைக் காப்பாற்ற முன்வந்திருப்பீர்கள்.'

‘ராணுவப் படைப்பயிற்சி மாணவனாக மட்டுமல்ல, மரியா கன்த்ரச்செவ்னா, படைப்பயிற்சி முழுவதையும் இந்தப் படைவீரர்கள் எல்லோரையுமே ஒட்டுமொத்தமாக ஒழித்துவிடத்தான் நான் விரும்பு கிறேன்.’

‘அப்படியானால் எதிரிகள் படையெடுத்து வந்தால் யார் நம்மைக் காப்பாற்றுவது?’

‘ஆமாம், படைப்பயிற்சி எதுவுமே வேண்டாம். இப்போது பிரெஞ்சு நாட்டில் பேரரசராக இருக்கும் முதலாம் நெப்போலியனின் மகன், நெப்போலியன் III, 1181ஆம் ஆண்டு படையெடுத்து வந்தது போலவே படையெடுத்து வந்து நம்மை ஆண்டிருந்தால் நன்றாக இருந்திருக்கும்: புத்திசாலி இனம் முட்டாள் மக்களைத் தன்னுடன் சேர்த்துக் கொண்டிருக்கும். நம்முடைய வாழ்க்கைமுறையே வேறுவிதமாகப் போயிருந்திருக்கும்.’

‘அது சரி, அவர்களுடைய வாழ்க்கை முறை என்ன? நம்மைவிடச் சிறந்ததா? மூன்று இளம் ஆங்கிலேயருக்கு நம்முடைய ஓர் ஆண் மகன் சமம்’ என்று சொன்ன மரியாவின் மென்மையான குரல் வாட்டமான அவளுடைய கண்களுடன் இழைந்துபோனது.

‘இதெல்லாம் அவரவர்களுடைய ரசனையைப் பொறுத்தது.’

‘நீங்கள் ஒரு வெளிநாட்டவரைப் போல, உண்மையாகவே உயர்குடியில் பிறந்த ஒரு வெளிநாட்டவரைப் போலவே இருக்கிறீர்கள் என்பதைத் தன்னடக்கத்துடன் உங்களுக்கு நான் சொல்லிக்கொள்கிறேன்.’

‘நீங்கள் ஒன்றைத் தெரிந்துகொள்ள ஆசைப்பட்டீர்களென்றால், கெட்டவிஷயங்களில் அங்கிருக்கும் மக்களும் இங்கிருக்கும் மக்களும் ஒரே மாதிரியாகத்தான் இருக்கிறார்கள். கேடுகெட்ட இவர்கள் எல்லோரும் ஒரே மாதிரியானவர்கள்தான்; என்ன, அங்கிருப்பவர்கள் பளபளப்பாக மினுக்கும் காலணிகளை அணிந்துகொண்டு பெருமையாக உலா வருகிறார்கள்; நம்முடைய ஏழை மக்களோ நாற்றமெடுத்தவர்களாக, அதைப் பற்றிக் கவலைப்படாமல் இருக்கிறார்கள்; அவ்வளவுதான். ரஷ்ய மக்களைச் சாட்டையால் அடிக்க வேண்டுமென்று நேற்று சரியாகச் சொன்னார் ஃபியோதர் பாவ்லவிச். அவர் ஒரு முட்டாள்; அப்படியே அவருடைய பிள்ளைகளும்.’

‘ஆனால் இவான் ஃபியோதரவிச்சை மிக உயர்வாக மதிப்பதாக நீங்கள்தானே சொன்னீர்கள்?’

‘அவர்தான் என்னை நாற்றம் பிடித்த வேலைக்காரன் என்கிறார். அதைக் கேட்டு நான் கிளர்ந்தெழுவேன் என்று அவர் நினைக்கிறார்; தவறு. என்னிடம் பணம் மட்டும் இருந்திருந்தால், எப்போதோ இங்கிருந்து நான் போயிருப்பேன். திமித்ரி ஃபியோதரவிச் எந்த வேலைக்காரனை விடவும் கேவலமானவன்; நடத்தையிலும் சரி, அறிவிலும் சரி, ஏழ்மை நிலையிலும் சரி. அவனால் எதுவுமே செய்ய முடியாது; இருந்தாலும் எல்லோரும் அவனை உயர்வாக மதிக்கிறார்கள்., சொல்லப்போனால்,

நான் ஒரு சாதாரண சமையல்காரன்தான், ஆனால் மாஸ்கோவிலுள்ள முக்கியமான சாலைகளில் ஒன்றான பெத்ரோவ்கா சாலையில் என்னால் சந்தோஷமாக ஒரு சிற்றுண்டிக் கடையைத் திறக்கமுடியும். கைதேர்ந்த ஒரு சமையல்காரன் நான்; மாஸ்கோவிலிருக்கும் எந்த ஒரு சமையல்காரனைவிடவும் நான் சிறந்தவன், ஆனால் வெளிநாட்டுச் சமையல்காரர்களைத் தவிர; திமித்ரி ஃபியோதரவிச்சிடம் பணம் இல்லை. அப்படியே ஊரிலிருக்கும் உயர்குடிப் பெருமகன் யாராவது துப்பாக்கி சண்டைக்குச் சவால்விட்டால் போதும், உடனே சண்டைக்குப் போகும் அவன் எந்தவிதத்திலும் என்னைவிட உயர்ந்தவன் அல்ல. என்னைவிட அவன் முட்டாள். எவ்வளவு பணத்தை வெட்டியாகச் செலவுசெய்கிறான், தெரியுமா.'

'துப்பாக்கி முனையில் சண்டை போடும் 'டூயல்' என்றழைக்கப்படும் இருவர் பங்குபெறும் சண்டை நல்லது என்றுதான் நான் நினைக்கிறேன்' என்று திடீரென்று தன்னுடைய கருத்தைத் தெரிவித்தாள் மரியா கன்த்ரச்செவ்னா.

'எந்த விதத்தில், ஆ?'

'அது பயங்கரமானதுதான், ஆனால் வீரமான விளையாட்டு. குறிப்பாக, ஒரு இளம்பெண்ணுக்காக இரண்டு இளம் அதிகாரிகள் ஒருவரை ஒருவர் துப்பாக்கி முனையில் சுட்டுக்கொல்லும் காட்சி அற்புதமான காட்சிதான். ஓ, பெண்களை மட்டும் பார்க்க அனுமதித்தால், நான் அதை வெகு ஆவலுடன் பார்ப்பேன்.'

'சுடுவதைப் பார்ப்பது சரிதான், ஆனால், அது உன்னை நோக்கிக் குறி பார்க்கப்படும்போது முட்டாள்தனமானதாக இருக்கும். அப்போது நீங்கள் அங்கிருந்து ஓடிவிடுவீர்கள், மரியா கன்த்ரச்செவ்னா.'

'நீங்கள் என்ன செய்வீர்கள், உண்மையாகவே ஓடிவிடுவீர்களா?'

ஸ்மெர்தியாக்கவ் அதற்குப் பதில் எதுவும் சொல்லவில்லை. ஒருசில நிமிட அமைதிக்குப் பிறகு தன்னுடைய நரம்பிசைக் கருவியை எடுத்து வாசித்தபடி கவிதையின் கடைசி வரிகளை அவன் பாடினான்:

"என்னதான் சொல், நீ
போய்விடுவேன் பார், நீ
வாழ்வை அனுபவிக்க இனி
தலைநகரில் வாழ்வதே சரி!
வருத்தமா – ஏதினி
வருத்தமே இல்லை இனி
வருந்த நேரமே இல்லை, இனி விடு நீ என்னை!"

அப்போது எதிர்பாராத சம்பவம் ஒன்று நடந்தது: அல்யோஷா வுக்குத் திடீரென்று தும்மல் வர, அவன் தும்மிய சத்தம் கேட்டுப் பெஞ்சில் அமர்ந்திருந்தவர்கள் சட்டென்று அமைதியானார்கள். அல்யோஷா எழுந்து அவர்கள் இருக்கும் பக்கமாகச் சென்றான். உண்மையாகவே அது ஸ்மெர்தியாக்கவாக இருந்தது; நேர்த்தியாக அவன் உடையணிந்து, தலையில் நறுமணத்தைலம் பூசிச் சற்றே சுருட்டி

விட்டாற் போன்ற தலை அலங்காரத்துடன் தோலால் ஆன பளபளக்கும் காலணிகளை அணிந்திருந்தான். அவனுடைய கித்தார் பெஞ்சின் மீது இருந்தது. அந்தப் பெண் மரியா கன்த்ரச்செவ்னாவாக, வீட்டுச் சொந்தக்காரியின் மகளாக இருந்தாள்; இரண்டடி வால் கொண்ட வெளிர்நீல நிற ஆடையை அவள் அணிந்திருந்தாள்; இன்னும் இளமை யானவளாக இருந்த அவளுடைய முகம் நீண்டிருக்க, முகத்தில் தவிட்டு நிறப்புள்ளிகள் மட்டும் இல்லாமல் இருந்திருந்தால் முகம் இன்னும் அழகாக இருந்திருக்கும்.

‘சகோதரன் திமித்ரி சீக்கிரமாக வந்துவிடுவானா?’ என்று எவ்வளவு அமைதியாகக் கேட்க முடியுமோ அவ்வளவு அமைதியாகக் கேட்டான் அல்யோஷா.

ஸ்மெர்தியாக்கவ் மெதுவாகத் தான் அமர்ந்திருந்த பெஞ்சிலிருந்து எழுந்தான்; அப்படியே மரியா கன்த்ரச்செவ்னாவும் எழுந்தாள்.

‘திமித்ரி ஃபியோதரவிச் எங்கிருக்கிறார் என்பதை நான் ஏன் தெரிந்துகொள்ள வேண்டும்; அப்படி என்ன அவர் என்னுடைய கட்டுப்பாட்டிலா இருக்கிறார்?’ என்று அமைதியாக, தெளிவாக, இன்னும் ஏளனமாகக் கேட்டான் ஸ்மெர்தியாக்கவ்.

‘இல்லை, நான் சாதாரணமாகத்தான் கேட்டேன், உங்களுக்குத் தெரியுமா என்று.’

‘அவர் எங்கே இருக்கிறார் என்று எனக்குத் தெரியாது, ஆம் தெரிந்துகொள்ளவும் எனக்கு விருப்பம் இல்லை.’

‘ஆனால் என் அண்ணன் திமித்ரி சொன்னார், உங்களுக்கு எல்லாம் தெரியும் என்றும், வீட்டில் என்ன நடக்கிறது, அக்ரஃபேனா அலெக்ஸாந்தரவ்னா வீட்டிற்கு எப்போது வருவார்கள், அப்படி அவர்கள் வந்தால் நீங்கள் அவருக்குத் தெரியப்படுத்துவதாகச் சத்தியம் செய்து கொடுத்திருக்கிறீர்கள் என்றும் சொன்னார்.’

ஸ்மெர்தியாக்கவ் எந்தவிதச் சலனமுமின்றித் தன்னுடைய கண்களை உயர்த்திப் பார்த்தான்.

‘ஒரு மணி நேரத்திற்கு முன்பே தோட்டத்துக் கதவு அடைக்கப் பட்ட பிறகு, நீங்கள் எப்படி இங்கு வந்தீர்கள்?’ என்று அல்யோஷாவை உற்றுப் பார்த்தபடி கேட்டான் ஸ்மெர்தியாக்கவ்.

‘பின் சந்து வழியாக வேலியைத் தாண்டிக் குதித்து வந்தேன். நீங்கள் என்னை மன்னிப்பீர்கள் என்று நினைக்கிறேன்’ என்று மரியா கன்த்ரச்செவ்னாவைப் பார்த்துச் சொன்னவன், ‘என்னுடைய அண்ணன் திமித்ரியை மிக அவசரமாக நான் பார்க்க வேண்டும்.’

‘ஓ, நாங்கள் உங்களைத் தவறாக நினைக்க முடியுமா என்ன’ என்று சொன்ன மரியா கன்த்ரச்செவ்னா, அல்யோஷா மன்னிப்பு கேட்டதைப் புகழ்ந்து பாராட்டியபடி, ‘திமித்ரி ஃபியோதரவிச்கூட இப்படித்தான், நீங்கள் வந்ததுபோல, இந்த இடத்தில் வந்து உட்கார்ந்து

கொள்வார், எங்களுக்கே தெரியாமல். திடீரென்று பார்த்தால், அவர் இந்தப் பெஞ்சில் உட்கார்ந்திருப்பார்.'

'அவரை நான் மிக அவசரமாகத் தேடுகிறேன். அவரை நான் கண்டிப்பாகப் பார்க்க வேண்டும் அல்லது அவர் எங்கேயிருக்கிறார் என்பதையாவது நான் தெரிந்துகொள்ள வேண்டும். மிக மிக முக்கியமான விஷயம் ஒன்றை அவரிடம் சொல்ல வேண்டும். அவருக்கும் இது மிக முக்கியமான விஷயம். தயவுசெய்து நான் சொல்வதை நம்புங்கள்.'

'எங்களிடம் அவர் எதையுமே சொல்வதில்லை' என்று பிதற்றினாள் மரியா கன்த்ரச்செவ்னா.

'வெகு சாதாரணமாக நான் இங்கு வந்தால்கூட' என்று ஆரம்பித்த ஸ்மெர்தியாக்கவ், 'எஜமானனைப் பற்றித் தெரிந்துகொள்ள அவர் கொஞ்சம்கூட மனிதாபிமானமே இல்லாமல் என்னிடம் கேள்வி கேட்டுக்கொண்டே இருப்பார்கள்; அதாவது, அங்கே என்ன நடக்கிறது, யார் வந்தார்கள், யார் போனார்கள், வேறு ஏதாவது விஷயம் இருக்கிறதா என்று கேள்வி கேட்டு என்னைத் துளைத்தெடுப்பார்கள். இரண்டுமுறை அவர்கள் என்னைக் கொல்லப்போவதாகவும் மிரட்டினார்கள்' என்றான்.

'உங்களைக் கொல்லுவதா?' என்று ஆச்சர்யப்பட்டான் அல்யோஷா.

'இது என்ன அவர்களுக்குச் சிரமமான காரியமா என்ன, நேற்று அவர்கள் இருந்த மனநிலையை நீங்களும்தானே பார்த்தீர்கள்.' 'அவர் என்னிடம் சொல்கிறார், 'ஒருவேளை நீ மட்டும் அக்ரஃபேனா அலெக்ஸாந்தரவ்னாவை இங்குத் தங்கவைக்க முயன்றால், நீ உயிருடனேயே இருக்கமாட்டாய்' என்றார்கள். 'அவர்களைப் பார்க்கவே எனக்குப் பயமாக இருக்கிறது, அது மட்டுமல்ல அவர்கள் என்னைக் கொல்லப் போவதாகப் பயமுறுத்தியதால், நான் காவல் அதிகாரியிடம் முறையிட வேண்டியிருக்கிறது. கடவுளுக்குத்தான் வெளிச்சம், அவர்கள் என்ன செய்வார்களென்று!'

'ஒரு நாள் சொன்னார், 'உன்னை மாவு இயந்திரத்தில் போட்டுக் கூழாய் அரைத்து விடுவேன்' என்று மரியா கன்த்ரச்செவ்னாவும் ஸ்மெர்தியாக்கவுடன் சேர்ந்துகொண்டு சொன்னாள்.

'அப்படிச் சொல்வதெல்லாம் ஒரு பேச்சுக்காக' என்று குறிப்பிட்ட அல்யோஷா, 'இப்போது நான் அவரைப் பார்க்க நேர்ந்தால், இது விஷயமாக அவரிடம் பேசுவேன் . . .'

'ஒன்றே ஒன்றுதான் இப்போது சொல்ல முடியும்' என்று எதையோ நினைத்தபடி திடீரென்று சொன்னான் ஸ்மெர்தியாக்கவ். 'என் நண்பர்களையும் பக்கத்து வீட்டுக்காரர்களையும் பார்ப்பதற்காக நான் இங்கு வருகிறேன், அப்படி நான் வரக்கூடாதா என்ன? வேறு ஒரு விஷயமாக இவான் ஃபியோதரவிச் காலையிலேயே என்னைத் திமித்ரி ஃபியோதரவிச்சின் வீட்டிற்கு அனுப்பி இன்று சத்திரத்தில் அவருடன் கண்டிப்பாகச் சாப்பிட வருமாறு அழைக்கச் சொன்னார். இந்த அழைப்பைக் கடிதம் எழுதி அவர் தெரிவிக்காமல் நேரில் போய் என்னைச் சொல்லச்

சொன்னார். அவர் வீட்டிற்கு நான் போனபோது திமித்ரி பியோதரவிச் அங்கு இல்லை . நேரமோ ஏற்கெனவே எட்டாகி இருந்தது. அவருடைய வீட்டில் இருந்தவர்கள், 'அவர் இங்குதான் இருந்தார். இப்போதுதான் வெளியே போனார்' என்றார்கள். அவர்களுக்குள் ஏதோ ஒரு ரகசியத் திட்டம் இருக்கிறது. ஒருவேளை இப்போது அவர் தன் சகோதரன் இவான் ஃபியோதரவிச்சுடன் அந்தச் சத்திரத்தில் இருந்தாலும் இருக்கலாம், ஏனெனில் இவான் ஃபியோதரவிச் வீட்டிற்குச் சாப்பிட வரவில்லை. ஃபியோதர் பாவ்லவிச்சோ ஒரு மணி நேரத்திற்கு முன்பு தான் தனியாகச் சாப்பாட்டை முடித்துவிட்டுத் தூங்கப் போனார். உளப்பூர்வமாகக் கேட்டுக்கொள்கிறேன், தயவுசெய்து இந்த விஷயத்தை உங்களிடம் நான் சொன்னேன் என்று அவரிடம் சொல்லிவிடாதீர்கள். இது தெரிந்தால் அவர்கள் என்னைக் கொன்றுவிடுவார்கள்.'

'இவான் அந்தச் சத்திரத்திற்குத் திமித்ரியை இன்று சாப்பிடக் கூப்பிட்டானா?' என்று அவசரமாகத் திரும்பக் கேட்டான் அல்யோஷா.

'ஆமாம், அப்படித்தான்.'

'அந்தச் சதுக்கத்திலிருக்கும் 'தலைநகரம்' என்ற சத்திரத்திற்கா?'

'அதே அந்தச் சத்திரத்திற்குத்தான்.'

'நடப்பதற்கான சாத்தியமிருக்கிறது!' என்று ஒருவிதப் பதற்றத்துடன் ஆச்சர்யமாகச் சொன்னான் அல்யோஷா. 'ஸ்மெர்தியாக்கவ், உங்களுக்கு நன்றி, இந்த விஷயம் மிக முக்கியமானது. உடனே நான் அங்குப் போகிறேன்.'

'தயவுசெய்து என்னைக் காட்டிக் கொடுத்துவிடாதீர்கள்' என்று அவனைப் பின்தொடர்ந்து வந்து சொன்னான் ஸ்மெர்தியாக்கவ்.

'ஓ, இல்லை, அங்கு நான் ஏதோ எதேச்சையாகப் போவது போலத்தான் போவேன். கவலைப்படாதீர்கள்.'

'ஏன் அந்தப் பக்கமாகப் போகிறீர்கள், உங்களுக்கு நான் கதவைத் திறந்துவிடுகிறேன்' என்று உரக்கச் சொன்னாள் மரியா கன்த்ரச்செவ்னா.

'இல்லை, இந்த வழியாகச் சீக்கிரம் போகலாம், மறுபடியும் நான் இந்த வேலியைத் தாண்டிக் குதித்தே போகிறேன்' என்றான் அல்யோஷா. இந்தச் செய்தி அல்யோஷாவுக்கு மிகவும் அதிர்ச்சி தருவதாக இருந்தது. சத்திரத்தை நோக்கி அவன் நடந்தான். துறவி அங்கியுடன் அந்தச் சத்திரத்திற்குப் போவது அல்யோஷாவுக்குச் சரியாகப்படவில்லை, எனவே, படிக்கட்டில் நின்றுகொண்டே இவான் அங்கு இருக்கிறானா என்று விசாரித்து, அவனை வெளியே கூப்பிடலாம் என்று நினைத்தான். அப்படி அவன் நினைத்துக்கொண்டு சத்திரத்தை நெருங்கும்போது திடீரென்று ஒரு ஜன்னல் திறக்க, இவான், அல்யோஷா வைப் பார்த்துச் சத்தமாகக் கூப்பிட்டான்.

'அல்யோஷா, உன்னால் இப்போது இங்கு வரமுடியுமா? இப்போது நீ வரவில்லையென்றால் நிலைமை மிகவும் மோசமாகிவிடும்.'

‘கண்டிப்பாக வரமுடியும். ஆனால் எப்படி நான் இந்த அங்கியை அணிந்துகொண்டு அங்கு வருவது.’

‘நான் இங்கு ஒரு தனி அறையில்தான் இருக்கிறேன். வராந்தாவுக்கு வா, அங்கு வந்து உன்னை நான் சந்திக்கிறேன் . . .’

சிறிது நேரத்தில் அல்யோஷா தன் சகோதரனுக்கருகே அமர்ந் திருந்தான். இவான் தனியாக உணவருந்திக்கொண்டிருந்தான்.

## 3

## சகோதரர்களின் அறிமுகம்

ஆனால் இவான் தனி அறையில் இருக்கவில்லை. அவன் இருந்த அறையின் ஜன்னல் பகுதி மட்டும் மற்றவர்களின் பார்வை படாத வண்ணம் திரைச்சீலையால் மறைக்கப்பட்டிருந்தது. அந்த அறை, நுழைவாயில் பக்கம் இருந்த முதல் அறையாக இருக்க, அதனுடைய சுவரை ஒட்டி உணவும் மதுவும் வழங்கப்படும் அறை இணைந்திருந்தது. அங்குப் பணியாட்கள் வேகமாக நடந்தவண்ணம் இருந்தனர். வாடிக்கை யாளர்களில் ஒருவர் வயதான, ஓய்வுபெற்ற ராணுவ அதிகாரியாக இருக்க, மூலையில் அமர்ந்து அவர் தேநீர் அருந்திக்கொண்டிருந்தார். மற்ற அறைகளில் சத்திரத்திற்கே உரித்தான ஆரவாரத்துடன், பணி யாட்களை அழைக்கும் சத்தமும் பியர் (*bear*) பாட்டில்கள் திறக்கப் பட்டுத் தக்கைகள் விசிறியடிக்கப்படும் ஓசையும் மேசைக்கோல் பந்தாட்டப் (*billiard*) பந்துகள் அடிக்கப்படும் சத்தமும் இசைக்கருவிகள் வாசிக்கப்படும் இசையும் நிறைந்திருந்தன. இப்படிப்பட்ட சத்திரங்களுக்கு இவான் எப்போதுமே வந்ததில்லை, அப்படியே இம்மாதிரியான இடங்களுக்கு அவன் போகக்கூடியவனுமல்ல என்பது அல்யோஷாவுக்குத் தெரியும்; அப்படியானால், அவன் இங்கு வந்தது திமித்ரியைச் சந்திக்கத் தான் என்று நினைத்தான் அல்யோஷா. ஆனால், அங்கு அவனுடைய அண்ணன் திமித்ரி இருக்கவில்லை.

‘உனக்கு நான் மீன் சூப் கொண்டுவரச் சொல்லட்டுமா, வெறும் டீயை மட்டும் குடித்துக்கொண்டு உயிர் வாழ முடியாதுதானே’ என்று சொன்ன இவான், அல்யோஷாவைப் பார்த்ததில் மிகவும் சந்தோஷமாக இருந்தான். அப்போதுதான் அவன் இரவுச் சாப்பாட்டை முடித்து விட்டுத் தேநீர் அருந்திக்கொண்டிருந்தான்.

‘முதலில் மீன் சூப்பைத் தருவித்துவிடு, பிறகு தேநீர் குடிக்கிறேன், எனக்கு மிகவும் பசிக்கிறது’ என்று மகிழ்ச்சியாகச் சொன்னான் அல்யோஷா.

‘செர்ரிப்பழ ஜாம் வேண்டுமா? அது இங்குக் கிடைக்கும். ஞாபகம் இருக்கிறதா, பலினோவில் நீ சின்னப்பையனாக இருந்தபோது எப்படி செர்ரிப்பழ ஜாமை விரும்பிச் சாப்பிடுவாய் என்று?’

'அது உனக்கு இன்னும் ஞாபகம் இருக்கிறதா? சரி கொண்டுவரச் சொல். இப்போதும் எனக்கு செர்ரிப்பழ ஜாம் என்றால் மிகவும் பிடிக்கும்.' இவான் பணியாளை அழைத்து மீன் சூப், தேநீர், செர்ரிப்பழ ஜாமைக் கொண்டுவரச் சொன்னான்.

'எனக்கு எல்லாமே நினைவிருக்கிறது அல்யோஷா. உனக்குப் பதினோரு வயது இருக்கும்போது எனக்குப் பதினைந்து வயது. பதினைந்து, பதினோரு வயது வித்தியாசத்தில் இருக்கும் சகோதரர்கள் எப்போதுமே தோழமையுடன் இருக்கமாட்டார்கள் தானே. உன்னை எனக்கு அப்போது பிடித்திருந்ததா இல்லையா என்றுகூட எனக்குத் தெரியாது. நான் மாஸ்கோவுக்குப் போன பிறகு ஒருசில வருடங்கள் உன்னுடைய நினைவே எனக்கு இல்லாமல் இருந்தது. பிறகு நீ மாஸ்கோ வந்தபோது ஏதோ ஒருமுறை நாம் எங்கோ சந்தித்துக்கொண்டோம் என்று நினைக்கிறேன். இதோ இப்போது நான் இங்கு நான்கு மாதங்களாக இருக்கிறேன். இதுவரை நாம் இருவரும் பேசிக்கொண்டதே இல்லை. நாளைக்கு நான் ஊருக்குப் போகிறேன். இப்போதுதான் 'எப்படி அவனைப் பார்த்து அவனிடமிருந்து விடைபெற்றுக்கொள்வது என்று யோசித்தேன்; இதோ நீயே வந்துவிட்டாய்.'

'நீ என்னைப் பார்க்க ஆசைப்பட்டாயா?'

'ஆமாம், மிகவும் ஆசைப்பட்டேன். நாம் இருவரும் ஒருவரை ஒருவர் தெரிந்துகொள்ள வேண்டுமென்று நான் ஆசைப்பட்டேன். அதன் பிறகுதான் நான் விடைபெற்றுக்கொள்ள வேண்டுமென்றும் நினைத்தேன். என்னைப் பொறுத்தவரை, பிரிவதற்கு முன்பு ஒருவரை ஒருவர் தெரிந்துகொள்வது நல்லது என்று நினைக்கிறேன். இந்த மூன்று மாதமும் உன்னை நான் பார்த்துக்கொண்டுதான் இருக்கிறேன். எதையோ நீ என்னிடமிருந்து எதிர்பார்ப்பது உன்னுடைய கண்களில் தெரிகிறது. அதைத் தாங்க முடியாமல்தான் உன்னிடமிருந்து நான் விலகியே இருந்தேன். இறுதியாக உன்மீது எனக்கு மரியாதை ஏற்பட்டு விட்டது: 'இந்த இளைஞன் உறுதியானவன்' என்பதுதான் உன்னைப் பற்றிய என்னுடைய கருத்து. வேடிக்கையாக நான் சொன்னாலும், உண்மையைத்தான் சொல்கிறேன். வாழ்க்கையின் மீது உனக்கு ஆழமான பற்று இருக்கிறது. இல்லையா? இப்படி வாழ்வில் உறுதியாக இருப்பவர்களை எனக்குப் பிடிக்கும். அவர்கள் யாராக இருந்தாலும் சரியே, உன்னைப் போல் சிறு பையனாக இருந்தாலும் எனக்குப் பிடிக்கும். எதையோ எதிர்பார்க்கும் உன்னுடைய கண்கள்மீது இப்போது எனக்கு வெறுப்பில்லை; மாறாக, அவை எனக்குப் பிடித்துப் போய்விட்டன... என்ன காரணத்தாலேயோ என்மீது நீ அன்பு காட்டுகிறாய், அப்படித் தானே அல்யோஷா?'

'எனக்கு உன்னைப் பிடித்திருக்கிறது இவான். அண்ணன் திமித்ரி, 'இவான் – ஒரு புரியாத புதிர்' என்று உன்னைப் பற்றிச் சொன்னான். நீ எனக்கு இன்னமும் ஒரு புரியாத புதிராகத்தான் இருக்கிறாய். ஆனால் இன்று காலையிலிருந்து உனக்குள் இருக்கும் ஒன்றை நான் பார்க்க ஆரம்பித்துவிட்டேன்!'

கரமாஸவ் சகோதரர்கள்

‘என்னது அது?’ என்று சிரித்துக்கொண்டே கேட்டான் இவான்.

‘கோபித்துக் கொள்ளமாட்டாயே?’ என்று அல்யோஷாவும் சிரித்துக் கொண்டே கேட்டான்.

‘எதற்காக?’

‘அதாவது, நீ இருபத்து மூன்று வயதான, மற்ற இளைஞர்களைப் போல இளமையான, வாலிப வயதுள்ள இனிமையான, ஆனால் அனுபவமில்லாத ஓர் இளைஞன்! நான் உன்னைப் புண்படுத்தி விட்டேனா?’

‘மாறாக, இந்தக் கருத்து ஒற்றுமையை எண்ணி நான் ஆச்சர்யப் படுகிறேன்!’ என்று மகிழ்ச்சியாக, உளங்கனிந்த சிரிப்புடன் சொன்னான் இவான். ‘உன்னால் நம்ப முடியுமோ இல்லையோ, அண்மையில் அவளுடைய வீட்டில் நாம் சந்தித்ததிலிருந்தே அனுபவமில்லாத என்னுடைய இந்த இருபத்து மூன்று வயதைப் பற்றித்தான் நான் யோசித்துக்கொண்டிருக்கிறேன்; நீயும் அதைப் பற்றியே தான் சொல்கிறாய். இங்கு உட்கார்ந்துகொண்டு எனக்கு நானே என்ன சொல்லிக்கொண் டிருந்தேன் தெரியுமா, ‘வாழ்க்கையின் மீதிருக்கும் நம்பிக்கையை நான் இழந்தாலும், அன்புடன் நான் விரும்பும் பெண்ணை வெறுத்து ஒதுக்கினாலும், உலகிலிருக்கும் எல்லாப் பொருள்களையும் நான் வெறுத்தாலும், இவ்வுலகிலுள்ள எல்லாமே ஒழுங்கு முறைமையை இழந்து சாத்தானின் உலகில் இருப்பது போல் சபிக்கப்பட்டுப் பெருங்குழப்பத்தில் இருப்பதாகவே இருந்தாலும், மனிதர்கள் எல்லோரும் மாயத்தோற்றங்கொண்டவர்கள் என்றெண்ணி என்னை நானே நொந்து கொண்டாலும், இப்படி எதுவாக இருந்தாலும் சரி, இவ்வுலகில் நான் வாழவே விரும்புகிறேன். ஏனெனில் அதைச் சுவைப்பதற்காகவே வாழ்க்கை என்கின்ற மதுக் கோப்பையை நான் கையில் எடுத்துவிட்டேன்; கடைசிச் சொட்டு வரை அதைப் பருகாமல் நான் விடமாட்டேன்! அப்படியே எனக்கு, முப்பது வயது ஆகும்போது இந்தக் கோப்பையை நான் தூக்கி எறிந்துவிடுவேன், அதில் உள்ளதை முழுவதுமாக நான் குடித்து முடிக்காமல் இருந்தாலும்கூட. அதன்பிறகு, அப்படியே எங்காவது நான் போய்விடுவேன் ... எங்குப் போவேன் என்று எனக்கே தெரியாது. ஆனால் முப்பது வயது வரை என்னுடைய இளமை என்னை முழுவதுமாக வெல்லும் என்பது எனக்கு உறுதியாகத் தெரியும்; அப்படியே எல்லா வேதனைகளும் வாழ்வின் எல்லாத் துன்பங்களும் என்னை வெல்லும் என்றும் எனக்குத் தெரியும். என்னை நானே பல சமயங்களில் இப்படிக் கேட்டுக்கொள்கிறேன்: ‘கடுங்கோபத்தில் ஏற்பட்ட மனமுறிவை, அப்படியே வாழ்வின் மீதிருக்கும் தாகத்தை வெற்றிகொண்டு என்னால் அடக்க முடியுமா என்று. இல்லை, என்னால் அப்படி எதுவும் செய்ய முடியாது, அதாவது, எனக்கு முப்பது வயதாகும்வரை என்னால் எதுவும் செய்ய முடியாது. அதற்குப் பிறகு எனக்கு எதுவுமே வேண்டாமென்று தோன்றுகிறது. வாழ்வில் மிஞ்சியிருக்கும் இப்படிப்பட்ட தாகத்தைத்தான் அழிவு மனப்பான்மை கொண்டவர்களும் மூக்கொழுக்கி நன்னெறியாளர்களும்

குறிப்பாக, கவிஞர்களும் கீழ்த்தரமானது என்கிறார்கள். ஒருவிதத்தில், இந்தக் குணம் கரமாஸவ் குடும்பத்திற்கு உரித்தானது என்பது உண்மை தான் என்றாலும் அவை எல்லாவற்றையும் மீறி, வாழ்வின் மீதிருக்கும் இந்தத் தாகம் உன்னிடம் மட்டும் ஏன் இவ்வளவு குறைவாக இருக்கிறது? கவனத்தை ஈர்க்கக்கூடிய மைய சக்திகள் இப்பூமியில் பல இருக்கின்றன அல்யோஷா. இருந்தாலும், இந்தப் பூமியின் மீது எனக்கு ஆசை இருக்கிறது; நியாயத்தின் பற்களுக்கிடையேதான் நானும் வாழ்ந்து கொண்டிருக்கிறேன். ஒழுங்குமுறைக்குட்பட்ட விஷயங்கள் மீது எனக்கு நம்பிக்கை இல்லாமல் இருக்கலாம், இருந்தாலும் வஸந்த கால இளங்குருத்துகளையும் நீல வண்ண மேகத்தையும் நான் நேசிக்கிறேன்; நம்புகிறாயோ இல்லையோ, காரணமே இல்லாமல், ஏன் என்று தெரியாமல் ஒருவர்மீது அன்பு செலுத்துகிறோமே அந்த அன்பையும் மனிதகுலச் சாதனைகளையும் நான் நேசிக்கிறேன்; அவற்றின் மீதிருக்கும் நம்பிக்கையை எப்போதோ நான் இழந்திருக்கக்கூடும்; அவற்றை நான் நம்பாமலும் இருக்கக்கூடும்; இருந்தாலும் பழைய ஞாபகத்தில் அவற்றை நான் மனமார மதிக்கிறேன்; உயர்வாகப் போற்றுகிறேன். இதோ உனக்குச் சாப்பாடு கொண்டு வந்திருக்கிறார்கள். வயிறாரச் சாப்பிடு. மீன் சூப் நன்றாக இருக்கிறது. இங்கு அருமையாகத் தயாரிப்பார்கள். நான் ஐரோப்பா போக ஆசைப்படுகிறேன், அல்யோஷா. அது சவக்குழி என்று எனக்குத் தெரியும், ஆனால் அது விலைமதிக்க முடியாத ஒரு சவக்குழி! அங்கு மரித்துப்போனவர்கள் எல்லோரும் உன்னதமானவர்கள், ஒவ்வொரு கல்லின் மீதும் அவர்களுடைய உணர்வுப்பூர்வமான கடந்தகால வாழ்க்கை சித்திரிக்கப்பட்டிருக்கிறது; அவர்களுடைய குறிக்கோளின் மீது அவர்கள் கொண்டிருந்த ஆழமான, நம்பிக்கை, நேர்மை, அவர்களுடைய போராட்டம், ஆழ்ந்த அறிவு இப்படி எல்லாமே அதில் பொறிக்கப்பட்டிருக்கிறது; எனக்குத் தெரியும் அந்த மண்ணில் விழுந்து அங்கிருக்கும் கற்களை நான் முத்தமிட்டுக் கதறி அழுவேன் என்று. அதே சமயம் அவை நீண்டகாலமாகவே வெறுங்கற்களாக மட்டுமே இருக்கின்றன என்றும் எனக்குத் தெரியும். வருத்தப்பட்டு அங்கு நான் கண்ணீர் சிந்தப்போவதில்லை, அழுவதால் எனக்குச் சந்தோஷம் என்ற காரணத்திற்காக மட்டுமே நான் அழப் போகிறேன். என்னுடைய உணர்வுகளுக்கு அது வெளிப்பாடாக அமையும். பிசுபிசுக்கும் வஸந்தகால இளந்தளிர்களையும்[1], நீல நிற மேகத்தையும் நான் விரும்புகிறேன், அவ்வளவுதான்! இங்கு அறிவோ, பகுத்தறிவோ தேவையில்லை, உள்மனதுதான் தேவை; முதலில் வெளிப்படும் இளம் சக்தியை விரும்ப வேண்டும் . . . நான் உளறுவது ஏதாவது உனக்குப் புரிகிறதா அல்யோஷா, இல்லை ஒன்றுமே உனக்குப் புரியவில்லையா?' என்று கேட்டபடி திடீரென்று சிரித்தான் இவான்.

'நன்றாகப் புரிகிறது இவான், நன்றாகவே புரிகிறது: உளமார, வயிறார எல்லாவற்றையும் நீ விரும்ப ஆசைப்படுகிறாய் – அந்த உணர்வை அற்புதமாக வெளிப்படுத்தினாய். இப்படி நீ வாழ விரும்புவதை எண்ணி நான் மிகவும் சந்தோஷப்படுகிறேன்' என்று அல்யோஷா ஆச்சர்யத்துடன் சொன்னான். 'நான் நினைக்கிறேன், இப்பூவுலகில் யாவற்றிற்கும் மேலாக ஒருவன் வாழ்க்கையை அதிகம் நேசிக்க வேண்டுமென்று.'

‘வாழ்க்கையை வாழ்வதற்கு அதிக விருப்பம் இருக்க வேண்டும் என்பதில்தானே அர்த்தமே இருக்கிறது?’

‘கண்டிப்பாக அப்படித்தான். பகுத்தறிவைவிட முதலில் காதல்தான் பெரியது; நீ சொல்வதைப் போல் காதல்தான் உண்மையாகவே பெரியது; அப்போதுதான் பகுத்தறிவின் அர்த்தம் புரிபடும். நீண்ட காலமாக இது எனக்குப் புரிந்தும் புரியாமலும் இருந்தது. உன்னுடைய பாதி வேலைகள் செய்து முடிக்கப்பட்டுவிட்டன இவான்: வாழ்வை நீ விரும்புகிறாய். இனி உன்னுடைய இரண்டாவது பகுதி வாழ்வை நீ வாழத்தொடங்கு, காப்பாற்றப்படுவாய்.’

‘உண்மையாகவே நீ என்னைக் காப்பாற்ற விரும்புகிறாயா, நான் இன்னும் செத்துப்போய்விடவில்லைதானே! சரி, உன்னுடைய அந்த இரண்டாவது கட்ட வாழ்வில் என்ன இருக்கிறது?’

இறந்தே போகாத இறந்தவர்களை உயிர்த்தெழ வைக்கக்கூடிய சாத்தியம் ஒரு சமயம் அதில் இருக்கலாம். சரி நீ தேநீர் குடி. இப்படி நாம் பேசிக்கொண்டிருப்பதில் எனக்குச் சந்தோஷம், இவான்.’

‘ஏதோ நீ உணர்ச்சி வசப்பட்டிருப்பதாகத் தெரிகிறது. இப்படிப்பட்ட *professions de foi* (சமயச் சொற்பொழிவுகள்) எனக்கு மிகவும் பிடிக்கும்; அதுவும் இப்படிப்பட்ட அனுபவமில்லாத, புதிதாக மதம் மாறிய இளைஞர்கள் பேசும் பேச்சைக் கேட்க எனக்கு மிகவும் பிடிக்கும். வாழ்க்கையில் நீ அதிகப் பிடிப்புள்ளவன், அலெக்ஸெய், மடாலயத்தை விட்டு நீ வெளியே வர விருப்பப்படுவது உண்மையா?’

‘உண்மைதான். என்னுடைய முதியவர் என்னை வெளி உலகுக்கு அனுப்பிவைக்கிறார்.’

‘ஆக, எனக்கு முப்பது வயதாவதற்குள் மீண்டும் நாம் இந்த மண்ணுலகில் சந்தித்துக்கொள்வோம்; அப்போது என்னுடைய கோப்பையை நான் உதறித் தள்ளியிருப்பேன். ஆனால் அப்பாவோ எழுபது எண்பது வயது வரை குடிக்க வேண்டுமென்று கனவு கண்டு கொண்டிருக்கிறார். அவர் ஒரு கோமாளியாக இருந்தாலும் இதைப் பற்றி அவர் மிக ஆழமாகச் சிந்திப்பதாக அவரே சொன்னார்.’

சிற்றின்ப விஷயத்தில்கூடத் தன்னுடைய கொள்கையை அவர் சிறிதும் மாற்றிக் கொள்ளாமல் திடமாக இருக்கிறார் . . . உண்மையைச் சொல்லப்போனால், முப்பது வயதுக்குப் பிறகு எதுவுமே தேவையில்லை. அதுவும் எழுபது வயது வரை சிற்றின்பத்தில் நாட்டம் கொண்டிருப்பது கேவலமானது. முப்பது வயது வரை எல்லாம் சரி. தன்னைத் தானே ஏமாற்றிக்கொண்டு ‘புனிதத்தின் மென் சாயலை’[2] ஒருவர் தக்கவைத்துக் கொள்ளலாம். இன்று நீ திமித்ரியைப் பார்த்தாயா?’

‘இல்லை, நான் பார்க்கவில்லை, ஆனால் நான் ஸ்மெர்தியாக்கவைப் பார்த்தேன்.’ எப்படி அவன் ஸ்மெர்தியாக்கவைச் சந்தித்தான் என்பதை அல்யோஷா விளக்கமாக வேகமாகச் சொல்லி முடித்தான். கவனத்துடன் அதைக் கேட்ட இவான், சில விஷயங்களைத் திரும்பக் கேட்டான்.

‘அவனைப் பற்றிச் சொன்னதை மட்டும் திமித்ரியிடம் சொல்ல வேண்டாமென்று ஸ்மெர்தியாக்கவ் கேட்டுக்கொண்டான்’ என்று மேலும் சொன்னான் அல்யோஷா. இவான் நெற்றியைச் சுருக்கியபடி யோசித்தான்.

‘ஸ்மெர்தியாக்கவைப் பற்றிச் சொன்னதற்காகவா நீ கோபப் படுகிறாய்?’

‘ஆமாம், அவனைப் பற்றிக் கேட்டதால்தான் நான் திமித்ரியைப் பார்க்க உண்மையாகவே விருப்பப்பட்டேன். நாசமாய்ப் போக, இப்போது அவனைப் பார்க்க வேண்டாமென்று நினைக்கிறேன் . . .’ என்று விருப்பமில்லாமல் சொன்னான் இவான்.

‘உண்மையாகவே, இவ்வளவு சீக்கிரமாகவே நீ போகப் போகிறாயா, அண்ணா?’

‘ஆமாம்.’

‘திமித்ரியும் அப்பாவும் என்ன ஆவார்கள்? இதெல்லாம் எதில் கொண்டுபோய் முடியும்?’ என்று கலக்கத்துடன் முணுமுணுத்தான் அல்யோஷா.

‘மீண்டும் நீ அந்த விஷயத்தைப் பற்றியா! எனக்கும் அதற்கும் என்ன சம்பந்தம்? நான் என்ன திமித்ரியின் கண்காணிப்பாளனா என்ன?’ என்று கடுமையான எரிச்சலுடன் சொன்ன இவான் திடீரென்று வெறுப்புடன் சிரித்தான். ‘கொலைசெய்யப்பட்ட தன் சகோதரனைப் பற்றிக் கெய்ன் (*Cain*), கடவுளிடம் பதிலளித்ததைப் போலவா, ம்? ஒருவேளை அதைப் பற்றித்தான் இப்போது நீ நினைத்துக்கொண்டிருக் கிறாயோ? நாசமாய்ப் போக, இவர்களையெல்லாம் நான் கவனித்துக் கொண்டிருக்க முடியுமா என்ன? என்னுடைய வேலையை நான் முடித்துக்கொண்டு கிளம்புகிறேன். திமித்ரியைப் பார்த்து நான் பொறாமைப்பட்டு, அதனால் அவனுடைய அழகான பெண் கத்தரீனா இவானவ்னாவை நான் தட்டிப்பறிக்க இந்த மூன்று மாதமாக முயன்று கொண்டிருக்கிறேன் என்று நீ நினைக்கிறாயா? ஓ, நாசமாய்ப் போக, எனக்கு நிறைய வேலை இருக்கிறது. அவற்றை முடித்துக்கொண்டு நான் போகவேண்டும். நீயே பார்த்தாய் தானே, எப்படி எல்லா வேலைகளையும் நான் முடித்தேன் என்பதை.’

‘அதாவது, நீ கத்தரீனா இவானவ்னாவைப் பற்றிச் சொல்கிறாயா?’

‘ஆமாம். எல்லாவற்றையும் ஒரே முறையாக அவளிடம் பேசித் தீர்த்துவிட்டேன். வேறென்ன? இப்போது திமித்ரியிடம் எனக்கு என்ன வேலை?’

‘இங்கு’ திமித்ரிக்கு வேலையே கிடையாது. எனக்கு கத்தரீனா இவானவ்னாவிடம்தான் வேலை இருந்தது. உனக்கே தெரியும், ஏதோ என்னிடம் அவன் சமரசம் செய்துகொண்டவனைப் போல நடந்து கொண்டான் என்று. நான் கேட்கவே இல்லை, அவனே மனப்பூர்வமாக அவளை எனக்கு விட்டுக் கொடுத்துவிட்டு என்னை ஆசீர்வதிக்கவும்

செய்கிறான். எவ்வளவு பெரிய முட்டாள்தனம். ஆமாம், அல்யோஷா, இப்போது கவலையில்லாமல் எவ்வளவு சுதந்திரமாக இருக்கிறேன், தெரியுமா! நம்புகிறாயோ இல்லையோ, இப்போது இங்குச் சாப்பிடும் போது ஷேம்பைன் கொண்டுவரச் சொல்லிச் சுதந்திரமான என்னுடைய இந்த முதல் மணி நேரத்தை நான் கொண்டாட ஆசைப்படுகிறேன். தூ, ஏறக்குறைய ஆறு மாதங்கள்! – ஆனால், இதோ திடீரென்று இன்று ஒரே நிமிடத்தில் எல்லாம் முடிந்துவிட்டது. நேற்றுகூட நான் நினைத்துப் பார்க்கவில்லை, இவ்வளவு சுலபமாக இந்த விஷயத்தை நான் முடிப்பேன் என்று!'

'உன்னுடைய காதலைப் பற்றிச் சொல்கிறாயா, இவான்?'

'ஆமாம். தெரிந்துகொள், நான் ஓர் இளம்பெண்ணை, பள்ளி முடித்துவிட்டுக் கல்லூரிக்குச் செல்லும் ஓர் இளம் பெண்ணை விரும்பினேன். அவளுடன் நான் இருந்த காலம் மிகவும் சோதனையான காலமாக இருந்தது. அவள் என்னை வேதனைப்படுத்தினாள். அவளுக்காக என்னுடைய நேரத்தை நான் செலவுசெய்தேன்... இப்போது எல்லாமே முடிந்துவிட்டது, ஒன்றுமில்லாமல் வீணாகிப் போய்விட்டது. சிறிது நேரத்திற்கு முன்பு உணர்ச்சிவசப்பட்டு நான் பேசினேன், ஆனால் இப்போது அதை நினைத்து நான் சிரிக்கிறேன் என்பதை உன்னால் நம்ப முடிகிறதா. ஆமாம், நான் சொல்வதெல்லாம் உண்மை.'

'இப்போது நீ எவ்வளவு சந்தோஷமாகப் பேசுகிறாய்' என்று சொன்ன அல்யோஷா, உண்மையாகவே சந்தோஷமாக இருந்த இவானின் முகத்தை உற்றுப்பார்த்தான்.

'எப்படி எனக்குத் தெரிந்தது என்று தெரியவில்லை, அவளை நான் விரும்பவே இல்லை என்று! ஹா – ஹா! அப்படியே நடந்தும் விட்டது. ஆனால், அவளை எனக்குப் பிடித்திருந்தது! அவளைப் பற்றிப் பேசுவதுகூட அப்போது எனக்குப் பிடித்திருந்தது. இப்போதுகூட எனக்கு அவளை மிகவும் பிடிக்கிறது, ஆனால் அவளை விட்டு விலகுவது தான் சுலபமான வழியாக இருக்கமுடியும். ஒரு பக்கமாக நின்று கொண்டு பேசுகிறேன் என்று நீ நினைக்கிறாயா?'

'இல்லை, அப்படி நினைக்கவில்லை. ஆனால், ஒருவேளை, அது காதலாக இல்லாமலும் இருந்திருக்கலாம்?'

'அல்யோஷ்கா' என்று கூப்பிட்ட இவான், 'காதலைப் பற்றி நீ ஒன்றும் விளக்கமாக நுணுகிப் பார்க்காதே! அது உனக்குத் தேவையில்லை. காலையில் நீ பேசியவிதம் எவ்வளவு அருமையாக இருந்தது, தெரியுமா! ஹா, அதற்காக உன்னை நான் முத்தமிட வேண்டும், மறந்துவிட்டேன்... அவள்தான் எப்படி என்னை நோகடித்துவிட்டாள்! உண்மையாக, மனவேதனையுடன்தான் நான் உட்கார்ந்திருந்தேன். ஓ, அவளுக்குத் தெரியும், அவளை நான் விரும்புகிறேன் என்று! அவள் திமித்ரியை விரும்பவில்லை, என்னைத்தான் விரும்புகிறாள்' என்று சந்தோஷத்துடன் உறுதிப்படுத்தினான் இவான். 'திமித்ரி – அவளுடைய வேதனையின்

மூலாதாரம். அவளிடம் நான் சொன்னது எல்லாமே உண்மைதான். ஆனால் துரதிருஷ்டம் என்னவென்றால், வேதனை தரும் எண்ணங்களைத் தான் அவள் காதலிக்கிறாள், திமித்ரியை அவள் காதலிக்கவில்லை என்பதை உணர அவளுக்குப் பதினைந்து, இருபது வருடங்களாவது ஆகும். ஆமாம், அவளுக்கு இன்று கிடைத்த பாடத்திலிருந்துகூட அவள் அதை உணர்ந்திருக்க மாட்டாள். அதுவும் நல்லதுதான்: அவளிடமிருந்து ஒருவழியாக நான் விலகிவிட்டேன். சரி, இப்போது அவள் எப்படி இருக்கிறாள்? நான் வந்த பிறகு என்ன நடந்தது?'

பைத்தியம் பிடித்தவளைப் போல் கத்திப் பிதற்றிக்கொண்டே தன்னுடைய சுயநினைவை இழந்து எப்படிக் கிடந்தாள் என்பதை அல்யோஷா சொன்னான்.

'திருமதி ஹஹ்லக்கோவா உண்மையைத்தான் சொல்கிறார்களா?'

'அப்படித்தான் நினைக்கிறேன்.'

'அவர்களைப் பார்த்துத்தான் கேட்க வேண்டும். சொல்லப்போனால், பித்துப் பிடித்த காரணத்தால் யாருமே இறந்துபோனதில்லை. கடவுள் அவர்கள்மீது வைத்திருக்கும் அன்பால்தான் அவர்களைப் பித்துப் பிடித்தவர்களாக்குகிறார். இனிமேல் நான் அங்குப் போகவேமாட்டேன். எதற்காகப் போய் மீண்டும் அவர்கள் விஷயத்தில் தலையிட வேண்டும்.'

'ஆனால், ஒருமுறை நீ சொன்னாய், அவள் உன்னை விரும்பவே இல்லை என்று.'

'அப்படி நான் வேண்டுமென்றே தான் சொன்னேன். அல்யோஷ்யா, ஷாம்பைன் கொண்டுவரச் சொல்கிறேன், என்னுடைய இந்தச் சுதந்திரத்திற்காக நாம் இருவரும் குடிப்போம் வா. தெரியுமா, நான் எவ்வளவு சந்தோஷமாக இருக்கிறேன் என்று!'

'வேண்டாம் அண்ணா, நாம் குடிக்காமல் இருப்பதுதான் நல்லது' என்று திடீரென்று சொன்னான் அல்யோஷா. 'ஏனோ எனக்கு வருத்தமாக இருக்கிறது.'

'சரி, நாளை காலை நீ கண்டிப்பாகப் போகப் போகிறாயா?'

'காலையிலா? காலையில் என்று நான் சொல்லவில்லையே . . . ஒருவேளை, நான் காலையில்கூடப் போகலாம். நீ நம்புகிறாயோ இல்லையோ, இங்குதான் நான் சாப்பிட்டேன். அந்தக் கிழவனோடு, அவரோடு சாப்பிடுவதற்கு அவ்வளவு வெறுப்பாக இருந்தது எனக்கு. அவருடன் நான் இருக்க வேண்டிய சூழ்நிலை வந்தால், எப்போதோ அவரை விட்டுவிட்டு நான் போயிருப்பேன். நான் ஊருக்குப் போவதை நினைத்து நீ ஏன் இப்படி வருத்தப்படுகிறாய். நான் போவதற்கு முன்பு நீயும் நானும் பேச எவ்வளவுநேரம் இருக்கிறது என்று கடவுளுக்குத்தான் தெரியும். காலாதீதமான நீண்ட நெடுங்காலம் இன்னும் இருக்கிறது!'

'நாளைக்கு நீ போகும் பட்சத்தில், எங்கே அந்த முடிவற்ற காலம் இருக்கப் போகிறது?'

‘அது எந்தவிதத்தில் நம்மைப் பாதிக்கப்போகிறது?’ என்று சிரித்தபடி சொன்ன இவான், ‘நம்முடைய விஷயத்தைப் பற்றிப் பேசத்தானே நாம் இங்கு வந்திருக்கிறோம்? அதற்கு இன்னும் நிறைய நேரம் இருக்கிறது. நீ ஏன் என்னை அப்படி ஆச்சர்யமாகப் பார்க்கிறாய்? சொல், பிறகு நாம் எதற்காக இங்கு வந்திருக்கிறோம்? கத்தரீனா இவானவ்னாவின் காதலைப் பற்றி, அந்தக் கிழவரைப் பற்றி அப்படியே இந்தத் திமித்ரியைப் பற்றிப் பேசவா! அப்படியே வெளிநாட்டிற்கு நான் போவதைப் பற்றிப் பேசவா? ரஷ்யாவின் நெருக்கடி நிலைமையைப் பற்றிப் பேசவா? இல்லை, சர்வாதிகாரி நெப்போலியனைப் பற்றி நாம் பேசலாமா? அதற்காகத்தானே நாம் இங்கு வந்திருக்கிறோம், பிறகு வேறு எதற்காக?’

‘இல்லை, இதைப் பற்றியெல்லாம் பேச அல்ல.’

‘உனக்கே தெரியும் எதற்கு என்று. மற்றவர்களுக்கு வேறு பிரச்சினை, ஆனால் நாம் பல விஷயங்களைப் பற்றிப் பேசி முடிவெடுக்க வேண்டும். அதுதான் நம்முடைய வேலை. நீண்ட நெடுங்காலமாக நிலவிவரும் பிரச்சினைகளைப் பற்றி இப்போது ரஷ்யாவின் இளைய தலை முறையினர் பேசி அலசிக்கொண்டிருக்கிறார்கள். அதுவும் குறிப்பாக வயதானவர்கள், இப்போது நாட்டில் நடக்கும் விஷயங்களைப் பற்றித் திடீரென்று சிலாகித்துப் பேசிக்கொண்டிருக்கின்றார்கள். நீ ஏன் இந்த மூன்று மாதங்களாக ஏதோ ஒரு எதிர்பார்ப்புடன் என்னையே பார்த்துக்கொண்டிருக்கிறாய்? ‘எதன்மீது நீ நம்பிக்கை வைத்திருக்கிறாய்? இல்லை, ஒருவேளை உனக்கு நம்பிக்கையே இல்லையா?’ என்று என்னைக் கேட்பதற்காகவா அலெக்ஸெய் ஃபியோதரவிச் நீங்கள் என்னை மூன்று மாதங்களாக அப்படிப் பார்த்தீர்கள்?’

‘தயவுசெய்து அப்படியே இருக்கட்டும்’ என்று சிரித்தபடி சொன்னான் அல்யோஷா. ‘நீ என்னைக் கேலிசெய்கிறாயா சகோதரனே?’

‘என்ன, நான் உங்களைக் கேலிசெய்கிறேனா? மூன்று மாதங்களாக ஆச்சர்யத்துடன் பார்த்த என் சகோதரனை நான் நிலைகுலைய வைக்கவிரும்பவில்லை. அப்படியே நேராக என்னைப் பார் அல்யோஷா: உன்னைப் போலவே நானும் ஓர் இளம் சிறுபையன்தான். ஆனால் புதிதாகக் கிறிஸ்துவ மதத்தில் சேர்ந்தவன் அல்ல. ரஷ்ய இளைஞர்கள் முனைப்புடன் இப்போது என்ன செய்துகொண்டிருக்கிறார்கள்? ஒருசிலர், உதாரணமாக இதோ இந்த நாற்றமெடுத்த சத்திரத்தில் ஒன்றுகூடி மூலையில் உட்கார்ந்து பேசிக்கொண்டிருக்கிறார்கள். இங்கு வரும்வரை அவர்களுக்கு ஒருவரை ஒருவர் தெரியவில்லை; இந்த இடத்தை விட்டுப் போன பிறகு நாற்பது வருடங்கள் கழித்து அவர்கள் மறுபடியும் சந்தித்துக்கொள்ளப்போவதும் இல்லை. இருந்தாலும் பறந்தோடும் நிமிடங்களில் சத்திரத்தில் உட்கார்ந்துகொண்டு எதைப் பற்றியோ அவர்கள் பேசிக்கொண்டிருக்கிறார்கள்? உலகளாவிய விஷயங்களைப் பற்றியா அல்லது கடவுள் இருக்கிறாரா இல்லையா, இறவாப் புகழ் என்று ஒன்று இருக்கிறதா இல்லையா என்பதைப் பற்றியா? கடவுள்மீது நம்பிக்கை இல்லாதவர்கள் சோசியலிஸத்தைப்

பற்றியும் ஆட்சி வேண்டாக் கொள்கையைப் பற்றியும் பேசிக்கொண் டிருப்பார்கள். அப்படியே மனித குலத்தை மாற்றி அமைக்கும் புதுவித அமைப்பைப் பற்றியும் பேசிக்கொண்டிருப்பார்கள். இப்படி, எல்லாமே ஒரு சனியன்தான், எல்லாமே ஒன்றுதான்; ஆனால் இது முற்றிலும் வேறான, எதிர்வாத முடிவிலிருந்து வெளிப்படுகிறது, அவ்வளவுதான். மேலும், பெரும்பாலான ரஷ்ய இளைஞர்கள், புதிய சிந்தனையாளர்கள், காலாதீதமான விஷயங்களைப் பற்றி மட்டுமே இப்போது பேசிக் கொண்டிருக்கிறார்கள். அப்படித்தானே?'

'ஆம், உண்மையான ரஷ்யனுக்குத் தோன்றக்கூடிய கேள்விகள் இதுதான்: உலகில் கடவுள் இருக்கிறாரா இல்லையா, இறவாப்புகழ் என்று ஒன்று இருக்கிறதா, இல்லையா, அல்லது நீ சொல்வது போல, எதிர்வாத முடிவிலிருந்து எழும் கேள்விகள் இவை என்று எல்லாமே, சந்தேகத்திற்கிடமின்றி, ஆதி காலத்திலிருந்தே கேட்கப்படும் கேள்விகள் தான், ஆனால் எல்லாவற்றிற்கும் மேலாக, கேட்கப்படும் தன்மை இப்படித்தான் இருக்க வேண்டும்' என்று அதே அந்த அமைதியான புன்னகையுடன் தன் சகோதரனைப் பார்த்தபடி சொன்னான் அல்யோஷா.

'பார் அல்யோஷா, சில சமயங்களில் ரஷ்யனாக இருப்பது முற்றிலும் மடத்தனமாக இருக்கிறது. ஆனால் அதைவிட மடத்தனம் இப்போதைய இளைஞர்கள் செய்கின்ற காரியங்கள். அதை நீ நினைத்துக் கூடப் பார்க்க முடியாது. ஆனால் எனக்கு ஒரு ரஷ்ய இளைஞனைப் பற்றித் தெரியும். அவன் பெயர் அல்யோஷா. அவனை நான் மிகவும் நேசிக்கிறேன்.'

'எவ்வளவு அழகாகச் சொல்கிறாய்' என்று சட்டென்று சிரித்தபடி சொன்னான் அல்யோஷா.

'சரி, எதிலிருந்து ஆரம்பிப்பது என்று நீயே சொல். கடவுளிடமிருந்து ஆரம்பிப்போமா? கடவுள் இருக்கிறாரா, இல்லையா என்பதைப் பற்றி விவாதிப்போமா?'

'எதைப் பற்றிப் பேச விரும்புகிறாயோ அதைப் பற்றிப் பேசு. முற்றிலும் வேறான விஷயமாக இருந்தாலும் சரியே. நேற்று நீ தந்தையிடம் கடவுள் இல்லை என்று பிரகடனப்படுத்தினாயே அதைப் பற்றி' என்று சந்தேகப்பார்வையுடன் தன் சகோதரன் இவானைப் பார்த்தான் அல்யோஷா.

'நேற்று நாம் கிழவருடன் சாப்பிட்டுக்கொண்டிருந்தபோது, வேண்டு மென்றேதான் நான் இந்த விஷயத்தைப் பற்றி ஆரம்பித்தேன். அப்போது உன்னுடைய கண்களில் அனல் தெறிப்பதைப் பார்த்தேன். ஆனால் இப்போது அதைப் பற்றி பேச எனக்குக் கொஞ்சம்கூட வெறுப்பில்லை என்பதுதான் உண்மை. உன்னுடன் நான் நெருங்கிப் பழக விரும்புகிறேன் அல்யோஷா, எனக்கென்று நண்பர்களே கிடையாது. உன்னுடன் பழக நான் ஆசைப்படுகிறேன். கடவுள் இருக்கிறார் என்பதை நான் நம்புகிறேன் என்றால் நீயே யோசித்துப்பார்' என்று சிரித்தபடி சொன்ன

கரமாஸவ் சகோதரர்கள்

இவான், 'இதைக் கேட்க உனக்கு ஆச்சர்யமாக இருக்கிறதில்லையா?' என்றான்.

'ஆமாம், கண்டிப்பாக, இனிமேலும் இதை நீ விளையாட்டாகச் சொல்லாமல் இருந்தால்.'

'விளையாட்டாகவா. நேற்று நாம் அந்தக் கிழவருடன் பேசிக் கொண்டிருந்தபோது விளையாட்டாகவா நான் சொன்னேன்.'

'என் அருமை நண்பனே, பதினெட்டாம் நூற்றாண்டில் வாழ்ந்த வயதான ஒரு மனிதர், பாவப்பட்ட ஒருவர் சொன்னார், கடவுள் என்று ஒருவர் இல்லையென்றால், அவரைக் கண்டுபிடிக்க வேண்டு மென்று, *S'l n'existait pas Dieu il faudrait l'inventer.* ஆக உண்மையாகவே, மனிதன் கடவுளைக் கண்டுபிடித்துவிட்டான். விநோதமான, ஆச்சர்ய மான விஷயம் என்னவென்றால், உண்மையாகவே கடவுள் இருக்கிறார் என்பதல்ல; மனிதனின் மனத்தில் தோன்றிய இந்த எண்ணம்தான்; அதாவது, கடவுள் என்று ஒருவர் தேவை என்கின்ற அந்த எண்ணம் மனித மனத்தில் தோன்றியதுதான் ஆச்சர்யம் – அதுவும் இந்த எண்ணம் காட்டுமிராண்டித்தனமான, கேடுகெட்ட, மிருகத்தனமான மனிதனிடம் தோன்றியதுதான்; இது எந்த அளவுக்கு உன்னதமானது என்றால், மனித குலத்திற்குப் பெருமை சேர்க்குமளவுக்கு அறிவார்ந்த நெகிழ்ச்சியான, விஷயமாக இது இருக்கிறது. மனிதன் கடவுளைப் படைத்தானா கடவுள் மனிதனைப் படைத்தானா என்ற விஷயத்தைப் பற்றி நான் விவாதிக்கப்போவதில்லை என்று ஏற்கெனவே நான் முடிவு செய்துவிட்டேன். சந்தேகத்திற்கு இடமின்றி, இதைப் பற்றி இன்றைய ரஷ்ய இளைஞர்களின் மேற்கோளை நான் கணக்கில் எடுத்துக்கொள்ளப் போவதில்லை, ஏனெனில் அவை தற்காலிக, ஐரோப்பியப் பொதுவிளக்கக் கோட்பாட்டின்படி அவர்களுடைய மனத்தில் பதிந்திருக்கிறது; ஐரோப்பாவில் புனைகோள்களாக எவை இருக்கின்றனவோ, அவை இங்கே நம்முடைய ரஷ்ய இளைஞர்களிடம் மேற்கோள்களாக இருக்கின்றன; அவர்களிடம் மட்டுமல்ல, ரஷ்யப் பேராசிரியர்களிடமும் அப்படித்தான் இருக்கிறது, ஏனெனில் பேராசிரியர்கள் என்பவர்கள் வேறு யாருமல்ல, அதே அந்த ரஷ்ய இளைஞர்கள்தாம். அதனால்தான் எல்லாவிதத் தற்காலிகப் பொது விளக்கக் கோட்பாடுகளையும் நான் தவிர்த்துவருகிறேன். இப்போது நாம் செய்ய வேண்டியது என்ன? நாம் என்ன செய்ய வேண்டும் என்பதை, நான் யார் என்பதைச் சுருக்கமாக உனக்கு விளக்க வேண்டும். அதாவது, நான் எப்படிப்பட்டவன், எதை நான் நம்புகிறேன், எதில் நான் நம்பிக்கை வைத்திருக்கிறேன் என்பதை நான் விளக்க வேண்டும். அதனால்தான், கடவுளை நம்புகிறேன் என்பதை வெகு சாதாரணமாக, வெளிப்படையாக நான் சொன்னேன். ஆனால் இங்குக் கவனிக்க வேண்டிய விஷயம் ஒன்று இருக்கிறது: கடவுள் என்று ஒருவர் இருந்து இவ்வுலகைப் படைத்தார் என்றால், அதை அவர் கிரேக்க வடிவியலறிஞர் யூக்ளிட்டின் கணக்குப்படி தான் படைத்தார் என்பதையும் நாம் அறிவோம்; ஆனால், கடவுள் மனித அறிவை மூன்று படிம நிலைகளை மட்டுமே புரிந்துகொள்ளும் அளவில்தான் படைத்திருக்கிறார்.

இருந்தாலும், நிலக்கணக்கியல் வல்லுநர்களும் தத்துவ ஞானிகளும் பழம்பெரும் அறிவாளிகளும் யூக்ளிட்டின் கணித முறைப்படிதான் நம்முடைய இந்த வாழ்வும் இருப்பும் உருவாக்கப்பட்டிருக்கிறதா என்று சந்தேகிப்பவர்களும் கூட, அருகருகே இணையாகச் செல்லும் இரண்டு கோடுகள் பூமியில் சந்திக்க வாய்ப்பே இல்லை என்று தங்களுடைய கற்பனைக் கருத்துக்களை தைரியமாக அவர்கள் வெளிப் படுத்த, யூக்ளிட் மட்டும் இணையான இந்த இரண்டு கோடுகளும் முடிவில்லாத ஒரு இடத்தில், எங்கோ சந்திக்கும் என்று சொன்னார். என் அருமையானவனே, இதுவே எனக்குப் புரியவில்லை என்றால், எங்கிருந்து நான் கடவுளைப் புரிந்துகொள்வது. இந்த விஷயங்களை யெல்லாம் என்னால் புரிந்துகொள்ள முடியாது, அதற்கான தகுதியும் எனக்கில்லை, அப்படியே என்னுடைய அறிவும் யூக்ளிட்டின் அறிவைப் போல் பூமி சார்ந்த ஒன்றாக இருக்கும்போது, அதைச் சாராத ஒன்றைப் பற்றி என்னால் எதையும் புரிந்துகொள்ள முடியாது என்பதையும் தலைவணங்கி நான் ஏற்றுக்கொள்கிறேன். உனக்கும் இதைத்தான் நான் சொல்லிக்கொள்ள விரும்புகிறேன், என் நண்பனே, அல்யோஷா. கடவுள் இருக்கிறாரா இல்லையா என்பதைப் பற்றி யெல்லாம் நீ சிந்தித்துப் பார்க்காதே. மூன்றே படிம நிலைகளைக் கொண்ட நம்முடைய அறிவுக்கு இப்படிப்பட்ட விஷயங்களெல்லாம் புரிதலுக்கு அப்பாற்பட்டவை. எனவே, கடவுள் இருக்கிறார் என்பதை நான் முழு மனத்துடன் மட்டுமல்லாமல், முழு அறிவுடனும் ஏற்றுக் கொண்டு, அவருடைய இருப்பை நம்மால் முழுவதுமாகப் புரிந்து கொள்ள முடியாது என்பதையும் உணர்ந்து, வாழ்வின் அர்த்தம், ஒழுங்குமுறை, சாசுவதமான ஒத்திசைவு இவை எல்லாவற்றின் மீதும் நம்பிக்கை வைத்து, இவற்றுடன் ஒருநாள் நாம் கலந்துபோவாம் என்பதையும் நான் உணர்கிறேன்; அப்படியே அந்த வார்த்தையை[3]யும் நான் நம்புகிறேன், அதாவது இந்த மண்ணுலகமானது அதை விரும்புபவர்களுக்கு மட்டும்தான் என்பதையும் "யார் கடவுளுடன் இருந்தார்களோ", யார் கடவுளாகவே இருக்கிறார்களோ என்ற இப்படிப் பட்டவர்களையும் இவை போன்ற எல்லாவற்றையும் அப்படியே இப்படிப்பட்ட முடிவில்லாத எல்லாவற்றையும் நான் நம்புகிறேன். இதைப் பற்றி மிக அதிகமாகவே புனைந்து சொல்லப்பட்டிருக்கிறது. எனவே, இப்போது நான் சரியான பாதையில்தான் செல்கிறேன் என்று நினைக்கிறேன். அப்படித்தானே? சரி. இப்படி யோசித்துப்பார், இறுதியாகக் கடவுள் இருக்கும் இந்த உலகை, அவர் இருக்கிறார் என்று தெரிந்தும் அதை ஏற்றுக்கொள்ளாமல் என்னால் முழுமையாக நிராகரிக்க முடியும். கடவுளை நான் ஏற்றுக்கொள்ளாமல் இல்லை, ஆனால் அவர் படைத்த இந்த உலகை ஏற்றுக்கொண்டு அதனுடன் ஒத்துப்போவதுதான் என்னால் முடியவில்லை என்பதையும் நீ புரிந்துகொள்ள வேண்டும். அப்படியே என்னுடைய வார்த்தைகளுக்கு அர்த்தமூட்டும் விதமாக, இந்தச் சிரமங்கள் எல்லாம் ஒரு நாள் மறைந்து சரியாகிப் போய்விடலாம் என்று ஒரு குழந்தையைப் போல நான் நம்பி, வேதனை அளிக்கும் முட்டாள்தனமான மனித முரண்பாடுகளெல்லாம் ஒருநாள் கானல் நீர் போல மறைந்துவிடும்

என்றெண்ணி, யூக்ளிட்டைப் போன்ற இழிந்த, குறுகிய, அணுவைப் போன்ற ஒரு மனித மனம் இறுதியாக, உலக இறுதி நாளன்று, சாசுவதமான ஒத்திசைவு நடக்கும் நேரத்தில், நடந்திராத, விலை மதிக்க முடியாத ஒன்று நடக்கும் அந்த நேரத்தில், அதுவும் மனம் முழுவதையும் அது கவர்ந்திழுத்து, எல்லாச் சிரமங்களையும் களைந் தெறிந்து, மனித குலத்தின் எல்லாத் தவறுகளையும் மன்னித்து, மனித குலத்தால் இதுவரை சிந்தப்பட்ட ரத்தம் போதுமானதென்று கருதி, அதற்காக மன்னிப்பளித்து, அதற்கும் மேலாக, மனிதர்களுக்குள் நடந்த எல்லாச் சம்பவங்களுக்கும் நியாயம் கற்பிக்கப்பட்டு – இப்படி இவை எல்லாமே நடந்தாலும்கூட, இவற்றையெல்லாம் நான் ஏற்றுக் கொள்ளமாட்டேன், ஏற்றுக்கொள்ள விரும்பவும் மாட்டேன்! இணைத் தொலைவுக் கோடுகள்கூட ஒன்று சேரலாம், அதை நானே என்னுடைய கண்களாலும் பார்க்கலாம், பார்த்து அவை ஒன்று சேர்ந்துவிட்டன என்றும் நான் சொல்லலாம். இருந்தாலும் அந்த உண்மையை நான் ஏற்றுக்கொள்ளமாட்டேன். இதோ இதுதான் என்னுடைய கருத்து அல்யோஷா, இதுதான் என்னுடைய எண்ணம். என்னைப் பற்றிய எல்லா விஷயத்தையும் வெளிப்படையாக நான் சொல்லிவிட்டேன் அல்யோஷா. வேண்டுமென்றேதான் நான் முட்டாள்தனமாக இந்தப் பேச்சை ஆரம்பித்தேன், ஆனால், அது என்னுடைய பாவமன்னிப்பில் போய் முடிந்துவிட்டது. உனக்கும் இதுதானே தேவைப்பட்டது. நீ ஒன்றும் கடவுளைப் பற்றிக் கேட்க ஆசைப்படவில்லையே; உன் அண்ணன் எப்படி வாழ்கிறான் என்பதைத்தானே நீ தெரிந்துகொள்ள விருப்பப்பட்டாய். அதைத்தான் நானும் உனக்குச் சொன்னேன்.'

ஏதோ புரிந்துகொள்ள முடியாத விதத்தில் தன்னுடைய நீண்ட பேச்சை இவான் முடித்துக்கொண்டான்.

'எதற்காக நீ இப்படிப் பேச ஆரம்பித்தாய், 'இதைவிட முட்டாள் தனமாக ஆரம்பிக்க முடியாது' என்றா?' என்று எதையோ யோசித்தபடி கேட்டான் அல்யோஷா.

'ஆமாம், முதலாவதாக, ரஷ்ய முறைப்படி இப்படிப்பட்ட ரஷ்ய விவாதங்கள் எல்லாம் முட்டாள்தனமாகத்தான் ஆரம்பிக்கப்படு கின்றன. இரண்டாவதாக, அவை எவ்வளவு தூரம் முட்டாள்தனமாக இருக்கின்றனவோ அவ்வளவு தூரம் அவை விவாதத்தின் மையப் பகுதிக்கு அருகிலும் இருக்கின்றன. எவ்வளவு முட்டாள்தனமாக இருக்குமோ, அவ்வளவு தெளிவாகவும் அவை இருக்கும். முட்டாள் தனமானது சூழ்ச்சிகளில்லாமல் குறைந்தநேரமே இருக்க முடியும். ஆனால், அறிவு என்பது நெளிவுசுழிவுகளுடன் மூலைமுடுக்குகளி லெல்லாம் பதுங்கிக்கிடக்கும். அறிவானது மிகவும் கொடியது. முட்டாள் தனமானது வெளிப்படையானது, உண்மையானது. என்னுடைய மனக்கசப்பை எவ்வளவு தூரம் முட்டாள்தனமாக நான் வெளிப்படுத்து கிறேனோ அவ்வளவு தூரம் அது எனக்குச் சாதகமாக இருக்கும்.'

'விளக்கமாகச் சொல், 'நீ ஏன் இந்த உலகை ஏற்றுக்கொள்ள மறுக்கிறாய்?'

'கண்டிப்பாக விளக்குகிறேன், அது ஒன்றும் ரகசியமல்ல. அதற்காகத் தான் இந்த விவாதத்தையே நான் ஆரம்பித்தேன். என்னுடைய தம்பி நீ, உன்னுடைய மனத்தை நான் கெடுக்கவோ, உன்னுடைய நிலையை மாற்றி அமைக்கவோ நான் விரும்பவில்லை. ஒருவேளை உன் மூலமாக என்னை நானே தேற்றிக்கொள்ள ஆசைப்படுகிறேன் என்று நினைக் கிறேன்' என்று ஒரு சிறுகுழந்தையைப் போல் சிரித்தமுகத்துடன் சட்டென்று சொன்னான் இவான். இதைப் போன்ற ஒரு சிரிப்பை இதுவரை அல்யோஷா அவனிடம் பார்த்ததில்லை.

# 4

## கலகம்

'உன்னிடம் ஒன்றை நான் ஒப்புக்கொள்ள வேண்டும்' என்று ஆரம்பித்தான் இவான். 'அண்டைவீட்டாரை எப்படி ஒருவர் நேசிக்கமுடியும் என்பதை என்னால் புரிந்துகொள்ள முடியவில்லை. என்னைப் பொறுத்தவரையில், அண்டைவீட்டாரை நான் நேசிக்க முடியாது, தூரத்தில் இருப்பவர்கள் இதற்கு விதிவிலக்கு.'

'இரக்கமுள்ள ஜான்' (ஒரு துறவி) என்ற புத்தகத்தில் படித்த ஞாபகம் எனக்கு; பசியிலும் குளிரிலும் உறைந்துபோன வழிப்போக்கன் ஒருவன் தன்னைக் குளிரிலிருந்து காப்பாற்றி, சூடேற்றிக் கொள்ள துறவியிடம் உதவி கேட்டு வந்தபோது, ஜான் என்ற அந்தத் துறவி வழிப்போக்கனுக்கு இடமளித்து, அவருடன் படுக்கையில் படுத்துக் கட்டியணைத்து, நோய்வாய்ப்பட்டு முடைநாற்றமெடுத்த அவருடைய வாயில் தன்னுடைய வாயை வைத்து ஊதிச் சூடேற்றி அந்தப் புனிதத் துறவியைக் காப்பாற்றினாராம்[1]. ஒத்துக்கொள்கிறேன், ஏதோ தவறான கருத்தின் விளைவால், கடமை உணர்ச்சியின் தூண்டுதலால், பிராயச்சித்தம் தேடிக்கொள்ளும் காரணத்தால் அவர் இதைச் செய்திருப்பார் என்று. ஒருவரை விரும்ப வேண்டுமென்றால், அவரிட மிருந்து ஒருவர் விலகி ஒளிந்துகொள்ள வேண்டும், ஏனெனில் அன்பு என்பது தன்னுடைய முகத்தைச் சற்றே திறந்து காட்டினாலும், உடனே அது மாயமாக மறைந்து போகக்கூடியது.'

'இதைப் பற்றிப் பலமுறை அருட்தந்தை ஸோசிமா சொல்லியிருக் கிறார்' என்ற அல்யோஷா, 'அவர் என்ன சொன்னார் என்றால், மற்றவர்களை நேசிக்கக்கூடிய அனுபவமில்லாத மக்கள் ஒருவரை நேசிக்க முற்படும்போது, அவருடைய முகமே அவர்களுக்குத் தடையாக இருக்கிறது என்றார். ஆனால், ஏசு கிறிஸ்துவிடம் நிறைந்திருக்கும் நேசத்தைப் போல மனிதகுலத்திடம், மிக அதிகமாக நேசம் மண்டிக் கிடக்கிறது என்பது மட்டும் எனக்குத் தெரியும், இவான்...'

'ஆனால், அதைப் பற்றி எனக்குத் தெரியாது, அதைப் புரிந்து கொள்ளவும் என்னால் முடியாது; என்னைப் போலவே எண்ணிக்கையில்

அடங்காத பல்லாயிரக்கணக்கான மக்கள் இந்த மண்ணுலகில் இருக்கிறார்கள். இங்குக் கேள்வி என்னவென்றால், இவை எல்லாம் மனிதர்களிடம் இருக்கின்ற கெட்ட குணங்களால் வருவதா, அல்லது அவர்களுடைய குணமே அப்படிப்பட்டது தானா என்பதுதான். என்னைப் பொறுத்தவரையில், ஏசுகிறிஸ்துவிடம் இருக்கும் அன்புக்கு நிகரான அன்பை மற்றவர்களிடம் காட்டுவது என்பது ஆச்சர்யப்படக் கூடிய விஷயம்தான்; அது இந்த மண்ணுலகில் காட்டப்பட முடியாத ஒன்று. அவர் கடவுள் என்பது உண்மைதான். ஆனால், நாம் கடவுள் இல்லையே. இப்படி எடுத்துக்கொள்வோம், உதாரணமாக, என்னால் அதிகமாகக் கஷ்டப்பட முடியும், ஆனால் என்னுடைய சிரமத்தின் ஆழத்தை வேறு ஒருவரால் உணரவே முடியாது, ஏனெனில் அவர் வேறு ஒருவர், நான் அல்ல; அதுமட்டுமல்ல, மற்றொருவருடைய சிரமத்தை வேறு ஒருவர் ஏற்றுக்கொள்வது என்பது மிகமிக அரிதான விஷயம் (அது ஏதோ தனித்துவமானது போல). அந்த உண்மையை அவர் ஏற்றுக்கொள்ள மாட்டார் என்று நீ ஏன் நினைக்கிறாய்? ஏனெனில், என்னிடமிருந்து ஒரு சமயம் துர்நாற்றம் வீசலாம்; பார்ப்பதற்கு என்னுடைய முகம் கேவலமாக இருக்கலாம் அல்லது எப்போதாவது நான் அவருடைய காலை நசுக்கியிருக்கலாம். இப்படிக் கஷ்டங்கள் பலவிதமாக இருக்கலாம்: மிகக்கேவலமான கஷ்டங்களிலேயே மிக அதிகமாக என்னைக் கேவலப்படுத்துவது, உதாரணமாக, பசிதான். இப்படிப்பட்ட கேவலமான கஷ்டத்தை அனுபவிக்க என்னுடைய புரவலரும் இடங்கொடுக்கலாம், ஆனால் அதைவிட அதிகமான கஷ்டம் என்னவென்றால், ஒரு கருத்துருவிற்காக, உதாரணமாக, இல்லை, அதை அவர் மிக அரிதான சமயங்களிலேயே செய்வார், ஏனெனில் என்னுடைய முகத்தைப் பார்த்து, அவர் கற்பனை செய்கின்ற கஷ்டப்படுகின்ற ஒரு மனிதனின் முகத்தைப் போல என் முகம் இல்லாத காரணத்தால், அதுவும் இப்படிப்பட்ட எண்ணங்களுக்காகக் கஷ்டப்படுகிற மனிதனின் முகத்தைப் போல என் முகம் இல்லாததை அவர் பார்ப்பார். எனவே இந்த ஒரு காரணத்திற்காகத் தன்னுடைய நல்ல எண்ணத்தை அவர் புறக்கணித்துவிட்டு எனக்கு உதவாமல் அவர் விலகிப்போகலாம், ஆனால் அது அவருடைய கல்நெஞ்சு காரணமாகவே அல்ல. வறுமையில் வாடும், குறிப்பாக, உயர்குடி ஏழைகள், தங்களுடைய கஷ்டங்களை வெளியில் காட்டிக் கொள்ளாமல் செய்தித்தாள்களின் ஊடாகவே எப்போதும் உதவிகேட்பார்கள். அருவமாகத் தன்னுடன் நெருங்கி இருப்பவரை ஒருவர் விரும்ப முடியும், சில சமயங்களில் விலகி இருந்துகூட அவரை விரும்ப முடியும். ஆனால் அருகில் இருந்துகொண்டு அவரிடம் எப்போதும் அன்பு காட்டிக்கொண்டிருக்க முடியாது. ஒருசமயம், உலகம் நாடக மேடையாக இருந்து, அதில் பாலே நடனம் நிகழ்வதாக இருந்து, உதாரணமாக, அதில் ஏழைகள் எல்லோரும் கிழிந்த பட்டுத்துணியை உடுத்திக்கொண்டு, கிழிந்த பூத்தையல் இழைகளால் தங்களை அலங்கரித்துக்கொண்டு, ஆடிப்பாடி உதவி கேட்டால், அவர்களைப் பார்த்து நம்மால் ரசிக்க முடியும். எப்படியிருந்தாலும், அவர்களை நாம் ரசிக்கத்தான் முடியுமே தவிர, அவர்களிடம் அன்புகாட்ட

முடியாது. சரி, இதைப் பற்றி இனி நாம் எதுவும் பேசவேண்டாம். இப்போது என்னுடைய நிலைமையைப் பற்றிப் பேசுவோம். பொதுவாக நான், மனிதகுலம் படுகின்ற கஷ்டங்களைப் பற்றிப் பேச விரும்புகிறேன். குறிப்பாகக் குழந்தைகள் படும் கஷ்டங்களைப் பற்றிப் பேசுவது நல்லது என்று நினைக்கிறேன். அது என்னுடைய பேச்சின் அளவைப் பத்துமுறை குறைக்கக்கூடிய வல்லமை கொண்டது. ஆக, இப்போது நாம் குழந்தைகளைப் பற்றி மட்டுமே பேசுவோம். அது எனக்கு ஏற்புடையது அல்ல என்றாலும், அவர்களைப் பற்றித்தான் இப்போது நான் பேசப்போகிறேன். முதலாவதாக, குழந்தைகளை எந்த ரூபத்திலும் நாம் விரும்பலாம், அதாவது அவர்கள் நமக்கு அருகே இருக்கும்போதும், அழுக்காக இருக்கும்போதும் ஏன், அழகாக இல்லாமல் இருக்கும்போதும் கூட அவர்களை நாம் விரும்பலாம் (ஆனால் என்னைப் பொறுத்தவரை, குழந்தைகள் எப்போதுமே அசிங்கமாக இருப்பதில்லை). இரண்டாவதாக, பெரியவர்களைப் பற்றி நான் பேசவே போவதில்லை. காரணம், அவர்கள் அருவருப்பான வர்கள் என்பது மட்டுமல்ல, அன்பை ஏற்றுக்கொள்ளத் தகுதி இல்லாதவர்கள் என்பதால்தான். தவறு செய்தால் தண்டனை அளிக்கக் கூடிய தன்மை அவர்களிடம் இருக்கிறது: ஆப்பிள் பழத்தைச் சாப்பிட்டு விட்டு, நல்லது கெட்டதை உணரக்கூடிய 'கடவுளைப்போல'[2] அவர்கள் ஆகிவிட்டார்கள். அதை இன்னமும் அவர்கள் சாப்பிட்டுக்கொண்டே தான் இருக்கிறார்கள். ஆனால், குழந்தைகள் எதையுமே சாப்பிடவில்லை. அப்படியே அவர்கள் இன்னும் எதற்காகவும் குற்றம் செய்யாதவர்க ளாகவே இருக்கிறார்கள். உனக்குக் குழந்தைகளைப் பிடிக்குமா, அல்யோஷா? எனக்குத் தெரியும், உனக்குப் பிடிக்குமென்று, அப்படியே அவர்களைப் பற்றி இப்போது நாம் ஏன் பேசுகிறோம் என்பதும் உனக்குப் புரியவரும். இந்தப் பூமியில் அவர்களும் கஷ்டப்படுகிறார்கள் என்றால், அதற்குக் காரணம் அவர்களுடைய தந்தைமார்கள்; ஆப்பிளைச் சாப்பிட்ட காரணத்திற்காக அவர்களுடைய தந்தைமார்கள் தண்டிக்கப் பட்டார்கள் – ஆனால், இந்தத் தர்க்கம் வேறு ஒரு உலகத்திலிருந்து வந்ததால், பூமியிலிருக்கும் மனித மனங்களால் இதைப் புரிந்துகொள்ள முடியாது. எந்த ஒரு கள்ளங்கபடமற்ற உயிரும் மற்றவர்களுக்காக வேதனைப்படக் கூடாது, குறிப்பாக, அது மிகத் தூய்மையாக இருக்கும் போது! என்னைப் பார்த்து ஆச்சர்யப்படு அல்யோஷா, எனக்குக்கூடக் குழந்தைகள் என்றால் மிகவும் பிடிக்கும். குறித்து வைத்துக்கொள்: இரக்கமற்றவர்கள், உணர்ச்சிவசப்படுபவர்கள், பேராசைக்காரர்கள், கரமாஸவ் குடும்பத்தினர்கூடச் சில சமயம் குழந்தைகள்மீது அன்பு காட்ட முடியும். குழந்தைகள் குழந்தைகளாக இருக்கும்வரை, ஏழுவயது வரை; மனிதர்களிடமிருந்து அவர்கள் விலகியே இருக்கிறார்கள் : முற்றிலும் வேறு ஒரு உயிரினமாக, வேறு ஒரு குணாம்சத்தைக் கொண்டவர்களாக அவர்கள் இருக்கிறார்கள். சிறையில் இருந்த ஒரு கொள்ளைக்காரனை எனக்குத் தெரியும்: இரவு நேரங்களில் அவன் வீடுகளில் திருடும்போது பல குடும்பங்களைக் கொன்றிருக்கிறான். அதில் அவன் பல குழந்தைகளையும் கொன்றிருக்கிறான். ஆனால், சிறையில் இருக்கும்போது, விநோதமாக அவன் குழந்தைகளை

நேசித்தான். சிறைச்சாலை வளாகத்தில் விளையாடும் குழந்தைகளைப் பார்ப்பதில் அவனுக்குச் சலிப்பே இருந்ததில்லை. அவன் ஒரு சிறுவனைத் தன்னுடைய சிறை ஜன்னல் அருகே வந்து நிற்கப் பழக்கி, அந்தச் சிறுவனுடன் அவன் நண்பனும் ஆனான். நான் ஏன் இதை யெல்லாம் உனக்குச் சொல்லிக்கொண்டிருக்கிறேன் அல்யோஷா? எனக்கு ஏனோ தலை வலிக்கிறது, வருத்தமாகவும் இருக்கிறது.'

'நீ விசித்திரமாகப் பேசுகிறாய்' என்ற கவலையுடன் சொன்ன அல்யோஷா, 'கண்டிப்பாக நீ குழம்பித்தான் போயிருக்கிறாய்.'

தன் தம்பி சொன்ன வார்த்தைகளைக் காதில் போட்டுக் கொள்ளாமல், 'மாஸ்கோவுக்கு வந்த பல்கேரியன் ஒருவன் சொன்னான்' என்று தொடர்ந்த இவான் ஃபியோதரவிச், 'அங்கே பல்கேரியா முழுவதும் துருக்கியரும் சிர்கேசிய மரபுக் குழுவினரும் ஸ்லாவிய இன மக்களின் கிளர்ச்சிக்குப் பயந்து, அவர்களைக் கத்தியாலும் துப்பாக்கியாலும் கொல்வது மட்டுமல்லாமல், பெண்களையும் குழந்தைகளையும் பாலியல் வல்லுறவுக்குள்ளாக்கி, கைதிகளின் காதுகளில் ஆணி அடித்து, வேலியில் அடுத்த நாள் காலைவரை தொங்கவிட்டுப் பிறகு அவர்களைத் தூக்கிலிடுகிறார்களாம்; இது போன்ற கற்பனை செய்ய முடியாத விஷயங்களைப் பற்றியெல்லாம் அவன் சொன்னான். மனிதர்களிட மிருக்கும் 'மிருகத்தனத்தைப்' பற்றிச் சிலசமயம் மக்கள் பேசுகிறார்கள்; ஆனால் இது மிருகங்களைக் கேவலப்படுத்துவதாகும்: மனிதர்களைப் போல் கொடூரமான சூழ்ச்சித் திறனுடன், நாகரிக வஞ்சகத்துடன் மிருகங்களால் எப்போதுமே இருக்க முடியாது. புலி தன்னுடைய இரையைக் கடித்துக் குதறித் தின்னும்; அதை மட்டுமே அது செய்யும். மனிதனின் காதுகளை ஆணி கொண்டு வேலியில் அடித்து இரவு முழுவதும் பிணைத்து வைக்க முடியும் என்பது அதனுடைய மண்டையில் உதிக்கவே முடியாத ஒன்று; அதைச் செய்வதற்கான சக்தி இருந்தாலும் அது அப்படிச் செய்யாது. இந்தத் துருக்கியர்கள், குழந்தைகளைக் கொடுமைப்படுத்துவதில் அலாதிப் பிரியமுள்ளவர்கள்; கர்ப்பிணிப் பெண்களின் வயிற்றைக் கிழித்து, பிறந்திராத அந்தக் கருக்குழந்தைகளை எடுத்துக் காற்றில் தூக்கி எறிந்து, சொந்தத் தாய்மார்களின் கண்முன்பாகவே துப்பாக்கி முனையில் அவற்றைக் குத்திக் கொல்வார்கள். அப்படி வேதனைப்படுத்திப் பார்ப்பதில் அவர்கள் சந்தோஷப்படுவார்கள். என்னை வெகுவாகப் பாதித்த காட்சி ஒன்று: நடுங்கும் தாயின் கைகளில் ஒரு குழந்தை. அவர்களைச் சுற்றி வளைத்தபடி உள்ளே நுழைந்த துருக்கியர்கள் சற்றே குதூகலமாக இருப்பதற்காக, அந்தக் குழந்தையைக் கொஞ்சிச் சிரிக்கவைக்கிறார்கள். அந்தச் சமயம் நான்கடி தூரத்திலிருந்து ஒரு துருக்கி நாட்டு வீரன் துப்பாக்கியை எடுத்து அந்தக் குழந்தையின் முன்பாக நீட்டுகிறான். குழந்தை சந்தோஷமாகச் சிரித்துக்கொண்டே கைகளை நீட்டி அந்தத் துப்பாக்கியைப் பிடிக்க முனைகிறது. அப்போது திடீரென்று அவன் அந்தக் குழந்தையின் முகத்தில் சுட்டு அதைச் சின்னாபின்னமாக்கு கிறான் ... எவ்வளவு கலாம்சம் பார்! சொல்லப்போனால், துருக்கியர் களுக்கு இனிப்புப் பண்டம் என்றால் மிகவும் பிடிக்கும் என்பார்கள்.'

‘அண்ணா, இதையெல்லாம் எதற்காகச் சொல்கிறீர்கள்?’

‘நான் நினைக்கிறேன், சாத்தான் என்று ஒன்று உலகில் இல்லாமல், மனிதன் அதை உருவாக்கினான் என்றால், அது மனிதனைத் தன்னுடைய விருப்பத்திற்கேற்ப, தன்னுடைய எண்ணத்தில் உருவாக்கிக்கொண்டது என்று.’

‘அப்படியென்றால், கடவுளை உருவாக்கியது போலவா?’

‘ஹேம்லெட்டில் பொலோனியஸ் (*Polonius in ‘Hamlet’*) சொல்வது போல, எவ்வளவு அழகாக வார்த்தைகளை நீ திருப்பிப் போட்டு விளையாடுகிறாய். கேட்பதற்கே ஆச்சர்யமாக இருக்கிறது’ என்று சொன்னபடி சிரித்தான் இவான். என்னுடைய வார்த்தைகளை எனக்கு எதிராகவே நீ திருப்பிவிட்டாய் என்பதில் எனக்குச் சந்தோஷம்தான்.

தன்னுடைய எண்ணத்திற்கும் விருப்பத்திற்கும் ஏற்ப மனிதன் உருவாக்கிய உன்னுடைய கடவுள் நல்லவராகத்தான் இருப்பார். இப்போது நீ கேட்டாய், எதற்காக இதைப் பற்றியெல்லாம் நான் பேசுகிறேன் என்று. பார், ஒருசில உண்மைகளைச் சேகரிப்பதில் எனக்கு விருப்பம் உண்டு. உனக்கு விருப்பமென்றால் அவற்றை நீ நம்பலாம், செய்தித்தாள்கள், கதைகள், என்று ஒருசில உண்மைச் சம்பவங்களைச் சேகரித்து ஒரு நல்ல செய்தித்திரட்டை நான் வைத்திருக் கிறேன். துருக்கியர்களைப் பற்றிய விஷயமும் அதிலிருந்து எடுக்கப் பட்டதுதான். ஆனால் இவையெல்லாம் வெளிநாட்டுச் செய்திகள். இந்தத் துருக்கியர்களைவிடச் சிறந்த உள்நாட்டுச் செய்திகள் என்னிடம் இருக்கின்றன. நம்முடைய மக்களிடையே கசையால் அடிப்பது பிரபலம்; அதுவும் பீர்ச் மரப் பிரம்படிகளும் சாட்டையடிகளும் நம் நாட்டுக்கே உரித்தான ஒன்று. ஆணி கொண்டு காதுகளை அடிப்பது என்பதை யெல்லாம் நம்மால் நினைத்துக் கூடப் பார்க்க முடியாது. ஏனெனில், நாமெல்லாம் ஐரோப்பியர்கள் ஆயிற்றே. ஆனால், பிரம்படிகளும் சாட்டையடிகளும் நமக்கே உரித்தானவை. அவற்றை நம்மிடமிருந்து யாரும் பிரிக்க முடியாது. வெளிநாடுகளில் பிரம்படி என்பதே கிடையாது. ஒருவேளை அவர்களுடைய ஒழுக்க முறைமைகள் ஒழுங்குபடுத்தப்பட்டு, மனிதனை மனிதன் அடிப்பது தவறு என்ற சட்டம் வலியுறுத்தப்பட்டு, நம்மைப் போலவே அவர்களும் வேறு வழிமுறைகளை வகுத்துக்கொண் டார்கள் போலும்; உண்மையாகவே, அவையெல்லாம் ஒருவிதத் தேசியத்தன்மையைக் கொண்டிருப்பதால் நம் நாட்டில் அவற்றைப் பின்பற்றுவது நடக்க முடியாத காரியமாகும். ஆனால், அதனுடைய தாக்கம், குறிப்பாக, நம்முடைய உயர்குடி மக்களிடையே, சமய மாற்றம் நடைபெறும் இந்தக் காலகட்டத்தில், அதிகமாக இருப்பதாகவே தோன்றுகிறது. பிரெஞ்சு மொழியிலிருந்து மொழிபெயர்க்கப்பட்ட அருமையான துண்டுப் பிரசுரம் ஒன்று என்னிடம் இருக்கிறது. அதில், சில வருடங்களுக்கு முன்பு, ஐந்து வருடம் இருக்கலாம், ஜெனிவாவில் ரிச்சர்ட் என்கின்ற இருபத்து மூன்று வயது இளைஞனை ஒரு கொலைகாரக் கயவன் கொல்வதற்கு முன்பாக, கிறிஸ்துவ முறைப்படி, அவன் செய்யப்போகிற கொலைக்குப் பாவ மன்னிப்பு கேட்டு,

அதன்பிறகு அந்த இளைஞனின் தலையைத் துண்டித்தானாம். இந்த ரிச்சர்ட் நெறிதவறிய வழியில் பிறந்தவன். ஆறுவயது இருக்கும்போதே சுவீடன் நாட்டு ஆடு மேய்ப்பர்களிடம் 'பரிசாக' அவனைக் கொடுத்து விட்டார்களாம். அங்கே அவன் ஒரு காட்டுமிராண்டியைப் போல மிருகங்களுடன் வளர்ந்து வந்தானாம். அவனுக்கு எதுவுமே சொல்லிக் கொடுக்கப்படவில்லை. மாறாக, ஏழு வயது இருக்கும்போது, ஆடு மாடுகளுடன் சேர்ந்து அவனும் மழை, குளிரில் நனைந்தபடி உண்ண உணவும், உடுக்க உடையும் இன்றி இருந்திருக்கிறான். அப்படி அவனை நடத்தியதில் அந்த மேய்ப்பர்களுக்கு எந்தவித வருத்தமும் இல்லாமல் இருந்திருக்கிறது. அவர்கள் அவனை மனிதன் என்றே நினைக்கவில்லை. மாறாக, ஏதோ அவன் அவர்களுடைய உடைமை போலவும், அப்படி அவனை நடத்துவது அவர்களுடைய உரிமை என்றும் அவர்கள் நினைத்ததால், அவனுக்கு உணவு கொடுப்பதுகூடத் தேவையான ஒன்றாக அவர்களுக்குத் தோன்றவில்லை. விவிலிய நூலில் வரும் 'ஊதாரி மகனைப்' போலப் பன்றிகள் கொழுத்து வளரக் கொடுக்கப்படும் உணவைச் சாப்பிட எப்படி அவன் தவித்தான் என்பதை அவனே சொல்லியிருக்கிறான். ஏனெனில், பன்றிகளுக்குக் கொடுக்கப்படும் உணவுகூட அவனுக்குக் கொடுக்கப்படாமலிருந்திருக்கிறது. எனவே, அந்த உணவை அவன் திருடித் தின்று தன்னுடைய குழந்தைப் பருவத்தையும் இளமைக்காலத்தையும் கழித்து வளர்ந்து வந்த அவன், தன்னுடைய வலிமையைப் பெருக்கிக்கொண்டு, திருட்டுத் தொழிலில் ஈடுபட ஆரம்பித்தான். இந்தக் காட்டுமிராண்டி மனிதன் ஜெனிவாவில் பகல் நேரங்களில் வேலைசெய்து பணம் சம்பாதித்து, அந்தப் பணத்தைக் குடித்துச் செலவுசெய்து மூர்க்கத்தனமாக வாழ்ந்து வந்தான். வயதான ஒரு கிழவரிடமிருந்து பொருள்களைத் திருடி அவரைக் கொலையும் செய்திருக்கிறான். அதன் காரணமாக அவனைப் பிடித்து விசாரித்து, அவனுக்கு மரண தண்டனையையும் விதித்தார்கள். அங்கே எந்தவித உணர்ச்சி வெளிப்பாடுகளுக்கும் இடம் கிடையாது தானே. இப்படியாகச் சிறையில் இருந்தவனைக் கிறிஸ்துவப் பாதிரிமார்களும் வெவ்வேறு சபை உறுப்பினர்களும் பெண் பரோபகாரிகளும் இன்னும் பலரும் சேர்ந்து அவனுக்கு எழுதப் படிக்கக் கற்றுக் கொடுத்தனர்; விவிலிய நூல் போதனைகளை அவனுக்குப் போதித்தனர்; விரிவாகவும் விளக்கமாகவும் போதித்தனர்; அவனை அவர்கள் தேற்றி, அவனுடைய மனத்தை மாற்றி, இறுதியாக அவனைக் கிறிஸ்துவனாக மாற்றி, காட்டுமிராண்டித்தனமாக இருந்த அவனுக்குக் கடவுள் கருணை புரிந்திருக்கிறார் என்று சொல்லி வழக்காடு மன்றத்துக்கு அவனைக் கடிதம் எழுதவும் செய்தனர். ஜெனிவாவிலிருந்த பரோபகாரர்களும் சமயவாதிகளும் அவன்மீது அதிகக் கவனம் செலுத்தினர். நாகரிக உயர்குடி மக்கள் அவனைப் பார்க்கச் சிறைச்சாலைக்கு வந்தனர். ரிச்சர்ட்டைக் கட்டித் தழுவி முத்தமிட்டனர்; 'எங்களுடைய சகோதரன் நீ, உன்மீது கருணை காட்டப்பட்டிருக்கிறது!' என்றனர். இதைக் கேட்டு, உணர்ச்சி வசப்பட்ட ரிச்சர்ட்டால் அழத்தான் முடிந்தது: 'ஆமாம், என்மீது கருணை காட்டப்பட்டிருக்கிறது! என்னுடைய குழந்தைப் பருவத்திலும் இளமைக் காலத்திலும் 'பன்றிக்கு' வைக்கப்படும்

தஸ்தயேவ்ஸ்கி

உணவை உண்டு நான் சந்தோஷமாக இருந்தேன். இப்போது என்மீது கருணை காட்டப்பட்டு கடவுளின் பெயரால் நான் சாகப்போகிறேன்!' – 'ஆமாம், ஆமாம், ரிச்சர்ட், கடவுளின் பெயரால் நீ மரித்துப்போ; நீ ரத்தம் சிந்தியிருக்கிறாய், ஆகவே உன்னுடைய ரத்தம் சிந்தப்பட வேண்டும். பன்றியின் உணவைத் திருடித் தின்றபோது திருடிய குற்றத்திற் காக நீ அடிபட்டாய் (திருடுவது மிகப்பெரிய குற்றம்). அப்போது உனக்குக் கடவுளைத் தெரிந்திருக்கவில்லை, ஆனால் நீ ரத்தம் சிந்தியிருக் கிறாய், ஆகவே நீ இறந்துதான் போக வேண்டும்' என்றனர். அப்போது அவனுடைய இறுதிநாள் வந்தது. தளர்ந்துபோன ரிச்சர்ட், கண்களில் கண்ணீருடன் இருக்க, ஒவ்வொரு நிமிடமும் இதையே அவர்கள் திரும்பத் திரும்பச் சொன்னார்கள்: 'என்னுடைய வாழ்நாளில் இன்று தான் மிக நல்லநாள். நான் கடவுளிடம் போகிறேன்!' 'ஆமாம், என்று பாதிரிமார்களும் வழக்கறிஞர்களும் பெண் பரோபகாரர்களும் சொன்னபடி, 'இன்றுதான் உன்னுடைய வாழ்வின் மிக நல்லநாள், கடவுளிடம் நீ போகிறாய்!' என்று உரக்கச் சொன்னார்கள். ரிச்சர்டுக்குத் தண்டனை வழங்கும் இடத்தை நோக்கிக் கால் நடையாகவும் வண்டி களிலும் அவனைப் பின்தொடர்ந்து எல்லோரும் சென்றார்கள். அவர்கள் இப்போது தண்டனை நிறைவேற்றப்படும் இடத்திற்கு வந்து சேர்ந்துவிட்டார்கள்: 'நீ மரித்துப் போ, எங்கள் சகோதரனே!' என்று ரிச்சர்டைச் சுற்றி இருந்தவர்கள் கூக்குரல் எழுப்ப, 'கடவுளின் பெயரால் நீ இறந்து போ, உன்மீது கருணை காட்டப்பட்டிருக்கிறது!' என்றார்கள். இப்படியாக, சகோதர முத்தங்களுடன் சகோதரன் ரிச்சர்ட் கில்லட்டின் இருக்கும் இடத்திற்கு அழைத்துச் செல்லப்பட்டுக் கருணையின் பேரால் சகோதரத்துவ முறைப்படி அவனுடைய தலை துண்டிக்கப்பட்டது. ஆமாம், இது எல்லாமே தனிச்சிறப்பம்சம் வாய்ந்த ஒன்றுதான். இந்தத் துண்டுப் பிரசுரம் ஒருசில ரஷ்ய உயர்குடி லூதர்ன் பரோபகாரர் களால் ரஷ்ய மக்களை ஒழுக்கத்தில் மேம்படச் செய்வதற்காக, ரஷ்ய மொழியில் மொழிபெயர்க்கப்பட்டு செய்தித்தாள்களுடன் இணைப்பாகவும் மற்ற பிரசுரங்களுடன் இணைப்பாகவும் இலவசமாக மக்களுக்கு வழங்கப்பட்டது. ரிச்சர்ட் சம்பவத்தில் தேசிய வாடை வீசுகிறது. ஒருவன் நம்முடைய சகோதரன் என்றால், அவனுக்கு இரக்கம் காட்டுவதை விட்டுவிட்டு, அவனுடைய தலையைத் துண்டிப்பது நமக்கு முட்டாள்தனமாகத் தெரிந்தாலும், இதுபோன்ற சம்பவங்கள் நம்முடைய நாட்டிலும் நடக்கத்தான் செய்கின்றன என்பதை நான் திரும்பவும் சொல்லிக்கொள்கிறேன். நம்முடைய நாட்டில், சரித்திரக் காலந்தொட்டு, பிரம்பால் அடிக்கும் வழக்கம் நம்முடைய நாட்டிற்கே உரித்தான, தனிப்பட்ட விதத்தில் ஏதோ ஒருவித சந்தோஷத்தைக் கொடுக்கும் செயலாக இருக்கிறது. கவிஞர் நிக்ராசவ், தன்னுடைய கவிதை ஒன்றில், சாட்டையில் அடிபடும் குதிரையின் கண்களை, 'எதிர்க்க வலிமையில்லாத கண்கள்'[3] என்று வர்ணித்திருப்பார். நம்முடைய நாட்டிற்கே உரித்தான இந்தக் காட்சியைப் பார்த்திருக்காதவர் யார்? வலுவிழந்த குதிரை ஒன்று, அளவுக்கதிகமான சுமையுடன், குழியில் விழுந்த வண்டியை இழுக்க முடியாமல் திணறுவதை வர்ணிக்கிறார். வண்டிக்காரன் தான் என்ன செய்கிறோம் என்பதை உணராமல்,

தண்டனை கொடுக்கும் வெறியில், அந்தக் குதிரையை மீண்டும் மீண்டும் சாட்டையால் அடிக்கிறான்: 'இழு, உன்னால் முடியவில்லை என்றாலும் பரவாயில்லை இழு, செத்தாலும் பரவாயில்லை வண்டியை இழு!' என்கிறான். குதிரை கதறுகிறது, அதைப் பார்த்த வண்டிக்காரன் மீண்டும் அதை அடித்து நொறுக்குகிறான்; ஆதரவற்ற அந்தக் குதிரையின் கண்களில் கண்ணீர் வடிய 'பணிவான கண்களுடன் அது வண்டியை இழுக்கிறது. அடி தாங்க முடியாமல் அது வண்டியை வேகமாக இழுக்கிறது; குழியிலிருந்து வண்டியை அது மேலே இழுக்கிறது; அப்படி இழுக்கும்போது மூச்சுவிட முடியாமல் திணறுகிறது; இழுக்கும் வேகத்தில் பக்கவாட்டில் அது குதித்து, பார்ப்பதற்கே கேவலமாக, இயல்பாக இல்லாமல், பரிதாபமாக இருக்கிறது என்று அந்தக் காட்சியைப் பயங்கரமாக வர்ணித்திருக்கிறார் நிக்ராசவ். ஆனால், இது இங்கே வெறுங்குதிரைதான்; குதிரைகளை அடிக்கத்தான் கடவுள் கொடுத்திருக் கிறார். அப்படித்தான் தத்தார்கள் நமக்குச் சொல்லி கொடுத்திருக்கிறார் கள்; அந்தச் சாட்டை அடிகளைத் தான் அவர்கள் நம்முடைய நினைவில் விட்டுவிட்டுச் சென்றிருக்கிறார்கள். ஆனால், மனிதர்களைக்கூடச் சாட்டையால் அடிக்கலாம்தானே. அப்படித்தான் புத்திக்கூர்மை உள்ள, நாகரிகப் பெருங்குடிமகன் ஒருவன் தன்னுடைய மனைவியுடன் சேர்ந்து கொண்டு, ஏழுவயதான மகளைப் பிரம்பால் அடித்தான் என்ற சம்பவமும் முழு விவரத்துடன் என்னிடம் இருக்கிறது. பிரம்பில் முடிச்சுகள் அதிகம் இருப்பதால் அடிக்கும்போது 'சற்று அதிகமாகவே சுரீர் என்று வலிக்கும்' என்று சொல்லிச் சந்தோஷப்படுகிறார் தந்தை; இப்படியாகச் சொந்த மகளை அவர்கள் அடித்துப் புடைக்கிறார்கள். அடிக்க அடிக்க வெறியேறி, சொல்லப்போனால், வெறியின் உச்சத்தில் ஒவ்வொரு அடியும் இன்னும் பலமாகத் தீவிரமாக விழும்படி அடிப்பவர் களும் உண்டு என்று எனக்குத் தெரியும். பிரம்படி முதலில் ஒரு நிமிடம், பிறகு ஐந்து நிமிடங்கள், பிறகு பத்து நிமிடங்கள் என்று அதிகரித்தபடியே அடிப்பவர்களும் உண்டு. அடிபடும் குழந்தை குரலெடுத்து அழ முடியாமல் திக்கித் திணறுகிறது: 'அப்பா, அப்பா செல்ல அப்பா, என் செல்ல அப்பா!' என்று அது தன் தந்தையைக் கெஞ்சுகிறது. கேவலமான இந்தச் சம்பவம் ஏதோ ஒரு சந்தர்ப்பவசத்தால் வழக்காடுமன்றத்திற்கு வருகிறது. இந்த வழக்கை வாதாட வக்கீல் நியமிக்கப்படுகிறார். 'வாடகைக்கான மனசாட்சி' என்றுதான் நீண்ட காலமாக வக்கீல்களை ரஷ்யர்கள் அழைத்து வந்தனர். தன்னுடைய வாதியைப் பாதுகாக்கும் பொருட்டு வழக்காடுமன்றத்தில் வக்கீல் உரக்க வழக்காடுகிறார். 'சம்பவமானது, சொல்லப்போனால், ஒன்று மில்லாத, ஒரு சம்பவம்; குடும்பம் சார்ந்த சம்பவம், மிகச் சாதாரணமான ஒன்று; தந்தை மகளை அடிக்கிறார். நம்முடைய இந்த வெட்கங்கெட்ட காலத்தில் வழக்காடுமன்றம் வரை இது வந்திருக்கிறது!' அவருடைய வாதத்தை ஏற்றுக்கொண்ட நீதிபதி குற்றவாளியை விடுவிடுக்கும்படி தீர்ப்பளிக்கிறார். குற்றவாளிக்கு விடுதலை கிடைத்ததில் மக்கள் மகிழ்ச்சி யடைந்து ஆரவாரம் செய்கிறார்கள். ஓ! அங்கு நான் இல்லாமல் போய்விட்டேனே என்பதில் எனக்குப் பெரும் வருத்தம்தான்; நானும் ஆர்ப்பரித்து, அந்தக் குற்றவாளியின் பெயரில், அறக்கட்டளை ஒன்றை

நிறுவ வேண்டுமென்று உரக்கச் சொல்லியிருப்பேன்!... ஆஹா, என்னே அற்புதக் காட்சிகள்! ஆம், இப்படிப்பட்ட குழந்தைகளைப் பற்றி, நம்முடைய ரஷ்யக் குழந்தைகளைப் பற்றி, பிரமாதமான விஷயங்க ளெல்லாம் என்னிடம் இருக்கின்றன அல்யோஷா. ஐந்து வயதான சிறுபெண் ஒருத்தியை 'மரியாதைக்குரிய, நாகரிக சமூகத்தில் படித்த' பெற்றோர்கள் வெறுத்தார்கள். பார், மனிதகுலத்தில் பெரும்பாலோர் குறிப்பிட்ட விதத்தில் குழந்தைகளை, குழந்தைகளை மட்டுமே கொடுமைப்படுத்துகிறார்கள் என்பதை மீண்டும் நான் வலியுறுத்திச் சொல்லிக்கொள்கிறேன். ஆனால், மற்ற மனிதர்களிடம் இந்தக் கொடுமையாளர்கள், இதே மனிதர்கள், நல்ல முறையில், அன்பாக, நாகரிக ஐரோப்பியர்களைப் போல நடந்துகொள்கிறார்கள். ஆனால், குழந்தைகளிடம் மட்டும் கொடூரமாக அவர்கள் நடந்துகொள்கிறார்கள்; அப்படி நடந்துகொள்வதால் அவர்கள் குழந்தைகளிடம் அன்பு செலுத்துவதாக நினைத்துக்கொள்கிறார்கள். தங்களைத் தற்காத்துக் கொள்ள முடியாத குழந்தைகளின் நிர்க்கதியான அந்த நிலைதான் அந்தக் கொடுமைக்காரர்களைக் கவர்ந்திழுக்கிறது; பரிசுத்தமான தேவதையைப் போல, அசைக்க முடியாத நம்பிக்கையுடன், தஞ்சம் புக வழியில்லாது, பாதுகாப்பின்றி இருக்கும் அந்தக் குழந்தைகளின் நிர்கதியற்ற நிலைதான் அந்தக் கொடுமைக்காரர்களின் கெட்ட ரத்தத்தை வெகு வேகமாக ஓடவைக்கிறது. மிருக குணம் எல்லா மனிதனிடமும் ஒளிந்திருக்கும் தான்; கோபம் என்ற மிருக குணமும் வேதனையுடன் கதறித்துடிக்கும் சத்தத்தில் குதூகலிக்கும் சிற்றின்ப மிருக குணமும் கட்டுக்கடங்காமல் சங்கிலியை அறுத்தெறிந்து கொண்டு ஓடும் மிருக குணமும் எல்லோரிடமும் இருக்கத்தான் செய்கிறது. பாவப்பட்ட அந்த ஐந்து வயதுச் சிறுமியைப் படித்த அறிவார்ந்த பெற்றோர்கள் எவ்வளவு தூரம் கொடுமைப்படுத்த முடியுமோ அவ்வளவு தூரம் கொடுமைப்படுத்தினார்கள். அவர்களுக்கே ஏன் என்று தெரியாமல் அந்தச் சிறுமியை அவர்கள் அடித்தார்கள்; பிரம்பால் அவளை அடித்து நொறுக்கினார்கள்; காலால் எட்டி உதைத்து, உடம்பு முழுவதும் கன்றிப்போகுமளவு அடித்துக் கொடுமைப்படுத்தினார்கள்; இறுதியாக, இந்தக் கொடுமையின் உச்சக்கட்டமாக, இரவில் அந்தச் சிறுமி படுக்கையை நனைத்தால், (தேவதை போல ஆழ்ந்து உறங்கும் ஐந்து வயது சிறுமிக்கு, அந்த இளம்வயதில், இரவில் கழிப்பறைக்குப் போக வேண்டுமென்று தெரியுமா என்ன!) பனிகொட்டும் இடத்தில், குளிரில் அவளைத் தனியாக, இரவு முழுவதும் நடுநடுங்கவிட்டது மட்டுமல்லாமல், அவளுடைய மலத்தை எடுத்து அவளுடைய முகத்தில் பூசி, அதை அவளைச் சாப்பிடவும் வைத்தாள் அவளுடைய தாய். வேறு யாருமல்ல, இதைச் சொந்தத் தாயே செய்தாள்! குளிர் மிகுந்த இடத்தில் தனித்து விடப்பட்ட அந்தச் சிறுமி வேதனையில் முனகும் சத்தத்தைக் கேட்டுக் கொண்டே அந்தத் தாயால் இரவு முழுவதும் அமைதியாக உறங்க முடிந்திருக்கிறது! உனக்குப் புரிகிறதா, ஒரு சிறு குழந்தை, தனக்கு என்ன நடக்கிறது என்பதையே உணர முடியாத ஒரு சிறுகுழந்தை, தன்னுடைய இளங்கைகளை மடக்கி, வலிக்கின்ற தனது இதயத்தைக் குத்தியபடி, அந்தக் குளிர் மிகுந்த இருட்டறையில், எதிர்க்கச் சக்தி

கரமாஸவ் சகோதரர்கள்

யில்லாமல், அமைதியாகத் தன்னுடைய ரத்தத்தையே கண்ணீராக வடித்தபடி 'என்னுடைய செல்லக் கடவுளே காப்பாற்று' என்று கதறுகிறாள். அவரிடம் தன்னைக் காப்பாற்றும்படி அவள் கேட்கிறாள். இந்த மடத்தனம் உனக்குப் புரிகிறதா, என் சகோதரனே, தோழனே, கடவுளின் பிள்ளையே, அமைதி வடிவானவனே, இது உனக்குப் புரிகிறதா, ஏன் இந்த ஒவ்வாத முரண்பாடுகளெல்லாம் இவ்வுலகில் இருக்கின்றன! இப்படி இல்லாவிட்டால் நல்லது எது, கெட்டது எது என்ற பாகுபாடு இல்லாமல் இப்பூமியில் மனிதன் வாழ நேரிடுமென்று சொல்கிறார்கள். இவ்வளவு பெரிய விலைகொடுத்து எதற்காக இந்தப் பூமியில் நல்லது எது, கெட்டது எது என்பதை நான் தெரிந்துகொள்ள வேண்டும்? ஆமாம், ஒரு குழந்தையின் கண்ணீர் 'என் செல்லக் கடவுளே என்னைக் காப்பாற்று' என்று கடவுளை எண்ணிக் கதறி அழும்போது, உலகைப் புரிந்துகொள்ளும் அறிவு எதற்காக வேண்டும். வளர்ந்த மனிதர்களின் வேதனையைப் பற்றி நான் எதுவும் சொல்லவில்லை. ஏனெனில் அவர்கள் ஆப்பிளை ருசித்துவிட்டார்கள், எனவே, அவர்கள் நாசமாய்ப் போகட்டும். ஆனால், இவர்களோ, குழந்தைகள்! உன்னை நான் வேதனைப்படுத்துகிறேனா, அல்யோஷா, நீ ஏனோ எப்படியோ இருக்கிறாய். வேண்டுமென்றால், இப்படிப் பேசுவதை நான் நிறுத்திக்கொள்கிறேன்.'

'ஒன்றுமில்லை. நானும் வேதனைப்பட விரும்புகிறேன்' என்று தணிந்த குரலில் சொன்னான் அல்யோஷா.

'இன்னும் ஒரே ஒரு விஷயம், அது மிகவும் சுவாரஸ்யமானது; குறிப்பிடத்தக்க விதத்தில் அது சிறப்பம்சமும் கொண்டது. அந்தச் சம்பவத்தை, சரித்திர உண்மை என்கின்ற தொகுப்பில் நான் படித்தேன். 'தொன்மையானவை' அல்லது 'பழமையானவை' என்று ஏதோ ஒரு தொகுப்பில் படித்தேன் என்று நினைக்கிறேன். எங்கே படித்தேன் என்பதுகூட நினைவில் இல்லை[4]; அது மிகக் கொடுமையான ஒரு காலம்; நினைவுபடுத்தித்தான் பார்க்க வேண்டும்.

இந்த நூற்றாண்டின் ஆரம்ப காலத்தில், கொத்தடிமைத்தனம் இருந்து வந்த சமயத்தில் மக்களைத் துன்பத்திலிருந்து விடுவிக்க வந்த ஜார் மன்னன் அலெக்ஸாந்தர் II பேரரசர் ஆண்ட காலத்தில் (1855–1881) நடந்தது இது; மக்களைத் துன்பத்திலிருந்து விடுவிக்க வந்த ஜார் மன்னன் நீடூழி வாழ்க! இந்த நூற்றாண்டின் முற்பகுதியில், செல்வச் செழிப்பில் வாழ்ந்துவந்த படைத்தளபதி ஒருவர் (உண்மையாகவே, அந்தக் காலத்தில் இப்படிப்பட்டவர்கள் மிகவும் குறைவு), ஓய்வு பெற்றபிறகு தன்னுடைய பண்ணையில் வேலை செய்பவர்களின் வாழ்வையும் சாவையும் நிர்ணயிக்கும் தகுதி தனக்கு இருப்பதாக அவர் நினைத்துக்கொண்டார். அப்படிப்பட்டவர்கள் அந்தக் காலத்தில் இருந்தார்கள். இந்தப் படைத்தளபதி, தன்னுடைய பண்ணையில் இரண்டாயிரம் கொத்தடிமைகளை வேலையில் அமர்த்தி, தன்னை மிக உயர்வாக, பெருமையாக நினைத்துக்கொண்டு, அண்டை வீட்டாரை ஏழை மக்கள் என்று எண்ணிக்கொண்டு, அவர்கள் ஏதோ தன்னை

மகிழ்விப்பதற்காகவே இருக்கிறார்கள் என்று நினைத்துக்கொண்டிருந்தார். அவரிடம் நூற்றுக்கணக்கான வேட்டை நாய்கள் இருக்க, அவற்றைப் பயிற்றுவிக்கும் நாயாட்டிகள், ஏறக்குறைய, நூறு பேர் சீருடை அணிந்து தயாராகக் குதிரைகளின் மீது அமர்ந்திருந்தார்கள். ஒரு நாள் எட்டு வயது நிரம்பிய சிறுவன் ஒருவன் கல்லெறிந்து விளையாடிக்கொண்டிருந்த போது படைத்தளபதியின் செல்ல வேட்டை நாயின் காலில் பட்டுக் காயம் ஏற்பட்டுவிட்டது. அதைப் பார்த்து 'என்னுடைய செல்ல நாய் ஏன் நொண்டுகிறது?' என்று கேட்டார் படைத்தளபதி.

சிறுபையன் ஒருவன் கல்லெறிந்து விளையாடியதில் நாயின் காலில் அடிபட்டுவிட்டது என்று சொன்னார்கள். 'ஆக, அது நீதானா' என்று அந்தச் சிறுவனை மேலும் கீழும் பார்த்த படைத்தளபதி, 'அவனைப் பிடித்து அடையுங்கள்!' என்று உத்தரவிட்டார். வேலை யாட்கள் அவனைத் தாயிடமிருந்து பிரித்துவந்து, இரவு முழுவதும் தனியாக ஒரு அறையில் போட்டு அடைத்துவைத்தார்கள். காலையில் வேட்டைக்குத் தயாரானார் படைத்தளபதி; வேட்டை உடையில் குதிரையின் மீது உட்கார்ந்திருந்த படைத்தளபதியைச் சுற்றி, வேலை யாட்களும் வேட்டை நாய்களும் நாயாட்டிகளும் வேட்டையாடுபவர் களும் குதிரையில் தயாராக அமர்ந்திருந்தனர். குழுமியிருந்தவர்களில் முதல் ஆளாக அந்தச் சிறுவனின் தாய் நின்றுகொண்டிருந்தாள். அடைத்துவைத்திருந்த அறையிலிருந்து அவர்கள் சிறுவனை வெளியே கொண்டுவந்தார்கள்.

அன்று குளிர் பனி கவிழ்ந்து, இலையுதிர் காலமாக, வேட்டைக்கு ஏற்ற நாளாக இருந்தது. படைத்தளபதி அந்தச் சிறுவனின் உடைகளைக் களையச் சொல்லி ஆணையிட, அவனை வேலையாட்கள் நிர்வாணப் படுத்தினார்கள்; பயத்தில் நடுநடுங்கி உறைந்துபோன சிறுவனால் சத்தம்கூட எழுப்ப முடியவில்லை . . . 'ஓடவிடுங்கள்!' என்று ஆணை யிட்டார் படைத்தளபதி. 'ஓடு, ஓடு!' என்று நாயாட்டிகள் கத்த, அந்தச் சிறுவன் ஓடினான். 'பிடி, அவனை!' என்று ஆணையிட்டபடி நாய்க் கூட்டத்தை அவிழ்த்துவிட்டார் அந்தப் படைத்தளபதி.

அந்தத் தாயின் கண் எதிரிலேயே அந்தச் சிறுவன் கடித்துக் குதறி எறியப்பட்டான்! . . . பிறகு அந்தப் படைத்தளபதி மனநிலை சரியில்லாதவர் என்று அறிவிக்கப்பட்டார். ஆனால் அவருக்கு என்ன? அவரை நாம் சுட்டுத் தள்ளிவிட முடியுமா என்ன? நம்முடைய மனசாட்சியைத் திருப்திபடுத்துவதற்காக, நாம் அவரைச் சுட்டு விடலாமா? சொல், அல்யோஷா!'

'சுட்டுக்கொல்வதா!' என்று அல்யோஷா தாழ்ந்த குரலில் தன் அண்ணனை, வெளிர்புன்னகை தவழப் பார்த்தான்.

'ஆஹா!' என்று ஏதோ ஒரு ஆச்சர்யத்தில் சொன்ன இவான், 'நீ சொன்னால் சரி . . . ஆமாம், நீ ஒரு கூட்டுவாழ் துறவியாயிற்றே! கட்டமைக்கக்கூடிய வலிமை மிக்க சக்தி ஒன்று உன் மனத்தில் இருக்கிறது அல்யோஷா கரமாஸவ்!'

'நான் ஏதோ முட்டாள்தனமாகச் சொல்லிவிட்டேன். ஆனால்...'

'அது, அதுதான் பிரச்சினையின் உயிர்க்கூறு, ஆனால்' என்று உரக்கச் சொன்ன இவான், 'தெரிந்துகொள், துறவியே, இந்த மண்ணுலகில் வாழ்வதற்கு மடத்தனம் மிகவும் தேவை. இவ்வுலகம் மடத்தனத்தால் தான் நிறைந்திருக்கிறது. அது இல்லாவிட்டால் இங்கு எதுவுமே நடக்காது. இது நமக்குத் தெரியும், நமக்கு நன்றாகவே தெரியும்!'

'உனக்கு என்ன தெரியும்?'

'எனக்கு ஒன்றுமே புரியவில்லை' என்று தொடர்ந்த இவான் எதையோ உளறியபடி, 'எதைப் பற்றியும் புரிந்துகொள்ள எனக்கு விருப்பமில்லை. நான் உண்மையைத்தான் தெரிந்துகொள்ள ஆசைப் படுகிறேன். எதையுமே நான் புரிந்துகொள்ள விரும்பவில்லை என்று ஏற்கெனவே நான் முடிவுசெய்துவிட்டேன். அப்படியே எதையாவது நான் புரிந்துகொள்ள விருப்பப்பட்டால், அது உடனே உண்மைக்குப் புறம்பாக மாறிவிடுகிறது. எனவே உண்மையைச் சார்ந்திருப்பதாக நான் முடிவுசெய்துவிட்டேன்...'

'எதற்காக நீ என்னைச் சோதிக்கிறாய்?' என்று ஆழ்ந்த வருத்தத்துடன் கேட்டான் அல்யோஷா, 'முடிவாக என்னிடம் நீ சொல்லப்போகிறாயா, இல்லையா?'

'கண்டிப்பாகச் சொல்வேன். அதற்காகத்தான் இவையெல்லாம். நீ எனக்கு வேண்டும். உன்னை நான் இழக்க விரும்பவில்லை; உன்னுடைய ஸோசிமாவுக்காகக்கூட உன்னை நான் விட்டுத்தர மாட்டேன்.'

இப்படிச்சொன்ன இவான் முகத்தில் சோகம் கவிழ ஒரு நிமிடம் அமைதியாக இருந்தான்.

'நான் சொல்வதைக் கேள்: குழந்தைகளைப் பற்றி மட்டுமே நான் பேசியது, எல்லாவற்றையும் தெளிவாக விளக்கத்தான். பூமியின் மேற்பரப்பிலிருந்து அடிஆழம் வரை கண்ணீரால் நனைந்திருக்கும் விஷயத்தைப் பற்றி நான் ஒன்றும் சொல்லவில்லை. அதற்காகத்தான் என்னுடைய பரப்பெல்லையை நான் குறுக்கிக்கொண்டேன். நான் ஓர் அற்பப் பூச்சி; தாழ்மையான அடக்கத்துடன் நான் தெரிவித்துக் கொள்வதெல்லாம் ஏன் இப்படி இவையெல்லாம் இந்த உலகில் இருக்கின்றன என்பதை என்னால் புரிந்துகொள்ள முடியவில்லை என்பதைத்தான். மக்களின் மனப்பான்மைதான் இதற்குக் காரணம்: அவர்களுக்குச் சொர்க்கம் கொடுக்கப்பட்டது, ஆனால் அவர்கள் சுதந்திரத்தை விரும்பிச் சொர்க்கத்திலிருந்து நெருப்பைத் திருடினார்கள்[5]; அப்படித் திருடுவதால் அவர்கள் தங்கள் மகிழ்ச்சியை இழப்பார்கள் என்று தெரிந்திருந்தும் அதை அவர்கள் செய்தார்கள். எனவே அவர்களுக்காக இரக்கப்படத் தேவையில்லை. ஓ, என்னுடைய இந்த மண்ணுலக யூக்ளிட்டின் சிறு அறிவுக்குப் புலப்படுவது ஒன்று தான். அதாவது துன்பங்கள் இப்பூமியில் இருக்கின்றன; ஆனால், அதற்கான காரணகர்த்தாக்கள் யாரும் இல்லை; ஒன்று மற்றொன்றி லிருந்து வெகு சாதாரணமாக வெளிவருகிறது; எல்லாமே கசிந்து

வெளிவருகிறது; வந்து சமநிலையை அடைகிறது; ஆனால் இது எல்லாமே யூக்ளிட்டைச் சார்ந்த கழிவுதான்; இது எனக்குத் தெரியும், ஆனால் இதை ஏற்றுக்கொண்டு என்னால் வாழ முடியாது! யாரையும் குறை கூறுவதற்கில்லை என்று எனக்குத் தெரியும். அதனால் எனக்கு என்ன? எனக்கு வேண்டியது வஞ்சத்தீர்வுதான். இல்லையென்றால் என்னை நானே அழித்துக்கொள்வேன். அந்தத் தீர்வு எப்போதோ, எங்கேயோ கிடைக்கப்படுவதல்ல. அது இங்கே இந்தப் பூமியில், இந்த இடத்தில், என்னுடைய கண்களால் நானே பார்ப்பதாக இருக்க வேண்டும். அந்த நம்பிக்கை என்னிடம் இருக்கிறது. அப்படியே அதை நான் பார்க்கவும் விரும்புகிறேன்; ஒருவேளை அதற்குள் நான் இறந்து விட்டால் மீண்டும் நான் உயிர்த்தெழுந்து வரவேண்டும். அப்படி நான் இல்லாமல் அந்தத் தீர்வு கிடைக்கப்பெற்றால், அது பரிதாபத்திற் குரிய ஒன்றாகிவிடும். நான் கஷ்டங்களையும் கொடுமைகளையும் அனுபவிப்பது, வருங்காலத்தில் யாருக்கோ, எப்போதோ அமைதி கிடைப்பதற்காக அல்ல. எப்படிச் சிங்கத்தின் பக்கத்தில் பெண்மான் படுத்துக் கிடக்கிறதோ[6], அந்தக் கொலைகாரச் சிங்கத்தை எப்படிப் பெண்மான் தழுவிக்கொள்கிறதோ அப்படி என்னுடைய கண்களால் நான் பார்க்க வேண்டும். அதன் காரணத்தை மக்கள் அறிந்துகொள்ளும் தருணத்தில் நான் அங்கு இருக்க வேண்டும். இதை அடிப்படையாகக் கொண்டுதான் எல்லாச் சமயங்களும் இப்பூமியில் நிலைநாட்டப் பட்டிருக்கின்றன என்பதை நான் நம்புகிறேன். ஆனால், குழந்தைகள் இருக்கிறார்களே அவர்களை என்ன செய்வது? இந்தக் கேள்விக்கான விடையைத்தான் என்னால் கண்டுபிடிக்கமுடியவில்லை. நூறுமுறை திரும்பச் சொல்கிறேன், விஷயங்கள் பல இருந்தாலும், குழந்தைகளைப் பற்றி மட்டுமே நான் விவாதிப்பது எதற்காக என்றால், அவர்கள் மூலமாகச் சொல்ல வருவதைத் தெள்ளத்தெளிவாக நான் தெரியப் படுத்தலாம் என்ற காரணத்தால்தான். கேள்: நிலையான அமைதியைப் பெறுவதற்காக எல்லோரும் சிரமப்பட வேண்டுமென்றால், குழந்தைகள் இங்கே எதற்காக? தயவுசெய்து நீ அதைச் சொல் எனக்கு. அமைதியைப் பெறுவதற்காக அவர்கள் ஏன் கஷ்டப்பட வேண்டுமென்பதுதான் எனக்குச் சிறிதும் விளங்காத ஒன்று. இனி வரப்போகும் அமைதிக்காக, யாருக்காகவோ அவர்கள் ஏன் கஷ்டப்படும் ஒரு கருவியாக இருக்க வேண்டும்? மனிதர்களிடம் இருக்கும் பாவத்தின் கூட்டொருமை எனக்குப் புரிகிறது, அதை நான் நன்றாகப் புரிந்துகொண்டேன். அதேபோல வஞ்சத்தீர்வு காணும்போது நிலவும் கூட்டொருமையும் எனக்கு நன்றாகப் புரிகிறது; ஆனால் குழந்தைகளிடம் அந்தப் பாவத்தின் கூட்டொருமைக் குணம் இருக்கக் கூடாது. அப்படி அவர்கள் தங்களுடைய தந்தைமார்கள் செய்த பாவங்களைப் பகிர்ந்துகொள்கி றார்கள் என்றால், உண்மையானது இந்த மண்ணுலகைச் சார்ந்ததாக இல்லை என்றுதான் அர்த்தம்; உண்மையாகவே, அது எனக்குப் புரியவும் இல்லை. விதூஷகன் சொல்லலாம், குழந்தைகள் வளர்ந்து பெரியவர்கள் ஆகும்போது எப்படியுமே அவர்கள் பாவம் செய்வார்கள் என்று. ஆனால் உண்மை என்னவென்றால், எட்டுவயதுச் சிறுவன்மீது வேட்டை நாய்களை ஏவிக் குதறச் செய்துவிட்டார்கள் என்பதுதான்!

ஓ, அல்யோஷா, நான் தேவதூஷணம் செய்யவில்லை! எனக்குப் புரிகிறது, எவ்வளவு பெரிய எழுச்சியாக இருக்கும், தேவலோகத்தில் இருப்பவர்களும் பூமியில் இருப்பவர்களும் உயிரோடு இருப்பவர்களும் உயிரோடு இருந்தவர்களும் ஒன்றுசேர்ந்து ஒரே குரலில் 'நேர்மையானவன் நீ, எங்கள் கடவுளே, உன்னுடைய பாதைகள் புலப்பட்டுவிட்டன!'[7] என்று பாடும்போது. அப்படியே தன் மகன்மீது வேட்டை நாயை அவிழ்த்துவிட்டுக் குதறச் செய்த அந்தக் கொடுமைக்காரனை அந்தத் தாய் கட்டிப்பிடித்து மூவரும் சேர்ந்து கண்ணீர் மல்க 'நேர்மையானவன் நீ, எங்கள் கடவுளே' என்று கதறும்போது, கண்டிப்பாக அறிவொளி படர்ந்து எல்லாவற்றிற்கும் விளக்கம் கொடுக்கப்படும் என்பதும் தெரியும். ஆனால் இந்தக் கறையைத்தான் என்னால் ஏற்றுக்கொள்ள முடியவில்லை. இந்த மண்ணுலகில் நான் இருக்கும்வரை என்னுடைய சட்டதிட்டங்களை வெகு விரைவாக நான் அமல்படுத்தப்போகிறேன், பார் அல்யோஷா, ஒருவேளை உண்மையாகவே இப்படி நடக்கலாம், அந்தத் தருணம் வரும்வரை நான் உயிரோடு இருக்கலாம் அல்லது உயிர்த்தெழுந்து வந்து நானே எல்லோருடனும் சேர்ந்து அந்தக் கொடுமைக்காரனைக் கட்டித் தழுவும் அந்தச் சிறுவனின் தாயைப் பார்த்து இப்படிக் கூக்குரலிடலாம்: 'நேர்மையானவன் நீ, எங்கள் கடவுளே!' என்று. ஆனால் அப்படி நான் கூக்குரலிட விரும்பவில்லை. இன்னும் கொஞ்ச காலம் இருக்கும்வரை என்னை நான் பாதுகாத்துக் கொள்ளவே விரும்புகிறேன்; எனவே எழுச்சிமிக்க இந்த ஒத்திசைவை நான் முற்றிலுமாக மறுக்கிறேன். இப்படிப்பட்ட ஒத்திசைவு, வேதனை யான ஒரு குழந்தையின் ஒரு சொட்டுக் கண்ணீருக்கு முன்பாக, அதுவும் தன்னுடைய இதயத்தைச் சிறு கைகளால் அது அடித்துக் கொண்டு கட்டுப்படுத்த முடியாத கண்ணீருடன் கடவுளை நினைத்து, பயங்கரமான அறையிலிருந்து 'இரக்கத்திற்குரிய என் கடவுளே!' என்று கதறும்போது அது தேவையில்லாத ஒன்றாகிறது. அப்படிப்பட்ட ஒரு ஒத்திசைவு தேவையே இல்லாத ஒன்று. ஏனெனில் அந்தக் கண்ணீர் ஈடுகட்ட முடியாத ஒன்று. அந்தக் கண்ணீர் ஈடுகட்டப்பட வேண்டும், இல்லையேல் இங்கு ஒத்திசைவு இருக்க வாய்ப்பில்லை. ஆனால் எப்படி, அதை எப்படி நீ ஈடுகட்டப்போகிறாய்? அது சாத்தியமான விஷயமா என்ன? இப்படி அவர்கள் பழிவாங்கப்பட்ட பிறகு, அதை எப்படி ஈடுசெய்வது? எனக்கு எதற்கு அவர்களுடைய அந்த வஞ்சனை? அப்படியே எதற்காக அந்தக் கொடுமைக்காரர்களுக்கு நரக தண்டனை? அவர்கள் சாகடிக்கப்பட்ட பிறகு நரக தண்டனை கிடைத்துத்தான் பயன் என்ன ? நரகம் இருக்கும் பட்சத்தில் எந்தவித ஒருங்கிசைவும் இருக்க முடியாது: அவர்களைக் கட்டி அணைத்து மன்னிக்கத்தான் விரும்புகிறேன்; இதற்கு மேலும் அவர்கள் கஷ்டப் படுவதில் எனக்கு விருப்பமில்லைதான். குழந்தைகள் படும் கஷ்டங்கள் தாம் உண்மைக்கான விலை என்றால், அப்படிப்பட்ட கஷ்டங்களால் வாங்கப்படும் உண்மை பயனற்றது என்பதையே நான் சொல்லிக் கொள்கிறேன். இறுதியாக, வேட்டை நாய்களால் குதறப்பட்ட சிறுவனின் தாய் அந்தக் கொடுமைக்காரனைக் கட்டித் தழுவுவதில் எனக்கு விருப்பமே இல்லை! அவனை மன்னிக்க அந்தத் தாயால் முடியாது!

மீறி விரும்பினால், அவள் தன்னையே மன்னித்துக்கொள்ளட்டும், எல்லையற்ற வேதனையைத் தாங்கும் தாயாக அந்தக் கொடுமைக் காரனை அவள் மன்னிக்கட்டும்; அப்படியே அந்தச் சிறுவனே கொடுமைக்காரனை மன்னித்தாலும் அவன் பட்ட வேதனைகளை மன்னிக்க அவளுக்கு எந்த உரிமையும் இல்லை. அதைச் செய்யவும் அவளால் முடியாது! அப்படி இருவரும் அவனை மன்னிக்க முடியாத போது, எங்கிருந்து வரும் அந்த ஒருங்கிசைவு? இதை மன்னிக்கும் உரிமை இந்த உலகத்தில் யாருக்காவது இருக்கிறதா என்ன? மனித குலத்தின் மீதிருக்கும் அன்பின் பொருட்டு, இப்படிப்பட்ட ஒரு ஒருங்கிசைவு எனக்குத் தேவையில்லை. அதற்குப் பதிலாக ஈடுகொடுக்க முடியாத கஷ்டங்களுடனேயே நான் வாழ ஆசைப்படுகிறேன். தீர்க்க முடியாத என்னுடைய கஷ்டங்களுடன், ஆறாத சீற்றங்களுடன், தவறானவனாகவே நான் இருந்துவிடுகிறேன். ஆம், இந்த ஒத்திசைவுக்கு மிக அதிகமான விலை கொடுக்க வேண்டி இருக்கிறது; இதற்கான நுழைவுக் கட்டணத்தை நம்மால் கொடுக்க முடியாது. எனவே என்னுடைய நுழைவுச்சீட்டை உடனே நான் திருப்பித்தர விரும்புகிறேன்[8]. நேர்மையானவனாக நான் இருந்தால், அதை எவ்வளவு சீக்கிரம் திருப்பிக் கொடுக்க முடியுமோ அவ்வளவு சீக்கிரம் அதை நான் திருப்பிக் கொடுக்க வேண்டும். அதைத் தான் இப்போது நான் செய்துகொண்டிருக்கிறேன். கடவுளை நான் ஏற்றுக்கொள்ளாமல் இல்லை அல்யோஷா, என்னுடைய நுழைவுச்சீட்டைத்தான் நான் மரியாதையுடன் அவரிடம் திருப்பிக் கொடுக்கிறேன்.'

'இப்படிச் செய்வது கலகம்' என்று அமைதியாகத் தன்னுடைய கண்களைத் தாழ்த்தியபடி சொன்னான் அல்யோஷா.

'கலகமா? உன்னிடமிருந்து இப்படியொரு வார்த்தையை நான் எதிர்பார்க்கவே இல்லை' என்று அழுத்தமாகச் சொன்னான் இவான். 'கலக மனப்பான்மையுடன் வாழ முடியுமா, என்றால், நான் அப்படித் தான் வாழ ஆசைப்படுகிறேன். நேரடியாக என்னைப் பார்த்துச் சொல். உன்னைத்தான் கேட்கிறேன் – பதில் சொல்: மனிதகுலத்தின் விதியை நீ நிர்ணயிப்பவனாக, மக்களுக்குச் சந்தோஷத்தையும் அமைதியையும் திருப்தியையும் தருபவனாக இருந்து, அதன் பொருட்டுப் பரிதாபத்திற்குரிய சிறு குழந்தையைக் கொடுமைப்படுத்திக் கொல்பவனாக இருக்க, – அந்தக் குழந்தையோ சிறு கைமுட்டியால் தன்னுடைய இதயத்தை அடித்துக்கொண்டு, அளக்க முடியாத கண்ணீரால் மிகப் பெரிய கட்டமைவை அதுவே நிர்ணயித்துக்கொள்ள வேண்டுமா என்ன? நீ ஒரு மிகப்பெரிய கட்டமைப்பாளனாக இருந்து, இந்த வரைமுறையின் பேரில் இப்படி ஒன்றை நிறுவ நீ ஒப்புக்கொள்வாயா? உண்மையாகப் பதில் சொல், பொய் சொல்லாதே!'

'இல்லை. நான் ஒத்துக்கொள்ளமாட்டேன்' என்று அமைதியாகப் பதிலளித்தான் அல்யோஷா.

'யாருக்காக இதை நீ கட்டமைக்கிறாயோ, அவர்கள் ஈடுசெய்ய முடியாத இந்தச் சிறுகுழந்தையின் ரத்தத்தை ஏற்றுக்கொண்டு, காலம்

முழுவதும் அதில் அவர்கள் சந்தோஷமாக வாழ்வார்கள் என்று நீ நினைக்கிறாயா?'

'இல்லை. அந்த எண்ணத்தை என்னால் அனுமதிக்க முடியாது. சகோதரனே' என்று கண்கள் பளிச்சிடத் திடீரென்று சொன்ன அல்யோஷா, 'இப்போது நீ கேட்டாய், இதை மன்னிக்க இந்த மண்ணுலகில் எந்த ஜீவனுக்காவது உரிமை இருக்கிறதா என்று.' இருக்கிறது. ஒரு ஜீவனுக்கு மட்டும் அந்த உரிமை இருக்கிறது. அந்த ஜீவன் எல்லாவற்றையும் மன்னிக்கும் – எல்லோரையும் எல்லோருக் காகவும் எல்லாவற்றையும் மன்னிக்கும். ஏனெனில் அதுவே தன்னுடைய குற்றமற்ற ரத்தத்தை எல்லோருக்காகவும் எல்லாவற்றிற்குமாகக் கொடுத் திருக்கிறது. அவரை நீ மறந்துவிட்டாய். அவருடைய பெயரில்தான் இந்தக் கட்டடம் நிறுவப்பட்டிருக்கிறது. அதனால்தான் அவரைப் பார்த்து எல்லோரும் கூக்குரலிடுகிறார்கள்.'

'நீ நேர்மையானவன், எங்கள் கடவுளே, உன்னுடைய வழிகள் புலப்படுகின்றன' என்று.

'ஓ, அது ஒன்றுதான் பாவமில்லாதது, அப்படியே அவருடைய ரத்தமும் பாவமில்லாதது! இல்லை, அவரை நீ மறக்கவில்லை, மாறாக, அவரை ஏன் இன்னமும் நீ இங்குக் குறிப்பிடவில்லை என்றுதான் நான் ஆச்சர்யப்பட்டேன். ஏனெனில், உன்னுடைய விவாதங்களில், பொதுவாக, அவரை முன்னிறுத்துவதுதான் உன்னுடைய வழக்கம். அல்யோஷா, உனக்குத் தெரியுமா, எப்போதோ நான் ஒரு கவிதை எழுதினேன், ஒரு வருடம் இருக்குமென்று நினைக்கிறேன். அதைக் கேட்டு நீ சிரிக்காதே. இன்னும் ஒரு பத்து நிமிடங்கள் என்னுடன் நீ செலவு செய்தாயென்றால் அதைப் பற்றி நான் சொல்வேன்.'

'நீ கவிதை எழுதினாயா?'

'இல்லை. நான் எழுதவில்லை' என்றபடி சிரித்த இவான், 'இரண்டு வரிக் கவிதையைக்கூட என்னுடைய வாழ்நாளில் நான் எழுதியதில்லை. ஆனால் இந்தக் கவிதையை, உரைநடை வடிவில் கற்பனை செய்து நான் மனனம் செய்து வைத்திருக்கிறேன். உணர்ச்சி பொங்க அதை நான் கற்பனை செய்து வைத்திருக்கிறேன். நீதான் என்னுடைய முதல் வாசகன், அதை முதன்முறையாகக் கேட்பவனும் நீதான். உண்மையைச் சொல்லப்போனால், எழுத்தாளன், என்பவன் வாசகன் ஒருவனைக்கூட இழந்துவிடக் கூடாது' என்றபடி சிரித்தான் இவான். 'நான் இப்போது சொல்லவா, வேண்டாமா?'

'என்னுடைய காதுகளைத் தீட்டி வைத்துக்கொண்டு கவனமாகக் கேட்க நான் காத்திருக்கிறேன்.'

'என்னுடைய கவிதையின் பெயர் 'கிறிஸ்துவ மத எதிர்ப்பாளர்களைத் தண்டிப்பவர்' இது ஒன்றுக்கும் உதவாதது, இருந்தாலும் நீ இதைக் கேட்க வேண்டுமென்று நான் ஆசைப்படுகிறேன்.'

# 5

## கிறிஸ்துவ மத எதிர்ப்பாளர்களைத் தண்டிப்பவர்

‘இங்குகூட முன்வரையில்லாமல், அதாவது இலக்கிய முன்னுரை யில்லாமல், இருக்க முடியாது போல, தூ!’ என்று சொன்னபடி சிரித்த இவான், ‘நான் எப்படிப்பட்ட எழுத்தாளன் பார்! இந்தச் சம்பவம் நடப்பதோ பதினாறாம் நூற்றாண்டு, சொல்லப் போனால் நீ பள்ளியில் படித்திருப்பாய், கவிதைகளில் விண்ணுலகச் சக்தியை மண்ணுலகிற்குக் கொண்டுவருவது வழக்கமாக இருந்தது என்று. இங்கு நான் தாந்தேவைப் பற்றிச் சொல்லத் தேவையில்லை. பிரான்ஸில், நீதிமன்ற எழுத்தர்களும் மதகுருமார்களும் நாடகம் நடத்தியபோது, அதில் கன்னிமேரியும் தேவதைகளும் புனிதத் துறவிகளும் கிறிஸ்துவும் ஏன் கடவுள் பாத்திரங்களும்கூட நாடக மேடைக்குக் கொண்டுவரப் பட்டனர். அப்போது எதுவுமே கலைநயமின்றி மிகச் சாதாரணமாகச் செய்யப்பட்டிருந்தது. பாரிஸில், பதினொன்றாம் லூயிஸ் மன்னராட்சி யின் போது டாஃபினின் பிறந்த நாளுக்கு மரியாதை செலுத்தும் விதமாக, டிவில்லே என்ற உணவகத்தில், நல்லொழுக்கப் போதனை நாடகம் இலவசமாகப் பொதுமக்களுக்கு நடத்தப்பட்டது என்று விக்டர் ஹியூகோவின் ‘பாரிஸில் கன்னிமேரி கோயில்’ என்ற புத்தகத்தில் குறிப்பிடப்பட்டிருக்க, அந்த நாடகத்தின் தலைப்பானது, ‘புனித, பரிவிரக்கமுள்ள கன்னிமேரியின் கருணை நிறைந்த வழக்காடு மன்றம்’ என்றிருந்தது; அதில் கன்னிமேரி கதாபாத்திரமே நேரில் வந்து பரிவிரக்கம் கொண்ட தன்னுடைய தீர்ப்பைச் சொல்கிறாள். பழங்காலத்தில், மாவீரன் பீட்டரின் காலத்திற்கு முன்பு[1], நம்முடைய மாஸ்கோவில்கூட இதுபோன்ற நாடகங்கள் குறிப்பாக, விவிலிய நூலின் பழைய ஏற்பாட்டி லிருந்து சில பகுதிகள் எடுக்கப்பட்டு, அவ்வப்போது நடத்தப்பட்டன; ஆனால் அப்படிப்பட்ட நாடகங்களைத் தவிர, உலகளவும் உலவிவந்த கதைகளிலும், ‘கவிதைகளிலும்’ துறவிகள், தேவதைகள், விண்ணுலகச் சக்திகள் போன்ற கதாபாத்திரங்கள் தேவைக்கேற்ப இடம்பெற்றன. நம்முடைய மடாலயங்களில் இப்படிப்பட்ட கவிதைகள் மொழிபெயர்க்கப் பட்டு, நகல் எடுக்கப்பட்டு, ஏன் கவிதைகள்கூடப் புனையப்பட்டன, அதுவும் எப்போது, தத்தார் ஆட்சிக்காலத்தில்! உதாரணமாக, மடாலயத்தில் புனையப்பட்ட கவிதை ஒன்று: (கிரேக்க மொழியிலிருந்து மொழிபெயர்க்கப்பட்டதுதான்) ‘சித்திரவதைகளைப் பார்வையிடும் மாதா’[2] என்ற கவிதையில் வரும் காட்சிகள் துணிச்சலாகக் காட்டப்பட, வருணனைகளோ எந்தவிதத்திலும் தாந்தேவுக்குக் குறைவானவையாக இல்லாமல் இருந்தன. தேவமாதா நரகத்திற்குப் போய், அங்கு நடக்கும் “சித்திரவதைகளைப்” பார்க்க, பிரதான தேவதூதன் மைக்கேல் முன்னின்று தேவமாதாவை வழிநடத்திப் போகிறார். அங்குப் பாவிகளையும் அவர்கள் படும் துன்பங்களையும் மாதா கண்கூடாகப் பார்க்கிறார். இதற்கிடையில், அங்கு எரியும் ஏரியில், பாவிகளில் ஒரு பகுதியினரைப் பார்க்கவே வேடிக்கையாக இருந்தது: அந்த ஏரியின் அடி ஆழத்தில்

சிலர் மூழ்கி, மீண்டு மேலே வரவே முடியாத நிலையில், 'கடவுளால் மறக்கப்பட்டவர்களாக' இருக்க – இந்தச் சொல்லமைப்பு எவ்வளவு பெரிய சக்தியை, ஆழத்தைக் கொண்டதாக இருக்கிறது. இப்படியாக, அதிர்ச்சியுற்று, அழும் கடவுளின் அன்னை, கடவுளின் சிம்மாசனத்திற்கு முன்பாக முழந்தாளிட்டு, நரகத்திலிருக்கும் எல்லோரையும் மன்னிக்க வேண்டும், எந்தவிதப் பாகுபாடுமின்றி எல்லோரையும் மன்னிக்க வேண்டுமென்று கடவுளை இரந்து கேட்கிறார். மாதா கடவுளிடம் நிகழ்த்திய உரையாடல் மிக சுவாரஸ்யமானது. மாதா கெஞ்சிக் கேட்ட படி அவரை விட்டு விலக மறுக்க, கடவுள் அவளுடைய மகனின் கைகளிலும் கால்களிலும் அறையப்பட்ட ஆணிகளைக் காட்டி, 'எப்படி இந்தச் சித்திரவதையாளர்களை நான் மன்னிக்க முடியும்?' என்று கேட்டபோது, உடனே மேரி மாதா எல்லாப் புனிதர்களையும் வீரத் தியாகிகளையும் தேவதைகளையும் பிரதான தேவதூதர்களையும் அழைத்துக் கடவுள் முன்பாக எல்லோரும் ஒன்றாகச் சேர்ந்து, அவருடைய கால்களில் விழுந்து, எந்தவிதப் பாகுபாடும் இன்றி, எல்லாப் பாவிகளையும் மன்னிக்குமாறு கேட்டுக்கொண்டாள். இறுதியாக, மேரி மாதா அந்தப் பாவிகளின் வேதனைகளைத் தணிக்கும் முயற்சியில் வெற்றிகண்டு, ஒவ்வொரு வருடமும் புனித வெள்ளிக் கிழமைக்கும் அறுவடைத் திருவிழாவிற்கும் – இடைப்பட்ட நாட்களில், அவர்களுக்குக் கொடுக்கப்படும் சித்திரவதைகள் நிறுத்திவைக்கப் படுமென்று பரிவிரக்கத்தோடு கடவுளிடமிருந்து ஒரு வாக்குறுதியைப் பெறுகிறாள். உடனே நரகத்திலிருக்கும் பாவிகள் எல்லோரும் கடவுளுக்கு நன்றி கூறி, அவரைப் புகழ்ந்து பாடுகின்றனர். 'கடவுளே உன்னுடைய தீர்ப்பு நியாயமானதுதான்' என்று. இந்தச் சமயத்தில் என்னுடைய கவிதை வெளிவந்திருந்தால், அதுவும் இதே மாதிரிதான் இருந்திருக்கும். என்னுடைய கவிதையில் கடவுள் மேடையில் தோன்றுகிறார்; உண்மை யில், அவர் அந்தக் கவிதையில் எதுவும் பேசுவதில்லை, சாதாரணமாக வந்து தோன்றிவிட்டுப் போய்விடுகிறார். தன்னுடைய விண்ணரசுக்கு வருவதாகச் சொல்லி அவர் வாக்குறுதி அளித்துவிட்டுப் போய்ப் பதினைந்து நூற்றாண்டுகள் ஆகிவிட, அந்த அருட்போதகர் பதினைந்து நூற்றாண்டுகளுக்கு முன்பு இப்படி எழுதினார்: 'பொறுத்திரு, நான் சீக்கிரம் வருவேன்'[3]. ஆனால் அந்த நாளையும் வேளையையும் பற்றித் தந்தையைத் தவிர வேறு எவருக்கும் தெரியாது; விண்ணுலகத்திலுள்ள தூதருக்கோ மகனுக்கோ கூடத் தெரியாது"[4], ஏனெனில் அதை அவர் மண்ணுலகத்தில் இருந்தபோதே சொல்லிவிட்டுப் போயிருந்தார். ஆனால் மனித குலமோ அதே அந்த நம்பிக்கையுடன், அதே மனங்கனிந்த உணர்வுடன், அவருடைய வருகையை எதிர்பார்த்துக் காத்திருக்கிறது. ஓ, இன்றும் மிகப்பெரிய நம்பிக்கையுடன், அதாவது பதினைந்து நூற்றாண்டுகளாக விண்ணுலகிலிருந்து மனிதனுக்கு எந்தவித வாக்குறுதி யும் கிடைக்காதபோதும், மனிதன் இன்னும் அதிகமான நம்பிக்கையுடன் காத்திருக்கிறான்:

'நெஞ்சமே உன்னையே நீ நம்பு,
ஏனெனில், விண்ணுலகிலிருந்து வாக்குறுதிகள் வாரா.'[5]

உன்னுடைய மனம் சொல்லும் நம்பிக்கை மட்டுமே நம்பிக்கையாகும். உண்மைதான், அற்புதங்கள் அந்தக் காலத்தில் பல நிகழ்ந்தன. நோய்களை அற்புதமாகக் குணப்படுத்தும் புனிதர்கள் பலர் இருந்தனர்; புனிதர் களுடைய வாழ்க்கை வரலாற்றில் குறிப்பிட்டபடி, இப்படிப்பட்ட நேர்மையான மனிதர்கள் சிலரைப் பார்க்க விண்ணுலக அரசியே நேரில் வந்தாள். ஆனால், சாத்தான் ஓய்வின்றி அலைந்துகொண்டிருக்க, அந்தக் காலத்தில் அற்புதங்கள் நடந்தனவா என்று மனிதகுலத்திற்கு ஏற்கனவே சந்தேகம் வர ஆரம்பித்துவிட்டது. அந்தச் சமயத்தில்தான், வடக்கே, ஜெர்மனியில், பயங்கரமான புதிய மத எதிர்ப்புத்[6] தோன்றியது. மிகப்பெரிய நட்சத்திரம் ஒன்று, 'விளக்குப் போல ஒளிர்ந்தது' (அதாவது தேவாலயம்) 'நீரூற்றுகள் மீது விழுந்து அவற்றைக் கசப்பாக்கின.'[7] இந்த மத எதிர்ப்பாளர்கள் தெய்வ நிந்தனையாக அற்புதங்களை மறுத்தனர். ஆனால், தெய்வ நம்பிக்கையுடன் இருந்தவர்கள் இன்னும் அதிகமாக தெய்வத்தை நம்பினார்கள். மனித குலம் கண்ணீர் மல்க அவருடைய வருகையை எதிர்பார்த்து, அவரை நேசித்து, அவர்மீது நம்பிக்கை வைத்து, முன்பு போலவே அவருக்காகத் துயரப்படவும், உயிரை விடவும் வேட்கையுடன் காத்திருக்கிறது . . . இதோ எத்தனை நூற்றாண்டுகளாக மனிதகுலம் நம்பிக்கையுடன், அழுன்றெழும் உணர்ச்சியுடன், "தேவனே, எங்களுக்குக் காட்சி கொடு"[8] என்று மன்றாடியதில், இத்தனை நூற்றாண்டுகளாக அவரை அழைத்ததில், எல்லையற்ற தன்னுடைய கருணையின் பேரில், அப்படி மன்றாடியவர்களைப் பார்க்க அவர் வர விரும்பினார். இதற்கு முன்பும் அவர் மண்ணுலகத் திற்குக் கீழிறங்கி வந்து, மண்ணுலகில் இருந்தபோதே, நேர்மையான மனிதர்கள் சிலரையும் தியாகிகளையும் புனிதத் துறவிகளையும் அவர் சந்தித்தார் என்று அவர்களுடைய 'வாழ்க்கைகளில்' குறிப்பிடப் பட்டிருக்கிறது. நம்முடைய ரஷ்யக் கவிஞர் ரூச்செவ், தன்னுடைய வார்த்தைகளில் பொதிந்திருந்த உண்மையை நம்பியவர், இப்படிப் பறைசாற்றினார்,

வளைந்தன கால்கள் சிலுவையின் பாரத்தால்,
தாய்நாடே, முற்றிலும் உனைச் சுற்றியபோது,
அடிமைக் கோல விண்ணரசர்
உன்னைத்தான் ஆசீர்வதித்தார்.[9]

என்று. அது அப்படித்தான் இருந்தது என்பதை என்னால் சொல்ல முடியும். இப்படியாக அவர் மக்கள் முன்பு ஒரு நிமிடமாவது தோன்ற விருப்பப்பட்டார் – வேதனைப்படுபவர்கள் முன்பும், கஷ்டப்படுபவர் முன்பும், பாவம் மண்டிய பாவிகள் முன்பும், ஆனால் குழந்தைபோல அவரை நேசித்தவர்கள் முன்பும். என்னுடைய கவிதையின் நிகழ்களம் ஸ்பெயின் நாட்டிலுள்ள செவைல் நகரம்; கிறிஸ்துவ மத எதிர்ப்பாளர் களைக் கடவுளின் பெயரால், எரிகுண்டத்திலிட்டு, நாள்தோறும், ஊரெங்கும் எரிக்கும் அந்த விசாரணை[10] நடக்கும் பயங்கரமான வேளையில்,

ஜகஜோதியாய் ஒளிரும் தீக்குண்டத்தில்
தீயவரென்று தீக்கிரையாக்கினர் கிறிஸ்துவமத எதிர்ப்பாளர்களை.

ஓ, நிச்சயமாக தான் வருவதாக வாக்குறுதியளித்த அவருடைய இரண்டாவது வருகையல்ல இது; காலக் கடைசியில் தன்னுடைய எல்லா விண்ணுலகப் புகழுடனும் திடீரென்று 'ஒரு மின்னல் கிழக்கி லிருந்து மேற்கு வரை ஒளிர்ந்து'[11] வரும் என்ற வருகையல்ல இது. இல்லை, தன்னுடைய குழந்தைகளை அவர் ஒரு கணமாவது பார்க்க விரும்புகிறார், அதுவும் எங்கே, எரிகுண்டடத்தில் கிறிஸ்துவ மத எதிர்ப்பாளர்களின் உடல்கள் சடசடவெனப் பொடிபடுகிறதோ, அங்கே வந்து அவர்களைப் பார்க்க விரும்புகிறார். பதினைந்து நூற்றாண்டு களுக்கு முன்பு, மனித உருவில், மூன்று ஆண்டுகளாக, மனிதரோடு மனிதராக இருந்த அவர், இப்போதும் அதே அந்த மனித உருவில், எல்லையற்ற கருணையுடன் மீண்டும் வருகிறார். நகரத்தின் தெற்கே 'தீக்கிரையாகிக் கறுப்பாக இருந்த சதுக்கத்திற்கு'[12] சற்று முன்புதான் 'ஜகஜோதியாய் எரிகுண்டடத்திலிட்டுக் கிறிஸ்துவ மத எதிர்ப்பாளர்களை', ஏறக்குறைய நூற்றுக்கணக்கானவர்களைக் கடவுளின் புகழ்பாடி அவர் பெயரால், மன்னன் முன்பாகவும், அரசவை நீதிமன்றம், வீரர்கள், மதகுருமார்கள், அழகிய உயர்குடிப் பெண்கள் மற்றும் பல்லாயிரக் கணக்கான செவைல் நகர மக்களின் முன்பாகவும், தலைமைத் தண்டிப்பாளர், ஒட்டுமொத்தமாகப் போட்டு எரித்தாரோ, அந்த இடத்திற்கு, *ad majorem gloriam Dei* (கடவுளின் புகழ் பாடும் அந்த இடத்திற்கு) அவர் இறங்கி வந்தார். அவர் யாருக்கும் தெரியாமல் அமைதியாகத் தோன்ற, அவ்வளவுதான் – உள்ளுணர்வாக அவரை எல்லோரும் தெரிந்துகொள்கிறார்கள். கவிதையில் உள்ள மிகச் சிறந்த பகுதிகளில் ஒன்று இதுவாகத்தான் இருக்க முடியும், அதாவது, குறிப்பாக மக்கள் ஏன் அவரைத் தெரிந்துகொள்கிறார்கள் என்பதுதான். மக்கள், வென்றடக்க முடியாத சக்தியுடன் அவரை நோக்கிச் சென்று, அவரைச் சூழ்ந்து, பெருங்கூட்டமாக அவரைப் பின்தொடர்ந்து செல்கிறார்கள். அவர்களுக்கு நடுவே, அவர் அமைதியாக, இனிமையான புன்னகையுடன், எல்லையில்லாக் கருணையுடன் நடந்துபோகிறார். அவருடைய மனத்தில் அன்பு என்ற கதிரவன் பிரகாசிக்க, ஒளிரும் கதிர்களும் அறிவொளியும் சக்தியும் அவருடைய கண்களிலிருந்து கசிந்து மக்கள்மீது பொழிய, அந்த அன்பில் அதிர்ந்துபோன மக்கள் பதிலுக்கு அவர்மீதும் அன்பு பாராட்டுகின்றனர். அவர் தம்முடைய கைகளை நீட்டி, மக்களை ஆசீர்வதிக்க, அவரையோ அவரது ஆடையையோ தொட்டால்கூடப் போதும், மனிதர்கள் குணமாகக்கூடிய சக்தி அவரிடமிருந்து வெளிப் படுகிறது. இதோ, அந்தக் கூட்டத்திலிருந்த வயதான பிறவிக் குருடர் ஒருவர் உரக்கச் சொல்கிறார், 'கடவுளே, என்னைக் குணப்படுத்து, நானும் உன்னைப் பார்க்கிறேன்' என்று, உடனே புரையோடிப் போயிருந்த அவருடைய கண்கள் குணமாக, அந்தக் குருடர் அவரைப் பார்க்கிறார். மக்கள் அழுதபடி, அவர் நடந்துவந்த பாதையை முத்த மிடுகின்றனர். குழந்தைகள் அவர் முன்பாகப் பூக்களைத் தூவி அவருடைய புகழைப் பாடுகின்றனர், '*ஓசன்னா!*'[13] "இது அவர், அவரேதான்" என்று எல்லோரும் சொல்ல, 'இது அவராக இல்லாமல் வேறு யாராகவும் இருக்க முடியாது" என்றனர். அப்படி அவர் செவைல் மாவட்டத் தலைமைக் கிறிஸ்துவக் கோயில் படிக்கட்டில் நின்றுகொண்டிருந்த

போது, இறந்துபோன சிறுமி கிடத்தப்பட்ட திறந்த, வெள்ளை நிறச் சவப்பெட்டி ஒன்றை அழுதுகொண்டே மக்கள் கோயிலுக்குள் எடுத்து வந்தனர். அதில் ஏழு வயதுச் சிறுமியின் உடல், பிரபலமான ஒருவரின் ஒரே மகளான அவளுடைய உடல் கிடத்தப்பட்டிருந்தது. அது மலர்களுக்கிடையே கிடத்தப்பட்டிருந்தது.

"அவர் உன்னுடைய குழந்தையை எழவைப்பார்" என்று கூட்டத்திலிருந்த மக்கள் அழும் தாயைப் பார்த்துக் கத்தினர். அப்போது சவப்பெட்டியை எதிர்கொள்ள வந்த மாவட்டத் திருச்சபைத் தலைவரான பாதிரியார் இதைக் கேட்டு ஒன்றும் புரியாமல் புருவங்களை நெரித்தார். இதோ, இறந்துபோன அந்த மகளின் தாய் அழுது புலம்புகிறாள். அவருடைய கால்களில் அவள் விழுந்து, "நீ அவர்தான் என்றால், என்னுடைய குழந்தையை எழ வை!" என்று கதறியபடி அவள் தன்னுடைய கைகளை அவர் முன்பு விரித்து அழுகிறாள். சவ ஊர்வலம் நிற்க, சவப்பெட்டி அவருடைய காலடியில் இறக்கிவைக்கப்படுகிறது. கருணையுடன் பார்த்த அவருடைய உதடுகள் மீண்டும், 'சிறுமியே, உனக்குச் சொல்கிறேன், எழுந்திடு' ("தலித்தா கூம்" *talitha cumi*)[14] என்றார். உடனே சிறுமி சவப்பெட்டியிலிருந்து எழுந்தமர்ந்து, பார்த்து, சிரித்தபடி, அகன்ற தன் பெரிய கண்களால் ஆச்சர்யத்துடன் சுற்றி இருந்தவர்களைப் பார்த்தாள். சவப்பெட்டியில் இருந்தபோது அவளுடைய கைகளில் இருந்த வெள்ளை நிற ரோஜா மலர்க்கொத்து இப்போதும் அவள் கைகளில் இருந்தது. மக்களிடையே கொந்தளிப்பும் கூக்குரல்களும் தேம்பல்களும் எழுந்த அதே அந்தச் சமயம் பார்த்து, தேவாலய அரண் பக்கமாகச் சதுக்கத்தைத் தாண்டிச் சென்ற தலைமை மதகுருவான அந்த தலைமைத் தண்டனையாளர் போய்க்கொண்டிருந்தார். தொண்ணூறு வயதான அவர், நல்ல உயரமும் நிமிர்ந்த, வறண்ட முகமும் குழிந்த கண்களையும் கொண்டு, ஏறக்குறைய கிழவராக இருந்தவரின் பார்வையில் கனல் தெறிக்க, கோப நெருப்பு பற்றி எரிந்தது. ஓ, இப்போது அவர், நேற்று ரோமானிய நம்பிக்கைக்கு எதிரானவர்களை எரித்துக் கொன்றபோது எப்படித் தலைமை மதகுருவிற்கான பகட்டு ஆடைகளை அணிந்து மக்கள் முன்பு அழகு காட்டினாரோ அப்படி இல்லாமல், மத குருமார்கள் அணியும் பழைய, நீண்ட, முரட்டு அங்கியை அணிந்திருந்தார். அவருக்குப் பின்னால், குறிப்பிட்ட தூரத்தில், அச்சமூட்டக்கூடிய, சிடுசிடுப்பான உதவியாளர்களும் அடிமை சேவகர்களும் 'புனித' காவலாளிகளும் அவரைத் தொடர்ந்து வந்துகொண்டிருந்தனர். அந்தக் கூட்டத்தின் முன்பு வந்து நின்ற அவர், தொலைவிலிருந்து நடந்த எல்லாவற்றையும் பார்த்தார். எல்லாவற்றையும், நடந்த எல்லாவற்றையும், அதாவது, எப்படி அவருக்கு முன்பாகச் சவப்பெட்டி வைக்கப்பட்டதோ, எப்படி அந்தச் சிறுமி எழுந்து வந்தாளோ, இப்படி நடந்த எல்லாவற்றையும் பார்த்த அவருடைய முகம் இருண்டுபோனது. அடர்த்தியான தன்னுடைய சாம்பல் நிறப் புருவங்களைக் கோபத்தில் நெறித்த அவருடைய கண்கள் தீப்பிழம்பாய் எரிந்தன. தன்னுடைய சுட்டுவிரலை நீட்டி, ஆணையிடும் தோரணையில், அவர் பாதுகாவலர்களிடம் அந்த மனிதனைப் பிடித்து வருமாறு சொன்னார். அவருடைய இந்த அதிகாரத்தைக் கண்டு

மக்கள் அஞ்சி, அவருடைய வார்த்தைக்குக் கட்டுப்பட்டு, கீழ்ப்படிதலுடன் நடுநடுங்கி, உடனே அவருடைய பாதுகாவலர்களுக்கு வழிவிட, திடீரென்று எழுந்த அந்த மயான அமைதியில், அவருடைய கைகளைப் பற்றிப் பாதுகாவலர்கள் அவரை இழுத்துச் சென்றனர். உடனே அந்தக் கூட்டம் எதுவும் பேசாமல், வயதான அந்தத் தண்டிப்பாளர் முன்பாக அப்படியே தலைகுனிந்து, தரைதொட்டு, ஒட்டுமொத்தமாக அவரை வணங்க, அவர் அமைதியாக அந்தக் கூட்டத்தை ஆசீர்வதித்துச் செல்கிறார். பாதுகாவலர்கள் தாங்கள் பிடித்துவந்த அந்தக் கைதியை ஒரு குறுகிய, இருண்ட, பழைய, புனித விசாரணைச் சிறையில் அடைத்தனர். பகல் பொழுது கழிந்து, 'தீயில் மூச்சுத் திணறும் வெப்ப' செவைல் நகர இரவு வருகிறது. 'காற்றில் புன்னைமர வாசனையும் எலுமிச்சை நறுமணமும் நிறைந்திருக்கிறது.'[15]

இருள் கப்பிய இரவு வேளையில் திடீரென்று அந்தச் சிறைச் சாலையின் இரும்புக் கதவுகள் திறக்க, வயதான அந்தத் தலைமைத் தண்டனையாளர் விளக்கைக் கைகளில் ஏந்தியபடி மெதுவாகச் சிறைச் சாலைக்குள் நுழைகிறார். தனியாக உள்ளே வந்த அவருக்குப் பின்னால் கதவுகள் உடனே சாத்தப்படுகின்றன. வாசலில் நின்றபடி சிறிது நேரம், ஓரிரண்டு நிமிடங்கள், அவர் அந்த மனிதருடைய முகத்தை உற்றுப் பார்க்கிறார். இறுதியாக அவர் இருக்குமிடத்தை நோக்கிச் சென்று கையிலிருந்த விளக்கை மேசையின் மீது வைத்துவிட்டுச் சொல்கிறார். 'இது நீயா? நீயா?' – ஆனால், பதில் அவரிடமிருந்து வராததால் மீண்டும் அவர் வேகமாகத் தொடர்கிறார். 'பதில் பேசாதே. அமைதியாயிரு. ஆமாம், நீ என்ன சொல்லப் போகிறாய்? எனக்கு நன்றாகவே தெரியும், நீ என்ன சொல்வாயென்று. தவிர, முன்பு நீ சொன்னதற்கு மேல் வேறு எதையும் சொல்வதற்கு உனக்கு உரிமை யில்லை. எதற்காக, நீ எங்களுக்குத் தொல்லை கொடுக்க இப்போது வந்திருக்கிறாய்? எங்களுக்கு நீ தொல்லை கொடுக்க வந்திருக்கிறாய் என்பது உனக்கே தெரியும். ஆனால், நாளை என்ன நடக்கப் போகிறது என்று உனக்குத் தெரியுமா? நீ யாரென்று எனக்குத் தெரியாது, உன்னைப் பற்றித் தெரிந்துகொள்ளவும் எனக்கு விருப்பம் இல்லை: அவர் நீதானா அல்லது நீ அவரைப் போன்றவனா என்று எனக்குத் தெரியாது, ஆனால் நாளைக்கே உனக்கு நான் தண்டனை கொடுத்து உன்னை எரிக்கப் போகிறேன்; எப்படிக் கிறிஸ்துவ மத எதிர்ப்பாளர்களை நான் எரித்தேனோ, அப்படியே உன்னையும் நான் எரிப்பேன். உன்னுடைய கால்களை முத்தமிட்ட அதே அந்த மக்கள் கூட்டம் என் கையசைந்ததும் கரிக்கட்டைகளை அடுக்கி உன்னை அதில் இட்டு எரிப்பார்கள் என்று உனக்குத் தெரியுமா? ஆமாம், உனக்கு அது தெரிந்திருக்கலாம்' என்று ஆழ்ந்த சிந்தனையுடன் ஒரு நிமிடம் கூடத் தன்னுடைய பார்வையை விலக்காமல் அந்தக் கைதியைப் பார்த்துச் சொன்னார்.

'நீ என்ன சொல்கிறாய் என்று எனக்கு ஒன்றுமே புரியவில்லை, இவான், என்ன இது?' என்று இதுவரை பேசாமலிருந்த அல்யோஷா சிரித்தபடி கேட்டான். 'இது என்ன எல்லையற்ற கற்பனையா அல்லது

கிழவரின் தவறா அல்லது அவருடைய இடத்தில் வேறொருவர் என்ற ஆள்மாறாட்டமா?'

'கடைசியாக நீ சொன்னதையே வைத்துக்கொள்ளலாம்' என்று சிரித்தபடி சொன்ன இவான், 'இக்காலத்திய எதார்த்தமே உண்மை என்று அதிலேயே நீ மூழ்கிப் போயிருந்தால், பாழாய்ப்போன உன்னால் இந்தக் கற்பனைகளை ஏற்றுக்கொள்ள முடியாது – அது 'அவருடைய இடத்தில் வேறொருவர்' என்றாலும் அது அப்படியே இருக்கட்டும் உண்மைதான்' என்றபடி மீண்டும் சிரித்துக்கொண்டே சொன்னான் இவான். 'கிழவருக்குத் தொண்ணூறு வயது, அதனால் ஏற்கனவே அவருக்குப் புத்தி பேதலித்துப் போயிருக்கலாம். ஒருவேளை கைதியின் தோற்றம் அவரை ஆச்சர்யத்தில் ஆழ்த்தியிருக்கலாம். இறுதியாக, இது தொண்ணூறு வயதுக் கிழவரின் மரண பயத்தால் ஏற்பட்ட கோளாறாகவும் இருக்கலாம், அவர் நேற்றுத்தானே நூற்றுக்கும் மேற்பட்ட கிறிஸ்துவ மத எதிர்ப்பாளர்களைக் கடவுளின் பேரால் உயிரோடு எரித்துக் கொன்றார். சரி, அவருடைய இடத்தில் வேறொருவர் அல்லது கட்டுக்கடங்காத கற்பனை என்று எதுவாக இருந்தாலும்தான் நமக்கென்ன? இங்கு நடக்க வேண்டியது ஒன்றுதான், கிழவர் தன்னுடைய மனத்தில் இருப்பதை வெளியே சொல்ல வேண்டும். இறுதியாக, இந்தத் தொண்ணூறு வருடமும் எதைப் பற்றி அவர் பேசாமல் அமைதியாக இருந்தாரோ, அதை இப்போது அவர் வெளியே சொல்ல வேண்டும்.'

'அந்தச் சிறைக் கைதிகூட ஒன்றும் பேசாமல் இருக்கிறானா? அவரைப் பார்த்து அமைதியாக இருக்கிறானா?'

'ஆமாம். அது அப்படித்தான் இருக்க முடியும்' என்றபடி மீண்டும் சிரித்தான் இவான். 'ஏற்கெனவே சொன்னதற்கு மேல் வேறெதையும் பேசுவதற்கு அவனுக்கு உரிமையில்லை என்று அந்தக் கிழவர்தானே சொன்னார். ரோமானிய கத்தோலிக்க அடிப்படைக் கொள்கையைப் பற்றி உனக்குத் தெரிந்துகொள்ள விருப்பம் என்றால் அது இதுதான்; அதாவது என்னுடைய கருத்துப்படி, குறைந்தபட்சம் இதுதான்: 'சொல்லப்போனால் எல்லாவற்றையும் போப்பாண்டவரின் கைகளில் நீ ஒப்படைத்துவிட்டாய், எல்லாமே இனி போப்பாண்டவரின் கைகளில் தான் இருக்கின்றன, எனவே நீ இங்கு வரவே தேவையில்லை. குறைந்த பட்சம் எங்களுக்கு நீ தொல்லை கொடுக்காமலாவது இருக்கலாம் இல்லையா?' என்பதுதான்.

இந்தத் தொனியில் அவர்கள் பேச மட்டும் செய்வதில்லை. எழுதவும் செய்கிறார்கள், குறைந்தபட்சம் ரோமானியக் கத்தோலிக்கக் குழு உறுப்பினர்கள் அப்படித்தான் செய்கிறார்கள். இறையியலாளர்களுடைய எழுத்துகளை நான் படித்திருக்கிறேன். 'விண்ணுலகத்திலிருந்து வந்திருக்கும் நீ அங்கிருக்கும் ஏதாவது ஒரு ரகசியத்தையாவது எங்களுக்குச் சொல்லக் கூடிய உரிமையைப் பெற்றிருக்கிறாயா?' என்று கேட்டார் கிழவர். அப்படிக் கேட்டவர் தன்னுடைய கேள்விக்குத் தானே பதிலும் அளித்துக்கொண்டார். 'இல்லை, அந்த உரிமை உனக்கு இல்லை.

எனவே முன்பு சொல்லப்பட்டதைவிட வேறெதையும் சொல்வதற்கு உனக்கு உரிமை இல்லை, அப்படியே நீ மண்ணுலகில் இருந்தபோது எந்தச் சுதந்திரத்திற்காக உறுதியாக நின்றாயோ, அதை மக்களிடமிருந்து பறிக்கவும் உனக்கு உரிமை இல்லை. புதிதாக நீ பிரகடனப்படுத்தும் எதுவுமே, மனிதனுடைய நம்பிக்கையின் சுதந்திரத்தைக் கபளீகரம் செய்துவிடும்; அது அற்புதம் என்றும் கொள்ளப்படும்; அவர்களுடைய இந்தச் சுதந்திர நம்பிக்கைதானே உனக்கு ஆயிரத்து ஐநூறு ஆண்டுகளுக்கு முன்பே விலைமதிக்க முடியாத ஒன்றாக இருந்தது. நீதானே அப்போது அடிக்கடி சொன்னாய், 'உங்களைச் சுதந்திரமானவர்களாக ஆக்க விரும்புகிறேன்' என்று.[16] இப்படியாக நீ இப்போது அப்படிப்பட்ட 'சுதந்திர' மனிதர்களைத்தான் பார்க்கிறாய். என்று ஒரு ஆழ்ந்த புன்னகையுடன் சொன்னார் அந்தக் கிழவர். 'ஆமாம், இதற்கு நாங்கள் அதிக விலை கொடுக்க வேண்டி இருந்தது' என்று தொடர்ந்தவர், அவரைப் பார்த்துக் கடுமையாக, 'ஆனால், அந்த வேலையை இறுதியாக நாங்கள் உன்னுடைய பெயரைச் சொல்லிச் செய்து முடித்துவிட்டோம். பதினைந்து நூற்றாண்டுகளாக இந்தச் சுதந்திரத்துடன் நாங்கள் படாத பாடுபட்டு, இறுதியாக மிக நன்றாக அதை நாங்கள் செய்து முடித்துவிட்டோம். இது மிக நன்றாகச் செய்து முடிக்கப்பட்டுவிட்டது என்பதை நீ நம்ப மறுக்கிறாய், அப்படித்தானே? என்னை நீ சாந்தமாகப் பார்க்க, என்மீது உன்னால் கோபப்படக்கூட முடியாமல் இருக்கிறது? ஆனால், தெரிந்துகொள், இனிமேல் இந்த மக்கள் எப்போதும் போலில்லாமல் குறிப்பாக, இப்போது முழுச் சுதந்திரத்துடன் இருப்பதாக அவர்கள் நினைத்துக்கொண்டு, தங்களுடைய சுதந்திரத்தைத் தாங்களே பணிவுடன் கொண்டுவந்து எங்களுடைய கால்களில் சமர்ப்பித்திருக்கிறார்கள். ஆனால், இதைச் செய்தது நாங்கள், அதைத்தானே நீ விரும்பினாய், அப்படிப்பட்ட சுதந்திரத்தைத்தானே?'

'மறுபடியும் எனக்கு ஒன்றும் புரியவில்லை' என்று இடைமறித்த அல்யோஷா, 'அவர் ஏளனம் செய்கிறாரா இல்லை வேடிக்கை காட்டுகிறாரா?'

'எதுவுமில்லை. அவர் குறிப்பாகத் தனக்கும் தன்னுடன் பணி புரிபவர்களுக்கும் இந்தச் சுதந்திரத்தை வென்றதில் முக்கியப் பங்கு இருக்கிறது என்பதைச் சுட்டிக்காட்டி, இதை அவர்கள் இறுதியாக மக்களைச் சந்தோஷப்படுத்துவதற்காகவே செய்தனர்' என்றார். 'ஆனால் இப்போதுதான்' (அவர் அந்தத் தண்டனையைப் பற்றிக் குறிப்பிட்டு) 'மக்களுடைய அந்தச் சந்தோஷத்தைப் பற்றி முதன்முறையாக நினைத்துப் பார்க்க முடிந்தது. மனிதனின் குணமே எதையும் எதிர்ப்பதுதான்; இப்படி அவர்கள் எதிர்ப்பாளர்களாக இருப்பதால் அவர்களால் சந்தோஷமாக இருக்க முடியுமா என்ன? உன்னை அவர்கள் எச்சரித்தார்கள்' என்றவர், 'எச்சரிக்கைகளும் அறிகுறிகளும் போதுமான அளவுக்கு உனக்குக் கொடுக்கப்படாமல் இல்லை; ஆனால் நீ அவற்றை யெல்லாம் கவனத்தில் கொள்ளாமல், மக்களுடைய சந்தோஷத்திற்கு வழிவகுக்கும் ஒரே பாதையையும் நீ நிராகரித்துவிட்டு, அதிர்ஷ்டவசமாக, நீ போகும்போது அந்த வேலையை எங்களிடம் ஒப்படைத்துவிட்டுப்

போய்விட்டாய். நீ வாக்குறுதி கொடுத்தாய், உறுதியும் செய்தாய், தண்டிக்கவும் தண்டனையைத் தளர்த்தவும்[17] எங்களுக்கு உரிமை உண்டு என்று, அப்படியே அந்த உரிமையை எங்களிடமிருந்து இப்போது நீ எடுத்துக்கொள்ள நினைக்கக்கூட முடியாது. அப்படியிருக்க, எதற்காக நீ இடையே குறுக்கிட்டு எங்களுக்குத் தொல்லை கொடுக்கிறாய்?'

'இதற்கு என்ன அர்த்தம், எச்சரிக்கைகளும் அறிகுறிகளும் போதுமான அளவிற்கு இல்லாமல் இல்லை என்பதற்கு?' என்று கேட்டான் அல்யோஷா.

'இதில்தான் முக்கியமான விஷயமே இருக்கிறது, அதைத்தான் கிழவர் வெளியே சொல்ல வேண்டும்...?'

"புத்திக்கூர்மையுள்ள, பயங்கரமான ஆவி, தன்னைத் தானே அழித்துக்கொள்ளும், அருவமான, அந்தச் சோதிக்கும் ஆவி" என்று தொடர்ந்த கிழவர், இந்த மிகப்பெரிய ஆவி நீ பாலை நிலத்தில் இருந்தபோது உன்னைச் "சபலப்படுத்த"[18] எத்தனித்ததாக நாங்கள் பைபிளில் படித்தோம். அப்படியா? பைபிளில் குறிப்பிடப்படும் அந்தச் 'சபலங்கள்' மற்றும் மூன்று கேள்விகளால் அவர் எதை உனக்கு அறிவுறுத்தினாரோ அதை நீ ஏற்க மறுத்தாய் என்பதைவிட வேறு ஏதாவது உண்மை இருக்கிறதா? அதே சமயம், உரக்கச் சூளுரைத்துச் சொல்லும் அளவுக்கு உண்மையாகவே ஒரு ஆச்சர்யம் இம்மண்ணுலகில் நடந்ததென்றால், அது அந்த நாள், அந்த மூன்று கேள்விகளால் அவரைச் சபலப்படுத்திய நாள்தான். குறிப்பாக, அந்த மூன்று கேள்விகள் உருவானதில்தான் அற்புதமே இருக்கிறது. மேற்கோள் காட்டுவதற்காகவும் விவாதிப்பதற்காகவுமாக எடுத்துக்கொண்டால், பயங்கரமான, சோதிக்கும் இந்த ஆவியால் கேட்கப்பட்ட மூன்று கேள்விகளும் தடயமே இல்லாமல் பைபிளிலிருந்து மறைந்துபோக, மீண்டும் அவை நிலைநாட்டப்பட வேண்டிய தேவை இருப்பதால், அவை மீண்டும் சிந்திக்கப்பட்டு, புதிதாகப் புனையப்பட்டு, மறுபடியும் பைபிளில் கொண்டுவரப்பட, உலகிலுள்ள எல்லா அறிவாளிகளையும் ஒன்றுசேர்த்து, மாமன்னர்கள், உயர் மதகுருமார்கள், அறிஞர்கள், தத்துவஞானிகள், கவிஞர்கள் என்று இப்படி எல்லோரையும் ஒன்றுசேர்த்து, அனைவருக்கும் இந்த வேலையைக் கொடுக்க வேண்டும்: அவர்கள் சிந்தித்து உருவாக்கும் அந்த மூன்று கேள்விகள் எப்படி இருக்க வேண்டும்? நிகழ்ச்சியின் முக்கியத்துவத்தை மட்டும் கவனத்தில் கொள்ளாது, அதற்கும் மேலாக, மூன்று வார்த்தைகளில், மனிதத்துவம் பொதிந்த மூன்றே வார்த்தைகளில், ரத்தினச் சுருக்கமாக இருக்க வேண்டும்; மனித குலத்தின், உலகின் வருங்கால முழுச் சரித்திரத்தையும் விவரிப்பதாக இருக்க வேண்டும்; அதற்காக உலகிலுள்ள எல்லா அறிவும் ஒன்று சேர்ந்து, அப்படிப்பட்ட சக்தியுள்ள, ஆழமான மூன்று கேள்விகளை – வலிமை வாய்ந்த, அறிவார்ந்த சோதிக்கும் தூய ஆவியால் அப்போது உன்னிடம் பாலைநிலத்தில் கேட்கப்பட்ட அதே அந்த மூன்று கேள்விகளைப் போல, குறைந்தபட்சம் அந்த உள்ளர்த்தத்தைக் கொண்ட மூன்று கேள்விகளை உருவாக்க முடியுமென்று நீ நினைக்கிறாயா? இப்படிப்பட்ட கேள்விகளாலேயே, கேள்விகள் தோன்றிய அற்புதத்தாலேயே, ஒருவர், என்றென்றும்

நிலைத்திருக்கும், சாசுவதமான ஒன்றுடன் தொடர்புகொண்டிருக்கிறார், வெறும் நிலையற்ற மனித அறிவுடன் தொடர்பு கொள்ளவில்லை என்பதைப் புரிந்துகொள்ள முடியும். ஏனெனில், இந்த மூன்று கேள்விகளில்தான், எல்லாம் திரட்டப்பட்டு, ஏதோ முழுமையான ஒன்று போலாகி, வருங்கால மனித சரித்திரம் முழுவதையும் முன்னறிவிப்பதாக இருக்கிறது; மூன்று படிமங்கள் தோன்றி, அவை, இந்த மண்ணுக்கே உரிய மனிதகுலப் பண்பான, தீர்க்க முடியாத எல்லாச் சரித்திர முரண்பாடுகளையும் தன்னுள் எடுத்துக்கொள்வதாய் இருக்கிறது. அப்போது இது அவ்வளவு தெளிவாகத் தெரிந்திருக்க முடியாது, ஏனெனில் வருங்காலம் என்னவென்று தெரிந்துகொள்ள முடியாதபடி இருந்தது, ஆனால் இப்போது, பதினைந்து நூற்றாண்டுகள் கழிந்த பிறகு, இந்த மூன்று கேள்விகளில்தான் மிகத் துல்லியமாக எல்லாமே கணிக்கப்பட்டு, வருவது உரைக்கப்பட்டு, முற்றிலும் அவை உண்மையானவை என்று நிரூபிக்கப்பட்டு, இதற்கு மேல் அவற்றில் எதையும் சேர்க்கவோ நீக்கவோ முடியாது என்பதை நாம் பார்க்கிறோம்.

'நீயே முடிவு செய், யார் சரியென்று: நீயா அல்லது அப்போது உன்னைக் கேள்வி கேட்ட அதுவா என்று. முதல் கேள்வியை நீ நினைவுபடுத்திப் பார்; அதனுடைய வெளிப்படையான அர்த்தம் இதுவாக இல்லாவிட்டாலும், அதனுடைய பொருள் இதுதான்: "உலகத்துக்கு நீ போகிறாய், அப்படியே வெறுங்கையுடன் போகிறாய், ஏதோ சுதந்திரம் கொடுக்கலாம் என்ற உறுதியுடன்; ஆனால் மக்கள் தங்களுடைய எளிமையான குணத்தாலும், இயல்பாகவே சட்டத்திற்குக் கீழ்ப்படியாத தன்மையாலும், இதைப் புரிந்துகொள்ள முடியாமல், அதைக் கண்டு பயப்பட்டு, மிரண்டு போக, அந்தச் சுதந்திரமானது வேறெதையும்விட மனிதனுக்கும் மனிதகுலத்திற்கும் தாங்கிக்கொள்ள முடியாத ஒன்றாகிறது! ஆனால், சுட்டெரிக்கும் பாலை நிலத்திலிருக்கும் வெறுங்கற்களை நீ பார்த்திருக்கிறாயா? அவற்றை நீ அப்பங்களாக்கினால், மக்கள் ஆட்டு மந்தை போல உன் பின்னால் கூட்டமாக, நன்றியுடன், கீழ்ப்படிதலுடன், நடுநடுங்கியபடியே, எங்கே நீ அவர்களுக்கு உணவளிக்காமல் உன்னுடைய கைகளை விலக்கிக்கொள்வாயோ என்று பயந்து ஓடிவருவார்கள்." ஆனால், மனிதனுக்குச் சுதந்திரம் அளிக்காமல் மறுக்கப்படுவதை நீ விரும்பாமல், அந்தக் கோரிக்கையை நீ நிராகரித்து, அதற்கு நீ என்ன விளக்கம் கொடுத்தாய் என்றால், இந்த அப்பங்களை வைத்துக்கொண்டு கீழ்ப்படிதலை வாங்குவதா என்று? மனிதன் அப்பத்தால் மட்டும் வாழ்வதில்லை என்று நீ ஆட்சேபித்தாய், ஆனால் உனக்குத் தெரியுமா, இந்த மண்ணுலக அப்பத்தின் பேரில்தான் மண்ணுலக ஆன்மா, அதாவது, மனிதன் எழுந்து நின்று, உன்னுடன் சண்டையிட்டு, உன்னைத் தோற்கடிக்க, அவனைப் பின்தொடர்ந்து மற்றவர்களெல்லாம் சென்று குரலெழுப்புவார்கள்: "விலங்குக்கு ஒப்பானவர் யார்? அவரே நமக்கு விண்ணுலகிலிருந்து நெருப்பைக் கொடுத்தார்!"[19] என்று. உனக்குத் தெரியுமா, நூற்றாண்டுகள் பல கழியும், மனிதகுலம் தன்னுடைய அறிவாளிகள், விஞ்ஞானம் மூலமாக உலகுக்கு உரக்கச் சொல்லும், 'குற்றங்கள் இல்லை, ஆகவே பாவங்களும் இல்லை, ஆனால், பசியால் வாடும்

மனிதர்கள் மட்டும் இருக்கிறார்கள் என்று. "உணவளி, அதன்பிறகு அவர்களிடமிருந்து நல்லதை எதிர்பார்!" – இதோ இதைத்தான் அவர்கள் பதாகையில் எழுதி உனக்கு எதிராகப் பிடித்து, அதன் மூலமாக உன்னுடைய தேவாலயங்களை அழிப்பார்கள். உன்னுடைய தேவாலயம் இருந்த இடத்தில் புதிய கட்டடம் எழுப்பப்பட்டு, பயங்கரமான அந்த பாபெல் கோபுரம்[20] மீண்டும் எழுப்பப்பட்டு, முன்பு போலவே இப்போதும் அது கட்டிமுடிக்கப்படாமல் போக, இருந்தாலும் இந்தப் புதிய கோபுரம் கட்டப்படுவதை நீ தவிர்த்து, மனிதர்களின் கஷ்டங்களை ஓர் ஆயிரம் ஆண்டுகளாகக் குறைத் திருக்கலாம், ஏனெனில், ஆயிரம் ஆண்டுகளாகக் கஷ்டப்பட்ட பிறகும் அவர்கள் மறுபடியும் எங்களிடம்தான் வருவார்கள், தங்களுடைய இந்தக் கோபுரத்துடன்! அப்போது அவர்கள் மீண்டும் எங்களைப் பூமிக்கடியிலிருந்து, கல்லறையில் ஒளிந்திருக்கும் எங்களைக் (மறுபடியும் நாங்கள் தொல்லைக்கு உட்படுத்தப்பட்டு, வேதனைக்கு உள்ளாக்கப் படுவோம்), கண்டுபிடித்து, எங்களிடம் வந்து புலம்புவார்கள்: "எங்களுக்கு உணவளியுங்கள், விண்ணுலகத்திலிருந்து நெருப்பு கொடுப்பதாக உறுதியளித்தவர்கள் அதை எங்களுக்குக் கொடுக்கவில்லை" என்று. அப்போது நாங்கள் அவர்களுடைய கோபுரத்தைக் கட்டி முடிப்போம், ஏனெனில் யார் அவர்களுக்கு உணவளிக்கிறார்களோ அவர்களாலேயே அது கட்டிமுடிக்கப்பட வேண்டும், அப்படி நாங்கள் அவர்களுக்கு உணவளிப்பதால், உன்னுடைய பெயரால் உணவளிப்பதால், உன்னுடைய பெயராலேயே நாங்கள் இப்படிப் பொய் சொல்வோம். ஓ, நாங்களில்லாமல் அவர்களால் எப்போதும், எப்போதுமே, தங்களுக்குத் தாங்களே உணவளித்துக் கொள்ள முடியாது! அவர்கள் சுதந்திரமாக இருக்கும்வரை எந்த விஞ்ஞானமும் அவர்களுக்கு உணவைக் கொடுக்காது, ஆனால் இது எதில் கொண்டுபோய் முடியுமென்றால், அவர்கள் தங்களுடைய சுதந்திரத்தைக் கொண்டுவந்து எங்கள் காலடியில் வைத்து, "எங்களை அடிமைப்படுத்திக்கொள்வதே நல்லது, ஆனால் எங்களுக்கு உணவளியுங்கள்" என்பதில்தான் கொண்டுபோய் முடியும். இறுதியாக அவர்களுக்கே புரியவரும், சுதந்திரமும் எல்லோருக்கும் கிடைக்கக்கூடிய அபரிமிதமான உணவும் இரண்டும் நினைத்துப் பார்க்க முடியாதவை என்பதும், அதுவும் எப்போதும், எப்போதுமே அவற்றை அவர்களால், தங்களுக்குள் பகிர்ந்துகொள்ளவே முடியாது என்பதையும்! அப்படியே எப்போதுமே அவர்கள் சுதந்திரமானவர்களாக இருக்க முடியாது என்பதையும் அவர்கள் நம்புவார்கள், ஏனெனில் அவர்கள் பலவீனமானவர்கள், கீழானவர்கள், ஒன்றுமில்லாதவர்கள், எதையும் எதிர்க்கக்கூடியவர்கள். அவர்களுக்கு விண்ணுலக உணவை அளிப்பதாக நீ உறுதி கொடுத்தாய், ஆனால், மீண்டும் சொல்கிறேன், பலவீனமான, எப்போதுமே கீழ்த்தரமான, இழிந்த இந்த மனிதகுலம், மண்ணுலக உணவை, விண்ணுலக அப்பத்துடன் ஒப்பிட்டுப் பார்க்க முடியுமா என்ன? ஒருவேளை இந்த விண்ணுலக அப்பத்திற்காக ஆயிரக்கணக்கான, பத்தாயிரக்கணக்கான மக்கள் உன்னைப் பின் தொடர்ந்து வந்தால், அப்படி அந்த விண்ணுலக அப்பத்திற்காக மண்ணுலக உணவைத் துறக்க முடியாத, வலிமையற்ற, மற்ற கோடிக்

கணக்கான, கோடானுகோடிக்கணக்கான ஜந்துக்கள் என்ன ஆவார்கள்? அல்லது வலிமைமிக்க, தகுதிவாய்ந்த இந்தப் பத்தாயிரம் மனிதர்கள் தாம் உனக்கு நெருக்கமானவர்கள் என்றால், கடற்கரை மணல் துகள்களைப் போல மற்ற, கோடானகோடி, எண்ணிலடங்கா மக்கள் பலவீனமானவர்களாயினும், உன்னை விரும்புபவர்கள், வலிமைமிக்க, தகுதிவாய்ந்த மக்களுக்கு மட்டுமே ஊழியம் செய்யக்கூடிய வெறும் சாதனங்களா என்ன? இல்லை, பலவீனமானவர்களும் நமக்கு வேண்டிய வர்கள்தான். அவர்கள் கீழானவர்களாக, எதையும் எதிர்ப்பவர்களாகத் தான் இருக்கிறார்கள். ஆனால் இறுதியாக அவர்கள்தான் கீழ்ப்படிபவர்க ளாக இருப்பார்கள். நம்மைப் பார்த்து அவர்கள் ஆச்சரியப்படுவார்கள்; அப்படியே நம்மை அவர்கள் தெய்வங்களாகப் பார்ப்பார்கள், ஏனெனில் நாம் அவர்களுக்காகத் தலைமைதாங்கி, சுதந்திரத்தைச் சுமக்கும் பொறுப்பை ஏற்று, அவர்களை ஆட்சி செய்கிறோம் – அவர்கள் சுதந்திரமாக இருப்பது இறுதியில் அவர்களுக்குப் பயங்கரமான அவதியாக இருக்கும்! ஆனால், உனக்கு நாங்கள் கீழ்ப்படிந்து, உன்னுடைய பெயரால் அவர்களை நாங்கள் ஆள்கிறோம் என்று நாங்கள் சொல்வோம். அப்படி அவர்களை நாங்கள் மறுபடியும் ஏமாற்றுவோம், ஆனால் உன்னை எங்களிடம் வர நாங்கள் அனுமதிக்க மாட்டோம். இப்படி இந்த ஏமாற்றத்தில்தான் எங்களுடைய வேதனை இருக்க, நாங்கள் உறுதியாகப் பொய் சொல்வோம். இதுதான் உன்னிடம் பாலை நிலத்தில் கேட்கப்பட்ட முதல் கேள்வியின் பொருளாக இருக்க, இதைத்தான் சுதந்திரம் என்ற பெயரில் நீ மறுத்து, அந்தச் சுதந்திரத்தைத்தான் எல்லாவற்றையும்விடச் சிறந்த ஓரிடத்தில் நீ வைத்தாய். இருந்தாலும் இந்தக் கேள்வியில்தான் உலகின் மிகப்பெரிய ரகசியமே அடங்கி இருக்கிறது. இந்த “அப்பங்களை” நீ ஏற்றுக்கொண் டிருந்தால், பொதுவான, எல்லாக் காலத்திற்குமுரிய மனித வேதனையை, தனி ஒரு மனிதனாகவும், மனிதகுல முழுவதற்குமாகவும் நின்று இந்தக் கேள்விக்கு இப்படி நீ பதிலளித்திருப்பாய்: ‘யாருக்கு முன்பாக நான் தலைவணங்கி நிற்பது?’ என்று. சுதந்திரமானவனாகிவிட்ட மனிதனுக்கு, இப்போது இடைவிடாத கவலையும் அதிக வருத்தமும் தரக்கூடிய விஷயம் வேறொன்றும் இல்லை, எதையாவது சீக்கிரமாகவே கண்டுபிடித்து, அதன்முன்பு மனிதன் தலைவணங்க வேண்டும். ஆனால், எப்படிப்பட்ட ஒன்றைத் தேடி அதன் முன்பாக அவன் தலைவணங்க விரும்புகிறான், கேள்வியே கேட்க முடியாத, யாராலும் கேள்வியே கேட்க முடியாத ஒன்றன் முன்பாக, எல்லோரும் அதை ஏற்றுக்கொண்டு, எல்லா மக்களும் அதன் முன்பு உடனே தலைவணங்கி அதை ஏற்றுக் கொள்ளக்கூடிய ஒன்றைத்தான் அவன் தேடுகிறான். இந்தப் பரிதாபப் பட்ட ஜந்துக்களின் கவலை எதை வணங்குவது, அதாவது தானும் மற்றவர்களும் என்பது மட்டுமல்ல, எல்லோரும் சேர்ந்து, எல்லோரும் நம்பிக்கையுடன் வழிபடக்கூடிய ஒன்றைக் கண்டுபிடிப்பதுதான். இந்தப் பொதுவான ஒன்றை வழிபட வேண்டுமென்பதுதான் ஒவ்வொரு மனிதனின், தனி மனிதனின் மிக முக்கியமான வேதனையாக இருக்க, அதுவே மனிதகுலம் முழுவதற்குமான வேதனையாக ஆதி காலத்தி லிருந்தே இருந்து வந்தது. இந்தப் பொது வழிபாட்டிற்காகத்தான்

மக்கள் ஒருவரையொருவர் வாளால் வெட்டிக்கொண்டனர். அவர்கள் தங்களுக்குள் தெய்வங்களைப் படைத்துக் கொண்டு ஒருவரையொருவர் இப்படி அழைத்துக்கொண்டனர்: "உங்களுடைய தெய்வங்களை விட்டு விட்டு எங்களுடைய தெய்வங்களை வணங்குங்கள், இல்லாவிட்டால் உங்களுக்கும் உங்களுடைய தெய்வங்களுக்கும் மரணம்தான்!" என்று. உலகம் அழியும்வரை இதுதான் நடக்கும், கடவுள்களே இவ்வுலகிலிருந்து மறைந்து போனாலும், கடவுள் வழிபாட்டுச் சின்னங்கள் முன்பாக மனிதர்கள் விழுந்து வணங்கிக் கொண்டேதான் இருப்பார்கள். இது உனக்குத் தெரியும், இது உனக்குத் தெரியாமலில்லை, மனிதகுலத்தின் இந்த இயற்கையான அடிப்படை ரகசியம் உனக்குத் தெரியாமலில்லை, ஆனால், எல்லோரும் எந்தவிதச் சச்சரவுமின்றி உன்னையே முழு மனத்துடன் வழிபட வேண்டுமென்று வலியுறுத்தும் உன்னுடைய பதாகையை, உனக்குக் கொடுக்கப்பட்ட பதாகையை, நீ ஏற்றுக் கொள்ளாமல் மறுத்துவிட்டாய் – மண்ணுலக உணவுப் பதாகையை, விண்ணுலக அப்பத்தின் பேரிலும் சுதந்திரத்தின் பேரிலும் நீ மறுத்து விட்டாய். இன்னும் நீ என்னசெய்தாய் என்பதைப் பார். மறுபடியும் அந்தச் சுதந்திரத்தின் பேரில்! சொல்கிறேன் கேள், பரிசாகத் தனக்குக் கிடைத்த சுதந்திரத்தை, அதனுடனேயே பிறந்த இந்த அவல ஜந்து, எதையாவது உடனே கண்டுபிடித்துச் சீக்கிரமே அதனிடம் இந்தச் சுதந்திரத்தை ஒப்படைத்துவிட வேண்டுமென்பதைத் தவிர, மிகப்பெரிய கவலை மனிதனுக்கு வேறெதுவும் இல்லை. ஆனால், யார் மனிதனுடைய மனசாட்சியைச் சாந்தப்படுத்துகிறாரோ, அவரால்தான் இந்தச் சுதந்திரத்தை எடுத்துக்கொள்ள முடியும். அப்பத்துடன் உனக்குக் கேள்வியே கேட்க முடியாத பதாகையும் கொடுக்கப்பட்டது: அப்பம் கொடுத்தால் மனிதன் உன்னை வணங்குவான், ஏனெனில் அப்பத்தை விட மறுக்க முடியாத வேறு ஒரு விஷயம் எதுவும் இல்லை; ஆனால் அதே சமயம், யாராவது அவனுடைய மனசாட்சியைக் கலைத்தால், அவன் உன்னைத் தள்ளி விட்டுவிட்டு, ஓ, உன்னுடைய அப்பத்தையும் கூடத் தூக்கி எறிந்துவிட்டு, அவனுடைய மனசாட்சியை யார் கலைத்தார்களோ அவர் பின்னாலேயே அவன் போய்விடுவான். இந்த விஷயத்தில் நீ சொல்வது சரிதான். மனித வாழ்க்கையின் ரகசியம் வாழ்க்கையை வாழ்வதில் மட்டுமல்ல, ஆனால், எதற்காக வாழ்கிறோம் என்பதில்தான் இருக்கிறது. அப்படிப்பட்ட உறுதியான எண்ணமில்லாமல் மனிதன் வாழ்க்கையை வாழ்வதில்லை; எதற்காக வாழ்கிறான் என்ற அந்த உறுதியான எண்ணம் அவனுக்கு இல்லா விட்டால், அவனைச் சுற்றி அப்பங்களே இருந்தாலும்கூட, அவன் தன் உயிரை மாய்த்துக்கொள்வான். இது இப்படியிருக்க, இதனால் வந்தது என்ன? அவனுடைய சுதந்திரத்தை எடுத்துக்கொள்வதற்குப் பதிலாக, அவனுக்கு நீ இன்னும் அதிகமாகச் சுதந்திரத்தைக் கொடுத் திருக்கிறாய்! அல்லது, நல்லது எது, கெட்டது எது என்று சுதந்திரமாகத் தேர்வுசெய்யும் அறிவைவிட, அமைதியும், ஏன் மரணமும்கூட அவனுக்கு விலைமதிக்க முடியாத ஒன்று என்பதை நீ மறந்துபோனாயா? மனசாட்சியின் சுதந்திரத்தைவிட மனிதனை ஈர்த்திழுப்பது வேறெதுவும் இல்லை, அதைவிட மிக அதிகமாக அவனை வேதனைப்படுத்துவதும்

வேறொன்றும் இல்லை. இப்படியாக, வலிமையானதொரு அஸ்திவாரத் தைப் போட்டு[21], அவர் இறங்கி வந்தது மாற்றீடு செய்ய அல்ல, மோசஸிற்குக் கொடுத்த ஆணையைப் பூர்த்திசெய்யத்தான். தண்டனை யாளர் (அல்லது இவான்) அவருடைய தரப்பு பற்றிய விஷயத்தை மிகைப்படச் சொல்கிறார். முழுமையாக அவனுடைய மனசாட்சியை அமைதிப்படுத்தாமல், மற்ற எல்லாவற்றையும் நீ கையில் எடுத்துக் கொண்டாய், அதாவது, வழக்கத்திற்கு மாறான, ஊகத்துக்கு இடமான, உறுதிசெய்ய இயலாத எல்லாவற்றையும் நீ கையில் எடுத்துக்கொண்டு, எது மனித சக்திக்கு இயலாததோ அவை எல்லாவற்றையும் எடுத்துக் கொண்டு, அவர்களை நீ விரும்பவே இல்லை என்பதுபோல நீ நடந்துகொண்டாய் – ஆக இப்படிச் செய்தது யார்? தன்னுடைய வாழ்வையே அவர்களுக்காக அர்ப்பணித்துக் கொள்ள வந்த நீயா! மனித சுதந்திரத்திற்கான பொறுப்பை நீ ஏற்றுக்கொள்ளாமல், அந்தச் சுதந்திரத்தை அதிகப்படுத்தி, மனித ஆன்ம வேதனை என்ற சுமையை நீ ஏற்றினாய். மனிதனின் சுதந்திர அன்பை விரும்பிய நீ, உன்னால் கவர்ந்து, ஈர்க்கப்பட்ட அவன், உன்னைச் சுதந்திரமாகப் பின்பற்ற வேண்டுமென்று விரும்பினாய். உறுதியான பழங்கால சட்டதிட்டங் களுக்குப் பதிலாக – மனிதன் சுதந்திர மனதுடன் எது நல்லது, எது கெட்டது என்பதை உன் திருவுருவத்திற்கு முன்பு நின்று, அவனை வழிநடத்தும் உன் திருவுருவத்திற்கு முன்பு நின்று, அவனே முடிவுசெய்து கொள்ள, தன்னுடைய சுதந்திரச் சுமையால் அவன் பயங்கரமாக அழுந்தித் தேர்வுசெய்ய முடியாமல் கிடக்க, முடிவாக அவன் உன்னுடைய திருவுருவத்தைப் புறக்கணித்துவிட்டு, உன்னையும் உன்னுடைய உண்மைக்கு எதிராகவும் நிற்பான் என்பதை நீ நினைத்துப் பார்க்கவில்லையா? இறுதியாக அவர்கள், உண்மை உன்னிடத்தில் இல்லை என்று கதற, இதற்கு மேலும் அவர்களை நீ குழப்பத்தில், வேதனையில் விட்டுவிடாமல், ஆனால் அதைச் செய்த நீ, அவர்களைப் பலவிதமான பொறுப்புகளிலும் தீர்க்க முடியாத பிரச்சினைகளிலும் விட்டுவிட்டுப் போனாய். உன்னுடைய அரசாட்சியின் அஸ்திவாரத் திற்கே நீ அழிவைத் தேடிக்கொள்ள, வேறு யாரையும் நீ குறைகூற முடியாது. இருந்தாலும், இதுதானா இங்கு உனக்குக் கொடுக்கப்பட்டது? இந்த மண்ணுலகில் ஆற்றல்மிக்க சக்திகள் மூன்றே மூன்றுதான், பலவீனமான இந்த எதிர்ப்பாளர்களின் சொந்தச் சந்தோஷத்திற்காக, அவர்களுடைய மனசாட்சியை வென்று, அதை எப்போதுமே சிறை படுத்தக்கூடிய சக்திகள் மூன்றுதான் – அவை அற்புதம், மர்மம், அதிகாரம். முதலில் கொடுக்கப்பட்டதையும், இரண்டாவதாகக் கொடுக்கப்பட்டதை யும் அப்படியே மூன்றாவதாகக் கொடுக்கப்பட்டதையும் மறுத்த நீ, அப்படி மறுப்பதற்கேயான உதாரணமாக ஆகிவிட்டாய். அச்சமூட்டுகிற, புத்திக்கூர்மையுள்ள அந்தச் சோதிக்கும் தூய ஆவி உன்னைத் தேவாலயத்தின் வெகு உச்சியில் வைத்து உன்னிடம் சொன்னது: "நீ கடவுளின் மகன் என்பதைத் தெரிந்துகொள்ள விருப்பப்பட்டால், இங்கிருந்து விழு, ஏனெனில் இப்படிச் சொல்லப்பட்டுள்ளது, உன்னைப் பாதுகாக்க அவர் தன்னுடைய தேவதைகளை அனுப்புவார், அவர்கள் தங்களுடைய கைகளில் உன்னைத் தாங்குவர், நீ அடிபடாமல் காப்பாற்றப்

படுவாய் என்று, அப்படியே அப்போதே உனக்குத் தெரியும், நீ கடவுளின் மகனா இல்லையா என்று, இதன் மூலமாக உன்னுடைய தந்தையின் மீது வைத்திருக்கும் நம்பிக்கையை நீ உறுதிப்படுத்துவாய் என்று."[22] ஆனால் நீ அவருடைய கோரிக்கையை ஏற்க மறுத்து ஆலயத்தின் உச்சியிலிருந்து கீழே குதிக்க மறுத்துவிட்டாய். ஓ, நீ இங்குப் பெருமையுடன், மிக அற்புதமாகக் கடவுள் போல நடந்துகொண்டாய், ஆனால், மக்களோ, இந்தப் பலவீனமான, கலகக்கார இனமோ, கடவுளா என்ன? ஓ, அப்போதே உனக்குத் தெரியும், நீ ஒரு அடி எடுத்து வைத்து, கீழே விழுவது போல ஒரு அசைவைச் செய்திருந்தால் கூட, உடனே நீ கடவுளைச் சோதித்து, அவர் மீதிருந்த நம்பிக்கையை இழந்து, மக்களைக் காப்பாற்ற வந்த நீ, பூமியில் வீழ்ந்திருப்பாய், உடனே உன்னைச் சோதித்த அந்தப் புத்திக்கூர்மையுள்ள தூய ஆவி இதைக் கண்டு மகிழ்ச்சியடைந்திருக்கும் என்று. ஆனால், மீண்டும் சொல்கிறேன், உன்னைப் போன்றவர்கள் நிறையப் பேர் இருக்கிறார்களா என்ன? இப்படிப்பட்ட சபலங்களுக்கு ஆளாகாமலிருக்க உண்மையாகவே மனித குலத்திற்குச் சக்தி இருக்குமா என்பதை ஒரு நிமிடமாவது நீ நினைத்துப் பார்த்திருப்பாயா? அதிசயத்தை மறுக்கும் விதத்திலா மனித குணம் படைக்கப்பட்டிருக்கிறது, அப்படியே இப்படிப்பட்ட வாழ்க்கையின் பயங்கரமான தருணங்களில், மிகப் பயங்கரமான தருணங்களில், மிக முக்கியமாக, ஆன்மாவை வேதனைப்படுத்தும் கேள்விகளுக்கு, சுதந்திரமாக மனம் எடுக்கும் முடிவையா ஏற்றுக் கொள்வது? ஓ, உனக்குத் தெரியும், நீ செய்யும் அருஞ்சாதனைகள் எல்லாம் பைபிளில் நிரந்தரமாக இடம்பெறுமென்றும், அவை பல நூற்றாண்டு காலமாக உலகின் கடைசி மூலை முடுக்கு வரைக்கும் கொண்டு சேர்க்கப்படுமென்றும், அப்படியே உன்னைத் தொடர்ந்தபடி மனிதன் அற்புதங்களின் தேவையில்லாமல் கடவுளுடன் இருப்பான் என்றும் நீ நம்பினாய். ஆனால், அற்புதங்களை மனிதன் மறுக்கத் தொடங்கிய அந்தக் கணமே கடவுளையும் அவன் மறுப்பான் என்று உனக்குத் தெரியாது, ஏனெனில், மனிதன் கடவுளைவிட அற்புதங்களைத் தான் தேடுகிறான். அதைத்தான் அவன் தேடுகிறான் என்பது உனக்குத் தெரியாது, – எனவே, அற்புதங்களில்லாமல் மனிதனால் இருக்க முடியா தென்பதால், அவன் நினைத்தபடி புதிய அற்புதங்களை, அவனுக்கு வேண்டிய அற்புதங்களை உருவாக்குவான், நூறு மடங்கு அவன் கிளர்ச்சிக்காரனாகவும் சமயக் கோட்பாட்டை மறுதலிப்பவனாகவும் நாத்திகனாகவும் இருந்தாலும். இப்போது அவன் பொய்யான அற்புதங்களுக்கும் பில்லி சூனிய, மாந்திரீகத்திற்கும் தலைவணங்குவான்.

சிலுவையிலிருந்து கீழிறங்கி வா, "சிலுவையிலிருந்து கீழிறங்கி வந்தால், நீதான் என்று நாங்கள் நம்புவோம்[23]" என்று அவர்கள் உன்னைப் பார்த்துக் கத்தி, ஏளனம் செய்து, சாடி அழைத்தபோது நீ இறங்கி வரவில்லை. நீ ஏன் இறங்கி வரவில்லையென்றால், மீண்டும், மனிதனை நீ அற்புதத்தால் அடிமையாக்க விரும்பாமல், சுதந்திரமான நம்பிக்கையின்மீது வேட்கை கொண்ட நீ, அற்புதத்தால் அவனை நீ அடிமையாக்கவில்லை. சுதந்திரமான அன்பின் மீது உனக்கு வேட்கை இருக்க, நிரந்தரமாகப் பயமுறுத்திய ஒரு சக்தியின் முன் அடிமையான

மனிதன் பேரானந்தத்தில் இருப்பது உனக்குப் பிடிக்கவில்லை. இங்கு கூட நீ மனித குலத்தை மிக அதிகமாகவே மதிப்பிட்டாய், அவர்கள் கிளர்ச்சியாளர்களாக, எதையும் எதிர்ப்பவர்களாகப் படைக்கப்பட்டா லும், அவர்கள் அடிமைகள்தாம். இப்போது நீயே பார்த்து தீர்ப்பளி, பதினைந்து நூற்றாண்டுகள் கழிந்தபிறகு அவர்களைப் பார்: யாரை நீ உன்னளவிற்கு உயர்த்தியிருக்கிறாய்? சத்தியமாகச் சொல்கிறேன், நீ நினைத்ததைவிட மனிதன் பலவீனமானவனாக, கீழானவனாகப் படைக்கப்பட்டிருக்கிறான்! எப்படி, எப்படி அவனால் நீ செய்யும் காரியங்களைச் செய்ய முடியும்? இவ்வளவு தூரம் அவனுக்கு மரியாதை கொடுத்தபிறகு, ஏதோ நீ அவனிடம் கருணையே இல்லாததுபோல நடந்துகொண்டாய், ஏனெனில் அவனிடமிருந்து நீ அதிகமாக எதிர்பார்த்தாய் – இதை யார் செய்தது? தன்னைவிட மிக அதிகமாக யார் அவனை நேசித்தாரோ அவர் செய்தது! அவனை நீ மிகக் குறைவாக மதிப்பிட்டிருந்தால், அவனிடமிருந்து நீ மிகக் குறைவாகவே எதிர்பார்த்திருப்பாய், அது அன்பிற்கு நெருக்கமாக இருந்திருக்கும், அவனுடைய வேதனைகளும் குறைவாகவே இருந்திருக்கும். அவன் பலவீனமானவன், அற்பமானவன். எங்களுடைய அதிகாரத்திற்கு எதிராக எல்லா இடத்திலும் புரட்சி செய்துகொண்டு, அப்படிப் புரட்சி செய்வதைப் பற்றி அவன் பெருமைப்பட்டும் கொண்டிருக்கிறான், அதனாலென்ன? இது ஒரு சிறுவனின், பள்ளி மாணவனின் தற்பெருமை.

பள்ளி மாணவர்கள் கலகம் செய்து ஆசிரியரை வெளியே தள்ளுவது போன்றது இது. ஆனால் இந்தச் சிறுவர்களின் குதூகலத்திற்கு ஒரு முடிவு வந்து, அவர்கள் செய்த இந்தக் காரியத்திற்கு அவர்களே பெரிய விலைகொடுக்க வேண்டி வரும். அவர்களே ஆலயங்களை இடித்துத் தள்ளி, ரத்தத்தால் இந்தப் பூமியை நனைப்பர். ஆனால், இறுதியில் இந்த முட்டாள் பிள்ளைகளுக்குப் புரியும், கலகக்காரர்களாக அவர்கள் இருந்தாலும், அவர்கள் பலவீனமானவர்கள், தங்களுடைய இந்தக் கலகத்தையே அவர்களால் தாங்கிக்கொள்ள முடியாது என்று. மடத்தனமாகக் கண்ணீரைச் சிந்தியபடி, இறுதியாக அவர்கள் உணர்வார் கள், கலகக்காரர்களாக அவர்கள் படைக்கப்பட்டது, சந்தேகத்திற்கிட மின்றி, அவர்களைப் பார்த்துப் படைத்தவனே சிரிக்கத்தான் என்பதை. நம்பிக்கை இல்லாத நிலையில் அவர்கள் சொல்வது தெய்வ நிந்தனை யாகிறது; அதற்காக அவர்கள் இன்னும் அதிகமாக வருத்தப்படுகிறார்கள்; மனிதப் பண்பு கடவுள் நிந்தனையைத் தாங்கிக்கொள்வதில்லை; அதனால் இறுதியாக அதுவே அதற்காகப் பழிதீர்த்துக் கொள்ளும். இப்படியாக, அமைதியின்மை, குழப்பம், வருத்தம் உண்டாக – இதோ இதுதான் மனிதனின் தற்போதைய நிலையாக இருக்கிறது; நீயோ அவர்களுடைய சுதந்திரத்திற்காக இவ்வளவு தூரம் பாடுபட்டிருக்கிறாய்! மிகப்பெரிய உன்னுடைய தீர்க்கதரிசி தொலைநோக்குப் பார்வையுடன், உருவகமாகச் சொன்னார், நீ முதன்முறை உயிர்த்தெழுந்து வந்தபோது, அங்கு வந்திருந்த எல்லோரையும், ஒவ்வொரு இனத்திலிருந்து வந்திருந்த பன்னிரண்டாயிரம் பேரையும் அவர் பார்த்தார்[24] என்று. அப்படி அவர்கள் இத்தனை பேர் வந்திருந்தார்கள் என்றால், அவர்கள் மனிதர்க ளாக இருந்திருக்க முடியாது, தெய்வங்களாகவேதான் இருந்திருப்பர்.

கானகத்தில் அவர்கள் பல ஆண்டுகாலமாகப் பட்டினி கிடந்து ஆடையில்லாமல், வெட்டுக்கிளியையும் வேர்க் கிழங்குகளையும்[25] சாப்பிட்டுக்கொண்டு, இத்தனை வேதனைகளையும் தாங்கிக்கொண்டு, உன்னை நாடி வந்த இந்தச் சுதந்திரக் குழந்தைகளைப் பார்த்து, பெருமையாகவே நீ சொல்லலாம், உன்னுடைய பெயரால் கிடைக்கப் பெற்ற சுதந்திரம், சுதந்திரமான அன்பு, மிகப்பெரிய தியாகத்தின் பேரில்தான் நடந்தது என்று. ஆனால், நினைவில் கொள். அப்படிப் பட்டவர்கள் சில ஆயிரக்கணக்கானவர்கள்தாம், ஆமாம். அதுவும், அவர்கள் தெய்வங்கள், அப்படியானால் மற்றவர்கள்? வலிமையானவர் கள் தாங்கிக்கொண்டதைப் போல, பலவீனமானவர்களால் தாங்கிக் கொள்ள முடியாமல் போனது அவர்களுடைய குற்றமா என்ன? இப்படிப்பட்ட பயங்கரமானதொரு பரிசைத் தங்களிடம் வைத்துக் கொள்ள முடியாமல் போனது பலவீனமானவர்களின் குற்றமா என்ன? அப்படியானால், உண்மையாகவே நீ தேர்ந்தெடுக்கப்பட்டவர்களுக்கு, தேர்ந்தெடுக்கப் பட்டவர்களுக்காகத்தான் வந்திருக்கிறாயா? அப்படி யானால், இதில் ஒரு ரகசியம் இருக்கிறது, அது எங்களுக்குப் புரியாமல் இருக்கிறது. அப்படி அது ஒரு ரகசியம் என்றால், அந்த ரகசியத்தைப் போதிக்கவும் கற்பிக்கவும் எங்களுக்கு உரிமை உண்டு, அதாவது, இங்கு அன்பு என்பதோ, உள்ளம் எதையும் சுதந்திரமாகத் தேர்ந் தெடுக்கலாம் என்பதோ கிடையாது, வெறும் ரகசியத்திற்கு மட்டுமே கண்மூடித்தனமாகக் கீழ்ப்படிய வேண்டும், அதுவும் எங்களுடைய மனசாட்சியை ஒதுக்கிவைத்துவிட்டு என்பதுதான். அதைத்தான் நாங்கள் செய்தோம். நீ செய்த சாதனைகளை நாங்கள் அற்புதம், மர்மம், அதிகாரம் என்ற அடிப்படையில் எடுத்துக்கொண்டோம். அப்படியே மனிதகுலம் மீண்டும் ஆட்டு மந்தையாக வழிநடத்தப்படுவதை நினைத்து மகிழ்ச்சியடைந்தது; இவ்வளவு துயரங்களைக் கொடுத்த பயங்கரமான அந்தப் பரிசு, இறுதியாக அவர்களுடைய உள்ளத்திலிருந்து எடுக்கப் படுவதைப் பார்த்து அது மகிழ்ச்சியடைந்தது. சொல், நாங்கள் இப்படிப் போதித்ததும், செய்ததும் சரிதானே? உண்மையாகவே நாங்கள் மனித குலத்தை நேசிக்கவில்லையா என்ன, அப்படி நேசித்த காரணத்தால் தான், அவர்களுடைய இல்லாமையைத் தெரிந்துகொண்டு, மிகப் பணிவாக, மிகுந்த அன்புடன், அவர்களுடைய சுமையைக் குறைக்கும் விதத்தில், பலவீனமான அவர்களுடைய குணத்தின் காரணமாக அவர்களைப் பாவம் செய்யக்கூட நாங்கள் அனுமதிக்கிறோம்? அப்படி இருக்க, எதற்காக நீ இப்போது எங்களுக்குத் தொல்லை கொடுக்க வந்திருக்கிறாய்? எதற்காக நீ இப்படி என்னை அமைதியாக, புரிந்து கொள்ளும் பார்வையில், பணிவாகப் பார்க்கிறாய்? கோபப்படு, உன்னுடைய அன்பு எனக்குத் தேவையில்லை, ஏனெனில் நானே உன்னை விரும்பவில்லை. உன்னிடமிருந்து மறைப்பதற்கு எனக்கு என்ன இருக்கிறது? அல்லது எனக்குத் தெரியாதா என்ன, நான் யாரிடம் பேசுகிறேன் என்று? நான் என்ன சொல்லப் போகிறேன் என்பது உனக்கு நன்றாகவே தெரியும், அது உன்னுடைய பார்வையி லிருந்தே எனக்குத் தெரிகிறது. நானா நம்முடைய ரகசியத்தை உன்னிட மிருந்து மறைத்து வைத்திருக்கிறேன்? ஒருசமயம் அதை நீ என்னிட

மிருந்து குறிப்பாகக் கேட்க விருப்பப்பட்டால், கேள், நாங்கள் உன்னுடன் இல்லை, அவருடன் இருக்கிறோம், இதோ இதுதான் நம்முடைய ரகசியம்! நாங்கள் எப்போதுமே உன்னுடன் இல்லை, அவருடன்தான் இருக்கிறோம், ஏற்கனவே எட்டு நூற்றாண்டுகளாக. சரியாக எட்டு நூற்றாண்டுகளுக்கு முன்பு மண்ணுலகிலுள்ள எல்லா ராஜ்ஜியங்களையும் அவர் உனக்குக் காட்டி, அவர் அளித்த கடைசிப் பரிசை எப்போது நீ வேண்டாமென்று ஒதுக்கினாயோ, அப்போதே அதை நாங்கள் எடுத்துக்கொண்டோம்.[26] அவரிடமிருந்து நாங்கள் ரோமாபுரியையும் சீசரின் உறைவாளையும் எடுத்துக்கொண்டு, எங்களை நாங்கள் மண்ணுலகை ஆளும் ஒரே ஆட்சியாளர்கள் என்று பிரகடனப்படுத்திக் கொண்டாலும், இன்றுவரை எங்களுடைய வேலையை நாங்கள் முழுமையாகச் செய்து முடிக்கவில்லை. ஆனால், இது யாருடைய தவறு? ஓ, இந்த வேலை இன்னும் ஆரம்ப நிலையில்தான் இருக்கிறது, ஆனால் இது தொடங்கப்பட்டுவிட்டது. இதை முடிக்க இன்னும் நீண்டகாலம் காத்திருக்க வேண்டும், அதற்கு இந்த மண்ணுலகம் இன்னும் அதிகமாகக் கஷ்டப்பட வேண்டும், ஆனால் நாங்கள் இந்த வேலையைச் செய்து முடிப்போம், முடித்து நாங்கள் சீசர்கள் ஆவோம், அப்போது நாங்கள் உலகளாவிய மனித மகிழ்ச்சியைப் பற்றி யோசிப்போம். இருந்தாலும், அப்போதே நீ சீசரின் உறை வாளை எடுத்திருக்கலாம். எதற்காக நீ இந்தக் கடைசிப் பரிசை வேண்டாம் என்று உதறித் தள்ளினாய்? வலிமை வாய்ந்த அந்தத் தூய ஆவியின் மூன்றாவது அறிவுரையை நீ ஏற்றிருந்தால், இந்த மண்ணுலகில் மனிதன் தேடும் எல்லாவற்றையும் நீ கொடுத்திருப்பாய், அதாவது, எதன் முன்பாவது தலை வணங்கி, எதனிடமாவது தன்னுடைய மனசாட்சியை ஒப்படைத்து, எப்படியாவது எல்லோரையும் ஒன்றுசேர்த்து, எறும்புப் புற்றில் எறும்புகளிடையே நிலவும் ஒரு பொதுமையைப் போல, சுமுகமான அதனுடைய உறவைப் போல, மனிதர்கள் எல்லோரையும் ஒன்றுசேர்த்து, சச்சரவில்லாமல், உலகளாவிய ஒருங்கிணைப்பை ஏற்படுத்தியிருப்பாய்; அதுவே மனிதனின் மூன்றாவதும் இறுதியுமான வேதனையாகும். மனிதகுலம் இந்த ஒருங்கிணைப்பிற்காகத்தான் எப்போதுமே முயன்று கொண்டு, முக்கியமான இந்த உலகளாவிய ஒன்றிற்காகத்தான் எல்லா வற்றையும் சீரமைத்து, ஏற்பாடு செய்துகொண்டிருக்கிறது. மிகப்பெரிய நாடுகளெல்லாம் தம் பெருமை மிக்க வரலாறுகளுடன், எவ்வளவு உயர்நிலையில் இருந்தனவோ, அவ்வளவு மகிழ்ச்சியில்லாமல் இருக்க, மற்றவர்களைவிட இவர்கள்தாம் மனிதகுலத்தின் உலகளாவிய ஒருங் கமைப்பின் தேவையை மிக உறுதியாக உணர்ந்திருந்தார்கள். போரில் பெரும் வெற்றி கொண்டவர்களான, டேமர்லேன்ஸ், செங்கிஸ்கான் போன்றவர்கள் சூறாவளிக் காற்றுப் போல மண்ணுலகில் வந்து உலகை வென்றார்கள். அவர்கள் பிரபஞ்சத்தையே வெல்ல வேட்கை கொண்டவர்கள்; அவர்கள்கூடத் தங்களை அறியாமல் உலகளாவிய, மனிதகுல ஒற்றுமையின் தேவையைப் பற்றித்தான் பேசினார்கள். இந்த உலகத்தையும் சீசரின் ஆட்சியையும் நீ ஏற்றுக்கொண்டிருந்தால், ஒரு மன்னராட்சியின் கீழ் உலகளாவிய அரசாட்சியை நிறுவி, உலக அமைதியையும் நீ கொடுத்திருப்பாய். யாரிடம் மக்களின் மனசாட்சியும்

யாருடைய கைகளில் அவர்களுக்கான அப்பமும் இருக்கிறதோ, அவர்களிடம்தானே மனிதகுலமும் இருக்க முடியும்? நாங்கள் சீசரின் உறைவாளை எடுக்க, அப்படி அதை எடுத்ததன் மூலமாக நாங்கள் உன்னை நிராகரித்து அவரைத் தொடர்ந்து செல்கிறோம். ஓ, கொள்கையே இல்லாத சுதந்திரமான சிந்தனைக் குழப்பமும் அவர்களுடைய விஞ்ஞானமும் மனித மிசைதலும் இன்னும் பல நூற்றாண்டுகளாக இருக்கும், ஏனெனில் நாங்கள் இல்லாமல் கட்ட ஆரம்பித்த இந்த பாபெல் உயர் கோபுரத்தை அவர்கள் இந்த மனித மிசைதலில்தான் கொண்டுபோய் முடிப்பார்கள். அப்போது அந்த மிருகம் மெதுவாக நம்மை நோக்கி ஊர்ந்து வந்து ரத்தக் கண்ணீர் சிந்தும். அப்போது நாம் அந்த மிருகத்தின் மீதேறி அமர்ந்து மர்மம் என்ற இந்த வாசகம் பொறித்த கோப்பையை உயர்த்திப் பிடிப்போம்.[27]

அப்போதுதான் அமைதியும் மகிழ்ச்சியின் ராஜ்யமும் மனிதகுலத் திற்கு வரப்பெறும். நீ தேர்ந்தெடுக்கப்பட்ட அந்த மனிதர்களைப் பார்த்துப் பெருமைப்படுகிறாய், ஆனால், உன்னிடம் தேர்ந்தெடுக்கப் பட்ட அந்த மனிதர்கள் மட்டுமே இருக்கிறார்கள். ஆனால் நாங்களோ எல்லோரையும் அமைதிப்படுத்துகிறோம். அப்படியே இன்னும் கொஞ்சம் பேர் இருக்கிறார்கள்: அப்படித் தேர்ந்தெடுக்கப்பட்ட எத்தனை பேர், இறுதியாக உனக்காகக் காத்திருந்து மனம் சோர்வடைந்தவர்களில் எத்தனை பேர், தங்களுடைய ஆன்ம சக்தியையும் மனக் கொதிப்பையும் வேறு பக்கமாகத் திருப்பித் தங்களுடைய சுதந்திரப் பதாகையை உனக்கு எதிராகப் பிடிப்பர்! ஆனால் அந்தப் பதாகையை நீயேதான் ஏற்றிப் பிடித்தாய். எங்களுடன் எல்லோரும் மகிழ்ச்சியாக, இனியும் கலகம் எதுவும் செய்யாமல், தங்களைத் தாங்களே அழித்துக்கொள்ளாமல், எங்கும் பரவி இருக்கும் சுதந்திரத்தின் பேரில் மகிழ்ச்சியாகவே இருப்பார்கள். ஓ, அப்போது நாங்கள் அவர்களை நம்ப வைப்போம், எப்போது அவர்கள் தங்களுடைய சுதந்திரத்தை மறுத்து, அதை எங்களிடம் கொடுத்து, எங்களுக்கு அடிபணிகிறார்களோ, அப்போது அவர்கள் சுதந்திரமடைவார்கள் என்று. என்ன, நாங்கள் சொல்வது சரியா, இல்லை பொய்யா? நாங்கள் சொல்வது உண்மை என்பதை அவர்களே நம்புவார்கள், ஏனெனில் நீ கொடுத்த சுதந்திரம் அவர்களை எப்படிப் பட்ட பயங்கரமான குழப்பத்திலும் அடிமைத்தனத்திலும் தள்ளியது என்பதை அவர்களே நினைத்துப் பார்ப்பார்கள். சுதந்திரம், சுதந்திரமான சிந்தனை, அறிவியல் இவையெல்லாம் ஏடாகூடமான சிக்கலில் கொண்டுபோய்ச் சேர்த்து, இப்படிப்பட்ட அதிசயங்களின் முன்பும், விடைகாண முடியாத புதிர்களின் முன்பும் அவர்களை நேருக்கு நேராக நிறுத்த, அதில் சிலர், மூர்க்கத்தனமானவர்களும் கலகக்காரர்களும் ஒருவரையொருவர் தாக்கிக்கொள்ள, கட்டுக்கடங்காத மற்றவர்களும் கடைகெட்டவர்களும் ஒருவரையொருவர் அழித்துக்கொள்ள, மீதி இருப்பவர்களோ – பலவீனமான, வலுவில்லாத, துரதிருஷ்டசாலிகள், நம்முடைய கால்களை நோக்கி ஊர்ந்து வந்து, நம்மைப் பார்த்து இப்படிக் கூக்குரலிடுவார்கள்: 'ஆமாம், நீங்கள் சொன்னது சரிதான். உங்களிடம்தான் அந்த மர்மம் இருக்கிறது, உங்களிடம் நாங்கள்

திரும்பி வருகிறோம், எங்களிடமிருந்தே எங்களைக் காப்பாற்றுங்கள்' என்று. எங்களிடமிருந்து அப்பங்களைப் பெற்றுக்கொண்ட அவர்கள், கண்கூடாகப் பார்ப்பார்கள், அவர்களுடைய சொந்தக் கைகளால் செய்யப்பட்ட அந்த அப்பங்களை நாங்கள் அவர்களிடமிருந்து எடுத்து அவர்களுக்கே பகிர்ந்தளிக்கிறோம், அதுவும் எப்படிப்பட்ட அற்புதத்தையும் நிகழ்த்தாமல், அப்படியே அவர்கள் பார்ப்பார்கள். நாங்கள் எந்தக் கற்களையும் அப்பங்களாக்கவில்லை என்று; ஆனால், உண்மையைச் சொல்லப்போனால், அந்த அப்பங்களை விடவும் அவை எங்களுடைய கைகளால் கொடுக்கப்படுவதைப் பார்த்து அவர்கள் சந்தோஷப் படுவார்கள்! ஏனெனில், அவர்களே நினைத்துப் பார்ப்பார்கள், இதற்கு முன்பு நாங்கள் இல்லாமல் செய்யப்பட்ட அப்பங்கள் அவர்களுடைய கைகளில் கற்களாய் இருந்ததையும், இப்போது அவர்கள் எங்களிடம் திரும்பி வந்தபிறகு அதே அந்தக் கற்கள் அப்பங்களானதையும் ஒரேயடியாக இப்படி அவர்கள் சரணடைவதில் உள்ள தாத்பர்யத்தை மிக அதிகமாக, மிகமிக அதிகமாக அவர்கள் உணர்வார்கள்! இதைப் புரிந்துகொள்ளாதவரை மனிதர்கள் மகிழ்ச்சியில்லாமல்தான் இருப்பார்கள்!

அவர்கள் இதைப் புரிந்துகொள்ளாமல் இருக்க யார் காரணம், சொல்? யார் இந்த மந்தையைப் பிரித்து வழிதெரியாத பாதையில் சிதறடித்தது? ஆனால், அந்த மந்தை மீண்டும் ஒன்றுசேர்ந்து மீண்டும் நம்மை வந்து சரணடையும். ஆனால் இந்த முறை முற்றிலும் நிலையாக. அப்போது நாம் அவர்களுக்கு அமைதியான மகிழ்ச்சியை, பலவீன மானவர்களுக்கான மகிழ்ச்சியை, பலவீனமானவர்களாகவே படைக்கப் பட்ட அவர்களுக்குக் கொடுப்போம். ஓ, இதற்காக அவர்கள் பெருமைப் படக் கூடாது என்பதை அவர்களுக்கு நாம் இறுதியாக உணர்த்துவோம், ஏனென்றால், அவர்களை நீ அப்படி வளர்த்து, பெருமைப்படவும் கற்றுக்கொடுத்துவிட்டாய்; அவர்கள் பலவீனமானவர்கள் என்பதை நாம் அவர்களுக்கு நிரூபித்து, அவர்கள் வெறும் பரிதாபத்திற்குரிய குழந்தைகள்தாம், ஆனால், அந்தக் குழந்தைகளின் மகிழ்ச்சி வேறு எதையும்விட இனிமையானது என்பதை நாம் அவர்களுக்கு உணர்த்து வோம். மருட்சியில் அவர்கள் பயந்துபோய், தாய்க்கோழியைக் கோழிக்குஞ்சுகள் அண்டியிருப்பது போல, அவர்கள் நம்மை அண்டி யிருப்பார்கள். நம்மைப் பார்த்து அவர்கள் பயந்து, ஆச்சர்யப்பட்டு, நடுங்க, இந்த அளவுக்கு நாம் வலிமைவாய்ந்தவர்களாக, அறிவார்ந்த வர்களாக இருப்பதில், ஆயிரம் மில்லியன் மக்களடங்கிய கொந்தளிக்கும் கூட்டத்தை நாம் கட்டுப்படுத்துபவர்களாக இருப்பதில் நாம் பெருமைப் பட்டுக்கொள்ள வேண்டும். நம்முடைய கோபத்தைக் கண்டு அவர்கள் நடுநடுங்க, அவர்களுடைய அறிவு மருண்டு பயந்து, வெட்கப்பட, குழந்தைகளைப் போல அல்லது பெண்களைப் போல அவர்களுடைய கண்களிலிருந்து கண்ணீர் மல்க, நாம் கை அசைத்தால்போதும் உடனே அவர்கள் சந்தோஷத்தில் உரக்கச் சிரித்து, குதூகலமாக, சந்தோஷமான குழந்தைகளைப் போல உற்சாகமடைவார்கள். ஆமாம் நாம் அவர்களை வேலைசெய்ய வைப்போம், ஆனால் வாழ்க்கைக்காக வேலைசெய்யாத நேரத்தில், அவர்களுக்குக் குழந்தை விளையாட்டைப்

போல, குழந்தைகளின் பாடல்களை ஒன்றாகச் சேர்ந்து பாடி, கள்ளங் கபடமின்றி விளையாடும் ஒரு வாழ்வை அமைத்துக் கொடுப்போம்.

ஓ, நாங்கள் அவர்களைப் பாவம்செய்யவும் அனுமதிப்போம், ஏனெனில் அவர்கள் பலவீனமான, வலிமையில்லாத மனிதர்கள், அதனால் அவர்களை நாங்கள் பாவம் செய்ய அனுமதிப்போம், அதற்காக அவர்கள் எங்களைக் குழந்தைகளைப் போல விரும்புவார்கள். அப்போது நாங்கள் சொல்வோம், எந்தப் பாவமும், எங்களுடைய அனுமதியின் பேரில் செய்யப்பட்ட எந்தப் பாவமும் மன்னிக்கப்படும்; அவர்களை நாங்கள் பாவம் செய்ய அனுமதிக்கிறோம், ஏனெனில் நாங்கள் அவர்களை நேசிக்கிறோம், அந்தப் பாவங்களுக்கான தண்டனையை, சரி, நாங்களே ஏற்றுக்கொள்வோம். அவர்களுடைய பாவங்களைக் கடவுள் முன்பாக, நாங்கள் எங்கள்மீது ஏற்றுக்கொள்வதால், அவர்கள் எங்களை நன்மை செய்பவர்கள் என்றெண்ணி, அவர்களுடைய பாவங்களைக் கடவுள் முன்பாக நாங்கள் ஏற்றுக்கொள்ளும் காரணத்தால் எங்களை அவர்கள் மனத்தில் வைத்து வழிபடுவார்கள்.

ஆகவே, எங்களிடமிருந்து அவர்கள் எந்தவித ரகசியத்தையும் மறைக்க மாட்டார்கள். அவர்களை நாங்கள் அவர்களுடைய மனைவிக ளுடன் அல்லது காதலிகளுடன் வாழ அனுமதிப்பதும் தடை செய்வதும், குழந்தைகள் பெற அனுமதிப்பதும் தடை செய்வதும் எல்லாமே அவர்களுடைய கீழ்ப்படிதலைப் பொறுத்து இருக்கும் – அவர்கள் எங்களுக்குக் கீழ்ப்படிந்து சந்தோஷமாகவும் மகிழ்ச்சியாகவும் இருப்பார்கள். அவர்களுடைய மிகப்பெரிய வேதனைமிக்க மனசாட்சியின் ரகசியங் களை – எல்லாவற்றையும், எல்லா விஷயங்களையும் அவர்கள் எங்களிடம் கொண்டுவருவார்கள், நாங்கள் அவற்றிற்குத் தீர்வு காண்போம், நாங்கள் அளிக்கும் தீர்ப்பின்மீது அவர்கள் நம்பிக்கை வைத்து மகிழ்ச்சியுடன் அவற்றை ஏற்றுக்கொள்வார்கள், ஏனெனில் அது அவர்களை மிகப் பெரிய கவலையிலிருந்தும், தற்போதைய பயங்கரமான தனிப்பட்ட, சுதந்திரமான முடிவுகளிலிருந்தும் விடுவிக்கும்.

அப்படியே எல்லோரும் மகிழ்ச்சியாக இருப்பார்கள், எல்லாப் பல்லாயிரக்கணக்கான ஜந்துக்களும், அவர்களை ஆட்சி செய்யும் ஒரு நூறாயிரம் பேர்களைத் தவிர, எல்லோரும். இந்த மர்மத்தைப் பாதுகாக்கும் நாம் மட்டும் மகிழ்ச்சியில்லாமல் இருப்போம். அங்கே மகிழ்ச்சியில் ஆயிரக்கணக்கான, லட்சக்கணக்கான குழந்தைகள் திளைத் திருக்க, அப்படியே சாபக்கேடான நல்லது, கெட்டதை அறிந்த நூறு ஆயிரக்கணக்கானவர்கள் அந்த வேதனையைத் தம்மீது சுமந்திருப்பார்கள். அப்படிப்பட்ட அவர்கள் அமைதியாக இறந்து போக, உன்னுடைய நாமத்தின் பேரால் அமைதியாக அவர்கள் மறைந்துபோக, கல்லறைக்குப் பின்னாலும் சாவொன்றை மட்டுமே அவர்கள் பார்ப்பார்கள். ஆனால் அந்த ரகசியத்தை நாங்கள் பாதுகாக்க, அவர்களுடைய சொந்த சந்தோஷத்திற்காக, அவர்களை நாங்கள் அழியாத, விண்ணுலகப் பரிசை நோக்கி ஆசைகாட்டி அவர்களை இழுப்போம். விண்ணுலகில் ஏதாவது இருந்தால்கூட, கண்டிப்பாக அது இவர்களைப் போன்றவர் களுக்காக அல்ல. இப்படிச் சொல்லப்பட்டிருக்கிறது, தீர்க்கதரிசனமாகச்

சொல்லப்படுகிறது, நீ வருவாய், வந்து மீண்டும் வெற்றி பெற்று, உன்னால் தேர்ந்தெடுக்கப்பட்டவர்களுடன் உன்னுடைய பெருமை வாய்ந்த, வலிமை வாய்ந்த மக்களுடன் நீ வருவாயென்று, ஆனால் நாங்கள் சொல்வோம், அவர்கள் அவர்களை மட்டுமே காப்பாற்றி னார்கள், நாங்களோ எல்லோரையும் காப்பாற்றினோம் என்று. சொல்லப்படுவது யாதெனில், மிருகத்தின் மீதமர்ந்து ஒழுக்கக் கேடானவள் மர்மத்தைத் தன்னுடைய கையில் வைத்திருக்கும்போது அது வெட்கக்கேடாக இருக்க, பலவீனமானவர்கள் மீண்டும் புரட்சி செய்து அவளுடைய ஆடையைக் கிழித்துக் ‘கேவலமான’ அவளுடைய உடலை நிர்வாணமாக்குவார்கள்[28] என்று. ஆனால், அப்போது நான் எழுந்து நின்று, அந்த ஆயிரமாயிர லட்சக்கணக்கான, பாவங்களறியாத மகிழ்ச்சியான உயிரினங்களை உனக்குக் காட்டுவேன். நாங்கள் அவர்க ளுடைய சந்தோஷத்திற்காக அவர்களுடைய பாவங்களை எங்கள்மீது ஏற்றுக்கொண்டு உன் முன்பாக எழுந்துநின்று சொல்வோம்: “தைரிய மிருந்தால் எங்களை விசாரணை செய்” என்று. தெரிந்துகொள், உன்னைக் கண்டு நான் பயப்படவில்லை. இதையும் நீ தெரிந்துகொள், நானும் அந்தப் பாலை நிலத்தில் இருந்தேன், நானும் வெட்டுக் கிளியையும் வேர்க்கிழங்குகளையும் சாப்பிட்டேன்; மக்களுக்குக் கொடுக்கப்பட்ட அந்தச் சுதந்திரத்தை நீ ஆசீர்வதித்தது போல, நானும் அதை ஆசீர் வதித்தேன், உன்னுடைய தேர்ந்தெடுக்கப்பட்ட வலிமையான, சக்தி வாய்ந்தவர்களுள் ஒருவனான ‘அந்த எண்ணிக்கையில் ஒருவனாக’ நானும் இருக்க ஆசைப்பட்டு, அந்த எண்ணிக்கை முழுமை அடையும் என்ற வேட்கையில் இருந்தேன்.[29] ஆனால், அந்த முட்டாள்தனத்திலிருந்து விழித்தெழுந்துவிட்டேன். திரும்பிவந்து உன்னுடைய சாதனைகளைத் திருத்தியமைத்த அந்த உபசரிப்பாளர்களுடன் சேர்ந்துகொண்டேன். பெருமை வாய்ந்தவர்களிடமிருந்து விலகி, பணிவானவர்களிடம், அந்தப் பணிவு அன்பின் சந்தோஷத்திற்காக அவர்களுடன் நான் சேர்ந்துகொண்டேன். இப்போது நான் சொன்ன எல்லாமே நடக்கும், எங்களுடைய ராஜ்ஜியம் நிறுவப்படும். மீண்டும் உனக்குச் சொல்கிறேன், நாளையே நீ பார்ப்பாய், நான் கை அசைத்ததும் கீழ்ப்படிதலான இந்த ஆட்டு மந்தை உடனே ஓடிவந்து, நீ இருக்கும் இந்த மரவேலியைச் சுற்றி, கனன்றுகொண்டிருக்கும் நிலக்கரியைப் போட்டு நிரப்ப, இப்படி நீ எங்களுக்குத் தொல்லை கொடுக்க வந்த காரணத்திற்காகவே உன்னை நான் எரித்துக் கொல்வேன். இப்படி எரியூட்டப்படுவதற்கு வேறு யாரையும்விட நீதான் மிகவும் தகுதி வாய்ந்தவன். நாளைக்கு உன்னை நான் எரிப்பேன். “இதைத்தான் நான் சொன்னேன்”

இவான் தன்னுடைய பேச்சை நிறுத்தினான். ஆர்வத்துடன் இப்படிப் பேசியவன், சிவந்துபோனான். பேசி முடித்ததும் திடீரென்று அவன் சிரித்தான்.

இதுவரை அமைதியாக அவனுடைய பேச்சைக் கேட்டுக்கொண் டிருந்த அல்யோஷா, அவனைத் தடுத்து நிறுத்தப் பலமுறை முயன்றும் அப்படிச் செய்யாமல் தன்னைக் கட்டுப்படுத்திக் கொண்டவன், திடீரென்று வெடித்தெழுந்து சொன்னான்.

'ஆனால் . . . இது அபத்தம்!' என்று முகம் சிவக்க ஆட்சேபித்தான். 'உன்னுடைய கவிதை ஏசுவின் புகழ் பாடுகிறது. அவரை இழிவு படுத்துவதாக இல்லை . . . அப்படி இருப்பதைத்தானே நீ விரும்பினாய். நீ வலியுறுத்திய அந்தச் சுதந்திரத்தை யார் நம்புவார்கள்? இது இப்படியா, இப்படியா புரிந்துகொள்ளப்பட வேண்டியது! இப்படியா புராதன கிறிஸ்துவ மதம் அதைப் புரிந்துகொண்டது . . . அது ரோமா புரியை, ஆமாம், அது ரோமாபுரி முழுவதையும்கூட சார்ந்தது இல்லை, அது உண்மையல்ல – இது கேடுகெட்ட அந்தக் கத்தோலிக்க மதத்தையும் இப்படிப்பட்ட கொடுந்தண்டனையாளர்களையும் அந்த ரோமன் கத்தோலிக்கக் குழுவையும் சார்ந்தது . . .! ஆமாம், உன்னுடைய இந்த கொடுந்தண்டனையாளரைப் போலக் கற்பனையாக ஒரு மனிதர்கூட இருந்திருக்க முடியாது. மனிதனுடைய எந்தப் பாவங்களை அவர்கள் தங்கள்மீது ஏற்றுக்கொண்டனர்? மக்களின் சந்தோஷத்திற்காக நாசமாய்ப் போன இந்தப் பாவங்களைத் தங்கள் மீது ஏற்றிக்கொண்டு இந்த ரகசியத்தைச் சுமப்பவர்கள் யார்? அப்படிப்பட்டவர்களை யாராவது பார்த்திருக்கிறார்களா? நமக்கு அந்தக் கத்தோலிக்க மதத்தினரைப் பற்றித் தெரியும், அவர்களை பற்றித் தவறாகப் பேசுகிறார்கள், ஆனால், அவர்களைப் பற்றியா நீ சொல்கிறாய்?

அவர்கள் அப்படிப்பட்டவர்களே அல்ல, கொஞ்சம்கூட அப்படிப் பட்டவர்களே அல்ல . . . அவர்கள் வெறும் ரோமாபுரி படையைச் சார்ந்த வருங்கால உலகளாவிய மண்ணுலக அரசாட்சியை, ராஜாங்கத்தை சக்ரவர்த்திக்குக் கீழ் – ரோமானிய முதன்மை மத குருவின் தலைமைக்குக் கீழ் கொண்டுவர விரும்பியவர்கள் . . . இதுதான் அவர்களுடைய கொள்கை, ஆனால் எந்தவித ரகசியங்களும், மேன்மையான கவலைகளும் இல்லாமல் . . . இது வெறும் அதிகாரத்தின் பேரிலிருக்கும் விருப்பம், கேடு கெட்ட மண்ணுலக ஆதாயத்திற்காக[30] மற்றவர்களை அடிமைப் படுத்த வேண்டும் என்பதற்காக . . . ஒருவித வருங்கால, பண்ணை முதலாளித்துவத்தைப் போல, அதை வைத்துக்கொண்டு பண்ணை யாளர்களாவது . . . இதோ இதுதான் அவர்களுடைய எண்ணம். ஒருவேளை அவர்கள் கடவுளை நம்பாமல் இருக்கலாம். உன்னுடைய வேதனைக்குரிய தண்டனையாளர் ஒரு கற்பனைப் பாத்திரமே . . .'

'சரி, நில், ஒரு நிமிடம் நில்' என்றபடி இவான் சிரித்துக்கொண்டே, எப்படி நீ உணர்ச்சிவசப்பட்டுவிட்டாய். அதை நீ கற்பனை என்கிறாய் சரி, அது அப்படியே இருக்கட்டும்! ஆமாம் உண்மையாகவே அது கற்பனைதான். ஆனால் உன்னை ஒன்று கேட்கிறேன்: உண்மையாகவே இந்த ரோமானியக் கத்தோலிக்க இயக்கம் கடந்த சில நூற்றாண்டுக ளாகவே அதிகாரத்தின்மேல் பேராசையும் அப்படியே கேடுகெட்ட பண ஆதாயத்தையும் மட்டும்தான் கொண்டதாக இருக்கிறதா என்ன? இதைத்தான் உன்னுடைய அருட்தந்தை பாய்ஸி உனக்குக் கற்றுக் கொடுத்தாரா?'

'இல்லை, இல்லை, மாறாக அருட்தந்தை பாய்ஸி, நீ சொன்னாயே ஏதோ அதைப் போல ஒன்றைத்தான் ஒருமுறை சொன்னார் . . . ஆனால், கண்டிப்பாக அது இல்லை. நிச்சயமாக அது இல்லை'

என்று உடனே சொன்ன அல்யோஷா தன்னை நினைவுபடுத்திக் கொண்டான்.

'அப்படியே இல்லை' என்ற உன்னுடைய ஒப்புதல் வாக்குமூலம் எப்படியிருந்தாலும் மிக அருமையான செய்திதான். உன்னை நான் குறிப்பாக என்ன கேட்க விரும்புகிறேனென்றால், உன்னுடைய ரோமானியக் கத்தோலிக்கர்கள், அப்படியே இந்தத் தண்டனையாளர்களெல்லாம் ஏன் இந்தக் கேடுகெட்ட பண ஆதாயத்திற்காக மட்டுமே ஒன்றுசேர்கிறார்கள்?

அவர்களில் ஏன் ஒருவர்கூட மிகப்பெரிய ஒரு சோகத்திற்காக வருத்தப்பட்டு மனிதகுலத்தை நேசிப்பவராக இல்லை?

பார்; இப்படி எடுத்துக்கொள், கேடுகெட்ட இந்த மண்ணுலகில் பொருளாசை கொண்டவர்களுக்கு மத்தியில் ஒரே ஒருவர் – குறைந்த பட்சம் ஒரே ஒரு மனிதராவது, என்னுடைய வயதான இந்தத் தண்டனையாளரைப் போல, பாலைநிலத்தில் அவரே கிழங்குகளைத் தின்று வெறி கொண்டலைய, தன்னுடைய சபலங்களை வென்ற அவர், தன்னை முழுமையான, சுதந்திரமான மனிதனாக ஆக்கிக்கொண்டு, ஆனால் வாழ்நாள் முழுவதும் மனிதகுலத்தின்மீது அன்பு பாராட்டியவர், திடீரென்று தன்னுடைய கண்களைத் திறந்துபார்த்து உணர்கிறார், முழுமையான மனத்திட்பம் அடைவதில் உன்னதமான, அறமுறையான நிறைவு என்று எதுவுமில்லை என்று; அப்படி உணர்ந்து, அதேசமயம் கடவுளின் லட்சக்கணக்கான மற்ற ஜந்துக்கள் எல்லாம் வெறுங்கேலிக்கு உரியவையாகவே படைக்கப்பட்டிருக்கின்றன; அவர்கள் எப்போதுமே தங்களுடைய சுதந்திரத்தைக் கையாளுவதில் போதுமான வலிமை இல்லாதவர்களாக இருப்பார்கள்; இப்படிப்பட்ட பரிதாபத்திற்குரிய கலகக்காரர்களிடமிருந்து உயர் கோபுரத்தைக் கட்டி முடிக்கும் பேராற்றல் கொண்ட ராட்சதர்கள் உருவாக முடியாது; அதனால், இப்படிப்பட்ட மடையர்களுக்காக மாபெரும் லட்சியவாதிகள் உலக ஒருங்கிணைப்பைப் பற்றிக் கனவு காணவில்லை என்பது புரியும். இவை எல்லாவற்றையும் புரிந்துகொண்ட பிறகு, அவர்கள் வேறு பக்கமாகத் திரும்பி . . . இந்தப் புத்திசாலிகளுடன் சேர்ந்துகொண்டார்கள். இது என்ன நடந்திருக்க முடியாதா என்ன?'

'யாருடன் சேர்ந்தார், எப்படிப்பட்ட புத்திசாலி மக்களுடன்?' என்று அல்யோஷா ஏறக்குறைய சற்றே காத்திரமாகக் கேட்டான். 'அவர்கள் அப்பேர்ப்பட்ட புத்திசாலிகள் இல்லை, சொல்லப்போனால், அவர்கள் எந்தவித மர்மங்களையும் ரகசியங்களையும் கொண்டிருக்கவில்லை . . . அவர்களிடம் கடவுள் இல்லை, அதுதான் அவர்களுடைய முழு ரகசியமும். உன்னுடைய தண்டனையாளர் கடவுளை நம்பவில்லை. அதுதான் அவருடைய முழு ரகசியமும்!'

'அப்படியே இருக்கலாம்! எப்படியோ இறுதியாக அதை நீ புரிந்துகொண்டாய். உண்மையாகவே அப்படித்தான், உண்மையாகவே இதில்தான் முழு ரகசியமும் மறைந்திருக்கிறது. ஆனால் இது வேதனை தரும் விஷயம் அல்லவா, அதுவும் இப்படிப்பட்ட ஒருவருக்கு, அதுவும்

தன்னுடைய வாழ்நாள் முழுவதும் அந்தப் பாலைநிலத்தில் அருஞ் செயலுக்காகத் தன்னுடைய வாழ்வையே அழித்துக்கொண்ட அவருக்கு, இன்னும் மனிதகுலத்தின்மீது வைத்திருக்கும் அன்பை விட்டுவிட முடியாத அவருக்கு? தன்னுடைய வயதான காலத்தில் அவர் தெளிவான ஒரு மன உறுதிக்கு வந்தார், அதாவது, மகத்தான, பேரச்சமூட்டக்கூடிய ஆன்மாக்களின் அறிவுரைகள் மட்டுமே எப்படியாவது இந்தப் பலவீன மான புரட்சியாளர்களை 'முழுமைபெறாத, பரிசோதனைக்கென்றே, கேலிசெய்வதற்கென்றே படைக்கப்பட்ட, ஆனால் பொறுத்துக்கொள்ளும் விதத்தில் படைக்கப்பட்ட இவர்களைக் குறைந்தபட்சம் ஒழுங்கு படுத்தும் என்று. இப்படி அவர் முடிவெடுத்த பிறகு, ஒருவர் அந்த அறிவார்ந்த பயங்கரமான, மரணத்தையும் அழிவையும் உண்டாக்கக் கூடிய ஆவி இட்ட கட்டளைகளைப் பின்பற்ற வேண்டும், அதுவும் எப்படி, பொய்களையும் ஏமாற்றத்தையும் ஏற்றுக்கொண்டு, அப்படியே மக்களை இந்த முறை உணர்வுப்பூர்வமாக மரணத்திற்கும் அழிவிற்கும் இட்டுச் செல்ல வேண்டும், அவர்களை ஏமாற்றியபடியே, அதற்கும் மேலாக, அவர்களை இட்டுச் செல்லும் வழி முழுவதும் அவர்கள் எங்கே இட்டுச் செல்லப்படுகிறார்கள் என்றே தெரியாத வண்ணம் இட்டுச் செல்லப்பட வேண்டும், அப்படியாவது பரிதாபத்திற்குரிய இந்தக் குருட்டு மக்கள், குறைந்தபட்சம், தாங்கள் அழைத்துச் செல்லப் படும் இந்த வழியிலாவது சந்தோஷமாக இருப்பார்கள். கவனி, அவர்களை ஏமாற்றுவது, யாருடைய குறிக்கோளைத் தன்னுடைய வாழ்நாள் முழுவதும் அந்தக் கிழவர் இவ்வளவு வேட்கையுடன் நம்பினாரோ, அவருடைய பெயரில்! இது வருத்தத்திற்குரிய விஷய மில்லையா? அப்படியே இப்படி ஒரு மனிதர் இருந்தால் போதாதா, குறைந்தபட்சம், 'அதிகாரப் பேராசையில், கேடு கெட்ட ஆதாயங்களுக்காக மட்டுமே வழிவகுக்கக்கூடிய' ஒருவர், திட்டமிடாமல், அனிச்சையாக, இப்படிச் செயல்படக்கூடக் கூடிய ஒருவர், இந்தப் பெருங்கூட்டத்திற்குத் தலைமை வகிப்பதாக இருந்தால் போதாதா, ஒரு சோகத்தை ஏற்படுத்த? அதற்கும் மேலாக, இப்படிப்பட்ட ஒரு மனிதர் தலைமை வகிக்க இருந்தால் போதும், உண்மையாக, ரோமானிய ஆட்சி நோக்கம் முழுவதையும், அவர்களுடைய பெரும் படையுடன் ரோமானியக் கத்தோலிக்கர்களையும் எல்லோரையும் இறுதியாக வழிநடத்திச் செல்ல; இதுவே இந்த விஷயத்தில் அவர்களுடைய உயரிய நோக்கமும் ஆகும். இப்படிப்பட்ட தனிப்பட்ட ஒரு மனிதர், அந்த இயக்கத்தின் தலைவராக அவர்களுக்கிடையே இருப்பது அரிதான விஷயமே இல்லை என்பதை நான் வெளிப்படையாகச் சொல்ல முடியும், அதை நான் ஆணித்தரமாகவும் நம்புகிறேன். யாருக்குத் தெரியும், ஒருவேளை 'இப்படிப்பட்டவர்கள்' ரோமானியத் தலைமை மத குருமார்க ளிடையேயும் இருக்கலாம். யாருக்குத் தெரியும், ஒருசமயம், நாசமாய்ப் போன இந்தக் கிழவர், விடாப்பிடியாக இவ்வளவு தூரம் தன் வழியில் மனித குலத்தை நேசிப்பவர், இப்போதும் மனித குலத்தை நேசிக்கக் கூடியவராக இருக்கலாம், அப்படிப்பட்டவர், வயதான கிழவர்களில் ஒருவராக, உபசரிக்கும் மிகப்பெரிய ஒரு கிழவரின் ரூபத்தில் இருக்கலாம்; அப்படியே இது தற்செயலாக இல்லாமல், தன் இசைவாகவே நடந்திருக்

கிறது; ஒரு ரகசியக் குழுமமாக, மகிழ்ச்சியில்லாத, பலவீனமான மனித குலத்திடமிருந்து இந்த ரகசியத்தைப் பாதுகாக்கும் நோக்கத்தில், அப்படிப் பாதுகாத்து அவர்களைச் சந்தோஷப்படுத்துவதற்காக, வெகுகாலத்திற்கு முன்பே ஏற்பாடு செய்யப்பட்ட ஒன்றாகவும் இருக்கலாம். அது நிச்சயமாக அப்படித்தான், ஆமாம், அப்படித்தான் இருக்க முடியும். நான் நினைக்கிறேன், ஏதோ இப்படிப்பட்ட ரகசியம் ஒன்று மேசன்கள்[31] சமயக்கோட்பாட்டில்கூட அவர்களுடைய மூலக் கொள்கையாக, அடிப்படையான ஒன்றாக இருந்திருக்க வேண்டும், அதனால்தான் அவர்கள் கத்தோலிக்கர்களால் அப்படி வெறுக்கப்பட்டு, எதிரிகளாகக் கருதப்பட்டு, அவர்களுடைய ஒற்றுமை என்ற எண்ணம் தகர்க்கப்பட்டிருக்கிறது, ஏனெனில் கத்தோலிக்கர்களைப் பொறுத்த வரையில், ஒரே மந்தை, ஒரே மேய்ப்பன்தான் இருக்க வேண்டும்... எப்படியிருந்தாலும், என்னுடைய இந்தக் கருத்திற்காக நான் வாதாடுவதைப் பார்த்தால், ஏதோ உன்னுடைய விமர்சனத்தை ஏற்றுக்கொள்ளாத ஓர் எழுத்தாளனைப் போல இருப்பதாகத் தோன்றுகிறது. சரிபோதும்.'

'ஒருசமயம், நீயே மேசனோ என்னவோ!' என்று திடீரென்று அவனுக்கே தெரியாமல் அவனுடைய வாயிலிருந்து வந்தது அல்யோஷா வுக்கு. 'உனக்குக் கடவுள்மீது நம்பிக்கையில்லை' என்று இந்த முறை அவன் ஆழ்ந்த வருத்தத்துடன் சொன்னான். அப்படியே, தன் சகோதரன் தன்னைக் கேலிசெய்வது போல அவனுக்குத் தெரிந்தது. 'உன்னுடைய கவிதை எப்படி முடிகிறது?' என்று திடீரென்று கேட்டவன், தரையைப் பார்த்தபடி, 'அல்லது ஏற்கெனவே அது முடிந்துவிட்டதா?'

'அதை நான் இப்படித்தான் முடிக்க ஆசைப்பட்டேன்: அந்தத் தண்டனையாளர் அமைதியானபோது, அந்தக் கைதியின் பதிலுக்காக அவர் சிறிது நேரம் காத்திருந்தார். கைதியின் அமைதி அந்தக் கிழவருக்குப் பாரமாக இருந்தது. அந்தக் கைதி, அவர் சொன்ன எல்லாவற்றையும் கருத்தூன்றி, அமைதியாகக் கேட்டவர், அவருடைய கண்களை நேரடி யாகப் பார்த்து, எந்தவித ஆட்சேபணையும் தெரிவிக்க விரும்பாமல் இருந்தவராகக் காணப்பட்டார். கடுமையான, பயங்கரமான ஏதாவது ஒன்றை அவர் சொல்ல வேண்டுமென்று கிழவர் விரும்பினார். ஆனால் அவர் எதுவும் பேசாமல் திடீரென்று தொண்ணூறு வயதுக் கிழவரின் அருகே சென்று, வெளிறிப்போன அவருடைய உதடுகளை அமைதியாக முத்தமிட்டார். இதுதான் அவருடைய முழு பதிலாக இருந்தது. கிழவர் நடுநடுங்கிப் போனார். அவருடைய உதட்டு ஓரங்கள் நடுங்கின; கதவை நோக்கிச் சென்ற அவர், கதவுகளைத் திறந்து, 'நீ போய்விடு, திரும்பி வராதே... எப்போதுமே திரும்பி வராதே... எப்போதுமே... இனி எக்காலத்திற்கும்' என்றார். அவரை 'நகரத்தின் இருட்டான சதுக்கத்திற்குப்'[32] போக அவர் அனுமதித்தார். கைதி வெளியே போகிறான்.'

'அப்படியானால் அந்தக் கிழவர்?'

'அந்த முத்தம் கிழவரின் இதயத்தைச் சுட்டாலும், தன்னுடைய அந்தப் பழைய எண்ணத்திலேயே விடாப்பிடியாக அவர் இருந்தார்.'

‘அப்படியே நீயும் அவருடன், இல்லையா?’ என்று அல்யோஷா வருத்தத்துடன் கேட்டான். அதைக் கேட்டு இவான் சிரித்தான்.

‘ஆம், இதெல்லாமே பிதற்றல் அல்யோஷா. இது ஏதோ ஒரு அர்த்தமற்ற கவிதை. இரண்டு வரிகூடக் கவிதை எழுத முடியாத மாணவனால் எழுதப்பட்ட ஒரு கவிதை. எதற்காக நீ இதற்கு இவ்வளவு முக்கியத்துவம் கொடுக்கிறாய்? உடனே நான் அந்தக் கத்தோலிக்கர்களுடன் சேர்ந்துகொண்டு, அருஞ்செயல்களைச் செய்யும் அந்த உபசரிப்பாளருடன் சேர்ந்துகொள்வேனென்று நீ நினைக்கிறாயா! ஓ, கடவுளே, எனக்கு என்ன கவலை! நான் ஏற்கெனவே சொன்னது போல, எனக்கு முப்பது வயது ஆகட்டும், உடனே நான் அந்தக் கோப்பையைத் தரையில் போட்டு உடைப்பேன்!’

‘அப்படியானால் உன்னுடைய அந்தப் பிசுபிசுப்பான இலைகள், அருமையான கல்லறைகள், நீலநிற ஆகாயம், நீ விரும்பும் பெண் இவையெல்லாம் என்னவாவது! பிறகு நீ எப்படி வாழ்வாய், அவர்களை எப்படி நீ நேசிப்பாய்?’ என்று கவலையுடன் கேட்டான் அல்யோஷா. ‘இப்படி ஒரு நரகம் உன்னுடைய நெஞ்சிலும் தலையிலும் இருக்க முடியுமா? இல்லை, அவர்களுடன் சேரத்தான் இப்படி நீ பேசுகிறாய் . . . அப்படியில்லையென்றால், இதைத் தாங்கிக்கொள்ள முடியாமல் நீ தற்கொலை செய்துகொள்வாய்!’

‘சக்தி ஒன்று இருக்கிறது, அது எதையும் தாங்கிக்கொள்ளும்!’ என்று ஆர்வமற்ற சிரிப்புடன் பதிலளித்தான் இவான்.

‘எப்படிப்பட்ட சக்தி?’

‘கரமாஸவுடைய சக்தி . . . கேவலமான கரமாஸவுடைய சக்தி.’

‘அதாவது ஒழுக்கங்கெட்டு, ஊழல் செய்து ஆன்மாவைத் திணறடிப்பது, அப்படித்தானே?’

‘ஒருசமயம் அதுவும் கூடத்தான் . . . ஆனால், அதுவும் முப்பது வயது வரைதான். அதன் பிறகு ஒருவேளை நான் அதிலிருந்து தப்பலாம் . . .’

‘எப்படி நீ தப்பிப்பாய்? எந்த வழியில்? இப்படிப்பட்ட எண்ணங்களுடன் அது முடியாது.’

‘மீண்டும் அதே அந்தக் கரமாஸவ் வழியில்தான்.’

‘அதாவது, ‘எல்லாமே அனுமதிக்கப்படுபவை’ என்பதுதானே? எல்லாமே அனுமதிக்கப்படுபவை என்றுதானே சொல்கிறாய்?’

முகம் சுளித்த இவான், சட்டென்று விநோதமாக வெளிறிப் போனான்.

‘ஓ, நேற்று நான் மியூசவைப் புண்படுத்திய வார்த்தையை நீ பிடித்துக்கொண்டாயா . . . உன் சகோதரன் திமித்ரி, எப்படிக் கள்ளங்கபடமில்லாமல் அப்படிப் பேசினான்?’ என்று உதட்டைச் சுழித்தபடி ஏளனமாகக் கேட்டான். ‘ஆம், ‘எல்லாமே அனுமதிக்கப்படுபவை.’

இந்த வார்த்தை ஏற்கெனவே பயன்படுத்தப்பட்டுவிட்டது. எனவே, இதை நான் திரும்பப் பெற்றுக்கொள்ள மாட்டேன். ஆம், மீச்சியாவின் சொற்கள் முட்டாள்தனமானவையும் அல்ல.'

அல்யோஷா அமைதியாக அவனைப் பார்த்தான்.

'சகோதரனே, இங்கிருந்து நான் போகும்போது, இந்த மண்ணுலகில் நீயாவது எனக்காக இருப்பாய் என்று நான் நினைத்தேன்' என்று எதிர்பாராத விதத்தில் உணர்ச்சி பொங்கத் திடீரென்று சொன்னான் இவான். 'ஆனால் இப்போது உன்னுடைய உள்ளத்திலும் எனக்கு இடமில்லை என்று எனக்குத் தெரிகிறது, இளந்துறவியே. 'எல்லாமே அனுமதிக்கப்படுபவை' என்ற சூத்திரத்தை நான் மறுக்கப்போவதில்லை. அதற்காக நீ என்னை ஒதுக்கித்தள்ளிவிடுவாயா என்ன? அப்படியா?'

அல்யோஷா அமைதியாக ஒன்றும் பேசாமல் அவனுடைய உதடுகளை முத்தமிட்டான்.

'இலக்கியத் திருட்டு!' என்று ஏதோ ஒரு பேரானந்தத்தில் திடீரென்று உரக்கக் கத்தினான் இவான், 'இதை நீ என்னுடைய கவிதையிலிருந்து திருடிவிட்டாய்! இருந்தாலும் உனக்கு நன்றி. எழுந்திரு அல்யோஷா, வா போகலாம், உனக்கும் நேரம் ஆகிவிட்டது, எனக்கும் நேரமாகி விட்டது.'

இருவரும் வெளியே வந்தனர், ஆனால் சத்திரத்தின் வாசல் அருகே வந்து இருவரும் தயங்கி நின்றனர்.

'அல்யோஷா, இதைத்தான் உன்னிடம் நான் சொல்ல விரும்பினேன்' என்று இவான் உறுதியான குரலில் சொன்னான்: 'பிசுபிசுப்பான இளந்தளிர்களை விரும்புவதற்கு எனக்கு உண்மையாகவே நேரமிருந்தால், உன்னுடைய நினைவுகளுடன் அவற்றை நான் விரும்புவேன். நீ ஏதோ இங்குத்தான் எங்கோ இருக்கிறாய் என்ற எண்ணமே எனக்குப் போதுமானது. வாழ்க்கையின் மீதிருக்கும் ஆசையை நான் இழக்க மாட்டேன். இது போதுமா உனக்கு? வேண்டுமானால், இது என்னுடைய அன்பின் வெளிப்பாடு என்று எடுத்துக்கொள். இனி நீ வலப்பக்கமாகப் போ, நான் இடப் பக்கமாகப் போகிறேன்.[33] இனி இது எல்லாமே போதும், கேட்கிறதா உனக்கு, இது எல்லாமே போதும். அதாவது, நான் நாளைக்கு ஊருக்குப் போகவில்லை என்றாலும் (நான் போய் விடுவேனென்று நினைக்கிறேன்), மறுபடியும் நாம் எங்காவது சந்தித்துக் கொண்டால்கூட, இதைப் பற்றி நீ என்னிடம் ஒரு வார்த்தைகூடப் பேசக் கூடாது. உறுதியாக உன்னை நான் கேட்டுக் கொள்கிறேன். சகோதரன் திமித்ரியைப் பற்றிக்கூட இனிமேல் நீ என்னிடம் எதுவும் சொல்ல வேண்டாமென்று நான் குறிப்பாகக் கேட்டுக்கொள்கிறேன்' என்று எரிச்சலுடன் சொன்னவன், திடீரென்று, 'எல்லாம் சொல்லப் பட்டு, எல்லாவற்றிற்கும் தீர்வு காணப்பட்டுவிட்டது, இல்லையா? என்னுடைய தரப்பிலிருந்து உனக்காக ஒரு சத்தியத்தை நான் செய்து கொடுக்கிறேன்: எனக்கு முப்பது வயதாகும்போது, 'கோப்பையைத் தரையில் போட்டு உடைக்க நான் விரும்பும்போது நீ எங்கிருந்தாலும் சரி, உன்னைப் பார்த்து நான் பேச வருவேன். நான் அமெரிக்காவில்

இருந்தாலும்கூட வருவேன் என்பதைத் தெரிந்துகொள். இதற்காகவே நான் சீக்கிரமாக வருவேன். அப்போது நீ எப்படி இருப்பாய் என்பதைப் பார்க்க எனக்குச் சந்தோஷமாக இருக்கும்தானே? பார், இது எப்படிப் பட்ட உள்ளார்ந்த சத்தியம் என்று. அதற்குள் நமக்கு ஏழு அல்லது பத்து வருடங்கள் ஆகியிருக்கலாம். இனி நீ உன்னுடைய அருட்தந்தை செராஃபிகஸ்ஸைப்[34] பார்க்கப் போ. அவர் இறந்துகொண்டிருக்கிறார்; நீ இல்லாமல் அவர் இறந்துபோனால், என்மீது நீ கோபப்படுவாய், உன்னை நான் போகவிடாமல் தடுத்து நிறுத்திவிட்டதற்காக. மறுபடியும் என்னை ஒருமுறை முத்தமிட்டு விட்டு இதோ இந்த வழியாகப் போ ...' என்று சொன்ன இவான் திரும்பிப் பார்க்காமல் தன்னுடைய வழியில் சென்றான். சகோதரன் திமித்ரி எப்படி நேற்று அல்யோஷாவிடம் விடைபெற்றுக் கொண்டு சென்றானோ அப்படியே இருவரும் பிரிந்து சென்றனர். இருந்தாலும், அவர்கள் விடைபெற்றுச் சென்ற விதம் முற்றிலும் வித்தியாசமாக இருந்தது. மனவேதனை தரக்கூடிய வருத்தமான அந்தத் தருணத்தில், விநோதமான இந்த ஒற்றுமை அல்யோஷாவின் வேதனை நிறைந்த மனத்தில் அம்புபோல ஊடுருவிச் சென்றது. பிரிந்து போன தன் சகோதரனை வெறித்துப் பார்த்தபடி சிறிது நேரம் காத்திருந்தான் அல்யோஷா. தன் சகோதரன் நடந்து சென்ற போது தடுமாற்றத்துடன் செல்வதாக அல்யோஷாவிற்குப் பட்டது. ஏதோ ஒரு காரணத்தால் தன் சகோதரனின் வலது தோள்பட்டை இடது தோள்பட்டையைவிடக் கீழிறங்கி இருப்பதைப் பார்த்தான். ஆனால், இதற்கு முன்பு அவன் இதைக் கவனித்திருக்கவே இல்லை. அல்யோஷா சட்டென்று ஆலயத்தை நோக்கி, ஏறக்குறைய வேகமாக ஓட ஆரம்பித்தான். ஏற்கெனவே இருள் சூழ்ந்த நேரம். ஏனோ அவனுக்குப் பயத்தை ஏற்படுத்தியது. இனம்புரியாத ஏதோ ஒரு புது உணர்வு அவனுள் எழ, அது என்னவென்று அவனால் விளக்க முடியாமல் இருந்தது. நேற்று போலவே காற்று இந்த மாலை நேரத்திலும் இதமாக வீச, மடாலயக் காட்டிற்குள் அவன் நுழைந்தபோது, பல நூறு ஆண்டுகளாக வளர்ந்திருந்த தேவதாரு மரங்கள் அவனைச் சுற்றிக் காற்றில் சலசலத்தன. ஏறக்குறைய அவன் வேகமாக ஓடினான். அருட்தந்தை செராஃபிகஸ் என்ற பெயரை அவன் எங்கிருந்து பிடித்தான்? என்ற எண்ணம் அல்யோஷாவின் மனத்தில் பளிச்சிட்டது. 'இவான், பாவம் இவான், இனி நான் அவனை எப்போது பார்ப்பேன் ... எப்படிப்பட்ட துறவி, அவர், கடவுளே! ஆமாம், ஆமாம், அது அவர்தான், அது அருட்தந்தை செராஃபிகஸ், அவர் என்னைக் காப்பாற்றுவார் ... அவனிடமிருந்து, காலங்காலமாக!.'

இவானிடமிருந்து விடைபெற்றுச் சென்ற பிறகு, எப்படி அவன் தன் சகோதரன் திமித்ரியைப் பற்றி மறந்தேபோனான் என்பதைப் பலமுறை அவன் குழப்பங்கலந்த ஆச்சர்யத்துடன் நினைத்துப் பார்த்தான். அப்படிப்பட்ட அவனை, திமித்ரியைப் பற்றித்தான் சில மணி நேரத்திற்கு முன்பு, அந்தக் காலைவேளையில், தேவாலயத்திற்கு இரவு நேரம் போகமுடியவில்லை என்றாலும்கூட எப்படியும் அவனைத் தேடிக் கண்டுபிடித்துவிடுவது, அவனை விட்டுவிடக் கூடாது என்று நினைத்திருந்தான் அல்யோஷா.

# 6

## இன்னமும் ஒன்றும் விளங்கவில்லை

அல்யோஷாவிடமிருந்து விடைபெற்றுச் சென்ற இவான் பியோதரவிச், பியோதர் பாவ்லவிச்சின் வீட்டிற்குச் சென்றான். திடீரென்று ஒருவித மனத்துயர் ஏனோ அவனைப் பற்றி இழுக்க, முக்கியமாக அது வீட்டை நெருங்க எடுத்துவைத்த ஒவ்வொரு அடியிலும், அதிகமாக, இன்னும் அதிகமாக அதிகரித்தது. அப்படி ஒரு மனத்துயரம் இருந்தது அவனுக்கு விநோதமாகப் படவில்லை, ஆனால் எதன் பொருட்டு இந்த மனத்துயரம் என்பதைத் தான் இவான் பியோதரவிச்சால் குறிப்பிட்டுச் சொல்ல முடியாமலிருந்தது. இதற்கு முன்பும் இப்படி அவனுக்கு அடிக்கடி மனத்துயரம் ஏற்பட்ட காரணத்தால், அது ஒன்றும் அவனுக்கு ஆச்சர்யமாக இருக்கவில்லை; ஏனெனில் நாளைக்கே அவன் திடீரென்று எல்லாவற்றையும் விட்டுவிட்டு, எது அவனை இங்கு ஈர்த்து இழுத்து வந்ததோ, அதை விட்டுவிட்டு முற்றிலும் வேறு ஒரு திசைக்கு, புதிய வாழ்வை நோக்கி, முன்பின் தெரியாத எதிர்காலத்தை நோக்கி, மறுபடியும் அவன் தன்னந்தனியாக, முன்பு போலவே அதிக நம்பிக்கையுடன், ஆனால் எதன் மீது நம்பிக்கை என்று தெரியாமல், அதிக எதிர்பார்ப்புகளுடன், வாழ்க்கையிடமிருந்து மிக அதிக எதிர்பார்ப்புகளுடன், ஆனால் அந்த எதிர்பார்ப்புகளிலிருந்தும் தன்னுடைய விருப்பங்களிலிருந்தும் கூட எதையுமே புரிந்துகொள்ள முடியாத நிலையில் இருந்தான் இவான். இருந்தாலும் இனம் புரியாத இந்த மனச்சோர்வு இந்த நிமிடம் அவனை உண்மையாகவே ஆட்கொண்டிருந்தாலும், அவனுடைய மன உலைவுக்குக் காரணம் முற்றிலும் அதுவாக இல்லை. 'பெற்றோரின் வீட்டிற்குப் போவதே வெறுப்பாக இருக்கிறதோ?' என்று தனக்குள் நினைத்துக்கொண்டான் இவான். 'இன்று கடைசி முறையாக இவ்வளவு தூரம் வெறுத்து ஒதுக்கும் கேடுகெட்ட இந்த வாசற்படியை நான் மிதிக்கிறேன், இருந்தாலும் அது எனக்கு வெறுப்பாக இருக்கிறது . . .' அதனால்தானோ என்னவோ இன்று எனக்கு மிகவும் துயரமாக இருக்கிறது . . . ஆனால் அது இல்லை. அது இல்லவே இல்லை. ஒரு சமயம் அல்யோஷாவிடமிருந்து விடைபெற்றுக்கொண்டதால் இருக்குமோ அல்லது அவனிடம் இப்படிப் பேசியதால் இருக்குமோ: 'எத்தனை காலம் இந்த உலகத்துடன் நான் பேசாமல் மௌனமாக இருந்திருக்கிறேன், பேசும் எண்ணமில்லாமலும் இருந்திருக்கிறேன், இப்போது திடீரென்று எவ்வளவு விஷயங்களை உளறிக்கொட்டியிருக்கிறேன்.' உண்மையாகவே, இவை எல்லாமே ஓர் இளைஞனின் மனத்துயர், அனுபவமில்லாத ஒரு சிறுவனின் உளறல், இளைஞனின் தற்பெருமை, என்னுடைய மனத்திலுள்ளதை வெளிப்படுத்தத் தெரியாததால் ஏற்பட்ட சோர்வு, அதுவும், கண்டிப்பாக, அல்யோஷா போன்ற ஒருவனிடம் மிகப்பெரிய விஷயங்களைப் பற்றி நினைத்துப் பார்க்கும் அவனிடம், வெளிப்படுத்தத் தெரியாததால் ஏற்பட்ட சோர்வு. கண்டிப்பாக இந்த மனத்துயரம், எனக்கு இருக்க வேண்டியதுதான், ஆனால் அதுவல்ல இது. முற்றிலுமாக

அதுவல்ல இது. 'வாந்தி எடுத்து விடும் அளவுக்கு இருக்கும் இந்த மனத்துயரம், எதனால் என்றுதான் எனக்குப் புரியவில்லை, என்ன வேண்டுமென்றுதான் தெரியவில்லை. ஒரு சமயம் இதைப் பற்றி நான் யோசிக்காமல் இருந்தால் என்ன . . .'

'யோசிக்கக் கூடாது' என்றுதான் இவான் பியோதரவிச் முயன்றான், ஆனால் அவனால் அது முடியவில்லை. முக்கியமாக, அவனுடைய இந்த மனத்துயரம் தற்செயலாக, முற்றிலுமாக ஏதோ ஒரு வெளிப்புறக் காரணத்தால் ஏற்பட்டிருக்க அது அவனுக்கு எரிச்சலை ஊட்டியது; இதை அவன் நன்கு உணர்ந்திருந்தான். இந்த மனத்துயரம் உயிருள்ள ஏதோ ஒரு ஜீவனின் ரூபத்திலோ, எங்கோ எதுவோ துருத்திக்கொண்டிருக்கும் ஒரு பொருளாகவோ அல்லது சில சமயம் நம் கண் முன்னேயே நீண்ட நேரம் உறுத்திக்கொண்டிருக்கும் ஒரு பொருளாகவோ இருக்க, நம்முடைய வேலைகளுக்கு இடையே, சூடான வாக்குவாதத்திற்கிடையே அதை நாம் கவனிக்காமல் இருந்தாலும், ஏனோ அது நமக்கு எரிச்சலூட்டுவதாக, ஏறக்குறைய வேதனை அளிப்பதாக இருக்க, இறுதியாக, அது தேவையில்லாத ஒரு பொருளாக, அதை நாம் கண்டுபிடித்து ஒதுக்கிவைத்தாலும், அநேகமாக அது ஒன்றுமில்லாத, கேலிக்குரிய ஒரு பொருளாக, ஞாபக மறதியாக வேறு ஒரு இடத்தில் மாற்றி வைத்த அல்லது எங்கோ தவறி விழுந்துவிட்ட ஒரு கைக்குட்டையாக, மாற்றி வைக்கப்பட்ட ஒரு புத்தகமாக இப்படி எதுவாக வேண்டுமானாலும் அது இருக்கலாம். இறுதியாக, எரிச்சலூட்டும் இந்த மனநிலையில் இவான் பியோதரவிச் தந்தையின் வீட்டை வந்தடைய, வீட்டை நெருங்கப் பதினைந்து அடிதான் இருந்திருக்கும், திடீரென்று எது அவனை இப்படி வேதனைப்படுத்தி, கவலைப்பட வைத்தது என்று அவன் உணர்ந்தான்.

மாலை நேரப்பொழுதை அனுபவித்தபடி அந்தக் கதவருகே இருந்த பெஞ்சில் உட்கார்ந்திருந்த வேலைக்காரன் ஸ்மெர்தியாக்கவைப் பார்த்த மாத்திரத்திலேயே இவான் புரிந்துகொண்டான், இவன்தான் அவனுடைய மனத்தை இதுவரை அழுத்திக்கொண்டிருந்தவன் என்றும் அவனைத்தான் இவானால் பொறுத்துக்கொள்ள முடியவில்லை என்றும் உடனே புரிந்துகொண்டான். அவனுக்குச் சட்டென்று இப்போது எல்லாமே விளங்கிவிட்டது. சிறிது நேரத்திற்கு முன்பு அல்யோஷா, ஸ்மெர்தியாக்கவை சந்தித்த விஷயத்தைப் பற்றிச் சொன்னதிலிருந்தே பயங்கரமான, வெறுக்கத்தக்க ஏதோ ஒரு உணர்வு திடீரென்று இவான் மனத்தில் ஊடுருவிச் செல்ல, அதன் விளைவாக, அப்போதிலிருந்தே அவனுடைய மனத்தில் வெறுப்பு மேலோங்கி நின்றது. பிறகு அவர்கள் பேசிக்கொண்டிருந்ததில் ஸ்மெர்தியாக்கவைப் பற்றி இவான் மறந்து போயிருக்க, அல்யோஷாவிடமிருந்து விடைபெற்றுக்கொண்டு வீட்டிற்குப் போனபோது மறந்துபோயிருந்த ஸ்மெர்தியாக்கவின் நினைவு சட்டென்று அவன் மனத்தில் மேலெழ ஆரம்பித்தது.

'ஆமாம், கேடுகெட்ட இந்தக் கயவனின் நினைவா இந்த அளவுக்கு என்னை ஆட்கொண்டுவிட்டது!' என்று நினைத்த இவானின் மனத்தில் அடக்க முடியாத வெறுப்பு மேலோங்கியது.

கொஞ்ச காலமாக, குறிப்பாகக் கடைசி சில நாட்களாகவே இவான் பியோதரவிச் அந்த மனிதனை உண்மையாகவே மிகவும் வெறுத்து வந்தான். அந்த ஜென்மத்தின் மீது வளர்ந்துவந்த இந்த வெறுப்பைச் சமீபகாலமாக அவனே உணர்ந்திருந்தான். ஒருவேளை இந்த வெறுப்பு அவனுள் அதிகமாக வளர்ந்ததன் காரணம், முதன்முதலாக இவான் ஃபியோதரவிச் நம் ஊருக்கு வந்தபோது முற்றிலுமாக வேறொரு சம்பவம் நடந்ததின் விளைவாக இருக்கலாம். அப்போது இவான் பியோதரவிச், ஸ்மெர்தியாக்கவிடம் தனிப்பட்ட முறையில் அக்கறை காட்டி, தனிச்சிறப்பம்சம் கொண்ட ஒரு மனிதனாக அவனை நினைத்திருந்தான். அவனே ஸ்மெர்தியாக்கவைத் தன்னிடம் பேசுமாறு அடிக்கடி ஊக்குவிக்க, எப்போதும் அற்புதமாக, சில சமயங்களில் புரிந்துகொள்ள முடியாத விதத்தில் அவன் பேச அல்லது சரியாகச் சொல்லப்போனால், மனதை பொறுமையிழக்கச் செய்வதாக, அந்தச் ‘சிந்தனையாளனை’ எது குழப்பிக்கொண்டிருந்தது, எது விடாப்பபடியாக வும் தொடர்ச்சியாகவும் தொந்தரவு செய்தது என்றுதான் புரியாமல் இருந்தது. தத்துவார்த்த விஷயங்களைப் பற்றி அவர்கள் பேச, அதுவும் உலகம் தோன்றி நான்காவது நாளன்றுதான் சூரியனும் நிலாவும் நட்சத்திரங்களும் தோன்றின என்றால், முதல் நாளன்றே வெளிச்சம் எப்படி வந்தது, அப்படியே இதை எப்படிப் புரிந்துகொள்வது என்பது பற்றியும் அவர்கள் பேசினார்கள்; ஆனால் இவான் பியோதரவிச்சுக்கு உடனே புரிந்தது, இந்தச் சூரியனும் நிலாவும் நட்சத்திரங்களும் ஸ்மெர்தியாக்கவுக்கு மூன்றாம்பட்சமானவைதான், இவையெல்லாம் அவனுடைய கவனத்தை ஈர்க்கும் பொருட்களல்ல, அப்படியே இவை யெல்லாம் அவனுடைய ஆவலைத் தூண்டும் பொருட்களேயாயினும், ஸ்மெர்தியாக்கவின் கவனம் முழுவதும் முற்றிலும் வேறு எதன் மீதோ இருக்கிறது. இப்படியோ, அப்படியோ, ஏதோ ஒரு விதத்தில், ஸ்மெர்தியாக்கவ் தன்னை உயர்வாக நினைத்துக்கொள்ள, அதுவே அவனை வஞ்சிக்க, அடிபட்ட தன்னுடைய தற்பெருமையை அவன் வெளிக்காட்டிக்கொண்டிருந்தான். இது இவான் பியோதரவிச்சுக்குக் கொஞ்சம்கூடப் பிடிக்கவில்லை. இதிலிருந்துதான் இவானுக்கு அவனைப் பிடிக்காமல் போனது. அதற்குப் பிறகு வீட்டில் கலகம் ஆரம்பிக்க, வீட்டிற்கு குரூஷென்கா வர, திமித்ரியின் கதை ஆரம்பித்து, எல்லாவிதப் பிரச்சினைகளும் உண்டாக – இதைப் பற்றி அவர்கள் பேச, ஆனால் ஸ்மெர்தியாக்கவோ இதைப் பற்றிப் பேசியபோதெல்லாம் பதற்றத் துடனேயே இருந்ததால், அவனுக்கு என்னதான் தேவை என்பதைத் தெரிந்துகொள்வதே சிரமமாக இருந்தது. அர்த்தமே இல்லாத, புரிந்து கொள்ளவே முடியாத அவனுடைய ஆசைகள் இயல்பாகவே தெளிவின்றி இருப்பதைப் பார்த்து ஒருவர் ஆச்சர்யப்படக்கூடும். ஸ்மெர்தியாக்கவ் பலவிதமான கேள்விகளைக் குடைந்து குடைந்து கேட்டுக்கொண்டு, ஆனால் எதையும் நேரடியாகக் கேட்காமல், வேண்டுமென்றே பல கேள்விகளைக் கேட்டுக்கொண்டு, அந்தக் கேள்விகள் எதற்காகக் கேட்கப் பட்டன என்பதைப் பற்றிச் சொல்லாமல், மிக முக்கியமான தருணத்தில் தன்னுடைய விவாதங்களை அப்படியே அவன் நிறுத்திக்கொண்டு, திடீரென்று அமைதியாக, முற்றிலும் வேறு விஷயத்திற்கு வந்தான்.

ஆனால், முக்கியமாக, இவான் ஃபியோதரவிச்சுக்கு எது அதிக எரிச்சலைக் கொடுத்து, இறுதியாக வெறுப்பை அவன்மீது திணித்தது என்றால், அவன் மீதிருந்த ஒரு வெறுப்பு – ஏதோ வெறுக்கத்தக்க ஒன்று, குறிப்பாக இவான் ஃபியோதரவிச்சிடம் அவன் பாராட்டிய நட்பு, தன்னை அவனிடம் மிக நெருக்கமாகக் காட்டிக்கொண்ட நட்பு. அதற்காக ஸ்மெர்தியாக்கவ் இவானிடம் நாகரிகமில்லாமல் நடந்துகொண்டான் என்று அர்த்தமல்ல, மாறாக அவன் எப்போதுமே மிக மரியாதையுடனேயே நடந்துகொண்டான், ஆனால் அவன் நடந்துகொண்ட விதம் எப்படி இருந்தது என்றால், ஏதோ ஒரு விஷயத்தில் ஸ்மெர்தியாக்கவ், இவானுடன் சமரசம் செய்துகொண்டது போலவும், ஆனால் அது என்னவென்பது கடவுளுக்குத்தான் வெளிச்சம், அப்படி அவர்கள் பேசிக்கொண்டது ஏதோ ஒன்றை அவர்கள் சமரசம் செய்துகொண்டது போலவும், ரகசியமாக ஏதோ அவர்கள் இருவருக்கும் இடையே மட்டுமே இருப்பது போலவும், ஏதோ ஒன்றை அவர்கள் இருவருமே பேசிக்கொண்டு, அவர்கள் இருவருக்கு மட்டுமே தெரியும்படி, அருகே புதைக்கப்பட்ட உடல்களுக்குக்கூடக் கேட்க முடியாதபடி அவர்கள் பேசிக்கொண்டார்கள். வளர்ந்து வரும் தன்னுடைய வெறுப்புக்குக் காரணம் என்னவென்று இவான் ஃபியோதரவிச்சுக்குப் புரியாமல் இருக்க, இறுதியாக, இப்போது, அது கடைசியாக, அந்த வெறுப்பு ஏற்பட்டதன் காரணத்தை அவனால் ஊகிக்க முடிந்தது. குமட்டுகிற எரிச்சலுடன் எதுவும் பேசாமல், ஸ்மெர்தியாக்கவை ஏறெடுத்தும் பார்க்காமல், திட்டி வாயிலுக்குள் நுழைய முற்பட்டான் இவான் பியோதரவிச். ஆனால் தான் அமர்ந்திருந்த பெஞ்சிலிருந்து எழுந்து வந்த ஸ்மெர்தியாக்கவை, இவான் ஃபியோதரவிச் பார்த்த மாத்திரத்தில் ஏதோ அவன் பேச முற்படுவது தெரிந்தது. ஸ்மெர்தியாக்கவைப் பார்த்ததும் இவான் ஃபியோதரவிச் சட்டென்று நிற்க, அப்படி அவன் சட்டென்று நின்று, அவனைக் கடந்து சென்ற ஒரு நிமிடத்திற்கு முன், தான் விரும்பியதைச் செய்யமுடியாமல் போனது அவனுக்கு எரிச்சலைக் கொடுத்து அவனை அதிரவைத்தது. ஆண்மையற்ற, பயனற்ற அவனுடைய உருவத்தையும் நெற்றியில் அலைபாயும் அவனுடைய முடியையும் கொத்தாய் இழைந்த மென்மயிர்க்கற்றையையும் கோபம் கலந்த எரிச்சலுடன் அவன் பார்த்தான். ஸ்மெர்தியாக்கவின் இடது கண் ஏளனமாகச் சிமிட்டியபடி 'எங்கே நீ வேகமாகப் போகிறாய்? என்னைப் பார்க்காமல் எப்படி நீ போக முடியும்? அறிவாளிகளாகிய நாம் பேசிக்கொள்ள எவ்வளவு விஷயம் இருக்கிறது' என்பது போல இருந்தது. இவான் தன்னுடைய உடல் உதற, 'கயவனே, போய்விடு, உன்னைப் போன்ற முட்டாள்களுடன் எனக்கு என்ன நட்பு' என்று வார்த்தைகளை அள்ளி வீச இருந்த இவான், ஆச்சர்யப்படும் விதத்தில் வேறொரு விஷயத்தைக் கேட்டான்:

'என்ன அப்பா இன்னும் தூங்குகிறாரா, இல்லை முழித்துவிட்டரா?' என்று தாழ்ந்த குரலில், அடக்கமாக, அவனே வியந்து போகுமளவுக்கு எதிர்பாராத விதத்தில் சட்டென்று கேட்டபடி அந்த பெஞ்சில் அமர்ந்தான். ஒரு நிமிடம் மிகப் பயங்கரமான உணர்வு ஒன்று அவனைப் பற்றி இழுத்தது என்று பிறகு அவன் நினைவுகூர்ந்தான்.

தன்னுடைய இரண்டு கைகளையும் பின்புறமாகக் கட்டிக்கொண்டு கண்களில் உறுதியும், சற்றேறக்குறைய கடுமையும் வெளிப்பட ஸ்மெர்தியாக்கவ் இவானைப் பார்த்தான்.

‘இன்னும் அவர் தூங்கிக்கொண்டிருக்கிறார்’ என்று அவசரமாகப் பதிலளித்தான். (‘நீதான் முதலில் பேசினாய், நான் இல்லை!’ என்பது போல இருந்தது அவனுடைய பார்வை). ‘உங்களைப் பார்த்து ஆச்சர்யப் படுகிறேன், கனவானே’ என்று சொன்னவன், சிறிது நேரம் அமைதியாக இருந்த பிறகு, ஏதோ ஒரு கூச்சத்துடன் கண்களைத் தாழ்த்திக்கொண்டு, மெருகேற்றப்பட்ட தன்னுடைய வலது காலணி வழியாக முன்விரலால் தரையைத் தேய்த்து விளையாடினான்.

‘எதற்காக என்னைப் பார்த்து நீ ஆச்சர்யப்பட்டாய்?’ என்று இவான் ஃபியோதரவிச் கடுமையான குரலில் தன்னுடைய சுயக்கட்டுப் பாட்டை இழக்காமல், ஆனால் அதைத் தெரிந்துகொள்ளும் ஆவலில், அதைத் தெரிந்துகொள்ளாமல் அங்கிருந்து போவதில்லை என்ற முடிவில் கேட்டான்.

‘நீங்கள் ஏன் செர்மாஷ்னயவுக்குப் போகவில்லை, ம்?’ என்று திடீரென்று தன்னுடைய கண்களை உயர்த்தி, பார்த்துப் பழக்கப்பட்ட தோரணையில் இவானைப் பார்த்துச் சிரித்தான். ‘நீ புத்திசாலியாக இருந்தால் நான் ஏன் சிரிக்கிறேன் என்பதை நீ புரிந்துகொள்வாய்’ என்பது போல அவனுடைய இடது கண்ணைச் சுருக்கிக்கொண்டு சிரித்தான் ஸ்மெர்தியாக்கவ்.

‘எதற்காக நான் செர்மாஷ்னய போக வேண்டும்?’ என்று ஆச்சர்யம் மேலோங்கக் கேட்டான் இவான் ஃபியோதரவிச்.

ஸ்மெர்தியாக்கவ் மீண்டும் அமைதியானான்.

‘உங்களை பியோதர் பாவ்லவிச்சே கெஞ்சிக் கேட்டுக்கொண்டா ரல்லவா, ம்’ என்று தன்னுடைய பதிலில் ஏதோ முக்கியத்துவம் இல்லாதது போல மிக அமைதியாகச் சொன்னான் ஸ்மெர்தியாக்கவ். எந்தவிதக் காரணமும் இல்லாமல் ஏதோ சொல்ல வேண்டுமென்பது போல இருந்தது அவனுடைய பேசும் பாவனை.

‘ஏ, பிசாசே, தெளிவாகப் பேசு. உனக்கு என்ன வேண்டும்?’ என்று இவான் ஃபியோதரவிச் இறுதியாகத் தன்னுடைய அமைதியை இழந்து கோபத்தில் கடுமையான குரலில் கத்தினான்.

ஸ்மெர்தியாக்கவ் தன்னுடைய வலது காலை இடது காலின் மீது போட்டுக்கொண்டு நிமிர்ந்து உட்கார்ந்து இவான் ஃபியோதரவிச்சை அதே சிரிப்புடன் அமைதியான அதே முகத்துடன் கண்கொட்டாமல் பார்த்தான்.

‘சொல்வதற்கு ஒன்றுமில்லை... ஏதோ பேச வேண்டு மென்பதற்காக...’ மீண்டும் அமைதி நிலவியது. ஏறக்குறைய ஒரு நிமிடம் அவர்கள் அப்படி அமைதியாக இருந்தார்கள். இவான் ஃபியோதரவிச்சுக்குத் தெரியும், இப்போது அவன் ஸ்மெர்தியாக்கவ் மீது கோபப்படுவான் என்று. அதை எதிர்பார்த்து ஸ்மெர்தியாக்கவ்

இவான் முன்பு வந்து நின்றான்: 'இதோ இப்போது என்மீது நீ கோப்படுகிறாயா இல்லையா என்று நான் பார்க்கிறேன்' என்பது போலக் குறைந்தபட்சம் இவான் ஃபியோதரவிச்சுக்குத் தெரிந்தது. கடைசியாக எழுந்து செல்ல முற்பட்டான் இவான். அந்தத் தருணத்தை ஸ்மெர்தியாக்கவ் சரியாகப் பயன்படுத்திக் கொண்டான்.

'என்னுடைய நிலைமை மிக மோசமாக இருக்கிறது, ம், இவான் ஃபியோதரவிச், எப்படி என்னை நானே தேற்றிக்கொள்வது என்றுதான் எனக்குத் தெரியவில்லை' என்று கடைசி வார்த்தையைத் தெளிவாக உச்சரிக்கும்போது திடீரென்று பெருமூச்சு விட்டபடி உறுதியான குரலில் சொன்னான் ஸ்மெர்தியாக்கவ். இதைக் கேட்டதும் இவான் ஃபியோதரவிச் மறுபடியும் அந்தப் பெஞ்சில் அமர்ந்தான்.

'இருவரும் அறிவுகெட்டத்தனமாக, குழந்தைகளைப் போல நடந்துகொள்கிறார்கள்' என்று தொடர்ந்தான் ஸ்மெர்தியாக்கவ். 'உங்களுடைய பெற்றோர், உங்களுடைய சகோதரன் திமித்ரி ஃபியோதரவிச்சைப் பற்றித்தான் சொல்கிறேன். இதோ இப்போது அவர், ஃபியோதர் பாவ்லவிச், எழுந்து மீண்டும் அதே கேள்வியைக் கேட்டு என்னைத் தொல்லை செய்வார்; 'அவள் ஏன் இன்னும் வரவில்லை? அவள் ஏன் இன்னும் வராமலிருக்கிறாள்?' என்று. இப்படி நடுராத்திரி வரை, ஏன் இன்னும் அதற்கும் மேலே நடு இரவு தாண்டியும் இந்தக் கேள்வியையே அவர் கேட்டுக்கொண்டிருப்பார். அப்படியே அக்ரஃபேனா அலெக்ஸாந்தரவ்னா வரவில்லையென்றாலும் (ஏனெனில் அவளுக்கு இங்கு வருகிற எண்ணமே கிடையாது) மீண்டும் காலையில் அவர் என்னைப் பிடித்துக்கொள்வார்: 'அவள் ஏன் இங்கு வரவில்லை? ஏன் அவள் இங்கு வராமலிருக்கிறாள், அவள் எப்போது வருவாள்?' என்று ஏதோ அவள் இங்கு வராமலிருப்பதற்கு நான் காரணமாக இருப்பது போல என்னைக் கேட்பார். இன்னொரு பக்கம் உங்களுடைய சகோதரன் திமித்ரி ஃபியோதரவிச்சும் அதே போல, கொஞ்சம் இருட்டியதும், ஏன் அதற்கும் முன்பாகவே கையில் துப்பாக்கியுடன் வந்து, 'பார், போக்கிரியே, சமையல்காரக் கயவனே, அவள் வருவதைப் பார்த்து என்னிடம் நீ சொல்லாமலிருந்தால் அந்த இடத்திலேயே உன்னை நான் சுட்டுப் பொசுக்கிவிடுவேன்' என்று மிரட்டுவார். இரவு போய் பகல் வந்ததும், ஃபியோதர் பாவ்லவிச் மீண்டும் என்னைத் தொல்லை படுத்துவார்: 'அவள் ஏன் இன்னும் வரவில்லை, சீக்கிரமே அவள் இங்கு வருவாளா' என்று. இப்படியாக அவருடைய திருமதி வராததற்கு அவர்கள் முன்பு நான் மீண்டும் குற்றவாளியாக நிற்பேன். நாளுக்கு நாள், மணிக்கு மணி இப்படி இருவரும் படுகின்ற கோபத்தில் நான் பயந்து வாழ்வதைவிடச் செத்துப்போவதே மேல் என்று சிலசமயம் நினைப்பேன். பெருங்குடிமகனே, இவர்கள் மேல் எனக்கு நம்பிக்கை இல்லை.'

'அப்படியானால், இந்த வேலையை நீ ஏன் ஏற்றுக்கொண்டாய்? எதற்காக ரகசியமாகத் திமித்ரி ஃபியோதரவிச்சுக்கு விஷயத்தைச் சொல்லும் பொறுப்பை நீ ஏற்றுக்கொண்டாய்?' என்று எரிச்சலுடன் கேட்டான் இவான் ஃபியோதரவிச்.

'நானா அந்தப் பொறுப்பை ஏற்றுக்கொண்டேன்? உண்மையாக, சரி, முழு விஷயமும் உங்களுக்குத் தெரிய வேண்டுமென்றால், அந்த வேலையை நான் ஏற்றுக்கொள்ளவில்லை. ஆரம்பத்திலிருந்தே எதுவும் நான் சொல்லாமல் அமைதியாகத்தான் இருந்தேன். ஆனால் அவர்கள் தாம் என்னைக் கண்காணிக்கும் லிச்சார்தா[1] போலாக்கிவிட்டார்கள். இன்றுவரை ஒரே விஷயத்தைத்தான் அவர்கள் சொல்கிறார்கள்: 'கொன்றுவிடுவேன் கயவனே, அவளை மட்டும் நீ பார்க்காமல் விட்டுவிட்டாயென்றால்!' என்று. ஒரு சமயம் நாளைக்கே எனக்கு வலிப்புநோய் வந்து நான் கஷ்டப்படுவேன் என்று நினைக்கிறேன்.'

'என்ன, வலிப்புநோய் வந்து கஷ்டப்படப்போகிறாயா?'

'ஆமாம். வலிப்புநோய் வந்து நீண்ட நேரம், மிக நீண்ட நேரம் நான் கஷ்டப்படப் போகிறேன். ஒருசமயம் அது சில மணி நேரம் அல்லது ஒரு நாள் முழுவதும், ஏன் அடுத்த நாள்கூட நீடிக்கலாம். ஒருமுறை பரண்மேல் ஏறி நான் கீழே விழுந்ததில் தொடர்ந்து மூன்று நாட்கள் எனக்கு வலிப்புநோய் கண்டது. மூன்று நாட்களாக நான் சுயநினைவை இழந்து கிடந்தேன். சில சமயம் நினைவு வரும்; சில சமயம் நினைவே வராமல் போகும், இப்படி மூன்று நாட்கள் நான் சுயநினைவின்றிக் கிடந்தேன். அப்போது ஃபியோதர் பாவ்லவிச் தான் கெர்ஷென்ஸ்தூபேவுக்கும் ஊரிலிருந்த மருத்துவருக்கும் சொல்லி அனுப்பி அவர்களை அழைத்துவந்தார். பனிக்கட்டிகளை நெற்றியில் வைத்து, இன்னும் ஏதோ ஏதோ மருந்துகள் தடவி அவர்கள் என்னைக் குணப்படுத்த முயன்றார்கள்... அப்போது நான் செத்துக்கூடப் போயிருக்கக்கூடும்.'

'வலிப்புநோய் இந்த நேரம் வரும் என்றோ, எப்போது வரும் என்றோ முன்கூட்டியே எதுவும் சொல்ல முடியாது என்று சொல் கிறார்கள். நீயோ உனக்கு நாளைக்கு வலிப்புநோய் வரும் என்கிறாய்?' என்று இவான் ஃபியோதரவிச் எரிச்சல் கலந்த ஆர்வத்துடன் கேட்டான்.

'உண்மைதான். எப்போது வரும் என்று முன்கூட்டியே சொல்ல முடியாதுதான்.'

'நீ பரண் மேலிருந்து அப்போது கீழே விழுந்ததால் உனக்கு வலிப்புநோய் வந்தது.'

'தினமும் நான் பரண்மேல் ஏறிக்கொண்டுதானே இருக்கிறேன்.'

நாளைக்குக்கூட நான் பரண்மேல் ஏறும்போது கீழே விழ வாய்ப்பிருக்கிறது. அப்படியில்லையென்றால், நிலவறையில்கூட விழச் சாத்தியமிருக்கிறது, ஏனெனில் தினமும் நான் நிலவறைக்குப் போகிறேன், ம்.'

இவான் ஃபியோதரவிச் நீண்ட ஒரு பார்வையால் அவனைப் பார்த்தான்.

'ஆம், விழுவாய், நீ விழுவாய், உன்னைப் புரிந்துகொள்ள முடியவில்லை' என்று அமைதியாக, ஆனால் பயமுறுத்தும் தொனியில்

சொன்னான் இவான். ‘ஆக, நாளைக்கு வலிப்புநோய் கண்டு நீ மூன்று நாட்கள் படுக்கப்போகிறாய், அப்படித்தானே? ஹ?’

ஸ்மெர்தியாக்கவ் தனது பார்வையைத் தரையில் படரவிட்டபடி, மீண்டும் வலது கால் விரலால் தரையைக் கிளறி விளையாடிக்கொண்டு, இடது காலை முன் வைத்துத் தலையை உயர்த்திச் சிரித்தபடி சொன்னான்:

‘அப்படியே வேண்டுமென்றே வலிப்புநோய் கண்டு நான் படுத்தாலும், கைதேர்ந்த மனிதனுக்கு அப்படிச் செய்வது ஒன்றும் சிரமமில்லை, அதிலும் சாவிலிருந்து என்னைக் காப்பாற்றிக்கொள்ள எல்லாவித உரிமையும் எனக்கு இருக்கிறது, ஏனெனில் உடம்பு சரியில்லாமல் நான் படுத்திருக்கும்போது அக்ரஃபேனா அலெக்ஸாந்தரவ்னா இங்கு வந்தால் திமித்ரி அவர்கள் என்னைப் பார்த்து, ‘நீ ஏன் அவள் இங்கு வந்ததை என்னிடம் சொல்லவில்லை’ என்று கேட்க மாட்டார்கள் இல்லையா. அப்படிக் கேட்கவும் அவர்கள் வெட்கப்படுவார்கள் இல்லையா!’

‘நாசமாய்ப் போக!’ என்று கோபத்தில் முகம் முறுக்கேறக் கத்தினான் இவான் ஃபியோதரவிச். ‘நீ ஏன் இப்படி உன்னுடைய வாழ்க்கையை நினைத்துப் பயந்து நடுங்குகிறாய்! திமித்ரியின் பயமுறுத்தல்கள் எல்லாம் வெறும் கோபத்தில் வருபவை. அவன் ஒரு காலமும் உன்னைக் கொல்லமாட்டான்; கொல்வான். ஆனால் உன்னையல்ல! அவன் கொன்றாலும் அது நீயாக இருக்கமாட்டாய்!’

‘இல்லை, அவர் என்னை ஒரு பூச்சியை நசுக்கிக் கொல்வதுபோல நசுக்கிக் கொன்றுவிடுவார்; முதலில் என்னைத்தான் அவர் கொல்வார். ஆனால், நான் பயப்படுவதோ வேறொரு விஷயத்திற்குத்தான். முட்டாள் தனமாக அவருடைய தந்தைக்கு அவர் தீங்கு விளைவிக்கும்போது எங்கே என்னை அவருடைய கூட்டாளி என்று மக்கள் சொல்லி விடுவார்களோ என்றுதான் பயப்படுகிறேன்.’

‘உன்னை ஏன் கூட்டாளி என்று மக்கள் நினைக்க வேண்டும்?’

‘அப்படி நினைப்பதற்குக் காரணம், ரகசியமாகச் சில சமிக்ஞைகளை நான் அவருக்குத் தெரிவிப்பதால்தான்.’

‘என்னவிதமான சமிக்ஞைகள்? யாருக்குத் தெரியப்படுத்துகிறாய்? நாசமாய்ப் போக, ஒன்றும் புரியவில்லை எல்லாவற்றையும் தெளிவாகச் சொல்!’

‘உண்மையை வெளிப்படையாக ஒத்துக்கொள்ள வேண்டும்!’ என்று போலியான அமைதியுடன் இழுத்த ஸ்மெர்தியாக்கவ், ‘பியோதர் பாவ்லவிச்சுக்கும் எனக்குமிடையே ஒரு ரகசியம் இருக்கிறது. உங்களுக்கே தெரியும் (ஒருசமயம் அது உங்களுக்குத் தெரியாவிட்டால்) கடந்த சில நாட்களாக இரவு நேரங்களில், ஏன் சாயங்காலமாகவே அவர் தன்னை அறைக்குள் வைத்துப் பூட்டிக்கொள்கிறார். கடைசி சில நாட்க ளாக சீக்கிரமே நீங்கள் உங்களுடைய அறைக்குச் சென்றுவிடுகிறீர்கள்.

அப்படியே நேற்று நீங்கள் வெளியில் எங்குமே போகவில்லை. எனவே உங்களுக்குத் தெரியாமல் இருக்க வாய்ப்பிருக்கிறது, எப்படி அவர் தன்னை மிகக் கவனமாக இரவு நேரங்களில் பூட்டிக்கொள்கிறார் என்பது. கிரிகோரி வசிலியேவிச் வந்தால்கூட அவனுடைய குரலைக் கேட்கும்வரை அவர் அறையைத் திறக்கவேமாட்டார். கிரிகோரி வசிலியவிச்சோ எப்போதுமே தாமதமாக வரமாட்டார். இந்த அக்ரஃபேனா அலெக்ஸாந்தரவ்னாவின் வருகையை எதிர்பார்த்துக் காத்திருப்பதால், நான் ஒருவன்தான் அவருடன் இப்போது அவருடைய அறையில் இருக்கிறேன். ஆனால் இப்போது என்னையும் அவர் நான் தங்குமிடத்தில் படுத்துக்கொள்ளுமாறு உத்தரவிட்டிருக்கிறார். ஆனால் நடுநிசி வரை நான் தூங்காமல் தோட்டத்தில் காவல் காக்கிறேன், ஏனெனில் அக்ரஃபேனா அலெக்ஸாந்தரவ்னா வந்தால் கதவைத் திறந்துவிடுவதற்காக. இப்படியாகக் கடைசிச் சில நாட்களாகவே பைத்தியம் பிடித்தவர் போல அவர்களை எதிர்பார்த்து அவர் காத்துக் கொண்டிருக்கிறார். அவர் சொல்கிறார், திமித்ரி பியோதரவிச்சைக் (மீச்சியா என்று அவரைக் கூப்பிடுகிறார்) கண்டால் அவளுக்குப் பயமாம். அதனால் இரவு நேரம் தாமதமாக அவள் என்னைப் பார்க்க வருவாள்; எனவே நடுநிசிவரை, ஏன் அதிகாலை வரை கவனமாகக் கண்காணி; அப்படி அவள் வந்தாள் ஓடி வந்து என்னுடைய அறைக் கதவைத் தட்டு அல்லது தோட்டத்துப் பக்கம் இருக்கும் ஜன்னலை இருமுறை தட்டு, முதலில் மெதுவாக பிறகு மூன்றுமுறை வேகமாகத் தட்டு – டக், டக், டக் என்று. உடனே நான் அவள் வந்திருக்கிறாள் என்பதைப் புரிந்துகொண்டு என்னுடைய அறைக்கதவைச் சத்தமின்றித் திறப்பேன்: முதலில் இரண்டுமுறை டக் டக் என்று வேகமாகத் தட்டு. பிறகு சற்றே இடைவேளை விட்டு மீண்டும் ஒருமுறை வேகமாகத் தட்டு. அப்படித் தட்டினால் எதிர்பாராதவிதமாக ஏதோ நடந்து விட்டது என்றறிந்து கட்டாயம் உன்னைப் பார்க்க வேண்டுமென்று நான் கதவைத் திறந்து உன்னை உள்ளே வரச் சொல்வேன்; நீ நடந்த விஷயத்தை என்னிடம் சொல். ஒருவேளை அக்ரஃபேனா அலெக்ஸாந்தரவ்னாவால் நேரில் வர முடியாமல் யார் மூலமாவது அவள் செய்தி சொல்லி அனுப்பலாம். அந்தச் சமயம் பார்த்து திமித்ரி பியோதரவிச் கூட இங்கு வரலாம். அப்படி அவர் வந்தால், அவர் வருகிறார் என்பதை நான் அவருக்குத் தெரியப்படுத்த வேண்டும். அவருக்கு திமித்ரி ஃபியோதரவிச்சைக் கண்டு மிகவும் பயம். எனவே அக்ரஃபேனா அலெக்ஸாந்தரவ்னாவுடன் ஃபியோதர் ஃபாவ்லவிச் தனியாக இருக்கும்போது ஒருவேளை திமித்ரி பியோதரவிச் வர நேர்ந்தால், அவனுடைய வருகையை மூன்றுமுறை கதவைத் தட்டி நான் தெரிவிக்க வேண்டும். ‘ஐந்துமுறை தட்டினால் அக்ரஃபேனா அலெக்ஸாந்தரவ்னா வந்திருக்கிறார்கள்’ என்று அர்த்தம். பிறகு மூன்று முறை கதவைத் தட்டினால் ‘அவசரமாக செய்தி ஒன்றைச் சொல்ல வேண்டும்’ என்று அர்த்தம். இப்படி அவரே எனக்குப் பலமுறை கதவைத் தட்டிக்காட்டிச் சொல்லியும் கொடுத்திருக்கிறார். இப்படி எனக்கும் அவருக்கும் மட்டும்தான் இந்த உலகத்தில் இதன் அர்த்தம் தெரியும். அப்படி நான் கதவைத் தட்டினால் உடனே அவர் கதவைத்

திறப்பார் அல்லது நான் அவரைச் சத்தமாகக் கூப்பிட வேண்டும் (ஆனால் அப்படிக் கூப்பிட்டால் அவருக்குப் பயம்) இப்போது இந்தச் சமிக்ஞைகள் எல்லாம் உங்கள் சகோதரன் திமித்ரி பியோதரவிச்சுக்கும் தெரியும்.'

'அவனுக்கு எப்படித் தெரிந்தது? நீ அவனுக்குச் சொன்னாயா? அதை அவனுக்குத் தெரியப்படுத்த உனக்கு எவ்வளவு தைரியம்?'

'அதே அந்தப் பயத்தால்தான். எப்படி நான் அவரிடம் சொல்லாமல் இருப்பது? திமித்ரி பியோதரவிச் ஒவ்வொரு நாளும் என்னை மிரட்டுகிறார்: 'நீ என்னை ஏமாற்றுகிறாய், என்னிடமிருந்து எதையோ மறைக்கிறாய். உன் இரண்டு கால்களையும் ஒடித்துக் கையில் கொடுத்து விடுவேன்!' என்று. அதனால்தான் இந்த ரகசிய சமிக்ஞைகளைப் பற்றி அவருக்கு நான் சொல்ல வேண்டி வந்தது. அந்த விதத்திலாவது, அவருக்கு ஓர் உண்மையான ஊழியனாக, எனக்குத் தெரிந்ததை அவரிடம் சொல்லி, அவரை ஏமாற்றாமல் இருக்கிறேன் என்ற மன நிறைவோடு நான் இருக்கிறேன்.'

'அப்படி இந்தச் சமிக்ஞைகளைப் பயன்படுத்தி அவன் உள்ளே வர முயன்றால் அவனை நீ உள்ளேவிடாதே.'

'வலிப்புநோய் கண்டு நான் படுத்திருக்கும்போது எப்படி அவரை நான் உள்ளே வரவிடாமல் தடுப்பது. அப்படியே அவர் எவ்வளவு பிடிவாதக்காரர் என்பதும் எனக்குத் தெரியும்.'

'ஹே, நாசமாய்ப் போக! எப்படி உனக்கு அவ்வளவு நிச்சயமாகத் தெரியும், உனக்கு வலிப்பு நோய் வருமென்று. என்ன, நீ கிண்டல் செய்கிறாயா?'

'உங்களைக் கேலிசெய்ய எனக்குத் தைரியம் இருக்கிறதா என்ன? அப்படியே இது கேலிக்குரிய விஷயமா என்ன, நானே பயந்துபோயிருக் கிறேன். எனக்கு வலிப்பு நோய் வரும் என்று எனக்குத் தெரியும், இதே இந்தப் பயத்தின் காரணத்தால் தான் எனக்கு வலிப்பு வரும்.'

'ஓ, நாசமாய்ப் போக! அப்படி நீ படுத்துவிட்டால் கிரிகோரிதான் கண்காணிக்க வேண்டும். கிரிகோரியிடம் முன்னதாகவே நீ சொல்லி வை, திமித்ரியை உள்ளேவிடக் கூடாதென்று.'

'முதலாளி சொல்லாமல் கிரிகோரி வசிலேவிச்சுக்கு எந்த ஒரு சமிக்ஞையையும் நான் தெரிவிக்க முடியாது. திமித்ரி பியோதரவிச்சை உள்ளேவிடக் கூடாதென்று கிரிகோரியிடம் சொல்லச் சொல்கிறீர்களே, இதைப் பற்றி நான் ஒன்று சொல்ல வேண்டும். நேற்றிலிருந்தே கிரிகோரி வசிலேவிச் உடல்நலமில்லாமல் தான் இருக்கிறார். அவரைக் குணப்படுத்த மார்ஃபா இக்னச்சேவ்னா தனது கை வைத்தியத்தை நாளைக்கு ஆரம்பிக்கப்போகிறாள். அதற்கான ஏற்பாடுகளை அவர்கள் செய்துவைத்திருக்கிறார்கள். அவளுடைய மருத்துவச் சிகிச்சையே தனிவிதமானது: ஏதோ ஒருவித மூலிகையிலிருந்து வீரியங்கொண்ட சாற்றை அவள் எடுத்து கிரிகோரிக்குக் கொடுப்பாள்; அதை அவள் எப்போதுமே தயாராக வைத்திருப்பாள். அது என்ன மூலிகை என்பது

அவளுக்குத்தான் தெரியும்; ரகசியமாக வைத்திருப்பாள். அப்படிப்பட்ட அந்த ரகசிய மூலிகையைக் கொண்டு வருடத்திற்கு மூன்றுமுறை கிரிகோரி வசிலேவிச்சை அவள் குணப்படுத்துவாள். முடக்குவாத நோயால் நடக்க முடியாமல் கிரிகோரி கஷ்டப்படும்போது வருடத்தில் மூன்றுமுறை இந்தச் சிகிச்சையைத்தான் அவள் செய்வாள். ஒரு துவாலையை அந்த மூலிகைச் சாற்றில் முக்கி எடுத்து கிரிகோரியின் இடுப்புப் பகுதியில் அரைமணிநேரம் சாறு காயும் வரை தேய்ப்பாள். கிரிகோரியின் இடுப்புப் பகுதி சிவந்து வீங்கிவிடும். ம். பிறகு அந்த மூலிகைச் சாற்றின் ஒரு பகுதியைப் பிரார்த்தித்து கிரிகோரிக்குக் குடிக்கக் கொடுப்பாள். அதுவும் முழுவதையும் குடிக்கக் கொடுக்க மாட்டாள். பிரார்த்திக்கும் குறிப்பிட்ட தருணத்தில், தனக்காக அவள் கொஞ்சம் எடுத்து வைத்துக்கொண்டு அவளும் அதைக் குடிப்பாள். அவர்கள் இருவரும், நான் சொல்கிறேன் கேளுங்கள், மது அருந்தாதவர்க ளாகையால் இந்த மூலிகைச் சாற்றைப் பருகிவிட்டு நீண்ட நேரம் தூங்கிவிடுவார்கள்; அப்படி அவர்கள் தூங்கி எழுந்ததும் கிரிகோரி வசிலேவிச்சுக்கு உடம்பு குணமாகிவிடும். ஆனால், மார்ஃபா இக்னச் சேவ்னாவுக்குத் தலைவலி ஆரம்பிக்கும். இப்படி, இந்தச் சிகிச்சையைத் தான் மார்ஃபா இக்னச்சேவ்னா நாளைக்குக் கிரிகோரிக்குச் செய்யப் போகிறாள். அதனால் கிரிகோரிக்குக் காதில் ஒன்றுமே விழாது. அவரால் திமித்ரி பியோதரவிச்சைக் கண்காணிக்க முடியாது. இருவருமே ஆழ்ந்து உறங்கிவிடுவார்கள்.'

'எவ்வளவு பெரிய கதை! இது எல்லாமே ஏதோ ஒரு திட்டத்துடன் நடப்பது போல இருக்கிறது: உனக்கு வலிப்பு நோய் கண்டு படுப்பதும், அவர்கள் இருவரும் எந்த நினைவுமின்றி உறங்குவதும்!' என்று கத்தினான் இவான் ஃபியோதரவிச். 'இது எல்லாமே ஒரே சமயத்தில் நடக்க வேண்டுமென்று நீ திட்டம் போட்டிருக்கிறாயா என்ன?' என்று கோபத்தில் புருவங்களை நெறித்தபடி வெடித்தான் இவான்.

'நான் எப்படி இதையெல்லாம் ஏற்பாடு செய்யமுடியும்... அப்படியே என்ன நோக்கத்திற்காக? எல்லாமே திமித்ரி பியோதரவிச் கையில்தான் இருக்கிறது, அவருடைய மனத்தில் என்ன இருக்கிறதோ... எதையாவது அவர் செய்ய நினைத்தால் உடனே அதைச் செய்துவிடுவார். நானா அவரை இங்குக் கூட்டிக்கொண்டு வந்து அவருடைய தந்தையின் அறையில் தள்ள முடியும்?'

'ஆமாம், அவன் எதற்காகத் தந்தையின் அறைக்கு ரகசியமாக வர வேண்டும்? நீயே தான் சொல்கிறாய், அக்ரஃபேனா அலெக் ஸாந்தரவ்னா இங்கு வரமாட்டாள் என்று' இப்படிக் கேட்ட இவான் ஃபியோதரவிச் கோபத்தில் வெளிறிப் போனான். 'நான் இங்கு வந்ததிலிருந்து இதைத்தான் நீ சொல்லிக்கொண்டிருக்கிறாய்; இந்த வயதான மனிதர் எதை எதையோ கற்பனை செய்துகொண்டிருக்கிறார் என்றும் அந்த ஜென்மம் இங்கு வரப்போவதில்லை என்றும். அப்படி அவள் இங்கு வரப்போவதில்லை என்றால் எதற்காகத் திமித்ரி இந்தக் கிழவரின் அறைக்கு வர வேண்டும், நீ என்ன நினைக்கிறாய் என்பதை நான் தெரிந்துகொள்ள வேண்டும் சொல்!'

‘அவர் எதற்காக அவருடைய தந்தையின் அறைக்குப் போவார் என்பது உங்களுக்கே தெரியும். அப்படியிருக்கையில் என்னுடைய எண்ணத்தைத் தெரிந்துகொண்டு நீங்கள் என்ன செய்யப்போகிறீர்கள்? தன்னுடைய கெட்ட எண்ணத்தின் காரணமாகத்தான் அவர் அங்குப் போவார். அப்படியே என்னுடைய உடல் வருத்தத்தின் காரணமாக, எங்கு நான் அக்ரஃபேனா அலெக்ஸாந்தரவ்னா வந்தால் அவருக்குச் சொல்லாமல் போய்விடுவேனோ என்று சந்தேகப்பட்டு, எப்படி நேற்று அவர் பொறுமையில்லாமல் தன்னுடைய தந்தையின் அறைக்கு அவர்களைத் தேடிப்போனாரோ, அப்படித்தான் ரகசியமாக, ஒரு சமயம் அவர்கள் வந்துவிட்டார்களோ என்றெண்ணி, இங்கு அவர் தேட வருவார். அவருக்கு உறுதியாகத் தெரியும், ஃபியோதர் பாவ்லவிச் உறை ஒன்றில் மூவாயிரம் ரூபிள்களைப் போட்டு அதை ரோஜா வண்ண நாடாவால் கட்டி, மூன்றுமுறை அதன்மீது முத்திரை பதித்துத் தன் கைப்பட ‘என்னுடைய தேவதை குரூஷென்கா, விரும்பினால் நீ வரலாம்’ என்று எழுதிவைத்திருந்தார். அப்படியே மூன்று நாட்கள் கழித்து மீண்டும் அந்த உறைமீது ‘என் குட்டிச் செல்லத்திற்கு’ என்று எழுதினார். இதோ இதுதான் சந்தேகத்திற்குரியதாக இருக்கிறது, கனவானே.’

‘சுத்த முட்டாள்தனம்!’ என்று இவான் ஃபியோதரவிச் கடுங் கோபத்துடன் கத்தினான். ‘திமித்ரி ஒருபோதும் பணத்தைத் திருடவோ மீறி அப்பாவைக் கொல்லவோ வரமாட்டான். நேற்று அவன் குரூஷென்காவின் பேரில் அவரைக் கொன்றிருக்க முடியும், அறிவுகெட்ட மூர்க்கன். ஆனால் பணத்தை ஒருபோதும் அவன் திருடமாட்டான்!’

‘அவருக்குப் பணம் இப்போது மிக முக்கியமாகத் தேவைப் படுகிறது, இவான் ஃபியோதரவிச். உங்களுக்குத் தெரியாது அது எவ்வளவு தூரம் அவருக்குத் தேவை என்று’ மிக அமைதியாக, எதிர்பாராத தெளிவுடன் பணிவாகச் சொன்னான் ஸ்மெர்தியாக்கவ். ‘இந்த மூவாயிரம் ரூபிள்களை அவர் தன்னுடைய சொந்தப் பணம் என்றுதான் நினைக்கிறார். அப்படித்தான் அவர் என்னிடம் சொன்னார்: ‘எனக்கு என்னுடைய தந்தை சரியாக இன்னும் மூவாயிரம் ரூபிள்கள் தர வேண்டும்’ என்று. அப்படியே இன்னொரு உண்மையையும் நாம் ஆராய்ந்து பார்க்க வேண்டும் இவான் ஃபியோதரவிச். ஏறக்குறைய உறுதிசெய்யப் பட்டிருந்தது, அக்ரஃபேனா அலெக்ஸாந்தரவ்னா அவரைத் திருமணம் செய்துகொள்வார்கள் என்று, அதாவது என்னுடைய முதலாளி, ஃபியோதர் பாவ்லவிச்சை அவர்கள் திருமணம் செய்துகொள்வார்கள் என்று; அதாவது, அக்ரஃபேனா அலெக்ஸாந்தரவ்னா அவரைத் திருமணம் செய்துகொள்ள ஆசைப்பட்டால் – சரி, ஒருவேளை அவர்கள் ஆசைப்படலாம். பொதுவாக நான் சொல்கிறேன், அவர்கள் இங்கு வரமாட்டார்கள் என்று. ஆனால், அவர்களுக்கு இன்னும் அதிகமாகத் தேவைப்படலாம், அதாவது, உடனே அவர்கள் இந்த வீட்டு எஜமானியாக விருப்பப்படலாம். அவர்களுடைய வியாபார நண்பர் சம்சனோவ் உண்மையாகவே அவர்களுக்கு இந்த எண்ணத்தைத்தான் சொல்லி, இதுதான் நல்லது என்று சொல்லிச் சிரித்ததும் எனக்குத் தெரியும்.

அவர்கள் பெரிய அறிவாளி. ஒன்றுமில்லாத திமித்ரி ஃபியோதரவிச்சை எதற்காக அவர்கள் திருமணம் செய்துகொள்ள வேண்டும். எனவேதான் இவான் ஃபியோதரவிச், இவை எல்லாவற்றையுமே நீங்கள் கணக்கில் எடுத்துக்கொள்ள வேண்டும். அப்படி அவர்கள் இந்த வீட்டுக்கு எஜமானி ஆகிவிட்டால், பிறகு திமித்ரி ஃபியோதரவிச்சுக்கோ, உங்களுக்கோ அல்லது உங்கள் தம்பி அலெக்ஸெய் ஃபியோதரவிச்சுக்கோ யாருக்குமே ஒரு ரூபிள் கூட உங்களுடைய தந்தைக்குப் பிறகு கிடைக்காது. ஏனெனில், அக்ரஃபேனா அலெக்ஸாந்தரவ்னா, ஃபியோதர் பாவ்லவிச்சை அவருடைய பணத்திற்காகத் திருமணம் செய்துகொண்டு எல்லாச் சொத்துக்களையும் தன்னுடைய பெயரில் எழுதி வாங்கிக்கொள்வார்கள். ஆனால், அப்படித் திருமணம் செய்துகொள்வதற்கு முன்பாக உங்களுடைய தந்தை இறந்துபோனால், உங்கள் ஒவ்வொருவருக்கும்` சுலபமாக நாற்பதாயிரம் ரூபிள்கள் கிடைக்கும். ஃபியோதர் பாவ்லவிச்சால் மிக அதிகமாக வெறுக்கப்படும் திமித்ரி பாவ்லவிச்சுக்குக்கூட நாற்பதாயிரம் ரூபிள்கள் கிடைக்கப்பெறும். ஏனெனில் இதுவரை ஃபியோதர் பாவ்லவிச் உயில் எதையும் எழுதிவைக்கவில்லை . . . இது எல்லாமே திமித்ரி பியோதரவிச்சுக்கு நன்றாகத் தெரியும் . . .'

இதைக் கேட்டதும் ஏதோ ஓர் உணர்வு இவான் ஃபியோதரவிச்சைத் தாக்கியது. திடீரென்று அவன் முகம் சிவந்துபோனான். 'இவ்வளவு விஷயங்களுக்குப் பிறகும் எதற்காக நீ என்னை செர்மாஷ்னய போகுமாறு வற்புறுத்துகிறாய்?' என்று திடீரென்று இடைமறித்தான் இவான். 'இதன் மூலமாக நீ என்ன சொல்ல விரும்புகிறாய்? ஒருசமயம் இங்கிருந்து நான் போன பிறகு இது எல்லாமே நடந்தது என்றால் என்ன செய்வது என்றா?' என்று சொன்னபடி இவான் ஃபியோதரவிச் பெருமூச்சு விட்டான்.

'உண்மை, முற்றிலும் உண்மை' என்று ஸ்மெர்தியாக்கவ் இவான் ஃபியோதரவிச்சின் மீது ஒரு கண்வைத்தபடி நிதானமாகச் சொன்னான்.

இவான் ஃபியோதரவிச், தன்னுடைய உணர்வுகளை மிகச் சிரமத்துடன் அடக்கிக்கொண்டு, ஆனால், கண்களில் பயம் தெறிக்கக் கேட்டான், 'உண்மை என்பதற்கு அர்த்தம் என்ன?'

'உங்களைப் பற்றி யோசித்துப் பார்த்துத்தான் நான் அப்படிச் சொன்னேன். உங்களுடைய இடத்தில் நான் இருந்திருந்தால் இப்போதே எல்லாவற்றையும் நான் உதறித் தள்ளியிருப்பேன் . . . எதற்காக இதெல்லாம் செய்ய வேண்டும், ம் . . .' என்று சொன்ன ஸ்மெர்தியாக்கவ், பளிச்சிடும் இவான் ஃபியோதரவிச்சின் கண்களை உற்றுப் பார்த்தான். இருவரும் அப்படியே மௌனமாக இருந்தார்கள்.

'நீ ஒரு மிகப்பெரிய முட்டாள், அதற்கும் மேலாக, நீ ஒரு போக்கிரி!' என்றபடி பெஞ்சிலிருந்து திடீரென்று எழுந்தான் இவான் ஃபியோதரவிச். பிறகு அந்தத் திட்டிவாயிலைக் கடக்கும் முன்பாகத் திரும்பி அவன் ஸ்மெர்தியாக்கவைப் பார்த்தான். அப்போது எதிர்பாராத ஒன்று நடந்தது. வலிபொறுக்க முடியாமல் இவான் ஃபியோதரவிச் உதடுகளைக் கடித்தபடி கைகளை இறுக மூடிக்கொண்டு ஸ்மெர்தியாக்கவ்

மீது திடீரென்று விழப்பார்த்தான். அதைக் கவனித்த ஸ்மெர்தியாக்கவ் நிமிடத்தில் சுதாரித்துக்கொண்டு விலகிக்கொண்டான். அந்த நிமிடம் ஸ்மெர்தியாக்கவுக்கு நல்லநேரமாக இருந்தது. இவான் ஃபியோதரவிச் குழப்பத்துடன் மௌனமாக திட்டிவாயிலைக் கடந்தான்.

'தெரிந்துகொள், நாளை காலை வெகு சீக்கிரமாகவே நான் மாஸ்கோவுக்குப் புறப்பட்டுப் போகப் போகிறேன். அவ்வளவுதான்!' என்று திடீரென்று சத்தமாக, கோபத்துடன், மிகத் தெளிவாகச் சொன்னான் இவான் ஃபியோதரவிச். அப்படிச் சொன்ன பிறகு எதற்காக இந்த விஷயத்தை ஸ்மெர்தியாக்கவுக்குச் சொல்ல வேண்டு மென்று நினைத்து தனக்குத்தானே இவான் ஆச்சர்யப்பட்டுக்கொண்டான்.

'அதுதான் மிகவும் நல்லது' என்று ஏதோ இந்தப் பதிலை எதிர்பார்த்தது போலச் சொன்ன ஸ்மெர்தியாக்கவ், 'அப்படி ஏதாவது நடந்தால்கூட இங்கிருந்து உங்களுக்குத் தந்தி கொடுப்பது சுலபம்.'

உடனே இவான் ஃபியோதரவிச் வேகமாக ஸ்மெர்தியாக்கவைத் திரும்பிப் பார்த்தான். அப்போது ஸ்மெர்தியாக்கவிற்குத் தர்ம சங்கடமாக இருந்தது என்னவோ உண்மை.

ஸ்மெர்தியாக்கவிடம் இவான் கொண்டிருந்த நெருக்கமும் நயநாகரிகமும் திடீரென்று விலகிப்போயின; அவனுடைய முகத்தில் ஆழ்ந்த கவனமும் எதிர்பார்ப்பும் முழுமையாகப் பிரதிபலித்தாலும், ஏற்கனவே அவை சோபையிழந்து விலகிப்போவதாக இருந்தது: 'இன்னும் வேறு ஏதாவது சொல்லப் போகிறாயா, கூடுதலான விஷயம் ஏதாவது இருக்கிறதா' என்பது போல இருந்தது இவான் ஃபியோதரவிச்சின் கருத்தூன்றிய பார்வை.

'அப்படி ஏதாவது நடந்தால் என்னை செர்மாஷ்னயவிலும் பிடிக்க முடியும்தானே?' ஏன் என்று தெரியாமலேயே திடீரென்று உரக்கக் கேட்டான் இவான் ஃபியோதரவிச்.

'ஆமாம். நீங்கள் அங்கிருந்தால்கூட உங்களுக்குத் தெரியப் படுத்தலாம்...' என்று ஏறக்குறைய முணுமுணுக்கும் குரலில், மன அமைதி குலைந்து, இவான் ஃபியோதரவிச்சின் கண்களைப் பார்த்தபடி சொன்னான் ஸ்மெர்தியாக்காவ்.

'என்ன, மாஸ்கோ சற்றுத் தூரமாக இருக்கிறது. செர்மாஷ்னய பக்கத்தில் இருக்கிறது. எனவே, என்னுடைய பயணச் செலவைப் பற்றி நீ வருத்தப்படுகிறாய். அதனால்தான் என்னை நீ செர்மாஷ்னய வுக்குப் போகச் சொல்கிறாய் அப்படித்தானே. இல்லாவிட்டால் நான் சுற்றிக்கொண்டு வர வேண்டுமென்று நினைத்து நீ வருத்தப்படுகிறாயா?'

'மிகவும் சரியாகச் சொன்னீர்கள்...' என்று முணுமுணுத்த ஸ்மெர்தியாக்கவ், தயங்கியபடி அருவருப்பான புன்னகையுடன், சந்தர்ப்பம் வந்தால் மீண்டும் பழைய நிலைக்குத் தாவிச் செல்லத் தயாராக இருந்தான். ஆனால் இவான் ஃபியோதரவிச், ஸ்மெர்தியாக்கவ் ஆச்சர்யப்படும் விதத்தில் திடீரென்று சிரித்தபடி வேகமாகத் திட்டி வாயிலைக் கடந்து சென்றான்; அப்படி அவன் சென்றபோது சிரித்துக்

கொண்டே போனான். அவனுடைய முகத்தை அந்தச் சமயம் பார்த்த எவரும் சொல்லக்கூடும், மகிழ்ச்சியில் இவான் சிரிக்கவில்லை என்று. ஆமாம், அவனுக்கே அவனுடைய அந்த மனநிலையை விளக்க முடியாமல் தான் இருந்தது. அவனுடைய அசைவும் நடையும் முற்றிலும் அதிர்ச்சிக்கு உள்ளானவையாக இருந்தன.

## 7

## ‘புத்திசாலியுடன் பேசுவது எப்போதுமே சுவாரஸ்யமானது’

ஆமாம். அப்படித்தான் அவனுடைய பேச்சும் இருந்தது. ஃபியோதர் பாவ்லவிச்சை வரவேற்பறையில் சந்தித்த அவன், திடீரென்று தன்னுடைய கைகளை ஆட்டி உரக்கச் சொன்னான், ‘மாடியில் இருக்கும் என்னுடைய அறைக்கு நான் போகிறேன். இப்போது உங்களுடைய அறைக்கு நான் வரவில்லை. பிறகு பார்ப்போம்’ என்றபடி அவரைத் தாண்டிப் போனவன், தன்னுடைய தந்தையின் மீது பார்வைகூடப் படாதபடி விலகிச் சென்றான். அந்த நிமிடம் அவன்மீது ஃபியோதர் பாவ்லவிச்சுக்கு வெறுப்புக்கூட ஏற்பட்டிருக்கும்; ஆனால் அந்த வெறுப்பை அவர் மிகச் சாதாரணமாக மறைத்தது ஃபியோதர் பாவ்லவிச்சிடமிருந்து எதிர்பார்த்திருக்க முடியாத ஒன்று தான். அந்த வயதானவர் அவனிடம் ஒரு விஷயத்தை அவசரமாகச் சொல்வதற்காகத்தான் வரவேற்பறைக்கே வந்தார் என்பது தெளிவாகத் தெரிந்தது; ஆனால், இவ்வளவு அமைதியாகச் சொல்லிவிட்டு இடை மாடிக்குப் போனவனைத் தன்னுடைய கண்பார்வையிலிருந்து நழுவும் வரை சந்தோஷத்துடன் பார்த்துக்கொண்டிருந்தார் ஃபியோதர் பாவ்லவிச்.

‘என்ன ஆயிற்று இவனுக்கு?’ என்று இவான் ஃபியோதரவிச்சைத் தொடர்ந்து வந்த ஸ்மெர்தியாக்கவைப் பார்த்து அவர் கேட்டார்.

‘ஏதோ கோபமாக இருக்கிறார்’ என்று தட்டிக் கழிக்கும் விதத்தில் முணுமுணுத்தான் ஸ்மெர்தியாக்கவ்.

‘ஹ! நாசமாய்ப் போக! கோபம் வந்தால் கோபித்துக்கொள்ளட்டும்! சமவாரைத் (தேநீர் தயாரிக்கப் பயன்படுத்தப்படும் பாத்திரம்) தயார் செய்து வைத்துவிட்டு நீயும் சீக்கிரமே போ. வேறு ஏதாவது செய்திகள் உண்டா?’

ஸ்மெர்தியாக்கவ் இவான் ஃபியோதரவிச்சிடம் செய்த புகாரை யெல்லாம் தள்ளிவைப்போம், அக்ரஃபேனா அலெக்ஸாந்தரவ்னாவின் எதிர்பார்ப்புக்குரிய வருகை உட்பட. அரைமணி நேரத்திற்குள்ளாக வீடு பூட்டப்பட்டது; பித்துப்பிடித்த கிழவர், எந்த நிமிடமும் கதவைத் தட்டும் சத்தம் கேட்கலாம் என்ற எதிர்பார்ப்புடன், இதோ, இதோ இப்போது ஐந்துமுறை கதவு தட்டப்படும் என்ற எண்ணத்தில், இரவு

மட்டுமே தெரிகிற அந்த இருட்டு வேளையில் ஜன்னலைப் பார்த்தபடி இங்கும் அங்குமாக அறையில் நடந்து கொண்டிருந்தார்.

இரவு வெகுநேரம் ஆகியிருந்தது. ஆனால் இவான் ஃபியோதரவிச் தூங்காமல் யோசித்துக்கொண்டிருந்தான். அன்று இரவு இரண்டு மணிக்குத்தான் அவன் தூங்கினான். அவன் எதைப் பற்றியெல்லாம் யோசித்துக்கொண்டிருந்தான் என்பதை நாம் இங்குத் தொகுத்துக் கொடுக்கப்போவதில்லை, அப்படியே அவனுடைய ஆன்மாவுக்குள் நுழைந்து எல்லாவற்றையும் அறிந்துவர நமக்கு இது நேரமும் இல்லை; அதற்கான நேரம் தானாகக் கனிந்துவரும். மீறி அதைச் செய்ய முற்பட்டாலும் அவனுடைய எண்ணங்களை விளக்கமாகப் படம் பிடித்துக் காட்ட இப்போது நாம் அதிகம் பிரயாசைப்பட வேண்டி யிருக்கும். ஏனெனில் இப்போது அவை முழுமையான எண்ணங்கள் அல்ல, இன்னும் அவை வரையறுக்கப்படாத, முக்கியமாக, பதற்றமான எண்ணங்கள். எல்லாவற்றையும் அவன் இப்போது இழந்துவிட்டது போல உணர்ந்தான். விநோதமான, ஏறக்குறைய முற்றிலும் எதிர்பாராத விஷயங்கள் அவனைத் தொல்லைப்படுத்தின. உதாரணமாக, திடீரென்று இப்போதே கீழே இறங்கிப் போய் நடு இரவில் கதவைத் திறந்து, ஸ்மெர்தியாக்கவ் தங்கியிருக்கும் விடுதியில் அவனை எழுப்பி நையப்புடைக்க வேண்டும் என்று அவனுக்குத் தோன்றியது; அப்படி அவனை ஏன் அடிக்க விரும்பினான் என்று கேட்டால் இன்ன காரணம் என்று கண்டிப்பாக அவனால் சொல்ல முடியாது, ஒன்றைத் தவிர. அந்த வேலைக்காரன் இவ்வுலகில் வேறு யாரையும்விட இவான் ஃபியோதரவிச்சைத்தான் மிக மோசமாக அவமதித்து வெறுத்தான் என்பதைத் தவிர, மற்றொரு பக்கம், அந்த இரவு விவரிக்க முடியாத கோழைத்தனமான ஓர் இரவாக இருக்க, தன்னுடைய உடல் வலிமை முழுவதையும் திடீரென்று முழுவதுமாக இழந்துவிட்டது போல உணர்ந்தான் இவான். அவனுக்குத் தலை வலித்துச் சுற்றியது. ஏதோ ஒருவித வெறுப்புணர்வு அவனுடைய மனத்தை வேதனைப்படுத்த யாரையோ அவன் பழிவாங்க வேண்டுமென்று நினைத்தான். அல்யோஷா விடம் அவன் பேசியதை நினைவுகூர்ந்து, அப்போது அவன் அல்யோஷா வைக் கூட வெறுத்தான்; அப்படியே சில சந்தர்ப்பங்களில் தன்னையும் அவன் வெறுத்தான். கத்தரீனா இவானவ்னாவைப் பற்றிய நினைவு ஏறக்குறைய அவனிடம் இல்லாமலேயே இருந்தது அவனுக்குப் பிறகு ஆச்சர்யத்தைத் தந்தது; அதுமட்டுமில்லாமல், நேற்று காலை அவன் கத்தரீனா இவானவ்னாவிடம் நாளைக்கு மாஸ்கோ புறப்பட்டுச் செல்வதாகப் பெருமையடித்துக் கொண்டபோது, தனக்குத்தானே இப்படிச் சொல்லிக்கொண்டதையும் அவன் தெளிவாக நினைவுபடுத்திப் பார்த்தான்: ‘என்ன முட்டாள்தனம், நீ எங்கும் போகப் போவதில்லை; அப்படி வெட்டிக்கொண்டு போவது உனக்குச் சுலபமான காரியமுமல்ல; பிறகு ஏன் நீ இப்படிப் பிதற்றுகிறாய்.’ அதன் பிறகு நீண்ட நேரம் யோசித்துப் பார்த்த இவான், திடீரென்று சோபாவிலிருந்து எழுந்து அமைதியாக, ஏதோ பயந்தவன் போலத் திரும்பிப் பார்க்காமல் கதவைத் திறந்து, படிக்கட்டு வழியாகக் கீழே இறங்கி வந்து, அறையில் என்ன நடக்கிறது, ஃபியோதர் பாவ்லவிச்சின் அறையிலிருந்து என்ன

சத்தம் வருகிறது என்று ஒட்டுக்கேட்டவன், ஒருவித ஆவலுடன் நெஞ்சு படபடக்க, மூச்சிரைக்க, அங்கேயே ஐந்து நிமிடம் நின்றுகொண்டிருந் தான்; அப்படி ஏன் அவன் நடந்துகொண்டான், எதற்காக அப்படிக் காது கொடுத்துக் கேட்டான் என்று அவனுக்கே தெரியவில்லை. இந்தக் 'காரியத்தை' 'கீழ்த்தரமான' ஒரு செயலாகவே அவன் தன்னுடைய வாழ்நாள் முழுவதும் நினைத்துப் பார்த்தான்; தன்னுடைய ரகசிய மனத்தின் இந்தச் செயலைத்தான் வாழ்நாளில் தான் செய்த மிகப்பெரிய கேவலமான செயல் என்றும் அவன் கருதினான். அந்தச் சமயம் அவனுக்குத் தன் தந்தைமீது வெறுப்புக்கூட ஏற்படவில்லை; ஆனால் ஏதோ ஒரு காரணத்தின் பொருட்டு அவரைப் பற்றி அதிகமாகத் தெரிந்துகொள்ளும் ஆசைதான் அவனுக்கு இருந்தது: எப்படி அவர் அறையில் அங்குமிங்குமாக நடந்துகொண்டிருப்பார், என்ன செய்து கொண்டிருப்பார், எப்படி அந்த இருட்டான ஜன்னல் வழியே எட்டிப் பார்த்து, திடீரென்று அறையின் நடுவே நின்றுகொண்டு, யாராவது கதவைத் தட்டுவார்களா என்று காத்திருப்பார் என்றெல்லாம் அவன் கற்பனை செய்து பார்த்தான். அதன் பொருட்டு அவன் இரண்டுமுறை படிக்கட்டுகளில் இறங்கியும் வந்தான். ஏறக்குறைய இரவு இரண்டு மணியிருக்கும்; எல்லாம் அமைதியாக இருக்க, ஃபியோதர் பாவ்லவிச் தூங்கிப்போயிருந்தார். தானும் உடனே தூங்கிவிட வேண்டுமென்று ஆசைப்பட்டான் இவான் பியோதரவிச்; அப்படி அவன் மிகவும் அயர்ந்து போயிருந்தான். உண்மையாக, அப்படியே அவன் ஆழ்ந்து உறங்கியும் போனான், கனவுகள் ஏதுமின்றி; ஆனால் அவன் கண் விழித்துப் பார்த்தபோது காலை ஏழு மணியாகியிருந்தது. எழுந்தவுடன் மிக உற்சாகமாகத் தெம்புடன் அவன் காணப்பட்டது அவனுக்கே ஆச்சர்யமாக இருந்தது. படுக்கையிலிருந்து குதித்து எழுந்தவன், உடையை மாற்றிக்கொண்டு, தன்னுடைய பெட்டியை எடுத்து, துணி மணிகளை உடனே அடுக்க ஆரம்பித்தான். நல்லவேளையாகத் துணி மணிகள் ஒரு நாளைக்கு முன்புதான் சலவை செய்யப்பட்டு வந்திருந்தன. எந்தவிதத் தாமதமுமின்றிப் பயணத்திற்கு ஏதுவாகத் திடீரென்று எல்லாமே அமைந்துவிட்டதை எண்ணி இவான் ஃபியோதரவிச் மனத்திற்குள் சிரித்துக்கொண்டான். அவனுடைய பயணம் உண்மை யாகவே ஒரு திடீர்ப் பயணம்தான். ஒரு நாளைக்கு முன்புதான் இவான் ஃபியோதரவிச் தான் மாஸ்கோ போவதாக (கத்தரீனா இவானவ்னாவிடமும் அல்யோஷாவிடமும் பிறகு ஸ்மெர்தியாக்கவிடமும்) சொல்லியிருந்தாலும், படுக்கப்போகும்போது அந்தப் பயணத்தைப் பற்றி அவன் நினைத்துப் பார்க்கவே இல்லை என்பது அவனுடைய நினைவுக்கு வந்தது; அதுவும் காலையில் எழுந்தவுடன் முதல் வேலையாகத் தன்னுடைய பெட்டி படுக்கையைக் கட்டுவானென்று அவன் நினைத்துக் கூடப் பார்க்கவில்லை. இறுதியாக அவனுடைய பெட்டியும் தோல் பையும் தயாராகியிருந்தன: இப்போது ஒன்பது மணியாக இருக்க, எப்போதும் போல மார்ஃபா இக்னச்சேவ்னா அதே அந்தக் கேள்வியை அவனிடம் கேட்டாள்: 'நீங்கள் காலை உணவை எங்கே சாப்பிடப் போகிறீர்கள், இங்கேயா அல்லது கீழேயா ?.' அவனுடைய வார்த்தை களில், செயல்களில் கவனமின்மையும் வேகமும் இருந்தாலும் இவான்

ஃபியோதரவிச் ஏறக்குறைய குதூகலத்துடன் கீழே இறங்கிச் சென்றான்; சுமுகமான முறையில் தந்தையுடன் பேசியபிறகு, குறிப்பாக அவருடைய உடல்நலத்தைப் பற்றி விசாரித்த பிறகு, அவருடைய பதிலுக்காகக் காத்திருக்காமல், தான் மாஸ்கோவுக்கே ஒரேடியாகப் போய்விடப் போவதாகவும், அதுவும் ஒருமணிநேரத்திற்குள் கிளம்பிப் போகப்போவ தாகவும், அப்படிப் போவதற்குத் தனக்குக் குதிரை வண்டி வேண்டு மென்றும் கேட்டான். அந்தக் கிழவர் இந்த விஷயத்தைக் கேட்டுக் கொஞ்சமும் ஆச்சர்யப்படாமல், அதற்காக வருத்தப்படுவதாகக்கூடச் சொல்ல மறந்து மிகக் கேவலமாக நடந்துகொண்டார். அதுமட்டு மில்லாமல், அவருக்கு ஏதோ ஒரு மிக முக்கியமான வேலை இருப்ப தாகவும் அது இப்போதுதான் அவருக்கு ஞாபகத்திற்கு வந்ததாகவும் சொல்லிப் பரபரத்தார்.

‘ஓ, எப்போதுமே நீ இப்படித்தான், நேற்றே என்னிடம் நீ சொல்லியிருக்க வேண்டும் . . . சரி, சரி எல்லாவற்றையும் இப்போது ஒழுங்குசெய்வோம். தயவுசெய்து எனக்காக ஒரு உதவியைச் செய். என்னைப் பெற்றவனே, தயவுசெய்து செர்மாஷ்னய போ. அது வலோவ்யா ரயில் நிலையத்திலிருந்து இடதுபக்கமாகப் பதின்மூன்று கிலோமீட்டர் தூரத்தில்தான் இருக்கிறது.’

‘மன்னித்துக்கொள்ளுங்கள், என்னால் முடியாது: இங்கிருந்து ரயில் நிலையத்திற்கு ஒன்பது கிலோமீட்டர் போக வேண்டும். மாஸ்கோ போகும் ரயிலோ மாலை ஏழுமணிக்கே கிளம்பிவிடும். அவசரமாக நான் இப்போது போனால்தான் ரயிலைப் பிடிக்கமுடியும்.’

‘அவசரமாக நாளையோ நாளை மறுநாளோ நீ மாஸ்கோவுக்குப் போகலாம். இன்று நீ செர்மாஷ்னய போ. தந்தையை அமைதிப் படுத்துவதற்கு நீ ஒன்றும் அதிகம் செலவழிக்கத் தேவையில்லை! இங்கு மட்டும் எனக்கு வேலை இல்லை என்றால் எப்போதோ நான் செர்மாஷ்னய போயிருப்பேன். ஏனெனில் அங்கு மிக முக்கியமான, அவசரமான காரியம் ஒன்று இருக்கிறது. இப்போது இந்த இடத்தை விட்டு என்னால் நகர முடியாது . . . உனக்குத் தெரியுமா, அங்கே பெகிச்சேவிலும் தியாச்கினோவிலும் எனக்குத் தரிசு நிலம் இருக்கிறது. வயதான மாஸ்லவும் அவருடைய மகனும் அங்கு வெட்டப்படும் மரத்திற்கு வெறும் எட்டாயிரம் ரூபிள்கள்தான் தருகிறார்கள். ஆனால், ஒரு வருடத்திற்கு முன்பு வியாபாரி ஒருவர் அதற்குப் பன்னிரண் டாயிரம் ரூபிள்கள் தருவதாகச் சொன்னார். ஆனால் அவர் வெளியூர்க் காரர் என்பதுதான் கவனிக்கப்பட வேண்டிய விஷயம். அதிகமான விலைக்கு அந்த ஊரில் எதையுமே விற்க முடியாது. ஏனெனில் வியாபாரி மாஸ்லவும் அவருடைய மகனும் பலநூறு ஆயிரங்களுக்குத்தான் சமம். அவர்கள் என்ன விலை சொல்கிறார்களோ அந்த விலைக்குத் தான் ஊர்க்காரர்கள் மரத்தைக் கொடுப்பார்கள். அவர்களை எதிர்த்து யாரும் எதுவும் செய்யமாட்டார்கள். போன வியாழக்கிழமை திடீரென்று பாதிரியார் இலீன்ஸ்கி எனக்கு ஒரு கடிதம் எழுதி, அவருக்குத் தெரிந்த கோர்த்ஸ்கின் என்ற வியாபாரி வருவதாகத் தெரிவித்திருந்தார். அவர் பக்ரிபோவா ஊரைச் சேர்ந்தவர், உள்ளூர்க்

காரர் இல்லை என்பதால் மாஸ்லவ் குடும்பத்தைக் கண்டு அவர் பயப்படாதவர். பதினோராயிரம் ரூபிள்களை நம்முடைய மரத்திற்குத் தருவதாகச் சொல்கிறாராம், புரிகிறதா? அவர் இன்னும் ஒரு வாரம் தான் அங்கிருப்பார் என்று பாதிரியார் எழுதி இருக்கிறார். நீ அவரைச் சந்தித்து அந்தக் காரியத்தை முடித்துவிட்டால் நல்லது...'

'சரி, நீங்கள் அந்தப் பாதிரியாருக்குக் கடிதம் எழுதி அவரையே பேசி முடிக்கச் சொல்லுங்கள்.'

'அவரால் அது முடியாது. அவருக்கு வியாபாரம் பேசத் தெரியாது. தங்கமான மனிதர் அவர். இருபதாயிரம் ரூபிள்களைக் கொடுத்து ரசீது எதுவும் இல்லாமல், பணத்தைப் பத்திரமாக அவரிடம் நான் கொடுத்து வைத்திருக்க முடியும். ஆனால் அவருக்கு வியாபாரத்தைப் பற்றி எல்லாம் தெரியாது. எளிதில் அவரை யாரும் ஏமாற்றிவிட முடியும். அப்படிப்பட்ட வித்தியாசமான மனிதர் அவர். நன்றாகப் படித்த அறிவாளி அவர் என்றால் உன்னால் நம்பமுடியுமா. இந்த கோர்ஸ்த்கின் பார்ப்பதற்கு நல்ல மனிதனாக, விவசாயி போல உடை அணிந்திருந்தாலும் உண்மையாகவே அவன் கெட்டவனாக இருப்பதுதான் நமக்குத் துரதிர்ஷ்டமே. அவன் பேசுவது எல்லாமே பொய். இது அவனுடைய இன்னொரு குணம். அவன் பேசுவதைப் பார்த்து இவன் ஏன் இப்படிப் பொய் சொல்கிறான் என்று நாம் ஆச்சர்யப்பட்டுப் போவோம். அப்படிப் பொய் சொல்வான். மூன்று வருடங்களுக்கு முன்பு அவனுடைய மனைவி இறந்துபோய்விட வேறு ஒரு பெண்ணை அவன் திருமணம் செய்துகொண்டான் என்று சொன்னான். ஆனால் அப்படி எதுவுமே நடக்கவில்லை. அவனுடைய மனைவியும் இறந்துபோகவில்லை, உயிரோடுதான் இருக்கிறாள். வாரத்தில் மூன்று நாட்களுக்கு ஒருமுறை அவளிடம் அவன் அடி வாங்கிக்கொண்டிருக்கிறான். ஆக நமக்குத் தெரிய வேண்டியது இதுதான்: அவன் பொய் சொல்கிறானா, இல்லை உண்மையைச் சொல்கிறானா, பதினோராயிரம் ரூபிள்களுக்கு மரத்தை வாங்கிக் கொண்டு அந்தப் பணத்தைத் தருவானா, மாட்டானா என்பதுதான்.'

'என்னாலும் இந்த விஷயத்தில் உங்களுக்கு உதவ முடியாது. எனக்கும் இந்த வியாபார உத்திகளெல்லாம் தெரியாது.'

'பொறு, உன்னால் முடியும். ஏனெனில் எப்படி நீ கோர்ஸ்த்கினுடன் செயல்பட வேண்டுமென்பதை நான் உனக்குச் சொல்லித் தருகிறேன். அவனுடன் நான் நீண்ட காலமாகவே வியாபாரம் செய்து வருகிறேன். பார்: அவனுடைய அசிங்கம் பிடித்த, ஒல்லியான சிவப்புநிறத் தாடியின் மீது நீ ஒரு கண் வைத்திருக்க வேண்டும். அந்தத் தாடி அதிர்ந்தபடி கோபமான குரலில் அவன் பேசினால், அவன் உண்மை சொல்கிறான், காரியம் நடக்கும் என்று அர்த்தம்; அப்படியில்லாமல் இடது கையால் அவன் தாடியைத் தடவியபடி புன்னகை செய்தால், அவன் உன்னை ஏமாற்றப் பார்க்கிறான் என்று அர்த்தம். அவனுடைய கண்களை எப்போதுமே நீ பார்க்காதே. அதைப் பார்த்து உன்னால் எதையுமே புரிந்துகொள்ள முடியாது. அவை மிகவும் ஆழமானவை,

ஏமாற்றக்கூடியவை – எனவே அவனுடைய தாடியைப் பார். உன் மூலமாக அவனுக்கு ஒரு குறிப்பு ஒன்றை நான் எழுதிக்கொடுக்கிறேன். அதை நீ அவனிடம் காட்டு. அவன் கோர்ஸ்த்கின், ஆனால், வெறும் கோர்ஸ்த்கின் மட்டுமல்ல; ஒரு திருட்டு நாய். ஆனால் அப்படியெல்லாம் அவனிடம் நீ சொல்லாதே. கோபக்காரன். நீ அவனிடம் பேசி முடித்துவிட்டு, எல்லாம் சரியென்றால், உடனே நீ எனக்குக் கடிதம் எழுது. நீ எழுத வேண்டியதெல்லாம் ஒன்றுதான்: 'அவன் பொய் சொல்லவில்லை' என்பதுதான். பதினோராயிரத்திலேயே நீ நில். வேண்டுமென்றால், ஒரு ஆயிரத்தைக் கழிக்கலாம். ஆனால் அதற்கு மேல் வேண்டாம். யோசித்துப்பார், எட்டாயிரம் எங்கே, பதினோராயிரம் எங்கே. மூவாயிரம் ரூபிள்கள் வித்தியாசம். இந்த மூவாயிரம் ரூபிள்கள் எங்கிருந்தோ நமக்குக் கிடைத்தது போலத்தான். இப்படிப்பட்ட வியாபாரியைக் கண்டுபிடிப்பது அவ்வளவு சுலபமல்ல. எனக்குப் பணம் மிக முக்கியமாகத் தேவைப்படுகிறது. உண்மையாகவே அவன் மரத்தை வாங்கப் போகிறானா என்பதை மட்டும் நீ தெரிந்துசொல். அப்படியானால் உடனே நான் இங்கிருந்து ஓடிவந்து அந்தக் காரியத்தை முடித்துவிட்டுத் திரும்பி வந்துவிடுவேன். எப்படியாவது நேரத்தை நான் கண்டுபிடிப்பேன். அப்படி இல்லாமல் அந்தப் பாதிரியார் எதையோ யோசித்துக்கொண்டு ஒரு சமயம் கடிதம் எழுதியிருந்தால், எதற்காக நான் அங்கு அவசரமாகப் போக வேண்டும்? சரி. நீ போகப்போகிறாயா, இல்லையா?'

'இல்லை, எப்படியும் அங்கு நான் போகப்போவதில்லை, என்னை மன்னித்துவிடுங்கள்.'

'ஹா, அப்பாவுக்காக இந்த ஒரு உதவியை நீ செய், அதை எப்போதுமே நான் மறக்கமாட்டேன். நீங்கள் எல்லோரும் இதயமே இல்லாதவர்கள்! ஓரிரு நாள் ஆகுமா உனக்கு இதைச் செய்ய! அப்படி என்ன நீ வெனிஸ் நகரத்திற்கா அவசரமாகப் போகிறாய்? இந்த இரண்டு நாட்களில் உன்னுடைய வெனிஸ் ஒன்றும் அழிந்துவிடாது. அல்யோஷாவை அங்கு அனுப்பலாம்தான், ஆனால் இந்த வேலைக் கெல்லாம்? உன் ஒருவனைத்தான் நான் கேட்க முடியும், ஏனென்றால் நீ அறிவாளி. மரத்திற்கு நீ விலை பேசவேண்டாம், ஆனால் உனக்குக் கண் இருக்கிறதுதானே, பார். இங்கு நீ பார்க்கமட்டும்தான் வேண்டும்: உண்மையை அவன் பேசுகிறானா இல்லையா என்பதை மட்டும்தான் நீ பார்க்க வேண்டும். மீண்டும் சொல்கிறேன், அவனுடைய தாடியை மட்டும் நீ பார்: அது துடித்தால் அவன் உண்மை பேசுகிறான் என்று அர்த்தம்.'

'ஆக நாசமாய்ப்போன அந்த செர்மாஷ்னயவுக்குப் போக நீங்கள் என்னைப் பிடித்துத் தள்ளுகிறீர்கள், ஹா?' என்று ஏளனமாகச் சிரித்த படி கத்தினான் இவான் ஃபியோதரவிச்.

பியோதர் பாவ்லவிச் அந்த வெறுப்பைப் பொருட்படுத்தாமல் அல்லது அந்த வெறுப்பைக் கவனிக்க விரும்பாமல் அவனுடைய புன்னகையை மட்டும் பிடித்துக்கொண்டார்.

'ஆக, நீ போகிறாய், போகப்போகிறாய்? அப்படித்தானே? இதோ இப்போதே உனக்கு நான் அந்தக் குறிப்பை எழுதித் தருகிறேன்.'

'தெரியவில்லை. நான் போவேனா இல்லையா என்று எனக்கே தெரியாது. போகும் வழியில் அதை நான் முடிவுசெய்வேன்.'

'ஏன் போகும் வழியில் முடிவுசெய்கிறாய். இப்போதே முடிவுசெய். என் அன்பிற்குரியவனே, இப்போதே முடிவுசெய்! ஒருவேளை நீ காரியத்தை முடித்துவிட்டால், இரண்டு வரி எழுதிப் பாதிரியாரிடம் கொடுத்துவிடு, உடனே அவர் அதைத் தாமதமின்றி எனக்கு அனுப்பி விடுவார். அதற்கு மேல் நான் உன்னைப் பிடித்து வைக்க மாட்டேன். பிறகு நீ உன்னுடைய வெனிஸ் நகரத்திற்குப் போகலாம். வோல்வியா ரயில் நிலையத்திற்குப் பாதிரியார் உன்னை வண்டியில் அனுப்பி வைப்பார் . . .'

கிழவர் அப்படியே ஆச்சர்யத்தில் மூழ்கிப்போனார்; சிறு குறிப்பொன்றை வேகமாக எழுதி வண்டியை வரச் சொன்னவர், சாப்பிடுவதற்குக் கொஞ்சம் தின்பண்டங்களையும் பிராந்தியையும் வரவழைத்தார். கிழவர் சந்தோஷமாக இருக்கும்போது எப்போதுமே உணர்ச்சிகளை அதிகம் வெளிப்படுத்துவார், ஆனால் இந்தமுறை ஏனோ தன்னுடைய உணர்ச்சிகளை அவர் கட்டுப்படுத்திக்கொண்டார். திமித்ரி ஃபியோதரவிச்சைப் பற்றி அவர் ஒரு வார்த்தைகூடப் பேசவில்லை. இவானை வழியனுப்புவதில் அவருக்கு ஒரு வருத்தமும் இருக்கவில்லை. என்ன சொல்வது என்று அவருக்குத் தெரியவில்லை. என்ன சொல்வது என்று அவருக்குத் தெரியவில்லை என்பதை இவான் ஃபியோதரவிச் கவனித்தான்: 'என்னுடன் இருந்ததில் அவருக்குச் சலிப்பு ஏற்பட்டிருக்கும்' என்று தன்னைப் பற்றி அவன் நினைத்துக் கொண்டான். வீட்டு முற்றத்தில் நின்றுகொண்டு இவானிடமிருந்து விடைபெற்றபோதுதான், கிழவர் சற்றுப் பதைபதைப்படைந்து அவனை முத்தமிட எத்தனித்தார். ஆனால் இவான் ஃபியோதரவிச் சட்டென்று அவர் கட்டி அணைப்பதைத் தவிர்க்கத் தன்னுடைய கைகளை நீட்டிக் குலுக்கினான். இதைப் புரிந்துகொண்ட கிழவர் நிமிடத்தில் தன்னை விலக்கிக்கொண்டு சுதாரித்துக்கொண்டார்.

'ம், கடவுள் காப்பாற்றுவார், காப்பாற்றுவார்!' என்று முற்றத்தில் நின்றுகொண்டு அவர் திரும்பத் திரும்பச் சொன்னார். 'உன்னுடைய வாழ்நாளில் மீண்டும் நீ இங்கு வருவாயோ என்னவோ? ஆனால் நீ இங்கு வந்தால் நான் எப்போதும் சந்தோஷப்படுவேன். ம், கடவுள் உன்னுடன் இருப்பார்!'

இவான் ஃபியோதரவிச் வண்டியில் ஏறினான். 'இவான், என்னைப் பற்றித் தப்பாக நினைக்காதே!' என்று இறுதியாகக் கத்தினார் தந்தையாகிய ஃபியோதர் பாவ்லவிச்.

இவானை வழியனுப்ப வீட்டிலிருந்த எல்லோரும் வெளியே வந்தனர்: ஸ்மெர்தியாக்கவ், மார்ஃபா மற்றும் கிரிகோரி வாசலுக்கு வந்தனர். இவான் ஃபியோதரவிச் எல்லோருக்கும் பத்துப் பத்து ரூபிள்களைக் கொடுத்தான். கடைசியாக அவன் வண்டியில் அமர்ந்த

போது வண்டியிலிருந்த தரைவிரிப்பைச் சரிசெய்ய ஓடிவந்தான் ஸ்மெர்தியாக்கவ்.

'பார் ... நான் செர்மாஷ்னய போகிறேன்' என்ற வார்த்தைகள் நேற்றுப் போலவே திடீரென்று இவானின் வாயிலிருந்து தப்பி வெளிவர, இம்முறை ஒருவிதப் பதற்றத்துடன் அவனிடமிருந்து சிரிப்பு வெளிப்பட்டது. இதை அவன் பிறகு நீண்ட காலம் நினைத்துப் பார்த்தான்.

'ஆக, மக்கள் சொல்வது சரிதான், அறிவாளிகளுடன் பேசிக் கொண்டிருப்பது ஆர்வமிக்க ஒன்று' என்று ஸ்மெர்தியாக்கவ், இவான் ஃபியோதரவிச்சை ஊடுருவிப் பார்த்தபடி, அழுத்தமாகப் பதிலளித்தான்.

வண்டி நகர்ந்து வேகமாகப் பறந்தது. வண்டியிலிருந்த பயணியின் மனது குழப்பத்திலிருந்தது. ஆனால் ஆவலுடன் சுற்றியிருந்த வயல் வெளிப் பரப்பையும் குன்றுகளையும் மரங்களையும் வாத்துக்கூட்டத்தை யும் தலைக்கு மேலே உயரமாக மிதந்து செல்லும் தெளிவான மேகத்தை யும் அவன் பார்த்தான். திடீரென்று தான் நன்றாக இருப்பதை அவன் உணர்ந்தான். வண்டியோட்டியுடன் கொஞ்சம் நேரம் அவன் பேச முற்பட்டான்; அவன் சொல்வதைக் கேட்க இவானுக்கு மிக ஆர்வமாக இருந்தது. ஆனால் நிமிடத்தில் புரிந்துகொண்டான், அவன் பேசுவதெல்லாம் தன்னுடைய காதுகளில் விழவில்லை என்பதும் அப்படியே உண்மையைச் சொல்லப்போனால், வண்டியோட்டி என்ன பதிலளித்தான் என்பது இவானுக்குப் புரியவே இல்லை என்பதும். அவன் மௌனமானான், ஏனெனில் அப்படி இருப்பது அவனுக்குப் பிடித்திருந்தது: சுத்தமான காற்று, மென்மையாகக் குளுகுளுவென்று வீசியது. வானம் தெளிவாக இருந்தது. அல்யோஷா, கத்தரீனா இவானவ்னாவின் முகங்கள் அவனுடைய மனத்தில் வந்துபோயின; ஆனால் அமைதியாக அவன் அன்பான அந்தப் பேய்களை நினைத்துச் சிரித்தான்; அவனுடைய மனத்திலிருந்து அந்த நினைவுகள் பறந்து போயின: 'அவர்களுக்கான நேரம் வரும்' என்று அவன் நினைத்தான். அவர்கள் சீக்கிரமாகவே குதிரை லாயத்திற்கு வந்து குதிரைகளை மாற்றிக்கொண்டு வோல்வியா ரயில் நிலையத்தை நோக்கி வேகமாகச் சென்றார்கள். 'அறிவாளியுடன் பேசுவது ஏன் சுவாரஸ்யமானது. இதன் மூலம் அவன் என்ன சொல்ல விரும்பினான்?' என்ற எண்ணம் திடீரென்று அவனுடைய எண்ணத்தைப் பற்றிக்கொண்டது. எதற்காக அவனிடம் நான் செர்மாஷ்னய போகிறேன் என்று சொன்னேன்?' வோல்வியா ரயில் நிலையத்தை அவர்கள் வேகமாக வந்தடைந்தார்கள். இவான் ஃபியோதரவிச் வண்டியிலிருந்து இறங்க, வேறு வண்டியோட்டி கள் அவனை நோக்கி ஓடிவந்தனர். பதின்மூன்று கிலோமீட்டர் தூரத்தில் இருக்கும் செர்மாஷ்னயவுக்கு இவானை ஏற்றிக்கொண்டு செல்லக் குதிரை வண்டிக்காரர்கள் போட்டி போட்டனர். அதில் ஒருவரை வாடகைக்கு வண்டி கொண்டு வரச்சொன்னான் இவான். அதற்குள் ரயில் நிலைய அறைக்குள் நுழைந்து சுற்றியும் முற்றியும் பார்த்த இவான், அங்கிருந்த ரயில் நிலைய அதிகாரியின் மனைவியைப் பார்த்தான். பின்பு அங்கிருந்து திடீரென்று வெளியே வந்து மீண்டும் முன்றிலில் வந்து நின்றான்.

‘நான் செர்மாஷ்னய போகவில்லை. ஏழுமணி ரயிலைப் பிடிக்க எனக்கு நேரமிருக்குமா, என் சகோதரர்களே?’

‘சரியாகப் பிடித்துவிடலாம். குதிரைகளைத் தயார் செய்யலாமா?’ என்று குதிரை வண்டிக்காரர்கள் கேட்டார்கள்.

‘சரி. உடனடியாகச் செய்யுங்கள். உங்களில் யாராவது ஒருவர் நாளைக்கு இங்கு இருப்பீர்களா?’

‘எப்படியில்லாமல் இருப்போம். இதோ மீத்ரி இருப்பான்.’

‘மீத்ரி, நீ எனக்கு ஒரு உதவி செய்வாயா? என் தந்தை பியோதர் பாவ்லவிச் கரமாஸாவைப் பார்த்து அவரிடம் நான் செர்மாஷ்னய போகவில்லை என்று சொல், உன்னால் இதைச் செய்யமுடியுமா?’

‘ஏன் முடியாது. போய்ச் சொல்கிறோம். ஃபியோதர் பாவ்லவிச்சை எங்களுக்கு நீண்டகாலமாகவே தெரியும்.’

‘இதோ இதை வாங்கிக்கொள். ஏனெனில் அவர் உனக்கு எதுவும் கொடுக்கமாட்டார் ...’ என்றபடி குதூகலமாகச் சிரித்தான் இவான் ஃபியோதரவிச்.

‘ஆமாம். அவர் எதுவுமே கொடுக்கமாட்டார்’ என்றபடி சிரித்தான் மீத்ரி. ‘நன்றி, ஐயா, கண்டிப்பாக நீங்கள் சொன்னதை நான் செய்வேன் ...’

மாலை ஏழு மணி ரயிலைப் பிடித்து இவான் பியோதரவிச் மாஸ்கோவுக்குப் பறந்தான். ‘பழையன கழிந்தன; என்னுடைய பழைய வாழ்க்கை ஒருவழியாகக் கழிந்துபோனது. அதைப் பற்றி இனி எதுவும் கேட்கவோ நினைக்கவோ கூடாது; புது உலகுக்கு, புது இடத்திற்கு நான் போகிறேன், திரும்பிப் பார்க்காமல்!.’ இப்படி அவன் உற்சாகப்படாமல், ஏதோ ஒருவிதப் புது பயம் அவனுடைய மனத்தைக் கவ்வியதை இதுவரை உணராமல் இருந்தான் இவான். இரவு முழுவதும் அவன் யோசித்துக்கொண்டே வந்தான்; ரயில் பறந்து சென்றது; காலை மாஸ்கோவை அடைந்தபின்புதான் அவன் தன்னுடைய சுயநினைவுக்கு வந்தான்.

‘நான் ஒரு கயவன்!’ என்று தனக்குத்தானே முணுமுணுத்துக் கொண்டான்.

ஃபியோதர் பாவ்லவிச் தன்னுடைய மகனை வழியனுப்பிய பிறகு மிகவும் சந்தோஷமாக இருந்தார். முழு இரண்டு மணிநேரமும் அவர் சந்தோஷமாகவே பிராந்தியைச் சுவைத்துக்கொண்டிருந்தார்; ஆனால் திடீரென்று அந்தச் சமயத்தில் எரிச்சலை உண்டாக்கும் இணக்கமற்ற சம்பவம் ஒன்று கண்மூடித் திறப்பதற்குள் நடந்து, ஃபியோதர் பாவ்லவிச்சை வெகுவாகப் பாதித்தது: ஏதோ ஒரு வேலையாக நிலவறைக்குப் போன ஸ்மெர்தியாக்கவ் திடீரென்று படிக்கட்டிலிருந்து கீழே விழுந்திருந்தான். நல்ல வேளையாக அந்தச் சமயம் பார்த்து மார்ஃபா இக்னச்சேவ்னா முற்றத்தில் இருந்ததால், சரியான நேரத்தில் அவன் விழுந்த சத்தம் கேட்டு உடனே ஓடிவந்தாள்.

அவன் விழுந்ததை அவள் பார்க்கவில்லையென்றாலும் சத்தம் வந்ததை மட்டும் அவள் கேட்டிருந்தாள்; அந்தச் சத்தம் வித்தியாசமாக, விநோதமாக இருந்தது; ஆனால் அது அவளுக்கு ஏற்கெனவே பழக்கப் பட்ட ஒன்றாக இருந்தது – வலிப்பு நோய் காரணமாக இழுப்பு வரும் சத்தமாக அது இருந்தது. ஸ்மெர்தியாக்கவ் படியிலிருந்து இறங்கும்போது அவனுக்கு வலிப்பு நோய் வந்ததா அல்லது அவன் சுயநினைவை இழந்தபோது கீழே விழுந்தானா, அல்லது, அதற்கு மாறாக நடந்ததா, அல்லது அவன் கீழே விழுந்த அதிர்ச்சியில் அவனுக்கு வலிப்புநோய் வந்ததா என்பது தெளிவாகத் தெரியவில்லை. ஆனால் அவன் கீழே விழுந்து வலிப்பு நோய் கண்டு, வாயில் நுரைதள்ள நிலவறையில் விழுந்துகிடந்தான். கீழே விழுந்ததில் அவனுக்குக் கையோ காலோ முறிந்திருக்கும் என்றுதான் பார்த்தவர்கள் முதலில் நினைத்தார்கள்; ஆனால் ‘கடவுளின் கருணையால்’ அப்படி எதுவும் நடக்கவில்லை என்று மார்ஃபா இக்னச்சேவ்னா சொன்னாள்: அப்படி எதுவும் நடக்கவில்லை, ஆனால் அவனை நிலவறையிலிருந்து வெளியே கொண்டுவருவதுதான் சிரமமாக இருந்தது, கடவுளே, எப்படியோ பக்கத்துவீட்டுக்காரர்கள் எல்லாம் சேர்ந்து அவனை வெளியில் கொண்டுவந்துவிட்டனர். இது நடந்தபோது ஃபியோதர் பாவ்லவிச்சே அருகில் இருந்து அவனுக்கு உதவினார்; ஒருசமயம் அவரே பயந்துவிட்டார் போல. விழுந்தவனுக்கு நினைவு வரவில்லை: வலிப்பு சிறிது நேரத்திலேயே நின்றுவிட்டது; ஆனால் மீண்டும் அது வரக்கூடுமென்று எல்லோரும் சொன்னார்கள், ஏனெனில் அப்படித்தான் போன வருடம் பரண் மேலிருந்து அவன் கீழே விழுந்தபோதும் அவனுக்கு மறுபடியும் வலிப்புநோய் கண்டு சிரமப் பட்டான். அப்போது அவன் தலையில் அவர்கள் பனிக்கட்டிகள் வைத்ததை அவர்கள் நினைவுகூர்ந்தனர். நிலவறையில் அப்போது பனிக்கட்டிகள் இருந்ததால் மார்ஃபா இக்னச்சேவ்னா அவற்றைக் கொண்டுவருமாறு சொன்னாள்; மாலையில் மருத்துவர் கெர்ஷென் ஸ்தூபேவை அழைத்து வரச்சொல்லி ஃபியோதர் பாவ்லவிச் சொல்லி யிருந்ததால், அவரும் உடனே வந்திருந்தார். ஸ்மெர்தியாக்கவை முழுவதுமாகப் பரிசோதித்த அவர் (அவர்தான் இந்த மாகாணத்திலேயே வயதான, மிக மதிப்பிற்குரிய, மனசாட்சியுள்ள, அறிவார்ந்த மருத்துவர்), இந்த வலிப்புநோய் ‘மிகவும் அபாயகரமானது’, ஆனால் எதனால் இது வந்தது என்று சொல்ல முடியாது என்றார். எனவே இப்போது அவர் கொடுத்த மருந்து வேலை செய்யவில்லை என்றால், நாளை காலை வேறு மருந்து மாற்றிக் கொடுப்பதாகவும் சொன்னார். கிரிகோரி, மார்ஃபா இக்னச்சேவ்னா குடியிருக்கும் அறைக்குப் பக்கத்து அறையில் இந்த நோயாளியைக் கட்டிலில் கிடத்தினார்கள். ஃபியோதர் பாவ்ல விச்சைப் பொறுத்தவரையில், அந்த நாள் முழுவதும் இணக்கமற்ற நிகழ்வுகள் ஒன்றன்பின் ஒன்றாக நடந்துகொண்டிருப்பதாக இருந்தது: மார்ஃபா இக்னச்சேவ்னா உணவு தயாரித்தாள்; ஸ்மெர்தியாக்கவ் தயாரிக்கும் சூப்புடன் ஒப்பிட்டுப் பார்த்தால் சுத்தமாக அது ‘கழுவி ஊற்றிய நீர்’ போல இருந்தது; கோழிக்கறியோ மென்றுகூடத் தின்ன முடியாதபடி ரப்பர் போல இருந்தது. முதலாளி வசைபாடிய கடுமையான

வார்த்தைகளுக்கு, மார்ஃபா இக்னச்சேவ்னா கோழிக் கறி பழையது என்றும் சமையல் செய்யும் கலையை அவள் கற்றுக்கொள்ளவில்லை என்றும் சொல்லி வாதாடினாள். அன்று மாலையே வேறு ஒரு கஷ்டமும் அவருக்கு வந்து சேர்ந்தது. மூன்று நாட்களாகக் கிரிகோரி வாதநோய் கண்டு படுத்த படுக்கையாக இருக்கிறான் என்று அவரிடம் சொன்னார்கள். ஃபியோதர் பாவ்லவிச் தனது தேநீரை எவ்வளவு சீக்கிரம் குடித்து முடிக்க முடியுமோ அவ்வளவு சீக்கிரம் குடித்து முடித்துவிட்டு, வீட்டைப் பூட்டிக்கொண்டு தனியாக இருந்தார். பயங்கரமான எதிர்பார்ப்புடன் நிலைகொள்ளாமல் அவர் காத்துக் கொண்டிருந்தார். அதற்குக் காரணம் குரூஷென்கா அன்று அவரைப் பார்க்க வரக்கூடிய சாத்தியம் அதிகம் இருந்ததுதான்; அன்று காலை யிலேயே ஸ்மெர்தியாக்கவ் மூலமாக அவர் தெரிந்துகொண்டார், 'அவர்கள் கண்டிப்பாக இன்று வருவார்கள் என்று வாக்கு கொடுத் துள்ளார்கள்' என்ற விஷயத்தை. கிழவரின் மனது நிலைகொள்ளாமல் டப்டப் என்று அடித்துக்கொண்டதில், தன்னுடைய தனிஅறையில் அவர் இங்கும் அங்குமாக நடந்துகொண்டு, கதவு தட்டும் சத்தம் கேட்குமா என்று எதிர்பார்த்துக் காத்துக்கொண்டிருந்தார். தன்னுடைய காதுகளை அவர் கூர்மையாகத் தீட்டிவைத்துக்கொண்டு காத்துக் கிடந்தார்: திமித்ரி ஃபாவ்லவிச் எப்படியாவது அவள் இங்கு வருவதைக் கவனித்துவிடக்கூடுமாகையால், ஜன்னல் கதவை அவள் தட்டியவுடன், (ஸ்மெர்தியாக்கவ் மூன்று நாட்களாக ஃபியோதர் பாவ்லவிச்சுக்கு நம்பிக்கை கொடுத்துக்கொண்டிருந்தான், எங்கே, எப்படி கதவைத் தட்டுவது என்பதை அவளிடம் அவன் சொல்லியிருக்கிறான் என்று) ஒரு நிமிடம்கூட அவளைக் காத்திருக்கவைக்காமல், உடனே கதவைத் திறந்து பத்திரமாக அவளை உள்ளே அழைத்துக்கொள்ள வேண்டும், இல்லாவிட்டால், கடவுளால்கூடக் காப்பாற்ற முடியாது, அவள் பயந்துபோய் ஓடிவிடுவாள் என்று அவர் நினைத்துக்கொண்டிருந்தார். ஃபியோதர் பாவ்லவிச்சுக்கு இது பரீட்சை நேரமாக இருந்தது; இப்படிப்பட்ட இனிமையானதொரு நம்பிக்கையில் இருந்த அவருடைய மனம் இதுவரை இப்படியோர் இனிமையான நினைவில் மூழ்கி இருந்ததே இல்லை: 'ஏறக்குறைய இந்தத் தடவை கண்டிப்பாக அவள் வருவாள் என்று உறுதியாகச் சொல்லலாம்!...' என்று அவர் நினைத்தார்.

## ஆறாவது புத்தகம்

# ரஷ்யத் துறவி

## 1

## வயதான ஸோசிமாவும் விருந்தாளிகளும்

முதியவரின் அறைக்குள் அல்யோஷா பயத்துடன் மனவேதனையுடன் நுழைந்தபோது சற்றே அவன் ஆச்சர்யத்தில் நிலைகுத்திப் போனான்: இறக்கும் தறுவாயில், நினைவிழந்து, படுக்கையில் படுத்துக்கிடப்பார் என்று பயந்து வந்த அல்யோஷா தள்ளாத நிலையில் இருந்த முதியவர், உற்சாகமாக, தெளிவான முகத்துடன் விருந்தாளிகள் சூழ, அமைதியாக, இனிமையாகப் பேசிக்கொண்டிருந்ததைப் பார்த்ததும் ஆச்சர்யப்பட்டுப் போனான். அதுமட்டுமல்ல, அல்யோஷா வருவதற்குக் கால் மணி நேரத்திற்கு முன்புதான் அவர் படுக்கையிலிருந்து எழுந்து உட்காரவும் செய்தார்; 'ஆசான் கண்டிப்பாக எழுந்தமர்ந்து தன்னுடைய மனத்திற்குப் பிடித்தவர்களுடன் உரையாடுவார் என்பதை அவரே இன்று காலை தெரிவித்தார்' என்று சொன்ன அருட்தந்தை பாய்ஸியின் வார்த்தைகளைக் கேட்டு விருந்தாளிகள் ஏற்கெனவே முதியவரின் அறை முன்பாக வந்து காத்துக் கொண்டிருந்தார்கள். அருட்தந்தை பாய்ஸிக்கு அவர் கொடுத்த வாக்கு மேல் பரிபூரண நம்பிக்கை இருந்தது; அப்படித்தான் இவ்வுலகை விட்டுப் பிரிந்துபோகப் போகும் முதியவரின் ஒவ்வொரு வார்த்தையின் மீதும் அவருக்கு நம்பிக்கை இருந்தது; எந்த அளவுக்கு என்றால், வயதான ஸோசிமா தன்னுடைய சுயநினைவை இழந்து, மூச்சை இழந்திருந்தால்கூட, கொடுத்த வாக்கின் மீது நம்பிக்கை

வைத்து, மீண்டும் அவர் எழுந்து வருவார், வந்து அவரிடம் விடைபெற்றுச் செல்வார் என்ற அளவுக்கு முதியவரின் வாக்கு மீது அவருக்கு நம்பிக்கை இருந்தது; ஒருவேளை அவர் இறந்துபோயிருந்தால்கூடக் கண்திறந்து எழுந்துவந்து தான் கொடுத்த வாக்கை நிறைவேற்றுவார் என்றுதான் அவர் காத்திருந்திருப்பார். காலையில் அருட்தந்தை ஸோசிமா தூங்கப் போகுமுன்பாகச் சொன்னார்: 'நான் இறக்கமாட்டேன், என்னுடைய மனத்திற்கு நெருக்கமானவர்களுடன் மீண்டும் பேசாமல், உங்களுடைய முகங்களை மீண்டும் பார்க்காமல், என்னுடைய மனத்தைத் திறந்து, உங்களுடன் மீண்டும் பேசாமல் நான் இறந்துபோகமாட்டேன்.' அவருடன் பேசுவதற்காகக் குழுமியிருந்தவர்கள் ஒருவேளை அவருக்கு மிக நெருங்கிய, நீண்டகால நண்பர்களாக இருக்கலாம். அப்படிப்பட்டவர்கள் நான்கு பேர் இருந்தனர்: திருமணமாகாத துறவி அருட்தந்தை ஜோசப், அருட்தந்தை பாய்ஸி, திருமணமாகாத அருட்தந்தை மிகாயில்; துறவி மடாலயத் தலைவராக இருந்த இவருக்கு வயது அதிகம் இல்லை என்றாலும் அவர் அதிகம் படித்திருக்கவில்லை; சாதாரணக் குடும்பத்திலிருந்து வந்திருந்த இவர், உறுதியான மனம் படைத்தவர், எதற்கும் கலங்காதவர். அப்படியே இயல்பாகக் கடவுள்மீது அசைக்க முடியாத நம்பிக்கையும் கொண்டவர்; பார்ப்பதற்குக் கடுமையாக இருப்பவர், இளகிய மனம் படைத்தவர்; அப்படிப்பட்ட இளகிய மனத்தை வெளிக்காட்ட ஏனோ அவர் வெட்கப்பட்டார். நான்காவது விருந்தாளி முற்றிலும் வயதான, சாதாரணத்துறவி; ஏழை விவசாயக் குடும்பத்தைச் சார்ந்தவர், அருட்தந்தை அன்ஃபிம், ஏறக்குறைய படிப்பறிவில்லாதவர், மிக அமைதியானவர், அதிகம் பேசாதவர், அரிதாகவே யாருடனாவது பேசுவார், பணிவிலும் மிகப் பணிவானவர்; ஏதோ பல நூற்றாண்டுகளாக மிகப்பெரிய ஒன்றை, பயங்கரமான ஒன்றைப் பார்த்துப் பயந்தவர் போலக் காணப்படும் இவர், அவருக்கே விளங்க முடியாத ஒருவர். இந்தப் பணிவான மனிதனை முதியவர் ஸோசிமாவுக்கு மிகவும் பிடிக்கும்; அவர்மீது தன்னுடைய வாழ்நாள் முழுவதும் முதியவர் ஸோசிமா அசாதாரணமான மதிப்பு வைத்திருந்தார்; யாரிடமும் அருட்தந்தை அன்ஃபிம் அதிகம் பேசியதில்லை. ஆனால் அருட்தந்தை ஸோசிமாவும் அருட்தந்தை அன்ஃபிமும் பல வருடங்களாக ரஷ்யாவிலிருக்கும் பல புனித ஸ்தலங்களுக்கு ஒன்றாகப் பயணித்தவர்கள். இது நாற்பது வருடங்களுக்கு முன்பு, கஸ்த்ரோம் மாகாணத்தில் வறிய நிலையில் இருந்த ஒரு சிறிய துறவிமடாலயத்தில் ஸோசிமா சேர்ந்தபோது, அருட்தந்தை அன்ஃபிமுடன் சேர்ந்து அந்தத் துறவி மடாலயத்திற்குப் பணம் சேர்ப்பதற்காக இருவரும் ஒன்றாகச் சுற்றி அலைந்தவர்கள். வந்திருந்த விருந்தாளிகளும் மற்றவர்களும் அருட்தந்தை ஸோசிமாவின் பக்கத்து அறையில் இருந்தனர்; முன்பே குறிப்பிடப்பட்டது போல, அந்த அறை மிகச் சிறியதாக, நான்குபேர் கூட உட்கார முடியாத அளவுக்கு மிகச் சிறியதாக இருந்ததால் (புதிய துறவி பர்ஃபெரி நின்றுகொண்டிருந்தார்), வருபவர்கள் அமர்வதற்காக வேறு அறையிலிருந்து நாற்காலிகள் எடுத்துவரப்பட்டு அங்கே போடப்பட்டிருந்தன. ஏற்கெனவே இருட்ட ஆரம்பித்திருந்ததால் அறையில்

விளக்குகளையும் உருவச்சிலைக்கு முன்பாக மெழுகுவர்த்திகளையும் ஏற்றினார்கள். வாசலில் குழப்பத்துடன் நின்றுகொண்டிருந்த அல்யோஷாவைப் பார்த்து அருட்தந்தை ஸோசிமா உற்சாகமாகப் புன்னகைத்தபடி கைகளை நீட்டினார்:

'வணக்கம், என் அருமை அமைதியான மகனே, நீ வருவாய் என்று எனக்குத் தெரியும்; நீ வருவாய் என்று . . .'

அல்யோஷா அவர் முன்பாகக் குனிந்து தலை தரையில் படும்படி வணங்கி அழுதான். ஏதோ ஒன்று அவனுடைய மனத்திலிருந்து வெடித்துப் பீறிட்டது; ஆன்மா துடித்தது; அழவேண்டும் போல இருந்தது.

'என்ன நீ, எனக்காக அழுவதற்கு இன்னும் காலம் இருக்கிறது' என்றபடி சிரித்த அந்த முதியவர், தன்னுடைய கைகளை அல்யோஷாவின் மீது வைத்து, 'பார், இப்போது நான் உட்கார்ந்து பேசிக்கொண்டிருக்கிறேன்; ஒருவேளை இன்னும் இருபது வருடங்கள் கூட உயிரோடு நான் இருந்தாலும் இருப்பேன்; நேற்று அந்தக் கருணை நிறைந்த அருமையான பெண்மணி, வீஷேகோரிய நகரத்திலிருந்து வந்தவள் கைகளில் தன்னுடைய சிறுபெண் லிஸவெத்தாவை வைத்துக்கொண்டு சொன்னாளே, அது போல. கடவுளே, அந்தத் தாயையும் மகள் லிஸவெத்தாவையும் மறந்து விடாதே! (தனக்கு – சிலுவை போட்டுக்கொண்டார்) பர்ஃபெரி, அவர்கள் கொடுத்ததை எங்கு வைக்கச் சொன்னேனோ அங்கு வைத்தாயா?' என்று கேட்டார்.

'என்னைவிட ஏழ்மையானவர்களுக்கு' என்று அந்த உற்சாகமான பெண் பரிசாகக் கொடுத்த அந்த அறுபது கோப்பெக்குகளைத் (பைசா) தான் அருட்தந்தை ஸோசிமா நினைவுகூர்ந்தார். இப்படிப்பட்ட அன்பளிப்பின் பேரில் மனமுவந்து செய்யப்படுகின்ற பிராயச்சித்தங்கள் உழைத்துச் சம்பாதிக்கப்பட்டவை. மாலைவேளைக்கு முன்பாக அருட்தந்தை ஸோசிமா, பர்ஃபெரியை, இரண்டு குழந்தைகளுக்குத் தாயான ஓர் ஏழை விதவையின் வீட்டிற்கு அனுப்பினார்; அவர்களுடைய வீடு தீயில் எரிந்துபோய், ஏறக்குறைய பிச்சை எடுக்கும் நிலைக்குத் தள்ளப்பட்டு அவர்கள் ஏழைகளாகி விட்டார்கள். 'முன்பின் தெரியாத நல்ல மனிதர்களிடமிருந்து' வந்த அந்தப் பணத்தை முதியவர் சொன்னபடி பர்ஃபெரி உடனே கொண்டுபோய்க் கொடுத்துவிட்டதாகச் சொன்னான்.

'எழுந்திரு என் அன்பானவனே' என்று அல்யோஷாவைப் பார்த்துச் சொன்னார் முதியவர் ஸோசிமா. 'உன்னை நான் பார்க்கட்டும். வீட்டுக்குப் போய் உன் சகோதரனை நீ பார்த்தாயா?'

ஒரே ஒரு சகோதரனைப் பற்றி மட்டும் கேட்கிறாரே என்று அல்யோஷாவுக்கு விநோதமாகப் பட்டது; ஆனால் எந்தச் சகோதரனைப் பற்றிக் கேட்கிறார்? அப்படியானால் முந்தைய நாள் காலையில் அவனை அனுப்பியது, அந்த ஒரு சகோதரனைப் பார்த்து வரத்தானோ?

'என் சகோதரர்களில் ஒருவனைப் பார்த்தேன்' என்று அல்யோஷா பதிலளித்தான்.

'உன்னுடைய அந்தச் சகோதரனைப் பற்றித்தான் கேட்கிறேன், நேற்று யார் முன்பாக நான் மண்டியிட்டேனோ அவனைப் பற்றி.'

'நேற்று அவனைப் பார்த்தேன், ஆனால் இன்று அவனைப் பார்க்கவே முடியவில்லை.'

'அவனைச் சீக்கிரமாய்ப் போய் நீ கண்டுபிடி. நாளைக்கு மறுபடியும் நீ அவனைப் போய்ப் பார், சீக்கிரமே போய்ப் பார்; இங்கிருப்பவற்றை விட்டுவிட்டு நீ சீக்கிரம் போ. சரியான நேரத்திற்குப் போனால் அசம்பாவிதம் நடக்க இருப்பதை நீ தவிர்க்க முடியும். அவன் முன்பு நேற்று நான் மண்டியிட்டதற்குக் காரணம், மிகப்பெரிய வேதனை ஒன்று அவனுக்காகக் காத்திருக்கிறது; அதனால்தான்.'

திடீரென்று அல்யோஷா அமைதியாகி, எதையோ யோசித்தான். அவருடைய வார்த்தைகள் விநோதமாக இருந்தன. அருட்தந்தை ஸோசிமா நேற்று தலை தொட்டுத் தரையில் விழுந்து வணங்கியதைப் பார்த்த அருட்தந்தை ஜோசப், அருட்தந்தை பாய்ஸியை ஏறிட்டுப் பார்த்தார். அல்யோஷாவால் இதைக் கேட்காமல் இருக்க முடியவில்லை.

'தந்தையே, ஆசானே' என்று உணர்ச்சி பொங்கச் சொன்ன அல்யோஷா, 'உங்களுடைய வார்த்தைகளைப் புரிந்துகொள்ள முடிய வில்லை. எப்படிப்பட்ட வேதனை அவனுக்காகக் காத்திருக்கிறது?'

'அது என்னவென்று கேட்காதே. ஏதோ பயங்கரமான ஒன்று நடக்கும் என்று எனக்கு நேற்று தோன்றியது... ஏதோ அவனுடைய வருங்காலம் முழுவதும் அவனுடைய கண்களில் தெரிந்தது போல இருந்தது. அவனுடைய பார்வை... என்னுடைய மனத்தை ஒரு நிமிடம் பதைபதைக்க வைத்தது; ஏதோ ஒன்றிற்காக அவன் தன்னைத் தயார்படுத்திக்கொண்டிருக்கிறான். என்னுடைய வாழ்நாளில் அப்படிப்பட்ட முகபாவம் உள்ளவர்கள் ஒன்றிரண்டுபேரைத் தான் நான் பார்த்திருக்கிறேன்... அந்தப் பார்வையில், அந்தோ, அவர்களுடைய முழு வாழ்வும் பிரதிபலிக்கிறது. அவனைப் பார்க்க உன்னை நான் அனுப்பியது, அலெக்ஸெய், உன்னுடைய சகோதர முகம் அவனைக் காப்பாற்றும் என்ற எண்ணத்தில்தான். ஆனால் நம்முடைய, அப்படியே எல்லோருடைய விதியும் கடவுளால் நிர்ணயிக்கப்படுகிறது. 'கோதுமை மணி மண்ணில் விழுந்து மடியாவிட்டால் அது அப்படியே இருக்கும். அது மடிந்தால்தான் மிகுந்த விளைச்சலை அளிக்கும் என உறுதியாகச் சொல்கிறேன்.' இதை நீ நினைவில் கொள். என்னுடைய வாழ்நாளில் பலமுறை உன்னுடைய முகத்தை என்னுடைய மனத்தில் நினைத்து நான் ஆசீர்வாதம் செய்திருக்கிறேன் என்பதை நீ தெரிந்துகொள், அலெக்ஸெய்' என்று அமைதியான புன்னகையுடன் சொன்னார் முதியவர் ஸோசிமா. 'உன்னைப் பற்றி இப்படித்தான் நான் நினைக்கிறேன்: இந்தச் சுவர்களைத் தாண்டி வெளி உலகிற்கு நீ போனாலும் ஒரு துறவியாகத்தான் நீ வாழ்வாய். உனக்குப் பகைவர்கள் அதிகம் இருந்தாலும், அந்தப் பகைவர்களே உன்னை நேசிப்பார்கள். வாழ்க்கை உனக்கு அதிகத் துன்பங்களைக் கொடுக்கும், ஆனால் அதிலும் நீ

சந்தோஷத்தைக் காண்பாய். அப்படியே நீ வாழ்க்கையை ஆசீர்வதிப்பாய், மற்றவர்களையும் ஆசீர்வதிக்க வைப்பாய் – அதுதான் மிக முக்கியமான விஷயம். அப்படிப்பட்டவன் தான் நீ. 'தந்தைமார்களே, ஆசான்களே' என்று தயவான புன்னகையுடன் அங்குக் குழுமியிருந்த விருந்தாளி களைப் பார்த்துச் சொன்ன முதியவர் ஸோசிமா, 'இன்றுவரை, இந்த இளைஞனிடம் அவனுடைய முகம் எனக்கு ஏன் இவ்வளவு தூரம் பிடித்திருக்கிறது என்பதை நான் சொன்னதில்லை. இப்போது சொல்கிறேன்: இவனுடைய முகம் எனக்குப் பழைய நினைவையும் தீர்க்கதரிசனத்தையும் நினைவுபடுத்துகிறது. சிறுகுழந்தையாக நான் இருந்தபோது எனக்கு மூத்த அண்ணன் ஒருவர் இருந்தார்; அவருடைய இளமைப் பருவத்தில், பதினேழு வயது இருக்கும்போது அவர் என் கண் முன்பாகவே இறந்துபோனார். அதன்பிறகு கொஞ்சம் கொஞ்சமாக நான் உணர்ந்தேன், அவர்தான் மேலிருந்தபடி என்னை வழிநடத்துகிறார் என்று; அப்படி அவர் மட்டும் என்னுடைய வாழ்வில் இல்லாமல் இருந்திருந்தால், இந்தத் துறவி வாழ்வை மேற்கொண்டு, மிக உன்னதமான இந்தப் பாதையை நான் தேர்ந்தெடுக்காமல் போயிருப்பேன். சிறுவனாக இருந்தபோது அவர் என் முன்பு தோன்றினார்; இப்போது வாழ்வின் இறுதிநாளில் மீண்டும் அவர் என் கண்முன்பாகத் தோன்றுகிறார். அருட்தந்தைமார்களே, ஆசான்களே, இது ஒரு அதிசயம்; இவனுடைய முகம் மட்டும் அவரைப் போல இல்லை, அலெக்ஸெயின் மனமும் அவரைப் போல அப்படியே இருப்பதால்தான் இந்த இளைஞனை என்னுடைய அண்ணனாக நான் நினைத்தேன்; என்னுடைய வாழ் நாளின் கடைசித் தருணத்தில், அலெக்ஸெய், நீ என் அண்ணனை ரகசியமாக நினைவுபடுத்தி, என்னுள் ஊடுருவிச் செல்வதைப் பார்த்து நானே ஆச்சர்யப்பட்டிருக்கிறேன்; இப்படிப்பட்ட என்னுடைய விநோதமான மனத்தோற்றத்தைப் பார்த்து நானே ஆச்சர்யப்பட்டும் போயிருக்கிறேன். 'என்ன நான் சொல்வது கேட்கிறதா, பர்ஃபிரி' என்று அவருக்காகக் காத்திருந்த பர்ஃபிரியைப் பார்த்துக் கேட்டார். 'உன்னைவிட நான் அலெக்ஸெயை அதிகம் நேசிப்பதாக நினைத்து நீ வேதனைப்படுவதைப் பலமுறை உன்னுடைய முகபாவத்திலிருந்து நான் தெரிந்துகொண்டிருக்கிறேன். இப்போது உனக்குப் புரிகிறதா; ஆனால் உன்னையும் நான் நேசிக்கிறேன் என்பதை நீ தெரிந்துகொள். பலதடவை உனக்காக நான் கவலைப்பட்டிருக்கிறேன், அப்படி நீ வேதனைப்பட்டபோது. ஆக, என்னுடைய விருந்தாளிகளே, அந்த இளைஞனைப் பற்றி, என் அண்ணனைப் பற்றி உங்களிடம் ஒன்றை நான் பகிர்ந்துகொள்ள விரும்புகிறேன்; என்னுடைய வாழ்வில் அவருடைய நினைவைத் தவிர வேறு எதுவுமே அதிக மதிப்புள்ளதாக, அதிக தீர்க்கதரிசனம் உடையதாக, மனத்தை நெகிழவைப்பதாக இருந்த தில்லை. என்னுடைய வாழ்வை நான் திரும்பிப் பார்க்கும்போது ஏதோ மீண்டும் நான் புதிதாக என்னுடைய வாழ்வைத் தொடங்குவது போல மனம் நெகிழ்ந்துபோகிறேன் ...'

இங்கு நான் ஒன்றைக் குறிப்பிட வேண்டும். அவருடைய வாழ்நாளில், இந்தக் கடைசிநாள், விருந்தினர்களுடன் அவர் உரையாடிய இந்தக்

கடைசிச் சந்திப்பின் ஒரு பகுதி பதிவேட்டில் எழுதப்பட்டுப் பத்திரப் படுத்தப்பட்டிருக்கிறது. அதை அலெக்ஸெய் ஃபியோதரவிச் கரமாஸவ் முதியவர் இறந்து சில காலம் கழித்து நினைவுகூர்ந்து எழுதினான். நிச்சயமாக என்னால் சொல்ல முடியாது, அந்தப் பதிவேட்டில், அந்த மாலைவேளையின் போது, அவர் பேசிய எல்லாமே பதிவு செய்யப்பட்டதா இல்லையா என்று; அல்லது இதற்கு முன்பு அவர்கள் இருவரும் பேசியதை அவன் பதிவு செய்தானா என்பதையும் என்னால் சொல்ல முடியாது. ஆனால் இது தொடர்ந்து எழுதப்பட்ட ஒன்று; ஏதோ விருந்தாளிகளைப் பார்த்துப் பேசியது போல, முதியவர் தன்னுடைய வாழ்நாளில் நடந்த நிகழ்ச்சிகளை எல்லாம் தங்கு தடையின்றி வரிசையாகச் சொல்ல, எல்லாமே பதிவுசெய்யப்பட்டன. ஆனால் அதற்குப் பிறகு சொல்லப்பட்டவை எல்லாமே, ஐயத்திற்கிட மின்றி, வேறு தொனியில் பதிவுசெய்யப்பட்டிருக்கின்றன. ஏனெனில், அந்த மாலைவேளையில் அவர் பேசிய விஷயங்களெல்லாம் பொதுவான ஒன்றாக இருக்க, விருந்தாளிகள் யாரும் அவருடைய பேச்சை இடைமறித்துப் பேசவில்லை; ஆனால் சில சமயங்களில் அவர்களும் தங்களுடைய எண்ணங்களையும் பகிர்ந்துகொண்டிருக்கிறார்கள். அதுமட்டுமில்லாமல், முதியவரால் தொடர்ந்து பேச முடியாமல் போய், அவ்வப்போது அவருக்கு மூச்சுத் திணறலும் ஏற்பட்டது; சத்தம்கூட வெளிவரமுடியாதபடி இருந்தது; சில சமயங்களில் அவர் படுக்கையில் படுத்துச் சிறிது நேரம் ஓய்வு எடுத்தார்; ஓய்வு எடுத்த அவர் தூங்கவில்லையாதலால் விருந்தாளிகளும் எழுந்து செல்லாமல் அங்கேயே இருந்தார்கள். ஓரிரு முறை அவருடைய பேச்சுக்குக் குறுக்கீடாக அருட்தந்தை பாய்ஸி பைபிளிலிருந்து வாசகங்களைப் படித்தார். அந்த நாள் இரவே அருட்தந்தை ஸோசிமா இறந்துபோவார் என்று யாரும் நினைக்கவில்லை. ஏனெனில், பகல் வேளையில் நன்றாகத் தூங்கி எழுந்தபிறகு அந்தக் கடைசி நாளின் மாலைவேளையில் அவர் ஏதோ புத்துணர்ச்சி பெற்றவர்போல நண்பர்களுடன் நீண்ட நேரம் உரையாடிக்கொண்டிருந்தார். அது ஏதோ அவருடைய கடைசி நிமிட மனவெளிப்பாடு போல, அவருடைய அன்பையெல்லாம் சிறிது நேரத்தில் அவர் பொழிந்து தள்ள, அதன் காரணமாக அவருடைய வாழ்வு சக்தி பெற்றது போலிருந்து திடீரென்று முடிந்துபோனது . . . இப்படியாக, இந்தச் சம்பவத்தைப் பற்றி நாம் பிறகு பேசுவோம். இப்போது ஒன்றே ஒன்றை மட்டும் நான் குறிப்பிட விரும்புகிறேன்; நடந்த உரையாடலைப் பற்றி விரிவாகச் சொல்லாமல், முதியவரின் கதையை அலெக்ஸெய் ஃபியோதரவிச் கரமாஸவ் தன்னுடைய கண்ணோட்டத்தில் பதிவுசெய்திருக்கிறான் என்பதைச் சொல்லிக் கொண்டு இத்துடன் இதை நான் நிறுத்திக்கொள்கிறேன். எழுதப்பட்ட இந்தப் பதிவானது அளவில் மிக நீளமாக, தொய்வில்லாமல் இருந்தாலும், முதியவர் ஸோசிமா, அல்யோஷாவுடன் பேசிய உரையாடலிலிருந்தே எல்லாம் எடுக்கப்பட்டுப் பதிவுசெய்யப்பட்டிருக்கின்றன.

# 2

# கடவுளை அடைந்த துறவியும் மூத்தோர் ஸோசிமாவின் வார்த்தைகளிலிருந்தே அவர் வாழ்க்கையில் நடந்தவற்றை அலெக்ஸெய் ஃபியோதரவிச் கரமாஸவ் பதிவுசெய்திருக்கிறான்.

## வாழ்க்கை வரலாற்றுக் குறிப்பு

### அ) அருட்தந்தை ஸோசிமாவின் அண்ணனைப் பற்றி – இளவயதில் அவர் இருந்தபோது

அன்பிற்குரிய அருட்தந்தையரே, ஆசிரியர்களே, நம்முடைய நாட்டின் வடபகுதியின் ஒரு மூலையிலிருக்கும் வி, என்கின்ற நகரத்தில் நான் பிறந்தேன்; என் தந்தை உயர்குடியில் பிறந்தவர். ஆனால் அவர் எல்லோராலும் நன்கு அறியப்பட்டவரோ பெரிய பதவியை வகித்தவரோ அல்ல. நான் பிறந்த இரண்டு வருடங்களில் அவர் இறந்துவிட, அவரைப் பற்றிய நினைவு எனக்கு சிறிதும் இல்லாமல் இருந்தது. என்னுடைய தாய்க்கு மரத்தால் கட்டப்பட்ட சிறிய வீடு ஒன்றையும், அதிகமாக இல்லாவிட்டாலும், சிறிதளவு பணத்தையும் அவர் விட்டுவிட்டுப் போயிருந்தார். எனவே, நாங்களும் எங்கள் தாயும் அதிகத் தேவைகள் எவையுமில்லாமல் வாழ்ந்து வந்தோம். எங்களுடைய அம்மாவுக்கு இரண்டு மகன்கள்; ஜினோவி என்கின்ற நான் மற்றும் என்னுடைய மூத்த சகோதரர் மார்கெல்லும். என்னைவிட அவர் எட்டுவயது பெரியவர்; குணத்திலோ சட்டென்று கோபம் கொள்பவர், எரிச்சல் அடைபவர், ஆனால் இளகிய மனதுக்காரர்; எப்போதுமே யாரையும் ஏளனமாகப் பேசாதவர்; ஆனால் ஆச்சர்யப் படும் விதத்தில் மௌனமாக இருப்பார், குறிப்பாக வீட்டிலும், அம்மாவிடமும் என்னுடனும் அப்படியே வேலையாளுடனும் அவர் மௌனமாகவே இருப்பார். பள்ளியில் அவர் நன்றாகப் படித்தார், ஆனால் பள்ளி மாணவர்களுடன் அவர் தோழமையுடன் இருக்கவில்லை; அதற்காக அவர் அவர்களுடன் சண்டையும் போடவில்லை என்று பிறகு அவரைப் பற்றி அம்மா நினைவுகூர்ந்தார்கள். அவர் இறப்பதற்கு ஆறு மாதங்களுக்கு முன்பு அவருக்குப் பதினேழு வயதிருக்கும் போது எங்களுடைய நகரத்தில் தனியாக வாழ்ந்து வந்த மனிதர் ஒருவரை அவர் அடிக்கடி சந்தித்துப் பேசிப் பழகி வந்தார்; அவர் தன்னுடைய அரசியல் வாழ்வில் கடைபிடித்த சுய கொள்கைக்காக, தனிப்பட்ட அவருடைய எண்ணங்களுக்காக, மாஸ்கோவிலிருந்து வெளியேற்றப்பட்டு, இங்கு வாழ்ந்து வந்தார். அதிகம் படித்த அவர், பல்கலைக்கழகத் தத்துவஞானியாக, குறிப்பிட்டுச் சொல்லக்கூடிய

ஒரு மனிதராக இருந்தார். ஏனோ அவர் மார்கெல்மீது மிகவும் அன்பு பாராட்டி அவரைத் தன்னுடைய வீட்டிற்கு அழைத்துச் செல்வார். அவருடைய வீட்டில் குளிர்கால மாலைப்பொழுது முழுவதையும் அவர் கழிப்பார்; மாஸ்கோவிலிருந்து வெளியேற்றப்பட்ட அவர், பிறகு தன்னுடைய சொந்த வேண்டுகோளின் பேரில், அரசாங்க வேலையைப் பீத்தர்புர்கில் வாங்கிக்கொண்டு அங்குப் போய்விட்டார்; அவருக்குச் செல்வாக்குள்ள மனிதர்களுடன் தொடர்பிருந்தது. அவருடன் கொண்ட தொடர்பின் காரணமாக, மார்கெல் புனித வியாழக்கிழமை உபவாசத்தின்போது உபவாசத்தைக் கடைபிடிக்க மறுத்து, உபவாசத்துக் குரிய சடங்குகளையும் கடைபிடிக்காமல், அவற்றைக் கிண்டல் செய்தார்: 'இது எல்லாமே முட்டாள்தனம்' என்று சொல்லிக் கேலி செய்தவர், 'கடவுளே இல்லை' என்று சொன்னதும் வீட்டில் வேலை பார்த்த வேலையாட்களும், நானும் அதிர்ச்சியடைந்து போனோம். அப்போது எனக்கு ஒன்பது வயதுதான் இருக்கும்; அவர் சொன்ன வார்த்தைகளைக் கேட்டு அப்படியே நான் ஆடிப்போய்விட்டேன். எங்களுடைய நான்கு வேலையாட்களும் எங்களுக்குத் தெரிந்த ஒரு நிலப்பிரபுவின் மூலமாக விலைக்கு வாங்கப்பட்டவர்கள். இன்னும் எனக்கு நன்றாக ஞாபகமிருக் கிறது, அந்த நால்வரில் ஒரு வேலை ஆளை எங்களுடைய அம்மா விலைக்கு விற்றார்; அவள் எங்களுடைய சமையல்காரப் பெண்மணி அஃபிமியா; வயதான அந்த நொண்டிப் பெண்ணை அம்மா அறுபது ரூபிள்களுக்கு விற்றுவிட்டு அவளுக்குப் பதிலாக அடிமையாக இல்லாத சுதந்திரமான ஒரு பெண்ணை வேலைக்கு நியமித்தார். உபவாசத்தின் ஆறாவது வாரம் இருக்கும்போது திடீரென்று என் அண்ணனுக்கு உடல்நிலை மிகவும் மோசமாகியது. நீண்ட நாட்களாகவே அவர் உடல்நலம் சரியில்லாமல்தான் இருந்தார்; பலவீனமான மார்புப் பகுதியையும் ஒல்லியான உடம்பு வாகையும் கொண்ட அவரை எலும்புருக்கி நோய் வாட்டி வதைத்தது; அதிக உயரமில்லாத அவர், மெலிந்த உடலுடன், மென்மையானவராக, அழகிய முக வடிவம் கொண்டவராக இருந்தார். கடுங்குளிரில் அவர் பெரிதும் பாதிக்கப் பட்டிருந்தார்; வீட்டிற்கு வரவழைக்கப்பட்ட மருத்துவர் அம்மாவின் காதில் ரகசியமாக முணுமுணுத்தார், மார்க்கெல்லுக்கு எலும்புருக்கி நோய் வேகமாகப் பரவியிருக்கிறதென்றும் இந்த வசந்த காலம் வரை அவர் உயிருடன் இருப்பதே சந்தேகம் என்றும் சொன்னார். இதைக் கேட்டு அழ ஆரம்பித்த என் தாய், அண்ணனைக் கவனமாக இருக்கும் படி கேட்டுக்கொண்டாள்; (அவரைப் பயமுறுத்தக் கூடாது என்பதற்காக) அவரை உபவாசம் மேற்கொள்ளும்படியும் பிரார்த்தனைக் கூட்டங்களில் 'ஞானஸ்நானம்' போன்ற சமயச் சடங்குகளில் கலந்து கொள்ளும்படியும் அவள் கேட்டுக்கொண்டாள்; அப்போது அவர் படுத்த படுக்கையாக இல்லாமல் நடமாடிக்கொண்டிருந்தார். இதைக் கேட்டுக் கோபங் கொண்ட அவர் கிறிஸ்துவ ஆலயத்தைப் பழித்துப் பேசினார்; இருந்தாலும் சற்றே அவர் யோசித்துப் பார்த்தார்: மிகக் கடுமையாகத் தான் நோய்வாய்ப்பட்டிருப்பதால், தனக்கு சக்தி இருக்கும்போதே தன்னை ஆலயத்திற்குச் சென்று பாவமன்னிப்பையும் 'ஞானஸ்நான' சடங்கையும் ஏற்றுக்கொள்ளுமாறு தாய் சொல்வது நியாயம்தான்

என்று. நீண்ட நாட்களாக அவர் உடல்நலம் சரியில்லாமல் இருப்பதைத் தற்செயலாக, அவரே உணர்ந்தார்; அதனால் ஒருநாள் நானும் அம்மாவும் சாப்பாட்டு மேஜையில் உட்கார்ந்திருந்தபோது, ஒரு வருடத்திற்கு முன்பிருக்கும் என்று நினைக்கிறேன், எங்களைப் பார்த்து அவர் அமைதியாகச் சொன்னார்: 'நான் இன்னும் நீண்ட நாள் உயிரோடு இருக்கப் போவதில்லை; அடுத்த வருடமே நான் இறந்து போகக்கூடும்.' இதோ அது அப்படித்தான் நடந்தது. தீர்க்கதரிசியாக வருவதை அவர் முன் உணர்ந்து சொன்னார். மூன்று நாட்களுக்குப் பிறகு புனித வாரம் ஆரம்பித்தது. செவ்வாய்க்கிழமை காலையிலிருந்து அண்ணன் உபவாசமிருக்க ஆரம்பித்தார்; இறைவழிபாடுகளில் கலந்துகொண்டார். 'அம்மா, இதையெல்லாம் உங்களுக்காக மட்டுமே செய்கிறேன்; உங்களைச் சந்தோஷப்படுத்தவும் உங்களை அமைதிப்படுத்தவுமே இதை நான் செய்கிறேன்' என்று என் தாயிடம் அவர் சொன்னார். இதைக்கேட்டு என் தாய் சந்தோஷத்தில் வேதனை பொங்க அழுதாள்: 'அப்படியானால் அவனுடைய முடிவு நெருங்கிவிட்டது; அதுதான் அவனிடம் இப்படி ஒரு மாற்றம் தெரிகிறது' என்றெண்ணி அவள் அழுதாள். இறை வழிபாட்டில் நீண்ட நாட்கள் அவரால் கலந்துகொள்ள முடியாமல் போனது. சில நாட்களிலேயே அவர் படுத்த படுக்கையும் ஆகிவிட்டார்: வீட்டிலேயே அவர் பாவ மன்னிப்பையும் ஞானஸ்நானத்தையும் பெற்றுக்கொண்டு வந்தார். ஏசு கிறிஸ்து உயிர்த்தெழும் திருவிழா, வருடத்தின் பின்பகுதியில் வந்தது; நாட்கள் தெளிவாக, பிரகாசமாக, மணம் கமழ்ந்திருந்தன. இரவு முழுவதும் இருமிக்கொண்டு தூக்க மில்லாமல் இருந்தவர், காலையில் உடையணிந்து, மென்மையாக நாற்காலியில் அமரப் பிரயத்தனம் செய்துகொண்டிருந்தது எனக்கு நினைவிருக்கிறது. அவரை இப்படித்தான் என்னுடைய நினைவில் நான் இருத்தி வைத்திருக்கிறேன். அமைதியாக நாற்காலியில் அமர்ந்து கொண்டு, மென்மையான புன்னகை முகத்தில் படர, உடல்நலம் சரியில்லாவிட்டாலும் உற்சாகமாக இருப்பவராக அவர் இருந்தார். மனத்தளவில் முழுமையாக அவர் மாறி இருந்தார் – எப்படிப்பட்ட அற்புதமான மாற்றம் அவருள் திடீரென்று ஏற்பட்டிருந்தது! அவருடைய அறைக்குள் நுழைந்த வயதான தாதி, 'என் அருமையானவனே, அறையிலிருக்கும் உருவப்படத்துக்கு விளக்கேற்றி வைக்க எனக்கு அனுமதி கொடு' என்று கேட்டாள். இதற்கு முன்பு அவர் உருவப் படத்திற்கு விளக்கேற்றி வைக்க அனுமதி கொடுத்ததே இல்லை; அப்படியே ஏற்றி வைத்தாலும் விளக்கை ஊதி அணைத்துவிடுவார். ஆனால், இப்போது 'ஏற்றிவை, என் அருமையானவளே, விளக்கேற்றி வை; இதற்கு முன்பு மனசாட்சி இல்லாமல் உங்களை நான் விளக்கேற்றி வைக்க அனுமதிக்கவில்லை. இப்போது கடவுள் முன்பாக விளக்கேற்றி வைத்து நீங்கள் வேண்டிக்கொள்ளுங்கள்; உங்களைப் பார்த்து மகிழ்ச்சியுடன் நானும் வேண்டிக்கொள்கிறேன்; நாம் இருவரும் சேர்ந்து கடவுளை வேண்டிக்கொள்வோம்' என்றார். அவருடைய இந்த வார்த்தைகள் எங்களுக்குப் பழக்கமில்லாத ஒன்றாக இருந்தது; இதைக்கேட்டு எங்கள் தாய் தன்னுடைய அறைக்குச் சென்று வேதனைப் பட்டு அழுவார்கள்; ஆனால் வெளியே வரும்போது கண்களைத்

கரமாஸவ் சகோதரர்கள்

துடைத்துக்கொண்டு உற்சாகமாக வருவார்கள். 'அம்மா, அழாதீர்கள், என் அருமையானவளே' என்றபடி 'இன்னும் நான் நீண்ட காலம் உயிருடன் இருப்பேன்; உங்களுடன் நீண்ட காலம் நான் சந்தோஷமாக இருப்பேன். வாழ்க்கை மகிழ்ச்சிகரமானது, சந்தோஷமானது!' என்பார். 'ஓ, என் செல்லமே, உனக்கு எப்படிப்பட்ட சந்தோஷம் இருக்கமுடியும், இரவெல்லாம் காய்ச்சல் கண்டு நெஞ்சு வெடிக்க நீ இருமிக்கொண் டிருக்கும்போது' என்பார் அம்மா. 'அம்மா, அழாதே. வாழ்க்கை சொர்க்கமானது. நாம் எல்லோரும் சொர்க்கத்தில் தான் இருக்கிறோம்; அதைத்தான் நாம் புரிந்துகொள்ளவில்லை; அதை நாம் உணர்ந்து விட்டால் நாளைக்கே இவ்வுலகம் சொர்க்கமாகிவிடும்' என்று அம்மாவிடம் அவர் சொன்னார். இந்த வார்த்தைகளைக் கேட்டு நாங்கள் ஆச்சர்யப்பட்டுப் போனோம். எப்படிப்பட்ட விசித்திரமான, தீர்க்கமான வார்த்தைகள் அவை; இதைக்கேட்டு எல்லோரும் அழுதோம்; மனம் நெகிழ்ந்து போனோம். நண்பர்கள் எங்களைப் பார்க்க வந்தபோது அவர்களிடம் சொன்னார். 'உங்களுடைய அன்பைப் பெற நான் என்ன செய்தேன், என் அருமையானவர்களே! நான் எப்படி இருக்கிறேனோ அப்படியே என்னை நீங்கள் ஏற்றுக்கொண்டு நேசிப்பதை இதுவரை நான் ஏன் உணரவில்லை, அதை ஏன் நான் பாராட்டவில்லை?' என்றார். வேலையாட்கள் அவருடைய அறைக்கு வந்தபோதெல்லாம், 'என்னுடைய மனத்திற்கு இனிமையானவர்களே, அருமையானவர்களே, எதற்காக நீங்கள் எனக்காகக் காத்திருக்கிறீர்கள், நான் அதற்குத் தகுதியில்லாதவன். ஒருவேளை கடவுள் கருணை செய்து என்னை உயிரோடு வைத்திருந்தால், உங்களுக்கு நான் சேவகம் செய்வேன். ஏனெனில் நாம் எல்லோரும் ஒருவருக்கொருவர் சேவகம் செய்துகொள்ள வேண்டும்' என்றார். இதைக்கேட்டு என் தாய் தலையை ஆட்டியபடி, 'என் அருமையானவனே, உன்னுடைய நோய் உன்னை இப்படிப் பேசவைக்கிறது' என்றார்கள். அதற்கு அவர், 'அம்மா, என்னைப் பெற்றவளே, ஒருசிலர் எஜமானர்களாகவும் ஒருசிலர் வேலையாட்களாகவும் இருக்கத்தான் வேண்டும். ஆனால் நான் என்னுடைய வேலையாட்களுக்கு வேலையாளாகவே இருக்க விரும்புகிறேன்: அவர்கள் எப்படி என்னிடம் பணிவாக இருக்கிறார்களோ அப்படியே நான் அவர்களிடமும் பணிவாக இருக்க ஆசைப்படுகிறேன். அதுமட்டுமல்ல தாயே, நாம் எல்லோரும் எல்லோருக்கு முன்பாகவும் குற்றவாளிகள்தாம், அதிலும் நான் எல்லோரையும்விட மிக அதிகம் குற்றம் செய்தவன்' என்றார். இதைக் கேட்டு அம்மாவின் முகத்தில் கண்ணீர் ஊடாகப் புன்னகை பூத்தது: 'எந்த விதத்தில் எங்கள் எல்லோரையும்விட நீ அதிகம் குற்றம் செய்தவனாக இருக்கிறாய்? இவ்வுலகில் கொலைகாரர்களும் கொள்ளைக்காரர்களும் இருக்கும்போது எந்தவிதத்தில் நீ அவர்களை விட அதிகக் குற்றம் செய்தவனாக இருக்கமுடியும்?' 'அம்மா, என் அருமையான இதயமே, (இப்படிப்பட்ட மென்மையான, எதிர்பாராத வார்த்தைகளை அவர் பயன்படுத்த ஆரம்பித்தார்), என் இதயமே, மகிழ்ச்சியைத் தருபவளே, அருமை யானவளே, தெரிந்துகொள், உண்மையைச் சொல்லப்போனால், நாம் ஒவ்வொருவரும் எல்லோருக்கு முன்பாகவும் குற்றவாளிகள்தாம்.

எப்படி நான் இதை உனக்குப் புரியவைப்பது என்று எனக்குத் தெரியவில்லை. ஆனால் இது எனக்கு அளவுக்கு அதிகமாக மன வேதனையைத் தருகிறது என்பதை உணர்கிறேன். இதையெல்லாம் புரிந்துகொள்ளாமல் எப்படி நாம் பிறர்மீது கோபங்கொண்டு வாழ்ந்து கொண்டிருக்கிறோம்' இப்படியாக ஒவ்வொரு நாளும் காலையில் எழுந்தவுடன் அன்பும் சந்தோஷமும் பொங்கிப் பெருக அவர் பேசினார். வயதான ஜெர்மானிய மருத்துவர் எய்ஜென்ஸ்மித் ஒவ்வொருமுறை வீட்டிற்கு வந்தபோதும் மார்கெல் அவரைக் கேலிசெய்வார்: 'சரி, மருத்துவரே, இன்னும் ஒரு நாள் நான் உயிரோடு இருப்பேனா?' என்று. 'ஒரு நாளல்ல, இன்னும் பல நாட்கள், ஏன் பல மாதங்கள் பல வருடங்கள் நீ உயிரோடிருப்பாய்' என்று அவர் சொல்வார். 'ஆமாம், மாதங்களையும் வருடங்களையும் ஏன் எண்ண வேண்டும்' என்று கேட்டார். 'நாட்களைக் கூடத்தான் எண்ணலாம், மனிதனுக்குச் சந்தோஷம் என்றால் என்னவென்று தெரிந்துகொள்ள ஒருநாள் கூடத்தான் போதுமானது . . . என் அருமை மக்களே, எதற்காக நாம் சண்டைபோட்டுக்கொள்ள வேண்டும், ஒருவருக்கு முன் ஒருவர் பெருமை பேசிக்கொள்ள வேண்டும், ஒருவர்மீது ஒருவர் குரோதம் பாராட்ட வேண்டும்; நாம் ஏன் தோட்டத்தில் நடந்தபடி சந்தோஷமாக ஒருவரை ஒருவர் நேசித்துத் தழுவிக்கொண்டு, ஒருவரை ஒருவர் புகழ்ந்து, முத்தமிட்டுக்கொண்டு நம்முடைய வாழ்வை நாமே ஏன் ஆசீர்வதித்துக் கொண்டு வாழக் கூடாது?' என்று சொன்ன அவரைப் பார்த்து, 'உங்களுடைய மகன் இன்னும் அதிக நாட்கள் உயிரோடு இருக்கமாட்டார்' என்று வாசல் வரை வழியனுப்ப வந்த என் தாயிடம் அந்த மருத்துவர் சொன்னார். 'நோய் அவனுடைய மனத்தைத் தாக்கியிருக்கிறது' என்று நினைக்கிறேன் என்றும் சொன்னார். அவருடைய அறையின் ஜன்னல்கள் தோட்டத்துப் பக்கமாய் நீண்ட நெடிய, நிழல் தரும் மரங்களைக் கொண்டதாக இருந்தன. மரங்களில் வசந்த கால அரும்புகள் மொட்டுவிட, வசந்த காலப் பறவைகள் ஜன்னல்களில் அமர்ந்துகொண்டு அவருக்காகப் பாடின. அவர்களைப் பார்த்து ரசித்தபடி திடீரென்று அந்தப் பறவைகளிடம் அவர் மன்னிப்புக் கேட்டார்; 'கடவுள் அனுப்பிய பறவைகளே, சந்தோஷப் பறவைகளே, நீங்கள் என்னை மன்னித்துவிடுங்கள், ஏனெனில் உங்கள் முன்பாக நான் பாவம் செய்தவன்.' எங்களால் அவருடைய அந்த வார்த்தைகளைத் தான் புரிந்துகொள்ள முடியவில்லை, ஆனால் அவர் மகிழ்ச்சியில் கண்ணீர் வடித்தார். 'ஆம், என்னைச் சுற்றிக் கடவுள் படைத்த சொர்க்கம் இப்படி இருக்கிறது: பறவைகள், மரங்கள், புல்வெளி, ஆகாயம்; அதில் நான் ஒருவன் மட்டும் கேவலமாக இருக்கிறேன். நான் ஒருவன் மட்டும் அவற்றுக்கு நடுவே கறையோடு இருக்கிறேன்; அந்த அழகையும் பெருமையையும் பார்ப்பதற்கு எனக்குக் கண்களே இல்லாமல் இருக்கின்றன' என்று சொன்னார். 'நிறைய பாவங்களை உன்மீது நீ சுமத்திக்கொள்கிறாய்' என்று கண்களில் கண்ணீர் வடிய என் தாய் சொன்னாள். 'அம்மா, என்னுடைய பெரும் சந்தோஷமே, மகிழ்ச்சியின் பேரில் தான் நான் கண்ணீர் சிந்துகிறேன், வருத்தத்தின் பேரில் அல்ல. அவர்கள் முன்பு குற்றவாளியாக நான் நிற்பதற்கு

எனக்கு ஆசையாக இருக்கிறது; உன்னிடம் அதை எப்படிச் சொல்வது என்று தான் தெரியவில்லை; அது போலவே அவர்களை எப்படி நேசிப்பது என்றும் எனக்குத் தெரியவில்லை; எல்லோர் முன்பாகவும் குற்றவாளியாக நான் இருந்துவிட்டுப் போகிறேன்; அதற்காக என்னை எல்லோரும் மன்னித்துவிடட்டும்; அதுதான் எனக்குச் சொர்க்கமாக இருக்கும். ஏன் இப்போது நான் சொர்க்கத்தில் இல்லையா என்ன?' என்று கேட்டார்.

இன்னும் நிறைய விஷயங்கள் அவரால் சொல்லப்பட்டன. ஆனால் அவற்றையெல்லாம் நினைவுகூரவோ, விளக்கவோ என்னால் முடியவில்லை. ஆனால், ஒருமுறை யாரும் இல்லாதபோது அவருடைய அறைக்கு நான் போனது எனக்கு நினைவிருக்கிறது. அது தெளிவான ஒரு மாலைப்பொழுது; சூரியன் தனது சாய்ந்த கதிர்களை அறை முழுவதும் பரப்பி வெளிச்சம் ஏற்றிக்கொண்டிருந்தான். என்னைப் பார்த்ததும் அவர் என்னை அழைத்து என் தோள்களில் கைபோட்டு, இதமாக அன்புடன் என் முகத்தைப் பார்த்தார்; ஒரு நிமிடம் எதுவும் பேசாமல் என்னையே அவர் உற்றுப்பார்த்தார்: 'இப்போது நீ போய் விளையாடு; பிறகு எனக்காக உன்னுடைய வாழ்க்கையை நீ நடத்து' என்று சொன்னார். அப்போது நான் விளையாடப் போய்விட்டேன். ஆனால், பிறகு இந்த வார்த்தைகளை நான் பலமுறை நினைத்துக் கொண்டு கண்ணீர்விட்டு எப்படி அவருக்காக என்னை வாழச் சொன்னார் என்பதை நான் நினைத்துப் பார்த்தேன். இப்படியாக, புரியாத, விநோதமான, அற்புதமான பல விஷயங்களை அவர் எங்களுடன் நிறையவே பகிர்ந்துகொண்டார். கிறிஸ்து உயிர்த்தெழும் திருவிழா முடிந்து மூன்றாவது வாரத்தில் அவர் எங்களை விட்டுப் பிரிந்துபோனார்; கடைசியில் முழுநினைவுடன் அவர் இருந்தாலும், வாய் திறந்து அவரால் பேச முடியவில்லை; கடைசிநிமிடம் வரை எந்த மாற்றமும் அவரிடத்தில் இல்லாமல் இருந்தது: பார்ப்பதற்கு மகிழ்ச்சியானவராகக் கண்களில் சந்தோஷப் பார்வையுடன் எங்களைத் தேடியபடி, எங்களைப் பார்த்து அவர் புன்னகைத்தபடியே இருந்தார். அவர் இறந்தபிறகு எங்களுடைய ஊரில் அவரைப் பற்றி அதிகம் பேசப்பட்டது. அது என்னை அதிகம் பாதிக்கவில்லையென்றாலும், அவருடைய உடலைப் புதைத்தபோது நான் அதிகமாகவே அழுதேன். அப்போது நான் சிறுவனாக, விளையாட்டுப்பிள்ளையாக இருந்தாலும், என்னுடைய மனத்தில் நீங்காத நினைவாக அது ஆழப் பதிந்துவிட்டது. சமயம் வரும்போது மீண்டும் அது உயிர்பெற்றுக் கிளம்பக் கூடியதாக இருக்க, அப்படியே அது நடக்கவும் செய்தது.

## ஆ) அருட்தந்தை ஸோசிமாவின் வாழ்வில் புனித சமய நூல்களின் தாக்கம்

இப்போது எங்களுடைய வீட்டில் நானும் என் அம்மாவும் தான். அம்மாவுக்கு நல்ல நண்பர்கள் சிலர் அறிவுரை கொடுத்தார்கள், அதாவது இப்போது உங்களுக்கு ஒரே ஒரு மகன்தான்; நீங்கள் பரம ஏழையும் அல்ல, உங்களிடம் பணம் இருக்கிறது. எனவே நீங்கள்

ஏன் உங்களுடைய மகனை மற்ற வீட்டுப் பிள்ளைகளைப் போல பீத்தர்புர்க்குக்கு அனுப்பிப் படிக்கவைக்கக் கூடாது; இங்கே இருந்தால் ஒருசமயம் அவன் அறிவாளியாகக் கூடிய வாய்ப்பை இழக்க நேரிடலாம் என்றார்கள்.

'இப்படியாக அந்த நல்ல நண்பர்கள் என் அம்மாவை இணங்க வைத்து, பீத்தர்புர்க்கில் மாணவர்களுக்கான படைப்பயிற்சி இளம் படையில் முதலில் என்னைச் சேர்த்து, பிறகு சக்கரவர்த்தியின் பாதுகாவலர் பிரிவில் சேர்த்துவிட அம்மாவுக்கு ஆலோசனை கொடுத்தார்கள். என்னுடைய தாய் நீண்ட நேரம் யோசித்தார்கள், தன் ஒரே மகனையும் விட்டுப் பிரிவது எப்படி என்று; அப்படி அவர்கள் ஆழ்ந்து யோசித்தார்கள். இருந்தாலும், என்னுடைய நலனுக்காக அவர்கள் என்னை பீத்தர்புர்க் அனுப்பிவைப்பது என்ற நல்லமுடிவை எடுத்தார்கள்; என்னுடைய இந்தப் பிரிவை எண்ணி அவர்கள் அதிகம் கண்ணீர் சிந்தவில்லை. பீத்தர்புர்க்கிற்கு என்னைக் கூட்டிச் சென்று படைப்பயிற்சிப் பிரிவில் என்னைச் சேர்த்தார்கள்; அதன் பிறகு அவர்களை நான் என்னுடைய வாழ்நாளில் மறுபடியும் பார்க்கவே இல்லை; மூன்று வருடங்கள் கழித்து என் தாய் இறந்து போனார்; அந்த மூன்று வருடங்களும் எங்கள் இருவரையும் நினைத்து அவர் மிகவும் வருத்தப்பட்டார்; வருந்தி நினைத்து மனம் குலைந்து போனார். என்னுடைய பெற்றோரின் வீட்டிலிருந்து விலைமதிக்க முடியாத நினைவுகளை மட்டுமே நான் என்னுடன் எடுத்து வந்தேன்; ஏனெனில் பெற்றோருடன் வாழ்ந்த குழந்தைப் பருவ நினைவுகள் வேறெந்த நினைவுகளைவிடவும் விலைமதிக்க முடியாதவையாகும்; அதுவும் வீட்டில் கொஞ்சம் அன்பும் ஒற்றுமையும் நிலவிவிட்டால், அதுதான் விலைமதிக்க முடியாத சந்தோஷமாக இருக்க முடியும். ஆம், கேவலமான குடும்பங்களில்கூட விலைமதிக்க முடியாத நினைவுப் பொக்கிஷங்கள் இருக்கக்கூடும்; அதை மட்டுமே மனம் நினைத்துப் பார்க்குமானால்! என்னுடைய பிள்ளைப் பிராயத்தில், பைபிளின் சரிதத்தை வீட்டில் நான் படித்தது எனக்கு நினைவிருக்கிறது. அப்போது நான் சிறு பையனாக இருந்தாலும் அதைப் படிப்பதில் அதிக ஆர்வம் காட்டினேன். பைபிளின் சரித்திரம் என்ற புத்தகம் அற்புதமான படங்களுடன் என்னிடம் இருந்தது; அதில் பழைய மற்றும் புதிய ஏற்பாட்டிலிருந்து 'நூற்று நான்கு தெய்வீகக் கதைகள்'[1] இருந்தன; அதைப் பார்த்துத்தான் நான் எழுதப் படிக்கக் கற்றுக்கொண்டேன். இப்போது அது என்னுடைய புத்தக அலமாரியில் விலைமதிக்க முடியாத ஒரு நினைவுப் பொக்கிஷமாக இருக்கிறது. படிக்கக் கற்றுக் கொள்வதற்கு முன்பாக, எட்டு வயது இருக்கும்போது முதன்முதலாக எனக்குள் தெய்வீக சக்தி ஊடுருவுவதை நான் உணர்ந்தேன். கர்த்தர் உயிர்த்தெழும் திருவிழாவுக்கு முன்னதான திங்கட்கிழமை நாளன்று என் தாய் என்னைத் தேவாலயத்திற்குக் காலை வழிபாட்டுப் பூசைக்காகக் கூட்டிக்கொண்டு போயிருந்தார். (அண்ணன் அப்போது இருந்தாரா இல்லையா என்பது எனக்கு நினைவில்லை). அன்று நாள் தெளிவாக இருந்தது; அப்படியே நன்றாக நினைவிருக்கிறது, ஏதோ இப்போது பார்ப்பது போல, தூபக் கலசத்திலிருந்து தூபம் மெதுவாக எழும்பி

உயரே மிதந்து செல்ல, கடவுளின் சூரிய ஒளிக் கதிர்கள் கோயிலின் மேல் மாட சிறிய ஜன்னல் வழியாக ஊடுருவி, எழும்பிவந்த அந்தத் தூப அலையில் கரைந்து நின்றது. அதை நான் மனமுருகப் பார்த்த போது, என்னுடைய வாழ்க்கையில் முதல் விதையாகிய கடவுள் என்ற வார்த்தை, உளப் பூர்வமாக, முதன்முதலாக, என்னுள் விதைக்கப் பட்டதை நான் உணர்ந்தேன். அப்போது இளைஞன் ஒருவன் ஆலயத்திற்கு மிகப் பெரிய புத்தகம் ஒன்றைத் தூக்கிக்கொண்டு வந்தான். அவனால் அதைத் தூக்கக்கூட முடியாமலிருக்க, மேடையின் சாய்விடத்தில்வைத்து அதைத் திறந்து அவன் படித்தான்; அப்போதுதான் வாழ்நாளில் முதன்முதலாக நான் புரிந்துகொண்டேன், கடவுளின் சந்நிதானத்தில் கடவுளுடன் புத்தகம் படிப்பது என்றால் என்னவென்று. உத்ஸ் என்ற பகுதியில் ஒரு மனிதர் இருந்தார்; அவர் நேர்மையானவராக, உண்மையானவராக இருந்தார். அவரிடம் செல்வம் கொழித்தது; ஒட்டகங்களும் ஆடுகளும் பெண் கழுதைகளும் நிறைய இருந்தன; அவருடைய குழந்தைகள் வீட்டில் சந்தோஷமாக இருந்தனர்; அவருடைய குழந்தைகளை அவர் மிகவும் விரும்பினார்; அவர்களுக்காகக் கடவுளிடம் வேண்டி அவர் மன்னிப்புக் கேட்டார், ஏனெனில் சந்தோஷமாக இருந்தபோது அவருடைய குழந்தைகள் பாவம் செய்திருக்கக்கூடும் என்று. அப்போது கடவுள் முன்பாகச் சாத்தான் தோன்றும் நாள் வந்தது; சாத்தான் தான் பூமியில் சுற்றி வந்ததைப் பற்றிக் கடவுளிடம் சொன்னது. அப்போது கடவுள் சாத்தானைப் பார்த்துக் கேட்டார்; 'என்னுடைய அடிமை இயோவாவை நீ பார்த்தாயா? என்று. அப்படிக் கேட்ட கடவுள் தன்னுடைய புனித அடிமையைப் பற்றிச் சாத்தானிடம் புகழ்ந்து சொன்னார். அதைக் கேட்டுச் சிரித்த சாத்தான், 'என்னிடம் அவனைக் கொடு, பிறகு நீ பார்ப்பாய் உன்னுடைய அடிமை உன் கண் முன்பாகவே எப்படி உன்னைச் சபிப்பான் என்று' என்று சொன்னது. உடனே கடவுள் தான் மிகவும் நேசித்த தன்னுடைய நேர்மையான அந்த மனிதனைச் சாத்தானின் கைகளில் ஒப்படைத்தார்; உடனே சாத்தான் அந்த மனிதனின் குழந்தைகளையும் கால்நடைகளை யும் அவருடைய செல்வத்தையும் வானத்திலிருந்து விழும் இடிபோல சிதைத்துப் பாழாக்கினான். உடனே இயோவா எழுந்து, தன்னுடைய ஆடைகளைக் கிழித்துக்கொண்டு, கருவறையிலிருந்து நிர்வாணமாக வெளி உலகுக்கு நான் வந்தேன், அப்படியே திரும்பவும் நான் போவேன்: கடவுள் எல்லாவற்றையும் எனக்குக் கொடுத்தார்; அவரே எல்லாவற்றை யும் எடுத்தும் கொண்டார்; கடவுளின் நாமம் பல நூற்றாண்டுகளாக, எப்போதுமே ஆசீர்வதிக்கப்பட்டதாக இருக்கட்டும் என்றார். அருட் தந்தைமார்களே, ஆசிரியர்களே, நான் சிந்தும் இந்தக் கண்ணீருக்காக என்னை மன்னியுங்கள். என்னுடைய குழந்தைப்பருவ நினைவுகள் என் முன் வந்து நிழலாடுகின்றன; எட்டுவயதுச் சிறுவனாக நான் இருந்தபோது சுவாசித்தது போலவே இப்போதும் நான் சுவாசிக்கிறேன்; அப்போது உணர்ந்தது போலவே இப்போதும் நான் ஆச்சர்யத்தையும் குழப்பத்தையும் சந்தோஷத்தையும் உணர்கிறேன். என்னுடைய கற்பனையில் ஒட்டகங்கள்தாம் அப்போது எப்படி இருந்தன; சாத்தான் எப்படிக் கடவுளிடம் பேசியது; பேசிக் கடவுளின் அடிமையை அழிப்பதற்

காகவே கடவுளிடமிருந்து அவரை எப்படி வாங்கிக்கொண்டது; அவருடைய அடிமையோ கதறியபடி சொன்னார்: 'என்னைக் கழுவில் ஏற்றினாலும் உன்னுடைய நாமம் இரட்சிக்கப்படும்' என்று. அதன் பிறகு அமைதியாக இனிமையான பாடல் ஆலயத்தில் பாடப்பட்டது: 'ஆம், என்னுடைய பிரார்த்தனை எழும்பி வந்து உன்னைச் சேரட்டும்[2]' என்று; மீண்டும் பாதிரியாரின் தூபக் கலசத்திலிருந்து தூபம் மேலெழுந்து போகிறது; மண்டியிட்டபடி பிரார்த்தனை செய்யப்படுகிறது! இதுநாள் வரை ஏன் நேற்றுக்கூட நான் அந்தப் புத்தகத்தை எடுத்துப் படித்தேன்; அந்தப் புனிதக் கதையைக் கண்ணீர் சிந்தாமல் என்னால் படிக்க முடியவில்லை. அவ்வளவு மகத்தான, மர்மமான, புரிந்துகொள்ள முடியாத விஷயங்கள் அதில் இருக்கின்றன! இந்தச் சம்பவம் பற்றி மக்கள் கேலியும் ஏளனமும் செய்வது எனக்குக் கேட்கிறது: கடவுள் எப்படித் தன்னுடைய நேசத்திற்குரிய புனிதமான மனிதனை விளையாட்டுப் பொருளாகச் சாத்தானிடம் கொடுக்க முடியுமென்று; சாத்தான் அந்த மனிதரிடமிருந்து அவருடைய குழந்தைகளைப் பிடுங்கிக் கொண்டு, மோசமான நோயை அவருக்குக் கொடுத்து, உடலில் எழுந்த கொப்புளங்களை மட்கல உடைசலால் எப்படித் தேய்த்துப் புண்ணை ஆற்றிக்கொள்ள முடியுமென்று? இவையெல்லாம் எதற்காக: சாத்தான் முன்பாகப் பெருமையடித்துக் கொள்வதற்காகவா: 'இதோ பார், என்னுடைய புனிதமான மனிதன் எப்படி எனக்காக எல்லா வற்றையும் பொறுத்துக்கொள்கிறான் பார்!' என்று சொல்வதற்காகவா. ஆனால் அதில்தான் மிகப்பெரிய மர்மமே இருக்கிறது. அழிந்துபோகும் மண்ணின் குணமும், என்றும் நிலைத்திருக்கும் உண்மையும் ஒன்றாக இங்குதான் கலக்கிறது. மண்ணுலகு சார்ந்த உண்மைக்கு முன்பாக என்றும் நிலைத்திருக்கும் உண்மை செயலில் வெற்றி காண்கிறது. இங்கே படைப்பவன், தன்னுடைய முதல் நாள் படைப்பு போல ஒவ்வொரு நாள் படைப்பையும் உருவாக்கும்போது, அதைப் பார்த்துப் புகழ்கிறான்: 'நான் படைத்தவை எல்லாம் நல்லவை' என்று. இயோவாவைப் பார்த்து அவர் தன்னுடைய படைப்பை எண்ணி மீண்டும் பெருமைகொள்கிறார். ஆனால் இயோவா கடவுளைப் புகழ்ந்தபடி அவருக்கு மட்டும் சேவகம் செய்யவில்லை, அவர் படைத்த எல்லாப் படைப்பிற்கும் சேவகம் செய்கிறான், தலைமுறை தலைமுறை யாக, காலங்காலமாக. ஏனெனில் அந்தக் காரணத்திற்காகத்தான் அவன் படைக்கப்பட்டிருக்கிறான். கடவுளே! எப்படிப்பட்ட புத்தகம், எப்படிப்பட்ட பாடங்கள்! எப்படிப்பட்ட பைபிள், எப்படிப்பட்ட அற்புதம், எப்படிப்பட்ட வலிமை இதன் மூலமாக மனிதனுக்குக் கிடைக்கிறது! இது உலகத்து மனிதனின், மனித குணங்களின் அச்சு அசலான வார்ப்படம்; இதில் எல்லாமே தெள்ளத் தெளிவாகக் காட்டப்பட்டிருக்கிறது; எல்லாக் காலங்களுக்கும் தேவையானது இங்கே குறிப்பிடப்பட்டிருக்கிறது. எவ்வளவு ரகசியங்கள் இங்கு விளக்கப்பட்டு வெளிக்கொணரப்பட்டிருக்கின்றன: கடவுள் மீண்டும் இயோவாவைச் சீரமைக்கிறார்; மீண்டும் அவர் அவருக்குச் செல்வத்தைக் கொடுக்கிறார்; பல ஆண்டுகள் கழிகின்றன; இதோ மீண்டும் அவனுக்குப் புதிதாகக் குழந்தைகள் பிறக்கின்றன; மற்ற மனிதர்களை மீண்டும்

அவன் நேசிக்க ஆரம்பிக்கிறான் – கடவுளே: 'இறந்துபோன தன்னுடைய குழந்தைகள் இல்லாமல், எப்படி அவனால் புதிய குழந்தைகளை நேசிக்கமுடிகிறது?' இந்தப் புது குழந்தைகள் அவனுக்கு எவ்வளவுதான் நெருங்கியவர்களாக இருந்தாலும், இறந்துபோன குழந்தைகளை நினைக்கும்போது, முன்பு போல அவன் சந்தோஷமாக இருக்க முடியுமா? 'ஆம். முடியும். முடியும்: மனித வாழ்வின் ரகசியமே, பழைய வேதனைகள் எல்லாம் மென்மையான சந்தோஷங்களாகக் கொஞ்சம் கொஞ்சமாக மெது மெதுவாக மாறுவதுதான்; கொதித்தெழும் இள ரத்தம், விவேகம் பொருந்திய தெளிய, முதிய ரத்தமாகிறது: தினம் எழும் காலை சூரியோதத்தை நான் ஆசீர்வதிக்கிறேன்; என்னுடைய இதயம் எப்போதும் போல அதை நினைத்துப் பாடுகிறது; ஆனால் எனக்கு சூரிய அஸ்தமனத்தின் மீது, சாய்வான அதனுடைய ஒளிர்க்கற்றைகளின் மீது அலாதிப் பிரியம்; ஏனெனில் அவை அமைதியான, மென்மையான, இளமையான நினைவுகளை, அன்பிற் குரிய என்னுடைய உருவங்களை, நீண்டகாலமாக என் வாழ்வை ஆசீர்வதித்தவற்றை, எல்லாவற்றிற்கும் மேலாக, கடவுள் என்கிற உண்மையை, இணக்கமாகக்கொண்டு, எல்லாவற்றையும் மென்மையாக மன்னித்து ஆட்சி செய்கிறது! இப்போது என்னுடைய இறுதிக் காலம் வந்துவிட்டது, அது எனக்குத் தெரிகிறது; அதை நான் உணர்கிறேன்; ஆனால், உயிரோடு நான் இருக்கிற ஒவ்வொரு நாளும் இம்மண்ணுலக வாழ்வின் புதிய, எல்லையற்ற, இதுவரை அறிந்திராத ஒன்றை எதிர்பார்த்துப் பேருவகையில் என்னுடைய மனம் குதூகலிக்கிறது; என்னுடைய எண்ணங்கள் மிளிர்ந்து எழுகின்றன; இதயம் சந்தோஷத்தில் அழுகிறது – நண்பர்களே, ஆசான்களே, பலமுறை நான் கேள்விப் பட்டிருக்கிறேன், இப்போது கடைசி முறையாக மீண்டும் கேள்விப் படுகிறேன், நம்முடைய பாதிரிமார்கள், குறிப்பாக, கிராமப்புறங்களில் இருக்கும் பாதிரிமார்கள் தாங்கள் பெறும் மிகக்குறைந்த ஊதியத்திற்காக, தங்களுடைய இழிந்த நிலைக்காகக் கண்ணீர்விட்டுப் புகார் செய்து, வெளிப்படையாகவே முறையிட்டு, அப்படியே பத்திரிகைகளிலும் பிரசுரிக்கிறார்கள் என்பதை நானும் கேள்விப்பட்டேன்; அதை நான் என் இரண்டு கண்களாலும் பார்த்தேன் – தங்களுடைய ஊதியக் குறைவின் காரணமாக அவர்கள் மக்களுக்கு விவிலிய நூலில் உள்ளதை எடுத்துச் சொல்லி, அதை விளக்க முடியாமல் போய், அதன் காரணமாக லூதரன் திருச்சபையினரோ வேறு சமயவாதிகளோ மக்களைத் திசைதிருப்பி இழுத்துச் செல்வார்கள் என்றால், அது அப்படியே நடக்கட்டும்; ஏனெனில் மக்களைத் தங்கள் பக்கம் நிலைநிறுத்திக் கொள்ள அவர்களிடம் ஊதியம் போதாமல் இருக்கிறது.' கடவுளே! இப்படி நான் நினைத்துக்கொள்கிறேன், அவர்கள் எதிர்பார்க்கும் அந்த விலையுயர்ந்த ஊதியத்தைக் கடவுள் அவர்களுக்குக் கொடுக்கட்டும் என்று, (ஏனெனில் அவர்களுடைய முறையீடுகளும் நியாயமானவை தான்) ஆனால் உண்மையைச் சொல்லப்போனால், இதில் பாதித் தவறு நம்முடையதுதான்! அப்படியே அவர்கள் சொல்வதுபோல வேலைப் பளுவாலும்[3] வேண்டுகோள்களாலும் நேரமில்லாமல் அவர்கள் அலைக்கழிக்கப்பட்டாலும், எல்லா நேரமும் அவர்கள் அப்படியிருப்ப

தில்லையே; குறைந்தபட்சம் வாரத்தில் ஒரு மணி நேரமாவது கண்டிப்பாக அவர்களால் கடவுளை நினைத்துப் பார்க்க முடியும். அப்படியே வருடம் முழுதும் அவர்கள் வேலைசெய்யப் போவதில்லை. குறைந்தபட்சம் வாரத்தில் ஒருமுறை, மாலைவேளையில் மட்டும், முதலில் அவர்கள் குழந்தைகளைத் தங்களிடம் வரச்செய்யட்டும்; பிறகு அதையறிந்து அருட்தந்தையர்களும் வரத்தொடங்குவார்கள். ஆம், இதற்காக அவர்கள் ஒரு பெரிய மாளிகையைக் கட்டத் தேவையில்லை; அவர்களைத் தங்களுடைய குடிசைக்கே அவர்கள் வரவழைக்கலாம்; இதனால் உங்கள் குடிசையை அவர்கள் அசிங்கப் படுத்தி விடுவார்கள் என்று நீங்கள் நினைக்க வேண்டாம், ஏனெனில் அவர்கள் இருக்கப்போவது ஒரு மணி நேரமோ என்னவோதான். அப்படி அவர்களைத் தங்களிடம் வரவழைத்த பிறகு, அவர்கள் புத்தகத்தைத் திறந்து, எந்தவித அறிவார்ந்த ஆணவமான வார்த்தைகளு மின்றி, வெகு சாதாரணமாக அந்தப் புத்தகத்தை அவர்கள் படிக்கட்டும்; எந்தவிதத் தற்பெருமையும் இல்லாமல் மிகப் பணிவாக, அன்புடன் படிப்பதில் சந்தோஷம் அடைந்து, கேட்கப்படுவதிலும் புரிந்துகொள்ளப் படுவதிலும் ஆனந்தம் அடைந்து அதை அவர்கள் படிக்கட்டும்; அப்படிப் புத்தகத்தைப் படிப்பதில் அவர்கள் ஆனந்தம் அடைந்து, சில சமயங்களில் சிறு இடைவேளை கொடுத்து, சில வார்த்தைகளின் அர்த்தத்தை விளக்கிச் சொல்லி அவர்கள் படிக்கட்டும், ஏனெனில் சாதாரண மக்களால் எல்லாவற்றையும் புரிந்துகொள்ள முடியாது. ஆனால் நீங்கள் எதற்கும் பயப்பட வேண்டாம், மக்கள் எல்லாவற்றையும் புரிந்துகொள்வார்கள். அப்படிப் புரிந்துகொள்ள அவர்களிடம் சமயஞ் சார்ந்த மனம் இருக்கிறது! ஆப்ரஹாம், சாரா, ஐசக், ரெபேக்காவைப் பற்றிய கதைகளை அவர்களுக்கு நீங்கள் படித்துக் காட்டுங்கள்[4]; அப்படியே ஜேக்கப் கனவில் தேவதூதனுடன் சண்டை போட்டுக் கொண்டு எப்படி லேபன் போனான், அதன் பிறகு ‘இந்த இடம் எவ்வளவு அச்சத்திற்குரியது’[5] என்று அவனே சொன்னான் என்பதையும் நீங்கள் அவர்களுக்குப் படித்துக்காட்டி கடவுள் நம்பிக்கை உள்ள மக்களின் உள்ளங்களைக் கவர்ந்திழுங்கள். குறிப்பாக நீங்கள் குழந்தை களுக்கு அந்தக் கதைகளைப் படித்துக் காட்டுங்கள்; எப்படிச் சொந்த சகோதரர்களே தங்களுடைய சகோதரன் ஜோசப்பை,[6] அருமையான இளைஞனை, குறிக்கோள் உள்ள கற்பனையாளனை, மிகப்பெரிய துறவியை, அடிமையாக விற்றுவிட்டுத் தங்களுடைய தந்தையிடம் வந்து காட்டுமிருகம் அவனை அடித்துத் தின்றுவிட்டது என்று சொல்லி, ரத்தம் தோய்ந்த அவனுடைய சட்டையைக் காட்டினார்கள் என்ற கதையையும் நீங்கள் அவர்களுக்குப் படித்துக் காட்டுங்கள். அப்படியே எப்படி அந்தச் சகோதரர்கள் ரொட்டிக்காக (சாப்பாட்டிற்காக) எகிப்துக்குச் சென்றபோது, அவர்களுடைய சகோதரன் ஜோசப், மிகப்பெரிய செல்வாக்குள்ள மனிதனாக மாளிகையில் அவர்களை அடையாளம் காணமுடியாமல், அவர்களைக் குற்றம்சாட்டிச் சித்திரவதை செய்தவன், பிறகு அவனுடைய சகோதரன் பெஞ்ஜமினைத் தன்னுடன் வைத்துக்கொண்டார் என்பதையும் படித்துக்காட்டுங்கள்; அப்படி வைத்துக்கொண்டவர், எல்லா நேரமும் அவர்களை நேசித்தார்

என்பதையும் படித்துக்காட்டுங்கள்: 'உங்களை நான் நேசிக்கிறேன், அப்படி நேசிப்பதால் உங்களை நான் கொடுமைப்படுத்துகிறேன்' என்று சொன்னதையும் நீங்கள் அவர்களுக்குப் படித்துச் சொல்லுங்கள். கடந்தகால வாழ்க்கையைத் தன்னுடைய வாழ்நாள் முழுவதும் நினைவுகூர்ந்து பார்த்து, சுட்டுப் பொசுக்கும் பொட்டல் காட்டுக் கிணற்றருகே எப்படி அவர் வியாபாரிகளிடம் விற்கப்பட்டார், முன்பின் தெரியாத வேறு நாட்டவரிடம் தன்னை விற்க வேண்டாம் என்று எப்படி அவர் தன் சகோதரர்களின் கையைப் பிடித்துக்கொண்டு கதறி அழுதார், இப்போது பல வருடங்கள் கழித்து அவர் தன் சகோதரர்களைப் பார்க்கும்போது மீண்டும் அவர்கள்மீது அவர் எல்லையற்ற அன்புகாட்டி, அதீத அன்பின் காரணமாக அவர்களை நேசித்தபடியே அவர் கொடுமையும் படுத்தினார் என்ற கதையையும் அவர்களுக்கு நீங்கள் படித்துக்காட்டுங்கள். பிறகு கடைசியாக அவர்கள் படும் வேதனையை அவரே தாங்க முடியாமல் அழுது துடித்து, கண்ணீரைத் துடைத்துக்கொண்டு சந்தோஷமாக, மகிழ்ச்சிப் பிரவாகத்தில் அவர்களிடம் தன்னை யார் என்று சொன்னார் என்பதையும் அவர்கள் படிக்கட்டும்: 'நான்தான் உங்களுடைய சகோதரன் ஜோசப்!' என்று அவர் சொல்கிறார். அப்படியே அந்தக் கதையை அருட்தந்தை மேலே படிக்கட்டும்; எப்படி அவனுடைய வயதான தந்தை ஜேக்கப் தன்னுடைய அருமை மகன் இன்னும் உயிரோடு இருக்கிறான் என்பதை அறிந்து எகிப்துக்குப் புறப்பட்டுச் செல்ல, வழியில் வேறு ஒரு நாட்டில் அவர் இறந்துபோக, இறக்கும் தறுவாயில் அவர் சொன்ன வார்த்தைகள் மிகப்பெரிய தீர்க்கதரிசனமாக விளங்கியது; அந்தத் தீர்க்கதரிசனம் அவருடைய வாழ்நாள் முழுவதும் விவரிக்க முடியாத மிகப்பெரிய ஒரு விஷயமாக இருக்க, அது அவருடைய மென்மையான இளகிய மனம் முழுவதையும் நிறைத்தது என்பதையும் அவர்கள் படித்துச் சொல்லட்டும்: 'அவருடைய வாரிசான யூதாஸிடமிருந்து உலகுக்கான நம்பிக்கை பிறக்கும், அவர்தான் அமைதியை உருவாக்குவார், உலகைக் காப்பாற்றுவார்!'[7] என்று சொன்னதையும் அவர்கள் படித்துக் காட்டட்டும். அருட்தந்தைமார்களே, ஆசான்களே, இப்படிப்பட்ட குழந்தைத்தனமாக விஷயங்களைச் சொல்லி உங்களைக் கேட்கவைப்பதற்கு என்னை மன்னியுங்கள்; இவையெல்லாம் உங்களுக்கு ஏற்கனவே தெரியும்; நீங்களே எனக்கு வெகு அழகாகத் திறமையாகப் பாடம் எடுக்கக் கூடியவர்கள்தாம். ஏதோ ஒரு வேகத்தில் நான் இப்படிப் பேசுகிறேன்; என்னுடைய கண்ணீருக்காக நீங்கள் என்னை மன்னியுங்கள்; அந்தப் புத்தகத்தை நான் மிகவும் நேசிக்கிறேன்! கடவுளின் அருட்தந்தை, அவரும் கண்ணீர் வடிக்கட்டும், அப்படிக் கண்ணீர் வடிப்பதால் கேட்பவர்களின் இதயங்கள் பரந்து விரியும். ஒரு சிறு தானியமணிதான் தேவை, ஒரே ஒரு சிறுவிதைதான்: அதைச் சாதாரண மனிதனின் இதயத்தில் நட்டுவிட்டால், அது மரித்துப் போகாமல் வாழ்நாள் முழுவதும் உயிரோடு இருக்கும்; துயரங்களுக்கு நடுவே அது மறைந்து, பாவங்களின் முடைநாற்றத்தில் அது அமிழ்ந்து, வெளிச்சத்தில் ஒரு சிறு ஒளிக்கதிர் போல, மிகப்பெரிய நினைவாக அது இருக்கும். மக்களுக்கு அதிகமாகச் சொல்லத் தேவையில்லை, அவர்கள்மீது

எதையும் திணிக்க வேண்டியதில்லை, வெகு சாதாரணமாக அவர்கள் எல்லாவற்றையும் புரிந்துகொள்வார்கள். சாதாரண மக்கள் இதைப் புரிந்துகொள்ள மாட்டார்கள் என்று நீங்கள் நினைக்கிறீர்களா? அருமையான எஸ்தர் கதைகளையும் இறுமாப்பு கொண்ட வாஸ்தி கதையையும் நீங்கள் அவர்களுக்குப் படித்துக் காட்டுங்கள். அவை எவ்வளவு தூரம் மனதை நெகிழ வைக்கக்கூடிய இனிமையான கதைகள் என்பதையும் நீங்கள் அவர்களுக்கு எடுத்துச் சொல்லுங்கள். அல்லது திமிங்கலத்தின் வயிற்றிலிருந்த புனிதத் துறவி ஜோன்னாவின் அருமையான கதையைப் பற்றியும் அவர்களுக்குச் சொல்லுங்கள். அப்படியே புனிதத் துறவி லூக்கின் நல்வாழ்வுக் கோட்பாட்டிலிருந்து நம்முடைய கடவுளைப் பற்றிய கதைகளை அவர்களுக்குச் சொல்லவும் நீங்கள் மறந்துவிடாதீர்கள்; (அதைத்தான் நான் செய்தேன்); பிறகு அப்போஸ்தலர்களின் செயல்களிலிருந்து சாலுடைய உரையாடல்களை (மறக்காமல், மறக்காமல்) எடுத்துச் சொல்லுங்கள்; இறுதியாக, துறவிமார்களின் வாழ்க்கையிலிருந்து, சொல்லப்போனால், அலெக்ஸெயின் வாழ்வு, கடவுளின் மனிதன், எகிப்து நாட்டின் மேரி அப்படியே எல்லாவற்றிலும் சிறந்த, மிகப்பெரிய கதையான, சந்தோஷ வேதனையாளர், கடவுளின் மெய்யுணர்வாளர், கிறிஸ்துவை இதயத்தில் சுமப்பவர் என்ற கதைகளையும் அவர்களுக்குச் சொல்லுங்கள் – அவர்களுடைய மனத்தை அவை நெகிழவைக்கும்; வாரத்தில் ஒருமணி நேரம் போதும், அவர்களுடைய ஊதியத் தொகை மிகக் குறைவாக இருந்தாலும் இந்தக் கதைகளைச் சொல்வதற்கு அவர்களுக்கு ஒருமணி நேரமே போதுமானது. பிறகு எப்படி மக்கள் நன்றியுடன் பல நூறு மடங்கு அவருக்குத் திருப்பிச் செய்வார்கள் என்பதை அவரே பார்ப்பார்; அவர்களுடைய மனம் முழுவதும் அருட்தந்தையின் உற்சாகம் நிறைந்த மனமுருகும் வார்த்தைகளால் நிறைந்திருக்க, மனமுவந்து அவர்களே அவருடைய வயலிலும் வீட்டிலும் உதவி செய்து, முன்பைவிட அதிக மரியாதையை அவருக்குக் காட்டுவார்கள் என்பதை; இதன் மூலமாக அவருடைய ஊதியப் பணமும் பெருகும். இது ஒரு சாதாரண விஷயம் தான் என்றாலும், சில சமயங்களில் நாம் இதைப் பற்றிப் பேசினால் சிரிப்பார்களோ என்றெண்ணி நாம் பயத்தில் சொல்லாமல் விட்டு விடுகிறோம் என்பது எவ்வளவு உண்மை! கடவுளிடம் நம்பிக்கை வைக்காதவன் கடவுளின் மனிதர்கள் மீதும் நம்பிக்கை வைக்க மாட்டான். ஆனால், கடவுளின் மக்கள் மீது நம்பிக்கை வைப்பவன், கடவுளின் புனிதத்தன்மை மீது நம்பிக்கை வைக்காவிட்டாலும், அவருடைய புனிதத்தன்மையை அவன் ஏற்றுக்கொள்வான். தன்னுடைய சொந்த நாட்டை விட்டு வெளியேறி, தன்னுடைய நாட்டுடன் தொடர்பு கொள்ளாமல் நாத்திகர்களாக இருக்கும் மக்களும், கொதித்தெழுகிற அவர்களுடைய மனோசக்தியும் தான் இவர்களை மாற்றமுடியும். உதாரண மனிதர்களாக நாம் இல்லாவிட்டால் ஏசுகிறிஸ்துவின் வார்த்தைகளில் என்ன பயன் இருக்கிறது? கடவுளிடமிருந்து வருகின்ற வார்த்தைகள் இல்லாமல்போனால் மக்கள் அழிந்துபோவார்கள்; ஏனெனில் அந்த வார்த்தைகளைக் கேட்க அவர்களுடைய மனம் ஆசைப்படுகிறது; அதில்தான் எல்லாவிதமான அழகும் பொருளும்

நிறைந்திருக்கிறது. நீண்ட நாட்களுக்கு முன்பு, என்னுடைய இளமைப் பருவத்தில், ஏறக்குறைய நாற்பது வருடங்களுக்கு முன்பு, அருட்தந்தை அன்ஃபிமும் நானும் ரஷ்யா முழுவதும் அலைந்து திரிந்து எங்களுடைய துறவிமடாலயத்திற்காக அன்பளிப்பை நாங்கள் சேகரித்துக்கொண்டிருந்த போது, ஒருநாள் சில மீனவர்களுடன் பெரிய நதிக்கரை ஒன்றில் நாங்கள் ஓரிரவைக் கழிக்க நேர்ந்தது. அப்போது பதினெட்டு வயது இளைஞன் ஒருவன் விசைப்படகைக் கட்டி இழுக்கும் வேலையில் இருந்தவன், அடுத்த நாள் வேலைக்குப் போகும் அவசரத்தில் எங்களுடன் சேர்ந்துவந்தான். தன்னைத்தானே அவன் தெளிவான, மென்மையான பார்வையால் பார்த்துக்கொண்டதை நான் கவனித்தேன். அது ஒரு கதகதப்பான, பிரகாசமான, அமைதியான ஜூலை மாத இரவாக இருந்தது; அகன்ற, குளுமையான நதிவெளிப்பரப்பிலிருந்து மூட்டம் மேலெழும்பிக்கொண்டிருக்க, அவ்வப்போது மீன்கள் துள்ளி விளையாடும் அமைதியான சத்தம் கேட்டுக்கொண்டிருந்தது; பறவைகள் அமைதியாக இருந்தன; எல்லாம் அமைதியாகக் கடவுளை தொழுது கொண்டிருக்கும் அழகான ஓரிரவாக அது இருந்தது. நாங்கள் இருவர் மட்டும் – நானும் அந்த இளைஞனும் மட்டும் தூங்காமல் விழித்தபடி கடவுளின் இந்த அழகிய உலகைப் பற்றியும் மக்களின் அறிவுக்குப் புலப்படாது மறைந்திருக்கும் மிகப்பெரிய மறைபொருளைப் பற்றியும் பேசிக்கொண்டிருந்தோம். ஆறறிவில்லாத ஒவ்வொரு புல்லும் பூச்சியும் எறும்பும் தங்க வண்டும் அதனதனுடைய பாதையை அறிந்து, கடவுளின் மறைபொருள் சக்தியை உணர்த்துவதாக இருந்தன; அருமையான அந்த இளைஞனின் மனம் ஒளிர்ந்துகொண்டிருந்ததை என்னால் பார்க்க முடிந்தது. அவன் அந்தக் காட்டையும் காட்டுப் பறவைகளையும் விரும்புகிறான் என்று சொன்னான்: பறவைகளை அவன் பிடிப்பவ னாதலால், ஒவ்வொரு பறவையின் சத்தத்தையும் அவனால் புரிந்து கொள்ள முடிந்தது; அப்படியே எந்தப் பறவையையும் அவனால் வசப்படுத்த முடிந்தது. 'காட்டில் இருப்பதைவிடச் சிறந்தது வேறென்னவாக இருக்க முடியுமென்று எனக்குத் தெரியவில்லை' என்று சொன்னவன், அங்கு எல்லாமே நன்றாக இருக்கிறது என்றான். 'உண்மைதான்' என்று நான் பதிலளித்தேன்; 'அங்கு எல்லாமே நன்றாக, அற்புதமாக இருக்கிறது; ஏனெனில் அங்கு எல்லாமே உண்மையாக இருக்கிறது. பார், மனிதனுடன் நெருக்கமாக இருக்கும் குதிரையைப் பார் அல்லது மந்தமான யோசனையில் ஆழ்ந்திருக்கும் எருதைப் பார், மனிதனுக்கு அது உணவு கொடுக்கிறது, அவனுக்காக அது வேலைசெய்கிறது; அவற்றின் முகங்களைப் பார், எப்படிப்பட்ட பணிவு, அப்படியே அவை எவ்வளவு நேசத்தை மனிதனிடம் வைத்திருக்கின்றன; ஆனால் அவனோ கருணையில்லாமல் அவற்றை அடிக்கிறான்; எவ்வளவு தூரம் அவை மென்மையாக, உண்மையாக, அழகை எப்படி வெளிப் படுத்துகின்றன. அவைகளிடத்தே எந்த ஒரு பாவமும் இல்லை என்பதை அறியும்போது நெகிழ்வாகவே இருக்கிறது; மனிதனைத் தவிர மற்ற எல்லாமே முழுநிறைவானவையாக இருக்கின்றன, எந்தப் பாவங்களும் இல்லாமல்; மேலும் ஏசுகிறிஸ்து நம்மிடம் வருவதற்கு முன்பாக அவர் அவற்றுடன்தான் இருந்தார்.'

‘ஆனால் கடவுள் உண்மையாகவே அவற்றுடன் இருப்பாரா?’ என்று கேட்டான் அந்த இளைஞன். ‘வேறு எப்படி இருக்க முடியும்’ என்று சொன்ன நான், ‘வார்த்தையானது எல்லோருக்காகவும் தான்; எல்லாப் படைப்பும் எல்லா உயிரினமும் அப்படியே ஒவ்வொரு துளிரும் இறைவனைச் சென்றடைய முயல்கிறது; அளவில்லாப் புகழைப் பாடுகிறது; ஏசுகிறிஸ்துவிடம் அழுது முறையிடுகிறது; மேலும் அவற்றிற்கே தெரியாமல் மறைபொருளினூடே பாவமற்ற தங்களுடைய வாழ்வை அவை வாழ்கின்றன. காட்டில் பயங்கரமான கரடி அச்சந்தருகிற விதத்தில் கொடூரமாக உலவிக்கொண்டிருக்கிறது; ஆனால் அது அப்படியிருப்பதற்காக அதை நாம் குற்றம் சொல்ல முடியாது.’ அப்படியே அவனிடம் நான் சொன்னேன், காட்டில் ஒரு சிறு குடிசையில் தஞ்சம் புகுந்த ஒரு துறவியின் மீது ஒருமுறை கரடி எப்படிப் பாய்ந்தது என்று. அந்தத் துறவி எந்தப் பயமும் இல்லாமல் மிருகங்களை நேசித்த படி, அதற்கு ரொட்டித் துண்டொன்றைக் கொடுத்தார்: ‘உன் வழியே நீ போ’ என்று கரடியிடம் சொன்ன அவர், ‘கடவுள் உன்னுடன் இருப்பார்’ என்றார்;[8] அந்தப் பயங்கரமான மிருகம் அவரைத் தாக்காமல், பணிவாகக் கீழ்ப்படிதலுடன் அமைதியாகக் காட்டிற்குள் சென்று விட்டது. அந்தக் கரடி துறவியை ஒன்றும் செய்யாமல் போனதைக் கேட்டு அந்த இளைஞன் சந்தோஷப்பட்டான்; அப்படித்தான் அவனுடனும் கடவுள் இருந்தார். ‘ஓ, எவ்வளவு நன்றாக இருக்கிறது’ என்று சொன்னவன், ‘கடவுளின் செயல்கள் எல்லாமே எவ்வளவு அழகாக, நன்றாக இருக்கின்றன!’ என்றான். சொன்னவன் அப்படியே உட்கார்ந்து அமைதியாக இனிமையாக யோசித்தான். நான் சொன்னதை அவன் புரிந்துகொண்டான் என்பதை நான் பார்த்தேன். என் அருகே படுத்த அவன் பாவமறியாத மெல்லிய கனவுடன் தூங்கிப்போனான். கடவுளே, இந்த இளைஞனை ஆசீர்வதியும்! என்று அவனுக்காக நான் பிரார்த்தனை செய்துவிட்டு நானும் தூங்கிப்போனேன். கடவுளே! உன்னுடைய மக்களுக்காக அமைதியையும் வெளிச்சத்தையும் நீ அனுப்பு!

## இ) மூத்தோர் ஸோசிமாவின் காளைப் பருவ, இளமைக்கால நினைவுகள்

### இருவர் பங்கு பெறும் துப்பாக்கிச் சண்டை

பீத்தர்புர்கில் படைப்பயிற்சிப் பள்ளியில் ஏறக்குறைய எட்டு வருடம் புதிய சூழலில் நான் இருந்தபோது என்னுடைய குழந்தைப் பருவப் பதிவுகள் அநேகமாக என்னுடைய நினைவிலிருந்து அழிந்து போயிருந்தாலும், எதையும் நான் மறந்திருக்கவில்லை. பதிலாக, புதிய பழக்கவழக்கங்களுக்கு நான் பழக்கப்பட்டு, வேறுவித அபிப்பிராயங்க ளுடன், மனிதனாக நான் இல்லாமல், கொடுமைக்காரனாக, காட்டு மிராண்டியாக, முட்டாளாக மாறியிருந்தேன். மேலோட்டமான, பகட்டான பணிவை, சமுதாய ஒழுக்கமுறையை, பிரெஞ்சுமொழி அறிவுடன் நான் பெற்றிருந்தேன்; ஆனால் நாங்கள் எல்லோரும்,

படைப்பிரிவிலிருந்த படைவீரர்களை, நான் உட்பட, எல்லோரும் கால்நடைகளைப் போல நடத்தினோம். நான்தான் மற்ற எல்லோரையும் விட, எல்லா நண்பர்களையும் விட அதிக பாதிப்பை ஏற்படுத்தக் கூடியவனாக இருந்திருப்பேன் என்று நினைக்கிறேன். ஆணை பிறப்பிக்கப் பட்டதும் எங்களுடைய படைப்பிரிவிற்காக ரத்தம் சிந்தும் பெருமதிப்பை நாங்கள் ஏற்கத் தயாராக இருந்தோம்; ஆனால், அப்போது நாங்கள் யாருமே அதனுடைய உண்மையான மதிப்பை உணர்ந்திருக்கவில்லை; அப்படியே உணர்ந்திருந்தாலும், முதல் ஆளாக நான்தான் அதைக் கேலிசெய்திருப்பேன். குடிப்பதிலும் கேலிசெய்வதிலும் கொடூரமாக நடந்துகொள்வதிலும் நாங்கள் பெருமைபட்டுக்கொண்டோம். கெட்டவர் களாக நாங்கள் இருந்தோம் என்று சொல்ல முடியாது; நல்லவர்களாகவே நாங்கள் இருந்தோம், ஆனால் கெட்டவிதத்தில் நாங்கள் நடந்து கொண்டோம்; அப்படி நடந்துகொண்டவர்களில் நான்தான் மிக மோசமாக நடந்துகொண்டேன். காரணம், என்னிடம் பணம் இருந்தது; மனம் போனபோக்கில் என்னுடைய வாழ்வை நான் வாழ்ந்து வந்தேன்; எந்தக் கட்டுப்பாடும் இல்லாமல், இளமைக்கால மூர்க்கங்களுடன் எல்லாவற்றையும் நான் அனுபவித்தேன். ஆனால் ஆச்சர்யம் என்ன வென்றால், அப்போது நிறையப் புத்தகங்களை நான் படித்தேன், அதுவும் மிகப்பெரிய சந்தோஷத்தோடு; அபோது பைபிளை மட்டும் நான் படிக்கவில்லை, ஆனால் பைபிளை விட்டுப் பிரிய மனமில்லாமல் அதை எப்போதுமே என்னுடன் நான் வைத்திருந்தேன். உண்மையைச் சொன்னால், பைபிளைத் திறந்து படிக்காமல் பொக்கிஷமாக அதை நினைத்து “ஒருமணி நேரம், ஒரு நாள், ஒரு மாதம், ஒரு வருடம்”[9] என்று நான் அதை என்னுடனேயே வைத்திருந்தேன். இறுதியாக, நான்கு வருட என்னுடைய படைப்பிரிவு வாழ்வில், எங்களுடைய படைப்பிரிவு க., என்ற நகரத்திற்கு வந்து சேர்ந்தது. எங்களுடைய நகர வாழ்க்கை பல விதமாக இருந்தது; நகரத்தில் மக்கள் குதூகலமாக விருந்து உபசரிப்புகள் செய்ய, பணம் படைத்தவர்கள் நல்லவிதத்தில் என்னைக் கவனித்துக்கொள்ள, இயல்பாகவே நான் உற்சாகமாக, நல்ல நிலையில் இருந்தேன்; இப்படிப்பட்ட செல்வந்தர்கள் சமுதாயத்தில் நிறையப் பேர் இருந்தனர். அப்போதுதான் எல்லாவற்றிற்கும் ஆரம்பமாக ஒரு சம்பவம் நடந்தது. அழகான, இளமையான, அறிவான, ஒழுக்கமான, தகைமை பொருந்திய, அருமையான பெண் ஒருத்தியிடம் நான் அன்பு கொண்டேன். அவளுடைய பெற்றோர்கள் சமுதாயத்தில் பெருமதிப்பு கொண்டவர்களாக இருந்தார்கள். பணம் படைத்த, செல்வாக்கு மிக்க, வலிமை – வாய்ந்த அவர்கள், உளக்கனிவுடன் உள்ளன்புடன் என்னை ஏற்றுக்கொண்டிருந்தார்கள்; அவர்களுடைய மகள் என்னை மனப்பூர்வமாக ஏற்றுக்கொண்டாள் என்று நான் நினைத்தபோது என்னுடைய மனம் தீப்பிழம்பாய்ப் பற்றி எரிந்தது. பிறகு அந்த உணர்வு என்னுள் அழிந்துபோக, அவ்வளவு ஆழமாக அவளை நான் நேசிக்கவில்லை என்பதை நான் உணர்ந்தேன்; அவளுடைய அறிவும் மேன்மையான மனத்தையும் தவிர வேறொன்றும் என்னை அதிகமாக ஈர்க்கவில்லை. அப்போது அவளைத் திருமணம் செய்து கொள்ளும் கோரிக்கையை அவள் முன் வைக்க என்னுடைய கர்வம்

தடுத்தது; அந்த இளம் வயதில், பணமும் இளமையும் இருக்கும்போது, எல்லாச் சந்தோஷங்களையும் ஒதுக்கித் தள்ளிவிட்டு, பிரம்மச்சாரியாக வாழ்வது எனக்கு மிகவும் கஷ்டமாக, மனவேதனையளிப்பதாக இருந்தது. எனவே என்னுடைய எண்ணத்தை மறைமுகமாக அவளுக்கு நான் தெரியப்படுத்தினேன். இருந்தாலும் தீர்மானமான முடிவொன்றை நான் எடுக்காமல் இருந்தேன். அப்போது திடீரென்று வேறு ஒரு ஊருக்கு வேலையின் நிமித்தமாக நான் இரண்டு மாதங்கள் போயிருந்தேன். இரண்டு மாதங்கள் கழித்து ஊருக்கு நான் திரும்பி வந்தபோது அவளுக்குத் திருமணம் ஆகிவிட்டது என்பதை அறிந்தேன்; அந்த ஊரைச் சார்ந்த பணக்கார நிலப்பிரபு ஒருவரை அவள் மணந்திருந்தாள்; என்னைவிடப் பல வருடங்கள் வயதில் மூத்தவராக, ஆனால் பார்ப்பதற்கு இன்னும் இளமையானவராக, தலைநகரத்திலும் சமுதாயத்திலும் பெரிய மனிதர்களிடம் தொடர்புகொண்டவராக, நன்கு படித்து நற்பண்புள்ளவராக அவர் இருந்தார்; நானோ பெரிய இடத்தில் எந்தவிதத் தொடர்புகளும் இல்லாமல், படிக்காதவனாக இருந்தேன். எனவே, எதிர்பாராத இந்தச் சம்பவத்தால் மனம் பாதிக்கப் பட்டுப் பைத்தியம் பிடித்தவனைப் போல நான் அலைந்துகொண் டிருந்தேன். இதில் முக்கியமான விஷயம் என்னவென்றால், இளமையான அந்த நிலப்பிரபுவுடன் சிறிது காலத்திற்கு முன்பே அவளுக்குத் திருமணம் நிச்சயிக்கப்பட்டு, அடிக்கடி அவர் வீட்டிற்கு வந்துபோயிருக்க, என்னுடைய பார்வையிலும் அவர் அடிக்கடி படுபவராக இருந்தாலும், என்னுடைய கர்வத்தின் காரணமாக அதை நான் கவனிக்காமலேயே இருந்தேன் என்பதை அப்போதுதான் உணர்ந்தேன். என்னுடைய இந்தக் கர்வம்தான் எனக்கு இழிவைத் தேடித்தந்தது; இது எல்லோருக்கும் தெரிந்திருந்தாலும், என் ஒருவனுக்கு மட்டுமே இது தெரியாமல் இருந்தது! என்னுள் தாங்க முடியாத வெறுப்பு உண்டாவதை நான் உணர்ந்தேன். முகம் சிவக்க நான் யோசித்துப் பார்த்தேன், எப்படி அவளிடம் என்னுடைய காதலைப் பலமுறை நான் தெரிவித்தபோதும், அவள் என்னை எச்சரிக்காமல், எதுவும் சொல்லாமல், நான் சொன்ன எல்லாவற்றையும் கேட்டுக்கொண்டு அமைதியாக இருந்தாள்; அப்படி யானால் அவள் என்னைக் கேலிசெய்திருக்கிறாள் என்றுதானே அர்த்தமாகிறது. பிறகு நான் புரிந்துகொண்டேன், அவள் என்னைக் கேலிசெய்யவில்லை, மாறாக, என்னுடைய காதலைப் பற்றி நான் பேசியபோதெல்லாம் அவள் சிரித்தபடியே என்னை இடைமறித்து வேறு விஷயங்களைப் பற்றிப் பேசினாள், நான்தான் அதைப் புரிந்து கொள்ளவில்லை. பழிவாங்கும் எண்ணமும் கோபமும் என்னுடைய குணத்திற்கே எதிரானவை என்றாலும், அப்போது அமைதியாக என்னால் இருக்க முடியாமல், பழிவாங்கும் எண்ணத்தில் நான் துடிதுடித்துக்கொண்டிருக்க, மென்மையான குணம் படைத்த எனக்கு அது முற்றிலும் மாறானதாக இருக்க, நீண்ட நேரம் கோபித்துக்கொள்ள முடியாத நான், என்னுடைய கோபத்தையும் கொதிப்பையும் செயற்கை யாக வரவழைத்துக்கொண்டு, ஏதோ அவை என்னிடம் இயல்பாகவே இருப்பது போல நடிக்க, இறுதியில் அது மிகக் கேவலமாக, அசிங்கத்தில் கொண்டுபோய் முடிந்தது. அப்படிப் பழிவாங்க நான் காத்திருந்த

போது, ஒருநாள் என்னுடைய 'எதிராளியை'ப் பலர் முன்னிலையிலும் தேவையில்லாத ஒரு விஷயத்திற்காக மறைமுகமாக நான் தாக்கினேன்; மிக முக்கியமான ஒரு பொதுச்சம்பவம் பற்றிய தன்னுடைய கருத்தை அவர் தெரிவித்தார்; (அது 1826ஆம் ஆண்டு நடந்தது.)[10] அதற்கு நான் ஏளனமாகப் பதிலளிக்க, அதைக் கேட்டு அங்கிருந்த மக்களும் சிரித்தபடி அதற்கு விளக்கம் தரச் சொல்லி அவரைக் கேட்டார்கள்; எனக்கும் அவருக்கும் இடையே அதிக வயது வித்தியாசம் இருக்க, சிறியவனாக இருந்த நான் எந்தவித விளைவுகளைப் பற்றியும் யோசிக்காமல், என்னுடைய பதவியைப் பற்றியும் சிந்தித்துப் பார்க்காமல், அநாகரிகமாக அவரிடம் நடந்துகொண்டபோதிலும், அதையும் மீறி அவர் நான் விடுத்த சவாலை ஏற்றுக்கொண்டார்; அவருக்கு நிச்சயித்த பெண் இப்போது அவருக்கு மனைவியாக இருப்பதை நான் உறுதியாகத் தெரிந்துகொண்டேன்; அவர் என்ன நினைத்தார் என்றால், என்னுடைய சவாலை ஒரு சமயம் அவர் ஏற்கவில்லையென்றால், அவருடைய மனைவி அவரைக் கேவலமாக நினைத்து அவரை விரும்பாமல் போய்விடக்கூடுமென்று அவர் நினைத்தார். அந்தச் சமயத்தில் எங்களுடைய படைப்பிரிவில் வேலை செய்யும் துணை அதிகாரி ஒருவரை நான் பார்த்தேன். சவால் என்ற பெயரில் இருவருக்கிடையே நடக்கும் துப்பாக்கி சண்டைக்கு அப்போது தடைவிதிக்கப்பட்டு, கடுமையான தண்டனை கொடுக்கப்பட்டிருந்தாலும், படைப்பிரிவில் அப்படிப்பட்ட சவால்துப்பாக்கிச் சண்டைக்குப் பெரும் வரவேற்பு இருந்தது – சில சமயங்களில் அது வலிமை வாய்ந்ததாக, காட்டுமிராண்டித்தனமான விளைவுகளை ஏற்படுத்தக்கூடியதாக இருந்தது. அப்போது ஜூன் மாதத்தின் கடைசிப் பகுதி; எங்களுடைய சவால் துப்பாக்கிச் சண்டை அடுத்த நாள் காலை ஏழு மணிக்கு நகரத்தின் புறநகர்ப் பகுதியில் நடக்கவிருந்தது; அப்போதுதான் என்னுடைய வாழ்வையே பாதிக்கக்கூடிய சம்பவம் ஒன்று உண்மையாகவே நடந்தது. அன்று மாலை வீட்டிற்குத் திரும்பிய நான், அதிகாரியின் பணியாளனான அஃபனாசியை என்னுடைய பலம் முழுக்கத் திரட்டி முகத்தில் இரண்டு முறை குத்த, அவனுடைய முகத்திலிருந்து ரத்தம் பீறிட்டு வந்தது. கொஞ்ச நாளைக்கு முன்புதான் அவன் வேலையில் சேர்ந்திருந்தான்; இதற்கு முன்பும் சிலசமயம் அவனை நான் தாக்கியிருக்கிறேன், ஆனால் இவ்வளவு தூரம் காட்டுமிராண்டித் தனமாக அல்ல. என் அருமையானவர்களே, நீங்கள் நம்புகிறீர்களோ இல்லையோ, இது நடந்து இன்றோடு நாற்பது வருடங்கள் ஆகிவிட்டன, ஆனால் இன்னமும் அந்தச் சம்பவத்தை நான் வெட்கத்தோடும் வலியோடும் தான் நினைவுகூர்கிறேன். பிறகு படுக்கப்போன நான், மூன்றுமணி நேரம் கழித்து எழ, அந்த நாள் ஏற்கனவே புலர்ந்திருந்தது. சட்டென்று எழுந்த எனக்கு அதற்குமேல் உறங்கப் பிடிக்கவில்லை; எழுந்து ஜன்னலருகே சென்று, ஜன்னலைத் திறந்தேன் – அங்கிருந்த தோட்டத்தைப் பார்த்தேன் – சூரியன் உதயமாகிக்கொண்டிருந்தான்; அது கதகதப்பான நாளாக இருக்க, பறவைகள் அற்புதமாகப் பாடிக் கொண்டிருந்தன. எனக்கு என்ன நேர்ந்தது என்று நான் யோசித்துப் பார்த்தேன். என்னுடைய மனத்தில் ஒருவிதக் கேவலமான உணர்வும்

அவமானமும் இருப்பதை நான் உணர்ந்தேன். ஒரு சமயம் அது சண்டையில் நான் ரத்தம் சிந்தப்போவதால் இருக்குமோ? என்று நினைத்துப் பார்த்தேன்; இல்லை. அது அதனால் இல்லை என்பதை நான் உணர்ந்தேன். அப்படியானால் சாவைப் பார்த்து நான் பயப்படு கிறேனா சண்டையில் கொல்லப்படுவேனென்று நான் பயப்படுகிறேனா என்று நினைத்தேன். இல்லை, முற்றிலுமாக அது அப்படி இல்லை, அது ஒரு காரணமாகவே இல்லை . . . திடீரென்று அது என்னவென்பதை நான் உணர்ந்தேன்: அது நேற்று நான் அஃபனாஸியைத் தாக்கியது தான்! அந்தக் காட்சி திடீரென்று என் கண் முன்பு வந்தது, அப்படியே அது மறுபடியும் வந்தது: அவன் என் முன் நிற்கிறான், அவனை நான் எவ்வளவு வேகமாகத் தாக்க முடியுமோ அவ்வளவு வேகமாக முகத்தில் குத்துகிறேன்; அவன், தலையை நேராக வைத்துக்கொண்டு, கண்களில் எந்தவித உணர்ச்சியையும் காட்டாமல், ஏதோ அணிவகுப்புக் களத்தில் நிற்பது போல அவன் என்னையே வெறித்துப் பார்த்தபடி, என்னுடைய ஒவ்வொரு அடியையும் தயங்காமல் வாங்கிக்கொண்டு, தன்னைப் பாதுகாத்துக்கொள்ளக் கைகளைக் கூட உயர்த்தத் துணிவு இல்லாமல் நிற்கிறான் – ஆக இந்த மனிதன் எந்த அளவுக்குத் தாழ்ந்து போயிருக்கிறான்; அப்படிப்பட்டவனை மனிதனாக இருக்கும் வேறொரு மனிதன் அடிக்கிறான்! இது எப்பேர்ப்பட்ட குற்றம்! ஏதோ கூர்மையான ஊசி என் இதயத்தில் பாய்வது போல இருந்தது. எந்தவிதக் காரணமும் இல்லாமல் நான் அங்கு நிற்கிறேன், சூரியன் பிரகாசிக்கிறான், இலைகள் எல்லாம் மகிழ்ச்சியில் திளைக்கின்றன, சூரிய ஒளியில் அவை பளிச்சிடுகின்றன; பறவைகளோ கடவுளைப் புகழ்ந்து பாடுகின்றன . . . கைகளால் என்னுடைய முகத்தை மூடிக்கொண்டு படுக்கையில் படுத்த படி நான் கதறி அழுதேன். பிறகு என்னுடைய அண்ணன் மார்கேலையும் அவர் இறப்பதற்கு முன்பு அவர் வேலையாட்களிடம் சொன்ன வார்த்தைகளையும் நான் நினைவுகூர்ந்தேன்: ‘என்னுடைய அருமையான, இனிமையான மக்களே, எதற்காக எனக்கு நீங்கள் சேவை செய்கிறீர்கள், எதற்காக என்னை நீங்கள் நேசிக்கிறீர்கள், உங்களுடைய சேவைக்கு நான் தகுதியானவன்தானா? அதற்கு நான் தகுதியானவனா என்ன?’ என்ற கேள்வி திடீரென்று என்னுடைய மனத்தில் பளிச்சிட்டது. உண்மையாக, எந்த விதத்தில் நான் தகுதியானவன், என்னைப் போல ஒரு மனிதன், கடவுளின் படைப்பில் உருவான வேறு ஒரு மனிதன் எனக்குச் சேவை செய்ய எந்தவிதத்தில் நான் தகுதியானவன்? என்னுடைய வாழ்வில் இப்படிப்பட்ட கேள்வி ஒன்று முதல்முறையாக என் மூளையைச் சுட்டெரித்தது. ‘என் செல்லத்தாயே, என்னுடைய ரத்தமே, உண்மையாகப் பார்த்தால் எல்லோரும், எல்லோர் முன்பாகவும், நடக்கும் எல்லாவற்றிற்கும் பொறுப்பேற்க வேண்டிய குற்றவாளிகள் தாம்; இது மனிதர்களுக்குத் தெரிவதில்லை, அப்படி அவர்கள் இதைத் தெரிந்துகொண்டால், இந்த நேரம் சொர்க்கமே இங்கு வந்திருக்கும்!’ ‘கடவுளே, இதுகூடப் பொய்யாக இருக்குமோ’ என்று நினைத்தபடி நான் அழுகிறேன், ‘உண்மையாக, மற்ற எல்லோரையும்விட நான் பெரிய குற்றவாளியாக இருக்கக்கூடும், ஆம் கண்டிப்பாக எல்லோரையும் விட மிகப்பெரிய குற்றவாளியாக நான்தான் இருக்கக்கூடும்!’ திடீரென்று

இந்த முழு உண்மையையும் அதனுடைய வெளிச்சத்தில் நான் பார்த்தேன்: நான் என்ன செய்யப்போகிறேன்? ஒரு தவறும் செய்யாத இரக்ககுணம் கொண்ட, அறிவார்ந்த ஒரு நல்ல மனிதனை நான் கொல்லப்போகிறேனா? அப்படி அவரைக் கொன்றுவிட்டு அவனுடைய மனைவியை வாழ்நாள் முழுவதும் துன்பத்திற்கு உள்ளாக்கி, அவளுடைய வாழ்வையும் நான் அழிக்கப்போகிறேனா? அப்படியே படுக்கையில் முகம் குப்புறப் படுத்து, தலையணையில் முகத்தைப் புதைத்தபடி நான் கிடந்தேன்; நேரம் எப்படிப் போனது என்றே தெரியவில்லை. திடீரென்று என் நண்பன், துணை அதிகாரி துப்பாக்கியுடன் வந்து நின்றான்: 'ஓ, ஏற்கனவே நீ எழுந்துவிட்டாய், நல்லது, நேரமாகிவிட்டது, வா போவோம்' என்றான். எனக்கு என்ன செய்வதென்று தெரியாமல் குழம்பிப்போனவனாய் வண்டியில் வந்து ஏறிக்கொண்டேன்: 'ஒரு நிமிடம் பொறு' என்று சொன்ன நான், 'என்னுடைய பணப்பையை எடுத்துவர மறந்துவிட்டேன், ஒரு நிமிடம், எடுத்துக்கொண்டு வந்து விடுகிறேன்' என்றேன். தனியாக என்னுடைய அறைக்கு ஓடிவந்த நான் நேராக அஃபனாசியின் அறைக்குப் போனேன்: 'அஃபனாசி, நேற்று இரண்டு முறை உன்னுடைய முகத்தில் நான் குத்திவிட்டேன், அதற்காக நீ என்னை மன்னித்துவிடு' என்றேன். இதைக் கேட்டு அவன் நடுநடுங்கிப் போனான்; கண்டிப்பாக அவன் பயந்துதான் போயிருப்பான்; என்னையே அவன் வெறித்துப் பார்த்தான்; என்னுடைய வார்த்தைகள் எனக்குப் போதுமானவையாக இருக்கவில்லை, நிச்சயமாகப் போதுமானவையாக இருக்கவில்லை; எனவே திடீரென்று அவனுடைய கால்களில் என் தலைதொட, நான் அணிந்திருந்த சீருடையுடன் விழுந்தேன்: 'என்னை மன்னித்துவிடு!' என்று சொன்னேன். அவன் முற்றிலும் குழம்பிப்போனான்: 'மதிப்பிற்குரியவரே, பெருமகனே, என்ன நீங்கள் ... நான் இதற்குத் தகுதியானவனா என்ன ...' என்று சொல்லிக்கொண்டு அவனே அழுதுவிட்டான்; என்னுடைய கைகளால் நான் முகத்தை மூடிக்கொண்டபோது, அவனும் தன் இரண்டு கைகளால் அவனுடைய முகத்தை மூடிக்கொண்டு ஜன்னல் பக்கமாகத் திரும்பிக் குலுங்கிக் குலுங்கி அழுதான்; வேகமாக நான் வெளியே வந்து வண்டியிலமர்ந்து 'போ!' என்று கத்தினேன். 'வெற்றியடைந்தவனை நீ பார்த்திருக்கிறாயா – இதோ இப்போது உன் முன்பு, உன் எதிரே!' என்று அவனைப் பார்த்து நான் கத்தினேன். அதீதப் பரவசத்தில் எதைப் பற்றி நான் பேசுகிறேன் என்பதே தெரியாமல் வழிமுழுவதும் இடைவிடாமல் நான் பேசிக்கொண்டும் சிரித்துக்கொண்டும் வந்தேன். என் நண்பன் என்னைப் பார்த்து, 'நல்லது, சகோதரனே, நீ கெட்டிக்காரன், சீருடையை நீ காப்பாற்றிக்கொள்வாய் என்று தெரிகிறது' என்றான். அப்படியே நாங்கள் வந்துசேர வேண்டிய இடத்திற்கு வந்துசேர்ந்தோம்; எங்களுக்காக அவர்கள் காத்துக்கொண்டிருந்தார்கள். எங்களுக்குக் கொடுக்கப்பட்ட இடங்களில் தயாராக நாங்கள் நின்றுகொண்டோம்; பன்னிரண்டு அடி தொலைவில்; காசைச் சுண்டிப் போட்டுப் பார்த்ததில் முதல் தரம் சுடும் வாய்ப்பு அவருக்கு வந்தது. அவர் முன்பு மகிழ்ச்சியுடன் நான் அவருடைய முகத்துக்கு நேராகக் கண்களைச் சிமிட்டாமல், ஆர்வத்துடன் அவரைப் பார்த்துக்கொண்டு நின்றேன். முதலில் அவர்

என்னைப் பார்த்துச் சுட்டார்; குண்டு என்னுடைய கன்னத்தையும் காதையும் உரசிக்கொண்டு போனது. 'கடவுளுக்கு நன்றி, ஒரு மனிதனை நீங்கள் கொல்லவில்லை!' என்று நான் கத்தினேன். என்னுடைய துப்பாக்கியை எடுத்து நான் பின்பக்கமாகத் திரும்பி, ஆமாம், மரக் கட்டைகளிலிருந்த இடத்திற்கு மேலே உயர்த்திப் பிடித்துக் காட்டை நோக்கிச் சுட்டேன்: 'அங்கேதான் உங்களுடைய வழி இருக்கிறது!' என்று நான் கத்தினேன். என்னுடைய எதிராளியைப் பார்த்து நான் சொன்னேன்: 'இரக்கமிக்க அதிகாரியே, என்னை மன்னித்துவிடுங்கள், நான் அறிவுகெட்ட இளைஞன்; நான் செய்த குற்றத்திற்காக உங்களை நான் அவமானப்படுத்திவிட்டேன்; என்னைச் சுடவும் உங்களை நான் கட்டாயப்படுத்திவிட்டேன். உங்களைவிடப் பத்துமடங்கு, ஏன் அதற்கு மேலும் கேடுகெட்டவன் நான் என்பதை, இவ்வுலகில் வேறு யாரை விடவும், மதிப்பிற்குரிய அந்தப் பெண்ணிடம் போய்ச் சொல்லுங்கள்' என்றேன். இப்படிச் சொன்னவுடன் அந்த மூவரும் என்னைப் பார்த்துக் கத்தினார்கள்: 'மன்னியுங்கள்' என்று சொன்ன என் எதிராளி, சற்றே கோபத்துடன், 'உங்களுக்குச் சண்டை போட விருப்பமில்லையென்றால் எதற்காக என்னை இங்கே வரவழைத்து சிரமப்படுத்தினீர்கள்?' என்று கேட்டார். 'நேற்று நான் முட்டாளாக இருந்தேன், இன்று எனக்கு அறிவு வந்துவிட்டது' என்று நான் குதூகலமாகச் சொன்னேன். 'நேற்று உங்களை நான் நம்பினேன், ஆனால் இன்று உங்களுடைய கருத்தை என்னால் ஏற்றுக்கொள்ள முடியாது' என்றார் அவர். 'மிக்க நல்லது' என்று உரக்கச் சொன்னபடி கைகளைத் தட்டிக்கொண்டு 'நீங்கள் சொல்வதை நான் ஏற்றுக் கொள்கிறேன், அதற்கு நான் தகுதியானவன்!' என்றேன். 'கழிவிரக்கத்திற் குரிய அதிகாரியே, நீங்கள் சுடப்போகிறீர்களா இல்லையா?' என்று அவர் என்னைப் பார்த்துக் கேட்டார்; 'நான் சுடப்போவதில்லை, நீங்கள் வேண்டுமானால் இன்னொருமுறை என்னைச் சுடுங்கள்; ஆனால் நீங்கள் சுடாமல் இருப்பது உங்களுக்கு நல்லது' என்றேன். துணை அதிகாரிகள், குறிப்பாக, என்னுடைய மக்கள் என்னைப் பார்த்து, 'நீங்கள் எப்படி நம்முடைய படைத்துறையை இப்படிக் கேவலப்படுத்தலாம், முதலில் எதிராளியை எதிர்த்து நிற்கிறீர்கள், பிறகு அவரிடமே மன்னிப்பு கேட்கிறீர்கள்? இது மட்டும் முன்பே எங்களுக்குத் தெரிந்திருந்தால்!' என்று கத்தினார்கள். அவர்கள் முன்பு நான் தலைநிமிர்ந்து நின்று சிரிக்காமல் சொன்னேன், 'பெருங்குடி மக்களே, நம்முடைய இந்தக் காலத்தில், முட்டாள்தனமான தன்னுடைய செயலுக்காக வருத்தப்பட்டு, பொதுமக்கள் முன்பு, செய்த தவற்றுக்காக வேதனைப்படும் ஒரு மனிதனைப் பார்ப்பது ஆச்சர்யமில்லையா?' என்று கேட்டேன். 'ஆமாம், ஆனால் துப்பாக்கிச் சண்டையில் அல்ல' என்று என்னுடைய துணை அதிகாரி மீண்டும் கத்தினார். 'அங்கு, அங்குதான் இருக்கிறது' என்று நான் அவர்களுக்குப் பதிலளித்தபடி, 'இது, இதுதான் ஆச்சர்யம், ஏனெனில் இங்கு வந்த பிறகு அவர் என்னைச் சுடுவதற்கு முன்பே நான் இதைச் செய்திருக்க வேண்டும்'; அப்படிச் செய்திருந்தால், அவரைச் சாவு என்கிற மிகப்பெரிய பாவத்திற்கு நான் இட்டுச் சென்றிருக்க மாட்டேன்; ஆனால் அப்படிச்

செய்ய முடியாதபடி நாமே நம்முடைய வாழ்வை முட்டாள்தனமாக வழிவகுத்துக் கொண்டிருக்கிறோம்; அதனால் அதை என்னால் செய்ய முடியாமல் போனது; பன்னிரண்டு அடி தூரத்தில் நின்றுகொண்டு அவர் சுட்டதை நான் எதிர்கொண்டபோது என்னுடைய வார்த்தைகளுக்கு அர்த்தம் இருந்திருக்காது. இங்கு வந்ததும் அவர் என்னைச் சுடுவதற்கு முன்பாக இதைச் சொல்லியிருந்தால், என்னைக் கோழை என்றோ துப்பாக்கியைக் கண்டு பயப்படுபவன் என்றோ சொல்லி, நான் சொல்வதைக் காதில் வாங்கக் கூடாது என்றும் வெகு சாதாரணமாக அவர் சொல்லியிருப்பார். 'பெருங்குடி மக்களே' என்று திடீரென்று உரக்க நான் சொன்னபோது என்னுடைய மனத்தின் அடி ஆழத்திலிருந்து நான் பேசினேன், 'கடவுள் நமக்களித்த பரிசைப் பாருங்கள்: தெளிவான வானம், சுத்தமான காற்று, மென்மையான புல்வெளி அப்படியே பறவைகள். இயற்கை அருமையானது; மாசுமறுவில்லாதது; ஆனால் நாம்தான் சொர்க்கமான இந்த வாழ்வைப் புரிந்துகொள்ளாமல் நாத்திகர்களாக, முட்டாள்களாக இருக்கிறோம். அதைத் தான் நாம் புரிந்துகொள்ள ஆசைப்பட வேண்டும்; அப்படி நாம் ஆசைப்பட்டால், பேரழகுடன் அந்த ஆசை உடனே நிறைவேறும். பிறகு ஒருவரை ஒருவர் நாம் கண்ணீரால் ஆரத் தழுவிக்கொள்ளலாம்...' என்றேன். இன்னும் தொடர்ந்து நான் பேச ஆசைப்பட்டேன், ஆனால் என்னால் பேச முடியவில்லை; மூச்சுக்கூட என்னால் விடமுடியாமல் போனது; அவ்வளவு இனிமையாக இளமையாக நான் உணர்ந்தேன்; இதயத்தில் அப்படி ஒரு மகிழ்ச்சி; அப்படிப்பட்ட ஒரு மகிழ்ச்சியை என் வாழ்நாளில் நான் எப்போதுமே உணர்ந்ததில்லை. 'எல்லாமே அறிவுப்பூர்வமாக, சரியாக இருக்கிறது' என்று சொன்ன என்னுடைய எதிராளி, 'எப்படி யிருந்தாலும் நீங்கள் ஒரு உண்மையான மனிதர்' என்றார். 'மனம் மகிழச் சிரியுங்கள்' என்று சொல்லிக்கொண்டே நானும் சிரித்தேன், 'பிறகு நீங்களே என்னைப் புகழ்ந்து பேசுவீர்கள்' என்றேன். 'ஏன்' என்று கேட்ட அவர், 'இப்போதே உங்களைப் புகழ்ந்துபேச நான் தயாராகிவிட்டேன்' என்றார். 'வாருங்கள், நாம் கைகுலுக்கிக் கொள்வோம், நீங்கள் ஒரு நேர்மையான மனிதர் என்பதை நான் நம்புகிறேன்' என்றார். 'இல்லை, இப்போது இல்லை; நான் நல்ல மனிதனாகி உங்களுடைய மரியாதையைச் சம்பாதித்த பிறகு நீங்கள் என்னோடு கைகுலுக்கலாம், அதுதான் சரி' என்றேன். பிறகு நாங்கள் வீட்டிற்குத் திரும்பினோம்; என்னுடைய துணை அதிகாரி வழிமுழுவதும் பிதற்றிக்கொண்டே வந்தான்; அதற்காக அவனை நான் முத்தமிட்டேன். இதைப் பற்றிக் கேள்விப்பட்ட என் படை அதிகாரிகள் ஒன்றுகூடி அன்றே எனக்குத் தீர்ப்பு கொடுத்தார்கள்: 'சீருடையைக் கழற்றிவைத்து விட்டு வேலையை ராஜினாமா செய்.' அவர்களில் சிலர் என்னை ஆதரித்துப் பேசினார்கள்: 'எதிராளி சுடுவதை இவர் எதிர்கொள்ளத் தானே செய்தார்' என்றார்கள் ஒருசிலர். 'ஆமாம். அவர் எதிர் கொண்டார், ஆனால் அவர் அதைத் தொடரப் பயப்பட்டுத் துப்பாக்கிச் சண்டை நடக்கும்போதே மன்னிப்புக் கேட்டுவிட்டாரே' என்றார்கள் வேறு சிலர். 'ஆனால், அப்படி அவர் பயந்திருந்தால், முதலில் எதிராளியைச் சுட்டபிறகு அவர் மன்னிப்பு கேட்டிருந்திருக்கலாம்;

※ 482 ※ தஸ்தயேவ்ஸ்கி

ஆனால் குண்டுகள் நிறைந்த தன் துப்பாக்கியை அவர் காட்டில் தூக்கி எறிந்துவிட்டார். இல்லை, இதில் ஏதோ ஒன்று இருக்கிறது, அசாதாரணமான ஏதோ ஒன்று இருக்கிறது' என்றார்கள். அவர்கள் பேசிய எல்லாவற்றையும் நான் கேட்டுக்கொண்டிருந்தேன்; சந்தோஷத் துடன் அவர்களை நான் பார்த்தேன். 'என் அருமை நண்பர்களே, தோழர்களே, வேலையை நான் ராஜினாமா செய்வதற்காக நீங்கள் வருத்தப்படாதீர்கள், ஏனெனில் இன்று காலையே நான் எனது ராஜினாமா கடிதத்தை அனுப்பிவிட்டேன். வேலையிலிருந்து நான் நீக்கப்பட்டவுடன் துறவிமடாலயத்திற்குப் போவேன். அதற்காகத்தான் என்னுடைய வேலையை நான் ராஜினாமா செய்தேன்' என்றேன். இதைக் கேட்டு எல்லோரும் வாய்விட்டுச் சிரித்தார்கள். 'இதை ஏன் நீ முன்பே சொல்லவில்லை? இப்போது எல்லாமே விளங்கிவிட்டது, துறவியின் மீது தீர்ப்பு எழுத முடியாதுதானே' என்றனர். அவர்கள் என்னைப் பார்த்து ஏளனமாகச் சிரிக்கவில்லை, சந்தோஷமாக, குதூகலத் துடன் சிரித்தார்கள்; திடீரென்று எல்லோரும் என்மீது அன்பு பாராட்டினார்கள், மிகக் கடுமையாக என்மீது குற்றம்சாட்டியவர்கள் கூட; பிறகு என்னுடைய ராஜினாமாக் கடிதம் ஏற்றுக்கொள்ளப்படும் வரை, அந்த மாதம் முழுவதும் அவர்கள் என்னைத் தங்களுடைய கைகளில் வைத்து என்னைத் தாங்கினார்கள்: 'ஓ, நீ துறவி' என்று சொன்னார்கள். எல்லோரும் என்னைப் பற்றி மிக இனிமையாகப் பேசினார்கள்; என்னைத் துறவிமடாலயத்திற்குப் போக வேண்டா மென்றும் சொன்னார்கள்; எனக்காக அவர்கள் அனுதாபப்படவும் செய்தார்கள்: 'உன்னை நீ என்ன செய்துகொள்கிறாய்?' என்றும் கேட்டார்கள். 'இல்லை, எங்களில் அவன் தைரியசாலி; சுடப்பட்ட போதுகூட அவன் தைரியமாக எதிர்கொள்ளத்தானே செய்தான்; தன்னுடைய துப்பாக்கியால் திரும்ப எதிராளியை அவன் சுட்டிருக்க முடியும்; ஆனால் முதல் நாள் இரவு அவன் துறவியாகப் போவதாகக் கனவு கண்டான், அதனால்தான் இப்படிச் செய்தான்' என்றும் பேசிக்கொண்டார்கள். இப்படித்தான் ஊரில் எல்லோரும் பேசிக் கொண்டார்கள். முன்பு குறிப்பாக யாராலும் கவனிக்கப்படக்கூடிய ஆளாக இல்லாமல் நான் இருந்தேன்; ஆனால் இப்போது எல்லோரும் என்னை இனிமையாக வரவேற்று உபசரித்தார்கள். திடீரென்று இப்போது நான் எல்லோராலும் அறியப்பட்டு, எல்லோரும் என்னை அவர்களுடைய வீட்டிற்கு வரவேற்று உபசரித்தனர்: என்னை அவர்கள் கேலிசெய்தாலும், அவர்களால் என்னை நேசிக்காமல் இருக்க முடிய வில்லை. இங்கே நான் ஒன்றைக் குறிப்பிட வேண்டும்; நடந்த இந்தத் துப்பாக்கிச் சண்டை ஊரில் எல்லோராலும் பேசப்பட்டது; ராணுவ அதிகாரிகள் இதை வெளியே சொல்லாமல், ரகசியமாக வைத்திருந் தார்கள், ஏனெனில் என்னுடைய எதிராளி ராணுவ படைத்தளபதிக்கு நெருங்கிய உறவுக்காரர் என்பதால்; அப்படியே இந்தச் சண்டையில் ரத்தம் சிந்தப்படாததால் இந்தச் சம்பவம் கேலிக்குரியதாகிவிட்டது; அப்படியே கமிஷனிலிருந்து விலகிக்கொள்வதாக நான் ராஜினாமாக் கடிதம் கொடுத்தால் உண்மையாகவே இது ஒரு கேலிக்குரிய சம்பவமாகிவிட்டது. பிறகு எதையும் பொருட்படுத்தாமல் நான்

பயமின்றிப் பேசினேன், ஏனெனில் அவர்களுடைய கேலிச்சிரிப்பில் கெட்ட எண்ணம் இல்லாமல் அன்பு ஒன்றுதான் நிறைந்திருந்தது. இப்படிப்பட்ட பேச்சு அநேகமாக மாலைவேளை விருந்து நேரங்களில், பெண்கள் மத்தியில் அதிகமாகப் பேசப்பட்டது; ஏனெனில் அவர்கள் தான் இதைப் பற்றி என்னிடம் அதிகம் கேட்க விருப்பப்பட்டார்கள்; அப்படியே ஆண்மக்களையும் கேட்கும்படி அவர்கள் கட்டாயப் படுத்தினார்கள். 'ஆம், அது எப்படி, ஒருவர், மற்றவர்களுக்கான பழியை ஏற்பது?' என்று கண்கள் மிளிரக் கேட்டபடி, 'உதாரணமாக, உங்களுடைய பழியை நான் ஏற்றுக்கொள்ள முடியுமா?' என்று என்னைக் கேட்டார்கள்' 'ஆமாம். உலகம் எப்போதோ வேறு பாதையில் போய்க்கொண்டிருக்க, நீங்கள் அதை உணராமல் இருக்கிறீர்கள்;' வெளிப்படையான பொய்யை உண்மை என்று நாம் நினைக்கிறோம், அப்படியே அந்தப் பொய்யையே மற்றவர்களிடமிருந்தும் நாம் எதிர்பார்க்கிறோம். இதோ, என்னுடைய வாழ்நாளில் ஒருமுறை நான் உண்மையாக நடந்துகொண்டேன்; அதனால் என்ன நடந்தது? எல்லோருக்கும் நான் விசித்திரமானவனாகப் படுகிறேன்: நீங்கள் என்மீது அன்பு காட்டினாலும், என்னைக் கேலிசெய்கிறீர்கள்' என்றேன். அதற்கு அவர்கள், 'அது எப்படி உங்கள்மீது நாங்கள் அன்பு பாராட்டாமல் இருப்பது?' என்று கேட்டபடி விருந்தோம்பும் பெண்மணி சத்தமாகச் சிரித்தாள்; அந்த அறை முழுவதும் மக்களால் நிரம்பியிருந்தது. திடீரென்று பெண்கள் மத்தியிலிருந்து, குறிப்பிட்ட அந்தப் பெண்மணி, யாருடன் நான் சவால்விட்டுச் சண்டைக்கு அழைத்தேனோ அவருடைய மனைவி, அப்படியே யாரை நீண்ட காலமாக நான் என் மனைவி என்று நினைத்தேனோ அந்தப் பெண்மணி, இருக்கையிலிருந்து எழுந்தாள். விருந்திற்கு அவள் வந்திருந்ததை நான் கவனிக்கவில்லை. அவள் எழுந்து வந்து தன்னுடைய கைகளை நீட்டினாள்: 'என்னைப் பேச அனுமதியுங்கள்' என்றபடி, 'உங்களைப் பார்த்துக் கேலிசெய்யாதவர் களில் முதல் பெண்மணி நான்தான்; மாறாக, கண்ணீர் மல்க உங்களுக்கு நான் நன்றி கூறுகிறேன்; உங்களுடைய அந்தச் செயலுக்காக என்னுடைய மரியாதையை உங்களுக்கு நான் தெரிவித்துக்கொள்கிறேன்' என்றாள். அந்த இடத்திற்கு அவளுடைய கணவரும் வந்திருந்தார்; திடீரென்று எல்லோரும் என்னைச் சூழ்ந்துகொண்டார்கள்; ஏறக்குறைய எல்லோரும் என்னை முத்தமிட்டார்கள். அளவுகடந்த மகிழ்ச்சியில் நான் மூழ்கிப் போனேன்; அவர்களுக்கு நடுவே திடீரென்று வயதான ஒரு மனிதரை நான் பார்த்தேன்; அவரும் என்னைப் பார்த்தபடி என்னை நோக்கி வந்தார்; அவரை எனக்கு முன்பே தெரிந்திருந்தாலும் அந்த மாலை வேளை விருந்து முடியும்வரை அவருடன் நான் ஒன்றும் பேசவில்லை.

## ஈ) ரகசியமாகப் பார்க்க வந்தவர்

நம்முடைய ஊரில் நீண்ட காலமாக அவர் அரசாங்க அதிகாரியாக வேலை பார்த்துக்கொண்டிருந்தார்; மிக முக்கியமான பதவியை அவர் வகித்திருந்தார்; எல்லோராலும் மதிக்கப்பட்ட அவர் பெரிய செல்வந்தர்; அறச் செயல்களுக்காகப் பணம் கொடுத்து நிறைய உதவிவந்தார். பெரும்பொருளைத் தருமசாலைகளுக்கும் அனாதை

ஆசிரமங்களுக்கும் அவர் அள்ளித் தந்தார்; அப்படியே அறநிலையங் களுக்கும் மறைமுகமாக அவர் உதவிவந்தார்; விளம்பரம் எதுவும் இல்லாமல் அவர் செய்த நிறைய நல்ல காரியங்கள் அவருடைய மறைவுக்குப் பிறகே வெளியில் தெரிய வந்தன. ஏறக்குறைய அவருக்கு ஐம்பது வயதிருக்கும்; பார்ப்பதற்குக் கண்டிப்பானவராகத் தோற்றமளித்த அவர், குறைவாகவே பேசினார்; அவருக்குத் திருமணமாகிப் பத்து வருடங்கள் ஆகி இருந்தன; அப்போது இளமையாக இருந்த அவருடைய மனைவி அவருக்கு மூன்று குழந்தைகளைப் பெற்றெடுத்திருந்தாள். என்னுடைய அறையில் நான் தனியாக உட்கார்ந்திருந்தபோது அடுத்த நாள் மாலை திடீரென்று அந்த உயர்குடிமகன் கதவைத் திறந்துகொண்டு என்னுடைய அறைக்கு வந்தார்.

இங்கு ஒன்றை நான் குறிப்பிட வேண்டும்; ராஜினாமா கடிதத்தை நான் கொடுத்ததிலிருந்தே போர்வீரர்கள் தங்குமிடத்திலிருந்து வெளியேறி, நான் வேறு இடத்தில் தங்கியிருந்தேன்; என்னுடைய வீட்டுச் சொந்தக்காரி வயதான பெண்மணி; உள்நாட்டில் வேலை செய்தவரின் விதவை மனைவி; அதிகபட்ச வசதிகளோடு வீட்டிலிருந்த சில அறைகளை எனக்கு அவள் வாடகைக்குக் கொடுத்திருந்தாள்; அந்தத் துப்பாக்கிச் சண்டைக்குப் பிறகு, படைப்பிரிவிலிருந்து வெளியேவந்த நான், அஃபனாசியை மீண்டும் படைப்பிரிவிற்கே அனுப்பிவிட்டேன்; ஏனெனில் அவனிடம் நான் மன்னிப்புக் கேட்டுக்கொண்ட பிறகு அவனுடைய முகத்தைப் பார்க்கவே எனக்கு வெட்கமாக இருந்தது. தன்னுடைய மிக அற்புதமான சில செயல்களுக்குக்கூடச் சாதாரண மனிதன் இவ்வுலகில் வெட்கப்பட வேண்டியிருக்கிறது.

என்னைப் பார்க்க வந்த அந்த உயர்குடிமகன், 'நீங்கள் பேசியதை நான் பலமுறை, பல இடங்களில், மிக ஆர்வத்துடன் கேட்டிருக்கிறேன்; உங்களுடன் இன்னும் விளக்கமாகப் பேச ஆசைப்பட்டு, இறுதியாக உங்களிடம் என்னை நான் அறிமுகப்படுத்திக்கொள்ள நேரில் வந்திருக் கிறேன் என்றார். இனிமையானவரே, எனக்கு ஒரு பெரிய சேவையை உங்களால் செய்ய முடியுமா?' என்று கேட்டார். முடியும், அதுவும் மிகப்பெரிய சந்தோஷத்துடன், சொல்லப்போனால், இதை நான் பெருமதிப்பாகக் கருதுகிறேன்' என்று நான் சொன்னாலும், அவர் நுழைந்த உடனேயே, முதல் சந்திப்பிலேயே ஆழமானதொரு தாக்கத்தை அவர் ஏற்படுத்தியிருந்ததால் நான் பயந்தேபோனேன். என்னுடைய பேச்சைக் கவனமாக, ஆழமாக எல்லோரும் கேட்டார்கள், ஆனால் யாருமே இவ்வளவு மனப்பூர்வமாக, ஆழ்மனத் தீவிரத்தோடு என்னை அணுகியதில்லை. இவரோ என்னைத் தேடி என் வீட்டிற்கே வந்து விட்டார். வந்து உட்கார்ந்தார், "உங்களிடம் மன வலிமை அதிகமாக இருக்கிறது; இழப்பு நேரக்கூடிய சமயத்தில்கூட எல்லோருடைய வெறுப்புக்கும் ஆளாகி, பயப்படாமல் நீங்கள் உண்மைக்குச் சேவகம் செய்திருக்கிறீர்கள்' என்றார். 'நீங்கள் என்னை அதிகம் புகழ்கிறீர்கள்' என்றேன் நான். 'இல்லை, நான் அதிகம் புகழவில்லை' என்றபடி மேலே தொடர்ந்த அவர், 'நீங்கள் செய்த காரியத்தைப் பார்த்து நான் ஆச்சர்யப்பட்டுப் போனேன், அதனால்தான் உங்களைப் பார்க்க

நான் இங்கு வந்தேன். விளக்கமாகச் சொல்லுங்கள், ஒரு வேளை சமய, சந்தர்ப்பமறியாமல், இடத்திற்குப் பொருந்தாமல், அதீத ஆர்வத்துடன் நான் வந்துவிட்டேனென்று நீங்கள் நினைக்காமல் இருந்தால், அந்தத் துப்பாக்கிச் சண்டையில் நீங்கள் மன்னிப்பு கேட்க முடிவுசெய்த அந்தத் தருணத்தில் என்ன நினைத்தீர்கள் என்பதை நினைவுபடுத்தி இப்போது உங்களால் சொல்ல முடியுமா? என்னுடைய இந்தக் கேள்வி மடத்தனமான ஒன்று என்று நீங்கள் நினைக்க வேண்டாம்; மாறாக, இந்தக் கேள்வியில் ஒரு ரகசியம் பொதிந்திருக்கிறது; அதைப் பற்றிப் பிறகு நான் சொல்கிறேன், ஒருசமயம் கடவுள் நம்மை இன்னும் நெருக்கமாக வைத்திருந்தால்' என்றார்.

அவர் இப்படிச் சொன்னபோது அவருடைய முகத்தை நான் பார்த்தேன்; அப்போது என்னில் ஆழ்ந்த நம்பிக்கை மட்டுமல்ல, அசாதாரணமான ஆர்வமும் பொங்கி எழுவதை நான் திடீரென்று உணர்ந்தேன்; அப்படியானால், அவருடைய மனத்தில் குறிப்பாக, ஏதோ ஒரு ரகசியம் இருக்கிறது.

'எதிராளியிடம் மன்னிப்பு கேட்ட அந்த நிமிடம் நான் என்ன உணர்ந்தேன் என்பதைக் கேட்கிறீர்களா?' என்ற நான், 'நடந்ததை ஆரம்பத்திலிருந்து சொல்வது நல்லது என்று நினைக்கிறேன்; இதுவரை யாரிடமும் சொல்லாத விஷயத்தை இப்போது உங்களிடம் சொல்கிறேன்' என்று சொன்னபடி எனக்கும் அஃபனாசிக்கும் இடையே நடந்த சம்பவத்தைப் பற்றியும் நான் தலைவணங்கிக் கீழே விழுந்து அஃபனாசியின் முன்பு மன்னிப்புக் கேட்டதைப் பற்றியும் அவரிடம் சொன்னேன். 'இதிலிருந்து சண்டையின்போது எனக்கு எல்லாமே வெகுசுலபமாக இருந்தது என்று, நீங்களே புரிந்துகொள்ளலாம், ஏனெனில் எல்லாமே வீட்டிலேயே ஆரம்பித்திருந்தது; அந்தப் பாதையில் நான் போக ஆரம்பித்ததுமே மற்ற எல்லாமே எனக்குச் சுலபமாக, சந்தோஷமாக, குதூகலமாக இருந்தது' என்றேன்.

நான் சொன்னதைக் கேட்டு அவர் என்னை மிகவும் பரிவுடன் பார்த்தார்; 'இவை எல்லாமே மிக சுவாரஸ்யமாக இருக்கிறது; உங்களை நான் அடிக்கடி வந்து பார்ப்பேன்' என்றார். அதிலிருந்து ஏறக்குறைய ஒவ்வொரு நாள் மாலையும் அவர் என்னைப் பார்க்க வந்தார். அவர் மட்டும் தன்னைப் பற்றிய எல்லா விஷயத்தையும் என்னிடம் சொல்லியிருந்தால் நாங்கள் மிக நெருங்கிய நண்பர்களாக இருந்திருப்போம். ஆனால் தன்னைப் பற்றி அவர் ஏறக்குறைய எதையும் சொல்லாமல், என்னைப் பற்றியே அவர் அதிக ஆர்வத்துடன் விசாரித்துக் கொண்டிருந்தார். இருந்தாலும் அவர்மீது எனக்கு அதிக அன்பு இருந்தது; அவரை முழுமையாக நம்பி என்னுடைய எல்லா உணர்வுகளையும் அவரிடம் நான் பகிர்ந்துகொண்டபோது நினைத்துக்கொண்டேன், 'எதற்காக அவருடைய ரகசியங்கள் எனக்குத் தேவை, அவை இல்லாமலேயே எனக்குத் தெரிகிறது, அவர் உண்மையான மனிதர் என்று. அப்படியே அக்கறையுள்ள இந்த மனிதர் என்னைவிட வயதில் மிகவும் பெரியவர்; வயது குறைந்த என்னை, அவருக்கு நிகராக மதித்து அவர் நடத்துவதை நான் நினைத்துப் பார்த்தேன். மிகப்பெரிய

அறிவாளியான அவரிடமிருந்து பல விஷயங்களை நான் கற்றுக் கொண்டேன். ‘வாழ்க்கை என்பது சொர்க்கம்’ என்று திடீரென்று அவர் சொன்னார்; ‘அதைப் பற்றி நீண்டகாலமாகவே நான் யோசித்துக் கொண்டிருக்கிறேன்’ என்று சொன்னார், ‘அதைப் பற்றித்தான் யோசித்துக் கொண்டிருக்கிறேன்’ என்று மேலும் சொன்னவர், என்னைப் பார்த்துச் சிரித்துக்கொண்டே, ‘உங்களைவிட அதில் நான் அதிக நம்பிக்கை வைத்திருக்கிறேன்; அது ஏன் என்பதைப் பிறகு நீங்களே தெரிந்து கொள்வீர்கள்’ என்றார். இதைக்கேட்டு ‘ஏதோ ஒரு ரகசியத்தை அவர் என்னிடம் சொல்ல விரும்புகிறார்’ என்று நான் நினைத்துக் கொண்டேன்: சொர்க்கம் என்பது நம் ஒவ்வொருவரிடமும் ரகசியமாக மறைந்திருக்கிறது; அது இப்போது என்னுள்கூட மறைந்திருக்கிறது; நான் விரும்பினால் உண்மையாகவே அது என்னிடம் நாளை வரும், ஏன் என் வாழ்நாள் முழுவதும் அது என்னுடனேயேகூட வரும்’ என்றார். இதைக் கேட்டு அவரை நான் உற்றுப் பார்த்தேன்: ஆழ்ந்த உணர்வுடன், விசித்திரமாகப் பார்த்தபடி, ஏதோ என்னைக் கேள்வி கேட்க விரும்புவது போல அவர் என்னைப் பார்த்தார். ‘அதாவது ஒவ்வொரு மனிதனும் தான் செய்த குற்றங்களைத் தவிர, எல்லோருக் காகவும் எல்லாவற்றிற்குமாகவும் குற்றம்சாட்டப்பட வேண்டியவன்தான்; இதை முழுமையாக, மிகச் சரியாக நீங்கள் எடுத்துக்கொண்டது எனக்கு ஆச்சர்யத்தைத் தருகிறது; எப்படி முழு அர்த்தத்துடன் இதை நீங்கள் திடீரென்று புரிந்துகொண்டீர்கள். உண்மையைச் சொல்லப்போனால், இந்தக் கருத்தை மக்கள் புரிந்துகொள்ளும்போது, சொர்க்கத்தின் அரசாட்சி ஒரு கனவாக இல்லாமல், உண்மையாகவே, இந்தப் பூமிக்கு நிஜமாக வரும்!’ ‘ஆனால் எப்போது’ என்று வருத்தத் துடன் அவரிடம் நான் கேட்டேன்; ‘அது எப்போது வரும்? அது எப்போதாவது வருமா? அல்லது வெறும் கனவு தானா?’ என்று கேட்டேன். ‘நீங்களே அதை நம்பவில்லை, ஆனால் அதைப் பற்றி நீங்கள் பிரச்சாரம் செய்கிறீர்கள், கனவு என்று உங்களால் கருதப்படும் அந்த அரசாட்சி கண்டிப்பாக நனவாகும்; நீங்கள் அதை உறுதியாக நம்பலாம், ஆனால் அது இப்போது நடக்காது; ஏனெனில் ஒவ்வொரு செயலுக்கும் ஒரு விதி இருக்கிறது. இது உள்ளம் சார்ந்தது, உள இயல்புடன் தொடர்பு கொண்டது. உலகை மாற்றி அமைக்க வேண்டு மென்றால் மனிதர்கள் தங்களுடைய மன இயல்பை மாற்றியமைத்துக் கொள்ள வேண்டும். ஒவ்வொரு மனிதனும் ஒவ்வொரு மனிதனிடமும் சகோதரனாக இருக்கவில்லை என்றால், சகோதரத்துவம் என்ற ஒன்று வரப்போவதே இல்லை. எந்த ஒரு விஞ்ஞானமும் எந்த ஒரு பொது விஷயமும் மக்களுடைய உடைமைகளையும் அவர்களுடைய உரிமைகளையும் சரிசமமாகப் பிரிக்க முடியாது. ஒவ்வொருவரும் தங்களுக்கு எல்லாமே குறைவாக இருக்கிறதென்று குறைசொல்லிக் கொண்டு, திருப்தி அடையாமல், முணுமுணுத்துக்கொண்டு, ஒருவர்மீது ஒருவர் பொறாமைப்பட்டுக்கொண்டும் ஒருவரை ஒருவர் அழித்துக் கொண்டும் தான் இருப்பார்கள். அந்தக் கனவுலகமான சொர்க்கம் எப்போது வரும் என்று நீங்கள் கேட்கிறீர்கள். அது வரும், ஆனால் அதற்கு முன்பு மனிதகுலத் ‘தனிமை’ என்ற முதல் கட்டம் முடிவுக்கு

வர வேண்டும்' என்று சொன்னார் அவர். 'எப்படிப்பட்ட தனிமை?' என்று நான் கேட்டேன்.

'அப்படிப்பட்ட தனிமை தான் இப்போது எல்லா இடங்களிலும் ஆட்சி செய்கிறது; குறிப்பாக, நம்முடைய இந்த நூற்றாண்டில்; ஆனால் அது இன்னும் முழுமையாக முடிவுக்கு வரவில்லை; அதற்கான நேரமும் இன்னும் வரவில்லை. ஏனெனில் ஒவ்வொருவரும் தங்களுடைய முகத்தைத் தனியாக வெளியே காட்ட இப்போது அதிக முயல்கிறார்கள்; வாழ்வின் முழுமையைத் தங்களுக்குள் தனியாக உணர மக்கள் விரும்புகிறார்கள்; ஆனால் இவர்களுடைய இந்த முழு முயற்சியில் வாழ்வின் முழுமையைக் காண்பதற்குப் பதிலாக, தங்களைத் தாங்களே அவர்கள் அழித்துக்கொள்கிறார்கள்; முழுமையாகத் தங்களை உணர் வதற்குப் பதிலாக முழுமையாக அவர்கள் தனிமைப்படுத்தப்பட்டிருக் கிறார்கள். நம்முடைய இந்த நூற்றாண்டில் எல்லோரும் தனித்தனியாகப் பிரிக்கப்பட்டுவிட்டோம்; ஒவ்வொருவரும் தனித்தனியாகத் தங்களுடைய பொந்தில் தனிமைப்படுத்தப்பட்டு, மற்ற மக்களிடமிருந்து பிரிந்து, வேறொரு இடத்தில் ஒளிந்துகொண்டு, தன்னிடம் இருப்பதை மறைத்துக் கொண்டு, தன்னையும் மற்றவர்களிடமிருந்து மறைத்துக்கொண்டு, தன்னிடமிருந்து மற்றவர்களையும் ஒதுக்கிவைத்துக் கொண்டிருக்கிறார்கள். தனியாக இருந்து இப்போது பணத்தைச் சேர்க்கும் மனிதன் தான் சக்தி வாய்ந்தவன், எல்லாம் பெற்றவன் என்று நினைத்துக்கொள்கிறான்; முட்டாளுக்குத் தெரிவதில்லை, எவ்வளவு தூரம் அவன் பணத்தைச் சேர்க்கிறானோ அவ்வளவு தூரம் அவன் தன்னுடைய சக்தியை இழந்து, தன்னைத்தானே அழித்துக்கொள்கிறான் என்பது. ஏனெனில் அவன் தனி மனிதனாக இருப்பதை மட்டுமே நம்புகிறான்; மக்கள் கூட்டத்திலிருந்து அவன் தன்னைத் தனியாகப் பிரித்தெடுத்து, மக்களிட மிருந்தும் மனித குலத்திடமிருந்தும் உதவியை நாடும் நம்பிக்கையை இழந்தவனாக அவன் தன்னுடைய ஆன்மாவைப் பங்கப்படுத்திக் கொண்டான்; இப்போது தனக்குக் கிடைத்த பணத்தையும் உரிமைகளை யும் எங்கே இழந்துவிடுவோமோ என்று அவன் பயப்படுகிறான். இன்று மனித அறிவு ஒரு விஷயத்தைப் புரிந்துகொள்ளாதது கேலிக்குரிய விஷயம்தான்; அதாவது ஒவ்வொரு மனிதனுக்கும் உண்மையான பாதுகாப்பு என்பது அவன் தனித்திருப்பதில் அல்ல, மாறாக ஒற்றுமை யான, பரஸ்பரப் பகிர்தலில் தான் இருக்கிறது. ஆனால் அதற்கான காலம் வரும்; அப்போது இப்படித் தனிமையில் இருப்பது, இயற்கைக்கு முரணாக, ஒருவரை ஒருவர் விட்டுப் பிரிந்திருப்பது முறையல்ல என்பதை அவன் உணர்வான். அப்படிப்பட்ட புரிதலை உணரும் காலம் வரும்; அப்போது இவ்வளவு காலமாக வெளிச்சத்தைப் பார்க்காமல் இருட்டில் வாழ்ந்துவந்த மனிதன் வருத்தப்படுவான். அப்போது வானத்தில் மானிட மகன் வருகையின் அறிகுறி தோன்றும் . . .[11] அதுவரை இந்தக் கொள்கைச் சின்னத்தை நாம் உயர்த்திப் பிடித்தேயாக வேண்டும், மேலும் அவனே அதைச் செய்யும் பட்சத்தில், அவனே அதற்கு ஒரு முன்னோடியாகவும் இருக்க வேண்டும்; மேன்மையான இந்த எண்ணம் அழிந்துபோகக் கூடாது என்பதற்காகத் தனிமையிலிருந்து

ஆன்மாவை வெளிக்கொணர்ந்து, மிகப்பெரிய செயலை நடைமுறைப் படுத்தும் நோக்கத்தில், சகோதரத்துவ அன்பிற்காக, சாது என்கின்ற முட்டாள் பட்டத்தையும் அவன் ஏற்கக்கூடும்...'

அவர்களுக்கிடையே இப்படிப்பட்ட ஆர்வமிக்க, மகிழ்ச்சியான உரையாடல்கள்தாம் ஒவ்வொரு நாள் மாலையும் நடைபெற்றன. அப்போது நான் சமுதாய அழைப்புகளுக்கும் நண்பர்கள் அளிக்கும் விருந்து உபச்சாரங்களுக்கும் போவதை வெகுவாகக் குறைத்துக்கொண் டிருந்தேன்; முன்புபோல மக்கள் என்னைப் பார்க்க வருவது இந்தக் காலத்திற்குப் பொருந்தாத ஒன்றாக இருந்தது. பழி சுமத்தும் நோக்கத்தில் இதை நான் சொல்லவில்லை; நண்பர்கள் என்னை நேசிக்கத்தான் செய்தார்கள்; என்னிடம் இனிமையாகத்தான் பழகிவந்தார்கள்; ஆனால் இப்போது விதவிதமான நவநாகரிக பழக்கவழக்கங்கள் நடப்பில் இருக்கின்றன என்பதை நாம் புரிந்துகொள்ள வேண்டும். இந்த விசித்திர மான விருந்தாளியை இறுதியாக நான் ஆச்சர்யத்துடன் பார்க்க ஆரம்பித்தேன், ஏனெனில், அவருடைய அறிவை முழு மனதுடன் நான் உணர்ந்ததுடன், அவருடைய உள்மனத்தில் இருக்கும் ஏதோ ஒரு ரகசிய எண்ணத்தை அவர் வளர்த்துக்கொண்டு, அசாதாரணமான ஒரு செயலுக்காக அவர் தன்னைத் தயார்படுத்திக்கொண்டிருப்பதையும் நான் பார்த்தேன். ஒரு சமயம் அந்த ரகசிய எண்ணத்தை நான் நேரடியாகவோ மறைமுகமாகவோ தெரிந்துகொள்ள விரும்பாதது, அப்படியே அதைப் பற்றி ஒன்றுமே நான் கேட்காததுதான் அவருக்கு என்னிடம் பிடித்த ஒன்றாக இருந்திருக்க வேண்டும். ஆனால், ஏதோ ஒன்றை அவர் என்னிடம் தெரியப்படுத்த விரும்பினார் என்பதை நான் உணர்ந்தேன். குறிப்பாக, அவர் இங்கு வர ஆரம்பித்த ஒரு மாதத்திலேயே அது எனக்குத் தெளிவாகத் தெரிந்தது. 'உங்களுக்கு ஒன்று தெரியுமா' என்று ஒரு நாள் அவர் என்னைப் பார்த்துக் கேட்டார். 'ஊரில் எல்லோரும் நம்மைப் பற்றிப் பேசிக்கொள்கிறார்கள், உங்களை நான் அடிக்கடி பார்க்க வருவது அவர்களுக்கு ஆச்சர்யமாக இருக்கிறதென்றும், அது என்னவென்று அவர்களுக்குத் தெரியவரும் என்றும் பேசிக்கொள்கிறார்கள்' என்றார். சில சமயங்களில் திடீரென்று அவர் கலக்கத்துடன் இருப்பார்; அப்போது அவர் என்னை ஊடுருவும் பார்வையால் பார்ப்பார்; அப்போது நான் 'ஏதோ ஒன்றை இப்போது அவர் சொல்லப்போகிறார்' என்று நினைத்துக்கொள்வேன்; ஆனால் திடீரென்று அவர் தொடர்பே இல்லாமல், ஏற்கெனவே தெரிந்த சாதாரண விஷயத்தைப் பற்றிப் பேசுவார். தனக்கு அடிக்கடி தலை வலிப்பதாகச் சொல்லி அவர் வருத்தப்படவும் செய்தார். ஒருநாள் உற்சாகமாகப் பேசிக்கொண்டிருந்த அவருடைய முகம் எதிர்பாராத விதமாக வெளிற, வேதனையுடன் முகத்தைச் சுழித்தவர், ஆழமாக என்னை உற்றுப் பார்த்தார். 'உங்களுக்கு என்னவாயிற்று? உடம்பு சரியில்லையா' என்று நான் கேட்டேன். தலைவலிப்பதாக அவர் முறையிட்டார்.

பிறகு, 'நான்... உங்களுக்குத் தெரியுமா... நான்... ஒரு கொலைகாரன்' என்றார்.

கரமாஸவ் சகோதரர்கள்

அப்படிச் சொன்னவர் என்னைப் பார்த்துச் சிரித்தார்; ஆனால் அவருடைய முகம் வெள்ளை வெளேரென்று வெளிறிப்போயிருந்தது. 'அப்படியானால் எதற்காகச் சிரிக்கிறார்?' என்ற எண்ணம், என்ன நடக்கிறது என்பதை உணரும் முன்பாகவே என்னுடைய மனத்தில் சட்டென்று மின்னி மறைந்தது; நானும் உடனே முகம் வெளிறிப் போனேன்.

'நீங்கள் என்ன சொல்கிறீர்கள்?' என்று நான் கத்தினேன். 'பாருங்கள்' என்று அதே அந்த வெளிறிய புன்னகையுடன், 'முதலில் இதைச் சொல்ல எனக்குச் சிரமமாக இருந்தது, இப்போது, எல்லாம் சரியாகி விட்டது. நடந்ததை நான் சொல்கிறேன் கேளுங்கள்' என்றார் அவர்.

நீண்ட நேரமாக அவர் சொன்னதை நான் நம்பவில்லை. ஆமாம், முதல்முறையாக அவர் சொன்னதை நான் நம்பவே இல்லை, மீண்டும் மூன்று நாட்களாக நடந்த விஷயத்தைப் பற்றி அவர் தொடர்ந்து என்னிடம் விவரமாகச் சொன்னபோதும் நான் அதை நம்பவில்லை. முதலில் அவரை நான் பைத்தியம் என்றுதான் நினைத்தேன்; ஆனால் கடைசியில் அவர் சொன்னது உண்மைதான் என்பதை மிகுந்த வருத்தத்துடனும் ஆச்சர்யத்துடனும் புரிந்துகொண்டேன்; பதினான்கு வருடங்களுக்கு முன்பு பயங்கரமான குற்றம் ஒன்றை அவர் செய்திருந் தார்; நம்முடைய ஊரில் சொந்தமாக வீடு ஒன்றை வைத்திருந்த இளம், அழகான பணக்கார நிலப்பிரபுவின் விதவை மனைவி ஒருவரை அவர் கொலைசெய்திருந்தார். வெகுதீவிரமாக அவளைக் காதலித்து வந்த அவர், தன்னுடைய காதலை வெளிப்படுத்தித் தன்னை மணந்து கொள்ளுமாறு அவளை வற்புறுத்தியிருக்கிறார். ஆனால், தன்னுடைய மனதை ஏற்கெனவே வேறு ஒருவருக்குக் கொடுத்திருந்த அவள், ராணுவத்தில் மிகப்பெரிய பதவியில், சமுதாயத்தில் நல்ல நிலையில் இருக்கும் அவரைச் சீக்கிரமே திருமணம் செய்துகொள்ளப் போவதாக அவள் சொல்லி இருக்கிறாள். இப்படி அவருடைய வேண்டுகோளை நிராகரித்த அவள், அவரைத் தன்னுடைய வீட்டிற்கு வரக்கூடாது என்றும் சொல்லியிருக்கிறாள். இதனால் அவளுடைய வீட்டிற்குப் போகாமல் இருந்த அவர், ஏற்கெனவே அவளுடைய வீட்டு அமைப்பை நன்கு அறிந்திருந்தவர், ஒருநாள் இரவு தைரியமாக, யாருக்கும் தெரியாமல், அவள் வீட்டுத் தோட்டத்து வாசல் வழியாக மொட்டை மாடிக்குச் சென்றார். மிகத் துணிச்சலுடன் செய்யப்படும் குற்றங்கள் மற்றவர்களுக்குச் சாதகமாக அமைந்துவிடுவது வழக்கம். மொட்டை மாடியிலிருந்த சிறுஅறையின் கூரைச் சாளரம் வழியாக வீட்டிற்குள் வந்தவர், வேலைக்காரர்களின் கவனக்குறைவால், பின்புறக் கதவு எப்போதுமே சாத்தப்படுவதில்லை என்பதை முன்கூட்டியே அறிந்திருந் தவர், மேன்மாடப் படிக்கட்டுகள் வழியாக வரவேற்பு அறைக்குள் நுழைந்தார். வேலைக்காரர்களின் இந்தக் கவனக் குறைவை அவர் தெளிவாகத் தெரிந்துவைத்திருந்தார். வரவேற்பு அறைக்கு வந்தவர், இருட்டில் உருவச்சிலை முன்பாக விளக்கு எரிந்துகொண்டிருக்கும் அவளுடைய படுக்கை அறைக்குச் சென்றார். தற்செயலாக, வீட்டிலிருந்த இரண்டு இளம் வேலைக்காரப் பெண்மணிகளும் அதே தெருவில்

கொண்டாடப்படும் பிறந்தநாள் விழாவுக்கு எஜமானியின் அனுமதி யின்றிச் சென்றிருந்தார்கள். மற்ற வேலைக்காரர்கள் அவர்களுடைய குடியிருப்புப் பகுதியின் கீழ்த்தள சமையல் அறையில் தூங்கிக்கொண் டிருந்தார்கள். அவள் தூங்கிக்கொண்டிருக்கும் காட்சி அவருடைய உணர்ச்சியைத் தூண்ட, பழிவாங்கும் காழ்ப்புணர்ச்சி மனத்தில் பற்றி எறிய, அவளுடைய படுக்கைக்குச் சென்ற அவர், ஒரு குடிகாரனைப் போலத் தன் சுயநினைவின்றிக் கத்தியை எடுத்து அவளுடைய இதயத்தில் நேராகக் குத்தியதில், அவள் சத்தம்கூடப் போட முடியாமல் இறந்து போனாள். பிறகு அவர் செய்த குற்றத்தை மறைக்க, முன்னேற்பாடாக அவர் வேலைக்காரர்மீது பழியைப்போட்டுவிட்டார்: அவளுடைய கைப்பையிலிருந்த சொச்சப் பணத்தை அவர் எடுக்கவில்லை; அவளுடைய தலையணைக்கு அடியில் இருந்த பீரோ சாவியை எடுத்துத் திறந்து, அதிலிருந்து சில பொருட்களை எடுத்துக்கொண்டு, முட்டாள்தனமான வேலைக்காரன் செய்வது போல, விலையுயர்ந்த பொருட்களையெல்லாம் விட்டுவிட்டு, பணத்தை மட்டும் அவர் எடுத்துக்கொண்டார். தங்கத்தா லான ஆபரணங்களையும் அதைவிடப் பத்துமடங்கு விலைமதிப்புள்ள சிறிய பொருட்களையும் அவர் எடுக்காமல் விட்டுவிட்டுச் சென்றார். பிறகு அவளுடைய ஞாபகார்த்தமாக வேறு சில பொருட்களையும் அவர் எடுத்துக்கொண்டார். இப்படிப்பட்ட கொடுமையான ஒரு செயலைச் செய்த பிறகு, அவர் தான் வந்தவழியிலேயே திரும்பிச் சென்றுவிட்டார். இந்தச் சம்பவம் பற்றிய பீதி எழுந்த அடுத்த நாளோ அல்லது அவருடைய வாழ்நாளின் எந்தத் தருணத்திலோ, உண்மையான குற்றவாளியின் மேல் யாருக்குமே எந்தவிதச் சந்தேகமும் ஏற்படவில்லை! அப்படியே அந்தப் பணக்கார விதவையின் மீது அவர் கொண்டிருந்த காதலும் யாருக்கும் தெரியவில்லை; ஏனெனில் தன்னுடைய உணர்ச்சிகளை அவர் எப்போதுமே வெளிப்படுத்தாமல், மக்களுடன் பேசிப் பழகாமல், உள்ளத்திலிருப்பதைத் திறந்து சொல்ல ஒரு நண்பரும் இல்லாதவராக அவர் இருந்தார். அப்படியே இறந்து போன அந்தப் பெண்மணிக்கு அவர் நெருக்கமாகத் தெரிந்திராத, அறிமுகமான ஒரு நபராக மட்டுமே இருக்க, சம்பவம் நடந்த கடைசிப் பதினைந்து நாட்களாக, அவர் அவளைப் பார்க்கப் போகாமலும் இருந்தார். உடனே சந்தேகம் முழுவதும் அவளுடைய வேலைக்காரன் பியோத்தர்மீது விழ, சந்தர்ப்ப சூழ்நிலை, ஆதாரங்கள் எல்லாம் அவனையே குற்றவாளி என்று சுட்டிக்காட்டின. ராணுவத்திற்கு அனுப்ப வேலையாட்களில் ஒருவரைத் தேர்ந்தெடுக்க வேண்டிய நேரம் வந்தபோது, அவள் பியோத்தரைத் தான் தேர்ந்தெடுத்தாள் என்பது ஒரு ரகசியமாக இருக்கவில்லை; அப்படியே அவனுக்கு உற்றார் உறவினர் என்று யாருமே இருக்கவில்லை, அவன் நன்னடத்தை உள்ளவனாகவும் இருக்கவில்லை. சத்திரத்தில் அவன் குடித்துவிட்டுக் குடிபோதையில் அவளைக் கொன்றுவிடுவதாக மிரட்டியதையும் எல்லோரும் கேட்டிருந்தார்கள்.

அப்படியே அவள் இறப்பதற்கு இரண்டு நாட்களுக்கு முன்புதான் அவன் வீட்டைவிட்டு ஓடிப்போய் நம்மூரில் வேறு ஒரு இடத்தில்

தங்கியிருந்தான். இந்தக் கொலை நடந்த அடுத்த நாள், ஊருக்கு வெளியே இருந்த பிரதான சாலை ஒன்றில், செத்தவன் போல அவன் குடித்துக் கிடந்ததையும் மக்கள் பார்த்திருந்தனர். அவனுடைய சட்டைப் பையில் கத்தி ஒன்றும் இருக்க, வலது கையில் ரத்தம் தோய்ந்த கறையும் இருந்த காரணம்தான் என்னவென்று தெரியாம லிருந்தது. அது அவனுடைய மூக்கிலிருந்து வழிந்த ரத்தமென்று சொன்னதை யாரும் நம்பவில்லை. மேலும் விருந்துக்குச் சென்ற பணிப்பெண்கள் இருவரும் வீடு திரும்பியதும், வீட்டுக் கதவு திறந்து கிடந்ததாகவும் சொன்னார்கள். இப்படியாகப் பல ஆதாரங்கள் ஒன்றுமறியாத அந்த அப்பாவி வேலைக்காரனைக் குற்றவாளியாகக் காட்டியதில் அவன் கைதுசெய்யப்பட்டான். அவனைக் கொலைக் குற்றத்திற்காகக் கைதுசெய்து விசாரித்தார்கள்; ஆனால் ஒரு வாரத்திற்குப் பிறகு, அவன் காய்ச்சல் கண்டு மருத்துவமனையில் சேர்க்கப்பட்டவன், கடைசியாக நினைவு தவறிய நிலையிலேயே இறந்தும்போனான். இப்படியாக இந்த வழக்கு முடிவுக்கு வந்தது – விசாரணையின்போது அதிகாரிகளும் நீதிபதிகளும் சமூகத்திலிருந்த பலரும் இந்தக் குற்றத்தை இறந்துபோன வேலைக்காரன் தான் செய்திருப்பான் என்று முடிவு செய்தார்கள். ஆனால் அதன் பிறகுதான் தண்டனை ஆரம்பமானது.

தற்போதைய என் நண்பர், இந்த ரகசிய விருந்தாளி, தான் செய்த குற்றத்திற்காக எள்ளளவும் வேதனைப்படவில்லை என்று முதலில் என்னிடம் சொன்னார். ஆனால், நீண்ட நாட்களாக அவர் சந்தோஷமாக இருக்க முடியாததற்குக் காரணம், அவர் செய்த இந்தக் கொலை அல்ல, அவர் விரும்பிய அந்தப் பெண்ணை அவரே கொலை செய்ததால், இனிமேல் அவளை எப்போதுமே அவர் பார்க்க முடியாது என்பதும் அப்படியே அவருடைய காதலையும் அவர் கொன்றுவிட்டது தான் காரணம் என்றும் சொன்னார். ஆனால் அவருள் இன்னும் அந்தக் காதல் கொழுந்துவிட்டு எரிகிறது என்றும் சொன்னார். ஒன்றுமறியாத ஒரு அப்பாவியின் ரத்தம் சிந்தப்பட்டு, ஒரு உயிர் கொல்லப்பட்டதைப் பற்றி அவர் நினைத்துக்கூடப் பார்க்கவில்லை. கொல்லப்பட்ட அந்தப் பெண்மணி வேறு ஒருவருக்கு மனைவியாகப் போகிறாள் என்பதை ஏற்றுக்கொள்ளமுடியாத காரணத்தால், வேறு விதமாக அவர் செயல்பட்டிருக்க முடியாது என்று நினைத்த அவர், தான் செய்தது சரிதான் என்று நீண்ட காலமாக நினைத்துக்கொண் டிருந்தார். முதலில் அந்த வேலைக்காரன் கைதுசெய்யப்பட்டதை நினைத்து அவர் வருந்தினாலும், திடீரென்று அவன் நோய்வாய்ப்பட்டு இறந்துபோனது அவருக்கு மன நிம்மதியைக் கொடுத்தது; ஏனெனில் அவன் இறந்துபோனது, (அப்படித்தான் அவர் அந்தச் சமயம் வாதிட்டார்) கைதுசெய்யப்பட்ட காரணத்தாலோ பயத்தாலோ அல்ல, அதிகமாகக் குடித்துவிட்டு, இரவு முழுவதும் தெருவில் கிடந்த காரணத்தால், குளிர் தாக்கித்தான் அவன் இறந்துவிட்டான் என்றே அவர் நினைத்தார். பணத்தையும் பொருள்களையும் அவர் திருடியது அவருக்கு வருத்தத்தைத் தரவில்லை (இப்படித்தான் அவர் மறுபடியும் வாதாடினார்); ஏனெனில் திருட்டு என்பது எப்படியுமே நடந்திருக்கும்; அது ஆதாயத்திற்காக

இல்லாமல், வெறுமனே சந்தேகத்தை வேறுபக்கம் திருப்புவதற்காகத்தான் நடந்தது: அவர் திருடிய அந்தப் பணம் மிகக் குறைவானதுதான்; அந்தப் பணத்தையும் அதற்கும் மேலாக அதிகப் பணத்தையும் அவர் நம் ஊரிலுள்ள அறநிலையத்திற்கு அன்பளிப்பாகக் கொடுத்திருந்தார். பணத்தை அவர் திருடியதால், தன்னுடைய மனசாட்சியை அமைதிப் படுத்துவதற்காகவே அவர் இந்தக் காரியத்தைச் செய்தார்; அதைவிட, கொஞ்சகாலமாக, ஏன் நீண்ட காலமாகவே, அவர் அமைதியான மனநிலையில் தான் இருந்தார் என்பது ஒரு ஆச்சர்யமான விஷயம் தான் – இதை அவரே என்னிடம் சொன்னார். அதன் காரணமாகத்தான் அவரே மனமுவந்து அரசு அலுவலில் முழுவதுமாகத் தன்னை ஈடுபடுத்திக்கொண்டார்; அப்படி இரண்டு வருட காலம் மிகக் கடுமையாக அவர் சிரமம் தரும் பணியில் தன்னை ஈடுபடுத்திக் கொண்டபோது, மனவலிமைகொண்ட அவர், தான் செய்த குற்றத்தை முழுவதுமாக மறந்திருந்தார்; அப்படியே அவருடைய நினைவுக்கு அது வந்தாலும், அதைப் பற்றி அவர் சிறிதும் சிந்தித்துப் பார்க்காமல் இருக்கவே முயன்றார். சமுதாயத்திற்குத் தொண்டு செய்யும் பணியில் தன்னை முழுவதுமாக அவர் ஈடுபடுத்திக்கொண்டு, நம்முடைய ஊரில் பல அறக்கொடை நிறுவனங்களை நிறுவி, மாஸ்கோவிலும் பீத்தர்புர்கிலும் வெகு சீக்கிரமே அவர் பிரபலமாகி, அங்கிருக்கும் அறநிலையங்களிலும் அவர் உறுப்பினராகத் தேர்ந்தெடுக்கப்பட்டார். இருந்தாலும், செய்த குற்றத்தை அவர் நினைத்துப் பார்த்தபோது, அந்த வேதனையை அவரால் தாங்கிக்கொள்ள முடியாமல் தான் இருந்தது. அந்தச் சமயத்தில்தான் அழகான, அறிவான ஒரு பெண்ணின் மீது அவர் காதல்கொண்டு, அவளை அவர் திருமணம் செய்து கொண்டார்; அப்படித் திருமணம் செய்துகொண்டதில், அவர் தனிமையை மறந்து, புதிய வாழ்க்கையில் தன்னை ஈடுபடுத்திக் கொண்டு, மனைவி குழந்தைகளுடன் சந்தோஷமாகக் கடமையைச் செய்து கடந்தகால நினைவுகளை முற்றிலுமாக மறந்துவிடலாம் என்றுதான் அவர் கனவு கண்டார். ஆனால், எதிர்பாராத விதமாக ஒன்று நடந்தது. திருமணம் முடிந்த முதல் மாதத்திலேயே இந்த எண்ணம் அவருடைய மனத்தை இடைவிடாது அரிக்க ஆரம்பித்தது: 'இதோ, என் மனைவி இப்போது என்னை விரும்புகிறாள்; ஒரு சமயம் அவளுக்கு இந்த விஷயம் தெரிய வந்தால்?' என்று அவர் நினைத்துப்பார்த்தார். முதல் குழந்தை அவள் வயிற்றில் உருவானதும், திடீரென்று அவர் இப்படி வேதனைப்பட்டார்: 'நான் ஒரு குழந்தைக்கு உயிர் கொடுக்கிறேன்; ஆனால் ஒரு உயிரை நான் பறித்திருக்கிறேன்.' அவருக்கு நிறைய குழந்தைகள் பிறந்தன. அப்போது அவர், 'இந்தக் குழந்தைகளின் மீது அன்பு செலுத்தி, அவர்களுக்குப் பாடம் சொல்லிக் கொடுத்து, நல்ல விஷயங்களைக் கற்பிக்கும் நானோ ஒரு ரத்தம் சிந்திய மனிதன்.' குழந்தைகள் அருமையாக வளர்கிறார்கள்; அவர்களைக் கொஞ்சிக் குலவிட அவருக்கு மிகவும் ஆசையாக இருக்கிறது: 'ஆனால் கள்ளங்கபடமற்ற இவர்களுடைய முகங்களைப் பார்க்க என்னால் முடியவில்லை, அதற்கு நான் தகுதியானவனும் இல்லை' என்று அவர் நினைக்கிறார். இறுதியாக, அவரால் கொல்லப்பட்டுப் பலியான

உயிரின் ரத்தம் அவருடைய நினைவில் கசப்பாகத் தோய்ந்து, அழிக்கப் பட்ட அந்த இளம் உயிர், பழிவாங்கும் எண்ணத்தின் பொருட்டு, எப்படி ரத்தத்தைக் குடித்தது என்பதையும் அவர் நினைத்துப் பார்க்கிறார். இதனால் அவருக்குப் பயங்கரமான கனவுகள் வந்தன. ஆனால், மனவலிமையுடன் இருந்த அவர், நீண்ட காலம் இந்த வேதனையைத் தன்னுள் அடைகாத்து வந்திருக்கிறார்: 'ரகசியமான என்னுடைய இந்த வேதனையுடன் எல்லாவற்றையும் நான் கழுவேற்றுவேன்' என்று அவர் நினைத்துக்கொள்கிறார். ஆனால் அவருடைய அந்த நம்பிக்கையும் வீணாகிப்போனது: நாட்கள் செல்லச் செல்ல அவருடைய வேதனையும் அதிகரித்தது. சமுதாயத்திற்குப் பணி செய்வதால் மக்கள் அவரை மதிக்க ஆரம்பித்தனர்; ஆனால் பயங்கரமான அவருடைய குணத்தைக் கண்டு மக்கள் பயப்படவும் செய்தனர்; எவ்வளவுக்கதிகமாக அவரை மக்கள் மதித்தார்களோ, அவ்வளவுக்கதிகமாக அதை அவரால் ஏற்றுக்கொள்ள முடியாமல் போனது. அவர் தற்கொலை செய்துகொள்ள நினைத்ததாக என்னிடம் சொன்னார். ஆனால், அதற்குப் பதிலாக வேறு ஒரு எண்ணம் அவருடைய மனத்தில் ஆழமாக வேரூன்றியது – அந்த எண்ணம் முதலில் சாத்தியத்திற்கு அப்பாற்பட்ட, முட்டாள் தனமான ஒன்றாகத் தெரிந்தாலும், இறுதியாக அதுதான் அவருடைய மனத்திலிருந்து அகற்ற முடியாத, மனத்தை முற்றிலும் ஆக்கிரமித்த ஒன்றாக இருந்தது. அதைத்தான் அவர் செய்ய விரும்பினார்: தான் செய்த கொலையை மக்கள் முன்பாக ஒப்புக்கொள்வது என்பதுதான் அது. மூன்று வருடங்களாக அவர் இந்த எண்ணத்தை மனத்தில் வைத்துக்கொண்டு, வெளிப்படுத்த எல்லாவித வழிவகைகளையும் தேடிக்கொண்டிருந்தார். இப்படியாகத் தான் செய்த குற்றத்தை வெளியே சொல்வதன் மூலமாகத் தன்னுடைய மனத்திற்கு இறுதியாகச் சாந்தி கிடைத்து நிம்மதியாக அவர் வாழ முடியுமென்று முழுமையாக நம்பினார். இந்த முடிவுக்கு அவர் வந்திருந்தாலும், இதை எப்படி வெளிப்படுத்துவது என்ற எண்ணம்தான் அவருடைய மனத்தில் ஆழமாகப் பதிந்து இருந்தது. இந்த நேரத்தில் தான் என்னுடைய இந்தச் சவால்துப்பாக்கிச்சண்டை இடம் பெற்றது. 'உங்களைப் பார்த்த பிறகு நான் ஒரு முடிவுக்கு வந்துவிட்டேன்' என்றார் அவர். உடனே நான் அவரைப் பார்த்தேன்.

'இது நடக்குமா என்ன' என்று கத்திய நான், என்னுடைய கைகளைப் பின்னிக்கொண்டு, 'இந்தச் சிறு சம்பவம் இப்படிப்பட்ட ஒரு பெரிய முடிவை எடுக்க உங்களைத் தூண்டியதா?' என்றேன்.

'என்னுடைய முடிவு மூன்று வருடங்களுக்கு முன்பே எடுக்கப் பட்டுவிட்டது' என்று பதிலளித்த அவர், 'உங்களுடைய அந்தச் சம்பவம் தான் எனக்குத் தூண்டுதலாக இருந்தது. உங்களைப் பார்க்கும்போது என்னை நானே கோபித்துக்கொள்கிறேன். உங்களைப் பார்த்துப் பொறாமையும் படுகிறேன்' என்று சற்றே அவர் கடுமையாகச் சொன்னார்.

'சரி, இப்போது இந்தக் கொலையைப் பற்றிச் சொன்னால் மக்கள் நம்ப மாட்டார்கள்' என்ற நான், 'ஏற்கெனவே பதினான்கு வருடங்கள் ஓடிவிட்டன' என்றேன்.

'மிகப்பெரிய சாட்சியங்கள் என்னிடம் இருக்கின்றன. அவற்றை நான் காட்டுவேன்' என்றார். அப்போது அழுதுகொண்டே அவரை நான் கட்டித் தழுவிக்கொண்டேன்.

'ஒரு அறிவுரை, ஒரே ஒரு அறிவுரை மட்டும் கொடுங்கள்!' என்று அவர் என்னிடம் கேட்டார். (அதைப் பொறுத்துத்தான் எல்லாமே இருந்தது). 'என் மனைவியும், குழந்தைகளும்! ஒருவேளை இதைக் கேட்டு மனம் உடைந்து, என் மனைவி இறந்துபோகலாம்; உயர்குலத்தைச் சார்ந்தவர்கள் என்ற பட்டத்தை என் குழந்தைகள் இழக்காமல் இருக்கலாம்; அப்படியே செல்வச் செழிப்பையும் அவர்கள் இழக்காமல் இருக்கலாம்; ஆனால், வாழ்நாள் முழுவதும் அவர்கள் குற்றவாளியின் பிள்ளைகளாகவே இருப்பார்கள். ஆக எப்படிப்பட்ட நினைவுகளை அவர்களிடம் நான் விட்டுச் செல்லப் போகிறேன்!' என்றார்.

இதைக் கேட்டு நான் அமைதியாக இருந்தேன்.

'அவர்களை விட்டுப் பிரிந்து, அவர்களை எப்போதுமே பார்க்க முடியாமல் நான் இருக்கவேண்டுமா? அதுவும் எப்போதுமே, எப்போதுமே!'

இதைக் கேட்டு அமைதியாக நான் உட்கார்ந்து எனக்குள் பிரார்த்தனையை முணுமுணுத்துக்கொண்டேன். இறுதியாக உட்கார்ந்திருந்த இடத்திலிருந்து நான் எழுந்தேன்; எனக்குப் பயமாக இருந்தது.

'சரி, என்ன செய்வது?' என்றபடி அவர் என்னைப் பார்த்தார்.

'போங்கள்' என்று கூறிய நான், 'மக்களிடம் போய்ச் சொல்லுங்கள். எல்லாமே கடந்துபோகும், உண்மை மட்டுமே தங்கியிருக்கும். உங்களுடைய குழந்தைகள் வளர்ந்து பெரியவர்களாகி உங்களைப் புரிந்துகொள்வார்கள், நீங்கள் எடுத்த இந்த முடிவில் எவ்வளவு பெருந்தன்மை இருக்கிறது என்பதை அவர்கள் உணர்வார்கள்' என்று சொன்னேன்.

இந்த முடிவை அவர் ஏற்றுக்கொண்டவர் போல அவர் போய் விட்டார். ஆனால் இரண்டு வாரங்களுக்குப் பிறகு என்னைப் பார்க்க வந்தவர், ஒவ்வொரு மாலைவேளையும் உண்மையைச் சொல்ல அவர் தன்னைத் தயார் செய்துகொண்டிருப்பதாகவும், ஆனால் அதைச் செய்யத் தீர்மானமாக அவர் இன்னும் முடிவெடுக்கவில்லை என்றும் சொன்னார். இப்படியாக அவர் என்னை மிகவும் வேதனைக்குள்ளாக்கிக் கொண்டிருந்தார். ஒருநாள் தீர்க்கமான முடிவுடன் வந்து ஆழ்ந்த உணர்ச்சியுடன் இப்படிச் சொன்னார்:

'தெரியும், நான் உண்மையைச் சொன்னவுடன் சொர்க்க வாழ்வு எனக்குக் கிடைக்குமென்று எனக்குத் தெரியும். பதினான்கு வருடங்களாக நரகத்தில் நான் இருந்தேன். இப்போது கஷ்டப்பட விரும்புகிறேன். என்னுடைய கஷ்டங்களை ஏற்றுக்கொண்டு நான் வாழ ஆரம்பிப்பேன். உண்மை இல்லாத வாழ்வை நான் வாழலாம்; ஆனால் அதிலிருந்து என்னால் மீள முடியாது. என்னுடைய குழந்தைகளை மட்டுமல்ல,

என்னுடைய அண்டை வீட்டுக்காரர்களைக்கூட நான் நேசிக்கமுடியாது. கடவுளே, என்னுடைய குழந்தைகள் என்னைக் குற்றம்சாட்டாமல் என்னைப் புரிந்துகொள்ள வேண்டும், எப்படிப்பட்ட வேதனையை நான் தாங்கிக்கொண்டிருந்தேன் என்று! கடவுள் என்பவர் சக்தியில் இல்லை, உண்மையில் தான் இருக்கிறார்' என்றார்.

'உங்களுடைய தியாகத்தை அவர்கள் புரிந்துகொள்வார்கள்' என்று அவரிடம் சொன்ன நான், 'இப்போது இல்லாவிட்டாலும் எப்போதாவது அவர்கள் புரிந்துகொள்வார்கள், நீங்கள் உண்மைக்கு, மிகப்பெரிய உண்மைக்கு, இந்த மண்ணுலகைச் சாராத உண்மைக்கு ஊழியம் செய்தீர்கள் என்பதை' என்றேன்.

இதைக் கேட்டு அவர் மன ஆறுதலுடன் போனார், ஆனால் திடீரென்று மறுநாளே அவர் முகம் வெளிற, கோபத்துடன் வந்து கேலியாக இப்படிச் சொன்னார்:

'ஒவ்வொரு முறை உங்களை நான் பார்க்க வரும்போதும், நீங்கள் இதே ஆர்வத்துடன் 'இன்னும் நீ சொல்லவில்லையா?' என்பது போலத்தான் என்னைப் பார்க்கிறீர்கள்; சற்றே பொறுத்திருங்கள்; என்னை வெறுக்காதீர்கள். நீங்கள் நினைப்பது போல இது சுலபமான காரியமல்ல. ஒரு வேளை இதை நான் செய்யாமலும் போகலாம். அப்போது நீங்கள் என்னைப் பழிக்க மாட்டீர்கள்தானே?' என்று கேட்டார்.

ஆனால், அவரை நான் முட்டாள்தனமான ஆர்வத்துடன் பார்ப்பது மட்டுமல்ல, ஏறெடுத்துப் பார்க்கவே முற்றிலுமாகப் பயப்பட்டேன். என்னுடைய உடல் நலிந்துபோகும் அளவுக்கு நான் வேதனைப்பட்டேன்; என்னுடைய மனம் முழுவதும் கண்ணீரால் நிறைந்திருந்தது. இரவு நேரங்களில் எனக்குத் தூக்கம் கூட வரமறுத்தது.

'இப்போதுதான் என் மனைவியைப் பார்த்துவிட்டு வருகிறேன்' என்று தொடர்ந்தவர், 'மனைவி என்றால் யார் என்று உங்களுக்குப் புரிகிறதா? இங்கு நான் வரும்போது குழந்தைகள் என்னிடம் சொன்னார்கள்: 'அப்பா, போய் வாருங்கள். சீக்கிரம் வீட்டுக்குத் திரும்பி வந்து 'குழந்தைகளுக்கான கதை'யை எங்களுக்குப் படித்துக் காட்டுங்கள் என்று. இல்லை, இது உங்களுக்குப் புரியாது! ஒரு மனிதனுடைய சிரமங்கள் வேறொரு மனிதனை அறிவாளியாக்காது' என்றார்.

உடனே அவருடைய கண்கள் பளிச்சிட, உதடுகள் துடித்தன. திடீரென்று தன்னுடைய கைமுட்டியால் மேஜையை அவர் வேகமாகக் குத்தினார்; அதிலிருந்த பொருட்கள் எல்லாம் எகிறிக் குதித்தன. எப்படிப்பட்ட அடக்கமான மனிதர், முதன்முறையாக இப்படி நடந்து கொண்டார்.

'ஆமாம், இதெல்லாம் தேவைதானா?' என்று சொன்னபடி கத்தியவர், 'இதை நான் ஏன் செய்ய வேண்டும்? நான் செய்த இந்தக் காரியத்திற்காக யாரும் குற்றம்சாட்டப்பட்டு சட்டப்படி தண்டனை பெற்றுச் சிறையில்

அடைக்கப்படவில்லை; அந்த வேலைக்காரனோ நோய்வாய்ப்பட்டு இறந்துபோனான். நான் சிந்திய ரத்தத்திற்கு என்னுடைய வேதனைகளால் நான்தான் தண்டிக்கப்பட்டேன். சரி, நான் காட்டும் எந்தச் சாட்சியங்களைப் பார்த்தும் யாரும் எதையும் நம்பப்போவதில்லை. அப்படி இருக்கையில், எதற்காக நான் இதை வெளியில் சொல்ல வேண்டும்? எதற்காக? நான் சிந்திய ரத்தத்திற்காகக் காலம் முழுவதும் நான் வேதனைப்படத் தயாராக இருக்கிறேன், என் மனைவி, குழந்தைகளுக்கு அதிர்ச்சியான இந்த விஷயம் மட்டும் தெரியாமல் இருக்குமானால். நான் செய்த காரியத்திற்காக அவர்களைச் சீரழிப்பதில் என்ன நியாயம் இருக்கிறது? இந்த விஷயத்தை எல்லோரிடமும் சொல்லி மன்னிப்புக் கேட்பதால் ஒருவேளை நாம் தவறு செய்கிறோமோ? இங்கு உண்மை எங்கே இருக்கிறது? அந்த உண்மையை மக்கள் உணர்வார்களா, உணர்ந்து அதை மதிப்பார்களா, மதித்து அதற்கு மரியாதை கொடுப்பார்களா?' என்று கேட்டார்.

'கடவுளே!' 'இந்த நேரத்திலா மற்றவர்களுடைய மரியாதையைப் பற்றி நினைப்பது!' அவருக்காக அப்போது அவருடைய வருத்தத்தில் பாதியையாவது நான் பகிர்ந்துகொள்ள முடியுமானால், அவருடைய வேதனை கொஞ்சமாவது குறையுமே என்று நினைத்து நான் வருத்தப் பட்டேன். அவர் தன்னை உணராமல் இருப்பதை என்னால் பார்க்க முடிந்தது. இப்படி ஒரு முடிவை எடுக்க என்ன விலை கொடுக்க வேண்டியிருக்கிறது என்று வெறும் அறிவால் மட்டுமல்ல, வேதனைப் படும் மனதாலும் புரிந்துகொண்டேன், அதை நினைத்து நான் திகைத்தும் போனேன்.

'என்னுடைய வாழ்க்கைக்கு ஒரு முடிவு காட்டுங்கள்!' என்று மீண்டும் அவர் உரக்கக் கத்தினார்.

'போங்கள், போய் மக்களிடம் சொல்லி மன்னிப்புக் கேளுங்கள்' என்று நான் முணுமுணுத்தேன். குரல் வெளியே வரவில்லை, ஆனால் உறுதியாக நான் முணுமுணுத்தேன். அப்படியே என்னுடைய மேசை மீது ரஷ்ய மொழியிலிருந்த[12] புதிய ஏற்பாட்டை எடுத்துப் பன்னிரண்டாம் பகுதியிலிருந்த பாடல் இருபத்து நான்கின் நற்செய்தியை அவருக்குப் படித்துக் காட்டினேன்.

'உண்மை, ஓர் உண்மையை உங்களுக்குச் சொல்கிறேன்; கோதுமை மணி மண்ணில் விழுந்து மடியாவிட்டால் அது அப்படியே இருக்கும். அது மடிந்தால்தான் மிகுந்த விளைச்சலை அளிக்கும் என உறுதியாக உங்களுக்குச் சொல்கிறேன்' என்கின்ற இந்த வாசகத்தை அவர் வருவதற்கு முன்பாக நான் படித்துக்கொண்டிருந்தேன்.

அவரும் அதைப் படித்தார்.

'உண்மை' என்று சொன்னவர் வெறுப்புடன் சிரித்தார். 'ஆம், இப்படிப்பட்ட புத்தகங்களில் தான் பயங்கரமான விஷயங்களைப் பார்க்க முடியும்' என்று சற்று இடைவெளிவிட்டுச் சொன்னவர், 'ஒருவருடைய மூக்கிற்குக் கீழ் இப்படிப்பட்ட விஷயங்களைத் திணிப்பது

வெகு சுலபம். இதையெல்லாம் யார் எழுதினார்கள், மனிதர்கள் எழுதி இருக்க முடியாது' என்றார்.

அதற்கு நான் 'புனித ஆவி எழுதியது' என்று சொன்னேன்.

'இப்படி உளறுவது உங்களுக்குச் சுலபம்' என்று சொன்னபடி மீண்டும் சிரித்தவர், இந்த முறை ஓரளவு வெறுப்பாகவே சிரித்தார். மீண்டும் நான் அந்தப் புத்தகத்தை எடுத்து வேறு ஒரு பக்கத்தைத் திருப்பிப் பத்தாவது தலைப்பின் கீழ் 'யூதர்களுக்காக' எழுதப்பட்ட 31ஆம் வாசகத்தை அவரிடம் காட்டினேன். அவர் அதைப் படித்தார்.

"வாழும் கடவுளின் கைகளில் அகப்படுவது அஞ்சத்தக்கது அல்லவா?" (எபிரேயர் 10 : 31) என்று எழுதியிருந்தது.

அதைப்படித்த அவர் புத்தகத்தை மூடிக் கீழே விட்டெறிந்தார். அவருடைய உடல் முழுவதும் நடுங்கியது.

'பயங்கரமான வாசகம்' என்றவர், 'சொல்வதற்கு ஒன்றுமில்லை, சரியாகத்தான் தேர்ந்தெடுத்திருக்கிறீர்கள்' என்றார். அப்படிச் சொன்னவர், தன்னுடைய இருக்கையிலிருந்து எழுந்து 'சரி, விடைகொடுங்கள், ஒருவேளை இனி நான் இங்கு வராமலும் இருக்கலாம்... அப்படி நான் இங்கு வரவில்லையென்றால் சொர்க்கத்தில் நாம் சந்திப்போம். ஆக, இந்தப் பதினான்கு வருடங்கள் நான் 'உயிரோடு வாழ்ந்த கடவுளின் கைகளில் மாட்டிக்கொண்டிருந்திருக்கிறேன்', அப்படித்தான் இந்தப் பதினான்கு வருடங்களையும் நான் எடுத்துக்கொள்ள வேண்டும். நாளைய பொழுது அந்தக் கைகளை நான் கேட்டுக்கொள்வேன், என்னை விட்டுவிடும்படி...' என்றார்.

அவரைக் கட்டியணைத்து நான் முத்தமிட வேண்டுமென்று ஆசைப்பட்டேன்; ஆனால் அதற்கு எனக்குத் தைரியம் வரவில்லை – அவருடைய முகம் உருக்குலைந்து, பார்ப்பதற்கே வேதனை தருவதாக இருந்தது. அப்படியே அவர் வெளியேறிவிட்டார். 'கடவுளே, என்ன நடக்குமோ!' என்று நான் நினைத்துக்கொண்டேன். அப்படி நினைத்த படியே மண்டியிட்டுப் புனிதக் கன்னித்தாயின் உருவச்சிலை முன்பாக அவருக்காகக் கண்ணீர் சிந்தி அழுதேன்; அவள்தான் மக்களுக்குத் துன்பம் வரும்போது உடனே அரவணைத்து எல்லோரையும் காப்பாற்றக் கூடியவள். அப்படியே அரைமணிநேரம் கழிந்தது; பெருகிய கண்ணீருடன் நான் பிரார்த்தித்துக்கொண்டிருந்தேன்; மணி அப்போது ஏறக்குறைய பன்னிரண்டு இருக்கும்; அது பிந்திய இரவு நேரமாக இருந்தது. திடீரென்று கதவைத் திறந்துகொண்டு மீண்டும் அவர் என்னுடைய அறைக்குள் வருவதைப் பார்த்து நான் ஆச்சர்யப்பட்டேன்.

அவரைப் பார்த்து, 'எங்கே போயிருந்தீர்கள்?' என்று கேட்டேன்.

'நான், நான், எதையோ மறந்து வைத்துவிட்டேன்... கைக்குட்டையை என்று நினைக்கிறேன்... அப்படியே எதையும் நான் மறந்துவைக்க வில்லை என்றாலும், இங்கே நான் உட்காரலாம் தானே...' என்று கேட்டார்.

அப்படிச் சொன்னவர், அங்கிருந்த நாற்காலியில் உட்கார்ந்தார். அவருக்கு அப்பால் தள்ளி நான் நின்றேன். ‘நீங்களும் இங்கே வந்து உட்காருங்கள்’ என்றார். நானும் உட்கார்ந்தேன். அப்படியே நாங்கள் இருவரும் அமைதியாக இரண்டு நிமிடம் உட்கார்ந்திருந்தோம்; என்னை அவர் ஊடுருவும் பார்வையால் பார்த்தபடி திடீரென்று சிரித்துக் கொண்டே ‘அது எனக்கு நினைவுக்கு வந்துவிட்டது’ என்றார்.

சொன்னவர் எழுந்து வந்து என்னைக் கட்டிப்பிடித்து ஆரத் தழுவி முத்தமிட்டார் . . .

அதன் பிறகு, ‘இதை நீ நினைவில் வைத்துக்கொள், எப்படி நான் இரண்டாவது முறையாக உன்னைப்பார்க்க வந்தேன் என்பதை. நான் சொல்வது உனக்குக் கேட்கிறதா, இதை நீ நினைவில் வைத்துக் கொள்!’ என்றார்.

முதல் முறையாக அவர் என்னை நீ என்று அழைத்தார். அதன் பிறகு அவர் போய்விட்டார். ‘அது நாளை நடக்கும்’ என்று நான் நினைத்தேன்.

நினைத்தபடியே அது நடந்தது. ஆனால் அந்த நாள் மாலை வரை அவருடைய பிறந்த நாள் அடுத்த நாள் என்று எனக்குத் தெரியாது, கடைசிச் சில நாட்களாக வெளியே எங்குமே நான் போகாததால் அவருடைய பிறந்தநாளைப் பற்றித் தெரிந்துகொள்ள எனக்கு வாய்ப்பில்லாமல் இருந்தது. ஒவ்வொரு வருடமும் அவருடைய பிறந்த நாளன்று ஊரில் மிகப்பெரிய விருந்து நடக்கும்; அதில் ஊர் முழுவதும் பங்கேற்கும். அதே போலத்தான் இந்தமுறையும் நடந்தது. இரவு நேர விருந்து முடிந்தவுடன் கையில் ஒரு தாளுடன், இலாக்காவின் தலைமை அதிகாரிக்குக் கொடுக்கப்பட வேண்டிய விதிமுறை சார்ந்த வாக்குமூலத்துடன் – அறைக்கு நடுவே அவர் வந்தார். அவருடைய தலைமை அதிகாரி அங்கிருக்க அந்தத் தாளை அவர் அங்கேயே பிரித்துச் சத்தமாகப் படித்தார்; அதில் அவர் செய்த கொலையின் முழு விவரமும் விளக்கமாக எழுதப்பட்டிருந்தது. ‘மனிதர்களிடமிருந்து என்னை நான் விலக்கிக்கொள்கிறேன், ஏனெனில் நான் ஒரு காட்டு மிராண்டி. கடவுள் இப்போது என்னிடம் இருக்கிறார்; அதனால் நான் செய்த குற்றத்திற்காக நான் இப்போது கஷ்டப்பட விரும்புகிறேன்!’ என்று தான் செய்த குற்றத்தை நிரூபிக்கும் விதத்தில் எழுதியிருந்ததைப் படித்தார். அப்படிப் படித்து முடித்தபிறகு இந்தப் பதினான்கு வருடங்களாக அவர் பாதுகாத்து வைத்திருந்த பொருட்களை எல்லாம் எடுத்து மேஜைமீது வைத்தார். சந்தேகத்தைத் தவிர்ப்பதற்காகக் கொலை செய்யப்பட்ட பெண்ணிடமிருந்து எடுக்கப்பட்ட தங்க நகைகள், அவளிடமிருந்த சிறிய பதக்கம், அவள் கழுத்தில் அணிந்திருந்த சிலுவைக் குறியிட்ட தங்கச் சின்னம், அப்படியே அந்தப் பதக்கத்தில் பொறிக்கப் பட்டிருந்த அவளுடைய மணமகனின் படம் மேலும் அவளுடைய நாட்குறிப்பேடு, இறுதியாக எழுதப்பட்ட இரண்டு கடிதங்கள்: அவளுடைய மணமகன் சீக்கிரமே திரும்பி வருவதாக எழுதிய கடிதமும் அதற்குப் பதில் தரும் விதமாக மறுநாள் அஞ்சலில் சேர்ப்பதற்காக

அவள் எழுதி முடிக்காத கடிதமும் இருந்தன. அந்த இரண்டு கடிதங்களையும் அவர் ஏன் எடுத்தார், அதன் பிறகு இந்தப் பதினான்கு வருடங்களும் அதை ஏன் அவர் பத்திரமாக வைத்திருந்தார், ஒரு சமயம் அவை தனக்கு எதிரான சாட்சியமாக அமைந்துவிடும் என்பதற்காகவோ? என்று தெரியாது. ஆனால் இதுதான் நடந்தது: அவர் சொன்னதைக் கேட்டு ஆச்சர்யத்திலும் அதிர்ச்சியிலும் எல்லோரும் உறைந்துபோனார்கள்; ஆனால் அவர் சொன்னதை யாரும் நம்ப விரும்பவில்லை, இருந்தாலும் அவர் சொன்னதை ஏதோ மனநிலை சரியில்லாதவர் சொல்வதுபோல எல்லோரும் மிகக் கவனமாகக் கேட்டார்கள்; சில தினங்களுக்குப் பிறகு பாவப்பட்ட இவர் ஒரு மனநோயாளி என்றே எல்லோரும் முடிவுக்கு வந்தார்கள் ...

அவருடைய மேல் அதிகாரிகளும் நீதிமன்றமும் அவருக்கு எதிராக வழக்கு தொடுக்க முடியாமல் அமைதியாகிவிட்டார்கள். அவர் வைத்திருந்த பொருட்களும் கடிதமும் மக்களைச் சற்றே யோசிக்க வைத்தாலும், அவற்றை மட்டுமே வைத்துக்கொண்டு அவரைக் குற்றவாளி என்று குற்றம் சாட்டிவிட முடியாது என்ற முடிவுக்கு அவர்கள் வந்தார்கள். ஆம், அந்தப் பொருட்களை அவளிடமிருந்து அவர் நம்பிக்கையின் பேரிலும், அவருக்குத் தெரிந்த ஒரு பெண் என்கின்ற அடிப்படையின் பேரிலும் அவர் பெற்றிருக்கலாம் தானே; எப்படியிருந்தாலும், கொலைசெய்யப்பட்ட அந்தப் பெண்மணியின் பொருட்கள் உண்மையாகவே, எந்தவிதச் சந்தேகமும் இன்றி அவளுடையதுதான் என்பதை அவளுடைய உறவினர்களும் அவளை அறிந்திருந்தவர்களும் சொன்னதாகப் பிறகு நான் கேள்விப்பட்டேன். ஆனால், இவை எல்லாமே முடிவில் ஒன்றுமில்லாமல் போனது. ஐந்து நாட்களுக்குப் பிறகு அந்த மனிதர் உடல்நலம் சரியில்லாமல் உயிருக்குப் போராடிக் கொண்டிருந்தார் என்பதை எல்லோரும் பார்த்தனர். அவரைப் பாதித்த நோய் என்னவென்று என்னால் விளக்கமுடியவில்லை, ஆனால் அவருக்கு இருதயநோய் என்று பேசிக்கொண்டார்கள்; அப்படியே மருத்துவரின் ஆலோசனைப் படியும் அவருடைய மனைவியின் வற்புறுத்தலின் பேரிலும் அவருடைய மனநிலையைப் பரிசோதித்த மருத்துவர்களும் மனநோயாளிக்கான அறிகுறிகள் இருக்கிறது என்றும் சொன்னார்கள். அவரைப் பற்றி எல்லோரும் வந்து என்னிடம் வினவினாலும், நான் எதையும் சொல்லவில்லை; ஆனால் அவருடைய மனைவி நீண்ட நாட்களாக அவரைப் பார்க்க குறிப்பாக என்னை அனுமதிக்கவில்லை. 'நீங்கள்தான் அவருடைய மன அமைதியைக் குலைத்துவிட்டீர்கள்; முதலில் அவர் சோகமாகத்தான் இருந்தார், ஆனால் கடைசி வருடம் ஏதோ அவர் விநோதமாக, புரிந்துகொள்ள முடியாத சஞ்சலத்துடன் இருந்தார் என்றார்; இது எல்லோருக்கும் தெரியும்; அப்படி நீங்கள்தான் அவரைக் கெடுத்துவிட்டீர்கள்; ஒரு மாதம் முழுவதும் வெளியே போகாமல் உங்கள் அறையில்தான் அவர் இருந்தார்; நீங்கள்தான் அவரைக் கெடுத்துவிட்டீர்கள்' என்று அவருடைய மனைவி மட்டுமல்ல, ஊரில் உள்ள எல்லோரும் என்னைக் குற்றம்சாட்டினார்கள்: 'எல்லாவற்றிற்கும் காரணம் நீங்கள்தான்' என்று எல்லோரும் என்னைக் குற்றம்சாட்டினார்கள். நான் அமைதியாக

இருந்தேன்; ஆனால் மனதளவில் நான் சந்தோஷப்பட்டேன். ஏனெனில், கடவுளின் கருணைக்காக, தனக்குள் போராடிக்கொண்டு தன்னையே தண்டித்துக்கொண்ட ஒரு மனிதனை என்னால் பார்க்க முடிந்தது. ஆனால், அவர் ஒரு மனநோயாளி என்பதை என்னால் நம்பமுடிய வில்லை. இறுதியாக, அவர் என்னிடம் விடைபெற்றுக்கொள்ள ஆசைப் பட்டதால், அவரைப் பார்க்க என்னை அனுமதித்தார்கள். உள்ளே நுழைந்ததும் நான் புரிந்துகொண்டேன், சில நாட்களல்ல, சில மணி நேரங்கள்தான் அவர் உயிரோடு இருப்பார் என்பதை. பலமிழந்து, முகம் வற்றிக் கைகள் நடுங்க, மூச்சுவிடத் திணறிக்கொண்டிருந்தார் அவர். ஆனால் அவருடைய கண்களில் கருணையும் சந்தோஷமும் நிறைந்திருந்தன.

'முடிந்துவிட்டது!' என்று என்னிடம் சொன்னவர், 'உன்னைப் பார்க்க வேண்டுமென்று எவ்வளவு நாள் நான் ஆசைப்பட்டேன், என்னைப் பார்க்க நீ ஏன் வரவில்லை?' என்று கேட்டார்.

அவரைப் பார்ப்பதற்கு என்னை அனுமதிக்கவில்லை என்பதை அவரிடம் நான் சொல்லவில்லை.

'கடவுள் என்மீது கருணை வைத்து என்னை அழைத்துக்கொள்ளப் போகிறார். நான் இறந்துபோகப்போகிறேன் என்பது எனக்குத் தெரியும், ஆனால் இவ்வளவு வருடங்களுக்குப் பிறகு இப்போதுதான் முதல் முறையாக நான் சந்தோஷமாக அமைதியாக இருக்கிறேன். நான் செய்ய வேண்டியதைச் செய்து முடித்த பிறகு தான், என்னுடைய மனத்தில் சொர்க்கம் குடிகொண்டிருப்பதை நான் உணர்ந்தேன். இப்போது என்னுடைய குழந்தைகளை நான் நேசிக்க முடியும்; அவர்களுக்கு முத்தம் கொடுத்து என்னால் மகிழ முடியும். நான் சொன்னதை யாரும் நம்பவில்லை; என்னுடைய மனைவியோ, நீதிபதிகளோ யாருமே நான் சொன்னதை நம்பவில்லை; அவர்கள் இதை எப்போதுமே நம்பமாட்டார்கள்; என்னுடைய குழந்தைகளும் நம்பமாட்டார்கள். கடவுளுடைய கருணை என்னுடைய பிள்ளைகளுக்கு இருப்பதை நான் பார்க்கிறேன். நான் இப்போதே இறந்தாலும் அவர்களுக்காக என்னுடைய பெயரில் எந்தக் களங்கமும் இருக்காது. இப்போது கடவுள் இருப்பதை நான் உணர்கிறேன், என்னுடைய மனம் சொர்க்கத்தில் இருப்பது போல் சந்தோஷமாக இருக்கிறது... என்னுடைய கடமையை நான் செய்து முடித்துவிட்டேன் ...' என்றார்.

அதற்கு மேல் அவரால் பேச முடியாமல் அவருக்கு மூச்சு வாங்க, இதமாக என்னுடைய கைகளைத் தன்னுடைய கையால் அழுத்தியவர், கண்கள் பளிச்சிட என்னைப் பார்த்தார். எங்களால் கொஞ்ச நேரம்தான் பேசமுடிந்தது; அவருடைய மனைவி இடைவிடாமல் எட்டிப் பார்த்துக்கொண்டே இருந்தார். இருந்தாலும் அவர் என்னிடம் இதை மெதுவாக முணுமுணுத்தார்:

'உனக்கு ஞாபகமிருக்கிறதா, அந்த நடுராத்திரி வேளையில் இரண்டாவது முறையாக உன் வீட்டிற்கு நான் வந்தது? இன்னும் அதை உன்னை நினைவில் வைத்துக்கொள்ளும்படி சொன்னது?

கரமாஸவ் சகோதரர்கள்

எதற்காக அப்போது நான் வந்தேன் தெரியுமா? உன்னைக் கொல்லத் தான்!' என்றார்.

இதைக் கேட்டு நான் ஆடிப் போய்விட்டேன்.

'உன்னுடைய வீட்டிலிருந்து வெளியேறி இருட்டில் நான் தெருக்களைக் கடந்து சென்றபோது, என்னுடனேயே நான் போராடிக் கொண்டிருந்தேன். திடீரென்று உன்மீது எனக்குத் தாங்க முடியாத வெறுப்பு ஏற்பட்டது. 'இப்போது அவன் ஒருவன்தான் என்னுடைய கைகளைக் கட்டிப்போட்டுவிட்ட நீதிபதி; என்னுடைய தண்டனையை நாளைக்கு நான் ஏற்றுக்கொள்ளாமல் இருக்கமுடியாது, ஏனெனில் என்னைப் பற்றிய எல்லா விஷயமும் அவனுக்குத் தெரியும்' என்று நான் நினைத்தேன். நீ என்னைக் காட்டிக் கொடுத்துவிடுவாய் என்று நான் பயப்படவில்லை. (அப்படி ஒரு எண்ணம் கூட என்னுள் எழவில்லை), ஆனால் 'நான் செய்த குற்றத்தை வெளியே சொல்லி உண்மையை ஒப்புக்கொள்ளாவிட்டால் எப்படி நான் அவனுடைய முகத்தில் விழிப்பது?' என்று யோசித்தேன்:

பூமியில் எந்தப் பகுதியில் நான் இருந்தாலும், நீ உயிரோடு இருக்கும்வரை, என்னுடைய ரகசியங்களையெல்லாம் தெரிந்துகொண்ட நீ, என்னைப் பழிதூற்றுபவனாகவே இருப்பாய் என்ற எண்ணத்தை என்னால் தாங்கிக்கொள்ள முடியவில்லை. அதன் காரணமாகவே எல்லாவற்றிற்கும் நீதான் காரணம், நீதான் குற்றவாளி என்பது போல உன்னை நான் வெறுத்தேன். உன்னுடைய மேஜைமீது ஒரு கத்தி இருந்ததைப் பார்த்த நினைவு இருந்ததால், மீண்டும் நான் உன்னைப் பார்க்க வந்தேன். வந்து உள்ளே அமர்ந்து, உன்னையும் உட்காரச் சொல்லி, ஒரு நிமிடம் அப்படியே அமர்ந்து யோசித்தேன். நான் செய்த முதல் குற்றத்தை வெளியே சொல்லாமல், உன்னை நான் கொன்றிருந்தாலும் அந்தக் கொலையும் என்னோடு தான் போயிருக்கும். ஆனால், அதைப் பற்றி அப்போது நான் நினைக்கவில்லை, நினைக்கவும் விரும்பவில்லை. உன்னை மட்டுமே நான் வெறுத்தேன்; நடந்த எல்லாவற்றிற்கும் எப்படியாவது உன்னைப் பழிவாங்கவேண்டும் என்று மட்டுமே விரும்பினேன். ஆனால், கடவுள் என்னுடைய மனத்திலிருந்த சாத்தானைக் கொன்று வென்றுவிட்டார். ஒன்றை மட்டும் நீ தெரிந்துகொள், சாவிற்கு அருகே எப்போதுமே நீ இருக்க வில்லை என்பதை மட்டும் நீ தெரிந்துகொள்' என்றார்.

பிறகு அவர் ஒரு வாரத்திலேயே இறந்துபோனார். ஊர் மக்கள் அவருக்கு அஞ்சலி செலுத்தினார்கள். ஆழ்ந்த வருத்தத்திற்குரிய வார்த்தைகளை அவருக்காகப் பாதிரியார் சொன்னார். அவருடைய கொடுமையான நோய்க்காகவும் அதன் காரணமாகக் குறைவாக அவர் வாழ்ந்த நாட்களுக்காகவும் மக்கள் வருத்தப்பட்டார்கள். ஆனால், ஊர் முழுவதும் எனக்கு எதிராக இருந்தது; அவரைப் புதைத்த பிறகும் யாரும் என்னிடம் முகம் கொடுத்துக்கூடப் பேசவில்லை. ஆனால், கொஞ்ச காலம் கழித்து அவர் சொன்னது உண்மைதானா என்பதைத் தெரிந்துகொள்ள சிலர் என்னிடம் வந்து ஆர்வத்துடன் விசாரிக்க

ஆரம்பித்தார்கள்: ஒரு மனிதனின் வீழ்ச்சியையும் கேவலத்தையும் பார்ப்பதற்கு மனிதர்கள் உண்மையாகவே ஆசைப்படுகிறார்கள். ஆனால், நான் ஒன்றும் பேசாமல் அந்த ஊரை விட்டு வெகு சீக்கிரமே வெளியேறிவிட்டேன்; ஐந்து மாதங்களுக்குப் பிறகு, கடவுளின் கருணையால், கண்ணுக்குப் புலப்படாத அவருடைய கைகள் காட்டிய வழியைப் பின்பற்றி, மேன்மை பொருந்திய இந்தப் பாதையில் நான் அடி எடுத்து வைத்தேன். இன்றுவரை, என்னுடைய பிரார்த்தனையில், மிகவும் சிரமப்பட்ட கடவுளின் அடிமை மைக்கேலை நான் தினமும் நினைவுகூர்கிறேன்.

# 3

# மூத்தோர் ஸோசிமாவின் உரையாடல்கள், அவருடைய சமய நற்போதனையிலிருந்து

## அ) ரஷ்யத் துறவிகளின் லட்சணங்களைப் பற்றி

அருட்தந்தையரே, ஆசான்களே, துறவி என்றால் என்ன? அறிவு பெருகிவரும் இந்தக் காலத்தில், இந்த வார்த்தை ஒருசிலரால் இப்போது ஏளனமாகவும் சிலரால் கேவலமாகவும் உச்சரிக்கப்படுகிறது. நாட்கள் செல்லச்செல்ல இது இன்னும் மோசமாகிக் கொண்டுதான் போகிறது. உண்மைதான், துறவிகளுள் நிறைய பேர் சோம்பேறிகளாகவும், பெருந்தீனியர்களாகவும், சிற்றின்ப விரும்பிகளாகவும், திமிர்பிடித்த ஊர்சுற்றிகளாகவும் இருப்பதென்னவோ உண்மைதான். 'துறவிமார்கள் சோம்பேறிகள், சமுதாயத்திற்குப் பயனில்லாதவர்கள், பிறர் உழைப்பில் வாழும் வெட்கங்கெட்ட பிச்சைக்காரர்கள்' என்று படித்த மக்கள் சொல்கிறார்கள். இருந்தாலும் அவர்களில் பலர் பணிவாக, அடக்கமாக, தனிமையை விரும்பி, அமைதியாகப் பிரார்த்திப்பவர்களாக இருக்கிறார்கள். அப்படிப்பட்டவர்கள் யாருடைய கவனத்திலும் படாமல் அமைதியாக ஒதுங்கி இருக்கிறார்கள்; இப்படிப் பணிவாகத் தனிமையைத் தேடி பிரார்த்திக்கும் துறவிகளால்தாம் மீண்டும் ஒருமுறை ரஷ்ய பூமி காப்பாற்றப்பட்டிருக்கிறது என்று சொன்னால் உங்களுக்கு ஆச்சர்யமாகத்தான் இருக்கும்! ஏனெனில் அமைதியான இந்த நிலையில் தான் அவர்கள் உண்மையாகவே தங்களை 'ஒரு மணி நேரம், ஒரு நாள், ஒரு மாதம், ஒரு வருடம்'[1] என்று தயார்ப்படுத்திக் கொண்டிருக்கிறார்கள். இந்தத் தனிமையில் தான் அவர்கள் ஏசு கிறிஸ்துவின் உருவத்தைத் துல்லியமாக, உருத்திரியாமல், அவர்களுடைய மூதாதையர்களிடமிருந்து, திருத்தூதர்களிடமிருந்து, துறவிகளிடமிருந்து கிடைக்கப் பெற்ற விதத்தில், அப்படியே, அதே அந்தத் தூய்மையான வடிவில் கடவுளின் உண்மையைத் தங்களிடம் தக்கவைத்துக்கொண்டிருக்கிறார்கள்; காலம் வரும்போது தடுமாறும் அந்த உண்மையை அவர்கள் உலகுக்கு எடுத்துச் சொல்வார்கள். இது ஒரு மிகப்பெரிய கருத்தாகும். கிழக்கிலிருந்து நட்சத்திரம் உதிக்கும்.[2]

துறவி என்ற வார்த்தைக்கு நான் இப்படி அர்த்தம் கற்பிப்பது, பொய்யான ஒன்றா, திமிர் பிடித்த ஒன்றா? இந்த மண்ணுலகையும் கடவுளின் மனிதனுக்கு மேலாகத் தன்னையே உயர்த்திப் பிடிக்கும் இந்த உலகம் முழுவதையும் பாருங்கள்: கடவுளும் அவர் வகுத்த உண்மையும் அதில் உருத்திரியாமல் சிதைந்துபோயிருக்கவில்லையா என்ன? அவர்களிடம் விஞ்ஞானம் இருக்கிறது; ஆனால் அந்த விஞ்ஞானத்தில் உணர்வுகள் மட்டுமே இருக்கின்றன. ஆனால், ஆன்மிக உலகமோ மனிதனின் உயர்ந்த ஆன்மிக உலகமோ முழுவதுமாகப் புறக்கணிக்கப்பட்டு, ஏதோ வெற்றிகரமாக புறக்கணிக்கப்பட்டது போல, ஏன், வெறுப்புடன் புறக்கணிக்கப்பட்டது போல இருக்கிறது. உலகம் சுதந்திரத்தைப் பறைசாற்ற, குறிப்பாக இப்போது கடைசி சில காலமாக அப்படிப் பறைசாற்ற, அவர்களுடைய இந்தச் சுதந்திரத்தில் நாம் எதைப் பார்க்கிறோம்? வெறும் அடிமைத்தனத்தையும் தற்கொலையையும் தான்! ஆனால் உலகம் சொல்கிறது: ‘உனக்குத் தேவைகள் அதிகமாக இருக்கின்றன, எனவே அவற்றை நீ பூர்த்தி செய்ய வேண்டும், ஏனெனில், வலிமை வாய்ந்தவர்களைப் போல பணக்காரர்களைப் போல இருக்க உனக்கும் உரிமை இருக்கிறது என்று. அவற்றை நிறைவேற்றிக்கொள்ள மட்டுமல்ல, அவற்றைப் பெருக்கிக்கொள்ளவும் நீ பயப்படாதே’ என்று. இதுதான் இன்றைய உலகின் நியதியாக இருக்கிறது; அப்படியே மக்கள் இதில்தான் சுதந்திரத்தையும் பார்க்கிறார்கள். தேவைகளைப் பெருக்கிக்கொள்ளும் உரிமையால் என்ன நடக்கிறது தெரியுமா? பணம் உள்ளவர்கள் தனிமைக்கும் ஆன்மிகத் தற்கொலைக்கும் தள்ளப்பட, ஏழைகளை அது பொறாமையில் தள்ளிக் கொலை செய்யத் தூண்டுகிறது, ஏனெனில், உரிமைகள் அவர்களுக்கும் கொடுக்கப்பட்டிருக்க, அவர்களுக்கோ தங்களுடைய தேவைகளைப் பூர்த்திசெய்துகொள்ளும் வழிமுறைகள் இன்னும் காட்டப்படாமல் இருக்கின்றன. உலகம் எவ்வளவுக்கெவ்வளவு ஒன்றுபடுமோ, அவ்வளவுக்கு அவ்வளவு ஒரு சகோதரச் சமூகம் உருவாகி, மக்களிடையே இடைவெளி குறைந்து, காற்று வழியாக எண்ணங்கள் பரிமாறப்படும் என்று நமக்கு உறுதியளிக்கப்பட்டிருக்கிறது. அந்தோ பரிதாபம்! இப்படிப்பட்ட ஒற்றுமையை மக்கள் நம்புவதில்லை. மனிதர்கள் தங்களுடைய தேவைகளை உடனே பூர்த்திசெய்துகொண்டு, அவற்றைப் பெருக்குவதுதான் சுதந்திரம் என்று புரிந்துகொண்டால், தங்களுடைய இயல்பான சுபாவத்தையே அவர்கள் சிதைத்துக் கொள்கிறார்கள் என்றுதான் அர்த்தம், ஏனெனில் அது முட்டாள் தனமான, அர்த்தமற்ற ஆசைகளையும் பழக்க வழக்கங்களையும் வீணெண்ணங்களையும் உருவாக்குவதில் தான் கொண்டுபோய் முடிகிறது. ஒருவன்மீது ஒருவன் பொறாமைப்பட்டுக் கொண்டு, சிற்றின்ப வேட்கையில் ஈடுபட்டு, பகட்டாரவாரமாக இருப்பதற்காகவே வாழ்கிறான். இரவு நேர விருந்துகள், குதிரைகள், குதிரை வண்டிகள், பதவிகள் அப்படியே அவர்களுக்குச் சேவை செய்யும் கொத்தடிமைகள் என்று இவை எல்லாமே மனிதனுக்கு மிகப்பெரிய அத்தியாவசியத் தேவைகளாகி, இவற்றைப் பெறுவதற்காகவே மனிதர்கள் தங்களுடைய வாழ்க்கையையும் மரியாதையையும் மனிதகுல நேயத்தையும் தியாகம்

செய்து, அப்படி அவற்றை அடைய முடியவில்லையென்றால் தங்களைத் தாங்களே அவர்கள் அழித்துக்கொள்ளவும் செய்கிறார்கள். பணக்காரர் அல்லாதவர்களிடமும் இதே நிலையைத்தான் நாம் பார்க்கிறோம், அப்படியே ஏழைகளோ தங்களுடைய தேவைகளைப் பூர்த்திசெய்து கொள்ள முடியாத நிலையில், பொறாமைப்பட்டு, குடியில் மூழ்கி விடுவதையும் பார்க்கிறோம். ஆனால், அவர்கள் குடிபோதையில் மூழ்குவதைவிடத் தங்களுடைய ரத்தத்திலேயே மூழ்கி, அந்த வழியிலேயே அவர்கள் அடித்துச் செல்லப்படுகிறார்கள். உங்களைக் கேட்கிறேன், இப்படிப்பட்ட மனிதனா சுதந்திரமான மனிதன்? எனக்குத் தெரிந்த ஒருவர் தன்னுடைய 'கொள்கைக்காகப் போராடியவர்' என்னிடம் சொன்னார், சிறைச்சாலையில் அவர் இருந்தபோது அவருக்கு சிகரெட் கிடைக்காத காரணத்தால், அவர் மனம் மிகவும் வேதனைப்பட்டு, அதைத் தாங்கிக்கொள்ள முடியாத நிலையில், ஏறக்குறைய அவர் தன்னுடைய 'கொள்கையையே தியாகம் செய்து, சிகரெட்டைப் பெறத் துணிந்தார். இப்படிப்பட்ட மனிதர் தான் சொல்கிறார், 'நான் மனிதகுலத்திற்காகப் போராடப் போகிறேன்' என்று. சரி, இப்படிப் பட்டவரால் என்ன செய்ய முடியும், எவ்வளவு தூரம் போராட முடியும்? ஒருவேளை அவர் வெகு சீக்கரமே ஒரு நடவடிக்கையை எடுக்கலாம், ஆனால் அது நீண்ட காலம் நிலைத்திருக்காது. அதனால் தான் மக்கள் சுதந்திரத்தைப் பெறுவதற்குப் பதிலாக அடிமைத்தனத்தில் வீழ்ந்து, சகோதர அன்பு, மனிதகுல ஒற்றுமைக்காகப் பாடுபடுவதை விட்டுவிட்டுத் தனிமையிலும் பிரிவிலும் சிக்கித் தவிக்கிறார்கள் என்பதில் ஆச்சர்யமில்லை என்று ஒருமுறை என்னுடைய இளமைப் பருவ நண்பரும் விசித்திரமான வருகையாளரும் ஆசிரியருமானவர் நான் இளைஞனாக இருந்தபோது சொன்னார். அதனால்தான் மனித குல சேவை, சகோதரத்துவம், மனிதகுல ஒருமைப்பாடு இவை எல்லாம் மண்ணுலகில் வேகமாக, மிக வேகமாக அழிந்துகொண்டு வர, உண்மையைச் சொல்லப்போனால், உயர்ந்த இந்த எண்ணங்கள் எல்லாமே இப்போது கேவலமாகப் பார்க்கப்படுகின்றன, ஏனெனில் மனிதன் தன்னுடைய பழக்கவழக்கங்களை எப்படி ஒதுக்கித்தள்ள முடியும், அதுவும் அவனாக உருவாக்கிக்கொண்ட எண்ணிலடங்காத் தேவைகளை நிறைவேற்றிக் கொள்ளாமல் இந்த அடிமை மனிதன் எங்கே போவான்? தனிமைப்படுத்தப்பட்ட அவன் எதற்காக மனித குலத்தைப் பற்றிக் கவலைப்பட வேண்டும்? அவன் பொருட்களை மேலும் மேலும் பெருக்கிக்கொள்வதில் வெற்றியடைந்த பிறகு, அவனிடம் சந்தோஷம் வெகுவாக அருகிப் போய்விட்டது.

துறவற வாழ்க்கை மிகவும் வித்தியாசமானது. அடிபணிந்து நடத்தல், உபவாசமிருத்தல், பிரார்த்தித்தல் என இவை எல்லாவற்றையும் கூட மக்கள் கேலிசெய்ய ஆரம்பித்துவிட்டார்கள், இருந்தாலும் இவைதான் சுதந்திரத்திற்கு உண்மையாக, தூய்மையாக வழிவகுக்கும் கருவிகள்: 'தேவையற்ற, அதிகப்படியான தேவைகளை நான் விட்டொழித்து, கீழ்ப்படிதலின் மூலமாக என்னுடைய ஆணவத்தையும் ஆசைகளையும் நான் துறந்து என்னைத் தூய்மைப்படுத்தி, அதன் காரணமாகக் கடவுளின் துணையோடு ஆன்ம சுதந்திரத்தையும் ஆன்மிக

சந்தோஷத்தையும் பெறுவேன்!' என்று இப்படி யாரால் சொல்ல முடியும்? தனித்து வாழும் செல்வச் சீமானாலா அல்லது பழக்க வழக்கங்களிலிருந்தும், அடக்கி ஆளும் உலகாதாயப் பொருட்களிலிருந்தும் விடுதலை பெற்ற மனிதனாலா? சமுதாயத்திலிருந்து தன்னை விலக்கிக் கொண்டதாகத் துறவியைச் சாடுகிறார்கள்: 'துறவி மடாலயத்தின் நான்கு சுவர்களுக்குள் தனியாக நீ இருந்துகொண்டு உன்னை நீ காப்பாற்றிக்கொண்டு, மனித குலத்திற்கான சகோதரத்துவ சேவையைச் செய்ய மறந்துவிட்டாய்' என்கிறார்கள். எப்படியிருந்தாலும் தங்களுடைய சகோதரர்களை யார் அதிகம் விரும்புகிறார்கள் என்பதை நாங்கள் பார்க்கிறோம். நாங்கள் தனியாக வாழவில்லை, அவர்கள்தான் தனியாக வாழ்கிறார்கள் என்பதைத்தான் அவர்கள் பார்க்கவில்லை. பழங்காலத்தில் மக்களுக்காகப் பாடுபடும் தலைவர்கள் எங்களிடமிருந்துதான் வந்திருக்கிறார்கள் என்பதால், இப்போதும் அப்படிப்பட்டவர்கள் மீண்டும் ஏன் எங்களிடமிருந்து வரக்கூடாது? அதே அந்த அடக்கமான, பணிவான, உபவாசத்தைக் கடைப்பிடிக்கும் மக்கள், அமைதியைக் கடைப்பிடிக்கும் மக்கள், கிளர்ந்தெழுந்து மிகப் பெரிய இந்தக் காரியத்தைச் செய்யத்தான் போகிறார்கள். ரஷ்யாவின் மீட்சி மக்களின் கைகளில்தான் இருக்கிறது. ரஷ்ய மடாலயங்கள் நினைவு தெரிந்த நாளிலிருந்தே மக்களுடன் இணைந்து தான் இருந்திருக்கின்றன. தனியாக மக்கள் இருக்கிறார்கள் என்றால் நாங்களும் தனியாகத்தான் இருக்கிறோம். எங்களுடைய பாதையை நம்பி அதைப் பின்பற்றி மக்கள் வருகிறார்கள், ஆனால் நம்பிக்கையில்லாத தலைவரால் நம்முடைய ரஷ்யாவில் எதையும் செய்ய முடியாது, அவர் எவ்வளவு பெரிய அறிவாளியாக, நேர்மையானவராக இருந்தாலும் சரி; இதை நீங்கள் நினைவில் கொள்ளுங்கள். நாத்திகவாதிகளை மக்கள் எதிர்த்து, அவர்களை வென்று, சமயத் தனிநிலை கொண்ட ஒன்றுபட்ட நாடாக ரஷ்யா இருக்கும். எனவே, மக்களின் மீது கவனம் வைத்து அவர்களுடைய ஆன்மாவைக் கவனமாகக் காப்பாற்றுங்கள். அமைதியாக அவர்களை வார்த்தெடுங்கள். அதுவும் துறவியாகிய உங்களுடைய கடமை, ஏனெனில் நம்முடைய மக்கள் கடவுள் நம்பிக்கையுள்ளவர்கள்.

### ஆ) நிலக்கிழார்கள், வேலையாட்களைப் பற்றி ஒருசில வார்த்தைகள்: இவர்கள் மனதளவில் உடன் பிறந்தவர்களாக இருக்க முடியுமா என்பது பற்றி

கடவுளுக்குத் தெரியும், மக்கள் பாவம் செய்கிறார்கள் என்று. அப்படியே லஞ்ச ஊழல் தீ கண்ணுக்குத் தெரியும் விதத்தில் ஒவ்வொரு மணி நேரமும் வேகமாகப் பற்றி எரிகிறது என்று. மக்களிடையே – தனிமை இருக்கிறது: குலாக்குகளும்[3] சமுதாயத்தை அரித்துத் தின்பவர்களும் உருவாகிவிட, வியாபாரிகள்கூட மிக அதிகமான நன்மதிப்பை மக்களிடம் இருந்து பெற விரும்பி, அதற்காக அவர்கள் தங்களைப் படித்தவர்களைப் போல காட்டிக்கொள்ள, ஆனால், அவர்களுக்குக் கொஞ்சமும் படிப்பறிவு இல்லாமல் இருக்க, அவர்களோ பழங்கால மரபுகளை, தங்களுடைய தந்தைமார்களின் கடவுள் நம்பிக்கையைக்கூடக் கேவலப்படுத்தும் அளவிற்குத் தாழ்ந்துபோய் இருக்கிறார்கள். இப்படிக் கேடுகெட்டவர்களாக

இருக்கும் அவர்கள், இளவரசர்களைப் பார்க்க விரும்புகிறார்கள். மக்கள் குடியில் மூழ்கி அதிலிருந்து மீள முடியாமல் தவிக்கிறார்கள். இந்தக் குடிப்பழக்கத்தால் குடும்பத்திற்கும் மனைவிக்கும் குழந்தைகளுக்கும் அவர்கள் எவ்வளவு கொடுமைகளை இழைக்கிறார்கள்! பத்து வயதுக் குழந்தைகள்கூடத் தொழிற்சாலைகளில் வேலை செய்வதை நான் பார்த்திருக்கிறேன்: அவர்கள் பலவீனமாக, உடல் நலம் சரியின்றி, தள்ளாடும் நிலையில், ஏற்கனவே நெறி கெட்ட வாழ்வை வாழ்பவர்களாக இருக்கிறார்கள். நாள் முழுவதும் மூச்சடைக்கும் தொழிற்சாலைகளில், ஓயாது இரைச்சலிடும் இயந்திரங்களுக்கு நடுவே, கடவுளே, வேலை வேலை என்றும் அப்படியே கேடுகெட்ட வார்த்தைகளையும் பிரயோகித்துக் கொண்டு, குடி, குடி, மீண்டும் மீண்டும் குடி என்று இந்தச் சிறு குழந்தைகளின் உள்ளங்களை ஆக்கிரமிக்கக்கூடிய விஷயங்களா இவை? அவர்களுக்குச் சூரிய வெளிச்சம் தேவை, விளையாட்டு தேவை, எல்லாவிதத்திலும் நல்ல உதாரணமான விஷயங்கள் தேவை, அப்படியே கொஞ்சம் அன்பும் தேவை. ஆமாம், இப்படிப்பட்ட கொடுமைகள் இருக்கக் கூடாது, துறவிகளே, குழந்தைகள் சித்திரவதை படக் கூடாது; எனவே, கிளர்ந்தெழுங்கள், உடனே, உடனே உபதேசம் செய்ய ஆரம்பியுங்கள். ஆனால், ரஷ்யாவைக் கடவுள் காப்பாற்றுவார், சாதாரண மனிதன் சீரழிந்தாலும், பாவ நிலையிலிருந்து இனிமேல் அவனால் தன்னை விலக்கிக்கொள்ள முடியவில்லையென்றாலும், தான் செய்த பாவத்திற்காகக் கடவுளால் அவன் சபிக்கப்படுவான் என்று தெரிந்தும், பாவங்களை அவன் மேலும் மேலும் செய்து கொண்டுதான் இருக்கிறான். ஆக, நம்முடைய மக்கள் எப்போதுமே உண்மையை நம்பி, கடவுளை ஏற்றுக்கொண்டு, கண்ணீர் விட்டு அழுபவர்கள் தான். ஆனால், இது மேல்குடி மக்களிடம் வேறுவிதமாக இருக்கிறது. அவர்கள், முன்பு எப்போதும் போல் இல்லாமல், இப்போது ஏசுகிறிஸ்துவை ஒதுக்கிவைத்துவிட்டு, விஞ்ஞானத்தைக் கையில் எடுத்துக்கொண்டு, உண்மையைத் தங்களுடைய அறிவின் மூலமாக மட்டுமே அடைய விரும்புகிறார்கள்; அப்படியே இந்த மண்ணுலகில் குற்றங்களும் பாவங்களும் இல்லை என்று பறைசாற்றுகிறார்கள். ஆமாம், அவர்களைப் பொறுத்தவரையில் அது சரிதான்: ஏனெனில், கடவுளே இல்லையென்றால் எங்கிருந்து குற்றங்கள் இருக்கமுடியும்? ஐரோப்பாவில் சாதாரண மக்களெல்லாம் பணக்காரர்களுக்கு எதிராக நின்று போராட, புகழ்மிக்க தலைவர்களெல்லாம் அவர்களை ரத்தம் சிந்தும் வழிக்கு இட்டுச் சென்று, இப்படி அவர்கள் கோபப்படுவது சரிதான் என்று சொல்லிக் கொடுத்துக்கொண்டிருக்கிறார்கள். ஆனால், 'நாசமாய்ப் போன அவர்களுடைய கோபம் கொடூரமானது'[4]. இருந்தாலும் ரஷ்யாவைக் கடவுள் காப்பாற்றுவார், இதற்கு முன்பு பலமுறை அவர் காப்பாற்றியது போல, இப்போதும் அவர் காப்பாற்றுவார். மக்களுக்கு முக்தி கிடைக்கும், அவர்களுடைய நம்பிக்கையிலிருந்து, பணிவிலிருந்து அவர்களுக்கு முக்தி கிடைக்கும். அருட்தந்தையரே, ஆசான்களே, மக்களுடைய நம்பிக்கையின் மீது அதிகக் கவனம் வையுங்கள், ஏனெனில் இது கனவல்ல: நம் மக்கள் ஏழ்மையான தோற்றத்தையும் பாவங்களையும்

கொண்டிருந்தாலும் உண்மையான, உன்னதமான மனம் அவர்களிடம் இருக்கிறது என்பதைப் பார்த்து நான் மிகவும் ஆச்சர்யப்பட்டிருக்கிறேன்; அதை என்னுடைய கண்களால் நானே பார்த்திருக்கிறேன், அதை என்னால் உறுதிசெய்யவும் முடியும். இரண்டு நூற்றாண்டுகளாக அவர்கள் அடிமைகளாக இருந்தாலும், அவர்கள் அடிமை மனப்பான்மை கொண்டவர்கள் அல்ல. எந்தவிதக் கர்வமும் இல்லாத அவர்கள் பார்ப்பதற்கும் பழகுவதற்கும் வெளிப்படையான மனிதர்கள். அவர்கள் பழிவாங்கவும் பொறாமைப்படவும் மாட்டார்கள். 'நீ நல்ல குடும்பத்தில் பிறந்தவன், பணக்காரன், அறிவாளி, திறமைவாய்ந்தவன் – கடவுள் உன்னை ஆசீர்வதிப்பாராக. உன்னை நான் மதிக்கிறேன், ஏனெனில் நானும் ஒரு மனிதன். பொறாமை எதுவும் இல்லாமல் உன்மீது நான் மதிப்பு வைத்திருப்பதால், மனிதாபிமானமுள்ள என்னுடைய குணாம்சத்தை நான் காட்டிக்கொள்கிறேன்' என்று அவர்கள் சொல்ல வில்லையென்றாலும் (ஏனெனில், அவர்களால் அப்படி இன்னும் சொல்ல முடியாது) அப்படித்தான் அவர்கள் நடந்துகொள்கிறார்கள், அதை நானே பார்த்திருக்கிறேன், அனுபவப்பட்டும் இருக்கிறேன் என்று சொன்னால் உங்களால் நம்பமுடிகிறதா? ரஷ்ய மக்கள் எவ்வளவுக்கு எவ்வளவு ஏழைகளாக, கீழானவர்களாக இருக்கிறார்களோ, அவ்வளவுக்கு அவ்வளவு அவர்கள் உண்மையானவர்களாக இருக்கிறார்கள். ஆனால் அவர்களில் பணக்காரர்களாக இருக்கும் –ரஷ்யக் குடியானவர்களும், கடுவட்டிக்காரர்களும் – பெரிய அளவில் சீரழிந்துவிட்டாலும், ஓ, மிக அதிகமாகவே சீரழிந்துவிட்டாலும், நம்முடைய கவனக்குறைவாலும் புறக்கணிப்பாலுமே அது நடந்தது என்றே சொல்லலாம்! ஆனால், கடவுள் அவருடைய மக்களைக் காப்பாற்றுவார், ஏனெனில் பணிவுடைமைப் பண்பில் ரஷ்யா மிகப் பெரிய நாடு. வருங்காலத்தைப் பற்றி நான் கனவு காண்கிறேன், ஏற்கெனவே அது எனக்குத் தெளிவாகத் தெரிகிறது: அது இப்படித்தான் இருக்கும்; மிகப்பெரிய கேடுகெட்ட பணக்காரர்கள்கூட ஏழைகளின் முன்பு தங்களுடைய அதீத செல்வச் செழிப்பைக் கண்டு வெட்கப்பட, அதைப் புரிந்துகொண்ட ஏழைகள் சந்தோஷத்துடன் அவர்களுக்கு வழிவிட்டு, இரக்கத்துடன் அவர்களுடைய வெட்கத்தை ஏற்றுக்கொள்வார்கள். நம்புங்கள், இறுதியாக இப்படித் தான் நடக்கும்; அதற்கான அறிகுறிகள்தான் தென்படுகின்றன. மனிதனின் ஆன்மிகப் பெருந்தன்மையில்தான் நாம் ஒற்றுமையைக் காண வேண்டும்: அது நம்முடைய நாட்டில்தான் புரிந்துகொள்ளப்படும். எங்கே சகோதரர்கள் இருக்கிறார்களோ அங்கே சகோதரத்துவம் இருக்கும்; ஆனால் சகோதரத்துவத்திற்கு முன்பாக நியாயமான சொத்துப் பங்கீடு எப்போதுமே இருக்க முடியாது. ஏசுகிறிஸ்துவின் உருவத்தை நாம் போற்றிப் பாதுகாப்போம்; அது விலைமதிப்பிட முடியாத வைரம் போல உலகம் முழுவதும் மின்னிப் பளிச்சிடும்... அப்படியே பளிச்சிடும்! அப்படியே!

அருட்தந்தையரே, ஆசான்களே, மனத்தை நெகிழ வைக்கக்கூடிய சம்பவம் ஒன்று என்னுடைய வாழ்வில் நடந்தது. நான் ஊர் முழுவதும் சுற்றி அலைந்து திரிந்துகொண்டிருந்தபோது க., என்ற ஊரில்

என்னுடைய பழைய குதிரை வண்டிக்காரன் அஃபனாஸியை ஒரு நாள் சந்தித்தேன். சந்திப்பு எட்டு வருடங்களுக்குப் பிறகு நடந்தது. சந்தையில் என்னைப் பார்த்த அவன், என்னை அடையாளங் கண்டு கொண்டு ஓடி வந்தான்; கடவுளே, அவனுக்குத் தான் என்னைப் பார்த்ததில் எவ்வளவு சந்தோஷம்! அந்த சந்தோஷத்தில் அவன் என்மீது விழுந்தேவிட்டான்; 'துறவியே, பெருங்குடிமகனே, இது நீங்களா? உண்மையாகவே உங்களைத்தான் நான் பார்க்கிறேனா?' என்று கேட்டவன், அப்படியே என்னை அவனுடைய வீட்டிற்கு அழைத்துப் போனான். ராணுவத்திலிருந்து விலகி வந்து திருமணம் செய்துகொண்ட அவனுக்கு இரண்டு சிறு குழந்தைகள் இருந்தன. அவனும் அவனுடைய மனைவியும் சந்தையில் கடை வைத்து ஜீவனம் செய்துகொண்டிருந்தனர். அவனுடைய அறை ஏழ்மை நிலையைப் பிரதிபலித்தது; ஆனால் அதில் மகிழ்ச்சி நிரம்பி, அது மிகவும் சுத்தமாக இருந்தது. அவன் என்னை உபசரித்து மனைவியை சமவார் தயார் செய்யச் சொல்லி, என்னுடைய வருகை ஏதோ குதூகலமான ஒரு திருவிழாவைப் போல இருப்பதாக உணர்ந்தான். பிள்ளைகளை என்னிடம் அழைத்து வந்து, 'ஆசீர்வதியுங்கள், துறவியே' என்றான். 'நான் ஒரு சாதாரணத் துறவி, நானா அவர்களை ஆசீர்வதிப்பது' என்றேன். அவர்களுக்காகக் கடவுளிடம் வேண்டிக்கொள்கிறேன், ஆனால் உனக்காக, அஃபனாசி பாவ்லவிச், அன்றைய தினத்திலிருந்து ஒவ்வொரு நாளும் நான் கடவுளிடம் உனக்காக வேண்டிக்கொள்கிறேன், ஏனெனில் உன்னால் தான் எல்லாமே நடந்தது' என்று சொன்னேன். எவ்வளவு தூரம் என்னால் அந்த விஷயத்தை விளக்க முடிந்ததோ அவ்வளவு தூரம் அதை நான் அவனுக்கு விளக்கினேன். அவன் என்னை ஏறிட்டுப் பார்த்தான்; அவனால் நம்பமுடியவில்லை, அவனுடைய முன்னாள் அதிகாரி, மரியாதைக்குரியவர் அவன் முன்பு இந்தக் கோலத்தில் இந்த உடையில் இருக்கிறேன் என்பதை; அதற்காக அவன் அழவும் செய்தான். 'எதற்காக நீ அழுகிறாய்; என்னால் உன்னை ஒரு காலமும் மறக்கமுடியாது. எனக்காக நீ மனமாரச் சந்தோஷப்பட வேண்டும், என் அருமையானவனே, ஏனெனில் என்னுடைய பாதை இப்போது மகிழ்ச்சிகரமான, ஒளிமயமான பாதை' என்றேன். அவன் அதிகம் பேசவில்லை, ஆனால் வருத்தத்துடன் தலையை ஆட்டியபடி 'உங்களுடைய சொத்தை என்ன செய்தீர்கள்?' என்று கனிவாக என்னைக் கேட்டான். 'துறவி மடாலயத்திற்குக் கொடுத்துவிட்டுத் துறவிகளுடன் வாழ்கிறேன்' என்றேன். பிறகு தேநீர் அருந்திவிட்டு அவர்களிடமிருந்து நான் விடைபெற்றுச் சென்றபோது, திடீரென்று அவன் ஐம்பது கோப்பெக்குகளை எடுத்து, அதைத் துறவி மடாலயத்திற்குக் காணிக்கை யாகக் கொடுக்கும்படி சொன்னவன், இன்னும் ஐம்பது கோப்பெக்குகளை எடுத்து அவசரமாக என்னுடைய கையில் திணித்தான். 'இது உங்களுக்காகத் துறவியே, போகும் வழியில் ஒருவேளை உங்களுக்கு இது தேவைப்படலாம்' என்று சொல்லிக் கொடுத்தான். அவன் கொடுத்த அந்த ஐம்பது கோப்பெக்குகளை நான் வாங்கிக்கொண்டு, அவனுக்கும் அவன் மனைவிக்கும் தலைகவிழ்ந்து ஒரு வணக்கத்தைத் தெரிவித்துவிட்டு, சந்தோஷமாகத் திரும்பிவந்தபோது நான் நினைத்துக்கொண்டேன்:

‘இதோ நாங்கள் இருவரும், அவன் அவன் வழியிலும், நான் என் வழியிலும் தலையசைத்து வணங்கிக் கொண்டோம்; ஆம், சந்தோஷமாக ஒருவரையொருவர் பார்த்து நாங்கள் சிரித்துக்கொண்டோம்; மனத்தில் மகிழ்ச்சியுடன் இருவரும் தலையசைத்தபடி கடவுள் எப்படி நம்மைச் சந்திக்கவைத்தார்’ என்று நாங்கள் நினைத்துக்கொண்டோம். அதற்குப் பிறகு அஃபனாசியை நான் பார்க்கவே இல்லை. அவனுக்கு நான் அதிகாரியாக இருந்தேன், அவன் எனக்குப் பணியாளாக இருந்தான்; ஆனால் இப்போது எப்படி நாங்கள் அன்புடன் உளக்கனிவுடன் ஒருவரை ஒருவர் ஆரத்தழுவிக்கொண்டோம்; எங்களுக்கிடையே மிகப்பெரிய மனித நேயப் பிணைப்பு வளர்ந்திருந்தது. இதைப் பற்றி ஆழமாக நான் நினைத்துப் பார்த்ததில், எனக்கு இப்படித் தோன்றியது: காலப்போக்கில் இதே போன்று மிகப்பெரிய மாற்றம் மிகச் சாதாரணமான மன ஒற்றுமை நம்முடைய ரஷ்ய மக்களிடமும் உருவாகாதா என்று. கண்டிப்பாக உருவாகும் என்ற நம்பிக்கை எனக்கு இருக்கிறது, அதற்கான நேரமும் நெருங்கிக்கொண்டுதான் இருக்கிறது.

வேலையாட்களைப் பொறுத்தவரையில் ஒன்றை நான் சொல்லிக் கொள்ள விரும்புகிறேன்: நான் சிறுவனாக இருந்தபோது வேலையாட்களிடம் அதிகமாகக் கோபப்பட்டதுண்டு: ‘சமையல்காரன் உணவைச் சூடாகக் கொடுத்ததற்கும், குதிரைக்காரன் வாருகோலால் உடைகளைச் சுத்தம் செய்யாததற்கும்’ நான் கோபப்பட்டதுண்டு. ஆனால், அப்போது என்னுடைய குழந்தைப் பருவத்தில், என் அருமை அண்ணன் சொன்ன வார்த்தைகள் எனக்கு நினைவுக்கு வந்தன: ‘மற்றவர்கள் எனக்காகக் காத்திருப்பதற்கும், அவர்களுடைய அறியாமை, வறிய நிலைக்காக அவர்களை நான் ஆட்டிப் படைப்பதற்கும் எனக்கு என்ன அதிகாரம் இருக்கிறது?.’ அப்போது நான் ஆச்சர்யப்பட்டதுண்டு, இப்படிப்பட்ட மிகச் சாதாரண விஷயங்கள், கண் முன்பாகத் தெளிவாகத் தெரியும் சிறிய விஷயங்கள் கூட நம்முடைய அறிவுக்கு ஏன் இவ்வளவு தாமதமாகப் படுகிறதென்று. இவ்வுலகில் வேலைக்காரர்கள் இல்லாமல் ஒன்றும் நடக்காததுதான், ஆனால் உன்னுடைய வேலைக்காரன் வெறும் வேலையாளாக மட்டுமே இல்லாமல், சுதந்திரமான மனிதனாக இருக்கும்படி நீ பார்த்துக்கொள்ள வேண்டும். நான் ஏன் என்னுடைய வேலையாளுக்கு வேலையாளாக இருக்கக் கூடாது? அதுவும் என்னிடம் தற்பெருமை இல்லாமல், அவனிடம் நம்பிக்கையின்மை இல்லாமல் ஏன் இருக்கக் கூடாது? என்பதை அவன் பார்க்க வேண்டும். என்னுடைய வேலையாளை நான் ஏன் என்னுடைய உறவினனாகப் பார்க்கக் கூடாது? அப்படி என்னுடைய உறவினனாக அவனைப் பாவித்து அவனுடைய குடும்பத்தையும் என்னுடைய குடும்பமாகப் பாவித்து நான் ஏன் சந்தோஷப்படக் கூடாது?

இப்போதும்கூட இது சாத்தியப்படக்கூடிய ஒன்றுதான்; அப்படியே வருங்காலத்தில் இது அற்புதமானதொரு ஒற்றுமைக்கும் வழிவகுக்கும்; அப்போது மனிதன் தனக்காக ஒரு வேலைக்காரனைத் தேடமாட்டான்; அப்படியே இப்போது இருப்பதுபோல, தன்னைப் போன்ற ஒரு மனிதனை வேலைக்காரனாக மாற்றவும் மாட்டான்; மாறாக, தன்னுடைய எல்லாச்

சக்தியையும் ஒன்றுதிரட்டி பைபிளில் சொல்லப்பட்டது போல, மனித குலத்திற்கே வேலைக்காரனாக அவன் இருப்பான்[5]. இப்போது நடப்பது போல அவன் பயங்கரமான செயல்களில் ஈடுபடாமல், அதாவது, பெருந்தீனி தின்னுதல், திருமணத்திற்கு முன்பே கலவியில் ஈடுபடுதல், பகட்டாரவாரம், தற்பெருமை கொளஎல், பொறாமைப்படுதல் என்பவற்றில் திளைக்காமல், நல்ல செயல்களில் அவன் ஈடுபட்டு, தன்னுடைய அறிவை வளர்த்துக்கொண்டு கருணையோடிருப்பதில் மட்டுமே இறுதியாக மனிதன் சந்தோஷம் அடைய முடியும் என்பது வெறுங்கனவாகப் போய்விடுமா என்ன? இல்லை, கண்டிப்பாக இல்லை, என்றே உறுதியாக நான் நம்புகிறேன்; அதற்கான நல்ல நேரமும் நெருங்கிவந்துவிட்டது. ஏளனத்துடன் மக்கள் கேட்கிறார்கள்; ‘அப்படிப் பட்ட நேரம் எப்போது வரும், அது வருமா?’ ஆனால், நான் நம்புகிறேன், கடவுளின் துணையோடு இந்த நல்ல காரியத்தை நாம் செய்து முடிப்போம் என்று. அப்படியே மனிதகுல சரித்திரத்தில் எத்தனை விதமான கருத்துகள் தோன்ற, அவையெல்லாம் பத்து வருடங்களுக்கு முன்பு யோசிக்கப்படாத ஒன்றாக இருந்து, திடீரென்று அவையெல்லாம் ஒரே சமயத்தில் உடனே செயல்படுத்தப்படக் கூடியவையாக மாறி, உலகம் முழுவதும் பரவத்தானே செய்தது! ஆகவே, அதுபோலவே நம் நாட்டிலும் நடக்கும், நம் மக்களும் உலக மக்கள் முன்பாகப் பிரகாசிப்பார்கள், அதைப் பார்த்து மற்றவர்கள் சொல்வார்கள்,

‘கட்டுவோர் புறக்கணித்த கல்லே
கட்டடத்துக்கு மூலைக்கல் ஆயிற்று’[6]

என்று.

அப்போது நம்மைப் பார்த்துக் கேலிசெய்பவர்கள் தங்களைத் தாங்களே கேட்டுக்கொள்வார்கள், ‘நாங்கள் காண்பது கனவு என்றால், ஏசு கிறிஸ்து இல்லாமல், உங்களுடைய அறிவை மட்டுமே வைத்துக் கொண்டு நீங்கள் எப்போது உண்மையான கட்டடத்தைக் கட்டி முடிக்கப் போகிறீர்கள் என்று?’ அதற்கு மாறாக, அவர்களே உறுதி செய்தாலும், அதாவது, ஒற்றுமையை நோக்கி அவர்கள்தான் போகிறார்கள் என்று அவர்களே ஒரு சமயம் சொன்னாலும், உண்மை யாகவே அவர்களில் எளிய மனம் படைத்தவர்கள் மட்டுமே அதை நம்பமுடியும்; அவர்களுடைய இந்த எளிமையைப் பார்த்து ஒருவர் ஆச்சர்யப்படக்கூடச் செய்யலாம். உண்மையைச் சொல்லப்போனால், நம்மைவிட நம்ப முடியாத கற்பனா சக்தி அவர்களிடம் தான் அதிகமாக இருக்கிறது. உலக விஷயங்கள் எல்லாவற்றையும் அவர்களுக்காக ஒழுங்குபடுத்துவதாக அவர்கள் நம்பிக்கொண்டிருக்கிறார்கள், ஆனால் ஏசு கிறிஸ்துவை நிராகரித்துவிட்டு அவர்கள் செய்யும் எந்தக் காரியமும் ரத்தத்தில்தான் முடியும், ஏனெனில் ரத்தம் இன்னும் அதிக ரத்தத்தையே கேட்கும், வாளை எடுப்போர் அனைவரும் வாளால் அழிந்துபோவர்.[7] ஏசுகிறிஸ்துவின் கூட்டு உடன்படிக்கை மட்டும் இல்லாமல் இருந்திருந் தால், இந்த மண்ணுலகில் இருவர் மட்டுமே எஞ்சியிருக்க, அவர்களும் ஒருவரை ஒருவர் வெட்டி மாய்த்துக்கொண்டிருப்பர். அப்படியே அந்த இருவரும் அவரவருடைய தற்பெருமை காரணமாக, ஒருவரை

ஒருவர் பொறுத்துக்கொள்ள முடியாமல், ஒருவன் மற்றொருவனை அழிக்க, எஞ்சியிருக்கும் அந்த ஒருவனும் இறுதியில் தன்னைத்தானே மாய்த்துக்கொண்டிருப்பான். இது கண்டிப்பாக நடந்திருக்கும், அடக்கமாக, பணிவாக வாழும் மக்களுக்காக அவர் அந்நாட்களைக் குறைத்திருக் கிறார்.[8] நான் சவால்விட்ட துப்பாக்கிச் சண்டை முடிந்து, இன்னும் ராணுவத்தில் நான் இருந்தபோது, ஒரு பொதுக்கூட்டத்தில் வேலைக் காரர்களைப் பற்றி நான் பேசியபோது, ஆச்சர்யத்துடன் அவர்கள் கேட்டது இன்னமும் எனக்கு நினைவிருக்கிறது: 'என்ன, வேலைக்காரர் களை சோபாவில் அமர்த்தி நாங்கள் அவர்களுக்குத் தேநீர் கொடுத்து உபசரிக்க வேண்டுமா?' அப்போது நான் சொன்னேன், 'ஆமாம், நாம் ஏன் அப்படி செய்யக் கூடாது, குறைந்தபட்சம் எப்போதாவதேனும் அதை நாம் செய்யலாம்தானே.' அப்போது எல்லோரும் என்னைப் பார்த்துச் சிரித்தார்கள். அவர்கள் கேட்ட கேள்வி எனக்குச் சிறுபிள்ளைத் தனமாக இருந்து, என்னுடைய பதில் அவர்களுக்குப் புரியாத ஒன்றாக இருந்தாலும், யோசித்துப் பார்த்தால், அதில் கொஞ்சம் உண்மை இருக்கத்தான் செய்கிறது.'

## இ) பிரார்த்தனை, அன்பு, வேறு உலகங்களுடனான தொடர்பு பற்றி

இளைஞனே, பிரார்த்திக்க என்றுமே மறக்காதே. ஒவ்வொரு முறை நீ பிரார்த்திக்கும் போதும், அதை உண்மையாகச் செய்யும்போதும், ஒருவித புது உணர்வு பளிச்சிடும், அப்படியே ஒரு புது எண்ணமும் தோன்றும், அது இதற்கு முன்பு நீ அறிந்திராத ஒன்றாக இருந்து, அது உனக்குப் புது நம்பிக்கையைக் கொடுக்க, நீ புரிந்துகொள்வாய், பிரார்த்தனை என்பது ஒரு படிப்பு. அப்படியே இதையும் நீ நினைவில் கொள்: தினமும் எப்போதெல்லாம் உன்னால் முடியுமோ, அப்போ தெல்லாம் இதை நீ திரும்பத் திரும்பச் சொல்: 'கடவுளே, இன்று உன்னுடைய சிம்மாசனத்தின் முன்பாக வரும் எல்லோர் மீதும் நீ கருணை வை.' ஏனெனில், இந்த உலகை விட்டு ஒவ்வொரு நிமிடமும் ஒவ்வொரு மணி நேரமும் ஆயிரக்கணக்கான மக்கள் போய்க்கொண் டிருக்க, அவர்களுடைய ஆன்மா கடவுளின் முன்பாக நிற்கும் – அதில் எத்தனையோ உயிர்கள் கேட்பாரற்று மிகப் பரிதாபமாகத் தங்களுடைய வேதனையை, மனச் சோர்வை யாரிடமும் பகிர்ந்துகொள்ள முடியாமல், அவர்கள் யாரென்று கூடத் தெரியாமல், வாழ்ந்தார்களா செத்தார்களா என்றுகூடத் தெரியாதபடி அவர்கள் தனிமையில் இறந்திருப்பார்கள். எனவே, பூமியின் ஒரு மூலையில் இருந்துகொண்டு நீ செய்யும் பிரார்த்தனை ஒருவேளை அப்படிப்பட்டவர்களின் ஆன்ம அமைதிக்காகக் கடவுளைச் சென்றடைய, அவர்களை உனக்குத் தெரியாமலும், அவர்களுக்கு உன்னைத் தெரியாமலும் இருக்கலாம். கடவுளின் முன்பாக அப்படிப் பயத்தோடு நிற்கும் அந்த ஆன்மாவுக்கு உன்னுடைய பிரார்த்தனை அந்த நிமிடம் எவ்வளவு இதமாக இருக்கும் தெரியுமா; நமக்காக ஒருவர் இருக்கிறார், நமக்காக அவர் பிரார்த்திக் கிறார், பூமியில் நம்மையும் ஒருவர் நேசிக்கிறார் என்பதைப் பார்க்கும் போது அந்த ஆன்மா எவ்வளவு சந்தோஷப்படும் தெரியுமா. அப்படியே கடவுளும் உங்கள் இருவரையும் அதிகக் கருணையுடன் பார்ப்பார்,

ஏனெனில் மற்றவர்கள்மீது நீ இவ்வளவு தூரம் அன்பு செலுத்தும்போது, கடவுள் உங்கள் இருவர்மீது அதற்கும் மேலாகப் பரிவிரக்கம் கொள்வார், ஏனெனில் கடவுள் உன்னைவிடவும் எல்லையற்ற கருணை கொண்டவர், உனக்கு மேலாகவும் அன்பானவர். உனக்காகக் கடவுள் அவரை மன்னிப்பார்.

சகோதரர்களே, மனிதர்களின் பாவத்தைக் கண்டு பயப்படாதீர்கள், பாவத்தோடும் அவர்களை நேசியுங்கள், ஏனெனில் இந்த அன்புதான், கடவுளின் அன்புதான் உலகத்திலேயே மிக உயர்ந்த அன்பு. கடவுளின் ஒவ்வொரு படைப்பின் மீதும் அன்பு செலுத்துங்கள், எல்லாவற்றின் மீதும், ஒவ்வொரு மண் துகளின் மீதும், ஒவ்வொரு இலை மீதும் கடவுளின் ஒவ்வொரு ஒளிக்கதிர் மீதும் நீங்கள் அன்பு செலுத்துங்கள். மிருகங்களை நேசியுங்கள், செடிகொடிகளை நேசியுங்கள், ஒவ்வொரு பொருளையும் நேசியுங்கள். ஒவ்வொரு பொருளையும் நேசிக்கும்போது தான் அந்தப் பொருள்களில் மறைந்திருக்கும் ரகசிய இறைத்தன்மையை நீங்கள் புரிந்துகொள்வீர்கள். ஒருமுறை அதைத் தெரிந்துகொண்டால், அதை நீங்கள் எப்போதும் உணர்வீர்கள், ஒவ்வொரு நாளும் அதை இடைவிடாது, ஓய்வின்றி உணர்வீர்கள். இறுதியாக, நீங்கள் உலகம் முழுவதையும் முழுமையாக, எல்லாவற்றையும் விரும்பி வரவேற்கும் வகையில் உலகையே நேசிப்பீர்கள். மிருகங்களை நேசியுங்கள்: கடவுள் அவற்றுக்கு அடிப்படை எண்ணங்களையும் தொல்லையில்லாத சந்தோஷத்தையும் கொடுத்திருக்கிறார். எனவே, அவற்றுக்கு நீங்கள் தொல்லை கொடுக்காதீர்கள், அவற்றைச் சித்திரவதை செய்யாதீர்கள், அவற்றுடைய சந்தோஷத்தைத் தட்டிப் பறிக்காதீர்கள், கடவுளின் எண்ணத்திற்கு எதிராகச் செயல்படாதீர்கள். மனிதா, மிருகங்களைவிட நீ மேன்மையானவன் அல்ல: அவை பாவமற்றவை, ஆனால் நீயோ உன்னுடைய ஆரவாரமான, நாற்றம் பிடித்த தோற்றத்தால் இந்தப் பூமியைச் சீரழிக்கிறாய், அப்படியே புரையோடிப்போன உன்னுடைய சீரழிவையும் உன் பின்னால் நீ விட்டுவிட்டுச் செல்கிறாய் – அந்தோ பரிதாபம், நம்மில் ஒவ்வொருவரும் இதைத்தான் செய்கிறோம்! குழந்தைகளை, குறிப்பாக நேசியுங்கள், ஏனெனில் அவர்களும் பாவம் செய்யாதவர்கள், தேவதைகளைப் போல; அவர்களுடைய வாழ்க்கை மூலமாக அவர்கள் நமக்கு மென்மையையும் உள்ளத்தூய்மையையும் கொடுத்து, அவர்கள் நமக்கு ஒருவித உதாரணமாக இருக்கிறார்கள். குழந்தைகளைக் காயப்படுத்துபவர்களுக்கு வேதனைதான் மிஞ்சும். அருட்தந்தை அன்ஃபிம் குழந்தைகளை நேசிக்க எனக்குக் கற்றுக் கொடுத்தார்; நாங்கள் இருவரும் சேர்ந்து பயணித்தபோது எங்களுக்குக் கிடைத்த சொற்பப்பணத்தில் அவர் குழந்தைகளுக்காக இனிப்பையும் கேக்குகளையும் வாங்கிக் கொடுத்த அமைதியான, இனிமையான மனிதர். குழந்தைகளைக் கடந்து போகும்போது அவருடைய மனம் பதறாமல் இருக்கவே இருக்காது. அப்படிப்பட்டவர்தான் அவர்.

சில விஷயங்கள் உன்னைக் குழப்பத்தில் ஆழ்த்தலாம், குறிப்பாக மனிதர்கள் செய்யும் பாவங்கள், அதைப் பார்த்து உன்னையே நீ கேட்டுக்கொள்ளலாம்: 'இதை நான் எப்படி எடுத்துக்கொள்வது –

என்னுடைய சக்தியைப் பிரயோகித்தா அல்லது பணிவான என் அன்பைப் பயன்படுத்தியா?' அப்போது நீ எப்போதும் இப்படியே முடிவு செய்: 'பணிவான அன்பை மட்டுமே நான் பிரயோகப் படுத்துவேன்.' இப்படியே நீ முடிவு செய்தால் உலகம் முழுவதையும் நீ உன் வயப்படுத்தலாம். பணிவான அன்பு, பயங்கரமான சக்தியை, மிகப்பெரிய சக்தியைக் கொண்டிருக்க, அந்தச் சக்தியை உலகில் வேறெந்த சக்தியுடனும் நாம் ஒப்பிட முடியாது. ஒவ்வொரு நாளும் ஒவ்வொரு மணி நேரமும் ஒவ்வொரு நிமிடமும் நீ பார்ப்பதற்கு இனிமையானவனாக இருக்கிறாயா என்று உன்னையே நீ பார்த்துக் கொள். ஒரு சிறு குழந்தையை நீ தாண்டிச் செல்லும்போது கோபத்துடன் கடுமையான வார்த்தைகளை நீ பிரயோகித்திருக்கலாம். அப்போது அந்தக் குழந்தையை நீ கவனிக்காமல் இருந்திருக்கலாம், ஆனால் அந்தக் குழந்தை உன்னைக் கவனித்திருக்கும், உன்னுடைய கோப ரூபத்தை அது பார்த்திருக்கும்; பாதுகாப்பற்ற அதனுடைய மனத்தில் பார்க்கத்தகாத, வெறுப்பான உன்னுடைய உருவம் பதிந்து போயிருக்கும். உனக்குத் தெரியாமல் நீ அதனுடைய மனத்தில் கெட்ட விதையை விதைத்து விட்டாய்; அது அந்தக் குழந்தையின் உள்ளத்தில் துளிர்விட்டு வளரும்; ஏனெனில் அந்தக் குழந்தையின் முன் உன்னை நீ கட்டுப்படுத்திக் கொள்ளத் தவறிவிட்டாய்; காரணம் விழிப்புணர்வையும் செயல்திறன் கொண்ட அன்பையும் நீ வளர்த்துக்கொள்ளவில்லை. சகோதரர்களே, அன்பு என்பது ஒரு நல்ல ஆசிரியை, ஆனால் அதைப் பெறுவது எப்படி என்பதைக் கற்றுக்கொள்ள வேண்டும், ஏனெனில் அதை அடைவது மிகவும் சிரமம், அதற்காகக் கொடுக்கப்படும் விலையும் அதிகம்; அதற்காக நீ அதிகம் உழைக்க வேண்டும்; நீண்டநாள் நீ பாடுபட வேண்டும்; தற்செயலாக, ஒரு நிமிடத்தில் அதை நீ அடைந்து விட முடியாது; அதை அடைவதற்கு இடைவிடாது நீ முயல வேண்டும். தற்செயலாக யாரும் யாரையும் நேசிக்க முடியும்; கெட்ட மனிதனால் கூட ஒருவரை நேசிக்க முடியும். சிறுவயதில் என்னுடைய அண்ணன் பறவைகளிடம் மன்னிப்புக் கேட்டான்: அது உங்களுக்கு முட்டாள் தனமாகத் தெரியலாம்; இருந்தாலும் அவர் செய்தது சரிதான், ஏனெனில் எல்லாமே ஒன்றுடன் ஒன்று கலந்து, கடல் போல பரந்து விரிந்து, பூமியின் ஒரு பக்கத்தைத் தொட்டால் மறுபக்கத்தை உணரக்கூடிய தொடர்பைக் கொண்டதாக இருக்கிறது; பறவைகளிடம் மன்னிப்பு கேட்பது முட்டாள்தனமாக இருக்கலாம், ஆனால் அது பறவைகளுக்கும் குழந்தைகளுக்கும், அப்படியே உன் அருகில் இருக்கும் ஒவ்வொரு விலங்குக்கும் அது சுலபமாக இருக்கும், இப்போது நீ கருணையாய் இருப்பதை விட ஒரு துளி கூடுதலான கருணையுடன் நீ இருந்தால் எல்லாமே கொஞ்சம் சுலபமாகத்தான் இருக்கும். நான் சொல்லிக் கொள்வதெல்லாம், எல்லாமே கடல்போல. உலகளாவிய அன்பு உன்னை வேதனைப்படுத்தினால், நீயும் பறவைகளிடம் பிரார்த்திக்க ஆரம்பிக்கலாம், அது ஏதோ ஒரு பரவசம் போல, அப்படியே அவற்றை நீ கெஞ்சிக் கேட்கலாம், உன்னுடைய பாவங்களை மன்னிக்குமாறு. இந்தப் பரவசம்தான் விலைமதிக்க முடியாத ஒன்று, இதை மக்கள் முட்டாள்தனம் என்று நினைத்தால்கூடப் பரவாயில்லை.

என் அருமை நண்பர்களே, சந்தோஷம் பொங்கிப் பெருக வேண்டுமென்று கடவுளிடம் பிரார்த்தியுங்கள். குழந்தைகளைப் போல, சொர்க்கத்திலிருக்கும் பறவைகளைப் போல நீங்கள் ஆனந்தமாய் இருங்கள். ஆம், மக்கள் செய்கின்ற பாவங்கள் உங்களுடைய வேலையைக் கெடுக்காதிருக்கட்டும், அப்படி அவை உங்களுடைய வேலைக்கு முட்டுக்கட்டையாய் இருந்து, உங்களுடைய வேலையை நீங்கள் முடிக்க முடியாதென்றெண்ணி, 'பாவம் சக்திவாய்ந்தது, துன்பம் வலிமையானது, கெட்ட சூழ்நிலைகள் ஆற்றல் வாய்ந்தவை, நாமோ வலிமையற்றவர்கள், யாருடைய உதவியுமின்றி நாம் தனியாக இருக்கிறோம், இந்தக் கெட்ட சூழல் நம்மை நாசப்படுத்தி, நாம் செய்ய வேண்டிய நல்ல காரியங்களைச் செய்யவிடாமல் தடுத்துவிடும்' என்று நீங்கள் சொல்லாதீர்கள். குழந்தைகளே, இந்தச் சூழலிலிருந்து தப்பி ஓடிவிடுங்கள்! நீங்கள் தப்பித்துக்கொள்ள ஒரே ஒரு வழிதான் இருக்கிறது: மக்கள் செய்கின்ற எல்லாப் பாவங்களையும் ஏற்றுக்கொண்டு, அதற்குப் பொறுப்புள்ளவர்களாக நீங்கள் இருங்கள். நண்பனே, இது, இதுதான் உண்மை, உண்மையாகவே எல்லாவற்றிற்கும் எல்லோருக்குமாக நீ பொறுப்பேற்பாய் என்றால், அப்போதே பார்ப்பாய், எல்லாவற்றிற்கும் எல்லோருக்காகவும் நீ பொறுப்பேற்றிருக்கிறாய் என்பதை. ஆனால் உன்னுடைய சோம்பலையும் செயலற்ற திறனையும் மற்றவர்கள்மீது நீ திணிக்கும்போது, கடவுளுக்கு எதிராக, சாத்தானியப் பெருமையுடன் தான் நீ நிற்பாய். சாத்தானின் பெருமையைப் பற்றி நான் இப்படி நினைக்கிறேன்: இந்த மண்ணுலகில் நம்மால் அதைப் புரிந்துகொள்வது சிரமம், அதனால்தான் நாம் வெகு சுலபமாகத் தவறு செய்துகொண்டே அதனுடன் கைகோத்துக் கொண்டிருக்கிறோம்; அப்படியே நாம் ஏதோவோர் உன்னதமான அற்புதமான செயலைச் செய்துகொண் டிருக்கிறோமென்று நாம் நினைத்துக்கொண்டும் இருக்கிறோம். ஆம், ஆழமான சில உணர்வுகளையும் அப்படியே இயல்பான நம்முடைய இயக்கங்களையும் இந்த மண்ணுலகில் நம்மால் புரிந்துகொள்ள முடிவதில்லை; அதனால் நீங்கள் சபலப்பட்டுவிடாதீர்கள்; எந்த விதத்திலும் அது உங்களை நியாயப்படுத்தும் என்றும் நீங்கள் நினைக்காதீர்கள்; ஏனெனில் நிலையாய் இருக்கும் நீதிபதி எதை நீங்கள் புரிந்துகொள்ளவில்லை என்று கேட்கமாட்டார், எதை நீங்கள் புரிந்து கொண்டீர்கள் என்றுதான் கேட்பார்; அப்போது எல்லாமே உங்களுக்குச் சரியானதாகவும் எதுவுமே மறுத்துரைக்க முடியாததாகவும் இருக்குமென்பதை நீங்களே உணர்வீர்கள். ஆனால் இந்தப் பூமியில் நாம் வழிதவறி அலைகிறோம்; விலைமதிப்பிட முடியாத ஏசு கிறிஸ்துவின் உருவம் மட்டும் நம்மிடம் இல்லாமல் இருந்திருந்தால், நாமும் வெள்ளத்தில் அடித்துச் செல்லப்பட்ட மனித குலத்தைப் போல, அடித்துச் செல்லப்பட்டு அழிந்துபோயிருப்போம். பல விஷயங்கள் இந்த மண்ணுலகில் நம்முடைய புரிதலுக்கு அப்பாற்பட்டு மர்மமாக இருக்கின்றன, ஆனால் அவற்றையெல்லாம் ஈடுகட்ட மற்றொரு உலகத்தினுடனான தொடர்பு, அதாவது உயர்ந்த உலகமான சொர்க்கத்தினுடனான தொடர்பு, உயிர்ப்புடன் இருக்கும் விநோதமான உள்ளுணர்வால் நமக்குக் கொடுக்கப்பட்டிருக்கிறது; அது எதற்காக என்றால் நம்முடைய

எண்ண ஆதாரங்களும் உணர்வுகளும் இந்தப் பூமியில் இல்லாமல் வேறோர் உலகத்துடன் தொடர்பு கொண்டதாக இருக்க வேண்டும் என்பதற்காக. அதனால்தான் தத்துவஞானிகள் இந்த மண்ணுலகில் பொருள்களின் சாரத்தைப் புரிந்துகொள்ள முடியாது என்கிறார்கள். கடவுள் வேறு உலகங்களிலிருந்து விதைகளை எடுத்து இந்தப் பூமியில் தூவித் தன்னுடைய தோட்டத்தை வளர்த்துவிட்டார்; அதில் எவை யெல்லாம் வளர முடியுமோ அவையெல்லாம் உயிர்ப்புடனும் உணர் வுடனும் வளர்ந்து, விசித்திரமான உலகங்களுடன் தொடர்புகொண் டிருக்கின்றன; ஒரு சமயம் அந்த உணர்வு வலுவிழந்து உன்னிடம் அழிந்துபோனால் உன்னுள் வளர்ந்த எல்லாமே அழிந்துபோய்விடும். அப்போது வாழ்க்கைமீது நீ அக்கறையின்றி வாழ்வையே நீ வெறுப்பவனாகிவிடுவாய். இதுதான் என்னுடைய கருத்து.

## ஈ) சக மனிதனுக்கு வேறொரு மனிதன் தீர்ப்பு வழங்க முடியுமா? இறுதிவரை இருக்கும் நம்பிக்கையைப் பற்றி

குறிப்பாக நினைவில் கொள், யாருக்காகவும் தீப்பளிப்பவனாக நீ இருக்க முடியாது என்பதை.[9] குற்றவாளிக்குத் தீர்ப்பளிக்க இந்த மண்ணுலகில் யாராலும் முடியாது, ஏனெனில் அப்படித் தீர்ப்பளிப்ப வனும் ஒரு குற்றவாளியே, கண்டிப்பாக ஒரு குற்றவாளியே தான்; ஒருசமயம் அந்தக் குற்றவாளியை விடவும் மிகப்பெரிய ஒரு குற்றவாளி யாக அவன் இருக்கக்கூடும். இதைப் புரிந்துகொண்டவன் வேண்டு மானால் தீர்ப்பளிப்பவனாக இருக்கலாம். இது பயங்கரமான முட்டாள் தனமாக இருந்தாலும், உண்மை இதுதான். உண்மையானவனாக நான் இருந்தால் ஒருசமயம் எந்தக் குற்றவாளியும் என் முன்பு வந்து நிற்காமல் இருக்கலாம். உன் முன்னால் நிற்கும் மனிதனுடைய குற்றத்தை நீ ஏற்றுக்கொண்டு, உன் மனத்தளவில் அவனுக்காக நீ தீர்ப்பளிக்கும்போது, உன்னை நீ அதே இடத்தில் வைத்துப் பார்த்து, அவனுக்காக நீ வேதனைப்படு, அவன் பழி தூற்றப்படாமல் போய் விடட்டும். அப்படியே சட்டமானது உன்னை நீதிபதியாக அவன் முன் நிறுத்தினாலும், உன்னால் எவ்வளவு தூரம் முடியுமோ அவ்வளவு தூரம் நீ அவனிடம் நல்லவனாக நடந்துகொள்வாயானால், நீ அவனைக் கண்டிப்பதை விடவும் அவன் மிக அதிகமாகவே தன்னைக் கண்டித்துக் கொள்வான். அப்படியே உன்னுடைய முத்தத்தைப் பெற்றவன் அதைப் புரிந்துகொள்ளாமல், எவ்வித உணர்வுமின்றி உன்னைக் கேலிசெய்தாலும், அதற்காகவும் நீ வருத்தப்படாதே; ஏனெனில், அவனுக்கான நேரம் இன்னும் வரவில்லை, ஆனால், அது வரவேண்டிய நேரத்தில் வரும்; அப்படியே அது வரவில்லை என்றாலும், அதனால் பாதகம் ஒன்று மில்லை: அவன் இல்லாவிட்டாலும் அவனிடத்திலிருந்து வேறு ஒருவன் அதைப் புரிந்துகொண்டு வருத்தப்படுவான்; வருத்தப்பட்டு நிலைமையைச் சீர்தூக்கிப் பார்த்துத் தன்னையே பழிதூற்றிக்கொள்வான். அதன்மூலமாக உண்மை நிலைநாட்டப்படும். இதை நீ நம்பு, எந்தவிதச் சந்தேகமும் இல்லாமல் நம்பு, ஏனெனில் இதில்தான் துறவிகளின் அடிப்படை நம்பிக்கையே இருக்கிறது.

இடைவிடாது நீ வேலைசெய். இரவில் படுக்கப் போகும்போது நினைத்துப் பார், 'நான் செய்ய வேண்டிய காரியத்தை இன்னும் செய்து முடிக்கவில்லையே!' என்றெண்ணி உடனே அந்தக் காரியத்தை நீ செய்துவிடு. உன்னைச் சுற்றியுள்ள மக்கள் காழ்ப்புணர்ச்சி உள்ளவர்களாக, நீ சொல்வதைக் கேட்க விரும்பாமல் உணர்ச்சியற்றவர்களாக இருந்தால், அவர்கள் முன் மண்டியிட்டு, நீ மன்னிப்புக் கேள், ஏனெனில் குற்றம் உன்னுடைய பேரிலும் இருக்கிறது, அவர்கள் நீ சொல்வதைக் கேட்க விரும்பாதபோது. அப்படி உன்னால் அந்தக் காழ்ப்புணர்ச்சியாளர்களிடம் பேச முடியவில்லையென்றால், நம்பிக்கையை இழக்காமல் அவர்களுக்கு நீ அமைதியான, அடக்கமான முறையில் பணிவிடை செய். அப்படியே அவர்கள் உன்னை வலுக்கட்டாயமாக விரட்டியடித்தாலும், நீ தனியாக விடப்பட்டாலும், பூமியில் விழுந்து, முத்தமிட்டுக் கண்ணீரால் நீ இந்தப் பூமியை நனைத்துவிடு, இந்தப் பூமி உன்னுடைய கண்ணீருக்கான பலனைக் கொடுக்கும், வேறு யாரும் உன்னுடைய தனிமையை உணரவோ பார்க்கவோ இல்லையென்றாலும். இறுதிவரை நீ நம்பிக்கையுடன் இரு, மண்ணுலகில் உள்ள எல்லா மக்களும் ஒழுக்கங்கெட்டு, மோசமான கைக்கூலிகளாக இருந்தாலும், நீ மட்டும் நேர்மையானவனாக இரு: அப்படியே பிரார்த்தித்து, கடவுளைப் புகழ்ந்து பாடு, நீ ஒருவனாவது அப்படி இருப்பதற்காக. அப்படியே, இப்படிப்பட்ட மனிதர்கள் இருவர் ஒரு சமயம் இருக்க நேர்ந்தால் அதுவே ஒரு முழு உலகமாகும், உயிர்ப்புடன் வாழும் அன்பான உலகமாகும்; அதில் இருவரும் ஒருவரை ஒருவர் பரிவுடன் தழுவி கட்டியணைத்துக்கொண்டு, கடவுளின் புகழைப் பாடுங்கள், ஏனெனில் உங்கள் இருவரின் மூலமாக உண்மை முழுமையாக நிலைநாட்டப்படும்.

ஒரு சமயம் நீயே பாவம் செய்து, அந்தப் பாவத்திற்காக வருத்தப்படக்கூடிய அளவில் நீ இறக்க நேர்ந்தால், அல்லது எதிர்பாராமல் நீ செய்த அந்தப் பாவத்திற்காக வருத்தப்பட நேர்ந்தால், நேர்மையாக இருக்கும் அந்த மற்றொருவனுக்காக நீ சந்தோஷப்படு; நீ பாவம் செய்தாலும் அவன் பாவம் செய்யாமல் நேர்மையாக இருப்பதற்காக நீ சந்தோஷப்படு.

மனிதர்கள் செய்யும் தீய செயல்கள், உன்னுடைய வெறுப்பையும் கட்டுக்கடங்காச் சீற்றத்தையும் தூண்டி, அவர்களைப் பழிவாங்க வேண்டுமென்று உன்னை நினைக்கவைத்தால், வேறெதையும் விட, அந்த எண்ணத்தைக் கண்டு நீ பயப்பட வேண்டும்; உடனே அதற்காக நீ வேதனைப்பட்டு, அந்தக் குற்றத்தை நீயே செய்தது போல வருந்த வேண்டும். இந்த வேதனைகளை நீ ஏற்றுக்கொண்டு அதற்காக நீ வருந்தும்போது உன்னுடைய மனம் இலகுவாகும், அப்பொழுது நீ உணர்வாய், நீயே குற்றவாளி என்று, ஏனெனில், பாவம் செய்யாத நீ, தனிமனிதனாகிய நீ, கெட்டவர்களுக்கு நல்ல வழிகாட்டியிருக்கலாம், ஆனால் அதை நீ செய்யாமல் விட்டுவிட்டாய். அப்படி நீ அவர்களுக்கு வழிகாட்டியிருந்தால், உன்னுடைய வெளிச்சத்தில் அவர்களுடைய பாதை புலப்பட்டு, உன்னுடைய வெளிச்சத்தில் அவர்கள் தீங்கிழைக்காமல்

இருந்திருக்கலாம். அப்படியே நீயே பிரகாசித்தாலும், உன்னுடைய வெளிச்சத்தால் மற்றவர்கள் காப்பாற்றப்படாமல் போவதை நீ பார்த்தாலும், உன்னுடைய வழியை நீ உறுதியாகப் பின்பற்று, அப்படியே விண்ணுலகச் சக்தியின் மீது நீ சந்தேகப்படாதே; இப்போது அவர்கள் காப்பாற்றப்படவில்லையென்றாலும், பிறகு அவர்கள் காப்பாற்றப் படுவார்கள் என்பதை நீ நம்பு. அப்படியே அவர்கள் காப்பாற்றப்பட வில்லையென்றாலும், அவர்களுடைய புதல்வர்கள் காப்பாற்றப்படுவார் கள், ஏனெனில் நீயே மறைந்துபோனாலும்கூட, உன்னுடைய வெளிச்சம் மறையாமல் இருக்கும். நேர்மையான மனிதன் மறைந்துபோவான், ஆனால் அவனுடைய வெளிச்சம் எப்போதும் இருக்கும். காப்பாற்று கிறவனின் இறப்புக்குப் பிறகும் மக்கள் காப்பாற்றப்படுவார்கள். மனித குலம் துறவிகளை ஏற்றுக்கொள்வதில்லை, அவர்களைச் சாகடித்து விடுகிறது, ஆனால் மக்கள் தியாகிகளை விரும்புகிறார்கள், அவர்களுக்காக வதைபட்டு இறந்த தியாகிகளை மக்கள் போற்றுகிறார்கள். உன்னுடைய வேலை எல்லோருக்குமானது, வருங்காலத்திற்காக நீ வேலைசெய்கிறாய். என்றுமே நீ சன்மானத்தை எதிர்பார்க்காதே, ஏனெனில் இந்த மண்ணுலகில் நீ இருப்பதே மிகப்பெரிய சன்மானம், அந்தச் சன்மானம் இல்லாமல், உன்னுடைய இந்த ஆன்மிகச் சந்தோஷம் உண்மையான மனிதனுக்கு மட்டுமே கிடைக்கப் பெறுவதாகும். அதற்காக அறிவாளிகளை யும் வலிமையானவர்களையும் கண்டு நீ பயப்படாதே, ஆனால் எப்போதுமே நீ அறிவாளியாக, கனிவானவனாக இரு. எந்த அளவுக்கு, எவ்வளவு தூரம், நல்லவனாக நீ இருக்க வேண்டுமென்பதை நீ தெரிந்துகொள். நீ தனியாக இருக்கும்போது பிரார்த்தனை செய். கீழே விழுந்து இந்த மண்ணுலகை வணங்கி, இந்தப் பூமியை நீ நேசி, அப்படியே பூமியை முத்தமிடு. தணியாத ஆசையுடன் இந்த மண்ணுலகைத் தொடர்ந்து இடைவிடாமல் நேசித்து, மண்ணுலகிலுள்ள மக்கள் எல்லோரையும் விரும்பி, எல்லாவற்றையும் விரும்பி, ஆச்சர்யமான விஷயங்களைக் கண்டடைந்து அதன் பரவசத்தை உணர்ந்து பார். உன்னுடைய சந்தோஷக் கண்ணீரால் இந்தப் பூமியைக் கழுவு, அப்படிப் பட்ட உன்னுடைய கண்ணீரையும் நீ நேசி. உன்னுடைய இந்தப் பரவசத்திற்காக நீ வெட்கப்படாதே, அதை நீ உயர்வாகக் கருது, ஏனெனில் அது கடவுளின் பரிசு, மிகப்பெரிய பரிசு, எல்லோருக்கும் அது கொடுக்கப்படுவதில்லை, தேர்ந்தெடுக்கப்பட்ட ஒரு சிலருக்கு மட்டுமே அது கொடுக்கப்பட்டிருக்கிறது.

## உ) நரகமும் நரகத்திலுள்ள நெருப்பு பற்றியும்; ஒரு பூடார்த்தமான சொல்லாடல்

அருட்தந்தையரே, ஆசான்களே, யோசித்துப் பார்க்கிறேன்: 'நரகம் என்றால் என்ன?' 'இதற்கு மேலும் விரும்ப முடியாது என்பதால் வருகின்ற வேதனை' என்றுதான் நரகத்தைப் பற்றி நினைக்கிறேன். நேரத்தாலும் காலத்தாலும் அளவிட முடியாது முடிவிலா இருப்பில் ஒருமுறை, குறிப்பிட்ட ஓர் ஆன்மிக உயிருரு, பூமியில் தோன்றித் தனக்குத்தானே இப்படிச் சொல்லிக் கொள்ளக்கூடிய ஆற்றல் அதற்குக் கொடுக்கப்பட்டது: 'நான் இருக்கிறேன்; நான் நேசிக்கிறேன்' என்று.

ஒருமுறை ஒரே ஒருமுறை அவருக்குச் செயல்திறன் கொண்ட, உயிர்ப்புள்ள நேசம் கொடுக்கப்பட்டு, அதற்காகப் பூமியில் வாழ்வும் கொடுக்கப்பட்டு, அப்படியே காலமும் நேரமும் கொடுக்கப்பட்டது. பிறகு என்ன நடந்தது? அதிர்ஷ்டவசமான அந்த உயிர் விலைமதிப்பற்ற இந்தப் பரிசை ஏற்றுக்கொள்ளாமல், அதனுடைய மதிப்பை உணராமல், அதை விரும்பாமல், அந்த வாழ்வை ஏளனம் செய்து, எந்தவித உணர்வுகளு மின்றி வாழ்ந்தது. அப்படிப்பட்ட அந்த உயிர், உலகை விட்டுவிலகி, ஆப்ரஹாமின் உடலைப் பார்த்துப் பேசியது என்று 'செல்வரும் இலாசரும்'[10] என்ற நீதிக்கதையில் சொல்லப்பட்டிருக்கிறது என்று நமக்குச் சொல்லியிருக்கிறார்கள்; அதில் அந்த உயிர் சொர்க்கத்தை அடைந்து, கடவுளைப் பார்க்குமளவுக்கு உயர்ந்தது, ஆனால் அந்த ஆன்மா எதற்காக வேதனைப்பட்டது என்றால், தான் யாராலும் எப்போதும் இந்த மண்ணுலகில் நேசிக்கப்படாமல், அப்படி நேசிப்பவர் களைத் தொட்டுப் பார்க்காமல், அவர்களுடைய நேசத்தை வெறுத் தொதுக்கிய அந்த ஆன்மா கடவுளைப் பார்க்குமளவுக்கு உயர்ந்ததே என்றெண்ணி வேதனைப்பட்டது. இப்போது எல்லாவற்றையும் தெளிவாகப் புரிந்துகொண்ட அந்த ஆன்மா தனக்குத்தானே சொல்லிக் கொள்கிறது: 'இப்போது எனக்கு எல்லாம் புரிகிறது, அன்பிற்காக நான் ஏங்கினாலும், என்னுடைய அன்பில் மிகப்பெரிய செயலோ தியாகமோ இல்லை, ஏனெனில் என்னுடைய பூலோக வாழ்வு முடிந்து விட்டது; வாழ்வைக் கொடுக்கும் ஒரு துளி நீருடன் ஆப்ரஹாம் கூட வரப்போவதில்லை; (அதாவது, மீண்டும் அந்தப் பழைய, உயிர்ப்புள்ள மண்ணுலக வாழ்வுப் பரிசு) இப்போது என்னுள் கொழுந்துவிட்டெறியும் அன்பெனும் ஆன்மிக நெருப்பை அது வந்து அணைக்கப் போவதும் இல்லை, ஏனெனில் அதை நான் மண்ணுலகிலேயே ஒதுக்கிவைத்து விட்டேன்; வாழ்க்கையும் முடிந்து போய் அதற்கான நேரமும் காலமும் கூட இல்லாமல் போய்விட்டது! என்னுடைய வாழ்வை நான் சந்தோஷமாக மற்றவர்களுக்கு அர்ப்பணிக்க விரும்பினாலும் இனிமேல் என்னால் எதுவுமே செய்ய முடியாது, ஏனெனில் அன்பிற்காகத் தியாகம் செய்யக்கூடிய வாழ்க்கை என்பது இனிமேல் இல்லை, இப்போது வாழ்க்கைக்கும் இந்த இருப்பிற்கும் இடையே இடைவெளி தான் இருக்கிறது.' நரகத்தில் இருக்கும் நெருப்பு என்ற பொருளைப் பற்றிப் பேசுகிறார்கள்: நான் அந்த நெருப்பைப் பற்றி ஆராய விரும்ப வில்லை, ஆனால், அப்படியே நெருப்பு என்ற ஒரு பொருள் இருந்தாலும், உண்மையாகவே மக்கள் அதற்காகச் சந்தோஷமே படுவார்கள், ஏனெனில் நான் எப்படிக் கற்பனைசெய்து பார்க்கிறேன் என்றால், இந்தப் பொருள்சார்ந்த வேதனையில், அவர்கள் கொஞ்ச நேரமாவது, குறைந்தபட்சம் ஒரு நிமிடமாவது தங்களுடைய மிகப்பெரிய, பயங்கரமான ஆன்மிக வேதனையை மறப்பார்கள் என்று. இருந்தாலும், இந்த ஆன்மிக வேதனையை அவர்களிடமிருந்து வெளியேற்றுவது என்பது முடியவே முடியாத காரியம், ஏனெனில் இந்த வேதனை அவர்களுக்கு வெளியே இல்லை, அவர்களுக்குள் தான் இருக்கிறது. அப்படி அது அவர்களிடமிருந்து வெளியேற்றப்பட்டாலும், அதன் காரணமாக அவர்கள் இன்னும் அதிக வருத்தத்திற்குத்தான் உள்ளாவார்கள்

என்று நினைக்கிறேன். அவர்களுடைய இந்த வேதனையைப் பார்த்துச் சொர்க்கத்திலிருக்கும் உண்மையான உயிர்கள், அவர்களை மன்னித்து, எல்லையில்லாத தங்களுடைய அன்புப் பிரதேசமாகிய சொர்க்கத்திற்கே அழைத்துச்சென்று அவர்கள்மீது அளவு கடந்த அன்பு செலுத்தினாலும், அது அவர்களுடைய வேதனைகளைப் பன்மடங்கு பெருக்குவதாகத்தான் இருக்கும், ஏனெனில் நன்றியறிதலுள்ள, செயல்திறன் கொண்ட, அன்பைத் திருப்பிச் செலுத்த முடியாத வேட்கை அவர்களிடம் இன்னும் தீவிரமாகப் பற்றி எரிய, அந்த அன்பானது வெளிக்காட்டவே முடியாத ஒன்றாக இருக்கும். இருந்தாலும், நான் என்ன நினைக்கிறேன் என்றால், அவர்களுடைய இந்த இயலாமையின் விழிப்பு நிலையே இறுதியாக அவர்களுடைய வேதனையைத் தீர்க்கும் என்று, ஏனெனில் பிரதிபலனில்லாத நேர்மையானவர்களின் நேசத்தை ஏற்றுக்கொண்டதன் மூலமாகவும், அப்படியே அதைத் திருப்பித் தர முடியாத இயலாமையினாலும், இந்தக் கீழ்ப்படிதல், பணிவடக்கத்தால் இறுதியாக அவர்கள் ஒரு குறிப்பிட்ட உருவத்தை, இதற்கு முன்பு இருந்தது போன்ற ஒன்றை, அதாவது பூமியில் இருந்தபோது ஏளனம் செய்த அந்தச் செயல் திறன் கொண்ட அன்பை, ஏறக்குறைய அதே போன்ற ஒரு செயலை . . . துரதிருஷ்டவசமாக, இதைப் பற்றி இன்னும் தெளிவாக என்னால் விளக்கமுடியவில்லை, என் அருமை நண்பர்களே, சகோதரர்களே. ஆனால், பூமியில் தங்களைத் தாங்களே அழித்துக் கொண்டவர்களையும், தற்கொலை செய்து கொண்டவர்களையும் நினைத்தால் வேதனைதான்! அவர்களைவிடச் சந்தோஷம் இல்லாதவர்கள் இவ்வுலகில் வேறு யாருமே இருக்கமுடியாது என்று நான் நினைக்கிறேன். அப்படிப் பட்டவர்களுக்காகக் கடவுளிடம் பிரார்த்திப்பது பாவம் என்று நமக்குச் சொல்லியிருக்கிறார்கள்; கிறிஸ்துவ மடாலயமும் அவர்களை வெளிப்படையாக நிராகரிக்கத்தான் செய்கிறது, ஆனால் நான் என்ன மனப்பூர்வமாக நினைக்கிறேன் என்றால், அவர்களுக்காகக் கடவுளிடம் நாம் வேண்டிக் கொள்ளலாம் என்றுதான் நினைக்கிறேன்.[11] ஏனெனில், ஒருவரிடம் அன்பு காட்டுவதற்காக ஏசுகிறிஸ்து எப்போதுமே கோபித்துக் கொள்ள மாட்டார். வாழ்நாள் முழுவதும் அப்படிப்பட்டவர்களுக்காக நான் என்னுடைய ஆழ்மனத்தில் பிரார்த்தித்துக்கொண்டுதான் இருக்கிறேன் என்பதை அருட்தந்தையரே, ஆசான்களே, இப்போது நான் சொல்லிக் கொள்ள விரும்புகிறேன்; ஆம், இன்றுவரை அவர்களுக்காக ஒவ்வொரு நாளும் நான் பிரார்த்தித்துக்கொண்டுதான் இருக்கிறேன்.

ஓ, நரகத்தில் இருப்பவர்களில்கூட ஒருசிலர் தற்பெருமையுடனும் மூர்க்கத்தனமாகவும் இருக்கத்தான் செய்கிறார்கள், குறிப்பிட்ட அறிவும், மறுக்க முடியாத உண்மை பற்றிய சிந்தனை அவர்களுக்கு இருந்தும்; அதில் பயங்கரமான சிலர், முழுமையாகத் தங்களை சாத்தானிடம், தற்பெருமை வாய்ந்த அதனுடைய ஆன்மாவிடம் முழுமையாகத் தங்களை கொடுத்துவிடுகிறார்கள். அப்படிப்பட்டவர்களுக்கு நரகம் தானாகவே வரும், பேராசையுடன் வரும்; அவர்களுடைய சொந்த விருப்பத்தின் காரணமாகவே அவர்கள் வேதனைப்படுவார்கள். ஏனெனில் அவர்கள் கடவுளையும் வாழ்க்கையையும் சபித்தபடி தங்களையே சபித்துக்கொண்டவர்கள். பாலை நிலத்தில் பட்டினி

கிடக்கும் மனிதன் எப்படித் தன்னுடைய ரத்தத்தைத் தானே உறிஞ்சிக் குடிக்க ஆரம்பிக்கிறானோ அப்படியே இவர்களும் கேடுகெட்ட தங்களுடைய தற்பெருமையை உணவாகக் கொள்கிறார்கள். ஆனால், இப்படிப்பட்டவர்களை எப்போதுமே திருப்திப்படுத்த முடியாது, அப்படியே இவர்களுக்கு மன்னிப்பும் நிராகரிக்கப்பட்டதாகவே இருக்கும். கடவுள் அழைக்கும்போது இவர்கள் கடவுளையும் சபிப்பார்கள். உயிரோடிருக்கும் கடவுளை அவர்களால் வெறுப்பில்லாமல் பார்க்க முடியாது, அப்படியே உலகில் கடவுளே இல்லை என்றும் வாதிடுவார்கள், கடவுள் படைத்தவற்றையெல்லாம் அழித்துவிட்டுத் தன்னையும் அழிக்க வேண்டுமென்றும் வேண்டுவார்கள். அப்படியே அவர்கள் எப்போதுமே கோபத்தீயில் வெந்து, இறப்பை வேட்கையுடன் எதிர் பார்த்து, இருப்பையும் மறுப்பவர்களாக இருப்பார்கள்; ஆனால் இறப்பு அவர்களுக்குக் கிடைப்பதில்லை . . .

அலெக்ஸெய் ஃபியோதரவிச் கரமாஸவ் தன்னுடைய பதிவை இந்த இடத்தில் முடித்துக்கொள்கிறான். மீண்டும் சொல்கிறேன்: அவனால் பதிவுசெய்யப்பட்ட இந்தக் கையெழுத்துப் பிரதியானது முழுமையான ஒன்றல்ல; நிகழ்வுகள் விடுபட்டு பதிவு செய்யப்பட்டுள்ளன. உதாரணமாக, முதியவரின் வாழ்க்கை வரலாற்றில் அவருடைய இளமைக்காலச் சம்பவங்கள் மட்டுமே பதிவுசெய்யப்பட்டிருக்கின்றன. அவருடைய சமய நற்போதனைகளும் கருத்துகளும் பல்வேறு சமயங்களில் பலவிதமான எண்ணங்களின் தாக்குதல்களால் சொல்லப்பட்டவை என்பது தெளிவாகத் தெரிகிறது. அப்படியே எல்லா விஷயங்களும் ஒன்று சேர்க்கப்பட்டு முழுமையான ஒரு தொகுப்பாகக் கொடுக்கப் பட்டிருக்கிறது. முதியவர் இறக்கும் தறுவாயில் என்ன சொன்னார் என்பது தெளிவாகப் பதிவு செய்யப்படவில்லை, ஆனால் இதற்கு முன்பு அலெக்ஸெய் ஃபியோதரவிச்சால் பதிவுசெய்யப்பட்ட அவருடைய அறிவுரைகளிலிருந்து முதியவர் இறக்கும் தறுவாயில் என்ன சொல்லி யிருப்பார் என்பதை நம்மால் யூகிக்க முடிகிறது.

முதியவரின் இறப்பு உண்மையாகவே முற்றிலும் எதிர்பாராத நேரத்தில் சம்பவித்திருக்கிறது. இறுதியாக அந்த மாலை வேளையில் முதியவரின் அறையில் கூடியிருந்தவர்கள் எல்லோரும் முதியவர் சீக்கிரமாகவே இறந்துவிடுவார் என்று நினைத்தாலும், இவ்வளவு சீக்கிரம் அவர் இறந்துவிடுவார் என்று யாரும் எதிர்பார்க்கவில்லை; மாறாக, அவருடைய நண்பர்கள், ஏற்கெனவே நான் குறிப்பிட்டது போல, உற்சாகமான அவருடைய பேச்சை இரவு வேளையில் கேட்டு அவர் உடல்நலம் தேறி வருகிறார், குறைந்தபட்சம் சில நாட்களாவது அவர் உயிருடன் இருப்பார் என்றுதான் நினைத்தார்கள். அவர் இறப்பதற்கு ஐந்து நிமிடங்களுக்கு முன்னதாகக் கூட அவர் இறந்து போவார் என்று யாரும் எதிர்பார்க்கவில்லை என்றுதான் பிறகு அவர்கள் ஆச்சர்யத்துடன் நினைவுகூர்ந்தனர். திடீரென்று கடுமையான நெஞ்சு வலி அவருக்கு ஏற்பட, தன்னுடைய இதயத்தைக் கைகளால் அழுத்திப் பிடித்தபடி அவர் முகம் வெளிறிப் போனார். உடனே இருக்கையிலிருந்து எழுந்து எல்லோரும் அவரை நோக்கிப் போக,

அந்த வலியிலும் அவர் அவர்களைப் பார்த்துச் சிரித்தபடி தன்னுடைய நாற்காலியிலிருந்து எழுந்து மண்டியிட்டு, முகம் கவிழ தரையைத் தொட்டு கைகளை நீட்டி, ஏதோ சந்தோஷப் பரவசத்தில் பூமியை முத்தமிட்டுப் பிரார்த்திப்பது போல (அப்படித்தான் அவர் வணங்கச் சொல்லிக் கொடுத்தார்) வணங்கி, அமைதியாக சந்தோஷமாகத் தன்னுடைய ஆன்மாவை அவர் கடவுளிடம் ஒப்படைத்தார். அவர் இறந்த செய்தி உடனே மடாலயம் முழுவதும் பரவியது. முதியவருக்கு நெருக்கமானவர்களும் இறந்தவர்களுக்காக மடாலயத்தில் பணிபுரிபவர்களும் அவருடைய பூத உடலைக் கிடத்தி, பழங்கால முறைப்படிச் சடங்குகளைச் செய்ய, மடாலயத்தில் இருந்த எல்லாச் சகோதரத் துறவிமார்களும் ஒன்றுகூடினர். விடிவதற்கு முன்பே இந்தச் செய்தி ஊர் முழுவதும் பரவியது என்று பிறகு மக்கள் பேசிக்கொண்டார்கள். அதிகாலை வேளையிலிருந்தே மடாலயத்திற்கு மக்கள் வரலாயினர். இதைப் பற்றி விரிவாக நாம் அடுத்த புத்தகத்தில் பேசுவோம்; ஆனால் இந்தச் சம்பவம் நடந்து ஒருநாள்கூட ஆகியிருக்காது, விநோதமான ஒன்று நடந்து, நகரத்திலிருந்த, மடாலயத்திலிருந்த எல்லோரையும் அது எதிர்பாராதவிதமாகப் பாதித்து, குழப்பமடையச் செய்து, மிக மோசமான விளைவுகளை ஏற்படுத்தியது என்று பல வருடங்களுக்குப் பிறகும், கலக்கத்துடன் அந்த நாளை மக்கள் அன்றிலிருந்து இன்றுவரை தெளிவாக நினைவுகூர்ந்தார்கள் ...

# மூன்றாவது பாகம்

## ஏழாவது புத்தகம்

# அல்யோஷா

## 1

## இறந்த உடலிலிருந்து வரும் துர்நாற்றம்

திருமணமாகாத அருட்தந்தை ஸோசிமாவின் உடலை அடக்கம் செய்வதற்காக, எப்போதும் கடைபிடிக்கப் படும் திருச்சபையின் சட்டப்பூர்வமான சடங்குகளை வழக்கப்படி செய்துகொண்டிருந்தனர். துறவிகளின் உடல் களும் கடுந்துறவறத்தை மேற்கொள்ளும் துறவிகளின் உடல்களும் வழக்கப்படி குளிப்பாட்டப்படுவதில்லை என்பது அனைவரும் அறிந்திருந்த விஷயமே. 'துறவிகள் கடவுளைச் சரணடையும்போது (பிரார்த்தனைப் புத்தகத்தில் சொல்லப்பட்டிருக்கிறது) அதற்காக நியமிக்கப்பட்ட துறவி மட்டும் முதலில் அவர்களுடைய உடலை மென்துணியால் வெந்நீர் கொண்டு துடைத்துவிட்டுப் பிறகு புருவத்திற்கு மேல், கை, கால், பாதங்களில் சிலுவைக் குறியிட வேண்டும்; அதற்கு மேல் எதுவும் செய்யக் கூடாது' என்ற காரணத்தால் இந்தச் சடங்குகளையெல்லாம் அருட்தந்தை பாய்ஸியே செய்தார். அருட்தந்தை ஸோசிமாவின் உடலைத் துடைத்து, துறவி உடையை அணிவித்து, மேலுறையால் சுற்றி, வழக்கப் படி குறுக்காக அதைக் கிழித்து, உடல் சிலுவை வடிவத்தில் தெரிவது போல வைத்தார். தலையில் மடாலயத்துறவிக்கான மூடாக்கை அணிவித்து, எட்டு முனை கொண்ட சிலுவையை[1] அதில் பொருத்தினார். அந்த மூடாக்கைத் திறந்தபடி

விட்டுவிட்டு முகத்தைக் கறுப்பு நிற மென்பட்டு வலையால் மூடினார். கைகளில் உலகைக் காப்பாற்றும் சிலுவையை வைத்தார். இப்படி அவருடைய உடலைக் காலையிலேயே தயார்செய்து சவப்பெட்டியில் வைத்தார்கள் (சவப்பெட்டி முன்னதாகவே தயார்செய்யப்பட்டிருந்தது). அருட்தந்தை ஸோசிமாவின் அறையில் (அவர் இருந்த பெரிய, முதல் அறையில், சகோதரத் துறவிமார்களையும் சாதாரண மக்களையும் சந்தித்துப் பேசினாரே அந்த அறையில்) அவருடைய சவப்பெட்டியை நாள் முழுவதும் வைத்திருப்பதாக முடிவுசெய்தார்கள். இறந்தவர் திருமணமாகாத துறவியாகக் கடுந்துறவறம் மேற்கொண்டதால், அவருடைய பூத உடல் சாந்தியடைய, தாவீதின் தோத்திரப் பாடல்களைப் படிக்காமல், இயேசுநாதரின் நற்செய்தியைத் திருமணமாகாத துறவிமார்களும் திருமணமாகாத உதவிக் குருமார்களும் தேவாலய வழக்கப்படி படித்தனர். சடங்குகளெல்லாம் செய்து முடிக்கப்பட்ட பிறகு அருட்தந்தை ஜோசப் நற்செய்தியைப் படிக்க ஆரம்பித்தார்; அருட்தந்தை பாய்ஸிக்கு நிறைய வேலைகள் இருந்தாலும், வருத்தத்துடன் இருந்த அவர், நாள் முழுவதும், இரவு முழுவதும் நற்செய்தியை அவரே படிக்க விரும்பினார்; 'நேரம் செல்லச் செல்ல இதுவரை நடந்திராத விதத்தில்' துறவிகளும் சாதாரண மக்களும் கூட்டங் கூட்டமாக மடாலயங்களிலிருந்தும் நகர்ப்புறப் பகுதியிலிருந்தும் மிகப் பெரிய எதிர்பார்ப்புடன் பதற்றத்துடன் வந்து குவிய ஆரம்பித்ததை மடாலயத்தலைவரைப் போலவே அருட்தந்தை பாய்ஸியும் பார்த்தார். இப்படிப் பதற்றத்துடன் வந்து குவியும் மக்களை அமைதிப்படுத்தத் துறவி மடாலயத்தலைவரும் அருட்தந்தை பாய்ஸியும் தங்களால் முடிந்த அளவு முயன்றார்கள். நாள் முழுமையாகப் புலர்ந்த பிறகு, நகரத்திலிருந்து மக்கள், நோயாளிகளை, குறிப்பாக, நோய்வாய்ப்பட்ட குழந்தைகளை அழைத்து வந்து, ஏதோ அந்தத் தருணத்தில் அவர்களைக் குணப்படுத்தக் கூடிய சக்தி ஒன்று உடனே வெளிப்படும் என்ற நம்பிக்கையுடன் காத்திருந்தார்கள். மக்கள் எவ்வளவு தூரம் இறந்து போன அந்த முதியவரை, அவர் வாழ்ந்த காலத்தில் மிகப் பெரிய துறவியாக மதித்துப் போற்றினார்கள் என்பது சந்தேகத்திற்கு இடமின்றி இப்போது தெளிவாகத் தெரிந்தது. வந்திருந்தவர்களில் பெரும்பாலோர் சாதாரண மக்கள் மட்டுமில்லாமல், படித்த அறிவாளிகளாகவும், மேல் தட்டு மக்களாகவும் இருக்க, அவர்கள் மிகப்பெரிய நம்பிக்கை யுடனும் அதீத எதிர்பார்ப்புடனும், வெளிப்படையாக, சொல்லப் போனால், பொறுமையிழந்து பரபரப்பாக எதையோ எதிர்பார்த்துக் காத்திருந்தது அருட்தந்தை பாய்ஸியின் கவனத்தைக் கவர்ந்ததென்னவோ உண்மைதான்; இப்படி நடக்குமென்று அவர்கள் எதிர்பார்த்திருந்தாலும், உண்மையாகவே, அவர்கள் எதிர்பார்த்ததை விடவும் மக்கள் அதிகமாகவே வந்து குவிய ஆரம்பித்தார்கள். துறவிகளிடமும் பதற்றம் நிலவியதைப் பார்த்து அருட்தந்தை பாய்ஸி, 'அசாதாரணமான ஏதோ ஒன்று இப்போதே நடக்குமென்று எதிர்பார்ப்பது சிறுபிள்ளைத் தனம்; இது சாதாரண மக்களுடைய கருத்து; அதுவே இப்போது நம்மிடமும் பரவி இருக்கிறது' என்றார். ஆனால் அவர் சொன்னதை யாரும் காது கொடுத்துக் கேட்கவில்லை, ஏனெனில் அருட்தந்தை

பாய்ஸியே, மிகப்பெரிய (உண்மையைச் சொல்லப்போனால்) இந்த எதிர்பார்ப்பைக் கண்டு மிகவும் குழம்பிப் போயிருந்தாலும், இது தேவையில்லாத ஒன்று என்று அவர் நினைத்திருந்தாலும், ஆழ்மனத்தில், அடிஆழத்தில், ரகசியமாக அவர் ஏறக்குறைய அப்படி ஏதாவது ஒன்று நடக்குமென்றே, கலவரத்துடன் எதிர்பார்த்திருக்கும் மக்களைப் போல, அவரும் எதிர்பார்த்திருந்தார் என்பதை அவராலேயே நம்ப முடியாமலிருந்தது. இருந்தாலும் இப்படி ஒரு சந்தேகத்தையும் முன்னெச்சரிக்கையையும் எழுப்பும் அந்த மக்களைப் பார்க்க அவருக்குக் கொஞ்சமும் பிடிக்காமல்தான் இருந்தது. இறந்துபோன முதியவரின் அறையில் குழுமியிருந்த கூட்டத்தில், ரக்கீத்தினையும் வெகுதொலைவில் அப்த்தோர்ஸ்க் என்ற ஊரிலிருந்து வந்திருந்த துறவியையும் வெறுப்புடன் பார்த்த அருட்தந்தை பாய்ஸி, (அதற்காக அவர் வருத்தமும் பட்டார்) ஏனோ அவர்கள்மீது திடீரென்று சந்தேகப்பட்டார்; ஆனால் அப்படி வந்தவர்கள், அவர்கள் இருவர் மட்டுமல்ல. பரபரப்பாக இருந்தவர்களில் அப்த்தோர்ஸ்க் துறவி மட்டும் மிக அதிகமானப் பரபரப்புடன், எல்லோரிடமும் பல கேள்விகளைக் கேட்டுக்கொண்டு, பிறர் பேசுவதைக் கூர்ந்து கவனித்தபடி, ரகசியமாக எதையோ முணுமுணுத்துக்கொண்டு விசித்திரமாக நடந்துகொண்டிருந்தார். அவர் எதிர்பார்த்தது நீண்ட நேரமாக நடக்கவில்லை என்பதால், அவருடைய முகத்தில் பொறுமை யின்மையும் சற்றே எரிச்சலும் தெரிந்தன. திருமதி ஹஹ்லக்கோவாவின் வேண்டுகோளின்படி, ரக்கீத்தின் வெகு சீக்கிரமே, காலையிலேயே, துறவி மடாலயத்திற்குச் சென்றிருந்தான் என்பது பிறகுதான் தெரிய வந்தது. முதியவர் இறந்துபோன செய்தி, துறவிமடாலயத்திற்கு வரமுடியாத, இரக்க மனங்கொண்ட, ஆனால் நல்ல எண்ணமில்லாத அந்தப் பெண்ணுக்குக் கண் விழித்ததுமே தெரியவந்தது; அதை அறிந்து மிகவும் ஆர்வங்கொண்ட அவள், தனக்குப் பதிலாக ரக்கீத்தினை மடாலயத்திற்கு அனுப்பி அங்கு நடக்கும் விஷயங்களைக் கண்காணித்து, ஒவ்வொரு அரைமணி நேரமும் அவளுக்குக் குறிப்பு எழுதி அனுப்பித் தெரியப்படுத்துமாறு கேட்டுக்கொண்டிருந்தாள். அவள் ரக்கீத்தினை உண்மையாகவே, சமயப் பணியில் ஆர்வங்கொண்டு, எல்லோரிடமும் இணக்கமாக, மற்றவர்களுடைய விருப்பங்களுக்கேற்பத் தன்னை மாற்றிக் கொண்டு, அதில் சிறிது லாபத்தை ஈட்டிக்கொள்பவனாகத்தான் முதலில் பார்த்தாள். அன்றைய தினம் தெளிவாகவும் பிரகாசமாகவும் இருந்தது; வழிபாட்டிற்கு வந்திருந்தவர்களில் பலர் கல்லறைப் பக்கமாகத் திரண்டு நிற்க, மடாலயத்தைச் சார்ந்த பெரும்பாலோரும், மடாலயத்தில் பரபரப்பாக இருந்தனர். மடாலயத்தைச் சுற்றி வந்த அருட்தந்தை பாய்ஸி, திடீரென்று அல்யோஷாவை நினைத்துக்கொண்டு, இரவு வேளையிலிருந்தே நீண்ட நேரமாக அவனைக் காணவில்லையே என்று யோசித்தார். அப்படி அவர் நினைத்த மாத்திரத்தில், மடாலயத்தின் ஒரு மூலையில், வேலிக்கருகே, வெகுகாலத்திற்கு முன்பு இறந்துபோன புகழ்பெற்ற துறவியின் கல்லறைக்கருகே இருந்த கல்மீது அவன் அமர்ந்திருந்தது தொலைவிலிருந்து அவருக்குத் தெரிந்தது. வேலியைப் பார்த்தபடி, அங்கிருந்த சிலைக்குப் பின்னால், தன்னுடைய முதுகு தெரியுமாறு அவன் அமர்ந்திருந்தான். தன் இரு கைகளால் அவன்

முகத்தை மூடிக்கொண்டு ஆழ்ந்த வருத்தத்துடன் உடல் குலுங்க அல்யோஷா தேம்பி அழுவதை அவனுக்கருகே சென்ற அருட்தந்தை பாய்ஸி பார்த்தார். சிறிது நேரம் அப்படியே அவர் அல்யோஷாவின் அருகே நின்றார்.

'போதும், என் அருமை மகனே, போதும், என் நண்பனே' என்று இறுதியாக மனமுருகச் சொன்னவர், 'எதற்காக நீ அழுகிறாய்? சந்தோஷப்படு, அழாதே. உனக்குத் தெரியாதா என்ன, இன்றைய நாள்தான் அவருடைய வாழ்நாளிலேயே மிகப் பெரிய நாள். இப்போது, இந்த நிமிடம் அவர் எங்கிருப்பார் என்பதை மட்டும் நீ நினைத்துப் பார் !'

அல்யோஷா அழுது வீங்கிய முகத்திலிருந்து கைகளை விலக்கிக் கொண்டு, அருட்தந்தை பாய்ஸியைப் பார்க்க முற்பட்டான்; ஆனால் ஒரு சிறுகுழந்தையைப் போல, வார்த்தை எதுவும் பேசமுடியாமல் மீண்டும் அவன் தன் இரு கைகளாலும் முகத்தை மூடிக்கொண்டான்.

'ஒருவேளை, இதுவும் நல்லதுதான்' என்று சற்று யோசித்தபடி சொன்ன அருட்தந்தை பாய்ஸி, 'அழு, தயவுசெய்து அழு, இந்தக் கண்ணீரை ஏசுகிறிஸ்து உனக்கு அனுப்பியிருக்கிறார்' என்றவர், 'மனம் உருகி நீ வடிக்கும் கண்ணீர் உன்னுடைய மனத்துக்குச் சாந்தியை அளிக்கும்; அதுவே உன்னுடைய அருமை மனத்திற்கு மகிழ்ச்சியையும் தரும்' என்று நினைத்தபடி அவனைவிட்டு விலகிச் சென்றபோது அன்புடன் அவர் அவனை நினைவுகூர்ந்தார். சொல்லப்போனால், அல்யோஷாவை விட்டு உடனே அவர் விலகிச் சென்றதற்குக் காரணம், எங்கே அவரும் அவனைப் பார்த்து அழுதுவிடுவாரோ என்ற காரணத்தால்தான். இதற்கிடையே இறந்துபோனவருக்கு மடாலயத்தில் ஆலய வழிபாடுகளும் மதச்சடங்குகளும் சரியான முறையில் நடந்து கொண்டிருந்தன. அருட்தந்தை பாய்ஸி, அருட்தந்தை ஜோசப்பை நற்செய்தி படிக்கும் பொறுப்பிலிருந்து விடுவித்துவிட்டுத் தானே மீண்டும் படிக்க ஆரம்பித்தார். மதியம் மூன்று மணிகூட ஆகியிருக்காது, இதற்கு முந்தைய புத்தகத்தில் நான் குறிப்பிட்டது போல, நம்முடைய ஊரில் இதுவரை எதிர்பார்த்திராத ஒன்று, இதுவரை எதிர்பார்த்ததற்கு மாறாக, மீண்டும் சொல்கிறேன், நடந்த எல்லா விஷயங்களைப் பற்றியும் விளக்கமான, பரபரப்பான கதை ஒன்று நம்முடைய ஊரிலும், நம்முடைய ஊரைச் சுற்றியிருந்த பகுதிகளிலும், இன்றுவரை பேசப்பட்டு வருகிறது. மீண்டும் ஒரு முறை இங்கு நான் என்னுடைய கருத்தைப் பதிவுசெய்ய விரும்புகிறேன்: பரபரப்பான, மாயக்கவர்ச்சி கொண்ட அந்தச் சம்பவத்தை நினைத்துப் பார்க்கவே எனக்கு அருவருப்பாக இருக்கிறது; அந்த நிகழ்ச்சியின் உட்பொருளானது இயற்கைக்குட்பட்டது, அப்படியே அது ஒன்றுமில்லாதது; அதைப் பற்றி என்னுடைய கதையில் நான் குறிப்பிடாமலேயே விட்டுவிடலாம், ஆனால் அது என்னுடைய கதையின் நாயகனை, இனிவரும் கதையின் நாயகனை மிக ஆழமாகப் பாதித்திருக்காவிட்டால், அதைப் பற்றி நான் குறிப்பிடாமலேயே இருந்திருப்பேன்; ஆனால், அது அவனுடைய மனத்தை நோகடித்து, அவனுடைய வாழ்வின் திருப்பு மையமாகி, அவனை உலுக்கிவிட்டது;

அதே சமயம் அவனுடைய எண்ணங்களுக்கு அது வலுவூட்டி, இறுதியாக, அவனுடைய வாழ்க்கை முழுமைக்குமே அதுவோர் அர்த்தத்தைக் கொடுத்தது.

இப்படியாக, இனிக் கதையை நோக்கி நாம் வருவதற்கு முன்பாக, இறந்தவரின் உடலைப் புதைக்க ஏற்பாடுகள் செய்து உடலைச் சவப்பெட்டியில் வைத்து அறையின் முன் பகுதிக்கு, இதுவரை விருந்தாளிகளை உபசரித்த அந்த அறைக்கு எடுத்துச் சென்றபோது, அங்கிருந்த எல்லோர் மனத்திலும் அறையின் கதவுகளைத் திறக்கலாமா? என்ற ஒரு கேள்வி எழுந்தது; ஆனால் குழுமியிருந்த ஒருவரால் கேட்கப்பட்ட இந்தக் கேள்வி யாராலும் கவனிக்கப்படாமல், பதிலளிக்கப் படாமலும் இருந்தாலும், அங்கிருந்தவர்களில் பலர் அதைக் கவனிக்கத் தான் செய்தார்கள், ஆம், தங்களுக்குள்; அதாவது இப்படிப்பட்ட ஒருவரின் உடலிலிருந்து வெளியேறிய அழுகிய நாற்றம் உண்மையாகவே வருத்தத்திற்குரிய ஒன்றாக, மடத்தனமானதாக, (கேலிக்குரியதாக இல்லை யென்றாலும்) கடவுள் நம்பிக்கையை ஓரளவு அசைப்பதாக, வேடிக்கை யான விஷயமாக இருந்தது. இதற்கு முற்றிலும் மாறான ஒன்றைத்தான் அவர்கள் எதிர்பார்த்திருந்தார்கள். ஆனால் மதியவேளை தாண்டிய சிறிது நேரத்தில், அறைக்கு உள்ளே வருபவர்களும் வெளியே போகிறவர் களும் தங்களுக்குள் எழுந்த இந்த எண்ணத்தைப் பகிர்ந்துகொள்ளாமல், பயத்துடன் அமைதியாக இருந்தபோது, மூன்றுமணி தாண்டிய வேளையில் எல்லாமே தெளிவாக, சந்தேகத்திற்கு இடமின்றித் தெரிய வந்தது; இந்த விஷயம் மடாலயம் முழுவதும், மடாலயத்திலிருந்த துறவிமார்கள், மடாலயத்திற்கு வந்திருந்த எல்லோரிடமும் பரவ, எல்லோருக்கும் இது ஆச்சர்யத்தை அளித்து, இறுதியாக, இந்த விஷயம் சிறிது நேரத்திலேயே ஊர் முழுவதும் பரவி, கடவுள் நம்பிக்கை உள்ளவர்களுக்கும் நம்பிக்கையில்லாதவர்களுக்கும் ஆச்சர்யம் அளிப்ப தாக இருந்தது. இதையறிந்து கடவுள் நம்பிக்கையில்லாதவர்கள் சந்தோஷப்பட்டார்கள்; கடவுள் நம்பிக்கை உள்ளவர்களோ, அப்படி நம்பிக்கை இல்லாதவர்களை விடவும் மிக அதிகமாகச் சந்தோஷப் பட்டார்கள், ஏனெனில், 'மனிதர்கள், உண்மையான மக்களின் வீழ்ச்சியையும் அவர்கள் படும் அவமானங்களையும் தான் பார்க்க விரும்புகிறார்கள்'; ஒருமுறை இதைத்தான் இறந்துபோன முதியவரே தன்னுடைய சமய நற்போதனையில் சொன்னார். உண்மை என்ன வென்றால், சவப்பெட்டியிலிருந்து துர்நாற்றம் கொஞ்சங்கொஞ்சமாக வெளியே வந்து, மதியவேளை மூன்று மணி அளவில் அந்தத் துர்நாற்றம் தெளிவாக எல்லோராலும் உணரப்பட்டு, மெதுமெதுவாக அது அதிகரிக்க ஆரம்பித்திருந்தது. இப்படி எதுவுமே நீண்ட காலமாக இங்கு நடந்திருக்கவில்லை, அப்படி எதுவும் நம்முடைய துறவி மடாலயத்தில் நடந்ததாகக் கடந்தகாலச் சம்பவங்களிலிருந்து நினைவு கூரவும் முடியாமல், இந்தத் தீய கவர்ச்சி, வரம்பு மீறிய ஒன்றாக, எப்படியுமே கட்டுப்படுத்த முடியாமல் இருக்க, இந்தச் சம்பவத்திற்குப் பிறகு துறவிமார்கள்கூட வேறு எதைப் பற்றியும் நினைத்துப்பார்க்க முடியாத அளவுக்கு இருந்தது. நல்ல உள்ளங்கொண்ட துறவிமார்கள் பலர் அன்று நடந்த சம்பவங்கள் எல்லாவற்றையும் நினைவுகூர்ந்து,

இந்தச் சம்பவம், இந்தத் தீய கவர்ச்சி, எவ்வளவு பெரிய பாவப்பட்ட செயல் என்றெண்ணி, பல வருடங்களுக்குப் பிறகும் அவர்கள் அருவருப்பும் ஆச்சர்யமும் அடைந்தார்கள். நெறிதவறாது வாழ்ந்துவந்த துறவிமார்கள் சிலரும் கடவுளே கதி என்று பணிவுடன் வாழ்ந்துவந்த முதியவர்கள் சிலரும் இதற்கு முன்பு இறந்துபோனபோது, அவர்களது சவப்பெட்டியிலிருந்து எழுந்த இயற்கையான துர்நாற்றத்தைப் பற்றி எதுவும் பேசாமல், பழித்துரைக்காமல், அவர்களுடைய புனிதத்தன்மையை மக்கள் ஏற்றுக் கொள்ளவே செய்தார்கள். பழங்காலத்தில், துறவிமார்கள் சிலர் இறந்துபோனபோது உண்மையாகவே அவர்களுடைய உடலிலிருந்து எந்தவிதத் துர்நாற்றமும் வெளிவராமல் இருந்ததைப் பசுமையாக நினைவுகூர்ந்த மக்கள், வழிவழியாக அதைப் பற்றிச் சொல்லிவர, கூட்டுவாழ் துறவிமார்களின் மனத்தில் அது மறைமுகமாக, உணர்வுப் பூர்வமான விளைவுகளை ஏற்படுத்த, இப்படிப்பட்ட ஒரு சம்பவம் அதிசயமான ஒன்றாகக் கருதப்பட்டு, ஏதோ கடவுளின் கருணையிருந்தால் தான், அப்படிப்பட்டவர்களின் கல்லறைகளிலிருந்து, இப்போதும், இனி வருங்காலத்திலும் புகழ் அதிகமாக உண்டாகுமென்ற நம்பிக்கையும் இருந்து வந்தது. இப்படி வாழ்ந்தவர்களில் ஒருவர்தான் நூற்று ஐந்து வயது வரை வாழ்ந்த முதியவர் இயோவ், கடுந்துறவறத்தையும் உபவாசங்களையும் மௌன விரதத்தையும் கடைபிடித்து வந்த இவருடைய கல்லறை, இந்த நூற்றாண்டின் பத்தாவது ஆண்டுகளில், வருகை புரிந்த யாத்திரையாளர்களுக்கு மரியாதையுடன் முதலில் காட்டப்பட்டு, இந்தக் கல்லறைக்கு வந்தால், அவர்களுடைய பிரார்த்தனைகள் நிறைவேறும் என்று ரகசியமாகவும் கூறப்பட்டது. (இந்தக் கல்லறைக்கு அருகேதான் அருட்தந்தை பாய்ஸி அல்யோஷாவைக் காலையில் பார்த்தார்). நீண்ட நாட்களுக்கு முன்பு இறந்துபோன இந்த முதியவர் மட்டுமல்லாது, வெகு சமீபத்தில் இறந்துபோன திருமணமாகாத, புகழ்பெற்ற முதியவர் வர்சனோஃபியும் மிக மரியாதையுடன் நினைவுகூரப்பட்டார்; அவருடைய வழியைப் பின்பற்றித்தான் அருட்தந்தை ஸோசிமா தன்னுடைய துறவற வாழ்வை மேற்கொண்டார்; முதியவர் வர்சனோஃபி வாழ்ந்த காலத்தில் துறவிமடாலயத்திற்கு வந்த எல்லோரும் அவரை முட்டாளாகவே நினைத்தார்கள். இந்தத் துறவிமார்கள் இருவரும் இறந்தபோது, அவர்களுடைய உடலிலிருந்து துர்நாற்றம் எதுவும் வெளிவராமல் அவர்கள் முகம் மலர, தெளிவுடன் இருந்தது என்று காலங்காலமாகச் சொல்லப்பட்டது. மாறாக, அவர்களுடைய உடலிலிருந்து ஏதோ சுகந்த வாசனை வீசியதாகவும் ஒருசிலர் நினைவுகூர்ந்தார்கள். இப்படிப்பட்ட நினைவுகள் மக்களிடம் ஆழமாகப் பதிந்திருந்த காரணத்தால், முதியவர் ஸோசிமா இறந்த பிறகு நடந்த இந்த முட்டாள்தனமான, அற்பத்தனமான, அருவருப்பான சம்பவத்தை விளக்குவது சிரமமாகத்தான் இருக்கிறது. நான் என்ன நினைக்கிறேன் என்றால், ஒரே சமயத்தில் நிறைய விஷயங்கள், பல விதமான காரணங்கள் ஒன்றன்பின் ஒன்றாக இங்கு நிகழ்ந்துவிட்டன. அப்படிப்பட்ட சம்பவங்களில் ஒன்று, உதாரணமாக, மூத்தோர் என்ற நிறுவனத்தின் மீதிருந்த ஆழமான வெறுப்பு. இது ஏதோ புதிதாகக் கண்டுபிடிக்கப்பட்ட, கேடு விளைவிக்கக்கூடிய ஒரு நிறுவனம் என்று

துறவிமார்கள் பலரின் மனத்தில் வெகு ஆழமாக மறைமுகமாக இன்னமும் பதிந்திருக்கிறது. அதைத் தவிர, எல்லாவற்றிற்கும் மேலாக, மிக முக்கியமாக, இறந்துபோனவருடைய புனிதத்தன்மையின் மீதிருந்த பொறாமையும் அவர் வாழ்ந்த காலத்தில் கேள்விகளுக்கு அப்பாற்பட்டு நின்று அவர் நிலைநாட்டிய புனிதத்தன்மையும் இதற்குக் காரணமாக இருந்தது. இறந்துபோன முதியவர் அதிசயங்களை நிகழ்த்தி, மக்களை ஆச்சர்யப்படவைத்து, அதன் மூலமாக அவர்களுடைய உள்ளங்களை வெல்லாமல், அன்பால் வென்று, அன்பான மக்களையே தன்னைச் சுற்றி அவர் கொண்டிருந்ததால், அதன் காரணமாகவே, அவர் பலருடைய பொறாமைக்கும் ஆளாகி, அதிகமான விரோதிகளைத் துறவிமார்களுக்கு மத்தியில் மட்டுமல்லாது, சாதாரண மக்களிடையேயும் அவர் மறைமுக மாகவும் வெளிப்படையாகவும் சம்பாதித்திருந்தார். யாருக்கும் எந்தவிதக் கெடுதலும் செய்யாத அவரைப் பார்த்து பலர், 'எதற்காக இவரை மக்கள் இவ்வளவு தூரம் புனிதத் துறவியாக மதிக்கிறார்கள்?' என்று கேட்டார்கள். இந்தக் கேள்விதான் மீண்டும் மீண்டும் கேட்கப்பட்டு, இறுதியாகத் தாங்க முடியாத ஒரு வெறுப்பைச் சிலரிடம் ஏற்படுத்தி யிருந்தது. இதன் காரணமாகத்தான் இறந்துபோன அவருடைய உடலிலிருந்து சீக்கிரமே துர்நாற்றம் வருவதை அறிந்த மக்கள் எல்லை யில்லாத மகிழ்ச்சியடைந்தார்கள் என்று நான் நினைக்கிறேன்; அதேபோல முதியவரிடம் ஈடுபாடுகொண்டு மரியாதையாகப் பழகி வந்தவர்கள் இந்தச் சம்பவத்தால் மிகவும் வேதனையடைந்து பாதிக்கப் பட்டிருந்தார்கள். இப்படியாக, அடுத்தடுத்த நிகழ்வுகள் மெதுவாக நடக்கலாயின.

இறந்துபோன முதியவரின் உடலிலிருந்து துர்நாற்றம் வெளிவர ஆரம்பித்ததும், அறையில் நுழைந்த எல்லாத் துறவிமார்களின் முகங்களி லும் தாங்கள் ஏன் உள்ளே வந்தோமென்ற உணர்வு தெரிய ஆரம்பித்தது. அப்படி உள்ளே நுழைந்து சிறிது நேரம் நின்ற அவர்கள், வெளியே வந்து காத்திருந்த மக்களிடம் விஷயத்தைச் சொல்லி, இந்தச் செய்தியைப் பரப்ப ஆரம்பித்தார்கள். காத்திருந்தவர்களில் சிலர் இதைக் கேட்டு வருத்தப்பட்டாலும், மற்றவர்கள் தங்களுடைய சந்தோஷத்தை வன்மத் துடன் வெளிக்காட்டியது அவர்களுடைய கண்களிலேயே தெரிந்தது. அப்படிப் பேசுபவர்களைக் கண்டிக்கவோ, கனிவான வார்த்தைகளைச் சொல்லவோ அங்கு யாருமே இல்லாமல் இருந்தது விநோதமாக இருந்தது, ஏனெனில் மடாலயத்திலிருந்த பெரும்பாலான துறவிமார்கள் இறந்துபோன முதியவரிடம் மரியாதை உள்ளவர்களாக இருந்தார்கள்; ஆம், சிறிது நேரம் அந்தச் சிறுபான்மையினரின் ஆதிக்கம் மேலோங்கி இருக்கட்டுமென்று கடவுளே விட்டுவிட்டார் என்பது கண்கூடாகத் தெரிந்தது. வெகு சீக்கிரமே பொதுமக்களும் படித்த பலரும் முதியவரின் அறைக்கு வந்து, இது உண்மைதானா என்று தெரிந்துகொள்ள ஆரம்பித் தார்கள். பொதுமக்கள் மடாலயத்திற்குள் வராமல் மடாலயத்தின் வாயிலிலேயே கூட்டமாக நின்றுகொண்டிருந்தார்கள். இந்த அவதூறான பேச்சின் காரணமாக மூன்று மணிக்கு மேல் பொதுமக்கள் மடாலயத் திற்கு அதிகம் வர ஆரம்பித்தார்கள் என்பதில் சந்தேகமில்லை. மடாலயத்திற்கு வரும் எண்ணமே இல்லாத ஒருசிலரும் எப்போதுமே

அங்கு வர நினைத்திராத பலரும் உயர் பதவியிலிருந்த சிலரும் அன்று ஆர்வத்துடன் மடாலயத்திற்கு வந்தார்கள். இருந்தாலும் அருட் தந்தை பாய்ஸி எதையுமே பொருட்படுத்தாமல், ஏதோ ஒன்று விசித்திரமாக நடந்துகொண்டிருப்பதை அறிந்து, அதைப் பொருட் படுத்தாமல், கடுமையான முகத்தோற்றத்துடன் தெளிவான குரலில், முறைமை தவறாமல் பைபிள் வாசகங்களைப் அழுத்தந்திருத்தமாகப் படித்துக்கொண்டிருந்தார். முதலில் மெல்லியதாகப் பின்பு அழுத்தமாக, பிறகு உறுதியாக வந்து விழுந்த வார்த்தைகள் சீக்கிரமே அருட்தந்தை பாய்ஸியின் காதுகளையும் எட்டியது. 'இதிலிருந்து தெரிவது என்ன வென்றால், கடவுளுடைய தீர்ப்பு மனிதனுடைய தீர்ப்பிலிருந்து மாறுபட்டிருக்கிறது என்பதுதான்!' இந்த வார்த்தைகளை எதிர்பாராத விதமாக அருட்தந்தை பாய்ஸியே கேட்க நேர்ந்தது. முதலில் இதைச் சாதாரண ஒரு மனிதர், வயதான அதிகாரி, எல்லோரும் அறிந்த வரையில் கடவுள் பக்தி உள்ளவர், சத்தமாகச் சொன்னதைத்தான், நீண்ட நேரமாகத் துறவிமார்கள் தங்களுக்குள் ஏற்கனவே முணுமுணுத்துக் கொண்டிருந்தார்கள். நம்பிக்கையில்லாத இப்படிப்பட்ட வார்த்தைகளை நீண்ட நேரத்திற்கு முன்பே அவர்கள் சொன்னது மட்டுமில்லாமல், ஒவ்வொரு மணித்துளியும் கழியக் கழிய இந்த வார்த்தைகளின் வெற்றி இன்னும் அதிகமாகக் கோலோச்சி வந்ததுதான் மிகக் கேவலமாக இருந்தது. ஆனால், சீக்கிரமே, அங்கிருந்த ஒழுங்கு முறைமை தவறி, குழுமியிருந்த எல்லோரும் ஏதோ அந்த விதத்தில், புனிதத் தன்மையைக் கெடுக்கும் விதத்தில் நடந்துகொள்ள உரிமையுள்ளவர்கள் போல நடந்துகொள்ள ஆரம்பித்தார்கள். 'இப்படி ஏன் நடந்தது?' என்று கேட்டு முதலில் வருத்தப்பட்ட துறவிமார்கள் சிலர் 'அவருடைய உடம்பு சிறுத்து, எலும்பும் தோலுமாக வறண்டு போயிருக்கையில் எங்கிருந்து இப்படித் துர்நாற்றம் வரும்?' என்றும் கேட்டு ஆச்சர்யப் பட்டார்கள். 'அப்படியானால், கடவுள் ஒரு நோக்கத்துடன்தான் இதைத் தெரிவிக்க விரும்புகிறார்' என்று அவசரமாக மற்றவர்கள் கருத்துத் தெரிவிக்க, அவர்களுடைய கருத்தை எந்தவித ஆட்சேபனையு மின்றி உடனே ஏற்றுக்கொண்டு, இயல்பாக வரும் இந்தத் துர்நாற்றம் எப்போதும் போல பாவம் செய்த ஜீவனின் உடலிலிருந்து வருவது சகஜம்தான், ஆனால் அது சிறிது நேரங்கழித்துத் தாமதமாக வரும், குறைந்தபட்சம் ஒரு நாள் கழித்தாவது வரும், இப்படி இவ்வளவு சீக்கிரம் வராது என்று அதை உறுதிப்படுத்தியும் பேசினார்கள். அப்படி யானால், 'இயற்கையின் போக்கை இவர் முந்தியிருக்கிறார்'; எனவே இது கடவுளின் செயலேயன்றி வேறல்ல; கடவுள் காரணத்துடன்தான் இதைச் சுட்டிக்காட்டுகிறார், அப்படிச் சுட்டிக்காட்டவும் விரும்பி யிருக்கிறார்' என்றும் பேசிக்கொண்டார்கள். இப்படிப்பட்ட வாதங்கள் தடுக்க முடியாதவையாக இருந்தன. அப்போது நூலகர் அருட்தந்தை ஜோசப், திருமணமாகாத துறவி, இறந்துபோன முதியவரின் விருப்பத்திற் குரியவர், சொன்னார், 'எல்லா இடங்களிலும் இப்படி நடப்பதில்லை' அப்படியே இது சமயத் தனிநிலை கொண்ட ஆலயத்தின் உறுதிக் கோட்பாடும் அல்ல, இது வெறும் சாதாரண கருத்துதான், அதாவது நன்னெறியில் வாழ்ந்தவர்களின் உடலிலிருந்து துர்நாற்றம் வருவதில்லை

என்பது உதாரணமாக, தனிச்சிறப்பு வாய்ந்த சமயத் தனிநிலை கொண்ட ஆலயங்கள் அடங்கிய நாடுகளைக் கொண்ட ஏதாஸ் மலையில்கூட இறந்தவர்களின் உடலிலிருந்து வரும் துர்நாற்றத்தைப் பற்றி இவ்வளவு தூரம் கவலைப்பட்டுப் பேசுவதில்லை; அங்குத் துறவிமார்களின் புனிதத்தன்மையை உடலிலிருந்து வரும் துர்நாற்றத்தை முன்னிறுத்தி மதிப்பிடுவதில்லை; புதைக்கப்பட்ட இடத்திலிருந்து பலவருடங்கள் கழித்துக் கிடைக்கும் எலும்புகளின் நிறத்தை வைத்துத்தான் முடிவு செய்கிறார்கள்: 'எலும்புகள் ஒரு சமயம் மஞ்சள் நிறமாகி மெழுகு போல மாறியிருந்தால், அவர் நன்னெறியுடன் வாழ்ந்து இறந்தவர், கடவுளின் கருணைக்குப் பாத்திரமானவர் என்றும், அப்படி மஞ்சள் நிறமாக மாறாமல் கறுப்பாக இருந்தால் கடவுள் அவர்களுக்குக் கருணை காட்டவில்லை என்றும்தான் முடிவுசெய்கிறார்கள்; இப்படித் தான் பழங்காலத்திலிருந்து சமயத் தனிநிலை கொண்ட ஆலயங்களிலும் புகழ்வாய்ந்த ஏதாஸ் மலையிலும் பழம்பெரும் புனிதத்தன்மையைப் பாதுகாத்து வந்தார்கள்.' ஆனால், பணிவு மிக்க அருட்தந்தையின் வார்த்தைகள் யாருடைய மனத்தையும் ஊடுருவிச் செல்லாமல் கேலிக் குரியவையாகவே மாறி நின்றன; 'இவை எல்லாம் இப்போது புதிதாகப் படிப்பறிவின் காரணமாகப் பேசப்படுபவை; இதைக் கேட்பதில் பயன் எதுவும் இல்லை' என்று துறவிமார்கள் தங்களுக்குள் முடிவுசெய்து கொண்டார்கள். 'நாங்கள் கடைபிடிப்பது எல்லாமே பழையமுறைப்படி தான்; இப்போது புதிதாக இருக்கும் பழக்கவழக்கங்களைப் பற்றி நாங்கள் கவலைப்படப்போவதில்லை; அவற்றை ஏன் நாங்கள் பின்பற்ற வேண்டும்?' என்றும் அவர்கள் மேலே சொன்னார்கள். 'அவர்களிடம் இருப்பதைப் போலவே நம்மிடமும் நிறைய துறவிமார்கள் இருக்கிறார்கள். துருக்கியரின் ஆட்சி அதிகாரத்தில் அவர்கள் எல்லாவற்றையும் மறந்து போயிருக்கிறார்கள். சமயத் தனிநிலை கொண்ட ஆலயங்கள் எப்போதோ நிலைகுலைய ஆரம்பித்துவிட்டன; ஆம், இப்போது அங்கு ஆலய மணிகள்கூட இல்லை' என்று சொன்னார்கள் அந்த வேடிக்கைக்காரர்கள். தன்னுடைய கருத்தை இன்னும் ஆணித்தரமாகச் சொல்ல முடிய வில்லையே என்ற வருத்தத்தில், ஏதோ அவரே நம்பிக்கையில்லாதவர் போல விலகிச் சென்றார் அருட்தந்தை ஜோசப். நல்லது அல்லாத ஏதோ ஒன்று நடக்கப்போவதை உணர்ந்து அவர் மிகவும் வேதனைப் பட்டார்; கீழ்ப்படியாமை தலைதூக்குவதை எண்ணியும் அவர் வேதனைப்பட்டார். அருட்தந்தை ஜோசப்பைத் தொடர்ந்து நன்னெறி வாழ் துறவிமார்களும் ஒன்றும் பேசாமல் அமைதியாக இருந்தார்கள். இறந்துபோன முதியவரிடம் அன்பாக இருந்த எல்லோரும் ஆத்மார்த்த மான கீழ்ப்படிதலுடன், மிகப்பணிவாக, மூத்தோர் என்ற நிறுவனத்தை ஏற்றுக்கொண்டு, ஏனோ துணிவில்லாமல், பயந்தபடி, ஒருவருக்கொருவர் பார்வையைப் பரிமாறிக்கொண்டார்கள். அப்படிப்பட்ட நிறுவனத்திற்கு எதிராக இருப்பவர்கள் அவர்களை இறுமாப்புடன் ஏளனமாகப் பார்த்தார்கள். 'முதியவர் வர்சனோஃபி இறந்தபோது அவருடைய உடலிலிருந்து துர்நாற்றம் வராமல் இருந்தது மட்டுமல்ல, சுகந்த வாசனையும் வீசியது' என்று காழ்ப்புணர்ச்சியுடன் நினைவுகூர்ந்த அவர்கள், 'அவர் முதுபெரும் துறவியாக மட்டுமில்லாமல் தூய்மை

யானவராகவும் இருந்தார்' என்றார்கள். இதைத் தொடர்ந்து, பெருமளவில் குற்றச்சாட்டுகளும் பழிபாவங்களும் இறந்துபோன முதியவரின் மீது பெருமளவு சுமத்தப்பட்டன: 'போதிக்க வேண்டிய விதத்தில் அவர் போதிக்கவில்லை; வாழ்க்கை மிகப்பெரிய சந்தோஷத்தைக் கொண்டது, கண்ணீரால் அடங்கிப் போவதில்லை' என்று போதித்தார் என்று அறிவிலிகள் சிலர் முதியவர் ஸோசிமாவைப் பற்றிப் பேசினார்கள். 'நடைமுறை வழக்கை நம்பிக்கொண்டிருந்த அவர், நரகத்திலிருக்கும் நெருப்பை ஏற்கவில்லை' என்று அறிவிலிகள் சிலர் மற்ற முட்டாள்களுடன் சேர்ந்துகொண்டு அவரைப் பழிதூற்ற ஆரம்பித்தார்கள். 'உபவாசங்களை அவர் கடுமையாகக் கடைபிடிக்கவில்லை; இனிப்புப் பண்டங்களை விரும்பிச் சாப்பிட்டார்; பெண்கள் அனுப்பிய செர்ரி பழப்பாகைத் தேநீருடன் அவர் விரும்பிக் குடித்தார்; கடுஞ்சமயச் சடங்குகளைப் பின்பற்றும் ஒரு துறவி இப்படிப் பழப்பாகுடன் தேநீரை விரும்பிக் குடிக்கலாமா?' என்று பொறாமை கொண்ட வேறு சிலர் பேசுவதும் கேட்டது. 'தற்பெருமையால் அவர் புளகாங்கிதமடைந்தார்' என்று அதீதப் பகைமை கொண்டவர்கள் ஈவு இரக்கமின்றி அவரைப் பற்றிப் பேசினார்கள்; 'தன்னை அவர் துறவி என்று எண்ணிக்கொண்டு, மற்றவர்கள் தன் முன்பு மண்டியிடக் கடமைப்பட்டவர்கள் என்று அவர் நினைத்தார்' என்றும் பேசினார்கள். 'ரகசியமாகக் கொடுக்கப்படும் பாவமன்னிப்பை அவர் தவறாகப் பயன்படுத்தினார்' என்று மூத்தோர் நிறுவனத்தைக் கடுமையாக எதிர்க்கும் விரோதிகள் குரோத உணர்வுடன் முணுமுணுத்தார்கள்; இப்படிச் சொன்னவர்களில் சிலர் உபவாசங்களை மிகக் கடுமையாகக் கடைபிடிக்கும் மூத்த துறவிகளும் மௌனத்தை அனுஷ்டிக்கும் மிகப்பெரிய துறவிகளும் ஆவர்; முதியவர் வாழ்ந்த காலத்தில் இவர்கள் எல்லோரும் மௌனமாக இருந்துவிட்டு, இப்போது திடீரென்று அவர்கள் தங்களுடைய திருவாயைத் திறந்து இப்படிப் பேசுவது மிகவும் கேவலமாக இருந்தது, ஏனெனில் இவர்களுடைய வார்த்தைகள் வருங்காலத்தில் துறவியாகப் போகும் இளம் துறவிகளின் மீது மிகப்பெரிய தாக்கத்தை ஏற்படுத்தக்கூடியதாக இருந்தது. நடந்த எல்லாவற்றையும் அப்த்தோர்ஸ்க் ஊரிலிருந்து, புனித சில்வெஸ்டர் மடாலயத்திலிருந்து வந்திருந்த அந்தச் சிறிய துறவி பேரார்வத்துடன் கேட்டுக்கொண்டு, வேதனையுடன் பெருமூச்சைச் சொறிந்தபடி, தன்னுடைய தலையையும் ஆட்டிக்கொண்டு, 'ஆம், அருட்தந்தை ஃபெரபோன்த் நேற்று உண்மையைத்தான் சொல்லியிருக்கிறார்' என்று தனக்குத்தானே நினைத்துக்கொண்டபோது, அருட்தந்தை ஃபேரபோன்த்தே அங்கு வந்தார், ஏதோ அங்கு நிலவிய அமளியை இன்னும் பெரிதுபடுத்துவது போல.

ஏற்கனவே நான் குறிப்பிட்டது போல, தேனீப் பண்ணைக்கருகில், மரத்தால் அமைக்கப்பட்ட அறையில் வசித்துவந்த அருட்தந்தை ஃபெரபோன்த் மிக அபூர்வமாகவே வெளியே வருவார்; நீண்டகாலமாக ஆலயத்திற்குக்கூட வராத அவர், உண்மையாகவே கிறிஸ்துவின் பெயரைச் சொல்லும் ஒரு முட்டாளாகவே கருதப்பட்டு, பொதுவான எந்தவிதச் சட்டதிட்டங்களுக்கும் உட்படாதவராகவே இருந்தார். உண்மையைச்

சொல்லப்போனால், சில தேவைகளின் பொருட்டு இப்படிப்பட்டவை கூட மடாலயத்தில் அனுமதிக்கப்பட்டிருந்தன. அதுவும் இப்படிப்பட்ட ஒரு மகத்தான துறவியை, உபவாசங்களைக் கடுமையாகக் கடைபிடிக்கும் இவரை, மௌன விரதத்தை அனுஷ்டிக்கும் இந்தத் துறவியை, இரவும், பகலுமாகப் பிரார்த்திக்கும் இவரை (மண்டியிட்டு வணங்கும்போதே தூங்கி விழுவார்), மடாலயத்தின் பொதுவான சட்டத்திட்டங்களைக் கடைபிடிக்கச் சொல்வது ஏனோ சரியானதாகப்படவில்லை, அதுவும் அப்படிப்பட்ட பொதுவான சட்டதிட்டங்களைக் கடைபிடிக்க அவர் விரும்பவும் இல்லை. 'நம் எல்லோரையும் விட அவர் புனிதமானவர், மிகக் கடுமையான கட்டுப்பாடுகளைத் தேவைக்கு அதிகமாகவே அவர் கடைபிடிக்கிறார்' என்று அப்போது அவரைப் பற்றிச் சொன்ன துறவிமார்கள், 'தேவாலயத்திற்கு அவர் ஏன் வரவில்லையென்றால், அவருக்குத் தெரியும் எப்போது அவர் வரவேண்டுமென்று, ஏனெனில் அவருக்கென்று தனியாக விதிமுறைகள் இருக்கின்றன' என்றும் பேசிக் கொண்டார்கள். இப்படிப்பட்ட தேவையில்லாத அவதூறுகளையும் கிசுகிசுக்களையும் தவிர்ப்பதற்காகவே அருட்தந்தை ஃபெரபோன்த்தைப் பற்றி யாரும் பேசாமல் அமைதியாக இருந்தார்கள். முதியவர் ஸோசிமாவை அருட்தந்தை ஃபெரபோன்த்திற்குக் கொஞ்சம்கூடப் பிடிக்காது என்பது ஏற்கெனவே எல்லோரும் அறிந்த விஷயம்; இப்போது அவரைப் பற்றி அருட்தந்தை ஃபெரபோன்த்திடம், அவர் இருக்கும் அறையைத் தேடிச் சென்று, 'இதிலிருந்து தெரிவது என்னவென்றால், கடவுளுடைய தீர்ப்பு மனிதனுடைய தீர்ப்பிலிருந்து மாறுபட்டிருக்கிறது, அப்படியே அவர் இயற்கையின் போக்கையும் மாற்றி அமைத்துவிட்டார்' என்று சொல்கிறார்கள். இந்த விஷயத்தை முதன் முதலில் ஓடிப்போய் அவரிடம் சொன்னவர், அப்த்தோர்ஸ்க்கிலிருந்து வந்திருந்த அந்த இளந்துறவிதான்; இவர்தான் நேற்று அருட்தந்தை ஃபெரபோன்த்தை அவருடைய அறையில் சந்தித்துப் பேசி, பயந்துபோய் அவருடைய அறையை விட்டு வெளியே வந்தவர். நான் ஏற்கெனவே குறிப்பிட்டது போல, அருட்தந்தை பாய்ஸி சற்றும் அசையாமல் சவப்பெட்டி அருகே பைபிள் வாசகங்களைப் படித்துக்கொண்டிருந்ததால் அறைக்கு வெளியே நடப்பவற்றை அவரால் பார்க்கவும் கேட்கவும் முடியாமல் இருந்திருக்கக்கூடும், ஆனால் மடாலயத்திலுள்ளவர்களைப் பற்றி அவருக்கு நன்றாகத் தெரிந்திருந்ததால், அங்கு நடப்பவற்றை அவரால் தெளிவாக உணர முடிந்தது. இருந்தாலும் எந்தவிதப் பயமுமின்றி நடக்கப்போவதை எதிர்பார்த்து அவர் கவலையுடன் காத்திருந்தார்; நடக்கப்போகும் குழப்பத்தைத் தன்னுடைய ஞானக் கண்களால் அவர் தெளிவாகப் பார்த்தார். அப்போது அமைதியைக் குலைக்கும் விதத்தில் திடீரென்று நடைபாதையிலிருந்து வந்த மிகப்பெரிய சத்தம் அவருடைய காதுகளைக் கிழித்தது. கதவுகள் திறக்கப்பட்டபோது அருட்தந்தை ஃபெரபோன்த்தின் உருவம் தெரிந்தது. அவருக்குப் பின்னால் அவரைத் தொடர்ந்துவந்த துறவிமார்களும் பொதுமக்களும் கூட்டமாக நடைபாதையில் நிற்பது முதியவரின் அறையிலிருந்தே தெளிவாகத் தெரிந்தது. அப்படி வந்த அவர்கள் படியேறி உள்ளே வராமல், அருட்தந்தை ஃபெரபோன்த் இப்போது என்ன சொல்வார்

அல்லது என்ன செய்வார் என்று எதிர்பார்த்துக் காத்திருந்தார்கள்; அங்கு என்ன நடக்கும் என்பதை அவர்களால் யூகிக்க முடிந்தாலும், தங்களுடைய துடுக்குத்தனத்தையும் மீறி, ஏதோ ஒரு நோக்கத்துடன் தான் அவர் அங்கு வந்திருக்கிறார் என்பதை ஒருவிதப் பயத்துடன் அவர்கள் உணர்ந்திருந்தார்கள். வாசலில் வந்து நின்ற அருட்தந்தை ஃபெரபோன்த் கைகளை மேலே உயர்த்தினார்; அவருடைய வலது கரத்திற்குக் கீழே அப்த்தோர்ஸ்க்கிலிருந்து வந்திருந்த விருந்தாளியின் துடியார்வமிக்க கூர்மையான கண்கள் பளிச்சென்று தெரிந்தன; அப்படிப்பட்ட ஆர்வம் பொங்கும் அவருடைய துடிப்புதான் அருட்தந்தை ஃபெரபோன்த் பின்னால் படியேறி அவரை ஓடவைத்தது; அவர் மட்டும் தான் அருட்தந்தை பின்னால் அப்படி ஓடிவந்தார். மற்றவர்களெல்லாம் சத்தத்துடன் கதவு வேகமாகத் திறக்கப்படுவதைப் பார்த்துச் சற்றே பயந்து வெட்கத்துடன் பின்வாங்கி நின்றார்கள். கைகளை மேலே உயர்த்தியபடி அருட்தந்தை ஃபெரபோன்த் திடீரென்று உரக்கக் கத்தினார்:

'தூக்கி எறிவதன் மூலம் உன்னை நான் தூக்கி எறிகிறேன்!' என்று சொன்னபடி சுவரின் நான்கு மூலையிலும் அவர் சிலுவையிட்டார். அருட்தந்தை ஃபெரபோன்த்தின் செயலுக்கான அர்த்தம் வந்திருந்த அனைவருக்கும் புரிந்தது; அவர்களுக்குத் தெரியும், எந்த இடத்தில் அவர் நுழைந்தாலும் இப்படித்தான் எப்போதும் அவர் செய்வார், கெட்ட ஆவியை விரட்டும்வரை அவர் உட்காரமாட்டார், வார்த்தை எதுவும் பேசமாட்டார் என்று.

'சாத்தானே, என் முன்னால் நிற்காதே, ஓடிவிடு!' என்று சொல்லி அவர் ஒவ்வொருமுறை சிலுவையிட்டபோதும் இதையே திரும்பத் திரும்பச் சொன்னார். 'தூக்கி எறிவதன் மூலம் உன்னை நான் தூக்கி எறிகிறேன்!' என்று மீண்டும் அவர் உரக்கக் கத்தினார். மொரமொரப்பான அங்கியை அணிந்திருந்த அவர் இடுப்பில் கயிறு ஒன்றைக் கட்டியிருந்தார். சணலால் நெய்யப்பட்ட அவருடைய சட்டை வழியே நரைத்த முடிகொண்ட வெறித்த மார்பு தெரிந்தது. கால்களில் அவர் செருப்பு அணியாமல் இருந்தார். கைகளை ஆட்டி அவர் சிலுவையிட்டபோது அங்கியினுள் அவர் அணிந்திருந்த கனத்த இரும்பாலான சங்கிலி அசைந்து ஒலி எழுப்பியது. அருட்தந்தை பாய்ஸி பைபிள் படிப்பதை நிறுத்திவிட்டு, வெளியே வந்து, அவர் முன்பு நின்றார்.

'எதற்காக இங்கு வந்தாய், நேர்மையான அருட்தந்தையே, ஏன் இப்படி ஆரவாரம் செய்கிறாய்? அமைதியாக இருக்கும் மக்களுக்கு ஏன் இப்படித் தொல்லை கொடுக்கிறாய்?' என்று இறுதியாக அருட்தந்தை பாய்ஸி கடுமையாகக் கேட்டார்.

'எதற்காக இங்கு வந்தேனா? அதை ஏன் நீ கேட்கிறாய்? உன்னுடைய நம்பிக்கை எப்படிப்பட்டது தெரியுமா?' என்று மடத்தனமாகக் கத்தினார் அருட்தந்தை ஃபெரபோன்த். 'வந்திருக்கும் உன்னுடைய விருந்தாளிகளையும் சாத்தான்களையும் இங்கிருந்து விரட்டியடிக்கத்தான் வந்திருக்கிறேன். நான் இல்லாத நேரத்தில் நீ எவ்வளவு சாத்தான்களைத் திரட்டி

வைத்திருக்கிறாய் என்று பார்க்கத்தான் வந்திருக்கிறேன். அவற்றை பீர்ச் மரத் துடைப்பத்தால் பெருக்கி வெளியே தள்ள வேண்டும்.'

'சாத்தானை வெளியில் துரத்த விரும்புகிறாயா, அல்லது நீயே அதற்குச் சேவகம் செய்ய விரும்புகிறாயா' என்று பயமின்றித் தொடர்ந்த அருட்தந்தை பாய்ஸி, 'நான் புனிதமானவன்' என்று யார் தனக்குத்தானே சொல்லிக்கொள்ள முடியும்? உன்னால் முடியுமா அருட்தந்தையே?'

'நான் புனிதமானவனல்ல, கேடுகெட்டவன்தான். ஒருபோதும் நான் நாற்காலியில் அமர்ந்து, வழிபாட்டிற்குரிய தெய்வமாக என்னை வணங்க வேண்டுமென்று நான் சொல்லவில்லை!' என்று அருட்தந்தை ஃபெரபோன்த் முழங்கினார். 'மக்கள் இப்போதெல்லாம் புனித நம்பிக்கைகளைக் கெடுக்கிறார்கள். இறந்துபோன உங்களுடைய துறவி' என்று அங்கிருந்த சவப்பெட்டியைத் தன் விரலால் சுட்டிக்காட்டியபடி கூட்டத்தைப் பார்த்து, 'சாத்தான்கள் இல்லை'என்று சொன்னார். 'சாத்தான்களுக்கு எதிராக நின்று பாவங்களை அழித்தார். அதனால் தான் அவை சிலந்திகளைப் போலப் பெருகி, மூலை முடுக்குகளெல்லாம் நிரவிப் பரவிக் கிடக்கின்றன. இப்போது அவரே நாற்றமெடுத்துப் போய்க் கிடக்கிறார். இப்படிச் சுட்டிக்காட்டப்படுவதால் தான், நாம் கடவுளின் பெருமையை உணர முடிகிறது.'

உண்மையாகவே முதியவர் ஸோசிமாவின் வாழ்நாளில் இது ஒருமுறை நடந்தது. துறவிமார்களில் ஒருவர், தன்னுடைய கனவில் ஒருமுறை சாத்தானைப் பார்த்தார், அப்படியே விழித்திருக்கும்போதும் அந்தக் கெட்ட சக்தியை அவர் பார்த்திருக்கிறார். இதனால் மிகவும் பயந்துபோன அவர் முதியவர் ஸோசிமாவிடம் முறையிட, அவர் அந்தத் துறவியைத் தொடர்ந்து பிரார்த்திக்கும்படியும் கடுமையாக உபவாசமிருக்குமாறும் சொன்னார். ஆனால் அவையெல்லாம் பயனளிக்காதபோது, பிரார்த்தனையையும் உபவாசத்தையும் கைவிடாமல் கடைபிடித்தபடி ஒரு மருந்தையும் அவர் சாப்பிடச் சொன்னார். இதைக் கேட்டு அதிர்ச்சியடைந்த பலரும் அவர்களுக்குள் விவாதித்துக் கொண்டார்கள்; தனிப்பட்ட விதத்தில் முதியவர் கொடுத்த இந்த 'விநோதமான' போதனையைப் பற்றி அறிந்து அவதூறு பேசும் சிலர், உடனே அருட்தந்தை ஃபெரபோன்த்திடம் இதைப் பற்றி முறையிட்டார்கள்.

'இங்கிருந்து போய்விடுங்கள், அருட்தந்தையே!' என்று கட்டளையிட்ட அருட்தந்தை பாய்ஸி, 'மக்கள் தீர்ப்பளிக்க வேண்டாம், கடவுள் தீர்ப்பளிக்கட்டும். ஒருவேளை நாம் பார்க்கும் இந்த 'அறிகுறியை' நீங்களோ, நானோ அல்லது வேறு யாருமே கூடப் புரிந்துகொள்ளும் சக்தியில்லாதவர்களாகக்கூட இருக்கலாம். இங்கிருந்து போய்விடுங்கள் அருட்தந்தையே, மக்களிடையே குழப்பத்தை உண்டாக்காதீர்கள்!' என்று திரும்பவும் அவர் அழுத்திச் சொன்னார்.

'கடைபிடிக்க வேண்டிய உபவாசங்களை அவர் கடுமையாகக் கடைபிடிக்கவில்லை, அதனால்தான் இந்த அறிகுறி வெளிப்பட்டிருக்கிறது. இது மிகத் தெளிவாகத் தெரிகிறது, எனவே இதை மறைப்பது பாவம்!'

என்று தன்னுடைய எழுச்சி வேகத்தில் பைத்தியம் பிடித்தவர் போல அருட்தந்தை ஃபெரபோன்த் அர்த்தமில்லாமல் கத்தினார். 'பெண்கள் கொண்டுவந்த இனிப்புப் பதார்த்தங்களை அவர் ஆவலுடன் வாங்கிச் சாப்பிட்டார்; தேநீரை இனிப்புப் பண்டத்துடன் சேர்த்து அருந்தினார்; வயிற்றிற்கு அவர் அதிக சலுகை காட்டினார்; இனிப்புப் பண்டங்களால் தன்னுடைய வயிற்றை அவர் நிறைத்தார்; அவருடைய மனமோ பெருமையில் திளைத்திருந்தது ... அதனால்தான் அவர் அவமானத்திற்கு உள்ளாக்கப்பட்டார் ...'

'உன்னுடைய வார்த்தைகள் அர்த்தமற்றவை, அருட்தந்தையே!' என்று தன்னுடைய குரலை உயர்த்திச் சொன்ன அருட்தந்தை பாய்ஸி, 'நீ உபவாசமிருப்பதையும் உன்னுடைய கடும் ஒழுக்கமுறைமையையும் பார்த்து நான் ஆச்சர்யப்படுகிறேன், ஆனால் உன்னுடைய வார்த்தைகள் அற்பமானவை, ஏதோ சிற்றறிவு கொண்ட சிறு பையனின் வார்த்தை களைப் போல இருக்கின்றன. இந்த இடத்தைவிட்டுப் போய்விடு, அருட்தந்தையே, உனக்கு நான் கட்டளையிடுகிறேன்' என்று அருட் தந்தை பாய்ஸி இடிபோல் முழங்கினார்.

'நான் என்னவோ போய்விடுவேன்!' என்று சொன்ன அருட்தந்தை ஃபெரபோன்த், சற்றே திக்குமுக்காடிப் போனவராக, தன்னுடைய வெறுப்பை ஒதுக்கித்தள்ள முடியாமல், 'நீங்கள் அறிவாளிகள்! உங்களுடைய அதீத அறிவால் என்னைப் போன்றவர்களை நீங்கள் துச்சமாக மதிக்கிறீர்கள். இங்கு வந்தபோது படிப்பறிவில்லாதவனாக நான் இருந்தேன், ஆனால் இங்கு வந்த பிறகு எனக்குத் தெரிந்த கொஞ்சமும் மறந்துபோய்விட்டது; இந்தச் சிறியவனை அறிவாளிகளான உங்களிடமிருந்து கடவுள்தான் காப்பாற்றியிருக்கிறார் ...'

அருட்தந்தை பாய்ஸி சற்றுத் தள்ளி நின்றபடி பொறுமையாகக் காத்திருந்தார். அருட்தந்தை ஃபெரபோன்த் அமைதியான பிறகு திடீரென்று வருத்தத்துடன் வலது கையைக் கன்னத்தில் அழுத்தி வைத்தபடி இறந்துபோன முதியவரின் சவப்பெட்டியைப் பார்த்து ராகத்துடன் இழுத்துச் சொன்னார்:

'உதவியாளரும் பாதுகாப்பாளரும்' என்ற பாடலைத் தலைப்பக்கம் நின்றுகொண்டு புகழ்பெற்ற உயர்நிலைச் சமய குரு நாளைக்குப் பாடுவார்கள், ஆனால் நான் இறந்துபோனால் 'எப்படிப்பட்ட உலக சந்தோஷம்'[2] என்ற ஒரு சிறு கவிதையைத்தான் பாடுவார்கள் என்று வருத்தத்துடன் கண்ணீர் மல்கத் தன்னிரக்கம் பொங்கச் சொன்னார். 'நீங்களெல்லாம் பெருமையுடன் இறுமாப்புடன் இருக்கிறீர்கள், இது ஒரு வெற்றிடம்!' என்று திடீரென்று பைத்தியம் பிடித்தவர் போலக் கத்திவிட்டு, கையை ஆட்டி, வேகமாகத் திரும்பி வாசலை நோக்கிப் படிக்கட்டுகள் வழியாகக் கீழிறங்கிச் சென்றார். கீழே காத்திருந்த கூட்டம் என்ன செய்வதென்று தெரியாமல் தடுமாறியது; சிலர் உடனே அவரைப் பின்தொடர்ந்து போனார்கள்; மற்றவர்கள் சற்று மெதுவாகப் போனார்கள்; அறையின் கதவுகள் இன்னமும் திறந்திருக்க, அருட்தந்தை பாய்ஸி, அருட்தந்தை ஃபெரபோன்த்தைத் தொடர்ந்தபடி

வாசலுக்கு வந்து, நடந்த எல்லாவற்றையும் பார்த்துக்கொண்டிருந்தார். ஆனால் அந்த வயதான மனிதர் இன்னும் தன்னுடைய ஆட்டத்தை நிறுத்தாமல், இருபது அடி தள்ளிப்போய், சூரிய அஸ்தமனத்தைப் பார்த்துத் தன்னுடைய கைகள் இரண்டையும் தலைக்கு மேலே உயர்த்தி, யாரோ அவரை வெட்டிப்போட்டது போலத் திடீரென்று தரையில் விழுந்து சத்தமாகக் கத்தினார்:

'என்னுடைய கடவுள் ஜெயித்துவிட்டார்! ஏசு கிறிஸ்து சூரிய அஸ்தமனத்தை வென்றுவிட்டார்!' என்று ஆர்ப்பரித்தபடி, சூரியன் இருக்கும் திசைப்பக்கமாகக் கைகளை உயர்த்தி, முகம் தரையைத் தொட, கீழே விழுந்து ஒரு சிறு குழந்தையைப் போலக் கதறிக் கண்ணீர்விட்டு உடல் குலுங்க அழுதார்;

அவருடைய கைகள் நிலத்தில் பரவியிருந்தன. இதைப் பார்த்து எல்லோரும் ஆச்சர்யப்பட்டு, அவரைப் பின்தொடர்ந்து சென்று அவருடன் சேர்த்து தேம்பி அழுதார்கள்... அசாதாரணமான வெறி எல்லோரையும் பற்றியிருந்தது.

'இதோ இவர்தான் புனிதமானவர்! இவர்தான் உண்மையானவர்!' என்று பயப்படாமல் பலகுரல்கள் எழுந்தன. 'இதோ இவர்தான் மூத்த துறவி என்று அறிவிக்கப்பட வேண்டும்' என்று இன்னும் சிலர் வன்மத்துடன் சொன்னார்கள்.

'அவர் அதை ஏற்றுக்கொள்ளமாட்டார்... அவரே அதை மறுத்து விடுவார்... மூத்தோர் என்ற நாசமாய்ப் போன நிறுவனத்தையே அவர் ஏற்றுக்கொள்ளமாட்டார்...' என்று சிலகுரல்கள் எழுந்தன; அந்தச் சமயத்தில் பிரார்த்தனைக்கு ஆலயமணி அடிக்கப்பட்டு எல்லோருக்கும் அழைப்புவிடப்படாமல் இருந்திருந்தால். இது எந்த அளவுக்குப் போயிருக்குமென்று சொல்வது சிரமமாகத்தான் இருந் திருக்கும். உடனே எல்லோரும் சிலுவை போட்டுக் கொண்டார்கள். அருட்தந்தை ஃபெரபோன்த்தும் தரையிலிருந்து எழுந்து சிலுவை போட்டுக்கொண்டு திரும்பிப் பார்க்காமல் அறைக்குப் போனவர், இன்னமும் எதை எதையோ கத்திக்கொண்டு போனது எதுவுமே புரியாமல் இருந்தது. ஒருசிலர் அவரைப் பின்தொடர்ந்து சென்றாலும், பலர் அவரைவிட்டு விலகிப் பிரார்த்தனைக்குச் செல்ல விரைந்தார்கள். அருட்தந்தை ஜோசப், பைபிளை அருட்தந்தை பாய்ஸியைப் படிக்கச் சொல்லிவிட்டுக் கீழே இறங்கிப் போனார். பைத்தியக்காரர்களின் வெறிபிடித்த கூக்குரல்கள் அருட்தந்தை பாய்ஸியைப் பாதிக்கவில்லை, ஆனால் திடீரென்று அவருடைய மனத்தில் சோகம் பீடிக்க, குறிப்பாக அது அவரைக் கவலை கொள்ளவைத்தது என்பதை அவர் உணர்ந்தார்.

சோகத்தில் அப்படியே நின்றவர், 'என்னுடைய மனம் நொறுங்கிப் போகுமளவுக்கு எதற்காக நான் இப்படிக் கவலைப்படுகிறேன்?' என்று திடீரென்று தன்னைத்தானே கேட்டுக்கொண்டார்.

திடீரென்று எழுந்த இந்தக் கவலை சொல்லப்போனால், குறிப்பிட்ட ஒரு சிறிய காரணத்தால் தான் எழுந்தது என்பதை அவர் ஆச்சர்யத்துடன்

உணர்ந்தார்: அதற்குக் காரணம் என்னவென்றால், அறையின் வாசலில் கூட்டமாகக் குழுமியிருந்தவர்களுக்கு நடுவே பதற்றத்துடன் அல்யோஷா நின்றுகொண்டிருந்ததைப் பார்த்து, அதன் காரணமாகத்தான் ஏதோ ஒரு வலி சட்டென்று அவருடைய மனத்தில் ஏற்பட்டது என்பதை அவர் உணர்ந்தார். 'இந்தச் சிறுவனா இவ்வளவு தூரம் என்னைக் கவலைப்படவைக்கிறான்' என்று ஆச்சர்யத்துடன் அவர் தன்னைத்தானே கேட்டுக்கொண்டார். அந்தச் சமயம் பார்த்து அல்யோஷா அவரைக் கடந்து தேவாலயப் பக்கமாகப் போகாமல் வேறு பக்கம் அவசரமாகப் போனான். அவர்களுடைய கண்கள் இரண்டும் சந்தித்துக்கொண்டன. சட்டென்று அல்யோஷா தன்னுடைய பார்வையைத் திருப்பிக் கீழே பார்த்த அந்த ஒரு பார்வையிலேயே அருட்தந்தை பாய்ஸிக்குப் புரிந்துவிட்டது, அவனுள் மிகப்பெரிய மாற்றம் ஏற்பட்டுவிட்டது என்று.

'நீயும் ஒருவேளை நெறிதவறிவிட்டாயோ?' என்று திடீரென்று உரக்கக்கேட்ட அருட்தந்தை பாய்ஸி, 'ஆமாம், நீ கூடவா நம்பிக்கையை இழந்துவிட்டாய்!' என்று வருத்தத்துடன் மறுபடியும் கேட்டார்.

இதைக் கேட்டுக்கொண்டு நின்ற அல்யோஷா, ஏனோ அருட்தந்தை பாய்ஸியை வெறுமையாகப் பார்த்தபடி மீண்டும் சட்டென்று தன்னுடைய பார்வையைக் கீழே தாழ்த்திக்கொண்டான். அவருக்குப் பக்கத்தில் நின்ற அவன், அவரைப் பார்க்கவில்லை. அருட்தந்தை பாய்ஸி இதைக் கவனித்தார்.

'அவசரமாக எங்கே போகிறாய்? பிரார்த்தனைக்காக ஆலயமணி அடித்துவிட்டது' என்று மீண்டும் அவனைக் கேட்டார்; ஆனால் அல்யோஷா மறுபடியும் பதில் எதுவும் சொல்லவில்லை.

'ஒரு சமயம் மடாலயத்தை விட்டே போகிறாயா? அனுமதியும் ஆசீர்வாதமும் இல்லாமல் எப்படி நீ அப்படிச் செய்யலாம்?'

அல்யோஷா உதட்டைக் கோணலாகச் சுழித்தபடி திடீரென்று ஏளனமாகச் சிரித்தவன், தன்னைக் கேள்வி கேட்ட அருட்தந்தையை விநோதமாகப் பார்த்தபடி, முதியவரின் இறப்புக்கு முன்பு யார்மீது நம்பிக்கை வைத்திருந்தானோ, யாரிடம் இறந்துபோன முதியவர், இறந்தபோன வழிகாட்டி, ஆலோசகர், அவனுடைய மனத்தையும் அறிவையும் ஆட்கொண்ட அன்புமிக்க முதியவர், யாரிடம் அவனை நம்பி ஒப்படைத்தாரோ, அவரைப் பார்த்து, பதில் எதுவும் பேசாமல், பேசுவதில் பயனில்லை என்பது போலத் தன்னுடைய கையைக் காற்றில் உதறியபடி, மரியாதையின் பொருட்டுகூடப் பதில் சொல்லாமல் வேகமாக அடியெடுத்து வைத்து மடாலயத்தின் கதவுகளைத் தாண்டி வெளியே சென்றான்.

'கண்டிப்பாக மீண்டும் நீ திரும்பி வருவாய்!' என்று முணுமுணுத்த அருட்தந்தை பாய்ஸி, வருத்தங்கலந்த ஆச்சர்யத்துடன் வெளியே போகும் அல்யோஷாவைப் பார்த்தார்.

# 2
## சரியான நேரம்

அருட்தந்தை பாய்ஸி, சந்தேகத்திற்கிடமின்றி, சரியாகத்தான் சொன்னார். அவருடைய 'அன்பிற்குரிய சிறுவன்' மீண்டும் துறவி மடாலயத்திற்கு வருவான், அதுவும் ஒருவேளை (முற்றிலுமாக இல்லாவிட்டாலும், எப்போதாவது திரும்பி வருவான் என்ற நுண்ணுணர்வு அவருக்கிருந்தது) உண்மையான சமயஞ்சார்ந்த ஆழ்ந்த உணர்வுடன் வருவான் என்று. என்னுடைய கதையில் வரும் இந்த இளைஞன், இவ்வளவு தூரம் என்னால் விரும்பப்படும் என்னுடைய கதாநாயகனின் விநோதமான, குறிப்பிட்டுச் சொல்ல முடியாத எண்ணத்தைத் தெளிவாக நான் இங்குத் தெரியப்படுத்துவது எனக்கே சிரமமான ஒன்று என்பதை இப்போது நான் ஒப்புக்கொள்கிறேன். அல்யோஷாவைப் பார்த்து வருத்தத்துடன் கேட்ட அருட்தந்தை பாய்ஸியின், 'நீயுமா நம்பிக்கை இழந்துவிட்டாய்?' என்ற கேள்விக்கு என்னால் ஆணித்தரமாக அல்யோஷாவின் சார்பிலிருந்து பதில் அளிக்க முடியும்: 'இல்லை, அவன் நம்பிக்கையை இழக்கவில்லை.' அதுமட்டுமல்ல, முற்றிலும் மாறாக, அவனுடைய எல்லாக் கவலைகளுக்கும் முக்கியமான காரணமாக இருப்பது அவனுடைய அதீத நம்பிக்கைதான். இப்படிப் பட்ட கவலைகளும் வருத்தங்களும் நிறைந்த இந்த நாளைத்தான் தன் வாழ்நாளிலேயே மிகப்பெரிய சோகமான, முக்கியமான நாளென்று அல்யோஷா கருதினான் என்று நீண்ட நாட்களுக்குப் பிறகு அவனே நினைவுகூர்ந்தான். வெளிப்படையாக ஒரு கேள்வி: 'இந்த எல்லாக் கவலைகளும் பயங்களும் முதியவர் இறந்தபிறகு மனிதர்களைக் குணப்படுத்தும் சக்தி அவரிடமிருந்து வெளிப்படுவதற்குப் பதிலாக துர்நாற்றம் வெளிவந்ததுதான் காரணமா' என்று கேட்டால், அதற்குத் தயக்கமின்றிப் பதிலளிப்பேன், 'ஆம், உண்மையாக அது அப்படித்தான்' என்று. வாசகர்கள் அவசரப்பட்டு என்னுடைய கதாநாயகனின் தூய உள்ளத்தைக் கேலிசெய்ய வேண்டாமென்று கேட்டுக்கொள்கிறேன். அனுபவமில்லாத அவனுடைய இளவயதின் காரணத்தாலோ, பள்ளிப் படிப்பை முடித்திராத காரணத்தாலோ, இப்படி ஏதாவது ஒரு காரணத்தைக் காட்டி அவன் செய்த குற்றத்தைப் பொறுத்துக் கொள்ளவோ, அவனை மன்னிப்பதோ என்னுடைய நோக்கமல்ல; மாறாக, அவனுடைய இயல்பான, உண்மையான உள்ளத்தை நான் மிகவும் மதிக்கிறேன் என்பதை இங்கு நான் ஆணித்தரமாகச் சொல்லிக் கொள்கிறேன். சந்தேகத்திற்கிடமின்றி, அவனுடைய இடத்தில் வேறு எந்த இளைஞன் இருந்திருந்தாலும், ஆழ்ந்த உணர்வுகளை அந்த இளைஞனால் முழுமையாக ஆர்வத்துடன் விரும்பமுடியாமல், அரைகுறையாக விரும்பினாலும், அறிவுப்பூர்வமாக நம்புவதாக இருந்தாலும், அவனுடைய வயதைக் கணக்கிலெடுத்துப் பார்த்தால், அவன் செய்கின்ற செயல் நியாயமானதாகத் தோன்றினாலும் (அதன் காரணமாகவே தரக்குறைவானதாகத் தோன்றும்), அந்த இளைஞன்,

என்னுடைய இளைஞனுக்கு நேர்ந்ததைப் பார்த்தால், எல்லாவற்றையும் விட்டுவிட்டு ஓடியிருப்பான்; ஆனால், சில சமயங்களில் சில தூண்டுதல்களுக்கு இணங்கிப்போவது விவேகமில்லாத ஒன்றாக இருந்தாலும், மிகப்பெரிய அன்பின் பொருட்டு அதை ஏற்றுக்கொள்ளாமலிருப்பதை விட, அதை ஏற்றுக்கொள்வதே சரியானதாகும். ஆனால் இளமைப் பருவத்தில் எல்லாமே அப்படித்தான் தோன்றும்; அதீதப் பகுத்தறிவுடன் இருக்கும் இளைஞனை எப்போதுமே நம்பக் கூடாது; அதற்கு அவனுக்குத் தகுதியில்லை என்பதும் என்னுடைய கருத்தாகும்! 'ஆனால்', 'எந்த ஒரு இளைஞனும் இப்படிப்பட்ட ஒரு மூட நம்பிக்கையை நம்பமாட்டான்; இந்த விதத்தில் உங்களுடைய இளைஞன் மற்றவர்களுக்கு உதாரணமாக இருக்க முடியாது' என்று விவேகமுள்ள மனிதர்கள் உடனே கூக்குரலிடக்கூடும், இதற்கு நான் மீண்டும் பதிலளிக்கிறேன்: 'ஆம், என்னுடைய இளைஞன் நம்பினான், அசைக்க முடியாத புனிதத் தன்மையின் மீது நம்பிக்கை வைத்தான், அதற்காக அவனுடைய சார்பிலிருந்து நான் மன்னிப்பு கேட்க மாட்டேன்.'

பாருங்கள், என்னுடைய கதாநாயகனின் செயலைப் பற்றி நான் எந்தவொரு விளக்கமோ அதன் பொருட்டு மன்னிப்போ அல்லது அதை நியாயப்படுத்தவோ மாட்டேன் என்பதை முன்பே நான் குறிப்பிட்டிருந்தாலும் (ஒருவேளை அதீத அவசரத்தில்) இந்தக் கதையைப் புரிந்துகொள்வதற்காக ஒருசில விளக்கங்களை நான் கொடுக்க வேண்டி இருக்கிறது. நான் சொல்ல விரும்புவது இதைத்தான்: அதாவது இது அற்புதத்தைப் பற்றிய விஷயம் அல்ல. அற்பத்தனமாக அதிசயம் நடக்குமென்று எதிர்பார்ப்பதும் அல்ல. தன்னுடைய நம்பிக்கை வெற்றி பெற வேண்டுமென்பதற்காக அற்புதம் நடக்க வேண்டுமென்கின்ற தேவை அல்யோஷாவுக்கு இருக்கவில்லை (கண்டிப்பாக இது அப்படி யல்ல); அல்லது ஏற்கெனவே இருந்த, முன்பே அறிந்து கொண்ட கருத்தை, மிக வேகமாக வேறு ஒன்று வெற்றிகொள்ள வேண்டுமென்பதற் காகவும் அல்ல – ஓ, அல்ல, அப்படி அல்லவே அல்ல: இவை எல்லா வற்றையும்விட, முதன்முதலாக, முதலிடத்தில் அவனுடைய கண் முன்னால் நிற்பது அவருடைய முகம், அவருடைய முகம் மட்டுமே – ஆசையுடன் அவன் விரும்பிய அந்த முதியவரின் முகம், அந்த உண்மை யானவரின் முகம், எந்த அளவுக்கு அவரைப் போற்றி அவன் வழிபட்டானோ, அவருடைய அந்த முகம். இது, இதுதான், இந்த முழு அன்புதான், அவனுடைய கள்ளமில்லாத, இளவயதில் 'எல்லோருக்காகவும் எல்லாவற்றிற்காகவும்' அவன் நெகிழ்ந்துபோக, ஒரு வருடத்திற்கு முன்பு, எல்லா நேரமும் அவன் முழுக்கவனத்துடன் இருந்ததுகூட ஒருவேளை சரியில்லாத ஒன்றாக இருந்திருக்கலாம், அதுவும் ஒரே ஒரு மனிதரின் மீது கடைசி கடைசியாகத் தன்னுடைய சக்திவாய்ந்த மன ஆற்றலை, விருப்பத்திற்குரிய அந்த முதியவரின் மீது வைக்க, இப்போது அந்த முதியவர் மரித்துப் போய்விட்டார். உண்மை, இந்த மனிதர்தான் நீண்டகாலமாக சர்ச்சைக்குட்படாத குறிக்கோள் வடிவமாக இருக்க, அவனுக்குத் தெரிந்தவரை, அவனுடைய இளவயதுச் சக்தியையும் பேரார்வத்தையும் அந்த மனிதர் மீது அவனால்

செலுத்த முடியாமல் இருக்க முடியவில்லையாதலால், சில சமயங்களில் அவன் 'எல்லோருக்காகவும் எல்லாவற்றிற்காகவும்' என்பதைக்கூட மறந்துபோனவனாக இருந்தான். (சோகமான இந்த நாளன்று, எவ்வளவு பேராார்வத்துடன் தன்னுடைய சகோதரன் திமித்ரியைப் பார்க்க அவன் ஏங்கினானோ, அதற்கு முந்தைய நாள் அவனைப் பார்க்க எப்படி அவன் விரும்பினானோ, அப்படிப்பட்ட அவனை முற்றிலுமாக அவன் மறந்துபோனதை அல்யோஷாவே பிறகு நினைவுகூர்ந்தான்; அப்படியே இல்யூஷெச்காவின் தந்தைக்கும் அந்த இருநூறு ரூபிள்களை அவன் கொடுக்க மறந்துபோனான்; அதற்கு ஒரு நாளைக்கு முன்பு தான், அந்தப் பணத்தை அவரிடம் கொடுத்துவிட வேண்டுமென்று அவன் மிக ஆவலுடன் இருந்தான்). ஆனால் மீண்டும் சொல்கிறேன், அவனுக்குத் தேவையாயிருந்தது அற்புதம் அல்ல, 'தலைசிறந்த நியாயம்' தான்; அதைத்தான் அவன் நம்பியிருந்தான்; அப்படிப்பட்ட அந்த நியாயம் அழிந்துபோனது அவனுடைய உள்ளத்தைக் கடுமையாகத் தாக்கி, சட்டென்று அவனுடைய மனத்தைக் காயப்படுத்திவிட்டது. அப்படிப்பட்ட அந்த 'நியாயம்', அன்பான வழிநடத்துனரின் சார்பிலிருந்து அற்புதமென்ற பெயரில் உடனே வெளிப்படுமென்று அல்யோஷா எதிர்பார்த்திருந்திருக்கலாம் இல்லையா? அதைத்தான் மடாலயத்தில் இருந்த எல்லோரும் எதிர்பார்த்தார்கள்; உதாரணமாக, அல்யோஷா யாருடைய அறிவுக்கு முன்பாகத் தலைவணங்கி நின்றானோ, அப்படிப் பட்ட அருட்தந்தை பாய்ஸியேகூட அதைத்தான் எதிர்பார்த்திருந்தார்; அதனால்தான் எந்தவிதச் சந்தேகமுமின்றி, மற்றவர்களைப் போலவே அல்யோஷாவும் தன்னுடைய கனவுகளை அதே வடிவில் பாதுகாத்து வைத்திருந்தான். ஆம், வெகுகாலத்திற்கு முன்பே அவனுடைய மனத்தில் அது உருவாகியிருந்தது; ஒரு வருட மடாலய வாழ்வில் அப்படி அவன் எதிர்பார்த்தது, அவனுடைய மனத்திற்குப் பழக்கப்பட்ட ஒன்றாக இருந்தது. ஆனால் நியாயத்தை அவன் வேட்கையுடன் எதிர்பார்த்தான்; நியாயத்தை, அற்புதத்தை மட்டுமல்ல, உலகிலுள்ள எல்லா மனிதர்களையும்விட உயர்ந்து நிற்க வேண்டுமென்று யார் மீது அவன் நம்பிக்கை வைத்திருந்தானோ, அந்த மனிதரே புகழப் படுவதற்குப் பதிலாக, பெருமைக்கு உட்படுத்தப்படுவதற்குப் பதிலாக, வீழ்த்தப்பட்டுத் திடீரென்று அவமானப்படுத்தப்படுகிறார்! இது ஏன்? இது யார் கொடுத்த தீர்ப்பு? யார் இப்படி ஒரு முடிவை எடுத்திருக்கக் கூடும்? இதோ இப்படிப்பட்ட அனுபவமில்லாத, குழந்தைத்தனமான கேள்விகள்தான் அவனுடைய மனத்தை அந்த நேரம் வேதனைப்படுத்தின. மிக மிக உண்மையாக இருப்பதை விடவும் அதிக உண்மையாக இருந்த ஒருவர், எல்லாவிதத்திலும் பல மடங்கு கீழான, சிற்றறிவு கொண்ட மக்களிடையே இவ்வளவு தூரம் கேவலப்படுத்தப்படுவதை வருத்தமின்றி அவனால் ஏற்றுக்கொள்ள முடியவில்லை. சரி, அற்புதம், நடக்காமலேயே இருக்கட்டும்; அப்படிப்பட்ட எந்த ஒரு அதிசயமும் நிகழாமலேயே இருக்கட்டும்; உடனே ஏதாவது ஒன்று நடக்குமென்ற எதிர்பார்ப்பும் பொய்த்துப் போகட்டும்; ஆனால் ஏன் இந்த ஏளனப் பழிப்பு, எதற்காக இந்தக் கேவலம், இந்த உடல் துர்நாற்றம், 'இயற்கையின் போக்கை முந்திவிட்டது' என்ற துறவிமார்களின் வன்மப் பேச்சுகள்?

ஏன் இந்த ‘அறிகுறியை’ப் பெரிய வெற்றி என்று அருட்தந்தை ஃபெரபோன்த்துடன் மற்றவர்களும் சேர்ந்து கொண்டு கூத்தாடுகிறார்கள்; இப்படி நடந்துகொள்ள அவர்களுக்கு ஏது உரிமை? கடவுள் எங்கே இருக்கிறார்? உதவும் அவருடைய கைகள் எங்கே? இப்படிப்பட்ட இந்த ‘இன்றியமையாத தருணத்தில்,’ (அல்யோஷா நினைத்துக் கொண்டான்) அவர் ஏன் தன்னுடைய கைகளை ஒளித்துவைத்துக் கொண்டு, குருடர்களுக்கும் முட்டாள்களுக்கும் இரக்கமற்ற நியதிகளுக்கும் அடிபணிந்து போகிறார்?

இதனால்தான் அல்யோஷாவின் மனத்தில் ரத்தம் கசிந்தது; நான் முன்பே குறிப்பிட்டது போல, அவன் முன்பாக, அவருடைய முகம், இவ்வுலகிலேயே அவன் மிக அதிகமாக நேசித்த அவருடைய முகம் ‘கேவலப்படுத்தப்பட்டு,’ ‘புகழிழந்து’ கிடந்தது! என்னுடைய இந்த இளைஞனின் முணுமுணுப்பு சிற்றறிவுள்ளதாக, பகுத்தறிவில்லாத தாகவே இருக்கட்டும், ஆனால், மூன்றாவது முறையாகத் திரும்பச் சொல்கிறேன் (முன்பு சொல்லப்பட்டதுடன் உடன்பட்டு, ஒருவேளை, இதுவும் சிற்றறிவுள்ளதாக): எனக்கு மகிழ்ச்சிதான், என்னுடைய இளைஞன் இந்த நேரம் இவ்வளவு தூரம் பகுத்தறிவில்லாமல் இருப்பதைப் பார்த்து எனக்கு மகிழ்ச்சிதான்; ஏனெனில் அறிவார்ந்த மனிதனுக்குப் பகுத்தறியக்கூடிய நேரம் வரும், ஆனால் அசாதாரணமான இந்தத் தருணத்தில் அந்த இளைஞனின் உள்ளத்திலிருந்து அன்பு வெளிப்பட வில்லையென்றால், பிறகு அது எப்போது வெளிப்படும்? இந்தக் குழப்பமான, முக்கியமான நேரத்தில், கண்மூடிக் கண் திறக்கும் நேரத்தில் அல்யோஷாவின் மனத்தில் விநோதமான சம்பவம் ஒன்று வந்து போனதைப் பற்றிச் சொல்லாமல் அமைதியாக என்னால் இருக்க முடியவில்லை. மிகக் குறைந்த நேரமே இருந்த இனம்புரியாத அந்த உணர்வு, இவானுடன் நேற்று அவன் நடத்திய உரையாடலின் காரணமாக, இடைவிடாது ஒருவித உளைச்சலை மீண்டும் அவனுள் ஏற்படுத்திக்கொண்டிருந்தது. அதுவும் குறிப்பாக இப்போது. இது ஏதோ அவனுடைய அடிப்படையான, அமைதியான நம்பிக்கையை உலுக்கி அவனைத் தளரவைக்கும் ஒன்றல்ல. எதிர்பாராதவிதமாகத் தன்னுடைய கடவுளுக்கு எதிராகவே நின்று அவன் முணுமுணுத்தாலும், தன்னுடைய கடவுளை அவன் விரும்பினான், அவர்மீது அசைக்க முடியாத நம்பிக்கையையும் அவன் வைத்திருந்தான். இருந்தாலும், நேற்று இவானுடன் நடந்த உரையாடலை நினைத்துப் பார்க்கும்போது, இனம்புரியாத ஏதோ ஒன்று பயங்கரமாக அவனைத் தாக்க, திடீரென்று மீண்டும் அது இப்போது அவனுடைய மனத்தை உலுக்கி, விஸ்வரூப மெடுத்து அது மேலெழுந்து நின்றது. இரவு நேரம் கவிழ ஆரம்பித்த வேளையில், பைன் மரக் காடுகளினூடே துறவி மடாலயத்திற்குப் போகும் வழியில், ஒரு மரத்தின் கீழ், தரையில் அல்யோஷா அசைவற்றுப் படுத்திருப்பதைப் பார்த்தான் ரக்கீத்தின். உடனே அவன் அல்யோஷாவைக் கூப்பிட்டான்.

‘நீ எங்கு இங்கு அலெக்ஸெய்? என்ன, நீயா இங்கு . . .’ என்று ஆச்சர்யத்தில், சொல்லி முடிக்காமல் பாதியில் நிறுத்தினான். அவன்

சொல்ல விருப்பப்பட்டது என்னவென்றால், 'நீயா இப்படி ஆகி விட்டாய்?' என்று. அல்யோஷா கண்திறந்து பார்க்கவில்லை, ஆனால் அவனுடைய சில அசைவுகளிலிருந்து ரக்கீத்தின் பேசுவதை அவன் கேட்டுக்கொண்டும் புரிந்துகொண்டுமிருக்கிறான் என்பதை ரக்கீத்தின் அனுமானித்தான்.

'ஆமாம், உனக்கு என்னவாயிற்று?' என்று அவன் ஆச்சர்யத்துடன் கேட்டாலும், அது அவனுடைய முகத்தில் புன்னகையாக உருவெடுத்து, போகப்போக ஏளனமாக மாறியது.

'கேள், நான் உன்னை இரண்டு மணி நேரமாகத் தேடிக்கொண்டிருக்கிறேன். திடீரென்று நீ காணாமல் போய்விட்டாய். ஆமாம், நீ இங்கு என்ன செய்துகொண்டிருக்கிறாய்? இது என்ன முட்டாள்தனம்? கொஞ்சம் கண்திறந்து என்னையாவது பார்...'

அல்யோஷா தலையை நிமிர்த்தி, எழுந்து அமர்ந்து, முதுகுப் புறத்தை மரத்தின் மீது சாய்த்து உட்கார்ந்தான். அவன் அழவில்லை, ஆனால் அவனுடைய முகத்தில் வேதனையும் பார்வையில் எரிச்சலும் தெரிந்தன. ரக்கீத்தினைப் பார்க்காமல் வேறுபக்கமாக அவன் பார்த்தான்.

'உன் முகம் முற்றிலுமாக மாறி இருக்கிறது, தெரியுமா. உனக்கே உரித்தான உன்னுடைய பணிவு இப்போது கொஞ்சம்கூட உன்னிடம் இல்லை. யார் மீதாவது உனக்குக் கோபமா? யாராவது உன்னுடைய மனத்தைப் புண்படுத்திவிட்டார்களா?'

'என்னைத் தனியாக இருக்கவிடு!' என்று திடீரென்று சொன்ன அல்யோஷா, ரக்கீத்தினை ஏறெடுத்தும் பார்க்காமல், காற்றில் கைகளை உதறினான்.

'ஓஹோ, நீயும் இப்படித்தானா! சாதாரண மக்களைப் போலவே நீயும் கத்த ஆரம்பித்துவிட்டாயா. ஹா, தேவதூதரிடமிருந்து வந்தவன்! என்ன! ஹா, அல்யோஷா என்னை நீ ஆச்சர்யப்பட வைக்கிறாய், உண்மையைச் சொல்கிறேன், கேள். நீண்ட காலமாகவே இங்கு எதுவுமே என்னை ஆச்சர்யத்தில் ஆழ்த்தவில்லை. ஆனால், உன்னை அறிவாளி என்று நான் நினைத்திருந்தேன்...'

இறுதியாக அல்யோஷா ரக்கீத்தினை ஏறெடுத்துப் பார்த்தான்; ஆனால் ஏதோ தெளிவில்லாமல், அவன் சொல்வதைப் புரிந்து கொள்ளாதவன் போலப் பார்த்தான்.

'நீ இப்படி ஆனதற்குக் காரணம் உன்னுடைய முதியவர் உடலிலிருந்து வந்த துர்நாற்றம் தானே? ஆமாம், இன்னும் நீ உண்மையாகவே நம்புகிறாயா அதிசயங்களை அவர் அவிழ்த்துவிடுவாரென்று?' என்று மீண்டும் ஆச்சர்யத்துடன் உரக்கக் கேட்டான் ரக்கீத்தின்.

'நம்பினேன், நம்புகிறேன், அப்படி நம்பவும் ஆசைப்படுகிறேன், இன்னும் நம்புவேன், சரி உனக்கு என்ன வேண்டும்!' என்று எரிச்சலுடன் கத்தினான் அல்யோஷா.

கரமாஸவ் சகோதரர்கள்

‘ஒன்றுமல்ல, என் அருமை நண்பனே. நாசமாய்ப் போக, இந்தக் காலத்தில் பதிமூன்று வயது பள்ளிச்சிறுவன்கூட இதை நம்பமாட்டான். இருந்தாலும், நாசமாய்ப் போகட்டும் ... ஆனால் இப்போது நீ உன்னுடைய கடவுள்மீது கோபங்கொண்டு கலகம் செய்கிறாய்: முதியவருக்கு உயர்ந்த பட்டம் கொடுக்கப்பட்டுக் கௌரவிக்கப்படவில்லை என்று உனக்குக் கோபம்! ஹா, எப்படிப்பட்டவன் நீ!’

அல்யோஷா தன்னுடைய கண்களைச் சுருக்கி நீண்டதொரு பார்வையால் ரக்கீத்தினைப் பார்த்தபோது அவனுடைய பார்வையில் திடீரென்று ஏதோ ஒன்று மின்னியது ... ஆனால் அது ரக்கீத்தினின் மீதிருந்த கோபம் அல்ல.

‘என்னுடைய கடவுளுக்கு எதிராக நான் கலகம் செய்யவில்லை; அவர் படைத்த இந்த உலகைத்தான் நான் ஏற்றுக்கொள்ளவில்லை’ என்று ஏளனமாகச் சிரித்தபடி சட்டென்று சொன்னான் அல்யோஷா.

‘என்னது, இந்த உலகத்தை நீ ஏற்கவில்லையா?’ என்று அவனுடைய பதிலைக் கேட்டு ஒரு நிமிடம் யோசித்த ரக்கீத்தின், ‘என்ன உளறல் இது?’ அல்யோஷா பதில் எதுவும் சொல்லவில்லை.

‘சரி தேவையில்லாமல் பேசியதெல்லாம் போதும். இனி காரியத்திற்கு வருவோம்: இன்று நீ ஏதாவது சாப்பிட்டாயா இல்லையா?’

‘ஞாபகமில்லை ... சாப்பிட்டேனென்று நினைக்கிறேன்.’

‘உன்னுடைய முகத்தைப் பார்த்தால் கொஞ்சம் சாப்பிடுவது நல்லது என்று எனக்குத் தோன்றுகிறது. உன்னைப் பார்த்தால் பாவமாக இருக்கிறது. ராத்திரியெல்லாம் தூங்காமல் ஏதோ பேசிக்கொண்டிருந்தீர்களென்று கேள்விப்பட்டேன். பிறகு முட்டாள்தனமான கேலிக்கூத்து ஏதோ நடந்தது போல ... புனிதக் காரியத்திற்குத் தரப்படும் துண்டு ரொட்டியைத் தான் நீ மென்று விழுங்கியிருப்பாய். என்னுடைய சட்டைப்பையில் கொத்திறைச்சிக் குழப்பாளம் (*sausage*) தான் இருக்கிறது; ஊரிலிருந்து வரும்போது தேவைப்படுமே என்று எடுத்துவந்தேன்; ஆனால் நீதான் அதைச் சாப்பிட மாட்டாயே ...’

‘பரவாயில்லை, கொடு சாப்பிடலாம்.’

‘ஹா! நீ எப்படியாகிவிட்டாய்! அப்படியானால், உண்மையாகவே இது கலகம்தான், வழியடைப்புதான்! சரி, என் சகோதரனே, இந்த வாய்ப்பை நழுவவிடக் கூடாது, வா, என்னுடைய இடத்திற்கு வா ... ஒரு மடக்கு வோத்காவாவது நான் குடிக்க வேண்டும், அந்த அளவுக்கு நான் சோர்ந்துபோய்விட்டேன். நீ வோத்கா குடிக்குமளவுக்குப் போகமாட்டாய் என்று நினைக்கிறேன் ... இல்லை, ஒரு சமயம் அதையும் குடிப்பாயோ?’

‘சரி, கொடு வோத்காவையும் குடிக்கிறேன்.’

‘ஏய்! ஆச்சர்யம்தான், என் சகோதரனே!’ என்ற ரக்கீத்தின் குழம்பியபடி அவனைப் பார்த்தான். ‘வோத்கா அல்லது கொத்துக்கறி

குழப்பாளம் எதுவாக இருந்தாலும் சரி, அதைச் சாப்பிடுவதற்கு இதுதான் சரியான நேரம்; இந்த நல்ல நேரத்தை நழுவவிடக் கூடாது, வா போகலாம்!'

அமைதியாக அல்யோஷா எழுந்து ரக்கீத்தினைப் பின்தொடர்ந்து சென்றான்.

'சகோதரன் இவான் மட்டும் பார்த்திருந்தால் ஆச்சர்யப்பட்டுப் போயிருப்பான்! ஆமாம், உன்னுடைய இவான் ஃபியோதரவிச் இன்று காலை மாஸ்கோவுக்குப் புறப்பட்டுப் போய்விட்டான், தெரியுமா உனக்கு?'

'தெரியும்' என்று உணர்ச்சியில்லாமல் சொன்ன அல்யோஷாவின் மனத்தில் சகோதரன் திமித்ரியின் உருவம் சட்டென்று வந்து மறைய, ஏதோ மிக அவசரமான காரியம் ஒன்றை உடனே செய்ய வேண்டு மென்பதை அது நினைவுபடுத்தினாலும், அது ஏதோ ஒரு கடமையாக, பயங்கரமான ஒன்றாக இருக்க, அந்த நினைவு அவனிடம் எந்தவிதப் பாதிப்பையும் ஏற்படுத்தாமல், ஆழ்மனத்தையும் தூண்டாமல், திடீரென்று அவனுடைய நினைவிலிருந்து சட்டென்று அது மறைந்து போனது. ஆனால், அதைப் பிறகு நீண்ட நேரம் யோசித்துப் பார்த்தான் அல்யோஷா.

'உன் சகோதரன் வானச்கா (இவானைச் செல்லமாக அழைப்பது) ஒருமுறை என்னை 'லாயக்கில்லாத லிபரல் சாக்குமூட்டை' என்று சாடினான். பொறுக்க முடியாமல் நீயும் ஒருமுறை நான் 'நேர்மை யில்லாதவன்' என்று சொன்னாய். அப்படியே இருக்கட்டும்! பார்க்கிறேன், இனி உன்னுடைய இயல்பான குணமும் நேர்மையும் எப்படிப்பட்டது என்று! (இதை ரக்கீத்தின் தனக்குள் முணுமுணுத்துக்கொண்டான்). தூ, கேள்!' என்று மீண்டும் அவன் உரத்துச் சொன்னபடி, 'மடாலயத் திற்குப் போகும் வழியைத் தவிர்த்துவிட்டு, வேறுவழியாக நாம் ஊருக்குள் போவோம்...ம். எனக்குத் திருமதி ஹ்லக்கோவாவைப் பார்க்க வேண்டும். யோசித்துப் பார், இங்கு நடப்பவை எல்லாவற்றையும் அவளுக்கு நான் எழுதி அனுப்ப வேண்டும், நம்ப முடிகிறதா உன்னால்; நிமிடத்தில் அவள் அதற்குப் பதிலும் எழுதி அனுப்புகிறாள். பென்சிலால் எழுதி அனுப்புகிறாள் (இப்படிக் குறிப்பு எழுதி அனுப்புவதை அவள் மிகவும் விரும்புகிறாள்), மரியாதைக்குரிய முதியவர் அருட்தந்தை ஸோஸிமாவிடமிருந்து இதை நான் எதிர்பார்க்கவில்லை – இப்படிப் பட்ட நடத்தையை!' என்று அவள் எழுதுகிறாள். இப்படித்தான் அவள் எழுதினாள் –'நடத்தையை!' என்று. அவளும் அவர்மீது கோபப்பட்டாள்; ஹா, இப்படிப்பட்டவர்கள்தாம் நீங்கள் எல்லோரும்! நில்!' என்று எதிர்பாராத விதமாக மீண்டும் கத்திய ரக்கீத்தின் அப்படியே திடீரென்று நின்றபடி அல்யோஷாவின் தோளைப் பற்றியிழுத்து மேலே போகாமல் அவனைத் தடுத்து நிறுத்தினான்.

'அல்யோஷா, தெரியுமா' என்று அவனுடைய கண்களை ஆவலுடன் பார்த்தவன், திடீரென்று எழுந்த இந்த எண்ணத்தால் முழுவதும்

தாக்கப்பட்டு, அந்த எண்ணத்தால் சுண்டியிழுக்கப்பட்டவன் போல, பார்ப்பதற்குச் சிரித்த முகத்துடன் அந்த எண்ணத்தை வாய்திறந்து சொல்வதற்கு அவன் பயந்தாலும், இந்த நிலையில் அல்யோஷாவை இப்படிப் பார்ப்பதையே அவனால் நம்ப முடியாமல், எதிர்பாராத அவனுடைய இந்த மனநிலையைத் தெரிந்துகொண்டு, 'அல்யோஷ்கா, இப்போது நாம் எங்குப் போனால் நல்லது தெரியுமா?' என்று இறுதியாகத் தைரியமாக, ஆர்வத்துடன் கேட்டான் ரக்கீத்தின்.

'எங்குப் போனால் என்ன, எல்லாம் ஒன்றுதான் ... நீ எங்குப் போக விருப்பப்படுகிறாய்' என்று திரும்பிக் கேட்டான் அல்யோஷா.

'வா, குரூஷென்காவைப் பார்க்கப் போகலாம், என்ன, நீ வருவாயா?' என்று நடுங்கியபடி, பயம் கலந்த எதிர்பார்ப்புடன் கேட்டான் ரக்கீத்தின்.

'சரி வா, குரூஷென்காவைப் பார்க்கப் போகலாம்' என்று அமைதியாக உடனே பதிலளித்த அல்யோஷாவைப் பார்த்து, இந்தப் பதிலை எதிர்பார்க்காத ரக்கீத்தின், அமைதியாக அவனுடைய சம்மதத்தை உடனே பெற்றதை எண்ணிச் சற்றே பின்வாங்கினான்.

'சரி, சரி! ...இதோ!' என்றபடி ஆச்சர்யத்தில் உரக்கக் கத்தியவன், திடீரென்று அல்யோஷாவின் கையை அழுத்திப் பிடித்திழுத்து எங்கே அவன் எடுத்த முடிவிலிருந்து விலகிவிடுவானோ என்ற பயத்தில் நடைபாதை வழியாக வேகமாக அவனை அழைத்துச் சென்றான்.

இருவரும் அமைதியாகச் சென்றார்கள்; ரக்கீத்தனுக்கு வாய் திறந்து பேசக்கூடப் பயமாக இருந்தது.

'எப்படி அவள் சந்தோஷப்படுவாள், எப்படி சந்தோஷப்படுவாள் ...' என்று இறுதியாக முணுமுணுத்தவன், மறுபடியும் அமைதியானான். ஆமாம், குரூஷென்காவைச் சந்தோஷப்படுத்துவதற்காக அவன் அல்யோஷாவை அங்குக் கூட்டிக்கொண்டு போகவில்லை; அவன் காரியவாதி, தனக்குச் சாதகமில்லாத எதையும் அவன் செய்வதில்லை. இப்போது அவனுடைய நோக்கமெல்லாம் இரண்டு; முதலாவது அவனைப் பழிவாங்குவது, அதாவது, 'நேர்மையானவனுக்குக் களங்கம்' விளைவிப்பது. அதாவது, 'துறவியாக இருந்து பாவியாக மாறப்போகும்' அல்யோஷாவின் 'வீழ்ச்சி'யைப் பார்ப்பது; இதை அவன் ஏற்கனவே ஆசையுடன் எதிர்பார்த்திருந்தான்; இரண்டாவது, தனக்கு மிகவும் லாபம் தரும் ஒன்றையும் அவன் எதிர்பார்த்திருந்தான்; அதைப் பற்றி இனி வரும் பகுதியில் சொல்லப்படும்.

'ஆக, சரியான நேரம் வந்துவிட்டது' என்று சந்தோஷமாக வன்மத்துடன் தனக்குள் நினைத்துக்கொண்டான் ரக்கீத்தின். 'இதோ, சரியான நேரத்திற்காகக் காத்திருந்து, அவனுடைய பிடரியைப் பிடித்து இழுப்பேன் – அதுதான் எனக்குத் தேவை' என்று நினைத்தான் ரக்கீத்தின்.

## 3

# வெங்காயம்

திருமதி மரசோவ் என்ற வியாபாரியின் விதவைக்குச் சொந்தமான வீட்டின் முற்றத்தில் கட்டப்பட்டிருந்த மரத்தாலான சிறுபகுதியை குரூஷென்கா வாடகைக்கு எடுத்திருந்தாள்; அந்த வீடு நகரத்தின் பரபரப்பான பகுதியில், தலைமைக் கிறிஸ்துவக் கோயிலின் சதுக்கத்திற்கு அருகே இருந்தது. திருமதி மரசோவாவின் வீடு பெரிய கற்களால் ஆன, இரண்டு அடுக்கு மாடிகளைக் கொண்ட மிகப் பழைய வீடாக, பார்ப்பதற்குப் பொலிவில்லாமல் இருந்தது; அந்த வீட்டில் வயதான இந்தப் பெண்மணி, அவளுடன் பிறந்த, திருமணமாகாத இரண்டு பெண்களுடன் தனியாக வாழ்ந்து வந்தாள்; அந்த இரண்டு பெண்மணி களுக்கும் வயது அதிகமாக இருந்தது. அந்தப் பெண்மணிக்கு வீட்டின் ஒரு பகுதியை வாடகைக்கு விடவேண்டிய அவசியம் இருக்கவில்லை; ஆனால், அவளுடைய உறவினரான வியாபாரி சம்சனோவைச் சந்தோஷப்படுத்துவதற்காக, அவருடைய பாதுகாப்பில் இருக்கும் குரூஷென்காவிற்கு (நான்கு வருடங்களுக்கு முன்பாகவே) அந்தப் பகுதியை அவள் வாடகைக்கு விட்டிருந்தாள். பொறாமை குணங் கொண்ட அந்த வயதான வியாபாரி தான் ‘விரும்பும்’ அந்தப் பெண்ணைத் திருமதி மரசோவிடம் குடிவைத்ததற்கு முக்கியமான காரணம், குரூஷென்காவின் மீது அவள் ஒரு கண் வைத்து, அவளுடைய நடத்தையைக் கண்காணித்து அவனிடம் சொல்வாள் என்பதற்காகத் தான். ஆனால் தீவிரமான அவளுடைய கண்காணிப்பு குரூஷென்கா விற்குத் தேவையில்லாமல் இருந்தது, ஏனெனில் திருமதி மரசோவ், குரூஷென்காவை அடிக்கடி பார்க்க முடியாமல் போக, இறுதியாக, கண்காணிக்கும் அவளுடைய வேலைக்கும் அவசியமில்லாமல் போனது. உண்மைதான், நான்கு வருடங்கள் உருண்டோடிவிட, வயதான அந்த வியாபாரி, பயந்த சுபாவமும் வெட்கப்படும் குணமும் கொண்டவர், ஒல்லியான உடற்கட்டும் சோகமாகக் கனவு காணும் இந்தப் பதினெட்டு வயது நிரம்பிய இளம் பெண்ணை, மாநகரத் தலைநகரிலிருந்து கொண்டுவந்து இங்குக் குடியமர்த்த, இதுவரை அவரைப் பற்றி நிறைய வதந்திகள் வந்துவிட்டன. இந்தப் பெண்ணைப் பற்றி நம்முடைய நகரத்தில் அதிகம் பேசப்படவில்லை; அப்படிப் பேசப்பட்ட விஷயங்களும் அவளைப் பற்றியும் மக்களுக்கு ஓரளவு தெரியவந்தது; ஊரிலிருந்த பலரும் அவளுடைய ‘அழகை’க் கண்டு மயங்க, நான்கு வருடத்தில் அவள் அக்ரஃபேனா அலெக்ஸாந்தரவ்னாவாக மாறிப்போனதைப் பார்த்து அவர்கள் வதந்தி பேச ஆரம்பித்தார்கள். அவளைப் பற்றி, அதாவது பதினேழு வயதுப் பெண்ணாக இருந்தபோது ஏதோவோர் அதிகாரியால் அவள் ஏமாற்றப்பட்டுக் கைவிடப்பட்டாளென்ற வதந்தியும் உலவி வந்தது. அப்படிப்பட்ட அந்த அதிகாரி வேறு ஊரில் யாரையோ மணந்துகொள்ள, அதனால் குரூஷென்கா அவமானப்பட்டு, ஏழ்மை நிலைக்குத் தள்ளப்பட்டாளென்ற வதந்தியும்

உலவிவந்தது. வயதான இந்த வியாபாரியால் ஏழ்மை நிலையிலிருந்த குரூஷென்கா காப்பாற்றப்பட்டாள் என்றாலும், மரியாதைக்குரிய போதகரின் குடும்பத்திலிருந்து வந்த அவள், கோயில் மணியக்காரரின் மகளென்றும் அவளைப் பற்றிய வதந்திகள் உலவிவந்தன. இதோ இந்த நான்கு வருடங்களில், பரிதாபமான, காயப்பட்ட, உணர்ச்சிமிக்க, இந்த அனாதைப் பெண், ரோஜா நிறக் கன்னங்களைக் கொண்டவள், தளதளப்பான ரஷ்ய அழகுடன், தைரியம் மிக்கவளாக, எதையும் தீர்மானிக்கும் தன்மையுடன், பெருமையும், எடுத்தெறிந்து பேசும் குணமும் கொண்டவளாக, பணத்தின் அருமை தெரிந்தவளாக, பொருள் ஈட்டி கண்ணுங்கருத்துமாகப் பணத்தைச் சேகரிக்கும் வழிதெரிந்த பெண்ணாக மாறியிருந்தாள்; உண்மையோ பொய்யோ வெற்றிகரமாக அவள் தன்னுடைய பணத்தை நல்ல நிறுவனங்களில் முதலீடு செய்து செல்வ வளத்தைப் பெருக்கியிருந்தாள். ஒரு விஷயத்தை மட்டும் எல்லோரும் ஒத்துக்கொண்டார்கள்: அதாவது குரூஷென்காவை அடைவது சிரமம், வயதான சம்சனோவைத் தவிர, வேறு யாரும் அவளை அடைய முடியாது என்பதை; இந்த நான்கு வருட காலமும் அந்த நல்லெண்ணத்துடனேயே அவள் இருந்து வந்தது பாராட்டப்படக் கூடிய விஷயமென்பதை எல்லோரும் ஒத்துக்கொண்டார்கள். குறிப்பாக கடந்த இரண்டு வருடங்களாக அவளுடைய இந்த நல்லெண்ணத்தைத் தகர்க்கும் விதமாகப் பலரும் அவள் பின்னால் ஆசையுடன் சுற்றியது என்னவோ உண்மைதான். ஆனால், அவர்களுடைய எல்லா முயற்சிகளும் வீணாகும் விதத்தில், அவள் பின்னால் ஆசையுடன் போனவர்கள் எல்லோரையும் கேவலப்பட வைத்தது, அவளுடைய அசைக்க முடியாத நம்பிக்கையும் புன்னகை பூத்தபடியே அவர்களை அவமதிக்கும் தனிப்பட்ட அவளுடைய குணமும்தான். இந்த இளவயதுப் பெண், குறிப்பாக, கடைசி இந்த வருடம், 'சந்தேகத்திற்குரிய, மர்மமான' வியாபாரத்தில் ஈடுபட்டு, குறிப்பிட்டுச் சொல்லும்படியாகத் தன்னுடைய திறமையை வெளிப்படுத்தி, யூத இனத்தைச் சார்ந்தவள் என்று பலரும் நினைக்கும்படி செய்திருந்தாள். பணத்தை அவள் வட்டிக்கு மட்டும் விடவில்லை, ஃபியோதர் பாவ்லவிச் கரமாஸவுடன் சேர்ந்து கடன் பத்திரங்களை மிகக் குறைந்த விலைக்கு வாங்கி, ஒரு ரூபிள் பெறுமான பத்திரங்களைப் பத்துக் கோப்பெக்குகளுக்கு வாங்கிப் பிறகு அவற்றின் மூலமாகவே ஒரு ரூபிள் பத்து கோப்பெக்குகள் பெறும் வியாபாரத்தில் மிகத் தீவிரமாக அவள் ஈடுபட்டுவந்தாள். மனைவியை இழந்திருந்த வயதான சம்சனோவ் ஒரு நோயாளி; சமீபத்தில் வீங்கிப்போன தன்னுடைய கால்களால் எந்தவிதப் பலனுமின்றி, வளர்ந்த மகன்களுக்குக் கொடுமைக்காரத் தந்தையாக, பல நூறு ஆயிரங்களைச் சேர்த்து வைத்திருந்த இவர், இரக்கமில்லாத கருமியாக, பிறருடைய கவனிப்பில் வாழும் காரணத்தால் மனம் பாதிக்கப்பட்டு, சற்றே அவர் தன்னைக் கட்டுப்பாட்டில் வைத்திருந்தாலும், 'உபவாச நாட்களில்' மட்டும் அவர் மிகக் கடுமையாக உபவாசத்தைக் கடைபிடித்தாரென்று மக்கள் அவரைக் கேலிசெய்தார்கள். ஆனால் அவருடைய கட்டுப்பாட்டிலிருந்து தன்னை விடுவித்துக்கொள்வதில் வெற்றிகண்ட குரூஷென்காவை, அவளுடைய மன உறுதியின் காரணமாகவே சம்சனோவ் அளவுகடந்து

நம்பினார். இந்த வயதான வியாபாரி (நீண்ட நாட்களுக்கு முன்பு இறந்துபோனவர்) கூட வித்தியாசமான குணத்தைக் கொண்டவர்தான்; முக்கியமாக, கருமி, கல் நெஞ்சக்காரர்; குரூஷென்கா இல்லாமல் அவரால் வாழ முடியாது என்ற அளவுக்கு அவள் அவர்மீது ஆதிக்கம் செலுத்தியிருந்தாலும், (கடைசி இரண்டு வருடங்களாக இப்படித்தான் இருந்தது), சொல்லிக்கொள்ளுமளவிற்கு அவர் குரூஷென்காவிற்குப் பெரிதாகப் பணம் எதையும் விட்டுவிட்டுச் செல்லவில்லை; அவரை விட்டுப் போய்விடுவதாக அவள் பயமுறுத்தியிருந்தாலும், இந்த விஷயத்தில் அவர் பயங்கரமான ஒரு கருமியாகத்தான் இருந்திருப்பார். இதையும் மீறி ஒரு சிறு தொகையை அவளுக்காக அவர் விட்டுச்சென்றது முற்றிலும் ஆச்சர்யப்படக்கூடிய விஷயம்தான். ‘உனக்குத் தெரியாததல்ல’ என்று அவளைப் பார்த்துச் சொன்ன சம்சனோவ், எட்டாயிரம் ரூபிள்களை அவளுக்குக் கொடுத்துவிட்டு, ‘உன்னை நீயே பார்த்துக் கொள்ள வேண்டும்; ஆனால், தெரிந்துகொள், எப்போதும் போல, என்னுடைய இறுதி நாள்வரை, வருடம் ஒருமுறை தரப்படும் பணத்தைத் தவிர, என்னிடமிருந்து எதையுமே நீ பெற முடியாது; ஆமாம், என்னுடைய உயிலில்கூட உனக்காக எதுவும் நான் எழுதிவைக்கவில்லை’ என்று சொன்னார். அப்படியே தான் சொன்ன வார்த்தையையும் கடைபிடித்தார்: அவர் இறந்து போனபோது தன்னுடைய சொத்தை மகன்களுக்கும் அவர்களுடைய மனைவிமார்கள், குழந்தைகளுக்கும் எழுதிவைத்தவர், உயிரோடு இருந்தபோது அவர்களை வேலையாட்களைப் போல நடத்தியவர், குரூஷென்காவைப் பற்றி உயிலில் ஒரு வார்த்தை கூட எழுதாமல் விட்டிருந்தார். பிறகு இந்த விஷயமெல்லாம் வெளியே வர ஆரம்பித்தது. ‘தன்னுடைய சொந்த முதலீட்டை’ப் பாதுகாத்து எப்படி ‘வியாபாரம்’ செய்வது என்று பல அறிவுரைகளைச் சொல்லி குரூஷென்காவிற்கு அவர் உதவினார். ஃபியோதர் பாவ்லவிச் கரமாஸவ் முதன்முதலாகக் குரூஷென்காவுடன் ‘ரகசியமான’ வியாபாரத்தில் தற்செயலாக ஈடுபட்டபோது, எதிர்பாராதவிதமாக அவரே தன்னுடைய மனத்தையும் அறிவையும் இழக்கும் விதத்தில் அவள்மீது காதல் கொண்டதைப் பார்த்து, இறக்கும் தறுவாயில் இருந்த கிழவர் சம்சனோவ் வேடிக்கையாகச் சிரித்தார். குரூஷென்கா சம்சனோவுடன் இருந்த காலம்வரை மனம் விட்டு அவரிடம் எல்லா விஷயங்களையும் வெளிப்படையாக அவள் பேசியது பாராட்டக்கூடியதுதான் என்றாலும், அப்படி அவள் பேசியது அவர் ஒருவரிடம்தான் என்றும் தோன்றுகிறது. அவருடைய கடைசிக் காலத்தில் திடீரென்று தோன்றிய அவளுடைய காதலன் திமித்ரி ஃபியோதர் பாவ்லவிச்சைப் பார்த்து அவரால் அப்படி வேடிக்கையாகச் சிரிக்க முடியவில்லை. மாறாக, ஒருநாள் அவர் குரூஷென்காவிற்குக் கடும் அறிவுரைகளை மிக அக்கறையுடன் கொடுத்தார்: ‘தந்தையா, மகனா என்று பார்த்தால், வயதான தந்தையை நீ தேர்ந்தெடு; ஆனால் ஒரு நிபந்தனை; வயதான அந்தப் பொறுக்கி கண்டிப்பாக உன்னை மணந்துகொள்வான்; அதற்கு அவன் தன்னுடைய சொத்தின் ஒரு பகுதியையாவது முன்னமே உனக்கு எழுதிக் கொடுக்கட்டும். ஆனால், அவருடைய மகன், படைத்தளபதியிடமிருந்து நீ விலகி இரு; அவனிடம் நீ போனாயானால் உன்னை அவன் எந்த

வழியிலும் கொண்டுபோய்ச் சேர்க்கமாட்டான்.' இவைதான் அந்த வயதான சிற்றின்பக்காரரால் உச்சரிக்கப்பட்ட வார்த்தைகள்; தான் சீக்கிரமே இறந்து போய்விடுவோமென்பதை உணர்ந்த அவர், இந்த அறிவுரையைக் கூறிய ஐந்தே மாதங்களில் இறந்து போனார். இன்னும் ஒன்றை நான் மென்மையாகக் குறிப்பிட விரும்புகிறேன்; குரூஷென்காவை அடைவதற்காக கரமாஸவ் குடும்பத்தைச் சார்ந்த தந்தை, மகன் இடையே முட்டாள்தனமான, கேவலமான போட்டி இருந்தது என்பதை ஊர் மக்கள் அறிந்திருந்தாலும், அவர்கள் இருவரிடம் அவள் கொண்டிருந்த உறவின் உண்மையான அர்த்தத்தை யாரும் புரிந்துகொண்டதாகத் தெரியவில்லை. அவளுடைய இரண்டு வேலைக்காரர்களும்கூட (முன்கூட்டியே சொல்வதைவிட, விபத்து நடந்த பிறகு சொல்வேன்), பிறகு நீதிமன்றத்தில், 'திமித்ரி ஃபியோதரவிச்சை, அக்ரஃபேனா அலெக்ஸாந்தரவ்னா பயந்துதான் ஏற்றுக்கொண்டார், ஏனெனில் அவன் 'அவளைக் கொலைசெய்துவிடுவேனென்று மிரட்டினான்' என்று வாக்குமூலம் கொடுத்தார்கள். அவர்கள் இருவரும் அவளிடம் வேலைபார்த்தவர்கள்; அதில் ஒரு பெண் மிகவும் வயதான சமையல்காரி; குரூஷென்காவின் பெற்றோர் வீட்டிலிருந்து வந்தவள் அவள்; உடல் நலம் சரியில்லாத அவள், ஏறக்குறைய செவிட்டுப் பெண்மணி; அவளுடைய பேத்தி, சுறுசுறுப்பான இளம் இருபது வயதுப் பெண், குரூஷென்கா வீட்டில் வேலை செய்து வந்தாள். குரூஷென்கா செலவு அதிகம் செய்யாமல் மிகச் சிக்கனமாக வாழ்ந்துவந்தாள். முற்றத்திலிருந்த அவளுடைய வீட்டில் மூன்று அறைகளே இருந்தன; வீட்டு எஜமானிக்குச் சொந்தமான, மரத்தாலான சிவப்பு வண்ண இருக்கைகள் இருபதாம் வருடத்தைச் சார்ந்த பழங்கால மரச் சாமான்களாக இருந்தன. ரக்கீத்தினும் அல்யோஷாவும் அங்கு வந்தபோது ஏற்கெனவே இருட்டாகி இருந்தது; ஆனால் அறைகளில் விளக்குகள் ஏற்றப்படாமல் இருந்தன. வரவேற்பறையிலிருந்த பெரிய, சிவப்பு நிறத்தாலான சாய்மானம் கொண்ட, வசதியில்லாத, கடினமான சோபாவில் குரூஷென்கா படுத்திருந்தாள்; தோலாலான சோபாவின் மேலுறை வெளுத்துப்போய், ஓட்டைகளுடன் அசிங்கமாக இருந்தது. அவளுடைய தலைக்கடியில் வெள்ளைநிறத் தலையணைகள் இரண்டு இருந்தன. தன்னுடைய உடல் முழுவதையும் பரப்பி, பின்புறம் கீழே இருக்கும்படி அசையாமல் நீட்டிப் படுத்திருந்தவளின் கைகள் அவளுடைய தலைக்குக் கீழ் இருந்தன; மிக நாகரிகமாக, கறுப்பு நிறப் பட்டாடையையும் மெல்லிய வலைத்துணியாலான இழைக்கச்சையையும் தலைக்கு அணிந்திருந்த அவளுக்கு, அது மிகப் பொருத்தமாக இருந்தது; வலைப்பின்னலாலான சால்வையைத் தோள்களில் போர்த்தி, மிகப்பெரிய தங்கத்தாலான அணியூக்கியை அதில் அணிந்தபடி அவள் படுத்திருந்தாள்; கண்டிப்பாக யார் வரவையோ எதிர்பார்த்து, பொறுமையில்லாமல், அலுப்புடன், சற்றே வெளிறிய முகத்துடன், உதடுகளும் கண்களும் கனன்று போய், சோபாவின் கைப்பிடி ஓரத்தை வலது கால் விரலால் தடுத்தபடி அவள் படுத்திருந்தாள். ரக்கீத்தினும் அல்யோஷாவும் உள்ளே நுழைந்த வுடன் சற்றே பதற்றம் ஏற்பட்டது: வேகமாக சோபாவிலிருந்து எகிறிக் குதித்த குரூஷென்கா பயந்தவள் போல் சட்டென்று 'யாரங்கே?'

என்று கத்தினாள். ஆனால், விருந்தாளிகளை எதிர்கொண்ட வேலைக்காரப் பெண்மணி, வீட்டு எஜமானியின் சத்தத்தைக் கேட்டு உடனே குரல் கொடுத்தாள்:

'அல்ல, அது அவரல்ல, இது வேறு யாரோ.'

'அவளுக்கு என்ன ஆச்சு?' என்று முணுமுணுத்த ரக்கீத்தின், அல்யோஷாவின் கையைப் பிடித்து வரவேற்பறைக்கு இட்டுச் சென்றான். இன்னும் பயம் தெளியாத நிலையில் குரூஷென்கா சோபாவின் அருகே நின்றுகொண்டிருந்தாள். காப்பிக் கொட்டை நிறத்தில் அவளுடைய இழைக்கச்சைக்கு வெளியே தொங்கிக்கொண்டிருந்த கற்றை முடி அவளுடைய வலது தோளில் விழுந்ததைக் கவனிக்காமல், அதை ஒழுங்குபடுத்தாமலும், வந்திருப்பது யார் என்று விருந்தாளியைப் பார்ப்பதில் அவள் கவனமாக இருந்தாள்.

'ஹா, ரக்கீத்தின் நீயா? நான் பயந்தே போய்விட்டேன். யாரது உன்னுடன்? கடவுளே, யாரைக் கூட்டிக்கொண்டு வந்திருக்கிறாய்!' என்று அல்யோஷாவைப் பார்த்த குரூஷென்கா ஆச்சர்யத்தில் கத்தினாள்.

'மெழுகுவர்த்தியை ஏற்றுங்கள்!' என்று ஏதோ தனக்கு நன்றாகத் தெரிந்த, நெருங்கிய நண்பர் வீட்டில் சுதந்திரமாகப் பழகுபவன் போல் கட்டளை இடும் குரலில் ரக்கீத்தின் சொன்னான்.

'மெழுகுவர்த்தி ... கண்டிப்பாக, மெழுகுவர்த்தி ... ஃபேன்யா, மெழுகுவர்த்தியைக் கொண்டுவா ... அவனை இங்குக் கூட்டிக்கொண்டு வர நல்ல நேரம் பார்த்தாய்!' என்று மீண்டும் கூக்குரலிட்டபடி தன் தலையை அசைத்து அல்யோஷாவை உள்ளே வரும்படி சைகை காட்டிவிட்டு, தன் இரு கைகளால் கலைந்த முடியைக் கண்ணாடியைப் பார்த்து வேகமாகச் சரிசெய்து கொண்டாள் குரூஷென்கா. ஏதோ அவள் வருத்தமாக இருந்தது போல இருந்தது.

'ஏதாவது நான் தவறு செய்துவிட்டேனா?' என்று ஏறக்குறைய காயப்பட்ட விதத்தில் சட்டென்று கேட்டான் ரக்கீத்தின்.

'நீ என்னைப் பயமுறுத்திவிட்டாய், ரக்கீத்தின், அவ்வளவுதான்' என்று சொன்னபடி குரூஷென்கா அல்யோஷைப் பார்த்துச் சிரித்தாள். 'என்னைப் பார்த்து நீ பயப்படாதே, என் அருமை அல்யோஷா, எதிர்பாராத விருந்தாளியாக நீ வந்ததைப் பார்த்து நான் எவ்வளவு சந்தோஷப்படுகிறேன் தெரியுமா. ரக்கீத்தின், நீ தான் என்னைப் பயமுறுத்திவிட்டாய்: நான் ஏதோ மீச்சியா (திமித்ரி) தான் கதவைத் திறந்துகொண்டு வருகிறானென்று நினைத்தேன். பார், அவனை நான் ஏமாற்றிவிட்டேன். மீச்சியாவிடம் இன்று மாலை முழுவதும் என்னுடைய வயதான குஸ்மா குஸ்மிச்சுடன் கணக்குவழக்குகளைப் பார்த்துக்கொண்டு இரவுவரை அவருடைய வீட்டில் இருக்கவேண்டி வருமென்று நான் சொன்னேன். ஒவ்வொரு வாரமும் அவர் வீட்டிற்குச் சென்று மாலை முழுவதும் நான் கணக்குவழக்குகளைப் பார்ப்பேன். கணக்குவழக்குகளை என்னிடம் மட்டும்தான் அவர் நம்பிக் கொடுப்பார். கதவைப் பூட்டிவிடுவார். மீச்சியாவோ நான் இன்னும் அங்கு இருப்பதாக

நம்பிக்கொண்டிருக்க, நானோ ஒரு செய்தியை எதிர்பார்த்து இங்குக் கதவைப் பூட்டிக்கொண்டு காத்திருக்கிறேன். ஃபேன்யா எப்படி உங்களை உள்ளே வரவிட்டாள்? ஃபேன்யா, ஃபேன்யா, கதவைத் திறந்து நன்றாகப் பார். அங்கே படைத்தளபதி இருக்கிறாரா இல்லையா என்று. ஒருவேளை மறைந்து நின்றுகொண்டு அவன் என்னைக் கண்காணிக்கிறானோ என்னவோ? அவனைப் பார்ப்பதற்கே எனக்குப் பயமாக இருக்கிறது!'

'யாருமே இல்லை, அக்ரஃபேனா அலெக்ஸாந்தரவ்னா, எல்லாப் பக்கமும் பார்த்துவிட்டேன், ஒவ்வொரு நிமிடமும் எட்டிப்பார்த்தபடி பயத்தில் நடுங்கிக் கொண்டுதான் இருக்கிறேன்.'

'கதவு, ஜன்னல்களெல்லாம் மூடி இருக்கிறதா. ஃபேன்யா? ஆம், திரைச்சீலைகளை இழுத்து மூடிவிடு, அதுதான் நல்லது!' என்றவள், எழுந்துபோய் பெரிய திரைச்சீலையை அவளே மூடினாள்.

'வீட்டில் விளக்கு எரிவதைப் பார்த்தால் அவன் உடனே இங்கு வந்துவிடுவான். உன் சகோதரன் மீச்சியாவை இன்று பார்க்க எனக்குப் பயமாக இருக்கிறது, அல்யோஷா' என்று சத்தமாக, சற்றே எச்சரிக்கை யுடன், ஆனால், ஏறக்குறைய ஆச்சர்யக் குரலில் சொன்னாள் குரூஷென்கா.

'இன்று ஏன் மீச்சியாவைப் பார்த்து இப்படி நீ பயப்படுகிறாய்?' என்று கேட்ட ரக்கீத்தின், 'அவனுடன் நீ இருக்கும்போது பயப் படுபவளாகத் தெரியவில்லையே; உன்னுடைய விருப்பத்திற்கு ஏற்றபடி தானே நீ ஆட்டமாடுகிறாய்.'

'நான்தான் ஒரு விஷயத்தை எதிர்பார்த்து காத்திருக்கிறேன் என்று சொல்கிறேனே, அருமையான ஒரு விஷயத்தை எதிர்பார்த்து நான் காத்திருக்கிறேன்; எனவே மீச்சென்கா இங்கு வரக் கூடாது. குஸ்மா குஸ்மிச்சை நான் பார்க்கப் போயிருக்கிறேனென்ற விஷயத்தை அவன் நம்பவில்லை என்று எனக்குத் தெரியும். தந்தையின் தோட்டத்தருகே உட்கார்ந்துகொண்டு அவன் என்னைக் கண்காணித்துக்கொண் டிருப்பான். அப்படி அவன் அங்கு உட்கார்ந்திருந்தால், இங்கு வரமாட்டான், அதுவும் ரொம்ப நல்லது! நான் குஸ்மா குஸ்மிச்சைப் பார்க்கப் போனபோது மீச்சியாதான் கூடவந்து என்னை வழியனுப்பி வைத்தான்; அப்போது அவனிடம் சொன்னேன், நடுராத்திரி வரை வேலைசெய்துவிட்டு வீட்டிற்குத் திரும்பும்போது, அவன்தான் என்னை வந்து வீட்டிற்குக் கூட்டிக்கொண்டு போகவேண்டுமென்று. அவன் போனதும் பத்து நிமிடம் அந்தக் கிழவரின் வீட்டில் இருந்துவிட்டு, மீண்டும் இங்கு நான் வந்துவிட்டேன். ஓ, எனக்கு எவ்வளவு பயமாக இருந்தது தெரியுமா; என்னை அவன் பார்த்துவிடக் கூடாது என்று நான் ஓடோடி வந்தேன்.'

'எங்கே போவதற்காக நீ தயாராக இருக்கிறாய்? உன்னுடைய தலைக்கவிகை (தலையணி) விநோதமாக இருக்கிறதே?'

'எல்லாவற்றையும் தெரிந்துகொள்வதில் எவ்வளவு ஆர்வமுள்ளவ னாக இருக்கிறாய் நீ, ரக்கீத்தின்! உன்னிடம்தான் சொல்கிறேன், ஒரு செய்தியை எதிர்பார்த்து நான் காத்துக்கொண்டிருக்கிறேன்.

அந்தச் செய்தி வந்ததும் உடனே நான் பஞ்சாய்ப் பறந்துவிடுவேன், பிறகு நீங்கள் யாரும் என்னைப் பார்க்கவே முடியாது. அதற்காகத்தான் நான் உடையணிந்து தயாராகக் காத்துக்கொண்டிருக்கிறேன்.'

'ஆ, அப்படி எங்குப் போகிறாய்?'

'நிறைய விஷயங்களைத் தெரிந்துகொண்டால், வருத்தப்பட வேண்டியிருக்கும்'

'ஓ, அப்படியா. நீ வெகு சந்தோஷமாய் இருக்கிறாய்... இப்படி உன்னை ஒரு நாளும் நான் பார்த்ததில்லை. நடன அரங்குக்குப் போவது போல நீ உடை அணிந்திருக்கிறாய்' என்று அவளைத் தலையிலிருந்து கால் வரை பார்த்தபடி சொன்னான் ரக்கீத்தின்.

'நடன அரங்கைப் பற்றி உனக்கு நிறையத் தெரியுமோ.'

'உனக்கு அதிகம் தெரியுமோ?'

'நான் பார்த்திருக்கிறேன். இரண்டு வருடங்களுக்கு முன்பு குஸ்மா குஸ்மிச்சின் மகனுக்குத் திருமணம் நடந்தபோது நடன அரங்கின் முகப்புத் தளத்தில் அமர்ந்து நான் பார்த்தேன். இப்படியோர் இளவரசர் இங்கே நின்றுகொண்டிருக்கும்போது எதற்காக உன்னிடம் நான் பேசிக்கொண்டிருக்கிறேன், ரக்கீத்தின். இதோ இவர்தான் என்னுடைய விருந்தாளி! அல்யோஷா, அருமையானவனே, என்னால் நம்பமுடிய வில்லை; கடவுளே, நீ எப்படி இங்கு வந்தாய்! உனக்கு, ஒரு உண்மையைச் சொல்ல வேண்டுமென்றால், நீ இங்கு வருவாய் என்று நான் நினைத்துக் கூடப் பார்க்கவில்லை, ஆம், எப்போதுமே நினைத்துப் பார்த்ததில்லை. இப்போது நிற்பதற்கு எனக்கு நேரம் இல்லையென்றாலும், உன்னைப் பார்த்ததில் எனக்கு மிக்க மகிழ்ச்சி! சோபாவில் உட்கார், இதோ இங்கே, இப்படி, என் அருமை இளைஞனே, என் கண்மணியே! உண்மையாகவே எனக்கு ஒன்றும் புரியவில்லை... ஹேய், ரக்கீத்தின், அவனை நேற்றோ அதற்கு முன்தினமோ நீ கூட்டிக்கொண்டு வந்திருக்கலாம்!... சரி, இருந்தாலும் எனக்கு சந்தோஷம்தான். ஒருவேளை இதுவும் நல்லதுதான், நேற்றைய முன்தினத்தைவிட இப்போது வந்திருப்பது...'

'அல்யோஷா அமர்ந்திருந்த சோபாவுக்கு அருகில் இருந்த சோபாவில் வேகமாக வந்தமர்ந்த குரூஷென்கா வைத்த கண் வாங்காமல் அவனை ஆச்சர்யத்துடன் பார்த்தாள். உண்மையாகவே அவள் சந்தோஷப் பட்டது பொய்யல்ல. அவளுடைய கண்கள் ஆத்மார்த்தமாக, மகிழ்ச்சி யாக, ஆச்சர்யத்தில் மின்னின, உதடுகள் சிரித்தன; இப்படிப்பட்ட ஆத்மார்த்தமான உணர்வு அவளுடைய முகத்தில் பிரதிபலிப்பதை அவன் எதிர்பார்க்கவே இல்லை... நேற்றுவரை அவளைப் பற்றி மிகக் குறைவாகவே அவன் தெரிந்துவைத்திருந்தான்; அவளைப் பற்றிய எண்ணம் அவனைப் பயமுறுத்தக்கூடிய ஒன்றாகவே இருந்தது; கத்தரீனா இவானவ்னாவை நேற்றுக் கேவலமாக, வன்மத்துடன் அவள் தாக்கிய விதத்தைப் பார்த்து ஆச்சர்யத்தில் உறைந்துபோன அல்யோஷாவுக்கு, இன்று அவள் முற்றிலும் வேறுவிதமான, எதிர்பாராத ஒரு பெண்ணாக

இருப்பது ஆச்சர்யமாக இருந்தது. எவ்வளவுதான் சோகத்தில் அவன் தாக்கப்பட்டிருந்தாலும் அவனுடைய கண்கள் அவள்மீது தானாகவே சென்று பதிந்தன. அவளுடைய நடை உடை பாவனையெல்லாம் நேற்றைய தினத்தைவிட முழுவதுமாக மாறி, மேம்பட்டு நிற்பதாக அவனுக்குத் தெரிந்தது: அருஞ்சுவையுடன் தேனொழுக நேற்று அவள் பேசிய குரலின் தடயமோ அப்படிப்பட்ட வழிவகை அசைவுகளோ அவளிடம் இல்லாமல் இருந்தது . . . எல்லாமே இன்று சாதாரணமாக, இயல்பாக, நடை, உடை அசைவுகளெல்லாம் சரியானதாக, நம்பக் கூடியதாக, ஆனால் மிகவும் கிளர்ச்சியூட்டக் கூடியவையாக இருந்தன.

‘கடவுளே, இன்று எல்லாமே நல்லபடியாக நடக்கின்றன’ என்று மீண்டும் அவள் உளறினாள். ‘இன்று நான் எவ்வளவு சந்தோஷமாக இருக்கிறேனென்று எனக்கே தெரியாது, அல்யோஷா. இப்போது அது ஏன் என்று கேள், ஆனால் அது என்னவென்று என்னால் சொல்ல முடியாது.’

‘நீ எதற்காக சந்தோஷமாய் இருக்கிறாய் என்பது உனக்கே தெரியாதா?’ என்று அசட்டுச் சிரிப்புடன் கேட்டான் ரக்கீத்தின். ‘அப்படியானால் அவனை இங்குக் கூட்டிக்கொண்டு வரும்படி நீ ஏன் என்னை நச்சரித்தாய்: கூட்டி வா, அவனைக் கூட்டிக்கொண்டு வா என்று கேட்டதில் ஒரு நோக்கம் இருக்கத்தானே செய்தது.’

‘இதற்கு முன்பு எனக்கு வேறு ஒரு நோக்கம் இருந்தது, ஆனால் இப்போது அது இல்லை; அப்படிப்பட்ட நோக்கம் இப்போது என்னிடம் சுத்தமாக இல்லை. உங்களை இப்போது நான் வேறு விதமாக நடத்தப் போகிறேன், இதோ அதைத்தான் நான் செய்யப்போகிறேன். இப்போது நான் இரக்கமுள்ளவளாக மாறிவிட்டேன், ரக்கீத்தின். ஆம், நீயும் உட்கார், ரக்கீத்தின், நீ ஏன் நிற்கிறாய்? ஓ, நீ உட்கார்ந்துதான் இருக்கிறாய், இல்லையா? ரக்கீதுஷ்கா (செல்லமாக ரக்கீத்தினை அழைப்பது) எப்போதும் தன்னைக் கவனித்துக்கொள்ள மறப்பதே இல்லை. இதோ, நம் எதிரில் உட்கார்ந்திருக்கும் அல்யோஷா கோபித்துக் கொள்வான், நான் ஏன் அவனை முதலில் உட்காரச் சொல்லவில்லை என்று. ஓ, என்னுடைய ரக்கீத்தின் கொஞ்சம் கோபக்காரன்!’ என்ற படி சிரித்தாள் குரூஷென்கா. கோபப்படாதே ரக்கீத்தின், இன்று நான் கனிவாக இருக்கிறேன். சரி, நீ ஏன் இவ்வளவு சோகமாக இருக்கிறாய், அல்யோஷா, என்னைப் பார்த்து பயப்படுகிறாயோ?’ என்றபடி அவனுடைய கண்களை உற்றுப் பார்த்து கேலியாகச் சிரித்தாள் குரூஷென்கா.

‘அவன் சோகமாக இருக்கிறான், ஏனெனில் அவனுடைய முதியவருக்கு உயர்பதவி கொடுக்கப்பட்டு கௌரவிக்கப்படவில்லை’ என்று கரகரத்த குரலில் சொன்னான் ரக்கீத்தின்.

‘என்ன பதவி?’

‘அவனுடைய முதியவர் உடலிலிருந்து துர்நாற்றம் வந்துவிட்டது.’

‘எப்படித் துர்நாற்றம்? கேவலமாக ஒன்றை என்னிடம் நீ உளறிக் கொண்டே இருக்க வேண்டும். அமைதியாயிரு முட்டாள். உன் மடிமீது உட்கார எனக்கு அனுமதி கொடு அல்யோஷா, அவ்வளவுதான்!’ என்றபடி செல்லப் பூனைக்குட்டி போல் சட்டென்று அவனுடைய முழங்காலைப் பற்றிக்கொண்டு, மென்மையான வலது கையால் அவனுடைய கழுத்தைச் சிரித்தபடி பற்றினாள் குரூஷென்கா. ‘உன்னை நான் சந்தோஷப்படுத்துவேன், என் துறவி இளைஞனே!’ நீ கோபப்படாமல் உன் மடிமீது என்னைக் கொஞ்ச நேரம் உட்கார அனுமதிப்பாயா? நீ சரி என்று சொன்னால் உடனே ஓடிவந்து உன் மடிமேல் உட்கார்ந்து கொள்வேன்’ என்றாள் குரூஷென்கா.

அல்யோஷா அமைதியாக இருந்தான். நகர்ந்துபோவதற்குப் பயந்தபடி அங்கேயே உட்கார்ந்தவண்ணம் அவள் சொல்வதைக் கேட்டுக் கொண்டிருந்தான் அல்யோஷா: ‘நீ சொன்னால் உடனே ஓடி வந்து நான் உட்கார்ந்துகொள்வேன்’, ஆனால் அவன் பதில் எதுவும் சொல்லாமல் ஏதோ உணர்வுகள் மரத்துப்போனவனைப் போல உட்கார்ந்திருந்தான். சிற்றின்ப உணர்வு மேலெழும்பப் பார்த்துக் கொண்டிருந்த ரக்கீத்தினும் அவனைப் போன்றவர்களும் கற்பனை செய்தது போல, அவர்கள் எதிர்பார்த்தது போல அல்யோஷா எதையுமே உணரவில்லை. அவனுடைய மனத்திலிருந்த மிகப்பெரிய சோகம் அவனுடைய உள்ளத்தில் எழக்கூடிய எந்தவித உணர்வையும் விழுங்கக் கூடியதாக இருந்தது; அந்த நிமிடம் மட்டும் தன்னைப் பற்றி முழு அறிக்கை கொடுக்கக்கூடியவனாக அவன் இருந்தால், எந்தவித மருட்சிக்கும் மயக்கத்திற்கும் ஆளாகாமல், அவன் எவ்வளவு வலிமையாக இருக்கிறான் என்பதை அவனே உணர்ந்திருப்பான். தெளிவில்லாத, குழப்பமான இந்த மனநிலையிலும், அவனை அழுத்துகிற இந்தத் துயரத்திலும், மனத்தில் எழுந்த புதிய, விசித்திரமான இந்த உணர்வைக் கண்டு அவன் தன்னை அறியாமலேயே ஆச்சர்யப்பட்டுப்போனான். இந்தப் பெண், ‘பயங்கரமான’ இந்தப் பெண், இதற்கு முன்பு அவனைப் பயமுறுத்திய காரணத்தால் மட்டுமல்ல, பெண் என்றால் எப்படிப் பட்டவள் என்ற தன்னுடைய கற்பனைக்கே பயமூட்டியவள், இப்போது அதற்கு மாறாக, அவனுடைய முழங்காலைக் கட்டிக்கொண்டு, அவனைக் கட்டித் தழுவிக்கொண்டு வித்தியாசமான, எதிர்பாராத, விநோதமான ஒரு உணர்வை, அவனுள் ஏற்படுத்தி, அசாதாரணமான, தூய்மையான மிகப்பெரிய உணர்வை எந்தவிதப் பயமுமின்றி அவனுள் ஏற்படுத்தியிருந்தது அவனுக்கே ஆச்சர்யமாக இருந்தது.

‘ஆம், போதும் உங்கள் பிதற்றல்’ என்று கத்திய ரக்கீத்தின், ‘ஷேம்ப்பைன் கொடுத்தால் நல்லது; உனக்கே தெரியும், அதை நீ கொடுப்பதாகச் சொல்லியிருந்தாய் என்று!’

‘உண்மைதான், சொல்லியிருந்தேன். அல்யோஷா, உன்னைக் கூட்டிக்கொண்டு வந்தால், எல்லாவற்றிற்கும் மேலாக அவனுக்கு ஷேம்ப்பைன் கொடுப்பதாக நான் சத்தியம் செய்திருந்தேன். ஷேம்ப் பைனைக் கொண்டுவருகிறேன், நானும் குடிக்கிறேன்!’ ஃபேன்யா,

ஃபேன்யா, ஷேம்ப்பைனைக் கொண்டுவா, அந்தப் பாட்டிலை, மீச்சியா விட்டுவிட்டுச் சென்றானே அந்தப் பாட்டிலைச் சீக்கிரம் கொண்டுவா. நான் கருமியாக இருக்கலாம் ரக்கீத்தின், ஆனால் முழு பாட்டிலையும் உனக்குத் தரமாட்டேன்; நீ பூஞ்சைக்காளான், அவனோ இளவரசன்! இப்போது எனக்குக் குடிக்க வேண்டுமென்ற ஆசை இல்லையென்றாலும் உங்களுடன் சேர்ந்து குடிக்க வேண்டுமென்று நான் ஆசைப்படுகிறேன்!'

'சரி, அது என்ன, அப்படிப்பட்ட 'செய்தி'? அது என்னவென்று நான் கேட்கலாமா, அல்லது அது ரகசியமா?' என்று கேட்டபடி, தன்மேல் இடைவிடாமல் தொடுக்கப்பட்ட கிண்டலைக் கவனிக்காதவாறு ஆர்வத்துடன் மறுபடியும் கேட்டான் ரக்கீத்தின்.

'ஓ, அது ஒன்றும் ரகசியமில்லை என்பது உனக்கே தெரியும்' என்று அக்கறையுடன் குரூஷென்கா சொல்லிக்கொண்டே அல்யோஷா விடமிருந்து சற்றே விலகி வந்து ரக்கீத்தினைத் திரும்பிப் பார்த்தபடி, இன்னும் அல்யோஷாவின் கழுத்தைக் கட்டிப்பிடித்துக்கொண்டே அவனுடைய காலடியில் அமர்ந்துகொண்டு, 'என்னுடைய தளபதி, என்னுடைய படைத்தளபதி வருகிறார், ரக்கீத்தின்' என்றாள்.

'கேள்விப்பட்டேன் அவர் வருகிறார் என்று; ஆனால், இவ்வளவு சீக்கிரம் வந்துவிட்டாரா என்ன?'

'இப்போது அவர் மோக்ரய என்ற ஊரில் இருக்கிறார். அங்கிருந்து எனக்குச் செய்தி அனுப்புவார். அதைப் பற்றித்தான் இப்போது வந்த கடிதத்தில் அவர் எனக்கு எழுதியிருக்கிறார். அதனால்தான் அந்தச் செய்திக்காக நான் இங்குக் காத்துக்கொண்டிருக்கிறேன்.'

'உண்மையாகவா? ஆனால் அவர் ஏன் மோக்ரயவில் இருக்கிறார்?'

'அது ஒரு பெரிய கதை; எப்படியிருந்தாலும் இதுவே உனக்கு அதிகம்.'

'அப்படியானால் இனி மீச்சென்கா, என்ன ஆவான்? சரி, சரி, இது அவனுக்குத் தெரியுமா, தெரியாதா?'

'எப்படித் தெரியும்! அவனுக்கு ஒன்றும் தெரியாது! அப்படி அவனுக்குத் தெரிந்தால் அவன் என்னைக் கொன்றே விடுவான். ஆம், அதைப் பார்த்து நான் பயப்படவில்லை, கொஞ்சம்கூடப் பயப்பட வில்லை, அவனுடைய கத்தியைப் பார்த்து நான் பயப்படவே இல்லை. ரக்கீத்தின், நீ பேசாமல் இரு, திமித்ரி பியோதரவிச்சை நீ எனக்கு ஞாபகப்படுத்தாதே: என் மனத்தை அவன் நொறுக்கிவிட்டான். ஆம், அதைப் பற்றி இப்போது நான் நினைத்துக் கூடப் பார்க்க விரும்ப வில்லை. இப்போது அல்யோஷாவைப் பற்றி என்னால் நினைத்துப் பார்க்க முடியும், அவனைத் தான் இப்போது நான் பார்த்துக்கொண் டிருக்கிறேன் . . . ஆம், என்னைப் பார்த்துச் சிரி, என் அன்பானவனே, சந்தோஷமாய்ச் சிரி, என்னுடைய முட்டாள்தனத்தைப் பார்த்துச் சிரி, என்னுடைய சந்தோஷத்தைப் பார்த்துச் சிரி . . . இதோ அவன் சிரிக்கிறான், சிரிக்கிறான்! எவ்வளவு இனிமையாக அவன் என்னைப்

பார்க்கிறான். நான் என்ன நினைத்தேன் தெரியுமா அல்யோஷா, நீ என்மீது கோபமாக இருக்கிறாய் என்று; அந்தச் சீமாட்டியின் பொருட்டு என்மீது நீ கோபமாய் இருக்கிறாய் என்று. அப்போது ஒரு நாயைப் போல நான் கேவலமாக நடந்துகொண்டேன், அப்படித் தான் ... இருந்தாலும், அப்படி நடந்ததும் நல்லதுதான். அது நல்லதோ கெட்டதோ' என்றபடி ஏதோ யோசனையில் திடீரென்று சிரித்த குரூஷென்காவின் சிரிப்பில் ஏதோ ஒரு கொடூரமான குணம் மின்னலாய் வெட்டித்தெறித்தது. அவள் என்னை உதைக்க வேண்டுமென்று கத்தினாளென்று மீச்சியா சொன்னான். அவளை நான் காயப்படுத்தியது என்னவோ உண்மைதான். அவள் என்னை அன்பாக அவளுடைய வீட்டுக்கு அழைத்து என்னைக் கேவலப்படுத்த விரும்பினாள்; சாக்லெட்டைக் கொடுத்து என்னை மயக்கப் பார்த்தாள் ... ஆம், அப்படி நடந்ததும் நல்லதுதான்' என்றபடி குரூஷென்கா மீண்டும் சிரித்தாள். 'ஆனால், என்மீது நீ இன்னும் கோபமாக இருக்கிறாயோ என்றுதான் நான் பயப்படுகிறேன் ...'

'உண்மையாகவே அப்படித்தான்' என்று எதையோ கண்டுபிடித்து விட்ட ஆச்சர்யத்தில் திடீரென்று சொன்ன ரக்கீத்தின், 'அல்யோஷா, உண்மையாகவே அவள் உன்னைப் பார்த்துப் பயப்படுகிறாள். ஆனால் பாவம் நீயோ ஒரு கோழிக்குஞ்சு.'

'அவன் வேண்டுமானால் உனக்குக் கோழிக்குஞ்சாக இருக்கலாம், ஏனெனில் உனக்கு மனசாட்சி இல்லை, அதுதான்! கேள், அவனை முழுமனத்துடன் நான் விரும்புகிறேன், அவ்வளவுதான்! அல்யோஷா, நீ நம்புகிறாயா, உன்னை நான் முழுமனத்துடன் விரும்புகிறேன் என்பதை?'

'சே, வெட்கங்கெட்டவள்! விரும்புகிறாளென்று அவள் தன்னுடைய காதலை உன்னிடம் தெரிவிக்கிறாள், அலெக்ஸெய்!

'அதனால் என்ன, அவனை நான் விரும்புகிறேன்.'

'அப்படியானால் அந்தப் படைத்தளபதி? மோக்கரயவிலிருந்து வரப்போகும் அற்புதமான செய்தி எல்லாம் என்ன?'

'அது வேறு, இது வேறு'

'இதோ, இதுதான் ஒரு பெண்ணுடைய பேச்சு என்பது!'

'என்னைப் பார்த்துப் பொறாமைப்படாதே, ரக்கீத்கா' என்று கொதிப்புடன் சொன்ன குரூஷென்கா, 'அது வேறு, இது வேறு. அல்யோஷாவை நான் வேறு விதத்தில் நேசிக்கிறேன். உண்மைதான் அல்யோஷா, இதற்கு முன்பு உன்னைப் பற்றி வேறுவிதமான எண்ணம் என்னிடம் இருந்தது. நான் ஒரு கேவலமான, ராட்சஸியாகச் சில நேரங்களில் இருந்திருக்கிறேன், அல்யோஷா; உன்னை நான் என்னுடைய மனசாட்சியாகப் பார்க்கிறேன். அப்படியே யோசித்தும் பார்க்கிறேன்: 'என்னைப் போன்ற கேடுகெட்ட ஒரு பெண்ணை அவன் வெறுக்க வேண்டும்' என்று. அந்தச் சீமாட்டியின் வீட்டிலிருந்து நேற்று முன்தினம்

நான் ஓடிவந்தபோது இப்படித்தான் நினைத்தேன். உன்னைப் பற்றி இப்படித்தான் நினைத்தேன் அல்யோஷா; இது மீச்சியாவுக்கும் தெரியும்; அவனிடம் நான் சொல்லியும் இருக்கிறேன். அவனும் அதைப் புரிந்துகொண்டிருக்கிறான். உன்னால் நம்ப முடியுமோ இல்லையோ, அல்யோஷா, உன்னைப் பார்க்கும்போது சிலசமயங்களில் நான் வெட்கப்படுகிறேன், என்னைப் பார்த்து அப்படியே நான் வெட்கப் படுகிறேன் ... ஏன் என்று தெரியவில்லை, உன்னை நினைக்க ஆரம்பித்த நாளிலிருந்தே; எப்போது என்று எனக்கே தெரியவில்லை ...'

உள்ளே வந்த ஃபேன்யா பெரிய தட்டில் புட்டியையும் ஷேம்ப்பைன் ஊற்றிய மூன்று மதுக்கோப்பையையும் கொண்டுவந்தாள்.

'ஷேம்ப்பைன் கொண்டுவந்திருக்கிறார்கள்!' என்று கத்திய ரக்கீத்தின், 'அக்ரஃபேனா அலெக்ஸாந்தரவ்னா, உன்னையும் மீறி நீ உணர்ச்சிவசப் படுகிறாய். ஒரு மதுக்கோப்பை குடித்தால் போதும், நீ ஆட ஆரம்பித்து விடுவாய். ஓ, இதைக்கூட அவர்களால் ஒழுங்காகச் செய்ய முடியவில்லை' என்று ஷேம்ப்பைனை ஆராய்ந்தபடி மேலும் சொன்னான் ரக்கீத்தின். 'வேலைக்கார ஆயா சமையலறையில் புட்டியை ஒழுங்காகத் திறக்காமல் சூடான ஷேம்ப்பைனை ஊற்றிக் கொடுத்திருக்கிறாள். சரி, போகட்டும், அப்படியாவது குடிப்போம்.'

மேசைக்கு வந்தவன் ஒரு மதுக்கோப்பையை எடுத்து மடக்கென்று குடித்துவிட்டு மீண்டும் கொஞ்சத்தைத் தன்னுடைய கோப்பையில் ஊற்றிக்கொண்டான்.

'அடிக்கடி கிடைப்பதில்லை ஷேம்ப்பைன்' என்று உதட்டை சப்பிக்கொண்டே சொன்னவன், 'எங்கே, அல்யோஷா, உன்னுடைய மதுக்கோப்பையை எடு, எடுத்து என்னிடம் காட்டு. என்ன காரணத்தைச் சொல்லி நாம் குடிப்பது? சொர்க்கத்தில் திறக்கப்படும் கதவுகளுக்காகவா? குரூஷா, உன்னுடைய மதுக்கோப்பையையும் எடு, எடுத்துத் திறக்கப்படும் சொர்க்க வாசலுக்காகக் குடி' என்றான் ரக்கீத்தின்.

'என்ன சொர்க்க வாசல், என்ன சொல்கிறாய்?' என்று கேட்டாள் குரூஷென்கா.

தன்னுடைய மதுக்கிண்ணத்தை அவள் எடுத்தாள். அப்படியே அல்யோஷாவும் எடுத்தான்; எடுத்து ஒரு மடக்கு குடித்துவிட்டு மீண்டும் தன்னுடைய மதுக்கிண்ணத்தை எடுத்த இடத்திலேயே வைத்து விட்டான்.

'வேண்டாம், குடிக்காமலிருப்பது நல்லது!' என்று அமைதியாகச் சிரித்தபடி சொன்னான் அல்யோஷா.

'ஆ, பெருமையடித்துக் கொள்கிறாய்!' என்று கத்தினான் ரக்கீத்தின்.

'அப்படியானால் நானும் குடிக்கமாட்டேன்' என்றாள் குரூஷென்கா.

'ஆம், எனக்குக் குடிக்கப் பிடிக்கவில்லை. நீ குடி ரக்கீத்தின், இந்த முழு பாட்டிலையும் நீயே குடி. அல்யோஷா குடித்தால்தான் நானும் குடிப்பேன்.'

‘எவ்வளவு தூரம் நீங்கள் நல்லவர்களாகிவிட்டீர்கள்!’ என்று ஏளனமாகச் சொன்னான் ரக்கீத்தின். ‘ஆனால் நீயோ அவன் மடியில் உட்கார்ந்திருக்கிறாய்! அவனுக்குத்தான் பெரிய சோகம், உனக்கென்ன? அவன்தான் தன்னுடைய கடவுளுக்கு எதிராகக் கலகம் செய்து மாமிசக் குழப்பாளத்தைச் சாப்பிடப் போகிறான் . . .’

‘என்னது?’

‘அவனுடைய முதியவர் இன்று இறந்துவிட்டார், முதியவர் ஸோசிமா, துறவி.’

‘ஹா, முதியவர் ஸோசிமா இறந்துவிட்டாரா!’ என்று ஆச்சர்யமாகக் கேட்டாள் குரூஷென்கா. ‘கடவுளே, அதுகூட எனக்குத் தெரியவில்லை!’ என்றவள், தனக்குச் சிலுவையைப் போட்டுக்கொண்டாள். ‘கடவுளே, அவன் மடியில் நான் உட்கார்ந்திருக்கிறேன்!’ என்றவள் சட்டென்று பயத்தில் அவனுடைய மடியிலிருந்து எட்டிக்குதித்துச் சோபாவில் அமர்ந்தாள். ஆச்சர்யமாக நீண்ட ஒரு பார்வை பார்த்த அல்யோஷாவின் முகம் ஒளிர்வது போல இருந்தது.

‘ரக்கீத்தின்’ என்று சத்தமாக, அழுத்திக் கூப்பிட்ட அல்யோஷா, ‘கடவுளுக்கு எதிராகக் கலகம் செய்கிறேன்’ என்று சொல்லி என்னைத் திட்டாதே. உன்னை எதிர்க்குமளவுக்கு என்னை நீ பொல்லாதவனாக்கி விடாதே, அதன் பொருட்டாவது இரக்கமுள்ளவனாக நீ இரு. எப்போதுமே உன்னிடம் இல்லாத, இருக்க முடியாத பெரிய ஒரு பொக்கிஷத்தை நான் இழந்திருக்கிறேன், அதனால் எனக்கான தீர்ப்பை நீ கொடுக்க முடியாது. இப்போது நீ அவளைப் பார்: எப்படி அவள் என்னைத் தொந்தரவு செய்யாமல் என்னை விட்டு விலகிவிட்டாளென்று! இங்கு வந்தபோது கேடுகெட்ட ஒன்றைப் பார்ப்பேனென்று தான் நான் நினைத்தேன்; கேடுகெட்ட ஒன்றை நான் தேடி வந்த காரணமே நான் ஒரு கேடு கெட்டவன் என்பதால்தான்; ஆனால் இங்கு உண்மையான சகோதரி ஒருத்தியை நான் பொக்கிஷமாகக் கண்டெடுத்திருக்கிறேன்; அருமையான அன்பான ஓர் இதயத்தை . . . அவள் என்னைப் புரிந்துகொண்டு விலகிப்போய்விட்டாள் . . . அக்ரஃபேனா அலெக்ஸாந்தரவ்னா, உன்னைப் பற்றித்தான் நான் சொல்கிறேன். என்னுடைய உள்ளத்தை நீ புதுப்பித்துவிட்டாய்.’

அல்யோஷாவின் உதடுகள் துடித்தன; மூச்சுவிடச் சிரமப்பட்டவன், அப்படியே பேசுவதை நிறுத்தினான்.

‘ஆக, அவள் உன்னைக் காப்பாற்றிவிட்டாள்!’ என்று கோபத்துடன் சிரித்தபடி சொன்னான் ரக்கீத்தின். ‘அவள் உன்னை விழுங்கப் பார்த்தாள், அது தெரியுமா உனக்கு?’

‘நில், ரக்கீத்கா!’ என்று திடீரென்று கத்தினாள் குரூஷென்கா. ‘இரண்டு பேருமே பேசாமலிருங்கள். இனி நான் எல்லாவற்றையும் சொல்கிறேன்: அல்யோஷா, நீ பேசாமலிரு, ஏனெனில் உன்னுடைய வார்த்தைகள் என்னை வெட்கப்பட வைக்கின்றன, ஏனெனில் நான் நல்லவள் இல்லை, கெட்டவள், கெட்டவள்தான் நான். நீ, ரக்கீத்தின்,

பேசாமலிரு; ஏனென்றால், நீ பொய் சொல்கிறாய். அவனை விழுங்கி விட வேண்டுமென்ற கெட்ட எண்ணம் எனக்கு முன்பு இருந்தது, ஆனால் இப்போது அப்படியோர் எண்ணம் எனக்கிருக்கிறது என்று நீ பொய் சொல்கிறாய்; அந்த எண்ணம் இப்போது எனக்கு சுத்தமாக இல்லை... இதற்கு மேல் ஒரு வார்த்தைகூட நீ பேசக் கூடாது, ரக்கீத்தின்!' என்று அசாதாரணமான பதற்றத்துடன் சொன்னாள் குரூஷென்கா.

'இரண்டு பேருமே பிதற்றுகிறார்கள்!' என்று முணுமுணுத்த ரக்கீத்தின், இருவரையும் ஆச்சர்யத்துடன் பார்த்தபடி, 'நிச்சயமாக நான் பைத்திரக்கார வீட்டில்தான் மாட்டிக்கொண்டேன். இப்போது இருவரும் மனமிளகி எந்த நிமிடமும் அழுதுவிடுவார்கள் போலிருக்கிறது!' என்று நினைத்தான்.

'நான் அழப்போகிறேன், அழுதுவிடுவேன் போலிருக்கிறது!' என்றாள் குரூஷென்கா. 'அவன் என்னைச் சகோதரி என்று சொல்லி விட்டான், இனிமேல் என்னால் எப்போதுமே இதை மறக்க முடியாது! ஒன்றை மட்டும் நினைவில் கொள் ரக்கீத்தா, நான் கெட்டவளாக இருந்தாலும் ஒரு விதையை நான் மனத்தில் விதைத்திருக்கிறேன்.'

'என்ன அப்படிப்பட்ட ஒரு விதை? நாசமாய்ப் போக, இருவருக்கும் பைத்தியம் தான் பிடித்திருக்கிறது!' என்று சொன்ன ரக்கீத்தினுக்கு அவர்களுடைய இந்தக் கோப உணர்வு ஆச்சர்யத்தைத் தந்தாலும், அவர்களிடம் நிலவிய இந்த இணக்கமான உணர்வை அவனால் புரிந்துகொள்ள முடிந்தது; அப்படிப்பட்ட உணர்வை வாழ்வில் எப்போதாவது தான் உணர முடியுமென்பதையும் அவன் அறிந்திருந்தான். ஆனால் இவை எல்லாவற்றையும் ரக்கீத்தின் உணர்ந்திருந்தாலும் அவனைப் பொறுத்தவரையில், நெருக்கமானவர்களின் உணர்வைப் புரிந்துகொள்வதில் சற்றே அவன் இறுக்கமானவனாகத்தான் இருந்தான்; ஏனெனில் ஒருபுறம் அவன் அனுபவமில்லாத இளைஞனாகவும் மறுபுறம் தன்னார்வம் மிக்க, தற்பெருமை கொண்ட மனிதனாகவும் இருந்தான்.

'பார், அல்யோஷெச்கா, நான் ஒரு விதையை விதைத்திருக்கிறே னென்று ரக்கீத்தினிடம் சொன்னபோது பெருமையடித்துக்கொண்டேன், ஆனால், உன்னிடம் அப்படி நான் பெருமையடித்துக்கொள்ள மாட்டேன்; வேறு ஒரு காரணத்திற்காக அதை நான் உன்னிடம் சொல்லப் போகிறேன். இது ஒரு கதை தான், ஆனால் நல்ல கதை. இதை நான் குழந்தையாக இருந்தபோது, வீட்டில் சமையல்கார ஆயா சொல்லக் கேட்டிருக்கிறேன். இதுதான் கதை: 'நீண்ட நாட்களுக்கு முன்பு வயதான கேடுகெட்ட கிழவி ஒருத்தி வாழ்ந்து வந்தாள். அவள் இறக்கும்வரை ஒரு நல்ல காரியத்தைக் கூடச் செய்யவில்லை என்பது அவளுக்கே தெரியும். இறந்த பிறகு பிசாசுகள் அவளை எரிகின்ற ஏரியில் பிடித்துத் தள்ளின. ஆனால் அவளைப் பற்றிக் கடவுளிடம் சொல்வதற்கு அவள் என்ன நல்ல காரியத்தைச் செய்தாள் என்று அவளைக் காக்கும் தேவதை யோசித்தது. அப்படி எதையும்

அவள் செய்திருக்கவில்லை. இருந்தாலும் அது யோசித்துக் கடவுளிடம் சொன்னது: தன்னுடைய தோட்டத்திலிருந்த வெங்காயத்தை அவள் ஒருமுறை எடுத்து வந்து ஏழைகளுக்குக் கொடுத்து உதவினாள் என்று. உடனே கடவுள் சொன்னார், அதே அந்த வெங்காயத்தை எடுத்து அவள் இருக்கும் நெருப்பு ஏரியில் காட்டு, அதைப் பற்றிக்கொண்டு அவள் வெளியே வந்தால், நீ அவளைக் காப்பாற்று, அவள் சொர்க்கத் திற்குப் போகட்டும்; அப்படி அந்த வெங்காயத்தைப் பற்றிக்கொண்டு அவள் வெளியே வரவில்லையென்றால், இப்போது அவள் எங்கிருக் கிறாளோ அங்கேயே அவளை விட்டுவிடு என்றார். இதைக் கேட்டு தேவதை உடனே ஓடிப்போய் அந்த வெங்காயத்தை எடுத்து அவளிடம் நீட்டிச் சொன்னது: 'கிழவி இதைப் பற்றிக்கொண்டு மேலே வா' என்று. கவனமாக அந்த வெங்காயத்தை அவளிடம் தேவதை நீட்டிய போது, அந்த ஏரியிலிருந்த மற்ற பாவிகளெல்லாம் அதைப் பற்றியிழுக்க, அவளுடன் சேர்ந்து எல்லோரும் மீண்டும் அந்த ஏரியில் விழுந்தார்கள். ஆனால் தந்திரக் கிழவி அவர்களையெல்லாம் காலால் எட்டி உதைத்து விட்டு, 'என்னைத்தான் வெளியே எடுக்கிறார்கள் உங்களை அல்ல; அது என்னுடைய வெங்காயம், உங்களுடையது அல்ல' என்று சொன்னாள். இப்படிச் சொன்னவுடன் அந்த வெங்காயம் உடைந்து போனது. அப்படியே அந்தக் கிழவியும் எரியும் ஏரியில் விழுந்து இன்றுவரை வெந்துகொண்டிருக்கிறாள். இதைப் பார்த்த தேவதை அழுதபடி[1] அங்கிருந்து சென்றுவிட்டது.' இதுதான் அந்தக் கதை அல்யோஷா; எனக்கு இந்தக் கதை மனப்பாடமாகத் தெரியும், ஏனெனில் நான்தான் அந்தத் தந்திரக்காரக் கிழவி. ரக்கீத்தினிடம் வெங்காயத்தைப் பற்றி நான் பெருமையாகச் சொன்னேன், ஆனால் உன்னிடம் வேறு ஒன்றைச் சொல்லப்போகிறேன்: என்னுடைய வாழ்நாளிலேயே ஒரே ஒரு வெங்காயப் பூண்டைத்தான் நான் பிறருக்காகக் கொடுத்திருக்கிறேன்; அது ஒன்றுதான் நான் செய்த நல்ல காரியம். இதற்குப் பிறகும் என்னை நீ புகழக் கூடாது அல்யோஷா; என்னை நல்லவள் என்று நினைக்காதே; நான் கெட்டவள், கேடு கெட்டவள், எனவே என்னை நீ புகழ்ந்து பேசினால், அது எனக்குத் தான் கேவலம். ஓ, ஆரம்பித்துவிட்டேன், எனவே எல்லாவற்றையும் சொல்லிவிடுகிறேன். கேள் அல்யோஷா: உன்னை இங்கு அழைத்து வருவதற்கு நான் மிகவும் பிரயாசைப்பட்டேன்; அதனால் ரக்கீத்தினை நச்சரித்தேன்; அப்படி நீ இங்கு வந்தால் அவனுக்கு நான் இருபத்து ஐந்து ரூபிள்கள் கொடுப்பதாகவும் சத்தியம் செய்து கொடுத்தேன். ரக்கீத்தின் நில், ஒரு நிமிடம் பொறு!' என்றவள், வேகமாக மேஜைக்குச் சென்று, செருகு பெட்டியைத் திறந்து, பணப்பையிலிருந்து இருபத்து ஐந்து ரூபிள் நோட்டை எடுத்துக் கொடுத்தாள்.

'என்ன முட்டாள்தனம்! சுத்த முட்டாள்தனம்!' என்று கத்தினான், குழம்பிப்போன ரக்கீத்தின்.

'எடுத்துக் கொள் ரக்கீத்கா, இது நான் உனக்குக் கொடுக்க வேண்டிய பணம், நீயே கேட்ட பணம்தான், எனவே அதை வாங்கிக்கொள்ள மறுக்காதே' என்றபடி அந்தப் பணத்தை விட்டெறிந்தாள்.

‘எதற்காக நான் மறுக்க வேண்டும்?’ என்று அடித்தொண்டையி லிருந்து கத்திய ரக்கீத்தின், குழம்பிப்போயிருந்தாலும் தன்னுடைய அவமானத்தை மிக அற்புதமாக மறைத்துக்கொண்டு, ‘இந்தப் பணம் நமக்குத் தேவைப்படும்; இவ்வுலகில் முட்டாள்கள் இருக்கும்வரை, அறிவாளிகளுக்குக் கிடைக்கும் லாபம் இது.’

‘இனிமேல் ரக்கீத்கா, வாயை மூடிக்கொண்டு மேலே பேசாமல் நான் சொல்வதைக் கேள்; உன்னுடைய காதுகளுக்குச் சொல்லப்படுகிற விஷயம் அல்ல இது. இதோ இந்த மூலையில் உட்கார்ந்து அமைதியாகக் கேள்; எங்களைக் கண்டால் உனக்குப் பிடிக்கவில்லை, அதனால் நீ பேசாமல் அமைதியாக இரு.’

‘ஆம், எதற்காக எனக்கு உங்களைப் பிடிக்க வேண்டும்?’ என்று தன்னுடைய வன்மத்தை மறைக்காமல் உறுமினான் ரக்கீத்தின். இருபத்து ஐந்து ரூபிள் நோட்டைத் தன்னுடைய சட்டைப்பையில் திணித்துக் கொண்ட ரக்கீத்தினுக்குக் கண்டிப்பாக அல்யோஷாவின் முன்பு நிற்கக் கேவலமாகத்தான் இருந்தது. இந்தப் பணத்தை அல்யோஷாவுக்குத் தெரியாமல் வாங்க வேண்டுமென்று எண்ணியிருந்த அவனுக்கு, இப்போது அவமானத்தால் கோபம் பொங்கியது. இந்த நிமிடம்வரை குரூஷென்கா செய்த கிண்டல்களையெல்லாம் பொருட்படுத்தாமல், எதிர்த்துப் பேசாமல் கம்பீரமாக இருந்த அவன்மீது குரூஷென்காவுக்கு ஏதோ ஒரு உரிமை இருந்தது போல இருந்தது. ஆனால் அவன் அதை இப்போது உதறித் தள்ளிவிட்டு அவள்மீது கோபப்பட்டான்:

‘ஏதாவது ஒரு காரணத்திற்காக ஒருவர் மற்றொருவரை விரும்பு வார்கள், ஆனால் நீங்கள் இருவரும் எனக்கு என்ன செய்தீர்கள்?’

‘எந்த ஒரு காரணத்தையும் முன்னிறுத்தி ஒருவரை விரும்ப முடியாது; அல்யோஷா அப்படித்தான் எல்லோர் மீதும் அன்பு பாராட்டுகிறான்,’

‘அவன் எதற்காக உன்னை நேசிக்கிறான்; அப்படி என்ன பெரிதாக அவன் உனக்கு அன்பைக் காட்டிவிட்டான் என்று நீ அவனைப் பற்றிப் பெருமை பேசுகிறாய்?’

அறையின் நடுவே நின்ற குரூஷென்கா, வெறிபிடித்த குரலில் கோபமாகக் கத்தினாள்:

‘வாயை மூடு ரக்கீத்தின், எங்களைப் பற்றி நீ ஒன்றுமே புரிந்து கொள்ளவில்லை! என்னை ‘நீ’ என்று சொல்வதற்கு உனக்கு எவ்வளவு தைரியம் இருக்க வேண்டும்; நீ அப்படி என்னைக் கூப்பிடுவதற்கு உனக்கு நான் அனுமதி தரவில்லை, அப்படியிருக்கையில் எங்கிருந்து வந்தது உனக்கு இந்த தைரியம், ம்! ஒரு மூலையில் அமைதியாக வேலைக்காரனைப் போல உட்கார்ந்திரு. நான் எவ்வளவு கேடுகெட்டவள் என்பதை நீ தெரிந்துகொள்ள வேண்டுமென்பதற்காக என்னைப் பற்றிய முழு உண்மையையும் சொல்கிறேன் கேள், அல்யோஷா. இதை நான் ரக்கீத்தினுக்குச் சொல்லவில்லை, உனக்குத்தான் சொல்கிறேன் அல்யோஷா. உன்னை நான் கெடுக்க விரும்பினேன் அல்யோஷா, அதுதான் மிகப்பெரிய உண்மை, அப்படிச் செய்ய

நான் முடிவு செய்திருந்தேன்; அதற்காக ரக்கீத்தினுக்குப் பணம் கொடுத்து உன்னை இங்குக் கூட்டிக்கொண்டு வருமாறும் சொன்னேன். ஆனால் நான் ஏன் அப்படிச் செய்ய விரும்பினேன்? இதைப் பற்றி எதுவுமே தெரியாமல் நீ என்னைத் தெருவில் பார்க்கும்போது உன்னுடைய கண்களைத் தரையில் தாழ விட்டுக்கொண்டு என்னை நீ கடந்து போவாய்; ஆனால் நான் உன்னை நூறு முறை ஏறெடுத்துப் பார்த்தபடி உன்னைப் பற்றி விசாரிப்பேன். உன்னுடைய முகம் என்னுடைய உள்ளத்தில் பதிந்துவிட்டது: 'என்னைப் பார்க்கக்கூட விரும்பாதபடி என்னை வெறுக்கிறான்' என்று என் மனத்தில் தோன்றியது. கடைசியாக, இப்படி நான் நினைத்ததை எண்ணி நானே ஆச்சர்யப்பட்டுப் போனேன்: நான் ஏன் இந்தப் பையனைக் கண்டு பயப்பட வேண்டும்? அவனை நான் விழுங்கிவிட்டுப் பிறகு அவனைப் பார்த்துச் சிரிக்கப் போகிறேனென்று நான் நினைத்தேன். இந்த எண்ணம் எனக்குக் கோபத்தை உண்டாக்கியது. நம்புகிறாயோ இல்லையோ, அக்ரஃபேனா அலெக்ஸாந்தரவ்னாவைப் பற்றி யாரும் தவறாக எதுவும் சொல்ல முடியாது; என்னைப் பற்றித் தவறாகப் பேசுவதை யாராலும் நினைத்துக் கூடப் பார்க்க முடியாது; அந்த வயதானவர் ஒருவர்தான் என்னுடன் இருக்கிறார்; அவருக்கு நான் கட்டுப்பட்டிருக்கிறேன்; அவருக்கு நான் விற்கப்பட்டிருக்கிறேன்; சாத்தான் எங்களைச் சேர்த்துவைத்தது; எனவே வேறு யாரும் என்னுடைய வாழ்வில் குறுக்கிட முடியாது. ஆனால் உன்னைப் பார்த்ததும் உன்னை விழுங்கிவிட வேண்டுமென்று நான் முடிவுசெய்தேன். அப்படி உன்னை விழுங்கிவிட்டுப் பிறகு நான் சிரிக்க விரும்பினேன். பார், எப்படிப்பட்ட கேவலமான நாயை உன் சகோதரி என்று நீ சொல்லி இருக்கிறாய்! இதோ இப்போது எனக்குக் கெடுதல் செய்தவன் இங்கு வந்திருக்கிறான்; அவனிடமிருந்து வரும் செய்திக்காக நான் காத்திருக்கிறேன். உனக்குத் தெரியுமா, அவன் எனக்கு என்ன உறவு என்று? ஐந்து வருடங்களுக்கு முன்பு குஸ்மா என்னை இங்கே கொண்டுவந்தபோது மனிதர்களிடமிருந்து என்னை நான் விலக்கிக்கொண்டு யார் கண்ணிலும் படாமல், யாருக்கும் தெரியாமல் ஒரு முட்டாள் பெண்ணைப் போல இரவெல்லாம் தூங்காமல் கண் விழித்துத் தனியாக அழுதுகொண்டே யோசித்தேன்,

'என்னைக் களங்கப்படுத்தியவன் இப்போது எங்கிருக்கிறான்? வேறு ஒரு பெண்ணுடன் வாழ்க்கை நடத்திக்கொண்டு என்னைக் கேலிசெய்கிறான்; அவனைப் பார்க்க நேர்ந்தால் கண்டிப்பாக அவனுக்கு நான் பாடம் கற்பிப்பேன்!' இப்படித்தான் அன்று இரவு நான் உரக்கக் கத்தினேன். ஆனால், அப்படி எதுவும் செய்ய முடியாமல், என்னைப் பற்றிக் கேவலமாக நினைக்கும் அவன், என்னை மறந்து போயிருப்பான் என்று நினைத்தபோது, படுக்கையில் விழுந்து அடக்க முடியாத கண்ணீருடன், உடல் நடுங்க விடியும்வரை கதறியிருக்கிறேன். காலையில் எழுந்ததும் வெறிகொண்ட நாயைவிடக் கேவலமாக இந்த உலகையே விழுங்கிவிடும் ஆத்திரத்தைக் கண்டு நான் சந்தோஷமும் பட்டிருக்கிறேன். அதன் பிறகு என்ன நடந்தது தெரியுமா, நான் பணம் சேமிக்க ஆரம்பித்தேன், ஈவு இரக்கமில்லாமல் நிறைய பணம் சேமித்தேன்; ஆனால், அறிவை நான் வளர்த்துக்கொண்டேனென்று

நீ நினைக்கிறாயா? அதுதான் இல்லை; யாருக்குமே தெரியாது, இந்த உலகில் யாருக்குமே தெரியாது, எப்படி ஐந்து வருடங்களுக்கு முன்பு என்னுடைய இளவயதில் நான் இருட்டில் படுத்துக்கொண்டு, கண்ணீர் மல்கப் பல்லைக் கடித்துக்கொண்டு, 'அவனுக்குப் பாடம் கற்பிப்பேன், கண்டிப்பாகப் பாடம் கற்பிப்பேன்!' என்று நான் நினைத்துக்கொண்டது. இப்போது என்னுடைய கதையை நீ கேட்டாயல்லவா? இனி நீ என்னைப் புரிந்துகொண்டிருப்பாய் என்று நினைக்கிறேன்: ஒரு மாதத்திற்கு முன்பு எனக்கு ஒரு கடிதம் வந்தது, அவன் தன் மனைவியை இழந்துவிட்டான், என்னைப் பார்க்க விருப்பப்படுகிறான் என்று. இதைப் படித்ததும் எனக்கு மூச்சே நின்றுவிட்டது; உடனே, நான் நினைத்துக்கொண்டேன், 'கடவுளே, அவன் என்னை விசில் அடித்துக் கூப்பிட்டதும் நான் நாய் போல வாலை ஆட்டிக்கொண்டு அவன் பின்னால் தவறிழைத்த உணர்வுடன் போக வேண்டுமா என்று! அப்படி நினைத்தபோது என்னாலே நம்ப முடியவில்லை, 'நான் கேவலமானவளா இல்லையா, அவன் பின்னால் வாலை ஆட்டிக் கொண்டு நான் போவேனா இல்லையா'என்று. கடந்த ஐந்து வருடங்களை விட, இந்த ஒரு மாத காலமாகக் கேடுகெட்ட இந்த எண்ணம் என்னைப் பற்றிக்கொண்டு ஆட்டுகிறது. இப்போது உனக்குத் தெரிகிறதா, எப்படிப்பட்ட வெறிபிடித்த கோபங்கொண்ட பெண் நான் என்று! எல்லா உண்மையையும் உன்னிடம் நான் சொல்லிவிட்டேன். மீச்சியா வுடன் நான் சிரித்து விளையாடியதெல்லாம் அவனிடமிருந்து நான் தப்பிக்கத்தான். நீ பேசமாலிரு ரக்கீத்தின், உன்னால் என்னை எடைபோட முடியாது, உன்னிடம் நான் எதையும் சொல்லவில்லை. நீங்கள் இங்கு வருவதற்கு முன்பு நான் இங்குப் படுத்துக்கொண்டு எல்லாவற்றையும் யோசித்துக்கொண்டிருந்தேன், என்னுடைய வருங் காலத்தைப் பற்றி நான் முடிவுசெய்துகொண்டிருந்தேன்; என்னுடைய மனத்தில் என்ன இருக்கிறது என்று உங்களால் ஒரு போதும் யூகிக்க முடியாது. இல்லை அல்யோஷா, உன்னுடைய சீமாட்டியிடம் போய்ச் சொல், அன்று நடந்த சம்பவத்திற்காக அவள் கோபப்படக் கூடா தென்று!... இப்போது நான் இருக்கும் நிலை பற்றி யாருக்கும் இவ்வுலகில் தெரியாது... அதனால் தான் இன்று நான் போகும்போது கத்தியை எடுத்துக்கொண்டு போவேன்; ஆனால் அதைப் பற்றி இன்னும் நான் முடிவு செய்யவில்லை...'

'பரிதாபமான' இந்த வார்த்தையைச் சொல்லி முடிப்பதற்குள் தன்னைக் கட்டுப்படுத்த முடியாமல் முகத்தை மூடிக்கொண்டு சோபாவி லிருந்த தலையணையில் முகத்தைப் புதைத்துக்கொண்டு குழந்தையைப் போல தேம்பி அழ ஆரம்பித்தாள் குரூஷென்கா. அல்யோஷா எழுந்து ரக்கீத்தினிடம் சென்றான்.

'மீஷா' என்றவன், 'அவளிடம் நீ கோபப்படாதே. அவள் உன்னைக் காயப்படுத்தினாலும் அவளிடம் நீ கோபப்படாதே. அவள் சொன்னதை நீ கேட்டாய்தானே? ஒருவருடைய ஆழ்மனத்திலிருப்பதை யாரும் இவ்வளவு தூரம் நோண்டிக் கேட்கக் கூடாது; இரக்கத்துடன் நாம் இருக்க வேண்டும்...'

அல்யோஷா இதை மன வேதனையுடன் சொன்னான். அதைச் சொல்ல வேண்டியிருந்ததால், அவன் அதைச் சொன்னான். அப்படி ரக்கீத்தின் இல்லாமல் இருந்திருந்தாலும், தனக்குத்தானே அவன் அதைச் சொல்லியிருப்பான். ஆனால், ரக்கீத்தின் அவனை ஏளனமாகப் பார்த்ததால் அல்யோஷா பேசுவதை நிறுத்திகொண்டான்.

‘உன்னுடைய முதியவர்மீது மக்கள் குற்றம்சாட்டுகிறார்கள், அதைக் காரணம் காட்டி இப்போது நீ என்மீது எரிந்து விழுகிறாய், அல்யோஷா, கடவுளின் மனிதனே’ என்று ரக்கீத்தின் சிரித்துக்கொண்டே வெறுப்புடன் சொன்னான்.

‘சிரிக்காதே ரக்கீத்தின், இறந்துபோனவரைப் பற்றிக் கேலிசெய்யாதே. உலகிலுள்ள எல்லா மனிதர்களையும்விட அவர் மேலானவர்!’ என்று அழுகின்ற குரலில் கத்தினான் அல்யோஷா.

‘நீதிபதி போல நின்றுகொண்டு உன்னிடம் நான் பேசவில்லை, ஏனெனில் நானே விசாரிக்கப்பட வேண்டியவர்களில் கடைப்பட்ட மனிதனாகத்தான் இருக்கிறேன். அவளுக்கு முன் நான் யார்? இங்கு வரும்போது என்னுடைய அழிவை நோக்கி நான் வந்தேன்; இப்படித் தான் எனக்குள் நான் சொல்லிக்கொண்டேன்: ‘நடப்பது நடக்கட்டும், நடக்கட்டும்!’ என்று; இது என்னுடைய குறுகிய மனப்பான்மையால் சொல்லப்பட்டது, ஆனால் அவளோ ஐந்து வருட வேதனைக்குப் பிறகு, அவன் பேச ஆரம்பித்ததும் எல்லாவற்றையும் உண்மையாகவே மறந்து மன்னித்து அழுகிறாள்! அவளை ஏமாற்றியவன் திரும்பி வந்து அவளைக் கூப்பிட்டதும், அவனை மன்னித்து, அவனைப் பார்க்கும் மகிழ்ச்சியில் அவள் அவசரமாகப் போகிறாள்; கத்தியை அவள் எடுக்கமாட்டாள், கண்டிப்பாக எடுக்கமாட்டாள்! இல்லை, அப்படிப்பட்டவன் அல்ல நான், மீஷா, நீ அப்படிப்பட்டவனா என்று எனக்குத் தெரியாது, ஆனால் நான் அப்படிப்பட்டவன் அல்ல! இன்று, இப்போது எனக்கு இந்தப் பாடம் கிடைத்திருக்கிறது . . . அது காதலையும் நம்மையும்விட உயர்வானது . . . இப்போது அவள் பேசியதை இதற்கு முன்பு அவள் பேசி எப்போதாவது நீ கேட்டிருக் கிறாயா? இல்லை, நீ கேட்டிருக்க முடியாது; அப்படி நீ கேட்டிருந்தால் எப்போதோ நீ எல்லாவற்றையும் புரிந்துகொண்டிருப்பாய் . . . நேற்றைய முன்தினம் கோபப்பட்ட பெண் இவளை மன்னிக்கட்டும்! அவளுக்கு இதைப் பற்றித் தெரிய வரும்போது அவள் இவளை மன்னிக்கட்டும் . . . அவளுக்குத் தெரியவரும்போது . . . இந்த உள்ளம் இன்னும் அமைதி அடையவில்லை, அதை அமைதிப்படுத்த வேண்டும் . . . இந்த உள்ளத்தில் விலைமதிப்பற்ற பொக்கிஷம் இருக்கக்கூடும் . . .’

அல்யோஷாவுக்கு மூச்சு வாங்க, மேலே பேசாமல் அவன் அமைதியானான். ரக்கீத்தின் தன்னுடைய பொறாமை உணர்வையும் மீறி ஆச்சர்யத்துடன் அவனைப் பார்த்தான். அமைதியாக இருந்த அல்யோஷாவிடமிருந்து இப்படிப்பட்ட ஒரு திடீர் எழுச்சியை ரக்கீத்தின் எதிர்பார்க்கவே இல்லை.

‘நீ எப்போது நீதிபதியானாய்! சரி, ஒருவேளை அவளை நீ விரும்புகிறாயோ என்னவோ? அக்ரஃபேனா அலெக்ஸாந்தரவ்னா நம்முடைய வெற்றிக்கு உரியவள்; இதோ உன்னை அவள் நேரடியாகவே விரும்புகிறாள்; நீ வெற்றி அடைந்துவிட்டாய்!’ என்று ஏளனமாகச் சிரித்தபடி கத்தினான் ரக்கீத்தின்.

தலையணையில் முகம் பதித்திருந்த குரூஷென்கா, வீங்கிப்போயிருந்த முகத்துடன் திடீரென்று அல்யோஷாவைப் பார்த்து இரக்கத்துடன் புன்னகைத்தாள்.

‘அவனை விட்டுத்தள்ளு அல்யோஷா, நீ இனிமையான தேவதூதன்; யாரைப் பார்த்து இப்படி அவன் பேசுகிறான் பார். ‘மிகையில் ஓசிப்போவிச்’, என்று ரக்கீத்தினைப் பார்த்துச் சொன்னவள், ‘உன்னைத் திட்டியதற்கு மன்னிப்பு கேட்டுக்கொள்கிறேன்; ஆம் உன்னை மீண்டும் நான் திட்ட விரும்பவில்லை. அல்யோஷா, வா என்னிடம், வந்து இங்கே உட்கார்’ என்று சந்தோஷத்துடன் சிரித்தபடி அவன் அமர்ந்திருந்த பக்கமாக நகர்ந்து வந்தவள், ‘இதோ இங்கே இப்படி வந்து உட்கார்; உட்கார்ந்து என்னிடம் சொல் (அல்யோஷாவின் கைகளைத் தன்னுடைய கையில் தாங்கியபடி அவனுடைய முகத்தைப் பார்த்துச் சிரித்த அவள்)’ ‘என்னிடம் சொல்:’ நான் அவனை விரும்புகிறேனா, இல்லையா? என்னைக் கேவலப்படுத்திய என்னுடைய அந்த மனிதனை நான் விரும்புகிறேனா இல்லையா? நீங்கள் வருவதற்கு முன்பு இருட்டில் படுத்துக்கொண்டு நான் என்னுடைய மனதைக் கேட்டுக்கொண் டிருந்தேன்; அவனை நான் விரும்புகிறேனா இல்லையா?’ என்று. என்னுடைய சந்தேகத்தைத் தீர்த்துவை அல்யோஷா, அதற்கான நேரம் வந்துவிட்டது, நீ என்ன சொல்கிறாயோ அப்படியே நடக்கும். அவனை நான் மன்னிக்கவா வேண்டாமா?’

‘ஆமாம், நீதான் அவனை ஏற்கனவே மன்னித்துவிட்டாயே’ என்று சிரித்தபடி பதிலளித்தான் அல்யோஷா.

‘ஆம், உண்மையாகவே நான் அவனை மன்னித்துவிட்டேன்’ என்று எதையோ யோசித்தபடி சொன்னாள் குரூஷென்கா. ‘எவ்வளவு கேவலமான மனம்! என்னுடைய உள்ளம்தான் எவ்வளவு மோசமானது!’ என்றபடி மேஜையிலிருந்த மதுக்கிண்ணத்தைத் திடீரென்று எடுத்தவள், ஒரே மடக்கில் குடித்துவிட்டு அதைத் தரையில் போட்டு உடைத்தாள். மதுக்கிண்ணம் உடைந்த சத்தம் கேட்டது. அவளுடைய சிரிப்பில் குரூரம் பளிச்சிட்டது.

‘ஒருவேளை நான் இன்னும் அவனை மன்னிக்கவில்லையோ’ என்று சோகமாகக் கண்கள் தரையில் தவழ, ஏதோ தனக்குத்தானே சொல்லிக்கொள்பவள் போலச் சொன்னாள் குரூஷென்கா. ‘ஒரு சமயம் இப்போதுதான் மனம் மன்னிக்கத் தயாராகிக் கொண்டிருக்கிறது போலும். இன்னும் கொஞ்ச நாள் என்னுடைய மனத்துடன் நான் போராடுவேன். பார், அல்யோஷா, இந்த ஐந்து வருடங்களில் நான் துன்பத்திற்குப் பழக்கப்பட்டுவிட்டேன் . . . ஒருவேளை, என்னுடைய

கேவலத்தை மட்டுமே நான் விரும்பியிருக்கிறேன், அவனை இல்லை, அவனை விரும்பவே இல்லை என்றுதான் நினைக்கிறேன்!'

'சரி போகட்டும், அவனைப் போல் நான் இருக்க விரும்பவில்லை!' என்று முணுமுணுத்தான் ரக்கீத்தின்.

'அப்படி இருக்கமாட்டாய் ரக்கீத்கா, எப்போதுமே அப்படி நீ இருக்கமாட்டாய். என்னுடைய செருப்பைத் தைப்பவனாகத்தான் நீ இருப்பாய், ரக்கீத்கா, அதற்குத் தான் உன்னை நான் பயன்படுத்துவேன்; அப்படிப்பட்டவன் தான் நீ; உன்னைப் போன்றவனை எப்போதுமே நான் பார்க்க விரும்ப மாட்டேன்; ஒருவேளை அப்படித்தான் அவனையும் நான் பார்க்க விரும்பவில்லை என்று தான் நினைக்கிறேன்...'

'அவனையுமா? அப்படியானால் நீ ஏன் பகட்டாக உடையணிந்து கொண்டு தயாராக இருக்கிறாய்?' என்று ஏளனமாகக் கேட்டான் ரக்கீத்தின்.

'இப்படி உடையணிந்து நான் தயாராக இருப்பதற்கு நீ என்னைத் திட்டாதே, ரக்கீத்கா; என்னுடைய மனதில் என்ன இருக்கிறது என்று உனக்குத் தெரியாது! நான் விரும்பினால் இதோ, இப்போதே என்னுடைய ஆடையைக் கிழித்தெறிய முடியும், இந்த நிமிடமே' என்று உரக்கச் சொன்னாள் குரூஷென்கா. 'எதற்காக இப்படி நான் உடையணிந்திருக்கிறேனென்று உனக்குத் தெரியாது ரக்கீத்கா! ஒரு வேளை அவனை நான் கேட்கலாம், 'இப்படிப்பட்டவளை நீ பார்த்திருக் கிறாயா இல்லையா' என்று. ஏனெனில் எனக்குப் பதினேழு வயதிருக்கும் போது ஒல்லியாக, எலும்புருக்கி நோயால் பாதிக்கப்பட்டவள் போல ஒடிசலாக இருந்த என்னை விட்டுவிட்டு அவன் போனான். ஆம், இப்போது அவன் அருகில் உட்கார்ந்து அவனை நான் மயக்கி அவனுடைய மனத்தைக் கொழுந்துவிட்டு எரியச் செய்வேன்: 'பார்த்தாயா இப்போது நான் எப்படி இருக்கிறேன்' என்றபடி 'கருணை பொருந்திய கனவானே, மீசை வழியே கூழ் வழிந்தாலும் வாயில் அகப்படவில்லை தானே!' என்று சொல்வதற்காகத்தான் இப்படி நான் உடை அணிந் திருக்கிறேன்' என்று வன்மத்துடன் சிரித்துக்கொண்டே சொன்னாள் குரூஷென்கா. 'கட்டுக்கடங்காத காட்டுமிராண்டி நான் அல்யோஷா. என்னுடைய உடையைக் கிழித்துக்கொண்டு, அழகையும் அழித்து, கத்தியால் கிழித்துக்கொண்டு, முகத்தை எரித்து, என்னால் பிச்சைகூட எடுக்க முடியும். விரும்பினால் நான் எங்குமேகூடப் போகாமல் இருப்பேன், யாரையுமேகூடப் பார்க்காமல் இருப்பேன், நாளைக்கே குஸ்மா கொடுத்த பரிசையும் பணத்தையும் திருப்பிக் கொடுத்துவிட்டு வாழ்நாள் முழுவதும் நான் வேலைக்காரியாகக்கூட இருப்பேன்... அப்படி என்னால் செய்ய முடியாதென்று நீ நினைக்கிறாயா, ரக்கீத்கா? செய்வேன், செய்வேன், இப்போதே அதை என்னால் செய்ய முடியும், என்னை மட்டும் வெறுப்பேற்றாதே... அவனை விரட்டிவிடுவேன், அவனுக்கு என்னுடைய பகட்டான வாழ்வைக் காட்டி, அவன் என்னைப் பார்க்க முடியாதபடி செய்துவிடுவேன்!'

கடைசி வார்த்தையை வெறிபிடித்தவள் போலச் சொல்லிவிட்டுத் தாங்க முடியாமல் கைகளால் மீண்டும் முகத்தை மூடிக்கொண்டு தலையணையில் விழுந்து அவள் கதறி அழ ஆரம்பித்தாள். ரக்கீத்தின் தன்னுடைய இடத்தை விட்டு எழுந்தான்.

'நேரமாகிவிட்டது' என்றவன், 'மடாலயத்திற்குப் போக அனுமதிக்க மாட்டார்கள்' என்றான். இதைக் கேட்டதும் குரூஷென்கா தான் அமர்ந்திருந்த இடத்திலிருந்து விருட்டென்று எழுந்தாள்.

'அல்யோஷா, நீயுமா போக விரும்புகிறாய்!' என்று சோகம் கலந்த ஆச்சர்யத்துடன் உரக்கக் கேட்டவள், 'இப்போது நான் என்ன செய்யட்டும்; என்னுடைய உணர்வுகளைத் தூண்டிவிட்டு விட்டு, வேதனையை ஏற்படுத்திவிட்டு, மீண்டும் என்னை இரவு முழுவதும் தனியாக விட்டுவிட்டுப் போகிறாய்!' என்றாள்.

'உன்னுடன் அவன் இங்குத் தங்க முடியாதுதானே? அப்படி அவன் இங்கேயே இருக்க விருப்பப்பட்டால் இருக்கட்டும்! நான் போய்வருகிறேன்' என்று விஷமத்தனமாகச் சிரித்தபடி சொன்னான் ரக்கீத்தின்.

'வாயை மூடு கேடுகெட்டவனே' என்று அவனைப் பார்த்துக் கத்திய குரூஷென்கா, 'இப்போது பேசியதுபோல எப்போதுமே அவன் பேசியதில்லை'

'அப்படி அவன் என்னதான் சொல்லிவிட்டான்?' என்று ஆத்திரத்துடன் கேட்டான் ரக்கீத்தின்.

'அது என்ன என்று எனக்குத் தெரியாது. அதைச் சொல்லவும் என்னால் முடியாது. ஆனால் அவன் சொன்னது என்னுடைய இதயத்தைத் தாக்கிவிட்டது, தாக்கி இதயத்தைப் பிழிந்தெடுத்து விட்டது... முதன்முதலாக என்மீது அவன் பரிதாபப்படுகிறான், அதுதான் இப்படி. இதற்கு முன்பு நீ ஏன் இங்கு வரவில்லை, தேவதூதனே' என்றபடி அவன் காலில் பைத்தியம் பிடித்தவள் போலத் திடீரென்று விழுந்தாள் குரூஷென்கா. 'என்னுடைய வாழ்நாள் முழுவதும் நான் காத்திருந்தேன், உன்னைப் போல ஒருவன் வருவான், வந்து என்னை மன்னிப்பானென்று. நான் நம்பினேன், அப்படிப் பட்டவன் என்னை விரும்புவான், எப்படிப்பட்ட கேவலமானவளாக நான் இருந்தாலும், என்னுடைய கேவலங்களுடன் அவன் என்னை விரும்புவானென்று!..'

'அப்படி என்ன நான் உனக்கு செய்துவிட்டேன்?' என்று கருணை யுடன் சிரித்தபடி சொன்ன அல்யோஷா, குனிந்து வாஞ்சையுடன் அவளுடைய கைகளைத் தன் கைகளால் பற்றிக்கொண்டு, 'ஒரு தண்டங்கிழங்கைக் கொடுத்தேன், ஒரே ஒரு தண்டங்கிழங்கை மட்டுமே கொடுத்தேன்!..'

அப்படிச் சொன்ன அவனே, அழ ஆரம்பித்துவிட்டான். அந்தச் சமயம் பார்த்து நடைபாதையில் திடீரென்று சத்தம் கேட்டது. யாரோ

வரவேற்பறையில் நுழைகிற சத்தம்; குரூஷென்கா இனம் புரியாத பயத்தில் எட்டிக் குதித்தாள். சத்தம் போட்டபடி ஃபேன்யா ஓடிவந்தாள்.

'பெருமாட்டியே, அன்பானவளே, சீமாட்டியே, செய்தியைக் கொண்டு வந்திருக்கிறான்!' என்று சந்தோஷத்துடன் மூச்சிரைக்கச் சொன்னாள். 'மோக்ரயவிலிருந்து வண்டி வந்திருக்கிறது, குதிரை வண்டியை திமஃபேய் ஓட்டி வந்திருக்கிறான்;'

கடிதத்தைக் கையில் வைத்துக்கொண்டு காற்றில் ஆட்டியபடியே பேசினாள். குரூஷென்கா அந்தக் கடிதத்தைப் பிடுங்கி மெழுகுவர்த்தி வெளிச்சத்தில் படிக்க எடுத்துச் சென்றாள். அது ஒரு சிறுகுறிப்பாக, சில வரிகளைக் கொண்டிருக்க, ஒரே பார்வையில் அவள் அதைப் படித்து முடித்தாள்.

'கூப்பிட்டிருக்கிறான்!' என்று கத்தியவளின் முகம் வெளுத்துப் போய் வேதனையான சிரிப்பு முகத்தில் படர, 'விசிலடித்துக் கூப்பிடுகிறான், நாய் போல அவன் பின்னால் நான் போக வேண்டும்!' என்றபடி ஒரு நிமிடம் அப்படியே அவள் நின்றாள்; பிறகு திடீரென்று ரத்தம் தலைக்கேற அவளுடைய முகம் பிழம்பாய்ச் சிவந்தது.

'போகிறேன்!' என்று திடீரென்று கத்தினாள் குரூஷென்கா. 'என்னுடைய ஐந்து வருடங்கள்! போய் வருகிறேன்! விடைகொடு அல்யோஷா, என்னுடைய விதி நிர்ணயிக்கப்பட்டுவிட்டது . . . போங்கள், போய்விடுங்கள். என்னிடமிருந்து போய்விடுங்கள் எல்லோரும், இனி உங்களைப் பார்க்காதவாறு எல்லோரும் என்னை விட்டுவிலகிப் போய்விடுங்கள் . .! குரூஷென்கா புதிய வாழ்க்கையைத் தேடிப் பறந்து போகிறாள் . . . என்னைப் பற்றித் தவறாக நினைக்காதே ரக்கீத்தின். ஒருவேளை என்னுடைய சாவை நோக்கிக்கூட நான் போகலாம்! ஓ! நான் ஒரு குடிகாரியைப் போல இருக்கிறேன்!'

திடீரென்று அவர்களை விட்டுவிட்டுத் தன்னுடைய படுக்கை அறைக்கு ஓடினாள் அவள்.

'சரி, இனி நம்மைப் பார்க்க அவளுக்கு நேரம் கிடையாது!' என்று எரிந்து விழுந்தான் ரக்கீத்தின். 'வா, போகலாம், இல்லாவிட்டால் மீண்டும் அவள் கத்த ஆரம்பித்துவிடுவாள்; கண்ணீர் விட்டு அவள் கதறி அழுவதைப் பார்த்தது போதும் போதுமென்றாகிவிட்டது . . .'

ஏதோ இயந்திரத்தனமாக அல்யோஷா நடந்தான். வாசலில் வண்டி நின்றுகொண்டிருந்தது; குதிரைகள் கடிவாளமில்லாமல் சுதந்திரமாகத் திரிந்துகொண்டிருந்தன; கையில் விளக்குடன் ஆட்கள் அங்குமிங்குமாக அலைந்துகொண்டிருந்தார்கள். திறந்திருந்த வாசல் வழியாக மூன்று புதிய குதிரைகள் வந்தன. முன்வாசல் வழியாக அல்யோஷாவும் ரக்கீத்தினும் வெளியேறியபோது குரூஷென்காவின் படுக்கை அறையிலிருந்த ஜன்னல் ஒன்று திடீரென்று திறந்து, அல்யோஷாவைப் பார்த்து அவள் உரக்கக் கத்தினாள்: 'அல்யோஷெச்கா, உன் சகோதரன் மீச்சின்காவுக்கு என்னுடைய வணக்கத்தைத்

தெரிவித்துவிட்டு அவனிடம் சொல், என்னைப் பற்றிக் கேவலமாக நினைக்க வேண்டாமென்று, அவனுடைய கேடு கெட்டவளை, சூனியக் காரியை. அப்படியே நான் சொல்லும் இந்த வார்த்தைகளை அவனுக்குத் தெரியப்படுத்து: 'கேடு கெட்டவனுக்கு குரூஷென்கா கிடைத்திருக்கிறாள், உன்னைப் போன்ற நல்லவனுக்கு அல்ல என்று!' அப்படியே இதையும் சொல், 'குரூஷென்கா ஒருசில மணித்துளிகளே, வெறும் ஒரு சில மணித்துளிகளே அவனை விரும்பினாள் என்று – அப்படியே அவன் அந்த நிமிஷத்தைத் தன் வாழ்நாள் முழுவதும் நினைத்துப் பார்க்கட்டும், சொல், குரூஷென்கா அந்த நிமிடத்தை அவனுடைய வாழ்நாள் முழுவதும் நினைத்துப் பார்க்கச் சொல்லச் சொன்னாள் என்று!...'

இதை அவள் உரக்கச் சொன்னாள். பிறகு ஜன்னல் கதவு வேகமாகச் சாத்தப்பட்டது.

'ம்! ம்!' என்று உறுமிய ரக்கீத்தின் சிரித்தபடி, 'மீச்சென்காவின் கழுத்தை அறுத்தது மட்டுமில்லாமல் இன்னும் அவளை வாழ்நாள் முழுவதும் அவன் நினைத்துப் பார்க்கும்படி கட்டளையும் இடுகிறாள், எப்படிப்பட்ட மனிதவிழுங்கி!'

அல்யோஷா ஒன்றுமே பேசவில்லை, அவன் சொன்னது எதுவுமே அல்யோஷாவின் காதுகளில் விழாதது போல இருந்தான்; ஏதோ மிக அவசரமாகப் போவது போல, அல்யோஷா ரக்கீத்தினுடன் போனான்; ஏதோ ஒரு யோசனையில் இயந்திரத்தனமாக அவன் நடந்துபோனான். திறந்த காயத்தில் விரலை நுழைத்தது போல ரக்கீத்தினுக்குத் திடீரென்று வலித்தது. அல்யோஷாவை அவன் குரூஷென்காவிடம் அழைத்துச் சென்றபோது இப்படி நடக்குமென்று அவன் நினைத்துக்கூடப் பார்க்கவில்லை; அவனுக்குப் பிடிக்காத வேறு ஒன்றுகூட நடந்துவிட்டது.

'அவளுடைய அந்தப் படைத்தளபதி போலந்து நாட்டுக்காரன்' என்று மறுபடியும் சொன்ன ரக்கீத்தின், ஏதோ தன்னைக் கட்டுப்படுத்திக் கொண்டவன் போல, 'ஆம், அவன் இப்போது படைத்தளபதி இல்லை; சைபீரியாவில் சுங்கவரி அதிகாரியாக சீன நாட்டு எல்லைப்பகுதியில் வேலைசெய்கிறான் – ஒருவேளை அவன் கேடுகெட்டவனாகக்கூட இருக்கக்கூடும். வேலையை அவன் இழந்துவிட்டானென்று சொல் கிறார்கள். இப்போது குரூஷென்காவிடம் பணம் இருக்கிறதென்று தெரிந்ததும் அவளிடம் திரும்பி வந்துவிட்டான் – இதுதான் காரணம்'

மீண்டும் அவன் சொன்ன எதையுமே அல்யோஷா கேட்கவில்லை. ரக்கீத்தின் பொறுமையை இழந்தான்.

'சரி, பாவம் செய்தவளை நீ நல்லவளாக்கிவிட்டாய்!' என்று வன்மப் புன்னகையுடன் சொன்னான் ரக்கீத்தின். 'வழிதவறியவளை நல்லவழிக்குக் கொண்டுவந்துவிட்டாய்! ஏழு பேய்களையும்[2] விரட்டி அடித்துவிட்டாய்! இந்த அற்புதத்தைத் தான் நாம் எதிர்பார்த்தோம், இதோ நடந்துவிட்டது!'

'நிறுத்து ரக்கீத்தின்' என்று மன வருத்தத்துடன் அல்யோஷா சொன்னான்.

'இந்த இருபத்து ஐந்து ரூபிள்களுக்காக நீ என்னை 'வெறுக்கிறாய்' அப்படித்தானே? உண்மையான நண்பனை நீ விற்றுவிட்டாய், அப்படித் தானே. சரி, நீ ஏசு கிறிஸ்துவும் இல்லை, நான் யூதாசும் இல்லை.'

'சரி, ரக்கீத்தின், நடந்த எல்லாவற்றையும் நான் மறந்துவிட்டேன் என்பதை உறுதியாகச் சொல்லிக்கொள்கிறேன்' என்ற அல்யோஷா, 'நீதான் எல்லாவற்றையும் ஆரம்பித்தாய்'... என்றான். ஆனால் ரக்கீத்தின் தன்னுடைய முழு உணர்வையும் இழந்திருந்தான்.

'எல்லோரும், எல்லாமும் நாசமாய்ப் போகட்டும்!' என்று திடீரென்று கத்திய ரக்கீத்தின், 'எதற்காக உங்களுடன் இங்கு நான் இருக்கிறேன்!' இனி உங்களுடன் எந்த உறவும் எனக்கு வேண்டாம். என்னுடைய வழியில் நான் போகிறேன், இதோ உன்னுடைய வழி அந்தப் பக்கம், நீ போ!'

அப்படியே திரும்பி வேறு ஒரு தெரு வழியே தனியாகச் சென்றான் ரக்கீத்தின், அல்யோஷாவை இருட்டில் விட்டுவிட்டு. அல்யோஷா ஊர் எல்லையைத் தாண்டி, மடாலயத்திற்குப் போகும் வயல் வரப்பு வழியே நடந்துபோனான்.

# 4

## கானா கலிலெய்ஸ்கயா

அல்யோஷா தன்னுடைய அறைக்கு வந்த நேரம், துறவி மடாலயத்தைப் பொறுத்தவரையில், மிகவும் தாமதமான நேரம்தான்; வாயில் காப்பாளன் மடாலயத்தின் சிறுகதவு வழியாக உள்ளே செல்ல அவனை அனுமதித்தான். ஏற்கெனவே இரவு ஒன்பது மணியாகியிருந்தது. பரபரப்பான நாளுக்குப் பிறகு எல்லோரும் அமைதியாக ஓய்வெடுக்கும் நேரமாக அது இருந்தது. முதியவர் இருந்த அறையில் கதவுகளை அமைதியாகத் திறந்துகொண்டு உள்ளே சென்றான் அல்யோஷா; அங்கு இப்போது அவருடைய சவப்பெட்டி மட்டுமே இருந்தது. சவப்பெட்டி அருகே அருட்தந்தை பாய்ஸி மட்டும் பைபிள் வாசகங்களைத் தனியாக அமர்ந்து படித்துக்கொண்டிருந்தார்; புதிய பணியாள் பர்ஃபெரி நேற்று இரவும் மறுநாள் காலையிலும் நடந்த சம்பவங்களால் சோர்ந்துபோய் அருகிலிருந்த அறையில், தரையில் படுத்து ஆழ்ந்து உறங்கிக்கொண்டிருந்தான்; இவர்களைத் தவிர அறையில் வேறு யாருமே இல்லை. அல்யோஷா வந்தது தெரிந்தும் அருட்தந்தை பாய்ஸி அவன் பக்கம் திரும்பிக்கூடப் பார்க்காமலிருந்தார். கதவின் வலது பக்கத்து மூலையில் அல்யோஷா மண்டியிட்டுப் பிரார்த்திக்க ஆரம்பித்தான். அவன் உணர்ச்சிவசப்பட்டிருந்தாலும், இனம் புரியாத ஏதோ ஒன்று,

தனித்த ஒரு உணர்வாக இல்லாமல், எல்லாம் ஒன்று சேர்ந்து, ஒவ்வொன்றாக ஒன்றன்பின் ஒன்றாக உழல ஆரம்பித்தது. ஆனால் அவனுடைய மனத்துக்கு அது இனிமையாக இருந்தது, அல்யோஷாவுக்கு ஆச்சர்யமாக இருக்கவில்லை. மீண்டும் தன் முன் இருக்கும் சவப் பெட்டியை, பொக்கிஷமான தன்னுடைய முதியவரின் இறந்துபோன உடலைத் தாங்கியிருக்கும் அந்தச் சவப்பெட்டியை, எல்லாப் பக்கமும் மூடப்பட்டிருக்கும் அந்தச் சவப்பெட்டியை அவன் பார்த்தான்; ஆனால் காலையில் வேதனைப்பட்டு, அழுது நொந்து போயிருந்த அந்த மனநிலை இப்போது அவனிடம் இல்லாமல் இருந்தது. கோயிலில் விழுந்து வணங்குவது போல் சவப்பெட்டி முன்பு அவன் விழுந்து வணங்கியதும் ஒருவித சந்தோஷம் அவனுடைய உள்ளத்தையும் எண்ணத்தையும் ஆட்கொண்டது. அறையின் ஒரு ஜன்னல் திறந்திருக்க குளுமையான, இளங்காற்று அறையை நிரப்பியது – 'அப்படியென்றால் துர்நாற்றம் இன்னும் அதிகமாக வெளிவர ஆரம்பித்ததால் தான் ஜன்னலைத் திறந்துவைக்க முடிவுசெய்திருக்கிறார்கள்' என்று நினைத்தான் அல்யோஷா. ஆனால், இந்தத் துர்நாற்றம் முன்பு அவனை எவ்வளவு தூரம் பயப்படவும் வெட்கப்படவும் வைத்ததோ, அது போல இப்போது அது அவனுடைய மனத்தைக் குலைக்கவோ கலவைப்படவோ வைக்க வில்லை. அமைதியாக அவன் பிரார்த்திக்க ஆரம்பித்தான், ஆனால் ஏறக்குறைய இயந்திரத்தனமாக அதை அவன் செய்கிறான் என்பதை உடனே அவன் உணர்ந்தான். எண்ணங்கள் ஒவ்வொன்றாக அவனுடைய மனத்தில் பட்டுத்தெறித்து நட்சத்திரங்களைப் போல ஒளிர்ந்து எரிந்து அப்படியே மங்கிப்போயின; மங்கிப்போன அப்படிப்பட்ட எண்ணங்கள் மறைந்துபோய் வேறு பல எண்ணங்கள் மீண்டும் எழுந்தன, ஆனால், அவனுடைய ஆழ்மனத்தில் ஆறுதலாக முழுமையான ஏதோ ஒன்று ஆட்சி செய்தது என்பதை அவன் உணர்ந்தான். சிறிது நேரத்தில் ஆழமாக அவன் பிரார்த்திக்க ஆரம்பித்தான்; அப்படிப் பிரார்த்திக்க நன்றி சொல்லி நேசிக்க அவனுக்கு ஆசையாக இருந்தது . . . ஆனால், அப்படி அவன் பிரார்த்திக்க ஆரம்பித்ததும், சட்டென்று அவன் பிரார்த்தனையையும் பிரார்த்தனையை இடைமறித்த எண்ணத்தையும் அவன் மறந்து போகலானான். அருட்தந்தை பாய்ஸி பைபிள் படிப்பதைக் கேட்க அவனுக்குச் சோர்வாக இருக்க, சிறிது நேரத்தில் அவன் தூங்க ஆரம்பித்தான் . . .

'அப்படியே மூன்றாவது நாள் கானா கலிலெய்ஸ்க்கையில்[3] திருமணம் ஒன்று நடந்தது' என்று வாசித்தார் அருட்தந்தை பாய்ஸி. 'அங்கு ஏசுகிறிஸ்துவின் அன்னையும் வந்திருந்தார். ஏசு கிறிஸ்துவும் அவருடைய சீடர்களும் அந்தத் திருமணத்திற்கு அழைக்கப்பட் டிருந்தார்கள்' என்று வாசித்தார்.

'திருமணம்? என்ன . . . திருமணம்' என்ற எண்ணம் அல்யோஷாவின் மனத்தில் சுழல் காற்று போல வீசியது; அவளும் சந்தோஷப்படட்டும் . . . அவள் விருந்துக்குப் போயிருப்பாள் . . . இல்லை, அவள் கத்தியை எடுத்துக்கொண்டு போயிருக்க மாட்டாள் . . . அது வெறும் 'பரிதாபத்திற் குரிய வார்த்தைதான் . . . ஆம் . . . இரக்கத்திற்குரிய வார்த்தையை

மன்னிக்க வேண்டும், கண்டிப்பாக மன்னிக்க வேண்டும். இரக்கத்திற் குரிய வார்த்தைகள் மனத்தை ஆறுதலடையச் செய்கின்றன. அவை மட்டும் இல்லாவிட்டால் மனிதர்களுக்கு வேதனை மிக அதிகமாக இருக்கும். ஒரு சிறு தெரு வழியாக ரக்கீத்தின் போனான். தன்னுடைய தவறுகளைப் பற்றி யோசிக்கும்வரை சிறிய தெரு வழியாகத்தான் அவன் போய்க்கொண்டிருப்பான்... ஆனால் பாதையோ... பாதையோ பெரியது, நேரானது, வெளிச்சமானது, தெள்ளத் தெளிவானது, முடிவில் சூரிய வெளிச்சம் தெரிகிறது... ஆ, என்ன படிக்கப்படுகிறது?'

'அவர்களுக்குத் திராட்சை ரசம் தேவையாயிருந்தபோது ஏசு கிறிஸ்துவின் அன்னை சொன்னார், திராட்சை ரசம் அவர்களிடம் இல்லையென்று' என்று படிப்பது அல்யோஷாவுக்குக் கேட்டது.

'ஓ, ஆமாம், ஒன்றை நான் கேட்காமல் விட்டுவிட்டேன்; அதைக் கேட்காமலிருக்க நான் விரும்பவில்லை; அந்தப் பகுதி எனக்குப் பிடித்தமான ஒன்று: அது கானா கலிலெய்ஸ்க்கயாவில் நடந்த முதல் அற்புதம்... ஆ, அது அதிசயம், அது ஓர் இனிமையான அற்புதம்! அது வேதனையல்ல, மனிதனைச் சந்தோஷப்படுத்த ஏசுகிறிஸ்து செய்த முதல் அற்புதம்; மனித சந்தோஷத்திற்காக அவர் செய்த உதவி... 'யார் மக்களை விரும்புகிறாரோ, அவர் அவர்களுடைய சந்தோஷத்தையும் விரும்புவார்...' இதைத்தான் இறந்துபோன முதியவர் அடிக்கடி சொன்னார், இதுதான் அவருடைய மிக முக்கிய நோக்கமாக இருந்தது... சந்தோஷமில்லாமல் வாழக் கூடாது என்று மீச்சியா சொல்வான் ஆம், மீச்சியா... எது உண்மையானதோ, அழகானதோ அது முழுமையான மன்னிப்புக்குரியது' - இதைத்தான் அவன் அடிக்கடி சொல்வான்...'

'ஏசு கிறிஸ்து அவளிடம் சொன்னார்: உன்னிடம் நான் என்ன சொல்ல? எனக்கான நேரம் இன்னும் வரவில்லை. அவருடைய அன்னை வேலையாட்களிடம் அவர் என்ன சொல்கிறாரோ அதைச் செய்யுங்கள் என்று சொல்கிறார்.'

'செய்யுங்கள்... சந்தோஷம், ஏழைகளுக்கு என்ன சந்தோஷம், அதுவும் பாவப்பட்ட ஏழைகளுக்குத் திருமணத்தின் போதுகூடத் திராட்சை ரசம் இல்லை... இதோ சரித்திர வல்லுநர்கள் எழுதுகிறார்கள், கென்னிசரேத்ஸ்கிய ஏரி[4] அருகே வாழ்ந்தவர்கள் நினைத்துக்கூட பார்க்க முடியாத அளவுக்கு ஏழைகளிலும் பயங்கரமான ஏழைகளாக இருந்தார்கள் என்று... அங்கு வித்தியாசமான மிகப்பெரிய ஒரு உள்ளம், மிகப்பெரிய ஜீவன், ஏசுகிறிஸ்துவின் அன்னை இருந்தபோது அவர்களுக்குத் தெரிந்தது, அவர்களை ஆச்சர்யப்பட வைக்க, மிகப் பெரிய தியாகத்தைச் செய்ய மட்டுமே அவர் (ஏசுகிறிஸ்து) அங்கு வரவில்லை, சாதாரண மக்களை, அறிவில்லாத, கள்ளங்கபடமற்ற மக்களை அவர் விரும்பியதால்தான், அன்போடு அவர்கள் அழைத்ததன் பேரில், அந்த ஏழையின் திருமணத்திற்கு அவர் வந்தார் என்று. 'எனக்கான நேரம் இன்னும் வரவில்லை' என்று அவர் அமைதியான புன்னகையுடன் சொன்னார். (மேரி மாதாவுக்கு அந்தச் சிரிப்பு

இனிமையாகத் தான் தெரிந்தது)... இந்த மண்ணுலகத்திற்கு அவர் வந்தது சந்தோஷமாக அந்தத் திராட்சை ரசத்தை ஏழையின் திருமணத்தில் பெருக்கத்தானோ? அவர் அப்போது மேரி மாதாவின் வேண்டுகோளை நிறைவேற்றினார்...' ஓ, அவர் மீண்டும் படிக்கிறார்.' 'ஏசு கிறிஸ்து அவர்களிடம் சொன்னார்: தண்ணீர்க் குடுவைகளை நீர் ஊற்றி நிரப்புங்கள் என்று. அவர்களும் குடுவைகளின் வாய் ததும்ப நீரை ஊற்றி நிரப்பினார்கள். மீண்டும் அவர் சொல்கிறார்: இப்போது அதை எடுத்து விருந்துக்கு வந்திருக்கும் ஆளுநரிடம் கொடுங்கள் என்று. அவர்களும் அதை எடுத்து அவரிடம் கொடுக்கிறார்கள். விருந்துக்கு வந்திருந்த ஆளுநர் அதை வாங்கிக் குடித்தபோது அது திராட்சை ரசமாக மாறி இருந்தது; அது எப்படி நடந்ததென்று தெரியவில்லை (ஆனால் தண்ணீரை எடுத்து வந்த வேலையாட்களுக்கு அது தெரிந்திருந்தது). விருந்துக்கு வந்திருந்த ஆளுநர் மணமகனை அழைத்தார். அழைத்து அவரிடம் சொன்னார்: ஆரம்பத்தில் எல்லோரும் இனிமையாகத்தான் திராட்சை ரசத்தைப் பருகுவார்கள்: ஆனால் அதையே அதிகமாகக் குடித்தால் நிலைமை மோசமாகிவிடும்; ஆனால் நீயோ இறுதிவரை நல்ல திராட்சை ரசத்தையே கொடுத்திருக்கிறாய்' என்றார்.

'ஓ, என்ன நடக்கிறது? ஏன் இந்த அறை இப்படி விரிகிறது? ஓ, ஆமாம், திருமணம்... திருமணம். இதோ விருந்தாளிகள், இதோ மணமகளும் மணமகனும் உட்கார்ந்திருக்கிறார்கள், சந்தோஷமான மக்கள் கூட்டம்... எங்கே அந்த அறிவார்ந்த ஆளுநர்கள்? யார் அவர்கள்? யார்? மீண்டும் அறை விஸ்தாரமாகிறது... யார் அங்கே அந்தப் பெரிய மேஜையிலிருந்து எழுந்து நிற்பது? எப்படி... அவர் இங்கு? ஆம், அவரே தான் சவப்பெட்டியிலிருக்கும் அவரே தான்... அவர் எப்படி இங்கு... எழுந்து வந்தார், எழுந்து வந்து என்னைப் பார்த்தார், பார்த்து இங்கே வருகிறார்... கடவுளே!..'

ஆம், அவன் இருப்பதைக் கவனித்து அவர் அவனிடம் வந்தார்; உடல் வற்றிப்போன அந்த முதியவர், மெலிதான முகச் சுருக்கங்களுடன் மகிழ்ச்சியாக அமைதியாகச் சிரித்தபடி வந்தார். சவப்பெட்டி அங்கு இல்லை, அதே அந்த உடையில், விருந்தாளிகள் நேற்று அவரைப் பார்க்கவந்தபோது எப்படி அவர் அமர்ந்திருந்தாரோ, அதே உடையில் அவர் இருந்தார். அவருடைய முகம் மூடப்படாமல் கண்கள் ஒளிர்ந்தன. கானா கலிலெய்ஸ்க்கையில் நடக்கும் திருமண விருந்திற்கு அவரும் அழைக்கப்பட்டிருக்கிறார் போலும்...

'ஆமாம், என்னுடைய அருமையானவனே, நானும் அழைக்கப்பட்டிருக்கிறேன், அழைக்கப்பட்டிருக்கிறேன்' என்று அமைதியான குரலில் அவர் சொன்னார். 'நீ ஏன் என் கண்ணில் படாமல் பின்னால் நிற்கிறாய்... வா, நீயும் எங்களுடன் சேர்ந்து வா.'

இது அவருடைய குரல், முதியவர் ஸோசிமாவின் குரல்... ஆம், அவருடைய குரலன்றி இது வேறு யாருடைய குரலாக இருக்க முடியும்? முதியவர் அல்யோஷாவின் கையைப் பிடித்துத் தூக்கி விட்டார்; மண்டியிட்டிருந்த அவன் எழுந்தான்.

'நாங்கள் கொண்டாடிக்கொண்டிருக்கிறோம்' என்று தொடர்ந்த அந்த வயதான, உடல்வற்றிப்போன முதியவர், 'புதிய திராட்சை ரசத்தைப் பருகுவோம், சந்தோஷத்திற்கான புதிய திராட்சை ரசத்தை, மிகப்பெரிய சந்தோஷத்திற்கான திராட்சை ரசத்தைப் பருகுவோம்; பார்த்தாயா எவ்வளவு விருந்தாளிகள் என்று? இதோ மணமகன், மணமகள், இதோ அறிவார்ந்த ஆளுநர், புதிய திராட்சை ரசம். நீ ஏன் என்னை இவ்வளவு ஆச்சர்யமாகப் பார்க்கிறாய்? நான் ஒரு தண்டங்கிழங்கைக் காணிக்கையாகக் கொடுத்தேன், அதனால்தான் நான் இங்கு இருக்கிறேன். ஒரே ஒரு தண்டங்கிழங்கை, ஒரு சிறு தண்டங்கிழங்கை மட்டுமே கொடுத்த பலர் இங்கு இருக்கிறார்கள் ... நம்முடைய செயல்கள் எல்லாம் எப்படிப்பட்டவை? நீ அமைதியானவன், பணிவான என்னுடைய பையன், இன்று ஒரு தண்டங்கிழங்கை உன்னால் தேவைப்பட்ட ஒரு பெண்ணுக்குக் கொடுக்க முடிந்தது. உன்னுடைய வேலையை நீ செய், என்னுடைய பணிவான, இனிமையான மகனே, அதை நீ செய்ய ஆரம்பிப்பாயாக!.. நம்முடைய சூரியனைப் பார், அவரைப் பார், பார்க்கிறாயா?' என்று கேட்டார் முதியவர்.

'எனக்குப் பயமாக இருக்கிறது ... அவரைப் பார்க்க என்னால் முடியவில்லை ...' என்று முணுமுணுத்தான் அல்யோஷா.

'அவரைப் பார்த்து பயப்படாதே. நம்மைவிடவும் அவர் மிகவும் பெரியவர், பிரம்மாண்டமான பேருருவம் கொண்டவர், ஆனால் எப்போதுமே கருணை உள்ளங்கொண்டவர். அவருடைய அன்பின் காரணமாக நம்மில் ஒருவராக இருப்பவர், நம்முடன் குதூகலிப்பவர், தண்ணீரை திராட்சை ரசமாக மாற்றுபவர், அதனால் விருந்தாளிகளின் மகிழ்ச்சி குறையாதவாறு பார்த்துக்கொள்பவர், புதிய விருந்தாளிகளை எதிர்பார்ப்பவர், எப்போதுமே புதிய விருந்தாளிகளை வரவேற்பவர், இப்படியாகக் காலங்காலமாக இருப்பவர்தான் அவர். இதோ திராட்சை ரசம், புதிய திராட்சை ரசம், பார், பாத்திரங்களில் கொண்டுவருகிறார்கள் பார் ...' என்றார் முதியவர் ஸோசிமா.

ஏதோ ஒன்று அல்யோஷாவின் மனத்தில் நெருப்பாகப் பற்றி எரிய, திடீரென்று மனத்தில் வலி முழுவதுமாகப் படர, பரவசத்தில் அவனுக்குக் கண்ணீர் பொங்கி வழிந்தது ... கைகளை நீட்டிபடி அவன் கதறிக்கொண்டே கண்விழித்து எழுந்தான் ...

மீண்டும் அவன் முன்பாகச் சவப்பெட்டி, திறந்த ஜன்னல், தாழ்ந்த குரலில் படிக்கப்படும் பைபிள் வாசகம். ஆனால், அங்கே என்ன படிக்கப்படுகிறது என்பதை அல்யோஷா கேட்கவில்லை. மண்டியிட்டு நின்றபோது விசித்திரமாக அவன் தூங்கிப் போயிருந்தான்; இப்போது அந்த இடத்தை விட்டு எழுந்து, அவன் மூன்று அடி எடுத்து வைத்துச் சவப்பெட்டி இருக்கும் இடத்திற்கு வந்தான். அருட்தந்தை பாய்ஸியின் மீது அவனுடைய தோள்பட்டை உரசியதைக் கூட அவன் கவனிக்கவில்லை. உடனே தன்னுடைய கண்களைப் புத்தகத்திலிருந்து விலக்கிச் சட்டென்று அவனைப் பார்த்த அவர், மீண்டும் தன்னுடைய பார்வையைத் திருப்பிக்கொண்டு, விசித்திரமான

ஏதோ ஒன்று அவனுள் நடந்திருக்கிறது என்பதைப் புரிந்துகொண்டார். அரை நிமிட நேரம் அல்யோஷா தன்னுடைய பார்வையைச் சவப்பெட்டி மீதும், அசையாமல் நீண்டு படுத்திருக்கும் முதியவர் மீதும், அவருடைய மார்பில் இருந்த சிலுவை மீதும், எட்டு முகமுடைய சிலுவையைக் கொண்ட அவருடைய தொப்பி மீதும் பதித்தான். சிறிது நேரத்திற்கு முன்புதான் அவருடைய குரலை அவன் கேட்டான்; அது அவனுடைய காதுகளில் ரீங்காரமிட்டுக் கொண்டிருந்தது. அதை இன்னமும் அவன் கேட்டுக்கொண்டிருக்கிறான்; அது இனியும் கேட்குமென்றும் அவன் எதிர்பார்த்திருக்கிறான் . . . ஆனால், திடீரென்று எழுந்து அவன் அறையை விட்டு வெளியே வந்தான்.

வராந்தாவில் நிற்காமல் வேகமாக அவன் கீழே இறங்கினான். ஆச்சர்யம் நிறைந்த அவனுடைய மனம், முழுச் சுதந்திரத்தையும் அண்டவெளியையும் விரும்பத் தகித்திருந்தது. அவனுடைய தலைக்கு மேலே பரந்த வானமும் வானம் முழுவதும் அமைதியாய் ஒளிரும் நட்சத்திரங்களும் நிறைந்திருந்தன. அடிவானத்திலிருந்து மேல் வானம் வரை மென்மையாய் ஒளிரும் இரண்டு பால்வீதி மண்டலங்கள் தெளிவாய்த் தெரிந்தன. புத்துணர்ச்சி ததும்பிய குளுமையான இரவு அமைதியாகப் பூமியை நனைத்து நிதானமாக நின்றுகொண்டிருந்தது. ஒளிரும் நீல நிற வானில் வெண்மையும் தங்க வண்ணமும் கலந்த கோபுரங்கள் தெரிந்தன. அற்புதமான இலையுதிர் காலப் பூக்கள் வீட்டருகே காலை வேளையில் உறங்கிக்கொண்டிருந்தன. பூமியை அரவணைத்த அமைதி வானத்தில் பரவி நிற்கும் மௌனத்தோடு கலந்து, பூவுலக விசித்திரங்களுடனும் நட்சத்திரங்களுடனும் குலவிக் கிடந்தது . . . அல்யோஷா கண்களை அகல விரித்துப் பார்த்தபடி திடீரென்று தரையில் விழுந்தான்.

அவன் ஏன் அப்படித் தரையைத் தழுவினான் என்ற விளக்கத்தை அவன் தனக்குக் கொடுத்துக்கொள்ள விரும்பவில்லை; தன்னைக் கட்டுப்படுத்த முடியாமல் அவன் ஏன் பூமியை முத்தமிட்டான், அப்படி முழுவதுமாய்ப் பூமியை அணைத்தபடி அவன் பூமியை முத்தமிட்டதன் காரணமென்ன என்பது அவனுக்கே தெரியவில்லை; ஆனால் கண்ணீர் விட்டழுதுக் கதறிக் கண்ணீர் மல்க அவன் பூமியை முத்தமிட்டான்; அப்படி முத்தமிட்டு அவன் பூமியை விரும்புவதாக, காலம் முழுவதும் பூமியை நேசிப்பதாக வெறிபிடித்தவன் போல் சத்தியம் செய்தான். ‘சந்தோஷமான உன்னுடைய கண்ணீரால் பூமியை நனை, அப்படி நனைக்கும் உன் கண்ணீரை நீ நேசி’ என்ற வார்த்தைகள் அவனுடைய மனத்தில் ஒலித்தன. எதற்காக அவன் அழுதான்? ஓ, பரவசத்தின் காரணமாக அழுதான்; அகண்டு பரந்த வான்வெளியில் அவனுக்காக ஒளிர்ந்த நட்சத்திரங்களைப் பார்த்துத் ‘தன்னுடைய பரவசத்திற்காக வெட்கப்படாமல்’ அவன் அழுதான். ஏதோ கடவுள் படைத்த எண்ணிலடங்கா எல்லா உலகங்களும் ஒரே சமயத்தில் அவனுடைய மனத்தில் ஒன்றிப் போனது போல, ‘மற்ற உலகங்களுடன் தொடர்பு ஏற்பட்டது போல’ அவன் உடல் அதிர்ந்துபோனான்.

எல்லோரையும் எல்லாவற்றிற்காகவும் மன்னிக்க அவன் விரும்பினான். அப்படி மன்னிப்புக் கேட்கவும் அவன் விருப்பப்பட்டான்; ஓ! அது தனக்காக அல்ல, மற்ற எல்லோருக்காகவும் எல்லாவற்றிற்காகவும், 'மற்றவர்கள் என்னையும் வேண்டிக் கேட்டுக்கொள்கிறார்கள்' என்ற வார்த்தைகள் மீண்டும் அவன் மனத்தில் ஒலித்தன. ஒவ்வொரு நிமிடமும் தெளிவாக அவன் உணர்ந்தான், ஆழமான, உறுதியான, அசைக்க முடியாத ஒன்று, தேவலோக வாயில் போன்ற ஒன்று அவனுடைய மனத்தில் நுழைந்தது என்பதை. காலகாலத்திற்கும் ஏதோவோர் எண்ணம் அவனுடைய மனத்தில் உதித்தது போல அவன் உணர்ந்தான். தரையில் விழுந்தபோது வலிமையில்லாத இளைஞனாக அவன் இருந்தான்; விழுந்து எழுந்தபோது வலிமை உள்ளவனாக, வாழ்நாள் முழுவதும் போராடக்கூடிய சக்தி உள்ளவனாக அவன் மாறிவிட்டிருந்ததைத் திடீரென்று அந்தப் பரவச தருணத்தில் அவன் உணர்ந்தான். இந்தத் தருணத்தை அவனுடைய வாழ்நாள் முழுவதும் எப்போதும் எப்போதுமே அவனால் மறக்க முடியவில்லை. 'அந்த நிமிடம் என்னுடைய மனத்திற்குள் யாரோ வந்துபோனார்கள்' என்று அவன் பிறகு அசைக்க முடியாத நம்பிக்கையுடன் நினைவுகூர்ந்தான் . . .

மூன்று நாட்களுக்குப் பிறகு அவன் மடாலயத்திலிருந்து வெளியேறி, இறந்துபோன முதியவரின் வார்த்தைப்படி, அவருடைய கட்டளைப் படி 'வெளி உலகைப் பார்க்கக் கிளம்பினான்.'

எட்டாவது புத்தகம்
## மீச்சியா

### 1
### குஸ்மா சம்சனோவ்

குருஷென்கா தன்னுடைய புதிய வாழ்வை ஆரம்பிக்கும் முன்பு திமித்ரி ஃபியோதரவிச்சுக்கு 'ஆணை' யிட்டபடி தன்னுடைய கடைசி வணக்கத்தை அவனுக்குத் தெரிவித்துவிட்டு, அவளுடைய கடைசி நிமிடக் காதலை எப்போதுமே அவன் நினைத்துப் பார்க்க வேண்டுமென்று ஆணித்தரமாகச் சொன்ன பிறகு, அவளுக்கு என்ன நடந்தது என்பது தெரியாதபடி திமித்ரி பியோதரவிச்சும் பயங்கரமான குழப்பத்தில், வேலைச் சுமையில் ஆழ்ந்துபோனான். கடைசி இரண்டு நாட்களாக அவன் குழம்பிப்போன மனநிலையில், எங்கே அவனுக்கு மூளைக் காய்ச்சல் வந்துவிடுமோ என்று பயந்து போகுமளவுக்கு அவன் இருந்தான் என்று பிறகு அவனே நினைவுகூர்ந்தான். அவனைக் காலைவேளையில் அல்யோஷாவால் தேடிக் கண்டுபிடிக்க முடியவில்லை; அன்று அவனைச் சந்திப்பதற்குச் சத்திரத்தில் ஏற்பாடு செய்யவும் அவனால் முடியவில்லை. வீட்டு உரிமையாளரும் வீட்டுச் சொந்தக்காரியும் திமித்ரியின் கட்டளைப்படி அவன் இருக்கும் இடத்தைச் சொல்லாமல் மறைத்திருந் தார்கள். முக்கியமான ஒரு வேலையின் பொருட்டுச் சில மணி நேரங்கள் அவன் குருஷென்காவைக் கண்காணிக் காமல், ஊரை விட்டுச் சென்று, 'தன்னுடைய வாழ்வையும் தன்னையும் காப்பாற்றிக்கொள்ள' எப்படி அவன் எல்லா இடங்களிலும் அலைந்து திரிந்தான் என்பதைப் பிறகு

அவனே நினைவுகூர்ந்தான். இந்த நிகழ்வுகள் எல்லாமே பிறகு விளக்கமாக, எழுத்து வடிவில் சாட்சியாகப் பதிவுசெய்யப்பட்டாலும், இப்போது நாம் மிக முக்கியமான தேவையான சம்பவங்களை மட்டும், பயங்கரமான அந்த இரண்டு நாள் சரித்திரத்திலிருந்து எடுத்து, நடந்து போன அந்தப் பேரழிவுச் சம்பவம் எதிர்பாராதவிதமாக அவனுடைய வாழ்வை எப்படித் திருப்பிப் போட்டது என்பதைப் பார்ப்போம்.

குரூஷென்கா அவனைச் சிறிது நேரமே உண்மையாக நேர்மையாக விரும்பினாள் என்றாலும், இரக்கமே இல்லாமல் அவள் அவனைக் குரூரமாக வேதனைப்படுத்தினாள் என்பதும் உண்மைதான். அவள் என்ன நினைக்கிறாள் என்பதை அவனால் ஊகிக்க முடியாமல் போனதுதான் மிக முக்கியமான விஷயம்; அன்பான வழியிலோ கடுமையான விதத்திலோ அவனால் அதைத் தெரிந்துகொள்ள முடியாமலிருந்தது: எதற்குமே மசியாமல் கோபத்துடன் அவனிடமிருந்து அவள் விலகிப் போகிறாள் என்பது மட்டும் அவனுக்குத் தெளிவாகத் தெரிந்தது. ஏதோ ஒரு மனப்போராட்டத்தின் காரணமாக, சுலபமாகத் தீர்வு காண முடியாத ஒரு விஷயத்தின் பொருட்டு, அப்படியே அதற்குத் தீர்வு காண முடிந்தாலும், முழுவதுமாகத் தீர்வு காண முடியாத காரணத்தால் மனம் உடைந்து, அவனையும் அவனுடைய உணர்வுகளையும் வெகு சாதாரணமாகச் சில சமயங்களில் அவள் வெறுத்தாள் என்பதை அவனால் ஊகிக்க முடிந்தது. அது அப்படியிருந்தாலும் குரூஷென்கா எதை நினைத்து வருத்தப்படுகிறாளென்பது அவனுக்குப் புரியாமலேயே இருந்தது. அவனை வாட்டி வதைத்த விஷயங்கள் உண்மையாகவே இரண்டு: அவளுடைய வாழ்க்கையில் இருக்கப்போவது 'அவனா, அதாவது மீச்சியாவா, பியோதர் பாவ்லவிச்சா' என்பதுதான். சொல்லப்போனால், ஆணித்தரமான ஓர் உண்மையை இங்கு எடுத்துச் சொல்ல வேண்டும்: பியோதர் பாவ்லவிச் அவளை மணந்து கொள்ளும் விருப்பத்தைத் தெரியப்படுத்தி, (இன்னும் அவர் அதைச் செய்யாமலிருந்தால்) சட்டப்படி அவளை மணந்துகொண்டு, உடனே மூவாயிரம் ரூபிள்களை வயதான அந்தக் காமுகன் திமித்ரிக்குக் கொடுப்பார் என்பதை அவன் நம்பவில்லை. குரூஷென்காவையும் அவளுடைய குணத்தையும் பற்றித் தெரிந்திருந்த மீச்சியாவுக்குப் புரிந்தது இதுதான். இரண்டு பேரில் யாரைத் தேர்ந்தெடுத்தால் அவளுக்கு லாபம் என்பது தெரியாத காரணத்தால் தான் அவள் எதையும் முடிவுசெய்யாமல் இருக்கிறாளென்று அவன் சில சமயம் நினைத்தான். வெகு சீக்கிரமாகவே திரும்பி வரப்போகும் அந்த 'அதிகாரியை', அதாவது குரூஷென்காவின் வாழ்வை நிர்ணயிக்கப் போகும் அந்த அதிகாரியின் வரவை, பதற்றத்துடன் பயத்துடன் அவள் எதிர்பார்த்திருந்த அதிகாரியை, அவன் கொஞ்சம்கூட எண்ணிப் பார்க்காமலிருந்தது விசித்திரமாகத்தான் இருந்தது. உண்மை, குரூஷென்கா கடைசி சில நாட்களாகவே அதைப் பற்றி அவனிடம் பேசாமல் அமைதியாக இருந்தது என்னவோ உண்மை. ஆனால், அவளை வசியப்படுத்திய அவன், அந்த மாதம் அவளுக்குக் கடிதம் எழுதியிருந்ததும் அதனுடைய ஒருசில சாராம்சம் அவனுக்குத் தெரிந்தும் இருந்தது. கெட்ட எண்ணத்தின் பேரில் அந்தக் கடிதத்தை அவள் அவனுக்குக்

காட்டியிருந்தாலும், ஆச்சர்யம் என்னவென்றால், அதற்கு அவன் ஒரு மதிப்பும் தராமல் இருந்ததுதான். இது ஏன் இப்படி நடந்தது என்று சொல்வது மிகவும் கடினம்: ஒருவேளை தன்னுடைய சொந்தத் தந்தையுடன் அவன் நடத்தும் கேவலமான, பயங்கரமான இந்தப் போராட்டம் வேறு எதையும்விடப் பயங்கரமானதாக, ஆபத்தானதாக இருக்க முடியாதென்று அவன் நினைத்திருக்கலாம்; குறைந்தபட்சம், ஐந்து வருடங்களுக்கு முன்பு காணாமல் போன மணமகன் திடீரென்று குறிப்பாக, இப்போது, இவ்வளவு சீக்கிரம், திரும்பி வருவான் என்று அவன் எதிர்பார்க்காமல் இருந்திருக்கலாம். ஆம், முதன்முதலாக அந்த 'அதிகாரி' எழுதிய கடிதம் மீச்சென்காவிடம் காட்டப்பட்ட போது, அந்தப் புதுப்போட்டியாளருடைய வருகையைப் பற்றி அதில் எதுவும் தெளிவாகக் குறிப்பிடப்பட்டிருக்கவில்லை. கடிதத்தில் எதுவும் தெளிவாக இல்லாமல், அபரிதமான உணர்ச்சி மட்டும் பொங்கிப் பெருகி இருப்பதாக இருந்தது. அவருடைய வருகையைப் பற்றிக் குறிப்பிட்டிருந்த கடிதத்தின் கடைசி வரியைக் குரூஷென்கா மறைத் திருந்தாள் என்பதையும் இங்கே நாம் குறிப்பிட வேண்டும். அதற்கேற்ப, சைபீரியாவிலிருந்து வந்த செய்தியைப் பார்த்து குரூஷென்காவின் முகத்தில் அவளையும் அறியாமல் ஆணவமான வெறுப்பு மேலோங்கி யிருந்ததைப் பிறகு மீச்சென்கா நினைவுகூர்ந்தான். அதன் பிறகு அந்தப் புதிய எதிராளியைப் பற்றிய எந்த ஒரு விஷயத்தையும் குரூஷென்கா மீச்சென்காவிடம் சொல்லவில்லை. அதனால் கொஞ்சம் கொஞ்சமாக அவன் அந்த அதிகாரியைப் பற்றிய நினைவே இல்லாமல் இருந்தான். அவனுடைய ஒரே எண்ணம் எதுவாக இருந்தது என்றால், என்ன நடந்தாலும், எப்படிப்பட்ட மாற்றங்கள் நிகழ்ந்தாலும், முதலும் முடிவுமாக பியோதர் பாவ்லவிச்சுடன் ஆரம்பித்த சண்டையை வெகு சீக்கிரமே அவன் முடித்துக்கொள்ள வேண்டுமென்பதுதான். ஒவ்வொரு நிமிடமும் அவன் குரூஷென்காவின் முடிவை எதிர்பார்த்துக் காத்திருந் தான்; அந்த முடிவு அவனுக்கு உற்சாகத்தைக் கொடுக்குமென்று அவன் நம்பியிருந்தான். திடீரென்று அவள் இப்படிச் சொல்லக் கூடுமென்றும் அவன் எதிர்பார்த்தான்: அதாவது, 'என்னை நீ எடுத்துக் கொள், எப்போதுமே உனக்கானவள்தான் நான்' என்று; அப்படியானால், எல்லாமே முடிந்துவிட்டது. உடனே அவளைக் கூட்டிக்கொண்டு உலகின் அடுத்த பகுதிக்கே அவன் ஓடிவிடுவான். ஓ, அந்த நிமிடமே அவளைக் கூட்டிக்கொண்டு எவ்வளவு தூரம் அவனால் ஓட முடியுமோ அவ்வளவு தூரம் ஓடிப்போய், உலகின் கடைக்கோடிக்காவது போய், எங்காவது ஒரு மூலையில், ரஷ்யாவின் எல்லையில் ரகசியமாக அவளை மணந்துகொண்டு, யாருக்குமே தெரியாமல் அவளுடன் அவன் சந்தோஷமாக வாழ்வான். அப்போது, ஓ, அப்போதுதான் முற்றிலும் புதிதான ஒரு வாழ்வு ஆரம்பமாகும்! அப்படிப்பட்ட 'ஒரு சிறந்த புதிய வாழ்வை (கண்டிப்பாக, கண்டிப்பாகச் 'சிறந்த' வாழ்வை) ஒவ்வொரு நிமிடமும் அவன் வெறியுடன் கனவு கண்டு கொண்டிருந்தான். பயங்கரமான பேரழிவில் தானாகச் சிக்கிக்கொண்ட ஒருவன், எப்படி வேகமாக ஓடிப் போய், அதிலிருந்து தப்பி வேறு இடத்திற்குப் போனால் நல்லதென்று நினைப்பானோ அது போலவே

அவனும் இந்த இடத்தை விட்டு வேறு இடத்திற்குப் போவது நல்லது' என்று நினைத்தான்; இந்த மக்கள், இந்த இடம், நாசமாய்ப் போன இந்த இடத்தை மட்டும் விட்டுவிட்டுப் போனால் எல்லாமே புதியதாக, புத்தம் புதியதாக இருக்கும்!' என்று நினைத்து அவன் ஏங்கிக்கொண்டிருந்தான்.

இதுதான் அவனுடைய முதல் சந்தோஷமான தீர்வாக இருக்க முடியும். இதற்கு வேறு ஒரு தீர்வும் இருந்தது, ஆனால் அந்த வேறொரு தீர்வு மிகப் பயங்கரமான விளைவை ஏற்படுத்தக்கூடியதாக இருந்தது. திடீரென்று அவள் இப்படியும் சொல்லக்கூடும்: 'நீ என்னைவிட்டு விலகிப் போய்விடு, இப்போது நான் பியோதர் பாவ்லவிச்சை மணந்து கொள்வதாக முடிவுசெய்துவிட்டேன், எனவே நீ எனக்குத் தேவையில்லை' என்று. அப்படியானால் . . . அப்படியானால் . . . என்னசெய்வது. என்ன நடக்குமென்பது கடைசி நிமிஷம்வரை மீச்சியாவுக்குத் தெரியாமல் இருந்தது; இந்த உண்மையை அவன் எதிர்கொள்ள வேண்டியிருந்தது. குறிப்பிட்ட எண்ணங்கள் எதுவும் அவனுக்கு இருக்கவில்லை; குற்றம் செய்யக்கூடிய யோசனையும் அவனுக்கு இருக்கவில்லை. அப்படிப்பட்ட அவன் அவளைக் கண்காணித்துக்கொண்டு, வேவு பார்த்துக்கொண்டு, வருத்தப்பட்டுக்கொண்டிருந்தான்; ஆனால், முதலாவதாகத் தோன்றிய அவனுடைய சந்தோஷமான எண்ணத்தை, தன்னுடைய வாழ்வின் மகிழ்ச்சிகரமான ஆரம்பத்தை எண்ணி அவன் யோசித்துக்கொண்டிருந்தான். மற்ற எல்லா எண்ணங்களையும் தன்னுடைய மனத்திலிருந்து அவன் விரட்டியடித்திருந்தான். ஆனால், இங்குதான் வேறொரு கஷ்டம், முற்றிலும் மாறுபட்ட, வேறுபட்ட, முக்கியமான, ஆனால் தீர்க்க முடியாத ஒரு கஷ்டம் உருவானது.

அப்படியே அவள், 'உன்னுடையவள் நான்; இங்கிருந்து என்னைக் கூட்டிக்கொண்டு போய்விடு' என்று சொன்னாலும் எப்படி அவன் அவளைக் கூட்டிக்கொண்டு போவான்? அதற்காகப் பொருளும் பணமும் அவனிடம் ஏது? இந்தச் சமயத்தில்தான், இவ்வளவு காலமாக பியோதர் பாவ்லவிச்சிடமிருந்து ஒழுங்காக வந்துகொண்டிருந்த பணமும் அவனுக்கு அனுப்பப்படாமல் நிறுத்தப்பட்டிருந்தது. குரூஷென்காவிடம் பணம் இருக்கிறதென்பதில் சந்தேகம் இல்லைதான், ஆனால் இந்த விஷயத்தில் மீச்சியாவுக்குக் கர்வம் இருந்தது: அவனே அவளைக் கூட்டிக்கொண்டு அவனுடைய பணத்தில் ஒரு புது வாழ்வை அவளுடன் ஆரம்பிக்க வேண்டுமென்றுதான் அவன் நினைத்தானே தவிர, அவளுடைய பணத்தில் வாழ்க்கையை ஆரம்பிக்க வேண்டுமென்று அவன் நினைக்க வில்லை; அவளுடைய பணத்தில் வாழ்வது என்பதை அவனால் கற்பனை செய்து கூடப் பார்க்க முடியவில்லை; அந்த எண்ணம் அவனை வாட்டி வதைத்தது; அவனைப் பயங்கரமாக வேதனைப்படுத்துமளவுக்கு வெறுப்பான ஒரு விஷயமாக அது இருந்தது. இதை நான் இங்குப் பெரிதுபடுத்தவோ விமர்சிக்கவோ இல்லை; குறிப்பிட்டு மட்டுமே சொல்கிறேன்: அவனுடைய மனநிலை அந்தச் சமயம் அப்படித்தான் இருந்தது. இது எல்லாமே அவன் கத்தரீனா இவானவ்னாவின் பணத்தைக் கையாடல் செய்ததன் விளைவாக,

அவனுக்கே தெரியாமல், மறைமுகமாக, அவனுடைய மனம் பட்ட வேதனையின் எதிரொலியாக இருந்திருக்கலாம். ‘ஒரு பெண்ணிடம் கேவலமாக நடந்துகொண்டேன்; மீண்டும் ஒரு பெண்ணிடம் கேவலமாக நடந்துகொள்வதா’ என்று அவன் நினைத்தானென்று பிறகு அவனே நினைவுகூர்ந்தான்; ‘அப்படி அந்த விஷயம் குரூஷென்காவுக்குத் தெரிய வந்தால், கேவலமான என்னை அவளே விரும்பமாட்டாள்’ என்று அவன் நினைத்தான். அப்படியானால், எங்கிருந்து பணத்தைப் பெறுவது, வாழ்க்கை நடத்துவதற்குத் தேவையான பணத்தை எங்கிருந்து பெறுவது? அப்படிப் பணம் இல்லாவிட்டால் எல்லாமே பாழாய்ப் போய்விடும், எதுவுமே கிடைக்கப் போவதில்லை; ‘பணம் இல்லை என்ற ஒரே காரணத்திற்காக அவளை இழப்பதா – ஓ, அவமானம்!’ என்று நினைத்தான்.

சற்றே வேகமாகக் கதையை நான் முன்னெடுத்துச் செல்கிறேன். அந்தப் பணத்தை ஒருவேளை எங்கிருந்து பெறுவது, அது எங்கே இருக்கிறது என்பது அவனுக்குத் தெரிந்திருக்கலாம். இதைப் பற்றி விளக்கமாக இங்கு எதுவும் நான் சொல்லப் போவதில்லை, ஏனெனில் எல்லாமே பிறகு விளக்கமாகச் சொல்லப்படும்; இப்போது அவனுடைய முக்கியமான கவலை தெளிவில்லாத ஒன்றாக இருந்தாலும், அதைப் பற்றிச் சொல்கிறேன்; அந்தப் பணத்தைப் பெறுவது, அதை எடுத்துக் கொள்ளும் உரிமையைப் பெறுவது என்றால், முதன்முதலாக, கத்தரீனா இவானவ்னாவின் பணத்தை அவன் திருப்பிக் கொடுக்க வேண்டும்; இல்லையேல் ‘பணத்தைத் திருடும் ஒரு திருடன் நான், கேவலமானவன்; இப்படிக் கேவலமாக ஒரு புது வாழ்வை நான் ஆரம்பிக்க விரும்ப வில்லை’ என்று தனக்குள் மீச்சியா முடிவுசெய்திருந்தான்; அதற்காக உலகையே அவன் மாற்ற முடிவு செய்து, தேவையானால் அந்த மூவாயிரம் ரூபிள்களை எப்படியாவது கத்தரீனா இவானவ்னாவிடம் கண்டிப்பாகக் கொடுத்துவிட வேண்டுமென்றும் அவன் நினைத்திருந்தான். இந்த முடிவு இறுதியாக அவனுடைய மனத்தில், அவனுடைய வாழ்வின் கடைசி நேரத்தில், குறிப்பாக, அல்யோஷாவை அவன் சந்தித்த அந்தக் கடைசிச் சந்திப்பில், இரண்டு நாட்களுக்கு முன்பு, மாலைவேளையில், அந்தப் பெருஞ்சாலையில், கத்தரீனா இவானவ்னாவை குரூஷென்கா அவமானப்படுத்திய அந்தச் சந்திப்பிற்குப் பிறகு, அல்யோஷாவிட மிருந்து எல்லாவற்றையும் கேட்டுத் தெரிந்துகொண்ட மீச்சியா, தான் கேவலமானவன் என்பதை உணர்ந்து, அதைக் கத்தரீனா இவானவ்னா விடம் தெரிவிக்கும்படி சொல்லிவிட்டு, ‘இது அவளை எந்த விதத்திலாவது அமைதிப்படுத்தும் என்றால் அமைதிப்படுத்தட்டும்’ என்று சொன்னான். அவனுடைய சகோதரனைப் பார்த்துவிட்டு வந்த அந்த இரவு நேரம் தான், மீச்சியா வெறிபிடித்தவன் போல நினைத்தான், ‘யாரையாவது கொலைசெய்து, கொள்ளையடித்தால்கூடப் பரவாயில்லை, ஆனால் காச்சியாவுக்கு அந்தப் பணத்தைத் திருப்பிக் கொடுத்துவிட வேண்டும்’ என்று. ‘பலியாள் முன்பு கொலைகாரனாக, கொள்ளைக்காரனாக, மக்கள் எல்லோர் முன்பாகவும் நான் திருடனாகக் குற்றம்சாட்டப்பட்டு சைபீரியாவுக்குச் சென்றாலும் பரவாயில்லை, காச்சியாவை மறந்துவிட்டு, அவளுடைய பணத்தைத் திருடிக்கொண்டு குரூஷென்காவுடன் ஓடிப்

போய் நல்லதொரு புது வாழ்வை நான் அமைத்துக்கொண்டேனென்று காச்சியா சொல்லும் அளவுக்கு வைத்துக்கொள்ளக் கூடாது! அதை என்னால் தாங்கிக்கொள்ள முடியாது!' என்று தன்னுடைய பற்களைக் கடித்துக்கொண்டு சொன்ன மீச்சியா, இது அவனை மூளைக் காய்ச்சலில் கொண்டுபோய் விடுமென்றுகூடச் சில சமயங்களில் நினைத்தான். ஆனால் தன்னுடைய போராட்டத்தை அவன் தொடர்ந்தான்...

ஆச்சர்யம் என்னவென்றால், இந்த முடிவு அவனுக்கு ஏமாற்றத்தைத் தருவதைத் தவிர வேறு எதையும் தரப்போவதில்லை என்பதுதான்; அப்படியிருக்கையில் வெறுங்கைகளுடன் இருக்கும் அவனால் இவ்வளவு பணத்தை எங்கிருந்து பெறுவது? மேலும் அந்த மூவாயிரம் ரூபிள்கள் அவனைத் தேடி வரும், எங்கிருந்தாவது தானாகப் பறந்துவரும், வானத்தி லிருந்து கூட வந்து விழலாமென்று அவன் நம்பிக்கொண்டிருந்தான். திமித்ரி ஃபியோதரவிச்சைப் போன்ற மனிதர்களுக்கு, தங்களுடைய வாழ்நாள் முழுவதும் பணத்தை, சொத்தை ஊதாரித்தனமாகச் செலவழிக்க மட்டுமே தெரியும், அதை எப்படிச் சம்பாதிப்பது என்பதே அவர்களுக்குத் தெரியாது. அவனுடைய இந்த எண்ணங்களையெல்லாம் குலைத்தபடி, அவனுடைய மனத்தில் வெறிபிடித்த எண்ணம் ஒன்று, இரண்டு நாட்களுக்கு முன்பு, அல்யோஷாவைச் சந்தித்து விட்டுவந்த போது அவனுக்குத் தோன்றியது. இப்படியாக, காட்டுமிராண்டித் தனமான ஒரு எண்ணம் அவனுள் உருவானது. ஆம், இப்படிப்பட்ட தருணங்களில், இப்படிப்பட்ட மக்களிடம்தான் நடப்பதற்கரிய விநோத மான எண்ணங்கள்கூட நடக்கக்கூடியவையாகத் தெரியும். திடீரென்று அவன் குரூஷென்காவின் பாதுகாவலரான வியாபாரி சம்சனோவைச் சந்தித்து, அவரிடமிருந்து முழுப் பணத்தையும் பெறக்கூடிய 'திட்டம்' ஒன்றைப் பற்றிச் சொல்ல அவன் முடிவுசெய்தான்; அந்தத் திட்டத்தின் வியாபார உத்தியைப் பற்றி அவன் சிறிதும் சந்தேகம் கொள்ளவில்லை; அவனுடைய சந்தேகமெல்லாம், இந்தத் திட்டத்தை சம்சனோவ் எப்படிப் பார்ப்பார், வியாபார உத்தியை மட்டும் விட்டுவிட்டு வேறு எதையாவது அவர் பார்ப்பாரா என்பதாகத்தான் இருந்தது. மீச்சியா அவரைச் சந்தித்திருக்கிறான், ஆனால் அவருடன் பழகிய தில்லை; ஒருமுறை கூட அவரிடம் அவன் பேசியதில்லை. ஆனால், வயதான இந்தக் காமுகன், எந்த நிமிடமும் கல்லறைக்குப் போகக் கூடிய இந்தக் கிழவன், 'நம்பிக்கைக்குரிய ஒரு மனிதனை' குரூஷென்கா திருமணம் செய்துகொண்டு, நியாயமான முறையில் தன் வாழ்வை அவள் அமைத்துக்கொள்வதை இந்தத் தருணத்தில் அவர் மறுக்க மாட்டாரென்ற நம்பிக்கை ஏனோ அவனுள் நீண்ட நாட்களாகவே இருந்தது. அப்படி அவர் இந்த விஷயத்தை மறுக்காமல் இருப்பது மட்டுமல்ல, அவனுடைய வேண்டுகோளையும் ஏற்றுக்கொண்டு அதற்காக அவர் உதவுவாரென்று அவனுக்குத் தோன்றியது. ஏதோ ஒருசில வதந்திகளால் அல்லது குரூஷென்காவின் மறைமுகக் குறிப்பீடுகளால், அவளுக்கு ஏற்றவன் வயதான கிழவன் ஃபியோதர் பாவ்லவிச்சேயன்றி, மீச்சியா அல்ல என்று சம்சனோவ் முடிவுசெய்திருந்தார். இந்தக் கதையைப் படிக்கும் வாசகர்கள் பலருக்கும் இப்படி உதவி தேடிப் போகும் திமித்ரி ஃபியோதரவிச்சின் செயல், வருங்கால மனைவியை,

சொல்லப்போனால், அந்தப் பாதுகாவலரிடமிருந்து அவளைப் பெறும் விதம் முரட்டுத்தனமானதாக, வெட்கங்கெட்டதனமாக இருப்பதாகத் தோன்றலாம். ஆனால் ஒன்றை மட்டும் சொல்லிக்கொள்கிறேன், குரூஷென்காவுடைய கடந்தகால வாழ்வு மீச்சியாவைப் பொறுத்த வரையில், முடிந்துபோன ஒன்றாகத்தான் இருந்தது. குரூஷென்கா மட்டும் இப்போது அவனுடன் வாழத் தயாரென்று சொன்னால், கடந்தகால வாழ்வின் மறக்க முடியாத கஷ்டங்களை அதீதக் கருணையின் பேரால் களைந்தெறிந்துவிட்டு, அந்த நிமிடமே அவன் புது குரூஷென்காவுடன் சேர்ந்து, ஒரு புதிய திமித்ரி ஃபியோதரவிச்சாக மாறி, எந்தவிதக் கெட்ட எண்ணமும் இல்லாமல், நல்லெண்ணத்துடன், ஒருவரை ஒருவர் மன்னித்துக்கொண்டு அவர்களுடைய வாழ்வைப் புதிய ஒரு வாழ்வாக ஆரம்பிக்க அவன் தயாராக இருந்தான். குஸ்மா சம்சனோவைப் பற்றிச் சொல்லப்போனால், குரூஷென்காவின் பாழாய்ப் போன கடந்த கால வாழ்வில், விதிவசத்தால் பிணைக்கப்பட்ட அந்த மனிதர், குரூஷென்காவால் ஒருபோதும் காதலிக்கப்படவில்லையாதலால், 'முடிந்துபோன' அவருடைய பங்கு இனி எப்போதுமே அவளுடைய வாழ்வில் இல்லை என்றாகி இருந்தது. எனவே மீச்சியா அந்த மனிதனை ஒரு பொருட்டாகவே கருதவில்லை என்பதை எல்லோரும் அறிந்திருந்தனர்; குரூஷென்காவிடம் அந்த மனிதர் கொண்டிருந்த உறவு நைந்து போன, சீக்குப் பிடித்த ஒன்றாக, சொல்லப்போனால், தந்தைக்குரிய ஓர் உறவாக மட்டுமே இருக்க, இதற்கு முன்பு அவர்களுக்கிடையே இருந்த உறவு முற்றிலும் மாறுபட்டு, நீண்ட காலமாக, ஏறக்குறைய அது ஒரு வருடகாலமாகவே இப்படித்தான் இருந்தது. எப்படியிருந்தாலும் சாதகமான விஷயங்கள் மிக அதிகமாக மீச்சியாவின் பக்கம் இருந்தன; அவனுடைய எல்லாவிதக் கெட்ட பழக்கவழக்கங்களையும் தாண்டி, அவன் ஒரு சாதாரண மனிதனாக இருந்தான். இப்படிப்பட்ட சாதாரண மனிதத்தன்மையின் காரணமாக சீக்கிரமே இறந்துவிடக் கூடிய அவர், உண்மையாகவே அவளுக்காக வருத்தப்பட்டு, அவரைப் போலத் தீங்கிழைக்காத ஒரு மனிதர் அவளைப் பாதுகாக்க இல்லையே என்று அவர் வருத்தப்படுவார் என்று உளப்பூர்வமாக அவன் நினைத்தான்.

வயல்பரப்பில் அல்யோஷாவுடன் பேசிக்கொண்டிருந்த மீச்சியா, அடுத்தநாள் தூங்காமல், காலை பத்து மணி அளவில் சம்சனோவுடைய வீட்டிற்குச் சென்று, தான் வந்திருப்பதை அவருக்குத் தெரியப்படுத்துமாறு வேலையாளிடம் சொன்னான். அவருடைய வீடு பார்ப்பதற்குப் பழையதாக, மிகப்பெரிய பயங்கரமான வீடாக இருக்க, அதில் இரண்டு அடுக்கு மாடிகளும் கொல்லைப்புறத்தில் ஒரு வீடும் வெளிப்புறத்தில் தங்கும் விடுதியும் இருந்தன. வீட்டின் கீழ்த்தளத்தில் திருமணமான அவருடைய இரண்டு மகன்கள் குடும்பத்துடன் வசிந்துவந்தனர்; வயதான அவருடைய அக்காவும் திருமணமாகாத அவருடைய மகளும் அதே வீட்டில் வசித்துவந்தார்கள். தங்கும் விடுதியில், கடையில் வேலை பார்க்கும் இரண்டு வேலையாட்கள் வசிக்க, அதில் ஒருவர் தன்னுடைய பெரிய குடும்பத்துடனும் வாழ்ந்துவந்தார். அதில் எண்ணிலடங்காக் குழந்தைகள் வீடு முழுவதையும் ஆக்கிரமித்திருந்தார்கள்; வீட்டின் மேல்தளத்தில் முதியவர் இருந்தார்; தன்னைப் பார்த்துக்

கொள்ளும் மகளைக்கூட அவர் அங்கே வசிக்க அனுமதிக்கவில்லை; அப்படி அவரைப் பார்த்துக்கொண்ட அந்தப் பெண் குறிப்பிட்ட நேரத்திலும், அவர் கூப்பிடும் சமயங்களிலும் ஓடிவந்து சேவை செய்து வந்தவள், நீண்ட காலமாகவே மூச்சிரைப்பால் பாதிக்கப்பட்டுச் சிரமப்பட்டுக்கொண்டிருந்தாள். இந்த 'மேல்தளம்' அழகான பல அறைகளைக் கொண்டதாக, பழங்காலத்து வியாபாரிகளின் வீடுகளில் இருக்கும் மரச்சாமான்களைப் போல் சிவப்பு மரத்தாலான நாற்காலிகள் சுவரை ஒட்டி நீண்ட ஒரே வரிசையாகப் போடப்பட்டு, தூசு அண்டாமலிருக்கத் துணியால் மூடப்பட்டிருக்க, படிகக் கண்ணாடிகள் ஜன்னல்களுக்கு நடுவே பொருத்தப்பட்டிருந்தன. அங்கிருந்த அறைகள் எல்லாம் காலியாகப் பயன்படுத்தப்படாமல் இருக்க, உடல்நலம் சரியில்லாத அந்த வயதானவர் மட்டும் ஒரு சிறிய படுக்கை அறையில் அடைந்து கிடந்தார்; நீண்ட முடியைத் துணியால் கட்டியிருந்த வயதான ஒரு வேலைக்காரப் பெண்மணி அவருக்குப் பணிவிடைகளைச் செய்ய, நடைபாதையில், 'சிறிய பையன்' ஒருவன் அங்கிருந்த ஒரு பெரிய மரப்பெட்டியின் அருகே அவர் இடும் கட்டளையை நிறைவேற்றக் காத்துக்கொண்டிருந்தான். நடக்க முடியாமல் வீங்கிப்போன கால்களைக் கொண்ட வயதான அந்த முதியவர், எப்போதாவது தோலாலான இருக்கையிலிருந்து எழுவார்; அப்படி எழுபவரை வயதான அந்த வேலைக்காரப் பெண்மணி கைத்தாங்கலாகப் பிடித்து ஓரிரு முறை அறையைச் சுற்றி நடந்து வர உதவுவாள். வயதான அந்த வேலைக்காரியிடம் கூட, அவர் கடுமையாக நடந்துகொண்டார். அவரைப் பார்க்க 'படைத்தளபதி' வந்திருப்பதாகச் சொன்னபோது, அவரைத் தான் பார்க்க விரும்பவில்லை என்று அவர் சொல்லி அனுப்பிவிட்டார். ஆனால் மீச்சியா அவரைக் கண்டிப்பாகப் பார்க்க வேண்டுமென்று வேலையாளிடம் மீண்டும் சொல்லி அனுப்பினான். உடனே குஸ்மா குஸ்மிச், வீட்டிலிருந்த அந்தச் சிறுவனிடம் வந்திருப்பவரைப் பற்றி விளக்கமாகக் கேட்டார், அதாவது வந்திருப்பவன் பார்ப்பதற்கு எப்படி இருக்கிறான், குடித்திருக்கிறானா, தறிகெட்டவனாய் இருக்கிறானா இல்லையா என்று கேட்டார். வந்திருப்பவன் 'ஒழுங்காக இருக்கிறான், ஆனால் உங்களைப் பார்க்காமல் போகமாட்டேன் என்கிறான்' என்பதைக் கேட்டறிந்த அவர், மீண்டும் அவனைப் பார்க்க மறுப்பதாகச் சொல்லி அனுப்பினார். இப்படி நடக்குமென்று எதிர்பார்த்த மீச்சியா தான் எடுத்து வந்த பேப்பர் பென்சிலால் ஒரு வரிக் குறிப்பு ஒன்றைத் தெளிவாக எழுதி அனுப்பினான்: 'அக்ரஃபேனா அலெக்ஸாந்தரவ்னா பற்றிய மிக மிக முக்கியமான விஷயம்' என்று. சற்றே யோசித்துப் பார்த்த அவர், வந்திருந்த விருந்தாளியை வரவேற்பறைக்கு அழைத்து வருமாறு சொல்லிவிட்டு, வயதான வேலைக்காரப் பெண்மணியைக் கூப்பிட்டு உடனே அவருடைய இளைய மகனை மேலே வருமாறு உத்தரவிட்டார். ஆறடி உயரமான அவருடைய இளைய மகன், வலிமை வாய்ந்த உடற்கட்டுடன், சவரம் செய்த முகத்துடன், ஜெர்மானியக் கலாச்சார முறைப்படி உடையணிந்து (அப்பா சம்சனோவ் நீண்ட அங்கி போன்ற கஃப்த்தான் உடையில் தாடியுடன் இருந்தார்), மறு வார்த்தை எதுவும் பேசாமல் உடனே மேலே வந்தான். வீட்டிலிருந்த

எல்லோரும் தந்தையை ஆச்சர்யமாகப் பார்த்தார்கள். அவர் தன் இளைய மகனைக் கூப்பிட்டனுப்பியது அவர் படைத்தளபதியைப் பார்த்துப் பயந்தல்ல, ஏனெனில் இயற்கையாகவே அவர் பயந்த சுபாவம் கொண்டவரல்ல, ஆனால் தன் இளைய மகன் ஒரு சாட்சியாக இருக்கட்டுமே என்றுதான் அவர் அவனைக் கூப்பிட்டனுப்பினார். இறுதியாக இளைய மகனின் கைகளைப் பிடித்துக்கொண்டு, அருகே அந்தச் சிறு பையனின் துணையுடன் வரவேற்பறைக்கு அவர் ஊர்ந்து வந்தார். ஏதோ ஒன்றைத் தெரிந்துகொள்ள அதீத ஆர்வம் அவரிடம் இருந்ததாகத் தெரிந்தது. மீச்சியா வந்து காத்திருந்த வரவேற்பறை மிகப்பெரிய ஒன்றாக, இருண்டு, உற்சாகத்தைக் குலைப்பதாக, இரு பக்கங்களிலும் இரண்டு விளக்குகள் தொங்க, சுவரில் 'பளிங்கு போன்ற' ஏதோ ஒன்று ஒட்டப்பட்டு, மிகப்பெரிய மூன்று படிக விளக்குகள் தூசி படியாமல் இருப்பதற்காகத் துணியால் மூடப்பட்டிருந்தன. நுழைவாயிலில் இருந்த சிறிய நாற்காலியில் பொறுமையிழந்து பதற்றத் துடன் இருந்த மீச்சியா தன்னுடைய விதியை நொந்து காத்துக்கிடந்தான். அவன் அமர்ந்திருந்த இடத்திற்கு எதிர்பக்கமாக இருந்த வாயில் வழியாக வயதான அந்த மனிதர் உள்ளே நுழைந்ததும், பத்து நாற்காலிகள் தள்ளி அமர்ந்திருந்த மீச்சியா சட்டென்று வேகமாக எழுந்து, அழுத்தமாக அடி எடுத்து வைத்து, ராணுவ பாணியில் அவரை எதிர்கொண்டான். நாகரிகமாக உடையணிந்திருந்த மீச்சியாவின் மேற்சட்டையில் பொத்தான்கள் சீராக மாட்டப்பட்டு, கறுப்பு நிறக் கையுறையை அணிந்திருந்த அவன், வட்ட வடிவ தொப்பியைக் கையில் ஏந்தியபடி, மூன்று நாட்களுக்கு முன்பு எப்படி மடாலயத்தில் முதியவர் ஸோசிமா வின் அறையில் குடும்பச் சந்திப்பு நிகழ்ந்தபோது பியோதர் பாவ்லவிச்சை யும் அவனுடைய சகோதரர்களையும் பார்க்க வந்தானோ, அப்படியே இப்போதும் அவன் வந்திருந்தான். வயதான அந்த மனிதர் அவன் நடந்து வருவதை உற்றுப்பார்த்தார்; அப்படி அவர் தன்னைக் கூர்ந்து கவனிப்பதை அவர் அருகில் சென்றபோது மீச்சியா உணர்ந்தான். மிக மோசமாக வீங்கிப்போயிருந்த அவருடைய முகத்தைப் பார்த்து மீச்சியா ஆச்சர்யப்பட்டான். தடிமனான அவருடைய கீழ் உதடு வேகமாக ஆடுவதுபோல இருந்தது அவனுக்கு. பெருமிதத்துடன் வந்திருந்த விருந்தாளியைப் பார்த்து அமைதியாகத் தலை வணங்கி, சோபாவுக்கு அருகிலிருந்த நாற்காலியில் அமரும்படி சைகை காட்டியவர், மெதுவாகத் தன்னுடைய மகனின் கைகளைப் பிடித்துக்கொண்டு, வேதனையில் முனகிக்கொண்டே மீச்சியா அமர்ந்திருந்த சோபாவுக்கு எதிரே வந்து அமர்ந்தவரைப் பார்த்து, நோய்வாய்ப்பட்ட இந்த நிலையிலும் சிரமத்துடன் அவர் வந்ததை நினைத்து, அற்ப விஷயத்திற் காக இவ்வளவு உயர்ந்த மனிதரைச் சிரமப்படுத்திவிட்டோமே என்று மீச்சியா வெட்கப்பட்டு வருந்தினான்.

வந்தமர்ந்த அந்த வயதானவர், 'என்ன வேலையாக என்னைப் பார்க்க வந்திருக்கிறீர்கள், பெருமகனே?' என்று தெளிவாக, மெதுவாக, கண்டிப்பான குரலில், ஆனால் மென்மையாகக் கேட்டார். உடனே ஆச்சர்யத்தில் துள்ளிக் குதித்த மீச்சியா, மறுபடியும் தன்னுடைய இடத்தில் அப்படியே அமர்ந்தான். அப்படி அமர்ந்தவன் சத்தமாக,

வேகமாகப் பதற்றங்கலந்த தொனியில் வெறியுடன் பேச ஆரம்பித்தான். தன்னுடைய வாழ்வு அழிந்துவிடும் தருணத்தில் கடைசி வழியைப் பிடித்துக்கொண்டு அவன் இங்கு வந்திருக்கிறான் என்பது தெளிவாகத் தெரிந்தது; அப்படி இந்த வழியில் அவன் வெற்றி பெறவில்லையென்றால், அவன் செத்தே போய்விடுவான் என்பதும் தெரிந்தது. இந்த விஷயத்தை உடனே சம்சனோவ் புரிந்துகொண்டாலும், முகத்தில் அவர் எந்தவித உணர்ச்சியையும் காட்டாமல், சிலை போல அமைதியாக உட்கார்ந் திருந்தார்.

'பெருமதிப்பிற்குரிய குஸ்மா குஸ்மிச், ஒருமுறை அல்ல, பலமுறை நீங்கள் கேள்விப்பட்டிருக்கலாம், என் தாயின் இறப்புக்குப் பிறகு எனக்குச் சேர வேண்டிய சொத்தை அபகரித்துக்கொண்ட என் தந்தை ஃபியோதர் பாவ்லவிச் கரமாஸவுடன் எனக்குப் பூசல் இருக்கிறது என்பதை ... மேலும், இதைப் பற்றித்தான் ஊர் முழுவதும் பேச்சு ... தேவையில்லாமல் எல்லோரும் இதைப் பற்றியே பேசிக்கொண்டிருக் கிறார்கள் ... அது மட்டுமல்ல, குரூஷென்கா மூலமாகவும் ... மன்னிக்கவும், அக்ரஃபேனா அலெக்ஸஸாந்தரவ்னா மூலமாகவும் நீங்கள் இதைப் பற்றிக் கேள்விப்பட்டிருக்கலாம் ... பெருமதிப்பிற்கும் பேரன்பிற்குமுரிய என்னுடைய அக்ரஃபேனா அலெக்ஸாந்தரவ்னா மூலமாகவும் நீங்கள் இதைக் கேள்விப்பட்டிருக்கலாம் ...' என்று ஆரம்பித்த மீச்சியா மேலே பேசாமல் அப்படியே நிறுத்தினான். அவன் சொன்ன எல்லாவற்றையும் சொல்வதற்குப் பதிலாக, அதனுடைய உட்கருத்தை மட்டும் இங்குக் குறிப்பிடுவோம். விஷயம் என்னவென்றால், மூன்று மாதங்களுக்கு முன்பு மீச்சியா மிக அவசரமாக ('வேண்டுமென்றே' என்பதற்குப் பதிலாக 'மிக அவசரமாக' என்ற வார்த்தையையே பயன்படுத்தினான்) ஊரிலிருக்கும் வக்கீல் ஒருவரைப் பார்த்து யோசனை கேட்டான்; 'அவர்தான் புகழ்பெற்ற வக்கீல், பாவெல் பாவ்லவிச் கர்னப்லோதவ், அவரைப் பற்றி நீங்கள் கேள்விப்பட்டிருக்கலாம் குஸ்மா குஸ்மிச். அவருக்கு ஆழ்ந்த அறிவு, அரசாங்க அறிவு ... உங்களை அவருக்குத் தெரியும் ... உங்களைப் பற்றி அவர் வெகு உயர்வாகச் சொன்னார் ...' என்றபடி மீண்டும் நிறுத்தினான் மீச்சியா. ஆனால் இந்தத் தடங்கல்கள் அவனைப் பேசவிடாமல் தடுத்து நிறுத்திவிடவில்லை; மறுபடியும் அவன் பேச முயன்றான். இதே இந்த கர்னப்லோதவ் தான், மீச்சியாவிட மிருந்த ஆவணங்கள் எல்லாவற்றையும் பார்த்துவிட்டு, (அவன் கொடுத்த ஆவணங்கள் எல்லாம் தெளிவின்றி, குறிப்பாக அவசரத்தில் தரப்பட்டவை யாக இருந்தன), அவனுடைய தாயின் செர்மாஷ்னய கிராமத்துச் சொத்து முழுவதும் அவனுக்கே வந்து சேர வேண்டுமென்றும், கெட்ட எண்ணங்கொண்ட அந்த முதியவரின் எண்ணத்தைக் குலைக்கும் விதத்தில் அவருக்கு எதிராக வழக்குப் போட வேண்டுமென்றும் சொன்னார். ஏனெனில் 'வழிகளெல்லாம் அடைபட்டுப் போய்விட வில்லை; நியாயம் என்பது எப்படி வரவேண்டுமோ அப்படி வரும்' என்றார். சுருக்கமாகச் சொல்லப்போனால், பியோதர் பாவ்லவிச்சிட மிருந்து அவன் ஆறாயிரம், ஏன் ஏழாயிரம் ரூபிள்களைக்கூட எதிர் பார்க்கலாம், ஏனெனில் செர்மாஷ்னய குறைந்தபட்சம் இருபத் தையாயிரம், இருபத்தெட்டாயிரம் ஏன் 'முப்பதாயிரம், முப்பதாயிரம்,

ரூபிள்கள்கூடக் கிடைக்கப் பெறுமானது குஸ்மா குஸ்மிச்; ஆனால் யோசித்துப் பாருங்கள், அந்தக் கொடுமைக்காரனிடமிருந்து நானோ பதினேழாயிரம் ரூபிள்களைக் கூடப் பெற முடியாமல் இருக்கிறேன்!..' ஆக, மீச்சியா என்கிற நான், சட்டத்தைப் பற்றி ஒன்றும் தெரியாமல் எல்லாவற்றையும் விட்டுவிட்டு இங்கு வந்தபோது, எனக்கு எதிராக வழக்கு பதிவுசெய்யப்பட்டிருப்பதை அறிந்து, நான் கலங்கி உறைந்து போனேன் (மீச்சியா குழப்பமடைந்து மீண்டும் நடந்தவற்றையே சொல்ல ஆரம்பித்தான்); ஆக, பெருமதிப்பிற்குரிய குஸ்மா குஸ்மிச் அவர்களே, என்னுடைய இந்த எல்லா உரிமைகளையும் நீங்கள் எடுத்துக்கொண்டு, அந்த மிருகத்திற்கு எதிராக நின்று, மூவாயிரம் ரூபிள்களை மட்டும் எனக்கு நீங்கள் கொடுப்பீர்களானால் ... எப்படியும் எதையும் நீங்கள் இழக்கமாட்டீர்கள் என்பதை நேர்மையின் மீது சத்தியம் செய்து சொல்கிறேன், சொல்லப்போனால் ஆறாயிரம், ஏழாயிரம் ரூபிள்களைக் கூட நீங்கள் பெற முடியும், வெறும் மூவாயிரம் ரூபிள்கள் மட்டுமல்ல ... ஆனால், முக்கியமான விஷயம் என்னவென்றால், இந்தக் காரியத்தை 'இப்போது இன்றே' நாம் செய்து முடிக்க வேண்டும். 'அங்கே அலுவலரிடம் அல்லது வேறு யார் மூலமாகவேனும் எல்லாவற்றையும் நான் தயார் செய்கிறேன் ... ஒரே வார்த்தையில் சொல்லப் போனால், எல்லாவற்றிலும், எல்லா ஆவணங்களிலும், உங்களுக்குத் தேவையான எல்லாவற்றிலும் நான் கையெழுத்து போட்டுத் தருகிறேன் ... அந்த ஆவணங்களையெல்லாம் முடியுமானால் இப்போது, இன்று காலையே எல்லாவற்றையும் நாம் தயார் செய்வோம்... நீங்கள் மட்டும் எனக்கு மூவாயிரம் ரூபிள்களைக் கொடுப்பீர்களானால் ... உங்களைத் தவிர இவ்வளவு பணம் வைத்திருப்பவர்கள் இந்த ஊரில் வேறு யாருமே இல்லை ... அப்படியே நீங்கள் என்னைக் காப்பாற்றினீர்களானால் ... ஒரே வார்த்தையில் சொல்லப்போனால், மிகப்பெரிய இந்தச் செயலுக்காக, மிக உன்னதமான இந்தச் செயலுக்காக, பாவப்பட்ட என்னுடைய இந்த ஜென்மத்தை நீங்கள் காப்பாற்றினீர்களானால் ... உங்களுக்கு நன்கு தெரிந்த, உங்களுடைய தந்தை உணர்வால் பாதுகாக்கப் பட்ட ஒருவருக்கு நன்றியுடன் நான் இருக்கக் கூடும். உங்களுடைய உணர்வு மட்டும் தந்தைக்குரிய உணர்வாக இல்லாமல் இருந்திருந்தால், நான் இங்கு வந்திருக்கவே மாட்டேன். அதைத் தெரிந்துகொள்ள விருப்பம் என்றால், மூன்று பேருடைய வாழ்க்கை இதில் சம்பந்தப் பட்டிருக்கிறது – வேதனையான இந்த வாழ்க்கை கொடுமையிலும் கொடுமை, குஸ்மா குஸ்மிச்! இது உண்மை, குஸ்மா குஸ்மிச், முற்றிலும் உண்மை! எப்போதோ நீங்கள் இதிலிருந்து விலகிவிட்டதால், இப்போது இருவர் மட்டுமே இந்த விஷயத்தில் சம்பந்தப்பட்டிருக்கிறார்கள்; படித்தவனாக நான் இல்லாத காரணத்தால் என்னால் உணர்வுகளை அழகாக வெளிப்படுத்த முடியவில்லை. அதாவது, இருவரில் ஒருவன் நான், மற்றொருவன் அந்த மிருகம். இப்படியாக நீங்களே தேர்வு செய்துகொள்ளுங்கள்: நானா, அல்லது அந்த மிருகமா? என்று. இனி எல்லாமே உங்களுடைய கைகளில்தான் இருக்கிறது. மூன்று பேருடைய வாழ்க்கை, அதில் இரண்டு பேருடைய வாழ்க்கை பாழாய்ப் போய்விட்டது ... மன்னித்துக் கொள்ளுங்கள், தெளிவாக நான்

குறிப்பிடாததற்கு, ஆனால் நீங்கள் புரிந்துகொள்வீர்கள் என்று... உங்களுடைய மதிப்பிற்குரிய கண்களைப் பார்த்தே நான் தெரிந்து கொண்டேன் நீங்கள் புரிந்துகொண்டீர்கள் என்பதை... அதுமட்டும் உங்களுக்குப் புரியவில்லை என்றால், நான் செத்தே போய்விடுவேன், அவ்வளவுதான்!' என்றான்.

தன்னுடைய முட்டாள்தனமான பேச்சை 'இதோ' என்று சொல்லி நிறுத்தியவன், தான் அமர்ந்திருந்த இடத்திலிருந்து துள்ளிக் குதித்துத் தெழுந்து, தன்னுடைய முட்டாள்தனமான இந்தக் கோரிக்கைக்கு அவரிடமிருந்து பதிலை எதிர்பார்த்து நின்றான். அவன் பேசி முடித்ததுமே, எல்லாமே கெட்டுவிட்டது என்பதை அவன் சட்டென்று உணர்ந்தான்; முக்கியமாக, பேசும்போது அவன் பயங்கரமாகப் பிதற்றினான். 'இங்கு வரும்வரை எல்லாமே நன்றாக இருந்தது போலத் தான் இருந்தது, ஆனால் இப்போது எல்லாமே கெட்டுவிட்டது என்பது தான் விநோதமாக இருக்கிறது!' என்ற எண்ணம் அவனுடைய மண்டையில் உதித்தது. அவன் பேசியபோது, வயதான அந்த மனிதர் அசையாமல், பனிக்கட்டி போல, எந்தவித உணர்வையும் வெளிக் காட்டாமல், அவனையே பார்த்துக்கொண்டிருந்தார். ஒரு நிமிடம் அவனை எதிர்பார்ப்பில் தவிக்கவிட்டுவிட்டு, இறுதியாக குஸ்மா குஸ்மிச் எழுச்சியற்ற குரலில், ஆணித்தரமாகச் சொன்னார்:

'மன்னிக்க வேண்டும், இப்படிப்பட்ட வேலைகளை நாங்கள் செய்வதில்லை.' மீச்சியாவின் கால்கள் வலுவிழந்து போவதைச் சட்டென்று அவன் உணர்ந்தான்.

'நான் இனி எப்படி, குஸ்மா குஸ்மிச்' என்று வெளிறிய சிரிப்புடன் உளறிய மீச்சியா, 'நான் அவ்வளவுதான், எல்லாமே முடிந்துவிட்டது, நீங்கள் என்ன நினைக்கிறீர்கள் இதைப் பற்றி?' என்று மறுபடியும் கேட்டான்.

'மன்னிக்கவும்' ...

மீச்சியா எழுந்து நின்று நிலைகுத்திய கண்களால் அவரையே ஆழமாகப் பார்த்தான்; அப்படிப் பார்த்த அவன், திடீரென்று கவனித்தான் அந்த வயதானவரின் முகத்தில் ஏதோ ஒரு அசைவு தெரிவதை. அதைப் பார்த்து அவன் அதிர்ந்துபோனான்.

'பாருங்கள், பெருமகனே, இது எங்களுக்குரித்தான வியாபாரம் இல்லை' என்று மெதுவாகச் சொன்ன கிழவர், 'வழக்கு நடக்கும், வக்கீல்கள் இருப்பார்கள், இது முடிவில்லாத ஒரு தொல்லை! வேண்டு மென்றால் இங்கு ஒருவர் இருக்கிறார், அவரை வேண்டுமானால் நீங்கள் கேட்டுப் பாருங்களேன்...' என்றார்.

'கடவுளே, யாரது!.. நீங்கள் எனக்குப் புது நம்பிக்கையைக் கொடுத்திருக்கிறீர்கள், குஸ்மா குஸ்மிச்' என்று திடீரென்று தடுமாறியது மீச்சியாவின் குரல்.

'அவர் இந்த ஊர்க்காரரல்ல, இப்போது அவர் இங்கு இல்லை. விவசாயிகளிடம் மர பேரம் செய்துகொண்டிருக்கிறார்; அவருடைய

செல்லப்பெயர் 'திருட்டு நாய்.' பியோதர் பாவ்லவிச்சுடன் ஏற்கெனவே ஒரு வருடமாக உங்களுடைய காட்டு மரத்தை அவர் பேரம் பேசிக் கொண்டிருக்கிறார் என்பதை ஒருவேளை நீங்கள் கேள்விப்பட்டிருக்கலாம். இப்போது மீண்டும் அவர் ஊருக்கு வந்து வோல்வா ரயில் நிலையத்தி லிருந்து பதினான்கு கிலோ மீட்டர் தூரத்திலிருக்கும் இலின்ஸ்க் என்ற கிராமத்தில் அருட்தந்தையுடன் தங்கி இருக்கிறார். இந்தக் காட்டைப் பற்றி விசாரித்து அவர் எனக்குக் கடிதம் எழுதியிருந்தார்; அவரை பியோதர் ஃபாவ்லவிச்சே நேரில் சென்று பார்க்க ஆசைப் படுகிறார். எனவே, ஃபியோதர் பாவ்லவிச் அங்குப் போவதற்கு முன்பாக நீங்கள் போய் அந்தத் 'திருட்டு நாயைப்' பார்த்து என்னிடம் சொன்னதை அவரிடம் சொன்னால், ஒருவேளை இந்தப் பேரத்தை அவர் ஏற்றுக்கொள்ளலாம் . . .'

'அற்புதமான யோசனை!' என்று ஆச்சர்யத்துடன் இடைமறித்தான் மீச்சியா. 'இந்த விஷயத்தை அவனிடம் முடிப்பதுதான் சரியாக இருக்கும்!' வாங்குவதற்கு அவன் தயாராக இருக்கிறான், ஆனால் அதிக விலையை அவனிடமிருந்து எதிர்பார்க்கிறார்கள்; இந்த ஆவணங் களை அவனிடம்தான் நான் கொடுக்கப்போகிறேன், ஹ – ஹ – ஹா!' என்று திடீரென்று மீச்சியா வாய்விட்டு உரக்கச் சிரித்ததைக் கேட்டு சம்சனோவே நடுநடுங்கிப் போனார்.

'உங்களுக்கு எப்படி நன்றி சொல்வது என்று தெரியவில்லை, குஸ்மா குஸ்மிச்' என்று உணர்ச்சி பொங்கச் சொன்னான் மீச்சியா.

'பரவாயில்லை' என்று தலையை ஆட்டினார் சம்சனோவ்.

'உங்களுக்குத் தெரியாது, எப்படி நீங்கள் என்னைக் காப்பற்றியிருக் கிறீர்கள் என்று! ஓ, உங்களைப் பார்க்க வேண்டுமென்று நான் நினைத்தது சரியாகத்தான் போனது . . . ஆக, இப்போது நான் அந்த அருட்தந்தையைப் பார்க்கப் போகிறேன்'

'நீங்கள் எனக்கு நன்றி சொல்லத் தேவையில்லை.'

'அவசரமாகப் போகிறேன், இப்போதே பறந்துபோகிறேன். உங்களுடைய உடல்நலத்தையும் பொருட்படுத்தாமல் உங்களை நான் தொந்தரவு செய்துவிட்டேன். காலாகாலத்திற்கும் நீங்கள் செய்த இந்த உதவியை நான் மறக்கமாட்டேன், ஒரு ரஷ்யனாக இதை நான் உங்களிடம் சொல்கிறேன், குஸ்மா குஸ்மிச், ஒரு ரஷ்யனாக!'

'கண்டிப்பாக.'

மீச்சியா அந்தக் கிழவரின் கைகளைப் பற்றிக் குலுக்க நினைத்த போது, வரப்போகிற பேரிடரின் முன் அறிகுறி அவருடைய கண்களில் பளிச்சிட்டது. உடனே தன்னுடைய கைகளை மீச்சியா விடுவித்துக் கொண்டு, தன்னுடைய சந்தேக எண்ணத்திற்காகத் தன்னையே அவன் நொந்துகொண்டான். 'ஒரு வேளை அவர் களைத்துப் போயிருக்கலாம்' என்ற எண்ணம் அவனுடைய மனத்தைப் பளிச்சென்று தாக்கியது.

'அவளுக்காக! அவளுக்காக, குஸ்மா குஸ்மிச்! உங்களுக்குப் புரிகிறதா, இதெல்லாம் அவளுக்காகத்தான்!' என்று திடீரென்று வரவேற்பறையில் நின்றுகொண்டு கத்தியவன், கிழவரைப் பார்த்துத் தலைகுனிந்து வணங்கி, சட்டென்று திரும்பி, அதே அந்த ராணுவ தோரணையில் வேகமாக எட்டு எடுத்து வைத்துத் திரும்பிப் பார்க்காமல் வெளிவாயிலை நோக்கிப் போனான். சந்தோஷத்தில் அவன் ஆடிப்போயிருந்தான். 'எல்லாமே தொலைந்துவிட்டது போல இருந்தது, இதோ தேவதூதன் என்னைக் காப்பாற்றிவிட்டான்' என்ற எண்ணம் அவனுடைய மனத்தில் தோன்றியது. 'இந்தக் கிழவரைப் போன்ற ஒரு வியாபாரி (மிக அருமையான கிழவர், எப்பேர்ப்பட்ட பாங்கு!) அவர் வழிகாட்டினால், அது . . . அது கண்டிப்பாக வெற்றியாகத்தான் இருக்கும். உடனே அங்குப் பறந்துபோக வேண்டும். இருட்டுவதற்குள் திரும்பி வந்துவிடலாம் அல்லது இருட்டிய பிறகு கூட வந்துவிடலாம், ஆனால் காரியத்தைக் கச்சிதமாக முடிக்க வேண்டும். கிழவர் என்னைக் கேலிசெய்யவில்லை தானே?' என்று நினைத்துக்கொண்டே ஆச்சர்யத்துடன் தன்னுடைய அறையை நோக்கிச் சென்ற மீச்சியாவால் இப்படித்தான் நினைக்க முடிந்தது: 'ஒன்று அவருடைய அறிவுரை நடைமுறைக்கு ஏற்றதாக, (இப்படிப்பட்ட வியாபாரியிடமிருந்து) – அவருடைய வியாபார அறிவும் அந்தக் கள்ள வேட்டைக்காரனைப் பற்றிய செய்தியும் பயனுள்ளதாக இருக்க, (எப்படிப்பட்ட செல்லப் பெயர் அவனுக்கு!)' மற்றொன்று அவர் அவனை முட்டாளாக்குவதாக இருக்கலாம். அந்தோ பரிதாபம்! இரண்டாவதாகச் சொல்லப்பட்ட கருத்துத்தான் சரியாக இருந்தது. பிறகு, நீண்ட காலம் கழித்து, பெரும் சோகம் ஒன்று நடந்தபோது, கிழவர் சம்சனோவ் அந்தப் 'படைத்தளபதியைக்' கேலிசெய்தார் என்பதைச் சிரித்தபடியே ஒத்துக்கொண்டார். அந்தக் கிழவர் நல்ல எண்ணமில்லாத, இரக்கமற்ற, கேலி செய்யும் மனிதர், தீய எண்ணங்களைக் கொண்டவர். படைத்தளபதியின் பிரமிக்க வைக்கும் தோற்றமோ 'உபயோகமில்லாத, அந்தச் செலவாளி'யின் முட்டாள்தனமான நம்பிக்கையோ இப்படி எதுவோ ஒன்று சம்சனோவை இப்படி ஒரு 'திட்டத்தைத்' தீட்டவைத்து, குரூஷென்காவின் மீதுள்ள பொறாமையின் காரணத்தாலோ 'பிடுங்கித் தின்னும்' அவனுடைய குணத்திற்காகவோ பணத்தைக் கறப்பதற்காகச் சொன்ன அர்த்தமற்ற கதையின் காரணத்தினாலோ, எது என்று சரியாகத் தெரியாது, ஆனால் அவர் முன்பு கால்கள் தள்ளாட மீச்சியா வந்து நின்று தான் அழிந்துபோனேன் என்று பிதற்றியபோது, எல்லையில்லாத கெட்ட எண்ணத்தோடு அவனைப் பார்த்த கிழவர், அவனைக் கேலிசெய்ய நினைத்து, இப்படியொரு திட்டத்தை அப்போது தீட்டினார். மீச்சியா போனவுடன் குஸ்மா குஸ்மிச் கோபத்தில் முகம் சிவந்து தன் மகனிடம், 'இந்தப் பிச்சைக்காரனின் காற்றே இங்குப் படக் கூடாது: வாசற்கதவு பக்கம்கூட அவனை வர அனுமதிக்கக் கூடாது; அப்படி மீறி ஏதாவது நடந்தால் . . .' என்று கடுமையாக எச்சரித்தார். அடிக்கடி கோபப்படும் அவருடைய குணத்தை அறிந்த மகனே, மிரட்டும் அவருடைய தோரணையைப் பார்த்துப் பயத்தில் நடுநடுங்கிப்போனான். ஒரு மணி நேரம் கழிந்தும் கோபத்தில் படபடத்த கிழவருக்கு மாலையில் உடல்நலம் குன்றிப் போக, 'மருத்துவருக்குச்' சொல்லி அனுப்பினார்கள்.

# 2

## திருட்டு நாய்

சரி, இனி ‘பாய்ந்து ஓடவேண்டியது’தான்; ஆனால் குதிரை வண்டி அமர்த்த ஒரு கோப்பெக்கும் கிடையாது; இருந்ததோ இரண்டு இருபது கோபெக்குகள். இத்தனை வருட காலச் செல்வச் செழிப்பில் மீந்தது இதுதான்! ஆனால் வீட்டில் அவனிடம் ஓடாத பழங்காலத்து வெள்ளிக் கடிகாரம் ஒன்று இருந்தது. அதை எடுத்து வந்து மார்க்கெட்டில் யூதன் வைத்திருந்த சிறிய கடிகாரக் கடையில் கொடுத்தான் மீச்சியா. அதை வாங்கிக்கொண்டு அவன் மீச்சியாவுக்கு ஆறு ரூபிள்களைக் கொடுத்தான். ‘இவ்வளவு எதிர்பார்க்கவில்லை!’ என்று ஆச்சர்யத்தில் கத்திய மீச்சியா (இன்னும் ஆச்சர்யப்பட்ட விதத்தில்), அந்த ஆறு ரூபிள்களை எடுத்துக்கொண்டு வீட்டிற்கு ஓடினான். வீட்டிற்கு வந்த மீச்சியா தான் தங்கியிருக்கும் வீட்டு உரிமையாளர்களிடமிருந்து இன்னும் மூன்று ரூபிள்களைக் கடன் வாங்கியபோது, தங்களிடமிருந்த கடைசிப் பணத்தையும் அவர்கள் அவனுக்குச் சந்தோஷமாகக் கொடுக்கும் அளவுக்கு அவர்கள் அவனை விரும்பினார்கள். மீச்சியா உணர்ச்சி வசப்பட்ட நிலையில், அவனுடைய வாழ்க்கை எப்படி இன்றே நிர்ணயிக்கப்படுகிறது, சம்சனோவ் எப்படிப்பட்ட ‘திட்டத்தை’ அவனுக்குச் சொன்னார் என்பதையும் அவர்களிடம் சொல்லிவிட்டுத் தன்னுடைய வருங்காலக் கனவுகள், நம்பிக்கைகள் போன்ற பலவிஷயங் களையும் அவர்களிடம் அவன் பகிர்ந்துகொண்டான். இதற்கு முன்பும் தன்னுடைய வாழ்க்கையின் ரகசியங்களை அவர்களிடம் அவன் பகிர்ந்துகொண்டபோது, அவர்கள் அதை அமைதியாகக் கேட்டுக் கொண்டு, கர்வங்கொண்ட ஒரு இளைஞனாக அவனைப் பார்க்காமல், தங்களில் ஒருவனாகவே அவர்கள் அவனைப் பார்த்தார்கள். இறுதியாக ஒன்பது ரூபிள்களைச் சேகரித்த மீச்சியா, வலோவ்யா ரயில் நிலையத் திற்குச் செல்லக் குதிரைகளைத் தயார் செய்யச் சொன்னான். இப்படியாக, ‘அந்தச் சம்பவம் நடந்த நாளுக்கு முந்திய நாள், மதியம் வரை, மீச்சியாவிடம் ஒரு கோபெக் கூட இல்லாமல் இருந்தது; பணத்திற்காக அவன் தன்னுடைய கைக்கடிகாரத்தை விற்றும் மூன்று ரூபிள்களைத் தான் தங்கியிருந்த வீட்டு உரிமையாளர்களிடம் கடன் வாங்கியும்தான் இருந்தான்; அதற்கான சாட்சிகளும் இருந்தன’ என்பதைப் பிறகு நினைவுகூர்ந்து இந்த உண்மையை நிரூபித்தார்கள்.

இந்த உண்மையை நான் முன்னமே குறிப்பிடுகிறேன்; அதற்கான விளக்கம் பிறகு தரப்படும். இனி ‘இது எல்லாமே சுமுகமாக முடிந்து விடும்’ என்ற சந்தோஷமான நம்பிக்கையில் மீச்சியா வலோவ்யா ரயில் நிலையத்திற்கு வேகமாகப் பறந்துபோனாலும், அவன் இல்லாத சமயத்தில் குருஷென்காவிற்கு ஏதாவது நடந்துவிடுமோ என்ற பயமும் அவனுள் அச்சத்தை உண்டாக்கியது. ஒருவேளை அவள் பியோதர் பாவ்லவிச்சுடன் வாழ்வதாக இன்று முடிவு செய்துவிட்டால் என்ன செய்வது? அதனால்தான் அவன் அவளிடம் எதுவும் சொல்லாமல்,

வீட்டு உரிமையாளர்களிடமும் எதையும் சொல்லக் கூடாதென்றும் சொல்லிவிட்டுப் போயிருந்தான். 'இன்று இரவுக்குள் கண்டிப்பாக, கண்டிப்பாகத் திரும்பி வந்துவிடவேண்டும்' என்று மீண்டும் மீண்டும் அவன் தனக்குத் தானே சொல்லிக்கொண்டு, குதிரைவண்டியோடு சேர்ந்து குலுங்கியபடி, 'அந்தத் திருட்டு நாயை இங்குக் கூட்டிக்கொண்டு வரவேண்டும் . . . வந்து பத்திரத்தைக் கொடுத்துக் காரியத்தை முடிக்க வேண்டும் . . .' என்று ஆவலுடன் அவன் போனாலும், அந்தோ பரிதாபம், அவன் போட்ட 'திட்டப்படி' எதுவும் நடக்கவில்லை.

முதலாவதாக, ஊர்ப்புறச் சாலை கரடுமுரடாக இருந்ததால், அவன் வலோவியா ரயில் நிலையத்திற்குத் தாமதமாக வந்து சேர்ந்தான். வழியானது பதினான்கு கிலோமீட்டருக்குப் பதிலாக இருபத்து இரண்டு கிலோ மீட்டர் தூரமாக இருந்தது. இரண்டாவதாக, அருட்தந்தையை அவனால் சந்திக்க முடியவில்லை; அவர் அருகிலிருந்த கிராமத்திற்குச் சென்றிருந்தார். அவரைத் தேடிக்கொண்டு, மீச்சியா ஏற்கெனவே சோர்ந்துபோயிருந்த குதிரைகளை முடுக்கிவிட்டுப் பக்கத்துக் கிராமத் திற்குப் போவதற்குள் இரவாகிவிட்டது. பழகுவதற்கு இனிமையாக, பார்ப்பதற்குக் கனிவாக இருந்த அருட்தந்தை, முன்பு அவருடைய வீட்டில் தங்கியிருந்த அந்தத் 'திருட்டு நாய்' இப்போது சுகோய் பஸ்யோலக் என்ற கிராமத்தில் தங்கி, அங்கேயும் மரத்தை வாங்கிக் கொண்டு, அதன் பிறகே திரும்பிவருவானென்று மீச்சியாவிடம் சொன்னார், மீச்சியாவின் வேண்டுகோளின்படி, 'சொல்லப்போனால், அவனைக் காப்பாற்றுவதற்காக' அந்தத் திருட்டு நாய் இருக்கும் சுகோய் பஸ்யோலக் என்ற கிராமத்திற்கு மீச்சியாவை அவர் கூட்டிக் கொண்டுபோக முதலில் தயங்கினாலும், ஆர்வக்கோளாறு காரண மாகவோ என்னவோ பிறகு அவர் சம்மதித்தார்; ஆனால், துரதிர்ஷ்ட வசமாக, இரண்டு கிலோ மீட்டருக்கும் குறைவாக அல்லது 'அதற்குக் கொஞ்சம் மேலே இருக்கக்கூடிய' அந்தக் கிராமத்திற்கு நடந்தே போகலாமென்று அவர் சொன்னார். உடனே மீச்சியா ஒப்புக்கொண்டு நீண்ட அடி எடுத்து வைத்து வேகமாக நடந்தபோது, பாவப்பட்ட அருட்தந்தைக்கு அவன் பின்னால் ஓடவேண்டி இருந்தது. சொல்லப் போனால், அதிக வயதில்லாத இளவயது மனிதராக அவர் இருந்தார். மீச்சியா அவரிடம் உடனே தன்னுடைய திட்டத்தைப் பற்றிச் சுடச்சுடச் சொல்லி முடித்துவிட்டு, அந்தத் 'திருட்டு நாயைப்' பற்றி வழிமுழுவதும் கேட்டுக்கொண்டு வந்தவன், அவர் சொன்ன அறிவுரையையும் பதற்றத் துடன் கேட்டான். மீச்சியாவின் திட்டத்தைக் கவனமாகக் கேட்ட அருட்தந்தை, அவனுக்கு அறிவுரைகளை அதிகம் கொடுக்கவில்லை. மீச்சியா கேட்ட கேள்விகளுக்கு மழுப்பலாகவே அவர் பதிலளித்தார்: 'தெரியாது, ஓ, தெரியாது, அது எப்படி எனக்குத் தெரியும்' என்றே அவர் பதிலளித்தார். சொத்து சம்பந்தமாகத் தன்னுடைய தந்தையிடம் இருந்த வேறுபாடுகளைப் பற்றி மீச்சியா சொன்னபோது, அருட்தந்தை பயந்தே போனார்; ஏனெனில் அவர் பியோதர் பாவ்லவிச்சின் தயவால்தான் ஓரளவு வாழ்ந்து கொண்டிருந்தார். அருட்தந்தை ஏன் அந்த வியாபாரி கோர்ஸ்க்கினை, மீச்சியா 'திருட்டுநாய்' என்று அழைக்கிறான் என்று ஆச்சர்யத்துடன் கேட்டார். பிறகு அவர்

மீச்சியாவிற்கு விளக்கினார், அப்படி அவன் அழைக்கப்படுவதற்குத் தகுதியானவன் தான் என்றாலும், அவனைத் திருட்டு நாய் என்று அழைத்தால் ‘உங்களுக்கு அவன் எதையும் செய்ய மாட்டான், ஆமாம், நீங்கள் பேசுவதைக்கூட அவன் கேட்க மாட்டான்’ என்று சொன்னார். இதைக் கேட்டு மிகவும் ஆச்சர்யப்பட்ட மீச்சியா, சம்சனோவும் அவனை அப்படித்தான் அழைத்தாரென்று சொன்னான். உடனே அருட்தந்தை தன்னுடைய பேச்சை வேறு விஷயத்திற்கு மாற்றினார்; ஆனால் தன்னுடைய ஊகத்தை அவர் திமித்ரி ஃபியோதரவிச்சிடம் விளக்கமாகச் சொல்லியிருந்தால் நன்றாக இருந்திருக்கும்; அதாவது, திருட்டு நாய் என்றழைக்கப்பட்ட வியாபாரியிடம் சம்சனோவ் ஏன் மீச்சியாவை அனுப்பினார், அப்படியானால் மீச்சியாவை அவர் கேலிசெய்கிறார், இதில் ஏதோ ஒன்று தவறாக இருக்கிறது என்பதை. ஆனால், மீச்சியாவுக்கு ‘இப்படிப்பட்ட சின்ன விஷயங்களைப்’ பற்றி யெல்லாம் நினைத்துப் பார்க்க நேரமே இல்லை. அவசர அவசரமாக அவர்கள் சுகோய் பஸ்யோலக்கை அடைந்த பிறகுதான் தெரிந்தது ஓரிரண்டு கிலோமீட்டர் அவர்கள் நடக்கவில்லை, நான்கு கிலோ மீட்டர்கள் நடந்திருந்தார்கள் என்று; அவனுக்கு இது எரிச்சலைத் தந்தாலும், அவன் அதைப் பொறுத்துக்கொண்டான். அப்படி வந்தவன் குடிசைக்குள் நுழைந்தான். குடிசையின் ஒரு பகுதியை அருட் தந்தைக்குத் தெரிந்த காட்டுக்காரன் ஆக்கிரமித்திருந்தான்; மற்றொரு பகுதியை, சுத்தமான பகுதியை, கோர்ஸ்த்கின் ஆக்கிரமித்திருந்தான். உள்ளே நுழைந்ததும் பெரிய மெழுகுவர்த்தி ஒன்றை அவர்கள் ஏற்றினார்கள். குடிசைக்குள் சூடு அதிகமாக இருந்தது. தேவதாரு மரத்தால் செய்யப்பட்ட மேஜையின் மீது அணைந்து போயிருந்த சமவார் தேநீர்ப்பாத்திரமும் அதற்கருகே பெரிய தட்டு ஒன்றில் தேநீர்க் கோப்பைகளும் பாதி காலியான ரம் பாட்டிலும் முழுதாகக் குடித்து முடிக்கப்படாத வோத்கா பாட்டிலும் மீந்து போயிருந்த கோதுமை ரொட்டியும் இருந்தன. அந்த மரவியாபாரி பெஞ்சு முழுவதை யும் அடைத்தபடி மேலாடையைச் சுருட்டித் தலையணையாக வைத்துப் படுத்து ஆழ்ந்து குறட்டைவிட்டுத் தூங்கிக்கொண்டிருந்தார். மீச்சியா ஒன்றும் புரியாமல் நின்றான். ‘கண்டிப்பாக அவனை எழுப்ப வேண்டும்: என்னுடைய வேலை மிக முக்கியமானது; எவ்வளவு அவசரமாக நான் வந்திருக்கிறேன், இன்றைக்கே நான் திரும்பிப் போகவும் வேண்டும்’ என்று பரபரத்தான் மீச்சியா; ஆனால், அருட்தந்தையும் அந்தக் காட்டுக்காரனும் ஒன்றும் சொல்லாமல் அமைதியாக நின்றார்கள். தூங்கிக்கொண்டிருந்தவரை மீச்சியா வேகமாக எழுப்ப, அவரோ எழுந்திருக்கவில்லை. ‘குடித்திருக்கிறான்’ என்று முடிவுசெய்த மீச்சியா, ‘இப்போது நான் என்னசெய்வது. கடவுளே, நான் இப்போது என்ன செய்வது!’ என்று நினைத்தான். திடீரென்று பொறுமையிழந்த மீச்சியா, அவருடைய கை கால்களை வேகமாக இழுத்துத் தலையை உலுக்கி, பெஞ்சின் மீது உட்காரவைத்தும் பயனில்லாமல் ஆழந்து குறட்டை விட்டபடி புரியாத பாஷையில் அவர் ஏதோ திட்ட ஆரம்பித்தார்.

‘இல்லை, கொஞ்ச நேரம் நீங்கள் காத்திருப்பது நல்லது’ என்று இறுதியாகச் சொன்ன அருட்தந்தை, ‘இப்போது அவர் எதையும் செய்யக்கூடிய நிலையில் இல்லை’ எனறார்.

'நாள் முழுவதும் குடித்துக்கொண்டிருந்தார்' என்றான் விருந்தினராக வந்திருந்த அந்தக் காட்டுக்காரன்.

'கடவுளே! எவ்வளவு முக்கியமானது காரியம், நான் எவ்வளவு மோசமான நிலையில் இருக்கிறேன்!' என்று உரக்கக் கத்தினான் மீச்சியா.

'இல்லை, நீங்கள் காலை வரையில் பொறுத்திருங்கள்' என்று மீண்டும் சொன்னார் அருட்தந்தை.

'காலை வரையிலுமா? இரக்கம் காட்டுங்கள், அது முடியாது!' என்றான். ஏமாற்றத்தில், தூங்கும் குடிகாரனை மீண்டும் எழுப்பப்போன அவன், தன்னுடைய முயற்சி பலனில்லாதது என்று உணர்ந்தான். அருட்தந்தை அமைதியாக இருந்தார்; தூங்கிக்கொண்டிருந்த மரவியாபாரி பார்ப்பதற்குப் பயங்கரமாக இருந்தான்.

'எவ்வளவு பயங்கரமான துன்பங்களை வாழ்க்கை உருவாக்குகிறது!' என்று முழு ஏமாற்றத்துடன் சொன்னான் மீச்சியா. அவனுடைய முகத்திலிருந்து வியர்வை வழிந்தோடியது. இந்தச் சமயத்தைப் பயன்படுத்திக்கொண்ட அருட்தந்தை, அப்படியே தூங்கும் குடிகாரனை நீங்கள் எழுப்பினாலும் அவனால் ஒன்றும் பேசமுடியாது, 'உங்களுடைய காரியமோ மிக முக்கியமானது, எனவே காலை வரையில் நீங்கள் பொறுத்திருப்பது தான் நல்லது...' என்று திட்டவட்டமாகச் சொன்னார். இதைக் கேட்ட மீச்சியா ஒன்றும் செய்ய முடியாத நிலையில், எதுவும் பயனில்லை என்பதுபோலக் கையைக் காற்றில் உதறியபடி, அவர் சொன்னதை ஏற்றுக்கொண்டான்.

'நான் இங்கு மெழுகுவர்த்தியை ஏற்றிவைத்துச் சரியான தருணத்திற்காகக் காத்திருப்பேன், அருட்தந்தையே. அவர் எழுந்தவுடன் என்னுடைய வேலையை ஆரம்பிப்பேன்... இந்த மெழுகுவர்த்திக்குப் பணம் கொடுக்கிறேன்' என்று அந்த மரவியாபாரியிடம் சொன்னவன், 'இரவு இங்கு நான் தங்குவதற்கும் உனக்குப் பணம் கொடுப்பேன், திமித்ரி கரமாஸவை நீ மறக்க மாட்டாய். ஆனால், அருட்தந்தையே, நீங்கள் என்ன செய்யப் போகிறீர்கள், நீங்கள் எங்கே படுப்பீர்கள்?' என்று கேட்டான்.

'இல்லை, என்னுடைய வீட்டிற்கு நான் போகிறேன். இதோ இவருடைய குதிரையை எடுத்துக்கொண்டு போகிறேன்' என்று அந்தக் காட்டுக்காரனைக் காண்பித்தார். 'விடைபெற்றுக் கொள்கிறேன், வெற்றிகரமாகக் காரியம் முடிய ஆசிகள்.'

இப்படி ஒருமுடிவை அவர்கள் எடுத்திருந்தார்கள். அருட்தந்தை இந்தக் காரியத்திலிருந்து தன்னை விடுவித்துக்கொண்டதில் மகிழ்ச்சி அடைந்தவராகக் குதிரைமீது ஏறிச் சென்றவர், மன அமைதியின்றி, தலையை ஆட்டிக்கொண்டே 'எனக்கு நல்லது செய்யும் பியோதர் பாவ்லவிச்சிற்கு முன்கூட்டியே இந்த விஷயத்தைச் சொல்ல வேண்டும், 'இல்லையேல் அவர் கோபங்கொண்டு இப்போது கொடுப்பதையும் நிறுத்திவிடுவார்' என்று நினைத்தார். தலையைச் சொறிந்துகொண்டு

கரமாஸவ் சகோதரர்கள்

அந்தக் காட்டுக்காரன் தன்னுடைய குடிசைப்பகுதிக்குப் போனான்; சரியான தருணத்தை எதிர்பார்த்துப் பெஞ்சின் மீதமர்ந்து மீச்சியா காத்துக்கொண்டிருந்தான். ஆழ்ந்த சோகமான மனச்சோர்வு அடர்த்தியான பனிமூட்டத்தைப் போல அவனுடைய உள்ளத்தையும் பற்றியிருந்தது. பயங்கரமான, ஆழ்ந்த மனச்சோர்வு! உட்கார்ந்தபடியே யோசித்துக்கொண்டிருந்தவன், எந்த முடிவுக்கும் வரமுடியாமல் இருந்தான். மெழுகுவர்த்தி தாழ்வாக எரிந்துகொண்டிருந்தது; சில்வண்டு கத்தியது; ஏகமாகச் சூடேற்றப்பட்ட அறையில் 'கப்' என்று அடைக்கப்பட்டு மூச்சுவிட முடியாதபடி இருந்தது. அவனுடைய உள் மனத்தில் திடீரென்று அவனுடைய தந்தை வீட்டுத் தோட்டக் கதவுகள் ரகசியமாகத் திறக்கப்பட்டு குரூஷென்கா ஓடுவது போலத் தெரிந்தது . . . பெஞ்சிலிருந்து அவன் எட்டிக் குதித்தான்.

'என்ன சோகம்!' என்று அவன் தன்னுடைய பற்களை நறநறவென்று கடித்துக்கொண்டே, இயந்திரத்தனமாகத் தூங்கும் மனிதனுக்கு அருகில் வந்து நின்று அவனுடைய முகத்தைப் பார்த்தான். ஒல்லியான உருவமும் இன்னும் இளமையான, மிக நீண்ட முக அமைப்பையும்கொண்ட அவர், சுருட்டையான பழுப்பு நிறத் தலைமுடியுடன், நீண்ட ஒல்லியான தாடியையும் பருத்தியாலான சட்டையையும் கறுப்பு நிற இடுப்பு மேலாடையையும் அணிந்துகொண்டு வெள்ளிக் கடிகாரச் சங்கிலி சட்டைப்பையிலிருந்து தொங்கத் தூங்கிக்கொண்டிருந்தார். அந்த முகத்தைப் பார்த்த மீச்சியாவுக்குக் கடும் வெறுப்பு ஏற்பட்டது; ஏனோ அவனுக்குக் குறிப்பாக அந்தச் சுருட்டைத் தலைமுடியின் மீது பயங்கரமான வெறுப்பு ஏற்பட்டது. தள்ளிப்போட முடியாத மிக முக்கியமான வேலைகளை, பல விஷயங்களைத் தியாகம் செய்துவிட்டு, எவ்வளவோ விஷயங்களை உதறித் தள்ளிவிட்டு, முழுவதுமாகச் சோர்ந்துபோய் இருக்கும் இந்த வேளையில், இந்தக் குடிகாரப் போக்கிரி 'வேறு ஒரு உலகத்திலிருந்து வந்தவன் போல எப்போதுமில்லாமல் இப்போது இப்படிக் குறட்டை விட்டுத் தூங்கிக்கொண்டிருக்க, இவனுடைய கைகளில் மீச்சியாவின் வாழ்வு இருப்பதுதான்.' மீச்சியாவால் பொறுத்துக்கொள்ள முடியாமல் இருந்தது. 'ஓ, விதியின் வேடிக்கையான விளையாட்டு!' என்று ஆச்சர்யப்பட்ட மீச்சியா, தன் அறிவை இழந்து மீண்டும் அந்தக் குடிகாரனை எழுப்ப முற்பட்டான். ஏதோ ஒரு கடும் வேகத்தில் அவனை உலுக்கி, தள்ளி, அடித்தும்கூட அவன் எழுப்பிப் பார்த்தான்; ஆனால் எதுவும் பலனிக்காமல் ஏமாற்றத்தில் ஐந்து நிமிடங்களுக்குப் பிறகு மீண்டும் வந்து பெஞ்சின் மீது அமர்ந்தான்.

'அறிவு கெட்டத்தனம், அறிவு கெட்டத்தனம்!' என்ற மீச்சியா, 'ஆக . . . இதில் எதுவுமே நேர்மை இல்லை!' என்று ஏனோ திடீரென்று சொன்னான். அவனுக்குக் கடுமையாகத் தலையை வலித்தது: 'எல்லாவற்றையும் விட்டுவிடலாமா? ஒரேயடியாகப் போய்விடலாமா' என்ற எண்ணம் அவனுடைய மனத்தில் தோன்றியது. 'வேண்டாம். காலை வரை பொறுத்திருக்கிறேன். இதோ முடிவாக இங்கு தங்குகிறேன், முடிவாக! பிறகு எதற்காக நான் இங்கு வந்தேன்? ஆம், இங்கிருந்து திரும்பிப் போகப் பணம் இல்லை, இனி எப்படித் திரும்பிப் போவது, ஓ, எவ்வளவு பெரிய முட்டாள்தனம்!' என்று நினைத்தான் மீச்சியா.

எது எப்படியிருந்தாலும், அவனுக்கு இன்னும் அதிகமாகத் தலையை வலித்தது. நகராமல் அப்படியே உட்கார்ந்தவன், மெதுவாகக் கண்களை மூடி, உட்கார்ந்த இடத்திலேயே தூங்கிப் போனான். பார்க்கப் போனால், இரண்டு மணி நேரமோ அதற்கு மேலாகவோ அவன் தூங்கிப் போயிருந்தான்.

தாங்க முடியாத தலைவலி காரணமாகத் தூக்கத்திலிருந்து விழித்தவன், பொறுக்க முடியாத வலியால் கத்தக்கூடச் செய்திருப்பான். நெற்றிப்பொட்டில் வலி அதிகமாக இருந்தது; மேல் மண்டையும் வலித்தது; தூங்கி விழித்தவனுக்கு என்ன நடந்ததென்று ஒன்றும் புரியாமல் நீண்ட நேரம் அமைதியாயிருந்தான். அதிகமாகச் சூடேற்றப் பட்டிருந்த குடிசையின் பயங்கரமான வெப்பத்தால் வெளிவந்த புகையில் எங்கே மூச்சுத் திணறி இறந்து விடுவானோ என்று நினைத்தான். ஆனால், அந்தக் குடிகார மனிதனோ இன்னும் படுத்தபடி குறட்டை விட்டுத் தூங்கிக்கொண்டிருந்தான்; மெழுகுவர்த்தி அணையும் தறுவாயில் விட்டுவிட்டு எரிந்துகொண்டிருந்தது. உரக்கக் கத்தியபடி மீச்சியா அந்த அறையை விட்டு வெளியேறி நடைபாதை வழியாகக் காட்டுக்காரன் குடியிருந்த பகுதிக்குச் சென்றான். தூங்கி எழுந்த அந்தக் காட்டுக்காரன் குடிசையின் பக்கத்து அறையில் புகை வருவதைப் பார்த்தும் கொஞ்சமும் கவலையில்லாமல், எந்தவிதப் பதற்றமும் இல்லாமல் இருப்பதைப் பார்த்து மீச்சியா ஆச்சர்யப்பட்டான்.

'அவன் இறந்துபோனால் அவன் இறந்துபோனால்... என்ன ஆவது?' என்று அந்தக் காட்டுக்காரன் முன்பாகப் பதைபதைத்தான் மீச்சியா.

கதவுகளையும் ஜன்னலையும் புகைபோக்கியையும் அவர்கள் திறந்துவைத்துத் தண்ணீரை நடைபாதையிலிருந்து எடுத்துவந்து முதலில் தன்னுடைய தலையை அவன் நனைத்துக்கொண்டு, பிறகு ஒரு கம்பளியைக் கண்டுபிடித்து அதையும் நனைத்து அந்தத் திருட்டு நாயின் தலையில் போட்டான். அந்தக் காட்டுக்காரன் இன்னமும் எந்தவித உணர்ச்சியுமில்லாமல், இன்னும் அதீத வெறுப்புடன் ஜன்னலைத் திறந்து, 'இப்படி இருந்தால்தான் நல்லது' என்று சோர்வுடன் சொல்லிவிட்டு, இரும்பாலான விளக்கைப் பொருத்தி வைத்துவிட்டு, மீச்சியாவை அங்கே விட்டுவிட்டு, மீண்டும் அவன் தூங்கப் போய் விட்டான். அடுத்த அரைமணி நேரம் மீச்சியா புகையில் கிடந்த அந்தக் குடிகாரனின் தலையில் கம்பளியை நனைத்து நனைத்துப் போட்டு, இரவு முழுவதும் தூங்காமல் அப்படியே உட்கார்ந்திருப்பது என்று முடிவுசெய்தவன், முற்றிலுமாகச் சோர்ந்துபோன நிலையில், ஒரு நிமிடம் தன்னைச் சுதாரித்துக்கொண்டு உட்கார்ந்தவன், நிமிடத்தில் கண்களை மூடி, அடித்துப்போட்டவன் போல அப்படியே அந்தப் பெஞ்சில் நினைவில்லாமல் படுத்துத் தூங்கிப் போனான்.

அவன் தூங்கி எழுந்தபோது நேரம் அதிகமாயிருந்தது. ஏறத்தாழ காலை ஒன்பது மணியாகியிருந்தது. குடிசையின் இரண்டு ஜன்னல் களின் வழியாகச் சூரிய வெளிச்சம் பிரகாசமாக ஒளிர்ந்துகொண் டிருந்தது. அந்தச் சுருட்டை முடிக்காரன் உடையணிந்து பெஞ்சின்

மீது வசதியாக உட்கார்ந்திருந்தான். அவனுக்கு முன்னால் மீண்டும் சமவாரும் புதிய பாட்டில் வோத்காவும் இருந்தன. நேற்றைய பாட்டிலில் இருந்த வோத்கா முழுவதுமாகக் குடிக்கப்பட்டு, புதிய பாட்டிலில் இருந்த வோத்கா பாதிக்கு மேல் இப்போது குடித்து முடிக்கப்பட்டிருந்தது. இதைப் பார்த்துத் துள்ளி எழுந்த மீச்சியா நாசமாய்ப் போன இந்த மனிதன் மீண்டும் குடித்துவிட்டு முற்றிலுமாகக் குடிகாரனாகித் திரும்ப சுயநினைவின்றி இருக்கிறான் என்று சட்டென்று புரிந்துகொண்டான். வெளியே துருத்திக்கொண்டிருக்கும் அவனுடைய கண்களை மீச்சியா ஒரு நிமிடம் பார்த்தான். அந்த மனிதனும் மீச்சியாவை அமைதியாக, தந்திரமாக, வருத்தத்திற்குரிய அமைதியுடன், சொல்லப்போனால், வெறுப்புக் கலந்த திமிருடன் பார்த்தது போல இருந்தது. மீச்சியா அவனை நோக்கி ஓடினான்.

'மன்னிக்கவும், தெரியுமா ... நான் ... நீங்கள் ஒருவேளை அந்தக் குடிசையிலிருக்கும் காட்டுக்காரன் மூலம் கேள்விப்பட்டிருக்கலாம், யாரிடமிருந்து நீங்கள் மரம் வாங்க விரும்புகிறீர்களோ அந்தக் கிழவர் கரமாஸவின் மகன் திமித்ரி கரமாஸவ், படைத்தளபதி ...' என்றான்.

'நீ பொய் சொல்கிறாய்!' என்று அவர் திடீரென்று அமைதியாக, ஆணித்தரமாக, தெளிவாகச் சொன்னார்.

'பொய் சொல்கிறேனா? பியோதர் பாவ்லவிச்சை உங்களுக்குத் தெரியுமா?'

'உங்களுடைய எந்த பியோதர் பாவ்லவிச்சைப் பற்றியும் எனக்குத் தெரியாது' என்று சோகமாகத் தடித்த குரலில் சொன்னார் அவர்.

'அவரிடம் தானே நீங்கள் மரம், மரவியாபாரம் செய்கிறீர்கள், சரி, விழித்தெழுங்கள், சரியாகச் சொல்லுங்கள். இலின்ஸ்கியில் இருக்கும் அருட்தந்தை பாவெல் தான் என்னை இங்கே கூட்டிக்கொண்டு வந்தார் ... நீங்கள் சம்சனோவுக்குக் கடிதம் எழுதியிருந்தீர்கள் தானே, அவர்தான் என்னை இங்கு அனுப்பிவைத்தார் ...' என்று மூச்சு வாங்கியபடி சொன்னான் மீச்சியா.

'பொய் சொல்கிறாய்!' என்று மீண்டும் தெளிவாகச் சொன்னான் அந்தத் திருட்டு வேட்டைக்கார வியாபாரி. மீச்சியா நொந்துபோனான்.

'தயவு பண்ணுங்கள், இது விளையாட நேரமல்ல! நீங்கள் ஒருவேளை குடித்திருக்கலாம். ஆனால், உங்களால் தெளிவாகப் பேச முடியும், புரிந்துகொள்ள முடியும் ... அப்படி இல்லையென்றால் ... இல்லையென்றால் எனக்கு எதுவுமே புரியவில்லை!'

'நீ ஏமாற்றுக்காரன்!'

'தயவுசெய்து கருணை காட்டுங்கள், நான் கரமாஸவ், திமித்ரி கரமாஸவ், உங்களுக்கு உதவ வந்திருக்கிறேன் ... லாபம் தரும் வியாபாரம் ... முற்றிலுமாக லாபம் தரும் வியாபாரம் ... குறிப்பாக மர வியாபாரம்.'

மரவியாபாரி தன்னுடைய தாடியை அழுத்தமாகத் தடவிக் கொடுத்தான்.

‘இல்லை, நீ கொள்கையில்லாத போக்கிரி. நீ கயவன்!’

‘நீங்கள் என்னைத் தவறாகப் புரிந்துகொண்டிருக்கிறீர்கள் என்பதை நான் அடித்துச் சொல்ல முடியும்!’ என்று ஏமாற்றத்துடன் தன்னுடைய கைகளை நெறித்தான் மீச்சியா. அந்த மரவியாபாரி தன்னுடைய தாடியைத் தடவிக் கொடுத்துக்கொண்டே கண்களைச் சுருக்கித் தந்திரமாக அவனைப் பார்த்தான்.

‘இல்லை, நீயே சொல், திருட்டுத்தனமாக வியாபாரம் செய்யச் சட்டம் ஏதாவது இருக்கிறதா? என்ன நான் சொல்வது கேட்கிறதா! நீ ஒரு கயவன், அது உனக்குப் புரிகிறதா?’

மீச்சியா வருத்தத்துடன் பின்வாங்கினான்; திடீரென்று ‘ஏதோ ஒன்று என் மண்டையில் உதித்தது’ என்று பிறகு அவன் நினைவு கூர்ந்தான். சட்டென்று ஒரு நிமிடத்தில் ஏதோ ஒன்று அவனுடைய எண்ணத்தில் பளிச்சிட்டது, ‘ஒரு விளக்கு சுடர்விட்டு எரிந்தது; அதில் எல்லாமே எனக்குப் புரிந்தது’ என்று வாயடைத்துப் போய் நின்றவன், ஆச்சர்யப்பட்டுப் போனான்; கொஞ்சம் புத்தியுள்ள அவன், எப்படி இப்படி ஒரு முட்டாள்தனமாகக் குழப்பத்தில் மாட்டிக்கொண்டு, ஒருநாள் முழுவதும் இந்தத் திருட்டு மரவியாபாரியின் தலையை ஈரத்துணியால் துடைத்துக்கொண்டு . . . ‘அவன் குடிகாரன், கண்மூடித் தனமாகக் குடிப்பவன், இன்னும் ஒரு வாரம் ஆனாலும் அவன் குடித்துக்கொண்டே இருப்பான் – எனவே அவனுக்காகக் காத்துக் கொண்டிருப்பதில் பயனில்லை. ஒருவேளை சம்சனோவே ஏதாவது ஒரு காரணத்தின் பொருட்டு என்னை அனுப்பியிருந்தால்? ஒருவேளை அவள் . . . ஓ, கடவுளே, நான் என்ன செய்துவிட்டேன் . .!’ என்று நினைத்தான் மீச்சியா.

அந்த மனிதன் உட்கார்ந்தபடி அவனை ஏளனமாகப் பார்த்தான். வேறு ஒரு சமயமாக இருந்திருந்தால், கோபத்தில் மீச்சியா அவனைக் கொன்றே இருப்பான்; ஆனால் இப்போதோ அவன் ஒரு குழந்தையைப் போல வலுவிழந்திருந்தான். மீச்சியா அமைதியாக பெஞ்ச் அருகே வந்து, தன்னுடைய மேல்கோட்டை எடுத்து அணிந்துகொண்டு குடிசையை விட்டு வெளியேறினான். குடிசையின் மறுபகுதியில் அந்தக் காட்டுக்காரனும் இல்லை, வேறு யாரும் இல்லை. தன்னுடைய சட்டைப் பையிலிருந்து ஐம்பது கோபெக்குகளை, அவன் தங்கியிருந்ததற் காகவும், பயன்படுத்திய மெழுகுவர்த்திக்காகவும் அப்படியே அவர் களுக்குச் சிரமம் கொடுத்ததற்காகவும் எடுத்து மேஜை மேலே வைத்தான். குடிசையைவிட்டு அவன் வெளியேறியபோது சுற்றிலும் ஒரே காடாக இருந்தது; காட்டைத் தவிர வேறு எதுவும் அங்கு இல்லை. ஏதோ ஒரு யூகமாக, குடிசையிலிருந்து எந்தப் பக்கம் திரும்புவது, வலப்பக்கமா, இடப்பக்கமா என்றுகூடத் தெரியாமல் மீச்சியா நடந்தான்; நேற்று இரவு அருட்தந்தையோடு அவசரமாக வந்ததில் வழியைக்கூட அவன் கவனித்திருக்கவில்லை. யாரையும், ஏன், சம்சனோவைக் கூட. பழி

வாங்கும் நோக்கம் அவனுக்கு இல்லை, குறுகிய காட்டுவழியில் எந்த நோக்கமும் இல்லாமல், தொலைந்துபோன உணர்வில், ‘தொலைந்து போன திட்டத்துடன்’ எங்கே போகிறோமென்ற எண்ணமே இல்லாமல் அவன் நடந்துபோனான். சிறு குழந்தைகூட அவனை வென்றுவிடும் அளவுக்கு அவனுக்கு உடலிலும் மனத்திலும் திடீரென்று சக்தியில்லாமல் இருந்தது. இப்படியாக, எப்படியோ அவன் அந்தக் காட்டிலிருந்து வெளியேறி வந்தான். கண்ணுக்குத் தெரிந்தவரை பரந்து விரிந்து அறுவடை முடிந்திருந்த வயல்வெளிப் பரப்பு திடீரென்று தெரிந்தது. ‘எப்படிப்பட்ட பாழ்தோற்றம், சுற்றிலும் எப்படிப்பட்ட உயிரற்ற நிலை!’ என்று சொல்லிக்கொண்டே முன்னோக்கி நடந்தான் மீச்சியா.

அப்போது வழிப்போக்கன் ஒருவனால் அவன் காப்பாற்றப்பட்டான்: யாரோ வயதான வியாபாரியின் வண்டியை வழிப்போக்கன் ஒருவன் அந்த வழியாக ஓட்டிக்கொண்டு போனான். அந்த வியாபாரி அவனுக்கு அருகே வந்தபோது மீச்சியா அவரிடம் வழிகேட்டான்; அவரும் வலோவியாவிற்குத் தான் போகிறார் என்பதை மீச்சியா தெரிந்துகொண்டான். இருவரும் பேசிக்கொண்டபடி மீச்சியாவை அவர் வண்டியில் ஏற்றிக்கொண்டார். மூன்று மணி நேரத்திற்குப் பிறகு அவர்கள் வர வேண்டிய இடத்திற்கு வந்துசேர்ந்தார்கள். வலோவியா ரயில் நிலையத்திற்கு வந்து சேர்ந்ததும் ஊருக்குப் போவதற்காகக் குதிரைகளை வரவழைக்கச் சொன்னவன் திடீரென்று உணர்ந்தான், தாங்க முடியாத பசி அவனுக்கு இருப்பதை. குதிரைகளை வண்டியில் பூட்டுவதற்குள் ஆம்லெட் அவனுக்குப் போட்டுத் தரப் பட்டது. அதை முழுவதுமாக ஒரு நொடியில் சாப்பிட்டுவிட்டு, பெரிய ரொட்டித் துண்டு ஒன்றையும் மாமிசக் குழப்பாளையையும் மூன்று மதுக்கிண்ண வோத்காவையும் அவன் குடித்தான். இப்படியாக, தனக்கு வலுவேற்றிக் கொண்டவன், சந்தோஷத்துடன் மீண்டும் தெளிவடைந்தான். வண்டியை வேகமாக ஓட்டச்சொல்லிவிட்டுப் பஞ்சாகப் பறந்தவனின் எண்ணத்தில் இன்றே, இன்று மாலையே, எப்படியாவது ‘நாசமாய்ப் போன’ அந்தப் பணத்தைப் பெற்றுவிட வேண்டுமென்பதற்கான ஒரு புதிய, ‘அசைக்க முடியாத’ வலுவான திட்டம் ஒன்று திடீரென்று உருவானது;

‘யோசித்துப் பார், கொஞ்சம் யோசித்துப் பார், வெறும் இந்த மூவாயிரம் ரூபிள்களுக்காக ஒரு மனிதனுடைய வாழ்வு அழிந்து போவதா!’ என்று வெறுப்புடன் நினைத்துக்கொண்டான் மீச்சியா. ‘இன்றே இதற்குத் தீர்வு காண்கிறேன்!’ என்றும் அவன் நினைத்தான். குரூஷென்காவிற்கு என்ன ஆனதோ என்ற நினைப்பு மட்டும் அவனைத் தொடர்ந்து தொல்லை செய்யாமலிருந்திருந்தால், ஒரு சமயம் அவன் மறுபடியும் சந்தோஷமாக இருந்திருப்பான். ஆனால், அவளுடைய நினைவு கூரிய கத்தி போல ஒவ்வொரு நிமிடமும் அவனுடைய மனதை ஊடுருவிச் சென்றுகொண்டே இருந்தது. இறுதியாக அவர்கள் ஊருக்கு வந்துசேர்ந்ததும் குரூஷென்காவைப் பார்க்க ஓடினான் மீச்சியா.

# 3

## தங்கச் சுரங்கம்

மீச்சியாவின் இந்த வருகையைப் பற்றித்தான் குரூஷென்கா ரக்கீத்தினிடம் அவ்வளவு பயத்துடன் சொல்லிக்கொண்டிருந்தாள். அப்போதுதான் அந்தச் 'செய்திக்காக' அவள் காத்திருந்தாள்; நேற்றும் இன்றும் மீச்சியா வராமலிருந்தது அவளுக்கு மகிழ்ச்சியைத் தந்தது; அங்கிருந்து அவள் போகும்வரை அவன் அங்கு வரக் கூடாதென்று அவள் கடவுளை வேண்டிக்கொண்டிருந்தாள்; ஆனால் அவனோ திடீரென்று அங்கு வந்துவிட்டான். மற்றபடி நடந்த விஷயங்கள் எல்லாமே நமக்குத் தெரியும்: மீச்சியாவைத் தவிர்ப்பதற்காக, அவள் குஸ்மா சம்சனோவைப் பார்க்கப் போகவேண்டும், அங்கு ஏதோ 'அவனுடைய கணக்குகளை' எல்லாம் அவசரமாகப் பார்த்து அவள் முடிக்க வேண்டுமென்று சொன்னவளை உடனே குஸ்மா சம்சனோவின் வீட்டிற்குக் கூட்டிக் கொண்டு போய்விட்டான் மீச்சியா; வீட்டு வாசலில் விடைபெற்றுக் கொண்ட குரூஷென்கா திரும்ப அவளை அழைத்துவரப் பன்னிரண்டு மணிக்கு அவன் வர வேண்டுமென்று சத்தியம் வாங்கிக்கொண்டாள். இந்த ஒப்பந்தத்தால் மீச்சியா மிகவும் மகிழ்ந்துபோனான். 'அவள் குஸ்மாவின் வீட்டிலிருக்கப் போகிறாள் என்றால், பியோதர் பாவ்லவிச்சை அவள் பார்க்கப்போகவில்லை என்று அர்த்தம்... ஆனால், அவள் பொய் சொல்லாமலிருக்க வேண்டும்' என்று உடனே நினைத்துக்கொண்டான் மீச்சியா. ஆனால் அவள் பொய்சொல்ல வில்லை என்று அவனுக்குப் பட்டது. அவன் எப்படிப்பட்ட பொறாமைக் காரன் என்றால், காதலியை விட்டுப் பிரிந்து சென்றதுமே, கடவுளுக்குத் தான் தெரியும், எப்படிப்பட்ட பயங்கரமான எண்ணங்கள் அவனுடைய மனத்தில் வந்துபோகும் என்று, அவள் என்னசெய்வாளோ, ஒரு சமயம் மனம் 'மாறித்' தன்னை ஏமாற்றி விடுவாளோ என்ற எண்ணம் அவனுள் மேலெழும்பி மீண்டும் அவளைத் தேடிப் போகும்போது, மகிழ்ச்சியான புன்சிரிப்பை ஏந்திய அவளுடைய முதல் பார்வையை, இனிமையான அவளுடைய முகத்தைப் பார்த்த உடனேயே, தன்னுடைய எல்லாச் சந்தேகத்தையும் அவன் உதறித் தள்ளிவிட்டு, தன்னுடைய பொறாமைக் குணத்திற்காக வெட்கப்பட்டு, அந்த நிமிடமே மனமகிழ்ந்து போவான். குரூஷென்காவை வழியனுப்பி வைத்துவிட்டு மீச்சியா தன்னுடைய வீட்டிற்குப் போனான். ஓ, இன்று அவன் செய்து முடிக்க வேண்டிய வேலைகள் நிறைய இருக்கின்றன! ஆனால் இறுதியாக அவனுடைய மனம் நிம்மதியாக இருந்தது. 'ஸ்மெர்தியாக்கவைப் பார்த்து உடனே கேட்க வேண்டும், நேற்று இரவு ஏதாவது நடந்ததா, பியோதர் பாவ்லவிச்சைப் பார்க்க அவள் வந்தாளா என்று', ஓ! இந்த எண்ணம் அவனுடைய மனத்தில் தோன்றியது. இப்படியாக அவன் இன்னும் தன்னுடைய வீட்டிற்குக் கூடப் போகவில்லை, அதற்குள்ளாகவே அவனுடைய பொறாமைக் குணம் மீண்டும் கிளர்ந்து எழுந்து அவனை நிலைகுலைய வைத்தது.

பொறாமை! 'ஒத்தெல்லோ பொறாமைப்படவில்லை, ஆனால் நம்பிக்கையுடன் இருந்தான்' என்று நம்முடைய அற்புதமான கவிஞன் புஷ்கின் சொன்னது அசாதாரணமான அவனுடைய அறிவாழத்தைக் காட்டுகிறது. ஒத்தெல்லோவின் மனம் சுக்குநூறாக உடைந்து, வாழ்வைப் பற்றிய அவனுடைய முழு அர்த்தமும் அழிந்துபோனதற்குக் காரணம், கனவியலான அவனுடைய குறிக்கோள் போனதுதான். ஆனால், ஒத்தெல்லோ மறைந்து நின்று கண்காணிக்கவோ, உளவறியவோ, ஒட்டுக்கேட்கவோ இல்லை: நம்பிக்கை அவனிடம் இருந்தது. அப்படியே வஞ்ச ஒழுக்கத்தைப் பற்றிச் சந்தேகப்பட அவனை வலுக்கட்டாயமாகப் பிடித்துத் தள்ள வேண்டும்; அப்படிச் செய்ய நாம் மிகப்பெரிய முயற்சிகளையும் மேற்கொள்ள வேண்டும். உண்மையாகப் பார்த்தால் பொறாமைப்படுபவனின் குணம் இப்படிப்பட்டதல்ல. மனசாட்சியின் உறுத்தல் இல்லாமல் பொறாமைப்படும் ஒரு மனிதன், கேவலத்தையோ ஒழுக்கக்கேட்டையோ தாங்கிக்கொள்வானென்று நாம் எதிர்பார்க்க முடியாது. அதற்காக அவர்கள் எல்லோரும் கீழ்த்தரமான, கேவலமான எண்ணங்களைக் கொண்டவர்கள் என்றும் அர்த்தமாகாது. மாறாக, உயர்ந்த உள்ளங்கொண்ட ஒருவருடைய காதல், தன்னலமே இல்லாமல் இருந்தாலும்கூட, மேஜைக்கடியில் அந்தக் காதல் தன்னை மறைத்து வைத்துக்கொண்டு, நயவஞ்சகர்களைக் கைவசப்படுத்திக்கொண்டு, கேவலமாக உளவறியவோ ஒட்டுக்கேட்கவோ கூடச்செய்யும். வஞ்ச ஒழுக்கத்தை ஒத்தெல்லோவால் எப்படியுமே ஏற்றுக்கொள்ள முடிய வில்லை; அதற்காக அதை அவனால் மன்னிக்காமல் இருக்கவும் முடியவில்லை; அவனுடைய உள்ளமோ ஒரு குழந்தையைப் போலக் கள்ளங்கபடமில்லாமல் பரிசுத்தமாக இருந்தது. உண்மையாகவே இது பொறாமைப்படக்கூடிய ஒருவரின் குணமல்ல; இப்படிப்பட்டவர்கள் எல்லாவற்றையும் பொறுத்துக்கொண்டு எல்லாவற்றையும் ஏற்றுக்கொண்டு மன்னித்தபடியே இருப்பார்கள்! இவர்கள்தான் முதன்முதலாக எல்லா வற்றையும் மன்னிப்பார்கள் என்பதையும் தெரிந்து வைத்திருக்கிறார்கள் பெண்கள். பொறாமைக் குணம் கொண்டவன் உடனே எதையும் மன்னித்துவிடக் கூடியவன் (நிச்சயமாக முதலில் அவன் பயங்கரமான ஒரு காட்சியை உருவாக்குவான்) இப்படிப்பட்ட நிரூபண வஞ்ச ஒழுக்கத்தை, கட்டி அணைத்தலை, கண்களால் அவன் பார்த்த காதல் முத்தங்களை, 'இதுதான் கடைசி முறை' என்று சொல்லிச் சமாதானப் படுத்தி, போட்டியாளன் அவளுடைய வாழ்க்கையிலிருந்தே விலகிப் போய்விடுவான் அல்லது உலகின் எந்த மூலைக்காவது போய்விடுவா னென்று சொன்னால், உடனே அந்தப் போட்டியாளன் வரமுடியாத இடத்திற்கு அவன் அவளைக் கூட்டிக்கொண்டு போவான். நிச்சயமாக இப்படிப்பட்ட சமரசம் ஒருமணிநேரம்தான் இருக்கும், ஏனெனில், போட்டியாளன் உண்மையாகவே அவளுடைய வாழ்வில் இல்லாமல் போனாலும், நாளைக்கே வேறு ஒரு புதிய போட்டியாளனை அவன் கற்பனை செய்து, அவனைப் பார்த்துப் பொறாமைப்படுவான். இப்படி எச்சரிக்கையுடன் கவனமாகக் கண்காணிக்கப்படும் காதல், எப்படிப்பட்ட காதலாக இருக்க முடியுமென்று நினைக்கலாம். ஆனால் பொறாமைக் குணம் கொண்டவன் ஒருபோதும் இதை உணரமாட்டான்.

இருந்தாலும், அப்படிப்பட்ட பொறாமைக் குணம் உள்ளவர்களில் உயர்ந்த கொள்கையைக் கொண்டவர்களும் இருக்கத்தான் செய்கிறார்கள் என்பதும் உண்மையே.

இங்கே கவனிக்கப்பட வேண்டிய விஷயம் என்னவென்றால், உயர்ந்த உள்ளங்கொண்ட இந்த மனிதர்கள் ஏதோ ஒருவிதத்தில் ஒளிந்து, மறைந்து நின்று ஒட்டுக்கேட்கும்போது ‘அவர்களுடைய உயர்ந்த உள்ளத்திற்கு’ அது முற்றிலும் கேவலமானதாகத் தெரிந்தாலும், விருப்பப்பட்டே அதை அவர்கள் செய்வதால், அவர்களுடைய மனசாட்சியை அது உறுத்துவதே இல்லை. மீச்சியாவைப் பொறுத்த வரையில் குரூஷென்காவைப் பார்த்த மாத்திரத்தில் அவனுடைய பொறாமைக் குணம் மறைந்து, அவன் நம்பிக்கை உள்ளவனாக, நல்லவனாக மாறிவிடுவதால், தன்னுடைய இந்தக் கெட்ட எண்ணத்தை நினைத்து அவனே அவன்மீது வெறுப்பு கொள்கிறான். எப்படியிருந்தாலும் மீச்சியா குரூஷென்காவின் மீது கொண்டிருந்த காதலானது, முன்பு அவள் அல்யோஷாவிடம் குறிப்பிட்டது போல, காம உணர்ச்சியாலோ அவளிடமிருக்கும் ‘உடல் நெளிவுசுழிவுகளாலோ’ இல்லாமல், அதற்கும் மேலே உயர்ந்த ஒன்றாக இருந்தது. ஆனால் குரூஷென்கா அவனை விட்டு விலகிப்போன சமயங்களிலெல்லாம் மீச்சியா உடனே அவள் மீது சந்தேகப்பட்டு, கேவலமாக அவளைப் பற்றி நினைத்து, அவள் அவனுக்குத் துரோகம் செய்கிறாளென்றே நினைப்பான். இதில் அவனுக்கு மனசாட்சியின் உறுத்தலே இருப்பதில்லை.

இப்படியாக, அவனுடைய மனத்தில் பொறாமைக்குணம் பொங்கிப் பெருகிக்கொண்டிருந்தது. எப்படியிருந்தாலும், அவனுக்குச் சீக்கிரமே வீட்டிற்குப் போக வேண்டியிருந்தது. தற்போதைய தேவைக்கு முதலில் கொஞ்சம் பணத்தை அவன் கடன் வாங்க வேண்டியிருந்தது. அவனிட மிருந்த ஒன்பது ரூபிள்களும் பயணத்திலேயே செலவழிந்துவிட்டதால், இனி ஒன்றுமே செய்ய முடியாதென்ற நிலையில் அவன் இருந்தான். வண்டியில் வரும்போதே தன்னுடைய புதிய திட்டத்துடன், தற்போதைக் கான பணத்தை எங்கே கடன்வாங்குவது என்பதையும் யோசித்துக் கொண்டே அவன் வந்தான். அருமையான இரண்டு துப்பாக்கிகள் குண்டுகளுடன் அவனிடம் இருந்தன; அவற்றை அவன் இன்னமும் அடமானம் வைக்காததற்குக் காரணம், அவனிடமிருந்த மற்ற பொருட்களைவிட அவற்றை அவன் மிக அதிகமாக விரும்பியதால் தான். நீண்ட நாட்களுக்கு முன்பு அவன் ‘தலைநகரம்’ என்ற சத்திரத்தில் சந்தித்த ஒரு இளம், திருமணமாகாத அதிகாரி ஒருவர், துப்பாக்கிகளை மிகவும் நேசித்தாரென்பது அவனுக்குத் தெரியும்; சிறிய, பெரிய துப்பாக்கிகளையும் கைக்கடக்கமான கத்திகளையும் வாங்கி அவர் வீட்டுச் சுவர்களில் மாட்டி வைத்துக்கொண்டு, தனக்குத் தெரிந்தவர்களிட மெல்லாம் அவற்றைப் பெருமையாகக் காட்டிக்கொண்டு, அவை எப்படி வேலை செய்கின்றன, எப்படி அவற்றில் குண்டுகளைப் போட வேண்டும், எப்படி அவை சுடும் என்று கைதேர்ந்த நிபுணரைப் போல விளக்குவாரென்பதையும் மீச்சியா அறிந்திருந்தான். மீச்சியா நீண்ட நேரம் யோசிக்காமல் உடனே அவரிடம் தன்னுடைய துப்பாக்கி

களைக் கொடுத்துப் பத்து ரூபிள்களைக் கடனாகத் தருமாறு கேட்டான். அந்த அதிகாரி சந்தோஷத்துடன் அவற்றை வாங்கிக்கொண்டு, அதை அவற்றை விற்று விடுமாறு கேட்டார்; ஆனால், மீச்சியா அதற்குச் சம்மதிக்காததால், அவர் அவனுக்குப் பத்து ரூபிள்களைக் கொடுத்துவிட்டு, அதற்கு வட்டி வேண்டாம் என்று சொன்னார். இருவரும் அந்த ஒப்பந்தத்துடன் பிரிந்துபோனார்கள். மீச்சியா, உடனே ஸ்மெர்தியாக்க வைப் பார்ப்பதற்காகத் தந்தையின் வீட்டிற்குப் பின்புறமிருந்த செடி கொடிகள் கவிழ்ந்திருந்த நடைபாதை இருந்த தோட்டத்திற்கு விரைந்தான். இப்படியாக, குறிப்பிட்ட, முக்கியமான அந்தச் சம்பவம் நடப்பதற்கு மூன்று அல்லது நான்கு மணி நேரத்திற்கு முன்பாக, இனிமேல் குறிப்பிடப்படும் அந்தச் சம்பவம் நடப்பதற்கு முன்பாக, திடீரென்று எப்படி அந்த மூன்று மணி நேரத்திற்குள் மீச்சியாவிடம் ஆயிரம் ரூபிள்கள் வந்திருக்க முடியுமென்பது ஆச்சர்யப்படத்தக்க விஷயமாக நம்முன் எழுந்து நிற்கிறது . . . ஆனால், சற்று வேகமாகக் கதையை நான் முன்னெடுத்துச் செல்கிறேன்.

மரியா கன்த்ரச்சேவ்னா (பியோதர் பாவ்லவிச்சின் அண்டை வீட்டுக்காரி) மூலமாக, ஸ்மெர்தியாக்கவ் உடல் நலம் சரியில்லாமல் மிக மோசமான நிலையில் படுத்திருக்கிறானென்ற எதிர்பாராத, கவலைக்குரிய செய்தியை மீச்சியா தெரிந்துகொண்டான். ஸ்மெர்தி யாக்கவ் நிலவறையில் விழுந்து, வலிப்பு நோய் கண்டு வேதனைப்பட, பியோதர் பாவ்லவிச்சே மருத்துவரைக் கூட்டிக்கொண்டு வந்து காட்டி, அவனைக் காப்பாற்ற எவ்வளவு தூரம் பாடுபட்டாரென்பதையும் மீச்சியா கேட்டுத் தெரிந்துகொண்டான்; இவான் ஃபியோதரவிச் அன்று காலை மாஸ்கோ சென்றுவிட்டதையும் மிக ஆர்வத்துடன் அவன் கேட்டுத் தெரிந்துகொண்டான். 'வோல்வியா வழியாக, எனக்கு முன்பு அவன் போயிருக்க வேண்டும்' என்று நினைத்த திமித்ரி ஃபியோதரவிச்சுக்கு ஸ்மெர்தியாக்கவைப் பற்றிய விஷயம் அதிர்ச்சி யூட்டக்கூடியதாக இருந்தது: – 'இனிமேல் யார், எப்படிக் கண்காணித்து எனக்கு விஷயங்களைச் சொல்வார்கள்?' நேற்று மாலை ஏதாவது நடந்ததா என்று அங்கிருந்த பெண்களை ஆவலுடன் அவன் கேட்டான். அவன் எதைப் பற்றிக் கேட்கிறான் என்பது தெரிந்ததால், 'யாருமே இங்கு வரவில்லை, இவான் ஃபியோதரவிச் நேற்று இங்குதான் இருந்தார், எல்லாமே சாதாரணமாகத்தான் இருக்கிறது' என்று அவர்கள் சொன்னார்கள். உடனே மீச்சியா நினைத்தான், எப்படியாவது இன்று அவளைக் கண்காணிக்க வேண்டும், ஆனால் எங்கிருந்து? இங்கிருந்து கொண்டா அல்லது சம்சனோவின் வீட்டருகே நின்றுகொண்டா; இரண்டு இடங்களையுமே அவ்வப்போது கண்காணிக்க வேண்டும், அதுவரை, அதுவரை . . . வண்டியில் வரும்போது அவன் போட்ட நம்பிக்கைக்குரிய புதிய திட்டத்தை இனியும் அவன் தள்ளிப்போட முடியாதென்று நினைத்தான். இதற்காக ஒரு மணிநேரத்தை அவன் செலவு செய்யவும் தயாராக இருந்தான். 'ஒரு மணி நேரத்தில் எல்லா வற்றையும் முடிவு செய்வேன், எல்லாவற்றையும் தெரிந்துகொள்வேன், அப்படியானால், அப்படியானால் முதலாவதாக, சம்சனோவ் வீட்டிற்குப் போய் குருஷென்கா அங்கு இருக்கிறாளா என்று தெரிந்துகொண்டு,

நிமிடத்தில் இங்குத் திரும்பி வந்து பதினோரு மணி வரை இங்கு நான் காத்திருப்பேன். பிறகு மறுபடியும் அவளைத் தேடிக்கொண்டு சம்சனோவ் வீட்டிற்குப் போவேன், போய் அவளை அவள் வீட்டில் கொண்டுபோய்விடுவேன்' என்று முடிவு செய்தான்.

வேகமாக அவன் வீட்டிற்குப் போய் முகத்தைக் கழுவித் தலையைச் சீவி உடையைச் சரிசெய்துகொண்டு திருமதி ஹஹ்லக்கோவாவைப் பார்க்கப் போனான். அந்தோ பரிதாபம், அவனுடைய 'திட்டம்' இதுவாகத்தான் இருந்தது. மூவாயிரம் ரூபிள்களை அவளிடம் கடனாகப் பெறுவது. முக்கியமான விஷயம் என்னவென்றால், அவனுக்கு அவள் பணம் தர மறுக்கமாட்டாளென்ற அசைக்க முடியாத நம்பிக்கை அவனுள் இருந்தது. இவ்வளவு தூரம் அவள்மீது நம்பிக்கை வைத்திருப்பவன், தன்னுடைய சமூகத்தைச் சார்ந்த அவளிடம் முன்பே ஏன் பணம் கேட்காமல், முற்றிலும் வேறான, முன்பின் தெரியாத, சம்சனோவிடம் கேட்டானென்பதை நினைத்தால் ஆச்சர்யமாகத்தான் இருக்கிறது. ஆனால், விஷயம் என்னவென்றால், ஹஹ்லக்கோவாவைக் கடைசி ஒரு மாதமாகவே அவன் சந்திக்கவில்லை, இன்னும் சொல்லப்போனால் அவனுக்கு அவளை அவ்வளவு நன்றாகத் தெரியாது, மேலும், அவனைக் கண்டாலே அவளுக்குப் பிடிக்காது என்பதும் அவனுக்குத் தெரியும். இவன் கத்தரீனா இவானவ்னாவின் மணமகனென்பதால் இந்தப் பெண்மணி ஆரம்பத்திலிருந்தே மீச்சியாவை வெறுத்தாள். அவளுக்கு ஏனோ கத்தரீனா இவானவ்னா, இவனைவிட, 'பெருந்தன்மை மிக்க, அறிவாளியான, பண்பாளனான, அருமையான இவான் ஃபியோதரவிச்சை' மணந்துகொள்ள வேண்டுமென்றுதான் விரும்பினாள். மீச்சியா பழகும் முறையையும் அவனுடைய நடை உடை பழக்கவழக்கங்களையும் ஹஹ்லக்கோவா வெறுத்தாள். ஒருமுறை அவன் ஹஹ்லக்கோவா 'படிப்பறிவில்லாத துடுக்குப் பெண்' என்று கேலிசெய்துவிட்டான். இன்று காலை வண்டியில் வந்துகொண்டிருக்கும்போது அவனுக்கு அற்புதமான எண்ணம் ஒன்று உதித்தது: 'ஆமாம், அப்படி நான் கத்தரீனா இவானவ்னாவை மணந்துகொள்ளக் கூடாதென்று அவள் நினைத்தால் (அவனுக்குத் தெரியும், ஏறக்குறைய அந்த நினைப்பே அவளைப் பைத்தியம் பிடிக்க வைத்தது என்று), அவள் எனக்கு மூவாயிரம் ரூபிள்கள் கொடுக்கட்டும், அவளை விட்டு நான் விலகிப் போய்விடுகிறேன்; காச்சியாவை விட்டுவிட்டு முற்றிலுமாக நான் விலகிப்போய் விடுகிறேன். சமுதாயத்தில் அதிக சலுகைகளைக் கொண்ட இப்படிப்பட்ட பெண்கள் வித்தியாசமாக நினைத்தால், அதை அவர்கள் செய்யாமல் விடமாட்டார்கள். அப்படியே 'அவள் பணக்காரியும் கூட' என்று நினைத்தான் மீச்சியா. அவனுடைய 'திட்டத்தைப்' பொறுத்தவரையில், எல்லாமே அப்படியேதான் இருந்தது, அதாவது செர்மாஷ்னய இடத்து உரிமையை வியாபார நோக்கமில்லாமல், எப்படி அவன் சம்சனோவிடம் ஒரு நாளைக்கு முன்னதாக இரண்டு மடங்காக்கிக் கொள்ளலாமென்று சொன்னானோ, அப்படியில்லாமல், அதை வெறும் கடனுக்கான பத்திரமாகக் கொடுத்துவிடுவதாக முடிவு செய்தான். தன்னுடைய இந்தப் புதிய எண்ணத்தை அவன் யோசித்துப் பார்த்தபோது அவனுக்கே ஆச்சர்யமாக இருந்தது; ஆனால் இப்படித்

தான், அவனுடைய ஒவ்வொரு அதிரடி முடிவுகளும் அவனை ஆச்சர்யப் பட வைத்தன. தன்னுடைய எல்லாவிதப் புதிய எண்ணங்களுக்கும் இப்படிப்பட்ட உற்சாகத்தைத் தான் அவன் கொடுத்தான். இருந்தாலும், திருமதி ஹஹ்லக்கோவாவின் வீட்டு வாயிலுக்கு வந்ததும், அவனுடைய முதுகுத்தண்டில் சில்லென்று ஒரு உணர்வு நெளிந்து கிளர்ந்தது. அப்போது தான் அவன் தெளிவாக யோசித்து, முழுமையாக உணர்ந்தான், இது அவனுடைய கடைசி நம்பிக்கை என்றும் இதைத் தவறவிட்டு விட்டால் இவ்வுலகில் அவனுக்கு வேறு வழியே இல்லை என்றும். அப்படி இது நடக்காவிட்டால் 'யாரையாவது கொன்றாவது மூவாயிரம் ரூபிள்களைத் திருடுவதைத் தவிர வேறு வழியில்லை' என்றும் அவன் நினைத்தான் ...' அவளுடைய வீட்டு அழைப்பு மணியை அடித்தபோது, மணி ஏழரையாக இருந்தது.

முதலில் வேலை என்னவோ நல்லபடியாகத்தான் நடந்தது: உள்ளே அவன் நுழைந்ததும் உடனே அவனை வரவேற்று உபசரித்தார்கள். 'அவள் என்னை எதிர்பார்த்துக் காத்திருந்தாள் போல' என்று நினைத்தான் மீச்சியா. பிறகு வரவேற்பறைக்கு அவனை அழைத்துச் சென்றதும், வீட்டு எஜமானியே ஓடிவந்து, அவனைப் பார்ப்பதற்காக அவள் காத்திருந்தாளென்று நேரடியாக அவனிடம் சொன்னாள் ...

'காத்திருந்தேன், நீங்கள் வருவீர்களென்று காத்திருந்தேன்! ஆனால் நீங்கள் என்னைப் பார்க்க வருவீர்களென்று நான் நினைத்துக்கூடப் பார்க்கவில்லை; இருந்தாலும் உங்களுடைய வரவை எதிர்பார்த்துக் காத்திருந்தேன்; என்னுடைய உள்ளுணர்வு சொன்னது சரிதான் திமித்ரி ஃபியோதரவிச், இன்று காலையிலிருந்தே நீங்கள் வருவீர்கள் என்று நான் நினைத்தேன்.'

'உண்மையாகவே இது ஆச்சர்யம்தான் சீமாட்டி' என்று சொன்ன மீச்சியா, அவளுடைய முகம் கோணும் விதத்தில் நாற்காலியை இழுத்துப் போட்டு அமர்ந்தவன், 'ஆனால் ... மிக முக்கியமான ஒரு காரியத்திற்காக நான் இங்கு வந்திருக்கிறேன் ... முக்கியமான விஷயங்களிலும் இது அதிமுக்கியமான விஷயம், சீமாட்டி; இது எனக்கு மிக மிக முக்கியமான விஷயம், அதனால்தான் நான் அவசரமாக வந்திருக்கிறேன் ...'

'தெரிகிறது, திமித்ரி ஃபியோதரவிச், மிக முக்கியமான வேலை என்று தெரிகிறது, இது ஏதோ வரவிருக்கிற தீமையை முன்கூட்டியே உணர்வது என்பதல்ல அல்லது அதிசயம் நலிவுற வேண்டுமென்கிற விருப்பமும் அல்ல (முதியவர் ஸோசிமாவைப் பற்றி நீங்கள் கேள்விப் பட்டீர்களா?), இது, இது வெறும் கணக்குதான்: கத்தரீனா இவானவ்னா வுக்கு இவ்வளவு நடந்தபிறகும் உங்களால் இங்கு வராமல் இருக்க முடியவில்லை, வராமலிருக்க முடியவில்லை, இது வெறும் கணக்கு சம்பந்தப்பட்டதுதான்.'

'வாழ்க்கையில் நடக்கக்கூடிய உண்மையான சம்பவங்களில் இதுவும் ஒன்று. சீமாட்டியே, அதுதான் இது! ஆனால், நான் சொல்லவந்ததைச் சொல்ல அனுமதியுங்கள் ...'

'கண்டிப்பாக இது வாழ்க்கையில் நடக்கக்கூடிய சம்பவம்தான், திமித்ரி ஃபியோதவிச். இனி நான் வாழ்வின் உண்மையை மட்டுமே பின்பற்றிச் செல்வேன்; அதிசயங்களைப் பொறுத்தவரையில் எனக்கு நிறைய அனுபவம் இருக்கிறது. முதியவர் ஸோசிமா இறந்துவிட்டார் என்பதை நீங்கள் கேள்விப்பட்டீர்களா?'

'இல்லை, சீமாட்டியே, இப்போதுதான் கேள்விப்படுகிறேன்' என்று சற்றே ஆச்சர்யத்துடன் சொன்னான் மீச்சியா. அவனுடைய மனத்தில் அல்யோஷாவின் உருவம் வந்துபோனது.

'நேற்று இரவு நடந்தது, நினைத்துப் பாருங்கள் . . .'

'சீமாட்டியே', என்று இடைமறித்த மீச்சியா, 'என்னால் ஒரு விஷயத்தைத்தான் இப்போது நினைத்துப் பார்க்க முடியும், தர்ம சங்கடமான என்னுடைய நிலைமையை மட்டுமே; இப்போது எனக்கு நீங்கள் உதவ மறுத்தால் எல்லாமே அழிந்துவிடும்; முதன்முதலாக நான் அழிந்துபோவேன். சலிப்பூட்டும் விதத்தில் இப்படி நான் பேசுவதற்கு என்னை மன்னியுங்கள், ஆனால் நான் மிகவும் அவசரத்தில் இருக்கிறேன், தீப்பற்றி எரிகின்ற அவசரம்' . . .

'தெரியும், நீங்கள் மிகவும் அவசரத்தில் இருக்கிறீர்களென்று; எனக்குத் தெரியும், எல்லாமே எனக்குத் தெரியும், வேறு எந்த மனநிலையிலும் நீங்கள் இருக்க முடியாது, நீங்கள் சொல்லாமலேயே உங்களுடைய நிலைமை என்னவென்று எனக்குப் புரிகிறது; நீண்ட நாட்களாகவே உங்களுடைய போக்கை நான் கவனித்துக்கொண்டுதானிருக்கிறேன், திமித்ரி ஃபியோதரவிச், உங்களை நான் கவனித்துக்கொண்டு தானிருக் கிறேன் . . . ஓ, என்னை நம்புங்கள், திமித்ரி ஃபியோதரவிச், நான் ஒரு கைதேர்ந்த மனநோய் நிபுணர்'

'சீமாட்டியே, அப்படி நீங்கள் ஒரு கைதேர்ந்த மனநோய் நிபுண ரென்றால், நான் ஒரு கைதேர்ந்த நோயாளி' என்று இன்முகத்தைச் சிரமத்துடன் வைத்துக்கொண்டு, 'அப்படி என்னுடைய வருங்காலத்தைப் பற்றி நீங்கள் கவலைப்பட்டீர்களென்றால், நான் அழிந்து போகமலிருக்க ஒரு உதவியை நீங்கள் செய்ய வேண்டும்; அதற்கான திட்டத்தைத் தைரியமாகச் சொல்ல நீங்கள் என்னை அனுமதிக்க வேண்டும் . . . உங்களிடமிருந்து நான் என்ன எதிர்பார்க்கிறேன் . . . எதற்காக வந்தேன் என்பதையும் சொல்ல நீங்கள் அனுமதிக்க வேண்டும், சீமாட்டியே . . .'

'நீங்கள் எதையும் எனக்கு விளக்க வேண்டாம், அது எல்லாமே எனக்கு இரண்டாம் பட்சம்தான். என்னுடைய உதவியைப் பொறுத்த வரையில், திமித்ரி ஃபியோதரவிச், உங்களுக்கு மட்டும் நான் உதவ வில்லை. நீங்கள் கேள்விப்பட்டிருக்கலாம், என் அத்தை மகள் திருமதி பெல்மசோவைப் பற்றி; அவளுடைய கணவன் எல்லாவற்றையும் இழந்து, இப்போது நீங்கள் சொல்கிறீர்களே அப்படித்தான், திமித்ரி ஃபியோதரவிச், எல்லாமே அழிந்துபோகும் நிலையில் அவர் இருந்தார்; நான் அவரைக் குதிரை வளர்க்கும் தொழிலைச் செய்யச் சொன்னேன்; இப்போது அவர் நல்ல நிலையில் இருக்கிறார். உங்களுக்குக் குதிரை வளர்ப்பு பற்றித் தெரியுமா, திமித்ரி ஃபியோதரவிச்?'

‘ஓ, சீமாட்டியே, அதைப் பற்றி ஒன்றும் தெரியாது, தெரியாது சீமாட்டியே’ என்று மீச்சியா தன்னுடைய இருக்கையிலிருந்து எழுந்து பொறுமையை இழந்து கத்தினான். உங்களை நான் கெஞ்சிக் கேட்கிறேன், தயைகூர்ந்து நான் சொல்வதைக் கேளுங்கள் சீமாட்டியே, இரண்டு நிமிடம் என்னைச் சுதந்திரமாகப் பேச அனுமதியுங்கள், என்ன திட்டத்துடன் வந்தேனோ அதைச் சொல்லவிடுங்கள். அதற்கு எனக்குச் சிறிது நேரம் தேவை, நான் மிக மிக நெருக்கடியான நிலையில் இருக்கிறேன்!.. என்று பைத்தியம் பிடித்தவனைப் போலக் கத்திய மீச்சியா, எங்கே அவள் மீண்டும் வேறு எதையாவது பேசி எண்ணத்தைத் திருப்பிவிடுவாளோ என்ற பயத்தில் உரக்கக் கத்தினான். ‘நான் எல்லா நம்பிக்கையையும் இழந்து . . . எந்தவிதநம்பிக்கையும் இல்லாமல் உங்களிடமிருந்து மூவாயிரம் ரூபிள்களைக் கைமாற்றாகப் பெறவே இங்கு வந்திருக்கிறேன்; ஆனால் நம்பிக்கைக்குரிய கடன் பத்திரத்துடன், சீமாட்டியே! அது மிக மிக நம்பிக்கைக்குரிய கடன் பத்திரம்! அதைப் பற்றிச் சொல்ல என்னை அனுமதியளியுங்கள் . . .’

‘அதைப் பற்றி நீங்கள் பிறகு சொல்லலாம்!’ என்று கையைக் காற்றில் உதறியவாறே சொன்ன திருமதி ஹஹ்லக்கோவா, ‘ஆமாம், எல்லாமே எனக்குத் தெரியும், நீங்கள் சொல்லப்போவது எல்லாமே எனக்குத் தெரியும், எனக்கு எல்லாமே தெரியும் என்று முன்னதாகவே உங்களிடம் சொன்னேனே. நீங்கள் ஏதோ ஒரு தொகையைக் கேட்கிறீர்கள்; உங்களுக்கு மூவாயிரம் தேவைப்படுகிறது, ஆனால் அதற்கு மேலும் நான் உங்களுக்குத் தருவேன், அதிகமாகவும் தருவேன், தந்து உங்களைக் காப்பாற்றுவேன், திமித்ரி ஃபியோதரவிச் ஆனால் நான் சொல்வதை நீங்கள் கேட்க வேண்டும்.’

இதைக் கேட்டு மீச்சியா தான் உட்கார்ந்திருந்த இடத்திலிருந்து எட்டிக் குதித்தான்.

‘சீமாட்டியே, நீங்கள் எவ்வளவு நல்லவர்!’ என்று உணர்ச்சிபொங்கக் கத்தினான். ‘கடவுளே, நீங்கள் என்னைக் காப்பாற்றிவிட்டீர்கள். சீமாட்டியே, கொடூரமான விதத்தில் சாகப்போகும் மனிதனைத் துப்பாக்கி முனையிலிருந்து நீங்கள் காப்பாற்றிவிட்டீர்கள்! என்றுமே மறக்க முடியாத நன்றி உங்களுக்கு . . .’

‘உங்களுக்கு மூவாயிரம் என்ன அதற்கு மேலும் கொடுப்பேன்!’ என்று திருமதி ஹஹ்லக்கோவா மீச்சியாவைப் பார்த்துப் புன்சிரிப்புடன் உரக்கச் சொன்னாள்.

‘என்ன, அளவுக்கு அதிகமாகக் கொடுப்பீர்களா? ஆனால் அவ்வளவு பணம் எனக்கு வேண்டாம். எனக்குத் தேவையானதெல்லாம் விதிவசப் பட்ட அந்த மூவாயிரம்தான்; அதற்கு நான் உறுதியான உத்திரவாதத்தை யும் அளவில்லாத நன்றியையும் உங்களுக்குத் தெரிவித்துக்கொள்கிறேன். அப்படியே ஒரு திட்டத்தையும் . . .’

‘போதும், திமித்ரி ஃபியோதரவிச், காரியம் முடிந்துவிட்டது’ என்று நல்ல எண்ணங்கொண்ட திருமதி ஹஹ்லக்கோவா அறிவான

தன்னுடைய நோக்கம் வெற்றியடைந்ததை எண்ணி மேலே பேசவிடாமல் மீச்சியாவை இடைமறித்தாள். 'உங்களை நான் காப்பாற்றுவதாக வாக்குகொடுத்தேன், அப்படியே உங்களை நான் காப்பாற்றுவேன். எப்படி பெல்மசோவை நான் காப்பாற்றினேனோ அப்படியே உங்களையும் நான் காப்பாற்றுவேன். தங்கச் சுரங்கங்களைப் பற்றி நீங்கள் என்ன நினைக்கிறீர்கள், திமித்ரி ஃபியோதரவிச்?'

'தங்கச் சுரங்கங்கள் பற்றியா, சீமாட்டியே! அதைப் பற்றி நான் எதுவும் நினைத்துப் பார்த்ததே இல்லை'

'ஆனால் உங்களுக்காக அதைப் பற்றி நான் யோசித்து வைத்திருக்கிறேன்! நிறைய யோசித்து வைத்திருக்கிறேன்! இந்த எண்ணத்துடன் கடந்த ஒரு மாதமாக உங்களை நான் கவனித்துக்கொண்டு வருகிறேன். இந்தப் பக்கமாக நீங்கள் போகும்போதெல்லாம் நூறு முறையாவது உங்களைப் பார்த்து எனக்கு நானே 'இதோ இப்படிப்பட்ட வலிமை வாய்ந்த மனிதர்தான் சுரங்கத்திற்குத்தேவை' என்றுசொல்லியிருப்பேன். உங்களுடைய நடையைக் கவனித்துத்தான் 'இந்த மனிதர் நிறைய சுரங்கங்களைக் கண்டுபிடிப்பார்' என்று நான் நினைத்தேன்.

'என்னுடைய நடையைப் பார்த்தா, சீமாட்டியே?' என்றபடி மீச்சியா சிரித்தான்.

'பின் என்ன, ஒருவருடைய நடையை வைத்தே சொல்லிவிடலாம். நீங்கள் என்ன நினைக்கிறீர்கள் என்று, திமித்ரி ஃபியோதரவிச், அப்படி இல்லையா என்ன? ஒருவருடைய நடையைப் பார்த்து அவருடைய குணாதிசயத்தைச் சொல்லிவிட முடியாதா என்ன? ஆமாம், விஞ்ஞானம் கூட அதை உறுதிசெய்கிறது. ஓ, நான் இப்போது உலக நடப்பை ஏற்றுக்கொண்டு வாழ்பவள், திமித்ரி ஃபியோதரவிச்; இன்று துறவி மடாலயத்தில் நடந்த சம்பவம் என்னை உலக நடப்பை ஏற்றுக்கொண்டு, நடக்கும் எல்லா விஷயங்களோடும் ஒத்துப்போகிறவளாக என்னை மாற்றிக் கொள்ளுமளவிற்குப் பாதித்திருக்கிறது. துர்கேனிவ் சொன்னது போல, 'நான் குணமடைந்துவிட்டேன், அதுபோதும்!'[1] என்றாள்.

'ஆனால், சீமாட்டியே, வெகு தாராளமாக எனக்கு நீங்கள் கடன் கொடுப்பதாகச் சொன்ன அந்த மூவாயிரம் ரூபிள்கள் . . .'

'அவை உங்களை விட்டு என்றுமே போகாது, திமித்ரி ஃபியோதரவிச்' என்று உடனே இடைமறித்த திருமதி ஹஹ்லகோவா, 'அந்த மூவாயிரம் ரூபிள்கள் உங்களுடைய சட்டைப்பைக்கு வந்துவிட்டதாகவே நீங்கள் வைத்துக்கொள்ளலாம்; மூவாயிரம் என்ன, மூன்று மில்லியன்களே வெகு சீக்கிரம் உங்களுக்குக் கிடைக்கும், திமித்ரி ஃபியோதரவிச்! நீங்கள் என்ன செய்ய வேண்டுமென்பதை மட்டும் உங்களுக்குச் சொல்கிறேன்: நீங்கள் தங்கச் சுரங்கம் இருக்கும் இடத்தைத் தேடிக் கண்டுபிடியுங்கள், மில்லியன் ரூபிள்களைச் சம்பாதியுங்கள், மீண்டும் இங்கே வாருங்கள், சமுதாயத்தில் மதிக்கப்படும் மனிதராக வாழுங்கள், நல்ல செயல்களைச் செய்ய எங்களுக்கும் வழிகாட்டுங்கள். இவை எல்லாம் யூதர்களுக்கு மட்டுமே சொந்தமானவையா என்ன? பணத்துடன்

திரும்பி வந்து பெரிய கட்டடங்களையும் பல்வேறு நிறுவனங்களையும் கட்டுங்கள். ஏழைகளுக்கு உதவுங்கள், அவர்கள் உங்களை வாழ்த்தி ஆசீர்வதிப்பார்கள். இது ரயில்கள் ஓடுகிற காலம், திமித்ரி ஃபியோதரவிச். அப்படிச் செய்தால் நீங்கள் மிகவும் பிரபலமாகி, நிதி அமைச்சகத்திற்குத் தேவையான ஒரு நபராக மாறிவிடுவீர்கள்; இப்படிப்பட்டவர்கள் தான் நிதித்துறைக்கு இப்போது மிக அவசியம். நம் நாட்டு ரூபிளின் மதிப்பு மிகவும் குறைந்து வருவது என்னுடைய தூக்கத்தைக் குலைக்கிறது, திமித்ரி ஃபியோதரவிச்; இப்படி நான் வருத்தப்படுவது மக்களுக்குத் தெரியாது . . .'

'சீமாட்டியே, சீமாட்டியே!' என்று மனஅமைதியை இழந்து மீண்டும் இடைமறித்த திமித்ரி ஃபியோதரவிச், 'ஒருவேளை முக்கியமான உங்களுடைய அறிவுரையை, அறிவார்ந்த அறிவுரையை ஏற்றுக்கொண்டு நான் அங்குப் போனாலும் போவேன் . . . அந்தத் தங்கச் சுரங்கங்களைத் தேடி . . . அதைப் பற்றிப் பேச மீண்டும் ஒருமுறை நான் இங்கு வருவேன் . . . ஏன், பலமுறை வருவேன் . . . ஆனால், இப்போது அந்த மூவாயிரம் ரூபிள்களை, தாராளமாக எனக்கு நீங்கள் கொடுக்கவந்த அந்த ரூபிள்களை . . . ஓ, அவை என்னுடைய கஷ்டங்களைப் போக்கும், அது மட்டும் இப்போது எனக்குக் கிடைத்தால் . . . அதாவது, இப்போது ஒரு மணி நேர அவகாசம் கூட எனக்கு இல்லை, ஒரு மணி நேரம் கூட . . .'

'போதும், திமித்ரி ஃபியோதரவிச், போதும்!' என்று அழுத்தமான குரலில் இடைமறித்தாள் திருமதி. ஹஹ்லக்கோவா. இப்போது நீங்கள் தங்கச் சுரங்கத்தைத் தேடிப் போகப் போகிறீர்களா இல்லையா; முடிவாக என்ன சொல்கிறீர்கள் என்பதைத் திட்டவட்டமாகச் சொல்லுங்கள்.'

'போகிறேன் சீமாட்டியே, பிறகு போகிறேன் . . . நீங்கள் எங்கே போகச் சொல்கிறீர்களோ அங்கே போகிறேன். ஆனால் இப்போது . . .'

'பொறுங்கள்!' என்று கத்திய திருமதி ஹஹ்லக்கோவா, தான் அமர்ந்திருந்த இடத்திலிருந்து எழுந்து, மிகப்பெரிய இழுப்பறை மேஜையைத் திறந்து, அதிலிருந்த பல இழுப்பறைகளை ஒவ்வொன்றாகத் திறந்து, ஏதோ ஒன்றை மிக அவசரமாகத் தேடினாள்.

'மூவாயிரம்!' என்று அடக்க முடியாத மூச்சுடன் திணறிய மீச்சியா 'அதுவும் இப்போதே, எந்தவிதப் பத்திரங்களும், காகிதங்களும் இல்லாமலா . . . ஓ, எவ்வளவு பெரிய தாராள மனம்! எவ்வளவு நல்ல பெண், கொஞ்சம் அதிகமாக மட்டும் பேசாமலிருந்தால் . . .' என்று நினைத்தான் மீச்சியா.

'இதோ!' என்று சந்தோஷத்துடன் கத்திய திருமதி ஹஹ்லக்கோவா, 'இதைத்தான் நான் தேடிக்கொண்டிருந்தேன்!'

அது வெள்ளியாலான ஒரு சிறிய சிலுவையாகக் கயிற்றில் கட்டப் பட்டிருந்தது; அப்படிப்பட்ட சிலுவையைக் கழுத்தில் கட்டிக்கொள்வது அப்போது வழக்கமாக இருந்தது.

‘இது கீவ் நகரத்திலிருந்து வந்தது, திமித்ரி ஃபியோதரவிச்’ என்று மரியாதையுடன் தொடர்ந்தவள், ‘மரித்துப்போன புனிதத் துறவி வார்வராவிடமிருந்து[2] வந்த திருச்சின்னம்.’ உங்களுடைய புது வாழ்விற்கும் புதிய சாதனைகளுக்கும் என்னுடைய ஆசீர்வாதத்துடன் இதை உங்கள் கழுத்தில் கட்ட அனுமதியுங்கள்.’

இப்படியாக, அந்தக் கயிற்றை அவனுடைய கழுத்தில் கட்டி, அவனுடைய சட்டைக்குள் அதைத் திணித்தாள் திருமதி ஹஹ்லக்கோவா. திக்குமுக்காடிப் போன மீச்சியா, சற்றே குனிந்து கயிற்றைக் கட்டுவதற்கு உதவியவன், இறுதியாக அந்தச் சிலுவையைத் தன்னுடைய கழுத்துக் கச்சைக் கடியில் விட்டுக்கொண்டு சட்டை வழியாக நெஞ்சில் படும் படி அணிந்துகொண்டான்.

‘இனி நீங்கள் போகலாம்!’ என்று சொன்னவள், வெற்றிகரமாகத் தன்னுடைய இடத்தில் வந்து மீண்டும் அமர்ந்தாள்.

‘சீமாட்டியே, நான் மிகவும் நெகிழ்ந்து போய்விட்டேன் . . . எப்படி உங்களுக்கு நன்றி சொல்வது என்றே தெரியவில்லை . . . இப்படிப்பட்ட இரக்கமான உணர்வுகளுக்கு, ஆனால் . . . இப்போது நேரம் எனக்கு எவ்வளவு அருமையானது என்பதை மட்டும் நீங்கள் புரிந்து கொண்டால்!. . . பணத்தைத் தாராள குணமுடைய உங்களிடமிருந்து நான் எதிர்பார்க்கிறேன் . . . ஓ, சீமாட்டியே, இவ்வளவு தூரம் நீங்கள் கருணை உள்ளவராக, மனத்தை நெகிழவைக்கும் அளவிற்குப் பெருந் தன்மையுடையவராக இருப்பதால் உங்களிடம் ஒன்றைச் சொல்ல அனுமதியுங்கள் . . . இது உங்களுக்கு எப்போதோ தெரிந்த விஷயம்தான் . . . நான் வேறு ஒரு பெண்ணை விரும்புகிறேன் . . . காச்சியாவை நான் ஏமாற்றிவிட்டேன் . . . கத்தரீனா இவானவ்னாவை ஏமாற்றிவிட்டேன், என்பதைத்தான் உங்களிடம் சொல்ல விருப்பப்படுகிறேன்’ என்று திடீரென்று உற்சாகத்துடன் சொன்னான் மீச்சியா. ‘ஓ, நான் மனிதனே அல்ல, அவள் முன்பு நேர்மையில்லாத மனிதன் நான்; வேறு ஒரு பெண்ணை நான் விரும்புகிறேன் . . . ஒரு சமயம் உங்களால் வெறுக்கப் படும் ஒரு பெண்ணாக, அவள் இருக்கலாம், சீமாட்டியே, அது உங்களுக்கு ஏற்கெனவே தெரியும், ஆனால் அவளை என்னால் எப்போதுமே மறக்க முடியாது, எப்போதுமே, அதற்காகத்தான் இந்த மூவாயிரம் ரூபிள்கள் . . .’

‘இவை எல்லாவற்றையும் விட்டுவிடுங்கள், திமித்ரி ஃபியோதரவிச்!’ என்று திருமதி ஹஹ்லக்கோவா வெகு அழுத்தமான குரலில் இடை மறித்தாள் ‘பேசாமல் விடுங்கள், அதுவும் குறிப்பாகப் பெண்களை. உங்களுடைய நோக்கம் – தங்கச் சுரங்கமாகத்தான் இருக்க வேண்டும், எதற்காக அங்குப் பெண்களைக் கூட்டிக்கொண்டு போக வேண்டும். பணத்தோடும் புகழோடும் நீங்கள் ஊருக்குத் திரும்பி வரும்போது, மதிப்பிற்குரிய நம்முடைய சமுதாயத்திலிருந்து மனத்திற்குப் பிடித்த பெண் உங்களைத் தேடிவருவாள். அப்படிப்பட்ட அவள் மிகவும் நாகரிகமானவளாக, நல்ல அறிவுடன், நல்ல எண்ணங்களுடன் இருப்பாள். அதற்குள் பெண்களைப் பற்றிய இப்போதைய பிரச்சினைக்குத் தீர்வு கிடைத்து, புதிய பெண் சமுதாயம் உருவாகியிருக்கும் . . .’

'சீமாட்டியே, இப்போது அதுவல்ல முக்கியம், அதுவல்ல...' என்று சொன்னபடி மீச்சியா தனது கைகளைப் பிணைத்துக்கொண்டு கெஞ்சினான்.

'அதுதான், திமித்ரி ஃபியோதரவிச், குறிப்பாக அதுதான் உங்களுக்குத் தேவை; வேறு எதை நீங்கள் எதிர்பார்க்கிறீர்களென்று உங்களுக்கே தெரியவில்லை. இன்று பேசப்படும் பெண்களின் நிலைமை பற்றி எனக்கு எந்தவித எதிர்ப்பும் கிடையாது, திமித்ரி ஃபியோதரவிச். பெண்களின் நிலை உயர்ந்து வருங்காலத்தில் அவர்கள் அரசியலில் கூட ஈடுபடுவார்கள் – அதுதான் என்னுடைய குறிக்கோள். இப்படி நான் நினைப்பது என் மகளுக்குக்கூடத் தெரியாது, திமித்ரி ஃபியோதரவிச். இது சம்பந்தமாக நான் எழுத்தாளர் ஷேத்ரினுக்குக் கடிதம் எழுதினேன்.[3] அவரிடமிருந்து நிறைய விஷயங்களை நான் தெரிந்துகொண்டேன்; பெண்களின் நிலைமை பற்றி மிகத் தெளிவாகத் தெரிந்துகொண்ட நான், என்னுடைய பெயரைக் குறிப்பிடாமல் இரண்டு வரியில் அவருக்குக் கடிதம் எழுதிப் போட்டேன்: 'உங்களைக் கட்டி அணைத்து முத்தம் கொடுக்கிறேன், என் அருமை எழுத்தாளரே, உங்களுடைய நாகரிகப் பெண்மணிக்காக, தொடருங்கள் உங்கள் பணியை' என்று எழுதிவிட்டுக் கீழே 'அம்மா' என்று குறிப்பிட்டேன். 'சமகாலத்தைச் சார்ந்த தாய்' என்று எழுத விருப்பப்பட்டேன், ஆனால் தடுமாற்றத்தில் வெறும் 'அம்மா' என்று எழுதிவிட்டேன்: அறம் சார்ந்த அழகு, திமித்ரி ஃபியோதரவிச், ஆம், 'சமகாலத்தைச் சார்ந்த' என்ற வார்த்தை எனக்குச் 'சமகாலம்' என்ற பத்திரிகையை நினைவூட்டுகிறது;

தற்போது நடக்கும் குற்றங்களையெல்லாம் மிகக் கடுமையாக விமர்சிக்கக்கூடிய பத்திரிகை அது... ஹா, கடவுளே, என்னவாயிற்று உங்களுக்கு?'

'சீமாட்டியே,' என்றபடி இறுதியாகத் துள்ளி எழுந்த மீச்சியா, தன்னுடைய கைகளை ஆதரவில்லாமல் பிணைத்துக்கொண்டு அவளை வணங்கியபடி, 'நீங்கள் என்னை உண்மையாகவே அழவைத்துவிடுவீர்கள், சீமாட்டியே, நீங்கள் மட்டும் பெருந்தன்மையாகக் கொடுப்பேனென்று சொன்னதைக் கொடுக்காமல் விட்டுவிட்டால்...' என்றான்.

'அழுங்கள், திமித்ரி ஃபியோதரவிச், அழுங்கள்! அதுவோர் அற்புதமான உணர்வு... உங்களுக்கான வழி அதுவாக இருக்கட்டும்! கண்ணீர் உங்களுக்கு ஆறுதலளிக்கும்; அதன் பிறகு நீங்கள் சந்தோஷத்துடன் இருப்பீர்கள். உங்களுடைய சந்தோஷத்தை என்னிடம் பகிர்ந்து கொள்ள சைபீரியாவிலிருந்து நீங்கள் திரும்பி வருவீர்கள்...'

'என்னைக் கொஞ்சம் பேசவிடுங்கள்' என்று திடீரென்று கத்திய மீச்சியா, 'கடைசிமுறையாக உங்களைக் கெஞ்சிக் கேட்கிறேன், சொல்லுங்கள் நீங்கள் கொடுப்பதாக உறுதி அளித்த அந்தப் பணத்தை எனக்குக் கொடுப்பீர்களா? இல்லையா? அதை நான் எப்போது வாங்கிக்கொள்ளலாம்' என்றான்.

'எந்தப் பணம், திமித்ரி ஃபியோதரவிச்?'

‘நீங்கள் தருவதாகச் சொன்ன அந்த மூவாயிரம் தான் . . . அதை நீங்கள் எவ்வளவு பெருந்தன்மையாக . . .’

‘மூவாயிரம் ரூபிள்களா? ஓ, இல்லை, என்னிடம் மூவாயிரம் ரூபிள்கள் இல்லை’ என்று ஏதோ ஒரு அமைதியான ஆச்சர்யத்துடன் சொன்னாள் திருமதி ஹஹ்லக்கோவா. மீச்சியா திகைத்துப்போனான்.

‘அது எப்படி . . . இப்போது . . . நீங்கள்தானே சொன்னீர்கள் . . . அது என்னுடைய சட்டைப்பையில் இருப்பது போல என்று சொன்னீர்களே . . .’

‘ஓ, அது அப்படியல்ல, நான் சொன்னதை நீங்கள் சரியாகப் புரிந்துகொள்ளவில்லை, திமித்ரி ஃபியோதரவிச். அது எப்படியென்றால், நீங்கள் என்னைச் சரியாகப் புரிந்துகொள்ளவில்லை. நான் அந்தத் தங்கச் சுரங்கங்களைப் பற்றிச் சொன்னேன் . . . உண்மைதான், நான் உங்களுக்கு அதிகமாக, மிக அதிகமாக, அந்த மூவாயிரத்திற்கும் அதிகமாகத் தருவதாகச் சொன்னேன் தான்; இப்போது அது எனக்கு நினைவுக்கு வருகிறது, ஆனால் நான் அந்தச் சுரங்கங்களைப் பற்றித்தான் குறிப்பிட்டேன்.’

‘அப்படியானால் பணம்? அந்த மூவாயிரம்?’ என்று திமித்ரி ஃபியோதரவிச் ஆச்சர்யத்துடன் மடத்தனமாகக் கேட்டான்.

‘ஓ, என்னிடமிருந்து நீங்கள் பணத்தை எதிர்பார்த்தால் அது என்னிடம் இல்லை. இப்போது என்னிடம் சுத்தமாகப் பணம் இல்லை, திமித்ரி ஃபியோதரவிச், இப்போது நானே என்னுடைய மேலாளரிடம் போராடிக்கொண்டுதான் இருக்கிறேன்; இரண்டு நாட்களுக்கு முன்பு தான் மியூசவிடமிருந்து ஐநூறு ரூபிள்களைக் கடனாக வாங்கினேன். என்னிடம் பணமே இல்லை. உங்களுக்குத் தெரியுமா, திமித்ரி ஃபியோதரவிச், அப்படி என்னிடம் பணம் இருந்திருந்தால்கூட உங்களுக்கு நான் கொடுத்திருக்கமாட்டேன்’ முதலாவதாக, யாருக்குமே நான் கடன் கொடுப்பதில்லை. அப்படிக் கொடுத்தால் சண்டை வரும். ஆனால், உங்களுக்கு, உங்களுக்குக் குறிப்பாக நான் பணம் தரமாட்டேன், ஏனெனில் உங்களை நான் விரும்புகிறேன், அதன் காரணமாகவே உங்களுக்கு நான் பணம் கொடுக்கமாட்டேன்; உங்களைக் காப்பாற்றுவதற்காகவே உங்களுக்கு நான் பணம் கொடுக்கமாட்டேன், ஏனெனில் உங்களுக்குத் தேவையானது ஒன்றே ஒன்றுதான்: தங்கச் சுரங்கம், சுரங்கம் மட்டுமே: . .?

‘ஓ, நாசமாய்ப் போக!..’ என்று திடீரென்று கத்தியபடி மீச்சியா தன் சக்தியையெல்லாம் ஒன்று திரட்டிக் கைமுட்டியால் மேஜையைக் குத்தினான்.

‘ஐயோ!’ என்று பயத்தில் அலறிய ஹஹ்லக்கோவா, வரவேற்பறையின் அடுத்த பகுதிக்கு ஓடினாள்.

காறித்துப்பியபடி மீச்சியா வேகமாக அந்த அறையை விட்டு, அந்த வீட்டை விட்டு, அந்தத் தெருவை விட்டே வெளியேறினான்,

இருட்டை நோக்கி! மன அமைதி குலைந்தவனாகத் தன்னுடைய மார்பில் அடித்துக்கொண்டு நடந்த மீச்சியா, அதே அந்த மார்புப் பகுதியில்தான் இரண்டு நாட்களுக்கு முன்பு, மாலை வேளையில், நடைபாதை இருட்டில், அல்யோஷா முன்பாகவும் குத்திக்கொண்டான். அப்படித் தன்னுடைய மார்புப் பகுதியில், அந்த இடத்தில் தன்னையே அடித்துக்கொண்டதன் மூலமாக அவன் எதை வலியுறுத்த விரும்பினான் என்பது இதுவரை தெரியாத ஒரு ரகசியமாக, யாருக்குமே தெரியாத ரகசியமாக, அல்யோஷாவைப் பார்த்தபோதுகூட அவனிடம் சொல்லப் படாத ஒரு ரகசியமாக, ஆனால் அந்த ரகசியம் கேவலமான ஒன்றை விடவும் மிகக் கேவலமான ஒன்றாக, அதாவது, அவனுடைய அழிவாக, தற்கொலையாக இருந்ததால், அவன் இப்படி முடிவுசெய்தான்; ஒரு சமயம் அந்த மூவாயிரம் ரூபிள்களை அவன் கத்தரீனா இவானவ்னா விற்குக் கொடுக்க முடியாமல் போனால், *அந்த இடத்திலிருந்து, அவனுடைய அந்த மார்புப் பகுதியிலிருந்து, அவன் சுமந்துகொண்டிருந்த அந்தக் கேவலத்தை, அவனுடைய மனசாட்சியை அழுத்திய அந்தக் கேவலத்தை, அழித்துவிடுவதென்று.* வாசகர்களுக்குள் இது எழுப்பும் கேள்வியைப் பற்றி முழுவதுமாகப் பிறகு விளக்கப்படும்; ஆனால் இப்போது அவனுடைய அந்தக் கடைசி நம்பிக்கையும் அழிந்துபோன பிறகு, உடலளவில் பலசாலியாக இருந்த அவன், ஹஹ்லக்கோவாவின் வீட்டைவிட்டு வெளியே வந்ததும் ஒரு குழந்தையைப் போல திடீரென்று அழுதான். வழிந்த கண்ணீரைக் கைமுட்டியால் துடைத்துக்கொண்டே நடந்தான். இப்படியாக, நகரத்தின் சதுக்கத்திற்கு வந்த அவன், திடீரென்று யார் மீதோ மோதிவிட்டதை உணர்ந்து நின்றான். அப்படி அவன் வயதான ஒரு பெண்மணியின் மீது மோத அந்தக் கிழவி வீறிட்டுக் கத்தினாள்.

'கடவுளே, கொஞ்ச நேரத்தில் என்னை நீ கொன்றிருப்பாய்! கண்ணை மூடிக்கொண்டு எங்கே போகிறாய், பொறுக்கி!'

'யாரது, நீங்களா?' என்று வயதான அந்தப் பெண்மணியை இருட்டில் அடையாளம் கண்டு கொண்ட மீச்சியா உரக்கக் கேட்டான்.

நேற்று குஸ்மா சம்சனோவ் வீட்டில் வேலைசெய்த அந்தப் பெண்மணியை மீச்சியா நன்றாக நினைவுவைத்திருந்தான்.

'யார் நீங்கள்?' என்று முற்றிலும் வேறுபட்ட குரலில் கேட்ட அந்தக் கிழவி, 'இந்த இருட்டில் உங்களை யாரென்றே எனக்குத் தெரியவில்லை.'

'நீங்கள் குஸ்மா குஸ்மிச் வீட்டில் வேலைசெய்பவர்தானே?'

'ஆமாம் சரியாகச் சொன்னீர்கள், இப்போது ப்ரஹோரிச்சைப் பார்க்க வேகமாகப் போய்க்கொண்டிருக்கிறேன் ... ஆமாம், உங்களை யாரென்று ஏனோ எனக்குத் தெரியாமல் போய்விட்டது.'

'சொல்லுங்கள், அம்மா, அக்ரஃபேனா அலெக்ஸாந்தரவ்னா இப்போது அங்கேயா இருக்கிறாள்?' என்று தன்னையும் அறியாமல் ஆதங்கத்தில் கேட்டான் மீச்சியா. 'நான்தான் அவளைக் கொஞ்ச நேரத்திற்கு முன்பு அங்குக் கொண்டுவந்து விட்டேன்.'

‘இருந்தாள், பெருமகனே, கொஞ்சநேரம் இருந்தாள், பிறகு போய் விட்டாள்.’

‘எப்படி? போய்விட்டாளா?’ என்று மீச்சியா கத்தினான். ‘எப்போது போனாள்?’

‘ஆமாம், வந்து ஒருநிமிடம்தான் இருந்தாள். குஸ்மா குஸ்மிச்சிடம் ஏதோ ஒருகதையைச் சொல்லி அவரைச் சிரிக்க வைத்துவிட்டு உடனே அவள் போய்விட்டாள்.’

‘ஹா, நாசமாய்ப் போக!’ என்று இரைந்தான் மீச்சியா.

‘ஹே!’ என்று கத்தினாள் கிழவி; ஆனால் மீச்சியா அதற்குள் வேகமாக மறைந்துபோனான்; மரசோவ் வீட்டிற்கு வெகுவேகமாக ஓடினான் மீச்சியா. பதினைந்து நிமிடங்களுக்கு முன்புதான், மோக்கரய நகரத்தை நோக்கிப் பயணப்பட்டாள் குரூஷென்கா. திடீரென்று ‘படைத்தளபதி’ வேகமாக உள்ளே நுழைந்தபோது, ஃபேனியா சமையலறை யில் தன்னுடைய சமையல்காரப் பாட்டி மத்ரியோவுடன் உட்கார்ந்து கொண்டிருந்தாள். மீச்சியாவைப் பார்த்தவுடன் அவள், ‘ஐயோ அம்மா காப்பாற்று!’ என்று கத்தினாள்.

‘எதற்காகக் கத்துகிறாய்?’ என்று இரைந்தான் மீச்சியா. ‘எங்கே அவள்?’ என்றவன், அவனைப் பார்த்த பயத்திலிருந்து மீளாது பதில் சொல்லாமல் நின்றுகொண்டிருந்த அவளுடைய காலில் விழுந்தான்:

‘ஃபேனியா, ஏசுகிறிஸ்துவின் பேரில் உன்னைக் கெஞ்சிக் கேட்கிறேன், சொல் எங்கே அவள்?’ என்று கேட்டான்.

‘ஐயா, எனக்கு ஒன்றுமே தெரியாது, அருமையான திமித்ரி ஃபியோதரவிச், எனக்கு எதுவுமே தெரியாது; நீங்கள் என்னைக் கொன்றாலும் எனக்கு ஒன்றும் தெரியாது’ என்று கடவுளின் மீது ஆணையிட்டுச் சொன்ன ஃபேன்யா, ‘நீங்கள்தானே சிறிது நேரத்திற்கு முன்பு அவளுடன் போனீர்கள் . . .’ என்றாள்.

‘இங்கு அவள் திரும்பி வந்தாள்தானே!’

‘அவள் வரவில்லை, கடவுள்மீது சத்தியமாகச் சொல்கிறேன், அவள் இங்குத் திரும்பி வரவே இல்லை!’

‘பொய் சொல்கிறாய்’ என்று கத்திய மீச்சியா, ‘இப்படி நீ பயப்படுவதைப் பார்த்தே அவள் எங்கே போயிருக்கிறாள் என்று சொல்லிவிடுவேன்! . . .’ என்றான்.

‘இப்படிச் சொன்னவன், அங்கிருந்து போனான். இவ்வளவு சுலபமாக எல்லாம் முடிந்துபோனதைப் பார்த்து சந்தோஷப்பட்ட ஃபேனியாவின் பயம் இன்னும் தெளியாமலிருந்தது; ஆனால் அவனுக்கு நேரமில்லாத காரணத்தால் தான் அவனிடமிருந்து அவள் தப்பித்துக் கொண்டாள் என்று அவளுக்கு நன்றாகப் புரிந்தது. அங்கிருந்து அவசரமாக வெளியேறிய மீச்சியாவுக்கு ஃபேனியாவின் பாட்டியின் எதிர்பாராத இந்தச் செயல் ஆச்சர்யத்தைக் கொடுத்தது. அப்போது ஒரு கையால் கதவைத் திறந்த மீச்சியா, மறு கையால் மேஜையின்

மீதிருந்த ஏழு இன்ச் நீளமுள்ள செம்பு உலக்கையை எடுத்துப் பாக்கெட்டில் திணித்துக்கொண்டு போனான்.

'ஓ, கடவுளே, யாரைக் கொல்லப்போகிறானோ இவன்!' என்று ஃபேனியா தன்னுடைய கைகளை அகல விரித்தாள்.

## 4

## இருட்டில்

அவன் எங்கே ஓடினான்? தெரிந்த விஷயம்தான்: 'அவள் பியோதர் பாவ்லவிச்சின் வீட்டைத் தவிர, எங்கே போயிருக்க முடியும்? சம்சனோவ் வீட்டிலிருந்து நேராக அவள் அங்குதான் போயிருக்கிறாள் என்பது தெளிவாகத் தெரிந்தது. எல்லாமே கபட நாடகம், பொய் என்பதும் தெளிவாகத் தெரிந்தது' என்று அவனுடைய மனத்தில் சுழற்காற்று போல எல்லாமே சுழன்று அடித்துக்கொண்டிருந்தது. மரியா கன்த்ரச் சேவ்னாவின் வீட்டிற்கு அவன் போகவில்லை: 'அங்குப் போகக் கூடாது, போகவே வேண்டாம்... கொஞ்சம்கூட அவர்களுக்குத் தெரியக் கூடாது... தெரிந்தால் உடனே சொல்லிவிடுவார்கள்... மரியா கன்த்ரச்சேவ்னாவும் ஸ்மெர்தியாக்கவும் இதற்கு உடந்தை என்பது தெளிவாகத் தெரிகிறது; அவர்களையும் பணம் கொடுத்துக் கைக்குள் போட்டுக்கொண்டார்கள்!' என்று நினைத்தான் மீச்சியா. அவனுக்கு வேறோர் எண்ணமும் தோன்றியது: பக்கத்திலிருந்த தெருவழியாகச் சுற்றி பியோதர் பாவ்லவிச்சின் வீட்டை அடைய திமித்ரோவ்ஸ்கி தெருவில் நுழைந்து, பாலத்தின் மீதேறி அமைதியாக இருக்கும் பின்புறக் குட்டித் தெருவுக்கு அவன் வந்தான்; காலியாக இருக்கும் பக்கத்து வீட்டுத் தோட்டத்தில் நுழைந்தான்; ஒருபுறம் அது கழி, கம்புகளால் பின்னப்பட்ட வேலியையும் மறுபுறம் உறுதியான, உயரமான வேலியையும் கொண்டிருந்தது; ஃபியோதர் பாவ்லவிச்சின் தோட்டத்தை அது சுற்றி வளைத்திருந்தது. முடைநாற்றக்காரி லிஸவெத்தா எங்கிருந்து வேலியைத் தாண்டினாளோ, அதே இடத்தைத்தான் மீச்சியாவும் தேர்ந்தெடுத்தான்; இந்த இடத்தைப் பற்றி முன்பே அவன் கதைகதையாகக் கேட்டுத் தெரிந்துவைத்திருந்தான். 'அப்படி அவளே இங்கிருந்து வேலியைத் தாண்டினாள் என்றால் என்னால் ஏன் முடியாது?' என்ற எண்ணம் அவனுடைய மூளையில் எங்கிருந்து உதித்ததென்பது கடவுளுக்குத்தான் தெரியும்.

இப்படி அவன், உண்மையாகவே ஒரே மூச்சில் வேலியின் மீதேறி வேலியைப் பலமாகப் பிடித்துக்கொண்டு அமர்ந்தான். அந்த வேலிக்கருகே குளியலறை ஒன்று இருந்தது; அங்கிருந்து வீட்டில் விளக்கு எரிவது ஜன்னல் வழியாகத் தெரிந்தது. 'நான் நினைத்தபடியே கிழவனின் அறையில் விளக்கு எரிவதால் அவள் அங்குதான் இருக்க வேண்டும்!' என்று நினைத்தபடியே வேலியின் மேலிருந்து தோட்டத்திற்குள் எட்டிக் குதித்தான் அவன். கிரிகோரிக்கு உடல்நலமில்லாமல் இருந்ததாலும்

ஸ்மெர்தியாக்கவ் நோய்வாய்ப்பட்டுப் படுத்திருந்ததாலும் அவன் அங்கு வந்ததை யாரும் பார்த்திருக்கமாட்டார்கள் என்றாலும், இயல்புணர்ச்சி காரணமாக, ஓரிடத்தில் மறைந்து பதுங்கி நின்றுகொண்டு அங்கு நடப்பதை அவன் ஒட்டுக்கேட்டான். ஆனால், எல்லாமே அமைதியாக இருந்தது; காற்றுகூட வீசாமல் சலனமற்று இருந்தது.

'அமைதிதான் முணுமுணுத்துக்கொண்டிருந்தது' என்ற கவிதையின் வரிகள் அவனுடைய நினைவுக்கு வந்துபோனபோது, 'நான் எட்டிக் குதித்தது யார் காதிலும் விழவில்லை என்று நினைக்கிறேன்' என்று அவன் நினைத்துக்கொண்டான். ஒரு நிமிடம் அமைதியாக நின்றவன், மெதுவாகத் தோட்டத்துப் பக்கம் போய்ப் புல் தரையில் நடந்தான்; தான் எடுத்துவைத்த அடிகளைத் தானே கவனமாகக் கேட்டபடி, மிக அமைதியாக அடிமேல் அடியெடுத்துவைத்து மெதுவாக அவன் முன்னோக்கிச் சென்றான். ஐந்து நிமிடத்திற்குள் விளக்கு எரியும் ஜன்னல் அருகே அவன் வந்து நின்றான். அந்த ஜன்னல் அருகே வெண்ணிறக் குட்டை, நெட்டை ரோஜாப் புதர்ச் செடிகள் இருப்பதை அவன் நினைவுகூர்ந்தான். இடது பக்கத் தோட்டக் கதவு சாத்தியிருப்பதை வரும்போதே அவன் உறுதிப்படுத்திக்கொண்டான். இறுதியாக அந்தப் புதர் அருகே வந்து அவன் ஒளிந்துகொண்டான். மூச்சுகூட அவன் விடவில்லை. 'காத்திருக்க வேண்டும்' என்று நினைத்தவன், 'அப்படி அவர்கள் என்னுடைய காலடி சத்தத்தைக் கேட்டிருந்தால், யாராவது உற்றுக் கேட்டிருந்தால் . . . நான் மட்டும் தும்மவோ, இருமவோ கூடாது . . .'

ஓரிரு நிமிடங்கள் அவன் அங்குக் காத்துக்கொண்டிருந்தான்; மனம் படபடவென்று அடித்துக்கொண்டது; கொஞ்ச நேரம் அவனுக்கு மூச்சுகூட நின்றுபோனது. 'இல்லை, படபடக்கும் மனது சீக்கிரத்தில் நிற்காது' என்று நினைத்தவன், 'இனிமேலும் என்னால் காத்திருக்க முடியாது' என்று நினைத்தான். புதரின் நிழலடியில் நின்றவன், ஜன்னல் வழியாக வந்த வெளிச்சத்தில் புதரின் முன்பகுதி பிரகாசமாகத் தெரிவதைப் பார்த்தான். 'ரோஜாக்களின் அடிப்பகுதி எவ்வளவு சிவப்பாக இருக்கிறது!' என்று முணுமுணுத்தவனுக்குத் தான் ஏன் அப்படிச் சொன்னோம் என்பதே தெரியவில்லை. யாரும் கேட்காதபடி அமைதியாக அடியெடுத்து வைத்து நடந்துவந்தவன், முன்னங்காலால் எழும்பி நின்று ஜன்னல் பக்கம் எட்டிப் பார்த்தான். பியோதர் பாவ்லவிச்சின் படுக்கை அறை முழுவதும் தெளிவாகத் தெரிந்தது. அது மிகப்பெரிய அறையாக இல்லாமல், சிவப்பு நிற 'சைனா' திரைச் சீலையால், அப்படித்தான் பியோதர் பாவ்லவிச் அதைக் குறிப்பிட்டார், இரண்டு சிறிய பகுதிகளாகத் தடுக்கப்பட்டிருந்தது. 'சைனாவைச் சார்ந்த' என்ற எண்ணம் மீச்சியாவின் மனத்தில் வந்தபோது, 'அந்தத் திரைச் சீலைகளுக்குப் பின்னால் குரூஷென்கா இருக்கலாம்' என்று நினைத்தான். ஃபியோதர் பாவ்லவிச்சை அவன் கவனமாகக் கவனித்தான். இதுவரை அவன் பார்த்திராத கோடு போட்ட பட்டு அங்கியில் இடுப்பு பக்கம் பட்டுக் கயிற்றால் கட்டப்பட்ட உடையை அவர் அணிந்திருந்தார். அதனுள் விலை உயர்ந்த அற்புதமான லினன் சட்டையும் அதில் தங்கப்பொத்தான்களும் பதிக்கப்பட்டிருந்தன. அல்யோஷா பார்த்த

அதே அந்தச் சிவப்புநிறத் தலைப்பட்டையுடன் பியோதர் பாவ்லவிச் இருந்தார். 'நல்ல உடையை அணிந்துகொண்டிருக்கிறார்' என்று நினைத்தான் மீச்சியா. ஜன்னலருகே நின்றுகொண்டிருந்த பியோதர் பாவ்லவிச் எதையோ யோசித்த வண்ணம் தன் தலையைத் திடீரென்று உலுக்கிக்கொண்டு கவனமாகக் காதுகொடுத்துக் கேட்டவர், சத்தம் எதுவும் கேட்காத பட்சத்தில் மேஜையிலிருந்த மதுக்கிண்ணத்தில் பாதி அளவு பிராந்தியை ஊற்றிக் குடித்தார். பிறகு நீண்டதொரு பெருமூச்சு விட்டதில் அவருடைய நெஞ்சு ஏறி இறங்கியது; அப்படியே மீண்டும் சிறிது நேரம் நின்றவர், ஏதோ நினைவில் கண்ணாடி அருகே சென்று வலது கையால் தனது நெற்றியிலிருந்த சிவப்பு நிறப் பட்டையை உயர்த்தி, இன்னும் மறைந்திராத தழும்புகளையும் கன்னிப்போன காயங்களையும் பார்த்தார். 'அவர் தனியாகத்தான் இருக்கிறார், ஒருசமயம் தனியாகத்தான் இருப்பாரென்றே நினைக்கிறேன்' என்று நினைத்தான் மீச்சியா. பியோதர் பாவ்லவிச் கண்ணாடி முன்னின்று விலகி ஜன்னல் பக்கம் திடீரென்று திரும்பிப் பார்த்தார். மீச்சியா சட்டென்று மறைவாக ஒளிந்துகொண்டான்.

'ஒருசமயம் அந்தத் திரைச் சீலைக்குப் பின்னால் அவள் தூங்கிக் கொண்டிருப்பாளோ' என்று அவனுடைய உள்ளம் பதைபதைத்தது. ஜன்னலருகே வந்த பியோதர் பாவ்லவிச் மீண்டும் திரும்பிப் போனார். 'அவளைத் தான் அவர் ஜன்னல் வழியாகத் தேடுகிறார்; அவள் அங்கே இல்லை போலும்: அப்படியானால் இந்த இருட்டில் அவர் எதைத் தேட வேண்டும்?.. பொறுமை இழந்து அவர் காத்துக்கொண் டிருக்கிறார் . . .' என்று நினைத்தான் மீச்சியா. மீண்டும் ஜன்னலருகே போய் எட்டிப் பார்த்தான் மீச்சியா. மேஜை அருகே கிழவர் ஏமாற்றத் துடன் உட்கார்ந்திருந்தார். வலது முழங்கையை மேஜை மேல் வைத்துத் தனது கன்னங்களை உள்ளங்கைகளில் புதைத்தபடி அவர் உட்கார்ந் திருந்தார். மீச்சியா ஆர்வத்துடன் அவரைக் கவனித்துக்கொண்டிருந்தான்.

'தனியாக, தனியாகத்தான் இருக்கிறார்!' என்று மீண்டும் அவன் உறுதி செய்துகொண்டான். 'அவள் அங்கிருந்திருந்தால், அவருடைய முகமே வேறு விதமாக இருந்திருக்கும்' என்று அவன் நினைத்தான். விநோதமாக இருக்கிறது: அங்கு அவள் இல்லாமலிருப்பது ஏதோ புரிந்துகொள்ள முடியாத விஷயமாக அவனுக்குப் பட்டது. 'அங்கு அவள் இல்லை என்பதால் அல்ல' என்று அவன் தனக்குத்தானே சொல்லிக்கொண்டு, 'அவள் அங்கிருக்கிறாளா இல்லையா என்று எனக்கு நிச்சயமாகத் தெரியவில்லையே' என்று நினைத்தான். அந்தச் சமயத்தில் அவனுடைய மனம் மிகத் தெளிவாக எல்லாவற்றையும், ஒவ்வொரு விஷயத்தையும் மிக நுணுக்கமாக எண்ணிப் பார்த்ததைப் பிறகு மீச்சியா நினைவுகூர்ந்தான். ஆனால், உறுதியாகத் தெரியாத காரணத்தால் ஏற்பட்ட பயங்கரமான அந்த வேதனை அவனுடைய மனத்தில் பொங்கிப் பரவியது. 'இறுதியாக அவள் அங்கு இருக்கிறாளா, இல்லையா?' என்ற எண்ணம் அவனுடைய மனத்தில் ஜ்வாலையாகப் பற்றி எரிந்தது. உடனே அவன் தன்னுடைய கையை நீட்டி மெதுவாக ஜன்னல் ஓரத்தில் சட்டென்று தட்டினான். ஸ்மெர்தியாக்கவுக்கு

அந்தக் கிழவர் ரகசியமாகச் சொல்லிக் கொடுத்த சமிக்ஞையின்படி முதல் தடவை மெதுவாக இரண்டுமுறை தட்டினான்; பிறகு வேகமாக மூன்றுமுறை தட்டினான்: டக் – டக் – டக் என்று தட்டினால் ‘குரூஷென்கா வந்துவிட்டாள்’ என்று அர்த்தம். கிழவர் அதைக் கேட்டு உடனே எழுந்து ஜன்னல் அருகே ஓடி வந்தார். மீச்சியா நிழல் மறைவில் ஒதுங்கிக்கொண்டான். ஃபியோதர் பாவ்லவிச் ஜன்னலைத் திறந்து தன்னுடைய தலை முழுவதையும் வெளியே நீட்டிப் பார்த்தார்.

‘குரூஷென்கா, நீயா? நீதானா?’ என்று பாதி சத்தத்தில் நடுங்குகிற குரலில் கேட்டார் கிழவர். ‘நீ எங்கே இருக்கிறாய், என் அருமை யானவளே, சின்னத் தேவதையே, நீ எங்கே?’ பயங்கரமான பதை பதைப்புடன் மூச்சு வாங்க அவர் நின்றார்.

‘தனியாகத்தான் இருக்கிறார்!’ என்று முடிவுசெய்தான் மீச்சியா.

‘நீ எங்கே இருக்கிறாய்?’ என்று மீண்டும் கிழவர் மெதுவாகக் கத்தியபடியே தன்னுடைய தலையை ஜன்னலுக்கு வெளியே நீட்டி தோள்பட்டை தெரியுமளவுக்கு வெளியே திணித்துக்கொண்டு வலப் பக்கம் இடப்பக்கமாகப் பார்த்து, ‘இங்கே வா; உனக்காகப் பரிசு ஒன்றை நான் தயார் செய்து வைத்திருக்கிறேன், வா இங்கே உனக்குக் காட்டுகிறேன்!’ என்றார்.

‘மூவாயிரம் ரூபிள்கள் அடங்கிய அந்த உறையைத்தான் சொல்கிறார்’ என்ற எண்ணம் மீச்சியாவின் மனத்தில் பளிச்சென்று வந்துபோனது.

‘சரி, நீ எங்கே இருக்கிறாய்?.. கதவருகில் நிற்கிறாயோ? இதோ இப்போதே வந்து கதவைத் திறக்கிறேன்...’

கிழவர் தன்னுடைய உடலை ஜன்னலுக்கு வெளியே முழுவதுமாக நீட்டி வலதுபுறத்தில் இருந்த தோட்டத்துக் கதவை அந்த இருட்டில் பார்க்க முயன்றார். குரூஷென்காவின் பதிலை எதிர்பார்க்காமல் அடுத்த நிமிடமே அவர் தன்னுடைய அறைக்கதவைத் திறக்கத் தயாரானார். மீச்சியா நகராமல் ஒரு பக்கமாக ஓரமாக நின்றான். அறையின் இடது பக்கமாக வந்த வெளிச்சத்தில் கிழவரின் பக்கத் தோற்றம் முழுவதுமாகத் தெரிந்தது; அவருடைய முழுக் குரல்வளையும் அதில் நீட்டிக்கொண்டிருக்கும் தொண்டை எலும்பும் வளைந்த மூக்கும் சந்தோஷமாகக் காத்திருந்ததால் மலர்ந்த புன்னகையுடன் உதடுகளும் அந்த வெளிச்சத்தில் மிகத் தெளிவாகத் தெரிந்தன. அவனுடைய மனத்தில் பயங்கரமாகக் கோபம் பொங்கிப் பெருகியது: ‘இதோ இவன்தான் என்னுடைய போட்டியாளன், என்னைப் பாடுபடுத்துபவன், என்னுடைய வாழ்க்கையை வேதனைக்குள்ளாக்குபவன்!’ என்று நினைத்தான். நான்கு நாட்களுக்கு முன்பு மீச்சியாவிடம் அல்யோஷா; ‘எப்படி நீ அப்பாவைக் கொல்வேனென்று சொல்லலாம்?’ என்று கேட்ட கேள்விக்குக் கோபமாக எப்படி அவன் பதிலளித்தானோ, அதே அந்தக் கோபம், அதே அந்தப் பழிவாங்கும் எண்ணம், கட்டுக் கடங்காத வெறியின் சீற்றம் இப்போதும் அவனுள் எழுந்தது.

அப்போது அல்யோஷா கேட்ட கேள்விக்கு மீச்சியா இப்படித் தான் பதிலளித்தான்: 'எனக்குத் தெரியாது, தெரியாது, ஒருவேளை நான் அவரைக் கொல்லவும் செய்யலாம் கொல்லாமலும் போகலாம். அந்தச் சமயம் அவருடைய அந்த முகத்தைப் பார்த்துத் திடீரென்று எனக்கு அவரைப் பிடிக்காமல் போய், அவர்மீது வெறுப்பு ஏற்பட்டு விடுமோ என்றுதான் நான் பயப்படுகிறேன். அவருடைய அந்தத் தொண்டை எலும்பை, மூக்கை, கண்களை, வெட்கங்கெட்ட அந்தச் சிரிப்பை நான் வெறுக்கிறேன். அவரைப் பார்க்கவே அருவருப்பாக இருக்கிறது. ஒருவேளை நான் என்னுடைய பொறுமையை இழந்து விடுவேனா... என்று எனக்குப் பயமாக இருக்கிறது' என்றான் மீச்சியா.

அவர் மீதிருந்த அவனுடைய முழு வெறுப்பை அவனால் தாங்கிக் கொள்ள முடியாமல் அது வெகுவாக வளர்ந்திருந்தது. அதனால் மீச்சியா திடீரென்று தன்னை மறந்து தன்னுடைய சட்டைப்பையிலிருந்த உலக்கையை எடுத்தான்...

'அப்போது கடவுள்தான் என்னைக் காப்பாற்றினார்' என்று பிறகு மீச்சியா நினைவுகூர்ந்தான்: அந்த நேரம் பார்த்துத்தான் உடல் நலம் சரியில்லாத கிரிகோரி தன்னுடைய படுக்கையிலிருந்து எழுந்து வந்தான். அந்த நாள் சாயங்காலம்தான், இவான் ஃபியோதரவிச்சிடம் ஸ்மெர்தியாக்கவ் சொன்னதுபோல, மிகச் சிறந்த அந்தச் சிகிச்சையைக் கிரிகோரி மேற்கொண்டிருந்தான்; அதாவது, கிரிகோரி தன் மனைவியின் உதவியுடன் ஏதோ சில ரகசிய மூலிகைகள் கலந்த சாற்றை வோத்காவுடன் கலந்து உடம்பு முழுவதும் தேய்த்து, 'குறிப்பிட்ட ஒரு பிரார்த்தனை'யைச் செய்து மீதி இருந்த மருந்தை அவனுக்குக் குடிக்கக் கொடுக்க, அவனும் குடித்துவிட்டுத் தூங்கிப்போயிருந்தான். குடிப்பழக்கம் இல்லாத மார்ஃபா இக்னச்சேவ்னாவும் அந்த மருந்தைக் குடித்துவிட்டுக் கணவன் அருகே படுத்தவள் அயர்ந்து தூங்கிப்போனாள். ஆனால் கொஞ்சம்கூட எதிர்பாராத வகையில், நடுஇரவில் கண்விழித்த கிரிகோரி அவனுடைய இடுப்பில் பயங்கரமாக ஏதோ ஒரு வலி இருப்பதைச் சட்டென்று உணர்ந்தான், இருந்தாலும் தன்னுடைய படுக்கையை விட்டு எழுந்தான். பிறகு மீண்டும் எதையோ நினைத்துக்கொண்டு, படுக்கையை விட்டு எழுந்தவன், மேல் அங்கியை அணிந்தான். ஒரு சமயம் 'இப்படிப்பட்ட ஆபத்தான தருணத்தில்' வீட்டைக் கண்காணிக்காமல் அவன் தூங்கிக் கொண்டிருப்பதால் அவனுடைய மனசாட்சி அவனை உறுத்தியதோ என்னவோ, வலிப்பு நோய் வந்து மிகவும் சிரமப்பட்ட ஸ்மெர்தியாக்கவ், வேறு ஒரு கட்டிலில் அசையாமல் படுத்திருந்தான். அப்படியே மார்ஃபா இக்னச்சேவ்னாவும் அசையாமல் படுத்திருந்தாள். 'மருந்து மிகவும் வீரியமானது போலும்' என்று அவளைப் பார்த்து முனகிக்கொண்டே வெளியே போனான் கிரிகோரி. சந்தேகத்திற்கிடமின்றி, அவன் வெளியே எட்டிப் பார்க்க மட்டுமே விரும்பினான், ஏனெனில் நடப்பதற்கு அவனுடைய காலில் வலு இல்லாமல் இருந்தது; அப்படியே அவனுடைய இடுப்பிலும் வலது காலிலும் வலி தாங்க முடியாமல் இருந்தது. அப்போதுதான் அவனுக்குத் தோட்டத்துப் புழைவாயில் (திட்டிவாசல்)

கதவை அவன் பூட்டாமல் விட்டுவிட்டது. ஞாபகம் வந்தது, எல்லா வேலைகளையும் மிக ஒழுங்காகச் செய்துவரும் அவன், பலவருட காலமாகவே அப்படிச் செய்துவந்தது, அவனுக்குப் பழக்கமாகவே மாறி இருந்தது. வலியில் துடித்துக்கொண்டே படிக்கட்டுகளில் நொண்டி நொண்டி நடந்து வந்தவன், தோட்டத்தை நோக்கிப் போனான். அங்குத் திட்டி வாசல்கதவு திறந்தே கிடந்தது. இயந்திரத்தனமாக அவன் தோட்டத்திற்குப் போனான்: அப்போது அவனுக்கு ஏதாவது சத்தம் கேட்டிருக்கலாம் அல்லது சத்தம் கேட்டதுபோல இருந்திருக்க லாம்; அப்படியே இடது பக்கமாகப் பார்த்தவன், எஜமானன் அறையில் ஜன்னல் திறக்கப்பட்டு, ஆள் அரவம் எதுவும் இல்லாமல் இருந்தது. 'ஜன்னல் ஏன் திறந்திருக்கிறது, இது கோடைகாலமில்லையே!' என்று நினைத்த கிரிகோரி வழக்கத்திற்கு மாறாக ஏதோ ஒன்று நடந்திருப்பதை உணர்ந்தான். நாற்பது அடி தூரத்தில் மனித உருவ நிழல் ஒன்று வேகமாக அந்த இருட்டில் நகர்வது தெரிந்தது. 'கடவுளே!' என்று சொன்ன கிரிகோரி, தன்னுடைய இடுப்பு வலியையும் மறந்து வேகமாக ஓடும் அந்த மனிதனைப் பிடிக்கச் சென்றான். முன்பின் தெரியாதவனை விட, தோட்டத்து அமைப்பை நன்கு அறிந்த அந்த மனிதன் குளியல் அறையைத் தாண்டிச் சுவர் ஏறிக் குதித்தான் . . . கிரிகோரி தன்னை மறந்து அவனைப் பின்தொடர்ந்து ஓடினான். அப்படி அந்த உருவத்தைப் பின்தொடர்ந்து போன சமயம்தான் அந்த உருவம் வேலியைத் தாண்டிக் குதித்தது. தன்னுடைய வலியையும் பொருட்படுத்தாமல் உரக்கக் கத்திக்கொண்டே அந்த மனிதனைப் பிடிக்க வேகமாக ஓடிப்போய் அவனுடைய காலைத் தன்னுடைய இரு கைகளாலும் பற்றிப் பிடித்தான் கிரிகோரி.

அவனுடைய உள்ளுணர்வு சரியாகவே வேலைசெய்தது; கிரிகோரிக்கு அது யாரென்று தெரிந்தது; அதுதான் 'தந்தையைக் கொல்ல வந்த மிருகமாக' இருந்தது.

'நீ தந்தையைக் கொல்லவந்தவனா!' என்று ஊரே கேட்கும்படி உரக்கக் கத்தியவனால் வேறு ஒன்றும் சொல்ல முடியவில்லை; திடீரென்று இடி விழுந்தது போல அப்படியே அவன் கீழே சரிந்து விழுந்தான். தோட்டத்திற்குள் நெடுஞ்சாணாய்க் கிடந்தவன்மீது மீச்சியா மீண்டும் எட்டிக்குதித்தான். கையில் வைத்திருந்த பித்தளை உலக்கையை இயந்திரத்தனமாகப் புல்தரையின்மீது வீசி எறிந்தான். வீசி எறிந்த அந்த உலக்கை கிரிகோரி விழுந்த இடத்திலிருந்து இரண்டு அடி தூரத்தில், புல்பரப்பின் மீது விழாமல், நடைபாதையில் கண்களுக்குப் புலப்படும் இடத்தில் விழுந்தது. கீழே விழுந்த மனிதனைச் சில மணித்துளிகள் அப்படியே நின்றபடி பார்த்தான். கிழவனின் தலை முழுவதும் ரத்தமாக இருந்தது; கிழவனின் மண்டையை அவன் உடைத்தானா சாதாரணமாக அவரை 'அதிர்ச்சி'க்கு உள்ளாக்கினானா என்பதைத் தெரிந்துகொள்ள அவனுக்கு மிகவும் ஆர்வமாக இருந்தது என்று பிறகு மீச்சியா நினைவுகூர்ந்தான். ஆனால் பொங்கிப் பெருகிய ரத்தம் உதறலெடுத்த மீச்சியாவின் கைகளை நனைத்தது. ஹஃலக்கோவா

வின் வீட்டிற்குப் போகும் வழியில் எதற்கும் இருக்கட்டுமே என்று அவன் எடுத்துவைத்த புதிய வெள்ளை நிறக் கைக்குட்டையை எடுத்துக் கிழவனின் தலையிலும் முகத்திலும் வழிந்த ரத்தத்தை யோசிக்காமல் துடைத்தான். ஆனால், கைக்குட்டை ரத்தத்தில் அப்படியே ஊறிப் போனது. 'கடவுளே, என்ன செய்வது?' என்று தன்னைச் சுதாரித்துக் கொண்டு, 'ஒருவேளை மண்டையை நான் உடைத்துவிட்டேனோ? எப்படித் தெரிந்துகொள்வது . . . சரி, என்னவாயிருந்தால் என்ன!' என்று நம்பிக்கையின்றிச் சொன்னவன், 'கொன்றுவிட்டேன் என்றால் கொன்றுவிட்டேன் தான் . . . கிழவன் மாட்டிக்கொண்டார்; சூழ்நிலை அப்படி அமைந்துவிட்டது!' என்று சத்தமாகச் சொல்லிக்கொண்டே வேலியின் மீதேறிக் குதித்துத் திடீரென்று குறுக்குத்தெரு வழியாக ஓடினான். ரத்தத்தில் ஊறிப் போன கைக்குட்டையை வலது முட்டியால் பற்றிக்கொண்டு ஓடியவன், அதைத் தன்னுடைய பின்பக்கப் பாக்கெட்டில் திணித்துக்கொண்டான். அப்படி வேகமாக ஓடியவனைப் பார்த்த ஒருசிலர், அப்படி ஊர்த் தெருவில், இருட்டில் அவன் ஓடியதைப் பிறகு நினைவுகூர்ந்து சொன்னார்கள். மறுபடியும் அவன் மரசோவா வுடைய வீட்டிற்குப் போனான். மீச்சியா வெளியே போன பிறகு மூத்த வாயிற்காப்பாளனான நாஸர் இவானவிச்சிடம் 'படைத்தளபதியை இன்றும், நாளையும் கண்டிப்பாக உள்ளே அனுமதிக்கக் கூடாது' என்று எச்சரிப்பதற்காக விரைந்தாள் ஃபேன்யா. நாஸர் இவானவிச்சும் அவள் இட்ட கட்டளையை ஏற்றுக்கொண்டான்; ஆனால் திடீரென்று வீட்டு எஜமானி அவனை மேலே வரச்சொல்லிக் கூப்பிட்டதால், வழியில் வந்த தன் அத்தை மகனை வாசலில் சிறிது நேரம் காவல் காக்கச் சொல்லிவிட்டுப் படைத்தளபதி வந்தால் அவரை உள்ளே வர அனுமதிக்கக் கூடாது என்பதைச் சொல்ல மறந்து அவன் உள்ளே போனான். அப்போது அங்கு ஓடிவந்த மீச்சியா, கதவைத் தட்டினான். அந்த இளைஞன் மீச்சியாவை உடனே அடையாளம் தெரிந்து கொண்டான்; ஏனெனில் பலமுறை மீச்சியா அவனுக்கு டீ குடிக்கக் காசு கொடுத்திருக்கிறான். அதனால் அவன் உடனே மீச்சியாவுக்குக் கதவைத் திறந்து, உள்ளே செல்ல அனுமதித்து, இன்முகத்துடன் சட்டென்று, 'அக்ரஃபேனா அலெக்ஸாந்தரவ்னா தான் வீட்டில் இல்லையே, ம்' என்றான்.

'அவள் எங்கே போயிருக்கிறாள், ப்ரஹோர்?' என்று கேட்டபடி அங்கேயே நின்றான் திமித்ரி ஃபியோதரவிச்.

'கொஞ்ச நேரத்திற்கு முன்புதான், இரண்டு மணி நேரம் இருக்கும், திமஃபேயுடன் அவள் மோக்ரய நகரத்திற்குப் போயிருக்கிறாள்.'

'எதற்காக?' என்று மீச்சியா கத்தினான்.

'அது எனக்குத் தெரியாது, அதிகாரி ஒருவர் அவளை அழைத்தார் என்று ஒரு குதிரை வண்டி வந்தது . . .'

மீச்சியா அப்படியே அவனை விட்டுவிட்டு ஃபேனியாவைப் பார்க்கப் பாதி பைத்தியம் பிடித்தவனைப் போல ஓடினான்.

# 5

## திடீர் முடிவு

பாட்டியுடன் சமையலறையில் உட்கார்ந்திருந்த ஃபேனியா அன்றைய நாளை முடித்துக்கொண்டு இருவரும் உறங்கத் தயாராகிக்கொண்டிருந் தார்கள். நாஸர் இவானவிச்சிடம் சொல்லிவிட்ட நம்பிக்கையில் அவர்கள் மீண்டும் கதவை உள்பக்கமாகத் தாழிடாமல் படுக்கச் சென்றார்கள். அப்போது வேகமாக மீச்சியா உள்ளே வந்து, நேராக ஃபேனியாவின் கழுத்தைப் பிடித்தான்.

'சொல், எங்கே அவள், யாருடன் அவள் இப்போது மோக்ரய போயிருக்கிறாள்?' என்று வெறிபிடித்தவனைப் போலக் கத்தினான். இரண்டு பெண்மணிகளும் உடனே அலறினார்கள்.

'ஓ, சொல்கிறேன், சொல்கிறேன், அருமை திமித்ரி ஃபியோதரவிச், இப்போதே சொல்கிறேன், எதையும் மறைக்காமல் சொல்கிறேன். மோக்ரயவுக்கு அதிகாரியைப் பார்க்க அவள் போயிருக்கிறாள்.'

'எந்த அதிகாரியை?' என்று கத்தினான் மீச்சியா.

'அந்தப் பழைய அதிகாரியை, அந்தப் பழைய தன்னுடைய அதிகாரியை, ஐந்து வருடங்களுக்கு முன்பு அவளைக் கைவிட்டுவிட்டுச் சென்ற அந்த அதிகாரியை' என்று நடு நடுங்கியபடி சொன்னாள் ஃபேன்யா.

ஃபேனியாவின் கழுத்திலிருந்து தன்னுடைய கைகளை விலக்கிக் கொண்டான் மீச்சியா. செத்த மனிதனைப் போல அவன் முகம் வெளிறிப் போய்ப் பார்வை நிலைகுத்தி அவள்முன் நின்ற மீச்சியாவின் கண்களில், நிலைமை தெளிவாகப் புலப்பட்டது; அவனுக்கு எல்லாமே, எல்லாமே இப்போது விளங்கியது; அந்த ஒரு வார்த்தையைக் கேட்டதும் அவனுக்கு எல்லாமே புரிந்துபோனது. அப்போது எல்லாவற்றையும் அவன் புரிந்துகொண்டானா இல்லையா என்பதைத் தெரிந்துகொள்ள பாவப்பட்ட ஃபேனியாவால்தான் முடியவில்லை. அவன் உள்ளே நுழைந்தபோது எந்தப் பெட்டிமீது ஃபேனியா உட்கார்ந்திருந்தாளோ, அங்கேயே அவள் பயத்தில் நடுங்கியபடி, ஏதோ தன்னைப் பாதுகாத்துக் கொள்பவள் போலக் கைகளை நீட்டிக்கொண்டு உறைந்துபோய் அப்படியே நின்றாள். பரந்தகன்ற அவளுடைய கண்கள் அவன்மீது ஆழமாகப் பதிந்திருந்தன. நிலைமையை இன்னும் மோசமாக்கும் விதத்தில், அவனுடைய இரண்டு கைகளிலும் ரத்தக் கறை வேறு இருந்தது. வழியில் அவன் ஓடிவந்தபோது நெற்றியில் வழிந்த வேர்வையைத் துடைத்தவனின் நெற்றியிலும் வலது கன்னத்திலும் ரத்தக் கறை சிவப்பாகப் படிந்திருந்தது. ஃபேன்யாவுக்குப் பைத்தியம் பிடித்தது போலாகிவிட்டது; வயதான சமையல்காரக் கிழவியோ பயத்தில் துள்ளி எழ, ஏறக்குறைய நினைவிழந்த நிலையில் அவளும் பைத்தியம் பிடித்தவளைப் போல இருந்தாள். ஒரு நிமிடம் அப்படியே நின்ற

திமித்ரி ஃபியோதரவிச் ஃபேன்யாவுக்கு அருகிலிருந்த நாற்காலியில் இயந்திரத்தனமாக உட்கார்ந்தான்.

அப்படி உட்கார்ந்தவன், எதையுமே உணராமல், திகிலடித்தவன் போல மந்தமாக உட்கார்ந்திருந்தான். ஆனால் அவனுக்கு எல்லாமே மிகத் தெளிவாகத் தெரிந்தது: அந்த அதிகாரியை அவனுக்குத் தெரியும்; அவரைப் பற்றிய எல்லா விஷயங்களும் அவனுக்கு நன்றாகத் தெரியும்; அவன் சம்பந்தப்பட்ட விஷயங்கள் எல்லாமே குரூஷென்கா மூலமாகவே அவனுக்குத் தெரிந்திருந்தது; ஒரு மாதத்திற்கு முன்பாக அவன் அவளுக்குக் கடிதம் எழுதியிருந்ததும் அவனுக்குத் தெரியும். ஆக, ஒரு மாதமாக, முழு ஒரு மாதமாக, இந்த விஷயம் அவனுக்குத் தெரியாமல் ரகசியமாக இருந்து இப்போது புதுப்போட்டியாளன் உருவாகும் அளவுக்குப் போயிருக்கிறது; ஆனால் அவனோ இதைப் பற்றி நினைத்துக்கூடப் பார்க்கவில்லை! எப்படி அவனைப் பற்றி மீச்சியாவால் நினைத்துப் பார்க்க முடியாமல் போனது? அந்த அதிகாரியைப் பற்றிக் கேள்விப்பட்ட பிறகு எப்படி அவனால் அவரை உடனே மறக்க முடிந்தது? இந்தக் கேள்விதான் பதுங்கி இருக்கும் ஒரு மிருகம் போல அவன் முன்பு எழுந்துநின்றது. இப்போது அந்த மிருகத்தை உண்மையாகவே பயத்துடன், உறைந்துபோகும் பயத்துடன்தான் அவன் பார்த்தான்.

திடீரென்று அவன் மிக அமைதியான, இனிமையான ஒரு குரலில் சிறிது நேரத்திற்கு முன்பு தான் ஃபேன்யாவைப் பயமுறுத்தி, வேதனைப் படுத்தி, தாக்கினான் என்பதையே முற்றிலுமாக மறந்துபோனவன் போல, குழைவாகப் பேசினான். திடீரென்று அப்படி அவன் பேசியது அவளுக்கு ஆச்சர்யமாகத்தான் இருந்தது, ஏனெனில் அந்த நிலையில் இருக்கும் எந்த ஒரு மனிதனுக்கும் அது இயல்பை மீறிய ஒரு செயலாகத் தான் இருந்திருக்கும். ரத்தக் கறை படிந்த அவனுடைய கைகளை ஃபேனியா வெறித்துப் பார்த்தாலும், அவன் கேட்ட ஒவ்வொரு கேள்விக்கும் அவள் மனமுவந்து, அவசர அவசரமாக, 'உண்மையிலும் உண்மை' என்று சொல்லிப் பதிலளித்துக்கொண்டிருந்தாள். கொஞ்சம் கொஞ்சமாக, ஒருவித சந்தோஷத்துடன் அவள் எல்லா விவரங்களையும் அவனுக்குச் சொல்லிக்கொண்டிருந்தாள்; அவனை எந்த விதத்திலும் நோகடிக்க விரும்பாமல், மனமார அவனுக்குப் பதில் சொல்ல விரும்பியது போல அவள் அவசர அவசரமாகப் பதிலளித்துக்கொண்டிருந்தாள். இன்றுவரை கடைசிவரை நடந்த எல்லாவற்றையும் அவள் விளக்கமாக அவனுக்குச் சொன்னாள்; அதாவது ரக்கீத்தின், அல்யோஷா இருவரும் வந்துபோனது, ஃபேனியா எப்படிக் கண்காணித்து குரூஷென்கா போவதைப் பார்த்தது, அப்படியே அவள் போகும்போது மீச்சியாவுக்குத் தன்னுடைய வணக்கத்தைத் தெரிவித்துவிடுமாறு அல்யோஷாவிடம் சொல்லி 'ஒரு மணி நேரத்திற்குள் எப்படி அவள் அவனை விரும்பினாள் அப்படியே அவன் அவளை எப்போதுமே நினைவில் வைத்துக்கொள்ள வேண்டும்' என்று ஜன்னல் வழியாக உரக்கக் கத்திச் சொன்னது இப்படி எல்லாவற்றையும் அவள் சொன்னாள். அவள் தெரிவித்த அந்த வணக்கத்தைக் கேட்டு வெறித்துச் சிரித்த மீச்சியாவின் வெளிறிப் போன கன்னங்களில் சட்டென்று ரோஜா நிற வண்ணம் ஏறியது.

அப்படிச் சொன்ன ஃபேன்யா பயமில்லாமல் ஆர்வத்துடன் மீச்சியா விடம் கேட்டாள், ‘உங்கள் கைகளில் என்ன திமித்ரி ஃபியோதரவிச், ரத்தமாக இருக்கிறதே!’

‘ஆமாம்’ என்று இயந்திரத்தனமாகப் பதிலளித்த மீச்சியா, உற்சாகமில்லாமல் தன்னுடைய கைகளைப் பார்த்துக்கொண்டே, கைகளில் படித்த ரத்தத்தையும் ஃபேன்யா கேட்ட கேள்வியையும் மறந்துபோனான். மறுபடியும் அவன் அமைதியானான். அப்படியே அந்த இடத்தில் அவன் இருபது நிமிடம் உட்கார்ந்திருந்தான். இப்போது அவனுடைய மனத்திலிருந்த பயம் விலகி, ஏதோ அவன் புதிய, உறுதியான ஒரு முடிவை எடுத்தவன் போல இருந்தான். திடீரென்று அந்த இடத்தை விட்டு எழுந்து எதையோ அவன் யோசித்த வண்ணம் சிரித்தான்.

‘என்னவாயிற்று ஐயா உங்களுக்கு?’ என்று அவனுடைய கைகளை மீண்டும் சுட்டிக்காட்டிய ஃபேன்யா, அவனுடைய துக்கத்தை மிக நெருக்கமாகப் பகிர்ந்து கொள்பவள் போலக் கேட்டாள்.

மீண்டும் தன்னுடைய கைகளைப் பார்த்துக்கொண்டான் மீச்சியா.

‘இது ரத்தம், ஃபேன்யா’ என்றவன், விநோதமாக அவளைப் பார்த்தபடி, ‘இது மனித ரத்தம், கடவுளே, இது எப்படி சிந்தப்பட்டது! ஆனால், ஃபேன்யா . . . அங்கு ஒரு வேலி (ஏதோ ஒரு விடுகதை சொல்வது போல அவளைப் பார்த்தான்), ஒரு பெரிய வேலி, பார்ப்பதற்கு மிகவும் பயங்கரமாக இருந்தது . . . ஆனால், நாளை காலைப் பொழுது புலர்ந்து ‘சூரியன் உதயமாகும்’போது, மீச்சியா அந்த வேலியைத் தாண்டுவான் . . . உனக்குப் புரியாது, ஃபேன்யா, அது என்ன வேலியென்று, ஆமாம் அது ஒன்றுமல்ல . . . எப்படியிருந்தாலும் நாளைக்கு அதைப் பற்றி நீ கேள்விப்படும்போது அது உனக்குப் புரியும் . . . இப்போது நான் போய் வருகிறேன்! அவளுடைய வழியில் நான் குறுக்கே நிற்க மாட்டேன், அவளைவிட்டு விலகிப்போகிறேன், அப்படி விலகிப் போக என்னால் முடியும். நீ நன்றாக இரு, என்னுடைய சந்தோஷமே . . . ஒரு மணி நேரம் அவள் என்னை விரும்பினாள், அதனால் வாழ்நாள் முழுவதும் மீச்சென்கா கரமாஸவை அவள் நினைவில் வைத்துக் கொள்வாள் . . . அவள் தானே என்னை மீச்சென்கா என்று அழைத்தாள், உனக்கு ஞாபகமிருக்கிறதா?’

அப்படிச் சொன்னவன், திடீரென்று சமையலறையிலிருந்து வெளியேறினான். வேகமாக ஓடிவந்து பாய்ந்த மீச்சியாவைவிட, இப்படி வெளியேறிய மீச்சியாவைப் பார்த்து அவள் அதிகமாக பயப்பட்டாள்.

சரியாகப் பத்து நிமிடங்கள் கழித்துத் தன்னுடைய துப்பாக்கிகளை அடமானம் வைத்த அந்த இளம் அதிகாரி பியோத்தர் இலிச் பெர்ஹோத்தினைப் பார்க்கப்போனான் திமித்ரி ஃபியோதரவிச். எட்டரை மணியிருக்கும், பியோத்தர் இலிச் டீ குடித்துவிட்டு மீண்டும் உடையணிந்துகொண்டு ‘தலைநகரம்’ என்ற சத்திரத்திற்கு மேஜை

கோல் பந்தாட்டம் (billiards) விளையாடப் போய்க்கொண்டிருந்தார். அப்படிப் போனவரை மீச்சியா வழியில் பிடித்தான். மீச்சியாவின் ரத்தக் கறை படிந்த முகத்தைப் பார்த்து அவர் வீறிட்டுக் கத்தினார்.

'கடவுளே! உங்களுக்கு என்னவாயிற்று?'

'இப்போது' என்று அவசரமாகச் சொன்ன மீச்சியா, 'என்னுடைய துப்பாக்கிகளைத் திரும்ப வாங்கிக்கொள்ள நான் வந்தேன். பணம் கொண்டு வந்திருக்கிறேன். உங்களுடைய உதவிக்கு நன்றி. அவசரமாக நான் போகிறேன் பியோத்தர் இலிச், தயவுசெய்து என்னுடைய துப்பாக்கிகளைச் சீக்கிரமாகக் கொடுங்கள்.'

பியோத்தர் இலிச் ஆச்சர்யமடைந்தார். மீச்சியாவின் கைகளில் திடீரென்று கத்தை கத்தையாகப் பணமிருந்ததைப் பார்த்த அவர், முக்கியமாகக் கத்தைப் பணத்துடன் வந்த மீச்சியா அதைப் பிடிக்க முடியாத விதத்தில் பிடித்துக்கொண்டு வந்ததைப் பார்த்தார்: பணத்தை அவன் வலது கையில் பிடித்துக்கொண்டு, வேண்டுமென்றே எல்லோருக்கும் தெரியும்படி காட்டிக்கொண்டு வந்தான். பெத்ரோகினிடம் வேலைசெய்யும் சிறுவன் அந்தக் கோலத்தில் மீச்சியாவை முன் அறையில் சந்தித்தவன், பிறகு சொன்னான், வலது கையில் மீச்சியா அப்படியே பணத்தைப் பிடித்துக்கொண்டு தெருவழியாகச் சென்றானென்று. நூறு ரூபிள் நோட்டுகளாக இருந்த அந்தப் பணத்தை ரத்தக்கறை படிந்த கையில் மீச்சியா பிடித்தவாறு வந்தானென்று சொன்னான். பியோத்தர் இலிச்சைப் பிறகு விசாரித்த மனிதர், 'எவ்வளவு பணம் மீச்சியாவிடம் இருந்தது?' என்று கேட்டபோது, 'கண்ணளவில் பார்த்ததைச் சொல்வது சிரமம், ஒருவேளை இரண்டாயிரம் அல்லது மூவாயிரம் இருக்கலாம், ஆனால் பணக்கட்டு பெரிதாக, 'பருமனாக' இருந்தது' என்றார். அதன்பிறகு சொன்னார், திமித்ரி ஃபியோதரவிச் தன் நிலையிலேயே இல்லை, ஆனால் அவர் குடித்திருக்கவும் இல்லை, ஏதோவோர் எழுச்சி மிக்க மனநிலையில், தன்னை முற்றிலும் மறந்தவராக, ஆனால் அதே சமயம் ஏதோ ஒன்றில் அதிகக் கவனம் செலுத்தியவராக, அதற்குத் தீர்வுகாண முடியாதவரைப் போல இருந்தாரென்றும் சொன்னார். அப்படியே அவசரத்தில் கேட்ட கேள்விகளுக்கு அவர் பதிலைச் சுருக்கமாகச் சொல்லிக்கொண்டு, ஏதோ அவருக்குக் கஷ்டமே இல்லாதது போல மகிழ்ச்சியுடன் இருப்பது போல இருந்தார்' என்றும் சொன்னார்.

'ஆமாம், உங்களுக்கு என்னவாயிற்று, இப்போது என்னவாயிற்று?' என்று வந்திருந்த விருந்தாளியை வெறித்துப் பார்த்துக் கத்தினார் பியோத்தர் இலிச். 'எப்படி இப்படி ரத்தக் கறை, கீழே விழுந்துவிட்டீர்களா என்ன, உங்களை நீங்களே பாருங்கள்!'

மீச்சியாவின் முழங்கையைப் பிடித்து இழுத்து அவனைக் கண்ணாடி முன் கொண்டுவந்து நிறுத்தினார். ரத்தக் கறை படிந்த தன்னுடைய முகத்தைப் பார்த்து மீச்சியா ஆச்சர்யப்பட்டு, கோபத்தில் முகத்தைச் சுளித்தான்.

'ஹேய், நாசமாய்ப் போக! இது ஒன்றுதான் குறைச்சல்' என்று ஆத்திரத்தில் கத்தியபடி வேகமாகப் பணத்தை வலது கையிலிருந்து இடது கைக்கு மாற்றியவன், கைக்குட்டையைச் சட்டைப் பையிலிருந்து வெளியே இழுத்தான். ஆனால், கைக்குட்டை முழுவதும் ரத்தக் கறையாக இருந்தது. (அந்தக் கைக்குட்டையைப் பயன்படுத்தித்தான் கிரிகோரியின் தலை, முகம் முழுவதையும் அவன் துடைத்திருந்தான்): கைக்குட்டையில் ஓரிடம்கூட வெள்ளையாக இல்லாதது மட்டுமில்லாமல், ரத்தம் இன்னும் காயாமல், கசங்கிய கைக்குட்டை கையில் ஒட்டிக் கொள்ளும் அளவுக்குப் பந்து போலச் சுருண்டு இருந்தது. மீச்சியா அதைக் கோபத்துடன் தரையில் விட்டெறிந்தான்.

'ஓ, நாசமாய்ப் போக! உங்களிடம் பழைய துணி ஏதாவது இருக்கிறதா . . . துடைத்துக்கொள்ள வேண்டும் . . .'

'ஆக, உங்கள்மீது ரத்தக் கறை மட்டும்தான் பட்டிருக்கிறது, உங்களுக்குக் காயம் ஏதுமில்லையே? உங்களை நீங்கள் சுத்தப்படுத்திக் கொள்வது நல்லது.'

'முகம் கழுவும் இடம் இங்கிருக்கிறது. வாருங்கள், உங்களுக்கு நான் உதவுகிறேன்.'

'முகம் கழுவும் இடமா? நல்லதுதான் . . . ஆனால் இதை நான் என்ன செய்வது?' என்று கேட்ட மீச்சியா கையிலிருந்த பணத்தைக் குழப்பத்துடன் பார்த்துக்கொண்டே, ஏதோ பெர்ஹோத்தினுடைய சொந்தப் பணத்தைப் பற்றிப் பேசுவது போலக் கேட்டான்.

'சட்டைப் பையில் வையுங்கள், இல்லையேல் இதோ இங்கே மேஜைமீது வையுங்கள், காணாமல் போகாது.'

'சட்டைப்பையிலா? சரி சட்டைப்பையில் வைக்கிறேன். அது நல்லது . . . இல்லை, எதுவுமே அர்த்தமில்லாதது!' என்று உரக்கச் சொன்னவன், ஏதோ தன்னை மறந்த நிலையிலிருந்தவன் போல இருந்தான். கேளுங்கள், 'முதலாவதாக இந்தத் துப்பாக்கிக் கதையை நாம் முடிப்போம்; அதை நீங்கள் எனக்குத் திருப்பிக் கொடுத்துவிடுங்கள்; இதோ உங்களுடைய பணம் . . . ஏனெனில் அவை எனக்கு அவசியம் தேவை, மிக மிகத் தேவை. நேரமோ, நேரமோ எனக்குக் கொஞ்சமும் இல்லை . . .'

இப்படியாக, அந்தப் பணக்கட்டின் மேலிருந்த ரூபிள் நோட்டை உருவி அவரிடம் நீட்டினான்.

'என்னிடம் சில்லறை இல்லை, உங்களிடம் நூறு ரூபிள்களுக்குச் சில்லறை இருக்கிறதா?'

'இல்லை' என்று சொன்ன மீச்சியா, மீண்டும் அந்தப் பணக்கட்டின் இரண்டு மூன்று தாள்களைப் பிரித்துப் பார்த்து, ஏதோ அவன் சொன்ன வார்த்தைகளில் அவனுக்கே நம்பிக்கை இல்லாதது போல, 'இல்லை எல்லாமே நூறு ரூபிள்களாகத்தான் இருக்கின்றன' என்று சொன்னவன், கேள்விக்குறியுடன் பியோத்தர் இலிச்சைப் பார்த்தான்.

'ஆம், எங்கிருந்து உங்களுக்கு இவ்வளவு பணம்? சரி, பொறுங்கள், என்னுடைய பையனை ப்லோத்னிக்கவிடம் சில்லறை மாற்றிக்கொண்டு வரச்சொல்கிறேன்.' அவர்கள் கடையைத் தாமதமாகத்தான் மூடுவார்கள், அவர்களிடம் சில்லறைப் பணமும் இருக்கும். ஏய், மீஷா' என்று நடைபாதையில் காத்திருந்த சிறுவனைக் கூப்பிட்டார் பெத்ரோஹின்.

'ப்லோத்னிக்கவ் கடைக்கா – அருமையான விஷயம்!' என்று உரக்கச் சொன்ன மீச்சியா, ஏதோ நினைவு வந்து அதில் தாக்கப் பட்டவனைப் போல இருந்தான். 'மீஷா' என்று உள்ளே வந்த பையனைப் பார்த்து, 'பார், ப்லோத்னிக்கவ் கடைக்கு ஓடிப்போய் திமித்ரி பியோதரவிச், தன்னுடைய வினவுதல்களையும் பாராட்டுகளையும் அவர்களுக்குத் தெரிவிக்கிறாரென்று சொல்லிவிட்டு, இப்போது அங்கு அவரே வருகிறாரென்றும் சொல் . . . ஆம், கேள், கேள்: நான் வருவதற்குள் ஷாம்பைன் பாட்டில்கள் மூன்று டஜனை நன்றாகக் கட்டித் தயார் செய்து வைக்கும்படிச் சொல்; போனமுறை மோக்ரய போனபோது நான்கு டஜன் பாட்டில்களை நான் எடுத்துச் சென்றேன்' என்றபடி திடீரென்று அவன் பியோத்தர் இலிச்சைப் பார்த்து, 'அவர்களுக்கு என்னை நன்றாகத் தெரியும், கவலைப்பட வேண்டாம் மீஷா' என்று அந்தப் பையனைப் பார்த்துச் சொன்னான். 'ஆம், கேள்: கொஞ்சம் பாலாடைக் கட்டியையும் ஸ்ராட்டர்ஸ்பெர்க் உணவையும் புகையூட்டப் பட்ட வஞ்சரமீனையும் உப்பிட்ட பன்றித் தொடையையும் மீன் முட்டைகளையும் இன்னும் அதுபோன்று என்னவெல்லாம் இருக்கிறதோ, அவற்றையெல்லாம் முன்பு கொடுத்தது போலவே, இப்போதும் நூறு அல்லது நூற்று இருபது ரூபிள்களுக்குள் வருமாறு தயார் செய்து வைக்கச் சொல் . . . ஆம், கேள்: இனிப்புப் பண்டங்களை மறக்காமல் எடுத்து வைக்கச்சொல், மிட்டாய்கள், பேரிக்காய், தர்ப்பூசணிகள் இரண்டு, மூன்று அல்லது நான்கு – இல்லை வேண்டாம் தர்ப்பூசணி ஒன்றுபோதும், சாக்கலேட் பழம், புதினாவில் செய்யப்பட்ட இனிப்புப் பொருள், மிட்டாய் – இப்படி எல்லாவற்றையும் எடுத்துவைத்து, எப்படி எனக்குப் போனமுறை மோக்ரய போகும்போது தயார்செய்து கொடுத்தார்களோ, அப்படியே இப்போதும் தயார்செய்து கொடுக்கச் சொல். முந்நூறு ரூபிள்கள் பெறுமான ஷாம்பைன் பாட்டில்களையும் எடுத்துவைக்கச் சொல் . . . போனமுறை போலவே இந்த முறையும் எல்லாமே இருக்கட்டும். ஆம், உன்னுடைய பெயர் மீஷா, அப்படி நீ மீஷா என்றால் . . . உன்னை மீஷா என்று கூப்பிடுகிறார்களா?' என்று சொன்னவன் மீண்டும் பியோத்தர் இலிச் பக்கம் திரும்பிப் பார்த்தான்.

'ஆம், நில்' என்று தடுத்து நிறுத்திய பியோத்தர் இலிச், மீச்சியா சொன்ன எல்லாவற்றையும் கேட்டுச் சற்றே குழம்பிப் போனவர், 'நீங்களே போய்ச் சொல்வது நல்லது, இல்லாவிட்டால் இவன் எல்லா வற்றையும் குழப்பிவிடுவான்' என்றார்.

'குழப்பிவிடுவான், தெரிகிறது, குழப்பிவிடுவான் என்று! ஏ, மீஷா, நீ இந்த வேலையைச் செய், உனக்கு நான் பணம் தருகிறேன் . . . நீ மட்டும் குழப்பாமல் இருந்தால், உனக்கு நான் பத்து ரூபிள்கள்

தருவேன், ஓடு வேகமாக... ஷாம்பைன், ஷாம்பைனை மிக முக்கியமாகத் தயார்செய்யச் சொல், அப்படியே பிராந்தியையும் சிவப்பு, வெள்ளைநிற திராட்சை ரசத்தையும் போனமுறை தயார் செய்தது போலவே... அவர்களுக்குத் தெரியும், போனமுறை நான் என்ன கேட்டிருந்தேன் என்று...'

'இங்கே பாருங்கள்!' என்று ஏற்கெனவே பொறுமையிழந்து இடைமறித்தார் பியோத்தர் இலிச். 'நான் என்ன சொல்கிறேன் என்றால், அவன் ஓடிப்போய்ச் சில்லரை மட்டும் மாற்றிக்கொண்டு வரட்டும், அப்படியே அவர்களிடம் கடையைப் பூட்ட வேண்டாமென்று சொல்லட்டும், அதற்குள் நீங்களே அங்குப் போய் உங்களுக்கு வேண்டியவற்றைச் சொல்லுங்கள்... கொடுங்கள் உங்கள் பணத்தை. ஓடு மீஷா, ஒரு கால் அங்கிருக்கட்டும், மற்றொரு கால் இங்கிருக்கட்டும்!' பியோத்தர் இலிச் வேண்டுமென்றே மீஷாவை விரட்டினார், ஏனெனில் வந்திருக்கும் இந்த விருந்தாளி முன்பாக அவன் ரத்தக்கறை படிந்த அவனுடைய முகத்தையும் ரத்தக்கறையுடன் நடுங்கும் விரல்களால் பணக்கத்தையை அவன் பிடித்த விதத்தையும் பார்த்து ஆச்சர்யத்திலும் பயத்திலும் வாயைத் திறந்து நின்றவன், மீச்சியா சொன்ன எதையுமே அநேகமாகப் புரிந்துகொள்ளாமல் இருந்தான்.

'வாருங்கள், இனி முகத்தைக் கழுவலாம்' என்று கடுமையாகச் சொன்னார் பியோத்தர் இலிச். 'ஒன்று பணத்தைச் சட்டைப்பையில் வையுங்கள், இல்லையேல் மேஜைமீது வையுங்கள்... வாருங்கள் இப்படிப் போகலாம். சரி, உங்களுடைய மேல் சட்டையைக் கழற்றுங்கள்'

மீச்சியா மேல் சட்டையைக் கழற்ற அவர் உதவியபோது மீண்டும் திடீரென்று அவர் கத்தினார்.

'பாருங்கள், இங்கேயும், உங்களுடைய மேல் சட்டையிலும் ரத்தம்!'

'இல்லை, மேல் சடை முழுவதிலும் இல்லை கொஞ்சம் கைப் பக்கமாகத்தான்... இதோ இங்கே கைக்குட்டை இருந்த பக்கம்தான். சட்டைப்பை வழியாக ரத்தம் ஊறிக் கசிந்து வந்திருக்கிறது. ஃபேனியாவிடம் பேசிக்கொண்டிருந்தபோது கைக்குட்டை இருந்த பக்கமாக நான் உட்கார்ந்திருப்பேன் போல, அதுதான் ரத்தம் ஊறி வெளியே வந்துவிட்டது' என்று ஏதோ ஒரு நம்பிக்கையுடன் விளக்கினான் மீச்சியா. இதைக்கேட்டு பியோத்தர் இலிச் முகத்தைச் சுளித்தார்.

'எப்படி இது நடந்தது, யாருடனாவது சண்டை போட்டீர்களா' என்று முணுமுணுத்தார் பெத்ரோஹின்.

அவர்கள் ரத்தததைக் கழுவ ஆரம்பித்தார்கள். பியோத்தர் இலிச் குடுவையிலிருந்து தண்ணீரை ஊற்றினார். மீச்சியா அவசரமாகக் கழுவியதில் கறை போகாமல் இருந்தது. (அவனுடைய கைகள் நடுங்கின என்று பிறகு பியோத்தர் இலிச் நினைவுகூர்ந்தார்). உடனே பியோத்தர் இலிச் அவனை நன்றாகத் தேய்த்துக் கழுவுமாறு கட்டளையிட்டார். நேரம் போகப் போக மீச்சியாமீது அவர் அதிக ஆதிக்கம் செலுத்தியது போல அவருக்கு அப்போது தோன்றியது. அவன் வீரமில்லாத இளம் மனிதனாக இருந்தான்.

'பாருங்கள், உங்கள் விரல் நகங்களுக்குக் கீழே இன்னும் ரத்தம்; இப்போது முகத்தைக் கழுவுங்கள், இதோ இங்கே: நெற்றியில், காது பக்கம்... இந்தச் சட்டையுடனா போகப் போகிறீர்கள்? எங்கே போகப் போகிறீர்கள்? பாருங்கள், வலது கைப்பட்டை முழுவதும் ரத்தம்.'

'ஆம், ரத்தம்' என்று தன்னுடைய சட்டைப் பட்டையைப் பார்த்து மீச்சியா சொன்னான்.

'அப்படியானால் சட்டையை மாற்றுங்கள்.'

'நேரமில்லை. நான் பாருங்கள், இதோ, இதோ...' என்று அதே நம்பிக்கையுடன் தொடர்ந்த மீச்சியா, முகத்தையும் கைகளையும் துடைத்துக்கொண்டு மேல் சட்டையைப் போட்டுக்கொண்டு, 'இதோ நான் இந்தக் கைப்பட்டையைச் சற்று உள்ளே தள்ளி மேல் சட்டைக்குள் விட்டுக்கொண்டால் ஒன்றும் தெரியாது... பாருங்கள்!'

'இப்போது சொல்லுங்கள் இது எப்படி நடந்தது? யாருடனாவது நீங்கள் சண்டை போட்டீர்களா? போனமுறை சத்திரத்தில் சண்டை போட்ட மாதிரி மறுபடியும் சண்டை போட்டீர்களா என்ன? தாடியைப் பிடித்திழுத்துப் படைத்தளபதியை அடித்தீர்களே அப்படி எதையாவது மீண்டும் செய்தீர்களா?' என்று பியோத்தர் இலிச் கோபமாகக் கேட்டார். 'இன்னும் வேறு யாரை அடித்தீர்கள்... அல்லது, ஒரு சமயம் யாரையாவது கொலைசெய்தீர்களா?'

'அற்பமான விஷயம்!'

'என்ன அற்பத்தனமான விஷயம்?'

'வேண்டாம்' என்று சொன்ன மீச்சியா, திடீரென்று சிரித்தான். 'நான் இப்போது சதுக்கத்தில் ஒரு கிழவிமீது மோதி அவளைக் கீழே தள்ளிவிட்டேன்'

'மோதித் தள்ளிவிட்டீர்களா? கிழவியையா?'

'இல்லை, கிழவரை!' என்று ஏதோ பியோத்தர் இலிச் செவிடு போல உரக்கக் கத்திய மீச்சியா, அவருடைய முகத்தை நேராகப் பார்த்துச் சிரித்தான்.

'ஓ, நாசமாய்ப் போக, கிழவரையா, கிழவியையா... யாரையாவது கொன்றுவிட்டீர்களா என்ன?'

'நாங்கள் பிறகு சமாதானமாகிவிட்டோம். முதலில் சண்டை போட்டோம். பிறகு சமாதானமாகிவிட்டோம். அப்போதுதான் இது நடந்தது. பிறகு நண்பர்களாக நாங்கள் பிரிந்துவிட்டோம். அவன் ஒரு முட்டாள்... அவன் என்னை மன்னித்துவிட்டான்... மன்னித்து விட்டானென்று தான் நினைக்கிறேன்... கோபப்பட்டிருந்தால் என்னை அவன் மன்னித்திருக்க மாட்டான்' என்று கண்ணடித்தபடியே சொன்ன மீச்சியா, 'எதற்காக இந்த நாசமாய்ப் போன கதையைக் கேட்கிறீர்கள், பியோத்தர் இலிச், நாசமாய்ப் போக, அது வேண்டாம்!

அதைப் பற்றிப் பேச எனக்கு இப்போது விருப்பமில்லை!' என்று தீர்மானமாகப் பேச்சை நிறுத்தினான் மீச்சியா.

'எதற்காக நான் கேட்டேன் என்றால், நீங்கள் அந்தப் படைத் தளபதியுடன் தேவையில்லாத விஷயத்திற்காக அப்போது சண்டை போட்டீர்களே, அதுபோல இப்போதும் யாருடனாவது ... முதலில் சண்டை போடுவீர்கள், பிறகு களியாட்டம் போடுவீர்கள் இதுதான் உங்களுடைய குணம். மூன்று டஜன் ஷாம்ப்பைன் பாட்டில்கள் எதற்காக?'

'சரி, சரி! இப்போது என்னுடைய துப்பாக்கிகளைக் கொடுங்கள். கடவுளே, எனக்கு நேரமில்லை. உங்களுடன் பேசிக்கொண்டிருக்க ஆசைதான், ஆனால் எனக்கு நேரம்தான் இல்லை. ஆமாம், இதெல்லாம் தேவையில்லை, இனி இதைப் பற்றிப் பேசுவதும் காலம் கடந்த விஷயம்தான். ஆ! எங்கே அந்தப் பணம், எங்கே அதை வைத்தேன்?' என்று கத்தியபடி சட்டைப் பைக்குள் கையைவிட்டுத் தேடினான்.

'மேஜைமேல் வைத்தீர்கள் ... நீங்கள்தானே ... இதோ இங்கேயிருக்கிறது. மறந்துவிட்டீர்களா? பணம் உங்களுக்குத் தூசு போல அல்லது தண்ணீர் போல! இதோ உங்களுடைய துப்பாக்கிகள். விசித்திரமாக இருக்கிறது ஆறு மணி நேரம்கூட ஆகவில்லை. நீங்கள் அதைப் பத்து ரூபிள்களுக்கு அடமானம் வைத்து, இப்போது ஆயிரம் ரூபிள்களைக் கொடுத்துத் திருப்புகிறீர்கள். உங்களிடம் இரண்டாயிரம், மூவாயிரம் இருக்குமா?'

'மூவாயிரம் என்று நினைக்கிறேன்' என்றபடி சிரித்துக்கொண்டே மீச்சியா பணத்தைக் கால் சட்டைப்பையில் திணித்தான்.

'அப்படி வைத்தால் பணம் தொலைந்து போய்விடும். உங்களிடம் தங்கச் சுரங்கம் இருக்கிறதா என்ன?'

'சுரங்கமா? தங்கச் சுரங்கமா!' என்ற மீச்சியா தன்னுடைய சக்தி முழுவதையும் பிரயோகித்து வெடித்துச் சிரித்தான். 'பெர்ஹோத்தின், நீங்கள் தங்கச் சுரங்கத்திற்குப் போக வேண்டுமா? இங்கு நம் ஊரில் ஒரு பெண்மணி மூவாயிரம் ரூபிள்கள் கொடுப்பாள், நீங்கள் தங்கச் சுரங்கத்திற்குப் போவீர்களென்றால். அதைத்தான் அவள் எனக்கு செய்தாள்; அப்படி அவள் தங்கச் சுரங்கங்களை விரும்புகிறாள். உங்களுக்குத் திருமதி ஹஹ்லக்கோவாவைத் தெரியுமா?'

'இல்லை, தெரியாது. கேள்விப்பட்டிருக்கிறேன், ஆனால் பார்த்ததில்லை. அவளா உங்களுக்கு மூவாயிரம் கொடுத்தாள்?' என்று கேட்டபடி நம்பிக்கையில்லாமல் பார்த்தார் பியோத்தர் இலிச்.

'நாளை காலை சூரியோதத்திற்குப் பிறகு இளஞ் செங்கதிரோன் உதயமாகும், பிறகு கடவுளின் புகழ் பாடி, அவளைப் பார்க்க நாளைக்கே நீங்கள் போங்கள், அதுதான் ஹஹ்லக்கோவாவை. போய் அவளைக் கேளுங்கள், அவள் எனக்கு மூவாயிரம் ரூபிள்கள் கொடுத்தாளா இல்லையா என்று. அவளிடம் கேட்டுத் தெரிந்துகொள்ளுங்கள்.'

'அவளிடம் உங்களுக்கிருக்கும் தொடர்பைப் பற்றி எனக்குத் தெரியாது . . . நீங்கள் இவ்வளவு தூரம் உறுதியாகச் சொல்லும்போது அவள் கொடுத்திருப்பாளென்று தான் நான் நினைக்கிறேன் . . . நீங்கள் அதை வாங்கிக்கொண்டு சைபீரியா போவதற்குப் பதிலாக வேறு எங்காவது . . . ஆமாம், உண்மையாகவே நீங்கள் எங்கே போகிறீர்கள், ம் ?'

'மோக்ரயவுக்கு.'

'மோக்ரயவுக்கா ? இப்போது இரவு நேரமாகிவிட்டதே!'

'மஸ்த்ரியூக்கிடம் அப்பொழுது எல்லாம் இருந்தது, இப்பொழுது மஸ்த்ரியூக்கிடம் ஒன்றும் இல்லாமல் போனது.'[1]

'எப்படி ஒன்றுமில்லாமல் ? உங்களிடம்தான் ஆயிரக்கணக்கில் இருக்கிறதே ?'

'நான் இந்த ஆயிரங்களைப் பற்றிச் சொல்லவில்லை. நாசமாய்ப் போக, இந்த ஆயிரங்கள் ! பெண்களுடைய நடத்தையைப் பற்றிச் சொல்கிறேன் :

'பெண்களின் மனம், மாறக்கூடியது, நிலையில்லாதது, கேடு கெட்டது.'[2]

இப்படி உலிசஸ் சொன்னதை நான் ஒப்புக்கொள்கிறேன் என்றான்.

'நீங்கள் சொல்வது எனக்குப் புரியவில்லை.'

'என்னைப் பார்த்தால் குடிகாரனைப் போல இருக்கிறதா ?'

'குடிகாரன் இல்லை, அதைவிட மோசமாக இருக்கிறது.'

'மனத்தளவில் நான் குடிகாரன், பியோத்தர் இலிச், மனதளவில், ஆனால் அது போதும், அது போதும் . . .'

'என்ன செய்கிறீர்கள், ஏன் குண்டுகளைத் துப்பாக்கியில் நிரப்புகிறீர்கள்.'

'ஆம், குண்டுகளை நிரப்புகிறேன்.'

உண்மையாகவே மீச்சியா பெட்டியைத் திறந்து கவனமாக வெடிமருந்தை நிரப்பி ஒரு துப்பாக்கியைத் தயார்செய்தான். பிறகு துப்பாக்கிக் குண்டை எடுத்து மெழுகுவர்த்தி முன்பாகப் பார்த்தவன், அதையும் துப்பாக்கியில் நிரப்பினான்.

'துப்பாக்கிக் குண்டை ஏன் அப்படிப் பார்க்கிறீர்கள் ?' என்று அடக்க முடியாத ஆர்வத்தில் கேட்டார் பியோத்தர் இலிச்.

'அப்படி பார்ப்பது எனக்குப் பிடிக்கும். இதோ இந்தத் துப்பாக்கிக் குண்டை நீங்கள் உங்கள் நெற்றிப் பொட்டில் வைத்துச் சுட்டுக்கொள்ளும் முன்பு அதை நீங்கள் பார்ப்பீர்களா இல்லையா ?'

'எதற்காகப் பார்க்க வேண்டும் ?'

‘அது என்னுடைய மூளைக்குள் போகப் போகிறது, ஆகவே அது எப்படியிருக்கிறதென்று பார்க்க எனக்கு ஆசை. அது மட்டுமல்ல, எல்லாமே அர்த்தமற்றது, அர்த்தமே இல்லாதது. ‘இதோ எல்லாம் முடிந்துவிட்டது’ என்று மேலும் சொன்ன மீச்சியா குண்டுகளை நிரப்பித் துப்பாக்கியைத் தயார்செய்தான். ‘பியோத்தர் இலிச், என் அருமை நண்பனே, எதற்குமே அர்த்தமில்லை, எதுவுமே அர்த்த மில்லாதது, இது எல்லாமே எவ்வளவு தூரம் அர்த்தமில்லாதது என்பது மட்டும் உங்களுக்குப் புரிந்தால்! எனக்கு ஒரு தாள் கொடுங்கள்’

‘இதோ எடுத்துக்கொள்ளுங்கள்.’

‘இல்லை, சாதாரண ஒரு வெற்றுத் தாள் இது போல’ என்றான் மீச்சியா. தாளை எடுத்து மேஜையிலிருந்த பேனாவால் அந்தத் தாளில் வேகமாக இரண்டு வரிகள் எழுதி நான்காக அதை மடித்து, மேல் அங்கியிலிருந்த தன்னுடைய சட்டைப் பையில் போட்டுக்கொண்டான்.

கைத்துப்பாக்கிகளைப் பெட்டியில் வைத்துப் பூட்டிப் பெட்டியைக் கையில் எடுத்துக்கொண்டான். பிறகு பியோத்தர் இலிச்சை ஆழமான ஒரு யோசனையில் நீண்ட நேரம் பார்த்துவிட்டுச் சிரித்தான்.

‘இப்போது போவோம்.’

‘எங்கே போவோம்? இல்லை, நில்லுங்கள் . . . நீங்கள்தான் நெற்றிப் பொட்டில் சுட்டுக்கொள்ளப் போகிறீர்களே . . .’ என்று அமைதியிழந்து கேட்டார் பியோத்தர் இலிச்.

‘இது எல்லாமே தேவையில்லாதது! நான் வாழ விரும்புகிறேன், நான் வாழ்க்கையை வாழ விரும்புகிறேன்! அதை நீங்கள் தெரிந்து கொள்ளுங்கள். தங்கச் சுடர் போன்ற சூரியக் கதிர்களை, அதன் ஒளியை நான் மிகவும் விரும்புகிறேன் . . . அருமையான பியோத்தர் இலிச், கொஞ்சம் விலகிப் போகிறீர்களா?’

‘என்ன, விலகிப்போவதா?’

‘எனக்கு வழிவிடுங்கள். அருமையான இந்த ஆத்மாவுக்கு, அதே சமயம் வெறுக்கத்தக்க எனக்கு. அப்படிச் செய்வதால் வெறுக்கப்பட்டவன் நெருக்கமானவனாகட்டும் – அதைத்தான் நான் சொல்ல விரும்பினேன். மேலும் அப்படியே அவர்களுக்கும் நான் சொல்லக்கூடும்: கடவுள் உங்களுடன் இருப்பாராக; உங்கள் வழியில் நீங்கள் போங்கள், உங்களுக்கு அருகில் நானும் . . .’

‘அப்போது நீங்கள்?’

‘போதும், போகலாம்.’

‘கடவுளே, யாரிடமாவது சொல்லி உங்களைப் போகவிடாமல் தடுக்க வேண்டும்.’ என்று சொன்னபடி மீச்சியாவைப் பார்த்தார் பியோத்தர் இலிச். ‘எதற்காக நீங்கள் இப்போது மோக்ரய போக வேண்டும்?’

‘அங்கே என்னுடைய பெண் இருக்கிறாள், பெண், போதுமா, பியோத்தர் இலிச், இப்போதைக்கு இதுபோதும்!’

‘கேளுங்கள், நீங்கள் காட்டுமிராண்டித்தனமாக நடந்துகொண்டாலும், எனக்கு உங்களைப் பிடித்திருக்கிறது . . . அதனால்தான் உங்களுக்காக நான் இப்படி வருத்தப்படுகிறேன்.’

‘நன்றி, என் சகோதரனே. என்னைக் காட்டுமிராண்டி என்று சொல்கிறீர்கள். என்னைச் சுற்றிலும் காட்டுமிராண்டிகள், சுற்றிலும் காட்டுமிராண்டிகள்தான்! நான் ஒன்றை மட்டும் உறுதியாகச் சொல்ல முடியும்: என்னைச் சுற்றிலும் காட்டுமிராண்டிகள் தான் இருக்கிறார்கள் என்று! சரி, நான் மீஷாவை மறந்துவிட்டேனே.’

மீஷா சில்லரை ரூபிள்களைக் கையில் எடுத்துக்கொண்டு வேகமாக ஓடிவந்து, ப்லோதனிக்கோவ் கடையில் ‘எல்லாமே உற்சாகமாக’ நடந்து கொண்டிருக்கிறது, பாட்டில்களைப் பெட்டியில் வைத்து அடுக்கிக் கொண்டிருக்கிறார்கள், அப்படியே மீன், டீ, எல்லாவற்றையும் கட்டிக் கொண்டிருக்கிறார்கள், எல்லாமே இப்போது தயாராகிவிடும்’ என்றான். மீச்சியா பத்து ரூபிள் நோட்டை எடுத்து பியோத்தர் இலிச்சுக்கும் இன்னொரு பத்து ரூபிளை எடுத்து மீஷாவுக்கும் கொடுத்தான்.

‘அப்படிச் செய்யாதீர்கள்!’ என்று கத்தினார் பியோத்தர் இலிச். ‘என்னுடைய வீட்டில் அப்படி நடக்கக் கூடாது,’ இது கெட்ட பழக்கத்திற்கு அடிகோலும். உங்களுடைய பணத்தை எடுத்து இதோ இங்கே வையுங்கள் . . . எதற்காக வீணாகச் செலவழிக்கிறீர்கள்? நாளைக்கு அது உங்களுக்குத் தேவைப்படும்; பிறகு என்னிடம் வந்து பத்து ரூபிள்களைக் கடனாகக் கேட்பீர்கள். ஏன் இப்படி எல்லாப் பணத்தையும் கால் சட்டைப்பையில் வைத்துத் திணிக்கிறீர்கள்? ஹோ, தொலைந்துவிடப் போகிறது!’

‘கேளுங்கள் என் அருமையானவரே, வாருங்கள் நாம் இருவரும் மோக்ரய போவோம்.’

‘எதற்காக நான் அங்கு வர வேண்டும்?’

‘சரி, வேண்டுமென்றால் இங்கேயே ஒரு பாட்டிலைத் திறக்கிறேன், நம்முடைய வாழ்வுக்காக நாம் குடிப்போம்! எனக்குக் குடிக்க வேண்டும் போல் இருக்கிறது, அதுவும் உங்களுடன் சேர்ந்து, உங்களுடன் சேர்ந்து எப்போதுமே நான் குடித்ததில்லை, இல்லையா?’

‘வாருங்கள், நாம் சத்திரத்திற்குப் போகலாம்; நானும் அங்குதான் போகிறேன்.’

‘சத்திரத்திற்குப் போவதற்கு எனக்கு நேரமில்லை; ப்லோத்னிக்கவ் கடையின் பின்பக்கத்தில் ஓர் அறை இருக்கிறது, அங்குப் போவோம். வேண்டுமானால் ஒரு விடுகதை ஒன்றைச் சொல்கிறேன்.’

‘சொல்.’

மீச்சியா தன்னுடைய கோட் பாக்கெட்டிலிருந்து தாளை எடுத்துப் பிரித்து அவரிடம் காட்டினான். பெரிய எழுத்துக்களில் தெளிவாக இப்படி எழுதப்பட்டிருந்தது:

'என்னுடைய வாழ்விற்காக என்னை நானே தண்டித்துக் கொள்கிறேன்; என்னுடைய வாழ்நாள் முழுவதிற்குமாக என்னை நானே தண்டித்துக்கொள்கிறேன்!' என்று.

'உண்மையாகவே இதை நான் யாரிடமாவது சொல்ல வேண்டும்; இப்போதே அதை நான் செய்யப் போகிறேன்.'

'அதற்கு நேரமில்லை, என் அருமையானவரே, வாருங்கள் போய்க் குடிப்போம், வாருங்கள்!'

பியோத்தர் இலிச் வீட்டிலிருந்து ப்லோத்னிக்கோவின் கடை ஏறக்குறைய ஒரு வீடு தான் தள்ளியிருந்தது; தெருவின் ஒரு மூலையில் அது இருந்தது. நம் ஊரிலேயே மிகப்பெரிய கடை அது; பணக்கார வியாபாரிகள் வரக்கூடிய ஒரே கடை என்பதும் உண்மை. தலைநகரத்தில் இருக்கும் எல்லாப் பொருள்களும் இங்குக் கிடைக்கும்: 'எலிசவ் சகோதரர் களால் தயாரிக்கப்பட்ட திராட்சை ரசம், பழங்கள், சுருட்டு, டீ, சர்க்கரை, காபி போன்ற எல்லாப் பொருட்களும் இங்குக் கிடைக்கும். கடையில் எப்போதுமே மூன்று ஆட்களும் சிறு சிறு வேலைகளைச் செய்ய இரண்டு ஆட்களும் இருப்பார்கள். நம்முடைய நகரம் ஏழ்மைப் பட்டு, வியாபாரிகள் எல்லோரும் வேறு ஊருக்குப் போய் வியாபாரமே உற்சாகமிழந்திருந்த போதிலும், இந்த மளிகைக் கடை மட்டும் எப்போதும் போல வியாபாரத்தில் செழித்திருந்தது; சொல்லப்போனால் ஒவ்வொரு வருடமும் இன்னும் அதிகமாகவே செழித்து வளர்ந்து கொண்டிருந்தது: அவர்கள் வைத்திருந்த பொருட்களுக்கு வாடிக்கை யாளர்கள் வந்துகொண்டே இருந்தார்கள். மீச்சியாவை எதிர்பார்த்துப் பொறுமையின்றி அவர்கள் கடையில் காத்துக்கொண்டிருந்தார்கள். மூன்று நான்கு வாரங்களுக்கு முன்பு எப்படி அவன் வாங்கினானோ, அதேபோல இப்போதும் அவன் பொருட்களை வாங்கியதை அவர்கள் நன்றாக நினைவு வைத்திருந்தார்கள்; திராட்சை மதுவை நூறு ரூபிள்கள் பணமாகக் கொடுத்து வாங்கியதையும் (அவன்மீது நம்பிக்கையில்லாததால் கடனாக அவனுக்கு எதையும் கொடுக்கமாட்டார்கள்,) அப்படியே அவன் போனமுறை பொருட்களை வாங்கியபோது கத்தைகத்தையாக அவன் பணம் வைத்திருந்ததையும் தேவையில்லாமல் செலவழித்ததையும் பேரம் பேசாமல், எதையுமே பொருட்படுத்தாமல் பொருட்களை வாங்கியதையும் அவர்கள் நினைவுவைத்திருந்தார்கள். குருஷென்காவுடன் மோக்ரயவுக்குப் போன அவன், 'ஒரே நாள் இரவு மூவாயிரம் ரூபிள்களைத் தண்ணீர் போலச் செலவுசெய்து, அடுத்த நாள் ஒரு ரூபிள்கூட இல்லாமல் திரும்பி வந்தான்' என்று ஊரில் பிறகு எல்லோரும் பேசிக்கொண்டார்கள். ஒரு முழு நாடோடிக் கூட்டத்தையே அழைத்து வந்து, (அப்போது அவர்கள் பக்கத்து ஊரில் தங்கியிருந்தார்கள்) கும்மாளமிட, குடிபோதையிலிருந்த அவனிடமிருந்து கணக்கு வழக்கின்றி அவர்கள் பணத்தையெல்லாம் பிடுங்கிக்கொண்டு, விலையுயர்ந்த

திராட்சை ரசத்தையும் அளவின்றிக் குடித்தார்களென்றும் பேசிக்கொண்டார்கள். எப்படி அவன் நாட்டுப்புறக் கிராமவாசிகளுக்கு ஷேம்ப்பைன் குடிக்கக் கொடுத்துக் கிராமத்துச் சிறுமிகளுக்கும் பெண்களுக்கும் சாக்லேட்டையும் ஸ்டாராஸ்பெர்க் இனிப்புப் பண்டங்களையும் கொடுத்தானென்று சொல்லி அவர்கள் மீச்சியாவைக் கேலிசெய்தார்கள். களியாட்டம், குறிப்பாக, சத்திரத்தில் நடந்தபோது (மீச்சியாவுக்கு நேராக அவர்கள் சிரிக்கவில்லை, ஏனெனில் அது அபாயகரமானது).

'இந்த முழுத் 'துடுக்கு நடவடிக்கைகளிலும்' குரூஷென்காவிடமிருந்து அவனுக்குக் கிடைத்த ஒரே பரிசு அவளுடைய பாதத்தை அவள் முத்தமிட அனுமதித்ததுதான். அதற்கு மேல் அவள் வேறு எதையுமே அனுமதிக்கவில்லை' என்று வெளிப்படையாக அவன் சொன்னதைக் கேட்டு எல்லோரும் சிரித்தார்கள்.

மீச்சியாவும் பியோத்தர் இலிச்சும் கடைக்கு வந்தபோது, மீச்சியாவுக்காக மணிகள் தொங்க, ரிப்பனால் அலங்கரிக்கப்பட்டு, குதிரை வண்டி ஒன்று வாசலில் கம்பளியால் மூடப்பட்டு, வண்டியோட்டி அந்த்ரேய்யுடன் காத்திருந்தது. கடையில் எல்லாப் பொருட்களையும் ஒரு பெட்டியில் 'சரியாக அடுக்கி' வைத்து மீச்சியாவின் வருகைக்காக அவர்கள் காத்திருந்தார்கள்; அதை எடுத்து வண்டியில் வைக்க வேண்டியது தான் பாக்கியாக இருந்தது. இதைப் பார்த்து பியோத்தர் இலிச் ஆச்சர்யப் பட்டார்.

'ஆமாம், எங்கிருந்து இவ்வளவு சீக்கிரமாக உங்களுக்குக் குதிரை வண்டி கிடைத்தது?'

'உங்களைப் பார்க்க வரும்போது வழியில் நான் அந்த்ரேயைச் சந்தித்தேன்; அவனை நேராக இங்குக் கடைக்கு வரும்படிச் சொன்னேன். நேரத்தை வீணாக்க முடியாது பாருங்கள்! போனமுறை நான் திமஃபேயுடன் போனேன்; ஆனால் இப்போது அவன் வசீகரமான ஒரு வாடிக்கைப் பெண்ணுடன் எனக்கு முன்பாகப் போய்விட்டான். அந்த்ரேய் நமக்கு நேரமாகிவிட்டதல்லவா? வண்டியை எடு.'

'நமக்கு ஒருமணிநேரத்திற்கு முன்பாகத்தான் அவர்கள் போய்ச் சேருவார்கள், இன்னும் சொல்லப்போனால், அதற்கும் குறைவாகத் தான் இருக்கும்!' என்று அந்த்ரேய் அவசரமாகப் பதிலளித்தான். திமஃபேயின் குதிரைக்குக் கவசம் பூட்ட இப்போதுதான் நான் உதவினேன்; எந்த வழியில் அவன் போவானென்று எனக்குத் தெரியும். அவனுடைய வேகத்தை நம்முடைய வேகத்துடன் ஒப்பிட முடியாது, திமித்ரி ஃபியோதரவிச்; அவர்கள் எங்கே நம்முடைய வேகத்திற்கு வரப்போகிறார்கள். ஒரு மணி நேர வித்தியாசம்கூட இருக்காது, நாம் போய்விடலாம்!' என்று சுறுசுறுப்பாகப் பதிலளித்த அந்த்ரேய், இன்னும் இளமையானவனாக, சிவப்பு நிறத் தலைமுடியுடன் ஒல்லியாக, விவசாயி போல இடது கையில் கோட்டைப் போட்டுக்கொண்டு நின்றான்.

'ஒரு மணிநேரம் மட்டும் நீ முன்னதாகப் போய்விட்டால், உனக்கு நான் ஐம்பது ரூபிள்கள் கொடுப்பேன், வோத்கா வாங்கிக் கொள்.'

‘ஒரு மணி நேரத்திற்குள் போய்விட முடியுமென்று நான் உறுதியாகச் சொல்கிறேன், திமித்ரி ஃபியோதரவிச், ஏன், அரைமணி நேரத்திலேயே கூட நாம் போய்விடலாம்!’

மீச்சியா இப்படி உத்தரவுகளைப் பிறப்பித்துக்கொண்டிருந்தாலும், அவனுடைய பேச்சு என்னவோ விநோதமாக, தொடர்பில்லாமல் அலைபாய்வதாக இருந்தது. ஏதோ ஒரு விஷயத்தைப் பேச ஆரம்பித்த அவன், வேறு எதையோ பற்றிப் பேசினான். பியோத்தர் இலிச் அந்தச் சமயம் நடக்க வேண்டிய காரியத்திற்கு உதவி தேவை என்பதை உணர்ந்து உதவ முன்வந்தார்.

‘நானூறு ரூபிள்களுக்குத் தேவையான பொருட்கள், அதற்குக் குறைவாக இருக்கக் கூடாது; போனமுறை கொடுத்தது போலவே’ என்று உத்தரவிட்டான் மீச்சியா. நான்கு டஜன் ஷாம்ப்பைன் பாட்டில்கள் இருக்க வேண்டும். ஒன்றுகூடக் குறையக் கூடாது’

‘எதற்காக உனக்கு இவ்வளவு, இதெல்லாம் எதற்காக? நில்!’ என்று கத்தினார் பியோத்தர் இலிச். ‘இது என்ன பெட்டி? இதில் என்ன இருக்கிறது? இதில் நானூறு ரூபிள்கள் பெறுமான பொருட்களா இருக்கின்றன?’

அவசரத்தில் இருந்த கடையாள், உடனே அவருக்கு இனிமையாக விளக்கினான், முதல் பெட்டியில் அரை டஜன் ஷாம்ப்பைன் பாட்டில்கள் இருப்பதாகவும் பிறகு ‘அவரசத்திற்குத் தேவையான எல்லாப் பொருட் களும்’, அதாவது, கொறிப்பதற்கான தின்பண்டம், சாக்லேட், இனிப்பு வகைகளென்று மற்ற எல்லாப் பொருட்களும் அதில் இருப்பதாகவும் சொன்னார். ஆனால் முக்கியமான ‘தேவைக்காக’ப் பொருட்கள் எல்லாம் போனமுறை அனுப்பப்பட்டது போலவே, இந்த முறையும் பெட்டியில் வைத்துத் தனிப்பட்ட முறையில், திமித்ரி ஃபியோதரவிச் போய்ச்சேர்ந்த ஒரு மணி நேரத்திற்குள் வந்து சேருமென்றும் சொன்னார்கள்.

‘ஒரு மணி நேரம், ஒரு மணி நேரத்திற்கு மேல் ஆகக் கூடாது, அப்படியே இன்னும் அதிகமாக இனிப்புப் பண்டங்களையும் மிட்டாய் வகைகளையும் வைத்தனுப்புங்கள்; அங்கிருக்கும் பெண்களுக்கு அது மிகவும் பிடிக்கும்’ என்று சற்று கோபமாகவே சொன்னான் மீச்சியா.

‘மிட்டாய் வகைகளெல்லாம் இருக்கட்டும். ஆம், எதற்காக நான்கு டஜன் பாட்டில்கள்? ஒரு டஜன் போதாதா’ என்று ஏறக்குறையக் கோபமாகக் கேட்டார் பியோத்தர் இலிச். பேரம் பேச ஆரம்பித்தவர், விலை விவரமெல்லாம் கொடுத்தால்தான் அமைதியாவேனென்று பிடிவாதம் பிடித்தார். இப்படியாக ஒரு நூறு ரூபிளை அவனுக்காக அவர் மிச்சப்படுத்திக் கொடுத்தார். முடிவாக, முந்நூறு ரூபிள்களுக்கு மேல் போகாதவாறு அவர்கள் பேசி முடித்துக்கொண்டார்கள்.

‘நாசமாய்ப் போக!’ என்று கத்திய பியோத்தர் இலிச், திடீரென்று எதையோ நினைத்தபடி, ‘ஆமாம், எனக்கு எதற்கு இந்த வேலை?’ உன்னுடைய பணம், அதை நீ எப்படி வேண்டுமானாலும் செலவழிக்க லாம்; அது உனக்கு வெகு சுலபமாகக் கிடைக்கிறது’ என்றான்.

‘இங்கே வா, என் நண்பனே, கோபித்துக்கொள்ளாதே’ என்றபடி அவரைக் கடைக்குப் பின்புறமிருக்கும் அறைக்கு அழைத்துச் சென்றான் மீச்சியா. ‘இதோ, இப்போது ஒரு பாட்டில் கொடுப்பார்கள், நாம் குடிக்கலாம். ஹா, பியோத்தர் இலிச், வாருங்கள் போகலாம், நீங்கள் எனக்கு மிகவும் நெருக்கமாகிவிட்டீர்கள், என்னிடம் நெருங்கிப் பழகுபவர்களை எனக்குப் பிடிக்கும்.’

பிரம்பால் வேய்ந்த நாற்காலியில் அமர்ந்தான் மீச்சியா; எதிரே சிறிய மேஜையின் மீது அழுக்கான துணி விரிப்பு ஒன்று விரிக்கப் பட்டிருந்தது. அவனுக்கு எதிரே இருந்த நாற்காலியில் பியோத்தர் இலிச் வந்து அமர்ந்த உடனேயே ஷாம்ப்பைன் கொண்டுவரப்பட்டது. சிப்பிகளைக் கொண்டு சமைக்கப்பட்ட உணவு அவர்களுக்கு வேண்டுமா என்று கேட்கப்பட்டது; ‘அருமையான சிப்பிகள் இப்போதுதான் கொண்டு வரப்பட்டன.’

‘நாசமாய்ப்போன சிப்பிகள், அவற்றை நான் சாப்பிடுவதில்லை; எனக்கு வேண்டாம்’ என்று ஏறக்குறைய கோபமாகச் சொன்னார் பியோத்தர் இலிச்.

‘சிப்பிகளைச் சாப்பிட இப்போது நேரமில்லை’ என்று சொன்ன மீச்சியா, ‘ஆமாம், பசி வேறு இல்லை. உனக்குத் தெரியுமா, என் நண்பனே’ என்று திடீரென்று உணர்ச்சிவசப்பட்டுச் சொன்னவன், ‘முரண்பாடுகளை நான் ஒருபோதும் விரும்புவதில்லை’ என்றான்.

‘ஆம், யாருக்குத்தான் பிடிக்கும்! மூன்று டஜன் பாட்டில்கள், இவை ஆண்பிள்ளைகளுக்கா, இவை யாரையும் தகர்த்துச் சுக்கு நூறாக்கிவிடுமே!’

‘அதைப் பற்றி நான் சொல்லவில்லை. உன்னதமான அமைதியைப் பற்றிச் சொல்கிறேன். என்னிடம் அமைதியில்லை, உன்னதமான அமைதி இல்லை ... ஆனால் ... எல்லாமே முடிந்துவிட்டது, இனிமேல் வருத்தப்படுவதற்கு ஒன்றுமில்லை. காலம் கடந்துவிட்டது, நாசமாய்ப் போக! வாழ்நாள் முழுவதுமே எனக்கு அமைதி கிடையாது, ஆனால் நான் அந்த அமைதியை நிலைநாட்ட வேண்டும். வார்த்தை விளையாட்டு போலிருக்கிறதா, ஹா?’

‘இது வார்த்தை விளையாட்டல்ல, சீற்றக் கொந்தளிப்பு.’

‘மண்ணுலகிலும், விண்ணுலகிலும் இருக்கும் கடவுளுக்குப் புகழ் உரித்தாகட்டும், அப்படியே என்னுள் இருக்கும் கடவுளுக்கும் உரித்தாகட்டும்.’

‘இந்தக் கவிதை உள்ளத்திலிருந்து பீறிட்டு வருகிறது, ஆனால் இதைக் கவிதை என்பதைவிடக் கண்ணீர் என்று சொல்லலாம் ... நானே எழுதியது ... ஆனால் இது நான் அந்தப் படைத்தளபதியின் தாடியைப் பிடித்து இழுத்தபோது எழுதியது அல்ல ...’

‘ஏன் திடீரென்று அவரைப் பற்றிப் பேசுகிறாய்?’

‘நான் ஏன் திடீரென்று அவரைப் பற்றிப் பேசுகிறேனா? ஏனெனில், எதற்குமே அர்த்தமில்லை! எல்லாவற்றிற்கும் ஒரு முடிவு உண்டு,

எல்லாமே சரிசெய்யப்படுகிறது, எல்லாவற்றையும் கூட்டிக் கழித்துப் பார்த்தால் கடைசியில் ஒரே முடிவுதான்.'

'உனக்கு ஒன்று தெரியுமா, உன்னுடைய கைத்துப்பாக்கிகள் இன்னும் என்னுடைய கவனத்தை ஈர்க்கின்றன.'

'கைத்துப்பாக்கிகளுக்கும் அர்த்தமில்லை! ஷாம்ப்பைனைக் குடி, வேறு எதைப் பற்றியும் நினைக்க வேண்டாம். நான் வாழ விரும்புகிறேன், வாழ்வை மிக அதிகமாக விரும்புகிறேன், அது கிளர்ந்து எழும் வரை. சரி போதும்! நம்முடைய வாழ்க்கைக்காக நாம் குடிப்போம், இந்த வாழ்க்கைக்காக என்று சொல்லி நம்முடைய மதுக்கிண்ணங்களை நாம் உயர்த்துவோம்! என்னைப் பார்த்து நானே ஏன் சந்தோஷப்பட்டுக் கொள்கிறேன்? நான் கெட்டவன், இருந்தாலும் என்னைப் பார்த்து நானே சந்தோஷப்பட்டுக்கொள்கிறேன். ஆனால் நான் கெட்டவன் என்பதற்காக வருத்தப்பட்டாலும் என்னைப் பார்த்து நான் சந்தோஷமே படுகிறேன். கடவுளால் படைக்கப்பட்டிருக்கும் எல்லா ஜீவராசிகளையும் நான் ஆசீர்வதிக்கிறேன், இப்போது கடவுளைக்கூட நான் ஆசீர்வதிக்கத் தயாராக இருக்கிறேன், சொல்லப்போனால் அவருடைய படைப்புகளையும் கூட. ஆனால் ... கேடு கெட்ட பூச்சி ஊர்ந்து வந்து மற்றவர்களின் வாழ்வை அழிக்காமலிருக்க நான் அதைக் கொல்ல வேண்டும் ... இந்த வாழ்க்கைக்காக நாம் குடிப்போம், என்னுடைய இனிய சகோதரனே! வாழ்வைவிட உயர்வானது வேறென்ன இருக்க முடியும்! எதுவுமே இருக்க முடியாது, எதுவுமே இருக்க முடியாது! இந்த வாழ்க்கைக்காக, அப்படியே பெண்களில் ராணியாக இருக்கும் ஒரு பெண்ணுக்காக நாம் குடிப்போம்.'

'இந்த வாழ்க்கைக்காக நாம் குடிப்போம், தயைகூர்ந்து உன்னுடைய ராணிக்காக நாம் குடிப்போம்.'

இருவரும் ஒரு மதுக்கிண்ணம் குடித்தார்கள். மீச்சியா பார்ப்பதற்கு உற்சாகமாக, கலகலப்பாக இருந்தாலும் ஏனோ வருத்தமாகவே இருந்தான். நிச்சயமாகத் தவிர்க்க முடியாத சிரமமானதொரு கடமை அவனுக்கு இருக்க வேண்டும்.

'மீஷா ... உங்களுடைய மீஷா வந்திருக்கிறான். மீஷா, அருமை யானவனே, மீஷா, இங்கே வா, நாளை உதயமாகும் செங்கதிரோனுக்காக நீயும் ஒரு மதுக்கிண்ணம் குடி.'

'ஆமாம், எதற்காக அவனுக்கு நீ கொடுக்கிறாய்!' என்று எரிச்சலுடன் கத்தினார் பியோத்தர் இலிச்.

'ஆம், அவனைக் குடிக்க அனுமதியுங்கள், அவன் குடிக்கட்டும், அவனுக்குக் கொடுக்க எனக்கு ஆசையாக இருக்கிறது'

'ஏய்! என்றார் பியோத்தர் இலிச்.'

மீஷா ஒரு டம்ளர் மதுவைக் குடித்துவிட்டுத் தலைவணங்கி ஓடினான்.

'நீண்ட நாள் அவன் இதை நினைவில் வைத்திருப்பான். 'ஒரு பெண்ணை, ஒரு பெண்ணை நான் விரும்புகிறேன்! பெண் என்றால்

என்ன? இந்தப் பூமியின் ராணி! எனக்கு வருத்தமாக இருக்கிறது, மிகவும் வருத்தமாக இருக்கிறது, பியோத்தர் இலிச். உங்களுக்கு ஹேம்லட்டை நினைவிருக்கிறதா: 'எனக்கு மிகவும் வருத்தமாக இருக்கிறது, மிகவும், ஹொராசியோ ... ஹா, பாவம் யோரிக்!'[3] என்றான். ஒருவேளை நான்தான் யோரிக்கோ, உண்மையாக நான் தான் யோரிக், பிறகு மண்டை ஓடு வரும்.'

அவன் பேசுவதை பியோத்தர் இலிச் அமைதியாகக் கேட்டுக் கொண்டிருந்தார்; அப்படியே மீச்சியாவும் கொஞ்ச நேரம் அமைதியாக இருந்தான்.

'இது எந்த வகை நாய்?' என்று கடையில் வேலை செய்பவரிடம் திடீரென்று தன்னை மறந்து, கருநிறக் கண்களுடன் மூலையில் அழகாக உட்கார்ந்திருக்கும் நாயைப் பார்த்துக் கேட்டான் மீச்சியா.

'அது எங்கள் எஜமானி, வார்வரா அலெக்ஸேவ்னாவுடையது' என்று சொன்ன வேலையாள், 'அவர்கள் கொஞ்ச நேரத்துக்கு முன்பு நாயுடன் இங்கு வந்திருந்தார்கள். இதை மறந்து இங்கேயே விட்டு விட்டுப் போய்விட்டார்கள். அவர்களிடம் இதைக் கொண்டுபோய்ச் சேர்க்க வேண்டும்.'

'இதே போன்ற ஒரு நாயை நான் பார்த்திருக்கிறேன் ... ராணுவத்தில் ...' என்று எதையோ யோசித்தபடி சொன்னான் மீச்சியா. 'ஆனால் அந்த நாயின் பின்னங்கால் காயமடைந்திருந்தது ... பியோத்தர் இலிச், உங்களை ஒன்று கேட்க விரும்புகிறேன்: உங்கள் வாழ்க்கையில் எப்போதாவது நீங்கள் திருடியிருக்கிறீர்களா?'

'இது என்ன கேள்வி?'

'இல்லை, நான் சும்மாதான் கேட்டேன். அதாவது முன்பின் தெரியாத மனிதரின் சட்டைப் பையிலிருந்தாவது பணத்தை நீங்கள் திருடியிருக்கிறீர்களா? நான் அரசாங்கப் பணத்தைப் பற்றிப் பேசவில்லை, ஏனெனில் அதை எல்லோருமே திருடுகிறார்கள், நீங்களும்தான் ...'

'நாசமாய்ப் போக!' என்றார்.

'நான் என்ன சொல்கிறேன் என்றால், முன்பின் தெரியாத ஒருவருடைய பாக்கெட்டிலிருந்து பணத்தை நீங்கள் திருடியிருக்கிறீர்களா?'

'எனக்கு ஒன்பது வயதிருக்கும்போது மேஜைமீது அம்மா வைத்திருந்த இருபது கோபெக்குகளை நான் திருடியிருக்கிறேன். அமைதியாக அதை எடுத்து என்னுடைய கையில் மறைத்து வைத்துக்கொண்டேன்.'

'பிறகு என்ன நடந்தது?'

'ஒன்றும் நடக்கவில்லை. மூன்று நாட்களாக அதை என்னிடமே வைத்திருந்தேன்; பிறகு எனக்கு வெட்கமாக இருக்க அதை நான் அம்மாவிடமே திருப்பிக் கொடுத்தேன்.'

'பிறகு என்ன நடந்தது.'

‘வழக்கப்படி உதைதான். ஆமாம் நீ எப்படி, நீ எதையும் திருட வில்லையா என்ன?’

‘திருடினேன்’ என்று கள்ளத்தனமாய்க் கண்ணடித்தபடி சொன்னான் மீச்சியா.

‘எதைத் திருடினாய்?’ என்று ஆர்வத்துடன் கேட்டார் பியோத்தர் இலிச்.

‘எனக்கு ஒன்பது வயதாக இருந்தபோது அம்மாவிடமிருந்து இருபது கோப்பெக்குகளைத் திருடினேன். பிறகு மூன்று நாட்கள் கழித்து அதை நான் திருப்பிக் கொடுத்துவிட்டேன்’ என்று சொன்ன மீச்சியா திடீரென்று தான் அமர்ந்திருந்த இடத்தைவிட்டு எழுந்தான்.

‘நமக்கு நேரமாகவில்லையா, திமித்ரி ஃபியோதரவிச்,’ என்று வாசற்படியில் காத்துக்கொண்டிருந்த அந்த்ரேய் சத்தம் கொடுத்தான்.

‘தயாராகிவிட்டேன், போவாம்!’ என்று மீச்சியா துள்ளிப் பாய்ந்தான். ‘இருந்தாலும் கடைசியாக ஒருமுறை அதன் பிறகு ...[4] வழிப்பயணத்திற்காக அந்த்ரேய் ஒரு டம்ளர் வோத்கா குடி!’ அதைக் குடித்துவிட்டுக் கொஞ்சம் பிராந்தியையும் குடி. இந்தப் பெட்டியை (துப்பாக்கிகள் இருந்த பெட்டியை) உட்காரும் இடத்திற்குக் கீழ் வை. போய்வருகிறேன், பியோத்தர் இலிச், என்னைப் பற்றித் தப்பாக நினைக்காதே.’

‘நாளைக்கு நீ திரும்பி வருவாயா?’

‘கண்டிப்பாக.’

‘வாங்கின பொருட்களுக்கான பணத்தைக் கொடுப்பீர்களா?’ என்று கடைக்காரப் பையன் முன்னே வந்து நின்று கேட்டான்.

‘ஆம், இதோ, இப்போதே!’

மீண்டும் அவன் அந்தக் கத்தைப் பணத்தைத் தன்னுடைய கால் சட்டைப் பையிலிருந்து எடுத்து மூன்று நூறு ரூபிள் தாள்களை உருவிக் கடைக்காரரிடம் வீசி எறிந்துவிட்டு வேகமாகக் கடையிலிருந்து வெளியேறினான். அவனைத் தொடர்ந்து எல்லோரும் வெளியில் வந்து வணக்கங்களுடனும் வாழ்த்துகளுடனும் அவனை வழியனுப்பி வைத்தார்கள். பிராந்தி குடித்த மகிழ்ச்சியில் அந்த்ரேய் தன்னுடைய இடத்தில் குதித்து அமர்ந்தான். மீச்சியா வண்டியில் அமரப்போகும் தருணத்தில் எதிர்பாராதவிதமாகத் திடீரென்று ஃபேன்யா ஓடிவந்தாள். மூச்சிரைக்க ஓடிவந்த ஃபேன்யா அழுதுகொண்டே தன்னுடைய கைகளைக் கூப்பி அவனுடைய காலில் விழுந்தாள்.

‘ஐயா, திமித்ரி ஃபியோதரவிச், என் அருமையானவரே, என்னுடைய எஜமானியை ஒன்றும் செய்துவிடாதீர்கள்! நான்தான் உங்களுக்கு எல்லாவற்றையும் சொல்லிவிட்டேனே!.. அப்படியே அந்த மனிதரையும் ஒன்றும் செய்துவிடாதீர்கள்! நான்தான் எல்லாவற்றையும் உங்களுக்குச் சொல்லிவிட்டேனே!.. அவரையும் ஒன்றும் செய்துவிடாதீர்கள், அவளுடைய முன்னாள் காதலன்தானே அவர்! இப்போது அக்ரஃபேனா

அலெக்ஸாந்தரவ்னாவை அவர் மணந்துகொள்வார்; அதற்காகத்தானே சைபீரியாவிருந்து அவர் வந்திருக்கிறார் . . . ஐயா, திமித்ரி ஃபியோதரவிச், அடுத்தவருடைய வாழ்க்கையைக் கெடுத்துவிடாதீர்கள்'

'ஓ, இதுதான் கதையா! அப்படியானால், தர்மசங்கடத்தில் நீ மாட்டிக்கொள்ளப் போகிறாய்!' என்று தனக்குத்தானே முணுமுணுத்துக் கொண்டார் பியோதர் இலிச். 'இப்போது எல்லாம் புரிந்துவிட்டது, இனி புரியாமலிருக்க என்ன இருக்கிறது, திமித்ரி ஃபியோதரவிச், மனிதனாக நீ இருந்தால் அந்தக் கைத்துப்பாக்கிகளை என்னிடம் கொடு' என்று கத்தினார் பியோத்தர் இலிச். 'நான் சொல்வது உனக்குக் கேட்கிறதா, திமித்ரி!'

'கைத்துப்பாக்கிகளையா? பொறு, என் அருமையானவனே, அதை வழியில் சாக்கடையில் நான் தூக்கி எறிந்துவிடுவேன்' என்று பதிலளித்தான் மீச்சியா. 'ஃபேன்யா, எழுந்திரு, என் காலில் விழாதே. இந்த முட்டாள் யாருடைய வாழ்வையும் கெடுக்கமாட்டான், இனி யாருடைய வாழ்வையும் கெடுக்கமாட்டான். ஆம், ஃபேன்யா' என்று தன்னுடைய இடத்தில் அமர்ந்தபடி சொன்ன மீச்சியா, 'உன்னைக் காயப்படுத்தி விட்டேன், அதற்காக என்னை நீ மன்னித்துவிடு, இந்தக் கேடு கெட்டவனைத் தயவுசெய்து நீ மன்னித்துவிடு . . . அப்படி என்னை நீ மன்னிக்காவிட்டாலும் பரவாயில்லை, எல்லாமே ஒன்றுதான்! ஏனெனில் இனி எல்லாமே ஒன்றுதான்! போ, அந்த்ரேய், உற்சாகமாகப் போ!' என்றான்.

அந்த்ரேய் வண்டியை எடுத்தான்; மணிகள் குலுங்கும் சத்தம் கேட்டது.

'போய் வருகிறேன், பியோத்தர் இலிச்! என்னுடைய கடைசிக் கண்ணீர் உனக்காகச் சிந்தப்படும்!.. 'அவன் குடிகாரனல்ல, இருந்தாலும் ஏனோ பிதற்றுகிறான்!' என்று அவன் போவதைப் பார்த்துக்கொண்டே நினைத்தார் பியோத்தர் இலிச். மீச்சியாவுக்காக அனுப்பப்படும் மற்ற பொருட்களும் திராட்சை ரசப் புட்டிகளும் சரிபார்த்து (அடுத்த குதிரை வண்டியில்) அனுப்பப்படுவதை நேரில் இருந்து பார்க்க விருப்பப்பட்டார் பியோத்தர் இலிச்; ஏனெனில் எப்படியும் அவர்கள் மீச்சியாவை ஏமாற்றிவிடுவார்கள் என்று அவருக்குத் தெரியும், இருந்தாலும் தன் மீதிருந்த கோபத்தால் சத்திரத்திற்கு அவர் விளையாடப் போய்விட்டார்.

'முட்டாள், ஆனால் அவன் கெட்டவனல்ல . . .' என்று போகும்போது வழியில் தனக்குத்தானே முணுமுணுத்துக்கொண்டார். 'குரூஷென்காவுடைய அந்த 'முன்னாள்' அதிகாரியைப் பற்றி அவர் கேள்விப் பட்டிருந்தார். அப்படி அவர் அங்கு வந்திருந்தால் . . . ஏ, அந்தக் கைத்துப்பாக்கிகள்! நாசமாய்ப் போக, நான் என்ன அவனுடைய பாதுகாப்பாளனா என்ன? இருக்கட்டும், அப்படியே அவை இருக்கட்டும். ஆம். ஒன்றும் நடந்துவிடாது. ஒன்றுமில்லாமல் எல்லாம் பிசுபிசுத்துப் போய்விடும், வேறொன்றும் நடக்காது. நன்றாகக் குடிப்பார்கள், குடித்து விட்டுச் சண்டைபோடுவார்கள், சண்டைபோட்ட பிறகு சமாதானமாகி விடுவார்கள். இவர்கள் எல்லாம் காரியக்காரர்கள்தானே? 'நான் விலகிக்

கொள்கிறேன்', 'என்னை நானே தண்டித்துக்கொள்கிறேன்' என்பதெல்லாம் என்ன? ஒன்றுமில்லை? சத்திரத்தில் குடித்துவிட்டு வெறியில் ஆயிரம் தடவை இதைத் தான் உரக்கச் சொல்லிக் கத்தினான். இப்போது அவன் குடிக்கவில்லை. ஆனால் 'மனத்தளவில் குடித்திருக்கிறேன்' என்கிறான் – இந்தக் கேடுகெட்டவனெல்லாம் வார்த்தையில் விளையாடு கிறான். அவனுக்கு நான் பாதுகாவலான என்ன? சண்டை போடாமல் அவனால் இருக்க முடியாது. மூஞ்சியெல்லாம் அவனுக்கு ரத்தம். யாருடன் சண்டை போட்டானோ? சத்திரத்திற்குப் போனால் தெரிந்து விடும். அவனுடைய கைக்குட்டை முழுவதும் ரத்தம் . . . ஹா, நாசமாய்ப் போக, என்னுடைய வீட்டிலும் ரத்தம் . . . சீ, தூ!'

அமைதி இழந்த மனநிலையில் இருந்த பியோத்தர் இலிச், சத்திரத்திற்கு வந்ததும் கோல்பந்தாட்டம் விளையாடப்போனார்; கோபமான அவருடைய மனநிலை உடனே மாறியது. மீண்டும் ஒருமுறை புதிய ஆட்டத்தை அவர் ஆடியபோது தன்னுடன் விளையாடியவரிடம் சொன்னார், திமித்ரி கரமாஸவிடம் மறுபடியும் பணம் புரள ஆரம்பித்து விட்டதென்றும் அவனிடம் மூவாயிரம் ரூபிள்கள் இருந்ததை அவரே பார்த்தாரென்றும் அப்படி அதை எடுத்துக்கொண்டு அவன் குரூஷென்கா வைப் பார்க்க மோக்ரய போயிருக்கிறானென்றும் சொன்னார். இதைக் கேட்டு அவர்கள் எதிர்பாராதவிதமாக ஆச்சர்யப்பட்டார்கள். அவர்கள் அவனைக் கேலிசெய்யாமல் ஆழமாக இந்த விஷயத்தை அலசியது, அவருக்கு ஏனோ விநோதமாகப்பட்டது. கோல்பந்தாட்டத்தைக் கூட ஆடாமல் அவர்கள் நிறுத்திவிட்டார்கள்.

'மூவாயிரமா? ஆமாம், அவனுக்கு எங்கிருந்து வந்தது இந்த மூவாயிரம் ரூபிள்கள்?' அதைப் பற்றி விளக்கமாக அவர்கள் கேட்க ஆரம்பித்தார்கள். ஹஹ்லக்கோவா கொடுத்தாள் என்ற செய்தியை அவர்களால் நம்ப முடியாமல் சந்தேகப்பட்டார்கள்.

'கிழவரிடமிருந்து ஒருசமயம் திருடிவிட்டானோ, அப்படித்தானோ என்னவோ?'

'மூவாயிரம்! என்னவோ சரியாக இல்லையே.'

'தந்தையைக் கொன்றுவிடுவேனென்று அவன் அறுதியிட்டுச் சொன்னதை எல்லோருமே கேட்டோம். குறிப்பாக அந்த மூவாயிரம் ரூபிள்களைப் பற்றிச் சொன்னான் . . .'

இப்படி எல்லாவற்றையும் கேட்ட பியோத்தர் இலிச் அவர்கள் கேட்ட கேள்விகளுக்குத் திடீரென்று சுருக்கமாக மிகக் கவனமாகப் பதிலளித்தார். மீச்சியாவின் முகத்திலும் கைகளிலும் இருந்த ரத்தக்கறை பற்றி அவர் ஒரு வார்த்தைகூடச் சொல்லவில்லை, ஆனால் அங்குப் போகும்போது அதைச் சொல்ல அவர் விருப்பப்பட்டார்.

மூன்றாவது ஆட்டத்தை அவர்கள் ஆரம்பித்தபோது மெதுவாக மீச்சியாவைப் பற்றிய பேச்சு குறைய ஆரம்பித்தது; ஆனால், மூன்றாவது ஆட்டத்தை விளையாடி முடித்த பிறகு சாப்பிடலாம் என்று நினைத்த பியோத்தர் இலிச், சாப்பிடாமலேயே சத்திரத்தை விட்டு வெளியேறினார்.

நகரத்தின் சதுக்கத்திற்கு வந்தவர், குழப்பத்தில் சட்டென்று மேலே நடக்காமல் தன்னைப் பார்த்துதானே ஆச்சர்யப்பட்டு நின்றார். திடீரென்று பியோதர் பாவ்லவிச்சின் வீட்டிற்குப் போய் அங்கு ஏதாவது நடந்திருக்கிறதா என்று தெரிந்துகொள்ள அவர் ஆசைப்பட்டார். 'ஒன்றுமில்லாமல் வீட்டிலுள்ளவர்களை எழுப்பி சங்கடப்படுத்துவானேன். தூ, நாசமாய்ப் போக, நான் என்ன அவனுடைய பாதுகாவலனா என்ன?' என்று அவர் நினைத்துக்கொண்டார்.

குழப்பத்திலிருந்த அவர், நேராக வீட்டிற்குப் போகும்போது திடீரென்று ஃபேன்யாவை நினைத்துக்கொண்டார்: 'ஓ, நாசமாய்ப்போக, நான் ஏன் அவளைக் கேட்கவில்லை' என்று வெறுப்புடன் நினைத்தவர், 'அப்படி அவளைக் கேட்டிருந்தால் எல்லாமே தெரிந்து போயிருக்கும்' என்றும் நினைத்துக்கொண்டார். திடீரென்று பொறுமையிழந்த அவர் அவளிடம் கேட்டுத் தெரிந்துகொள்ள வேண்டுமென்ற ஆர்வத்தில் பாதி வழியில் திரும்பி மரசோவ் வீட்டில் குடியிருந்த குரூஷென்கா வீட்டிற்குப் போனார். அவளுடைய வாயிற்கதவை அடைந்த அவர் கதவைத் தட்டியபோது, நிசப்த சூழலால், அதுவே பெருஞ் சத்தமாகக் கேட்டு, மீண்டும் அமைதியாக அவர் கோபங்கொண்டார். அவர் கதவைத் தட்டியதைக் கேட்டு யாரும் எழுந்து வராமல் அமைதியாக எல்லோரும் உறங்கிக் கொண்டிருந்தார்கள். 'இவர்களுக்குத் தொல்லை கொடுப்பானேன்!' என்று நினைத்த பெத்ரோஹின், மனத்தில் ஏதோ ஒரு வேதனையுடன், அங்கிருந்து போவதற்குப் பதிலாகத் திடீரென்று தன்னுடைய சக்தி முழுவதையும் திரட்டி மிகச் சத்தமாக, பலமாக மறுபடியும் கதவைத் தட்டினார். அப்படி அவர் தட்டியது அந்தத் தெரு முழுவதும் கேட்டது. 'ஆமாம், அவர்கள் பதில் சொல்லும் வரை நான் கதவைத் தட்டிக்கொண்டே இருப்பேன்!' என்று முணு முணுத்துக்கொண்டே, ஒவ்வொரு முறை அவர் கதவைத் தட்டும்போதும் இன்னும் கோபத்துடன், இன்னும் சத்தமாகக் கதவைத் தட்டினார்.

## 6

## இதோ நான் வந்துவிட்டேன்!

அதற்குள் திமித்ரி ஃபியோதரவிச் மோக்ரயவை நோக்கிப் பறந்து கொண்டிருந்தான். மோக்ரயவைச் சென்றடைய ஏறக்குறைய இருபது கிலோமீட்டர் இருக்கும் தூரத்தில் அந்த்ரேயின் குதிரைகள் மிக வேகமாக ஓடி, ஒன்றே கால் மணி நேரத்தில் அவர்கள் அங்குப் போய்ச் சேர்வதாக இருந்தது. இந்த வேகம் மீச்சியாவுக்கு ஏனோ உற்சாகத்தைக் கொடுத்தது. இளம், குளிர்ந்த காற்று வீசியது; தெளிவான வானத்தில் எண்ணிலடங்கா நட்சத்திரங்கள் மின்னிப் பளிச்சிட்டன. அந்த இரவு நேரம்தான், ஒருவேளை அல்யோஷா தரையில் விழுந்து, 'வெறியுடன் சத்தியம் செய்கிறேன், காலங்காலமாக இந்தப் பூமியை விரும்புவேன்' என்று சொன்னான் போலும். ஆனால் மீச்சியாவைப்

பொறுத்தவரையில் மனத்தில் நிம்மதியில்லாமல் இருந்தான்; நிறைய விஷயங்கள் அவனுடைய மனத்தை இப்போது அதிகமாக வேதனைப் படுத்தினாலும், அவளைப் பற்றிய நினைவு, அவனுடைய ராணியைப் பற்றிய நினைவு, யாரைப் பார்க்க இப்படிப் பறந்துபோகிறானோ, அவளைக் கடைசியாக இந்தச் சமயத்தில் பார்த்துவிட வேண்டுமென்கின்ற எண்ணம் மட்டும் அவனுடைய மனத்தில் பிரதானமாக இருந்தது. ஒன்றை மட்டும் சொல்லிக்கொள்ள விரும்புகிறேன்: ஒருநிமிடம்கூட அவனுடைய மனத்தில் போராட்டம் இருக்கவில்லை. திடீரென்று பூமிக்கடியிலிருந்து கிளர்ந்துவந்த இந்தப் புதுப்போட்டியாளன்மீது, இந்த 'அதிகாரி'மீது அவனுக்குக் கொஞ்சம்கூடப் பொறாமை இருக்க வில்லையென்று சொன்னால் கேட்பவர்கள் ஒருவேளை நம்பக்கூட மாட்டார்கள். வேறு யாராவது இருந்திருந்தால், உடனே பொறாமையில், மீண்டும் அவன் ரத்த வெள்ளத்தில் குதித்திருப்பான்; ஆனால், வண்டியில் வேகமாகப் போகும் மீச்சியாவுக்கோ அவளுடைய 'முதல் காதலனை'ப் பார்த்துக் கொஞ்சம்கூட வெறுப்போ பொறாமையோ இல்லாமல் இருந்தது; உண்மையைச் சொல்லப்போனால், இன்னும் அந்த அதிகாரியை அவன் நேரில்கூடப் பார்த்திருக்கவில்லை. 'இது சச்சரவுக்கு அப்பாற்பட்ட மிகத் தெளிவான விஷயம்; அவளுக்கும் அவனுக்குமான உறவு அது; அவளுடைய முதல் காதல், ஐந்து வருடக் காதலை அவள் மறக்கவில்லை: அப்படியானால், அவனைத்தான் அவள் இந்த ஐந்து வருடமாகக் காதலித்துவந்தாளா? இனிமேல் அவர்களுக்கு இடையில் நான் ஏன் நிற்க வேண்டும்? எதற்காக, நிற்க வேண்டும்? விட்டுவிலகிப்போ, மீச்சியா, வழியைவிடு! ஆம், இனிமேல் நான் யார்? இனி அந்த அதிகாரியே அவளை விட்டுப்போனாலும் எல்லாமே முடிந்துவிட்டது; அப்படியே அவர் வாழ்வில் வந்திருக்காவிட்டாலும் எல்லாமே முடிந்துவிட்டது . . .'

யோசித்துப் பார்க்கும் திறன் அவனுக்கு இருந்திருந்தால் தன்னுடைய உணர்வுகளை அவன் இப்படித்தான் வெளிப்படுத்தியிருப்பான். ஆனால், அப்போது அவனுக்கு யோசித்துப் பார்க்கும் திறன் இல்லாமலிருந்தது. அவனுடைய இந்த முடிவு, எதையும் யோசித்துப் பார்க்காமல் சட்டென்று ஒரு நிமிடத்தில் எடுக்கப்பட்ட முடிவு; ஃபேன்யா சொன்ன முதல் வார்த்தையிலிருந்து உடனே எடுக்கப்பட்ட முடிவு இது என்பது தெளிவாகத் தெரிந்தது. இருந்தாலும், அவன் எடுத்த இந்த முடிவை மீறி அவனுடைய மனத்தில் வருத்தம் இருந்தது; அவனுடைய மனத்தை நோகடிக்கும் வகையிலான வருத்தம் இருந்தது: அவன் எடுத்த முடிவு அவனுக்கு அமைதியைக் கொடுக்கவில்லை. நிறைய விஷயங்கள் அவனுடைய மனத்திற்குப் பின்னால் இருந்து அவனை வேதனைப் படுத்தின. சில சமயங்களில் அவனுக்கு அது விசித்திரமாகவும் இருந்தது: அவனே அவனுக்கு தண்டனை கொடுப்பதாகத் தாளில் எழுதியிருந் தானே, 'எனக்கு நானே தண்டனை கொடுத்துக்கொள்கிறேன்' என்று, அந்தத் தாளும் தயாராக அவனுடைய சட்டைப்பையில் இருந்தது; கைத்துப்பாக்கிகளில் குண்டு நிரப்பப்பட்டு அவையும் தயாராக இருந்தன; நாளை காலை 'சுடர்க்கொடியோனின் தங்கக் கதிர்கள்' உதித்து எழும்போது அந்த நாளை அவன் எப்படி எதிர்கொள்வது என்று அவன் முடிவு செய்திருந்தாலும், நடந்த சம்பவத்தால் அவன் வேதனைப்

படவே செய்தான்; இருந்தாலும் இந்தச் சம்பவம் அவனுக்கு வேதனையைத் தந்து அவனுடைய மனத்தைப் பாடுபடுத்தியது என்பதை நாம் கணக்கில் கொள்ளாமல் விடமுடியாது. போகும் வழியில் அவனுக்குத் திடீரென்று தோன்றியது, விடியும்வரை காத்திருக்காமல் அந்த்ரேயை வண்டியை நிறுத்தச்சொல்லிக் கைத்துப்பாக்கிகளை எடுத்துத் தன்னைத்தானே சுட்டுக்கொள்வதென்று. ஆனால், அந்த எண்ணம் மின்வெட்டொளி போல அவனுள் ஒளிர்ந்து மறைந்தது. ஆம், குதிரைவண்டி பறந்து சென்றபடி 'காலஅளவை விழுங்கிக்கொண்டிருந்தது;' இடத்தை நெருங்க நெருங்க அவளைப் பற்றிய நினைவு, அவள் ஒருத்தியைப் பற்றிய நினைவு மட்டுமே அவனுடைய மனத்தை மேலும் மேலும் பிடித்து அழுத்த, பயங்கரமான மற்ற பொய்த்தோற்றமெல்லாம் அவனுடைய மனத்தைவிட்டு விலகி மறந்துபோயிருந்தது. ஓ, அவளைப் பார்க்க வேண்டுமென்ற ஆசை அவனுள் கொழுந்துவிட்டு எரிய, ஒரு முறை யாவது, தூரத்திலிருந்தாவது அவளைப் பார்த்துவிட வேண்டுமென்று அவனுக்குத் தோன்றியது! 'இப்போது அவள் அவனுடன் இருக்கிறாள், எப்படி அவள் அவளுடைய பழைய காதலனுடன் இப்போது இருக்கிறாள் என்பதை மட்டும் பார்த்துவிட்டால் போதும்; அது ஒன்றே போதும்' என்று அவன் நினைத்தான். விதிவசத்தால் அவனுடைய உள்ளத்தை ஈர்த்த அந்தப் பெண்ணின் மீது இவ்வளவு அன்பு ஊற்றெடுத்தது அவனுக்கே இதுவரை அறியப்படாத புதிய உணர்வாக, அவனே எதிர்பார்த்திராத மென்மையான உணர்வாக, உள்ளார்வத்துடன் அவனையே மறக்கவைப்பதாக இருந்தது. 'அப்படியே மறைந்து போய் விடுகிறேன்!' என்று திடீரென்று வெறிபிடித்த உற்சாகத்தில் அவன் முடிவுசெய்தான்.

அவர்கள் ஒரு மணி நேரமாகப் பயணித்தார்கள். மீச்சியா அமைதி யாக வந்தான்; ஆனால், பொதுவாகவே அதிகமாகப் பேசும் அந்த்ரேய் கூடப் பேசுவதற்குப் பயந்துபோய் அமைதியாக வந்தவன், மெலிந்து போன, ஆனால் உற்சாகமான தன்னுடைய 'கருஞ்சிவப்புக் குதிரைகளை' வேகமாக விரட்டினான். திடீரென்று மீச்சியா பொறுமையிழந்து பயங்கரமாகக் கத்தினான்:

'அந்த்ரேய், ஒருசமயம் அவர்கள் தூங்கிக்கொண்டிருந்தால்?'

இதுவரை உதிக்காத இந்த எண்ணம் திடீரென்று அவனுடைய மண்டையில் உதித்தது.

'அப்படித்தான் இருக்குமென்று நினைக்கிறேன், திமித்ரி ஃபியோதரவிச்.'

மீச்சியா வருத்தத்துடன் முகத்தைச் சுளித்தான்: இவ்வளவு உணர்ச்சிக ளுடன் ... பறந்து வந்து ... ஒருவேளை அவர்கள் உறங்கிக்கொண்டிருந்தால் ... ஒருவேளை அவளும் அவனருகில் படுத்துக்கொண்டிருந்தால் ... கேடு கெட்ட இந்த எண்ணம் அவனுடைய மனத்தைக் கொதிப்பேற்றியது.

'வேகமாக ஓட்டு, அந்த்ரேய், இன்னும் வேகமாக ஓட்டு, குதிரைகளை முடுக்கிவிடு!' என்று வெறியில் கத்தினான் மீச்சியா.

‘ஒருவேளை அவர்கள் இன்னும் தூங்காமல்கூட இருக்கலாம்’ என்று சிறிது நேரங் கழித்துச் சொன்னான் அந்த்ரேய். ‘அங்கு நிறைய பேர் இருப்பதாக திமஃபேய் சொன்னான்.’

‘ரயில் நிலையத்திலா?’

‘இல்லை, ப்லஸ்த்துனோவ் சத்திரத்தில், வாடகைக் குதிரை லாயத்தில்.’

‘தெரியும்; நிறைய பேர் இருக்கிறார்கள் என்று சொல்கிறாய், அவர்கள் எங்கிருந்து வந்திருக்கிறார்கள்? யார் அவர்கள்?’ என்று சட்டென்று கேட்டான் மீச்சியா.

‘ஆம், திமஃபேய் சொன்னான், அவர்கள் பெருங்குடி மக்கள், இரண்டுபேர் நகரத்திலிருந்து வந்திருக்கிறார்கள், ஆனால் அவர்கள் யாரென்று தெரியவில்லை என்று; இன்னும் இரண்டு பேர் இந்த ஊரைச் சார்ந்தவர்கள் தான், அப்படியே இரண்டு பேர் எங்கிருந்தோ வந்திருக்கிறார்கள், ஒருவேளை இன்னும் வேறு யாராவது கூட இருக்கலாம், அவனிடம் நான் சரியாகக் கேட்கவில்லை. அவர்கள் சீட்டாடிக் கொண்டிருக்கிறார்கள் என்று மட்டும் சொன்னான்.’

‘சீட்டாடுகிறார்களா?’

‘சீட்டாடுகிறார்கள் என்றால் அவர்கள் தூங்காமலிருக்கக்கூடும். இப்போது நேரம் அதிகம் ஆகவில்லை, பதினோரு மணி தானே ஆகிறது?’

‘வேகமாக ஓட்டு அந்த்ரேய், வேகமாக!’ என்று பதற்றத்துடன் மீண்டும் கத்தினான் மீச்சியா.

‘உங்களை ஒன்று கேட்க வேண்டும்’ என்று அமைதியாக ஆரம்பித்த அந்த்ரேய், ‘நீங்கள் மட்டும் என்மீது கோபப்படாமல் இருந்தால், கேட்பதற்கே எனக்குப் பயமாக இருக்கிறது.’

‘என்ன கேட்க வேண்டும்?’

‘சிறிது நேரத்திற்கு முன்பு ஃபேன்யா உங்கள் கால்களில் விழுந்து அவளுடைய எஜமானியையும் அவரையும் ஒன்றும் செய்துவிடாதீர்கள், அவர்களை விட்டுவிடுங்கள் என்று கெஞ்சினாள் ... ஆனால், உங்களை நான் அங்கு தான் அழைத்துக்கொண்டுபோகிறேன் ... மன்னிக்கவும், பெருங்குடிமகனே, என்னுடைய மனசாட்சியைத் தொட்டுச் சொல்கிறேன், ஏதோ முட்டாள்தனமாக நான் இதைக்கேட்டிருக்கலாம்.’

மீச்சியா பின்புறமிருந்து அவனுடைய தோள்களைத் திடீரென்று பற்றினான்.

‘நீ வண்டியோட்டுபவன்தானே?’ என்று வெறிபிடித்தவன் போலக் கேட்டான்.

‘ஆம், வண்டியோட்டுபவன்தான் ...’

‘உனக்குத் தெரியாதா மற்றவர்களுக்கு வழிவிட வேண்டுமென்று. வண்டியோட்டுபவன் யாருக்கும் வழிவிடாமல் வழியை மறித்துக்

கொண்டால் எப்படி! இல்லை, வண்டியோட்டியே, வழியை மறிக்காதே! ஒருவருடைய வழியை மறித்து, அவர்களுடைய வாழ்வை நாசம் செய்து விடாதே; அப்படி யாருடைய வாழ்வையாவது நீ நாசம் செய்தால் உன்னையே நீ தண்டித்துக்கொள் ... அப்படி யாருடைய வாழ்வையாவது நீ நாசம் செய்தால் உன்னை நீயே தண்டித்துக்கொண்டு பாதையை விட்டு விலகிப் போய்விடு.'

உண்மையாகவே வெறிபிடித்தவன் போல மீச்சியா இதைச் சொன்னான். இதைக்கேட்டு அந்த்ரேய் ஆச்சர்யப்பட்டாலும், அவன் சொல்வதை அமைதியாகக் கேட்டுக்கொண்டான்.

'உண்மைதான், ஐயா, நீங்கள் சொல்வது உண்மைதான், திமித்ரி ஃபியோதரவிச், மனிதர்களின் வாழ்வை நாசம் செய்யக் கூடாது, அப்படியே அவர்களை வேதனைப்படுத்தவும் கூடாது, அப்படியே எந்த உயிரினத்தையும் கஷ்டப்படுத்தக் கூடாது. எல்லாமே கடவுளுடைய படைப்பு – இந்தக் குதிரைகூட; ஆனால் நம்முடைய வண்டியோட்டிகள் பலர் ... ஈவு இரக்கமின்றித் தங்களுடைய குதிரைகளைக் கையாளு கிறார்கள், அதற்கு ஓய்வே கொடுப்பதில்லை.'

'அவர்கள் நரகத்தை நோக்கிப் போகிறார்கள்' என்று இடைமறித்த மீச்சியா, திடீரென்று எதிர்பாராதவிதமாக உரக்கச் சிரித்தபடி, 'அந்த்ரேய், உன்னுடைய மனது சாதாரண மனது' என்று சொல்லிக்கொண்டே மீண்டும் அவனுடைய தோளைப் பற்றிக்கொண்டு, 'நீ சொல், திமித்ரி ஃபியோதரவிச் நரகத்திற்குப் போவானா, இல்லையா என்று, நீ என்ன நினைக்கிறாய்?' என்றான்.

'எனக்குத் தெரியாது, என் அருமையானவரே, எல்லாமே உங்கள் கைகளில்தான் இருக்கிறது, ஏனெனில் நீங்கள் ... பாருங்கள் ஐயா, கடவுளின் மகன் சிலுவையில் அறையப்பட்டு மரித்துப் போனபோது, சிலுவையிலிருந்து அவர் இறங்கி நேராக நரகத்திற்குப் போய் அங்கு வேதனைப்பட்ட எல்லா ஆன்மாக்களையும் விடுவித்தார்.[17] அப்போது நரகத்திலிருந்து பெரிய குற்றச்சாட்டு எழுந்தது, ஏனெனில் அவரைக் கண்டு சாத்தான்கள் பயப்பட்டன, இனி நரகத்திற்குப் பாவிகளே வரமாட்டார்களென்று. அதனால் கடவுள் அவர்களிடம் சொன்னார், 'குறைசொல்லாதீர்கள், உங்களுடைய நரகத்திற்கு, எல்லாவிதப் பெருங் குடிமக்களும் அதிகாரிகளும் முக்கியமாக, நீதிபதிகளும் பணக்காரர்களும் வந்து குவிவார்கள்; எப்படி அவர்கள் காலங்காலமாக இங்கு வந்து சேர்ந்தார்களோ அப்படியே அவர்களெல்லோரும் இங்கு வந்து சேர்வார்கள், மறுபடியும் நான் இங்கு வரும்வரை' என்றார். அது உண்மையான வார்த்தை, அவர் சொன்னது உண்மையான வார்த்தை ...'

'அருமையான நாட்டுப்புறக் கதை! இடது பக்கம் சாட்டையால் அடி, அந்த்ரேய்!'

'இதோ ஐயா, யாருக்காக இந்த நரகம்' என்று இடதுபக்கமாகக் குதிரையை அடித்தபடி, 'ஆனால், நீங்கள் ஐயா, குழந்தையைப் போன்றவர் ... அப்படித்தான் உங்களைப் பற்றி நாங்கள் நினைக்கிறோம் ...

நீங்கள் கொஞ்சம் கோபக்காரர் என்றாலும், உங்களுடைய நல்ல மனத்துக்குக் கடவுள் உங்களை மன்னிப்பார்' என்றான்.

'நீ, நீ என்னை மன்னிப்பாயா, அந்த்ரேய்?'

'நான் ஏன் உங்களை மன்னிக்க வேண்டும், நீங்கள் எனக்கு எந்தத் தீங்கும் செய்யவில்லையே.'

'இல்லை, யாரையெல்லாம் நான் புண்படுத்தினேனோ அவர்கள் எல்லோருக்காகவும் நீ ஒருவன் என்னை இதோ, இங்கு, இப்போது என்னை மன்னிப்பாயா? சொல், நல்ல மனத்துக்காரனே சொல்.'

'ஓ, ஐயா, உங்களைக் கூட்டிக்கொண்டு போகவே எனக்குப் பயமாக இருக்கிறது. நீங்கள் ஏனோ விநோதமாகப் பேசுகிறீர்கள் . . .'

ஆனால் அவன் சொன்னதை மீச்சியா கேட்கவில்லை. அவன் ஆழ்ந்து பிரார்த்தித்துக்கொண்டு தனக்குத்தானே முணுமுணுத்துக் கொண்டு வந்தான்.

'கடவுளே, சட்டதிட்டங்களுக்குக் கட்டுப்படாத என்னை அப்படியே நீ ஏற்றுக்கொள், ஆனால் என்னை நீ தண்டிக்காதே. உன்னுடைய தீர்ப்பு எனக்காக எழுதப்படாமல் நான் கடந்துபோகட்டும் . . . என்னை நீ தண்டிக்காதே, ஏனெனில் என்னை நானே தண்டித்துக்கொண்டேன்; என்னை நீ தண்டிக்காதே, ஏனென்றால் உன்னை நான் விரும்புகிறேன், கடவுளே! நான் கேடுகெட்டவன்தான், ஆனால் உன்னை நான் விரும்புகிறேன்: என்னை நீ நரகத்திற்கு அனுப்பினால், அங்கேயும் உன்னை நான் விரும்புவேன், காலங்காலமாக உன்னை விரும்புவே னென்று அங்கிருந்து கொண்டு கத்துவேன் . . . ஆனால், அப்படியே நான் காதலித்து முடிக்கட்டும் . . . இனி, இங்கே கடைசியாக, அடுத்த ஐந்து மணி நேரத்திற்கு உன்னுடைய சூடான சூரியக்கதிர்கள் மேலெழும்பும்வரை . . . என்னுடைய ஆத்ம ராணியை நான் காதலிக்கிறேன். அவளை நான் விரும்புகிறேன், அவளை என்னால் விரும்பாமல் இருக்க முடியாது. நீயே என்னைப் பார்க்கிறாய். அவள் எங்கிருக்கிறாளோ அங்கு நான் ஓடிச்சென்று அவளுடைய கால்களில் விழுந்து, 'நீ என்னைக் கடந்துபோனது சரிதான் . . . விடைகொடு, எனக்கு நீ விடைகொடுத்து விட்டுப் பிறகு நீ உன்னுடைய பலியாளான என்னை மறந்துவிடு, இனி எப்போதுமே என்னை நீ நினைக்காதே!' என்று சொல்வேன்.'

'இதோ மோக்ரய வந்துவிட்டது!' என்று தன்னுடைய சாட்டையால் சுட்டிக்காட்டியபடி கத்தினான் அந்த்ரேய்.

பரந்தகன்ற நிலப்பரப்பில் உறுதியான கட்டடங்கள் வெளிர் இருட்டைக் கிழித்துக்கொண்டு நின்றன. மோக்ரய நகரத்தில் வசிப்பவர்கள் இரண்டாயிரம் பேர் இருக்க, எல்லோரும் அப்போது உறங்கிக்கொண் டிருந்தார்கள்; ஒருசில வீடுகளில் அங்கும் இங்குமாக விளக்கு எரிந்து கொண்டிருந்தது.

'வேகமாகப் போ, வேகமாகப் போ, அந்த்ரேய்' என்று ஏதோ ஒரு தகிப்பில் கத்தினான் மீச்சியா.

‘அவர்கள் இன்னும் தூங்கவில்லை!’ என்று கிராமத்தின் நுழைவாயிலில் இருந்த பலஸ்த்துனோவ் சத்திரத்தைத் தன்னுடைய சாட்டைக் கம்பால் சுட்டிக்காட்டியபடி சொன்னான் அந்த்ரேய்; அந்தச் சத்திரத்தின் ஆறு ஜன்னல்களிலும் விளக்குகள் எரிந்துகொண்டிருந்தன.

அவர்கள் இன்னும் தூங்கவில்லை!’ என்று சந்தோஷத்துடன் சொன்ன மீச்சியா, ‘வண்டிச்சத்தம் கேட்குமாறு ஓட்டு, அந்த்ரேய், மணிகள் சத்தம் கேட்கட்டும், சடசடவென்று சத்தத்துடன் வேகமாகப் போய்நில். எல்லோருக்கும் தெரியட்டும் நான் வந்திருக்கிறேனென்று! நான் வந்துவிட்டேன்! இதோ நானே வந்துவிட்டேன்!’ என்று மீச்சியா வெறிபிடித்தவனைப் போலக் கத்தினான்.

களைத்துப்போன குதிரைகளை அந்த்ரேய் விரட்ட, உண்மையாகவே பெரிய சத்தத்துடன் சத்திரத்தின் நுழைவாயிலில் வண்டி வந்து நின்றது; வேகமாக ஓடிய களைப்பில் மூச்சிரைக்க வந்து நின்ற குதிரைகளை நிறுத்தினான் அந்த்ரேய். மீச்சியா வண்டியிலிருந்து எட்டிக் குதித்தபோது, உண்மையாகவே தூங்கக் கிளம்பிக்கொண்டிருந்த சத்திர நிர்வாகி வாசலுக்கு வந்து யார் இப்படிச் சத்தத்துடன் வந்திறங்கியிருக்கிறதென்று ஆர்வத்துடன் எட்டிப் பார்த்தார்.

‘திரிஃபோன் பரீசிச், நீங்களா?’

இருட்டில் குனிந்து வந்திருந்த விருந்தாளியைச் சிரமத்துடன் பார்த்த சத்திர நிர்வாகி, ஆச்சர்யங் கலந்த மகிழ்ச்சியில் கீழே இறங்கி வந்தார்.

‘நீங்களா திமித்ரி ஃபியோதரவிச்! உங்களையா நாங்கள் மீண்டும் பார்க்கிறோம்?’

திரிஃபோன் பரீசிச் பார்ப்பதற்குப் பருமனானவராக, நல்ல உடல் ஆரோக்கியத்துடன், சராசரி உயரமும், சற்றே பருமனான முகமும் கொண்ட அவர் வேலை ஆட்களிடம் கடுமையாக நடந்துகொள்பவராக, பிடிவாத குணங்கொண்டவராக, தனக்கு லாபம் கிடைக்கும் பட்சத்தில் யாருடைய காலையும் பிடிக்கத் தயங்காதவராக இருந்தார். சாதாரண ரஷ்ய மக்கள் ஆடை அணிவதுபோல, நீண்ட முழு மேல் சட்டையையும், தளர் உள்சட்டையையும் அணிந்திருந்த அவர், செல்வந்தராக இருந்தாலும், இன்னும் வாழ்க்கையில் உயர வேண்டுமென்று கனவு காண்பவராக இருந்தார். ஊரிலிருந்த பெரும்பாலான விவசாயிகள் அவரிடம் கடன் வாங்கி மாட்டிக்கொண்டிருந்தார்கள். அருகிலிருந்த நிலப்பிரபுக்களிடமிருந்து அவர் இடத்தை வாங்கியோ, வாடகைக்கு எடுத்தோ, விவசாயிகள் வாங்கிய கடனுக்காக அங்கு அவர்களை வேலை செய்ய வைத்து, அந்தக் கடனிலிருந்து எப்போதுமே அவர்கள் மீளமுடியாதபடி வைத்திருந்தார். மனைவியை இழந்த அவருக்கு வயதுவந்த மகள்கள் நான்கு பேர் இருந்தனர்; ஏற்கெனவே விதவையான ஒரு மகள், தன் இரு குழந்தைகளுடன் அவருடைய வீட்டில் வசித்துவந்தவள், தினமும் அவருக்கு உதவி வந்தாள். மற்றொரு மகள், விவசாயம் பார்ப்பவள், சாதாரண அரசாங்க அதிகாரியை மணந்திருந்தாள்;

அந்த அதிகாரி பதவி உயர்வு பெற்று, பதவி உயர்வுக்கான சீருடையில் பட்டயங்களை அணிந்து குடும்பத்துடன் எடுத்துக்கொண்ட புகைப்படம் ஒன்று அங்கு மாட்டப்பட்டிருந்தது. மற்ற இரண்டு இளம் பெண்களும் ஆலய வழிபாட்டிற்கோ விருந்தினர் வீட்டிற்கோ செல்வதுபோல, நவநாகரிகமாகத் தைக்கப்பட்ட கருநீலநிற, பச்சை நிற உடையை அணிந்துகொண்டு, பின்பக்கம் ஒரு அடி நீள வால்போன்ற துணியை இறுக்கமாகக் கட்டியிருந்தார்கள்; இருந்தாலும் அடுத்த நாள் காலை வழக்கம்போல அவர்கள் வீட்டு வேலைகளைக் கவனித்தார்கள்; பீர்ச் மரத் துடைப்பத்தால் அறையைப் பெருக்கித் துடைத்து, துடைத்த நீரை வெளியில் ஊற்றி, இறைந்து கிடக்கும் குப்பைகளை அகற்றி, விருந்தாளிகளுக்காக அறைகளைச் சுத்தம் செய்தார்கள். ஏற்கெனவே ஆயிரமாயிரம் ரூபிள்களை திரிஃபோன் பரீசிச் சுருட்டியிருந்தாலும், விருந்தாளிகள் குதூகலமாக இருக்கும்போது அவர்களிடமிருந்து அவர் மேலும் பணத்தைக் கறப்பதை மிகவும் விரும்பினார்; ஒரு மாதம்கூட ஆகி இருக்காது, திமித்ரி ஃபியோதரவிச்சும் குரூஷென்காவும் அங்கு வந்து கும்மாளமடித்து, அப்படி வந்தவர்களிடமிருந்து இருநூறோ, முந்நூறு ரூபிள்களையோ அவர் சுருட்டிக்கொண்டு, இப்போது திமித்ரி ஃபியோதரவிச்சைப் பார்த்த உடனேயே மறுபடியும் பணம் கிடைக்குமென்ற நம்பிக்கையில் சுறுசுறுப்பாகச் சந்தோஷத்துடன் சத்திரத்தின் முற்றத்திற்கு வந்து அவனை வரவேற்றார்.

'ஐயா, திமித்ரி ஃபியோதரவிச், நீங்களா மறுபடியும் இங்கு வந்திருப்பது?'

'நில், திரிஃபோன் பரீசிச்' என்று ஆரம்பித்த மீச்சியா, 'முதலாவதாக, மிக முக்கியமாக, அவள் எங்கே இருக்கிறாளென்று சொல்.'

'அக்ரஃபேனா அலெக்ஸாந்தரவ்னாவா?' என்று உடனடியாகப் புரிந்துகொண்டு மீச்சியாவின் முகத்தை உற்றுப் பார்த்தவர், 'இங்கே தான் இருக்கிறாள் . . . இங்கேதான் தங்கியிருக்கிறாள் . . .'

'யாருடன், யாருடன்?'

'முன்பின் தெரியாதவர்கள் . . . அவர் பேசும் பேச்சிலிருந்து; ஒருவர் போலந்து நாட்டைச் சேர்ந்த அதிகாரி போலத் தெரிகிறது, அவர்தான் இங்கிருந்து அவளுக்குக் குதிரை வண்டியை அனுப்பினார்; அவருடன் வந்திருக்கும் இன்னொரு நண்பர் யாரென்று தெரியவில்லை; இருவரும் அலுவலக உடையில் இல்லாமல் சாதாரண உடை அணிந்திருக் கிறார்கள் . . .'

'என்ன, களியாட்டம் போடுகிறார்களா?' அந்த அளவுக்குப் பணக்காரர்களா?

'களியாட்டமா! பெரிதாகச் சொல்லுமளவுக்கு ஒன்றுமில்லை, திமித்ரி ஃபியோதரவிச்.'

'பெரிதாக ஒன்றுமில்லையா? அப்படியானால் மற்றவர்கள்?'

'இரண்டு கனவான்கள் நகரத்திலிருந்து வந்திருக்கிறார்கள் . . . சோர்னி என்ற ஊரிலிருந்து வந்து இங்கே தங்கியிருக்கிறார்கள். அதில்

இளமையாக இருக்கும் ஒருவர் மியூசவுக்குச் சொந்தக்காரரென்று நினைக்கிறேன், ஆனால் அவருடைய பெயர் எனக்கு நினைவில் இல்லை ... மற்றொருவர் யாரென்றால், உங்களுக்குக் கூட அவரைத் தெரியும், அவர்தான் நிலப்பிரபு மாக்ஸிமவ், உங்களுடைய மடாலயத் திற்குப் புனித யாத்திரைக்காக வந்தார் என்று சொன்னாரே; ஆனால் அவர் இப்போது அந்த மியூசவின் இளம் உறவினருடன் வந்திருக்கிறார் ...'

'இவ்வளவுபேர் இங்கு இருக்கிறார்களா?'

'அவ்வளவுதான்.'

'கொஞ்சம் நில், கவனமாகக் கேள், திரிஃபோன் பரீசிச், முக்கியமான ஒன்றைச் சொல், அவள் எப்படி இருக்கிறாள்?'

'இதோ கொஞ்ச நேரத்திற்கு முன்பாக வந்தாள், வந்து அவர்களுடன் உட்கார்ந்திருக்கிறாள்.'

'மகிழ்ச்சியாக இருக்கிறாளா? சிரிக்கிறாளா?'

'இல்லை, அதிகம் சிரிப்பதாகத் தெரியவில்லை ... சொல்லப்போனால் உற்சாகமே இல்லாமல் உட்கார்ந்துகொண்டு, அந்த இளம் மனிதரின் தலையைத் தடவிக்கொண்டிருக்கிறாள்.'

'அந்தப் போலந்து நாட்டு அதிகாரியின் தலைமுடியையா?'

'ஆமாம், அந்த இளைஞனின் தலைமுடியைத்தான், அவர் அதிகாரியே இல்லை; இல்லை, கனவானே, அவனுடைய தலைமுடியை அல்ல, மியூசவின் உறவுக்காரரான அந்த இளைஞனின் தலைமுடியை ... அவருடைய பெயரை நான் மறந்துவிட்டேன்.'

'கல்கானவா?'

'ஆம், கல்கானவ்தான்.'

'சரி, நானே பார்த்துக்கொள்கிறேன், அவர்கள் சீட்டாடுகிறார்களா?'

'விளையாடிக்கொண்டிருந்தார்கள், இப்போது இல்லை. டீ குடித்தார்கள்; இப்போது அந்த அதிகாரி குடிக்க மது கேட்டார்.'

'கொஞ்சம் நில், திரிஃபோன் பரீசிச், நில், என் அருமையானவனே. நானே முடிவு செய்துகொள்கிறேன். இப்போது மிக முக்கியமான ஒன்றைச் சொல்: ஜிப்சிகள் யாராவது இங்கு இருக்கிறார்களா?'

'ஜிப்சிகளைப் பற்றி நான் கேள்விப்பட்டதே இல்லை, திமித்ரி ஃபியோதரவிச்; அவர்களை நகர ஆட்சியர் ஊரிலிருந்து துரத்திவிட்டார்; ஆனால் இங்கே அருகில் ரஷ்தேஸ்த்வென்ஸ்கியில் வயலின் போன்ற இசைக்கருவியை வாசித்துப் பாட்டுப்பாடும் இசைக் கலைஞர்கள் இருக்கிறார்கள்; அவர்களை வேண்டுமானால் கூட்டிக்கொண்டு வரச் சொல்லலாம். அவர்கள் வருவார்கள்.'

'கண்டிப்பாக, கண்டிப்பாக வரச்சொல்லுங்கள்!' என்று கத்தினான் மீச்சியா. 'போனமுறை கூட்டிக்கொண்டு வந்தது போலவே கிராமத்துப்

பெண்களையும் கூட்டிக்கொண்டு வரச் சொல்லுங்கள், குறிப்பாக மரியாவையும் ஸ்தெப்பனிதாவையும், அப்படியே அரினாவையும் வரச் சொல்லிச் சொல்லி அனுப்புங்கள். அந்தக் கூட்டு இசைக் குழுவிற்கு நான் இருநூறு ரூபிள்கள் கொடுக்கிறேன்!'

'ஆமாம், இந்தப் பணத்திற்குக் கிராமம் முழுவதையுமே எழுப்பிக் கூட்டிக்கொண்டு வந்துவிடுவேனே; அவர்கள் தூங்கிக்கொண்டிருந்தாலும் அவர்களை எழுப்பிக் கூட்டிக்கொண்டு வருவேன். ஆமாம், திமித்ரி ஃபியோதரவிச் அவர்களே, இப்படி இனிமையாக நீங்கள் அவர்களிடம் நடந்துகொள்வதற்கு அவர்கள் தகுதி உடையவர்களா என்ன, அல்லது அந்தப் பெண்களுக்குத்தான் அந்தத் தகுதி இருக்கிறதா என்ன? இந்தக் கேடுகெட்ட, நாகரிகமற்ற ஜந்துக்களுக்காக இவ்வளவு பணத்தைச் செலவழிப்பதா! நம்முடைய இந்தக் கிராமத்தான்களுக்கு நீங்கள் தானே சுருட்டு குடிக்கக் கொடுத்தீர்கள். அவர்களிடமிருந்து, அந்த நாடோடிப் போக்கிரிகளிடமிருந்து முடைநாற்றம்தான் வீசுகிறது. அந்தப் பெண்களின் தலையெல்லாம் ஒரே பேன்! ஏன் நான் என்னுடைய மகள்களையே உங்களுக்காகக் கூட்டிக்கொண்டு வருகிறேன், இந்தப் பணத்திற்காக அல்ல; இப்போதுதான் அவர்கள் தூங்கப்போனார்கள்; முதலில் அவர்களை உதைத்து எழுப்பிக் கூட்டிக்கொண்டு வந்து உங்களுக் காக அவர்களைப் பாடச்சொல்வேன். ஹா, போனமுறை இந்தக் கிராமத்தான்களுக்கு அருமையான ஷேம்ப்பைன் கொடுத்தீர்களே!'

திரிஃபோன் பரீசிச் தன்னுடைய வருத்தத்தை இப்படித் தெரிவித் தாலும், மீச்சியா பணம் செலவழிப்பதைப் பார்த்து அவர் வருத்தப் படவே இல்லை. போனமுறை அவரே அரை டஜன் ஷாம்ப்பைன் பாட்டில்களை எடுத்து மறைத்து வைத்துக்கொண்டதுடன், நூறு ரூபிள் நோட்டு ஒன்றையும் எடுத்து மேஜைக்கடியில் அமுக்கிக்கொண்டார். அப்படியே இன்னும் அது அவரிடம் இருக்கிறது.

'திரிஃபோன் பரீசிச், போனமுறை நான் பல ஆயிரம் ரூபிள்களைச் செலவுசெய்தேன், ஞாபகமிருக்கிறதா?'

'ஆமாம், செலவுசெய்தீர்கள், என் அருமையானவரே, அதை எப்படி மறக்க முடியும்? மூவாயிரம் ரூபிள்கள் இருக்குமென்று நினைக்கிறேன்.'

'அப்படியே இப்போதும் செலவழிக்கப்போகிறேன் பார்' என்றவன், அவருடைய முகத்திற்கு நேராகக் கத்தை கத்தையாகப் பணத்தை எடுத்து நீட்டினான்.

'நான் சொல்வதை இப்போது ஞாபகம் வைத்துக்கொள்: ஒரு மணி நேரத்தில் திராட்சை ரசமும் தின்பண்டங்களும் இனிப்பு வகைகளும் சாக்லேட்டுகளும் இங்கு வந்து சேரும்; வந்தவுடன் அதை உடனே நீ மேலே அனுப்பு. இப்போது அந்தரேயிடம் ஒரு பெட்டி இருக்கிறது; அதையும் இப்போதே உடனே மேலே எடுத்துக் கொண்டு வா செல்; ஷேம்ப்பைன் பாட்டில்களைத் திறந்து எல்லோருக்கும் ஊற்றிக்கொடு ... முக்கியமாக, பெண்களுக்கு, மரியாவுக்குக் கண்டிப்பாகக் கொடு.'

பிறகு குதிரை வண்டிப் பக்கம் திரும்பி இருக்கைக்கு அடியிலிருந்த தன்னுடைய கைத்துப்பாக்கிகள் இருக்கும் பெட்டியை எடுத்தான், மீச்சியா.

'வாங்கிக் கொள், அந்த்ரேய், உன்னுடைய பணத்தை! இதோ ஐம்பது ரூபிள் வண்டிக்காக, ஐம்பது ரூபிள் வோத்காவுக்காக... நான் கூப்பிட்டவுடன் நீ வந்ததற்காக, உன்னுடைய அன்பிற்காக... உன்னுடைய சிறப்பு வாடிக்கையாளன் கரமாஸவை நீ மறந்துவிடாதே!'

'எனக்குப் பயமாக இருக்கிறது கனவானே...' என்று தயங்கிய அந்த்ரேய், 'ஐந்து ரூபிள் டீ குடிக்கப்போதும்; அதற்கு மேல் வேண்டாம். இதற்கு சாட்சி திரிஃபோன் பரீசிச்தான். என்னுடைய முட்டாள்தனமான வார்த்தைகளுக்காக என்னை மன்னியுங்கள்...'

'எதற்காகப் பயப்படுகிறாய்' என்று மேலும் கீழும் பார்த்த மீச்சியா, 'நாசமாய்ப் போக, நீ அப்படிப்பட்டவன் என்றால் ஒன்றும் செய்ய முடியாது!' என்று கத்தியபடி ஐந்து ரூபிள் நோட்டை வீசி எறிந்தான். 'இப்போது அமைதியாக என்னை உள்ளே கூட்டிக்கொண்டுபோ, திரிஃபோன் பரீசிச்; முதலில் அவர்களை என் கண்ணில் காட்டு, அவள் என்னைப் பார்க்காதவாறு. அவர்கள் எங்கே இருக்கிறார்கள், அந்த நீலநிற அறையிலா?'

திரிஃபோன் பரீசிச் பயத்துடன் மீச்சியாவைப் பார்த்தான்; ஆனால் அவனுடைய வேண்டுகோளை அவர் உடனே நிறைவேற்றினார்: மீச்சியாவை நடைபாதையின் வழியாகக் கூட்டிக்கொண்டு வந்து முதலில் பெரிய அறைக்குள் நுழைந்தார்; அடுத்த அறையில் விருந்தாளிகள் இருந்தார்கள்; எரியும் மெழுகுவர்த்தியைக் கொண்டுவந்தார். அதன்பிறகு அமைதியாக மீச்சியாவை உள்ளே அழைத்துவந்து இருட்டில் ஒரு மூலையில் உட்காரவைத்தார்; அங்கிருந்து தெளிவாக அடுத்த அறையில் நடப்பதை அவர்களுக்குத் தெரியாமல் அவனால் பார்க்க முடிந்தது. ஆனால் அங்கு நடப்பதைச் சிறிது நேரமே உட்கார்ந்து பார்த்தான் மீச்சியா; ஹா, அதற்கு மேல் அவனால் உட்கார முடியவில்லை: அவளைப் பார்த்ததும் அவனுடைய மனது படபடவென்று அடித்துக் கொண்டு கண்களை இருட்டியது. மேஜைக்கருகில் ஒரு நாற்காலியில் அவள் அமர்ந்திருக்க, அவளருகில் அந்த இளம் மனிதர் கல்கானவ் அமர்ந்திருந்தார்; அந்த இளம் மனிதரின் கைகளைப் பற்றிக்கொண்டு அவள் சிரிப்பது போல இருந்தது; அப்போது ஏதோ ஒரு குழப்பத்தில் கல்கானவ் அவளிடம் பேசாமல், மேஜையின் குறுக்கே அவளுக்கெதிரே அமர்ந்திருந்த மாக்ஸிமவிடம் சத்தமாக எதையோ சொல்லிக்கொண் டிருந்தார். மாக்ஸிமவும் அவர் சொன்னதைக் கேட்டு சிரித்துக்கொண் டிருந்தார். சோபாவில் அவன் அமர்ந்திருந்தான்; சோபாவுக்கு அருகே இருந்த நாற்காலியில், முன்பின்தெரியாத இன்னொருவர் சுவர் பக்கமாக அமர்ந்திருந்தார். அந்த சோபாவில் கை, கால்களைப் பரப்பிக்கொண்டு சுருட்டுக்குழாயை ஊதியபடி உட்கார்ந்திருந்த அவருடைய உருவம் பருமனாக, அகன்ற முகமுடையதாக, அதிக உயரமில்லாமல், ஏதோ கோபத்தில் இருப்பதாக மீச்சியாவுக்குத் தெரிந்தது. அவருடைய நண்பர்,

முன்பின் தெரியாத விருந்தாளி, நல்ல உயரமுள்ளவராகத் தெரிந்தார்; அதற்கு மேல் அவனுக்கு எதுவும் தெரியவில்லை. அவனுக்கு மூச்சே நின்றுபோனது போலிருந்தது. அதற்கு மேல் அவனால் ஒரு நிமிடம்கூட அங்கு நிற்க முடியவில்லை; கைத்துப்பாக்கிகள் இருந்த பெட்டியை இழுப்பறையின் மீது வைத்துவிட்டு, உடல் குளிர்ந்து, வெலவெலக்க, நேராக அவன் விருந்தாளிகள் இருந்த அந்த நீல வண்ண அறைக்குள் நுழைந்தான்.

முதலில் அவனைப் பார்த்த குரூஷென்கா 'ஓய்!' என்று பயத்தில் கத்தினாள்.

## 7

## முன்பிருந்ததும் மறுக்க முடியாததும்

வேகமாக நீண்ட அடி எடுத்து வைத்து மேஜைக்கருகே வந்தான் மீச்சியா.

'பெருங்குடி மக்களே,' என்று ஒவ்வொரு வார்த்தையையும் திணறிய படி சொன்னவன், சத்தமாக, ஏறக்குறைய கத்தியபடி, 'நான் ... நான் ஒன்றும் செய்யப்போவதில்லை! பயப்படாதீர்கள்' என்று உரக்கச் சொன்னவன், 'உங்களுக்கு ஒரு சிரமமும் கொடுக்கமாட்டேன்!' என்றபடி குரூஷென்காவைத் திடீரென்று அவன் திரும்பிப் பார்த்தபோது, குரூஷென்கா நாற்காலியில் சரிந்து அமர்ந்து, கல்கானவின் கைகளை இறுகப் பிடித்துக்கொண்டிருந்தாள். 'நான் ... நானும் பயணத்தில் தான் இருக்கிறேன். நாளை காலைவரைதான் இங்கிருப்பேன். பெருங்குடி மக்களே, வழிப்போக்கனாக நான் இங்கு வந்திருக்கிறேன் ... உங்களுடன் நாளை காலைவரை நான் இருக்கலாமா? நாளை காலைவரைதான், கடைசி முறையாக இந்த அறையில் நான் இங்கு இருக்கலாமா?'

கடைசியாகச் சொன்ன வார்த்தைகளை சோபாவில் அமர்ந்து, வாயில் குழாயை வைத்துச் சுருட்டுப் பிடிக்கும் அந்தப் பருமனான மனிதனைப் பார்த்து அவன் சொன்னான். அவர் தனக்குக் கொடுக்கப் பட்ட மரியாதையைப் பார்த்து, வாயிலிருந்து குழாயை எடுத்துவிட்டு உறுதியான குரலில் சொன்னார்:

'ஐயா, இது தனி அறை. இங்கு வேறு அறைகளும் இருக்கின்றன.'

'என்ன, இது நீங்களா, திமித்ரி ஃபியோதரவிச், என்ன சொல்கிறீர்கள்?' என்று கல்கானவ் திடீரென்று சொன்னபடி, 'வாருங்கள், வந்து எங்களுடன் உட்காருங்கள், வணக்கம்!' என்றான்.

'வணக்கம், என் அருமையானவரே ... அற்புதமானவரே! உங்கள் மீது நான் எப்போதுமே மதிப்பு வைத்திருக்கிறேன் ...' என்று மீச்சியாவுடன் கைகுலுக்க தன்னுடைய கையை மேஜையின் குறுக்கே நீட்டியபடி மகிழ்ச்சியாக, ஆர்வத்துடன் சொன்னார்.

‘ஆ, எவ்வளவு வலிமையாகக் கைகளைப் பற்றுகிறீர்கள்! விரல்கள் நொறுங்கிப் போய்விட்டன’ என்றபடி சிரித்தான் கல்கானவ்.

‘அவர் அப்படித்தான் பிடிப்பார், எப்போதுமே அப்படித்தான்!’ என்று கலகலப்பாக இன்னும் மென்மையாக, புன்னகையை உதிர்த்த படி, மீச்சியா திடீரென்று ஏதாவது ரகளை செய்வோனோ என்று பயந்தபடி சொன்ன குரூஷென்கா, அமைதியிழந்து அவனைப் பார்த்தாள். அவனிடமிருந்த ஏதோ ஒன்று அவளை ஆச்சர்யப்படவைத்தது; ஆம், இந்த நேரத்தில் அவன் உள்ளே வந்து, இப்படிப் பேசுவான் என்று அவள் கொஞ்சம்கூட எதிர்பார்க்கவில்லை.

‘வணக்கம்’ என்று இடது பக்கமாக அமர்ந்திருந்த நிலப்பிரபு மாக்ஸிமவ், மீச்சியாவைப் பார்த்து இனிமையாக வணங்கினார். மீச்சியா அவருடன் கைகுலுக்க விரைந்தான்.

‘எப்படியிருக்கிறீர்கள், நீங்கள் இங்கு வந்திருப்பது மிக்க மகிழ்ச்சி! பெருங்குடி மக்களே, பெருங்குடி மக்களே, நான் ...’ என்று மீண்டும் அந்தச் சுருட்டு பிடிக்கும் மனிதரைப் பார்த்து, ஏதோ அவர்தான் அங்கு முக்கியமானவர் போல, அவரைப் பார்த்து, ‘இந்த இடத்திற்கு நான் வேகமாகப் பறந்து வந்தேன் ... கடைசி நாள், என்னுடைய கடைசி மணி நேரத்தை இந்த அறையில் இதே அறையில் கழிக்க நான் விரும்புகிறேன் ... இங்குதான் நான் வழிபட்ட ... என்னுடைய ராணியுடன் நான் இருந்தேன் ... என்னை மன்னியுங்கள், ஐயா!’ என்று வெறிபிடித்தவனைப் போலக் கத்தியவன், ‘இங்கு நான் பறந்து வந்தபோது ஒரு சத்தியம் செய்தேன் ... ஓ, பயப்படாதீர்கள், என்னுடைய கடைசி இரவு இது! வாருங்கள் நாம் சேர்ந்து குடிப்போம், சமாதானமாக! இதோ இப்போது உங்களுக்குத் திராட்சை ரசம் கொடுப்பார்கள் ... வரும்போது அதை நான் கொண்டுவந்தேன்’ என்றான். அப்படிச் சொன்னவன் ஏனோ திடீரென்று கத்தை நோட்டுப் பணத்தை வெளியே எடுத்தான். ‘அனுமதியுங்கள் ஐயா! எனக்குப் பாட்டு, முழக்கம், இரைச்சல் இப்படி எல்லாமே முன்பு போலவே வேண்டும் ... அப்படியே ஒரு புழு, தேவையில்லாத புழு ஒன்று மண்ணில் விழுந்து ஊர்ந்துபோய் விடும், பிறகு அது என்னிடம் வரவே வராது! சந்தோஷமான என்னுடைய இந்தக் கடைசி இரவை எப்போதுமே நான் நினைத்துப்பார்ப்பேன்!...’

ஏறக்குறைய அவனுக்கு மூச்சு முட்டியது; மிக அதிகமான விஷயங்களை அவன் சொல்ல ஆசைப்பட்டான். ஆனால் ஏனோ அவனிடமிருந்து வித்தியாசமான கூக்குரல்தான் வெளிப்பட்டது. அந்தப் போலந்து நாட்டுக்காரரின் கண்கள் அவன்மீதும் அவனுடைய பணத்தின் மீதும் பதிந்து, ஒன்றும் புரியாமல் அவர் குரூஷென்காவைப் பார்த்தார்.

‘என்னுடைய ராணி மட்டும் அனுமதித்தால் ...’

‘என்ன இது ராணி என்கிறாய், ராணிதானே?’ என்று சொன்னபடி இடைமறித்தாள் குரூஷென்கா. ‘நீங்கள் பேசுவதைக் கேட்கச் சிரிப்பாக இருக்கிறது. உட்கார் மீச்சியா, நீ என்ன சொல்கிறாய்? தயவுசெய்து

பயமுறுத்தாதே. என்னை பயமுறுத்த மாட்டாய் தானே? அப்படி நீ என்னைப் பயமுறுத்தவில்லை என்றால் எனக்கு சந்தோஷம்...'

'நான், நான் பயமுறுத்துகிறேனா?' என்று மீச்சியா கைகளை வீசியபடி திடீரென்று கத்தினான். 'ஓ, நீங்கள் என்னைக் கடந்துபோகலாம், உங்கள் வழியில் நீங்கள்போகலாம், உங்களுக்கு நான் தொல்லை கொடுக்கமாட்டேன்!..' என்றவன், திடீரென்று யாரும் எதிர்பார்க்காத விதத்தில், அவனுமே எதிர்பார்க்காத விதத்தில், நாற்காலியில் அமர்ந்து கண்ணீர்விட்டபடி தன்னுடைய தலையைச் சுவரின் பக்கமாகத் திருப்பிக் கொண்டு, நாற்காலியின் பின்புறத்தைக் கைகளால் தழுவிக்கொண்டான்.

'வா, இங்கே, வா, இது என்ன சிறுபிள்ளைத்தனம்!' என்று கடிந்து சொன்னாள் குரூஷென்கா. 'இப்படித்தான் ஒருமுறை அவன் என்னைப் பார்க்கவந்தபோதும், திடீரென்று பேசினான், எனக்கு ஒன்றுமே விளங்க வில்லை. இப்படித்தான் ஒருமுறை அழுதான், இதோ இப்போதும் அழுகிறான் – ஏய், வெட்கமாக இல்லையா உனக்கு! எதற்காக இப்படி நீ அழுகிறாய்! அழ வேண்டிய அவசியமே இல்லை' என்று ஒவ்வொரு வார்த்தையையும் கடுப்பாக, ஒருவித எரிச்சலுடன், விளங்கிக்கொள்ள முடியாத தொனியில் திடீரென்று சொன்னாள் குரூஷென்கா.

'நான் ... நான் அழவில்லை ... சரி, எல்லோருக்கும் என்னுடைய வணக்கம்!' என்றபடி சட்டென்று நாற்காலியிலிருந்து எழுந்தவன், திடீரென்று சிரித்தான்; அந்தச் சிரிப்பு எப்போதும் போல உணர்ச்சிகள் எதுவுமின்றி, அமைதியான, நீண்ட, படபடப்பான, அதிரும் தொடர் சிரிப்பாக இருந்தது.

'இதோ, இதுதான் ... இப்படித்தான் குதூகலமாக இருக்க வேண்டும், குதூகலமாக!' என்று நயமாகச் சொன்னாள் குரூஷென்கா. 'இங்கு நீ வந்ததில் எனக்கு மிக்க மகிழ்ச்சி, கேட்கிறதா உனக்கு, மிக்க மகிழ்ச்சி. நம்முடன் இங்கு அவன் இருக்க வேண்டுமென்று நான் ஆசைப்படுகிறேன்' என்று அவள் கட்டளையிடும் தொனியில், எல்லோரையும் பார்த்துச் சொன்னாலும், அது சோபாவில் அமர்ந்திருப்பவருக்காகவே சொல்லப் பட்டதாக இருந்தது. 'இது என்னுடைய விருப்பம்! அப்படி அவன் இங்கிருந்து போனால், நானும் இங்கிருந்து போய்விடுவேன்!' என்று கண்களில் கோபம் தெறிக்கச் சொன்னாள் குரூஷென்கா.

'என்னுடைய ராணி என்ன சொல்கிறாளோ அதுவே சட்டமாகும்' என்று சொன்ன அந்தப் போலந்து நாட்டுக்காரர், குரூஷென்காவின் கையை முத்தமிட்டார். 'தயவுசெய்து எங்களுடன் நீங்களும் இருங்கள்!' என்று மீச்சியாவைப் பார்த்து அன்புடன் அவர் கேட்டுக்கொண்டார். உடனே மீச்சியா குதித்தெழுந்து, மீண்டும் ஒருமுறை வீராவேசமாக வசைபாட நினைத்தபோது, அது வேறொன்றாய் மாறிப்போனது.

'வாருங்கள் குடிப்போம், நற்குடியாளரே' என்று மீச்சியா ஆவேசமாகப் பேசுவதற்குப் பதிலாக மொட்டையாகச் சொன்னான். எல்லோரும் இதைக்கேட்டுச் சிரித்தார்கள்.

'கடவுளே! இப்போது மறுபடியும் அவன் பேசுவானென்று நினைத்தேன்' என்று பதற்றத்துடன் சொன்னாள் குரூஷென்கா. 'கேள்,

மீச்சியா' என்று விடாமல் தொடர்ந்த குரூஷென்கா, 'இனியும் குதிக்காதே; நீ ஷேம்ப்பைன் கொண்டுவந்தது நல்லதுதான். நானும் குடிக்கப் போகிறேன், வேறு எதையும் என்னால் குடிக்க முடியாது. வேறு எதையும் விட உன்னுடைய வருகைதான் மிகவும் சிறப்பானது. நீ வராமல் இருந்திருந்தால் நான் சந்தோஷமில்லாமல் சோர்வாகவே இருந்திருப்பேன் ... ஆமாம், களியாட்டம் போடத்தானே மறுபடியும் நீ இங்கு வந்திருக்கிறாய்? சரி, பணத்தைச் சட்டைப்பையில் வை! எங்கிருந்து உனக்கு இவ்வளவு பணம்?' என்றாள்.

இதுவரை கசங்கிய கத்தை நோட்டுகளைக் கையில் வைத்திருந்த மீச்சியா, குறிப்பாக அந்தப் போலந்து நாட்டுக்காரர்களைப் பார்த்துக் குழப்பத்துடன், பணத்தை வேகமாக எடுத்துத் தன்னுடைய சட்டைப் பையில் திணித்துக்கொண்டான். அப்படிப் பணத்தைத் திணித்தவன், முகம் சிவந்துபோனான். அந்தச் சமயம் பார்த்துச் சத்திர நிர்வாகி, திறந்த ஷாம்ப்பைன் பாட்டில்களையும் மதுக்கிண்ணங்களையும் கொண்டுவந்தார். மீச்சியா குழப்பத்தில் பாட்டிலை எடுத்து என்ன செய்வதென்று தெரியாமல் நின்றான். அவனிடமிருந்து பாட்டிலை வாங்கி கல்கானவ் கிண்ணத்தில் ஊற்றினார்.

'இன்னும், இன்னும் ஷேம்பைன் பாட்டில்களைக் கொண்டுவா!' என்று அவரைப் பார்த்துக் கத்திய மீச்சியா, மதுக்கிண்ணத்தை எடுத்து மற்றவர்களுடன் பகிர்ந்து குடிப்பதற்கு முன்பு, யாருக்காகவும் காத்திருக் காமல் கிண்ணத்திலிருந்த மதுவை ஒரே மடக்கில் குடித்து முடித்தான். குடித்து முடித்ததும் அவனுடைய முகம் சட்டென்று மாறியது. உள்ளே நுழைந்தபோது மிடுக்காகவும் சோகமாகவும் இருந்த மீச்சியாவின் முகம் இப்போது ஒரு குழந்தையைப் போல மாறியது. திடீரென்று அப்படியே அவன் வெட்கப்பட்டு, ஒதுங்கி, மென்மையானவனாக மாறியிருந்தான். வெட்கத்துடனும், சந்தோஷத்துடனும் எல்லோரையும் பார்த்த அவன், அடிக்கடி பதற்றப்பட, தவறு செய்த செல்ல நாய் குட்டிக்குத் தண்டனை கொடுத்த பின்பு அன்பாக அரவணைக்கப் படுவதைப் போல இருந்தான். ஏதோ எல்லாவற்றையும் மறந்து போனவனாக, எல்லோரையும் ஆச்சர்யமாகப் பார்த்தபடி குழந்தைத் தனமாக அவன் புன்னகைத்தான். குரூஷென்காவைப் பார்த்து சிரித்துக் கொண்டே தன்னுடைய நாற்காலியை அவளருகே நகர்த்திச் சென்றான். மெதுவாக அந்தப் போலந்து நாட்டுக்காரர்களை அவன் பார்த்தான்; ஆனால் அவனுக்கு இன்னமும் ஒன்றும் பிடிபடவில்லை. சோபாவில் அமர்ந்திருந்த போலந்து நாட்டுக்காரரின் பெருமைமிக்கத் தோரணையும் வித்தியாசமாக அவர் பேசிய விதமும் முக்கியமாக, அவர் பிடிக்கும் சுருட்டுப் பைப்பும் அவனை அசரவைத்தன. 'அதனால் என்ன, நல்லது தான், அவன் சுருட்டு புகைப்பது நல்லதுதான்' என்று நினைத்தான் மீச்சியா. அதிக சதைப்பிடிப்புடன், ஏறக்குறைய நாற்பது வயதிருக்கும் அவருடைய முகத்தில் காணப்பட்ட சிறிய மூக்கும் மெலிதாகச் சாயம் பூசப்பட்டு முறுக்கிவிடப்பட்ட கூர்மையான மீசையும் மீச்சியாவின் மனத்தில் ஒரு சிறு கேள்வியைக் கூட எழுப்பவில்லை. அப்படியே சைபீரியாவில் செய்யப்பட்ட அவருடைய போலித் தலைமுடியும்

அதிலிருந்து முன்நெற்றியில் விழுந்த அவருடைய சுருள்முடியும் குறிப்பாக மீச்சியாவை ஆச்சர்யப்பட வைக்கவில்லை. போலித் தலைமுடியை வைத்திருப்பதில் ஒரு பாதகமும் இல்லை என்று மகிழ்ச்சியுடன் நினைத்துக் கொண்டான் மீச்சியா. சுவரோரமாக அமர்ந்து, குழுமியிருந்த மக்களைப் புறக்கணித்துவிட்டு, கர்வமாகப் பார்த்துக்கொண்டிருந்த மற்றொரு இளம் விருந்தாளி, அவர்கள் பேசுவதை அமைதியாக, சற்றே வெறுப்புடன் கேட்டுக்கொண்டிருந்தவர், சோபாவில் அமர்ந்திருக்கும் போலந்து நாட்டுக்காரரைவிட வேறுபட்டவராக, மிக உயரமானவராக இருந்தது மீச்சியாவுக்கு ஆச்சர்யமாக இருந்தது. ‘எழுந்து நின்றால் ஆறடி பத்து அங்குலம் இருப்பான் போல’ என்று நினைத்துக்கொண்டான் மீச்சியா. அப்படியே, சோபாவில் அமர்ந்து சுருட்டுப் பிடிக்கும் அந்தக் குள்ள மனிதருக்கு இந்த உயரமான மனிதர், நண்பராகவும் ‘அவருடைய மெய்க்காப்பாளனாகவும்’ அவர் இடும் கட்டளைகளை நிறைவேற்றும் உதவியாளராகவும் இருக்க வேண்டுமென்று அவன் நினைத்தான். இருந்தாலும் இவை எல்லாமே மீச்சியாவுக்குக் கேள்விக்கப்பாற்பட்ட நல்ல விஷயங்களாகத் தெரிந்தன. அந்தச் செல்ல நாய்க்குட்டியின் மனத்தில் போட்டியிடுவதற்கான எண்ணம் மறைந்துபோயிருந்தது. மறைமுகமாகக் குரூஷென்கா சொன்ன சில வார்த்தைகளையும் குரூஷென்காவையும் அவன் புரிந்துகொள்ளவில்லை; அவனுக்குப் புரிந்ததெல்லாம் ஒன்றே ஒன்றுதான்; பதைபதைப்புடன் இருந்த அவனிடம், அவள் இரக்கம் காட்டி, அவனை ‘மன்னித்து’த் தன் அருகே உட்கார வைத்துக்கொண்டது மட்டும்தான் அவனுக்குப் புரிந்தது. மதுக்கிண்ணத்திலிருந்த ஷாம்பைனை அவள் குடிப்பதைப் பார்த்துத் தன்னை மறந்து அவன் வியந்துபோயிருந்தான். குழுமியிருந்தவர்களின் அமைதி அவனை ஆச்சர்யப்பட வைத்தது; எதிர்பார்ப்புடன் இருக்கும் அவர்களுடைய கண்களைப் பார்த்து, ‘நாம் ஏன் இப்படி உட்கார்ந் திருக்கிறோம், ஏதாவது ஒன்றை ஆரம்பிப்போம், மக்களே!’ என்று சிரிப்போடிய கண்களுடன் கேட்டான் மீச்சியா.

‘இதோ இவன் எப்போதுமே பொய் பேசுவதால், அவன் பேசுவதைக் கேட்டு நாங்கள் சிரித்துக்கொண்டிருக்கிறோம்’ என்று ஏதோ மாக்ஸிமவின் மனத்தை அறிந்தவன் போல அவரைச் சுட்டிக்காட்டித் திடீரென்று சொன்னான் கல்கானவ்.

மீச்சியா சட்டென்று கல்கானவைப் பார்த்துவிட்டு அப்படியே மாக்ஸிமவைத் திரும்பிப் பார்த்தான்.

‘பொய் பேசுகிறானா? ஹா, ஹா!’ என்று, பயங்கரமாக, விட்டுவிட்டுச் சிரித்தபடி, எதையோ நினைத்துச் சந்தோஷப்பட்டான்.

‘ஆமாம், யோசித்துப் பாருங்கள், 1920ஆம் ஆண்டுகளில் நம்முடைய படைவீரர்கள் எல்லாம் போலந்து நாட்டுப் பெண்களை மணந்து கொண்டார்களென்று ஆணித்தரமாகச் சொல்கிறான்; என்ன ஒரு மடத்தனம், இல்லையா?’

‘போலந்து நாட்டுப் பெண்களையா?’ என்று மறுபடியும் அழுத்தமாக, ஆச்சர்யத்துடன் கேட்டான் மீச்சியா.

மீச்சியாவுக்கும் குரூஷென்காவுக்கும் இடையே இருந்த உறவைப் பற்றி கல்கானவுக்கு நன்கு தெரிந்திருந்தாலும், அவளுக்கும் அந்தப் போலந்து நாட்டுக்காரனுக்கும் என்ன உறவு என்பதை அவனால் யூகிக்க முடியவில்லை; அப்படியே அது அவனுடைய கவனத்தை ஈர்க்கவும் இல்லை, கொஞ்சமும் ஈர்க்கவில்லை; அவனுடைய கவனமெல்லாம் மாக்ஸிமவ்மீதுதான் இருந்தது. சந்தர்ப்பவசத்தால் மாக்ஸிமவுடன் வந்த அவன், முதன்முதலாகச் சத்திரத்தில் போலந்து நாட்டுக்காரரைச் சந்தித்தான். குரூஷென்காவை அவனுக்கு முன்பே தெரியும்; அவளுடைய வீட்டிற்கு ஒருமுறை அவன் யாருடனோ போயிருக்கிறான்; அப்போது ஏனோ அவளுக்கு அவனைப் பிடிக்கவில்லை. ஆனால், இப்போது அவள் அவனை அன்பாக, மீச்சியா வருவதற்கு முன்பாக அவனுடன் பிரியமாக இருக்க, அவனோ எந்தவித உணர்ச்சியையும் காட்டாமல் இருந்தான். இருபது வயதிற்கு மேல் இராத இந்த இளைஞன், நாகரிகமாக உடை அணிந்து, கவர்ச்சிகரமான முக அமைப்புடன், வெள்ளை நிறத்தில், அடர்ந்த, அழகான தலைமுடியைக் கொண்டிருந்தான். அவனுடைய அந்த வெள்ளை நிற முகத்தில் அழகான வெளிர் நீல நிறக் கண்களும் அறிவார்ந்த, வயதை மீறிய ஆழ்ந்த பார்வையும் இருக்க, சில சமயங்களில் அவன் குழந்தைத்தனமாகப் பேசவும், பார்க்கவும் செய்தாலும், அதற்காக அவன் வெட்கப்படவே இல்லை. மிகவும் தனித்தன்மை வாய்ந்தவனாக இருந்த அவன், சொல்லப்போனால், தன்னுடைய விருப்பப்படி நடப்பவனாக இருந்தாலும், எப்போதுமே இனிமையாக நடந்துகொள்பவனாக இருந்தான். சில சமயம் அவனுடைய முக பாவனையில் கட்டிறுக்கமும் மூர்க்கத்தனமும் வெளிப்பட்டன. பார்ப்பதற்கு அவன் உங்களைப் பார்ப்பது போலத் தோன்றும், நீங்கள் செல்வதைக் கேட்பது போலத் தோன்றும், ஆனால் அவன் ஏதோவோர் ஆழமான எண்ணத்தில் மூழ்கி இருப்பான். சில சமயங்களில் அவன் சுறுசுறுப்பாக இல்லாமல் மந்தமாக, சோம்பேறித்தனமாகவும் இருப்பான்; ஆனால் சட்டென்று சாதாரண விஷயத்திற்கு அவன் பதற்றப்படுவான்.

‘யோசித்துப் பாருங்கள், நான்கு நாட்களாக இவனுடன்தான் நான் இருக்கிறேன்’ என்று தொடர்ந்தவர், சற்றே வார்த்தைகளை இழுத்து உச்சரித்தபடி, எந்தவிதமான இணக்க உணர்வும் இல்லாமல், ‘நினைவிருக்கிறதா, உங்களுக்கு, உங்களுடைய சகோதரர் எப்போது அவனை வண்டியிலிருந்து பிடித்து வெளியே தள்ளினாரோ, அப்போதே அவன் விழுந்துவிட்டான். அப்படிப்பட்டவனைத்தான் நான் இங்குக் கிராமத்திற்குக் கூட்டிக்கொண்டு வந்தேன்; அதிகமாக அவன் பொய் பேசுகிறான், அதனால் அவனுடன் இருப்பதற்கே எனக்கு வெட்கமாக இருக்கிறது. அதனால்தான் அவனை மீண்டும்...’ என்றார்.

‘நீங்கள் போலந்து நாட்டுப் பெண்களைப் பார்த்ததில்லை, எனவே நீங்கள் சொன்னபடி நடந்திருக்கவே முடியாது’ என்று மாக்ஸிமாவைப் பார்த்து, சுருட்டுப் பிடிக்கும் போலந்து நாட்டுக்காரர் சொன்னார்.

சுருட்டுப் பிடிக்கும் போலந்து நாட்டுக்காரர் ரஷ்ய மொழியில் சரளமாகப் பேசினார்; சொல்லப்போனால், அவரே நினைத்துப் பார்க்காத விதத்தில் சிறப்பாகப் பேசினார். ரஷ்ய வார்த்தைகளை

உச்சரித்தபோது அதற்குச் சற்றே போலந்து மொழியின் சாயலை அவர் ஏற்றினார்.

‘ஆமாம், நானே ஒரு போலந்து நாட்டுப் பெண்ணைத் தான் மணந்திருக்கிறேன்’ என்று அடங்கிய சிரிப்புடன் சொன்னார் மாக்ஸிமவ்.

‘நீங்கள் என்ன குதிரைப்படையிலா வேலைசெய்தீர்கள்? குதிரைப் படையைப் பற்றிப் பேசுகிறீர்கள். குதிரைப்படையிலா வேலைசெய்தீர்கள்?’ என்று ஆரம்பித்தார் கல்கானவ்.

‘ஆமாம், உண்மையாகவே அவர் குதிரைப்படை வீரர்தான், ஹ, ஹா’ என்று உரக்கச் சொன்ன மீச்சியா, கடவுளுக்குத்தான் தெரியும், அங்கிருந்தவர்கள் என்ன சொல்வார்களென்று, ஒவ்வொருவரையும் கேள்விக்குறியுடனும் பேரார்வத்துடனும் பார்த்தான்.

‘ஓ, இல்லை’ என்று அவனைப் பார்த்துச் சொன்ன மாக்ஸிமவ், ‘அந்தப் போலந்து நாட்டுப் பெண்களைப் பற்றி . . . அவர்கள் நல்லவர்கள் . . . நம்முடைய குதிரைப்படை வீரர்களுடன் மஸுர்கா என்ற போலந்து நடனம் ஆடி முடித்த பிறகு அவர்கள் உடனே நம்முடைய வீரர்கள் மடியில் பூனைக் குட்டிகளைப் போல . . . வெள்ளைப் பூனைக் குட்டிகளைப் போலத் தாவிக் குதித்து உட்கார்ந்துகொள்வார்கள் . . . இதைப் பார்த்து அவர்களுடைய தாய் தந்தையரும் ஒன்றும் சொல்ல மாட்டார்கள் . . . அவர்கள் அப்படி நடந்துகொள்ளப் பெற்றோர்கள் அனுமதிக்கிறார்கள், ம் . . . அந்தக் குதிரை வீரனோ அடுத்த நாளே அவளை மணந்துகொள்ள ஆசைப்படுவான் . . . இதோ இப்படி . . . மணக்க நினைப்பார்கள் நம் வீரர்கள், ஹி – ஹி!’ என்று சொல்லி அமுக்கமாகச் சிரித்தார் மாக்ஸிமவ்.

‘நீ ஒரு போக்கிரி!’ என்று கால்மேல் கால் போட்டுக்கொண்டு திடீரென்று சீறினார் அந்த உயரமான போலந்து நாட்டுக்காரர். அவருடைய மிகப்பெரிய, வழவழப்பான, காலணியின் அடிப்பக்கத்தில் தோய்ந்திருந்த அழுக்கு சட்டென்று மீச்சியாவின் கண்களில் தெரிந்தது. உண்மையைச் சொல்லப்போனால், பொதுவாக இரண்டு போலந்து நாட்டுக்காரர்களும் மிக மோசமாகவே ஆடை அணிந்திருந்தார்கள்.

‘அவன் போக்கிரியா! ஏன் அப்படிச் சொல்கிறாய்?’ என்று சட்டென்று கோபப்பட்டாள் குரூஷென்கா.

‘அக்ரிப்பீனா, (அக்ரஃபேனாவைப் போலந்து மொழியில் அழைப்பது) இந்தப் பெருங்குடிமகன் போலந்தில் இருந்தபோது நல்ல பெண்களைப் பார்க்கவில்லை, பண்ணையில் வேலைசெய்த பெண்களைத்தான் பார்த்திருக்கிறான்’ என்று சுருட்டுப் பிடிப்பவர் குரூஷென்காவிடம் சொன்னார்.

‘அதை நீங்கள் நம்பலாம்!’ என்று வெறுப்புடன் சொன்னார் நாற்காலியில் அமர்ந்திருந்த உயரமான மற்றொரு போலந்து நாட்டுக்காரர்.

‘இதோ ஆரம்பித்துவிட்டார்! அவரைப் பேசவிடுங்கள்! அவர் பேசும்போது ஏன் இடைமறிக்கிறீர்கள்? அவர் பேசுவதைக் கேட்கவே சந்தோஷமாக இருக்கிறது’ என்று உறுமினாள் குரூஷென்கா.

‘நான் இடைமறிக்கவில்லை’ என்று பொய் மயிர்த்தொப்பி அணிந்திருந்த போலந்து நாட்டுக்காரர் குரூஷென்காவை நீண்டநேரம் வெறித்துப் பார்த்துவிட்டுச் சொன்னவர், மீண்டும் அமைதியாகத் தன்னுடைய சுருட்டுக்குழாயில் புகைக்க ஆரம்பித்தார்.

‘இல்லை, இல்லை, உண்மையைத்தான் அவர் சொல்கிறார்’ என்று மீண்டும் கொதிப்புடன் சொன்ன கல்கானவுக்கு அவர்கள் எதைப் பற்றிப் பேசுகிறார்களென்று புரியாமலிருந்தது. ‘அவரோ போலந்து நாட்டிற்குப் போனதில்லை, பிறகு எப்படி அவர் அந்த நாட்டைப் பற்றிப் பேச முடியும்? நீங்கள் போலந்தில் திருமணம் செய்துகொள்ளவில்லை, இல்லையா?’

‘இல்லை, நான் ஸ்மோலென்ஸ்க் மாகாணத்தில் திருமணம் செய்து கொண்டேன். எனக்கு மனைவியானவள் போலந்து நாட்டிலிருந்து ஒரு குதிரைப்படை வீரனால் ரஷ்யாவுக்குக் கொண்டுவரப்பட்டவள்; அவளுடன் அவளுடைய அம்மாவும் அத்தையும் இன்னும் ஒரு உறவினளும் வயதுக்கு வந்த அவளுடைய மகனும் போலந்து நாட்டின் பிரதான பகுதியிலிருந்து வந்திருந்தார்கள்... அவளை எனக்காக அவர் விட்டுக்கொடுத்தார். அவர் அருமையான, இளம் ஆயுதப்படை அதிகாரி. முதலில் அவர்தான் அவளை மணந்து கொள்வதாக இருந்தது, ஆனால் அவள் நொண்டியாக இருந்ததால், அவர் அவளை மணந்து கொள்ளவில்லை...’

‘ஆக, நீங்கள் ஒரு நொண்டியை மணந்துகொண்டீர்களா?’ என்று கேட்டார் கல்கானவ்.

‘ஆமாம். உண்மையை மறைத்து அவர்கள் இருவருமே என்னை ஏமாற்றிவிட்டார்கள். அவள் ஏதோ குதித்துக்கொண்டு... எப்போதுமே குதித்துக்கொண்டு... அப்படி இருந்ததை அவள் ஏதோ சந்தோஷத்தில் துள்ளுகிறாள் என்று நான் நினைத்தேன்...’

‘உங்களை மணந்துகொள்ளும் சந்தோஷத்திலா?’ என்று குழந்தைத் தனமான குரலில் கீச்சிட்டுக் கேட்டான் கல்கானவ்.

‘ஆமாம், அந்தச் சந்தோஷத்தில்தான். ஆனால் அதற்கான காரணம் தான் வேறாக இருந்தது. நாங்கள் மணந்துகொண்ட பிறகு அந்த நாள் சாயங்காலமே அவள் உளப்பூர்வமாக என்னிடம் மன்னிப்பு கேட்டாள். குழந்தையாக இருந்தபோது ஒரு குட்டையைத் தாண்ட அவள் முயன்றபோது தன்னுடைய காலை அவள் உடைத்துக் கொண்டாளாம், ஹா, ஹா!’

குழந்தைத்தனமாக விழுந்துவிழுந்து சிரித்தபடி ஏறக்குறைய சோபாவில் விழுந்தார் கல்கானவ். குரூஷென்காவும் அவருடன் சேர்ந்து சிரித்தாள். மீச்சியாவும் சந்தோஷத்தின் உச்சத்தில் இருந்தான்.

‘உங்களுக்குத் தெரியுமா, இப்போது அவன் உண்மையைப் பேசுகிறான், பொய் பேசவில்லை!’ என்று மீச்சியாவைப் பார்த்து கல்கானவ் சொன்னார். ‘உங்களுக்குத் தெரியுமா, இரண்டுமுறை அவன்

மணந்துகொண்டான் – இப்போது தன் முதல் மனைவியைப் பற்றித் தான் அவன் சொல்கிறான் – அவனுடைய இரண்டாவது மனைவி அவனைவிட்டு ஓடிப்போய்விட்டாள்; அவள் இன்னும் உயிருடன் தான் இருக்கிறாள்; அது உங்களுக்குத் தெரியுமா?'

'அப்படியா?' என்று மீச்சியா அசாதாரணமான ஆச்சர்யத்துடன் வேகமாகத் திரும்பி மாக்ஸிமாவைப் பார்த்துக் கேட்டான்.

'ஆமாம், அவள் ஓடிப்போய்விட்டாள்; அந்தத் தர்மசங்கடத்தை அவள் எனக்குக் கொடுத்துவிட்டாள்,' என்று அடக்கமாக உறுதிசெய்தான் மாக்ஸிமவ். 'ஒரு பிரெஞ்சுக்காரனுடன் அவள் ஓடிப்போய்விட்டாள்; முக்கியமாக, என்னுடைய எல்லாச் சொத்துகளையும் அவள் தன்னுடைய பெயருக்கு முதலில் மாற்றி எழுதிக்கொண்டாள். 'நீ படித்தவன், எப்படியும் பிழைத்துக்கொள்வாய்' என்று சொல்லிவிட்டு என்னைக் கைவிட்டுவிட்டு அவள் போய்விட்டாள். ஒருமுறை தலைமைக்குரு ஒருவர் சொன்னார், உன்னுடைய ஒரு மனைவி நொண்டி, மற்றொருத்தி ஓடுகாலி என்று, ஹி – ஹி!'

'கேளுங்கள், கேளுங்கள்!' என்று கொதித்த கல்கானவ், 'ஒருவேளை அவன் பொய் சொல்லலாம், அப்படி அவன் அடிக்கடி பொய் சொல்வது மற்றவர்களைச் சந்தோஷப்படுத்தத் தான்; எனவே அதில் ஒன்றும் தப்பில்லை, இல்லையா? உங்களுக்குத் தெரியுமா, சில சமயங்களில் நான் அவனை விரும்புகிறேன். அவன் கேடுகெட்டவன், இயல்பாகவே கேடுகெட்டவன்தான்! நீங்கள் என்ன நினைக்கிறீர்கள்? சிலர் சொந்த லாபத்திற்காக இப்படிச் செய்வார்கள், ஆனால் இவனோ இயல்பாகவே அப்படியிருக்கிறான் . . . யோசித்துப் பாருங்கள், உதாரணமாக, அவன் சொல்கிறான், 'இறந்துபோன ஆன்மாக்கள்'[1] என்ற படைப்பில், எழுத்தாளர் கோகல் இவனை மனத்தில் வைத்துத்தான் எழுதினார் என்று. (நேற்று வரும்போது வழி முழுக்க இதைப் பற்றித்தான் அவன் விவாதித்துக் கொண்டு வந்தான்). உங்களுக்கு நினைவிருக்கிறதா, அந்தக் கதையில் வரும் நஸ்திரியோவ் என்பவர் தன்னுடைய நிலப்பிரபு மாக்ஸிமவைக் 'குடித்துவிட்டு பீர்ச் மரக் கட்டையால் அடித்து, உடம்பில் காயம் ஏற்படுத்த', அதன் காரணமாக அவர் நீதிமன்றத்திற்கு அழைத்துச் செல்லப்படுகிறார், அது உங்களுக்கு நினைவிருக்கிறதா? அப்படி அடி வாங்கியது இவன்தான் என்கிறான்! அது எப்படி இருக்க முடியும்? சிசிக்கவ், சொல்லப்போனால், மிகக் கடைசியாக, 20ஆம் ஆண்டுகளின் முற்பகுதியில்தான் தன்னுடைய பயணத்தைத் தொடங்கினார்; அப்படி யிருக்க, காலக் கணக்குச் சரியாகப் பொருந்தவில்லையே. அதனால் எப்படி அவர் மாக்ஸிமவை அடித்திருக்க முடியும்? அடித்திருக்க முடியாது தானே?'

கல்கானவ் ஏன் இப்படி ஆச்சர்யப்பட்டானென்றே தெரியவில்லை, ஆனால் உண்மையாகவே அவன் ஆச்சர்யப்பட்டுப் போயிருந்தான். மீச்சியா உளப்பூர்வமாக அவன் சொல்வதைக் கேட்டுக்கொண்டு நின்றான்.

'ஒரு சமயம் உண்மையாகவே அவன் அடிவாங்கினானென்றே வைத்துக்கொள்வோம்!' என்று உரக்கச் சிரித்தபடி சொன்னான் மீச்சியா.

‘உண்மையாகவே அது அடி அல்ல’ என்று திடீரென்று சொன்ன மாக்ஸிமவ், ‘அது சும்மா, வெறுமனே’ என்றான்.

‘என்ன சொல்கிறாய், அடித்தார்களா? இல்லையா?’

‘மணி என்ன?’ என்று நாற்காலியில் அமர்ந்திருந்த அந்த உயரமான மனிதரைப் பார்த்துச் சுருட்டுப் பிடிப்பவர் மிகச் சோர்வாகக் கேட்டார். பதிலுக்கு அவர் மணி என்னவென்று தெரியவில்லை என்று தன்னுடைய தோளைக் குலுக்கினார். அவர்கள் இருவரிடமும் கைக்கடிகாரம் இல்லாமலிருந்தது.

‘மனிதர்கள் பேசக் கூடாதா என்ன? அவர்களைப் பேசவிடுங்கள். உங்களுக்குச் சோர்வாக இருந்தால் மற்றவர்கள் பேசக் கூடாதா என்ன’ என்று வேண்டுமென்றே அவரைத் தூண்டும் விதத்தில் குரூஷென்கா கோபமாகக் கேட்டாள். முதன்முதலாக மீச்சியாவின் மூளையில் ஏதோ ஒன்று உதித்தது. இந்த முறை எரிச்சலுடன் அவர் பதிலளித்தார்.

‘நான் ஒன்றும் அவனை மறுத்துப் பேசவில்லை. நான் எதுவும் சொல்லவில்லை.’

‘சரி, நீ கதையைச் சொல்’ என்று கத்தினாள் குரூஷென்கா மாக்ஸிமவைப் பார்த்து. ‘ஏன் எல்லோரும் அமைதியாக இருக்கிறீர்கள்?’

‘ஆமாம், இங்கே சொல்வதற்கு ஒன்றுமில்லை, ஏனெனில் எதற்குமே அர்த்தமில்லை’ என்று உடனே சந்தோஷத்துடன், ஆனால் கொஞ்சம் பொய்யான அடக்கத்துடன் சொன்ன மாக்ஸிமவ், ‘ஆமாம், கோகல் கதையில் எல்லாமே உருவகப்படுத்தப்பட்டிருக்கிறது; ஏனெனில் எல்லாப் பெயர்களுமே உருவகமானவைதாம்: நஸ்திரியோவ் பெயர் நோசவாக இருந்தது; குவ்ஷினிக்கோவ் பெயரோ முற்றிலும் வேறாக, ஷிக்வர்னியோவ் என்றிருந்தது. ஆனால், ஃபெனார்தி உண்மையாகவே ஃபெனார்தியாக இருந்தான்; ஆனால் அவன் இத்தாலிய நாட்டுக்காரனல்ல, ஒரு ரஷ்யன்; பெத்ரோவ் என்று அவனுக்குப் பெயர்; அப்படியே திருமதி ஃபெனார்தி நல்ல ஒரு பெண்ணாக, இறுக்கமான உடையில், கால்கள் அழகாகத் தெரிய, மினுமினுக்கும் குட்டைப் பாவாடையை அணிந்து கொண்டு நான்கு மணி நேரமல்ல, நான்கு நிமிடங்கள் மட்டுமே வளைந்து, வளைந்து சுற்றி வந்து . . . எல்லோரையும் கவர்ந்திழுத்தாள் . . .’ என்றான்.

‘ஆமாம், எதற்காக உன்னை அடித்தார்கள், எதற்காக?’ என்று ஆர்வத்தில் உரக்கக் கேட்டான் கல்கானவ்.

‘பிரோன் என்பவருக்காக’ என்று பதிலளித்தான் மாக்ஸிமவ்.

‘எந்த பிரோன்?’ என்று கத்தினான் மீச்சியா.

‘பிரெஞ்சு எழுத்தாளர் பிரோன் என்பவருக்காக. சத்திரத்தில் நடந்த பெரிய கண்காட்சி ஒன்றில், உயர்குடி சமுதாயத்தைச் சார்ந்த மக்கள் எல்லோரும் திராட்சை ரசம் அருந்தினார்கள். அவர்கள் என்னை அழைத்திருந்தார்கள்; முதன்முதலாக நான் கருத்துள்ள

ஒரு வாசகத்தைச் சொன்னேன்: 'நீயா இது புஆலோ,[2] இது என்ன வேடிக்கையான ஆடை' என்றேன். அதற்கு பூஆலோ ஆடை அணி வகுப்பிற்குப் போவதாகச் சொன்னான். அதாவது பலர் சேர்ந்து குளிக்கும் அறைக்கு என்று நான் எடுத்துக்கொண்டதாக அவன் நினைத்தான், ஹி – ஹி. அதற்கு உடனே நான் படித்தவர்கள் அறிந்த வசைச்சொல் ஒன்றைச் சொன்னேன்:

'நீ சஃபோ, நான் ஃபாஒன், சந்தேகமில்லை,
ஆனால் என்னை ஒன்று இன்னும் வேதனையில் ஆழ்த்துகிறது;
கடலுக்குப் போகும் வழி உனக்குத் தெரியவில்லை என்பது.'[3]

இது அவர்களை இன்னும் கோபப்படுத்தியதால் அவர்கள் என்னைத் தகாத முறையில் திட்டினார்கள்; எனவே நிலைமையைச் சரிசெய்ய, பிரோனைப் பற்றிய அறிவார்ந்த ஒரு சம்பவத்தை நான் சொன்னேன், அதாவது பிரெஞ்சுப் பல்கலைக்கழகம் எப்படி அவரை ஏற்றுக்கொள்ள மறுத்து, பிறகு எப்படி அவர் தன்னுடைய கல்லறையில் இப்படி ஒரு வாசகத்தை எழுதினார் என்று:

'இங்கே பிரோன் புதைக்கப்பட்டிருக்கிறான்.
அவன் எதுவுமாக இல்லை
பல்கலைக்கழக உறுப்பினனாகக்கூட இல்லை' என்று.

*Ci-git Piron Qui ne fut rien*
*Pas meme academicien.*

இதைக்கேட்டு அவர்கள் என்னைப் பிடித்து உதைத்தார்கள்.'

'ஆமாம், எதற்காக, எதற்காக?'

'என்னுடைய அபரிமிதமான அறிவுக்காகத்தான். ஒரு மனிதனை எதற்காகவும் அடிக்கலாம்தானே' என்று சுருக்கமாக, பொருட் செறிவுடன் சொன்னார் மாக்ஸிமவ்.

'ஏ, போதும், கேட்பதற்கே நன்றாக இல்லை, இதற்கு மேல் எதையும் நான் கேட்க விரும்பவில்லை; ஏதோ நான் தமாஷாக இருக்குமென்று நினைத்தேன்' என்று சட்டென்று இடைமறித்தாள் குரூஷென்கா. மீச்சியா திடுக்குற்றுச் சிரிப்பதை அப்படியே நிறுத்தினான். அந்த உயரமான மனிதர் தன்னுடைய இடத்தை விட்டு எழுந்து கைகளைப் பின்னால் கட்டிக்கொண்டு கர்வமான தோரணையில் உற்சாகமில்லாத இந்தக் கூட்டத்தைப் பார்த்துக்கொண்டே மேலும் கீழுமாக நடந்தார்.

'எப்படி நடக்கிறான்!' என்று வெறுப்புடன் பார்த்தாள் குரூஷென்கா. சோபாவில் உட்கார்ந்திருந்த போலந்து நாட்டுக்காரன் மீச்சியாவை வெறுப்புடன் பார்ப்பதைப் பார்த்து மீச்சியா அமைதி இழந்தான்.

'ஐயா, வாருங்கள் குடிப்போம்' என்று உரக்க அழைத்தான் மீச்சியா. 'நீங்களும்தான், வாருங்கள் குடிப்போம்!' என்று மற்றொருவரையும் அழைத்தபடி மூன்று மதுக்கிண்ணங்களில் ஷேம்பைனை ஊற்றினான் மீச்சியா.

‘போலந்து நாட்டுக்காக, பெருங்குடி மக்களே, உங்களுடைய போலந்து நாட்டிற்காக, போலந்திற்காக!’ என்று சத்தமாகச் சொன்னான் மீச்சியா.

‘கேட்பதற்கே இனிமையாக இருக்கிறது, வாருங்கள் குடிப்போம்’ என்று சோபாவில் அமர்ந்திருந்தவர், தன்னுடைய மதுக்கிண்ணத்தை எடுத்து இனிமையாக, பெருமையாகச் சொன்னார்.

‘நீங்களும்தான், ஐயா, உங்களுடைய பெயர் என்ன, நீங்களும் உங்களுடைய மதுக்கிண்ணத்தைக் கையில் எடுங்கள்’ என்று உணர்ச்சி பொங்கச் சொன்னான் மீச்சியா.

‘அவருடைய பெயர் ருப்ளோவ்ஸ்கி’ என்று சோபாவில் அமர்ந்திருந்த போலந்து நாட்டுக்காரர் பின்னால் இருந்து சொன்னார். ருப்ளோவ்ஸ்கி துள்ளி எழுந்து மேஜைக்கருகே வந்து நின்று தன்னுடைய மதுக் கிண்ணத்தைக் கையில் எடுத்தார்.

‘போலந்து நாட்டுக்காக, பெருங்குடி மக்களே, ஆஹா!’ என்று தன்னுடைய மதுக் கிண்ணத்தைக் கையில் எடுத்து உரக்கச் சொன்னான் மீச்சியா.

மூன்று பேரும் மதுவைக் குடித்தார்கள். பிறகு பாட்டிலை எடுத்து மீண்டும் அந்த மூன்று கிண்ணங்களிலும் ஷாம்ப்பைனை ஊற்றினான் மீச்சியா.

‘இப்போது ரஷ்யாவுக்காக, பெருங்குடி மக்களே, நம்முடைய சகோதர நட்புக்காக!’

‘எங்களுக்கும் ஊற்று’ என்றாள் குரூஷென்கா, ‘ரஷ்யாவுக்காக நான் குடிக்க விரும்புகிறேன்.’

‘அப்படியே நானும்’ என்றான் கல்கானவ்.

‘ஆம், நானும் ரஷ்யாவுக்காக, வயதான பாட்டிக்காக’ என்று அவர்களுடன் சேர்ந்துகொண்டு அமுக்கமாகச் சிரித்தபடி சொன்னான் மாக்ஸிமவ்.

‘எல்லோரும், எல்லோரும்!’ என்று உரக்கச் சொன்னான் மீச்சியா. ‘நிர்வாகியே, இன்னொரு பாட்டிலைக் கொண்டுவா!’ என்று உத்தரவிட, மீதி இருந்த மூன்று பாட்டில்களையும் எடுத்து வந்து அவர் கொடுத்தார். மீச்சியா அதை எடுத்து ஊற்றினான்.

‘ரஷ்யாவுக்காக, வாழ்க!’ என்று மீண்டும் முழங்கினான். போலந்து நாட்டுக்காரர்களைத் தவிர மற்ற எல்லோரும் குடித்தார்கள்; குரூஷென்கா ஒரே மூச்சில் ஒரு மதுக் கிண்ணம் முழுவதையும் குடித்து முடித்தாள். போலந்து நாட்டுக்காரர்கள் தங்களுடைய மதுக் கிண்ணத்தைத் தொடக்கூட இல்லை.

‘நீங்கள் ஏன் குடிக்கவில்லை?’ என்று கேட்டான் மீச்சியா. ‘ஏன், நீங்கள் ஏன் இப்படி?’

ருப்ளோவ்ஸ்கி மதுக்கிண்ணத்தைக் கையில் எடுத்து உயர்த்திப் பிடித்து உரத்த குரலில் சொன்னார்:

'1772 வரை இருந்த ரஷ்யாவுக்காக!'

'ரொம்பச் சரி!' என்று மற்றொரு போலந்து நாட்டுக்காரர் உரக்கச் சொன்னதும் ஒரே மடக்கில் இருவரும் தங்களுடைய மதுவைக் குடித்து முடித்தார்கள்.

'முட்டாள், பெருங்குடி மக்கள் நீங்கள்!' என்று மீச்சியா திடீரென்று உளறினான்.

'ஐ . . . யா!!' என்று சண்டைக்கோழியைப் போல இருவரும் மீச்சியாவைப் பார்த்து அச்சுறுத்தும் குரலில் கத்தினார்கள். அதில் குறிப்பாக ருப்ளோவ்ஸ்கி கொதித்தெழுந்தார்.

'ஒருவருடைய நாட்டை ஒருவர் விரும்பக் கூடாதா என்ன?'

'அமைதியாக இருங்கள்! சண்டை போடாதீர்கள்! இங்குச் சண்டை போடக் கூடாது!' என்று உத்தரவிட்ட குரூஷென்கா, காலைத் தரையில் வேகமாக அடித்துக் கத்தினாள். கோபத்தில் பிழம்பாக அவளுடைய கண்கள் மின்னின. குடித்த மதுவின் விளைவு தெரிந்தது. மீச்சியா மிகவும் பயந்துபோனான்.

'மன்னித்துவிடுங்கள் ஐயா! நான் தவறு செய்துவிட்டேன். இனிமேல் அப்படிச் செய்யமாட்டேன். ருப்ளோவ்ஸ்கி, ஐயா, ருப்ளோவ்ஸ்கி, இனிமேல் அப்படிச் செய்யமாட்டேன்!. . .'

'சரி, நீ கொஞ்சம் அமைதியாக உட்கார், முட்டாள்!' என்று கோபத்தில் அவனைப் பார்த்து உறுமினாள் குரூஷென்கா.

எல்லோரும் அமைதியாக ஒருவரை ஒருவர் பார்த்துக்கொண்டார்கள்.

'பெருங்குடி மக்களே, எல்லாவற்றிற்கும் காரணம் நான்தான்!' என்று குரூஷென்காவின் கோபத்திற்குக் காரணம் என்னவென்று தெரியாமல் மீச்சியா மீண்டும் பேச ஆரம்பித்தான். 'சரி, நாம் ஏன் இப்படி உட்கார்ந்திருக்கிறோம்? மீண்டும் சந்தோஷமாயிருக்க, குதூகலமா யிருக்க?' நாம் என்ன செய்ய வேண்டும் . . .'

'ஓ, உண்மையாகவே மிகவும் குதூகலமாக இருக்கிறது' என்று சோம்பலுடன் முணுமுணுத்தார் கல்கானவ்.

'முன்பு போல் சூதாட்டத்தை ஆரம்பிக்க வேண்டியதுதான் . . .' என்று மாக்ஸிமவ் சட்டென்று சொல்லிவிட்டு அமுக்கமாகச் சிரித்தான்.

'சூதாட்டமா? ரொம்ப அருமை!' என்று அதைப் பிடித்துக்கொண்ட மீச்சியா,

'இந்தப் பெருங்குடி மக்கள் மட்டும் . . .' என்றவனைப் பார்த்து,

'நேரமாகிவிட்டது, மக்களே!' என்று சோபாவில் அமர்ந்திருந்த போலந்து நாட்டுக்காரர் விருப்பமில்லாமல் பதிலளித்தார்.

'அவர் சொல்வது உண்மைதான்' என்று அவரை ஆமோதித்தபடி சொன்னார் ருப்ளோவ்ஸ்கி.

'நேரமாகிவிட்டதா? நேரமாகிவிட்டது என்றால் என்ன?' என்று கேட்டாள் குரூஷென்கா.

'அதாவது நேரமாகிவிட்டது, ஐயா, நேரமாகிவிட்டது, இப்போது நேரமாகிவிட்டது' என்று சோபாவில் அமர்ந்திருந்த போலந்து நாட்டுக்காரர் விளக்கினார்.

'அவர்களுக்கு எப்போதுமே நேரமாகிவிட்டதுதான், அவர்களால் எதுவுமே செய்ய முடியாது!' என்று ஏறக்குறைய வெறுப்புடன் கத்தினாள் குரூஷென்கா. 'உற்சாகமில்லாமல் சோர்ந்துபோய் அவர்கள் உட்கார்ந் திருக்கிறார்கள், அப்படியே மற்றவர்களும் உட்கார்ந்திருக்க வேண்டு மென்று அவர்கள் எதிர்பார்க்கிறார்கள். நீ வருவதற்கு முன்பு அமைதியாக அவர்கள் உட்கார்ந்திருந்தார்கள், இப்போது என்னைப் பார்த்து முகத்தைத் திருப்பிக்கொள்கிறார்கள் மீச்சியா.'

'என்னுடைய தேவதையே!' என்று சோபாவில் அமர்ந்திருந்தவர், 'நீ என்ன விரும்புகிறாயோ அதுவே நடக்கும்; உனக்குச் சந்தோஷமில்லை என்றால் அது எனக்கு வருத்தத்தைக் கொடுக்கும். எனவே, நான் தயாராக இருக்கிறேன்' என்று மீச்சியாவைப் பார்த்துச் சொன்னார்.

'நீங்கள் ஆரம்பியுங்கள்!' என்று சொன்ன மீச்சியா, தன்னுடைய சட்டைப் பையிலிருந்து இருநூறு ரூபிள்களை எடுத்து மேஜை மேல் வைத்தான்.

'உங்களிடம் அதிகமாகவே தோற்க விரும்புகிறேன். சீட்டுக்கட்டை எடுங்கள், பணத்தை வையுங்கள்!'

'அருமையான யோசனை' என்று ஆமோதித்தார் ருப்ளோவ்ஸ்கி.

'நிர்வாகியிடமிருந்தா? சரி, புரிகிறது, அது அப்படியே சத்திர நிர்வாகியிடமிருந்தே வரட்டும், பெருங்குடி மக்களே! சீட்டுக் கட்டு வேண்டும்!' என்று நிர்வாகியிடம் கேட்டான் மீச்சியா.

பிரிக்கப்படாத ஒரு புதிய சீட்டுக் கட்டுடன் வந்த நிர்வாகி, கிராமத்துப் பெண்களும் இசைக் குழுவும் எந்த நேரமும் வந்துவிடலா மென்றும், மற்ற பொருள்களை எடுத்து வரும் குதிரை வண்டி இன்னும் வந்து சேரவில்லையென்றும் சொன்னார். இதைக் கேட்டு நாற்காலியிருந்து துள்ளி எழுந்த மீச்சியா, தேவையானவற்றை ஒழுங்குசெய்யப் பக்கத்து அறைக்குப் போனான். ஆனால், அங்கு மூன்று பெண்கள் தான் வந்திருக்க, ஆமாம், மரியா இன்னும் வராமலிருந்தாள். அப்படி ஒழுங்கு படுத்துவதற்காக அவன் ஏன் ஓடி வந்தானென்று அவனுக்கே தெரிய வில்லை. வந்தவன், பாகிலிட்ட உலர் பழங்களைப் பெண்களுக்குக் கொடுக்குமாறு உத்தரவிட்டுச் சென்றான். 'ஆமாம், அப்படியே அந்த்ரேய்க்கு வோத்கா, வோத்கா கொடுங்கள்!' என்று வேகமாக ஆணையிட்டவன்,

'நான் அந்த்ரேயை நோகடித்துவிட்டேன்!' என்றான். அப்போது அவன் பின்னால் ஓடி வந்த மாக்ஸிமவ் திடீரென்று அவனுடைய தோளைப் பற்றினான்.

'எனக்கு ஐந்து ரூபிள் கொடுங்கள்' என்று முணுமுணுத்த அவன், 'நானும் பணம் வைத்து சூதாடுகிறேன், ஹி – ஹி!' என்றான்.

'அருமை, அற்புதம்! பத்து ரூபிள் எடுத்துக்கொள்ளுங்கள், இதோ!' என்றவன், மீண்டும் அந்தக் கத்தைப் பணத்தைச் சட்டைப் பையிலிருந்து எடுத்துப் பத்து ரூபிளை மட்டும் உருவினான். 'ஒருவேளை நீ தோற்றுப் போனால் மறுபடியும் என்னிடம் வா, நான் மறுபடியும்...'

'சரி' என்று சந்தோஷத்துடன் முணுமுணுத்த மாக்ஸிமவ், அதை வாங்கிக்கொண்டு வேகமாக வரவேற்பறைக்கு ஓடினான். அப்போது உள்ளே நுழைந்த மீச்சியா அவர்களைக் காக்கவைத்ததற்காக மன்னிப்பு கேட்டான். போலந்து நாட்டுக்காரர்கள் ஏற்கெனவே விளையாட அமர்ந்து சீட்டுக்கட்டைப் பிரித்தார்கள். பார்ப்பதற்கு அவர்கள் அன்பானவர்களாகவும் ஏறக்குறைய இனிமையானவர்களாகவும் இருந்தார்கள். சோபாவில் அமர்ந்திருந்த போலந்து நாட்டுக்காரர் புதிய ஒரு சுருட்டைப் பற்றவைத்து ஆட்டத்தை ஆரம்பித்தார்; அவருடைய முகத்தில் ஏதோவொரு வெற்றிக்களிப்பு தெரிந்தது.

'அமருங்கள், நன்மக்களே!' என்று ருப்ளோவ்ஸ்கி அறிவித்தார்.

'இல்லை, இனிமேல் நான் விளையாடப் போவதில்லை' என்று சொன்ன கல்கானவ், 'இப்போதுதான் ஐம்பது ரூபிள்களை நான் ஆடி இழந்தேன்' என்றான்.

'அவருக்கு அதிர்ஷ்டம் இல்லை, ஒருவேளை மறுபடியும் அதிர்ஷ்டம் அடிக்கலாம்' என்று சோபாவில் அமர்ந்திருந்த போலந்து நாட்டுக்காரர் சென்னார்.

'இன்னும் எவ்வளவு பணம் இருக்கிறது? தேவையான அளவு இருக்கிறதா?' என்று அனல் பறக்கக் கேட்டான் மீச்சியா.

'நூறோ இருநூறோ இருக்கலாம்; நீங்கள் எவ்வளவு வைக்கப் போகிறீர்களோ அதைப் பொறுத்தது.'

'மில்லியன் ரூபிள்கள்!' என்று சொல்லியபடி உரக்கச் சிரித்தான் மீச்சியா.

'திரு. பத்விஸோவ்ஸ்கி பற்றி நீங்கள் கேள்விப்பட்டிருக்கிறீர்களா?'

'யார் அந்த பத்விஸோவ்ஸ்கி?'

'கஷ்டத்தில் இருக்கும் யார் வேண்டுமானாலும் வங்கிக்கு எதிராகப் பணம் வைத்து வார்ஸாவில் சீட்டாடலாம். எனவே பத்விஸோவ்ஸ்கி ஆயிரம் ஜலத்திகளை (போலந்து நாட்டுப் பணம்) வங்கிக்கு எதிராக வைத்து விளையாடினார். அப்போது வங்கி அதிகாரி 'நீங்கள் பணம் வைத்து விளையாடப்போகிறீர்களா உங்களுடைய நேர்மையை வைத்து

விளையாடப் போகிறீர்களா?' என்று கேட்டார். அதற்கு அவர், 'என்னுடைய நேர்மையை வைத்து விளையாடப் போகிறேன்' என்று பதிலளித்தார். அதற்கு 'மிகவும் நல்லது ஐயா' என்றார் அவர். வங்கி அதிகாரி முழு ஆட்டத்தையும் (பந்தயப் பணம் முழுவதையும்) வைத்து ஆடியபோது பத்விஸோவ்ஸ்கி ஆயிரம் ஜலத்திகளை வென்றார். 'ஒரு நிமிடம் ஐயா' என்று சொன்ன வங்கி அதிகாரி, மேஜையின் இழுப்பறையைத் திறந்து மில்லியன் ஜலத்திகளை எடுத்துக் கொடுத்தார்! 'இதை எடுத்துக் கொள்ளுங்கள், இது முழுப்பணம்!' என்றார். உண்மையாகவே அப்போது வங்கியில் மில்லியன் ஜலத்திகள் இருந்தன. 'ஆனால் அது எனக்குத் தெரியவில்லை' என்றார் பத்விஸோவ்ஸ்கி. வங்கி அதிகாரி அவரைப் பார்த்து, 'திரு. பத்விஸோவ்ஸ்கி, உங்களுடைய நேர்மையை நீங்கள் பணயம் வைத்து ஆடினீர்கள், நாங்களும் அப்படியே' என்றார். இப்படியாகத்தான் பத்விஸோவ்ஸ்கிக்கு மில்லியன் ஜலத்திகள் கிடைத்தன.

'இது பொய்' என்றார் கல்கானவ்.

'திரு. கல்கானவ் அவர்களே, நாகரிகமான இடத்தில் இப்படிச் சொல்லக் கூடாது.'

'போலந்து நாட்டுக்காரர் மில்லியன் ஜலத்திகளை விட்டுவிடுவார்களா என்ன!' என்று வியந்து கேட்ட மீச்சியா, சட்டென்று பேசுவதை நிறுத்தினான். 'மன்னியுங்கள், போலந்து நாட்டுக்காரர்களே, தவறாகச் சொல்லிவிட்டேன், நேர்மையின் பொருட்டு, போலந்து நாட்டின் நேர்மையின் பொருட்டு அவர் அதைத் திருப்பிக் கொடுத்துவிடுவார்!' என்று போலந்து நாட்டு மொழிச் சாயலில் சொன்னான். 'எப்படி நான் போலந்து மொழியில் பேசுகிறேன் பார்த்தீர்களா, ஹா – ஹா! இதோ பத்து ரூபிள்கள் வைக்கிறேன்; ஜேக் (*Jack*) கின் மீது.'

'ராணியின் மீது, சின்ன இதய ராணியின் மீது, அழகான சின்ன ராணியின் மீது ஒரு ரூபிளை நான் வைக்கிறேன், ஹி – ஹி!' என்று அமுக்கமாகச் சிரித்துக்கொண்டே மாக்ஸிமவ் தன்னுடைய ராணிச் சீட்டை முன்னே தள்ளிவைத்து, மற்றவர்களிடம் காட்ட விரும்பாமல் மறைப்பது போல வேகமாக மேஜைக்கடியே தள்ளி, சிலுவைக் குறியிட்டு மறைத்தான். மீச்சியா வெற்றிபெற்றான். ஒரு ரூபிளை அவன் வென்றான்.

'நான்கில் ஒரு பகுதியை நான் பந்தயம் வைக்கிறேன்' என்று கத்தினான் மீச்சியா.

'இன்னும் ஒரு ரூபிள், சாதாரணமாக ஒரு சின்ன, சின்ன ரூபிளை வைக்கிறேன்' என்று ஒரு ரூபிளை வென்ற பயங்கரமான மகிழ்ச்சியில் ஆனந்தமாக முணுமுணுத்தான் மாக்ஸிமவ்.

'போய்விட்டது!' என்று கத்தினான் மீச்சியா. 'ஏழாம் எண்ணில் எல்லாமே போய்விட்டது. கொன்றுவிட்டார்கள்.'

'நிறுத்துங்கள்' என்று திடீரென்று சொன்னார் கல்கானவ்.

‘இருமடங்கு பந்தயம்’ என்று உரக்கச் சொன்ன மீச்சியா, ‘எந்த எண்ணில் இரண்டுமுறை பந்தயம் கட்டினேனோ, அதே எண்ணில் தோற்றும் விட்டேன். ஆனால் ரூபிள் மேல் வைத்த பந்தயம் வெற்றி கண்டது. மீண்டும் இருமடங்கு!’ என்று கோபத்தில் கத்தினான் மீச்சியா.

‘நீங்கள் ஏற்கெனவே இருநூறு ரூபிள்களை இழந்துவிட்டீர்கள். மறுபடியும் இருநூறு ரூபிள்களைப் பந்தயம் வைக்கப் போகிறீர்களா?’ என்று சோபாவில் அமர்ந்திருந்தவர் கேட்டார்.

‘என்ன இருநூறு ரூபிள்களை இழந்துவிட்டேனா? சரி இன்னும் இருநூறு! அதன்மீது இருமடங்கு பந்தயம் கட்டுகிறேன்!’ என்று கத்திய மீச்சியா, பணத்தைச் சட்டைப் பையிலிருந்து எடுத்து அதிலிருந்து இருநூறு ரூபிள்களை ராணிமீது வைத்தபோது, கல்கானவ் திடீரென்று அந்தப் பணத்தைத் தன்னுடைய கைகளால் மறைத்தான்.

‘போதும்!’ என்று உரத்த குரலில் கத்தினார் கல்கானவ்.

‘என்ன சொல்கிறீர்கள்?’ என்று அவரை முறைத்துப் பறித்தான் மீச்சியா.

‘போதும், எனக்குப் பிடிக்கவில்லை! இனியும் நீங்கள் விளையாடக் கூடாது.’

‘ஏன்?’

‘ஏனெனில் அப்படித்தான். நாசமாய்ப் போக, அப்படித்தான். உங்களை இனியும் நான் விளையாட விடமாட்டேன்!’

மீச்சியா கல்கானவை ஆச்சர்யத்துடன் பார்த்தான்.

‘நிறுத்து, மீச்சியா. ஒருவேளை அவர் சொல்வதில் நியாயம் இருக்கலாம்; அதுமட்டுமல்ல அதிகமாக நீ பணத்தை இழந்துவிட்டாய்’ என்று விநோதமான குரலில் சொன்னாள் குரூஷென்கா. ஆழ்ந்த வருத்தத்துடன் அந்தப் போலந்து நாட்டுக்காரர்கள் இருவரும் தங்களுடைய இடத்தை விட்டுத் திடீரென்று எழுந்தார்கள்.

‘நீங்கள் விளையாடுகிறீர்களா?’ என்று கடுமையாகக் கல்கானவைப் பார்த்தபடி கேட்டார் அந்தக் குட்டையான போலந்து நாட்டுக்காரர்.

‘இப்படி நடந்துகொள்ள உங்களுக்கு எவ்வளவு தைரியம்!’ என்று கல்கானவைப் பார்த்து ருப்ளோவ்ஸ்கி உரக்கக் கத்தினார்.

‘கத்தாதீர்கள், வேண்டாம், கத்தாதீர்கள்!’ என்று கத்தினாள் குரூஷென்கா. ‘நீங்கள் வான்கோழிகள்!’

அங்கிருந்த ஒவ்வொருவரையும் ஏறிட்டுப் பார்த்தான் மீச்சியா; குரூஷென்காவின் முகத்தில் தெரிந்த ஏதோ ஒன்று அவனுடைய உள்ளத்தைத் தாக்க, சட்டென்று அது எதையோ நினைக்க வைத்தது, விசித்திரமாக இருந்தது.

‘திருமதி அக்ரிபீனா!’ என்று ஆரம்பித்த அந்தக் குட்டையான போலந்து நாட்டுக்காரரை மீச்சியா எதேச்சையாகத் தோளில் தட்டிய போது, அவர் அப்படியே சிவந்துபோனார்.

‘உயர்குடிப் பெருமகனே! இரண்டு வார்த்தைகள் உங்களுடன் நான் பேச வேண்டும்.’

‘உங்களுக்கு நான் என்ன செய்ய வேண்டும்?’

‘அந்த அறைக்குப் போவோம், உங்களிடம் இரண்டு வார்த்தைகள் நான் பேச வேண்டும்; அது உங்களுக்குப் பிடித்தமானதாக இருக்கும்.’

அந்தக் குட்டையான போலந்து நாட்டுக்காரர் மீச்சியாவை ஆச்சர்யத்துடனும் பயத்துடனும் பார்த்தார். மீச்சியாவின் வேண்டுகோளை உடனே ஏற்றுக்கொண்டு, ருப்ளோவ்ஸ்கியும் தன்னுடன் இருக்க வேண்டுமென்று கேட்டுக்கொண்டார்.

‘உங்களுடைய பாதுகாவலரா அவர்? சரி, அவரும் வரட்டும், அவரும் தேவைதான்! அவரும் கண்டிப்பாகத் தேவைப்படுவார்! வாருங்கள் போவோம்!’

‘எங்கே போகிறீர்கள்?’ என்று குரூஷென்கா பதற்றத்துடன் கேட்டாள்.

‘ஒரே நிமிடம் வந்துவிடுவோம்’ என்று பதிலளித்தான் மீச்சியா. ஏதோ ஒரு தைரியம், எதிர்பாராத ஏதோ ஒரு உற்சாகம் அவனுடைய முகத்தில் ஒளிர்ந்தது; ஒரு மணி நேரத்திற்கு முன்பு அந்த அறையில் அவன் நுழைந்தபோது அப்படிப்பட்ட ஒரு முகம் அவனுக்கு இல்லாமல் இருந்தது. மீச்சியா அந்தப் போலந்து நாட்டுக்காரர்கள் இருவரையும் வலது புறத்திலிருந்த சிறிய அறைக்கு இட்டுச் சென்றான்; பெண்களும் இசைக்குழுவும் இருந்த பெரிய அறைக்கு அவர்களை அவன் கூட்டிக் கொண்டு போனான்; அங்கே இரண்டு பெரிய கட்டில்களும் அவற்றின் மீது மலைமலையாகக் குவிக்கப்பட்டிருந்த உறைபோட்ட தலையணை களும் இருந்தன. மூலையில் இருந்த சிறிய மேஜையின் மீது மெழுகு வர்த்தி எரிந்துகொண்டிருந்தது. அந்தக் குட்டையான போலந்து நாட்டுக்காரரும் மீச்சியாவும் மேஜையின் எதிர் எதிரே அமர, அவர்கள் பக்கத்தில் கைகளைப் பின்புறமாகக் கட்டிக்கொண்டு நின்றான் ருப்ளோவ்ஸ்கி. அந்தப் போலந்து நாட்டுக்காரர்கள் இருவரும் பார்ப்பதற்குக் கடுமையாக இருந்தாலும், ஏதோ ஒரு ஆர்வத்துடன் இருந்தார்கள்.

‘உங்களுக்கு நான் என்ன செய்ய வேண்டும்?’ என்று முணு முணுத்தார் உருவத்தில் சிறிதாக இருந்த போலந்து நாட்டுக்காரர்.

‘இதோ இதைத்தான்; நான் அதிகம் பேசப்போவதில்லை: இதோ உனக்குப் பணம்’ என்று தன்னுடைய பணத்தை எடுத்து அவனிடம் நீட்டி, ‘மூவாயிரம் வேண்டுமா, எடுத்துக்கொண்டு எங்காவது போய் விடு’ என்றான்.

போலந்து நாட்டுக்காரன் ஆச்சர்யத்துடன் மீச்சியாவைப் பார்த்தான்.

'மூவாயிரம் ரூபிள்களா, ஐயா?' என்றபடி ருப்ளோவ்ஸ்கியைப் பார்த்தான்.

'மூவாயிரம், மூவாயிரம்! கேள், பார்ப்பதற்கு நீ புத்திசாலியாக இருக்கிறாய், இந்த மூவாயிரத்தை எடுத்துக்கொண்டு இங்கிருந்து ஓடிப்போய் விடு; ஆமாம், இந்த ருப்ளோவ்ஸ்கியையும் உன்னுடன் கூட்டிக்கொண்டு போ – நான் சொல்வது கேட்கிறதா? ஆனால், இப்போதே, இந்த நிமிடமே போய்விடு, வாழ்நாள் முழுவதும் இதை நீ நினைவில் வைத்துக்கொள், தெரிகிறதா; இதோ இந்தக் கதவு வழியாக இப்போதே போய்விடு. அங்கே நீ என்ன விட்டுவிட்டு வந்திருக்கிறாய் – உன்னுடைய மேல் அங்கி, கம்பளி ஆடையை? அதை நான் எடுத்து வந்து கொடுக்கிறேன். இப்போதே அதை எடுத்துக் குதிரைவண்டியில் வைக்கச் சொல்கிறேன் – போய்விடுங்கள் ஐயா, சரியா?'

அவர்களுடைய பதிலுக்காக மீச்சியா நம்பிக்கையுடன் காத்திருந்தான். அவனுக்கு எந்தவிதச் சந்தேகமும் இல்லாமல் இருந்தது. ஏதோ ஒரு முக்கியமான முடிவு அவர்களுடைய முகத்தில் பளிச்சிட்டது.

'ரூபிள்களா, ஐயா?'

'ரூபிள்கள்தான், ஐயா. ஐநூறு ரூபிள்கள் இந்த நிமிடமே உங்களுடைய பயணத்திற்காகவும் முன் பணமாகவும் கொடுக்கப்படும்; மீதி இரண்டாயிரத்து ஐநூறு ரூபிள்கள் உங்களிடம், உங்கள் ஊரில் நாளை கொடுக்கப்படும் – இது சத்தியம், அந்தப் பணம் எப்படியாவது, பூமிக்கடியிலிருந்தாவது தோண்டி எடுத்துக் கொடுக்கப்படும்' என்று கத்தினான் மீச்சியா.

இருவரும் மீண்டும் ஒருமுறை ஒருவரை ஒருவர் பார்த்துக் கொண்டனர். போலந்து நாட்டுக்காரனின் முகம் மாறி இருளடைந்தது.

'சரி, எழுநூறு, எழுநூறு ரூபிள்கள், ஐநூறு ரூபிள்கள் வேண்டாம். இப்போது, இந்த நிமிடமே கொடுக்கிறேன்' என்று ஏதோ ஒன்று அவனுக்குச் சரியில்லாதது போலப்பட, இன்னும் கொஞ்சம் பணத்தைக் கொடுப்பதாகச் சொன்னான்.

'என்ன, ஐயா நீங்கள் என்னை நம்பவில்லையா? இப்போது உடனே என்னால் மூவாயிரம் ரூபிள்களைக் கொடுக்க முடியாது. அப்படிக் கொடுத்தால், நாளைக்கே அவளைப் பார்க்க நீ திரும்பி வந்துவிடுவாய்... அப்படியே இப்போது என்னிடம் மூவாயிரம் ரூபிள்களும் இல்லை; ஊரில் என்னுடைய வீட்டில்தான் இருக்கிறது' என்று பயந்தபடி உளறிய மீச்சியா, ஒவ்வொரு வார்த்தையை உச்சரிக்கும் போதும் உற்சாகமிழந்து 'ஓ, கடவுளே, அதை நான் மறைத்து வைத்திருக்கிறேன்...' என்றான்.

குள்ளமான அந்தப் போலந்து நாட்டுக்காரரின் முகத்தில் சட்டென்று அசாதாரணமானதொரு கர்வம் வெளிப்பட்டது.

'இன்னும் ஏதாவது?' என்று ஏளனமாகக் கேட்டார். 'வெட்கம்! கேவலம்!' என்று அவன் காறித் துப்பினான். அப்படியே ருப்ளோவ்ஸ்கியும் காறித் துப்பினான்.

கரமாஸவ் சகோதரர்கள்

‘எதற்காக நீ காறித் துப்புகிறாய்’ என்று கேட்ட மீச்சியா, தன்னுடைய திட்டம் தோல்வியடைந்ததை எண்ணி வருத்தப்பட்டு, ‘குரூஷென்காவிட மிருந்து இன்னும் அதிகமாகப் பணம் பெறலாமென்று நீங்கள் நினைக்கிறீர்கள். இருவரும் ஆண்மையற்ற கொழுத்த சேவல்கள், அதுதான் நீங்கள்!’ என்றான்.

‘என்னை மிகவும் கேவலப்படுத்திவிட்டாய்!’ என்றபடி கோபத்தில் சிவந்துபோன குள்ளமான போலந்து நாட்டுக்காரர், இனி எதையும் கேட்கப்போவதில்லை என்பது போல வேகமாக அறையை விட்டு வெளியேறினார். அவரைத் தொடர்ந்து வேகமாக வெளியே வந்தான் ருப்வோவ்ஸ்கி; மீச்சியாவும் குழப்பத்தில் உற்சாகமிழந்து அவர்களைத் தொடர்ந்து வெளியே வந்தான். குரூஷென்காவைப் பார்க்க அவன் பயப்பட்டான்; இப்போது போலந்து நாட்டுக்கரன் கத்துவானென்று மீச்சியாவுக்கு நன்றாகத் தெரியும். அப்படி அவன் நினைத்தபடியே நடந்தது. வரவேற்பறைக்கு வந்த அவர், போலி ஆரவாரத்துடன் குரூஷென்கா முன்பு வந்து நின்றார்.

‘திருமதி அக்ரிபீனா, நான் மிகவும் கேவலப்பட்டு விட்டேன்’ என்று ஆரம்பித்தான்; திடீரென்று தன்னுடைய பொறுமையை இழந்த குரூஷென்கா சரியான நேரத்தில் அவரைப் பிடித்தாள்.

‘ரஷ்ய மொழியில், ரஷ்ய மொழியில் பேசு, போலந்து மொழியில் ஒரு வார்த்தையும் பேசாதே!’ என்று அவரைப் பார்த்துக் கத்தினாள் குரூஷென்கா. ‘முன்பு ரஷ்ய மொழியில் தானே பேசிக்கொண்டிருந்தாய். ஐந்து வருடங்களில் ரஷ்யமாழியை நீ மறந்துவிட்டாயா என்ன!’ என்று சொன்னவள் கோபத்தில் முழுவதுமாய்ச் சிவந்துபோனாள்.

‘திருமதி அக்ரிப்பீனா . . .’

‘நான், அக்ரஃபேனா, என் பெயர் குரூஷென்கா, ரஷ்ய மொழியில் பேசு; இல்லையேல் நீ சொல்வதை நான் கேட்கமாட்டேன்!’

போலந்து நாட்டுக்காரன் பெருமையுடன் வேகமாக, அதே கர்வத்துடன் விட்டு விட்டுப் பேசினான்:

‘திருமதி அக்ரஃபேனா, நடந்ததெல்லாம் நடந்ததாகவே இருக்கட்டும்; நடந்ததற்காக மன்னிப்பு கேட்டு, இன்றுவரை நடந்ததை எல்லாம் மறந்து என்னை மன்னித்துவிடுங்கள் என்று கேட்பதற்காகத் தான் நான் இங்கு வந்தேன் . . .’

‘என்ன மன்னிப்பதா? என்னிடம் நீ மன்னிப்பு கேட்கவா இங்கு வந்தாய்?’ என்றபடி தான் அமர்ந்திருந்த இடத்திலிருந்து துள்ளிக்குதித்த அவள், அவனுடைய பேச்சை இடைமறித்தாள்.

‘ஆம், அப்படித்தான், திருமதி. நான் பரந்த மனப்பான்மை உள்ளவன், குறுகிய மனப்பான்மை உள்ளவனல்ல. ஆனால், உன்னுடைய காதலர் களைப் பார்த்து நான் ஆச்சர்யப்படுகிறேன். மீச்சியா அவர்கள் எனக்கு மூவாயிரம் கொடுப்பதாகவும் உங்களை விட்டு நான் விலகிப்

போய்விட வேண்டுமென்றும் சொன்னார். அவர் முகத்தில் நான் காறித் துப்பிவிட்டேன்.'

'என்ன, உனக்குப் பணம் கொடுக்கிறேன் என்றானா?' என்று வெறித்தனமாய்க் கத்தினாள் குரூஷென்கா. 'இது உண்மையா, மீச்சியா? நீ எப்படி அப்படிச் செய்யத் துணிந்தாய்! நான் என்ன விலைக்கு விற்கப்படுபவளா என்ன?'

'ஐயா, ஐயா' என்று கத்திய மீச்சியா, 'அவள் தூய்மையானவள், களங்கமில்லாதவள் அவளுடைய காதலனாக எப்போதுமே நான் இருந்ததில்லை! நீதான் பொய் சொல்கிறாய்...'

'அவனிடமிருந்து என்னைக் காப்பாற்ற உனக்கு எவ்வளவு தைரியம்' என்று கத்திய குரூஷென்கா, 'நல்லவளாக இருக்க வேண்டுமென்பதற்காக நான் பரிசுத்தமானவளாக இருக்கவில்லை, அதே சமயம் குஸ்மாவின் மீதிருந்த பயத்தாலும் அப்படி நான் இருக்கவில்லை; என்னுடைய கௌரவத்தை நான் பாதுகாத்து, இந்த மனிதனைப் பார்க்கும்போது இவன் ஒரு கயவன் என்று சொல்வதற்காகவே நான் தூய்மை யானவளாக இருக்கிறேன். சரி, உன்னிடமிருந்து அவன் பணத்தை வாங்கிக்கொண்டானா?' என்றாள்.

'ஆம், வாங்கிக்கொண்டான், வாங்கிக்கொண்டான்!' என்று கத்திய மீச்சியா, 'ஆம், மூவாயிரம் ரூபிள்களையும் உடனே அவன் கேட்டபோது அவனுக்கு நான் முன்பணமாக எழுநூறு ரூபிள்களைக் கொடுப்பதாகச் சொன்னேன்'

'சரி, இப்போது புரிந்துவிட்டது. என்னிடம் பணம் இருப்பதாகக் கேள்விப்பட்டிருப்பான், அதுதான் என்னை மணந்துகொள்ள இங்கு வந்திருக்கிறான்!' என்றான்.

'திருமதி அக்ரப்பீனா' என்று கத்திய அந்தப் போலந்து நாட்டுக்காரர், 'நான் ஒரு கனவான், பெருங்குடி மகன், கயவனல்ல; இங்கு நான் வந்ததே உன்னை மணந்துகொள்ளத்தான், ஆனால் முன்புபோல நீ இல்லை, மாறிவிட்டாய்; உன் விருப்பப்படி நடந்துகொள்ளும் வெட்கங் கெட்ட பெண்ணாக நீ இருக்கிறாய்.'

'இங்கிருந்து போய்விடு, எங்கிருந்து வந்தாயோ அங்கேயே திரும்பிப் போய்விடு! உன்னை இங்கிருந்து துரத்தியடிக்கும்படி உத்தரவிடுவேன், அப்படியே அவர்கள் உன்னைத் துரத்தியும் அடிப்பார்கள்!' என்று வெறிபிடித்தவளைப் போலக் கத்தினாள் குரூஷென்கா. 'முட்டாள், நான்தான் முட்டாளாக ஐந்து வருட காலம் என்னை நானே வருத்திக் கொண்டேன்! ஆம், அவனுக்காக நான் என்னை வருத்திக்கொள்ள வில்லை, என்மீது எனக்கிருந்த ஆத்திரத்தால்தான் என்னை நானே வருத்திக்கொண்டேன்! இப்போது அவனும் அவனாக இல்லை! இவன் என்ன இப்படியா இருந்தான்? இவனுடைய அப்பாவைப் போலவே இருக்கிறான்! எங்கிருந்து நீ இந்தப் பொய்முடியை வாங்கி மாட்டிக்கொண்டாய்? இவன் கழுகு போல இருக்கிறான், அவன்

ஆண் வாத்து போல இருக்கிறான். சிரித்துக்கொண்டு இப்போது எனக்காகப் பாட்டுப் பாடுகிறான் ... நானோ இந்த ஐந்து வருடங்களாகக் கண்ணீர் சிந்திக்கொண்டு முட்டாள் போல, வெட்கங்கெட்ட ஐந்துவாகக் கேவலமாக வாழ்ந்துகொண்டிருக்கிறேன்!'

இப்படிச் சொன்னவள், அப்படியே நாற்காலியில் விழுந்து முகத்தை மூடிக்கொண்டாள். அந்தச் சமயம் பார்த்து மோக்ரய நகரத்துப் பெண்கள் இடது பக்க அறையில் கூடி ஆடிப்பாடிக் குதூகலிக்கத் தயாராக இருந்தார்கள்.

'இது வழக்கமானதொரு பால் புணர்ச்சி!' என்று திடீரென்று உறுமினார் ருப்ளோவ்ஸ்கி. 'சத்திர நிர்வாகியே, வெட்கங்கெட்ட இவர்களை வெளியே விரட்டு!'

இடுக்கு வழியாக ஆர்வத்துடன் பார்த்துக்கொண்டிருந்த சத்திர நிர்வாகி, சத்தமாகக் குரல் எழுவதைக் கேட்டு, வந்திருந்த விருந்தாளி களுக்குள் சண்டை என்று உணர்ந்து உடனே அறைக்குள் நுழைந்தார்.

'எதற்காக நீ தொண்டை கிழியக் கத்துகிறாய்?' என்று ருப்ளோவ்ஸ்கி யைப் பார்த்து இனம் புரியாத ஆத்திரத்தில் கத்தினார் சத்திர நிர்வாகி.

'எருமை மாடு!' என்று திரும்பக் கத்தினான் ருப்ளோவ்ஸ்கி.

'நான் எருமை மாடா? நீ என்ன ஆட்டம் போட்டுக்கொண்டிருக் கிறாய்! உனக்கு நான் புது சீட்டுக் கட்டைக் கொடுத்தேன், ஆனால் நீயோ அதை ஒளித்து வைத்துக்கொண்டாய்! பொய்யாட்டம் ஆடுகிறாய்! இப்படி நீ ஏமாற்றி ஆடும் ஆட்டத்திற்கு உன்னை நான் சைபீரியாவுக்கே அனுப்ப முடியும், ஏனெனில் இது பொய்யாகப் பணம் வைத்து ஆடுவதற்குச் சமம் ...' அப்படிச் சொன்னவர் சோபாவிற்குப் பின்புற இருக்கைக்கு நடுவே கையை விட்டு, பிரிக்கப்படாத சீட்டுக்கட்டை வெளியே எடுத்தார்.

'இதோ, நான் கொடுத்த புது சீட்டுக்கட்டு, இன்னும் பிரிக்கப்பட வில்லை!' என்று சொன்னபடி அதை எடுத்து எல்லோரிடமும் காட்டினார். 'நான் கொடுத்த சீட்டுக் கட்டை இங்கே வைத்துவிட்டு இவர் தன்னுடைய சீட்டுக்கட்டை மாற்றியதை நான் இங்கிருந்து பார்த்துக்கொண்டுதான் இருந்தேன். நீ ஏமாற்றுக்காரன், கேடுகெட்டவன்.'

'அந்த இன்னொருவர் இரண்டுமுறை ஏமாற்றுவதையும் நான் பார்த்தேன்' என்று உரக்கக் கத்தினார் கல்கானவ்.

'சே, வெட்கக்கேடு, வெட்கக்கேடு!' என்ற குரூஷென்கா தன்னுடைய கைகளை உதறியபடி உண்மையாகவே வெட்கத்தில் சிவந்துபோனாள். 'கடவுளே, எப்படிப்பட்ட கேவலமான மனிதன்!'

'நானும் அப்படித்தான் நினைத்தேன்' என்று கத்தினான் மீச்சியா. இதைச் சொல்லி முடிப்பதற்குள் ருப்ளோவ்ஸ்கி கோபத்தில் குழம்பி, கை முட்டியை உயர்த்தி குரூஷென்காவைப் பார்த்துக் கத்தினான்:

‘விபச்சாரி!’ என்று சொல்லி முடிப்பதற்குள், மீச்சியா அவருடைய இரண்டு கைகளையும் மேலே தூக்கி, முன்பு சென்ற அதே வலப்புற அறைக்குத் தூக்கிக்கொண்டு போனான்.

‘அவனைக் கீழே போட்டு நான் நொறுக்கிவிட்டேன்!’ என்று பதற்றத்தில் பெருமூச்சு வாங்கியபடி திரும்பி வந்த மீச்சியா சொன்னான். ‘என்னிடம் அவன் சண்டை போட்டான் போக்கிரி, ஆனால் இனி அவன் திரும்பி வரவேமாட்டான், பயப்பட வேண்டாம்!’ என்றான். அப்படிச் சொன்னவன் ஒரு கதவைச் சாத்திவிட்டு மற்றொரு கதவை அகலமாகத் திறந்துவைத்து அந்தக் குள்ளப் போலந்து நாட்டுக்காரனைக் கூப்பிட்டான்.

‘மரியாதைக்குரியவரே, நீங்களும் அங்கே போக விரும்புகிறீர்களா? தயவுசெய்து அதைச் செய்யுங்கள்!’

‘ஐயா, திமித்ரி ஃபியோதரவிச்’ என்று கூப்பிட்ட திரிஃபோன் பரீசிச், ‘அவர்களிடம் தோற்றுப்போன பணத்தைத் திரும்ப வாங்குங்கள்! உங்களிடமிருந்து அவர்கள் திருடத்தானே செய்தார்கள்’ என்றான்.

‘என்னுடைய ஐம்பது ரூபிள்களை நீங்கள் திருப்பித் தரவேண்டாம்’ என்று திடீரென்று சொன்னார் கல்கானவ்.

‘என்னுடைய இருநூறு ரூபிள்களும் எனக்கு வேண்டாம்!’ என்று கத்திய மீச்சியா ‘அது வேண்டவே வேண்டாம்; அவருக்கான ஆறுதல் பரிசாக அது இருக்கட்டும்’ என்றான்.

‘அருமை, மீச்சியா, அற்புதம், மீச்சியா!’ என்று கத்திய குரூஷென்கா வின் குரலில் கடுமையான வன்மம் தெறித்தது. கோபத்தில் சிவந்துபோன குள்ளப் போலந்து நாட்டுக்காரர் தன்னுடைய கர்வத்தைச் சிறிதும் இழக்காமல் கதவை நோக்கிச் சென்றவர், திடீரென்று குரூஷென்காவைப் பார்த்து,

‘என்னுடன் நீங்கள் வர விருப்பப்பட்டால் வாருங்கள், இல்லா விட்டால் நான் போகிறேன்’ என்றார்.

தன்னுடைய சுய மரியாதையையும் முக்கியத்துவத்தையும் இழக்க விரும்பாத அவர், வெளியேறும் நோக்கத்தில் கதவை நோக்கிச் சென்றார். அவருடைய குணம் அப்படிப்பட்டதாக இருந்தது: இவ்வளவு நடந்த பிறகும் குரூஷென்கா அவனுடன் வருவாளென்று அவர் நம்பினார்; அப்படித் தன்னைப் பற்றிய உயர்வான மதிப்பு அவரிடம் இருந்தது. அவர் வெளியே போனதும் மீச்சியா கதவுகளை வேகமாகச் சாத்தினான்.

‘கதவைப் பூட்டுங்கள்!’ என்று கல்கானவ் சொன்னபோது கதவு மறுபக்கமாகப் பூட்டிக்கொண்டது. அவர்களே அவர்களைப் பூட்டிக் கொண்டார்கள்.

‘ரொம்ப நல்லது!’ என்று ஈவு இரக்கமில்லாமல் மீண்டும் கத்தினாள் குரூஷென்கா. ‘ரொம்ப நல்லது! ஒருவழியாக ஒழிந்தது!’

# 8

## மூளைக் கோளாறால் பிதற்றல்

ஏறக்குறைய சிற்றின்பக் கேலிக் கூத்து ஆரம்பமாகி, கட்டுக்கடங்காமல் கும்மாளம் விமரிசையாக நடந்துகொண்டிருந்தது. குரூஷென்கா தனக்குத் திராட்சை ரசம் வேண்டுமென்று கத்தினாள்: 'நான் குடிக்க ஆசைப் படுகிறேன், மிக அதிகமாகக் குடிக்க ஆசைப்படுகிறேன், நினைவிருக்கிறதா மீச்சியா, போனமுறை குடித்தது போல; குடித்துவிட்டு நாம் இருவரும் எவ்வளவு நெருக்கமாக இருந்தோமோ அதைப் போல!' மீச்சியாவைப் பொறுத்தவரையில் அவன் ஏதோ ஒரு குழப்ப நிலையில், 'தன்னுடைய சந்தோஷ நிலையை' முன்கூட்டியே உணர்ந்தவனாக இருக்க, குரூஷென்கா தொடர்ந்து அவனைத் தன்னிடமிருந்து வேறுபக்கமாக விரட்டிக் கொண்டிருந்தாள்: 'போ, போய்ச் சந்தோஷமாய் இரு! எல்லோரையும் ஆடிப் பாடச் சொல்லி மகிழ்ச்சியாக இருக்கச் சொல்'; 'போனமுறை, போனமுறை போலவே அவர்களைப் பாட்டுப்பாடி ஆடச் சொல்!' என்றாள். ஏக குஷியில் மிக சந்தோஷமான நிலையில் இருந்தாள் குரூஷென்கா. அவள் சொன்னதை நிறைவேற்ற வேகமாகப் போனான் மீச்சியா.

இசைக்குழுவினர் பக்கத்து அறையில் குழுமியிருந்தார்கள். அவர்கள் அமர்ந்திருந்த வரவேற்பறை இட நெருக்கடியாக, சீட்டித் துணித் திரைச்சீலையால் இரு பாகமாகத் தடுக்கப்பட்டிருக்க, சற்று தொலைவே மிகப்பெரிய கட்டிலில் இறகுகள் அடைத்த மெத்தையின் மீது மலை மலையாய்ச் சீட்டித்துணியால் தைக்கப்பட்ட தலையணைகள் குவித்து வைக்கப்பட்டிருந்தன. அப்படியே அங்கிருந்த நான்கு 'சுத்தமான' அறைகளிலும் கட்டில்கள் போடப்பட்டிருந்தன. கதவுக்கருகே மீச்சியா கொண்டுவந்த நாற்காலியில் குரூஷென்கா அமர்ந்துகொண்டாள்: 'முதல் நாள் களியாட்டத்தின் போது எப்படி குரூஷென்கா அமர்ந் திருந்தாளோ, அப்படியே இப்போதும் அவள் அமர்ந்துகொண்டு, அங்கு நடக்கும் ஆட்டத்தையும் இசைக்குழுவையும் பார்த்து ரசித்துக் கொண்டிருந்தாள்: முன்பு போலவே இப்போதும் பெண்கள் குழுமி யிருந்தார்கள்; யூதர்கள் தங்களுடைய வயலின் சித்தார் போன்ற இசைக் கருவிகளுடன் வந்திருந்தார்கள்; இறுதியாக இதுவரை எதிர் பார்த்திருந்த குதிரைவண்டி, உணவுப் பொருட்கள், திராட்சை ரசத்துடன் வந்து இறங்கியது. மீச்சியா பரபரப்பாக இயங்க ஆரம்பித்தான். ஒரு மாதத்திற்கு முன்பு அவர்கள் விரும்பி உண்டுகளித்த அதே உணவுப் பதார்த்தங்களைப் பார்த்து ஆண்களும் பெண்களும், இதுவரை தூங்கிக்கொண்டிருந்த எல்லோரும் அந்த அறைக்கு வந்தார்கள். மீச்சியா அவர்களுக்கு வணக்கத்தைத் தெரிவித்துவிட்டு, தெரிந்தவர்களை அடையாளம் கண்டு கொண்டு, அவர்களைக் கட்டித் தழுவி அவர்களுக்குத் திராட்சை ரசத்தை ஊற்றிக் கொடுத்தான். பெண்கள் தங்களுக்கு ஷாம்ப்பைன் வேண்டுமென்று விரும்பிக் கேட்டார்கள்; ஆண்கள் ரம்மும் பிராந்தியும் குறிப்பாக, எழுச்சியூட்டும் கலவைப்

பானத்தையும் விரும்பிக் குடித்தார்கள். எல்லாப் பெண்களுக்கும் சூடாகச் சாக்லேட் பானம் கொடுக்கும்படியும் இரவு முழுவதும் எல்லோருக்கும் தேனீர் கொடுக்க மூன்று சமவார்கள் எரிந்துகொண்டேயிருக்க வேண்டுமென்றும் மீச்சியா உத்தரவு பிறப்பித்தான்: 'யாருக்குத் தேனீர் வேண்டுமோ அவர்கள் குடித்துக் கொள்ளட்டும்' என்றான். ஒரே வார்த்தையில் சொல்லப்போனால், கட்டுக்கடங்காத, கண்மூடித்தனமான களியாட்டம் ஆரம்பித்தது; மீச்சியா இயல்பான தன்னுடைய தோரணையில், எந்த அளவுக்குக் களியாட்டம் கட்டுக்கடங்காமல் இருந்ததோ, அந்த அளவுக்கு அவன் மகிழ்ச்சியாக இருந்தான். யாராவது பணம் கேட்டால், உடனே பணத்தை எடுத்துக் கணக்கில்லாமல் அள்ளி வீசினான். அதனால்தானோ என்னவோ சத்திர நிர்வாகி, திரிஃபோன் பரீசிச், மீச்சியாவைக் கண்காணித்துக்கொண்டு, அவனை விட்டு விலகாமல், அவனையே சுற்றி வந்துகொண்டு, மிகக் குறைவாகவே குடித்தபடி, (ஒரே ஒரு கிண்ணம் கலவை மதுவைக் குடித்துவிட்டு) தூங்கக்கூடப் போகாமல், அவனையே கண்காணித்துக்கொண்டிருந்தார். தேவையான நேரத்தில் இனிமையாக அவர் மீச்சியாவைத் தடுத்து நிறுத்தி, 'போனமுறை' அந்த நகரத்துவாசிகளுக்கு எப்படிச் 'சுருட்டுகளையும் ரைன் திராட்சை ரசத்தையும்' கொடுத்தானோ அப்படிக் கொடுக்க விடாமல், பணத்தையும் செலவழிக்க விடாமல், பெண்கள் மது அருந்துவதையும் சாக்லேட்டுகள் சாப்பிடுவதையும் தடுத்துநிறுத்திக் கொண்டிருந்தார்: 'அவர்களெல்லாம் பேன் தலையர்கள், மீத்ரி ஃபியோதரவிச்' என்று சொன்னவர், 'அவர்களை அடித்து உதைக்க வேண்டும், அதற்குத்தான் அவர்கள் லாயக்கானவர்கள்' என்றார். மீச்சியா மீண்டும் ஒருமுறை அந்தரேயை நினைவுகூர்ந்து அவனுக்கு மதுவை அனுப்பிவைக்குமாறு உத்திரவிட்டான். 'அவனுடைய உணர்வுகளை நான் காயப்படுத்திவிட்டேன்' என்று மீண்டும் சொன்னவனின் குரலில் சோர்வும் இரக்கமும் இருந்தன. கல்கானவுக்கு முதலில் மது அருந்தப் பிடிக்காமல் இருந்தது; அவருடைய விருப்பத்திற்கேற்ப பாட்டும் அமையாமல் போனது; பிறகு இரண்டு மதுக்கிண்ண ஷாம்ப்பைனைக் குடித்து முடித்து உற்சாகமானவர், எல்லா அறைகளுக்கும் போய்ச் சிரித்து மகிழ்ந்து பாட்டுப் பாடி எல்லோரையும் பாராட்டிக்கொண்டிருந்தார்.

மெய்ம்மறந்து குடிகாரனாக மாறிப்போயிருந்த மாக்ஸிமவ், அவரை விட்டு விலகாமல் கூடவே இருந்தான். குருஷென்காவும் மதுகுடித்த மயக்கத்தில் மீச்சியாவிடம் கல்கானவைக் காட்டி, 'எவ்வளவு இனிமையான, அருமையான பையன் பார்!' என்றாள். இதைக் கேட்டு மீச்சியா கல்கானவையும் மாக்ஸிமவையும் கட்டி அணைத்து முத்தமிடப் போனான். ஓ, அவன் மிக அதிகமாக எதிர்பார்த்தான்; அவனுடைய எதிர்பார்ப்புகளைப் பூர்த்திசெய்யும் விதத்தில், இன்னும் அவள் ஒன்றும் சொல்லாமல், வேண்டுமென்றே வார்த்தைகளைத் தன்னுள் தக்கவைத்துக்கொண்டு, அவ்வப்போது அன்புடனும் ஆசையுடனும் அவனைப் பார்த்துக்கொண்டிருந்தாள். சட்டென்று, இறுதியாக அவள் அவனைத் தன் பக்கம் இழுத்தாள். அப்போது கதவுகளுக்கு அருகே இருந்த நாற்காலியில் அவள் அமர்ந்திருந்தாள்.

'எப்படி நீ சற்று முன்பாக உள்ளே வந்தாய், ம்? எப்படி நீ வந்தாய் தெரியுமா!.. நான் பயந்தே போனேன். எப்படி நீ என்னை அவனுக்காக விட்டுக் கொடுக்கத் துணிந்தாய், ம்? உண்மையாகவே, அப்படிச் செய்ய நீ துணிந்தாயா?'

'உன்னுடைய சந்தோஷத்தைக் குலைக்க நான் விரும்பவில்லை!' என்று மெய்ம்மறந்து உளறினான் மீச்சியா. ஆனால் அவனுடைய பதில் அவளுக்குத் தேவையில்லாமல் இருந்தது.

'சரி, போய்... சந்தோஷமாய் இரு' என்று மீண்டும் அவனை விரட்டியபடி, 'அழாதே, உன்னை நான் மீண்டும் கூப்பிடுவேன்' என்றாள்.

அவன் போனபிறகு அவள் பாட்டைக் கேட்டுக்கொண்டே ஆட்டத்தைப் பார்த்தாள்; அவளுடைய பார்வை முழுவதும் மீச்சியா எங்கெல்லாம் போனானோ அங்கெல்லாம் போனது; ஒரு மணி நேரத்தில் மீண்டும் அவள் அவனை அழைத்தபோது, அவன் மீண்டும் அவளிடம் ஓடி வந்தான்.

'சரி, இங்கே என் பக்கத்தில் உட்கார்ந்து சொல், நேற்று நீ என்னைப் பற்றி எப்போது கேள்விப்பட்டாய், நான் இங்கே வந்திருக்கிறேன் என்று யார் உனக்கு முதலில் சொன்னது?'

நடந்த எல்லாவற்றையும் தொடர்பில்லாமல், முன்னுக்குப்பின் முரணாக, கருமசிரத்தையோடு மீச்சியா சொன்னான்; ஆனால் ஏனோ திடீரென்று அடிக்கடி கோபப்பட்டபடி, தொடர்பில்லாமல் பேசினான்.

'நீ ஏன் இப்படிக் கோபப்படுகிறாய்?'

'ஒன்றுமில்லை... ஒரு நோயாளியை நான் அங்கே விட்டுவிட்டு வந்திருக்கிறேன். அவனுக்கு இப்போது என்னுடைய வயதில் பத்து வயதைக் கொடுப்பேன், அவன் மட்டும் உடல்நலம் தேறிவிட்டால் அல்லது உடல் தேறிவிட்டானென்று தெரிந்தால்!'

'சரி, அவரைக் கடவுள் காப்பாற்றுவார், ஆக, நீ உன்னைச் சுட்டுக்கொள்ள விரும்பினாய் தானே முட்டாள், எதற்காக? இருந்தாலும் உன்னைப் போன்ற அறிவில்லாதவர்களை நான் விரும்புகிறேன்' என்று உளறியவளின் நாக்கு சற்றுத் தடித்துப் போயிருந்தது. 'ஆக எனக்காக நீ என்ன வேண்டுமானாலும் செய்வாய்? ம்? அப்படி யிருக்கையில் முட்டாள் போல உன்னை நீயே சுட்டுக் கொல்ல விரும்பினாயே! வேண்டாம், பொறுத்திரு, நாளைக்கு உன்னிடம் நான் ஒன்று சொல்வேன்... ஆனால், இன்று சொல்ல மாட்டேன், நாளைக்குத்தான் சொல்வேன். நீ அதை இன்றே கேட்க விரும்பலாம். ஆனால், இன்று நான் அதைச் சொல்ல மாட்டேன்... போ, போய் இனி நீ சந்தோஷமாக இரு.'

மீண்டும் ஒருமுறை அவள் அவனைக் கூப்பிட்டபோது, ஏதோ குழப்பத்தில் கவலையில் அவன் இருந்ததாகத் தெரிந்தது.

‘நீ ஏன் சோகமாக இருக்கிறாய்? நீ சோகமாக இருப்பது எனக்குத் தெரிகிறது . . . ஆமாம், எனக்குத் தெரிகிறது’ என்று அவனை ஆழ்ந்து பார்த்தபடி சொன்னாள் குரூஷென்கா. ‘நீ சந்தோஷமாக எல்லோரையும் கட்டி அணைத்து முத்தமிட்டுக்கொண்டிருந்தாலும் நீ சோகமாக இருப்பது எனக்குத் தெரிகிறது. சரி, நீ சந்தோஷமாய் இரு, நானும் சந்தோஷமாக இருக்கிறேன் . . . இங்கு நான் ஒருவரை விரும்புகிறேன், அது யார் என்று கண்டுபிடி பார்க்கலாம்?. . . ஓ, அங்குப் பார், அந்தப் பையன் தூங்கி விழுகிறான், குடி மயக்கத்தில் இருக்கிறான், அருமையான பையன்.’

அவள் கல்கானவைப் பற்றிச் சொன்னாள்: அவர் உண்மையாகவே சோபாவில் அமர்ந்தபடி குடி மயக்கத்தில் தூங்கி விழுந்துகொண்டிருந்தார். குடி மயக்கத்தில் மட்டும் அவர் தூங்கி விழவில்லை, அவரே சொன்னது போல ‘உற்சாகமில்லாமல்’ இருந்ததால் அவருக்கு ஏனோ திடீரென்று சோர்வு மேலிடத் தூங்கி விழுந்துகொண்டிருந்தார். பெண்கள் பாடிய பாட்டில் அவர் மிகவும் சோர்வடைந்து, அந்தச் சோர்வு குடியுடன் சேர்ந்து கொஞ்சம் கொஞ்சமாக வளர்ந்து இன்னும் அதிகமாகியிருந்தது. அப்படியே அவர்கள் ஆடிய ஆட்டமும்: இரண்டு பெண்கள் கரடி போல வேஷம் போட்டிருக்க, ஸ்தெப்பனிதா உற்சாகத்துடன் கையில் பிரம்பை வைத்துக்கொண்டு தலைவி போல அவர்களுக்கு ‘வழிகாட்டிச்’ சென்றாள். ‘குதூகலமாக, மரியா’ என்று கத்திய அவள், ‘இல்லாவிட்டால் பிரம்பு பேசும்!’ என்றாள். கூட்டமாய்க் கூடி இருந்த ஆண்கள், பெண்களுக்கு மத்தியில் உரக்கச் சிரிக்க, அந்த இரண்டு கரடிகளும் பழங்காழ வழக்கப்படி கீழே விழுந்து புரண்டார்கள். ‘சரி, அப்படியே, அப்படியே செய்யட்டும்’ என்று சொன்ன குரூஷென்காவின் முகத்தில் மெய்ம்மறந்த, அர்த்தமுள்ள பார்வை படர, ‘குதூகலமாக இருக்க எப்போதாவது வாய்ப்பு கிடைக்கும்போது மக்கள் ஏன் சந்தோஷமாக இருக்கக் கூடாது?’ என்று நினைத்தாள். தன் மேல் கறைபட்டு விட்டதுபோல கல்கானவ் பார்த்தான். ‘இது எல்லாமே பன்றித்தனம், எல்லாமே நாட்டுப்புறத்தனம்’ என்று சொன்னவன் அங்கிருந்து வெளியேறி, ‘இது அவர்களுடைய வஸந்த காலக் கொண்டாட்டம்; சூரியனைப் பார்த்துக்கொண்டு இரவு முழுவதும் ஆட்டம் போடுவார்கள்’ என்றான். ‘புதுவிதமான’ பாடல் ஒன்று உற்சாகத்துடன் பாடப்பட்டு,[1] அதற்கேற்ப ஆட்டமும் ஆட, அது அவனுக்குப் பிடிக்காமல் போக, அந்தப் பாடலில் ஒரு பெருங்குடி மகன் பெண்ணின் இதயத்தை வெல்வதற்காக முயலும் கருத்து பொதிந்திருந்தது:

‘பெண்களைப் பார்த்துத் தலைவன் கேட்கிறான்,
பெண்களே என்னை விரும்புகிறீர்களா இல்லையா?’

என்று. ஆனால் அவன் அந்தப் பெண்களுக்கு விரும்புதற்குரியவனாகப் படவில்லை.

‘தலைவன் என்னை நையப் புடைப்பான்,
அப்படிப்பட்ட காதல் தேவையில்லை’

என்கிறாள். பிறகு நாடோடி ஒருவன் வந்தான்; அவனும் அதையே கேட்டான்:

'நாடோடிப் பெண்களைப் பார்த்துக் கேட்கிறான்,
பெண்களே என்னை விரும்புகிறீர்களா இல்லையா?'

என்று. ஆனால், அந்த நாடோடிகளையும் அவர்கள் விரும்பவில்லை:

'நாடோடி திருட்டுத் தொழில் செய்பவன்
அதனால் நான் எப்போதும் வருத்தப்படுபவளாக இருப்பேன்'

என்றாள். இப்படி நிறைய ஆண்கள், ஒரு படைவீரன் உட்பட இதே கேள்வியைக் கேட்டார்கள் :

'படைவீரன் பெண்களைப் பார்த்துக் கேட்கிறான்,
பெண்களே என்னை விரும்புகிறீர்களா இல்லையா?'

என்று. ஆனால், அவர்கள் அவனையும் வெறுப்புடன் ஒதுக்கித் தள்ளுகிறார்கள்:

'படைவீரன் சாமான்களைக் கட்டிக்கொண்டு
என்னையும் இழுத்துக்கொண்டு போவான் . . .'

என்று கேட்பவர்கள் ஆர்ப்பரிக்க, மிக வெளிப்படையாக, ஆழ்ந்த உணர்வுடன் பாடப்பட்டது இந்தப் பாட்டு. இறுதியாக அந்தப் பாட்டு ஒரு வணிகனின் வேண்டுகோளுடன் நிறைவுபெறுகிறது:

'வியாபாரி பெண்களைப் பார்த்துக் கேட்கிறான்,
பெண்களே என்னை விரும்புகிறீர்களா இல்லையா?'

என்று. வியாபாரியை அவர்கள் மிகவும் நேசிக்கிறார்கள், ஏனெனில்,

'வியாபாரி சேர்த்துவைப்பான் தங்கத்தை
நான் எப்போதும் அவனுடைய ராணியாக இருப்பேன்'

என்று. இதைக் கேட்டு கல்கானவுக்குக் கோபமே வந்துவிட்டது.

'இது முற்றிலும் பழங்காலத்துப் பாட்டு' என்று சொன்னவன், 'இந்தப் பாட்டை யார் எழுதியது! இன்னும் பணக்கார யூதனும் ரயில் பெட்டி செய்பவர்களும் தான் பாக்கி, அவர்களும் வந்து முயலட்டும்: எல்லோரும் அவர்கள் பின்னால் போவார்கள். ஏறக்குறைய கோபமாக இருந்த அவன், தனக்குச் சோர்வாக இருக்கிறதென்று சொல்லிவிட்டு சோபாவில் அமர்ந்தபடி சட்டென்று உறங்கிப்போனான். சோபாவிலிருந்த தலையணைமீது தலைவைத்துப் படுத்தவனின் அழகான முகம் சற்றே வெளிறிப் போயிருந்தது.

'பார், அவன் எவ்வளவு நல்லவனென்று' சொன்ன குரூஷென்கா மீச்சியாவை அவனிடம் அழைத்துப் போய், 'சற்று நேரத்திற்கு முன்புதான் அவனுடைய தலையை நான் வருடிக்கொண்டிருந்தேன்; அவனுடைய தலைமயிர் சணல் போல அடர்த்தியாக இருக்கிறது . . .' என்றாள்.

அப்படிச் சொன்னவள் குனிந்து இரக்கத்துடன் அவனுடைய நெற்றியில் முத்தமிட்டாள். ஒரு நிமிடம் கண்களைத் திறந்து பார்த்த கல்கானவ் எழுந்து உட்கார்ந்து ஆழ்ந்த வருத்தத்துடன் கேட்டான்: 'எங்கே மாக்ஸிமவ்?'

'பார், இவனுக்கு யார் வேண்டுமென்று' என்று கேலியாகச் சொன்ன குரூஷென்கா, 'சரி, வந்து என் அருகில் ஒரு நிமிடம் உட்கார். மீச்சியா, மாக்ஸிமவ் எங்கே இருக்கிறானென்று பார்' என்றாள்.

மாக்ஸிமவ் தன்னைப் பெண்களிடமிருந்து விடுவித்துக்கொள்ள முடியாமல், குடிப்பதற்கு மட்டும் அவர்களை விட்டு விலகிச் சென்று மதுவை ஊற்றிக்கொண்டு வந்தவன், ஏற்கெனவே இரண்டு கிண்ணம் சாக்லேட் பானத்தைக் குடித்திருந்தான். அவனுடைய முகமும் மூக்கும் சிவந்துபோய், கண்கள் ஈரமாகி, மோகத்துடன் அவன் காணப்பட்டான். அவர்களிடம் அவன் ஓடிவந்து, இசைக்கப்படும் 'அருமையான இசைக்கு'த் தாளத்துடன் அவன் நடனம் ஆடப்போவதாகச் சொன்னான்.

'சிறு வயதில் எனக்கு இந்த நவநாகரிக, அற்புதமான நடனத்தைக் கற்றுக்கொடுத்தார்கள் . . .'

'மீச்சியா அவனையும் நடனமாடக் கூட்டிக்கொண்டு போ, இங்கிருந்து நான் பார்க்கிறேன் அவன் எப்படி ஆடுகிறானென்று' என்றாள் குரூஷென்கா.

'இல்லை, நான், நானே போய்ப் பார்க்கிறேன்' என்று குரூஷென்கா விடுத்த வேண்டுகோளை வெகுளித்தனமாக நிராகரித்துவிட்டு, அவளருகே அமராமல், விலகிப்போனான் கல்கானவ்.

எல்லோரும் ஆட்டத்தைப் பார்க்கப் போனார்கள். உண்மையாகவே மாக்ஸிமவ் தன்னுடைய ஆட்டத்தை ஆடினான், ஆனால் மீச்சியாவைத் தவிர வேறு யாருக்கும் அவனுடைய ஆட்டம் சொல்லக்கூடிய விதத்தில் ஆச்சர்யமூட்டுவதாக இல்லை. ஏதோ அவன் குதித்துக்கொண்டு, உயரமாக எழும்பிக் குதித்துக்கொண்டு, ஒவ்வொருமுறை குதித்தபோதும் காலின் ஒரு பக்கத்தைக் கைகளால் தட்டிக்கொண்டும் இருந்தான். கல்கானவுக்கு அது சுத்தமாகப் பிடிக்கவில்லை, ஆனால் மீச்சியாவோ மாக்ஸிமவைக் கட்டித் தழுவிக்கொண்டான்.

'நன்றி, ஒருவேளை நீ சோர்வாக இருக்கிறாயோ? நீ ஏன் அப்படிப் பார்க்கிறாய்? ஒருவேளை உனக்குச் சாக்லேட் வேண்டுமா? இல்லை சுருட்டு வேண்டுமா?'

'இல்லை, சிகரெட் போதும்.'

'மது குடிக்கிறாயா?'

'கொஞ்சம் இனிப்பு சாராயம் வேண்டும். சாக்லேட் மிட்டாய்கள் உங்களிடம் இருக்கின்றனவா?'

'இதோ மேஜைமீது எல்லாமே இருக்கிறது; உனக்கு என்ன வேண்டுமோ அதை எடுத்துக்கொள், என் அருமையானவனே!'

‘இல்லை, எனக்கு வன்னிலா சாக்லேட் போதும்... அதுதான் வயதானவர்களுக்குப் பிடிக்கும், ஹி – ஹி!’

‘இல்லை, என் சகோதரனே, குறிப்பாக வன்னிலா சாக்லேட்கள் இருக்காது என்று நினைக்கிறேன்.’

‘கேளுங்கள்!’ என்றபடி அந்த வயதானவர் குனிந்து மீச்சியாவின் காதுகளில், ‘அதோ அந்தப் பெண் – மரியூஷ்கா, ஹி – ஹி, எனக்கு வேண்டும், முடியுமானால் அவளை எனக்கு அறிமுகம் செய்து வையுங்கள்; உங்களுடைய கனிவான அனுமதியுடன்...’ என்றார்.

‘உனக்கு இதுதான் வேண்டுமா! இல்லை, சகோதரனே, அதெல்லாம் முடியாது.’

‘யாருக்கும் நான் கெடுதல் செய்ய மாட்டேன், ம்’ என்று ஏமாற்றத்துடன் முணுமுணுத்தான் மாக்ஸிமவ்.

‘சரி, சரி. இங்கு எல்லோரும் குடிப்பார்கள், ஆடுவார்கள், அதைத் தவிர வேறொன்றும் கிடையாது, நாசமாய்ப் போக! கொஞ்சம் பொறுத்திரு... அதுவரை சாப்பிடு, குடி, சந்தோஷமாய் இரு. உனக்குப் பணம் வேண்டுமா?’

‘வேண்டுமானால் பிறகு’ என்றபடி சிரித்தான் மாக்ஸிமவ்.

‘சரி, சரி...’ என்றான் மீச்சியா.

மீச்சியாவுக்குத் தலை எரிந்தது. உள்புற முற்றத்திலிருந்த மரத்தாலான முகப்புத்தளம் வீட்டின் பாதிப் பகுதியை ஆக்கிரமித்திருக்க, அதைப் பார்த்துக்கொண்டே மீச்சியா வெளியே வந்தான். இளங்காற்று அவனுக்கு உற்சாகமூட்டியது. தனியாக இருட்டில், ஒரு மூலையில் நின்றுகொண்டிருந்த அவன், திடீரென்று தன்னுடைய தலையை இரண்டு கைகளாலும் இறுகப் பற்றினான்; சிதறிப்போன எண்ணங்கள் எல்லாம் திடீரென்று ஒன்று சேர்ந்து, அவனுடைய உணர்வுகளெல்லாம் ஒருங்கிணைய, இறுதியாக வெளிச்சம் தெரிந்தது. படுமோசமான, பயங்கரமான வெளிச்சம்! ‘இப்போது நான் என்னைச் சுட்டுக்கொள்ளா விட்டால், இனி எப்போது?’ என்ற எண்ணம் அவனுடைய மனத்தில் வந்துபோனது. ‘கைத்துப்பாக்கிகளை எடுத்து வந்து இருட்டு மூலையில், அழுக்கான இந்த இடத்தில், இங்கேயே என்னை நான் சுட்டுக்கொண்டு என் வாழ்வை முடித்துக்கொண்டால் என்ன’ என்று அவன் நினைத்தான். ஏறக்குறைய ஒரு நிமிடம் எந்தவித முடிவையும் எடுக்காமல் அங்கேயே அவன் நின்றான். அவசரமாக அவன் இங்கு வருவதற்கு முன்பு, திருட்டும் ரத்தமும் கலந்த அவனுடைய செயல் ஒருவிதக் கேவலமான உணர்வை அவனுள் ஏற்படுத்தியிருக்க, ஓ, ரத்தம், அந்த ரத்தம்..! ஆனால், அப்போது அதைச் செய்ய அவனுக்கு எவ்வளவு சுலபமாக, ஓ, எவ்வளவு சுலபமாக இருந்தது! அப்போது எல்லாமே முடிந்து போனதாக இருந்ததே: அவளை அவன் இழந்திருந்தான், விட்டுக் கொடுத்திருந்தான், அவனுக்காக அவள் உயிர் துறந்திருந்தாள், மறைந்து போயிருந்தாள் ஓ, அவன் தனக்குக் கொடுத்துக்கொண்ட தண்டனை

அப்போது எளிமையானதாக இருக்க, குறைந்தபட்சம் அது தவிர்க்க முடியாத ஒன்றாக, தேவையான ஒன்றாக இருக்க, எதற்காக இவ்வுலகில் அவன் வாழ வேண்டுமென்பது போல இருந்தது. ஆனால் இப்போது அப்படியா இருக்கிறது, முன்பு போலவா இருக்கிறது? குறைந்தபட்சம் பயங்கரமான ஒன்று இப்போது முடிந்து போயிருந்தது: அவளுடைய 'முன்னாள் காதலன்,' அவள் மேல் உரிமை கொண்டு, விதிவசத்தால் அவளுடைய வாழ்வில் நுழைந்த அந்த மனிதர் எவ்விதத் தடயத்தையும் விட்டுவைக்காமல் மறைந்து போய்விட்டார். பூதாகரமாக உருவெடுத் திருந்த இந்தப் பேயுருவம் திடீரென்று மிகச்சிறிய, கேலிக்குரிய ஒன்றாக மாறிப் போயிருந்தது; அது கைகளில் ஏந்தப்பட்டுப் படுக்கை யறையில் சாத்திப் பூட்டப்பட்டிருந்தது. இனி அது எப்போதுமே திரும்பி வராது. அவளுக்கு வெட்கமாக இருக்க, யாரை அவள் விரும்புகிறாள் என்று அவளுடைய கண்களில் இப்போது தெளிவாகத் தெரிந்தது. இனி வாழ்க்கையை ஆரம்பிக்க வேண்டியதுதான்... இருந்தாலும் வாழ்க்கையை வாழ முடியாது, முடியாது, ஓ, நாசமாய்ப் போக! 'கடவுளே, வேலி அருகே தாக்கப்பட்டவனுக்கு வாழ்வு கொடு! பயங்கரமான அந்தத் துன்பக் கிண்ணம் என்னை விட்டு விலகட்டும்![2] என்னைப் போன்ற பாவிகளுக்கு அதிசயங்களை நீ செய்திருக்கிறாய் தானே! அந்தக் கிழவன் மட்டும் உயிரோடிருந்தால்? ஓ, எஞ்சியிருக்கும் அந்தக் கேவலமான செயலையும் அழித்துத் துடைத்து விட்டுத் திருடிய பணத்தை நான் திருப்பிக் கொடுப்பேன்; எப்படியாவது பூமியைத் தோண்டியாவது எடுத்துக் கொடுப்பேன்... எப்போதும் என்னுடைய மனத்தில் மட்டுமே உறைந்திருக்கும் கேவலத்தைத் தவிர மற்ற தடயங்கள் எல்லாம் அழிந்துபோகும்! ஓ, இல்லை, இல்லை, நடக்க முடியாத, மங்கலான கனவுகள்! ஓ, நாசமாய்ப் போக!' என்று நினைத்துக்கொண்டான் மீச்சியா.

இருந்தாலும், அந்தக் கும்மிருட்டில் ஏதோ ஒரு நம்பிக்கை ஒளி மின்னுவது தெரிந்தது. தான் அமர்ந்திருந்த இடத்திலிருந்து எழுந்து அவள் இருக்கும் அறைக்கு, மீண்டும் அவளைப் பார்க்க அவனுடைய மகாராணியாகப் பார்க்கப் போனான்! 'கேவலமான செயலைச் செய்து வேதனைப்படக்கூடிய இந்த நேரத்தில்கூட அவளுடைய ஒரு மணி நேரக் காதல், ஏன் ஒரு நிமிடக் காதல், இனி வாழப்போகும் என்னுடைய வாழ்வை விடவும் பெரியதல்லவா?' என்ற இந்தக் காட்டுமிராண்டித்தனமான கேள்வி அவனுடைய மனத்தை ஆட் கொண்டது. அவளிடம், அவள் ஒருத்தியிடம் மட்டும், அவளைப் பார்த்துக்கொண்டு, அவள் சொல்வதைக் கேட்டுக்கொண்டு வேறு எதைப் பற்றியும் யோசிக்காமல், எல்லாவற்றையும் மறந்து, குறைந்த பட்சம் இந்த ஒரு நாள் இரவாவது, ஒரு மணி நேரமாவது, ஒரு நிமிடமாவது இருக்க வேண்டும்!' என்று அவன் நினைத்துக்கொண்டான். அப்படி நினைத்துக்கொண்டவன், வாசலின் வாயிலில் கூட நுழைந்திருக்க மாட்டான், சத்திரநிர்வாகி திரிஃபோன் பரீசிச்சின் மீது மோதினான். பார்ப்பதற்குச் சத்திர நிர்வாகி இருளடைந்து, கவலை தோய்ந்த முகத்துடன் மீச்சியாவைத் தேடி வந்தவனைப் போல இருந்தான்.

'என்ன, பரீசிச், என்னையா தேடிக்கொண்டிருக்கிறாய்?'

'இல்லை, உங்களை இல்லை' என்று திடீரென்று கலக்கத்துடன் சொன்ன நிர்வாகி, 'நான் ஏன் உங்களைத் தேட வேண்டும்? நீங்கள்... எங்கே போயிருந்தீர்கள் – ம்?'

'ஏன் இப்படி வருத்தத்துடன் இருக்கிறாய்? உனக்குக் கோபமா என்ன? கொஞ்சம் பொறு, சீக்கிரமே தூங்கப் போகலாம்... இப்போது மணி என்ன?'

'ஆமாம், ஏற்கெனவே மூன்று மணியாகிவிட்டது. இப்போது நான்குகூட ஆகியிருக்கலாம்.'

'சரி, முடிப்போம், முடிப்போம்.'

'அவசரப்பட வேண்டாம். ஒரு பாதகமும் இல்லை. எவ்வளவு நேரம் வேண்டுமானாலும் நீங்கள் விழித்திருக்கலாம்.'

'இவனுக்கு என்னவாயிற்று?' என்று சுருக்கமாக நினைத்த மீச்சியா, பெண்கள் நடனமாடும் அறைக்கு வேகமாக ஓடினான். ஆனால் அவள் அங்கு இல்லை. நீலநிற அறையிலும் அவள் இல்லை; கல்கானவ் மட்டும் சோபாவில் அரைத் தூக்கத்தில் உட்கார்ந்திருந்தார். மீச்சியா திரைச்சீலைகளுக்கு அப்பால் எட்டிப் பார்த்தபோது அவள் அங்கிருந்தாள். ஒரு மூலையில் இருந்த பெட்டியின் மீதமர்ந்து கொண்டு, தலையையும் கைகளையும் அருகிலிருந்த கட்டிலின் மீது சாய்த்து, வேதனையுடன் அவள் அழும் சத்தம் வெளியில் கேட்காதவாறு தன்னுடைய சக்தி முழுவதையும் அவள் பிரயோகித்துக்கொண்டிருந்தாள். மீச்சியாவைப் பார்த்தவுடன், அவனைத் தன்னிடம் அழைக்க, அவள் ஓடிவந்து அவனுடைய கைகளை இறுகப் பற்றினாள்.

'மீச்சியா, மீச்சியா அவனை நான் ஒருமுறை விரும்பினேன்!' என்று முணுமுணுத்த அவள், 'எப்படி விரும்பினேன் தெரியுமா, ஐந்து வருடங்களாக, இத்தனை காலமும்! அவனைத் தான் விரும்பினேனா என்னுடைய வெறுப்பை மட்டுமே நான் விரும்பினேனா? இல்லை, அவனைத் தான் விரும்பினேன்! ஓ, அவனைத்தான்! அவனை விரும்ப வில்லை, அவன்மீது எனக்கிருந்த வெறுப்பை நான் விரும்பினேனென்று சொல்வது பொய்! மீச்சியா, எனக்கு அப்போது பதினேழு வயதுதான் இருக்கும்; என்னிடம் எவ்வளவு அன்பாக, குதூகலமாக அவன் இருந்தான் தெரியுமா, எனக்காக அவன் பாட்டுப் பாடினான்... ஒருவேளை முட்டாளாக இருந்த எனக்கு அப்படித் தோன்றியதோ என்னவோ... ஆனால், இப்போது, கடவுளே அவன் அப்படி இல்லை, முற்றிலுமாக அப்படிப்பட்டவனாகவே இல்லை. ஆமாம், அவனுடைய முகம் கூட மாறிப் போயிருக்கிறது; அவனைப் போலவே இல்லை. அவனுடைய முகத்தைப் பார்த்து நான் அவனை அடையாளம் கண்டுகொள்ளவில்லை. திமஃபேயுடன் இங்கு வந்தபோது வழி முழுவதும் இப்படி நினைத்துக்கொண்டுவந்தேன்: 'அவனைப் பார்த்ததும் என்ன சொல்வது? எப்படி ஒருவரை ஒருவர் பார்த்துக்கொள்ளப் போகிறோம்?..' என்று. என்னுடைய மனமே நொறுங்கிப்போனது;

இதோ அவனைப் பார்த்த உடனேயே ஏதோ மலை போன்ற சேறு என் மீது வாரி இறைக்கப்பட்டதைப் போல நான் உணர்ந்தேன். அவன் ஒரு ஆசிரியனைப் போல என்னிடம் பேசினான்: அறிவார்ந்தவனைப் போல, மிக முக்கியமான விஷயங்களை அவன் பேசியபோது அவன் முன்பு நான் ஒரு முட்டாளாக நின்றேன். அவன் பேசியதில் ஒரு வார்த்தைகூட எனக்குப் புரியவில்லை. அவனுடன் வந்திருந்த அந்த நெட்டை போலந்துக்காரனைப் பார்த்து அவன் வெட்கப்படுகிறான் என்றுதான் முதலில் நான் நினைத்தேன். அவர்களைப் பார்த்துக்கொண்டு உட்கார்ந்திருந்த நான் நினைத்தேன், 'அவனோடு இப்போது ஏன் என்னால் பேசமுடியவில்லை' என்று. தெரியுமா அவனுடைய மனைவி அவனை இப்படிக் கெடுத்துவிட்டாள்; என்னைத் தூக்கி எறிந்துவிட்டு அவளை மணந்துகொண்ட பிறகுதான் அவன் இப்படி மாறிவிட்டான் ... அவள்தான் அவனை இப்படி மாற்றிவிட்டாள்; மீச்சியா, என்ன வெட்கக்கேடு தெரியுமா! ஓ, எனக்குக் கேவலமாக இருக்கிறது மீச்சியா, கேவலமாக, ஓ, வாழ்நாள் முழுவதும் இதற்காக நான் வெட்கப்படுவேன்! நாசமாய், நாசமாய்ப் போக, இந்த ஐந்து வருடங்களும் நாசமாய்ப் போக!' என்று சொன்னவள் மீண்டும் கண்ணீரைச் சிந்தியபடி மீச்சியாவின் கைகளை விட்டுவிடாமல் கெட்டியாகப் பிடித்துக்கொண்டிருந்தாள்.

'மீச்சியா, என் அருமையானவனே, நில், என்னை விட்டுப் போகாதே, உன்னிடம் நான் ஒன்று சொல்ல விரும்புகிறேன்' என்று முணுமுணுத்தவள், திடீரென்று தன்னுடைய முகத்தை அவன் முன்பாக நீட்டினாள். 'கேள், நான் யாரை விரும்புகிறேன் என்று நீ சொல். இங்கு ஒருவரை நான் விரும்புகிறேன். அது யார் அவர்? அது யார் என்று நீ சொல் பார்க்கலாம்.' அழுது வீங்கிப்போயிருந்த அவளுடைய முகத்தில் புன்னகை பூத்து இருந்தது; பாதி இருட்டாக இருந்த அந்த அறையில் அவளுடைய கண்கள் ஒளிர்ந்தன. 'சற்று நேரத்திற்கு முன்பு இங்குப் பறந்துவந்த கழுகிடம்தான் என்னுடைய மனது பறிபோனது. 'முட்டாளே இதோ நீ அவனைத்தான் விரும்புகிறாய்' என்று என்னுடைய மனம் உடனே முணுமுணுத்தது.

நீ உள்ளே நுழைந்ததும் எல்லாமே கலகலப்பாகிப் போனது. உன்னைப் பார்த்ததும் 'எதற்காகப் பயப்படுகிறான்?' என்று நான் நினைத்தேன். நீ பயந்துபோனாய் தானே, முற்றிலுமாகப் பயந்துபோனாய் தானே, உன்னால் பேசக்கூட முடியாமல் போனது. அவர்களைப் பார்த்து நீ பயப்படவில்லை என்று நினைத்தேன். அப்படியே உன்னை யாராவது பயப்படுத்த முடியுமா என்ன? அவன் என்னைப் பார்த்துப் பயப்படுகிறான், என்னைப் பார்த்துத் தான் என்று நான் நினைத்தேன். முட்டாள் ஃபேன்யா உன்னிடம் சொன்னாள் தானே, எப்படி நான் ஜன்னலைத் திறந்து அல்யோஷாவிடம் உரக்கச் சொன்னேன், ஒரு மணி நேரம் உன்னை நான் விரும்பினேனென்று; அப்படிச் சொன்னவள் வேறு ஒருவனைக் காதலிக்க ... வேறு ஒரு ஊருக்குப் போகிறாள். மீச்சியா, மீச்சியா, உன்னைத் தவிர வேறு ஒருவனை விரும்புவேனென்று முட்டாள்தனமாக எப்படி என்னால் நினைக்க முடியும்! என்னை மன்னிப்பாயா, மீச்சியா? என்னை மன்னிப்பாயா, மாட்டாயா, மீச்சியா? என்னை விரும்புகிறாயா? விரும்புகிறாயா?'

துள்ளிக் குதித்து அவனுடைய தோள்களைக் கைகளால் பற்றினாள் அவள். ஆச்சர்யத்தில் வாய்பேச முடியாமலிருந்த மீச்சியா, அவளுடைய கண்களை, முகத்தை, அவளுடைய சிரிப்பைப் பார்த்துத் திடீரென்று அவளை இறுகக் கட்டிப்பிடித்து முத்தமிட்டான்.

‘உன்னை நான் வேதனைப்படுத்தியதற்கு என்னை நீ மன்னிப்பாயா? வெறுப்பின் காரணமாகத்தான் உங்கள் எல்லோரையும் நான் வேதனைப் படுத்தினேன். வெறுப்பின் காரணமாகத்தான் அந்தக் கிழவரையும் நான் வேண்டுமென்றே பைத்தியம் பிடிக்க வைத்தேன் . . . உனக்கு நினைவிருக்கிறதா, ஒருமுறை என்னுடைய வீட்டில் நீ குடித்தபோது மதுக்கிண்ணத்தைப் போட்டு உடைத்தாய். அதை நான் இன்று நினைவுகூர்ந்து, அதே போல நானும் என்னுடைய மதுக்கிண்ணத்தைப் போட்டு உடைத்தேன்; ‘என்னுடைய கேவலமான மனத்திற்காக’ இன்று நான் குடித்தேன். மீச்சியா, என் அருமைக் கழுகே, நீ ஏன் என்னை முத்தமிடாமல் இருக்கிறாய்? ஒருமுறை முத்தமிட்டாய், பிறகு முத்தமிடாமல் என்னைப் பார்க்கிறாய், நான் பேசுவதைக் கேட்கிறாய் . . . நான் பேசுவதை ஏன் கேட்க வேண்டும்! என்னை முத்தமிடு, இறுக அணைத்து முத்தமிடு, முன்பு முத்தமிட்டதுபோலவே. அப்படி என்னை விரும்பு, அப்படியே! உன்னுடைய அடிமையாக நான் இருப்பேன், என்னுடைய வாழ்நாள் முழுவதும் உனக்கு நான் அடிமையாக இருப்பேன்! அடிமையாக இருப்பது எவ்வளவு இனிமை யானது தெரியுமா!. . . முத்தமிடு! என்னை அடி, வேதனைப்படுத்து, என்னை என்ன வேண்டுமானாலும் செய் . . . ஓ, ஆமாம், என்னை அப்படியே வேதனைப்படுத்து . . . நில்! கொஞ்சம் பொறு, அது பிறகு, இப்போது வேண்டாம் . . .’ என்று சொன்னவள் திடீரென்று அவனைத் தள்ளிவிட்டாள். ‘இங்கிருந்து போய்விடு, மீச்சென்கா, நான் திராட்சை ரசம் குடிக்கப் போகிறேன், குடிகாரியாகப் போகிறேன், குடித்துவிட்டு ஆடப்போகிறேன், அப்படித்தான் செய்யப் போகிறேன், அப்படித்தான்!’

அவனிடமிருந்து தன்னை விலக்கிக்கொண்ட குரூஷென்கா, திரைச் சீலையை விலக்கி வெளியே வந்தாள். மீச்சியா அவள் பின்னால் ஒரு குடிகாரனைப் போல வந்தான். ‘ஆம், என்ன நடந்தாலும் சரி, என்ன நடந்தாலும் சரியே, அந்த ஒரு நிமிடத்திற்காக உலகையே நான் கொடுப்பேன்’ என்ற எண்ணம் அவனுடைய மனத்தை வெட்டிப் போனது. குரூஷென்கா உண்மையாகவே இன்னொரு மதுக்கிண்ணம் திராட்சை ரசத்தைக் குடித்தாள்; குடிமயக்கத்தில் அவள் ஆழ்ந்து போனாள். முன்பு அமர்ந்திருந்த அதே இடத்தில், நாற்காலியில், எல்லாவற்றையும் மறந்த ஒரு புன்னகையுடன் அவள் அமர்ந்திருந்தாள். அவளுடைய கன்னங்கள் சிவந்துபோயிருந்தன; உதடுகள் எரிந்தன; பளிச்சிட்ட கண்களில் ஒளி மங்கியிருந்தது; உணர்ச்சிவயப்பட்ட பார்வையில் மருட்சி இருந்தது. அவளைப் பார்த்த கல்கானவின் மனதுகூடப் படபடத்தது போல, அவளை நோக்கி அவன் வந்தான்.

‘சற்று நேரத்திற்கு முன்பு நீ தூங்கிக்கொண்டிருந்தபோது உன்னை நான் முத்தமிட்டது உனக்குக் கேட்டதா?’ என்று அவனைப் பார்த்து முணுமுணுத்தாள் குரூஷென்கா. ‘இப்போது அதிகமாகக் குடித்திருக்

கிறேன், அதுதான் . . . நீ குடிபோதையில் இல்லையா என்ன? மீச்சியா ஏன் குடிக்கவில்லை? நீ ஏன் குடிக்கவில்லை, மீச்சியா, நான் குடித்திருக்கிறேன், நீ குடிக்கவில்லையா . . .'

'நான் குடிகாரன், ஏற்கெனவே குடித்து முடித்துவிட்டேன் . . . உன்னால்தான் குடித்தேன், இனி திராட்சை ரசம் குடிக்கப் போகிறேன்' என்றவன், மேலும் ஒரு மதுக்கிண்ணம் திராட்சை ரசத்தை எடுத்துக் குடித்தான். அவனுக்கே அது ஆச்சர்யமாக இருந்தது. அந்தக் கடைசி மதுக்கிண்ணத்தால் அவன் மதிமயங்கிப் போனான், திடீரென்று மதிமயங்கிப் போனான்; அதுவரை சுயநினைவில் இருந்த அவனுக்கு, ஞாபகம் இருந்தது. குடிவெறியில் இருந்ததைப் போல, அந்த நிமிடத்தி லிருந்து எல்லாமே தலைகீழாகச் சுற்றியது. சுயநினைவு இல்லாமலேயே அவன் நடந்தான், சிரித்தான், எல்லோரிடமும் பேசினான். 'எரிகிற நிலக்கரி போல உள்ளத்தில் ஒன்று எரிவதை,' இடைவிடாமல் எரிந்து வேதனைப்படுவதை அவனால் தடுக்க முடியவில்லை என்று பிறகு அவனே நினைவுகூர்ந்தான். அவளருகில் வந்து, அவளருகே அமர்ந்து கொண்டு அவளையே அவன் பார்த்தான்; அவள் பேசுவதைக் கேட்டான் . . . அவளோ அதிகமாகப் பேசினாள்; எல்லோரையும் தன் பக்கம் வரும்படி அழைத்தாள்; பாட்டுக்குழுவில் பாடும் ஒரு பெண்ணைத் திடீரென்று அழைத்து அவளுக்கு முத்தமிட்டு, அவளை அனுப்பிவிட்டு, அவளுக்குச் சிலுவைக்குறியையும் இட்டாள். இன்னும் ஒரு நிமிடத்தில் அழக்கூடியவளாகவும் அவள் இருந்தாள். 'செல்லக் கிழவர்' என்று அவளால் அழைக்கப்பட்ட மாக்ஸிமவ் அவளை மிகவும் குதூகலப்படுத்தினார். மாக்ஸிமவ் திடீரென்று அவளிடம் ஓடிவந்து, அவளுடைய கைகளை அவளுடைய 'எல்லா விரல்களையும்' முத்தமிட்டு, இறுதியாக அவரே ஒரு பழைய பாட்டைப் பாடியபடி மறுபடியும் ஆடினார். குறிப்பாக, ஒரு பல்லவியை உணர்ச்சிவசப்பட்டுப் பாடி ஆடினார்:

செல்லப் பன்றி உறுமியது, கத்தியது,
குட்டி ஆடு மே – மே என்று கனைத்தது,
செல்ல வாத்து க்வா, க்வா என்று கத்தியது,
வாத்துக் குஞ்சு காவ், காவ் என்றது.
செல்லக் கோழி முற்றத்தில் நடைபழகுகிறது
கொக், கொக், கோ என்று கொக்கரிக்கிறது
ஹோ, ஹோ, கொக்கரிக்கிறது![3]

'அவனுக்கு ஏதாவது கொடு, மீச்சியா' என்று சொன்ன குரூஷென்கா, 'அவனுக்கு ஏதாவது ஒரு பரிசு கொடு; அவன் ஏழையல்லவா. ஓ, பாவம்' ஏழை, வருத்தத்திற்குரியவன்!.. உனக்குத் தெரியுமா, மீச்சியா, நான் துறவி மடாலயத்திற்குப் போகப் போகிறேன். ஆம், உண்மையாகத் தான். எப்போதாவது நான் துறவி மடாலயத்திற்குப் போவேன். அல்யோஷா இன்று என்னிடம் சொன்ன ஒன்று என்னுடைய நினைவில் எப்போதுமே இருக்கும் . . . ஆம் . . . ஆனால் இன்று நாம் ஆடிப்பாடுவோம். நாளைக்குத் துறவி மடாலயம், இன்று ஆட்டம் பாட்டம். இன்று நான் எல்லாவற்றையும் மறந்து ஆடிப்பாட விரும்பு

கிறேன், இனிமையான மக்களே, என்ன இது, கடவுள் மன்னிக்கட்டும். நான் மட்டும் கடவுளாக இருந்தால் உங்கள் எல்லோரையும் மன்னிப்பேன்: 'என் அருமைப் பாவிகளே, இன்றிலிருந்து உங்கள் எல்லோரையும் நான் மன்னிக்கிறேன்.' இப்போது நான் பாவமன்னிப்பு கேட்கப் போகிறேன்: 'மன்னியுங்கள், என் இனிமையான மக்களே, முட்டாளான என்னை நீங்கள் மன்னியுங்கள், அப்படிப்பட்டவள்தான் நான்.' நான் ஒரு மிருகம், அதுதான்நான். பிரார்த்திக்க நான் விரும்புகிறேன். ஒருமுறை வெங்காயம் ஒன்றை நான் கொடுத்தேன். கேடுகெட்டவளாகிய நான் கடவுளைத் தொழ விரும்புகிறேன்! மீச்சியா, அவர்கள் ஆடிப் பாடட்டும். அவர்களைத் தொந்தரவு செய்யாதே. இவ்வுலகிலுள்ள எல்லோரும், ஒவ்வொருவரும் நல்லவர்களே. இவ்வுலகில் வாழ்வதும் நல்லதே. நாம் கெட்டவர்களாக இருந்தாலும், இவ்வுலகம் நல்லது. நாம் கெட்டவர்கள், அப்படியே நல்லவரே, நம்மில் கெட்டவர்களும் உண்டு, நல்லவர்களும் உண்டு . . . சரி, ஒன்று சொல்லுங்கள், நான் உங்களை ஒன்று கேட்கிறேன், எல்லோரும் இங்கு வாருங்கள், உங்களை ஒன்று கேட்கப் போகிறேன்; சொல்லுங்கள்: நான் ஏன் இவ்வளவு நல்லவளாக இருக்கிறேன்? நான் நல்லவள், மிகவும் நல்லவள் . . . அப்படியானால், எதற்காக நான் நல்லவளாக இருக்கிறேன்?' என்று உளறிய குரூஷென்கா, மேலும் குடி போதையில், இப்போது நடனமாட விருப்பப்படுவதாக வெளிப்படையாக அறிவித்தாள். தன்னுடைய இடத்திலிருந்து எழுந்தவள், கொஞ்சம் தள்ளாடினாள். 'மீச்சியா, இனி மேலும் எனக்கு நீ திராட்சை ரசத்தைக் கொடுக்காதே, நானும் இனி கேட்கப் போவதில்லை, எனக்குக் கொடுக்காதே. திராட்சை ரசம் அமைதியைக் கொடுப்பதில்லை. எல்லாமே சுற்றுகிறது, தலையும் சுற்றுகிறது, எல்லாமே சுற்றுகிறது. எனக்கு ஆட வேண்டும் போல இருக்கிறது. எல்லோரும் பார்க்கட்டும் நான் எப்படி ஆடுகிறேன் என்று . . . எவ்வளவு நன்றாக, அற்புதமாக ஆடுகிறேன் என்று . . .'

அவளுடைய ஆசை உண்மையானதாக இருந்தது. பையிலிருந்து நேர்த்தியான வெள்ளைக் கைக்குட்டை ஒன்றை எடுத்து, அதன் ஒரு பக்கத்தைத் தன்னுடைய வலது கையில் கட்டிக்கொண்டாள் குருஷேன்கா. மீச்சியா கை தட்டினான்; மற்ற பெண்கள் எல்லோரும் அமைதியானார்கள்; சைகை கொடுத்தவுடன் அவர்கள் எல்லோரும் ஒன்றாகச் சேர்ந்து ஆடத் தயாராக நின்றார்கள். குரூஷென்காவே நடனமாட விருப்பப்படுவதை அறிந்த மாக்ஸிமவ் சந்தோஷத்தில் துள்ளிக் குதித்து அவள் முன் நின்று பாட்டுப் பாடினார்:

> 'கால்கள் மெலிதாய்ப் பக்கங்கள் திருத்தமாய்ப்
> பின்பகுதி வளைந்து சரியாய் இருக்கிறது'[4]

என்று பாடினார். ஆனால், குரூஷென்கா அவரைக் கைக்குட்டையால் விரட்டியடித்தாள்.

'ஷ், ஷ்! மீச்சியா, ஏன் எல்லோரும் ஆடாமல் அமைதியாக இருக்கிறார்கள்? எல்லோரும் வரட்டும் . . . வந்து பார்க்கட்டும் . . . எல்லோரையும் கூப்பிடு, அறையில் இருக்கும் எல்லோரையும் கூப்பிடு . . .

நீ ஏன் அவர்களை அறைக்குள் பூட்டி வைத்திருக்கிறாய்? அவர்களிடம் சொல், நான் ஆடுகிறேன் என்று; அவர்கள் எல்லோரும் பார்க்கட்டும் நான் எப்படி ஆடுகிறேன் என்று ...'

குடி மயக்கத்தில் இருந்த மீச்சியா தாழிடப்பட்ட அறைக்குச் சென்று கதவுகளைத் தட்டினான்.

'ஏய், நீங்கள் ... பத்விஸோவ்ஸ்கி நகரத்து மக்களே! வெளியே வாருங்கள், உங்களுடன் அவள் ஆட விரும்புகிறாள், உங்களை வரச் சொல்கிறாள்.'

'நாயே!' என்று பதிலுக்குக் கத்தினான் போலந்து நாட்டுக்காரன் ஒருவன்.

'நீ எதற்கும் உதவாத நாய்! நீ வெறும் ஆகாவழி; அதுதான் நீ' என்றான் மீச்சியா.

'போலந்து நாட்டுக்காரர்களைக் கேலிசெய்தது போதும்' என்று வாய்ப்பாடு போலச் சொன்ன கல்கானவும் தன்னுடைய சுயநினைவை யிழந்து குடி மயக்கத்தில் இருந்தான்.

'நிறுத்து, சிறுவனே! அவனை நான் கேடுகெட்டவனென்று சொன்னால், போலந்து நாட்டுக்காரர்கள் எல்லோரையும் சொல்வதாக அர்த்தமில்லை. ஒரு ஆள் போலந்து நாடாகாது. வாயை மூடிக்கொண்டு சாக்லேட் சாப்பிடு, என் அருமைச் சிறுவனே.'

'ஓ, எப்படிப்பட்டவர்கள் நீங்கள்! நீங்கள் மனிதர்களே அல்ல. எல்லாவற்றையும் மறந்து நாம் ஏன் நண்பர்களாக இருக்கக் கூடாது?' என்று சொன்ன குரூஷென்கா நடனமாடப் போய்விட்டாள். பாட்டுக் குழுவினர் சத்தமாகப் பாடினார்கள்:

'ஹே, குடிசைவாசிகளே, என்னுடைய குடிசைவாசிகளே' என்ற குரூஷென்காவின் தலை பின்னால் தள்ளப்பட்டு, பாதிவாய் திறந்து, சிரித்தபடி தன்னுடைய கைக்குட்டையை அசைத்தவள், திடீரென்று ஆட்டத்தை நிறுத்துவிட்டு அறையின் நடுவே குழப்பத்தில் நின்றாள்.

'சோர்வாக இருக்கிறது ...' என்று ஏதோ ஒரு வேதனையான குரலில் சொன்ன குரூஷென்கா, 'மன்னியுங்கள், எனக்குச் சோர்வாக இருக்கிறது, என்னால் ஆட முடியவில்லை ... மன்னியுங்கள் ...' என்றாள்.

அப்படிச் சொன்னவள், பாட்டுக்குழுவைப் பார்த்துத் தலை வணங்கி தன்னுடைய வணக்கத்தைத் தெரிவித்துவிட்டு, அப்படியே நான்கு பக்கமும் திரும்பித் தலை வணங்கி எல்லோருக்கும் தன்னுடைய வணக்கத்தைத் தெரிவித்துவிட்டு,

'தவறு என் மேல்தான் ... மன்னியுங்கள் ...'

'குடி மயக்கத்தில் இருக்கிறாள், சீமாட்டி, குடிமயக்கத்தில் இருக்கிறாள், அருமையான சீமாட்டி' என்று பல குரல்கள் கூட்டத்தி லிருந்து எழுந்தன.

‘அவர்கள் அதிகமாகக் குடித்திருக்கிறார்கள்’ என்று விளக்கம் தந்தபடி பெண்களைப் பார்த்து இளித்தார் மாக்ஸிமவ்.

‘மீச்சியா, என்னைக் கூட்டிக்கொண்டுபோ . . . என்னைப் பிடித்துக் கொள் மீச்சியா’ என்று திராணி இல்லாமல் சொன்னாள் குரூஷென்கா. வேகமாக மீச்சியா ஓடிவந்து அவளுடைய கைகளைப் பற்றித் தாங்கிக் கொண்டு, விலைமதிக்க முடியாத தன்னுடைய செல்வத்தைத் திரைச் சீலைக்கு அப்பால் கொண்டுசென்றான். ‘சரி, இனி நான் போகிறேன்’ என்று நினைத்த கல்கானவ், நீலநிற அறையிலிருந்து வெளியேறி இரண்டு கதவுகளையும் சாத்தினான். ஆனால், களியாட்டக் கூத்து வரவேற்பறையில் தொடர்ந்தது; இன்னும் அதிக உற்சாகத்துடன் அது தொடர்ந்தது. குரூஷென்காவைக் கட்டிலில் கிடத்தி அவளுடைய உதட்டில் முத்தமிட்டான் மீச்சியா.

‘என்னைத் தொடாதே . . .’ என்று கெஞ்சும் குரலில் முணுமுணுத்த அவள், ‘நான் உன்னுடையவளாகும்வரை என்னை நீ தொடாதே . . . நான் உன்னுடையவளென்று சொன்னேன், இருந்தாலும் என்னை நீ தொடாதே . . . பொறுத்திரு . . . எல்லோரும் இங்கே இருக்கிறார்கள்; அவர்களுக்கு முன்பாக வேண்டாம். அவனும் இங்கே இருக்கிறான். இந்த இடம் நன்றாக இல்லை . . .’

‘நீ சொல்வதைக் கேட்கிறேன்! அதைப் பற்றி நினைக்க மாட்டேன் . . . உன்னை வழிபடுகிறேன்!..’ என்று முணுமுணுத்தான் மீச்சியா; ‘ஆமாம், இங்கு நன்றாக இல்லை, ஓ, வெறுப்பாக இருக்கிறது’ என்றவன், அவளைத் தன்னுடைய அரவணைப்பிலிருந்து நழுவவிடாமல் கட்டிலின் பக்கத்தில் மண்டியிட்டு தரையில் அமர்ந்தான்.

‘நீ காட்டுமிராண்டியாக இருந்தாலும் நேர்மையானவன் என்று எனக்குத் தெரியும்’ என்று சிரமத்துடன் சொன்ன குரூஷென்கா, ‘இது நேர்மையாக இருக்க வேண்டும் . . . அப்படியிருந்தால் வருங்காலத்தில் எல்லாமே நேர்மையாக இருக்கும் . . . நாமும் நேர்மையாக இருக்க வேண்டும், இரக்கத்துடன் இருக்க வேண்டும், காட்டுமிராண்டியாக இல்லாமல் கனிவாக இருக்க வேண்டும் . . . என்னைக் கூட்டிக்கொண்டு போ, எங்காவது தொலை தூரத்திற்கு என்னைக் கூட்டிக்கொண்டு போ, நான் சொல்வது கேட்கிறதா . . . இங்கு இருக்க எனக்குப் பிடிக்கவில்லை, எங்காவது வெகுதூரத்தில், நீண்ட தூரத்திற்கு அப்பால் என்னைக் கூட்டிக்கொண்டுபோ . . .’ என்றாள்.

‘ஓ, ஆமாம், ஆமாம், கண்டிப்பாக!’ என்று சொன்னவன் தன்னுடைய அணைப்பைச் சற்றே இறுக்கியபடி, ‘உன்னைக் கூட்டிக்கொண்டு போகிறேன், எங்காவது நாம் பறந்துபோவாம் . . . என்னுடைய வாழ்நாள் முழுவதையும் ஒரு நிமிடத்திற்காக இப்போது நான் கொடுப்பேன், அந்த ரத்தம் பற்றிய விஷயம் மட்டும் என்னவென்று தெரிந்தால்!’ என்றான்.

‘என்ன ரத்தம்?’ என்ற புரியாமல் கேட்டாள் குரூஷென்கா.

‘ஒன்றுமில்லை!’ என்று பல்லைக் கடித்தான் மீச்சியா. ‘குரூஷா, நான் நேர்மையாக இருக்க வேண்டுமென்று நீ விருப்பப்படுகிறாயா, ஆனால் நான் ஒரு திருடன். நான் காச்சியாவிடமிருந்து பணத்தைத் திருடிவிட்டேன் ... அது கேவலம், கேவலம்!’

‘காச்சியாவிடமிருந்தா? அந்தச் சீமாட்டியிடமிருந்தா? இல்லை, நீ திருடவில்லை. அவளிடம் அதைத் திருப்பிக் கொடுத்துவிடு, என்னுடைய பணத்தை எடுத்துக் கொள் ... ஏன் வேண்டாமென்று கத்துகிறாய்? இனிமேல் என்னுடையதெல்லாம் உன்னுடையதுதானே. நமக்கு எதற்காகப் பணம்? அது இல்லாமலேயே அதை நாம் செலவு செய்கிறோம் ... அப்படிப்பட்டவர்கள்தான் நாம். நிலத்தை உழுது நாம் இருவரும் சம்பாதிப்போம்; அதுதான் நல்லது. இதோ இந்தக் கைகளால் நான் நிலத்தை உழுவேன். வேலைசெய்து பிழைக்க வேண்டும், கேட்கிறதா? அப்படித்தான் அல்யோஷா கட்டளையிட்டிருக்கிறான். உன்னுடைய காதலியாக நான் இருக்கமாட்டேன்; உனக்கு உண்மையானவளாக, உன்னுடைய அடிமையாக, உனக்காக வேலைசெய்பவளாக நான் இருப்பேன். நாம் அந்தச் சீமாட்டியைச் சந்தித்து, அவளை வணங்கி, அவளிடம் நாம் மன்னிப்பு கேட்போம். அப்படி அவள் மன்னிக்கவில்லை என்றால் நாம் திரும்பி வந்துவிடுவோம். அவளிடம் நீ பணத்தைத் திருப்பிக் கொடுத்துவிடு, ஆனால் என்னை நேசி ... அவளை விரும்பாதே. இனிமேலும் அவளை நீ விரும்பாதே. அப்படி அவளை நீ விரும்பினால், அவளுடைய கழுத்தை நெறித்துக் கொன்று விடுவேன் ... அவளுடைய இரண்டு கண்களையும் நோண்டிவிடுவேன் ...’

‘உன்னை, உன்னை மட்டுமே விரும்புகிறேன்; சைபீரியா போனாலும் உன்னை மட்டுமே நான் விரும்புவேன் ...’

‘எதற்காக சைபீரியா போக வேண்டும்? ஆனால் உனக்கு அங்குப் போகவேண்டுமென்றால் எனக்கு ஒன்றும் இல்லை ... இரண்டு பேரும் போய் அங்கு வேலைசெய்வோம் ... சைபீரியாவில் பனி அதிகம் ... எனக்குப் பனியில் போவது மிகவும் பிடிக்கும் ... வண்டியில் மட்டும் சலங்கைகள் இருக்கட்டும் ... மணி சத்தம் கேட்கிறதா ... எங்கிருந்து இந்தச் சத்தம்? யாராவது வருகிறார்களா ... இதோ இப்போது மணி சத்தம் கேட்கவில்லை?’

கண்களைத் திறக்க முடியாமல் மூடிக்கொண்டவள், திடீரென்று ஒரு நிமிடம் அயர்ந்து போனாள். உண்மையாகவே எங்கோ தூரத்தில் மணி அடிக்கும் சத்தம் கேட்டது, ஆனால் அது திடீரென்று நின்று போனது. மீச்சியா அவளுடைய மார்பின் மீது தலைசாய்த்திருந்தான். மணியோசை நின்றுபோனதை அவன் கவனிக்கவில்லை; அப்படியே திடீரென்று பாட்டு நின்றுபோனதையும் அவன் கவனிக்கவில்லை; அதற்குப் பதிலாகக் குடிகாரச் சத்தம் வீடு முழுவதும் ஆட்சி செய்தது; திடீரென்று பயங்கரமான அமைதி நிலவியது. குரூஷென்கா கண்களைத் திறந்து பார்த்தாள்.

‘என்ன இது, நான் தூங்கிப் போய்விட்டேனா? ஆம் ... மணி சத்தம் ... நான் தூங்கியதில் கனவு கண்டிருக்கிறேன்: ஏதோ நான்

பனியில் பயணிப்பதுபோல... மணி சத்தம் கேட்கிறது, ஆனால் நானோ தூங்கி விழுகிறேன். என் அருமையானவனே, உன்னோடு சேர்ந்து நான் பயணிப்பது போல இருந்தது. வெகுதூரம், வெகு வெகு தூரம்... உன்னைக் கட்டித் தழுவிக்கொண்டு முத்தமிட்டபடி, உன்னோடு என்னை இறுக சேர்த்துக்கொண்டு ஏதோ எனக்குக் குளிரடிப்பது போல, ஆனால் பனியோ பளபளக்கிறது... உனக்குத் தெரியுமா, இரவில் பனி மின்னும், நிலா பார்க்கும்; கண்டிப்பாக நான் பூமியில் இல்லை... நான் தூங்கி எழுந்ததும் என்னுடைய காதலன் என் அருகில் இருப்பது எவ்வளவு நன்றாக இருக்கிறது...'

'அருகில்' என்று முணுமுணுத்த மீச்சியா, அவளுடைய ஆடையை, மார்பை, கைகளை முத்தமிட்டான். திடீரென்று ஏதோ ஒன்று அவனுக்கு விநோதமாகப்பட்டது. குரூஷென்கா நேராக அவனைப் பார்க்காமல் அவனுடைய முகத்தைப் பார்க்காமல் அவனுடைய தலைக்கு மேல் எதையோ ஒன்றை விசித்திரமாக உற்றுப் பார்த்தாள். அவளுடைய முகத்தில் ஆச்சரியமும் ஏறக்குறையப் பயமும் தெரிந்தன.

'மீச்சியா, யாரது நம்மை அங்கிருந்து பார்ப்பது?' என்று திடீரென்று முணுமுணுத்தாள் குரூஷென்கா. திரும்பிப் பார்த்த மீச்சியாவுக்கு உண்மையாகவே யாரோ திரைச்சீலையை விலக்கிக்கொண்டு அவர்களைப் பார்ப்பது தெரிந்தது. அதுவும் ஒருவர் அல்ல. திடீரென்று துள்ளிக் குதித்த மீச்சியா அந்த மனிதர்களைப் பார்க்கப் போனான்.

'இங்கே வாருங்கள், தயவுசெய்து இங்கே' என்று சத்தமில்லாமல், ஆனால் உறுதியான, ஆணித்தரமான குரல் ஒன்று சொன்னது.

திரைச்சீலையை விலக்கிக்கொண்டு பார்த்த மீச்சியா அசையாமல் அப்படியே நின்றான். அறை முழுவதும் மனிதர்களால் நிரம்பி வழியே, ஆனால் சற்று முன்பு இருந்த மக்களாக இல்லாமல், எல்லோரும் புது மனிதர்களாக இருந்தார்கள். அவனுடைய முதுகுத் தண்டில் உதறல் எடுத்து ஒரு நிமிடம் அவனை அதிரவைத்தது. அவர்களைப் பார்த்த மாத்திரத்தில் யார் அவர்களென்று அவன் புரிந்துகொண்டான். உயரமாக இருந்த வயதான அந்தக் குண்டு மனிதர், பெரிய மேலங்கியை அணிந்துகொண்டு சின்னம் தாங்கிய தொப்பியை அணிந்திருந்தவர், போலீஸ் தலைமை அதிகாரி, மிகையில் மக்காரிச். மிடுக்காக உடை அணிந்திருந்த அந்த 'எலும்புருக்கி' மனிதர் 'எப்போதும் துடைக்கப்பட்ட காலணியை' அணிந்திருப்பவர், தோழர், வழக்குரைஞர். 'அவரிடம் நானூறு ரூபிள்கள் பெறுமான, துல்லியமாகக் கணக்கிடும் காலக்கருவி இருப்பதைக் காட்டினார்.' அந்த இளம், கண்ணாடி அணிந்திருந்த சிறிய மனிதர்... அவருடைய பெயரை மறந்துவிட்ட மீச்சியாவுக்கு அவரைத் தெரிந்திருந்தது; முன்பே அவரை அவன் பார்த்திருக்கிறான்: அவர் விசாரணையாளர், நீதிமன்ற விசாரணையாளர், 'சட்டக் கல்வியை' முடித்துவிட்டுக் கொஞ்ச நாட்களுக்கு முன்புதான் வேலையில் அமர்ந்தவர். இன்னொருவர் இந்த ஊரைச் சார்ந்த போலீஸ்காரர், மவ்ரிக்கி மவ்ரிக்கிச்; அவரை அவனுக்கு நன்றாகவே தெரியும். ஆனால், மற்றவர்களெல்லாம் ஏன் இந்தப் பித்தளைக் கட்டுடன் நிற்கிறார்கள்?

இன்னும் ஏதோ இரண்டு ஆண்கள் ... அதோ அங்கே கதவருகே கல்கானவும் திரிஃபோன் பரீசிச்சும் ...

'பெருமக்களே ... என்ன இது, பெருமக்களே?' என்று கேட்ட மீச்சியா, திடீரென்று தன்னிலை மறந்து அவனையும் அறியாமல் தன்னுடைய முழு சத்தத்தையும் பிரயோகப்படுத்தி உரக்கச் சொன்னான்:

'புரிந்துவிட்டது!'

கண்ணாடி அணிந்திருந்த அந்த இளைஞன் சற்று முன்னால் வந்து மீச்சியா இருக்குமிடத்திற்கு வந்து கௌரமாக, ஆனால் சற்றே வேகமாகச் சொன்னான்:

'உங்களிடம் ஒன்று கேட்க வேண்டும் ... ஒரே வார்த்தையில் சொல்லப்போனால், இங்கு சோபா இருக்கும் இடத்திற்கு நீங்கள் வாங்கள் ... உங்களிடம் விளக்கம் கேட்க வேண்டும்; முக்கியமான வேலை ஒன்று இருக்கிறது.'

'கிழவர்!' என்று வெறிபிடித்தவன் போலக் கத்திய மீச்சியா, 'கிழவரும் அவருடைய ரத்தமும்! புரிகிறது!'

என்றவன், ஒரு பூனைக்குட்டியைப் போல அருகிலிருந்த நாற்காலியில் அப்படியே விழுந்தான்.

'புரிந்துகொண்டாயா? ஆக, புரிந்துகொண்டாய்! தந்தையைக் கொன்ற மிருகம், கிழவனின் ரத்தம் உன் ரத்ததிற்கு எதிராய் நிற்கிறது!' என்று திடீரென்று உரக்கச் சொன்ன வயதான அந்த விசாரணையாளர் மீச்சியாவின் அருகில் வந்தார். நீலம் பூத்திருந்த மீச்சியாவின் உடல் நடுநடுங்கத் தன்னை மறந்து அவன் அப்படியே நின்றான்.

'ஆனால், இது நடக்கவே முடியாது!' என்று கத்தினார், அந்த இளம் மனிதர். 'மிகையில் மக்காரீச், மிகையில் மக்காரீச்! அது அப்படி அல்ல. அப்படியே அல்ல!... என்னைப் பேச அனுமதியுங்கள் ... இப்படிப்பட்ட ஒன்றை நான் உங்களிடமிருந்து எதிர்பார்க்கவே இல்லை ...' என்றார்.

'ஆனால், இது வெறி பிடித்த நிலை, பெருமக்களே, வெறி பிடித்த நிலை!' என்று உரக்கச் சொன்ன விசாரணையாளர், 'அவனைப் பாருங்கள்: இரவு முழுவதும் குடித்திருக்கிறான், ஒழுங்கில்லாத பெண்களுடன் வேறு இருக்கிறான், அதற்கு மேல் அவனுடைய தந்தையின் ரத்தம் வேறு ... நம்பவே முடியவில்லை! நம்பவே முடியவில்லை!'

'என் அருமை மிகையில் மக்காரிச், உங்களை நான் கெஞ்சிக் கேட்டுக்கொள்கிறேன், இப்போது உங்களுடைய உணர்ச்சிகளைக் கட்டுப்படுத்திக்கொள்ளுங்கள்' என்று அவசர அவசரமாகத் தாழ்ந்த குரலில் சொன்ன துணை விசாரணையாளர், 'இல்லாவிட்டால் உங்கள்மீது நடவடிக்கை எடுக்க வேண்டி வரும்' என்றார்.

ஆனால், அந்த இளம் விசாரணையாளர் அவரை இடைமறித்தார்; மறித்து மீச்சியாவைப் பார்த்துக் கண்டிப்பான குரலில், சத்தமாக, முக்கியமாகச் சொன்னார்:

'ஓய்வுபெற்ற படைத்தளபதி கரமாஸவ், இன்று இரவு உங்களுடைய தந்தை பியோதர் பாவ்லவிச் கரமாஸவை நீங்கள் கொன்றதற்காக உங்களை நாங்கள் கைதுசெய்ய வந்திருக்கிறோம்; அதைத் தெரிவிப்பது என்னுடைய கடமை . . .'

அவர் இன்னும் ஏதேதோ சொன்னார்; வழக்குரைஞர் இன்னும் பல வார்த்தைகளை சேர்த்துச் சொன்னார்; ஆனால் அவர்கள் சொன்னவற்றையெல்லாம் மீச்சியா கேட்டுக்கொண்டாலும், அவர்கள் சொன்னது எதுவுமே அவனுக்குப் புரியவில்லை. அவர்கள் எல்லோரையும் அவன் ஆச்சர்யத்துடன் பார்த்தான்.

## ஒன்பதாவது புத்தகம்

# பூர்வாங்க விசாரணை

## 1

## அரசு அதிகாரி பெர்ஹோத்தினின் ஆரம்பகாலப் பணி

வியாபாரி மரசோவாவின் வீட்டைப் பூட்டியிருந்த உறுதியான கதவுகளைத் தன் பலங்கொண்ட மட்டும் தட்டிக்கொண்டிருந்த பியோத்தர் இலிச் பெர்ஹோத்தினை நாம் அப்படியே விட்டுவிட்டு வந்தபிறகு, கடைசியாக அவர் கதவுகளைத் தட்டித் திறந்தார். இவ்வளவு தூரம் விடாமல் கதவு தட்டப்படுவதைக் கேட்டு, ஓரிரு மணி நேரத்திற்கு முன்பாக நடந்த போராட்டம், அப்படியே இன்னும் பல 'நினைவுகளால்' தூங்க முடியாமல் இருந்த ஃபேன்யா, மீண்டும் பயந்துபோய், ஏறக்குறைய பித்துப் பிடித்தவளைப் போல இருந்தாள்: அவளுக்கு மறுபடியும் திமித்ரி ஃபியோதரவிச் கதவைத் தட்டுவது போல இருந்தது. (ஊரைவிட்டு அவன் போவதை அவளே பார்த்திருந்த போதிலும்) ஏனெனில் கதவு அவ்வளவு 'பலமாக'த் தட்டப் பட்டது; அப்படித் தட்டத் திமித்ரி ஃபியோதரவிச்சைத் தவிர வேறு யாராலும் முடியாது. சத்தம் கேட்டுத் தூக்கம் கலைந்த காவலாளி கதவைத் திறக்கப் போவதற்குள், கதவைத் திறக்க வேண்டாமென்று சொல்ல ஃபேன்யா வேகமாக ஓடினாள். ஆனால், கதவைத் தட்டுவது யாரென்று கேட்டுத் தெரிந்துகொண்ட காவலாளி, ஃபேன்யாவை மிக முக்கிய மான விஷயமாகப் பார்க்க வேண்டுமென்று சொன்னதால்,

இறுதியாக அவன் அவரை உள்ளே வர அனுமதித்தான் ... ஃபெதோசியா மர்க்கோவ்னா இருந்த சமையலறைக்குள் நுழைந்ததும், 'எதற்கும் இருக்கட்டுமே' என்று வீட்டுக் காவலாளியையும் தங்களுடன் இருக்கச் சொன்ன ஃபேன்யாவையும் பார்த்து, பியோத்தர் இலிச் நேரடியாக விஷயத்திற்கு வந்தார்: அதாவது, குரூஷென்காவைத் தேடி ஓடிய திமித்ரி ஃபியோதரவிச், உலக்கையை எடுத்துச் செல்ல, பிறகு திரும்பி வந்த அவன் உலக்கையில்லாமல் கைகளில் ரத்தத்துடன் வந்தான், அப்படித்தானே: 'ரத்தம் வழிந்த நிலையில், வழிந்த நிலையில், அப்படியே ரத்தம் வழிந்த நிலையில் வந்தான்!' என்று சொன்ன ஃபேன்யா, தன்னுடைய கற்பனையைப் பயங்கரமான அந்த உண்மையுடன் சேர்த்துச் சொன்னாள். ஆனால் ரத்தம் தோய்ந்திருந்த அந்தக் கைகளை பியோத்தர் இலிச்சே நேரில் பார்த்திருந்தார்; ரத்தம் சொட்டவில்லை என்றாலும் அவரே அந்த ரத்தக் கறையைக் கழுவ உதவியும் செய்தார்; ஆனால் இப்போது அதுவல்ல கேள்வி; ரத்தக்கறை சீக்கிரமே காய்ந்து போனதா இல்லையா என்பதல்ல; விஷயம் என்னவென்றால், உலக்கையை எடுத்துக்கொண்டு திமித்ரி ஃபியோதரவிச் எங்கே ஓடினான் என்பதுதான்; ஒருசமயம் பியோதர் பாவ்லவிச்சைப் பார்க்கவா? அப்படியானால் அதற்கான ஆதாரம் என்ன இருக்கிறது? இந்த நிலையை பியோத்தர் இலிச் உறுதியாக எடுத்துக்கொண்டாலும், முடிவாக அவருக்கு எதுவுமே உறுதியாகத் தெரியவில்லை; ஆனால் திமித்ரி ஃபியோதரவிச் தன்னுடைய தந்தையின் வீட்டிற்குத்தான் போயிருக்க முடியுமே தவிர வேறெங்கும் போயிருக்க முடியாது. அங்குதான் ஏதோ ஒன்று நடந்திருக்கக்கூடுமென்று ஓரளவு அவர் ஊகித்தார். 'பிறகு அவன் திரும்பி வந்தபோது,' என்று பதற்றத்துடன் தொடர்ந்த ஃபேன்யா, 'நடந்த எல்லாவற்றையும் அவரிடம் சொல்லி விட்டு நான் கேட்டேன்: 'என் அருமை திமித்ரி ஃபியோதரவிச், உங்களுடைய கைகளில் எப்படி ரத்தக்கறையானது' என்று; அதற்கு அவர் ரத்தம் – மனித ரத்தம், இப்போதுதான் யாரையோ கொன்று விட்டேன்' என்று பதிலளித்தவர், 'உண்மையை ஒப்புக்கொண்டு அதற்காக வருத்தப்பட்டவர், உடனே பைத்தியம் பிடித்தவரைப் போல ஓடினார். நான் உட்கார்ந்து யோசிக்க ஆரம்பித்தேன்: எங்கே இப்படி இவர் பைத்தியம் பிடித்தவர் போல ஓடுகிறார்?' என்று. மோக்ரயவுக்குப் போனால் என்னுடைய எஜமானியை அவர் கொன்றுவிடுவார். எனவே, அப்படிச் செய்ய வேண்டாமென்று அவரைக் கெஞ்சிக் கேட்க, என்னுடைய எஜமானியைக் கொல்ல வேண்டாமென்று சொல்வதற்காக நான் அவருடைய வீட்டிற்கு வேகமாகப் போனபோது அவரை நான் ப்லோத்னிக்கவ் கடையில் பார்த்தேன்; அவர் புறப்படத் தயாராக இருந்தார்; அவருடைய கைகளில் ரத்தக்கறை இல்லாமல் இருந்தது' என்றாள் (ஃபேனியா அதைக் கவனித்து நினைவு வைத்திருந் தாள்). இப்படியாக, ஃபேன்யா சொன்ன விஷயங்களையெல்லாம் ஃபேன்யாவின் வயதான பாட்டியும் எவ்வளவு விஷயங்களை அவள் நினைவில் வைத்திருந்தாளோ, அவ்வளவு விஷயங்களையும் உறுதிபடச் சொன்னாள். அவளிடம் இன்னும் பல கேள்விகளைக் கேட்ட பெர்ஹோத்தின், உள்ளே வந்தபோது இருந்த குழப்பத்தைவிட இன்னும் அதிகக் குழப்பத்துடன் வெளியேறினார்.

'மிக எளிமையாக, உடனே செய்ய வேண்டிய விஷயம் என்ன வென்றால், 'நேராக அவர் பியோதர் பாவ்லவிச் வீட்டிற்குப் போய் அங்கு ஏதாவது நடந்திருக்கிறதா என்பதைத் தெரிந்துகொண்டு, அப்படி ஏதாவது நடந்திருந்தால், என்ன நடந்தது என்பதைத் தெரிந்துகொண்டு, பிறகு போலீசுக்குப் போவது என்று அவர் முடிவுசெய்தார். ஆனால் இரவு நேரம் இன்னும் இருட்டாக இருந்தது; பியோதர் பாவ்லவிச்சின் வீட்டுக் கதவுகளோ மிகவும் உறுதியானவை; மறுபடியும் அவர் வீட்டுக் கதவுகளைத் தட்ட அவருக்கு பியோதர் பாவ்லவிச்சையும் அவ்வளவு நன்றாகத் தெரியாது; அப்படியே அவருடைய வீட்டுக் கதவுகளைத் தட்டித் திறந்து, திடீரென்று அங்கு ஒன்றுமே நடக்காமல் போயிருந்தால், நாளைக்கே ஃபியோதர் பாவ்லவிச் ஊர் முழுக்கச் சொல்வார், எப்படி முன்பின் தெரியாத ஒரு அதிகாரி, பெர்ஹோத்தின், நடு இரவில் அவருடைய வீட்டுக் கதவைத் தட்டி உடைத்து வந்து யாராவது அவரைக் கொன்றுவிட்டார்களா என்று கேட்டாரென்று. அது எவ்வளவு கேவலம்! இவ்வுலகத்தில் வேறெதையும்விட இப்படிப்பட்ட அவதூறைக் கண்டுதான் பியோத்தர் இலிச் மிகவும் பயந்தார். இருந்தாலும், மனோ ரீதியாக அவரைத் தாக்கித் திணறடிக்கிற அந்த உணர்வு வலிமையாக இருந்ததால், கோபத்தில் அவர் தன்னுடைய காலைத் தரையில் உதைத்து, கடுமையான வார்த்தைகளால் தன்னைத்தானே அவர் திட்டிக்கொண்டு வெகு வேகமாக வேறு ஒரு பாதையில் திரும்பிச் சென்றார்; அது பியோதர் பாவ்லவிச்சைப் பார்க்க அல்ல, திருமதி ஹஹ்லக்கோவைப் பார்க்க. ஒருவேளை இப்போது அவள் இந்த நேரத்தில், திமித்ரி ஃபியோதரவிச்சுக்கு மூவாயிரம் ரூபிள்களைக் கொடுக்கவில்லை என்று சொன்னால், அவர் பியோதர் பாவ்லவிச் வீட்டிற்குப் போகாமல் உடனே போலீசுக்குப் போவது என்று முடிவுசெய்தார்; அப்படி இல்லை என்றால் எல்லாவற்றையும் விட்டுத் தள்ளிவிட்டுத் தன்னுடைய வீட்டிற்குப் போவதென்று முடிவுசெய்தார். இந்த இளம் மனிதர் இப்போது, கரமாஸவ் வீட்டிற்குப் போவதற்குப் பதிலாக, ஏறக்குறைய பதினொரு மணியாயிருக்கும் இந்த இரவு நேரத்தில் முன்பின் தெரியாத ஒரு பெண்ணின் வீட்டிற்குப் போய், ஒருவேளை அயர்ந்து தூங்கிக் கொண்டிருக்கும் அவளுடைய தூக்கத்தைக் கெடுத்து, அவளை எழுப்பி, அந்த நேரத்தில் விநோதமாக ஒரு கேள்வியைக் கேட்பது அவருக்கு ஏனோ மிகவும் கேவலமாகப் பட்டது. ஆனால், சில சமயங்களில், குறிப்பாக, இப்படிப்பட்ட தருணங்களில், இப்படிப்பட்ட முடிவுகள், குற்றங்குறையில்லாத, பிடிவாதக் குணங்கொண்ட மனிதர்களால் எடுக்கப்படும்போது, அது அப்படித்தான் அமைந்துவிடுகிறது! பிறகு அவர் தன்னுடைய வாழ்நாள் முழுவதும் இந்தச் சம்பவத்தை நினைவு கூர்ந்தார், எப்படி அடக்க முடியாத அவருடைய ஆர்வம் இறுதியாகக் கடும் போராட்டமாக மாறி, அவருடைய மன உறுதியைத் தகர்த்தெறிந்த தென்று. அவளைப் பார்க்கப் போகும்போது உண்மையாகவே அவர் தன்னைத்தானே திட்டிக்கொண்டே போனார். எப்படி இருந்தாலும், 'கடைசி, கடைசிவரைக்கும் போய்ப் பார்த்துவிடுவது!' என்று. பத்துமுறை அவர் இதைத் தனக்குத்தானே சொல்லிக்கொண்டு, பற்களை நறநறவென்று கடித்தபடி தன்னுடைய எண்ணத்தைப் பூர்த்திசெய்துகொண்டார் என்று. அவளுடைய வீட்டிற்கு அவர் போனார்.

திருமதி ஹஹ்லக்கோவாவின் வீட்டிற்கு அவர் போனபோது சரியாகப் பதினொரு மணியாகியிருந்தது. அவரை வீட்டிற்குள் போக உடனே அனுமதித்தார்கள், ஆனால் வீட்டுத் தலைவி தூங்கிவிட்டாளா இல்லையா என்ற கேள்விக்குக் காவலாளியால் சரியாகப் பதில் சொல்ல முடியவில்லை; பொதுவாக, இந்த நேரத்தில் அவள் தூங்கப் போயிருப்பாளென்று மட்டும் சொன்னான். நீங்கள் வந்திருக்கிறீர்க ளென்று. 'மேல் மாடியில் அங்கே, அவர்களிடம் சொல்லி அனுப்புங்கள்; விரும்பினால் அவர்கள் உங்களைப் பார்ப்பார்கள், இல்லாவிட்டால் இல்லை' என்றான். ஆனால், பியோத்தர் இலிச் மேலே போனபோது எதுவும் சுலபமாக முடியவில்லை. அங்கிருந்த காவலாளி அவரை உள்ளே அனுமதிக்காததால் இறுதியாக அங்கிருந்த ஒரு பெண்ணை அவர் கூப்பிட்டார். அந்தப் பெண்ணிடம் பியோத்தர் இலிச் பணிவாக ஆனால் உறுதியாகச் சொன்னார், இந்த ஊரில் வசிக்கும் பெர்ஹோத்தின் என்ற அதிகாரி திருமதி ஹஹ்லக்கோவாவைப் பார்க்க வந்திருக்கிறா ரென்றும் அவர்களிடம் முக்கியமான விஷயம் ஒன்றைப் பற்றிப் பேச வேண்டிய காரணத்தால், அவர்களைப் பார்க்க இந்த நேரத்தில் அவர் வந்திருக்கிறாரென்றும், 'குறிப்பாக, குறிப்பாக நான் சொன்ன இந்த வார்த்தைகளை அவர்களுக்குத் தெரிவியுங்கள்' என்று அவர் அந்தப் பெண்மணியைக் கேட்டுக்கொண்டார். இதைக் கேட்ட அந்தப் பெண்மணியும் உள்ளே போனாள். அங்கிருந்த வரவேற்பறையில் அவர் காத்திருந்தார். திருமதி ஹஹ்லக்கோவா அந்தச் சமயம் தூங்க வில்லை என்றாலும், தன்னுடைய படுக்கை அறையில் இருந்தாள். மீச்சியா வந்து போனதிலிருந்தே அமைதியை இழந்திருந்த அவள், தனக்குக் கண்டிப்பாக ஒற்றைத் தலைவலி வருமென்றும் நினைத்தாள்; ஏனெனில் இப்படிப்பட்ட சமயங்களில் வழக்கமாக அவளுக்கு ஒற்றைத் தலைவலி வருவது வழக்கம். உள்ளே வந்த பெண்மணி சொன்னதைக் கேட்டு ஆச்சர்யப்பட்ட அவள், முன்பின் தெரியாத 'உள்ளூர் அதிகாரி' ஒருவர் முக்கியமான வேலை குறித்து எதிர்பாராதவிதமாக இந்த நேரத்தில் வந்திருப்பதை அவளால் ஏற்றுக்கொள்ள முடியாதென்று பதிலளித்து அனுப்பினாலும் பெண்ணுக்கே உரிய ஆர்வம் முக்கியமாக அவளை ஆட்டிப் படைத்தது. ஆனால், இந்த முறை பியோத்தர் இலிச் விடாப்பிடியாக இருந்தார்: அவள் பார்க்க மறுத்ததைக் கேள்விப் பட்ட அவர் மீண்டும் ஒருமுறை அழுத்தமாகச் சொல்லி அனுப்பினார், குறிப்பாக 'இந்த வார்த்தைகளை'ச் சொல்லும்படி, அதாவது அவர் 'மிக முக்கியமான வேலை நிமித்தமாக வந்திருப்பதாகவும் அப்படி அவர்கள் இப்போது அவரைப் பார்க்க மறுத்தால், பிறகு அதற்காக வருத்தப்பட வேண்டி வரும்' என்றும் சொல்லி அனுப்பினார். 'அப்போது எனக்கு மலை உச்சியில் இருந்து பறப்பது போல இருந்தது' என்று அவர் பிறகு நினைவுகூர்ந்தார். இதைக் கேட்ட அந்தப் பெண்மணி அவரை ஆச்சர்யத்துடன் பார்த்துவிட்டு, மீண்டும் ஒருமுறை வீட்டுத் தலைவியிடம் இதைப் பற்றித் தெரிவிக்கப் போனாள். அவள் சொன்னதைக் கேட்ட திருமதி ஹஹ்லக்கோவா வந்திருக்கும் மனிதரைப் பற்றி விசாரித்தபோது, அவர் 'மிக நன்றாக உடை அணிந்து, இளவயதினராகப் பணிவாகப் பேசுகிறார்' என்பதைத் தெரிந்துகொண்டாள். பியோத்தர்

இலிச் குறிப்பிடத்தக்க விதத்தில் அழகான, இளமையான மனிதராக இருந்தார் என்பதை அடைப்புக்குறியிட்டுச் சொல்வோம். அதைப் பற்றி அவருக்கே நன்றாகத் தெரிந்திருந்தது. அவரைப் பார்க்க திருமதி ஹஹ்லக்கோவா முடிவுசெய்தாள். ஏற்கெனவே அவள் காலில் செருப்பு அணிந்து தயாராக, வீட்டில் அணியும் மேல் அங்கியின் மீது கறுப்பு நிறக் கம்பளித் துணியைத் தோளில் போர்த்தியிருந்தாள். சிறிது நேரத்திற்கு முன்பு மீச்சியாவை வரவேற்ற அதே அந்த அறையில் அந்த 'அதிகாரியை' யும் அவள் வரவேற்றாள். முகத்தில் கடுமையான கேள்விக்குறியுடன் வந்திருந்த விருந்தாளியை அவள் அமரக்கூடச் சொல்லாமல், அவரைப் பார்த்தவுடன் 'என்ன வேண்டும்?' என்று கேட்டாள்.

'நம்முடைய பொது நண்பனான திமித்ரி ஃபியோதரவிச் கரமாஸவைப் பற்றித் தெரிந்துகொள்ளவே உங்களுக்குச் சிரமம் கொடுத்து இங்கு நான் வந்திருக்கிறேன், சீமாட்டியே' என்று பெர்ஹோத்தின் ஆரம்பித்த உடனேயே, அவனுடைய பெயரைக் கேட்டதுமே அவளுடைய முகத்தில் பயங்கரமான எரிச்சல் வெளிப்படுவது தெரிந்தது. ஏறக்குறைய கோபத்தில் அவள் கத்தியபடி அவரை இடைமறித்தாள்.

'அந்தப் பயங்கரமான மனிதனைப் பற்றி விசாரித்து என்னை நீண்ட நேரம், நீண்ட நேரம் சிரமப்படுத்தப் போகிறீர்களா?' என்று வெறிபிடித்தவள் போலக் கத்தினாள். 'அருமை அதிகாரியே, எப்படி நீங்கள் முன்பின் தெரியாத ஒரு பெண்ணை, அவளுடைய வீட்டில், அதுவும் இந்த நேரத்தில் வந்து, அந்த மனிதனைப் பற்றி, அதுவும் மூன்று மணி நேரத்திற்கு முன்புதான் இங்கு வந்து என்னைக் கொல்லப் போவதாக மிரட்டி, வேகமாகக் காலைத் தரையில் உதைத்து, கேடியைப் போல நடந்துகொண்ட அவனைப் பற்றிக் கேட்கவா இங்கு வந்திருக் கிறீர்கள். தெரிந்துகொள்ளுங்கள், கனிவான அதிகாரியே, உங்கள்மீது நான் புகார் கொடுக்கப் போகிறேன், இதை இப்படியே நான் விட்டுவிடப்போவதில்லை; தயவுசெய்து என்னை விட்டுவிடுங்கள் . . . நான் ஒரு தாய் . . . இதோ, இப்போதே . . . நான் . . . நான் . . .'

'உங்களைக் கொல்வதாகச் சொன்னானா! ஆக, அவன் உங்களையும் கொல்ல வந்தானா?'

'அப்படியானால் வேறு யாரையாவது அவன் கொன்றுவிட்டானா?' என்று உடனே கேட்டாள் திருமதி ஹஹ்லக்கோவா. 'நீங்கள் மட்டும் பொறுமையாக ஒரு அரைநிமிடம் நான் சொல்வதைக் கேட்டால், சீமாட்டியே, இரண்டு வார்த்தைகளில் உங்களுக்கு நான் நடந்தவற்றை விளக்கமாகச் சொல்வேன்' என்று உறுதியாகச் சொன்னார் பெர்ஹோத்தின்.

'இன்று மாலை ஐந்து மணி இருக்கும், திரு. கரமாஸவ் தோழமையின் அடிப்படையில் பத்து ரூபிள்களை என்னிடம் கடனாக வாங்கினான்; எனக்கு நன்றாகத் தெரியும், அப்போது அவனிடம் பணமே இல்லை என்று, ஆனால் இன்று ஒன்பது மணிக்கு அவன் என்னைப் பார்க்க வந்தபோது கத்தையாக நூறு ரூபிள் நோட்டுகளாக ஏறக்குறைய இரண்டு, மூன்று ஆயிரம் ரூபிள்களை வைத்திருந்தான். அவனுடைய கைகளிலும்

முகத்திலும் ரத்தக் கறை இருந்தது; அவனும் கவலையுடன் இருந்தான். எங்கிருந்து அவனுக்கு இவ்வளவு பணம் கிடைத்தது என்று கேட்டதற்குத் தெளிவாகச் சொன்னான், நீங்கள்தான் அவனுக்குக் கடனாகப் பணத்தைக் கொடுத்து ஏதோ தங்கச் சுரங்கத்திற்குப் போகச் சொன்னீர்கள் என்று...'

திருமதி ஹஹ்லக்கோவாவின் முகத்தில் சட்டென்று கவலையுடன் அசாதாரணமான, பதற்றம் நிலவியது.

'கடவுளே! வயதான தந்தையைக் கொன்றுவிட்டான்!' என்று கத்தியவள் கைகள் இரண்டையும் அகல விரித்து, 'நான் அவனுக்குப் பணம் எதுவும் கொடுக்கவில்லை, எந்தவிதப் பணமும் கொடுக்கவில்லை! ஓ, ஓடுங்கள், ஓடுங்கள்!.. இதற்கு மேலும் பேசவேண்டாம்! கிழவரைக் காப்பாற்றப் போங்கள், அவனுடைய தந்தையைப் பார்க்கப் போங்கள், ஓடுங்கள்!' என்று கத்தினாள்.

'சொல்லுங்கள், சீமாட்டியே, அப்படியானால் நீங்கள் பணம் எதுவும் அவனுக்குக் கொடுக்கவில்லையா, உங்களுக்கு நன்றாகத் தெரியும்தானே, அவனுக்கு நீங்கள் பணம் எதுவும் கொடுக்கவில்லை என்று?'

'இல்லை, கொடுக்கவில்லை, நான் கொடுக்கவில்லை! பணத்தின் மதிப்பு அவனுக்குத் தெரியாததால் அவனுக்கு நான் பணம் கொடுக்க மறுத்துவிட்டேன். கோபத்தில் வெளியேறிவன் தன்னுடைய கால்களால் தரையை உதைத்தான். என்னைத் தாக்க முற்பட்டான், ஆனால் நான் விலகிப் போய்விட்டேன்... உங்களிடமிருந்து எதையும் நான் மறைக்க விரும்பவில்லை; இன்னும் ஒன்றைச் சொல்கிறேன் கேளுங்கள், என்மீது அவன் காறிக்கூடத் துப்பினான், நம்ப முடிகிறதா உங்களுக்கு? சரி, நாம் ஏன் நிற்கிறோம்? ஓ, உட்காருங்கள்... என்னை மன்னித்து விடுங்கள், நான்... இல்லையேல் நீங்கள் வேகமாகப் போங்கள், ஓடுங்கள், ஓடுங்கள், ஓடிப்போய்த் துரதிர்ஷ்டவசமான அந்தக் கிழவரைக் கொலையிலிருந்து காப்பாற்றுங்கள்!'

'ஆனால், அவன் அவரை ஏற்கனவே கொன்றிருந்தால்?' என்று திரும்பக் கேட்டார்.

'ஓ, கடவுளே, உண்மையாகவா! அப்படியானால் இனிமேல் நாம் என்ன செய்ய வேண்டும்? நீங்கள் என்ன நினைக்கிறீர்கள், இனி நாம் என்ன செய்வது?'

இதற்கிடையில் பியோத்தர் இலிச்சை அவள் உட்கார வைத்துவிட்டு, அவருக்கு எதிரே அவளும் வந்தமர்ந்தாள். பியோத்தர் இலிச் சுருக்கமாக, போதுமான தெளிவுடன் நடந்த எல்லாவற்றையும், குறைந்தபட்சம் அவர் பார்த்த எல்லாவற்றையும் சொன்னார்; அவர் ஃபேன்யாவைப் போய்ப் பார்த்ததையும் அவன் உலக்கையை எடுத்துப்போன விஷயத்தைப் பற்றியும் சொன்னார். இதைக் கேட்டு உணர்ச்சிவசப்பட்ட அவள் வீறிட்டுக் கத்தியபடி முகத்தை மூடிக்கொண்டாள்.

‘உங்களுக்குத் தெரியுமா, இப்படி நடக்குமென்று எனக்குப் பட்டது! ஏதாவது நடக்குமென்று நான் நினைத்தால், அது அப்படியே நடக்கும்; அப்படிப்பட்ட சக்தி ஒன்று என்னிடம் உண்டு. எத்தனை முறை, எத்தனை முறை அந்தப் பயங்கரமான மனிதனைப் பார்த்து நான் இப்படி நினைத்திருக்கிறேன்: ‘இதோ இவன் என்னைக் கொல்லப் போகிறான் என்று; அது அப்படித்தான் முடியுமென்று. இதோ அப்படியே நடந்துவிட்டது ... அதாவது, என்னைக் கொல்லாமல் அவனுடைய தந்தையைக் கொன்றிருக்கிறான் என்றால், ஒருசமயம் கண்டிப்பாக அது கடவுளின் கருணைதான்; அவர்தான் என்னைக் காப்பாற்றியிருக் கிறார்; அது மட்டுமல்ல, என்னைக் கொல்ல அவனே வெட்கப்பட்டிருக்க வேண்டும், ஏனெனில் அவனுக்கு நானே இந்த இடத்தில்தான் சக்தி வாய்ந்த தியாகத் துறவி வார்வராவின் உருவச் சின்னம் பதித்த பதக்கத்தை அவனுடைய கழுத்தில் கட்டிவிட்டேன் ... அந்த நிமிடம் சாவுக்கு எவ்வளவு அருகில் நான் இருந்திருக்கிறேன்; அவன் அருகில் சென்று, வெகு அருகே நான் நிற்க, அவன் தன்னுடைய கழுத்தை எனக்கு நேராக நீட்டினானே! உங்களுக்குத் தெரியுமா, பியோத்தர் இலிச் (மன்னியுங்கள், உங்களுடைய பெயர் பியோத்தர் இலிச் என்று தானே சொன்னீர்கள்) ... உங்களுக்குத் தெரியுமா, அதிசயங்களை நான் நம்புவதில்லை, ஆனால் அந்த உருவச் சின்னம் உண்மையாகவே ஒரு அதிசயப் பொருள்தான், இந்த அதிசயம்தான் என்னை ஆச்சர்யத்தி லாழ்த்துகிறது; இது போன்ற விஷயங்களில் மீண்டும் என்னை நம்பிக்கைகொள்ளவைக்கிறது. நீங்கள் முதியவர் ஸோசிமாவைப் பற்றிக் கேள்விப்பட்டிருக்கிறீர்களா?... ஆம் நான் என்ன பேசுகிறேனென்றே எனக்குத் தெரியவில்லை ... நினைத்துப் பாருங்கள், கழுத்தில் அந்த உருவச் சின்னத்தைப் போட்டுக் கொண்டு என் மேல் அவன் காறித் துப்பினான் ... ஆம், காறித்தான் துப்பினான், ஆனால் என்னைக் கொல்லவில்லை ... ஆக, அங்குதான் அவன் ஓடினானா! நாம் இப்போது எங்கே போவது? அதைப் பற்றி நீங்கள் என்ன நினைக்கிறீர்கள்?’

பியோத்தர் இலிச் எழுந்து நின்று சொன்னார், இப்போது அவர் நேராக போலீஸுக்குப் போய் நடந்த எல்லாவற்றையும் போலீஸிடம் சொல்லப்போவதாகவும் பிறகு அதிகாரிகள் தேவையான நடவடிக்கை களை எடுப்பார்களென்றும் சொன்னார்.

‘ஹா, அந்த அற்புதமான, அற்புதமான மனிதரை எனக்குத் தெரியும், மிகையில் மக்காரவிச்சை. கண்டிப்பாக அவரைத்தான் போய்ப் பார்க்க வேண்டும். எவ்வளவு விஷயங்களை நீங்கள் தெரிந்துவைத்திருக்கிறீர்கள், பியோத்தர் இலிச், எவ்வளவு அற்புதமாக எல்லாவற்றையும் யோசித்து வைத்திருக்கிறீர்கள்; தெரியுமா, உங்களுடைய இடத்தில் நான் இருந்திருந்தால் கண்டிப்பாக இப்படி யோசித்திருக்கவே மாட்டேன்!’

‘அதுவும் அந்த போலீஸ் அதிகாரியை எனக்கு மிக நன்றாகத் தெரியும்’ என்று சொன்ன பியோத்தர் இலிச், தன்னைப் போகவிடாமல் விடாப்பிடியாகத் தடுக்கும் அந்தப் பெண்மணியிடமிருந்து சீக்கிரமே விலகிப் போக வேண்டுமென்று நினைத்தபடியே அவர் எழுந்து நின்றார்.

‘ஆமாம், ஆமாம்’ என்று பிதற்றிய அவள், ‘அவர்கள் அவனை என்ன செய்கிறார்கள், எங்கே அனுப்புகிறார்கள் என்பதைப் பார்ப்பதையும் கேள்விப்படுவதையும் என்னிடம் வந்து சொல்லுங்கள். சரி, நம்முடைய நாட்டில் மரண தண்டனை என்ற ஒன்று இருக்கிறதா இல்லையா? இரவு மூன்று, நான்கு, நான்கரை மணியாயிருந்தாலும் பரவாயில்லை, கண்டிப்பாக வந்து என்னிடம் சொல்லுங்கள்... நான் எழுந்திருக்கவில்லை என்றாலும் என்னைத் தட்டி எழுப்பும்படிச் சொல்லுங்கள்... ஓ, கடவுளே, என்னால் தூங்கக்கூட முடியாதென்று நினைக்கிறேன். ஒரு சமயம் உங்களுடனேயே நான் வரவா, நீங்கள் என்ன நினைக்கிறீர்கள்?..’

‘இல்லை, இல்லை, உங்கள் கைகளால் நீங்கள் மூன்று வரி, அதாவது, நீங்கள் திமித்ரி ஃபியோதரவிச்சுக்கு எந்தவிதப் பணமும் கொடுக்கவில்லை என்று எழுதிக்கொடுத்தால் அது பயனுள்ளதாக இருக்கும்... ஒரு சமயம் அது தேவையும் படலாம்...’

‘கண்டிப்பாக!’ என்று சொன்னபடி உற்சாகமாகத் துள்ளி எழுந்து மேஜை அருகே சென்றாள். ‘உங்களுக்குத் தெரியுமா, நீங்கள் என்னை ஆச்சர்யப்பட வைக்கிறீர்கள், ரொம்பவே ஆச்சர்யப்பட வைக்கிறீர்கள்; உங்களுடைய ஆழ்ந்த அறிவு, காரியங்களைத் திறமையாகச் செய்யும் விதம்... நீங்கள் இங்கு வேலை பார்க்கிறீர்களா? நீங்கள் இங்கு வேலை பார்க்கிறீர்கள் என்பதைக் கேட்கவே எவ்வளவு இனிமையாக இருக்கிறது...’

இப்படிப் பேசியவள், வேகமாகப் பாதித் தாள் ஒன்றை எடுத்துக் கீழே வரும் மூன்று வரிகளைத் தெளிவாக எழுதினாள்.

> ‘துரதிர்ஷ்டவசமான திமித்ரி ஃபியோதரவிச்சுக்குக் (எப்படியுமே இனி அவன் துரதிர்ஷ்டமானவன்தான்) கடனாக நான் பணம் எதுவும் கொடுக்கவில்லை, என்னுடைய வாழ்நாளில் நான் அவனுக்குப் பணம் எதுவும் கொடுக்கவில்லை, ஆம், பணம் எதுவும் எப்போதும், எப்போதுமே கொடுக்கவில்லை! உலகிலிருக்கும் எல்லாப் புனிதமான விஷயங்கள் மீதும் சத்தியம் செய்து நான் இதைச் சொல்கிறேன்.
>
> – ஹஹ்லக்கோவா’

என்று எழுதியவள், ‘இதோ என்னுடைய குறிப்பு!’ என்றபடி வேகமாகப் பியோத்தர் இலிச்சின் பக்கம் திரும்பி, ‘போங்கள், போய் அவரைக் காப்பாற்றுங்கள். அதுதான் நீங்கள் செய்யும் மிகப் பெரிய காரியமாக இருக்கும்’ என்றாள்.

மூன்றுமுறை அவள் அவருக்குச் சிலுவைக் குறியிட்டாள். அப்படியே அவரை வழியனுப்ப முன் வாசல் வரை அவள் வேகமாக வந்தாள்.

‘உங்களுக்கு நான் எவ்வளவு தூரம் நன்றிக் கடன் பட்டிருக்கிறேன்! முதலாவதாக, நீங்கள் என்னை இங்கு வந்து பார்த்ததற்கு எவ்வளவு தூரம் உங்களுக்கு நான் கடன் பட்டிருக்கிறேனென்று உங்களுக்குத்

தெரியாது. எப்படி நாம் இதுவரை சந்திக்காமல் இருந்தோம்? உங்களை என்னுடைய வீட்டிற்கு அழைப்பதில் நான் பெருமைப்படுகிறேன். நீங்கள் இங்கு வேலை செய்கிறீர்கள் என்பதைக் கேட்கவே இனிமையாக இருக்கிறது ... அப்படியே எவ்வளவு துல்லியமாக, எவ்வளவு விஷயங்களை நீங்கள் தெரிந்து வைத்திருக்கிறீர்கள் ... உங்களை அவர்கள் நிச்சயமாக மதிப்பார்கள் கண்டிப்பாக, உங்களைப் புரிந்துகொள்ளவார்கள்; உங்களுக்காக நான் ஏதாவது செய்ய முடியுமென்றால் கண்டிப்பாகச் செய்வேன், நம்புங்கள் ... ஓ, நம்முடைய இளையதலைமுறையினரை எவ்வளவு தூரம் நான் விரும்புகிறேன் தெரியுமா! நம்முடைய இளைய தலைமுறையினரை எனக்கு மிகவும் பிடிக்கும். கஷ்டப்படும் இளைஞர்கள் நம்முடைய ரஷ்யாவின் அஸ்திவாரம், நம் நாட்டின் நம்பிக்கைத் தூண்கள் ... ஓ, நீங்கள் போய்வாருங்கள், போய்வாருங்கள்!...'

அதற்குள் பியோத்தர் இலிச் வேகமாக வெளியே போனார், இல்லாவிட்டால் அவள் அவரை இவ்வளவு சீக்கிரமாகப் போக விட்டிருக்க மாட்டாள். எப்படியிருந்தாலும், திருமதி ஹஹ்லக்கோவாவுக்கு அவரைப் பற்றிய இனிமையான எண்ணங்களே இருந்தன; ஆனால் அவருக்கோ இப்படிப்பட்ட அசிங்கமான ஒரு செயலைச் செய்வதில் கலக்கம் இருந்தது. விருப்பங்கள் பலதரப்பட்டவை என்பது நமக்குத் தெரிந்த விஷயமே. 'பொதுவாகப் பார்த்தால் அப்படி ஒன்றும் அவள் வயதானவளல்ல' என்று அன்புடன் நினைத்துப் பார்த்தவர், 'மாறாக, அவளை நான் என்னுடைய மகளாக ஏற்றுக்கொள்வேன்' என்று நினைத்தார்.

திருமதி ஹஹ்லக்கோவாவைப் பொறுத்தவரையில், அந்த இளைஞனால் அவள் கவரப்பட்டிருந்தாள். 'எவ்வளவு திறமை, எவ்வளவு நுணுக்கம், இந்த இளவயதில், நம்முடைய இந்தக் காலத்தில், எவ்வளவு சீரிய அழகு, பண்பு! இந்தக் காலத்து இளைஞர்களுக்கு ஒன்றும் தெரியாது என்கிறார்கள், இதோ உங்களுக்கு ஓர் எடுத்துக்காட்டு' என்று இதுபோல் பலவற்றையும் அவள் நினைத்துப் பார்த்தாள். இப்படியாக 'அந்தப் பயங்கரமான நிகழ்ச்சியை' மறந்துபோயிருந்த அவள், தூங்கப்போனபோது 'சாவுக்கருகே எவ்வளவு தூரம் நான் நெருங்கி இருந்திருக்கிறேன்' என்று திடீரென்று நினைத்துக்கொண்டாள். உடனே, 'ஹா, பயங்கரம், பயங்கரம்!' என்று தனக்குத்தானே சொல்லிக் கொண்டாள். அப்படிச் சொன்னவள் அந்த நிமிடமே இனிமையான கனவுடன் ஆழ்ந்து உறங்கிப்போனாள். இப்படிப்பட்ட ஒரு விநோதமான இந்தச் சந்திப்பு, நடக்காமல் இருந்திருந்தால், தேவையில்லாத சின்னச் சின்ன விஷயங்களையெல்லாம் இவ்வளவு நுணக்கமாக நான் விளக்கி இருக்கமாட்டேன்; இந்தச் சந்திப்பு ஒரு இளம் அதிகாரிக்கும், அவ்வளவாக வயதாகாத ஒரு விதவைப் பெண்ணுக்கும் இடையே நடந்தது; இது இந்தச் சீரிய, சிறப்பான இள மனிதனின் வருங்காலப் பணியின் ஆரம்ப கட்டமாக இருந்தது; இன்றுவரை நம் ஊர் மக்களால் ஆச்சர்யத் துடன் இது நினைவுகூரப்படுகிறது; கரமாஸவ் சகோதரர்களின் நீண்ட கதையை நாம் முடிக்கும்போது, நாம் கூட ஏதாவது ஒன்றைக் குறிப்பிட்டுச் சொல்ல முடியும்.

# 2

## அபாய எச்சரிக்கை

நம்முடைய போலீஸ் அதிகாரி மிகையில் மக்காரவிச் மக்காரவ், ஓய்வுபெற்ற படைத்தளபதி, அரசு அதிகாரி என்ற பதவியில் பொருத்தமாக அமர்த்தப்பட்டவர், மனைவியை இழந்து வாழும் ஒரு நல்ல மனிதர். மூன்று வருடத்திற்கு முன்பு நம்முடைய ஊருக்கு வந்த இவர், 'சமுதாயத்தை ஒருங்கிணைக்க'க் கூடிய திறமை வாய்ந்த மனிதராக இருந்ததால் பொதுவாக மக்களிடம் அவருக்கு அதிகம் மதிப்பு இருந்தது. அவருடைய வீட்டில் எப்போதுமே விருந்தாளிகள் கூட்டம் இருந்தது; அவர்கள் இல்லாமல் அவரால் இருக்க முடியவில்லை. தினமும் அவருடைய வீட்டில் இரண்டு, மூன்று அல்லது குறைந்த பட்சம் ஒரு விருந்தாளியாவது இருப்பார்கள்; அப்படியில்லாமல் அவர் சாப்பாட்டு மேஜையில் அமர்ந்தது கிடையாது. ஏதாவது ஒரு காரணத்தைக் காட்டியாவது அவர் விருந்து கொடுப்பது வழக்கம்; சில சமயங்களில் எதிர்பாராதவிதமாகவும் அவர் விருந்து கொடுப்பார். சுவையான விருந்து கொடுக்கப்படாவிட்டாலும், அவருடைய வீட்டில் உணவு வகைகள் எப்போதுமே பெருமளவு இருக்கும்; கறி, மீன், முட்டைக்கோஸ் கலந்து சமைக்கப்படும் பண்டம் மிக அற்புதமாக அவருடைய வீட்டில் தயாரிக்கப்படும்; உயர்தர திராட்சை ரசம் இல்லாவிட்டாலும், அதிக அளவில் திராட்சை ரசம் அவருடைய வீட்டில் இருக்கும். வீட்டின் முதல் அறையில் பில்லியட்ஸ் மேஜை மிக நேர்த்தியாக வைக்கப்பட் டிருந்தது; அற்புதமாக வார்க்கப்பட்டிருந்த இங்கிலாந்து நாட்டுக்குதிரை களின் படம் கறுப்பு நிறச் சட்டத்தில் பதிக்கப்பட்டுச் சுவரை அலங்கரித்தது; பொதுவாக, திருமணமாகாத ஒரு இளைஞனின் வீட்டில் பில்லியட்ஸ் அறை எப்படி அலங்கரிக்கப்பட்டிருக்குமோ, அப்படி அது அலங்கரிக்கப்பட்டிருந்தது. தனியாக ஒரு மேஜையில் சீட்டுக்கட்டு தினமும் விளையாடப்பட்டது. ஊரிலிருந்த தலைசிறந்த மனிதர்கள் – தாய்மார்கள், திருமணமாகாத பெண்கள் உட்பட அனைவரும் அவருடைய வீட்டில் நடனமாட ஒன்றுகூடுவார்கள். மிகையில் மக்காரவிச் மனைவியை இழந்தவரானாலும் குடும்பத்துடன் வாழ்ந்து வந்தார்; பல ஆண்டு காலமாக விதவையாக இருக்கும் அவருடைய மகள், பள்ளி முடித்த இரண்டு மகள்கள் அப்படியே வயது வந்த பேரப் பெண்களுடன் அவர் வாழ்ந்து வந்தார். பிள்ளைகள் வளர்ந்து ஏற்கெனவே படிப்பை முடித்துவிட்டுப் பார்ப்பதற்கு அழகானவர்களாக, கலகலப்பான வர்களாக இருந்ததால், வரதட்சணை கொடுக்க முடியாத நிலையில் இருந்த நம் ஊர் இளைஞர்களும் அந்தப் பெண்களால் கவரப்பட்டு, அவர்களுடைய தாத்தா வீட்டிற்கு அடிக்கடி போனார்கள். மிகையில் மக்காரவிச் பெரிய அறிவாளியாக இல்லாவிட்டாலும், தன்னுடைய வேலையை மற்றவர்களைவிடச் சிறப்பாகச் செய்பவராக இருந்தார். வெளிப்படையாகச் சொல்லப்போனால், படிப்பறிவில்லாதவர் தான் அவர்; தன்னுடைய வேலை சார்ந்த விஷயங்களைப் பற்றித் தெளிவில்லாத

எண்ணம் கொண்டவர்தான். தற்காலத்தைய ஆட்சியாளர்களால் நடைமுறைப்படுத்தப்படும் நல மேம்பாடுகளின் முக்கியத்துவத்தைப் புரிந்துகொள்ளும் அளவிற்கு அவருக்குத் திறமை இல்லாமல் இருந்தாலும், அவற்றைச் செயல்படுத்துவதில் கவனிக்கத்தக்க வகையில் அவர் தவறுகளை இழைத்தது அவருடைய திறமையின்மையின் காரணமாக அல்ல; அவற்றை ஆழ்ந்து கவனிக்கக்கூடிய அளவுக்கு நேரம் அவரிடம் இல்லாத காரணத்தால்தான். 'என்னுடைய மனம் சாதாரண மனிதனை விடப் படைவீரனைச் சார்ந்த மனமாக இருக்கிறது' என்று தன்னைப் பற்றி அவரே சொல்லிக்கொண்டார். தற்போதைய விவசாய நல மேம்பாட்டைப் பற்றி உறுதியான, முடிவானதொரு புரிதல் அவரிடம் இன்னும் இல்லாமல் இருந்தது; சொல்லப்போனால், வருடங்கள் போகப்போக அனுபவம் மேலிட, மேலிட இயல்பாகவே அவருடைய திறமையும் வளர்ந்து வந்தது; அவரும் ஒரு நிலச்சுவான்தாராக இருந்தார். இன்று மாலை அவர் மிகையில் மக்காரவிச்சைச் சந்திக்கப் போகும்போது யாராவது ஒரு விருந்தாளியைக் கண்டிப்பாக அவருடைய வீட்டில் சந்திப்பாரென்று பியோத்தர் இலிச்சுக்கு நன்றாகத் தெரியும், ஆனால் அந்த விருந்தாளி யார் என்றுதான் தெரியாமல் இருந்தது. அந்தச் சமயம் பார்த்து புனித பீத்தர்புர்க் மருத்துவக் கல்லூரியில் வெற்றிகரமாக மருத்துவப் படிப்பை முடித்துவிட்டு வந்திருந்த இளம் மருத்துவர் வார்வின்ஸ்கியுடன் அவர் இருந்தார். நம்மூரிலிருந்த குறிப்பிடத்தக்க மனிதர் அரசாங்க வழக்குரைஞரை, அதாவது தோழர் வழக்குரைஞரை 'இப்போலித் கிரீல்லவிச்' என்று அழைத்தார்கள்; முப்பத்து ஐந்தே வயதான நடுத்தர வயதுக்காரரான அவர், எலும்புருக்கி நோயால் பாதிக்கப்பட்டிருந்தார்; உடல் பருமனான, அவருக்குக் குழந்தையில்லாத மனைவி இருந்தாள்; தன்னைத்தானே நேசித்துக்கொள்பவரான அவர், எரிச்சலை உண்டாக்குபவர்; ஆழ்ந்த அறிவுடைய அவர், இரக்க மனத்துக்காரர்; சிரமம் என்னவென்றால் தனக்கு அதிகமாகத் தகுதி இருக்கிறதென்று தன்னைப் பற்றி அவர் வெகுவாக நினைத்துக்கொள்பவர். இதன் காரணமாக அவர் எப்போதுமே அமைதியிழந்து காணப்பட்டார். அவரிடம் கலை அம்சம் பொருந்திய சிறப்பான குணங்கள் இருக்கத் தான் செய்தன; உதாரணமாக, உளவியலில், குறிப்பாக மனித உள்ளத்தை அறியும் திறன், குற்றவாளி செய்த குற்றத்தையும், அவருடைய மனநிலையையும் அறியும் திறன் குறிப்பிடத்தக்க விதத்தில் அவரிடம் இருந்தது. இந்த விதத்தில் அவருடைய திறமைகளுக்கு ஏற்ப உயர்ந்த பதவி அவருக்குக் கொடுக்கப்படாமல், உயர் அதிகாரிகள் அவருடைய திறமையை மதிக்காமல், அவருக்கு எதிராக விரோதிகள் இருந்ததைப் பார்த்து அவர் வருத்தப்பட்டார். சில சமயங்களில் அவர் குற்றவியல் வழக்குரைஞராகப் போய்விடுவதாகவும் மிரட்டினார். எதிர்பாராத விதத்தில், தந்தை கரமாஸவ் கொலைசெய்யப்பட்ட வழக்கு, சரியான நேரத்தில் அவரை ஈர்த்திழுத்தது: 'ரஷ்யா முழுவதும் பரபரப்பாக பேசப்படக்கூடிய விஷயமாக இது இருக்கலாம்.' ஆனால் சற்றே இதை நான் முன்னெடுத்துச் செல்கிறேன்.

இரண்டு மாதங்களுக்கு முன்பு பீத்தர்புர்கிலிருந்து வந்திருந்த நம்முடைய இளம் (வழக்கு) விசாரணையாளர் நிக்கலாய் பர்ஃபியோனவிச்

நெலூதவ், அன்று மக்காரவிச் வீட்டில் பெண்கள் இருந்த கூட்டத்திற்கு நடுவே அமர்ந்திருந்தார். 'குற்றம்' நடந்த அன்று மாலை இவர்கள் எல்லோரும் ஏதோ வேண்டுமென்றே உள்ளூர் நகரத் தலைவர் வீட்டில் குழுமியது போல இருந்ததென்று இந்தச் சம்பவத்தைப் பிறகு எல்லோரும் ஆச்சர்யமாக நினைவுகூர்ந்தார்கள். இருந்தாலும், அதற்கான காரணம் மிகச் சாதாரணமானதாக இருந்தது; இவை எல்லாமே மிக மிக இயல்பாகவே நடந்தன: இப்போலித் கிரீலவிச்சின் மனைவிக்கு இரண்டு நாட்களாகப் பல்வலி; அதனால் முனகிக்கொண்டிருந்தவளிட மிருந்து தப்பித்து எங்காவது அவர் ஓட வேண்டியிருந்தது; பல் மருத்துவரைப் பொறுத்தவரையில், மாலை வேளையில் அவருக்குச் சீட்டாடப் போக வேண்டும். மிகையில் மக்காரவிச்சின் வீட்டிற்குப் போவதைப் பற்றி நிக்கலாய் பர்ஃபியோனவிச் நெலூதவ் மூன்று நாட்களாகவே திட்டமிட்டுக் கொண்டிருந்தார்; ஏனெனில் மக்கார விச்சின் மூத்தபெண் ஓல்கா மிகாய்லவ்னா அவளுடைய பிறந்தநாளை யாருக்கும் தெரியாமல் ரகசியமாக வைத்திருந்த விஷயத்தைத் தெரிந்து கொண்ட அவர், திடீரென்று அவளை ஆச்சர்யப்படுத்த விரும்பினார்; அப்படி யாரிடமும் சொல்லாமல் அவள் மறைத்துவைத்ததற்குக் காரணம், பிறந்தநாளன்று எங்கே அவள் எல்லோர் முன்னிலையிலும் நடனமாட வேண்டி வந்துவிடுமோ என்ற காரணத்தால்தான். மேலும் அவளுடைய வயது எங்கே எல்லோருக்கும் தெரிந்துவிடுமோ என்ற பயந்திலும் அந்த ரகசியம் நெலூதவுக்குத் தெரிந்துவிட்டதால் எங்கே அவர் எல்லோரிடமும் அதைச் சொல்லிவிடுவாரோ என்ற பயத்திலும் அவள் இருப்பதாகச் சொல்லி அவளை அவர் கேலியும் கிண்டலும் செய்யத் தயாராக இருந்தார். இனிமையான இந்த இளம் மனிதர் இப்படிப்பட்ட விஷயங்களில் குறும்புக்காரராக இருந்ததால், நம் ஊர்ப் பெண்கள் அவரைக் குறும்புக்காரரென்றே அழைத்தார்கள்; அது அவருக்குப் பிடித்தும் இருந்தது. அப்படியே அவர் நல்ல குடும்பத்தை, நல்ல குலத்தைச் சார்ந்தவராக இருந்தார்; நாகரிகமான விதத்தில் அவர் வளர்க்கப்பட்டிருந்தார்; துடுக்கானவராக அவர் இருந்தாலும், நல்ல உணர்வுகளைக் கொண்டிருந்தார். கேலிசெய்வதில் யாருக்கும் தீங்கு ஏற்படாதவாறு பார்த்துக்கொண்டார்; எப்போதுமே நெறிமுறை தவறாதவராக அவர் இருந்தார். பார்ப்பதற்குக் குள்ள மானவராக, உடல் நலிந்தவராக, நயமானவராக இருந்தார். மென்மை யான, வெண்ணிறமான அவருடைய ஒருசில விரல்களில் பெரிய மோதிரங்கள் மின்னிக் கொண்டிருந்தன. தான் செய்யும் வேலையைப் புனிதமாகக் கருதி, போற்றி, முக்கியத்துவம் கொடுத்து செய்துவந்தார். குறிப்பாக, சாதாரண மக்களிடையே இருந்த கொலையாளிகளையும் கொடுமைக்காரர்களையும் அவர் விசாரித்தபோது அவர்களிடமிருந்து அவர் மரியாதையைப் பெற முடியவில்லையென்றாலும், அவர்களிடம் ஒருவித ஆச்சர்யத்தை ஏற்படுத்தியதென்னவோ உண்மை.

பியோத்தர் இலிச், தலைமைக் காவலரைப் பார்க்க வந்தபோது இந்த விஷயம் எல்லோருக்கும் தெரிந்திருந்தது ஆச்சர்யமாகத்தான் இருந்தது. எல்லோரும் உண்மையாகவே சீட்டு ஆடுவதை விட்டுவிட்டுக்

கூடி நின்று இதைப் பற்றித்தான் பேசிக்கொண்டிருந்தார்கள்; நிக்கலாய் பார்ஃபியோனவிச்கூட அந்தப் பெண்மணிகளிடமிருந்து விலகி வந்து, நடக்க வேண்டிய காரியத்தைச் செய்ய வெகு ஆயத்தமாக நின்று கொண்டிருந்தார். கிழவர் பியோதர் பாவ்லவிச் உண்மையாகவே அன்று மாலையே கொல்லப்பட்டு, அவரிடமிருந்து பணமும் களவாடப் பட்டிருந்ததென்பதைக் கேட்டு பியோத்தர் இலிச் நிலைகுலைந்து போனார். இந்த விஷயம் கீழ்க்கண்ட முறையில் வெளிச்சத்திற்கு வந்திருந்தது.

வேலி அருகே தாக்கப்பட்டுக் கிடந்த கிரிகோரியின் மனைவி மார்ஃபா இக்னச்சேவ்னா, காலைவரை கண் விழிக்காமல் அயர்ந்து உறங்க வேண்டியவள், திடீரென்று கண்விழித்து எழுந்தாள். வலிப்பு நோயால் பாதிக்கப்பட்டிருந்த ஸ்மெர்தியாக்கவ் நினைவிழந்து பக்கத்து அறையில் படுத்திருந்தவன், வலிப்பு நோய் வரும்போதெல்லாம் கத்தி, பயங்கரமான சத்தத்தை எழுப்பி மார்ஃபா இக்னச்சேவ்னாவை வாழ்நாள் முழுவதும் பயமுறுத்தியவன், இப்போதும் உரக்கக் கத்த, அந்தச் சத்தத்தைக் கேட்டு அவள் நிலைகுலைந்து போயிருந்தாள். இந்தச் சத்தம் அவளுக்குப் பழக்கப்பட்ட ஒன்றாக இல்லாமலும் இருந்தது. அவள் பாதி கண் விழித்தும் விழிக்காமலும் ஸ்மெர்தியாக்கவ் இருந்த சிறிய அறைக்கு ஏறக்குறைய நினைவிழந்த நிலையிலேயே ஓடிப்போய்ப் பார்த்தாள். அங்கு ஒரே இருட்டாக இருக்க, அந்த வலிப்பு நோய்க்காரன் பயங்கரமாக மூச்சிழுத்துத் துடிப்பதுதான் கேட்டது. உடனே மார்ஃபா இக்னச்சேவ்னா உரக்கக் கத்தியபடி தன்னுடைய கணவனை எழுப்பப்போக, தான் எழுந்து வந்த போது படுக்கையில் கிரிகோரி இல்லாமல் இருந்ததை அப்போதுதான் அவள் உணர்ந்தாள். மீண்டும் கட்டில் இருந்த இடத்திற்குப் போய் இருட்டில் அவனைத் தட்டித் தடவித் தேடினாள்; ஆனால் கட்டில் காலியாக இருந்தது. அப்படியானால் அவன் எங்கே போயிருப்பான், எங்கே? வாசலுக்கு ஓடிவந்து ஈனக்குரலில் கிரிகோரியின் பெயரைச் சொல்லி அவள் கூப்பிட்டாள். பதில் எதுவும் இல்லாமல் போக, அமைதியான அந்த இரவுநேரத்தில் தோட்டத்தில் யாரோ முனகும் சத்தம் மட்டும் தூரத்தில் கேட்டது. உன்னிப்பாக அவள் அதைக் கேட்டாள்; அந்த முனகல் சத்தம் மீண்டும் அவளுக்குக் கேட்டது; அது தோட்டத்திலிருந்து தான் வருகிறதென்பது அவளுக்குத் தெளிவாகத் தெரிந்தது. 'கடவுளே, லிஸவெத்தா ஸ்மெர்தியாஷய முனகியது போலவே இருக்கிறதே!' என்று நிலைகுலைந்துபோன அவளுடைய குரல் சொல்லிற்று. பயத்துடன் படியிறங்கிச் சுற்றியும் முற்றியும் அவள் பார்த்தாள்; தோட்டத்துக் கதவு திறந்திருந்தது.

'பாவம் அங்குதான் அவன் இருக்க வேண்டும்' என்று நினைத்த அவள் கதவுக்கருகே சென்றாள்; திடீரென்று கிரிகோரி அவளுடைய பெயரைச் சொல்லி அழைப்பது தெளிவாகக் கேட்டது: 'மார்ஃபா, மார்ஃபா!' என்று ஈனக்குரலில் அவன் பயங்கரமாக முனகிக்கொண் டிருந்தான். 'கடவுளே, எங்களைத் துன்பத்திலிருந்து காப்பாற்று' என்று

முணுமுணுத்தபடி மார்ஃபா இக்னச்சேவ்னா முனகல் வந்த திசைப் பக்கம் ஓடிப்போய் எப்படியோ கிரிகோரி இருந்த இடத்தைக் கண்டு பிடித்தாள். ஆனால் வேலியருகே அடிபட்ட அவன் அங்கு இல்லாமல், வேலியிலிருந்து இருபது அடி தள்ளி விழுந்து கிடந்தான். நீண்ட நேரமாக அவன் ஊர்ந்து ஊர்ந்து, பலமுறை நினைவிழந்து அங்கு அவன் வந்து சேர்ந்தான் என்று. ரத்தத்தில் முழுவதுமாக அவன் உறைந்துகிடப்பதை அப்போதுதான் அவள் கவனித்தாள்; உடனே 'ஐயோ அம்மா!' என்று வீறிட்டு அலறினாள். உடனே கிரிகோரி மெதுவாக, தொடர்பில்லாமல் விட்டு விட்டுச் சொன்னான், 'கொன்று விட்டான். தந்தையைக் கொன்றுவிட்டான் ... எதற்காக நீ கத்துகிறாய், முட்டாள் பெண்ணே, ஓடு, போய் எல்லோரையும் கூப்பிடு ...' என்றான். உடனே மார்ஃபா இக்னச்சேவ்னா சத்தம் போட்டுக் கத்தினாள்; எஜமான் அறையின் ஜன்னல் கதவு திறந்து விளக்கு எரிவதைப் பார்த்து, அவருடைய அறைக்கு ஓடிப்போய், பியோதர் பாவ்லவிச்சை அவள் கூப்பிட்டாள். அப்படிக் கூப்பிட்டவள் ஜன்னல் வழியாக எட்டிப் பார்த்தபோது, பயங்கரமான அந்தக் காட்சி தெரிந்தது: கொஞ்சமும் அசையாமல், எஜமான் தரையில் மல்லாந்து படுத்துக் கிடந்தார். அவருடைய இளவெளிர் மேலங்கியும் வெள்ளைச் சட்டையும் ரத்தத்தில் தோய்ந்திருந்தன. மேஜைமீது பிரகாசமாக எரிந்து கொண்டிருந்த மெழுகுவர்த்தி வெளிச்சத்தில் அவர் மீதிருந்த ரத்தமும் அசையாமல் இறந்து கிடந்த பியோதர் பாவ்லவிச்சின் முகமும் தெளிவாகத் தெரிந்தன. இந்தக் கடைநிலை பயங்கரத்தைப் பார்த்த மார்ஃபா இக்னச்சேவ்னா வேகமாகத் தோட்டத்திலிருந்து வெளியேறி, மூடப்படாத கதவுகளைத் திறந்துகொண்டு தலைதெறிக்கப் பக்கத்து வீட்டு மரியா கன்த்ரச் சேவ்னாவின் வீட்டுக்கு ஓடினாள். தாயும் மகளுமான அண்டை வீட்டுக்காரர்கள் ஏற்கெனவே தூங்கிக்கொண்டிருந்தாலும் மார்ஃபா இக்னச்சேவ்னாவின் பயங்கரமான சத்தத்தைக் கேட்டும் இடைவிடாது பலமாகக் கதவு தட்டப்படும் சத்தத்தைக் கேட்டும் அவர்கள் கண்விழித்து எழுந்து ஜன்னலருகே வந்து எட்டிப் பார்த்தார்கள். மார்ஃபா இக்னச்சேவ்னா கத்திக்கொண்டே எதை எதையோ உளறினாலும் உதவி தேவை என்பதை மட்டும் அவள் தெரியப்படுத்தினாள். சரியாக அந்த இரவு நேரம் பார்த்துத் தெருவில் சுற்றித் திரியும் ஃபோமா அவர்கள் வீட்டில் தங்கியிருந்தான். நிமிடத்தில் மூவரும் கொலை நடந்த இடத்திற்குப் போனார்கள். அப்படிப் போகும்போது மரியா கன்த்ரச்சேவ்னா நினைவுகூர்ந்தாள், சிறிது நேரத்திற்கு முன்பாக, ஒன்பது மணி அளவில், காதைத் துளைக்கும் பயங்கரமான சத்தம் தோட்டத்திலிருந்து கேட்டதாகவும் கண்டிப்பாக அது கிரிகோரி போட்ட சத்தமாகத்தான் இருக்க வேண்டுமென்றும் திமித்ரி ஃபியோதரவிச் வேலியைத் தாண்டிக் குதித்தபோது கிரிகோரி அவனுடைய கால்களைப் பிடித்து இழுத்ததில் அவன் போட்ட சத்தமாகத்தான் அது இருக்க வேண்டுமென்றும் நினைவுகூர்ந்தாள்; அப்படி கிரிகோரி, திமித்ரி ஃபியோதரவிச்சின் கால்களைப் பிடித்து இழுத்தபோது 'தந்தையைக் கொன்றவன்!' என்று கிரிகோரி கத்தினான். 'யாரோ பயங்கரமாகக் கத்தியது போல இருந்தது, பிறகு திடீரென்று சத்தம் நின்றுவிட்டது'

என்று ஓடியபடியே சொன்னாள் மரியா கன்த்ரச்சேவ்னா. கிரிகோரி விழுந்து கிடந்த இடத்திற்கு ஓடிவந்த இரண்டு பெண்களும் ஃபோமாவின் உதவியுடன் அவனைக் குடிசைக்குக் கொண்டுவந்து சேர்த்தார்கள். மெழுகுவர்த்தியை ஏற்றி வெளிச்சத்தில் பார்த்தபோது ஸ்மெர்தியாக்கவ் தன்னுடைய சிறு அறையில் இன்னும் வலிப்பு நோயால் துடிதுடித்துக் கொண்டிருக்க, அவனுடைய கண்கள் செருகி வாயிலிருந்து நுரை தள்ளியிருந்தது. காடி கலந்த நீரைக் கொண்டு கிரிகோரியின் தலையைத் தடவியபோது அவனுக்கு நினைவு திரும்ப, உடனே அவன் 'எஜமானனையா கொன்றுவிட்டார்கள்?' என்று கேட்டான், அப்போது அந்த இரண்டு பெண்களும் ஃபோமாவும் எஜமானைப் பார்க்கத் தோட்டத்தில் நுழைந்தபோது அவருடைய அறை ஜன்னல் மட்டுமல்ல, தோட்டத்து வழியாக அவருடைய அறைக்குச் செல்லக்கூடிய கதவும் திறந்திருந்ததைப் பார்த்தார்கள்; ஆனால் ஃபியோதர் பாவ்லவிச் கடந்த ஒருவருட காலமாகவே, ஒவ்வொரு நாள் இரவும் தன்னுடைய அறைக்கதவை மிகக் கவனமாக அவரே தாழிட்டு, எந்தக் காரணத்தை முன்னிட்டும் கிரிகோரியைக் கூட உள்ளே வர அனுமதிக்காமலிருந்தார். திறந்திருக்கும் கதவுகளைப் பார்த்து அந்த இரண்டு பெண்களும் ஃபோமாவும் உள்ளே போகப் பயப்பட்டார்கள்; 'ஏதாவது பிரச்சினையாகி விட்டால்' என்ன செய்வது என்று யோசித்தார்கள். அப்படி யோசித்தவர் கள் உடனே கிரிகோரியைப் பார்க்கத் திரும்பி வந்தபோது அவன் உடனே போலீஸுக்கு விஷயத்தைத் தெரிவிக்கச் சொன்னான். உடனே மரியா கன்த்ரச்சேவ்னா ஓடிப்போய் போலீஸுக்கு விஷயத்தைச் சொன்னாள். பியோத்தர் இலிச் வருவதற்கு ஐந்து நிமிடங்களுக்கு முன்புதான் அவள் அங்கு வந்திருந்தாள்; அப்படி வந்த அவர், தன்னுடைய ஊகங்களையும் முடிவுகளையும் மட்டும் வைத்துச் செயல்படாமல், குற்றவாளி யாராக இருக்கக்கூடுமென்ற பொதுவான புதிருக்கு விடை தேடுபவராகத் தானே சாட்சியாளராக இருக்க முன்வந்தார். (மனத்தளவில் இறுதிவரை, அவரால் இதை நம்பக்கூட முடியவில்லை).

அவர்கள் உடனே வேகமாகச் செயல்படுவதென்று முடிவெடுத் தார்கள். அப்படிச் செயல்பட, அவர்கள் உடனே நான்கு சாட்சிக்காரர் களையும் தங்களுடன் கூட்டிக்கொண்டு, சட்டப்படி, பியோதர் பாவ்லவிச்சின் வீட்டைத் திறந்து, அந்த இடத்திலேயே விசாரணையை ஆரம்பிக்கும்படி உதவிக் காவல் ஆணையருக்கு உத்தரவிட, அது எப்படிப்பட்ட சட்ட அமைப்பிற்குள் வருகிறதென்பதை விளக்காமல் கதையை நான் மேலே எடுத்துச் செல்கிறேன். புதிதாகப் பதவி ஏற்றிருந்த மாநகர மருத்துவர், தன்னுடைய வேலையைச் சுறுசுறுப்பாகச் செய்யும் ஆர்வத்தில், போலீஸ் அதிகாரி, அரசு வழக்குரைஞர் மற்றும் வழக்கு கண்காணிப்பாளர்களுடன் தானும்கூட வருவதாகச் சொன்னார். சுருக்கமாகச் சொன்னால், பியோதர் பாவ்லவிச்சின் மண்டை உடையும் படி அவர் கொலைசெய்யப்பட்டிருக்கிறார், ஆனால் எப்படி? ஒரு சமயம் கிரிகோரி தாக்கப்பட்ட அதே அந்தக் கருவியால் இவரும் தாக்கப்பட்டிருக்கலாம். கிரிகோரிக்குத் தேவையான எல்லா மருத்துவ உதவிகளையும் செய்தபிறகு, எப்படி அவன் தாக்கப்பட்டானென்பதை

வலுவிழந்த தன்னுடைய ஈனக்குரலில் அவன் சொன்னபிறகு, அந்தக் கருவியைத் தேட அவர்கள் முற்பட்டார்கள். ஒளிகாட்டியின் உதவியுடன் வேலிப்பக்கமாக அந்தப் பொருளை அவர்கள் தேடியபோது தோட்டத்து நடைபாதையில் அது அவர்கள் கண்ணில் படும்படியாகக் கிடந்தது, தூக்கி எறியப்பட்ட அந்தப் பித்தளை உலக்கை. பியோதர் பாவ்லவிச் இறந்து கிடந்த அறையில் குறிப்பிட்டுச் சொல்லும்படியாக எந்தவிதத் தடயமும் இல்லாமல் இருக்க, திரைச்சீலைக்குப் பின்புறம், அவருடைய கட்டிலுக்கருகே, தரையில் பெரிய கனமான, அலுவலக உறை ஒன்று கிடந்தது; அதை ஆராய்ந்து பார்த்ததில், அந்த உறையின் மேல் இப்படி எழுதப்பட்டிருந்தது: 'என்னுடைய தேவதை குரூஷென்காவிற்கு மூவாயிரம் ரூபிள்கள்; நீ வர விருப்பப்பட்டால் வரலாம்' என்று எழுதப்பட்டிருக்க அதற்குக் கீழே 'என்னுடைய செல்லத்திற்கு' என்று சேர்க்கப்பட்டிருந்த வார்த்தை ஒருசமயம் பியோதர் பாவ்லவிச்சால் பிறகு எழுதப்பட்டிருக்கலாம். அந்த உறையில் சிவப்பு நிற மெழுகு முத்திரை பெரிதாக மூன்று முறை பதிக்கப்பட்டிருந்தாலும், உறை கிழிக்கப்பட்டு, அதனுள் ஒன்றும் இல்லாமல் இருந்தது. அதிலிருந்த பணம் ஏற்கெனவே எடுக்கப்பட்டிருந்தது. அந்த உறையைச் சுற்றியிருந்த ரோஜா வண்ண ரிப்பன் தரையில் கிடந்தது. இதற்கிடையில் பியோத்தர் இலிச் சொன்ன விஷயம் ஒன்று வழக்குரைஞர் மனதிலும் விசாரணை யாளரின் மனதிலும் ஆழமாகப் பதிந்தது: அதாவது பொழுது விடிவதற்குள் திமித்ரி ஃபியோதரவிச் கண்டிப்பாகத் தன்னைத்தானே சுட்டுக்கொள்வான், ஏனெனில் அப்படித்தான் அவன் முடிவு செய்திருந் தான் அப்படியே அதை அவன் பியோத்தர் இலிச்சிடமும் சொல்லி, அவர் முன்பாகவே தன்னுடைய கைத்துப்பாக்கிகளை அவன் தயாரும் செய்திருந்தான்; அப்படியே ஒரு காகிதத்தில் குறிப்பு ஒன்றை எழுதி அவனுடைய சட்டைப் பையிலும் அவன் வைத்திருந்தான் என்ற சில விஷயங்களையும் பியோத்தர் இலிச் சொன்னார். மேலும் பியோத்தர் இலிச் அவன் சொன்னதை நம்பாமல், இந்தத் தற்கொலையை எப்படி யாவது தடுக்கப்போவதாகச் சொல்லி அவனைப் பயமுறுத்தியபோது, அவன் சிரித்துக்கொண்டே 'அதற்கு நேரமிருக்காது' என்று சொன்னான். எனவே, குற்றவாளி சொன்னது போல, தன்னைத்தானே அவன் சுட்டுக்கொள்வதற்கு முன்பு அவர்கள் மோக்ரய நகரத்திற்குச் சென்று அவனை அவர்கள் உடனடியாகப் பிடிக்க வேண்டி இருந்தது. 'தெளிவாகப் புரிகிறது, தெளிவாக!' என்று உணர்ச்சி ததும்பச் சொன்ன வழக்குரைஞர், 'இப்படி, இப்படித்தான் புத்திகெட்ட இந்த மனிதர்கள் செய்வார்கள்: குற்றத்தைச் செய்துவிட்டு அடுத்த நாள் தங்களைத் தாங்களே சுட்டுக் கொல்வார்கள்; அதற்கு முன்பு கிளர்ந்து எழுவார்கள்' என்றார். திமித்ரி பியோதரவிச் ப்லோத்னிக்கவ் கடையிலிருந்து திராட்சை ரசத்தையும் பலவிதப் பொருள்களையும் வாங்கியது வழக்குரைஞரை இன்னும் பலமாகச் சிந்திக்கவைத்தது. 'ஞாபகமிருக்கிறதா, மக்களே, வியாபாரி ஒல்சுஃபேவைக் கொன்றவனை; ஆயிரத்து ஐநூறு ரூபிள்களைத் திருடியவன் இதே போலத்தான் முதலில் தன்னுடைய தலைமுடியைச் சுருட்டி விட்டுக்கொண்டு, திருடிய பணத்தை மறைத்து வைக்க எந்தவித

முயற்சியும் எடுக்காமல், தன்னிடமே அதை வைத்துக்கொண்டு, பெண்களுடன் கூத்தடித்தானே, ஞாபகமிருக்கிறதா' என்று கேட்டார். பியோதர் பாவ்லவிச்சின் வீட்டைச் சோதனை செய்வதற்கும் தடயங் களைச் சேகரிப்பதற்கும் நேரம் அதிகம் தேவைப்பட்டது. இப்படி எல்லாவற்றிற்கும் நேரம் அதிகம் தேவைப்பட்டதால், மோக்ரய கிளம்பிப் போவதற்கு முன்பாக அவர்கள் அங்கிருக்கும் போலீஸ் அதிகாரி மவ்ரிக்கி மவ்ரிக்கியேவிச் ஷ்மெர்சோவாவை மோக்ரயவிற்கு அனுப்பி னார்கள்; முந்தைய நாள் காலைதான் அவர் தன்னுடைய சம்பளப் பணத்தை வாங்குவதற்காக இங்கு வந்திருந்தார். வந்திருந்த மவ்ரிக்கி மவ்ரிக்கியேவிச்சுக்கு அவர்கள் இப்படிக் கட்டளையிட்டார்கள்: மோக்ரயவுக்குப் போய்ச் சேர்ந்ததும் எந்தவித எச்சரிக்கையும் விடுக்காமல் 'குற்றவாளியை' அவர் பின்தொடர வேண்டும்; இது தொடர்புடைய அதிகாரிகள் வரும்வரை குற்றவாளியை அவர் கவனமாகப் பின்தொடர வேண்டும்; அப்படியே சாட்சிகளையும் ஊர்க்காவலர்களையும் அவர் தயார் செய்து வைக்க வேண்டுமென்று கட்டளையிட்டார்கள். இப்படியாக, மவ்ரிக்கி மவ்ரிக்கியேவிச் கட்டளைகளை ஏற்றுக்கொண்டு, தன்னுடைய அடையாளத்தை மறைத்து, பழைய சிநேகிதன் திரிஃபோன் பரீசிச், சத்திர நிர்வாகியிடம் மட்டும் இந்த ரகசியத்தைத் தெரிவித்து விட்டுத் தன்னுடைய வேலைகளைச் செய்ய ஆரம்பித்தார். மீச்சியா சத்திர நிர்வாகியைத் தேடிக்கொண்டு முகப்புத் தளத்திற்கு இருட்டில் வந்தபோது திரிஃபோன் பரீசிச் முகத்திலும் பேச்சிலும் திடீரென்று மாற்றம் ஏற்பட்டது இந்தக் காரணத்தால்தான். இப்படியாக, மீச்சியா வுக்கோ மற்ற யாருக்குமோ அவர்கள் கண்காணிக்கப்படுவது தெரியாமல் இருந்தது; கைத்துப்பாக்கிகள் அடங்கிய பெட்டி எப்போதோ திரிஃபோன் பரீசிச்சால் பத்திரமான வேறு இடத்திற்குக் கொண்டுபோகப்பட்டது. காலை ஐந்து மணி அளவில், ஏறக்குறைய பொழுது விடியும் தருணத்தில், தலைமை அதிகாரி, வழக்குரைஞர், நீதிமன்ற விசாரணையாளர் என்று எல்லோரும் ஆறு குதிரைகள் பூட்டப்பட்ட இரண்டு குதிரை வண்டிகளில் மோக்ரய நகரத்திற்கு வந்துசேர்ந்தார்கள். கொல்லப் பட்டவரின் உடலைக் காலையில் அறுவைச் சிகிச்சை செய்வதற்காக பியோதர் பாவ்லவிச்சின் வீட்டிலேயே மருத்துவர் தங்கிவிட, வேலையாள் ஸ்மெர்தியாக்கவின் உடல்நிலை அவருடைய கவனத்தை மிகவும் ஈர்த்தது: 'இவ்வளவு நேரம் தொடரும் பயங்கரமான இந்த வலிப்பு நோய், இரண்டு நாட்களாக நீடிப்பது மிகவும் அபூர்வம்; இது ஆராயப்பட வேண்டிய விஷயம்' என்று அங்கிருந்து கிளம்பும்போது தன்னுடைய சகாக்களிடம் கலவரத்துடன் சொன்ன அவரைப் பார்த்து, அவர்கள் சிரித்துக்கொண்டே அவருடைய கண்டுபிடிப்பிற்காக அவரைப் பாராட்டினார்கள்: விடிவதற்குள் ஸ்மெர்தியாக்கவ் இறந்து போய் விடுவான் என்று அறுதியிட்டுச் சொன்ன மருத்துவரின் வார்த்தைகளை அரசு வழக்குரைஞரும் நீதிமன்ற விசாரணையாளரும் நன்றாகவே நினைவில் வைத்திருந்தார்கள்.

இப்படிப்பட்ட நீண்ட, அவசியமான விளக்கத்திற்குப் பிறகு, முந்தைய புத்தகத்தில் நாம் விட்டு வந்த கதையைத் தொடருவோம்.

# 3

# வேதனைகளினூடே ஆன்மாவின் பயணம்

## முதல் சோதனை

இப்படியாக, வந்திருந்தவர்களைத் திகைப்புடன் பார்த்த மீச்சியா வுக்கு, அவர்கள் சொல்வது ஒன்றும் புரியாமல் இருந்தது. திடீரென்று அவன் எழுந்து கைகளை அகல விரித்துச் சத்தமாகக் கத்தினான்:

'நான் குற்றமற்றவன்! இந்த ரத்தத்தைப் பற்றி எனக்கு ஒன்றும் தெரியாது. என்னுடைய தந்தையின் ரத்தத்தைப் பற்றி எனக்கு ஒன்றும் தெரியாது... அவரை நான் கொல்ல விரும்பினேன், ஆனால் நான் கொல்லவில்லை, நான் கொல்லவில்லை!'

என்று அவன் சொன்னவுடன் திரைச்சீலைக்குப் பின்னால் இருந்து குரூஷென்கா ஓடிவந்து காவல் அதிகாரியின் காலில் விழுந்தாள்.

'நான், நான்தான் குற்றஞ்சாட்டப்பட வேண்டியவள், நான்தான் குற்றவாளி!' என்று மனத்தை உலுக்கும் விதத்தில் கண்ணீர் மல்க, கைகளை விரித்தபடி கத்தினாள். 'என்னால்தான் அவன் கொலை செய்தான்..! அப்படி அவனை நான் வேதனைப்படுத்தியதால் தான் இப்படி நடந்துவிட்டது! இறந்துபோன பாவப்பட்ட கிழவரையும் நான் வேதனைப்படுத்தியதால், என்னுடைய வெறுப்பின் காரணமாகவே இது நடந்துவிட்டது! நான்தான் குற்றம் சாட்டப்பட வேண்டியவள், நான்தான்!' என்று கதறினாள்.

'ஆமாம், நீதான் நடந்த எல்லாவற்றிற்கும் காரணம்! நீதான் முக்கியமான குற்றவாளி! ஒழுக்கங்கெட்டவள், கேடுகெட்டவள், நீ, நீதான் முக்கியமான குற்றவாளி' என்று கத்தியபடி கோபத்தில் கையை உயர்த்திய போலீஸ் அதிகாரியை வேகமாக ஓடிப்போய் சட்டென்று தடுத்து நிறுத்தினார்கள். அரசு வழக்குரைஞர் அவரைக் கட்டி அணைத்துத் தடுத்து நிறுத்தினார்.

'இது கேவலமாகப் போய்விடும்' மிகையில் மக்காரவிச் என்று கத்தியவர், 'விசாரணைக்கு நீங்கள் குறுக்கீடாக இருக்கிறீர்களென்பதில் சந்தேகமே இல்லை... காரியத்தை நீங்கள் கெடுத்துவிடுவீர்கள்...' என்று ஏறக்குறைய மூச்சிரைக்கச் சொன்னார்.

'நடவடிக்கை எடுக்க வேண்டும், நடவடிக்கை, நடவடிக்கை எடுக்க வேண்டும்!' என்று கொதித்த நிக்கலாய் பர்ஃபியோனவிச், 'இல்லா விட்டால் ஒன்றும் செய்ய முடியாமல் போய்விடும்' என்றார்.

'எங்கள் இருவரையும் ஒன்றாக விசாரியுங்கள்!' என்று சொன்ன குரூஷென்கா இன்னமும் மண்டியிட்டபடி வெறித்தனமாகத் தொடர்ந்து கத்தினாள். 'ஒன்றாகத் தண்டியுங்கள், இனி அவனுடன் சேர்ந்து நான் தூக்குமேடைக்கும் போகத் தயார்!'

'குரூஷா, என் வாழ்வே, என் ரத்தமே, என் புனிதமானவளே!' என்ற மீச்சியா மண்டியிட்டிருக்கும் அவளை இறுக அணைத்தான். 'அவள் சொல்வதை நம்பாதீர்கள்' என்று கத்திய மீச்சியா, 'எந்தவிதத்திலும் அவள் குற்றவாளி அல்ல, எந்த ரத்தத்திலும், எதிலும் அவளுடைய குற்றத்தின் பங்கு இல்லை' என்றான்.

அப்படிச் சொன்னவன் திடீரென்று எவ்வளவு பலவந்தமாக அவளிடமிருந்து விலக்கப்பட்டானென்பதையும் பிறகு அவன் நினைவு கூர்ந்தான்; அப்படியே மேஜை அருகே எப்படி அவன் அமர்த்தப் பட்டிருந்தானென்பதையும் அவன் பிறகு நினைவு கூர்ந்தான். அவனுக்கு முன்னும் பின்னும் அடையாளச்சின்னம் அணிந்திருந்த காவலாளிகள் நின்றுகொண்டிருந்தார்கள். எதிரில் சோபாவில் அமர்ந்திருந்த நிக்கலாய் பர்ஃபியோனவிச், நீதிமன்ற விசாரணையாளர், தண்ணீரைக் கொஞ்சம் குடிக்குமாறு சொல்லிக்கொண்டே, 'உங்களுக்கு அது புத்துணர்ச்சி தரும், உங்களை அமைதிப்படுத்தும், பயப்படாதீர்கள், கவலைப்படாதீர்கள்' என்று மிகவும் கனிவாகச் சொன்னார். விரல்களில் அவர் அணிந்திருந்த சிவப்புக்கல் பெரிய மோதிரமும் பிரகாசமான படிகம் போன்ற மஞ்சள்நிற மோதிரமும் எப்படி அவனுடைய கவனத்தைக் கவர்ந்திழுத்தன என்பதையும் பிறகு மீச்சியா நினைவுகூர்ந்தான். விசாரணையின்போது, பயங்கரமான தருணங்களில்கூட அவனுடைய பார்வை அந்த மோதிரங்களின் மீது பதிந்து, அதிலிருந்து அவனுடைய பார்வையை எடுக்கவோ மறக்கவோ முடியாமல் போனதென்று முற்றிலும் தேவையில்லாத அந்த விஷயத்தைப் பிறகு மீச்சியா ஆச்சர்யத்துடன் பலமுறை நினைவுகூர்ந்தான். விருந்து ஆரம்பித்தபோது மாக்ஸிமவ் எங்கு உட்கார்ந்திருந்தாரோ அங்கு மீச்சியாவின் இடது பக்கத்தில், அரசு வழக்குரைஞர் இப்போது அமர்ந்திருந்தார்; மீச்சியாவின் வலப் பக்கத்தில், குரூஷென்கா அமர்ந்திருந்த இடத்தில், இப்போது ரோஜா நிறக் கன்னங்களைக் கொண்ட இளம் மனிதர் ஒருவர், நீண்டகாலமாகப் பயன்படுத்தப்பட்ட மேல் சட்டையை அணிந்துகொண்டு, எழுது மையையும் தாள்களையும் வைத்துக்கொண்டு அமர்ந்திருந்தார். அவர் அரசாங்க வழக்குரைஞரின் எழுத்தர் போல; வரும்போதே தன்னுடன் அவர் எழுத்தரையும் அழைத்துக்கொண்டு வந்தது போல இருந்தது. தலைமை போலீஸ் அதிகாரி, அறையின் அடுத்த பக்கத்தில், கல்கானவுக்கு அருகே, அதே ஜன்னல் பக்கத்திலிருந்த நாற்காலி ஒன்றில் அமர்ந்திருந்தார்.

'தண்ணீர் குடியுங்கள்!' என்று மென்மையாகப் பத்தாவது முறையாகச் சொன்னார் நீதிமன்ற விசாரணையாளர்.

'குடித்துவிட்டேன், நன்மக்களே, குடித்துவிட்டேன் . . . சரி . . . இனி என்ன நன்மக்களே, என்னை நொறுக்குங்கள், தண்டியுங்கள், என் வாழ்வுக்கு முடிவுகட்டுங்கள்!' என்று உரக்கச் சொன்ன மீச்சியாவின் விசித்திரமான பார்வை நீதிமன்ற விசாரணையாளரின் மீது நிலைகுத்தி நின்றது.

'ஆக, உங்களுடைய தந்தை, பியோதர் பாவ்லவிச்சின் இறப்புக்கு நீங்கள் காரணம் இல்லை என்று உறுதியாக நீங்கள் சொல்கிறீர்கள்'

என்று மென்மையாக, ஆனால் ஆணித்தரமாகச் சொன்னார் நீதிமன்ற விசாரணையாளர்.

'ஆம், நான் குற்றவாளி அல்ல! என்னுடைய குற்றம் என்னுடைய தந்தையின் ரத்தத்தைச் சார்ந்ததல்ல, வேறு ஒருவருடைய ரத்தத்தை, வயதான வேறு ஒருவருடைய ரத்தத்தைச் சார்ந்தது. அதற்காக நான் வருத்தப்படுகிறேன்! அவரை நான் கொலைசெய்தேன், கிழவரைக் கொன்றேன், கொலைசெய்தேன், அவரை நான் தாக்கினேன்... ஆனால் வேறு ஒருவருடைய ரத்தத்திற்கு, பயங்கரமான இந்த ரத்தத்திற்கு, நான் செய்யாத இந்தக் குற்றத்திற்குப் பதிலளிப்பது எனக்குச் சிரமமாக இருக்கிறது... இது பயங்கரமான குற்றச்சாட்டு, நன்மக்களே, நெற்றியில் அடிப்பது போல அடித்து என்னை ஆச்சர்யப்பட வைத்து விட்டீர்கள்! ஆனால் யார் என்னுடைய தந்தையைக் கொன்றது, யார் கொன்றது, யார் கொன்றது? நான் கொல்லாவிட்டால், அவரை யார் கொன்றிருக்க முடியும்? ஆச்சர்யமாக இருக்கிறது, ஒன்றுமே புரியவில்லை, இது நடந்திருக்கவே முடியாது!..'

'ஆம், அவரை யார் கொன்றிருக்க முடியும்...' என்று நீதிமன்ற விசாரணையாளர் ஆரம்பித்தார்; ஆனால் அரசு வழக்குரைஞர், இப்போலித் கிரீல்லவிச் (உண்மையாக அவர் துணை அரசு வழக்குரைஞர், ஆனால் நம்முடைய தோழரை அரசு வழக்குரைஞர் என்றே நாம் அழைப்போம்) நீதிமன்ற விசாரணையாளரை அர்த்தத்துடன் ஒரு பார்வை பார்த்துவிட்டு மீச்சியாவைக் கேட்டார்:

'தேவையில்லாமல் நீங்கள் வயதான வேலைக்காரன் கிரிகோரி வசீலேவிச்சைப் பற்றிக் கவலைப்படுகிறீர்கள். தெரிந்துகொள்ளுங்கள், அவன் உயிருடன்தான் இருக்கிறான்; அவனுக்கு நினைவு திரும்பிவிட்டது; அவனுக்குப் பயங்கரமாக அடிபட்டிருந்தாலும், நீங்கள் அவனை அடித்திருந்தாலும், அவன் சொன்னது போல, அப்படியே நீங்களும் இப்போது சொன்னது போல, அவனுக்கு அடிபட்டிருந்தாலும், சந்தேகத்திற்கு இடமின்றி, அவன் உயிருடன்தான் இருக்கிறான்; குறைந்த பட்சம் மருத்துவர் அப்படித்தான் சொன்னார்.'

'உயிரோடு இருக்கிறானா? ஆக, அவன் உயிரோடு இருக்கிறான்!' என்று கத்திய மீச்சியா இரண்டு கைகளையும் தலைக்கு மேலே உயர்த்தி அகல விரித்தான். அவனுடைய முகம் சந்தோஷத்தில் பிரகாசித்தது. 'கடவுளே, உனக்கு நன்றி, எவ்வளவு பெரிய அற்புதத்தை எனக்காக நீ செய்திருக்கிறாய், இந்தப் பாவிக்காக, இந்தக் கேடுகெட்டவனுக்காக, என்னுடைய பிரார்த்தனையை ஏற்றுக்கொண்டு நீ செய்திருக்கிறாய்!.. ஆம், ஆமாம், நான் செய்த பிரார்த்தனையின் காரணமாகத்தான், இது நடந்தது. இரவு முழுவதும் அவனுக்காக நான் பிரார்த்தித்தேன்!..' என்றவன் தனக்குத்தானே மூன்றுமுறை சிலுவை போட்டுக்கொண்டான். உணர்ச்சி வசப்பட்டதில் ஏறக்குறைய அவனுக்கு மூச்சுத் திணறியது.

'அந்தக் கிரிகோரியிடமிருந்துதான் எங்களுக்கு உங்களைப் பற்றிய சாட்சியம் கிடைத்தது...' என்று அரசு வழக்குரைஞர் தொடர்ந்தபோது, திடீரென்று மீச்சியா தன்னுடைய நாற்காலியிலிருந்து எழும்பிக் குதித்தான்.

'ஒரு நிமிடம், நன்மக்களே, ஒருநிமிடம், கடவுள் சாட்சியாக ஒரே ஒரு நிமிடம், நான் அவளை ஓடிப் போய்ப் பார்த்துவிட்டு வந்துவிடுகிறேன் ...'

'மன்னிக்கவும்! இப்போது அவளை நீங்கள் பார்க்க முடியாது!' என்று சற்றே கடுமையாகச் சொன்ன நிக்கலாய் பர்ஃபியோனவிச் தன்னுடைய இடத்திலிருந்து குதித்து எழுந்தார். மீச்சியாவைப் போகவிடாமல் காவலாளிகள் பிடித்தபோது, அவனே நாற்காலியில் வந்தமர்ந்தான்.

'நன்மக்களே, என்னே பரிதாபம்! ஒரே ஒரு நிமிடம் தான் அவளை நான் பார்க்க விரும்புகிறேன் ... அவளிடம் சொல்ல விரும்புகிறேன், அந்த ரத்தக் கறை அழிந்துவிட்டது, இரவு முழுவதும் என்னுடைய மனத்தை நொறுக்கிய அந்த ரத்தக் கறை கழுவப்பட்டுவிட்டது, இனி நான் கொலைகாரனல்ல என்பதை! நன்மக்களே, நான் மணந்துகொள்ளப் போகிற பெண் அவள்!' என்று எல்லோரையும் பார்த்துச் சட்டென்று பரவசத்துடன், மரியாதையுடன் சொன்னான். 'ஓ, உங்களுக்கு நன்றி, நன்மக்களே! ஓ, எப்படி நீங்கள் எனக்கு உயிர் கொடுத்திருக்கிறீர்கள், ஒரு நிமிடத்தில் என்னை உயிர்ப்பித்து விட்டீர்கள்!... அந்தக் கிழவன் நான் குழந்தையாக இருந்தபோது என்னைக் கைகளில் ஏந்திக் குளியல் தொட்டியிலிட்டுக் குளிப்பாட்டினான்; மூன்று வயதுக் குழந்தையாக இருந்த நான் கைவிடப்பட்டபோது அவன்தான் எனக்குச் சொந்தத் தந்தையாக இருந்தான்!...'

'ஆக, நீங்கள் ...' என்று நீதிமன்ற விசாரணையாளர் ஆரம்பித்தார்.

'நன்மக்களே, ஒரு நிமிடம், இன்னும் ஒரு நிமிடம் கொடுங்கள்' என்று இடைமறித்த மீச்சியா, முகத்தைக் கைகளால் மூடிக்கொண்டு, 'யோசிக்க ஒரு நிமிடம் கொடுங்கள், அமைதியாய் மூச்சுவிட ஒரு நிமிடம் கொடுங்கள், நன்மக்களே. இது என்னைப் பயங்கரமான, பயங்கரமான அதிர்ச்சிக்குள்ளாகிவிட்டது, இது என்ன ஆட்டுத்தோலா உரித்துப்போட, மனிதன், நன்மக்களே மனிதன்!' என்றான்.

'இன்னும் கொஞ்சம் தண்ணீர் குடியுங்கள் ...' என்று முணுமுணுத்தார் நிக்கலாய் பர்ஃபியோனவிச்.

தன்னுடைய முகத்தை மறைத்திருந்த மீச்சியா கைகளை விலக்கிக் கொண்டு சிரித்தான். அவனுடைய பார்வையில் மனநிறைவு தெரிந்தது; ஒரு நிமிடத்தில் முற்றிலுமாக அவன் மாறிப் போயிருந்தான். அவனுடைய நடை, உடை, தோற்றம், பாணி எல்லாம் மாறிப் போயிருந்தன: இவர்கள் எல்லோருக்கும் அறிமுகமான, எல்லோருக்கும் சமமான ஒரு மனிதனாக, ஏதோ ஒரு பொது நிகழ்ச்சியில் நேற்றுதான் அவர்கள் அறிமுகமானவர்களைப் போல, எதுவுமே நடக்காதது போல இருந்தான். ஆனால், தற்செயலாக நடந்த ஒன்றைப் பற்றிக் குறிப்பிடுவோம்; தலைமை போலீஸ் அதிகாரி நம்முடைய ஊருக்கு முதன்முதலில் வந்தபோது உற்சாகத்துடன் அவரால் வரவேற்கப்பட்டான் மீச்சியா; ஆனால் குறிப்பாக, போன மாதம் அவருடைய வீட்டிற்கு மீச்சியா போகவே இல்லை; அவனை அவர் தெருவில் (வழியில்) சந்தித்தாலும்,

கடுங்கோபத்துடனேயே எதிர்கொண்டவர், அவனைப் பார்த்து மரியாதை நிமித்தமாக மட்டுமே தலையசைத்து வணங்கினார் என்பதை மீச்சியா நன்றாகவே அறிந்திருந்தான். அரசு வழக்குரைஞருடன் அவன் இன்னும் அவ்வளவாகப் பழகி இருக்கவில்லை, ஆனால் அவருடைய அருமையான மனைவியோ எப்போதும் அவனை மிக மரியாதையுடன் வரவேற்று, அன்புடன் உபசரித்து, விடைபெற்றுக் கொண்டு போகும்வரை அவனிடம் அக்கறையுடன் பழகியது ஏன் என்றுதான் அவனுக்குப் புரியவில்லை; அப்படி அவன் ஏன் அவளைப் பார்க்கப்போனான் என்பதையும் அவனால் புரிந்துகொள்ள முடிய வில்லை. நீதிமன்ற விசாரணையாளருடன் அவன் இன்னும் அதிகமாகப் பழகி இருக்கவில்லை, ஆனால் ஓரிருமுறை அவன் அவரைச் சந்தித்திருக் கிறான்; அப்படி அவரைச் சந்தித்தபோதெல்லாம் பெண்களைப் பற்றித்தான் அவரிடம் அவன் பேசி இருக்கிறான்.

‘நிக்கலாய் பர்ஃபியோனவிச், நீங்கள் மிகத் திறமையான விசாரணை யாளர்’ என்று சந்தோஷமாகச் சிரித்துக்கொண்டே சொன்ன மீச்சியா, ‘உங்களுக்கு இனி நானே உதவுகிறேன்.’ ஓ, நன்மக்களே, எனக்குப் புது சக்தி கிடைத்துவிட்டது . . . வெளிப்படையாக வெகு இயல்பாக உங்களிடம் நான் பேசுவதற்காக என்மீது நீங்கள் கோபப்படாதீர்கள். அப்படியே நான் கொஞ்சம் குடித்திருக்கிறேன் என்பதையும் வெளிப்படை யாகவே சொல்லிக்கொள்கிறேன். எனக்கு என்ன தோன்றுகிறதென்றால், உங்களைச் சந்தித்ததில் எனக்குப் பெருமை . . . பெருமையும் சந்தோஷமும் கூட, நிக்கலாய் பர்ஃபியோனவிச், உங்களை என்னுடைய உறவுக்காரர் மியூசவ் வீட்டில் நான் சந்தித்திருக்கிறேன் . . . நன்மக்களே, உங்களுக்கு நிகரானவன் அல்ல நான் என்பது எனக்குத் தெரியும். அப்படியே இப்போது என்ன நிலையில் நான் இருக்கிறேன் என்பதும் எனக்குத் தெரியும். கிரிகோரி எனக்கு எதிராகச் சாட்சி சொல்லியிருந்தால், ஓ, கண்டிப்பாக, இப்போது நான் சந்தேகத்திற்குட்பட்ட மனிதன்தான்! பயங்கரம், பயங்கரம் எனக்கு நன்றாகவே புரிகிறது! இப்போது நாம் காரியத்திற்கு வருவோம், நன்மக்களே, இப்போது நான் தயாராக இருக்கிறேன், இதை நாம் உடனே செய்து முடிப்போம், ஏனெனில் நன்மக்களே, கேளுங்கள், நான் குற்றவாளி இல்லை என்று எனக்குத் தெரியும். எனவே இந்த விஷயத்தை இப்போதே நாம் முடித்துவிடலாம்! இல்லையா? அப்படித்தானே?’

பதற்றத்துடன் உணர்ச்சி பொங்க வேகமாக மீச்சியா பேசியது, ஏதோ அவர்கள் எல்லோரும் அவனுடைய மிக நெருங்கிய நண்பர்கள் போல இருந்தது.

‘ஆக, உங்கள்மீது சாட்டப்பட்ட குற்றத்தை நீங்கள் முற்றிலுமாக மறுக்கிறீர்கள்’ என்று உன்னிப்பாகச் சொன்ன நிக்கலாய் பர்ஃபியோனவிச், எழுத்தர் பக்கம் திரும்பிப் பாதிக்குரலில் அவர் என்ன எழுத வேண்டுமென்பதைச் சொன்னார்.

‘இதை எழுத வேண்டுமா? இதை எழுதிக்கொள்ள நீங்கள் விரும்பு கிறீர்களா? அப்படியானால் எழுதிக்கொள்ளுங்கள், என்னுடைய

முழு சம்மதத்தையும் நான் கொடுக்கிறேன், நன்மக்களே ... ஆனால், பாருங்கள் ... பொறுங்கள், பொறுங்கள், இப்படி எழுதிக்கொள்ளுங்கள்: 'ஒழுக்கக் கேடாக நடந்ததற்காக நான் குற்றம் சாட்டப்பட வேண்டியவன், அப்படியே பாவப்பட்ட கிழவனைப் பயங்கரமாகத் தாக்கியதற்காகவும் நான் குற்றம் சாட்டப்பட வேண்டியவன்' என்று. ஆனால், இன்னும் ஒரு விஷயத்தில் நான் குற்றவாளியாக இருக்கிறேன், ஆனால் அதைப் பற்றி எதுவும் நீங்கள் எழுத வேண்டாம், அது என்னுடைய மனம் சம்மந்தப்பட்டது, என்னுடைய மனதிற்கு நான் குற்றவாளி' என்று சொன்னவன், திடீரென்று எழுத்தர் பக்கம் திரும்பி, 'அது என்னுடைய சொந்த வாழ்க்கை பற்றியது, நன்மக்களே, அது உங்களுக்கு வேண்டாம், அது என்னுடைய ஆழ்மனதில் இருக்கிறது ... ஆனால் வயதான என்னுடைய தந்தையை நான் கொல்லவில்லை – அந்தக் குற்றத்தை நான் செய்யவில்லை! அப்படி நினைப்பது மடத்தனம்! அது உண்மையாகவே மடத்தனம்!.. அதை நான் உங்களுக்கு இப்போதே புரியவைப்பேன். அதைக் கேட்டு நீங்களும் சிரிக்கப் போகிறீர்கள், நன்மக்களே, நீங்கள் என்னைச் சந்தேகப்பட்டதை நினைத்து நீங்களே பயங்கரமாகச் சிரிக்கப் போகிறீர்கள்!..' என்றான்.

'அமைதியாக இருங்கள், திமித்ரி ஃபியோதரவிச்,' என்று சொன்ன நீதிமன்ற விசாரணையாளர், தன்னுடைய அமைதியால் அவனுடைய ஆரவாரத்தை வெல்ல முயன்றார். 'நம்முடைய விசாரணையை ஆரம்பிக்கும் முன்பாக, நான் கேட்கும் கேள்விகளுக்கு நீங்கள் பதில் சொல்ல வேண்டுமென்பதைத் தெரிந்துகொள்ளுங்கள்; உங்களிடமிருந்து உண்மையைத் தெரிந்துகொள்ள வேண்டும்; இறந்துபோன பியோதர் பாவ்லவிச்சின் மீது உங்களுக்கு அன்பில்லை, அவருடன் எப்போதுமே நீங்கள் சண்டை போட்டுக்கொண்டிருந்தீர்கள், அதுவும் முக்கால் மணி நேரத்திற்கு முன்பாகக் கூட நீங்கள் அவரைக் கொன்றுவிடுவதாக மிரட்டியிருக்கிறீர்கள்: 'நான் அவரைக் கொலை செய்யவில்லை, ஆனால் அவரைக் கொலைசெய்ய விரும்புகிறேன்!' என்று நீங்கள் சொல்லியிருக்கிறீர்கள் இல்லையா?'

'நான் அப்படிச் சொன்னேனா? ஓ, இருக்கலாம், நன்மக்களே, ஆம், துரதிர்ஷ்டவசமாக, அவரைக் கொலைசெய்ய நான் விருப்பப்பட்டேன், பலமுறை விருப்பப்பட்டேன் ... துரதிர்ஷ்டவசமாக, துரதிர்ஷ்டவசமாக!'

'உங்களுடைய தந்தையைக் கொல்ல நீங்கள் விருப்பப்பட்டீர்கள். அது ஏனென்று விளக்க முடியுமா; உங்களுடைய தந்தையை அப்படி நீங்கள் வெறுக்கக் காரணம் என்ன?'

'விளக்குவதற்கு என்ன இருக்கிறது, நன்மக்களே!' என்று தன்னுடைய பார்வையைத் தாழ்த்தியபடி முகவாட்டத்துடன் சொன்னான் மீச்சியா. 'என்னுடைய உணர்வுகளை நான் மறைக்கவில்லை என்பது ஊர் மக்களுக்குத் தெரியும், சத்திரத்தில்கூட எல்லோருக்கும் தெரியும், கொஞ்ச நாளைக்கு முன்பு துறவிமடாலயத்தில் முதியவர் ஸோசிமாவிடம் கூட நான் சொன்னேன் ... அந்த நாள் சாயங்காலமே அவரை

நான் அடிக்கவும் செய்தேன், விட்டிருந்தால் கொலையும் செய்திருப்பேன், ஆனால் மறுபடியும் திரும்பி வந்து அவரை நான் கொல்லப்போவதாகக் கூட எல்லோர் முன்னிலையிலும் நான் சொன்னேன். ஓ, அதற்கு ஆயிரம் சாட்சியாளர்கள் இருப்பார்கள்! ஒரு மாதம் முழுவதும் நான் அப்படித்தானே கத்திக்கொண்டிருந்தேன், அதை எல்லோருமே பார்த்திருப்பார்கள்!.. உண்மை வெட்டவெளிச்சமாகத் தெரிகிறது; நான் உண்மையைச் சொன்னேன், உண்மையாகவே அப்படித்தான் கத்தினேன், ஆனால், உணர்ச்சிகள், நன்மக்களே, உணர்ச்சிகள் என்பது வேறு விஷயம்' என்று கோபமாகச் சொன்ன மீச்சியா, 'என்னுடைய உணர்வுகளைப் பற்றிக் கேட்க உங்களுக்கு உரிமை இல்லை என்று நான் நினைக்கிறேன். உங்களுக்கு அதற்கு அதிகாரம் இருக்கிறது என்பது எனக்குத் தெரியும், இருந்தாலும் அது என்னுடைய சொந்த விஷயம், எனக்கு நெருக்கமான விஷயம், ஆனால்... என்னுடைய உணர்ச்சிகளை எப்போதுமே நான் மறைத்ததில்லை... அந்தச் சத்திரத்தில், உதாரணமாக, ஒவ்வொருவரிடமும், எல்லோரிடமும் நான் சொன்னேன்... அதை இப்போது நான் ரகசியமாக வைக்கப் போவதில்லை. பாருங்கள் நன்மக்களே, இந்த விஷயத்தைப் பொறுத்தவரையில் எனக்கு எதிராக நிறைய சாட்சியங்கள் இருக்கின்றன என்று எனக்குத் தெரியும்: அவரை நான் கொலைசெய்யப்போவதாக எல்லோரிடமும் சொன்னேன், ஆனால், திடீரென்று அவரை யாரோ கொன்றுவிட்டார்கள்: ஆக, அது நானில்லாமல் வேறு யாராக இருக்க முடியும்? ஹ – ஹா! உங்களைக் குறை சொல்லி என்ன பயன், எனக்கு நன்றாகப் புரிகிறது. நானே முற்றிலும் ஆச்சர்யத்தில்தான் இருக்கிறேன், ஏனெனில் நான் அவரைக் கொலை செய்யாவிட்டால் வேறு யார் அவரைக் கொன்றிருக்க முடியும்? அப்படித்தானே? நான் கொலை செய்யாவிட்டால் வேறு யார் இதைச் செய்திருக்கக்கூடும்? நன்மக்களே' என்று கத்திய அவன், 'எனக்கு அது தெரிய வேண்டும், அதை நான் உங்களிடமிருந்து எதிர்பார்க்கவும் செய்கிறேன், நன்மக்களே, எங்கே அவர் கொல்லப் பட்டார்? எப்படி, எதைப் பயன்படுத்திக் கொன்றார்கள்? சொல்லுங்கள்' என்று அவசரமாக அரசு வழக்குரைஞரையும் நீதிமன்ற விசாரணை யாளரையும் பார்த்துக் கேட்டான் மீச்சியா.

'நாங்கள் அவரை, அவருடைய அறையில், தலையில் அடிபட்டுத் தரையில் விழுந்து கிடந்த நிலையில் பார்த்தோம்' என்று சொன்னார் அரசு வழக்குரைஞர்.

'இது பயங்கரம், நன்மக்களே!' என்று திடீரென்று குலுங்கிய மீச்சியா, மேஜைமீது சாய்ந்த வண்ணம் வலது கையால் முகத்தை மூடிக்கொண்டான்.

'நாங்கள் விசாரணையைத் தொடரப்போகிறோம்' என்று இடை மறித்தார் நிக்கலாய் பர்ஃபியோனவிச். 'ஆக, உங்களுடைய வெறுப்புக்கு முக்கியமான காரணம் என்ன? எல்லோர் முன்னிலையிலும் பொறாமை தான் காரணம் என்று வெளிப்படையாக நீங்கள் சொல்லியிருக்கிறீர்கள், அப்படித்தானே ?'

‘ஆம், பொறாமைதான், ஆனால் பொறாமை மட்டுமே காரணமல்ல.’

‘அப்படியானால் பணத்துக்காக அவரிடம் நீங்கள் சண்டை போட்டீர்களா?’

‘ஆம், பணத்துக்காகவும் நான் சண்டை போட்டேன்.’

‘சண்டை அந்த மூவாயிரம் ரூபிள்களுக்காக, கொடுக்கப்படாத உங்களுடைய அந்தப் பணத்திற்காகத் தானே.’

‘மூவாயிரமா! அதற்கு மேலாக, அதற்கும் மேலாக’ என்று கத்திய மீச்சியா, ‘ஆறாயிரம், இல்லை பத்தாயிரத்திற்கும் மேலாக இருக்கும். அதைப் பற்றி எல்லோரிடமும் நான் சொல்லியிருக்கிறேன், எல்லோரிடமும் வெளிப்படையாகவே சொல்லி இருக்கிறேன்! ஆனால், இந்த மூவாயிரம் கிடைத்தால் போதுமென்றும் முடிவுசெய்திருந்தேன். எனக்கு அந்த மூவாயிரம் ரூபிள்கள் உடனடியாகத் தேவைப்பட்டன ... ஆக, குருஷென்காவிற்காகக் கொடுக்கப்பட வேண்டிய அந்த மூவாயிரம் ரூபிள்கள், எனக்குத் தெரியும் அவருடைய தலையணைக்குக் கீழ் உறையில் போட்டு வைக்கப்பட்ட அந்த மூவாயிரம் ரூபிள்கள், என்னிடமிருந்து திருடப்பட்டவை என்று. அப்படி நான் முடிவுசெய்ததால், நன்மக்களே, அதை நான் என்னுடைய பணம் என்றுதான் நினைத்தேன், சரியாகச் சொன்னால் என்னுடைய சொத்து என்றுதான் நான் நினைத்தேன் ...’

அரசு வழக்குரைஞர் யாருக்கும் தெரியாமல் நீதிமன்ற விசாரணையாளரைப் பார்த்து அர்த்தத்துடன் கண்சிமிட்டினார்.

‘இதைப் பற்றி நாம் மீண்டும் ஒருமுறை பேசுவோம்’ என்று சொன்ன நீதிமன்ற விசாரணையாளர், ‘இப்போது நீங்கள் சொன்ன இந்த விஷயத்தை எழுதிக்கொள்ள அனுமதியுங்கள், அதாவது, அந்த உறையிலிருந்த பணம் உங்களுடைய சொத்து என்று நீங்கள் நினைத்தீர்கள் என்பதை’ என்றார்.

‘எழுதுங்கள், நன்மக்களே, எனக்கு நன்றாகப் புரிகிறது, இவையெல்லாம் எனக்கு எதிரான சாட்சியங்கள் என்று, ஆனால், நான் அந்தச் சாட்சியங்களைக் கண்டு பயப்படவில்லை, அவற்றை எனக்கு எதிராகவே நான் சொல்லிக்கொள்கிறேன்! பாருங்கள், நன்மக்களே, உண்மையாக நான் எப்படி இருக்கிறேனோ அதை விட்டுவிட்டு என்னை நீங்கள் வேறு ஒருவராகப் பார்க்கிறீர்கள்’ என்று திடீரென்று வருத்தத்துடன் சோகமாகச் சொன்னான் மீச்சியா. ‘உங்களுடன் மரியாதைக்குரிய, மிக மிக மரியாதைக்குரிய ஒரு மனிதர் பேசிக் கொண்டிருக்கிறார், முக்கியமாக, இதை நீங்கள் மறந்துவிடாதீர்கள், கேவலமான விஷயங்கள் பலவற்றையும் செய்த, மரியாதைக்குரிய ஒரு மனிதர் உங்களுடன் பேசிக்கொண்டிருக்கிறார் என்பதை; அந்த மனிதரின் உள்ளத்தில், ஆழ் மனத்தில், சரி, சுருக்கமாகச் சொல்லப் போனால், என்னால் விளக்கமுடியவில்லை ... அதாவது, குறிப்பாக எது என்னை வாழ்நாள் முழுவதும் வருத்தப்படவைத்தது என்றால், மரியாதைக்குரிய மனிதனாக நான் வாழவேண்டுமென்று விருப்பப்

பட்டதுதான், அதாவது, அந்த மரியாதையைப் பெறுவதற்காக நான் தியாகம் செய்து, அதை டயோஜனஸ்[1] விளக்குடன் தேடி, அதுவும் வெளிச்சத்தில் தேடியது மட்டுமில்லாமல், வாழ்நாள் முழுவதும் கேவலமாகவே நான் நடந்துகொண்டு, மற்றவர்களைப் போல நடந்து கொண்டு, நன்மக்களே ... அதாவது, மற்றவர்களைப் போல இல்லை, என்னைப் போல, நன்மக்களே, தவறாகச் சொல்லிவிட்டேன், என்னை, என்னைப் போலவே நான் நடந்துகொண்டேன்!... நன்மக்களே, எனக்குத் தலையை வலிக்கிறது' என்று வலியில் தன்னுடைய புருவங்களை நெருக்கியபடி சொன்னவன், 'பாருங்கள், நன்மக்களே, என் தந்தையின் தோற்றம் எனக்குப் பிடிக்கவில்லை, அதில் ஏதோ ஒரு நேர்மையற்ற தன்மை, வெறுப்பு, புனிதமான எல்லாவற்றையும் கேலப்படுத்தும் தன்மை, ஏளனம், நம்பிக்கையின்மை, இப்படி எல்லாமே வெறுப்பாக, வெறுப்பாக இருந்தது! ஆனால், இப்போது அவர் இறந்து போய் விட்டதால், வேறுவிதமாக நான் நினைத்துப் பார்க்கிறேன்' என்றான்.

'எப்படி வேறுவிதமாக?' என்று கேட்டார் நீதிமன்ற விசாரணையாளர்.

'வேறுவிதமாக அல்ல, ஆனால் வருத்தப்படுகிறேன், அப்படி அவரை நான் வெறுத்ததற்காக.'

'வருத்தப்படுகிறீர்களா?'

'இல்லை, வருத்தப்படவில்லை, அப்படி எழுதாதீர்கள். பார்ப்பதற்கு நான் அழகானவனல்ல தான், நன்மக்களே, அதற்காக அவரை அசிங்கமானவரென்று சொல்வதற்கு எனக்கு உரிமை இல்லை, அவ்வளவு தான்! இதை நீங்கள் எழுதிக் கொள்ளலாம்.'

இப்படிச் சொன்ன மீச்சியா திடீரென்று சோகமானான். நீதிமன்ற விசாரணையாளரின் கேள்விகளுக்குப் பதில் சொல்லச் சொல்ல, கொஞ்சம் கொஞ்சமாக அவன் சோகத்திற்குள்ளானான். அப்போது திடீரென்று எதிர்பாராத சம்பவம் ஒன்று நடந்தது. அதாவது குருஷென்காவை அங்கிருந்து கூட்டிக்கொண்டு போய்விட்டாலும், அவளை வேறு ஒரு அறையில், நீலநிற அறைக்குப் பக்கத்து அறையில், விசாரணை நடக்கும் அறையில் வைத்திருந்தார்கள். அது ஒரே ஒரு ஜன்னலைக் கொண்ட சிறிய அறையாக, இரவு விருந்துண்டு நடனமாடிய பெரிய அறைக்குப் பக்கத்திலிருந்த அறையாக இருந்தது. அவளுடன் இப்போது மாக்ஸிமவ் மட்டும் பயந்து நடுங்கி, குழப்பத்தில், அவளிடம் அடைக்கலம் அடைந்தவனைப் போல இருந்தான். அந்த அறையின் வாசலில், அடையாளச் சின்னம் அணிந்திருந்த ஒருவர் நின்றுகொண் டிருந்தார். குருஷென்கா சோகத்தில் அழுதுகொண்டிருந்தாள்; சோகம் அவளுடைய மனத்தைப் பிழிந்தெடுக்க, திடீரென்று துள்ளிக் குதித்த அவள், கைகளை அகல விரித்து உரக்கக் கத்தி அழுதபடி, 'துன்பம் எல்லாம் என்னால் வந்தது, இந்தத் துன்பம் எல்லாம்!' என்று சொன்னவள் அறையை விட்டு வெளியேறி, மீச்சியாவைப் பார்க்க எதிர்பாராதவிதமாக ஓட, அவளைத் தடுத்துநிறுத்த யாராலும் முடியவில்லை. அவளுடைய கதறலைக் கேட்டு மீச்சியாவின் உடல் முழுவதும் நடுங்க, தன்னை மறந்து துள்ளிக் குதித்தவன், கத்தியபடி

அவளைப் பார்க்க ஓடினான். ஆனால், அவர்கள் இருவரையும் சந்திக்கவிடாமல் பிரித்தபோது மீச்சியாவும் குரூஷென்காவும் ஒருவரை ஒருவர் பார்த்துக்கொண்டார்கள். அப்போது மீச்சியாவின் கைகளைப் பலமாகப் பற்றி அவர்கள் இழுத்தார்கள். திமிறி எழுந்து அவளைப் பார்க்க அவன் முயன்றபோது மூன்று, நான்கு பேர் அவனைப் பலவந்தமாகப் பிடித்துத் தடுத்து நிறுத்தினார்கள். குரூஷென்காவைப் பிடித்திழுத்துக் கூட்டிக்கொண்டு போனபோது எப்படி அவள் தன்னுடைய கைகளை நீட்டி மீச்சியாவைப் பிடிக்க வந்தாள் என்பதையும் அவன் பார்த்தான். பிறகு மீண்டும் அவன் அந்தப் பழைய இடத்திற்கு மேஜைக்கருகே வந்து, நீதிமன்ற விசாரணையாளரைப் பார்த்துக் கத்தினான், 'உங்களுக்கு அவளிடமிருந்து என்ன வேண்டும்? அவளை ஏன் இப்படித் துன்புறுத்துகிறீர்கள்? அவள் குற்றமற்றவள், குற்றமற்றவள்!..'

அரசு வழக்குரைஞரும் நீதிமன்ற விசாரணையாளரும் அவனை அமைதிப்படுத்த முயன்றனர். இப்படியாகப் பத்து நிமிடங்கள் கழிந்தன; இதுவரை வெளியே இருந்த மிகையில் மக்காரவிச் உணர்ச்சி பொங்க அரசு வழக்குரைஞரைப் பார்த்துச் சத்தமாகச் சொன்னார்:

'அவளைக் கீழே கூட்டிக்கொண்டு போயிருக்கிறார்கள்; துரதிர்ஷ்ட வசமான இந்த மனிதனிடம் ஒன்றைச் சொல்ல அனுமதிப்பீர்களா, நன்மக்களே? உங்கள் முன்பாக, உங்கள் முன்பாகச் சொல்ல!' என்று கேட்டார். 'தயவுசெய்து சொல்லுங்கள், மிகையில் மக்காரவிச்' என்று சொன்ன நீதிமன்ற விசாரணையாளர், 'எங்களுக்கு எந்தவித ஆட்சேபணையும் இல்லை' என்றார்.

'திமித்ரி ஃபியோதரவிச், கேள், என் அருமையானவனே' என்று மீச்சியாவைப் பார்த்துச் சொன்ன மிகையில் மக்காரவிச், வேதனைப் படும் துரதிர்ஷ்டவசமான இந்த மனிதனின் மீது ஏறக்குறைய ஒரு தந்தையின் அன்பு பொங்க, முகத்தில் கருணையும் பதற்றமும் தெறிக்க, 'உன்னுடைய அக்ரஃபேனா அலெக்ஸாந்தரவ்னாவை நானே கீழே கூட்டிக்கொண்டு போய், வீட்டுச் சொந்தக்காரியின் மகள்களிடம் ஒப்படைத்துவிட்டு வந்திருக்கிறேன்; அவளுடன் அந்த வயதான மனிதர் மாக்ஸிமவும் இருக்கிறார்; அவளை நான் சமாதானப்படுத்தி வைத்திருக்கிறேன், கேட்கிறதா உனக்கு? அவளை நான் சமாதானப்படுத்தி, அமைதிப்படுத்தி அவளிடம் சொன்னேன், உண்மையை நீ நிரூபிக்க வேண்டும், அதன் பொருட்டு அவள் உன்னைத் தொல்லை செய்யாமல், உன்னைப் பார்த்து வருத்தப்படாமல் இருக்க வேண்டுமென்று; இல்லாவிட்டால் நீ குழம்பிப் போய்ச் சரியாகப் பதில் சொல்லாமல் போய்விடுவாயென்று சொன்னேன், புரிகிறதா? சரி, சுருக்கமாகச் சொன்னால், நான் சொன்னதை அவள் புரிந்துகொண்டாள். என் அருமைச் சகோதரனே, அவள் அறிவாளி, இரக்க குணமுள்ளவள்; வயதான என்னுடைய கரங்களைப் பற்றி அவள் முத்தமிட்டு, உனக்கு உதவுமாறு அவள் என்னைக் கேட்டுக்கொண்டாள். அவள்தான் என்னை இங்கு அனுப்பி, அவளைப் பற்றி நீ கவலைப்பட வேண்டா மென்று, உன்னிடம் சொல்லச் சொன்னாள், ஆமாம், நீ அவளைப் பற்றிக் கவலைப்படாதே, என் அருமையானவனே, அவளைப் பற்றிக்

கவலைப்படாமல் நீ அமைதியாக இருக்கிறாயென்று. அவளிடம் போய் சொல்கிறேன், சரி, நீ அமைதியாக இரு, புரிகிறதா. அவளுக்காக நான் வருத்தப்படுகிறேன்; அவளுடைய மனம் கிறிஸ்துவ மதஞ்சார்ந்தது, ஆம், நன்மக்களே, அது அற்புதமான உள்ளம், எந்தக் குற்றமும் அறியாத உள்ளம், சரி, அவளிடம் என்ன சொல்லட்டும், திமித்ரி ஃபியோதரவிச், நீ அமைதியாக இருப்பாய் என்றா, இல்லை என்றா?' என்று கேட்டார் மிகையில் மக்காரவிச்.

கருணைமிக்க அந்த மனிதர் தேவையில்லாத பல விஷயங்களை அப்போது சொன்னார்; ஆனால் குரூஷென்கா படும் வேதனையையும் சகமனிதன் படும் வேதனையையும் எண்ணி அவர் வருத்தப்படுவதைப் பார்த்து இரக்கமான அவனுடைய இதயம் நெகிழ்ந்து போய் அவனுடைய கண்களில் கண்ணீர்கூடக் கசிந்தது. மீச்சியா துள்ளிக் குதித்தெழுந்து வேகமாக அவரிடம் போனான்.

'மன்னியுங்கள், நன்மக்களே, ஓ, எனக்கு அனுமதி கொடுங்கள்' என்று கத்தியவன், 'தேவதூதன், தேவதூதனைப் போன்ற மனது உங்களுக்கு, மிகையில் மக்காரவிச், அவள் சார்பாக உங்களுக்கு நான் நன்றி சொல்லிக்கொள்கிறேன்! நான் இனி அமைதியாக இருப்பேன், சந்தோஷமாக இருப்பேன், எல்லையற்ற இரக்க மனங்கொண்ட நீங்கள் நான் சந்தோஷமாக, சந்தோஷமாக இருப்பேனென்று அவளிடம் போய்ச் சொல்லுங்கள், இப்போதே நான் சந்தோஷமாக, சிரித்துக் கொண்டுதான் இருக்கிறேன்; உங்களைப் போல ஒருவர் அவளுக்குத் தேவதூதராக, பாதுகாப்பாளராக இருப்பதை நினைத்து நான் சந்தோஷப் படுகிறேன். எல்லாவற்றையும் முடித்துக்கொண்டு, வேலை முடிந்ததும் உடனே அவளைப் பார்க்கப் போவேன், அவளும் என்னைப் பார்ப்பாள், அதுவரை எனக்காக அவள் காத்திருக்கட்டும், மேன்மை பொருந்திய வர்களே!' என்று அரசு வழக்குரைஞரையும் நீதிமன்ற விசாரணை யாளரையும் பார்த்துச் சொன்னவன், 'இனி நான் என்னுடைய மனத்திலுள்ளவற்றையெல்லாம் உங்களிடம் சொல்வேன், எல்லாவற்றை யும் சொல்வேன், நாம் இந்த விஷயத்தை இப்போதே முடிப்போம், சந்தோஷமாக முடிப்போம், இறுதியாக நாம் எல்லோரும் மகிழ்ச்சியாகப் போவோம், இல்லையா? ஆனால், மேன்மை பொருந்தியவர்களே, இந்தப் பெண் என்னுடைய உள்ளத்தின் ராணி! இப்படிச் சொல்ல என்னை அனுமதியுங்கள், அதைத்தான் உங்களிடம் நான் சொல்லப் போகிறேன்... மரியாதைக்குரிய நீங்கள் மேன்மக்கள் என்பதை நான் அறிவேன்: என்னுடைய வாழ்வின் வெளிச்சம் அவள், புனிதமான என்னவள் என்னுடைய மகாராணி என்பது மட்டும் உங்களுக்குத் தெரிந்தால்! அவள் உரக்கக் கத்தியதை, நீங்கள் கேட்டீர்களா, 'உன்னுடன் நானும் தூக்கு மேடைக்குப் போவேன்!' என்று சொன்னாள். அவளுக்காக நான் என்ன செய்தேன்; நான் ஏழை, ஒன்றும் இல்லாதவன், அப்படி இருக்க அவளுக்கு ஏன் என்மீது இவ்வளவு அன்பு; இதற்கு நான் தகுதியானவனா என்ன; நான் அருவருப்பான, கேவலமான ஜென்மம்; இப்படிப்பட்ட கேடுகெட்ட என்னுடன் வாழ, எவ்வளவு அருமையான காதலைச் சுமந்துகொண்டு தண்டனையை அனுபவிக்க அவள் என்னுடன்

வருகிறேனென்று சொல்கிறாள்! சற்று நேரத்திற்கு முன்பு எனக்காக அவள் உங்களுடைய கால்களில் விழுந்தாள். அவள் ஒரு பெருமை பொருந்திய, குற்றமற்ற பெண்! எப்படி நான் அவளை ஆராதிக்காமல், அவளுக்காகக் கதறி அழாமல், அவளைப் பார்க்காமல் இருப்பது? ஓ, மேன்மக்களே, என்னை மன்னியுங்கள், இனி, இனி நான் அமைதியாக இருப்பேன்!'

இப்படிச் சொன்னவன் நாற்காலியில் சரிந்து விழுந்து, தன் இரு கைகளாலும் முகத்தை மூடி உரக்கக் கத்தி அழுதான். ஆனால் அது சந்தோஷக் கண்ணீராக இருந்தது. பிறகு நிமிடத்தில் அவன் தன்னைச் சுதாரித்துக்கொண்டு பழைய நிலைக்குத் திரும்பினான். வயதான போலீஸ் அதிகாரியும் வக்கீல்களும் திருப்தியடைந்தவர்களைப் போல இருந்தார்கள். விசாரணை இப்போது வேறுபக்கமாகத் திரும்பியது. போலீஸ் அதிகாரி வெளியேறியதும் மீச்சியா அப்படியே மகிழ்ந்து போனான்.

'சரி, மேன்மை பொருந்தியவர்களே, இனிமேல் நான் உங்களுடையவன், முற்றிலுமாக உங்களுடையவன். இப்படி . . . சின்னச் சின்ன விஷயங்களைப் பற்றியெல்லாம் பேசாமல் இருந்திருந்தால் எப்போதோ நாம் எல்லாவற்றையும் பேசி முடித்திருப்போம். மீண்டும் சொல்கிறேன். நான் உங்களுடையவன், பெருமக்களே, ஆனால் உண்மையைச் சொன்னால், நமக்குள் பரஸ்பர நம்பிக்கை வேண்டும்; என்மேல் உங்களுக்கும் உங்கள்மீது எனக்கும் நம்பிக்கை வேண்டும்; இல்லாவிட்டால் எப்போதுமே நாம் இந்த விஷயத்தைப் பேசி முடிக்க முடியாது. உங்களிடம் தான் சொல்கிறேன். வாருங்கள், விஷயத்திற்கு, விஷயத்திற்கு வருவோம், நன்மக்களே, என்னுடைய மனத்தைத் தோண்டிப் பார்க்காதீர்கள், அற்ப விஷயங்களைக் கொண்டு என்னைக் குத்திக் கிழிக்காதீர்கள்; தேவையான விஷயங்களையும் நடந்த உண்மையையும் மட்டும் என்னிடம் கேளுங்கள், நான் இப்போதே எல்லாவற்றிற்கும் பதில் சொல்கிறேன். தேவையில்லாத சின்னச் சின்ன விஷயங்களெல்லாம் நாசமாய்ப் போகட்டும்!' என்று கத்தினான் மீச்சியா. விசாரணை மீண்டும் ஆரம்பித்தது.

## 4

## இரண்டாவது வேதனை

'நீங்கள் விசாரணைக்குத் தயாராக இருப்பது, திமித்ரி ஃபியோதவிச், எவ்வளவு தூரம் எங்களை உற்சாகப்படுத்துகிறது என்று உங்களுக்குத் தெரியாது . . .' என்று உற்சாகத்துடன் பார்ப்பதற்குச் சந்தோஷத்துடன் சொன்ன நிக்கலாய் பர்ஃபியோனவிச், தன்னுடைய பெரிய, வெளிர் சாம்பல் நிறக் கண்ணாடியைக் கழற்றியபடி 'நீங்கள் இப்போது சரியாகச் சொன்னீர்கள் நம்முடைய பரஸ்பர நம்பிக்கையைப் பற்றி, அது இல்லையென்றால் இப்படிப்பட்ட முக்கியமான விஷயங்களை

நாம் வெற்றிகரமாகச் செய்து முடிக்க முடியாது, அதாவது சந்தேகத்திற் குரியவனே உண்மையாக விருப்பப்பட்டு அந்தச் சந்தேகங்களிலிருந்து தன்னை விடுவித்துக்கொள்ள முயல வேண்டும். எங்களைப் பொறுத்த வரையில், எங்களால் என்ன செய்ய முடியுமோ அதை நாங்கள் செய்வோம்; நாங்கள் எப்படிச் செயல்படுகிறோம் என்பதை நீங்களே பார்க்கிறீர்கள் இல்லையா, நான் சொல்வதை நீங்கள் ஒப்புக் கொள்கிறீர்களா, இப்போலித் கிரீல்லவிச்?' என்று அரசு வழக்குரைஞரைப் பார்த்து சட்டென்று கேட்டார்.

'ஆமாம், சந்தேகத்திற்கு இடமின்றி' என்று சொன்ன காவல் அதிகாரி, ஏதோ உற்சாகமில்லாமல் பதிலளித்தார்.

இங்கு ஒன்றைக் குறிப்பிட வேண்டும்: சில தினங்களுக்கு முன்பு நம்முடைய ஊருக்குப் புதிதாக வந்திருந்த நிக்கலாய் பர்ஃபியோனவிச், நம்முடைய அரசு வழக்குரைஞர் இப்போலித் கிரீல்லவிச் மீது அளவு கடந்த மரியாதை வைத்து, ஏறக்குறைய மிக நெருக்கமாகப் பழகி வந்தார். அவர் ஒருவர்தான் நம்முடைய இப்போலித் கிரீல்லவிச்சின் அசாதாரணமான உளவியல் திறனையும் பேச்சுத் திறமையையும் முழுமையாகப் பாராட்டி, 'அவருடைய தகுதிக்கான வேலை' கொடுக்கப் படாமல் வஞ்சிக்கப்பட்டிருக்கிறாரென்று சொன்னார். பீத்தர்புர்கிலேயே அவரைப் பற்றி நிக்கலாய் பர்ஃபியோனவிச் கேள்விப்பட்டிருந்தார். அவரைப் பொறுத்தவரையில், 'வஞ்சிக்கப்பட்ட' நம்முடைய அரசு வழக்குரைஞர் ஒருவர்தான் இளம் நிக்கலாய் பர்ஃபியோனவிச்சின் மீது மிக அதிகமாக அன்பு பாராட்டுபவராக இருந்தார். மோக்ரய நகரத்திற்கு வரும்வழியில் இந்த வழக்கை எப்படிக் கையாளுவது என்பதைப் பற்றி விவாதித்துக்கொண்டு வந்த அவர்கள், வந்து அமர்ந்ததும் மூத்த சக ஊழியரின் முகத்தில் பிரதிபலித்த ஒவ்வொரு குறிப்பையும் அசைவையும் சொல்லப்படாத பாதி வார்த்தையையும் பார்வையையும் கண் சிமிட்டலையும் இப்படி எல்லாவற்றையும் கவனிக்க வைத்தது நிக்கலாய் பர்ஃபியோனவிச்சின் அபரிமிதமான மூளைதான்.

'நன்மக்களே, தேவையில்லாமல் இப்படிப்பட்ட அற்ப விஷயங்களைப் பற்றிப் பேசாமல் இருந்தால், என்னுடைய கதையை நானே உங்களுக்குச் சொல்வேன்' என்று கோபமாகச் சொன்னான் மீச்சியா.

'மிகவும் நல்லது. அதற்கு உங்களுக்கு நன்றியும் கூட. நீங்கள் சொல்வதைக் கேட்பதற்கு முன்பாக எங்களுக்குத் தேவையான உண்மையை மட்டும் சொல்லுங்கள்; நேற்று மாலை ஐந்து மணி அளவில் உங்களுடைய கைத்துப்பாக்கிகளை உங்களுடைய நண்பர் பியோத்தர் இலிச் பெர்ஹோத்தினிடம் நீங்கள் அடமானம் வைத்து பத்து ரூபிள்களைக் கடனாக வாங்கினீர்களே அதைப் பற்றிச் சொல்லுங்கள்.'

'ஆம், அடமானம் வைத்தேன், நன்மக்களே, அடமானம் வைத்துப் பத்து ரூபிள்களை வாங்கினேன். அதனால் என்ன? அவ்வளவுதானே. நான் ஊருக்குத் திரும்பி வந்ததும் வழியில் அவற்றை அடமானம் வைத்தேன்.'

'நீங்கள் திரும்பி வரும்போதா? அப்படியானால் நீங்கள் ஊருக்குப் போயிருந்தீர்களா?'

'போயிருந்தேன், நன்மக்களே, நாற்பது, நாற்பத்திரண்டு கிலோ மீட்டர் தொலைவு போயிருந்தேன். அது உங்களுக்குத் தெரியாதா என்ன?' அரசு வழக்குரைஞரும் நிக்கலாய் பர்ஃபியோனபிச்சும் ஒருவரை ஒருவர் பார்த்துக்கொண்டனர்.

'பொதுவாக, உங்களுடைய நேற்றைய தினத்தைப் பற்றிக் காலையிலிருந்து நீங்கள் என்ன செய்தீர்கள் என்பதைப் பற்றி வரிசைப்படுத்திச் சொல்லுங்கள். இதோ, உதாரணமாக: எதற்காக நீங்கள் ஊரை விட்டுப் போனீர்கள், குறிப்பாக எப்போது போனீர்கள் எப்போது வந்தீர்கள் ... இப்படி எல்லா உண்மைகளையும் ...'

'இதை நீங்கள் ஆரம்பத்திலேயே கேட்டிருந்தால்' என்று சத்தமாகச் சொல்லிச் சிரித்த மீச்சியா, 'அதைத் தெரிந்துகொள்ள விருப்பப்பட்டால், நேற்றைய பொழுதிலிருந்தல்ல, அதற்கு முந்தைய நாள் காலையிலிருந்துதே நடந்த விஷயங்கள் எல்லாவற்றையும் உங்களுக்கு நான் சொல்ல வேண்டும்; அப்படிச் சொன்னால் தான் எங்கு, எப்போது, ஏன் நான் போனேன் என்பது உங்களுக்குப் புரியும். மூன்று நாட்களுக்கு முன்பு, காலையில் நான் நம்முடைய வியாபாரி சம்சனோவைப் பார்த்து, ஆதாரபூர்வமாக அவரிடம் கடனீட்டுப் பத்திரத்தைக் கொடுத்து, மூவாயிரம் ரூபிள்களைக் கடனாக வாங்கப் போனேன். அந்தப் பணம் அவசரமான ஒரு காரியத்திற்காகத் தேவைப்பட்டது ...' என்றான்.

'உங்களை நான் இடைமறிப்பதற்கு மன்னிக்கவும்' என்று நயமாகச் சொன்ன அரசு வழக்குரைஞர், 'அந்தப் பணம் திடீரென்று மிக அவசரமாக உங்களுக்கு எதற்காகத் தேவைப்பட்டது, அதுவும் குறிப்பாக அவ்வளவு பணம், அதாவது மூவாயிரம் ரூபிள்கள்?' என்று கேட்டார்.

'ஓ, நன்மக்களே, எதற்காக இந்தத் தேவையில்லாத விளக்கங்கள்: எப்படி, எப்போது, ஏன், குறிப்பாக ஏன் இவ்வளவு பணம், ஏன் இவ்வளவு பணம் இல்லை என்று, இது எல்லாமே மிக மோசம் ... மூன்று புத்தகங்கள் எழுதிய பின்னும் முடிவுரை தேவைப்படுகிறது!'

இவை எல்லாவற்றையும் மிகக் கனிவாக மீச்சியா சொன்னாலும் பொறுமையை இழந்திருந்த அவன், எல்லா உண்மைகளையும் முழுமை யாகச் சொல்லும் எண்ணத்துடன் இருந்தான்.

'நன்மக்களே' என்று சட்டென்று சொன்ன மீச்சியா, 'சரியான விளக்கத்தை நான் கொடுக்க முடியாமல் இருப்பதைப் பார்த்து என்மீது நீங்கள் கோபப்படாதீர்கள். மீண்டும் உங்களை நான் கேட்டுக் கொள்கிறேன்: உங்கள்மீது முழு மதிப்பு வைத்து, தற்போதைய நிலைமையை நான் நன்றாகப் புரிந்துகொண்டிருக்கிறேன் என்பதை மீண்டும் ஒரு முறை நான் சொல்லிக்கொள்கிறேன், என்னை நம்புங்கள். என்னைக் குடிகாரன் என்று நினைக்க வேண்டாம். இப்போது நான் தெளிவாக இருக்கிறேன். ஆம், நான் குடிகாரனாக இருந்தாலும் அதில் பிரச்சினை எதுவும் இல்லை. இப்போது நான் எப்படி இருக்கிறேன் என்றால்,

கரமாஸவ் சகோதரர்கள்

‘தெளிந்தவன், அறிவு பெற்றான் – ஆனால், முட்டாளானான்,
குடித்தவன், முட்டாளானான் – ஆனால் அறிவாளியானான்’

என்பதைப் போல.

ஹா – ஹா! இருந்தாலும், நன்மக்களே, காரியம் முடியும்வரை உங்களுடன் நான் இப்படிப் பேசிச் சிரிப்பது சரியல்ல என்று எனக்குத் தெரியும். எனவே, என்னுடைய மரியாதையைக் காப்பாற்றிக்கொள்ள என்னை அனுமதியுங்கள். இப்போது நமக்குள் நிலவும் வேறுபாடு எனக்குப் புரிகிறது: நானோ உங்கள் முன்பு ஒரு குற்றவாளியாக, எந்தவிதத்திலும் உங்களுக்குச் சரிசமமானவனாக இல்லாமல் இருக்க, நீங்களோ என்னைக் கண்காணிக்க வேண்டிய கடமையில் இருக்கிறீர்கள். கிரிகோரியை நான் தாக்கிய காரணத்திற்காக நீங்கள் என்னை ஆறுதலாகத் தடவிக் கொடுக்கப்போவதும் இல்லை, அவருடைய தலையை உடைத்ததற்காக நான் தண்டனையை அனுபவிக்காமல் இருக்கப் போவதும் இல்லை; என் மீது வழக்குத் தொடுத்து, ஆறு மாதமோ ஒரு வருடமோ சரியாக எனக்குத் தெரியாது, நீங்கள் என்னைச் சிறையில் தள்ளி, சமுதாயத்தில் வாழும் என்னுடைய உரிமையைப் பறிக்கப் போகிறீர்கள், அப்படித்தானே வழக்குரைஞரே? இப்படியாக, நமக்குள் நிலவும் இந்த வித்தியாசத்தை, நன்மக்களே, நான் நன்கு அறிவேன் . . . ஆனால், ஒன்றை மட்டும் ஒப்புக்கொள்ளுங்கள், கடவுளிடம் கூட இப்படிப்பட்ட கேள்விகளைக் கேட்டு நீங்கள் அவரை நொறுக்கலாம்: எங்கே போனாய், எப்படிப் போனாய், எப்போது போனாய், எதன் மீது கால் வைத்தாய் என்று. இப்படி நீங்கள் கேள்விகளைக் கேட்டுக் கொண்டே போனால், கண்டிப்பாக நான் தடுக்கிவிழுவேன், அப்போது, இப்போது நீங்கள் செய்தது போலவே தற்செயலாக நான் சொன்ன சின்னச் சின்ன விஷயங்களையெல்லாம் எழுதிக்கொள்வீர்கள்; இதனால் ஆகப்போவது என்ன? ஒன்றுமே இல்லை! சரி, கடைசியாக நான் பொய்யே பேசுவதாக இருந்தாலும், அதை முழுமையாகச் சொல்லி முடித்துவிடுகிறேன்; நன்மக்களே, நீங்கள் உயர்ந்த கல்வியறிவைப் பெற்ற மேன்மை பொருந்திய மக்கள் என்னை மன்னியுங்கள். கழுத்தறுக்கும் இந்த விசாரணையை நிறுத்துங்கள் என்று குறிப்பாக உங்களை நான் கேட்டுக்கொள்கிறேன். நன்மக்களே, தேவையில்லாத சின்னச் சின்ன விஷயங்களைப் பற்றிக் கேட்பது, அதாவது, எப்போது நான் எழுந்தேன், காலையில் என்ன சாப்பிட்டேன், எப்படித் துப்பினேன் என்று கேட்டு ‘குற்றவாளியின் கவனமின்மையைப் பயன்படுத்திக் கொண்டு’ திடீரென்று அதிரவைக்கும் கேள்வியைக் கேட்பது, ‘யாரைக் கொலை செய்தாய்? யாரிடமிருந்து கொள்ளை அடித்தாய்’ என்று கேட்பதை நிறுத்துங்கள். ஹா! இதுதான் வழக்கமான உங்களுடைய கழுத்தறுப்பு வேலை, அப்படியே உங்களுடைய சட்டமும் இதைப் போலத்தான் இருக்கிறது. உங்களுடைய எல்லாத் தந்திரங்களும் இதைச் சார்ந்தே இருக்கின்றன! ஆனால் சாதாரண விவசாயிகள் வேண்டுமானால் இப்படிப்பட்ட உங்களுடைய தந்திர உத்திகளைக் கண்டு பயப்படலாம், ஆனால் அது என்னிடம் பலிக்காது. எனக்கு இதைப் பற்றியெல்லாம் தெரியும், நானே இப்படிப்பட்ட வேலைகளைச்

செய்திருக்கிறேன், ஹா – ஹ – ஹா! என்மீது நீங்கள் கோபப்படாதீர்கள், நன்மக்களே, என்னுடைய பொறுமையின்மையை நீங்கள் மன்னிப்பீர்களா?' என்று கத்திய மீச்சியா, ஏறக்குறைய அவர்களை ஆச்சர்யமாக, கனிவாகப் பார்த்தான். 'மீச்கா கரமாஸவ் தான் இதைச் சொன்னான், எனவே அவனை மன்னிக்கலாம், ஏனெனில் அறிவாளியைத்தான் மன்னிக்கக் கூடாது, ஆனால் மீச்சியாவை மன்னிக்கலாம்! ஹஹா!'

இதைக் கேட்டு நிக்கலாய் பர்ஃபியோனவிச் சிரித்தார். ஆனால் நீதிமன்ற வழக்குரைஞர் அவன் சொன்ன ஒவ்வொரு வார்த்தையையும் அவனுடைய ஒவ்வொரு அசைவையும் அவனிடம் வெளிப்படும் சிறு அதிர்வையும்கூடக் கண்சிமிட்டாமல் உற்றுக் கவனித்துக்கொண்டிருந்தார்.

'ஆனால், அப்படித்தான் முதலில் நாங்கள் உங்களிடம் விசாரணையை ஆரம்பித்தோம்' என்று சிரித்தபடியே தொடர்ந்த நிக்கலாய் பர்ஃபியோனவிச் 'எப்போது நீங்கள் எழுந்தீர்கள், என்ன சாப்பிட்டீர்கள் என்று கேட்டு உங்களை இம்சைப் படுத்தாமல் நாங்கள் மிக முக்கியமான விஷயத்தைப் பற்றி மட்டுமே கேட்டோம்'

'எனக்குப் புரிகிறது, புரிகிறது, என்னிடம் நீங்கள் இன்னமும் இவ்வளவு இனிமையாக, கனிவாக நடந்துகொள்வதைப் பார்த்து நான் ஆச்சர்யப்படுகிறேன். நாம் மூவருமே இங்கு மரியாதைக்குரியவர்களாக, பரஸ்பர நம்பிக்கையுடன் பெருமதிப்புடன் உயர்குடி மக்களைப் போல இருக்கிறோம்.

என்னுடைய புகழுக்குக் கேடு விளைந்திருக்கும் இந்தச் சமயத்தில், உங்களை என்னுடைய மிகச்சிறந்த நண்பர்களாக ஏற்றுக்கொள்ள என்னை அனுமதியுங்கள்! இதில் உங்களுக்குச் சிரமமேதும் இல்லையே, நன்மக்களே, சிரமமில்லையே?'

'மாறாக, மிக அருமையாக நீங்கள் உங்களுடைய எண்ணங்களை வெளிப்படுத்தியிருக்கிறீர்கள், திமித்ரி ஃபியோதரவிச்' என்று பெருமிதத்துடன் சொன்னார் நிக்கலாய் பர்ஃபியோனவிச்.

'இந்த அற்ப விஷயங்களை' நன்மக்களே, 'தேவையில்லாத இந்த அற்ப விஷயங்களை ஒதுக்கித்தள்ளுங்கள்' என்று உற்சாகமாகக் கத்திய மீச்சியா, 'இல்லாவிட்டால் இது எங்குக் கொண்டுபோய் முடியுமென்று யாருக்கும் தெரியாமல் போகும்' என்றான்.

'கண்டிப்பாக, உங்களுடைய அறிவார்ந்த யோசனையை நான் ஏற்றுக்கொள்கிறேன்' என்று சட்டென்று சொன்ன அரசு வழக்குரைஞர், 'ஆனால் கேட்ட கேள்வியை மறுபடியும் திருப்பிக் கேட்காமல் இருக்க மாட்டேன். எங்களுக்கு மிக முக்கியமாகத் தெரிய வேண்டியது உங்களுக்கு ஏன் அந்தப் பணம், குறிப்பாக, அந்த மூவாயிரம் ரூபிள்கள் தேவைப் பட்டன என்பதுதான்' என்றார்.

'எதற்காகவா? ஆம், அதற்காகத்தான்... கடனைத் திருப்பிக் கொடுக்கத்தான்.'

'குறிப்பாக யாருக்குக் கொடுக்க வேண்டும்?' என்று கேட்டார் அரசு வழக்குரைஞர்.

'அதை நான் சொல்ல மாட்டேன், நன்மக்களே! பாருங்கள், இப்படி நான் சொல்லாமல் இருப்பதற்குக் காரணம், எனக்குத் தைரியம் இல்லாமல் இல்லை அல்லது நான் பயப்படுகிறேனென்று அர்த்தம் இல்லை; அது ஒரு தேவையில்லாத விஷயம் என்பதுதான்; முழுக்க முழுக்க அது அற்பத்தனமான விஷயம், அதனால்தான் நான் அதைச் சொல்ல மறுக்கிறேன்; அது என்னுடைய கொள்கை சார்ந்த விஷயமும் கூட. என்னுடைய தனிப்பட்ட வாழ்க்கை சம்பந்தப்பட்ட ஒன்றை, என்னுடைய சொந்த வாழ்வைப் பற்றிய ஒன்றை நான் விவாதிக்கவும் விரும்பவில்லை. இது என்னுடைய தனிப்பட்ட விஷயம். உங்களுடைய இந்தக் கேள்வி வழக்கு சம்பந்தப்பட்ட ஒன்றாக இல்லாமல் இருப்பதால், வழக்கு சாராத எந்தக் கேள்வியையும் அப்படியே என்னுடைய சொந்த வாழ்க்கையைப் பற்றி எதையும் நான் விவாதிக்க விரும்பவில்லை. கடனைத் திருப்பிக் கொடுக்க நான் விரும்பினேன், நேர்மையாகத் திருப்பிக் கொடுக்க விரும்பினேன், ஆனால் யாருக்கு என்பதை நான் சொல்ல மாட்டேன்.'

'இதைப் பதிவு செய்துகொள்ள அனுமதியுங்கள்' என்றார் அரசு வழக்குரைஞர்.

'தாராளமாக. இப்படி எழுதிக்கொள்ளுங்கள்: சொல்ல மாட்டேன், சொல்லவே மாட்டேன் என்று பதிவுசெய்துகொள்ளுங்கள், நன்மக்களே, இப்படி நான் பேசுவது நியாயமில்லாத ஒன்று என்றுகூடப் பதிவு செய்துகொள்ளுங்கள். ஹே, இதையெல்லாம் எழுதுவதற்குத்தான் உங்களிடம் எவ்வளவு நேரமிருக்கிறது!'

'உங்களை எச்சரிக்கிறோம் குடிமகனே' என்று மிகவும் கண்டிப்பான குரலில் அழுத்தமாகச் சொன்ன அரசு வழக்குரைஞர், 'உங்களிடம் கேட்கப்படும் கேள்விகளுக்கு, ஏதோ ஒரு காரணத்தின் பொருட்டு நீங்கள் பதில் அளிக்காமல் இருக்க உங்களுக்கு முழு உரிமை உண்டு; வலுக்கட்டாயமாக அதை உங்களிடமிருந்து பெற எங்களுக்கு உரிமை இல்லை. அது உங்களுடைய தனிப்பட்ட விஷயம். ஆனால், இது போன்ற சமயங்களில் ஏதாவது ஒரு சாட்சியத்தை நீங்கள் வெளியே சொல்லாமல் மறைத்தீர்களென்றால், அது உங்களுக்குத்தான் பாதகமாக முடியுமென்பதைச் சுட்டிக்காட்டுவது எங்களுடைய கடமை என்பதையும் சொல்லிக்கொள்கிறோம். இப்போது நீங்கள் மேலே தொடரலாம்' என்றார்.

'நன்மக்களே, எனக்கு எந்தவிதக் கோபமுமில்லை... நான்...' என்று முணுமுணுத்த மீச்சியா சற்று ஆழ்ந்த குழப்பத்துடன், 'பாருங்கள், நன்மக்களே, நான் அந்த சம்சனோவைப் பார்க்கப் போனேன்...' என்றான்.

ஏற்கெனவே வாசகர்களுக்குத் தெரிந்த அந்தக் கதையை இங்கு மீண்டும் நான் சொல்லப்போவதில்லை. ஒரு சிறு விஷயத்தைக்கூட விடாமல் எல்லாவற்றையும் சொல்லி முடித்த மீச்சியா, அத்துடன் எல்லாம் முடிந்துவிடுமென்று எதிர்பார்த்தான். ஆனால் அவன் சொன்ன சாட்சியங்களை அவர்கள் எழுதிக்கொண்டு மீண்டும் அவனைத் தொடர்ந்து கேள்வி கேட்டார்கள். திமித்ரி ஃபியோதரவிச் முதலில்

பதில் சொல்ல மறுத்தாலும் பிறகு எல்லாவற்றையும் ஒப்புக்கொண்டு, சில சமயங்களில் கோபத்துடன் பதிலளித்தவன், பெரும்பாலும் அவர்களிடம் இனிமையாகவே நடந்துகொண்டான். சில சமயங்களில் அவன் கத்தினான், ‘நன்மக்களே, இது கடவுளுக்கே பொறுக்காது’ என்றும் ‘நன்மக்களே, தேவையில்லாமல் நீங்கள் என்னை எரிச்சலடைய வைக்கிறீர்கள் தெரியுமா?’ என்றும் அவன் சொன்னாலும், அவர்களிடையே நிலவி வந்த தோழமை உணர்வை அவன் உதறித் தள்ளிவிடவில்லை. இப்படியாக, மூன்று நாட்களாக எப்படி அவன் சம்சனோவால் ‘ஏமாற்றப்பட்டான்’ என்பதை விளக்கமாகச் சொன்னான். (இப்போது அவனுக்குத் தெளிவாகப் புரிந்தது அவன் ஏமாற்றப்பட்டுவிட்டான் என்று) இதுவரை அரசு வழக்குரைஞருக்கோ நீதிமன்ற விசாரணையாளருக்கோ பயணத்திற்காக மீச்சியா கடிகாரத்தை ஆறு ரூபிள்களுக்கு விற்ற விஷயம் தெரியாமல் இருக்க, இப்போது அந்த விஷயம் அவர்களுக்குத் தெரிய வந்தவுடன் அவர்களுடைய முழுக் கவனமும் அதுவரை பணமே இல்லாமல் இருந்த மீச்சியாவின் மீது ஆழமாகப் பதிந்தது: சம்பவம் நடப்பதற்கு முன்புவரை மீச்சியாவிடம் பணமே இல்லாமல் இருந்த விஷயத்தை, இரண்டாவது முறையாகத் தங்களுக்குக் கிடைத்த முழு விவரத்தை, தேவையான உண்மைகளை அவர்கள் பதிவுசெய்துகொண்டார்கள். மீச்சியா கொஞ்சம் கொஞ்சமாகச் சோகத்தில் ஆழ்ந்தான். பிறகு அந்தத் திருட்டு நாயைப் பார்த்த சம்பவத்திலிருந்து புகை மண்டிய குடிசையில் கழிந்த இரவுவரை, இறுதியாக அவன் ஊருக்குத் திரும்பியதுவரை, எல்லா விஷயங்களையும் அவன் சொன்னபோது, குரூஷென்காவின் மீது அவனுக்கிருந்த பொறாமை பற்றி எந்தக் கேள்வியும் கேட்கப்படவில்லை. பியோதர் பாவ்லவிச்சின் வீட்டிற்குப் பின்புறம் இருந்துகொண்டு, குறிப்பாக மரியா கன்த்ரச்னோவாவின் வீட்டிலிருந்து கொண்டு, பல நாட்களாக அவன் குரூஷென்காவைக் கண்காணிப்பதையும் அப்படியே அவளுடைய வீட்டில் நடப்பதை ஸ்மெர்தியாக்கவ் மீச்சியாவிடம் தெரிவித்து வந்ததையும் கவனமாகக் கேட்ட அவர்கள், எல்லாவற்றையும் எழுதிக் கொண்டார்கள். தன்னுடைய பொறாமை உணர்வைப் பற்றி விளக்கமாக, உணர்ச்சிக் கொதிப்புடனும் அவன் சொன்னாலும், ‘எல்லோருக்கும் தெரியும்படி கேவலமான இந்த விஷயத்தை’ வெளிப்படையாகச் சொல்ல அவன் வெட்கப்பட்டான்; ஆனால் அவனுடைய வெட்கத்தை உண்மை வென்றிருந்தது. கடுமையான உணர்வு எதுவும் இல்லாமல் நீதிமன்ற விசாரணையாளரும் குறிப்பாக அரசு வழக்குரைஞரும் அவன் சொல்வதைக் கேட்டுக்கொண்டு, அவனையே உற்றுக் கவனித்துக் கொண்டிருந்தவர்களின் பார்வை இறுதியாக அவனை ஆழமாகப் பாதித்தது: ‘கொஞ்ச நாட்களுக்கு முன்பு தான் நிக்கலாய் பர்ஃபியோனவிச்சிடம் பெண்களைப் பற்றி அற்பத்தனமான சில விஷயங்களை நான் பகிர்ந்துகொண்டேன்; அந்த நோயாளி அரசு வழக்குரைஞரோ நான் சொல்வதைக் கேட்பதற்கே தகுதியில்லாதவர்’ என்ற எண்ணம் மீச்சியாவின் மனத்தில் சோகத்துடன் வந்து போனது; “எவ்வளவு கேவலம்! ‘பொறுமையாக, பணிவாக, அமைதியுடன் இருக்க வேண்டும்’[1] என்று முடிவாக இந்தக் கவிதை வரிகளை நினைத்துக் கொண்டவன், மீண்டும் தன்னைச் சுதாரித்துக்கொண்டு, தன்னுடைய

கதையைத் தொடர்ந்து சொல்லலானான். திருமதி ஹஹ்லக்கோவாவின் வீட்டிற்குப் போனதைப் பற்றி அவன் சொல்ல ஆரம்பித்தபோது, மீண்டும் உற்சாகத்துடன் அவளைப் பற்றிய ஒரு சம்பவத்தை ஆர்வத்துடன் சொல்லவந்தபோது, நீதிமன்ற விசாரணையாளர் வழக்குக்குத் தேவை யில்லாத விஷயத்தைப் பற்றிச் சொல்லாமல் 'தேவையானதைப் பற்றி மட்டும்' சொல்லுங்களென்று கனிவாகச் சொன்னார். இறுதியாக, தான் அடைந்த ஏமாற்றத்தைப் பற்றி விவரித்த மீச்சியா, திருமதி ஹஹ்லக்கோவாவின் வீட்டிலிருந்து வெளிவந்த அந்த நிமிடம் 'யாரையாவது கொன்றாவது அந்த மூவாயிரம் ரூபிள்களைப் பெற வேண்டும்' என்று அவன் நினைத்ததைத் தெரிவித்தபோது, மறுபடியும் அவர்கள் அவனை இடைமறித்து, 'கொல்ல விரும்பினான்' என்பதைப் பதிவுசெய்துகொண்டார்கள். அப்படி எழுதிக்கொள்ள மீச்சியா அவர்களை அமைதியாக அனுமதித்தான். இறுதியாக, கதை எந்த இடத்திற்கு வந்தது என்றால், சம்சனோவ் வீட்டிற்கு மீச்சியாவால் கூட்டிக்கொண்டு போகப்பட்ட குரூஷென்கா, நடுநிசிவரை அங்கு இருக்கப்போவதாகச் சொன்னவள், அவனை ஏமாற்றிவிட்டுப் போய் விட்ட பகுதிக்கு வந்தது: 'நன்மக்களே, அப்போது எனக்கு நேரமில்லாமல் இருந்தது அதுதான், நான் ஃபேன்யாவைக் கொல்லவில்லை' என்ற வாக்கியம் அவன் சொன்ன கதைக்கு நடுவே, குறிப்பாக இந்த இடத்தில் வெளிப்பட்டது. இதைத் தெளிவாக அவர்கள் பதிவுசெய்து கொண்டார்கள். பிறகு அவன் எப்படித் தன்னுடைய தந்தையின் வீட்டுத் தோட்டத்துப் பக்கம் ஓடினான் என்பதைச் சோகமாகச் சொல்லவந்தபோது திடீரென்று நீதிமன்ற விசாரணையாளர் இடைமறித்து, அவர் அமர்ந்திருந்த சோபாவுக்கு அருகே இருந்த பெட்டியைத் திறந்து அதிலிருந்த செம்பு உலக்கையை வெளியே எடுத்தார்.

'உங்களுக்கு இது என்னவென்று தெரிகிறதா?' என்று அவர் அதை மீச்சியாவிடம் காட்டியபடி கேட்டார்.

'ஓ, ஆமாம்!' என்று சோகமாக, ஏளனமாகப் புன்னகைத்த மீச்சியா, 'எப்படித் தெரியாமலிருக்கும்! கொடுங்கள் அதைக் கொஞ்சம் பார்க்கிறேன் . . . நாசமாய்ப் போக, வேண்டாம்!' என்றார்.

'நீங்கள் இதைப் பற்றிச் சொல்ல மறந்துவிட்டீர்களே' என்று கேட்டார் நீதிமன்ற விசாரணையாளர்.

'நாசமாய்ப் போக! இதை உங்களிடம் நான் மறைக்க வேண்டிய அவசியமே இல்லை; எப்படியும் இதைப் பற்றி நான் சொல்லியிருப்பேன், தெரியுமா? அது என்னுடைய ஞாபகத்திலிருந்து நழுவிவிட்டது, அவ்வளவு தான்.'

'எப்படி உங்களை நீங்கள் ஆயுதப்படுத்திக்கொண்டீர்கள் என்பதைக் கொஞ்சம் விளக்கமாகச் சொல்லுங்கள்.'

'கண்டிப்பாகச் சொல்கிறேன், பெருமக்களே, அது உங்களுக்குத் தேவையென்றால்.'

இப்படியாக, எப்படி அவன் அந்த உலக்கையை எடுத்துக்கொண்டு ஓடினான் என்பதையும் அவன் சொன்னான்.

‘இந்த ஆயுதத்தை எடுத்துக்கொள்ள உங்களுக்கு என்ன நோக்கம் இருந்தது?’

‘என்ன நோக்கம்? ஒரு நோக்கமும் இல்லை! எடுத்தேன், ஓடினேன்.’

அப்படிச் சொன்னவன் கோபத்தில் கொதித்துப்போனான். அந்தப் ‘பையனை’ உற்றுப் பார்த்த மீச்சியா, சோகமாக, வன்மத்துடன் சிரித்தான். ‘இப்படிப்பட்ட மக்களிடம்’ தன்னுடைய பொறாமை உணர்வைப் பற்றி வெளிப்படையாக, உணர்ச்சிபூர்வமாக அவன் சொன்னதற்கு மிகவும் வெட்கப்பட்டான்.

‘உலக்கை நாசமாய்ப் போக!’ என்ற வார்த்தைகள் அவனிடமிருந்து திடீரென்று வெளிப்பட்டன.

‘ஆனால் . . .’

‘சரி, நாய்களை விரட்ட, அப்படியே பொழுது இருட்டாக இருந்தால் . . . சரி எதற்கும் இருக்கட்டுமே என்றுதான் எடுத்தேன்.’

‘இதற்கு முன்பு இருட்டில் நீங்கள் போனபோது, பயத்தில் இப்படி ஏதாவது ஓர் ஆயுதத்தை எடுத்துக்கொண்டு போனது உண்டா?’

‘ஹே, நாசமாய்ப் போக, தூ! நன்மக்களே, உங்களிடம் பேசவே முடியாது!’ என்று கத்திய மீச்சியா, எரிச்சலின் கடைநிலையில் எழுத்தர் பக்கம் திரும்பி கோபத்தில் முகம் முழுவதும் சிவந்தவன், வெறிபிடித்த தொனியில் உரக்கச் சொன்னான்:

‘எழுது இப்போது . . . இப்போதே . . . ‘உலக்கையை எடுத்துக்கொண்டு ஓடிப்போய் என் தந்தையை . . . ஃபியோதர் பாவ்லவிச்சை . . . தலையில் அடித்துக் கொல்லப் போனேன்!’ போதுமா, நன்மக்களே, இது போதுமா? உங்களுக்குத் தேவையானது கிடைத்துவிட்டதா?’ என்று கோபத்துடன் அரசு வழக்குரைஞரையும் நீதிமன்ற விசாரணையாளரையும் பார்த்துக் கேட்டான்.

‘இதை நீங்கள் எங்கள் மேலுள்ள எரிச்சலின் பேரில், கேட்கப்பட்ட கேள்விகளின் தாக்கத்தால் சொல்கிறீர்களென்று, எங்களுக்கு நன்றாகப் புரிகிறது, ஆனால் உங்களுக்கு அற்பமாகத் தெரியும் விஷயங்கள் எல்லாம் எங்களுக்கு முக்கியமானவை, மிக முக்கியமானவை’ என்று அரசு வழக்குரைஞர் வறட்சியாகப் பதிலளித்தார்.

‘சரி, நன்மக்களே! அப்படியே நான் உலக்கையை எடுத்துக்கொண்டு போனேன் . . . சரி, அந்த நேரத்தில் ஒருவர் ஏதோ ஒன்றைக் கையில் எடுத்துக்கொண்டு போகிறார், அவ்வளவுதானே? எதற்காக நான் அதை எடுத்தேனென்று எனக்குத் தெரியவில்லை. எடுத்தேன், ஓடினேன். அவ்வளவுதான். கேவலம், நன்மக்களே, இனி ஒன்றுமே நான் சொல்லப் போவதில்லை, இது சத்தியம்.’

அப்படிச் சொன்னவன், முகவாய்க் கட்டையை உள்ளங்கையில் பற்றியபடி அமர்ந்தான். தன்னுடைய கோபத்தை அடக்கிக்கொண்ட மீச்சியா, சுவர் பக்கமாக, அவர்கள் இருக்கும் பக்கமாகப் பார்க்காமல், திரும்பி வேறு பக்கமாகப் பார்த்துக்கொண்டு உட்கார்ந்தான். ‘தூக்கு

மேடைக்கே போனாலும் சரி, இனி நான் ஒரு வார்த்தையும் பேசப் போவதில்லை' என்று சொல்லிவிட வேண்டுமென்று உண்மையாகவே அவன் ஆசைப்பட்டான்.

'பாருங்கள், நன்மக்களே' என்று தன்னை மிகவும் சிரமத்துடன் சமாளித்துக்கொண்டு திடீரென்று சொன்னவன், 'பாருங்கள், நீங்கள் சொல்வதைக் கேட்கும்போது ... நான், பாருங்கள், சில சமயம் தூக்கத்தில் ஒரு கனவு காண்பதைப் போல... அப்படி ஒரு கனவு எனக்கு அடிக்கடி வருகிறது, மீண்டும் மீண்டும் வருகிறது, யாரோ என்னைப் பின்னால் இருந்து துரத்துவதுபோல, யாரோ ஒருவரைப் பார்த்து நான் பயங்கரமாகப் பயப்படுவது போல; அந்த நபர் என்னை இருட்டில் துரத்துவது போல, இரவு நேரத்தில் என்னைத் தேடுவது போல, அவரிடமிருந்து நான் பயந்து ஒளிந்து, எங்கோ ஒரு கதவுக்குப் பின்னால், இல்லை மர பீரோவுக்குப் பின்னால், கேவலமாக மறைந்து கொள்கிறேன், ஆனால் நான் எங்கு ஒளிந்துகொண்டிருக்கிறேன் என்பது அவனுக்கு நன்றாகவே தெரிகிறது, இருந்தாலும் நான் எங்கே இருக்கிறேன் என்பது அவனுக்குத் தெரியாதது போல அவன் வேண்டு மென்றே என்னிடம் விளையாடுகிறான்; அதுதான் என்னை வேதனைப் படுத்துகிறது, அந்த வேதனையை அவன் ரசிக்கிறான் ... அப்படித்தான் இப்போது நீங்கள் என்னிடம் நடந்துகொள்கிறீர்கள்! நீங்கள் நடந்து கொள்வதும் அதைப் போலவே இருக்கிறது!' என்றான்.

'இப்படிப்பட்ட கனவுகளை நீங்கள் காண்கிறீர்களா?' என்று கேட்டார் அரசு வழக்குரைஞர்.

'ஆமாம், இப்படிப்பட்ட கனவுகளை நான் பார்க்கிறேன்... இதைப் பதிவுசெய்துகொள்ள நீங்கள் விரும்பவில்லையா?' என்று ஏளனமாகச் சிரித்தபடி கேட்டான் மீச்சியா.

'இல்லை, பதிவு செய்துகொள்ள விரும்பவில்லை, ஆனாலும் உங்களுடைய கனவுகள் மிகவும் சுவாரஸ்யமானவை.'

'இனி இது கனவல்ல! உண்மை, நன்மக்களே, வாழ்வில் நடக்கும் உண்மை! இப்போது நான் ஒரு நரி, நீங்கள் எல்லோரும் வேட்டைக் காரர்கள், நரியை வேட்டையாடுகிறீர்கள்.'

'தேவையில்லாமல் நீங்கள் இந்த உதாரணத்தை எடுத்துக்கொண் டிருக்கிறீர்கள் ...' என்று மிக மென்மையாகச் சொன்னார் நிக்கலாய் பர்ஃபியோனவிச்.

'தேவையில்லாமல் இல்லை, நன்மக்களே, தேவையில்லாமல் இல்லை!' என்று மீண்டும் கொதித்தெழுந்த மீச்சியா, திடீரென்று தன்னுடைய கோபத்தை அடக்கிக்கொண்டு அமைதியாக ஒவ்வொரு வார்த்தையையும் மீண்டும் கனிவாகச் சொன்னான். 'நீங்கள் வேண்டு மானால் ஒரு குற்றவாளியை, விசாரணைக்கு வந்தவனை, நம்பாமல் இருக்கலாம், கேள்விக் கணைகளால் அவனைத் துளைக்கலாம், ஆனால் ஒரு நல்ல மனிதனை, நன்மக்களே, நல்ல உணர்வுள்ள ஒரு மனிதனை (இதை நான் தைரியமாக உரக்கச் சொல்வேன்) நீங்கள் நம்பாமல்

இருக்கக் கூடாது! அவனை நீங்கள் நம்பாமல் இருக்கக் கூடாது... அதற்கான உரிமைகூட உங்களிடம் இல்லை... ஆனால்,

'மனமே அமைதியாய் இரு,
பொறுமையாய், பணிவாய், அமைதியாய் இரு!'

சரி, என்ன, இனி நான் மேலே தொடரட்டுமா?' என்று சோகத்தில் மனம் உடைந்து கேட்டான் மீச்சியா.

'ஆமாம், தயைகூர்ந்து' என்று பதிலளித்தார் நிக்கலாய் பார்ஃபியோனவிச்.

## 5

## மூன்றாவது வேதனை

மீச்சியாவின் வார்த்தைகளில் கடுமை இருந்தாலும், நடந்த எல்லா வற்றையும் ஒன்றுவிடாமல், எதையும் மறக்காமல் சொல்வதற்கு அவன் முயன்றான். எப்படி அவன் வேலியைத் தாண்டிக் குதித்து தன் தந்தையின் தோட்டத்திற்கு வந்தான், எப்படி ஜன்னல் அருகில் போனான், கடைசியாக ஜன்னல் பக்கம் என்ன நடந்தது என்று எல்லாவற்றையும் அவன் விளக்கமாகச் சொன்னான். குரூஷென்கா தன்னுடைய தந்தை யின் அறையில் இருக்கிறாளா இல்லையா என்பதைத் தெரிந்துகொள்ள அவன் எப்படி விருப்பப்பட்டான் என்பதையும் தோட்டத்தில் அவன் உணர்ந்த பதற்றத்தையும் மிகத் தெளிவாக, துல்லியமாக, சம்மட்டியால் அடிப்பது போலச் சொன்னான். ஆனால் அரசு வழக்குரைஞரும் நீதிமன்ற விசாரணையாளரும் ஏனோ விநோதமாகக் கேள்விகள் அதிகம் கேட்காமல் வெறித்த பார்வையுடன், உணர்ச்சிகளை வெளிக் காட்டாமல் அவன் சொன்னதை அமைதியாகக் கேட்டார்கள். அவர்க ளுடைய முகத்தைப் பார்த்து மீச்சியாவால் எந்த முடிவுக்கும் வரமுடிய வில்லை. 'கோபமாகவும் வருத்தத்துடனும் இருக்கிறார்கள் போலும், சரி, நாசமாய்ப் போகட்டும்!' என்று அவன் தனக்குள் நினைத்துக் கொண்டான். இறுதியாகத் தன் தந்தைக்கு குரூஷென்கா வந்துவிட்டாள் என்ற 'சமிக்ஞை'யைக் கொடுத்தபோது எப்படி அவர் ஜன்னலைத் திறந்து எட்டிப் பார்த்தாரென்பதை மீச்சியா விவரித்தபோது, அரசு வழக்குரைஞரும் நீதிமன்றக் கண்காணிப்பாளரும் 'சமிக்ஞை' என்ற வார்த்தையையே முற்றிலுமாகப் புரிந்துகொள்ளாமல் அதற்கு என்ன பொருள் என்பதையும் தெரிந்துகொள்ளாமல் இருந்ததை மீச்சியா கவனித்தான். இறுதியாகச் சம்பவத்தின் கடைசிப் பகுதிக்கு வந்தபோது, அதாவது அவனுடைய தந்தையின் உருவம் ஜன்னலுக்கு வெளியே எட்டிப்பார்த்தபோது வெறுப்புடன் அவன் சட்டைப்பையிலிருந்த உலக்கையை எடுத்தானென்று சொல்லிவிட்டு, திடீரென்று மேலே எதுவும் சொல்லாமல் வேண்டுமென்றே நிறுத்தினான். அப்படி நிறுத்தியவன், சுவர் பக்கமாகத் திரும்பி உட்கார்ந்ததும், இருவரின் பார்வையும் மீச்சியாவின் மீது நிலைகுத்தி நின்றன.

'சரி' என்று சொன்ன நீதிமன்ற விசாரணையாளர், 'நீங்கள் அந்த ஆயுதத்தை எடுத்து ... பிறகு என்ன நடந்தது?'

'பிறகு? பிறகு அவரைக் கொன்றேன் ... அவருடைய தலையைப் பிடித்து அவருடைய மண்டையை உடைத்தேன் ... அப்படித்தானே, நீங்கள் நினைக்கிறீர்கள், அப்படித்தானே!' என்று கண்கள் பளிச்சிடத் திடீரென்று கேட்டான் மீச்சியா. அமைதியாய் இருந்த அவனுடைய முழுக் கோபமும் திடீரென்று அசாதாரண சக்தியுடன் அவனுடைய மனத்தைப் பற்றியது.

'எங்களைப் பொறுத்தவரையில்' என்று சொன்ன நிக்கலாய் பர்ஃபியோனவிச், 'சரி, உங்களைப் பொறுத்தவரையில்?' என்றார்.

மீச்சியா கண்களைத் தாழ்த்தியபடி நீண்ட நேரம் மௌனமாக இருந்தான்.

'என்னைப் பொறுத்தவரையில், நன்மக்களே, என்னைப் பொறுத்த வரையில், இப்படித்தான் நடந்தது' என்று அமைதியாகச் சொன்னவன், 'யாருடைய கண்ணீரோ அப்போது கடவுளைத் தொழ, ஒருவேளை அது என்னுடைய அன்னையின் கண்ணீரோ என்னவோ, அந்த நிமிடம் நல்ல தேவதை என்னை முத்தமிட்டாளோ என்னவோ தெரியாது, ஆனால் அப்போது என்னுள் இருந்த சாத்தான் வெல்லப்பட்டிருந்தான். ஜன்னல் பக்கத்திலிருந்து வெளியேறி நான் வேலியை நோக்கி ஓடினேன் ... தந்தை பயந்து போனார்; முதன்முறையாக அவர் என்னைப் பார்த்திருக்க வேண்டுமென்று நினைக்கிறேன், ஜன்னல் பக்கத்திலிருந்து விலகிப்போன அவர் கத்தினார். அது எனக்கு நன்றாகத் தெரிந்தது. நானோ தோட்டத் தின் வழியாக வேலியை நோக்கி ஓடினேன் ... அங்கேதான் என்னைப் பிடித்தான் கிரிகோரி, அப்போது நான் வேலியைத் தாண்டினேன் ...' என்றான்.

அந்தச் சமயம் மீச்சியா தன்னுடைய கண்களை இறுதியாக உயர்த்தி, கேட்பவர்களை ஏறிட்டுப் பார்த்தான். அவர்கள் அவனைக் கண்கொட்டாமல் பார்த்துக்கொண்டிருந்தார்கள். கடுங்கோபத்தில் ஏனோ சுரீர் என்ற வலி மீச்சியாவின் மனத்தைத் தாக்கிச் சென்றது.

'நீங்களோ, நன்மக்களே, இந்த நேரத்தில் என்னைப் பார்த்துக் கேலியாகச் சிரிக்கிறீர்கள்!' என்று திடீரென்று இடைமறித்துச் சொன்னான் மீச்சியா.

'நீங்கள் ஏன் அப்படி நினைக்கிறீர்கள்?' என்று கேட்டார் நிக்கலாய் பர்ஃபியோனவிச்.

'நான் சொல்லும் ஒரு வார்த்தையைக்கூட நீங்கள் நம்பவில்லை, அதனால்தான்! எனக்குப் புரிகிறது, முக்கியமான கட்டத்திற்கு நான் வந்துவிட்டேன்: கிழவர் மண்டை உடைந்து படுத்துக் கிடக்கிறார், நானோ சோகமாக விளக்குகிறேன், எப்படி அவரைக் கொல்ல விரும்பினேன் அப்படியே எப்படி நான் உலக்கையை எடுத்தேன் என்று; அதற்குள் நான் ஜன்னலை விட்டு விலகித் திடீரென்று ஓடுகிறேன் ... கவிதை! கவிதை வரிகள்! நான் சொல்லும் வார்த்தைகளை எப்படி நம்புவது! ஹ – ஹா! என்னைக் கேலிசெய்கிறீர்கள், நன்மக்களே!'

தான் அமர்ந்திருந்த நாற்காலியை முழுவதுமாக அவன் சுற்றியதில், அது சத்தம் போட்டது.

'நீங்கள் கவனித்தீர்களா' என்று திடீரென்று ஆரம்பித்த அரசு வழக்குரைஞர், ஏதோ மீச்சியாவின் படபடப்பைக் கவனிக்காதவர் போல, 'ஜன்னல் பக்கமிருந்து நீங்கள் ஓடியபோது தோட்டத்துப் பக்கமிருந்த கதவு திறந்திருந்ததா என்பதை நீங்கள் கவனித்தீர்களா, இல்லையா?'

'இல்லை, கதவு திறந்திருக்கவில்லை.'

'இல்லையா?'

'மாறாக, கதவு மூடியே இருந்தது, அப்படியானால் யார் அதைத் திறந்திருக்க முடியும்? ஒரு நிமிடம்' என்று ஏதோ நினைவு வந்தவனாகத் திடீரென்று சிலிர்த்தெழுந்து, 'நீங்கள் கதவு திறந்திருந்ததைப் பார்த்தீர்களா?'

'திறந்திருந்தது.'

'நான் திறக்கவில்லை என்றால் வேறு யார் அந்தக் கதவைத் திறந்திருக்கமுடியும்?' என்ற பயங்கரமான ஆச்சர்யத்தில் மூழ்கினான் மீச்சியா.

'கதவு திறந்திருந்தது அப்படியே உங்களுடைய தந்தையைக் கொன்றவன் சந்தேகத்திற்கு இடமின்றி அந்தக் கதவு வழியாகவே உள்ளே வந்து கொலையைச் செய்துவிட்டு, அதே கதவு வழியாகவே வெளியேயும் போயிருக்கிறான்' என்று அரசு வழக்குரைஞர் ஒவ்வொரு வார்த்தையையும் தனித்தனியாக, மெதுவாக, தெளிவாகச் சொன்னார். 'இது நமக்குத் தெளிவாகப் புரிகிறது. கொலை அறையில் நடந்திருக்கிறது, ஜன்னல் வழியாக அல்ல என்பது சடலம் கிடந்த நிலையிலும் பரிசோதனை செய்த வகையிலும் எல்லா விதத்திலும் தெளிவாக நமக்குத் தெரிகிறது. இதில் எந்தவிதச் சந்தேகமும் இல்லை.'

மீச்சியா இதைக் கேட்டு மிகவும் ஆச்சர்யப்பட்டான்.

'ஆனால், அப்படி நடந்திருக்கவே முடியாது, நன்மக்களே!' என்று முற்றிலுமாக ஆச்சர்யத்தில் கத்திய மீச்சியா, 'நான் ... நான் உள்ளே போகவில்லை ... எனக்கு நிச்சயமாகத் தெரியும், தோட்டத்தில் நான் இருந்தவரை, தோட்டத்தை விட்டு வெளியேறியதுவரை எல்லா நேரமும் கதவு சாத்தியே இருந்தது. ஜன்னலுக்குக் கீழே நின்றுகொண்டு அங்கிருந்து நான் அவரைப் பார்த்தேன், அவ்வளவுதான், அவ்வளவுதான் ... கடைசி நிமிஷம்வரை அது எனக்கு நினைவிருக்கிறது. அப்படியே எனக்கு நினைவு இல்லையென்றாலும், எனக்குத் தெரியும், ஸ்மெர்தி யாக்கவோ இறந்து போனவரோ எப்படியுமே அந்தச் 'சமிக்ஞைகள்' இல்லாமல் யாருக்காகவும் கதவைத் திறந்திருக்க மாட்டார்களென்று!'

'சமிக்ஞைகள்? என்ன சமிக்ஞைகள்?' என்று கௌரவமான, அடக்கமான தன்னுடைய பாங்கைச் சட்டென்று இழந்த அரசு வழக்குரைஞர், ஆர்வத்தில் ஏறக்குறைய வெறிபிடித்தவர் போலக் கேட்டார். ஏதோ கோபத்தில் அவர் இந்தக் கேள்வியைக் கேட்டது

போல இருந்தது. தனக்கு இன்னும் தெரியாத முக்கியமான இந்த உண்மையைக் கேட்டு எங்கே, ஒருவேளை, மீச்சியா உண்மையை முழுவதுமாகச் சொல்லாமல் போய்விடுவானோ என்று அவர் பயந்தார்.

'உங்களுக்குத் தெரியாதா!' என்று கண்சிமிட்டியபடி வன்மத்துடன் கேட்ட மீச்சியா கேலியாகச் சிரித்தான். 'நான் அதைச் சொல்லமாட்டேன் என்றால் நீங்கள் என்ன செய்வீர்கள்? யாரிடம் கேட்டுத் தெரிந்து கொள்வீர்கள்? இந்தச் சமிக்ஞைகளைப் பற்றி எனக்கு, ஸ்மெர்தியாக்கவுக்கு, அப்படியே இறந்துபோனவருக்கு, இந்த மூவருக்கு மட்டும்தான் தெரியும்; இன்னும் சொல்லப்போனால் வெட்டவெளி ஆகாயத்திற்குத் தெரிந்திருக்க லாம், ஆனால் அது உங்களுக்குச் சொல்லாது. உண்மையோ ஆவலைத் தூண்டக்கூடியது, சாத்தானுக்குத்தான் தெரியும் அதை வைத்துக்கொண்டு என்ன செய்யவது என்று, ஹ – ஹா! ஆனால் பயப்படாதீர்கள், நன்மக்களே, எல்லாவற்றையும் சொல்கிறேன், உங்களுடைய மனத்தில் முட்டாள்தனமான எண்ணங்கள் இருக்கலாம். உங்களுக்குத் தெரியாது, நீங்கள் யாரிடம் பேசிக்கொண்டிருக்கிறீர்கள் என்று! தனக்கு எதிராகவே சாட்சி சொல்லி, தன்னையே அழித்துக்கொள்ளும் ஒரு கைதியிடம் நீங்கள் பேசிக்கொண்டிருக்கிறீர்கள்! ஆம், நான் ஒரு நேர்மையான உயர்குடி மறவன், ஆனால் நீங்கள் அப்படிப்பட்டவர்கள் அல்ல!'

இந்தக் கசப்பான வார்த்தைகளை விழுங்கிக்கொண்டு அந்தப் புதிய உண்மையைத் தெரிந்துகொள்ள அரசு வழக்குரைஞர் பொறுமை யின்றிக் காத்திருந்தார். பியோதர் பாவ்லவிச், ஸ்மெர்தியாக்கவிற்காகக் கற்பனை செய்து வைத்திருந்த சமிக்ஞைகளைப் பற்றி, ஒவ்வொருமுறை ஜன்னல் தட்டப்படும் விதத்தை மேஜைமீது தட்டிக்காட்டியபடி சுருக்கமாக, ஆனால் வெகு விளக்கமாகச் சொல்லிக்கொண்டிருந்த மீச்சியாவை நிக்கலாய் பர்ஃபியோனவிச் கேட்டார், 'கிழவரின் ஜன்னலைத் தட்டியபோது அந்தச் சமிக்ஞை 'குரூஷென்கா வந்துவிட்டாள்' என்பதைக் குறித்ததா என்று; சரியாக அதைத் தான் குறித்தது, 'குரூஷென்கா வந்துவிட்டாள்' என்பதைத்தான்.

'இதோ, இனி நீங்கள் கனவுக் கோட்டையைக் கட்டலாம்!' என்று சீறிப் பாய்ந்த மீச்சியா வெறுப்பில் மீண்டும் அவர்களைப் பார்க்காமலிருந்தான்.

'இந்தச் சமிக்ஞைகள் பற்றி இறந்துபோன உங்களுடைய தந்தைக்கும் உங்களுக்கும் வேலையாள் ஸ்மெர்தியாக்கவுக்கும் மட்டும்தான் தெரியுமா, வேறு யாருக்கும் தெரியாதா?' என்று மீண்டுமொருமுறை கேட்டார் அரசு வழக்குரைஞர்.

'ஆம், வேலையாள் ஸ்மெர்தியாக்கவுக்கும் இன்னும் அந்த வெட்டவெளி ஆகாயத்திற்கும்தான் தெரியும். அந்த ஆகாயத்தைப் பற்றியும் எழுதிக்கொள்ளுங்கள்; அது ஒன்றும் தேவையில்லாதது அல்ல. ஆமாம், உங்களுக்குக் கடவுள்கூடத் தேவைப்படுவார்.'

சந்தேகத்திற்கிடமின்றி, எல்லாவற்றையும் அவர்கள் பதிவு செய்து கொண்டார்கள். ஆனால் அப்படிப் பதிவுசெய்து கொண்டபோது

ஏதோ ஒரு புது எண்ணம் தோன்றியது போலத் திடீரென்று அரசு வழக்குரைஞர் கேட்டார்.

'இந்த சமிக்ஞைகளைப் பற்றி ஸ்மெர்தியாக்கவுக்குத் தெரிந்திருக்கும் பட்சத்தில், அப்படியே உங்களுடைய தந்தையை நீங்கள் கொலைசெய்ய வில்லை என்று நீங்கள் உறுதியாகச் சொல்லும் பட்சத்தில், இந்த சமிக்ஞைகளைப் பயன்படுத்தி ஸ்மெர்தியாக்கவ் உங்களுடைய தந்தையின் அறைக் கதவுகளைத் திறக்கவைத்து பிறகு . . . இந்தக் கொலையைச் செய்திருக்கக்கலாமல்லவா?'

மீச்சியா ஆழமாக ஏளனமாக, அதே சமயம் வெறுப்புடன் அவரைப் பார்த்தான். மௌனமாக நீண்ட நேரம் அவரைப் பார்த்ததில் அவர் கண்சிமிட்ட ஆரம்பித்துவிட்டார்.

'மீண்டும் நரியைப் பிடித்துவிட்டீர்கள்!' என்று இறுதியாகச் சொன்ன மீச்சியா, 'அந்தப் பேடியின் வாலைப் பிடித்துவிட்டீர்கள், ஹ – ஹா! உங்களுடைய மனத்தை ஊடுருவிப்பார்க்க என்னால் முடிகிறது, அரசு வழக்குரைஞரே! நீங்கள் நினைக்கிறீர்கள், இதைக் கேட்டு உடனே நான் துள்ளி எழுந்து 'ஓ, ஸ்மெர்தியாக்கவ் தான் கொலைகாரன்!' என்று கத்துவேன் என்று. ஒத்துக்கொள்ளுங்கள், அப்படித்தானே நீங்கள் நினைத்தீர்கள், இல்லையா. அப்படித்தான் என்றால் தொடர்ந்து நான் மேலே சொல்வேன்.'

ஆனால், அரசு வழக்குரைஞர் அதை ஒப்புக்கொள்ளவில்லை. பொறுமையாக அவர் காத்துக்கொண்டிருந்தார்.

'தவறுசெய்துவிட்டீர்கள், ஸ்மெர்தியாக்கவ்தான் கொலைகாரன் என்று நான் கத்தமாட்டேன்!'

'அவன் மேல் உங்களுக்குச் சந்தேகம்கூட வரவில்லையா?'

'நீங்கள் சந்தேகப்படுகிறீர்களா?'

'அவனையும் சந்தேகப்படுகிறோம்.'

மீச்சியா கண்களைக் கீழே தாழ்த்திக்கொண்டான்.

'வேடிக்கை ஒருபுறம் இருக்கட்டும்' என்று சோகமாகச் சொன்ன மீச்சியா, 'கேளுங்கள், ஆரம்பத்திலிருந்தே, உங்களைப் பார்க்க திரைச் சீலையை விலக்கிக்கொண்டு வெளியே நான் ஓடிவந்த சமயத்திலிருந்தே, என்னுடைய மனத்தில் இந்த எண்ணம் இருந்தது, அதாவது, 'ஸ்மெர்தி யாக்கவ்!' என்ற எண்ணம், இப்படி மேஜைக்கருகே உட்கார்ந்து கொண்டு, சிந்தப்பட்ட இந்த ரத்தத்திற்கான காரணம் நானல்ல என்று கத்தியபோது எனக்குள் நானே நினைத்துக்கொண்டேன், ஒருசமயம் இது 'ஸ்மெர்தியாக்கவின் வேலையாகத்தான் இருக்குமோ' என்று. என்னுடைய மனதிலிருந்து இன்னும் ஸ்மெர்தியாக்கவ் அகலவில்லை. திடீரென்று இறுதியாக, இப்போது நான் நினைக்கிறேன், இதோ ஒரு நிமிடம் நினைக்கிறேன், இது 'ஸ்மெர்தியாக்கவின் வேலை தான்' என்று. ஆனால் அடுத்த நிமிடமே இப்படியும் நினைக்கிறேன்,

'இல்லை, இது ஸ்மெர்தியாக்கவின் வேலை இல்லை என்று!' அது அவனுடைய வேலை இல்லை, நன்மக்களே!' என்றான்.

'அப்படியானால் வேறு யார் மீதாவது உங்களுக்குச் சந்தேகம் இருக்கிறதா?' என்று கவனமாகக் கேட்டார் நிக்கலாய் பர்ஃபியோனவிச்.

'தெரியவில்லை, யாருக்கு எப்படிப்பட்ட முகம் என்று, இது கடவுளின் கைகளா அல்லது சாத்தானின் கைகளா என்று; ஆனால் . . . ஸ்மெர்தியாக்கவின் வேலை இல்லை!' என்று உறுதியாகச் சொன்னான் மீச்சியா.

'நீங்கள் ஏன் இவ்வளவு உறுதியாக, இவ்வளவு அழுத்தமாகச் சொல்கிறீர்கள் இது அவனுடைய வேலை இல்லை என்று?'

'மறுக்க முடியாத உண்மையின் காரணமாக, ஆழ்மனக் கருத்தின் காரணமாகச் சொல்கிறேன். ஏனெனில் இயல்பாகவே ஸ்மெர்தியாக்கவ் கீழ்த்தரமான ஒரு கோழை. அவன் கோழை மட்டுமல்ல, உலகத்திலுள்ள எல்லாக் கோழைகளின் ஒட்டுமொத்த உருவகமாக இருக்கும் இரண்டு கால் மனிதன். கோழிக்குப் பிறந்தவன். என்னிடம் பேசும்போது ஒவ்வொரு முறையும் நடுங்கிக்கொண்டேதான் பேசுவான், ஏதோ அவனை நான் கொன்றுவிடுவது போல; ஆனால் என்னுடைய ஒரு விரலைக்கூட அவனுக்கு எதிராக நான் உயர்த்தியதில்லை. அவனை நான் 'பயமுறுத்தாமல்' இருப்பதற்காக என்னுடைய கால்களில் விழுந்து அவன் புலம்பி, இதோ இந்தக் காலணிகளை உண்மையாகவே அவன் முத்தமிட்டுக் கெஞ்சிக் கதறுவான். கேட்கிறதா உங்களுக்கு: 'பயமுறுத்தாமல் இருக்கும்படி', என்ன வார்த்தையோ இது? அப்படியே அவனுக்கு நான் பரிசும் கூடக் கொடுத்தேன். அவன் ஒரு வலிப்பு நோய் வந்த சீக்காளி; அவனிடம் ஆழ்ந்த அறிவும் கிடையாது; எட்டு வயதுப் பையன் கூட அவனை அடித்து நொறுக்க முடியும். அப்படிப் பட்டவனா இந்தக் காரியத்தைச் செய்வான்! இல்லை, நன்மக்களே, ஸ்மெர்தியாக்கவ் இதைச் செய்திருக்க முடியாது; ஆம், அவனுக்குப் பணத்தின் மீதும் பரிசுப் பொருட்களின் மீதும் கூட ஆசையில்லை; என்னிடமிருந்து அவன் பணம் வாங்கியதே இல்லை . . . அப்படியே எதற்காக அவன் அந்தக் கிழவரைக் கொல்ல வேண்டும்? அவன் அவருடைய மகன், உண்மையாகவே, இயற்கையான மகன், அது உங்களுக்குத் தெரியும்தானே?'

'அந்தக் கதையை நாங்கள் கேள்விப்பட்டோம். ஆனால், நீங்களும் அவருடைய மகன்தான், இருந்தாலும் அவரைக் கொல்லப்போகிறே னென்று எல்லோரிடமும் நீங்கள் சொல்லியிருக்கிறீர்களே.'

'அப்படிப்போடு! இதுதான் நேரடித் தாக்குதல்! இதெற்கெல்லாம் பயப்படுபவனா நான்! ஓ, நன்மக்களே, இப்படி நேரடியாகக் கேட்க உங்களுக்கு வெட்கமாக இல்லையா! இதற்காக நீங்கள் வெட்கப்பட வேண்டும், ஏனெனில் முன்னதாகவே நான் உங்களுக்குச் சொல்லியிருக் கிறேன், நான் அவரைக் கொலைசெய்ய விரும்பினேன், அப்படியே அவரை என்னால் கொலை செய்திருக்கவும் முடியுமென்று. அப்படியே இந்த விஷயத்தை வெளிப்படையாக நானே சொல்லியும் இருக்கிறேன்;

கொஞ்சம் விட்டிருந்தால் அவரை நான் கொலைகூடச் செய்திருப்பே னென்று; ஆனால் அப்படிக் கொலைசெய்யவிடாமல் என்னுடைய தேவதை – பாதுகாப்பாளன் என்னைக் காப்பாற்றிவிட்டான் – இதோ இதைத்தான் நீங்கள் கவனத்தில் எடுத்துக்கொள்ளவில்லை... இதனால் தான் நீங்கள் கேவலமானவர்களாக இருக்கிறீர்கள்! ஆனால், அவரை நான் கொலைசெய்யவில்லை, கொலை செய்யவில்லை, கொலை செய்யவில்லை! கேட்கிறதா, உங்களுக்கு அரசு வழக்குரைஞரே, நான் அவரைக் கொலை செய்யவில்லை!'

அவனுக்கு மூச்சே நின்றுவிட்டதுபோல இருந்தது. இவ்வளவு நேர விசாரணையில் ஒருமுறைகூட அவன் இப்படிப் பதற்றப்படவில்லை.

'ஆனால் ஸ்மெர்தியாக்கவ் உங்களிடம் என்ன சொன்னான், நன்மக்களே?' என்று சிறிது நேரம் அமைதியாக இருந்த மீச்சியா திடீரென்று கேட்டான்.

'அதைப் பற்றி உங்களிடம் நான் கேட்கலாமா?.'

'எல்லாவற்றைப் பற்றியும் நீங்கள் கேட்கலாம்' என்று சிடுசிடுப்பாக, கடுமையாகப் பதிலளித்த அரசு வழக்குரைஞர், 'இந்த வழக்கைப் பற்றிய எல்லா விஷயங்களைப் பற்றியும் நீங்கள் கேட்கலாம், உங்களுடைய ஒவ்வொரு கேள்விக்கும் நாங்கள் பதில் சொல்லக் கடமைப்பட்டிருக் கிறோம். நீங்கள் சொன்ன அந்த வேலையாள் ஸ்மெர்தியாக்கவை நாங்கள் தொடர்ந்து பார்த்து வந்தோம்; பயங்கரமாக வலிப்புநோய் வந்து நினைவிழந்து படுக்கையில் அவன் படுத்திருந்தபோதும் பார்த்தோம். எங்களுடன் வந்த மருத்துவர் அவனைப் பரிசோதனை செய்துவிட்டு, விடிவதற்குள் அவன் ஒருவேளை இறந்துவிடக்கூடுமென்றும் சொன்னார்' என்றார்.

'அப்படியானால், அந்தப் பிசாசுதான் தந்தையைக் கொன்றிருக்க வேண்டும்!'என்ற வார்த்தைகள் மீச்சியாவின் வாயிலிருந்து வெளி வந்தாலும் தனக்குத்தானே அவன் கேட்டுக்கொண்டான், 'ஸ்மெர்தி யாக்கவ் இதைச் செய்திருப்பானா, மாட்டானா?' என்று.

'இதைப் பற்றி நாம் பிறகு பேசுவோம்' என்று முடிவு செய்த நிக்கலாய் பர்ஃபியோனவிச், 'நீங்கள் சொல்ல வந்ததை மேலே சொல்லுங்கள்' என்றார்.

கொஞ்சம் அவகாசம் வேண்டுமென்று மீச்சியா கேட்டான். அவனுடைய வேண்டுகோள் கனிவாக ஏற்றுக்கொள்ளப்பட்டது. அப்படி அவகாசம் எடுத்துக்கொண்டவன், மேலே தொடராமல் அமைதியாக இருந்தான். அநேகமாக அவனுக்குச் சிரமமாக இருந்திருக்க வேண்டும். சோர்வாக, மனம் வருத்தப்பட்டவன் தன்னை ஒழுக்கக் கேடானவனாக உணர்ந்தான். அதற்கேற்றாற்போல 'அற்பமான விஷயங்களைப் பற்றி' வேண்டுமென்றே அரசு வழக்குரைஞர் கேள்வி கேட்டுக்கொண்டு வந்தது அவனுக்கு எரிச்சலூட்டியது. மீச்சியா, தான் வேலியைத் தாண்டிக் குதித்தபோது கிரிகோரி தன்னுடைய இடது காலைப் பிடித்து இழுத்ததால், உலக்கையை எடுத்து அவனுடைய தலையில்

அடித்துவிட்டுத்தான் எகிறிக் குதித்ததாகவும் மீண்டும் அடிபட்ட அவனைப் பார்க்க அவன் தோட்டத்திற்குள் எட்டிக் குதித்ததாகவும் சொன்னபோது அரசு வழக்குரைஞர் அவனைத் தடுத்துநிறுத்தி, எப்படி அவன் வேலிமீது ஏறினான் என்று கேட்டார். இதைக் கேட்டு மீச்சியா ஆச்சர்யப்பட்டுப் போனான்.

'இதோ, இப்படித்தான் உட்கார்ந்தேன், ஒரு கால் அந்தப் பக்கம் மற்றொரு கால் இந்தப் பக்கமாக...'

'அப்படியானால் உலக்கை?'

'உலக்கை கையில்.'

'சட்டைப் பையில் இல்லையா? அது நன்றாக உங்களுக்கு நினைவிருக்கிறதா? நீங்கள் என்ன அவனைப் பலமாகக் கையால் அடித்தீர்களா?'

'ஆம், பலமாக அடித்தேன் என்றுதான் நினைக்கிறேன், அதனால் என்ன உங்களுக்கு?'

'நீங்கள் நாற்காலியில் உட்கார்ந்தது போல வேலிமேல் உட்கார்ந்திருந்தீர்களானால், விளக்கமாக எங்களுக்குச் சொல்லுங்கள், நீங்கள் எந்தப் பக்கம் கையை வேகமாகச் சுழற்றி அடித்தீர்களென்று.'

'என்ன, நீங்கள் என்னைக் கேலிசெய்கிறீர்களா?' என்று கேட்ட மீச்சியா, அவரை ஏளனமாகப் பார்த்தான்; ஆனால் அவர் தன்னுடைய கண்களைக்கூடச் சிமிட்டாமல் அவனையே உற்றுப் பார்த்தார். மீச்சியா திடீரென்று திரும்பி நாற்காலியின் மேல் அமர்ந்து தன்னுடைய கையைச் சுழற்றினான்.

'இதோ இப்படித்தான் அடித்தேன்! இப்படித்தான் கொன்றேன்! இன்னும் என்ன வேண்டும் உங்களுக்கு?'

'நன்றி, தயைகூர்ந்து இப்போது விளக்க முடியுமா குறிப்பாக என்ன நோக்கத்துடன் நீங்கள் மீண்டும் தோட்டத்திற்குள் எட்டிக் குதித்தீர்கள் என்று?'

'நாசமாய்ப் போக... அடிபட்டவனைப் பார்ப்பதற்காகத் தான் குதித்தேன்... எனக்குத் தெரியாது, நான் எதற்காகக் குதித்தேன் என்று!'

'நீங்கள் பதற்றத்தில் இருந்தீர்களா? தப்பிப்போக நினைத்தீர்களா?'

'ஆமாம், பதற்றத்தில் இருந்தேன், தப்பிப்போக நினைத்தேன்.'

'நீங்கள் அவனுக்கு உதவ விரும்பினீர்களா?'

'என்ன உதவி... ஆமாம், ஒருவேளை உதவ நினைத்திருக்கலாம், ஆனால் அது எனக்கு நினைவில்லை.'

'உங்களையே உங்களுக்கு நினைவில் இல்லை? அதாவது, ஏதோ ஒரு ஞாபக மறதியில் நீங்கள் இருந்திருக்கிறீர்கள், அப்படித்தானே?'

‘ஓ, இல்லை, எனக்கு ஞாபகமறதி இல்லை, எல்லாமே எனக்கு நினைவிருக்கிறது. மிகத் துல்லியமாக எல்லாமே எனக்கு நினைவிருக்கிறது. அவனைப் பார்ப்பதற்காக நான் எட்டிக் குதித்தேன், குதித்து வழிந்த ரத்தத்தை என்னுடைய கைக்குட்டையால் துடைத்தேன்.’

‘உங்களுடைய கைக்குட்டையை நாங்கள் பார்த்தோம். அடி பட்டவனுக்கு உதவ நீங்கள் விருப்பப்பட்டீர்கள், அப்படித்தானே?

‘அப்படி விருப்பப்பட்டேனா, இல்லையா என்றுதெரியவில்லை.’ ‘அவன் உயிரோடு இருக்கிறானா இல்லையா என்பதை மட்டும் தெரிந்துகொள்ள நீங்கள் விருப்பப்பட்டீர்கள்? அப்படித்தானே?’

‘நான் மருத்துவன் அல்ல, அதனால் உறுதியாக என்னால் எதுவும் சொல்ல முடியாது. தப்பித்து ஓடும்போது நினைத்தேன், நான் அவனைக் கொன்றுவிட்டேனென்று; ஆனால் இப்போது அவன் உயிரோடு இருக்கிறானென்று தெரியவருகிறது.’

‘மிகவும் நல்லது’ என்றார் அரசு வழக்குரைஞர். ‘நன்றி உங்களுக்கு. இதுதான் எனக்குத் தெரிய வேண்டியிருந்தது. தயவுசெய்து மேலே சொல்லுங்கள்.’

அந்தோ பரிதாபம், மீச்சியா தான் கொலைசெய்தவனைப் பரிதாபத்தின் பேரில் தான் திரும்பப் பார்க்க வந்தானென்று சொல்ல நினைத்தான், ஆனால், ஏனோ அவனுக்கு அதைச் சொல்ல வேண்டு மென்று தோன்றவில்லை; அதுமட்டுமல்ல அடிபட்டவனைப் பார்த்து அவன், ‘பாவம், கிழவன் மாட்டிக்கொண்டான், இனி ஒன்றும் செய்ய முடியாது, அப்படியே கிடக்கட்டும்’ என்றும் சொன்னான். அரசு வழக்குரைஞர் ஒரே ஒரு முடிவுக்கு வந்தார்; அதாவது ‘அந்த நேரத்தில், அப்படிப்பட்ட பதற்ற நேரத்தில்’ மீண்டும் ஒருவன் எட்டிக் குதித்து வந்து பார்க்கிறானென்றால், ஒருவேளை என்ன நடந்தது என்பதைத் தெரிந்துகொள்ள அவன் விருப்பப்பட்டிருக்கலாம் அப்படியே தன்னுடைய ஒரே ஒரு சாட்சியாளன் உயிரோடு இருக்கிறானா இல்லையா என்பதைத் தெரிந்துகொள்ளவும் விருப்பப்பட்டிருக்கலாம். இதனால் தெரிவது என்னவென்றால், இந்தச் சமயத்தில்கூட அவன் எவ்வளவு கவனமாக, இரக்கமில்லாமல் திட்டம் தீட்டி நடந்திருக்கிறான் என்பதுதான். இப்படி நினைத்த அரசு வழக்குரைஞர் திருப்திப்பட்டுக் கொண்டார்: ‘அற்பமானவை என்று அவன் சொன்னதை வைத்தே அவனுக்கு எரிச்சலூட்டி எல்லாவிஷயங்களையும் அவனிடமிருந்து கறந்துவிட்டேன்’ என்று நினைத்தார்.

நடந்த மற்ற விஷயங்களை வேதனையுடன் சொல்ல ஆரம்பித்தான் மீச்சியா. ஆனால் அப்போது நிக்கலாய் பர்ஃபியோனவிச் அவனை இடைமறித்தார்.

‘வேலைக்காரப்பெண் ஃபெதோசிய மர்க்கோவை நீங்கள் எப்படி இந்த ரத்தக்கறையுடனே பார்க்கப் போனீர்கள்? அப்படியே உங்கள் முகத்திலும்கூட ரத்தக்கறை இருந்ததே?’

‘ஆமாம், என்மீது ரத்தக்கறை இருந்ததையே அப்போது நான் கவனிக்கவில்லையே!’

‘சொல்வதில் அர்த்தம் இருக்கிறது, அது அப்படித்தான் இருக்கும்’ என்று சொன்ன நிக்கலாய் பர்ஃபியோனவிச் ஓரக்கண்ணால் பார்த்தார்.

‘ஆமாம், அதை நான் கவனிக்கவே இல்லை, சரியாக நீங்கள் அதைப் புரிந்துகொண்டீர்கள், அரசு வழக்குரைஞரே’ என்று அவர் சொன்னதை உடனே ஆமோதித்தான் மீச்சியா. பிறகு கதை தொடர்ந்தது; மீச்சியா எப்படித் திடீரென்று குரூஷென்காவிடமிருந்து தன்னை ‘விலக்கிக்கொண்டு’ ‘வேறு ஒருவருடன் அவள் சந்தோஷமாக இருக்க’ வழிவிட முடிவு செய்தான் என்பதைப் பற்றியும் சொன்னான். ஆனால், ‘தன்னுடைய இதய ராணி’யைப் பற்றி வெளிப்படையாக அவனால் பேசமுடியவில்லை. ‘மூட்டைப்பூச்சியைப் போல அவனையே அவர்கள் பார்ப்பது’ அவனுக்குக் குமட்டுவது போல இருந்தது. அதனால் அவர்கள் திரும்பத் திரும்பக் கேட்ட கேள்விகளுக்குச் சுருக்கமாக, நறுக்குத் தெறித்தாற் போல் பதிலளித்தான் மீச்சியா.

‘எனவே, என்னை நானே சுட்டுக்கொள்ள விரும்பினேன். எதற்காக இனிமேல் நான் வாழவேண்டுமென்ற இந்தக் கேள்வி இயல்பாகவே என்னுள் எழுந்தது. ஐந்து வருடங்களுக்கு முன்பு அவளைக் காயப் படுத்தியவனே அவளை மணந்துகொண்டு அவளுடைய வேதனையை இப்போது துடைக்க வந்திருக்கிறான். அது எனக்குப் புரிந்ததும் எல்லாமே பாழாய்ப் போய்விட்டது . . . எனக்குப் பின்னால் கேவலம், அது அந்த ரத்தம், கிரிகோரியுடைய ரத்தம் . . . எதற்காக நான் வாழ வேண்டும்? எனவே நான் அடமானம் வைத்திருந்த கைத்துப்பாக்கிகளைத் திரும்ப மீட்டு அதில் குண்டுகளை நிரப்பி அதிகாலை வேளையில் என்னை நானே சுட்டுக்கொள்ள முடிவுசெய்தேன்.’

‘இந்த வேதனைக்கு முன்பு இரவு நேரம் களியாட்டம் போடவும் முடிவுசெய்தீர்களா?’

‘உண்மை. இந்த வேதனைக்கு முன்பு களியாட்டம் போடவும் விரும்பினேன். ஓ, நாசமாய்ப் போக, நன்மக்களே சீக்கிரமாக முடியுங்கள், எவ்வளவு நேரம் இதைப் பற்றியே கேட்டுக்கொண்டிருப்பீர்கள். என்னை நானே சுட்டுக்கொள்ள விரும்பினேன், இதோ இங்கிருந்து சற்றுத் தொலைவில் இருந்த கிராமத்திற்குப் போய் காலை ஐந்து மணிக்கு என்னை நானே சுட்டுக்கொள்ள விரும்பினேன்; என்னுடைய கைத் துப்பாக்கிகளை பெர்ஹோத்தின் வீட்டில் தயார்செய்தபோது குறிப்பு ஒன்றையும் நான் எழுதிவைத்தேன். இதோ அந்தக் குறிப்பு, படித்துப் பாருங்கள். உங்களுக்காக இதை நான் சொல்லவில்லை!’ என்று வெறுப்புடன் சொன்னான் மீச்சியா. அந்தத் தாளைத் தன்னுடைய சட்டைப்பையிலிருந்து எடுத்து அவன் மேஜைமீது விட்டெறிந்தான்; விசாரணையாளர்கள் ஆர்வத்துடன் அதைப் படித்துவிட்டு எப்போதும் போல் தங்களுடைய வழக்கிற்காக அதை அவர்கள் பயன்படுத்திக் கொண்டார்கள்.

'திரு. பெர்ஹோத்தினை நீங்கள் பார்க்கப்போனபோதுகூட உங்களுடைய கைகளைக் கழுவிக்கொள்ள வேண்டுமென்று நீங்கள் நினைக்கவில்லையா? பார்ப்பவர்கள் சந்தேகப்படுவார்களென்று நீங்கள் பயப்படவில்லையா?'

'என்ன சந்தேகம்? சந்தேகப்பட்டாலும் சந்தேகப்படவில்லை என்றாலும் எல்லாமே ஒன்றுதான்; இங்கு வரும்போதே காலை ஐந்து மணிக்கு என்னை நானே சுட்டுக்கொள்ள முடிவு செய்திருந்தேன்; அதன் பிறகு யாராலும் எதுவும் செய்திருக்க முடியாது. தந்தை கொல்லப்பட்டிருக்காவிட்டால் இதைப் பற்றி ஒன்றுமே உங்களுக்குத் தெரிந்திருக்காது, நீங்களும் இங்கு வந்திருக்க மாட்டீர்கள். ஓ, அந்தப் பிசாசு இதைச் செய்துவிட்டது, தந்தையைக் கொன்றுவிட்டது, அவன் மூலமாகத் தான் எல்லாவற்றையும் நீங்கள் தெரிந்து கொண்டு இவ்வளவு சீக்கிரமாக இங்கு வந்தீர்களா? உண்மையாகவே ஆச்சர்யம்தான்!'

'திரு. பெர்ஹோத்தின் தான் எங்களுக்குச் சொன்னார், அவரை நீங்கள் பார்க்கப்போனபோது கையில்... ரத்தம் படிந்த கையில் பணத்தை நீங்கள் வைத்திருந்தீர்கள்... நிறையப் பணம்... நூறு ரூபிள்கள் அடங்கிய கத்தைப் பணம் இருந்தது என்றும் அவரிடம் வேலை செய்யும் அந்தச் சின்னப் பையனும் அதைப் பார்த்திருக்கிறா னென்றும் சொன்னார்!'

'ஆமாம், நன்மக்களே, அது எனக்கு நினைவிருக்கிறது.'

'இப்போது இன்னொரு கேள்வி எழுகிறது. அதற்கு உங்களால் பதில் சொல்ல முடியுமா?' என்று நயமாக ஆரம்பித்த நிக்கலாய் பர்ஃபியோனவிச், 'எங்கிருந்து உங்களுக்கு இவ்வளவு பணம் திடீரென்று கிடைத்தது, ஏனெனில், நடந்த நிகழ்வுகளின் நேரத்தைக் கணக்கிட்டுப் பார்த்தால் வீட்டிற்குப் போகக்கூட உங்களுக்கு நேரமில்லாமல் இருந்தது தானே?' என்று கேட்டார்.

நெற்றியில் அடித்தாற் போல இவ்வளவு வெளிப்படையாகக் கேட்கப்பட்ட கேள்வியைக் கேட்டு அரசு வழக்குரைஞர் சற்றே நெற்றியைச் சுருக்கினாலும், நிக்கலாய் பர்ஃபியோனவிச்சை அவர் இடைமறிக்கவில்லை.

'இல்லை, நான் வீட்டிற்குப் போகவில்லை' என்று பதிலளித்த மீச்சியா, மிக அமைதியாகத் தன்னுடைய பார்வையைக் கீழே பதியவிட்டான்.

'அப்படியானால் மீண்டும் ஒருமுறை இந்தக் கேள்வியைக் கேட்க அனுமதியுங்கள்' என்று சொன்னபடி சற்றே முன்னால் சாய்ந்தபடி நிக்கலாய் பர்ஃபியோனவிச் தொடர்ந்தார். 'எங்கிருந்து உங்களுக்கு இவ்வளவு பணம் உடனடியாகக் கிடைத்தது; நீங்கள் அளித்த வாக்கு மூலத்தின்படி ஐந்து மணிவரை...'

'பத்து ரூபிள்கள் தேவை என்று உங்களுடைய கைத்துப்பாக்கிகளை நீங்கள் பெர்ஹோத்தினிடம் அடமானம் வைத்தீர்கள்; பிறகு திருமதி

கரமாஸவ் சகோதரர்கள் 747

ஹஹ்லக்கோவைப் பார்த்து மூவாயிரம் ரூபிள்கள் வேண்டுமென்று கேட்டீர்கள், அவள் பணம் தரவில்லை என்பதெல்லாம் தெரிந்த விஷயம்' என்று சொன்னவரைச் சட்டென்று இடைமறித்த மீச்சியா, 'ஆமாம், இதோ, நன்மக்களே, பணம் தேவைப்பட்டது, திடீரென்று அது கிடைத்துவிட்டது, ஆச்சர்யம்தானே, தெரியுமா, நன்மக்களே, இப்போது நீங்கள் இருவரும் வருத்தப்படுகிறீர்கள், அந்தப் பணம் எப்படி எனக்குக் கிடைத்தது என்பதை நான் சொல்லாவிட்டால் எப்படி என்று! அது அப்படித்தான். அதைப் பற்றி நான் சொல்லப் போவதில்லை, நன்மக்களே, நீங்கள் சரியாகத்தான் நினைக்கிறீர்கள், உங்களுக்கு அது தெரியப்போவதில்லை' என்று திடீரென்று அழுத்தமாக, ஆழ்ந்த உறுதியுடன் மீச்சியா சொன்னான். விசாரணையாளர்கள் சற்றே மௌனம் காத்தார்கள்.

'புரிந்துகொள்ளுங்கள், திரு. கரமாஸவ், அதை நாங்கள் கண்டிப்பாகத் தெரிந்துகொள்ள வேண்டும்' என்று அமைதியாக, சமாதானமாகச் சொன்னார் நிக்கலாய் பர்ஃபியோனவிச்.

'புரிகிறது, இருந்தாலும் நான் சொல்லமாட்டேன்.'

அரசு வழக்குரைஞர் தலையிட்டு மீண்டும் அவனுக்கு ஞாபகப் படுத்தினார், விசாரணைக்கு உட்பட்டவர் கேட்கப்படும் கேள்விகள் தனக்குச் சாதகமானவை இல்லை என்றால் பதில் அளிக்காமல் இருக்கலாம், ஆனால் அப்படிப் பதிலளிக்காமல் இருப்பதால் விசாரணைக்கு உட்பட்டவர் தன்னுடைய மௌனத்தின் காரணமாகவே, குறிப்பாக இப்படிப்பட்ட முக்கியமான கேள்விகளுக்குப் பதில் அளிக்காம லிருக்கும் காரணத்தாலேயே அது அவருக்கே ஆபத்தாக முடியக்கூடு மென்று சொன்னார் . . .

'ஆக, மேலே, நன்மக்களே, மேலே போவோம்! போதும், இந்த அறிவுரையை நான் முன்பே கேட்டிருக்கிறேன்!' என்று மீண்டும் இடைமறித்த மீச்சியா, 'எனக்கே நன்றாகத் தெரியும், இது எவ்வளவு தூரம் முக்கியமான விஷயமென்று, இருந்தாலும் அதை நான் சொல்லப் போவதில்லை' என்றான்.

'இதனால் எங்களுக்கு ஒன்றும் இல்லை, உங்களுடைய விஷயம், உங்களுக்கு நீங்களே இழப்பைத் தேடிக்கொள்கிறீர்கள்' என்று பதற்றத்துடன் சொன்னார் நிக்கலாய் பர்ஃபியோனவிச்.

'பாருங்கள், நன்மக்களே, விளையாட்டு ஒருபுறம் இருக்கட்டும்,' என்று கண்களை உயர்த்தியபடி அவர்கள் இருவரையும் ஆழமாகப் பார்த்த மீச்சியா, 'ஆரம்பத்திலிருந்தே இதை நான் உணர்ந்தேன், இந்த இடத்தில்தான் நாம் நம்முடைய மண்டையை உடைத்துக்கொள்வோ மென்று. ஆனால், முதலில் வாக்குமூலம் கொடுக்க ஆரம்பித்தபோது எல்லாமே பனிமூட்டமாக இருந்தது அப்படியே நான் மிகச் சாதாரண மாகச் சொன்னேன், 'நமக்குள் பரஸ்பர நம்பிக்கை' இருக்க வேண்டு மென்று. ஆனால் இப்போது அந்த பரஸ்பர நம்பிக்கை நமக்குள் இருக்க முடியாது என்பதை உணர்கிறேன், ஏனெனில் நாம் அந்த நாசமாய்ப் போன வேலிக்கு வந்து விட்டோம்! இதோ, இப்போது

நாம் அங்கு வந்துவிட்டோம்! அங்கு நாம் வந்திருக்கக் கூடாதுதான்! இருந்தாலும், உங்களை நான் குறைசொல்லவில்லை, அப்படிச் சொல்லவும் கூடாது, அப்படியே நீங்கள் என்னுடைய வார்த்தைகளை நம்பவில்லை என்பதும் புரிகிறது!' என்றவன் சோகத்தில் மௌனமானான்.

'உங்களால் சொல்ல முடியுமா, முக்கியமான இந்த விஷயத்தைப் பற்றி நீங்கள் எடுத்த முடிவை விட்டுவிட்டு எங்களுக்கு ஒரு சிறு குறிப்பை நீங்கள் தர முடியுமா: உங்களுடைய வாக்குமூலத்தில் மிக அபாயகரமான கட்டத்தில் இருக்கும் நீங்கள், எதற்காக இப்படி மௌனம் சாதிக்கிறீர்கள், அதற்கான வலுவான காரணங்கள் என்ன என்பதை உங்களால் சொல்ல முடியுமா?' என்று கேட்டார் நிக்கலாய் பர்ஃபியோனவிச்.

மீச்சியா சோகத்துடன் எதையோ நினைத்துப் பார்த்தவாறு ஏளனமாய்ச் சிரித்தான்.

'நீங்கள் நினைப்பதை விடவும் நான் இரக்கமானவன், நன்மக்களே, அதைத் தெரிந்துகொள்ள உங்களுக்குத் தகுதி இல்லை என்றாலும், அது ஏனென்று உங்களுக்குச் சொல்கிறேன்; அதற்கான மறைமுகக் குறிப்பு ஒன்றையும் உங்களுக்குத் தருகிறேன். நான் மௌனமாக இருக்கிறேன், ஏனெனில் அது எனக்குக் கேவலமானது. எங்கிருந்து இந்தப் பணம் கிடைத்தது என்பதைச் சொன்னால், என் தந்தையைக் கொன்று அவரிடமிருந்து பணத்தை எடுத்ததைக் காட்டிலும், அப்படியே அதை நான் செய்திருந்தாலும், அதைக் காட்டிலும் அது கேவலமானது; அதனால் தான் நான் எதையும் சொல்லாமல் இருக்கிறேன். அந்தக் கேவலத்தால்தான் நான் எதையும் சொல்லாமல் அமைதியாக இருக்கிறேன். என்ன, நன்மக்களே, நீங்கள் இதைப் பதிவுசெய்துகொள்ள விருப்பப்படுகிறீர்களா?'

'ஆமாம், நாங்கள் இதைப் பதிவுசெய்துகொள்கிறோம்' என்று முணுமுணுத்தார் நிக்கலாய் பர்ஃபியோனவிச்.

'இந்தக் 'கேவலத்தைப்' பற்றியும் எதைப் பற்றியும் நீங்கள் பதிவு செய்துகொள்ள வேண்டாம். இதை நான் பரிவிரக்கத்தின் பேரில்தான் சொன்னேன், அதாவது உங்களுக்குப் பரிசாகக் கொடுத்தேன், ஆனால் அதை நீங்கள் எனக்கு எதிராகப் பதிவுசெய்துகொள்கிறீர்கள். சரி, எழுதிக்கொள்ளுங்கள், உங்களுக்கு எப்படி வேண்டுமோ அப்படி எழுதிக்கொள்ளுங்கள்' என்று வெறுப்பாக, ஏளனமாகச் சொன்னவன், 'உங்களைப் பார்த்து நான் பயப்படவில்லை... உங்கள் முன்னால் நிற்க எனக்குப் பெருமையாக இருக்கிறது' என்றான்.

'இது எந்த விதத்தில் கேவலமான விஷயம் என்பதை உங்களால் சொல்ல முடியுமா?' என்று முணுமுணுத்தார் நிக்கலாய் பர்ஃபியோனவிச். அரசு வழக்குரைஞர் பயங்கரமான கோபத்தில் இருந்தார்.

'ஹ – ஹா, *C'est fini*[1]. இதைப் பற்றி உழற்றிக்கொண்டிருப்பதில் பயன் இல்லை. ஏற்கெனவே மிக அதிகமாகவே நான் உழற்றிக்கொண்டிருக்கிறேன். இதெற்கெல்லாம் நீங்கள் தகுதியானவர்களே அல்ல,

நீங்கள் மட்டுமல்ல, யாருமே ... போதும், நன்மக்களே, இத்தோடு நான் நிறுத்திக்கொள்கிறேன்.'

இப்படி அது முடிவாகச் சொல்லப்பட்டது. நிக்கலாய் பார்ஃபி யோனவிச் மேலும் வற்புறுத்திக் கேட்காமல், அதைப் பற்றித் தெரிந்து கொள்ள இன்னும் நேரம் இருக்கிறது என்பது போல இருந்த இப்போலித் கிரீல்லவிச்சைப் பார்த்துச் சட்டென்று அமைதியானார்.

'குறைந்தபட்சம் இதையாவது நீங்கள் சொல்ல முடியுமா: திரு. பெர்ஹோத்தினின் வீட்டிற்கு நீங்கள் போனபோது உங்களிடம் எவ்வளவு பணம், குறிப்பாக எவ்வளவு ரூபிள்கள் இருந்தன என்பதைச் சொல்ல முடியுமா?'

'முடியாது, என்னால் சொல்ல முடியாது.'

'திரு. பெர்ஹோத்தினிடம் நீங்கள் சொல்லியிருக்கிறீர்கள், திருமதி ஹஹ்லக்கோவாவிடமிருந்து நீங்கள் மூவாயிரம் ரூபிள்களைப் பெற்றதாக!'

'ஒருவேளை சொல்லியிருக்கலாம். போதும், நன்மக்களே, இதற்கு மேலும் ஒன்றும் நான் சொல்லப் போவதில்லை.'

'அப்படியானால் நீங்கள் எப்படி இங்கு வந்தீர்கள், வந்து என்ன செய்தீர்கள் என்பதைச் சொல்ல முடியுமா?'

'ஓ, அதைப் பற்றி நீங்கள் இங்கிருப்பவர்களிடமே கேட்கலாமே. இருந்தாலும் பரவாயில்லை நானே சொல்கிறேன்.'

அவன் சொன்னதை நான் இங்குத் திரும்பச் சொல்லப் போவ தில்லை. நடந்த சம்பவத்தை அவன் சுருக்கமாக உணர்ச்சி வசப்படாமல் சொன்னான். தன்னுடைய காதலைப் பற்றி அவன் அதிசயமாக எதுவுமே சொல்லவில்லை. 'புதிதாக ஏற்பட்ட திருப்பத்தின்' காரணமாகத் தன்னைச் சுட்டுக்கொள்ளும் எண்ணத்தை அவன் கைவிட்டு விட்டான் என்பதை மட்டும் சொன்னான். தன்னுடைய செயல்களுக்கான காரணத்தை விளக்காமல் நடந்த விஷயங்களை அவன் சொல்லிக் கொண்டிருந்தான். ஆம், இந்த முறை விசாரணையாளர்கள் அவனைக் கேள்வி கேட்டுத் தொல்லை செய்யவில்லை. இது அவர்களுக்கு முக்கியமான விஷயமாகப் படவில்லை என்பது தெளிவாகத் தெரிந்தது.

'இவை எல்லாவற்றையும் நாங்கள் நம்புகிறோம், இதைப் பற்றி மீண்டும் சாட்சியாளர்களிடம் விசாரிக்கும்போது உங்கள் முன்னிலையில் அதைப் பற்றி நாங்கள் கண்டிப்பாக விசாரிப்போம்' என்று தன்னுடைய விசாரணையை முடித்துக்கொண்டார் நிக்கலாய் பர்ஃபியோனவிச். 'உங்கள் முன் ஒரு வேண்டுகோளை வைக்க அனுமதியுங்கள், உங்களிட மிருக்கும் எல்லாப் பொருட்களையும் முக்கியமாக, உங்களிடம் இருக்கும் எல்லாப் பணத்தையும் இந்த மேஜைமீது எடுத்து வையுங்கள்.'

'பணமா, நன்மக்களே? என்ன செய்ய வேண்டுமென்று எனக்குப் புரிகிறது. இதை நீங்கள் ஏன் ஆரம்பத்திலேயே கேட்கவில்லை என்று எனக்கு ஆச்சர்யமாக இருக்கிறது. உண்மைதான், இதை எடுத்துக்கொண்டு நான் எங்கும் போய்விட முடியாது. இதோ என்னுடைய பணம்,

எண்ணி எடுத்துக்கொள்ளுங்கள்; இவ்வளவுதான் என்னிடம் இருக்கிறது என்று நான் நினைக்கிறேன்.'

தன்னுடைய சட்டைப் பையிலிருந்த எல்லாப் பணத்தையும் காசுகளையும் மேல்சட்டையின் பக்கவாட்டில் இருந்த இரண்டு இருபது கோபெக்குகளையும் எடுத்து அவன் வைத்தான். அப்படி எடுத்துவைத்த பணத்தை அவர்கள் எண்ணினார்கள், எண்ணூற்றி முப்பத்தாறு ரூபிள்களும் நாற்பது கோபெக்குகளும் இருந்தன.

'இவ்வளவுதானா?'

'இவ்வளவுதான்.'

'நீங்கள் இப்போது அளித்த வாக்குமூலத்தில் ப்லோத்னிக்கவ் கடையில் முந்நூறு ரூபிள்களைக் கொடுத்ததாகவும் பெர்ஹோத்தினுக்குப் பத்து ரூபிள்களைக் கொடுத்ததாகவும் வண்டிக்காரனுக்கு இருபது ரூபிள்களைக் கொடுத்ததாகவும் இருநூறு ரூபிள்களைச் சூதாட்டத்தில் இழந்ததாகவும் அப்படியே...' என்று நிக்கலாய் பர்ஃபியோனவிச் கணக்குப் போட ஆரம்பித்தார். மீச்சியா தானாகவே முன்வந்து அவருக்கு உதவினான். எல்லா கோப்பெக்குகளையும் ஒன்று சேர்த்து அவர்கள் எண்ணினார்கள். நிக்கலாய் பர்ஃபியோனவிச் வேகமாக எல்லாவற்றையும் ஒன்றுசேர்த்துக் கூட்டிக் கணக்குப் பார்த்தார்.

'எண்ணூற்றி முப்பத்தாறு ரூபிள்களையும் சேர்த்து முதலில் உங்களிடம் மொத்தமாக ஆயிரத்து ஐநூறு ரூபிள்கள் இருந்தன, அப்படித் தானே?'

'அப்படித்தான்.'

'அப்படியானால் இதைவிட அதிகமாக உங்களிடம் பணம் இருந்தது என்று எப்படி எல்லோரும் சொல்கிறார்கள்?'

'சொல்லட்டுமே, அதனால் என்ன?'

'ஆமாம், நீங்களும் அப்படித்தானே சொன்னீர்கள்.'

'ஆமாம், நானும் அப்படித்தான் சொன்னேன்.'

'இதுவரை விசாரிக்கப்படாதவர்களிடம் இதைப் பற்றி இனிமேல் விசாரிப்போம்; உங்களுடைய பணத்தைப் பற்றி நீங்கள் கவலைப்பட வேண்டாம்; அது பத்திரமாக இருக்கும், எல்லாம் முடிந்த கடைசியில்... அதைப் பெறுவதற்கான உரிமை உங்களுக்குக் கட்டாயம் இருக்கிற தென்றால், அது உங்களிடம் கொடுக்கப்படும். சரி, இப்போது...' என்று சொன்ன நிக்கலாய் பர்ஃபியோனவிச், திடீரென்று எழுந்து ஆணித்தரமாக மீச்சியாவைப் பார்த்துச் சொன்னார், 'உங்களுடைய சட்டைப் பைகள் மற்றும் எல்லாவற்றையும் நாங்கள் நன்றாகச் சோதனை போட வேண்டும்; இப்போது அதைச் செய்ய வேண்டிய 'கட்டாயமும் தேவையும்' எங்களுக்கு இருக்கிறது.'

'வேண்டுமென்றால் என்னுடைய எல்லாச் சட்டைப்பைகளையும் வெளியே எடுத்துக்காட்டுகிறேன்.'

கரமாஸவ் சகோதரர்கள்

சொன்னவன் உண்மையாகவே தன்னுடைய ஆடையிலிருந்து எல்லாப் பைகளையும் உருவிக் காட்டினான்.

'உங்களுடைய ஆடை முழுவதையும் களைய வேண்டும்.'

'என்ன, எல்லாவற்றையும் கழற்ற வேண்டுமா? தூ, நாசமாய்ப் போக! இப்படியே என்னைச் சோதித்துப் பாருங்கள்! அப்படி முடியாதா என்ன?'

'எப்படியுமே முடியாது, திமித்ரி ஃபியோதரவிச். ஆடையை நீங்கள் கழற்றத்தான் வேண்டும்.'

'உங்கள் விருப்பப்படியே' என்று சோகமாக ஒத்துழைத்த மீச்சியா, 'இங்கு வேண்டாம், அந்தத் திரைச்சீலைக்குப் பின்புறமாக. யார் சோதனை போடப்போவது' என்றான்.

'கண்டிப்பாக, திரைச்சீலைக்குப் பின்புறம்தான்தான்' என்று சொல்லித் தலையசைத்தார் நிக்கலாய் பர்ஃபியோனவிச். அவருடைய இளமையான முகத்தில் முக்கியமாகக் குறிப்பிட்டுச் சொல்லக்கூடிய விதத்தில் ஏதோ வித்தியாசமான முகபாவம்கூட வெளிப்பட்டது.

# 6

## அரசு வழக்குரைஞர் மீச்சியாவை மடக்கினார்

சற்றும் எதிர்பாராத, ஆச்சர்யமான விஷயங்கள் நடக்க ஆரம்பித்தன. இப்படி எல்லாம் நடக்குமென்று கொஞ்சம்கூட அவன் எதிர்பார்க்க வில்லை! முக்கியமாகத் தன்னுடைய மானத்தை இழக்க நேரிடுமென்று அவன் நினைத்துக்கூடப் பார்க்கவில்லை; 'அவனை அவர்கள் வெறுப்பாக, ஏளனமாகப்' பார்த்தார்கள். மேல் சட்டையைக் கழற்றச் சொல்லச் சொல்லியிருந்தால்கூடப் பரவாயில்லை, ஆனால் முழுவதுமாக எல்லா வற்றையும் கழற்றச் சொன்னார்கள். அதுவும் அவனை அவர்கள் வேண்டிக் கேட்டுக்கொள்ளவில்லை, உத்தரவிட்டார்கள்; இதை அவன் நன்றாகப் புரிந்துகொண்டான். கர்வத்தின் காரணமாகவும் வெறுப்பின் காரணமாகவும் வார்த்தை எதுவும் பேசாமல் அவன் அடிபணிந்தான். திரைச்சீலைக்குப் பின்புறமாக நிக்கலாய் பர்ஃபியோனவிச்சும் அரசு வழக்குரைஞரும் இன்னும் சிலரும் வந்து நின்றது, 'தேவைப்பட்டால் அவர்களுடைய சக்தியைப் பிரயோகிக்க' என்று நினைத்த மீச்சியா, 'ஒருவேளை வேறு எதற்காகவும் இருக்கலாம்' என்று நினைத்தான்.

'சட்டையையும் கழற்ற வேண்டுமா?' என்று கடுப்புடன் திடீரென்று கேட்ட மீச்சியாவிடம் நிக்கலாய் பர்ஃபியோனவிச் பதில் ஒன்றும் சொல்லவில்லை: அவரும் அரசு வழக்குரைஞரும் அவனுடைய கச்சைச் சட்டைகளையும் கால்சட்டையையும் இடுப்புச் சட்டையையும் தொப்பியையும் சோதனை போடுவதில் ஆர்வமாக இருந்தார்கள்: 'கொஞ்சம் கூட வரம்பே இல்லாமல்' என்ற எண்ணம் மீச்சியாவின்

மனத்தில் உதித்தபோது, ‘அடிப்படை நாகரிகம்கூடக் கடைபிடிக்கப் படாமலிருக்கிறது’ என்று நினைத்தான்.

‘இரண்டாவது முறையாக உங்களிடம் நான் கேட்கிறேன்: சட்டையைக் கழற்றவா, வேண்டாமா?’ என்று இன்னும் உக்கிரமாக, எரிச்சல் மேம்படக் கேட்டான் மீச்சியா.

‘கவலைப்படாதீர்கள், உங்களுக்குச் சொல்லுவோம்’ என்று சற்றே அதிகாரத் தொனியில் பதிலளித்தார் நிக்கலாய் பர்ஃபியோனவிச். குறைந்தபட்சம் மீச்சியாவுக்கு அப்படித்தான் தெரிந்தது.

அதற்குள் அரசு வழக்குரைஞரும் நீதிமன்ற விசாரணையாளரும் கவனமாகப் பாதிக்குரலில் தங்களுக்குள் பேசிக்கொண்டிருந்தார்கள். மேல் சட்டையின் கீழே, குறிப்பாக இடது பின்புறத்தில் இன்னும் காய்ந்து உதிர்ந்திராத மிகப்பெரிய ரத்தக்கறை இருந்தது. அப்படியே கால் சட்டையிலும் ரத்தக்கறை இருந்தது. அதுமட்டுமில்லாமல், நிக்கலாய் பர்ஃபியோனவிச் தன் கைவிரல்களால் மீச்சியாவின் மேல்சட்டைக் கழுத்துப் பகுதி, மார்புப்புற பின்மடிப்புப் பகுதி, கைப்பகுதி அப்படியே மேல்சட்டையின் தையல் உள்ள பக்கம், கால்சட்டை என்று எல்லா இடங்களிலும் எதையோ தேடினார்; கண்டிப்பாக அது பணமாகத்தான் இருந்திருக்கும். பணத்தை அவன் எங்காவது வைத்துத் தைத்திருப்பான் என்று அவர்கள் சந்தேகப்பட்டதை முக்கியமாக அவர்கள் மீச்சியாவிட மிருந்து மறைக்கவில்லை. ‘இது ஏதோ திருடனைப் பார்ப்பது போல இருக்கிறது, ஒரு அதிகாரியிடம் நடந்துகொள்வதுபோல இல்லையே’ என்று தனக்குள் அவன் உறுமிக்கொண்டான். விசித்திரமாக அவர்க ளுடைய கருத்துகளை அவர்கள் பகிரங்கமாகவே பகிர்ந்துகொண்டார்கள். உதாரணமாக, திரைச்சீலைக்குப் பின்பக்கத்திலிருந்த எழுத்தர்கூட அவர்களைப் பின்தொடர்ந்து வந்து அவர்கள் பேசியதைக் கேட்டு, நிக்கலாய் பர்ஃபியோனவிச்சிடம் மீச்சியாவின் தொப்பியைச் சுட்டிக் காட்டி, ‘உங்களுக்கு ஞாபகமிருக்கிறதா, குமாஸ்தா கிரிஜென்கோ, கடந்த கோடைக்காலம் அலுவலகச் சம்பளத்தை வாங்க நகரத்திற்குச் சென்றவன், குடித்துவிட்டு முழுப்பணத்தையும் தொலைத்துவிட்டதாகச் சொன்னானே, அதை எங்குக் கண்டுபிடித்தார்கள் தெரியுமா? இதோ இந்தத் தொப்பியின் மடிப்பில்தான்; சம்பளப் பணம் முழுவதும் நூறு ரூபிள்களாக இறுக்கமாகச் சுற்றப்பட்டுத் தொப்பியின் மடிப்பில் வைத்துத் தைக்கப்பட்டிருந்தது’ என்றார். கிரிஜென்கா விஷயத்தில் நடந்ததை நன்றாக நினைவுவைத்திருந்த அரசு வழக்குரைஞரும் நீதிமன்ற விசாரணையாளரும் உடனே மீச்சியாவின் தொப்பியைத் தனியே எடுத்து அதை முழுமையாகப் பிறகு சோதனை போட வேண்டும், அப்படியே அவனுடைய முழு ஆடையையும் சோதனை செய்ய வேண்டுமென்று முடிவுசெய்தார்கள்.

‘மன்னிக்கவும்’ என்று திடீரென்று கத்திய நிக்கலாய் பர்ஃபியோனவிச், வலது கைச்சட்டையின் உள்பக்கத்தைத் திருப்பி முழுவதுமாக அதில் படிந்திருந்த ரத்தக்கறையைக் காட்டி, ‘இது எப்படி, இங்கு எப்படி ரத்தம் வந்தது?’ என்றார்.

‘ஆமாம், ரத்தம்.’

‘அதாவது எப்படி . . . ஏன் இந்தக் கைப்பகுதி உள்பக்கமாகத் திருப்பப்பட்டிருக்கிறது?’

கிரிகோரியிடமிருந்து தன்னை விலக்கிக்கொண்டபோது கைச் சட்டையின் நுனிப்பகுதியில் ரத்தம் படிந்து இருக்க, அதைப் பெர்ஹோத்தின் வீட்டில் கை கழுவும்போது அவன் திருப்பிவிட்டுக் கொண்டதைப் பற்றி மீச்சியா சொன்னான்.

‘உங்களுடைய சட்டையையும் கழற்ற வேண்டியிருக்கிறது, அதுவும் மிக முக்கியமான ஒன்று . . . இது பொருள்சார்ந்த சாட்சியம்.’

இதைக் கேட்டு மீச்சியா முகம் சிவந்து கோபத்தில் கொதித்தான்.

‘என்ன, நான் நிர்வாணமாக நிற்க வேண்டுமா என்ன?’ என்று கத்தினான்.

‘கவலைப்படாதீர்கள் . . . ஏதாவது வழி செய்வோம், அதற்குள் உங்களுடைய காலுறையைக் கழற்றுங்கள் பார்ப்போம்.’

‘நீங்கள் விளையாடவில்லையே? உண்மையாகவே அது அவசியந் தானா?’ என்று கண்கள் சிவக்கக் கேட்டான் மீச்சியா.

‘விளையாடுவதற்கு எங்களுக்கு நேரமில்லை’ என்று கடுமையாகத் திரும்பச் சீறினார் நிக்கலாய் பர்ஃபியோனவிச்.

‘சரி, தேவையென்றால் . . . நான் . . .’ என்று முணுமுணுத்தபடி கட்டிலில் அமர்ந்து மீச்சியா காலுறையைக் கழற்ற ஆரம்பித்தான். ஜீரணித்துக்கொள்ள முடியாத அளவுக்கு அவன் குழப்பமடைந்திருந்தான். எல்லோரும் உடை அணிந்து நாகரிகமாக இருக்க, அவன் மட்டும் ஆடையில்லாமல் நிற்பது அவனுக்கு விநோதமாக இருந்தது. ஆடை யில்லாமல் இருந்த அவன் அவர்கள் முன்பு குற்றவாளியாக நிற்பதையும் முக்கியமாக, எல்லோரையும் விட மிகக் கேவலமானவனாக மாறி விட்டதையும், அவர்கள் அவனை வெறுப்பதற்கு முழு உரிமை இருக்கிறது என்பதையும் ஏறக்குறைய அவன் ஒத்துக்கொண்டான். ‘எல்லோரும் ஆடை இல்லாமல் இருந்தால், அதில் அவ்வளவு தூரம் வெட்கம் இருக்காது, ஆனால் அவன் ஒருவன் மட்டும் ஆடையில்லாமல் நிற்க, அதை எல்லோரும் பார்ப்பது என்பது – கேவலம்!’ என்ற எண்ணம் அவனுடைய மனத்தில் மறுபடியும் மறுபடியும் வந்துபோனது. ‘கனவில் பார்த்தது போல, இப்படிப்பட்ட கேவலமான நிலையில் இருப்பது போல சில சமயம் நான் கனவில் பார்த்தது போலவே இப்போது நடக்கிறது’ என்று அவன் தனக்குள் நினைத்துக்கொண்டான். ஆனால், காலுறையைக் கழற்றுவதுகூட அவனுக்கு வேதனையாக இருந்தது: அவை அழுக்காக இருந்தன, அப்படியே அவனுடைய உள்ளாடையும்; இப்போது எல்லோரும் அதைப் பார்த்துவிட்டார்கள். முக்கியமாக, அவனுடைய கால்களைப் பார்க்க அவனுக்கே பிடிக்காது, ஏனோ கால்பெருவிரல்கள் இரண்டும் பார்ப்பதற்கு அழகில்லாமல் இருப்பதாக வாழ்நாள் முழுவதும் நினைத்த அவன், குறிப்பாக, வலது கால்விரல்

ஒன்று அசிங்கமாக, தட்டையாக, கீழே வளைந்த நகத்துடன் இருப்பதை எல்லோரும் இப்போது பார்த்துவிட்டது அவனுக்கு வேதனையாக இருந்தது. அதனால் தாங்க முடியாத வெட்கம் திடீரென்று இன்னும் அதிகமாக அவனை முரடனாக்கியது. அவனே அவனுடைய சட்டையைக் கிழித்துக்கொண்டான்.

'உங்களுக்கு வெட்கமில்லை என்றால் இன்னும் எங்காவது தேடிப் பாருங்கள் ?'

'இல்லை, இப்போது நாங்கள் தேடவில்லை.'

'சரி, நான் என்ன நிர்வாணமாகவே நிற்பதா?' என்று கடுங் கோபத்துடன் கேட்டான்.

'ஆம், தற்போதைக்கு ... இப்போது தயவுசெய்து இங்கே உட்காருங்கள்; கட்டிலில் உள்ள கம்பளியை எடுத்துப் போர்த்திக்கொள்ளுங்கள், அதற்குள் நான் ... நான் இந்தத் துணிமணிகளையெல்லாம் ஒரு பக்கமாக வைக்கிறேன்.'

எல்லாப் பொருள்களும் பிறகு சாட்சியாளர்களால் பரிசோதிக்கப்பட்டு அறிக்கை தயாரிக்கப்பட, இறுதியாக நிக்கலாய் பர்ஃபியோனவிச் வெளியேறியவுடன் மீச்சியாவின் ஆடைகளைக் கொண்டுவந்தார்கள். அப்படியே இப்போலித் கிரீல்லவிச்சும் வெளியே வந்தார். மீச்சியாவுடன் இருந்த ஒரே ஒரு ஆள் மட்டும் அவன் மேல் வைத்த கண் வாங்காமல், அமைதியாக, அவனையே கண்காணித்துக் கொண்டிருந்தான். மீச்சியாவுக்குக் குளிரடித்ததால் அவன் தன்னைக் கம்பளியால் போர்த்திக்கொண்டான். காலுறை இல்லாத வெறுங்கால்கள் மட்டும் வெளியே நீட்டிக்கொண்டிருக்க, எப்படியுமே அவனால் அவற்றை இழுத்து மூடமுடியாமல் இருந்தது. நிக்கலாய் பர்ஃபியோனவிச் நீண்ட நேரமாகியும் வராததால் 'வேண்டுமென்றே அவர் இவ்வளவு நேரம் கடத்துகிறார், என்னை நாய்க்குட்டி என்று நினைக்கிறார்' என்று பல்லைக் கடித்துக்கொண்டு நினைத்தான் மீச்சியா.

'நிர்வாணமாக நிற்கும் என்னைப் பார்த்து அலுத்துப்போய் வெறுப்பில் உண்மையாகவே வயதான அந்தக் கேடுகெட்ட அரசு வழக்குரைஞரும் போய்விட்டார்' என்று நினைத்தான் மீச்சியா. அவனுடைய உடைகளைப் பரிசோதனை செய்து முடித்ததும் எப்படியும் அதைக் கொண்டுவந்து தருவார்களென்று நினைத்தான் மீச்சியா. ஆனால் அப்படி அவன் நினைத்தது தவறாகப்போனது, ஏனெனில் நிக்கலாய் பர்ஃபியோனவிச் திடீரென்று வேறு யாருடைய உடைகளையோ மீச்சியாவுக்காகக் கொண்டுவந்து கொடுத்தார்.

'இதோ, உங்களுக்கான ஆடை' என்று பட்டும் படாமலும் சொன்னவர், தன்னுடைய வேலையை வெற்றிகரமாகச் செய்து முடித்ததில் திருப்தி அடைந்தவராக இருந்தார். 'திரு. கல்கானவ், கவனத்திற்குரிய இந்த விருந்தின் பொருட்டுக் கொண்டுவந்திருந்த சுத்தமான சட்டையை உங்களுக்காகக் கொடுத்திருக்கிறார். நல்லவேளையாக, இது அவரிடம் இருந்தது. உங்களுடைய உள் ஆடையையும் காலுறையையும் நீங்கள் அணிந்துகொள்ளலாம்.'

இதைக் கேட்டு மீச்சியா கொதித்தெழுந்தான்.

'யாருடைய சட்டையும் எனக்கு வேண்டாம்! என்று பயமுறுத்துவது போலக் கத்திய மீச்சியா 'என்னுடைய ஆடையைக் கொடுங்கள்!'

'அது முடியாது.'

'என்னுடைய ஆடையைக் கொடுங்கள், நாசமாய்ப் போக கல்கானவும் அவனுடைய சட்டையும்!'

அவர்கள் நீண்ட நேரம் அவனிடம் பேசி அவனைச் சமாதானப் படுத்தினார்கள். எப்படியோ ஒருவழியாக அவன் சமாதானமடைந்தான். அவனுடைய ஆடையில் ரத்தக்கறை படிந்திருந்ததால் அது 'மூல ஆதாரமாக எடுத்துக்கொள்ளப்பட வேண்டும்', என்று சொல்லி, அப்படியே அதை விட்டுவிட அவர்களுக்கு உரிமை இல்லை ... அது மட்டுமின்றி வழக்கு எப்படி முடியும்' என்று தெரியாததால் அப்படியே அதை விட்டுவிட முடியாது என்பதையும் அவர்கள் அவனுக்கு உணர்த்தினார்கள். இறுதியாக ஏதோ ஒருசில விஷயம் அவனுக்குப் புரிய ஆரம்பித்தது. முகம் வாட்டமடைந்து அமைதியாக இருந்தவன், வேகமாக ஆடையை அணிய ஆரம்பித்தான். அப்படி அணியும்போது கவனித்தான், அவன் அணியும் ஆடையைவிடவும் அது விலையுயர்ந்ததாக இருந்ததென்று; எனவே அதை அணிந்துகொள்ள அவன் விரும்பவில்லை. அது மட்டுமில்லாமல் 'அளவில் அது அவனுக்குச் சிறியதாக' இருந்தது. 'நான் என்ன கோமாளியா, கோமாளி போல வேஷங்கட்ட ... நீங்கள் எல்லாம் அதைப் பார்த்து சிரிக்க வேண்டும் அப்படித்தானே!'

மீண்டும் அவர்கள் எடுத்துச் சொன்னார்கள், தேவையில்லாமல் அவன் இதைப் பெரிதுபடுத்துவதாகவும் திரு. கல்கானவ் அவனைவிட உயரத்தில் கொஞ்சம் தான் உயர்ந்தவனென்றும் அவருடைய கால்சட்டை தான் சற்றே நீளமாக இருக்கிறதென்றும் சொன்னார்கள். ஆனால், அவருடைய மேல் அங்கியோ உண்மையாகவே தோள் பக்கம் குறுகலாக இருந்தது.

'நாசமாய்ப் போக, பொத்தானைப் போடுவதற்குச் சிரமமாக இருக்கிறது' என்று மீண்டும் முறையிட்ட மீச்சியா, 'தயவு செய்து இப்போதே அவரிடம் போய்ச் சொல்லுங்கள், அவருடைய துணிமணிகளை நான் கேட்வில்லை என்று; என்னைக் கோமாளியாக்கிவிட்டார்கள்.'

'அது அவருக்கு நன்றாகப் புரிகிறது, அப்படியே அவர் உங்களுக்காக வருத்தமும் படுகிறார் ... அதாவது, துணிமணிகளைப் பற்றி அல்ல, உண்மையைச் சொல்லப்போனால், உங்களுடைய இந்த நிலைக்காக ...' என்று முணுமுணுத்தார் நிக்கலாய் பர்ஃபியோனவிச்.

'அவருடைய வருத்தத்தைக் காறித் துப்ப! சரி, இனி நாம் எங்கே போகிறோம்? இல்லை, நான் இங்கு உட்கார்ந்து கொண்டிருக்க வேண்டுமா?'

அவனை மீண்டும் 'அந்த அறைக்கு' வரும்படி சொன்னார்கள். கோபத்தில் முகத்தைச் சுளித்தபடி யாரையும் பார்க்காமல் மீச்சியா

வெளியே வந்தான். அந்த மனிதர்கள் முன்பாகவும் கதவு வழியே முகம் மட்டுமே தெரிந்த திரிஃபோன் பரீசவிச் முன்பாகவும் வேறு யாருடைய உடையிலோ முற்றிலுமாகக் கேவலமாக இருப்பதாக உணர்ந்தான் மீச்சியா. 'கோமாளியை எட்டிப் பார்க்க வந்தான் போலும்' என்று நினைத்துக்கொண்டான் மீச்சியா. முன்பு அமர்ந்திருந்த அதே நாற்காலியில் அமர்ந்தான் மீச்சியா. ஏதோ பயங்கரமான, புரிந்துகொள்ள முடியாத ஓர் உணர்வு அவனுள் எழ, தன்னுடைய நிலையிலேயே அவன் இல்லாமல் இருந்தான்.

'சரி, இனி என்ன, என்னைப் பிரம்பால் அடிக்கப் போகிறீர்களா, அதற்கு மேல் வேறெதுவும் நடக்கப்போவதாகத் தெரியவில்லை' என்று பல்லைக் கடித்துக்கொண்டு அரசு வழக்குரைஞரிடம் கேட்டான். நிக்கலாய் பர்ஃபியோனவிச் இருக்கும் பக்கமாகத் திரும்பக்கூட அவனுக்குப் பிடிக்கவில்லை; அவரைப் பார்த்துப் பேசப் போவதில்லை என்று அவன் முடிவுசெய்திருந்தான். 'என்னுடைய காலுறைகளை உன்னிப்பாகப் பரிசோதித்தான், ஆம், இன்னும் அதைத் திருப்பி வேறு பார்க்கச் சொன்னான், பொறுக்கி, எவ்வளவு அழுக்காக இருக்கிறதென்று வேண்டு மென்றே எல்லோருக்கும் அவன் காண்பித்தான்' என்று தனக்குள் நினைத்துக்கொண்டான் மீச்சியா.

'ஆமாம், இப்போது சாட்சிகளை விசாரிக்க வேண்டும்' என்று ஏதோ திமித்ரி ஃபியோதரவிச் கேட்ட கேள்விக்குப் பதிலளிப்பது போலச் சொன்னார் நிக்கலாய் பர்ஃபியோனவிச்.

'ஆமாம் – ம்' என்று எதையோ யோசித்தபடி சொன்னார் அரசு வழக்குரைஞர்.

'நாங்கள், திமித்ரி ஃபியோதரவிச், உங்களுடைய நலனுக்காக எங்களால் என்ன செய்ய முடிந்ததோ அதைச் செய்தோம்' என்று தொடர்ந்த நிக்கலாய் பர்ஃபியோனவிச், 'ஆனால் இந்தப் பணம் உங்களிடம் எப்படி வந்தது என்பதை ஆணித்தரமாக நீங்கள் சொல்ல மறுத்துவிட்டீர்கள்; அதனால் இப்போது நாங்கள் ...' என்றார்.

'உங்கள் மோதிரத்திலுள்ள கல் என்ன கல்?' என்று திடீரென்று இடைமறித்த மீச்சியா, ஏதோ ஒரு ஞாபகத்தில், நிக்கலாய் பர்ஃபியோனவிச்சின் வலது கைவிரலிலிருந்த மூன்று பெரிய மோதிரங்களில் ஒன்றைச் சுட்டிக்காட்டிக் கேட்டான்.

'மோதிரம்?' என்று திரும்பக் கேட்டார் நிக்கலாய் பர்ஃபியோனவிச் ஆச்சர்யத்துடன்.

'ஆம், இதோ இது ... உங்களுடைய நடுவிரலிலுள்ள இந்த மோதிரம், மஞ்சள் நிறத்தில், அது என்ன கல்?' என்று அடம்பிடிக்கும் குழந்தையைப் போல எரிச்சலூட்டும் தொனியில் தொடர்ந்து கேட்டான் மீச்சியா.

'இது கருநிற மஞ்சள் கல்' என்று சிரித்துக்கொண்டே சொன்ன நிக்கலாய் பர்ஃபியோனவிச், 'உங்களுக்கு அதைப் பார்க்க வேண்டுமா, கழற்றித் தரவா ...' என்றார்.

'இல்லை, இல்லை, கழற்ற வேண்டாம்!' என்று கோபமாகச் சொன்ன மீச்சியா, திடீரென்று நினைவுக்கு வந்தவனாக, தன் மீதே கோபப்பட்டுக்கொண்டு, 'வேண்டாம், கழற்ற வேண்டாம்... நாசமாய்ப் போக... நன்மக்களே, என்னுடைய மனதை நீங்கள் கெடுத்துவிட்டீர்கள்! உண்மையாகவே என்னுடைய தந்தையை நான் கொன்றிருந்தால், அந்தக் குற்றத்தை மறைப்பதற்காக நான் பொய் சொல்லி, ஏமாற்றிப் பதுங்கியிருப்பேன் என்று நீங்கள் நினைக்கிறீர்களா? இல்லை, அப்படிப்பட்டவன் அல்ல, திமித்ரி கரமாஸவ், அதை அவன் தாங்கிக்கொள்ளவேமாட்டான்; அப்படியே நான் குற்றவாளியாக இருந்தாலும், சத்தியமாகச் சொல்கிறேன், நீங்கள் வரும்வரை, விடியும் வரை இங்கு நான் காத்திருந்திருக்க மாட்டேன்; முன்பே நான் திட்டமிட்டிருந்தபடி என்னை நானே அழித்துக்கொண்டிருப்பேன், விடியும்வரை கண்டிப்பாக நான் காத்திருந்திருக்க மாட்டேன்! அது எனக்கு நன்றாகத் தெரியும். வாழ்க்கையைப் பற்றி இந்த இருபது வருடங்களில் நான் தெரிந்துகொண்டதைவிட, நாசமாய்ப் போன இந்த ஓரிரவில் மிக அதிகமாகவே நான் தெரிந்துகொண்டேன்!... உண்மையாகவே என்னுடைய தந்தையை நான் கொன்றிருந்தால், இப்படியா இருந்திருப்பேன், அதுவும் இப்போது உங்களுடன் இப்படியா உட்கார்ந்து நான் பேசிக்கொண்டிருப்பேன், இப்படியா உங்களையும் இவ்வுலகத்தையும் நான் பார்த்திருப்பேன்; தெரியாமல் கிரிகோரியைத் தாக்கியதற்கே நான் இரவு முழுவதும் நிலைகுலைந்து போயிருந்தேன் – அது பயத்தால் அல்ல, ஓ! உங்களுடைய தண்டனையை நினைத்துப் பார்த்தும் அல்ல! நீங்கள்தான் அதற்காக வெட்கப்பட வேண்டும்! அப்படியிருக்கையில் இன்னொரு புதிய, கேவலமான விஷயத்திற்காக, நீங்கள் என்மீது குற்றம்சாட்டும்போது, அது என்னைக் குற்றத்திலிருந்து விடுவிப்பதாகவே இருந்தாலும், அதை நான் உங்களிடம் சொல்வேனென்று நீங்கள் நினைத்தீர்களா? அதுவும் எதையுமே பார்க்காமல், எதையுமே நம்பாமல், குருட்டுத்தனமாகக் கேலிசெய்யும் உங்களிடம் அதை நான் சொல்வேனா, என்ன? அதற்கு நான் தண்டனையை ஏற்றுக்கொண்டு சைபீரியாவுக்கே போய்விடுவேன்! யார் கதவைத் திறந்து தந்தையின் அறைக்குள் போனார்களோ அவர்தான் தந்தையைக் கொன்றிருக்க வேண்டும், பணத்தையும் திருடி இருக்க வேண்டும். யார் அது என்பது தான் என்னை வேதனையும் வருத்தமும் அடையவைக்கிறது; அது திமித்ரி கரமாஸவ் அல்ல; அதை நீங்கள் தெரிந்துகொள்ளுங்கள் – இதை மட்டும் தான் என்னால் சொல்ல முடியும், போதுமா, இனி மேலும் என்னைத் திரும்பத் திரும்பக் கேட்காதீர்கள்... எனக்கு என்ன தண்டனை வேண்டுமானாலும் கொடுங்கள், தலையையும் துண்டியுங்கள், ஆனால் என்னை இனிமேலும் எரிச்சல்படுத்திப் பார்க்காதீர்கள். இதற்கு மேல் சொல்வதற்கு ஒன்றும் இல்லை. உங்களுடைய சாட்சிகளை இனி நீங்கள் கூப்பிடலாம்!' என்றான்.

இனிமேல் எதையும் பேசப் போவதில்லை என்ற தீர்மானத்தில் தன்னுடைய கருத்தை மீச்சியா சொல்லிமுடித்தான் போலும். அவன் பேசிமுடிக்கும்வரை அவனையே கவனித்துக்கொண்டிருந்த அரசு வழக்குரைஞர், அவன் பேசி முடித்ததும் கொஞ்சமும் உணர்ச்சி

வசப்படாமல், மிக அமைதியாக, சாதாரண ஒரு விஷயத்தைப் பற்றித் திடீரென்று கேட்டார்:

'இதோ, குறிப்பாக, திறந்திருந்த இந்தக் கதவுகளைப் பற்றி இப்போது நீங்கள் சொன்னது போலவே நாங்களும் உங்களுக்கு ஒன்றைச் சொல்கிறோம் கேளுங்கள்; அதுவும் குறிப்பாக இப்போது, உங்களுக்கும் எங்களுக்கும் மிக முக்கியமான, சுவாரஸ்யமான உங்களால் காயப் படுத்தப்பட்ட கிழவர் கிரிகோரி வசீலியேவிச் எங்களிடம் சொன்னதைச் சொல்கிறோம் கேளுங்கள். தோட்டத்தில் ஏதோ சத்தம் கேட்டதில் எழுந்த வந்த கிரிகோரி, திறந்திருந்த கதவு வழியாகத் தோட்டத்தில் நுழைந்தபோது, ஜன்னல் வழியாக உங்களுடைய தந்தையைப் பார்த்து விட்டு இருட்டில் நீங்கள் ஓடுவதைப் பார்ப்பதற்கு முன்பே இடது பக்கமாகத் திரும்பிப் பார்த்த அவர், ஜன்னல்கள் திறந்திருந்தது போலவே, அறைக்கதவுகளும் திறந்திருந்தன என்று தனக்கு நினைவு திரும்பியதும் மிகத் தெளிவாக, உறுதியாக, நாங்கள் கேட்ட கேள்விகளுக்கு வாக்கு மூலம் கொடுத்திருக்கிறார். ஆனால், நீங்களோ தோட்டத்தில் இருந்தவரை உங்களுடைய தந்தையின் அறைக் கதவுகள் மூடியே இருந்தன என்று சொல்கிறீர்கள். எனவே, உங்களிடம் இனிமேல் எதையும் மறைப்பதற்கு இல்லை, கிரிகோரி எங்களிடம் உறுதியாக அளித்த வாக்குமூலத்தை, அதாவது, நீங்கள் தான் கதவைத் திறந்துகொண்டு ஓடியிருக்க வேண்டுமென்று அவர் சொன்னாலும் அதை அவர் தன்னுடைய கண்களால் பார்க்கவில்லை என்றும் சொன்னவர், முதலாவதாக உங்களை அவர் பார்த்தபோது, நீங்கள் சற்றே தொலைவில் தோட்டத்திற்கு நடுவே, வேலியை நோக்கி ஓடிக்கொண்டிருந்தீர்கள் என்றும் சொன்னார்...'

இப்படி அவர் சொல்லிக்கொண்டிருக்கும்போதே மீச்சியா தான் அமர்ந்திருந்த நாற்காலியை விட்டு எழும்பிக் குதித்தான்.

'பிதற்றல்!' என்று வெறி பிடித்தவன் போலக் கத்திய மீச்சியா, 'அப்பட்டமான பொய்! கதவுகள் திறந்திருந்ததை அவன் பார்த்திருக்கவே முடியாது, ஏனெனில் அவை அப்போது சாத்தியிருந்தன... அவன் பொய் சொல்கிறான்!...'

'மீண்டும் திரும்பச் சொல்ல வேண்டியது என்னுடைய கடமை யாதலால் சொல்கிறேன், அவர் அதை உறுதியாகச் சொல்கிறார். அவருக்கு அதில் எந்தவிதச் சந்தேகமும் இல்லை. அவர் சொல்வதுதான் சரி என்கிறார். அவரை நாங்கள் பலமுறை திரும்பத் திரும்பக் கேட்டோம்.'

'குறிப்பாக நான் பலமுறை கேட்டேன்!' என்று கோபமாக உறுதிசெய்தார் நிக்கலாய் பர்ஃபியோனவிச்.

'இல்லை, இது உண்மையில்லை! ஒன்று, இது என்மீது பழி போடுவதாக இருக்க வேண்டும், இல்லையேல் இது பைத்தியக்காரனின் மாயத்தோற்றமாக இருக்க வேண்டும்' என்று கத்தியபடி தொடர்ந்த மீச்சியா, 'இது வெறும், வெறும் பிதற்றல், அடிபட்ட வேகத்தில் ரத்தம் பீறிட எதையோ அவன் உளறுகிறான்; நினைவு திரும்பியதும்... இப்போது பிதற்றுகிறான்' என்றான்.

‘ஆனால் அடிபட்டதற்கு முன்பே கதவுகள் திறந்திருந்ததை அவன் பார்த்திருக்கிறான்; அடிபட்டு நினைவு வந்ததற்குப் பிறகு அல்ல; அவன் தங்கியிருக்கும் விடுதியிலிருந்து தோட்டத்திற்குள் நுழைந்த உடனேயே அவன் திறந்திருந்த கதவுகளைப் பார்த்திருக்கிறான்’

‘இல்லை, அது உண்மை இல்லை, அப்படி இருக்க முடியாது! என் மீதிருக்கும் கோபத்தில் அவன் என்னைக் குற்றம் சாட்டுகிறான் . . . அவன் பார்த்திருக்கவே முடியாது . . . நான் கதவைத் திறந்துகொண்டு வெளியே ஓடிவரவே இல்லையே . . .’ என்ற மீச்சியாவுக்கு மூச்சு வாங்கியது.

அரசு வழக்குரைஞர் நிக்கலாய் பர்ஃபியோனவிச்சின் பக்கம் திரும்பி ஆணித்தரமாக அவரிடம் சொன்னார்:

‘காட்டுங்கள்.’

‘உங்களுக்கு இந்தப் பொருள் என்னவென்று தெரிகிறதா?’ என்றபடி நிக்கலாய் பர்ஃபியோனவிச் பெரிய, தடிமனான காகிதத்தால் செய்யப்பட்ட, அலுவலகங்களில் பயன்படுத்தப்படும் உறை ஒன்றை, பாதுகாப்பிற்காக மூன்றுமுறை முத்திரை பதிக்கப்பட்டிருந்த உறை ஒன்றை எடுத்து மேஜைமீது வைத்தார். ஒரு பக்கமாகக் கிழிக்கப்பட்டிருந்த அந்த உறையில் எதுவும் இல்லாமல் இருந்தது. அதைப் பார்த்து மீச்சியாவின் கண்கள் வெளிவந்தன.

‘இது . . . இது தந்தையுடைய உறை’ என்று முணுமுணுத்த அவன், ‘இதில்தான் மூவாயிரம் ரூபிள்கள் இருந்தன . . . அதில் ஏதாவது எழுதியிருக்கிறதா என்று காட்டுங்கள்: ‘என்னுடைய செல்லத்திற்கு . . . இதோ, மூவாயிரம் என்று கத்தியவன், பாருங்கள், மூவாயிரம்.’

‘ஆமாம், பார்க்கிறோம், ஆனால் அதில் பணம் இல்லை, காலியாகத் தரையில் கிடந்தது; கட்டிலுக்கு அருகே, திரைச்சீலைக்குப் பின்புறமாக.’

இதைக் கேட்டு மீச்சியா ஒருசில நிமிடங்கள் ஆச்சர்யத்தில் உறைந்து போனான்.

‘நன்மக்களே, இது ஸ்மெர்தியாக்கவின் வேலை!’ என்று சக்தி முழுவதையும் பிரயோகப்படுத்தித் திடீரென்று கத்திய மீச்சியா, ‘அவன்தான் அவரைக் கொன்று பணத்தைத் திருடியிருக்கிறான்! கிழவர் எங்கே இந்த உறையை ஒளித்துவைத்திருந்தாரென்று அவனுக்கு மட்டும்தான் தெரியும் . . . இதை அவன்தான் செய்திருக்க வேண்டும், இப்போது தெளிவாகப் புரிகிறது!’ என்றான்.

‘ஆனால், அது உங்களுக்கும் தெரியும்தானே, தலையணைக்கு அடியில் ஒளித்து வைக்கப்பட்டிருந்தது என்று.’

‘தெரியவே தெரியாது: அதை நான் பார்த்ததே இல்லை; இப்போதுதான் அதை நான் முதன்முறையாகப் பார்க்கிறேன்; இதைப் பற்றி நான் ஸ்மெர்தியாக்கவ் மூலமாகத்தான் கேள்விப்பட்டேன் . . . அவன் ஒருவனுக்கு மட்டும் தான் இதைப் பற்றித் தெரியும், எங்கே அவர்

அதை ஒளித்துவைத்திருந்தார் என்று' என்று மூச்சுவாங்கச் சொன்னான் மீச்சியா.

'ஆனால், கொஞ்ச நேரத்திற்கு முன்பு அந்த உறை இறந்துபோன உங்களுடைய தந்தையின் தலையணைக்கு அடியில் இருந்தது என்று நீங்கள்தானே சொன்னீர்கள், தலையணைக்கு அடியில் என்று நீங்கள் குறிப்பிட்டுச் சொன்னீர்களே அப்படியானால் உங்களுக்கும் அது இருந்த இடம் தெரிந்திருக்கிறது தானே.'

'அதை நாங்கள் அப்படியே பதிவுசெய்துவைத்திருக்கிறோம்!' என்று உறுதிப்படுத்தினார் நிக்கலாய் பர்ஃபியோனவிச்.

'பிதற்றல், அர்த்தமே இல்லாதது! அது தலையணைக்கு அடியில் இருந்தது என்பதே எனக்குத் தெரியாது. சரி, ஒருவேளை நான் அப்படிச் சொல்லியிருக்கலாம், ஆனால் அது தலையணைக்கு அடியில் இல்லாமலும் இருந்திருக்கலாம்தானே ... யோசிக்காமல் நான் சொல்லிவிட்டேன், தலையணைக்கு அடியில் என்று ... ஸ்மெர்தியாக்கவ் என்ன சொல்கிறான்? நீங்கள் அவனைக் கேட்டீர்களா அது எங்கிருந்தது என்று? அதைப் பற்றி அவன் என்ன சொல்கிறான்? அதுதான் முக்கியம் ... ஒரு மனிதன் எதையும் யோசிக்காமல் பொய் சொல்லலாம் ... அப்படித் தான் நானும் யோசிக்காமல் தலையணைக்கு அடியில் இருந்தது என்று சொல்லிவிட்டேன், ஏதோ தெரியாமல் பொய் சொல்வதுதான். ஆனால், எனக்குத் தெரியும், அது ஸ்மெர்தியாக்கவுக்கு, ஸ்மெர்தியாக்க வுக்கு மட்டும்தான் தெரியுமென்று; வேறு யாருக்கும் அதைப் பற்றித் தெரியாது!... அவன்தான் எனக்குச் சொன்னான், அந்த உறை எங்கே இருந்தது என்று! ஆனால், அவன், அவன்தான், சந்தேகத்திற்கு இடமின்றிக் கொன்றிருக்க வேண்டும், இப்போது எனக்குத் தெளிவாகத் தெரிகிறது' என்று கொதிப்புடன், கோபமாக, தொடர்பில்லாமல், வெறிபிடித்தவன் போலக் கத்தினான் மீச்சியா. 'இதைப் புரிந்துகொள்ளுங்கள், அவனைப் பிடித்துச் சிறையில் அடையுங்கள், சீக்கிரம், சீக்கிரம் ... நான் வெளியே ஓடி வந்தபோது, நினைவிழந்து கிரிகோரி கீழே கிடந்தபோது அவன் தான் அவரைக் கொன்றிருக்க வேண்டும், அப்போது அவன் கதவைத் திறந்துகொண்டு உள்ளே போயிருக்க வேண்டும் ... ஏனெனில், அவன் ஒருவனுக்குத்தான் சமிக்ஞைகளைப் பற்றித் தெரியும், அப்படிச் சமிக்ஞைகள் கொடுக்காமல் கதவை தந்தை யாருக்குமே திறந்திருக்க மாட்டார் ...'

'ஆனால், நீங்கள் ஒன்றை மீண்டும் மறந்துவிட்டீர்கள்' என்று சற்றே கண்டிப்பான குரலில் ஏதோ வெற்றியடைந்தது போலச் சொன்ன அரசு வழக்குரைஞர், 'சமிக்ஞைகள் கொடுக்க வேண்டிய தேவையே இல்லாமல் கதவு ஏற்கெனவே திறந்தே தான் இருந்தது என்பதை; நீங்கள் இருக்கும்போது, நீங்கள் தோட்டத்தில் இருக்கும் போதே ...'

'கதவு, கதவு' என்று முணுமுணுத்த மீச்சியா ஒன்றும் பேசாமல் அரசு வழக்குரைஞரை வெறித்துப் பார்த்தவன் வலுவில்லாமல் மீண்டும் நாற்காலியில் அமர்ந்தான். எல்லோரும் அமைதியாக இருந்தார்கள்.

'ஆமாம், இந்தக் கதவு!... அது ஒரு சாத்தான்! கடவுள் எனக்குச் சாதகமாக இல்லை!' என்று எந்தவித யோசனையும் இல்லாமல்

தன் முன்னே நிற்பவரை வெறித்துப் பார்த்தபடி உரக்கச் சொன்னான் மீச்சியா.

'எனவே, பாருங்கள்' என்று ஆழ்ந்த கவனத்துடன் சொன்ன வழக்குரைஞர், 'நீங்களே தீர்மானியுங்கள் திமித்ரி ஃபியோதரவிச், ஒரு பக்கம், திறந்திருந்த கதவுகள் வழியாக நீங்கள் ஓடிவந்தது உங்களையும் எங்களையும் அழுத்துகிறது. மற்றொரு பக்கம், புரிந்துகொள்ள முடியாத படி வெளியில் சொல்லாமல் அந்தப் பணத்தைப் பற்றி அழுத்தமாக நீங்கள் சாதிக்கும் மௌனம்; அதாவது, அது எப்படித் திடீரென்று உங்களுடைய கைகளுக்கு வந்தது என்பது. ஏனெனில் மூன்று மணி நேரத்திற்கு முன்பாகத்தான் உங்களுடைய சாட்சிப்படி, உங்களுடைய கைத்துப்பாக்கிகளைப் பத்து ரூபிள்களுக்காக நீங்கள் அடமானம் வைத்திருக்கிறீர்கள்! இவை எல்லாவற்றையும் கணக்கில் எடுத்து நீங்களே தீர்மானமாகச் சொல்லுங்கள், நாங்கள் எதை நம்புவது, என்ன முடிவுக்கு வருவது என்று? அப்படியே எங்களை நீங்கள் குற்றம்சாட்டாதீர்கள், நாங்கள் 'குற்றத்தைத் துருவிப் பார்க்கும், கேவலமான உணர்ச்சியற்ற, மக்கள்,' உங்களை, உங்களுடைய உண்மையான உள்ளத்தை நம்பாதவர்கள் என்று ... அதற்குப் பதிலாக எங்களுடைய நிலைமையையும் நீங்கள் கொஞ்சம் புரிந்துகொள்ளுங்கள் ...'

சொல்ல முடியாத அளவுக்குப் பதற்றத்துடன் இருந்த மீச்சியா, முகம் வெளிறிப் போனான்.

'சரி!' என்று திடீரென்று கத்தியவன், 'சொல்கிறேன், அந்த ரகசியத்தை உங்களுக்குச் சொல்கிறேன், எங்கிருந்து பணம் வந்தது என்பதைச் சொல்கிறேன்! அந்தக் கேவலத்தைச் சொல்கிறேன், ஏனென்றால் பிறகு உங்களையோ என்னையோ நான் குற்றம் சாட்டாமல் இருப்பதற்காக ...'

'நம்புங்கள், திமித்ரி ஃபியோதரவிச்' என்று ஏதோ ஒரு கனிவான, மகிழ்ச்சியான குரலில் சொன்ன நிக்கலாய் பர்ஃபியோனவிச், 'உங்களுடைய எல்லா உண்மைகளும் முழு ஒப்புதலும் குறிப்பாக, இந்த நிமிடம் சொல்லப்படும் எல்லாமே, வருகிற விளைவுகளைச் சுலபமாக்கி, இன்னும்கூட, அது இல்லாமல் ...' என்றவரை மேஜைக்கடியிலிருந்து லேசாகத் தட்டி சரியான நேரத்தில் அவரைப் பேசாமல் தடுத்து நிறுத்தினார் அரசு வழக்குரைஞர். ஆனால், மீச்சியா அவர் சொன்னதைக் காதில் வாங்கிக்கொள்ளவில்லை.

## 7

## மீச்சியாவின் மிகப்பெரிய ரகசியம். சீழ்க்கை அடித்தனர்

'நன்மக்களே' என்று அதே பதற்றத்துடன் ஆரம்பித்த மீச்சியா, 'அந்தப் பணம் ... அதைப் பற்றிய உண்மையை முழுமையாக, வெளிப்படையாகச் சொல்கிறேன் ... அந்தப் பணம் என்னுடையதுதான்' என்றான்.

முற்றிலும் எதிர்பாராத இந்தப் பதிலைக் கேட்டு அரசு வழக்குரைஞரின் முகமும் நீதிமன்ற விசாரணையாளரின் முகமும் இருண்டு போயின.

'அது எப்படி உங்களுடையது' என்று முணுமுணுத்த நிக்கலாய் பர்ஃபியோனவிச், 'அப்படியானால் நீங்கள் அளித்த வாக்குமூலத்தின் படி ஐந்து மணி நேரத்திற்கு முன்னால் . . .' என்று ஆரம்பித்தவரை,

'ஓ, நாசமாய்ப் போக, அந்த ஐந்து மணி நேரமும் என்னுடைய வாக்குமூலமும், இப்போது அதுவல்ல முக்கியம்! அந்தப் பணம் என்னுடையது, என்னுடையது, அதாவது அது என்னால் திருடப் பட்டது . . . அது என்னுடையது அல்ல, அதாவது திருடப்பட்டது, என்னால் திருடப்பட்டது, அந்த ஆயிரத்து ஐநூறு ரூபிள்கள் என்னிடம், எப்போதுமே இருந்தன . . .'

'சரி, எங்கிருந்து அதை நீங்கள் எடுத்தீர்கள்?'

'என்னுடைய சட்டையின் கழுத்துப் பகுதியிலிருந்து, நன்மக்களே, சட்டையின் கழுத்துப் பகுதியில் அதை நான் வைத்திருந்தேன், இதோ, இந்தக் கழுத்துப் பகுதியில் . . . அது இதே இந்தக் கழுத்துப் பகுதியில், துணியில் வைத்துத் தைக்கப்பட்டு என்னால் அணியப்பட்டிருந்தது, ஏற்கெனவே நீண்ட காலமாக, அதை நான் வெட்கத்தோடும் கேவலத் தோடும் கழுத்தில் அணிந்துகொண்டிருந்தேன்!'

'அதை நீங்கள் யாரிடமிருந்து . . . எடுத்தீர்கள்?'

'அதைத் திருடினேன் என்று நான் சொல்வேனென்று நீங்கள் விருப்பப்பட்டீர்களா? அப்படியானால் அதை நீங்கள் என்னிடம் நேரடியாகவே கேட்டிருக்கலாம். ஆமாம், அதை நான் திருடினேன் என்றுதான் நினைக்கிறேன், சொல்லப்போனால், அதை நான் உண்மை யாகவே 'என்னுடையதாக்கிக்கொண்டேன்' என்றே எடுத்துக்கொள்ளலாம். ஆனால், என்னைப் பொறுத்தவரை அந்தப் பணத்தை நான் திருடி விட்டேன். நேற்று மாலை தான் அதை நான் திருடினேன்.'

'நேற்று மாலையா? ஆனால், இப்போதுதானே நீங்கள் சொன்னீர்கள், ஒரு மாதத்திற்கு முன்பே நீங்கள் அதை . . . எடுத்திக் கொண்டீர்கள் என்று!'

'ஆமாம், ஆனால் அதை நான் என்னுடைய தந்தையிடமிருந்து எடுக்கவில்லை, அவரிடமிருந்து எடுக்கவில்லை, எனவே நீங்கள் கவலைப் படாதீர்கள்; என்னுடைய தந்தையிடமிருந்து அதை நான் திருடவில்லை, அவளிடமிருந்துதான் திருடினேன். என்னைப் பேசவிடுங்கள், இடை மறித்துப்பேசாதீர்கள். எனக்குக் கஷ்டமாக இருக்கிறது. பாருங்கள், ஒரு மாதத்திற்கு முன்பு கத்தரீனா இவானவ்னா வெர்ஹோத்சவா, என்னுடைய முன்னாள் மணப்பெண் என்னை அழைத்து . . . உங்களுக்கு அவளைத் தெரியுமா?'

'தெரியாமல் எப்படி, தெரியும்.'

'தெரியும், உங்களுக்குத் தெரியும் என்று எனக்குத் தெரியும். நல்ல உள்ளம் படைத்த அவள், பெண்களில் மிகச் சிறந்தவள், நீண்ட

காலமாக என்னை வெறுத்து வந்தாள். ஓ, நீண்ட காலமாக, வெகு நீண்ட காலமாக . . . அப்படி அவள் என்னை வெறுப்பதற்கு அவளுக்கு உரிமையும் உண்டு!'

'கத்தரீனா இவானவ்னா?' என்று ஆச்சர்யத்துடன் திரும்பக் கேட்டார் நீதிமன்ற விசாரணையாளர். அரசு வழக்குரைஞர்கூட மிகவும் ஆச்சர்யப்பட்டுப் போனார்.

'ஓ, அவளுடைய பெயரைக்கூட உச்சரிக்காதீர்கள்! நான் ஒரு கயவன், அவளைப் பற்றி நான் பேசவே கூடாது. ஆமாம், அவள் என்னை வெறுத்தாளென்று எனக்குத் தெரியும் அதுவும் நீண்ட நாட்களுக்கு முன்பு . . . முதல் தடவையாக அவள், என்னுடைய இடத்திற்கு வந்த போதே . . . சரி, போதும், போதும், அதைப் பற்றித் தெரிந்துகொள்ளக்கூட உங்களுக்குத் தகுதி இல்லை, அதைப் பற்றி நாம் பேசவே வேண்டாம் . . . ஒரு மாதத்திற்கு முன்பு அவள் என்னைக் கூப்பிட்டு மூவாயிரம் ரூபிள்களை என்னிடம் கொடுத்து, அதை அவளுடைய சகோதரிக்கும் மற்றுமொரு உறவுக்காரப் பெண்ணுக்கும் அனுப்பும்படி சொன்னாள் (அதை ஏனோ அவளே அனுப்பாமல்!) ஆனால் நான் அதை . . . அதுதான் என் வாழ்வின் விதிவசப்பட்ட நேரமாக இருந்தது . . . ஒரே வார்த்தையில் சொல்லப்போனால், அப்போதுதான் நான் விரும்ப ஆரம்பித்த இன்னொரு பெண்ணை, இதோ இவளை, அதோ உங்களுடன் இப்போது கீழே உட்கார்ந்திருக்கிறாளே குரூஷென்காவை, அவளை . . . இங்கு மோக்ரயவுக்குக் கூட்டிக்கொண்டு வந்து இரண்டு நாட்கள் நான் களியாட்டம் போட்டுவிட்டு, நாசமாய்ப் போன அந்த மூவாயிரம் ரூபிள்களில் ஆயிரத்து ஐநூறு ரூபிள்களைச் செலவு செய்தேன்; மீதி ஆயிரத்து ஐநூறு ரூபிள்களை நான் என்னிடமே வைத்திருந்தேன். அந்த ஆயிரத்து ஐநூறு ரூபிள்களைத் தான் நான் பட்டயம் போல வைத்துத் தைத்து கழுத்தில் அணிந்திருந்தேன்; நேற்று நான் அதைப் பிரித்தெடுத்துக் கூத்தடித்துச் செலவுசெய்தேன். அதில் மீதியிருந்த எண்ணூறு ரூபிள்கள்தான் இப்போது உங்களுடைய கைகளில் இருக்கிறது, நிக்கலாய் பர்ஃபியோனவிச், அது நேற்றைய ஆயிரத்து ஐநூறு ரூபிள்களில் மீதி.'

'அப்படியானால், போன மாதம் நீங்கள் இங்கு வந்தபோது எப்படி மூவாயிரம் ரூபிள்களைச் செலவுசெய்தீர்கள்? நீங்கள் செலவு செய்தது ஆயிரத்து நூறு அல்ல என்று எல்லோரும் சொல்கிறார்களே?'

'அதைப் பற்றி யாருக்குத் தெரியும்? யார் அதை எண்ணிப் பார்த்தார்கள்? அதை யாரிடம் எண்ணைச் சொல்லி நான் கொடுத்தேன்?'

'ஆனால் நீங்களே தான் சொன்னீர்கள் மூவாயிரம் ரூபிள்களை நீங்கள் செலவுசெய்ததாக.'

'உண்மை, ஊர் முழுக்க அப்படித்தான் சொன்னேன், ஊர் முழுக்க, அதனால் எல்லோரும் அப்படித்தான் நினைத்தார்கள்; இங்கு மோக்ரயவில் கூட நான் மூவாயிரத்தைச் செலவுசெய்தேனென்று தான் நினைத்தார்கள், ஆனால் நான் மூவாயிரத்தைச் செலவு செய்யவில்லை, ஆயிரத்து

ஐநூறைத் தான் செலவுசெய்தேன், மீதி ஆயிரத்து ஐநூறைப் பட்டயம் போலச் செய்து தைத்து வைத்தேன்; இதுதான் நடந்தது, நன்மக்களே, இப்படித்தான் நேற்றுப் பணம் செலவழிக்கப்பட்டது.'

'ஆச்சர்யம் . . .' என்று முணுமுணுத்தார் நிக்கலாய் பர்ஃபியோனவிச்.

'ஒன்றைக் கேட்க அனுமதியுங்கள்,' என்று கடைசியாகச் சொன்ன அரசு வழக்குரைஞர், 'இதைப் பற்றி நீங்கள் யாரிடமாவது முன்னதாகச் சொல்லியிருக்கிறீர்களா . . . அதாவது இந்த மூவாயிரம் ரூபிள்களில் ஆயிரத்து ஐநூறு ரூபிள்களை உங்களிடம் நீங்களே வைத்துக் கொண்டதாக, யாரிடமாவது, ஒரு மாதத்திற்கு முன்பாகச் சொல்லியிருக்கிறீர்களா?'

'யாரிடமும் சொல்லவில்லை.'

'இது ஆச்சர்யம்தான். இதைப் பற்றி நீங்கள் யாரிடமும் சொல்லவில்லையா?'

'யாரிடமும், யாரிடமும், யாரிடமும் நான் சொல்லவில்லை.'

'சரி, எதற்காக அதைப் பற்றி நீங்கள் எதுவும் சொல்லாதிருந்தீர்கள்? அப்படி அதை ரகசியமாக வைத்திருந்ததன் காரணம் என்ன? அதை நான் இங்கு விளக்கமாகச் சொல்கிறேன்: இறுதியாக உங்களுடைய ரகசியத்தை நீங்கள் எங்களிடம் சொன்னீர்கள், உங்களுடைய வார்த்தைகளின்படி அவ்வளவு 'கேவலமான' ஒன்றை, அதனுடைய உட்பொருளைப் பார்த்தால், நீங்கள் செய்த அந்தக் காரியம், அதாவது மற்றவருடைய பணத்தை, மூவாயிரம் ரூபிள்களை, சந்தேகத்திற்கிடமின்றி, தற்காலிகமாகவே எடுத்திருந்தாலும், என்னைப் பொறுத்தவரையில் அது மிகப் பெரிய தவறுதான்; ஆனால் அது நீங்கள் சொல்லும் அளவுக்கு அவ்வளவு பெரிய கேவலமான செயல் அல்ல; அதுவும் உங்களுடைய குணத்தைக் கவனத்தில் எடுத்துக்கொள்ளும்போது . . . சரி, அப்படியே அதை மிகப்பெரிய அளவில் கண்டிக்கக்கூடிய விஷயமாக நாம் எடுத்துக் கொண்டாலும், அது கண்டிக்கப்படக்கூடிய விஷயம்தான் என்று, ஒப்புக்கொள்கிறேன், இருந்தாலும் அது கேவலமானது அல்ல . . . அதாவது, நான் என்ன சொல்ல வருகிறேன் என்றால், நீங்கள் செலவு செய்த அந்த மூவாயிரம் ரூபிள்கள், சின்னப் பெண் வெர்ஹோத்சவாவுடையதுதான் என்பதை நீங்கள் சொல்லாமலேயே இந்த ஒரு மாதத்தில் எல்லோரும் தெரிந்துகொண்டார்கள், அதைப் பற்றி நானும் கேள்விப் பட்டேன் . . . மிகையில் மக்காரவிச்கூட அதைப் பற்றிக் கேள்விப்பட்டிருக்கிறார். எனவே, இப்படிப் பார்த்தால், இது யாருக்கும் தெரியாமல் இல்லை, ஊரில் எல்லோரும் இதைப் பற்றிப் பேசிக்கொண்டுதான் இருந்திருக்கிறார்கள். ஆனால், நீங்கள், இதைப் பற்றி யாரிடமோ சொல்லியதை, அதாவது இந்தப் பணத்தை நீங்கள் அந்தச் சின்னப் பெண் வெர்ஹோத்சவாவிடமிருந்து தான் வாங்கினீர்கள் என்பதை யாரிடமோ நீங்கள் சொல்லியிருக்கிறீர்கள் என்பது தெரியவந்திருக்கிறது, இதில் தவறு எதுவும் இல்லை என்றுதான் நான் நினைக்கிறேன் . . . அதனால்தான் எனக்கு மிகவும் ஆச்சர்யமாக இருக்கிறது, நீங்கள் இதுவரை, அதாவது இந்த நிமிடம்வரை, இப்படிப்பட்ட அசாதாரணமான

ரகசியத்தை, உங்களுடைய வார்த்தைப்படி, ஆயிரத்து ஐநூறு ரூபிள்களை ரகசியமாக, தனியாக எடுத்து வைத்தது தான் மிகவும் ஆச்சர்யமாக இருக்கிறது . . . இந்த ரகசியமா உங்களை இவ்வளவு தூரம் வேதனைப் படுத்தி, வெளியில் சொல்லவிடாமல் மறைத்துவைக்க வைத்தது என்பதை நம்பமுடியவில்லை . . . ஏனெனில், இந்த ரகசியத்தை வெளியில் சொல்வதை விடத் தண்டனையை ஏற்றுக்கொண்டு சைபீரியாவுக்குப் போவதே மேலென்று நீங்கள்தான் இப்போது கத்தினீர்கள்.'

அப்படிப் பேசிய அரசு வழக்குரைஞர் அமைதியானார். கோபத்தில் அவர் கொதித்தும் போயிருந்தார். தன்னுடைய எரிச்சலையோ கோபத்தையோ அவர் அடக்கிக்கொள்ளாமல், வார்த்தைகளைக்கூடப் பொருட்படுத்தாமல், பேச்சில் தொடர்பில்லாமல், ஏறக்குறைய முன்னுக்குப் பின் முரணாகப் பேசினார்.

'அந்த ஆயிரத்து ஐநூறு ரூபிள்கள் அல்ல கேவலம், அதை நான் அந்த மூவாயிரத்திலிருந்து தனியே எடுத்து வைத்ததுதான் கேவலம்' என்று அழுத்தமாகச் சொன்னான் மீச்சியா.

'ஆனால்' என்றபடி எரிச்சலுடன் இளக்காரமாகச் சிரித்த அரசு வழக்குரைஞர், 'இதில் கேவலப்பட என்ன இருக்கிறது, ஏற்கெனவே எடுக்கப்பட்ட அந்த மூவாயிரம் ரூபிள்களிலிருந்து ஆயிரத்து ஐநூறு ரூபிள்களை உங்களுடைய விருப்பப்படி, உங்களுடைய தேவைக்காக நீங்கள் தனியாக எடுத்துவைத்துக்கொண்டீர்கள். அதைவிட முக்கிய மானது, மூவாயிரம் ரூபிள்களை நீங்கள் எடுத்துக்கொண்டது தான், அதை எப்படிப் பிரித்துவைத்துக்கொண்டீர்கள் என்பதல்ல. சரி, எதற்காக நீங்கள் அதை அப்படிப் பிரித்துவைத்துக்கொண்டீர்கள், அதாவது சரி பாதியாக? அதற்கான அவசியம், நோக்கம் என்ன? என்பதை எங்களுக்கு நீங்கள் விளக்க முடியுமா?'

'ஓ, நன்மக்களே, அந்த நோக்கத்தில் தான் எல்லாமே அடங்கியிருக் கிறது!' என்றான் மீச்சியா. 'கேடு கெட்ட எண்ணத்தின் விளைவாகத்தான் அதை நான் பிரித்துவைத்தேன், அதாவது என்னுடைய தன்னல நோக்கத்திற்காக, இந்தச் சமயத்தில் என்னுடைய நோக்கம்தான் கேடுகெட்ட ஒன்றாக இருக்கிறது . . . இந்தக் கெட்ட எண்ணம்தான் ஒரு மாதமாக என்னைத் துரத்தி வந்தது!'

'புரியவில்லை.'

'உங்களைப் பார்த்து ஆச்சர்யப்படுகிறேன். எப்படியிருந்தாலும், இன்னும் அதை விளக்கமாக உங்களுக்குச் சொல்கிறேன்; ஒருவேளை அது உங்களுக்குப் புரியாமலும் போகலாம். பாருங்கள், நான் சொல்வதைக் கவனமாகக் கேளுங்கள்: என்னை நம்பி என்னிடம் கொடுக்கப்பட்ட மூவாயிரம் ரூபிள்களை நான் எடுத்துக்கொண்டு, அந்தப் பணத்தைக் கத்தையாக எடுத்துக்கொண்டு, கூத்தடித்துச் செலவழித்துவிட்டு, காலையில் அவளிடம் போய் 'காச்சியா, நான் தவறு செய்துவிட்டேன், நான் கூத்தடித்து களியாட்டம் போட்டு உன்னுடைய மூவாயிரம் ரூபிள்களை நான் செலவுசெய்துவிட்டேன்' என்று சொல்கிறேன்.

'இப்படி அவளிடம் போய்ச் சொல்வது நல்ல விஷயமா என்ன? கண்டிப்பாக இல்லை – நேர்மையில்லாமல், மனசாட்சியே இல்லாமல், காட்டுமிராண்டி போல, அதுவும் ஒரு மனிதனாக என்னைக் கட்டுப்படுத்திக்கொள்ள முடியாமல் நான் இருந்தேன்தானே? ஆனால் நான் திருடனல்ல. பணத்தை அப்படியே திருடும் திருடனல்ல என்பதை ஒப்புக்கொள்ளுங்கள்! அதைக் கண்டபடி செலவுசெய்தேன், ஆனால் அதை நான் திருடவில்லை! அடுத்ததாக, நான் சொல்வதைக் கவனமாகக் கேளுங்கள், இல்லாவிட்டால் நான் மீண்டும் குழம்பிப் போய்விடுவேன், ஏனோ எனக்குத் தலைசுற்றுகிறது – இப்படியாக, அடுத்த விஷயம் என்னவென்றால், அந்த மூவாயிரத்தில் பாதியை, ஆயிரத்து ஐநூறு ரூபிள்களைத் தான் நான் இங்குச் செலவுசெய்தேன். எனவே அடுத்த நாள், அவளிடம் போய் மீதியிருந்த ஆயிரத்து ஐநூறு ரூபிள்களைத் திரும்பித் தருகிறேன் என்று வைத்துக்கொள்வோம்: அதாவது, 'காச்சியா, இந்தக் கயவன், எதைப் பற்றியும் யோசிக்காத இந்தக் கேடுகெட்ட கயவன் உன்னுடைய பாதிப்பணத்தைக் கொண்டுவந்திருக்கிறான், அதை நீ எடுத்துக்கொள், மீதியைக் கூத்தாடி செலவழித்துவிட்டான், எனவே இதையும் நீ வாங்காமல் விட்டுவிட்டால் அதையும் களியாட்டம் போட்டுச் செலவுசெய்துவிடுவான், எனவே, மீண்டும் ஒரு பாவத்தைச் செய்ய விடாமல் என்னை நீ காப்பாற்று!' என்று சொல்லி நான் கொடுக்கவா? அப்படியானால் அது எப்படியிருக்கும்? எதை வேண்டுமானாலும் நீங்கள் எடுத்துக்கொள்ளலாம், நான் ஒரு காட்டுமிராண்டி, கயவன் ஆனால் நான் திருடனல்ல, முடிவாகத் திருடனல்ல, அப்படியே நான் திருடனாக இருந்திருந்தால் இந்தப் பாதிப் பணத்தைத் திரும்ப நான் கொண்டுவந்து கொடுத்திருக்கமாட்டேன், அதையும் நானே வைத்துக்கொண்டிருப்பேன். அப்படியானால் அவள் யோசிப்பாள், பாதிப்பணத்தைக் கொண்டுவந்தவன் மீதிப் பணத்தையும் அதாவது உல்லாசமாகச் செலவுசெய்த மீதிப் பணத்தையும் திரும்பக் கொண்டு வந்து கொடுத்துவிடுவானென்று; அதற்காக அவன் தன்னுடைய வாழ்நாள் முழுவதும் வேலைசெய்து எப்படியாவது அதைச் சம்பாதித்து அதைத் திரும்பக் கொண்டுவந்து தருவானென்று. இப்படியாக, நான் ஒரு கயவன், திருடன் அல்ல, திருடன் அல்ல, நீங்கள் எப்படி வேண்டுமானாலும் நினைத்துக்கொள்ளுங்கள், நான் திருடன் அல்ல!'

'இது கொஞ்சம் வித்தியாசமானது என்றே வைத்துக்கொள்வோம்' என்று எந்தவித உணர்ச்சியும் இல்லாமல் சிரித்தபடி சொன்னார் அரசு வழக்குரைஞர். 'ஆனால், இதில் பெரியதொரு வித்தியாசத்தை நீங்கள் பார்ப்பதுதான் மிகவும் ஆச்சர்யமாக இருக்கிறது.'

'ஆமாம், இதில் மிகப்பெரிய வித்தியாசம் இருக்கிறது! கயவனாக யார் வேண்டுமானாலும் இருக்கலாம், ஆம், அப்படித்தான் நாம் எல்லோரும் இருக்கிறோம், ஆனால் திருடனாக எல்லோராலும் இருக்க முடியாது, தந்திரமான ஒரு கேடியால் மட்டுமே திருடனாக இருக்க முடியும். ஆம், அப்படித் தந்திரமாக என்னால் இருக்க முடியாது... கயவனைவிடத் திருடன் மிகவும் கேடுகெட்டவன் என்பது என்னுடைய கருத்து. கேளுங்கள்: முழு மாதமும் அந்தப் பணத்தை என்னிடமே

நான் வைத்துக்கொண்டிருந்தேன், நாளைக்கே அதை நான் திருப்பிக் கொடுக்க முடிவுசெய்யலாம், அப்போது நான் கயவனாக இருக்க மாட்டேன், ஆனால் அதைத் தான் என்னால் முடிவுசெய்ய முடியாமல் இருந்தது, இருந்தாலும் தினந்தோறும் ‘முடிவுசெய், முடிவுசெய், கயவனே’ என்று எனக்கு நானே சொல்லிக்கொண்டேன், இதோ ஒரு மாதமாக எதுவுமே என்னால் முடிவுசெய்ய முடியவில்லை, அவ்வளவுதான்! நீங்கள் என்ன நினைக்கிறீர்கள்! இது சரியா என்ன?’

‘இது சரியல்ல என்பது எனக்குத் தெளிவாகப் புரிகிறது, அதில் எந்தவிதச் சந்தேகமும் இல்லை என்று வைத்துக்கொள்வோம்’ என்று உடனே சொன்னார் அரசு வழக்குரைஞர். ‘ஆமாம், இப்படிப்பட்ட நுணுக்கங்களையும் வித்தியாசங்களையும் முழுவதுமாகத் தள்ளி வைத்து விட்டு மீண்டும் நீங்கள் வழக்குக்கு வாருங்கள். நாங்கள் முன்பிருந்தே கேட்டுக்கொண்டிருந்த கேள்விக்கு நீங்கள் இன்னும் விளக்கம் அளிக்க வில்லை என்பதுதான் குறிப்பிடப்பட வேண்டிய விஷயம்: இந்த மூவாயிரம் ரூபிள்களை எதற்காக நீங்கள் சரி பாதியாகப் பிரித்து ஒரு பகுதியை உல்லாசமாகச் செலவுசெய்யவும் மறுபாதியை ஒளித்து வைக்கவும் முடிவுசெய்தீர்கள்? குறிப்பாக, எதற்காக இந்த ஆயிரத்து ஐநூறு ரூபிள்களை மறைத்து வைக்க நீங்கள் முடிவுசெய்தீர்கள், உண்மையாகவே எதற்காக அதை நீங்கள் பயன்படுத்த விரும்பினீர்கள்? இந்தக் கேள்விக்குக் கண்டிப்பாக நீங்கள் பதில் சொல்ல வேண்டும், திமித்ரி ஃபியோதரவிச்.’

‘ஓ, சரி, நிச்சயமாக!’ என்று கத்திய மீச்சியா, தன்னுடைய தலையில் அடித்துக்கொண்டு, ‘மன்னியுங்கள், உங்களுக்கு நான் தொந்தரவு கொடுக்கிறேன், முக்கியமானதை விளக்காமல்; அப்படி அதை விளக்கினால் உடனே நீங்கள் புரிந்துகொள்வீர்கள்; எல்லாமே அந்த நோக்கத்தில் தான் இருக்கிறது, அதே அந்த நோக்கத்தில் தான் அந்தக் கேவலமும் மறைத்திருக்கிறது! பாருங்கள், இந்தக் கிழவர், இறந்துபோன என்னுடைய தந்தை, அக்ரஃபேனா அலெக்ஸாந்தரவ்னாவை எப்போது பார்த்தாலும் தொந்தரவு செய்துகொண்டே இருந்தார்; அது எனக்குப் பொறாமையாக இருந்தது; அப்போது நான் நினைத்தேன், அவள் யாரைத் தேர்ந்தெடுப்பது என்று குழம்புகிறாள் என்று, என்னையா அல்லது அவரையா என்று; எனவே தினமும் நான் இப்படி நினைத்தேன், ஒருவேளை திடீரென்று அவள் ஒரு முடிவை எடுத்து, என்னுடைய வேதனையைத் தீர்க்கும் விதத்தில், என்னிடம் ஓடிவந்து, ‘உன்னைத்தான் நான் விரும்புகிறேன், அவரை நான் விரும்பவில்லை, என்னை எங்காவது கூட்டிக்கொண்டு போ’ என்று அவள் சொன்னால் நான் என்ன செய்வது, அப்போது எல்லாமே கெட்டுப்போய்விடுமென்று. அப்போது அவளை எனக்குத் தெரியாமல் இருந்தது; எதைப் பற்றியும் நான் புரிந்துகொள்ளாமல் இப்படி நினைத்தேன், அவளுக்குப் பணம் தேவை, எனவே, பணமில்லாத என்னை அவள் ஏற்கமாட்டாளென்று நான் நினைத்தேன். எனவேதான் நான் குடிக்க ஆரம்பிப்பதற்கு முன்பு அந்த மூவாயிரம் ரூபிள்களிலிருந்து பாதியை எடுத்துப் பட்டயம் போல வைத்துத் தைத்து என்னுடைய கழுத்தில் அணிந்துகொண்டு, மீதிப் பாதியைக் குடித்துக் கும்மாளம்

போட எடுத்துவைத்தேன்! ஆம், இதுதான் கேவலம்! இப்போது உங்களுக்குப் புரிகிறதா?'

இதைக் கேட்டு அரசு வழக்குரைஞரும் நீதிமன்ற விசாரணையாளரும் உரக்கச் சிரித்தார்கள்.

'என்னைப் பொறுத்தவரையில், நீங்கள் எல்லாப் பணத்தையும் செலவழிக்காமல் பாதியை எடுத்து வைத்தது அறிவுள்ள செயல், அது நல்லதும்கூட' என்று சிரித்துக்கொண்டே சொன்ன நிக்கலாய் பர்ஃபியோனவிச், 'இதில் கேவலப்பட என்ன இருக்கிறது?'

'திருடினேன் என்பதுதான்! ஓ, கடவுளே, நீங்கள் என்னைப் புரிந்துகொள்ளாதது தான் பயங்கரம்! அந்த ஆயிரத்து ஐநூறு ரூபிள்களை என்னுடைய சட்டையின் மார்புப் பகுதியில் நான் வைத்துக் கொண்டிருந்த ஒவ்வொரு நாளும் ஒவ்வொரு நிமிடமும் எனக்கு நானே 'நீ ஒரு திருடன், திருடன்!' என்று சொல்லிக்கொண்டேன்: அதனால்தான் இந்த மாதம் முழுவதும் நான் கடுங்கோபத்தில் இருந்தேன்; அதனால்தான் சத்திரத்தில் நான் சண்டை போட்டேன்; அதனால்தான் என் தந்தையையும் நான் அடித்தேன்; என்னைத் திருடனென்று நான் நினைத்ததால் தான் இது எல்லாமே நடந்தது! என்னுடைய சகோதரன் அல்யோஷாவிடம்கூட அந்த ஆயிரத்து ஐநூறு ரூபிள்களைப் பற்றி நான் சொல்லத் துணியவில்லை, சொல்ல நினைக்கவும் இல்லை; அவ்வளவு தூரம் என்னை நான் ஒரு கயவனாக, மோசக்காரனாக நினைத்திருந்தேன்! உங்களுக்குத் தெரியுமா, அந்தப் பணத்தை என்னிடம் நான் வைத்துக்கொண்டிருந்த ஒவ்வொரு நாளும் ஒவ்வொரு மணி நேரமும் 'இல்லை, திமித்ரி ஃபியோதரவிச், நீ ஒரு திருடன் இல்லை' என்று எனக்கு நானே சொல்லிக்கொண்டேன்: ஏன் தெரியுமா? நாளையே காச்சியாவிடம்போய் அந்த ஆயிரத்து ஐநூறு ரூபிள்களை நான் திருப்பிக் கொடுத்துவிட முடியும். இதோ நேற்று நான் ஃபேன்யா வீட்டிலிருந்து பெர்ஹோத்தினின் வீட்டிற்குச் சென்றபோது என்னுடைய கழுத்திலிருந்த இந்தப் பட்டயத்தைக் கிழித்துப் பணத்தை எடுத்துவிடுவது என்று முடிவுசெய்தேன். அந்த நிமிடம்வரை முடிவுசெய்யாமலிருந்த நான், அதைக் கிழித்து அதிலிருந்து பணத்தை எடுத்ததும், அந்த நிமிடமே, சந்தேகத்திற்கு இடமின்றி முடிவாக நான் திருடன் ஆனேன்; என்னுடைய வாழ்நாள் முழுவதும் நான் ஒரு திருடனாக, நேர்மையில்லாதவனாக மாறினேன். இது ஏன்? ஏனெனில், அந்தப் பட்டயத்துடன், காச்சியா விடம் போய், 'நான் திருடனல்ல, கயவன்' என்று சொல்ல நினைத்த என்னுடைய கனவும் சேர்ந்து அழிந்துபோனது. இப்போது உங்களுக்குப் புரிகிறதா, புரிகிறதா!'

'ஏன் குறிப்பாக நேற்று மாலை நீங்கள் அதைச் செய்ய முடிவு செய்தீர்கள்?' என்று இடைமறித்தார் நிக்கலாய் பர்ஃபியோனவிச்.

'ஏன்? கேட்பதற்கே சிரிப்பாக இருக்கிறது, ஏனெனில் காலை ஐந்து மணிக்கு என்னை நான் இங்குச் சுட்டுக்கொள்வதாக முடிவு செய்திருந்தேன்: 'நல்லவனாக இருந்தாலும் சரி, கயவனாக இருந்தாலும் சரி, எப்படி இருந்தாலும் சரி எப்படியோ நான் இறந்துபோவது

என்றுதான் நான் நினைத்திருந்தேன்! ஆனால், அது அப்படியல்ல என்று இப்போது தெரிகிறது! நீங்கள் நம்புகிறீர்களோ இல்லையோ, நன்மக்களே, கிழவரின் வேலையாளைக் கொன்று அதற்காகத் தண்டனை பெற்று நான் சைபீரியாவுக்குப் போவேனென்ற எண்ணம் என்னை இரவு முழுவதும் வாட்டி வதைக்கவில்லை; என்னுடைய காதல் பாராட்டப்பட்டு சொர்க்கக் கதவுகள் மீண்டும் திறக்கப்பட்டனவே அதுதான் என்னை வாட்டி வதைத்தது; ஆனால் அதைவிடவும், அதை விடவும், நாசமாய்ப் போன இந்த மனசாட்சி, இறுதியாக என்னுடைய மார்புப் பகுதியிலிருந்து நாசமாய்ப் போன அந்தப் பணத்தைக் கிழித்தெடுத்து அதைச் செலவுசெய்துவிட்டு இறுதியாகத் திருடனாக நான் நின்றபோது அதுதான் என்னை மிகவும் வாட்டி எடுத்தது! ஓ, நன்மக்களே, மறுபடியும் ஒருமுறை இதயம் முழுவதும் ரத்தம் வழியச் சொல்கிறேன், இன்றைய இரவுப் பொழுது நான் மிக அதிகமான விஷயங்களைத் தெரிந்துகொண்டேன்! என்ன தெரிந்துகொண்டேன் என்றால், கயவனாக வாழ மட்டும் முடியாது என்றில்லை, கயவனாக என்னால் சாகவும் முடியாது என்பதை... இல்லை, நன்மக்களே, உண்மையாகவே நான் செத்துப் போக வேண்டும்..!'

மீச்சியாவின் முகம் வெளிறிப்போனது. அவனுடைய முகம் விகாரமடைந்து, வேதனையில் சோகமுற்றுத் தீப்பிழம்பாய்க் கனன்றது.

'உங்களைப் புரிந்துகொள்ள ஆரம்பித்திருக்கிறேன், திமித்ரி ஃபியோதரவிச்', என்று இதமாக ஏதோ வருத்தப்படுவது போல பேச்சை இழுத்த அரசு வழக்குரைஞர், 'ஆனால் அது உங்களுடைய விருப்பம்; என்னைப் பொறுத்தவரையில் உங்களுடைய மனநிலை... மனநிலை பாதிக்கப்பட்டிருக்கிறது, அதுதான் இப்படி. நீங்கள் ஏன் உங்களுடைய மனச் சுமையை, ஒரு மாதம் முழுவதும் உங்களைக் கஷ்டப்படுத்திய இவ்வளவு பெரிய மனச்சுமையைக் கீழே இறக்கிவைக்க முடிவுசெய்யாமல், உங்கள்மீது நம்பிக்கை வைத்த அவளிடம் அந்த ஆயிரத்து ஐநூறு ரூபிள்களைத் திருப்பிக் கொடுத்துவிட்டு, நிலைமையை விளக்கிச் சொல்லாமல், நீங்கள் விவரிக்கும் இந்தப் பூதாகரமான உங்களுடைய அந்த மனச்சுமையை, அப்போது இருந்த நிலைமையை அவளிடம் விளக்கிச் சொல்லாமல், அந்த வேதனையைப் போக்குவதற்கான வழிமுறையைத் தேடாமல், இயல்பாகவே யாருக்கும் தோன்றும் அந்த வழிமுறையைத் தேடாமல், அதாவது நீங்கள்செய்த தவறுகளை அவளிடம் சொல்லி ஒப்புக்கொண்டு, உங்களுக்குத் தேவைப்பட்ட அந்தப் பணத்தை அவளிடமே நீங்கள் கேட்டிருந்தால், பரந்த மனப் பான்மை கொண்ட அவள், உங்களுடைய வேதனையைப் பார்த்து, மறுக்காமல், அந்தப் பத்திரத்தின் பேரில், அல்லது அந்த கடனீட்டுப் பத்திரத்தின் பேரில், எதை நீங்கள் வணிகர் சம்சனோவுக்கும் அப்படியே ஹஹ்லக்கோவாவுக்கும் கொடுக்க நினைத்தீர்களோ, அதே அந்தக் கடனீட்டுப் பத்திரத்தின் பேரிலேயே அவளிடம் நீங்கள் ஏன் பணத்தைப் பெற்றிருக்கக் கூடாது? அந்தப் பத்திரத்தை இன்னும் நீங்கள் விலை மதிப்புள்ள பத்திரமாகத் தானே நினைக்கிறீர்கள்?' என்று கேட்டார்.

சட்டென்று மீச்சியா முகம் சிவந்துபோனான்.

‘நீங்கள் என்ன என்னை அவ்வளவு தூரம் கேடுகெட்டவன் என்றா நினைக்கிறீர்கள்? இதை நீங்கள் உண்மையாகத்தான் சொல்கிறீர்களா!..’ என்று அவர் சொன்னதை நம்ப முடியாதவனாக வெறுப்புடன் கேட்டான் மீச்சியா.

‘இதை நான் உண்மையாகத்தான் சொல்கிறேன் என்பதை உறுதியாகவே சொல்கிறேன் ... இதை ஏன் நீங்கள் உண்மை அல்ல என்று நினைக்கிறீர்கள்?’ என்று ஆச்சர்யத்துடன் கேட்டார் அரசு வழக்குரைஞர்.

‘ஓ, அப்படி மட்டும் இருந்திருந்தால், இது எவ்வளவு பெரிய பேடித்தனமாக இருந்திருக்கும்! நன்மக்களே, நீங்கள் என்னை வேதனைப் படுத்திப் பார்க்கிறீர்கள் என்பது உங்களுக்குப் புரிகிறதா! கேளுங்கள், எல்லாவற்றையும் சொல்கிறேன், இனி என்னுடைய ஆழ் மனத்திலிருக்கும் எல்லாவற்றையும் சொல்கிறேன் கேளுங்கள், அதைக் கேட்டு நீங்களே வெட்கப்படுவீர்கள், ஆச்சர்யப்படுவீர்கள், மனித உணர்வுகளின் ஒட்டு மொத்த திரள்வும் எவ்வளவு கேவலமாக இருக்கக்கூடுமென்பதை. தெரிந்துகொள்ளுங்கள், இப்போது அரசு வழக்குரைஞர் சொன்ன அதே எண்ணம் என்னுடைய மனத்திலும் தோன்றியது. ஆம், நன்மக்களே, இந்த எண்ணம் நாசமாய்ப்போன என்னுடைய மனத்தில் ஒரு மாதம் முழுவதும் இருக்கத்தான் செய்தது, ஏறக்குறைய காச்சியாவிடம் போய்ப் பணத்தைக் கேட்பது என்ற அளவுக்கு நான் கயவனாகத்தான் மாறிப்போயிருந்தேன்! ஆனால், அவளிடம் போய் நான் மனம் மாறியதைப் பற்றிச் சொல்லி, அந்த மனமாற்றத்தின் காரணமாக, அந்தத் தேவையைப் பூர்த்திசெய்ய, என்னுடைய அந்த மனமாற்றத்திற்குத் தேவையான செலவைச் செய்ய பணம் வேண்டுமென்று காச்சியாவிடமே நான் பிச்சை கேட்டு, (பிச்சை கேட்டு, கேட்கிறீர்களா, பிச்சை!) அதை வாங்கிக்கொண்டு, உடனே அவளிடமிருந்து ஓடிப்போய் வேறொரு பெண்ணிடம், அதுவும் அவளுக்குப் போட்டியாக இருப்பவளிடம், அவள் வெறுக்கும், அவளை அவமானப்படுத்திய அந்தப் பெண்ணுடன் நான் போக வேண்டும்! உங்களுக்கு என்ன பைத்தியமா பிடித்துவிட்டது, அரசு வழக்குரைஞரே!’

‘பைத்தியம் பிடித்ததா, இல்லையா என்பதல்ல, உண்மையாகவே இதைப் பற்றி நானே யோசிக்காமல் கண்மூடித்தனமாகத்தான் கேட்டு விட்டேன் ... இதோ இந்தப் பெண்களின் பொறாமை பற்றி ... நீங்கள் சொல்வது போல உண்மையாகப் பொறாமை என்பது ... ஆம் அதைப் போல ஒன்று இருக்கத்தானே செய்கிறது,’ என்று சொன்ன அரசு வழக்குரைஞர் சிரித்தார்.

‘ஆனால் அது எப்படிப்பட்ட ஒரு அசிங்கமாக இருந்திருக்கும்’ என்று சொன்ன மீச்சியா, கடுங்கோபத்தில் மேஜையை முட்டியால் அடித்து, ‘ எவ்வளவு தூரம் நாறிப் போயிருக்கும் என்பதை என்னால் நினைத்துக்கூடப் பார்க்க முடியவில்லை! உங்களுக்குத் தெரியுமா, அவள் அந்தப் பணத்தைக் கொடுத்திருப்பாள், ஆம், கொடுத்திருப்பாள், ஒரு சமயம் கொடுத்திருப்பாள், என்னைப் பழிவாங்கும் நோக்கத்தில் கண்டிப்பாக அதைக் கொடுத்திருப்பாள், பழிவாங்கும் அந்தச் சுகத்திற்காக,

என் மீதிருக்கும் வெறுப்பின் காரணமாக அவள் அதைக் கொடுத் திருப்பாள், ஏனெனில் அவளும் ஒரு மிக மோசமான ஆத்மாதான், பெண்ணின் மிகப்பெரிய சீற்றம்! அப்படி அவள் கொடுத்த அந்தப் பணத்தை நான் வாங்கியிருப்பேன், ஓ, வாங்கியிருப்பேன், வாங்கி யிருப்பேன், அப்படி வாங்கியிருந்தால், வாழ்நாள் முழுவதும் ... ஓ கடவுளே! என்னை மன்னியுங்கள், நன்மக்களே, நான் ஏன் இப்படிக் கத்துகிறேன் என்றால், இதைக் கொஞ்ச நாளைக்கு முன்புதான் நான் யோசித்துப் பார்த்தேன், இதோ மூன்று நாட்களுக்கு முன்புகூட இதைப் பற்றி நான் யோசித்துப் பார்த்தேன், அதுவும் குறிப்பாக, அந்தத் திருட்டு நாயிடம் மாட்டிக்கொண்டபோது இதைப் பற்றி நான் யோசித்துப் பார்த்தேன்; பிறகு நேற்று, ஆமாம், நேற்று, நேற்று மாலை முழுவதும் இதைப் பற்றி நான் யோசித்துப் பார்த்தேன் என்பது எனக்கு நினைவிருக்கிறது; இந்தச் சம்பவம் நடக்கும்வரை நான் அப்படித் தான் யோசித்துப் பார்த்தேன் ...' என்றான்.

'எந்தச் சம்பவம்?' என்று ஆர்வத்துடன் கேட்ட நிக்கலாய் பர்ஃபியோனவிச்சை மீச்சியா பொருட்படுத்தவில்லை.

'நான் மிகப்பயங்கரமான வாக்குமூலத்தைக் கொடுத்திருக்கிறேன்' என்று சோகமாகச் சொல்லி முடித்தான் மீச்சியா. 'நீங்கள் அதைப் பாராட்ட வேண்டும் நன்மக்களே. அதுமட்டுமல்ல, நம்பிக்கையுடன் பாராட்ட வேண்டும், அப்படி நீங்கள் செய்யவில்லை என்றால், அது உங்களுடைய மனத்தைத் தொடவில்லை, உங்களுக்கு என்மீது கொஞ்சம்கூட மரியாதை இல்லை என்றுதான் அர்த்தம். இப்படிப்பட்ட உங்களிடம் நான் உண்மையைச் சொன்னதற்காக வெட்கப்படுகிறேன் என்பதையும் சொல்லிக்கொள்கிறேன், நன்மக்களே! ஓ, என்னை நானே சுட்டுக்கொள்ள வேண்டும்! ஆம், எனக்குத் தெரிகிறது, தெரிகிறது, நீங்கள் என்னை நம்பவில்லை என்று! இதை ஏன் நீங்கள் பதிவு செய்துகொள்ளவில்லை?' என்று ஏறக்குறைய பயத்தில் அவன் கத்தினான்.

'இதோ, இப்போது நீங்கள் சொன்னீர்களே' என்று ஆச்சர்யத்துடன் கேட்ட நிக்கலாய் பர்ஃபியோனவிச், 'அதாவது, கடைசி நிமிஷம்கூட நீங்கள் வெர்ஹோத்சவாவைப் பார்த்து அவளிடம் அந்தப் பணத்தைக் கெஞ்சிக் கேட்டு ... அறுதியிட்டுக் கூறுகிறோம், திமித்ரி ஃபியோதரவிச், இது எங்களுக்கு மிக முக்கியமான சாட்சி, அதாவது, இந்தச் சம்பவம் முழுவதும் ... குறிப்பாக, உங்களுக்கும் எங்களுக்கும் இது மிக முக்கியமான ஒரு விஷயம்.'

'இரக்கம் காட்டுங்கள், நன்மக்களே' என்று சொன்னபடி மீச்சியா தன் இரு கரங்களையும் அகல விரித்து, 'இதை நீங்கள் பதிவு செய்து கொள்ளவில்லை என்றாலும், இதற்காக நீங்கள் வெட்கப்படுங்கள்! நானோ, சொல்லப்போனால், என்னுடைய உள்ளத்தை உங்கள் முன்பு இரண்டாகப் பிளந்து போட்டிருக்கிறேன், ஆனால் நீங்களோ அதைப் பயன்படுத்திக்கொண்டு பாவப்பட்ட என்னுடைய இதயத்தின் இரண்டு பக்கங்களிலும் விரல்களை விட்டு நுழைக்கிறீர்கள் ... ஓ, கடவுளே!' என்றான்.

வேதனையில் அவன் முகத்தை மூடிக்கொண்டான்.

'இப்படிக் கவலைப்படாதீர்கள், திமித்ரி ஃபியோதரவிச்' என்று சொன்ன அரசு வழக்குரைஞர், 'பதிவுசெய்யப்பட்ட எல்லாவற்றையும் உங்களுக்கு நாங்கள் வாசித்துக் காட்டுவோம்; நீங்கள் ஒப்புக்கொள்ளாததை நீங்கள் சொல்வது போலவே மாற்றி எழுதிக்கொள்வோம், ஆனால் இப்போது மூன்றாவது முறையாக நான் கேட்கும் இந்தக் கேள்விக்குப் பதில் சொல்லுங்கள்: உண்மையாகவே அந்தப் பணத்தைப் பட்டயத்தில் வைத்துத் தைத்ததை நீங்கள் யாரிடமும் சொல்லவில்லையா என்ன? இது ஏறக்குறைய நம்புவதற்குச் சாத்தியமாக இல்லை என்பதைச் சொல்லிக்கொள்கிறேன்' என்றார்.

'யாரிடமும், யாரிடமும் நான் சொல்லவில்லை என்பதை நீங்கள் புரிந்துகொள்ள மாட்டேன் என்கிறீர்களே! தயவுசெய்து என்னை அமைதியாக விடுங்கள்.'

'அமைதியாக இருங்கள், இது விளக்கப்பட வேண்டிய ஒன்று, அதற்கு இன்னும் நேரம் இருக்கிறது, ஆனால் அதற்குள் நீங்களே யோசித்துப் பாருங்கள், எங்களிடம் பத்துச் சாட்சியங்கள் இருக்கலாம், அவர்கள் சொல்லலாம் நீங்கள்தான் எல்லோரிடமும் விஷயத்தைப் பரப்பினீர்கள், ஏன் உரக்கக் கத்திக் கூடச் சொன்னீர்கள் உங்களிடம் மூவாயிரம் ரூபிள்கள் இருக்கின்றன என்று. அதில் செலவு செய்யப்பட்டது போக மீதி ஆயிரத்து ஐநூறு ரூபிள்கள் உங்களிடம் இருக்கின்றன என்பதை நீங்கள் சொல்லாமலும் இருந்திருக்கலாம், அதன் பிறகு, நேற்று உங்களுக்குப் பணம் கிடைத்தும் மறுபடியும் எல்லோரிடமும் நீங்கள் சொல்லியிருக்கிறீர்கள் உங்களிடம் மூவாயிரம் ரூபிள்கள் இருக்கின்றன என்று . . .' என்று சொன்னவரை இடைமறித்து 'பத்துச் சாட்சிகள் என்ன, நூறு சாட்சிகள், இருநூறு சாட்சிகள் ஏன் ஆயிரம் சாட்சிகள் கூட உங்களிடம் இருக்கலாம்' என்றான் மீச்சியா.

'இதோ, பாருங்கள், எல்லோரும், எல்லோரும் சாட்சியளிக்கிறார்கள். எல்லோரும் என்ற வார்த்தையின் அர்த்தம் உங்களுக்குப் புரிகிறதா?'

'அதில் ஒரு அர்த்தமும் இல்லை, நான் பொய்தான் சொன்னேன், என்னுடன் சேர்ந்துகொண்டு எல்லோரும் பொய் சொன்னார்கள்.'

'சரி, நீங்கள் சொல்வது போலவே எதற்காக நீங்கள் அப்படிப் 'பொய்' சொல்ல வேண்டும்?'

'அது ஏனென்று சாத்தானுக்குத்தான் தெரியும். ஒருவேளை தற்பெருமையின் காரணமாக இருக்கலாம் . . . இதோ . . . எவ்வளவு பணத்தை நான் செலவழிக்கிறேன் பாரென்று . . . ஒருவேளை பட்டயத்தில் மறைத்து வைத்த பணத்தை மறப்பதற்காகவும் இருக்கலாம் . . . ஆமாம், குறிப்பாக, அந்தக் காரணத்திற்காகத்தான் . . . நாசமாய்ப் போக . . . எத்தனை தடவை இந்தக் கேள்வியைக் கேட்பீர்கள்? ஆமாம், நான் பொய் சொன்னேன், உண்மையாக, ஒருமுறை நான் பொய் சொன்னேன், பிறகு அதையே தொடர்ந்து சொன்னேன். எதற்காக மக்கள் சில சமயங்களில் பொய் சொல்கிறார்கள்?'

'எதற்காக, எதற்காக மனிதன் பொய் சொல்கிறானென்று சொல்வது மிகவும் கடினம், திமித்ரி ஃபியோதரவிச்' என்று ஆழமாக யோசித்தபடி சொன்னார் அரசு வழக்குரைஞர். 'சொல்லுங்கள், அந்தப் பட்டயம், நீங்கள் சொல்வது போல, உங்களுடைய கழுத்தில் மிகப்பெரிதாகத் தொங்கிக்கொண்டிருந்ததா ?'

'இல்லை, அவ்வளவு பெரிதாக இல்லை.'

'உதாரணமாக, அது எவ்வளவு பெரியதாக இருந்தது ?'

'நூறு ரூபிள் தாள்கள் இரண்டாக மடிக்கப்பட்டால் எவ்வளவு பெரிதாக இருக்குமோ அவ்வளவு பெரிதாக இருந்தது.'

'நீங்கள் அந்தப் பணத்தை வைத்துத் தைத்த அந்தக் கந்தல் துணியைக் காட்டினீர்கள் என்றால் மிகவும் நல்லது. உங்களிடம் அது வீட்டில் எங்காவது இருக்கும்தானே.'

'ஓ, நாசமாய்ப் போக... என்ன மடத்தனம்... எனக்குத் தெரியாது அது எங்கே என்று.'

'ஆனால், ஒன்றைக் கேட்க அனுமதியுங்கள்: நீங்கள் அதை எங்கே, எப்போது உங்களுடைய கழுத்திலிருந்து எடுத்தீர்கள்? நீங்கள் தானே சொன்னீர்கள், உங்கள் வீட்டுக்கு நீங்கள் போகவில்லை என்று.'

'ஃபேன்யா வீட்டிலிருந்து பெர்ஹோத்தின் வீட்டிற்குச் செல்லும் வழியில் அதை நான் என்னுடைய கழுத்திலிருந்து எடுத்து அதிலிருந்த பணத்தை உருவினேன்.'

'இருட்டிலா ?'

'எதற்காக எனக்கு மெழுகுவர்த்தி வேண்டும்? நிமிடத்தில் நான் அதைக் கைவிரல்களால் உருவி வெளியே எடுத்துவிட்டேன்.'

'கத்தரிக்கோல் எதுவும் இல்லாமலா, தெருவிலேயேவா ?'

'சதுக்கத்தில் என்று நினைக்கிறேன்; கத்திரிக்கோல் எதற்காக வேண்டும்? அது பழைய துணி, உடனே கிழிந்துவிட்டது.'

'அதைப் பிறகு நீங்கள் எங்கே வைத்தீர்கள் ?'

'அதை, நான் அங்கேயே தூக்கி எறிந்துவிட்டேன்.'

'அங்கே என்றால் குறிப்பாக எங்கே ?'

'அங்கேதான், அந்தச் சதுக்கத்தில், பொதுவான இடத்தில், சதுக்கத்தில்! சாத்தானுக்குத்தான் தெரியும், சதுக்கத்தில் எங்கே என்று. இதெல்லாம் உங்களுக்கு எதற்காக ?'

'இது மிக மிக முக்கியம், திமித்ரி ஃபியோதரவிச்: பொருள் பொதிந்த இந்தச் சாட்சியங்கள் உங்களுடைய நன்மைக்காக என்பதை நீங்கள் ஏன் புரிந்துகொள்ள மாட்டேன் என்கிறீர்கள்? ஒரு மாதத்திற்கு முன்பு அந்தப் பட்டயத்தை நீங்கள் தைத்தபோது உங்களுக்கு யார் உதவியது ?'

'யாரும் எனக்கு உதவவில்லை, நானேதான் தைத்துக்கொண்டேன்.'

‘உங்களுக்குத் தைக்கத் தெரியுமா?’

‘ஒரு சிப்பாய்க்குக் கண்டிப்பாகத் தைக்கத் தெரிந்திருக்க வேண்டும், அதற்கு எந்தவிதத் திறமையும் தேவையில்லை.’

‘எங்கிருந்து உங்களுக்குத் துணி, அதாவது, தைப்பதற்குப் பழைய துணி கிடைத்தது?’

‘என்ன கேலிசெய்கிறீர்களா?’

‘கண்டிப்பாக இல்லை, கேலி செய்தவற்கு எங்களுக்கு நேரமில்லை, திமித்ரி ஃபியோதரவிச்.’

‘எங்கிருந்து நான் அந்தப் பழைய துணியை எடுத்தேனென்று; எனக்கு ஞாபகமில்லை, எங்கிருந்தாவது எடுத்திருப்பேன்’

‘எப்படி அது உங்களுக்கு நினைவில்லாமல் போகும்?’

‘ஓ, கடவுளே, எனக்கு அது நினைவில்லை, ஏதாவது ஒரு சட்டையிலிருந்து அந்தத் துணியைக் கிழித்திருந்திருப்பேன்.’

‘இது சுவாரஸ்யமான விஷயம்: ஒரு சமயம், உங்களுடைய வீட்டை நாளைக்குச் சோதனை போட்டால் அந்தப் பொருள், அந்தச் சட்டை கிடைக்கலாம் தானே, அதாவது எதிலிருந்து நீங்கள் அந்தத் துண்டு துணியைத் கிழித்தெடுத்தீர்களோ அந்த சட்டை கிடைக்கலாம் தானே. அது எப்படிப்பட்ட துணியாக இருந்தது: பருத்தித் துணியா அல்லது சணல் துணியா?’

‘அது என்ன துணியென்று சாத்தானுக்குத்தான் தெரியும். நில்லுங்கள் ... நான் எதையும் கிழிக்கவில்லை என்று நினைக்கிறேன், அது ஒரு ‘காலிகோ’ துணி என்று நினைக்கிறேன் ... அதை நான் என்னுடைய வீட்டுச் சொந்தக்காரியின் பழைய தொப்பியில் இருந்து எடுத்துத் தைத்தேனென்று நினைக்கிறேன்.’

‘வீட்டுச் சொந்தக்காரியின் தொப்பித் துணியிலிருந்தா?’

‘ஆமாம், அவளிடமிருந்து அதை நான் எடுத்து வந்தேன்.’

‘எப்படி எடுத்து வந்தீர்கள்?’

‘பாருங்கள், உண்மையாக நான் அவளுடைய பழைய தொப்பி ஒன்றைத் தவறுதலாகப் பழைய துணி என்று எடுத்து வந்து என்னுடைய பேனாவைத் துடைத்தேனென்று நினைக்கிறேன். அதை யாருக்கும் தெரியாமல் நான் எடுத்து வந்தேன், ஏனெனில் அது உண்மையாகவே பழம் பெருந்துணியாக இருந்தது. அதைக் கிழித்தபோது துண்டுகள் எங்கோ சிதறிக் கீழே விழுந்தன; நான் அதில் ஆயிரத்து ஐந்நூறு ரூபிள்களை வைத்துத் தைத்தேன் ... அந்தத் துணியைப் பயன்படுத்தித் தான் தைத்தேனென்று நினைக்கிறேன். மிகப் பழைய ‘காலிகோ’ துணி, ஆயிரம் முறை அது துவைக்கப்பட்டிருக்குமென்று நினைக்கிறேன்.’

‘அது உங்களுக்கு நன்றாக ஞாபகமிருக்கிறதா?’

‘தெரியவில்லை, நன்றாக நினைவிருக்கிறதா என்று எனக்குத் தெரியவில்லை. அது ஒரு தொப்பி மாதிரி தான் இருந்தது. அது எதுவாக இருந்தால்தான் என்ன!’

‘அப்படியானால், உங்கள் வீட்டுச் சொந்தக்காரி, அவளுடைய தொப்பி காணாமல் போனதைக் குறைந்தபட்சம் நினைவு வைத்திருப்பாள் தானே?’

‘கண்டிப்பாக இருக்காது, அதை அவள் நினைவில் வைத்திருக்க மாட்டாள். அது ஒரு மிகப்பழைய துணி என்று நான் சொல்கிறேனே, பைசா கூடப் பெறாது.’

‘உங்களுக்கு, ஊசி, நூல் எங்கிருந்து கிடைத்தது?’

‘போதும், இனிமேல் எதுவும் நான் சொல்வதற்கில்லை, போதும்!’ என்று சொன்னபடி இறுதியாகக் கோபித்துக்கொண்டான் மீச்சியா.

‘விசித்திரம்தான், எப்படி நீங்கள் அந்தப் பழைய துணியை வீசி எறிந்த இடத்தை முற்றிலுமாக மறந்துபோனீர்கள், அந்தச் சதுக்கத்தில் . . . அந்தப் பட்டயத்தை.’

‘ஆமாம், அந்த இடத்தை நீங்கள் ஏன் பெருக்கச் சொல்லி உத்தரவிடக் கூடாது, ஒரு சமயம் உங்களுக்கு அது கிடைக்கலாமல்லவா’ என்று கேலியாகச் சிரித்தபடி சொன்னான் மீச்சியா. ‘போதும், நன்மக்களே, போதும்’ என்று வேதனையான குரலில் சொன்னான் மீச்சியா. ‘நான் சொன்னதை நீங்கள் நம்பவில்லை என்று இப்போது எனக்குத் தெள்ளத் தெளிவாகத் தெரிகிறது: எதையுமே எந்த ஒரு சின்ன விஷயத்தையுமே நீங்கள் நம்பவில்லை! தவறு என்னுடையதுதான், உங்களுடையது அல்ல, எதையாவது நான் சொல்லியிருக்க வேண்டும். எதற்காக என்னுடைய ரகசியத்தை உங்களிடம் நான் சொல்லி என்னை நானே கேவலப்படுத்திக்கொண்டேன்! உங்களுக்கு அது ஒரு கேலிக்குரிய விஷயமென்று உங்களுடைய பார்வையிலிருந்தே தெரிகிறது. அரசு வழக்குரைஞரே, நீங்கள்தான், என்னுடைய பொறுமையைச் சோதித்து விட்டீர்கள்! வேண்டுமானால் உங்களுடைய புகழைப் பாடிக் கொள்ளுங்கள் . . . நீங்கள் எல்லோரும் நாசமாய்ப் போனவர்கள், கொடுமைக்காரர்கள்!’

இப்படிப் பேசியவன், தலையைச் சாய்த்து இரண்டு கைகளாலும் முகத்தை மூடிக்கொண்டான். அரசு வழக்குரைஞரும் நீதிமன்ற விசாரணை யாளரும் அமைதியாக இருந்தார்கள். ஒரு நிமிடம் கழித்து மீச்சியா அவர்களை வெறுமையாகப் பார்த்தான். ஈடுகட்ட முடியாத பேரழிவை ஏற்படுத்தியவன் போல அவனுடைய முகம் தோற்றமளிக்க, அவன் அமைதியாக, ஏதோ தன்னை மறந்தவனைப் போல உட்கார்ந்திருந்தான். இதற்கிடையே விசாரணையை முடிக்க வேண்டியதாக இருந்தது: சாட்சியாளர்களை உடனே விசாரிக்க வேண்டியும் இருந்தது. ஏற்கெனவே மணி காலை எட்டாகியிருந்தது. மெழுகுவர்த்திகள் எப்போதோ அணைக்கப்பட்டிருந்தன. விசாரணை நடந்தபோது அங்கும் இங்குமாகப் போய் வந்த மிகாயில் மக்காரவிச்சும் கல்கானவும் இப்போது மறுபடியும்

வெளியே இருந்தார்கள். அரசு வழக்குரைஞரும் நீதிமன்ற விசாரணை யாளரும் கூட மிகவும் சோர்ந்துபோயிருந்தார்கள். அன்று விடிந்த காலைப்பொழுது தெளிவாக இல்லாமல், மேக மூட்டமாக, விடாது மழை பெய்த வண்ணமாக இருந்தது. எந்த ஒரு யோசனையும் இல்லாமல் மீச்சியா ஜன்னலை வெறித்துப் பார்த்தான்.

'நான் ஜன்னல் வழியாகப் பார்க்கலாமா?' என்று மீச்சியா திடீரென்று நிக்கொலாய் பர்ஃபியோனவிச்சைக் கேட்டான்.

'ஓ, தாராளமாகப் பார்க்கலாம்.'

மீச்சியா எழுந்து ஜன்னலருகே சென்றான். அந்தச் சிறிய ஜன்னலின் பச்சை நிறச் சட்டத்தில் மழைத்துளி விழுந்துகொண்டிருந்தது. ஜன்னல் வழியாக மண் பாதையும் சற்றுத் தொலைவில் மழை மூட்ட மேகமும் பார்வைக்குக் கறுப்பூட்டும் வறிய குடிசைகள் அடங்கிய வரிசையும் மழையால் அவை கறுப்பேறி இன்னும் அதிக ஏழ்மைத் தோற்றத்தைத் தாங்கியபடி இருந்தன. 'செங்கதிரோனின் பொன்நிறக் கதிர்களைப்' பார்த்த மீச்சியா, எப்படிப் பொழுது புலர்ந்ததும் தன்னைத்தானே சுட்டுக்கொல்ல விருப்பப்பட்டான் என்பதையும் நினைத்துப் பார்த்தான். 'அப்படிப்பட்ட காலைப் பொழுது எவ்வளவு நன்றாக இருக்கும்' என்று சொன்ன மீச்சியா, திடீரென்று சிரித்தபடி தன்னுடைய கையைக் காற்றில் உதறிக்கொண்டு அந்தக் 'கொடுமையாளர்கள்' பக்கம் திரும்பினான்:

'நன்மக்களே!' என்று சொன்ன அவன், 'எனக்குப் புரிகிறது, என்னுடைய வாழ்வு முடிந்துவிட்டது என்று. ஆனால் அவள்? அவளைப் பற்றிச் சொல்லுங்கள், உங்களைக் கெஞ்சிக் கேட்கிறேன், என்னோடு சேர்ந்து அவளுடைய வாழ்வும் அழிந்துபோகப் போகிறதா என்ன? ஆனால், அவள் குற்றமில்லாதவள், 'எல்லாவற்றிற்கும் அவள்தான் காரணமென்று' நேற்று அவள் மறதியில் கத்திவிட்டாள், ஆனால் அவள் எதற்கும், எதற்கும் காரணம் அல்ல! உங்களுடன் இரவு முழுவதும் உட்கார்ந்திருந்தபோது இதற்காக நான் வருத்தப்பட்டேன் . . . சொல்லக் கூடாதா, அவளை நீங்கள் என்ன செய்யப் போகிறீர்களென்று? என்னிடம் நீங்கள் சொல்லக் கூடாதா?' என்றான்.

'இதைப் பற்றி நீங்கள் கவலையே படவேண்டாம், திமித்ரி ஃபியோதர விச்' என்று அவசரமாக உடனே பதிலளித்த அரசு வழக்குரைஞர், 'யாரைப் பற்றி நீங்கள் வருத்தப்படுகிறீர்களோ அவர்களைப் பற்றி நாங்கள் முடிவெடுக்க இதுவரை எங்களுக்குக் குறிப்பாக எந்தவித நோக்கமும் இல்லை. வழக்கு போவதைப் பார்த்தால் அப்படித்தான் இருக்குமென்று நான் நம்புகிறேன் . . . மாறாக, அதற்குத் தேவையான விதத்தில் எங்களால் என்ன செய்ய முடியுமோ அதை நாங்கள் செய்வோம். இதைப் பற்றி நீங்கள் கவலையே படவேண்டாம்' என்றார்.

'நன்மக்களே, உங்களுக்கு நன்றி, என்னதான் இருந்தாலும், நீங்கள் நேர்மையான, நியாயமான மக்களென்று எனக்குத் தெரியும். என்னுடைய மனத்திலிருந்த பாரத்தை நீங்கள் இறக்கி வைத்துவிட்டீர்கள் . . . சரி, இனி நாம் என்னசெய்யப்போகிறோம்? நான் தயாராக இருக்கிறேன்.'

‘ஆமாம், சீக்கிரமே நாம் விசாரணையை முடிக்க வேண்டும். சாட்சியாளர்களை உடனே நாம் விசாரிக்க வேண்டும். இது எல்லாம் நீங்கள் இருக்கும்போது உங்கள் முன்னிலையில்தான் நடக்க வேண்டும், ஆகவே . . .’

‘முதலாவதாக நாம் தேநீர் அருந்தலாமா?’ என்று இடைமறித்த நிக்கொலாய் பர்ஃபியோனவிச், ‘அதற்கு நாம் தகுதியானவர்களென்று நான் நினைக்கிறேன்!’ என்றார்.

தேநீர் ஏற்கெனவே தயாராக இருந்ததால் (மிகையில் மக்காரவிச் ஒருவேளை ‘தேநீர்’ அருந்தப் போயிருக்கலாம்) ஒரு கோப்பைத் தேநீரைக் குடித்துவிட்டுப் பிறகு ‘தொடரலாம், மேலே தொடரலாம்’ என்று அவர்கள் முடிவுசெய்தார்கள். நிறைவான ‘காலை உணவையும்’ தேநீரையும் சாவகாசமாக நேரம் கிடைக்கும்போது சாப்பிடலாமென்று அவர்கள் தள்ளிப்போட்டார்கள். கீழ்த்தளத்தில் தேநீர் உண்மையாகவே தயாராக இருந்ததால், உடனே அது மேலே கொண்டுவரப்பட்டது. கரிசனையோடு முதலில் நிக்கொலாய் பர்ஃபியோனவிச் கொடுத்த ஒரு கப் தேநீரை மீச்சியா மறுத்தாலும், பிறகு அவனே அதைக் கேட்டு வாங்கிப் பேராசையுடன் குடித்தான். ஆச்சர்யப்படும் விதத்தில் மீச்சியா சோர்ந்துபோயிருந்தான். வலிமைமிக்க அவனுக்கு ஒரு இரவுக் களியாட்டம், அதுவும் ஆழ்ந்த உணர்வுகளைக் கொண்ட இந்தக் களியாட்டம் ஒன்றுமில்லா ஒன்றாகத்தான் இருந்திருக்க வேண்டும். ஆனால் நாற்காலியில் உட்கார்ந்திருந்த அவனுக்கு, நேரம் போகப் போக எல்லாமே சுற்றுவது போல இருந்தது. ‘இன்னும் கொஞ்ச நேரம் போனால் உளற ஆரம்பித்துவிடுவேன்’ என்று நினைத்தான் மீச்சியா.

# 8

# சாட்சியாளர்களின் வாக்குமூலம்

## பச்சிளங்குழந்தை

சாட்சியாளர்களிடம் விசாரணை ஆரம்பித்தது. இதுவரை விளக்க மாகச் சொன்னதுபோல இனி நாம் நம்முடைய கதையைத் தொடரப் போவதில்லை. எனவே, ஒவ்வொரு சாட்சியாளரிடமும் நிக்கலாய் பர்ஃபியோனவிச் உண்மையைச் சொல்ல வேண்டும், மனசாட்சிப்படி நடக்க வேண்டும், கொடுத்த வாக்குமூலத்தின் மீது அவர்கள் சத்தியம் செய்து சொல்லவேண்டுமென்று சொல்லியதையெல்லாம் விட்டுவிட்டு நாம் மேலே செல்வோம். அதே போல இறுதியாக ஒவ்வொரு சாட்சி யாளரும் கொடுத்த வாக்குமூலத்தைச் சான்றறிக்கையாகத் தயாரித்து அதில் அவர்கள் கையொப்பமிட வேண்டுமென்ற இது போன்ற விஷயங்களையெல்லாம் நாம் விட்டுவிடுவோம். விசாரணையாளர்களின் கவனத்தில் இருந்த மிக முக்கியமான ஒன்றை மட்டும், ஒரே ஒரு

கேள்வியை மட்டும், இங்கு நாம் கவனத்திற்குக் கொண்டுவருவோம்; அதாவது அந்த மூவாயிரம் ரூபிள்களைப் பற்றியது. ஒரு மாதத்திற்கு முன்பு முதல் முதலாகத் திமித்ரி ஃபியோதரவிச் மோக்ரய நகரத்திற்கு வந்தபோது மூவாயிரம் ரூபிள்களைச் செலவழித்தானா, ஆயிரத்து ஐந்நூறு ரூபிள்களை மட்டுமே செலவழித்தானா, அப்படியே இரண்டாவது முறை வந்தபோது அதாவது, நேற்று அவன் மூவாயிரம் ரூபிள்களைச் செலவழித்தானா, ஆயிரத்து ஐநூறு ரூபிள்களை மட்டுமே செலவழித்தானா என்பதுதான். அந்தோ பரிதாபம், எல்லாச் சாட்சியாளர்களும் ஒரே மாதிரியாக மீச்சியாவுக்கு எதிராகவே சாட்சியளித்தார்கள்; அவர்களில் ஒருவர்கூட அவனுக்குச் சாதகமாகச் சாட்சி அளிக்கவில்லை; மற்ற சாட்சியாளர்களோ ஆச்சர்யப்படும் விதத்தில் பல புதிய, மாறான கருத்துகளையே சொன்னார்கள். முதலாவதாக திரிஃபோன் பரீசிச் விசாரிக்கப்பட்டார். விசாரணையாளர்கள் முன்பாக எள்ளளவும் பயமில்லாமல் வந்து நின்றவன், கண்டிப்பான தொனியில், மிகக் கடுமையாகக் குற்றவாளிக்கு எதிராகச் சாட்சி அளித்ததில், சந்தேகத்திற் கிடமின்றி, அவன் உண்மை பேசியது போல இருந்தது. அவன் அதிகம் பேசாமல், கேட்ட கேள்விகளுக்குப் பொறுமையாக, தேவையான பதிலை மட்டும் யோசித்துச் சரியாகச் சொன்னான்: 'ஒரு மாதத்திற்கு முன்பு மீச்சியா இங்கு வந்தபோது மூவாயிரம் ரூபிள்களுக்குக் குறைவில்லாமல் செலவுசெய்தான் என்பதை இங்கிருக்கும் மக்களே சொல்வார்கள், அப்படியே 'மீத்ரி ஃபியோதரவிச்' அப்படிச் சொன்னதை யும் அவர்கள் கேட்டிருக்கிறார்கள்' என்று உறுதியாக, எந்தவிதத் தயக்கமும் இன்றிச் சொன்னான்: 'நாடோடி மக்களுக்கே எவ்வளவு பணத்தை அவர் வாரி இறைத்தார். அவர்களுக்காக மட்டுமே அவர் ஆயிரம் ரூபிள்களைச் செலவழித்திருப்பாரென்று நினைக்கிறேன்.'

'ஐநூறு ரூபிள்களைக்கூட நான் செலவு செய்யவில்லை' என்று இருளடைந்த முகத்துடன் பதிலளித்த மீச்சியா, 'செலவுசெய்த பணத்தை நான் எண்ணிப் பார்க்கவில்லை; அப்போது நான் குடிபோதையில் இருந்தேன், அதுதான் பரிதாபத்திற்குரிய விஷயமே' என்றான்.

திரைச்சீலை அவனுக்குப் பின்புறம் இருக்க, மேஜைக்கருகில் உட்கார்ந்திருந்த அவன், எல்லாவற்றையும் சோகமாகக் கேட்டபடி, மிகவும் சோர்ந்த நிலையில், 'ஹோ, என்ன வேண்டுமோ சொல்லிக் கொள்ளுங்கள், இனிமேல் எல்லாமே ஒன்றுதான்!' என்று நினைத்தான்.

'அவர்களுக்காக ஆயிரம் ரூபிள்களுக்கு மேல் செலவு செய்திருப்பீர்கள், மீத்ரி ஃபியோதரவிச்' என்று உறுதியாக மீச்சியாவுக்கு எதிராகச் சொன்ன திரிஃபோன் பரீசவிச், 'பணத்தை வீணாக அள்ளி வீசினீர்கள், அவர்கள் பொறுக்கிக்கொண்டார்கள். அவர்கள் எல்லோரும் திருடர்கள், தந்திரக்காரர்கள், குதிரையைத் திருடுபவர்கள், மாகாணத்திலிருந்தே விரட்டியடிக்கப்பட்டவர்கள்; அவர்களே சொல்வார்கள், எவ்வளவு பணத்தை அவர்கள் உங்களிடமிருந்து கறந்தார்கள் என்பதை. உங்கள் கையிலிருந்த பணத்தை நானே பார்த்தேன். அதை நான் எண்ணிப் பார்க்கவில்லை, அதை நீங்கள் என்னிடம் கொடுக்கவும் இல்லை, நியாயமான விஷயம்தான், ஆனால் கண்ணால் பார்த்ததை வைத்துச்

சொல்கிறேன், அது ஆயிரத்து ஐநூறு ரூபிள்களுக்கு மேல் இருக்கும்... வெறும் ஆயிரத்து ஐநூறு ரூபிள்கள் மட்டுமல்ல! நானும் பணத்தைப் பார்த்திருக்கிறேன், என்னாலும் அது எவ்வளவு என்று சொல்ல முடியும்...' என்றான்.

நேற்று கொண்டு வந்திருந்த பணத்தைப் பற்றி திரிஃபோன் பரீசவிச் சொன்னபோது, குதிரை வண்டியிலிருந்து இறங்கியதும் திமித்ரி ஃபியோதரவிச்சே சொன்னார், மூவாயிரம் ரூபிள்களை எடுத்துக் கொண்டு வந்திருப்பதாக என்றான்.

'இது போதுமா, திரிஃபோன் பரீசவிச்' என்று மறுத்துச் சொன்ன மீச்சியா, 'எப்படி நீங்கள் இவ்வளவு உறுதியாகச் சொல்கிறீர்கள் நான் மூவாயிரம் ரூபிள்களைக் கொண்டுவந்தேன் என்று?' என்றான்.

'அப்படித்தான் சொன்னீர்கள், மீத்ரி ஃபியோதரவிச். அந்த்ரேய் முன்பாகச் சொன்னீர்கள். அந்த்ரேயும் இங்குதான் இருக்கிறான், இன்னும் அவன் போகவில்லை, அவனையே நாம் கேட்கலாம். அங்கே அந்த வரவேற்பறையில் இசைக்குழுவினரை நீங்கள் உபசரித்தபோது வெளிப்படையாகவே நீங்கள் உரக்கச் சொன்னீர்கள், ஆறாயிரம் ரூபிள்களை நீங்கள் இங்குச் செலவழித்ததாக, அதாவது முன்பு செலவு செய்த பணத்தையும் சேர்த்து. ஸ்திப்பான், செமியோன் இன்னும் பியோத்தர் ஃபோமிச் கல்கானவ்கூட உங்களுக்கு அருகில்தான் இருந்தார்கள், ஒருவேளை அவர்களுக்குக்கூட அது நினைவிருக்கலாம்...'

ஆறாயிரம் ரூபிள்களென்று அவன் சொன்னது விசாரணையாளர்களின் மனத்தில் அசாதாரணமாகப் பதிந்தது. இந்தப் புதுச் செய்தி அவர்களுக்குப் பிடித்திருந்தது. மூன்றும் மூன்றும் சேர்ந்து ஆறாக, அதாவது, முன்பு மூவாயிரம் இப்போது மூவாயிரம் ரூபிள்கள் என்று ஆறாயிரம் ரூபிள்கள் இருந்தது தெளிவாகத் தெரிகிறது.

திரிஃபோன் பரீசவிச் குறிப்பிட்ட ஸ்தெப்பானையும் செமியோனவையும் குதிரைவண்டிக்காரன் அந்த்ரேயையும் பியோத்தர் ஃபோமிச் கல்கானவையும் அவர்கள் விசாரித்தார்கள். குதிரை வண்டிக்காரனும் மற்றவர்களும் திரிஃபோன் பரீசவிச் சொன்னதை சந்தேகத்திற்கிடமின்றி உறுதிசெய்தார்கள். அதுமட்டுமில்லாமல் வரும்வழியில் மீச்சியா அந்த்ரேயிடம் சொன்ன வார்த்தைகளைக் குறிப்பாக அவர்கள் பதிவு செய்துகொண்டார்கள், 'நான், திமித்ரி ஃபியோதரவிச், இறந்த பிறகு எங்கே போவேன். சொர்க்கத்திற்கா அல்லது நரகத்திற்கா, அந்த விண்ணுலகில் என்னை மன்னிப்பார்களா?' என்ற அவனது வார்த்தைகளைப் பதிவுசெய்துகொண்டார்கள். 'மெல்லிய புன்னகையுடன் இதைக் கேட்ட 'தத்துவவாதி' இப்போலித் கிரீல்லவிச்' மீச்சியா எங்கே போகப் போகிறான் என்று சொன்னதையும் 'சாட்சியத்தில் ஒன்றாகச் சேர்த்துக்கொள்ளும்படி' சொன்னார். கல்கானவ் உள்ளே அழைக்கப்பட்டபோது, அரசு வழக்குரைஞரையும் நீதிமன்ற விசாரணையாளரையும், ஏதோ தன்னுடைய வாழ்நாளிலிலேயே முதன்முறையாகப் பார்ப்பதுபோல, தயக்கத்துடன், சோகமாகப் பார்த்தபடி தொடர்பில்லாமல் அவன் பேசினாலும், அவர்களை அவனுக்கு நன்றாகவே

தெரிந்திருந்தது; தினந்தோறும் அவர்களைச் சந்தித்து அவர் பேசியும் வந்தார். அவர் ஏதோ 'தனக்கு எதுவுமே தெரியாது, அப்படித் தெரிந்து கொள்ளவும் விருப்பப்படாதவர்போலப் பேசினார். ஆனால், அந்த ஆறாயிரம் ரூபிள்களைப் பற்றி கல்கானவ் கேள்விப்பட்டதாகவும், அதைப் பற்றி மீச்சியா சொன்னபோது அருகிலேயே அவன் நின்று கொண்டிருந்ததாகவும் சொன்னார். அவரைப் பொறுத்தவரையில், மீச்சியாவிடம் 'எவ்வளவு பணம் இருந்தது என்பது அவருக்குத் தெரியாது' என்றும் சொன்னார். ஆனால் அந்தப் போலந்து நாட்டுக்காரர்கள் அவனைச் சீட்டாட்டத்தில் ஏமாற்றியதை அவர் ஊர்ஜிதப்படுத்தினார். மறுபடியும் அவரிடம் கேட்கப்பட்ட கேள்விகளுக்கு, போலந்து நாட்டுக்காரர்களை மீச்சியா உண்மையாகவே விரட்டியடித்த பிறகு, அக்ரஃபேனா அலெக்ஸாந்தரவ்னாவே மீச்சியாவை விரும்புவதாகச் சொன்னாளென்றும் சொன்னார் கல்கானவ். அக்ரஃபேனா அலெக்ஸாந்தரவ்னாவைப் பற்றிப் பேசியபோது அவர் மிகவும் மரியாதையாக, கண்டிப்பாக, ஏதோ சமுதாயத்தில் அவள் ஒரு உயர்ந்த பெண்மணி போல, 'குரூஷென்கா' என்று அவளைப் பெயரிட்டுச் சொல்லாமல் பேசினார். விசாரணையின் போது அந்த இளம் மனிதருடைய வெறுப்பு வெளிப்படையாகத் தெரிந்தாலும், மீச்சியாவின் 'காதலைப்' பற்றி, அந்த இரவு வேளையில் நடந்த நிகழ்ச்சிகளைப் பற்றி இப்போலித் கிரீல்லவிச் விளக்கமாகக் கேட்டார். கல்கானவ் பேசியபோது மீச்சியா ஒருமுறைகூட அவரைத் தடுத்துப் பேசவில்லை. இறுதியாக விசாரணை முடிந்தபோது வெறுப்புடன் அவர் வெளியேறினார்.

பிறகு அவர்கள் போலந்து நாட்டுக்காரர்களை விசாரித்தார்கள். தங்களுடைய அறைக்கு உறங்கச் சென்ற பிறகு அதிகாரிகள் வந்து விட்டதை அறிந்த அவர்கள் சீக்கிரமே உடையணிந்து தயாராகி, எந்த நேரமும் விசாரணைக்கு அழைக்கப்படலாமென்று தயாராகக் காத்துக்கொண்டிருந்தனர். கௌரவமாக அறையைவிட்டு வெளியே வந்த அவர்கள் பயமில்லாமல் இருந்தனர். பன்னிரண்டாம் வகுப்பே முடித்திருந்த போலந்து நாட்டுக் குள்ளர், முஸ்யாலவிச், சைபீரியாவில் கால்நடை அரசு மருத்துவராகப் பணியாற்றியவர். ருப்ளோவ்ஸ்கி தனியார் மருத்துவமனையில் பல் மருத்துவராகப் பணியாற்றுபவர். அவர்கள் இருவரும் வந்ததும், நிக்கலாய் பர்ஃபியோனவிச் அவர்களிடம் கேள்விகளைக் கேட்டாலும், அவர்கள் ஏனோ ஓரமாக நின்றுகொண் டிருந்த மிகையில் மக்கராவிச்சைப் பார்த்து, அவர் தான் தலைமை அதிகாரி போல ஒவ்வொருமுறையும் 'படைப்பிரிவு அதிகாரியே' என்று விளித்து அவரைப் பார்த்தே பதில் அளித்தார்கள். இப்படி அவர்கள் பலமுறை பதிலளித்த பிறகு, மிகையில் மக்காரவிச் விளக்க, பிறகு அவர்கள் நிக்கலாய் பர்ஃபியோனவிச்சைப் பார்த்துப் பதில் சொன்னார்கள். ஒருசில வார்த்தைகளைத் தவிர, அவர்கள் ரஷ்ய மொழியில் மிக நன்றாகவே பேசினார்கள். குரூஷென்காவிடம் அவர் கொண்டிருந்த முந்தைய, இப்போதைய உறவைப் பற்றி முஸ்யாலவிச் உணர்ச்சிபூர்வமாக, பெருமையாகச் சொன்னபோது, மீச்சியா சட்டென்று தன்னை மறந்து இந்தக் 'கயவன்' தன் முன்னால் இப்படிப் பேசக் கூடாது என்று கத்தினான்: 'கயவன்' என்ற வார்த்தையைக் கேட்டதும்

முஸ்யாலவிச் உடனே அந்த வார்த்தையை அறிக்கையில் சேர்க்குமாறு கேட்டுக்கொண்டார். மீச்சியா கோபத்தில் கொதித்தெழுந்தான்.

‘இருந்தாலும் அவன் கயவன்! என்று எழுதிக்கொள்ளுங்கள், அது அறிக்கையானாலும் சரி, பரவாயில்லை எழுதிக்கொள்ளுங்கள், இருந்தாலும் அவன் கயவன்தானென்று உரக்கச் சொல்லுவேன்!’ என்று கத்தினான் மீச்சியா.

நிக்கலாய் பர்ஃபியோனவிச் அதை அறிக்கையில் பதிவுசெய்து கொண்டாலும், தர்மசங்கடமான இந்த நிலைமையைச் சாதுர்யமாக சமாளித்த அவர், மீச்சியாவைக் கண்டித்துவிட்டு, அன்று மாலை நடந்தேறிய காதல் சம்பவத்தைப் பற்றி எதுவும் கேட்காமல், வழக்கு சம்பந்தமான விஷயங்களை மட்டுமே கேட்டார். போலந்து நாட்டுக் காரர்கள் சொன்ன ஒரு விஷயம் விசாரணையாளர்களின் கவனத்தை ஈர்த்தது: குறிப்பாக, அந்த அறையில் மீச்சியா, முஸ்யாலவிச்சுக்கு மூவாயிரம் ரூபிள்களை லஞ்சமாகக் கொடுப்பதாகச் சொன்னதும், முதலில் எழுநூறு ரூபிள்களைக் கொடுப்பதாகவும் மீதி இரண்டாயிரத்து முந்நூறு ரூபிள்களை ‘நாளைக் காலை ஊரில்’ கொடுப்பதாகவும், மோக்ரயவில் இப்போது அவ்வளவு பணம் தன்னிடம் இல்லை என்று சத்தியம் செய்தவன் நாளைக்கு ஊருக்குப் போய் அந்தப் பணத்தை அவர்களுக்குக் கொடுப்பதாகவும் சொன்னது அவர்களுடைய கவனத்தை வெகுவாக ஈர்த்தது. இந்த விஷயத்தை மீச்சியா கடுஞ் சீற்றத்துடன் மறுத்தான், அதாவது ஊருக்குப் போய் மீதிப் பணத்தைத் தருவதாகச் சொன்ன இந்த விஷயத்தை: ஆனால் ருப்ளோவ்ஸ்கி அதை உறுதிப்படுத்தியதும், சிறிது நேரம் யோசித்த மீச்சியா, கோபத்தில் அதை ஒப்புக்கொண்டு, போலந்து நாட்டுக்காரர்கள் சொன்னது போல உண்மையாகவே அவன் அப்படிச் சொல்லியிருக்கக்கூடும், ஏனெனில் அப்போது அவன் கோபத்தில் இருந்தானென்று சொன்னான். அரசு வழக்குரைஞர் அந்த வாக்குமூலத்தைக் கெட்டியாகப் பிடித்துக் கொண்டார்: ‘அளிக்கப்பட்ட சாட்சியம் தெளிவாக இருந்தது (பிறகு அது ஒப்புக்கொள்ளப்பட்டது); மீச்சியாவின் கைகளில் இருந்த மூவாயிரம் ரூபிள்களில் பாதி அல்லது அதில் ஒரு பாதி ஊரில் எங்காவது ஒளித்துவைத்திருக்கப்படலாம் அல்லது இங்கு அது மோக்ரயவில்கூடப் பதுக்கிவைக்கப்பட்டிருக்கலாமென்ற வழக்குக்குச் சாதகம் இல்லாத இந்த நிலை, மீச்சியாவிடம் இருந்த எண்ணூறு ரூபிள்கள் அவனுக்குச் சாதகமாக இருந்தாலும், அது குறிப்பிட்டுச் சொல்லக்கூடிய ஒன்றாக இல்லாமல் இருந்தது. அதனால் அவனுக்குச் சாதகமாக இருந்த இந்த ஒரு சாட்சியமும் ஒன்றுமில்லாமல் போனது. அரசு வழக்குரைஞர் கேட்ட கேள்விக்கு, அதாவது, மீச்சியாவே அறுதியிட்டு சொன்னது போல, ஆயிரத்து ஐநூறு ரூபிள்களே அவனிடம் இருந்த பட்சத்தில், எங்கிருந்து ‘கேடுகெட்ட அந்தப் போலந்து நாட்டுக்காரர்களுக்கு’ அவன் இரண்டாயிரத்து முந்நூறு ரூபிள்களை நாளைக்கே தரமுடியுமென்று கேட்டதற்கு, மீச்சியா தன்னுடைய பெயரிலுள்ள செர்மாஷ்னயவின் உரிமையை எப்படி சம்சனோவுக்கும் ஹஹ்லக்கோவிற்கும் கொடுப்பதாகச் சொன்னானோ அப்படியே அந்த உரிமையை அவர்களுக்கும் அவன் கொடுத்திருப்பானென்று

பதிலளித்தான். அவனுடைய 'சூழ்ச்சியின் அறியாத்தன்மையைப்' பார்த்து அரசு வழக்குரைஞர் சிரிக்கக்கூடச் செய்தார்.

'இரண்டாயிரத்து முந்நூறு ரூபிள்களுக்குப் பதிலாக அந்த 'உரிமையைப்' பெற்றுக்கொள்ள அவர் சம்மதித்திருப்பாரென்று நீங்கள் நினைக்கிறீர்களா?' என்று கேட்டார் அரசு வழக்குரைஞர்.

'கண்டிப்பாகச் சம்மதித்திருப்பார்' என்று அதற்குக் கோபமாகப் பதிலளித்தான் மீச்சியா. 'ஆமாம், அந்த உரிமையின் பேரில் அவர் இரண்டாயிரம் அல்ல நாலாயிரம் அல்ல ஆறாயிரம் ரூபிள்களைக் கூடப் பெறலாம்! போலந்து நாட்டுக்காரர்களும் யூதர்களும் சேர்ந்து ஒரு வக்கீலைப் பிடித்து மூவாயிரம் ரூபிள்கள் என்ன முழு செர்மாஷ்னயயே கிழவரிடமிருந்து அவர்கள் தட்டிப் பறித்திருப்பார்கள்.'

முஸ்யாலவிச் கொடுத்த வாக்குமூலத்தை அவர்கள் விளக்கமாகப் பதிவுசெய்துகொண்டார்கள். அதன் பிறகு அவரைப் போகச் சொல்லி விட்டார்கள். சீட்டாட்டத்தில் அவர் ஏமாற்றியதைப் பற்றி அவர்கள் எதுவுமே கேட்கவில்லை; அவர்கள் கொடுத்த இந்த வாக்குமூலத்திற்கே நிக்கலாய் பர்ஃபியோனவிச் மிகவும் நன்றிக்கடன்பட்டிருந்தாராகையால், அற்பமான இந்த விஷயத்தை அவர் பெரிதுபடுத்த விரும்பவில்லை; ஏனெனில் அதிகமாகக் குடித்துவிட்டு ஆடிய சீட்டாட்டத்தில் எழும் சண்டையெல்லாம் அற்பத்தனமான ஒன்றைத் தவிர வேறெதுவுமாக இருக்க முடியாது என்று அவர் விட்டுவிட்டார் . . . ஆக, அந்த இருநூறு ரூபிள்கள் முஸ்யாலவிச்சின் சட்டைப்பையிலேயே தங்கிவிட்டன.

அதன்பிறகு வயதான மாக்ஸிமவை அவர்கள் விசாரணைக்கு அழைத்தார்கள். தலைவிரிகோலமாகப் பயத்துடன் சிறு அடிகளைச் சோகமாக எடுத்து வைத்து அவர் வந்து நின்றார். குரூஷென்காவுடனேயே கீழ்த்தளத்தில் அமைதியாக இருந்த அவர், 'அவ்வப்போது சிணுங்கிக் கொண்டு கட்டம் போட்ட நீலநிறக் கைக்குட்டையால் கண்களைத் துடைத்துக்கொண்டிருந்தார்' என்று பிறகு மிகையில் மக்காரவிச் சொன்னார். அப்படிச் சோகமாக இருந்தவரை குரூஷென்காவே சமாதானப்படுத்திக்கொண்டும் ஆறுதலளித்துக்கொண்டும் இருந்தாள். மாக்ஸிமவ் கண்ணீர் சிந்தியபடி திமித்ரி ஃபியோதரவிச்சிடமிருந்து கடனாக அவர் 'பத்து ரூபிள்களைத் தன்னுடைய ஏழ்மை நிலைமையின்' காரணமாக வாங்கியது தவறு என்று சொன்னவர், அதைத் திருப்பிக் கொடுக்கத் தயார் என்றும் சொன்னபோது . . . அவரைப் பார்த்து நேரடியாக நிக்கலாய் பர்ஃபியோனவிச் ஒரு கேள்வியைக் கேட்டார்: திமித்ரி ஃபியோதரவிச்சிடமிருந்து அவர் பணத்தை வாங்கியபோது, மிக அருகில் மாக்ஸிமவ் இருந்திருக்கக்கூடும் என்பதால், அவர் கையில் எவ்வளவு பணம் இருந்தது என்பதை அவர் பார்த்தாரா என்று கேட்டார்; அதற்கு மாக்ஸிமவ் மிக உறுதியாக 'இரண்டாயிரம்' இருந்திருக்குமென்று பதிலளித்தார்.

'இதற்கு முன்பு நீங்கள் இரண்டாயிரம் ரூபிள்களை எங்காவது பார்த்திருக்கிறீர்களா?' என்று நிக்கலாய் பர்பிஃயோனவிச் சிரித்துக் கொண்டே கேட்டார்.

‘பார்க்காமல் எப்படி—ம், பார்த்திருக்கிறேன், ஆனால் இரண்டாயிரம் அல்ல, ஏழாயிரம் ரூபிள்களை; என்னுடைய மனைவி எனக்குச் சொந்தமான சொத்து ஒன்றை அடமானம் வைத்தபோது நான் பார்த்தேன். அதை அவள் தூரத்திலிருந்து காட்டிப் பெருமைப்பட்டுக் கொண்டாள். அது வானவில் நிறத்தில் மிக அடர்த்தியான பணக் கட்டாக இருந்தது. அதுபோலவே வானவில் நிறத்தில் திமித்ரி ஃபியோதரவிச்சிடமும் பணம் இருந்தது . . .’ என்றார்.

பிறகு அவரை அவர்கள் வெகு சீக்கிரமே விட்டுவிட்டார்கள். இறுதியாக குரூஷென்காவை விசாரிக்கும் முறை வந்தது. விசாரணை யாளர்கள் குரூஷென்காவின் வருகையால் திமித்ரி ஃபியோதரவிச் உணர்ச்சிவசப்படக்கூடும் என்றெண்ணி, நிக்கலாய் பர்பிஃயோனவிச் அவன் காதில் முணுமுணுக்க, பதிலுக்கு அமைதியாக மீச்சியா தலையைக் குனிந்தபடி, ‘எந்தவிதமான அசம்பாவிதமும் நடக்காது’ என்று சொன்னான். குரூஷென்காவை மிகையில் மக்காரவிச் உள்ளே அழைக்க, மிகவும் சோகமாக, இறுக்கமான முகத்துடன் பார்ப்பதற்கு ஓரளவு அமைதியாக இருந்த குரூஷென்கா உள்ளே நுழைந்தவுடன், சுட்டிக்காட்டப்பட்ட நாற்காலியில், நிக்கலாய் பர்பிஃயோனவிச்சுக்கு எதிரே வந்தமர்ந்தாள். மிகவும் வெளிறிப்போயிருந்த அவளுக்குக் குளிராக இருந்தது போலும்; தன்னுடைய அழகான கறுப்பு நிறச் சால்வையை இறுக்கமாக அவள் போர்த்தியிருந்தாள். அந்த இரவு வேளையில் நீண்ட நேரம் உடல் நலம் சரியில்லாமல் இருந்த அவளுக்கு உண்மை யாகவே லேசாகக் காய்ச்சல் அடித்தது. நேரடியாக அவளைப் பார்க்கும் போது அவளுடைய கண்டிப்பான, காரிய சிரத்தை கொண்ட பார்வையும் அமைதியாகத் தன்னை வைத்திருக்கும் பாங்கும் எல்லோருடைய மனத்திலும் இனிமையானதொரு பதிவை ஏற்படுத்தியது. அவளைப் பார்த்தவுடனேயே நிக்கலாய் பர்பிஃயோனவிச் சற்றே ‘ஆச்சர்யப்பட்டுப்’ போனார். பிறகு அவளைப் பற்றி நினைவுகூர்ந்த அவர், மிகவும் ‘அழகான’ பெண் அவள் என்பதை அப்போதுதான் கவனித்தார் என்றும் இதற்கு முன்பு அவளைப் பார்த்திருந்தவர், அவளை ‘நாட்டுப்புறக் காமுகி’ என்றே நினைத்திருந்தாரென்றும் சொன்னார். ‘உயர்குடியில் பிறந்த பெண்ணுக்கான குணம்’ அவளிடம் இருக்கிறது என்று ஒருசமயம் பெண்கள் கூட்டத்தில் அவளைப் பற்றி அவர் சொன்னபோது, பெண்கள் கொதித்தெழுந்து அவரைக் ‘குறும்புக்காரர்’ என்று குறிப்பிட்டது அவருக்குப் பிடித்திருந்தது. அறைக்குள் நுழைந்த குரூஷென்கா மென்மையாக மீச்சியாவைப் பார்க்க, அவனும் சலனத்துடன் அவளைப் பார்த்து அமைதியானான். முதலில் வழக்கமான கேள்விகளை யும் எச்சரிக்கைகளையும் விடுத்த நிக்கலாய் பர்பிஃயோனவிச், கொஞ்சம் தயங்கியபடி, ஆனால் மிகவும் கனிவாக அவளிடம் ‘ஓய்வுபெற்ற படைத்தளபதி திமித்ரி ஃபியோதரவிச்சுடன் அவள் கொண்டிருந்த உறவு என்ன?’ என்று கேட்டார்: அதற்கு குரூஷென்கா அமைதியுடன் உறுதியாகப் பதிலளித்தாள்: ‘அவர் எனக்குத் தெரிந்தவர், அப்படித் தெரிந்தவரென்ற முறையில் அவரை நான் போன மாதம் அழைத்திருந்தேன்’ என்றாள்.

அதன் பிறகு கேட்கப்பட்ட சுவாரஸ்யமான கேள்விகளுக்கு அவள் நேரடியாக வெளிப்படையாகப் பதில் சொன்னவள், மீச்சியாவை அவளுக்குச் 'சில நேரங்களில்' மட்டுமே பிடித்திருந்தது என்றும் அவனை அவள் விரும்பவில்லை என்றும் ஆனால் 'வெறும் வெறுப்பின் காரணமாகத்தான் அவள் அவனைத் தன் பக்கம் கவர்ந்திழுக்க விருப்பப்பட்டாளென்றும் அந்தக் 'கிழவரைப்' பார்த்து மீச்சியா எப்படிப் பொறாமைப்பட்டானோ, அப்படியே எல்லோரையும் பார்த்து அவன் பொறாமைப்பட, அதுவே அவளுக்கு வேடிக்கையாக இருந்தது என்றும் சொன்னாள். அப்படியே அவள் பியோதர் பாவ்லவிச்சை விரும்பவில்லை என்றும் அவரை அவள் கேலி மட்டுமே செய்தாளென்றும் சொன்னாள். 'இந்த மாதம் முழுவதும் இவர்கள் இருவரையும் பார்க்க எனக்கு நேரமில்லாமல் இருந்தது; நான் வேறு ஒருவரை எதிர்பார்த்துக் காத்திருந்தேன்; என் முன்பு குற்றவாளியாக இருப்பவரை . . .' என்று சொல்லி முடித்துக்கொண்டவள், 'அதைத் தெரிந்துகொள்ள நீங்கள் ஆசைப்பட வேண்டாம், அது என்னுடைய தனிப்பட்ட விஷயம்' என்பதால் அதைப் பற்றிச் சொல்லத் தேவையில்லை என்றாள்.

ஆக, உடனே விஷயத்திற்கு வந்த நிக்கலாய் பர்பிஃபோனவிச், 'காதல்' விஷயங்களைப் பற்றி எதுவும் கேட்காமல், நேரடியாக முக்கியமானதொரு விஷயத்திற்கு வந்தார்; அதாவது அந்த முக்கியமான மூவாயிரம் ரூபிள்களைப் பற்றிய விஷயத்திற்கு. போன மாதம் அவர்கள் மோக்ரயவுக்கு வந்தபோது மூவாயிரம் ரூபிள்கள் உண்மையாகவே செலவழிக்கப்பட்டது என்றும் அந்தப் பணத்தை அவள் தன் கண்களால் பார்க்கவில்லை என்றாலும் மீச்சியாவே அப்படித்தான் சொன்னான் என்றும் அவள் உறுதிசெய்தாள்.

'அவன் அதை உங்களிடம் தனியாக இருக்கும்போது சொன்னானா, வேறு யாராவது இருக்கும்போது சொன்னானா, மற்றவர்களிடம் இதைப் பற்றி அவன் சொன்னபோது நீங்கள் அதைக் கேட்டீர்களா' என்று உடனே விசாரித்தார் அரசு வழக்குரைஞர்.

அதற்கு அவள், மற்றவர்கள் முன்னிலையில் அவன் சொன்ன போதும் கேட்டாளென்றும் தனியாக அவளிடமும் சொன்னானென்றும் பதிலளித்தாள்.

'அப்படிச் சொன்னதை நீங்கள் ஒருமுறை கேட்டீர்களா, பலமுறை கேட்டீர்களா?' என்று அரசு வழக்குரைஞர் கேட்ட கேள்விக்கு, மறுபடியும் அவள் பலமுறை கேட்டதாகப் பதிலளித்தாள்.

இப்போலித் கிரீல்லவிச் இந்தச் சாட்சியத்தைக் கேட்டு மிகவும் மகிழ்ந்து போனார். மேலும் கேட்ட கேள்விகளிலிருந்து திமித்ரி ஃபியோதரவிச் அந்தப் பணத்தை அவன் கத்தரீனா இவானவ்னாவிட மிருந்து வாங்கினானென்றும் குரூஷென்காவுக்கும் அது தெரிந்திருந்தது என்றும் விளக்கம் கொடுக்கப்பட்டது.

'திமித்ரி ஃபியோதரவிச் ஒரு மாதத்திற்கு முன்பு மூவாயிரம் ரூபிள்களைச் செலவு செய்யாமல் அதில் பாதியை எடுத்துவைத்தான் என்பதை நீங்கள் ஒருமுறையாவது கேள்விப்பட்டீர்களா.'

‘இல்லை, அப்படி நான் கேள்விப்படவில்லை.’ மாறாக, இந்த ஒரு மாதமாகவே அவனிடம் ஒரு கோப்பெக்கூட இல்லாமல் இருந்தது என்று அவளிடம் அவன் சொன்னதாகப் பிறகு அவள் சொன்னாள். ‘அவனுடைய தந்தையிடமிருந்து பணம் கிடைக்குமென்று அவன் எதிர்பார்த்துக் காத்துக்கொண்டே இருந்தான்.’

‘உங்களிடம் . . . எப்போதாவது அவன் எரிச்சலுடன் இருந்தபோது’ என்று திடீரென்று நிறுத்திய நிக்கலாய் பர்பிஃயோனவிச், ‘அவனுடைய தந்தையைக் கொல்லப்போவதாக அவன் சொன்னானா?’ என்றார்.

‘ஓ, சொன்னான்!’ என்று பெருமூச்சு விட்டாள் குரூஷென்கா.

‘ஒரு முறையா, பலமுறையா?’ என்று கேட்டார்.

‘பலமுறை சொல்லியிருக்கிறான், ஆனால் அதெல்லாம் அவன் கோபத்தில் இருந்தபோது.’

‘அப்படி அவன் செய்வானென்று நீங்கள் நம்புகிறீர்களா.’

‘இல்லை, எப்போதுமே நம்பியதில்லை!’ என்று உறுதியாகச் சொன்னவள், ‘அவனுடைய நல்ல மனத்தின் மீது எனக்கு நம்பிக்கையிருக்கிறது’ என்றாள்.

‘நன்மக்களே, பேச அனுமதியுங்கள்’ என்று திடீரென்று கத்திய மீச்சியா, ‘உங்கள் முன்பாக அக்ரஃபேனா அலெக்ஸாந்தரவ்னாவிடம் ஒரே ஒரு வார்த்தை சொல்ல என்னை அனுமதியுங்கள்’ என்றான்.

‘சொல்லுங்கள்’ என்று அனுமதியளித்தார் நிக்கலாய் பர்பிஃயோனவிச்.

‘அக்ரஃபேனா அலெக்ஸாந்தரவ்னா’ என்றபடி தன்னுடைய நாற்காலியிலிருந்து எழுந்தவன், ‘என்னை நம்பு, கடவுள்மீது சத்தியமாக, நேற்று கொல்லப்பட்ட என் தந்தையின் ரத்தத்திற்கு நான் பொறுப்பல்ல!’

இப்படிச் சொன்ன மீச்சியா திரும்பவும் தன்னுடைய நாற்காலியில் அமர்ந்தான். குரூஷென்கா எழுந்து நின்று அங்கிருந்த கடவுள் உருவச் சிலை முன்பாகச் சிலுவை போட்டுக்கொண்டாள்.

‘நன்றி கடவுளே!’ என்று ஆழ்ந்த உணர்ச்சியுடன் மனம் உருகச் சொன்னவள், தன்னுடைய இடத்தில் போய் அமராமல் நிக்கலாய் பர்பிஃயோனவிச்சைப் பார்த்து, ‘இப்போது அவன் சொன்னதை நம்புங்கள்!’ அவனைப் பற்றி எனக்குத் தெரியும்: சில சமயம் அவன் விளையாட்டாகச் சொல்வான், இல்லாவிட்டால் பிடிவாதமாகச் சொல்வான், ஆனால் தன்னுடைய மனசாட்சிக்கு எதிராக அவன் யாரையும் ஏமாற்றமாட்டான். அவன் வெளிப்படையாக உண்மையைத் தான் சொல்வான், நம்புங்கள்!’

‘நன்றி, அக்ரஃபேனா அலெக்ஸாந்தரவ்னா, நீ எனக்கு பக்கபலமாக இருக்கிறாய்!’ என்று நடுங்கும் குரலில் சொன்னான் மீச்சியா.

நேற்று அவன் எவ்வளவு பணம் கொண்டுவந்திருந்தானென்று கேட்டதற்கு, அதைப் பற்றி அவளுக்கு ஒன்றும் தெரியாது என்றும்

நேற்று பலமுறை எல்லோரிடமும் அவன் மூவாயிரம் ரூபிள்களைக் கொண்டுவந்திருப்பதாகச் சொல்லியதை அவள் கேட்டாளென்றும் சொன்னாள்: எங்கிருந்து அவனுக்கு இவ்வளவு பணம் கிடைத்தது என்று கேட்டபோது, அதை அவன் கத்தரீனா இவானவ்னாவிடமிருந்து 'திருடினான்' என்று அவளிடம் மட்டுமே அவன் சொல்ல, அவளோ அந்தப் பணம் திருடப்பட்டதல்ல, நாளைக்கே அது அவளிடம் திருப்பிக் கொடுக்கப்படுமென்று சொன்னான் என்றும் சொன்னாள். கத்தரீனா இவானவ்னாவிடமிருந்து திருடியதாகச் சொல்லப்பட்ட அந்த மூவாயிரம் ரூபிள்கள் நேற்று செலவழிக்கப்பட்டதா, ஒரு மாதத்திற்கு முன்பு இங்கு வந்தபோது செலவழிக்கப்பட்டதா என்று மீண்டும் வலியுறுத்திக் கேட்கப்பட்டபோது, ஒரு மாதத்திற்கு முன்பு செலவழிக்கப்பட்ட பணமென்று தான் அவள் புரிந்துகொண்டாளென்றும் அவள் பதிலளித்தாள்.

இறுதியாக குரூஷென்காவை விடுவித்த நிக்கலாய் பர்பிஃயோனவிச், ஊருக்குப் போகவேண்டுமென்று அவள் விருப்பப்பட்டால் அவரே பக்கத்திலிருந்து, குதிரை வண்டியையோ யாராவது ஒருவரையோ துணைக்கு அனுப்ப முடியுமென்று சிரத்தையோடு சொன்னபோது . . .

'மிக்க மரியாதையுடன் உங்களுக்கு நான் என்னுடைய நன்றியைத் தெரிவித்துக்கொள்கிறேன்' என்று அவரைப் பார்த்துத் தலைவணங்கிச் சொன்ன குரூஷென்கா, 'இந்த வயதான நிலப்பிரபு மாக்ஸிமவைக் கூட்டிக்கொண்டு அவருடைய ஊரில் அவரை விட்டுவிட்டுப் பிறகு நான் போகிறேன்; ஆனால் அதற்குள் திமித்ரி ஃபியோத்ரவிச்சைப் பற்றி என்ன முடிவு செய்திருக்கிறீர்கள் என்பதைத் தெரிந்துகொள்ளும் வரை அவனுக்காக நான் கீழே காத்திருக்க அனுமதியுங்கள்' என்றாள்.

அப்படிச் சொன்னவள் அறையை விட்டு வெளியேறினாள். குறைந்த பட்சம் அந்த ஒரு நிமிடம் மீச்சியா முற்றிலும் அமைதியாக, உற்சாகமான மனநிலையில் இருந்தான். விசித்திரமான ஏதோ ஒருவித உடல் சோர்வு அவனை மேலும் மேலும் அழுத்தியது. அந்தச் சோர்வின் காரணமாக அவனுடைய கண்கள் மூடிக்கொண்டன. முடிவாக விசாரணை அறிக்கை தயாரானது. மூலையில் அமர்ந்திருந்த தன்னுடைய நாற்காலியிலிருந்து எழுந்து வந்த மீச்சியா திரைச்சீலைக்குப் பின்புறம் கம்பளியால் மூடப்பட்டிருந்த பெரிய பெட்டியின் மீது படுத்தவன் நிமிடத்தில் தூங்கிப்போனான். அந்த இடத்திற்கும் அந்த நேரத்திற்கும் பொருத்தமில்லாத விநோதமான ஒரு கனவை அவன் கண்டான். இரண்டு குதிரைகள் பூட்டப்பட்ட வண்டியில், சகதியான பாதை ஒன்றில், நீண்ட நாட்களுக்கு முன்பு ராணுவத்தில் பணியாற்றியபோது வன்பாலை நிலத்தில் போவது போல அவன் கனவு கண்டான். நவம்பர் மாத முற்பகுதியில் பெருமளவு விழுந்த பனித்துகள்கள் தரையில் பட்டுக் கரைந்து போக, மீச்சியாவுக்கு மட்டும் குளிரடிப்பது போல இருந்தது. குதிரை வண்டியை வெகு வேகமாகச் சாட்டையால் அடித்து விரட்டிக் கொண்டிருந்த குதிரைக்காரர், அவ்வளவு வயதானவராக இல்லாமல், ஐம்பது வயது மதிக்கத்தக்கவராக, அளவான தாடியுடன் பொதுவாகக் குடியானவர்கள் பயன்படுத்தும் சாம்பல் நிற மேல் உடுப்பை அணிந்தவராக

இருந்தார். சற்றுத் தொலைவில் பாதி எரிந்துபோன நிலையில் கரும்புகை படிந்த கறுப்பு நிறக் குடிசைகளில் எரிந்துபோன மரக்கட்டைகள் மட்டுமே வெளியே துருத்திக்கொண்டிருந்தன. வழியில் சாலையோரமாக விவசாயப் பெண்கள் பலர் மெல்லிய உடல்வாகுடன் குழிவான கண்களுடன் ஏழ்மை நிலையில், பழுப்பு நிற முகத்துடன் நீண்ட வரிசையில் நின்றுகொண்டிருந்தார்கள். குறிப்பாக வரிசையின் இறுதிப் பகுதியில் மிக உயரமான, மெலிந்த பெண்மணி ஒருத்தி, பார்ப்பதற்கு நாற்பது வயது மதிக்கத்தக்கவளாக இருந்தவள், ஆனால் இருபதே வயதானவள், நீண்ட ஒல்லியான முகத்துடன் அழுகின்ற குழந்தையைத் தன்னுடைய கையில் வைத்துக்கொண்டு ஒரு சொட்டுப் பாலில்லாமல் வறண்டுபோன மார்புடன் நின்றுகொண்டிருந்தாள். அந்தக் குழந்தையோ அழுதுகொண்டு போர்த்தப்படாத தன்னுடைய கைகளை வெளியே நீட்டிக் கொண்டிருக்க, அதனுடைய கைகள் குளிரால் நீலம் பூத்துப் போயிருந்தது.

'எதற்காக அழுகிறார்கள்? ஏன் அழுகிறார்கள்?' என்று வேகமாக அவர்களைக் கடந்து செல்லும் மீச்சியா கேட்கிறான். 'பச்சிளங்குழந்தைகள்' என்று பதிலளித்த வண்டிக்காரன், 'பச்சிளங்குழந்தைகள் அழுகின்றன' என்றான். அப்படி அவர் 'குழந்தைகள்' என்று குறிப்பிடாமல் 'பச்சிளங் குழந்தைகள்' என்று குறிப்பிட்டதைக் கேட்டு மீச்சியா ஆச்சர்யப்பட்டான். 'பச்சிளங்குழந்தைகள்' என்று அவன் குறிப்பிட்டதில் இருந்த அதீதப் பரிவிரக்கம் மீச்சியாவுக்கு மிகவும் பிடித்திருந்தது.

'எதற்காக அவை அழுகின்றன?' என்று முட்டாள்தனமாகத் தொடர்ந்து கேட்டான் மீச்சியா. 'ஏன் அதனுடைய கைகள் போர்த்தப் படாமல் திறந்து கிடக்கின்றன?'

'நல்லி வரை குளிர்ந்து, அதனுடைய உடைகள்கூடச் சில்லிட்டு உறைந்துபோனதால் அவை கத்துகின்றன.'

'ஏன் அப்படி? ஏன்?' என்று மீண்டும் அவன் முட்டாள்தனமாகக் கேட்டான்.

'அவர்கள் ஏழைகள், அவர்களுடைய வீடு எரிந்து போய், சாப்பிட உணவில்லாமல், பிச்சை எடுக்கிறார்கள்.'

'இல்லை, இல்லை' என்று இன்னமும் புரிந்துகொள்ளாத மீச்சியா, 'நீ சொல், பாவப்பட்ட இந்தத் தாய்மார்கள் ஏன் இப்படி நிற்கிறார்கள், எப்படி அவர்கள் ஏழைகளானார்கள், இந்தக் குழந்தைகள் ஏன் ஏழைகளாக இருக்கிறார்கள், ஏனிந்த ஸ்டெப்பி பிரதேசத்தில் ஒன்று மில்லாமல் இருக்கிறது, கட்டிப்பிடித்துக்கொண்டு முத்தம் கொடுக்காமல் அவர்கள் ஏன் நிற்கிறார்கள், சந்தோஷத்தில் அவர்கள் ஏன் பாட்டுப் பாடாமல் இருக்கிறார்கள், இப்படி உற்சாகமில்லாமல் இருண்ட பேரிடரில் அவர்கள் ஏன் இருக்கிறார்கள், இந்தச் சின்னஞ்சிறுசுகளுக்கு அவர்கள் ஏன் உணவு கொடுக்காமல் இருக்கிறார்கள்?'

அவனுக்கே அவன் கேட்ட கேள்விகள் அர்த்தமற்ற, அறிவில்லாக் கேள்விகளாகத் தெரிந்தாலும், அப்படிக் கேட்காமல் அவனால் இருக்க

முடியவில்லை; ஆகவே இப்படிப்பட்ட கேள்விகளை அவன் கேட்டான். இதற்கு முன்பு எப்போதுமே உணரப்படாத உணர்வு ஒன்று அவனுள் கிளர்ந்தெழுந்து அழ வேண்டுமென்ற உணர்வை ஏற்படுத்தி, ஏதாவது ஒரு வழியில் அழுகின்ற இந்தப் பச்சிளங்குழந்தைகள் அழாமலும், இருளடைந்து வாடிப்போன தாய்மார்கள் அழாமலும் இருக்க ஏதாவது ஒன்றை உடனே செய்ய வேண்டும், அதுவும் இப்போதே செய்ய வேண்டுமென்ற உணர்வு கரமாஸவின் பரம்பரை முரட்டுத்தனத்தையும் மீறி அவனுள் எழுந்தது.

'உன்னுடன் நான் இருப்பேன், உன்னைத் தனியாக விட்டுவிடாமல் வாழ்நாள் முழுவதும் உன்னுடன் நான் இருப்பேன்' என்று குரூஷென்கா அவன் அருகில் நின்றுகொண்டு உணர்ச்சிப் பெருக்குடன் சொல்வது அவனுக்குக் கேட்டது. இதோ இதைக் கேட்டவுடன் அவனுடைய மனதில் ஏதோ ஒரு வெளிச்சம் சீறிப்பாய்ந்து, வாழ்க்கையை வாழ வேண்டுமென்ற ஆசை அவனுள் விஸ்வரூபம் எடுத்து, வெளிச்சம் வந்த அந்தப் புதுப்பாதையை நோக்கி இப்போதே போக வேண்டுமென்று அவனுக்குத் தோன்றியது!

'என்ன இது? நான் எங்கிருக்கிறேன்?' என்று முகம் மலரச் சிரித்த படி, ஏதோ மயக்கத்திலிருந்து விழித்தவனைப் போலக் கண்களைத் திறந்து, படுத்திருந்த மரப்பெட்டியின் மீது எழுந்து உட்கார்ந்தான் மீச்சியா. அவனருகே நிக்கலாய் பர்பிஃயோனவிச் தயார்செய்யப்பட்ட அறிக்கை வாசிக்கப்படுவதைக் கேட்டு, அதில் கையொப்பமிட மீச்சியாவை அழைத்தார். ஒரு மணி நேரமோ அதற்கு மேலாகவோ தூங்கிப்போன மீச்சியாவுக்கு நிக்கலாய் பர்பிஃயோனவிச் சொன்னது கேட்கவில்லை. அந்த மரப்பெட்டியின் மீது அவன் சோர்ந்து தலைசாய்த்தபோது இல்லாதிருந்த தலையணை, திடீரென்று தூங்கி எழுந்தவுடன் இருப்பதைப் பார்த்து அவன் ஆச்சர்யப்பட்டான்.

'யார் இந்தத் தலையணையை எனக்கு வைத்தது? அவ்வளவு தூரம் இரக்கமுள்ள மனிதர் யார் இங்கே!' என்று மகிழ்ச்சியில் நன்றிப் பெருக்குடன் உரக்கக் கேட்ட மீச்சியா, அழுகிற குரலில், 'எவ்வளவு நல்ல காரியத்தை அந்த மனிதர் செய்திருக்கிறாரென்று' கடவுளுக்குத் தான் தெரியும் என்றான். யார் அந்த நல்ல மனிதர் என்பது இறுதிவரை அவனுக்கு தெரியாமலேயே இருந்தது; அது சாட்சியாளர்களில் ஒருவராகவோ நீதிமன்ற விசாரணையாளரின் எழுத்தராகவோ இருக்கக்கூடும்; இரக்கப்பட்டு யாரோ அவனுக்குத் தலையணையை வைத்திருக்கிறார்கள்; அதையறிந்து அவனுடைய மனம் முற்றிமாக நெகிழ்ந்துபோகக் கண்களில் கண்ணீர் மல்கியது. மேஜையருகே வந்தவன், எங்கு வேண்டுமானாலும் தான் கையெழுத்திடத் தயாராக இருப்பதாகச் சொன்னான்.

'அருமையான கனவு ஒன்றை நான் கண்டேன், நன்மக்களே' என்று ஏதோ ஒரு விசித்திரமான குரலில் முற்றிலுமாக மாறிப்போனவன் போலச் சந்தோஷத்தில் முகம் மலரச் சொன்னான் மீச்சியா.

# 9

## மீச்சியாவை வெளியே கூட்டிச்செல்லுதல்

விசாரணை அறிக்கையில் மீச்சியா கையொப்பமிட்டவுடன் நிக்கலாய் பர்ஃபியோனவிச் குற்றவாளியை வெற்றியுடன் பார்த்தபடி அந்த 'விசாரணை அறிக்கையைப் படித்துக் காட்டினார்; அதில் இந்த வருடம், இந்தத் தேதியில், இந்த இடத்தில், இந்த இடத்தைச் சார்ந்த நீதிமன்ற விசாரணையாளர், இந்த நபரை விசாரித்ததில் (அதாவது மீச்சியாவை), இந்த இந்தக் குற்றங்களையெல்லாம் செய்த அவர் (எல்லாக் குற்றங்களும் மிகக் கவனமாகப் பதிவுசெய்யப்பட்டிருக்க), தன் மேல் சாட்டப்பட்ட எந்தக் குற்றத்தையும் ஏற்றுக்கொள்ளாமல் இருக்க, சாட்சியாளர்களோ (இன்னவர்கள்) இந்தச் சூழ்நிலையில் (எப்படிப்பட்ட சூழ்நிலை என்று) அவர் செய்த குற்றங்களைச் சுட்டிக் காட்டிக் 'குற்றம் தொடர்பான சட்டத்தின்' கீழும் அப்படியே அது சார்ந்த விதத்திலும் குறிப்பிடப்படுவது யாதெனில், இனிமேல் நடக்க விருக்கும் விசாரணை மற்றும் பரிசோதனையின் காரணமாகக் குற்றவாளி (மீச்சியா) வெளியே போகாமல், குறிப்பிடப்பட்ட இந்தச் சிறையில் இருக்க வேண்டுமென்று குறிப்பிடப்பட்டு, பதிவுசெய்யப்பட்ட அந்தப் பிரதியானது துணை அரசு வழக்குரைஞருக்கு அனுப்பப்பட வேண்டுமென்று இப்படிப் பலவிஷயங்களும் அதில் குறிப்பிடப்பட்டிருந்தன. சுருக்கமாகச் சொன்னால், இந்த நிமிடத்திலிருந்து மீச்சியா கைது செய்யப்பட்டிருக்கிறானென்பதை அவனுக்குத் தெரிவித்துவிட்டு, இப்போது ஊரிலிருக்கும் மிகக் கேவலமான ஒரு இடத்திற்கு அவனை அழைத்துப் போகப் போகிறார்களென்றும் தெரிவித்தார்கள். இதை மிகக் கவனமாகக் கேட்ட மீச்சியா, தனக்கு இதில் எந்தவிதச் சம்மந்தமும் இல்லை என்பது போல தன்னுடைய தோள்களை உயர்த்திக் குலுக்கினான்.

'சரி, நன்மக்களே, உங்களை நான் குற்றம் சொல்லவில்லை; எல்லாவற்றிற்கும் நான் தயாராக இருக்கிறேன் ... இதற்கு மேல் உங்களால் எதுவும் செய்ய முடியாது என்பதை நான் அறிவேன்.'

நிக்கலாய் பர்ஃபியோனவிச் மென்மையாக அவனுக்கு விளக்கினார், இப்போதே இங்கு வேலை செய்யும் காவல்துறை அதிகாரி மாவ்ரிக்கி மாவ்ரிக்கேவிச் அவனைக் கூட்டிக்கொண்டு போவாரென்று ...

'நில்லுங்கள்' என்று கட்டுப்படுத்த முடியாத உணர்ச்சி வேகத்தில் அறையிலுள்ளவர்களைப் பார்த்துத் திடீரென்று இடைமறித்த மீச்சியா, 'நன்மக்களே, நாம் எல்லோருமே கல்நெஞ்சக்காரர்கள், நாம் எல்லோருமே கொடியவர்கள்; நாம் எல்லோருமே மக்களை வேதனைப்படுத்தி அழ வைக்கிறோம், தாய்மார்களை, பால்குடிக்கும் குழந்தைகளை; ஆனால் அப்படிப்பட்டவர்களில் நான்தான் மிகக் கேவலமாக இறுதியாக வெறுக்கப்பட வேண்டியவன்! சரி, அது அப்படியே இருக்கட்டும்! என்னுடைய வாழ்நாளில் ஒவ்வொரு நாளும் என்னுடைய மார்புப்

பகுதியை நான் அடித்துக்கொண்டு, திருந்திவிடுவேனென்று சங்கற்பம் செய்துகொண்டே தினமும் நான் கெடுதல்களைச் செய்துகொண் டிருந்தேன். இப்போது புரிகிறது, என்னைப் போன்றவர்கள் சுருக்குக் கயிற்றில் தொங்க வேண்டியவர்களென்று, ஏனெனில் வாழ்க்கையில் நான் அடிபட வேண்டும். என்னுடைய விருப்பத்தின் பேரில், நானாக எப்போதும், எப்போதுமே நான் எழுந்து நிற்க மாட்டேன்! இப்போது இடி ஒன்று என்னைத் தாக்கிவிட்டது.[1] என்மீது குற்றம்சாட்டப்பட்ட இந்த வேதனையையும் என்னுடைய மக்களின் கேவலத்தையும் நான் ஏற்றுக்கொண்டு அதற்காக வருத்தப்படவும், அதன் மூலமாக என்னை நான் சுத்தம் செய்துகொள்ளவும் விரும்புகிறேன்! இந்த விதத்தில் நான் ஒருவேளை சுத்தப்படுத்தப்பட்டுவிடலாம் இல்லையா, நன்மக்களே? ஆனால் கடைசி முறையாகக் கேட்டுக்கொள்ளுங்கள்: என் தந்தையின் ரத்தத்திற்கு நான் பொறுப்பல்ல! இந்தத் தண்டனையை நான் ஏற்றுக் கொள்வதற்குக் காரணம், அவரை நான் கொலைசெய்ததற்காக அல்ல, அப்படி அவரைக் கொலைசெய்ய நான் விருப்பப்பட்டதற்காக, ஒருவேளை, உண்மையாகவே அவரை நான் கொலை செய்திருக்கவும் கூடும் . . . இருந்தாலும் உங்களுடன் நான் விவாதம் செய்யவே போகிறேன் என்பதை நான் உங்களுக்குத் தெரிவித்துக்கொள்கிறேன். கடைசி நிமிடம் வரை உங்களுடன் நான் விவாதம் செய்யப் போகிறேன், அதன் பிறகு கடவுளே எல்லாவற்றையும் முடிவு செய்யட்டும்! போய் வருகிறேன், நன்மக்களே, விசாரணையின் போது கோபமாக நான் கத்தியதற்காக என்மீது நீங்கள் வருத்தப்படாதீர்கள், ஆமாம், அப்போது நான் இன்னும் முட்டாளாக இருந்தேன் . . . இன்னும் சிறிது நேரத்தில் நான் கைதியாகப் போகிறேன், இப்போது கடைசி முறையாக, திமித்ரி கரமாஸவ், சுதந்திரமான மனிதனாக இருக்கும்போதே உங்களுடன் கைகுலுக்கிக் கொள்கிறேன். உங்களிடமிருந்து விடைபெற்றுக்கொள்கிறேன், மக்களே விடைகொடுங்கள்!. . .' என்ற அவனுடைய குரல் நடுங்கியது; உண்மை யாகவே கைகுலுக்க அவன் தன்னுடைய கையை நீட்டினான்; ஆனால் அருகில் மிக நெருக்கமாக நின்றுகொண்டிருந்த நிக்கலாய் பர்ஃபியோனவிச் ஏதோ வலிப்பு நோயால் பாதிக்கப்பட்டவரைப் போலச் சட்டென்று தன்னுடைய கைகளை உள்ளே இழுத்துக் கொண்டார். உடனே அதைக் கவனித்த மீச்சியா ஆடிப்போனான். நீட்டிய தனது கையை அவனே சட்டென்று மடக்கிக்கொண்டான்.

'விசாரணை இன்னும் முடியவில்லை' என்று சற்றே குழம்பிய நிலையில் முணுமுணுத்த நிக்கலாய் பர்பிஃபோனவிச், 'அதை நாம் இன்னும் நம்முடைய ஊரில் தொடரப்போகிறோம்; என்னுடைய தரப்பிலிருந்து உங்களுக்கு என்னுடைய நல்வாழ்த்துகளைத் தெரிவித்துக் கொள்கிறேன் . . . உங்களுடைய விடுதலைக்காக . . . திமித்ரி ஃபியோதரவிச், உங்களைப் பாவப்பட்ட மனிதராக நான் நினைப்பதைவிட, துரதிர்ஷ்ட மான மனிதராகவே நினைக்கிறேன் . . . உங்களை நாங்கள் ஒரு இளம், மதிப்பிற்குரிய நல்ல ஒரு மனிதராகவே பார்க்கிறோம், ஆனால் அந்தோ பரிதாபம்! உங்களிடம் இருக்கும் இயல்பான ஒரு சில அதீத உணர்வு களால் நீங்கள் அடித்துச் செல்லப்படுகிறீர்கள் . . .'

அதிக உயரமில்லாத நிக்கலாய் பர்ஃபியோனவிச்சின் பேச்சு, இறுதியாக முழுமையானதொரு ஆழ்ந்த தாக்கத்தை ஏற்படுத்துவதாக இருந்தது. திடீரென்று மீச்சியாவுக்குத் தோன்றியது, இந்தச் 'சிறு பையன்' இப்போது அவனுடைய கையைப் பிடித்திழுத்து, வேறு ஒரு இடத்திற்குக் கூட்டிச் சென்று, சிறிது நாட்களுக்கு முன்பு 'பெண்களைப்' பற்றிப் பேசிய அந்த விஷயத்துக்கு வருவானென்று. இப்படிப்பட்ட தேவையில்லாத, வீணான பல விஷயங்கள் தண்டனை பெற்றுத் தூக்கிலிடப்படும் குற்றவாளியின் மனத்தில்கூட எழத்தான் செய்கிறது.

'நன்மக்களே, நீங்கள் இரக்கம் உள்ளவர்கள், மனிதாபிமானம் உள்ளவர்கள், நான் அவளைப் பார்க்கலாமா, பார்த்துக் கடைசி முறையாக அவளிடம் நான் விடைபெற்றுக்கொள்ளலாமா?'

'கண்டிப்பாக, ஆனால் எங்கள் பார்வையில் படும் தூரத்தில், சுருக்கமாகச் சொன்னால், எங்களுடைய கண்காணிப்பில்லாமல் இனிமேல் நீங்கள் யாரையும் பார்க்கக் கூடாது...'

'சரி, தயவுசெய்து இருங்கள்!'

குரூஷென்காவை அவர்கள் அழைத்து வர, மீச்சியா விடைபெறும் சம்பவம் சுருக்கமாக, வார்த்தைகள் அதிகமில்லாமல் நடந்தேறியது நிக்கலாய் பர்ஃபியோனவிச்சுக்குத் திருப்தி அளிக்காமல் போனது. குரூஷென்கா மீச்சியா முன்பாகத் தலை தாழ்த்தி, குனிந்து அவனை வணங்கினாள்.

'உன்னுடையவள் நானென்று சொன்னேன், அப்படியே இருப்பேன், காலம் முழுவதும் உன்னுடனேயே நான் இருப்பேன், உன்னை எங்கு அனுப்பினாலும், அங்கு நான் உன்னுடனேயே வருவேன், இப்போது போய் வருகிறேன், தவறு எதுவுமே செய்யாமல் உன்னை நீயே அழித்துக் கொண்டாய்!'

அவளுடைய உதடுகள் துடித்தன; கண்களில் கண்ணீர் மல்கியது.

'என்னை மன்னித்துவிடு குரூஷா, என்னுடைய காதலால் உன்னுடைய வாழ்வை நான் பாழாக்கியதற்கு என்னை நீ மன்னித்து விடு!'

மீச்சியா இன்னும் ஏதேதோ சொல்ல ஆசைப்பட்டான், ஆனால் திடீரென்று எதுவும் சொல்லாமல் வெளியே போய்விட்டான். வெளியே வந்த அவனைச் சுற்றி எல்லோரும் நின்றுகொண்டு கண் இமைக்காமல் அவனையே பார்த்தார்கள். கீழே முன் வாசலில், எங்கு அவன் நேற்று அந்த்ரேயின் குதிரைவண்டியில் அவ்வளவு சத்தமான தோரணையுடன் வந்து இறங்கினானோ, அதே இடத்தில், ஏற்கெனவே இரண்டு குதிரை வண்டிகள் அவனுக்காகக் காத்திருந்தன. சற்றே பருமனான, தளதளப்பான உடல் வாகுடன், சுருக்கங்கள் அடர்ந்த முகத்துடன் உள்ளூர் காவல்துறை அதிகாரி மாவ்ரிக்கி மாவ்ரிகியேவிச், அங்கு நிலவிய நெறிகெட்ட ஒழுங்கு முறைமையைப் பார்த்து எரிச்சலடைந்து திடீரென்று கத்தினார். சற்றே கடுமையாக மீச்சியாவை

அவர் வண்டியில் ஏறச் சொன்னார். 'சத்திரத்தில் முன்பு ஒருமுறை அவருடன் மது அருந்தியபோது அவருடைய முகம் முற்றிலும் வேறாக இருந்தது' என்று வண்டியில் ஏறும்போது நினைத்துக்கொண்டான் மீச்சியா. முன் வாசல் படிக்கட்டுகள் வழியாகக் கீழே இறங்கி வந்தார் திரிஃபோன் பரீசவிச். வாசலில் கூட்டமாகப் பொதுமக்களும் ஆண்களும் பெண்களும் குதிரைவண்டிக்காரர்களும் நின்றுகொண்டு மீச்சியாவையே பார்த்துக்கொண்டிருந்தார்கள்.

'போய் வருகிறேன், நன்மக்களே!' என்று திடீரென்று மீச்சியா அவர்களைப் பார்த்து வண்டியிலிருந்து கத்தினான்.

'எங்களையும் நீ மன்னித்துவிடு' என்று இரண்டு மூன்று குரல்கள் கூட்டத்திலிருந்து எழும்பின.

'திரிஃபோன் பரீசிச், போய் வருகிறேன்!' என்றான் மீச்சியா. ஆனால் திரிஃபோன் பரீசிச் திரும்பிக்கூடப் பார்க்கவில்லை, ஒருவேளை அவருக்கு அதிகமாக வேலை இருந்திருக்கலாம். அங்கும் இங்குமாகப் போய்க்கொண்டு அவரும் ஏதேதோ கத்திக்கொண்டிருந்தார். இரண்டாவது வண்டியில், மவ்ரிக்கி மாவ்ரிக்கியேவிச்சுடன் போகவிருந்த இரண்டு ஊர்க்காவலர்கள் இன்னும் தயாராகாமல் இருந்தது போல இருந்தது. இரண்டாவது குதிரை வண்டியை ஓட்டத் தயாராக இருந்த வண்டிக் காரன், கையால் நூற்கப்பட்ட மேற்சட்டையை அணிந்துகொண்டு, முறைப்படி அக்கிம் தான் வண்டியை ஓட்ட வேண்டுமென்று விவாதித்துக் கொண்டிருந்தான். ஆனால், அக்கிம் அங்கு இல்லாத காரணத்தால் அவனைத் தேடிக்கொண்டு போனார்கள்; இதற்கிடையில் அந்தச் சின்னக் குடியானவன் அவர்களைக் கொஞ்ச நேரம் காத்திருக்குமாறு கெஞ்சிக் கேட்டுக்கொண்டிருந்தான்.

'மாவ்ரிக்கி மாவ்ரிக்கேயவிச், நம்முடைய மக்களுக்கு வெட்க மென்பது கொஞ்சமும் கிடையாது!' என்று கத்தினார் திரிஃபோன் பரீசிச். 'அக்கிம் நேற்று முன்தினம்தான் உனக்கு இருபத்தைந்து கோபெக்குகள் கொடுத்தேன், அதைக் குடித்துச் செலவழித்துவிட்டு இப்போது நீ கத்துகிறாய். இப்படிப்பட்ட கேவலமான மக்களிடம் நீங்கள் இரக்கம் காட்டுவது ஆச்சர்யமாக இருக்கிறது, மாவ்ரிக்கி மாவ்ரிக்கியேவிச், இவ்வளவுதான் என்னால் சொல்ல முடியும்!' என்றார் திரிஃபோன் பரீசிச்.

'சரி, நமக்கு எதற்கு இரண்டாவது வண்டி?' என்ற கேட்ட மீச்சியா, 'ஒரு வண்டியிலேயே நாம் போகலாம், மாவ்ரிக்கி மாவ்ரிக்கியேவிச், பயப்படாதீர்கள், நான் வம்பு எதுவும் செய்யமாட்டேன், உங்களிடமிருந்து தப்பி ஓடிவிடமாட்டேன், நமக்கு மெய்க்காவலர்கள் தேவையில்லை!' என்றான்.

'என்னிடம் எப்படிப் பேசுவது என்பதைத் தெரிந்து கொள்ளுங்கள், அப்படித் தெரியவில்லை என்றால், உங்களை 'நீ' என்று மரியாதை இல்லாமல் அழைக்கவில்லை என்பதையும் நீங்கள் தெரிந்துகொள்ளுங்கள், அப்படியே உங்களுடைய அறிவுரைகளையெல்லாம் வேறு யாரிடமாவது

வைத்துக்கொள்ளுங்கள் ...' என்று மீச்சியாவைப் பார்த்துத் திடீரென்று மாவ்ரிக்கி மாவ்ரிக்கியேவிச் கோபத்துடன் கத்தியவர், மனத்திலுள்ள கோபத்தை யாரிடமாவது காட்டியதில் மகிழ்ச்சியடைந்தார்.

மீச்சியா அமைதியானான். அப்படியே அவன் முகம் சிவந்து போனான். சட்டென்று அவனுக்குக் குளிரெடுத்தது. மழை நின்று போயிருந்த மந்தமான வானத்தில் மேகங்கள் சூழ, வெட்டி இழுக்கும் கடுங்காற்று நேராக முகத்தில் அடித்தது. 'எனக்கென்ன குளிரெடுத்து விட்டதா' என்று நினைத்த மீச்சியா, தன்னுடைய தோள்களைக் குறுக்கி வளைத்துக்கொண்டான். இறுதியாகச் சோகமாகக் குதிரை வண்டியில் ஏறிய மாவ்ரிக்கி மாவ்ரிக்கியேவிச், இடத்தை அடைத்துக் கொண்டு உட்கார்ந்தவர், ஏதோ மீச்சியாவைக் கவனிக்காதவர் போல நெருக்கிக்கொண்டு உட்கார்ந்தார். உண்மை தான், அவருக்குக் கொடுக்கப் பட்ட இந்த வேலை அவருக்குக் கொஞ்சம்கூடப் பிடிக்கால் இருந்ததால் அவர் உற்சாகமில்லாமல் இருந்தார்.

'போய் வருகிறேன், திரிஃபோன் பரீசீச்!' என்று மீண்டும் உரக்கச் சொன்ன மீச்சியா, இந்த முறை நல்ல எண்ணத்தில் சொல்லாமல் குரோத உணர்வுடன் கத்தினான் என்பதை அவனே உணர்ந்தான். ஆனால், தன்னுடைய இரண்டு கைகளையும் பின்னால் கட்டிக்கொண்டு செருக்குடன், கோபமாக, சிடுசிடுவென்று மீச்சியாவையே உற்றுப் பார்த்துக்கொண்டிருந்த திரிஃபோன் பரீசிச், பதிலுக்கு ஒன்றுமே சொல்லவில்லை.

'போய் வாருங்கள், திமித்ரி ஃபியோதரவிச், போய் வாருங்கள்!' என்று எங்கிருந்தோ திடீரென்று கல்கானவின் குரல் கேட்டது. வண்டிக்கருகே ஓடி வந்த அவர், மீச்சியாவுடன் கை குலுக்கினார். அவர் தொப்பி அணியாமல் இருந்தார். மீச்சியா எப்படியோ அவருடைய கைகளைப் பற்றிக் குலுக்கினான்.

'போய் வா, என் அருமையானவனே, பரந்த மனப்பான்மை உள்ள உன்னை நான் மறக்கமாட்டேன்!' என்று உளப்பூர்வமாகச் சொன்னார் கல்கானவ். அதற்குள் வண்டி புறப்பட, அவர்களுடைய கைகள் விடுபட்டன. மணி சத்தம் ஒலிக்க மீச்சியாவைக் கூட்டிக் கொண்டு போனார்கள்.

ஓடிவந்து மூலையில் அமர்ந்து, முகத்தை மூடிக்கொண்டு, இருபது வயது இளைஞனைப் போலில்லாமல், ஒரு சிறு பையனைப் போல கல்கானவ் நீண்ட நேரம் அழுதுகொண்டிருந்தான். ஆமாம், மீச்சியா செய்த குற்றத்தை ஓரளவு அவன் நம்பவே செய்தான்! 'எப்படிப் பட்டவர்கள் மனிதர்கள், இவ்வளவு நடந்த பிறகும் எப்படி அவர்கள் மனிதர்களாக இருக்க முடியும்!' என்று தனிமையில் அமர்ந்துகொண்டு, ஏறக்குறைய நம்பிக்கை இல்லாமல், ஒருங்கிணைந்த உணர்வுமில்லாமல் அவர் ஆச்சர்யப்பட்டார். அந்த நிமிடம் அவருக்கு உலகில் வாழக்கூடப் பிடிக்கவில்லை. 'இப்படி வாழ வேண்டுமா, இப்படி வாழத்தான் வேண்டுமா!' என்று மனவேதனையில் பிதற்றினான் அந்த இளைஞன்.

# நான்காவது பாகம்

## பத்தாவது புத்தகம்

# பையன்கள்

## 1

## கோல்யா கிரசோத்கின்

அது நவம்பர் மாத முதல் பகுதியாக இருந்தது. நம்முடைய ஊரில் பூஜ்ய நிலைக்குக் கீழே 11 டிகிரி குளிரும், அதோடு சேர்ந்து, அளவுக்கு மீறிய பனிப்பொழிவுடன் ஆங்காங்கே பனிக்கட்டிகள் பளபளவென்று மின்னிக் கொண்டும் இருந்தன. இரவு வேளையில் உறைந்துகிடக்கும் பனிக்கட்டிகளின் மீது கொஞ்சம் பொடிப்பொடியாகப் பனிபெய்ய, 'வறண்ட, கடுமையான'[1] காற்று மந்தமாக நம்முடைய தெருக்களில் வீசியபடி, குறிப்பாக, சந்தை இருக்கும் சதுக்கத்தில் பனியை ஊதித் தள்ளியிருந்தது. காலை நேரம் உற்சாகமின்றி, பனிபொழிவு இல்லாமல் இருந்தது. அந்தச் சதுக்கத்திலிருந்து சற்று தொலைவில், ப்லோத்னிக்கவின் கடையருகே, அரசு அதிகாரி கிரசோத்கினுடைய சிறிய துப்புரவான வீடு இருக்க, அவருடைய விதவை மனைவி அதில் வாழ்ந்து வந்தாள். மாகாணத்தின் காரியதரிசியாக இருந்த அந்த அரசு அதிகாரி, ஏறக்குறைய பதினான்கு வருடங்களுக்கு முன்பே இறந்து போயிருக்க, தன்னுடைய முப்பதாம் வயதில் மிக அழகாக இருந்த அவருடைய விதவை மனைவி, துப்புரவான அந்த வீட்டில், 'வசதியான வருமானத்துடன்' வாழ்ந்து வந்தாள். நேர்மையாக இருந்த அவள், பாராட்டத்தக்க விதத்தில், கனிவான குணத்துடன், அளவான சந்தோஷத்துடன் வாழ்ந்து வந்தாள். கணவன் இறந்தபோது பதினெட்டு வயதாக இருந்த

அவள், ஒரு வருடத் திருமண வாழ்க்கையில் ஒரு மகனைப் பெற்றெடுத்திருந்தாள். அன்றிலிருந்து, கணவன் இறந்தவரை, பொக்கிஷ மாக மதித்த அவளுடைய கோல்யாவை வளர்ப்பதிலேயே தன்னுடைய வாழ்நாளைச் செலவழித்து வந்த அவள், பதினான்கு வருடமும் தன்னுடைய மனத்தைச் சிதறடிக்காமல், கோல்யாவை மட்டுமே நேசித்து வந்தவள், வாழ்க்கையில் சந்தோஷப்பட்டதைவிட, சொல்லவொணாத் துயரத்தையே அனுபவித்திருந்தாள்; எங்கே அவனுக்கு உடம்பு சரி யில்லாமல் போய்விடுமோ சளிப் பிடித்துவிடுமோ குறும்பு செய்வானோ நாற்காலியின் மீதேறிக் குதித்துக் கீழே விழுந்து விடுவானோ என்று இப்படி ஏறக்குறைய ஒவ்வொரு நாளும் அவள் பயந்து நடுங்கிக்கொண்டே வாழ்ந்து வந்தாள். கோல்யா ஜிம்னாசியம் (பள்ளிக்கு) போக ஆரம்பித்ததும், தாயானவள் அவனுடன் சேர்ந்து எல்லாப் பாடங்களையும் படித்து அவனுக்கு உதவி செய்து வந்தாள்; அவனுடன் சேர்ந்து பாடங்களைத் திரும்பத்திரும்ப அவள் படித்தாள்; பள்ளி ஆசிரியர்களிடமும் அவர்க ளுடைய மனைவிகளுடனும் தன்னை அறிமுகம் செய்து கொண்டு, அவனுடைய நண்பர்களையும் பள்ளி மாணவர்களையும் அன்புடன் நடத்தி, கோல்யாவைக் கேலிசெய்து அவர்கள் அடிக்காமல் இருக்குமாறு கேட்டுக்கொண்டாள். அப்படி அவள் நடந்துகொண்டதால் மாணவர்கள் எல்லோரும் அவனை 'அம்மா பையன்' என்று சொல்லியே கேலி செய்தார்கள். ஆனால், அதையெல்லாம் தாங்கிக்கொள்ளக் கூடியவனாக அவன் இருந்தான். தைரியமான பையனாக, 'அதீத சக்தியுடன்' திறமை வாய்ந்தவனாக இருந்த அவன், பிடிவாத குணமுள்ளவனாக, சமயோசித புத்தியுடன் வகுப்பில் நன்றாகப் படிக்கும் மாணவனாக இருந்தான்; கணக்குப் பாடத்திலும் உலக சரித்திரத்திலும் ஆசிரியர் தர்தனேலவைவிட அதிக அறிவு உள்ளவனாக இருந்தானென்ற செய்தி மெதுவாக வகுப்பில் அடிபட்டது. ஆனால், தன்னுடைய சக மாணவர் களைக் கர்வத்துடன் அவன் பார்த்தாலும், நண்பர்களிடம் கர்வ மில்லாதவனாகவே இருந்தான். பள்ளி மாணவர்கள் அவனிடம் காட்டிய மரியாதையை உரிமையுடன் அவன் ஏற்றுக்கொண்டு, அவர்க ளிடம் நல்ல நண்பனாகவே இருந்தான். முக்கியமாக, தன்னுடைய வரையறையைத் தெரிந்துகொண்டிருந்த அவன், அதை மீறாமல் இருந்தான்; பள்ளி நிர்வாகத்திடம் எப்போதுமே சுமுகமான உறவுடன், வரைமுறைகளை மீறாமல், ஒழுக்கமில்லாத கலகக்கார மாணவர்களைப் போலில்லாமல், விதிமுறைகளை மீறாத நல்ல மாணவனாகவே அவன் இருந்தான். இருந்தாலும், சில சமயங்களில் குறும்பு செய்வது அவனுக்குப் பிடித்திருக்க, அதற்காக அவன் அதிகமாகக் குறும்பு செய்யாமல், ஆச்சர்யப்படும் விதத்தில் 'அசாதாரணமாக' ஏதாவது ஒன்றைச் செய்பவனாக இருந்தான். முக்கியமாக, தன்னைத் தானே அவன் நேசித்தான். தன்னுடைய தாயைக்கூட அவன் தனக்கு அடிபணிய வைத்து, ஏறக்குறைய தன்னிச்சை அதிகாரம் செய்பவனாக இருந்தான். அவனுடைய அதிகாரத்திற்கு அவள் அடிபணிந்தாள், ஆம், வெகு நாட்களுக்கு முன்பே அவள் அடிபணிந்திருந்தாள், ஆனால், ஒரே ஒரு விஷயத்தை மட்டும் அவளால் ஏற்றுக்கொள்ள முடியாமல் இருந்தது; அது அவன் அவளை 'அதிகம் விரும்பாதது'தான். கோல்யா அவளிடம்

‘இரக்க உணர்வின்றி’ இருக்கிறான் என்பதை அறிந்து அதற்காக அவள் பலமுறை கதறி அழுதும் அவள் மேல் அவன் அக்கறையில்லாமல் இருப்பதைப் பார்த்து அவள் அவனைத் திட்டவும் செய்தாள். இது கோல்யாவுக்குப் பிடிக்கவில்லை; எவ்வளவு தூரம் அவனிடம் அவள் இரக்க உணர்வை எதிர்பார்த்தாளோ, அவ்வளவு தூரம் அவன் அவளிடம் பட்சாதாபமின்றியே இருந்தான்.

இதை அவன் வேண்டுமென்றே செய்யாமலிருந்தாலும், அப்படி இருப்பது அவனுடைய இயல்பான குணமாக இருந்தது. கோல்யாவின் தாய் அவனைச் சரியாகப் புரிந்துகொள்ளவில்லை: அவனுடைய தாயை அவன் மிகவும் நேசித்தான், ஆனால், அவளுடைய ‘பலவீனமான மனோபாவத்தைத்தான் அவன் விரும்பவில்லை’ என்று அவன் தனக்கேயான சிறு பிள்ளைத்தனமான மொழியில் சொன்னான். அவனுடைய தந்தை விட்டுப்போன புத்தகங்கள் வீட்டு அலமாரியில் பத்திரமாக இருந்தன; புத்தகங்களைப் படிப்பது கோல்யாவுக்கு மிகவும் பிடித்திருக்க, ஏற்கெனவே பல புத்தகங்களை அலமாரியிலிருந்து அவன் எடுத்துப் படித்திருந்தான். இதைப் பார்த்து அவனுடைய தாய் வருத்தப் படவும் சில சமயங்களில் ஆச்சர்யப்படவும் செய்தாள்; எப்படி இவன் விளையாடப் போகாமல் புத்தக அலமாரிப் பக்கம் மணிக்கணக்காக உட்கார்ந்து ஏதேதோ புத்தகங்களை எடுத்துப் படிக்கிறானே என்று ஆச்சர்யப்பட்டாள். இப்படி, அவன் தன்னுடைய வயதில் படிக்க முடியாத புத்தகங்களையெல்லாம் எடுத்துப் படித்தான். எப்படியிருந் தாலும், அண்மைக்காலமாக, அவனுடைய வயதிற்கேற்ற குறும்புத் தனத்தைச் செய்யாமல், வேறுவிதமாகக் குறும்புசெய்தது அவனுடைய தாயை முக்கியமாக வருத்தப்படவைத்தது – உண்மைதான், அவை ஏதோ ஒழுக்கமற்றச் செயல்களாக இல்லாவிட்டாலும் முரட்டுத்தனமான, தலையைச் சுற்றவைக்கும் செயல்களாக அவை இருந்தன. சரியாக இந்தக் கோடை காலத்தின்போது தான், ஜுலை மாத விடுமுறையில், தாயும் மகனுமாக, எட்டு கிலோமீட்டர் தொலைவிலிருந்த வேறு ஒரு மாகாணத்திலிருக்கும் தூரத்து உறவுக்காரப் பெண்மணி ஒருவ ருடைய வீட்டிற்குச் சென்று ஒரு வாரம் தங்கி இருந்தார்கள்; அந்த உறவுக்காரப் பெண்ணின் கணவர் ரயில் நிலையத்தில் பணி புரிபவர் (நம்மூர் ரயில் நிலையத்திற்கு அருகே இருக்கும் ரயில் நிலையத்திலிருந்து, ஒரு மாதத்திற்கு முன்பு இவான் ஃபியோதரவிச் கரமாஸவ் மாஸ்கோ வுக்குப் புறப்பட்டுப் போனானோ அதே அந்த ரயில் நிலையத்தில்தான்). கோல்யா அந்த ரயில் நிலையத்தைப் பற்றிய முழு விவரத்தையும் அதனுடைய சட்டதிட்டங்களையும் முழுமையாகத் தெரிந்து கொண்டு, ஊருக்குத் திரும்பிவந்து தன்னுடன் படிக்கும் சக மாணவர்களிடம் தான் தெரிந்துகொண்ட புது விஷயங்களைச் சொல்லி ஆச்சர்யத்தில் ஆழ்த்தினான். ஆனால், அதற்குள் அங்கிருந்த பையன்கள் சிலருடன் அவன் நண்பனானான்; அவர்களில் ஒருசிலர் ரயில் நிலையத்திலும் மற்றவர்கள் ரயில் நிலையத்திற்கு அருகிலும் வசித்து வந்தார்கள்; பன்னிரண்டு வயதிலிருந்து பதினைந்து வயதுவரை இருக்கும் இள வயதினரான ஆறு, ஏழு மாணவர்களில் இருவர் நம்முடைய நகரத்தைச் சார்ந்தவர்களாக இருந்தனர். நான்கு, ஐந்து நாட்களுக்குப் பிறகு,

அவர்கள் எல்லோரும் சேர்ந்து விளையாடி கிண்டலடித்துக்கொண்டிருந்த போது, விருந்தினனாகச் சென்ற கோல்யா, இரண்டு ரூபிள் பந்தயத்திற் காகச் செய்யக்கூடாத காரியம் ஒன்றைப் பற்றி முட்டாள்தனமாகப் பேசி விவாதித்துக்கொண்டிருந்தான். குறிப்பாக, அவர்களில் ஏறக்குறைய சிறுவனாக இருந்த கோல்யா, அதன் காரணமாகவே சற்று வயது அதிகமான நண்பர்களால் வெறுக்கப்பட்டவன், தன்னுடைய செருக்கு காரணமாகவோ, ஏற்றுக்கொள்ள முடியாத முரட்டுத்தனத்தின் காரண மாகவோ, இரவு பதினொரு மணிக்கு ரயில் நிலையத்தைக் கடந்து செல்லும் ரயிலுக்கு அடியே, தண்டவாளங்களுக்கு இடையில், வேகமாக ரயில் கடந்து போகும்வரை நகராமல் அப்படியே படுத்திருக்கப் போவதாகப் பந்தயம் கட்டினான். இதைச் செய்வதற்கு முன்பு பரிசோதனை செய்து பார்த்தவன், கை கால்களை நீட்டி தண்டவாளத்தில் நெடுஞ்சாணாகப் படுத்தால் உண்மையாகவே ரயிலைத் தொடாமல் படுத்திருக்க முடியுமென்பதைத் தெரிந்துகொண்டான் என்றாலும், அப்படிப் படுத்திருப்பது சுலபமான காரியமில்லையே! ஆனால் அப்படி அவனால் படுத்திருக்க முடியுமென்று கோல்யா உறுதியாகச் சொன்னான். உடனே அவனுடைய நண்பர்கள் அவனைப் பித்தலாட்டக் காரன், தற்பெருமைக்காரன் என்று சொல்லிக் கேலிசெய்தார்கள். முக்கியமாக, அந்தப் பதினைந்து வயது நண்பன் அவனை மிகவும் கேலிசெய்து, அவனிடம் மிகத் திமிராக நடந்துகொண்டு, ‘சின்னப் பையனைத்’ தன்னுடைய நண்பனாகவே ஏற்றுக்கொள்ள முடியாது என்று சொன்னதைக் கோல்யாவால் ஏற்றுக்கொள்ளவே முடிவில்லை. இப்படியாக, அவர்கள் அன்று மாலை ரயில் நிலையத்திலிருந்து ஒன்றரை கிலோ மீட்டர் தள்ளிச்சென்று வேகமாக ரயில் வரும் இடத்திற்குப் போவதாக முடிவுசெய்து ஒன்றுகூடினார்கள். அன்று நிலவு இல்லாத, ஆனால் கும்மிருட்டாக இல்லாத இரவுப்பொழுதாக, ஏறக்குறையக் கருமையான இரவாக இருந்தது. குறித்த நேரத்தில் ரயில் தண்டவாளங் களுக்கு இடையே கோல்யா படுத்தான். பந்தயம் கட்டிய ஐந்து பேரும் நெஞ்சு படபடக்க, அங்கிருந்த அணைக்கட்டுக்குக் கீழே, சாலையோரம், புதரருகில் பயத்துடன் காத்திருந்தார்கள். இறுதியாக ரயில் நிலையத்திலிருந்து ரயில் வரும் சத்தம் தூரத்தில் கேட்டது. இருட்டில் அது உறுமிக்கொண்டு வந்தது. ‘வேண்டாம் ஓடிவிடு, தண்டவாளத்திலிருந்து ஓடிவிடு!’ என்று கோல்யாவைப் பார்த்துப் பயத்தில் செத்துக்கொண்டிருந்த சிறுவர்கள் புதருக்குப் பின்புறமிருந்து கத்தினார்கள்; ஆனால், அதற்குள் ரயில் வேகமாக இடிபோல முழங்கிக் கொண்டு தண்டவாளத்தைக் கடந்து போனது. உடனே கோல்யாவைப் பார்க்கப் பையன்கள் ஓடிவந்தார்கள்: அவன் அசையாமல் அங்கேயே படுத்திருந்தான். அவனை எழுப்பி வெளியே இழுக்க அவர்கள் முயன்றார் கள். அதற்குள் அவன் திடீரென்று எழுந்து அணைக்குக் கீழே இறங்கி மிக அமைதியாக வந்தான். அப்படிக் கீழேவந்தவன், அவர்களைப் பயமுறுத்துவதற்காக வேண்டுமென்றே நினைவில்லாதவனைப் போல நடித்தானென்று சொன்னாலும், உண்மையில், நிஜமாகவே அவன் தன்னுடைய நினைவை இழந்திருப்பானென்று நீண்ட நாட்களுக்குப் பிறகு அவன் தன்னுடைய அம்மாவிடம் சொன்னான். இப்படியாக,

‘மூர்க்கத்தனத்திற்கு’ நன்றி சொல்லும் விதமாக, அவன் செய்த இந்தக் காரியம் காலத்திற்கும் பேசப்பட்டது. அவனுடைய முகம் வெளுத்துப் போக ரயில் நிலையத்திலிருந்து அவன் வீட்டிற்குத் திரும்பினான். அடுத்த நாள் அவனுக்கு லேசாக ஜுரம் அடித்தாலும், மனத்தளவில் அவன் பயங்கர உற்சாகமாக, மகிழ்ச்சியுடன், மனநிறைவுடன் இருந்தான். இந்தச் சம்பவம் யாருக்கும் உடனே தெரியாவிட்டாலும், ஊருக்கு அவர்கள் திரும்பி வந்ததும், இந்த விஷயம் நம்முடைய ஊர் முழுவதும் பரவி, பள்ளி வரை சென்று, பள்ளி நிர்வாகிகளின் காதுகளுக்கும் எட்டியது. இருந்தாலும், அவனுடைய தாய் தன்னுடைய மகனுக்காகப் பள்ளி நிர்வாகத்தினரைக் கெஞ்சிக் கேட்டுக் கொண்டதன் காரணமாக, மதிப்பிற்கும் மரியாதைக்குமுரிய, செல்வாக்கு மிக்க ஆசிரியர் தர்தனேலவ் இந்த விஷயத்தை மறைத்து எதுவும் நடக்காதது போல அமைதியாக விட்டுவிட்டார். மனைவியை இழந்த இளம் தர்தனேலவ், பல ஆண்டுகளாக கிரசோத்கினாவை ஆழமாகக் காதலித்து வந்தவர், ஒருமுறை பண்பு நயத்தையும் மரியாதையும் மீறி அவளை மணந்துகொள்ள விருப்பப் படுவதாக வெளிப்படையாகவே சொன்னார்; ஆனால், அதை நேரடியாக மறுத்த அவள், தன்னுடைய மகனை ஏமாற்றக் கூடாது என்று நினைத்தாள்; மறைமுகமாகக் கிடைத்த சமிக்ஞைகளால் அவளைப் பற்றி இன்னும் சற்று அதிகமாகவே கனவுகண்ட தர்தனேலவ், அழகான, அறிவான, மென்மையான இந்த விதவை அவருடைய வேண்டுகோளை இன்னும் நிராகரிக்கவில்லை என்றெண்ணி சந்தோஷப்பட்டார். கோல்யா வின் முட்டாள்தனமான இந்தக் குறும்புக்காரத்தனம் அவர்களுக்கிடையே நிலவிய இடரார்ந்த சூழ்நிலையை உடைப்பதாக இருக்க, தர்தனேலவ், கோல்யா செய்த காரியத்திற்காகப் பள்ளி நிர்வாகத்திடம் பரிந்து பேசி, நீண்ட நாளைய அவருடைய வேண்டுகோள் என்றாவது நிறைவேறு மென்ற நம்பிக்கையில் இருந்தார்; அப்படிப்பட்ட தர்தனேலவ் தூய்மை யான உள்ளமும் பண்பு நயமும் மிக்கவர்; எனவே, தற்காலிகமாக அவருக்குக் கிடைத்த இந்தச் சாடைக் குறிப்பு (மறைமுக வெளியீடு) அவரைச் சந்தோஷத்திலாழ்த்தப் போதுமானதாக இருந்தது. கோல்யாவின் மீது அவர் அன்பு பாராட்டினாலும், அதன் பொருட்டு அவனிடம் பாரபட்சம் காட்டுவது சரியல்ல என்பதால், அவர் வகுப்பறையில் அவனிடம் கண்டிப்பாகவும் அதிகாரித் தோரணையுடனும் நடந்து கொண்டார். கோல்யாவும் அவரிடம் மிக மரியாதையாகவே நடந்து கொண்டான்; பாடங்களை மிகச் சிறப்பான முறையில் படித்து, வகுப்பில் இரண்டாவது சிறந்த மாணவனாகத் திகழந்த கோல்யா, தர்தனேலவிடம் பண்புமிக்க மாணவனாக, நாவடக்கத்துடன், தர்தனேலவையே ‘மிஞ்சும்’ வகையில் உலக சரித்திரப் பாடத்தை மிகச் சிறப்பாகப் படித்தானென்று மாணவர்கள் நினைத்தார்கள். ஒருமுறை கோல்யா அவரிடம் ஒரு கேள்வியைக் கேட்டான்: ‘டிராய் நகரம் யாரால் நிறுவப்பட்டது?’ என்று. அதற்கு அவர் பொதுவாக அந்த மக்களைப் பற்றியும் அவர்களுடைய இயக்கம், குடியேற்றம், நெடுங்காலத்திற்கு முன்பு நடந்த நிகழ்வுகள், புராணக் கதைகளைப் பற்றியெல்லாம் சொன்னவர், குறிப்பாக, டிராய் யாரால் நிறுவப்பட்டது, யாருடைய முயற்சியால் நிறுவப்பட்டது என்பதை மட்டும் சொல்ல

வில்லை; அந்தக் கேள்வி ஏனோ அவருக்கு முக்கியமில்லாத ஒன்றாகப் பட்டது. ஆனால், இந்தக் கேள்விக்கான பதில் தர்தனேலவுக்குத் தெரியவில்லை என்பது மாணவர்களுக்குத் தெளிவாகத் தெரிந்தது, கோல்யா தன் தந்தையின் புத்தக அலமாரியில் இருந்த ஸ்மர்க்தோவ் எழுதிய டிராய் பற்றிய புத்தகத்தைப் படித்து யார் அதை நிறுவினார்கள் என்பதைத் தெரிந்துவைத்திருந்தான். டிராய் நகரத்தை யார் நிறுவினார்கள் என்பதைத் தெரிந்துகொள்ளச் சிறுவர்களுக்கு ஆர்வமாக இருந்தது. ஆனால் கோல்யாவோ பதிலைச் சொல்லாமல் அமைதியாக இருந்தான்; இப்படி அவனுடைய படிப்பறிவின் சிறப்பு வலுவானதாக, குறிப்பிடத்தக்க ஒன்றாக இருந்தது.

ரயில் நிலையச் சம்பவத்திற்குப் பிறகு கோல்யா தாயுடன் கொண்டிருந்த உறவில் சிறு மாற்றம் ஏற்பட்டது. தன் மகன் செய்த இந்தக் காரியத்தை அறிந்த அன்னா ஃபியோதரவ்னா (கிரசோத்கினின் விதவை) பயத்தில் பைத்தியம் பிடித்தவளைப் போலாகிவிட்டாள். இதனால் பயங்கரமாக வலிப்புநோய் கண்டு பல நாள் அவதிப்பட்ட அவளைப் பார்த்துப் பயந்துபோன கோல்யா, இனிமேல் தான் இப்படிக் குறும்புகளைச் செய்வதில்லை என்று அவளுக்கு வாக்கு கொடுத்தான். கிரசோத்கினா வேண்டிக்கொண்டதன் பேரில் கடவுள் உருவச்சிலை முன்பும் அவனுடைய தந்தையின் படத்திற்கு முன்பும் மண்டியிட்டு வணங்கி, 'உணர்ச்சிவசப்பட்டு' 'தைரியமான' கோல்யாவே ஆறு வயது சிறுவனைப் போலத் தேம்பி அழ, தாயும் மகனும் ஒருவரையொருவர் கட்டியணைத்துக்கொண்டு ஒருநாள் முழுவதும் மனம் வெடித்தழுதார்கள். அடுத்த நாள் கோல்யா 'எந்தவித உணர்வையும் வெளிப்படுத்தாமல்' இன்னும் மௌனமாக, அடக்க ஒடுக்கமாக, கடுமையான சிந்தனைக்கு ஆட்பட்டவனாக இருந்தான். ஆம், ஒன்றரை மாதத்திற்குப் பிறகு மீண்டும் அவன் குறும்பு செய்து, அதன் மூலம் அவனுடைய பெயர் நம்முடைய நீதிபதியின் காதுகளை எட்ட, அவன் செய்த மற்றொரு குறும்புத்தனமானது, முட்டாள்தனமான, கேலிக்குரிய ஒன்றாக இருந்தது; ஆம், அதை அவன் செய்யாமல், அது செய்யப்படுவதற்கான காரண கர்த்தாவாக மட்டுமே அவன் இருந்தான். அதைப் பற்றி நாம் பிறகு பார்ப்போம். இதையறிந்த தாய் வருத்தப்பட்டு பதற்றப்பட்டாள்; அப்படி அவள் பதற்றப்படுவதைப் பார்க்கப் பார்க்க தர்தனேலவுக்கு மிக அதிகமாக நம்பிக்கை பிறந்தது. அவருடைய அந்த நம்பிக்கையையும் அவனுக்காக உணர்ச்சிவசப்படும் அவருடைய நிலைமையையும் புரிந்து கொண்ட அவன், தனக்காக இப்படி அவர் 'உணர்ச்சிவசப்படுவதைப்' பார்த்து, அதன் காரணமாகவே அவன் அவரை வெறுத்தான் என்பதையும் குறிப்பிட வேண்டும்; அந்த வெறுப்பை மறைக்காமல் அவன் தன்னுடைய தாயிடம், தர்தனேலவின் நோக்கம் என்ன என்பதை அவன் புரிந்து கொண்டான் என்று பண்பு நயமில்லாமலும் சொன்னான். ஆனால், ரயில்நிலையச் சம்பவத்திற்குப் பிறகு அவன் தன்னுடைய கருத்தை மாற்றிக்கொண்டான்: சாடையாகப் பேசுவதை நிறுத்திக்கொண்ட அவன், தர்தனேலவைப் பற்றி மிக மரியாதையாகப் பேசியபோது, கூர்உணர்வுள்ள அன்னா ஃபியோதரவ்னா அளவிட முடியாத நன்றிப் பெருக்குடன் மனமார அவனைப் பாராட்டினாள்; ஆனால், வீட்டிற்கு

வரும் விருந்தாளிகள் யாராவது தர்தனேலவின் பெயரைச் சொன்னால், அதுவும் கோல்யாவின் முன்பாகச் சொன்னால், வெட்கத்தில் ரோஜா பூப்போல அவள் சிவந்துபோனாள்; ஆனால், அப்படிப்பட்ட சமயங்களில் கோல்யா கோபப்பட்டு, ஜன்னல் வழியாகப் பார்க்கவோ காலணியி லிருக்கும் துளைகளைப் பார்க்கவோ பரட்டை சொறிநாய் பெரிஸ்வோ வைப் பார்த்துக் கத்தவோ செய்தான்; அந்த நாயை ஒரு மாதத்திற்கு முன்புதான் அவன் எங்கிருந்தோ எடுத்து வந்திருக்க, அதைத் தன்னுடைய நண்பர்கள் யாரிடமும் காட்டாமல், ஏனோ ரகசியமாக வீட்டிற்குள்ளேயே வைத்து வளர்த்து வந்தான். அந்த நாயைப் பழக்கப்படுத்தி பயமுறுத்தி, பலவித சேஷ்டைகளையும் தந்திரங்களையும் அதற்குச் சொல்லிக் கொடுத்தவன், அவன் பள்ளிக்குச் செல்லும்போது அது அலறி ஊளை யிட்டுக் கத்த, பள்ளியிலிருந்து அவன் வந்ததும் அவனைப் பார்த்த சந்தோஷத்தில் அது பைத்தியம் பிடித்தது போலத் தரையில் உருண்டு புரண்டு செத்தது போல நடித்து, அவன் சொல்லித்தந்த பல தந்திரங்களை யும் சேஷ்டைகளையும் ஆர்வமிகுதியால், நன்றியறிதலால் தானாகவே அவன் கேட்காமலேயே செய்யும் அளவுக்கு அதை அவன் பழக்கப் படுத்தியிருந்தான்.

தற்செயலாக, குறிப்பிட மறந்துவிட்டேன், இந்த கோல்யா கிரசோத்கின் தான், ஏற்கெனவே வாசகர்கள் அறிந்த சிறுவன் இல்யூஷாவை, அவனுடைய தந்தையை 'நார் தாடிக்காரன்' என்று பழித்துரைத்து, கோபத்தில், ஓய்வு பெற்ற படைத்தளபதி ஸ்நெகிரேவுடைய மகனைச் சின்னக் கத்தியால் வயிற்றில் குத்தியவன்.

## 2

## குறும்புச் சிறார்கள்

இப்படியாக, உறைபனிக் காலத்தின் குளிரான, ஈரஞ்செறிந்த நவம்பர் மாதத்தின் போது கோல்யா கிரசோத்கின் வீட்டில் இருந்தான். அன்று ஞாயிற்றுக்கிழமையாக இருந்ததால் பள்ளிக்கூடம் விடுமுறையாக இருந்தது. ஏற்கெனவே காலை பதினொரு மணி ஆகியிருக்க, 'மிக முக்கியமான வேலையின்' பொருட்டு கோல்யாவைத் தனியாக வீட்டில் விட்டுவிட்டுப் பெரியவர்கள் எல்லோரும் வெளியே போயிருந்தார்கள். திருமதி கிரசோத்கினின் வீட்டு நடைபாதையைத் தாண்டி பக்கத்து குடியிருப்பில், இரண்டு அறைகள் கொண்ட ஒரு சிறிய வீட்டில் மருத்துவரின் மனைவியும் அவருடைய இரண்டு சிறிய குழந்தைகளும் வாடகைக்குக் குடியிருந்தார்கள். அப்படிக் குடியிருந்த மருத்துவரின் மனைவி, திருமதி கிரசோத்கினின் வயதை ஒத்தவள், அவளுடைய மிகச்சிறந்த தோழி; அவளுடைய கணவர் மருத்துவர். ஒரு வருடத்திற்கு முன்பு ஓரன்பூர்க் நகரத்திற்குச் சென்றவர், பிறகு தாஷ்கண்டுக்குச் சென்று, கடைசி ஆறு மாத காலமாக அவரிடமிருந்து எந்தச் செய்தியும் இல்லாமல் திருமதி கிரசோத்கினின் சிநேகிதம் மட்டுமே, கைவிடப்பட்ட,

மனவேதனையுடன் இருக்கும் அந்தப் பெண்ணுக்கு ஆறுதலாக இருந்தது. தன்னுடைய கதையைப் பற்றிச் சொன்னவள், கரைபுரண்ட வெள்ளம் போலக் கண்ணீர் விட்டு அழுதாள். இந்தச் சோகத்திற்குச் சோகம் சேர்க்கும் விதமாக, அதே அந்தச் சனிக்கிழமை இரவு, அவளிடம் வேலைபார்த்த பெண்மணி கத்தரீனா, எதிர்பாராத விதமாக ஞாயிற்றுக் கிழமை காலை குழந்தை பெறப்போவதாகச் சொன்னாள். முன்னதாக இது யாருக்கும் தெரியாமலும், யாராலும் கவனிக்கப்படாமலும் இருந்தது ஏறக்குறைய நம்ப முடியாத விஷயம்தான். இதைக்கேட்டு ஆச்சர்யப்பட்ட மருத்துவரின் மனைவி, நேரம் இருக்கும் போதே கத்தரீனாவை நம் ஊரில் இப்படிப்பட்ட விஷயங்களுக்காக நடத்தப்படும் நிறுவனத்திலுள்ள மருத்துவச்சியிடம் காட்டுவது என்று முடிவுசெய்தாள். தன்னுடைய வேலைக்காரி மீது மிகவும் மதிப்பு வைத்திருந்த அவள், தன்னுடைய எண்ணத்தை நிறைவேற்றும் பொருட்டு உடனே அவளை அங்கே கூட்டிக்கொண்டு போனவள், அவளுடன் அங்கேயே தங்கவும் செய்தாள். பிறகு காலை வேளையில் ஏனோ தோழி கிரசோத்கினாவுடைய உதவியும் பங்களிப்பும் தேவைப்பட, இப்படிப்பட்ட சமயங்களில் அவள் எதற்காகவாவது யாருடைய உதவியையாவது, செல்வாக்கை யாவது பயன்படுத்தலாம் என்றெண்ணினாள். எனவே வீட்டில் இரண்டு பெண்மணிகளுமே இல்லாமல் போக, திருமதி கிரசோத்கினாவின் வீட்டில் வேலை பார்க்கும் வயதான வேலைக்காரப் பெண்மணி அகஃபேயாவும் அங்காடிக்குப் போய்விட, தனியாக வீட்டிலிருக்கும் மருத்துவரின் மனைவியின் பையனையும் பெண்ணையும் கோல்யா கவனித்துக்கொள்ள வேண்டி இருந்தது. வீட்டைப் பார்த்துக்கொள்வதில் கோல்யாவுக்கு எந்தவிதப் பயமும் இல்லாமல் பெரிஸ்வோன் கூடவே இருந்தது; வரவேற்பறையிலிருக்கும் பெஞ்சுக்குக் கீழே ‘அசையாமல்’ படுத்திருக்குமாறு பெரிஸ்வோனுக்கு அவன் உத்தரவிட்டான்; அப்படியே படுத்திருந்த பெரிஸ்வோனும் கோல்யா ஒவ்வொரு முறையும் வரவேற்பறையைக் கடந்து சென்ற போதும் தன்னுடைய தலையைச் சிலுப்பிக்கொண்டு அவனிடம் பாராட்டைப் பெற வாலால் இரண்டு முறை தரையைத் தட்டியது; அந்தோ பரிதாபம், கோல்யாவிடமிருந்து எந்தவிதப் பதிலும் வரவில்லை. பரிதாபத்திற்குரிய அந்த நாய்மீது இரக்கமில்லாமல் கோல்யா இருக்க, அது அமைதியாக விறைத்துக் கொண்டு படுத்திருந்தது. அப்போது கோல்யாவை வேதனைப்படுத்தியது அந்தக் ‘குழந்தைகள்’ தாம். கத்தரீனாவின் எதிர்பாராத, தைரியமான, இந்தச் செயலை அவன் வெறுத்தாலும், தனியாக விடப்பட்ட குழந்தைகளுக்காகப் புத்தகம் ஒன்றை அவன் எடுத்து வந்திருந்தான். எட்டு வயதான மூத்த பெண் நாஸ்தியாவுக்குப் படிக்கத் தெரிந்திருந்ததால், அவள் படித்துக் காட்டுவதை ஏழு வயதான இளையவன் கோஸ்ச்சியா ஆவலுடன் கேட்டுக்கொண்டிருந்தான். அவர்களுடன் கோல்யா சுவாரஸ்யமான விளையாட்டுகளை, அதாவது, படைவீரன் விளையாட்டையோ கண்ணாமூச்சி விளையாட்டையோ அவன் விளையாடியிருக்க முடியும். முன்பு அவன் பலமுறை இப்படி அவர்களுடன் விளையாடவும் செய்திருக்கிறான்; அப்படி அவன் விளையாடியது அவனுடைய வகுப்பு முழுவதும் தெரிய வந்து,

கிரசோத்கின் சின்னப்பையனைப் போலச் சிறுவயதுக் குழந்தைகளுடன் குதிரையாட்டம் ஆடுகிறான் என்ற குற்றச்சாட்டையும் கிண்டலையும் பெருமையாகவே அவன் ஏற்றுக்கொள்ளவும் செய்தான்; 'நம்முடைய இந்தக் காலத்தில்' பதின்மூன்று வயது பையன்களுடன் இப்படிக் குதிரை விளையாட்டு விளையாடுவது உண்மையாகவே கேவலமான ஒன்று தான் என்றாலும், அதை அவன் அந்தக் 'குழந்தைகளுக்காக', அவர்கள் மீதிருந்த அன்பின் காரணமாகச் செய்தான் என்பதைச் சொல்லவே தேவையில்லை. அதனால்தான் அந்தக் 'குழந்தைகள்' அவனை மிகவும் நேசித்தார்கள். ஆனால், இப்போது அப்படி விளையாடும் மனநிலையில் அவன் இல்லாமல் இருந்தான். மிக முக்கியமான வேலை ஒன்று அவனுக்காகக் காத்திருந்தது; அது ஏதோ ரகசியமான ஒன்றாக இருந்தது; இப்படியாக அவனுக்கு நேரம் ஆகிக்கொண்டே இருக்க, குழந்தைகளைப் பார்த்துக்கொள்ள வேண்டிய அகஃபேயா அங்காடியிலிருந்து இன்னும் திரும்புவதற்கு மனமில்லாமல் பொருட்களை வாங்கிக் கொண்டிருந்தாள். மருத்துவரின் மனைவியின் வீட்டில் இருந்த 'குழந்தைகளை' ஆர்வத்துடன் பலமுறை எட்டிப்பார்த்த கோல்யா, அவனுடைய அறிவுரைப்படி அவர்கள் புத்தகத்தைப் படித்துக் கொண்டிருக்க, ஒவ்வொரு முறை அவன் கதவைத் திறந்து எட்டிப் பார்த்தபோதும், அவனைப் பார்த்து அவர்கள் சிரித்துக்கொண்டே, ஆச்சர்யப்படுத்தக்கூடிய, வியப்பான ஏதோ ஒன்றை அவன் செய்ய மாட்டானா என்று எதிர்பார்த்துக் காத்திருந்தார்கள். ஆனால், மனக் கலக்கத்துடன் இருந்த கோல்யாவால் அப்போது எதையும் செய்ய முடியாமலிருந்தது. இறுதியாக, மணி பதினொன்று ஆனபோது உறுதியாக அவன் முடிவெடுத்தான், இன்னும் பத்து நிமிடத்தில் 'நாசமாய்ப் போன' அந்த அகஃபேயா வீட்டிற்கு வரவில்லையென்றால், அவளுக்காகக் காத்திருக்காமல், 'குழந்தைகளிடம்' அனுமதி பெற்றுக்கொண்டு, அவர்கள் சண்டை போடாமல், பயப்படாமல், குறும்பு செய்யாமல், பயத்தில் அழாமல் வீட்டில் இருக்க வேண்டுமென்று சொல்லிவிட்டுப் போய் விடுவது என்று. அதனால் உரோமத்தாலான கழுத்துப் பட்டையுடன் கூடிய பஞ்சடைக்கப்பட்ட தன்னுடைய குளிர்கால மேல் அங்கியை அணிந்துகொண்டு, தோளில் ஒரு பையை மாட்டிக்கொண்டு, 'இந்தக் குளிரில்' இப்படி ஆடை அணிந்து போக வேண்டாமென்று பலமுறை அவனுடைய தாய் அவனைக் கெஞ்சிக் கேட்டுக்கொண்டிருந்த போதிலும், அதைப் பொருட்படுத்தாமல், ரப்பர் மிதியடியையே அணிந்துகொண்டு, வெறுப்புடன் அதையே பார்த்தபடி, வரவேற்பறையைக் கடந்து வெளியே போனான் கோல்யா. வெளியே போகத் தயாரானவனைப் பார்த்த பெரிஸ்வோன் உடனே வேகமாகத் தன்னுடைய வாலைத் தரையில் அடித்து, உடம்பு நடுங்க, வருத்தத்துடன் குறைக்க, இப்படிப் பதறும் நாயை ஒரு நிமிடம் பெஞ்சுக்கடியில் கட்டுப்பாட்டுடன் வைத்திருந்தவன், நடைபாதையிலிருந்த கதவைத் திறந்து, திடீரென்று விசிலடித்தான். உடனே அது பைத்தியம் பிடித்தது போல மிக வேகமாக ஓடி வந்து துள்ளிக் குதித்து அவன் முன்னே நின்றது. நடைபாதையைக் கடந்துவந்த கோல்யா, 'குழந்தைகள்' இருக்கும் அறைக் கதவைத் திறந்து பார்த்தான். அவர்கள் முன்பு போலவே மேஜைக்கருகில்

அமர்ந்து புத்தகத்தைப் படிக்காமல் எதைப் பற்றியோ காரசாரமாகப் பேசிக்கொண்டிருந்தார்கள். வாழ்வின் பரபரப்பான, அன்றாடப் பிரச்சினைகள் பலவற்றைப் பற்றியும் இவர்கள் அடிக்கடி விவாதித்துக் கொள்வார்கள்; அதில் மூத்தவள் நாஸ்தியாதான் எப்போதும் விவாதத்தில் விஞ்சி நிற்பாள்; அவளுடன் கோஸ்ச்சியாவால் ஒத்துப்போக முடியாத தருணங்களில் எப்போதும் அவர்கள் கோல்யா கிரசோத்கினிடம் தான் வந்து முறையிடுவார்கள்; அவன் சொல்வதை அவர்கள் இருவரும் முழுமனத்துடன் ஏற்றுக்கொள்வார்கள். இந்த முறை 'குழந்தைகள்' போடும் சண்டையைக் கொஞ்சம் ஆவலுடன் கிரசோத்கின் கதவருகே நின்று வேடிக்கை பார்த்தான். அதைப் பார்த்த குழந்தைகள் இன்னும் உற்சாகத்துடன் தங்களுடைய விவாதத்தைத் தொடர்ந்தார்கள்.

'எப்போதுமே, எப்போதுமே இதை நான் நம்ப மாட்டேன்,' என்று கோபமாக முணுமுணுத்த நாஸ்தியா, 'முட்டைக்கோஸ் வரப்புப் பகுதியிலிருந்து மருத்துவச்சிகள் குழந்தைகளைக் கண்டெடுக்கிறார்க ளென்பதை நான் நம்பவேமாட்டேன். இப்போது குளிர்காலம், அதனால் முட்டைக்கோஸ் வரப்புகளெல்லாம் கிடையாது; எனவே அந்தப் பாட்டி கத்தரீனாவுக்கு ஒரு பெண் குழந்தையைக் கொண்டு வந்து தந்திருக்கவும் முடியாது' என்றாள்.

'ஃபூ!' என்று தனக்குள் விசிலடித்துக்கொண்டான் கோல்யா.

'இல்லாவிட்டால், இப்படி இருக்கலாம்: எங்கிருந்தாவது அவர்கள் குழந்தையை எடுத்துக் கொண்டுவந்து தந்திருக்கலாம்; ஆனால், கல்யாணம் ஆனவர்களுக்கு மட்டும்தான் குழந்தை பிறக்கும்.'

கோஸ்ச்சியா நாஸ்தியாவை உற்றுப் பார்த்தான்; ஆழ்ந்து யோசித்த படி அவள் சொன்னதை அவன் கவனமாகக் கேட்டான்.

'நாஸ்தியா, எப்படிப்பட்ட முட்டாள் நீ' என்று அமைதியாக, ஆழமாகச் சொன்னவன், இறுதியாக 'கத்தரீனாவுக்கு எப்படிக் குழந்தை இருக்க முடியும், அவள்தான் கல்யாணம் ஆகாதவள் ஆயிற்றே?" என்றான்.

இதைக் கேட்டு நாஸ்தியா பயங்கரமாகக் கோபப்பட்டாள். 'உனக்கு ஒன்றுமே புரியாது' என்று எரிச்சலுடன் சொன்னவள், 'ஒருவேளை அவளுக்குக் கணவன் இருந்திருக்கலாம், அவன் சிறையில் இருக்கலாம், அதனால்தான் அவளுக்குக் குழந்தை பிறந்திருக்கிறது' என்றாள்.

'அப்படியா, அவளுடைய கணவன் சிறையிலிருக்கிறானா?' என்று வருத்தத்துடன் கேட்டபடி அவள் சொன்னதை ஏற்றுக்கொண்டான் கோஸ்ச்சியா.

'இல்லை, இப்படியிருக்கலாம்' என்று திடீரென்று உணர்ச்சிப் பெருக்கில், முதலில் சொன்னதை முற்றிலுமாக மறந்துவிட்டு, 'அவளுக்குக் கணவன் இல்லை என்று நீ சொல்வது சரிதான், ஆனால், கல்யாணம் செய்துகொள்ள அவள் விருப்பப்பட்டிருக்கலாம்; எனவே அதைப் பற்றி அவள் யோசித்திருக்கிறாள் எப்படிக் கல்யாணம் செய்துகொள்வது என்று; அப்படி யோசித்தவள், யோசித்து, யோசித்துக் கடைசியாக அவளுக்குக் கணவன் கிடைக்காமல் குழந்தை கிடைத்துவிட்டது' என்றாள்.

‘ஓ, அப்படியா’ என்று முழுவதுமாக வென்றடக்கப்பட்ட கோஸ்ச்சியா, ‘இதை ஏன் நீ எனக்கு முன்பே சொல்லவில்லை, இதெல்லாம் எனக்கு எப்படித் தெரியும்’ என்று அவள் சொன்னதை அப்படியே அவன் ஏற்றுக்கொண்டான்.

‘ஹே, திருட்டுக் குழந்தைகளே’ என்றபடி அவர்களுடைய அறைக்குள் நுழைந்த கோல்யா, ‘ஆபத்தானவர்கள் நீங்களென்பது எனக்குத் தெரிகிறது!’ என்றான்.

‘பெரிஸ்வோன் உங்களுடனா இருக்கிறது?’ என்று அசட்டுச் சிரிப்பு சிரித்தபடி கேட்ட கோஸ்ச்சியா, விரல்களைச் சொடக்கிக்கொண்டு பெரிஸ்வோனைக் கூப்பிட்டான்.

‘குழந்தைகளே, நான் ஒரு சிக்கலில் மாட்டிக்கொண்டிருக்கிறேன்’ என்று அழுத்தமான குரலில் ஆரம்பித்த கிரசோத்கின், ‘நீங்கள் எனக்கு ஒரு உதவி செய்ய வேண்டும்: அகஃபேயா காலை உடைத்துக் கொண்டாள் போல இருக்கிறது, அதுதான் அவளை இன்னும் காணவில்லை; கண்டிப்பாக அப்படித்தான் இருக்கும். ஆனால் இப்போது நான் வெளியே போக வேண்டும். நீங்கள் என்னை வெளியே போக அனுமதிப்பீர்களா?’ என்று கேட்டான்.

கவலையுடன் குழந்தைகள் ஒருவரை ஒருவர் பார்த்துக்கொண் டார்கள்; சிரித்துக்கொண்டிருந்த அவர்கள் முகத்தில் கவலை தெரிந்தது. அவர்களிடமிருந்து என்ன எதிர்பார்க்கப்படுகிறது என்பது அவர்களுக்குப் புரியவில்லை.

‘நான் போனபிறகு நீங்கள் குறும்பு செய்யமாட்டீர்கள்தானே? அலமாரியின் மீது ஏறி விழுந்து காலை உடைத்துக்கொள்ள மாட்டீர்கள் தானே? தனியாக இருப்பதால் பயத்தில் அழமாட்டீர்கள் தானே?’

குழந்தைகளின் முகத்தில் கவலை குடிகொண்டது.

‘அப்படி நீங்கள் நல்ல பிள்ளைகளாக இருந்தீர்களென்றால் உங்களுக்கு நான் ஒன்றைக் காட்டுவேன்; வெடிமருந்து போட்டு வெடிக்கக்கூடிய செம்பாலான உண்மையான, சின்ன, பீரங்கி ஒன்றைக் காட்டுவேன்.’

இதைக் கேட்டதும் குழந்தைகளின் முகம் உடனே மலர்ந்தது.

‘அந்தப் பீரங்கியை எங்களுக்குக் காட்டுங்கள்’ என்று முகம் மலரக் கேட்டான் கோஸ்ச்சியா.

கிரசோத்கின் தன்னுடைய பையிலிருந்து செம்பாலான சிறியதொரு பீரங்கியை எடுத்து மேஜைமீது வைத்தான்.

‘ஆ – ஆ, காட்டுங்கள்! பார், சக்கரங்கள்கூட இருக்கின்றன,’ என்றபடி அந்தச் சின்ன விளையாட்டுப் பொம்மையை மேஜையின் மீது உருட்டிப் பார்த்த அவன், ‘இதை வைத்துச் சுடமுடியுமா; இதில் வெடிமருந்தை நிரப்பிச் சுடமுடியுமா?’ என்றான்.

‘இது யாரையாவது கொல்லுமா?’

'ஒழுங்காகக் குறிவைத்துச் சுட்டால், இது யாரை வேண்டுமானாலும் கொல்லும்' என்று சொன்ன கிரசோத்கின், அதில் வெடிமருந்தை எங்கே நிரப்ப வேண்டும், இரவைக் குண்டுகளை எங்கே வைக்க வேண்டும், வெடிமருந்து எந்தத் துவாரத்தில் நிரப்பப்பட வேண்டும் அப்படியே அதை எப்படிப் பின்னுக்குத் தள்ள வேண்டுமென்று எல்லா விஷயங்களையும் சொன்னான். குழந்தைகள் மிக ஆவலுடன் கேட்டார்கள்.

'உங்களிடம் வெடிமருந்து இருக்கிறதா?' என்று நாஸ்தியா கேட்டாள்.

'ஆமாம் இருக்கிறது.'

'எங்கே அதைக் காட்டுங்கள்' என்று புன்சிரிப்புடன் கோல்யாவை அவன் கெஞ்சிக் கேட்டான்.

கிரசோத்கின் மீண்டும் தன்னுடைய பையிலிருந்து வெடி மருந்து இருக்கும் பாட்டிலையும் ரவைக் குண்டுகள் பொதியப்பட்ட தாளையும் எடுத்துக் காட்டினான். பாட்டிலிலிருந்த தக்கையை நீக்கிக் கொஞ்சம் வெடி மருந்தை எடுத்துத் தன் கையில் கொட்டினான்.

'நெருப்பில்லாத இடத்தில் இதை மிகக் கவனமாகக் கையாள வேண்டும், இல்லாவிட்டால் இது வெடித்து நம்மையும் சாகடித்துவிடும்' என்று உணர்ச்சியைத் தூண்டும் விதத்தில் எச்சரித்தான் கிரசோத்கின்.

அந்த வெடிமருந்தை மிகுந்த ஆச்சர்யத்துடன், அதிக கவனத்துடன் பார்த்தார்கள் குழந்தைகள். ஆனால் கோஸ்ச்சியாவுக்குத் துப்பாக்கிக் குண்டுகள்தாம் மிக அதிகமாகப் பிடித்திருந்தன.

'ஆனால் இந்தக் குண்டு பற்றி எரியாதல்லவா?' என்று கேட்டான் கோஸ்ச்சியா.

'இல்லை இந்தக் குண்டு எரியாது.'

'எனக்கு இந்தக் குண்டுகளைக் கொஞ்சம் கொடுங்களேன்' என்று கெஞ்சும் குரலில் கேட்டான் அவன்.

'இதோ கொஞ்சம் குண்டுகளை எடுத்துக்கொள், ஆனால் நான் வருவதற்குள் உங்கள் அம்மா வந்துவிட்டால், இதை அவளிடம் நீங்கள் காட்டிவிடாதீர்கள், ஏனெனில் இதைத் துப்பாக்கி வெடிமருந்து என்று நினைத்துப் பயத்தில் அவள் செத்தே போய்விடுவாள், பிறகு உங்களை அவள் என்னிடம் அனுப்பவே மாட்டாள்.'

'அம்மா எப்போதுமே எங்களைத் தண்டிக்க மாட்டார்கள்' என்று உடனே சொன்னாள் நாஸ்தியா.

'அது எனக்கும் தெரியும், நான் சும்மா விளையாட்டுக்காகத்தான் சொன்னேன். நான் வரும் வரை, இந்த ஒருமுறையைத் தவிர, எப்போதுமே உங்களுடைய அம்மாவை நீங்கள் ஏமாற்றக் கூடாது; சரி, குழந்தைகளே, இப்போது நான் போகலாமா, வேண்டாமா? நான் போன பிறகு நீங்கள் பயத்தில் அழமாட்டீர்கள்தானே?'

தஸ்தயேவ்ஸ்கி

‘அழு–வோ–ம்’ என்று ஏற்கனவே அழுவதற்குத் தயாராக இருந்த கோஸ்ச்சியா இழுத்தபடி சொன்னான்.

‘ஆமாம், நாங்கள் கண்டிப்பாக அழுவோம்’ என்று பயத்தில் அவசரமாகச் சொன்னாள் நாஸ்தியா.

‘ஓ, குழந்தைகளே, குழந்தைகளே, என்ன ஒரு ஆபத்தான வயதில் நீங்கள் இருக்கிறீர்கள்![1] உங்களை ஒன்றும் செய்ய முடியாது, உங்களுடனேயே நான் உட்கார்ந்திருக்க வேண்டியது தான், ஆனால் எவ்வளவு நேரம் என்றுதான் எனக்குத் தெரியவில்லை. ஓ, நேரமோ பறந்துகொண்டிருக்கிறது!’

‘எங்கே, பெரிஸ்வோனைச் செத்துப்போன மாதிரி நடிக்கச் சொல்லுங்கள்’ என்று கேட்டான் கோஸ்ச்சியா.

‘ஆமாம், இனிமேல் ஒன்றுமே செய்ய முடியாது என்பதால் பெரிஸ்வோனைச் சில தந்திரங்கள் செய்யச் சொல்வோம். வா இங்கே, பெரிஸ்வோன்!’ என்றழைத்த கோல்யா அதற்குக் கட்டளைகளை இட, அது தனக்குத் தெரிந்த எல்லா சேட்டைகளையும் முறையாகச் செய்து காட்டியது. முடி அடர்ந்திருந்த அந்த நாய், உருவ அளவில் நடுத்தரமாக, ஒருவிதச் சாம்பல் – செங்கரு நீல முடியைக் கொண்டதாக இருந்தது. அதனுடைய வலது கண் கோணலாகவும் இடது காது ஏனோ சற்றுக் கிழிந்தும் இருந்தது. அது குரைத்துக்கொண்டு, எழும்பிக் குதித்து, அவன் சொல்வதையெல்லாம் செய்தபடி, பின்னங்கால்களால் நடந்துகொண்டு, நான்கு கால்களையும் மேலே தூக்கி முதுகு கீழே இருக்குமாறு அசையாமல் தரையில் செத்தது போலப் படுத்துக் கிடந்தது. இப்படித் தன்னுடைய கடைசிச் சேட்டையை அது செய்த போது, கதவைத் திறந்துகொண்டு கிரஸோத்கினின் வேலைக்காரப் பெண்மணி அகஃபேயா உள்ளே நுழைந்தாள்; அவள் சற்றுப் பருமனான உடல்வாகுடன், அம்மைத் தழும்புகள் கொண்ட முகத்துடன், நாற்பது வயது மதிக்கத்தக்கவளாக, அங்காடியில் இருந்து வாங்கிவந்த பொருட்களைச் சுமந்துகொண்டு கதவருகே வந்து நின்றாள். இடது கையில் பையைச் சுமந்தபடி அவள் நாயைப் பார்த்தாள். அவளுடைய வருகைக்காக மிக ஆவலுடன் காத்துக்கொண்டிருந்த கோல்யா, பெரிஸ்வோனின் சேட்டையை உடனே தடுத்து நிறுத்தாமல், சிறிது நேரம் இறந்தது போலவே கிடக்கட்டுமென்று விட்டுவிட்டு, இறுதியாக பெரிஸ்வோனைப் பார்த்து விசிலடித்தான். துள்ளி எழுந்த நாய், தன்னுடைய கடமையைச் செய்து முடித்த சந்தோஷத்தில் எட்டிக் குதித்தது.

‘என்ன, நாயா!’ என்று சுருக்கமாகக் கேட்டாள் அகஃபேயா.

‘பெண்ணே, நீ ஏன் இவ்வளவு தாமதமாக வந்தாய்?’ என்று கடுமையாகக் கேட்டான் கிரஸோத்கின்.

‘ஆமாம் நான் பெண்தான், குறும்புக்காரப் பையனே!’

‘என்ன, நான் குறும்புக்காரனா?’

‘ஆமாம், நீ குறும்புக்காரன்தான். நான் தாமதமாக வந்தால் உனக்கென்ன, அதற்கு எனக்குக் காரணம் இருக்கிறது’ என்று முணு

முணுத்த அகஃபேயா, சுறுசுறுப்பாக அடுப்புப் பக்கம் போனவள், கொஞ்சம்கூடக் கோபமோ அதிருப்தியோ அடையாமல், சின்ன முதலாளியின் வேடிக்கையான பேச்சை ரசித்தாள்.

‘கேள், துடுக்குக் கிழவியே’ என்று ஆரம்பித்த கிரஸோத்கின், தான் அமர்ந்திருந்த சோபாவிலிருந்து எழுந்து, ‘நான் இல்லாத சமயத்தில் இந்தக் குழந்தைகளை நீ பார்த்துக்கொள்வாயென்று உலகத்திலுள்ள எல்லாக் கடவுள்களின் மீதும் அதற்கு மேலான சக்திகளின் மீதும் சத்தியம் செய்து கொடுப்பாயா? நான் போய் வருகிறேன்’ என்றான்.

‘எதற்காக நான் உனக்குச் சத்தியம் செய்ய வேண்டும்?’ என்று சிரித்துக்கொண்டே சொன்ன அகஃபேயா ‘எப்படியும் அவர்களை நான் பார்த்துக் கொள்ளத்தான் போகிறேன்’ என்றாள்.

‘இல்லை, இப்போதே உன்னுடைய மனசாட்சியின் பேரில் நீ சத்தியம் செய்து கொடுத்தால் தான் இங்கிருந்து நான் போவேன். இல்லாவிட்டால் நான் போகமாட்டேன்.’

‘சரி அப்படியானால் போகாதே. எனக்கென்ன அதைப் பற்றி, வெளியே பயங்கரமாகக் குளிரடிக்கிறது. வீட்டிலேயே நீ உட்கார்ந்திரு.’

‘குழந்தைகளே’ என்று சொன்ன கோல்யா, ‘இந்தப் பெண் நான் வரும்வரை அல்லது உங்களுடைய அம்மா வரும்வரை உங்களைப் பார்த்துக்கொள்வாள். அதுமட்டுமல்ல உங்களுக்கு உணவும் கொடுப்பாள். அவர்களுக்கு ஏதாவது சாப்பிடக் கொடுப்பாய்தானே, அகஃபேயா?’

‘ஆமாம், சாப்பிடக் கொடுப்பேன்.’

‘போய் வருகிறேன், என்னுடைய சிறுவர்களே, மன அமைதியுடன் போய் வருகிறேன். ஏய் கிழவியே’ என்று அவளைக் கடந்து போனபோது பாதிக் குரலில் கடுமையாகச் சொன்ன கோல்யா, ‘கத்தரீனாவைப் பற்றி வழக்கமான உன்னுடைய முட்டாள்தனமான பாட்டி கதைகளை அவர்களிடம் நீ சொல்லமாட்டாயென்று நினைக்கிறேன்; அவர்களுடைய வயதைப் பார்த்தாவது இரக்கப்படு. வா, பெரிஸ்வோன்!’ என்றான்.

‘ஓ, கடவுளே, நீ போய்வா’ என்று கோபமாக இந்த முறை பதிலளித்தாள் அகஃபேயா. ‘குறும்புக்காரன்! இப்படிப் பேசுவதற்கு உன்னை நையப்புடைக்க வேண்டும்.’

## 3

## பள்ளிச் சிறுவன்

ஆனால், கோல்யா அவள் சொன்ன எதையும் காதில் போட்டுக் கொள்ளவில்லை. இறுதியாக அவன் வீட்டைவிட்டு வெளியே வந்தான். வீட்டைத் தாண்டி வெளியே வந்தவன், சுற்றும்முற்றும் பார்த்துவிட்டு,

‘குளிரடிக்கிறது!’ என்றவன், தோள்களைக் குறுக்கிக்கொண்டு, நேராக நடந்து பக்கத்துத் தெருவில் நுழைந்தான். அந்தச் சதுக்கத்தின் கடைசி வீட்டை இன்னும் அடையாத நிலையில், தன்னுடைய சட்டைப் பையிலிருந்த விசிலை எடுத்து மிகச் சத்தமாக ஊதி அவன் சமிக்ஞை கொடுத்தான். ஒரு நிமிடம்கூட ஆகி இருக்காது, உடனே கதவைத் திறந்துகொண்டு பதினோரு வயது நிரம்பிய, சிவப்பு நிறக் கன்னங்களைக் கொண்ட சிறுவன் ஒருவன், குளிருக்கு அடக்கமாக வெதுவெதுப்பான, நேர்த்தியானதொரு மேல் அங்கியை அணிந்துகொண்டு வெளியே வந்தான். அவன்தான் ஸ்மூரவ், பணம் படைத்த அரசு அதிகாரியின் மகன்; ஆரம்பப்பள்ளியில் படிக்கும் சிறுவன். (அவனைவிட கோல்யா இரண்டு வகுப்புகள் மேலே படிக்கிறான்); பிரபலமான கிரசோத்கினின் குறும்புச் சேட்டைகளால் அவனுடன் பழகக் கூடாது என்று ஸ்முரோவின் பெற்றோர்கள் அவனைக் கண்டித்து வைத்ததில், திருட்டுத்தனமாக அவன் வெளியே வந்தானென்பது தெளிவாகத் தெரிந்தது. வாசகர்கள் மறந்திருக்காவிட்டால், இந்த ஸ்முரோவ் தான், இரண்டு மாதங்களுக்கு முன்பு சாக்கடையின் மறுபக்கத்திலிருந்து இல்யூஷாவின் மீது கல்லெறிந்த சிறுவர்களில் ஒருவன்; அதைப் பற்றி அல்யோஷா கரமாஸவிடம் பேசிய சிறுவனும் இவன்தான்.

‘உங்களுக்காக ஒரு மணி நேரமாகக் காத்திருக்கிறேன், கிரசோத்கின்’ என்று அழுத்தமாகச் சொன்ன ஸ்மூரவ், சதுக்கத்தை நோக்கி அவனுடன் நடந்தான்.

‘தாமதமாகிவிட்டது’ என்று பதிலளித்தான் கிரசோத்கின். ‘சூழ்நிலை அப்படியிருந்தது. என்னுடன் நீ வந்தால், வீட்டில் உன்னை அடிக்க மாட்டார்களா?’

‘என்ன கற்பனை! என்னை அடிப்பார்களா என்ன? பெரிஸ்வோனும் உங்களுடன் வருகிறதா?’

‘ஆம், பெரிஸ்வோனும்!’

‘அதையும் கூட்டிக்கொண்டா வருகிறீர்கள்?’

‘ஆம், அதையும்தான் அங்கே கூட்டிக்கொண்டு வருகிறேன்.’

‘ஓ, இது ஷுச்காவைப் போலவே இருக்கிறது!’

‘இது ஷுச்கா இல்லை. ஷுச்கா உயிரோடு இல்லை. ஷுச்கா எங்கே இருக்கிறது என்றே தெரியவில்லை.’

‘ஓ, இப்படிச் செய்தால் என்ன’ என்று திடீரென்று இடைமறித்துச் சொன்ன ஸ்மூரவ், ‘இல்யூஷா சொன்னானே, ஷுச்கா கூட பெரிஸ்வோனைப் போலவே முடியடர்ந்து, மங்கலான, சாம்பல் நிறத்திலிருக்கும் நாய் என்று; அவனிடம் நாம் சொல்லக் கூடாதா, பெரிஸ்வோன் தான் இந்த ஷுச்கா என்று; ஒருவேளை அவன் அதை நம்பினாலும் நம்பலாம் இல்லையா?’ என்றான்.

‘பள்ளிச் சிறுவனே, பொய் சொல்லாதே, இது முதலாவது; நல்லதுக்குக் கூடப் பொய் சொல்லாதே, இது இரண்டாவது; முக்கியமாக,

நான் வருவதைப் பற்றி அவனிடம் நீ ஒன்றும் சொல்லவில்லை என்று நினைக்கிறேன்.'

'ஓ, கடவுளே, இல்லை. எனக்கு நன்றாகப் புரிகிறது. ஆனால் பெரிஸ்வோனைக் காட்டி அவனை நீ அமைதிப்படுத்த மாட்டாயா' என்று வருத்தத்துடன் கேட்டான் ஸ்மூரவ். 'உனக்குத் தெரியுமா, அவனுடைய தந்தை, அந்தப் படைத்தளபதி, நார்த் தாடிக்காரன் உண்மையாகவே வேட்டை நாய் ஒன்றை, கறுப்பு மூக்குள்ள நாய்க்குட்டி ஒன்றை, அவனுக்காக வாங்கிக்கொண்டு வருவாரென்று சொன்னான்; அவர் அதைக் காட்டி இல்யூஷாவை அமைதிப்படுத்தலாம் என்று நினைக்கிறார். ஆனால் அது முடியுமா?'

'சரி, இல்யூஷா எப்படியிருக்கிறான்?'

'ஓ, மோசம், மோசம்! அவனுக்கு எலும்புருக்கி நோயென்று நான் நினைக்கிறேன். இப்போது அவன் நன்றாகத்தான் இருக்கிறான், ஆனால் அவன் மூச்சுவிடுவது தான் சரியில்லை, எப்படியோ மூச்சு விடுகிறான். அன்றொரு நாள் அவனைக் காலணியை அணிந்துகொண்டு நடக்கச் சொன்னார்கள்; அப்படிப் போட்டுக்கொண்டு நடந்தவன் கீழே விழுந்துவிட்டான். 'ஹா, நான்தான் சொன்னேனே அப்பா, இது நல்ல காலணி இல்லை, பழையதாகிவிட்டது என்று; அதைப் போட்டுக்கொண்டு என்னால் நடக்க முடியவில்லை' என்று சொன்னான் இல்யூஷா. அந்தக் காலணிகளைப் போட்டுக்கொண்டதால் தான் அவனால் நடக்க முடியவில்லை என்று அவன் நினைக்கிறான், ஆனால் அவன் மிகவும் மெலிந்து போய்விட்டான். ஒரு வாரம்கூட அவன் உயிரோடு இருக்க மாட்டான். கெர்ஷென்ஸ்தூபே அவனைப் பார்க்க வருகிறார். மீண்டும் அவர்கள் பணக்காரர்கள் ஆகிவிட்டார்கள், அவர்களிடம் நிறையப் பணம் இருக்கிறது.'

'கயவர்கள்.'

'யார் கயவர்கள்?'

'மருத்துவர்கள், பொதுவாக அந்த மருத்துவத் துறையில் வேலை செய்பவர்கள் எல்லோருமே பழிபாவங்களுக்கு அஞ்சாத கயவர்கள்; அந்த விதத்தில் தனிப்பட்ட மருத்துவர்களும் தான். மருத்துவத் துறையையே நான் வெறுக்கிறேன். அது ஒரு பயனற்ற துறை. சொல்லப்போனால், அதைப் பற்றி நான் ஆராய்ச்சி செய்யப் போகிறேன். சரி, ஏன் இப்படி அர்த்தமில்லாமல் உணர்ச்சிவசப்படுவது எல்லாம்? வகுப்பில் உள்ள எல்லோரும் அங்குப் போகிறீர்களா என்ன?'

'எல்லோரும் இல்லை, நாங்கள் ஒரு பத்துப் பேர் போகிறோம், தினமும், ஒவ்வொரு நாளும் அவனைப் பார்க்கப் போகிறோம். அது சரிதானே.'

'அலெக்ஸெய் கரமாஸவ் நடந்துகொள்ளும் விதம் எனக்கு ஆச்சர்யமாக இருக்கிறது: அவருடைய சகோதரன் நாளைக்கோ நாளை மறுநாளோ தான் செய்த மிகப்பெரிய குற்றத்திற்காக விசாரிக்கப்படப்

போகிறார்; இவரோ சிறுவர்களிடம் உணர்ச்சிவசப்பட்டுக்கொண்டு இவ்வளவு நேரம் பேசிக்கொண்டிருக்கிறார்!'

'ஓ, ஒரு உணர்ச்சிவசமும் இல்லை. நீயே இல்யூஷாவிடம் சமாதானமாகப் போகத்தானே போய்க்கொண்டிருக்கிறாய்.'

'சமாதானமா? தமாஷாக இருக்கிறது. என்னுடைய செயல்களைப் பற்றி விவாதிக்க யாரையும் நான் அனுமதிப்பதில்லை.'

'உன்னைப் பார்த்தால் இல்யூஷா எப்படிச் சந்தோஷப்படுவான் தெரியுமா! நீ வருவாயென்று அவன் எதிர்பார்த்திருக்கவே மாட்டான். நீ ஏன் இவ்வளவு நாளாக அவனைப் பார்க்க வரவில்லை?' என்று திடீரென்று கோபமாகக் கேட்டான் ஸ்மூரவ்.

'என் அருமைப் பையனே, அது என்னுடைய இஷ்டம், அதைப் பற்றிக் கேட்காதே. நானாகத்தான் விரும்பி அவனைப் பார்க்கப் போகிறேன்; அது என்னுடைய விருப்பம்; ஆனால் உங்கள் எல்லோரையும் அலெக்ஸெய் கரமாஸவ் தானே அங்கு இழுத்துக்கொண்டு போகிறான்; எனவே, இதில் வித்தியாசம் இருக்கிறது. அவனிடம் நான் சமாதானமாகக் கூடப் போகாமல் இருக்கலாம், அது எப்படி உனக்குத் தெரியும்? என்ன முட்டாள்தனமான கருத்து.'

'கரமாஸவ் இதற்குக் காரணமில்லை, இதற்குக் காரணம் அவனே இல்லை. நம்முடைய பையன்கள் சாதாரணமாக அங்குப் போக ஆரம்பித்தார்கள், சந்தேகத்திற்கு இடமின்றி, முதலில் கரமாஸவுடன் தான் போனார்கள். ஆனால் நீ சொல்வது போல அதில் எந்தவித முட்டாள்தனமும் இல்லை. முதலில் ஒருவன் போனான், பிறகு மற்றவர்கள் போக ஆரம்பித்தார்கள். அவனுடைய தந்தை எங்களைப் பார்த்து மிகவும் சந்தோஷப்பட்டார். உனக்கு ஒன்று தெரியுமா, ஒருவேளை இல்யூஷா இறந்துபோனால், அவருக்குப் பைத்தியமே பிடித்துவிடும். இல்யூஷா இறப்பதை அவர் பார்த்துக்கொண்டே இருக்கிறார். இல்யூஷா விடம் நாங்கள் சமாதானமாகப் போனதில் எங்களுக்கு எவ்வளவு சந்தோஷம் தெரியுமா; உன்னைப் பற்றி அவன் விசாரித்தான், அதற்கு மேல் அவன் எதுவும் கேட்கவில்லை. நீ எப்படி இருக்கிறாயென்று உன்னைப் பற்றிக் கேட்டுவிட்டு அவன் அமைதியாகிவிட்டான். அவனுக்கு ஏதாவது ஒன்று நடந்தால், அவனுடைய தந்தைக்குப் பைத்தியம் பிடித்துவிடும்; இல்லாவிட்டால், அவர் தூக்கு மாட்டிக்கொண்டு செத்துப்போவார். இதற்கு முன்பு கூட அவர் பைத்தியம் பிடித்தவர் போலத்தான் இருந்தார். தெரியுமா, அவர் மிகவும் நல்ல மனிதர்; அப்போது ஏதோ ஒரு தவறு நடந்துவிட்டது அவ்வளவுதான். இதற்கெல்லாம் காரணம், அந்தத் தந்தையைக் கொன்றவன்தான், அவன்தான் அவரை அடித்தான்.'

'எப்படி இருந்தாலும் கரமாஸவ் எனக்கு ஒரு புரியாத புதிர்தான். எப்போதோ அவனுடன் நான் அறிமுகமாகி இருக்க முடியும், ஆனால் சில சமயங்களில் நான் தற்பெருமையுடன் இருக்கவே ஆசைப்படுகிறேன். அது மட்டுமல்ல, அவனைப் பற்றிய ஒருசில கருத்துகளை இன்னும் நான் ஆராயவும் தெளிவுபடுத்திக்கொள்ளவும் வேண்டும்.'

இப்படிச் சொன்ன கோல்யா அமைதியானான்; அப்படியே ஸ்மூரவும் அமைதியானான். கோல்யா கிரசோத்கினை அவன் மிக உயர்வாக மதிப்பிட்டதால், கிரசோத்கினுக்கு நிகராக அவனால் தன்னை நினைத்துப் பார்க்க முடியவில்லை. கோல்யா 'தன்னுடைய சொந்த விருப்பத்தின் பேரில்தான்' வருகிறான் என்பதைத் தெரிந்து கொண்ட நிமிடத்திலிருந்தே ஏதோ ஒரு ரகசியம் அதில் இருப்பதை உணர்ந்து, இல்யூஷாவைக் குறிப்பாக அவன் ஏன் இன்று போய்ப் பார்க்கிறானென்ற எண்ணம் ஸ்மூரோவுக்கு அதீத ஆவலைத் தூண்டியது. அவர்கள் அங்காடிச் சதுக்கத்தைக் கடந்து சென்றபோது, வெளியூரில் இருந்து நிறைய வண்டிகளும் கோழிகளும் விற்பனைக்கு வந்து இறங்கி இருந்தன. ஊர்ப்புறக் கிழவிகள் தாங்கள் தயாரித்த சிறிய ரொட்டி வகைகளையும் நூல் கண்டுகளையும் இன்னும் பல பொருட்களையும் வைத்து விற்றுக்கொண்டிருந்தார்கள். இப்படிப்பட்ட ஞாயிற்றுக்கிழமை களைப் பொதுவாக நாட்டுப்புறச் சந்தை என்று நம்மூரில் அழைப்பார்கள்; இப்படிப்பட்ட சந்தைகள் வருடத்தில் பலமுறை நடக்கும். பெரிஸ்வோன் மிக மகிழ்ச்சியாக இடது பக்கமும் வலது பக்கமுமாகத் துள்ளிக் குதித்துக்கொண்டே எங்கோ எதையோ முகர்ந்து பார்த்துக்கொண்டே வந்தது. அங்கிருந்த மற்ற நாய்களைப் பார்த்தபோது, பொதுவாக எல்லா நாய்களும் என்ன செய்யுமோ, அதே போல அது மற்ற நாய்களை முகர்ந்து பார்த்துக்கொண்டிருந்தது.

'களங்கமில்லாத உண்மையான வாழ்க்கையைக் கவனிப்பது எனக்குப் பிடிக்கும், ஸ்மூரவ்' என்று திடீரென்று சொன்னான் கோல்யா. 'பார்த்தாயா, நாய்கள் எப்படி ஒன்றை ஒன்று மோந்து பார்த்துக்கொள் கின்றன என்று? இதுதான் அவைகளுடைய வாழ்வின் பொது அம்சம்.'

'ஆம், எவ்வளவு வேடிக்கையாக இருக்கிறது.'

'அதாவது, இது வேடிக்கை அல்ல, நீ சொல்வது தவறு. இயற்கையில் எதுவுமே வேடிக்கை இல்லை, பாரபட்சம் உள்ள மனிதனுக்குத் தான் அப்படித் தெரிகிறது. நாய்களுக்கு மட்டும் அறிவு இருந்து, அவை குற்றங்காண ஆரம்பித்தால், ஒருவேளை அவையும் அவற்றுக்கான வேடிக்கையான விஷயங்களைக் கண்டுபிடித்திருக்கும், ஏன் இன்னும் அதிகமான வேடிக்கையான விஷயங்களைக்கூடக் கண்டுபிடித்திருக்கும்; மனிதர்களிடையே நிலவும் சமுதாய உறவுகள், அவற்றுடைய எஜமானர் களைப் பற்றிய விஷயங்களென்று ஒருவேளை இன்னும் இதைவிட அதிகமான விஷயங்களைக்கூட அவை கண்டுபிடித்திருக்கும்; இதை ஏன் நான் மறுபடியும் சொல்கிறேன் என்றால், நம்மிடம் மிக அதிகமாகவே முட்டாள்தனங்கள் இருக்கின்றன என்பது உறுதியாகத் தெரிவதால்தான். கிரசோத்கினால் சொல்லப்பட்ட இந்தக் கருத்து கவனிக்கப்பட வேண்டிய ஒன்றும்கூட. நான் ஒரு பொதுவுடைமைவாதி, ஸ்மூரவ்.'

'பொதுவுடைமைவாதி என்றால் என்ன?'

'அப்படி என்றால் எல்லோரும் சமம், சொத்து எல்லோருக்கும் பொதுவானது, திருமணங்கள் இருக்காது, சமயங்களும் இருக்காது,

யாருக்கு எப்படிப் பிடிக்குமோ அப்படி சட்டங்களை அமைத்துக் கொள்ளலாம் இப்படியாக எல்லாமே இருக்கும். உனக்கு இப்போது இது புரியாது, நீ இன்னும் சிறியவன். ஆனால் இப்போது எனக்குக் குளிரடிக்கிறது.'

'ஆம், உறைநிலைக்குக் கீழ் (–) 12 டிகிரி. சற்று நேரத்திற்கு முன்புதான் வெப்பமானியில் அப்பா பார்த்துச் சொன்னார்.'

'நீ ஒன்றைக் கவனித்தாயா, ஸ்மூரவ், குளிர்காலத்தின் நடுப் பகுதியில் – 15 டிகிரி அல்லது – 18 டிகிரி இருக்கும்போது அவ்வளவு குளிராகத் தெரிவதில்லை, ஆனால், குளிர் காலத்தின் ஆரம்பப் பகுதியில் திடீரென்று – 12 டிகிரி போனால், பனி பொழியாத இந்த நேரத்தில் மிகவும் குளிராகத் தெரிகிறது. இது எதைக் காட்டுகிறது என்றால், மக்கள் இன்னும் அந்தக் குளிருக்குப் பழக்கப்படவில்லை என்பதைத்தான். மக்களுக்கு எல்லாமே ஒரு பழக்கம்தான், அது அரசு காரியங்கள் ஆகட்டும், அரசியல் உறவுகள் ஆகட்டும். பழக்கம் என்பதுதான் எல்லாவற்றையும் செயல்படத் தூண்டுவது. மனிதன் எவ்வளவு வேடிக்கையானவன்' என்று சொன்ன கோல்யா, அங்கு நின்றுகொண்டிருந்த ஒரு குடியானவனைச் சுட்டிக்காட்டினான்; அந்தக் குடியானவன் பார்ப்பதற்கு இரக்கமுள்ளவராக, ஆட்டுத் தோலாலான மேலங்கியை அணிந்துகொண்டு, குளிருக்கு அடக்கமாகக் கைகளில் கையுறையையும் அணிந்துகொண்டு தன்னுடைய வண்டிக் கருகே நின்றுகொண்டிருந்தார். அவருடைய அழகான நீண்ட தாடி முழுவதும் உறைந்து வெண்பனியால் மூடப்பட்டிருந்தது.

'உங்களுடைய தாடி உறைந்துபோயிருக்கிறது!' என்று அவரைக் கடந்து போனபோது நையாண்டித்தனமாக உரக்கக் கத்தினான் கோல்யா.

'நிறைய பேருக்கு உறைந்துபோயிருக்கிறது' என்று அமைதியாக, சுருக்கமாக அவர் பதிலளித்தார்.

'அவரைக் கிண்டல் பண்ணாதே.'

'பரவாயில்லை, அவர் கோபித்துக்கொள்ள மாட்டார்; அவர் நல்லவர். போய்வருகிறேன், மத்வெய்.'

'போய் வா.'

'உன் பெயர் மத்வெயா?'

'ஆமாம், மத்வெய்தான். உனக்குத் தெரியாதா?' என்று பதிலுக்குக் கேட்டார் அவர்.

'தெரியாது; நான் ஏதோ ஒரு யூகத்தில் சொன்னேன்.'

'அப்படியா. நீ பள்ளி மாணவன் என்று நினைக்கிறேன்.'

'ஆமாம்.'

'சரி, உன்னைப் பள்ளிக்கூடத்தில் அடிக்கிறார்களா?'

'இல்லை, ஆனால் அவ்வப்போது.'

‘உனக்கு வலிக்குமா?’

‘வலிக்காமல் எப்படி!’

‘ஹே, என்ன வாழ்க்கை!’ என்று ஆழ்மனத்திலிருந்து வருத்தப் படுபவராகப் பெருமூச்சு விட்டார் அந்த விவசாயி.

‘வருகிறேன், மத்வெய்.’

‘போய் வா, என் அருமைச் சிறுவனே.’

சிறுவர்கள் இருவரும் மேலே நடக்க ஆரம்பித்தார்கள்.

‘அவர் நல்ல மனிதர்’ என்றான் கோல்யா. ‘மக்களிடம் பேசுவது எனக்குப் பிடிக்கும், அப்படியே அவர்களிடம் நியாயமாக நடந்து கொள்வதும் எனக்குப் பிடிக்கும்.’

‘நம்முடைய பள்ளியில் மாணவர்களை அடிக்கிறார்களென்று ஏன் நீ பொய் சொன்னாய்?’

‘அவரைச் சந்தோஷப்படுத்துவதற்காகத்தான்.’

‘எதற்காக?’

‘இதோ பார், ஸ்மூரவ், நான் சொல்வதைப் புரிந்துகொள்ளாமல், மறுபடியும் மறுபடியும் என்னைக் கேள்வி கேட்பது எனக்குப் பிடிக்காது. சில விஷயங்களை விளக்குவது கடினம். அந்த விவசாயியைப் பொறுத்த வரை, மாணவர்களைப் பள்ளியில் அடிக்கிறார்கள், அப்படி அவர்கள் அடிக்கப்படவும் வேண்டும். சொல்லப்போனால், அடி வாங்காவிட்டால் அவன் என்ன மாணவன்? என்று நினைப்பவர் அவர். திடீரென்று எங்களைப் பள்ளியில் அடிக்கவில்லை என்று நான் சொன்னால், அது அவருக்குப் புரியாது. அப்படியே இது உனக்கும் புரியாது. ஒருவருக்கு மனிதர்களிடம் பேசத் தெரிந்திருக்க வேண்டும்.’

‘தயவுசெய்து இனி அவர்களைக் கேலிசெய்யாதே, இல்லாவிட்டால், அந்த வாத்து கதை போல இன்னொரு கதை உருவாகிவிடும்.’

‘அதற்காக நீ பயப்படுகிறாயா?’

‘கேலிசெய்யாதே, கோல்யா, ஓ, கடவுளே, எப்படி நான் பயப்படு கிறேன், தெரியுமா. அப்பா கோபப்படுவார். உன்னுடன் பழகக் கூடாது என்று அவர் எச்சரிக்கை செய்திருக்கிறார்.’

‘பயப்படாதே. இந்த முறை ஒன்றும் ஆகாது. வணக்கம், நத்தாஷா’ என்று கடையிலிருந்த ஒரு பெண்ணைப் பார்த்து உரக்கச் சொன்னான் கோல்யா.

‘உனக்கு என்ன நான் நத்தாஷாவா, நான் மரியா’ என்று கீச்சிட்டாள் அந்த இளம் பெண்.

‘நல்லது, மரியா, போய் வருகிறேன்.’

‘ஹே, சின்னப் போக்கிரி, முளைச்சு மூணு இலை விடலை, அதற்குள்!’

‘அதெற்கெல்லாம் இப்போது எனக்கு நேரமில்லை, அடுத்த ஞாயிற்றுக்கிழமை வைத்துக்கொள்வோம்’ என்று கைகளை அசைத்த படி, ஏதோ அவள் அவனிடம் பேச முற்பட்டது போலவும் கோல்யா தனக்கு நேரமில்லாதது போலவும் பாசாங்கு செய்தான்.

‘ஞாயிற்றுக்கிழமை நான் என்ன சொல்ல? நீதான் பேச்சுக் கொடுத்தாய், நான் அல்ல, சின்னப் போக்கிரி’ என்று கத்திய மரியா, ‘உதைக்க வேண்டும் உன்னை, ஆம், எல்லோரையும் கேலிசெய்துகொண்டு அலைகிறாயா!’ என்றாள்.

இதைக் கேட்டு மரியாவின் கடைக்குப் பக்கத்துக் கடையிலிருந்த பெண்களிடையே சிரிப்புச் சத்தம் எழ, திடீரென்று மனிதர் ஒருவர் கடையிலிருந்து கோபமாக வெளியேற, வெளியூரைச் சார்ந்த அவர், சந்தைக்கு வந்திருக்கும் ஏதோ ஒரு வியாபாரியின் எழுத்தர் போல இருந்தவர், பார்ப்பதற்கு இன்னும் இளமையாக, நீண்ட, வெளிறிய, அம்மைத் தழும்பு கொண்ட முகத்துடன், கரும் பழுப்பு நிறச் சுருட்டை முடியைக் கொண்டவராக, நீல நிற நீண்ட அங்கியையும் கூர்வடிவத் தொப்பியையும் அணிந்திருந்தார். ஏதோ அவர் உணர்ச்சிவசப்பட்டு, கோல்யாவைப் பார்த்துத் தன்னுடைய கைமுட்டியை உயர்த்தி அவனைப் பயப்படுத்துவது போலச் சைகை காட்டினார்.

‘எனக்கு உன்னைப் பற்றித் தெரியும்’ என்று எரிச்சலுடன் சொன்னவர், ‘நீ எப்படிப்பட்டவன் என்று எனக்குத் தெரியும்’ என்றார்.

கோல்யா அவரை முறைத்துப் பார்த்தான். எப்போது அவரிடம் அவன் சண்டை போட்டிருக்க முடியுமென்பது அவனுக்கே நினை வில்லை. தெருவில் எத்தனை பேரிடம் அவன் சண்டை போட்டிருப்பா னென்பதை அவனால் நினைவு வைத்துக் கொள்ள முடியவில்லை.

‘என்னைத் தெரியுமா?’ என்று கேலியாகக் கேட்டான் கோல்யா.

‘உன்னை எனக்குத் தெரியும்! நீ எப்படிப்பட்டவனென்றும் எனக்குத் தெரியும்!’ என்று முட்டாள்தனமாகச் சொன்னார் அந்த எழுத்தர்.

‘அது சரி, எனக்கு நேரம் இல்லை, போய் வருகிறேன்!’

‘என்ன வேடிக்கை காட்டுகிறாயா?’ என்று கத்தினான் அந்த எழுத்தர். நீ மறுபடியும் என்னிடம் விளையாடுகிறாயா? எனக்கு உன்னைப் பற்றித் தெரியும்! நீ மறுபடியும் குறும்பு செய்கிறாய்!’

‘நான் குறும்பு செய்கிறேனா இல்லையா என்பது உனக்குத் தேவையில்லாத விஷயம்’ என்று சொன்ன கோல்யா, சற்றே நின்று அவனை முறைத்துப் பார்த்தான்.

‘அது எப்படி என்னுடைய வேலையில்லாமல் இருக்கும்?’

‘ஆமாம், அது உன்னுடைய வேலை அல்ல.’

‘அப்படியானால், அது யாருடைய வேலை? யாருடைய வேலை? சொல், யாருடைய வேலை?’

‘அது நண்பனே, திரிஃபோன் நிக்கீதிச்சாவுடைய வேலை, உன்னுடைய வேலை அல்ல.’

‘என்ன, திரிஃபோன் நிக்கிதீச்சின் வேலையா?’ என்று முட்டாள் தனமாக ஆச்சர்யத்துடன் கோபமாகக் கேட்ட அவன் கோல்யாவை உற்றுப் பார்த்தான். கோல்யாவும் அவனைத் தன்னுடைய பார்வையால் அளந்தான்.

‘நீ என்ன புனித வியாழக்கிழமைக்குப் போயிருந்தாயா?’ என்று திடீரென்று கடுங்குரலில், அழுத்தமாகக் கேட்டான் கோல்யா.

‘என்ன புனித வியாழக்கிழமை? எதற்காக நான் அப்போது போக வேண்டும்? இல்லை, நான் எங்கும் போகவில்லை’ என்று சற்றே ஆச்சர்யத்துடன் பதில் அளித்தான் அந்த எழுத்தர்.

‘உனக்கு சபனேவாவைத் தெரியுமா?’ என்று இன்னும் கடுமையான குரலில் தொடர்ந்து கேட்டான் கோல்யா.

‘என்ன சபனேவா? இல்லை, தெரியாது, எனக்கு அப்படி யாரையும் தெரியாது.’

‘சரி, நாசமாய்ப் போக!’ என்று திடீரென்று பேச்சை நிறுத்திய கோல்யா, வலது பக்கம் சட்டென்று திரும்பி தன்னுடைய வழியில் வேகமாக நடந்தவன், சபனேவாவைத் தெரியாத முட்டாளுடன் பேசுவதே தவறு என்பது போலச் சென்றான்.

‘ஏய், நில்! நீ எந்த சபனேவாவைச் சொல்கிறாய்?’ என்று மீண்டும் ஆச்சர்யத்தில் திரும்பக் கேட்டான் அந்த எழுத்தர். ‘யாரைப் பற்றி இவன் பேசுகிறான்?’ என்றவன் திடீரென்று வியாபாரிகள் பக்கம் திரும்பி முட்டாள்தனமாக அவர்களை முறைத்துப் பார்த்தான்.

இதைப் பார்த்து பெண்கள் எல்லோரும் சிரித்தார்கள்.

‘புத்திசாலிச் சிறுவன்’ என்று சொன்னாள் ஒரு பெண்.

‘எந்த சபனேவைப் பற்றி அவன் பேசுகிறான்?’ என்று தன்னுடைய வலது கையை உதறியபடி ஆத்திரத்தில் திரும்பக் கேட்டுக்கொண்டே இருந்தான் அந்த எழுத்தர்.

‘அந்த சபனேவ், குஸ்மிச்சிடம் வேலைபார்த்தவன் என்று நினைக்கிறேன்’ என்று ஒரு பெண் சட்டென்று நினைவுகூர்ந்தாள். அப்படிச் சொன்ன அவளையே வெறித்துப் பார்த்தான் அவன்.

‘குஸ்–மிச்–சிடமா?’ என்று கேட்ட இன்னொரு பெண், ‘ஆமாம், அவன் திரிஃபோனா என்ன? அவனுடைய பெயர் திரிஃபோன் அல்ல, அவன் பெயர் குஸ்மா; அந்தப் பையன் அவனை திரிஃபோன் நிக்கீத்திச் என்றுதானே சொன்னான்’ என்றாள் அவள்.

‘அது திரிஃபோனுமல்ல, சபனேவும் அல்ல, சூஷவ்தான்’ என்று இதுவரை அமைதியாகக் கேட்டுக்கொண்டிருந்த மூன்றாவது பெண்மணி திடீரென்று சொன்னாள். ‘அவனுடைய பெயர் அலெக்ஸெய் இவானிச். அதாவது சூஷவ் அலெக்ஸெய் இவானவிச்.’

'ஆமாம், அவன் சூஷவ்தான்' என்று உறுதிப்படுத்தினாள் நான்காவது பெண்மணி.

ஆச்சர்யத்தில் அந்த எழுத்தர் ஒவ்வொரு பெண்மணியையும் ஏறிட்டுப் பார்த்தான்.

'ஆமாம், எதற்காக அவன் கேட்டான், எதற்காகக் கேட்டான், நன்மக்களே?' என்று ஏறக்குறைய வருத்தத்தில் கேட்ட அந்த எழுத்தர், 'சபனேவை உனக்குத் தெரியுமா? என்று அவன் ஏன் என்னைக் கேட்டான்' என்று கேட்டவன், 'நாசமாய்ப் போக, யார் அந்த சபனேவ்!' என்றான்.

'அறிவு கெட்டவன் நீ, உனக்குத்தான் சொல்கிறார்களே அது சபனேவ் அல்ல, சூஷவ், அலெக்ஸெய் இவானவிச் சூஷவ் என்று, அதுதான் அவர்!' என்று உரைக்கும்படி கத்தினாள் வியாபாரம் செய்யும் ஒரு பெண்மணி.

'எந்த சூஷவ்? யார் அது? உனக்குத் தெரியுமா என்ன' என்று கேட்டார் அந்த எழுத்தர்.

'அந்த உயரமான, மூக்கொழுக்கி, கொஞ்ச நேரத்திற்கு முன்பு சந்தையில் வியாபாரம் செய்துகொண்டிருந்தானே அவன்தான்' என்றார்கள்.

'உங்களுடைய சூஷவ் எனக்கு எதற்கு வேண்டும், நன்மக்களே, ம்?' என்று கேட்டான் எழுத்தர்.

'எனக்கு என்ன தெரியும், சூஷவ் உனக்கு எதற்கு வேண்டுமென்று' என்றாள் ஒருத்தி.

'அவனுக்கு உன்னிடம் என்ன வேலை என்று எனக்குத் தெரியாது' என்று சொன்ன மற்றொரு பெண், ஆனால் 'உனக்குத்தான் தெரிய வேண்டும் உனக்கு அவனிடம் என்ன வேலை என்று, ஏனெனில் அவனைப் பற்றி நீதானே கேட்டாய். எங்களிடம் அவன் எதுவும் சொல்லவில்லை, உன்னிடம்தானே சொன்னான், முட்டாளே. உண்மையாகவே உனக்கு அவனைத் தெரியாதா?' என்றாள்.

'யாரைத் தெரியாதா?'

'சூஷவை.'

'நாசமாய்ப் போக, சூஷவும் நீங்களும்! அவனை எங்காவது மறைத்து வைக்க வேண்டும், அதுதான் சரி! என்னை அவன் கேலி செய்கிறான்!'

'சூஷவை மறைத்துவைக்கப்போகிறாயா? அவன் உன்னை இல்லாமல் செய்துவிடுவான்! நீ ஒரு முட்டாள், தெரியுமா உனக்கு!'

'சூஷவை அல்ல, சூஷவை அல்ல, கேடு கெட்ட பெண்மணியே, அந்தச் சிறுவனை ஒளித்து வைக்கிறேன் பார்! அவனைப் பிடிப்பேன், பிடித்து இங்கே இழுத்து வருவேன், என்னையா அவன் கேலி செய்கிறான்!'

கரமாஸவ் சகோதரர்கள்

இதைக்கேட்டு அந்தப் பெண்மணிகள் உரக்கச் சிரித்தார்கள். முகத்தில் வெற்றிக் களிப்புடன் கோல்யா வெகுதூரம் நடந்துபோனான். தூரத்தில் உரக்கக் கத்திக்கொண்டிருக்கும் கூட்டத்தைப் பார்த்துக் கொண்டே ஸ்மூரவும் கோல்யாவுடன் நடந்துசென்றான். அவனுக்கு இது மிகவும் வேடிக்கையாக இருந்தாலும், கோல்யாவுடன் போய் வேறு ஏதாவது ஒரு ஆபத்தில் சிக்கிக்கொள்ளக் கூடாதே என்று பயந்துகொண்டே நடந்தான்.

'நீ எந்த சபனேவைப் பற்றி அவனிடம் கேட்டாய்?' என்று அவனுடைய பதிலை நன்கு அறிந்த ஸ்மூரவ் கேட்டான்.

'எனக்கு என்ன தெரியும்? இனி அவர்கள் இதைப் பற்றிப் பொழுது சாயும்வரை கத்திக்கொண்டே இருப்பார்கள். சமுதாயத்தில் எல்லாத் தளங்களிலும் இருக்கும் முட்டாள்களை உலுக்கி எடுப்பது எனக்கு மிகவும் பிடிக்கும். இதோ, இங்கே இன்னுமொரு முட்டாள் நிற்கிறான். நீ குறித்து வைத்துக்கொள்: 'பிரெஞ்சுக்காரனைவிடப் பெரிய முட்டாள் வேறு யாரும் இருக்க முடியாது' என்பது ரஷ்யர்களுக்கும் பொருந்தும். அவனுடைய முகத்தைப் பார், அவன் முட்டாளென்பது அவனுடைய முகத்திலேயே எழுதிவைத்திருக்கிறது, தெரிகிறதா?'

'கோல்யா அவனை விட்டுவிடு, நாம் போகலாம்.'

'விடவே மாட்டேன், இதோ பிடிக்கிறேன் பார். ஏய், வணக்கம்!' நரைத்துப்போன தாடியுடன், மிகச் சாதாரணமான வட்ட முகமும் வலுவான உடலமைப்பும் கொண்ட குடிபோதையிலிருந்த அந்த மனிதர் அவர்களைக் கடந்துபோகும்போது தலையை உயர்த்திப் பார்த்தார்.

'வணக்கம், நீ என்னைக் கேலி செய்யவில்லை என்று நினைக்கிறேன்' என்று பதிலுக்கு அவர் மிக அமைதியாகக் கேட்டார்.

'ஆமாம், அப்படியே கேலி செய்தால்தான் என்ன?' என்று நையாண்டித்தனமாகக் கேட்டான் கோல்யா.

'கேலி செய்ய வேண்டுமென்றால், கேலி செய், அதனால் என்ன? அதில் தப்பொன்றும் இல்லை. விளையாட்டாக எதையும் எப்போதும் செய்யலாம்தானே.'

'மன்னித்துவிடு நண்பனே, நான் விளையாட்டாகச் சொன்னேன்.'

'அப்படியானால் கடவுள் உன்னை மன்னிப்பாராக.'

'நீ என்னை மன்னிப்பாயா?'

'கண்டிப்பாக மன்னிக்கிறேன். போய்வா.'

'நீ, நீ, புத்திசாலி.'

'உன்னைவிட நான் புத்திசாலி' என்று எதிர்பாராதவிதமாக முன்பு போலவே அழுத்தமாகச் சொன்னார் அவர்.

'அப்படி இருக்க முடியாது' என்று சற்றே ஆச்சர்யத்தில் சொன்னான் கோல்யா.

‘உண்மையாகத்தான் சொல்கிறேன்.’

‘ஆமாம், அப்படித்தான்.’

‘அதுதான் சரி, நண்பனே.’

‘சரி, போய் வருகிறேன்.’

‘போய் வா.’

‘மக்கள் பலதரப்பட்டவர்களாக இருக்கிறார்கள்’ என்றபடி சிறிது நேரம் அமைதியாக இருந்த கோல்யா, ஸ்மூரவைப் பார்த்து, ‘புத்திசாலி ஒருவன் மாட்டுவானென்று எனக்கு எப்படித் தெரியும். அறிவான மக்களை ஏற்றுக்கொள்ள நான் எப்போதுமே தயங்கியதில்லை.’

ஆலயமணி பதினொன்றரை அடிக்கும் சத்தம் தூரத்தில் கேட்டது. சிறுவர்கள் இருவரும் மேற்கொண்டு எதுவும் பேசாமல் படைத்தளபதி ஸ்நெகிரவின் வீட்டை நோக்கி, நீண்ட வழிப்பாதையில் வேகமாக நடந்தார்கள். வீட்டிற்கு இருபது அடி தூரத்தில் நின்ற கோல்யா முதலில் ஸ்மூரவை இல்யூஷாவின் வீட்டிற்குச் சென்று கரமாஸவை வெளியே அழைத்து வரும்படிச் சொன்னான்.

‘என்ன நடக்கிறது என்பதை நான் முதலில் தெரிந்துகொள்ள வேண்டும்.’

‘ஆமாம், எதற்காக அவனை வெளியே கூப்பிட வேண்டும்’ என்று கேட்ட ஸ்மூரவ், ‘உன்னைப் பார்த்ததுமே எல்லோரும் பயங்கரமாகச் சந்தோஷப்படுவார்கள். அப்படி இருக்கையில் எதற்காக அவனை நீ இந்தக் குளிரில் வெளியே வரச் சொல்கிறாய்?’ என்றான்.

‘எனக்குத் தெரியும், அவனை ஏன் நான் இந்தக் குளிரில் இங்கு வரச் சொல்கிறேனென்று’ என்று அதிகாரத் தோரணையில் இடைமறித்து சொன்ன கோல்யாவின் (‘இப்படிப்பட்ட சிறுவர்களிடம்’ அப்படி நடந்துகொள்ள அவனுக்கு மிகவும் பிடிக்கும்), உத்தரவை நிறைவேற்றும் பொருட்டு ஓடினான் ஸ்மூரவ்.

## 4

## ஷூச்கா

மிக முக்கியக் காரணத்தின் பொருட்டு அல்யோஷாவைப் பார்ப்பதற்காக வேலியோரம் சாய்ந்தபடி காத்திருந்தான் கோல்யா. ஆம், அவனைச் சந்திப்பதற்காக ஏற்கெனவே நீண்ட நாட்களாக அவன் காத்திருந்தான். அல்யோஷாவைப் பற்றி அந்தச் சிறுவர்கள் மூலமாக அவன் நிறைய கேள்விப்பட்டிருந்தான்; ஆனால் அவனைப் பற்றி அவர்கள் சொன்ன போதெல்லாம் அல்யோஷாவின் மீது அவனுக்கு வெறுப்பு ஏற்பட்டதுடன், இன்றுவரை அவனை அவன் விமர்சிக்கவே செய்தான். ஆனால், அல்யோஷாவுடன் அறிமுகம் செய்துகொள்ள அவன் மிகவும்

விரும்பினான்: அல்யோஷாவைப் பற்றி அவன் கேள்விப்பட்ட போதெல்லாம் அவன்மீது ஏதோ ஒரு நாட்டமும் விருப்பமும் கோல்யா வுக்கு இருந்தன. இப்படியாக, அவனைச் சந்திக்கக்கூடிய இந்தத் தருணம் மிக முக்கியமான தருணமாக இருந்தது: முதலாவதாக, தன்னுடைய சிறப்பம்சத்தை இழக்காதவாறு தன்னுடைய சுதந்திர மனப்பான்மையை அல்யோஷாக்குக் காட்ட வேண்டும்: 'இல்லா விட்டால், மற்ற பையன்களைப் போலத் தானும் ஒரு சாதாரணமான பதின்மூன்று வயதுப் பையன்தானென்று அல்யோஷா நினைத்துவிடக் கூடும். இந்தச் சிறுவர்களிடமிருந்து அவனுக்கு என்ன வேண்டும்? அவனுடன் நண்பனானதும் இதைப் பற்றி நான் அவனிடம் கேட்பேன். உயரத்தில் இவ்வளவு குள்ளமாக இருப்பது எனக்குக் கேவலமாகத்தான் இருக்கிறது. தூஸிக்கோவ் என்னைவிட வயதில் சிறியவன், ஆனால், என்னைவிட உயரமானவன். ஆனால், என்னுடைய முகம் அறிவார்ந்தது; நான் நல்லவன் அல்ல என்று எனக்குத் தெரியும், நான் கயவன்தான், ஆனால், என்னுடைய முகமோ அறிவார்ந்த முகம். அவனுடன் நட்பு பாராட்டுவதில் எவ்வளவு தூரம் ஆவலாய் இருக்கிறேன் என்பதை நான் வெளியே காட்டிக்கொள்ளாமல் மிகக் கவனமாக இருக்க வேண்டும்; அப்படி அவனை நான் என்னுடைய நண்பனாக உடனே ஏற்றுக்கொண்டால், என்னைப் பற்றி அவன் என்ன நினைப்பான் . . . தூ, என்ன ஒரு கேவலமென்று வேறு விதமாக அவன் நினைத்தால்!. . .'

இப்படிப் பதற்றப்பட்ட கோல்யா, தன்னுடைய சக்தியையெல்லாம் திரட்டி தான் சுதந்திரமாக இருப்பதைக் காட்டிக்கொள்ள விரும்பினான். முக்கியமாக, 'முட்டாள்தனமான' அவனுடைய முகத்தைவிடக் குள்ளமான அவனுடைய உருவம்தான் அவனை வேதனைப்படுத்தியது. அவனுடைய வீட்டுச் சுவரில் போன வருடம் பென்சிலால் அவன் குறித்து வைத்திருந்த உயரத்தை இரண்டு மாதத்திற்கு ஒருமுறை, இன்றுவரை, அவன் மறுபடியும் பதற்றத்துடன் அளந்து பார்த்தான், எவ்வளவு தூரம் வளர்ந்திருக்கிறானென்று. ஆனால், அந்தோ பரிதாபம்! மிகக்கொஞ்சமாகவே அவன் வளர்ந்திருந்தான்; அது அவனை வேதனைப் படுத்தியது. அவனுடைய முகத்தைப் பொறுத்தவரையில், அப்படி யொன்றும் அவனுடைய முகம் 'பேதைத்தனமாக' இருக்கவில்லை, மாறாக, பார்ப்பதற்கு அழகாக, வெளிறிய நிறத்தில் வெள்ளை வெளேரென்று, தவிட்டு நிறத்தில் புள்ளிகளைக் கொண்டதாக இருந்தது. சாம்பல் நிறத்தில் இருந்த அவனுடைய சிறிய கண்கள் உயிர்ப்புள்ளதாக, பார்ப்பதற்குப் பயமின்றி, பெரும்பாலும் உணர்ச்சி ததும்பும் வகையில் இருந்தன. அவனுடைய கன்ன எலும்புகள் சற்றே பரந்தும் உதடுகள் தடித்தில்லாமல் சிறியதாக, ஆனால் மிகவும் சிவப்பாக இருந்தன; அவனுடைய சிறிய மூக்கு ஆழமாகத் திருப்பிவிடப்பட்டதாக, 'முற்றிலும் சப்பையாக, சப்பையாக' இருந்தது என்று அவன் தன்னைக் கண்ணாடி யில் பார்த்துக்கொண்டபோது தனக்குத்தானே சொல்லிக்கொண்டவன், கண்ணாடியை விட்டு விலகிவந்த போதெல்லாம் அதற்காக வருத்தப் பட்டான். 'ஆமாம், என்னுடைய முகம் மட்டும் அறிவார்ந்த முகமா என்ன?' என்று சில சமயம் அவன் சந்தேகமும் பட்டான். அதற்காக,

அவனுடைய முகம், உயரம் பற்றிய விஷயமெல்லாம் அவனுடைய மனத்தை ஆட்டிப் படைத்தது என்று எடுத்துக்கொள்ள முடியாது. மாறாக, கண்ணாடி முன்பு தன்னைப் பார்த்துக் கொண்டபோதெல்லாம் எவ்வளவுதான் தன்னைப் பார்த்து அவன் எரிச்சல் பட்டாலும், 'தன்னுடைய வாழ்வை நல்ல எண்ணங்களுக்காக, உண்மையான வாழ்க்கைக்காக' அர்ப்பணிக்க வேண்டுமென்ற நோக்கத்தில் தன்னுடைய செயல்களை அவன் நெறிபடுத்திக்கொண்டான்.

தாமதிக்காமல் வெளியே வந்த அல்யோஷா, கோல்யாவை நோக்கி வேகமாக வந்தான்; ஒருசில அடிகளே தள்ளி இருந்த கோல்யா, அல்யோஷாவின் முகம் முழுவதும் ஒரு வித சந்தோஷம் படர்ந்திருப்பதைக் கவனித்தான். 'என்னைப் பார்த்ததில் அவனுக்கு இவ்வளவு சந்தோஷமா?' என்று ஆச்சர்யப்பட்டான். இங்கு நாம் ஒன்றைக் குறிப்பிட வேண்டும்; அல்யோஷாவை நாம் கடைசியாகச் சந்தித்ததிலிருந்து இப்போது அவனைப் பார்க்கும்வரை, அவன் நிறையவே மாறியிருந்தான்: தன்னுடைய துறவி அங்கியைக் களைந்துவிட்டு அழகாகத் தைக்கப்பட்ட மேலாடையையும் மென்மையான, வட்டமான தொப்பியையும் அணிந்துகொண்டு, கட்டையாகத் தலைமுடியையும் வெட்டியிருந்தான். இவையெல்லாம் அவனுக்கு அழகு சேர்த்து, பார்ப்பதற்கு அவன் மிகவும் அழகானவனாக இருந்தான். கருணை ததும்பும் அவனுடைய முகம் எப்போதுமே உற்சாகமாக இருந்தாலும், அந்த மகிழ்ச்சி அமைதியான ஒன்றாக, ஆரவாரமில்லாமல் இருந்தது. வீட்டில் அணிந்திருந்த ஆடையுடன் மேல் அங்கி எதுவும் அணியாமல் கோல்யாவைப் பார்க்க அவசரமாக அவன் வந்ததைப் பார்த்துக் கோல்யா ஆச்சர்யப்பட்டான். கோல்யாவைப் பார்த்ததும் கைகுலுக்க அல்யோஷா தன்னுடைய கையை நீட்டினான்.

'இதோ, இறுதியாக வந்துவிட்டீர்கள், உங்களுக்காக நாங்கள் எவ்வளவு நேரம் காத்துக்கொண்டிருந்தோம்.'

'அதற்கான காரணங்கள் இருக்கின்றன, அதை இப்போது தெரிந்து கொள்வீர்கள். எப்படியிருந்தாலும் உங்களுடன் அறிமுகம் செய்து கொள்வதில் எனக்கு மிக்க மகிழ்ச்சியே. நீண்ட நாட்களாக நான் காத்திருந்தேன்; உங்களைப் பற்றி நிறையக் கேள்விப்பட்டிருக்கிறேன்' என்று சற்று மூச்சு வாங்கியபடி முணுமுணுத்தான் கோல்யா.

'எப்படியிருந்தாலும், நாம் அறிமுகமாகியிருப்போம்; நானும் உங்களைப் பற்றி நிறைய கேள்விப்பட்டிருக்கிறேன், ஆனால் நீங்கள் வருவதற்குத்தான் காலதாமதமாகிவிட்டது.'

'சொல்லுங்கள், நிலைமை எப்படி இருக்கிறது?'

'இல்யூஷா உடல்நிலை மிகவும் மோசமாக இருக்கிறது; கண்டிப்பாக அவன் இறந்துவிடுவான்.'

'என்ன சொல்கிறீர்கள், உண்மையாகவா! ஒப்புக்கொள்ளுங்கள், மருத்துவமே போலியானது, கரமாஸவ்' என்று கோபமாகச் சொன்னான் கோல்யா.

'இல்யூஷா உங்களை அடிக்கடி நினைத்துப் பார்க்கிறான்; கனவில் கூட உளறுகிறான். அவனுடன் நீங்கள் முன்பு மிகவும் நெருக்கமாக இருந்தீர்கள் போலும் . . . அந்தச் சம்பவம் வரை . . . கத்திக் குத்துவரை. அதற்கு ஒரு காரணமும் இருக்கிறது . . . இது என்ன உங்களுடைய நாயா ?'

'என்னுடையது தான். பெரிஸ்வோன்.'

'இது ஷுச்கா இல்லையா?' என்று கவலையுடன் கோல்யாவின் கண்களைப் பார்த்துக் கேட்டான் அல்யோஷா. 'அது எப்படியோ தொலைந்து போய்விட்டது இல்லையா?'

'தெரியும், உங்கள் எல்லோருக்கும் ஷுச்கா வேண்டுமென்று எனக்குத் தெரியும், நானும் நடந்த எல்லாவற்றைப் பற்றியும் கேள்விப் பட்டேன்' என்று சொன்ன கோல்யா, விநோதமாகச் சிரித்தான். 'கேளுங்கள், கரமாஸவ், உங்களுக்கு எல்லாவற்றையும் நான் விளக்கு கிறேன்; முக்கியமாக எதற்காக நான் இங்கு வந்தேனென்பதை விளக்க மாகச் சொல்லவே உங்களை இங்கு நான் கூப்பிட்டேன்; நாம் அங்குப் போவதற்கு முன்பாக எல்லாவற்றையும் பேசி முடிவுசெய்துகொள்வோம்' என்று உற்சாகத்துடன் சொன்னான் கோல்யா. 'பாருங்கள், கரமாஸவ், போனவருட வசந்த காலத்தில் இல்யூஷா ஆரம்ப வகுப்பில் சேர்ந்தான். எல்லோருக்கும் அந்த ஆரம்பப் பள்ளியைப் பற்றித் தெரியும்; சிறுவர்கள் திருட்டுப் பையன்கள். அவர்கள் இல்யூஷாவை எப்போதும் கேலி செய்தார்கள். நான் இரண்டு வகுப்புகள் அவனைவிடப் பெரியவன், அவனைக் கேலி செய்வதை நான் பார்த்தேன். பையன் சிறுவன், வலிமை இல்லாதவன், ஆனால் அவர்களுக்கு அடிபணிய மறுத்தான், அவர்களுடன் சண்டைகூடப் போட்டான்; கர்வம் கொண்ட அவனுடைய கண்கள் கோபத்தில் கொழுந்துவிட்டு எரிவதையும் பார்த்தேன். அப்படிப் பட்டவர்களை எனக்குப் பிடிக்கும். ஆனால், பையன்கள் அவனை இன்னும் அதிகமாகக் கேலி செய்ய ஆரம்பித்தார்கள். அதைவிட முக்கியமானது பரிதாபத்திற்குரிய அவன், குட்டையான கால்சட்டையை யும் மேல் அங்கியையும் கிழிந்துபோன காலணியையும் அணிந்திருந்தான். அதைப் பார்த்து அவர்கள் அவனை இன்னும் அதிகமாகக் கேலி செய்தார்கள். அவனைக் கேவலப்படுத்தினார்கள். அது எனக்குப் பிடிக்கவில்லை, எனவே நான் இல்யூஷா பக்கம் சேர்ந்து கொண்டு அவர்களுக்கு நல்ல பாடம் கற்பித்தேன். அவர்களை நான் அடித்தேன், இருந்தாலும் அவர்கள் என்னை விரும்புகிறார்கள் தெரியுமா, கரமாஸவ்?' என்று பெருமையாகச் சொன்னான் கோல்யா. 'ஆமாம், எனக்கு இந்தத் திருட்டுக் குழந்தைகளைப் பிடிக்கும். என்னுடைய வீட்டில் இரண்டு குழந்தைகள் இருக்கிறார்கள்; இன்று அவர்களால் தான் நான் தாமதமாக வரவேண்டியதாயிற்று. ஒரு வழியாக இல்யூஷாவை அடிப்பதை அவர்கள் நிறுத்திவிட்டார்கள்; அவனை நான் என்னுடைய பாதுகாப்பில் வைத்திருந்தேன். சிறுவன் கர்வமானவன் என்பதைப் பார்த்தேன்; கர்வமானவன் என்று சொன்னாலும் அடிமை போல அவன் நான் சொன்ன சிறு விஷயங்களையெல்லாம் கேட்டு, என்னைக் கடவுள் போல நினைத்து, நான் சொல்வதையெல்லாம் செய்துகொண்டு,

என்னைப் போலவே அவனும் நடந்துகொள்ள ஆரம்பித்தான். வகுப்பு இடைவேளைகளில் அவன் என்னைப் பார்க்க வர, நாங்கள் இருவரும் சேர்ந்தே இருந்தோம். ஞாயிற்றுக்கிழமைகளில்கூட இருவரும் பள்ளியில் சேர்ந்தே இருந்தோம். எங்கள் பள்ளியில் மூத்த வகுப்பு மாணவன் சின்னப் பையனுடன் சிநேகமாக இருப்பதைப் பார்த்துக் கேலி செய்தார்கள், ஆனால் அது பொறாமையின் காரணமாகத்தான். அவனுடன் நண்பனாக இருப்பது என்னுடைய விருப்பம்; அதைக் கேலிசெய்வது மற்றவர்களுடைய வேலையல்ல. அவனுக்குப் பாடம் சொல்லிக் கொடுத்து அவனுடைய அறிவை நான் வளர்த்தேன். எனக்கு அவனைப் பிடித்திருந்ததால், அவனுக்கு நான் எல்லாவற்றையும் சொல்லிக் கொடுத்தேன், அதில் என்ன தவறு சொல்லுங்கள்? இதோ, நீங்கள் இருக்கிறீர்கள், கரமாஸவ், இந்தச் சிறுவர்களுடன் நண்பராக இருக்கிறீர்கள், அது எதற்கு என்றால் இளைய தலைமுறையை, அவர்களை ஊக்குவித்து வளர்த்தெடுத்து நல்வழிப்படுத்தத்தானே? உங்களுடைய இந்தக் குணத்தைப் பற்றிக் கேள்விப்பட்டதுமே உங்களை எனக்கு மிகவும் பிடித்துப் போய்விட்டது என்பதை நான் ஒப்புக்கொள்கிறேன். இப்படியாக, விஷயத்திற்கு வருவோம்: சிறுவனிடம் உணர்ச்சிப்பூர்வமான ஏதோ ஒரு மனநிலை உருவானதை நான் கவனித்தேன்; இப்படிப்பட்ட உணர்ச்சிப்பூர்வமான, மென்மையான குணத்திற்குப் பிறவியிலிருந்தே நான் பயங்கரமான எதிரி தெரியுமா. அப்படியே அவன் முரண்பாடுகளுடனும் இருந்தான்: கர்வம் கொண்ட அவன், என்னிடம் அடிமை போல, முற்றிலும் அடிமையாக இருந்தவன், திடீரென்று கண்கள் பளிச்சிட முகம் சிவக்கக் கடுமையாக என்னை விமர்சிக்க ஆரம்பித்தான்; புதுவித யோசனைகளைச் சிலசமயம் நான் அவனுக்குச் சொல்வேன்: அதை ஏற்றுக்கொள்ளாமல் அவன் எனக்கு எதிராகக் கிளர்ந்தெழுவதை நான் பார்த்தேன்; இதற்குக் காரணம் அவனுடைய மென்மையான உணர்வுகளுக்கு முக்கியத்துவம் கொடுக்காமல் அதைக் நான் கண்டு கொள்ளாமல் இருந்ததுதான். அவனை ஒரு மனிதனாக மாற்றியமைக்க, வலிமையுள்ளவனாக மாற்ற அவனிடம் நான் அப்படி நடந்து கொண்டேன்... அது அங்கே... நான் சொன்ன ஒரு வார்த்தையிலிருந்தே எல்லாவற்றையும் நீங்கள் புரிந்துகொண்டிருப்பீர்கள் என்று நினைக்கிறேன். ஒருநாள் திடீரென்று கவனித்தேன், மூன்று நாட்களாக அவன் மனவேதனையில் உற்சாகமின்றி இருந்தான்; அது அவனுடைய மென்மையான உணர்வுகளைப் பற்றிய விஷயமல்ல, அதற்கும் மேலான, வேறொன்றைப் பற்றியது. அவன் ஏன் இப்படிச் சோகமாக இருக்கிறா னென்று நினைத்தேன். அவனிடம் என்ன நடந்தது என்று கேட்டேன்: அவன் இறந்துபோன உங்களுடைய தந்தையின் (அப்போது உங்கள் தந்தை உயிருடன் இருந்தார்) வேலையாள் ஸ்மெர்தியாக்கவுடன் எப்படியோ நட்பு பாராட்டிக்கொண்டு, அந்த முட்டாள், அறிவு கெட்டவன் சொல்லிக் கொடுத்த காட்டுமிராண்டித்தனமான, கேவல மான விளையாட்டைக் கற்றுக்கொண்டிருந்தான், அதாவது, ரொட்டித் துண்டை, மென்மையான ரொட்டித் துண்டை எடுத்து அதில் ஊசியைச் செருகி தெருவில் பசியில் அலையும் நாய்க்குப் போட, அது அதீத பசியால் அதை மென்று சாப்பிடாமல் அப்படியே விழுங்க,

இதனால் என்ன நடக்குமென்பதை நீங்களே நினைத்துப் பாருங்கள்! இப்படியாக, அவர்கள் ஒரு ரொட்டித்துண்டை எடுத்து அதில் ஊசியை நுழைத்து, பசியால் நாள் முழுவதும் குலைத்துக்கொண்டிருந்த (முட்டாள் தனமாகக் கத்தும் அதனுடைய சத்தம் உங்களுக்குப் பிடிக்குமா, கரமாஸவ்? என்னால் அதைத் தாங்கிக்கொள்ளவே முடியாது) அந்த முரட்டு முடியடர்ந்த ஷுச்காவுக்குப் போட்டுவிட்டு, இப்போது அதைப் பற்றிப் பேசுகிறார்கள். அப்படிப் போடப்பட்ட ரொட்டித் துண்டைப் பாய்ந்து விழுங்கிய ஷுச்கா கத்தியபடி விழுந்து புரண்டு ஊளையிட்டுக்கொண்டே எங்கோ ஓடிவிட்டது என்று இல்யூஷாவே வந்து என்னிடம் சொன்னான். அப்படி என்னிடம் சொன்னவன், என்னைக் கட்டிப்பிடித்து உடல் நடுங்க அழுதான், அழுதான்: 'ஓடுகிறது, குரைக்கிறது, ஓடுகிறது, குரைக்கிறது' இதை மட்டும் திரும்பத் திரும்பச் சொன்னவனுக்கு, அந்தக் காட்சி மனத்தில் ஆழமாகப் பதிந்துவிட்டது. அவனுடைய மனசாட்சி அவனை வாட்டி வதைத்தது. அவன் சொன்னதை நான் கவனமாகக் கேட்டேன். எனக்கு மிக முக்கியமாக, அவனுடைய அந்தப் பழைய நடவடிக்கைக்காக அவனுக்குப் பாடம் கற்பிக்கத் தோன்றியது; எனவே அவனிடம் நான் கோபமாக இருப்பது போல நடித்தேன்; உண்மையாக அவன் மேல் எனக்கு அவ்வளவு கோபம் இல்லைதான்: 'நீ என்ன ஒரு கேவலமான காரியத்தைச் செய்திருக்கிறாய்; கேடு கெட்டவன் நீ; இதற்கு மேல் சொல்வதற்கு ஒன்றுமில்லை; இப்போது உன்னிடம் நான் எந்தவிதத் தொடர்பும் வைத்துக்கொள்ளப் போவதில்லை. கொஞ்சம் யோசனை செய்துவிட்டு ஸ்மூரவ் மூலமாகச் (இதோ இந்தச் சிறுவன்தான், என்னுடன் வந்திருக்கும் இவன் எப்போதுமே என் மீது பற்று உள்ளவன்) சொல்லி அனுப்புகிறேன், இனிமேல் உன்னுடன் நான் நண்பனாக இருப்பேனா இல்லையா என்பதை; உன்னைப் போன்ற கேடு கெட்டவனிடம் இனிமேல் எந்தவிதத் தொடர்பும் வைத்துக்கொள்ளாமல் இருப்பதுதான் நல்லது' என்று நான் சொன்னேன். இது அவனை வெகுவாகப் பாதித்துவிட்டது. நான் மிகவும் கடுமையாகச் சொல்லிவிட்டேனென்று எனக்குப் பட்டது; ஆனால், என்னசெய்வது அப்போது என்னுடைய மனநிலை அப்படித் தான் இருந்தது. ஒருநாள் கழித்து நான் ஸ்மூரவ் மூலமாக சொல்லி அனுப்பினேன், இனிமேல் அவனுடன் நான் 'பேசப்போவதில்லை' என்று, அதாவது, இரண்டு நண்பர்கள் பிரியும்போது எங்களுக்குள் நாங்கள் அப்படித்தான் சொல்லிக்கொள்வோம். உண்மை என்ன வென்றால், அவனுடன் சில நாட்கள் தான் நான் பேசாமல் இருக்க நினைத்தேன்; பிறகு அவன் வருத்தப்படுவதைப் பார்த்து அவனுடன் பேசலாமென்றுதான் நினைத்தேன். அப்படித்தான் நான் முடிவும் செய்திருந்தேன். ஆனால் என்ன நடந்தது என்று நினைக்கிறீர்கள்: ஸ்மூரவ் அப்படி நான் சொன்னதைக் கேட்டுக் கண்கள் பளிச்சிட, 'சொல் அவனிடம்' என்று கத்தியவன், 'கிரசோத்கினிடம் நான் சொன்னதாகச் சொல், இனிமேல் எல்லா, எல்லா நாய்களுக்கும் ஊசியைச் செருகி ரொட்டித் துண்டுகளைப் போடப்போகிறேன்!' என்றான். 'ஹா, சுதந்திரமாகச் செயல்பட ஆரம்பித்துவிட்டான், இனி அவனைக் கட்டுப்படுத்த வேண்டும்' என்று நினைத்தேன். எனவே

அதிகமாக அவனிடம் நான் என்னுடைய வெறுப்பைக் காட்டினேன்; அவனைச் சந்தித்த ஒவ்வொரு முறையும் நான் முகத்தைத் திருப்பிக் கொண்டு ஏளனமாகச் சிரித்தேன். திடீரென்று அப்போது தான் அந்தச் சம்பவம், உங்களுக்கு நினைவிருக்கிறதா, அவனுடைய அப்பா, நார்த் தாடிக்காரருடன் நடந்த சம்பவம் நடந்தது. புரிந்துகொள்ளுங்கள், இப்படியாக, ஏற்கெனவே அவனிடமிருந்த எரிச்சல்தான் இப்போது வெடித்துச் சீறி இருக்கிறது. அவனை விட்டு நான் விலகியதைப் பார்த்துச் சிறுவர்கள் மீண்டும் அவனைக் கேலிசெய்ய ஆரம்பித்தார்கள்: 'நார்ப் பயல், நார்ப் பயல்' என்று. அப்போதுதான் அவர்களுக்கிடையே சண்டையும் நடந்திருக்கிறது; அதற்காக நான் மிகவும் வருத்தப்படுகிறேன்; ஆனால் அவர்கள் அவனை நையப்புடைத்துவிட்டார்கள் போல. அப்படி ஒருமுறை பள்ளி முடித்து வரும்போது, முற்றத்திலிருந்து இல்யூஷா அவர்கள்மீது பாய்ந்தான்; நான் பத்தடி தூரத்தில் நின்று கொண்டு அவனைப் பார்த்தேன். சத்தியமாகச் சொல்கிறேன், எப்படி நான் என்னைக் கட்டுப்படுத்திக் கொண்டேனென்று எனக்கே தெரியாது, எனக்கு அவனைப் பார்க்கவே பரிதாபமாக இருந்தது; கொஞ்ச நேரம் தாமதமாகி இருந்தால் அவனை நான் காப்பாற்றப் போயிருப்பேன். ஆனால், என்னுடைய கண்களை அவன் பார்த்தான்: அவனுக்கு என்ன தோன்றியதோ தெரியாது, என்னைப் பார்த்து வேகமாக வந்தவன், தன்னுடைய பேனாக் கத்தியை எடுத்து எனது தொடையில், இதோ இங்கு, என்னுடைய வலது காலுக்கு மேலே என்னைக் குத்தினான். நான் நகரவே இல்லை; சில சமயம் நான் தைரியமாகவே இருப்பேனென்பதை நான் ஒப்புக்கொள்கிறேன், கரமாஸவ்; அப்படியே அவனை நான் வெறுப்புடன் பார்த்தேன்: 'இன்னும் என்னுடன் நீ நண்பனாக இருக்க விரும்புகிறாயா, வா, நான் தயாராக இருக்கிறேன்' என்பது போல. ஆனால், அவன் என்னை மறுபடியும் கத்தியால் குத்தவில்லை; பயந்து போய் அந்தப் பயத்தில் கத்தியைத் தூக்கி எறிந்துவிட்டு வாய்விட்டுக் கதறி அழுதபடி ஓட ஆரம்பித்தான். இதைப் பற்றி நான் யாரிடமும் சொல்லவில்லை, அப்படியே பையன்களையும் வெளியே சொல்லக் கூடாது என்றும் சொல்லிவிட்டேன்; அதனால் இந்த விஷயம் பள்ளி நிர்வாகம்வரை போகவில்லை; அப்படியே இந்தப் புண் ஆறும் வரை என்னுடைய அம்மாவிடமும் நான் எதுவும் சொல்லவில்லை. ஆமாம், அது ஒன்றும் பெரிய அளவில் இல்லை; வெறும் சிராய்ப்புதான். அதன் பிறகு அன்றைக்கே அவன் பள்ளி மாணவர்கள்மீது கல்லெறிந்தான் என்றும் உங்களுடைய கைவிரலைக் கடித்துவிட்டான் என்றும் கேள்விப்பட்டேன்; எப்படிப்பட்ட நிலையில் அவன் இருந்தானென்று உங்களுக்கு நினைவிருக்கிறதா! ஆமாம், என்ன செய்வது, முட்டாள்தனமாக நான் நடந்துகொண்டேன்: அவன் உடல்நலம் சரியில்லாமல் படுத்திருந்தபோதுகூட அவனை மன்னித்து நான் அவனைப் பார்க்கப் போகாமல் இருந்துவிட்டேன், அதாவது, அவனுடன் சமாதானமாகப் போகாமல் இருந்துவிட்டேன்; அதற்காக நான் வருத்தப்படுகிறேன். ஆனால், அப்போது எனக்குத் தனிப்பட்ட சில காரணங்கள் இருந்தன. ஆக, இதுதான் நடந்தது ... முட்டாள்தனமாக நான் நடந்துகொண்டேனென்றுதான் எனக்குத் தோன்றுகிறது ...'

‘ஐயோ பாவம்’ என்று பதற்றத்துடன் சொன்ன அல்யோஷா, ‘உங்களுக்குள் இருந்த இந்த உறவு பற்றி எனக்கு முன்பே தெரியாமல் போனது, இல்லாவிட்டால் எப்போதோ அவனை உங்களிடம் நான் அழைத்துக்கொண்டு வந்திருப்பேன். நம்புவீர்களோ இல்லையோ, காய்ச்சலில் படுத்திருந்தபோதுகூட அவன் உங்களைப் பற்றித்தான் உளறினான். அவனுக்கு நீங்கள் எவ்வளவு தூரம் தேவைப்பட்டீர்க ளென்பது எனக்குத் தெரியாமல் போய்விட்டது! உண்மையாகவே உங்களால் ஷுச்காவைக் கண்டுபிடிக்க முடியவில்லையா? அப்பாவும் பையன்களுமாகச் சேர்ந்து ஊர் முழுவதும் தேடினார்கள். தெரியுமா, அவன் உடல்நிலை சரியில்லாதபோதுகூடக் கண்ணீர் மல்க மூன்று முறை அவன் தந்தையிடம் என் முன்பாகத் சொன்னான்: ‘ஷீச்காவைக் கொன்றதால்தான் இப்படி நான் உடல்நலம் சரியில்லாமல் கஷ்டப் படுகிறேன்; அதனால்தான் கடவுள் என்னைத் தண்டித்துவிட்டார்’ என்று. அவனுடைய இந்த எண்ணத்தை எப்படியுமே எங்களால் மாற்ற முடியவில்லை! ஷுச்கா இறந்துபோகவில்லை, உயிரோடுதான் இருக்கிறது என்று அதைக் காட்டினால் அவன் சந்தோஷத்தில் உயிர் பிழைப்பானென்று நினைக்கிறேன். நாங்கள் எல்லோரும் உங்களைத் தான் நம்பியிருக்கிறோம்’ என்றான்.

‘ஆமாம், எந்த நம்பிக்கையில் நான் ஷுச்காவைத் தேடிக் கண்டு பிடிப்பேன், அதுவும் குறிப்பாக நான் தேடிக் கண்டுபிடிப்பேனென்று நீங்கள் நினைக்கிறீர்கள்?’ என்று மிகுந்த ஆர்வத்துடன் கேட்ட கோல்யா, ‘வேறு யார் மீதும் நம்பிக்கை வைக்காமல், ஏன் என்மீது, குறிப்பாக, என் மீது நம்பிக்கை வைத்திருக்கிறீர்கள்?’ என்றான்.

‘ஏதோ நீங்கள் ஷுச்காவைத் தேடுவதாகவும், தேடிக் கண்டுபிடித்து அதைக் கொண்டு வருவதாகவும் பேசிக்கொண்டார்கள். அப்படித்தான் ஏதோ ஒன்றை ஸ்மூரவ் சொன்னான். முக்கியமாக, ஷுச்கா உயிருடன் தான் இருக்கிறது, அதை எங்கோ பார்த்தார்கள் என்றுதான் அவனிடம் நாங்கள் சொல்லி வைத்திருக்கிறோம். பையன்கள் உயிருள்ள முயல் ஒன்றைப் பிடித்துக் கொண்டுபோய் அவனிடம் காட்டினார்கள்; அதைப் பார்த்து அவன் லேசாகப் புன்னகைத்துவிட்டுக் கீழே விட்டுவிடும்படிச் சொன்னான். அப்படியே நாங்கள் நாய்களையும் காட்டிவிட்டோம். அப்போதுதான் ஆரோக்கியமான நாய்க்குட்டி ஒன்றை அவனுடைய தந்தை எங்கிருந்தோ பிடித்துக்கொண்டுவந்தார்; அதைப் பார்த்து அவன் சந்தோஷப்படுவானென்று அவர் நினைத்தார்; ஆனால் நிலைமை மிக மோசமாகிவிட்டது . . .’

‘சொல்லுங்கள், கரமாஸவ், அவனுடைய அப்பா எப்படிப்பட்டவர்? எனக்கு அவரைத் தெரியும், ஆனால் நீங்கள் அவரைப் பற்றி என்ன நினைக்கிறீர்கள்: அவர் ஒரு கோமாளியா, விதூஷகரா?’

‘ஓ, இல்லை, மனிதர்களில் சிலர் அதிகம் உணர்ச்சிவசப்படக் கூடியவர்கள், ஆனால் ஏனோ அவர்கள் வேதனைக்கு உட்படுத்தப் பட்டவர்களாகவே இருக்கிறார்கள். இப்படிப்பட்ட கோமாளித்தனம், நீண்ட கால கோழைத்தனத்தால் ஏற்பட்ட அவமானத்தை வெளியே

சொல்ல முடியாமல் உண்டான பயங்கரமான கோபமாகும். நம்புங்கள், கிரசோத்கின், இப்படிப்பட்ட கோமாளித்தனம் சில சமயங்களில் மிகவும் வருத்தப்படக்கூடிய ஒன்றாகும். இனி இந்தப் பூமியில் அவருக்கு எல்லாமே இல்யூஷாதான்; ஒருவேளை இல்யூஷா இறந்துபோனால் அவருக்குப் பைத்தியமே பிடித்துவிடும், இல்லாவிட்டால் அவர் தற்கொலை செய்துகொள்வார். அவரைப் பார்க்கும்போதெல்லாம் எனக்கு இப்படித்தான் தோன்றுகிறது!'

'நீங்கள் சொல்வது எனக்குப் புரிகிறது, கரமாஸவ், நீங்கள் மனிதர்களைப் புரிந்துகொள்ளக் கூடியவர் என்று தெரிகிறது' என்று ஆழ்ந்த உணர்வுடன் சொன்னான் கோல்யா.

'நாயுடன் உங்களைப் பார்த்ததும் நீங்கள் அந்த ஷுச்காவைத் தான் தேடிக் கண்டுபிடித்துக்கொண்டு வந்திருக்கிறீர்கள் என்று நான் நினைத்தேன்.'

'கொஞ்சம் பொறுங்கள், கரமாஸவ், ஒருவேளை, அதை நாம் தேடிக் கண்டுபிடிக்கலாம் – இதனுடைய பெயர் பெரிஸ்வோன். இப்போது இதை அந்த அறைக்குள் விட்டால், வலிமையான அந்த நாய்க்குட்டியை விட, இது ஒருவேளை அதிகமாக இல்யூஷாவை சந்தோஷப்படுத்தலாம். கொஞ்சம் பொறுங்கள், கரமாஸவ், சீக்கிரமாகவே நீங்கள் ஒன்றைத் தெரிந்துகொள்ளப்போகிறீர்கள். ஓ, கடவுளே, என்ன இது நான் உங்களை இவ்வளவு நேரம் காக்கவைத்துவிட்டேன்!' என்று திடீரென்று உணர்ச்சி வசப்பட்டான் கோல்யா. 'இந்தக் குளிரில் நீங்கள் ஒரே ஒரு மெல்லிய மேல் அங்கியை மட்டுமே அணிந்திருக்க, நானோ உங்களை இவ்வளவு நேரம் இங்கேயே நிற்கவைத்துப் பேசிக்கொண்டிருக்கிறேன். பாருங்கள், பாருங்கள், நான் எப்பேர்ப்பட்ட சுயநலவாதி என்று! ஓ, நாம் எல்லோருமே சுயநலவாதிகள், கரமாஸவ்!'

'கவலைப்படாதீர்கள்; உண்மையாகவே எனக்குக் குளிரடிக்கிறது தான், ஆனால் எனக்குச் சளிப்பிடிக்காது. இருந்தாலும், வாருங்கள் போகலாம். சரி, உங்களுடைய பெயர் என்ன, கோல்யா என்றுதான் தெரியும், ஆனால் முழுப்பெயர் என்ன?' என்று கேட்டான் அல்யோஷா.

'நிக்கலாய், நிக்கலாய் இவானவ் கிரசோத்கின், அல்லது அதிகாரப் பூர்வமாகச் சொன்னால், கிரசோத்கினுடைய மகன்' என்று சொன்னவன், ஏனோ லேசாகப் புன்னகைத்தபடி திடீரென்று மேலே சொன்னான், 'நிக்கலாய் என்ற என்னுடைய பெயரைக் கேட்டாலே எனக்கு வெறுப்பாக இருக்கிறது.'

'ஏன் அப்படி?'

'கேவலமாக இருக்கிறது, அதிகாரப்பூர்வமாக இருக்கிறது . . .'

'உங்களுக்குப் பதின்மூன்று வயதாகிறதா?'

'அதாவது, பதினான்கு வயது, இன்னும் இரண்டு வாரங்களில் எனக்குப் பதினான்கு வயதாகப் போகிறது, சீக்கிரமாகவே. என்னுடைய பலவீனமான குணத்தைப் பற்றிச் சொல்கிறேன் கேளுங்கள், கரமாஸவ்,

நம்முடைய முதல் சந்திப்பிலேயே, நீங்கள் என்னைப் பற்றி முழுவதுமாகத் தெரிந்துகொள்ள விருப்பப்படுகிறீர்கள்: அது எனக்குச் சுத்தமாகப் பிடிக்கவில்லை, அதுவும் என்னுடைய வயதைப் பற்றிக் கேட்கும்போது எனக்கு இன்னும் வெறுப்பாக இருக்கிறது... அப்படியே, கடைசியாக... என்னைப் பற்றி ஒரு வதந்தி உலவிவருகிறது, ஏதோ போன வாரம் நான் ஆரம்பப் பள்ளிச் சிறுவர்களுடன் திருடர்கள் விளையாட்டு விளையாடினேனென்று. நான் விளையாடினேனென்பது உண்மைதான், ஆனால் என்னுடைய சந்தோஷத்திற்காக, எனக்காக நான் விளையாடி னேன் என்பது முற்றிலும் பொய். அது உங்களுடைய காதுகளுக்கும் எட்டியிருக்குமென்று நினைக்கிறேன், நான் அந்த விளையாட்டை அந்தச் சிறுவர்களுக்காகத்தான் விளையாடினேன், எனக்காக அல்ல, ஏனெனில் அவர்களுக்கு என்னைவிட்டால் வேறு எந்த விளையாட்டை யும் யோசித்து விளையாடத் தெரியாது. அதனால் என்னைப் பற்றி எப்போதுமே வதந்தியைப் பரப்பிக்கொண்டே இருக்கிறார்கள். இந்த ஊரே ஒரு வதந்தி பரப்பும் ஊர், உண்மையாக.'

'அப்படியே உங்களுடைய சந்தோஷத்திற்காகவே நீங்கள் விளையாடினீர்கள் என்றாலும்தான் என்ன? இதிலென்ன இருக்கிறது?'

'என்ன எனக்காகவா... குதிரையேற்றத்தை எனக்காக நான் விளையாட முடியாதுதானே?'

'இதைக் கேளுங்கள்' என்று சிரித்துக்கொண்டே சொன்ன அல்யோஷா, 'உதாரணமாக, மக்கள் நாடக அரங்கிற்குப் போகிறார்கள்; அங்குக் கிளர்ச்சியூட்டும் எல்லாவிதமாக வீர, தீரச் செயல்களும் நாடக மேடையில் இடம்பெறுகின்றன; சில சமயம் திருடர்களும் வருகிறார்கள், சண்டைக் காட்சிகள்கூட இடம்பெறுகின்றன – ஆக, அதைப் போலத்தானே இதுவும் இல்லையா? விளையாட்டிற்காகச் சண்டை போடும் சிறுவர்களும் ஓய்வு நேரத்தில் திருடர்களைப் போல வேஷம் கட்டும் குழந்தைகளும் கலையை வளர்க்கிறார்கள், தங்களுடைய இளமனத்திலிருக்கும் கலை உணர்வை அவர்கள் வளர்க்கிறார்கள்; அப்படிக் கற்பனை செய்து விளையாடும் இந்த விளையாட்டு, நாடக அரங்கில் அரங்கேற்கப்படும் நாடகத்தைவிடச் சிறந்த ஒன்று; ஆனால் அதில் என்ன வித்தியாசம் என்றால், மக்கள் நடிகர்களைப் பார்க்க நாடக அரங்குக்குப் போகிறார்கள், ஆனால் இங்கே இந்தச் சிறுவர்களோ நடிகர்களாக இருக்கிறார்கள். ஆகவே இது இயல்பாக அமைந்துவிடுகிறது' என்றான்.

'நீங்கள் அப்படியா நினைக்கிறீர்கள்? இதுதான் உங்களுடைய கருத்தா?' என்று கேட்ட கோல்யா, அல்யோஷாவை ஆர்வத்துடன் பார்த்தான். 'தெரியுமா, நீங்கள் சுவாரஸ்யமான விஷயம் ஒன்றைச் சொல்லியிருக்கிறீர்கள்; இனி நான் வீட்டிற்குப் போய் அதைப் பற்றி யோசிக்க வேண்டும். உங்களிடமிருந்து எதையாவது ஒன்றைக் கற்றுக் கொள்ள வேண்டுமென்று நான் நினைத்தேன், அப்படியே நடந்துவிட்டது. உங்களிடமிருந்து ஏதாவது ஒன்றைக் கற்றுக்கொள்ளவே நான் இங்கு வந்தேன், கரமாஸவ்' என்று ஆழமாக, உணர்ச்சிபூர்வமான குரலில் சொன்னான் கோல்யா.

‘நான் உங்களிடமிருந்தும் கற்றுக்கெள்ளவே வந்தேன்’ என்று சொல்லிக் கொண்டே கோல்யாவின் கைகளை அழுத்தினான் அல்யோஷா. அல்யோஷாவைப் பார்த்ததில் கோல்யா மனநிறைவடைந்தவனாக இருந்தான். தன்னை அல்யோஷா அவனுக்குச் சமமாக நடத்தி ‘வளர்ந்த ஒருவனாக’ அவனைப் பாவித்தது கோல்யாவை ஆச்சர்யப்படவைத்தது.

‘உங்களுக்கு இப்போது ஓரிரு தந்திர விளையாட்டுகளைக் காண்பிக்கிறேன், கரமாஸவ், இதுவும் நாடகங்களில் வருவது போலத் தான்’ என்று பதற்றத்துடன் சிரித்தபடி சொன்ன கோல்யா, ‘அதற்காகத் தான் நான் இங்கு வந்தேன்’ என்றான்.

‘முதலில் நாம் இடது பக்கமிருக்கும் வீட்டுச் சொந்தக்காரியைப் பார்க்கப் போவோம்.’ ‘சிறுவர்கள் அங்கேதான் தங்களுடைய மேல் அங்கியைக் கழற்றிவைப்பார்கள். ஏனெனில் அறை போதுமான இட வசதியில்லாமல் சிறிதாக இருக்கிறது. ஏற்கனவே அது புழுக்கமாக, ஆட்கள் நிறைந்து இருக்கிறது.’

‘ஓ, அங்கே நான் ஒரு நிமிடம்தான் இருக்கப் போகிறேன்; அங்கே நான் மேல் அங்கியுடனேயே உட்கார்ந்திருப்பேன். பெரிஸ்வோன் இந்த நடைபாதையில் செத்துக் கிடப்பது போலப் படுத்திருக்கும்: ‘ஸ், பெரிஸ்வோன், செத்தது போலப்படு!’ என்று கட்டளையிட ‘பாருங்கள் அது செத்தது போல படுத்துக் கிடக்கிறது’ என்றான். ‘முதலில் நிலைமை அங்கு எப்படி இருக்கிறதென்று பார்த்துவிட்டுப் பிறகு நான் விசில் கொடுக்கிறேன்: ‘வா, பெரிஸ்வோன்!’ என்றான். ‘நீங்களே பார்ப்பீர்கள், அது எப்படி வேகமாகப் பைத்தியம் பிடித்தது போல ஓடிவரும் என்று. என்ன, சரியான நேரத்தில் ஸ்மூரவ் கதவுகளைத் திறந்துவைக்க மறக்கக் கூடாது. பிறகு அது செய்யும் தந்திரச் செயல்களை நீங்களே பார்ப்பீர்கள், அதை நான் முன்னேற்பாடாகத் தயார் செய்து வைத்திருக்கிறேன்.’

## 5

## இல்யூஷாவின் படுக்கை அறை

நமக்கு முன்பே அறிமுகமான, ஓய்வுபெற்ற படைத்தளபதியின் குடும்பம் வாழ்ந்து வந்த அந்த அறையானது, இப்போது அதிக விருந்தாளிகளுடன் இட நெருக்கடியில் புழுக்கமாக இருந்தது. இல்யூஷாவைப் பார்க்க அன்று வந்திருந்த சிறுவர்கள் அவனுடன் சமாதானம் செய்துகொள்ளவே அல்யோஷாவால் அழைத்துவரப்பட்டார்கள் என்பதை ஸ்மூரவ் மறுத்தது போலவே, அந்தச் சிறுவர்களும் மறுத்தார்கள் என்றாலும், உண்மை என்னவோ அதுவாகத்தானிருந்தது. இப்படி இல்யூஷாவைப் பாப்பதற்காக ஒவ்வொருவரையும் அவன் அழைத்து வந்ததில் எந்தவித ‘முட்டாள் தனமான உணர்ச்சிவசத்’ திட்டமும் இல்லாமல், இயல்பாகச் செய்திருந்தது அவனுடைய திறமையை வெளிப்படுத்தியது. இது இல்யூஷாவின் வேதனைகளுக்கு மிகப்பெரிய ஆறுதலாக இருந்தது. இப்படிப்பட்ட

மென்மையான நட்பையும் தன்னைப் பார்க்க வந்த நேற்றைய அவனுடைய விரோதிகளின் நடவடிக்கைகளையும் பார்த்து இல்யூஷா மனம் நெகிழ்ந்துபோனான். கிரசோத்கின் மட்டும் அவனைப் பார்க்க வராமல் இருந்தது அவனை வெகுவாக வேதனைப்படுத்தியது. அவனுக்கு ஏற்பட்ட கசப்பான அனுபவங்களில் மிகக் கசப்பானது கிரசோத்கினுடன் நடந்த சம்பவமாகத்தான் இருக்க முடியும், ஏனெனில் ஒரே ஒரு நண்பனான அவனை, ஒரே ஒரு ஆதரவாளனை அவன் கத்தியால் குத்திவிட்டான். இப்படித்தான் நினைத்தான், புத்திசாலிச் சிறுவன் ஸ்மூரவ் (இல்யூஷாவுடன் முதலில் அவன்தான் சமாதானம் செய்து கொள்ளவே வந்தான் என்று). 'ஏதோ ஒரு காரணத்திற்காக' கிரசோத்கினை அல்யோஷா பார்க்க விரும்புகிறானென்று ஸ்மூரவ் சொன்னவுடன், கிரசோத்கின் அவனை உடனே தடுத்துநிறுத்தி, உடல் நலம் சரியில்லாத இல்யூஷாவைப் பார்ப்பதற்கு அவனுக்குத் தெரியுமென்றும் அது விஷயமாக யாரிடமிருந்தும் அவனுக்கு அறிவுரைகள் தேவை இல்லை என்றும் அதற்கான 'காரணங்கள்' தன்னிடம் இருக்கின்றன என்றும் 'கரமாஸவிடம்' சொல்லச் சொன்னான். இந்த ஞாயிற்றுக்கிழமைக்கு இரண்டு வாரங்களுக்கு முன்புதான் இது நடந்தது. இதன் காரணமாகத் தான் அல்யோஷா கிரசோத்கினைப் பார்க்கப் போகாமல் இருந்தான். அப்படி கிரசோத்கினைப் பார்க்கக் காத்திருந்த அவன், ஸ்மூரவை இரண்டுமுறை அவனிடம் அனுப்பிவைத்தான். ஆனால், அந்த இரண்டு முறையும் கிரசோத்கின் பொறுமையின்றிக் கடுமையாகப் பதிலளித்து, அல்யோஷாவே நேரில் வந்து கூப்பிட்டாலும் இல்யூஷாவைப் பார்க்க ஒரு போதும் அவன் வரமாட்டானென்றும் இதற்கு மேலும் அவனைத் தொந்தரவு செய்ய வேண்டாமென்றும் சொல்லி அனுப்பிவிட்டான். நேற்றுகூட ஸ்மூரவுக்குத் தெரியாது, இன்று காலை இல்யூஷாவைப் பார்க்க அவன் போவானென்று; ஸ்மூரவிடம் நேற்று அவன் விடை பெற்றுக்கொண்ட போதுதான், திடீரென்று அடுத்த நாள் காலை அவன் கோல்யாவைப் பார்க்கப் போகிறானென்றும், அவனுக்காக ஸ்மூரவ் காத்திருக்க வேண்டுமென்றும், பிறகு இருவருமாக யாரும் எதிர்பார்க்காத நேரத்தில் ஸ்நெகிரவ் வீட்டிற்குப் போக வேண்டுமென்றும் ஆனால் அதைப் பற்றி அவன் யாரிடமும் சொல்லக் கூடாது என்றும் கேட்டுக்கொண்டான். ஸ்மூரவும் அவன் சொன்னபடியே நடந்து கொண்டான். 'தொலைந்துபோன நாய் ஒருவேளை உயிரோடிருந்திருந்தால் எவ்வளவு நன்றாக இருக்கும், அதைக் கண்டு பிடிக்க முடியாத இவர்கள் எதற்கும் லாயக்கில்லாத கழுதைகள்' என்று எதேச்சையாக கிரசோத்கின் சொன்ன வார்த்தைகளைப் பிடித்துக்கொண்ட ஸ்மூரவ், காணாமல் போன ஷுச்காவை அவன் கண்டுபிடித்துக் கொண்டுவந்து விடுவா னென்றும் நம்பினான். தன்னுடைய யூகத்தைச் சமயம் பார்த்து அமைதியாகச் சொன்ன ஸ்மூரவ்மீது கிரசோத்கின் கோபத்துடன் சீறி விழுந்தான்: 'என்னுடைய பெரிஸ்வோன் இருக்கும்போது, வேறு ஒரு நாயை ஊர் முழுக்கத் தேடி அலைய நான் என்ன முட்டாளா? யாராவது நம்புவார்களா, ஊசியை விழுங்கிய நாய் இன்னும் உயிரோடு இருக்குமென்று? இது முட்டாள்தனத்தைத் தவிர வேறு எதுவும் இல்லை!' என்று சொன்னான் கோல்யா.

இதற்கிடையில், பதினைந்து நாட்களாக இல்யூஷா தன்னுடைய அறையில், ஒரு மூலையில், உருவச் சிலைக்குக் கீழிருக்கும் தன்னுடைய சிறிய படுக்கையில், படுத்தபடி கிடந்தான். அல்யோஷாவின் விரலைக் கடித்த அந்தச் சம்பவ நாளிலிருந்தே அவன் பள்ளிக்குப் போகாமல் இருந்தான். அப்போதிருந்தே அவனுக்கு உடல்நலம் சரியில்லாமல் போக, படுக்கையில் படுத்திருந்த அவன், இந்த ஒரு மாதத்தில், எப்போதாவது தான் எழுந்து அறையிலோ வீட்டு நடைபாதையிலோ நடந்தான்.

இறுதியாக, அவன் முற்றிலுமாக வலுவிழந்து, தன் தந்தையின் உதவியின்றி எழுந்து நடக்க முடியாத நிலைக்கு ஆளானான்; இதைப் பார்த்து அவனுடைய தந்தை மிகவும் வருத்தப்பட்டார்; குடிப்பதை முற்றிலுமாக அவர் மறந்து போயிருந்தார்; பயந்துபோன அவருக்குப் பைத்தியம் பிடித்தது போலாகிவிட்டது; எங்கே பையன் இறந்து விடுவானோ என்று பயந்த அவர், படுக்கையிலிருந்து அவனை எழுப்பிப் பிடித்து அறையில் நடக்கவைத்து, பிறகு மறுபடியும் அவனைப் படுக்கையில் படுக்கவைத்து அவனைப் பார்த்துக்கொண்டவர், திடீரென்று நடைபாதைக்கு ஓடிவந்து, தன்னுடைய தலையைச் சுவர்மீது சாய்த்து, இருட்டு மூலையில் இல்யூஷாவுக்குத் தெரியாமல் சத்தமின்றிக் கதறி அழுவார்.

மறுபடியும் திரும்ப அறைக்கு வந்து, எப்போதும் போல, தன்னுடைய அருமை மகனுக்குச் சிரிப்பூட்டும் எல்லாவிதக் கதைகளையும் சம்பவங்களையும் சொல்லி, தான் சந்தித்த விசித்திரமான மனிதர்களைப் போல நடித்துக்காட்டி, மிருகங்களைப் போல விளையாட்டாகச் சண்டை போட்டு, ஒலி எழுப்பி இல்யூஷாவைச் சந்தோஷப்படுத்துவார். ஆனால், அப்படி அவர் விளையாட்டுத்தனமாகச் சத்தம் எழுப்பி, வேடிக்கையாக முகத்தைச் சுளித்துக்கொண்டு கோமாளி போல நடித்தது இல்யூஷாவுக்குக் கொஞ்சம்கூடப் பிடிக்கவில்லை. அதை அவன் காட்டிக் கொள்ளாவிட்டாலும், அவனுக்கு அது வருத்தமாக இருந்தது; சமுதாயத்தில் அவர் எவ்வளவு தூரம் கேவலப்படுத்தப்பட்டார் என்பதையும் 'நார்த்தாடிக்காரன்' என்று அந்தப் 'பயங்கரமான தினத்தன்று' எப்படி அவர் அவமானப்படுத்தப்பட்டார் என்பதையும் நினைவுகூர்ந்து, இல்யூஷா மனவேதனை அடைந்தான். அமைதியான, மென்மையான இல்யூஷாவின் அக்கா ஊனமுற்ற நீனச்காவுக்கும் அவளுடைய தந்தை இப்படிக் கோமாளித்தனமாக நடந்துகொள்வது பிடிக்கவில்லையென்றாலும், (அவனுடைய மூத்த சகோதரி வார்வரா நிக்கலாயவ்னா படிப்பைத் தொடர்வதற்காக வெகு நாட்களுக்கு முன்பே பீத்தர்பூர்க் போய்விட்டாள்) பாதி சுயநினைவில் இருந்த அவளுடைய தாய்க்குத் தன் கணவன் இப்படி வேடிக்கை செய்து நடித்துக் காட்டி, முகத்தைச் சுளித்து சேட்டைகள் செய்வது சந்தோஷமாக இருந்தது. அது ஒன்றுதான் அவளைக் குதூகலப்படுத்தியது; மற்ற நேரங்களிலெல்லாம் அவள் இடைவிடாது குற்றம் சாட்டிக்கொண்டு, எல்லோரும் அவளை மறந்துவிட்டார்கள், யாரும் அவளுக்கு மரியாதை கொடுப்பதில்லை என்று புலம்பிக்கொண்டு, அவளுடைய உணர்வுகள் புண்படுத்தப்பட்டு

விட்டன என்று குறைசொல்லிக்கொண்டும் அழுதுகொண்டும் தான் இருந்தாள். ஆனால், திடீரென்று கடைசியாக அவளும் மாறிப்போனாள். மூலையில் படுத்திருந்த இல்யூஷாவைப் பார்த்தபடி எதையோ அவள் யோசிக்கலானாள். மிக அமைதியாக மாறிவிட்ட அவள், யாருக்கும் தெரியாமல் மௌனமாக அழுதாள். இந்த மாற்றத்தை மனக்கசப்புடன் ஆச்சர்யத்துடன் பார்த்தார் படைத்தளபதி. முதலில் சிறுவர்கள் இல்யூஷாவைப் பார்க்க வந்தபோது, அது அவளுக்குப் பிடிக்காமல் போய் அவர்கள்மீது அவள் கோபப்பட்டாள்; ஆனால், பிறகு அந்தச் சிறுவர்களின் குதூகலமான குரலும், அவர்கள் பேசிய பேச்சும் அவளுக்கு மிகவும் பிடித்துப் போக, அவர்கள் வராத சமயத்தில் அவள் மிகவும் வருத்தப்பட ஆரம்பித்தாள். சிறுவர்கள் அவர்களுக்குள் பேசிக்கொண்டு விளையாடியபோது அவளும் அவர்களுடன் சேர்ந்து சிரித்தாள், கைதட்டினாள். அவர்களில் ஒரு சில பையன்களை அவள் தன்னிடம் அழைத்து அவர்களுக்கு முத்தமும் கொடுத்தாள். சிறுவன் ஸ்மூரவைக் குறிப்பாக அவளுக்குப் பிடித்திருந்தது. படைத்தளபதியைப் பொறுத்த வரையில், இல்யூஷாவைச் சந்தோஷப்படுத்துவதற்காக வந்த பள்ளி மாணவர்களைப் பார்த்து முதலில் அவர் சந்தோஷப்பட்டவர், பிறகு இந்தச் சோகத்திலிருந்து இல்யூஷா மீண்டு சீக்கிரமே குணமடைந்து விடுவானென்று நம்பினார். இல்யூஷாவை நினைத்து அவர் வருத்தப் பட்டாலும், கடைசியில் திடீரென்று ஒருநாள் அவன் உடல்நலம் தேறி எழுந்துவிடுவான் என்பதில் அவருக்குச் சந்தேகமில்லை. வீட்டிற்கு வந்த அந்தச் சின்ன விருந்தாளிகளை அவர் மரியாதையுடன் வரவேற்று, அவர்களுடனேயே இருந்து, அவர்களைத் தன்னுடைய முதுகில் ஏற்றிச் சவாரி செய்து விளையாடவும் செய்தார். ஆனால் அது இல்யூஷாவுக்குப் பிடிக்காமல் போக, பிறகு அவர் அதைச் செய்யாமல் இருந்தார். அந்தச் சிறுவர்களுக்காக அவர் பரிசுப் பொருட்களையும் தின்பண்டங் களையும் வறுத்த பருப்புக் கொட்டைகளையும் வாங்கி வந்து, அவர்களுக்காகத் தேநீர் போட்டு, வெண்ணெய் தடவிய ரொட்டித் துண்டுகளையும் கொடுத்து உபசரித்தார். இப்போது அவரிடம் நிறைய பணம் இருந்தது என்பதையும் நாம் குறிப்பிட வேண்டும். அல்யோஷா சரியாகச் சொன்னது போல, கத்தரீனா இவானவ்னாவிடமிருந்து அந்த இருநூறு ரூபிள்களை அவர் வாங்கியிருந்தார். அதன் பிறகு அவர்களுடைய நிலைமையை அறிந்த அவள், நோய்வாய்ப்பட்ட இல்யூஷாவைப் பார்க்க வீட்டிற்கு வந்தவள், வீட்டிலிருந்த எல்லோருட னும் தன்னை அறிமுகப்படுத்திக்கொண்டு, பாதி சுயநினைவையிழந்த படைத்தளபதியின் மனைவியின் மனத்தில் கூட நல்ல இடத்தைப் பிடித்திருந்தாள். அவர்களுக்கு அவள் தாராளமாக உதவி செய்ய, பையன் இறந்துவிடுவானென்ற விஷயம் தந்தையின் மனத்தைப் பயங்கரமான வேதனைக்குள்ளாக்க, பழைய தன்னுடைய கர்வத்தை மறந்து, கருணையின் பேரில் அவள் கொடுத்த பணத்தை அவர் வாங்கிக்கொண்டார். கத்தரீனா இவானவ்னாவின் அழைப்பின் பேரில் நோய்வாய்ப்பட்ட சிறுவனை மருத்துவர் கெர்ஷென்ஸ்தூபே பரிசோதித்து, அடிக்கடி கவனமாக மருந்துகளைக் கொடுத்து வந்தாலும், அது அவனுக்கு எந்தவிதத்திலும் பயனளிப்பதாக இருக்கவில்லை; மருந்துகளை அவர்

அவனுக்கு மிக அதிகமாகக் கொடுத்து வந்தார். ஆனால், அந்த ஞாயிற்றுக்கிழமை காலை, மாஸ்கோவில் இருந்து வந்த புகழ்பெற்ற வேறு ஒரு புது மருத்துவரை எதிர்பார்த்து அவர் காத்திருந்தார். கத்தரீனா இவானவ்னா அதிகப் பணம் செலவு செய்து அவரை வேறு ஒரு காரணத்திற்காக வரவழைத்திருந்தாள்; அது எதற்காக என்பது உரிய நேரத்தில் பிறகு விளக்கப்படும்; இப்படி மாஸ்கோவிலிருந்து வந்திருந்த மருத்துவர், இல்யூஷாவைப் பார்க்க அவனுடைய வீட்டிற்கு வந்தார்; அவர் வருவார் என்பது முன்னதாகவே படைத்தளபதிக்குத் தெரிவிக்கப்பட்டிருந்தது. கோல்யா கிரசோத்கினுடைய வருகை எந்த விதத்திலும் அவரைப் பாதிக்கவில்லையென்றாலும் எப்போதோ அவன் இல்யூஷாவைப் பார்க்க வந்திருக்க வேண்டும்; அப்படி அவன் பார்க்க வராத காரணத்தால் இல்யூஷா மிகவும் வருத்தப்பட்டுக் கொண்டிருந்தான். கதவைத் திறந்துகொண்டு அவன் உள்ளே நுழைந்த சமயம்தான் படைத்தளபதியும் சிறுவர்களும் உடல்நலம் சரியில்லாத இல்யூஷாவின் படுக்கையைச் சுற்றி நின்றுகொண்டு, நேற்று பிறந்த ஆரோக்கியமான அந்தச் சிறிய நாய்க்குட்டியைப் பார்த்துக்கொண் டிருந்தார்கள்; அது ஒரு வாரத்திற்கு முன்பே படைத்தளபதியால் பதிவுசெய்யப்பட்டு, இல்யூஷாவைச் சந்தோஷப்படுத்தும் ஒரே நோக்கத் துடன் தருவிக்கப்பட்டிருந்தது; இந்தச் சிறிய நாய்க்குட்டியைப் பார்த்த வுடன் இல்யூஷா இறந்து போன தன்னுடைய ஷுச்காவை நினைத்து வேதனைப்படாமல் இருப்பானென்று அவர் நினைத்தார். இதைப் பற்றி மூன்று நாட்களுக்கு முன்பே கேள்விப்பட்ட இல்யூஷா, தனக்குச் சாதாரண நாய்க்குட்டி அல்ல, வலிமையானதொரு (இதுதான் மிக முக்கியம்) நாய்க்குட்டிதான் பரிசாகக் கிடைக்கப் போகிறது என்பதை அறிந்து இனிமையான அந்தப் பரிசுக்காக அவன் லேசாகச் சந்தோஷப் பட்டாலும், அவனுடைய தந்தைக்கும் மற்ற சிறுவர்களுக்கும் நன்றாகத் தெரியும், இந்தப் புதிய நாய்க்குட்டி பாவப்பட்ட அந்த ஷுச்காவின் நினைவுகளை அவனுடைய மனத்தில் இன்னும் ஆழமாகத் தூண்டும் என்பதை. ஆரோக்கியமான அந்தச் சின்ன நாய்க்குட்டி அமைதி இல்லாமல் அவனருகில் அலைந்துகொண்டிருக்க, சோகத்துடன் சிரித்தபடி அவன் அதைத் தன்னுடைய மெல்லிய, வெளிறிய, காய்ந்து போன விரல்களால் தடவிக்கொண்டிருந்தான்; அந்த நாய்க்குட்டி அவனுக்குப் பிடித்திருந்தது என்பது தெளிவாகத் தெரிந்தது, ஆனால் . . . அது ஷுச்கா இல்லை, ஷுச்காவே இல்லை; ஒருவேளை ஷுச்காவும் அந்த நாய்க்குட்டியுமாக இரண்டும் இருந்திருந்தால் அது முழுமையான சந்தோஷமாக இருந்திருக்கும்!

'கிரசோத்கின்!' என்று உள்ளே வந்த கோல்யாவை முதலாவதாகப் பார்த்த சிறுவன் கத்தினான். அதைக் கேட்டு அங்கு நிலவிய பதற்றத்தில் சிறுவர்கள் கட்டிலின் இருபுறங்களிலும் நகர்ந்து நிற்க, திடீரென்று இல்யூஷாவின் முழு உருவமும் அவனுடைய கண்ணில் பட்டது. கோல்யாவைச் சந்திக்கப் படைத்தளபதி ஆர்வத்துடன் ஓடிவந்தார்.

'வாருங்கள், வாருங்கள் . . . மரியாதைக்குரிய விருந்தாளியே!' என்று அவனைப் பார்த்து முணுமுணுத்தார். 'இல்யூஷெச்கா, திரு. கிரசோத்கின் உன்னைப் பார்க்க வந்திருக்கிறார் . . .'

‘உடனே கிரசோத்கின் அவசரமாகக் கைகுலுக்கத் தன்னுடைய கையை நீட்டி, இணக்கமான நற்பண்பை வெளிப்படுத்தினான். அப்போது சோபாவில் அமர்ந்திருந்த படைத்தளபதியின் மனைவி (சரியாக அப்போதுதான், அந்த நாய்க்குட்டியைப் பார்க்க விடாமல் பையன்கள் எல்லோரும் இல்யூஷாவின் படுக்கைக்கும் அவளுடைய படுக்கைக்கும் இடையே நின்றுகொண்டு மறைக்கிறார்களென்று புகார் சொல்லிக் கொண்டிருந்தாள்) முன்பாக மிக மரியாதையுடன் காலைச் சேர்த்து வைத்து நடந்து வந்து வணக்கம் தெரிவித்துவிட்டுப் பின்பு நீனச்காவின் பக்கமாகத் திரும்பி அவளுக்கும் அதே போல ஒரு வணக்கத்தைத் தெரிவித்தான். அவனுடைய இந்த மரியாதைக்குரிய செயல் உடல் நலம் சரியில்லாத அந்த வீட்டு எஜமானியின் மனத்தில் ஆழமான தாக்கத்தை ஏற்படுத்தியது.

‘நல்ல முறையில் வளர்க்கப்பட்ட இளைஞன் என்பது பார்த்ததுமே தெரிகிறது’ என்று கைகளை விரித்தபடி சத்தமாகச் சொன்னவள், ‘மற்ற விருந்தாளிகளைப் போல இவன் இல்லை: ஒருவர் மேல் ஒருவர் சவாரி செய்து கொண்டு வருகிறார்களே அவர்களைப் போல இவன் இல்லை.’

‘என்ன, அம்மா, அவர்களெல்லாம் ஒருவர் மேல் ஒருவர் சவாரி செய்துகொண்டா வருகிறார்கள்?’ என்று செல்லமாக ‘அம்மா’வைப் பார்த்து முணுமுணுத்தார் படைத்தளபதி.

‘ஆமாம், அப்படித்தான். அவர்கள் எல்லாம் ஒருவர் மேல் ஒருவர் சவாரி செய்து கொண்டு தான் வருகிறார்கள். நடைபாதையில் உட்கார்ந்து கொண்டு ஒருவருடைய தோளில் தொத்திக்கொண்டிருக்கும் இவர்கள் மரியாதைக்குரிய குடும்பத்திலிருந்து வந்தவர்களா என்ன! எப்படிப் பட்ட விருந்தாளிகள் இவர்கள்!’

‘ஆமாம், யார் அம்மா, அப்படி விழுந்தடித்துக்கொண்டு வந்தது? யார்?’

‘ஏன், இதோ இந்தப் பையன் இன்று இவன் தோளில் ஏறிக் கொண்டு வந்தான், இதோ இவன் மேலே . . .’

இப்படியாக, ஏற்கெனவே கோல்யா இல்யூஷாவின் படுக்கை அருகே நின்றுகொண்டிருந்தான். நோயாளி, இல்யூஷா வெளிறிப் போயிருந்தான். படுக்கையிலிருந்து எழுந்தவன், கோல்யாவை உற்றுப் பார்த்தான். தன்னுடைய முன்னாள் நண்பனை, ஏற்கெனவே இரண்டு மாதங்களாகப் பார்க்காத இல்யூஷாவை, இப்போது திடீரென்று பார்த்ததில் அவன் மிகவும் ஆச்சர்யப்பட்டுப் போனான்; இல்யூஷா இப்படி இளைத்து, முகம் வெளிறி, மஞ்சள் நிறமாகி, காய்ச்சலில் உடல் கனன்று, கண்கள் வீங்கி, கைகள் மெலிந்து கிடப்பானென்று அவனால் நினைத்துக்கூடப் பார்க்கமுடியவில்லை, உலர்ந்த உதடுகளுடன் கடுமையாக மூச்சிழுக்கும் இல்யூஷாவைப் பார்த்து வருத்தமும் வேதனையும் பட்டான் கோல்யா. அவனருகே சென்று கையை நீட்டியபடி குழப்பத்திலிருந்து முற்றிலும் நீங்கியவனாகக் கேட்டான்,

‘சரி, வயதானவரே . . . நீங்கள் எப்படி இருக்கிறீர்கள்?’ என்று. ஆனால் இல்யூஷாவின் குரல் கம்மிப் போனது; அவனுடைய தன்னம்பிக்கை தளர்ந்தது; முகம் திடீரென்று வெட்டி இழுக்க உதடுகள் ஏனோ துடித்தன. இன்னும் வார்த்தை எதுவும் பேச முடியாமல் சோகமாகச் சிரித்தான் இல்யூஷா. கோல்யா திடீரென்று சில காரணங் களுக்காக இல்யூஷாவின் தலையைக் கைகளால் கோதினான்.

‘வருத்தப்படாதே!’ என்று அமைதியாக முணுமுணுத்தவன், என்ன சொல்வது என்று தெரியாமல் இல்யூஷாவை உற்சாகப்படுத்தவே அப்படிச் சொன்னான். ஒரு நிமிடம் இருவரும் அமைதியாக இருந்தார்கள்.

‘என்ன, உன்னிடம் புதிய நாய்குட்டியா?’ என்று எந்தவித உணர்ச்சியும் இல்லாமல் திடீரென்று கேட்டான் கோல்யா.

‘ஆமாம்!’ என்று மூச்சிழுத்தபடி முணுமுணுக்கும் குரலில் சொன்னான் இல்யூஷா.

‘கறுப்பு மூக்கு என்றால் சண்டைக்குப் போகும்; பயங்கரமான நாயாக, காவல் காக்கும் நல்ல நாயாக இருக்கும்’ என்று ஏதோ நாய்குட்டியும் அதனுடைய கறுப்பு மூக்கும்தான் மிக முக்கியமான விஷயம் போல அழுத்தமாகச் சொன்னான் கோல்யா. உண்மையில், தன்னால் முடிந்த அளவு தனது உணர்ச்சிகளைக் கட்டுப்படுத்திக் கொண்டு, ஒரு ‘சிறு குழந்தையைப் போல’ வெடித்து அழக் கூடாதென அவன் முயன்றுகொண்டிருந்தான்; ஆனால், அவனால் அதைத் தாங்கிக்கொள்ள முடியவில்லை. ‘இது வளர்ந்ததும் கண்டிப்பாக இதைச் சங்கிலி போட்டுக் கட்ட வேண்டும் என்பது மட்டும் உறுதியாகத் தெரிகிறது.’

‘உருவ அளவில் இது மிகப்பெரிய நாயாக வளரும்!’ என்று கூட்டத்திலிருந்த ஒரு சிறுவன் சத்தமாகச் சொன்னான்.

‘நிச்சயமாக, இது ஒரு வலிமையான நாய்; ஒரு கன்றுக்குட்டிபோல மிகப் பெரியதாக இருக்கும்’ என்று திடீரென்று பல குரல்கள் ஒலித்தன.

‘ஒரு கன்றுக் குட்டியைப் போல, உண்மையாகவே ஒரு கன்றுக் குட்டியைப் போலவே இது இருக்கும்’ என்று அவசரமாகச் சொன்ன படைத்தளபதி, ‘இப்படிப்பட்ட நாய்தான் வேண்டுமென்று நான் தேடினேன், மிகப் பயங்கரமான, இப்படிப்பட்ட ஒன்றை; இதனுடைய பெற்றோர்கூட உருவத்தில் மிகப் பெரியவையாக, குணத்தில் சீற்ற மிக்கவையாக இருக்கும் . . . நீங்கள் இங்கே இல்யூஷாவின் படுக்கைக்கு அருகே அல்லது, அங்கே அந்த பெஞ்சின் மீது அமருங்கள். நீங்கள் இங்கு வந்ததில் எங்களுக்கு மிக்க மகிழ்ச்சி, மதிப்பிற்குரிய விருந்தாளியே; உங்களுக்காக நாங்கள் நீண்ட நாட்களாகக் காத்திருந்தோம் . . . நீங்கள் அலெக்ஸெய் ஃபியோதரவிச்சுடனா வந்திருக்கிறீர்கள்?’ என்று கேட்டார் படைத்தளபதி.

இல்யூஷாவின் காலுக்கருகே, கட்டிலில் வந்தமர்ந்தான் கிரசோத்கின். வரும் வழியில் இல்யூஷாவுடன் என்ன பேசுவது, எப்படிப் பேச்சை

ஆரம்பிப்பது என்று அவன் தன்னைத் தயார் செய்துகொண்டு வந்திருந் தாலும், இப்போது அவற்றையெல்லாம் அவன் மறந்து போயிருந்தான்.

'இல்லை ... நான் பெரிஸ்வோனுடன் வந்திருக்கிறேன் ... என்னிடம் இப்போது ஒரு நாய் இருக்கிறது, அதன் பெயர் பெரிஸ்வோன். இது ஒரு ஸ்லாவிக் இனப்பெயர். எனக்காக அது அங்கே காத்துக்கொண்டிருக் கிறது ... ஒரு விசில் அடித்தால் போதும், அது பாய்ந்து ஓடிவரும். என்னிடமும் ஒரு நாய் இருக்கிறது' என்று இல்யூஷாவைப் பார்த்துத் திடீரென்று சொன்னவன், 'பெரியவரே, உங்களுக்கு ஷுச்காவை ஞாபகம் இருக்கிறதா?' என்று இல்யூஷாவை ஆச்சர்யப்படுத்தும் விதத்தில் திடீரென்று கேட்டான் கோல்யா.

இதைக்கேட்டு இல்யூஷாவின் முகம் சிறுத்துப்போனது. அவன் கோல்யாவை மனவேதனையுடன் பார்த்தான். கதவருகே நின்று கொண்டிருந்த அல்யோஷா, ஷுச்காவைப் பற்றிப் பேசவேண்டாமென்று சைகை காட்டினான்; ஆனால், கோல்யாவோ அதைக் கவனிக்காமல், அல்லது கவனிக்க விரும்பாமல் மீண்டும் அதைப் பற்றியே பேசினான்.

'எங்கே ... ஷுச்கா?' என்று உடைந்த குரலில் கேட்டான் இல்யூஷா.

'ஆமாம், சகோதரனே, உன்னுடைய ஷுச்கா எங்கோ காணாமல் போய்விட்டது! அது எங்கேயோ போய்விட்டது!' என்றவனை மௌனமாக மீண்டும் ஆழமாக உற்றுப் பார்த்தான் அல்யோஷா. அப்போது அல்யோஷாவைப் பார்த்த கோல்யாவிடம் தன்னுடைய சக்தியையெல்லாம் பிரயோகித்து மீண்டும் செய்கை காட்டினான் அல்யோஷா; ஆனால் கோல்யாவோ அல்யோஷாவைப் பார்க்காதது போலவே தன்னுடைய பார்வையைத் திருப்பிக்கொண்டான்.

'அது எங்காவது ஓடிப்போய் செத்திருக்கும்; அப்படிப்பட்ட உணவைச் சாப்பிட்ட பிறகு அது எப்படிச் சாகாமல் இருக்கும்' என்று கொஞ்சம்கூட இரக்கமில்லாமல் சொன்ன கோல்யா, ஏனோ பெருமூச்சுவிட்டான். 'ஆனால், எனக்கு பெரிஸ்வோன் இருக்கிறது ... இது ஒரு ஸ்லாவிக் பெயர் ... அதை நான் உனக்காகக் கொண்டு வந்திருக்கிறேன் ...'

'வேண்டாம்!' என்று திடீரென்று கத்தினான் இல்யூஷெச்கா.

'இல்லை, இல்லை, நீ அதைக் கண்டிப்பாகப் பார்க்க வேண்டும் ... உனக்கு அது வேடிக்கை காட்டும். அதை நான் ஒரு காரணமாகத்தான் இங்குக் கூட்டிக்கொண்டு வந்திருக்கிறேன் ... இதைப் போலத் தான் அதற்கும் பரட்டை மயிர். என்னுடைய நாயை இங்கே கூப்பிடுவதற்கு நீங்கள் அனுமதிப்பீர்களா, சீமாட்டியே?' என்று திருமதி ஸ்நெகிரியோவா வைப் பார்த்து விளக்க முடியாத பதற்றத்துடன் திடீரென்று கேட்டான் கோல்யா.

'வேண்டாம், வேண்டாம்!' என்று உடைத்த குரலில் இல்யூஷா கத்தினான். அவனுடைய கண்களில் கோபம் தெரிந்தது.

'நீங்கள், ஒரு சமயம் ...' என்று சுவரோரம் இருந்த மரப்பெட்டியின் மீது அமர்ந்திருந்த படைத்தளபதி திடீரென்று எட்டிக் குதித்து, 'இதை

வேறொரு சமயம் . . . நீங்கள் ஒருவேளை . . .' என்று முணுமுணுத்தார்; ஆனால் தான் சொன்னதையே வலியுறுத்திய கோல்யா, அவசரத்தில் திடீரென்று, 'ஸ்மூரவ், கதவைத் திற!' என்றதும் அவன் கதவைத் திறக்க, கோல்யா தன்னுடைய விசிலை எடுத்து ஊதினான். உடனே பெரிஸ்வோன் பாய்ந்துகொண்டு அறைக்குள் நுழைந்தது.

'தயவுசெய்து குதி, பெரிஸ்வோன்!' என்று கத்தியபடி தான் அமர்ந்திருந்த இடத்திலிருந்து எட்டிக் குதித்த கோல்யாவைப் பார்த்துத் தன்னுடைய பின்னங்கால்களில் நின்ற பெரிஸ்வோன் இல்யூஷாவின் படுக்கை முன்பு வந்து நின்றது. அப்போது யாரும் எதிர்பார்த்திராத ஒரு சம்பவம் நடந்தது: இல்யூஷா திடீரென்று தன்னுடைய முழு பலத்தையும் பிரயோகித்து, குனிந்து பெரிஸ்வோனை ஆச்சர்யத்தில் பார்த்தான்.

'இது . . . ஷுச்கா!' என்று வேதனையும் மகிழ்ச்சியும் கலந்த குரலில் திடீரென்று அவன் கத்தினான்.

'பிறகு இதை நீ என்னவென்று நினைத்தாய்?' என்று மிக உற்சாகமான குரலில் குனிந்து நாயைத் தூக்கி இல்யூஷாவுக்குக் காட்டிய கிரஸோத்கின், கலகலவென்று சிரித்தபடி சந்தோஷமாகக் கேட்டான்.

'பார், என் வயதான நண்பனே, பார், அதற்கு ஒரு கண் குருடாக இருக்கிறது, இடது காது கிழிந்து போயிருக்கிறது, என்னிடம் நீ சொன்னது போலவே அது அப்படியே இருக்கிறது பார். நீ சொன்ன அந்த அடையாளங்களை வைத்துத் தான் நான் இதைத் தேடிக் கண்டுபிடித்தேன். அப்போதே அதை நான் கண்டுபிடித்துவிட்டேன். யாருக்கும் அது சொந்தமாக இல்லாமல் இருந்தது!' என்று ஸ்நெகிரியேவை யும் திருமதி ஸ்நெகிரியேவாவையும் அல்யோஷாவையும் இல்யூஷாவை யும் பார்த்துக்கொண்டே தொடர்ந்தவன், 'அது ஃபியோதத்தவின் பின்வாசலில் சுற்றிக்கொண்டிருக்க, யாரும் அதற்குச் சாப்பாடு கொடுக்காமல் தெரு நாய் போல, கிராமத்திலிருந்து ஓடி வந்தது போல இருந்தது . . .' நான் அதைத் தேடிக் கண்டுபிடித்தேன் . . . எனவே என் வயதான நண்பனே, நீ போட்ட அந்த ரொட்டித் துண்டை அது விழுங்காமல் விட்டுவிட்டது என்றுதானே அர்த்தமாகிறது. அப்படி அந்த ரொட்டித் துண்டை அது விழுங்கியிருந்தால், இந்நேரம் அது கண்டிப்பாகச் செத்திருக்கும், கண்டிப்பாக! ஆக, அது எங்கோ அதைத் துப்பியிருக்கிறது, அதனால்தான் இப்போது அது உயிருடன் இருக்கிறது. அப்படி அது துப்பியதை நீ பார்க்கவில்லை, என்ன. அப்படி அந்த ரொட்டித் துண்டை அது துப்பியதில் தன்னுடைய நாக்கை அது குத்திக்கொண்டது; அதனால்தான் அப்போது அது அப்படிக் கத்தியிருக் கிறது. அது ஓடி, குரைத்ததைப் பார்த்து அந்த ரொட்டித்துண்டை அது முழுவதுமாக விழுங்கிவிட்டது என்று நீ நினைத்தாய். அது பயங்கரமாகக் கத்தியிருக்கும், ஏனெனில் நாய்களுக்கே மிக மென்மையான நாக்கு . . . மனிதர்களை விடவும் மிக மென்மையான நாக்கு, பல மடங்கு மென்மையானது!' என்று கோல்யா பைத்தியம் பிடித்தவனைப் போல விளக்கிக்கொண்டிருந்தபோது அவனுடைய முகம் மகிழ்ச்சியில் பூரித்துப்போனது.

'இல்யூஷாவால் அப்போது பேசக்கூட முடியவில்லை. பயங்கரமாக வெளியே தள்ளியிருந்த பெரிய கண்களை உருட்டிக்கொண்டு திறந்த வாயுடன் கோல்யாவைப் பார்த்துக்கொண்டிருந்த அவனுடைய முகம் வெண்ணிறத் தாளைப் போல வெளிறிப் போயிருந்தது. அந்த நிமிடம் எவ்வளவு பெரிய தாக்கத்தை அந்த நோயாளியின் மனத்தில் அது ஏற்படுத்தியிருக்குமென்பது மட்டும் கிரசோத்கினுக்குத் தெரிந்திருந்தால், இப்படிப்பட்ட தந்திரமான ஒரு விளையாட்டை அவன் விளையாடி இருந்திருக்கவே மாட்டான். ஆனால், அந்த அறையில் இதைப் புரிந்து கொண்டவன் அல்யோஷா ஒருவன்தான். படைத்தளபதியைப் பொறுத்த வரையில், அவர் ஒரு சிறு பையனாகவே முற்றிலுமாக மாறியிருந்தார்.

'ஷுச்கா! ஆக, இது ஷுச்காவா?' என்று மகிழ்ச்சியான குரலில் அவர் கத்தினார். 'இல்யூஷெச்கா, இது ஷுச்கா, உன்னுடைய ஷுச்கா! அம்மா, இது ஷுச்கா, உன்னுடைய ஷுச்கா! அம்மா, இது ஷுச்கா!' என்றவர் ஏறக்குறைய வெடித்தழும் நிலையில் இருந்தார்.

'என்னால் அதைக் கண்டுபிடிக்கவே முடியவில்லை!' என்று வருத்தத்துடன் சொன்னான் ஸ்மூரவ். 'கிரசோத்கின் கண்டுபிடித்து விடுவானென்று நான்தான் சொன்னேனே, இதோ அவன் ஷுச்காவைக் கண்டுபிடித்துவிட்டான்!'

'இதோ, கண்டுபிடித்துவிட்டான்!' என்று இன்னும் யாரோ ஒருவன் சந்தோஷமாகச் சொன்னான்.

'கெட்டிக்காரன், கிரசோத்கின்!' என்று ஒலித்தது மூன்றாவது குரல்.

'கெட்டிக்காரன், கெட்டிக்காரன்!' என்று கத்திய எல்லாச் சிறுவர்களும் கைதட்ட ஆரம்பித்தார்கள்.

'சரி, பொறுங்கள், பொறுங்கள்' என்று கத்திய கிரசோத்கின், 'இது எப்படி நடந்தது என்பதை உங்களுக்கு நான் சொல்கிறேன்; அதில் தான் எல்லா விஷயங்களும் அடங்கியிருக்கின்றன, அதுதான் முக்கியம்! அதை நான் கண்டுபிடித்ததும் என்னுடைய வீட்டிற்கு எடுத்துப் போய் யார் கண்ணிலும் படாமல் வீட்டிற்குள் வைத்துப் பூட்டிவிட்டேன்; கடைசி நாள் வரை அதை நான் யாருக்குமே காட்ட வில்லை. இரண்டு வாரங்களுக்கு முன்பு அது ஸ்மூரவுக்கு மட்டுமே தெரிய வர, அவனிடம் இது பெரிஸ்வோனென்று சொன்னேன்; எனவே அவனாலும் இதை ஷுச்கா என்று கண்டுபிடிக்க முடியவில்லை; என்னுடைய பொழுதுபோக்கு நேரங்களில் ஷுச்காவுக்கு நான் எல்லா விதத் தந்திரங்களையும் கற்றுக்கொடுத்தேன்; பாருங்கள், அது என்னவெல்லாம் செய்கிறது என்று நீங்களே பாருங்கள்! நன்றாகப் பழக்கப்படுத்தி, உன்னுடைய நாயைக் கொண்டு வருவதற்காகத்தான் நான் எல்லாத் தந்திரங்களையும் அதற்குச் சொல்லிக் கொடுத்தேன், என் வயதான நண்பனே: பார், கிழவா, பார் உன்னுடைய ஷுச்கா இனி எப்படி இருக்கிறதென்று பார்! சரி, உங்களிடம் மாமிசத் துண்டு இருக்கிறதா, உங்களுக்கு அவன் இப்போது என்ன விளையாட்டை யெல்லாம் செய்து காட்டப் போகிறானென்று பாருங்கள், நீங்கள் சிரித்து மாளப்போகிறீர்கள், உங்களிடம் மாமிசத் துண்டு இருக்கிறதா?'

சாப்பாடு தயாராகிக்கொண்டிருந்த சமையலறைக்கு நடைபாதை வழியாக வேகமாகப் போனார் படைத்தளபதி. நேரத்தை வீணாக்க விரும்பாமல், அவசரத்தில் பெரிஸ்வோனைப் பார்த்துச் 'செத்துப்போ!' என்று கோல்யா கத்தினான். உடனே அது குப்புறப்படுத்துத் தன்னுடைய நான்கு கால்களையும் மேலே தூக்கிக்கொண்டு அசையாமல் படுத்தது. சிறுவர்கள் எல்லோரும் அதைப் பார்த்துச் சிரித்தார்கள்; இல்யூஷா வேதனை செறிந்த புன்னகையுடன் அதைப் பார்த்தான்; ஆனால் மற்ற எல்லோரையும் விட பெரிஸ்வோன் இறந்தது 'அம்மாவுக்குத்' தான் மிகவும் பிடித்திருந்தது. அவள் சிரித்தபடி தன்னுடைய விரலைச் சொடுக்கி நாயைத் தன்னிடம் அழைத்தாள்:

'பெரிஸ்வோன், பெரிஸ்வோன்!' என்று.

'அது எழுந்திருக்கவே எழுந்திருக்காது, எப்படியுமே எழுந்திருக்காது' என்று வெற்றிக் களிப்புடன் பெருமையாகக் கத்திய கோல்யா, 'இந்த உலகமே இடிந்துபோனாலும் அது எழுந்திருக்காது, ஆனால், நான் ஒரு சத்தம் கொடுத்தால் அது உடனே எழுந்துவிடும்! ஸ், பெரிஸ்வோன்!' என்றான்.

உடனே நாய் எழுந்து துள்ளிக் குதித்து சந்தோஷத்தில் கத்தியது. படைத்தளபதி வேகவைத்த மாமிசத் துண்டு ஒன்றை வேகமாக எடுத்து வந்தார்.

'சூடாக இல்லையே?' என்று அவசரமாக, காரியத்தைச் சாதிக்கும் குரலில் மாமிசத் துண்டை வாங்கிய கோல்யா, 'இல்லை, சூடாக இல்லை, பொதுவாக நாய்களுக்கு சூடான உணவு பிடிக்காது. எல்லோரும் இங்கே பாருங்கள். இல்யூஷெச்கா, பார், பார் இங்கே, ஆம், இங்கே பார், கிழவனே, நீ ஏன் பார்க்க மாட்டேன் என்கிறாய்? நான் ஷுச்காவை கொண்டு வந்திருக்கிறேன், அவனோ பார்க்க மாட்டேன் என்கிறான்!' என்றான்.

'இப்போது புது விளையாட்டு என்னவென்றால், மூக்கில் இந்தக் கறித் துண்டை நான் வைத்தாலும், அது சாப்பிடாமல் அப்படியே நிற்க வேண்டுமென்பதுதான்.' பாவப்பட்ட நாய், எஜமான் சொல்லும் வரை, அரைமணிநேரமானாலும் சரி, மாமிசத் துண்டை சாப்பிடாமல் அப்படியே அது நிற்க வேண்டும். ஆனால், பெரிஸ்வோனை அப்படி ஒரு நிமிடம்கூட அவர்கள் காக்கவைக்கவில்லை.

'சாப்பிடு!' என்று கோல்யா கத்தியதும் மூக்கிலிருந்த மாமிசத் துண்டை நிமிடத்தில் அது தன் வாய்க்குள் போட்டது. அதைப் பார்த்து அனைவரும் ஆச்சர்யத்தில் திகைத்துப் போனார்கள்.

'இதற்காகத்தான், நாயை இப்படிப் பழக்கப்படுத்துவதற்காகத்தான் நீங்கள் இங்கே வராமல் இருந்தீர்களா!' என்று இயல்பாக உரக்கக் கேட்டான் அல்யோஷா.

'அதற்காகத்தான்' என்று கள்ளங்கபடமில்லாமல் சத்தமாகப் பதிலளித்தான் கோல்யா. 'அவனுக்கு இதை நான் அற்புதமாக வளர்த்துக் காட்ட விரும்பினேன்!'

‘பெரிஸ்வோன்! பெரிஸ்வோன்!’ என்று தன்னுடைய மெலிந்த விரல்களைத் திடீரென்று சொடுக்கி நாயின் கவனத்தைத் தன் பக்கம் இழுத்தான் இல்யூஷா.

‘என்ன நீ! அதுவே தாவி வந்து உன் படுக்கையில் உட்கார்ந்து கொள்ளும், ஸ், பெரிஸ்வோன்!’ என்று கோல்யா தன் கைகளால் படுக்கையைத் தடவிக்காட்ட, பெரிஸ்வோன் அம்பு போலப் பாய்ந்து இல்யூஷாவிடம் சென்றது. கட்டுக்கடங்காத ஆவலுடன் பெரிஸ்வோனின் தலையை அவன் தன் இரு கைகளாலும் கட்டி அணைக்க, பெரிஸ்வோன் உடனே இல்யூஷாவின் கன்னத்தை நக்கியது. இல்யூஷா அதைக் கட்டிப்பிடித்து, படுக்கையில் படுத்துத் தன்னுடைய முகத்தை அந்தப் பரட்டை மயிருக்குள் புதைத்துக்கொண்டான்.

‘கடவுளே, கடவுளே!’ என்று வியந்து சொன்னார் படைத்தளபதி. கோல்யா மீண்டும் இல்யூஷாவின் படுக்கை அருகே வந்து அமர்ந்தான்.

‘இல்யூஷா, உனக்கு இன்னும் ஒன்றைக் காட்டுகிறேன் பார். உனக்காக நான் ஒரு குட்டிப் பீரங்கி பொம்மை ஒன்றைக் கொண்டுவந்திருக்கிறேன். உனக்கு ஞாபகம் இருக்கிறதா, அப்போது உன்னிடம் சொன்னேனே இந்தப் பீரங்கிப் பொம்மையைப் பற்றி, நீ கூட சொன்னாயே, ‘ஹா, அதை நான் பார்க்க வேண்டுமென்று’ இதோ அதைக் காட்டுவதற்காக நான் அதைக் கொண்டு வந்திருக்கிறேன்.’

கோல்யா அவசர அவசரமாகத் தன்னுடைய பையிலிருந்த பித்தளைப் பீரங்கிப் பொம்மையை வெளியே எடுத்தான். அவனே மிகவும் சந்தோஷத்தில் இருந்ததால் அவசரமாக அவன் அதை வெளியே எடுத்தான். பெரிஸ்வோனால் ஏற்படுத்தப்பட்ட தாக்கம் மறைவதற்குள் பொறுமை இல்லாமல் இப்படி அவன் நினைத்தான்: ‘இப்போது நீ சந்தோஷமாகவே இருக்கிறாய், இருந்தாலும் உன்னை நான் இன்னும் சந்தோஷப்படுத்துகிறேன் பார்!’ என்று. அவனே அதீத சந்தோஷத்தில்தான் இருந்தான்.

‘இதை நான் அரசு அதிகாரி மரஸோவ் வீட்டில் வெகு நாட்களுக்கு முன்பு பார்த்தேன் – உனக்காக முதியவனே, உனக்காக அதை நான் கேட்டு வாங்கி வந்தேன். எந்தவித உபயோகமும் இல்லாமல் அது அவருடைய வீட்டில் கிடந்தது; அது அவருடைய சகோதரருடையது; அதை நான் என்னுடைய தந்தையின் புத்தக அலமாரியில் இருந்த ‘முகமதுவின் உறவினன் அல்லது பிணி நீக்கும் மடத்தனம்’[1] என்ற புத்தகத்தைக் கொடுத்து இந்தக் குட்டிப் பீரங்கியை வாங்கி வந்தேன். நூறு வருடங்களுக்கு முந்தைய அந்தப் புத்தகம் இன்னும் தடை செய்யப்படாத காலத்தில் வெளிவந்தது; மரஸோவுக்கு இப்படிப்பட்ட விஷயங்கள் மிகவும் பிடிக்கும். எனவே, அவர் எனக்கு நன்றிகூடத் தெரிவித்தார் . . .’

அப்படிப்பட்ட அந்தப் பீரங்கியை எல்லோரும் பார்த்துச் சந்தோஷப்படும் விதத்தில் கையில் எடுத்துப் பிடித்தான் கோல்யா. வலது கையால் பெரிஸ்வோனைக் கட்டி அணைத்தபடி எழுந்து உட்கார்ந்த இல்யூஷா, ஆச்சர்யத்தில் அந்த விளையாட்டுப்பொருளைப்

பார்த்தான். அதனுடைய தாக்கம் எப்போது வெகுவாக உயர்ந்தது என்றால், கோல்யா தன்னிடம் அதற்கான வெடிமருந்து இருக்கிறது என்றும் அதைப் பயன்படுத்திப் பீரங்கியை இப்போதே வெடிக்க வைக்கலாம் என்றும் ஆனால் 'இங்குள்ள பெண்களுக்கு அது ஆட்சேபணை இல்லையென்றால்' அதைச் செய்யலாம் என்றும் சொன்ன போதுதான் அதனுடைய தாக்கம் வெகுவாக வெளிப்பட்டது. 'அம்மா' உடனே கேட்டாள், அதை எடுத்து வந்து பக்கத்தில் காட்டுமாறு; அவளுடைய வேண்டுகோள் உடனே நிறைவேற்றப்பட்டது. சக்கரங்கள் பொருத்தப்பட்ட பித்தளைப் பீரங்கி அவளுக்கு மிகவும் பிடித்துப்போக, அவள் அதைத் தன் மடியில் வைத்து உருட்டினாள். தன்னை என்ன கேட்கிறார்கள் என்பதைப் புரிந்துகொள்ளாமலேயே அந்தப் பீரங்கியைச் சுட்டுக்காட்டுவதற்கு முழுச் சம்மதத்தையும் அவள் கொடுத்தாள். கோல்யா அதற்கான வெடிமருந்தையும் வெடிகுண்டுகளையும் காட்டினான். ராணுவத்தில் பணிபுரிந்த படைத்தளபதி, சிறிதளவு வெடிமருந்தை எடுத்து அதில் நிரப்பி, வெடிகுண்டுகளைப் பிறகு பயன்படுத்தலாமென்று சொல்லி அதைத் தள்ளி வைத்துவிட்டார். பீரங்கியைத் தரையில் வைத்து, அதனுடைய முன்பகுதியை வெற்றிடத்தை நோக்கித் திருப்பி, அதனுடைய துவாரத்தில் மூன்று அரிசி அளவு வெடிமருந்தைப் போட்டுத் தீக்குச்சியால் பற்றவைத்தார். மிக அற்புதமாக அது வெடித்தது. அம்மா பயத்தில் சற்றே நடுங்கினாலும், சந்தோஷத்தில் உடனே சிரித்தாள். சிறுவர்கள் இதை அமைதியாக வெற்றிக்களிப்புடன் பார்த்தாலும், வேறு யாரையும் விட, படைத்தளபதி இல்யூஷாவைப் பார்த்து மிக அதிகமாக மகிழ்ச்சியடைந்தார். அந்தப் பீரங்கியை வெடிமருந்து, வெடிகுண்டுடன் உடனே இல்யூஷாவுக்குப் பரிசளித்தான் கோல்யா.

'இதோ, இது உனக்காக, உனக்காக! நீண்ட நாட்களுக்கு முன்பே இதை நான் தயார் செய்து வைத்திருந்தேன்' என்று பரிபூரண சந்தோஷத்துடன் மீண்டும் ஒருமுறை சொல்லிக் கொடுத்தான் கோல்யா.

'ஹா, எனக்கு அதைப் பரிசாகக் கொடுங்கள்! ஆம், அந்தக் குட்டிப் பீரங்கியை எனக்குப் பரிசாகக் கொடுங்கள்!' என்று திடீரென்று குழந்தை போலக் கேட்டாள் அம்மா. எங்கே அதைத் தனக்குப் பரிசாகக் கொடுக்காமல் போய்விடுவார்களோ என்ற பயம் அவளுடைய முகத்தில் தெரிந்தது. கோல்யாவுக்குத் தர்மசங்கடமாக இருந்தது. படைத்தளபதி பதற்றத்தில் நிலைகுலைந்துபோனார்.

'அம்மா, அம்மா!' என்று அவளிடம் ஓடிவந்த அவர், 'பீரங்கி உன்னுடையதுதான், உன்னுடையதுதான், ஆனால், அது இல்யூஷாவிடம் இருக்கட்டுமே, ஏனெனில் அது அவனுக்குப் பரிசாகக் கொடுக்கப்பட்டிருக்கிறது; அது எப்படியும் உன்னுடையதுதான்; இல்யூஷா அதை உனக்கு எப்போதும் விளையாடக் கொடுப்பான்; அது உங்கள் இருவருக்கும் பொதுவாக, பொதுவாக இருக்கட்டுமே . . .'

'இல்லை, வேண்டாம், பொதுவாக இருக்க வேண்டாம், வேண்டாம், அது என்னுடையதாகவே இருக்கட்டும், இல்யூஷாவுடையதாக அது

இருக்கக் கூடாது' என்று தொடர்ந்த அம்மா அழும் நிலைக்கு வந்து விட்டாள்.

'அம்மா, வைத்துக்கொள், இதோ இந்தா வைத்துக்கொள்!' என்று உடனே உரக்கச் சொன்னான் இல்யூஷா. 'கிரசோத்கின், இதை நான் என்னுடைய அம்மாவுக்குப் பரிசாகக் கொடுக்கலாமா?' என்று திடீரென்று கிரசோத்கினிடம் தனக்களித்த பரிசை மற்றொருவருக்குக் கொடுக்கலாமா என்ற தயக்கத்தில் கெஞ்சிக் கேட்டான் இல்யூஷா.

'நிச்சயமாகக் கொடுக்கலாம்!' என்று உடனே சம்மதம் கொடுத்த கிரசோத்கின், இல்யூஷாவின் கையிலிருந்த அந்தக் குட்டிப் பீரங்கியை எடுத்து மிக மரியாதையாக அம்மாவை வணங்கி அவளிடம் கொடுத்தான். ஆச்சர்யத்தில் அவள் அழுதே போய்விட்டாள்.

'இல்யூஷெச்கா, என் அருமையானவனே, இதோ, எப்படி நீ உன்னுடைய அம்மாவை நேசிக்கிறாய்!' என்று உணர்ச்சி பொங்கச் சொன்ன அவள், உடனே அந்தக் குட்டிப் பீரங்கியைத் தன்னுடைய மடியில் வைத்து உருட்ட ஆரம்பித்தாள்.

'என் செல்ல அம்மாவே, உன்னுடைய கைகளைக் கொடு, நான் முத்தமிடுகிறேன்' என்று சொல்லி படைத்தளபதி ஓடிவந்து அவளுடைய கைகளை முத்தமிட்டார்.

'இங்கு இருக்கும் சிறுவர்களுக்கிடையே இரக்கத்திற்குரிய இந்தச் சிறுவன்தான் மிக மிக அன்பான இளைஞன்!' என்று கிரசோத்கினைச் சுட்டிக்காட்டி நன்றியுடன் சொன்னாள் அம்மா.

'வெடிமருந்து உனக்கு எவ்வளவு தேவைப்படுமோ அவ்வளவு வெடிமருந்தையும் உனக்கு நான் கொடுப்பேன், இல்யூஷா. இப்போது நாங்களே அந்த வெடிமருந்தைத் தயாரிக்கிறோம். அதை எப்படிச் செய்வது என்பதை ப்ரோவ்னிக்கவ் தெரிந்து வைத்திருக்கிறான்: இருபத்து நான்கு பகுதி நைட்ரிக் அமிலம், பத்து பகுதி கந்தகம், ஆறு பகுதி பீர்ச் மரக் கரித்துண்டுகள் ஆகியவற்றைச் சேர்த்து நன்றாகப் பொடியாக்க வேண்டும்; கொஞ்சம் தண்ணீர் விட்டுக் கரைத்து அதைக் குழம்பு போலாக்கி வடிகட்டி எடுத்தால் வெடிமருந்து தயாராகி விடும்' என்று விளக்கினான் கோல்யா.

'இந்த வெடிமருந்தைப் பற்றி ஸ்மூரவ் எனக்கு ஏற்கெனவே சொன்னான், ஆனால், அப்பாதான் சொன்னார், இது உண்மையான வெடிமருந்து அல்ல என்று' என்று சொன்னான் இல்யூஷா.

'அது ஏன் உண்மையான வெடிமருந்து இல்லை?' என்று முகம் சிவக்கக் கேட்ட கோல்யா, 'எங்களிடம் இது நன்றாக வெடிக்கிறது. இருந்தாலும் எனக்குத் தெரியாது . . .' என்றவனிடம்,

'இல்லை, அப்படி ஒன்றும் நான் சொல்லவில்லை' என்று திடீரென்று தவறு செய்துவிட்ட உணர்வில் துள்ளிக் குதித்தார் படைத்தளபதி. 'உண்மைதான், நான் அப்படிச் சொன்னது உண்மைதான், உண்மையான வெடிமருந்து அப்படித் தயாரிக்கப்படுவதில்லை, ஆனால், பரவாயில்லை, இப்படியும் வெடிமருந்து தயாரிக்கலாம்.'

'அதைப் பற்றி எனக்குத் தெரியாது, ஆனால் உங்களுக்கு அதைப் பற்றி நன்றாகத் தெரியும். நாங்கள் இதைக் கல்லாலான குடுவையில் போட்டு எரித்தபோது அது அற்புதமாக எரிந்து கொஞ்சம் சாம்பலும் மீந்தது. அது வெறும் குழம்பாக வடிகட்டப்பட்டிருந்தது ... இருந்தாலும், என்னைவிட உங்களுக்கு அதைப் பற்றி நன்றாகத் தெரியும் ... இந்த வெடிமருந்தைத் தயாரித்ததற்காக புல்கினின் தந்தை அவனை ஒளித்து வைத்தார் என்று?' நீங்கள் கேள்விப்பட்டீர்களா, என்று இல்யூஷாவைப் பார்த்துத் திடீரென்று கேட்டான் கோல்யா.

'கேள்விப்பட்டேன்' என்று சொன்ன இல்யூஷா, கோல்யா சொல்வதை ஆனந்தமாக விருப்பத்துடன் கேட்டான்.

'இப்படிப்பட்ட வெடிமருந்தை நாங்கள் ஒரு பெரிய பாட்டிலில் நிரப்பி, அதைக் கட்டிலுக்குக் கீழே வைத்திருந்தோம். அவனுடைய தந்தை இதைப் பார்த்துவிட்டார். இதை வைத்து வீட்டிலிருக்கும் எல்லாவற்றையும் வெடித்துக் கரியாக்க முடியுமென்று சொன்ன அவர், அப்போதே அந்த இடத்திலேயே அவனை உதைத்தார். என்னைப் பற்றி பள்ளிக்கூடத்தில் அவர் புகாரும் செய்ய விருப்பப்பட்டார். அதன்பிறகு என்னோடு அவனை அவர் சேரவிடுவதில்லை, ஆமாம், யாரையுமே அவர் சேரவிடுவதில்லை. ஸ்மூரவைக் கூட என்னோடு சேரவிட முடியாதபடி செய்துவிட்டார். எனக்கு அவ்வளவு நல்ல பெயர்! 'துணிச்சல்கார முரட்டுப் பையன்' என்று என்னைப் பற்றி எல்லோரும் சொல்கிறார்கள். இது எல்லாமே அந்த ரயில் நிலையச் சம்பவத்தால் ஏற்பட்டது.'

'ஓ, நாங்கள்கூட அதைப் பற்றிக் கேள்விப்பட்டோம்!' என்று ஆச்சர்யத்துடன் சொன்ன படைத்தளபதி, 'எப்படி நீங்கள் தண்டவாளத் திற்கு நடுவே படுத்திருந்தீர்கள்? ரயில் உங்கள் மீது வேகமாகக் கடந்துபோனபோது கொஞ்சம்கூட நீங்கள் பயப்படவில்லையா என்ன? உங்களுக்குப் பயமாகவே இருக்கவில்லையா?' என்று கேட்ட படைத்தளபதி, கோல்யாவைப் பயங்கரமாகப் புகழ்ந்தார்

'அல்ல, அப்படி ஒன்றுமல்ல!' என்று அக்கறையில்லாமல் பதிலளித்தான் கோல்யா. 'இந்த முட்டாள் வாத்துப் பையனால் தான் என்னுடைய பெயர் கெட்டுப்போனது' என்று இல்யூஷா பக்கம் திரும்பிச் சொன்னான் கோல்யா. எதையும் பொருட்படுத்தாதவன் போல கோல்யா பதில் சொன்னாலும், அவனுள் இருந்த ஆச்சர்யத்தைக் கட்டுப்படுத்த முடியாமல் இருந்தது அவனுடைய குரலிலிருந்தே தெளிவாகத் தெரிந்தது.

'ஓ, அந்த வாத்தைப் பற்றி நான் கேள்விப்பட்டேன்!' என்று முகம் பூரிக்க சிரித்த இல்யூஷா, 'இதற்காக நீதிமன்றத்திற்குக் கூடப் போனாய் என்று கேள்விப்பட்டேன், அது உண்மையா?' என்றான்.

'ஓ, எப்போதும் போல, ஒன்றும் இல்லாததைப் பெரிதுபடுத்தி விட்டார்கள், அது ஒரு அற்பத்தனமான, சின்ன விஷயம்' என்று வெகு இயல்பாகச் சொன்னான் கோல்யா. 'ஒருமுறை நான் சதுக்கத்தில் போய்க்கொண்டிருந்தபோது, வாத்துக் கூட்டம் ஒன்று மேய்ந்து

கொண்டிருந்தது. நான் அந்த வாத்துக் கூட்டத்தை வேடிக்கை பார்த்தேன். அப்போது அங்கே ப்லோத்னிக்கவ் கடையில் வேலை செய்யும் விஷ்னியாக்கவ் 'நீ ஏன் இந்த வாத்துகளைப் பார்த்துக்கொண்டிருக்கிறாய்?' என்று கேட்டான். நான் அவனைப் பார்த்தேன்: முட்டாள்தனமான, வட்ட முகங்கொண்ட அவனுக்கு இருபது வயது இருக்கும்; மக்களிட மிருந்து நான் விலகி இருப்பவன் அல்ல. அவர்களுடன் சேர்ந்து இருப்பதையே நான் விரும்புகிறேன் ... பொதுவாக நாம் எல்லோருமே மக்களிடமிருந்து விலகி நிற்கிறோம். இது வெளிப்படையான உண்மை – நீங்கள் என்னைப் பார்த்துச் சிரிக்கிறீர்கள் தானே, கரமாஸவ்?'

'கடவுளே இல்லை, நீங்கள் சொல்வதை நான் கவனமாகக் கேட்டுக் கொண்டிருக்கிறேன்' என்று சொன்ன அல்யோஷாவைப் பார்த்து சந்தேகப்பட்ட கோல்யா, அவன் சொன்னதை ஏற்றுக்கொண்டான்.

'கரமாஸவ், என்னுடைய கொள்கை, மிகத்தெளிவானது; அப்படியே எளிமையானதுங்கூட' என்று அவசரத்தில் சந்தோஷமாகச் சொன்னான் கோல்யா. 'எனக்கு மக்களிடம் நம்பிக்கை இருக்கிறது, அவர்களிடம் நான் எப்போதும் நியாயமாகவே நடந்துகொள்வேன், ஆனால் அவர்களுக்கு அதிகச் சலுகை காட்டமாட்டேன் – அதைப் பற்றிச் சொல்லவே தேவை இல்லை ... ஆமாம், அந்த வாத்தைப் பற்றி நான் பேசிக்கொண்டிருந்தேன் இல்லையா. இதோ அந்த முட்டாளைப் பார்த்து நான் சொன்னேன், 'அந்த வாத்து இப்போது என்ன யோசித்துக் கொண்டிருக்கிறது என்று நான் யோசித்துக்கொண்டிருக்கிறேன்' என்று. அவன் கொஞ்சம்கூட அறிவில்லாமல் என்னையே உற்றுப் பார்த்தபடி கேட்டான், 'ஆக, வாத்து என்ன யோசித்துக்கொண்டிருக்கிறது? என்று நீ யோசித்துக்கொண்டிருக்கிறாய்!' என்றான். உடனே நான், 'பார், வண்டி நிறைய ஓட்ஸ் இருக்கிறது, ஆனால், அது மூட்டையி லிருந்து சிதறும் ஓட்ஸைச் சாப்பிடத் தன்னுடைய தலையை வண்டிச் சக்கரத்திற்குக் கீழே நீட்டும்.' என்றேன். அதற்கு அவன், 'அது எனக்குத் தெரியும்' என்றான். 'ஆக, அப்படி அது தன் தலையைச் சக்கரத்திற்கடியே நீட்டும்போது வண்டியைக் கொஞ்சம் தள்ளிவிட்டால் போதும் அதனுடைய தலை நசுங்கிப் போகும் இல்லையா?' என்று கேட்டேன். அதற்கு அவன், 'நிச்சயமாக, அதனுடைய தலை துண்டித்துப் போகும்' என்று சொல்லி முகம் பிரகாசிக்கச் சிரித்தான். 'அப்படியானால், வா போவோம்' என்றேன். அவனும் 'வா, போவோம்' என்றான். அப்படி அந்த வண்டியை நகர்த்த எங்களுக்கு அதிகநேரம் பிடிக்க வில்லை: வண்டிக்கடியிலிருந்த கட்டையை எடுத்தபோது பக்கத்தி லிருந்த நான் அந்த வாத்தை வண்டிக்கடியில் துரத்தினேன். வாத்துக்குச் சொந்தக்காரன் யாரிடமோ பேசிக்கொண்டிருக்க, வாத்தை விரட்ட வேண்டிய தேவைகூட எனக்கு இல்லை: வாத்து தானாகவே வண்டிக்கடியிலிருந்த ஓட்ஸைச் சாப்பிடத் தன்னுடைய தலையைச் சக்கரத்தின் கீழே விட்டது. அவனைப் பார்த்து நான் கண்ணடிக்க, அவனும் வண்டியை நகர்த்திவிட, சரக் என்ற சத்தத்துடன் வாத்தின் கழுத்து இரண்டாக ஒடிந்தது! சரியாக அந்தச் சமயம் பார்த்து அங்கிருந்த ஆண்கள் எல்லோரும் எங்கள் பக்கமாகத் திரும்பி ஒரே

குரலில் கத்தினார்கள், 'வேண்டுமென்று செய்துவிட்டார்கள்!' என்று. உடனே எல்லோரும் என்னைப் பிடித்துக்கொண்டார்கள்: 'நீ அங்கே தானே இருந்தாய், அவனுடன் சேர்ந்துகொண்டு நீயும் தானே அந்தக் காரியத்தைச் செய்தாய். இந்தச் சந்தையில் உன்னை எல்லோருக்கும் தெரியும்!' என்றார்கள். என்னை ஏனோ அந்தச் சந்தையில் உண்மை யாகவே எல்லோருக்கும் தெரிந்திருந்தது' என்று தற்பெருமையுடன் சொன்னான் கோல்யா. இப்படியாக, நாங்கள் எல்லோரும் நீதிமன்றத் திற்குப் போனபோது அவர்கள் அந்த வாத்தையும் எடுத்துக்கொண்டு வந்தார்கள். என்னுடைய நண்பன் பயத்தில் உளறத் தொடங்கிவிட்டான்; வயதான கிழவியைப் போல, உண்மையாகவே அவன் அழத் தொடங்கி விட்டான். வாத்துக்குச் சொந்தக்காரன் கத்தினான்: 'இப்படி இவர்கள் எவ்வளவு வாத்துகளைக் கொன்றார்களோ! நாங்களே அதற்குச் சாட்சி!' என்றான். உடனே நீதிபதி தீர்ப்பளித்தார். அதாவது, கொல்லப் பட்ட வாத்துக்காக ஒரு ரூபிளை உரிமையாளருக்குக் கொடுக்க வேண்டுமென்றும் அந்த வாத்தை அவனே எடுத்துக்கொள்ளலாமென்றும் தீர்ப்பளித்தார். அப்படியே இப்படிப்பட்ட விபரீத விளையாட்டை இனி அவர்கள் விளையாடக் கூடாது என்றும் அவர் கண்டித்தார். ஆனால், அந்தப் பையனோ வயதான கிழவியைப் போல அழுது கொண்டே பிதற்றினான், 'நான் ஒன்றும் செய்யவில்லை, இவன்தான் செய்யச் சொன்னான்' என்று' அவன் என்னைச் சுட்டிக் காட்டினான். இதைக் கேட்டு வெகு சாதாரணமாக நான் சொன்னேன், அவனிடம் நான் ஒன்றும் சொல்லவில்லை, அடிப்படைக் கருத்தைச் சொல்லி திட்டத்தைத் தான் விளக்கினேன் என்றேன். இதைக் கேட்டு நீதிபதி நெஃப்யோதவ் முதலில் சிரித்தாலும் பிறகு கோபத்துடன் 'உங்களைப் பற்றி இப்போதே உங்களுடைய பள்ளி நிர்வாகத்திடம் புகார் செய்யப் போகிறேன்; இப்படிப்பட்ட திட்டங்களை இனிமேல் நீங்கள் தீட்டாமல் பாடங்களைப் படியுங்கள்' என்றார். இதைப் பற்றி அவர் பள்ளி நிர்வாகத்திடம் சொல்லாவிட்டாலும் எப்படியோ அது அவர்களுடைய காதுகளுக்கு எட்டிவிட்டது: நம்முடைய காதுகள்தான் மிக நீளமானவை யாயிற்றே! குறிப்பாக வகுப்பு ஆசிரியர் கல்பாஸ்னிக்கவ் இதையறிந்து கொதித்தெழுந்தார்; தர்தனேலவ்தான் மீண்டும் என்னைக் காப்பாற்றினார். பொறாமை பிடித்த கல்பாஸ்னிக்கவ், எங்கள்மீது மிகவும் கோபப்பட்டார். 'இல்யூஷா, உனக்குத் தெரியுமா, அவர் மிகைய்லோவ் குடும்பத்துப் பெண்ணை மணந்துகொண்டு, வரதட்சணையாக ஆயிரம் ரூபிள்களை வாங்கியிருந்தார். அவருடைய மனைவியோ மிக அசிங்கமானவள். உடனே மூன்றாம் வகுப்பு மாணவர்கள் கருத்து பொதிந்த வாசகம் ஒன்றைப் புனைந்து எழுதினார்கள்:

> 'மூன்றாவது வகுப்பு மாணவர்களை ஆச்சர்யப்பட வைத்தது, ஜொள்ளொழுக்கி கல்பாஸ்னிக்கவ் திருமணம் செய்து கொண்டது'

என்று.

ஆமாம், அதன் பிறகு, இன்னும் வேடிக்கையான சம்பவம் ஒன்று நடந்தது; அதைப் பற்றி உனக்கு நான் பிறகு சொல்கிறேன். தர்தனேலவைப்

பற்றி நான் ஒன்றும் சொல்வதற்கில்லை:அவர் படித்தவர், அறிவானவர். அப்படிப்பட்டவர்களை நான் மிகவும் மதிக்கிறேன்; என்னுடைய விஷயத்தில் அவர் தலையிடாமல் இருந்ததற்காக அல்ல ...' என்றான் கோல்யா.

'ஆனால், ட்ராய் யாரால் நிறுவப்பட்டது என்ற கேள்வியைக் கேட்டு அவரை நீ மடக்கிவிட்டாயே!' என்று கிரசோத்கினின் பெருமையைத் திடீரென்று அந்த நிமிடம் வெளிப்படுத்தினான் ஸ்மூரவ். வாத்து கதை அவனுக்கு மிகவும் பிடித்திருந்தது.

'உண்மையாகவே நீங்கள் அவரை மடக்கிவிட்டீர்களா?' என்று பெருமையாகக் கேட்டார் படைத்தளபதி. 'அதாவது ட்ராய் நகரத்தை யார் நிறுவினார்களென்று கேள்வி கேட்டு! அதைப் பற்றி நாங்கள் முன்பே கேள்விப்பட்டோம். இல்யூஷெச்கா அப்போதே வந்து எங்களிடம் சொன்னான் ...' என்றார் படைத்தளபதி.

'அப்பா, எல்லோரையும்விட அவனுக்கு எல்லாமே அதிகமாகத் தெரிந்திருக்கிறது!' என்று சொன்ன இல்யூஷெச்கா, 'வேண்டுமென்றே அவன் நடிக்கிறான், ஆனால், அவன்தான் எங்கள் வகுப்பில் எல்லாப் பாடங்களிலும் முதலாவதாக வருபவன் ...' என்றான் இல்யூஷா.

விளக்க முடியாத சந்தோஷத்தில் இல்யூஷா, கோல்யாவைப் பார்த்தான்.

'ஆனால், ட்ராய் பற்றிய விஷயம் ஒன்றும் இல்லாதது. நானே அந்தக் கேள்வியைத் தேவையில்லாத ஒன்றாகத்தான் நினைக்கிறேன்' என்று ஆரவாரமில்லாமல் தன்னடக்கத்துடன் சொன்னான் கோல்யா. அவனுடைய குரலில் சற்றே பதற்றம் தெரிந்தாலும், மறுபடியும் அவன் அமைதியாகிவிட்டான்: வாத்து கதையைச் சொன்னபோது அதிகமாக உணர்ச்சி வசப்பட்டவன், குறிப்பாக, அந்தக் கதையை ஆர்வத்துடன் சொன்னபோது, மிக அமைதியாகக் கேட்டுக்கொண்டிருந்த அல்யோஷாவைப் பார்த்து தற்பெருமை கொண்ட இந்தச் சிறுவன் இப்படி நினைத்து வருத்தப்பட்டான், 'என்னைப் பற்றிப் பெருமையாக அவன் நினைக்க வேண்டும் என்பதற்காக நான் சொன்னதைக் கேட்டு ஒருசமயம் அவன் என்மீது வெறுப்பேற்பட்டு அமைதியாக இருக்கிறானோ? ஒருவேளை அப்படி அவன் நினைத்தால் ...'

'இல்லை, இந்தக் கேள்வி முற்றிலுமாகப் பயனற்றது' என்று மீண்டும் ஒருமுறை அவன் பெருமையுடன் நினைத்துக்கொண்டான்.

'ஆனால் ட்ராய் நகரத்தை யார் நிறுவினார்களென்று எனக்குத் தெரியும்' என்று எதிர்பாராதவிதமாக, இதுவரை ஒரு வார்த்தைகூடப் பேசாமல் மிக அமைதியாக இருந்த பதினொரு வயது சிறுவன் கர்த்தஷோவ் சொன்னான்; பார்ப்பதற்கு அவன் இனிமையானவனாக, தன்னடக்கத்துடன், வெட்க சுபாவம் உள்ளவனாக இருந்தான். கதவருகே அவன் அமர்ந்திருந்தான். கோல்யா அவனை ஆச்சர்யத்துடனும், மரியாதையுடனும் பார்த்தான். உண்மை என்னவென்றால், 'குறிப்பாக ட்ராய் யாரால் நிறுவப்பட்டது?' என்ற கேள்விக்கான பதில் வகுப்பில்

உள்ள மாணவர்களுக்கெல்லாம் புரியாத ஒரு புதிராகவே இருந்தது; அந்த ரகசியத்தைத் தெரிந்துகொள்ள வேண்டுமென்றால் ஸ்மரக்தோவ் எழுதிய புத்தகத்தைத்தான் படிக்க வேண்டும். ஆனால், அந்தப் புத்தகம் கோல்யாவைத் தவிர வேறு யாரிடமும் இல்லை. ஒரு சமயம், கோல்யா யாரிடமோ பேசிக்கொண்டிருந்தபோது, கர்த்தஷோவ் அந்தப் புத்தகத்தை எடுத்து வேகமாகப் பார்த்து ட்ராய் யாரால் நிறுவப்பட்டது என்பதைத் தெரிந்துகொண்டான். இது நடந்து வெகு நாட்களாகிவிட்டன; ஆனால், இதைப் பற்றிச் சொல்ல முடியாமல் அவன் குழம்பிப் போயிருந்தான்; அப்படி ட்ராய் யாரால் நிறுவப்பட்டது என்பதை அவன் சொல்லி இருந்தால், ஒரு சமயம் கோல்யா கோபப்பட்டு, ஏதாவது செய்துவிடுவானோ என்றும் அவன் பயந்தான். ஆனால், இப்போது அவனால் ஆசையை அடக்க முடியாமல் சட்டென்று சொல்லிவிட்டான். ஆமாம், இதை வெளியே சொல்வதற்கும் வெகு காலமாக அவன் ஆசைப்பட்டான்.

'சரி, யாரால் அது நிறுவப்பட்டது?' என்று உடனே இறுமாப்பாகக் கேட்ட கோல்யா, அவனுக்கு உண்மையாகவே பதில் தெரியுமென்பதை அவனுடைய முகத்தைப் பார்த்ததுமே தெரிந்துகொண்டான், எனவே வரப்போகும் எல்லா விளைவுகளையும் சந்திக்க அவன் தயாராகவே இருந்தான். அங்கிருந்த சூழ்நிலையில் ஒருவிதமான முரண்பாடு தெரிந்தது.

'டியூசர், தர்தானஸ், இலியாஸ், ட்ரோஸ் ஆகியோர் சேர்ந்து ட்ராய் நகரத்தை நிறுவினார்கள்' என்று நிமிடத்தில் பதிலளித்த சிறுவனின் முகம் சிவந்துபோனதைப் பார்க்கவே பரிதாபமாக இருந்தது. சிறுவர்கள் அனைவரும் அவனையே ஒரு நிமிடம் உற்றுப் பார்த்தபிறகு திரும்பி உடனே கோல்யாவையும் உற்றுப் பார்த்தார்கள். கோல்யா அந்தத் துடுக்குப் பையனைப் பார்வையால் அளந்தபடி வெறுப்புடன் பார்த்தான்.

'அதாவது எப்படி அதை நிறுவினார்கள்?' என்று இறுதியாக அவனுடன் பேசுவதற்கு அருள் புரிந்து, 'ஒரு நகரத்தை அல்லது ஒரு ஆட்சியை நிறுவுவது என்றால் என்ன? செங்கல்லை எடுத்து வைத்துக்கட்டினார்கள் என்று அர்த்தமா?' என்றான்.

அங்குச் சிரிப்பலை பரவியது. வெளிர் ரோஜா நிறத்தில் இருந்த பாவப்பட்ட அந்தச் சிறுவனின் முகம் சிவப்பானது. அமைதியாக இருந்த அவன் வெடித்தழத் தயாராக இருந்தான். கோல்யா அப்படியே அவனை ஒரு நிமிடம் காக்கவைத்தான்.

'சரித்திர கால நிகழ்வுகளையும் அடிப்படைத் தேசிய கோட்பாடு களையும் விவாதிப்பதற்கு முன்பு அவை என்னவென்று தெரிந்துகொள்ள வேண்டும்' என்று கடுமையாக, அறிவு புகட்டும் விதத்தில் சொன்னான் கோல்யா. 'சொல்லப்போனால், நான் இப்படிப்பட்ட பாட்டி கதைகளுக்கு ஆம், பொதுவாக, இப்படிப்பட்ட உலக சரித்திரத்திற்கெல்லாம் முக்கியத்துவம் கொடுப்பதில்லை' என்று வெகு இயல்பாகச் சட்டென்று சொன்னான்.

'என்ன உலக சரித்திரத்திற்கா?' என்று பயத்தில் திடீரென்று கேட்டார் படைத் தளபதி.

'ஆமாம், உலக சரித்திரத்திற்குத்தான். அது மக்கள் செய்த முட்டாள் தனத்தின் வெறும் தொகுப்புதான். கணிதத்தையும் விஞ்ஞானத்தையும் நான் மதிக்கிறேன்' என்று தன்னுடைய கருத்தை வலியுறுத்திச் சொன்ன கோல்யா, பார்வையை அல்யோஷா மீது படரவிட்டான்: இங்கு அவனுடைய கருத்தைப் பற்றித் தெரிந்துகொள்ளவே அவன் பயந்தான். ஆனால், இப்போதும் அமைதியாக இருந்த அல்யோஷா, எப்போதும் போல அவன் பேசுவதையே கவனமாகக் கேட்டுக்கொண்டிருந்தான். இப்போது எதையாவது அல்யோஷா சொல்லி இருந்தால், அந்த விஷயம் அப்போதே முடிந்து போயிருக்கும்; ஆனால், அல்யோஷா அமைதியாக இருந்தான்; அவனுடைய இந்த 'அமைதி அவனுடைய வெறுப்பைத்' தெரிவிப்பதாக இருந்திருக்கலாம்; இது கோல்யாவுக்கு முற்றிலும் எரிச்சலூட்டியது.

'மீண்டும் நம்முடைய இந்தப் பண்டைக்கால மொழிகளைப் பற்றிச் சொல்லப் போனால், அவை எல்லாமே ஒருவித முட்டாள்தனமே யன்றி வேறு எதுவும் இல்லை... என்னுடைய கருத்தை மறுபடியும் நீங்கள் ஏற்றுக்கொள்வதாகத் தெரியவில்லை; அப்படித்தானே கரமாஸவ்?'

'ஆமாம்' என்று தன்னடக்கத்துடன் சிரித்தபடி பதிலளித்தான் அல்யோஷா.

'பழங்கால மொழிகளைப் பற்றிய என்னுடைய கருத்தைக் கேட்டால், அது காவல்துறைக்கான அளவு கருவி என்றே நான் சொல்வேன்; அந்த ஒரு காரணத்தின் பொருட்டு தான் அவை அறிமுகப்படுத்தப் பட்டன' என்று சொன்ன கோல்யாவுக்குக் கொஞ்சம் கொஞ்சமாக மூச்சு வாங்க, 'அவை அறிமுகப்படுத்தப்பட்டதற்குக் காரணம், உற்சாகத்தைத் தொலைத்து, அறிவை மழுங்கடிப்பதற்காகத்தான். உற்சாகம் இல்லாமல் இருப்பதை இன்னும் உற்சாகமில்லாமல் ஆக்குவது எப்படி? பயனில்லாத ஒன்றை இன்னும் பயனில்லாமல் ஆக்குவது எப்படி? இதோ இந்த ஒரு நோக்கத்திற்காகத் தான் இந்தப் பழங்கால மொழிகளைப் பயன்படுத்தினார்கள். அவற்றைப் பற்றிய என்னுடைய கருத்தும் இதுதான்; இந்தக் கருத்தை எப்போதுமே நான் மாற்றிக் கொள்ள மாட்டேனென்று நினைக்கிறேன்' என்று கோல்யா கடுமையாகச் சொன்னான். அவனுடைய இரண்டு கன்னங்களிலும் செந்நிறப் புள்ளிகள் பரவி இருந்தன.

'இது உண்மைதான்' என்று அவன் பேசியதைக் கவனமாகக் கேட்டுக்கொண்டிருந்த ஸ்மூரவ் சட்டென்று கணீரென்ற குரலில் சொன்னான்.

'லத்தீன் மொழியில் அவன்தான் முதல் மதிப்பெண் வாங்கியிருக் கிறான்!' என்று கூட்டத்தில் இருந்த ஒரு சிறுவன் திடீரென்று கத்தினான்.

'ஆமாம், அப்பா, இப்படி அவன் பேசினாலும் லத்தீன் மொழிப் பாடத்தில் அவன்தான் முதலிடம் பிடித்திருக்கிறான்' என்றான் இல்யூஷா.

‘அதனால் என்ன’ என்று கோல்யா மறுத்துச் சொன்னாலும், சிறுவர்கள் அவனைப் புகழ்வது அவனுக்கு இனிமையாக இருந்தது. ‘லத்தீன் மொழியை நான் குருட்டு மனப்பாடம்தான் செய்தேன்; அப்படித்தான் அதைச் செய்ய வேண்டி இருந்தது, ஏனெனில் லத்தீன் மொழிப் பாடத்தை நன்றாகப் படிப்பேனென்று என்னுடைய அம்மா வுக்கு நான் சத்தியம் செய்து கொடுத்திருந்தேன், அதைப் பாடமாக எடுத்துக்கொண்ட காரணத்தால் அதை நான் நன்றாகப் படிக்க வேண்டி இருந்தது; ஆனால், இந்தப் பழங்கால மொழியை நான் வெறுக்கிறேன், இவை எல்லாம் அடிமுட்டாள்தனம் . . . நீங்கள் இதை ஒத்துக்கொள்கிறீர்களா, கரமாஸவ்?’

‘அது ஏன் ‘அடிமுட்டாள்தனம்?’ என்று மீண்டும் சிரித்தபடி கேட்டான் அல்யோஷா.

‘சரி, தயவுசெய்து சொல்லுங்கள், இந்தப் பழங்கால மொழிகள் எல்லா மொழிகளிலும் மொழிபெயர்க்கப்பட்டுவிட்டன; எனவே, பழங்கால மொழிகளைப் படிப்பதற்கு லத்தீன் மொழி தேவை இல்லை, ஆனால், இது காவல்துறையின் அளப்பீட்டிற்காக, அறிவை மழுங்கடிப்பதற் காகவே பயன்படுத்தப்படுகிறது. இதற்குப் பிறகும் அது அடிமுட்டாள் தனமில்லாமல் வேறு என்னவாக இருக்க முடியும்?’

‘சரி, இதையெல்லாம் யார் உங்களுக்கு சொல்லிக் கொடுத்தது?’[2] என்று ஆச்சர்யத்துடன் கேட்டான் அல்யோஷா.

‘முதலாவதாக, யாரும் சொல்லாமலேயே இது எனக்குப் புரியும், இரண்டாவதாக, நான் சொன்ன இந்தப் பழங்கால மொழிகளின் மொழிபெயர்ப்பு பற்றி மூன்றாம் வகுப்பு ஆசிரியர் கல்பாஸ்னிக்கவே மாணவர்களிடம் அப்படித்தான் சொன்னார் . . .’

‘மருத்துவர் வந்துவிட்டார்!’ என்று இவ்வளவு நேரம் பேசாமலிருந்த நீனச்கா திடீரென்று உரக்கக் கத்தினாள்.

உண்மையாகவே திருமதி ஹஹ்லக்கோவாவின் குதிரைவண்டி வீட்டு வாசலில் வந்து நிற்க, மருத்துவரை வரவேற்க வாசலுக்குத் தலைதெறிக்க ஓடினார் படைத்தளபதி. அம்மாகூடத் தன்னுடைய ஆடைகளைச் சரிசெய்துகொண்டு நாகரிகமாக உட்கார்ந்திருந்தாள். அல்யோஷா இல்யூஷாவின் அருகில் வந்து அவனுடைய தலையணையைச் சரிசெய்தான். தான் அமர்ந்திருந்த சோபாவிலிருந்து அல்யோஷா எப்படிப் படுக்கையைச் சரிசெய்கிறான் என்று ஆவலுடன் நீனச்கா பார்த்துக் கொண்டிருந்தாள். சிறுவர்கள் அவசர அவசரமாக விடை பெற்றுக்கொண்டு செல்ல, அவர்களில் சிலர் சாயங்காலம் அவனைப் பார்க்க வருவதாகச் சொல்லிச் சென்றார்கள். கோல்யா பெரிஸ்வோனைக் கூப்பிட, அது படுக்கையிலிருந்து துள்ளிக்குதித்து ஓடிவந்தது.

‘நான் போகவில்லை, போகவில்லை!’ என்று கோல்யாவிடம் அவசரமாகச் சொன்ன இல்யூஷா, ‘நடைபாதையில் நான் காத்திருக் கிறேன்; மருத்துவர் போனதும் பெரிஸ்வோனுடன் திரும்ப நான் வருவேன்.’

ஆனால், அதற்குள் உள்ளே நுழைந்த மருத்துவர், நீண்ட, கருங்கிருதாவையும் நன்கு மழித்த நீலநிறத் தாடையையும் கொண்டிருந்த அவர், பெருமையுடன், கரடி ரோமத்தாலான மேல் உடுப்பையும் தொப்பியையும் அணிந்திருந்தார். நுழைவாயிலை அடைந்ததும் ஏதோ அவர் தவறான இடத்திற்கு வந்துவிட்டவர் போல உள்ளே நுழையாமல் திடீரென்று அங்கேயே நின்றபடி, 'என்ன இது? நான் எங்கே வந்திருக் கிறேன்?' என்று தன்னுடைய மேல் உடுப்பைக் கழற்றாமல், கடல் நாய் ரோமத்தாலான கூர்முனை கொண்ட தொப்பியையும் கழற்றாமல் கேட்டார். அங்கிருந்த மக்கள் கூட்டத்தையும் ஏழ்மை நிலையிலிருந்த அறையையும் மூலையில் கயிற்றில் உலர்த்தப்பட்டிருந்த துணிகளையும் பார்த்து அவர் நிலைகுலைந்துபோனார். படைத்தளபதி மூன்றுமுறை குனிந்து அவருக்கு வணக்கம் தெரிவித்தார்.

'இங்கே, இங்கேதான்' என்று அளவு கடந்த மரியாதையுடன் முணுமுணுத்த அவர், 'நீங்கள் இங்கு, என்னுடைய வீட்டிற்குத்தான் வந்திருக்கிறீர்கள் . . .' என்றார்.

'ஸ்நெ–கி–ரேவ்?' என்று கௌரவமாக, சத்தமான குரலில் கேட்டார் மருத்துவர். 'அது நீங்களா?'

'ஆமாம், அது நான்தான்!'

'ஓ' என்று ஆச்சர்யமாகச் சொன்னார் மருத்துவர்.

மருத்துவர் மீண்டும் ஒருமுறை ஏளனமாக அந்த அறையைப் பார்த்துவிட்டுத் தன்னுடைய மேல் உடுப்பைக் கழற்றி ஒரு பக்கமாக வீசி எறிந்தார். அவருடைய கழுத்திலிருந்த மிக முக்கியமான பதக்கம் மின்னல் போல வெட்டி எல்லோருடைய பார்வையையும் தாக்கியது. அப்படி அவர் கழற்றி வீசி எறிந்த மேல் உடுப்பைப் படைத்தளபதி தாவிப் பிடித்தார்; மருத்துவர் தன்னுடைய தொப்பியையும் கழற்றினார்.

'எங்கே நோயாளி?' என்று அவர் சத்தமாக, அதிகார தொனியில் கேட்டார்.

## 6

## பிஞ்சில் முதிர்ச்சி

'மருத்துவர் அவனிடம் என்ன சொல்வார் என்று நினைக்கிறீர்கள்?' என்று அவசரமாகக் கேட்ட கோல்யா, 'என்ன ஒரு அருவருப்பான மூடன், இல்லையா?' மருத்துவத்தைக் கண்டாலே எனக்குப் பிடிக்க வில்லை!' என்றான்.

'இல்யூஷா இறந்துவிடுவானென்று நினைக்கிறேன். அப்படித்தான் நடக்குமென்று நான் நினைக்கிறேன்' என்று சோகமாகச் சொன்னான் அல்யோஷா.

‘ஏமாற்று வேலை! மருத்துவமே ஒரு ஏமாற்று வேலை! ஆனால் உங்களை நான் சந்தித்ததில் எனக்குச் சந்தோஷம், கரமாஸவ். எப்போதோ உங்களை நான் சந்தித்திருக்க வேண்டும். இப்படிப்பட்ட ஒரு சோகமான தருணத்தில் நாம் சந்தித்துக்கொண்டதுதான் வருத்தம் . . .’

இன்னும் உணர்வுப்பூர்வமாக, பொருள் பொதிந்த வார்த்தைகளால் விவரிக்க ஆசைப்பட்டான் கோல்யா. ஆனால் ஏதோ ஒன்று அவனைத் தடுத்தது. அதை உணர்ந்த அல்யோஷா சிரித்தபடி அவனிடம் கை குலுக்கினான்.

‘உங்களை அபூர்வமான ஒரு மனிதராக மதித்துப் பாராட்ட எப்போதோ நான் கற்றுக்கொண்டேன்’ என்று மறுபடியும் முணுமுணுத்த கோல்யா, தயக்கத்துடன் குழம்பினான். ‘நான் கேள்விப்பட்டேன், நீங்கள் கடவுளைத் தியானத்தால் கண்டறியும் தன்மை கொண்டவர் அப்படியே மடாலயத்திலும் நீங்கள் இருந்தீர்களென்று. நீங்கள் விசித்திரமானவரென்று, எனக்குத் தெரியும் ஆனால் . . . அது உங்களிட மிருந்து என்னை விலக்கி வைத்துவிடவில்லை. உண்மையான எண்ணத் துடன் தொடர்புகொள்ளும்போது அது உங்களைக் குணப்படுத்தும் . . . உங்களைப் போன்ற மக்களிடம் எப்போதுமே இப்படித்தான்.’

‘யாரை நீங்கள் விசித்திரமானவர் என்கிறீர்கள்? என்னை எதிலிருந்து குணப்படுத்தும்?’ என்று சற்றே வியப்புடன் கேட்டான் அல்யோஷா.

‘அதுதான், கடவுள் போன்ற விஷயங்களிலிருந்துதான்.’

‘என்ன, கடவுள்மீது உங்களுக்கு நம்பிக்கை இல்லையா?’

‘மாறாக, கடவுளுக்கு எதிராக எனக்கு ஒன்றுமே கிடையாது. ஆமாம், கடவுள் இருக்கிறார் என்பது ஒரு கற்பிதக் கொள்கைதான் . . . ஆனால் . . . அவர் கண்டிப்பாக வேண்டுமென்பதை நான் ஏற்றுக் கொள்கிறேன், ஒரு ஒழுங்குமுறைக்காக . . . உலகளாவிய ஒழுங்கு முறைக்காக இன்னும் இது போன்ற விஷயத்திற்காக . . . அப்படி அவர் இல்லையென்றாலும், அவரைத் தோற்றுவிக்க வேண்டும்’ என்று பிற்சேர்க்கையாகச் சொன்ன கோல்யா, முகம் சிவந்துபோனான். கோல்யா தன்னுடைய அறிவைக் காட்டும் விதத்தில் எவ்வளவு ‘பெரியவன்’ என்பதை உணர்த்துவதற்காக இப்படிப் பேசுகிறானென்று அல்யோஷா நினைப்பானோ என்று திடீரென்று கோல்யா நினைத்தான். ‘என்னுடைய அறிவை அவனிடம் நான் காட்டப் போவதில்லை’ என்று நினைத்தான் கோல்யா. திடீரென்று அவனுக்கு ஏனோ எரிச்சலாக இருந்தது.

‘இனி இப்படிப்பட்ட விஷயங்களையெல்லாம் என்னால் பொறுத்துக் கொள்ள முடியாது என்பதை நான் ஒத்துக்கொள்கிறேன்’ என்ற கோல்யா, ‘கடவுளை நம்பாமல் மனித குலத்தை விரும்பலாம்தானே, நீங்கள் என்ன நினைக்கிறீர்கள்? வால்ட்டர் கடவுளை நம்பவில்லை, ஆனால் மனித குலத்தை அவர் நேசித்தார் இல்லையா?’ என்றவன் (‘மீண்டும், மீண்டும்!’ இதைப் பற்றியே பேசுகிறேனே என்று தனக்குள் நினைத்துக்கொண்டான்).

'வால்ட்டர் கடவுளை நம்பினார், ஆனால் முழுமையாக நம்ப வில்லை, அப்படியே மனித குலத்தையும் அவர் அதிகமாக நேசிக்க வில்லை' என்று அமைதியாக, சுய கட்டுப்பாட்டுடன், வெகு இயல்பாகச் சொன்ன அல்யோஷா, ஏதோ அவன் வயதுப் பையனுடன் அல்லது அவனைவிட வயதில் பெரியவனுடன் பேசுவது போல விஷயத்தைப் பகிர்ந்துகொண்டான். வால்ட்டரைப் பற்றிய அவனுடைய கருத்தில் நம்பிக்கையில்லாத அல்யோஷா, வயதில் சிறிய கோல்யாவைவயே பதிலளிக்கும் விதத்தில் விட்டுவிட்டது கோல்யாவை ஆச்சர்யப்பட வைத்தது.

'நீங்கள் வால்ட்டரைப் படித்திருக்கிறீர்களா?'

'இல்லை, குறிப்பாக அவரைப் பற்றி நான் படித்ததில்லை... ஆனால், நான் 'கேன்டிட்'[1] என்ற புத்தகத்தின் ரஷ்ய மொழிபெயர்ப்பைப் படித்திருக்கிறேன்... அது ஒரு பயங்கரமான, வேடிக்கையான பழைய மொழிபெயர்ப்பு... (மறுபடியும், மறுபடியும் அவன் தன் பெருமையைக் காட்டிக்கொண்டான்).'

'உங்களுக்குப் புரிந்ததா?'

'ஓ, ஆமாம், எல்லாமே... அதாவது... எனக்கு ஏன் புரியாது என்று நீங்கள் நினைக்கிறீர்கள்? அதில் சொல்லக் கூடாத நிறைய கெட்ட வார்த்தைகள் இருக்கின்றன என்பது உண்மைதான்... தத்துவார்த்தமான நாவல் என்பதால் எண்ணங்களை வெளிப்படுத்த அப்படி எழுதப்பட்டிருக்கிறது என்பது எனக்குப் புரிகிறது...' என்று முற்றிலுமாகக் குழம்பிப் போய்ப் பதிலளித்தான் கோல்யா. 'நான் ஒரு பொதுவுடைமைவாதி, கரமாஸவ், அசைக்க முடியாத பொது வுடைமைவாதி' என்று எந்த ஒரு காரணமும் இல்லாமல் திடீரென்று வெடித்தான் கோல்யா.

'பொதுவுடைமைவாதி?' என்று சிரித்தபடி கேட்ட அல்யோஷா, 'ஆமாம், எப்போது நீங்கள் இப்படியானீர்கள்? உங்களுக்குப் பதின்மூன்று வயதுதான் ஆகிறது என்று நினைக்கிறேன்.' இதைக் கேட்டுக் கோல்யா பயந்துபோனான்.

'முதலாவதாக, எனக்குப் பதின்மூன்று வயதல்ல, பதினான்கு; இன்னும் இரண்டு வாரங்களில் எனக்குப் பதினான்கு வயதாகப் போகிறது' என்று வெடித்தவன், 'அடுத்ததாக, எதற்காக நீங்கள் என்னுடைய வயதைப் பற்றிப் பேசுகிறீர்களென்று எனக்குப் புரிய வில்லை. இங்குக் குறிப்பிடப்பட வேண்டியது எப்படிப்பட்ட நம்பிக்கைகள் எனக்கு இருக்கின்றன என்பதுதானே தவிர எனக்கு என்ன வயது என்பதல்ல, சரிதானே?' என்றான்.

'வயதாக ஆக உங்களுக்கே புரியும் இப்படிப்பட்ட நம்பிக்கைகளின் அர்த்தம் என்னவென்று. எனக்கு என்னவோ உங்களுடைய கருத்துக்களை நீங்கள் வெளிப்படுத்துவதாகத் தெரியவில்லை' என்று தன்னடக்கத்துடன், அமைதியாகப் பதிலளித்த அல்யோஷாவைக் கோபமாக இடைமறித்தான் கோல்யா.

‘ஏன், உங்களுக்கு இறையாண்மையும் கீழ்ப்படிகின்ற தன்மையும் தான் வேண்டுமா. ஒப்புக்கொள்ளுங்கள், உதாரணமாக, கிறிஸ்துவ நம்பிக்கை ஏழைகளைப் பணக்காரர்களுக்கும் அறிவாளிகளுக்கும் சேவகம் செய்து, அடிமைகளாகத்தானே வைத்திருக்கிறது இல்லையா?’

‘ஹா, இதை நீங்கள் எங்கே கற்றுக்கொண்டீர்கள், யார் உங்களுக்குச் சொல்லிக் கொடுத்தது என்று எனக்குத் தெரியும்.’

‘தயவுசெய்து சொல்லுங்கள், எதற்காக நான் இதைக் கற்றுக்கொள்ள வேண்டும்? யாரும் எனக்கு இதைச் சொல்லிக் கொடுக்கவில்லை. அது எனக்கே தெரியும் . . . உங்களுக்குத் தெரிய வேண்டுமென்றால், கிறிஸ்துவை எதிர்ப்பவனல்ல நான். அவர் மிகவும் மனிதாபிமான முள்ளவர்; நம்முடைய இந்தக் காலத்தில் மட்டும் அவர் உயிருடன் இருந்திருந்தால், கண்டிப்பாக அவர் புரட்சிக்காரர்களுடன் சேர்ந்து, மிக முக்கியமான ஒரு பங்களிப்பை அவரும் செய்திருப்பார் . . . நிச்சயமாக இது நடந்திருக்கும்.’

‘சரி, இதையெல்லாம் எங்கிருந்து நீங்கள் பிடித்தீர்கள்! எந்த முட்டாள் உங்களுக்கு இதையெல்லாம் சொன்னது?’

‘தயவுசெய்து கேளுங்கள், உண்மையை என்னால் மறைக்க முடியாது. ஒரு விஷயத்தைப் பற்றி நான் அடிக்கடி ரக்கீத்தினிடம் சொல்வேன், ஆனால் . . . இன்னும் இதைப் பற்றிப் பெரியவர் பெலின்ஸ்கிகூடச் சொன்னதாகச் சொன்னார்கள்.’

‘பெலின்ஸ்கி? எனக்கு ஞாபகமில்லை. அப்படி எதைப் பற்றியும் அவர் எங்கும் குறிப்பிடவில்லையே.’

‘அப்படி எதையும் அவர் எழுதவில்லையென்றால், அவர் சொன்னதாகத்தானே சொல்கிறார்கள். இதைப் பற்றி நான் கேள்விப் பட்டேன் . . . ஹா, அந்தப் பிசாசிடமிருந்து!’

‘நீங்கள் பெலின்ஸ்கியைப் படித்திருக்கிறீர்களா?’

‘பாருங்கள் . . . இல்லை . . . குறிப்பாக அதை நான் படிக்கவில்லை, ஆனால் . . . தச்சியானவ்னாவைப் பற்றி, அனேகினுடன் அவள் போகாததைப் பற்றி நான் படித்திருக்கிறேன்.’[2]

‘எப்படி அவள் அனேகினுடன் போகவில்லை? நீங்கள் என்ன . . . என்ன சொல்கிறீர்கள் என்பது உங்களுக்குப் புரிகிறதா?’

‘தயைகூர்ந்து கேளுங்கள், என்னை நீங்கள் சின்னப் பையன் ஸ்மூரவ் என்று நினைத்தீர்களா’ என்று எரிச்சலுடன் கேட்டான் கோல்யா. ‘சொல்லப்போனால், என்னைப் பெரிய புரட்சிக்காரன் என்று நீங்கள் நினைத்துவிடாதீர்கள். ரக்கீத்தினின் கருத்துகளுடன் அடிக்கடி நான் முரண்படுபவன். தச்சியானாவைப் பற்றி நான் சொல்கிறேன் என்றால், பெண்ணின் விடுதலையைப் பற்றிக் குறிப்பிடுகிறே னென்றுதான் அர்த்தம். பெண் என்பவள் துணைமை நிலையிருந்து கீழ்ப்படிந்து நடக்க வேண்டியவள் என்பதை நான் ஏற்றுக்கொள்கிறேன். அதைத் தான் *Les femmes tricottent* என்று நெப்போலியன் சொன்னார்

என்று சொன்ன கோல்யா ஏனோ ஏளனமாகச் சிரித்தபடி, குறைந்த பட்சம் இந்த விஷயத்தில், முற்றிலுமாக என்னுடைய கருத்தை, உண்மையைச் சொல்லாத அந்தப் பெரிய மனிதனுடன் நான் பகிர்ந்து கொள்கிறேன். நான்கூட, உதாரணமாக, தாய்நாட்டை விட்டுவிட்டு அமெரிக்காவுக்குப் போவது கேவலம், கேவலத்திலும் படு கேவலமென்று தான் நினைக்கிறேன். நம்முடைய நாட்டிலிருந்துகொண்டே மனித குலத்திற்கு நம்மால் நல்லது செய்ய முடியும்போது? எதற்காக நாம் அமெரிக்காவுக்குப் போக வேண்டும், அதுவும் இந்தச் சமயத்தில். பலனளிக்கக்கூடிய விஷயங்கள் நிறைய இங்கேயே இருக்கும்போது! இப்படித்தான் அவர்களுக்கு நான் பதிலளித்தேன்.'

'என்ன பதிலளித்தீர்கள்? யாருக்கு? யாராவது உங்களை அமெரிக்கா வுக்குப் போகும்படிச் சொன்னார்களா என்ன?'

'அதற்கான முயற்சிகள் நடந்தன, ஆனால் நான் அதை ஏற்றுக் கொள்ளவில்லை என்பதை ஒத்துக்கொள்கிறேன். இது நமக்குள்ளேயே இருக்கட்டும், கரமாஸவ், கேட்கிறதா, யாரிடமும் இதைப் பற்றி ஒரு வார்த்தையும் சொல்லாதீர்கள். இதை நான் உங்களிடம் மட்டும் தான் சொல்கிறேன். எந்தக் காரணத்தை முன்னிட்டும் 'மூன்றாம் நிறுவனம்' என்ற ரகசிய போலீஸில் மாட்டிக்கொண்டு பீத்தர்புர்க் சங்கிலிப் பாலத்தில் நான் பாடம் படிக்க விரும்பவில்லை.

'பாலத்துக் கட்டடத்தை நினைவில் வைப்பாய்.
சங்கலிப் பாலத்துக் கட்டடத்தை!'

நினைவிருக்கிறதா? அருமையான வரிகள்! எதற்காக நீங்கள் சிரிக்கிறீர்கள்? நான் பொய் சொல்கிறேன் என்று நினைக்கிறீர்களா? ('தந்தையின் புத்தக அலமாரியிலிருந்து 'மணி' என்ற ஒரே ஒரு இதழைத் தான் படித்தான், வேறு எதையும் அவன் படிக்கவில்லை என்பது மட்டும் அல்யோஷாவுக்குத் தெரிந்தால் என்னவாகும்?' என்று சற்றே நடுங்கியபடி யோசித்தான் கோல்யா.)[3]

'ஓ, இல்லை உங்களைப் பார்த்து நான் சிரிக்கவில்லை, அப்படியே நீங்கள் ஏதோ இட்டுக்கட்டுகிறீர்கள் என்றும் நான் நினைக்கவில்லை. இவை எல்லாம் உண்மை என்பதால் எதைப் பற்றியுமே நான் நினைக்க வில்லை! சரி, சொல்லுங்கள், நீங்கள் புஷ்கினுடைய 'அனேகினை'ப் படித்திருக்கிறீர்களா . . . இதோ இப்போது நீங்கள் சொன்னீர்களே, அந்தத் தச்சியானாவைப் பற்றி?'

'இல்லை, இன்னும் நான் 'அனேகினை'ப் படிக்கவில்லை; ஆனால், அதைப் படிக்க விரும்புகிறேன். எந்தவிதத் தவறான அபிப்பிராயமும் இல்லாதவன் நான் கரமாஸவ். இரண்டு பக்கங்களிலும் இருக்கும் வாதங்களையே நான் கேட்கவிரும்புகிறேன். நீங்கள் எதற்காக இதைக் கேட்டீர்கள்?'

'சும்மாதான்.'

'சொல்லுங்கள் கரமாஸவ், உங்களுக்கு என்மீது வெறுப்புத்தானே?' என்று எதிர்பாராத விதமாகக் கேட்ட கோல்யா, ஏதோ தன்னுடைய

நிலையை உறுதிப்படுத்துவது போல அல்யோஷா முன்பாகத் தன்னுடைய முழு உருவத்தையும் வெளிப்படுத்தி நின்றான். 'எந்தவித ஒளிவு மறையும் இன்றித் தயவுசெய்து உண்மையைச் சொல்லுங்கள்.'

'உங்கள்மீது எனக்கு வெறுப்பா?' என்று ஆச்சர்யமாகக் கேட்டான் அல்யோஷா. 'எதற்காக? இவ்வளவு அற்புதமான குணமுடைய நீங்கள், இன்னும் வாழ்க்கையை வாழவே ஆரம்பிக்காதபோது, எதற்காகத் தேவையில்லாமல் இப்படிப்பட்ட எண்ணங்களை நீங்கள் வளர்த்துக் கொண்டிருக்கிறீர்கள் என்று எனக்குத் தெரியவில்லை.'

'என்னுடைய குணத்தைப் பற்றி நீங்கள் கவலைப்பட வேண்டாம்' என்று மனநிறைவுடன் இடைமறித்த கோல்யா, 'எளிதில் நான் புண்படக் கூடியவன் என்பது உண்மைதான். அதுவும் முட்டாள்தனமாக, பக்குவப் படாத நிலையில் எளிதில் புண்படக்கூடியவன்தான் நான். இப்போது நீங்கள் என்னைப் பார்த்து ஏளனமாகச் சிரித்தது ஏதோ . . .' என்று சொல்லிய கோல்யாவை இடைமறித்த அல்யோஷா,

'ஓ, நான் வேறு ஒரு காரணத்திற்காகச் சிரித்தேன். பாருங்கள், அது ஏன் என்றால், அண்மையில் கட்டுரை ஒன்றைப் படித்தேன்; அது நம்முடைய தற்காலத்தைய இளைஞர்களைப் பற்றி, ரஷ்யாவில் வாழ்ந்த ஜெர்மானியரால் எழுதப்பட்டது: 'ரஷ்ய நாட்டு மாணவன் ஒருவனிடம் விண்மீன்கள் பற்றிய வரைபடம் ஒன்றைக் காட்டுங்கள்' என்று சொன்னால், 'இதுவரை அதைப் பற்றி ஒன்றுமே தெரிந்திராத அவன், அடுத்த நாளே வரைபடத்தைத் திருத்தம் செய்து கொண்டு வந்து தருவான்' என்றார். அளவில்லாத போலித் தற்பெருமையும் அடிப்படை அறிவின்மையும் ரஷ்ய மாணவர்களிடம் இருப்பதையே அந்த ஜெர்மானியர் தெரிவிக்க விரும்பினார்.

'ஓ, எவ்வளவு உண்மை!' என்று சொன்ன கோல்யா, திடீரென்று உரக்கச் சிரித்தபடி, 'அப்படித்தான், அப்படியே அப்படித்தான்!' ஆஹா, ஜெர்மானியன் சொன்னது சரிதான்! ஆனால் நாசமாய்ப் போன அந்த வெளிநாட்டுக்காரன் ரஷ்ய மாணவனின் நல்ல பக்கத்தைப் பார்க்காமல் போய்விட்டான்; அதைப் பற்றி நீங்கள் என்ன நினைக்கி றீர்கள்? போலியான தற்பெருமை இருக்கத்தான் செய்கிறது; இளமைப் பருவத்தில் இருக்கும் அந்தக் குணத்தைத் திருத்திவிடலாம், திருத்தப்படக் கூடியதும்கூட. ஆனால், அவனிடம் இளமைப் பருவத்திலிருந்தே சுதந்திரமான எண்ணமும் தைரியமான சிந்தனையும் உறுதியான நம்பிக்கையும் இருக்கிறது; மற்றவர்களிடமிருக்கும் அதிகாரத் தொனியும் அடிமைத்தனமும் அவனிடம் இல்லை . . . இருந்தாலும் அந்த ஜெர்மன் நாட்டுக்காரன் நன்றாகத்தான் சொல்லியிருக்கிறான்! மிக்க நன்று, ஜெர்மானியனே! இருந்தாலும், ஜெர்மானியர்களை நசுக்கி ஒழிக்க வேண்டும். விஞ்ஞானத்தில் திறமை உள்ளவர்களாக இருந்தாலும், அவர்களின் கழுத்தை நெறித்துக் கொல்ல வேண்டும்.'

'எதற்காக அவர்களின் கழுத்தை நெறித்துக் கொல்ல வேண்டும்?' என்று சிரித்தபடி கேட்டான் அல்யோஷா.

‘சரி, நான் ஏதோ முட்டாள்தனமாகச் சொல்லிவிட்டேன் என்பதை ஒப்புக்கொள்கிறேன். சில சமயங்களில் நான் குழந்தை போல நடந்து கொள்கிறேன்; சந்தோஷமாக இருக்கும்போது என்னைக் கட்டுப்படுத்த முடியாமல் எதையாவது உளறிவிடுகிறேன். ஆமாம், கேளுங்கள், தேவை இல்லாத ஏதோ ஒன்றைப் பற்றி நாம் வாயாடிக் கொண்டிருக்கிறோம், இந்த மருத்துவர் இவ்வளவு நேரம் என்ன செய்துகொண்டிருக்கிறார். ஒரு வேளை, அம்மாவையும் ஊனமுற்ற நீனச்சுகாவையும் பார்த்துக் கொண்டிருக்கிறாரோ! உங்களுக்குத் தெரியுமா, எனக்கு இந்த நீனச்சுகாவை மிகவும் பிடிக்கும். நான் வெளியே வந்தபோது திடீரென்று அவள் முணுமுணுத்தாள், ‘நீங்கள் ஏன் இதற்கு முன்பே இங்கு வரவில்லை?’ என்று. அதுவும் எப்படிப்பட்ட கண்டனக் குரலில்! நான் நினைக்கிறேன், அவள் இரக்கத்திற்குரிய, பரிதாபத்திற்குரிய பெண்மணி என்று.’

‘ஆமாம், ஆமாம்! நீங்கள் இங்கு வர ஆரம்பித்ததும் பார்ப்பீர்கள், அவள் எவ்வளவு நல்லவள் என்பதை. இப்படிப்பட்டவர்களைத் தெரிந்து கொள்வது உங்களுக்குப் பயனுள்ளதாக இருக்கும் ஏனென்றால், அவர்களிடமிருந்து நிறைய நல்ல விஷயங்களையும் அப்படியே அவற்றைப் பாராட்டுவது எப்படி என்பதையும் நீங்கள் தெரிந்துகொள்வீர்கள்’ என்று உள்ளக் கனிவுடன் சொன்னான் அல்யோஷா. ‘அது உங்களை நல்வழிப்படுத்தும்.’

‘ஓ, முன்பே நான் ஏன் இங்கு வரவில்லை என்று மிகவும் வருத்தப்படுகிறேன்!’ என்று வெறுப்புடன் சொன்னான் கோல்யா.

‘ஆமாம், அது வருத்தத்திற்குரியதுதான். நீங்களே பார்த்தீர்க ளில்லையா, எப்படிப்பட்ட சந்தோஷத்தைப் பாவப்பட்ட அந்தச் சிறுவனுக்கு நீங்கள் அளித்தீர்கள் என்பதை! நீங்கள் வராததை எண்ணி அவன் எவ்வளவு தூரம் வருத்தப்பட்டான் தெரியுமா!’

‘ஆமாம் அதைப் பற்றிச் சொல்லாதீர்கள்! சொல்லி என்னைக் காயப்படுத்தாதீர்கள்; இருந்தாலும் அது எனக்குத் தேவைதான்: என்னுடைய கர்வத்தாலோ இறுமாப்பின் காரணத்தாலோ கேவலமான என்னுடைய அதிகாரத் தருக்காலோ நான் இங்கு வராமல் இருக்க வில்லை; இந்தக் கெட்ட குணங்களையெல்லாம் தவிர்க்க முடியாமல் வாழ்நாள் முழுவதும் நான் கஷ்டப்படுகிறேன். பல விஷயங்களில் நான் அற்பனாக இருப்பதை உணர்கிறேன், கரமாஸவ்!’

‘இல்லை, அற்புதமான குணம் கொண்டவர் நீங்கள்; அது சற்றே சீரழிக்கப்பட்டிருக்கிறது; இப்படிப்பட்ட பரந்த மனப்பான்மை கொண்ட, எளிதில் உணர்ச்சிவசப்படக்கூடிய இந்தப் பையன் மீது எவ்வளவு பெரிய தாக்கத்தை நீங்கள் ஏற்படுத்தியிருக்கிறீர்கள் என்பது எனக்குப் புரிகிறது!’ என்று கனிவாகச் சொன்னான் அல்யோஷா.

‘நீங்கள் என்னிடமா இதைச் சொல்கிறீர்கள்!’ என்று கத்தினான் கோல்யா. ‘நினைத்தேன், பலமுறை நினைத்தேன், நீங்கள் என்னை வெறுக்கிறீர்களென்று! உங்களுடைய கருத்தை எவ்வளவு தூரம் நான் மதிக்கிறேன் என்பது உங்களுக்குத் தெரியுமா!’

'உண்மையாகவே, நீங்கள் இவ்வளவு தூரம் உணர்ச்சிவசப்படக் கூடியவரா? அதுவும் இந்த வயதில்! தெரியுமா, நீங்கள் அங்குக் கதை சொல்லிக்கொண்டிருந்தபோது நான் உங்களைப் பற்றி அப்படித் தான் நினைத்தேன், நீங்கள் எளிதில் உணர்ச்சிவசப்படக்கூடியவர் என்று.'

'என்னைப் பற்றி நீங்கள் அப்படியா நினைத்தீர்கள்? என்ன ஒரு பார்வை, பாருங்கள், உங்களுக்குத்தான் என்ன ஒரு பார்வை! நான் அந்த வாத்துக் கதையைச் சொல்லிக்கொண்டிருந்தபோது தான் நீங்கள் அப்படி நினைத்திருக்க வேண்டும்; பந்தயம் கட்டுகிறேன், குறிப்பாக அப்போதுதான் நீங்கள் என்னை வெறுக்கிறீர்கள் என்று நான் நினைத்தேன், அதாவது என்னை நான் அறிவாளியாகக் காட்டிக் கொள்ள முற்பட்டபோது, தேவையில்லாமல் எதை எதையோ நான் பேசியபோதுதான் சட்டென்று உணர்ந்தேன், உங்களை நான் வெறுக் கிறேன் என்று. பிறகுதான் கற்பனை செய்து பார்த்தேன் (இதோ இப்போது இங்கே) இந்த இடத்தில்தான், 'கடவுள் இல்லை என்றால் அவரை உருவாக்க வேண்டுமென்று' என்று நான் சொன்னபோது என்னுடைய அறிவைக் காட்டிக்கொள்வதற்காக நான் மிகவும் அவசரப் பட்டுவிட்டேனென்று; அதுவும் இதை நான் ஒரு புத்தகத்தில்தான் படித்தேன். ஆனால், அப்படி நான் சொன்னது என்னுடைய தற்பெருமை யைக் காட்டிக்கொள்ள அல்ல என்பதை என்னால் அறுதியிட்டுச் சொல்லமுடியும்; ஆனால், அது ஏனென்று, தெரியாது, ஒருவேளை சந்தோஷத்தின் பேரில் இருக்கலாம், ஓ, கடவுளே, அது சந்தோஷத்தின் பேரில்தான்... யாருடைய கழுத்து நெறிபடுவதற்காகவோ சந்தோஷப் படுவது என்பது மிகக் கேவலமான குணம்தான். அது எனக்குப் புரிகிறது, நீங்கள் என்னை வெறுக்கவில்லை என்று, அதெல்லாம் வெறும் என்னுடைய கற்பனைதான். ஓ, கரமாஸவ், நான் மிகவும் வருத்தப்படுகிறேன். சிலசமயங்களில் நான் கற்பனை செய்து பார்க்கிறேன், அது ஏனென்று கடவுளுக்குத்தான் தெரியும், என்னைப் பார்த்து எல்லோரும், ஏன் இந்த உலகமே சிரிக்கிறதே என்று; அப்போது நான் எல்லாவற்றையும் அழிக்கத் தயாராகிவிடுகிறேன்.'

'அதற்காக உங்களைச் சுற்றி இருப்பவர்களை நீங்கள் வேதனைப் படுத்துகிறீர்களா' என்று சிரித்தபடி கேட்டான் அல்யோஷா.

'ஆமாம், சுற்றி இருப்பவர்களை வேதனைப்படுத்துகிறேன், குறிப்பாக அம்மாவை, கரமாஸவ்; இப்போது சொல்லுங்கள், நான் கேலிக்குரியவன் தானே?'

'சரி, அதைப் பற்றி நீங்கள் ஒன்றும் நினைக்காதீர்கள், அதைப் பற்றி எதுவும் நினைக்காதீர்கள்!' 'சரி, என்ன இது, கேலிக்குரியவன் என்பதெல்லாம் என்னது? எத்தனை முறை மனிதன் கேலிக்குரியவ னாகிறான் அல்லது கேலிக்குரியவனாக்கப்பட்டான் என்பதெல்லாம் ஒரு விஷயமா என்ன? அதுவும் திறமையுள்ள மக்கள்கூட இப்போது கேலிக்குரியவர்களாகும்போது அவர்கள் அதிகமாகப் பயப்படுகிறார்கள் அப்படியே அது அவர்களை வருத்தப்படவும் வைக்கிறது. ஆனால்,

ஒரு விஷயம் என்னை ஆச்சர்யப்பட வைக்கிறது, இவ்வளவு சீக்கிரமே நீங்கள் அதை உணர்வது; இருந்தாலும் இதை நான் உங்களிடம் மட்டும் பார்க்கவில்லை, ஏற்கெனவே பலரிடமும் நான் பார்த்திருக் கிறேன். இப்போது குழந்தைகள்கூட இதன் காரணமாகத்தான் அவதிப் படுகிறார்கள். இது ஒரு பைத்தியக்காரத்தனம், இந்தத் தற்பெருமை என்கின்ற பேய் தலைமுறை தலைமுறையாக உள்ளே புகுந்து, குறிப்பாக இந்தப் பேய்' என்று சொன்ன அல்யோஷா, கோல்யா தன்னை உற்றுப் பார்ப்பதை அறிந்தும் சிரிக்காமல், 'நீங்களும் மற்றவர்களைப் போலத்தான்' என்று சொல்லி முடித்த அல்யோஷா, 'அதாவது மற்றவர்களைப் போல நீங்களும் இருக்க வேண்டாம், அவ்வளவுதான்' என்றான்.

'மற்றவர்களெல்லாம் அப்படி இருந்தால் பரவாயில்லையா?'

'ஆமாம், மற்றவர்களெல்லாம் அப்படி இருந்தால் பரவாயில்லை. நீங்கள் மட்டும் அப்படி இருக்க வேண்டாம். உண்மையாகவே நீங்கள் மற்றவர்களைப் போல இல்லை: இதோ நீங்கள் கேவலத்தையும் கேலியையும் பற்றிக் கவலைப்படாமல் அப்படியே அவற்றை ஒத்துக் கொள்கிறீர்கள். ஆனால், இப்போது யார் அப்படி ஒத்துக்கொள்கிறார்கள்? யாரும் ஒத்துக்கொள்வதில்லை, ஆமாம், தங்களுடைய குற்றங்களை ஏற்றுக்கொள்ளும் மனப்பான்மைகூட மக்களிடம் இப்போது இல்லை. எனவே மற்றவர்களைப் போல நீங்கள் இருக்காதீர்கள், என்ன நேர்ந்தாலும், நீங்கள் மட்டும் மற்றவர்களைப் போல இருக்காதீர்கள்.'

'அற்புதம்! சரியாகத்தான் நினைத்தேன். மற்றவர்களுக்கு ஆறுதல் சொல்லும் திறமை உங்களிடம் இருக்கிறது என்று. ஓ, உங்களைச் சந்திக்க எப்போதோ நான் முயன்றேன், கரமாஸவ்! நீங்களும் என்னைப் பார்க்க நினைத்தீர்களா என்ன? அப்படித்தானே சற்று நேரத்திற்கு முன்பு நீங்கள் சொன்னீர்கள்?'

'ஆமாம், உங்களைப் பற்றி நான் கேள்விப்பட்டிருந்தேன் அப்படியே உங்களைப் பற்றி நான் யோசிக்கவும் செய்தேன்... உங்களுடைய தற்பெருமையின் காரணமாக நீங்கள் இந்தக் கேள்வியைக் கேட்டிருந்தாலும் பரவாயில்லை.'

'கரமாஸவ், நம்முடைய விளக்கங்களெல்லாம் ஏதோ காதலின் விளக்கங்களைப் போல இருக்கிறதா என்ன' என்று ஏனோ சோர்ந்த, வெட்கப்பட்ட குரலில் கேட்டான் கோல்யா. 'இது கேலிக்குரிய விஷயமாக இல்லையா?'

'கண்டிப்பாக இல்லை, அப்படியே இதுகேலிக்குரிய விஷயமாக இருந்தாலும்தான் என்ன, நன்றாகத்தானே இருக்கிறது' என்று சொன்ன படி பூரிப்புடன் சிரித்தான் அல்யோஷா.

'தெரியுமா, கரமாஸவ், என்னைப் போலவே உங்களுக்கும் இப்போது வெட்கமாக இருக்கிறது என்பதை ஒப்புக்கொள்கிறீர்களா... அது உங்களுடைய கண்களிலேயே தெரிகிறது' என்று ஏதோ தந்திரமாக, ஆனால், ஏறக்குறையச் சந்தோஷமாகக் கேட்டான் கோல்யா.

'எதற்காக வெட்கப்பட வேண்டும்?'

'அப்படி என்றால் உங்கள் முகம் ஏன் இப்படிச் சிவந்து போயிருக்கிறது?'

'ஆமாம், நீங்கள்தான் அப்படிச் செய்துவிட்டீர்கள், அதனால்தான் முகம் சிவந்து போய்விட்டது!' என்று சிரித்தபடி சொன்ன அல்யோஷா வின் முகம் உண்மையாகவே சிவந்து போயிருந்தது. 'ஆமாம், கொஞ்சம் வெட்கமாகத்தான் இருக்கிறது. கடவுளுக்குத் தான் தெரியும் அது ஏனென்று, ஆனால் எனக்குத் தெரியாது' என்று முணுமுணுத்த அல்யோஷா, ஏறக்குறையத் திணறிப்போனான்.

'ஓ, உங்களை நான் எவ்வளவு தூரம் நேசிக்கிறேன். அப்படியே எந்தக் காரணத்திற்காகவோ நீங்கள் வெட்கப்படும் இந்தத் தருணத்தை நான் மிகவும் போற்றுகிறேன். ஏனெனில் நீங்களும் அப்படியே என்னைப் போன்றவர்தான்!' என்று உறுதியாக, ஆச்சர்யத்துடன் சொன்னான் கோல்யா. அவனுடைய கன்னங்கள் வெட்கத்தில் சிவந்து, கண்களில் ஒளி படர்ந்தது.

'கேளுங்கள் கோல்யா, உங்களுடைய வாழ்க்கையில் நீங்கள் சந்தோஷமாக இருக்கப் போவதில்லை' என்று ஏனோ திடீரென்று சொன்னான் அல்யோஷா.

'தெரியும், தெரியும். எப்படி உங்களுக்கு இதெல்லாம் முன் கூட்டியே தெரிகிறது!' என்று அவன் சொன்னதை உறுதிசெய்வது போலக் கேட்டான் கோல்யா.

'இருந்தாலும், முழுமையாகப் பார்த்தால், நீங்கள் வாழ்க்கையை ஆசீர்வதிப்பீர்கள்.'

'அப்படியா! ஆகா! நீங்கள் தீர்க்கதரிசி! நாம் நல்ல நண்பர்களாக இருப்போம், கரமாஸவ். என்னை நீங்கள் உங்களுக்கு நிகராகக் கருதுவது என்னை மிகவும் ஆச்சர்யப்பட வைக்கிறது. ஆனால் நாம் சமமானவர்கள், என்னைவிட நீங்கள் உயர்ந்தவர். இருந்தாலும், நாம் நண்பர்களாக இருப்போம். தெரியுமா, போன மாதம் முழுவதும் எனக்கு நானே இப்படிச் சொல்லிக்கொண்டேன்: 'ஒன்று, நாம் எப்போதுமே நண்பர்க ளாக இருப்போம் அல்லது நாம் சந்தித்த நாளில் இருந்து சாகும்வரை விரோதிகளாகவே இருப்போம்!' என்று.

'ஆனால், நீங்களோ என்னை ஏற்கெனவே நேசிப்பதாகச் சொன்னீர்களே!' என்று சந்தோஷமாகச் சிரித்தபடி கேட்டான் அல்யோஷா.

'ஆமாம், உங்களை நேசித்தேன், பயங்கரமாக நேசித்தேன், அப்படி நேசித்தபடியே உங்களைப் பற்றி நான் கனவு கண்டேன்! அது எப்படி உங்களுக்குத் தெரியும்? ஓ, இதோ மருத்துவர் வருகிறார். கடவுளே, என்ன சொல்லப் போகிறாரோ, பாருங்கள், அவருடைய முகத்தில் என்ன ஒரு பாவம் என்று!'

# 7

## இல்யூஷா

மருத்துவர் மீண்டும் தன்னுடைய கம்பளி ஆடையையும் தொப்பியையும் அணிந்துகொண்டு குடிசையை விட்டு வெளியேறினார். அவருடைய முகம் ஏறக்குறையக் கோபமாக, வெறுப்பாக, ஏதோ அவர்மீது கறை படிந்துவிட்டது போல இருந்தது. வீட்டிலிருந்த அல்யோஷாவையும் கோல்யாவையும் அவர் உற்றுப்பார்த்தார். குதிரைவண்டிக்காரனுக்கு அல்யோஷா சைகை காட்ட, மருத்துவர் வந்திறங்கிய குதிரை வண்டி வாயில் கதவருகே வந்து நின்றது. மருத்துவரைத் தொடர்ந்து வேகமாக ஓடிவந்த படைத்தளபதி மிக மரியாதையாகக் குனிந்து அவரை நிறுத்தி இறுதியாக அவரிடம் எதையோ கேட்க முற்பட்டார். பாவப்பட்ட அவருடைய முகம் நொறுங்கிப் போய்ப் பயத்தில் உறைந்திருந்தது:

'மரியாதைக்குரியவரே, மரியாதைக்குரிய பெருமகனே . . . ஏதாவது?. . .' என்று ஆரம்பித்தவர், தான் சொல்ல வந்ததைச் சொல்லாமல், நம்பிக்கை யிழந்து காற்றில் கைகளை உதறியபடி நின்றாலும், மருத்துவரின் கடைசி வார்த்தை பாவப்பட்ட அந்தச் சிறுவனின் தலையெழுத்தை மாற்றிவிடக் கூடும் என்று அவர் நினைத்தார்.

'என்னசெய்வது! நான் கடவுள் இல்லையே' என்று அக்கறையில்லா மல், வழக்கமான ஆழ்ந்த உணர்ச்சியுடன் பதிலளித்தார் மருத்துவர்.

'மருத்துவரே . . . மேதமையானவரே . . . அது சீக்கிரமே, நடந்து விடுமா ?'

'எல்லாவற்றிற்கும் தயாராயிருங்கள்' என்ற ஒவ்வொரு வார்த்தையை யும் அழுத்திச் சொன்ன மருத்துவர், தரையைப் பார்த்துக்கொண்டே வாயிற்கதவைத் தாண்டிக் குதிரைவண்டியில் ஏறத் தயாரானார்.

'மேதகையாளரே, கடவுளின் பெயரால்!' என்ற பயத்துடன் மீண்டும் அவரை நிறுத்திய படைத்தளபதி, 'மேதகைமையானவரே!. . . ஆக, ஒன்றுமே செய்ய முடியாதா, அவனைக் காப்பாற்ற எதுவுமே செய்ய முடியாதா ?' என்றார்.

'இனிமேல் என்னால் எதுவும் செய்ய முடியாது' என்று நிதானமாகச் சொன்ன மருத்துவர், 'ஆனால், ம்' என்று திடீரென்று சொன்னவர், 'ஒருவேளை நீங்கள், உதாரணமாக, உங்களுடைய நோயாளியை . . . இப்போதே, தாமதிக்காமல் உடனே ('இப்போது, உடனே தாமதிக்காமல்' என்ற வார்த்தையை மருத்துவர் கடுமையாக மட்டுமல்ல ஏறக்குறையக் கோபமாகச் சொன்னபோது படைத்தளபதி நடுங்கியே போனார்.) சிராக்குஸிக்கு அனுப்பினால், இதமான தட்பவெப்பநிலையுள்ள அந்த இடத்தில் . . . புதுச் சூழ்நிலையில் ஏதாவது நல்லது நடக்கலாம் . . .' என்றார்.

'சிராக்குஸிக்கா !' என்று இன்னும் ஒன்றும் புரியாமல் உரக்கக் கேட்டார் படைத்தளபதி.

‘சிராக்குஸி, அது சிசிலியில் இருக்கிறது’ என்று திடீரென்று உரக்கச் சொன்னான் கோல்யா, விளக்கமாக. மருத்துவர் அவனைப் பார்த்தார்.

‘சிசிலிக்கா! மேன்மை பொருந்தியவரே’ என்று தன்நிலையிழந்த படைத்தளபதி, ‘ஆமாம், நீங்கள் பார்த்தீர்கள்தானே!’ என்று தன்னுடைய கையை விரித்துச் சுற்றிலும் காட்டி, ‘அப்படியானால் அம்மா, குடும்பம் என்னாவது?’ என்று கேட்டார்.

‘இல்லை, உங்கள் குடும்பம் சிசிலிக்குப் போக வேண்டாம்; வஸந்த காலம் ஆரம்பிக்கும் வேளையில் காகசஸ் நகரத்திற்குப் போகலாம் . . . உங்களுடைய மகன் காகசஸசுக்குப் போகலாம், உங்களுடைய மனைவி . . . கீழ்வாத நோய்க்கு ஆரோக்கிய நீரூற்றுச் சிகிச்சையை மேற்கொண்ட பிறகு அவர்களும் காகசஸ் போகலாம் . . . அதன்பிறகு உடனே அவர்கள் பாரிஸுக்குப் போய் புகழ்பெற்ற மனநோய் மருத்துவர் லே–பேல்–லெத்தேவைச் சந்திக்கலாம்; அவருக்கு நான் கடிதம் கொடுக்க முடியும், அதன் பிறகு . . . ஏதாவது நல்லது நடக்கலாம் . . .’

‘மருத்துவரே, மருத்துவரே! நீங்களே பாருங்கள்!’ என்று மீண்டும் தன்னுடைய கைகளை விரித்து நடைபாதையில் இருக்கும் வெறுமையான மரச்சுவரை மனம் நோகக் காட்டினார்.

‘ஆனால், அது எனக்குச் சம்பந்தமில்லாதது’ என்று ஏளனமாகச் சிரித்தபடி சொன்ன மருத்துவர், ‘உங்களுடைய கேள்விக்கு விஞ்ஞானத்தால் கடைசியாக என்ன செய்ய முடியுமோ அதைத் தான் நான் உங்களுக்குச் சொன்னேன்; மற்றவை என்னுடைய வருத்தத்திற்குரியவை . . .’

‘கவலைப்படாதீர்கள், சிகிச்சையாளரே, என்னுடைய நாய் கடிக்காது’ என்று சத்தமாகச் சொன்ன கோல்யா, வாசற்படியில் சற்றே கலக்கத்துடன் பெரிஸ்வோனைப் பார்த்த மருத்துவரிடம் சொன்னான். கோல்யாவின் குரலில் கோபம் தெறித்தது. மருத்துவர் என்பதற்குப் பதிலாக ‘சிகிச்சையாளர்’ என்று அவன் வேண்டுமென்றே குறிப்பிட்டான். அப்படியே அவரைக் ‘கேவலப்படுத்துதவற்காகவே’ அவன் அப்படிச் சொன்னானென்று பிறகு அவனே நினைவுகூர்ந்தான்.

‘என்னது?’ என்று மருத்துவர் திரும்பி ஆச்சர்யத்தில் பார்த்தார். ‘யாரது?’ என்று விளக்கும் கேட்பவரைப் போல அவர் அல்யோஷாவைப் பார்த்துக் கேட்டார்.

‘நான் பெரிஸ்வோனுடைய எஜமான், சிகிச்சையாளரே, நான் யார் என்பதைப் பற்றி நீங்கள் கவலைப்பட வேண்டாம்’ என்று மீண்டும் கடுமையான குரலில் சொன்னான் கோல்யா.

‘ஸ்வோன்?’ என்று பெரிஸ்வோன் என்ற வார்த்தை புரியாமல் மீண்டும் கேட்டார் மருத்துவர்.

‘ஆமாம், அவன் எங்கே என்று தெரியவில்லை. விடைகொடுங்கள், சிகிச்சையாளரே, நாம் சிரக்கூஸில் சந்திப்போம்.’

'யா–ரது? யார், யார்?' என்று பயங்கரமான கோபத்தில் கேட்டார் மருத்துவர்.

'அவன் இங்குப் பள்ளியில் படிக்கும் சிறுவன், மருத்துவரே, அவன் ஒரு குறும்புக்காரன், நீங்கள் ஒன்றும் கண்டுகொள்ளாதீர்கள்' என்று அல்யோஷா கோபத்தில் நெற்றியைச் சுருக்கியபடி சட்டென்று சொன்னான். 'கோல்யா, பேசாமலிருங்கள்!' என்று கிரசோத்கினைப் பார்த்துச் சொன்னான் அல்யோஷா. 'நீங்கள் எதையும் கவனத்தில் எடுத்துக் கொள்ளாதீர்கள், மருத்துவரே' என்று கொஞ்சம் பொறுமை யிழந்து மறுபடியும் சொன்னான் அல்யோஷா.

'உதைக்–க, உதைக்க வேண்டும், அவனை உதைக்–க!' என்று கோபத்தில் காலைத் தரையில் ஓங்கி அடித்தபடி சொன்னார் மருத்துவர்.

'தெரியுமா, சிகிச்சையாளரே, என்னுடைய பெரிஸ்வோன் கடிக்கவும் செய்யும்!' என்று நடுங்கிய குரலில் சொன்ன கோல்யாவின் முகம் வெளிறிப் போய்க் கண்கள் மின்னின. 'வா, பெரிஸ்வோன்!'

'கோல்யா, இன்னும் ஒரு வார்த்தை நீங்கள் பேசினாலும் நான் உங்களுடன் எப்போதுமே நான் பேசமாட்டேன்!' என்று அதிகாரத் தொனியில் கத்தினான் அல்யோஷா.

'சிகிச்சையாளரே, இந்த உலகில் ஒரே ஒருவர்தான் இந்த நிக்கலாய் கிரசோத்கினுக்கு உத்தரவு போட முடியும், அது இதோ இந்த மனிதர்' என்று அல்யோஷாவைச் சுட்டிக்காட்டி, 'அவர் சொன்னால் நான் கேட்பேன், போய்வாருங்கள்!' என்றான்.

கதவைத் திறந்துகொண்டு வேகமாக அறைக்குள் நுழைந்தான் கோல்யா. பெரிஸ்வோன் அவன் பின்னால் ஓடிவந்தது. சிலை போல மருத்துவர் அங்கே இன்னும் ஐந்து நொடிகள் நின்றபடி அல்யோஷாவைப் பார்த்தார்; பார்த்துத் திடீரென்று காறித் துப்பியவர் வேகமாக வண்டியில் ஏறி உட்கார்ந்து உரக்கச் சொன்னார்; 'இது, இது, இது, எனக்குத் தெரியாது, யாரென்று!' படைத்தளபதி அவரை வழியனுப்ப வேகமாக ஓடிவந்தார். கோல்யாவைத் தொடர்ந்து அல்யோஷாவும் அறைக்குள் போனான். அங்கே கோல்யா ஏற்கெனவே இல்யூஷாவின் படுக்கை அருகே நின்றுகொண்டிருந்தான். இல்யூஷா அவனுடைய கைகளைப் பிடித்துக்கொண்டு அவனுடைய தந்தையைக் கூப்பிட்டான். ஒரு நிமிடத்தில் அவரும் அங்கே வந்தார்.

'அப்பா, அப்பா, இங்கே வா . . . நாங்கள் . . .' என்று முணுமுணுத்த இல்யூஷா, மிகவும் உணர்ச்சி வசப்பட்டவனாய் அதற்கு மேல் பேச முடியாமல், திடீரென்று தன்னுடைய மெலிந்த கைகளை நீட்டி, சக்தி உள்ள மட்டிலும், இருவரையும் கோல்யாவையும் அவனுடைய தந்தையையும் ஒன்றாகச் சேர்த்து இறுக அணைத்து, அப்படியே அந்த அணைப்பில் அவன் தன்னையும் சேர்த்துக்கொண்டான். படைத்தளபதி மிக அமைதியாக உடல் குலுங்கத் திடீரென்று அழுதார்; கோல்யாவின் உதடுகளும் தாடையும் நடுக்க ஆரம்பித்தன.

‘அப்பா, அப்பா! உன்னைப் பார்க்க எனக்கு எவ்வளவு பரிதாபமாக இருக்கிறது தெரியுமா!’ என்று வருத்தத்துடன் சொன்னான் இல்யூஷா.

‘இல்யூஷெச்கா ... என் அருமையானவனே ... நீ குணமடைந்து விடுவாயென்று ... மருத்துவர் சொன்னார் ... நாம் சந்தோஷமாக இருப்போம் ... மருத்துவர் ...’

‘ஹா, அப்பா! என்னைப் பற்றி இந்தப் புது மருத்துவர் என்ன சொன்னாரென்று எனக்குத் தெரியும் ... நான்தான் பார்த்தேனே!’ என்று சொன்ன இல்யூஷா, மீண்டும் அவர்கள் இருவரையும் தன்னுடன் சேர்த்துப் பலங்கொண்ட மட்டும் இறுக அணைத்துத் தந்தையின் தோளில் முகத்தைப் புதைத்துக்கொண்டான்.

‘அப்பா, அழாதே ... நான் இறந்தது போனால், நீ வேறு ஒரு நல்ல பையனாகப் பார்த்து ... இருப்பதிலேயே நல்ல ஒரு பையனை நீயே தேர்ந்தெடுத்து அவனுக்கு இல்யூஷா என்று பெயரிட்டு வளர்த்து வா.’

‘இல்யூஷா!’ என்று கோபமாகத் திடீரென்று கத்தினான் கிரசோத்கின்.

‘அப்பா, நீ என்னை எப்போதுமே மறக்கக் கூடாது’ என்று சொன்ன இல்யூஷா, ‘என்னுடைய கல்லறைக்கு நீ வா ... நாம் நடந்து போகும்போது நம்முடைய அந்தப் பெரிய கல் இருக்குமே, அதற்கு அருகில் நீ என்னைப் புதைத்துவிடு அப்பா; மாலை நேரங்களில் கிரசோத்கினுடனும் ... பெரிஸ்வோனுடனும் நீ என்னைப் பார்க்கவா ... உங்களுக்காக நான் அங்குக் காத்துக்கொண்டிருப்பேன் ... சரியா அப்பா!’ என்றான்.

‘அவனுடைய குரல் உடைந்து போக மூவரும் கட்டி அணைத்தபடி அமைதியாக இருந்தார்கள். தன்னுடைய இருக்கையில் அமர்ந்திருந்த நீனச்கா அமைதியாக அழ, எல்லோரும் அழுவதைப் பார்த்த அம்மாவும் கண்ணீர் வடித்தாள்.

‘இல்யூஷெஷெச்கா! இல்யூஷெச்கா!’ என்று கூக்குரலிட்டாள் அம்மா. திடீரென்று இல்யூஷாவின் அணைப்பில் இருந்து தன்னை விடுவித்துக் கொண்டான் கிரசோத்கின்.

‘விடைகொடு கிழவனே, இரவுச் சாப்பாட்டிற்காக அம்மா எனக்காகக் காத்திருப்பாள்’ என்று அவசரமாகச் சொன்னான் கோல்யா. ‘ஹா, முன்கூட்டியே அவளிடம் நான் சொல்லாமல் போய்விட்டேன்! எனக்காக அவள் மிகவும் கவலைப்பட்டுக்கொண்டிருப்பாள் ... ஆனால், சாப்பிட்டவுடன் உன்னைப் பார்க்க உடனே நான் வந்துவிடுவேன், மாலைப்பொழுது முழுவதும், முழுநாளும் உன்னுடனேயே இருப்பேன், உனக்காக நிறைய விஷயங்களைச் சொல்வேன், எல்லாவற்றைப் பற்றியும் சொல்வேன்! அப்படியே நான் பெரிஸ்வோனையும் கூட்டிக் கொண்டு வருவேன், ஆனால், இப்போது அதை நான் கூட்டிக்கொண்டு போகிறேன், ஏனென்றால், நான் இல்லாமல் அது கத்திக்கொண்டே இருக்கும்; உனக்கு தான் அது தொந்தரவாக இருக்கும்; இப்போது நான் போய் வருகிறேன்!’

அப்படிச் சொன்னவன், அறையில் இருந்து வேகமாக வெளியே ஓடினான். அப்போது அவனுக்கு அழப்பிடிக்கவில்லை, ஆனால், நடைபாதைக்கு வந்தவன் வெடித்து அழுதான். அந்த நிலையில்தான் அல்யோஷா அவனைச் சந்தித்தான்.

'கோல்யா, நீங்கள் கொடுத்த வார்த்தையைக் கண்டிப்பாக நிறைவேற்ற வேண்டும், இல்லாவிட்டால் அவன் மிகவும் வருத்தப் படுவான்' என்று அழுத்தமாகச் சொன்னான் அல்யோஷா.

'ஓ, கண்டிப்பாக! இதற்கு முன்னே நான் இங்கு வராமல் போனதற்கு என்னை நானே நொந்துகொள்கிறேன்' என்று முணுமுணுத்த கோல்யா, எந்தவிதக் குழப்பமும் இல்லாமல் அழுதான். அந்த நிமிடம் திடீரென்று வெளியே வந்த படைத்தளபதி, அறைக் கதவைச் சாத்தினார். அவருடைய முகம் வாடிப்போய், உதடுகள் துடித்தன. இருவர் முன்பாகவும் நின்ற அவர், தன்னுடைய இரு கைகளையும் அகல விரித்தார்.

'எனக்கு நல்ல பையன் வேண்டாம்! வேறு ஒரு பையனும் வேண்டாம்!' என்று உணர்ச்சி பொங்க முணுமுணுத்தவர், பற்களை நறநறவென்று கடித்தார். 'நான் உன்னை மறந்தால், ஓ, ஜெருசலேம், என்னுடைய நாக்கு[1] . . .' என்றார் படைத்தளபதி.

அப்படிச் சொல்லி முடிக்காத படைத்தளபதியின் உதடுகளில் வார்த்தைகள் மறைந்து போக, அங்கிருந்த மர பெஞ்சின் மீது வலுவிழந்து அப்படியே உட்கார்ந்தார். தன்னுடைய நெற்றியை உள்ளங் கைகளால் தாங்கியபடி வெடித்து அழுதவர், இடையிடையே அர்த்தமின்றித் தேம்பி அழ, அவர் அழும் சத்தம் உள்ளே இருப்பவர்களுக்குக் கேட்காமல் இருக்க அவர் வெகுவாக முயன்றார். கோல்யா வேகமாகத் தெருவுக்கு ஓடினான்.

'போய் வருகிறேன், கரமாஸவ்! திரும்ப நீங்கள் வருவீர்களா?' என்று வெடுக்கென்று கோபமாக அல்யோஷாவைக் கேட்டான்.

'கண்டிப்பாக, பொழுது சாய்ந்ததும் வருவேன்.'

'என்ன அது, அவர் ஜெருசலேம் பற்றிச் சொன்னாரே . . . அது என்னது?'

'அது பைபிளிலிருந்து: 'நான் உன்னை மறந்தால், ஜெருசலேம்' என்பது, அதாவது, மதிப்பிட முடியாத ஒன்றை நான் வேறு ஒரு விஷயத்திற்காக மறந்துபோனால், அது அதிர்ச்சியைத் தான் தரும் . . .' என்று விளக்கினான் அல்யோஷா.

'புரிகிறது, போதும்! நீங்களும் வாருங்கள்! வா, பெரிஸ்வோன்!' என்று மூர்க்கமாக நாயைப் பார்த்துக் கத்திய கோல்யா, வேகமாக அடி எடுத்து வைத்து வீட்டை நோக்கி அவசர அவசரமாக நடந்தான்.

## பதினோராவது புத்தகம்

# சகோதரன் இவான் ஃபியோதரவிச்

## 1

## குரூஷென்கா வீட்டில்

அல்யோஷா குரூஷென்காவைப் பார்ப்பதற்காக வியாபாரி மரோஸவா வீட்டிற்கு ஆலய சதுக்கத்தின் வழியாகப் போனான். அன்று காலையில்தான் அவள் ஃபேன்யா மூலமாக அல்யோஷாவைக் கண்டிப்பாக வீட்டிற்கு வருமாறு சொல்லி அனுப்பியிருந்தாள். இரண்டு, மூன்று நாட்களாகவே அவளுடைய எஜமானி ஏதோ ஒரு சங்கடத்திலிருக்கிறாள் என்பதை ஃபேன்யா மூலமாகத் தெரிந்துகொண்டான். மீச்சியாவைக் கைதுசெய்த பிறகு, கடைசி இந்த இரண்டு மாதங்களாக, அல்யோஷா குரூஷென்காவின் வீட்டிற்குத் தன்னுடைய விருப்பத்தின் பேரிலும் மீச்சியாவின் வேண்டுகோளின் பேரிலும் அடிக்கடி போய் வந்தான். மீச்சியா கைதுசெய்யப்பட்ட மூன்று நாட்களுக்குப் பிறகு குரூஷென்கா மிகவும் உடல்நலம் சரியில்லாமல், ஏறக்குறைய ஐந்து வாரங்களாகவே பிதற்றிக்கொண்டிருந்தாள். இந்த ஐந்து வாரங்களில் ஒரு வாரம் அவள் தன்னுடைய சுயநினைவை இழந்திருந்தாள். அவளுடைய முகம் மிகவும் மாறிப் போயிருந்தது; உடல் மெலிந்து வெளிறிப் போயிருந்த அவள், இந்த இரண்டு வாரங்களாகத்தான் வீட்டை விட்டு வெளியில் வரக்கூடிய நிலையில் இருந்தாள். ஆனால், அல்யோஷாவின் பார்வையில் அவளுடைய முகம் இன்னும் அழகாக, அவள் அழைத்தபோதெல்லாம் அவளுடைய கண்களைப் பார்க்க ஆவல் கொண்டவனாக

அவன் இருந்தான். அவளுடைய பார்வையில் ஏதோ ஒன்று ஆழமாகப் பொருள் புதைந்து இருப்பதாக அவனுக்குத் தெரிந்தது. அவளுடைய மனத்தில் மாற்றங்கள் ஏற்பட்டு, உடல்நலம் தேறியவளாகக் காணப் பட்டாலும், அவள் இன்னும் சோர்வுடன், அசைக்க முடியாத மன உறுதியுடன் இருந்தாள். புருவங்களுக்கிடையே தெரிந்த மெல்லிய, நேர் கோடான சுருக்கம், அவளுடைய அழகிய முகத்திற்குத் தீர்க்கமாக யோசிக்கும் திறனையும் பார்ப்பதற்கு ஏறக்குறையக் கடுமையான தோற்றத்தையும் தந்தது. முன்பிருந்த விளையாட்டுத்தனத்தின் சாயல் அவளிடம் முற்றிலும் இல்லாமல் இருந்தது. பாவப்பட்ட இந்தப் பெண், திருமணம் செய்துகொள்ள நினைத்த வேளையிலேயே பயங்கரமான ஒரு குற்றத்திற்காக அவளுடைய மணமகன் கைதுசெய்யப்பட்டு, உடல் நலமும் சரியில்லாமல் போக, நீதிமன்றத்தில் இன்னும் தீர்ப்பு வழங்கப் படாத நிலையில், அவள் இன்னும் தன்னுடைய இளமைப்பருவப் பூரிப்பை இழக்காமல் இருந்தது அல்யோஷாவுக்கு ஆச்சர்யத்தைத் தந்தது. இதற்கு முன்பு கர்வம் நிறைந்த அவளுடைய கண்கள் இப்போது ஏதோ ஒரு வித அமைதியிலிருக்க, பழையதொரு கடமையை நினைத்துப் பார்க்கும் அவளுடைய மனமோ அதை மறந்து போகாமல் மீண்டும் மீண்டும் நினைத்துப் பார்க்க, அப்படி நினைத்துப் பார்க்கும் அவளுடைய கண்களோ வெறுப்பைக் கக்கிக்கொண்டிருந்தன. அந்த வெறுப்பு இதுதான்: உடல்நலம் சரியில்லாமல் இருந்தபோதுகூட குரூஷென்கா, கத்தரீனா இவானவ்னாவின் பெயரைத்தான் உளறினாள். கத்தரீனாவைப் பார்த்து அவள் அதிகமாகப் பொறாமைப்படுகிறாளென்பது அல்யோஷாவுக்குப் புரிந்தது; கைதுசெய்யப்பட்டிருந்த மீச்சியாவைக் கத்தரீனா இவானவ்னா ஒருமுறைகூடப் போய்ப் பார்க்கவில்லை; ஆனால், அவள் விருப்பப் பட்டிருந்தால் எப்போது வேண்டுமானாலும் போய்ப் பார்த்திருக்கலாம். இவையெல்லாம் அல்யோஷாவுக்கு மிகவும் கஷ்டமான வேலையாக இருந்தன, ஏனெனில் குரூஷென்கா அல்யோஷாவை முழுமையாக நம்பி, அவனிடம் மட்டுமே அறிவுரைகளை இடைவிடாது கேட்டுவந்தாள்; அவனுக்கோ சில சமயங்களில் என்ன சொல்வது என்றே தெரியாமலிருந்தது.

அவளுடைய வீட்டிற்கு அல்யோஷா கவலையுடன் போனான். குரூஷென்கா வீட்டிலிருந்தாள்; அரைமணி நேரத்திற்கு முன்புதான் மீச்சியாவைச் சந்தித்துவிட்டு வந்த அவள், அல்யோஷாவைப் பார்த்ததும் வேகமாக இருக்கையிலிருந்து துள்ளிக் குதித்தெழுந்து அவனை வரவேற்ற விதத்தைப் பார்த்ததும் அவள் அவனுக்காகப் பொறுமையிழந்து காத்துக் கொண்டிருந்தாள் என்பதை அல்யோஷா புரிந்துகொண்டான். மேஜையின் மீது சீட்டுக்கட்டு இருக்க, முட்டாள் விளையாட்டு விளையாடிய விதத்தில் அது பரப்பி வைக்கப்பட்டிருந்தது. மேஜையின் மறுபக்கத்தில் தோலால் செய்யப்பட்டிருந்த சோபா தற்காலிகமாகப் படுக்கையாக மாற்றப்பட்டு, உடல்நலம் சரியில்லாத மாக்ஸிமவ் அதில் சாய்ந்து படுத்திருக்க, வீட்டில் அணியும் மேல்அங்கியையும் பருத்தியால் செய்யப் பட்ட தொப்பியையும் அவர் அணிந்துகொண்டு இனிமையாக அவனைப் பார்த்துப் புன்னகைத்தார். இரண்டு மாதங்களுக்கு முன்பே மோக்ரயவி லிருந்து குரூஷென்காவுடன் வந்திருந்த இவர், குரூஷென்கா வீட்டிலேயே நிரந்தரமாகத் தங்கியிருந்தார். சகதியிலும் மழையிலும் நனைந்தபடி

அவளுடன் வந்தவர், பயந்துபோய் சோபாவில் அமர்ந்துகொண்டு, அமைதியாக அவளையே வெறித்துப் பார்த்தபடி வெட்கத்துடன் கெஞ்சும் பாவனையில் சிரித்தார். ஏற்கெனவே காய்ச்சல் கண்டு வேதனையுடன் இருந்த குரூஷென்கா, வீட்டிற்கு வந்து அரைமணி நேரமாக வேறு வேலைகளில் ஈடுபட்டவள், ஏறக்குறைய மாக்ஸிமவை மறந்தே போயிருந் தாள்; பிறகு திடீரென்று அவரைக் கவனித்தாள் குரூஷென்கா: கைவிடப் பட்ட நிலையில், பரிதாபமாக அவர் அவளைப் பார்த்து ஏளனமாகச் சிரித்துக்கொண்டிருந்தார். உடனே அவள் ஃபேன்யாவைக் கூப்பிட்டு அவருக்கு உணவு கொடுக்குமாறு சொன்னாள். தன்னுடைய இடத்தை விட்டு நகராமல் நாள் முழுவதும் அவர் அங்கேயே உட்கார்ந்திருந்தார்; இருட்டாகி ஜன்னல் திரைகளெல்லாம் மூடப்பட்டபோது ஃபேன்யா தன்னுடைய எஜமானியைக் கேட்டாள்.

'என்ன சீமாட்டியே, இன்று இரவு இவர் இங்குத் தங்கப் போகிறாரா?'

'ஆம், சோபாவில் அவருக்குப் படுக்கையைப் போடு' என்று பதிலளித் தாள் குரூஷென்கா. பிறகு அவரிடம் பேசியவள் தெளிவாகத் தெரிந்து கொண்டாள், இனிமேல் அவருக்குப் போவதற்கு வேறு இடமில்லை என்றும் 'எனக்கு உதவி செய்யும் திரு. கல்கானவ் ஐந்து ரூபிள்களைக் கொடுத்து இனிமேல் என்னை அவருடைய வீட்டிற்கு வர வேண்டா மென்று சொல்லிவிட்டார்' என்றும் சொன்னார். 'சரி, கடவுள் உன்னைக் காப்பாற்றுவராக, அப்படியானால் இங்கேயே இரு' என்று சோகத்தில் வேதனையுடன் சிரித்துக்கொண்டே சொன்னாள் குரூஷென்கா. அவளுடைய சிரிப்பைப் பார்த்து நெகிழ்ந்துபோன அவருடைய உதடுகள் நன்றியால் துடிக்கத் தன்னுடைய கண்ணீரைக் கட்டுப்படுத்த முடியாமல் அவர் உட்கார்ந்திருந்தார். இப்படியாக, கைவிடப்பட்ட அவர், குரூஷென்காவிடமே தங்கிவிட்டார். அவள் உடல்நலம் சரியில்லாமல் இருந்தபோதுகூட அவர் வீட்டை விட்டு வெளியே போகாமல் அவள் கூடவே இருந்தார். ஃபேன்யாவும் அவளுடைய தாய் – குரூஷென்காவின் சமையல்காரியும் அவரை விரட்டி அடிக்காமல் அவருக்கு உணவளித்து, சோபாவில் படுக்கை போட்டுக் கொடுத்து வீட்டிலேயே அவரை வைத்துக் கொண்டார்கள். அவர் வீட்டில் இருப்பதற்குப் பழக்கமாகிக்கொண்ட குரூஷென்காவும் மீச்சியாவைப் பார்த்துவிட்டுத் திரும்பும்போதெல்லாம், (உடல் நலம் முழுவதுமாகத் தேறுவதற்கு முன்பே வழக்கம் போல மீச்சியாவைப் பார்க்கப் போக ஆரம்பித்திருந்தாள் குரூஷென்கா.) தன்னுடைய சோகத்தை மறப்பதற்காக 'வயதான மாக்ஸிமவுடன்' அற்ப விஷயங்களைப் பற்றிப் பேசுவாள். அவரும் அவளுக்குப் பலவித மான கதைகளைச் சொல்வார். அவளைப் பார்ப்பதற்கு அடிக்கடி வராத அல்யோஷாவைத் தவிர, அதுவும் நீண்ட நேரம் அவளுடைய வீட்டில் தங்காத அல்யோஷாவைத் தவிர, ஏறக்குறைய வேறு யாரையும் அவள் தன்னுடைய வீட்டிற்கு அழைக்கவில்லை. வயதான, அவளுடைய அந்த வணிகர் குஸ்மிச், இந்தச் சமயத்தில் உடல் நலம் மிகவும் குன்றிப் போய், 'சாகக் கிடக்கிறார்' என்று மக்கள் பேசிக்கொள்ள, மீச்சியாவின் வழக்கு விசாரணை முடிந்த ஒரு வாரத்திற்குள்ளாகவே அவர் இறந்து போனார். அவர் இறப்பதற்கு மூன்று வாரங்களுக்கு முன்பு தன்னுடைய

இறுதிக் காலத்தை உணர்ந்தவர், அவருடைய மகன்களையும் அவர்களுடைய மனைவிமார்களையும் குழந்தைகளையும் அழைத்து, தன்னைவிட்டுப் போகாதிருக்குமாறு கேட்டுக்கொண்டார். அப்படியே குரூஷென்கா வந்தால் அவளை உள்ளே அனுமதிக்கக் கூடாது என்றவர், 'அவள் என்னை மறந்து நீண்ட நாட்கள் சந்தோஷமாக வாழட்டும்' என்றார். ஆனால், குரூஷென்காவோ அவருடைய உடல்நலத்தைப் பற்றித் தெரிந்து கொள்ள ஏறக்குறைய ஒவ்வொரு நாளும் அவருடைய வீட்டிற்குப் போனாள்.

'ஓ, இறுதியாக நீ வந்துவிட்டாய்!' என்று கத்திய குரூஷென்கா, சீட்டுக் கட்டைச் சந்தோஷமாகத் தூக்கியெறிந்துவிட்டு அல்யோஷாவை வரவேற்றவள், 'மாக்ஸிமுஷ்கா நீ வரமாட்டாய் என்று என்னைப் பயமுறுத்தினார். ஹா, நீ எவ்வளவு தூரம் எனக்குத் தேவை தெரியுமா! வா, வந்து மேஜை பக்கமாக உட்கார்; உனக்கு என்ன வேண்டும் – காபியா?' என்றாள்.

'ஆமாம்,' என்று சொல்லிக்கொண்டே மேஜையருகே வந்தமர்ந்த அல்யோஷா, 'எனக்கு மிகவும் பசிக்கிறது' என்றான்.

'நினைத்தேன், அப்படித்தான் நினைத்தேன்; ஃபேன்யா காபி கொண்டுவா!' என்று கத்தினாள் குரூஷென்கா. 'அது எப்போதோ சூடாகிக் கொதித்து உனக்காகக் காத்துக்கொண்டிருக்கிறது; ஆமாம், தின்பண்டம் கொண்டுவா, சூடாகக் கொண்டுவா. ஒரு நிமிடம், அல்யோஷா, இந்தத் தின்பண்டத்திற்காக இன்று பெரிய விவாதமே நடந்தது. இதை நான் அவனுக்காகச் சிறைச்சாலைக்கு எடுத்துக்கொண்டு போனேன்; அவன் என்ன செய்தான் என்று தெரியுமா, அதைச் சாப்பிடாமல் கீழே வீசியெறிந்துவிட்டான். ஒன்றைத் தூக்கித் தரையில் விட்டெறிந்து அதைக் காலால் மிதித்து நசுக்கினான். உடனே நான், 'இப்போது போகிறேன், மாலைக்குள் நீ இதைச் சாப்பிடாவிட்டால், உன்னுடைய கெட்ட எண்ணம் தான் உனக்கு உணவாகும்!' என்று சொல்லிவிட்டுத் திரும்பி வந்துவிட்டேன். மறுபடியும் நாங்கள் சண்டை போட்டுக்கொண்டோம். அவனைப் பார்க்கப் போகும்போதெல்லாம் நாங்கள் சண்டை போட்டுக்கொள்கிறோம்.'

முழு மூச்சில் எல்லாவற்றையும் சொல்லி முடித்த குரூஷென்கா கவலையில் ஆழ்ந்து போனாள். இதைக் கேட்டுப் பயப்பட்ட மாக்ஸிமவ், சிரித்துக்கொண்டே தன்னுடைய கண்களைத் தாழ்த்திக் கொண்டார்.

'இந்தத் தடவை எதற்காக நீங்கள் சண்டை போட்டீர்கள்?'

'நான் எதிர்பார்க்கவே இல்லை, கொஞ்சம்கூட எதிர்பார்க்கவே இல்லை! யோசித்துப் பார், 'பழைய என்னுடைய காதலனைப் பார்த்து' என்மீது பொறாமைப்படுகிறான். 'எதற்காக நீ அவனுக்குச் சாதகமாய் பேசுகிறாய். அவனை நீ உன்னிடம் தக்கவைத்துக்கொள்ள நினைக்கிறாய், அப்படித்தானே?' என்று கேட்கிறான். எப்போதுமே அவனுக்குப் பொறாமை தான், என்னைப் பார்த்து எப்போதுமே அவன் பொறாமைப்படுகிறான்! சாப்பிடும்போதும் தூங்கும்போதும்கூட அவன் பொறாமைதான்

படுகிறான். போன வாரம் ஒருமுறை அவன் குஸ்மாவைப் பற்றிச் சொல்லிக்கூடப் பொறாமைப்பட்டான்.'

'அவனுக்குத் தான் உங்களுடைய 'முன்னாள் காதலனைப்' பற்றித் தெரியுமே?'

'ஆமாம், நன்றாகத் தெரியும். ஆரம்பத்தில் இருந்தே அதைப் பற்றி அவனுக்குத் தெரியும், ஆனால் ஏனோ இப்போது திடீரென்று அதைப் பற்றிப் பேசி என்னைத் திட்ட ஆரம்பிக்கிறான். அவன் சொன்னதைத் திருப்பிச் சொல்வதற்கே வெட்கமாக இருக்கிறது. நான் வெளியே வந்தபோது அவனைப் பார்க்க அந்த முட்டாள் ரக்கீத்தின் உள்ளே போனான்.'

'ஒருவேளை ரக்கீத்தின்தான் என்னைப் பற்றிக் கோள் மூட்டு கிறானோ? அதைப் பற்றி நீ என்ன நினைக்கிறாய்?' என்று ஏதோ தன்னை மறந்தபடி கேட்டாள் குரூஷென்கா.

'மீச்சியா உன்னை விரும்புகிறான், அவ்வளவுதான், அவன் உன்னை மிகவும் நேசிக்கிறான். அதுமட்டுமல்ல, இப்போது அவன் எரிச்சலுடன் இருக்கிறான்.'

'நாளைக்கு விசாரணை, அதுதான் அவன் எரிச்சல் படுகிறான். அதைப் பற்றிப் பேசத்தான் நான் அங்குப் போனேன், ஏனென்றால் நாளைக்கு நடக்கப்போவதை நினைத்து எனக்குப் பயமாக இருக்கிறது!'

'அல்யோஷா அவன் எரிச்சலுடன் இருக்கிறானென்று நீ சொல் கிறாய், எனக்கு எவ்வளவு எரிச்சலாக இருக்கிறது தெரியுமா! அவன் அந்தப் போலந்து நாட்டுக்காரனைப் பற்றிப் பேசுகிறான்! எப்பேர்ப்பட்ட முட்டாள்! ஒருவேளை மாக்ஸிமவைப் பார்த்துக்கூட அவன் பொறாமைப் படுவானோ என்னவோ.'

'என்னைப் பார்த்து என் மனைவிகூட இப்படித்தான் பொறாமைப் பட்டாள்' என்று தன்னுடைய சார்பில் சொன்னான் மாக்ஸிமவ்.

'உன்னைப் பார்த்தா' என்று சந்தோஷத்தில் கேட்ட குரூஷென்கா, 'யாரைப் பார்த்து அவள் பொறாமைப்பட்டாள்?' என்றாள்.

'வீட்டில் வேலை செய்யும் பெண்களைப் பார்த்து.'

'ஏய், பேசாமலிரு, மாக்ஸிமூஷ்கா, சிரிப்பதற்கு இது நேரமில்லை, நான் கோபமாக இருக்கிறேன். தின்பண்டங்கள் எதையும் நான் உனக்குக் கண்ணில்கூடக் காட்டப்போவதில்லை, அது உனக்கு நல்லதல்ல; அப்படியே வீட்டில் தயாரித்த மதுபானத்தையும் நான் தரப்போவ தில்லை. இது எப்படி இருக்கிறது; உன்னை நான் என்ன கருணை இல்லாமலா நடத்துகிறேன்' என்று சிரித்தபடி கேட்டாள் குரூஷென்கா.

'உங்களுடைய கருணைக்கு நான் தகுதியானவன் அல்ல, நான் ஒன்றும் இல்லாதவன்' என்று அழும் குரலில் சொன்னார் மாக்ஸிமவ். 'எனக்குக் கருணை காட்டிச் செலவு செய்வதைவிட உங்களுக்குத் தேவையான ஒருவருக்கு நீங்கள் பணத்தைச் செலவழிக்கலாம்.'

‘ஓ, ஒவ்வொரு மனிதனும் எனக்குத் தேவையானவன்தான், மாக்ஸிமுஷ்கா, யாருடைய தேவை அதிகமென்று எப்படிச் சொல்ல முடியும். இந்தப் போலந்து நாட்டுக்காரன் என்னுடைய வாழ்வில் குறுக்கிடாமலேயே இருந்திருக்கலாம், அல்யோஷா, அவனும் உடல்நல மில்லாமல் படுத்துக்கிடக்கிறான். இன்று அவனைப் போய்ப் பார்த்து விட்டு வந்தேன். இப்போது அவனுக்கும் இந்தத் தின்பண்டங்களை அனுப்பப் போகிறேன் – வேண்டுமென்றே அனுப்பப்போகிறேன், ஏனென் றால் மீச்சியா தான் என்னைத் திட்டினானே, அதனால்தான். ஆனால் இதற்கு முன்பு இதை அவனுக்கு அனுப்பும் எண்ணத்திலேயே நான் இல்லை, ஆனால், இப்போது இதை வேண்டுமென்றே அவனுக்கு நான் அனுப்பப்போகிறேன்! ஹா, இதோ ஃபேன்யா கடிதத்துடன் வருகிறாள்! அது மறுபடியும் அந்தப் போலந்து நாட்டுக்காரனிடமிருந்து தான் வந்திருக்குமென்று நினைக்கிறேன், மறுபடியும் என்னிடம் பணம் கேட்கிறார்களோ என்னவோ!’

பான் முஸ்யாலவிச் உண்மையாகவே பகட்டான, நீண்டதொரு கடிதத்தை வழக்கமான அவனுடைய பாணியில் எழுதி, கடனாக மூன்று ரூபிள்களைத் தருமாறு கேட்டிருந்தார். அந்தப் பணத்தை அவர் மூன்று மாதங்களுக்குள் திருப்பித் தந்துவிடுவதாகவும் அதற்கான ரசீதை யும் இணைத்து அவர் அனுப்பியிருந்தார். அந்த ரசீதில் பான் ரூப்ளோவ்ஸ்கி என்று கீழே கையொப்பம் இடப்பட்டிருந்தது. இப்படிப்பட்ட கடிதங் களும் ரசீதுகளும் தன்னுடைய ‘முன்னாள்’ காதலனிடமிருந்து அவளுக்கு நிறைய கிடைக்கப் பெற்றிருந்தன. அது குரூஷென்கா உடல்நலம் தேறி இரண்டு வாரங்களான பிறகு அவளுக்குக் கிடைக்கப் பெற்றது. உடல்நலம் சரியில்லாமல் அவள் படுத்திருந்தபோது அவளைப் பற்றி விசாரிப்பதற்காக அவர்கள் இருவரும் வந்திருந்தார்களென்பது அவளுக்குத் தெரியும். அவளுக்குக் கிடைக்கப் பெற்ற முதல் கடிதம், அளவில் மிகப் பெரியதாக, வடிவமைப்பில் பிரம்மாண்டமானதாய், உயர்குடும்பத் தைச் சார்ந்த கௌரவ முத்திரை பதிக்கப்பட்டு, படிப்பதற்கே தெளிவில் லாமல் பகட்டாக எழுதப்பட்டிருந்ததால், பாதிக் கடிதத்தைப் படித்து முடித்தவுடனேயே குரூஷென்கா ஒன்றும் புரியாமல் அதைத் தூக்கி யெறிந்துவிட்டாள். ஆம், அப்போது அவளுக்குக் கடிதத்தைப் படிப்பதற்கா நேரம் இருந்தது! முதல் கடிதத்தைத் தொடர்ந்து அடுத்த நாள் இரண்டா வது கடிதம் அவளுக்கு வந்தது; அதில் பான்முஸ்யாலவிச் தனக்கு இரண்டாயிரம் ரூபிள்களைக் குறைந்த காலத்திற்குக் கடனாகத் தரும்படிக் கேட்டு எழுதியிருந்தார். குரூஷென்கா அதற்குப் பதில் எதுவும் அளிக்காமல் இருந்தாள். அதன்பிறகு அவளுக்குத் தொடர்ந்து கடிதங்கள் வந்துகொண் டிருந்தன; அவை எல்லாமே அதே அந்த முக்கியமான, பகட்டான பாணியில் கடன் கேட்டு, ஒவ்வொரு கடிதத்திலும் கடன் தொகை மட்டும் குறைந்துகொண்டே வந்து, முதலில் நூறு ரூபிள்களும் பிறகு 25 ரூபிள்களும் அதன் பிறகு 10 ரூபிள்களும் இறுதியாக ஒரே ஒரு ரூபிளையும் கடனாகக் கேட்டு அதற்கான ரசீதில் அந்த இரண்டு போலந்து நாட்டுக்காரர்களும் கையொப்பமிட்டு அனுப்பியிருந்தார்கள். குரூஷென்காவுக்கு ஏனோ வருத்தமாக இருந்தது; எனவே அவள் அன்று மாலையே அவர்களைப் பார்க்கப் போனாள். அப்போது

அவர்கள் மிக வறிய நிலையில், ஏறக்குறைய ஏழ்மையில், சாப்பிடுவதற்கே ஒன்றுமில்லாமல், எரிப்பதற்கு விறகுகூட இல்லாமல், குடிப்பதற்கு சிகரெட் இல்லாமல், வீட்டுச் சொந்தக்காரிக்கு வாடகை கூடக் கொடுக்க முடியாத நிலையில் கடனாளிகளாக இருந்தார்கள். மோக்ரயவில் மீச்சியாவிடம் அவர்கள் சீட்டாடி வென்ற அந்த இருநூறு ரூபிள்களும் மாயமாய்ப் போயிருந்தன. ஆனால், அந்த இரண்டு போலந்து நாட்டுக்காரர்களும் அவளைக் கர்வத்துடன் மிக மரியாதையாக, பகட்டார்வப் பேச்சுடன் வெளிப்படையாக வரவேற்றது குரூஷென்காவை மிகவும் ஆச்சர்யப்படவைத்தது. எனவே குரூஷென்கா தன்னுடைய 'முன்னாள் காதலனுக்கு' மகிழ்ச்சியுடன் பத்து ரூபிள்களைக் கொடுத்தாள். இதைப் பற்றி மீச்சியாவிடம் அவள் சிரித்துக்கொண்டே சொன்னபோது, அவன் கொஞ்சம்கூடப் பொறாமைப்படவில்லை. அன்றிலிருந்து அவர்கள் குரூஷென்காவை விடாமல் பிடித்துக்கொண்டார்கள்; ஒவ்வொரு நாளும் பணம் கேட்டு அவளுக்குக் கடிதங்களை அனுப்பிக் கொண்டே இருந்தார்கள், அவளும் அவர்களுக்குக் கொஞ்சம் பணத்தை ஒவ்வொரு முறையும் அனுப்பிக்கொண்டே இருந்தாள். ஆனால், திடீரென்று இப்போது மீச்சியா அவளைப் பார்த்துப் பொறாமைப்படுகிறான்.

நான் மீச்சியாவைப் பார்க்கப் போனபோது, 'என்னுடைய பழைய போலந்துக்காரனை நான் பார்த்துவிட்டு வந்தேன், ஏனெனில் அவனுக்கு உடல்நலம் சரியில்லை என்று நான் முட்டாள்தனமாகச் சொல்லி விட்டு, சிரித்தபடி சொன்னேன், யோசித்துப் பார், என்னுடைய போலந்து நாட்டுக்காரன் எனக்காக கித்தார் வாசித்துப் பாட்டுப் பாடி என்னை மகிழ்விக்க முயன்றான்; அப்படிச் செய்தால் நான் அவனைத் திருமணம் செய்துகொள்வேனென்று நினைத்தான் போலும் என்றேன். உடனே இதைக் கேட்டுத் துள்ளி எழுந்த மீச்சியா, என்னைத் திட்டினான் . . . அப்படி அவன் என்னைத் திட்டியதால், நான் இந்தத் தின்பண்டங்களை அந்தப் போலந்து நாட்டுக்காரர்களுக்கு அனுப்பப்போகிறேன்! ஃபேன்யா, அந்தப் பெண்ணை அவர்கள் இங்கு அனுப்பியிருக்கிறார்களா? அப்படி யானால், இதோ அவளிடம் இந்த மூன்று ரூபிள்களைக் கொடுத்து, பத்துத் துண்டு தின்பண்டத்தைத் தாளில் சுற்றி எடுத்துக்கொண்டு போகச் சொல்; அல்யோஷா நீ கண்டிப்பாக மீச்சியாவிடம் சொல், அவர்களுக்கு நான் தின்பண்டத்தை அனுப்பி வைத்தேன் என்று.'

'நான் சொல்லவே மாட்டேன்' என்று சிரித்தபடி சொன்னான் அல்யோஷா.

"ஓ, நீ என்ன, அவன் வருத்தப்படுவானென்று நினைக்கிறாயா; அவன் வேண்டுமென்றே பொறாமைப்படுகிறான்; அவனுக்கு இதைப் பற்றியெல்லாம் கவலையில்லை' என்று கசப்புடன் சொன்னாள் குரூஷென்கா.

'எப்படி வேண்டுமென்றே அனுப்புகிறாய்?'

'நீ முட்டாள், அல்யோஷென்கா, அறிவுப்பூர்வமாக எதையும் நீ புரிந்துகொள்ள வேண்டாம், போதும். என்மீது அவன் பொறாமைப் பட்டதில் எனக்கு வருத்தமில்லை; அப்படி அவன் பொறாமைப்படாமல்

இருந்திருந்தால்தான் எனக்கு வருத்தமாக இருந்திருக்கும். அப்படிப் பட்டவள்தான் நான். என்மீது அவன் பொறாமைப்பட்டதற்காக நான் வருத்தப்படவில்லை. ஆனால் என்னுள்ளும் பயங்கரமான அந்தக் குணம் இருக்கிறது. எனவே, நானும் பொறாமைப்படக்கூடியவள்தான். எனக்கு என்ன வருத்தம் என்றால், இப்போது அவன் என்னை முற்றிலுமாக விரும்பவில்லை. அப்படியே வேண்டுமென்றே என்னைப் பார்த்து அவன் பொறாமைப்படுகிறான், அதுதான். நான் என்ன குருடா, என்னால் பார்க்க முடியாதா என்ன? திடீரென்று அவளைப் பற்றி, காச்சியாவைப் பற்றி இப்போது என்னிடம் சொல்கிறான், அவள் இப்படிப்பட்டவள், அப்படிப்பட்டவள், அவனைக் காப்பாற்றுவதற் காகவே அவள் மாஸ்கோவிலிருந்து மருத்துவரை வரவழைத்திருக்கிறாள், அப்படியே மாஸ்கோவிலிருந்து மிகப் பிரபலமான, அனுபவம் மிக்க வழக்குரைஞரையும் அவனுக்காக அமர்த்தியிருக்கிறாள் என்கிறான். ஆகா, என் முன்பாகவே அவளைப் புகழ்கிறான் என்றால், அவளை அவன் விரும்புகிறானென்று தானே அர்த்தம், வெட்கங்கெட்டவன்! அவனே குற்றத்தைச் செய்துவிட்டு, இப்போது என்மீது குற்றம்சாட்டிக் கொண்டு, எல்லாப் பழிகளையும் என்மீதே சுமத்துகிறான். ‘எனக்கு முன்பாக நீ அந்தப் போலந்து நாட்டுக்காரனுடன் தானே இருந்தாய், அப்படி இருக்கையில் நான் காச்சியாவுடன் இருக்கக் கூடாதா என்ன!? ... ஆக இப்படி என் ஒருத்தி மீதே அவன் எல்லாப் பழிகளையும் போட விரும்புகிறான். அவன் வேண்டுமென்றே என்னை எரிச்சலூட்டிப் பார்க்கிறான், சொல்கிறேன் கேள், அதை அவன் வேண்டுமென்றே செய்கிறான், ஆனால் நான் ...’ என்று அவள் என்ன செய்யப்போகிறாள் என்பதைச் சொல்வதற்கு முன்பாகவே கைக் குட்டையால் கண்களை மூடிக்கொண்டு பயங்கரமாக வெடித்தழுதாள்.

‘கேள், அவன் கத்தரீனா இவானவ்னாவை விரும்பவில்லை’ என்று உறுதியாகச் சொன்னான் அல்யோஷா.

‘ஆம் அவன் அவளை விரும்புகிறானா இல்லையா என்பதை நான் சீக்கிரமே தெரிந்துகொள்வேன்’ என்று கைக்குட்டையை எடுத்து விட்டு, அச்சுறுத்தும் குரலில் சொன்னாள் குரூஷென்கா. அவளுடைய முகம் அப்படியே மாறிப்போயிருந்தது. சிறிது நேரத்திற்கு முன்பு அமைதியாக, மகிழ்ச்சியாக இருந்த அவளுடைய முகம் திடீரென்று சோகமாகி, குரோதத்துடன் இருப்பதைப் பார்த்தான் அல்யோஷா.

‘போதும் இந்த முட்டாள்தனம்!’ என்று திடீரென்று கடிந்து சொன்னவள், ‘இதற்காக நான் இங்கு உன்னை வரச்சொல்லவில்லை. அல்யோஷா என் அருமையானவனே, நாளை, நாளைக்கு என்ன நடக்கும்? இதோ அதுதான் என்னை வேதனைப்படுத்துகிறது! அது ஒன்றுதான் என்னை இப்போது வேதனைப்படுத்துகிறது! எல்லோரை யும் நான் பார்க்கிறேன், யாருக்கும் அதைப் பற்றிக் கவலை இல்லை, யாருக்கும் அதைப் பற்றி யோசிக்கக்கூட நேரமில்லை. நீயாவது அதைப் பற்றி யோசிக்கிறாயா? நாளைக்கு அவனுடைய வழக்கு விசாரணைக்கு வருகிறது! சொல், எப்படி அவனை விசாரிக்கப் போகிறார்கள்? அந்த வேலைக்காரன், வேலைக்கார நாய்தான் பியோதர் பாவ்லவிச்சைக்

கொன்றான்! கடவுளே! அந்த வேலைக்காரன் செய்த குற்றத்திற்காக மீச்சியாவை தண்டிக்கப்போகிறார்களா, அவனைக் காப்பாற்ற யாருமே இல்லையா? அந்த வேலைக்காரனை அவர்கள் தொந்தரவுகூடச் செய்ய வில்லை, அது எப்படி இப்படி?' என்றாள்.

'இல்லை அவனையும் அவர்கள் கடுமையாக விசாரித்தார்கள்' என்று யோசித்தபடி சொன்ன அல்யோஷா, 'ஆனால், அவன் அந்தக் கொலையைச் செய்யவில்லை என்று எல்லோரும் முடிவுசெய்துவிட்டார் கள். இப்போது வலிப்பு நோய் கண்டு அவன் படுத்திருக்கிறான். உண்மை யாகவே அவனுக்கு உடம்பு சரியில்லைதான்' என்றான்.

'கடவுளே, நீயாவது அந்த வழக்குரைஞரைப் பார்த்து நடந்த உண்மையை அவரிடம் எடுத்துச் சொல்லக் கூடாதா. மூவாயிரம் ரூபிள்கள் கொடுத்து அவரைப் பீத்தர்புர்கிலிருந்து வரவழைத்திருக்கிறார் களென்று சொல்கிறார்களே.'

'நாங்கள் மூன்று பேரும் சேர்ந்துதான் மூவாயிரம் ரூபிள்கள் கொடுத்தோம் – நான், சகோதரன் இவான், கத்தரீனா இவானவ்னா; ஆனால், இன்னும் இரண்டாயிரம் ரூபிள்களைக் கொடுத்து அவள்தான் மருத்துவரை மாஸ்கோவிலிருந்து வரவழைத்திருக்கிறாள். வழக்குரைஞர் ஃபெச்சூகோவிச் இன்னும் அதிகமாகப் பணம் வாங்கியிருப்பார், ஆனால், ரஷ்யாவின் செய்தித்தாள்களிலும் புத்தகங்களிலும் கொட்டை எழுத்துகளில் தன்னுடைய பெயர் வெளிவரப் போகும் விஷயத்திற்காக இந்த அளவு பணத்திற்கு வழக்கை நடத்த ஒப்புக்கொண்டார்; ஏனெனில் இது மிகவும் பரபரப்பாகப் பேசப்படக் கூடிய வழக்கு. அவரை நான் நேற்று போய்ப் பார்த்தேன்.'

'அப்படியானால் அவரிடம் நீ எல்லாவற்றையும் சொன்னாயா?' என்று அவசர அவசரமாகக் கேட்டாள் குரூஷென்கா.

'ஆமாம் நான் சொன்ன எல்லாவற்றையும் அவர் கேட்டுக் கொண்டார், ஆனால் பதில் எதுவும் சொல்லவில்லை. அவருக்கு ஏற்கனவே வேறோர் அபிப்பிராயம் இருக்கிறது என்று சொன்னார். இருந்தாலும் நான் சொன்னதை அவர் கணக்கில் எடுத்துக்கொள்வ தாகச் சொன்னார்.'

'என்ன, கணக்கில் எடுத்துக்கொள்வதா! ஹா, எப்பேர்பட்ட போக்கிரி! அவர்கள் அவனை அழித்துவிடுவார்கள்! சரி, மருத்துவரை, மருத்துவரை எதற்காக அவள் வரவழைத்தாள்.'

'அனுபவமிக்க மருத்துவரான அவர், என் சகோதரனின் மனநிலை சரியில்லாத காரணத்தால்தான், தன்னையுமறியாமல் இந்தக் கொலையை அவன் செய்துவிட்டான் என்று நிரூபிக்கவே அவர் இங்கு வந்திருக் கிறார்' என்று அமைதியாகச் சிரித்தபடி சொன்ன அல்யோஷா, 'ஆனால், அண்ணன்தான் இதற்கு ஒப்புக்கொள்ள மாட்டேன் என்கிறார்.'

'ஹா, ஆமாம், அது உண்மைதான். ஒரு சமயம், அவன் அவரைக் கொலைசெய்திருந்தால்!' என்று ஆச்சர்யமாகக் கேட்டாள் குரூஷென்கா. 'அந்தச் சமயத்தில் அவன் பைத்தியம் பிடித்தவனைப் போலத்தான்

இருந்தான், அப்படியே பைத்தியம் பிடித்தவனைப் போலத்தான் இருந்தான், இதற்கெல்லாம் காரணம் நான், நான்தான், நான் ஒரு பாவி! ஆனால், அவன்தான் தந்தையைக் கொன்றுவிட்டானென்று . . . எல்லோரும் அவனுக்கு எதிராக, ஊரே அவனுக்கு எதிராகச் சாட்சி சொல்கிறது, ஃபேன்யாகூட அவனுக்கு எதிராகச் சாட்சி சொல்லி யிருக்கிறாள், அவன்தான் இந்தச் கொலையைச் செய்ததாகக் கடையி லிருந்தவர்கள், அந்த அரசு அதிகாரி, சத்திரத்தில் கோபமாக அவன் கத்தியதைக் கேட்ட எல்லோரும் தந்தையைக் கொல்லப்போவதாக அவன் பயமுறுத்தியதைக் கேட்டிருக்கிறார்கள்! எல்லோரும், எல்லோரும் அவனுக்கு எதிராக நின்று அவனைக் குற்றவாளி என்று சொல்கிறார்கள்.'

'ஆம் இதற்கான சாட்சிகள் வேறு அதிகமாகிவிட்டன' என்று மனச்சோர்வுடன் சொன்னான் அல்யோஷா.

'அப்படியே கிரிகோரியோ, கிரிகோரி வசீலவிச்சோ, பியோதர் பாவ்லவச்சின் அறைக் கதவு திறந்துதான் இருந்தது என்று பிடிவாத மாகச் சொல்கிறான்; அப்படிக் கதவு திறந்திருந்ததை அவன் பார்த்தா னாம்; அவனை ஒன்றும் செய்ய முடியாது, நானே அவனிடம் பேசினேன். அவன் என்னைத் திட்டுகிறான்!'

'ஆம், அது அண்ணனுக்கு எதிரான மிகப்பெரிய சாட்சி.'

'மீச்சியா மனநிலை பாதிக்கப்பட்டவனாய் இருக்கிறானென்பது, இப்போது உண்மைதான்' என்று குறிப்பாக ஏதோ ஒரு விசித்திர, ரகசிய தொனியில் திடீரென்று ஆரம்பித்தாள் குரூஷென்கா. 'தெரியுமா, அல்யோஷா உன்னிடம் நான் இதைப் பற்றிச் சொல்ல நினைத்தேன்: தினமும் அவனைப் பார்க்கப்போனபோதெல்லாம் நான் ஆச்சர்யப் பட்டேன். சொல் நீ என்ன நினைக்கிறாய்: அவன் எதைப் பற்றிப் பேசுகிறான்? ஏதோ இடைவிடாமல் பேசுகிறான், பேசிக்கொண்டே இருக்கிறான் – எனக்கு ஒன்றுமே புரியவில்லை; நான் நினைக்கிறேன், புத்திசாலியாக அவன் இருப்பதால் முட்டாளான எனக்கு எதுவுமே புரியவில்லை என்று; திடீரென்று ஏதோ ஒரு குழந்தையைப் பற்றிப் பேசுகிறான், அதாவது 'எதற்காக அந்தக் குழந்தை ஏழையாக இருக்கிறது?' என்று. 'அந்தக் குழந்தைக்காக நான் இனி சைபீரியா போகப் போகிறேன்; நான் கொலை செய்யவில்லை, ஆனால், நான் சைபீரியா போக வேண்டும்!' என்று சொல்கிறான். என்ன இது, என்ன இந்தக் குழந்தை எல்லாம் – எனக்கு ஒன்றுமே புரியவில்லை. அவன் அப்படிச் சொன்னதும் நான் அழுதே விட்டேன். ஏனென்றால் அதை அவன் அவ்வளவு அழகாகச் சொன்னான்; அப்படிச் சொல்லிவிட்டு அவனும் அழுதான்; அதைப் பார்த்து நானும் அழுதேன்; திடீரென்று அவன் என்னுடைய கையை முத்தமிட்டான், அப்படி முத்தமிட்டு விட்டுத் தன்னுடைய கையால் எனக்குச் சிலுவையிட்டான். என்ன இது அல்யோஷா, சொல், என்ன இந்தக் 'குழந்தை'யெல்லாம் என்ன?'

'ஏதோ ஒரு காரணத்திற்காக அவனைப் பார்க்க ரக்கீத்தின் வருகிறான்' என்று சிரித்தபடி சொன்ன அல்யோஷா, 'இது . . . ரக்கீத்தினிடமிருந்து

வந்ததல்ல; நேற்று மாலை அவனைப் பார்க்க நான் போயிருந்தேன், இன்றும் அவனைப் பார்க்க நான் போவேன்' என்றாள்.

'இல்லை, இது ரக்கீத்தின் இல்லை, சகோதரன் இவான் ஃபியோதரவிச் தான் அவனைக் குழப்புகிறான்; அவன்தான் அவனைப் பார்க்கப் போகிறான், அதுதான் . . !' என்று சொன்ன குரூஷென்கா திடீரென்று மேலே பேசாமல் நிறுத்தினாள். அல்யோஷா வாயடைத்துப்போய் ஆச்சர்யத்தில் அவளைப் பார்த்தான்.

'இவான் அவனைப் பார்க்கப் போகிறானா? எப்படி? மீச்சியாவே என்னிடம் சொன்னான், இவான் அவனைப் பார்க்க ஒருமுறை கூட வரவில்லையென்று.'

'ஓ . . . ஓ, சரி நான் உளறிவிட்டேன்! எப்படிப்பட்டவள் பார் நான்!' என்று திடீரென்று முகம் சிவந்தவளாய், தர்மசங்கடமான நிலையில் சொன்னாள் குரூஷென்கா. 'நில், அல்யோஷா, ஒன்றும் சொல்லாதே, இவ்வளவு தூரம் நான் உளறிய பிறகு முழு உண்மையை யும் சொல்லிவிடுகிறேன் கேள்: அவன் மீச்சியாவைப் பார்க்க இரண்டு முறை போயிருந்தான்; முதல் முறை, அவன் சிறைக்குப் போன சமயம், அவசரமாக அவன் மாஸ்கோவிலிருந்து வந்து அவனைப் பார்க்கப் போனான்; மாஸ்கோவிலிருந்து வந்த உடனேயே சிறைச் சாலைக்குப் போய் இவான் பார்த்தான்; அப்போது நான் உடல் நலம் சரியில்லாமல் படுத்திருந்தேன்; இரண்டாவது முறையாக, ஒரு வாரத்திற்கு முன்பு வந்திருந்தான். அவன் வந்து பார்த்ததைப் பற்றி உன்னிடம் சொல்ல வேண்டாமென்று மீச்சியா சொன்னான்; ஆமாம், அப்படியே யாரிடமும் சொல்ல வேண்டாமென்று சொல்லி ரகசியமாக வந்து பார்த்துவிட்டுப் போனான்.'

இதைக் கேட்டு அல்யோஷா ஆழ்ந்த யோசனையில் அப்படியே உட்கார்ந்தான். இந்தச் செய்தி அவனை ஆச்சர்யத்தில் ஆழ்த்தியது மிகத் தெளிவாகத் தெரிந்தது.

'மீச்சியாவின் வழக்கைப் பற்றி அண்ணன் இவான் என்னிடம் எதுவும் பேசுவதில்லை' என்று மெதுவாகச் சொன்ன அல்யோஷா, 'ஆம், பொதுவாகவே, கடைசி இரண்டு மாதங்களாகவே அவன் என்னிடம் மிகக் குறைவாகவே பேசுகிறான்; அப்படியே நான் அவனைப் பார்க்கப் போனாலும், அது அவனுக்கு அதிருப்தியைக் கொடுப்பதாக இருக்கிறது; அதனால் மூன்று வாரங்களாக அவனைப் பார்க்கப் போகாமலேயே நான் இருக்கிறேன்; ம் . . . அப்படி ஒரு வாரத்திற்கு முன்பாக அவன் வந்து போயிருக்கிறான் என்றால் . . . இந்த ஒரு வாரத்தில் ஏதோ ஒரு மாற்றம் கண்டிப்பாக மீச்சியாவின் வழக்கில் ஏற்பட்டிருக்க வேண்டும் . . .'

'ஆமாம், ஏதோ ஒரு மாற்றம், மாற்றம் ஏற்பட்டிருக்க வேண்டும்!' என்று சட்டென்று சொன்னாள் குரூஷென்கா. 'அவர்களுக்குள் ஒரு ரகசியம், ஏதோ ஒரு ரகசியம் இருக்கிறது! மீச்சியாவே என்னிடம் சொன்னான், ஏதோ ஒரு ரகசியம் இருக்கிறதென்று; அந்த ரகசியம் தான் அவனுடைய அமைதியைக் குலைக்கிறது. முதலில் அவன் மகிழ்ச்சி

யாகத்தான் இருந்தான். ஆம், இப்போதும் அவன் மகிழ்ச்சியாகத்தான் இருக்கிறான்; ஆனால், அவன் தலையை ஆட்டிக்கொண்டு அறையில் அங்கும் இங்குமாக நடந்தபடி வலது நெற்றியில் முடியைக் கைவிரலால் வருடும்போதே எனக்குத் தெரியும், ஏதோ ஒன்று அவனைக் கஷ்டப் படுத்துகிறதென்று . . . எனக்குத் தெரியும்!. . . இல்லாவிட்டால், அவன் சந்தோஷமாகவே இருப்பான்; ஆம், இன்றைக்குக்கூட அவன் சந்தோஷ மாகத்தான் இருந்தான்!' என்றாள்.

'ஆனால் அவன் எரிச்சலாக இருந்தானென்று நீ சொன்னாயே?'

'ஆமாம், அவன் எரிச்சலாகவும் இருந்தான், சந்தோஷமாகவும் இருந்தான். கொஞ்ச நேரம் எரிச்சலாக இருப்பான், பிறகு நிமிடத்தில் மகிழ்ச்சியானவனாக மாறிப்போவான், பிறகு திடீரென்று மீண்டும் எரிச்சலடைவான். தெரியுமா, அல்யோஷா, அவனைப் பார்த்து நான் ஆச்சர்யப்பட்டிருக்கிறேன்; பயங்கரமான விஷயம் அவன் முன்பு இருக்கும் போது தேவையில்லாத ஒரு விஷயத்திற்காக அவன் குழந்தைபோல் சிரிப்பான்.'

'ஆனால், இவானைப் பற்றி என்னிடம் எதுவும் சொல்லக் கூடாது என்று அவன் சொன்னது உண்மையா? அப்படியா அவன் சொன்னான், என்னிடம் ஒன்றும் சொல்லக் கூடாது என்றா சொன்னான்?'

'ஆமாம், அப்படித்தான் சொன்னான்: ஒன்றும் சொல்லாதே என்று. குறிப்பாக உன்னைப் பார்த்து அவன் பயப்படுகிறான், மீச்சியா. அதனால்தான் அதில் ஏதோ ரகசியம் இருக்கிறது, அப்படியே அவன் சொன்னான், இது ரகசியம் என்று . . .'

'அல்யோஷா, என் அருமையானவனே, போ, நீ போய் அந்த ரகசியம் என்னவென்று தெரிந்து வந்து என்னிடம் சொல்' என்று திடீரென்று குரூஷென்கா உற்சாகத்துடன் அவசரமாகச் சொன்னவள், 'எனக்காக இதைச் செய், பாவப்பட்ட எனக்காக, நாசமாய்ப் போன என்னுடைய வாழ்க்கைக்காக! இதற்காகத்தான் உன்னை நான் இங்கு வரச் சொல்லிக் கூப்பிட்டேன்.'

'இது எந்த விதத்திலாவது உனக்குப் பாதகமாக இருக்குமென்று நீ நினைக்கிறாயா? அப்படியிருந்தால் உன்னிடம் அவன் ரகசியமென்று சொல்லியிருக்க மாட்டான்தானே?'

'எனக்குத் தெரியாது. ஒருவேளை அவன் அதை என்னிடம் சொல்ல விருப்பப்பட்டிருக்கலாம், ஆனால் சொல்லத் தைரியமில்லாமல் இருக்க லாம். ஒருவேளை அவன் எச்சரிக்கை விடுக்கிறானோ என்னவோ. ரகசியமென்று சொல்லும்போது ஏதோ ஒன்று இருக்கிறது, ஆனால் அது என்ன ரகசியம் என்றுதான் அவன் சொல்லவில்லை.'

'அது எப்படிப்பட்டதாக இருக்குமென்று நீ நினைக்கிறாய்?'

'நான் என்ன நினைக்கிறேனா? எனக்கு முடிவுகாலம் நெருங்கி விட்டது என்றுதான் நினைக்கிறேன். மூன்று பேரும் சேர்ந்து எனக்கு முடிவு கட்டுகிறார்கள். ஏனெனில் காச்சியா இருக்கிறாள். இது எல்லாமே

காச்சியாவின் வேலைதான்; அவளுடைய வேலைதான். 'அவள் தூய்மை யானவள்' என்று தன்னைப் பற்றிச் சொல்லிக்கொள்கிறாள், அப்படி யானால் நான் அப்படிப்பட்டவள் இல்லையா என்ன. இதை ஏற்கனவே அவன் என்னிடம் சொல்லி என்னை நயமாகக் கண்டித்தான். என்னை விட்டு விலக அவன் முடிவு செய்துவிட்டான், இதோ அதுதான் அந்த ரகசியம்! மூன்று பேருமாகச் சேர்ந்து முடிவு செய்துவிட்டார்கள். மீச்சியா, காச்சியா, இவான் ஃபியோதரவிச். அல்யோஷா, எப்போதோ உன்னிடம் நான் ஒன்றைக் கேட்க விரும்பினேன்: ஒரு வாரத்திற்கு முன்பே அவன் சொன்னான், இவான் காச்சியாவை விரும்புகிறான், அதன் காரணமாகத்தான் அவளைப் பார்க்க அடிக்கடி அவன் போகிறா னென்று. அப்படிச் சொன்னது உண்மையா என்ன? உன்னுடைய மனத்தைத் தொட்டுச் சொல், என்னிடம் மறைக்காமல் சொல்.'

'உன்னிடம் நான் பொய் சொல்லமாட்டேன். இவான், கத்தரீனா இவானவ்னாவை விரும்பவில்லை என்று நினைக்கிறேன்.'

'நானும் அப்படித்தான் நினைக்கிறேன்! என்னிடம் பொய் சொல்கிறான், வெட்கங்கெட்டவன்! என்னைப் பார்த்து அவன் பொறாமைப்படுகிறான், என்மீது பழிபோடுவதற்காகவே இப்படிச் சொல்கிறான். முட்டாள், விஷயத்தை மறைக்கத் தெரியாத யதார்த்த வாதி . . . அவனுக்கு நான் யாரென்று, காட்டுகிறேன்! 'நான் கொலை செய்தேன் என்பதை நீ நம்புகிறாயா' என்று என்னைப் பார்த்து அவன் கேட்கிறான்; என்னைப் பார்த்து, என்னைப் பார்த்துக் கோபமாகக் கேட்டான்! சரி, அது போகட்டும்! நீதிமன்றத்தில் அந்தக் காச்சியாவை நான் பார்த்துக்கொள்கிறேன்! அங்கு நான் சொல்லும் விதத்தில் . . . எல்லாவற்றையும் நான் சொல்லப் போகிறேன்!' என்று சொன்னவள் மீண்டும் பயங்கரமாக அழுதாள்.

'இதை மட்டும்தான் உனக்கு நான் உறுதியாகச் சொல்ல முடியும், குரூஷென்கா' என்று தன்னுடைய இடத்தைவிட்டு எழுந்த அல்யோஷா, 'முதலாவதாக, அவன் உன்னை விரும்புகிறான், வேறு யாரையும்விட அவன் உன்னைத்தான் மிக அதிகமாக விரும்புகிறான்; உன் ஒருத்தியைத் தான் அவன் விரும்புகிறான். அதை நீ நம்பு. அது எனக்குத் தெரியும், எனக்கு நன்றாகத் தெரியும். இரண்டாவதாக, அவனிடமிருந்து அந்த ரகசியத்தைத் தெரிந்துகொள்ள நான் விருப்பப்படவில்லை. அப்படி அவனே அதைச் சொன்னாலும், அதை நான் உன்னிடம் சொல்லப் போவதாக நான் உனக்கு வாக்கு கொடுத்திருக்கிறேன் என்பதையும் அவனிடம் வெளிப்படையாகவே சொல்லப்போகிறேன். அப்படி என்றால் இன்றே நான் திரும்பி வந்து அந்த ரகசியத்தை உன்னிடம் சொல்வேன். ஆனால் . . . இது கத்தரீனா இவானவ்னாவைப் பற்றிய விஷயமே அல்ல. இது வேறு யாரோ ஒருவரைப் பற்றிய ரகசியமென்று எனக்குத் தோன்றுகிறது. இது கொஞ்சம்கூடக் கத்தரீனா இவானவ்னாவைப் பற்றிய விஷயமே அல்ல. அப்படித்தான் எனக்குத் தோன்றுகிறது. சரி, நான் போய் வருகிறேன்' என்றான்.

குரூஷென்காவிடம் கைகுலுக்கி அல்யோஷா விடைபெற்றுக் கொண்டான். குரூஷென்கா இன்னமும் அழுதுகொண்டே இருந்தாள்.

அவளைச் சமாதானப்படுத்துவதற்காக அவன் சொன்ன வார்த்தைகளை அவள் நம்பவில்லை என்பது அவனுக்குத் தெரிந்தாலும், அவள் தன்னுடைய மனவேதனையை வெளிப்படுத்தியதில் அவளுக்குக் கொஞ்சம் மனபாரம் குறைந்திருந்தது. அவளை அந்த நிலைமையில் விட்டு விட்டுப் போவது அவனுக்குச் சிரமமாக இருந்தாலும், அவனுக்கு அவசரமாக வெளியே போக வேண்டிய வேலை இருந்தது. நிறைய வேலைகள் அவனுக்காகக் காத்திருந்தன.

## 2

## நோய்வாய்ப்பட்ட கால்

முதல் வேலையாகத் திருமதி ஹஹ்லக்கோவாவின் வீட்டிற்கு அவன் போக வேண்டியிருந்தது; அங்கு வேகமாகப் போய்த் தன்னுடைய வேலைகளை முடித்துவிட்டுத் திரும்பி வந்து மீச்சியாவை அவன் சந்திக்க வேண்டி இருந்தது. ஏற்கனவே மூன்று வாரங்களாகத் திருமதி ஹஹ்லக்கோவா உடல்நலம் சரியில்லாமல் படுத்திருந்தாள். அவளுடைய கால் வீங்கிப்போய், படுத்த படுக்கையில் அவள் இல்லாமல் இருந்தாலும், சாய்விருக்கையில் அவளுடைய பிரத்தியேக அறையில், சீரொழுங்காக, அழகான அவள் படுத்திருந்தாள். கள்ளங்கபடமில்லாத புன்னகையுடன் அல்யோஷா தனக்குள் நினைத்துக்கொண்டான், உடல் நலம் சரியில்லாத இந்த நிலைமையிலும் திருமதி ஹஹ்லக்கோவா எவ்வளவு பகட்டாகத் தன்னுடைய ஆடைகளை அணிந்துக்கொண்டு படுத்திருக்கிறாள் என்று: உச்சிக் கொண்டைகள், நாடாக்கள், தளர்சட்டைகள் அணிந்திருக்கிறாள் என்று நினைத்தவன், தன்னுடைய அற்ப எண்ணத்தை உதறித் தள்ளினான். கடைசி இரண்டு மாதங்களாகத் திருமதி. ஹஹ்லக்கோவாவைப் பார்க்க வந்த விருந்தாளிகளில் இளம் மனிதர் பெர்ஹோத்தினும் ஒருவர். கடைசி நான்கு நாட்களாக வேலையின் பொருட்டு அல்யோஷா, லிஸா வீட்டிற்குப் போகாமல் இருந்தான்; 'மிக முக்கியமான விஷயம்' ஒன்று இருப்பதாகவும் கண்டிப்பாக அல்யோஷா வந்து பார்க்க வேண்டுமென்றும் ஒரு பெண் மூலமாகச் சொல்லியனுப்பியிருந்ததால், அதைத் தெரிந்துகொள்ளும் பொருட்டு லிஸாவைப் பார்க்க அவளுடைய வீட்டிற்குப் போனான் அல்யோஷா. அவன் வந்திருக்கும் விஷயத்தை லிஸாவிடம் அந்தப் பெண் தெரிவிப்பதற்குள்ளாகவே திருமதி ஹஹ்லக்கோவா அல்யோஷா வின் வருகையைத் தெரிந்துகொண்டு, 'ஒரு நிமிடம்' அவளை வந்து அவன் உடனே பார்த்துவிட்டுப் போகுமாறு சொல்லி அனுப்பினாள். அல்யோஷா உடனே லிஸாவுடைய அம்மாவின் வேண்டுகோளை ஏற்று முதலில் அவளைப் பார்க்க முடிவுசெய்தான்; இல்லாவிட்டால் அவன் இருக்கும் ஒவ்வொரு நிமிடமும் அவள் லிஸாவின் அறைக்கு ஆளைவிட்டு அனுப்பித் தொந்தரவு செய்வாளென்று அவனுக்குத் தெரியும். சாய்விருக்கையில், குறிப்பாக, நேர்த்தியாக உடை அணிந்து படுத்திருந்த ஹஹ்லக்கோவா மிகவும் உணர்ச்சிவசப்பட்டவளாக இருந்தது தெளிவாகத் தெரிந்தது. அல்யோஷாவை அவள் மகிழ்ச்சியுடன் வரவேற்றாள்.

‘எவ்வளவு காலம், எத்தனை நாட்கள் ஆகின்றன, உங்களைப் பார்த்து! முழு ஒரு வாரம், ஹா, இல்லை நான்கு நாட்களுக்கு முன்பு, புதன் கிழமையன்று பார்த்தது. நீங்கள் லிஸாவைப் பார்க்க வந்திருக்கிறீர்களா; எனக்குத் தெரியாமல் அமைதியாக அவளுடைய அறைக்குப் போக விருப்பப்பட்டீர்களென்று எனக்குத் தெரியும். அருமை அலெக்ஸெய் ஃபியோதரவிச், அருமையானவரே, அவளை நினைத்து நான் எவ்வளவு கவலைப்படுகிறேனென்பது மட்டும் உங்களுக்குத் தெரிந்தால்! சரி, அதைப் பற்றிப் பிறகு பேசுவோம். அது மிக முக்கியமான விஷயம்தான் என்றாலும், அதைப் பற்றி நாம் பிறகு பேசுவோம். அருமையானவரே, அலெக்ஸெய் ஃபியோதரவிச், உங்களை நம்பி என்னுடைய லிஸாவை உங்களிடம் நான் ஒப்படைக்கிறேன். முதியவர் ஸோசிமாவின் ஆத்மா சாந்தியடையட்டும்! (என்று சொன்னபடி சிலுவை போட்டுக்கொண்டாள்), அவருடைய இறப்பிற்குப் பிறகு உங்களை நான் ஒரு துறவியாகப் பார்க்கிறேன்; இருந்தாலும் உங்களுடைய இந்தப் புது ஆடை உங்களுக்கு மிக அழகாக இருக்கிறது. இவ்வளவு அழகாக ஆடை தைக்கும் தையல்காரரை நீங்கள் நம்முடைய ஊரில் எங்கிருந்து பிடித்தீர்கள்? இல்லை, இல்லை, இப்போது இது முக்கியமான விஷயமல்ல, இதைப் பற்றிப் பிறகு பேசுவோம். மன்னியுங்கள், சிலசமயம் உங்களை நான் அல்யோஷா என்று கூப்பிடுவதற்கு, நான் மூத்தவள், எனவே அப்படிக் கூப்பிடலாம்’ என்று மயக்கும் பாவனையில் சிரித்துக்கொண்டே சொன்னவள், ‘சரி அதைப் பற்றிப் பிறகு பேசுவோம்.’ ‘குறிப்பாக, முக்கியமான விஷயம் ஒன்றை உங்களிடம் மறக்காமல் நான் சொல்ல வேண்டும். நான் பேசும்போது வேறு எதைப் பற்றியாவது பேசினால், நீங்களே எனக்கு நினைவுபடுத்துங்கள். ‘முக்கியமான விஷயமென்று சொன்னீர்களே, அது என்ன?’ என்று. ஹா, எதை நான் முக்கியமான விஷயமென்று சொல்வது! லிஸா தன்னுடைய சத்தியத்தை குழந்தைப் பருவ சத்தியத்தை, அலெக்ஸெய் ஃபியோதரவிச், உங்களைத் திருமணம் செய்துகொள்வதாக அவள் கொடுத்த சத்தியத்தை, நீங்கள் புரிந்துகொண்டீர்கள்தானே, அது உடல்நலம் சரியில்லாமல் நீண்ட நாட்களாகச் சக்கர நாற்காலியில் இருக்கும் விளையாட்டுப் பிள்ளையின் குழந்தைத்தனமான விருப்பமென்று; நல்லவேளை, இப்போது அவள் நடக்கிறாள். உங்களுடைய அண்ணனுக்காக காச்சியா மாஸ்கோவிலிருந்து வரவழைத்த மருத்துவர் நாளைக்கு . . . சரி, நாளையைப் பற்றி நாம் ஏன் இப்போது பேச வேண்டும்! நாளையைப் பற்றி நினைக்கும்போதே எனக்கு மிகவும் பயமாக இருக்கிறது! முக்கியமாக, அது ஆர்வத்தின் காரணமாகத்தான் . . . சுருக்கமாகச் சொன்னால், அந்த மருத்துவர் நேற்று லிஸாவைப் பார்த்தார். அவருக்கு நான் ஐம்பது ரூபிள்களைக் கட்டணமாகக் கொடுத்தேன். அதுவல்ல முக்கியம், மறுபடியும் அதுவல்ல முக்கியம் . . . பாருங்கள், எதைப் பற்றியோ நான் பேசிக்கொண்டிருக்கிறேன். நான் அவரசப்படுகிறேன். ஏன் இப்படி அவரசப்படுகிறேன்? எனக்கே தெரியவில்லை. எனக்குப் பயங்கரக் குழப்பமாக இருக்கிறது. எல்லாம் குழம்பிப்போய் எதுவும் தெளிவில்லாமல் இருக்கிறது. என்னுடைய அறையைவிட்டு ஓடிப்போய்விடும் அளவுக்கு உங்களை நான் அறுக்கிறேன் என்று நினைக்கிறேன்; இனிமேல் உங்களை நான் பார்க்கக் கூடாது. ஓ,

கடவுளே! என்ன நாம் உட்கார்ந்து கொண்டிருக்கிறோம், முதலில் நாம் காபி குடிக்க வேண்டும்; யூலியா, கிளஃபேரா, காபி கொண்டு வாருங்கள்!'

அல்யோஷா அவளுக்கு அவசரமாக நன்றியைத் தெரிவித்துவிட்டு இப்போதுதான் காபி குடித்துவிட்டு வந்ததாகச் சொன்னான்.

'யாருடைய வீட்டில்?'

'அக்ரஃபேனா அலெக்ஸாந்தரவ்னா வீட்டில்.'

'நீங்கள் ... அந்தப் பெண்மணி வீட்டிலா! ஆ, அவள் எல்லோரையும் கெடுத்தாள், இருந்தாலும், எனக்குத் தெரியாது, அவள் ஏதோ கடவுள்மீது பக்தி கொண்டவளாக மாறிவிட்டாளென்று சொல்கிறார்கள், காலம் கடந்து மாறிவிட்டாள். அவள் முன்பே மாறியிருந்திருக்க வேண்டும், இப்போது மாறி என்ன பயன்? ஒன்றும் சொல்லாதீர்கள், ஒரு வார்த்தையும் பேசாதீர்கள், அலெக்ஸெய் ஃபியோதரவிச், உங்களிடம் நிறைய விஷயங்கள் பேச வேண்டும்; ஆனால் எங்கே ஒன்றுமே சொல்லாமல் போய்விடுவோனோ என்று பயப்படுகிறேன். இது ஒரு பயங்கரமான விசாரணை. கண்டிப்பாக நான் போவேன்; என்னை நாற்காலியில் வைத்துக் கூட்டிக்கொண்டு போகச் சொல்வேன். நாற்காலியில் என்னால் உட்கார்ந்திருக்க முடியும்; என்னுடன் உதவிக்கு ஆட்களும் வருவார்கள்; சாட்சியாளர்களில் நானும் ஒருத்தி என்று உங்களுக்குத் தெரியும்தானே. நான் என்ன பேசப் போகிறேனோ, எப்படிப் பேசப் போகிறேனோ! நான் என்ன பேசப் போகிறேன் என்று எனக்கே தெரியாது. பேசுவதற்கு முன்பு நான் சத்தியம் செய்ய வேண்டும், இல்லையா?'

'உங்களால் அங்கு வரமுடியும் என்று நான் நினைக்கவில்லை.'

'என்னால் அங்கு வந்து உட்கார்ந்திருக்க முடியும். ஓ, என்னைத் தடுக்காதீர்கள்! இந்த விசாரணை ஒரு பயங்கரமான விஷயம்; அதன் பிறகு குற்றவாளிகள் சைபீரியாவுக்கு அனுப்பப்படுவார்கள்; மற்றவர்கள் திருமணம் செய்துகொள்வார்கள்; இவை எல்லாமே சீக்கிரமாகவே, வெகு சீக்கிரமாகவே நடக்கும்; எல்லாமே எப்படி மாறிவிடுகிறது; இறுதியாக ஒன்றுமே இருப்பதில்லை; எல்லோருக்கும் வயதாகிப் பிறகு கல்லறையில் தஞ்சமடைந்துவிடுகிறார்கள். சரி, அதற்கு ஒன்றும் செய்ய முடியாது; எனக்கு இப்போது சோர்வாக இருக்கிறது. காச்சியா – அந்த அழகான பெண்மணிதான் என்னுடைய எல்லா நம்பிக்கைகளையும் தகர்த்தெறிந்துவிட்டாள். இனி அவள் உங்களுடைய அண்ணன் ஒருவருடன் சைபீரியாவுக்குப் போவாள், மற்றொரு அண்ணனோ அவளைத் தொடர்ந்து சென்று அவர்களிருக்கும் ஊரில் தங்கி, ஒருவரை ஒருவர் வேதனைபடுத்திக்கொள்வார்கள். இதை நினைத்தாலே எனக்குப் பைத்தியம் பிடிக்கிறது; குறிப்பாக, இந்தத் தலைப்புச் செய்திகள்: மாஸ்கோ, பீத்தர்புர்கிலிருக்கும் எல்லாச் செய்தித்தாள்களிலும், நூறு, ஆயிரம் முறை எழுதியிருப்பார்கள், உங்களுடைய சகோதரனின் 'இனிமையான தோழி' நான் என்று; அந்தக் கேவலமான வார்த்தையை உச்சரிக்கக்கூட நான் விரும்பவில்லை. நீங்களே யோசித்துப் பாருங்கள், நன்றாக யோசித்துப் பாருங்கள்!'

‘அப்படி நடந்திருக்கவே முடியாது! யார், எப்போது அப்படி எழுதினார்கள்?’

‘இதோ, இப்போதே காட்டுகிறேன். நேற்றுதான் செய்தித்தாளில் வந்தது. அதை நான் நேற்றுதான் படித்தேன். இதோ ‘வதந்தி’ என்ற இந்த பீத்தர்புர்க் செய்தித்தாளில் வெளியானது. இந்த வருடத்திலிருந்து ‘வதந்தி’ செய்தித்தாள் சுற்றுக்கு வருகிறது; எனக்கு வதந்திகள் என்றால் மிகவும் பிடிக்கும், அதனால்தான் இந்தச் செய்தித்தாளுக்குச் சந்தா கட்டினேன்; இதோ இப்போது அது என் தலையிலேயே இடியாக வந்து விழுந்திருக்கிறது; இதோ எப்படி வந்திருக்கிறது என்று பாருங்கள். இங்கே இந்த இடத்தைப் படியுங்கள்?

தன்னுடைய தலையணைக்கடியில் இருந்த செய்தித்தாளை எடுத்து அவள் அல்யோஷாவிடம் நீட்டினாள்.

அவள் நிலைகுலைந்து மட்டும் போயிருக்கவில்லை, ஏனோ முற்றிலுமாக மனம் உடைந்தும் போயிருந்தாள்; உண்மையாகவே ஒருவேளை அவள் குழப்பத்தில் இருந்திருக்கலாம். செய்தித்தாளில் வெளிவந்த இந்தச் செய்தி மிக முக்கியமான செய்தியாக இருந்தது; சந்தேகத்திற்கு இடமின்றி, இக்கட்டான நிலைக்கு, அது அவளைத் தள்ளியிருக்கக் கூடும், ஆனால் அதிர்ஷ்டவசமாக அவள் ஒரு விஷயத்தை மட்டுமே கருத்தூன்றிக் கவனிப்பவளாக இல்லாதிருந்ததால், அதை மறந்துவிட்டு அடுத்த நிமிடமே வேறு ஒரு விஷயத்திற்குத் தாவினாள்.

இதைப் பற்றியும் பயங்கரமான வழக்கு விசாரணை பற்றியும், அவனுடைய சகோதரனைப் பற்றியும் கரமாசவ் குடும்பத்தினர்களைப் பற்றியும், ஏன் தன்னைப் பற்றியுமே கடவுளே, மற்ற உண்மையான செய்திகளுக்கிடையே இந்த இரண்டு மாதங்களாக எப்படிப்பட்ட செய்திகளை, அறிக்கைகளைத் தினந்தோறும் அவன் படித்திருப்பான்! அவனுடைய சகோதரன் செய்த குற்றத்திற்காக அல்யோஷா பயந்து போய் மடாலயத்தில் தஞ்சம் புகுந்து சாமியாராகிவிட்டானென்றுகூட ஒருசில பத்திரிகைகளில் செய்தி வெளியானது; வேறு ஒரு பத்திரிகை இந்த விஷயத்தை மறுத்து, முதியவர் ஸோசிமாவும் அல்யோஷாவும் சேர்ந்து மடாலயத்திலிருந்த பணப்பெட்டியை எடுத்துக்கொண்டு ‘மடாலயத்தை விட்டே ஓடிவிட்டார்கள்’ என்றும் எழுதியது. ‘வதந்திகள்’ என்ற செய்தித்தாளில் தலைப்புச் செய்தி இப்படி வெளிவந்திருந்தது: ‘ஸ்கோத்தபிரிகனேவ்ஸ்கிலிருந்து[1] கரமாஸவ் வழக்கு விசாரணை’ என்று. அந்தச் செய்தி சுருக்கமானதாக, திருமதி ஹஹ்லக்கோவாவைப் பற்றிய செய்தி எதுவுமே குறிப்பிடப்படாமல், ஆம், பொதுவாக யாருடைய பெயருமே வெளியிடப்படாமல் எல்லாமே மறைமுகமாக எழுதப்பட்டிருந்தது. காரசாரமான விதத்தில் விசாரிக்கப்பட வேண்டிய இந்தக் குற்றவாளி, ஓய்வுபெற்ற படைத்தளபதி என்றும் திமிர் பிடித்த அவர் சோம்பேறி, நிலப்பண்ணையாளர் என்றும் அப்படியே காதல் விவகாரங்களில் ஈடுபட்ட அவர் குறிப்பாகத் ‘தனிமையில், வாழ்க்கையில் சலிப்புடன் இருக்கும் பெண்களைத்’ தூண்டி இழுப்பவரென்றும் எழுதப்பட்டிருந்தது. இப்படிப்பட்ட பெண்களில் ஒருவர் ‘சலிப்புடன் இருக்கும் ஒரு விதவை என்றும், வயது வந்த ஒரு பெண்ணுக்குத் தாயாக அவள் இருந்தாலும்

இன்னும் அழகானவளாக இருந்த அவள், குற்றம் நடப்பதற்கு இரண்டு மணி நேரத்திற்கு முன்பு அந்தப் படைத்தளபதிக்கு மூவாயிரம் ரூபிள் களைக் கொடுத்துத் தங்கச் சுரங்கம் இருக்கும் இடத்திற்கு ஓடிப் போய் விடலாமென்று கோரிக்கையும் வைத்தாளென்றும் எழுதியிருந்தது. ஆனால், அந்தக் கயவனோ தன்னுடைய தந்தையைக் கொன்று தனக்குத் தேவை யான மூவாயிரம் ரூபிள்களை மட்டும் திருடிக்கொண்டு, சலிப்புடன் இருக்கும் அந்த இளம் நாற்பது வயதுப் பெண்மணியுடன் சைபீரியா வுக்குப் போகாமல், தண்டனையிலிருந்து தப்பித்துவிடலாமென்று எண்ணி யிருந்தானென்றும் எழுதியிருந்தது. வேடிக்கையாக எழுதப்பட்ட இந்தச் செய்தி, எதிர்பார்த்தது போலவே, எப்படி முடிக்கப்பட்டிருந்ததென்றால், இந்தப் படைத்தளபதியானவர் எந்தவித தர்ம சிந்தனையுமில்லாது, அழித்து ஒடுக்கப்பட்ட பழங்காலப் பண்ணையாளன் என்று எழுதி முடிக்கப்பட்டிருந்தது. ஆர்வத்துடன் இதைப் படித்த அல்யோஷா செய்தித் தாளை மடித்துத் திருமதி. ஹஹ்லக்கோவாவிடமே திருப்பித் தந்தான்.

‘சரி, இது என்னைப் பற்றி இல்லாமல் வேறு யாரைப் பற்றி?’ என்று மறுபடியும் பிதற்றியவள், ‘இது என்னைப் பற்றிய விஷயம் தான்; ஒரு மணி நேரத்திற்கு முன்புதான் இந்தத் தங்கச் சுரங்கங்களைப் பற்றி நான் அவனிடம் சொன்னேன், இதோ இப்போது ‘நாற்பது வயது அழகி!’ என்று எழுதியிருக்கிறார்கள். இதற்காகவா அவனுக்கு நான் இதைச் சொன்னேன்? இதை வேண்டுமென்றே பத்திரிக்கை நிருபர் எழுதியிருக்கிறார்! எப்போதும் நடுநிலையில் இருக்கும் அந்தக் கடவுள் அவனை மன்னிப்பாராக! நாற்பது வயது அழகி என்று குறிப்பிட்டதற்கு அவனை நான் மன்னிக்கிறேன், ஆனால் இது . . . இது யாரென்று நினைக்கிறீர்கள்? இது உங்களுடைய நண்பன் ரக்கீத்தின் தான்.’

‘இருக்கலாம்’ என்று சொன்ன அல்யோஷா, ‘அப்படி எதையும் நான் கேள்விப்படவில்லை’ என்றான்.

‘அவன், அவன்தான், ‘ஒருவேளை’ அவனாக இருக்கலாம் என்பதெல் லாம் இல்லை! நான்தானே அவனை வீட்டை விட்டு வெளியேற்றி னேன் . . . உங்களுக்குத்தான் அந்தக் கதையெல்லாம் தெரியுமே.’

‘நீங்கள் இனிமேல் அவனை உங்கள் வீட்டிற்கு வரவேண்டாமென்று சொன்னது எனக்குத் தெரியும், ஆனால் எதற்காக அப்படிச் சொன்னீர் கள் என்பதுதான் எனக்கு . . . குறைந்த பட்சம் அதைப் பற்றி நீங்கள் எதுவும் சொல்லவில்லையே.’

‘அப்படியானால் அவன் சொல்லி நீங்கள் அதைக் கேள்விப் பட்டீர்களா! என்ன, அவன் என்னைத் திட்டினானா, பயங்கரமாகத் திட்டினானா?

‘ஆமாம், திட்டினான், எல்லோரையும்தான் அவன் திட்டுகிறான். ஆனால், நீங்கள் ஏன் அவனை உங்கள் வீட்டிற்கு வரவேண்டாமென்று சொன்னீர்கள் – அதைப் பற்றி அவன் எதுவுமே சொல்லவில்லை. அப்படியே, அவனை நான் அடிக்கடி பார்ப்பதுகூட இல்லை. இப்போது நாங்கள் நண்பர்களாகக்கூட இல்லை.’

'சரி, அப்படியானால் உங்களிடம் சொல்கிறேன், வேறெதுவும் செய்வதற்கில்லை, மனம் திறந்து சொல்கிறேன், ஏனெனில் இதில் ஒரு விஷயம் இருக்கிறது, ஒருவேளை அது என்னுடைய தவறாகவும் இருக்க லாம். ஒரு சின்ன விஷயம்தான், சின்ன விஷயம்தான், மிக அற்ப விஷயம்தான், குறிப்பிட்டுச் சொல்லுமளவிற்கு அது பெரிய விஷயமல்ல. பாருங்கள், என் அருமையானவரே, என்று திடீரென்று இனிமையாக, ஆனால் மர்மமான புன்னகையை வெகு இயல்பாகப் படரவிட்ட திருமதி ஹஹ்லக்கோவா, 'பாருங்கள், நான் சந்தேகப்படுகிறேன் . . . நீங்கள் என்னை மன்னியுங்கள், அல்யோஷா, நான் உங்களுக்குத் தாயைப் போல . . . ஓ, அல்ல, அல்ல, மாறாக, என்னுடைய தந்தையிடம் சொல்வதுபோல . . . ஏனெனில் தாய் என்று இங்குக் குறிப்பிடுவது முற்றிலும் பொருந்தாத ஒன்று . . . சரி, முதியவர் ஸோசிமாவிடம் பாவமன்னிப்பு கேட்பதுபோல என்று சொல்வது சரியாக இருக்கும், அதுதான் மிகப் பொருத்தமாக இருக்கும்: இப்போது உங்களை நான் துறவி என்று அழைத்தேன் – ஆக, அந்தப் பரிதாபத்திற்குரிய இளைஞன், உங்களுடைய நண்பன் ரக்கீத்தின் (ஓ, கடவுளே, என்னால் அவனைக் கோபித்துக்கொள்ள முடியவில்லை! அவன்மீது எனக்குக் கோபமும் வெறுப்பும் இருந்தாலும் அவனை நான் கடுமையாகக் கோபித்துக் கொள்ளவில்லை), சுருக்கமாகச் சொன்னால், இந்தப் புத்திகெட்ட இளைஞன், யோசித்துப் பாருங்கள், திடீரென்று என்னை விரும்புவதாக முடிவு செய்துவிட்டான். இதை நான் பிறகு, பிறகுதான் திடீரென்று கவனித்தேன், ஆனால் முதலில், அதாவது ஒரு மாதத்திற்கு முன்பு என்னைப் பார்க்க அவன் அடிக்கடி வீட்டிற்கு வருவான், ஏறக்குறைய தினந்தோறும். இதற்கு முன்பே நாங்கள் அறிமுகமானவர்கள்தாம். எனக்கு அவன்மீது எந்தவிதச் சந்தேகமும் இல்லாமல் இருந்தது . . . ஆனால், திடீரென்றுதான் எனக்குப் பட்டது, அதை நான் பிறகு தான் உணர்ந்து, ஆச்சர்யமும் பட்டேன். உங்களுக்குத் தெரியுமா, இரண்டு மாதங்களுக்கு முன்பு இங்குப் பணிபுரியும் கனம் பொருந்திய, பணிவான, அருமையான, அந்த இளைஞனை, பியோத்தர் இலிச் பெர்ஹோத்தினை என்னுடைய வீட்டிற்கு நான் அழைத்திருந்தேன். அவரை நீங்கள் இங்குப் பலமுறை பார்த்திருப்பீர்கள். உண்மையாகவே மதிப்பிற்குரிய, கனம் பொருந்திய மனிதர் இல்லையா அவர். மூன்று நாட்களுக்கு ஒருமுறை அவர் இங்கு வருவார்; தினமும் வரமாட்டார். (அப்படியே அவர் தினமும் இங்கு வந்தாலும் எனக்கு எந்தவித ஆட்சேபனையும் இல்லை); எப்போதுமே அவர் மிக நன்றாக உடை அணிந்திருப்பார்; பொதுவாகவே எனக்கு இளைஞர்களைப் பிடிக்கும், அல்யோஷா, திறமையானவர்களை, பணிவானவர்களை, இதோ உங்களைப் போன்றவர்களை; அவரிடம் ஏறக்குறைய அரசாங்க அனுபவ அறிவு இருக்கிறது; எவ்வளவு இனிமையாகப் பேசுகிறார்; நான் நிச்சய மாக, நிச்சயமாக அவரைப் பற்றி நல்ல விஷயங்களைத் தான் சொல்வேன். வருங்கால அரசியல் நிபுணர் அவர். அந்தப் பயங்கரமான நாளன்று, இரவுவேளை என்னுடைய வீட்டிற்கு வந்த அவர், ஏறக்குறைய என்னைச் சாவிலிருந்து காப்பாற்றினாரென்றே சொல்லலாம். உங்களுடைய நண்பர் ரக்கீத்தன் எப்போதுமே அருவருப்பான காலணிகளை அணிந்துகொண்டு

தரைவிரிப்பின் மீது கால்களை நீட்டி அமருபவர்... சுருக்கமாகச் சொன்னால், மறைமுகமாக அவன் ஏதோ ஒன்றை எனக்குச் சொன்னான்; ஒருமுறை வீட்டிலிருந்து விடைபெற்றுக்கொண்டு போகும்போது திடீரென்று என்னுடைய கையை அவன் பலமாகப் பற்றிக் குலுக்கினான். அப்படி அவன் என் கையைக் குலுக்கியதுமே திடீரென்று எனக்குக் காலில் வலி எடுக்க ஆரம்பித்துவிட்டது. இதற்கு முன்பு அவன் பியோத்தர் இலிச்சை என்னுடைய வீட்டில் பார்த்தபோது, நம்புவீர்களோ இல்லையோ, அவரை அவன் கேலி செய்தான்; எப்போதுமே அவன் அவரைக் கேலிதான் செய்கிறான்; எதற்காகவோ அவரைப் பார்த்து அவன் உறுமினான். அவர்கள் இருவரும் இப்படி நடந்துகொள்வதைப் பார்த்து உள்ளூர நான் சிரித்துக்கொண்டேன். இதோ ஒருமுறை நான் தனியாக உட்கார்ந்திருந்தபோது, இல்லை, படுத்திருந்த போது, மிகையில் இவானவிச், நினைத்துப் பாருங்கள், ஒரு கவிதையை மிகச் சிறிய கவிதை ஒன்றைக் கொண்டுவந்து நோய் வாய்ப்பட்ட என்னுடைய காலைப் பற்றிப் படித்தான். நில்லுங்கள், அது என்னவென்றால்,

'இந்தக் கால், இந்தக் கால்
கொஞ்சம் நோவுற்றிருக்கிறது ...'

இல்லை, எனக்கு ஏனோ கவிதைகளே நினைவில் இருப்பதில்லை; அதை எங்கோ நான் வைத்திருக்கிறேன், பிறகு எடுத்துக் காட்டுகிறேன்; அருமையான, அற்புதமான கவிதை, காலைப் பற்றி மட்டுமே எழுதப் பட்ட கவிதை; நல்ல விஷயத்தை அறிவுறுத்துகிற கவிதை; கருத்து பொதிந்த அந்தக் கவிதையை நான்தான் மறந்துவிட்டேன்; ஒரே வார்த்தையில் சொன்னால், அது ஒரு சேகர ஏடு. அந்தக் கவிதைக்காக அவனுக்கு நான் நன்றி சொன்னேன்; அதற்காக அவன் பெருமையும் பட்டுக்கொண்டான். அப்படி அவனுக்கு நன்றி சொல்லி முடிப்பதற் குள்ளாகவே பியோத்தர் இலிச் உள்ளே வந்தார்; அவரைப் பார்த்ததும் மிகையில் இவானவிச் ரக்கீத்தினின் முகம் இருண்டுபோனது. ஏனெனில் கவிதையைப் படித்து முடித்ததும் எதையோ அவன் சொல்ல வந்தா னென்பது எனக்கு ஊகமாகப் புரிந்தது, ஆனால் அப்படிச் சொல்ல விடாதபடி திடீரென்று பியோத்தர் இலிச் அங்கு வந்துவிட்டார். உடனே நான் அந்தக் கவிதையைப் பியோத்தர் இலிச்சிடம் காட்டி இது யார் எழுதிய கவிதை என்று கேட்டேன். அவர் அதை ஊகித்திருப்பார் என்று எனக்கு நிச்சயமாக, நிச்சயமாகத் தெரியும், ஆனால் அவர் கடைசி வரை அது யார் எழுதிய கவிதை என்று ஊகிக்கவே முடிய வில்லை என்று சொன்னார்; இதை வேண்டுமென்றேதான் அவர் சொல்லியிருக்க வேண்டும். அப்படிச் சொன்னவர் உடனே வாய்விட்டுச் சிரித்துக் கவிதையை விமர்சிக்க ஆரம்பித்தார், 'சந்த அமைப்பு எதுவு மின்றிக் கீழ்த்தரமாக எழுதப்பட்ட கவிதை, யாரோ கருத்தரங்கு நடத்துபவர் எழுதிய கவிதையாக இருக்குமோ – ஆமாம், என்னவோர் அலட்சியம், கருத்தே இல்லாத கவிதை!' என்று சொன்னதைக் கேட்டு உடனே உங்களுடைய நண்பர் இதை விளையாட்டாக எடுத்துக்கொள் ளாமல், அவர்மீது சீறி விழுந்தார் தெரியுமா... கடவுளே, நான்

நினைத்தேன், இப்போது இருவரும் சண்டை போட்டுக்கொள்வார்கள் என்று: 'இதை நான்தான் எழுதினேன். விளையாட்டாக எழுதினேன், கவிதை எழுதுவதே கேவலமென்று நினைப்பவன் நான் ... ஆனால் என்னுடைய கவிதைகள் அருமையானவை. உங்களுடைய புஷ்கின் பெண்களுடைய கால்களை வர்ணித்து எழுதிய கவிதைகளுக்காக நீங்கள் அவருக்கு நினைவுச் சின்னம் எழுப்புகிறீர்கள்[2], ஆனால் என்னுடைய கவிதையிலோ நோக்கம் இருக்கிறது; ஆனால் நீங்களோ கொத்தடிமைகள், உங்களிடம் எந்தவித மனிதநேயமும் இல்லை, தற்காலத்திற்குத் தேவையான தெளிவான அறிவும் உங்களிடம் இல்லை; வளர்ச்சி என்பதே உங்களுக்குத் தேவையில்லை! நீங்களெல்லாம் அரசு அதிகாரிகள், லஞ்சம் வாங்குபவர்கள்!' என்றான் ரக்கீத்தின். அப்போதுதான் நான் சத்தம் போட்டு அவர்கள் இருவரையும் அமைதியாக இருக்கச் சொன்னேன். தெரியுமா, பியோத்தர் இலிச், எவ்வளவு தைரியமானவரென்று. திடீரென்று பெருந்தன்மையாக, இளக்காரமாக அவனைப் பார்த்து, அவனிடம் மன்னிப்பு அவர் கேட்டார்: 'நீங்கள்தான் அந்தக் கவிதையை எழுதினீர்களென்பது எனக்குத் தெரியாது. அப்படித் தெரிந்திருந்தால் இப்படி நான் விமர்சித்திருக்க மாட்டேன், மாறாகப் புகழ்ந்திருப்பேன் ... கவிஞர்கள் எப்படியிருந்தாலும் நுண்ணுணர்வுள்ளவர்கள் ...' என்றார். சுருக்கமாகச் சொன்னால், நையாண்டித்தனத்தை நாகரிகமாக வெளிப்படுத்தினார். எல்லாவற்றையும் விளையாட்டுத்தனமாக வேடிக்கைக்காகவே செய்தாரென்று பிறகு அவர் சொன்னார்; நானோ அதை உண்மை என்றே நம்பினேன். இதோ இப்போது படுத்திருப்பது போலவே அப்போதும் நான் படுத்துக்கொண்டு நினைத்தேன், 'என்னுடைய வீட்டில் என்னுடைய விருந்தாளியைப் பார்த்துக் கத்திய மிகையில் இவான்விச்சை உடனே வீட்டை விட்டு நான் வெளியே போகச் சொல்வது நல்லதா, இல்லையா என்று. நம்புவீர்களோ இல்லையோ, அப்படி அவனை வீட்டை விட்டு வெளியேற்றுவது சரியா, தவறா என்று படுத்தபடி கண்களை மூடிக்கொண்டு யோசித்தேன். ஆனால் முடிவெடுக்க முடியாமல் நான் திணறினேன்; கஷ்டப்பட்டேன்; சத்தம் போட்டு அவனை வெளியே துரத்துவதா, வேண்டாமா என்று என்னுடைய மனது அடித்துக்கொண்டது. என்னுள்ளிருந்து ஒரு குரல் சத்தம் போடு என்றது; மற்றொன்று சத்தம் போடாதே என்றது! வேறொரு குரல் என்னுள் ஒலித்தபோது திடீரென்று நான் அலறிக்கொண்டே மயங்கி விழுந்தேன். உடனே அங்குச் சத்தமும் பரபரப்பும் ஏற்பட்டன. திடீரென்று எழுந்து நான் மிகையில் இவானவிச்சிடம், 'இனிமேல் என்னுடைய வீட்டிற்கு நீங்கள் வராதீர்களென்று சொல்வது எனக்குக் கஷ்டமாக இருக்கிறது' என்றேன். இப்படியாக அவனை நான் என்னுடைய வீட்டை விட்டுத் துரத்தினேன். ஹா, அலெக்ஸெய் ஃபியோதரவிச்! நான் கேவலமாக நடந்துகொண்டேன், பொய் சொன்னேன் என்று எனக்குத் தெரியும்; அவன்மீது எனக்குக் கொஞ்சம்கூடக் கோபம் இல்லை; ஆனால், இப்படி நடந்துகொண்டதற்காக நான் அழுதேன், பல நாட்கள் அழுதேன், பிறகு திடீரென்று ஒருநாள் இரவு உணவுக்குப் பிறகு இப்படி ஒரு சம்பவம் நடந்ததையே நான் மறந்துவிட்டேன். இதோ இரண்டு வாரங்களாக

அவன் என்னுடைய வீட்டிற்கு வருவதே இல்லை; ஒருவேளை அவன் என் வீட்டிற்கு வராமலேயே போய்விடுவானோ என்று யோசித்துப் பார்க்கிறேன். நேற்று திடீரென்று மாலை நேரத்தில் 'வதந்திகள்' என்ற பத்திரிகை வருகிறது. அதைப் படித்து நான் ஆச்சர்யப்பட்டுப் போனேன்; யார் அப்படி எழுதியிருக்க முடியும், அவன்தான்; வீட்டிற்குப் போனவன், உட்கார்ந்து இப்படி ஒரு வதந்தியை எழுதிச் செய்தித்தாளுக்கு அனுப்பி யிருக்கிறான்; அதை அவர்களும் வெளியிட்டிருக்கிறார்கள். இந்தச் சம்பவம் நடந்து இரண்டு வாரங்கள் ஆகின்றன. அல்யோஷா, நான் எதை எதையோ சொல்கிறேன். ஹா, சொல்லாமல் என்னால் இருக்க முடியவில்லை!'

'இன்று என் அண்ணனை நான் அவசரமாக, உடனே சந்திக்க வேண்டும்' என்று முணுமுணுத்தான் அல்யோஷா.

'நிச்சயமாக, நிச்சயமாக! நீங்கள் எனக்கு நினைவுபடுத்திவிட்டீர்கள்! கேளுங்கள், பித்துப்பிடிப்பது என்றால் என்ன?

'என்ன பித்து?' என்று ஆச்சர்யமாகக் கேட்டான் அல்யோஷா.

'வழக்குசார்ந்த பித்து. அதாவது பைத்தியம் பிடித்தவனை நீதிமன்றம் எப்படியும் விட்டுவிடும். என்ன குற்றம் செய்தாலும் அதை நீதிமன்றம் மன்னித்து விட்டுவிடும்.'

'ஆமாம், நீங்கள் என்ன சொல்கிறீர்கள்?'

'இதோ அவளைப் பற்றித்தான்: காச்சியாவைப் பற்றித்தான் . . . ஹா, அவள் ஒரு அருமையான, அற்புதமான ஜீவன்; அவள் யாரை விரும்புகிறாளென்றுதான் தெரியவில்லை. அண்மையில் அவள் என்னைப் பார்க்க வந்திருந்தாள்; என்னால் எதுவுமே புரிந்துகொள்ள முடியவில்லை. அது மட்டுமில்லாமல், மேலெழுந்தவாரியாக அவள் என்னுடன் பேச ஆரம்பித்தாள்; சுருக்கமாகச் சொன்னால், என்னுடைய உடல் நலத்தைப் பற்றி அவள் விசாரித்தாள், வேறு எதைப் பற்றியும் அல்ல; அதுவும் எப்படிப்பட்ட தொனியில்! எனவே, எனக்கு நானே சொல்லிக்கொண் டேன், 'இருக்கட்டும், அப்படியே இருக்கட்டும், கடவுள் உன்னைக் காப்பாற்றுவாராக' என்று . . . ஹா, ஆமாம், அதோ அப்படிப் பித்துப் பிடித்த காரணத்திற்காகத் தான் மருத்துவர் மாஸ்கோவிலிருந்து வந்திருக் கிறார். உங்களுக்குத் தெரியுமா மருத்துவர் இங்கு வந்திருக்கிறார் என்று? கண்டிப்பாக, உங்களுக்குத் தெரியாமல் இருக்குமா என்ன! அவர்தான் மனநோயைக் கண்டுபிடிக்கும் மருத்துவராம்; நீங்கள்தானே அவரை இங்கே வரவழைத்தீர்கள், அதாவது, நீங்களல்ல, காச்சியா, எல்லாமே காச்சியா செய்ததுதான்! சரி, பாருங்கள், இதுவரை நன்றாக இருந்தவரைத் திடீரென்று பைத்தியம் என்கிறார்கள். அவனுக்கு எல்லாமே தெரிகிறது, புரிகிறது, ஆனால் பித்துப் பிடித்துப்போய் இருக்கிறது. ஒரு சமயம் அதுபோலத்தான் திமித்ரி ஃபியோதரவிச்சுக்கும் இருக்குமென்று நான் நினைக்கிறேன். திடீரென்று அவனுக்கும் பித்துப் பிடித்துவிட்டது. புதிய நீதிபதிகள் பதவி ஏற்ற உடனேயே அவனுக்குப் பித்து பிடித்துவிட்டது என்று சொல்லிவிட்டார்கள். இது புதிய நீதிபதிகளின் நல்ல செயல்.

என்னைப் பார்க்க வந்த மருத்துவர், மாலை நேரம் அந்தத் தங்கச் சுரங்கங்களைப் பற்றிக் கேட்டார், அதாவது அப்போது அவன் என்ன நிலையில் இருந்தானென்று. அவனுக்குப் பித்துப் பிடிக்காமல் எப்படி – அதனால்தான் இங்கு வந்தான், கத்தினான், பணம் மூவாயிரம் கொடுங்கள் என்று கேட்டான்; பிறகு இங்கிருந்து போனவன் திடீரென்று ஒரு கொலையைச் செய்துவிட்டான். 'எனக்குக் கொலை செய்ய விருப்ப மில்லை' என்று சொன்னவன், திடீரென்று ஒரு கொலையைச் செய்து விட்டான். இப்படிப்பட்ட ஒரு கெட்ட எண்ணத்திற்காக நீதிபதிகள் அவனை மன்னித்திருப்பார்கள், ஆனால் அவனோ அதையும் மீறிக் கொலை செய்துவிட்டான்.

'ஆனால், கொலையை அவன் செய்யவில்லையே' என்று கொஞ்சம் அதட்டலாக இடைமறித்தான் அல்யோஷா. பொறுமையின்மையும் அமைதியின்மையும் கொஞ்சம் கொஞ்சமாக அவனை ஆட்கொண்டிருந்தது.

'அந்தக் கிழவர் கிரிகோரிதான் அவரைக் கொன்றானென்று எனக்குத் தெரியும் . . .'

'என்ன, கிரிகோரியா?' என்று அல்யோஷா கத்தினான்.

'ஆமாம், அவன், அவன்தான், கிரிகோரிதான். திமித்ரி ஃபியோதரவிச் அவனைத் தலையில் அடித்ததும் கீழே விழுந்த கிரிகோரி பிறகு எழுந்து, ஃபியோதர் பாவ்லவிச்சின் அறைக் கதவுகள் திறந்திருப்பதைப் பார்த்து உள்ளே போய் அவரைக் கொன்றுவிட்டான்.'

'ஆமாம், எதற்காக, எதற்காக?'

'அவனுக்குப் பைத்தியம் பிடித்துவிட்டது அதனால்தான். திமித்ரி ஃபியோதரவிச் அவனைத் தலையில் அடித்ததும் மயங்கி விழுந்தவனுக்கு நினைவு திரும்பியதும் பைத்தியம் பிடித்துவிட்டது; அதனால்தான் அவன் கொலையைச் செய்தான். அப்படி அவன் கொலை செய்யவில்லை என்றால் ஒருவேளை, அது ஞாபகமறதியாக இருக்கலாம். ஆனால் பாருங்கள், திமித்ரி ஃபியோதரவிச் அவரைக் கொலை செய்திருந்தால் நன்றாக இருந்திருக்கும், மிகவும் நன்றாக இருந்திருக்கும். ஆமாம், அது அப்படித்தான் நடந்தது; நான் ஏனோ கிரிகோரி என்று சொன்னாலும் ஒருவேளை அது திமித்ரி ஃபியோதரவிச்சாகக்கூட இருக்கலாமென்று தான் நினைக்கிறேன்; அப்படி இருந்தால் மிகவும் நல்லது! ஹா, தந்தையை மகன் கொல்வது என்பது நல்லதல்ல; அதைப் பரிந்து பேசுபவளும் அல்ல நான்; மாறாக, பிள்ளைகள் பெற்றோர்களை மதிக்க வேண்டும்; இருந்தாலும், அவன் இதைச் செய்திருந்தால் நல்லது, இதற்காக நீங்கள் அழ வேண்டிய தேவையும் இல்லை, ஏனென்றால் அவன் இதைத் தன்னுடைய சுயநினைவில் செய்யவில்லை, இன்னும் சொல்லப்போனல், அதை அவன் தன்னுடைய சுய நினைவின் பேரிலேயே செய்தானென் றாலும், அது எப்படி நடந்தது என்பதை அவன் உணராமலேயே செய்துவிட்டான் என்பதுதான் இங்குக் குறிப்பிடப்பட வேண்டிய விஷயம். ஆமாம், அவர்கள் அவனை மன்னிக்கட்டும்; அது மனிதாபிமானம் மிகுந்த ஒரு செயலாக இருக்கும்; அப்படியே புது

நீதிபதிகளின் நற்செயலை மக்கள் தெரிந்துகொள்ளக்கூடிய வாய்ப்பாகவும் இது இருக்கும்; புதிய நீதிபதிகள் நீண்ட நாட்களுக்கு முன்பே அமர்த்தப்பட்டு விட்டார்கள் என்பது எனக்குத்தான் தெரியவில்லை, நேற்றுதான் அது எனக்குத் தெரிய வந்தது. தெரிந்ததும் நான் ஆச்சர்யப்பட்டு, உங்களை உடனே அழைத்துவரச் சொல்ல ஆசைப்பட்டேன்; அப்படி அவன் மன்னித்து விடுவிக்கப்பட்டுவிட்டால், நேராக அவனை நீதிமன்றத்திலிருந்து இங்கு உணவருந்த அழைத்து வாருங்கள்; என்னுடைய நண்பர்களையும் மற்றவர்களையும் நான் விருந்துக்கு அழைக்கிறேன்; புதிய நீதிபதிகளுக்காக நலம் பாராட்டி நாம் மது அருந்துவோம். அவன் கொடூரமானவனென்று நான் நினைக்கவில்லை; அப்படியே நிறைய விருந்தாளிகளையும் நான் அழைக்கப் போகிறேன். எனவே, எதிர்பாராத விதமாக எதையாவது அவன் செய்தால்கூட நாம் அவனைச் சமாளித்துவிடலாம்; அதன் பிறகு வேறு ஏதாவது ஊரில் அவன் நீதிபதியாகவோ வேறு ஒரு முக்கியமான பதவியையோ அவன் வகிக்கலாம், ஏனெனில் தங்களுக்குத் தாங்களே துன்பம் விளைவித்துக்கொள்ளும் மக்கள் வேறு யாரையும்விட மிகச் சிறந்த நீதிபதிகளாக இருப்பார்கள். மிக முக்கியமாக, யார் இங்கே தெளிவான அறிவுடன் இருக்கிறார்கள்! எல்லோருக்குமே புத்தி பிசகித்தான் போயிருக்கிறது; எவ்வளவு உதாரணங்கள்: ஒரு மனிதன் வெகு சாதாரணமாகக் காதல் பாட்டு ஒன்றைப் பாடிக்கொண்டிருக்க, அது ஏனோ எதிரே இருப்பவனுக்குப் பிடிக்காமல் போக, அவன் துப்பாக்கியை எடுத்து அவனைச் சுட்டுவிடுகிறான்; பிறகு அவனை எல்லோரும் மன்னித்து விட்டுவிட்டார்களாம். இதை நான் அண்மையில் படித்தேன்; எல்லா மருத்துவர்களும் உறுதிசெய்தார்கள், அவன் புத்தி சுவாதீனம் இல்லாமல் இருந்தானென்று. இப்போ தெல்லாம் மருத்துவர்கள் இப்படி உறுதி செய்கிறார்கள், எல்லோரும் உறுதி செய்கிறார்கள். கேளுங்கள், அப்படித்தான் என்னுடைய லிஸாவும்; நேற்றுகூட அவள் என்னை அழவைத்தாள்; மூன்று நாட்களாக நான் அழுதேன்; ஆனால், அவளுக்குப் புத்தி பேதலித்து விட்டதென்று இன்று தான் தெரிந்துகொண்டேன். ஓ, லிஸா, எவ்வளவு தூரம் என்னை வேதனைப்படுத்துகிறாள்! நான் நினைக்கிறேன், அவளுக்கு முற்றிலுமாகப் பைத்தியம் பிடித்துவிட்டது என்று. எதற்காக அவள் உங்களை வரச் சொன்னாள்? அவள் உங்களை வரச் சொன்னாளா அல்லது நீங்களாகவே அவளைப் பார்க்க வந்தீர்களா?'

'ஆமாம், அவள்தான் என்னை வரச் சொன்னாள்; இப்போதே நான் அவளைப் பார்க்கப் போகிறேன்' என்று சொன்னவன் முடிவாக எழுந்தான்.

'ஹா, என் அருமை, அருமை, அலக்ஸெய் ஃபியோதரவிச்சே, இங்குதான் முக்கியமான விஷயமே இருக்கிறது' என்று திடீரென்று அழுதபடி உரக்கச் சொன்னாள் திருமதி ஹஹ்லக்கோவா. உங்களையும் லிஸாவையும் நான் நம்புகிறேன் என்று கடவுளுக்குத் தெரியும்; ஆனால் இப்போது அதுவல்ல முக்கியம்; அவள் தன்னுடைய அம்மாவுக்குத் தெரியாமல் ரகசியமாக உங்களை இங்கு வரச் சொன்னதுதான் முக்கியமான விஷயம். ஆனால், உங்களுடைய சகோதரன் இவான் ஃபியோதரவிச்சை

நம்பி, மன்னியுங்கள், என்னுடைய மகளை இவ்வளவு எளிதாகப் பார்க்க நான் அனுமதிக்க முடியாது; இருந்தாலும் நான் அவரை வீரமுள்ள இளைஞனாகவே இன்னமும் பார்க்கிறேன். அவன் திடீரென்று லிஸாவைப் பார்க்க வந்திருந்தான், ஆனால் அது எனக்குத் தெரியவே தெரியாது என்பது உங்களுக்குத் தெரியுமா.'

'எப்படி? என்ன? எப்போது?' என்று கேட்டபடி மிகவும் ஆச்சர்யப் பட்ட அல்யோஷா, இருக்கையில் அமராமல் எழுந்து நின்றபடி கேட்டான்.

'அதைப் பற்றிச் சொல்கிறேன் கேளுங்கள்; அதற்காகத்தான் உங்களை ஒருவேளை நான் கூப்பிட்டேனோ என்னவோ, பிறகு எதற்காக உங்களை நான் கூப்பிட்டேன் என்று எனக்கே தெரியவில்லை. இதோ இதுதான்: மாஸ்கோவிலிருந்து திரும்பி வந்தபிறகு இவான் ஃபியோதரவிச் இரண்டு முறை இங்கு வந்திருந்தான்; முதல்முறை தன்னை அறிமுகம் செய்து கொள்வதற்காக, இரண்டாவது முறை, காச்சியா இங்கு வந்திருக்கிறா ளென்பதைத் தெரிந்துகொண்டு அவளைப் பார்க்க வந்திருந்தான். அடிக்கடி அவன் இங்கு வருவதை நான் எதிர்பார்க்கவில்லைதான், அதுவும் இப்போது அவனுக்கு நிறைய வேலைகள் இருக்கின்றன – *Vous comprenez, cette affaire et la mort terrible de votre papa* – உங்களுக்கே தெரியும், இது உங்களுடைய தந்தையாரின் பயங்கரமான மரணமென்று – ஆனால் திடீரென்று எனக்குத் தெரியவருகிறது, ஆறு நாட்களுக்கு முன்பு, அவன் என்னைப் பார்க்காமல் லிஸாவை மட்டுமே பார்த்துவிட்டுப் போயிருக் கிறான் என்பது; வந்தவன் ஐந்து நிமிடமே இருந்துவிட்டுப் போயிருக்கிறான். இதை நான் மூன்று நாட்களுக்குப் பிறகு கிளஃபிரா மூலம் தெரிந்து கொண்டேன்; இது என்னைப் பயங்கரமான ஆச்சர்யத்தில் ஆழ்த்தியது. உடனே லிஸாவைக் கூப்பிட்டு நான் கேட்டேன். சிரித்தபடி அவள் சொன்னாள், என்னுடைய உடல்நலம் பற்றி விசாரிக்க அவன் வந்ததாக வும், அப்போது நான் தூங்கிக்கொண்டிருப்பேனென்று நினைத்து அவன் போய்விட்டானென்றும் சொன்னாள். உண்மையாகவே, என்னுடைய உடல்நலம் பற்றி விசாரிக்கத்தான் அவன் வந்திருக்கிறான். ஆனால், லிஸா, லிஸா, ஓ, கடவுளே, எப்படி என்னை அவள் நிலைகுலைய வைக்கிறாள்! நினைத்துப் பாருங்கள், திடீரென்று ஒருநாள் இரவு – நான்கு நாட்களுக்கு முன்பு, நீங்கள் கடைசி முறையாக வந்து போனதற்குப் பிறகு – அவளுக்கு வலிப்புநோய் வந்தது. எவ்வளவு சத்தம், எவ்வளவு கூப்பாடு, என்ன வலிப்பு! எனக்கு மட்டும் ஏன் இந்த வலிப்புநோய் எப்போதுமே வருவதில்லை? பிறகு அடுத்த நாளும் வலிப்புநோய் வந்து அவள் மயங்கிக் கிடந்தாள், அப்படியே மூன்றாவது நாளும்; இதோ நேற்று, நேற்று அவளுக்குப் பித்துப் பிடித்துவிட்டது. திடீரென்று 'இவான் ஃபியோதரவிச்சை நான் வெறுக்கிறேன்; இனிமேல் அவனை நீங்கள் வீட்டிற்குக் கூப்பிடக் கூடாது; வீட்டிற்குள்ளேயே வர அவனை அனுமதிக்கக் கூடாது!' என்று என்னைப் பார்த்துக் கத்துகிறாள்: இதை எதிர்பார்க்காமல் பயங்கரமாக ஆச்சர்யப்பட்டுப்போன நான் 'எதற்காக நான், அறிவார்ந்த, பாவப்பட்ட அந்த இளைஞனை இங்கே வரக்கூடா தென்று சொல்ல வேண்டும்?' என்று அவளைக் கேட்டேன். 'அதுவும் துக்கமான இந்த நேரத்தில், இது சந்தோஷமான தருணம்கூட இல்லையே?'

என்று கேட்டேன். இதைக் கேட்டு அவள் திடீரென்று உரக்கச் சிரித்தாள், அது எவ்வளவு வேதனையாக இருந்தது தெரியுமா. இருந்தாலும் அவளை நான் சிரிக்கவைத்ததில் எனக்கு சந்தோஷம்தான் என்று நினைத்துக் கொண்டேன்; இனி அவளுடைய வலிப்புநோய் போய்விடும், அதுவும் நானே இவான் ஃபியோதரவிச்சிடம் இனிமேல் இங்கு வரவேண்டா மென்று சொல்ல விருப்பப்பட்டேன், அப்படியே என்னுடைய அனுமதி யில்லாமல் திடீரென்று அவன் இங்கு வந்து போனதற்கும் அவனிடம் நான் விளக்கம் கேட்கப் போகிறேன். இன்று காலை லிஸா தூங்கி எழுந்தவுடன் திடீரென்று யூலியாவிடம் கோபித்துக்கொண்டு அவள் முகத்தில் அறைந்துவிட்டாள் தெரியுமா. இது எவ்வளவு பெரிய காட்டு மிராண்டித்தனம்! என்னுடைய பணிப்பெண்களிடம் நான் மிக மரியாதை யாக நடந்துகொள்கிறேன். பிறகு திடீரென்று ஒரு மணி நேரங்கழித்து யூலியாவைக் கட்டிப்பிடித்து, அவளுடைய கால்களை முத்தமிடுகிறாள். பிறகு அவள் மூலமாக எனக்குச் சொல்லி அனுப்புகிறாள், அவள் என்னைப் பார்க்க வரமாட்டாளென்றும் இனிமேல் எப்போதுமே அவள் என்னைப் பார்க்க மாட்டாளென்றும்; இதைக் கேட்டு என்னை நானே இழுத்துக்கொண்டு அவளுடைய அறைக்குப் போனபோது ஓடிவந்து அவள் என்னைக் கட்டிப்பிடித்து முத்தமிட்டு அழுதாள். அப்படி என்னை முத்தமிட்டவள், ஒரு வார்த்தையும் சொல்லாமல், எதுவும் எனக்குத் தெரியக் கூடாது என்று அறையைவிட்டு வெளியே என்னைத் தள்ளிவிட்டாள். எனவே, என் அருமை அலெக்ஸெய் ஃபியோரவிச், என்னுடைய நம்பிக்கையெல்லாம் இனிமேல் உங்கள்மீது தான், என்னுடைய வாழ்வும் உங்களுடைய கைகளில்தான் இருக்கிறது. உங்களை நான் கெஞ்சிக் கேட்கிறேன், தயவுசெய்து லிஸாவைப் போய்ப் பார்த்து என்ன நடக்கிறது என்பதைத் தெரிந்து வாருங்கள்; உங்கள் ஒருவரால் மட்டுமே அதைச் செய்ய முடியும்; அவளைக் கேட்டறிந்து என்னிடம் வந்து சொல்லுங்கள் – தாயான என்னிடம், ஏனெனில் இப்படியே இந்த நிலைமை நீடித்தால், நான் செத்தே போய்விடுவேன், அப்படியே செத்துப்போய்விடுவேன் என்பதைப் புரிந்துகொள்ளுங்கள். இதற்கு மேலும் என்னால் எதையும் தாங்கிக்கொள்ள முடியாது; எனக்குப் பொறுமை இருக்கிறது, ஆனால் அதை நான் இழக்க விரும்பவில்லை; அப்படி நான் என்னுடைய பொறுமையை இழந்தால் . . . அது பயங்கர மாக இருக்கும். ஹா, கடவுளே, இறுதியாக பியோத்தர் இலிச் வந்து விட்டார்!' என்று உரக்கச் சொன்ன திருமதி ஹஹ்லக்கோவா, பியோத்தர் இலிச் பெர்ஹோத்தின் வருவதைப் பார்த்துச் சட்டென்று முகம் மலர்ந்து போனாள். 'தாமதமாக வந்துவிட்டீர்கள், தாமதமாக! பரவாயில்லை, வந்து அமருங்கள், நிச்சயமில்லாத இந்த நிலைமையை மாற்றுங்கள், சொல்லுங்கள், அந்த வக்கீல் இப்போது என்ன சொல்கிறார்? நீங்கள் எங்கே போகிறீர்கள், அலெக்ஸெய் ஃபியோதரவிச்?'

'நான் லிஸாவைப் பார்க்கப் போகிறேன்.'

'ஓ, ஆமாம்! மறந்துவிடமாட்டீர்களே, நான் சொன்னதை நீங்கள் மறந்துவிடமாட்டீர்களே? என்னுடைய வாழ்க்கை, என்னுடைய வாழ்க்கையே அதை நம்பித்தான் இருக்கிறது!'

'கண்டிப்பாக மறக்க மாட்டேன், ஆனால் அது என்னால் முடியுமா என்றுதான் எனக்குத் தெரியவில்லை ... ஏனெனில் இப்போதே எனக்கு மிகவும் நேரமாகிவிட்டது' என்று முணுமுணுத்த அல்யோஷா வேகமாகப் பின்வாங்கினான்.

'இல்லை, நீங்கள் கண்டிப்பாகத் திரும்பிவந்து என்னிடம் சொல்ல வேண்டும், 'முடியுமானால்' என்று சொல்லாதீர்கள்; நான் செத்தே போய்விடுவேன்!' என்று அல்யோஷா சொன்னதைக் கேட்டு உரக்கச் சொன்னாள் திருமதி ஹஹ்லக்கோவா. அதற்குள் அல்யோஷா அறையை விட்டு வெளியேறியிருந்தான்.

# 3
## குட்டிச்சாத்தான்

லிஸாவின் அறைக்குள் அல்யோஷா நுழைந்தபோது, அவள் முன்பு பயன்படுத்திய சக்கர வண்டியில் பாதி சாய்ந்தபடியே படுத்திருப்பதை அல்யோஷா பார்த்தான். அவனை எதிர்கொள்ள அவள் எழுந்து வரவில்லை, ஆனால் ஆவலுடன் ஊடுருவும் அவளுடைய பார்வை அவனைத் துளைத்தெடுத்தது. அந்தப் பார்வையில் தீக்கனல் தகிக்க, அவளுடைய முகம் வெளிறிப்போய் மஞ்சள் நிறமாக இருந்தது. இந்த மூன்று நாட்களில் எப்படி அவள் மாறிப்போய் உடல் இளைத்துப் போயிருந்தாளென்பதைப் பார்த்து அல்யோஷா ஆச்சர்யப்பட்டான். தன்னுடைய கைகளை நீட்டி அவள் அவனுடைய கைகளைப் பற்ற வில்லை. மெலிந்த, நீண்ட விரல்கள் அசையாமல் அவளுடைய ஆடையின் மீது கிடக்க, அவற்றைத் தொட்டுத் தடவிய அல்யோஷா அமைதியாக அவளுக்கு எதிரே வந்தமர்ந்தான்.

'நீங்கள் சிறைச்சாலைக்கு அவசரமாகப் போகவேண்டுமென்று எனக்குத் தெரியும்' என்று கடுமையாகச் சொன்ன லிஸா, 'ஆனால் இரண்டு மணி நேரமாக என்னுடைய அம்மா உங்களைப் பிடித்து வைத்துக்கொண்டு என்னைப் பற்றியும் யூலியாவைப் பற்றியும் பேசிக் கொண்டிருந்தாள்' என்றாள்.

'அது எப்படி உங்களுக்குத் தெரியும்?'

'ஒட்டுக் கேட்டேன். நீங்கள் ஏன் என்னை அப்படிப் பார்க்கிறீர்கள்? எனக்கு ஒட்டுக் கேட்கப் பிடிக்கிறது, அதனால் நான் ஒட்டுக் கேட்டேன்; இதில் தவறு எதுவும் இல்லை. இதற்காக நான் மன்னிப்புக் கேட்கப் போவதும் இல்லை.'

'ஏதாவது குழப்பத்தில் இருக்கிறீர்களா?'

'இல்லை, மாறாக, மிகவும் சந்தோஷமாக இருக்கிறேன். நூறுமுறை யாவது யோசித்துப் பார்த்திருப்பேன், இதோ மீண்டும் இப்போதும் யோசித்துப் பார்க்கிறேன், உங்களுக்கு நான் மனைவியாக மாட்டே

னென்று மறுத்தது எவ்வளவு நல்லது என்று. நீங்கள் எனக்கு ஒரு நல்ல கணவனாக இருக்க மாட்டீர்கள்; ஒரு வேளை நான் உங்களை மணந்த பிறகு, வேறு யாரையாவது நான் காதலிக்க நேர்ந்து, உங்கள் மூலமாக அவருக்கு நான் கடிதம் எழுதிக் கொடுத்தனுப்பினால்கூட நீங்கள் அதை வாங்கி அவரிடம் கொடுத்துவிட்டு மீண்டும் அவரிட மிருந்து எனக்குப் பதில் கடிதத்தையும் நிச்சயமாகக் கொண்டுவந்து கொடுப்பீர்களென்று நினைக்கிறேன். உங்களுக்கு நாற்பது வயதானாலும் இப்படிக் கடிதங்களை எனக்கு நீங்கள் கொண்டு வந்து கொடுத்துக் கொண்டுதான் இருப்பீர்கள்.'

அப்படிச் சொன்னவள் திடீரென்று சிரித்தாள்.

'உங்களிடம் ஏதோ ஒரு கெட்ட குணமும் இருக்கிறது, அதே சமயம் கள்ளங்கபடமற்ற நல்ல உள்ளமும் இருக்கிறது' என்று அவளைப் பார்த்துச் சிரித்தபடி சொன்னான் அல்யோஷா.

'என்னுடைய கபடமற்ற தன்மை என்னவென்றால், உங்களைப் பார்த்து நான் வெட்கப்படுவதில்லை. அதுமட்டுமல்ல, குறிப்பாக உங்களிடம் நான் வெட்கப்படுவதில்லை, வெட்கப்பட விரும்பவும் இல்லை. அல்யோஷா, நான் ஏன் உங்களுக்கு மரியாதை கொடுப்ப தில்லை? உங்களை நான் மிகவும் விரும்புகிறேன், ஆனால் உங்களுக்கு நான் மரியாதை கொடுப்பதில்லை. அப்படி உங்களுக்கு நான் மரியாதை கொடுத்திருந்தால், வெட்கப்படாமல் இப்படி உங்களிடம் நான் பேசியிருக்க மாட்டேன், இல்லையா?'

'ஆமாம்.'

'உங்களைப் பார்த்து நான் வெட்கப்படவில்லை என்பதை நீங்கள் நம்புகிறீர்களா?'

'இல்லை நான் நம்பவில்லை.'

லிஸா மீண்டும் பதற்றத்துடன் சிரித்தாள்; அவள் அவசர அவசர மாகப் பேசினாள்.

'உங்களுடைய சகோதரர் திமித்ரி ஃபியோதரவிச்சுக்காக நான் கொஞ்சம் மிட்டாய்களைச் சிறைச்சாலைக்கு அனுப்பிவைத்தேன். அல்யோஷா, தெரியுமா, நீங்கள் எவ்வளவு நல்லவர் என்று! என்னை இவ்வளவு சீக்கிரமாக நீங்கள் விரும்ப அனுமதிக்காததைப் பார்த்து உங்களை நான் பயங்கரமாகக் காதலிக்கிறேன்.'

'நீங்கள் எதற்காக இன்று என்னை இங்கு வரச் சொன்னீர்கள், லிஸா?'

'உங்களிடம் என்னுடைய விருப்பம் ஒன்றைத் தெரிவிக்க ஆசைப் பட்டேன். யாராவது என்னைச் சின்னாபின்னமாக்கிவிட்ட பிறகு என்னை மணந்துகொண்டு, என்னைக் கிழித்தெறிந்து மோசம் செய்து விட்டு ஓடிவிட வேண்டுமென்று நான் ஆசைப்படுகிறேன். சந்தோஷமாக இருக்க நான் விரும்பவில்லை!'

'குழப்பத்தை விரும்புகிறீர்களா?'

'ஓ, நான் விரும்புவதெல்லாம் குழப்பத்தைத்தான். இந்த வீட்டையே நான் எரிக்க விரும்புகிறேன். அப்படி நான் அமைதியாக, குறிப்பாக, மிக அமைதியாக இந்த வீட்டை எப்படி எரிப்பது என்றுதான் யோசித்துக் கொண்டிருக்கிறேன். எரிகின்ற தீயை அவர்கள் அணைப்பார்கள்தான், ஆனால் அந்தத் தீயோ எரிந்துகொண்டேயிருக்கும். எனக்கும் அது தெரியும், ஆனாலும் நான் அமைதியாகவே இருப்பேன். ஹா, என்ன ஒரு முட்டாள்தனம்! எவ்வளவு சோர்வாக இருக்கிறது!'

வெறுப்புடன் அவள் தனது கையை எல்லாமே வீண் என்பது போலக் காற்றில் அசைத்தாள்.

'செல்வச் செழிப்பாக வாழ்கிறீர்கள்' என்று அமைதியாகச் சொன்னான் அல்யோஷா.

'நான் ஏழையாக இருந்திருந்தால் நன்றாக இருந்திருக்குமோ?'

'ஆம், நன்றாக இருந்திருக்கும்.'

'உங்களுக்கு இதை மரித்துப்போன துறவி சொன்னாரா. அப்படி யானால் அது உண்மையல்ல. நான் பணக்காரியாகவே இருந்துவிட்டுப் போகிறேன்; மற்றவர்களெல்லாம் ஏழைகளாக இருக்கட்டும்; மிட்டாய் களையும் இனிப்புப் பண்டங்களையும் நான் சாப்பிட்டுக்கொண்டே இருப்பேன், யாருக்கும் எதுவும் தராமல். ஒன்றும் சொல்லாதீர்கள்' என்று அவள் கையை உதறியபடி சொன்னதால் அல்யோஷா வாயே திறக்கவில்லை; 'எல்லாவற்றையும் நீங்கள் முன்பே சொல்லிவிட்டீர்கள்; அது எல்லாமே எனக்கு மனப்பாடம். எனக்குச் சோர்வாக இருக்கிறது. நான் ஏழையானால், யாரையாவது கொன்றுவிடுவேன், ஆம், பணக்காரி யானால்கூட ஒருவேளை யாரையாவது நான் கொலைசெய்யக்கூடும் – சும்மா உட்கார்ந்திருப்பதில் என்ன பயன்! உங்களுக்குத் தெரியுமா, விவசாயம் செய்ய எனக்கு ஆசையாயிருக்கிறது; தானியங்களைப் பயிரிட்டு, அறுவடை செய்து உங்களை நான் திருமணம் செய்துகொள்கிறேன். ஆனால் நீங்கள் ஆண்பிள்ளையாய், உண்மையான ஆண்பிள்ளையாய் இருங்கள்; நாம் ஒரு ஆண் குதிரையை வாங்குவோம், சரிதானே? கால்கானவைத் தெரியுமா?'

'தெரியும்.'

'அவன் நடந்துகொண்டே இன்னும் கனவு காண்கிறான். அவன் சொல்கிறான், வாழ்வதில் என்ன பயன் இருக்கிறது, அதற்குப் பதிலாகக் கனவு காணலாமே என்று. இன்னும் வேடிக்கையானவற்றைக் கனவு காணலாம், ஆனால் வாழ்க்கை சலிப்பூட்டுவதாக இருக்கிறது என்று. சீக்கிரமே அவன் திருமணம் செய்துகொள்ளப் போகிறான்; என்னிடம் கூட அவன் தன்னுடைய காதலைப் பற்றித் தெரிவித்தான். உங்களுக்குப் பம்பரம் விடத் தெரியுமா?'

'தெரியும்.'

கரமாஸவ் சகோதரர்கள்

'இதோ, அவன் ஒரு பம்பரத்தைப் போல: அதைச் சுழற்றிவிட்டுக் கீழே விட்ட பிறகு கயிற்றில் அடி அடி என்று அடிக்கலாம்; அவனை மட்டும் நான் திருமணம் செய்துகொண்டால் வாழ்நாள் முழுவதும் அவனை நான் சுழலவிடுவேன். என்னோடு நீங்கள் இங்கு அமர்ந் திருப்பதில் உங்களுக்கு வெட்கமாக இல்லையா?'

'இல்லை.'

'புனிதமான விஷயங்களைப் பற்றி நான் பேசாமல் இருப்பதால் உங்களுக்கு என்மீது பயங்கரமான கோபம். எனக்குப் புனிதமாக இருக்கப் பிடிக்கவில்லை. அதிக பாவம் செய்தவர்களை மேல் உலகில் என்ன செய்வார்கள்? அது உங்களுக்கு நன்றாகத் தெரியுமே.'

'கடவுள் தண்டனை கொடுப்பார்' என்று அவளை உற்று நோக்கிய படி சொன்னான் அல்யோஷா.

'அதோ, அதைத்தான் நான் விரும்புகிறேன். நான் அங்குப் போனதும் எனக்குத் தண்டனை தரப்பட வேண்டும், உடனே நான் அவர்களைப் பார்த்துத் திடீரென்று சிரிப்பேன். வீட்டை எரிக்க வேண்டும், அல்யோஷா, நம்முடைய வீட்டை எரிக்க வேண்டும்; நீங்கள் இதை இன்னமும் நம்ப மறுக்கிறீர்கள், இல்லையா?'

'ஏன் நம்பவில்லை? பன்னிரண்டு வயது சிறுவர்கள்கூட எதை யாவது எரிக்க வேண்டுமென்று விருப்பப்படுவார்கள்; அப்படியே எரிக்க வும் செய்வார்கள், இது ஒரு விதமான நோய்.'

'இல்லை இது உண்மையில்லை. அப்படிப்பட்ட சிறுவர்கள் இருக்கட்டும். ஆனால் அவர்களைப் பற்றி நான் பேசவில்லை.'

'நீங்கள்' கெட்ட விஷயத்தை நல்லது என்று நினைக்கிறீர்கள்: இது நெருக்கடியான நேரம்; நோய்வாய்ப்பட்டிருந்த மனநிலையின் காரணமாக இப்படி இருக்கலாம்.'

'இப்படியாக நீங்கள் என்னை வெறுக்கிறீர்கள்! இது எந்தவித நோய்க்கும் சம்மந்தம் இல்லாதது; நல்லது செய்ய நான் விரும்பவில்லை என்பது தெளிவு; கெட்டதுதான் செய்ய விரும்புகிறேன்.'

'எதற்காகக் கெடுதல் செய்ய வேண்டும்?'

'எதுவுமே எங்குமே இல்லாமல் இருப்பதற்காகத்தான். ஹா, எவ்வளவு நன்றாக இருக்கும், எதுவுமே இல்லாமல் இருந்தால்! தெரியுமா, அல்யோஷா, அதிகமான கெட்ட விஷயங்களை, எல்லாவிதமான கெடுதல்களையும்கூட நான் செய்ய நினைக்கிறேன்; ஆனால் திடீரென்று அது எல்லோருக்கும் தெரிய வருகிறது. உடனே எல்லோரும் என்னைச் சூழ்ந்து கொண்டு என்னைச் சுட்டிக்காட்ட, நான் அவர்களைப் பார்க்கிறேன். இது, மிகவும் நன்றாக இருக்கிறது. இது ஏன் இப்படி நன்றாக இருக்கிறது, அல்யோஷா?'

'நல்ல விஷயங்களை ஒடுக்க விரும்பும் எண்ணமாகக்கூட இருக்க லாம்; நீங்கள் சொன்னதுபோல எரிப்பேன் என்றீர்களே, அதுவாக இது இருக்கலாம். அப்படிக்கூட நடக்கலாம்.'

'அதை நான் சாதாரணமாகச் சொல்லவில்லை; செய்யத்தான் போகிறேன்.'

'அதை நான் நம்புகிறேன்.'

'ஹா, உங்களை நான் எவ்வளவு தூரம் விரும்புகிறேன் தெரியுமா, இப்படி நீங்கள் நம்புகிறேனென்று சொன்னதற்கு. நீங்களே பொய் சொல்லவில்லை, முழுமையாகப் பொய் சொல்லவில்லை. அல்லது ஒருவேளை நான் வேண்டுமென்றே சொல்கிறேன், உங்களைக் கிண்டல் செய்கிறேன் என்று நீங்கள் நினைக்கிறீர்களா?'

'இல்லை, அப்படி நான் நினைக்கவில்லை ... இருந்தாலும், ஒருவேளை அப்படிக்கூட இருக்கலாம்.'

'ஆமாம். கொஞ்சம் இருக்கிறது. உங்களிடம் எப்போதுமே என்னால் பொய் சொல்ல முடியாது' என்று விநோதமாகப் பளிச்சிடும் கண்களுடன் சொன்னாள் லிஸா.

அவளுடைய மெய்யார்வம் அல்யோஷாவை மேலும் சிந்திக்க வைத்தது: அவளுடைய முகத்தில் கொஞ்சம்கூட வேடிக்கைத்தனமோ கேலியோ தெரியவில்லை; ஆனால், முன்பெல்லாம் மிக மிக 'முக்கியமான' தருணங்களில்கூட அவளுடைய முகத்தில் கேலித்தனமும் வேடிக்கையும் பளிச்சிட்டன.

'மக்கள் குற்றங்களை விரும்பும் தருணங்கள்கூட இருக்கவே செய்கின்றன' என்று யோசித்தபடி சொன்னான் அல்யோஷா.

'ஆமாம், ஆமாம்! நீங்கள் என்னுடைய எண்ணத்தை வெளிப்படுத்தி விட்டீர்கள்; அப்படித்தான் விரும்புகிறார்கள், அதுவும் அப்படிப்பட்ட 'தருணங்களை' மட்டுமல்ல. தெரியுமா, ஏதோ எல்லோரும் எப்போதோ ஒப்புக்கொண்டு பொய் சொல்வது போல, இன்றுவரை எல்லோரும் பொய் சொல்கிறார்கள். எல்லோரும் கெட்ட விஷயங்களை வெறுப்பதாகச் சொல்கிறார்கள், ஆனால் மனதார எல்லோரும் அதையே செய்கிறார்கள்.'

'இன்னமும் நீங்கள் கெட்ட புத்தகங்களைப் படிக்கிறீர்களா?

'ஆமாம், அம்மா படித்துவிட்டுத் தலையணைக்கு அடியில் மறைத்து வைப்பாள், அதைத் திருடிவந்து நான் படிப்பேன்.'

'உங்களை நீங்களே அழித்துக்கொள்ள உங்களுக்கு வெட்கமாக இல்லையா?'

'என்னை நானே அழித்துக்கொள்வதை நான் விரும்புகிறேன், இங்கு ஒரு பையன் இருக்கிறான், அவன் ரயில் போகும்போது தண்டவாளங்களுக்கு இடையே படுத்திருந்தான். குதூகலமானவன்! சரி கேளுங்கள், உங்களுடைய தந்தையைக் கொன்றதற்காக அவரை விசாரிக்கப் போகிறார்கள், ஆனால் அப்படி அவர் உங்களுடைய தந்தையைக் கொன்றதை அவர்கள் விரும்புகிறார்கள்.'

'என்ன விரும்புகிறார்களா, தந்தையைக் கொன்றதை விரும்புகிறார்களா?'

கரமாஸவ் சகோதரர்கள்

‘ஆமாம், விரும்புகிறார்கள், எல்லோரும் விரும்புகிறார்கள்! எல்லோரும் இந்தச் செயலைப் பயங்கரமென்று சொன்னாலும் உள்ளுக்குள் எல்லோரும் இதைப் பயங்கரமாக விரும்புகிறார்கள். முதலாவதாக, நானும் அதை விரும்புகிறேன்.’

‘அவர்களைப் பற்றி நீங்கள் சொல்வதில் ஏதோவோர் உண்மை இருக்கிறது’ என்று அமைதியாகச் சொன்னான் அல்யோஷா.

‘ஹா, எவ்வளவு அருமையான கருத்து!’ என்று வீறிட்ட லிஸா, ஒரு துறவிக்குத்தான் இது தோன்றும். உங்களால் நம்ப முடியாது, எவ்வளவு தூரம் உங்களை நான் மதிக்கிறேன் என்பதை, அல்யோஷா, ஏனெனில் நீங்கள் எப்போதுமே பொய் சொல்வதில்லை. ஹா, உங்களுக்கு நான் வேடிக்கையான கனவு ஒன்றைப் பற்றிச் சொல்கிறேன் கேளுங்கள்: சில சமயம் என்னுடைய கனவில் சாத்தான்கள் வரும்; அது ஏதோவோர் இரவுபோல இருக்கும், என்னுடைய அறையில் நான் மெழுகுவர்த்தியை ஏற்றி வைத்திருப்பேன், திடீரென்று எல்லா இடங்களிலிருந்தும் சாத்தான்கள் எல்லா மூலைகளிலிருந்தும் மேஜைக்கடியிலிருந்தும் கதவுகளைத் திறந்துகொண்டும் வரும்; கதவுக்கு வெளியே அவை கூட்டமாக நிற்க, உள்ளே வந்து அவை என்னைப் பிடித்துக்கொள்ளத் தயாராக இருக்கும். அப்படியே நெருங்கிவந்து அவை என்னைப் பிடித்துக்கொள்ளும். நான் திடீரென்று சிலுவையிடுவேன், உடனே அவை பயந்து பின்வாங்கி ஓடும்; ஆனால் அவை முழுவதுமாக விலகிப்போகாமல் கதவருகே, மூலைமுடுக்குகளில் பதுங்கி இருக்கும். திடீரென்று கடவுளை எனக்குச் சபிக்க ஆவலாக இருக்கும்; உடனே நான் கடவுளைச் சபிக்க, மீண்டும் அவை கூட்டமாக என்னை நோக்கி வந்து குதூகலிக்கும். இதோ மீண்டும் அவை என்னைப் பிடித்துக்கொள்ள, மறுபடியும் சட்டென்று நான் சிலுவையை இட, மீண்டும் அவை பின்வாங்கும். எனக்குக் குதூகலமாய் இருக்கும்; உள்ளம் ஆச்சயர்த்திலாழ்கிறது.’

‘எனக்கும் அப்படிப்பட்ட கனவு வந்தது’ என்று திடீரென்று சொன்னான் அல்யோஷா.

‘அப்படியா?’ என்று ஆச்சர்யமாகக் கத்தினாள் லிஸா. ‘கேளுங்கள், அல்யோஷா, சிரிக்காமல் சொல்லுங்கள், இது மிகமிக முக்கியமானது: ஒரே விதமான கனவை இரண்டு பேர் காண முடியுமா?’ என்றாள் லிஸா

‘உண்மைதான். முடியும்.’

‘அல்யோஷா, இது மிகமிக முக்கியமான விஷயமென்று சொல்கிறேன்’ என்று மிகவும் ஆழ்ந்த வியப்புடன் தொடர்ந்தாள் லிஸா. ‘கனவு முக்கியமானதல்ல, ஆனால் அதே கனவை என்னைப் போல நீங்களும் கண்டதுதான் முக்கியம். நீங்கள் என்னிடம் எப்போதுமே பொய் சொன்னதில்லை, இனியும் பொய் சொல்ல மாட்டீர்களென்றுதான் நினைக்கிறேன், அப்படித்தானே? பொய் சொல்ல மாட்டீர்கள்தானே?’ என்றாள்.

‘இல்லை, நான் பொய் சொல்லவில்லை.’

வியப்பில் ஆழ்ந்த லிஸா அரை நிமிடம் அமைதியாக இருந்தாள்.

'அல்யோஷா, என்னைப் பார்க்க வாருங்கள், அடிக்கடி வாருங்கள்' என்று திடீரென்று கெஞ்சும் குரலில் சொன்னாள் லிஸா.

'நான் எப்போதும், என்னுடைய வாழ்நாள் முழுவதும் உங்களைப் பார்க்க வருவேன்' என்று உறுதியாகச் சொன்னான் அல்யோஷா.

'உங்கள் ஒருவரை மட்டுமே நான் நம்புகிறேன்' என்று மீண்டும் சொன்னாள் லிஸா. 'இதை நான் எனக்கும் உங்களுக்கும் மட்டுமே சொல்கிறேன். இந்த உலகத்தில் உங்கள் ஒருவரிடம்தான் நான் இதைச் சொல்கிறேன். இதை என்னிடம் நான் சொல்லிக்கொள்வதைவிட உங்களிடம்தான் அதிக ஆர்வத்துடன் சொல்கிறேன். அப்படி உங்களிடம் சொல்வதில் எனக்கு வெட்கமில்லை. அல்யோஷா, உங்களிடம் நான் ஏன் வெட்கப்படுவதே இல்லை, கொஞ்சம்கூட? அல்யோஷா, இயேசு நாதர் உயிர்த்தெழுந்த நாளன்று குழந்தைகளைத் திருடிக்கொண்டு போய்த் தலையை வெட்டுகிறார்களென்பது உண்மையா?' என்றாள்.

'அது எனக்குத் தெரியாது.'

'இங்கே என்னிடம் ஒரு புத்தகம் இருக்கிறது, அதில் ஏதோ ஒரு வழக்கு விசாரணை பற்றி எழுதியிருக்கிறார்கள்; யாரோ ஒரு நான்கு வயதுப் பையனை யூதர் ஒருவர் பிடித்து வந்து முதலில் அவனுடைய இரண்டு கைகளிலிருந்தும் விரல்களை வெட்டி எடுத்த பிறகு அவனைச் சுவரில் அறைந்து ஆணியடித்தானாம். அதன்பிறகு, சீக்கிரமாகவே நான்கு மணி நேரத்தில் அவன் செத்துவிட்டானென்று நீதிபதியிடம் சொன்னானாம். எவ்வளவு சீக்கிரமாகச் செத்துவிட்டான்! அப்படியே சொன்னானாம், அந்தப் பையன் வேதனையில் முனகினான், துடித்தான் என்று; அதைப் பார்த்து இவன் ரசித்தானாம். இது என்ன, நல்ல செயலா என்ன!'

'நல்ல செயலா?'

'நல்ல செயல்தான். சில சமயங்களில் நான் நினைத்துப் பார்க்கிறேன், நான்தான் அவனைச் சிலுவையில் அறைந்தேனோ என்று. சுவரில் அவன் தொங்கிக்கொண்டு வேதனையில் முனகும்போது நான் அவன் முன்பு அமர்ந்துகொண்டு அன்னாசிப் பழத் தேன்பாகுச் சாற்றைச் சுவைத்தேன் என்று. எனக்கு அன்னாசிப் பழத் தேன் பாகுச் சாறு மிகவும் பிடிக்கும். உங்களுக்குப் பிடிக்குமா?'

அல்யோஷா அமைதியாக அவளைப் பார்த்தான். வெளிறிப்போய் மஞ்சளாக இருந்த அவளுடைய முகம் திடீரென்று மாறிக் கண்கள் பளபளத்தன.

'தெரியுமா, அந்த யூதனைப் பற்றிப் படித்ததுமே இரவு முழுவதும் நான் விம்மி விம்பி அழுதேன். அந்தச் சிறுவன் கத்தியதையும் வேதனையில் துடித்ததையும் (நான்கு வயது பையனுக்கு வலி என்றால் என்னவென்று தெரியும் தானே) நினைத்துப் பார்த்தேன்; இருந்தாலும் அன்னாசிப் பழத் தேன் பாகுச் சாறு என்னுடைய நினைவை விட்டு அகலவில்லை. காலையில் நான் ஒருவருக்குக் கடிதம் அனுப்பிக் கண்டிப்பாக அவர்

என்னைப் பார்க்க வரவேண்டுமென்று சொன்னேன். அவரும் வந்தார்; அவர் வந்ததும் திடீரென்று அவரிடம் அந்தச் சிறுவனைப் பற்றியும் பழச்சாற்றைப் பற்றியும் அப்படியே எல்லாவற்றையும் நான் சொன்னேன்; இப்படி எல்லாவற்றையும் சொல்லிவிட்டு 'இது நன்றாக இருந்தது' என்றேன். அவர் திடீரென்று சிரித்தபடி சொன்னார், உண்மையாகவே இது நன்றாக இருக்கிறது என்று. பிறகு அவர் எழுந்து வெளியே போய் விட்டார். ஐந்து நிமிடம் தான் அவர் உட்கார்ந்திருந்தார். ஒருவேளை அவர் என்னை வெறுத்தாரோ? சொல்லுங்கள், அல்யோஷா, சொல்லுங்கள், அவர் என்னை வெறுத்தாரா, இல்லையா? என்று கேட்டவளின் கண்கள் பளிச்சிட இருக்கையில் நிமிர்ந்து உட்கார்ந்தாள்.

'சொல்லுங்கள்' என்று பதற்றத்துடன் கேட்ட அல்யோஷா, 'நீங்களாகத்தான் அவரை வரச்சொன்னீர்களா?'

'ஆமாம், நான்தான் அவரை வரச்சொன்னேன்.'

'அவருக்குக் கடிதம் அனுப்பினீர்களா?'

'ஆமாம், கடிதம் அனுப்பினேன்.'

'இதைப் பற்றிக் கேட்கத்தானா, இந்தச் சிறுவனைப் பற்றிக் கேட்கத் தானா?'

'இல்லை, அதைப் பற்றிக் கேட்பதற்காகவே இல்லை. ஆனால் அவர் உள்ளே வந்ததும் இதைப் பற்றி அவரிடம் நான் சொன்னேன். அவரும் பதிலைச் சொல்லிவிட்டு, சிரித்துக்கொண்டே எழுந்து போய் விட்டார்'

'அவர் உங்களிடம் ஒழுங்காக நடந்துகொண்டாரா' என்று அமைதி யாகக் கேட்டான் அல்யோஷா.

'ஆனால் அவர் என்னை வெறுக்கிறாரோ? என்னைக் கேலி செய்கிறாரோ?'

'இல்லை, ஏனெனில் அவரும் அந்த அன்னாசிப் பழத் தேன் பாகுச் சாற்றை நம்புபவர். அவரும் உடல்நலம் சரியில்லாதவர் லிஸா.'

'அப்படியா, அவரும் நம்புகிறாரா?' என்று கண்கள் பளிச்சிடக் கேட்டாள் லிஸா.

'அவர் யாரையும் வெறுக்கவில்லை' என்று தொடர்ந்தான் அல்யோஷா. 'ஆனால் அவர் யாரையும் நம்பவில்லை; அப்படி அவர் யாரையும் நம்பவில்லை என்றால், அவர் வெறுக்கிறார் என்று தானே அர்த்தம்' என்றான்.

'அப்படியானால் என்னையும்? என்னையுமா?'

'ஆம், உங்களையும்தான்.'

'அது நல்லதுதான்' என்று பல்லை நறநறவென்று கடித்தாள் லிஸா. 'அவர் வெளியே போனதும் சிரித்தார்; அப்படி அவர் வெறுப்பதும் நல்லதுதான் என்பதை நான் உணர்ந்தேன். வெட்டப்பட்ட விரல்

களுடன் இருக்கும் சிறுவனும் நல்லதுதான், அப்படியே வெறுக்கப்படுவதும் நல்லதுதான் . . .' என்றாள்.

ஏதோ ஒரு குரோத உணர்வுடன் அல்யோஷாவின் கண்களைப் பார்த்துச் சிரித்தாள் லிஸா.

'தெரியுமா, அல்யோஷா, தெரியுமா, எனக்கு என்ன ஆசை என்று . . . என்னைக் காப்பாற்றுங்கள், அல்யோஷா!' என்று சொன்னபடி திடீரென்று தன்னுடைய இருக்கையை விட்டெழுந்து குதித்து வந்து இரண்டு கைகளையும் நீட்டி அல்யோஷாவை அவள் இறுகப் பற்றிக் கொண்டாள். 'என்னைக் காப்பாற்றுங்கள்' என்றபடி ஏறக்குறையத் தேம்பி அழுதாள். 'உங்களிடம் சொன்னதை இவ்வுலகில் வேறு யாரிடமாவது நான் சொல்ல முடியுமா? நான் உண்மை, உண்மை, உண்மையைத்தான் சொல்கிறேன்! என்னை நானே அழித்துக்கொள்ளப் போகிறேன், ஏனெனில் எல்லாமே வெறுக்கத்தக்கனவாக இருக்கின்றன! எல்லாமே, எல்லாமே வெறுக்கத்தக்கனவாக இருக்கின்றன! அல்யோஷா, நீங்கள் ஏன் என்னைக் கொஞ்சம்கூட விரும்பமாட்டேன் என்கிறீர்கள்! என்று கடுங்கோபத்தில் கேட்டாள் லிஸா.

'இல்லை, உங்களை நான் விரும்புகிறேன்!' என்று அன்புடன் சொன்னான் அல்யோஷா.

'எனக்காக நீங்கள் அழுவீர்களா?'

'அழுவேன்.'

'உங்களுக்கு நான் மனைவியாக மாட்டேனென்று சொன்னதற்காக அல்ல, சாதாரணமாக எனக்காக நீங்கள் அழுவீர்களா?'

'அழுவேன்.'

'நன்றி உங்களுடைய கண்ணீர்தான் எனக்கு வேண்டும். மற்றவர்கள் எல்லோரும் என்னைக் கொல்லட்டும், காலால் மிதிக்கட்டும், எல்லோரும், எல்லோரும்! ஏனெனில் நான் யாரையும் விரும்பவில்லை. கேட்கிறீர்களா, யாரையுமே! மாறாக, எல்லோரையும் வெறுக்கிறேன்! போய் வாருங்கள், அல்யோஷா, உங்களுடைய சகோதரரைப் பார்க்க உங்களுக்கு நேரமாகிவிட்டது!' என்று சொன்னபடி திடீரென்று அவள் தன்னை அவனிடமிருந்து விலக்கிக்கொண்டாள்.

'எப்படி உங்களை நான் இப்படி விட்டுவிட்டுப் போவது?' என்று ஏறக்குறையப் பயந்தபடி கேட்டான் அல்யோஷா.

'உங்கள் சகோதரனைப் பார்க்கப் போங்கள், சிறைச்சாலையை மூடிவிடுவார்கள், இதோ உங்கள் தொப்பி, அணிந்துகொண்டு போய் வாருங்கள்! மீச்சியாவுக்கு என்னுடைய முத்தங்கள். போய் வாருங்கள், போய் வாருங்கள்!'

இப்படியாக வலிய அவள் அல்யோஷாவை வெளியே பிடித்துத் தள்ளினாள். அப்போது அவனுடைய வலது கையில் சிறிதாக, இறுக்கமாக மடிக்கப்பட்ட முத்திரையிடப்பட்ட கடிதம் ஒன்று திணிக்கப்

பட்டதைப் பார்த்து அவன் வியந்துபோனான். அதைப் பார்த்த அவன், இவான் ஃபியோதரவிச் கரமாஸவுக்கு என்று எழுதியிருந்ததைப் படித்தான். உடனே அவன் லிஸாவைப் பார்த்தான். அவளுடைய முகம் ஏறக்குறைய நெகிழ்வற்றிருந்தது.

'அவரிடம் கொடுங்கள், கண்டிப்பாகக் கொடுங்கள்!' என்று கடுங் கோபத்துடன் நடுங்கியபடி கட்டளையிட்டவள், 'இன்றே, இன்றே இதைக் கொடுங்கள்! இல்லாவிட்டால், நான் விஷம் குடித்துச் செத்து விடுவேன்! இதற்காகத்தான் உங்களை நான் இங்கு வரச் சொன்னேன்!'

அப்படிச் சொன்னவள் வேகமாகக் கதவுகளைச் சாத்தினாள். வேகமாகத் தாழ்ப்பாளைப் போட்டாள். கடிதத்தைத் தன் சட்டைப் பையில் போட்டுக்கொண்ட அல்யோஷா, மாடிப்படிகளில் இறங்கி திருமதி ஹஹ்லக்கோவாவை முற்றிலும் மறந்தவனாக அவளைப் பார்க்காமலேயே வீட்டை விட்டு வெளியேறினான். அல்யோஷா போனவுடன் தாழ்ப்பாளைத் திறந்த லிஸா கதவு இடைவெளியில் தன் ஒரு கை விரலை நுழைத்து முழு பலத்துடன் கதவை அடித்துச் சாத்தினாள். பத்து விநாடிகள் கழித்துத் தன்னுடைய விரலை விடுவித்துக் கொண்டவள், அமைதியாக, மெதுவாகத் தன்னுடைய இருக்கைக்குச் சென்று நிமிர்ந்து அமர்ந்தபடி, கறுத்துப்போன தன்னுடைய விரலையும் நகத்திற்குக் கீழே வடியும் ரத்தத்தையும் வெறித்துப் பார்த்தாள். உதடுகள் துடிக்கத் தனக்குள் அவள் வேகமாக சொல்லிக்கொண்டாள்.

'கேவலமானவள், கேவலமானவள், கேவலத்திலும் கேவல மானவள்.'

## 4

## கடவுள் வாழ்த்துப் பாவும் ரகசியமும்

சிறைச்சாலையில் அழைப்பு மணி அடித்தபோது ஏற்கனவே வெகு நேரமாகி இருந்தது (ஆம், நவம்பர் மாதம் குறுகிய நாட்களைக் கொண்ட தல்லவா). அந்தி சாய ஆரம்பித்திருந்தது. சிரமமேதுமில்லாமல் மீச்சியாவைப் பார்க்க அனுமதிப்பார்களென்பது அல்யோஷாவுக்குத் தெரியும். நம்மூரில் இருப்பது போலத்தான் மற்ற ஊர்களிலும், முதல்கட்ட விசாரணையையும் சில ஒழுங்கு முறைகளையும் முதலில் கடைபிடித்த பிறகு மீச்சியாவைப் பார்ப்பதற்கு உறவினர்களையும் மற்றவர்களையும் அனுமதிப்பார்கள்; ஆனால், ஒருசிலருக்கு இந்தச் சம்பிரதாயங்களைத் தளர்த்தி அவனைப் பார்க்க அனுமதித்தார்கள். அதுவும் ஒருமுறை அவனைப் பார்க்க வந்தபோது, பாதுகாவலர்கள் யாருமே இல்லாமல், மீச்சியாவும் பார்வையாளரும் மட்டுமே அவனுடைய அறையில் இருந்தார் கள். அப்படிப்பட்ட சலுகை பெற்றவர்கள், ஒருசிலராக மட்டுமே இருந்தார்கள்; அந்த வரிசையில் குரூஷென்கா, அல்யோஷா, ரக்கீத்தின் ஆகியோர் இருந்தார்கள். ஆனால், குரூஷென்காவுக்குத் தலைமைப் பாதுகாவலர் மிகையில் மக்காரவிச் அதிகச் சலுகை காட்டினார்.

மோக்ரய நகரில் அவள்மீது அவர் கடிந்து விழுந்தது அவருடைய மனத்தில் ஆழப்பதிந்திருந்தது. ஆனால், அவளைப் பற்றிய எல்லா உண்மைகளையும் அறிந்திருந்த அவர், தன்னுடைய எண்ணத்தை மாற்றிக் கொண்டார். மீச்சியா குற்றவாளிதான் என்பதை ஆணித்தரமாக அவர் நம்பினாலும், நாட்கள் செல்லச்செல்ல அவனிடம் அவர் மென்மை யாகவே நடந்துகொண்டார்: 'அவனுக்கு நல்ல மனசுதான், ஆனால் குடித்துவிட்டு ஒழுங்கில்லாமல் நடந்துகொண்டதால் வீணாகிப்போய் விட்டான்!' என்று நினைத்தார். அவருக்கு அவன் மீதிருந்த வெறுப்பு மாறி ஏதோ ஒருவித இரக்கம் ஏற்பட்டது. அல்யோஷாவைப் பொறுத்த வரையில், தலைமைப் பாதுகாவலர் அவனை மிகவும் நேசித்தார்; நீண்ட காலமாகவே அவருக்கு அவனைத் தெரியும்; மீச்சியாவை அடிக்கடி பார்க்க வந்த ரக்கீத்தின், தலைமைப் பாதுகாவலர் சொன்னது போல, அவர் வீட்டு 'இளம்பெண்களைப்' பார்க்கத் தினமும் அவருடைய வீட்டிற்கு அவன் போவானாம். அப்படியே இனிய, வயதான சிறைச்சாலை அதிகாரியின் வீட்டிற்கும் பாடம் எடுக்க அவன் போனான்; இருந்தாலும் சட்ட ஒழுங்குமுறைகளைக் கவனமாகக் கடைப்பிடிப்பவராக அவர் இருந்தார். ஆனால், அல்யோஷா குறிப்பிடத்தக்க ஒரு மனிதனாக, நீண்ட காலமாக அவனுடன் அறிமுகமானவராக, பொதுவான 'மேம்பட்ட' கருத்துகளை அவனுடன் பகிர்ந்துகொள்ளும் ஆர்வமுள்ளவ ராக இருந்தார். இவான் ஃபியோதரவிச்சின் மீது அவர் மதிப்பு கொண்டிருந்தது மட்டுமில்லாமல், அவனைப் பார்த்து அவர் பயப்பட வும் செய்தார்; ஏனெனில் அவரே மிகப்பெரிய தத்துவஞானி போல, தன்னுடைய 'சொந்த அறிவைப் பயன்படுத்தி' முடிவுகளை எடுத்தா லும், இவான் ஃபியோதரவிச்சின் கருத்துகளைக் கண்டு அவர் பயப் பட்டார். ஆனால், அல்யோஷாவின் மீது அவருக்குத் தனிப்பட்ட ஆதிக்கம் இருந்தது. கடைசி ஒரு வருடமாகச் சந்தேகத்தைத் தூண்டக் கூடிய ஒரு சமய நூலைப் பற்றித் தன்னுடைய இளம் நண்பரிடம் அவர் இடைவிடாமல் விவாதித்துக்கொண்டிருந்தார். இதற்கு முன்பு மடாலயத்திற்குச் சென்று மணிக்கணக்காக இதைப் பற்றித் துறவிமார் களிடம் அவர் விவாதிக்கவும் செய்தார். சுருக்கமாகச் சொல்லப்போனால், அல்யோஷா தாமதமாகச் சிறைச்சாலைக்குப் போனாலும், மீச்சியாவைப் பார்ப்பதற்கான ஏற்பாடுகள் வெகு சீக்கிரமாகவே செய்யப்பட்டன. அதுமட்டுமில்லாது, சிறைச்சாலையிலிருந்த கடைசி ஊழியர் வரை அல்யோஷாவை எல்லோருக்கும் தெரிந்திருக்க, அதிகாரபூர்வமான அனுமதியும் அவனிடம் இருந்ததால், காவலர்கள் எந்தவித ஆட்சேபனை யும் தெரிவிக்காமல் இருந்தனர். மீச்சியா அழைக்கப்பட்ட போதெல்லாம் அறையை விட்டுக்கீழே சென்று, சந்திக்க வேண்டிய இடத்தில் விருந்தாளி களைச் சந்தித்தான். அப்போது மீச்சியாவைச் சந்தித்துவிட்டு வெளியே வந்த ரக்கீத்தினை, உள்ளே நுழைந்த அல்யோஷா சந்தித்தான். இருவரும் சத்தமாக எதைப் பற்றியோ பேசிக்கொண்டார்கள். மீச்சியா அவனை வழியனுப்பியபோது ரக்கீத்தின் எதையோ முறையிட்டுக்கொண்டு போனதைப் பார்த்து அவன் பலமாகச் சிரித்தான். கடைசி சில நாட்களாக ரக்கீத்தின் குறிப்பாக அல்யோஷாவைச் சந்திக்க விரும்பாமல் இருந்தான்; அவனுடன் ரக்கீத்தின் பேசுவதுகூடக் கிடையாது; அவனைப்

பார்த்தால்கூட ரக்கீத்தின் முறைத்துக்கொண்டே போவான். எனவே உள்ளே நுழைந்த அல்யோஷாவைப் பார்த்து, ரக்கீத்தின் தன்னுடைய புருவங்களை உயர்த்திச் சுளித்தபடி, வேறுபக்கம் பார்த்துக்கொண்டே ஏதோ தன்னுடைய கதகதப்பான, உரோமத்தாலான மேல் அங்கியின் கழுத்துப் பகுதி பொத்தானை மாட்டுவது போலப் பாசாங்கு செய்தான். பிறகு குடையைத் தேடுவது போல நடித்தான்.

'என்னுடையது எதையும் நான் மறந்து விட்டுவிடக் கூடாது' என்று ஏதோ ஒன்றைச் சொல்ல வேண்டுமே என்று முணுமுணுத்தான்.

'வேறு யாருடைய பொருளையாவது மறந்து விட்டுவிட்டுப் போய் விடாதே!' என்று சொன்ன மீச்சியா, தன்னுடைய இந்தக் கேலித்தனத்தை எண்ணித்தானே சிரித்துக்கொண்டான். உடனே ரக்கீத்தின் சீறி வெடித்தான்.

'இதை உன்னுடைய கரமாஸவ் குடும்பத்தினருக்குப் நீ பரிந்துரை, கொத்தடிமைக்காரனே, அதை ரக்கீத்திடம் சொல்லாதே!' என்று திடீரென்று கத்தியவன், கோபத்தில் அதிர்ந்தான்.

'என்ன நீ, நான் விளையாட்டாகத்தானே சொன்னேன்!' என்ற மீச்சியா, 'தூ நாசமாகப் போக! நீங்கள் எல்லோருமே இப்படிப்பட்டவர்கள் தாம்!' என்று வெளியேறும் ரக்கீத்தினைப் பார்த்துச் சொன்னவன், அல்யோஷாவிடம், 'இவ்வளவு நேரம் சிரித்துக்கொண்டு குதூகலமாக இருந்தான், இப்போது திடீரென்று கோபப்படுகிறான்! உன்னைப் பார்த்து அவன் தலையைக்கூட ஆட்டவில்லை, நீங்கள் என்ன, சண்டை போட்டுக்கொண்டீர்களா என்ன? நீ ஏன் இவ்வளவு தாமதமாக வந்தாய்? உனக்காக நான் சாதாரணமாகக் காத்துக்கொண்டிருக்க வில்லை, மிக ஆவலுடன் காலையிலிருந்தே காத்துக்கொண்டிருக்கிறேன். சரி, பரவாயில்லை!' என்றான்.

'என்ன, அவன் உன்னை அடிக்கடி பார்க்க வருகிறான்? அவனுடன் நீ நண்பனாகி விட்டாயா என்ன?' என்று ரக்கீத்தின் சென்ற வழியைப் பார்த்தபடி தலையை ஆட்டிக்கொண்டே கேட்டான் அல்யோஷா.

'மிகையிலுடன் நண்பனாவதா? இல்லை, கண்டிப்பாக இல்லை. அவன் ஒரு மிருகம்! நான்... கயவனென்று அவன் நினைக்கிறான். வேடிக்கையான பேச்சைக்கூட அவன் புரிந்துகொள்ளவில்லை – அதுதான் முக்கியமான விஷயமே. எப்போதுமே அவனால் வேடிக்கையான பேச்சைப் புரிந்துகொள்ள முடியாது. ஆம், அவர்களுடைய உள்ளங்க ளெல்லாம் வறண்டுபோய் உற்சாகமிழந்து வெறுமையாக இருக்கின்றன; எப்படி நான் சிறைச்சாலைச் சுவர்களையே பார்த்துச் சலிப்படைந்து போயிருக்கிறேனோ அப்படியே அவர்களுடைய உள்ளங்களும் இருக்கின் றன. ஆனால், அவன் புத்திசாலி, புத்திசாலி. சரி, அலெக்ஸெய், இனி எல்லாமே முடிந்துவிட்டது, என்னுடைய விஷயங்களெல்லாம் முடிந்து விட்டன!'

அப்படிச் சொன்னவன், பெஞ்சில் அல்யோஷா பக்கத்தில் அமர்ந்தான்.

‘ஆமாம், நாளைக்கு விசாரணை, இன்னும் நீ நம்பிக்கையுடன் தானே இருக்கிறாய், என் சகோதரனே?’ என்று மிரட்சியுடன் கேட்டான் அல்யோஷா.

‘நீ என்ன கேட்கிறாய்?’ என்றபடி ஒன்றும் புரியாமல் பார்த்த மீச்சியா, ‘ஓ, நீ விசாரணையைப் பற்றிச் சொல்கிறாயா! நாசமாய்ப் போக! இப்போது நாம் தேவையில்லாத விஷயங்களைப் பற்றிப் பேசிக் கொண்டிருக்க, நீயோ திடீரென்று விசாரணையைப் பற்றிக் கேட்கிறாய்; நானோ முக்கியமான ஒரு விஷயத்தை உன்னிடம் சொல்லாமல் அமைதியாக இருக்கிறேன். ஆமாம், நாளைக்கு விசாரணைதான்; ஆனால், அதை நினைத்து நான் எல்லாம் முடிந்துவிட்டது என்று சொல்லவில்லை. என்னுடைய தலை இன்னும் போகவில்லை, ஆனால் அதற்குள்ளிருப்பதுதான் போய்விட்டது.

நீ ஏன் அப்படி என்னுடைய முகத்தை ஊடுருவும் பார்வையால் பார்க்கிறாய்?

‘நீ என்ன சொல்கிறாய் மீச்சியா?’

‘எண்ணங்கள், எண்ணங்கள், அதுதான்! நன்னெறி சார்ந்த எண்ணங் கள். நன்னெறி சார்ந்த எண்ணங்கள் என்றால் என்ன?’

‘நன்னெறி சார்ந்த எண்ணங்கள்?’ என்று ஆச்சர்யத்தில் கேட்டான் அல்யோஷா.

‘ஆமாம், அது விஞ்ஞானம் போல ஒன்றோ?’

‘ஆமாம், அப்படி ஒரு விஞ்ஞானம் இருக்கிறது... அதை... அது எனக்குப் புரிகிறது, ஆனால் அது எப்படிப்பட்ட விஞ்ஞானம் என்பதைத் தான் என்னால் விளக்க முடியவில்லை.’

‘ரக்கீத்தினுக்குத் தெரியும். அவனுக்கு நிறைய தெரியும், நாசமாய்ப் போக! அவன் துறவியாக மாட்டான். பீத்தர்புர்க் போவதற்கு ஏற்பாடு செய்துகொண்டிருக்கிறான். அங்குப் போய்ப் பத்திரிகை ஒன்றில் விமர்சக னாக, நல்ல விமர்சகனாக வேலைசெய்யப் போவதாகச் சொல்கிறான். ஒருவேளை உபயோககரமான வேலையைச் செய்து நல்லதொரு வாழ்க்கைத் தொழிலை அவன் தேடிக்கொள்ளலாம். ஓ, அவர்களெல் லாம் வாழ்க்கைத் தெழிலை உருவாக்கிக்கொள்வதில் திறமைசாலிகள்! நன்னெறி சார்ந்த எண்ணங்களெல்லாம் நாசமாய்ப் போக! நான் அழிந்து போய்விட்டேன், அலெக்ஸெய், நான் அழிந்தே போய்விட்டேன், கடவுள் நம்பிக்கையுள்ளவனே!

வேறு யாரையும்விட உன்னை நான் அதிகம் விரும்புகிறேன். உனக்காக என் மனம் ஏங்குகிறது, அதுதான் காரணம், அங்கே கார்ல் பெர்னார் என்று ஒருவர் இருந்தாரே, அது யாரது?

‘கார்ல் பெர்னாரா?’ என்று கேட்ட அல்யோஷா மீண்டும் ஆச்சர்யப் பட்டான்.

‘இல்லை, கார்ல், இல்லை, நில், தவறாகச் சொல்லிவிட்டேன், அது க்ளோத் பெர்னார். அது என்ன, வேதியியலா என்ன?’

‘அவர் ஒரு விஞ்ஞானியாக இருக்க வேண்டும்’ என்று பதிலளித்த அல்யோஷா, ‘அவரைப் பற்றி எனக்கு அதிகம் தெரியாது. அவர் ஒரு விஞ்ஞானி என்று மட்டும் நான் கேள்விப்பட்டிருக்கிறேன், ஆனால் எந்தத் துறையில் விஞ்ஞானி என்று எனக்குத் தெரியாது.’

‘சரி, நாசமாய்ப் போக, எனக்கும் தெரியாது’ என்று கோபமாகச் சொன்னான் மீச்சியா. கேடு கெட்ட கயவனாகக்கூட அவர் இருக்கக் கூடும், ஆம், எல்லோருமே கயவர்கள்தாம். ஆனால் ரக்கீத்தின் மட்டும் எப்படியோ ஊர்ந்து வெளியே வந்துவிடுவான், சின்ன விரிசல் இருந்தால் போதும், ஊர்ந்து அவன் வெளியே வந்துவிடுவான்; அவனும் ஒரு பெர்னார்தான்; ஓ, பெர்னார்களே! பல்லாயிரக்கணக்கில் பெருகிப் போனவர்களே!

‘ஆமாம், உனக்கு என்ன ஆச்சு?’

‘என்னைப் பற்றி அவன் கட்டுரை எழுதப் போகிறானாம்; இதன் மூலமாக இலக்கிய உலகில் அவன் அடி எடுத்து வைக்கப் போகிறானாம், அதற்காகத்தான் இங்கு வந்து அவன் என்னைப் பார்க்கிறானாம்; இப்படி அவன் என்னிடமே சொல்கிறான். ஏதோ ஒரு முடிவுடன்தான் அவன் செயல்படுகிறான்: ‘சொல்லப்போனால், கொலைசெய்யாமல் அவனால் இருக்க முடியவில்லை, ஏனெனில் அவன் சூழ்நிலைக் கைதியாகிவிட்டான்’ என்று எனக்கு அவன் விளக்கம் தருகிறான். சோசலிஸ சாயலையும் சேர்த்து எழுதப் போகிறானாம். நாசமாய்ப் போக, சாயலோ, சாயல் இல்லாமலோ, எல்லாமே எனக்கு ஒன்றுதான். சகோதரன் இவானை அவனுக்குப் பிடிக்கவில்லை, வெறுக்கிறான், உன்னையும் அவனுக்குப் பிடிக்கவில்லை. அவனை விரட்டாமல் நான் விட்டதற்குக் காரணம் அவன் அறிவாளி என்பதே. ஆனால் அவனோ தன்னைப் பற்றி வெகு உயர்வாக நினைத்துக்கொண்டிருக்கிறான். அவனிடம் இதைத்தான் நான் சொன்னேன், ‘கரமாசவ் குடும்பத்தினர் கயவர்கள் அல்ல; தத்துவஞானிகள், ஏனெனில் உண்மையான ரஷ்ய மக்கள் எல்லோருமே தத்துவஞானிகள்; ஆனால் நீ எவ்வளவுதான் படித்திருந்தாலும் நீ ஒரு கேடுகெட்ட மனிதன் என்றேன்; அவன் சிரித்தான், குரோதத்துடன். அவனிடம் சொன்னேன், எண்ணங்களை நான் ஆட்சேபிக்கவில்லை, அது நல்லதுதானே? குறைந்த பட்சம் உயர்தர இலக்கிய எண்ணங்களை’ என்று சொன்னபடி மீச்சியா திடீரென்று உரக்கச் சிரித்தான்.

‘எதனால் நீ அழிந்துபோனாய் என்று சொன்னாய்? இப்போது நீ சொன்னாயே?’ என்று இடைமறித்துக் கேட்டான் அல்யோஷா.

‘எதனால் நான் அழிந்து போனேனாம்! உள்ளீடாகச் சொல்லப் போனால் . . . எல்லாவற்றையும் கணக்கிட்டுப் பார்த்தால், பாவம் கடவுள், அதனால்தான்!’ என்றான்.

‘எதற்காகக் கடவுள் பாவம்?’

‘யோசித்துப் பார்: நரம்பு மண்டலத்தில், மண்டையிலிருக்கும் நரம்பு மண்டலத்தில் (ஓ, நாசமாய்ப் போக!) . . . அந்த நரம்புகளில்

வால்போல ஒரு பகுதி இருக்கிறதாம். அது ஆடும்போது ... அதாவது, நாம் ஏதோ ஒன்றைப் பார்க்கும்போது, இப்படிப் பார்க்கும்போது, அவை ஆடுமாம், அந்த வால் போன்ற பகுதிகள் ... அப்படி அவை ஆடும்போது தான் உருவம் தோன்றுகிறதாம், அதுவும் உடனடியாக இல்லை, ஏதோ ஒருசில வினாடிகள் கழித்து; அப்படி அந்த வினாடிகள் கழியும்போது ஏதோ ஒரு கணநேரம் போல ஒன்று தோன்றுமாம், அதாவது கணநேரமில்லை – நாசமாய்ப் போக – ஒரு உருவம், அதாவது ஒரு பொருளோ அல்லது நிகழ்வோ, நாசமாய்ப் போக, அப்படி ஏதோ ஒன்று – அதனால்தான் நாம் யோசிக்கவே செய்கிறோமாம்; எனவே நான் இப்போது யோசித்துப் பார்க்கிறேன் ... வால்பகுதி இருப்பதால்தான் என்னால் யோசிக்கவே முடிகிறது, மற்றபடி ஆத்மா இருப்பதால் அல்ல, அதேபோல ஒருவருடைய மனத்தில் ஒரு கற்பனையோ விருப்பமோ அப்படித்தான் ஏற்படுமாம்; அது என்னிடம் ஆத்மா இருப்பதால் இல்லையாம் – இவை எல்லாமே முட்டாள்தனம்; இப்படித் தான் நேற்று எனக்கு விளக்கினான் மிகையில் என் சகோதரனே; இது உண்மையாகவே எனக்கு ஆச்சர்யமாக இருக்கிறது. அல்யோஷா, இது அற்புதம், இதுதான் விஞ்ஞானம்! புது மனிதன் உருவாகிறான் என்பது எனக்குப் புரிகிறது ... இருந்தாலும், எனக்குக் கடவுளைப் பார்க்கப் பரிதாபமாக இருக்கிறது!'

'சரி, அதுவும் நல்லதுதான்.'

'கடவுளைப் பார்த்து நான் பரிதாபப்படுவதா? அது ரசாயனம், சகோதரனே, ரசாயனம்! அதை ஒன்றுமே செய்ய முடியாது, பெரு மதிப்பிற்குரியவரே, சற்றே மேலே பாருங்கள், விஞ்ஞானத்திற்கு வழி கொடுங்கள்! ரக்கீத்தினுக்குக் கடவுளைப் பிடிக்கவில்லை, ஓ, எப்படி அவன் கடவுளை வெறுக்கிறான்! நம் எல்லோரிடமும் இருக்கக்கூடிய பயங்கரமான விஷயமும் மிக வேதனையான ஒன்றுதான்! ஆனால் அதை எல்லோரும் மறைக்கப்பார்க்கிறார்கள். பொய் சொல்கிறார்கள். பாசாங்கு செய்கிறார்கள். 'இவற்றையெல்லாம் நீ உன்னுடைய விவாதப் பகுதியில் எழுதுவாயா?' என்று அவனிடம் கேட்டேன். 'கண்டிப்பாக இதை எழுத அனுமதிக்க மாட்டார்களென்று சொல்லிவிட்டுச் சிரித்தான். 'ஆனால் பிறகு மனிதன் எப்படியிருப்பான்? கடவுள் இல்லாமல் வருங்கால வாழ்க்கை எப்படியிருக்கும்? அப்படியானால் மனிதன் இனிமேல் எல்லாவற்றையும் செய்யலாம், எல்லாமும் செய்யலாம் தானே?' என்று கேட்டேன். 'அது உனக்குத் தெரியாதா?' என்று அவன் என்னைக் கேட்டான். கேட்டுவிட்டுச் சிரித்தான். 'அறிவுள்ள மனிதன், அறிவுள்ள மனிதன் எல்லாவற்றையும் செய்யலாம்; அவன் விதியைத் தகர்த்தெறிவான்; இதோ நீ கொலைசெய்தாய், சிறையில் கிடந்து அழிந்து போகிறாய்! என்றான். இதை அவன் எனக்குச் சொல்கிறான். உண்மை யான மிருகமே அவன்தான்! இப்படிப்பட்டவர்களை முன்பெல்லாம் நான் உதைத்துத் தூக்கிப் போட்டிருக்கிறேன், இப்போது அவர்கள் சொல்வதை நான் கேட்டுக்கொண்டிருக்கிறேன். அவன் பேசிய சில விஷயங்களில் அர்த்தம் இருக்கிறது. எழுதுவதைக்கூட அவன் அறிவுப் பூர்வமாகச் செய்கிறான். ஒரு வாரத்திற்கு முன்பு ஒரு கட்டுரையை

அவன் எனக்குப் படித்துக் காட்டினான்; அதிலிருந்து நான் மூன்று வரிகளை வேண்டுமென்றே எழுதி வைத்திருக்கிறேன்; நில், இதோ இங்கே.'

அவசரமாகத் தன்னுடைய கோட் சட்டையிலிருந்து ஒரு தாளை எடுத்துப் படித்தான்:

'இந்தப் பிரச்சினைக்குத் தீர்வு காண ஒருவர் தன்னுடைய குணாம்சத்திலிருந்து விலகி நின்று உண்மையைப் பார்க்க வேண்டும்.' இது உனக்குப் புரிகிறதா?

'இல்லை, எனக்குப் புரியவில்லை.'

ஆர்வத்துடன் மீச்சியாவைப் பார்த்தபடி அல்யோஷா சொல்வதைக் கேட்டுக்கொண்டிருந்தான்.

'எனக்கும் அது புரியவில்லை. தெளிவில்லாமல், புரிந்துகொள்ள முடியாமல் இருந்தாலும் அறிவார்ந்த விஷயமாக இருக்கிறது. 'எல்லோரும் இப்படித்தான் எழுதுகிறார்கள், ஏனெனில் சூழ்நிலை இப்போது அப்படித் தான் இருக்கிறது' மக்கள் சூழ்நிலையைக் கண்டு பயப்படுகிறார்கள். அவன் கவிதைகூட எழுதுகிறான், கயவன், திருமதி. ஹஹ்லக்கோவா வின் கால்களைப் புகழ்ந்து கவிதை எழுதியிருக்கிறான், ஹா – ஹா – ஹா!'

'கேள்விப்பட்டேன்.'

'கேள்விப்பட்டாயா? அந்தக் கேடுகெட்ட கவிதையை நீ கேட்டாயா?'

'இல்லை.'

'அது என்னிடம் இருக்கிறது, இதோ அதை உனக்கு நான் படித்துக் காட்டுகிறேன். உனக்கு ஒன்று தெரியாது, அதை உனக்கு நான் சொல்லவே யில்லை; இதில் ஒரு பெரிய கதையே இருக்கிறது. போக்கிரி! மூன்று வாரங்களுக்கு முன்பு அவன் என்னை எரிச்சலூட்டப் பார்த்தான்: 'இந்த மூவாயிரம் ரூபிள்களுக்காக முட்டாள்போல நீ இங்கு மாட்டிக் கொண்டாய், நானோ ஒரு லட்சத்து ஐம்பதாயிரம் ரூபிள்களைத் தட்டிப் பறித்து, ஒரு விதவையைத் திருமணம் செய்துகொண்டு, பீத்தர்புர்கில் பெரிய வீடு ஒன்றை வாங்கப் போகிறேன்' என்றான். அப்படியே, திருமதி ஹஹ்லக்கோவாவை அவன் காதலிப்பதாகவும் இள வயதிலேயே அவள் முட்டாளாக இருந்தாளென்றும் இப்போது தன்னுடைய நாற்பதாம் வயதில் அவள் கொஞ்சமும் அறிவில்லாதவளாக இருக்கிறாளென்றும் சொன்னான். 'அவள் அதிகம் உணர்ச்சிவசப்படுபவள், ஆகவே அவளை நான் மடக்கப் போகிறேன்' என்றும் சொன்னான். அவளைத் திருமணம் செய்துகொண்டு, பீத்தர்புர்கிற்குப் போய் அங்கு ஒரு செய்தித்தாளைப் பிரசுரிக்கப் போகிறேன்' என்றான். இப்படியாகப் போக்கிரித்தனமான, சிற்றின்ப எச்சில் அவனுடைய வாயிலிருந்து வழிகிறது. அந்த எச்சில் ஹஹ்லக்கோவாவிற்காக அல்ல, அவளிடமிருக்கும் அந்த ஒரு லட்சத்து

ஐம்பதாயிரம் ரூபிள்களுக்காக... இப்படிச் சொல்லி அவன் என்னை நம்பவைத்தான்; நம்பவைத்தான்; தினமும் என்னைப் பார்க்க அவன் வருகிறான்; 'அவள் வீழ்ந்துவிட்டாள்' என்கிறான். சந்தோஷத்தில் முகம் பூரித்துப் போயிருக்கிறான். ஆனால் அவளோ அவனைத் திடீரென்று வீட்டை விட்டுத் துரத்திவிட்டாள்: பெர்ஹோத்தின் பியோத்தர் இலிச் வெற்றிபெற்றுவிட்டார், வீரமுள்ள மனிதர்! அந்த முட்டாள் பெண்ணின் காலை முத்தமிடுவேன், ரக்கீத்தினை அவள் விரட்டியடித்ததற்காக! இதோ, இப்போது என்னைப் பார்க்க வந்தவன், கேவலமான இந்தக் கவிதையை எழுதினான். 'முதல்முறையாகக் கவிதை எழுதி என்னுடைய கைகளை நான் கறைபடுத்திக்கொண்டேன், அவளை மயக்குவதற்காக, நல்ல ஒரு காரியத்திற்காக. அந்த முட்டாளிடமிருந்து பணத்தை அபகரித்த பிறகு அதை நான் என்னுடைய நாட்டு மக்களுக்காகப் பயன்படுத்துவேன்' என்றான். சமுதாயத்திற்கு நல்லது செய்கிறேனென்று எல்லா விதமான கேவலமான செயல்களையும் இவர்கள் செய்துகொண்டு அவற்றை நியாயமென்று நிரூபிப்பவர்கள்! 'இருந்தாலும், உங்களுடைய புஷ்கினைவிட நான் நன்றாகவே எழுதியிருக்கிறேன், ஏனெனில் வேடிக்கையாக எழுதப்பட்ட கவிதையில் சமுதாயத்தில் நிலவும் கேவலத்தை நான் வெளிப்படுத்தியிருக்கிறேன்' என்றான். புஷ்கினைப் பற்றி அவன் சொல்வது எனக்குப் புரிகிறது. இருந்தாலும், அவர் ஒரு திறமையான மனிதர், பெண்களின் கால்களைப் பற்றி எழுதினார். இதில் என்ன இருக்கிறது? ஆமாம், அவன் எழுதிய கேவலமான இந்தக் கவிதைக்கு எவ்வளவு பெருமைபட்டுக்கொண்டான்! தற்பெருமை, இப்படிப்பட்டவர்களிடம்தான் எப்பேர்பட்ட தற்பெருமை! 'நோய்வாய்ப்பட்ட என்னவளின் கால்கள் குணமடைய' என்று இப்படி ஒரு தலைப்பை யோசித்து எழுதினானே – எவ்வளவு குறும்புத்தனம்!

அழகிய சிறு கால்கள் – என்னே அற்புதம்!
வீங்கியிருப்பினும் இளங்குருத்தாய், இளஞ்சிவப்பாய்.
மருத்துவர்கள் வருவதும்
மருத்துவம் செய்வதுமாய்
கட்டுபோட்டு
முடமாக்குகிறார்கள்.
கால்களுக்காக நான் வருந்தவில்லை.
அவற்றை புஷ்கின் புகழ்ந்து பாடட்டும்.
அவனுடைய மனதை எண்ணி வருந்துகிறேன்.
அப்படியே புரிதலுக்கு அப்பாற்பட்ட எண்ணங்களையும்.
கொஞ்சம் அவளுக்குப் புரிந்தது.
ஆம், தடுத்துவிட்டன கால்கள்!
குணமடையட்டும் கால்கள்
அப்படியே மூளையும்!

மோசமானவன், மிக மோசமானவன், விளையாட்டாய் எல்லாவற்றையும் சொல்லிவிட்டான், போக்கிரி! உண்மையாகவே, 'சமுதாயத்தின்' மீது மண்ணை வாரி இறைத்துவிட்டான். வீட்டைவிட்டு அவனை வெளியேற்றியபோது எப்படி முறைத்துக் கொண்டான். எப்படிப் பற்களைக் கடித்தான்!'

‘ஏற்கனவே அவன் பழிவாங்கிவிட்டான்’ என்ற அல்யோஷா, ‘ஹஹ்லக்கோவாவைப் பற்றிச் செய்தித்தாளில் எழுதிவிட்டான்’ என்றான்.

இப்படியாக அல்யோஷா ‘வதந்திகள்’ என்ற செய்தித்தாளில் வெளிவந்த விஷயத்தைப் பற்றி மீச்சியாவிடம் சொன்னான்.

‘அது அவன், அவன் எழுதியதுதான்!’ என்று உறுதிப்படுத்திய மீச்சியா, கோபத்துடன், ‘அவனேதான்! இந்தச் செய்தித்தாள் வேலைகளெல்லாம் அவனுடைய வேலைதான் ... எனக்குத் தெரியும் ... பார், குருஷென்காவைப் பற்றி எவ்வளவு விஷயங்கள் வெளிவந்தன!.. இன்னும், அந்தக் காச்சியாவைப் பற்றியும்தான் ... ம்!’

அப்படிச் சொன்ன மீச்சியா கவலையுடன் அறைக்குள் இங்கும் அங்குமாக நடந்தான்.

‘அண்ணா, நீண்ட நேரம் நான் இங்கு இருக்க முடியாது’ என்று அமைதியாகச் சொன்னான் அல்யோஷா. ‘நாளைய தினம் உனக்கு மிக முக்கியமான பயங்கர நாள்: கடவுளுடைய தீர்ப்பு வழங்கப்படும் நாள் ... உன்னைப் பார்த்து நான் ஆச்சர்யப்படுகிறேன், இப்போது நீ அங்கும் இங்குமாக நடந்துகொண்டு நடக்க வேண்டிய விஷயத்தைப் பற்றிப் பேசாமல், கடவுளுக்குத்தான் தெரியும், எதை எதைப் பற்றியோ பேசிக்கொண்டிருக்கிறாய் ...’ என்றான்.

‘இல்லை, நீ ஆச்சர்யப்படாதே’ என்று கோபமாக இடைமறித்தான் மீச்சியா. ‘பின்னே என்ன, நாற்றமெடுத்த இந்த நாளைப் பற்றி நான் பேச வேண்டுமா? அந்தக் கொலைகாரனைப் பற்றிப் பேச வேண்டுமா? அதைப் பற்றி நாம் நிறையவே பேசிவிட்டோம். போதும். இதற்கு மேலும் அந்த முடை நாற்றமெடுத்தவளின் மகனைப் பற்றி நான் பேச விரும்பவில்லை! கடவுள் அவனுடைய உயிரைப் பறிப்பார், நீயே பார்ப்பாய், அமைதியாயிரு!’ என்றான்.

இப்படிப் பேசியவன் இறுக்கத்துடன் அல்யோஷா அருகில் வந்து திடீரென்று அவனை முத்தமிட்டான். அவனுடைய கண்கள் பனித்தன.

‘ரக்கீத்தினுக்கு இது புரியாது’ என்று ஏதோ ஒரு ஆச்சர்யத்தில் சொல்ல ஆரம்பித்தவன், ‘உனக்கு எல்லாம் புரியும். அதனால்தான் உன்னைப் பார்க்க நான் ஆவலுடன் காத்திருந்தேன். பார், உரிந்துபோன சுவர்கள் இருக்கும் இந்தச் சிறைச்சாலையில் உன்னிடம் நான் நிறைய விஷயங்களைச் சொல்ல ஆசைப்பட்டேன், ஆனால் மிக முக்கியமான விஷயத்தைப் பற்றிச் சொல்லாமல் விட்டுவிட்டேன்: ஏதோ அதற்கான நேரம் வராமல் இருந்ததுபோல. கடைசி நேரம்வரை காத்திருந்த நான் இப்போது மனத்தில் உள்ளதையெல்லாம் உன்னிடம் கொட்டித் தீர்த்து விடுகிறேன். சகோதரனே, கடைசி சில மாதங்களாகவே என்னுள் வேறு ஒரு புது மனிதனை நான் பார்க்கிறேன், என்னுள் ஒரு புது மனிதன் உயிர்த்தெழுந்திருக்கிறான்! என்னுள் அவன் அடைத்து வைக்கப்பட்டிருந் தான்! இந்த இடி விழுந்திருக்காவிட்டால், அவன் என்னுள்ளிருந்து உயிர்த்தெழுந்திருக்கவே மாட்டான். பயங்கரம்! இருபது வருடம் சுரங்கத்

தில் சம்மட்டி கொண்டு வேலை செய்வதை நினைத்து நான் கொஞ்சமும் பயப்படவில்லை; வேறொன்றை நினைத்துத்தான் நான் பயப்படுகிறேன்: என்னுள் உயிர்த்தெழுந்திருக்கும் இந்த மனிதன் என்னை விட்டுப் போகாமல் இருக்க வேண்டுமென்றுதான் பயப்படுகிறேன்! அந்தச் சுரங்கங்களில், பூமிக்குக் கீழே, இன்னொரு குற்றவாளியை, இன்னொரு கொலைகாரனை நான் கண்டுபிடிக்கலாம்; அவனோடு நண்பனாகக் கூட நான் இருக்கலாம், ஏனெனில் அங்குகூட என்னால் வாழ முடியும், காதலிக்க முடியும், சிரமப்படவும் முடியும்! இறுகிப்போன குற்றவாளி யின் உள்ளத்தைப் புதுப்பிக்கவும் முடியும்; பல ஆண்டுகள் அவனைக் கவனமாக வழிநடத்திச் சென்று, சாத்தானின் குகையிலிருந்து அவனை மீட்டெடுத்து, வெளிச்சத்திற்குக் கொண்டுவந்து, பல்லாண்டு காலம் துன்பப்பட்ட அவனுடைய ஆன்மாவுக்கு உரமேற்றி, உண்மையாகவே வெகு உயர்ந்த இடத்திற்குக் கொண்டுபோய், தேவதூதனாக அவனை மாற்றி, மாவீரனாகக்கூட உருமாற்ற முடியும்! அப்படி உருமாறக் கூடியவர்கள் நிறைய பேர் அங்கு இருக்கிறார்கள், நூற்றுக்கணக்கில்; அவர்களின் பொருட்டு நாம் எல்லோருமே குற்றவாளிகள்தாம்! பிறகு எதற்காக அந்தப் 'பிஞ்சுக் குழந்தை' என்னுடைய கனவில் வந்தது, அதுவும் இந்த நேரத்தில்? 'எதற்காக அந்தப் பிஞ்சுக் குழந்தை ஏழையா யிருக்கிறது?' என்று நினைத்த அந்த நிமிடம்தான் இந்த அறிகுறி எனக்குத் தோன்றியது! அந்தப் 'பிஞ்சுக் குழந்தைக்காக' நான் சைபீரியாவுக்குப் போகிறேன். ஏனெனில் நாம் எல்லோருமே, எல்லோருக்காகவும் எல்லோர் முன்னிலையிலும் குற்றவாளிகள்தாம். எல்லாப் 'பிஞ்சுக் குழந்தைகளுக் காகவும் நான் போகிறேன், அங்கே சின்னக் குழந்தைகளும் பெரிய குழந்தைகளும் 'பிஞ்சுக் குழந்தைகளும்' இருக்கின்றன. அப்படிப்பட்ட எல்லாக் குழந்தைகளுக்காகவும் நான் சைபீரியா போகிறேன், ஏனெனில் யாராவது ஒருவர் எல்லோருக்குமான தண்டனையை ஏற்றுக்கொள்ள வேண்டும் இல்லையா. தந்தையை நான் கொல்லவில்லை, ஆனால் தண்டனையை நான் ஏற்க வேண்டும். எனவே, நான் ஏற்றுக்கொள்கிறேன்! இந்த எண்ணம் எனக்கு இங்கு தான் உதித்தது . . . இதோ இடிந்துபோன இந்தச் சிறைச்சாலை சுவர்களுக்குள்!. ஆனால் அப்படிப்பட்டவர்களோ ஏராளமாக, நூற்றுக்கணக்கில் பூமிக்குக் கீழே, கைகளில் சம்மட்டியுடன் இருக்கிறார்கள். ஓ, ஆமாம், சுதந்திரத்தை இழந்த நாங்கள் சங்கிலியால் பிணைக்கப்பட்டு மிகப்பெரிய வேதனையிலிருந்து மீண்டு, மறுபடியும் சந்தோஷத்துடன் உயிர்த்தெழுந்து வருவோம், ஏனெனில் சந்தோஷமில் லாமல் மனிதனால் வாழ முடியாது; கடவுள் இருக்கிறார்; அவர் எங்களுக்குச் சந்தோஷத்தைக் கொடுப்பார்; அது கடவுளின் தனி உரிமை, மிகப்பெரிய உரிமை . . . கடவுளே, மனிதன் பிரார்த்தனையில் கரைந்துபோகட்டும்! கடவுளில்லாமல் எப்படி நான் பூமிக்கடியில் இருப்பேன்? ரக்கீத்தின் பொய் சொல்கிறான்: கடவுளை அப்படியே பூமியிலிருந்து விரட்டி அடித்தாலும் அவரை நாங்கள் பூமிக்கடியில் பார்ப்போம்! குற்றவாளியால் கடவுள் இல்லாமல் இருக்க முடியாது, அப்படியே குற்றம் செய்யாதவர்களாலும் கடவுள் இல்லாமல் இருக்க முடியாது! ஆக, பூமிக்கடியில் இருக்கும் நாங்கள் பூமியின் ஆழ் பகுதியி லிருந்து எங்களுடைய சோக கீதத்தைப் பாடுவோம்; அதில் சந்தோஷம்

இருக்கும்! ஆம், நாங்கள் கடவுளின் நாமத்தைப் போற்றுவோம், அவருடைய மகிழ்ச்சியைப் போற்றுவோம்! கடவுளை நான் நேசிக்கிறேன்!' என்றான்

இப்படியாகத் தொடர்ந்து பேசிய மீச்சியாவுக்கு ஏறக்குறைய மூச்சு வாங்கியது. முகம் வெளிறிப்போய், உதடுகள் நடுங்க, அவனுடைய கண்களிலிருந்து கண்ணீர் மல்கியது.

'இல்லை, வாழ்க்கை நிறைவானது, பூமிக்கடியிலும் வாழ்க்கை இருக்கிறது!' என்று மீண்டும் அவன் பேச ஆரம்பித்தான். 'உன்னால் நம்ப முடியாது, அலெக்ஸெய், இப்போது நான் எவ்வளவு தூரம் வாழ ஆசைப்படுகிறேன் தெரியுமா; இடிந்துபோன இந்தச் சுவர்களுக்குள் உண்டான விழிப்புணர்வுடன் எவ்வளவு தூரம் நான் வாழத் துடிக்கிறேன் என்பதை உன்னால் நம்ப முடியாது! ரக்கீத்தினுக்கு இது புரியாது! அவனுக்கு வீடு கட்டி வாடகைக்கு விட வேண்டும்; அவ்வளவுதான்; ஆனால் நான் உனக்காகக் காத்திருந்தேன். ஆமாம், வேதனை என்றால் என்ன? அதைக் கண்டு நான் பயப்படவில்லை, எல்லையில்லாத வேதனையைக் கண்டு நான் பயப்படவில்லை. இதற்கு முன்பு அதைப் பற்றி நினைத்து நான் பயந்திருக்கிறேன்; இப்போது அதைக் கண்டு எனக்குப் பயமில்லை. தெரியுமா, ஒருவேளை நீதிமன்றத்தில் நான் பதில் சொல்லாமல்கூட இருக்கலாம்... எல்லா வேதனைகளையும் எல்லாவற்றையும் தாங்குவதற்கான வலிமை என்னிடம் இப்போது இருப்பதால், 'நான் இருக்கிறேன்! ஆயிரம் வேதனைகள் இருந்தாலும் நான் உயிரோடிருக்கிறேன்; சித்திரவதைக்கு உட்பட்டாலும் நான் இன்னும் உயிரோடு இருக்கிறேன்!' என்று எனக்கு நானே சொல்லிக் கொள்கிறேன். 'இருட்டறையில் நான் அடைக்கப்பட்டிருந்தாலும் நான் உயிருடன் இருக்கிறேன்; சூரியனை நான் பார்க்கிறேன் அல்லது பார்க்காமலேயே போகிறேன், எதுவாக இருந்தாலும் சரி, சூரியன் இருக்கிறது. அப்படிச் சூரியன் இருக்கிறது என்பதைத் தெரிந்துகொள்வது தான் முழுமையான வாழ்க்கையும்கூட; அல்யோஷா, என் தேவதூதனே, இப்படிப்பட்ட தத்துவமா என்னைக் கொல்லப் போகிறது, நாசமாய்ப் போக! சகோதரன் இவான்...' என்ற மீச்சியாவிடம்,

'என்ன ஆனது இவனுக்கு?' என்று இடைமறித்த அல்யோஷாவை மீச்சியா கவனிக்கவில்லை.

'பார், இதற்கு முன்பு எனக்குச் சந்தேகம் என்பதே இல்லாமல் இருந்தது; அவை எல்லாம் என்னுள் உறைந்துபோயிருந்தது. முன்பின் தெரியாமல் எண்ணங்கள் எல்லாம் குமுறிக் கொதித்துக் குழம்பிப் போயிருந்ததால் நான் குடித்துக்கொண்டும் சண்டைபோட்டுக்கொண்டும் கோபப்பட்டுக்கொண்டும் இருந்தேன். அந்த எண்ணங்களை வீழ்த்துவதற்காகவே அப்போது நான் சண்டை போட்டேன். சகோதரன் இவான் எண்ணங்களைப் பேணிப் பாதுகாக்கிறான். ஆனால் ரக்கீத்தின் அப்படிப்பட்டவனல்ல. சகோதரன் இவான் விசித்திரமானவன்; அமைதியாக, மிக அமைதியாக இருக்கிறான். கடவுள் என்னை வேதனைக்குள்ளாக்குகிறார். அதுதான் எனக்கு வேதனையாக இருக்கிறது. ஒருவேளை அவர் இல்லாமல் இருந்தால்தான் என்ன? செயற்கையாக மனிதனால்

உருவாக்கப்பட்டவர்தான் கடவுள் என்கிற ரக்கீத்தினின் கருத்து சரியாக இருக்குமோ? அப்படியானால், மனிதன்தான் இந்தப் பிரபஞ்சத்தின் ராஜா. அற்புதம்! ஆனால், கடவுள் இல்லாமல் அவன் எப்படி நல்லது செய்பவனாக இருக்க முடியும்? அதுதான் இப்போது எழும் கேள்வியே! எப்போதுமே அதைப் பற்றித்தான் நான் நினைத்துக்கொண்டிருக்கிறேன். அப்படியானால் அவன் நேசிக்கும் தன்மையைக் கொண்டவனாக இருப்பானா, அதாவது மனிதனை? யாருக்கு அவன் நன்றி செலுத்துவான்; யாருடைய புகழை அவன் பாடுவான்? இப்படி நான் சொன்னதைக் கேட்டு ரக்கீத்தின் சிரித்தான். கடவுளே இல்லாமல் மனிதகுலத்தை நாம் நேசிக்க முடியுமென்று அவன் சொல்கிறான். ஆனால் மூக்கொழுக்கும் இந்தக் கேவலமான மனித மிருகம்தான் அதை அறுதியிட்டுக் கூறமுடியும்; என்னால் அதைப் புரிந்துகொள்ள முடியாது. அப்படி வாழ்வது ரக்கீத்தினுக்குச் சுலபமாக இருக்கலாம்; 'மனித குல உரிமையைப் போற்றி வளர்ப்பதைப் பற்றி நீ யோசி அல்லது கறி விலை ஏறாமல் இருக்க என்ன செய்யலாமென்று யோசி; இதன் மூலமாக மனித குலத்தை நீ நேசிக்கலாம், இப்படிப்பட்ட தத்துவங்களைப் பேசுவதைவிட' என்று அவன் இன்று சொன்னான். அதற்கு நான் சொன்னேன், 'கடவுள் இல்லாமல் நீ கறி விலையையும் ஏற்றுவாய்; அப்படி ஏற்றி, அந்தச் சமயத்திலும் ஒவ்வொரு கோப்பெக்கிலும் ஒரு ரூபிளை நீ லாபமாகவும் ஈட்டுவாய்' என்றேன். இதைக் கேட்டு அவன் கோபப்பட்டான். 'நல்லொழுக்கம்' என்றால் என்ன? சொல், அலெக்ஸெய், நீ சொல். இது எனக்கு ஒருவிதமாகப் படுகிறது, அதுவே சீன நாட்டுக்காரனுக்கு வேறு விதமாகப்படுகிறது – அப்படியானால் இது சார்பியல் கோட்பாடா, இல்லையா? அல்லது இது சார்பியல் கோட்பாடே இல்லையா? இது தந்திரமான ஒரு கேள்வியாக இருக்கிறது! இப்படி யோசித்துக்கொண்டே இரண்டு நாட்களாக நான் தூங்கவில்லை என்று சொன்னால் நீ சிரிக்காதே. இதைப் பற்றி யோசிக்காமல் மக்கள் எப்படி வாழ்க்கையை நடத்துகிறார்களென்பதை நினைத்துப் பார்த்தால் எனக்கு ஆச்சர்யமாகத்தான் இருக்கிறது. இது எல்லாமே தற்பெருமைதான்! இவானைப் பொறுத்த வரையில் கடவுள் இல்லை. அவனிடம் இருப்பது வெறும் எண்ணங்கள் தாம். அவை எல்லாம் என் அறிவுக்கு அப்பாற்பட்டவை. ஆனால் அவன் அமைதியாக இருக்கிறான். மறைமுகமாக அவன் எல்லோருக்கும் உதவி செய்பவனென்று நான் நினைக்கிறேன். அதைப் பற்றி அவனிடம் நான் கேட்டேன் – அவன் ஒன்றும் சொல்லாமல் அமைதியாக இருந்தான். அவனிடமிருந்து தெரிந்துகொள்ளலாமென்று நான் நினைத்தேன், ஆனால் அவன் ஒன்றும் சொல்லாமல் அமைதியாக இருக்கிறான். ஒரே ஒரு முறைதான் ஒரு வார்த்தை சொன்னான்' என்ற மீச்சியாவை இடைமறித்து,

'என்ன சொன்னான்?' என்று சட்டென்று கேட்டான் அல்யோஷா.

அவனிடம் நான், 'அப்படியானால் என்ன வேண்டுமானாலும் நாம் செய்யலாம், அப்படித்தானே?' என்றேன். இதைக் கேட்டு சிரித்த அவன், 'ஃபியோதர் பாவ்லவிச், நம்முடைய தந்தை ஒரு மிருகம், ஆனால் அவர் சரியாகச் சிந்தித்தார்' என்றான். இதைத்தான் அவன் சொன்னான். இது ரக்கீத்தினைவிட அதிகத் தூரம் போவதாக இருக்கிறதே' என்றான்.

‘ஆமாம்’ என்று கவலையுடன் ஆமோதித்தான் அல்யோஷா. ‘எப்போது அவன் உன்னைப் பார்க்க வந்தான்?’ என்றான்.

‘அதைப் பற்றிப் பிறகு சொல்கிறேன்; இப்போது வேறு ஒரு விஷயம். இதுவரை உன்னிடம் நான் இவானைப் பற்றி ஒன்றும் சொல்லவில்லை. கடைசியில் சொல்லலாமென்று நினைத்தேன். என்னுடைய இந்த விளையாட்டுத்தனமான காரியம் முடிவுக்கு வந்து தீர்ப்பு வழங்கப்பட்ட பிறகு உன்னிடம் ஒன்றைச் சொல்வேன் – எல்லாவற்றையும் சொல்வேன். பயங்கரமான விஷயம் ஒன்று இருக்கிறது... அதற்கு நீதான் ஒரு தீர்ப்பைச் சொல்ல வேண்டும். இப்போது அதைப் பற்றிப் பேசாதே; அமைதியாக இரு. நாளை வரப்போகும் தீர்ப்பைப் பற்றி நீ பேசுகிறாய். நம்புவாயோ இல்லையோ அதைப் பற்றி எனக்கு ஒன்றும் தெரியாது.’

‘நீ அந்த வக்கீலுடன் பேசினாயா?’

‘என்ன வக்கீலா! அவரிடம் நான் எல்லாவற்றையும் சொன்னேன். மென்மையான கயவன், தலைநகரத்துவாசி. பெர்னார்! என்னுடைய ஒரு வார்த்தையைக்கூட அவன் நம்பவில்லை. நான்தான் கொலை செய்தேனென்று அவன் நினைக்கிறான், நீயே யோசித்துப் பார் – அதை உன்னால் உணர முடிகிறது. ‘அப்படியானால் என்னைக் காப்பாற்ற எதற்காக நீங்கள் வந்தீர்கள்?’ என்று நான் கேட்டேன். எல்லோருடைய முகத்திலும் காறித் துப்ப! மருத்துவர்கள்கூட என்னைப் பைத்தியக் காரன் என்று காட்டவே விரும்புகிறார்கள். அதை நான் அனுமதிக்கவே மாட்டேன்! கத்தரீனா இவானவ்னா கடைசிவரை ‘தன்னுடைய கடமையைச்’ செய்ய விரும்புகிறாள். எப்பேர்பட்ட முயற்சி!’ என்று சொன்ன மீச்சியா வெறுப்பாகச் சிரித்தான். ‘பூனை! இரக்கமற்ற மனம் அவளுக்கு! மோக்ரயவில் அவளை நான் ‘கோபக்காரப் பெண்மணி’ என்று சொன்னது அவளுக்குத் தெரிந்துவிட்டது. அவளிடம் சொல்லி யிருப்பார்கள். ஆமாம், கடல் மணலைப் போல எனக்கு எதிராக நிறையப் பேர் இருக்கிறார்கள்! கிரிகோரி தன்னுடைய நிலையிலிருந்து பிறழாமல் அப்படியே இருக்கிறான். அவன் நேர்மையானவன், ஆனால் முட்டாள். நேர்மையான பலர் அதனாலேயே முட்டாளாக இருக்கிறார் கள். இது ரக்கீத்தினுடைய கருத்து. கிரிகோரி எனக்கு விரோதி. நண்பர்களை விட எனக்கு நிறைய விரோதிகள் இருப்பது லாபம்தான். கத்தரீனா இவானவ்னாவைப் பற்றித் தான் சொல்கிறேன். நான் பயப்படுகிறேன், ஓ, பயப்படுகிறேன், எப்படி அவள் அந்த நாலாயிரத்து ஐநூறு ரூபிள்களை வாங்கிக்கொண்டு தலைகுனிந்து போனாள் என்பதை நீதிமன்றத்தில் சொல்லிவிடுவாளோ என்று நான் பயப்படுகிறேன்! கடைசி கோப்பெக் வரை அவளுடைய கடனை அவள் திருப்பிக் கொடுத்தாள். அந்தத் தியாகம் எனக்குத் தேவையில்லை! விசாரணையின் போது எல்லோரும் என்னைக் கேவலப்படுத்துவார்கள்! எப்படியாவது தாங்கிக்கொள்வேன். போ, அல்யோஷா, இதைப் பற்றி நீதிமன்றத்தில் அவள் எதுவும் சொல்ல வேண்டாமென்று அவளிடம் போய்ச் சொல். இல்லை, உன்னால் சொல்ல முடியாது? ஆம், நாசமாய்ப் போக, எல்லாம் ஒன்றுதான். எல்லாவற்றையும் நான் தாங்கிக்கொள்வேன்! ஆனால் அவளுக்காக நான் வருத்தப்படவில்லை. அவளே அதைத்தான் விரும்புகிறாள். எது

இயல்பாக வருகிறதோ அதை அவள் ஏற்றுக்கொள்வாள். எனக்குத் தோன்றியதை நான் சொல்கிறேன், அலெக்ஸெய்' என்றவன், மீண்டும் வெறுப்பாகச் சிரித்தான். 'குரூஷென்கா, குரூஷென்கா மட்டும், கடவுளே, அவள் மட்டும் . .! எதற்காக அவள் இவ்வளவு தூரம் வேதனைப்பட வேண்டும்!' என்று சொன்ன மீச்சியா திடீரென்று கண்ணீர் சிந்தினான். 'குரூஷா என்னைக் கொல்கிறாள், அவளைப் பற்றிய சிந்தனை என்னைக் கொல்கிறது, கொல்கிறது! சற்று நேரத்திற்கு முன்புதான் அவள் என்னைப் பார்க்க வந்திருந்தாள் . . .' என்றான்.

'அவள் சொன்னாள், இன்று அவள் உன்னால் மனம் மிகவும் நொந்து போனாளென்று.'

'தெரியும். என்னுடைய கோபம் நாசமாய்ப் போக! நான் அவளைப் பார்த்துப் பொறாமைப்பட்டேன்! அவள் போகும்போது மிகவும் வருத்தப் பட்டேன், கூப்பிட்டு முத்தமிட்டேன். ஆனால் மன்னிப்பு மட்டும் கேட்கவில்லை.'

'ஏன் மன்னிப்பு கேட்கவில்லை?'

மீச்சியா திடீரென்று சந்தோஷமாகச் சிரித்தான்.

'கடவுள் உன்னைக் காப்பாற்றுவாராக, என் அருமைச் சிறுவனே, யாராவது தான் விரும்பும் பெண்ணிடம், தான் செய்த குற்றத்திற்காக மன்னிப்பு கேட்பார்களா! நீ எவ்வளவுதான் தவறு செய்திருந்தாலும் உன்னுடைய காதலியின் முன்பு, குறிப்பாக, அவள் முன்பு நீ மன்னிப்பு கேட்பாயா என்ன! அவள் பெண், சகோதரனே, சாத்தானுக்குத்தான் தெரியும், பெண் என்றால் யாரென்று; இருந்தாலும் எனக்குப் பெண்களைப் பற்றி ஓரளவு தெரியும்! 'தவறு செய்துவிட்டேன், மன்னித்துவிடு' என்று அவளிடம், நீ சொல்லிப் பார். அவள் முன்பு நீ மட்டும் குற்றத்தை ஒப்புக்கொள்ள முயன்று பார், உடனே அவள் உன்னைச் சரமாரியாகத் திட்டுவாள்! வெளிப்படையாக, சாதாரணமாக, அவள் உன்னை மன்னிக்கவே மாட்டாள்; நார் நாராக உன்னைக் கிழித்து, எதையும் மறக்காமல், எல்லாவற்றையும் சேர்த்து வைத்து உன்னைத் திட்டித் தீர்த்த பிறகுதான், அவள் உன்னை மன்னிப்பாள். இப்படித்தான் மிகச் சிறந்த பெண், மிகச் சிறந்த பெண்ணும் செய்வாள்! எல்லாவற்றையும் கடைசிவரை நோண்டி எடுத்து, உன் தலையில் போடுவாள் – பெண் என்பவள் எப்படிப்பட்டவளென்று சொல்கிறேன் கேள், உயிரோடு உன்னுடைய தோலை உரிப்பாள், ஒவ்வொரு பெண்ணும் அப்படிப் பட்டவள்தான், ஆனால் இப்படிப்பட்ட தேவதைகள் இல்லாமல் நம்மால் வாழ முடியாது! பார், என் அருமையானவனே, எல்லாவற்றையும் நான் வெளிப்படையாகச் சொல்கிறேன்; எந்த ஒரு மரியாதைக்குரிய ஆணும் ஒரு பெண்ணின் ஆதிக்கத்திற்குக் கீழ்தான் இருக்க வேண்டும். இதுதான் என்னுடைய கருத்து; கருத்தல்ல, என்னுடைய உணர்வு. ஒரு மனிதன் பெருந்தன்மையுடன் இருக்க வேண்டும்; அது அவனுக்குக் கேவலமல்ல. அது ஒரு வீரனுக்குக்கூட, ஜூலியஸ் சீஸருக்குக்கூட கேவலமான விஷயமல்ல. அதற்காக நீ மன்னிப்பு கேட்காதே; எப்போதும், எதற்காகவும். இந்தச் சட்டத்தை நீ நினைவுவைத்துக்கொள்; பெண்களால்

கெட்டுப்போன உன் சகோதரன் மீச்சியா சொன்ன இந்தக் கருத்தை நீ நினைவு வைத்துக்கொள்; இல்லை, குரூஷாவிடம் மன்னிப்புக் கேட்காமலேயே அவளுடன் நான் சமாதானமாகப் போவேன். அவளை நான் மதித்துப் போற்றுகிறேன், அலெக்ஸெய், அவள் முன்பு நான் தலைவணங்குகிறேன்! அவளால் அதை உணர முடியவில்லை, ஆமாம், அவளை நான் மனதார விரும்புகிறேன் என்பதை அவள் நம்பவில்லை. இப்படியாக அவள் என்னை வேதனைப்படுத்துகிறாள், காதலால் அவள் என்னை வேதனைப்படுத்துகிறாள். இதற்கு முன்பு வேறு விதமாக இருந்தது! அவளுடைய பேய்த்தனமான வளைவு நெளிவு சுளிவுகள் என்னை முன்பு வேதனைப்படுத்தின, இப்போதோ அவளுடைய ஆத்மா என்னை ஒரு மனிதனாக்கிவிட்டது! எங்களுக்குத் திருமணம் செய்து வைப்பார்களா? இல்லாவிட்டால் நான் பொறாமையிலேயே செத்துப் போய்விடுவேன். தினமும் ஏதாவது ஒன்றை நான் நினைத்துக் கொண்டே இருக்கிறேன் ... அவள் என்னைப் பற்றி உன்னிடம் என்ன சொன்னாள்?'

குரூஷென்கா சொன்ன எல்லாவற்றையும் அல்யோஷா மீச்சியா விடம் சொன்னான். எல்லாவற்றையும் கவனமாகக் கேட்ட மீச்சியா, நிறைய விஷயங்களைத் திருப்பிக் கேட்டுத் தெளிவுபடுத்திக் கொண்ட பிறகு திருப்தியடைந்தான்.

'ஆக, நான் பொறாமைப்படுவதால் அவளுக்கு என்மீது கோபமில்லை' என்று ஆச்சர்யமாகச் சொன்னான். 'என்ன ஒரு பெண்!' எனக்குத்தான் கொடூரமான இதயம்' என்று அவள் நினைக்கலாம். 'ஓ, அப்படிப்பட்ட கொடூரமான பெண்களின் மீது எனக்கு விருப்பம் இருந்தாலும், அவர்கள் என்னைச் சந்தேகிப்பதை என்னால் பொறுத்துக்கொள்ளவே முடியாது. அவளிடம் சண்டை போடுவேன். ஆனால் அவளைக் காதலிப்பேன், எப்போதுமே காதலிப்பேன். எங்களுக்குத் திருமணம் செய்து வைப்பார் களா? குற்றவாளிகளைத் திருமணம் செய்துகொள்ள அனுமதிப்பார்களா? இது ஒரு பெரிய கேள்விதான். அவளில்லாமல் என்னால் வாழ முடியாது ..?'

மீச்சியா புருவங்களை நெரித்துக்கொண்டே யோசனை செய்தபடி அறையில் இங்கும் அங்குமாக நடந்தான். அறை ஏறக்குறைய இருட்டாக இருந்தது. திடீரென்று அவன் மிகவும் கவலைப்பட்டான்.

'ஆக, ரகசியமென்று சொன்னானே, என்ன ரகசியம்? அவளுக்கு எதிராக மூன்று பேர் இருக்கிறார்கள், சொல்லப்போனால் அதில் 'காச்காவும்' தான் சம்பந்தப்பட்டிருக்கிறாள். இல்லை, குரூஷென்காவை நீ தவறாக நினைக்கிறாய். இங்கே நீ தவறு செய்கிறாய், பெண்களுக்கே உரித்தான முட்டாள்தனமாகத் தவறை நீ செய்கிறாய்! அல்யோஷா, என் அருமையானவனே, ஹா, எப்படி ஆகிவிட்டது பார்! எங்களுடைய ரகசியத்தை உனக்கு நான் சொல்கிறேன்!'

அவன் நாலாப் பக்கமும் சுற்றிப் பார்த்துவிட்டு, அல்யோஷாவிடம் நெருங்கி வந்து ரகசியமான குரலில் மெதுவாக முணுமுணுத்தான்; உண்மையாகவே அதை யாரும் கேட்டிருக்க முடியாது: வயதான, சிறைக்காவலர் ஒரு மூலையிலிருந்த பெஞ்சில் உட்கார்ந்து தூங்கிக்

கொண்டிருந்தார்; பாதுகாப்புப் படை வீரர்களுக்கோ இவன் பேசியதில் ஒருவார்த்தையும் கேட்டிருக்காது.

‘எங்களுடைய ரகசியம் அத்தனையும் உனக்குச் சொல்கிறேன்!’ என்று அவசரமாக முணுமுணுத்தான் மீச்சியா. ‘அதை நான் உனக்குப் பிறகு சொல்லலாமென்று இருந்தேன், ஏனென்றால் உன்னைக் கேட்காமல் எந்த முடிவையாவது என்னால் எடுக்க முடியுமா என்ன? நீதான் எனக்கு எல்லாமே. இவான்தான் நமக்கு மேலாக, உயர்வாக இருப்பவன் என்று நான் சொன்னாலும், நீதான் எனக்குத் தேவதூதன். நீ எடுக்கும் முடிவுதான் இறுதியானது. ஒருவேளை நீதான் உயர்வானவனோ, இவான் இல்லையோ. பார், இது மனசாட்சி சம்பந்தப்பட்டது, ஒப்புயர்வின்றி மனசாட்சி சம்பந்தப்பட்டது – இந்த ரகசியம் என்னுள் மறைத்துவைக்க முடியாத அளவுக்கு முக்கியமானது: இருந்தாலும், அதைப் பற்றி முடிவெடுக்க இது சரியான நேரமல்ல, ஏனெனில் நாம் தீர்ப்புக்காகக் காத்திருக்க வேண்டும்; தீர்ப்பு சொல்லப்பட்டதும் என்னுடைய வாழ்க்கையை நீ நிர்ணயிக்க வேண்டும். இப்போது எந்த முடிவையும் நீ எடுக்காதே; இப்போது அதைப் பற்றிச் சொல்கிறேன் கேள், ஆனால் இப்போது நீ எந்த முடிவையும் எடுக்காதே. நான் சொல்வதைக் கேட்டுக் கொண்டு நீ அமைதியாக இரு. எல்லாவற்றையும் உன்னிடம் நான் சொல்லப்போவதில்லை. முழு விவரத்தையும் சொல்லாமல், முக்கிய மானதை மட்டும் சொல்கிறேன்; அதைக் கேட்டு நீ அமைதியாக இரு. எந்தக் கேள்வியும் கேட்காமல், அசைந்து நெளியாமல் கேள், சரியா? ஓ, கடவுளே, உன்னுடைய கண்கள் முடிவைச் சொல்லிவிடுமென்று நான் பயப்படுகிறேன். ஓ, பயப்படுகிறேன்! அல்யோஷா, கேள்: என்னைத் தப்பித்து ஓடிவிடும்படி சகோதரன் இவான் சொல்கிறான், விவரமாக எதையும் நான் சொல்லப்போவதில்லை: எல்லாமே கணக்கிடப்பட்டு, திட்டமிடப்பட்டிருக்கிறது. ஒன்றும் சொல்லாதே, எந்த முடிவையும் நீ எடுக்காதே. குரூஷாவுடன் நான் அமெரிக்காவுக்குப் போய்விடுவ தென்று. என்னால் குரூஷா இல்லாமல் வாழ முடியாது! என்னுடன் அவளை வரவிடாமல் செய்துவிட்டார்களென்றால்? குற்றவாளியைத் திருமணம் செய்துகொள்ள அனுமதிப்பார்களா? அனுமதிக்கமாட்டார் களென்று சகோதரன் இவான் சொல்கிறான். குரூஷா இல்லாமல் சுரங்கத்தில் சம்மட்டியை வைத்துக்கொண்டு நான் என்ன செய்ய? அந்தச் சம்மட்டியால் தலையை உடைத்துக்கொள்ள வேண்டியதுதான்! இன்னொரு பக்கம் பார்த்தால் என்னுடைய மனசாட்சி? கஷ்டங்களி லிருந்து ஓடிவிட வேண்டும்! எனக்குச் சமிக்ஞை கொடுக்கப்பட்டது, ஆனால் நான் அதைப் புறக்கணித்துவிட்டேன்; புனிதமான வழி இருந்தது – அதைப் பார்க்காமல் நான் வேறு பக்கமாகச் சென்றுவிட்டேன். ‘நல்ல மனமிருந்தால்’ சுரங்கத்தில் இருப்பதைவிட அதிக மதிப்புடன் அமெரிக்கா வில் வாழலாமென்று இவான் சொல்கிறான். சரி, அப்படியானால் நம்முடைய மறைமுகப் பாசுரங்கள் எல்லாம் என்ன ஆவது? அமெரிக்கா, அமெரிக்கா என்றால் மறுபடியும் மாயைதானே! அங்கும் நிறைய ஏமாற்று வேலைகள் நடக்கின்றன என்றுதான் நினைக்கிறேன். என்னுடைய பேரழிவிலிருந்து நான் தப்பிக்க வேண்டும்! அதனால் சொல்கிறேன், அலெக்ஸெய், நீ ஒருவன்தான் இதைப் புரிந்துகொள்ளவாய் என்று;

வேறு யாராலும் இதைப் புரிந்துகொள்ள முடியாது; மற்றவர்களுக்கு இது முட்டாள்தனமாகவும் பிதற்றலாகவும் தோன்றும். அதாவது உன்னிடம் சொன்ன பாசுரங்கள் பற்றிய விஷயமெல்லாம் கேட்பவர்களுக்கு முட்டாள்தனமாகவும் பைத்தியக்காரத்தனமாகவும்தான் இருக்கும். ஆனால் நான் பைத்தியமும் இல்லை, முட்டாளும் இல்லை. இவான் நான் சொன்ன பாசுரங்களைப் பற்றிப் புரிந்துகொண்டான்; ஆனால் பதில் எதுவும் சொல்லவில்லை. பாசுரங்களை அவன் நம்பவில்லை, ஒரு வார்த்தை, ஒரு வார்த்தையைக் கூட: உன்னை நான் பார்க்கிறேன்: ஏற்கனவே நீ முடிவுசெய்துவிட்டாயென்று நினைக்கிறேன்! என்னைத் தனியாக விட்டுவிட்டு நீ ஒரு முடிவையும் எடுக்காதே; என்னால் குரூஷா இல்லாமல் வாழ முடியாது; தீர்ப்பு சொல்லும்வரை நீ பொறுத்திரு!'

ஏதோ வெறிபிடித்தவனைப் போல மீச்சியா பேசினான். அல்யோஷா வின் தோள்களைப் பிடித்துக்கொண்டு கொழுந்துவிட்டு எரியும் ஆர்வத்தில் அவனையே உற்றுப் பார்த்தான்.

'குற்றவாளியை மணந்துகொள்ள அனுமதிப்பார்களா?' என்று மூன்றாவது முறையாகக் கெஞ்சும் குரலில் கேட்டான் மீச்சியா.

மீச்சியா சொன்னதை ஆழ்ந்த வியப்புடன் மிகவும் நெகிழ்ந்துபோய் கேட்டான் அல்யோஷா.

'ஒன்றைச் சொல்' என்றவன், 'இவான் இந்த யோசனையைப் பிடிவாதமாக வலியுறுத்துகிறான்; சரி, முதலில் யார் இந்த யோசனை யைச் சொன்னது?'

'அவன்தான், அவன்தான் இந்த விஷயத்தைக் கெட்டியாகப் பிடித்துக் கொண்டான்! நீண்ட நாட்களாக அவன் என்னைப் பார்க்க வரவில்லை, ஒருவாரத்துக்கு முன்புதான் அவன் என்னைப் பார்க்க வந்தான்; வந்த வுடன் இதை ஆரம்பித்துவிட்டான். பிடிவாதமாகவும் இருக்கிறான். என்னை அவன் கேட்கக்கூட இல்லை; அவன் எனக்குக் கட்டளையிடு கிறான். அவன் சொல்வதைக் கேட்பேனென்பதில் அவன் அவ்வளவு உறுதியாக இருக்கிறான்; என்னுடைய மனதில் உள்ளதையெல்லாம் நான் உன்னிடம் சொன்னது போலவே அவனிடமும் சொன்னேன்; அந்தப் பாசுரங்களைப் பற்றியும் சொன்னேன். அவனுடைய திட்டம் என்ன என்பதைப் பற்றி அவனும் சொன்னான்; எல்லா விஷயங்களை யும் தயார்செய்து வைத்திருக்கிறான், ஆனால் அதைப் பற்றிப் பிறகு சொல்கிறேன். எப்படியாவது அதைச் செய்து முடிக்க வேண்டுமென்று அவன் பிடிவாதமாக இருக்கிறான். இங்கு மிக முக்கியமாக பணம்; ஓடிப்போவதற்குப் பத்தாயிரம் ரூபிள்கள் தேவை என்று சொல்கிறான்; பிறகு இருபதாயிரம் ரூபிள்கள் அமெரிக்கா போவதற்காகவும் அப்படியே பத்தாயிரம் ரூபிள்கள் நல்லபடியாக நான் தப்பித்துப் போவதற்கும் தேவை என்கிறான்.'

'இதைப் பற்றி என்னிடம் சொல்ல வேண்டாம் என்று சொன்னானா?' என்று மறுபடியும் கேட்டான் அல்யோஷா.

'இதைப் பற்றி யாரிடமும், முக்கியமாக, உன்னிடம் சொல்லவே கூடாது என்றான்! என்னுடைய மனசாட்சியை நீ தட்டி எழுப்பி

விடுவாயென்று அவன் பயப்படுகிறான். உன்னிடம் சொன்னதை அவனிடம் நீ சொல்லிவிடாதே. ஓ, தயவுசெய்து சொல்லிவிடாதே!'

'நீ சொல்வது சரிதான்' என்று முடிவாகச் சொன்ன அல்யோஷா, 'தீர்ப்பு வருவதற்கு முன்பு எந்த முடிவையும் எடுக்க வேண்டாம். தீர்ப்பு வந்த பிறகு நீயே முடிவு செய்; அப்போது உன்னுள் இருக்கும் புது மனிதனை நீ பார்ப்பாய்; அந்த மனிதன் உனக்காக முடிவெடுப்பான்' என்றான்.

'புது மனிதனா அல்லது பெர்னாரா; பெர்னரோ இல்லையோ அப்போது முடிவு செய்யப்படும்! அதனால் தான் நானே வெறுக்கப்பட வேண்டிய பெர்னராக இருக்கிறேன் என்று எனக்குத் தோன்றுகிறது!' என்று வேதனையுடன் சொன்னபடி சிரித்தான் மீச்சியா.

'என்ன, நீ குற்றம் செய்யவில்லை என்று சொல்வதில் ஒரு பிரயோஜனம் இல்லை என்று முடிவு செய்துவிட்டாயா?'

இரு தோள்களையும் மேலே உயர்த்திக் குலுக்கியபடி, மறுத்துச் சொல்வது போல் தலையை அசைத்தான் மீச்சியா.

'அல்யோஷா, என் செல்லமே, உனக்கு நேரமாகிவிட்டது!' என்று திடீரென்று அவனை அவசரப்படுத்தினான். 'வாசல்பக்கம் பாதுகாவலர் கத்துவது கேட்கிறது; அவர் இங்கு வந்துவிடுவார். தாமதமாக நாம் சந்திப்பது சட்டத்திற்குப் புறம்பானது. என்னைக் கட்டித் தழுவி முத்தமிட்டுச் சிலுவையிடு, என் அன்பானவனே, நாளைக்கு நான் சுமக்கப் போகும் சிலுவைக்காக . . .'

அவர்கள் இருவரும் கட்டியணைத்து முத்தமிட்டுக்கொண்டார்கள்.

'இவானோ என்னைத் தப்பித்து ஓடிவிடும்படி சொல்கிறான்' என்று திடீரென்று சொன்ன மீச்சியா, 'நான்தான் கொலை செய்துவிட்டேன் என்று அவன் நம்புகிறான்' என்றான்.

சோகமான புன்னகை அவனுடைய இதழ்களில் படர்ந்தது.

'அவனைக் கேட்டாயா, அவனுடைய திட்டத்தின் மீது அவனுக்கு நம்பிக்கை இருக்கிறதா, இல்லையா என்று?'

'இல்லை, நான் கேட்கவில்லை. கேட்க விரும்பினேன், ஆனால், கேட்க முடியவில்லை; அதற்கான சக்தி என்னிடம் இல்லாமல் போய் விட்டது. சரி, எல்லாமே ஒன்றுதான்; அவனுடைய கண்களை நான் பார்க்கிறேனே. சரி, போய் வா!'

மீண்டும் ஒருமுறை வேகமாக மீச்சியாவை முத்தமிட்டு வெளியேறிய அல்யோஷாவைத் திடீரென்று மறுபடியும் கூப்பிட்டான் மீச்சியா.

'என் முன்பாக அப்படியே நில், இதோ இப்படி.'

மீண்டும் அல்யோஷாவின் தோள்களைத் தன் இரு கரங்களால் வலிமையாகப் பற்றினான். அவனுடைய முகம் திடீரென்று வெளிறிப்போக, அப்படி அவனை அந்த இருட்டில் பார்ப்பதற்கு அல்யோஷாவுக்குப்

பயங்கரமாக இருந்தது. அவனுடைய உதடுகள் துடித்துச் சுருங்க, பார்வையோ அல்யோஷாவின் மீது ஆழமாகப் பதிந்தது.

'அல்யோஷா, உண்மையைச் சொல், கடவுள் முன்பாகச் சொல்வது போல நான் கொலை செய்தேனென்று நீ நம்புகிறாயா, நீ, நீ நம்பு கிறாயா, இல்லையா? உண்மையைச் சொல், பொய் சொல்லாதே!' என்று வெறிபிடித்தவனைப் போலச் சத்தமாகக் கேட்டான் மீச்சியா.

பாரமாக ஏதோ ஒன்று அல்யோஷாவின் மனத்தை அழுத்த, அவனுடைய இதயத்தில் ஒரு வலி படர்ந்தது.

'போதும், நீ என்ன சொல்கிறாய்...' என்று எதையோ பறி கொடுத்தவனைப் போல முணுமுணுத்தான் அல்யோஷா.

'முழு உண்மையைச் சொல், பொய் சொல்லாமல் உண்மையை!' என்று மறுபடியும் கேட்டான் மீச்சியா.

'நீ கொலைசெய்திருப்பாயென்று ஒரு நிமிடம்கூட நான் நினைக்க வில்லை' என்று நடுங்கும் குரலில் ஆழ்மனத்திலிருந்து திடீரென்று சொன்ன அல்யோஷா, தன்னுடைய வலது கையை உயர்த்தித் தான் உச்சரிக்கும் உண்மையான வார்த்தைகளுக்குக் கடவுள் சாட்சியாக இருப்பது போலச் செய்கை செய்தான். ஆத்மார்த்தமான சந்தோஷம் மீச்சியாவின் முகம் முழுவதும் படர்ந்தது.

'நன்றி!' என்று மெதுவாகச் சொன்னவன், ஏதோ மயக்கத்திலிருந்து விடுபட்டவன்போல் பெருமூச்சு விட்டான். 'நீ என்னைப் புதுப்பித்து விட்டாய்... நம்புகிறாயோ இல்லையோ, இத்தனை நாட்களாக உன்னிடம் நான் இதைக் கேட்கவே பயந்தேன்! சரி, இப்போது நீ போய் வா, போய் வா! நாளைய தினத்திற்கு என்னை நீ பலப்படுத்திவிட்டாய், கடவுள் உன்னை ஆசீர்வதிப்பாராக! சரி, நீ போய்வா, இவானிடம் அன்பாயிரு!' என்று விடைபெற்றுக் கொள்ளும்போது சொன்னான் மீச்சியா.

கண்களில் கண்ணீர் மல்க அல்யோஷா வெளியே வந்தான். மீச்சியாவின் மீதிருந்த அவநம்பிக்கை, அல்யோஷாவிடமே இருந்த நம்பிக்கையின்மை இவையெல்லாம் தவிர்க்க முடியாத, ஆழமானதொரு வேதனையை அவனுள் திடீரென்று உண்டாக்க, சோகத்தில் இருக்கும் தன்னுடைய சகோதரனின் ஆத்மாவை இதற்கு முன்பு எப்போதுமே சந்தேகப்படாமல் இருந்தான் அல்யோஷா. ஆழமான, எல்லையில்லா வேதனை திடீரென்று அவனை வேதனையில் ஆழ்த்தியது. துளைக்கப்பட்ட அவனுடைய மனம் பயங்கரமாக வலித்தது. 'இவானை நேசி!' என்று மீச்சியா உச்சரித்த வார்த்தைகளைச் சட்டென்று நினைவுகூர்ந்தான் அல்யோஷா. ஆம், இப்போது அவன் இவானைப் பார்க்கப் போக வேண்டும். இன்று காலையிலிருந்தே அவன் இவானைப் பார்க்கப் போக வேண்டுமென்ற ஆவல் அவனுள் அதிகமாக இருந்தது. அதுவும் இப்போது மீச்சியா சொன்ன பிறகு, அவனைச் சந்தித்து விட்டுவந்த பிறகு, எப்போதும் போலில்லாமல் உடனே இப்போதே இவானைப் பார்க்க வேண்டுமென்ற ஆவல் அவனுள் கொழுந்துவிட்டு எரிந்தது.

தஸ்தயேவ்ஸ்கி

# 5
## நீயல்ல, நீயல்ல!

இவானைப் பார்க்கப் போகும்போது அல்யோஷா கத்தரீனா இவானவ்னாவின் வீட்டைக் கடந்துபோக வேண்டியிருந்தது. ஜன்னல் வழியாக விளக்கு எரிவது தெரிந்தது. உடனே சட்டென்று அவளைப் பார்த்துவிட்டுப் போக அல்யோஷா முடிவுசெய்தான். ஒரு வாரத்திற்கும் மேலாக அல்யோஷா அவளைப் பார்க்காமல் இருந்தான். இந்த இரவு வேளையில் இவான் அவளுடைய வீட்டில் இருக்கக்கூடுமென்று திடீரென்று யோசித்தான், அழைப்பு மணியை அடித்துவிட்டு மாடிப் படிகளில் ஏறியவன், சீன விளக்கொளியில் மங்கலாகத் தெரிந்த வெளிச்சத்தில் ஒரு மனிதன் இறங்கி வருவதைப் பார்த்தான்; இருவரும் சமதளத்திற்கு வந்தபோது, அது அவனுடைய சகோதரன் இவான் என்பதைக் கண்டு கொண்டான் அல்யோஷா. அப்போதுதான் கத்தரீனா இவானவ்னாவைப் பார்த்துவிட்டு இவான் வெளியே வந்தான்.

'ஓ, நீயா' என்று விருப்பமில்லாமல் கேட்ட இவான் ஃபியோதரவிச், 'சரி நான் போய் வருகிறேன். நீ அவளைப் பார்க்கப் போகிறாயா?'

'ஆமாம்.'

'அவளைப் பார்க்காமல் இருப்பது நல்லது; அவள் 'பதற்றத்தில்' இருக்கிறாள்; நீ அவளைப் பார்த்தால் அவள் இன்னும் நிலைகுலைந்து போய்விடுவாள்.'

'இல்லை, இல்லை' என்ற குரலொன்று நிமிடத்தில் மேலிருந்து வந்தது. 'அலெக்ஸெய் ஃபியோதரவிச், மீச்சியாவைப் பார்த்துவிட்டா வருகிறீர்கள்?' என்று கேட்டது அந்தக் குரல்.

'ஆமாம், அவனைப் பார்த்துவிட்டுத்தான் வருகிறேன்.'

'அவன் ஏதாவது என்னிடம் சொல்லச் சொல்லிச் சொன்னானா? உள்ளே வாருங்கள், அல்யோஷா, நீங்கள், இவான் ஃபியோதரவிச், நீங்களும் மேலே வாருங்கள். நான் சொல்வது கேட்கிறதா!'

காச்சியாவின் வார்த்தைகளில் ஒலித்த கண்டிப்பைக் கேட்டு ஒரு நிமிடம் அப்படியே நின்ற இவான் ஃபியோதரவிச், மறுபடியும் அவளுடைய அறைக்கு அல்யோஷாவுடன் ஏறிச் செல்ல முடிவு செய்தான்.

'ஒட்டுக் கேட்டுவிட்டாள்!' என்று எரிச்சலுடன் தனக்குத்தானே முணுமுணுத்த இவானை, அல்யோஷா நோட்டம் விட்டான்.

'மேல் அங்கியுடன் இருக்க அனுமதியுங்கள்' என்று சொன்ன இவான் ஃபியோதரவிச், வரவேற்பறைக்குள் நுழைந்தான். 'நான் உட்காரவில்லை. ஒரு நிமிடம்தான் இங்கு இருக்கப் போகிறேன்.'

'அமருங்கள், அலெக்ஸெய் ஃபியோதரவிச்' என்று சொன்ன கத்தரீனா இவானவ்னா, இருக்கையில் அமராமல் நின்றுகொண்டிருந்தாள். இப்போது

அவள் சற்றே மாறியிருந்தாலும், அவளுடைய கருவிழிகள் பிரகாசமாய் மின்னின. அப்போது அவள் எவ்வளவு பணிவாக நடந்துகொண்டாள் என்பதைப் பிறகு அல்யோஷா நினைவுகூர்ந்தான்.

‘அவன் என்ன சொல்லும்படி உங்களைக் கேட்டுக்கொண்டான்?’

‘ஒன்றே ஒன்றைத்தான்’ என்று அவளுடைய முகத்தை நேராகப் பார்த்துச் சொன்ன அல்யோஷா, ‘நீங்கள் நீதிமன்றத்திற்குப் போகாமல் இருக்க வேண்டும், அங்கு எதையும் சொல்லாமல் இருக்க வேண்டும்’ என்று சற்றே குரலைத் தாழ்த்திச் சொன்னவன், ‘உங்களுக்குள்ளேயே அது இருக்கட்டும் . . . உங்களுடைய முதல் சந்திப்பு . . . இந்த ஊரில் நடந்தது . . .’ என்றான்.

‘ஓ, அந்தப் பணத்திற்காகத் தரையில் விழுந்து அவனை நான் வணங்கிக் கும்பிட்டதா!’ என்று சொன்னவள், வேதனையுடன் சிரித்தாள். ‘என்ன, அவன் தன்னையே பார்த்து பயப்படுகிறானா அல்லது என்னைப் பார்த்துப் பயப்படுகிறானா, ஆ? நான் பேசாமல் விட்டுவிட வேண்டு மென்று சொன்னானா – யாரை? அவனையா இல்லை என்னையா? சொல்லுங்கள் அலெக்ஸெய் ஃபியோதரவிச்’ என்றாள்.

அவளையே உற்றுப் பார்த்த அல்யோஷா, அவளைப் புரிந்துகொள்ள முற்பட்டான்.

‘உங்களையும் மற்றும் அவனையும்’ என்று அமைதியாகச் சொன்னான்.

‘அப்படியா’ என்று வெறுப்பாகத் தலையை ஆட்டியவள், திடீரென்று முகம் சிவந்து போனாள். ‘உங்களுக்கு என்னைப் பற்றி இன்னும் தெரியாது அலெக்ஸெய் ஃபியோதரவிச்’ என்று கோபமாகச் சொன்னவள், ‘ஆம், எனக்கே இன்னும் என்னைப் பற்றித் தெரியாது. நாளைய விசாரணைக்குப் பிறகு நீங்கள் ஒருவேளை என்னை உதைக்கவும் செய்யலாம்’ என்று சொன்னாள்.

‘நேர்மையாக நீங்கள் பதிலளிக்கலாம், அது தேவையானதும்கூட.’

‘பெண், பெரும்பாலும் நேர்மை இல்லாமல் இருப்பாள்’ என்று பல்லைக் கடித்துக்கொண்டே சொன்னாள் கத்தரீனா. ‘ஒரு மணி நேரத்திற்கு முன்புதான் வெறுக்கத்தக்க அந்த ஜீவனைப் பற்றி நான் நினைத்தேன் . . . கேவலமான அவனைப் பற்றி . . . நினைக்கவே பயங்கரமாக இருக்கிறதென்று, ஆனால் இப்போது அப்படியல்ல; இன்னும் அவன் மனிதத் தன்மையுடன்தான் இருக்கிறான் போல! ஆமாம், அவனுடைய தந்தையை அவனா கொன்றான்? அவனா இந்தக் கொலையைச் செய்தான்?’ என்று வெறித்தனமாகக் கத்தியவள், சட்டென்று இவான் ஃபியோதரவிச்சைப் பார்த்துக் கேட்டாள். உடனே அல்யோஷா அவன் வருவதற்கு முன்பு அவள் இந்தக் கேள்வியை ஒருமுறை அல்ல, நூறு முறை இவான் ஃபியோதரவிச்சைக் கேட்க, அவர்களுடைய பேச்சு சண்டையில் போய் முடிந்ததென்று புரிந்துகொண்டான்.

‘நான் ஸ்மெர்தியாக்கவைப் பார்க்கப் போயிருந்தேன் . . . அவன்தான் தந்தையைக் கொன்றானென்று நீ, நீதான் என்னை நம்பவைத்தாய். நீ

சொன்னதைத்தான் நான் நம்பினேன்!' என்று நீ, இன்னமும் அவள் இவான் ஃபியோதரவிச்சைப் பார்த்தபடி தொடர்ந்தாள். அவன் சிரமத்துடன் சிரித்தான். இவானை அவள் *நீ* என்று ஒருமையில் சொன்னதைக் கேட்டு அல்யோஷா அதிர்ந்துபோனான். அவர்களுக்குள் இப்படி ஒரு உறவு இருக்குமென்று அல்யோஷா நினைத்துக்கூடப் பார்க்கவில்லை.

'சரி, போதும்' என்று அவளை இடைமறித்தான் இவான். 'நான் போய்விட்டு நாளைக்கு வருகிறேன்' என்றான்.

அப்படிச் சொன்னவன் உடனே அறையைவிட்டு வெளியேறி மாடிப்படி வழியாகக் கீழிறங்கினான். கத்தரீனா இவானவ்னா அவனை அழைக்கும் நோக்கத்தில் திடீரென்று அல்யோஷாவின் இரு கைகளையும் பற்றினாள்.

'அவனைத் தொடர்ந்து போங்கள்! அவனைப் பின்தொடர்ந்து சென்று பிடியுங்கள்! தனியாக அவனை ஒருநிமிடம்கூட விடாதீர்கள்' என்று அவசரமாகச் சொன்னவள், 'அவனுக்குப் பைத்தியம் பிடித்துவிட்டது. தெரியுமா? கொதித்துப் போயிருக்கிறான், நரம்பு மண்டலமே கொதித்துப் போயிருக்கிறது! மருத்துவர்கூட அப்படித்தான் சொன்னார், போங்கள், அவனைப் பின்தொடர்ந்து போங்கள் . . .' என்றாள்.

அல்யோஷா வேகமாக இவான் ஃபியோதரவிச்சைப் பின்தொடர்ந்து போனான். ஐம்பது அடிகூடப் போயிருக்கமாட்டான்,

'என்ன வேண்டும் உனக்கு?' என்று திடீரென்று திரும்பி, பின் தொடர்ந்து வந்த அல்யோஷாவைப் பார்த்துக் கேட்டவன், 'எனக்குப் பைத்தியம் பிடித்துவிட்டது என்று சொல்லி அவள் உன்னைப் பின் தொடர்ந்து போகுமாறு சொன்னாளா. எனக்குத் தெரியும்' என்று எரிச்சலுடன் சொன்னான் இவான்.

'அவள் தவறாகவே புரிந்துகொண்டாள் என்றாலும், உனக்கு உடல் நலம் சரியில்லை என்பதுதான் உண்மை.'

'நீ அங்கு இருக்கும்போது உன்னுடைய முகத்தைப் பார்த்தேன்; சோர்வாக, உடல்நலம் சரியில்லாமல் இருக்கிறாய், இவான்!

இவான் நிற்காமல் நடந்துகொண்டே போனான். அல்யோஷா அவனைப் பின்தொடர்ந்து சென்றான்.

'அலெக்ஸெய் ஃபியோதரவிச், மக்களுக்கு எப்படிப் பைத்தியம் பிடிக்கிறதென்று உனக்குத் தெரியுமா?' என்று அமைதியான குரலில் எரிச்சல் எதுவும் இல்லாமல் மிக சாதாரணமாகத் திடீரென்று, ஆர்வத்துடன் கேட்டான் இவான்.

'இல்லை, எனக்குத் தெரியாது; ஆனால் மன நிலை சரியில்லாமல் இருப்பதில் பல விதங்கள் இருக்கின்றன என்று நான் நினைக்கிறேன்.'

'நம்மை நாமே பார்த்துக்கொள்ள முடியும், எப்படி நாம் பைத்தியமாகிறோம் என்பதை.'

'அப்படிப்பட்ட நிலையில் ஒருவர் தன்னைத்தானே தெளிவாகப் பார்த்துக்கொள்வது முடியாத காரியமென்று நினைக்கிறேன்.'

இதைக் கேட்டு இவான் அரைநிமிடம் மௌனமாக இருந்தான்.

'என்னிடம் எதையாவது நீ பேச விருப்பப்பட்டால், வேறு எதைப் பற்றியாவது பேசு, இதைப் பற்றிப் பேசாதே' என்று திடீரென்று சொன்னான் இவான்.

'இதோ, நான் மறந்து போவதற்கு முன்பாக, உனக்குத் தரவேண்டிய கடிதம்' என்று கவலையுடன் சொன்ன அல்யோஷா, தன்னுடைய சட்டைப் பையிலிருந்து லிஸாவின் கடிதத்தை எடுத்து இவானிடம் நீட்டினான். சரியாக அப்போது விளக்கு வெளிச்சத்திற்கு அடியே அவர்கள் நின்றுகொண்டிருந்தார்கள். கையெழுத்தைப் பார்த்தவுடன் அது யாரிடமிருந்து வந்திருக்கிறதென்று இவான் தெரிந்துகொண்டான்.

'ஓ, இது அந்தக் குட்டிச் சாத்தானிடமிருந்தா!' என்று கோபமாகக் கேட்டபடி சிரித்த இவான், உறையைக் கிழிக்காமல் திடீரென்று கடிதத்தையே சுக்குநூறாகக் கிழித்துக் காற்றில் பறக்கவிட்டான். கிழிந்த துண்டுகள் காற்றில் பறந்துபோயின.

'பதினாறு வயதுகூட ஆகவில்லை, தன்னையே கொடுக்கத் தயாராகி விட்டாள்!' என்று வெறுப்புடன் சொன்னவன் மறுபடியும் தெரு வழியாக நடக்க ஆரம்பித்தான்.

'என்ன, தன்னையே தருகிறாளா?' என்று ஆச்சர்யத்துடன் அல்யோஷா கேட்டான்.

'எப்படி இந்தக் கேடுகெட்ட பெண்கள் தங்களைத் தாங்களே விற்கிறார்களோ அப்படித்தான்.'

'என்ன, இவான், என்ன சொல்கிறாய்?' என்று கோபத்துடன், வருத்தத்துடன் கண்டனக் குரலில் கேட்டான் அல்யோஷா. 'அவள் ஒரு குழந்தை, குழந்தையைக் கேவலப்படுத்தாதே! அவள் உடல்நலம் சரியில்லாமல் இருக்கிறாள், மிகவும் நோய்வாய்ப்பட்டுக் கிடக்கிறாள்; ஒருவேளை அவளுக்கும் மனநிலை சரியில்லையோ என்னவோ... அவள் கொடுத்த கடிதத்தை உன்னிடம் கொடுக்காமல் என்னால் இருக்க முடியவில்லை... மாறாக, உன்னிடம் அவளைக் காப்பாற்றும் விதத்தில் வேறு ஒன்றைக் கேட்க விரும்புகிறேன்...' என்றான்.

'எதுவுமே நீ கேட்கத் தேவையில்லை. அப்படி அவள் குழந்தையாக இருந்தால், நான் ஒன்றும் அவளுக்குத் தாதி அல்ல. பேசாமலிரு, அலெக்ஸெய், எதையும் நீ ஆரம்பிக்காதே. அதைப் பற்றி நினைக்கக்கூட எனக்கு நேரமில்லை.'

மறுபடியும் இருவரும் ஒரு நிமிடம் அமைதியாக இருந்தார்கள்.

'இனி இரவு முழுவதும் அவள் மேரி மாதாவைப் பிரார்த்தித்துக் கொண்டு, நீதிமன்றத்தில் எப்படி நடந்துகொள்வது என்று கெஞ்சிக்

கேட்டுக்கொண்டிருப்பாள்' என்று மீண்டும் திடீரென்று கோபத்தில் இவான் காரசாரமாகச் சொன்னான்.

'நீ... நீ கத்தரீனா இவானவ்னாவைப் பற்றியா சொல்கிறாய்?'

'ஆமாம். அவள் மீச்சியாவைக் காப்பாற்றுபவளோ அழிப்பவளோ தெரியாது. தெய்வாம்சத் தூண்டுதல் அவளுடைய மனத்தைச் சீரமைக்க வேண்டுமென்று இப்போது அவள் வேண்டிக்கொண்டிருப்பாள். பார், இன்னும் அவள் தன்னைத் தயார்படுத்திக்கொள்ளவில்லை. அவளும் என்னைத் தாதியாகத்தான் பார்க்கிறாள்; அவளுக்கு நான் தாலாட்டுப் பாட வேண்டுமென்று நினைக்கிறாள்.'

'கத்தரீனா இவானவ்னா உன்னை விரும்புகிறாள், சகோதரனே' என்று சோகமாகச் சொன்னான் அல்யோஷா.

'இருக்கலாம். ஆனால் அவள்மீது எனக்கு விருப்பமில்லை.'

'அவள் வேதனைப்படுகிறாள். அப்படியானால், எதற்காக நீ அவளிடம்... சில சமயம்... நம்பிக்கையூட்டும் வார்த்தைகளைச் சொல்கிறாய்?' என்று மௌனமாக இடித்துரைத்த அல்யோஷா, 'அவளுக்கு நீ நம்பிக்கை கொடுக்கிறாய் என்று எனக்குத் தெரியும்; இப்படி நான் பேசுவதற்கு என்னை நீ மன்னித்துவிடு' என்று மேலும் சொன்னான் அல்யோஷா.

'எப்படி நான் நடந்துகொள்ள வேண்டுமோ அப்படி என்னால் நடந்துகொள்ள முடியாது – அவளுடனான தொடர்பை நேரடியாக என்னால் முறித்துக்கொள்ள முடியாது!' என்று எரிச்சலுடன் சொன்னான் இவான். 'கொலைக்காரனுக்குத் தீர்ப்பு கொடுக்கும் வரை காத்திருக்க வேண்டியிருக்கிறது. இப்போது அவளுடனான தொடர்பை நான் துண்டித்துக் கொண்டால், நீதிமன்றத்தில் கேடுகெட்ட அவனை அவள் பழிவாங்கிவிடுவாள், ஏனெனில் அவள் மீச்சியாவை வெறுக்கிறாள்; அது அவளுக்குத் தெரியும். இங்கு எல்லாமே பொய், பொய் மறுபடியும் மறுபடியும் பொய்தான்! அவளுடனான தொடர்பை நான் துண்டித்துக் கொள்ளாதவரை அவள் நம்பிக்கையுடன் இருப்பாள்; அந்த மிருகத்தைச் சீரழிக்க மாட்டாள், ஏனெனில் இந்தச் சீரழிவிலிருந்து மீச்சியாவைக் காப்பாற்ற எவ்வளவு ஆவலுடன் நான் இருக்கிறேன் என்பது அவளுக்குத் தெரியும். நாசமாய்ப் போன அந்தத் தீர்ப்பு எப்போது வருமோ!' என்றான்.

'கொலைகாரன்', 'மிருகம்' என்ற வார்த்தைகள் அல்யோஷாவின் மனத்தில் வலியுடன் எதிரொலித்தன.

'ஆமாம், அப்படி எந்த விதத்தில் நம்முடைய சகோதரனின் வாழ்வை அவள் சீர்குலைத்துவிட முடியும்?' என்று இவான் சொன்ன வார்த்தைகளை நினைத்துப் பார்த்தபடி கேட்டான் அல்யோஷா. 'அப்படி அவளால் எதைக் காட்டிவிட முடியும், மீச்சியாவின் வாழ்வைச் சீர்குலைக்கும் விதத்தில்?'

'எனக்கு அதைப் பற்றி ஒன்றும் தெரியாது. அவளுடைய கையில் ஆவணம் ஒன்று இருக்கிறது, அது மீச்சியாவால் எழுதப்பட்டது; ஃபியோதர்

பாவ்லவிச் கொலை செய்யப்பட்டதை நிரூபிக்கும் விதத்தில் கணக்கிடப் பட்டுத் திட்டவட்டமாய் அது எழுதப்பட்டிருக்கிறது.'

'அப்படி இருக்கவே முடியாது!' என்று உரக்கச் சொன்னான் அல்யோஷா.

'எப்படி இருக்க முடியாது? அதை நானே படித்தேன்.'

'அப்படிப்பட்ட ஆவணம் இருக்கவே முடியாது!' என்று கோபத்துடன் திரும்பச் சொன்னான் அல்யோஷா. 'இருக்கவே முடியாது, ஏனெனில் கொலைகாரன் அவனல்ல. அவன் தந்தையைக் கொல்லவில்லை, அவன் கொல்லவே இல்லை!'

இதைக் கேட்டு இவான் ஃபியோதரவிச் சட்டென்று நின்றான்.

'உங்களைப் பொறுத்தவரையில் யார் அந்தக் கொலைக்காரன்' என்று கர்வம் தொனிக்க, அதைப் பற்றித் தெரிந்துகொள்ள அக்கறை யில்லாததுபோலக் கேட்டான் இவான்.

'உனக்கே தெரியும் அது யாரென்று' என்று அமைதியாக, ஆர்வத் துடன் சொன்னான் அல்யோஷா.

'யார்? அந்தப் பைத்தியம் பிடித்த முட்டாள் வலிப்பு நோய்க்காரனா? அந்த ஸ்மெர்தியாக்கவா?'

அவனுடைய உடல் முழுதும் நடுங்குவதைத் திடீரென்று உணர்ந்தான் அல்யோஷா.

'உனக்கே தெரியும் அது யாரென்று' என்ற வார்த்தைகள் வலுவில் லாமல் அவனிடமிருந்து வெளிவந்தன. அவனுக்கு மூச்சு வாங்கியது.

'ஆமாம், யார், யாரது?' என்று ஏறக்குறைய மூர்க்கத்தனமாய்க் கத்தினான் இவான். எல்லாவிதக் கட்டுப்பாடுகளும் மாயமாய்த் திடீரென்று மறைந்து போயிருந்தன.

'எனக்கு ஒன்றே ஒன்றுதான் தெரியும்' என்று ஏறக்குறைய முணு முணுத்த அல்யோஷா. 'தந்தையை நீ கொல்லவில்லை' என்பதுதான்.

" 'நீ இல்லை!' என்னது, 'நீ இல்லை என்றால் என்ன அர்த்தம்?" என்று கேட்ட இவான் வாயடைத்துப் போனான்.

'நீ தந்தையைக் கொல்லவில்லை, நீ கொலைசெய்யவில்லை!' என்று அழுத்தந்திருந்தமாகத் திரும்பச் சொன்னான் அல்யோஷா. அங்கே அரை வினாடி மௌனம் நிலவியது.

'ஆமாம், அது எனக்கே தெரியும், நான் கொல்லவில்லை என்று; நீதான் உளறுகிறாய்?' என்று முகம் வெளிற, உதட்டைச் சுழித்தபடி சிரித்துக்கொண்டே சொன்னான் இவான். அவனுடைய கண்கள் அல்யோஷாவின் மீது படிந்திருந்தன. இருவரும் மீண்டும் விளக்கு வெளிச்சத்திற்கு வந்தார்கள்.

'இல்லை, இவான், நீயே உனக்குப் பல தடவை சொல்லியிருக்கிறாய், நீதான் கொலைகாரனென்று.'

'நான் எப்போது சொன்னேன்?.. நான் மாஸ்கோவில் அல்லவா இருந்தேன்... எப்போது நான் சொன்னேன்?' என்று முழுவதுமாக நிலைதடுமாறி முணுமுணுத்தான் இவான்.

'அப்படி உனக்குள் நீ பலமுறை சொல்லிக்கொண்டாய், அதுவும் இந்த இரண்டு மாதங்களாகத் தனியாக நீ இருந்தபோது' என்று பழைய படி அமைதியாகத் தெளிவாகத் தொடர்ந்தான் அல்யோஷா. ஆனால், அதை அவனாகவே சொல்லாமல், தன்னுடைய விருப்பத்தை மீறி, ஏதோ சுயக் கட்டுப்பாடில்லாமல், தவிர்க்க முடியாதொரு கட்டளையை ஏற்றுச் சொல்பவன் போலச் சொன்னான். 'உன்னை நீயே குற்றம் சாட்டிக்கொண்டாய், அப்படியே ஒப்புக்கொள்ளவும் செய்தாய் நீதான் கொலைகாரன், வேறு யாருமல்ல என்று. ஆனால் நீ கொலைசெய்ய வில்லை, நீ கொலைகாரனல்ல! நான் சொல்வது உனக்குக் கேட்கிறதா, நீ கொலைகாரனல்ல! கடவுள் என்னை உன்னிடம் அனுப்பி இதைச் சொல்லச் சொன்னார்.'

இருவரும் அமைதியாக இருந்தார்கள். அந்த மௌனம் ஒரு நிமிடம் நீடித்தது. இருவரும் நின்றபடி ஒருவரை ஒருவர் பார்த்துக்கொண்டார்கள். இருவருடைய முகங்களும் வெளிறிப் போயிருந்தன. திடீரென்று உடல் நடுங்க அல்யோஷாவின் தோளை இறுகப் பற்றினான் இவான்.

'என்னுடைய இடத்திற்கு நீ வந்திருக்கிறாயா!' என்று தன்னுடைய குரலைத் தாழ்த்தி முணுமுணுத்தபடி கேட்டான்.

'இரவு நேரம் அவன் வந்திருந்தபோது... என்னுடைய வீட்டிற்கு நீ வந்திருந்தாயா... அவனை நீ பார்த்தாயா, பார்த்தாயா?' என்று அல்யோஷாவைப் பார்த்துக் கேட்டான் இவான்.

'யாரைப் பற்றிக் கேட்கிறாய்... மீச்சியாவைப் பற்றியா?' என்று புரியாமல் கேட்டான் அல்யோஷா.

'அவன் அல்ல, நாசமாய்ப் போன அந்த அரக்கனைப் பற்றியல்ல!' என்று வெறிபிடித்தவன் போலக் கத்தினான் இவான். 'அவன் என்னைப் பார்க்க வருவது உனக்குத் தெரியுமா? அது எப்படி உனக்குத் தெரியும், சொல்!' என்றான்.

'யார் அது? யாரைப் பற்றி நீ சொல்கிறாய் என்று தெரியவில்லை' என்று ஏற்கனவே பயந்து போய் முணுமுணுத்தான் அல்யோஷா.

'இல்லை, உனக்குத் தெரியும்... அப்படி இல்லாவிட்டால் எப்படி உனக்கு... இருக்கவே முடியாது, உனக்குத் தெரியாமல் இருக்க முடியாது...'

உடனே திடீரென்று அவன் தன்னைக் கட்டுப்படுத்திக்கொண்டான். அவன் நின்றபடி எதையோ யோசித்தான். விநோதமான சிரிப்பு அவனுடைய உதடுகளில் நெளிந்தோடியது.

'சகோதரனே' என்று நடுங்கிய குரலில் மீண்டும் ஆரம்பித்த அல்யோஷா, 'இதை நான் உனக்குச் சொன்னதன் காரணமே என்னுடைய வார்த்தைகளின் மீது நீ நம்பிக்கை வைத்திருக்கிறாய் என்பதால்தான்; அது எனக்கும் தெரியும். இப்போது சொல்கிறேன்

கரமாஸவ் சகோதரர்கள்

கேள்: நீ கொலைகாரன் அல்ல! இதை உன் வாழ்நாள் முழுவதும் நீ கேட்கப்போகிறாய். இதை உன்னுடைய உள்ளத்தில் புகுத்தச் சொல்லி கடவுள் என்னை இங்கு அனுப்பி வைத்தார். இனி இந்த நிமிடத்திலிருந்து என்னை நீ வெறுக்கலாம் . . .'

அதற்குள் இவான் ஃபியோதரவிச் முழுவதுமாகத் தன்னுடைய நிலைக்கு வந்திருந்தான்.

'அலெக்ஸெய் ஃபியோதரவிச்' என்று உணர்ச்சியில்லாமல் சிரித்த படி, 'என்னால் துறவிகளையும் வலிப்பு நோயாளிகளையும் சகித்துக் கொள்ள முடியாது; அதுவும் குறிப்பாகக் கடவுளின் தூதர்களை; அது உங்களுக்கு நன்றாகவே தெரியும்; இந்தக் கணத்திலிருந்து உங்களுடனான உறவை நான் முறித்துக்கொள்கிறேன், இனி வரும் காலம் முழுவதும். இந்த நிமிடம், இந்த இடத்திலேயே என்னை விட்டு விலகிச் செல்லுங்கள்! ஆமாம், நீங்கள் தங்கியிருக்கும் இடம் இந்தத் தெருவில்தானே இருக்கிறது. பத்திரம், என்னைப் பார்க்க இனிமேல் என் வீட்டிற்கு நீங்கள் வராதீர்கள்! கேட்கிறதா?' என்றான்.

இப்படிச் சொன்னவன், அழுத்தமாக அடி எடுத்து வைத்துத் திரும்பிப் பார்க்காமல் நடந்துபோனான்.

'அண்ணா' என்று அவனைப் பின்தொடர்ந்த அல்யோஷா, 'இன்று ஏதாவது நடந்தால் முதலில் என்னை நினைத்துக்கொள்!..'

ஆனால், இவான் பதில் எதுவும் சொல்லவில்லை. இவானின் உருவம் முழுமையாக இருட்டில் மறையும்வரை குறுக்குச் சாலையில் உள்ள அந்த விளக்குக் கம்பத்தின் கீழே அல்யோஷா நின்று அவனையே பார்த்துக்கொண்டிருந்தான். பிறகு மெதுவாகச் சிறிய வீதி வழியாகத் தன்னுடைய இடத்திற்குத் திரும்பினான் அல்யோஷா. அல்யோஷாவும் இவான் ஃபியோதரவிச்சும் வேறுவேறு வீட்டில் தங்கியிருந்தார்கள்; இருவரில் ஒருவர்கூட யாருமே இல்லாத ஃபியோதர் பாவ்லவிச்சின் வீட்டில் வாழ விரும்பவில்லை. சோபா, கட்டில், நாற்காலிகள் அடங்கிய ஒரு வியாபாரியின் வீட்டை அல்யோஷா வாடகைக்கு எடுத்திருந்தான்; இவானோ, அல்யோஷா குடியிருக்கும் வீட்டிற்கு வெகு தொலைவில், செல்வச் செழிப்பு மிக்க காலஞ்சென்ற அதிகாரி ஒருவருடைய மனைவியின் வீட்டின் பெரிய, வசதியான ஒரு பகுதியில் தங்கியிருந்தான். அந்தக் குடியிருப்புப் பகுதியில் காலை ஆறு மணி முதல் மாலை ஆறு மணிவரை வயதான, காதுகேளாத, கீழ்வாதத்தால் பாதிக்கப்பட்ட பெண்மணி ஒருத்தி வேலைசெய்து வந்தாள். இவான் ஃபியோதரவிச் இந்த இரண்டு மாதங்களாக அவளிடம் எதையுமே வற்புறுத்திக் கேட்காமல், விசித்திரமாக, தனியாகவே வாழ்ந்துவந்தான். தங்கியிருந்த அறையை அவனே சுத்தம் செய்துகொண்டவன், வீட்டின் மற்ற அறை களுக்கு அரிதாகவே சென்றான். வீட்டிற்கு வந்து, அழைப்பு மணியை அடிக்கப் பிடித்தவன், அப்படியே நின்றான். இன்னும் கோபத்தில் அவன் நடுங்குவது அவனுக்கே தெரிந்தது. திடீரென்று அவன் அழைப்பு மணியை அடிக்காமல், காறித் துப்பிவிட்டு, வேகமாகத் திரும்பி வேறு பாதையில், ஊரின் மறுகோடிக்கு, தன்னுடைய வீட்டிலிருந்து மூன்று

கிலோ மீட்டர் தூரத்திலிருந்த ஃபியோதர் பாவ்லவிச்சின் பழைய அண்டை வீட்டுக்காரியான மரியா கன்த்ரச்சியேவ்னாவின் சிறிய, உடைந்துபோன மரத்தாலான வீட்டுப் பக்கமாகப் போனான்; அவள் ஃபியோதர் பாவ்லவிச்சின் வீட்டிற்கு சூப் (வடிசாறு) வாங்குவதற்காக அடிக்கடி வருவாள்; அப்போது ஸ்மெர்தியாக்கவ் பாடல்களைப் பாடிக் கித்தார் வாசிப்பான். அவள் தன்னுடைய பழைய வீட்டை விற்றுவிட்டு, இப்போது தன்னுடைய அம்மாவுடன் ஏறக்குறைய குடிசை போன்ற ஒரு வீட்டில் வசித்து வந்தாள்; உடல்நலம் சரியில்லாத ஸ்மெர்தியாக்கவோ ஃபியோதர் பாவ்லவிச்சின் மறைவுக்குப் பிறகு ஏறக்குறைய இறக்கும் தறுவாயிலிருந்தவன், இங்குதான் வசித்து வந்தான். இவான் ஃபியோதரவிச் திடீரென்று கட்டுப்படுத்த முடியாத உணர்ச்சி வேகத்தில் ஸ்மெர்தியாக்கவைப் பார்க்கப்போனான்.

## 6

## ஸ்மெர்தியாக்கவுடன் முதல் சந்திப்பு

மாஸ்கோவிலிருந்து வந்தபிறகு இவான் ஃபியோதரவிச் மூன்றாவது முறையாக ஸ்மெர்தியாக்கவைப் பார்க்கப் போனான். முதல் முறை, கொலை நடந்தபிறகு ஊரிலிருந்து இவான் வந்ததும் அவனைப் பார்த்துப் பேசினான்; அதன் பிறகு இரண்டு வாரங்கள் கழித்து, மீண்டும் ஒருமுறை அவனைப் பார்த்துப் பேசினான். ஆனால், அந்த இரண்டாவது சந்திப்பிற்குப் பிறகு ஏறக்குறைய ஒரு மாதமாகவே அவன் அவனைப் பார்க்கப் போகவில்லை; அவனைப் பற்றி இவான் எதுவும் கேள்விப்பட்டிருக்கவுமில்லை. தந்தை இறந்துபோன ஐந்து நாட்களுக்குப் பிறகே மாஸ்கோவிலிருந்து இவான் ஃபியோதரவிச் வந்திருந்ததால், அவருடைய சவப்பெட்டியைக்கூட அவனால் இறுதியாகப் பார்க்க முடியவில்லை; அவன் வருவதற்கு ஒரு நாளைக்கு முன்பாகத்தான் இறுதிச் சடங்குகள் எல்லாம் நடைபெற்றிருந்தன. இவான் ஃபியோதரவிச் தாமதமாக வந்ததற்குக் காரணம், அவன் தங்கியிருந்த மாஸ்கோ விலாசம் அல்யோஷாவுக்குத் தெரியாததால், கத்தரீனா இவானவ்னாவைப் பார்த்து இவானுக்குத் தந்தி கொடுக்குமாறு அல்யோஷா சொல்ல, அப்போதைய அவனுடைய முகவரியோ அவளுக்கும் தெரியாதபட்சத்தில், அவள் தன்னுடைய தங்கைக்கும் அத்தைக்கும் தந்தி கொடுத்து விஷயத்தை இவானிடம் தெரிவிக்குமாறு சொன்னாள்; மாஸ்கோ போனவுடன் இவான் ஃபியோதரவிச் அவர்களைப் பார்க்கப் போவானென்று அவள் நினைத்தாள். ஆனால், அவனோ அவர்களைப் பார்க்க நான்கு நாட்கள் கழித்தே போனான்; அங்கு இந்தத் தந்தியைப் பார்த்த அவன், தலையை உடைத்துக் கொண்டு உடனே திரும்ப ஊருக்கு வந்தான். வந்தவன் முதலில் அல்யோஷாவைப் போய்ப் பார்த்தான். அல்யோஷா மீச்சியாவின் மீது எள்ளளவுகூடச் சந்தேகப்படாமல், கொலையைச் செய்தது ஸ்மெர்தியாக்கவ்தான் என்று மற்றவர்களுடைய கருத்துக்கு மாறாகச் சொன்னதை நினைத்து, இவான்

ஆச்சர்யப்பட்டான். அதன் பிறகு தலைமைப் பாதுகாவலர், அரசு வழக்கறிஞர் மூலம் குற்றத்தையும் தண்டனையையும் பற்றித் தெரிந்து கொண்ட இவான், அல்யோஷாவைப் பார்த்து இன்னும் அதிகமாகவே ஆச்சர்யப்பட்டான், ஏனெனில் மீச்சியாமீது அல்யோஷா வைத்திருந்த அதிகபட்ச சகோதரத்துவ உணர்வு வேதனையின் காரணமாகத்தானென இவான் நினைத்தான்; ஏனெனில் இவானுக்குத் தெரியும், அல்யோஷா மீச்சியாவை மிகவும் நேசித்தான் என்பது. இதற்கிடையில், கடைசி முறையாக இரண்டு வார்த்தைகளில் நாம் திமித்ரி ஃபியோதரவிச்சைப் பற்றிய இவானின் கருத்தைக் குறிப்பிடுவோம்: இவானுக்கு மீச்சியாவைச் சுத்தமாகப் பிடித்திருக்கவில்லை; சில நேரங்களில் அவனுக்காக இவான் மிக அதிகமாக இரக்கப்பட்டான், ஆனால் அந்த உணர்வு மிகப்பெரிய வெறுப்பாக, அருவருப்பாக அவனுள் மாறி இருந்தது. மீச்சியா கத்தரீனா இவானவ்னாவின் மீது வைத்திருந்த காதலையும் இவான் வெறுத்தான். இருந்தாலும், ஊருக்கு வந்த நாளன்றே குற்றம்சாட்டப்பட்ட மீச்சியாவைச் சிறைச்சாலைக்குச் சென்று இவான் பார்த்தான். அந்தச் சந்திப்பு மீச்சியா வின் மீதிருந்த குற்ற உணர்வைப் பலவீனப்படுத்தாமல் பலப்படுத்தவே செய்தது. மீச்சியா மனஉளைச்சலுடன் இருப்பதை இவான் பார்த்தான். தன்னை மறந்த நிலையில் மீச்சியா எதை எதையோ பேசிக்கொண்டு ஸ்மெர்த்தியக்கோவின் மீது பழிபோட்டுக்கொண்டு, குழம்பிப் போயிருந்ததையும் இவான் பார்த்தான். அப்படியே, இறந்துபோனவரிட மிருந்து மூவாயிரம் ரூபிள்களை அவன் 'திருடினான்' என்றும் சொன்னான். 'அந்தப் பணம் என்னுடையது, என்னுடையது' என்று உறுதியாகச் சொன்ன மீச்சியா, 'அப்படியே அதை நான் திருடியிருந்தாலும், அதற்கு எனக்கு உரிமை உண்டு' என்றான். அவனுக்கு எதிராக இருந்த சாட்சி களைப் பற்றி அவன் எதுவும் பேசவில்லை. அப்படியே தனக்கு அனுகூல மாக இருந்த உண்மைகளைப் பற்றி அவன் பேசினாலும், அவற்றை அவன் ஒத்திசைவில்லாமல் முட்டாள்தனமாகப் பேசினான். இவான் முன்போ அல்லது யார் முன்போ ஏதோ உண்மையை நிரூபிக்க விரும்பாதவன்போல, தன்மேல் சுமத்தப்பட்டிருந்த குற்றங்கள் அனைத்தை யும் அவன் ஏளனமாக நிராகரித்துவிட்டுக் கோபத்துடன் சீறி விழுந்தான். கதவு திறந்திருந்தது என்ற கிரிகோரியின் சாட்சியத்தைக் கேட்டுக் கேவலமாகச் சிரித்த மீச்சியா, 'அந்தச் சாத்தான்தான் கதவைத் திறந்திருக்க வேண்டும்' என்று ஆணித்தரமாகச் சொன்னான். ஆனால், அதைச் சார்ந்த விளக்கம் எதையும் அவனால் கொடுக்க முடியவில்லை. 'எல்லாமே அனுமதிக்கப்படுபவை' என்பதை உறுதி செய்யும் எவரும், மீச்சியாவைச் சந்தேகிக்கவோ கேள்வி கேட்கவோ தேவை இல்லை என்று இவான் ஃபியோதரவிச்சைச் சந்தித்த முதல் சந்திப்பிலேயே மீச்சியா கடுமையாகச் சொன்னான். பொதுவாக, இந்த முறை அவனுடன் ஏற்பட்ட சந்திப்பு தோழமை பாராட்டுவதற்கான சாத்தியத்தைக் கொண்டிருக்கவில்லை. இந்தச் சந்திப்பிற்குப் பிறகுதான், இவான் ஸ்மெர்தியாக்கவைப் பார்க்கப் போனான்.

மாஸ்கோவிலிருந்து இவான் வந்தபோது ஸ்மெர்தியாக்கவைப் பற்றி நினைத்துக்கொண்டே வந்தான்; மாஸ்கோவுக்குக் கிளம்பும் அந்த மாலை நேரம் ஸ்மெர்தியாக்கவுடன் அவன் கடைசியாகப் பேசிய

விஷயங்களைப் பற்றி நினைத்துப் பார்த்தான். நிறைய விஷயங்கள் அவனுக்கு ஆச்சர்யமாக இருந்தன; பல விஷயங்கள் சந்தேகத்திற்குரியவை யாகவும் இருந்தன; ஆனால் அரசு வழக்கறிஞரிடம் சாட்சி அளித்த போது, ஸ்மெர்தியாக்கவிடம் பேசியதைப் பற்றி இவான் எதுவும் சொல்லவில்லை. அவனைச் சந்தித்ததைப் பற்றியே இவான் சொல்லாமல் இருந்தான். அப்போது ஸ்மெர்தியாக்கவ் மருத்துவமனையில் படுத்திருந் தான். மருத்துவர் கெர்சென்ஸ் தூபேவையும் வார்வீன்ஸ்கியையும் மருத்துவமனையில் சந்தித்த இவான், 'பயங்கரமான இந்தச் சம்பவம் நடந்த நாளன்று வேண்டுமென்றே ஸ்மெர்தியாக்கவ் இப்படிப் பாசாங்கு செய்து விழுந்துவிட்டானா?' என்று அழுத்தமாகக் கேட்ட கேள்வியைக் கேட்டு இருவரும் ஆச்சர்யப்பட்டார்கள். பிறகு இவானுக்குப் புரியும் படி இருவரும் சொன்னார்கள், இந்த வலிப்பு நோயானது சாதாரண நோய் அல்ல என்றும், இது தொடர்ந்து பல நாட்களாக அவனுக்கு வந்தது என்றும், இதனால் நோயாளியின் உடல்நிலை மிகப்பெரிய ஆபத்தில் இருக்கிறது என்றும், தேவையான நடவடிக்கைகளை எடுத்த பிறகே உறுதியாகச் சொல்ல முடியும், நோயாளி உயிரோடிருப்பாரா இல்லையா என்றும் சொன்னவர்கள், எப்படியிருந்தாலும் (மருத்துவர் கெர்சென்ஸ்தூபே சொன்னார்) அவனுடைய நினைவாற்றலின் ஒரு பகுதி சேதமடைந்தே இருக்கிறது என்றும், 'அப்படியே வாழ்நாள் முழுவதும் அது சேதமடைந்த நிலையிலேயே இல்லாமல் போனாலும் நீண்ட காலம் அது அப்படித்தான் இருக்கும்' என்றும் சொன்னார். 'அப்படியானால், அவனுக்குப் பைத்தியம் பிடித்துவிட்டதா?' என்று பொறுமையை இழந்துகேட்ட இவானிடம், 'முழுமையாக அவருக்குப் புத்தி பேதலித்துவிட்டது என்று சொல்லிவிட முடியாது, ஆனால் புத்தி பிறழ்வு ஏற்பட்டிருக்கிறது' என்றார். அப்படிப்பட்ட பிறழ்வுகள் என்ன என்பதை இவான் ஃபியோதரவிச்சே கண்டுபிடிக்க முடிவு செய்தான். மருத்துவமனையில் நோயாளியைப் பார்க்க அவனை உடனே அனுமதித்தார்கள். தனியாக இருந்த பகுதியில் ஸ்மெர்தியாக்கவ் கட்டிலில் படுத்திருந்தான். அவனருகே இருந்த கட்டிலில் உடல் முழுவதும் ஊதிப் போன நிலையில் நோயாளி ஒருவர் நீர்க்கோவை நோயால் பாதிக்கப் பட்டு இறந்துபோகக்கூடிய நிலையில் படுத்திருந்தார். இவர்கள் பேசுவதற்குத் தடையாக அவர் இருக்கவில்லை. இவான் ஃபியோதரவிச்சைப் பார்த்தவுடன் ஸ்மெர்தியாக்கவ் நம்பிக்கையின்றிப் புன்னகைத்தான்; முதலில் அவன் பயந்தது போலத் தெரிந்தது. குறைந்தபட்சம் இவான் ஃபியோதரவிச்சுக்கு அப்படித்தான் தெரிந்தது. ஆனால், அப்படி அவனுக்கு ஒரு நிமிடம்தான் இருந்தது; பிறகு, தன்னுடைய பரிபூரண அமைதியால் ஏறக்குறைய இவானை ஆச்சர்யப்பட வைத்தான் ஸ்மெர்தியாக்கவ். அவனைப் பார்த்த முதல் பார்வையிலேயே, உடல் நலம் சரியில்லாமல் அவன் இருப்பதைத் தெளிவாகப் புரிந்துகொண்டான் இவான் ஃபியோதரவிச்: வலுவிழந்தது போலவே உடல்நலமும் சரியில்லாமல் மெதுவாகப் பேசினான் ஸ்மெர்தியாக்கவ்; அவனுடைய உடல் மெலிந்து, முகம் வெளிறிப் போயிருந்தது. அவர்கள் பேசிய அந்த இருபது நிமிடங் களும் அவன் தலைவலிப்பதாகவும் உடல் முழுவதும் வலி இருப்பதாகவும் முறையிட்டான். ஆண்மைத் தன்மையில்லாமல், வறண்டுபோன

அவனுடைய முகம் மிகவும் சிறுத்துப் போய், நெற்றியில் விழுந்த தலைமுடி அலங்கோலமாய் விரவிக்கிடக்க, துறுத்திக்கொண்டிருந்த ஒரே ஒரு மயிர்ச் சுருள் மட்டும் நெற்றிப் பொட்டின் ஓரமாக விழுந்து கிடந்தது. ஆனால், முறுகிக் கிடந்த அவனுடைய இடது கண் பழைய ஸ்மெர்தியாக்கவை அடையாளங் காட்டியது. 'அறிவாளிகளுடன் பேசுவதே சுவாரஸ்யமான விஷயந்தான்' என்ற வார்த்தைகளை இவான் ஃபியோதரவிச் நினைத்துப் பார்த்தான். ஸ்மெர்தியாக்கவின் கால் பக்கமிருந்த முக்காலி யில் இவான் வந்தமர்ந்தான். முழு உடலையும் சிரமத்துடன் திருப்பிப் படுத்த ஸ்மெர்தியாக்கவ், ஒன்றும் பேசாமல், ஏதோ ஆர்வம் இல்லாதவனைப் போலப் பார்த்தான்.

'உன்னால் பேச முடியுமா?' என்று கேட்ட இவான் ஃபியோதரவிச், 'உன்னை அதிகம் சோர்வுறச் செய்யமாட்டேன்' என்றான்.

'முடியும்' என்று வலுவில்லாத குரலில் முணுமுணுத்தான் ஸ்மெர்தியாக்கவ். 'நீண்ட நேரத்திற்கு முன்பே வந்துவிட்டீர்களா?' என்று இக்கட்டான நிலையில் இருந்த விருந்தாளிக்குப் பேச ஊக்க மளிப்பதுபோல ஆதரவாகக் கேட்டான் ஸ்மெர்தியாக்கவ்.

'இல்லை, இதோ இப்போதுதான் வந்தேன்... நீங்கள் ஏற்படுத்தி யிருக்கும் இந்தக் குழப்பத்தைச் சரிசெய்ய வந்தேன்.'

ஸ்மெர்தியாக்கவ் பெருமூச்சு விட்டான்.

'என்ன பெருமூச்சு விடுகிறாய், உனக்குத்தான் எல்லாம் தெரியுமே' என்று நேரடியாகத் தாக்கினான் இவான் ஃபியோதரவிச்.

இதைக் கேட்ட ஸ்மெர்தியாக்கவ் சலனமில்லாமல் அமைதியாக இருந்தான்.

'இதைப் பற்றியெல்லாம் எனக்கு எப்படித் தெரியும்? முன்பு எல்லாம் தெளிவாகத் தெரிந்தது. ஆனால் இப்படி முடியுமென்று யாருக்குத் தெரியும்?'

'எப்படி முடியுமென்று? தந்திரமாகப் பேசாதே! நீதானே சொன்னாய், நிலவறைக்குப் போகும்போது வலிப்பு வந்து நீ விழுந்துவிடுவாய் என்று? அதுவும் நிலவறை என்று நீதானே குறிப்பிட்டுச் சொன்னாய்.'

'நீங்கள் இதைப் பற்றி உங்களுடைய வாக்குமூலத்தில் சொல்லி விட்டீர்களா?' என்று ஆர்வத்துடன் அமைதியாகக் கேட்டான் ஸ்மெர்தியாக்கவ்.

உடனே இவான் ஃபியோதரவிச் சீறிப் பாய்ந்தான்.

'இல்லை, இன்னும் சொல்லவில்லை, ஆனால் கண்டிப்பாகச் சொல்வேன். என் அருமை மனிதனே, இப்போது நீ எனக்கு விளக்கங் கொடு இனிமேலும் என்னுடன் நீ விளையாட முடியாது!'

'எதற்காக உங்களுடன் நான் விளையாடப் போகிறேன்; நான் உங்களைக் கடவுளை நம்புவது போல நம்புகிறேன்!' என்று தன்னுடைய கண்களை மூடியபடி அமைதியாகச் சொன்னான் ஸ்மெர்தியாக்கவ்.

'முதலாவதாக' என்று ஆரம்பித்த இவான் ஃபியோதரவிச், 'வலிப்பு நோய் எப்போது வருமென்றும் அதை முன்கூட்டியே சொல்லிவிட முடியாதென்றும் எனக்குத் தெரியும்' இதைப் பற்றி நான் விசாரித்து விட்டேன்; எனவே நீ தந்திரமாகப் பேசாதே. எந்த நாள், எந்த நேரம் வலிப்பு வருமென்று யாரும் எதுவும் முன்கூட்டியே சொல்லிவிட முடியாது. அப்படி இருக்கும் பட்சத்தில், நீ எப்படி இந்த நாள், இந்த நேரம், அதுவும் நிலவறையில்தான் உனக்கு வலிப்பு வருமென்று குறிப்பாகச் சொன்னாய்? எப்படி அது உனக்கு மட்டும் முன்கூட்டியே தெரிந்தது, குறிப்பாக நிலவறையில் வலிப்பு நோய்கண்டு நீ விழுவாய் என்று? அப்படியானால் வலிப்பு வந்தது போல வேண்டுமென்றே நீ நடித்தாய் அப்படித்தானே?'

'எப்படி இருந்தாலும் ஒரு நாளைக்குப் பல தடவை நான் அந்த நிலவறைக்குப் போகத்தான் வேண்டும், அப்படி இல்லாமல் முடியாது' என்று அவசரமாக இழுத்துப் பேசினான் ஸ்மெர்தியாக்கவ். 'இதே போலத்தான் ஒரு வருடத்திற்கு முன்பு நான் பரண்மீது ஏறியபோதும் கீழே விழுந்தேன். உண்மைதான் எந்த இடத்தில் எப்போது வலிப்பு நோய் வருமென்று யாராலும் முன்கூட்டியே சொல்லிவிட முடியாது தான், ஆனால், இப்படி நடக்குமென்பதை உணர முடியும்தானே' என்றான்.

'ஆனால், நீ எந்த நேரம், எந்த நாள் என்று முன்கூட்டியே சொல்லி விட்டாயே!'

'ஐயா, என்னுடைய இந்த வலிப்புநோயைப் பற்றி நீங்கள் இங்கிருக்கும் மருத்துவரைக் கேட்டுத் தெரிந்துகொள்ளுங்கள்: இது உண்மையா பொய்யா என்று, ஏனெனில் இதைப் பற்றிச் சொல்வதற்கு இதற்கு மேல் ஒன்றுமில்லை.'

'நிலவறை, நிலவறை என்று எப்படி நீ முன்கூட்டியே சொன்னாய்?'

'இந்த நிலவறையை நீங்கள் பிடித்துக்கொண்டீர்கள்! நான் அந்த நிலவறைக்குள் போனபோதே பயமும் சந்தேகமும் பட்டேன்; எனக்குப் பயம் அதிகம் இருந்தது, ஏனெனில் இந்த உலகத்தில் என்னைக் காப்பாற்றக் கூடிய ஒரே மனிதர் நீங்கள்தான்; நீங்களும் இல்லை என்றவுடன் எனக்குப் பயம் அதிகமாகிவிட்டது. அதை நினைத்துக்கொண்டே நான் நிலவறைக்குள் நுழைந்தபோது, இதோ இப்போது வலிப்பு வரும், வந்து என்னைத் தாக்கும், அப்படித் தாக்கினால் நான் கீழே விழுவேனோ, மாட்டேனோ?' என்று நினைத்த மாத்திரத்தில் எனக்கு வலிப்புநோய் வர . . . நானும் கீழே விழுந்துவிட்டேன். நடந்த எல்லாவற்றையும், அந்த நாள் மாலைவேளை கதவருகே நாம் பேசிய எல்லாவற்றையும் அதாவது என்னுடைய பயம், நிலவறை பற்றி உங்களிடம் சொன்னேனே இவை எல்லாவற்றைப் பற்றியும் மருத்துவர் கெர்சென்ஸ்தூபேவிடமும் விசாரணையாளர் நிக்கலாய் பர்ஃபியேனவிச்சிடமும் நான் வாக்குமூலம் கொடுத்துவிட்டேன்; அவர்களும் அதை எழுதிக்கொண்டார்கள். இந்த ஊர் மருத்துவர் வார்வின்ஸ்கி குறிப்பாகச் சொன்னார், நான் கீழே விழுந்துவிடுவேனா, மாட்டேனா என்று பயந்ததில்தான் எனக்கு வலிப்பு நோய் வந்தது என்று. அப்படித்தான் அவர்களும் எழுதிக்கொண்டார்கள்,

அதாவது, என்னுடைய பயத்தால்தான் எனக்கு வலிப்புநோய் வந்தது என்று.'

இப்படிச் சொன்னவன், ஏதோ மிகவும் சோர்வடைந்து விட்டவன் போலப் பெருமூச்சு விட்டான்.

'ஆக இப்படி நீ வாக்குமூலம் கொடுத்துவிட்டாய், இல்லையா?' என்று சற்றே ஆச்சர்யத்துடன் கேட்டான் இவான் ஃபியோதரவிச். அந்த நாள், மாலை நேரம் இருவரும் பேசிக்கொண்டதை ஞாபகப்படுத்தி ஸ்மெர்தியாக்கவைப் பயப்பட வைக்கலாமென்று நினைத்தான் இவான் ஃபியோதரவிச். ஆனால், ஸ்மெர்தியாக்கவோ எல்லாவற்றையும் அவர்களிடம் சொல்லிவிட்டது போலத் தெரிந்தது.

'எதற்காக நான் பயப்பட வேண்டும்? எல்லா உண்மைகளையும் அவர்கள் எழுதிக்கொள்ளட்டுமே' என்று அழுத்தமாகச் சொன்னான் ஸ்மெர்தியாக்கவ்.

'கதவருகே நாம் நின்றுகொண்டு பேசிய எல்லாவற்றையும் நீ அவர்களிடம் சொல்லிவிட்டாயா?'

'இல்லை, எல்லாவற்றையும் சொல்லவில்லை.'

'உனக்கு வலிப்பு நோய் வர வேண்டுமென்று நீ நினைத்தால் அது வருமென்று பெருமையாக என்னிடம் சொன்னாயே, அதையும் சொன்னாயா?'

'இல்லை, அதைச் சொல்லவில்லை.'

'இப்போது சொல், எதற்காக நீ என்னை செர்மாஷ்னய போகச் சொன்னாய்?'

'நீங்கள் எங்கே மாஸ்கோவுக்குப் போய்விடுவீர்களோ என்று நான் பயந்தேன், ஏனெனில் செர்மாஷ்னய பக்கத்தில் இருக்கிறதே.'

'பொய் சொல்கிறாய், நீதான் என்னைப் போகச் சொன்னாய், 'போய்விடுங்கள், பாவத்திலிருந்து விலகிப் போய்விடுங்கள் என்றாய்!'

'அதை நான் தோழமை மனப்பான்மையுடன் தான் சொன்னேன். அப்படியே நன்றியுணர்ச்சியின் பேரில் வீட்டில் நடக்கப்போகும் கெட்ட சம்பவத்தை உணர்ந்து, உங்கள்மீது பரிதாபப்பட்டுத்தான் சொன்னேன். உங்களைவிட என் மீதே எனக்குப் பரிதாபமாக இருந்தது. அதனால் தான் சொன்னேன், பாவத்தினின்று நீங்கள் விலகிப் போய்விடுங்களென்றும் கெட்ட சம்பவம் நடக்கப் போகிறதென்றும் உங்களுடைய தந்தையை நீங்கள் காப்பாற்ற வேண்டுமென்றும் சொன்னேன்.'

'இதை நீ நேரடியாகவே என்னிடம் சொல்லியிருக்கலாமே, முட்டாள்!' என்று திடீரென்று சீறினான் இவான் ஃபியோதரவிச்.

'அதை எப்படி நான் அப்போது நேரடியாகச் சொல்ல முடியும்? நானே பயத்தில்தான் உங்களிடம் பேசினேன், ஆம் நீங்கள் வேறு கோபப்படுவீர்கள். திமித்ரி ஃபியோதரவிச் அவருடைய தந்தையிடம்

சண்டை போட்டு அந்தப் பணத்தை எடுத்துக்கொண்டு போயிருப்பா ரென்று நான் சந்தேகப்படலாம், ஏனெனில் அவர் அந்தப் பணத்தைத் தன்னுடையது என்றே நினைத்திருந்தார். ஆனால், இது கொலையில் போய் முடியும் என்று எப்படி எனக்குத் தெரியும்? அவர் எஜமானனின் தலையணைக்கு அடியில் இருந்த பணத்தை மட்டும் எடுத்துக்கொண்டு போய்விடுவார் என்று நான் நினைத்தேன். ஆனால் அவரோ எஜமானரைக் கொலைசெய்துவிட்டாரே. உங்களால் இதை நினைத்துப் பார்க்க முடிகிறதா ஐயா?'

'இதை நான் எதிர்பார்த்திருக்க முடியாது என்று நீயே சொல்லும் போது, எப்படி நான் இதை எதிர்பார்த்திருக்க முடியும்? என்ன நீ குழப்புகிறாய்?' என்று யோசித்தபடியே கேட்டான் இவான்.

'உங்களை மாஸ்கோ போகாமல் செர்மாஷ்னய போகச் சொன்ன போதே நீங்கள் அதை ஊகித்திருக்க வேண்டும்.'

'ஆமாம், எப்படி ஊகிப்பது!'

'ஸ்மெர்தியாக்கவுக்கு மிகவும் சோர்வாக இருந்ததால் மீண்டும் ஒரு நிமிடம் அவன் அமைதியாக இருந்தான்.

'மாஸ்கோவுக்குப் போகாமல் அருகிலிருக்கும் செர்மாஷ்னயவுக்கு உங்களை நான் போகச் சொன்னபோதே நீங்கள் ஊகித்திருக்க வேண்டும். ஏனெனில் நீங்கள் பக்கத்திலிருந்திருந்தால் திமித்ரி ஃபியோதரவிச் இதை இவ்வளவு உற்சாகமாகச் செய்திருக்க மாட்டார். ஆமாம், அப்படியே வெகு சீக்கிரமாகவே நீங்கள் வந்து என்னைக் காப்பாற்றி யிருப்பீர்கள், அப்படி ஏதாவது நடந்திருந்தால்; அப்படியே உங்களுக்கு நான் கிரிகோரி வஸீலிச்சின் நோய் பற்றியும் பயத்தில் வலிப்புநோய் வந்து நான் விழுந்துவிடுவேன் என்றும் சொன்னேன். கிழவரின் அறைக்குள் எப்படிப் போவது என்பதை உங்களிடம் நான் எப்படி விளக்கினேனோ, அதை என் மூலமாக திமித்ரி ஃபியோதரவிச் அறிந்துகொண்டார் என்பதைச் சொன்னதுமே நீங்கள் ஊகித்திருப்பீர்கள், கண்டிப்பாக அவர் ஏதாவது செய்வார் என்று, அதனால் நீங்கள் செர்மாஷ்னய கூடப் போகாமல் இங்கேயே தங்கிவிடுவீர்கள் என்றுதான் நான் நினைத்தேன்.'

'மிகவும் ஒத்திசைவாகப் பேசுகிறான்' என்று நினைத்த இவான் ஃபியோதரவிச், 'இருந்தாலும் முணுமுணுக்கிறான்; இவனுக்கு எந்த விதத்தில் மனநிலை சரியில்லையென்று கெர்சென்ஸ்தூபே சொன்னார்?' என்று நினைத்தான்.

'என்னை ஏமாற்றுகிறாய், நாசமாய்ப் போக!' என்று இவான் கோபமாகச் சொன்னான்.

'நீங்கள் எல்லாவற்றையும் ஊகித்துவிட்டீர்களென்றுதான் நான் நினைத்தேன்' என்று சர்வசாதாரணமாக மழுப்பினான் ஸ்மெர்தியாக்கவ்.

'அப்படி நான் ஊகித்திருந்தால் இங்கேயே இருந்திருப்பேனே!' என்று மீண்டும் கோபமாகக் கத்தினான் இவான் ஃபியோதரவிச்.

‘நீங்கள் அப்படி ஊகித்ததால்தான் இந்தப் பாவத்திலிருந்து தப்பிக்க எவ்வளவு சீக்கிரமாக ஊருக்குப் போக வேண்டுமோ, அவ்வளவு சீக்கிரமாகப் போய்விட்டீர்கள் என்று நான் நினைத்தேன்.’

‘உன்னைப் போல நான் ஒரு கோழை என்று நினைத்தாயா?’

‘மன்னிக்கவும், என்னைப் போன்றவர்தான் நீங்களுமென்று நினைத்தேன்.’

‘ஆமாம், கண்டிப்பாக நான் ஊகித்திருக்க வேண்டும்’ என்று பதற்றமாகச் சொன்ன இவான், ‘ஆமாம், நான் நினைத்தேன், இப்படி ஏதாவது ஒரு கீழ்த்தரமான செயலை உன்னுடைய பங்கிற்கு நீ செய்வா யென்று ... ஆனால் நீ பொய் சொல்கிறாய், மறுபடியும் பொய் சொல்கிறாய்’ என்று திடீரென்று கத்தியவன் எதையோ யோசித்தான். ‘உனக்கு நினைவிருக்கிறதா, குதிரை வண்டியருகே வந்து என்னிடம் நீ என்ன சொன்னாயென்று: ‘அறிவாளிகளுடன் பேசுவதே ஆர்வமான விஷயம்’ என்று. அப்படியானால் உனக்குச் சந்தோஷமாயிருந்திருக்கிறது நான் ஊருக்குப்போனது, ஏனெனில் நீ என்னைப் பற்றிப் புகழ்ந்து பேசினாயே?’ என்றான்.

ஸ்மெர்தியாக்கவ் மீண்டும் ஒருமுறை பெருமூச்சுவிட்டான். அவனுடைய முகம் சிவந்துபோனது போலிருந்தது.

‘அப்படி எனக்குச் சந்தோஷமாக இருந்தது என்றால்’ என்று சற்றே மூச்சு வாங்கியபடி சொன்னவன், ‘அது ஒரே ஒரு விஷயத்திற்காகத் தான், நீங்கள் மாஸ்கோ போகாமல் செர்மாஷ்னயவுக்குப் போகச் சம்மதித்ததற்காகத்தான். ஏனெனில் அது பக்கத்தில் இருக்கிறதே; அப்படி நான் சொன்னது உங்களைப் பாராட்டுவதற்காக அல்ல, இடித்துரைப் பதற்காகத்தான். உங்களுக்கு அது புரியவில்லை’ என்றான் ஸ்மெர்தியாக்கவ்.

‘எதற்காக நீ என்னை இடித்துரைக்க வேண்டும்?

‘அசம்பாவிதம் நடக்குமென்பதை உணர்ந்த பின்பும், சொந்தத் தந்தையையே காப்பாற்றாமல் நீங்கள் போனதற்கும் அப்படியே எங்களை யும் காப்பாற்ற விரும்பாமல் நீங்கள் போனதற்கும் தான்; ஏனெனில் அந்த மூவாயிரம் ரூபிள்களை நான் திருடிவிட்டேனென்று சொல்லி எந்த நிமிடமும் என்னைக் கைது செய்துவிடுவார்கள்தானே.’

‘நாசமாய்ப் போக!’ என்று மீண்டும் திட்டினான் இவான். ‘நில்: நீ அந்தக் கதவைத் தட்டுவது, சமிக்ஞைகளைக் கொடுப்பது பற்றி யெல்லாம் விசாரணையாளரிடமும் அரசு வக்கீலிடமும் சொன்னாயா?’

‘எப்படி நடந்ததோ அப்படியே சொன்னேன்.’

இவான் ஃபியோதரவிச் மறுபடியும் ஆச்சர்யப்பட்டான்.

‘அப்போது எதைப் பற்றியாவது நான் யோசித்தேன் என்றால்’ என்று மறுபடியும் சொன்ன இவான், ‘அது உன்னுடைய தரப்பிலிருந்து செய்யப்படும் கீழ்த்தரமான செயல் ஒன்றைப் பற்றி மட்டும்தான். திமித்ரி இந்தக் கொலையைச் செய்திருக்கலாம், ஆனால் பணத்தைத்

திருடினானென்பதை என்னால் நம்ப முடியாது ... ஆனால், ஏதாவது ஒரு கேடுகெட்ட செயலை நீ செய்வாயென்று நான் எதிர்பார்த்தேன். நீயே என்னிடம் சொன்னாய், வலிப்புநோய் வந்தவனைப் போல் உன்னால் நடிக்க முடியுமென்று; அப்படி எதற்காகச் சொன்னாய்?'

'என்னுடைய இயல்பான குணத்தின் காரணமாக. ஆம் வலிப்பு நோய் வந்தவனைப்போல எப்போதுமே நான் நடித்ததில்லை; உங்கள் முன்பு பெருமையடித்துக்கொள்ளவே அப்படி நான் சொன்னேன். வெறும் முட்டாள்தனம். உங்களை எனக்குப் பிடிக்கும், எனவே வெகு சாதாரணமாகத்தான் அப்படிச் சொன்னேன்.'

'நீதான் கொலைசெய்து, பணத்தைத் திருடிவிட்டாய் என்று என் சகோதரன் குற்றம்சாட்டுகிறான்.'

'ஆமாம், இன்னும் சொல்ல என்ன இருக்கிறது?' என்று வெறுப்புடன் ஏளனமாகச் சொன்ன ஸ்மெர்தியாக்கவ், 'இவ்வளவு சாட்சியங்கள் அவருக்கு எதிராக இருக்கும்போது அவர் சொல்வதை யார் நம்புவார் கள்? கதவு திறந்திருந்ததைத்தான் கிரிகோரி வசிலியேவிச் பார்த்திருக் கிறாரே, பிறகு எப்படி? சரி, கடவுள் அவரைக் காப்பாற்றட்டும்! தன்னைக் காப்பாற்றிக்கொள்ள பயத்தில் அவர் அப்படிச் சொல்கிறார் ...'

பிறகு அமைதியாகப் பேசாமல் இருந்தவன், திடீரென்று எதையோ யோசித்தபடி மறுபடியும் சொன்னான்:

'பாருங்கள், எல்லாமே ஒன்றுதான்: இதை நான்தான் செய்தேனென்று எல்லாக் குற்றங்களையும் என்மீது அவர் சுமத்த விரும்புகிறார்; அதைப் பற்றி ஏற்கெனவே நான் கேள்விப்பட்டேன்; இப்படி இருக்கையில், இப்போது நீங்கள் என்னை வலிப்பு நோய் வந்தது போல நடித்தே னென்று சொல்கிறீர்கள்: அப்படி என்னால் நடிக்க முடியுமென்று முன்பே நான் உங்களிடம் சொல்லி இருந்தால்கூட உங்களுடைய தந்தையைக் கொல்வதில் எனக்கு என்ன நோக்கம் இருக்க முடியும்? அப்படியே அவரைக் கொலைசெய்ய நான் திட்டமிட்டிருந்தாலும், நான் என்ன முட்டாளா எனக்கு எதிராகச் சாட்சியம் சொல்ல, ஆம் அதுவும் அவருடைய சொந்த மகனான உங்களிடமே! யோசித்துப் பாருங்கள்! இது நடக்கக்கூடிய ஒன்றா என்ன? இல்லை, இது நடக்கவே முடியாத ஒன்று. இதோ, நம்முடைய இந்த உரையாடலைக் கடவுளைத் தவிர வேறு யாரும் கேட்க முடியாது; ஆனால், இதை நீங்கள் அரசு வழக்கறிஞரிடமும் நிக்கலாய் பர்ஃபியோனவிச்சிடமும் சொல்வீர்களா னால் என்னை நீங்கள் கண்டிப்பாகக் காப்பாற்றிவிட முடியும். இவ்வளவு பெரிய கொடியவன் எப்படி இவ்வளவு சாதாரண மனிதனாக இருக்க முடியும்? அவர்களால் இதை நன்றாகப் புரிந்துகொள்ள முடியும்.'

'கேள்' என்று இடைமறித்த இவான் ஃபியோதரவிச், ஸ்மெர்தியாக்கவ் சொன்ன இந்தக் கடைசி விஷயத்தில் பாதிக்கப்பட்டவனாய், தன்னுடைய இருக்கையில் இருந்து எழுந்து வந்து, 'உன்மீது கொஞ்சம்கூட நான் சந்தேகப்படவில்லை. அப்படியே உன்னைக் குற்றம் சாட்டுவதுகூட எனக்கு வேடிக்கையாக இருகிறது ... மாறாக, எனக்கு நீ மன அமைதியைக்

கொடுத்ததற்கு மிக்க நன்றி. இப்போது நான் போகிறேன், ஆனால் மீண்டும் வருவேன். அதுவரை உன்னிடமிருந்து விடைபெற்றுக்கொள் கிறேன், உடம்பை கவனித்துக்கொள். உனக்கு ஏதாவது வேண்டுமா?'

'எல்லாவற்றிற்கும் நன்றி. மார்ஃபா இக்னச்சேவ்னா என்னை நன்றாகக் கவனித்துக்கொள்கிறாள். எனக்காக எல்லாம் செய்கிறாள்; எனக்கு என்ன வேண்டுமென்பதைத் தெரிந்துகொண்டு, என்னிடம் எப்போதும் போலவே கனிவாக அவள் நடந்துகொள்கிறாள். நல்ல நண்பர்கள் என்னைப் பார்க்கத் தினமும் வருகிறார்கள்.'

'போய் வருகிறேன். அதைப் பற்றி, அதாவது உன்னால் அப்படி நடிக்க முடியுமென்பதைப் பற்றி யாரிடமும் நான் சொல்லமாட்டேன் ... அப்படியே உனக்கும் சொல்லிக்கொள்கிறேன், இதைப் பற்றி நீயும் எதுவும் போசாதே' என்று திடீரென்று சொன்னான் இவான்.

'எனக்கு நன்றாகப் புரிகிறது. அப்படி இதைப் பற்றி எதையும் நீங்கள் வெளியே சொல்லவில்லை என்றால், கதவருகே நின்று நாம் பேசியதையும் நான் யாரிடமும் சொல்லமாட்டேன் ...'

இவான் ஃபியோதரவிச் வெளியே வந்து பத்து அடி எடுத்து வைத்து பின்புதான் திடீரென்று உணர்ந்தான், கடைசியாக ஸ்மெர்தியாக்கவ் சொன்ன வார்த்தைகளில் எவ்வளவு வெறுப்பான அர்த்தம் இருக்கிறது என்பதை. உடனே அவன் ஸ்மெர்தியாக்கவைப் பார்க்கத் திரும்பிப்போக நினைத்தான், ஆனால் அதற்குள் இது 'முட்டாள் தனம்!' என்று தனக்குத்தானே சொல்லிக்கொண்டவன், வேகமாக மருத்துவமனையிலிருந்து வெளியேறினான். ஸ்மெர்தியாக்கவ் குற்றவாளி அல்ல, சகோதரன் மீச்சியாதான் குற்றவாளி என்பதை உணர்ந்ததும் அவன் அமைதியாகிப்போனான்; இருந்தாலும், அது நேர்மாறாகத்தான் இருந்திருக்க வேண்டும். ஆனால் அது அப்படி ஏன் இருந்தது என்பதை ஆராய அப்போதே அவன் விரும்பினான். ஆனால் தன்னுடைய அந்த உணர்வுகளை நோண்டிப் பார்க்க அவனுக்கே வெறுப்பாக இருந்தது. சீக்கிரமே எதையோ அவன் மறக்க விரும்பினான். சில தினங்களுக்குப் பிறகு, நாசமாய்ப் போன சாட்சியாளர்களுடன் அவன் அறிமுகமான பிறகு, மீச்சியா தான் குற்றவாளி என்பதை இவான் நம்பினான். ஊரிலிருந்து மிகச் சாதாரணமான மக்கள், உதாரணமாக, ஃபேன்யாவும் அவளுடைய அம்மாவும்கூடச் சாட்சியாளர்களாக இருந்தது அவனுக்கு ஓரளவு ஆச்சர்யத்தைக் கொடுத்தது. எனவே, பெர்ஹோத்தினைப் பற்றியோ, சத்திரத்திலிருந்த மக்களைப் பற்றியோ ப்லோத்னிக்கவின் கடை பற்றியோ மோக்ராயவிலிருந்த சாட்சிகளைப் பற்றியோ இப்படி எதைப் பற்றியும் குறிப்பிடத் தேவை இல்லாமல் இருந்தது. கிடைத்த முக்கியமான செய்தி களெல்லாம் மோசமானவையாக இருந்தன. ரகசியமாகக் கதவைத் 'தட்ட' வேண்டுமென்ற விஷயங்கள் எல்லாம் எப்படி விசாரணை யாளரையும் அரசு வழக்கறிஞரையும் ஆச்சர்யப்படவைத்ததோ, அதே போலக் கதவு திறந்திருந்தது என்ற கிரிகோரியின் சாட்சியும் ஏறக்குறைய அவர்களை ஆச்சர்யப்படவைத்தது. ஸ்மெர்தியாக்கவைப் பற்றிக் கிரிகோரியின் மனைவி மார்ஃபா இக்னச்சேவ்னாவிடம் இவான் ஃபியோதரவிச் கேட்டபோது, இரவு முழுவதும் ஸ்மெர்தியாக்கவ்

‘எங்களுடைய படுக்கைக்கு மூன்று அடிகள்’ தள்ளியிருந்த தடுப்புப் பகுதியில்தான் படுத்திருந்தான் என்றும், அயர்ந்து அவள் தூங்கிப் போயிருந்தாலும் பலமுறை எழுந்து வந்து பார்த்தபோதும் அவன் முனகிக்கொண்டே இருந்ததை அவள் கேட்டாள் என்றும், இரவு முழுவதும் அப்படி அவன் தொடர்ந்து முனகிக்கொண்டே தான் இருந்தான்’ என்றும் அவள் சொன்னாள். கெர்சென்ஸ்தூபேவிடம் இவான் பேசியபோது, ஸ்மெர்தியாக்கவுக்குப் புத்திபேதலிக்கவில்லை, பலவீனமாக இருப்பது போலவே தோன்றுகிறது என்று சொன்னதைக் கேட்டு அவனுடைய முகத்தில் லேசான புன்னகை படர்ந்தது. ‘இப்போது எப்படி அவன் தன்னுடைய நேரத்தைச் செலவழிக்கிறான் என்று உங்களுக்குத் தெரியுமா?’ என்று இவான் ஃபியோதரவிச்சைக் கேட்டவர், ‘பிரெஞ்சு வார்த்தைகளை அவன் மனனம் செய்துகொண்டிருக்கிறான்; தலையணைக் கடியில் குறிப்பேடு ஒன்றை வைத்திருக்கிறான், அதில் ரஷ்ய எழுத்து வடிவில் பிரெஞ்சு வார்த்தைகளை யாரோ எழுதிக் கொடுத்திருக்கிறார்கள், அதை அவன் படித்துக்கொண்டிருக்கிறான், ஹே – ஹே – ஹே!’ என்றார். உடனே இவான் ஃபியோதரவிச் அவன் மீதிருந்த சந்தேகத்தை ஒருபுறம் இறுதியாகத் தள்ளிவைத்துவிட்டான். அவனுடைய சகோதரன் திமித்ரியை வெறுப்புணர்வில்லாமல் அவனால் நினைத்துப்பார்க்க முடியவில்லை. இருந்தாலும், ‘திமித்ரி இந்தக் கொலையைச் செய்யவில்லை, எப்படிப் பார்த்தாலும்’ ஸ்மெர்தியாக்கவ் தான் இந்தக் கொலையைச் செய்திருக்கிறான்’ என்று ஆணித்தரமாக அல்யோஷா சொல்லிக்கொண்டுவருவது இவானுக்கு விசித்திரமாக இருந்தது. அல்யோஷாவின் கருத்துகளை இவான் எப்போதுமே உயர்வாக மதிப்பவன், அதனால்தான் அவன் இப்போது அல்யோஷாவைப் பார்த்துக் குழம்பிப் போயிருந்தான். இன்னுமொரு விசித்திரமான விஷயம் என்னவென்றால், மீச்சியாவைப் பற்றி அல்யோஷா எதுவும் பேசாததுதான்; இவான் கேட்ட கேள்விகளுக்கு மட்டுமே அல்யோஷா பதிலளித்தான். இதையும் இவான் ஃபியோதரவிச் உன்னிப்பாகக் கவனித்தான். அதுமட்டுமில்லாமல், வேறு ஒரு விஷயமும் அவனுடைய கவனத்தை ஈர்த்தது.

மாஸ்கோவிலிருந்து வந்தவன், கத்தரீனா இவானவ்னாவின் மீதிருந்த அளவுகடந்த, கொழுந்து விட்டெறியும் பேரார்வத்திற்குத் தன்னை முழுமையாக அர்ப்பணித்திருந்தான். இவான் ஃபியோதரவிச்சின் இந்தப் புதிய பேரார்வத்தை, அவனுடைய வாழ்வில் அது விளைவிக்கக்கூடிய ஆழமான விளைவைப் பற்றி பேசக்கூடிய இடம் இதுவல்ல என்பதால் நாம் இதை இங்கேயே விட்டுவிடுகிறோம், ஏனெனில் இது வேறு ஒரு கதையை, ஒரு நாவல் எழுதக்கூடிய களத்தை உருவாக்கக்கூடிய வல்லமை கொண்டது; அப்படிப்பட்ட ஒன்றை நான் எழுதப் போகிறேனா இல்லையா என்பது எனக்கே தெரியாது. இருந்தாலும் ஒரு விஷயத்தைப் பற்றி என்னால் சொல்லாமலிருக்க முடியவில்லை; கத்தரீனா இவானவ்னா வீட்டில் அல்யோஷாவை விட்டுவிட்டு இவான் ஃபியோதரவிச் வெளியேறியபோது ‘அவள்மேல் எனக்கு விருப்பமில்லை’ என்று அவன் அப்போது சொன்னது மிகப் பெரிய பொய்; அளவு கடந்து அவன் அவளை விரும்பினான்; ஆனால் சில சமயங்களில் அவன் அவளைக்

கொலை செய்யுமளவுக்கு வெறுத்தது என்னவோ உண்மைதான்; இதற்குப் பல காரணங்கள் உண்டு; மீச்சியாவுக்கு ஏற்பட்ட இந்த நிலையைப் பார்த்து உடைந்துபோன அவள், மீண்டும் தன்னிடம் திரும்பி வந்த இவான் ஃபியோதரவிச்சை ஏதோ ஒரு மீட்பர் போலக் கருதினாள். அவளுடைய உணர்வுகள் புண்படுத்தப்பட்டு, கேவலப்படுத்தப்பட்டு, இழிவுபடுத்தப்பட்டிருந்தன. இதோ, இப்போது ஒரு மனிதன் அவளுடைய வாழ்வில் மீண்டும் வந்திருக்கிறான், அவன் அவளை இதற்கு முன்பு மிக அதிகமாகக் காதலித்தான். ஓ, அது அவளுக்கும் நன்றாகத் தெரியும் – அவனுடைய எண்ணத்தையும் உள்ளத்தையும் மிக உயர்வாக அவள் போற்றினாள். மிக உயரிய நன்னடத்தை கொண்ட அவள், கரமாஸவுடைய வேட்கைகளுக்கும் காதலனின் போற்றுதல்களுக்கும் இசைந்து கொடுக்காமல் இருந்தாள். அதேசமயம் அவள் இவானிடம் கோபங்கொண்டபோது நேர்மையாக மீச்சியாவிடம் நடந்து கொள்ளாத தற்கும் வேதனைப்பட்டாள்; (அவர்கள் அப்படிப் பலமுறை சண்டை போட்டுக் கொண்டார்கள்) அதை அவள் நேரடியாகவும் சொன்னாள். இதைப் பற்றி இவான், அல்யோஷாவிடம் சொன்னபோது, 'பொய்க்கு மேல் பொய்' என்று அவன் சொன்னான். இங்கு, சந்தேகத்திற்கிடமின்றி, உண்மையாகவே பொய்க்கு மேல் பொய்தான் இருந்தது; அதுதான் இவான் ஃபியோதரவிச்சுக்கு அதிகமான எரிச்சலை உண்டாக்கியது. ஆனால் இதைப் பற்றி நாம் பிறகு பேசுவோம். சுருக்கமாகச் சொல்லப் போனால், கொஞ்ச நேரம் ஸ்மெர்தியாக்கவைப் பற்றி அவன் மறந்து போயிருந்தான். ஆனால் ஸ்மெர்தியாக்கவுடனான முதல் சந்திப்பிற்குப் பிறகு, இரண்டு வாரங்கள் கழித்து, விநோதமான எண்ணங்கள் முன்பு போலவே அவனை மீண்டும் குழப்பத்திலாழ்த்தின. தொடர்ந்து அவன் தன்னைத்தானே கேள்விகளைக் கேட்டுக்கொண்டான் என்று சொல்வது சரியாக இருக்கும். எதற்காக அவன் அந்தக் கடைசி நாள் இரவு, ஊருக்குப் போவதற்கு முன்பு, திருடனைப் போல மிக அமைதியாகப் படியிறங்கிப் போய்த் தந்தை கீழே என்ன செய்கிறாரென்று பார்த்தான்? மாஸ்கோவுக்குப் போகும்போது, அடுத்த நாள் காலை திடீரென்று ஏன் அவன் இதைப் பற்றி நினைத்துக் கலங்கினான்; கலங்கியபடி தனக்குத்தானே ஏன் சொல்லிக்கொண்டான், 'நான் ஒரு கயவன்!' என்று. இப்போது திடீரென்று அவனுக்குத் தோன்றியது, இந்த எல்லா வேதனையான நினைவுகளும் கத்தரீனா இவானவ்னாவைப் பற்றிய நினைவை அவனிடமிருந்து விரட்டிவிடுமென்று! அப்படி அவன் நினைத்தபோது தான் அல்யோஷாவைத் தெருவில் சந்தித்தான். அப்போது இவான், அல்யோஷாவைத் திடீரென்று கேட்டான்:

'உனக்கு நினைவிருக்கிறதா, அன்று சாப்பாட்டிற்குப் பிறகு கதவை அடித்துத் திறந்துகொண்டு வந்து திமித்ரி அப்பாவை அடித்தபோது முற்றத்தில் உன்னிடம் நான் சொன்னேனே, 'விருப்பத்திற்கான உரிமை' இருக்கிறது என்று – சொல், அப்போது நீ நினைத்தாயா, நான் தந்தையின் இறப்பை விரும்பினேன் என்று?'

'நினைத்தேன்' என்று அமைதியாகப் பதிலளித்தான் அல்யோஷா.

'அது அப்படித்தான்; இதில் ஊகிப்பதற்கு ஒன்றுமில்லை. அப்போது நீ நினைத்துப் பார்த்தாயா, 'நச்சுப்பாம்பு ஒன்று மற்றொரு நச்சுப்

பாம்பை விழுங்க வேண்டும்' என்று நான் விரும்பினேன் என்று, அதாவது குறிப்பாகத் திமித்ரி அப்பாவைக் கொல்வான், அதுவும் சீக்கிரமே... அதற்கு நானும் உதவியாக இருப்பேன்' என்பதை நீ நினைத்துப் பார்த்தாயா?' என்று கேட்டான் இவான்.

'இதைக் கேட்ட அல்யோஷாவின் முகம் சற்றே வெளிறிப்போக, அமைதியாக அவன் தன் சகோதரனின் கண்களைப் பார்த்தான்.

'பதில் சொல்!' என்று கத்தினான் இவான். 'அப்போது நீ என்ன நினைத்தாய் என்பதைக் கண்டிப்பாக நான் தெரிந்துகொள்ள வேண்டும். எனக்கு உண்மை, உண்மை வேண்டும்!' என்றவன் நீண்டதொரு பெருமூச்சைவிட்டபடி, அல்யோஷா பதில் சொல்வதற்கு முன்பாகவே ஏதோ ஒரு கெட்ட எண்ணத்துடன் அவனைப் பார்த்தான்.

'மன்னித்துவிடு, அப்படித்தான் நினைத்தேன்' என்று முணுமுணுத்த அல்யோஷா, 'சூழ்நிலையின் தீவிரத்தை' அதிகப்படுத்தாமல் அமைதியாக இருந்தான்.

'நன்றி!' என்று சீறிவிழுந்த இவான், அல்யோஷாவை விட்டுவிட்டு வேகமாகத் தன்னுடைய வழியில் சென்றான். அப்போதிலிருந்தே இவான் அல்யோஷாவைச் சந்திப்பதைத் தவிர்த்து வந்தான். அதைத் தெளிவாகவே செய்த அவன், அவனை வெறுக்கவும் செய்தான்; அதன் காரணமாக அல்யோஷாவே இவானைப் பார்க்கப் போகாமல் இருந்தான். ஆனால், இப்போது இந்தச் சந்திப்பிற்குப் பிறகு, இவான் ஃபியோதரவிச் தன்னுடைய வீட்டிற்குப் போகாமல் திடீரென்று மீண்டும் ஸ்மெர்தியாக்கவைப் பார்க்கப் போனான்.

## 7

## இரண்டாவது முறையாக ஸ்மெர்தியாக்கவைப் பார்த்தல்

அதற்குள் ஸ்மெர்தியாக்கவ் மருத்துவமனையிலிருந்து வீட்டிற்கு வந்திருந்தான். அவனுடைய புது வீடு இவான் ஃபியோதரவிச்சுக்குத் தெரிந்திருந்தது. கட்டைகளால் வேயப்பட்ட ஒரு சிறு குடிசையில், இரண்டாகத் தடுக்கப்பட்டிருந்த வீட்டில் ஸ்மெர்தியாக்கவ் குடியிருந் தான். குடிசையின் ஒரு பகுதியில் மரியா கன்த்ரச்சேவ்னா தன்னுடைய அம்மாவுடன் வசித்துவர, மற்றொரு பகுதியில் ஸ்மெர்தியாக்கவ் தனியாக வாழ்ந்து வந்தான். கடவுளுக்குத்தான் தெரியும், எந்த ஒப்பந்தத்தின் பேரில் அவன் அங்குத் தங்கியிருந்தான் என்று. அங்கு அவன் வாடகைக்கு இருந்தானா இல்லையா என்பதெல்லாம் எனக்குத் தெரியாது. ஆனால் மரியா கன்த்ரச்சேவ்னாவை மணந்துகொள்ளப் போகிறவன் என்ற தகுதியில் அவன் அங்குத் தங்கியிருந்தான் என்பது மட்டும் பிறகு தெரியவந்தது. அம்மாவும் மகளும் அவனை மிக உயர்வாக மதித்தார்கள். கதவைத் தட்டி நடைபாதையின் உள்ளே வந்த இவான் ஃபியோதரவிச்சுக்கு

மரியா கன்த்ரச்சேவ்னா வழிகாட்டினாள். அந்தக் குடிசையில் ஓட்டு அடுப்பு எரிந்துகொண்டிருக்க, அது மிக அதிகச் சூட்டை உண்டாக்கி இருந்தது. சுவர் நீல நிற ஒப்பனைத் தாளால் அலங்கரிக்கப்பட்டிருந்தது; ஆனால் உண்மையாகவே அது துண்டுதுண்டாகக் கிழிந்து பிளவுகளில் கரப்பான் பூச்சிகள் கணக்கில்லாமல் அடைந்திருக்க, அவை எழுப்பும் சத்தம் வீட்டில் இடைவிடாமல் கேட்டுக்கொண்டிருந்தது. அமர்வதற்கு எந்தவிதமான இருக்கைகளும் அங்கு இல்லாமலிருந்தது. இருபக்கச் சுவரிலும் இரண்டு பெஞ்சுகளும் அவற்றிக்கு அருகே இரண்டு நாற்காலி களும் போடப்பட்டிருந்தன. சாதாரண மரபெஞ்சாக இருந்தாலும் ரோஜா நிறத் துணியால் அது மூடப்பட்டிருந்தது. இரண்டு சிறிய ஜன்னல் திட்டிலும் ஜெரேனியம் செடிகளடங்கிய இரண்டு பூந்தொட்டி கள் வைக்கப்பட்டிருந்தன. மூலையில் திரு உருவச் சிலைகள் இருந்தன. மேஜையின் மீது உருக்குலைந்த செப்பு சமவாரும் (டீ தயாரிக்கப் பயன்படும் டீ பானை) தட்டில் இரண்டு கோப்பைகளும் இருந்தன. ஆனால், ஸ்மெர்தியாக்கவ் ஏற்கனவே டீ குடித்து முடித்திருந்தான்; சமவார் அணைக்கப்பட்டிருந்தது ... மேஜையின் அருகே உட்கார்ந் திருந்த அவன் குறிப்பேட்டைப் பார்த்து எதையோ எழுதிக்கொண்டிருந் தான். அங்கே எழுது மை அடங்கிய புட்டியும் இரும்பால் செய்யப்பட்ட உறுதியான மெழுகுவர்த்திக் கூண்டும் மெழுகுவர்த்தியும் இருந்தன. ஸ்மெர்தியாக்கவின் முகத்தைப் பார்த்த இவான் ஃபியோதரவிச், அவன் முழுமையாக உடல் நலம் தேறியிருப்பதைத் தெரிந்துகொண்டான். அவனுடைய முகம் புத்துணர்ச்சியுடன் மலர்ந்திருக்க, மயிர்ச்சுருள் வாரப்பட்டு நெற்றிப் பொட்டில் சார்த்தப்பட்டிருந்தது. பல வண்ணங் களைக் கொண்ட பருத்தியாலான மிருதுவான மேலங்கியை அணிந்திருந் தவனின் உடை மிகவும் அழுக்காகவும் நைந்துபோயும் இருந்தது. அவன் அணிந்திருந்த மூக்குக் கண்ணாடியை இதற்கு முன்பு இவான் ஃபியோதரவிச் பார்த்திருக்கவில்லை. இந்த அற்பத்தனமான சூழ்நிலை இவான் ஃபியோதரவிச்சின் கோபத்தை இரு மடங்காக்கியது. 'எப்படிப் பட்ட அற்பன், இவனுக்கு இன்னும் கண்ணாடி வேறு!' என்று நினைத்தான். ஸ்மெர்தியாக்கவ் மெதுவாகத் தன்னுடைய தலையை உயர்த்தி வந்திருப்பவனை உற்றுப் பார்த்தான். பிறகு மெதுவாகக் கண்ணாடியைக் கழற்றிவிட்டு நாற்காலியிலிருந்து எழுந்தவன், மரியாதை அதிகம் காட்டாமல், சோம்பலாக, அடிப்படை மரியாதை காட்டும் விதத்தில் எழுந்தான். இவையெல்லாம் இவானின் மனத்தில் உடனே பட்டுத் தெறிக்க, சட்டென்று இதை ஆழ்ந்து கவனித்தவன், குறிப்பாக ஸ்மெர்தியாக்கவின் வெறுப்பான, சிடுசிடுப்பான, ஏளனமான பார்வையை யும் கவனித்தான். 'அத்துமீறி என் வீட்டிற்குள் ஏன் நுழைந்தாய், எல்லாவற்றையும்தான் நாம் அப்போதே பேசி முடித்துவிட்டோமே, பிறகு எதற்காக மறுபடியும் நீ வந்தாய்?' என்று கேட்பது போல இருந்தது அவனுடைய பார்வை. இவான் ஃபியோதரவிச் சிரமத்துடன் தன்னைக் கட்டுப்படுத்திக்கொண்டான்.

'அறை மிகவும் சூடேறி இருக்கிறது' என்றவன் தன்னுடைய மேல் அங்கியின் பொத்தானைக் கழற்றினான்.

'அங்கியைக் கழற்றுங்கள்.'

இவான் ஃபியோதரவிச் தன்னுடைய மேலங்கியைக் கழற்றி அங்கிருந்த பெஞ்சின் மீது போட்டவன், நடுங்கும் கைகளுடன் நாற்காலியை இழுத்து வேகமாக பெஞ்ச் அருகே போட்டமர்ந்தான். பெஞ்ச் அருகே இருந்த நாற்காலியில் அவனுக்கு முன்பாக ஏற்கனவே ஸ்மெர்தியாக்கவ் உட்கார்ந்திருந்தான்.

'முதலாவதாக, நாம் தனியாகத்தான் இருக்கிறோமா?' என்று ஏதோவோர் உந்துவேகத்தில் கடுங்குரலில் கேட்டான் இவான் ஃபியோதரவிச். 'நாம் பேசுவது அவர்களுக்குக் கேட்குமா?'

'யாருக்கும் எதுவும் கேட்காது. நீங்களே பார்த்தீர்களல்லவா, அங்கே நடைபாதை இருக்கிறது.'

'கேள், என் அருமையானவனே, உன்னைப் பார்த்துவிட்டு மருத்துவ மனையிலிருந்து நான் வெளியேறியபோது நீ என்ன உளறினாய், நான் எதுவும் சொல்லாமலிருந்தால், அதாவது வலிப்புநோய் வருவதுபோலப் பாசாங்கு செய்வதில் நீ மன்னன் என்பதை நான் வெளியே சொல்லாமல் இருந்தால், அந்தக் கதவருகே நமக்கிடையே நடந்த உரையாடலைப் பற்றி விசாரணையாளரிடம் நீ சொல்லமாட்டாய் என்று? அந்த முழு உரையாடல் என்ன? நீ அப்போது என்ன நினைத்துக்கொண்டிருந்தாய் உன்னுடைய மனத்தில்? என்னைப் பயமுறுத்துகிறாயா என்ன? உன்னுடன் சேர்ந்துகொண்டு நான் ஏதாவது செய்தேனா என்ன, உன்னைப் பார்த்து நான் பயப்பட?'

இப்படிக் கோபமாக, வெளிப்படையாகச் சொன்ன இவான் ஃபியோதரவிச் சுற்றி வளைத்துப் பேசுவது தனக்குப் பிடிக்காது என்றும் வெளிப்படையாகப் பேசுவதே பிடிக்கும் என்றும் சொன்னான். இதைக் கேட்டு ஸ்மெர்தியாக்கவின் கண்கள் கோபத்தில் கொப்பளிக்க, இடது கண் துடிக்க, வழக்கமான தயக்கத்துடன் அமைதியாகச் சொன்னான், 'வெளிப்படையாகப் பேச வேண்டுமா, இதோ தெரிந்துகொள்ளுங்கள், அப்பட்டமான உண்மையை.'

'அப்போது நான் என்ன சொல்ல விரும்பினேன், எதற்காக அப்படிச் சொன்னேன் என்றால் உங்களுடைய சொந்தத் தந்தை கொலைசெய்யப் படுவார் என்பது உங்களுக்கு முன்கூட்டியே தெரிந்திருந்தும் நீங்கள் அவரைப் பலிகொடுக்கத் தயாராகிவிட்டீர்கள் என்பதை நான் அதிகாரி களிடம் சொல்லமாட்டேன் என்பதைத்தான் உங்களிடம் அப்போது சொல்ல விரும்பினேன். ஏனென்றால் மக்கள் உங்களுடைய கருத்தைப் பற்றியும் வேறு எதைப் பற்றியும் தவறாக நினைத்துவிடக் கூடாது என்பதற்காகத்தான்.'

'ஸ்மெர்தியாக்கவ் இதை வேகமாகச் சொல்லாமல் தெளிவாக, தன்னடக்கத்துடன் சொன்னாலும், அவனுடைய குரலில் ஏதோ ஒரு தேவையில்லாத அழுத்தமும் கெட்ட நோக்கமும் ஆவணமான அறை கூவலும் இருந்தது தெரிந்தது. இவான் ஃபியோதரவிச்சை மரியாதை இல்லாமல் அவன் முறைத்துப் பார்த்தது அவனுக்குத் தலையைச் சுற்றுவது போல இருந்தது:

‘என்ன? என்ன சொல்கிறாய்? நீ தெளிந்த அறிவுடன்தான் இருக்கிறாயா இல்லையா?’

‘நிச்சயமாக நான் தெளிந்த அறிவுடன்தான் இருக்கிறேன்.’

‘என்னது, கொலை நடக்கப் போகுமென்பது முன்கூட்டியே எனக்குத் தெரியுமா?’ என்று கத்திய இவான் ஃபியோதரவிச், முட்டியால் மேஜையை வேகமாகக் குத்தினான். ‘வேறு எதைப் பற்றியும் தவறாக நினைத்துவிடக் கூடாது’ என்று சொன்னாயே அதற்கு என்ன அர்த்தம்? சொல், கயவனே!’

ஸ்மெர்தியாக்கவ் ஒன்றும் பேசாமல் அமைதியாக இருந்தாலும் இவான் ஃபியோதரவிச்சை அவன் கேவலமாகவே பார்த்தான்.

‘பதில் சொல், நாறிப்போன வில்லனே, ‘வேறு எதைப் பற்றியும் தவறாக நினைத்துவிடக் கூடாது’ என்பதன் அர்த்தம் என்ன?’ என்று உரக்கக் கேட்டான் இவான் ஃபியோதரவிச்.

‘வேறு எதைப் பற்றியும்’ என்று நான் அப்போது சொன்னதற்குக் காரணம் நீங்களே உங்களுடைய தந்தையின் இறப்பை மிக ஆவலுடன் எதிர்பார்த்தீர்கள் என்பதால்தான்.’

இதைக்கேட்டுத் துள்ளிக் குதித்தெழுந்த இவான் ஃபியோதரவிச், தன்னுடைய சக்தி முழுவதையும் பயன்படுத்திக் கைமுட்டியால் ஸ்மெர்தியாக்கோவின் தோள்களில் வேகமாகக் குத்த, அவன் சுவர் அருகே போய் விழுந்தான். கண்ணீரால் நனைந்துபோன முகத்துடன் சட்டென்று எழுந்து, ‘ஐயா, உடல்நலம் சரியில்லாத மனிதனை இப்படி அடிப்பதற்கு நீங்கள் வெட்கப்பட வேண்டும்!’ என்று சொன்னவன், திடீரென்று கட்டம் போட்ட நீலநிறத் தாளால் கண்களை மூடிக்கொண்டு, அழுக்கான கைக்குட்டையால் முகத்தை மறைத்தபடி அமைதியாகக் கண்ணீர் சிந்தினான். ஒரு நிமிடம் கழிந்தது.

‘போதும்! நிறுத்து!’ என்று கட்டளையிட்ட இவான் ஃபியோதரவிச், இறுதியாக மறுபடியும் நாற்காலியில் அமர்ந்தான். ‘என்னுடைய பொறுமையைச் சோதிக்காதே’ என்று கத்தினான் இவான் ஃபியோதரவிச்.

உடனே கண்களை மூடியிருந்த கைக்குட்டையை விலக்கிக்கொண் டான் ஸ்மெர்தியாக்கவ். அவனுடைய முகத்திலிருந்த ஒவ்வொரு சுருக்கத்திலும் அவன் பட்ட அவமானத்தின் பிரதிபலிப்பு தெரிந்தது.

‘ஆக, கயவனே, தந்தையைக் கொல்ல திமித்ரி விருப்பப்பட்டது போல நானும் விரும்பினேனென்று நீ நினைத்தாயா?’

‘அப்போது நீங்கள் என்ன நினைத்தீர்களென்று எனக்குத் தெரியாது’ என்று மனவேதனையுடன் சொன்ன ஸ்மெர்தியாக்கவ், ‘அதற்குத்தான் உங்களை உள்ளே வரவிடாமல் நான் தடுத்து நிறுத்தினேன்’ என்றான்.

‘எதைப் பற்றி? என்ன?’

‘குறிப்பாக அதைப் பற்றித்தான். உங்களுடைய தந்தை சீக்கிரமாகவே கொல்லப்பட வேண்டுமென்பதை நீங்கள் விரும்புகிறீர்களா இல்லையா?’ என்பதைப் பற்றித்தான்.

அவனுடைய அந்த உறுதியான, விடாப்பிடியான, ஏளனமான பேச்சு இவான் ஃபியோதரவிச்சுக்கு இன்னும் அதிக ஆத்திரத்தை ஏற்படுத்தியது.

'நீதான் அவரைக் கொன்றாய்!' என்று திடீரென்று கத்தினான் இவான் ஃபியோதரவிச். இதைக் கேட்ட ஸ்மெர்தியாக்கவ் வெறுப்புடன் புன்னகைத்தான்.

'நான் கொல்லவில்லை என்பது உங்களுக்கு நன்றாகத் தெரியும். இனிமேலும் அதைப் பற்றி அறிவார்ந்த மனிதனுடன் பேசுவதற்கு ஒன்றுமில்லை என்று நான் நினைக்கிறேன்.'

'ஏன், எதற்காக உனக்கு இப்படி ஒரு சந்தேகம் என்மீது வந்தது?'

'உங்களுக்கே தெரியும், அது பயத்தின் காரணமாகத்தான் வந்தது என்று. அப்போது நான் பயத்தில் நடுங்கிக்கொண்டு, எல்லோர் மீதும் சந்தேகப்பட்டுக்கொண்டிருந்தேன். அப்படியே உங்களையும் நான் சோதித்துப் பார்க்க நினைத்தேன். நீங்களும் உங்களுடைய சகோதரரைப் போலவே ஆசைப்பட்டீர்களென்றால், எல்லாமே முடிந்துபோய்விட்டது, நானும் ஒரு பூச்சியைப் போல நசுக்கப்படுவேன் என்று.'

'சரி, இரண்டு வாரங்களுக்கு முன்பு இதைப் பற்றி நீ எதுவும் சொல்லவில்லையே.'

'இதைப் பற்றித்தான் சொன்னேன், மருத்துவமனையில் உங்களிடம் பேசியபோது இதைப் பற்றித்தான் நான் சொன்னேன்; அதிகமான வார்த்தைகளில்லாமல் இதை நீங்கள் புரிந்துகொள்வீர்கள் என்று நான் நினைத்தேன், ஏனெனில் உங்களைப் போன்ற அறிவார்ந்த மக்கள் வெளிப்படையாகப் பேசுவதை விரும்பமாட்டார்கள் என்று நான் நினைத்தேன்.'

'ஹா, எப்பேர்பட்டவன் நீ! ஆனால், சொல், சொல், நான் வற்புறுத்திக் கேட்கிறேன் சொல், எதற்காக, எதற்காக உன்னுடைய கீழ்த்தரமான மனத்தில் என்னைப் பற்றி அப்போது இப்படி ஒரு சந்தேகம் எழுந்தது?'

'அதாவது, கொலையைப் பற்றிச் சொல்கிறீர்களா, அதை எப்படியுமே நீங்கள் செய்திருக்க முடியாது; ஆம், அதை நீங்கள் செய்யவும் விருப்பப் படவில்லை, ஆனால் வேறு யாராவது அந்தக் கொலையைச் செய்ய வேண்டுமென்று நீங்கள் விருப்பப்பட்டீர்கள்.'

'எவ்வளவு அமைதியாக, எவ்வளவு அமைதியாகச் செல்கிறான்! நான் ஏன் அப்படி ஆசைப்பட வேண்டும்?' அப்படி எந்தக் கருமத்திற்காக நான் அதை ஆசைப்பட வேண்டும்?

'எந்தக் கருமத்திற்காகவா? எல்லாம் அந்தச் சொத்துக்காகத்தானே?' என்று குரோதத்துடன் பழிவாங்கும் எண்ணத்துடன் சொன்னான் ஸ்மெர்தியாக்கவ். 'ஏன், உங்கள் தந்தை இறந்துபோனால் உங்கள் மூவருக்கும் தனித்தனியாகக் குறைந்தபட்சம் நாற்பதாயிரம் ரூபிள்கள் அல்லது அதற்கு மேலும்கூடக் கிடைக்கப் பெறலாம் இல்லையா. ஆனால் உங்களுடைய தந்தை அந்தப் பெண்ணை அக்ரஃபேனா

அலெக்ஸாந்தரவ்னாவை மணந்துகொண்டால் அவள் எல்லாச் சொத்துகளையும் தன் பேரில் எழுதி வாங்கிக்கொள்வாள், ஏனெனில் அவள் ஒன்றும் முட்டாள்பெண் அல்ல. அப்போது உங்கள் மூன்று பேருக்கும் இரண்டு ரூபிள்கள்கூடக் கிடைத்திருக்காது. அவர்களுடைய திருமணத்திற்கும் அதிக நாட்கள் இல்லாமல் இருந்தது. ஒரே ஒரு சிறிய இடைவெளியைத் தவிர; அந்த இளம்பெண் தன்னுடைய சுண்டுவிரலை அசைத்திருந்தால் போதும், அவர் நாக்கைத் தொங்கப் போட்டுக்கொண்டு அவள் பின்னால் போய் அவளை மணந்திருப்பார்.'

இவான் ஃபியோதரவிச் அளவுகடந்த சிரமத்துடன் தன்னைக் கட்டுப்படுத்திக்கொண்டான்.

'சரி' என்று இறுதியாகச் சொன்னவன், 'பார், உன்னை நான் பிய்த்துப் பிடுங்கவில்லை, உன்னை அடிக்கவில்லை, கொல்லவில்லை, மேலே சொல். என் சகோதரன் திமித்ரியுடன் சேர்ந்துகொண்டு அதற்கான திட்டத்தை நான் தீட்டினேனென்று நீ நினைக்கிறாயா?'

'அவரைக் கணக்கில் எடுத்துக்கொள்ளாமல் எப்படி. அந்தக் கொலையை அவர் செய்தால், எல்லா உரிமைகளையும் அவர் இழந்து விடுவார், அதாவது பெருங்குடிமகன் என்ற தகுதியையும் அவரது சொத்துகளையும் அப்படி அவர் அவற்றை இழந்து, சைபீரியாவுக்குப் போய்விட்டால், அவருடைய பங்கும் சரிசமமாகப் பிரிக்கப்பட்டு, உங்களுக்கும் அலெக்ஸெய் ஃபியோதரவிச்சுக்கும் அது சரிசமமாகப் பிரிக்கப்பட்டு வந்து சேருமே. ஆக, நாற்பதாயிரம் ரூபிள்கள் அல்ல, இப்போது அறுபதாயிரம் ரூபிள்கள் உங்கள் ஒவ்வொருவருக்கும் கிடைக்கப் பெறுமே. இதை நீங்கள் நிச்சயமாக உங்கள் சகோதரர் திமித்ரி ஃபியோதரவிச் மூலம் கணக்கிடத்தான் செய்தீர்கள்!'

'நீ சொல்வதையெல்லாம் கேட்டுக்கொண்டு பொறுமையாக இருக்கத் தான் வேண்டியிருக்கிறது! கேள், போக்கிரி: அப்படி ஏதாவது நான் கணக்குப் போட்டிருந்தால் கண்டிப்பாக அது உன்னை மனத்தில் வைத்துத்தான் போட்டிருப்பேன், திமித்ரியை மனத்தில் வைத்தல்ல; சத்தியமாகச் சொல்கிறேன், உன்னிடமிருந்துதான் ஏதாவது ஒரு கீழ்த்தரமான செயலை நான் எதிர்பார்த்தேன். அப்போது ... என்ன நினைத்தேன் என்பது என் நினைவில் இருக்கிறது!'

'அப்போதுகூட என்னை நீங்கள் உங்கள் மனத்தில் கணக்கிட்டீர் கள் என்று நான் ஒரு நிமிடம் நினைத்துத்தான் பார்த்தேன்' என்று ஏளனமாகப் பல்லைக் காட்டியபடி சொன்ன ஸ்மெர்த்தியக்கோவ், 'இப்படியாக அப்போது நீங்கள் என்னைக் கணக்கில் எடுத்துக் கொள்ளாமல் விட்டுவிட்டீர்கள். அப்படி நீங்கள் என்னைக் கணக்கில் எடுத்துக்கொண்டு ஊருக்குப் போயிருந்தீர்கள் என்றால், 'என்னுடைய தந்தையை நீ கொன்றிருக்கக்கூடும்' என்று நீங்கள் சொன்னது நடந்திருக் கும். 'அதற்குத் தடையாக நான் இருந்திருக்க மாட்டேன்' என்றான்.

'கயவன்! எனக்கு நன்றாகத் தெரியும்!'

'இது எல்லாம் செர்மாஷ்னயாவால் வந்ததுதான்! எவ்வளவு தூரம் உங்களுடைய தந்தை உங்களை செர்மாஷ்னய போகச் சொல்லி கேட்டுக்

கொண்டபோதிலும் நீங்கள் மாஸ்கோவுக்குத்தானே போனீர்கள்! நான் சொன்ன ஒரு முட்டாள்தனமான வார்த்தையைக் கேட்டு நீங்கள் அங்குப் போகத் திடீரென்று சம்மதித்தீர்கள்! எதற்காக நீங்கள் செர்மாஷ்னய போக ஒப்புக்கொண்டீர்கள்? வேறு காரணம் எதுவு மில்லாமல், நான் சொன்ன ஒரே ஒரு வார்த்தையைக் கேட்டு நீங்கள் மாஸ்கோவுக்குப் போகாமல் செர்மாஷ்னயவுக்குப் போக முடிவு செய்தீர்கள் என்றால் ஏதோ ஒன்றை என்னிடமிருந்து நீங்கள் எதிர் பார்த்தீர்கள் என்றுதானே அர்த்தம்.'

'இல்லை சத்தியமாக இல்லை!' என்று பல்லைக் கடித்துக்கொண்டு கத்தினான் இவான்.

'எப்படி இல்லாமல் போகும்? பதிலாக, நல்ல மனிதராகிய நீங்கள், நான் சொன்ன இந்த வார்த்தைகளைக் கேட்டு, முதலில் என்னை வெளுத்து வாங்கிவிட்டுக் குறைந்தபட்சம் அங்கேயே அந்த இடத்திலேயே என்னை நீங்கள் நையப் புடைத்திருக்க வேண்டும். ஆனால் நீங்களோ என்மீது கொஞ்சமும் கோபப்படாமல் முட்டாள் தனமான என்னுடைய வார்த்தைகளைக் கேட்டுத் தோழமை உணர்வுடன் உடனே அதைச் செயல்படுத்த முனைந்தீர்கள். அது மிகப்பெரிய முட்டாள்தனம். உங்களுடைய தந்தையின் உயிரைக் காப்பாற்றும் பொருட்டு நீங்கள் எங்கும் போகாமல் இங்கேயே இருந்திருக்க வேண்டும். அப்படி இல்லாத பட்சத்தில், இதை எப்படி நான் புரிந்துகொள்வது?'

கடுப்புடன் இருந்த இவான், இரண்டு முட்டிகளையும் முழங்காலுக் கிடையே நடுங்க அழுத்திப் பிடித்துக்கொண்டு உட்கார்ந்திருந்தான்.

'ஆம், மன்னித்துவிடு, உன்னை நான் உதைக்காததற்கு' என்று வெறுப்பாகச் சிரித்தபடி சொன்னான் இவான். 'உன்னை அப்போதே காவல் நிலையத்திற்கு என்னால் இழுத்துக் கொண்டு போக முடியாமல் போயிற்று. ஆமாம், யார் இதை நம்பியிருப்பார்கள்? அப்படியே உனக்கெதிராக எதை நான் சொல்வது? ஆனால் உன்னை நையப் புடைத்திருக்கலாம்தான் . . . ஹா, அந்தோ பரிதாபம், அது எனக்குத் தோன்றாமல் போய்விட்டது. அடிக்கும் வழக்கம் தடைசெய்யப் பட்டிருந்தாலும் உன்னை நான் ஒரு வழி செய்திருக்கலாம்.'

ஸ்மெர்தியாக்கவ் ஏறக்குறைய அவனைச் சந்தோஷமாகப் பார்த்தான்.

'வாழ்க்கையில், சாதாரணத் தருணங்களில்' என்று மன நிறைவான குரலில், ஃபியோதர் பாவ்லவிச் சாப்பாட்டு மேஜையருகே சமய நம்பிக்கையைப் பற்றி விவாதித்தபோது கிரிகோரியைக் குற்றம் சாற்றிய அதே அந்தக் குரலில் ஆரம்பித்தவன், 'வாழ்க்கையில், சாதாரணத் தருணங்களில் வேலையாளை அடிப்பது என்பது சட்டப்படி உண்மை யான குற்றம்தான். இப்போது யாரும் வேலைக்காரர்களை அடிப்பது இல்லை, ஆனால் தவிர்க்க முடியாத சில தருணங்களில் இங்கு மட்டுமல்ல, உலகம் முழுவதிலும், ஏன் முழுமை அடைந்துவிட்டதாகச் சொல்லப்படும் பிரெஞ்சுக் குடியரசிலும்கூட, ஆதாம் ஏவாள் காலத்தில் இருந்ததைப் போல வேலையாட்களை இப்போதும் உதைக்கத்தான் செய்கிறார்கள். ஆம், அப்படி அவர்களால் உதைக்காமல் இருக்க முடியாது. ஆனால்

நீங்களோ, தவிர்க்க முடியாத அந்தத் தருணத்திலும்கூட என்னை அடிக்கவில்லை.'

'என்ன, நீ பிரெஞ்சு மொழி படித்துக்கொண்டிருக்கிறாயா?' என்று மேஜையின் மீதிருந்த குறிப்பேட்டைப் பார்த்தபடி கேட்டான் இவான்.

'ஏன் நான் அதைப் படிக்கக் கூடாதா, படித்து என்னுடைய அறிவை வளர்த்துக்கொள்ளக் கூடாதா. என்றாவது ஒரு நாள் ஐரோப்பாவி லிருக்கும் பல ஊர்களைப் பார்க்கக்கூடிய வாய்ப்பு எனக்குக் கிட்டலாம் தானே.'

'கேள், மிருகமே' என்று உடல் நடுங்க, கண்களில் தீப்பொறி பறக்கச் சொன்ன இவான், 'நீ சாட்டும் பழிபாவங்களைக் கண்டு நான் அஞ்சவில்லை; நீ என்ன வேண்டுமானாலும் சொல்லிக்கொள். உன்னை நான் அடித்துக் கொல்லாததற்கு ஒரே காரணம், இந்தக் கொலையை நீ செய்திருப்பாயென்று நான் சந்தேகப்படுவதால்தான். இன்னும் சொல்லப்போனால், நீதிமன்றத்திற்கு உன்னை இட்டுப்போக வேண்டும். உன்னை மாட்டிவிட வேண்டும்!' என்றான்.

'என்னைப் பொறுத்தவரையில், நீங்கள் அமைதியாக இருப்பது நல்லது. என்னை எப்படிக் குற்றம்சாட்ட முடியும்! முற்றிலும் நான் ஒரு நிரபராதி. நீங்கள் சொல்வதை யார் நம்புவார்கள்? அப்படி நீங்கள் ஏதாவது சொன்னீர்களானால், நான் எல்லாவற்றையும் வெளியில் சொல்லிவிடுவேன், ஏனெனில் என்னை நான் காப்பாற்றிக்கொள்ள வேண்டுமே?'

'உன்னைப் பார்த்து நான் பயப்படுகிறேன் என்று நினைக்கிறாயா?'

'இப்போது உங்களிடம் நான் சொன்னதை வழக்காடு மன்றம் நம்பாவிட்டாலும் மக்கள் நம்புவார்கள், அது உங்களுக்குத்தான் கேவல மாகப் போய்விடும்.'

'அப்படியானால், மீண்டும் இது 'அறிவாளிகளுடன் பேசுவதே சுவாரஸ்யமான விஷயம்' என்பதுதானா?' என்று பல்லைக் கடித்துக் கொண்டு கேட்டான் இவான் ஃபியோதரவிச்.

'மிகச் சரியாகச் சொன்னீர்கள். புத்திசாலித்தனமாக நடந்து கொள்ளுங்கள்.'

வெறுப்பும் சீற்றமும் பொங்க, உடல் முழுவதும் நடுங்க எழுந்த இவான் ஃபியோதரவிச், மேல் அங்கியை அணிந்தபடி, மேற்கொண்டு வேறெதுவும் பேசாமல், திரும்பிக்கூடப் பார்க்காமல் வேகமாகக் குடிசையை விட்டு வெளியேறினான். மாலை நேரத்து இளங்காற்று அவனுக்குப் புத்துணர்ச்சி தருவதாக இருந்தது. வானத்தில் பிரகாசமாகப் பளிச்சிட்டது நிலவு. பயங்கரமான எண்ணங்களும் உணர்வுகளும் உள்ளத்தில் கொதித்தெழுந்தன. 'இப்போதே போய் ஸ்மெர்தியாக்கவைப் பற்றிச் சொல்வதா? ஆனால் என்ன சொல்வது? இருந்தாலும் அவன் ஒரு நிரபராதி. எனக்கு எதிராக அவன் குற்றம்சாட்டுவான். உண்மை

யாகவே, எதற்காக நான் செர்மாஷ்னயாவுக்குப் போனேன்? எதற்காக, எதற்காக?' என்று தன்னைத்தானே கேட்டுக்கொண்டான் இவான் ஃபியோதரவிச். 'ஆம், உண்மையாகவே, எதையோ நான் எதிர்பார்த்தேன் தான், அவன் சொல்வது சரிதான்...' என்று நூறாம் முறையாக மீண்டும் அவன் நினைவுகூர்ந்தான், எப்படி அவன் அந்த இரவு தந்தையின் வீட்டுப் படிக்கட்டுகளில் நின்றுகொண்டு அவருடைய அறையில் இருந்து வந்த சத்தத்தை உன்னிப்பாகக் கேட்டான் என்பதை. ஆனால் இப்போது அவன் அதை மன வேதனையுடன் நினைத்துப் பார்த்தான்; நொறுக்கப்பட்டவன் போல அப்படியே அந்த இடத்திலேயே அவன் நின்றான். 'ஆம், அதை நான் எதிர்பார்த்தேன். அது உண்மைதான்! விருப்பப்பட்டேன், குறிப்பாக, கொலை நடக்க வேண்டுமென்று நான் விருப்பப்பட்டேன்! விருப்பப்பட்டேனா, இல்லையா? ஸ்மெர்தியாக்கவைக் கொலைசெய்ய வேண்டும்! அவனைக் கொலைசெய்யவில்லை என்றால் வாழ்வதில் பயன் இல்லை!...' இப்படி நினைத்துக்கொண்டேபோன இவான், வீட்டிற்குப் போகாமல் நேராகக் கத்தரீனா இவானவ்னாவின் வீட்டிற்குப் போக, திடீரென்று அவன் வந்ததைப் பார்த்து அவள் பயந்துபோனாள். பார்ப்பதற்கு அவன் பைத்தியக்காரனைப் போலவே இருந்தான். ஸ்மெர்தியாக்கவிடம் பேசிய எல்லா விவரங்களையும் இவான் அவளிடம் சொன்னான். எவ்வளவுதான் அவள் அவனை ஆசுவாசப்படுத்தினாலும் இவான் ஃபியோதரவிச்சால் அமைதியடைய முடியாமல் இங்கும் அங்குமாக அறையில் நடந்துகொண்டு, தொடர்பில்லாமல், விநோதமாக, எதை எதையோ பேசிக்கொண்டிருந்தான். இறுதியாக நாற்காலியில் வந்தமர்ந்தவன், முழங்கால்களை மேஜைமீது வைத்துத் தலையை இரு கைகளிலும் சாய்த்தபடி விநோதமாக ஒரு மூதுரையைச் சொன்னான்:

'திமித்ரி இந்தக் கொலையைச் செய்யாமல், ஸ்மெர்தியாக்கவ் மட்டும் இந்தக் கொலையைச் செய்திருந்தால், அவனைப் போலவே நானும் ஒரு குற்றவாளிதான், ஏனெனில் அப்படி அவனைச் செய்யத் தூண்டியது நான்தான். அப்படி அவனை நான் தூண்டிவிட்டேனா இல்லையா என்பது எனக்குத் தெரியாது. ஆனால், திமித்ரி இந்தக் கொலையைச் செய்யாமல், ஸ்மெர்தியாக்கவ் செய்திருந்தால் கண்டிப்பாக நானும் ஒரு கொலைகாரன்தான்' என்றான்.

இதைக் கேட்ட கத்தரீனா இவானவ்னா ஒன்றும் பேசாமல் தான் அமர்ந்திருந்த இடத்திலிருந்து எழுந்து வந்து எழுத்து மேஜையின் செருகுப் பெட்டியைத் திறந்து அதிலிருந்து தாள் ஒன்றை உருவி இவான் முன்பு வைத்தாள். இந்தத் தாளைத்தான் ஆவணமென்றும் தந்தையைக் கொன்றது திமித்ரிதானென்றும் ஆதாரப்பூர்வமாக அல்யோஷாவிடம் இவான் ஃபியோதரவிச் சொன்னது. அந்தக் கடிதம் மீச்சியா குடிபோதையில் கத்தரீனா இவானவ்னாவுக்கு எழுதியது. அந்த மாலை வேளையில் குரூஷென்கா, கத்தரீனா இவானவ்னாவை அவமானப்படுத்த, அப்போதுதான் அல்யோஷா மடாலயத்திற்குத் திரும்பிச் சென்றிருக்க, மீச்சியா அவனைத் திறந்த வயல் வெளிப்பரப்பில் சந்தித்திருந்தான். அப்போது அல்யோஷாவிடமிருந்து விடைபெற்றுச் சென்ற மீச்சியா குரூஷென்கா

வைப் பார்க்க விரைந்தான்; அவளை அவன் பார்த்தானா என்பது தெரியாது, ஆனால் அந்த இரவுதான் 'தலைநகரம்' என்ற சத்திரத்தில் அளவிற்கு அதிகமாக அவன் குடித்திருந்தான். அப்படி அளவுக்கதிக மாகக் குடித்திருந்த அவன், பேனாவையும் ஒரு தாளையும் எடுத்து மிக முக்கிய ஆவணம் ஒன்றை எழுதினான். அது வெறியில், தொடர்பில் லாமல், குறிப்பாகக் 'குடிவெறியில்' எழுதப்பட்ட ஒரு கடிதமாகும். குடிவெறியில் இருக்கும் ஒரு மனிதன், வீட்டிற்குத் திரும்பியதும் பயங்கர மான கோபத்தில் தன்னுடைய மனைவியுடனோ வீட்டில் இருக்கும் யாருடனோ கோபமாக, தான் எப்படிக் கேவலப்படுத்தப்பட்டான், எப்படிப்பட்ட ஒரு கயவன் தன்னைக் கேவலப்படுத்திவிட்டான், அதுவும் அற்புதமான மனிதனான தன்னை எப்படி அவன் கேவலப்படுத்தி விட்டானென்று சொல்வானோ, அதுபோலவே உணர்ச்சிவசப்பட்டு, குடிபோதையில் அழுதுகொண்டே இழுத்துப் பேசுவதுபோல எழுதப் பட்ட கடிதமாக அது இருந்தது. அந்தத் தாளானது, சத்திரத்தில் கொடுக்கப்பட்ட மிகச் சாதாரணமான, அழுக்கான, தரமில்லாத தாளாக இருக்க, பின்புறத்தில் ஏதோ ஒரு விலைவிவரப் பட்டியல் எழுதப்பட்டிருந்தது. குடிவெறியில், அதிகப்படியான வார்த்தைகளுடன் எழுதப்பட்டிருந்த அந்தக் கடிதத்தில், இடம் போதாத காரணத்தால், தாளின் ஓரப்பகுதியிலும் கடைசி வரியின் முன் எழுதப்பட்ட எழுத்துக் களின் மீதும் எழுதப்பட்டிருந்தன. கடிதத்தில் எழுதப்பட்டிருந்த விஷயம் இதுதான்! 'விதிவசப்பட்ட காச்சியா! நாளைக்கு எனக்குப் பணம் கிடைக்குமாகையால் உன்னுடைய மூவாயிரத்தை நான் உனக்குத் திருப்பிக் கொடுத்துவிடுவேன், போய் வருகிறேன். அதீதக் கோபத்தில் இருக்கும் பெண்ணே, விடைகொடு, என் காதலே! நாம் இந்த உறவை முறித்துக்கொள்வோம்! நாளைக்கு எப்படியாவது யாரிடமிருந்தாவது பணத்தை வாங்கி நான் உனக்குக் கொடுத்துவிடுவேன். சத்தியமாகச் சொல்கிறேன். அப்படியே எனக்குப் பணம் கிடைக்கவில்லையென்றாலும், நான் என்னுடைய தந்தையைப் பார்த்து, அவருடைய மண்டையை உடைத்தேனும் அவருடைய தலையணைக்கடியில் இருக்கும் அந்தப் பணத்தை எடுத்து வந்து கொடுப்பேன். ஆனால் இவான் மட்டும் அப்போது அங்கு இல்லாமல் இருக்க வேண்டும். நான் சைபீரியாவுக்கே போனாலும்கூட உன்னுடைய அந்த மூவாயிரத்தை நான் உனக்குத் திருப்பிக் கொடுத்துவிடுவேன், விடைகொடு. தரையைத் தொட்டு வணங்கிச் சொல்கிறேன், உன் முன்னால் நான் ஒரு கயவன். நீ என்னை மன்னித்துவிடு. இல்லை நீ என்னை மன்னிக்காதே. அதுதான் உனக்கும் நல்லது எனக்கும் நல்லது! உன்னுடைய காதலைவிட சைபீரியாவே நல்லது, ஏனெனில் நான் வேறு ஒரு பெண்ணைக் காதலிக்கிறேன், அவளைப் பற்றி இன்று நீ அதிகம் தெரிந்துகொண் டிருப்பாய், அப்படி இருக்கையில் எப்படி நீ என்னை மன்னிப்பாய்? நான் என்னுள் இருக்கும் திருடனைக் கொல்வேன்! உங்களிடமிருந்து விலகிக் கிழக்குத் திசையை நோக்கிப் போய்விடுவேன்; உங்கள் யாரைப் பற்றியும் எனக்குத் தெரியாமலேயே இருக்கட்டும், அவளைப் பற்றியும் கூட; ஏனெனில் நீ ஒருத்திதான் எனக்கு வேதனை தருபவளென்று நினைக்க வேண்டாம், அவளும்தான், விடைபெறுகிறேன்!

P.S. சபித்துக்கொண்டே இதை நான் எழுதுகிறேன், ஆனால் உன்னை நான் போற்றுகிறேன்! என்னுடைய ஆழ் மனத்திலிருந்து ஒன்று கேட்கிறது. ஒன்றே ஒன்று கணீரென்று கேட்கிறது. என்னுடைய இதயம் இப்போது இரண்டாகப் பிளந்துவிட்டால் என்ன! என்னை நானே மாய்த்துக் கொள்ளப்போகிறேன். ஆனால் அதற்கு முன்பு அந்தக் கயவனின் கதையை நான் முடிக்க வேண்டும். அவனிடமிருந்து மூவாயிரம் ரூபிள் களை எடுத்து வந்து உன்னிடம் வீசியெறிவேன். உன் முன்னால் நான் கயவனாக இருந்தாலும், நான் திருடனல்ல! அந்த மூவாயிரத்திற் காக நீ காத்திரு, அது அந்தக் கயவனின் தலையணைக்கடியில் ரோஜா நிற நாடாவால் கட்டிவைக்கப்பட்டிருக்கிறது. நான் ஒரு திருடனல்ல, ஆனால் என்னிடமிருந்து திருடியவனை நான் கொல்வேன். காச்சியா என்னை நீ வெறுப்புடன் பார்க்காதே. திமித்ரி திருடனல்ல, ஆனால் கொலைகாரன்! என்னுடைய தந்தையைக் கொன்று, என்னையும் அழித்துக்கொள்ளும் நான், உன் முன்பு தலைநிமிர்ந்து நின்று உன்னுடைய ஆணவத்தையும் ஏளனத்தையும் தகர்ப்பேன். உன்னை நான் விரும்ப வில்லை.

P.P.S. உன்னுடைய கால்களை முத்தமிடுகிறேன், விடைகொடு!

P.P.S.S. காச்சியா, யாராவது பணம் கொடுக்க வேண்டுமென்று கடவுளைத் தொழு. அப்படிக் கிடைத்தால் என்னுடைய கைகளில் ரத்தக் கறைபடியாது, அப்படி யாரும் கொடுக்கவில்லையென்றால் ரத்தம்தான்! என்னைக் கொன்றுவிடு!'

உன்னுடைய அடிமையும் எதிரியுமான,<br>டி. கரமாஸவ்'

இவான் இந்த 'ஆவணத்தைப் படித்து முடித்ததும் அதை நம்பிய வனாய் தான் அமர்ந்திருந்த இடத்திலிருந்து எழுந்தான். அப்படியானால், கொலைசெய்தது ஸ்மெர்தியாக்கவ் அல்ல, சகோதரன் திமித்ரிதான். ஸ்மெர்தியாக்கவ் கொலை செய்யவில்லையென்றால், இவானும் கொலை செய்யவில்லை என்றாகிறது. அவனுடைய கணக்கில் இந்தக் கடிதத்தின் கணக்கியல் அர்த்தம் என்னவென்று திடீரென்று புரிபட்டது. மீச்சியா செய்த குற்றத்தில் இனி அவனுக்கு எந்தவிதச் சந்தேகமும் இல்லாமல் இருந்தது. சொல்லப்போனால், ஸ்மெர்தியாக்கவுடன் சேர்ந்துகொண்டு மீச்சியா இந்தக் கொலையைச் செய்திருப்பானென்ற எண்ணம் இவானுக்கு எப்போதுமே இருந்ததில்லை, ஆம், அதில் எந்த வித உண்மையும் இல்லைதான். இப்போது முற்றிலுமாக அமைதியானான் இவான். அடுத்த நாள் காலை எழுந்ததும் ஸ்மெர்தியாக்கவின் கேலிப்பேச்சுகளை அவன் வெறுப்புடன் நினைவுகூர்ந்தான். சில நாட்களுக்குப் பிறகு, அவன் ஸ்மெர்தியாக்கவைச் சந்தேகப்பட்டதற்காக எவ்வளவு தூரம் வருத்தப்பட்டான் என்பதை நினைத்து ஆச்சர்யப்பட்டான். மனத்தி லிருந்து அவனை விலக்கிவைத்து மறந்துவிட முடிவுசெய்தான். இப்படி யாக ஒரு மாதம் கழிந்தது. ஸ்மெர்தியாக்கவைப் பற்றி யாரிடமும் அவன் எதுவும் கேட்கவில்லை, ஆனால் அவனுக்கு உடல் நலம் சரியின்றி நினைவு பிறழ்ந்து படுத்திருக்கிறானென்று ஓரிரு முறை

அவன் கேள்விப்பட்டான். அவனுக்குப் பைத்தியம் பிடித்துவிடுமென்று ஒருமுறை மருத்துவர் வார்வின்ஸ்கி சொன்னதை இவான் நினைவு கூர்ந்தான். கடைசி இந்த ஒரு வாரமாகவே இவானுக்கு உடல்நலம் சரியில்லாமல் இருந்ததை அவனே உணர்ந்தான். வழக்கு விசாரணைக்கு முன்பாக, மாஸ்கோவிலிருந்து கத்தரீனா இவானவ்னா வரவழைத்த மருத்துவரை ஏற்கெனவே இவான் சென்று பார்த்திருந்தான். குறிப்பாக, இந்தச் சமயத்தில்தான் கத்தரீனா இவானவ்னாவுடனான உறவு இன்னும் இறுகிப்போயிருந்தது. இது ஏதோ காதல் வயப்பட்ட இரண்டு எதிரி களுக்குள் நடக்கும் யுத்தம்போல இருந்தது. கத்தரீனா இவானவ்னா வின் கணநேர, ஆனால் ஆழமான பார்வை, ஏற்கெனவே இவானின் வெறியைப் பயங்கரமாகத் தூண்டியிருந்தது. இப்போது நம்மால் விவரிக்கப் பட்ட இந்தக் காட்சிவரை, மீச்சியாவிடமிருந்து அல்யோஷா, கத்தரீனா இவானவ்னாவுக்குக் கொண்டுவந்த செய்திவரை, இந்த முழு ஒரு மாதமாகவே, மீச்சியா செய்த குற்றத்தைப் பற்றிய எந்த விதமான சந்தேகக் கண்ணோட்டத்தையும் கண்டனக் குரலையும் கத்தரீனா இவானவ்னாவிடமிருந்து இவான் கேட்காமலிருந்தான். மீண்டும் அவள் மீச்சியாவிடம் 'திரும்பிப் போவதையும்' பொருட்படுத்தாமல் அவன் அவளை வெறுத்தானென்பது விசித்திரமாகத்தான் இருந்தது. நாட்கள் செல்லச்செல்ல இவான் மீச்சியாவை இன்னும் அதிகமாகவே வெறுக்க ஆரம்பித்தான். அது கத்தரீனா இவானவ்னா அவனிடம் *'திரும்பிப் போகும்'* காரணத்தால் அல்ல, ஆனால் தன்னுடைய தந்தையை அவன் கொன்றுவிட்டானென்ற காரணத்தால்தான் என்பதை அவன் உணர்ந்தான். இதை முழுமையாக அவன் உணர்ந்து அறிந்துகொள்ளவும் செய்தான். இருந்தாலும், விசாரணை நடப்பதற்குப் பத்து நாட்களுக்கு முன்பு அவன் மீச்சியாவைப் பார்த்துத் தப்பித்துப் போவதற்கான திட்டத்தை அவனிடம் சொன்னான் – இந்தத் திட்டமானது பல நாட்களாக யோசித்துத் தீட்டப்பட்டது என்பது தெளிவாகத் தெரிந்தது. இப்படி ஒரு காரியத்தைச் செய்வதற்கான தூண்டுதல் அவனுக்கு எங்கிருந்து வந்ததென்றால், மீச்சியா தண்டிக்கப்பட நேர்ந்தால், சொத்திலிருந்து அவனுக்கும் அல்யோஷாவுக்கும் நாற்பதாயிரத்திலிருந்து அறுபதாயிரம் ரூபிள்கள்வரை கிடைக்கப்பெறுமென்று ஸ்மெர்தியாக்கவ் சொன்ன வார்த்தைகள் அவனுடைய மனத்தைக் காயப்படுத்திய காரணத்தால் தான் என்று தோன்றுகிறது. இதனால் மீச்சியாவைத் தப்பிக்கவைக்கும் திட்டத்திற்காக, ஒரு பக்கம் முப்பதாயிரம் ரூபிள்களைச் செலவழிக்க முடிவுசெய்தான் இவான். சிறைச்சாலையிலிருந்து திரும்பி வந்த அவன் பயங்கரமான வருத்தத்துடன் சோர்வுடன் இருந்தான். மீச்சியாவைத் தப்பிக்கவைக்கும் திட்டத்தில் முப்பதாயிரம் ரூபிள்களைத் தியாகம் செய்து தன்னுடைய மனக் காயத்தை ஆற்றிக்கொள்வது மட்டுமில்லாது அதற்கு வேறு ஒரு காரணமும் இருப்பதைத் திடீரென்று அவன் உணர்ந்தான். 'மனத்தளவில் நானும் ஒரு கொலைகாரன்தானே?' என்று தன்னைத்தானே அவன் கேட்டுக்கொண்டான். மனத்தின் அடி ஆழத்தில் ஏதோ ஒன்று அவனைச் சுட்டெரிப்பது போல இருந்தது. முக்கியமாக, அவனுள் இருக்கும் தற்பெருமை இந்த மாதம் முழுவதும் அவனைச் சலனப்படுத்த, அதைப் பற்றி அவன் அல்யோஷாவிடம்

தெரிவித்த பிறகு வீட்டிற்குப் போய் அழைப்பு மணியை அடித்த போதுதான் ஸ்மெர்தியாக்கவைப் பார்க்கப்போவது என்று திடீரென்று முடிவுசெய்தான். பொங்கிப் பெருகிய விசித்திரமான வெறுப்பிற்கு அடிபணிந்து இதைத் திடீரென்று அவன் செய்தான். அல்யோஷா முன்பு கத்தரீனா இவானவ்னா, 'நீ, நீதான் சொன்னாய், அவன் (அதாவது மீச்சியா) தான் கொலைகாரன் என்று!' என்று கத்தியதைத் திடீரென்று அவன் நினைவுகூர்ந்தான். அப்படி நினைவுகூர்ந்தவன், அப்படியே மலைத்துப்போய் நின்றான்: எப்போதுமே அவளிடம் அவன் அப்படிச் சொன்னதில்லை, கொலைகாரன் மீச்சியாதான் என்று. மாறாக ஸ்மெர்தியாக்கவைப் பார்த்துவிட்டுத் திரும்பிய நாளிலிருந்தே அவன் தன்னைத்தான் இன்னும் சந்தேகப்பட்டுக் கொண்டிருக்கிறான் என்றுதான் சொன்னான்.

அப்போது அவள்தான் அந்த 'ஆவணத்தை' அவனிடம் காட்டி, அவனுடைய சகோதரன்தான் குற்றவாளி என்று ஊர்ஜிதப்படுத்தி னாள்! ஆனால், இப்போது திடீரென்று கூச்சலிடுகிறாள், 'நானே ஸ்மெர்தியாக்கவைப் போய்ப் பார்த்துவிட்டு வந்தேன் என்று!' அவள் எப்போது அவனைப் பார்க்கப் போனாள்? இவானுக்கு அதைப் பற்றி ஒன்றுமே தெரியாது. அப்படியானால், மீச்சியா குற்றவாளி என்பதில் அவளுக்கு முழு உடன்பாடு இல்லை! அவளிடம் ஸ்மெர்தியாக்கவ் என்ன சொல்லியிருக்கக் கூடும்? குறிப்பாக அவளிடம் அவன் என்ன சொல்லியிருக்க முடியும்? பயங்கரமான கோபம் அவனுடைய உள்ளத்தில் பொங்கி எழுந்தது. அவனால் புரிந்துகொள்ள முடியவில்லை, எப்படி அரை மணி நேரத்திற்கு முன்பு அவள் சொன்ன வார்த்தைகளைக் கேட்டு அவனால் ஆத்திரப்பட்டுக் கத்தாமல் இருக்க முடியவில்லை என்பதை. அழைப்பு மணியை அழுத்துவதற்குப் பதிலாக நேராக அவன் ஸ்மெர்தியாக்கவைப் பார்க்கப் போனான். ஒரு சமயம், இந்தமுறை, 'அவனை நான் கொன்றாலும் கொல்வேன்' என்று போகும் வழியில் நினைத்துக்கொண்டே போனான்.

## 8

## மூன்றாவது மற்றும் கடைசி முறையாக ஸ்மெர்தியாக்கவைப் பார்த்தல்

பாதிவழியில் வறண்ட கடுங்காற்று வைகறைப் பொழுதில் அடித்தது போலவே அடித்து, அடர்த்தியான, மென்மையான, உலர்ந்த பனியை எங்கும் அள்ளி வீசியிருந்தது. தரையில் விழும் பனியைக் கீழே விழ விடாமல் காற்று சுழற்றி அடிக்க, உடனே அது பனிச் சூறாவளிக் காற்றாக மாறியது. ஸ்மெர்தியாக்கவ் வசித்து வந்த நகரத்தின் அந்தப் பகுதியில் ஏறக்குறைய விளக்குகளே இல்லை. கும்மிருட்டில் போய்க் கொண்டிருந்த இவான் ஃபியோதரவிச், பனிச் சூறாவளிக் காற்றைப் பொருட்படுத்தாமல், உள்ளுணர்வால் வழியை உணர்ந்து நடந்துகொண்

டிருந்தான். அவனுக்குத் தலை வலிக்க, நெற்றிப் பொட்டில் பயங்கர மான குத்தல் எடுக்க, வலிப்பு நோயால் வெட்டி இழுப்பதுபோல அவனுடைய கைகள் வெட்டி இழுத்தன. மரியா கன்த்ரச்சேவ்னாவின் குடிசையை நெருங்கும்போது, குடிபோதையில் இருந்த குள்ளமான மனிதர் ஒருவர் ஒட்டுப்போட்ட, கையால் நூற்கப்பட்ட மேலங்கியை அணிந்துகொண்டு, தள்ளாடி நடந்து வந்தவர், எதையோ முறையிட்டுக் கொண்டு சபித்தபடி, சத்தமிட்டுக் கரகரப்பான குரலில் குடிபோதையில் திடீரென்று பாட ஆரம்பித்தார்:

ஹா, வான்கா பீத்தர்பூர்க் போய்விட்டாள்,[1]
அவளுக்காக நான் காத்திருக்கப் போவதில்லை!'

என்று.

ஆனால் இரண்டாவது வரியைப் பாடும்போது ஒவ்வொரு முறையும் அதை நிறுத்தி நிறுத்திப் பாடியவர், மீண்டும் யாரையோ சபித்தபடி அதே பாடலை அவர் சத்தம்போட்டுப் பாடினார். அவரைப் பற்றி இவான் ஃபியோதரவிச் சிறிதும் நினைக்காத போதும், அவனுக்கு ஏனோ அவர்மீது பயங்கரமான வெறுப்பு ஏற்பட்டது. இப்போதே அவரை ஓங்கி அடிக்க வேண்டுமென்ற ஆக்ரோஷமான உணர்வு அவனுள் பொங்கி எழுந்தது. அப்போது இருவரும் மிக அருகே ஒருவரையொருவர் கடந்து செல்ல, அந்தக் குள்ள மனிதர் பயங்கரமாக ஆடியபடி திடீரென்று இவான்மீது வேகமாக மோதினார். உடனே இவான் அவரைப் பலமாகத் தள்ளினான். அந்தக் குள்ள மனிதர் பறந்துபோய் உறைந்துபோன பனித்தரையில் 'ஓ, ஓ! என்று அலறியபடி விழுந்தார். இவான் அருகே சென்று அவரைப் பார்த்தான். முதுகு தரையில் படக் கீழே விழுந்தவர், அசையாமல் எந்தவித உணர்வுமின்றிக் கிடந்தார். 'பனியில் உறைந்து செத்துப்போய் விடுவான்!' என்று நினைத்த இவான் மீண்டும் ஸ்மெர்தியாக்கவின் வீட்டை நோக்கி நடந்தான்.

மரியா கன்த்ரச்சேவ்னா கையில் மெழுகுவர்த்தியுடன் வீட்டு நடைபாதையில் ஓடிவந்து கதவைத் திறந்தவள், பாவெல் ஃபியோதரவிச் (அதாவது ஸ்மெர்தியாக்கவ்) உடல்நலம் மோசமாகி, மனம் பிறழ்ந்து, தேநீர் அருந்தக்கூடப் பிடிக்காமல் படுத்திருக்கிறாரென்று முணுமுணுத்தாள்.

'என்ன, அவன் ரகளை செய்கிறானா?'

'என்ன ரகளையா, இல்லை, அவர் அமைதியாகத்தான் இருக்கிறார், அவரோடு நீங்கள் அதிகநேரம் பேசாதீர்கள் ...' என்று கேட்டுக்கொண்டாள் மரியா கன்த்ரச் சேவ்னா.

இவான் ஃபியோதரவிச் கதவைத் திறந்துகொண்டு குடிசைக்குள் நுழைந்தான்.

முன்பு போலவே குடிசை மிகவும் வெதுவெதுப்பாக இருக்க, அறையில் சில மாற்றங்கள் தெரிந்தன. பக்கவாட்டில் இருந்த விசிப்பலகை எடுக்கப்பட்டு அங்கே பழைய, பெரிய, சிவப்பு மரத்தாலான தோலால் மூடப்பட்ட சோபா ஒன்று போடப்பட்டிருந்தது. அதன்மேல் படுக்கை

போடப்பட்டு ஓரளவு வெண்நிறத்தில் சுத்தமான தலையணைகள் வைக்கப்பட்டிருந்தன. மேல் அங்கியை அணிந்துகொண்டு படுக்கையின் மீது உட்கார்ந்திருந்தான் ஸ்மெர்தியாக்கவ். சோபாவுக்கு முன்பு மேஜையை நகர்த்திப் போட்டதும் அறையானது மிகவும் இட நெருக்கடி கொண்டதாகத் தெரிந்தது. மேஜையின் மீது படிக்கப்படாத பெரிய மஞ்சள் நிறப் புத்தகம் ஒன்றிருக்க, ஸ்மெர்தியாக்கவ் அமைதியாக உட்கார்ந்திருந்தான். அமைதியான நீண்ட ஒரு பார்வையால் இவான் ஃபியோதரவிச்சை வரவேற்றவன், அவனுடைய வருகையைக் கண்டு கொஞ்சமும் ஆச்சர்யப்படாமலிருந்தான். அவனுடைய முகம் முற்றிலு மாக மாறிப்போய் உடல் இளைத்து, வெளுத்துப் போயிருந்தது. கண்கள் துவண்டுபோய், கண்களுக்கடியில் நீலநிறம் பூத்திருந்தது.

‘ஆமாம், உண்மையாகவே நீ உடல்நலம் சரியில்லாமல்தான் இருக்கிறாயா?’ என்று கேட்டான் இவான் ஃபியோதரவிச். ‘நீண்ட நேரம் நான் இங்கு இருக்கப்போவதில்லை. என்னுடைய மேல் அங்கியை கூட நான் கழற்றப்போவதில்லை. சரி, எங்கே உட்காருவது?’

மேஜையின் அடுத்த முனையிலிருந்த நாற்காலி ஒன்றை எடுத்துவந்து போட்டு அதில் அமர்ந்தான்.

‘என்ன நீ என்னை அப்படிப் பார்க்கிறாய், பார்த்து இன்னும் அமைதியாக இருக்கிறாய்? உன்னிடம் ஒரே ஒரு கேள்வி கேட்க வேண்டும், சத்தியமாகச் சொல்கிறேன், அதற்குப் பதில் கிடைக்காமல் இங்கிருந்து நான் போகமாட்டேன். கத்தரீனா இவானவ்னா உன்னைப் பார்க்க இங்கு வந்திருந்தாளா?’

நீண்ட நேரம் அமைதியாக இருந்த ஸ்மெர்தியாக்கவ், மீண்டும் அமைதியாக இவானைப் பார்த்தவன், திடீரென்று கையை உதறியபடி தன்னுடைய முகத்தைத் திருப்பிக்கொண்டான்.

‘என்ன ஆயிற்று உனக்கு?’ என்று ஆச்சர்யத்துடன் கேட்டான் இவான்.

‘ஒன்றும் இல்லை.’

‘என்ன ஒன்றும் இல்லை?’

‘சரி, அவள் வந்திருந்தாள், அதனால் உங்களுக்கு என்ன? என்னை அமைதியாக இருக்கவிடுங்கள்.’

‘இல்லை, உன்னை நான் விடமாட்டேன்! சொல் எப்போது அவள் வந்தாள்?’

‘அவளைப் பற்றிய எல்லாவற்றையும் நான் மறந்துவிட்டேன்’ என்று வெறுப்பான புன்னகையுடன் சொன்ன ஸ்மெர்தியாக்கவ், தன்னுடைய முகத்தைத் திருப்பிக்கொள்ள, திடீரென்று மீண்டும் இவானைப் பார்த்தவ னின் கண்களில் வெறுப்பு சீறிப்பாய, ஒரு மாதத்திற்கு முன்பு எப்படி அவன் இவானைப் பார்த்தானோ அதே அந்த வெறுப்புடன் இப்போதும் பார்த்தான்.

‘உங்களுக்கு உடல்நலம் சரி இல்லை என்று நினைக்கிறேன்; உங்களுடைய கன்னங்கள் சுருங்கிப்போய்ப் பார்ப்பதற்கே நோயாளி போல இருக்கிறீர்கள்’ என்றான் ஸ்மெர்தியாக்கவ்.

‘என்னுடைய உடல்நலம் இருக்கட்டும், நான் கேட்டதற்கு நீ பதில் சொல்.’

‘உங்களுடைய கண்கள் ஏன் இவ்வளவு மஞ்சளாக இருக்கின்றன, வெள்ளை நிறமே தெரியவில்லையே. மிகவும் வேதனைப்படுகிறீர்களோ?’ என்று வெறுப்புடன் புன்னகைத்தவன் திடீரென்று சத்தமாகச் சிரித்தான்.

‘இதற்குப் பதில் தெரியாமல் இங்கிருந்து நான் போகமாட்டே னென்று சொன்னேனே, அது உனக்குக் கேட்டதா!’ என்ற பயங்கரமான எரிச்சலுடன் கத்தினான் இவான்.

‘என்ன, இதையே நீங்கள் கேட்டுக்கொண்டிருக்கிறீர்கள்? எதற்காக இப்படி என்னைத் தொல்லைபடுத்துகிறீர்கள்?’ என்று வேதனையுடன் கேட்டான் ஸ்மெர்தியாக்கவ்.

‘ஓ, நாசமாய்ப் போக! உன்னிடம் பேசிக்கொண்டிருக்க எனக்கு நேரம் இல்லை. நான் கேட்ட கேள்விக்குப் பதில் சொல், உடனே நான் போக வேண்டும்.’

‘உங்களுக்குப் பதில் சொல்வதற்கு ஒன்றுமில்லை!’ என்று சொன்ன ஸ்மெர்தியாக்கவ், மீண்டும் தன்னுடைய கண்களைக் கீழே தாழ்த்திக் கொண்டான்.

‘உன்னைக் கண்டிப்பாகப் பதில் சொல்லவைப்பேன் என்பதை உறுதியாகச் சொல்கிறேன்!’

‘எதற்காக இப்படி நீங்கள் கவலைப்படுகிறீர்கள்?’ என்று திடீரென்று அவனை முறைத்துப் பார்த்த ஸ்மெர்தியாக்கவின் கண்களில் வெறுப்பு மறைந்து ஏறக்குறைய ஒரு மனமாற்றம் தெரிய, ‘இது நாளைக்கு விசாரணை ஆரம்பிக்கப் போகிறது என்பதாலா? ஆனால், உங்களுக்கு ஒன்றும் ஆகாதுதானே. மன உறுதியுடன் நீங்கள் இருங்கள்! இப்போது வீட்டுக்குப் போய் அமைதியாகப் படுத்து உறங்குங்கள், எதைப் பற்றியும் பயப்படாதீர்கள்; எதைப் பற்றியுமே’ என்றான்.

‘எனக்கு உன்னைப் புரியவில்லை. எதற்காக நாளைய தினத்தை எண்ணி நான் பயப்பட வேண்டும்?’ என்று ஆச்சயர்த்துடன் கேட்ட இவானைத் திடீரென்று ஏதோ ஒரு பயம் உண்மையாகவே பற்றியது. ஸ்மெர்தியாக்கவ் அவனைப் பார்வையில் அளந்தான்.

‘ஆக, உங்களுக்குப் புரியவில்லை?’ என்று இடித்துரைக்கும்படி இழுத்துக் கேட்டான். ‘யோசித்துப் பாருங்கள், அறிவுள்ள மனிதன் இப்படிப்பட்ட ஒரு கேலிக்கு உள்ளாவதா!’

இவான் அமைதியாக அவனையே பார்த்தான். எதிர்பாராதவிதமாக, இதற்கு முன்பில்லாத ஆணவக் குரலில், முன்னாள் வேலைக்காரன் இப்போது அவனைப் பார்த்து இப்படி ஒரு கேள்வி கேட்பது அவனுக்கு

ஆச்சர்யமாக இருந்தது. இப்படிப்பட்ட ஒரு தொனி, போனமுறைகூட அவனிடம் இருக்கவில்லை.

'உங்களுக்குச் சொல்கிறேன், எதைப் பற்றியுமே நீங்கள் பயப்பட வேண்டாம். உங்களுக்கு எதிராக எதையும் நான் சொல்லப்போவதில்லை, அதற்கான சாட்சியமும் இல்லை. பாருங்கள், உங்களுடைய கைகள் ஏன் இப்படி நடுங்குகின்றன? உங்களுடைய விரல்கள் ஏன் இப்படி இழுத்துக்கொண்டு போகின்றன? நீங்கள் வீட்டிற்குப் போங்கள், நீங்கள் கொலை செய்யவில்லையே' என்றான் ஸ்மெர்தியாக்கவ்.

இதைக் கேட்டுத் திடுக்கிட்ட இவான், அல்யோஷாவை நினைத்துக் கொண்டான்.

'எனக்குத் தெரியும், நான் கொல்லவில்லை . . .' என்று முணுமுணுத்தான் இவான்.

'தெரியுமா?' என்று மீண்டும் அதைப் பிடித்துக்கொண்டான் ஸ்மெர்தியாக்கவ். இவான் குதித்தெழுந்து அவனுடைய தோளைப் பற்றினான்.

'சொல், மோப்ப நாயே, எல்லாவற்றையும் சொல்!'

ஸ்மெர்தியாக்கவ் எள்ளளவுகூடப் பயப்படவில்லை. பைத்தியம் பிடிக்கும் அளவுக்குக் கண்களில் வெறுப்பு தெறிக்கப் பார்த்தான் ஸ்மெர்தியாக்கவ்.

'உண்மையாகவே உங்களுக்குத் தெரிய வேண்டுமென்றால், நீங்கள் தான் அந்தக் கொலையைச் செய்தீர்கள்' என்று கோபமாக ஸ்மெர்தியாக்கவ் முணுமுணுத்தான்.

எதையோ உணர்ந்தவன் போல, நாற்காலியில் விழுந்தான் இவான். குரோத உணர்வுடன் ஏளனமாக அவன் சிரித்தான்.

'இன்னும் நீ பழைய விஷயத்தைப் பற்றியே பேசுகிறாயா? போனமுறை சொன்னாயே, அதைப் பற்றியா?'

'ஆமாம், போனமுறை நீங்கள் என்னிடம் பேசினீர்கள்; உங்களுக்கு எல்லாமே புரிந்தது, இப்போதும் உங்களுக்கு எல்லாம் புரிகிறது?'

'எனக்கு ஒன்றுதான் புரிகிறது, நீ பைத்தியம் என்பது.'

'மனிதனுக்கு அலுப்பு தட்டவே தட்டாதா! இங்கு நாம் இரண்டு பேர்தான்; ஒருவரை ஒருவர் பாவித்துக்கொண்டிருக்கிறோம். ஒருவரை ஒருவர் ஏமாற்றிக்கொண்டு, நம்மை நாமே முட்டாளாக்கிக்கொண்டிருக்க வேண்டுமா, என்ன? இல்லை எல்லாவற்றையும் என் தலையில் போட உங்களுக்கு ஆசையா? நீங்கள்தான் அந்தக் கொலையைச் செய்தீர்கள், நீங்கள்தான் முக்கியமான கொலைகாரர், நான் உங்களுக்கு உடந்தையாக, உங்களுடைய உண்மையான சேவகன் லிச்சார்டாக[2] உங்களுடைய வார்த்தைகளைக் கேட்டு அதை நான் செய்தேன்.'

'நீ செய்தாயா? நீயா கொலைசெய்தாய்?' என்று கேட்ட இவான் உறைந்துபோனான். ஏதோ ஒன்று அவனுடைய மண்டையில் உதித்தது;

உடல் முழுவதும் குளிர்ந்து நடுக்கம் லேசாகப் பரவியது. அதைப் பார்த்து ஸ்மெர்தியாக்கவ் ஆச்சர்யப்பட்டான். இறுதியாக, இவானுடைய உண்மையான பயம் அவனை ஆச்சயர்ப்பட வைத்திருக்க வேண்டும்.

‘சரி, உண்மையாகவே உங்களுக்கு ஒன்றும் தெரியாதா?’ என்று நம்பிக்கையில்லாமல் உதட்டைச் சுழித்தபடி முறைத்துப் பார்த்துக் கொண்டே முணுமுணுத்தான் ஸ்மெர்தியாக்கவ்.

இவான் அவனையே உற்றுப் பார்த்தான். அவனுக்குப் பேச நா எழவில்லை.

‘ஹா, வான்கா பீத்தர்புர்க் போய்விட்டாள்,
அவளுக்காக நான் காத்திருக்கப் போவதில்லை!’

என்ற பாட்டு திடீரென்று அவனுடைய மூளையில் எதிரொலித்தது.

‘உனக்குத் தெரியுமா, ஒரு கனவுபோல, ஆவிபோல நீ என் முன்னால் உட்கார்ந்திருப்பது போல் பயப்படுகிறேன்’ என்று முணு முணுத்தான் இவான்.

‘இங்கே எந்த ஆவியும் இல்லை, நம் இருவரைத் தவிர. ஆமாம் இன்னும் ஒருவர் இருக்கிறார். நம் இருவரைத் தவிர இங்கே மூன்றாவதாக நமக்கிடையே ஒருவர் இருக்கிறார்.’

‘யாரது? எங்கே இருக்கிறார்?’ யாரந்த மூன்றாவது மனிதர்?’ என்று வெறிபிடித்தவன் போலக் கேட்ட இவான் ஃபியோதரவிச், சுற்றியும் முற்றியும் பார்த்தபடி மூலை முடுக்கெல்லாம் தேடினான்.

‘மூன்றாவது மனிதர் – கடவுள்தான். அதே அந்தக் கடவுள்தான், அவர்தான் நம் அருகில் இருக்கிறார்; அவரை நீங்கள் தேடாதீர்கள், உங்களால் அவரைக் கண்டுபிடிக்க முடியாது.’

‘நீதான் அந்தக் கொலையைச் செய்தாயென்று பொய் சொல்கிறாய்!’ என்று மூர்க்கத்தனமாகக் கத்தினான் இவான். ‘ஒன்று நீ பைத்தியக் காரனாக இருக்க வேண்டும், இல்லையேல், போனமுறை என்னைக் கேலி செய்தது போலவே இப்போதும் நீ என்னைக் கேலி செய்ய வேண்டும்!’

‘மீண்டும் பயம் எதுவும் இல்லாமல் ஸ்மெர்தியாக்கவ் அவனையே உற்றுப் பார்த்தான். அவனால் இன்னும் தன்னுடைய நம்பிக்கை யின்மையை வெற்றிகொள்ள முடியவில்லை. இவானுக்கு ‘எல்லாம் தெரிந்தும் நேரடியாக என்மீது பழிபோடுவதற்காகவே’ இப்படி ஒரு நாடகத்தை ஆடுகிறான்’ என்று நினைத்தான் ஸ்மெர்தியாக்கவ்.

‘பொறுங்கள்’ என்று இறுதியாகத் தன்னுடைய பலவீனமான குரலில் சொன்னவன், திடீரென்று தன்னுடைய இடது காலை மேஜைக்கடியி லிருந்து எடுத்துக் கால் சட்டையை மேற்புறமாக மடிக்க ஆரம்பித்தான். நீண்ட, வெள்ளை நிறக் காலுறையும் காலணியும் தெரிந்தன. அவசரப் படாமல் மெதுவாகக் காலுறையைக் கட்டும் இழைக்கச்சையை அவிழ்த்துக் கைவிரலைக் காலுறைக்குள் ஆழமாக விட்டான். இதைப் பார்த்தது இவான் திடுக்கிட்டு நடுங்கினான்.

'பைத்தியம்!' என்று கத்திக்கொண்டே துள்ளி எழுந்து பின்வாங்கிய இவான், முதுகுப்புறமாய்ச் சுவரில் மோதி, நெடுஞ்சாணாய், அப்படியே சுவரில் கயிறு போல ஒட்டிக்கொண்டான். பீதியில் அவன் ஸ்மெர்தியாக்கவைப் பார்த்தான். இவானுடைய பயத்தை அவன் கொஞ்சமும் பொருட்படுத்தாமல், எதையோ தேடி எடுப்பதுபோல இன்னமும் அந்தக் காலுறையையே நோண்டிக்கொண்டிருந்தான். இறுதியாக அதை அவன் கண்டுபிடித்து வெளியே எடுத்தான். அது ஏதோ ஒருசில தாள்களாக, தாள் கத்தையாக இருந்ததை இவான் ஃபியோதரவிச் பார்த்தான். அதை எடுத்து ஸ்மெர்தியாக்கவ் மேஜைமேல் வைத்தான். 'இதோ!' என்று அமைதியாகச் சொன்னான் ஸ்மெர்தியாக்கவ்.

'என்ன இது?' என்று நடுங்கிக்கொண்டே கேட்டான் இவான்.

'என்னவென்று நீங்களே பாருங்கள்' என்றான் அமைதியாக ஸ்மெர்தியாக்கவ்.

மேஜை பக்கமாகப் போய் அந்தக் கட்டுத்தாள்களை எடுத்துத் திறந்துபார்க்கப் போன இவான், திடீரென்று தன்னுடைய கைகளை விருட்டென்று எடுத்து, அருவருக்கத்தக்க, பயங்கரமான ஏதோ ஒன்றைத் தொட்டுவிட்டது போல உணர்ந்தான்.

'உங்களுடைய கைகள் இன்னும் நடுங்கிக்கொண்டே இருக்கின்றன, பெருங்குடி மகனே' என்று சொன்ன ஸ்மெர்தியாக்கவ், அவசரப்படாமல் அவனே அந்தத் தாளை எடுத்துப் பிரித்தான். உறைக்குள் வானவில் நிறத்தில் நூறு ரூபிள் நோட்டுக் கட்டுகள் மூன்று இருந்தன.

'எல்லாமே இங்கு இருக்கின்றன, மூவாயிரம், அவற்றை எண்ண வேண்டாம், எடுத்துக்கொள்ளுங்கள்' என்று இவானிடம் சொன்னவன், அந்தப் பணத்தைப் பார்த்துத் தலையாட்டினான். இவான் அப்படியே நாற்காலியில் சரிந்து விழுந்தான். வெண்ணிறத் துணிபோல அவனுடைய முகம் வெளிறிப்போனது.

'நீ என்னைப் பயமுறுத்திவிட்டாய், உன்னுடைய இந்தக் காலுறையைக் காட்டி . . .' என்று சொன்ன இவான் ஏனோ விசித்திர மாகச் சிரித்தான்.

'என்ன, என்ன, உங்களுக்கு இன்னுமா தெரியவில்லை?' என்று மீண்டும் ஒருமுறை கேட்டான் ஸ்மெர்தியாக்கவ்.

'இல்லை, எனக்குத் தெரியவில்லை. இன்னும் நான் திமித்ரி என்று தான் நினைத்துக்கொண்டிருக்கிறேன். சகோதரனே! சகோதரனே! ஹா!' என்றவன் திடீரென்று தன்னுடைய இரண்டு கைகளாலும் தலையைப் பற்றினான். 'கேள்: தனியாக நீ அவரைக் கொன்றாயா? என் சகோதரன் இல்லாமலா அல்லது என் சகோதரனுடன் சேர்ந்து கொண்டா?

'உங்களுடன்தான். உங்களுடன் சேர்ந்துகொண்டுதான் அவரை நான் கொன்றேன், திமித்ரி ஃபியோதரவிச்சோ இங்கு நிரபராதி.'

‘சரி, சரி ... என்னைப் பற்றிப் பிறகு பேசலாம். என்ன இது, முழுவதுமாக இப்படி நான் நடுங்குகிறேன். வார்த்தையே வர மறுக்கிறது.’

‘நீங்கள் அப்போது தைரியசாலியாக இருந்தீர்கள், ‘எல்லாமே அனுமதிக்கப்பட்டவை’ என்று சொன்னீர்கள். ஆனால் இப்போதோ நீங்களே பயப்படுகிறீர்கள்!’ என்று ஆச்சர்யமாக முணுமுணுத்தான் ஸ்மெர்தியாக்கவ். ‘குடிப்பதற்கு எலுமிச்சை பானம் தரவா, இப்போதே கொண்டுவரச் சொல்கிறேன். அது உற்சாகத்தைத் தரும். இதை முதலில் மறைத்து வையுங்கள்.’

மீண்டும் அந்தப் பணத்தைப் பார்த்து அவன் தலையசைத்தான். அவன் எழுந்து கதவருகே போய் மரியா கன்த்ரச்சேவ்னாவிடம் எலுமிச்சை பானம் கொண்டுவரச் சொல்லிச் சென்றவன், பணத்தை அவள் பார்த்து விடக் கூடாது என்று மறைக்கப்போய் முதலில் கைக்குட்டையை எடுக்க, அது மிகவும் அழுக்காக இருந்ததால் மேஜை மீதிருந்த பெரிய மஞ்சள் நிறப் புத்தகத்தை எடுத்து அந்தப் பணத்தை மூடி மறைத்தான். அப்படி மூடி மறைத்த அந்தப் புத்தகத்தின் பெயர். ‘நம்முடைய புனிதத் தந்தை ஐசக் சிரினின் மூதுரைகள்.’ இயந்திரத்தனமாக இவான் ஃபியோதரவிச் அதன் தலைப்பைப் படித்தான்.

‘எனக்கு எலுமிச்சை பானம் வேண்டாம். ‘என்னைப் பற்றிப் பிறகு பேசுவோம். உட்கார்ந்து சொல். நீ எப்படி அந்தக் கொலையைச் செய்தாய்? முழுவதுமாகச் சொல் ..?

‘உங்களுடைய மேல் அங்கியைக் கழற்றுங்கள், இல்லாவிட்டால், உங்களுக்கு முழுவதுமாக வேர்த்துவிடும்.’

அதை இப்போதுதான் உணர்ந்தவனாக இவான் ஃபியோதரவிச் தன்னுடைய மேல் அங்கியைக் கழற்றி, நாற்காலியிலிருந்து எழாமல் பெஞ்சின் மீது வீசி எறிந்தான்.

‘சொல், தயவுசெய்து சொல்!’ என்று கேட்டவன் சற்றே அமைதி யானான். ஸ்மெர்தியாக்கவ் இனிமேல் எல்லாவற்றையும் சொல்லிவிடுவா னென்ற நம்பிக்கையுடன் காத்திருந்தான் இவான்.

‘அது எப்படி நடந்தது என்பது பற்றியா?’ என்று பெருமூச்சு விட்டபடி கேட்டான் ஸ்மெர்தியாக்கவ். ‘உங்களுடைய வார்த்தையின் படி, அது மிக இயல்பாக நடந்தது ...’

‘என்னுடைய வார்த்தைகளைப் பற்றிப் பிறகு பேசுவோம்’ என்று மீண்டும் இடைமறித்த இவான், முன்பு போலக் கத்தாமல், தன்னுடைய கட்டுப்பாட்டைக் கொஞ்சம்கூட இழக்காமல் உறுதியாகக் கேட்டான். ‘அதை நீ எப்படிச் செய்தாய் என்பதை மட்டும் விவரமாகச் சொல். வரிசைப்படுத்தி ஒன்றையும் விடாமல், மறக்காமல் சொல். விளக்கமாக, முக்கியமாக, விளக்கமாகச் சொல். தயவுசெய்து சொல்.’

‘நீங்கள் ஊருக்குப்போனீர்கள், நான் நிலவறையில் விழுந்து விட்டேன் ...’

‘வலிப்புநோய் வந்ததா இல்லை வலிப்புநோய் வந்தது போல நீ நடித்தாயா?’

‘நடித்தேன் என்பதுதான் உண்மை. முற்றிலுமாக நடித்தேன். படிக்கட்டுகளில் அமைதியாக இறங்கிப்போய்க் கீழேசென்று அமைதியாகப் படுத்தேன், படுத்தவுடனே கத்தினேன். என்னை வெளியே கொண்டு வரும்வரை என்னை நானே அடித்துக்கொண்டேன்.’

‘நில்! எல்லா நேரமும் மருத்துவமனையில்கூட நீ நடிக்கத்தான் செய்தாயா?’ என்று கேட்டான் இவான். ‘இல்லை. அடுத்த நாள் காலை மருத்துவமனைக்குப் போகும்போது உண்மையாகவே எனக்கு வலிப்பு நோய் வர, மிகப் பயங்கரமாகப் பல வருடங்களாக இப்படி ஒன்று எனக்கு வந்ததே இல்லை. இரண்டு நாட்களாகச் சுய நினைவின்றிக் கிடந்தேன் நான்.’

‘சரி சரி, மேலே சொல்.’

‘என்னை அவர்கள் அந்தப் படுக்கையில், தடுப்பிற்குப் பின்புறமிருக்கும் படுக்கையில் படுக்கவைத்தார்கள்; மரியா கன்த்ரச்சேவ்னா அப்படித்தான் செய்வார்களென்று எனக்குத் தெரியும். ஏனெனில் எனக்கு உடல்நலம் சரியில்லாதபோதெல்லாம் என்னை அவர்கள் தங்கியிருக்கும் பகுதியில்தான் படுக்கவைப்பார்கள். என்னுடைய குழந்தைப் பருவத்திலிருந்தே எப்போதும் அவர்கள் என்னிடம் மிக இனிமையாகவே நடந்துகொண்டார்கள். இரவு நேரம் நான் முணகிக்கொண்டிருந்தேன், ஆனால் அமைதியாக. திமித்ரி ஃபியோதரவிச் வருவாரென்று எதிர்பார்த்து நான் காத்துக்கொண்டிருந்தேன்.’

‘உன்னைப் பார்க்க அவன் வருவானென்று எப்படி எதிர்பார்த்தாய்?’

‘என்னைப் பார்க்க அவர் எதற்காக வர வேண்டும். அவருடைய வீட்டிற்கு அவர் வருவார். ஏனெனில், பாருங்கள் அன்று இரவு அவர் வருவாரென்று நான் நினைத்தேன். அதில் எனக்கு எந்தவிதச் சந்தேகமும் இல்லை. ஆனால் அன்று என்னால் அவரைப் பார்க்க முடியாமல் போக, அவரைப் பற்றிய எந்த விஷயமும் எனக்குத் தெரியாமல் போனதால் கண்டிப்பாக அவர் சுவர் ஏறிக் குதித்து வந்து என்ன செய்ய வேண்டுமோ அதைச் செய்வார் என்று நான் நினைத்தேன்.’

‘அப்படி அவன் வந்திருக்கவில்லையென்றால்?’

‘அப்படி அவர் வந்திருக்காவிட்டால் ஒன்றுமே நடந்திருக்காது. அவர் வந்திருக்காவிட்டால் இதைக் கொலையை நான் செய்திருக்க மாட்டேன்.’

‘சரி, சரி... புரியும்படியாகச் சொல், அவசரப்படாதே முக்கியமாக – எதையும் விட்டுவிடாமல் முழுமையாகச் சொல்!’

‘ஃபியோதர் பாவ்லவிச்சை அவர் கொன்றுவிடுவாரென்று நான் எதிர்பார்த்தேன். கண்டிப்பாக அது நடக்குமென்று நான் நினைத்தேன். அதற்காகவே அவருக்காக நான் காத்திருந்தேன். கடைசிச் சில நாட்களாகவே... முக்கியமாக, அவருக்கு அந்த சமிக்ஞைகளைப்

பற்றித் தெரிந்திருந்தது. சில நாட்களாகவே அவர் கொண்டிருந்த சந்தேகத் தாலும் பயங்கரமான கோபத்தாலும் இந்தச் சமிக்ஞைகளைப் பயன் படுத்திக் கண்டிப்பாக அவர் ஃபியோதர் பாவ்லவிச்சின் அறைக்குள் போவாரென்று நான் எதிர்பார்த்திருந்தேன். கண்டிப்பாக அது நடக்கு மென்று ஆவலுடன் நான் எதிர்பார்த்திருந்தேன்.'

'நில்' என்று இடைமறித்த இவான், 'அப்படி அவன் கொலை செய்திருந்தால் பணத்தை எடுத்துக்கொண்டு போயிருப்பான். அப்படி நடக்குமென்றுதானே நீ நினைத்தாய்? அப்படியானால் உனக்கு என்ன கிடைத்திருக்கும்? எனக்கு ஒன்றும் புரியவில்லையே.'

'பணத்தை எப்படியுமே அவர் கண்டுபிடித்திருக்க முடியாது. பணம் தலையணைக்கு அடியில் இருக்கிறதென்று அவரிடம் நான்தான் சொன்னேன். ஆனால், அது உண்மை அல்ல. முதலில் அது பணப் பெட்டியில்தான் இருந்தது. பிறகு எஜமானரிடம் நான்தான் சொன்னேன், பணம் இருக்கும் உறையை யாராலும் கண்டுபிடிக்க முடியாத இடத்தில், அதாவது மூலையில் திரு உருவச் சிலைகள் இருக்கும் இடத்தில் வைத்து மறைத்துவிடுமாறு. அதுவும் அவசரமாக திமித்ரி அங்கு வந்து போகும் பட்சத்தில். ஆக, பணம் இருந்த உறையானது மூலையில் இருந்த திருவுருவச் சிலைக்குப் பின்புறத்தில்தான் இருந்தது. படுக்கைக்கு அடியில் பணத்தை வைத்திருப்பது முட்டாள்தனமான விஷயம். குறைந்த பட்சம், அதை அவர் பணப் பெட்டியில்தான் வைத்துப் பூட்டி யிருப்பார். ஆனால், இப்போது எல்லாருமே நம்பிவிட்டார்கள், அவர் பணத்தை படுக்கைக்கு அடியில்தான் வைத்திருந்தாரென்று. அது ஒரு முட்டாள்தனமான எண்ணம். எனவே, திமித்ரி ஃபியோதரவிச் இந்தக் கொலையைச் செய்திருந்தால், அவரால் எதையுமே தேடிக் கண்டுபிடிக்க முடியாமல், எல்லாக் குற்றவாளிகளையும் போல வெளியில் சத்தம் கேட்டுவிடுமோ என்று பயந்து அவர் வேகமாக வெளியே போயிருப்பார். இல்லாவிட்டால் மாட்டிக்கொண்டு கைதுசெய்யப்பட் டிருப்பார். அப்போது எப்போதும் போல, நான் அடுத்த நாளோ அல்லது அன்று இரவோ, ஃபியோதர் பாவ்லவிச்சின் அறைக்குச் சென்று உருவச் சிலைக்குப் பின்னாலிருந்த பணத்தை எடுத்துக்கொண்டு, பழியைத் திமித்ரி ஃபியோதரவிச்சின் மீது போட்டிருப்பேன். இதைத் தான் நான் எதிர்பார்த்துக் காத்திருந்தேன்.'

'சரி, அப்படி அவன் கொலை செய்யாமல் அவரை அடித்து மட்டுமே போட்டிருந்தால்?'

'அப்படி, அவர் கொலையைச் செய்திருக்காவிட்டால், பணத்தை நான் எடுத்திருக்க முடியாது, எல்லாமே வீணாகப் போயிருக்கும். ஆனால், இப்படி ஒரு வாய்ப்பும் இருந்தது. அதாவது, ஃபியோதர் பாவ்லவிச்சை அவர் அடித்துப் போட, அதனால் அவர் நினைவிழந்து கிடக்க, அந்தப் பணத்தை நான் எடுத்துக்கொள்ள ஆனால், திமித்ரி பியோதரவிச்தான் அந்தப் பணத்தை எடுத்துக்கொண்டாரென்று நான் சொல்லியிருக்கக்கூடும்.'

‘நில் . . . எனக்கு ஒரே குழப்பமாக இருக்கிறது. அதாவது, கொலை செய்தது திமித்ரி, பணத்தை எடுத்துக்கொண்டது நீ, அப்படித்தானே?’

‘இல்லை, அவர் கொலை செய்யவில்லை. இப்போதுகூட அவர்தான் கொலை செய்தாரென்று உங்களிடம் நான் சொல்லலாம், ஆமாம், அதில் எனக்கு விருப்பமில்லை, உங்களிடம் பொய் சொல்வதில், ஏனெனில் . . . உண்மையாகவே உங்களுக்கு எதுவுமே புரியவில்லை என்றுதான் தோன்றுகிறது, உங்களுக்கு ஒன்றுமே புரியவில்லை அல்லது புரியாதது போல நீங்கள் நடிக்கவில்லை என்றால், நீங்கள் செய்த குற்றத்தை வெளிப்படையாக என்மீது போடுகிறீர்கள் என்றுதான் அர்த்த மாகிறது. ஏனெனில் இது எல்லாவற்றிற்கும் காரணம் நீங்கள்தான்; கொலை நடக்குமென்பது உங்களுக்கு முன்கூட்டியே தெரிந்திருந்தும் அதை நான் செய்வேனென்று என்னிடம் நீங்கள் விட்டுவிட்டுப் போய் விட்டீர்கள். அதனால்தான் இப்போது, இந்த மாலை வேளையில் உங்களிடம் நீங்கள்தான். நீங்கள் ஒருவர்தான் முக்கியமான குற்றவாளி என்று நான் உறுதியாகச் சொல்கிறேன், நானே இந்தக் கொலையைச் செய்திருந்தாலும் உண்மையில் நீங்கள்தான் கொலையாளி, நான் அல்ல. சட்டப்படி நீங்கள் மட்டுமே உண்மையான குற்றவாளி, அதுதான் உண்மை!’

‘ஏன், ஏன், எதற்காக நான் கொலைகாரனாக வேண்டும்? ஓ, கடவுளே!’ என்று பொறுமையிழந்து கத்திய இவான், தன்னைப் பற்றிப் பிறகு பேசலாமென்று அவன் சொன்னதை அவனே மறந்துபோய்த் திரும்பக் கேட்டான். ‘இது இன்னும் அந்த செர்மாஷ்னய பற்றியா? நில், சொல், எதற்காக உனக்கு என்னுடைய சம்மதம் தேவைப்பட்டது, ஏற்கனவே நான் செர்மாஷ்னய போவதை என்னுடைய சம்மதமாக நீ எடுத்துக்கொண்டபோது? இதற்கு இப்போது நீ என்ன விளக்கம் கொடுக்கப்போகிறாய்!’

‘உங்களுடைய சம்மதத்தைப் பற்றி எனக்கு உறுதியாகத் தெரியும். அப்படியே ஏதாவது ஒரு காரணத்திற்காகக் காவல் அதிகாரி என்னைச் சந்தேகப்பட்டிருந்தாலும் அல்லது திமித்ரி ஃபியோதரவிச்சுடன் சேர்ந்து கொண்டு இந்தக் கொலையை நான் செய்தேனென்று நினைத்திருந்தாலும், நீங்கள் திரும்பி வந்ததும் காணாமல்போன அந்த மூவாயிரத்தைப் பற்றி எதுவும் பெரிதுபடுத்திக் கேட்டிருக்க மாட்டீர்களென்று எனக்குத் தெரியும். மாறாக, நீங்களே என்னைக் காப்பாற்றியிருப்பீர்கள். அதன் பிறகு சொத்து உங்களுடைய கைக்கு வந்ததும், கைம்மாறாக நீங்களே எனக்குப் பரிசும் கொடுத்து, வாழ்நாள் முழுவதற்கும் தேவையான வசதியையும் நீங்கள் எனக்காகச் செய்திருப்பீர்கள். ஏனெனில் இந்தச் சொத்தே என் மூலமாக உங்களுக்குக் கிடைத்ததுதானே. அப்படி இல்லாமல் இருந்திருந்தால், உங்களுடைய தந்தை அக்ரஃபேனா அலெக்ஸாந்தரவ்னாவை மணந்துகொள்ள, உங்களுக்கு ஒரு பைசாகூடக் கிடைக்காமல் போயிருந்திருக்கும்.’

‘ஓ, வாழ்நாள் முழுவதும் நீ என்னைத் தொல்லைசெய்ய முடிவு செய்திருந்தாயா?’ என்று உறுமினான் இவான். ‘அப்படி நான் ஊருக்குப்

போகாமல் காவல் அதிகாரியிடம் உன்னைப் பற்றிச் சொல்லியிருந்தால், நீ என்ன செய்திருப்பாய்?'

'அவர்களிடம் நீங்கள் என்ன சொல்லியிருப்பீர்கள்?' உங்களை நான் செர்மாஷ்னய போகச் சொன்னேன் என்றா? அது பயங்கரமான முட்டாள்தனம். அப்படியே நம்முடைய உரையாடலுக்குப் பிறகு நீங்கள் ஊருக்குப் போகவும் செய்திருக்கலாம் அல்லது போகாமலும் இருந்திருக்கலாம். அப்படி நீங்கள் போகாமல் இருந்திருந்தால் ஒன்றுமே நடந்திருக்காது. உங்களுக்கு இது எதுவுமே பிடிக்கவில்லை என்று நினைத்து நான் ஒன்றும் செய்யாமல் இருந்திருப்பேன். அப்படி நீங்கள் போனதால், எனக்கு எதிராக நீங்கள் நீதிமன்றத்திற்குப் போகமாட்டீர் கள், அந்த மூவாயிரத்திற்காக என்னை நீங்கள் மன்னித்துவிடுவீர்களென்று தான் நான் நினைத்திருந்தேன். ஆம், அதற்குப் பிறகு நீங்கள் என்னைக் காட்டிக்கொடுத்திருக்க முடியாது. ஏனெனில் அதற்குள் நான் நீதிமன்றத் தில் எல்லாவற்றையும் சொல்லியிருப்பேன். அதாவது பணத்தைத் திருடியதைப் பற்றியோ கொலைசெய்ததைப் பற்றியோ அல்ல – அதைப் பற்றி நான் சொல்லியிருக்கவே மாட்டேன், ஆனால் நீங்கள்தான் என்னைத் தூண்டிவிட்டீர்களென்றும் அதனால்தான் நான் பணத்தைத் திருடி, கொலையைச் செய்தேனென்றும் சொல்லியிருப்பேன். மேலும் அதற்காக உங்களுடைய சம்மதம் அப்போது எனக்குத் தேவையாகவும் இருந்தது. அதன்பிறகு என்னை நீங்கள் ஒரு மூலையில் தள்ளி ஒரு கேள்வியும் கேட்க முடியாது, ஏனெனில் அதற்கான ஆதாரம் உங்களிடம் இல்லை. ஆனால் நான் உங்களை ஒரு மூலையில் நிறுத்தி, உங்களுடைய தந்தையின் இறப்பில் நீங்கள் எவ்வளவு தூரம் ஆர்வம் காட்டினீர்களென்று சொல்லியிருக்க முடியும் – இப்போது சொல்கிறேன் கேளுங்கள், அதைத் தான் மக்களும் நம்பியிருப்பார்கள், அத்துடன் வாழ்நாள் முழுவதும் நீங்கள் கேவலப்பட்டுப் போயிருப்பீர்கள்.'

'அப்படியொரு ஆசை, அப்படி ஒரு ஆசையா உனக்கு?' என்று உறுமினான் இவான்.

'சந்தேகத்திற்கிடமின்றி இருந்தது. அப்படியே உங்களுடைய சம்மதத்தின் பேரில்தான் இதைச் செய்ய அமைதியாக நீங்கள் என்னை அனுமதித்தீர்கள்' என்று உறுதியாகச் சொன்னான் ஸ்மெர்தி யாக்கவ். வலுவின்றி அமைதியாக, சோர்வாகச் சொன்னவனின் மனத்தில் ஏதோ ஒரு எண்ணம் அமைதியாகக் கொழுந்து விட்டெறிந்து கொண்டிருந்தது. அதை இவான் உணர்ந்தான்.

'மேலே சொல்' என்று அவனிடம் சொன்னவன், 'அந்த இரவு என்ன நடந்தது என்பதைப் பற்றி மேலே சொல்' என்றான்.

'மேலே என்ன சொல்ல! படுத்தபடியே நான் நினைத்துப் பார்த்தேன், ஏதோ எஜமானனின் குரல் கேட்பது போல. அதற்குள் கிரிகோரி வசிலிவிச் எழுந்து செல்ல, திடீரென்று அவர் சத்தம் போடுவது எனக்குக் கேட்டது. பிறகு எல்லாம் அமைதியாகி இருட்டாகிவிட்டது. எதிர்பார்த்துக் காத்திருந்த எனக்கு இதயம் வேகமாக அடித்துக்கொள்ள, பொறுக்க முடியாமல் இறுதியாக நான் எழுந்துபோய்ப் பார்த்தேன்.

தோட்டத்துப் பக்கமாக இருந்த அவரது அறையின் இடது ஜன்னல் திறந்திருக்க, மெதுவாகச் சென்று என்ன நடக்கிறது என்று நான் ஒட்டுக்கேட்டேன். உயிரோடு அவர் இருக்கிறாரா இல்லையா என்று நான் பார்த்தபோது, அறைக்குள் அவர் இங்கும் அங்குமாக நடந்து கொண்டு முனகிக்கொண்டிருந்தார். நாசமாய்ப் போக! என்று நான் எனக்குள் நினைத்துக்கொண்டேன். உடனே ஜன்னல் அருகே போய் நான் சத்தம் கொடுத்தேன். ‘நான்தான்’ என்றேன். உடனே அவர், ‘அவன் வந்திருந்தான், வந்திருந்தான், ஆனால் ஓடிவிட்டான்!’ என்றார். அதாவது திமித்ரி ஃபியோதரவிச் வந்திருந்தார் என்ற அர்த்தத்தில் சொன்னார். கிரிகோரியை அவன் கொன்றுவிட்டான்!’ என்றார். ‘எங்கே?’ என்று நான் மெல்லிய குரலில் அவரிடம் கேட்டேன். ‘அங்கே அந்த மூலையில்’ என்று சுட்டிக்காட்டியபடி அவரும் முணுமுணுத்தார். ‘பொறுங்கள்’ என்றேன் நான் அவரிடம். அந்த மூலையில் போய் நான் தேடிப் பார்க்க, அங்கே சுவர் ஓரத்தில் கீழே விழுந்து கிடந்த கிரிகோரி வசீலிவிச்சின் மீது நான் தடுக்கி விழுந்தேன். சுயநினைவின்றி ரத்தத்தில் முழுவதுமாய் அவர் உறைந்துபோய் இருந்ததைப் பார்த்தேன். அப்படியானால் திமித்ரி ஃபியோதரவிச் இங்கு வந்துபோனது உண்மை. உடனே திடீரென்று கிரிகோரி வசீலிவிச் உயிரோடு இருந்தாலும் சரி, நினைவின்றிக் கிடந்தாலும் சரி, அவருக்கு ஒன்றும் தெரியப்போவது இல்லை, நேரம் கடத்தாமல் அந்தக் காரியத்தை இப்போதே, உடனே செய்து முடித்துவிட வேண்டுமென்று எனக்குத் தோன்றியது. ஒரேயோர் அபாயம்தான் இருந்தது. திடீரென்று மார்ஃபா இக்னச்சேவ்னா விழித் தெழுந்து வந்துவிட்டால் என்ன செய்வது என்பதுதான். அந்தச் சமயம் பேராசை என்னை ஆழமாகப் பற்றி இழுத்து மூச்சுவிட முடியாதபடி ஆட்கொண்டிருந்ததை உணர்ந்தேன். மீண்டும் ஜன்னல் அருகே வந்து எஜமானனிடம் சொன்னேன்: ‘அவள் வந்துவிட்டாள், அக்ரஃபேனா அலெக்ஸாந்தரவ்னா வந்துவிட்டாள், உள்ளே வரச் சம்மதம் கேட்கிறாள்’ என்றேன். உடனே அவர் குழந்தைபோலத் திடுக்கிட்டு ‘எங்கே? எங்கே?’ என்று பேராவலுடன் மூச்சிரைக்கக் கேட்டாலும் அவருக்கு இன்னும் எதுவும் நம்ப முடியாமலிருந்தது. ‘அங்கே நிற்கிறாள், கதவைத் திறங்கள்!’ என்றேன். என்னையும் ஜன்னலையும் பார்த்தவர், நம்புவதா இல்லையா என்று தெரியாமல், கதவைத் திறப்பதா வேண்டாமா என்று பயப்படு கிறாரென்று நினைத்தேன். அப்படியே வேடிக்கை என்னவென்றால், சமிக்ஞைகளை நான் நினைவுகூர்ந்து, ஜன்னலின் மரச்சட்டத்தில் குரூஷென்கா தட்டுவதுபோலத் தட்டினேன். என்னுடைய வார்த்தை களை நம்பாத அவர், கதவு தட்டப்படும் சத்தத்தைக் கேட்டதும் கதவைத் திறக்க ஓடிவந்தார். ஓடிவந்ததும், அறையின் கதவுகளைத் திறந்தார். உள்ளே நான் போகப் பார்த்தேன் ஆனால் அவரோ என்னை உள்ளேவிடாமல் தடுத்தபடி அப்படியே நின்றார். ‘எங்கே அவள், எங்கே அவள்?’ என்று என்னைப் பார்த்து நடுங்கியபடி கேட்டார். உடனே நான் ‘என்னைப் பார்த்துப் பயப்படுவது என்றால், அது மோசம்! ஒருவேளை என்னை உள்ளேவிடாமல் திடீரென்று அவர் சத்தம் போட, அந்தச் சத்தத்தைக் கேட்டு மார்ஃபா இக்னச்சேவ்னா ஓடிவந்தால் அல்லது வேறு ஏதாவது நடந்தால் என்ன செய்வது என்று நினைத்துக்

கொண்டேன். முகம்வெளிற, கால்கள் நடுங்கியபடி அங்கே நான் நின்றேன். நின்றபடி அவரிடம் முணுமுணுத்தேன்: 'அதோ அங்கே, அங்கே, ஜன்னல் பக்கமாக நிற்கிறாள் உங்களுக்குத் தெரியவில்லையா?' என்று கேட்டேன். 'அவளை நீ கூட்டிக்கொண்டு வா, கூட்டிக் கொண்டு வா!' என்றார். 'ஆமாம், அவள் பயப்படுகிறாள்' என்று சொன்ன நான், 'சத்தம் கேட்டுப் பயந்து புதர்க்கடியில் அவள் ஒளிந்துகொண்டாள். நீங்களே உள்ளே போய் உங்கள் அறையிலிருந்து சத்தம் கொடுங்கள்' என்றேன். உடனே ஜன்னல் பக்கமாக அவர் ஓடிப்போய் மெழுகு வர்த்தியை எடுத்து ஜன்னல் திட்டுமேல் வைத்தார். 'குரூஷென்கா, குரூஷென்கா எங்கே நீ?' என்று அவர் கத்தினார். அப்படிக் கத்தியவர், ஜன்னலுக்கு வெளியே எட்டிப் பார்க்கப் பயப்பட்டு, என்னை விட்டு விலகவும் விருப்பம் இல்லாமல், அதே அந்தப் பயத்தில் என்னை விட்டு விலகவும் முடியாமல், நின்றார். 'இதோ அவள் அங்கே' என்று நான் சொல்லிக்கொண்டே (ஜன்னல் அருகே சென்று நானே எட்டிப் பார்த்தேன்) இதோ இந்தப் புதரில் ஒளிந்துகொண்டு உங்களைப் பார்த்துச் சிரிக்கிறாள், தெரிகிறதா?' என்றேன். திடீரென்று என்னுடைய வார்த்தையை நம்பியவர், நடுங்கிக்கொண்டே அவள் மீதிருந்த பயங்கரமான காதலால் ஜன்னல் வழியாகத் தன்னுடைய உடலை வெளியே தள்ளி எட்டிப் பார்த்தார். உடனே நான் மேஜை மீதிருந்த இரும்பு எடைக்கல்லை, தாள் பறக்காமல் இருக்க வைத்திருந்த எடைக்கல்லை, உங்களுக்கு நினைவிருக்கிறதா, மூன்று பவுண்டு எடையுள்ள அந்த எடைக்கல்லை எடுத்துக் கூர்மையான அதனுடைய பகுதியை நேராக அவரது மண்டை யில் தாக்கினேன். அவரால் சத்தம்கூடப் போட முடியவில்லை. திடீரென்று அப்படியே தரையில் விழுந்துவிட்டார். மீண்டும் இரண்டு, மூன்று முறை அவரை நான் மண்டையில் அடித்தேன். மூன்றாவது முறை அடித்தபோது அவரது மண்டை உடைந்துபோனதைப் பார்த்தேன். முதுகு தரையில்பட முகம் மேலே பார்த்தபடி ரத்தத்தில் அவர் உறைந்து போனார். என்னை நான் பார்த்தேன்: ரத்தக்கறை என்மீது இல்லை, ரத்தத் துளிகள் தெறித்திருக்கவில்லை. எடைக்கல்லை எடுத்துத் துடைத்து மீண்டும் அதே இடத்திலேயே வைத்துவிட்டு, உருவச் சிலை அருகே இருந்த உறையை எடுத்து அதில் இருந்த பணத்தை மட்டும் எடுத்துக் கொண்டு உறையைத் தரையில் போட்டுவிட்டு, அதன் மேல் கட்டியிருந்த ரோஜா நிற நாடாவையும் அதனருகே போட்டேன். அப்படிப் போட்டு விட்டுத் தோட்டத்திற்குப் போனதும் என் உடல் முழுவதும் நடுங்கியது. அங்கே ஆப்பிள் மரத்தில் இருந்த பெரிய பொந்து, அங்கு பொந்திருப்பது உங்களுக்குத் தெரியுமா, அதை நீண்ட காலமாகவே நான் கண்காணித்து வந்து அதனுள் ஒரு துணியையும் காகிதத்தையும் ஏற்கனவே தயாராக ஒளித்துவைத்திருந்தேன். அந்தத் தாளில் பணத்தை வைத்துப் பிறகு அதைத் துணியில் கட்டிப் பொந்தின் உட்புறத்தில், ஆழத்தில் போட்டு விட்டேன். அப்படியே அது ஏறக்குறைய பதினைந்து நாட்களாக அங்கேயே கிடக்க, பிறகு நான் மருத்துவமனையிலிருந்து வெளியே வந்த பிறகுதான் அந்தப் பணத்தை எடுத்தேன். பிறகு திரும்பி வந்து என்னுடைய படுக்கையில் நான் படுத்துக்கொண்டு, பயத்தில் நினைத்துப் பார்த்தேன்: 'ஒரு சமயம் கிரிகோரி வசீலிவிச் இறந்து போய்விட்டால்,

காரியம் அப்படியே கெட்டுவிடும். அப்படி இல்லாமல் நினைவு தெளிந்து எழுந்துவிட்டாரென்றால், மிகவும் நல்லதாக இருக்கும். ஏனெனில் திமித்ரி ஃபியோதரவிச் வந்துபோனதற்கான சாட்சியத்தையும் அவர் சொல்வார், அப்படியே ஃபியோதர் பாவ்லவிச்சைத் திமித்ரிதான் கொன்றுவிட்டுப் பணத்தை எடுத்துக்கொண்டு போய்விட்டாரென்றும் அவர் சொல்வார்' என்று நினைத்தேன். எனவே ஒன்றும் புரியாமல், பொறுமை இழந்து, மார்ஃபா இக்னச்சேவ்னாவை எழுப்புவதற்காக முனக ஆரம்பித்தேன். இறுதியாக அவள் எழுந்து வந்து என்னைப் பார்த்தவள், திடீரென்று கிரிகோரி வசீலியவிச் படுக்கையில் இல்லாததைக் கண்டு வேகமாக வெளியே ஓடிப்போய்த் தோட்டத்தில் அவனுடைய பெயரைச் சொல்லிக் கத்துவதைக் கேட்டேன். பிறகு எல்லாமே அங்கு நடந்தது, இரவு முழுவதும். எதைப் பற்றியும் கவலைப்படாமல் அமைதியாக நான் இருந்தேன்.

கதை சொல்லி கதையை நிறுத்தினான். இவ்வளவு நேரமாக ஒரு வார்த்தையும் பேசாமல், மௌனமாக, இடத்தை விட்டு அசையாமல், தன்னுடைய பார்வையை விலக்காமல் அவன் சொல்வதையே கேட்டுக் கொண்டிருந்தான் இவான். மாறாக, ஸ்மெர்தியாக்கவோ, பேசும்போது பெரும்பாலும் வேறு பக்கம் பார்த்துக்கொண்டு, இவானை எப்போ தாவது பார்த்தபடி நடந்ததைச் சொல்லி முடித்தான். இப்படியாகக் கதையைச் சொல்லி முடித்தவன், பதற்றப்பட்டவன்போல, மூச்சு விடுவதற்குத் திணறினான். வியர்வைத் துளிகள் அவனுடைய முகத்தில் பூத்திருந்தன. தான் செய்த தவற்றிற்கு அவன் வருந்துகிறானா இல்லையா என்பதை யூகிக்க முடியவில்லை.

திடீரென்று 'நில்' என்று கத்தினான் இவான். 'ஆனால் கதவுகள் எப்படி?' உனக்காகத்தான் அவர் கதவைத் திறந்தாரென்றால், கிரிகோரி எப்படி இதற்கு முன்பு கதவு திறந்திருந்ததைப் பார்த்திருக்க முடியும்? ஏனெனில் உனக்கு முன்பே கிரிகோரி கதவு திறந்திருந்ததைப் பார்த்திருக்கிறான் இல்லையா?'

இவான் இதை மிக அமைதியாக, சொல்லப்போனால் ஏதோ ஒரு வித்தியாசமான குரலில், கோபத்தின் சாயலே இல்லாமல், யாராவது பார்த்தால், அமைதியான முறையில் ஆர்வத்துடன் இருவரும் ஏதோ ஒன்றைப் பற்றிப் பேசிக்கொண்டிருக்கிறார்களென்று நிச்சயமாகச் சொல்லும்படியான ஆச்சர்யக் குரலில் கேட்டான்.

'கதவுகளைப் பொறுத்தவரையில், அவை ஏனோ அப்போது திறந்திருந்ததாக கிரிகோரி வசீலியவிச் வெகு சாதாரணமாக நினைத்துக் கொண்டார்' என்று உதட்டைச் சுழித்தபடி ஏளனமாகச் சிரித்துக் கொண்டே சொன்னான் ஸ்மெர்தியாக்கவ். இப்போது உங்களுக்குச் சொல்கிறேன் கேளுங்கள், அவன் மனிதனே அல்ல, பிடிவாதம் பிடித்த கோவேறுக் கழுதை. கதவு திறந்திருந்ததை அவன் பார்க்கவே இல்லை, திறந்திருந்ததாக அவனுக்குப் பட்டிருக்கிறது. ஆனால் அதை அவனுக்குப் புரியவைக்கவே முடியாது. இதோ, இங்குதான் உங்களுக்கும் எனக்குமான அதிர்ஷ்டம், அதாவது கதவுகள் திறந்திருந்ததாக அவனே நினைத்துக்

கரமாஸவ் சகோதரர்கள்

கொண்டான். இதனால் திமித்ரி ஃபியோதரவிச்சுக்கு எதிரான குற்றச் சாட்டு சந்தேகத்திற்கிடமின்றி ஊர்ஜிதமாகும்.'

'கேள்' என்று ஏதோ மறுபடியும் குழம்பிப்போய்ப் புரிந்துகொள்ள முயன்றவன் போலக் 'கேள் ... இன்னும் நிறைய விஷயங்களை உன்னிடம் நான் கேட்க விரும்புகிறேன், ஆனால், மறந்துவிட்டேன். எல்லாவற்றை யும் மறந்து நான் குழம்பிப் போய்விட்டேன் ... ஆம்! இது ஒன்றை மட்டும் எனக்குச் சொல். எதற்காக உறையைப் பிரித்து அதை நீ அங்கேயே தரையிலேயே போட்டுவிட்டு வந்தாய்? எதற்காக அப்படியே அதை நீ எடுத்துக்கொண்டு வரவில்லை? இதைப் பற்றி நீ சொன்ன போது இப்படித்தான் நடந்துகொள்ள வேண்டுமென்று சொன்னது போல இருந்தது. ஏன் அப்படி நடந்துகொள்ள வேண்டும் – எனக்கு அது புரியவில்லையே.'

'ஒருசில காரணங்களுக்காகத்தான் நான் அப்படிச் செய்தேன். ஏனெனில், இதைப் பற்றித் தெரிந்த பழக்கப்பட்ட மனிதனுக்கு, என்னைப் போன்ற ஒருவனுக்கு, உதாரணமாக, இந்தப் பணத்தை முன்பே பார்த்தவ னுக்கு, ஒருவேளை அவனே அந்தப் பணத்தை உறையில் போட்டிருக்கலாம். அது எப்படி முத்திரையிடப்பட்டு அதன்மேல் யாருக்காக என்று எழுதப்பட்டிருக்கிறது என்பதைத் தன்னுடைய கண்களால் பார்த்த பிறகு, அவன், அதாவது, அவன் கொலைசெய்திருந்தால், அந்த உறைக்குள் பணம் இருக்கிறது என்பதை நிச்சயமாகத் தெரிந்துவைத்திருப்பவன், அதுவும் அந்த அவசரத்தில் எதற்காக உறையைக் கிழித்து எடுக்க வேண்டும்? மாறாக, அந்தத் திருடன், என்னைப் போன்றவனாக இருந்தால், உதாரணமாக, அந்த உறையைக் கிழிக்காமல் அப்படியே அவன் அதைத் தன்னுடைய சட்டைப் பைக்குள் திணித்துக்கொண்டு வேகமாக ஓடிப் போயிருப்பான். திமித்ரி ஃபியோதரவிச்சைப் பொறுத்த அளவில் இது முற்றிலும் வேறான விஷயம். அவர் இந்த உறையைப் பற்றிக் கேள்விதான் பட்டிருக்கிறார், அதை அவர் பார்த்திருக்கவில்லை. எனவே அதைப் படுக்கைக்கு அடியிலிருந்து எடுத்ததும் உடனடியாக அவர் அதைப் பிரித்து அதில் பணம் இருக்கிறதா இல்லையா என்று தான் பார்த்திருப்பார். அப்படிப் பார்த்துவிட்டு உடனே அவர் அந்த உறையை அங்கேயே தூக்கிப் போட்டுவிட்டார். அது தனக்கு எதிரான ஒரு சாட்சியாக இருக்குமா இல்லையா என்பதைப் பற்றியெல்லாம் அவர் யோசித்துப் பார்க்கவில்லை, ஏனெனில் வழக்கமான திருடனல்ல அவர். இதற்கு முன்பு அவர் எதையுமே திருடியதில்லை, அதுவும் பிறப்பிலேயே பெருங்குடி மகனாக இருக்கும் அவர், இப்போது திருட நினைக்கும்போது, அதைத் திருட்டு என்று நினைக்காமல் தனக்குச் சொந்தமான பணத்தைத் திரும்ப எடுத்துக்கொள்வது என்றே எண்ணி யிருப்பார், ஏனெனில் அப்படித்தான் ஊர் முழுவதும் அவர் சொல்லிக் கொண்டிருந்தார். அதைப் பெருமையாக அவர் இதற்கு முன்பு உங்களிடம் கூடச் சொல்லியிருந்தார், அதாவது, உண்மையாகவே அவர் தன்னுடைய சொத்தை அவருடைய தந்தையிடமிருந்து எடுத்துக்கொள்ளப்போவதாக. இப்படித்தான் பெருமையாக அவர் ஊர் முழுவதும் தம்பட்டமடித்துக் கொண்டிருந்தார்.

இதை நான் விசாரணையின்போது அரசு வழக்கறிஞரிடம் விளக்கமாகச் சொல்லாமல் லேசாக, சாடையாகக் குறிப்பிட்டேன், ஏதோ எனக்கே அது புரியாதது போல. என்னுடைய தூண்டுதல் இல்லாமல் அவர்களே யோசித்துக் கண்டுபிடித்தது போலச் சொன்னேன் – சாடையாக – நான் சொன்னதைக் கேட்டு அரசு வழக்கறிஞரின் வாயில் எச்சிலே ஊறியது . . .'

'இதை அப்போது, அந்த இடத்திலேயா இவை எல்லாவற்றையும் யோசித்து நீ சொன்னாய்?' என்று ஆச்சர்யமாகக் கேட்ட இவான் ஃபியோதரவிச், தன்னையும் மீறி ஆச்சர்யப்பட்டுப் போனான். அவன் மீண்டும் ஸ்மெர்தியாக்கவைப் பயத்துடன் பார்த்தான்.

'அவசரத்தில் எப்படி ஒருவரால் இதைப் பற்றியெல்லாம் யோசித்துச் சொல்ல முடியும் என்று நீங்களே தயவுசெய்து சொல்லுங்கள்?' என்று கேட்டான் ஸ்மெர்தியாக்கவ். எல்லாமே இதற்கு முன்பே யோசிக்கப் பட்டிருந்தது.

'சரி . . . அப்படியானால், சாத்தான் உனக்கு உதவியிருக்கிறது!' என்று மீண்டும் ஆச்சரியமாகச் சொன்னான் இவான் ஃபியோதரவிச். 'அல்ல, நீ முட்டாள் அல்ல, அதீத அறிவாளி, நான் நினைத்துப் பார்த்ததைவிட நீ அதீத புத்திசாலி . . .'

அறைக்குள் நடக்கும் எண்ணத்தில் தன்னுடைய இடத்திலிருந்து எழுந்தான் இவான். அவன் பயங்கரமான துக்கத்தில் இருந்தான். மேஜை வழியை அடைத்திருந்ததாலும் மேஜைக்கும் சுவருக்கும் இடையே இருந்த குறுகிய வழியில் நுழைந்து போக முடியாததாலும் அவன் திரும்பி வந்து மீண்டும் தன்னுடைய இடத்தில் அமர்ந்தான். அந்தக் குறுகிய வழியில் நுழைந்து அவனால் போக முடியவில்லை என்பது ஒரு சமயம் அவனுக்குத் திடீரென்று எரிச்சலை மூட்டியதோ என்னவோ. திடீரென்று முன்பு போலவே அவன் கோபமாகக் கத்தினான்:

'கேள், பாவப்பட்ட, கேடுகெட்ட மனிதனே! இன்னுமா உனக்குப் புரியவில்லை, நாளைக்கு உன்னை நீதிமன்றத்திற்கு அழைத்துச் சென்று சாட்சிசொல்ல வைக்க வேண்டும் என்பதற்காகவே உன்னை நான் கொல்லாமல் உயிரோடு விட்டிருக்கிறேன்! கடவுள் பார்க்கிறாரென்று இவான் தன்னுடைய கையை உயர்த்திக் காட்டியவன், ஒருவேளை நான் குற்றவாளியாக இருக்கலாம், உண்மையாக எனக்குள் ரகசியமாக அந்த ஆசை இருந்ததுதான். தந்தை இறந்துபோனால் என்ன என்ற ஆசை, ஆனால், சத்தியமாகச் சொல்கிறேன், நீ நினைப்பதுபோல அவ்வளவு பெரிய குற்றவாளி அல்ல நான். ஒருவேளை உன்னை நான் தூண்டிவிடாமலேயே இருந்திருக்கலாம். இல்லை, இல்லை, உன்னை நான் தூண்டிவிடவே இல்லை! இருந்தாலும் வித்தியாசம் ஒன்றுமில்லை, என்னை நான் நாளைக்கு நீதிமன்றத்தில் நிரூபித்துக் கொள்கிறேன், முடிவு செய்துவிட்டேன்! எல்லாவற்றையும் நான் சொல்வேன், எல்லாவற்றையும். நாம் இருவருமே சேர்ந்து போவோம்! எனக்கு எதிராக நீ எதைச் சொன்னாலும் சரி, எந்தச் சாட்சியத்தைச் சொன்னாலும் சரி! அதை நான் ஒப்புக்கொள்வேன், உன்னைப் பார்த்து

நான் பயப்படப் போவதில்லை; எல்லாவற்றையும் நானே உறுதிசெய்கிறேன்! ஆனால் எல்லாவற்றையும் கண்டிப்பாக நீதிமன்றத்தில் நீயும் ஒப்புக்கொள்ள வேண்டும்! கண்டிப்பாக, கண்டிப்பாக, இருவரும் சேர்ந்து போவோம்! அப்படித்தான் நடக்க வேண்டும்!'

வெற்றிகரமாக, உற்சாகமாகச் சொன்ன இவானின் பளிச்சிடும் பார்வையில் கண்டிப்பாக இதுதான் நடக்கப்போவதாகத் தெரிந்தது.

'உங்களுக்கு உடல்நலம் சரியில்லை, சுத்தமாக உடல் நலம் சரியில்லை என்று எனக்குத் தெரிகிறது. உங்களுடைய கண்கள் முழுவதும் மஞ்சளாக இருக்கிறது' என்று சொன்ன ஸ்மெர்தியாக்கவ், சிறிதும் கேலிசெய்யாமல் மிகவும் வருத்தப்படுவது போலச் சொன்னான்.

'நாம் சேர்ந்துபோவோம்!' என்று திரும்பச் சொன்ன இவான், 'நீ வராவிட்டாலும் நான் தனியாகப் போய் உண்மையைச் சொல்வேன்' என்றான்.

எதையோ யோசிப்பது போல ஸ்மெர்தியாக்கவ் அமைதியாக இருந்தான்.

'இது எதுவும் நடக்காது, நீதிமன்றத்துக்கு நீங்கள் போகப்போவதில்லை' என்று இறுதியாக, மிக உறுதியாகச் சொன்னான்.

'என்னை நீ புரிந்துகொள்ளவில்லை!' என்று கோபமாகக் கத்தினான் இவான்.

'நடந்த எல்லாவற்றையும் நீங்கள் ஒப்புக்கொண்டீர்களென்றால் அது கேவலமாகப் போகும். அதுமட்டுமல்ல, இப்படிச் செய்வதால் பயன் எதுவும் இல்லை, கொஞ்சம் இல்லை; ஆகவே நேரடியாகச் சொல்கிறேன், எதைப் பற்றியுமே உங்களிடம் நான் எதுவும் சொல்லவில்லை. நீங்களோ உங்களுடைய நோயோ (அப்படித்தான் தெரிகிறது) உங்களுடைய சகோதரனுக்காக நீங்கள் மிகவும் வருத்தப்படுகிறீர்களோ என்னவோ, அதனால் அவரை நீங்களே பலிகொடுக்கிறீர்கள். அதற்காக எல்லாவற்றையும் இப்படி நீங்கள் கற்பனை செய்து எனக்கு எதிராக நிற்கிறீர்கள். ஏனெனில் நீங்கள் என்னை ஒரு பூச்சியாகத்தான் பார்க்கிறீர்கள், ஒரு மனிதனாக என்னைப் பார்க்கவில்லை. நீங்கள் சொல்வதை யார் நம்புவார்கள், உங்களிடம் ஏதாவது ஒரு சாட்சியாவது இருக்கிறதா என்ன?'

'கேள், அந்தப் பணத்தை என்னிடம் இப்போது நீ காட்டினாயே, அது என்னை நம்ப வைப்பதற்காகத்தானே.'

'ஐசக் சிரியாக்' புத்தகத்திலிருந்து அந்தக் கத்தைப் பணத்தை எடுத்து ஸ்மெர்தியாக்கவ் ஒரு பக்கமாக வைத்தான்.

'இந்தப் பணத்தை நீங்கள் போகும்போது எடுத்துக்கொண்டு போய் விடுங்கள்' என்று பெருமூச்சுவிட்டபடி சொன்னான் ஸ்மெர்தியாக்கவ்.

'நிச்சயமாக எடுத்துக்கொண்டு போவேன்! ஆனால் அதை ஏன் நீ என்னிடம் கொடுக்கிறாய், அதற்காக நீ இந்தக் கொலையைச் செய்த போது?' என்று மிகப்பெரிய ஆச்சர்யத்துடன் கேட்டான் இவான்.

‘எனக்கு அது தேவையே இல்லை’ என்று கையை உதறியபடி நடுங்கும் குரலில் ‘இந்தப் பணத்தை வைத்துக்கொண்டு மாஸ்கோவிலோ வெளிநாட்டிலோ என்னுடைய வாழ்க்கையை நான் ஆரம்பிக்கலாமென முன்பு எனக்கு ஓர் எண்ணம் இருந்தது’ என்று ஸ்மெர்தியாக்கவ் சொன்னான். ‘அப்படி ஒரு கனவு எனக்கு இருந்தது, ஏனெனில் ‘எல்லாமே அனுமதிக்கப்படுபவை’ என்பதால்தான். நீங்கள்தான் எனக்கு உண்மையைக் கற்பித்தீர்கள், அப்போது அதைப் பற்றி நீங்கள்தான் மிக அதிகமாகப் பேசினீர்கள்: அழிவுக்கு உட்படாத கடவுள் இல்லை என்றால் நல்லவை என்பதும் இல்லை, அதற்கான தேவையும் முற்றிலுமாக இல்லை என்று. நீங்கள்தான் இந்த உண்மையைச் சொல்லிக் கொடுத்தீர்கள். அப்படித்தான் நான் புரிந்துகொண்டேன்.’

‘உன்னுடைய அறிவுக்குப் புலப்பட்டது இவ்வளவுதானா?’ என்று கேட்ட இவான், உதட்டைச் சுழித்தபடி ஏளனமாகச் சிரித்தான்.

‘உங்களுடைய வழிகாட்டுதல்தான்.’

‘அப்படியானால் இப்போது நீ கடவுளை, கடவுளை நம்புபவனாகி விட்டாய், அதனால்தானே பணத்தைத் திருப்பித் தருகிறாய்?’

‘இல்லை, நான் கடவுளை நம்பவில்லை’ என்று முணுமுணுத்தான் ஸ்மெர்தியாக்கவ்.

‘பிறகு எதற்காகப் பணத்தை நீ திருப்பிக் கொடுக்கிறாய்?’

‘எதற்காகவா, அதைப் பற்றி . . . தேவையில்லை!’ என்று மீண்டும் கையைக் காற்றில் உதறியபடி சொன்னான் ஸ்மெர்தியாக்கவ்.

‘நீங்களேதான் அப்போது சொன்னீர்கள், எல்லாமே அனுமதிக்கப் படுபவை என்று, ஆனால் இப்போது நீங்களே எதற்காகப் பதற்றப் படுகிறீர்கள்? உங்களையே நீங்கள் காட்டிக் கொடுக்கத் தயாராகி விட்டீர்கள் . . . ஆனால் அதெல்லாம் நடக்காது! நீங்கள் போய் சாட்சி சொல்லவும் கூடாது!’ என்று மீண்டும் உறுதியாக ஆணித்தரமாகச் சொன்னான் ஸ்மெர்தியாக்கவ்.

‘அதையும் நீ பார்ப்பாய்!’

‘அது நடக்காது. நீங்கள் மிகவும் அறிவார்ந்தவர். பணம் உங்களுக்குப் பிடிக்குமென்பது எனக்குத் தெரியும், அப்படியே மரியாதையும் உங்களுக்குப் பிடிக்கும். ஏனெனில் நீங்கள் மிகவும் கர்வமானவர். பெண்களின் அழகின் மீதும் உங்களுக்கு அலாதிப் பிரியம் உண்டு. அதற்கும் மேலாக, யாருக்கும் தலை வணங்காமல் கௌரவமாக, சௌகர்யமாக வாழும் வாழ்க்கையும் உங்களுக்குப் பிடிக்கும் – இதுதான் எல்லாவற்றையும்விட மிக முக்கியமானது. அப்படியிருக்கையில், நீங்கள் நீதிமன்றத்திற்குப் போய் உங்களை நீங்களே அவமானப்படுத்திக்கொண்டு, உங்கள் வாழ்வையும் அழித்துக்கொள்ள விரும்ப மாட்டீர்கள். நீங்கள் பியோதர் பாவ்லவிச்சைப் போன்றவர். மற்ற இருவரையும்விட நீங்கள்தான் உங்களுடைய தந்தையைப் போன்றவர், அவரைப் போன்ற மனதும் உள்ளவர் நீங்கள்தான்.’

'நீ முட்டாள் அல்ல' என்று சொன்ன இவான் அவனைப் பார்த்து ஆச்சர்யப்பட்டான். அவனுடைய முகத்தில் ரத்தம் சீறிப் பாய்ந்தது. 'நீ முட்டாளென்று நான் நினைத்தேன். ஆனால் இப்போது நீ சிந்தித்துப் பார்க்கப்பட வேண்டியவன்!' என்று சொன்ன இவான் அவனைப் புதுவிதமாகப் பார்த்தான்.

'உங்களுடைய கர்வத்தால் நீங்கள் என்னை முட்டாளென்று நினைத்தீர்கள். இந்தப் பணத்தை எடுத்துக்கொள்ளுங்கள்.'

அந்த மூன்று கத்தை பணச் சுருள்களையும் எடுத்துத் தன்னுடைய சட்டைப் பையில் திணித்துக்கொண்ட இவான், அதைத் தாளிலோ துணியிலோ வைத்துச் சுருட்டாமல், அப்படியே எடுத்துக்கொண்டான்.

'இதை நான் நீதிமன்றத்தில் நாளை காட்டுவேன்.'

'யாரும் உங்களை நம்பமாட்டார்கள், ஏனெனில் உங்களிடம் நிறையப் பணம் இருக்கிறது, எனவே அதிலிருந்து நீங்கள் இதை எடுத்து வந்தீர்களென்றுதான் நினைப்பார்கள்.' இவான் தன்னுடைய இடத்திலிருந்து எழுந்தான்.

'மீண்டும் சொல்கிறேன் கேள், உன்னை நான் கொல்லாமல் விடுவதற்கு ஒரே காரணம் நாளைக்கு நீ தேவைப்படுகிறாய் என்பதால் தான், அதை நினைவில் வைத்துக்கொள், மறந்துவிடாதே!'

'சரி, கொல்லுங்கள், விருப்பமிருந்தால் இப்போதே கொல்லுங்கள்' என்று திடீரென்று விநோதமாகச் சொன்ன ஸ்மெர்தியாக்கவ், இவானை ஆச்சர்யத்துடன் பார்த்தான். 'உங்களால் அதைச் செய்ய முடியாது' என்று மேலும் சொன்ன ஸ்மெர்தியாக்கவ், வெறுப்பாக முகத்தைச் சுளித்தபடி, 'உங்களால் எதுவுமே செய்ய முடியாது, தைரியசாலியாக இருந்தவரே!'

'நாளை பார்ப்போம்!' என்று உரக்கச் சொன்ன இவான் வெளியேறு வதற்கு எத்தனித்தான்.

'நில்லுங்கள்... அந்தப் பணத்தை மீண்டும் ஒருமுறை எனக்குக் காட்டுங்கள்.' இவான் அந்தத் தாள்களை எடுத்துக்காட்டினான். ஸ்மெர்தியாக்கவ் பத்து வினாடிகள் அவற்றையே உற்றுப் பார்த்தான்.

'சரி போய்வாருங்கள்' என்று சொன்ன அவன், தனது கையை உயர்த்தி எல்லாமே வீண் என்பதுபோல் அசைத்தான்.

'இவான் ஃபியோதரவிச்!' என்று மீண்டும் அவன் இவானைக் கூப்பிட்டான்.

'என்ன வேண்டும்!' என்று ஏற்கனவே வெளியேற இருந்த இவான் ஸ்மெர்தியாக்கவைப் பார்த்துத் திரும்பக் கேட்டான்.

'விடை கொடுங்கள்!'

'நாளை பார்ப்போம்!' என்று உரக்கப் பதிலளித்த இவான், குடிசையைவிட்டு வெளியேறினான். பனிச் சூறாவளிக் காற்று இன்னும்

தொடர்ந்து அடித்துக்கொண்டிருந்தது. முதலில் துணிச்சலாக அவன் நடந்தாலும், பிறகு ஏனோ திடீரென்று அவன் தள்ளாட ஆரம்பித்தான். ‘இது ஏதோ வலிமை வாய்ந்ததாக இருக்கிறதே’ என்று நினைத்த இவான், அசட்டுச் சிரிப்பு சிரித்தான். ஏதோ ஒரு சந்தோஷம் அவனைப் பற்றியிருந்தது. ஏதோ அசைக்க முடியாத உறுதி அவனுள் இருப்பது போல உணர்ந்தான். இவ்வளவு நேரமாக அவனை வேதனைப்படுத்திய ஒரு தடுமாற்றத்திற்கு முடிவு கிடைத்துவிட்டது! அவன் எடுத்த முடிவில் ‘இனிமேல் மாற்றம் இருக்காது’ என்று சந்தோஷமாக அவன் நினைத்தான். அந்தச் சமயம் திடீரென்று ஏதோ ஒன்று அவன் காலில் இடர, அவன் கீழே விழப் பார்த்தான். அப்படியே நின்று பார்த்தவன், காலுக்கடியில் அதே அந்தக் குள்ளக் குடியானவன் சுயநினைவின்றி, அசையாமல், இன்னமும் கீழே விழுந்துகிடந்த நிலையிலேயே இருந்தான். பனிச் சூறாவளிக் காற்று ஏற்கனவே அவனுடைய முகத்தை மூடி மறைத்திருந் தது. இவான் திடீரென்று அவனைத் தூக்கி இழுத்துச் சென்றான். வலது பக்கமிருந்த சிறிய வீட்டிலிருந்து வெளிச்சம் வருவதைப் பார்த்த இவான், அந்த வீட்டுத் தடுப்புச் சுவரைத் தட்டி, வீட்டுச் சொந்தக் காரரை உதவிக்கு அழைத்து, சிரமத்திற்கு மூன்று ரூபிள்கள் தருவதாகச் சொல்லி, அந்தச் சிறு குடியானவனை எங்காவது வீட்டில் படுக்க வைக்குமாறு சொன்னான். அந்த மனிதரும் ஒப்புக்கொண்டு உதவ வெளியே வந்தார். பிறகு எப்படி இவான் ஃபியோதரவிச் வீடு வந்து சேர்ந்தான், பிறகு எப்படி அந்தக் குடியானவனுக்குப் ‘பணம் அதிகம் செலவு செய்து’ மருத்துவரிடம் காட்டினான் என்பதைப் பற்றியெல்லாம் விளக்கமாக நான் சொல்லப் போவதில்லை. ஆனால் இந்தக் காரியம் முடிவதற்கு ஒரு மணி நேரம் ஆகிவிட்டது என்பதை மட்டும் சொல்லிக் கொள்கிறேன். இதனால் இவான் ஃபியோதரவிச் மன நிம்மதியடைந்தான். நினைவுகள் அவனுடைய மனத்தை அலைக்கழித்துத் தொடர்ந்து தொல்லை செய்தன. ‘நாளைய தினத்திற்காக இவ்வளவு உறுதியான ஒரு முடிவை மட்டும் நான் எடுக்காமல் இருந்திருந்தால்’ என்று பெரு மகிழ்ச்சியுடன் திடீரென்று நினைத்துப் பார்த்தவன், ‘இந்த முழு ஒருமணி நேரத்தை இந்தக் குடியானவனுக்காகச் செலவு செய்திருக்க மாட்டேன், காறித் துப்பிவிட்டுப் பனியில் செத்தால் சாகட்டுமென்று சொல்லிவிட்டுப் போயிருப்பேன். ஆனால், எவ்வளவு தூரம் நான் உற்றுநோக்குகிறேன்’ என்று நினைத்துப் பெருமகிழ்ச்சி அடைந்தவன், ‘ஆனால் அவர்களோ என்னைப் பைத்தியமென்று நினைத்தார்கள்!’ என்று நினைத்தான். வீட்டிற்கு வந்தவன், ஏனோ திடீரென்று அப்படியே நின்றான். ‘இப்போதே அரசு வழக்கறிஞரைப் பார்த்து இந்த விஷயத்தைச் சொன்னால் என்ன?’ இந்தக் கேள்விக்கான பதிலை வீட்டிற்குத் திரும்பும் திருப்பத்தில் அவன் நினைத்துக்கொண்டான். ‘நாளைக்கு எல்லாவற்றையும் சேர்த்துச் சொல்வோம்!’ என்று தனக்குத்தானே முணுமுணுத்துக்கொண்டவன், எதையோ விநோதமாக உணர்ந்தான். ஏறக்குறைய அவனுடைய எல்லா மகிழ்ச்சியும் மன நிறைவும் நிமிடத்தில் பறந்துபோனதை அறைக்குள் நுழைந்ததும் அவன் சட்டென்று உணர்ந்தான். ஏதோ சில்லிட்டதோர் உணர்வு திடீரென்று அவனுடைய மனத்தைப் பற்றி இழுக்க, உண்மையைச் சொல்லப்போனால், வேதனையான,

வெறுக்கத்தக்க ஏதோ ஒன்று, முன்பு இருந்தது போலவே இப்போதும் அங்கு இருப்பதை உணர்ந்தான். சோர்வாக இருந்த அவன் அப்படியே சோபாவில் சரிந்து விழுந்தான். வீட்டில் வேலை செய்யும் வயதான பெண்மணி தேனீர் தயாரிக்க சமவாரைக் கொண்டு வர, தேனீரைத் தயார் செய்தவன், அதைப் பருகாமலேயே இருந்தான். பிறகு வயதான அந்தப் பெண்மணியை நாளைக்கு வரச்சொல்லி அவளை வீட்டுக்கு அனுப்பிவைத்தான். அப்படியே சோபாவில் அமர்ந்தவன், தனக்குத் தலைசுற்றுவதை உணர்ந்தான். வலுவிழந்து, உடல்நலம் சரியில்லாமல் போவதை அவன் உணர்ந்தான். தூக்கம் வரும் சமயத்தில் மன உளைச்சலால் பாதிக்கப்பட்டவன், கனவுகளைத் தவிர்ப்பதற்காக எழுந்து அறைக்குள் அங்கும் இங்குமாக நடந்தான். சில சமயங்களில் பிதற்றுவதுபோல அவனுக்குத் தோன்றியது. உடல்நலக் குறைவல்ல அவனை இவ்வளவு தூரம் ஆட்டிப் படைத்தது. மீண்டும் எழுந்து அமர்ந்தவன், சுற்றியும் முற்றியும் பார்த்தபடி, எதையோ உற்றுப் பார்த்தான். அப்படி அவன் பலமுறை பார்த்தான். இறுதியாக அவனுடைய பார்வை ஓரிடத்தில் நிலைகுத்தி நின்றது. ஏளனமாகச் சிரித்த இவானின் முகத்தில் கோபம் படர்ந்திருந்தது. அப்படியே நீண்ட நேரமாக அங்கேயே உட்கார்ந்திருந்தவன், தலையை இரண்டு கைகளாலும் கெட்டியாகப் பிடித்துக்கொண்டு அந்த இடத்தையே உற்றுப்பார்த்தவன், சுவருக்கு எதிராகப் போடப்பட்டிருந்த சோபாவின் மீது சாய்ந்து நின்றான். அங்கிருந்த ஏதோ ஒன்று, ஏதோ ஒரு பொருள் அவனை வேதனைப் படுத்தவும் கவலைப்படவும் வைத்தது தெளிவாகத் தெரிந்தது.

# 9

# சாத்தான். இவான் ஃபியோதரவிச்சின் மனக்கிலி

நான் மருத்துவன் அல்ல என்றாலும், இவான் ஃபியோதரவிச்சின் நோயைப் பற்றிக் வாசகர்களுக்குக் கொஞ்சமாவது தெரியப்படுத்த வேண்டிய நேரம் வந்துவிட்டது என்றே நினைக்கிறேன். சற்றே முன்னோக்கிச் சென்று ஒன்றே ஒன்றை மட்டும் சொல்கிறேன்.

இவ்வளவு காலம் நோயால் தாக்கப்பட்டுச் சீரழிந்து வந்த அவனுடைய உடம்பு, அன்று மாலை மூளைக் காய்ச்சலால் தாக்கப் பட்டது. மருத்துவத்தைப் பற்றி ஒன்றும் அறியாத நான், இந்தக் கருத்தை முன்வைக்கத் துணிகிறேன். அதாவது தன்னுடைய பயங்கரமான மனோதைரியத்தால்தான் அந்த நோயை அவன் விரட்டியடித்திருக்க முடியும், அதுவும் முற்றிலுமாக அதை விரட்டியடிக்க முடியுமென்று அவன் கனவும் கண்டிருக்கக்கூடும். அவனுக்கு உடல்நலம் சரியில்லாமல் இருப்பது அவனுக்கே நன்றாகத் தெரிந்திருந்தது. அதுவும் இந்தச் சமயம், விதிவசப்பட்ட இந்தச் சமயம், நேருக்கு நேராகத் ‘தன்முன்பாகத் தானே நின்று தன்னை நிரூபிக்கும்’ இந்தச் சமயம், தைரியமாகத் துணிவாகப் பேச வேண்டிய இந்த நேரத்தில், இப்படி அவன் உடல்

நலம் சரியில்லாமல் இருப்பது அவனுக்கே வெறுப்பாக இருந்தது. இருந்தாலும், நான் முன்பே கூறியது போல, கத்தரீனா இவானவ்னா வின் தன்னிச்சையான செயல்களில் ஒன்றான, மாஸ்கோவிலிருந்து வரவழைக்கப்பட்ட புதிய மருத்துவரை அவன் போய்ப் பார்த்தான். அவனைப் பரிசோதித்த மருத்துவர் அவனுடைய தலையின் உள்பகுதி யில் ஏதோ ஒரு பிரச்சினை இருப்பதாகவும், சொன்ன சில அறிகுறிகளை வைத்துப் பார்த்தால், 'பிரம்மை பிடிக்கக் கூடிய சூழ்நிலை இருக்கிறது' என்றும் உறுதியாகச் சொன்ன மருத்துவர், 'இருந்தாலும் அதைப் பரிசோதிக்க வேண்டும் . . . பொதுவாகவே, அதற்கான சிகிச்சையை உடனே, கொஞ்ச நேரங்கூடத் தாமதிக்காமல் ஆரம்பிக்க வேண்டும், இல்லாவிட்டால் நிலைமை மிகவும் மோசமாகிவிடும்' என்றார். ஆனால், இவான் ஃபியோதரவிச் அவரிடமிருந்து விடைபெற்றுக்கொண்டு, அவர் சொன்ன நல்ல அறிவுரையை ஏற்று சிகிச்சை பெற்றுக்கொள்ளாமல், மருத்துவமனைக்குப் போவதற்கே வெறுப்பு கொண்டவனாக இருந்தான்.

'நான் இப்போது நடந்து போகத்தானே செய்கிறேன், அதற்கான சக்தி என்னிடம் இருக்கத்தானே செய்கிறது. முடியாமல் கீழே விழும் போது நிலைமையே வேறாகும், அப்போது யார் வேண்டுமானாலும் என்னை மருத்துவமனைக்குக் கூட்டிக்கொண்டு போய் சிகிச்சை செய்யட்டும்' என்று முடிவுசெய்தவன், பிறகு பார்க்கலாம் என்பது போலக் கையைக் காற்றில் உதறிச் சென்றான். இப்படி எண்ணிக்கொண்டு உட்கார்ந்திருந்தவனுக்குத் தன்னுடைய எண்ணம் தடுமாறுவது தெரிந்து, முன்பே நான் சொன்னதுபோல, சுவருக்கு எதிரே இருந்த சோபாவில் இருந்த எதையோ வெறித்துப் பார்த்துக்கொண்டு நின்றான். திடீரென்று யாரோ ஒருவர் அங்கு உட்கார்ந்திருப்பதுபோல அவனுக்குத் தெரிய, கடவுளுக்குத்தான் தெரியும், எப்படி அந்த மனிதர் உள்ளே வந்தார் என்று. ஏனெனில் இவான் ஃபியோதரவிச் ஸ்மெர்தியாக்கவைப் பார்த்து விட்டு வந்தபோது அறையில் யாரும் இருக்கவில்லை. அதன்பிறகுதான் அந்த மனிதர் உள்ளே வந்திருக்கிறார். அவர் ஏதோவோர் உயர்குடிப் பெருமகன் போல அல்லது ரஷ்ய உயர்குடிப் பெருமகன்களில் ஒரு பிரிவைச் சார்ந்தவராக, இளவயதைத் தாண்டிய அவர், பிரெஞ்சு நாட்டுக்காரர்கள் சொல்வதுபோல, *"Qui frisait la Clinquantaine"*,[1] அதிக நரைமுடியின்றி, நீண்ட அடர்த்தியான கருநிறக் கேசத்தைக் கொண்டவ ராக, நன்றாகக் கத்தரிக்கப்பட்ட, கூர்மையான தாடியைக் கொண்டவராக இருந்தார். ஏறக்குறைய மூன்று வருடங்களுக்கு முன்பு நன்றாகத் தைக்கப் பட்ட பழுப்பு நிற மேல் உடுப்பை அணிந்திருந்த அவர், பல காலமாக அதை அணிந்த காரணத்தால் அது நைந்துபோய், பழமை வாய்ந்ததாக இருக்க, ஏற்கனவே நம்முடைய நகரத்துப் பணக்காரப் பெருங்குடி மக்கள் இதுபோன்ற மேல் அங்கியை இரண்டு வருடங்களாகவே அணியாமல் இருக்க, அது அந்தக் கால நவநாகரிகத் தன்மையைக் கொண்டதாக இல்லாமல் இருந்தது.

அவர் அணிந்திருந்த நீண்ட கழுத்துப் பட்டியும் கழுத்துச் சுற்றாடை யும் பார்ப்பதற்கு மிடுக்காக உயர்குடி மக்கள் அணிவதுபோல இருந்தா லும், பக்கத்தில் பார்த்தால் கழுத்துப் பட்டை அழுக்காகவும் நைந்து

போயும் இருந்தது. கட்டம் போட்ட கால்சட்டை அவருக்கு மிகப் பொருத்தமாக இருந்தாலும், அவை அதிகம் வெளுத்துப் போய், இறுக்க மாக, இப்போது அப்படி யாரும் அணியாத விதத்தில் இருக்க, மிருதுவான, வெண்ணிற இறகுகளாலான அவருடைய தொப்பியும் நவநாகரிகமாக இல்லாமல் மிகவும் பழமை வாய்ந்ததாக இருந்தது. சுருக்கமாகச் சொன்னால், பார்ப்பதற்கு ஒரு நல்ல உயர்குடிமகனைப் போல, ஆனால் மிகவும் வறுமையில் இருப்பவராக அவர் இருந்தார். அப்படியே பார்ப்பதற்கு அந்தக் காலப் பண்ணையார் போல, வெள்ளைநிறக் கையுறையணிந்த நிலப்பிரபுவைப் போல அவர் இருந்தார். நல்ல, நவநாகரிகச் சமுதாயத்தைச் சார்ந்த அவர், எப்போதோ கொண்டிருந்த தொடர்பை மிகப் பாதுகாப்பாக வைத்துக் கொண்டு, மகிழ்ச்சியான தன்னுடைய இளமைப் பருவத்திற்குப் பிறகும், அண்மையில் ஒழிக்கப் பட்ட கொத்தடிமைத்தனத்திற்குப் பிறகும், கருணை உள்ளங்கொண்ட பழைய நண்பர்கள், தெரிந்தவர்களின் ஆதரவால், இன்றுவரை பிறரை அண்டிப் பிழைக்கும் வழியைத் தேர்ந்தெடுத்து அவர் வாழ, இனிமையான அவருடைய பண்பின் காரணமாக, ஆமாம், பார்ப்பதற்கும் அவர் உயர்குடி மகனைப் போல இருந்ததால், மக்கள் அவரை ஏற்றுக்கொண்டு, சாப்பாட்டு மேஜையில் மற்றவர்களுடன் சரிசமமாக அமர்த்தி அவரை உபசரித்தாலும், அவருக்கான இடம் தாழ்ந்த இடமாகவே இருந்தது. இப்படி மற்றவர்களை அண்டிப் பிழைக்கும் இவர் போன்ற மக்கள் பொதுவாகவே, உயர்குடி நன்மக்களாக, கதை சொல்லிகளாக, சீட்டாட்டம் ஆடுபவர்களாக, ஆனால் வலுக்கட்டாயமாக அவர்களுக்கு ஊக்கத் தொகையைக் கொடுத்தாலும் அதை வாங்கிக்கொள்ளாதவர்களாக இருக்க, பொதுவாகவே இப்படிப்பட்டவர்கள் தனியாக வாழ்பவர்களாக, திருமணமாகாதவர்களாக அல்லது மனைவியை இழந்தவர்களாக இருக்க, சில சமயம் அவர்களுக்குக் குழந்தைகளும் இருந்தன. ஆனால் இவர் களுடைய குழந்தைகள் எங்கோ வெகுதூரத்தில், யாராவது அத்தைமார் களிடம் வளர்க்கப்பட, அவர்களைப் பற்றி எதுவும் பேசாத இந்த உயர்குடி மக்கள், பண்பார்ந்த சமுதாயத்தில் இதைப் பற்றிப் பேசுவதற்கே வெட்கப்படுபவர்களாக இருந்தார்கள். கொஞ்சம் கொஞ்சமாகத் தங்களுடைய குழந்தைகளிடமிருந்து இவர்கள் விலகிப் போக, எப்போ தாவது அவர்களிடமிருந்து வாழ்த்துக் கடிதம் கிடைக்கப்பெற்றால், அதற்கு இவர்கள் பதில் கடிதம் அனுப்புவார்கள். நிலைமையை ஆராய்ந்து பார்த்தால், எதிர்பாராத விதமாக வந்திருக்கும் இந்த விருந்தாளியின் முகம் இனிமையாக இல்லாமல், எப்படிப்பட்ட சூழ்நிலையையும் ஏற்றுக்கொள்ளத் தயாராக இருப்பவர் போல இருந்தார். கைகளில் கடிகாரம் இல்லாமல், கறுப்பு நிற நாடாவில் நீண்ட கைப்பிடி கொண்ட ஆமை ஓட்டால் செய்யப்பட்ட தொலைநோக்குக் கண்ணாடியை அவர் வைத்திருந்தார். வலது கையின் நடுவிரலில் விலை அதிகமில்லாத, ‘ஒப்பல்’ என்ற பல நிறம் காட்டும் ரத்தினக் கல்லை மிகப்பெரிய தங்க மோதிரத்தில் பதித்து அணிந்திருந்தார். அவரிடம் பேசுவதற்கு விருப்ப மில்லாமல் கோபத்துடன் மௌனமாக இருந்தான் இவான் ஃபியோதரவிச். வந்திருந்த விருந்தாளி, அவருக்கென்று ஒதுக்கப்பட்ட மேல்மாடி அறையி லிருந்து கீழிறங்கி வந்து தன்னுடைய எஜமானனுடன் தேனீர் அருந்த

அமர, பொதுவாகவே மற்றவர்களைச் சார்ந்து வாழும் இப்படிப்பட்ட மனிதர்கள் எப்படி அமர்ந்திருப்பார்களோ, அப்படி அவர் அமர்ந்திருக்க, எதையோ ஆழமாக யோசனை செய்து அமைதியாக இருக்கும் தன்னுடைய எஜமான் பேச ஆரம்பித்தால், இணக்கமாக உடனே பேசத் தயாரான நிலையில் அவர் உட்கார்ந்திருந்தார். திடீரென்று அவருடைய முகத்தில் கவலையின் ரேகை படர்ந்தது.

'கேள்' என்று இவான் ஃபியோதரவிச்சிடம் சொன்னவர், 'இடைமறிப்பதற்கு என்னை மன்னித்துக்கொள், கத்தரீனா இவானவ்னாவைப் பற்றித் தெரிந்துகொள்ள நீ ஸ்மெர்தியாக்கவைப் பார்க்கப் போனாயே, ஆனால் அவளைப் பற்றி ஒன்றும் தெரிந்துகொள்ளாமலேயே வந்து விட்டாயே, ஒரு சமயம் அந்த விஷயத்தை நீ மறந்து விட்டாயோ . . .'

'ஓ, ஆமாம்!' என்று திடீரென்று சொன்ன இவானின் முகம் கவலையில் இருளடைந்து போக, 'ஆமாம், நான் மறந்தே போய்விட்டேன். சரி, அதனால் இப்போது என்ன, எல்லாம் நாளைக்குப் பார்க்கலாம்' என்று தனக்குத்தானே அவன் முனகிக்கொண்டான். 'ஆனால், நீ' என்று விருந்தாளியைப் பார்த்து எரிச்சலாகச் சொன்னவன், 'இதை நானே ஞாபகம் வைத்திருக்க வேண்டும், ஏனெனில் இதுதான் குறிப்பாக என்னை வாட்டி வதைத்தது! ஏதோ நீதான் எனக்கு அதை நினைவு படுத்தியவன் போல, என்னை நம்ப வைக்கப் பார்க்கிறாயா?'

'அதை நீ நம்ப வேண்டாம்' என்று சிரித்தபடி இனிமையாகச் சொன்னார் அந்தப் பெருங்குடி மகன். 'கட்டாயத்தின் பேரில் நம்புவது எப்படிப்பட்ட ஒரு நம்பிக்கையாக இருக்க முடியும்? அதுவும் குறிப்பாக நம்பிக்கையின் பருப்பொருள் சார்ந்த எந்த ஒன்றும் நிரூபணத்திற்கு உதவாது. ஏசு கிறிஸ்து உயிரோடு எழுந்து வந்ததைப் பார்த்த காரணத்தால் தாமஸ், ஏசு கிறிஸ்துவை நம்பவில்லை. அதற்கு முன்பே தாமஸ் ஏசு கிறிஸ்துவின் மீது நம்பிக்கை வைத்ததால்தான்.[2] உதாரணமாக, ஆன்மிக வாதிகள். அவர்களை எனக்கு மிகவும் பிடிக்கும். அவர்கள் இருப்பதால் தான் சமய நம்பிக்கைக்குப் பலனே இருக்கிறது என்று அவர்கள் நினைக்கிறார்கள், ஏனெனில், அங்கே சாத்தான்கள் தங்களுடைய கொம்புகளைக் காட்டிக்கொண்டிருக்கின்றன. 'இதை அவர்கள் நிரூபணமாக எடுத்துக்கொள்கிறார்கள், அதாவது, பருப்பொருள் சார்ந்ததாக, அந்த உலகம் சார்ந்ததாக.' அந்த உலகமும் பருப்பொருள் சார்ந்த நிரூபணமும் ஓ, என் மனிதர்களே! அப்படியே இறுதியாக, சாத்தான் இருப்பது நிரூபிக்கப்பட்டுவிட்டதென்றால், கடவுள் இருப்பது நிரூபிக்கப் பட்டுவிட்டதா இல்லையா என்பது இன்னும் தெரியவில்லையே? குறையில்லாத லட்சியவாதி பக்கமே நான் சேர விரும்புகிறேன். அப்படிச் சேர்ந்து அவர்களுக்கு எதிராக நான் இருக்கப் போகிறேன். 'நான் நடைமுறைக் கோட்பாளன், உலோகாயதக் கோட்பாளன் அல்ல, ஹா – ஹா!'

'கேள்' என்றபடி திடீரென்று நாற்காலியில் இருந்து எழுந்தான் இவான் ஃபியோதரவிச். 'உண்மையாகவே எனக்கு மூளையில் கோளாறு தான் . . . கண்டிப்பாக, மூளைக் கோளாறுதான் . . . என்ன வேண்டு

மானாலும் நீ பிதற்று, எல்லாமே எனக்கு ஒன்றுதான்! போனமுறை போலவே என்னை நீ பைத்தியம் பிடிக்க வைக்க மாட்டாயே. என்னவோ ஒன்று எனக்கு வெட்கமாக இருக்கிறது ... இங்கும் அங்குமாக அறையில் நடக்க வேண்டும் போலிருக்கிறது ... சில சமயங்களில் உன்னை நான் பார்ப்பதில்லை, உன்னுடைய குரலைக்கூடக் கேட்பதில்லை, ஆனால் போனமுறை போலவே முட்டாள்தனமாக நீ பேசும் பேச்சை என்னால் யூகிக்க முடிகிறது, ஏனெனில் இது நான், நானேதான் என்னிடமே நான் பேசிக்கொள்கிறேன், உன்னிடம் அல்ல! போனமுறை உன்னை நான் கனவில் பார்த்தேனா, இல்லை நிஜமாகப் பார்த்தேனா என்று எனக்குத் தெரியாது. ஒரு சமயம் துண்டைக் குளிர்ந்த நீரில் நனைத்துத் தலையில் நான் போட்டவுடன் நீ மறைந்து போகலாம்.'

அப்படி அவன் சொன்னது போலவே அறையின் மூலையிலிருந்த துண்டை எடுத்துத் தண்ணீரில் நனைத்துத் தன்னுடைய தலையில் போட்டுக்கொண்டு அறையில் இங்கும் அங்குமாக நடக்க ஆரம்பித்தான் இவான்.

'என்னை நீ என்று ஒருமையில் அழைப்பது எனக்குப் பிடித்திருக்கிறது' என்று ஆரம்பித்தான் வந்திருந்த விருந்தாளி.

'முட்டாள்' என்று சொல்லிச் சிரித்த இவான், 'உன்னை என்ன மரியாதையாக நீங்கள் என்றா கூப்பிடுவேன். இப்போது நான் சந்தோஷ மாக இருக்கிறேன், நெற்றிப் பொட்டில்தான் எனக்கு வலிக்கிறது ... இன்னும் தலையில்கூட ... போன தடவை மாதிரியே இந்த முறையும் நீ தத்துவம் பேசாதே. இங்கிருந்து உன்னால் போக முடியாது என்றால், வேடிக்கையாக எதையாவது உளறிக்கொண்டே இரு. புரளி பேசு, மனிதர்களை அண்டிப் பிழைப்பவன்தானே நீ? எனவே புரளி பேசு. எதற்காக இப்படி ஒரு மனக்கலக்கம் எனக்கு! ஆனால் உன்னைக் கண்டு எனக்குப் பயமில்லை. உன்னை என்னால் சமாளிக்க முடியும். என்னைப் பைத்தியக்கார விடுதிக்குக் கூட்டிக்கொண்டு போய்விட மாட்டார்களே!'

'இது கவர்ச்சியாக இருக்கிறதே, (*C'est Charmant*) பிறரை அண்டிப் பிழைப்பவன் நான்! ஆமாம், நான் அப்படிப்பட்டவன்தான். நான் பிறரை அண்டிப் பிழைப்பவனாக இல்லாவிட்டால், வேறு யார் அப்படி யிருக்க முடியும்? சொல்லப்போனால், நீ சொல்வதைக் கேட்டுச் சற்றே ஆச்சர்யப்படுகிறேன். ஓ, கடவுளே, உண்மையாகவே நீ என்னைக் கொஞ்சங்கொஞ்சமாக, ஏதோ ஒரு கற்பனை உருவத்தைப் பார்ப்பது போல, போனமுறை நீ சொன்னது போலவே என்னைப் பார்க்க ஆரம்பித்துவிட்டாய் ...'

'ஒரு நிமிடம்கூட நான் உன்னை உண்மையானவனாகப் பார்க்க முடியாது' என்று தெளிவாகக் கத்தினான் இவான். 'நீ பொய்யன், என்னைப் பிடித்த நோய் நீ, நீ ஒரு மாயை. உன்னை எப்படி ஒழித்துக் கட்டுவது என்றுதான் எனக்குத் தெரியவில்லை. கொஞ்ச நாள் உன்னுடன் நான் கஷ்டப்படத்தான் போகிறேன் போலிருக்கிறது. நீ என்னுடைய பிரம்மை. என்னைப் போலவே நீ உருவெடுத்து வந்திருக்கிறாய், ஆனால்

என்னுடைய ஒரு பக்கத்தை மட்டுமே நீ கொண்டிருக்கிறாய்... என்னுடைய கீழ்த்தரமான, முட்டாள்தனமான எண்ணங்களையும் உணர்வுகளையும் மட்டுமே நீ கொண்டிருக்கிறாய். மற்றொரு பக்கத்திலிருந்து பார்த்தால் என்னுடைய கவனத்தைக் கவருபவனாகக்கூட நீ இருக்கிறாய். ஆனால் நான் மட்டும் என்னுடைய நேரத்தை உன்னுடன் கழிப்பதாக இருந்தால்...'

'சரி, வா, உன்னைத் தடுமாற வைக்கிறேன். சிறிது நேரத்திற்கு முன்பு விளக்குக் கம்பத்தின் கீழே நின்றுகொண்டு அல்யோஷாவிடம் நீ கத்தினாயே. 'அவனிடமிருந்தா நீ தெரிந்துகொண்டாய்! என்னைப் பார்க்க அவன் வருகிறான் என்பதை நீ எதற்காகத் தெரிந்துகொண்டாய்?' என்று. நீதானே என்னை நினைத்துக்கொண்டாய். ஆக, ஒரு நிமிடம் நீ நம்பினாய், நம்பினாய்தானே, நான் உண்மையாகவே இருக்கிறேன் என்பதை' என்று சொன்ன அவர் இணக்கமாகச் சிரித்தார்.

'ஆமாம், அது இயற்கையின் பலவீனம்... ஆனால், என்னால் உன்னை நம்ப முடியாது. எனக்குத் தெரியாது, போனமுறை நான் தூங்கிக்கொண்டிருந்தேனா நடந்துகொண்டிருந்தேனா என்று. ஒருவேளை நான் உன்னை நேரில் பார்க்காமல், கனவில்தான் பார்த்தேனோ என்னவோ...'

'எதற்காக நீ கொஞ்ச நேரத்திற்கு முன்பு அல்யோஷாவிடம் அவ்வளவு கடுமையாக நடந்து கொண்டாயாம்? அவன் இனிமை யானவன். முதியவர் ஜோஸிமாவுக்காக அவன் முன்பு நான் குற்றவாளி யாக இருக்கிறேன்.'

'அல்யோஷாவைப் பற்றிப் பேசாதே! என்ன தைரியம் உனக்கு, வேலைக்காரனே!' என்று சொன்ன இவான் மீண்டும் சிரித்தான்.

'என்னைத் திட்டுகிறாய், ஆனால் நீயே சிரிக்கிறாய் – நல்ல அறிகுறி தான். போன முறையைவிட இந்த முறை நீ என்னுடன் கொஞ்சம் அதிகமாகவே இனிமையாக நடந்துகொள்கிறாய், அது எதனால் என்று எனக்குப் புரிகிறது. அது நீ எடுத்த மிகப்பெரிய முடிவால்தான்...'

'நான் எடுத்த முடிவைப் பற்றி நீ பேசாதே!' என்று மூர்க்கத்தனமாய்க் கத்தினான் இவான்.

'புரிகிறது, புரிகிறது, *C'est noble C'est Charmant*³ நாளைக்கு நீ உன்னுடைய சகோதரனைக் காப்பாற்றி, உன்னைத் தியாகம் செய்துகொள்ளப் போகிறாய்... *C'est Chevaleresque*⁴.'

'வாயை மூடு, உதைப்பேன் உன்னை!'

'என்னுடைய எண்ணம் நிறைவேறுமானால், ஒருவிதத்தில் நான் சந்தோஷப்படுவேன். அப்படி நீ என்னை உதைத்தால், நான் இருப்பது உண்மை, ஏனெனில் பேயை யாரும் உதைக்க முடியாதல்லவா! விளையாட்டு ஒரு பக்கம் இருக்கட்டும். நீ எவ்வளவுதான் என்னைத் திட்டினாலும் எனக்குக் கவலையில்லை, ஆனால் நீ கொஞ்சம் நாகரிக மாக இருக்கலாம் இல்லையா, குறைந்தபட்சம் என்னிடமாவது. முட்டாள், வேலைக்காரன் என்று என்ன வார்த்தைகள் இவை!'

‘உன்னைத் திட்டுவதன் மூலமாக என்னையே நான் திட்டிக் கொள்கிறேன்!’ என்று சொன்ன இவான் மீண்டும் சிரித்தபடி, ‘நீ – நான், நான் தான், ஆனால் வேறு ஒரு முகம். நான் குறிப்பாக என்ன நினைக்கிறேனோ அதைத்தான் நீயும் நினைக்கிறாய் . . . எதையும் நீ எனக்குப் புதிதாகச் சொல்லிவிட முடியாது!’

‘என்னுடைய எண்ணங்கள் உன்னோடு ஒத்துப்போகிறதென்றால், அது எனக்குத்தான் பெருமை’ என்று மென்மையான கௌரவத்துடன் சொன்னார் அந்தப் பெருமகனார்.

‘ஆனால் என்னுடைய கெட்ட எண்ணங்களைத்தான் நீ பிடித்துக் கொள்கிறாய், குறிப்பாக – முட்டாள்தனமான என்னுடைய எண்ணங்களை. நீ முட்டாள், அப்படியே கேடுகெட்டவன். நீ ஒரு பயங்கரமான முட்டாள். இல்லை, என்னால் உன்னைப் பொறுத்துக்கொள்ளவே முடியாது! என்னசெய்வது, நான் என்னசெய்வது!’ என்று பல்லைக் கடித்துக் கொண்டு சொன்னான் இவான்.

‘என்னுடைய தோழனே, உயர்குடி மகனாகவே நான் இருக்க ஆசைப்படுகிறேன், என்னை அப்படி ஏற்றுக்கொள்ளவே நான் விரும்பு கிறேன்’ என்று முன்கூட்டியே திட்டமிடப்பட்ட உடன்பாட்டுடன், மனமகிழ்ந்த பெருமையுடன், உண்மையாகவே பிறரைச் சார்ந்து வாழ்பவரைப் போல ஆரம்பித்தார் அந்த விருந்தாளி.

‘ஏழ்நிலையில் இருப்பவன் நான், ஆனால் . . . நேர்மையானவனென்று நான் சொல்லமாட்டேன் . . . சமூகம் என்னை வீழ்ந்துவிட்ட ஒரு தேவ தூதனாகப் பார்ப்பதுதான் நிதர்சனமான உண்மை. ஓ, கடவுளே, தேவதூதனாக எந்தவிதத்தில் நான் இருந்திருக்க முடியுமென்று என்னால் நினைத்துக்கூடப் பார்க்க முடியவில்லை. அப்படி நான் இருந்திருந்தால், அதை நான் மறந்துபோனதற்கு எப்போதோ மன்னிக்கப்பட்டிருப்பேன். இப்போது பண்பார்ந்தவனென்ற என்னுடைய நற்பெயரைப் பார்த்துத் தான் நான் பயப்படுகிறேன். மேலும், எப்படி வாழ நேர்ந்தாலும் இனிமையானவனாக இருக்கவே நான் முயல்கிறேன். மக்களை நான் உண்மையாகவே நேசிக்கிறேன். ஆனால், அவர்கள் என்னை எவ்வளவு தூரம் பழிதூற்றுகிறார்கள்! அவ்வப்போது இங்கே நான் வாழ வரும் போது, என்னுடைய வாழ்க்கை ஏதோ உண்மையாக இருப்பது போலத் தோன்றுவது எனக்கு மிகவும் பிடித்திருக்கிறது. உன்னைப் போலவே நானும் இந்தக் கற்பனையில் மாட்டிக்கொண்டு வேதனைப்படுகிறேன்; அதனால்தான் உங்களுடைய மண்ணுலகு சார்ந்த உண்மை எனக்குப் பிடித்திருக்கிறது. உங்களிடம் இங்கு எல்லாமே தெள்ளத் தெளிவாக இருக்கிறது, சூத்திரங்கள், வடிவியல் முறைகள் இப்படி எல்லாமே. ஆனால் எங்களிடமோ எதுவுமே தெளிவில்லாமல் ஒரே மாதிரியாக இருக்கிறது! நடந்துகொண்டே நான் கற்பனைசெய்து பார்க்கிறேன். கனவு காண்பதை நான் விரும்புகிறேன். அதனால்தான் பூமியில் மூட நம்பிக்கையுள்ளவனாக நான் இருக்கிறேன் – தயவுசெய்து என்னைப் பார்த்துச் சிரிக்காதே. எனக்கு அதுதான் பிடித்திருக்கிறது, மூடநம்பிக்கை யுள்ளவனாக இருப்பதுதான். இங்குள்ள உங்களுடைய எல்லாப் பழக்க

வழக்கங்களையும் நான் ஏற்றுக்கொள்கிறேன். கூட்டமாகச் சேர்ந்து குளிக்கும் பொதுவான குளியல் எனக்குப் பிடித்திருப்பதால், நான் அங்குப் போகிறேன். நினைத்துப் பார், நான் வியாபாரிகள், பாதிரிமார் களுடன் ஒன்றாகச் சேர்ந்து ஆவிக்குளியல் போடுகிறேன். என்னுடைய கனவானது, மறு அவதாரம் எடுத்து, மீண்டும் திரும்பி வராமல், யாராவது ஒரு வணிகனின் குண்டான மனைவி ரூபத்தில் அவதார மெடுத்து, அவள் நம்பும் எல்லாவற்றையும் நானும் நம்ப வேண்டுமென்பது தான். அப்போது என்னுடைய கொள்கை, தூய்மையான உள்ளத்துடன் ஆலயத்திற்குச் சென்று மெழுகுவர்த்தி ஏற்றுவதாக இருக்கும். ஓ, கடவுளே, அதுதான் என்னுடைய கொள்கை. அப்போதுதான் என்னுடைய வேதனைகளுக்கு ஒரு முடிவு பிறக்கும். இங்கே நீங்கள் கொடுக்கும் மருத்துவச் சிகிச்சைகளும் எனக்குப் பிடித்திருக்கின்றன. வசந்த காலத்தில் எனக்கு அம்மை வார்க்க, அநாதைக் குழந்தைகளுக்கான காப்பிடத்திற்குப் போய் நான் அம்மை குத்திக்கொண்டேன் – அன்று எவ்வளவு தூரம் மன நிம்மதியுடன் நான் இருந்தேனென்பது மட்டும் உனக்குத் தெரிந்தால்! பத்து ரூபிள்களை நம்முடைய ஸ்லாவ் சகோதரர்களுக்காக நான் அன்பளிப்பாகக் கொடுத்தேன்![5] ஆமாம், நான் சொல்வதை நீ காது கொடுத்துக் கேட்கவே இல்லை. ஏனோ நீ இன்று நன்றாகவே இல்லை' என்று சொன்ன அந்த உயர்குடிமகன் சற்றே அமைதியானார். 'நேற்று நீ அந்த மருத்துவரைப் பார்க்கப் போனாயென்று ... எனக்குத் தெரியும், சரி, எப்படியிருக்கிறது உன் உடம்பு? மருத்துவர் என்ன சொன்னார்?'

'முட்டாள்!' என்று பதிலளித்தான் இவான்.

'அதுதான் நீ அறிவாளியாக இருக்கிறாயே. மறுபடியும் நீ என்னைத் திட்டுகிறாயா? நான் சாதாரணமாகத்தான் கேட்டேன், உன்மீது இரக்கப் பட்டல்ல. அதற்கு நீ பதில் சொல்ல வேண்டிய அவசியமில்லை. இதோ மக்கள் மறுபடியும் வாதநோயால் அவதிப்படுகிறார்கள் ...'

'முட்டாள்' என்று மீண்டும் சொன்னான் இவான்:

'மறுபடியும் நீ சொன்னதையேதான் திருப்பிச் சொல்கிறாய். ஆனால் போன வருடம் எனக்கு வாத நோய் கண்டதை என்னால் இன்னும் மறக்க முடியவில்லை.'

'சாத்தானும் வாத நோயும்?'

'ஏன் அப்படி இருக்கக் கூடாது, சில சமயங்களில் நான் மனித உருவம் எடுக்கும்போது, அதற்கான விளைவுகளையும் சந்திக்க வேண்டி யிருக்கிறது. *Satan sum et nihil humanium a me alienum puto.*'[6]

'எப்படி, எப்படி? சாத்தானுக்கு மனித உருவம் வித்தியாசமான தல்லவா ... சாத்தானுக்கு இது முட்டாள்தனமான குணமில்லையா!'

'இறுதியாக இதை நீ புரிந்துகொண்டதில் எனக்கு மகிழ்ச்சியே.'

'ஆனால் அதை என்னிடமிருந்து நீ பெற்றுக்கொள்ளவில்லையே' என்று ஆச்சர்யமாகத் திடீரென்று சொன்ன இவான் நிறுத்தியபடி, 'இது ஏன் எனக்குத் தோன்றவே இல்லை என்பது விநோதமாக இருக்கிறது ...'

‘*C’est du nouveau n’est Ce pas?*[7] இந்த முறை நேர்மையாக உனக்கு நான் ஒன்றை விளக்குகிறேன். கேள்: கனவுகளால், குறிப்பாக, கெட்ட கனவுகளால் அஜீரணமோ அதுபோன்ற ஏதோ ஒன்று ஏற்படுவதாகச் சொல்லும் மனிதர்கள், சில சமயம் அழகான நல்ல கனவுகளைக் காண்பதாகச் சொல்கிறார்கள். இப்படிப்பட்ட ஒரு சிக்கலான, உண்மை யான நிலை அப்படியே இப்படிப்பட்ட சம்பவங்கள் அல்லது உலகத்தில் நடக்கும் எல்லாச் சம்பவங்களும் ஏதோ ஒரு சதித் திட்டத்தால் பின்னிப் பிணைக்கப்பட்டிருக்கின்றன என்றால், மிக உயர்ந்த மனிதர்களிலிருந்து கடை நிலை மனிதர்கள் வரைக்கும், சத்தியமாய்ச் சொல்கிறேன், லெவ்தல்ஸ்தாய்கூடக் கற்பனை செய்யாத கனவுகளைக் காண்பது எழுத்தாளர்கள் மட்டுமல்ல, மிக மிகச் சாதாரண மக்களும் அரசு அதிகாரிகளும் பத்திரிகைகாரர்களும் பாதிரிமார்களும்கூடத்தான் . . . இதில் மிகப்பெரிய பிரச்சினை ஒன்று இருக்கிறது. அமைச்சர் ஒருவர் சொன்னார், மிகச் சிறந்த எண்ணங்கள் அவருக்குத் தூங்கும்போதுதான் வருகின்றன என்று. அதுபோலத்தான் இப்போதும். உன்னுடைய மாயையாக நான் இருந்தாலும், கெட்ட கனவுகள் வருவதுபோல, இதுவரை உன்னுடைய மண்டையில் ஏறாத விஷயங்களை உனக்கு நான் சொல்கிறேன் கேள். அதாவது, உன்னுடைய எண்ணங்களை முழுமையாக நான் உனக்குச் சொல்லவில்லை, ஆனால் நான் என்பது உன்னுடைய மனக்கலக்கமே அன்றி வேறெதுவும் இல்லை.’

‘நீ பொய் சொல்கிறாய். என்னுடைய மனக்கிலி அல்ல நீ; உன்னுடைய நோக்கமெல்லாம் தனியாக இருக்கும் ஒரு பொருள் நீ என்று நம்ப வைப்பதுதான், ஆனால் நீ ஒரு கனவுதான் என்று இப்போது நீயே ஒத்துக்கொள்கிறாய்.’

‘என்னுடைய அருமைத் தோழனே, நான் வேறு ஒரு முறையை இன்று கையாள்கிறேன், அதைப் பற்றிச் சொல்கிறேன். கேள், நான் எங்கே நிறுத்தினேன்? ஆமாம், அப்போது எனக்குச் சளிபிடித்திருந்தது, ஆனால் அது இங்கு அல்ல, அங்கு நான் இருந்தபோது . . .’

‘எங்கே அங்கே? சொல், எவ்வளவு நாள் நீ இங்கு இருக்கப் போகிறாய், இப்போது நீ போக மாட்டாயா?’ என்று ஏறக்குறைய நம்பிக்கையிழந்து கத்தினான் இவான். அவன் நடப்பதை நிறுத்திவிட்டு, சோபாவில் அமர்ந்து மீண்டும் தனது தலையை இரண்டு கைகளாலும் அழுத்திப் பிடித்தான். எரிச்சலில் ஈரத் துண்டைக் கிழித்துப் போட்டான். நிச்சயமாக அது அவனுக்கு உதவவில்லை.

வந்திருந்த விருந்தாளி ‘உன்னுடைய நரம்புகள் தளர்ச்சி அடைந்து விட்டன’ என்று மிகச் சாதாரணமாக, ஆனால் முற்றிலும் தோழமை உணர்வுடன் சொன்னவர், ‘எனக்குச் சளி பிடிக்கும் என்ற காரணத்திற் காகவே உனக்குக் கோபம் வர, அது வெகு இயல்பாகவே நடந்து விட்டது. அப்போது நான் பீத்தர்புர்கில் மந்திரி சபையைத் திட்டமிடும் மிகப்பெரிய பொறுப்பில் இருந்த பெண்மணி அழைத்த அரசியல் செயலாட்சிக்குரிய வரவேற்பு விருந்து ஒன்றில் கலந்துகொள்வதற்காக அவசரமாகப் போய்க்கொண்டிருந்தேன். விருந்துக்குச் செல்லும் உடையில், நான் வெள்ளை கழுத்துப் பட்டையையும் கையுறையையும் அணிந்து

கொண்டு, கடவுளுக்குத்தான் தெரியும், உங்களுடைய பூமிக்கு வருவதற்கு விண்வெளியைத் தாண்டி எவ்வளவு தூரம் நான் பறக்க வேண்டுமென்று . . . இயற்கையாகவே, அது ஒரு நிமிட வேலைதான். ஆனால் அந்தச் சூரிய வெளிச்சத்தினூடே பூமியை அடைய எனக்கு எட்டு நிமிடங்கள் பிடித்தன. அதுவும் யோசித்துப் பார், என்னுடைய மாலை நேர விருந்து உடையில், அதுவும் திறந்த, இடுப்பளவு கையில்லாத சட்டையுடன் நான் இருந்தேன். ஆவிகள் குளிரில் விறைத்துப் போவதில்லை. ஆனால் மனித ரூபம் எடுக்கும்போது, சுருக்கமாகச் சொன்னால், நான் முட்டாள்தனமாக, அந்த இடத்திற்கெல்லாம் வந்துவிட்டேன், அதாவது வெற்றிடத்தில், ஈதர் நிறைந்த இடத்திற்கு, தண்ணீரில், அதாவது வான் மண்டலத்திற்கு மேலே என்ன ஒரு குளிர் . . .[8] எப்படிப்பட்ட குளிர் தெரியுமா – அதைக் குளிரென்று சொல்லக் கூடாது, அதற்கும் மேல், நீயே யோசித்துப் பார். உறை நிலைக்குக் கீழே – 150 டிகிரி! கிராமத்தில் பெண்கள் விளையாடும் விளையாட்டைப் பற்றிக் கேள்விப்பட்டிருக்கிறாயா? 30 டிகிரி குளிரில் சிறு வயது பையன்களை அவர்கள் கோடாரியை நக்கும்படிச் சொல்வார்கள். அப்படி நக்கியதும் அவர்களுடைய நாக்கு உறைந்துபோய் தோல் கிழிந்து ரத்தம் பெருகும். ஆனால் அது – 30 டிகிரியில்தான், – 150 டிகிரியில் கோடாரியைத் தொட்டாலே போதும். எதுவுமே மிஞ்சி இருக்காது . . . ஆனால் கோடாரி மட்டும் அங்கு இருந்திருந்தால் . . .'

'அங்கே கோடாரிகூட இருக்குமா என்ன?' என்று கவனக் குறைவுடன், வெறுப்புப் பொங்க திடீரென்று இடைமறித்துக் கேட்டான் இவான் ஃபியோதரவிச். தன்னுடைய கெட்ட கனவை நம்ப விரும்பா மல், இறுதியாகத் தன்னுடைய சுய நினைவைத் தவறவிடாமல் இருக்க முடிந்த அளவு அவன் முயன்றான்.

'கோடாரியா?' என்று ஆச்சர்யமாகத் திரும்பக் கேட்டார் அந்த விருந்தாளி.

'ஆமாம், அங்கே கோடாரி இருந்தால் அந்தக் கோடாரிக்கு என்ன ஆகும்?' என்று ஏதோ ஒரு ஆத்திரத்தில் திடீரென்று தொடர்ந்து கத்தினான் இவான் ஃபியோதரவிச்.

'வெற்று வெளியில் கோடாரிக்கு என்ன ஆகும்? Quelle idee![9] எங்காவது தூரத்தில் விழுந்தால், பூமியைச் சுற்றி ஒரு விண்கலம் போல அது சுற்றுமென்று நினைக்கிறேன். ஆனால் எதற்கு என்று தெரியாமலேயே அது சுற்றும். அது எழுவதையும் வீழ்வதையும் கணக்கிட்டு கேத்சுயூக்[10] என்ற மாஸ்கோவைச் சார்ந்த புத்தக வெளியீட்டாளர், அரசு செய்தி இதழையும் பஞ்சாங்கத்தையும் வருகிற வருடத்திற்கான வார சிறப்பு மலராக வெளியிட்டார். பஞ்சாங்கத்தில் வானூலார் எழுதுவார்கள், அவ்வளவுதான்.'

'நீ முட்டாள், பயங்கரமான முட்டாள்!' என்று சீறி விழுந்த இவான், 'அறிவுடன் உளறு, இல்லாவிட்டால் நீ சொல்வதை நான் கேட்க மாட்டேன். பொருள்கள் இருப்பது உண்மை என்ற கோட்பாட்டை விவாதித்து என்னை நீ நம்பவைக்கப் பார்க்கிறாய். அப்படியே உன்னுடைய

இருப்பையும். ஆனால் நீ இருப்பதை நான் நம்ப விரும்பவில்லை! நம்ப மாட்டேன்!!'

'ஆம், நான் பொய் சொல்லவில்லை, எல்லாமே உண்மைதான். துரதிருஷ்டவசமாக, உண்மை எப்போதுமே கூர்உணர்வுடன் இருப்ப தில்லை. என்னிடமிருந்து நீ ஏதோ மிகப்பெரிய ஒன்றை, ஒருவேளை அழகான ஒன்றை எதிர்பார்க்கிறாயோ[11] என்று தோன்றுகிறது. அந்தோ பரிதாபம், என்னால் என்ன முடியுமோ அதைத்தான் நான் உனக்குத் தருகிறேன் . . .'

'தத்துவம் பேசாதே, கழுதை!'

'எப்படி நான் தத்துவம் பேசுவது, என்னுடைய வலப்பக்கம் முழுவதும் குளிரால் உறைந்து வலியில் நான் துடித்துக்கொண்டும் முனகிக்கொண்டும் இருக்கும்போது. எல்லா மருத்துவர்களையும் பார்த்துவிட்டேன். அதிசய மாக நோயின் மூலகாரணத்தைக் கண்டுபிடித்துவிட்டார்கள், அதைப் பற்றி எல்லா விவரங்களையும் சொல்லிவிட்டார்கள். ஆனால் எப்படி அதைக் குணப்படுத்துவது என்றுதான் அவர்களுக்குத் தெரியவில்லை. மருத்துவம் படிக்கும் உற்சாகமான மாணவன் ஒருவனை நான் சந்திக்க நேரிட்டது. 'ஒருவேளை நீங்கள் இறந்துபோனால், என்ன நோய் வந்து நீங்கள் இறந்துபோனீர்கள் என்பது உங்களுக்கு முழுமையாகத் தெரியும் தானே!' என்றான். இதுதான் விசேஷமான மருத்துவரிடம் நோயாளியை அவர்கள் அனுப்பும் விதம். நாங்கள் உங்களுக்கு என்ன நோய் என்பதைத் தான் கண்டுபிடித்துச் சொல்வோம், அதன்பிறகு நீங்கள் அதற்கான பிரத்தியேகமான மருத்துவரைப் போய்ப் பார்த்தீர்களென்றால் அவர் உங்களைக் குணப்படுத்துவார். முன்பு இருந்த எல்லாவித நோய்களையும் கண்டுபிடித்துக் குணமாக்கக்கூடிய மருத்துவர்கள் இப்போது எங்கும், எங்குமே இல்லை என்பதைச் சொல்லிக்கொள்கிறேன்; பிரத்தியேகமான மருத்துவர்கள் மட்டும்தான் இப்போது இருக்கிறார்கள். செய்தித்தாள்களில் அவர்கள் தங்களைப் பற்றி விளம்பரம் செய்துகொண்டிருக்கிறார்கள். உனக்கு மூக்கு வலித்தால் உன்னை அவர்கள் பாரீஸுக்கு அனுப்புவார் கள். அங்கு மூக்கு வலியைக் குணப்படுத்தும் பிரத்தியேக மருத்துவர் அதைக் குணப்படுத்துவார். பாரீஸுக்கு நீ போக வேண்டும். அங்கு அவர் உன்னுடைய மூக்கைப் பரிசோதிப்பார். அவர் உங்களுடைய வலது மூக்கைத்தான் நான் குணப்படுத்துவேன், இடது மூக்கை அல்ல என்று சொல்வார். ஏனெனில் அது என்னுடைய வேலையல்ல என்பார். அதற்கு நீங்கள் வியன்னா போங்கள். அங்கே இடது மூக்கைக் குணப் படுத்தும் விசேஷமான மருத்துவர் இருக்கிறார், அவர் உங்களைக் குணப்படுத்துவார் என்பார். அப்போது நீ என்ன செய்வாய்? ஒருமுறை ஜெர்மானிய மருத்துவர் ஒருவர் நாட்டு வைத்தியம் ஒன்றை எனக்குச் சொன்னார். ஆவிக்குளியல் போட்டுவிட்டுத் தேனுடன் உப்பைக் கலந்து தேய்க்குமாறு. குளியலறைக்குப் போய் நான் உடல் முழுவதும் தேனையும் உப்பையும் கலந்து தேய்த்தேன். அது அப்பிக்கொண்டதுதான் மிச்சம். பயன் ஏதுமில்லை. வெறுப்பில் நான் மிலானில் இருக்கும் கோமகன் மத்தேயுக்குக் கடிதம் எழுதினேன். அவர் ஒரு புத்தகத்தையும் சில மருந்துத் துளிகளையும் எனக்கு அனுப்பி வைத்தார். கடவுள் அவரைக்

காப்பாற்றட்டும்! உங்களுக்குத் தெரியுமா, எது எனக்கு உதவி செய்தது என்று. ஹோஃப் உடைய பார்லி மாவூறல்தான்! தற்செயலாக நான் அதை வாங்கினேன், வாங்கி அரை பாட்டில் குடித்தேன், அவ்வளவுதான், இப்போது என்னால் நடனம்கூட ஆட முடியும், எல்லாமே சரியாகி விட்டது. உடனே நான் அவருக்கு 'நன்றி' சொல்லிக் கடிதம் ஒன்றை எழுதி, செய்தித்தாள் பதிப்பாசிரியருக்கு அனுப்பிவைத்தேன்; என்னுள் நன்றி உணர்ச்சி கொழுந்துவிட்டு எரிந்தது, ஆனால் என்ன நடந்து தெரியுமா, அது வேறு ஒரு கதையாக உருமாறியது. ஒரு பத்திரிக்கையும் அதை வெளியிடவில்லை! 'இதை யாரும் நம்பமாட்டார்கள், எல்லோரும் இதை எதிர்ப்பார்கள், le diable n'existe point'[12] என்றார்கள். 'அதை நீங்கள் மொட்டைக் கடிதமாகப் பிரசுரியுங்கள்' என்று எனக்கு அறிவுரையும் கொடுத்தார்கள். மொட்டைக் கடித வடிவில் அது எப்படிப்பட்ட 'நன்றி யாக' இருக்க முடியும்! அங்கிருந்த எழுத்தர்களிடம் சிரித்துக்கொண்டே நான் சொன்னேன், 'நம்முடைய இந்தக் காலத்தில் கடவுளை நம்புவது தான் எதிர்ப்புக்குள்ளானதாக இருக்கும், ஆனால் நானோ ஒரு சாத்தான், என்னை நீங்கள் நம்பலாம்' என்றேன். 'எங்களுக்குப் புரிகிறது, சாத்தானை நம்பாமல் யார் இருக்கிறார்கள், இருந்தாலும் நடப்பு வழக்கை மாற்றுவது அபாயகரமானதாக இருக்குமே. இதை ஒருசமயம் நகைச்சுவையாகப் பிரசுரிக்கலாமே?' என்றார்கள். 'நகைச்சுவையாகப் பிரசுரிப்பது அவ்வளவு புத்திசாலித்தனமாகத் தெரியவில்லை. எனவே அவர்கள் அதை பிரசுரிக்காம லேயே விட்டுவிட்டார்கள். நம்புவீர்களோ இல்லையோ, அது என்னுடைய மனத்தை இன்னும் நிலைகுலைய வைக்கிறது. சமூக நிலைமையின் பேரில் உன்னதமான என்னுடைய உணர்வுகள், உதாரணமாக, நன்றியறிதல், நடைமுறையில் மறுக்கப்பட்டது.

'மீண்டும் நீ தத்துவத்தைப் பிடித்துக்கொண்டாயா!' என்று வெறுப்புடன் சீறினான் இவான்.

'ஓ, கடவுளே, அப்படியல்ல, ஆனால் சில சமயங்களில் முறையிடாமல் இருக்கவும் முடியவில்லையே. பழிதூற்றுபவன்தான் நான். இதோ நீ சொல்கிறாயே எப்போதுமே நான் முட்டாளென்று. நீ இளைஞன் என்பதைப் பார்த்தாலே தெரிகிறது. என் அருமை நண்பனே, அறிவு மட்டுமே முக்கியமானதல்ல! இயல்பாகவே நான் இரக்கமானவன், மகிழ்ச்சியானவன், 'பல்சுவைக் கேளிக்கைகளிலும் ஈடுபாடு உள்ளவன்.'[13] நீ என்னை நரைபிடித்த அந்த ஹ்லெஸ்தக்கோவ் என்று நினைத்து விட்டாய். ஆனால் என்னுடைய வாழ்க்கை அவனைவிடவும் மிகக் கொடுமையானது. ஏதோ ஊழ்வினையின் காரணமாக, என்ன காரண மென்றே தெரியவில்லை, நான் 'மறுக்கப்பட்டவனாக' ஆகிவிட்டேன் ஆனால் உண்மையாகவே நான் இரக்கமானவன், வெறுத்து ஒதுக்கப்பட வேண்டியவன் அல்ல. ஆனால், அதை நீ மறுத்துச் சொல், ஏனெனில் மறுப்பு இல்லாமல் விமர்சனம் இருக்க முடியாது. அப்படியே 'விமர்சனப் பகுதியில்லாமல்' எப்படி ஒரு பத்திரிகை இருக்க முடியும்? விமர்சனம் இல்லாத பத்திரிகை இறைவனைப் புகழ்ந்து பாடும் துதிப்பாடலாகத் தான் இருக்க முடியும். ஆனால் துதிப்பாடல்கள் மட்டுமே வாழ்க்கையாகி விட முடியாது, அவையும் சந்தேகம் என்கின்ற கடுஞ்சோதனைக்கும்

அதுபோன்ற மற்றவைக்கும் உட்பட வேண்டும். இருந்தாலும் இந்த விஷயங்களில் நான் தலையிடுவதில்லை. இந்த உலகத்தை நான் உருவாக்க வில்லை, எனவே இதற்கான பொறுப்பு என்னுடையதல்ல. பலியாள் ஒருவரைத் தேர்ந்தெடுத்து, விமர்சகப் பகுதியில் அவர்கள் என்னை எழுதவைத்து எனக்கோர் உயிர்வடிவம் கொடுத்துவிட்டார்கள். இந்த நகைச்சுவை நாடகம் நமக்குப் புரிகிறது. உதாரணமாக, நான், அழிந்து விட வேண்டுமென்றுதான் வெளிப்படையாகவும் சாதாரணமாகவும் சொல்கிறேன். ஆனால், இன்னும் நீ உயிர் வாழ வேண்டுமென்று அவர்கள் சொல்கிறார்கள், ஏனெனில் நீயில்லாமல் ஒன்றுமே நடக்காது என்கிறார்கள். இவ்வுலகில் எல்லாமே நியாயமாக இருந்துவிட்டால் மற்ற விஷயங்கள் எதுவுமே நடக்காமல் போய்விடும். நீயில்லாவிட்டால் குறிப்பிட்ட எந்த ஒரு சம்பவமும் நடக்காமல் போய்விடும். ஆனால் சம்பவங்கள் நடைபெற வேண்டும். இதயத்தைப் பாரமாக்கும் சம்பவங்கள் நடைபெற வேண்டும் என்பதற்காகவே கட்டளையை ஏற்றுக்கொண்டு நியாயமில்லாமல் நான் நடந்துகொள்கிறேன். இந்த நகைச்சுவை நாடகத்தை மக்கள் உண்மை என்று, சந்தேகம் எதுவுமின்றி நினைத்துக்கொண்டிருக் கிறார்கள். அதுதான் மிகவும் சோகமானது. அதன் காரணமாகத்தான் அவர்கள் கஷ்டப்படவும் செய்கிறார்கள், ஆனால் . . . அவர்கள் வாழ்ந்து கொண்டிருக்கிறார்கள், உண்மையாக வாழ்ந்துகொண்டிருக்கிறார்கள். கற்பனையாக அல்ல; கஷ்டப்படாத வாழ்க்கை என்ன ஒரு வாழ்க்கை யாக இருக்க முடியும் – அப்படி இல்லாதுபோனால் எல்லாமே முடிவற்ற ஒரு சமய ஊழியமாகத்தான் இருக்கும். அது புனிதமானதுதான், ஆனால் சலிப்பூட்டுவதாகும். அப்படியானால் நான்? வாழ்க்கையில் கஷ்டப்படு கிறேன், வாழ்க்கையை வாழவில்லை. எல்லையில்லாத காலக்கிரமத்தில் அடையாளமிழந்தவன் நான். வாழ்வின் ஆரம்பத்தையும் முடிவையும் தொலைத்துவிட்டுக் கடைசியாக என்னையே நான் யாரென்று மறந்து போன ஆவி நான். நீ சிரிக்கிறாய் . . . இல்லை, நீ சிரிக்கவில்லை, மீண்டும் நீ கோபப்படுகிறாய். எப்போதுமே நீ என்மீது கோபப்படுகிறாய்; எப்போதுமே உனக்கு அறிவைப் பற்றிய கவலைதான். மீண்டும் சொல்கிறேன், நட்சத்திரங்களுக்கு அப்பாற்பட்ட என்னுடைய இந்த வாழ்வையும் எல்லாப் பதவிகளையும் பெருமைகளையும் என்னால் விட்டுக்கொடுக்க முடியும், நான் மட்டும் அந்த வணிகனின் பருமனான மனைவியாக மாறிக் கடவுளுக்கு மெழுகுவர்த்தி ஏற்றி வைக்க முடியு மென்றால்!'

'ஆக, நீயும் கடவுளை நம்பவில்லையா?' என்று வெறுப்புடன் ஏளனமாகக் கேட்டான் இவான்.

'அதாவது, எப்படி உனக்குச் சொல்வது, நீ மட்டும் கேலிசெய்யாமல் இருந்தால் . . .'

'கடவுள் இருக்கிறாரா, இல்லையா?' என்று விடாப்பிடியாக, மீண்டும் வெறுப்புடன் கேட்டான் இவான்.

'சரி, என்ன நீ உண்மையாகவா கேட்கிறாய்? என் அருமையானவனே, அது எனக்குத் தெரியாது, ஓ, கடவுளே, மிகப்பெரிய விஷயத்தை நான் சொல்லிவிட்டேன்.'

'உனக்குத் தெரியாது, ஆனால் நீ கடவுளைப் பார்க்கிறாய்தானே? இல்லை, உன் நிலையிலேயே நீ இல்லை, நீ – நான், நீதான் நானன்றி வேறெதுவுமல்ல! நீ ஒரு ஆகாவழி – என்னுடைய கற்பனை!'

'அதாவது, உனக்குத் தெரிய வேண்டுமென்றால், எனக்கும் ஒரே தத்துவம்தான், அதுதான் நியாயமும்கூட. Je pense donc je suis[14], இது எனக்கு நிச்சயமாகத் தெரிகிறது, ஆனால் என்னைச் சுற்றியிருக்கும் மற்ற பொருள்களெல்லாம், இந்த உலகங்கள், கடவுள், ஏன் சாத்தான் கூட – என்னைப் பொறுத்தவரை எதுவும் இருப்பதாக நிரூபிக்கப்பட வில்லை; நான் தனியாக இருந்த காலந்தொட்டே . . . இவையெல்லாம் அப்படியேதான் இருக்கின்றனவா அல்லது இவையெல்லாம் வெறும் என்னுடைய வெளிப்பாடா, என்னுடைய வளர்ச்சியின் விளைவா. சுருக்கமாகச் சொன்னால், சீக்கிரமாகவே நான் விடைபெற்றுக்கொள்ளப் போகிறேன். ஏனெனில் நீ இப்போது என்னிடம் சண்டைபோடப் போகிறாயென்று நினைக்கிறேன்.'

'ஏதாவது மனத்திற்கு சந்தோஷமான விஷயத்தைப் பற்றிச் சொல்!' என்று வேதனையுடன் சொன்னான் இவான்.

'சந்தோஷமான விஷயம் ஒன்று இருக்கிறது, குறிப்பாக நம்முடைய இந்தப் பேச்சு சம்பந்தமாக, அதாவது இது ஒரு சந்தோஷமான விஷயம் அல்ல, இது ஒரு புராணக் கதை. அதை நீ நம்பாமல் என்னைத் திட்டுவாய். 'பார், நீ நம்பவில்லை' என்று சொல்கிறாய். ஆனால், என் அருமைத் தோழனே, நான் ஒருவன் மட்டும் அப்படிப்பட்டவன் அல்ல, நம்மில் எல்லோருமே இப்போது குழம்பித்தான் போயிருக்கிறார் கள்; இது எல்லாமே உங்களுடைய விஞ்ஞானத்தால்தான் வந்ததுதான். அணுவும் ஐந்து புலனுணர்வுகளும் நான்கு இயற்கை சக்திகளும் இருந்த போது எல்லாமே எப்படியோ ஒன்றாக இருந்தன. பழங்காலத்தில்கூட அணு என்று ஒன்று இருக்கத்தான் செய்தது. ஆனால், இப்போதோ புதிதாக 'வேதியல் மூலக்கூறு', 'ஊன்மக் கூறு', ஆமாம் சாத்தானுக்குத் தான் வெளிச்சம், இன்னும் இப்படி என்னவெல்லாமோ சொல்லி, இவற்றையெல்லாம் கண்டுபிடித்து மக்களை அடக்கி ஒடுக்கிவிட்டார்கள். அமளி ஆரம்பித்துவிட்டது – அப்படியே மூடநம்பிக்கையும் வதந்தியும் கூட. உங்களிடம் எந்த அளவுக்கு வதந்திகள் இருக்கின்றனவோ அந்த அளவுக்கு எங்களிடமும் வதந்திகள் இருக்கின்றன. ஏன், சொல்லப் போனால், இன்னும் அதிகமாகவே இருக்கின்றன; முடிவாக, வெளிப்படை யான கண்டனம் குறித்துத் தனியாக எங்களிடமும் ஒரு துறை இருக்கிறது; அந்தக் 'குறிப்பிட்ட துறையில்'[15] இவையெல்லாம் ஏற்றுக்கொள்ளப்படு கின்றன. இப்படியாக, நிகழ்தற்கரிய ஒரு புராணக் கதை – உங்களுடைய காலத்தைச் சார்ந்ததல்ல, எங்களுடைய காலத்தைச் சார்ந்தது, அதை எங்களுடைய வியாபாரியின் குண்டு மனைவிகளைத் தவிர வேறு யாரும் நம்புவது இல்லை. என்னவெல்லாம் உங்களிடம் இருக்கின்றனவோ, அவையெல்லாம் எங்களிடமும் இருக்கின்றன; வெளியே சொல்வதற்குத் தடைசெய்யப்பட்டிருந்தாலும், நட்பின் பெயரால் அந்த ரகசியத்தை உங்களுக்கு நான் சொல்கிறேன் கேளுங்கள். அது சொர்க்கத்தைப் பற்றிய புராணக் கதை. உங்களுடைய பூமியில் இருக்கும் 'சட்டங்கள்,

மனசாட்சி, நம்பிக்கை முக்கியமாக, வருங்கால வாழ்க்கை' என்று எல்லாவற்றையும் மறுத்த[16] சிந்தனையாளரும் தத்துவஞானியுமான ஒருவர் இருந்தார். அவர் இறந்த பிறகு இருட்டிற்கு, சாவிற்குப் போவாரென்று நினைத்தார். ஆனால் அவர் முன்பாக வருங்கால வாழ்க்கை விரிந்து பரந்து தெரிந்தது. இதைக் கண்டு ஆச்சர்யமும் சீற்றமும் அடைந்த அவர், 'என்னுடைய நம்பிக்கைக்கு இது எதிராக இருக்கிறது' என்றார். உடனே அவர் அதற்காகத் தண்டிக்கப்பட்டார் ... அதாவது, பார் நீ என்னை மன்னித்துவிடு, நான் கேள்விப்பட்டதைத்தான் உனக்குச் சொல்கிறேன், இது வெறும் ஒரு புராணக் கதைதான் ... ஆயிரங்கோடி கோடி கோடி கோடி தூரம் இருட்டில் அவர் நடக்க வேண்டுமென்று சொல்லி அவருக்குத் தண்டனை கொடுக்கப்பட்டது (இப்போது நாமோ எல்லாவற்றையும் கிலோ மீட்டரில் கணக்கிடுகிறோம்) அப்படி ஆயிரங் கோடி கோடி கோடி கோடி தூரம் அவர் நடந்த பிறகு அவர் முன்பாக சொர்க்கத்தின் கதவுகள் திறக்கப்பட்டு அவர் மன்னிக்கப்படுவாரென்று சொல்லப்பட்டது ...'

'இந்த ஆயிரங்கோடி கோடி கோடி கோடியைத் தவிர வேறு என்னென்ன சித்திரவதைகள் இன்னும் உங்களுடைய உலகில் இருக்கின் றன' என்று விசித்திரமான உற்சாகத்துடன் இடைமறித்துக் கேட்டான் இவான்.

'இன்னும் என்ன வேதனைகளா? ஹா, அதைப் பற்றிக் கேட்காதே. எல்லா விதமான சித்திரவதைகளும் அங்கு இருக்கின்றன. ஆனால் இப்போது 'மனசாட்சியை உறுத்துகிற, ஒழுக்கம் சார்ந்த வேதனைகள் தான் அங்கு மிக அதிகமாக இருக்கின்றன. இது ஒரு பெரிய முட்டாள் தனம். இதுகூட 'ஊறிப்போன உங்களுடைய பழக்கத்திலிருந்து'[17] வந்தது தான், ஆனால், இதனால் யாருக்கு லாபம். மனசாட்சி இல்லாதவர் களுக்குத்தான் லாபம்; அவர்களிடம் மனசாட்சியே இல்லாதபோது அவர்களுக்கு எப்படி மனசாட்சி உறுத்தும்? ஆனால் மனசாட்சியும் நேர்மையும் உள்ள பண்பார்ந்த மக்கள் இதனால் கஷ்டப்படுகிறார் களே ... இதுதான் சீர்திருத்தம் என்பது. சீர்திருத்தத்திற்குத் தேவையான தளத்தைத் தயார் செய்யாமல் வேறு நாட்டு நிறுவனங்களைப் பார்த்து அவர்களுடைய வழியைப் பின்பற்றும்போது வேறு எதையும்விடத் தீமைதான் அதிகம் விளையும்! இதில் பழங்கால வழிமுறைதான் சரி. இப்படியாக, ஆயிரங்கோடி கோடி கோடி கோடி தூரம் நடக்க வேண்டு மென்று தண்டிக்கப்பட்ட மனிதன் அப்படியே நின்று சுற்றியும் முற்றியும் பார்த்துவிட்டு நடுவழியில் படுத்துவிட்டான். 'நடப்பதற்கு எனக்கு விருப்பமில்லை, என்னுடைய கொள்கையை எதிர்த்து நான் போக மாட்டேன்!' என்றான் அவன். தெளிவான அறிவுகொண்ட ரஷ்ய நாத்திகன் ஒருவனின் ஆவியை எடுத்து, சுறா மீனின் வயிற்றில் மூன்று பகல் மூன்று இரவைக் கழித்தபிறகு, அருட்போதகர் ஜோனாவின் ஆவியோடு கலந்தால், இந்த மனிதன், வழியில் படுத்துக்கிடக்கும் இந்தச் சிந்தனையாளன் கிடைப்பான்.'

'எதற்காக அவன் அப்படிப் படுத்துக் கிடந்தான்?'

‘ஓ, அங்கு எதாவது இருந்திருக்க வேண்டும். நீ என்ன கேலி செய்கிறாயா?’

‘அற்புதம்!’ என்று விநோதமான உற்சாகத்தில் கத்தினான் இவான். எதிர்பாராத உற்சாகத்தில் விருந்தாளி சொல்வதை இவான் கேட்டுக் கொண்டிருந்தான். ‘சரி, இன்னும் அவன் அப்படியேவா படுத்துக் கிடக்கிறான்?’

‘அங்குதானே எல்லாமே இருக்கிறது. அப்படி அவன் நீண்ட நேரம் அங்கே படுத்திருக்கவில்லை. ஏறக்குறைய ஆயிரம் வருடங்கள் அப்படிப் படுத்திருந்துவிட்டு மீண்டும் அவன் எழுந்து நடந்து போக ஆரம்பித்துவிட்டான்.’

‘முட்டாள் கழுதை!’ என்று உரக்கச் சொன்ன இவான், எதையோ ஆழமாகச் சிந்தித்தான். ‘அப்படியே காலம் முழுவதும் அவன் படுத்திருந்தால்தான் என்ன அல்லது ஆயிரம் கோடி கோடி கோடி கோடி தூரம் நடந்திருந்தால்தான் என்ன? அவனோ லட்சம் கோடி வருடங்கள் நடக்கத்தானே வேண்டும்?’

‘ஏன் அதைவிட இன்னும் அதிக தூரம் அவன் நடக்க வேண்டும்; என்னிடம் பென்சிலோ தாளோ இல்லை கணக்குப் போட்டு உனக்குச் சொல்ல. ஆனால் எப்போதோ அந்தத் தூரத்தை அவன் கடந்திருப்பான், அதுதான் கதையே.’

‘எப்படி அவன் இலக்கை அடைந்திருப்பான்! எங்கிருந்து அவனுக்கு லட்சம் கோடி வருடங்கள் கிடைத்தன?’

‘நீ என்ன நம்முடைய இப்போதைய பூமியைப் பற்றியா யோசிக்கிறாய்! ஆமாம், இந்தப் பூமியோ பல லட்சம் முறை அழிந்து திரும்பத் திரும்ப உருவாகி இருக்கும். இது அழிந்துபோய், குளிர்ந்துபோய், பிளந்து போய், தனித்தனியாக உதிர்ந்துபோய், எஞ்சி இருந்த பாகங்களால் மீண்டும் ஒன்றுசேர்ந்து, வான்மண்டலத்தில் மறுபடியும் தண்ணீர் உருவாகி, வால் நட்சத்திரங்கள் மீண்டும் எரிந்துபோய், மறுபடியும் சூரியன் கிளர்ந்து எழ, அதே அந்தச் சூரியனால் மீண்டும் பூமி உருவாகி – இதுதானே வளர்ச்சி என்பது. ஒருவேளை இடைவிடாது இது ஒரே மாதிரியாக மறுபடியும், மறுபடியும், மிகச்சிறிய அணுவரை நிகழ்ந்து கொண்டிருப்பதாக இருக்கலாம். மிகவும் சோர்வடையச் செய்கின்ற ஒரு விஷயம்தான் இது . . .’

‘சரி, சரி, என்ன நடந்தது, பிறகு எப்போது அவன் போய்ச் சேர்ந்தான்?’

‘சொர்க்கத்தின் வாசற்கதவு திறந்தபோது அவன் உள்ளே நுழைந்தான், அதுவும் இரண்டு வினாடிகள்கூட ஆகி இருக்கவில்லை, அவனுடைய கடிகாரத்தில். (வழியில் சட்டைப் பையில் எப்போதோ போட்ட அந்தக் கடிகாரம் பகுதி பகுதியாகக் கழன்றுபோய் கிடந்திருக்குமென்று நினைக்கிறேன்) – இரண்டு வினாடிகள்கூட ஆகி இருந்திருக்காது, திடீரென்று அவன் இந்த இரண்டு வினாடிகளுக்காக ஆயிரங் கோடி கோடி கோடி ஆண்டுகள், ஏன் இன்னும் பல்லாயிரங்கோடி கோடி

கோடி ஆண்டுகள்கூட நடந்திருப்பான் என்று உரக்கக் கத்தினான்! சுருக்கமாகச் சொன்னால், 'துதிப்பாடலை' அவன் பாடிய விதத்தில் அங்கிருந்த நல்ல மக்கள் எல்லாரும் கைகுலுக்கி அவனை முதலில் வரவேற்கக்கூடத் தயங்கினார்கள். சற்று அதீதப் பழமை விரும்பியாக அவன் இருக்கிறானே என்று நினைத்தார்கள். இதுதான் ரஷ்ய குணம் என்பது. மறுபடியும் சொல்கிறேன், இது ஒரு புராணக் கதை. என்ன விலைக்கு வாங்கினேனோ அதே விலைக்கு நான் விற்கிறேன் என்பது. ஆக, இந்த விஷயத்தைப் பற்றி, இப்படிப்பட்ட புரிதல்தான் நம்மிடையே இன்னும் இருக்கிறது.'

'உன்னை நான் பிடித்துவிட்டேன்!' என்று ஏதோ ஒரு குழந்தைக்கான குதூகலத்தில் திடீரென்று கத்திய இவான், 'இந்த ஆயிரங்கோடி கோடி கோடி கோடி வருடக் கதையை நான்தான் இட்டுக்கட்டினேன்! அப்போது எனக்குப் பதினேழு வயதிருக்கும், உயர்நிலைப் பள்ளியில் நான் படித்துக்கொண்டிருந்தேன் . . . இந்தக் கதையை அப்போது நான் இட்டுக்கட்டி என்னுடைய தோழன் கரோவ்கினிடம் சொன்னேன். இதெல்லாம் மாஸ்கோவில் நடந்தது . . . இந்தக் கதை தனிச் சிறப்பு வாய்ந்தது. அதனால் வேறெங்கிருந்தும் இதை நான் எடுக்கவில்லை. இதை நான் மறந்தே போய்விட்டேன் . . . ஆனால், இப்போது என்னை அறியாமலேயே என்னுடைய ஞாபகத்திற்கு அது வந்துவிட்டது – நீ சொல்லாமலேயே எனக்கு அது நினைவுக்கு வந்துவிட்டது! மரண தண்டனையை ஏற்கும்போதுகூட நம்மை அறியாமலேயே சில சமயங்களில் ஆயிரமாயிரம் விஷயங்கள் நமக்கு ஞாபகத்திற்கு வந்துவிடுகின்றன . . . எனக்கு இது கனவில் வந்தது. இதோ நீதான் அந்தக் கனவு! நீ கனவு, நிஜம் இல்லை!'

'நீ ஏனோ என்னை வெறுப்புடன் நிராகரிக்கிறாய்' என்று ஏளனமாகச் சிரித்தபடி சொன்ன அந்த உயர்குடிமகன், 'இருந்தாலும் நீ என்னை நம்புகிறாயென்று எனக்குத் தெரியும்.'

'கொஞ்சம்கூட இல்லை! நூறில் ஒரு பங்குகூட உன்னை நான் நம்பவில்லை!'

'ஆனால், ஆயிரத்தில் ஒரு பங்காவது நீ என்னை நம்புகிறாயென்று நினைக்கிறேன். ஒரு சமயம் ஹோமியோபதி மருந்து மிக மிகச் சிறந்ததாக இருக்கலாம். என்னை நீ நம்புகிறாய் என்பதை ஒப்புக்கொள், சரி, பத்தாயிரத்தில் ஒரு பங்காவது . . .'

'ஒரு கணம்கூட இல்லை!' என்று கோபமாகக் கத்தினான் இவான். 'நான், சொல்லப்போனால், உன்னை நம்ப விரும்புகிறேன் தான்!' என்று திடீரென்று விநோதமாகச் சொன்னான் இவான்.

'ஹா, இதோ நீ ஒப்புக்கொண்டாய்! நான் இரக்கமானவன், அதனால் நான் உனக்கு அங்கு உதவி செய்வேன். கேள்: நான்தான் உன்னைப் பிடித்துக்கொண்டேன், நீ அல்ல! என் மீதிருக்கும் நம்பிக்கையை முற்றிலுமாக நீ மறப்பதற்காகத்தான் மறந்துபோன கதையை நான் வேண்டுமென்றே உனக்கு நினைவுபடுத்தினேன்.'

'பொய் சொல்கிறாய்! நீ வந்ததன் நோக்கமே, நீ இருக்கிறாய் என்பதை எனக்கு நிரூபிப்பதற்காகத்தான்.'

'குறிப்பாக. ஆனால், தயக்கங்கள், அமைதியின்மை, நம்பிக்கைக்கும் நம்பிக்கையின்மைக்கும் உள்ள போராட்டம் இப்படி இவையெல்லாம் உன்னைப் போன்ற மனசாட்சி உள்ள மனிதனுக்குச் சில சமயங்களில் தூக்கு மாட்டிக்கொள்வதே மேல் என்று நினைக்குமளவுக்கு மிகப் பெரிய வேதனையைத் தருவதாக இருக்கும். என்மீது ஒரு துளி நம்பிக்கை யாவது வைத்திருக்கிறாய் என்பதைத் தெரிந்துகொண்டுதான், இந்த நம்பிக்கையைக் கைவிட இந்தக் கதையை நான் உனக்குச் சொன்னேன். நம்பிக்கைக்கும் நம்பிக்கையின்மைக்கும் இடையே உன்னை ஊசலாட வைப்பதுதான் என்னுடைய நோக்கமே. இது ஒரு புது வழி. என் மீதிருக்கும் நம்பிக்கையை முற்றிலுமாக நீ கைவிடும்போது, உடனே நீ சொல்வாய், நான் ஒரு கனவு அல்ல உண்மையாகவே நான் இருக்கிறே னென்று. உன்னைப் பற்றி எனக்குத் தெரியும், அதோ அப்போதுதான் என்னுடைய இலக்கை நான் அடைவேன். என்னுடைய குறிக்கோள் பெருமதிப்பு மிக்கது. உன்னிடத்தில் நம்பிக்கை என்ற ஒரு சிறு விதையைத் தான் நான் விதைக்கிறேன். ஆனால் அதிலிருந்து மிகப் பெரிய மரமொன்று முளைக்கும். ஆம் அதுவும் எவ்வளவு பெரிய மரம் தெரியுமா, அதன்மேல் நீ உட்கார்ந்துகொண்டு 'பாலை நிலத்திலிருக்கும் துறவிகளுடனும் குற்றமற்ற பெண்களுடனும்'[18] சேர்ந்து நீ வாழ விருப்பப்படுமளவுக்கு. இதைத்தான் உன்னுடைய ஆழ்மனத்தில் நீ விருப்பப்படுவாய். வெட்டுக் கிளியைத் தின்றுகொண்டு, பாலைநிலத்தில் இருந்துகொண்டு பாவ விமோசனத்தை நீ தேடுவாய்.'

'ஆக, நீ ஒரு போக்கிரி, என்னுடைய ஆன்மாவிற்குப் பாவவிமோசனம் கிடைப்பதற்காக நீ இப்படிச் செய்கிறாய் அப்படித்தானே?'

'குறைந்தபட்சம் எப்போதாவதேனும் ஒரு நல்ல காரியத்தைச் செய்ய வேண்டும் இல்லையா. என் மீது நீ கோபப்படுகிறாய், கோபப் படுகிறாய் என்பதை நான் பார்க்கிறேன்.'

நீ ஒரு கோமாளி, வெட்டுக்கிளியைத் தின்றுகொண்டு, பதினேழு வருடங்களாகப் பாலைநிலத்தில் பிரார்த்தித்துக்கொண்டு, பாசி படர்ந்த மனிதர்களை எப்போதாவது நீ தூண்டி இழுத்திருக்கிறாயா?

என் அருமை நண்பனே, இவ்வளவு காலமாக இதைத் தவிர வேறெதையும் நான் செய்யவில்லை. இதைக் கெட்டியாகப் பிடித்திருக்கும் ஒருவன், இந்த உலகையும் எல்லா உலகங்களையும் மறந்துவிடுவான், ஏனெனில் இது வைரத்திற்கு ஒப்பானது, இன்னும் சொல்லப்போனால், அப்படிப்பட்டதோர் ஆன்மா இந்த விண்வெளியில் இருக்கும் விண்மீன் கூட்டத்தைவிடவும் பெரு மதிப்பு வாய்ந்தது – எங்களுடைய கணக்கே தனிக் கணக்கு. அது மிகப் பெரிய வெற்றி! அவர்களில் பலர், கடவுளே, முன்னேற்றத்தில் எந்த விதத்திலும் உங்களைவிடக் குறைந்தவர்கள் அல்ல என்பதை என்னால் அறுதியிட்டுச் சொல்ல முடியும். ஆனால் அதை நீங்கள் நம்பமாட்டீர்கள். சில சமயங்களில் நீங்கள் நினைப்பதைப் போலவே அவர்களும் படுபாதாளத்தில் இருக்கும் நம்பிக்கை, நம்பிக்கை

யின்மை போன்றவற்றை ஆழமாகச் சிந்திக்கக் கூடியவர்கள்தாம், ஆனால் அதே சமயம், உண்மையாக, இன்னொன்றும் தோன்றுகிறது, நாடக நடிகன் கர்புனோவ்[19] சொன்னது போல ஒரே ஒரு மயிரிழை வித்தியாசத்தில் உன்னுடைய மனிதன் தலைகீழாய் மாறிவிடக்கூடியவன்' என்பது.

'அதனால் என்ன? தலைகீழாய் விழுந்தால் என்ன?'

'என் அருமை நண்பனே' என்று விவேகமாகச் சொன்ன அந்த விருந்தாளி, 'மூக்கில்லாமல் இருப்பதைவிட, (பிரத்தியேகமான மருத்துவர் குணப்படுத்திவிடக்கூடும்) தலைகீழாய் இருப்பது நல்லது என்று பாவமன்னிப்பு கோரும்போது நோயாளி கோமான் அருட்தந்தையிடம் சொன்னாராம். அப்போது நான் அங்கிருந்தேன் – கேட்பதற்கு மிக அற்புதமாக இருந்தது. எனக்கு என்னுடைய மூக்கைத் திருப்பித் தாருங்களென்று நெஞ்சில் அடித்துக்கொண்டு அவர் கேட்டார். 'என்னுடைய மகனே' என்று சொன்ன அருட்தந்தை, 'மர்மமான முறையில் கடவுளால் எல்லாமே சரிசமன் செய்யப்பட்டிருக்கிறது, சில சமயங்களில் அப்பட்டமாகத் தெளிவாகத் தெரிகிற வளர்ச்சித் தடைகள்கூட உணர முடியாத ஒரு நன்மையைத் தரக்கூடும். ஊழ்வினையின் காரணமாக உங்களுடைய மூக்கை நீங்கள் இழக்க நேர்ந்தால், அது அனுகூலமான ஒன்றுதான், ஏனெனில் யாரும் உங்களைப் பார்த்து உங்களுடைய வாழ்நாளில் 'மூக்கைத் தூக்கிக்கொண்டு இருக்கிறான் பாருங்கள்' என்று சொல்ல முடியாதுதானே' என்றார். 'புனிதத் தந்தையே, இது என்னுடைய துயரத்திற்கான ஆறுதல் அல்ல' என்று வேதனையில் உரக்கக் கத்திய மனிதன், 'அதற்குப் பதிலாக, அது இருக்க வேண்டிய இடத்தில் இருந்தால் என்னுடைய வாழ்நாள் முழுவதும் எனக்கு மூக்கு இருக்கும் சந்தோஷத்தில் நான் பெருமகிழ்ச்சியுடன் இருப்பேன்!' என்றான். 'என் அருமை மகனே' என்று பெருமூச்சு விட்டபடி சொன்ன சமயகுரு, 'எல்லாத் திருவருட்பேரையும் ஒரே சமயத்தில் வேண்டக் கூடாது, ஏனெனில் அது கடவுளுக்கு எதிராகக் குறை கூறுவதாகிவிடும். இந்த அவலநிலையிலும்கூட அவர் உன்னை மறக்காமல் இருக்கிறார். இப்போது உரக்கக் கத்தியதுபோல நீங்கள் கத்தினீர்களென்றால், அதாவது மூக்கோடு இருந்தால் வாழ்நாள் முழுவதும் நான் சந்தோஷமாக இருப்பேனென்று, உடனே உங்களுடைய விருப்பம் மறைமுகமாக நிறைவேற்றப்படும். மூக்கை இழந்தபோது எப்படி நீங்கள் இருந்தீர்களோ அப்படியே மூக்கு இருக்கும்போதும் நீங்கள் இருப்பீர்கள் . . .'

'தூ, எப்பேர்ப்பட்ட முட்டாள்தனம்! என்று கத்தினான் இவான்.

'என் அருமை நண்பனே, உன்னைக் குதூகலப்படுத்தத்தான் இதை நான் சொன்னேன், ஆனால் இது ஒரு கத்தோலிக்கத் துறவியின் உண்மையான விதண்டாவாதம். அப்படியே சத்தியமாகச் சொல்கிறேன், நான் சொன்னதுபோலவே கொஞ்சமும் மாறாமல் அது அப்படியே நடந்தது. வெகு அண்மையில்தான் அது நடந்தது. அது எனக்குப் பெரும் வேதனையை அளிக்கிறது. தன்னுடைய வீட்டிற்குத் திரும்பிய பாவப்பட்ட அந்த இளைஞன், அந்த இரவே தன்னைத்தானே சுட்டுக் கொண்டு இறந்துபோனான். இந்தச் சம்பவம் நடந்த கடைசி நிமிடம்

வரை அவனுடன் நான் இருந்தேன்... வாழ்க்கையின் சோகமான தருணங்களில் அந்தக் கத்தோலிக்கத் துறவிமார்கள்தாம் என்னை மகிழ்ச்சியான பாதைக்கு இட்டுச் சென்றார்கள். இதோ சில நாட்களுக்கு முன்பு நடந்த இன்னொரு சம்பவம். வயதான துறவியைப் பார்க்க, பொன்நிறத் தலைமுடி கொண்ட நார்மன் நாட்டுப் பெண் ஒருத்தி வந்தாள். பருத்த உடல் அமைப்புடன், கொழுகொழுவென்று, இயற்கை அள்ளித் தந்த அழகுடன், ஒரு மனிதனை மயக்கக்கூடிய விதத்தில் மிக அழகாக அவள் இருந்தாள். அவள் தான்செய்த பாவத்தைப் பற்றி மெல்லிய குரலில், குனிந்து, அந்தத் துவாரம் வழியாகச் சமயகுருவின் காதுகளில் முணுமுணுத்தாள். 'என் அருமை மகளே, நீ விழுந்து மீண்டும் எழுந்துவிட்டாயா?' என்று ஆச்சர்யத்துடன் கேட்டார் அந்தத் துறவி. 'ஓ புனித மேரியே, நீங்கள் சொல்வது உண்மைதானா, மறுபடியும் நீங்கள் அவனுடனா. எவ்வளவு காலம் இப்படி நடக்கப்போகிறது, ஆமாம் உங்களுக்கு வெட்கமாக இல்லையா?' என்று கேட்டார் அந்தத் துறவி. 'ஓ என்னுடைய தந்தையே' என்று வருத்தத்துடன் பதிலளித்த அந்தப் பாவி மகளின் கண்களில் கண்ணீர் வழிய, '*Ca lui fait tant de plaisir et à moi si peu de peine!*'[20] என்றாள். எப்படிப்பட்ட பதிலென்று யோசித்துப் பார்! அவளுடைய குற்றத்தை அப்போதே மன்னிப்பதாக இருந்தேன், ஆனால் மீண்டும் அவள் திரும்பி வரவேண்டிய சூழ்நிலை ஏற்பட்டது. அந்தப் பெண்ணுடன் பேசிய சமயகுரு அன்று மாலையே அவளைச் சந்திப்பதற்கான நேரத்தை ஒதுக்கினார். ஆழமான சமயப் பற்றுடனும் நேர்மையாகவும் இருந்த அந்தக் கிழவர், ஒரு நிமிடத்தில் சட்டென்று வீழ்ந்துவிட்டார்! இயற்கை, இயற்கை தன்னுடைய சக்தியைக் காட்டிவிட்டது! என்ன நீ மூக்கைத் திருப்பிக்கொண்டு போகிறாய், மறுபடியும் கோபித்துக்கொண்டாயா? உன்னை எப்படிச் சமாதானப் படுத்துவது என்றே தெரியவில்லை...'

'என்னை விட்டுவிடு, என்னுடைய மண்டைக்குள் கெட்ட கனவு போல நீ பதுங்கிக்கொண்டு என்னுடைய மண்டையை உடைத்துக் கொண்டிருக்கிறாய்' என்று வேதனையுடன் முனகிய இவான், தன் முன்னே தோன்றிய ஆவி உருவத்தைத் தவிர்க்க வழி தெரியாமல், 'உன்னோடு இருப்பது எனக்கு மிகவும் சோர்வாக, தாங்க முடியாத வேதனையாக இருக்கிறது! உன்னை ஒழிப்பதற்கு என்ன வேண்டு மானாலும் நான் செய்வேன்!'

'மீண்டும் சொல்கிறேன் கேள், உனக்கு வேண்டுமென்று அதிகாரத் துடன் கேட்கும் விஷயங்களைக் குறைத்துக்கொள். என்னிடமிருந்து 'மிகப் பெரியவற்றையும் மிக அருமையானவற்றையும்' கேட்காதே, அப்படி அவற்றை நீ கேட்காமலிருந்தால், எவ்வளவு தூரம் நாம் நண்பர்களாக இருப்போம் என்பதை நீ பார்ப்பாய்' என்று அந்த உயர்குடிமகன் உருக்கமாகச் சொன்னார். 'உன் முன்னால் சிவப்பு நிற ஒளியாக 'இடியுடன் மின்னலுடன்' சுட்டுப் பொசுக்குகிற இறக்கை களுடன் தோன்றாமல் அடக்கமாக நான் இப்படித் தோன்றியதால் என்மீது நீ கோபப்படுகிறாய். வேதனையுடன் இருக்கும் நீ அழகுணர்ச்சி காரணமாக, தற்பெருமை காரணமாக இப்படி இருக்கிறாய். இப்படிப்

பட்ட பெரிய ஒரு மனிதனுக்குள் இவ்வளவு கேவலமான ஒரு பிசாசு எப்படி இருக்க முடியும்? இல்லை, உன்னிடம் பெலின்ஸ்கியால்[21] ஏளனமாக விமர்சிக்கப்பட்ட கற்பனையான உணர்ச்சியின் தடயம் இன்னும் இருக்கிறது. என்னசெய்வது இளைஞனே! வரும் வழியில் விளையாட்டுக்காக நான் காகஸஸ் மலைப் பகுதியில் பணிபுரிந்துவிட்டு ஓய்வுபெற்ற உயர் அதிகாரியைப் போலச் சிங்க உருவமும் சூரியனும் பொறிக்கப்பட்ட அங்கியை அணிந்து வர நினைத்தேன். ஆனால் துருவ விண்மீன் சின்னத்தையோ அழல்மீன் சின்னத்தையோ[22] அணியாமல் சிங்கமும் சூரியனும் பொறித்த சின்னத்தை நான் அணிந்து வந்தால் நிச்சயமாக நீ என்னை வெளுத்து வாங்குவாயென்று பயந்தேன். ஆனால் நீயோ நான் ஒரு முட்டாளென்று சொல்கிறாய். ஆனால், கடவுளே, உன்னுடன் என்னை ஒப்பிட்டுப் பார்த்து என்னை நான் அறிவாளி என்று சொல்லிக்கொள்ளவில்லை. ஃபாவ்ஸ்ட் முன்பு தோன்றிய மெஃபிஸ்தோஃபில், தன்னைத் தீய செயல்களைச் செய்பவனென்று சொல்லிக்கொண்டாலும், நல்ல செயல்களையே அவன் செய்தான்[23] சரி, அது அவனுக்கு உகந்ததாகப் பட்டது, நானோ அப்படிப்பட்டவனல்ல, முற்றிலும் வேறானவன். ஒருவேளை, இயற்கை முழுவதையும் ஒன்றுதிரட்டிப்பார்த்தால், உண்மையை விரும்பும், நல்லதைச் செய்யும் ஒரே ஆளாக நான் இருக்கக்கூடும். ஏசு கிறிஸ்து சிலுவையில் அறையப்பட்டபோது அவருக்கு வலதுபுறத்தில் சிலுவையில் அடிக்கப்பட்ட திருடன் உதிர்த்த சொல், வான் மண்டலத்தில் நுழைந்து, உடலைத் தாங்கியபடி அவனுடைய ஆன்மா உள்ளே நுழைந்தபோது, அழகிய சிறு குழந்தையின் சந்தோஷமான கூக்குரல் ஒன்று பாடிக்கொண்டும் கத்திக்கொண்டுமிருந்ததைப் பார்த்தேன். அங்குப் பாடப்பட்ட ‘ஓசானாவும்,’ கடவுளுக்குப் பின் இருந்த தேவதைகள் ஆச்சர்யத்தில் எழுப்பிய இடிபோன்ற கூக்குரலும் சொர்க்கத்தையும் அங்கிருந்த எல்லா உயிர்களையும் அதிரவைத்தன. புனிதமான எந்தப் பொருள் மீதும் என்னால் சத்தியம் செய்து சொல்ல முடியும், எல்லோருடனும் சேர்ந்து நானும் அந்தக் கூட்டுப் பாடலைப் பாட நினைத்தேன் என்பதை. ‘அந்த ஓசானாவை!’ அது ஏற்கனவே என்னுடைய உள்ளத்திலிருந்து வெளியே வந்துவிட்டது . . . உனக்குத் தெரியுமா, எவ்வளவு தூரம் நான் உணர்ச்சி வசப்படுபவன், கலை அம்சத்தில் எவ்வளவு தூரம் உணர்ச்சி வசப்படுபவன் என்று! ஆனால், ஆரோக்கியமான சிந்தனை – ஓ, அதுதான் என்னுடைய குணாம்சத்தின் மிகப்பெரிய துயரம். அதுதான் என்னைக் கட்டுப்பாட்டிற்குள் ஒடுக்கி, அந்த நிமிடத்தைக் கடக்க வைத்தது! அந்த நிமிடம் நான் என்ன நினைத்தேன் தெரியுமா, அந்த ‘ஓசானாவை’ நான் பாடியிருந்தால் என்ன ஆகியிருக்குமென்று? அந்த நிமிடமே உலகம் அழிந்துபோய், எந்தவித நிகழ்வுகளும் நடக்காமல் எல்லாமே ஸ்தம்பித்துப் போயிருக்கும். ஆக, என்னுடைய கடமையின் பேரிலும் சமுதாய நிலைமை காரணமாகவும் நல்ல தருணத்தை நான் கை நழுவ விட்டுவிட்டு, கட்டாயத்தின் பேரில் கேடுகெட்ட செயல்களைச் செய்பவனாகிவிட்டேன். நல்ல குணாம்சத்தை வேறு யாரோ பெற்றுக் கொள்ள, கெட்ட செயல்களை மட்டும் செய்பவனாக நான் ஆகிவிட்டேன். ஆனால், மற்றவர்களுடைய பெருமையில் வாழ்வதற்கு நான் பொறாமைப்

படவில்லை. நான் நேர்மையானவன் அல்ல. உலகிலுள்ள எல்லா உயிரினங்களிலும் நான் ஒருவன் மட்டும் ஏன் இப்படிச் சபிக்கப்பட்டு, நல்லவர்களால்கூட எட்டி உதைக்கப்படுபவனாக இருக்கிறேன்? அப்படியே நான் மனித ரூபம் எடுத்தாலும் சில சமயங்களில் இப்படிப்பட்ட விளைவுகளை நான் சந்திக்க வேண்டிதான் இருக்குமோ? எனக்குத் தெரியும், இங்கு ஏதோ ஒரு ரகசியம் இருக்கிறதென்று. ஆனால் அந்த ரகசியத்தை அவர்கள் எப்படியுமே என்னிடம் சொல்லமாட்டார்கள், ஏனெனில் அது எனக்குத் தெரிந்துவிட்டால், இறைவனுக்காகப் பாடப் படும் 'ஒசானாவை' நான் உரக்கப் பாட ஆரம்பித்துவிடுவேன். அப்போதே உலகிலுள்ள குறைகளெல்லாம் அழிந்துபோய், உலகம் முழுவதையும் நல்லவை ஆட்சி செய்ய ஆரம்பித்துவிடும். பிறகு அதனுடன் சேர்ந்து எல்லாமே முடிவுக்கு வந்துவிடும். சொல்லப்போனால், செய்தித்தாள், பத்திரிகைகளும்கூட, ஏனெனில் இனி யாருமே சந்தா கட்டி அதை வாங்கிப் படிக்கமாட்டார்கள். கடைசி கடைசியாக, நானும் ஒற்றுமை யாக என்னுடைய ஆயிரங்கோடி கோடி கோடி தூரத்தை நடந்து, கடந்து சென்று, அந்த ரகசியத்தைத் தெரிந்துகொள்வேன் என்று எனக்குத் தெரியும். ஆனால், அது நடக்கும்வரை, இப்படி நான் முறையிட்டுக் கொண்டே, என்னுடைய மனத்தை உறுதிப்படுத்திக்கொண்டே என்னுடைய கடமையை நான் செய்ய வேண்டும். ஒருவரைக் காப்பாற்று வதற்கு ஆயிரம் பேரை அழிக்க வேண்டி இருக்கிறது. உதாரணமாக, நியாயமான ஒரு யோவானைக் காப்பாற்ற, ஒருமுறை, என்மேல் எவ்வளவு பழிபோட்டார்கள்! அவர் ஒருவருக்காக எத்தனை நன் மக்களின் பெருமதிப்பைக் கெடுக்க வேண்டி இருந்தது! ஆம், அந்த ரகசியம் எனக்குத் தெரியாதவரை இரண்டு வகையான உண்மைகள் என்னிடம் இருக்கும். ஒன்று, அவர்களுடையது, எதுவுமே எனக்குத் தெரியாது, மற்றொன்று, எனக்குத் தெரிந்த உண்மை. இதில் எது உண்மை என்று எனக்கு இன்னும் தெரியாது... நீ என்ன தூங்கிவிட்டாயா?'

'அதுமட்டும் நடந்தால்' என்று கோபத்துடன் முனகிய இவான், 'எவையெல்லாம் இயல்பாக என்னிடம் முட்டாள்தனமாக இருக்கின் றனவோ, அவையெல்லாம் என்னுடைய மனத்தை விட்டு எப்போதோ விலகிவிட்டன. அதை நான் எப்போதோ உணர்ந்துவிட்டேன். அப்படி என்னிடமிருந்து தூக்கி எறியப்பட்டவையெல்லாம் அழுகிய பிணம் போல நாறிப்போய்க் கிடக்கின்றன. நீயோ அதைப் புதிய விஷயம் போல எனக்குச் சொல்கிறாய்!'

'இப்போதுகூட என்னால் உன்னைத் திருப்திப்படுத்த முடியவில்லை! இலக்கிய பாணியில் உன்னைக் கவர்ந்திழுக்கலாம் என்று நான் நினைத்தேன். சொர்க்கத்தில் இந்த 'ஒசானாவை' என்பது என்னுடைய நல்ல யோசனைதானே? பிறகு அந்த ஏளன தொனி *a la* ஹெய்ன்,[24] என்ன? ஒத்துக்கொள்கிறாயா?'

'இல்லை, அப்படிப்பட்ட ஒரு வேலைக்காரனாக எப்போதுமே நான் இருந்ததில்லை! இப்படி ஒரு வேலைக்காரனை, உன்னைப் போன்ற ஒருவனை எப்படி என்னுடைய உள்ளம் உருவாக்கியது?'

‘என் அருமைத் தோழனே, அருமையான, இனிமையான ஒரு ரஷ்யப் பெருங்குடி மகனை எனக்குத் தெரியும். இளம் சிந்தனையாள ரான அவர், இலக்கியத்தை மிகவும் விரும்புபவர், அப்படியே கலைப் பொருட்களையும் நேசிப்பவர், கவிதையும் எழுதுபவர். ‘கிறிஸ்துவ மத எதிர்ப்பாளர்களைத் தண்டிப்பவர்’ என்ற கவிதையை எழுதியவர் அவர் . . . அவரை மட்டும்தான் என்னுடைய மனத்தில் நான் இறுத்தி வைத்திருந்தேன்!’

‘“கிறிஸ்துவ மத எதிர்ப்பாளர்களைத் தண்டிப்பவரை”ப் பற்றிப் பேச நான் உனக்குத் தடை விதிக்கிறேன்’ என்று உரக்கச் சொன்ன இவான், வெட்கத்தில் முழுவதும் சிவந்துபோனான்.

‘சரி, ‘நில அமைப்பின் திடீர் மாற்றம்’ என்ற கவிதை என்ன கவிதை? உனக்கு அது நினைவிருக்கிறதா? அது ஓர் அற்புதமான கவிதை!’

‘பேசாமலிரு, இல்லையேல் உன்னை நான் கொன்றுவிடுவேன்!’

‘என்னைக் கொல்வாயா? இல்லை, மன்னித்துவிடு, நான் ஒன்றைச் சொல்ல வேண்டும். இந்தச் சந்தோஷத்தைப் பெறுவதற்காகத்தான் நான் இங்கு விருந்தாளியாக வந்திருக்கிறேன். ஹா, வாழ்க்கையை வாழத் துடிக்கும் என்னுடைய நண்பர்களின் விருப்பந்தோய்ந்த கனவுகள் எனக்குப் பிடிக்கும்! ‘அங்கே புதிய மனிதர்கள்’ என்று போன வசந்த காலத்தில் இங்கு நீ வந்தபோதே முடிவுசெய்துவிட்டாய். அவர்கள் எல்லாவற்றையும் அழித்துவிட்டு, நில இயல் அடிப்படை மனித இன ஆராய்ச்சியை மேற்கொள்ள முன்மொழிகிறார்கள். முட்டாள்கள், அவர்கள் என்னைக் கேட்கவில்லை! என்னைக் கேட்டால், எதையுமே அழிக்கத் தேவையில்லை, ஒன்றே ஒன்றைத் தவிர! அது மனிதனிட மிருக்கும் கடவுள் பற்றிய கருத்துதான். அதோ அதிலிருந்துதான் காரியத்தைத் தொடங்க வேண்டும்! அதில், அதிலிருந்துதான் எல்லா வற்றையும் ஆரம்பிக்க வேண்டும் – அவர்கள் குருடர்கள், எதையுமே புரிந்துகொள்ளாதவர்கள்! ஒருமுறை மனிதகுலம் கடவுளை ஒதுக்கித் தள்ளிவிட்டால் (இந்தக் காலம்; நில அமைப்பியல் காலத்திற்கு இணையாக வருமென்று நம்புகிறேன்), இயல்பாகவே, நில இயல் அடிப்படை மனித ஆராய்ச்சி இல்லாமலேயே, முன்பிருந்த பழைய மனோபாவம் தானாகவே அழிந்துவிடும். முக்கியமாக, பழைய ஒழுக்க நெறிகள்! அவை அழிந்து புதிய நெறிமுறைகள் தோன்றும். வாழ்க்கையிலிருந்து என்ன கிடைக்க வேண்டுமோ அவற்றைப் பெறுவதற்காக மக்கள் ஒன்றாகச் சேருவார்கள். ஆனால் அது நிச்சயமாக இந்த மண்ணுலக சந்தோஷத்திற்காக, மகிழ்ச்சிக் காக மட்டுமே இருக்கும். மனிதன் கடவுளின் வடிவத்தையும் பெருமையை யும் வெகு உயர்வாக மதித்து, மனிதக் கடவுளாக உருவெடுப்பான். தன்னுடைய மனோ திட்பத்தாலும் விஞ்ஞானத்தாலும் இயற்கையின் எல்லையை ஒவ்வொரு மணி நேரமும் அவன் வெற்றிகொண்டு, அதன் விளைவாக, ஒவ்வொரு மணி நேரமும் அவன் பெருமை அடைந்து, தன்னை உயர்வாக அவன் நினைத்துக்கொண்டிருக்கும்போது, அவனுடைய பழைய நம்பிக்கைகள் எல்லாம் சொர்க்கலோகக் கழிப்பேருவகையாக

மாறும். ஒவ்வொரு மனிதனுக்கும் தெரியும், மீண்டும் உயிர் கொடுக்க முடியாத சாவுக்கு அவன் உட்பட்டவன் என்றும் அந்தச் சாவை அவன் கர்வத்துடன் சாந்தமாகக் கடவுளைப் போல ஏற்றுக்கொள்ள வேண்டுமென்றும் தெரியும். அவனுடைய பெருமை அவனுக்கு உணர வைக்கும், வாழ்க்கை என்பது நிலையானது அல்ல, அதை எண்ணிப் புலம்புவதில் பயனில்லை என்று. எனவே தன்னுடைய சகோதரர்களை அவன் எந்தவிதப் பலனையும் எதிர்பார்க்காமல் விரும்புவான். வாழ்வின் கணநேரத்தை மட்டுமே காதல் திருப்திப்படுத்தும். ஆனால் அந்தக் கணநேர உணர்வு, அந்தக் காதல் நெருப்பைத் தீவிரமாக்கி, கல்லறைக்குப் போன பிறகும் அழியாமல் நிலைபெறச் செய்து, வாழ்வின் மீதுள்ள நம்பிக்கைகள் சிதறடிக்கப்பட்ட பிறகும் நிலைத்து நிற்கக்கூடியதாக இருக்கும்...' ஆக, இப்படிப் பல விஷயங்கள், கவர்ந்திழுக்கக் கூடிய பல விஷயங்கள் இருக்கின்றன!'

இவான் தன்னுடைய காதுகளை இரண்டு கைகளாலும் பொத்திக் கொண்டு தரையைப் பார்த்தபடி உட்கார்ந்திருந்தவன், உடல் முழுதும் நடுங்க ஆரம்பித்தான். ஆனால் அவனுடைய குரலோ தொடர்ந்து பேசியது:

'இப்போது கேள்வி என்னவென்றால்' என்று சொன்ன என்னுடைய இளஞ்சிந்தனையாளன், 'இப்படி ஒரு காலம் எப்போதாவது வருமா இல்லையா? என்பதுதான் என்றான். அப்படி ஒரு காலம் வந்தால், இவை எல்லாவற்றிற்குமான விடை கிடைத்துவிடும். அப்படியே மனித குலமும் தன்னுடைய இலக்கை அடைந்துவிடும். ஆனால் மனிதனிடம் வெகு ஆழமாக வேரூன்றிவிட்ட முட்டாள்தனம் இன்னும் ஆயிரம் ஆண்டுகள் ஆனாலும்கூட இந்த இலக்கை அடைய முடியாதபடி செய்துவிடும். இந்த உண்மையைப் புரிந்துகொண்ட யாரும், எதையும், புதிய விதிமுறைகளின்படி, எதை வேண்டுமானாலும் எடுத்துக் கொள்ளலாம். 'எல்லாமே அனுமதிக்கப்பட்டவை' என்பது இந்தக் கருத்தைச் சார்ந்துதான் அமையும். அது மட்டுமில்லாமல், இப்படிப் பட்ட ஒரு காலம் வராமலே போனாலும்கூட, கடவுளும் அழியாப் புகழும் இல்லாத நிலையில், புதிய மனிதன் ஒரு மனிதக் கடவுளாக ஆகலாம், அப்படியே இவ்வுலகில் தனி ஒருவனாக அவன் இருந்தாலும் கூட, இந்தப் புதிய பதவியை அடைந்துவிட்ட சந்தோஷத்தில் அவன் துள்ளிக் குதித்தெழுந்து, பழைய நன்னெறியான அடிமை – மனிதன் என்ற எல்லையை அவன் கடக்கவும் செய்யலாம். கடவுளுக்குத்தான் எந்த விதிமுறையும் கிடையாதே! கடவுள் எங்கே இருக்கிறாரோ, அது அவருடைய இடமாகிவிடுகிறது! நான் எங்கு நிற்கிறேனோ, அந்த இடத்தில் உடனே 'எல்லாமே அனுமதிக்கப்பட்டவை' என்றாகிறது. அவ்வளவுதான்! இது எல்லாமே கேட்பதற்கு இனிமை யாக இருக்கிறது. ஆனால் மற்றவர்களை ஏமாற்றி வாழ விரும்பும்போது எதற்காக உண்மையின் ஒப்புதல் தேவைப்படுகிறது? ஆனால் அப்படிப் பட்டவன்தான் நம்முடைய இன்றைய ரஷ்ய மனிதன். உண்மையின் ஒப்புதல் இல்லாமல் அவன் ஏமாற்றத் துணிவதில்லை, அந்த அளவுக்கு அவன் உண்மையை விரும்புபவனாக இருக்கிறான்...'

தன்னுடைய பேச்சுத் திறமையில் மூழ்கி, வந்திருந்த விருந்தாளி தன்னுடைய குரலை இன்னும் சற்று அதிகமாக உயர்த்தி, விருந்தோம்பு பவரை ஏளனமாகப் பார்த்தபடி பேச்சை முடிக்காமல் மேலே பேசிக் கொண்டே இருந்தார். இவான் திடீரென்று பேசிக்கொண்டிருந்தவர்மீது மேஜையிலிருந்த கண்ணாடி டம்ளரை எடுத்து வேகமாக விட்டெறிந்தான்.

*'Ah, mais c'est bete enfin!*[25] என்று கத்திய விருந்தாளி, தான் அமர்ந் திருந்த சோபாவில் இருந்து எழும்பிக் குதிக்க, சில தேனீர்த்துளிகள் அவருடைய கைகளில் பட்டு ஆடையில் தெறித்தன. 'நீங்கள் எனக்கு லூத்தரின் மைக் கூட்டை[26] நினைவுபடுத்துகிறீர்கள்! என்னைக் கனவு என்று நினைத்துக் கண்ணாடி டம்ளரை என்மீது வீசுகிறாய்! இது பெட்டைத்தனம்! நான் பேசுவதைக் கேட்க விரும்பாதவன் போல நீ காதுகளை மூடிக்கொண்டாலும் நான் பேசுவதை நீ கேட்கவே செய்தா யென்று நான் சந்தேகப்பட்டேன் . . .' என்றார் அந்த விருந்தாளி.

அந்தச் சமயம் பார்த்து ஜன்னல் கதவை யாரோ திடீரென்று தட்டும் சத்தம் கேட்டது. இவான் ஃபியோதரவிச் சோபாவிலிருந்து துள்ளிக் குதித்தெழுந்தான்.

'கதவைத் தட்டும் சத்தம் கேட்கிறதுதானே, கதவைத் திற' என்று உரக்கச் சொன்ன அந்த விருந்தாளி, 'அது உன் சகோதரன் அல்யோஷா தான். எதிர்பாராத, விஷயம் ஒன்றைச் சொல்ல வந்திருக்கிறான், உண்மையாகச் சொல்கிறேன்! திற!'

'வாயை மூடு ஏமாற்றுக்காரனே, உனக்கு முன்பே எனக்குத் தெரியும் அது அல்யோஷாதான் என்று. அவன் வருவானென்று முன்கூட்டியே எனக்குத் தெரியும். ஆனால் கண்டிப்பாக ஏதாவது விஷயமில்லாமல் அவன் வரமாட்டான், 'விஷயத்துடன்'தான் வந்திருக்கிறான்!..' என்று வெறிபிடித்தவன் போலக் கத்தினான் இவான்.

'கதவைத் திற, அவனுக்குக் கதவைத் திற. வெளியே சூறாவளிக் காற்று வீசுகிறது, அவனோ உன் சகோதரன். *Mousier, sait-il le temps qu'il fait? C'est a ne pas mettre un chieu dehors . . .*[27]

கதவு தட்டும் சத்தம் தொடர்ந்து கேட்டது. இவான் எட்டி ஜன்னல் வழியாகப் பார்க்க நினைத்தான். ஆனால் ஏதோ ஒன்று அவனுடைய கை கால்களைக் கட்டிப்போட்டது. பலம் கொண்ட மட்டும் தன்னுடைய தடுமாற்றத்தைத் தவிர்க்க அவன் நினைத்தான், ஆனால் அவனால் அது முடியவில்லை. கதவு தட்டும் சத்தம் இன்னும் அதிகமாகக் கேட்டது. இறுதியாகத் தள்ளாட்டத்திலிருந்து மீண்டு, சோபாவில் இருந்து எழும்பிக் குதித்த இவான் ஃபியோதரவிச்சைப் பார்ப்பதற்குப் பயங்கரமாக இருந்தது. இரண்டு மெழுகுவர்த்திகளும் ஏறக்குறைய எரிந்துபோயிருக்க, விருந்தாளி யின்மீது தூக்கி எறியப்பட்ட கண்ணாடி டம்ளர் மேஜையின் மீது அவன் முன்னே இருந்தது. ஆனால் அவன் அமர்ந்திருந்த சோபாவில் யாரும் இல்லை. ஜன்னலைத் தட்டும் சத்தம் விடாமல் தொடர்ந்து கேட்டாலும், அது கனவில் கேட்பதுபோல மெதுவாய்ச் சத்தமில்லாமல் கேட்டது.

‘இது கனவு இல்லை! இல்லை, சத்தியமாகச் சொல்கிறேன் இது கனவு இல்லை, எல்லாமே இப்போதுதான் நடந்திருக்கிறது!’ என்று கத்திய இவான் ஃபியோதரவிச் ஜன்னல் பக்கமாகப் போய் ஜன்னலைத் திறந்தான்.

‘அல்யோஷா, உன்னை நான் இங்கு வரச் சொல்லவில்லையே!’ என்று தன்னுடைய சகோதரனைப் பார்த்துக் கோபமாகக் கத்தினான் இவான். ‘இரண்டு வார்த்தையில் சொல், உனக்கு என்ன வேண்டும்? இரண்டு வார்த்தைகளில், கேட்கிறதா?’

‘ஒரு மணிநேரத்திற்கு முன்பு ஸ்மெர்தியாக்கவ் தூக்குப்போட்டுக் கொண்டான்’ என்று முற்றத்திலிருந்து பதிலளித்தான் அல்யோஷா.

‘முன் வாசலுக்கு வா, கதவைத் திறக்கிறேன்’ என்று சொன்ன இவான், அல்யோஷாவிற்குக் கதவைத் திறக்கப்போனான்.

## 10

## ‘அவன் இதைச் சொன்னான்!’

உள்ளே வந்த அல்யோஷா, இவான் ஃபியோதரவிச்சிடம் ஒரு மணி நேரத்திற்கு முன்பு அவனைப் பார்க்க வந்த மரியா கன்த்ரச்சேவ்னா, ஸ்மெர்தியாக்கவ் தூக்குப் போட்டுக்கொண்டானென்று சொன்னாள் என்றான். ‘சமவாரை எடுப்பதற்காக அவருடைய அறைக்குப் போனேன், ஆனால், அவரோ சுவரில் இருந்த பெரிய ஆணியில் தொங்கிக்கொண்டிருந்தார்’ என்று சொன்னாள். உடனே அல்யோஷா, ‘யாருக்குத் தெரியப்படுத்த வேண்டுமோ அவருக்குத் தெரியப்படுத்திவிட்டாயிற்றா?’ என்று கேட்டதற்கு, இன்னும் இதைப் பற்றி யாரிடமும் எதுவும் சொல்லவில்லை, ‘முதலில் உங்களிடம் சொல்லவே ஓடோடி வந்தேன்’ என்று சொன்னாளென்றான். ஏதோ பைத்தியம் பிடித்தவளைப் போல, காற்றில் அதிரும் இலையைப் போல உடல் முழுவதும் நடுங்க அவள் ஓடி வந்தாளென்று சொன்னான் அல்யோஷா. உடனே அவளுடன் குடிசைக்குப் போன அல்யோஷா தூக்கில் தொங்கிக் கொண்டிருந்த ஸ்மெர்த்தியக்கவைப் பார்த்தான். அவனுடைய மேஜையின்மேல் ஒரு கடிதம் இருந்தது. ‘என்னுடைய வாழ்வை, என்னுடைய சொந்த விருப்பத்தின் பேரிலும் வேட்கையின் பேரிலும் நான் முடித்துக்கொள்கிறேன், இதற்கு யாரும் காரணம் அல்ல’ என்று எழுதப்பட்டிருந்தது. அந்தக் கடிதத்தை மேஜையின் மீதே வைத்துவிட்டுக் காவல் அதிகாரியைப் பார்த்து விஷயத்தைச் சொல்லி விட்டு, ‘உடனே உன்னைப் பார்க்க வந்தேன்’ என்று சொல்லி முடித்த அல்யோஷா, இவானின் முகத்தை உற்றுப் பார்த்தான். அவன் பேசுவதைக் கேட்டுக்கொண்டிருந்த இவான், அவனையே உற்றுப் பார்த்தபடி, ஏதோ ஆச்சர்யத்தில் உறைந்தவன் போல இருந்ததை அல்யோஷா கவனித்தான்.

‘அண்ணா’ என்ற திடீரென்று கத்திய அல்யோஷா, ‘உண்மையாகவே உனக்கு உடல்நலம் சரியில்லையா! நான் சொல்வது உனக்குப் புரியாதது போல என்னை நீ பார்க்கிறாயே’ என்று கேட்டான் அல்யோஷா.

‘நீ இங்கு வந்தது நல்லதுதான்’ என்று எதையோ யோசித்தபடி சொன்ன இவான், அவன் சொன்னது எதுவும் கேட்காதது போல ஆச்சர்யமாகப் பார்த்தான். ‘அவன் தூக்குப் போட்டுக்கொண்டா னென்று எனக்குத் தெரியும்.’

‘யார் உனக்குச் சொன்னது?’

‘யாரும் எனக்குச் சொல்லவில்லை. ஆனால் எனக்குத் தெரியும். எப்படி எனக்குத் தெரிந்ததா? ஆமாம், அவன் என்னிடம் சொன்னான். இப்போதுதான் என்னிடம் சொன்னான் ...’ என்று சொன்ன இவான் அறையின் நடுவே நின்றுகொண்டு எதையோ சிந்தித்தபடி தரையைப் பார்த்துப் பேசினான்.

‘யார் அவன்?’ என்று கேட்ட அல்யோஷா எதேச்சையாகச் சுற்றியும் முற்றியும் பார்த்தான்.

‘அவன் ஓடிப்போய்விட்டான்’ என்று சொன்ன இவான் தலையை நிமிர்த்தி அமைதியாகச் சிரித்தான்.

‘அவன் உன்னைப் பார்த்து, உன்னைப் பார்த்து, புறா போன்ற உன்னைப் பார்த்துப் பயந்து போய்விட்டான். நீ ‘தூய தேவ தூதன்.’ உன்னை திமித்ரி தேவதூதன் என்றுதான் அழைக்கிறான். தேவதூதன் ... மேன்மைக்குரிய தேவதூதனே, இடி போன்ற ஆனந்தப் பரவசமே! மேன்மை பொருந்திய தேவதூதன் என்றால் என்ன? ஒருவேளை, அது ஒரு முழு விண்மீன் கூட்டமோ. அல்லது எல்லா விண்மீன் கூட்டங்களும் சேர்ந்த ஏதோ ஒரு வேதியல் மூலக்கூறோ ... விண்மீன் கூட்டத்தில் சிங்கமும் சூரியனும் இருக்கின்றனவா, அது உனக்குத் தெரியுமா?’

‘அண்ணா, உட்கார்!’ என்று பயந்தபடியே சொன்ன அல்யோஷா, ‘உட்கார், தயவுசெய்து உட்கார், சோபாவில் வந்து உட்கார். நீ பிதற்று கிறாய், தலையணையில் இப்படித் தலையை வைத்துப் படு. துண்டை நனைத்து உன் தலையில் போடவா? ஒருவேளை அது உனக்கு இதமாக இருக்கும்!’

‘துண்டைக் கொடு, இதோ அந்த நாற்காலியில் கொஞ்ச நேரத்திற்கு முன்புதான் நான் அதைத் தூக்கிப் போட்டேன்.’

‘இங்கே துண்டு இல்லை. கவலைப்படாதே, அது எங்கிருக்குமென்று எனக்குத் தெரியும். இதோ இங்கே’ என்று சொன்ன அல்யோஷா, அறையின் மறுமூலையில் கை கழுவுமிடத்தில் பயன்படுத்தாமல் மடித்து வைக்கப்பட்டிருந்த சுத்தமான துண்டு ஒன்றை எடுத்து வந்தான். இவான் அந்தத் துண்டை விநோதமாகப் பார்த்தான். சட்டென்று அவனுக்கு நினைவு திரும்பியது.

‘நில்’ என்று சொன்னபடி சோபாவிலிருந்து எழுந்து வந்தவன், ‘ஒரு மணி நேரத்திற்கு முன்பு இந்தத் துண்டை நான்தான் தண்ணீரில் நனைத்தேன். நனைத்து அதைத் தலையில் போட்டேன்; பிறகு அதை இங்கே தூக்கி எறிந்தேன் . . . அது எப்படி இவ்வளவு சீக்கிரம் காய்ந்து போனது? வேறு ஒரு துண்டும் இங்கு இல்லையே.’

‘இந்தத் துண்டையா நீ தலையில் போட்டிருந்தாய்?’

‘ஆமாம், ஒரு மணி நேரத்திற்கு முன்பு இந்தத் துண்டைத்தான் நான் தலையில் கட்டிக்கொண்டு இங்கும் அங்குமாக உலாத்திக்கொண்டிருந்தேன். மெழுகுவர்த்திகள் ஏன் இப்படி எரிந்துபோயிருக்கின்றன? இப்போது நேரம் என்ன?’

‘இதோ பன்னிரண்டு மணியாகப் போகிறது.’

‘இல்லை, இல்லை, இல்லை!’ என்று திடீரென்று கத்திய இவான், ‘அது கனவல்ல! அவன் இங்கு வந்திருந்தான், இங்கு வந்து உட்கார்ந்திருந்தான், இதோ இந்த சோபாவில். நீ ஜன்னலைத் தட்டியபோது அவன் மீதுதான் நான் கண்ணாடித் தம்ளரை விட்டெறிந்தேன் . . . இதோ இந்தத் தம்ளரை . . . நில், இதற்கு முன்பு நான் தூங்கிக்கொண்டிருந்தேன், ஆனால் அந்தக் கனவு, அது கனவு அல்ல. இப்படி இதற்கு முன்பும் நடந்தது. அல்யோஷா, இப்போது எனக்குக் கனவுகள் அதிகம் வருகின்றன . . . ஆனால், அவை கனவுகள் அல்ல, உண்மையாக நடப்பவை. நான் நடக்கிறேன், பேசுகிறேன் அப்படியே பார்க்கவும் செய்கிறேன் . . . இருந்தாலும் நான் தூங்குகிறேன். ஆனால், அவன் இங்கு வந்து உட்கார்ந்திருந்தான், அவன் இங்கேதான் இருந்தான், இதோ இந்த சோபாவில் . . . அவன் பயங்கரமான முட்டாள், அல்யோஷா, அவன் பயங்கரமான முட்டாள்’ என்று சொன்ன இவான் திடீரென்று சிரித்தபடி அறையில் நடக்க ஆரம்பித்தான்.

‘யார் முட்டாள்? யாரைப் பற்றிப் பேசுகிறாய், அண்ணா?’ என்று மீண்டும் சோர்வாகக் கேட்டான் அல்யோஷா.

‘சாத்தான்! அவன் என்னைப் பார்க்க வர ஆரம்பித்துவிட்டான். இரண்டுமுறை அவன் இங்கு வந்தான், ஏன், ஏறக்குறைய மூன்றுமுறை. அவனிடம் நான் கோபித்துக்கொள்வதாகச் சொல்லி அவன் என்னைத் திட்டினான், அவன் ஒரு சாத்தான், ஆனால் எரியும் இறக்கைகளுடன் இடி மின்னலுடன் தோன்றும் சாத்தான் அல்ல அவன். ஆனால், அவன் சாத்தான் அல்ல, பொய் சொல்கிறான். அவன் ஒரு மோசக்காரன். வெறும் பிசாசு, அழுகிப்போன அற்பப் பிசாசு. பொதுக் குளியலறைக்குக் குளிக்கப் போகிறான். ஆடையைக் கழற்றினால் தெரியும், குறுமயிர் உள்ள கிரேட் டேன் வகை போன்ற நீண்ட, வழவழப்பான, செம்பட்டை வால் அவனுக்கு இருக்குமென்பது . . . அல்யோஷா, உனக்குக் குளிரடிக்கிறதா, பனியில் நீ வெளியே போயிருந்தாயா, உனக்கு டீ வேண்டுமா? சொல்? தேநீர் போடச் சொல்லவா? *C’est a ne pas mettre un Chien dehors . . .*’[1] என்றான்.

அல்யோஷா வேகமாகக் கைகழுவுமிடத்தில் இருந்த துண்டை நனைத்து வந்து இவானை உட்காரச் சொல்லி அவனுடைய தலையில் அந்தத் துண்டைப் போட்டான். அப்படியே அவனருகில் அவனும் அமர்ந்தான்.

'கடைசியாக லிஸாவைப் பற்றி நீ என்ன சொன்னாய்?' என்று மீண்டும் ஆரம்பித்தான் இவான். (அவன் இப்போதெல்லாம் வாயாட ஆரம்பித்துவிட்டான்.) எனக்கு லிஸாவைப் பிடிக்கும். அவளைப் பற்றி நான் ஏதோ தப்பாகப் பேசிவிட்டேன். நான் பொய் சொன்னேன், அவளைப் பிடிக்கும்... நாளைக்குக் காச்சியாவைப் பார்க்க எனக்குப் பயமாக இருக்கிறது, வேறு யாரையும்விட அவளைப் பார்த்துத்தான் நான் பயப்படுகிறேன். வருங்காலத்தைக் கணக்கில் கொண்டு, நாளைக்கே அவள் என்னைக் கீழே தள்ளிக் காலடியில் போட்டு மிதித்துவிடுவாள். பொறாமையின் காரணமாக மீச்சியாவை நான் பாழாக்கிவிட்டேனென்று அவள் நினைக்கிறாள்! அப்படித்தான் அவள் நினைக்கிறாள்! ஆனால் அது அப்படி அல்ல! நாளைக்குச் சிலுவைதான், தூக்கு தண்டனை அல்ல. இல்லை, நான் தூக்குப் போட்டுக்கொள்ள மாட்டேன். அல்யோஷா, எப்போதுமே என்னால் தூக்குப் போட்டுக்கொள்ள முடியாது என்று உனக்குத் தெரியுமா! இதற்குக் காரணம் நான் கயவன் என்பதாலா? ஆனால், நான் கோழையல்ல. வாழ்க்கையை வாழ எனக்கு ஆசையிருக்கிறது! ஸ்மெர்தியாக்கவ் தூக்குப் போட்டுக்கொள்வானென்று எனக்கு எப்படித் தெரியும்! அவன்தான் என்னிடம் சொன்னான்...'

'அவன் இங்கு உட்கார்ந்திருந்தானென்று உனக்கு நிச்சயமாகத் தெரியுமா?'

'அதோ அந்த மூலையில் இருக்கும் சோபாவில்தான் அவன் உட்கார்ந்திருந்தான். நீ இருந்திருந்தால் அவனை விரட்டியடித்திருப்பாய். ஆமாம், நீதான் அவனை விரட்டி அடித்துவிட்டாய். நீ வந்ததும் அவன் மறைந்து போய்விட்டான். உன்னுடைய முகம் எனக்கு மிகவும் பிடித்திருக் கிறது, அல்யோஷா. உனக்குத் தெரியுமா, அது எவ்வளவு தூரம் எனக்குப் பிடித்திருக்கிறதென்று? ஆனால், அவன் – நான்தான், அல்யோஷா, நானேதான். என்னிடமிருக்கும் எல்லாக் கேவலமான, கேடுகெட்ட, வெறுக்கத்தக்க குணங்களும் அவனிடம் இருக்கின்றன! ஆமாம், நான் 'கற்பனைக்கு அப்பாற்பட்ட கற்பனையாளன்'தான், அவன் அதைக் கண்டுபிடித்துவிட்டான்... அது பொய்யாகவே இருந்தாலும். பயங்கர மான முட்டாள் அவன், ஆனால் அதுதான் அவனுடைய வலிமையும் கூட. அவன் ஒரு தந்திரக்காரன். பிராணியைப் போன்றதொரு தந்திரக் காரன்; அவனுக்குத் தெரியும் எப்படி என்னைப் பித்தனாக்குவது என்று. அவன்மீது நான் நம்பிக்கை வைத்திருப்பதாகச் சொல்லி அவன் என்னைத் திட்டிக்கொண்டே இருந்தான். அவன் சொல்வதைக் கேட்க வேண்டுமென்று என்னை அவன் கட்டாயப்படுத்தினான். ஒரு சின்னப் பையனைப் போல அவன் என்னை ஏமாற்றிவிட்டான். இருந்தாலும், என்னைப் பற்றிய பல உண்மைகளை அவன் என்னிடம் சொன்னான். அவற்றை நான் எப்போதுமே எனக்கு நானே சொல்லி

யிருக்க மாட்டேன், அல்யோஷா தெரியுமா' என்று கருத்தாழத்துடன் ஏதோ ரகசியமாகச் சொன்ன இவான், 'உண்மையாகவே அவன் நானாக இல்லாமல் அவனாக இருக்க வேண்டுமென்று நான் விரும்புகிறேன்!'

'அவன் உன்னைக் கஷ்டப்படுத்திவிட்டான்' என்று தன்னுடைய அண்ணன் படும் வேதனையைப் பார்த்துச் சொன்னான் அல்யோஷா.

'அவன் என்னைத் திட்டினான்! தெரியுமா எவ்வளவு தந்திரமாக, தந்திரமாக: 'மனசாட்சி! மனசாட்சி என்றால் என்ன? நானே அதைக் கண்டுபிடித்தேன். அப்படியிருக்கையில் எதற்காக நான் வேதனைப்படு கிறேன்? பழக்கத்தின் காரணமாக. ஏழாயிரம் ஆண்டுகளாக உலகத்தி லிருக்கும் மனிதகுலத்தின் பழக்கத்தின் காரணமாக. இதை நாம் மறந்து விட்டால் நாம் கடவுள்களாகி விடுவோம்.' இப்படி அவன் சொன்னான், அவன்தான் சொன்னான்!'

'ஆனால், நீ அப்படிச் சொல்லவில்லை, நீ சொல்லவில்லையே?' என்று தன்னைக் கட்டுப்படுத்த முடியாமல் தன்னுடைய அண்ணனைப் பார்த்துத் தெளிவாகக் கேட்டான் அல்யோஷா. 'சரி, அவன் போகட்டும், அவனைத் தூக்கிப் போடு, அவனை நீ மறந்துவிடு! நீ சொன்ன எல்லா வசைமொழிகளையும் கேட்டு எப்போதுமே அவன் திரும்பி வராமல் போகட்டும்!'

'ஆமாம், அவன் கெட்டவன். என்னைப் பார்த்துக் கேலி செய்தான். திமிர் பிடித்தவன் அவன், அல்யோஷா' என்று கோபத்தில் நடுங்கியபடி சொன்னான் இவான். ஆனால் என்மீது அவன் பழிசுமத்தினான். பலமுறை. பொய் சொன்னான், என் முன்னாலேயே என்னைப் பற்றியே அவன் பொய் சொன்னான். 'ஓ, துணிச்சலான தியாகம் ஒன்றை நீ செய்யப் போகிறாய்; உன்னுடைய தூண்டுதலின் பேரில் உன் வீட்டு வேலைக்காரன் உன்னுடைய தந்தையைக் கொன்றுவிட்டான் என்று நீ சொல்லப் போகிறாய்.'

'அண்ணா' என்று இடைமறித்த அல்யோஷா, 'நிறுத்து: நீ தந்தையைக் கொல்லவில்லை. அது உண்மையல்ல!'

'அவன்தான் அப்படிச் சொன்னான், அது அவனுக்குத் தெரியும்: 'நல்லதொரு தியாகத்தை தைரியமாக நீ செய்யப்போகிறாய். இருந்தா லும் அந்த நல்ல காரியத்தின் மீது உனக்கு நம்பிக்கை இல்லை. அதுதான் உன்னை வாட்டி வதைக்கிறது, இதோ அதனால்தான் நீ இவ்வளவு தூரம் பழிவாங்கும் எண்ணத்துடன் இருக்கிறாய்' என்று அவன் என்னைப் பற்றிச் சொன்னான். அவன் என்ன பேசுகிறானென்று அவனுக்குத் தெரியும்.'

'இப்படி நீதான் சொல்கிறாய், அண்ணா, அவனல்ல!' என்று வருத்தத்துடன் கத்திய அல்யோஷா, 'நீ உடம்பைக் கெடுத்துக்கொண்டு உன்னை நீயே வதைத்துக்கொண்டு உளறுகிறாய்!'

'இல்லை, அவன் என்ன பேசுகிறானென்று அவனுக்குத் தெரியும். நான்தான் கொலை செய்தேன் என்று பெருமையுடன் நான் போய்

நின்று சொல்ல வேண்டுமாம். நீங்கள் ஏன் அப்படிப் பார்க்கிறீர்கள்? நீங்கள் பொய் சொல்கிறீர்கள்! உங்களுடைய எண்ணத்தை, பேரச்சத்தை நான் வெறுக்கிறேன்' என்று என்னைப் பார்த்துச் சொன்ன பிறகு திடீரென்று அவன் சொல்கிறான்,

'தெரியுமா, மற்றவர்களால் புகழப்பட வேண்டுமென்று நீ ஆசைப் படுகிறாய். குற்றவாளியாக, கொலைகாரனாக அவன் இருந்தாலும், அவனுக்கு எவ்வளவு பரந்த மனப்பான்மை, சகோதரனைக் காப்பாற்று வதற்காகக் குற்றத்தை அவன் ஒப்புக்கொண்டான்!' என்று மற்றவர்கள் பெருமையாக என்னைப் பற்றிப் பேச வேண்டுமாம். இது பொய், அல்யோஷா!' என்று திடீரென்று கத்திய இவானின் கண்களில் கோபம் தெறித்தது. 'சாதாரண மக்கள் என்னைப் புகழ்வதில் எனக்கு விருப்பமில்லை! அவன் பொய் சொல்கிறான், அல்யோஷா, பொய் சொல்கிறான், உன் மீது சத்தியமாகச் சொல்கிறேன்! உடனே இந்தக் கண்ணாடித் தம்ளரை எடுத்து நான் அவன்மீது விட்டெறிந்தேன், அது அருவருப்பான அவனுடைய முகத்தில் பட்டு உடைந்தது.'

'அண்ணா, அமைதியாய் இரு, போதும் நிறுத்து!' என்று கெஞ்சினான் அல்யோஷா.

'இல்லை, எப்படி என்னை வேதனைப்படுத்துவது என்று அவனுக்குத் தெரியும், கொடுமைக்காரன் அவன்' என்று அல்யோஷா சொல்வதைக் கேட்காமல் தொடர்ந்தான் இவான். 'அவன் ஏன் வருகிறானென்று எனக்குத் தெரியும். 'அப்படியே பெருமையாகப் போய்,' அவன் சொல்கிறான், 'நீதான் கொலைசெய்தாயென்று சொன்னாலும் ஸ்மெர்தியாக்கவைக் குற்றம்சாட்டி அவனை சைபீரியாவுக்கு அனுப்ப வாய்ப்பிருக்கிறது. மீச்சியா காப்பாற்றப்படுவான், உன்னை அவர்கள் நன்நெறி சார்பாக மட்டுமே தண்டிக்கக் கூடும் (கேள், அப்படிச் சொன்னவன் சிரித்தான்!) மற்றவர்கள் உன்னைப் பெருமையாகவும் பேசலாம். ஆனால், இப்போதோ ஸ்மெர்தியாக்கவ் செத்துவிட்டான், தூக்கு மாட்டிக்கொண்டு செத்து விட்டான் – சரி, நீ சொல்வதை எப்படி நீதிமன்றத்தில் நம்புவார்கள்? இருந்தாலும் நீ போக வேண்டும், நீ போக வேண்டும், நீதிமன்றத்திற்குப் போக வேண்டுமென்று தீர்மானித்துவிட்டாய், ஆனால் இப்போது எதற்காக அங்குப் போக வேண்டும்?' இது பயங்கரம், அல்யோஷா, இப்படிப்பட்ட கேள்விகளை என்னால் எதிர்கொள்ள முடியாது. என்னிடம் இப்படிப்பட்ட கேள்விகளைக் கேட்க யாருக்குத் துணிவு இருக்கிறது!'

'அண்ணா' என்று இடைமறித்த அல்யோஷா, பயத்தில் உறைந்து போனாலும், இவானைத் தன்னுடைய நிலைக்குக் கொண்டு வர வேண்டுமென்ற முயற்சியில், 'நான் வந்து சொல்வதற்கு முன் யார் வந்து உன்னிடம் சொல்லியிருக்க முடியும் ஸ்மெர்தியாக்கவ் தூக்குப் போட்டுக்கொண்டானென்று ஏனெனில் இது யாருக்குமே தெரியாது, ஆம், அதற்கு நேரமும் இல்லையே?'

'அவன்தான் சொன்னான்' என்று உறுதியாக, எந்தவிதச் சந்தேக மும் இல்லாமல் சொன்னான் இவான். 'உண்மையைச் சொல்லப் போனால், அதைப் பற்றி மட்டும்தான் அவன் சொன்னான்.'

‘நல்லது செய்பவர்களை நீ நம்பியிருந்தால் நீ நல்லவன்தான். அவர்கள் என்னை நம்பாமல் போனாலும், என்னுடைய கொள்கையின் வழியில் நான் போகிறேன். ஆனால் நீயோ பியோதர் பாவ்லவிச்சைப் போலக் கேடுகெட்டவன். எதற்காக நீ நல்லொழுக்கத்தைப் பற்றிக் கவலைப்படுகிறாய்? நீ செய்யப்போகும் தியாகத்தில் ஒரு பயனும் இல்லாமல் போகும்போது எதற்காக நீ அங்குப் போக வேண்டும்? ஏனெனில் நீ எதற்காக அங்கே போகிறாய் என்று உனக்கே தெரியாது! ஆமாம், அங்கு எதற்காகப் போக வேண்டும் என்பதைத் தெரிந்துகொள்ள நீ அதிகம் கொடுக்க வேண்டி இருக்கும்! அங்குப் போவதற்கு நீ முடிவு செய்துவிட்டாயா? நீ இன்னும் முடிவுசெய்யவில்லை. போவதா, இல்லையா என்று இரவு முழுவதும் உட்கார்ந்துகொண்டு நீ யோசிக்கப் போகிறாய்! இருந்தாலும் நீ அங்குப் போவாய். நீ அங்குப் போவாய் என்று உனக்கே தெரியும். நீ என்னதான் முடிவு எடுத்தாலும் உன்னுடைய முடிவு உன்னைச் சார்ந்ததாக இருக்கப் போவதில்லை என்பது உனக்கே தெரியும். இருந்தாலும் நீ அங்குப் போகப் போகிறாய், ஏனெனில் அங்குப் போகாமலிருக்க உனக்குத் தைரியம் இல்லை. அப்படி உனக்குத் தைரியம் இல்லாமல் போவது ஏனென்று நீயே யோசித்துப் பார் – இதோ இதுதான் உனக்கான புதிர்!’ என்று சொன்னவன் எழுந்து வெளியே போய்விட்டான். அப்போது நீ உள்ளே வந்தாய், அவன் வெளியே போய்விட்டான். அவன் என்னைக் கோழை என்று சொன்னான், அல்யோஷா! *Le mot de l’enigme*[2], நான் கோழை என்பதுதான் எனக்கே விளங்கவில்லை! ‘இப்படிப்பட்ட கழுகுகள் பூமிக்கு மேலே பறப்பதில்லை!’ என்று அவன் மேலும், மேலும் சொன்னான்! இப்படி ஸ்மெர்தியாக்கவ் தான் சொன்னான். அவனைக் கொல்ல வேண்டும்! காச்சியா என்னை வெறுக்கிறாள். எனக்கு இது ஒரு மாதமாகவே தெரியும். ஆம், லிஸாவும் என்னை வெறுக்க ஆரம்பித்துவிட்டாள்! ‘மக்கள் உன்னைப் புகழ வேண்டுமென்பதற்காக நீ அவர்களைப் பார்க்கப் போகிறாய்’ என்பதும் பயங்கரமான பொய்! நீயும் என்னை வெறுக்கிறாய், அல்யோஷா. எனவே மறுபடியும் நான் உன்னை வெறுக்கிறேன். அந்த மிருகத்தையும் நான் வெறுக்கிறேன், அந்த மிருகத்தையும் வெறுக்கிறேன்! அவனைக் காப்பாற்ற எனக்கு விருப்பமில்லை. அப்படியே அவன் சைபீரியாவில் அழுகிச் சாகட்டும்! பாசுரங்களை அவன் பாட ஆரம்பித்துவிட்டான்! ஹா, நாளைக்கு நான் நீதிமன்றத்திற்குப் போய், அவர்கள் முன்பாக எல்லோர் மீதும் காறித் துப்புவேன்!’

வெறி பிடித்தவன் போல இவான் எட்டிக் குதித்துத் துண்டை அவிழ்த்துத் தூக்கி எறிந்துவிட்டு மறுபடியும் அறைக்குள் நடக்க ஆரம்பித் தான். சிறிது நேரத்திற்கு முன்பு இவான் சொன்ன வார்த்தைகளை அல்யோஷா நினைவுகூர்ந்தான். ‘நான் தூங்கும்போது விழித்திருப்பது போலவே இருக்கிறது . . . நான் நடக்கிறேன், பேசுகிறேன், அப்படியே பார்க்கிறேன், இருந்தாலும் நான் தூங்குகிறேன்.’ அப்படியே இப்போது அது நடப்பதாக இருக்கிறது. அவனை அப்படியே விட்டுவிட்டு அல்யோஷா போய்விடவில்லை. வேகமாக உடனே மருத்துவரைக் கூட்டிக்கொண்டு வர வேண்டுமென்றுதான் நினைத்தான், ஆனால் சகோதரனைத் தனியாக விட்டுவிட்டுப் போக அவனுக்குப் பயமாக

இருந்தது. யாருடைய பொறுப்பிலாவது அவனை விட்டுவிட்டுப் போகலாம் என்றால், அங்கு யாருமே இருக்கவில்லை. இறுதியாக, கொஞ்சம் கொஞ்சமாக இவானுக்கு நினைவு தப்பியது. தொடர்ந்து அவன் பேசினான், இடைவிடாமல் பேசினான். இப்போது தொடர்பே இல்லாமல் பேசினான். அவனால் வார்த்தைகளைக்கூடச் சரியாக உச்சரிக்க முடியவில்லை. ஓரிடத்தில் அவன் திடீரென்று தள்ளாடினான். ஆனால் சரியான நேரத்தில் அல்யோஷா அவனைத் தாங்கிப் பிடித்தான். படுக்கைவரை கொண்டுபோக இவான் தன்னை அனுமதித்தான். அல்யோஷா எப்படியோ அவனுடைய ஆடைகளைக் களைந்து அவனைப் படுக்கையில் படுக்கவைத்தான். இரண்டு மணி நேரமும் அவன் கூடவே உட்கார்ந்திருந்தான். இவான் சீராக மூச்சு விட்டு, அமைதியாக ஆழ்ந்து உறங்கினான். அல்யோஷா தன்னுடைய ஆடைகளைக் கழற்றாமல் தலையணையை எடுத்து சோபாவின் மீது போட்டு அப்படியே படுத்தான். உறங்கப் போவதற்கு முன்பு அவன் மீச்சியாவுக்காகவும் இவானுக்காக வும் பிரார்த்தித்தான். இவானைத் தாக்கிய நோய் என்னவென்று அல்யோஷாவுக்குப் புரிந்தது. 'தைரியமாக எடுத்த முடிவின் வேதனை அவனுடைய மனசாட்சியின் ஆழத்தில் உறைந்து கிடந்தது!' கடவுளின் மீது நம்பிக்கை இல்லாத அவனுடைய உள்ளத்தில் உண்மை ஆக்கிரமித் திருக்க, அதற்கு இணங்க முடியாமல் தவிக்கிறான் இவான். 'ஆம், ஸ்மெர்தியாக்கவ் இறந்துவிட்டான். இவானுடைய சாட்சியத்தை யாரும் நம்பப் போவதில்லை. இருந்தாலும் அவன் சாட்சி சொல்லவே போகிறான்!' என்று தலையணையில் தலை வைத்துப் படுத்தபடி நினைத்தான் அல்யோஷா. அமைதியாக அல்யோஷா சிரித்தான். 'கடவுள் வெற்றி அடைவார்!' என்று நினைத்தான். ஒன்று, உண்மையின் வெளிச்சத்தில் இவான் எழுந்திருப்பான், இல்லாவிட்டால் . . . அதை நம்பாமல் போனதற்காக வெறுப்பில் அவன் அழிந்துபோய், தன்னை யும் மற்ற எல்லோரையும் பழிவாங்குவான்' என்று கசப்புடன் நினைத்த அல்யோஷா, இவானுக்காக மீண்டும் பிரார்த்தித்தான்.

பன்னிரண்டாவது புத்தகம்
# தவறான தீர்ப்பு

## 1

### ஊழ்வினை நாள்

விவரித்த இந்தச் சம்பவங்கள் எல்லாம் நடந்து முடிந்து, அடுத்த நாள் காலை பத்து மணிக்கு நம்முடைய மாகாண நீதிமன்றம் திறக்கப்பட்டு, திமித்ரி கரமாஸவின் வழக்கு விசாரணை தொடங்கியது.

தெளிவாக முன்னதாகவே சொல்லிவிடுகிறேன். நீதி மன்றத்தில் நடந்த எல்லாவற்றையும் விளக்கமாக, வரிசைப் படுத்திச் சொல்வதற்கில்லை. எல்லாவற்றையும் நினைவு கூர்ந்து விளக்கமாகச் சொல்ல வேண்டுமென்றால், இதை விடப் பெரிய புத்தகம் ஒன்றை நான் எழுத வேண்டியிருக்கும். எனவே, தனிப்பட்ட முறையில் எது என்னை ஆழமாகப் பாதித்ததோ, எது என்னுடைய நினைவில் இருந்ததோ அதை மட்டுமே நான் இங்குக் குறிப்பிடப்போவதால், என்னுடைய வாசகர்கள் என்மீது குற்றம்சாட்ட மாட்டார் கள் என்று நினைக்கிறேன். வழக்கின் முக்கியப் பகுதிகளை விட்டுவிட்டு, சொல்லப்போனால் மிக மிக முக்கியமான பகுதிகளை விட்டுவிட்டு, இரண்டாம் பட்சமான விஷயங் களைக்கூட நான் எடுத்துக்கொள்ளக்கூடும் . . .

இருந்தாலும் அதற்காக நான் மன்னிப்பு கேட்கப் போவதில்லை. என்னால் முடிந்ததை நான் செய்திருக்கிறேன். என்னுடைய சக்திக்குட்பட்டுச் செய்ததைப் படிக்கும் வாசகர் கள் புரிந்துகொள்வார்களென்றே நான் நினைக்கிறேன்.

முதலாவதாக, நீதிமன்றத்திற்குப் போவதற்கு முன்பு, குறிப்பாக அந்த நாள், என்னை ஆச்சர்யப்பட வைத்த விஷயத்தை உங்களுக்கு நான் முதலிலேயே சொல்லிவிடுகிறேன். அதாவது, அந்த விஷயம் என்னை மட்டுமல்ல, அங்கிருந்த எல்லோரையும் ஆச்சரியத்திலாழ்த்தியது. குறிப்பாக, இந்த வழக்கு பலருடைய ஆர்வத்தைத் தூண்டி இழுத்தது என்று எல்லோருக்குமே தெரியும். வழக்கு எப்போது ஆரம்பிக்கும் என்று நம் ஊர் மக்கள் பொறுமையிழந்து, மிகுந்த ஆர்வத்துடன், ஏற்கனவே இரண்டு மாதங்களாக அதைப் பற்றிப் பேசிக்கொண்டும் அனுமானங்களைப் பரபரப்பாகத் தெரிவித்துக்கொண்டும் இருந்தார்கள். இது ரஷ்யா முழுவதும் பேசப்படுகிற விஷயம் என்று எல்லோருக்கும் தெரியும். இருந்தாலும் இது இந்த அளவுக்கு மிகுந்த ஆர்வத்துடன் எல்லோரையும், ஒவ்வொருவரையும், ஆம், நம்முடைய ஊரை மட்டுமல்ல, நாடு முழுவதையும் ஆக்கிரமிக்குமென்று யாருமே நினைத்துப் பார்க்கவில்லை. வழக்கு ஆரம்பித்த நாள் அன்றுதான் நம்முடைய மாகாணத்திலிருந்து மட்டுமல்ல, ரஷ்யாவின் பல்வேறு நகரங்களிலிருந்தும், ஏன், மாஸ்கோ, பீத்தர்புர்கில் இருந்தும்கூட நம்முடைய ஊருக்கு மக்கள் வந்திருந்தார்கள் என்று தெரியவந்தது. வழக்கறிஞர்களும் புகழ் பெற்ற பெருமக்களும் பெண்களும் வந்திருந்தார்கள். நுழைவுச் சீட்டுகள் எல்லாம் விற்றுத் தீர்ந்துபோயிருந்தன. நீதிபதிகள் அமர்ந்திருந்த இருக்கைக்குப் பின்புறம் பிரத்தியேகமாக மேஜை போடப்பட்டுப் புகழ் பெற்ற மனிதர்களெல்லாம் தனியாக அமர்த்தப்பட்டிருந்தார்கள். இதற்கு முன்பு எப்போதுமே அனுமதிக்கப்படாத விதத்தில் விசேஷமான நீண்ட இருக்கைகள் ஒரு வரிசையில் போடப்பட்டிருந்தன. வந்திருந்த பொதுஜனக் கூட்டத்தில் பாதி பேர், குறிப்பாக, நம்முடைய நகரத்திலிருந்தும் மீதி பேர் பெண்களாகவும் இருந்தார்களென்று நினைக்கிறேன். அனுமதிச் சீட்டுகள் எல்லாம் விற்று முடிக்கப்பட்டும் சிறப்பாக வழங்கப்பட்டும் வேண்டுமென்று கேட்டவர்களுக்குக் கொடுக்கப்பட்டும் தீர்ந்து போயிருந்ததால், வந்திருந்த வழக்கறிஞர்கள் பலரும் எங்கு உட்காருவது என்று தெரியாமல் திண்டாடினார்கள். நீதிமன்ற மேடைக்குப் பின்புறம் இருந்த நாற்காலிகளை வேகமாக அகற்றிவிட்டு, பிரத்தியேகமாக விசேஷத் தடுப்பு ஒன்றை வைத்து, வந்திருந்த எல்லா வழக்கறிஞர்களையும் உள்ளே அனுமதித்ததில், அதை நல்லதொரு வாய்ப்பாகக் கருதி 'வழக்கு' முடியும்வரை வழக்கறிஞர்கள் ஒருவரோடு ஒருவர் தோள்பட்டை உரச இடித்துக்கொண்டு கூட்டமாக நின்றுகொண்டிருந்ததை நானே நேரில் பார்த்தேன். குறிப்பாக, வெளியூர்களிலிருந்து வந்திருந்த பெண்கள் வெகு விமர்சையாக ஆடை அணிந்து காட்சிக் கூடத்தில் அமர்ந்திருக்க, பெரும்பாலான பெண்கள் சிறப்பாக ஆடை அணிய வேண்டுமென்பதையே மறந்துபோய் வந்திருந்தார்கள். ஏறக்குறைய அவர்களுடைய முகங்களில் பதற்றமும் அதீத ஆர்வமும் எதிர்மறையான ஆவலும் வெளிப்பட்டன. வழக்காடு மன்றத்தில் கூடியிருந்த பொது மக்களின் சிறப்பு அம்சம் என்னவென்றால், கண்டிப்பாக இதைக் குறிப்பிட்டுச் சொல்ல வேண்டும், அங்கிருந்த பெண்கள் எல்லோரும் ஏறக்குறைய எல்லாப் பெண்மணிகளும் குறைந்தபட்சம் பெரும்பாலானோர் மீச்சியாவின் விடுதலையை எதிர்பார்த்துக் காத்திருந்தனர். குறிப்பாகப்

பெண்களின் மனத்தைக் கவரக்கூடியவனாக அவன் இருந்ததால், ஒருவேளை இப்படி இருந்திருக்கக்கூடும். போட்டியாளர்களாக இருந்த இரண்டு பெண்மணிகளும் நீதிமன்றத்திற்கு வருவார்களென்று பொது மக்களுக்குத் தெரிந்திருந்தது. அவர்களில் ஒருத்தி கத்தரீனா இவானவ்னா வாக இருக்க, குறிப்பாக அவள்தான் எல்லோருடைய கவனத்தையும் ஈர்த்திருந்தாள். ஆச்சர்யமான செய்தி ஒன்று அவளைப் பற்றி உலவி வந்தது. அதாவது, அவள் மீச்சியா செய்த குற்றத்தையும் பொருட்படுத்தாது, அவன்மீது அன்பு வைத்திருக்கிறாள் என்பது. குறிப்பாக, மக்கள் அவளுடைய தற்பெருமையைப் பற்றிப் பேசிக்கொண்டார்கள். (நம்முடைய ஊரில் ஏறக்குறைய யாருடைய வீட்டுக்குமே அவள் போனதில்லை) அப்படியே 'அவள் உயர்குடிப் பெருமக்களுடன் வைத்திருந்த தொடர்பு' களைப் பற்றியும் பேசிக்கொண்டார்கள். அவள் அரசாங்கத்திடம் அனுமதி பெற்று குற்றவாளியுடன் சைபீரியா சென்று, அங்கு ஏதாவது ஒரு சுரங்கத்தில் அவனை மணந்துகொள்ளப் போகிறாள் என்றும் பேசிக்கொண்டார்கள். கத்தரீனா இவானவ்னாவின் எதிராளி குரூஷென்கா வும் நீதிமன்றத்திற்கு வருவாளென்று எதிர்பார்த்து மக்கள் மிக ஆவலுடன் காத்திருந்தார்கள். இப்படி இந்த இரண்டு போட்டியாளர்களின், அதாவது, தற்பெருமை கொண்ட உயர் குடிப் பெண்ணின் வருகையையும் 'காமக்கிழத்தி'யின் வருகையையும் எதிர்பார்த்து அவர்கள் ஆவலுடன் காத்திருந்தார்கள். நம் ஊர் பெண்களுக்கு மத்தியில் கத்தரீனா இவானவ்னாவைவிட குரூஷென்கா மிகவும் பிரபலமாக இருந்தாள். 'பியோதர் பாவ்லவிச்சையும் பாவப்பட்ட அவருடைய மகனையும் பாழ்படுத்திவிட்ட' ஒருத்தியாக நம்முடைய பெண்கள் அவளைப் பார்த்தார்கள். இப்படிப்பட்ட 'வெகு சாதாரணமான, அழகே இல்லாத கீழ்குடிப் பெண்ணை' எப்படித் தந்தையும் மகனும் இப்படி விரும்பினார்க ளென்று எல்லோரும், நம்மூரிலிருந்த ஒவ்வொருவரும் ஆச்சர்யப்பட்டார் கள். சுருக்கமாகச் சொன்னால், அவளைப் பற்றிப் பயங்கரமான வதந்திகள் உலவிவந்தன. நம்முடைய ஊரில், பல குடும்பங்களில் மீச்சியாவால் சண்டை எழுந்தது என்று எனக்குத் தெரியும். பயங்கரமான இந்த வழக்கு பற்றிய கருத்து வேறுபாடால், நம் ஊர்ப் பெண்கள் பலர், கணவன்மார்களிடம் கடுமையாகச் சண்டை போட்டதன் காரணமாக, கணவன்மார்கள் வழக்காடு மன்றத்திற்கு வந்து குற்றவாளியைக் கேவல மாகப் பார்த்ததோடல்லாமல், அவனை வெறுக்கவும் செய்தார்கள். ஆண்கள் பெண்களுக்கு எதிராக நின்று அந்தக் குற்றவாளியை எதிர்த்தார் களென்று உறுதியாகச் சொல்லலாம். அங்குக் கோபமான முகங்களும் வெறுப்பான முகங்களும் அதிகமாகக் தெரிந்தன. இதற்குக் காரணம், தனிப்பட்ட முறையில் நம் ஊரில் இருந்த பெரும்பாலானோரை மீச்சியா காயப்படுத்தியதுதான். வழக்காடு மன்றத்திலிருந்த பெரும்பாலா னோர் ஏறக்குறைய சந்தோஷமாகவே இருந்தனர், அப்படியே மீச்சியா வின் வாழ்க்கை பற்றிய எந்தக் கவலையும் இல்லாமல் இருந்தனரென்றே சொல்லலாம். ஆனால், இது மீண்டும் வழக்குக்குத் தேவையில்லாத ஒரு விஷயம். வரப்போகும் விளைவை எதிர்பார்த்து எல்லோரும் ஆவலுடன் இருந்ததோடு மட்டுமில்லாமல், பெரும்பாலான ஆண்கள் 'மீச்சியாதான் குற்றவாளி' என்று கொடுக்கப்படும் தீர்ப்பை ஆவலுடன்

எதிர்பார்த்துக் காத்திருந்தனர்; வழக்கறிஞர்கள் மட்டும் இதைப் பற்றி யெல்லாம் கவலைப்படவே இல்லை; ஏனெனில் வழக்கின் உண்மையைப் பற்றிக் கவலைப்படாமல், நவநாகரிகச் சட்ட முறையைப் பற்றித்தான் அவர்கள் கவலைப்பட்டுக்கொண்டிருந்தார்கள். புகழ்பெற்ற வழக்கறிஞர் ஃபெச்யூக்கோவிச்சின் வருகை எல்லோரையும் பதற்றப்படவைத்தது. அவருடைய திறமையைப் பற்றி எல்லோருக்கும் தெரிந்திருக்க, நம்முடைய மாகாணத்திற்கு முதல் முறையாக வழக்காட வந்த அவர், இப்படிப் பட்ட வழக்குகளைத் திறமையாகக் கையாள்பவராதலால், ரஷ்யா முழுவதும் பேசப்படும் இந்த வழக்கு மூலமாக அவர் மக்களுடைய நினைவில் நீண்டகாலம் நிலைத்து நிற்பவராக இருந்தார். நம்முடைய வழக்கறிஞர் மற்றும் நீதிபதியைப் பற்றிப் பலவிதமான கதைகள் உலவி வந்தன. நம்முடைய வழக்கறிஞர் ஃபெச்யூக்கோவிச்சைச் சந்திக்கத் தயங்கிய இப்போலித் கிரீல்லவிச், பீத்தர்புர்கில் தன்னுடைய தொழிலை ஆரம்பித்த காலத்திலேயே ஃபெச்யூக்கோவிச்சுடன் பகைமை பாராட்ட, தற்பெருமை கொண்ட இப்போலித் கிரீல்லவிச், தான் மோசமாக பீத்தர்புர்கில் நடத்தப்பட்டதை இன்னும் மறக்காமல் நினைவில் வைத்துக் கொண்டு, தன்னுடைய திறமை சரியாக மதிக்கப்படாத காரணத்தால், கரமாஸவின் வழக்கைத் தைரியமாக எடுத்து நடத்தி, அதன் மூலமாக அழிந்துபோன தன்னுடைய புகழை நிலைநாட்ட விரும்புகிறாரென்றும் அதன் காரணமாக அவர் ஃபெச்யூக்கோவிச்சைச் சந்திக்கப் பயப்படுத்து கிறாரென்றும் கதைகள் உலவிவந்தன. ஃபெச்யூக்கோவிச்சைப் பார்த்து இப்போலித் கிரீல்லவிச் பயப்படுகிறார் என்ற கருத்து முற்றிலும் உண்மை யானதல்ல. ஆபத்தான விஷயங்களைக் கண்டு பயப்படும் மனிதர்களில் ஒருவரல்ல நம்முடைய அரசு வழக்கறிஞர். மாறாக, ஆபத்துகள் வரும் போது துணிச்சலுடன் அவற்றை எதிர்கொண்டு, மன தைரியத்துடன் எதையும் சந்திக்கக்கூடியவர் அவர். பொதுவாகச் சொன்னால், நம்முடைய அரசு வழக்கறிஞர் சற்று அதிகமாகவே உணர்ச்சிவசப்படுபவர், அப்படியே எளிதில் புண்படக்கூடியவருங்கூட. தன்னுடைய உடல், பொருள், ஆவி முழுவதையும் வழக்கிற்காக அர்ப்பணித்து, அப்படியே வழக்கு வெற்றி பெற்றால் மட்டுமே வாழ்வில் சிறப்பும் புகழும் உண்டாகுமென்று நினைப்பவர். இந்தக் காரணத்திற்காகவே அவர் வழக்கறிஞர்களின் வட்டாரத்தில் கேலி செய்யப்பட்டாலும், குறிப்பாக இந்த ஒரு நற்குணத்திற் காகவே மக்களிடம் அவர் நற்பெயரும் பெற்றிருந்தார். இது எல்லோரிட மும் இல்லாத ஒரு குணமாக இருந்ததால், அவருடைய இந்தக் குணத்திற் காகவே அவர் நம்முடைய வழக்காடு மன்றங்களில் மரியாதைக்குரியவ ராகக் கருதப்பட்டார். குறிப்பாக உளவியலின் மீது அவருக்கிருந்த பேரார்வத்தால், அவர் எள்ளி நகையாடப்பட்டார். என்னைப் பொறுத்த வரையில், இதைத் தவறு என்றே நான் நினைக்கிறேன். நம்முடைய அரசு வழக்கறிஞர் எப்படிப்பட்டவர் என்றால், மற்றவர்கள் அவரைப் பற்றி நினைப்பதைவிடவும் அவர் அதிக முனைப்புடையவர் என்றே நான் நினைக்கிறேன். ஆனால், நோய்வாய்ப்பட்ட இந்த மனிதர், சட்டஞ் சார்ந்த தொழிலில் தன்னுடைய தகுதியை வெளியே காட்ட முடியாமல் போக, அதுவே அவருடைய எஞ்சிய வாழ்க்கையின் வாழ்க்கை முறையாய்ப் போயிருந்தது.

நம்முடைய நீதிமன்றத் தலைமை வழக்கறிஞரைப் பொறுத்தவரையில், அவர் தான் செய்யும் தொழிலைப் பற்றி ஆழ்ந்த அறிவு உள்ளவர். அப்படியே நவநாகரிகமான எண்ணங்களைக் கொண்டவர். கர்வங் கொண்ட அவர், தன்னுடைய தொழிலைப் பற்றி அதிகம் கவலைப் படாதவராக இருந்தார். அவருடைய வாழ்வின் மிக முக்கிய நோக்கமே முற்போக்குவாதியாக இருப்பதுதான். மேலும் அவருக்குப் பெரிய இடத்துத் தொடர்புகளும் நல்ல வசதியும் இருந்தன. கரமாஸவ் வழக்கை மிகுந்த ஆர்வத்துடன் அவர் கையாண்டாலும், அதைப் பொதுவான கண்ணோட்டத்தில்தான் அவரால் பார்க்க முடிந்தது. இதை அவர் சமுதாயத்தில் நடக்கும் ஒரு சம்பவமாக, நம்முடைய சமுதாயத்தின் அடிப்படைப் பருப்பொருளாக, ரஷ்ய பண்பாட்டைப் பிரதிபலிக்கும் விஷயமாக, இப்படிப் பல கோணங்களில் பார்த்தார். தனிப்பட்ட விதத்தில் இந்த வழக்கின் பின்னடைவு என்னவென்றால், தனிப்பட்ட மக்களைப் பார்ப்பது போலவே அவர் குற்றவாளிகளையும் ஏதோவோர் அலட்சியமான, கவனக்குறைவான பார்வையில் பார்த்ததுதான்; ஒரு சமயம் அது அப்படித்தான் பார்க்கப்பட வேண்டுமோ என்னவோ!

வழக்கு ஆரம்பிப்பதற்கு முன்னமே நீதிமன்றம் முழுவதுமாக நிரம்பியிருந்தது. நம்முடைய நீதிமன்றம் நகரத்திலேயே மிகச்சிறந்த, மிகப்பெரிய, உயரமான கட்டடத்தைக் கொண்டு, மிகத் தெளிவாகக் கேட்கக்கூடிய ஒலி அமைப்பைக் கொண்ட நீதிமன்றமாக இருந்தது. நீதிமன்ற உறுப்பினர்கள் அமர்ந்திருந்த மேடைக்கு வலப்பக்கம், நீதிபதிகளுக்காக ஒரு மேஜையும் இரண்டு வரிசையில் நாற்காலிகளும் போட்டு வைக்கப்பட்டிருந்தன. இடதுபக்கம் குற்றவாளிக்கும் அவருக்காக வாதாடும் வழக்குரைஞருக்குமான இடம் ஒதுக்கப்பட்டிருந்தது. நீதிமன்றத்திற்கு நடுவே, நீதிபதிக்கு அருகே இருந்த மேஜையில் 'தடயங்களை நிரூபிக்கும் விதத்தில் பொருட்கள்' வைக்கப்பட்டிருந்தன. அங்கே ஃபியோதர் பாவ்லவிச்சின் ரத்தக் கறைபடிந்த வெண்ணிறப் பட்டு மேலங்கியும் குற்றவாளி கொலை செய்வதற்குப் பயன்படுத்திய, மரணத்தை விளைவிக்கக் கூடிய செம்பாலான உலக்கையும், ரத்தக் கறை படிந்த மீச்சியாவின் சட்டையும் ரத்தம் தோய்ந்த கைக்குட்டையை மேற்சட்டையின் பின்பக்கப் பையில் திணித்ததால் ஏற்பட்ட ரத்தக் கறைபடிந்த மீச்சியாவின் மேற்சட்டையும் முடமுடத்து முற்றிலும் மஞ்சள் நிறமாகிவிட்ட ரத்தம் தோய்ந்த கைக்குட்டையும் தற்கொலை செய்துகொள்வதற்காக பெர்ஹோத்தின் வீட்டில் துப்பாக்கிக் குண்டுகளை நிரப்பி, மோக்ரயவுக்கு எடுத்துச் சென்ற மீச்சியாவின் துப்பாக்கியை யாருக்கும் தெரியாமல் திரிஃபோன் பரீசவிச் எடுத்துக் கொடுத்திருந்த துப்பாக்கியும் குரூஷென்காவிற்காக எழுதப்பட்ட வாசகத்தைத் தாங்கிய மேல் உறையும் அது கட்டப்பட்டிருந்த மெல்லிய ரோஜா நிற நாடாவும் அப்படியே அங்கிருந்த பல்வேறு பொருட்களையும் முழுவதுமாக என்னால் நினைவுகூர முடியவில்லை. அறையில் பொதுமக்கள் அமரும் இடத்திலிருந்து சற்றுத் தள்ளி, மாடிகைப்பிடிச் சுவரைத் தாங்கியிருந்த தூணின் வரிசைக்கு முன்பாக, சாட்சியாளர்களுக்காக இன்னும் சில இருக்கைகள் போடப்பட்டிருக்க, ஏற்கனவே சாட்சியளித்த சாட்சியாளர்கள் அங்கே நிறுத்திவைக்கப்பட்டிருந்தார்கள். பத்து மணி அடித்ததும் தலைமை நீதிபதியும் மற்றுமொரு

வழக்கறிஞரும் கௌரவ நீதிபதியும் நீதிமன்றத்திற்கு வந்தார்கள். உடனே அரசு வழக்கறிஞரும் உள்ளே நுழைந்தார். தலைமை நீதிபதி பருத்த கட்டையான உடல் வாகுடன் குள்ளமானவராய், வெளிறிய பழுப்பு நிற முகத்துடன், ஐம்பது வயது மதிக்கத்தக்கவராக இருந்தவர், நரை முடியுடன், ஒட்ட வெட்டிய சிகை அலங்காரத்துடன், எந்தவிதப் பட்டயமென்று தெரியாத விதத்தில் சிவப்பு வண்ண நாடாவை அணிந்து வந்திருந்தார். இரண்டு நாட்களுக்கு முன்பு அவரை நான் பார்த்தபோது நன்றாக இருந்த அரசு வழக்கறிஞர், திடீரென்று ஒரே நாளில் ஏனோ உடல் இளைத்து, முகம் வாடி, பச்சை நிறமேறிப் போயிருந்ததை நான் மட்டுமல்ல, அங்கிருந்த எல்லோருமே கவனித்தார்கள். தலைமை நீதிபதி வழக்கறிஞர்களைப் பார்த்து ‘நீதிமன்ற உறுப்பினர்கள் எல்லோரும் வந்துவிட்டார்களா?’ என்று கேட்டார். இப்படியே தொடர்ந்து எல்லா விவரங்களையும் என்னால் சொல்ல முடியாது, ஏனெனில், நிறைய விஷயங்கள் என்னுடைய காதில் விழாமலிருந்தன. அப்படியே சிலவற்றை என்னால் புரிந்துகொள்ளவும் முடியாமல் போக, பல விஷயங்களை நான் மறந்துபோக, முக்கியமாக, ஏற்கனவே குறிப்பிட்டது போல, எல்லாவற்றையும் நினைவுகூர்ந்து, என்ன சொல்லப்பட்டது, என்ன நடந்தது என்று நான் விளக்கமாகக் குறிப்பிடப் போனால் இங்கு நேரமும் இடமும் கொள்ளாமல் போய்விடும். எனக்குத் தெரிந்தவரை, எதிர்வாத வழக்குரைஞர்கள் ஒரு பக்கமும் அரசு வழக்கறிஞர் மறுபக்க மும் நின்றுகொண்டு சில விஷயங்களை விவாதித்தனர். முறைகாண் ஆய உறுப்பினர்கள் பன்னிரண்டு பேர் இருந்தது எனக்கு நினைவிருக் கிறது. அதாவது, நான்கு அரசு அதிகாரிகள், இரண்டு வியாபாரிகள், ஆறு குடியானவர்கள் மற்றும் கடைசியாக நம்மூர் பொது மக்கள் என்று பன்னிரண்டு பேர் இருந்தனர். வழக்கு தொடங்குவதற்கு முன்பாக நம் ஊர்ப் பெண்கள் சற்றே ஆச்சர்யத்துடன் இப்படிக் கேட்டது எனக்கு நினைவிருக்கிறது.

‘நுணுக்கமான, சிக்கலான, உளவியல் சார்ந்த, மரண தண்டனை கிடைக்கக்கூடிய இந்த வழக்கிற்கு எப்படி இந்தத் திறமையற்ற அரசு அதிகாரிகளால், சாதாரணக் குடியானவர்களால் ஒரு முடிவைச் சொல்ல முடியும்? சாதாரணக் குடியானவனால் மட்டுமல்ல, சாதாரண ஒரு அரசு அதிகாரியால்தான் இந்த வழக்கை எப்படிப் புரிந்துகொள்ள முடியும்?’ என்று. உண்மையாகவே முறைகாண் ஆய உறுப்பினரான இந்த நான்கு அரசு அதிகாரிகளுமே உயர்பதவி எதுவும் வகிக்காத, வயதான, சாதாரண மனிதர்களாக இருக்க, அவர்களில் ஒருவர் மட்டும் இளம் வயதினராக இருந்தார். சமுதாயத்தில் யாராலுமே அறியப்படாத இவர்கள், மிகக் குறைந்த வருமானத்தை ஈட்டுபவர்களாக, வயதான தங்களுடைய மனைவிமார்களை வெளியே கூட்டிக்கொண்டுபோக முடியாதவர்களாக, ஏராளனமான குழந்தைகளைப் பெற்று, காலில் செருப்புகூட அணியாமல், சீட்டாடுவதிலேயே நேரத்தைச் செலவழிப்பவர் களாக, புத்தகம் படிக்கும் பழக்கமே இல்லாதவர்களாக இருந்தார்கள். பார்ப்பதற்கு மரியாதைக்குரியவர்களாக இருந்த அந்த இரண்டு வியாபாரி களும் விநோதமாக ஒன்றும் பேசாமல் மௌனமாக, மந்தமாக இருந்தார் கள். அவர்களில் ஒருவர் மழித்த முகத்துடன் ஜெர்மானியப் பாணியில்

உடை அணிந்திருந்தார். மற்றொருவர் நரைத்த குறுந்தாடியுடன் பதக்கம் ஒன்றைச் சிவப்பு நாடாவில் கட்டிக் கழுத்தில் அணிந்திருந்தார். பொது மக்களைப் பற்றியும் குடியானவர்களைப் பற்றியும் சொல்வதற்கு ஒன்றுமே இல்லை. நம்முடைய ஸ்கோத்தபிரிகனோவ்ஸ்கி நகரத்து மக்கள் ஏறக்குறைய நிலத்தை உழுது வாழும் குடியானவர்களாக இருந்தார்கள். அவர்களில் இருவர் ஜெர்மானியப் பாணியில் உடை அணிந்திருந்தாலும், மற்ற நால்வரையும்விட, அழுக்கான உடையணிந்து, நடை, உடை, பாவனையில் ஒழுங்கில்லாதவர்களாக இருந்தார்கள். அவர்களைப் பார்த்தவர்கள், ‘இந்த வழக்கில் இவர்கள் என்ன செய்யப்போகிறார்கள்?’ என்று நான் நினைத்தது போலவே அவர்களும் நினைத்தார்கள். இருந்தாலும், அவர்களுடைய முகங்கள் ஏனோ விநோதமாக மனதில் ஆழமாகப் பதியக் கூடிய விதமாக, ஏறக்குறையப் பயங்கரமான விளைவை உண்டாக்கி, கடுமையாக, கோபத்துடன் இருப்பதுபோல இருந்தன.

இறுதியாக, பெயரளவில் நகரமன்ற உறுப்பினராக இருந்த, ஓய்வு பெற்ற தலைமை நீதிபதி, பியோதர் பாவ்லவிச் கரமாஸவின் வழக்கு ஆரம்பிப்பதாக அறிவித்தார் – அவருடைய வார்த்தைகள் முழுவதுமாக என் நினைவில் இல்லை. நீதிமன்ற அலுவலரிடம் அவர் குற்றவாளியைக் கொண்டுவருமாறு உத்தரவிட, இப்போது மீச்சியா வந்து நின்றான். நீதிமன்றம் ஸ்தம்பித்து அமைதியாய் இருக்க, குண்டூசி விழும் சத்தம் காதில் கேட்பதாக இருந்தது. மற்றவர்களுக்கு எப்படியோ தெரியாது, என்னைப் பொறுத்தவரையில் மீச்சியா அங்கு வந்திருந்த விதத்தை என்னால் கொஞ்சம்கூட ஏற்றுக்கொள்ள முடியாமல் இருந்தது. முக்கிய மாக, அவன் புத்தம் புதிய நீண்ட மேல் அங்கியை அணிந்து வந்திருந் தான். மாஸ்கோவிலிருக்கும் தையல்காரரிடம் சொல்லி, இன்று அணிவதற் கென்றே தனக்காக ஒரு புது உடுப்பைத் தைத்து அவன் வாங்கி வந்திருந்தானென்பதைப் பிறகுதான் நான் தெரிந்துகொண்டேன். கறுப்பு நிறப் புது கையுறைகளுடன் நேர்த்தியாக அவன் ஆடையை அணிந்திருந் தான். நீண்ட அடி எடுத்து வைத்து, படையில் அணிவகுத்துச் செல்பவன் போல, தலைநிமிர்ந்து நேராகப் பார்த்தபடி நடந்துவந்தவன், தன்னுடைய இடத்திற்கு வந்து மிக அசிரத்தையாக அமர்ந்தான். உயர்நீதிமன்றங் களில் வழக்காடும் புகழ்பெற்ற வழக்கறிஞர் ஃபெச்சூக்கோவிச் உள்ளே நுழைந்ததும் அமைந்தடங்கிய சத்தம் நீதிமன்றத்தில் கேட்டது. உயரமான அவர், மெலிந்த தேகத்துடன், மெல்லிய, அசாதாரணமான நீண்ட கால்களைக் கொண்டவராய், வெளிறிய கைவிரல்களையும் நன்றாக மழித்துச் சவரம்செய்யப்பட்ட முகத்துடன், அளவான தலைமுடியை வாரிச் சீவி, ஏளனமானதொரு சிரிப்பைப் புன்னகையுடன் கலந்து மெல்லிய இதழ்களில் தவழவிட்டவராக வந்திருந்தார். பார்ப்பதற்கு அவர் நாற்பது வயது மதிக்கத்தக்கவராக இருந்தார். சிறிய, உணர்ச்சி யற்ற அவருடைய கண்கள் அசாதாரணமாக ஒன்றுடன் ஒன்று நெருங்கி அமைந்து, நீண்ட, ஒல்லியான மூக்கை ஒருவேளை மெலிதாய்ப் பிரிக்காமல் இருந்திருந்தால், அவருடைய முகம் பார்ப்பதற்கு அழகாக இருந்திருக்கும். ஒரே வார்த்தையில் சொன்னால், அவருடைய முக அமைப்பு ஒரு பறவையின் முக அமைப்பு போல இருந்தது. நீண்ட மேல் அங்கியுடன் வெள்ளை நிறக் கழுத்துக் கச்சையை அவர் அணிந்திருந்தார். தலைமை

நீதிபதி மீச்சியாவிடம் கேட்ட முதல் கேள்வி எனக்கு நினைவிருக்கிறது, அதாவது அவனுடைய பெயரையும் சமுதாயப் படிநிலையையும் மேலும் இது போன்ற கேள்விகளையும் அவர் கேட்டார். எதிர்பாராதவிதமாக மிகச் சத்தமாக, வெடுக்கென்று பதிலளித்த மீச்சியாவைத் தலைமை நீதிபதி ஆச்சரியமாகப் பார்த்தார். பிறகு வழக்கு சம்மந்தப்பட்ட சாட்சி யாளர்கள், நிபுணர்களின் பெயர் வரிசைப் பட்டியல் படிக்கப்பட்டது. மிகப் பெரிய பட்டியலாக அது இருக்க, சாட்சியாளர்களில் நால்வர் அன்று வராமல் இருந்தார்கள். முதல் கட்ட விசாரணையில் சாட்சி யளித்த மியூசவ் தற்போது பாரீஸில் இருந்ததால் அவரால் இங்கு வர முடியவில்லை. திருமதி ஹஹ்லக்கோவாவும் நிலச்சுவாந்தர் மாக்ஸ்மவும் உடல்நலம் சரியில்லாத காரணத்தால் வரவில்லை. மேலும் திடீரென்று ஸ்மெர்தியாக்கவ் இறந்துபோனதால் போலீசாரிடமிருந்து அதுபற்றிய அறிக்கை ஒன்று கொடுக்கப்பட்டிருந்தது. ஸ்மெர்தியாக்கவ் இறந்துபோன விஷயம் நீதிமன்றத்தில் பயங்கரமான சலசலப்பையும் முணுமுணுப்பையும் ஏற்படுத்தியது. சந்தேகத்திற்கிடமின்றி, பொதுமக்க ளில் பலருக்கும் ஸ்மெர்தியாக்கவ் திடீரென்று தற்கொலை செய்து கொண்ட விஷயம் தெரியாமலிருந்தது. ஆனால், குறிப்பாக நீதிமன்றத்தில் பரபரப்பூட்டிய விஷயம் என்னவென்றால், 'நாய்க்குக் கேவலமான சாவு!' என்று உடனே மீச்சியா கத்தியதுதான். இதைக்கேட்டு அவனுடைய வழக்குரைஞர் துள்ளி எழ, இதுபோன்று இன்னும் ஒருமுறை நடந்தால் கடுமையான நடவடிக்கை எடுக்கப்படும் என்று தலைமை நீதிபதி அவனை எச்சரித்தது எனக்கு நினைவிருக்கிறது. உடனே மீச்சியா அவர் சொன்னதை ஒப்புக்கொள்வதுபோலத் தன்னுடைய தலையை அசைத்தா லும், இதற்காக அவன் மன்னிப்பு எதுவும் கேட்காமல் பாதிக் குரலில் 'சரி இனிமேல் இப்படிச் செய்ய மாட்டேன், இப்படிச் செய்ய மாட்டேன்! தெரியாமல் சொல்லிவிட்டேன்! இனிமேல் இப்படிச் சொல்ல மாட்டேன்!' என்று திரும்பத் திரும்ப வழக்கறிஞரிடம் சொன்னான். இயல்பாகவே, இந்தச் சம்பவம் மீச்சியாவைப் பற்றிய நல்லதொரு எண்ணத்தை நீதிமன்ற உறுப்பினர்களிடமோ பொது மக்களிடமோ ஏற்படுத்தவில்லை. இப்படி வெளிப்படையாகத் தெரிந்த அவனுடைய குணம் அவனைப் பற்றிச் சொல்வதாக இருந்தது. இந்தத் தாக்கத்தின் அடிப்படையில்தான் அவனைப் பற்றிய குற்றப்பத்திரிகையும் நீதிமன்ற ஊழியரால் படிக்கப்பட்டது.

அது மிகச் சிறிய குறிப்பாக, குறிப்பிட்ட சம்பவத்தைத் தெரிவிப்ப தாக இருந்தது. எந்தக் காரணத்தின் பொருட்டு அவன் கைதுசெய்யப் பட்டு நீதிமன்றத்திற்குக் கொண்டுவரப்பட்டான் என்பதை அது தெரிவித்தது. இருந்தாலும், என்மீது அவன் ஆழமானதொரு தாக்கத்தை ஏற்படுத்தியிருந்தான். குற்றப்பத்திரிகையை நீதிமன்ற ஊழியர் தெளிவாக, சத்தமாக, திருத்தமாக வாசித்தார். நடந்துபோன அந்தச் சோக சம்பவம் மீண்டும் எல்லோர் முன்பாகத் தெளிவாக, ரத்தினச் சுருக்கமாகப் படிக்கப்பட்டு, விதிவசப்பட்ட, மறைக்க முடியாத அந்தச் சம்பவம் வெளிச்சத்திற்குக் கொண்டுவரப்பட்டது. குற்றப்பத்திரிகை படித்து முடிக்கப்பட்டதும் தலைமை நீதிபதி சத்தமாக, ஆழ்ந்து பதியக்கூடிய விதத்தில் மீச்சியாவிடம் கேள்வி கேட்டது என்னுடைய நினைவில் இருக்கிறது:

'குற்றவாளியாகக் கூண்டில் நிற்கும் நீங்கள் உங்களுடைய குற்றத்தை ஒப்புக்கொள்கிறீர்களா இல்லையா?' என்று கேட்டதும் மீச்சியா சட்டென்று தன்னுடைய இடத்திலிருந்து எழுந்தான்.

'குடித்துவிட்டு, ஒழுக்கமில்லாமல் வாழ்ந்தது என்னுடைய குற்ற மென்பதை நான் ஒப்புக்கொள்கிறேன்' என்று ஏதோ எதிர்பாராத ஆச்சரியத்தில், ஏறக்குறைய வெறிபிடித்த குரலில் சொன்ன அவன், மறுபடியும் 'அப்படியே சோம்பேறியாக, தீயொழுக்கத்துடன் இருந்ததை யும்' என்று பதிலளித்தான். 'என்னுடைய வாழ்நாள் முழுவதும் நேர்மை யானவனாக நான் வாழ முடிவுசெய்த இந்த நேரத்தில் விதி என்னைத் தாக்கிவிட்டது! ஆனால், கிழவரின் இறப்பு, அதாவது என்னுடைய எதிரியின், தந்தையின் இறப்பு – நான் செய்த குற்றமல்ல! அவரிடமிருந்து பணத்தைத் திருடியது – நான் அல்ல, அல்லவே அல்ல, ஆமாம், நான் குற்றவாளியாக இருக்க முடியாது. திமித்ரி கரமாசவ் கயவன், ஆனால் திருடனல்ல!' என்று சொன்னான் மீச்சியா.

தெள்ளத்தெளிவாக இப்படிச் சொன்னவன், உடல்நடுங்க தன்னுடைய இடத்தில் அமர்ந்தான். மீச்சியாவிடம் கேட்கப்படும் கேள்விகளுக்குச் சுருக்கமாகப் பதிலளிக்க வேண்டும், தேவையில்லாமல் வெறிபிடித்த மாதிரி பேசக் கூடாது என்று தலைமை நீதிபதி மீண்டும் மீச்சியாவுக்கு அறிவுறுத்தினார். பிறகு வழக்கைத் தொடரும்படி அவர் உத்தரவிட்டார். சாட்சியாளர்கள் எல்லோரையும் உறுதிமொழி எடுப்பதற்காகக் கூட்டிக் கொண்டு வந்தார்கள். நான் இங்கு எல்லோரையும் ஒரே நேரத்தில் பார்த்தேன். எனினும், குற்றவாளியின் சகோதரர்கள் உறுதிமொழி எடுக்காமலேயே சாட்சியாளர்களாக ஏற்றுக்கொள்ளப்பட்டார்கள். மதகுருமாரும் தலைமை நீதிபதியும் சிறிய உரை ஆற்றிய பிறகு, சாட்சி யாளர்களை எவ்வளவு தூரம் தள்ளி உட்காரவைக்க முடியுமோ அவ்வளவு தூரம் தள்ளி உட்காரவைத்தார்கள். அதன்பிறகு அவர்கள் ஒவ்வொருவரையும் விசாரணைக்கு அழைத்தார்கள்.

# 2

## ஆபத்தான சாட்சியாளர்கள்

வாதி, பிரதிவாதி சாட்சியாளர்கள் என்று தலைமை நீதிபதியால் தனித்தனியாக அவர்கள் வேண்டுமென்றே பிரிக்கப்பட்டார்களா அல்லது எந்த வரிசையில் அவர்கள் அழைக்கப்படுவார்கள் என்பது எனக்குத் தெரியாது. ஆனால் இவை எல்லாமே முன்கூட்டியே ஏற்பாடு செய்யப் பட்டிருந்தது. வாதி சாட்சியாளர்கள் முதலில் அழைக்கப்பட்டார்கள் என்பது மட்டும் எனக்குத் தெரியும். மீண்டும் சொல்கிறேன், வழக்கின் ஒவ்வொரு நிலையையும் விளக்கும் எண்ணம் எனக்கு இல்லை. அப்படிப் பட்டதொரு விளக்கம் மீண்டும் ஒரு புத்தகமாக உருவாகி, தேவைக்கு அதிகமான விஷயங்களைக் கொண்டதாகிவிடும். ஏனெனில், அரசு அதிகாரி மற்றும் வழக்குரைஞரின் வாதங்கள் கவனத்தை ஈர்க்கக்கூடியதாக

இருக்க, முழு வழக்கும் சாட்சியத்தின் முக்கியத்துவமும் நீதிமன்றத்தில் தெள்ளத்தெளிவாகக் காட்டப்பட, கவனத்தை ஈர்த்த இரண்டு பேருரைகள் மட்டும் சில இடங்களில் மிகச் சிறப்பாக இருக்க, குறைந்தபட்சம் அதை முழுமையாகக் குறித்துவைத்துக்கொண்ட நான், சமயம் வரும் போது அவற்றை மேற்கோளாகக் காட்டுவேன். விசாரணை நடைபெறுவதற்கு முன்பு நடந்த இந்தச் சம்பவம் வழக்கிற்கு முற்றிலும் எதிர்பாராத, சிறப்பானதொரு சம்பவமாக இருக்க, விதிவசப்பட்ட வழக்கின் முடிவை, இது முன்கூட்டியே உறுதிசெய்வதாக இருந்தது. வழக்கு ஆரம்பித்த நேரத்திலிருந்தே இந்த 'வழக்கின்' குறிப்பிட்ட ஒருசில அம்சங்கள் எல்லோராலும் கவனிக்கப்பட்டதை நான் கூர்ந்து கவனித்தேன். உதாரணமாக, பிரதிவாதியின் நிலைமையை ஒப்பிட்டுப்பார்த்தால், வாதியின் நிலைமை கவனிக்கக்கூடிய விதத்தில் வலிமை வாய்ந்ததாக இருந்தது. திகிலூட்டும் இந்த நீதிமன்றத்தில் உண்மைகள் தானாகவே ஒழுங்கு படுத்தப்பட்டு முக்கியமான ஒரு புள்ளியில் ஒன்றுசேர்ந்து, எல்லாப் பயங்கரங்களும் ரத்தக் களரி சம்பவங்களும் மெதுவாக வெளிவருவதை எல்லோரும் உணர ஆரம்பித்தார்கள். வழக்கில் இன்னும் எந்தவிதச் சந்தேகமும் கருத்து வேறுபாடுகளும் இல்லாமல், உண்மையாகவே வாதி பிரதிவாதிகளின் பேச்சுகளுக்கே அவசியம் இல்லாமல், வாதம் வெறும் ஒரு வடிவமாகவே இருக்க, குற்றம்சாட்டப்பட்ட குற்றவாளி குற்றம்செய்தவன் என்பது தெளிவாக, உறுதியாக ஆரம்பத்திலிருந்தே எல்லோருக்கும் புரியும்படியாக இருந்தது. இதற்குள் அங்கிருந்த பெண்கள் எல்லோரும் குற்றத்திலிருந்து மீச்சியா விடுபட மாட்டானா என்று ஆவலுடன் பொறுமையின்றிக் காத்திருக்க, அங்கிருந்த ஒவ்வொரு பெண்ணும் நிச்சயமாக முழுமையாக நம்பியிருப்பாள், மீச்சியாதான் குற்றவாளி என்பதை. அதுவும் அவன் செய்த குற்றம் இவ்வளவு தூரம் உறுதியாக நிலைநாட்டப்படாமல் இருந்திருந்தால், அவர்கள் முற்றிலும் ஏமாற்றமே அடைந்திருப்பார்களென்றே நினைக்கிறேன். அப்படியே குற்றங்களிலிருந்து குற்றவாளி விடுவிக்கப்படும்போது இவ்வளவு உணர்ச்சி பூர்வமான ஒரு தாக்கம் ஏற்படாமல் இருந்திருக்குமென்றும் நினைக்கிறேன். குற்றத்திலிருந்து அவன் விடுவிக்கப்படுவானென்று எதிர்பார்ப்பது விசித்திரமான ஒரு செயல்தான்; கடைசி நிமிடம்வரை எல்லாப் பெண்களும் இதைத்தான் எதிர்பார்த்திருந்தார்கள்: 'அவன் குற்றவாளிதான், ஆனால் மனிதாபிமானத்தின் பேரில், தற்போது நிலவிவரும் புதிய எண்ணங்களின் தாக்குதல்களால், மாறுபட்ட புதிய உணர்வுகளால் அவன் விடுவிக்கப்படுவான்' என்று அவர்கள் பேராவலுடன் இங்கே ஓடி வந்தார்கள். ஆண்களோ அரசு வக்கீலுக்கும் ஃபெச்சூக்கோவிச்சுக்கும் இடையே நடக்கும் விவாதத்தைப் பார்க்கும் ஆவலில் உந்தப்பட்டு வந்திருந்தார்கள். ஆச்சர்யத்துடன் எல்லோரும் தங்களைத் தாங்களே இப்படிக் கேட்டுக்கொண்டார்கள்: 'இப்படிப்பட்ட ஒரு வழக்கை, தோற்றுப் போகும் என்று தெளிவாகத் தெரிந்த இந்த வழக்கை, ஃபெச்சூக்கோவிச் போன்ற திறமை வாய்ந்த ஒரு வக்கீல் எதற்காக வாதாட வேண்டும்?' என்று. இதன் காரணமாகத்தான் அவருடைய ஒவ்வொரு அசைவையும் மக்கள் கவனத்துடனும் பதற்றத்துடனும் கவனித்தார்கள். ஆனால் இறுதிவரை, அவர் பேச ஆரம்பிக்கும்வரை,

எல்லோருக்குமே அவர் ஒரு புதிராகவே இருந்தார். அவரிடம் ஏதோ ஒரு ஒழுங்கு முறை இருப்பதால் அவர் இந்த வழக்கை ஏற்று நடத்து கிறார், அதற்கான நோக்கமும் அவரிடம் இருக்கிறது, ஆனால் அது என்ன என்றுதான் யூகிக்க முடியவில்லை என்று அனுபவசாலிகள் நினைத்தார்கள். அவரிடமிருந்த தன்னம்பிக்கையும் உறுதிப்பாடும் எல்லோருக்கும் வெளிப்படையாகத் தெரிந்தது. அது மட்டுமில்லாது, இவ்வளவு குறுகிய நாட்களில், நம்முடைய ஊருக்கு வந்த மூன்றே நாள்களில், வழக்கை முழுவதுமாகத் தெரிந்துகொண்டு, அதனுடைய 'எல்லா நுணுக்கங்களையும்' அவர் அறிந்துகொண்டது எப்படி என்று தான் எல்லோரும் ஆச்சர்யப்பட்டனர். சரியான நேரத்தில் அவர் 'சாதுர்யமாக' வாதியின் சாட்சியங்களை எவ்வளவு தூரம் குழப்ப முடியுமோ அவ்வளவு தூரம் குழப்பி, அவர்களுடைய நல்ல பெயரையும் கெடுத்து, அவர்கள் கொடுத்த சாட்சியங்களையும் சிதறடித்தாரென்பதை மக்கள் சந்தோஷமாக நினைத்துப் பார்த்தனர். அப்படியே அவர் இதைச் சூழ்ச்சித் திறனுடன், வழக்கை மிளிரச் செய்வதற்காகவே செய்தார் என்பதையும் சட்ட விதிமுறைகளை அவர் மீறவில்லை என்பதையும் அவர்கள் அறிந்திருந்தார்கள். ஏதோ ஒரு மிகப்பெரிய, முடிவான ஒரு நோக்கத்தால் இப்படி 'அவர் ஒருவருடைய புகழை மாசுபடுத்துகிறார்' என்றும், எதற்காக இப்படிச் செய்கிறாரென்பது எல்லோரையும்விட அவருக்கு நன்றாகத் தெரியும் என்றும் அப்படியே அதற்கான காரணத்தை இப்போது அவர் சொல்லாவிட்டாலும், காலம் வரும்போது சொல்வார் என்பதும் எல்லோருக்கும் தெரிந்திருந்தது. ஆனால், தன்னுடைய வலிமையை அறிந்திருந்த அவர், ஏதோ விளையாட் டாக அதுவரை வேடிக்கை காட்டிக்கொண்டிருந்தார். இப்படியாக, பியோதர் பாவ்லவிச்சின் முன்னாள் வேலைக்காரன் கிரிகோரி வசிலேவிச், 'தோட்டத்தின் கதவுகள் திறந்திருந்தன' என்று சாட்சி சொன்னபோது, அவரைக் குறுக்கு விசாரணை செய்த ஃபெச்சூக்கோவிச், அவர்மீது சீறி விழுந்தார். இங்கு ஒன்றைக் குறிப்பிட வேண்டும், அதாவது, கிரிகோரி வசிலேவிச் நீதிமன்றத்திற்கு வந்தபோது நீதிபதியின் பெருமிதத் தோற்றத்தைக் கண்டோ, அங்குக் குழுமியிருந்த மக்கள் கூட்டத்தைக் கண்டோ சிறிதளவும் அதிர்ந்து போகாமல், அமைதியாக, ஏறக்குறைய மிக அடக்கமாக இருந்தான். சாட்சியளித்தபோது, அவன் ஏதோ தன்னுடைய மனைவி மார்ஃபா இக்னச்சேவ்னாவுடன் பேசுவது போல தைரியமாகப் பேசினான். ஆனால் மரியாதையுடன் பதிலளித்தான். அவனை நிலைகுலையவைப்பது முடியாத ஒரு காரியமாக இருந்தது. முதலில் அரசு வழக்கறிஞர், கரமாசவ் குடும்பத்தைப் பற்றி விவரமாக, அவனிடம் நீண்ட நேரம் கேள்விகளைக் கேட்டார். குடும்பத்தைப் பற்றிய முழு விவரமும் வெளியேவந்தபோது சாட்சியாளன் சூதுவாது அற்ற, நல்லெண்ணம் கொண்ட மனிதன் என்பது தெளிவாகத் தெரிந்தது, தன்னுடைய பழைய எஜமானன்மீது அவனுக்கு மிக அதிக மரியாதை இருந்தாலும், மீச்சியாவிடம் அவர் நேர்மையாக நடந்துகொள்ளாமல், 'குழந்தைகளாக இருந்தபோது சரியான முறையில் அவர்களை வளர்க்கா மல்' இருந்தாரென்று அவன் சொன்னான். மேலும், 'நான் மட்டும் இல்லாமல் இருந்திருந்தால் குழந்தை மீச்சியாவைப் பேன்களே

தின்றிருக்கும்’ என்றும் அவனுடைய குழந்தைப் பருவத்தை அவன் நினைவுகூர்ந்தான். அதைப் போலவே, ‘அவனுடைய தாயின் குடும்பச் சொத்தை அவனுக்குத் தராமல் அவனை ஏமாற்றுவதும் சரியான ஒரு தந்தையின் வேலை அல்ல’ என்றும் கிரிகோரி சொன்னான். பியோதர் பாவ்லவிச் தன்னுடைய மகனுக்குப் பணம் கொடுக்காமல் ஏமாற்றினாரென்பதை எந்த அடிப்படையில் கிரிகோரி வசிலேவிச் நிரூபிக்க முடியுமென்று கேட்ட அரசு வழக்கறிஞரின் கேள்விக்கு, எல்லோரும் ஆச்சர்யப்படும் விதத்தில், எல்லோரையும் திருப்திபடுத்தும் வகையில், எந்த ஒரு சாட்சியத்தையும் கிரிகோரி வசிலேவிச்சால் கொடுக்க முடியவில்லை என்றாலும், பியோதர் பாவ்லவிச் தன்னுடைய மகனுக்கு ‘நியாயமான விதத்தில்’ பணம் கொடுக்கவில்லை, ‘இன்னும் பல ஆயிரம் ரூபிள்களை அவர் தன்னுடைய மகனுக்குக் கொடுத்திருக்க வேண்டும்’ என்றும் சொன்னான். சொல்லப்போனால், இங்கு நான் ஒன்றைக் குறிப்பிட வேண்டும், ‘உண்மையாகவே பியோதர் பாவ்லவிச் மீச்சியாவிற்குப் பணம் கொடுக்கவில்லையா?’ என்று சாட்சியாளர்களிடம் அழுத்தமாகக் கேட்கப்பட்ட கேள்விக்குச் சாட்சியாளர்களோ அல்யோஷாவோ இவான் ஃபியோதரவிச்சோ சரியானதொரு பதிலைக் கொடுக்க முடியவில்லை. மற்றவர்களெல்லாம் அந்த உண்மையை உறுதிசெய்தாலும், அவர்களால் தெளிவாக அதை நிரூபிக்க முடியவில்லை. சாப்பாட்டு மேஜையில் நடந்த சம்பவத்தைப் பற்றி, அதாவது எப்படி திமித்ரி ஃபியோதரவிச் வேகமாக உள்ளே வந்து, அவருடைய தந்தையை அடித்து, அவரைக் கொன்றுவிடுவதாக மிரட்டிய காட்சியைக் கிரிகோரி விளக்கியபோது, நீதிமன்றத்தில் பயங்கரமான அமைதி நிலவியது. அதுவும் வயதான வேலையாள் தேவையில்லாத வார்த்தைகள் எவையு மின்றி, அமைதியாகத் தன்னுடைய சொந்த மொழியில் விவரித்தபோது அது மிகச் சிறப்பாக வெளிப்பட்டது. அப்படியே மீச்சியா அவனைக் காலால் எட்டி உதைத்து, முகத்தில் அறைந்ததையும் எப்போதோ அவன் மன்னித்து, மறந்து, மீச்சியாவின் மீது காழ்ப்புணர்ச்சி எதுவும் இல்லாமல் இருக்கிறானென்றும் சொன்னான். இறந்துபோன ஸ்மெர்தியாகவ்வைப் பற்றி கிரிகோரி சொன்னபோது, தனக்குத்தானே சிலுவை போட்டுக்கொண்டு, திறமையில்லாத அந்த முட்டாள், நோயால் பீடிக்கப்பட்டவன், கடவுள் நம்பிக்கை இல்லாதவன், அதை அவன் பியோதர் பாவ்லவிச்சிடமிருந்தும் அவருடைய பெரிய மகனிடமிருந்தும் கற்றுக்கொண்டானென்றும் சொன்னான். ஆனால் அவனுடைய நேர்மை யைப் பற்றி உள்ளம் நெகிழ்ந்து சொன்ன கிரிகோரி, அவனுடைய நேர்மையின் மீது அவனுக்குக் கொஞ்சம்கூடச் சந்தேகம் இல்லை என்றும், நீண்ட நாட்களுக்கு முன்பு எஜமானன் தவறவிட்ட பணத்தை அவன் தேடிக் கண்டுபிடித்துக் கொடுத்து, அதற்காக அவரிடமிருந்து ‘பத்து ரூபிள் தங்கக் காசை’ப் பரிசாகப் பெற்ற நாளிலிருந்தே அவன் மீது அவர் பரிபூரண நம்பிக்கை வைத்திருந்தாரென்றும் சொன்னான். பியோதர் பாவ்லவிச்சின் அறைக் கதவுகள் திறந்திருந்ததாகச் சொன்ன வாக்குமூலத்தில் அவன் உறுதியாக நின்றான். இருந்தாலும் கிரிகோரி யிடம் நிறையக் கேள்விகள் கேட்கப்பட்டன. அவற்றை இப்போது முழுமை யாக என்னால் நினைவுகூர முடியவில்லை. பிரதிவாதி இறுதியாகத்

தன்னுடைய குறுக்கு விசாரணையை ஆரம்பித்தபோது, பியோதர் பாவ்லவிச் அந்த மூவாயிரம் ரூபிள்களை மறைத்து வைத்தது 'குறிப்பிட்ட ஒருவருக்காகவா' என்பதைத் தெரிந்துகொள்ள விருப்பப்பட்டார். 'நீங்கள் அந்தப் பணத்தைப் பார்த்தீர்களா – இவ்வளவு காலம் உங்களுடைய எஜமானனிடம் நெருக்கமாக இருந்த நீங்கள் அதைப் பார்த்தீர்களா?' என்று கேட்டார். அவன் அந்தப் பணத்தைப் பார்க்கவில்லை என்றும் அதைப் பற்றி யாரும் சொல்லி அவன் கேள்விப்படவில்லை என்றும், இப்போதுதான் அவனுக்கே அது தெரிய வந்தது' என்றும் சொன்னான். அரசு வழக்கறிஞர் சொத்து சம்பந்தமான பாகப்பிரிவினையைப் பற்றி எவ்வளவு அழுத்தமாகக் கேட்டாரோ அதே அழுத்தத்துடன் ஃபெச்சூக்கோவிச்சும் தன்னுடைய சார்பில், பணம் இருந்த உறையைப் பற்றிச் சாட்சியாளர்களிடம் கேட்டபோது, எல்லோரும் ஒரே மாதிரியாக, பணம் இருந்த உறையை அவர்கள் பார்க்கவில்லை என்றும் ஆனால் அதைப் பற்றி அவர்கள் கேள்விப்பட்டிருந்தார்களென்றும் சொன்னார்கள். அந்தக் கேள்வியில் தொனித்த பிரதிவாதியின் உறுதியான குரலை எல்லோரும் ஆரம்பத்திலிருந்தே கவனித்தார்கள்.

'நீங்கள் அனுமதித்தால் உங்களை நான் ஒரு கேள்வி கேட்கலாமா?' என்று எதிர்பாராத விதமாகத் திடீரென்று கேட்ட ஃபெச்சூகோவிச், 'முதுகு வலிக்காக நீங்கள் பயன்படுத்திய தைலம், சொல்லப்போனால், அன்று மாலை நீங்கள் தூங்குவதற்கு முன்பு பயன்படுத்திய அந்த மருந்துக் கரைசல், முதல் கட்ட விசாரணையின்போது தெரியவந்த அந்தத் தைலம், எதனால் செய்யப்பட்டது?' என்றான்.

ஜடம் போலக் கேள்வி கேட்டவரை அமைதியாகச் சிறிது நேரம் பார்த்த கிரிகோரி, முணுமுணுத்தான்.

'மூலிகை மருந்துகளால் என்று நினைக்கிறேன்.'

'வெறும் மூலிகை மருந்துகள் தானா? இல்லை வேறு எதுவும் சேர்க்கப்பட்டிருந்ததா? – ஒருவேளை துவர்ப்பு வகைப் பூண்டு ஏதாவது சேர்க்கப்பட்டு இருந்ததா?'

'அல்லது மிளகு சேர்க்கப்பட்டிருந்ததா?' என்று ஆர்வத்துடன் கேட்டார் ஃபெச்சூகோவ்விச்.

'ஆம். அதில் மிளகும் இருந்தது.'

'ஆக, இவை எல்லாம் வோத்காவில் ஊறவைக்கப்பட்டிருந்தன, அப்படித்தானே?'

'ஆம், மதுபானத்தில்.'

நீதிமன்றத்தில் சிரிப்பலை எழுந்தது.

'பாருங்கள், அதுவும் மதுபானத்தில் அது ஊறவைக்கப்பட்டிருந்திருக்கிறது. அதை நீங்கள் உங்களுடைய முதுகில் தேய்த்த பிறகு, உங்களுடைய மனைவிக்கு மட்டுமே தெரிந்த பிரார்த்தனையைச் செய்துவிட்டுப் பாட்டிலில் இருந்த மீதியை நீங்கள் குடித்துவிட்டீர்கள், அப்படித்தானே?'

‘ஆமாம் குடித்தேன்.’

‘நீங்கள் எவ்வளவு குடித்தீர்கள்? தோராயமாக? ஒன்று அல்லது இரண்டு மதுக்கோப்பைகள்?’

‘ஒரு டம்ளர் இருக்கும்.’

‘அதுவும் ஒரு டம்ளர். ஒருவேளை ஒன்றரை டம்ளர் இருந்திருக்குமோ?’ கிரிகோரி அமைதியாக இருந்தான். அவனுக்கு ஏதோ ஒன்று புரிபட்டது.

‘ஒன்றரை டம்ளர் சுத்தமான மதுபானத்தைக் குடித்தால் தப்பு என்றா நினைக்கிறீர்கள்? ஒரு சமயம், தோட்டத்தின் கதவுகள் திறக்கப் படாவிட்டாலும், சொர்க்கத்தின் கதவுகள் திறக்கப்படலாம்தானே’' என்று கேட்டார் வழக்கறிஞர்.

இதைக் கேட்டு கிரிகோரி அமைதியாக இருந்தான். மீண்டும் நீதிமன்றத்தில் சிரிப்பலை எழுந்தது. தலைமை நீதிபதி தன்னுடைய இடத்தில் இருந்தபடியே அசைந்து கொடுத்தார்.

‘உங்களுக்கு உறுதியாகத் தெரியுமா?’ என்று மீண்டும் தொடர்ந்த ஃபெச்சூகோவிச், ‘தோட்டத்தின் கதவுகள் திறந்திருந்த சமயம் நீங்கள் தூங்கவில்லை என்று?’ என்று கேட்டார் வழக்கறிஞர்.

‘அது எனக்குத் தெரியாது.’

‘சூ, இப்போது என்ன வருடம், கி.பி. எந்த நூற்றாண்டு என்று உங்களால் சொல்ல முடியுமா?’

குழப்பத்துடன் நின்ற கிரிகோரி, தன்னை வேதனைப்படுத்தும் அந்த வழக்கறிஞரைக் கண்கொட்டாமல் பார்த்தான். உண்மையாகவே இது என்ன வருடமென்பது அவனுக்குத் தெரியாமல் இருந்தது ஆச்சர்ய மாகத்தான் இருந்தது.

‘உங்கள் கைகளில் எத்தனை விரல்கள் இருக்கின்றன என்று உங்களுக்குத் தெரியுமா?’

‘நான் ஒரு வேலைக்காரன்’ என்று திடீரென்று சத்தமாக, தெளிவாகச் சொன்ன கிரிகோரி, ‘தலைமை இடம் என்னைக் கேலிசெய்வது என்று முடிவுசெய்துவிட்டால், அதை நான் தாங்கிக்கொள்ளத்தானே வேண்டும்’ என்றான்.

‘இதைக் கேட்டு ஃபெச்சூகோவிச் சற்றே ஆச்சர்யப்பட, தலைமை நீதிபதி உடனே பிரதிவாதிக்கு எச்சரிக்கை விடுத்தார், வழக்கு சம்மந்த மான கேள்விகளை மட்டுமே கேட்க வேண்டுமென்று. ஃபெச்சூகோவிச் மரியாதையுடன் தலை வணங்கித் தன்னுடைய விசாரணை முடிந்து விட்டதாகச் சொன்னார். எப்படியிருந்தாலும், மருந்தின் தாக்கத்தால் ‘சொர்க்கத்தின் கதவுகள் திறக்கப்படலாம்’ என்று சொன்ன சாட்சியத்தை யும் அதற்கும் மேலாக, அவன் வாழும் வருடம் அவனுக்குத் தெரியாமல் இருந்ததையும் கேட்டு, பொதுமக்களும் வழக்கறிஞர் குழாமும் சந்தேகப் பட்டது தெளிவாகத் தெரிந்தது. இப்படியாக, பிரதிவாதி தன்னுடைய எண்ணத்தை நிறைவேற்றிக்கொண்டார். ஆனால், கிரிகோரி அங்கிருந்து

போவதற்கு முன்பு ஒரு சம்பவம் நடந்தது. தலைமை நீதிபதி குற்றவாளி இருக்கும் பக்கமாகத் திரும்பி, சாட்சியாளர் சொன்னதைப் பற்றி அவன் ஏதாவது சொல்ல விரும்புகிறானா என்று கேட்டார்.

அதற்கு, 'கதவுகளைப் பற்றி அவன் சொன்னதைத் தவிர மற்ற எல்லாம் உண்மையே' என்று உரக்கச் சொன்னான் மீச்சியா. 'என்னுடைய தலையில் இருந்த பேனை எடுத்ததற்கு அவனுக்கு நான் நன்றிக்கடன் பட்டிருக்கிறேன், அப்படியே அவனை நான் அடித்ததற்கும் அவன் என்னை மன்னித்ததற்கும் அவனுக்கு நான் நன்றி பாராட்டுகிறேன். இந்த வயதான மனிதன் வாழ்நாள் முழுவதும் நேர்மையானவனாக இருந்தான், எழுநூறு நாய்களின் நன்றியை, அவன் என் தந்தை ஒருவரிடம் காட்டினான்' என்று சொன்னான் மீச்சியா.

'குற்றவாளி, வார்த்தைகளை ஒழுங்காகப் பயன்படுத்துங்கள்' என்று கடுமையாக எச்சரித்தார் தலைமை நீதிபதி.

'அப்படியானால் நான் ஒரு சடை நாய், அதுதான் நான்!' என்று கத்தினான் மீச்சியா. 'ஏதாவது நான் தவறாகச் சொல்லியிருந்தால், அவரிடம் நான் மன்னிப்புக் கேட்கிறேன். மிருகத்தனமாக, இரக்கமே இல்லாமல் அவரிடம் நான் நடந்துகொண்டேன், அப்படித்தான் மிகக் கடுமையாக ஈசோப்பிடமும் நான் நடந்துகொண்டேன்.'

'எந்த ஈசோப்?' என்று கடுமையாகக் கேட்டார் மீண்டும் தலைமை நீதிபதி.

'ஆம், அந்தக் கோமாளியிடம்தான் ... என்னுடைய தந்தை பியோதர் பாவ்லவிச்சிடம்' என்றான் மீச்சியா. வார்த்தைகளை அளந்து ஜாக்கிரதையாகப் பேசுமாறு தலைமை நீதிபதி மீண்டும் கடுமையாக, உறுதியாக மீச்சியாவை எச்சரித்தார்.

'வழக்கறிஞருடைய எண்ணத்தில் நீங்களே உங்களைப் பற்றித் தவறான கருத்தை விதைக்கிறீர்கள்' என்றார் தலைமை நீதிபதி. பிரதிவாதி இதே இந்தச் சாதுர்யமான வழியைப் பின்பற்றி சாட்சியாளன் ரக்கீத்தினைக் கேள்வி கேட்க ஆரம்பித்தார். ஒன்றைச் சொல்லிக் கொள்கிறேன், சாட்சியாளர்களில் ரக்கீத்தின் கொடுத்த சாட்சியம் மிக முக்கியமான ஒன்றாக அரசு வழக்கறிஞரால் கருதப்பட்டது. ரக்கீத்தினுக்கு எல்லாமே தெரிந்திருந்தது. ஆச்சரியப்படும் விதத்தில் எல்லாவற்றையுமே அவன் தெரிந்து வைத்திருந்தான். எல்லா இடங்களுக்கும் அவன் போயிருந்தான். எல்லோரிடமும் அவன் பேசியிருந்தான். பியோதர் பாவ்லவிச்சைப் பற்றியும் கரமாசவ் குடும்பத்தினர்களைப் பற்றியும் அவனுக்கு எல்லாமே தெரிந்திருந்தது. மூவாயிரம் ரூபிள்கள் இருந்த பண உறையைப் பற்றி அவன் மீச்சியாவிடம் கேட்டுத் தெரிந்து கொண்டிருந்தான் என்பதுதான் உண்மை. ஆனால், அதற்குப் பதிலாக, அவன் 'தலைநகரம்' என்ற சத்திரத்தில் மீச்சியா செய்த வீர தீரச் செயல்களைப் பற்றியும் அவன் சொன்ன விஷயங்களைப் பற்றியும் அவன் நடந்துகொண்ட விதத்தைப் பற்றியும் ஓய்வுபெற்ற படைத்தளபதி ஸ்நெகிரவை 'புரடைநார்' என்று சொல்லிக் கேலி செய்து சண்டை போட்டதைப் பற்றியும் விளக்கமாக ரக்கீத்தின் சொன்னான். முக்கியமாக,

பியோதர் பாவ்லவிச் மீச்சியாவுக்குச் சொத்து கொடுக்காமல் இருந்ததைப் பற்றிக் கேட்ட கேள்விக்கு ரக்கீத்தினால் எந்தவிதத் தெளிவான பதிலையும் கொடுக்க முடியாமல் போனதுடன், ‘இதில் யார் குற்றவாளி என்று யாரால் கண்டுபிடிக்க முடியும், யாருக்குத் தெரியும், யார் யாருக்குக் கொடுக்க வேண்டுமென்று, கரமாசவ் குடும்பத்தினர் பண விஷயத்தில் மோசமாக நடந்துகொள்வதால் யாரால் தெளிவாகச் சொல்ல முடியும்?’ என்று வெறுப்புடன் பதிலளித்தான். இந்த வழக்கின் முழு சோகமும் கொத்தடிமைத்தனத்தின் வழக்கற்றுப் போன நிலையால் வந்த விளைவு என்றும் சரியானதொரு நிறுவனமாக ரஷ்யா இல்லாமல், ஒழுங்கு முறைமையைக் கடைபிடிக்காமல் இருப்பதால் வரும் விளைவு என்றும் சொன்னான் ரக்கீத்தின். சுருக்கமாகச் சொன்னால், அவனுடைய கருத்துகளைச் சொல்ல அவனை அனுமதித்தார்கள். இந்த வகையில், அவன் தன்னை வெளிக்காட்டிக் கொள்ளவும் மற்றவர்களின் கவனத்தைத் தன் பக்கம் ஈர்க்கவும் முதல்முறையாக அவனுக்கு வாய்ப்புக் கிடைத்தது. நடந்த இந்தக் குற்றத்தைப் பற்றிச் சாட்சியாளன் பத்திரிகைக்குக் கட்டுரை ஒன்றைத் தயாரித்துக்கொண்டிருக்கிறான் என்பதும் இறுதியாக அவன் கொடுத்த வாக்குமூலத்தில் (இதைப் பற்றிக் கீழே பார்ப்போம்), இந்தக் கட்டுரையில் இருந்து சில கருத்துகளை எடுத்து அவன் கையாண்டான் என்பதும் அவருக்குத் தெரிந்திருந்தது. இந்தச் சாட்சியாளனால் விவரிக்கப்பட்ட காட்சியானது பயங்கரமான ஒன்றாக, கெட்ட நோக்கத்துடன் ‘குற்றத்தை’ ஊர்ஜிதம் செய்வதாக இருந்தது. பொதுவாக, ரக்கீத்தினுடைய சுதந்திரமான எண்ணமும் குறிப்பிட்டுச் சொல்லக் கூடிய மேம்பட்ட கருத்துகளும் பொதுமக்களுடைய கவனத்தை ஈர்த்தது. குறிப்பாக, கொத்தடிமைத்தனம் பற்றியும் ரஷ்யாவின் ஒழுங்கு முறையற்ற தன்மை பற்றியும் அவன் சொன்ன கருத்துகள் திடீரென்று மக்களிடம் கைதட்டல்களைப் பெற்றன. ஆனால், அனுபவமில்லாத இளம் ரக்கீத்தின் சற்றே பேச்சில் தடுமாற, பிரதிவாதி உடனே அதைப் பயன்படுத்திக் கொண்டார். குரூஷென்காவைப் பற்றிக் கேட்கப்பட்ட சில கேள்விகளுக்கு, வெற்றிக் களிப்பில் இழுத்துச் செல்லப்பட்ட அவன், மலை உச்சியில் நின்றுகொண்டு, அக்ரஃபேனா அலெக்ஸாந்தரவ்னாவைப் பற்றி மிக வெறுப்பாக, ‘வியாபாரி சம்ஸனோவ் வைத்திருக்கும் அவள்’ என்று குறிப்பிட்ட தவறான வார்த்தைகளை உடனே அவனே உணர்ந்தான். இதைப் பிடித்துக்கொண்டார் ஃபெச்சுக்கோவிச். அவனுடைய வார்த்தைகளைத் திரும்பப் பெற்றுக்கொள்ள அவன் மிக அதிக விலை கொடுக்க வேண்டியிருந்தது. இது மிக நுணுக்கமாக இவ்வளவு விஷயங்களை இவ்வளவு குறுகிய காலத்தில், ஃபெச்சூகோவிச் தெரிந்துவைத்திருப்பதை ரக்கீத்தின் எண்ணிப் பார்க்காததால் வந்த விளைவுதான்.

‘நான் உங்களை ஒன்று கேட்கலாமா’ என்று தன்னுடைய சார்பாகக் கேள்வி கேட்க வாய்ப்பு கிடைத்தபோது கேட்ட பிரதிவாதி, ‘நீங்கள்தான், கடவுளைச் சென்றடைந்த ‘முதியவர்’ அருட்தந்தை ஜோஸிமாவின் வாழ்க்கை வரலாறு’ என்ற கட்டுரையில் மிக அற்புதமாக ஆழ்ந்த சமயப் பற்றுக் கொண்ட எண்ணங்களைக் கடவுளுக்கு அர்ப்பணம் செய்து எழுத, அது தலைமைக் குருவால் பிரசுரிக்கப்பட்டதே, அதே அந்த ரக்கீத்தின் நீங்கள்தானா? அண்மையில் அதை எவ்வளவு மன

நிறைவுடன் நான் படித்தேன் தெரியுமா?' என்று இனிமையாக, மரியாதை கலந்த புன்சிரிப்புடன் கேட்டார் ஃபெச்சுக்கோவிச்.

'பிரசுரிப்பதற்காக அதை நான் எழுதவில்லை. பிறகு அது பிரசுரிக்கப்பட்டது' என்று ஏறக்குறைய வெட்கத்துடன் முணுமுணுத்த ரக்கீத்தின், திடீரென்று ஏனோ ஆச்சர்யப்பட்டான்.

'ஓ, இது அற்புதம்! உங்களைப் போன்ற சிந்தனையாளர்கள் சமுதாயப் பிரச்சினையை எந்த அளவுக்குப் பரந்த எண்ணத்துடன் பார்க்க வேண்டுமோ அந்த அளவுக்குப் பரந்த எண்ணத்துடன் பார்க்கிறீர்கள். தலைமை குருமாரின் ஆதரவால் பிரசுரமான உங்களுடைய இந்தப் பயனுள்ள கட்டுரை பரவலாக விற்பனையாகி, ஏதோ ஒரு விதத்தில் மக்களுக்குப் பயனுள்ளதாக இருக்கிறது ... ஆனால், முக்கியமாக நான் ஒன்றைத் தெரிந்துகொள்ள விரும்புகிறேன். இப்போதுதான் நீங்கள் சொன்னீர்கள், செல்வி ஸ்வெத்லோவாவிடம் (முக்கியமாகக் குறித்துக்கொள்ளுங்கள், குரூஷெக்காவுடைய குடும்பப் பெயர் 'ஸ்வெத்லோவா' என்பது வழக்கு நடக்கும் இந்த நேரத்தில்தான் முதன் முறையாக எனக்கே தெரிய வந்தது) நீங்கள் நெருங்கிய தொடர்பு வைத்திருந்தீர்கள் என்று, அப்படித்தானே?'

'என்னுடன் அறிமுகமான எல்லோரைப் பற்றியும் நான் சொல்லிக் கொண்டிருக்க முடியாது. நான் ஒரு இளைஞன். நான் சந்திக்கும் மக்களைப் பற்றியெல்லாம் இங்கே சொல்லிக்கொண்டிருக்க முடியாது' என்று முற்றிலும் முகம் சிவக்கப் பதிலளித்தான் ரக்கீத்தின்.

'புரிகிறது, மிக நன்றாகப் புரிகிறது!' என்று ஏதோ அவரே திக்குமுக்காடிப் போனவராய், அவசரமாக மன்னிப்புக் கேட்கும் விதத்தில், 'மற்ற இளைஞர்களைப் போலவே நீங்களும் உங்களுடைய பங்கிற்கு, இளமையான, அழகான இந்தப் பெண்ணிடம் உங்களை அறிமுகம் செய்துகொள்ள ஆசைப்பட்டு, விருப்பத்துடன் இளைஞர்களை வரவேற்கும் அவளிடம் சென்று, ஆனால், நான் ஒன்றைப் பற்றி மட்டும் தான் தெரிந்துகொள்ள ஆசைப்படுகிறேன். இரண்டு மாதங்களுக்கு முன்பு செல்வி. ஸ்வெத்லோவா, கரமாசவ் குடும்பத்தின் கடைசி மகனான அலெக்ஸெய் ஃபியோதரவிச்சுடன் தன்னை அறிமுகம் செய்துகொள்ள மிகவும் ஆசைப்பட்டு, குறிப்பாக அவனை அந்தத் துறவிக் கோலத்தில் கூட்டிக்கொண்டு வந்தால், உங்களுக்கு அவள் இருபத்து ஐந்து ரூபிள்களைத் தருவதாகச் சொன்னது எங்களுக்குத் தெரியும். இது, அந்தச் சோகச் சம்பவம் நடந்து, அதற்காக இப்போது வழக்கு நடக்கும் இந்த நாளுக்கு முந்திய நாள் மாலைப் பொழுதில்தான் நடந்தது என்பதும் எங்களுக்குத் தெரியும். நீங்கள் அலெக்ஸெய் கரமாஸவைச் செல்வி ஸ்வெத்லோவாவிடம் கூட்டிக்கொண்டு போனதற்கு, அவள் கொடுத்த வாக்குப்படி, அந்த இருபத்து ஐந்து ரூபிள்கள் உங்களுக்குப் பரிசாகக் கொடுத்தாளா என்பதைத்தான் உங்களிடமிருந்து நான் தெரிந்துகொள்ள ஆசைப்படுகிறேன்.'

'அது வெறும் ஒரு விளையாட்டிற்காகத்தான் ... இதைத் தெரிந்து கொள்வதில் உங்களுக்கு என்ன ஆசை என்றுதான் எனக்குப் புரிய

வில்லை. பிறகு அதைத் திருப்பித் தரலாம் என்று... அதை நான் விளையாட்டாகத்தான் வாங்கிக்கொண்டேன்...'

'ஆக, நீங்கள் அந்தப் பணத்தை வாங்கிக்கொண்டீர்கள். ஆனால், இன்றுவரை அதை அவளிடம் நீங்கள் திருப்பிக் கொடுக்கவில்லை... அல்லது திருப்பிக் கொடுத்துவிட்டீர்களா?'

'அர்த்தமில்லாத கேள்வி...' என்று முணுமுணுத்த ரக்கீத்தின், 'இப்படிப்பட்ட கேள்விகளுக்கு என்னால் பதில் சொல்ல முடியாது... நிச்சயமாக நான் அதைத் திருப்பித் தருவேன்' என்றான்.

இதைக் கேட்டுத் தலைமை நீதிபதி குறுக்கிட, அதற்குள் வழக்கறிஞர் தான் கேட்க வேண்டிய கேள்விகளைக் கேட்டு முடித்துவிட்டதாகச் சொன்னார். திரு ரக்கீத்தின் அவர்கள் சற்றே அவமானப்பட்டவராக அந்த இடத்திலிருந்து வெளியேறினார். அவனுடைய உயர்வான கருத்துகளால் ஏற்பட்ட மதிப்பானது சீரழிந்துபோக, வெளியே போகும் அவனைப் பார்த்து வழக்கறிஞர் சொன்னார், 'இதோ, இப்படிப்பட்டவர்கள்தாம் உங்களுடைய உயர்வான சாட்சியாளர்கள்!' என்று. இங்கும் மீச்சியாவின் தலையீடு இல்லாமல் போகவில்லை என்பது எனக்கு நினைவிருக்கிறது. குரூஷென்காவைப் பற்றி ரக்கீத்தின் சொன்னதைக் கேட்டுப் பயங்கரமாகக் கோபப்பட்ட மீச்சியா, தன்னுடைய இடத்திலிருந்தபடியே திடீரென்று 'பெர்னார்ட்!' என்று உரக்கக் கத்தினான். ரக்கீதத்தினை முழுமையாக விசாரித்த பிறகு தலைமை நீதிபதி இதைப் பற்றி மீச்சியா ஏதாவது சொல்ல விருப்பப்படுகிறானா என்று கேட்டார். உடனே மீச்சியா 'கணீர்' என்ற குரலில் உரக்கச் சொன்னான்.

'நான் கைதுசெய்யப்பட்ட சமயத்திலிருந்தே என்னிடம் அவன் பணம் கேட்டுக்கொண்டு அலைகிறான்! வெறுக்கத்தக்க அவன், ஒரு பெர்னார்ட். மேலும் செய்கின்ற தொழிலில் தன்னுடைய முன்னேற்றத்தை மட்டுமே குறிக்கோளாய்க் கொள்ளும் அவன், கடவுளை நம்பாமல் தலைமைக் குருவை ஏமாற்றுபவன்!'

மீண்டும் வார்த்தைகளைக் கவனமாக உபயோகப்படுத்தும்படி மீச்சியாவுக்கு எச்சரிக்கை விடுத்தார் தலைமை நீதிபதி. அத்துடன் திரு. ரக்கீத்தினிடம் விசாரணை முடிவடைந்தது. படைத் தளபதி ஸ்நெகிரேவ் சொன்ன சாட்சியமும் வேறு ஒரு காரணத்தின் பொருட்டுச் சாதகமாக இல்லாமல், அதிர்ஷ்டம் இல்லாமல் போனது. அவர் முற்றிலும் கிழிந்துபோன அழுக்கான உடையில், சகதியான காலணிகளுடன், எல்லாவித முன்னெச்சரிக்கைகள், மருத்துவப் 'பரிசோதனைகளுக்கு'ப் பிறகும் முழுவதுமாகக் குடித்திருந்த நிலையில் இருந்தார். மீச்சியா அவரை எப்படிக் கேவலப்படுத்தினானென்று கேட்கப்பட்ட கேள்விக்கு ஏனோ அவர் பதிலளிக்க மறுத்துவிட்டார்.

'கடவுள் அவரைக் காப்பாற்றட்டும். இல்யூஷெச்கா என்னை ஒன்றும் சொல்ல வேண்டாம் என்று சொல்லிவிட்டான். கடவுள் எனக்கு அங்குக் கைம்மாறு செய்வார்.'

'யார் உங்களை ஒன்றும் சொல்ல வேண்டாம் என்று சொன்னது? யாரைப் பற்றி நீங்கள் பேசுகிறீர்கள்?'

'இல்யூஷெச்கா, என்னுடைய மகன் சொன்னான், 'செல்ல அப்பா, என் செல்ல அப்பா, எப்படி அவன் உன்னைக் கேவலப்படுத்திவிட்டான்!' என்று. இதை அவன் குலுங்கிக் குலுங்கி அழுதபடியே சொன்னான். இப்போது அவன் செத்துக் கொண்டிருக்கிறான் ...'

இப்படிச் சொன்ன அந்தப் படைத் தளபதி திடீரென்று வெடித்தழுது தலைமை நீதிபதியின் கால்களில் விழுந்தார். உடனே அவர் நீதிமன்றத்திலிருந்து வேகமாக வெளியேற்றப்பட, பொது மக்களின் சிரிப்பலை அங்கே பரவியது. அரசு வழக்கறிஞரால் ஏற்படுத்தப்பட்ட பாதிப்பு சேர வேண்டிய இடத்தைச் சென்று சேரவே இல்லை.

பிரதிவாதி எல்லா நுணுக்கங்களையும் கண்டறிந்து தன்னுடைய துல்லியமான விஷய சேகரிப்பால் இன்னும் அதிகமாக எல்லோரையும் ஆச்சர்யப்பட வைத்தார். இப்படியாக, உதாரணமாக, திரிஃபோன் பரீசவிச் கொடுத்த சாட்சியம் மிக ஆழமான தாக்கத்தை ஏற்படுத்தி யிருந்தாலும், அது மீச்சியாவுக்கு எதிரான மிகப் பெரிய சாட்சியாக இருந்தது. ஏறக்குறைய அவன் எல்லாவற்றையும் கணக்கிட்டு, இந்தச் சோக சம்பவம் நடப்பதற்கு ஒரு மாதத்திற்கு முன்பு முதல்முறையாக மீச்சியா மோக்ரய கிராமத்திற்கு வந்திருந்தபோது மூவாயிரம் ரூபிள்களுக்கும் குறைவில்லாமல் செலவு செய்திருக்க வேண்டும் அல்லது 'அதற்குச் சற்றே குறைவாகச் செலவு செய்திருக்க வேண்டும்' என்று அவன் சொன்னான். 'நாடோடிப் பெண்களுக்கு மட்டுமே அவர் எவ்வளவு செலவு செய்தார்! நம்முடைய பேன் புழுத்த ஆண் மக்களுக் காக 'ஐம்பது கோப்பெக்குகளைத் தெருவில் அவர் வீசியெறிந்தது' மட்டுமல்லாமல், குறைந்தபட்சம் அவர்கள் ஒவ்வொருவருக்கும் இருபத்து ஐந்து ரூபிள் நோட்டுகளையும் இனாமாகக் கொடுத்தார். அதற்குக் குறைவாக அவர் எதையும் கொடுக்கவில்லை. அப்படியே அவரிடமிருந்து எவ்வளவு ரூபிள்களை அவர்கள் வெகு சாதாரணமாகத் திருடினார்கள்! யார் திருடினார்களோ அவர்கள் அடையாளமாக எதையும் விட்டு வைக்கவில்லை, அப்படியிருக்கையில் திருடர்களை எங்கிருந்து, எப்படிப் பிடிப்பது, மதிப்பு தெரியாமல் இப்படிப் பணத்தை வாரி இறைக்கும்போது! நம்முடைய மக்களோ கொள்ளைக்காரர்கள், மன சாட்சிக்குப் பயப்படாத பாவிகள்! நம்முடைய கிராமத்துப் பெண் களுக்குத்தான் அவர் எவ்வளவு செலவுசெய்தார்! இதுவரை ஏழையாய் இருந்தவர்கள் இன்று பணக்காரர்களாகிவிட்டார்கள்' என்று சொன்னார். சுருக்கமாகச் சொன்னால், எல்லா விஷயங்களையும் அவர் நினைவு கூர்ந்து கணக்குப் போட்டுப் பார்த்துத் துல்லியமாகச் சொன்னார். இப்படியாக, ஆயிரத்து ஐநூறு ரூபிள்களை மட்டுமே செலவழித்துவிட்டு மீதியைப் பட்டயத்தில் வைத்திருந்தான் என்ற மீச்சியாவின் வார்த்தைக்கு அர்த்தமே இல்லாமல் போனது. 'நானே என்னுடைய கண்களால் பார்த்தேன், அவருடைய கைகளில் மூவாயிரம் ரூபிள்கள் இருந்ததை. எனக்கு என்ன பணத்தை எண்ணத் தெரியாதா என்ன!' என்று ஆச்சர்யத் துடன், முடிந்தவரை 'அதிகாரிகளை'ச் சந்தோஷப்படுத்தும் விதத்தில் சொன்னார் திரிஃபோன் பரீசவிச். ஆனால், பிரதிவாதி அவரைக் குறுக்குக் கேள்வி கேட்டபோது, தான் சொன்னதில் தவறில்லை என்று

சொல்லக்கூட முற்படாமல், திடீரென்று, மீச்சியா மோக்ரயவுக்கு முதல் முறை வந்திருந்தபோது, அதாவது அவன் கைதாவதற்கு ஒரு மாதத்திற்கு முன்பு வந்திருந்தபோது, குடிவெறியில் எப்படி அவன் சத்திரத்து நடைபாதையில் நூறு ரூபிள் நோட்டைத் தவறவிட்டா னென்றும் அதைக் குதிரை வண்டிக்காரன் திமஃபேயும் விவசாயி அக்கிமும் எடுத்து வந்து திரிஃபோன் பரீசவிச்சிடம் கொடுத்தார்களென் றும் அதற்காக அவர்கள் 'இருவருக்கும்' அவன் தலைக்கு ஒரு ரூபிள் இனாமாகக் கொடுத்தான் என்பதையும் நினைவுகூர்ந்து சொன்னான். 'சரி, நீங்கள் அந்த நூறு ரூபிள் நோட்டைக் கரமாஸவிடம் திருப்பிக் கொடுத்தீர்களா இல்லையா?' என்று கேட்ட கேள்விக்கு, அவர் பதில் சொல்லாமல் மழுப்ப, அந்த நூறு ரூபிள் நோட்டை எடுத்துக் கொடுத்த அந்த இருவரும் அதை உறுதி செய்த பிறகே, அந்த இரவே அதை அவர் மீச்சியாவிடம் திருப்பிக் கொடுத்துவிட்டார் என்று சொன்னார். 'மிக நேர்மையாக அதை நான் அவரிடம் திருப்பிக் கொடுத்தேன், ஆனால் குடிபோதையிலிருந்த அவருக்கு அது நினைவிருக்க வாய்ப் பில்லை' என்றார். ஆனால், அவர்கள் இருவரும் அந்த ஒரு ரூபிளை அவரிடமிருந்து வாங்கவே இல்லை என்று மறுத்தபோதுதான் மது மயக்கத்திலிருந்த மீச்சியாவிடம் அவர் பணத்தைத் தரவில்லை என்று சொன்னது பயங்கரமான சந்தேகத்தை ஏற்படுத்தியது. இப்படியாக, பயங்கரமான சாட்சியாளர்களில் ஒருவர் குற்றவாளிக் கூண்டைவிட்டு வெளியேறியபோது, மீண்டும் அங்கே பயங்கரமான சந்தேகமும் சிதைந்து போன அவருடைய நன் மதிப்பும் தெளிவாகத் தெரிந்தது. சுதந்திரமாக வும் கர்வத்துடனும் இருந்த அந்தப் போலந்து நாட்டுக்காரனின் நிலைமை யும் அப்படித்தானிருந்தது. உரத்த குரலில் அவர்கள் இருவரும் சாட்சி யளித்தார்கள். முதலாவதாக, இருவருமே 'ஜார் மன்னரிடம் வேலை பார்த்தார்கள்' என்றும் 'நிலப்பிரபு மீச்சியா' அவர்களுக்கு மூவாயிரம் ரூபிள்கள் கொடுத்து அவர்களுடைய நற்பெயரை விலை பேசினா ரென்றும் அப்படியே மீச்சியாவிடம் நிறையப் பணம் இருந்ததை அவர்கள் பார்த்தார்களென்றும் சொன்னார்கள். நிலப்பிரபு முஸ்யாலவிச் பேசும்போது அதிகமாகப் போலந்து சொற்களைப் பயன்படுத்தியதில் தலைமை நீதிபதி, அரசு வழக்கறிஞரின் பார்வையில் அவர் உயர்ந்து நிற்க, இறுதியாக அவர் போலந்து மொழியிலேயே பெருமிதத்துடன் பேச ஆரம்பித்தார். இருந்தாலும் ஃபெச்சூக்கோவிச் அவருடைய சதித் திட்டத்தைச் சரியாகக் கண்டுபிடித்தார். அதாவது, மீண்டும் அழைக்கப்பட்ட திரிஃபோன் பரீசவிச் எவ்வளவுதான் மழுப்பினாலும், இறுதியாக அவன் ஒத்துக்கொள்ள வேண்டி இருந்தது, நிலப்பிரபு ரூப்ளோவ்ஸ்கி சீட்டு விளையாடும்போது தன்னுடைய சீட்டுக் கட்டைத் திருட்டுத்தனமாக உள்ளே நுழைத்து விளையாட, நிலப்பிரபு முஸ்யால விச்சும் ஏமாற்றினார் என்பதை. சாட்சியளிக்கும்போது இதைக் கல்கானவும் உறுதி செய்ய, இரண்டு போலந்து நாட்டுக் காரர்களும் பொது மக்களின் சிரிப்பலைக்கு நடுவே அவமானத்துடன் வெளியேற நேர்ந்தது.

மற்ற எல்லாச் சாட்சியாளர்களுக்கும் ஏறக்குறைய இதே கதிதான் ஏற்பட்டது. ஒவ்வொரு சாட்சியாளரின் நேர்மையையும் களங்கப்படுத்தும்

விதத்தில் கேள்வி கேட்ட ஃபெச்சூக்கோவிடமிருந்து, சற்றே அவமானத்துடன்தான் ஒவ்வொருவரும் வெளியேற வேண்டியிருந்தது. வழக்கறிஞர்களும் வல்லுநர்களும் இதைப் பார்த்துப் பெரு மகிழ்ச்சியடைய, முன்பே சொன்னது போல, எந்தவிதத்தில் இப்போது இருக்கும் நிலைமையை இது மாற்றக்கூடும் என்பதை அறியாது, நிலைமை மிக மோசமாகவே இருந்தது என்பது மட்டும் தெளிவாகத் தெரிந்தது. ஆனால், 'மிகப் பெரிய மந்திரவாதி' போல நம்பிக்கையுடன் அமைதியாக அவர் இருப்பதைப் பார்த்துப் பொதுமக்கள், 'இப்பேர்பட்ட மனிதர் பீத்தர்புர்கிலிருந்து காரணமில்லாமல் வரமாட்டார், வந்து பயனேதுமில்லாமல் திரும்பவும் மாட்டார்' என்று நினைத்தார்கள்.

## 3

## மருத்துவ வல்லுநர்களின் கருத்தும் ஒரு பவுண்டு கொட்டையும்

மருத்துவ வல்லுநர்களின் கருத்துக்கணிப்புக்கூட குற்றவாளிக்கு உதவிசெய்வதாக இருக்கவில்லை. ஆம், ஃபெச்சூக்கோவிச்கூட அதைக் கணக்கில் எடுக்கவில்லை என்பது பிறகுதான் தெரியவந்தது. கத்தரீனா இவானவ்னாவின் முயற்சியின் பேரில் புகழ்பெற்ற மருத்துவர் மாஸ்கோவிலிருந்து பிரத்தியேகமாக வரவழைக்கப்பட்டிருந்தார். இதனால் பிரதிவாதி எதையும் அதிகமாக இழந்திருக்கவில்லை, மாறாக, அதிர்ஷ்டவசமாக, அது நன்மையைத்தான் தேடித் தந்தது. ஆனால், இதனுடைய விளைவு ஏனோ கேலிக்குரியதாக இருந்தது. ஏனெனில் இதைப் பற்றி மருத்துவர்களிடையே பலவிதமான கருத்துகள் நிலவி வந்தன. மருத்துவ வல்லுநர்களாக மாஸ்கோவில் இருந்து வந்திருந்த புகழ்பெற்ற மருத்துவர், நம்முடைய நகரத்து மருத்துவர் கெர்சென்ஸ்தூபே, இளம் மருத்துவர் வார்வின்ஸ்கி என்று மூன்று மருத்துவர்கள் இருந்தார்கள். இறுதியாகக் குறிப்பிடப்பட்ட இரண்டு மருத்துவர்களும் அரசு வழக்கறிஞரால் சாட்சியாளர்களாக வரவழைக்கப்பட்டிருந்தார்கள். முதல் சாட்சியாக, மருத்துவ வல்லுநர் கெர்சென்ஸ்தூபே அழைக்கப்பட்டார். அவர் நரைத்த முடியுடன், வழுக்கைத் தலையுடன், அதிக உயரமில்லாமல், கட்டுறுதி வாய்ந்த உடலுடன், எழுபது வயதுக் கிழவராக இருந்தார். நேர்மையான, ஆழமான, கடவுள் நம்பிக்கை உள்ள மருத்துவரான அவர், ஹெர்ன்குத்தர் சமூக உறுப்பினரோ அல்லது 'மொரேவியன் சமூக'[1] உறுப்பினராகவோ இருந்தார். சரியாக அது எனக்குத் தெரியவில்லை. நம்முடைய ஊரில் நீண்ட காலமாக வாழ்ந்து வந்த அவர், சமுதாயத்தில் மிகப்பெரிய இடத்தைப் பிடித்திருந்தார். இரக்க மனப்பான்மையுடன் மனிதர்களை நேசிக்கும் அவர், உடல்நலம் சரியில்லாத ஏழைகளுக்கு, விவசாயிகளுக்கு இலவசமாகச் சிகிச்சை அளித்து, அவர்களுடைய குடிசை, கொட்டில்களுக்கே நேரில் சென்று சிகிச்சை அளித்து வந்தவர், மருந்து வாங்கப் பணம் இல்லாதவர்களுக்கு அவரே மருந்து வாங்கிக் கொடுத்து

உதவினாலும், அவர் கழுதையைப் போல ஒரு பிடிவாதக்காரராய் இருந்தார். எதையாவது அவர் நினைத்துவிட்டால், அதை அவருடைய மண்டையிலிருந்து வெளியே எடுப்பது மிகவும் கடினம். மாஸ்கோவிலிருந்து வந்திருந்த புகழ்பெற்ற மருத்துவர், நம்முடைய கெர்சென்ஸ்தூபேயின் மருத்துவத் திறனைத் தங்கியிருந்த இரண்டு மூன்று நாட்களிலேயே மிகக் கேவலமாகப் பேசினார். தன்னுடைய ஒவ்வொரு வருகைக்கும் அவர் இருபத்தி ஐந்து ரூபிள்களுக்குக் குறைவில்லாமல் கட்டணமாகப் பெற்றாலும், அதிகமான இந்தக் கட்டணத்தைப் பொருட்படுத்தாமல் நம் ஊர் மக்கள் அவருடைய அறிவுரையைப் பெற அவரைப் பார்க்க மகிழ்ச்சியுடன் பாய்ந்தடித்துச் சென்றார்கள். ஆனால், இதுவரை அந்த நோயாளிகளை நம்முடைய மருத்துவர் கெர்சென்ஸ்தூபேதான் குணப்படுத்தி வந்தார். இதோ இப்போது புகழ்பெற்ற அந்த மருத்துவர் கெர்சென்ஸ்தூபேவின் சிகிச்சை முறையை மிகக் கடுமையாக விமர்சித்தார். இறுதியாக, வந்திருந்த நோயாளிகளிடம் நேரடியாகவே அவர் கேட்டார், 'சரி, யார் இந்த அளவுக்கு உங்களுடைய உடல் நிலையைக் கெடுத்தது, கெர்சென்ஸ்தூபேவா, ஹா – ஹா!' என்று. இதைப் பற்றி கெர்சென்ஸ்தூபேவுக்கும் தெரியும். இதோ இப்போது இந்த மூன்று மருத்துவர்களும் ஒருவர் பின் ஒருவராகச் சாட்சியளிக்க வந்திருக்கிறார்கள். மருத்துவர் கெர்சென்ஸ்தூபே வெளிப்படையாகச் சொன்னார், 'குற்றவாளி மனநிலை திரிந்து சரியில்லாமல் இருப்பது தெளிவாகத் தெரிகிறது' என்று. பிறகு அவருடைய இந்தக் கருத்தை நிரூபிக்கும் விதத்தில் அவர் சொன்ன எல்லாவற்றையும் விட்டுவிட்டு, இந்தக் கருத்தை மட்டும் நான் இங்குத் தெரிவிக்கிறேன். குற்றவாளியின் மனநிலை திரிந்திருப்பது, முக்கியமாக, முன்பு அவர் செய்த பலவிதமான செயல்களினால் மட்டுமல்ல, இந்த நிமிடம் நீதிமன்றத்தில் அவர் நடந்துகொண்ட விதத்திலிருந்தும்தான் தெரிகிறது என்று சொன்ன அவரிடம் இதைப் பற்றி அவர்கள் விளக்கமாகக் கேட்டபோது, எப்போதுமே வெளிப்படையாகப் பேசும் மருத்துவர் கெர்சென்ஸ்தூபே, 'குற்றவாளி நீதிமன்றத்திற்கு வந்தபோது, அசாதாரணமாக, தற்செயலாக ஒரு படை வீரனைப் போல விசித்திரமாக நடந்து வந்து, பெண்களிடம் அதிக ஈடுபாடும் அவர்களை மெச்சிப் பாராட்டும் தன்மையும் கொண்ட அவன், எங்கே அவர்கள் தன்னை வேறுவிதமாக நினைப்பார்களோ என்றெண்ணி, அவர்கள் அமர்ந்திருந்த இடது பக்கமாகப் பார்க்காமல், நேராக நடந்துவந்த விதமே இதற்குச் சாட்சி' என்று தன்னுடைய தனிப்பட்ட மொழியில் சொன்னார் வயதான அந்த மருத்துவர். மேலும் இங்கு ஒன்றைக் குறிப்பிட வேண்டும். ஆர்வத்துடன் அவர் ரஷ்ய மொழியில் பேசினாலும், ஒவ்வொரு வார்த்தையிலும் ஜெர்மானிய மொழிச் சாயல் இருந்தது. இருந்தாலும், அது அவரை எப்போதும் சிரமப்படுத்தவில்லை. தன்னுடைய ரஷ்ய மொழியை அவர் மிகச் சிறந்ததாக எண்ணி, 'ரஷ்யர்களைவிட அவர் சிறப்பாகப் பேசுவதாக' நினைத்தது அவருடைய பலவீனத்தைக் காட்டியது. மேலும் ரஷ்யப் பழமொழிகளைச் சுட்டிக் காட்டுவதில் அதிக ஆர்வம் கொண்ட அவர், உலகிலுள்ள பழமொழிகளிலேயே மிகச் சிறந்தது ரஷ்யப் பழமொழிதான் என்று உறுதியும் செய்தார். இன்னும் ஒன்றைக்

குறிப்பிட்டுச் சொல்கிறேன், மிகச் சாதாரணமாகப் பயன்படுத்தும், மிக நன்றாகத் தெரிந்த ரஷ்ய வார்த்தைகளைக்கூட அவர் பேசும்போது ஏதோ ஒரு காரணத்தால் ஞாபக மறதியில் மறந்து போய்ப் பேசினார். எதேச்சையாக, ஜெர்மானிய மொழியில் அவர் பேசியபோதுகூட இப்படித்தான் இருந்தது. அவர் பேச ஆரம்பித்த ஒவ்வொரு முறையும் காற்றில் தன்னுடைய கையை உதறிக்கொண்டு, ஏதோ தொலைந்துபோன வார்த்தையைத் தேடுவது போலவும் அப்படித் தொலைந்துபோன வார்த்தை கிடைக்கும்வரை அவரால் மேலே பேச முடியாது என்பது போலவும் அவர் பேசினார். குற்றவாளி நீதிமன்றத்திற்கு வந்தவுடன் பெண்களைப் பார்த்திருக்க வேண்டுமென்று சொன்ன அவருடைய கருத்தைக் கேட்டு அமைதியான சிரிப்பலை பொதுமக்களிடையே எழுந்தது. நம்முடைய இந்தக் கிழவரை நம் ஊர்ப் பெண்கள் மிகவும் விரும்பினார்கள். தன்னுடைய வாழ்நாள் முழுவதும் திருமணம் செய்து கொள்ளாத அவர், நேர்மையானவராய், சமயப் பற்று உள்ளவராய், பெண்களை மிகவும் உயர்வாகப் போற்றி, பின்பற்றப்படக்கூடியவர்கள் பெண்கள் என்ற ஓர் உயர்வான கருத்தையும் கொண்டிருந்தாரென்பது பெண்களுக்கும் தெரியும். அதனால்தான், எதிர்பாராத அவருடைய இந்தக் கருத்து எல்லோரையும் மிகுந்த ஆச்சர்யத்தில் ஆழ்த்தியது.

மாஸ்கோவிலிருந்து வந்திருந்த மருத்துவரை விசாரித்தபோது, அவர் குற்றவாளியின் மனநிலை சரியில்லை என்பது மட்டுமல்லாமல், 'மிக மோசமாக இருக்கிறது' என்று உறுதியாகவும் முரட்டுத்தனமாகவும் சொன்னார். மீச்சியாவின் 'தற்போதைய மோசமான மனநிலை'யைப் பற்றிப் 'பித்துப் பிடித்த' அவனுடைய நிலையைப் பார்த்ததும் ஒரு முடிவுக்கு வந்த அவர், 'கிடைக்கப் பெற்ற எல்லா விவரங்களையும் வைத்துப் பார்த்தால், குற்றவாளி கைது செய்யப்படுவதற்குச் சில நாட்களுக்கு முன்பே, சந்தேகத்திற்கிடமின்றி, மனநிலை திரிந்தவராக இருந்திருக்க வேண்டும் அப்படியே இந்தக் குற்றத்தை அவர் செய்தபோது, அதைப் பற்றி அவருக்குத் தெரிந்திருந்தாலும், எதையும் யோசிக்காமல், தன்னுடைய உணர்வை அவர் கட்டுப்படுத்த முடியாமல், மனநிலை திரிந்த நிலையில்தான் இந்தக் குற்றத்தை அவர் செய்திருக்க வேண்டு மென்று மிக அறிவார்ந்த விதத்தில் சொன்னார். ஆனால், மருத்துவர் மனநிலை திரிந்த அவனுடைய இந்த நிலையை மட்டும் பார்க்காமல், பித்துப் பிடித்த அவனுடைய நிலையையும் சேர்த்து, கண்டிப்பாக இது வருங்காலத்தில் பைத்தியத்தில்தான் கொண்டுபோய் முடியுமென்று தன்னுடைய கருத்தையும் தெரிவித்தார். (N.B. மருத்துவர் இதை அறிவார்ந்த விதத்திலும் மருத்துவரீதியாகவும் சொன்னதை உங்களுக்கு நான் என்னுடைய வார்த்தைகளில் தெரிவிக்கிறேன்) 'மாறாக, அவனுடைய எல்லாச் செயல்களும், ஆரோக்கியமான எண்ணங்களுக்கும் பகுத் தறிவுக்கும் எதிராக இருக்கிறது' என்று சொன்னவர், மேலும் தொடர்ந்தார். 'கண்ணில் பார்க்காத விஷயத்தைப் பற்றி நான் சொல்லவில்லை, அதாவது அந்தக் குற்றத்தைப் பற்றியோ பேரழிவான அந்த நிகழ்ச்சியைப் பற்றியோ அல்ல, ஆனால் அந்தச் சம்பவம் நடந்து மூன்று நாட்களுக்குப் பிறகு மீச்சியா என்னிடம் பேசியபோதுகூட அவனுடைய கண்களில்

புரிந்துகொள்ள முடியாத ஏதோ ஒரு வெறித்த பார்வைதான் இருந்தது. எதிர்பாராத விதமாக அவன் சிரித்த சிரிப்பும் இயல்பாக இல்லை. புரிந்துகொள்ள முடியாத, இடைவிடாத, அவனுடைய எரிச்சல் தன்மையும் விசித்திரமான வார்த்தைகளாகிய 'பெர்னார்ட், 'அறம்' போன்ற வார்த்தைகளும் சரியானவையாக எனக்குத் தெரியவில்லை' என்றார். ஆனால், மருத்துவர், குறிப்பாக, இந்தப் பித்துப் பிடித்த நிலையை எப்படிப் பார்க்கிறார் என்றால், குற்றவாளி தனக்குத் தரப்படாமல் ஏமாற்றப்பட்ட அந்த மூவாயிரம் ரூபிள்களை நினைத்து எந்தவித எரிச்சலும் படாமல், அதைப் பற்றிப் பேசுவதோடு மட்டு மல்லாமல், தனக்கு நேர்ந்த எல்லாத் தடங்கல்களையும் தன்னுடைய துன்பங்களையும் வெகு சுலபமாக எடுத்துக்கொள்வது இயல்பாக இல்லை என்று கருதுவதாகச் சொன்னார். இறுதியாகக் குற்றவாளியை விசாரணை செய்தபோது, அந்த மூவாயிரம் ரூபிள்களைப் பற்றிக் குறிப்பிட்டபோதெல்லாம், முன்பு போலவே அவர் பதற்றமடைந்து வெறிபிடித்தவர் போலப் பேசினாலும், சுயநலமில்லாத அவர், பணம் பறிக்கும் நோக்கமில்லாத மனிதர் என்றார். 'அறிவார்ந்த என்னுடைய சக ஊழியர் சொன்னது போல' என்று இறுதியாக, ஏளனமாக ஆரம்பித்த மாஸ்கோ மருத்துவர், 'நீதிமன்றத்தில் நுழைந்ததும் குற்றவாளி நேரடியாக இடது பக்கம் அமர்ந்திருந்த பெண்களைப் பார்க்காமல் நேராகப் பார்த்தார்' என்று கூறுவது என்னைப் பொறுத்தவரையில், விளையாட்டுத்தனமான கருத்து மட்டுமல்ல, அடிப்படையிலேயே தவறான கருத்துமாகும். குற்றவாளி நீதிமன்றத்திற்குள் நுழைந்ததும், எங்கே அவருடைய தலைவிதி நிர்ணயிக்கப்படுகிறதோ அங்கே பார்க்காதது உண்மையாகவே மனநிலை திரிந்தவரின் ஒரு செயலாகக் கருதப்படக் கூடுமென்பதை நான் ஒத்துக்கொள்கிறேன். அப்படி அவர் பார்க்காமல், அதே சமயம், உறுதியாக நான் சொல்வது போல, இடது பக்கம் அமர்ந்திருந்த பெண்களையும் பார்க்காமல், மாறாக, வலது புறமிருந்த தன்னுடைய பிரதிவாதியைத்தான் பார்த்திருக்க வேண்டும், ஏனெனில் அவனுடைய வருங்காலமே பிரதிவாதி எப்படி வாதாடப் போகிறார் என்பதில்தான் இருக்கிறது' என்றார். தன்னுடைய கருத்தை அந்த மருத்துவர் அழுத்தமாகவும் உறுதியாகவும் சொன்னார். ஆனால், குறிப்பாக நகைப்பிற்குரிய ஒரு மாற்றுக் கருத்தை, இரண்டு மருத்துவர்களுக்கிடையே நிலவிய வேறுபாட்டை, இறுதியாக விசாரித்த மருத்துவர் வார்வின்ஸ்கி எதிர்பாராதவிதமாக வெளிப்படுத்தினார். அவரைப் பொறுத்தவரையில், குற்றவாளி முன்பு போலவே இப்போதும் நல்ல மனநிலையில்தான் இருக்கிறாரென்றும், இருந்தாலும் கைது செய்யப்பட்டபோது உண்மையாகவே அவர் சற்று அதிகமான பதற்றத்துடனும் மனக் குழப்பத்திலும் இருந்திருக்கக் கூடுமென்றும், இது பலவிதமான, தெளிவான காரணங்களால் – பொறாமையால், கோபத்தால், இடைவிடாது குடித்த காரணத்தால் நிகழ்ந்திருக்கக்கூடும் என்றும் சொன்னார். ஆனால், இப்படிப்பட்ட ஒரு பதற்ற நிலையைக் கணக்கில் எடுத்துக்கொண்டு இது ஏதோ ஒருவித 'மனப்பிறழ்வு' என்று இப்போது குறிப்பிடப்பட்டது போல நினைக்கக் கூடாது என்றும் சொன்னார். மேலும், குற்றவாளி நீதிமன்றத்திற்குள் நுழைந்ததும்

இடப்பக்கம் அல்லது வலப்பக்கமாகப் பார்த்திருக்க வேண்டுமென்பதை விட 'அவன் பார்த்தது போலவே' நேராகத்தான் பார்த்திருக்க வேண்டு மென்று சொன்ன மருத்துவர், அவனுடைய தலைவிதியை நிர்ணயிக்கும் தலைமை நீதிபதியும் மற்ற நீதிமன்ற உறுப்பினர்களும் நேராக அமர்ந் திருந்ததால், 'உள்ளே நுழைந்ததும் அவன் அவர்களைப் பார்த்ததுதான் சரியானது, அதன் மூலமாக அந்த நிமிடம் அவன் மிகச் சரியானதொரு மனநிலையில்தான் இருந்தான்' என்று சற்றே உளங்கனிந்த விதத்தில் 'பணிவான' தன்னுடைய சாட்சியத்தைச் சொன்னார் அந்த இளம் மருத்துவர்.

'ஆஹா, மிகவும் நல்லது மருத்துவரே!' என்று அவர் சொன்னதைக் கேட்ட மீச்சியா 'நீங்கள் சொன்னதுதான் சரி!' என்று தன்னுடைய இடத்திலிருந்து கத்தினான்.

மீச்சியாவை மேலே பேசவிடாமல் தடுத்தாலும், அந்த இளம் மருத்துவரின் கருத்து நீதிமன்றத்தில் எவ்வளவு தூரம் உறுதியான நடவடிக்கையை எடுப்பதற்கு வழிவகுத்ததோ, அவ்வளவு தூரம் அது பொதுமக்களின் கருத்துடனும் இணங்கிப் போக, பிறகு எல்லோரும் அந்த மருத்துவர் சொன்ன கருத்தையே ஏற்றுக்கொண்டார்கள். எப்படி யிருந்தாலும், மருத்துவர் கெர்சென்ஸ்தூபே இந்தமுறை சாட்சியாளராக விசாரிக்கப்பட்டபோது, எதிர்பாராத விதமாக அவர் மீச்சியாவுக்குச் சாதகமாகப் பேசினார். நீண்ட காலமாக நம்முடைய ஊரில் வாழ்ந்து வரும் அவர், கரமாசவ் குடும்பத்தைப் பற்றி நன்கு அறிந்திருப்பவர், திடீரென்று எதையோ நினைத்துப் பார்த்தவர் போல 'வழக்குக்கு'த் தொடர்பான சாட்சி ஒன்றைப் பற்றிச் சொன்னார்:

'குழந்தைப் பருவத்திலும் அதற்குப் பிறகும் நல்ல உள்ளம் கொண்ட இந்தப் பரிதாபமான இளைஞனுக்கு அருமையானதொரு வாழ்க்கை அமைந்திருக்கலாம், ஏனெனில் அவன் நல்லவனென்று எனக்குத் தெரியும். ஆனால், ரஷ்யப் பழமொழி என்ன சொல்கிறதென்றால், 'அறிவான ஒரு தலை ஒருவருக்கு இருந்தால் அது நல்லது. அவனைப் பார்க்க அறிவானதொரு விருந்தாளி வந்தால் இன்னும் நல்லது, ஆனால் அறிவான தலை ஒன்று இருக்குமிடத்தில் இரண்டு இருந்தால்... என்ன செய்வது!'

'அறிவான ஒரு தலையைவிட இரண்டு இருப்பது நல்லது' என்று பொறுமையிழந்து சொன்ன அரசு வழக்கறிஞர், ஏற்கனவே மெதுவாகப் பேசும் இவர், எதை எதையோ நினைத்து பேசிக்கொண்டு, பொறுமையாக, மற்றவர்களைக் காக்கவைப்பதை உணராமல், சொற்பகட்டான தன்னுடைய ஜெர்மானிய நுண்ணறிவைப் பெருமையாகச் சந்தோஷமாகக் காட்டிக் கொண்டிருக்கிறாரே என்று நினைத்தார். இப்படிப் புனைவுத் திறனுடன் பேசுவது அவருக்கு மிகவும் பிடித்திருந்தது.

'ஓ, ஆமாம், ஆமாம், நானும் அதைத்தான் சொல்கிறேன்' என்று விடாப்பிடியாகப் பிடித்துக்கொண்ட அவர், 'அறிவார்ந்த ஒரு தலை நல்லதுதான், ஆனால் அறிவார்ந்த இரண்டு தலைகள் அதைவிடவும் நல்லது. ஆனால், அவனைப் பார்க்க அறிவார்ந்த தலை வரவில்லை,

அதனால் அவனே தன்னுடைய அறிவார்ந்த தலையுடன் சென்றான் ... எப்படிச் சொல்வது, அப்படிப்பட்ட தலையுடன் அவன் எங்கே போனான்? அதுதான் – அறிவார்ந்த தன்னுடைய தலையுடன் எங்கே போனான் – என்ற அந்த வார்த்தையை நான் மறந்தேபோனேன்' என்று தொடர்ந்த அவர், கைகளைக் காற்றில் உதறியபடி, 'ஓ, ஆமாம், விண்வெளிக்குப் போனான்' என்றார்.

'என்ன, காலாற நடப்பதற்கா?' என்று கேட்டார் வழக்கறிஞர்.

'ஆமாம், நடப்பதற்குத்தான், அதைத்தான் நானும் சொல்கிறேன். அவனுடைய அறிவார்ந்த தலை காலாற நடக்கப் போய், எங்கோ ஒரு ஆழமான இடத்தில் காணாமல் போய்விட்டது. இருந்தாலும் அவன் ஒரு நன்றியறிதலுடைய, உணர்ச்சிமிக்க இளைஞன். ஓ, எனக்கு நன்றாக நினைவிருக்கிறது, குழந்தையாக அவன் இருந்தபோது எப்படி அவனுடைய தந்தையால் அவன் நிராகரிக்கப்பட்டு, வீட்டின் புழக்கடையில், காலில் செருப்புகூட இல்லாமல் சகதியில் ஓடி ஆடியபடி, அரைக்காற்சட்டையில் ஒரே ஒரு பொத்தானுடன் இருந்தான் என்பது' என்று விவரித்தார் அந்த மருத்துவர்.

நேர்மையான அந்தக் கிழவரின் குரலில் ஏதோ ஒருவித ஆழ்ந்த உணர்வும் ஊடுருவிச் செல்லும் தொனியும் திடீரென்று ஒலித்தது. வருவதை முன்கூட்டியே உணர்ந்தவாறு ஃபெச்சூக்கோவிச் சட்டென்று சிலிர்த்தபடி, அவர் சொல்வதைக் கவனமாகக் கேட்டார்.

ஓ, ஆமாம், அப்போது நான் இளைஞனாக இருந்தேன். எனக்கு ... ம், ஆமாம், அப்போது நாற்பத்து ஐந்து வயதிருக்கும், அப்போதுதான் நான் இங்கு வந்திருந்த சமயம். அந்தப் பையனைப் பார்க்க எனக்குப் பரிதாபமாக இருக்க, 'நான் ஏனோ அவனுக்கு ஒரு பவுண்டு ... ஆமாம், அது என்னது ஒரு பவுண்டு? அதன் பெயர் என்ன என்பதை நான் மறந்துவிட்டேன்.. ஒரு பவுண்டு, அதுதான் குழந்தைகள் அதை விரும்பிச் சாப்பிடுவார்களே அதுதான், அது என்னது ...' என்று கேட்ட அந்த மருத்துவர், மீண்டும் தன்னுடைய கைகளைக் காற்றில் உதறியபடி, 'அதுதான் மரத்தில் வளருமே அதைப் பறித்துப் பரிசாக எல்லோருக்கும் கொடுப்பார்களே அதுதான் ...'

'ஆப்பிளா?'

'ஓ, இல்லை, இ ... ல் ... லை! பவுண்டு, பவுண்டு, ஆப்பிள்களை எண்ணிக்கையில்தான் கொடுப்பார்கள், பவுண்டில் அல்ல ... இல்லை அவை சிறியதாக, எண்ணிக்கையில் அதிகமாக இருக்கும், அதை வாயில் போட்டு கடக் என்று கடித்துச் சாப்பிடுவார்கள்!'

'கொட்டைகளா?'

'ஓ, ஆமாம், கொட்டைகள்தாம், அதைத்தான் நானும் சொன்னேன்' என்று மிக அமைதியாக, அந்த வார்த்தையையே யோசித்துப் பார்க்காதவர் போல உறுதியாகச் சொன்னவர், 'அவனுக்கு நான் ஒரு பவுண்டு கொட்டைகளை வாங்கிக் கொடுத்தேன், ஏனெனில் அப்போது அவனுக்கு

யாருமே ஒரு பவுண்டு கொட்டைகளை வாங்கித் தந்திருக்கமாட்டார்கள்; என்னுடைய கைகளை உயர்த்திச் 'சிறுவனே! *Gott der Vater*' [2] என்று அவனிடம் சொன்னேன். இதைக் கேட்ட அந்தச் சிறுவன் சிரித்தபடி *Gott der Vater*' என்று அதையே திரும்பச் சொன்னான். '*Gott der Solm*' [3], என்று மீண்டும் சிரித்தபடி அவன் முணுமுணுத்தான். நான், '*Gott der Solm. Gott der heilige Geist*' [4] என்றேன். இதைக் கேட்டு மீண்டும் சிரித்த அவன், அதை எவ்வளவு தூரம் திருப்பிச் சொல்ல முடியுமோ அவ்வளவு தூரம் திருப்பிச் சொன்னான், '*Gott der heilige Geist*' என்று. பிறகு நான் போய்விட்டேன். மூன்றாவது நாள் நான் நடந்து போன போது, என்னைப் பார்த்து உடனே அவன், 'மாமா, '*Gott der Vater, Gott der Solm*' என்று கத்தினான். ஆனால் '*Gott der heilige Geist*' என்பதைத் தான் அவன் மறந்துபோனான். அதை நான் அவனுக்கு நினைவு படுத்தினேன். அவனைப் பார்ப்பதற்கு மீண்டும் எனக்குப் பரிதாபமாக இருந்தது. ஆனால் அதன்பிறகு அவனைக் கூட்டிக் கொண்டு போய் விட்டார்கள், அதற்குப் பிறகு நான் அவனைப் பார்க்கவே இல்லை. இதோ, இப்போது, இருபத்து மூன்று வருடங்கள் கழித்துத் திடீரென்று ஒருநாள் காலை வேளை, ஏற்கனவே எனக்கு வயதாகி, தலைமுடி யெல்லாம் நரைத்துப்போன சமயத்தில் ஆரோக்கியமான, இளம் மனிதன் ஒருவன் என்னுடைய அறைக்கு வந்து என் முன்னே நின்றான். அவனை என்னால் எப்படியுமே அடையாளம் கண்டுகொள்ள முடிய வில்லை. ஆனால், அவனோ தன்னுடைய விரலை உயர்த்திச் சிரித்தபடி '*Gott der Vater, Gott der Solm*, அப்படியே *Gott der heilige Geist*!' என்று சொன்னான். எனக்கு நீங்கள் கொடுத்த அந்த ஒரு பவுண்டு கொட்டை களுக்காக உங்களுக்கு நான் நன்றி சொல்ல வந்திருக்கிறேன். ஏனெனில் அப்போது எனக்கு யாருமே ஒரு பவுண்டு கொட்டைகளைத் தரவில்லை. நீங்கள்தான் கொடுத்தீர்கள்' என்று சொன்னான். அப்போது நான், செருப்புக்கூட இல்லாமல் சிறுவயதில் புழக்கடையில் ஓடித் திரிந்த அந்த ஏழைச் சிறுவனை நினைத்து, மனம் நெகிழ்ந்து சொன்னேன், 'நன்றி மறக்காத இளைஞன் நீ; உன்னுடைய இளம் பருவத்தில் உனக்கு நான் வாங்கிக் கொடுத்த ஒரு பவுண்டு கொட்டைகளை வாழ்நாள் முழுவதும் நீ மறக்காமல் நினைவுவைத்திருக்கிறாயே' என்றபடி அவனைக் கட்டித் தழுவி நான் ஆசிர்வதித்தேன். அவனைப் பார்த்து நான் அழுதேன். அவன் என்னைப் பார்த்துச் சிரித்தபடியே அழுதான். ஏனெனில் ரஷ்யர்கள் எங்கு அழ வேண்டுமோ அங்கு அழாமல் சிரிப்பார்கள். ஆனால், அவன் அங்கு அழுதான், அதை நான் பார்த்தேன். ஆனால் இப்போதோ, அந்தோ பரிதாபம்!'

'ஆனால் இப்போது நான் அழுகிறேன், ஜெர்மானியனே, இப்போது அழுகிறேன். நீ கடவுளின் மனிதன்' என்று திடீரென்று மீச்சியா உரக்கச் சொன்னான்.

எது எப்படி இருந்தாலும் மருத்துவர் குறிப்பிட்டுச் சொன்ன இந்தச் சம்பவம் பொதுமக்களிடையே ஆழமான, நல்லதொரு எண்ணத்தை உருவாக்கியது. ஆனால், முக்கியமான ஒன்று, கத்தரீனா இவானவ்னா மீச்சியாவிற்குச் சாதகமாகச் சொன்ன சாட்சிதான்;

அதைப் பற்றி இப்போது சொல்கிறேன். ஆம், பொதுவாகவே, *decharge*[5] சாட்சியை விசாரிக்க ஆரம்பித்தபோது, அதாவது பிரதிவாதியால் அழைக்கப்பட்டபோது, திடீரென்று விதி கொஞ்சம் அக்கறையுடன் மீச்சியாவைப் பார்த்துச் சிரிக்க ஆரம்பித்தது – இங்கு அதிகமாகக் கவனிக்கப்பட வேண்டியது என்னவென்றால், எதிர்பாராதவிதமாகப் பிரதிவாதியே ஆச்சர்யப்படும் விதத்தில், கத்தரீனா இவானவ்னா இன்னும் விசாரிக்கப்படாத நிலையில், அல்யோஷா விசாரிக்கப்பட்ட போது, வழக்கின் முக்கியமான கட்டங்களின் ஒரு பகுதிக்கு எதிராக, ஆக்கப்பூர்வமானதொரு சாட்சியத்தைத் திடீரென்று அல்யோஷா நினைவுகூர்ந்து சொன்னதுதான்.

## 4

## அதிர்ஷ்டம் மீச்சியாவைப் பார்த்துச் சிரிக்கிறது

அல்யோஷாவிற்கே இது மிகவும் ஆச்சரியமாக இருந்தது. அவனைச் சத்திய பிரமாணம் செய்யச் சொல்லாமல், இரு தரப்பினரும் பெருந் தன்மையாக, இரக்க உணர்வுடன் அவனை விசாரித்தது எனக்கு நினைவிருக்கிறது. இதிலிருந்து அவனுடைய நற்பெயருக்கு முதலிடம் கிடைத்தது தெளிவாகத் தெரியவந்தது. தன்னுடைய சாட்சியத்தை அவன் பணிவாக, கட்டமைதியுடன் தெரிவித்தாலும், அவனுடைய அண்ணன் மீது அவனுக்குப் பரிவிரக்கம் இருந்தது அவனுடைய வார்த்தைகளிலேயே தெரிந்தது. அவனிடம் கேட்கப்பட்ட ஒரு கேள்விக்குத் தன்னுடைய அண்ணன் கோபத்தில் மூர்க்கமாக உணர்ச்சிவசப்படுபவன் என்று அவன் விவரித்தாலும், அவனுடைய அண்ணன் நேர்மையான, தற்பெருமை கொண்ட மனிதனென்றும் சரியான சமயத்தில் எப்பேர் பட்ட தியாகத்தையும் யோசிக்காமல் செய்யக்கூடியவனென்றும் சொன்னான். இருந்தாலும், குரூஷென்காவின் மேலிருந்த காதலாலும் அவனுக்குப் போட்டியாகத் தந்தை இருந்ததாலும் கடைசிச் சில நாட்களாகவே அவன் எதையும் தாங்கிக்கொள்ள முடியாத மன நிலையில் இருந்தானென்றும் சொன்னான். ஆனால், பணத்தைத் திருடுவதற்காகத் தன்னுடைய அண்ணன் கொலை செய்யக் கூடுமென்ற கருத்தைக் கோபத்துடன் நிராகரித்த அல்யோஷா, அந்த மூவாயிரம் ரூபிள்கள் மீச்சியாவின் மனத்தை வெறிபிடித்து ஆட்ட, அவனுடைய தந்தையால் மறுக்கப்பட்ட சொத்தின் ஒரு பகுதியான அந்தப் பணம், ஏமாற்றப்பட்ட ஒன்றாகவே அவனால் கருதப்பட்டு, அந்தப் பணத்தைப் பற்றிப் பேசும்போதெல்லாம் அவன் கோபப்படவே செய்தானென்பதை அல்யோஷா ஒப்புக்கொண்டான். இரண்டு 'பெண்களுக்கு' இடையே நிலவிய போட்டியைப் பற்றி அரசு வழக்கறிஞர் கேட்டபோது, அதாவது குரூஷென்கா, காச்சியாவைப் பற்றிக் கேட்டபோது, அல்யோஷா அதற்குத் தட்டிக் கழித்தபடியே பதிலளித்து, ஓரிரு கேள்விகளுக்குப் பதில் சொல்ல விருப்பப்படாமலும் இருந்தான்.

‘உங்களுடைய தந்தையைக் கொல்லும் எண்ணம் அவருக்கு இருக்கிறது என்பதைக் குறைந்தபட்சம் உங்களுடைய அண்ணன் உங்களிடம் சொல்லவாவது செய்தாரா?’ என்று அல்யோஷாவை அமைதியாகக் கேட்டார் அரசு வழக்கறிஞர். ‘உங்களுக்கு இந்தக் கேள்விக்குப் பதில் சொல்ல விருப்பமில்லையென்றால், நீங்கள் பதிலளிக்காமல் இருக்கலாம்’ என்றும் அந்தக் கேள்வியைத் தொடர்ந்து சொன்னார் அரசு வழக்கறிஞர்.

‘நேரடியாக அவர் அப்படிச் சொல்லவில்லை.’

‘அப்படியானால், மறைமுகமாகச் சொன்னாரா?’

‘தந்தையின் மீது மீச்சியாவுக்கிருந்த தனிப்பட்ட வெறுப்பைப் பற்றி அவன் சொன்னபோது, மிக அதிகமாகக் கோபப்பட்ட அவன் . . . அந்த வெறுப்பான சமயத்தில் . . . எங்கே ஒரு சமயம் அவரைக் கொன்று விடுவானோ என்று அவனே பயப்பட்டான் என்று சொன்னான்.’

‘அதைக் கேட்ட நீங்கள், அவன் சொன்னதை நம்பினீர்களா?’

‘அதை நம்பினேனென்று சொல்வதற்கே எனக்குப் பயமாக இருக்கிறது. ஆனால், எப்போதுமே மேலே இருக்கும் மிகப்பெரிய சக்தி ஒன்று விதிவசப்பட்ட அந்தத் தருணத்தில் அவனைக் காப்பாற்றும் என்று நான் நம்பினேன். அப்படியேதான் அந்தச் சக்தி உண்மையாகவே அவனைக் காப்பாற்றியது, ஏனெனில் அவனல்ல என்னுடைய தந்தையைக் கொன்றது’ என்று உறுதியாக நீதிமன்றத்தில் இருக்கும் எல்லோருக்கும் கேட்கும்படியாகச் சத்தமாகச் சொன்னான் அல்யோஷா. அவனுடைய இந்த முழக்கத்தைக் கேட்டு ஒரு போர்க் குதிரையைப் போல் தலையைச் சிலுப்பிக்கொண்டு பார்த்தார் அரசு வழக்கறிஞர்.

‘நீங்கள் உறுதியாக நம்பலாம், உங்களுடைய நம்பிக்கையை நேர்மையை நிச்சயமாக நான் நம்புகிறேனென்பதை, உங்கள் சகோதரர் மீதிருக்கும் பாசத்தால் பாவப்பட்ட உங்களுடைய சகோதரருக்காக நீங்கள் இப்படிச் சொல்கிறீர்கள் என்பதை நீங்கள் விளக்கவே தேவையில்லை. ஆரம்பகட்ட விசாரணையிலிருந்தே, இந்தச் சோகச் சம்பவம் நடந்த நாளிலிருந்தே உங்களுக்கு அவர்மீது தனிப்பட்டதொரு அபிப்பிராயம் இருப்பதை நாங்கள் அறிவோம். இது தனிப்பட்ட ஒரு சம்பவம் அப்படியே வழக்குத் தொடர்பான எல்லாச் சாட்சியங்களையும் இது மறுக்கிறது என்பதையும் உங்களிடமிருந்து நான் மறைக்கப்போவதில்லை. அதனால்தான் உங்களை நான் வற்புறுத்திக் கேட்கிறேன், ‘உங்கள் சகோதரர் குற்றவாளி அல்ல, வேறு யாரோதான் குற்றவாளி என்று நீங்கள் ஆரம்பகட்ட விசாரணையிலிருந்தே உறுதியாகச் சொல்வதற்கு உங்களிடம் என்ன ஆதாரம் இருக்கிறது?’

‘ஆரம்பகட்ட விசாரணையில் என்னிடம் கேட்ட கேள்விகளுக்கு நான் பதிலளித்தேன்’ என்று அமைதியாகவும் சாந்தமாகவும் பதிலளித்த அல்யோஷா ‘ஆனால் ஸ்மெர்த்தியாக்கவின் மீது நான் பழி சுமத்தவில்லை.’

‘இருந்தாலும் அவன் பெயரை நீங்கள் குறிப்பிட்டீர்கள்தானே?’

'என் அண்ணன் திமித்ரியின் வார்த்தைகளைத்தான் நான் சுட்டிக் காட்டினேன். விசாரணைக்கு முன்பே அவர் கைதுசெய்யப்பட்டபோது ஸ்மெர்த்தியாக்கவைத் தான் அவர் கொலைகாரனென்று குறிப்பிட்டா ரென்று எனக்குச் சொன்னார்கள். என் அண்ணன் நிரபராதி என்பதை நான் முழுமையாக நம்புகிறேன். அப்படி அவர் இந்தக் கொலையைச் செய்யவில்லையென்றால், அது ...' என்று சொன்ன அல்யோஷாவிடம்,

'அது ஸ்மெர்தியாக்கவால் செய்யப்பட்டதா? ஏன் குறிப்பாக அதை ஸ்மெர்தியாக்கவ்தான் செய்திருக்க வேண்டும்? நீங்கள் ஏன் அவ்வளவு தூரம் உங்களுடைய அண்ணனை நிரபராதி என்று நம்புகிறீர்கள்?'

'என் அண்ணன் இதைச் செய்திருப்பாரென்று என்னால் நம்ப முடியவில்லை. அவர் என்னிடம் பொய் சொல்ல மாட்டார் என்று எனக்குத் தெரியும். அவருடைய முக பாவத்திலிருந்தே அவர் என்னிடம் பொய் சொல்ல மாட்டார் என்பதை நான் தெரிந்துகொண்டேன்.'

'ஆக, அவருடைய முகத்தைப் பார்த்துத்தான் நீங்கள் அப்படிச் சொல்கிறீர்கள், இல்லையா? இதைத்தான் நீங்கள் உங்களுடைய சாட்சியாக எடுத்துக்கொள்கிறீர்களா?'

'இதற்கு மேல் வேறெந்தச் சாட்சியும் என்னிடம் இல்லை.'

'உங்களுடைய அண்ணனின் வார்த்தைகளையும் முக பாவத்தையும் தவிர, ஸ்மெர்தியாக்கவ் செய்த குற்றத்திற்கு உங்களிடம் வேறு எந்தச் சாட்சியமும் இல்லையா?'

'ஆமாம், வேறு சாட்சியம் இல்லை.'

இத்துடன் அரசு வழக்கறிஞர் தன்னுடைய விசாரணையை முடித்துக் கொண்டார். அல்யோஷாவின் இந்தப் பதில் பொதுமக்களிடம் பெரிய ஏமாற்றத்தை ஏற்படுத்தியது. வழக்கு நடப்பதற்கு முன்பே மக்கள் ஸ்மெர்தியாக்கவைப் பற்றிப் பேச, அவர்கள் எதைப் பற்றியோ கேள்விப் பட்டிருக்க, அல்யோஷா எதையோ சுட்டிக்காட்டி, அண்ணனுக்குச் சாதகமாக மிக முக்கியமான சாட்சியங்களைச் சேகரித்துவைத்து அதைச் சொல்வானென்று நினைத்தவர்களுக்கும் அந்த வேலைக்காரன் தான் குற்றவாளி என்று பேசிக்கொண்டவர்களுக்கும் இப்போது ஒன்றுமே இல்லாமல் போய், எந்த ஒரு சாட்சியமும் இல்லாமல், ஏதோ மீச்சியாவின் ஒருசில நல்லொழுக்கங்கள் மட்டுமே குறிப்பிடப்பட, அதுவும் இப்போது அண்ணன் குற்றவாளியாக நிற்கும்போது, இவை எல்லாமே இயல்பான ஒன்றுதான் என்று பேசிக்கொண்டார்கள்.

ஆனால் இப்போது ஃபெச்சூகோவிச் குறுக்கு விசாரணை செய்ய ஆரம்பித்தார். 'குற்றவாளி எப்போது அல்யோஷாவிடம் தன் தந்தையை வெறுப்பதாகவும் அதனால் அவரைக் கொலைசெய்ய நினைப்பதாகவும் சொன்னான், அதாவது, கொலை நடப்பதற்கு முன்பு அவனை அல்யோஷா சந்தித்தபோதா' என்று கேட்ட கேள்வியைக் கேட்டு அல்யோஷா திடுக்கிட்டு, ஏதோ இப்போதுதான் எதையோ நினைவு கூர்ந்தவன் போலச் சொன்னான்.

'எனக்கு இப்போது ஒரு சம்பவம் நினைவுக்கு வருகிறது. அதைப் பற்றி நான் முற்றிலும் மறந்தே போனேன், ஆனால் அப்போது அது எனக்குத் தெளிவாகத் தெரியவில்லை, ஆனால் இப்போது . . .' என்று சொன்ன அல்யோஷா, அப்போதுதான் ஏதோ ஒன்று அவனுக்குத் தெளிவாகப் புலப்பட்டது போல, ஆர்வத்துடன் நினைவுகூர்ந்து, 'அன்று, துறவி மடாலயத்திற்குப் போகும் வழியில் மரத்தடியில், மாலை நேரம் மீச்சியாவை அவன் சந்தித்தபோது, தன்னுடைய நெஞ்சில், – 'நெஞ்சின் மேற்பகுதியை – அடித்துக்கொண்டு பலமுறை மீச்சியா திரும்பத் திரும்பச் சொன்னார், அவருடைய நற்பெயரை நிரூபிப்பதற்கு அவரிடம் ஆதாரம் இருக்கிறது, அதுவும் இங்கே, இங்கே, என்று அவர் தன்னுடைய மார்புப் பகுதியைக் குத்திக்காட்டிச் சொன்னார், 'மார்பின்மீது அடித்துக்கொண்டு அவர் தன்னுடைய நெஞ்சைப் பற்றிச் சொல்கிறாரென்று நான் நினைத்தேன்', என்று தொடர்ந்த அல்யோஷா, 'மேலும் அவரைப் பயங்கரமாகப் பயமுறுத்திய அந்தக் கேவலத்திலிருந்து அவர் தப்பிப்பதற்கு அவருடைய உள்ளத்திலிருந்துதான் சக்தி அவருக்குக் கிடைக்குமெனச் சொல்கிறாரென்று நான் நினைத்தேன், இன்னும் சொல்லப்போனால், அதைப் பற்றி அவர் என்னிடம்கூட எதையும் சொல்லவில்லை. அப்போது நான் நினைத்தேன், தந்தையைப் பற்றித்தான் அவர் சொல்கிறார், எங்கே வீட்டிற்குப் போனால் அவர் தந்தையைத் தாக்கக்கூடுமோ என்று பயப்படுகிறார், அந்த எண்ணம்தான் கேவலமானது என்று நினைக்கிறார் என்றுதான் நான் நினைத்தேன். இருந்தாலும், ஏதோ ஒன்றை அவர் தன்னுடைய நெஞ்சுப் பகுதியைச் சுட்டிக்காட்டி, எனக்கு என்ன ஞாபகம் வருகிறதென்றால், அப்போதுகூட அதுதான் எனக்கு ஞாபகம் வந்தது, அதாவது, இதயம் அந்த இடத்தில் இல்லையே, ஆனால் அவரோ வெகுதூரத்தில், கழுத்துக்குக் கீழே, இதோ இங்கே சுட்டிக் காட்டிச் சொல்கிறாரே என்று. அப்போது முட்டாள்தனமாக எனக்கு என்ன தோன்றியது என்றால், குறிப்பாக அவர் அந்தப் பட்டயத்தைச் சுட்டிக்காட்டுகிறாரென்று, அதில்தானே ஆயிரத்து ஐநூறு ரூபிள்கள் வைத்துத் தைக்கப்பட்டிருந்தது!

'அதுதான்!' என்று மீச்சியா தான் அமர்ந்திருந்த இடத்திலிருந்து திடீரென்று கத்தினான். 'அதுதான் அல்யோஷா, அப்போது நான் அந்தப் பட்டயத்தைத்தான் என்னுடைய கை முட்டியால் அடித்துக் காட்டினேன்!'

உடனே ஃபெச்சூகோவிச் வேகமாக எழுந்து சென்று, அமைதியாக அவனை இருக்கச் சொல்லிக் கெஞ்சிக் கேட்டுக்கொண்டு, திரும்ப வந்து அல்யோஷா பேசுவதைக் கூர்ந்து கவனிக்க ஆரம்பித்தார். அப்போது அல்யோஷா, தன்னுடைய நினைவுகளால் தானே இழுத்துச் செல்லப்பட்டு, அவர் கேவலமென்று நினைத்தது தன்னிடம் இருந்த அந்த ஆயிரத்து ஐநூறு ரூபிள்களைத்தானென்று தனக்கு ஞாபகம் வந்ததை மிக உற்சாகமாகச் சொன்னான். அதை அவர் கத்தரீனா இவானவ்னாவுக்குத் திருப்பிக் கொடுக்க விருப்பப்பட்டிருந்தால் அந்தப் பாதிப் பணத்தை அவர் திருப்பிக் கொடுத்திருப்பார், இருந்தாலும்

அந்தப் பாதிப் பணத்தை அவர் அவளிடம் திருப்பிக் கொடுக்காமல், வேறு ஒரு காரணத்திற்காக அதை உபயோகப்படுத்த விரும்பினார், அதாவது, குரூஷென்கா அவரோடு வரச் சம்மதித்தால், அவளைக் கூட்டிக்கொண்டு திருட்டுத்தனமாக எங்காவது ஓடிவிடுவதென்று . . .'

'அப்படித்தான், அப்படியேதான்' என்று திடீரென்று எழுச்சியில் கத்திய அல்யோஷா, 'என் அண்ணன் குறிப்பாக அப்போது பாதி, பாதி கேவலம் (பலமுறை அவர் பாதி என்ற வார்த்தையைச் சொன்னார்) உடனே அது விலகிவிடுமென்றார், ஆனால் பாவப்பட்ட அவர் பலவீனமான தன்னுடைய குணத்தின் பேரில் அதைச் செய்திருக்க மாட்டார். அவருக்கு முன்பே தெரியும், அவரால் அதைச் செய்ய முடியாது, அதைச் செய்யும் சக்தி அவரிடம் இல்லையென்று!'

'உங்களுக்கு உறுதியாகத் தெரியுமா, குறிப்பாக அவர் மார்பில் அந்த இடத்தில்தான் அடித்துக்கொண்டாரென்று?' என்று ஆர்வத்துடன் கேட்டார் ஃபெச்சூகோவிச்.

'தெளிவாக, நிச்சயமாக, ஏனெனில் அப்போதுதான் நான் யோசித்துப் பார்த்தேன், இதயம் கீழே இருக்கும்போது எதற்காக அவர் இவ்வளவு மேலே அடித்துக்கொள்கிறார் என்று. மேலும் அப்படி நான் நினைத்தது எனக்கே முட்டாள்தனமாக இருந்தது . . . நன்றாக எனக்கு நினைவிருக் கிறது, அதை நான் முட்டாள்தனம் என்று நினைத்தது . . . என்னுடைய மனத்தில் அது சட்டென்று உதித்தது. இதோ அதனால்தான் இப்போது அதை என்னால் நினைவுகூர்ந்து சொல்ல முடிகிறது. இதை நான் எப்படி மறந்து போனேன்! அந்தப் பட்டயத்தைச் சுட்டிக்காட்டித்தான் அவர் சொன்னார், அவரிடம் பணம் இருக்கிறதென்றும், ஆனால் அவர் அந்த ஆயிரத்து ஐநூறு ரூபிள்களைத் திருப்பித் தரமாட்டாரென்றும் சொன்னார்! மேலும் அவர் மோக்ரய நகரத்தில் கைது செய்யப்பட்ட போது, அவர் கத்தினார், எனக்குத் தெரியும், என்னிடம் அதைப் பற்றிச் சொன்னார்கள் – அதைத்தான் தன்னுடைய வாழ்நாளிலேயே மிகப்பெரிய கேவலமாக அவர் நினைத்தார் என்பதை. பாதிப் பணத்தைத் திருப்பிக் கொடுக்க வழியிருந்தும் (குறிப்பாகப் பாதிப் பணத்தை!), கத்தரீனா இவானவ்னாவிடம் பாதிப் பணத்தைத் திருப்பிக் கொடுத்துத் தான் திருடனல்ல என்பதை அவளிடம் நிரூபிக்க அவருக்கு வழியிருந்தும், அவர் அதைத் திருப்பிக் கொடுக்காமல் எப்படி வேதனைப்பட்டார், இந்தக் கடனுக்காக அவர் எவ்வளவு தூரம் வருந்தினார்!' என்று ஆச்சர்யத்துடன் சொல்லி முடித்தான் அல்யோஷா.

சந்தேகத்திற்கிடமின்றி, அரசு வழக்கறிஞர் அல்யோஷாவை இடைமறித்தார். மீண்டும் அவர் அல்யோஷாவிடம் எல்லாவற்றையும் விளக்கமாகக் கேட்டார், அதாவது என்ன நடந்தது என்பதை மீண்டும் விவரிக்கும்படி அவர் அல்யோஷாவை வற்புறுத்திக் கேட்டார்: 'குற்றவாளி அந்த இடத்தையா சுட்டிக்காட்டினார்? ஒரு சமயம் சாதாரணமாக அவர் நெஞ்சில் அடித்துக் கொண்டிருக்கலாம்தானே?'

'ஆமாம், கை முட்டியால் அவர் குத்திக்கொள்ளவில்லை!' என்று வியப்புடன் சொன்ன அல்யோஷா, 'குறிப்பாக அவர் தன்னுடைய

கை விரல்களால் இங்கே, மேலே இந்த இடத்தைத்தான் சுட்டிக் காட்டினார் . . . எப்படி நான் இந்த நிமிஷம் வரை அதை மறந்தே போனேன்!'

அல்யோஷா கொடுத்த இந்தச் சாட்சியத்தைப் பற்றி மீச்சியா என்ன சொல்ல விரும்புகிறானென்று தலைமை நீதிபதி மீச்சியாவைக் கேட்டார். அது அப்படித்தான் நடந்தது என்று உறுதி செய்த மீச்சியா, குறிப்பாக அவன் அந்த ஆயிரத்து ஐநூறு ரூபிள்களைத்தான் தன்னுடைய மார்புப் பகுதியில், கழுத்துக்குக் கீழே இருந்த பட்டயத்தைச் சுட்டிக் காட்டினான் என்றும் சந்தேகத்திற்கு இடமின்றி, அது ஒரு 'கேவலமான' விஷயம்தான் என்றும் 'அதை நான் மறுக்கப் போவதில்லை! என்னுடைய வாழ்நாளிலேயே மிகப்பெரிய கேவலமான விஷயம் அதுதான்!' என்றும் உரக்கச் சொன்னான் மீச்சியா. 'அந்தப் பணத்தை நான் திருப்பிக் கொடுத்திருக்க முடியும், ஆனால் அதை நான் திருப்பிக் கொடுக்கவில்லை. அந்தப் பணத்தை அவளிடம் திருப்பிக் கொடுப்பதற்குப் பதிலாக அவள் – முன்னே நான் திருடனாக இருப்பதே மேலென்று நினைத்தேன். இதில் கேவலம் என்னவென்றால், அந்தப் பணத்தை அவளிடம் நான் திருப்பித் தர மாட்டேன் என்பது எனக்கு முன்னமே தெரிந்திருந்தது தான்! அல்யோஷா சொல்வது உண்மை! நன்றி, அல்யோஷா!'

இப்படியாக அல்யோஷாவிடம் விசாரணை முடிந்தது. குறிப்பிடத் தக்க விஷயம் என்னவென்றால், ஒரு உண்மை வெளிப்பட்டது. ஒரு சிறிய உண்மை, ஒரே ஒரு சாட்சி, அது மிகச் சிறிய சாட்சியாக இருந்தாலும், அது முக்கியமான ஒன்றாக இருந்தது; ஒரே ஒரு சாட்சி, அதாவது உண்மையாகவே அப்படிப்பட்ட ஒரு பட்டயம் இருந்ததென்றும் அதற்குள் ஆயிரத்து ஐநூறு ரூபிள்கள் இருந்ததென்பதும்தான். ஏனெனில், இதற்கு முன்பு குற்றவாளி மோக்ரய நகரத்தில் விசாரிக்கப்பட்டபோது இதைப் பற்றி அவன் சொல்லாமல் அந்த ஆயிரத்து ஐநூறு ரூபிள்கள் 'தன்னுடையது'தான் என்றே சொன்னான். இதனால் அல்யோஷா சந்தோஷப்பட்டான்; முகம் சிவந்த அல்யோஷா, தன்னுடைய இடத்தில் வந்தமர்ந்தான். நீண்ட நேரமாக தன்னைத்தானே அவன் 'எப்படி நான் இதை மறந்து போனேன்! இதை நான் எப்படி மறந்தே போனேன்! திடீரென்று இப்போது இதை நான் எப்படி நினைவுகூர்ந்தேன்!' என்று கேட்டுக்கொண்டான்.

கத்தரீனா இவானவ்னாவை இப்போது விசாரிக்க அழைத்தார்கள். நீதிமன்றத்திற்கு அவள் வந்ததும் வழக்கத்திற்கு மீறிய சூழமைவு உண்டானது. பெண்கள் தங்களுடைய மூக்குக் கண்ணாடிகளையும் தொலைநோக்குக் கண்ணாடிகளையும் எடுத்து அணிந்துகொள்ள, ஆண்கள் தங்களுடைய இருக்கைகளில் அமர்ந்தபடியே அசைந்து கொடுக்க, மற்றவர்களோ அவளை நன்றாகப் பார்ப்பதற்காகத் தங்களுடைய இருக்கைகளிலிருந்து எழுந்து நின்றார்கள். அவள் உள்ளே நுழைந்ததும் மீச்சியாவின் முகம் 'வெண்ணிறத் துணி' போல வெளுத்துப் போனதாகப் பிறகு மக்கள் பேசிக்கொண்டார்கள். முற்றிலும் கறுப்பு நிற ஆடை அணிந்திருந்த அவள், பணிவாக, ஏறக்குறையப் பயத்துடன் சுட்டிக் காட்டப்பட்ட இடத்திற்கு வந்தமர்ந்தாள். அவளுடைய முகத்தைப்

பார்த்து, அவள் பதற்றத்தில் இருக்கிறாளா இல்லையா என்று சொல்ல முடியாமல் இருந்தது. ஆனால் அவளுடைய கறுத்த, இருளார்ந்த பார்வையில் அசையாத உறுதி மின்னித் தெறித்தது. இங்கு ஒன்றை நான் குறிப்பிட்டுச் சொல்ல வேண்டும். அந்த நிமிடம் பார்ப்பதற்கு அவள் மிக அழகாக இருந்தாளென்று பிறகு எல்லோரும் சொன்னார்கள். மெல்லிய குரலில் அவள் பேசினாலும், அவள் பேசியது அங்கிருந்த எல்லோருக்கும் தெளிவாகக் கேட்டது. தன்னுடைய உணர்வுகளை அவள் அமைதியாக வெளிப்படுத்தினாள் அல்லது குறைந்தபட்சம் அப்படி அமைதியாக வெளிப்படுத்த அவள் முயன்றாள். அவளுடைய பேரிடரைக் கருத்தில் கொண்டு, ஏதோ 'ஒரு சில விஷயங்களைப்' பற்றிப் பேசப் பயப்படுபவர் போல, தலைமை நீதிபதி மிகக் கவனமாக, மிக மரியாதையாகக் கேள்விகளைக் கேட்க ஆரம்பித்தார். ஆனால், கத்தரீனா இவானவ்னா தன்னுடைய முதல் வார்த்தையிலேயே கேட்ட கேள்விக்கு உறுதியாகப் பதிலளித்தாள், அவள் குற்றவாளியுடன் திருமணம் நிச்சயிக்கப்பட்டவள் என்றும், 'அவரே அவளை விட்டு விலகும் வரை...' அவள் அவருடைய மணப்பெண் என்பதையும் மிக அமைதியாக அவள் தெரிவித்தாள். அந்த மூவாயிரம் ரூபிள்களைப் பற்றி, தன்னுடைய உறவினர்களுக்கு அதை அனுப்பச் சொல்லி அவள் அந்தப் பணத்தை மீச்சியாவிடம் கொடுத்தாளா என்று கேட்ட கேள்விக்கு, அவள் உறுதியாகப் பதிலளித்தாள், 'அவனிடம் நான் அந்தப் பணத்தை மாஸ்கோவுக்கு அனுப்பச் சொல்லிக் கொடுத்தேன். அப்போதே எனக்குத் தெரியும் அவனுக்குப் பணம் மிக அவசரமாகத் தேவை என்று... அதுவும் அந்த நிமிடம். நான் அந்த மூவாயிரம் ரூபிள்களை ஒரு நிபந்தனையின் பேரில்தான் அவனிடம் கொடுத்தேன், அதாவது அவன் விருப்பப்பட்டால் ஒரு மாதத்திற்குள்ளாக எப்போது வேண்டுமானாலும் அதை அவன் மாஸ்கோவிற்கு அனுப்பலாமென்று. அவன் தேவையில்லாமல் இந்தக் கடனுக்காகத் தன்னைத்தானே வேதனைப்படுத்திக்கொண்டான்...'

அவளிடம் கேட்கப்பட்ட எல்லாக் கேள்விகளையும் அவள் சொன்ன பதில்களையும் நான் இங்குக் குறிப்பிட்டுச் சொல்லாமல், மிக முக்கியமான சிலவற்றை மட்டுமே இங்கு நான் சுட்டிக்காட்ட விரும்புகிறேன்.

'மூவாயிரம் ரூபிள்களைத் தன்னுடைய தந்தையிடமிருந்து அவன் பெற்றுக்கொண்டதும் அதை அவன் மாஸ்கோவுக்கு அனுப்பிவிடுவான் என்று எனக்கு உறுதியாகத் தெரியும்,' என்று அவளிடம் கேட்கப்பட்ட ஒரு கேள்விக்கு அவள் இப்படிப் பதிலளித்தாள். 'அவனுடைய நேர்மையின் மீதும் சுயநலமில்லாத அவனுடைய குணத்தின் மீதும் எப்போதுமே எனக்கு நம்பிக்கையிருந்தது... பணத்தைப் பொறுத்தவரையில்... மிக உயரிய, நேர்மையான குணம் அவனிடம் உண்டு. பலமுறை அவன் என்னிடம் சொல்லியிருக்கிறான், அவனுடைய தந்தையிடமிருந்து அவனுக்கு மூவாயிரம் ரூபிள்கள் கிடைக்கப் பெறும் என்று. எனக்குத் தெரியும் அவனுடைய தந்தையிடம் அவனுக்கு விரோதம் இருந்ததென்றும் அவருடைய நடத்தையால் அவன் பாதிக்கப்பட்டிருந்தான் என்றும்

எனக்கு அப்போதும் தெரியும், இப்போதும் தெரியும். அவனுடைய தந்தையை அவன் மிரட்டியதாக எனக்கு எதுவும் நினைவில்லை. குறைந்தபட்சம் அப்படி எதையும் அவன் என்னிடம் சொல்லவில்லை, எந்த விதத்திலும் அவன் அவரை மிரட்டியதும் இல்லை. அப்போதே அவன் என்னைப் பார்க்க வந்திருந்தால், துரதிர்ஷ்டவசமான அந்த மூவாயிரம் ரூபிள்களைப் பற்றிக் கவலைப்பட வேண்டாமென்று சொல்லி நானே அவனைச் சமாதானப்படுத்தியிருப்பேன். ஆனால் அவன் என்னைப் பார்க்க வரவே இல்லை . . . நானோ . . . எந்தச் சூழ்நிலையில் இருந்தேன் என்றால் . . . என்னுடைய வீட்டிற்கு அவனைக் கூப்பிட முடியாத சூழ்நிலையில் இருந்தேன் . . . ஆமாம், அந்தக் கடன் காரணமாக என்னுடைய வீட்டிற்கு அவனைக் கூப்பிட எந்தவித உரிமையும் இல்லாத சூழ்நிலையில் நான் இருந்தேன்' என்று திடீரென்று சொன்னவளின் குரலில் ஏதோ ஒரு தீர்மானமான தொனி ஒலிக்க, 'அவனிடமிருந்து நானே ஒருமுறை கடன் வாங்கியிருந்தேன், மூவாயிரத்திற்கும் மேலாக. அப்படி நான் வாங்கிய அந்தப் பணத்தை என்னால் திருப்பித் தரவே முடியாமல் போகுமென்று நான் அப்போது நினைத்துப் பார்க்கவில்லை . . .'

அவளுடைய குரலில் ஏதோவோர் அறைகூவல் இருந்தது. குறிப்பாக அந்தச் சமயத்தில்தான் ஃபெச்சூகோவிச் குறுக்கு விசாரணையை ஆரம்பித்தார்.

'உங்களுடைய அறிமுகத்திற்கு முன்பு தானே இது நடந்தது?' என்று ஏதோ ஒரு சாதகமான நிலையை உணர்த்தும்படி ஃபெச்சூகோவிச் மிகக் கவனமாகக் கேட்டார். (அடைப்புக் குறியில் குறிப்பிடுகிறேன், ஒரு பக்கம் இந்த வழக்கறிஞர் பீத்தர்பூர்கிலிருந்து கத்தரீனா இவனாவ்னாவால் வரவழைக்கப்பட்டிருந்தாலும், மீச்சியா அவளுக்குக் கொடுத்த அந்த ஐயாயிரம் ரூபிள்களைப் பற்றியும் 'தலைகுனிந்து வணங்கித் தரையைத் தொட்டு' அதை அவள் வாங்கிய சம்பவத்தைப் பற்றியும் அவருக்கு எதுவுமே தெரிந்திருக்கவில்லை. அதை அவரிடம் சொல்லாமல் அவள் மறைத்துவிட்டாள்! இது ஆச்சர்யப்படத்தக்க ஒரு விஷயம்தான். இதை அவள் நீதிமன்றத்தில் சொல்வாளா மாட்டாளா என்பது கடைசி நிமிடம்வரை அவளுக்கே தெரியாமல்தான் இருந்தது என்பதை உறுதியாகச் சொல்லலாம். அப்படியே ஏதோவோர் அகத்தூண்டுதலை அவள் எதிர்பார்த்துக் காத்திருந்தாள்).

'இல்லை, என்னால் அந்தத் தருணங்களை எப்போதுமே மறக்க முடியாது! மீச்சியா அல்யோஷாவிடம் சொன்ன முழுச் சம்பவத்தையும் ஒன்றுவிடாமல் அவள் சொல்ல ஆரம்பித்தாள். 'தரையைத் தொட்டு அவள் தலைவணங்கியது', அதற்கான காரணங்கள், அவளுடைய தந்தையைப் பற்றிய விஷயம், மீச்சியாவை அவள் பார்க்கப் போனது, இப்படி எல்லாவற்றையும் சொன்ன அவள், அவளுடைய சகோதரியின் மூலமாக மீச்சியா அவளை வரச் சொன்னது, அதாவது 'கத்தரீனா இவனாவ்னாவை என்னிடம் வந்து பணம் வாங்கிக்கச் சொல்லுங்கள்' என்று மீச்சியா சொன்ன விஷயத்தை மட்டும் அவள் சொல்லாமல்,

சாடையாகக்கூடக் குறிப்பிடாமல் அப்படியே விட்டுவிட்டாள். பெருந்தன்மையுடன் அதை அவள் மறைத்துவிட்டாள். மேலும் அவளே தான் அவளுடைய உந்துவேகத்தின்பேரில் அந்த இளம் அதிகாரியைப் பார்க்கப் போனாளென்றும் அவரிடமிருந்து ஏதாவது ... ஏதாவது பணம் கிடைக்குமா என்று அவள் எதிர்பார்த்துப் போனாளென்றும் வெளிப்படையாகச் சொன்னாள். இந்த வாக்குமூலம் எல்லாவற்றையும் சிதறடிப்பதாக இருந்தது. அவளுடைய ஒவ்வொரு வார்த்தையையும் கேட்டு நான் நடுங்கி, உடல் சில்லிட்டுப் போனேன். நீதிமன்றத்தில் இருந்தவர்கள் எல்லோரும் இதைக் கேட்டு உறைந்துபோனார்கள். மனத்தால் அளவிட முடியாத ஏதோ ஒன்று இருந்தது. அதுவும் தற்பெருமை வாய்ந்த, ஆணவமிக்க, ஏளனம் செய்கின்ற இந்தப் பெண்ணிடமிருந்து இவ்வளவு பெரிய வெளிப்படையான சாட்சியை, இவ்வளவு பெரிய தியாகத்தை, இப்படித் தன்னைத்தானே பலியாக்கிக் கொள்ளும் செயலை எதிர்பார்க்க முடியாமல் இருந்தது. இதெல்லாம் எதற்காக, யாருக்காக? தன்னை ஏமாற்றி வஞ்சித்த அவனுக்காகவா, ஏதாவது ஒரு விதத்தில், கடுகளவேனும் அவனைக் காப்பாற்ற முடியுமானால், அவனைக் காப்பாற்றி, அவளைப் பற்றிய ஒரு நல்ல எண்ணத்தை அவனிடம் உருவாக்கவா! உண்மையாகவே, தன்னிடம் இருந்த அந்தக் கடைசி ஐயாயிரம் ரூபிள்களை – வாழ்க்கையில் கடைசியாக மீச்சியாவிடம் இருந்த அந்த ரூபிள்களை – ஒன்றுமறியாத அந்தக் கள்ளங்கபடமற்ற அந்தப் பெண் மரியாதையுடன் தலைவணங்கி, அழகான, கவர்ச்சியான அந்தப் பெண்ணுக்காக ... என்னுடைய இதயம் வலியால் துடிக்கிறது! இது அவளுக்குப் பழிசேர்க்குமென்று நான் நினைத்தேன் (ஆம், பிறகு அது அப்படித்தான் நடந்தது!) அவள்மீது பிறகு பழிசுமத்தப்பட்டது! ஊரிலிருந்த மக்கள் எல்லோரும் அவள் சொன்ன கதையைத் திருப்பிச் சொல்லி, அதாவது, அவள் சொன்னதை அப்படியே சொல்லாமல், 'அதிகாரி அந்தப் பெண்ணை மரியாதையாகத் தலை வணங்கிவிட்டு மட்டும் போகச் சொன்னார்' என்று ஏளனமாகச் சொல்லிச் சிரித்தார்கள். ஏதோ ஒன்று இங்கு 'விடுபட்டிருக்கிறது' என்று அவர்கள் சாடையாகக் குறிப்பிட்டார்கள். 'ஆமாம், அப்படியே ஏதாவது விடுபட்டிருந்தாலும் சரி அல்லது அதுவே உண்மையாக இருந்தாலும் சரி' என்று சொன்ன மதிப்பிற்குரிய நம் ஊர்ப் பெண்கள், 'தன்னுடைய தந்தையைக் காப்பாற்றுவதற்காகவே இருந்தாலும்கூட ஒரு சிறு வயதுப் பெண் இப்படி நடந்துகொள்ளலாமா?' என்று பேசிக்கொண்டார்கள். அதுவும் அறிவார்ந்த, நுண்ணறிவு மிக்க கத்தரீனா இவானவ்னாவுக்கு நன்றாகத் தெரிந்திருக்க வேண்டும், மக்கள் எப்படிப் பேசுவார்கள் என்று! ஆம், நிச்சயமாக அவள் அதை உணர்ந்திருந்தாள், அதனால்தான் எல்லாவற்றையும் சொல்லி விடுவது என்று அவள் முடிவுசெய்தாள்! இயல்பாகவே, இந்த அற்பத் தனமான சந்தேகங்களெல்லாம் அவர்களுக்குப் பிறகுதான் தோன்றின. முதலில் அவள் சொன்ன உண்மையைக் கேட்டு எல்லோரும் உணர்ச்சி வசப்பட்டார்கள். நீதிமன்ற உறுப்பினர்களைப் பொறுத்தவரையில், கத்தரீனா இவானவ்னா சொன்னதை அவர்கள் மரியாதையுடன், சொல்லப்போனால், கொஞ்சம் வெட்கத்துடன் அமைதியாகக்

கேட்டார்கள். அரசு வழக்கறிஞர் இதைப் பற்றி ஒரு கேள்வியும் கேட்கவில்லை. ஃபெச்சூகோவிச் மிகத் தாழ்மையுடன் தலைகுனிந்து வணங்கினார். ஓ, ஏறக்குறைய அவன் வெற்றிபெற்ற நிலையில்தான் இருந்தான்! நிறைய விஷயங்கள் சேகரிக்கப்பட்டிருந்தன. நல்ல எண்ணத்தின் பேரில், ஒரு மனிதன் தன்னிடமிருந்த கடைசி ஐயாயிரம் ரூபிள்ளைக் கொடுத்த பிறகு, தன்னுடைய தந்தையிடமிருந்து மூவாயிரம் ரூபிள்களைக் கொள்ளையடிப்பதற்காக இரவு நேரத்தில் அவரைக் கொலைசெய்வது என்பது ஒரு விதத்தில் முன்னுக்குப் பின் முரணாக இருந்தது. குறைந்தபட்சம் அவன் கொள்ளையடித்தானென்று அவன்மீது சாட்டப்பட்ட குற்றத்தையாவது இனி ஃபெச்சூகோவிச்சால் நீக்க முடியும். 'வழக்கு' புதிய திருப்பத்தில் திடீரென்று வேறுவிதமாகக் காட்சியளித்தது. ஏதோ ஒரு பரிதாப உணர்ச்சி மீச்சியாவுக்குச் சாதகமாக இருந்தது. அவனோ . . . கத்தரீனா இவானவ்னா சாட்சியளித்தபோது ஓரிரு முறை தன்னுடைய இடத்திலிருந்து துள்ளிக் குதித்தெழுந்து மீண்டும் தன்னுடைய இருக்கையில் அமர்ந்தவன், பிறகு முகத்தைத் தன் இரு கைகளாலும் மூடிக்கொண்டானென்று அவனைப் பற்றிப் பேசிக்கொண்டார்கள். ஆனால் அவள் சாட்சி சொல்லி முடித்ததும், விம்மி அழும் குரலில் அவளைப் பார்த்துத் தன் கைகளை நீட்டி அவன், 'காச்சியா, ஏன் என்னைச் சீரழித்தாய்!' என்று கேட்டான். நீதிமன்றத்திலிருக்கும் அனைவருக்கும் கேட்கும்படி அவன் கதறி அழுதான். பிறகு சட்டென்று தன்னைக் கட்டுப்படுத்திக்கொண்டு மீண்டும் அவன்,

'இனி நான் தண்டிக்கப்பட வேண்டியவன்!' என்றான். பிறகு அவன் பல்லைக் கடித்துக்கொண்டு, கைகளைச் சிலுவைபோல மார்பின் குறுக்கே இறுகப் பிடித்தவாறு, சிலைபோலத் தன்னுடைய இருக்கையில் அமர்ந்தான். கத்தரீனா இவானவ்னா நீதிமன்றத்திலிருந்து வெளியேறாமல் வெளிறிப்போன முகத்துடன் கண்களைத் தாழ்த்திய படி உட்கார்ந்திருந்தாள். அவளருகில் அமர்ந்திருந்தவர்கள் அவள் காய்ச்சல் கண்டவளைப் போல உடல் நடுங்க உட்கார்ந்திருந்தாளென்று சொன்னார்கள். இப்போது விசாரணையை மேற்கொள்ள குரூஷென்கா வந்தாள்.

யாருடைய திடீர் வருகை, உண்மையாகவே மீச்சியாவின் அழிவிற்குக் காரணமாக இருந்ததோ, அந்த வருகையின் பேரழிவைப் பற்றிச் சொல்லத் தான் நான் இங்கு வருகிறேன். இந்தச் சம்பவம் நடக்காமல் இருந்திருந்தால் குற்றவாளிக்கு ஏதோ குறைந்தபட்ச தண்டனைதான் கொடுக்கப்பட்டிருக்குமென்று நான் நினைத்தது போலவே, மற்றவர்களும், ஆமாம், வழக்கறிஞர்கள் உட்பட எல்லோரும் நினைத்தார்கள். சரி அதைப் பற்றி இப்போது பார்ப்போம். அதற்கு முன்பாக குரூஷென்காவைப் பற்றி இரண்டு வார்த்தைகள்.

நீதிமன்றத்திற்கு வந்திருந்த குரூஷென்காவும் முழுவதுமாகக் கறுப்புநிற உடையணிந்து, மிக அழகான கறுப்பு நிற சால்வையைப் போர்த்தியிருந்தாள். குற்றவாளிக் கூண்டிற்கு அவள் சிறிய அடி எடுத்து வைத்து, சத்தமில்லாமல், அசைந்தபடி, பருமனான பெண்கள்

எப்படி நடந்து வருவார்களோ அப்படி, வலப்பக்கம் இடப்பக்கமாகப் பார்க்காமல் நேராகத் தலைமை நீதிபதியைப் பார்த்தபடி வந்து நின்றாள். என்னைப் பொறுத்தவரையில், அந்தச் சமயம் அவளுடைய முகம் சிறிதும் வெளிறாமல் மிக அழகாக இருக்க, அவள் வந்து நின்றாள். அதைப் பற்றி மற்ற பெண்களும் பிறகு பேசிக்கொண்டார்கள். அப்படியே அவள் எதையோ ஆழமாக யோசித்தபடி குரோத உணர்வுடன் வந்து நின்றாளென்றும் பிறகு பெண்கள் பேசிக்கொண்டார்கள். நான் என்ன நினைக்கிறேன் என்றால், வதந்தி பேசும் நம்முடைய மக்களின் ஆர்வமிக்க பார்வையைக் கண்டு அவள் எரிச்சலும் வேதனையும் அடைந்திருந்தாளென்று. கர்வக் குணங்கொண்ட அவளுக்கு இந்த வெறுப்பு பொறுத்துக்கொள்ளக்கூடிய ஒன்றாக இருக்கவில்லை, ஏனெனில் வெறுப்புடன் பார்க்கும் யாரையும் நிமிடத்தில் தாக்கும் வெறிகொண்ட பெண்களில் ஒருத்தியாக அவள் இருந்தாள். இதில் இயல்பான அவளுடைய மிரட்சியும் மிரட்சி காரணமாக ஏற்பட்டிருந்த வெட்கமும் கொடுத்த சாட்சியத்தில் தொனித்த ஏற்ற, இறக்க குரலும் சில சமயங்களில் வெளிப்பட்ட கோபமும் வெறுப்பும் அதீத முரட்டுத் தனமும் அப்படியே தன்னைத்தானே குற்றஞ்சாட்டிக் கொண்ட விதமும் ஏதோ ஆச்சர்யப்படத்தக்க ஒன்றாக இல்லாமல் இருந்தது. சில சமயங்களில் அவள் ஒரு படுகுழியில் தள்ளப்பட்டவளைப் போல, 'என்ன நடந்தாலும் சரி, எல்லாவற்றையும் சொல்லிவிடப் போகிறேன் . . .' என்ற விதத்தில் பேசினாள்.

பியோதர் பாவ்லவிச்சிடம் அவளுக்கிருந்த உறவைப் பற்றிக் கேட்டபோது, 'அது எல்லாமே அமர்த்தமற்றது, ஓயாது அவர் என்னைத் தொல்லை செய்தது என்னுடைய குற்றமா என்ன?' என்று கேட்டாள். பிறகு ஒரு நிமிடம் கழித்து, 'எல்லாவற்றிற்கும் காரணம் நான்தான் – இவர்கள் இருவரையும் – அந்தக் கிழவரையும் இதோ இங்கிருப்பவனை யும் பார்த்துக் கேலிசெய்து இருவரையும் இந்த நிலைக்கு நான்தான் கொண்டு வந்துவிட்டேன். என்னால்தான் இது எல்லாமே நடந்தது' என்றாள். சம்சனோவைப் பற்றிப் பேச்சு எழுந்தபோது, 'யாரும் அதைப் பற்றிப் பேசவேண்டாம்' என்று ஏதோ ஒரு துடுக்கான விதத்தில் சட்டென்று சொன்னவள், 'எனக்கு அவர் நல்லது செய்தார். என்னுடைய குடும்பம் என்னை விரட்டி அடித்தபோது ஒன்றுமில்லாத என்னை அவர்தான் கூட்டிக்கொண்டு வந்தார்' என்றாள். கேட்ட கேள்விக்குச் சரியான பதிலைச் சொல்லும்படியும் தேவையில்லாத விஷயங்களைப் பற்றிப் பேசவேண்டாம் என்றும் தலைமை நீதிபதி வலியுறுத்தினார். உடனே குருஷென்காவின் முகம் சிவந்து, கண்கள் பனித்தன.

மேலும் உறையிலிருந்த பணத்தை அவள் பார்க்கவில்லை என்றும், ஏதோ மூவாயிரம் ரூபிள்கள் உறையில் இருப்பதாக அந்த 'வில்லன்', சொல்ல அவள் கேட்டிருக்கிறாளென்றும் சொன்னாள். 'அது எல்லாமே முட்டாள்தனம், எனக்குச் சிரிப்புதான் வந்தது. எப்போதும், எதற்காகவும் நான் அங்குப் போயிருக்கவே மாட்டேன் . . .'

'இப்போது யாரை நீங்கள் 'வில்லன்' என்று குறிப்பிட்டீர்கள்?' என்று அரசு வழக்கறிஞர் அவளைப் பார்த்துக் கேட்டார்.

'அந்த வேலைக்காரன், ஸ்மெர்தியாக்கவ், தன்னுடைய எஜமானனைக் கொன்றுவிட்டு நேற்று தூக்குபோட்டுக் கொண்டானே அவனைத்தான் சொல்கிறேன்' என்று பதிலளித்தாள் குரூஷென்கா.

சந்தேகத்திற்கு இடமின்றி, உடனே அவளைக் கேட்டார்கள், இவ்வளவு உறுதியாகச் சொல்லும் அளவுக்கு அவளிடம் என்ன ஆதாரம் இருக்கிறதென்று, ஆனால் அவளிடம் அதற்கான எந்த ஒரு ஆதாரமும் இல்லாமல் இருந்தது.

'திமித்ரி ஃபியோதரவிச்சே என்னிடம் அப்படித்தான் சொன்னார். அவர் சொல்வதை நம்புங்கள். எங்களுக்கிடையே வந்த அந்தப் பெண் தான் எல்லாவற்றையும் கெடுத்துவிட்டாள், அதுதான், அவள்தான் இதற்கெல்லாம் காரணம், அதுதான்' என்று பகைமை உணர்வில் வெறிபிடித்தவளைப் போலச் சொன்ன குரூஷென்காவின் குரலில் கெட்ட எண்ணம் தொனித்தது.

யாரைப் பற்றி அவள் சொல்கிறாளென்று கேட்டதற்கு, 'அந்த இளம் பெண், அதோ அங்கேயிருக்கும் கத்தரீனா இவானவ்னாவைப் பற்றித்தான். அவள் என்னை அவளுடைய வீட்டிற்கு அழைத்துச் சூடாக ஒரு கப் சாக்லேட் பானத்தைக் கொடுத்து என்னை மயக்கப் பார்த்தாள். உண்மையாகவே அவளுக்குக் கொஞ்சம்கூட வெட்கமில்லை, அதுதான் . . .'

உடனே தலைமை நீதிபதி அவள் உபயோகிக்கும் வார்த்தைகளைக் கவனத்தில்கொள்ளுமாறு கடுமையாக எச்சரித்தார். ஆனால், பொறாமையில் சீறி எழும் பெண்ணின் மனம் எல்லாவற்றையும் போட்டு உடைக்கக்கூடிய நிலையில் இருந்தது . . .

'மோக்ரய கிராமத்தில் கைது செய்யப்பட்டபோது' என்று நினைவு கூர்ந்த அரசு வழக்கறிஞர், 'நீங்கள் பக்கத்து அறைக்கு ஓடிப் போய், 'எல்லாவற்றிற்கும் நான்தான் காரணம், நாம் இருவருமே சேர்ந்து சைபீரியா போகலாம்!' என்று கத்தியதை எல்லோரும் கேட்டார்கள். அப்படியானால், அவர்தான் தந்தையைக் கொன்றாரென்பதை நீங்கள் அந்த நிமிடம் நம்பினீர்கள்தானே?'

அப்போது நான் என்ன உணர்ந்தேனென்று எனக்குத் தெரியாது' என்று பதிலளித்த குரூஷென்கா, 'அவன் தந்தையைக் கொன்றுவிட்டானென்று எல்லோரும் கத்தினார்கள், உடனே நானும் எனக்காக அவன் இந்தக் காரியத்தைச் செய்துவிட்டான் என்று நினைத்தேன். ஆனால், அவன் கொலைசெய்யவில்லை என்று அவன் சொன்னதுமே அவனை நான் நம்பினேன், இப்போதும் நம்புகிறேன், இனியும் நம்புவேன். அவன் அப்படிப் பொய் சொல்லும் மனிதனல்ல'

இப்போது ஃபெச்சூகோவிச் குறுக்கு விசாரணை செய்தார். இதற்கிடையில் அவர் ரக்கீத்தினைப் பற்றிக் கேட்டார். அதாவது,

'அலெக்ஸெய் ஃபியோதரவிச் கரமாஸவை உங்களிடம் கூட்டிக்கொண்டு வந்தால் நீங்கள் அவருக்கு இருபத்து ஐந்து ரூபிள்களைத் தருவதாகச் சொன்னீர்கள்தானே?'

'அவன் அப்படிப் பணம் வாங்கியதில் என்ன ஆச்சர்யம்' என்று வெறுப்புடன் எள்ளி நகையாடிய குரூஷென்கா, 'எப்போதுமே அவன் பணம் கேட்டு என்னிடம் வருவான். ஒரு மாதம் முப்பது ரூபிள்கள் வாங்கினான், வாங்கி உல்லாசமாகச் செலவழித்தான். குடிப்பான், என்ன வேண்டுமோ அதைச் சாப்பிடுவான், நான் இல்லாதபோது இவை எல்லாவற்றையும் அவன் செய்வான்' என்றான்.

'எதற்காக நீங்கள் இப்படித் தாராளமாக ரக்கீத்தினுக்குப் பணம் கொடுத்தீர்கள்?' என்று உடனே அதைப் பிடித்துக்கொண்டு கேட்ட ஃபெச்சூகோவிச்சின் கேள்வியைக் கேட்டு, தலைமை நீதிபதி தர்ம சங்கடத்தில் நெளிந்தார்.

'அவன் என்னுடைய உறவுக்காரன். அவனுடைய அம்மாவும் என்னுடைய அம்மாவும் உடன் பிறந்த சகோதரிகள். இதை அவன் யாரிடமும் சொல்ல வேண்டாமென்று என்னைக் கெஞ்சிக் கேட்டுக் கொண்டான். என்னைப் பார்த்து மிகவும் வெட்கப்பட்டான்.'

இப்போது வெளிப்பட்ட இந்தப் புது உண்மை யாராலும் எதிர் பார்க்கப்படாத ஒன்றாக இருக்க, இதைப் பற்றி இதுவரை நம் ஊரில் யாருக்குமே எதுவுமே தெரியாமல் இருந்தது, மீச்சியாவுக்குக்கூட. இதைக் கேட்டு ரக்கீத்தினின் முகம் சிவந்துபோனதாகப் பிறகு எல்லோரும் சொன்னார்கள். குரூஷென்கா நீதிமன்றத்திற்கு வருவதற்கு முன்பே மீச்சியாவுக்கு எதிராக ரக்கீத்தின் சாட்சி சொன்னதை அறிந்துதான், அவள் இப்படி ரக்கீத்தின் மீது கோபப்பட்டாள் என்பது பிறகு தெரிய வந்தது. ரக்கீத்தினுடைய எல்லாப் பேச்சும் அவனுடைய எல்லா நல்லெண்ணங்களும் – கொத்தடிமைக்கு எதிரான அரசியல் அமைப்பின் ஒழுங்கின்மை பற்றிய அவனுடைய எல்லாக் கருத்துகளும் இதற்குப் பிறகு முழுவதுமாகச் சிதைந்து, சிதறிப்போய் அவனைப் பற்றிய நல்ல கருத்தும் அழிந்துபோனது. இது ஃபெச்சூகோவிச்சுக்குத் திருப்தியை அளித்தது. மீண்டும் இது ஒரு வகையான அதிர்ஷ்டமாக இருந்தது. பொதுவாகவே குரூஷென்கா நீண்ட நேரம் விசாரிக்கப்பட வில்லை, ஆம், அப்படி விசாரித்து அவளிடமிருந்து குறிப்பாக வேறு எந்தப் புது விஷயத்தையும் அவர்களால் பெற முடியவில்லை. பொது மக்களிடையே அவள் நல்லதொரு அபிப்பிராயத்தையும் விட்டுச் செல்லவில்லை. தன்னுடைய சாட்சியத்தை அளித்துவிட்டு அவள் கத்தரீனா இவானவ்னா அமர்ந்திருந்த இடத்திற்கு வெகு தொலைவில் போய் அமர்ந்தபோது, ஆயிரமாயிரம் கண்கள் அவளை வெறுப்புடன் பார்த்தன. அவளிடம் கேள்வி கேட்கப்பட்டபோதெல்லாம் மீச்சியா அமைதியாக, தன்னுடைய கண்களைக் கீழே தாழ்த்தியபடி சிலை போல அமைதியாக உட்கார்ந்திருந்தான்.

இவான் ஃபியோதரவிச் இப்போது சாட்சியாளனாக அழைக்கப் பட்டான்.

## 5

# திடீர்ப் பேரழிவு

இங்கே ஒன்றை நான் குறிப்பிட வேண்டும், அல்யோஷாவுக்கு முன்பாக இவான் ஃபியோதரவிச் தான் விசாரணைக்காக அழைக்கப்பட்டான். ஆனால், 'சாட்சியாளர் இப்போது வர முடியாத சூழ்நிலையில் திடீரென்று வலிப்புநோய் கண்டு பாதிக்கப்பட்டிருக்கிறார், உடல்நலம் சரியானதும் சாட்சி சொல்ல வருவார்' என்று நீதிமன்ற ஊழியர் தலைமை நீதிபதியிடம் தெரிவித்தார். இதை ஏனோ யாரும் கவனிக்காத தால், அது பிறகுதான் எல்லோருக்கும் தெரிய வந்தது. முதலில் அவன் நீதிமன்றத்திற்கு வந்தபோது, யாருமே அவனைக் கவனிக்க வில்லை. முக்கியமான சாட்சியாளர்கள், குறிப்பாக, அந்த இரண்டு போட்டியாளர்களும் ஏற்கெனவே விசாரிக்கப்பட்டிருந்தார்கள். மக்களுடைய ஆர்வம் ஓரளவு தணிந்துபோயிருந்தது. பொதுமக்கள் கொஞ்சம் சோர்ந்துகூடப் போயிருந்தார்கள். இன்னும் சில சாட்சி யாளர்களை விசாரிக்க வேண்டி இருக்க, ஏற்கனவே சொல்லப்பட்டதைத் தவிர வேறு எதையும் புதிதாகச் சொல்பவர்களாக அவர்கள் இருக்க வில்லை. இப்படியாக நேரமாகிக்கொண்டிருந்தது. இவான் ஃபியோதரவிச் யாரையும் பார்க்காமல், எதையோ யோசித்த வண்ணம், தலையைக் குனிந்தபடி, ஆச்சர்யப்படும் விதத்தில் மிக மெதுவாக நடந்து வந்தான். குறை சொல்ல முடியாத விதத்தில் உடையணிந்து வந்தவனின் முகம், என்னைப் பொறுத்தவரையில், நோய்வாய்ப்பட்டிருந்ததாகத் தெரிந்தது. அவனுடைய முகத்தில் சவக்களை வீற்றிருக்க, ஏதோ செத்த பிணத்தைப் போல அவன் இருந்தான். கண்கள் ஒளியிழந்திருந்தன. கண்களை மெதுவாக உயர்த்தி அவன் நீதிமன்றத்தில் இருப்பவர்களைப் பார்த்தான். உடனே அல்யோஷா தன்னுடைய நாற்காலியிலிருந்து துள்ளிக் குதித்தெழுந்து, 'ஐயோ!' என்று புலம்பினான். ஆனால் இதை ஒருசிலரே கவனித்தனர்.

தலைமை நீதிபதி சாட்சியாளர் சத்தியப் பிரமாணம் எடுக்கத் தேவையில்லை, கேட்ட கேள்விகளுக்குப் பதில் அளிக்கலாம் அல்லது மௌனம் சாதிக்கலாம், ஆனால், சந்தேகத்திற்கு இடமின்றி அது மனசாட்சியின் பேரில்தான் இருக்க வேண்டுமென்று சொன்னபோது, இவான் ஃபியோதரவிச் அவரை வெறித்துப் பார்த்தபடி அவர் சொல்வதைக் கேட்டான். ஆனால், மெதுவாக அவனுடைய முகத்தில் சிரிப்புப் படர்வதைத் தலைமை நீதிபதி ஆச்சர்யத்துடன் பார்க்க, திடீரென்று இவான் ஃபியோதரவிச் சிரித்தான்.

'சரி, இன்னும் என்ன இருக்கிறது?' என்று அவன் சத்தமாகக் கேட்டான். ஏதோ ஒன்று நடக்கப்போகிறது என்பதை உணர்ந்து, நீதிமன்றத்திலிருந்தவர்கள் அமைதியாக இருந்தார்கள். தலைமை நீதிபதி கலக்கத்துடன் இருந்தார்.

'உங்களுக்கு . . . ஒரு சமயம், உடல்நலம் சரியில்லையோ?' என்று கேட்ட தலைமை நீதிபதி, நீதிமன்ற ஊழியரைக் கண்களால் தேடினார்.

‘கவலைப்படாதீர்கள், மதிப்பிற்குரிய பெருங்குடி மகனே, நான் நன்றாகத்தான் இருக்கிறேன், அப்படியே சுவாரஸ்யமான விஷயங்களை உங்களுக்கு நான் சொல்லவும் முடியும்’ என்று திடீரென்று மிக அமைதியாக, மரியாதையுடன் சொன்னான் இவான் ஃபியோதரவிச்.

‘குறிப்பாக உங்களிடம் என்ன விஷயம் இருக்கிறது?’ என்று நம்பிக்கையில்லாமல் தொடர்ந்தார் தலைமை நீதிபதி.

இதைக் கேட்ட இவான் ஃபியோதரவிச், தலையைக் கீழே தாழ்த்திய படி ஒருசில வினாடிகள் கழித்து, மீண்டும் தலையை உயர்த்தி, திக்கிக்கொண்டே பதிலளித்தான்:

‘இல்லை ... சொல்வதற்கு ஒன்றுமில்லை. குறிப்பாகச் சொல்வதற்கு ஒன்றுமில்லை.’ உடனே அவனிடம் கேள்வி கேட்க ஆரம்பித்தார்கள். அதற்கு அவன் பதிலளிக்க விருப்பப்படாமல், மிகச் சுருக்கமாக, ஏதோ வெறுப்புடன், நேரம் ஆக ஆக தர்க்கரீதியில் பதிலளித்தான். பல கேள்விகளுக்கு அவன் தனக்குப் பதில் தெரியாது என்றான். திமித்ரி ஃபியோதரவிச்சுக்கும் அவனுடைய தந்தைக்குமிடையே பண விஷயத்தில் வேற்றுமை இருந்தது அவனுக்குத் தெரிந்திருக்கவே இல்லை. ‘அதைத் தெரிந்துகொள்வதில் எனக்கு எந்தவித ஆர்வமும் இல்லை’ என்று சொன்னான். குற்றவாளி தன்னுடைய தந்தையைக் கொல்லப் போவதாக மிரட்டியதைக் குற்றவாளி சொல்ல அவன் கேள்விப்பட்டிருக் கிறான் என்றான். உறையில் பணம் இருந்ததைப் பற்றி ஸ்மெர்தியாக்கவ் சொல்ல அவன் கேள்விப்பட்டிருக்கிறானென்றும் சொன்னான்.

‘திரும்பத் திரும்பச் சொன்னதையே சொல்ல வேண்டியிருக்கிறது’ என்று திடீரென்று சலிப்புடன் இடைமறித்துச் சொன்னவன், ‘விசேஷமாக நீதிமன்றத்தில் சொல்வதற்கு என்னிடம் ஒன்றும் இல்லை’ என்றான்.

‘உங்களுக்கு உடல்நலம் சரியில்லை, உங்களுடைய உணர்வுகள் எனக்குப் புரிகிறது ...’ என்று ஆரம்பித்தார் தலைமை நீதிபதி.

அவர் அரசு வழக்கறிஞரையும் பிரதிவாதியையும் பார்த்து, இவான் ஃபியோதரவிச்சிடம் அவர்கள் கேள்வி கேட்பது அவசியமென்று நினைத்தால், அவனிடம் கேள்விகளைக் கேட்கலாமென்று சொன்ன போது, இவான் ஃபியோரவிச் திடீரென்று மிகவும் சோர்ந்த குரலில்,

‘என்னை விட்டுவிடுங்கள், மேதகையாளரே, எனக்கு உடல்நலம் சரியில்லை.’

இப்படிச் சொன்னவன் அவருடைய அனுமதிக்காகக் காத்திருக் காமல், திடீரென்று நீதிமன்றத்தை விட்டு வெளியேறினான். ஆனால், நான்கு அடி எடுத்து வைத்தவன், திடீரென்று எதையோ யோசித்தபடி நின்று, அமைதியாகச் சிரித்துவிட்டு, மீண்டும் அவன் அமர்ந்திருந்த இடத்திற்கே திரும்பி வந்தமர்ந்தான்.

‘மேதகையாளரே, நான் ஒரு குடியானவப் பெண்ணைப் போல ... எப்படித் தெரியுமா: விரும்பினால் எழுந்து நிற்பேன், இல்லாவிட்டால் – எழ மாட்டேன்’ என்பதுபோல. கைகளால் நெய்யப்பட்ட கோடு

போட்ட திருமண ஆடையை எடுத்துக்கொண்டு மக்கள் அந்தக் குடியானவப் பெண்ணின் பின்னாலேயே போகிறார்கள், அவள் எழுந்தால், அதை அவளுக்கு மாட்டிவிட்டுத் திருமணம் செய்து விடலாமென்று, ஆனால் அவளோ, 'நான் விரும்பினால் எழுவேன், இல்லையேல் இல்லை ...' என்கிறாள். இது ஏதோ நம்முடைய இயல்பு சார்ந்த ஒன்று என்று நினைக்கிறேன் ...'

'இதன் மூலமாக நீங்கள் என்ன சொல்ல விரும்புகிறீர்கள்?' என்று கடுமையாகக் கேட்டார் தலைமை நீதிபதி.

'இதோ' என்று சொன்னபடி திடீரென்று கட்டுப் பணத்தை உருவிய இவான் ஃபியோதரவிச், 'இதோ பணம்... அதோ அந்த உறையிலிருந்த அதே பணம்' என்றவன், சாட்சியாக நீதிமன்றத்தில் வைக்கப்பட்டிருந்த பொருட்கள் இருந்த மேஜைப் பக்கம் வந்து, 'இதற்காகத் தான் என்னுடைய தந்தை கொல்லப்பட்டார். இதை எங்கே வைப்பது? நீதிமன்ற ஊழியரே, இதை எடுத்துக்கொள்ளுங்கள்' என்றான்.

நீதிமன்ற ஊழியர் அந்தக் கத்தைப் பணம் முழுவதையும் எடுத்துத் தலைமை நீதிபதியிடம் கொடுத்தார்.

'இது எப்படி உங்களிடம் வந்தது ... அதே அந்தப் பணமென்றால்?' என்று ஆச்சர்யமாகக் கேட்டார் தலைமை நீதிபதி.

'ஸ்மெர்தியாக்கவிடமிருந்து எனக்குக் கிடைக்கப் பெற்றது, கொலையாளியிடமிருந்து, நேற்றுதான். அவன் தூக்கு மாட்டிக் கொள்வதற்கு முன்பு நான் அவன் வீட்டில்தான் இருந்தேன். அவன்தான் என் தந்தையைக் கொன்றான், என் சகோதரன் அல்ல. அவன்தான் இந்தக் கொலையைச் செய்தான், நான்தான் அந்தக் கொலை செய்ய அவனைத் தூண்டினேன். ஒரு தந்தையின் இறப்பை விரும்பாதவர் யார்?...'

'நீங்கள் உங்களுடைய சுய நினைவில்தான் இருக்கிறீர்களா?' என்ற கேள்வி தலைமை நீதிபதியிடமிருந்து இயல்பாக வெளிவந்தது.

'அது – அதுதான். நான் சுய நினைவில்தான் இருக்கிறேன். உங்களைப் போலவே கேடுகெட்ட புத்தியில், இங்கு இருக்கும் எல்லோரையும் போலவே ... அவலட்சணமாக!' என்றவன், திடீரென்று பொது மக்கள் இருக்கும் பக்கமாகத் திரும்பினான். 'என் தந்தையைக் கொன்றுவிட்டார்கள், ஆனால் அதைக் கேட்டுப் பயப்படுவது போல எல்லோரும் நடிக்கிறார்கள்' என்று வெளிப்படையாக அவன் வெறுப்பை உமிழ்ந்தான். 'ஒவ்வொருவரும் பெருமையடித்துக்கொள்கிறார்கள். பொய்யர்கள்! எல்லோரும் அவரவர்களுடைய தந்தைமார்கள் இறந்துபோக வேண்டுமென்றுதான் விரும்புகிறார்கள். ஒரு பாம்பு மற்றொன்றை விழுங்குகிறது. தந்தையைக் கொல்பவன் இல்லையென்றால், எல்லோரும் வருத்தப்பட்டுக் கொண்டே கோபமாக வீட்டிற்குப் போவார்கள் ... வேடிக்கைக்காரர்கள்! 'ரொட்டியும் வேடிக்கைக்காரர்களும்!'[1] ஜுவேனல் ரோமானியர்களைப் பார்த்துக் கடுமையாக இப்படிச் சொல்கிறார். (நையாண்டித் தாக்குதல் 10.81). இதில் நான் ஒன்றும் நல்லவனல்ல! குடிக்கத் தண்ணீர்

இருக்கிறதா, தயவுசெய்து, குடிக்கத் தண்ணீர் கொடுங்கள்!' என்றவன் திடீரென்று தன்னுடைய தலையை அழுத்திப் பிடித்தான்.

நீதிமன்ற ஊழியர் உடனே அவனருகில் போனார். அல்யோஷா திடீரென்று எழுந்து கத்தினான்: 'அவனுக்கு உடல்நலம் சரியில்லை. அவன் சொல்வதை நம்பாதீர்கள், அவனுக்குக் கடுமையான காய்ச்சல்!' என்றான். கத்தரீனா இவானவ்னா அவசரமாகத் தன்னுடைய இருக்கையிலிருந்து எழுந்தவள், பயத்தில் அசையாமல், அப்படியே இவான் ஃபியோதரவிச்சைப் பார்த்தாள். தன் சகோதரன் சொன்னதைப் பேராவலுடன் கேட்ட மீச்சியா, எழுந்து நின்று உதட்டைச் சுழித்தபடி சிரித்தான்.

'அமைதியாக இருங்கள், நான் பைத்தியம் அல்ல, நான்தான் கொலைகாரன்!' என்று மீண்டும் ஆரம்பித்தான் இவான்.

'ஒரு கொலையாளியிடமிருந்து நாவன்மையை எதிர்பார்க்க முடியாது . . .' என்று சொன்னவன், ஏனோ ஏளனமாகப் புன்னகைத்தான்.

இதைக் கேட்டுத் திடுக்கிட்ட அரசு வழக்கறிஞர், தலைமை நீதிபதியிருக்கும் பக்கமாகத் தலை வணங்கினார். நீதிமன்ற உறுப்பினர்கள் கலக்கத்துடன் தங்களுக்குள் முணுமுணுத்துக் கொண்டார்கள். ஃபெச்சூக்கோவிச் காதைத் தீட்டி வைத்துக்கொண்டு கேட்டார். எதிர்பார்ப்பில் நீதிமன்றமே செயலற்றுப் போய் இருந்தது. தலைமை நீதிபதி திடீரென்று தன்னுடைய நிலைக்கு வந்தார்.

'சாட்சியாளரே, நீங்கள் சொல்வது எங்களுக்குப் புரியவில்லை, அப்படியே ஏற்றுக்கொள்ளப்படுவதாகவும் இல்லை. நீங்கள் அமைதியாக, உங்களால் முடியுமானால், விளக்கமாகச் சொல்லுங்கள் . . . உண்மையாகவே ஏதாவது சொல்ல விருப்பப்பட்டீர்கள் என்றால். எப்படி நீங்கள் உங்களுடைய வாக்குமூலத்தை நிரூபிக்கப் போகிறீர்கள் . . . நீங்கள் மட்டும் உளறவில்லை என்றால்?

'அது, அதுதான், என்னிடம் சாட்சிதான் இல்லை. ஸ்மெர்தியாக்கவ் நாய், அந்த உலகத்திலிருந்து எந்தவிதமான சாட்சியத்தையும் உங்களுக்கு அனுப்பப் போவதில்லை . . . உறையில் போட்டு. உங்களுக்கு வேண்டியதெல்லாம் உறைதான், உறை மட்டுமே போதும். என்னிடமும் எந்த ஒரு சாட்சியமும் இல்லை, ஒன்றே ஒன்றைத் தவிர' என்று யோசித்தபடி சிரித்தான் இவான் ஃபியோதரவிச்.

'யாரந்த சாட்சியாளர்?'

'வாலுடன் இருக்கும் அவன், மேதகமையாளரே, நீங்கள் அவரைச் சரியான சாட்சியாளராக ஏற்றுக்கொள்ள மாட்டீர்கள்! *Le diable n'existe point!*'[2] கேடுகெட்ட அந்தக் குட்டிச் சாத்தானைப் பற்றி நீங்கள் கவலைப்படாதீர்கள்' என்று அக்கறையுடன், சிரிப்பதை நிறுத்திவிட்டுச் சொன்ன இவான், 'இங்கே இந்த நீதிமன்றத்தில் சாட்சியாக வைக்கப் பட்டிருக்கும் இந்தப் பொருட்கள் இருக்கும் மேஜைக்கடியில் அது உட்கார்ந்திருக்காமல், வேறு எங்கு அது உட்கார்ந்திருக்கும்? பாருங்கள்,

நான் சொல்வதைக் கேளுங்கள். என்னால் அமைதியாக இருக்க முடியாது, ஆனால் அது இந்த நில அமைப்பு சார்ந்த திடீர் மாற்றத்தைப் பற்றிப் பேச ஆரம்பித்தது . . . என்ன ஒரு முட்டாள்தனம்! சரி, அந்தச் சாத்தானை விடுதலை செய்யுங்கள் . . . அது இறைவனைப் பற்றித் துதிப்பாடல் பாடுகிறது, ஏனெனில் அதைப் பாடுவது அதற்குச் சுலபம்! எப்படியும் அந்தக் குடிகாரக் கயவன் 'வான்கா பீத்தர்புர்க் போய்விட்டாள்' என்ற பாட்டை உரக்கப் பாடிக்கொண்டேதான் இருப்பான், நானோ அந்த இரண்டு நிமிட சந்தோஷத்திற்காக, ஆயிரம் கோடி கோடி தூரத்தைக் கடப்பதைக் கைவிட முடியும். உங்களுக்கு என்னைப் பற்றித் தெரியாது! ஓ, எல்லாமே இங்கு முட்டாள்தனமாய் இருக்கிறது! சரி, அவனுக்குப் பதிலாக நீங்கள் என்னை எடுத்துக் கொள்ளுங்கள்! ஏதோ ஒரு காரணத்திற்குத்தானே நான் இங்கு வந்திருக்கிறேன் . . . ஏன், இந்த உலகத்தில் உள்ள எல்லாமே ஏன் முட்டாள்தனமாக இருக்கிறது . .!'

மீண்டும் அவன் எதையோ யோசித்தபடி மெதுவாக நீதிமன்றத்தைச் சுற்றியும் முற்றியும் பார்த்தான். ஆனால், நீதிமன்றம் ஏற்கனவே ஆரவாரமாய் இருந்தது. அல்யோஷா தன்னுடைய இடத்தை விட்டெழுந்து இவான் இருக்கும் பக்கம் போவதற்குள் நீதிமன்ற ஊழியர் இவான் ஃபியோதரவிச்சின் கைகளைப் பிடித்தார்.

'என்னது இது?' என்று நீதிமன்ற ஊழியரின் முகத்தை உற்றுப் பார்த்தபடி கத்திய இவான், திடீரென்று அவருடைய தோளைப் பற்றிக் கீழே தள்ளினான். ஆனால் அதற்குள் அங்கிருந்த காவலாளிகள் அவனைப் பிடிக்க, அவன் பயங்கரமாகக் கத்தினான். அவன் நீதிமன்றத்தி லிருந்து வெளியேற்றப்பட்டபோது தொடர்பில்லாமல் அவன் எதை எதையோ கத்தினான்.

இதனால் நீதிமன்றத்தில் குழப்பம் நிலவியது. பிறகு அங்கு என்ன நடந்தது என்பதை என்னால் சரியாகச் சொல்ல முடியவில்லை, ஏனெனில் நானே பதற்றத்தில் இருந்ததால், அங்கு என்ன நடந்தது என்பதை என்னால் கவனிக்க முடியவில்லை. ஒன்று மட்டும் எனக்குத் தெரியும், எல்லோரும் அமைதியான பிறகு விஷயம் என்னவென்று தெரியவந்தது. நீதிமன்ற ஊழியருக்கு அதிகப்படியான கடமை இருந்ததால், அவர் தலைமை நீதிபதியிடம், சாட்சியாளர் சாட்சியளித்த போது நல்ல மனநிலையில்தான் இருந்தாரென்றும், இங்கு வருவதற்கு ஒரு மணி நேரத்திற்கு முன்பு அவருக்கு லேசான தலைச்சுற்றல் இருந்தாலும் மருத்துவரின் கண்காணிப்பில்தான் அவர் இருந்தாரென்றும், இங்கு வரும்வரை அவர் ஒழுங்காகவே இருந்ததால், இப்படி நடக்கு மென்று அவர்கள் எதிர்பார்க்கவே இல்லை என்றும் சொன்னார். மாறாக இவான் ஃபியோதரவிச்சே தான் சாட்சி சொல்ல விருப்பப்படுவ தாக அழுத்தமாக, விடாப்பிடியாகச் சொன்னாரென்றும் சொன்னார். இது நடந்து முடிந்து நீதிமன்றம் அமைதியாகி எல்லோரும் தங்களுடைய நிலைக்கு வருவதற்கு முன்பே மற்றொரு சம்பவமும் நடந்தது. கத்தரீனா இவானவ்னாவிற்கு வலிப்பு நோய் வந்தது. உரக்கக் கத்தியபடி அழுத அவள், அங்கிருந்து போக விருப்பப்படாமல், தன்னை வெளியேற்ற

வேண்டாமென்று கெஞ்சிக் கேட்டுக்கொண்டுத் திடீரென்று தலைமை நீதிபதியைப் பார்த்துச் சொன்னாள்:

'உங்களுக்கு நான் இன்னும் ஒரு சாட்சியத்தை உடனே . . . உடனே காட்ட வேண்டும்!. . . இதோ அந்தத் தாள், கடிதம் . . . வாங்கி அதைப் படியுங்கள், சீக்கிரம், சீக்கிரம்! இந்தக் கடிதம் இதோ இந்த, இந்த மிருகத்தால் எழுதப்பட்டது!' என்று அவள் மீச்சியாவைச் சுட்டிக் காட்டினாள். அவன்தான் அவனுடைய தந்தையைக் கொன்றான், நீங்களே இப்போது அதைத் தெரிந்துகொள்வீர்கள். எப்படி அவன் தன்னுடைய தந்தையைக் கொன்றான் என்பதை அவனே கடிதத்தில் எழுதி என்னிடம் கொடுத்தான். ஆனால், அவனோ (இவானோ) உடல்நலம் சரியில்லாதவன், உடல்நலம் சரியில்லாமல் காய்ச்சலுடன் இருக்கிறான்! மூன்று நாட்களாகவே அவன் காய்ச்சலில்தான் இருக்கிறான்!'

இப்படி அவள் தன்னையும் அறியாமல் கத்தினாள். அவள் கொடுத்த கடிதத்தை நீதிமன்ற ஊழியர் வாங்கித் தலைமை நீதிபதியிடம் கொடுக்க, காச்சியா தன்னுடைய முகத்தைக் கைகளால் மூடிக்கொண்டு இருக்கையில் வீழ்ந்தவள், எங்கே அவளை நீதிமன்றத்தில் இருந்து வெளியேற்றி விடுவார்களோ என்ற பயத்தில், சத்தம் போடாமல் உடல் குலுங்க அழுதாள். அவள் கொடுத்த அந்தக் கடிதம்தான், 'தலைநகரம்' என்ற சத்திரத்தில் மீச்சியாவால் எழுதப்பட, 'திட்டவட்டமாகக் கணக்கிடப் பட்டு எழுதப்பட்ட' மிக முக்கியமான ஆவணமென்று இவான் பியோதரவிச்சால் குறிப்பிடப்பட்டது. அந்தோ பரிதாபம்! திட்டவட்ட மாய்க் கணக்கிடப்பட்டு எழுதப்பட்ட இந்தக் கடிதத்தைத்தான் உடனே அவர்கள் கணக்கில் எடுத்துக்கொண்டார்கள். இந்தக் கடிதம் மட்டும் இல்லாமல் இருந்திருந்தால், ஒருவேளை மீச்சியாவுக்கு அழிவு வராமல் இருந்திருக்கும் அல்லது குறைந்தபட்சம் இந்த அளவிற்கு மோசமாகவாவது இல்லாமல் இருந்திருக்கும்! மீண்டும் சொல்கிறேன், நடந்த எல்லாவற்றையும் கவனித்து விவரமாக, முழுமையாகச் சொல்வதற்குச் சிரமமாக இருக்கிறது. இப்போதுகூட எனக்கு எல்லாமே குழப்பமாகத்தான் இருக்கிறது. இந்தப் புது ஆவணத்தைத் தலைமை நீதிபதி உடனே தன்னுடைய நீதிமன்ற உறுப்பினர்களுக்கும் அரசு வழக்கறிஞருக்கும் பிரதிவாதிக்கும் முறைகாண் ஆயத்தினருக்கும் காட்டி இருப்பாரென்று நினைக்கிறேன். அவர்கள் எப்படி அவளை விசாரிக்க ஆரம்பித்தார்களென்பது மட்டும்தான் எனக்கு நினைவிருக்கிறது. அவளிடம், அமைதியாக, தன்னுடைய நிலைக்கு அவள் வந்துவிட்டாளா? என்று தலைமை நீதிபதி மென்மையாகக் கேட்டபோது கத்தரீனா இவானவ்னா ஆவேசமாக,

'நான் தயார், தயார்! நீங்கள் கேட்கும் கேள்விகளுக்குப் பதிலளிக்க நான் முழுவதுமாகத் தயாராக இருக்கிறேன்' என்று ஏதோ அவள் சொல்வதை அவர்கள் கேட்காமல் போய்விடுவார்களோ என்று பயந்தபடி கத்தினாள். அவளிடம் விளக்கமாகச் சொல்லும்படி அவர்கள் கேட்டார்கள். 'இது என்ன கடிதம் அப்படியே இது எப்போது அவளுக்குக் கிடைக்கப்பெற்றது?' என்று கேட்டார்கள்.

'கொலை நடந்த நாளுக்கு முன்பு அது எனக்குக் கிடைத்தது. சம்பவம் நடப்பதற்கு ஒரு நாளைக்கு முன்பு அதை அவன் சத்திரத்தில் எழுதியிருக்கிறான், அதாவது, அவன் கொலை செய்வதற்கு இரண்டு நாட்களுக்கு முன்பு – பாருங்கள், அதில் ஒரு விலை விவரப்பட்டியலுக்குப் பின்புறம் எழுதப்பட்டிருக்கிறது!' என்று மூச்சிரைக்கச் சொன்னாள். 'அப்போது அவனுக்கு என்மீது விருப்பமில்லாமல், கேவலமான ஒரு காரியத்தைச் செய்து, விலை மகளின் பின்னால் சுற்றிக்கொண் டிருந்தான் ... அதற்கும் மேலாக, மூவாயிரம் ரூபிள்களையும் அவன் என்னிடம் கடன்பட்டிருந்தான் ... ஓ, அந்த மூவாயிரம் ரூபிள்களுக்காக, கீழ்த்தரமான அவனுடைய செயலுக்காக அவன் அவமானப்பட்டான்! இந்த மூவாயிரம் ரூபிள்கள் எப்படி வந்தன என்பதை உங்களுக்கு நான் சொல்கிறேன், தயவுசெய்து கேளுங்கள்: அவனுடைய தந்தையைக் கொலை செய்வதற்கு மூன்று வாரங்களுக்கு முன்பு ஒரு நாள் காலையில் அவன் என்னைப் பார்க்க வந்தான். எனக்குத் தெரியும், அப்போது அவனுக்குப் பணம் தேவைப்பட்டது என்று, குறிப்பாக இதோ இந்த விலை மகளை மயக்கி, அவளைத் தன்னுடன் கூட்டிக்கொண்டு போவதற்காக அவனுக்குப் பணம் தேவைப்பட்டது. அப்போதே எனக்குத் தெரியும், அவன் மனம் மாறிவிட்டான், என்னைக் கைவிட்டுவிட்டா னென்று. நான்தான் அவனுக்குப் பணம் கொடுத்து மாஸ்கோவிலிருக்கும் என் சகோதரிக்குப் பணம் அனுப்புமாறு சொன்னேன். அப்படிக் கொடுத்தபோது எப்போது வேண்டுமானாலும் அதை அவன் அனுப்ப லாம், 'ஒரு மாதம் கழித்துக்கூட அனுப்பலாம்' என்று அவனுடைய முகத்தைப் பார்த்துச் சொன்னேன். அப்படி நான் சொன்னது, அவனுக்கு எப்படிப் புரியாமல் போயிருக்கும். நேராக நான் அவனுடைய கண்களைப் பார்த்துச் சொன்னேன். 'என்னைக் கைவிட்டுவிட்டு அந்த விலை மகளின் பின்னால் போவதற்காக, இதோ உனக்குப் பணம், நானே கொடுக்கிறேன், எடுத்துக்கொள், நீ நேர்மையில்லாதவன் என்றால், இந்தப் பணத்தை எடுத்துக்கொள்!...' என்றேன். அவனுக்கு அதை நான் சுட்டிக்காட்ட விரும்பினேன், சரி அவன் என்ன செய்தான் தெரியுமா? அந்தப் பணத்தை எடுத்துக்கொண்டான், அதை எடுத்துக் கொண்டுபோய் அந்த விலைமகளுக்காகச் செலவுசெய்தான், ஒரே இரவில் எல்லாவற்றையும் ... ஆனால், எனக்கு எல்லாம் தெரியும் என்பதை அவன் புரிந்துகொண்டான். என்னால் உறுதியாகச் சொல்ல முடியும் அவனுக்கு நான் அந்தப் பணத்தைக் கொடுத்தது, அவனைப் பரிசோதிக்கத்தான் என்று அப்போதே அவன் புரிந்துகொண்டான். அவன் என்னை ஏமாற்றிவிட்டு அந்தப் பணத்தை எடுத்துக்கொள்வானா இல்லையா? என்று பார்த்தேன். அவனுடைய கண்களை நான் பார்த்தேன், அவனும் என்னுடைய கண்களைப் பார்த்தான், பார்த்துப் புரிந்து கொண்டான், எல்லாவற்றையும் புரிந்துகொண்டான், புரிந்துகொண்டு பணத்தை எடுத்தான், என்னுடைய பணத்தை எடுத்துக்கொண்டு அவன் போய்விட்டான்!'

'உண்மைதான், காச்சியா!' என்று திடீரென்று முழங்கிய மீச்சியா, 'உன்னுடைய கண்களைப் பார்த்து நீ என்னைக் கேவலப்படுத்துகிறா யென்று நான் புரிந்துகொண்டேன், இருந்தாலும் உன்னுடைய பணத்தை

நான் எடுத்துக்கொண்டேன்! இந்தக் கயவனை வெறுத்து ஒதுக்குங்கள், எல்லோரும் வெறுத்து ஒதுக்குங்கள், எனக்கு அது தேவைதான்!'

'குற்றவாளியே' என்று கத்திய தலைமை நீதிபதி, 'இன்னும் ஒரு வார்த்தை பேசினீர்களானால் இங்கிருந்து உங்களை வெளியேற்ற உத்தரவு பிறப்பிப்பேன்' என்றார்.

'அந்தப் பணம் அவனை வாட்டி எடுத்தது' என்று சொன்ன காச்சியா, வேகமாகப் பதற்றத்துடன் சொன்னாள், 'அந்தப் பணத்தை என்னிடம் அவன் திருப்பிக் கொடுக்க விரும்பினான், உண்மைதான், அதை அவன் திருப்பிக் கொடுக்க விரும்பினான்தான், ஆனால் அந்த விலைமகளுக்காக அவனுக்குப் பணம் தேவைப்பட்டது. எனவே தன்னுடைய தந்தையை அவன் கொன்றான், இருந்தும் அவன் பணத்தை என்னிடம் திருப்பிக் கொடுக்காமல் அந்த விலைமகளுடன் அந்தக் கிராமத்திற்குப் போய்விட்டான். அங்கேதான் அவனைப் பிடித்தார்கள். கொலை செய்து தன்னுடைய தந்தையிடமிருந்து திருடிய பணத்தை மறுபடியும் அவன் அங்கே அவளுக்காகச் செலவழித்தான். தந்தையைக் கொலை செய்வதற்கு ஒரு நாளைக்கு முன்பு அவன் இந்தக் கடிதத்தை எழுதியிருக்கிறான், குடிபோதையில் எழுதியிருக்கிறான், அந்தக் கடிதத்தை அவன் வெறுப்பில்தான் எழுதியிருக்கிறானென்று நான் அப்போதே புரிந்துகொண்டேன். இதை நான் யாரிடமும் காட்ட மாட்டேன், அப்படியே அவன் கொலையே செய்திருந்தாலும் அதை நான் யாரிடமும் காட்ட மாட்டேனென்று அவனுக்குத் தெரியும், நிச்சயமாகத் தெரியும். இல்லாவிட்டால் அப்படி அவன் எழுதியிருக்கவே மாட்டான். நான் அவனைப் பழிவாங்கி, அவனைச் சீரழிக்க மாட்டேனென்று அவனுக்குத் தெரியும்! ஆனால், படியுங்கள், அதைக் கவனமாகப் படியுங்கள், தயவுசெய்து கவனமாகப் படியுங்கள், உங்களுக்கே தெரியும் எல்லாவற்றையும் அவன் முன்னதாகவே எழுதிவிட்டானென்பது. எப்படி அவன் தன்னுடைய தந்தையைக் கொலை செய்வான், பணம் அவரிடம் எங்கே இருக்கிறது என்பதை. பாருங்கள், தயவுசெய்து கவனக் குறைவாக விட்டுவிடாதீர்கள், அங்கே ஒரு வார்த்தை இருக்கிறது: 'இவான் இங்கிருந்து போனவுடன் கொலை செய்வேன்' என்று. அப்படியானால், அவன் முன்பே திட்டமிட்டிருக்கிறான் எப்படிக் கொலை செய்யப்போகிறான் என்பதை' என்று கெட்ட எண்ணத்துடன் குறிப்பாய்த் தெரிவிப்பது போல நீதிமன்றத்திற்குச் சொன்னாள் கத்தரீனா இவானவ்னா. ஓ, விதிவசப்பட்ட இந்தக் கடிதத்தின் ஒவ்வொரு வார்த்தையையும் அவள் ஆராய்ந்து மிகத் துல்லியமாகக் கணக்கிட்டு வைத்திருந்தது தெளிவாகத் தெரிந்தது. 'அவன் குடிபோதையில் இல்லாமல் இருந்திருந்தால், இப்படி எழுதியிருக்கவே மாட்டான், ஆனால் பாருங்கள் எல்லாவற்றையும் அவன் முன்கூட்டியே எழுதியிருக்கிறான், எல்லாவற்றையும் அப்படியே, எப்படி அவன் தன்னுடைய தந்தையைக் கொன்றானோ அப்படியே!'

இப்படியாகத் தன்னிலை இழந்து, கோபத்தில் இருந்த அவள், சந்தேகத்திற்கிடமின்றி, இதனால் வரும் விளைவை நினைத்துப் பார்க்காமல் சொன்னவள், ஒரு மாதத்திற்கு முன்பே இதைப் பற்றி யோசித்து வைத்திருந்தாள். 'நீதிமன்றத்தில் இதைக் காட்டலாமா வேண்டாமா?'

என்று. இப்போது அதை அவள் செய்துவிட்டாள். எனக்கு நினைவிருக்கிறது, குறிப்பாக அந்தச் சமயம்தான் நீதிமன்றச் செயலாளர் அந்தக் கடிதத்தைச் சத்தமாகப் படித்துக் காட்ட, மக்களிடையே அது மிகப் பெரிய தாக்கத்தை ஏற்படுத்தியது என்று. உடனே மீச்சியாவைக் கேட்டார்கள்:

'நீங்கள்தான் இந்தக் கடிதத்தை எழுதினீர்கள் என்பதை ஒத்துக் கொள்கிறீர்களா?'

'நான், நான் எழுதிய கடிதம்தான்!' என்று பதிலளித்தான் மீச்சியா. 'குடி மயக்கத்தில் நான் இல்லாமல் இருந்திருந்தால் இதை நான் எழுதியிருக்கவே மாட்டேன்! பல விஷயங்களுக்காக நாங்கள் இருவரும் ஒருவரை ஒருவர் வெறுத்தோம், ஆனால் காச்சியா, சத்தியமாகச் சொல்கிறேன், உன்னை நான் வெறுத்தபோதும் விரும்பினேன், ஆனால் நீ என்னை விரும்பவே இல்லை!'

இப்படிச் சொன்னவன், நாற்காலியில் சரிந்து விழுந்து வருத்தத்துடன் கைகளைப் பிசைந்தான். அரசு வழக்கறிஞரும் பிரதிவாதியும் அவளைக் குறுக்கு விசாரணை செய்ய ஆரம்பித்தார்கள், குறிப்பாக இந்தக் காரணத்திற்காக. 'சிறிது நேரத்திற்கு முன்பு இந்த ஆவணத்தைப் பற்றி ஒன்றுமே சொல்லாமல் வேறுவிதமாகப் பேசினீர்களே, அது ஏன்?'

'ஆமாம், ஆமாம், சிறிது நேரத்திற்கு முன்பு நான் பொய் சொன்னேன், என்னுடைய மனசாட்சிக்கும் நேர்மைக்கும் எதிராகப் பொய் சொன்னேன், ஆனால் அவனை நான் காப்பாற்ற விரும்பினேன், இவ்வளவு தூரம் அவன் என்னை வெறுத்து ஒதுக்கிய பிறகும்' என்று பைத்தியம் பிடித்தவளைப் போலக் கத்தினாள் காச்சியா. 'ஓ, என்னை அவன் பயங்கரமாக வெறுத்தான், எப்போதுமே வெறுத்தான். தெரியுமா, உங்களுக்குத் தெரியுமா, அந்தப் பணத்திற்காக எப்போது அவனுடைய கால்களில் நான் விழுந்தேனோ, அந்த நிமிடத்திலிருந்தே அவன் என்னை வெறுத்தான். அதை நான் பார்த்தேன் ... அப்போதே பார்த்தேன், ஆனால் நீண்டகாலமாக அதை நான் நம்பாமல் இருந்தேன். எவ்வளவு முறை அவனுடைய கண்களை நான் உற்றுப் பார்த்திருக்கிறேன். 'என்ன இருந்தாலும் நீதானே என்னிடம் வந்தாய்' என்று சொன்னது அவனுடைய கண்கள். 'ஓ, அவனுக்குப் புரியவில்லை, புரியவே இல்லை எதற்காக நான் அப்போது அவனைப் பார்க்க ஓடினேன் என்று. அவனால் என்னைக் கேவலமாக மட்டுமே பார்க்க முடியும்! அவனுடைய அளவுகோலை வைத்துத்தான் அவன் என்னை அளந்தான் எல்லோருமே அவனைப் போன்றவர்களென்று. அவன் நினைத்தான்', என்று வெறிபிடித்தவளைப் போலக் கோபமாகக் கத்தினாள். 'என்னை அவன் திருமணம் செய்துகொள்ள விருப்பப்பட்டதே சொத்து எனக்குக் கிடைத்ததால்தான், அதனால்தான்! அதனால்தான் என்று எனக்கு எப்போதுமே சந்தேகமிருந்தது! ஓ, அவன் ஒரு மிருகம்! வாழ்நாள் முழுவதும் நான் வெட்கத்தில் நடுங்கி அவன் முன்பு நிலைகுலைந்து போவேனென்று, அவன் நினைத்தான், ஏனெனில் நானாகவே அவனைப் பார்க்கப் போனேன்தானே, எனவே அதை முன்னிறுத்தி வாழ்நாள்

முழுவதும் அவன் என்னை வெறுக்கலாம் – இதோ இதன் காரணமாகத் தான் அவன் என்னைத் திருமணம் செய்துகொள்ள விருப்பப்பட்டான்! அது அப்படித்தான், அப்படியே அப்படித்தான்! அவனை நான் அன்பால் வெல்லலாம், முடிவில்லாத அன்பால் வெல்லலாமென்று தான் நினைத்தேன், இன்னும் சொல்லப்போனால் அவன் என்னை ஏமாற்றியதைக்கூட நான் பொருட்படுத்தாமல்தான் இருந்தேன், ஆனால் இது எதுவுமே அவனுக்குப் புரியவில்லை, ஒன்றுமே புரியவில்லை. ஆமாம், எதையாவது அவனால் புரிந்துகொள்ள முடியுமா என்ன! அவன் அரக்கன்! இந்தக் கடிதம் எனக்கு அடுத்த நாள் மாலைதான் கிடைத்தது. அடுத்த நாள் காலை, அந்த நாள் காலைதான் என்னிடம் கொண்டுவந்து கொடுத்தார்கள். அவன் செய்த எல்லாவற்றிற்காகவும் அவனை நான் மன்னிக்க விரும்பினேன், அவன் என்னை ஏமாற்றியதைக் கூட!'

தலைமை நீதிபதியும் அரசு வழக்கறிஞரும் அவளைச் சமாதானப் படுத்தினார்கள். வெறிபிடித்த அவளுடைய இந்த நிலைமையில், அவள் சொன்னதைக் கேட்ட எல்லோருக்கும் வெட்கமாக இருந்தது என்று எனக்கு நிச்சயமாகத் தெரியும். அவளிடம் அவர்கள் எப்படிப் பேசினார்கள் என்பதை நான் கேள்விப்பட்டேன். எனக்கு அது நினைவிலும் இருக்கிறது. 'எவ்வளவு தூரம் இது உங்களை வேதனைப்படுத்துகிறது என்று எங்களுக்குப் புரிகிறது, நம்புங்கள், உங்களுடைய உணர்வுகளை எங்களால் புரிந்துகொள்ள முடிகிறது' என்று சொன்னவர்கள், அவள் கொடுத்த சாட்சியத்தை வெறிபிடித்த பைத்தியக்காரியின் சாட்சியமாக எடுத்துக்கொண்டார்கள். இறுதியாக, அவள் 'இந்த அரக்கனை, கொலைகாரனை'க் காப்பாற்றுவதற்காக இவான் ஃபியோதரவிச் இரண்டு மாதமாக ஏறக்குறைய பைத்தியம் பிடித்தவனைப் போல, கணப்பொழுதுகூட அமைதியாக இல்லாமல் பதற்றமாகவே இருந்தான் என்று மிகத் தெளிவாகச் சொன்னாள்.

'அவனையே அவன் வருத்திக்கொண்டான்' என்று சொன்னவள், 'மீச்சியாவின் குற்ற உணர்வைத் தணிக்க இவான் மிகவும் பிரயாத்தனப் பட்டான். அப்படியே அவனுடைய தந்தையை அவன் விரும்பவில்லை என்றும் ஒருவேளை அவனே அவனுடைய தந்தையின் இறப்பை எதிர்பார்த்துக் காத்திருந்தான் என்றும், இவான் ஒத்துக்கொண்டான், ஓ, இது அவனுடைய ஆழமான, அடி ஆழ்த்திலிருக்கும் மனசாட்சி! இந்த மனசாட்சியுடன் எவ்வளவு தூரம் வேதனைப்பட்டான்! எல்லாவற்றையும் அவன் என்னிடம் சொன்னான். அவனுடைய ஒரே ஒரு நண்பனாக என்னைப் பாவித்து தினமும் என்னைப் பார்க்க வந்தவன், எல்லாவற்றையும் என்னிடம் சொன்னான். அவனுடைய ஒரே நண்பனாக இருக்கும் பெருமை எனக்கு இருக்கிறது!' என்று திடீரென்று சொன்னவளின் குரலில் ஏதோ ஒரு அறைகூவல் இருக்க, அவளுடைய கண்கள் மின்னலாய் வெட்டிப் பளிச்சிட்டன. 'ஸ்மெர்தியாக்கவைப் பார்க்க இரண்டுமுறை அவன் போயிருந்தான். ஒருமுறை என்னிடம் சொன்னான், 'ஒருவேளை, தந்தையை என் சகோதரன் கொலை செய்யாமல் ஸ்மெர்தியாக்கவ் கொலை செய்திருந்தால், (இப்படி

ஒரு அர்த்தமில்லாத விஷயத்தை நிறையப் பேர் பரப்பிக்கொண்டிருந் தார்கள், அதாவது ஸ்மெர்தியாக்கவ்தான் கொலை செய்தான் என்று) நானும் ஒரு குற்றவாளிதான், ஏனெனில், என் தந்தையை நானும் விரும்பவில்லை என்று ஸ்மெர்தியாக்கவுக்குத் தெரியும், அதனால் என் தந்தையின் மரணத்தை நான் விரும்பினேன் என்று அவன் நினைத்திருக்கலாம், அப்போதுதான் நான் இந்தக் கடிதத்தை எடுத்து அவனிடம் காட்டினேன்; அதைப் படித்த அவன், முழுவதுமாக நம்பினான், இந்தக் கொலையை அவனுடைய சகோதரன் மீச்சியாதான் செய்தான் என்று; இது அவனை வெகுவாகப் பாதித்தது. அவனால் இதை ஏற்றுக்கொள்ளவே முடியவில்லை, தன் சொந்தச் சகோதரன்தான் தந்தையைக் கொன்றான் என்பதை! ஒரு வாரத்திற்கு முன்பு அவனை நான் பார்த்தபோதுகூட, மனத்தளவில் அவன் பாதிக்கப்பட்டிருந்தான். என்னைப் பார்க்க வந்த கடைசிச் சில நாட்களாகவே அவன் பிதற்றிக் கொண்டுதான் இருந்தான். அவனுக்குப் புத்தி பேதலித்து விட்டதை நான் பார்த்தேன். அவன் நடந்தபடியே எதையோ உளறிக்கொண்டிருந் தான். இப்படி அவன் தெருவில் போவதை மக்களும் பார்த்திருக்கிறார்கள். மாஸ்கோவிலிருந்து வந்திருந்த மருத்துவர், என்னுடைய வேண்டுகோளின் படி, இங்கு வந்த மூன்றாவது நாளன்று அவனைப் பரிசோதித்து விட்டு அவனுக்குக் காய்ச்சல் என்று சொன்னார் – இது எல்லாமே அவனால்தான், எல்லாமே இந்த அரக்கனால்தான் வந்தது! ஸ்மெர்தி யாக்கவ் இறந்த விஷயம் நேற்று அவனுக்குத் தெரியவர – அது அவனைப் பயங்கரமாகப் பாதித்துவிட்டது. அதன் காரணமாகவே அவனுக்குப் பைத்தியம் பிடித்துவிட்டது ... இது எல்லாமே இந்த அரக்கனால்தான், இந்த அரக்கனைக் காப்பாற்றும் பொருட்டுதான் நடந்தது!'

ஓ, இப்படி ஒப்புக்கொள்ளும் தன்மை, இப்படிப் பேசும் குணம் வாழ்க்கையில் ஒருவருக்கு ஒரே ஒருமுறைதான் கிடைக்கும் – அது இறக்கப்போவதற்கு முன்பாக, உதாரணமாக, தூக்கு மேடைக்குப் போகும்போது. ஆனால், இது குறிப்பாகக் காச்சியாவின் குணமாக, அப்படியே காச்சியாவின் நேரமாக இருந்தது. இதே இந்த உணர்ச்சிமிக்க காச்சியாதான் அப்போதும் தன் தந்தையைக் காப்பாற்ற, அந்த இளம் கயவனைப் பார்க்க ஓடோடி வந்தாள். இதே இந்தக் காச்சியா, ஆணவங்கொண்ட, அறிவார்ந்த காச்சியாதான், தன்னுடைய பெண்மைக்குப் பங்கம் விளையுமாறு எல்லோர் முன்னிலையிலும் 'மீச்சியாவின் உயர் பண்பை'ச் சுட்டிக்காட்டி அவனுடைய தண்டனையை ஓரளவு குறைப்பதற்காகவும் முயன்றாள். ஆக, இதே வழியில்தான் அவள் தனக்கு அழிவையும் தேடிக்கொண்டாள். ஆனால் இந்த முறை வேறு ஒருவருக்காக, ஒருவேளை இப்போது, இந்த நிமிஷம்தான் அந்த வேறு ஒரு மனிதர் தனக்கு எவ்வளவு நெருக்கமானவர் என்பதை முதல் முதலாக அவள் உணர்ந்தாள் போலும்! அவள் தன்னைத் தியாகம் செய்துகொண்டதற்குக் காரணமே, இவானை எண்ணிப் பயந்ததுதான், ஏனெனில் எங்கே திடீரென்று இவான், தான்தான் தந்தையைக் கொன்றவன், சகோதரன் அல்ல என்று சொல்லி அதற்கான சாட்சியத்தையும் காட்டி, எங்கே தன்னைத்தானே அழித்துக் கொள்வானோ என்று பயந்து, அவனுடைய பேரையும் புகழையும்

காப்பாற்றுவதற்காக அவள் தன்னைத் தியாகம் செய்துகொண்டாள்! இருந்தாலும், பயங்கரமான விஷயம் ஒன்று இதிலிருந்து வெளிப்படுகிறது. மீச்சியாவுடன் அவளுக்கிருந்த பழைய உறவைப் பற்றி அவள் பொய் சொல்கிறாளா, இல்லையா என்பதுதான். இல்லை, இல்லவே இல்லை, தரையைத் தொட்டு அவள் வணங்கியபோது மீச்சியா அவளை வெறுத்தானென்று அவள் கத்தியபோது, அவன்மீது அவள் பழிபோட நினைக்கவில்லை! அவளே நம்பினாள், மிக ஆழமாக நம்பினாள், அநேகமாக, தரையைத் தொட்டு வணங்கிய சமயத்திலிருந்தே, சூதுவாதற்ற இந்த மீச்சியா, அவளை விரும்பிய அந்த மீச்சியா, அவளைக் கேலி செய்கிறான், வெறுக்கிறானென்று. அவளுடைய ஆணவத்தால், அப்போது அவன் மேல் கொண்டிருந்த காதலால், வெறிபிடித்த காதலால், உள்ளத்தைப் புண்படுத்திய கர்வத்தால், அவனுடன் அவள் இணைந்திருந்தாள். இந்தக் காதல் காதலாய் இருந்ததைவிடப் பழிவாங்கும் ஒரு உணர்வாகவே இருந்தது. ஓ, ஒருவேளை உள்ளத்தைப் புண்படுத்திய இந்தக் காதல்தான் பிறகு உண்மையான காதலாக வளர்ந்ததோ என்னவோ. ஒருவேளை இதைத் தவிர வேறு எதையும் காச்சியா விரும்பாமல் இருந்திருக்கலாம். ஆனால், மீச்சியா அவளை ஏமாற்றியது அவளுடைய உள்ளத்தை வெகுவாகப் புண்படுத்த, இப்போது அவளுடைய உள்ளம் அவனை மன்னிப்பதாக இல்லை. அந்த ஒரு நிமிடப் பழிவாங்கும் உணர்வு திடீரென்று மறைந்துபோக, இவ்வளவு வேதனையுடன், அவளுடைய உள்ளத்தில் இதுவரை திரண்டிருந்த தெல்லாம் எதிர்பாராதவிதமாக வெடித்து வெளிவந்துவிட்டது. மீச்சியாவை அவள் காட்டிக் கொடுத்துவிட்டாள், அப்படியே தன்னையும்! இப்படி எல்லாவற்றையும் சொல்லி முடித்து, பதற்றம் ஓய்ந்த பிறகு வெட்கம் அவளை ஆட்கொண்டது. மறுபடியும் வலிப்புநோய் கண்டு கீழே விழுந்தவள், விம்மி அலறவும் செய்தாள். உடனே அவளை அங்கிருந்து கூட்டிக்கொண்டு போய்விட்டார்கள். அப்படி அவளைக் கூட்டிக் கொண்டு போன சமயத்தில் குரூஷென்கா தன்னுடைய இருக்கையை விட்டெழுந்து மீச்சியாவை நோக்கி வர, அவளைத் தடுத்துநிறுத்துவது மிகச் சிரமமாக இருந்தது.

'மீச்சியா!' என்று கத்திய அவள், 'உன்னுடைய பாம்பு உன்னைச் சீண்டிவிட்டது! இதோ, இப்போது காட்டிவிட்டாள் அவள் யாரென்று!' என்று நீதிபதியைப் பார்த்துக் கோபத்தில் உடல் நடுங்கக் கத்தினாள் குரூஷென்கா. தலைமை நீதிபதி சைகை காட்டியதும் நீதிமன்றத்தில் இருந்து அவளை வெளியேற்றினார்கள். திமிறியபடி மீச்சியாவை நோக்கி அவள் ஓடி வந்தாள். மீச்சியாவும் உரக்கக் கத்தியபடி அவளை நோக்கி வந்தான். ஆனால் இருவரும் விலக்கப்பட்டு, அடக்கப்பட்டு விட்டார்கள்.

ஆமாம், பார்வையாளர்களாய் இருந்த நம்முடைய பெண்களின் விருப்பம் வெகுவாக நிறைவேறியிருக்குமென்று நினைக்கிறேன். காட்சி மிக அற்புதமாக இருந்தது. பிறகு மாஸ்கோவிலிருந்து வந்திருந்த மருத்துவர் அங்கு வந்திருந்தாரென்பது என்னுடைய நினைவில் இருக்கிறது. இவான் ஃபியோதரவிச்சுக்கு மருத்துவ உதவியளிக்குமாறு

நீதிமன்ற ஊழியரைத் தலைமை நீதிபதி அனுப்பியிருந்தார் போலும். வந்திருந்த மருத்துவர் நீதிபதியிடம் சொன்னார், நோயாளி இவான் ஃபியோதரவிச் மூளைக் காய்ச்சலால் பாதிக்கப்பட்டு அபாயகரமான நிலையில் இருப்பதால், உடனே அவரை அங்கிருந்து கூட்டிக்கொண்டு போக வேண்டும் என்றார். அரசு வழக்கறிஞரும் பிரதிவாதியும் இவானின் உடல்நிலையைப் பற்றி மருத்துவரிடம் கேட்டபோது, இரண்டு நாட்களுக்கு முன்பு நோயாளி வந்து அவரைப் பார்த்தபோது, மூளைக் காய்ச்சலால் பாதிக்கப்படக் கூடிய சாத்தியம் அவருக்கு இருக்கிறதென்றும் அதன் காரணமாக, அவர் சிகிச்சை எடுத்துக் கொள்ள வேண்டும் என்றும் எச்சரித்தபோது, அவர் சிகிச்சையை மேற்கொள்ளாமல் போய்விட்டாரென்று சொன்னார். 'மனநிலை பாதிக்கப்பட்டவராக அவர் இருந்தார். அவரே என்னிடம் ஒத்துக் கொண்டார், விழித்திருக்கும்போது மாயையான சில காட்சிகளை அவர் பார்க்கிறாரென்றும், ஏற்கனவே இறந்துபோன மனிதர்களைத் தெருவில் அவர் சந்திக்கிறாரென்றும் அவருடைய வீட்டிற்கு விருந்தாளி யாக ஒவ்வொரு நாள் மாலை வேளையிலும் சாத்தான் வருவதாகவும் சொன்னார்' என்று மருத்துவர் சொன்னார். இப்படிச் சாட்சி சொல்லிய புகழ்பெற்ற மருத்துவர் நீதிமன்றத்தைவிட்டு வெளியேறினார். கத்தரீனா இவானவ்னாவா கொடுத்த கடிதம், காட்சிப் பொருட்களாக நீதிமன்றத் தில் வைக்கப்பட்டிருந்த மற்ற காட்சிப் பொருள்களுடன் ஒன்றாக வைக்கப்பட்டது. சில நிமிட ஆலோசனைக்குப் பிறகு, வழக்கு விசாரணை தொடர, எதிர்பாராத இவ்விரண்டு சாட்சியங்களையும் (கத்தரீனா இவானவ்னா மற்றும் இவான் ஃபியோதரவிச்சால் கொடுக்கப்பட்ட சாட்சியங்களை) எழுத்து மூலமாகப் பதிவுசெய்யப்பட வேண்டுமென்று நீதிமன்றம் அறிவித்தது.

இதற்கு மேல் தொடரப்பட்ட நீதிமன்ற விசாரணையைப் பற்றி நான் எதுவும் குறிப்பிடப் போவதில்லை. ஆம், மற்ற சாட்சியாளர்கள் கொடுத்த வாக்குமூலங்கள் எல்லாமே மீண்டும் திருப்பிச் சொல்லப் பட்டவையாக, ஏற்கனவே சொல்லப்பட்டவற்றை உறுதி செய்பவையாக, அவர்களுக்கே உரித்தான விதத்தில் சொல்லப்பட்டன. ஆனால் மறுபடியும் சொல்கிறேன், இவை எல்லாமே முழுவதுமாகத் தொகுக்கப் பட்டு, அரசு வழக்கறிஞரின் மூலமாகத் தெரிவிக்கப்படுவதை உங்களுக்கு நான் சொல்வேன். நீதிமன்றத்தில் இருந்த எல்லோரும் பரபரப்பாக, இறுதியாக நடந்த பேரழிவால் ஆச்சரியப்பட்டுப்போயிருக்க, வரப் போகின்ற விளைவை ஆவலுடன் எதிர்பார்த்து, கொடுக்கப்படும் தீர்ப்பை எண்ணி அரசு வழக்கறிஞரும் பிரதிவாதியும் பதற்றத்துடன் இருந்தார்கள். கத்தரீனா இவானவ்னா கொடுத்த சாட்சியத்தில் ஃபெச்சூகோவிச் ஆச்சர்யத்தில் உறைந்துபோயிருந்தார். மாறாக, அரசு வழக்கறிஞர் வெற்றிக் களிப்பில் திளைத்திருந்தார். சாட்சி விசாரணைகளெல்லாம் முடிந்த பிறகு, நீதிமன்றம் ஒரு மணி நேரம் கழித்துக் கூடுமென்று அறிவிக்கப்பட்டது. இறுதியாக, அரசு வழக்கறிஞரை யும் பிரதிவாதியையும் தலைமை நீதிபதி பேச அழைத்தார். நம்முடைய அரசு வழக்கறிஞரும் இப்போலித் கிரீலவிச்சும் தங்களுடைய உரையை ஆரம்பித்தபோது மாலை மணி எட்டு இருக்குமென்று நினைக்கிறேன்.

# 6

## அரசு வழக்கறிஞரின் உரை. குணாம்ச ஆய்வு

இப்போலித் கிரீலவிச் பேச ஆரம்பித்தபோது பதற்றத்தில் அவருடைய உடல் நடுங்க, சில்லிட்டு, நெற்றியிலும் நெற்றிப் பொட்டிலும் வியர்த்து, சூடும் குளிரும் கலந்ததொரு உணர்வு இருந்ததாகப் பிறகு அவரே நினைவுகூர்ந்தார். தன்னுடைய உரையை *Chef d'oeuvre*[1], இந்த அற்புத மான *Chef d'oeuvre* உரையை அவர் தன்னுடைய வாழ்நாளிலேயே மிக உயர்ந்த பேச்சாக, அன்னப் பறவையின் பாடலுக்குச் சமமாகக் கருதினார். உண்மைதான், ஒன்பது மாதங்களுக்குப் பிறகு பயங்கரமான எலும்புருக்கி நோயால் இறந்துபோவாரென்று அவருக்கு முன்கூட்டியே தெரிந்திருந்தால், அன்னப்பட்சியுடன் தன்னை ஒப்பிட்டுப் பேசியது சரிதான் என்று அவர் நினைத்திருப்பர். ஏனெனில் இறந்துபோன அந்த அன்னப்பட்சி கடைசியாகத் தன்னுடைய பாடலைப் பாடிவிட்டு இறந்துபோனது. அந்த உரையில் அவர் தன்னுடைய இதயம் முழுவதை யும் தன்னுடைய அறிவுக்கு எட்டிய எல்லாவற்றையும் எதிர்பாராத விதமாக அவருள் இருந்த சமுதாய உணர்வையும் 'சாபக்கேடான'[2] அந்தக் காலத்தைய கேள்விகளைப் பற்றியும் பரிதாபத்திற்குரிய நம்முடைய இப்போலித் கிரீலவிச் குறிப்பிட்டிருந்தார். முக்கியமாக, அவருடைய வார்த்தைகளில் உண்மை இருந்ததால் பயங்கரமான தாக்கத்தை அது ஏற்படுத்தியிருந்தது. குற்றவாளி குற்றம் புரிந்தவரென்பதை அவர் முழுமையாக நம்பினார். கடமை உணர்ச்சியின்பேரால் மட்டும் குற்றவாளியின் மீது அவர் குற்றம்சாட்டவில்லை. 'குற்றம் செய்ததற்குத் தண்டனையாக', உண்மையாகவே 'சமுதாயத்தைக் காப்பாற்ற வேண்டும்' என்ற நோக்கத்திலேயே குற்றவாளியின் மீது அவர் குற்றம்சாட்டினார். அரசு வழக்கறிஞரின் மீது வெறுப்புடன் இருந்த நம் ஊர்ப் பெண்கள் கூட, அவர் ஏற்படுத்திய மிகப்பெரிய தாக்கத்தை ஒப்புக்கொண்டார்கள். உடைந்துபோன, விடுபட்ட குரலில் பேச ஆரம்பித்த அவர், பிறகு சீக்கிரமே உறுதியான குரலில், நீதிமன்றம் முழுவதும் கணீர் என்று கேட்கும்படி கடைசிவரை பேசினார். தனது உரையைப் பேசி முடித்த அவர் திடீரென்று மயக்கம் போட்டுக் கீழே விழுந்தார்.

'வழக்கின் முடிவைத் தெரிவிக்க அமர்ந்திருக்கும் பெருங்குடி மக்களே' என்று வழக்கை ஆரம்பித்தவர், 'இந்த வழக்கு உண்மையாகவே ரஷ்யா முழுவதும் பரபரப்பை ஏற்படுத்தியிருக்கிறது. ஆனால், நமக்கு ஏன் இவ்வளவு ஆச்சரியமும் பதற்றமும்? இதற்கெல்லாம் நாம் பழக்கப் பட்டவர்கள் தாமே! நம்முடைய இந்தக் காலகட்டத்தில், இப்படிப்பட்ட பயங்கரமான விஷயங்களெல்லாம் நம்மைக் கொஞ்சமும் பயப்படுத்தக் கூடாதே! பயங்கரமான இந்தச் செயலுக்கு, தனிப்பட்ட ஒருவர் செய்த இந்தச் செயலுக்கு, பழகிப்போன நாம் எதற்காகப் பயப்பட வேண்டும். நம்முடைய இந்த அலட்சிய போக்கிற்கும் இப்படிப்பட்ட செயல்களுக்கும் ஏறக்குறைய அக்கறையில்லாத நம்முடைய பாங்கிற்கும் இப்படிப்பட்ட வழிகாட்டுதலைக் கொண்ட சமுதாயத்தையும் எண்ணி

நாம் ஏன் கவலைப்படாமல் இருக்கிறோம்? இது நம்முடைய வெறுப்பு மனப்பான்மையின் காரணத்தாலா நம்முடைய முதிராத, வலு குன்றிய அறிவு மனப்பான்மையின் விளைவாலா வளருவதற்கு முன்பே சிதைந்து போன நம்முடைய இளம் சமுதாயத்தைப் பற்றிய கற்பனையின் தாக்கத்தாலா? இது முற்றிலும் ஆட்டங்கண்டு போன நம்முடைய நன்னெறி சார்ந்த கொள்கையிலிருந்து கண்டெடுக்கப்பட வேண்டுமா அல்லது ஒருவேளை, அப்படிப்பட்ட கொள்கைகளே நம்மிடம் இல்லாமல் போய்விட்டனவா? இந்தக் கேள்விகளுக்கெல்லாம் நான் விடைகாணப் போவதில்லை, இருந்தாலும் இவை வேதனை அளிக்கக்கூடியவை, அப்படியே ஒவ்வொரு குடிமகனும் கண்டிப்பாக இதற்காக வருத்தப்பட கடமைப்பட்டவனுமாவான். வளர்ந்துவரும் ஆனால் இன்னும் துணிச்ச லில்லாத நம்முடைய பத்திரிகை உலகம், சமுதாயத்திற்காகச் சில சேவைகளைச் செய்திருக்கிறது, ஏனெனில் அதனுடைய பங்கு இல்லாமல் பயங்கரமான இந்த விஷயங்களை, அளவுக்கு மீறிய உரிமையுடன், நல்லொழுக்க வஞ்சகத்துடன் இவ்வளவு முழுமையாக நம்மால் தெரிந்து கொண்டிருக்க முடியாது. அப்படியே தற்போதைய புது ஆட்சியின் அன்பளிப்பாகப் புதிதாக இயங்கும் பொதுமக்களுக்கான நீதிமன்றத்திற்கு[3] வரும் மக்களுக்கு மட்டுமல்லாது, நாட்டில் உள்ள எல்லோருக்கும் இதைச் செய்தி மூலம் தொடர்ந்து தெரியப்படுத்திக் கொண்டிருக்கிறார் கள். எப்படிப்பட்ட விஷயங்களை நாம் தினந்தோறும் படிக்கிறோம்? ஓ, தினமும் நாம் படிக்கும் விஷயங்களெல்லாம் இதைவிட மிக மோசமாக இருக்க, ஏறக்குறைய இது சாதாரண விஷயமே என்று நினைக்குமளவுக்கு இது இருக்கிறது. ஆனால், எல்லாவற்றையும்விட மிக முக்கியமான விஷயம் என்னவென்றால், நம்முடைய நாட்டைச் சார்ந்த ரஷ்யக் கொலைக் குற்றங்களெல்லாம், ஏதோ உலகில் நடக்கக் கூடிய பொதுவான குற்றங்கள் போலவும், இவற்றிற்கு மூல காரணம் நம்மிடம் இருப்பதுபோலவும், ஆனால் பொதுவான இந்தக் குற்றங்களை எதிர்த்துப் போராடுவது சிரமமென்பது போலவும் இருக்கிறது. இதோ ஓர் அருமையான சம்பவம். மிக உயர்ந்த சமுதாயத்தைச் சார்ந்த இளம் அதிகாரி ஒருவர் தன்னுடைய ஆரம்பகாலப் பணியின்போது மனசாட்சியே இல்லாமல், தனக்கு நல்லது செய்த அதிகாரியையும் அவருடைய வேலைக்காரியையும் கொன்றுவிட்டுத் தன்னுடைய கடனீட்டுப் பத்திரத்தை நயவஞ்சகமாக அவரிடமிருந்து திருடி, பணத்தையும் திருடிவிட்டுப் பிறகு, 'என்னுடைய மிகப்பெரிய சந்தோஷங் களுக்கும் வாழ்க்கைத் தொழிலுக்கும் இது உதவும்' என்று சொன்னார். அப்படி இருவரையும் வெட்டிக் கொன்ற அவர், போகும்போது இறந்துபோன இருவரின் தலைக்கடியிலும் தலையணையை வைத்து விட்டுப் போனாராம். வேறு ஒரு ஊரில், இளம் வீரன் ஒருவன், தன்னுடைய வீரத்திற்காகப் பதக்கம் பெற்றவன், அவனுக்கு நல்லது செய்த அவனுடைய தலைமை வீரனையும் அவருடைய தாயையும் மிருகத்தனமாகச் சாலை ஓரத்தில் கொன்றுபோட்டுவிட்டு, அவர்களிட மிருந்த பொருள்களைத் திருடிக்கொண்டு போனவன், நண்பர்களிடம் அறுதியிட்டுச் சொன்னானாம், 'அவள் என்னைச் சொந்த மகனைப் போல விரும்பினாள், ஆகவே, நான் சொல்வதைக் கேளுங்கள், இது

சார்பாக எந்தவித முன்னெச்சரிக்கையும் நீங்கள் எடுக்க வேண்டாம்' என்று. சரி, மிருகமாகவே அவன் இருக்கட்டும், ஆனால் நம்முடைய இந்தக் காலத்தில், இவன் ஒருவன்தான் மிருகம் என்று நாம் சொல்லி விட முடியாது. இப்படிக் கொலை எதுவும் செய்யாத ஒருவன், அவனைப் போலவே உணர்கிறான், தான் நல்லவன் இல்லை என்று. தன்னுடைய மனசாட்சியுடன் இருட்டில் நின்றுகொண்டு தன்னைத் தானே ஒருவேளை அவன் இப்படிக் கேட்டுக்கொள்ளலாம், 'நேர்மை என்றால் என்ன? ரத்தத்திற்கு எதிரான உணர்வா அது?' என்று. ஒருவேளை மக்கள் நினைக்கலாம், எனக்குப் பித்துப் பிடித்துவிட்டது, மனநிலை திரிந்து அலைகிறேன், வதந்திகளைப் பரப்பிக்கொண்டு விசித்திரமாக எதையோ உளறிக்கொண்டு, எல்லாவற்றையும் பெரிது படுத்திக் கொண்டிருக்கிறேனென்று. அப்படி அவர்கள் உரக்கக்கூடக் கத்தலாம். அப்படி அவர்கள் கத்தினால் கத்தட்டும் – அது மட்டும் உண்மையாக இருந்தால், ஓ கடவுளே, அதைப் பார்த்து சந்தோஷப் படுபவன் முதலாவதாக நானாகத்தான் இருப்பேன்! ஓ, நான் சொல்வதை நம்புங்கள், என்னை மன நோயாளி என்று நீங்கள் நினைத்தாலும் பரவாயில்லை, நான் சொல்வதை மட்டும் கேளுங்கள். நான் சொல்லும் வார்த்தைகளில் பத்து, பன்னிரண்டு சதவிகிதம் உண்மை இருந்தால் அதுவே பெரிய விஷயம்! பாருங்கள், பெருமக்களே, பாருங்கள், நம்முடைய நாட்டில் இள வயதினர் எப்படித் தங்களைத் தாங்களே சுட்டுக் கொள்கிறார்கள் என்று. 'இறப்பிற்குப் பிறகு என்ன இருக்கும்?' என்று ஹேம்லட் கேட்ட ஒரு சிறு கேள்வியைக்கூடக் கேட்காமல், இது ஏதோ நம்முடைய ஆன்மா சம்பந்தப்பட்டது போல, அப்படியே கல்லறைக்கு அப்பால் நமக்காகக் காத்திருக்கும் எல்லாமே, எப்போதோ சுரண்டி எடுக்கப்பட்டு, குழி தோண்டி மண்ணில் புதைக்கப்பட்டது போல இருக்கிறது. பாருங்கள், நம்முடைய வஞ்சகர்களையும் சிற்றின்பக் காம வெறியர்களையும். இப்படிப்பட்ட சம்பவத்தின் துரதிர்ஷ்ட பலியாள் தான் ஃபியோதர் பாவ்லவிச். வேறு பல விஷயங்களில் ஏறக்குறைய இவர் ஒரு கள்ளங்கபடமற்ற குழந்தைதான். நம் எல்லோருக்கும் தெரியும், 'அவர் நம்மிடையே வாழ்ந்தார்'[4] என்பது . . . ஆம், ரஷ்யக் குற்றவாளியின் உள நிலையை நம்முடைய அறிவாளிகளும் ஐரோப்பிய ஆய்வாளர்களும் ஆராய்ச்சி செய்ய விரும்பினால், அதற்கு உகந்த பருப்பொருள் இதுதான். ஆனால், இந்த ஆராய்ச்சி, நம்முடைய இந்தப் பயங்கரமான பேரழிவு இன்னும் வெகு தூரம், தொலைதூரம் போனபிறகு, நான் கையாண்ட இந்த முறையைவிட, வேறுவிதத்தில், மிக அறிவார்ந்த முறையில், பாரபட்சம் இல்லாமல், எப்போதாவது பிறகு ஆராய்ச்சி செய்யப்படலாம். இப்போது இதைக் கண்டு பயப்பட்டு அல்லது பயப்படுவது போல நாம் நடித்துக்கொண்டிருக்கிறோம். மாறாக, இதைப் பார்த்து நாம் சந்தோஷப்பட்டுக் கொண்டுதானிருக் கிறோம்; வலிமையான, விசித்திரமான விஷயங்களை நாம் விரும்புவதைப் போல, மனிதத் தன்மை இல்லாத, இரக்கமற்ற நம்முடைய உணர்வுகளை யும் தூண்டிவிட்டு, நாம் சந்தோஷப்பட்டுக் கொண்டு தானிருக்கிறோம் அல்லது இறுதியாக, சிறு குழந்தைகளைப் போல் பயங்கரமான இந்தப் பேயை நாம் விரட்டியடித்து, அந்தப் பேய் போகும் வரை

நாம் தலையணைக்கடியில் தலையைப் புதைத்துக்கொண்டு, அதை மறப்பதற்காக விளையாட்டிலும் களியாட்டத்திலும் நம்மைநாமே மூழ்கடித்துக்கொண்டு தானிருக்கிறோம். ஆனால் ஒருநாள் நாம் நம்முடைய வாழ்க்கையைத் தெளிந்த அறிவுடன் வாழ ஆரம்பிக்க வேண்டும். நம்முடைய சமுதாயத்தின் மீதும் நம்மீதும் நம்முடைய பார்வையை நாம் பதிக்க வேண்டும். நம்முடைய சமுதாயத்தில் என்ன நடக்கிறது என்பதைப் பற்றிச் சிறிதளவாவது நாம் யோசிக்க வேண்டும் அல்லது அதைப் புரிந்துகொள்ளவாவது ஆரம்பிக்க வேண்டும். கடந்த நூற்றாண்டைச் சார்ந்த புகழ்பெற்ற எழுத்தாளர் மிகப் பெரிய தன்னுடைய புதினத்தின் இறுதிப் பகுதியில் ரஷ்யாவைப் போகும் இடம் தெரியாமல் வேகமாகப் பாய்ந்து செல்லும் மூன்று குதிரைகள் பூட்டிய குதிரை வண்டியாக உருவகப்படுத்தினார். 'ஹா, பறவையைப் போலப் பறக்கும் மூன்று குதிரைகளடங்கிய உன்னைக் கண்டுபிடித்தது யார்!'[5] என்று அவர் வியந்து எழுதினார். அப்படியே ஆச்சரியப்பட்டுப் பெருமையாகவும் சொல்கிறார், இப்படி வேகத்தைத் தகர்த்தெறிந்து பாய்ந்து ஓடும் இந்த மூன்று குதிரை வண்டியின் வேகத்திற்கு மற்றநாட்டு மக்களெல்லாம் தலை வணங்கி மரியாதையாக வழிவிட்டு நிற்பார்கள் என்று. ஆக, பெருமக்களே, இருக்கட்டும், அப்படியே அவர்கள் வழிவிட்டு நிற்கட்டும், ஆனால் மரியாதையுடனா, இல்லையா என்பதுதான் எனக்குத் தெரியாது. ஆனால் பேரறிவு வாய்ந்த அந்த எழுத்தாளர் இப்படிச் சொன்னது கள்ளங்கபடமற்ற குழந்தைத்தனத்தாலா அப்போதிருந்த தணிக்கைக்குப் பயந்தா என்பதுதான் என்னுடைய தாழ்மையான கருத்து. இப்படியாக, அவருடைய கதாநாயகர்களாகிய சபாக்கவிச்சுகள், நஸ்த்ரேவ்கள் மற்றும் சிச்சிக்கோவிகள்[6] எல்லாம் அந்தக் குதிரை வண்டியில் இருந்தால், வண்டி ஓட்டுபவர் யாராக இருந்தாலும், அருமையான இப்படிப்பட்ட குதிரைகளை வைத்துக் கொண்டு எந்த இடத்திற்கும் போய்ச் சேர முடியாது! ஆனால், இந்தக் குதிரைகள் பழங்காலக் குதிரைகள்; தற்காலத்துக் குதிரைகள் அல்ல. நம்முடைய இந்தக் காலத்துக் குதிரைகள் மிக ஒழுங்காகப் பராமரிக்கப்பட்டவை . . .'

இப்போலித் கிரீலவிச்சின் உரை இங்குக் கைதட்டல்களால் இடைமறிக்கப்பட்டது. ரஷ்யக் குதிரைகளுடன் ஒப்பிட்டுப் பேசிய அவருடைய பெருந்தன்மை மக்களுக்குப் பிடித்திருந்தது. இந்தக் கைதட்டல் சிறு குழுவினரிடமிருந்து மட்டுமே வந்ததால், 'நீதிமன்றத்தை விட்டு வெளியேறுங்கள்' என்று தலைமை நீதிபதி எச்சரிக்க வேண்டிய அவசியமில்லாமல், கைதட்டல் வந்த திசையை மட்டும் அவர் கோபமாகப் பார்த்தார். ஆனால், இப்போலித் கிரீலவிச் உற்சாகமாக இருந்தார். இப்படிப்பட்டதொரு கைதட்டதல் அவருக்கு இதுவரை கிடைத்திருக்கவில்லை! இத்தனை காலமாக அவருடைய கருத்தைக் கேட்க விரும்பாதவர்களிடம் திடீரென்று இப்போது ரஷ்யா முழுவதும் கேட்கும்படிச் சொல்ல அவருக்கு வாய்ப்பு கிட்டியது!'

'உண்மையாகவே' என்று தொடர்ந்த அவர், 'வருத்தத்திற்குரிய, இவ்வளவு பெரிய அவப்பெயரை, திடீரென்று ரஷ்யா முழுவதும்

தெரியும்படி பெற்ற இந்தக் கரமாஸவின் குடும்பம் எப்படிப்பட்டது? ஒரு சமயம் இதை நான் மிகைப்படுத்திச் சொல்லலாம், ஆனால் எனக்கு என்ன தோன்றுகிறது என்றால், இந்தக் குடும்பத்தின் வாயிலாக, நம்முடைய அறிவார்ந்த சமுதாயத்தை ஒருசில பொதுவான அடிப்படைக் கூறுகளின் வழியாக – ஓ, எல்லா அடிப்படைக் கூறுகளின் வழியாகவும் அல்ல, நுண்ணிய சிறு நுண்ணோக்கியில் பார்க்கக்கூடிய, 'ஒரு நீர்த் திவலையில் தெரியக்கூடிய சூரிய வெளிச்சம் போல'[7] பார்த்தாலும், எதுவுமே இங்குப் பிரதிபலிக்கப்படாமல், எதுவுமே வெளிப்படையாகச் சொல்லப்படாமல் இருக்கிறது என்பதுதான். பாருங்கள், இந்தத் துரதிர்ஷ்டவசமான, ஒழுக்கமில்லாத, கேடுகெட்ட இந்தக் கிழவரைப் பாருங்கள். இவர்தான் 'குடும்பத் தலைவர், பரிதாபகரமான முடிவில் தன்னுடைய வாழ்வை இழந்தவர். உயர் குடியில் பிறந்த அவர், தன்னுடைய வாழ்வை ஏழையாக, பிறரை அண்டிப் பிழைக்கும் ஒரு பாமரனாக ஆரம்பித்தவர், தற்செயலாக, எதிர்பாராத விதத்தில் நடந்த திருமணத்தின் காரணமாக, தன்னுடைய மனைவியின் மூலமாகக் கிடைத்த சிறு தொகையை வரதட்சணையாகப் பெற்று, முதலில் ஒரு போக்கிரியாக, கெஞ்சிக் குழையும் கோமாளியாக இருந்தவர், இயற்கையிலேயே அறிவாளியாக, கடுவட்டி வாங்கி வாழ்க்கையை நடத்துபவராக இருந்தார். காலம் செல்லச் செல்ல, வட்டியுடன் சேர்ந்து அவருடைய பணமும் பெருகி வளர, மிகவும் தைரியசாலியாக அவர் மாறினார். மற்றவர்களை அண்டிப் பிழைக்கும் அவருடைய குணம் மாறி, கேலிப் பேச்சும் எரிந்து விழும் கெட்ட குணமும் சிற்றின்ப நாட்டமும் அவரிடம் தங்கிப்போயின. அவரிடம் சமயப் பற்று முழுவதுமாக இல்லாமல், வாழ்க்கையின் மீதிருந்த தாகம் மட்டுமே மிகையாக இருந்தது. இதனால், வாழ்க்கையில் சிற்றின்பத்தை மட்டுமே பார்க்கக் கூடிய அவர், தன்னுடைய குழந்தைகளுக்கு அதையே கற்றுக்கொடுத்தார். ஒரு தந்தைக்குரிய சமயஞ் சார்ந்த கடமைகள் எதையும் அவர் செய்யவில்லை. தன்னுடைய குழந்தைகளைக் கேலிசெய்து, புழக்கடையில் வளர விட்டுவிட்டு, அவர்களிடமிருந்து ஒதுங்கி இருப்பதையே அவர் விரும்பினார். அவர்களை அவர் முற்றிலு மாக மறந்து போகவும் செய்தார். ஒழுக்கம் பற்றிய அந்த வயதானவரின் கொள்கை – *apres moi le deluge*[8] என்பதாகத்தான் இருந்தது. குடிமக்களைப் பற்றிய அவருடைய கருத்து முரணானதாக, சமுதாயத்தின் மீது அவருக்கிருந்த வெறுப்பு சமுதாயத்தை விட்டு விலகி நிற்கக்கூடியதாகவும் இருந்தது. 'உலகமே பற்றி எரிந்தாலும் சரி, நான் மட்டும் நன்றாக இருக்க வேண்டும்' என்றுதான் அவர் நினைத்தார். அப்படி இருப்பது அவருக்குப் பிடித்திருக்க, அவர் முழு மனநிறைவுடன் வாழ்ந்து வந்தார். அப்படியே இன்னும் அவர் இருபது, முப்பது வருடங்கள் வாழ்க்கையை வாழும் வேட்கையிலும் இருந்தார். தன்னுடைய சொந்த மகனையே ஏமாற்றி, அவனுடைய தாய்வழிச் சொத்தை அவனிடமிருந்து அபகரித்து, அவனுக்கு எதுவும் கொடுக்காமல், அவனுடைய காதலியையும் அவனிடமிருந்து தட்டிப் பறிக்க முயன்றார். இல்லை, பிரதிவாதியின் பக்கம் நான் வளைந்து கொடுத்து, பீத்தர்புர்கிலிருந்து வந்திருக்கும் திறமை வாய்ந்த வழக்கறிஞரை எதிர்த்து நான் நிற்கவில்லை. உண்மையைச்

சொல்கிறேன், அவருடைய மகன் சொந்தத் தந்தையின்மீது அளவுக்கு அதிகமான கோபத்தில் இருந்தார். சரி, போதும், போதும், துரதிர்ஷ்ட வசமான அந்தக் கிழவரைப் பற்றிப் பேசியது போதும். தான் செய்த தீய செயல்களுக்கான தண்டனையை அவர் பெற்றுவிட்டார். ஆனால், நாம் நினைவில் கொள்ள வேண்டியது, இந்தத் தந்தைதான் நவீன காலத்துத் தந்தைமார்களில் ஒருவர் என்பதை. இப்படிப்பட்டவர்தான் தற்காலத்துத் தந்தைமார்களில் ஒருவரென்று சொன்னால் சமுதாயத்தை நான் கேவலப்படுத்துவதாக ஆகிவிடுமோ என்னமோ? அந்தோ பரிதாபம், தற்காலத்தைச் சார்ந்த பெரும்பான்மையான தந்தைமார்கள் இவரைப் போலவே தங்களுடைய வெறுப்பை வெளியே காட்டிக் கொள்ளாமல், நவநாகரிகமாக இருந்தாலும், ஏறக்குறைய ஆழ்மனத்தில் அவர்கள் இவரைப் போலவே இருக்கிறார்கள். அவர்கள் கடைபிடித்த தத்துவங்களைத்தான் இவர்களும் கடைபிடிக்கிறார்கள். சரி, எல்லாமே கெட்டது என்றெண்ணும் கொள்கையை உடையவனாகவே நான் இருந்து விட்டுப்போகிறேன். அப்படியே அது இருக்கட்டும். இருந்தாலும் நீங்கள் என்னை மன்னிப்பீர்களென்றே நாம் எடுத்துக்கொள்வோம். இங்கு ஒன்றை நாம் புரிந்துகொள்ள வேண்டும். நான் சொல்வதை நீங்கள் நம்பவில்லை, என்னை நம்பவில்லை. இருந்தாலும் நான் சொல்லத்தான் போகிறேன். அதை நீங்கள் நம்பாமலேயே இருங்கள். இருந்தாலும் என்னைப் பேச விடுங்கள், ஏனெனில் என்னுடைய வார்த்தைகளில் சிலவாவது மறக்கப்படாமல் இருக்கும். ஆனால், இதோ இந்தக் கிழவரின் குழந்தைகளை, இந்தக் குடும்பத்தின் தந்தையைப் பார்ப்போம்: நம் கண் முன்பாக ஒருவர் குற்றவாளிக் கூண்டில் நிற்கிறார்; அவரைப் பற்றித்தான் முழுமையாக நாம் பேசப் போகிறோம். மற்றவர்களைப் பற்றிச் சில விஷயங்களை மட்டுமே இப்போது நான் சொல்லப் போகிறேன். மற்ற இரண்டு மகன்களில் மூத்தவர் – தற்காலத்தைய இளைஞன், அபார கல்வி அறிவுடன், ஆற்றல் வாய்ந்த அவன் தந்தையைப் போலவே எதையும் நம்பாதவன்; வாழ்க்கையின் பெரும் பகுதியைப் புறந்தள்ளி, அழித்துத் துடைத்துவிட்டவன். நாம் எல்லோரும் கேள்விப்பட்டோம், நம்முடைய சமுதாயத்தில் அவன் அதிக நட்பு பாராட்டப்பட்டு, தோழமையுடன் ஏற்றுக்கொள்ளப்பட்டான் என்று. தன்னுடைய கருத்துகளை மூடி மறைக்காமல் எதார்த்தவாதியாக அவன் இருந்தான். அதனால்தான் அவனைப் பற்றித் தைரியமாக வெளிப்படையாக இப்போது என்னால் பேச முடிகிறது; கண்டிப்பாகத் தனி ஒரு மனிதனாக அல்ல, கரமாஸவின் குடும்ப உறுப்பினனாக மட்டுமே. இங்கு நம்முடைய ஊரில், இந்த வழக்கோடு சம்பந்தப்பட்ட முட்டாள் நோயாளி, வேலைக்காரன், ஃபியோதர் பாவ்லவிச்சின் சொந்த மகனாக ஸ்மெர்தியாக்கவ், நேற்று தற்கொலை செய்துகொண்டு இறந்துபோனான். ஆரம்பகட்ட விசாரணையில் வெறிபிடித்தவன் போல அழுதுகொண்டே இந்தக் கரமாஸவின் இளைய மகன், இவான் ஃபியோதரவிச் எப்படித் தன்னுடைய சமயக் கோட்பாடுகளைப் பற்றி அளவுக்கு அதிகமாகப் பேசித் தன்னைத் தொல்லை செய்தான் என்று அவன் சொன்னான். ‘எல்லாமே அனுமதிக்கப்பட்டவை, இவ்வுலகிலுள்ள எல்லாமே, அப்படியே எதுவுமே விலக்கி வைக்கப்

பட்டவை இல்லை' என்று இதைத்தான் இவான் ஃபியோதரவிச் எனக்குக் கற்றுக்கொடுத்தார் என்று சொன்னான் ஸ்மெர்தியாக்கவ். அவனுக்குக் கற்றுக் கொடுக்கப்பட்ட இந்தக் கருத்து அவனுடைய ஆழ்மனத்தில் பதிந்து, அவனைப் பைத்தியமாக்கி, அதோடு சேர்ந்து அவனுக்கு இந்த வலிப்பு நோயையும் கொடுக்க, வீட்டில் நடந்த பயங்கரமான இந்தச் சோகச் சம்பவம் அவனைப் பித்துப் பிடிக்க வைத்தது. ஆனால் இந்த முட்டாள் சொன்ன மிகப் பெரிய கருத்து, சுவாரஸ்யமான ஒரு கருத்தாகி, மிக ஆழமாக அதைக் கவனித்த அவனுக்கு, ஒருவர் பாராட்டே தெரிவிக்கலாம். அதனால்தான் அதை நான் இங்குக் குறிப்பிட விரும்புகிறேன். 'ஒருவேளை, அவருடைய மகன்களில் யார் ஃபியோதர் பாவ்லவிச்சைப் போல அதிகமாக இருப்பார் என்றால், அது இவான் ஃபியோதரவிச்சாகத்தான் இருக்க முடியும்!' என்று அவன் என்னிடம் சொன்னான். இந்தக் கருத்தைக் கவனத்தில் கொண்டு, அவருடைய இந்தக் குணப் பண்பைப் பற்றிப் பேச ஆரம்பித்த நான், இதற்கு மேலும் அதைப் பற்றிப் பேசுவது நல்லதல்ல என்பதால், இத்தோடு அதை நான் முடித்துக்கொள்கிறேன். ஓ, அண்டங்காக்கையைப் போல இதைப் பற்றியே கரைந்து கொண்டு, இந்த இளைஞனின் வாழ்வு இப்படியே அழிந்து போய்விட வேண்டு மென்ற முடிவுக்கு நான் வரவில்லை. ஆனால், உண்மையின் சக்தி அந்த இளைஞனின் மனத்தில் இன்னும் வலிமையாக இருப்பதை இன்று நாம் இந்த நீதிமன்றத்தில் பார்த்தோம், அதாவது அவருடைய நம்பிக்கையின்மை மற்றும் அவருடைய வெறுப்பு, உண்மையான வேதனையைவிட, வாரிசாக இருந்த இந்தக் குடும்பத்தின் மீதிருந்த பற்றுதலை அவர் இழக்காமல் இருந்தாரென்பதை நாம் பார்த்தோம். அவரைப் பொறுத்தவரையில், மற்றொரு மகனான அல்யோஷா, ஒரு இளைஞர்தான். சமயப் பற்றுடன் அமைதியாக இருக்கும் அவர், உலகைப் பற்றிய தெளிவில்லாத, களங்கலான எண்ணங்களுடன், 'இவைதான் மக்களுக்குத் தேவையான மூலாதாரக் கொள்கைகள்' என்று சொல்லிக்கொண்டு, அறிவார்ந்த வார்த்தைகளை வேறு பல கோட்பாடுகளில் புகுத்தி, சிந்திக்கும் நம்முடைய அறிவாளிகளைப் போன்ற அவருடைய சகோதரர்களிலிருந்து மாறுபட்டு இருப்பவராக இருக்கிறார். பாருங்கள், மடாலயத்தைப் பிடித்துக்கொண்ட அவர், ஏறக்குறைய ஒரு துறவியைப் போலவே இருக்கிறார். என்னைப் பொறுத்தவரை, அதிவேகமாக வளர்ந்து வரும் இந்தவுலகில் என்ன நடக்கிறது என்பதை அவர் உணராமல், துணிவின்றி, மனத் தளர்ச்சி யுடன், பரிதாபப்பட்ட நம்முடைய சமுதாயத்தில் காணப்படும் அவல நிலைமையை, மனித இனத்தை வெறுக்கும் தன்மையைக் கண்டு பயந்துபோய், எல்லாத் தீய செயல்களுமே ஐரோப்பிய கற்பிதத்தால் தான் வந்தது என்று தவறாகப் புரிந்துகொண்டு, ஆவியைக் கண்டஞ்சும் குழந்தைகளைப் போல, இவரும் இவரைப் போன்றவர்களும் வெளி நாட்டிலிருந்து 'சொந்த மண்ணுக்கு', ஓடிவந்து, சொந்த மண்ணை அணைத்துக்கொண்டு, வாதம் வந்து வறண்டு போன தாயின் மார்பில் சாய்ந்து, அமைதியாக எஞ்சியிருக்கும் வாழ்நாளை உறங்கியபடியே கழித்து, பயமுறுத்தும் பேரச்சத்தைப் பார்க்க விரும்பாமல் இருப்பவர்கள்.

என்னைப் பொறுத்தவரையில், திறமை வாய்ந்த, கருணை மிக்க இந்த இளைஞனுக்கு நல்லது நடக்க வேண்டுமென்றுதான் நான் ஆசைப்படுகிறேன். இவருடைய இந்த அற்புதமான இள வயது முனைப்பும் மக்கள் இயக்க ஆரம்பத்திற்கான முயற்சியும் பிறகு வேறு விதமாக மாறாமல் இருக்க வேண்டும், ஏனெனில் பெரும்பாலும் இப்படித்தான் நடக்கிறது. அப்படி நடந்தால் பிறகு அது ஒரு ஒழுக்கரீதியில், புரிந்து கொள்ள முடியாத இறைநிலை இணைவுப் பான்மைக்கும் குடியுரிமை ரீதியில், மழுங்கிப்போன தன்னாட்டுப் பற்றிற்கும் பிறநாட்டைப் பழித்தலுக்கும் வழிவகுக்க[9] – இந்த இரண்டு குணங்களுமே நாட்டுக்கு மிகப் பெரிய அழிவை ஏற்படுத்துவதாக இருக்கும். சொல்லப்போனால் அவருடைய மூத்த சகோதரர் துன்பப்படும், பருவமுறாத ஒழுக்கக்கேடு, இலவசமாய்ப் பெறப்பட்ட ஐரோப்பிய அறிவால் வந்தது என்ற தவறான புரிதலை விடவும், இது பயங்கரமாக நாட்டைப் பாதிப்பதாக இருக்கும்' என்றார்.

தன்நாட்டுப் பற்று மற்றும் பிறநாட்டைப் பழித்தல் அப்படியே இந்த இறைநிலை இணைவுப்பான்மை பற்றி வழக்கறிஞர் சொன்னதைக் கேட்டு இரண்டு மூன்று பேர் கை தட்டி ஆர்ப்பரித்தனர். இதைப் பார்த்து இப்போலித் கிரீலவிச் மனம் மகிழ்ந்து போனாலும், அவருடைய பேச்சு போதுமான அளவுக்குத் தெளிவில்லாமல் இருக்க, எலும்புருக்கி நோயால் பாதிக்கப்பட்ட இந்த மனிதருக்குத் தன்னுடைய வாழ்நாளில் குறைந்தபட்சம் ஒரு முறையாவது தன்னுடைய கருத்தைத் தெரிவிக்க வாய்ப்பு கிடைத்ததே என்பதைத் தவிர இது ஒன்றும் வழக்கிற்குத் தேவையான விஷயமாக இருக்கவில்லை. பிறகு இவான் ஃபியோதரவிச் அரசு வழக்கறிஞரிடம் வெளிப்படையாகவே ஓரிரு முறை சண்டை போட்ட காரணத்தால்தான், இப்போலித் கிரீலவிச் வஞ்சகமாய் அவனைப் பழிதீர்த்துவிட்டார் என்று நம் ஊரில் பேசிக்கொண்டார்கள். ஆனால் அப்படி ஒரு முடிவை அவர் எடுக்கலாமா இல்லையா என்று எனக்குத் தெரியாது. எப்படியிருந்தாலும், இது அவருடைய தொடக்க உரைதான், பிறகு அவர் பேசியதெல்லாம் வழக்கிற்குத் தொடர்புடைய ஒன்றாகவே இருந்தது.

'இதோ இந்த நவநாகரிகக் குடும்பத்தின் மூன்றாவது மகன்' என்று தொடர்ந்த இப்போலித் கிரீலவிச், 'நம் முன்பு இப்போது குற்றவாளிக் கூண்டில் நிற்கிறார்.' அவருடைய செயல்பாடுகள், வாழ்க்கை முறை மற்றும் துணிகரச் செயல்கள் எல்லாமே இப்போது வெளிப்படையாகத் தெரிய வேண்டிய நேரம் வந்துவிட்டது. 'ஐரோப்பியத் தனத்திற்கு' எதிராகவும், 'மக்கள் இயக்க ஆரம்பத்திற்கு' ஆதரவாக இருக்கும் அவருடைய சகோதரர்களுக்கு எதிராக இருக்கும் இவரோ, இப்போதைய ரஷ்யாவின் முழு சின்னமாய் – ஓ, முழு, முழு ரஷ்யாவின் சின்னமாக இல்லாமல், கடவுளே காப்பாற்று, அப்படி மட்டும் இருந்திருந்தால்! ஆனால், இங்கே நம்முடைய ரஷ்யத் தாயின் மணம் வீசுகிறது, நம்முடைய செல்லத் தாயின் பேச்சு கேட்கிறது. ஓ, நாம் அப்படியே உணர்ச்சிவசப் படுபவர்கள்தாம். நல்லதும் கெட்டதும் கலந்த அபூர்வக் கலவைதான் நாம். ஷில்லரின் (*Schiller*) அறிவை நேசிப்பவர்கள்தான் நாம், ஆனால்

அதே சமயம் சத்திரத்தில் குடிக்கும் நம் சக குடியாளியின் தாடியைப் பிடித்து இழுத்துக் கேவலப்படுத்துபவர்களும் நாம்தாம். ஹா, நாம் நன்றாக, அழகாக, இருக்கும்போது மற்றவர்களிடம் நாம் நன்றாகவும் அழகாகவும் இருக்கிறோம். மாறாக, நாம் உணர்ச்சிவசப்படும்போது எல்லாவற்றையும் விஞ்சி நிற்கிறோம் – குறிப்பாக விஞ்சி நிற்கிறோம் – மேம்பட்ட நம்முடைய எண்ணங்கள் வானத்திலிருந்து தானாகவே வந்து விழ வேண்டும், அதுவும் இலவசமாய், இலவசமாய்! பணம் கொடுக்காமல். பணம் கொடுக்க நாம் விரும்புவதே இல்லை, ஆனால் அதைப் பெற்றுக்கொள்ள மட்டும் நாம் விரும்புகிறோம், அப்படியே இது எல்லா விதங்களிலும் ஓ, வாழ்க்கையில் இருக்கும் எல்லா நல்ல விஷயங்களையும் எல்லாவற்றையும் கொடுங்கள் (குறிப்பாக எல்லா நல்ல விஷயங்களையும் ஏனெனில் அதற்குக் குறைவான விஷயங்கள் எங்களுக்குத் தேவையில்லை) மேலும் குறிப்பாக, எங்களுடைய குணத்திற்கு எந்தவிதத்திலும் இடையூறாக இருக்காதீர்கள், அப்படியிருந்தால் நாங்கள் எவ்வளவு நல்லவர்கள், அற்புதமானவர்கள் என்பதை உங்களுக்கு நாங்கள் நிரூபித்துக் காட்டுவோம். நாங்கள் பேராசைக்காரர்கள் அல்ல, ஓ, அல்ல, அல்லவே அல்ல, ஆனால் எங்களுக்கு நீங்கள் அதிகமாக, மிக அதிகமாகப் பணம் கொடுத்தீர்களென்றால், நாங்கள் பெருந்தன்மையுடன், ஆதாயமாகக் கிடைத்த அந்தப் பணத்தை, பணத்தின் மீதிருக்கும் வெறுப்பால், அந்த வெறுப்பின் காரணமாகவே, ஒரே இரவில், கணக்கு வழக்கின்றிச் செலவழிப்போம். அப்படிப் பணம் கொடுக்கப்படவில்லை என்றால், அது வேண்டுமென்ற ஆசையில், அதை எப்படிப் பெறுவது என்பதையும் உங்களுக்கு நாங்கள் காட்டுவோம். ஆனால் அதைப் பற்றி நாம் பிறகு பேசுவோம், இப்போது வரிசைப்படி பார்ப்போம். முதலாவதாக, பாவப்பட்டு, வெறுத்து ஒதுக்கப்பட்ட குழந்தை, 'புழக்கடையில் செருப்பில்லாமல்' அலைந்தது என்று மதிப்பிற்கும் மரியாதைக்குமுரிய நம்முடைய சக குடிமகன், அந்தோ பரிதாபம், வெளிநாட்டிலிருந்து வந்தவர் சொன்னார்! மீண்டும் சொல்கிறேன், யாருக்காகவும் நான் குற்றவாளியைக் காப்பாற்ற முன்வரவில்லை! அப்படிப்பட்ட நான்தான் அவருடைய வழக்கறிஞரும் அவருடைய ஆதரவாளரும்கூட. ஆம், நாம் மக்கள், உணர்ச்சியுள்ள மக்கள், அதனால் அவருடைய குழந்தைப் பருவமும் பிறந்த வீடும் அவருடைய குணாம்சத்தை வடிவமைக்க எந்த விதத்தில் உதவியாயிருந்தது என்பதைப் பார்ப்போம். இதோ இப்போது அவர் ஒரு இளைஞர், வளர்ந்துவிட்ட ஒரு இளம் மனிதர், அரசு அதிகாரி. வரம்பு மீறிய அவருடைய செயலுக்காகவும் ஒருவரை ஒருவர் சுட்டுக் கொல்லும் போட்டியில் பங்கேற்பதற்காகவும் ஊருக்கு வெளியே இருக்கும் இடத்திற்கு அவரை அனுப்புகிறார்கள். ராணுவத்தில் வேலை பார்த்த அவர், ஊதாரித்தனமாய் நெறிகெட்டுத் திரிந்தவர், பிரம்மாண்டமான கப்பல் எவ்வளவு ஆழத்தைத் தேடிச் செல்லுமோ அது போல அவர் பணத்தை நாடிச் சென்றார். தேவை, முதலில் நமக்குப் பணம். அதற்காகத் தந்தையிடம் வாதம் செய்து, தன்னுடைய மீதிப் பங்கான ஆறாயிரம் ரூபிள்களைப் பெறுகிறார். கவனமாகக் கேளுங்கள், ஆவணத்தில் அவர் கையொப்பமிட்டுக் கொடுத்த கடிதம் நம்மிடம் இருக்கிறது, அதாவது, இந்த ஆறாயிரம்

ரூபிள்களை அவர் பெற்றுக்கொண்டு, இனித் தன்னுடைய தந்தையிடமிருந்து வேறு எந்தச் சொத்தும் வேண்டாம் என்று எழுதிக் கொடுத்த கடிதம் நம்மிடம் இருக்கிறது. அந்தச் சமயம் நன்கு படித்த, நல்ல குணமுள்ள இளம் பெண் ஒருத்தியை அவர் சந்திக்கிறார். ஓ, அதைப் பற்றிய விளக்கங்களையெல்லாம் மீண்டும் நான் சொல்லப் போவதில்லை, ஏனெனில் நீங்களே அதை இப்போது தெரிந்துகொண்டீர்கள்: இங்கே நேர்மையும் தன்னைத்தானே தியாகம் செய்துகொள்ளும் மனப்பான்மையும் இருப்பதால் நான் அமைதியாக இருக்கிறேன். ஒழுக்கங்கெட்ட, அற்பத்தனமான இந்த இளம் வாலிபர், நம் முன்னே உயரிய கொள்கைகளுக்கும் உன்னதமான பெருந்தன்மைக்கும் தலைவணங்குபவராக இருக்கிறார். ஆனால், திடீரென்று இதோ இந்த நீதிமன்றத்தில், சிறிதும் எதிர்பாராத விதத்தில், முற்றிலும் மாறாக, அவருடைய வேறு பக்கம் காட்டப்பட்டது. இது ஏன் நடந்தது என்று நான் ஆய்வு செய்யப் போவதில்லை. ஆனால், இது ஏன் நடந்தது என்பதற்கான காரணங்கள் இருக்கின்றன. நீண்ட காலமாகக் கோபத்துடன் அடக்கி வைக்கப்பட்ட உணர்வுகளை அந்த இளம் பெண் கண்ணீர் மல்க நம்மிடம் வெளிப்படுத்தினாள்; அவனுடைய கவனமின்மை, கட்டுப்பாடின்மை காரணமாக அவன்தான் முதலில் அவளை வெறுத்தானென்றும், இருந்தாலும் அவன் உயரிய நோக்கமும் பெருந்தன்மையும் கொண்டவனென்றும் சொன்னாள். அவனிடமிருந்து, அந்தப் பெண்ணின் மணமகனிடமிருந்து, முதன்முதலாக வெளிப்பட்ட ஏளனச் சிரிப்பை அவளால் தாங்கிக் கொள்ள முடியவில்லை என்றும் அவள் சொன்னாள். அவன் மனம் மாறி அவளை ஏமாற்றிவிட்டானென்று தெரிந்தும் (மனம் மாறியவன் எதையும் செய்வான், துரோகம்கூடச் செய்வானென்பதை அறிந்திருந்தும் அவள் அதைத் தாங்கிக்கொள்ள வேண்டி இருந்தது), அவளை அவன் ஏமாற்றியதைத் தெளிவுபடுத்தும் விதத்தில், அவனுக்கு மூவாயிரம் ரூபிள்களைக் கொடுத்து, 'இதை நீ வாங்கிக்கொள்ளப் போகிறாயா, இல்லையா, அல்லது அந்த அளவுக்கு நீ கேவலமானவனா?' என்று அவனைச் சீர்தூக்கிக் குற்றம்சாட்டும் விதத்தில் அமைதியாகப் பார்த்தாள். அவளைப் பார்த்தபடி, அவளுடைய எண்ணங்களைப் புரிந்துகொண்டு, (உங்கள் முன்பாக அவனே ஒத்துக்கொண்டான், எல்லாமே அவனுக்குப் புரிந்தது என்று) தயங்காமல் அவன் அந்த மூவாயிரம் ரூபிள்களை எடுத்துக்கொண்டு, தன்னுடைய ஆசை நாயகியுடன் அவன் போய் விட்டான். எதை நம்புவது! முதல் கதையையா – அதாவது ஒரு நல்ல எண்ணத்திற்காக, ஒருவரை வாழவைப்பதற்காகத் தன்னுடைய கடைசிப் பணத்தையும் கொடுத்த அந்தச் சுயநலமில்லாத, உயரிய நோக்கங்கொண்டவனையா அல்லது நாணயத்தின் அடுத்த பக்கமாக, இவ்வளவு பெரிய கேவலத்தைச் செய்பவனையா? இரண்டு வேறுபட்ட உண்மைகளிலிருந்தும் நடுநிலையான ஒன்றைத் தேட வேண்டிய நிலைமை சாதாரணமாகவே நம்முடைய வாழ்க்கையில் நடப்பதுதான்; இப்போதும்கூட அப்படித்தான். அநேகமாக, முதலாவதாகக் குறிப்பிடப் பட்ட சம்பவத்தில் அவர் மிகவும் நேர்மையானவராக, பெருந்தன்மை வாய்ந்தவராக இருந்தார், ஆனால் இரண்டாவதாகக் குறிப்பிடப்பட்ட சம்பவத்தில் உண்மையாகவே அவர் கேவலமாக நடந்துகொண்டார்.

இது ஏன் அப்படி? இதோ குறிப்பாக, கரமாஸவினரின் குணம் பரந்த மனப்பான்மை கொண்டதாக இருக்க – அதைப் பற்றித்தான் நான் சொல்ல வருகிறேன் – எல்லாவிதமான வேறுபாடுகளையும் உள்ளடக்கி, ஒரே சமயத்தில் இரண்டு ஆழமான விஷயங்களையும் பகுத்தறிந்து, மேலான ஒன்று மிகப் பெரியதொரு இலட்சியமாக இருக்க, மற்றொன்றோ, கீழானதாக, மிகச் சிறிய, மிகக் கேவலமானதாக, வீழ்ச்சிக்குரிய ஒன்றாக இருக்கிறது. கரமாஸவின் குடும்பத்துடன் மிக நெருக்கமாக இருந்து, அவர்களை மிக உன்னிப்பாகக் கவனித்த வாலிபர் ரக்கீத்தின் சொன்ன அற்புதமான கருத்தை நினைவுகூருங்கள்: 'மிக உயர்ந்த, மெச்சுதற்குரிய பெருந்தன்மையைப் போலவே, மிகக் கேவலமான, கீழ்த்தரமான குணமும் கட்டுக்கடங்காத, அடக்கி ஆள முடியாத தன்மையும் இருந்தது' என்று, இது உண்மை: இயற்கைக்கு மாறுபட்ட ஆழமான இந்த இரண்டு விஷயங்களின் கலவையும் எப்போதும் இருந்துகொண்டே தான் இருக்கின்றன. இரண்டு ஆழமான விஷயங்கள், பெருமக்களே, இரண்டும் ஒரே சமயத்தில் இணைந்திருக்க, இவை இரண்டும் இல்லா விட்டால் நாம் சந்தோஷமில்லாமல், மன நிறைவில்லாதவர்களாகி விடுவோம்; நம்முடைய வாழ்க்கையும் முழுமையடையாமல் போய்விடும்.

பரந்த மனப்பான்மை உடைய நாம், பரந்து விரிந்திருக்கும் நம்முடைய ரஷ்யாவைப் போன்றவர்கள்; எல்லாவற்றையும், எதையும் ஏற்றுக்கொள்ளத் தயாராக இருப்போம்! சொல்லப்போனால், இப்போது தான் அந்த மூவாயிரம் ரூபிள்களைப் பற்றி நாம் பேசினோம், ஆனால் சற்றே கொஞ்சம் முன்னோக்கிப் போகிறேன். யோசித்துப் பாருங்கள், இப்படிப்பட்ட குணம் உள்ள ஒருவர், அந்தப் பணத்தை இவ்வளவு கேவலத்துடன், இவ்வளவு அவமானத்துடன், கேடுகெட்ட பெரும் பழியுடன் வாங்கிக் கொண்ட அந்தப் பணத்தை யோசித்துப் பாருங்கள், அதை இரண்டாகப் பிரித்து, ஒரு பகுதியைப் பட்டயம் போலச் செய்து, அதில் பணத்தை வைத்துத் தைத்து, முழு ஒரு மாதமாக, எந்தவிதச் சபலத்திற்கும் அடிமையாகாமல், தேவைப்பட்ட தருணத்திலும் கூட அதை எடுத்துச் செலவு செய்யாமல், உறுதியுடன் அப்படியே அதைத் தன்னுடைய கழுத்தில் அணிந்திருந்தாரென்று! அப்படியே சத்திரத்தில் அவர் குடித்துவிட்டுப் பெண்களுடன் கும்மாளம் போட்ட போதுகூட அந்தப் பணத்தை அவர் தொடாமல், அவசரமாகத் தன்னுடைய ஊரை விட்டுக் கிளம்பி, கடவுளுக்குத்தான் தெரியும் ஏனென்று, அவருடைய ஆசை நாயகியைப் போட்டியாளனிடமிருந்து, அவருடைய தந்தையிடமிருந்து காப்பாற்ற வேண்டிய தருணத்திலும் கூட அந்தப் பட்டயத்திலிருந்த பணத்தைத் தொடாமல் இருந்தாரென்பதை நம்ப முடிகிறதா என்ன. ஆமாம், இது ஒரே ஒரு காரணத்திற்காக, தன்னுடைய நாயகியை, பொறாமையுடன் பார்த்த அந்தப் போட்டி யாளனிடமிருந்து காப்பாற்றுவதற்காகவேனும் தன்னுடைய அந்தப் பட்டயத்திலிருந்து அவர் பணத்தை எடுத்திருக்க வேண்டும், அப்படியே கண்கொட்டாமல் தன்னுடைய ஆசை நாயகியின் செயல்பாடுகளைக் கவனித்து வந்தவர், 'உன்னுடையவள் நான்' என்று இறுதியாக அவள் சொன்ன அந்தத் தருணத்தில், விதிவசப்பட்ட தற்போதைய இந்த நிலைமையைத் தவிர்த்துவிட்டு, எங்காவது அவளுடன் வெகுதூரம்

ஓடிப் போயிருக்க வேண்டும். ஆனால், அப்படி அவர் அந்தப் பட்டயத்தைத் தொடாமலிருந்ததன் காரணம் என்ன? முதலில் குறிப்பிட்டது போல, 'உன்னுடையவள் நான், எங்கு நீ என்னைக் கூட்டிக்கொண்டு போக விருப்பப்படுகிறாயோ அங்குக் கூட்டிக்கொண்டு போ' என்று அவள் சொல்லும்போது, அவளை எங்காவது கூட்டிக்கொண்டு போக அவரிடம் பணம் வேண்டுமே. ஆனால் குற்றவாளியின் வார்த்தைகளாலேயே குறிப்பிடப்பட்ட இந்த முதல் போலிக் காரணம், இரண்டாவது சாக்கு போக்குக் காரணத்தின் முன்னால் சோபையிழந்து போய்விட்டது. 'அந்தப் பணத்தைப் பட்டயமாய் என்னுடைய கழுத்தில் நான் சுமந்து கொண்டிருந்தபோது' என்று அவர் சொன்னபோது, 'நான் ஒரு கயவன், ஆனால் திருடன் அல்ல, ஏனெனில் அவளிடம், இந்தப் பாதிப் பணத்தைத் திருப்பிக் கொடுத்து, என்னை அவமதித்த அவளிடம், என்னால் இப்படிச் சொல்லியிருக்க முடியும், 'பார், உன்னுடைய பாதிப் பணத்தை நான் குடித்துக் கூத்தாடிச் செலவழித்துவிட்டேன்; இதன் மூலமாக நான் பலவீனமானவன், ஒழுக்கங்கெட்டவன் என்பதை நான் நிரூபித்துவிட்டேன், ஆனால், நீ ஒன்றைத் தெரிந்துகொள்ள வேண்டுமானால், நான் ஒரு கயவன் (குற்றவாளி பயன்படுத்திய அதே வார்த்தைகளைத்தான் நான் இங்குப் பயன்படுத்துகிறேன்), ஒரு கயவனாக நான் இருந்தாலும், நான் ஒரு திருடனல்ல; அப்படியே நான் ஒரு திருடனாக இருந்திருந்தால், உன்னுடைய இந்த மீதிப் பணத்தை உன்னிடம் கொடுக்காமல் அதையும் நானே வைத்திருந் திருப்பேன்' என்று சொல்லியிருப்பார். எப்படி உண்மை அற்புதமாக விளக்கப்பட்டிருக்கிறது! இதே இந்த மூர்க்கத்தனமான, பலவீனமான இந்த மனிதன், அந்த மூவாயிரம் ரூபிள்களை வேண்டாமென்று திருப்பிக் கொடுக்க முடியாமல், எவ்வளவு பெரிய கேவலத்துடன் ஈர்த்திழுக்கப்பட, அதே அந்த மனிதன் திடீரென்று மிக உறுதியான தன்னடக்கத்துடன் தன்னுடைய கழுத்தில் தொங்கிய அந்த ஆயிரத்து ஐநூறு ரூபிள்களையும் தொடாமல் அப்படியே இருக்கிறாராம்! இதுவரை நாம் ஆராய்ந்து பார்த்த அவருடைய குணாம்சத்திற்கு இது எவ்வளவு தூரம் ஒத்துவருவதாக இருக்கிறது? அப்படியே உண்மையாகவே அவர் அந்தப் பணத்தை ஒரு சிறு பை செய்து அதனுள் அதை வைத்துத் தைத்திருந்தாலும், இப்படிப்பட்ட தருணத்தில் உண்மையான திமித்ரி ஃபியோதரவிச் எப்படி நடந்திருப்பார் என்பதை உங்களுக்கு நான் சொல்லப் போவதில்லை. அவருடைய முதல் மயக்கத்தில் – சரி, தன்னுடைய புது ஆசை நாயகியை மகிழ்விக்கும் ஆசையில், ஏற்கனவே அவளுடன் முதல் ஆயிரத்து ஐநூறு ரூபிள்களைச் செலவு செய்த அனுபவத்தில், கண்டிப்பாக இந்தப் பணப் பட்டயத்தைப் பிரித்து, அதிலிருந்த பணத்தையும் எடுத்துச் செலவுசெய்திருப்பார்; சொல்லப்போனால், முதலில் அந்தப் பணத்தைத்தான் அவர் எடுத் திருப்பார்; உண்மையாகவே, எதற்காக அவர் சரிபாதியாக ஆயிரத்து ஐநூறு ரூபிள்களைத் திருப்பித் தர வேண்டும்? ஆயிரத்து நானூறு ரூபிள்களைக்கூடத் திருப்பிக் கொடுத்திருக்கலாம்தானே; ஏனெனில் எல்லாமே ஒன்றுதான்: 'நான் கயவன், ஆனால் திருடனல்ல, ஏனெனில் ஆயிரத்து நானூறு ரூபிள்களை நான் திருப்பித் தருகிறேனே; நான்

திருடனாக இருந்திருந்தால், எல்லாப் பணத்தையும் எடுத்துக்கொண்டு, எதையுமே உனக்கு நான் திருப்பித் தராமல் இருந்திருக்கலாம் தானே' என்று கத்தரீனா இவானவ்னாவிடம் அவர் சொல்லியிருக்கலாம். மறுபடியும் கொஞ்ச நாள் கழித்து அந்தப் பணம் இருந்த பட்டயத்தைப் பிரித்து இன்னொரு நூறு ரூபிள், மற்றுமொரு நூறு ரூபிள், இன்னுமொரு நூறு ரூபிள் என்று மூன்று, நான்கு முறை பணத்தை எடுத்து, இறுதியாக, மாதக் கடைசியில் ஒரு நூறு ரூபிள் நோட்டை மட்டுமே விட்டுவிட்டு எல்லாவற்றையும் அவர் செலவு செய்திருக்கலாம்: பிறகு அவளிடம் ஒரே ஒரு நூறு ரூபிள் நோட்டை மட்டும் திருப்பிக் கொடுத்துவிட்டு, 'நான் கயவன், ஆனால் திருடனல்ல. இரண்டாயிரத்துத் தொள்ளாயிரம் ரூபிள்களை நான் குடித்துக் கூத்தாடிச் செலவழித்து விட்டேன், இதோ என்னிடமிருக்கும் மீதி ஒரே ஒரு நூறு ரூபிள்; நான் திருடனாக இருந்திருந்தால் இதையும் நான் உனக்குத் திருப்பித் தந்திருக்க மாட்டேன். இறுதியாக, அந்த ஒரு நூறு ரூபிள் நோட்டைத் தவிர, எல்லாவற்றையும் அவர் ஊதாரித்தனமாகச் செலவுசெய்துவிட்டு, அந்த நூறு ரூபிளை மட்டும் வைத்துக்கொண்டு தனக்குத்தானே இப்படி அவர் சொல்லியிருக்க முடியும்: 'இந்த ஒரு நூறு ரூபிளைத் திருப்பிக் கொடுப்பதில் எந்தவொரு பியோஜனம் இல்லை, எனவே இதையும் நான் செலவழித்துவிடுகிறேன்!' என்று. இதோ இப்படித்தான் அவர் செய்திருப்பார், நம்முடைய திமித்ரி கரமாஸவ், நமக்குத் தெரிந்த இவர்! இந்தப் பணப் பட்டயத்தைப் பற்றிய கதை உண்மைக்குப் புறம்பாக, இதற்கு மேலும் கற்பனை செய்து பார்க்க முடியாத ஒரு கதையாக இருக்கிறது. ஒருவர் எதை வேண்டுமானாலும் நம்பலாம், ஆனால் இந்தக் கதையை மட்டும் நம்ப முடியாது. ஆனால், இதைப் பற்றி நாம் மறுபடியும் திரும்ப விவாதிப்போம்' என்றார் வழக்கறிஞர்.

குடும்பச் சொத்து பற்றிய சண்டை மற்றும் தந்தை மகனுக்கிடையே இருந்த உறவு பற்றிய விஷயம் ஆகிய இவை அனைத்தையும் சேர்த்து, நீதிமன்றத்திற்குத் தெரிந்த விஷயங்களை வைத்துக்கொண்டு, மறுபடியும் எடுக்கப்பட்ட முடிவு என்னவென்றால், அவர்களுக்குக் கிடைத்த உண்மையான விஷயங்களின் படி, மீச்சியாவின் தாய்வழிச் சொத்தைப் பங்குபோடும்போது யார் யாரை ஏமாற்றினார்களென்பது தெளிவாகத் தெரியவில்லை என்பதுதான்; இந்த மூவாயிரம் ரூபிள்களைப் பொறுத்த வரையில், மீச்சியாவின் எண்ணத்தில் அதைப் பற்றிய கருத்து ஒன்று மிக ஆழமாகப் பதிந்துவிட்டிருந்தது என்று மருத்துவர் சொன்னது போலவே இப்போலித் கிரீலவிச்சும் சொன்னார்.

## 7

## குற்றம் சுமத்தப்பட்டவனின் நடத்தையைப் பற்றி

'குற்றவாளி தன்னுடைய சுயபுத்தியில் இல்லை, அவனுக்குப் புத்தி பேதலித்துவிட்டது' என்பதை நிரூபிக்க மருத்துவ வல்லுநர்கள் முயன்றிருக் கிறார்கள். நான் உறுதியாகச் சொல்கிறேன், அவன் சுயபுத்தியில்தான்

இருக்கிறான் என்று, அப்படியே அதுதான் மிக மோசமான நிலையுங் கூட: அப்படி அவன் சுயபுத்தியில் இல்லாமல் இருந்திருந்தால், ஒரு வேளை, அவன் அறிவாளியாக இருந்திருக்கக்கூடும். அவனுக்குப் பித்துப் பிடித்திருக்கிறது என்பதை நான் ஒத்துக்கொள்கிறேன், ஆனால் அது ஒரே ஒரு விஷயத்தில் மட்டும்தான் – மருத்துவ வல்லுநர்கள் குறிப்பிட்டதுபோல, குற்றவாளியைப் பொறுத்தவரையில், அந்த மூவாயிரம் ரூபிள்கள் அவனுக்குக் கொடுக்கப்படாமல் அவனுடைய தந்தையால் மறுக்கப்பட்ட பணம் என்ற அந்த ஒரே விஷயத்தில் தான் அவனுக்குப் பித்துப்பிடித்திருந்தது. அப்படியே இருந்தாலும், குற்றவாளிக்குப் பித்துப் பிடித்துவிட்டது என்று சொல்வதைவிட, பண விஷயத்தில் அவருக்கு ஒரு வெறித்தனம் இருந்தது என்றுதான் சொல்ல வேண்டும்.

என்னைப் பொறுத்தவரையில், இளம் மருத்துவர் சொன்ன கருத்தை நான் முழுமையாக ஏற்றுக்கொள்கிறேன், அதாவது குற்றவாளி நல்ல மனநிலையில்தான் இருந்தார், இருக்கிறார், ஆனால் எரிச்சலுடன் வெறுப்புடன் இருக்கிறாரென்பதை. அதில்தான் விஷயமே அடங்கியிருக் கிறது. அவருடைய இடைவிடாத கோபமும் வெறியும் அந்த மூவாயிரம் ரூபிள்களில் இல்லை, குறிப்பாக, அந்தக் கோபத்திற்கான காரணம் வேறு ஒன்றாக இருந்தது. அதுதான் – பொறாமை!'

இங்கு இப்போலித் கிரீலவிச் குற்றவாளிக்குக் குரூஷென்காவின் மீதிருந்த விதிவசப்பட்ட காதலை விரிவாக விளக்கினார். 'இளம் பெண்ணை அடிப்பதற்காக'ப் போன குற்றவாளி என்று அவர் பயன்படுத்திய அதே வார்த்தையைப் பயன்படுத்தி விளக்கிய இப்போலித் கிரீலவிச், 'அந்தப் பெண்ணை அவர் அடிக்காமல், அவளுடைய கால்களில் விழுகிறார் – இதோ இப்படித்தான் காதல் ஆரம்பித்தது' என்று குற்றவாளியின் காதல் ஆரம்பித்த தருணத்திலிருந்து சொல்ல ஆரம்பித்தார் வழக்கறிஞர். அதே அந்தச் சமயம்தான், வயதான அந்தக் குற்றவாளியின் தந்தையும் அந்தப் பெண்ணைச் சந்திக்க நேரிட, – விதிவசப்பட்ட அந்தத் தருணத்தில், இருவருடைய உள்ளங்களும் ஆச்சர்யப்படத்தக்க ஒற்றுமையின் காரணமாக, ஒரே சமயத்தில் அந்தப் பெண்ணின் மீது வெறித்தனமாய் ஆசைகொள்ள, இதற்கு முன்பே இருவரும் அவளைச் சந்தித்திருந்தாலும், கரமாஸவ் குடும்பத்திற்கே உரிய பேராசையில், இருவருடைய உணர்வுகளும் கட்டுக்கடங்காமல் பற்றி எரிந்தன. இங்கு அவளே ஒப்புக்கொண்ட ஒன்று: 'அவர்கள் இருவரையும் பார்த்து நான் கேலி செய்தேன்' என்பது. ஆமாம், ஏனோ அவளுக்கு இருவரையும் பார்த்துக் கேலி செய்ய வேண்டுமென்று தோன்றியிருக்கிறது; முதலில் இப்படி நினைக்காத அவள், திடீரென்று இப்படி நினைக்க, இறுதியாக இருவருமே அவளுடைய காலடியில் விழுந்துகிடந்தனர். கடவுளைத் தொழுவது போல் பணத்தைத் தொழும் அந்த வயோதிகர், அவளுக்காக உடனே மூவாயிரம் ரூபிள்களைத் தயார் செய்து, முதலில் அவரைப் பார்க்க அவள் வீட்டிற்கு வந்தால் போதுமென்று நினைத்தவர், பிறகு அவள் சட்டப்படி அவருடைய மனைவியானால் தன்னுடைய பெயரையும்

சொத்தையும் மகிழ்ச்சியாக அவளுடைய காலடியில் சமர்ப்பிக்கத் தயாரானார். இதற்கான ஆதாரம் மிக உறுதியாக இருக்கிறது. குற்றவாளியைப் பொறுத்தவரையில், அவருடைய அவலநிலை மிகத் தெளிவாகத் தெரிகிறது. ஆனால் இப்படிப்பட்ட ஒரு 'விளையாட்டுதான்' இளைஞனின் வேலையாக இருந்தது. இந்த மாயக்காரி, பாவப்பட்ட இந்த இளைஞனுக்கு எந்த ஒரு நம்பிக்கையையும் தரவில்லை; அப்படிப் பட்ட நம்பிக்கை, உண்மையான நம்பிக்கை அவனுக்குக் கடைசி நேரத்திலேயே, கிடைக்கப்பெற, ஏற்கனவே அவனுடைய தந்தையின், போட்டியாளரின் ரத்தம் குற்றவாளியின் கைகளில் படிந்திருக்க, அந்தச் சமயத்தில் அந்த மாயக்காரியின் முன்பு அவன் மண்டியிட்டு நிற்க, அவன் கைது செய்யப்படுகிறான். 'என்னையும் அவனுடனேயே சைபீரியாவுக்கு அனுப்பிவிடுங்கள்; வேறு யாரும் இதற்குக் காரணமல்ல, நான்தான் காரணம்!' என்று தான் செய்த தவற்றிற்காக உண்மையாகவே வருந்திச் சொல்கிறாள் அந்த இளம்பெண். இந்த வழக்கைப் பற்றி எழுத முடிவுசெய்த திறமை வாய்ந்த அந்த இளம் மனிதர், திரு. ரக்கீத்தின், சொன்னதை நினைவுகூர்கிறேன். ரத்தினச் சுருக்கமாக இந்தக் கதாநாயகி யின் குணத்தைப் பற்றி அவர் சொன்னதாவது. 'அவளுடைய இள வயது ஏமாற்றம், துரோகம், வீழ்ச்சி, காதலின் நய வஞ்சகம், அப்படியே அவனால் கைவிடப்பட்ட துரோகம், பிறகு ஏழ்மை, மரியாதைக்குரிய குடும்பத்திலிருந்து தூக்கி எறியப்படுதல், இறுதியாகப் பணம் படைத்த வயோதிகர் ஒருவரால் அவள் காப்பாற்றப்பட, அவள் அவரைத் தன்னுடைய பாதுகாவலராக இன்னமும் நினைத்துக்கொள்கிறாள். அவளுடைய இளம் உள்ளத்தில் நல்ல எண்ணங்கள் நிறைய இருந்திருக்கலாம், இருந்தாலும், அந்த இளவயதிலேயே அவளுக்குள் கோபமும் ஒளிந்திருக்கிறது. இவை எல்லாம் சேர்ந்து, திட்டமிட்டுக் கணக்கிடும் குணத்தை அவளுள் உருவாக்கி, பணம் சேகரிக்கும் தன்மையை அவளுக்குக் கொடுத்திருந்தது. 'சமுதாயத்தைப் பழிவாங்கும் எண்ணமும் மனிதர்களை ஏளனம் செய்யும் குணமும் அவளுள் உருவெடுத்திருந்தது' என்றான் ரக்கீத்தின். இப்படிப்பட்ட இவள், இருவரையும் பழிவாங்கும் நோக்கத்துடன் விளையாட்டுத்தனமாகக் கேலி செய்து வந்தாள் என்பது தெளிவாகப் புரிகிறது. இப்படியாக, நம்பிக்கை இல்லாத காதல், ஒழுக்கக் கேடு, மணமகளுக்குச் செய்த துரோகம், நம்பிக்கையுடன் கொடுக்கப்பட்ட பணத்தைத் தன்னுடைய தாக்கிக் கொண்ட உணர்வு இவை எல்லாம் சேர்ந்து, இதோ இந்த ஒரு மாதமாகக் குற்றவாளியை வெறிபிடித்தவன் போல, ஏறக்குறைய பைத்தியம் பிடித்தவனைப் போலாக்கி, பொறாமையில், அதுவும் தன்னுடைய சொந்த தந்தையின் மீதிருக்கும் பொறாமையில் அவன் பித்துப்பிடித்தவனைப் போலிருந்தான்! அப்படியே அந்தப் பைத்தியக்காரக் கிழவர் மூவாயிரம் ரூபிள்களைக் காட்டி அவனை மயக்கவும் அவனுடைய உணர்வுகளைத் தூண்டவும் செய்தபோது, அவன் அந்தப் பணத்தைத் தன்னுடைய தாய்வழிச் சொத்தாக, தனக்குச் சேர வேண்டிய பணமாகவே நினைத்தான். ஆமாம், ஒப்புக்கொள்கிறேன், இவற்றையெல்லாம் தாங்கிக்கொள்வது மிகவும் கடினம்தான்! இதனால் ஒருவனுக்குப் பைத்தியம்கூடப் பிடிக்கலாம். ஆனால் விஷயம் இந்தப்

பணத்தில் இல்லை; இந்தப் பணத்தின் காரணமாக அவனுடைய சந்தோஷம் முழுவதும் தொலைந்து போகக்கூடிய கேவலமான நிலைமை, அவனுடைய வெறுப்பு மனப்பான்மையில்தான் இருந்தது!'

அதன்பிறகு இப்போலித் கிரீலவிச் குற்றவாளியின் மனத்தில் படிப்படியாகத் தன்னுடைய தந்தையைக் கொல்வதற்கான எண்ணம் எப்படி உருவானது என்பதைப் பற்றிச் சொல்லி, அதற்கான உண்மைகளைத் தேடிக் கண்டுபிடிக்கலானார்.

'முதலில் அவர் சத்திரத்தில் கூச்சல் போட ஆரம்பித்தார் – அதுவும் முழு ஒரு மாதமாக. ஓ, மனிதர்களுடன் பேசுவது அவருக்கு மிகவும் பிடித்திருக்க, தன்னுடைய எண்ணங்களை அவர் உடனுக்குடன் அவர்களுடன் பகிர்ந்துகொண்டு, அதுவும் பயங்கரமான, அபாயகரமான தன்னுடைய எண்ணங்களைப் பகிர்ந்துகொண்டு, அவர்களுடைய முழு ஒத்துழைப்பையும் ஏன் என்று தெரியாமலேயே அவர்களிடமிருந்து உடனே எதிர்பார்த்து, அவருடைய எல்லாக் கவலைகளையும் துன்பங்களையும் அவர்கள் ஏற்றுக்கொண்டு, எதையும் அவர்கள் எதிர்த்துக் கேட்காமல், எல்லா விதங்களிலும் அவர்கள் அவரை மகிழ்ச்சியடையச் செய்ய வேண்டுமென்று அவர் எதிர்பார்த்தார். இல்லாவிட்டால், கோபத்தில் அவர் குமுறி எழுந்து அந்தச் சத்திரத்தையே துவம்சம் செய்திருப்பார். (படைத் தளபதி ஸ்நேகிரியேவுடன் நடந்த சம்பவமும் அதைத் தொடர்ந்தது தான்.) வெறும் கூச்சலும் குழப்பமும் மட்டும் அவருக்கு எதிராக இருக்கவில்லை, வெறிபிடித்த இந்த மிரட்டலின் காரணமாக விபரீதமாக ஏதாவது ஒன்று நடக்குமென்றே 'அந்த மாதம் நடந்த சம்பவத்தைப் பார்த்தவர்களும் கேட்டவர்களும், நினைத்தார்கள். (இங்குக் குற்றவாளி அல்யோஷாவைச் சந்தித்ததைப் பற்றியும் அவனுடன் நடந்த உரையாடலைப் பற்றியும் சாப்பாட்டு நேரத்திற்குப் பிறகு எப்படிக் குற்றவாளி தந்தையின் வீட்டிற்குள் தடாலடியாகப் புகுந்து மிகக் கேவலமாக அவரைத் தாக்கினார் என்பதைப் பற்றியும் விவரித்தார்). 'என்னுடைய நோக்கம் இதை உறுதியாக வலியுறுத்துவதில் இல்லை' என்று தொடர்ந்த இப்போலித் கிரீலவிச், 'இந்தச் சம்பவம் நடப்பதற்கு முன்பே குற்றவாளி தன் தந்தையைக் கொல்லத் திட்டமிட்டிருந்தாரென்பதை வலியுறுத்துவதில் இல்லை. இருந்தாலும், அந்த எண்ணம் அவருடைய மனத்தில் பலமுறை தோன்றி, அதைப் பற்றி அவர் யோசித்து, அது அவருள் கனிந்திருந்தது என்பது நம்மிடம் இருக்கும் ஆதாரங்கள் மூலமாகவும் சாட்சியாளர்கள் கொடுத்த வாக்குமூலத்தின் மூலமாகவும் நிரூபணமாகிறது. ஒன்றை நான் ஒப்புக்கொள்ள வேண்டும், முறைகாண் ஆயத்தினரே' என்று சொன்ன இப்போலித் கிரீலவிச், 'குற்றவாளி தன்னுடைய முழு மனத்துடன் மனசாட்சியுடன் மனத்தில் தோன்றிய இந்தக் குற்றத்தைத் திட்டமிட்டுச் செய்தார் என்று இந்த நிமிடம்வரை என்னால் உறுதியாகச் சொல்ல முடியாது. விதிவசப்பட்ட இந்த எண்ணத்தை, இந்தத் தருணத்தை பலமுறை அவர் எண்ணிப் பார்த்து, ஆனால் அதை யோசித்து மட்டுமே பார்த்து, நடக்கக்கூடிய ஒரு சம்பவமாக அதை நினைத்து, எந்தச் சூழ்நிலையில், எந்த நேரத்தில் இது நடக்குமென்று உறுதியாகச் சொல்ல முடியாத நிலையில் இருந்தார்

என்பதை என்னால் உறுதியாகச் சொல்ல முடியும். ஆனால், செல்வி வெர்ஹோவ்த்சவா நீதிமன்றத்தில் இன்று கொடுத்த விதிவசப்பட்ட இந்த ஆவணம் கிடைக்கப் பெறும் வரை, இன்றுவரை, நான் ஊசலாடிக் கொண்டுதான் இருந்தேன். நீங்களே கேட்டீர்கள் அல்லவா, பெருமக்களே, உரத்துக் கூறிய அவளுடைய வார்த்தைகளை, 'இது ஒரு திட்டம், கொலைசெய்வதற்கான செயல்திட்டம்!' என்று – இதோ இப்படித்தான் பாவப்பட்ட, 'குடிமயக்கத்தில்' எழுதப்பட்ட குற்றவாளியின் அந்தக் கடிதத்தைப் பற்றி அவள் சொன்னாள். உண்மையாகவே அந்தச் சம்பவம் நடப்பதற்கான திட்டத்தையும் செயல் திட்டத்தையும் அந்தக் கடிதம் தாங்கி இருந்ததுதான். அந்தக் கடிதமானது, கொலை நடப்பதற்கு இரண்டு நாட்களுக்கு முன்பு எழுதப்பட்டிருந்ததால், இப்போது நமக்கு உறுதியாகத் தெரிகிறது, குற்றவாளி பயங்கரமான தன்னுடைய இந்த எண்ணத்தைக் கொலைசெய்வதற்கு இரண்டு நாட்களுக்கு முன்பே உறுதிப்படுத்தியிருக்கிறான், அப்படியே ஒருவேளை, அடுத்தநாள் அவருக்குப் பணம் கிடைக்காவிட்டால் தன் தந்தையை அவர் கொன்று, தலையணைக்கு அடியில் 'சிவப்பு நாடாவால் கட்டப்பட்டிருந்த அந்த உறையை, ஊருக்கு இவான் போனதும் எடுத்துக்கொள்வார்' என்று. உங்களுக்குக் கேட்கிறதா, 'இவான் ஊருக்குப் போனபிறகு' – இதனால் என்ன தெரிகிறது என்றால், எல்லாமே திட்டமிடப்பட்டு, சூழ்நிலைகள் சீர்தூக்கிப் பார்க்கப்பட்டு – அதன் பிறகு கடிதத்தில் குறிப்பிடப்பட்டது போலவே செயல்படுத்தப்பட்டிருக்கிறது! திட்டமும் செயல்முறைத் திட்டமும் சந்தேகத்திற்கிடமின்றி, கொள்ளையடிப்பதற் கான நோக்கத்துடன்தான் திட்டமிடப்பட்டது; நேரிடையாகவே இது குறிப்பிடப்பட்டு, கடித வடிவில் எழுதப்பட்டு, கையொப்பமிடப்பட் டிருக்கிறது. தன்னுடைய கையொப்பத்தைக் குற்றவாளி மறுக்கவில்லை. மற்றவர்கள் சொல்லலாம், இதை அவர் குடிபோதையில் எழுதினார் என்று. இது எந்த விதத்திலும் உட்கருத்தைக் குறைப்பதாக இல்லை, மேலாக, அதை அதிகப்படுத்துவதாகவே இருக்கிறது. குடிபோதையில் இப்படி அவர் எழுதியிருக்கும்போது, குடிக்காமல் இருந்திருந்தால் அவர் இன்னும் என்னவெல்லாம் திட்டம் தீட்டியிருப்பார் என்பது தான். குடிக்காமல் நல்ல நிலையில் இருந்தபோது இப்படி அவர் நினைக்கவில்லை என்றால், குடிமயக்கத்தில் இப்படி ஒரு கடிதத்தை அவரால் எழுதியிருக்கவே முடியாது. எதற்காகச் சத்திரத்தில் அவர் தன்னுடைய திட்டத்தைக் கத்தி, கூச்சலிட்டு வெளிப்படையாகத் தெரிவிக்க வேண்டுமென்று நீங்கள் கேட்கலாம்! திட்டமிட்டு வேண்டுமென்றே இந்தக் காரியத்தைச் செய்யும் ஒருவர், யாரிடமும் அதைச் சொல்லாமல் அமைதியாகத்தான் செய்வார். உண்மைதான், அப்படி அவர் உரக்கச் சொன்னபோது அவரிடம் எந்தவிதத் திட்டமும் எண்ணமும் இல்லாமல் தான் இருந்தது; அந்த எண்ணம் மட்டும், விருப்பம் மட்டும், அவருள் அரும்பியிருந்தது. அதன்பிறகு, அதைப் பற்றி அவர் அதிகம் பேசவில்லை. 'தலைநகரம்' என்ற சத்திரத்தில், அந்த நாள் மாலை, குடிமயக்கத்தில் அந்தக் கடிதத்தை எழுதிய அவர், வழக்கத்திற்கு மாறாக, பில்லியட்ஸ் விளையாடாமல், யாரிடமும் எதுவும் பேசாமல், எந்தவித உணர்ச்சியை யும் வெளிக்காட்டாமல், சண்டை போடும் பழக்கத்தின் காரணமாகக்

கடையின் உதவியாளரை மட்டும் அவருடைய இடத்திலிருந்து விரட்டி யடித்துவிட்டு, அமைதியாக ஓரிடத்தில் உட்கார்ந்திருந்தார். உண்மை, முடிவாகக் குற்றவாளி தன்னுடைய திட்டத்தை ஊர் முழுவதும் பறைசாற்றிய பிறகு, அதனுடைய அபாயத்தை உணர்ந்தவர், திட்டம் நிறைவேறியதும், இப்படி வெளிப்படையாகப் பேசிய காரணத்தால் எங்கே தான் கைது செய்யப்பட்டு, தண்டனை பெறுவோமோ என்றெண்ணி பயந்தார். ஆனால், இனிமேல் ஒன்றும் செய்வதற்கில்லை. உண்மை வெளியே தெரிந்துவிட்டது, இனிமேல் அதை மறைக்க முடியாது; இறுதியாக, கஷ்டத்தில் இருக்கும்போதெல்லாம் ஏதாவது ஒன்று நடக்க, இப்போதும் அப்படியே ஒன்று நடந்தது. அதிர்ஷ்டத்தை அவர் நம்பியிருக்க வேண்டியதாயிருந்தது, பெருமக்களே! ஒன்றை நான் ஒப்புக்கொள்ள வேண்டும், விதிவசப்பட்ட இந்தத் தருணத்தைத் தவிர்ப்பதற்காக அவர் அதிக முயன்றாலும், ரத்தம் சிந்துவதை அவரால் தவிர்க்க முடியாமலேயே போனது. 'நாளைக்கு எல்லோரிடமும் எனக்கு மூவாயிரம் ரூபிள்கள் வேண்டுமென்று கேட்கப் போகிறேன்' என்று அவர் தன்னுடைய பிரத்தியேகமான மொழியில் எழுதியவர், 'அப்படி அவர்கள் தராவிட்டால் ரத்தம் சிந்தப்படும்' என்றும் எழுதி யிருந்தார். மறுபடியும் சொல்லப்போனால், இந்தக் கடிதம் குடிபோதை யில் எழுதப்பட்டிருந்தாலும், நல்ல மனநிலையில், திட்டமிடப்பட்டுச் செயல்படுத்தப்பட்டுவிட்டது!

இப்போது இப்போலித் கிரீலவிச், மீச்சியா இந்தக் குற்றத்தைச் செய்யாமல் இருப்பதற்காக, பணத்தைத் திரட்ட எவ்வளவு முயற்சிகள் எடுத்தாரென்பதை விளக்கமாகச் சொல்ல ஆரம்பித்தார். ஆவண சாட்சியங்களுடன் எப்படி அவர் சம்சனோவைப் பார்க்கப் போனார், மோசடிக்காரனான அந்தக் கள்ள வேட்டை நாயைப் பார்க்கப் போனாரென்பதை அரசு வழக்கறிஞர் விவரித்தார். 'பல்வேறு வகையிலும் அவதிப்பட்டு, எள்ளி நகையாடப்பட்டு, பசியிலும், பயணத்திற்காகப் பணம் பெறவும் தன்னுடைய கைக் கடிகாரத்தை விற்று, (ஆயிரத்து ஐந்நூறு ரூபிள்கள் அவரிடம் இருந்தபோதிலும் அது அவரிடம் இருந்ததா என்ன, ஓ, அது இருந்தது போல!) தான் விரும்பிய பெண்ணின் மீது பொறாமைப்பட்டு, அதற்காக வேதனைப்பட்டு, ஊரில் அவளைத் தனியே விட்டுவிட்டுப் போனால், எங்கே அவன் இல்லாத சமயத்தில் அவள் அவனுடைய தந்தையைப் பார்க்க போய்விடுவாளோ என்ற பயத்தில் மீண்டும் அவர் தன்னுடைய ஊருக்கே திரும்பி வந்துவிட்டார். நல்லவேளை! ஃபியோதர் பாவ்லவிச்சை அவள் பார்க்கப் போகவில்லை. அவரே அவளை, அவளுடைய பாதுகாவலரான சம்சனோவ் வீட்டில் விட்டுவிட்டு வந்தார். (விநோதமாக, சம்சனோவைப் பார்த்து அவர் ஏனோ பொறாமைப்படவில்லை, அப்படியே இது அந்த உறவின் உளநிலை சார்ந்த தனிப்பட்ட அம்சமாகும்!) பிறகு மீண்டும் அவர் தன்னுடைய தந்தை வீட்டுப் 'புழக்கடை'ப் பக்கமாக வந்து அவளைக் கண்காணிக்க ஆரம்பிக்க, அங்கேதான் அவருக்குத் தெரிய வந்தது, ஸ்மெர்தியகவ் வலிப்பு நோய் கண்டு படுத்திருக்கிறான் என்றும், மற்றொரு வேலையாள் உடல்நலமின்றிப் படுத்திருக்கிறான் என்பதும். இதன் காரணமாக அவருடைய வழியில் எந்தவிதத் தடங்கல்களும்

இல்லாமல் இருக்க, அவருடைய கைகளில் இப்போது 'சமிக்ஞைகள்' இருக்க – என்னே ஆசையைத் தூண்டும் ஒரு மயக்கம்! இருந்தாலும், அவர் அதைப் பயன்படுத்தாமல் தவிர்த்துவிட்டார். இப்போது நம்முடைய ஊரில் தற்காலிகமாகத் தங்கியிருக்கும், மிக உயர்வாக மதிக்கப்படும் திருமதி ஹஹ்லக்கோவாவின் வீட்டிற்கு அவர் போகிறார். மீச்சியாவின் மீது நீண்டகாலமாகப் பரிவிரக்கம் கொண்ட அந்தப் பெண்மணி, நல்லதொரு ஆலோசனையை அவருக்குக் கொடுக்கிறாள்: கூத்துக் களியாட்டங்களை எல்லாம் விட்டுவிட்டு, கேவலமான இந்தக் காதலையும் உதறித் தள்ளிவிட்டு, சத்திரத்தில் வீணாகப் பொழுதைப் போக்காமல், இளமைப் பருவத்தையும் பயனின்றி வீணடிக்காமல், தங்கச் சுரங்கங்களைத் தேடி சைபீரியாவுக்கு அவன் போக வேண்டு மென்று: 'அங்கே நீங்கள் உங்களுடைய கடுங்கொந்தளிப்புள்ள சக்தி களுக்கும், உங்களுடைய வீரதீர குணத்திற்கும் ஏற்பத் துணிகரமான செயல்களைச் செய்யலாம்' என்றாள். இந்த உரையாடலின் காரணமாக ஏற்பட்ட விளைவை விவரித்த அவர், பிறகு, திடீரென்று சம்சனோவ் வீட்டிற்குக் குரூஷென்கா போகவில்லை என்று தெரிந்த உடனேயே, அவள் தன்னை ஏமாற்றிவிட்டு ஃபியோதர் பாவ்லவிச்சைப் பார்க்கப் போய்விட்டாள் என்றெண்ணி, பொறாமையால் வேதனையால் மீச்சியா துடிக்க, விதிவசப்பட்ட அந்தச் சூழ்நிலையைக் கவனத்தில் கொள்ளுமாறு கேட்டுக்கொண்டார், இப்போலித் கிரீலவிச்: 'தன்னுடைய 'பழைய' மற்றும் 'உரிமையுள்ள' காதலனைப் பார்க்க அவள் மோக்ரய போயிருக்கிறா ளென்று வேலைக்காரப் பெண் மட்டும் சொல்லியிருந்தால்' எதுவுமே நடந்திருக்காது. ஆனால், பயந்துபோன அந்த வேலைக்காரப் பெண், தனக்கு ஒன்றுமே தெரியாது என்று கடவுள்மேல் சத்தியமாகச் சொல்ல, குற்றவாளி அந்த இடத்திலேயே அவளைக் கொல்லாமல் விட்டதற்குக் காரணம், தன்னை ஏமாற்றிய குரூஷென்காவை உடனே அவர் தேடப் புறப்பட்டதுதான். ஆனால், இங்கே ஒன்றைக் கவனியுங்கள். எவ்வளவுதான் அவர் கோபத்தில் இருந்தாலும், போகும்போது மறக்காமல் செம்பு உலக்கை ஒன்றைத் கையில் எடுத்துக்கொண்டு போகிறார். வேறு எந்த ஒரு ஆயுதத்தையும் எடுத்துக்கொண்டு போகாமல், எதற்காக அவர் இந்தச் செம்பு உலக்கையை எடுத்துக்கொண்டு போக வேண்டும்? முழு ஒரு மாதமாக அவர் திட்டமிட்டுத் தீட்டியதைச் செயல்படுத்தத் தயாராக இருக்கும்போது, முதன்முதலாக அவர் கண்ணில் பட்ட இந்த உலக்கையை ஒரு ஆயுதமாகப் பயன்படுத்தலாம் என்றெண்ணி அவர் எடுத்துக்கொண்டார். அதனால்தான் அவர் கொஞ்சமும் தயங்காமல் உடனே அதை ஒரு ஆயுதமாகக் கருதினார்! ஆகவே அவர் தன் உணர்வில்லாமல், வெகு இயல்பாக, விதிவசப்பட்ட அந்த உலக்கையைக் கையுடன் எடுத்துச் செல்கிறார். இப்படியாக, தன் தந்தையின் தோட்டத்திற்கு அவர் வருகிறார் – அங்குச் சாட்சியாளர்கள் யாரும் இல்லாமலிருக்க, பயங்கரமான இருட்டில், பொறாமை உணர்வு மேலோங்க நிற்கிறார். போட்டியாளரான தன் தந்தையின் அரவணைப்பில் அவள் இருக்கிறாளென்ற சந்தேகம் அவரை அவமானப்படுத்த – அப்படியே மூச்சைப்பிடித்தபடி நிற்கிறார். ஆமாம், இங்கே சந்தேகம் மட்டுமல்ல – இனிமேல் எந்தவிதமான சந்தேகமும் இருக்க முடியாது!

அவள் அவனை ஏமாற்றிவிட்டது தெளிவாக, மிகத் தெளிவாகத் தெரிந்தது: அவள், அங்கே, அவருடைய அறையில், விளக்கு எரிகின்ற அந்த அறையில், திரைச் சீலைக்குப் பின்புறம் இருக்கிறாளென்ற எண்ணத்தில், பாவப்பட்ட இந்த மனிதர் திருட்டுத்தனமாக ஜன்னல் அருகே சென்று, அமைதியாக எட்டிப் பார்த்து, ஏதாவது ஒரு அபாயம் நடக்கக்கூடுமென்றெண்ணிக் கவனமாக, தன்னுடைய உணர்ச்சிகளைக் கட்டுப்படுத்திக் கொண்டு – குறைந்தபட்சம் குற்றவாளியின் குணத்தை அறிந்த நாம், மேலே சுட்டிக்காட்டப்பட்ட உண்மைகளின்படி, எப்படிப் பட்ட மனநிலையில் குற்றவாளி இருக்கிறாரென்பதைப் புரிந்துகொண்டு, முக்கியமாக, இந்தச் சமிக்ஞைகளைப் பற்றித் தெரிந்துகொண்ட அவன், அப்போதே கதவைத் திறந்துகொண்டு உள்ளே போகக் கூடுமென்பதை நமக்கு உணர்த்த விரும்புகிறார்கள்!" இங்கு அந்தச் 'சமிக்ஞைகளை'ப் பற்றி இப்போது இப்போலித் கிரீலவிச் எதுவும் சொல்லாமல், ஸ்மெர்தியாக்கவ் கொலை செய்திருக்கக்கூடும் என்ற சந்தேகத்திற்கு அவர் முற்றுப் புள்ளி வைக்க விரும்பினர். ஸ்மெர்தியாக்கவ் கொலை செய்திருக்கக்கூடுமென்று அவர் விவாதித்தபோது நீதிமன்றத்தி லிருந்தவர்கள் அவரை வெறுப்புடன் பார்த்தாலும், அவன் அதைச் செய்யவில்லை என்பதை நிரூபிக்கவே அவர் இவ்வளவு தூரம் வாதாட வேண்டி இருந்தது, ஏனெனில் அவர் அந்தக் கருத்தை மிக முக்கியமான ஒன்றாகக் கருதி இருக்கக்கூடும்.

## 8

## ஸ்மெர்தியாக்கவைப் பற்றி ஓர் ஆய்வு

'முதலாவதாக, இந்தச் சந்தேகம் எங்கிருந்து வந்தது?" என்று ஆரம்பித்தார் இப்போலித் கிரீலவிச். "ஸ்மெர்தியாக்கவ்தான் கொலைசெய்தானென்று குற்றவாளி முதலில் கத்தியபோது, கைதுசெய்யப்பட்ட நிலையில் இருந்த அவரிடம் சாட்சி எதுவும் இல்லாமல் இருந்தது; அது தொடர்பாக எந்தவித நிரூபணமும் அவரிடம் இல்லாமல் இருந்தது. அதன்பிறகு அந்தக் குற்றத்தை மூன்று பேர் மட்டுமே உறுதி செய்தார் கள்: அவர்கள், குற்றம் சாட்டப்பட்டவனின் இரண்டு சகோதரர்கள் மற்றும் ஸ்வெத்லோவா என்கின்ற பெண்மணி. ஆனால், குற்றம் சாட்டப் பட்டவனின் மூத்த சகோதரன் தன்னுடைய சந்தேகத்தை இன்றுதான் தெரியப்படுத்தினான்; அதுவும், தான் நோய்வாய்ப்பட்டிருக்கும் இந்தச் சமயத்தில், மூளைக் காய்ச்சலால் பாதிக்கப்பட்ட இந்தத் தருணத்தில் சொன்னவன், இந்த இரண்டு மாதங்களாகத் தன் சகோதரன்மீது சாட்டப்பட்ட குற்றத்தை முழுமையாக ஏற்றுக்கொண்டு, எந்தவித மறுப்பும் தெரிவிக்காமல் இருந்தான். இதைப் பற்றிக் குறிப்பாக நாம் பிறகு பார்ப்போம். அதன் பிறகு குற்றம் சாட்டப்பட்டவனின் இளைய சகோதரன், ஸ்மெர்தியாக்கவ்தான் குற்றவாளி என்ற வாதத்தை நிரூபிக்கும் வகையில் தன்னிடம் எந்தவித நிரூபணமும் சிறு சாட்சியும் இல்லை என்று சொன்னவன், இதை அவன் குற்றம் சாட்டப்பட்ட

தன் சகோதரன் மூலமாகவே தெரிந்துகொண்டானென்றும், 'அவனுடைய முகபாவத்திலிருந்துதான்' அவன் அதைப் புரிந்துகொண்டானென்றும் சொன்னது மிகப் பெரிய நிரூபணமாகிறது; அதுவும் இரண்டு முறை அதை அவன் சான்றாகக் குறிப்பிட்டிருக்கிறான். அப்படியே பெண்மணி ஸ்வெத்லோவாவும் மிகப்பெரிய விதத்தில் இதைக் குறிப்பிட்டிருக்கிறாள்: "குற்றவாளி சொல்வதை நீங்கள் நம்ப வேண்டும், ஏனெனில் அவர் பொய் சொல்லமாட்டார்" என்று. இதோ இந்த மூவரின் வாதங்கள்தாம் ஸ்மெர்தியாக்கவ் மீது சாட்டப்பட்ட பழியாக இருக்க, இந்த மூவரும் குற்றம்சாட்டப்பட்டிருக்கும் குற்றவாளியின் நலனில் மிகவும் அக்கறையுள்ளவர்களாக இருக்கிறார்கள். இருந்தாலும், ஸ்மெர்தியாக்கவின் மீது சாட்டப்பட்ட இந்தப் பழியானது, புரளியாகப் பரவி, நம்பலாமா, வேண்டாமா என்ற சந்தேகத்தில் மக்கள் இருக்கிறார்கள்.'

இறந்துபோன ஸ்மெர்தியாக்கவின் குணத்தைப் பற்றிக் குறிப்பிடுவது அவசியமென்ற காரணத்தால் இப்போலித் கிரீலவிச், "மனநிலை திரிந்த அவன் தன்னுடைய வாழ்வை முடித்துக்கொண்டான்" என்று குறிப்பிட்டார். அவர் அவனைத் திட சித்தம் இல்லாதவன் என்றும் அடிப்படைக் கல்வி அறிவு இல்லாதவனாகையால் எதையும் அவன் தெளிவாகப் புரிந்துகொள்ளும் சக்தியில்லாதவன் என்றும் ஆதாரமில்லாத தத்துவக் கோட்பாடுகளால் பாதிக்கப்பட்டவனென்றும் இறந்துபோன பெருங்குடி மகன், ஒருவேளை அவனுடைய தந்தையாக இருக்கக்கூடிய ஃபியோதர் பாவ்லவிச்சால் போதிக்கப்பட்ட தற்காலத்திய கோட்பாடுகள், வாழ்க்கை முறைகள், தீய ஒழுக்க நெறிகளைக் கண்டு பயந்திருக்கக் கூடுமென்றும் அப்படியே இறந்துபோன பெருங்குடிமகனின் மூத்த மகனான இவான் ஃபியோதரவிச்சுடன் சுவாரஸ்யமாகப் பகிர்ந்து கொண்ட விசித்திரமான, தத்துவார்த்தமான வாதங்களால் அவன் சலிப்படைய, அது அவனுடைய மனத்தை ஒருசமயம் வேறு வழிக்குக் கொண்டுசென்று, வேறு எந்த நல்ல காரியத்தையும் செய்ய முடியாமல் யாரையாவது கிண்டல் செய்யும் நோக்கத்தில், அவன் இருந்திருக்கலாமென்றும் குறிப்பிட்டார். "இறுதி நாட்களில் தன்னுடைய எஜமானன் வீட்டில் அவன் இருந்தபோது அவனுக்கிருந்த மனநிலையைப் பற்றி அவனே என்னிடம் சொன்னான்" என்று சொன்ன இப்போலித் கிரீலவிச், 'அங்கிருந்தவர்களும் இதற்குச் சாட்சி, அதாவது குற்றம் சாட்டப்பட்ட குற்றவாளி, அவனுடைய சகோதரன் மற்றும் அவர்களுடைய வேலையாள் கிரிகோரிகூட இதற்குச் சாட்சி, அப்படியே அவர்கள் அனைவருமே அவனை நன்கு அறிந்திருந்தார்கள்' என்றார். அது மட்டுமல்ல, வலிப்புநோயால் பாதிக்கப்பட்டிருந்த ஸ்மெர்தியாக்கவ் 'மிகவும் பயந்த குணங்கொண்ட கோழை.' 'என்னுடைய கால்களில் விழுந்து, கால்களை முத்தமிட்டான்' என்று குற்றம்சாட்டப்பட்ட குற்றவாளி தனக்குச் சாதகமில்லாத விஷயமிது என்பதை அப்போது உணராமல், 'அவன் ஒரு வலிப்பு நோய்க்காரன்' என்று அவருக்கே உரித்தான மொழியில் ஸ்மெர்தியாக்கவைப் பற்றிச் சொன்னார். இதோ இவனைத்தான் குற்றம்சாட்டப்பட்ட குற்றவாளி தன்னுடைய நம்பிக்கைக்குப் பாத்திரமானவனாகத் தேர்ந்தெடுத்து (அவனேதான் இப்படிக் குறிப்பிட்டான்), அவனை மிரட்டி, ரகசியமாக உளவு பார்த்து

நடக்கும் விஷயங்களைத் தன்னிடம் சொல்ல வேண்டுமென்று கட்டாயப் படுத்தியதில், ஸ்மெர்தியாக்கவும் அதற்குச் சம்மதம் தெரிவித்திருக்கிறான். இப்படிப்பட்ட வேலைக்கார உளவாளி தன்னுடைய எஜமானனுக்குத் துரோகம் செய்துவிட்டு, குற்றஞ்சாட்டப்பட்டிருக்கும் இந்தக் குற்றவாளி யிடம், எஜமானன் பணம் வைத்திருந்த உறையைப் பற்றியும் அவருடைய அறைக்குள் நுழைய வாய்ப்பளிக்கும் சமிக்ஞைகளைப் பற்றியும் சொல்லி யிருக்கிறான்; ஆமாம், எப்படி அவன் சொல்லாமல் இருந்திருக்க முடியும்! "கொன்றிருப்பார் ஐயா, இல்லாவிட்டால் அவர் என்னைக் கொன்றிருப்பார்" என்று அவன் விசாரணையின்போது பயத்தில் நடுங்கிக்கொண்டே சொன்னான்; அதுவும் அப்போது அவனை மிரட்டிக் கொடுமைப்படுத்திய அவன், எங்களால் கைது செய்யப்பட்டு, எங்கள் பிடியில் இருக்கும்போது ஸ்மெர்தியாக்கவை அவன் தாக்கிவிட முடியாது என்று தெரிந்திருந்தும், பயந்து நடுங்கிக்கொண்டே சொன்னான். "அவருக்கு என்மீது பயங்கரச் சந்தேகம்; ஒவ்வொரு நிமிடமும் நான் பயந்து நடுங்கிக்கொண்டேதான் இருந்தேன்; அவருடைய கோபத்தைத் தவிர்ப்பதற்காகவே எல்லா ரகசியங்களையும் அவரிடம் நான் சொன்னேன்; அப்படியாவது அவர் என்னை நேர்மையானவனென்று நினைத்து என்னை உயிரோடு விட்டுவிடுவார் என்ற நம்பிக்கையில் தான் நான் அப்படிச் சொன்னேன்" என்றான். இதுதான் அவனுடைய வார்த்தைகள்; அவற்றை நான் கைப்பட எழுதியதால் அவை எனக்கு நினைவில் இருக்கின்றன: "அவர் என்னைப் பார்த்துக் கத்த ஆரம்பித்தாலே அவருடைய கால்களில் நான் விழுந்துவிடுவேன்" என்று சொன்னான். இயல்பாகவே, அந்த இளம் மனிதன் மிக நேர்மையாளனாக இருக்க, அதன் காரணமாகவே தன்னுடைய எஜமானனின் நம்பிக்கைக்குப் பாத்திரமானவன், எஜமான் தொலைத்த பணத்தை நேர்மையாகத் திருப்பிக் கொடுக்க, அப்படிப்பட்ட எஜமானனுக்குத் தான் துரோகம் செய்ய நேர்ந்ததை எண்ணி அவன் மிகவும் வருத்தப்பட்டிருக்கக்கூடும்; ஏனெனில் அவனுக்கு நல்லது செய்த அவரை, அவன் மிகவும் நேசிக்கவே செய்தான். வலிப்பு நோயால் இப்படிப் பாதிக்கப்படுபவர்களைப் பற்றி மனோதத்துவ நிபுணர்கள், இப்படிப்பட்டவர்கள் தொடர்ந்து தங்களைத் தாங்களே குற்றம் சொல்லிக்கொண்டு தங்களையே நிந்தித்துக் கொள்வார்களென்று. அவர்கள் எதற்காகவோ, யாருக்காகவோ 'குற்றம்' செய்துவிட்டது போலவே தங்களை நினைத்துக்கொண்டு, தேவை யில்லாமல், எந்தவித நோக்கமும் இல்லாமல் மனவேதனைப்படுவார்கள் என்று சொல்கிறார்கள்; இன்னும் சொல்லப்போனால், பலவிதமான குற்றங்களையும் பழிபாவங்களையும் தாங்களே செய்ததாக அவர்கள் நினைத்துக்கொண்டு, அவற்றைப் பெரிதுபடுத்தி, மனவேதனைப் படுவார்கள் என்றும் சொல்கிறார்கள். இதோ இப்படிப்பட்டவர்கள் தாம் தங்களுடைய பயத்தாலும் பயத்தின் தாக்கத்தாலும் உண்மையாகவே குற்றவாளிகளாகிவிடுகிறார்கள். அது மட்டுமல்லாது, அவன் கண் முன்பாக நடந்த சம்பவங்கள் ஏதோவோர் அசம்பாவிதம் நடக்கப்போகிற ஆழமான உள்ளுணர்வை அவனுள் ஏற்படுத்தியிருக்கிறது. கரமாஸவின் இரண்டாவது மகன் இவான் ஃபியோதரவிச், இந்தப் பேரழிவு நடப்பதற்கு முன்பு மாஸ்கோவுக்குப் புறப்பட்டுப்போகையில் அவரைப் போக

வேண்டாமென்று ஸ்மெர்தியாக்கவ் கெஞ்சிக் கேட்டுக்கொண்டாலும், கோழையாக இருந்த அவனால் தன்னுடைய பயத்தைத் தைரியமாக, தெளிவாக, ஆணித்தரமாக வெளியே சொல்லி விளக்க முடியாமல் போனது. குறிப்பாக எதையோ அவன் உணர்த்த முயல, அது இவான் ஃபியோதரவிச்சுக்குப் புரிந்திருக்கவில்லை. இவான் ஃபியோதரவிச்சை அவன் ஒரு பாதுகாவலனாக, தன்னைப் பாதுகாக்கும் உண்மையான ஒரு மனிதனாகப் பாவித்து, வீட்டில் அவன் இருந்தால் எந்தவித அசம்பாவமும் நடக்காது என்று அவன் நினைத்ததை இங்கு நான் குறிப்பிட வேண்டும். இப்போது திமித்ரி கரமாஸவின் 'குடிபோதையில்' எழுதப்பட்ட கடிதத்தை நினைவுகூர்வோம்:

"இவான் மட்டும் போய்விட்டால், நான் அந்தக் கிழவனைக் கொன்றுவிடுவேன்" என்றது; ஆக, இவான் ஃபியோதரவிச் வீட்டில் இருந்திருந்தால், அமைதியும் சாந்தமும் வீட்டில் நிலவி இருக்கும் என்பது உறுதியாகத் தெரிகிறது. இப்படியாக, அவன் போன உடனேயே ஏறக்குறைய ஒரு மணி நேரத்திலேயே ஸ்மெர்தியாக்கவுக்கு வலிப்பு நோய் வருகிறது. இது தெளிவாகப் புரிகிறது. ஏனெனில், இங்கு ஒன்றை நான் குறிப்பிட்டுச் சொல்ல வேண்டும், அதாவது அவனுள் மண்டிக் கிடந்த பயத்தாலும் அவனுடைய நம்பிக்கையின்மையாலும் குறிப்பாகக் கடந்த சில நாட்களாகவே தனக்கு வலிப்பு வருமென்று அவனுக்குத் தோன்றியது, ஏனெனில் இதற்கு முன்பு மன அழுத்தத்தில், அதிர்ச்சியில் அவன் இருந்தபோதும் இப்படித்தான் அவனுக்கு வலிப்பு நோய் வந்தது. எப்போது எந்த நேரம் வலிப்புநோய் வருமென்று சரியாகக் குறிப்பிட்டுச் சொல்ல முடியாது என்றாலும், அது வரும் சமயத்தைச் சற்று முன்கூட்டியே உணர முடியும். அப்படித்தான் மருத்துவம் சொல்கிறது. ஆக, இவான் ஃபியோதரவிச் வீட்டை விட்டுச் சென்றவுடன் ஸ்மெர்தியாக்கவ் தான் அநாதையாகிவிட்டதாக நினைத்து, தன்னைக் காப்பாற்ற யாருமே இல்லை என்ற நினைப்பில் வீட்டு வேலைகளைச் செய்ய ஆரம்பித்தவன், நிலவறைப் படிக்கட்டுகளில் இறங்கியபோது, "வலிப்புநோய் வருமா, வராதா, அப்படியே அது இப்போது வந்தால் என்ன செய்வது?" என்று நினைத்தான். இதோ அவனுடைய இந்த மனநிலை, இந்தப் பயம், இந்தக் கேள்விகள் எல்லாம் அவனுடைய மனத்தை அழுத்த, வலிப்பு நோயின் முன் அறிகுறியாகத் தன்னுடைய நினைவை இழந்தவன், நிலவறையில் விழுந்துவிடுகிறான். இப்படி அவன் உண்மையாகவே நினைவிழந்து விழுந்ததைச் சந்தேகத்துடன் பார்த்துப் பலரும், வேண்டுமென்றே அவன் உடல்நலம் சரியில்லாதவன் போல நடிக்கிறானென்று சொன்னார்கள்! அப்படி அவன் நடிக்கிறானென்று சொன்னால் உடனே ஒரு கேள்வி எழுகிறது: எதற்காக அவன் நடிக்க வேண்டும்? அதன் நோக்கம், காரணம் என்னவாக இருக்கக்கூடும்? மருத்துவத்தைப் பற்றி நான் எதுவும் சொல்லவில்லை; விஞ்ஞானம், சொல்லப்போனால், தவறாக இருக்கலாம், தவறுகளைச் செய்யலாம்; மருத்துவர்களால் எது உண்மை, எது நடிப்பு என்று வித்தியாசப்படுத்திப் பார்க்க முடியாமல் போகலாம் – அது அப்படியே இருக்கட்டும்; ஆனால்

இதற்கு மட்டும் பதில் சொல்லுங்கள்; எதற்காக அவன் நடிக்க வேண்டும்? கொலைசெய்ய வேண்டுமென்ற திட்டத்தை அவன் வகுத்த பிறகு, வீட்டிலுள்ள எல்லோருடைய கவனத்தையும் தன் பக்கம் திருப்பி, தனக்கு வலிப்புநோய் வந்துவிட்டது என்பதை எல்லோருக்கும் தெரியப்படுத்தவா? பாருங்கள், நீதிமன்றப் பெருங்குடி மக்களே, கொலை நடந்த அன்று ஃபியோதர் பாவ்லவிச்சின் வீட்டில் ஐந்து பேர் இருந்திருக்கிறார்கள்: முதலாவதாக, பியோதர் பாவ்லவிச், ஆனால், அவரே அவரைக் கொலைசெய்துகொள்ளவில்லை, இது எல்லோருக்கும் தெரியும்; இரண்டாவது, அவருடைய வேலையாள் கிரிகோரி; அவரை யாரோ கொலைசெய்ய முற்பட்டிருக்கிறார்கள்; மூன்றாவது, கிரிகோரி யின் மனைவி மார்ஃபா இக்னச்சேவ்னா; அவளுடைய எஜமானனை அவள் கொலைசெய்யக் கூடுமென்பதை நினைத்துப் பார்க்கவே கேவலமாக இருக்கிறது. இப்போது இருப்பது இரண்டு பேர்: குற்றம் சாட்டப்பட்ட குற்றவாளி மற்றும் ஸ்மெர்தியாக்கவ். குற்றம் சாட்டப்பட்ட குற்றவாளியோ தான் கொலை செய்யவில்லை என்று உறுதியாகச் சொல்வதால், ஸ்மெர்தியாக்கவ்தான் இந்தக் கொலையைச் செய்திருக்க வேண்டும்; வேறு எந்தவிதச் சாத்தியமும் இல்லை; வேறு யாரையும் நாம் குற்றவாளியாகக் கருத முடியாது. ஆக, இப்படியாகத்தான் நேற்று தற்கொலை செய்துகொண்ட பாவப்பட்ட இந்த முட்டாள் மீது "தந்திரமான", பிரம்மாண்டமான பழி சுமத்தப்பட்டிருக்கிறது! காரணம், இந்தப் பழியைச் சுமத்த வேறு யாருமே கிடைக்கவில்லை, அதன் காரணத்தால், இவன்மீது பழிசுமத்தப்பட்டிருக்கிறது! வேறு யார் மீதாவது சிறிதளவு சந்தேக நிழல் படர்ந்திருந்தால்கூட, முன்பின் தெரியாத ஏதாவது ஒரு மனிதர் மீது சந்தேகம் வந்திருந்தால்கூட, குற்றம்சாட்டப்பட்டிருக்கும் இந்தக் குற்றவாளி, கேவலமாக ஸ்மெர்தி யாக்கவ் மீதுதான் பழி சுமத்தியிருப்பான் என்பதை நான் அறுதியிட்டுக் கூற முடியும், ஆனால் ஸ்மெர்தியாக்கவின் மீது குற்றம்சாட்டுவது முற்றிலும் மடத்தனமானதாகும்."

"பெருங்குடி மக்களே, தத்துவம், மருத்துவம், தர்க்க சாஸ்திரம் எல்லாவற்றையும் ஒருபுறம் தள்ளி வைத்துவிட்டு, உண்மையை, உண்மையை மட்டுமே பார்ப்போம்; அது என்ன சொல்கிறது என்பதைப் பார்ப்போம். ஸ்மெர்தியாக்கவ் கொலையைச் செய்துவிட்டான், ஆனால் எப்படி? தனியாக அவன் அதைச் செய்தானா அல்லது குற்றம் சாட்டப்பட்டிருக்கும் குற்றவாளியுடன் சேர்ந்து செய்தானா? முதலில் குறிப்பிட்டதைப் பார்ப்போம், அதாவது ஸ்மெர்தியாக்கவ் தனி ஒரு ஆளாகக் கொலையைச் செய்தான் என்பதை. அப்படி அவன் கொலை செய்தான் என்றால் எதற்காக, அதனால் அவனுக்கு என்ன லாபம்? குற்றம் சாட்டப்பட்டவரிடம் இருந்த வெறுப்பு, பொறாமை போன்ற விஷயங்கள் ஸ்மெர்தியாக்கவிடம் இல்லாதபோது, சந்தேகத்திற்கிடமின்றி, பணத்திற்காக, அவனுடைய எஜமானன் உறையில் பத்திரமாக வைத்திருந்த அந்த மூவாயிரம் ரூபிள்களுக்காக, அவனே கண்கூடாகப் பார்த்த அந்தப் பணத்திற்காக மட்டுமே அவன் அந்தக் கொலையைச் செய்திருக்கக்கூடும்.

இப்படி அவன் கொலை செய்வது என்று திட்டமிட்ட பிறகு, வேறொருவரிடம், அதுவும் மிக ஆவலுடன் இருக்கும் ஒருவரிடம், குறிப்பாகக் குற்றம் சாட்டப்பட்டிருப்பவரிடம், எல்லாவிதமான தகவல்களையும் அதாவது பணம் மற்றும் சமிக்ஞைகளைப் பற்றிச் சொல்கிறான்: பணம் போடப்பட்ட உறை எங்கே இருக்கிறது, அதன்மீது என்ன எழுதப்பட்டிருக்கிறது, எதனால் அது கட்டப்பட்டிருக்கிறது, அப்படியே முக்கியமாக அந்தச் 'சமிக்ஞைகளைப்' பற்றியும், அதாவது எஜமானன் அறைக்குள் நுழைவதற்கான அந்தச் சமிக்ஞைகளைப் பற்றியும் அவன் சொல்கிறான். இவற்றையெல்லாம் சொன்னதற்குக் காரணம் தன்னைத் தானே அவன் காட்டிக் கொடுத்துக்கொள்வதற்காகவா? அல்லது தனக்கு எதிராக ஒரு போட்டியாளனைக் கண்டுபிடித்து, பணம் இருக்கும் உறையை அந்தப் போட்டியாளன் எடுத்துக் கொண்டுபோக வேண்டும் என்பதற்காகவா? ஆமாம், இப்படிச் சொல்லலாம்; பயத்தின் காரணமாகத்தான் இந்த உண்மையை அவன் வெளியில் சொன்னானென்று. ஆனால் எப்படி? இப்படிப்பட்ட ஒரு கொடூரமான, மிருகத்தனமான செயலைச் செய்ய நினைத்தவன், அப்படியே அதைச் செய்தும் முடித்தவன், இந்த விஷயங்களை, இவ்வுலகில் அவன் ஒருவனுக்கு மட்டுமே தெரிந்த விஷயங்களை, வெளியில் சொல்லாமல், அவனுக்குள் மட்டுமே வைத்திருந்தால், யாருமே இதைக் கண்டு பிடித்திருக்க முடியாது. இல்லை, ஒரு மனிதன் எவ்வளவுதான் கோழையாக இருந்தாலும், இப்படி ஒரு செயலைச் செய்ய நினைத்த பிறகு, எப்படியுமே, எதையுமே வெளியில் சொல்லியிருக்க மாட்டான், அதுவும் பணம் வைக்கப்பட்டிருந்த உறையைப் பற்றி, அந்த சமிக்ஞைகளைப் பற்றி வெளியில் சொல்லித் தன்னைத்தானே காட்டிக் கொடுத்திருக்க மாட்டான். குறிப்பிட்ட ஒருசில விஷயங்கள் வலுக் கட்டாயமாக அவனிடமிருந்து பெறப்படும்போது கண்டிப்பாக அவன் ஏதாவது ஒரு பொய்யை யோசித்துச் சொல்லி, உண்மையை வெளியே சொல்லாமல்தான் மறைத்திருப்பான்! மாறாக, அந்தப் பணத்தைப் பற்றி எதுவும் சொல்லாமல் அமைதியாக இருந்துவிட்டுப் பிறகு அந்தக் கொலையைச் செய்தபிறகு அந்தப் பணத்தை எடுத்திருந்தால், யாருமே அவனை இவ்வுலகில் குற்றம்சாட்டியிருக்க முடியாது, குறைந்த பட்சம் பணத்திற்காக அவன் இந்தக் கொலையைச் செய்தானென்று சொல்லியிருக்க முடியாது என்பதை மீண்டும் நான் சொல்லிக் கொள்கிறேன். அந்தப் பணம் இருந்த விஷயம் வீட்டில் யாருக்குமே தெரியாது, யாருமே அந்தப் பணத்தைப் பார்த்திருக்கவும் இல்லை. அப்படியே அவன்மீது குற்றம் சாட்டியிருந்தாலும், அது பணத்திற்காக இல்லாமல், வேறு ஒரு காரணத்திற்காகவே குற்றம் சாட்டியிருப்பார்கள். ஆனால் இப்படிப்பட்ட எந்த ஒரு காரணமும் இல்லை, அதை யாரும் பார்த்திருக்கவும் இல்லை, அப்படியே எல்லோருக்கும் தெரியும், எப்படி அவன் தன்னுடைய எஜமானனால் நேசிக்கப்பட்டான், நம்பிக்கைக்குப் பாத்திரமானவனாக இருந்தான் என்பது; ஆகவே, யாருமே அவனைச் சந்தேகித்திருக்க முடியாது. சந்தேகம் முழுவதும் முதல் முதலாக, இப்படிப்பட்ட எண்ணங்களைத் தன்னுள் ரகசியமாக மூடி வைக்காமல், வெளிப்படையாகச் சொல்லி, கத்தித் திரிந்த,

கொலை செய்யப்பட்டவரின் மகனான, திமித்ரி ஃபியோதரவிச் மீதே விழும்.

ஸ்மெர்தியாக்கவ் ஒருவேளை பணத்தைத் திருடிவிட்டுக் கொலை செய்திருக்கலாம், ஆனால் பழி, கொலை செய்யப்பட்டவரின் மகன் மீதே வந்து விழுந்திருக்கும் – இது கொலைகாரன் ஸ்மெர்தியாக்கவுக்குச் சாதகமான விஷயமாகத்தானே இருந்திருக்கும்? இப்படியாக, இதோ எஜமானனைக் கொலை செய்யத் திட்டமிட்ட ஸ்மெர்தியாக்கவ், திமித்ரி யிடம் அந்தப் பணத்தைப் பற்றியும் அந்தச் சமிக்ஞைகளைப் பற்றியும் சொல்கிறான் – இது எவ்வளவு உண்மையாக, தெளிவாக இருக்கிறது!"

"இப்படியாக, கொலைசெய்யத் திட்டமிட்ட அவன், சரியான நாளன்று, நிலவறைப் படிக்கட்டுகளில் இறங்கிக் கீழே விழுந்து வலிப்பு வந்தவனைப் போல 'நடிக்கிறான்'; எதற்காக? எதற்காக என்றால், முதலாவதாக, சிகிச்சைக்காகத் தன்னைத் தயார்படுத்திக்கொண்டிருக்கும் கிரிகோரி, அதை விட்டுவிட்டு, காவல் இல்லாத வீட்டைக் கவனமாகப் பாதுகாக்க வேண்டுமென்பதற்காக. இரண்டாவதாக, எஜமானனுக்கே தெரியும், அவருடைய வீட்டைக் கண்காணிக்க யாரும் இல்லை யென்பதும், தன் மகனின் வருகையை எண்ணி அவர் பயந்திருந்தார் என்பதும். அப்படி அவர் பயந்ததை அவர் மறைக்கவில்லையாதலால், முன்னைவிட அவர் அதிக எச்சரிக்கையுடனும் கவனத்துடனும் இருக்க வேண்டுமென்பதற்காக இப்படிச் செய்கிறான். இறுதியாக, மிக முக்கியமாக, அவனுடைய நோக்கம் என்னவாக இருந்ததென்றால், எப்போதும் மற்றவர்களுடன் சேர்ந்து உறங்காமல், எப்போது வேண்டு மானாலும் வந்து போவதற்கு வசதியாகத் தனியாகச் சமையல் அறையில் உறங்கும் வழக்கத்தைக் கொண்டிருந்த ஸ்மெர்தியாக்கவ், வலிப்பு நோய் வரும்போதெல்லாம் விடுதியின் அடுத்த பகுதியில் இருக்கும் கிரிகோரி, மார்ஃபா இக்னச்சேவாவின் படுக்கைக்கு மூன்று அடி தள்ளி, தடுக்கப்பட்டிருந்த மறைவான பகுதியில் கிடத்தப்படுவதுதான் வழக்கமாக இருந்ததால், அதையும் அவன் கவனத்தில் கொண்டிருந்தான். இது அவனுடைய எஜமானன் மற்றும் மார்ஃபா இக்னச்சேவ்னாவின் ஏற்பாடாக இருந்தது. அப்படி அவர்களுக்கருகில் அவன் படுத்திருக்கும் போது, நோயால் வேதனைப்படுபவன் போல முனகிக்கொண்டே அவர்களைத் தூங்கவிடாமல் இரவு முழுவதும் விழித்திருக்கச் செய்ய முடிவுசெய்தவன், (கிரிகோரி மற்றும் அவனுடைய மனைவியின் சாட்சிப்படி அவன் அப்படித்தான் செய்தான்) தனக்கு வசதியாகச் சட்டென்று எழுந்து அவனுடைய எஜமானனைக் கொலை செய்ய நினைத்திருந்தான்!"

"ஆனால், ஒரு சமயம் இப்படிச் சொல்லலாம், சந்தேகத்திலிருந்து தப்பிப்பதற்காகவே அவன் வலிப்புநோய் வந்தவனைப் போல நடித்தா னென்றும் பணத்தைப் பற்றியும் அந்தச் சமிக்ஞைகளைப் பற்றியும் சொன்னவன், திமித்ரிக்கு ஆசை காட்டி அந்தக் கொலையைத் திமித்ரியே செய்ய வேண்டும் என்பதற்காகவும் இருக்கலாமென்று; அப்படி அவன் தன் தந்தையைக் கொன்று, பணத்தை எடுத்துக்கொண்டு, சத்தம்

போட்டு, ஒருவேளை சாட்சியாளர்களை எழுப்பிவிட்ட பிறகு ஸ்மெர்தியாக்கவ் எழுந்து என்ன செய்வான்? மீண்டும் இரண்டாவது முறையாக இறந்துபோன அவனுடைய எஜமானனைக் கொன்று ஏற்கனவே எடுத்துச் செல்லப்பட்ட பணத்தைத் திரும்ப எடுத்து வருவானா என்ன. பெருமக்களே, இதைக் கேட்டு நீங்கள் சிரிக்கிறீர்கள். ஆனால் எனக்குக் கேவலமாக இருக்கிறது, இப்படிப்பட்ட வாதங்களை முன் வைத்துத் தொடர்வதற்கு; ஆனால் குற்றம் சாட்டப்பட்டவர் குறிப்பாக இந்தக் கருத்தைத்தான் உறுதி செய்கிறார்: அதாவது 'எனக்குப் பிறகு, நான் வீட்டை விட்டு வெளியேறி கிரிகோரியைத் தாக்கியபோது அவன் போட்ட சத்தத்தில் ஸ்மெர்தியாக்கவ் எழுந்து போய்த் தன்னுடைய எஜமானனைக் கொன்றுவிட்டுப் பணத்தைத் திருடிவிட்டான்' என்று. அப்படியானால் எப்படி ஸ்மெர்தியாக்கவுக்கு முன்கூட்டியே தெளிவாகத் தெரிந்திருக்க முடியும், அந்தப் புத்திகெட்ட, ஆத்திரக்காரனான அவருடைய மகன் திமித்ரி, ஜன்னல் வழியே எட்டிப் பார்த்துவிட்டு, சமிக்ஞைகளைப் பற்றித் தெரிந்திருந்தும் அதைப் பயன்படுத்தாமல், எல்லாவற்றையும் ஸ்மெர்தியாக்கவுக்காக விட்டுச் செல்வான் என்று? இதைப் பற்றி நான் ஒன்றும் சொல்வதற்கில்லை! பெருமக்களே, மிக முக்கியமான கேள்வி ஒன்றைக் கேட்கிறேன்: எந்தத் தருணத்தில் ஸ்மெர்தியாக்கவ் இந்தக் குற்றத்தைச் செய்திருக்க முடியும்? அது எந்தச் சமயம் என்பதைச் சுட்டிக்காட்டினாலன்றி அவன்மீது நாம் குற்றம் சாட்ட முடியாது.

"ஒருவேளை அவனுக்கு வலிப்புநோய் வந்தது உண்மையாக இருக்கலாம். வலிப்பு வந்த அவன், சத்தத்தைக் கேட்டுத் திடீரென்று எழுந்து வெளியே வந்திருக்கலாம். ஆனால் அதனால் என்ன? வந்து பார்த்தவன் தனக்குள் இப்படிச் சொல்லிக்கொண்டான்: 'சரி போய் எஜமானனைக் கொன்றுவிட்டு வருகிறேன் என்று!' ஆனால், அவனுக்கு அங்கு நடந்ததைப் பற்றி என்ன தெரியும்? அவனோ சுயநினைவில்லாமல் படுத்திருந்தான்! எப்படியிருந்தாலும் பெருமக்களே, கற்பனைக்கும் ஓர் எல்லை உண்டு. "சரி", மிகத் தந்திரமாக மக்கள் சொல்லலாம், "இருவரும் சேர்ந்து இந்தக் கொலையைச் செய்துவிட்டு, பணத்தை இருவருமே ஏன் பங்கு போட்டுக் கொண்டிருக்கக் கூடாது என்று."

"உண்மையாகவே இப்படிப்பட்ட சந்தேகம் மிக முக்கியமான ஒன்று; முதலாவதாக, இதற்கான ஆதாரங்கள் மிக அதிகமாகவே இருக்கின்றன: ஒருவர் கொலை செய்யும் மிகப் பெரிய வேலையை ஏற்றுக்கொள்ள, மற்றொருவர் வலிப்புநோய் வந்தது போல நடிக்க, படுக்கையில் படுத்தபடி சந்தேகத்தைத் தூண்டும் வகையில் எஜமானனுக்கும் கிரிகோரிக்கும் எச்சரிக்கை விடுக்கிறார். இப்படிப்பட்ட ஒரு பைத்தியக்காரத் திட்டத்தை வழிவகுப்பதன் நோக்கம் என்னவாக இருக்க முடியுமென்பதை நினைத்து நான் சற்றே ஆச்சர்யப்படுகிறேன். ஒரு சமயம் ஸ்மெர்தியாக்கவ் பக்கம் விறுவிறுப்பான திட்டம் எதுவும் இல்லாமல், அது வெறுமனே, சொல்லப்போனால், அமைதியான, பச்சாதாபத்திற்குரிய ஒன்றாக இருந்து, அதிர்ச்சியடைந்த ஸ்மெர்தியாக்கவ் கொலை நடக்கப்போவதை எதிர்க்காமல், தன்னுடைய எஜமானன்

கொலை செய்யப்படும்போது கத்திக் கூச்சலிடாமல் இருப்பதற்காக, முதலில் திமித்ரி ஃபியோதரவிச்சிடம் அனுமதி பெற்று, ஏதோ தனக்கு வலிப்புநோய் வந்ததுபோல நடித்துப் படுக்கையில் படுத்துக்கொண்டு, 'இப்போது நீ எப்படி வேண்டுமானாலும் கொலைசெய்துகொள், என்னுடைய குடிசையோ வீட்டின் மற்றொரு பக்கத்தில், ஒதுக்குப் புறமாகத்தான் இருக்கிறது' என்பது போல இருந்திருக்கலாம். ஆக, இப்படி இருந்திருந்தால், வலிப்புநோய் வந்ததின் காரணமாக வீட்டில் கூச்சலும் ஆரவாரமும் நிறைந்திருக்கும் அந்த நேரத்தில் இந்தக் காரியத்தைச் செய்யத் திமித்ரி கரமாஸவ் ஒப்புக்கொண்டிருக்கவே மாட்டான். ஆனால், அப்படியே அவன் அதற்கு ஒப்புக்கொண்டிருந் தாலும், திமித்ரி கரமாஸவ் தானே கொலைகாரன், கொலையைச் செய்த உண்மையான கொலைகாரன், அப்படியே அந்தக் கொலைக்கும் துணைபோனவன், ஸ்மெர்தியாக்கவோ அந்தக் கொலையில் அமைதி யாகப் பங்கெடுத்தவன்தானே – அதுவும் பங்கெடுத்தவன்கூட அல்ல, பயத்தின் காரணமாகத் தன்னுடைய மனசாட்சிக்கு எதிராக நடந்து கொண்டவன்; இதை நீதிமன்றம் ஏற்கனவே அலசிப் பார்த்து முடிவெடுத் திருக்கும். இதோ இப்போது நாம் பார்ப்பது என்ன? குற்றம்சாட்டப் பட்டவரைக் கைது செய்தவுடனேயே அவர் ஸ்மெர்தியாக்கவ்மீது பழிசுமத்துகிறார், அதுவும் அவர்மீது மட்டுமே பழிபோடுகிறார். மேலும் குற்றம் செய்ய உடந்தையாக இருந்தானென்று சொல்லாமல், குற்றத்தையே அவன் ஒருவன்தான் செய்தானென்றும் சொல்கிறார், அதாவது 'அவன்தான் கொலையைச் செய்தான், பணத்தைத் திருடினான், இது அவனுடைய வேலையேதான்!' என்று. இவர்கள் எப்படிப்பட்ட கூட்டாளிகள்? ஒருவரை ஒருவர் குற்றம்சாட்டிக் கொள்கிறார்கள்? இப்படி எப்போதுமே நடந்ததில்லை. எவ்வளவு அபாயகரமான காரியத்தைக் கரமாஸவ் செய்திருக்கிறார் என்பதைப் பாருங்கள்: அவர்தான் முக்கியமான கொலையாளி, மற்றவர் அல்ல; கொலைக்குத் துணை போனவர்தான் அவர்; மேலும் படுக்கையில் படுத்திருந்தவர் மட்டுமே; ஆனால் அவர்மீது எல்லாப் பழிகளும் சுமத்தப்படுகின்றன. ஆக, உடல்நலம் சரியில்லாமல் படுத்திருந்த அவர், கோபப்பட்டு, தன்னைப் பாதுகாத்துக்கொள்ளும் ஒரே நோக்கத்தில் உண்மையை உடனே வெளியே சொல்லக்கூடும்: 'இருவரும், சொல்லப் போனால், இந்தக் காரியத்தில் பங்கெடுத்தோம், ஆனால் நான் இந்தக் கொலையைச் செய்யவில்லை, இந்தக் கொலை நடக்கட்டு மென்று நான் அமைதியாக விட்டுவிட்டேன்' என்று. ஸ்மெர்தியாக்க வுக்குத் தெரியும், குற்றம் செய்யப்பட்டதன் அளவை வைத்தே நீதிமன்றம் தண்டனையை நிர்ணயிக்கும் என்றும், அவர்கள் தண்டிக்கப்பட்டால் கண்டிப்பாக அவனுக்குக் கொலை செய்தவனைவிடக் குறைந்த அளவு தண்டனையே கிடைக்குமென்றும் குற்றவாளியோ எல்லாக் குற்றங் களையும் தன் மீதே சாத்த விரும்புகிறான் என்றும் ஸ்மெர்தியாக்கவுக்குத் தெரியும். அப்படியானால் அவன் தானாகவே உண்மையை ஒப்புக் கொண்டிருக்க வேண்டும். அப்படி உண்மையை அவன் ஒப்புக் கொண்டதை நாம் பார்க்கவில்லை. குற்றம் சாட்டப்பட்டவர் ஆணித்தர மாக ஸ்மெர்தியாக்கவ் மீது குற்றம்சாட்டி, அவன்தான் இந்தக்

கொலையைச் செய்தானென்று சொன்னபோதும், ஸ்மெர்தியாக்கவ் இருவரும் சேர்ந்துதான் இந்தக் கொலையைச் செய்யத் திட்டமிட்டோம் என்று ஒருபோதும் சொல்லவில்லை. அதுமட்டுமின்றி, குறிப்பாக ஸ்மெர்தியாக்கவ் சொல்லித்தான் குற்றம் சாட்டப்பட்டவருக்கு அந்தப் பணத்தைப் பற்றியும் சமிக்ஞைகளைப் பற்றியும் தெரியுமென்று விசாரணையில் சொன்னான்; இல்லாவிட்டால், குற்றம்சாட்டப் பட்டவருக்கு அதைப் பற்றித் தெரிய வாய்ப்பில்லை என்றும் அவன் சொன்னான். அப்படி உண்மையாகவே குற்றம் சாட்டப்பட்டவருடன் கூட்டுச் சேர்ந்துகொண்டு அவன் இந்தக் கொலையைச் செய்திருந்தால், முதற்கட்ட விசாரணையின் போது எல்லா விஷயங்களையும் வலிந்து வந்து அவன் சொல்லியிருப்பானா, அதாவது குற்றம் சாட்டப்பட்டவ னிடம் அவனே எல்லா விஷயங்களையும் சொல்லியிருப்பானா? மாறாக, அவன் உண்மையை மறைத்து, குறைந்தபட்சம் ஒரு சில விஷயங்களையாவது வெளியில் சொல்லாமல் இருந்திருப்பான். ஆனால், அப்படி அவன் செய்யாமல், எதையும் மறைக்காமல், விஷயத்தைக் கூட்டிக் குறைக்காமல், எல்லாவற்றையும் வெளிப்படையாகச் சொல்லி யிருக்கிறான். அது கண்டிப்பாகக் குற்றமற்ற வெள்ளந்தித்தனமான ஒருவனால் மட்டுமே செய்யக்கூடிய செயலாகும்; குற்றம் செய்வதற்காகத் திட்டம் போட்டு, குற்றவாளியுடன் கைகோக்கும் ஒருவனால் கண்டிப்பாக இதைச் செய்ய முடியாது. வலிப்பு நோயால் பாதிக்கப்பட்ட அவன் பயங்கரமான சோகத்தில், இந்தப் பேரழிவின் விளைவாக, நேற்று தூக்குப் போட்டுச் செத்துப் போய்விட்டான். தனக்கே உரித்தான தனி பாணியில் இப்படி ஒரு குறிப்பை அவன் எழுதி வைத்திருக்கிறான்: "என்னுடைய சொந்த விருப்பத்தின் பேரிலும் சொந்த எண்ணத்தின் பேரிலும் என்னை நானே அழித்துக்கொள்கிறேன்; இதற்கு வேறு யாரும் காரணம் அல்ல" என்று. மேலும் ஒன்றை அவன் சேர்த்து எழுதியிருக்கலாம்: 'நான்தான் கொலையாளி, கரமாஸவ் அல்ல' என்று. ஆனால் அவன் அப்படிச் செய்யவில்லை: ஒன்றைச் செய்யப் போதுமானதாக இருந்த மனசாட்சி, மற்றொன்றைச் செய்யப் போதுமானதாக இருக்கவில்லை."

"பிறகு என்ன: சிறிது நேரத்திற்கு முன்பு மூவாயிரம் ரூபிள்களை நீதிமன்றத்திற்குக் கொண்டுவருகிறார்கள். 'அதே அந்தப் பணம், உறையிலிருந்த அதே பணம் மற்ற சாட்சிப் பொருள்களுக்கு மத்தியில் வைக்கப்படுகிறது. நேற்று ஸ்மெர்தியாக்கவிடமிருந்து எடுக்கப்பட்டது' என்று சொன்னார்கள். ஆனால், நீதிமன்றப் பெருமக்களே, சமீபத்தில் நடந்த சோகமான சம்பவம் ஒன்றை நீங்களே கண்கூடாகப் பார்த்தீர்கள். விளக்கமாக மீண்டும் நான் எதையும் சொல்லப்போவதில்லை; ஆனால் ஓரிரு விஷயங்களை, முக்கியமில்லாத விஷயங்களை, அது முக்கிய மில்லாத காரணத்தாலேயே யாராலும் மறந்துபோகக்கூடிய ஓரிரு விஷயங்களை நான் இங்கு நினைவுகூர விரும்புகிறேன். முதலாவதாக, மீண்டும் சொல்லப்போனால், ஸ்மெர்தியாக்கவின் மனசாட்சி உறுத்திய காரணத்தால்தான் அவன் நேற்று பணத்தைத் திருப்பிக் கொடுத்துவிட்டுத் தூக்கு மாட்டிக்கொண்டான். (அப்படி அவனுக்கு மனசாட்சி உறுத்தாமல்

இருந்திருந்தால் பணத்தை அவன் திருப்பிக் கொடுத்திருக்க மாட்டான்.) நேற்றுதான் அவன் இவான் கரமாஸவிடம் முதன்முறையாகத் தான் கொலை செய்ததை ஒப்புக்கொண்டிருக்கிறான். எதற்காக; மீண்டும் சொல்கிறேன், நாளை நடக்கப்போகும் பயங்கரமான நீதிமன்ற விசாரணையில் குற்றம் செய்யாதவன் விசாரிக்கப்படுவான் என்பது தெரிந்தும் இறப்பதற்கு முன்பு எழுதி வைத்த குறிப்பில் முழு உண்மையை யும் அவன் எழுதவில்லை. வெறும் பணம் மட்டுமே போதிய சாட்சியாக அமைந்துவிட முடியாது. ஒரு வாரத்திற்கு முன்பு இவான் ஃபியோதரவிச் கரமாஸவ் இரண்டு ஐந்து சதவீதக் காசோலைகளை, அதாவது ஒவ்வொன்றும் ஐயாயிரம் பெறுமான பத்தாயிரம் ரூபிள் கூப்பன்களை நம்முடைய மாகாணத் தலைநகரத்திற்கு அனுப்பி அங்கே அவற்றைப் பணமாக மாற்றுமாறு சொன்னது எனக்கும் அப்படியே நீதிமன்றத்தில் இருக்கும் இருவருக்கும் தெரியும். இதை நான் இங்குக் குறிப்பிடுவதற்குக் காரணம், இந்தத் தேதியில் யார் கையில் வேண்டுமானாலும் பணம் இருந்திருந்திருக்கலாம், எனவே இப்போது மூவாயிரம் ரூபிள்களைக் கொண்டுவந்து கொடுத்து அதுதான் அந்தப் பணப் பெட்டியிலோ அந்த உறையிலோ இருந்த பணமென்று சொல்வது ஒரு சாட்சியாகாது என்பதை விளக்குவதற்காகத்தான். இறுதியாக, இவான் கரமாஸவ் இவ்வளவு முக்கியமானதொரு விஷயத்தை உண்மையான கொலையாளி யிடமிருந்து நேற்று தெரிந்துகொண்டு இவ்வளவு அமைதியாக இருந்தது ஏன்? அதை ஏன் அப்போதே அவர் எல்லோரிடமும் சொல்லவில்லை? விடியும்வரை அவர் காத்திருந்ததன் மர்மம் என்ன? அது ஏன் என்பதை என்னால் சொல்ல முடியும்: ஏற்கனவே ஒரு வாரமாக உடல்நலம் சரியில்லாத இவான் கரமாஸவ், மருத்துவரிடமும் தன்னுடைய நெருங்கிய நண்பர்களிடமும் இறந்துபோனவர்கள் அவருடைய கனவில் வந்துபோவதாகச் சொல்லியிருக்கிறார்; இன்று குறிப்பாக மூளைக் காய்ச்சலால் பாதிக்கப்பட்ட அவர், திடீரென்று ஸ்மெர்தியாக்கவின் மரணத்தைப் பற்றிக் கேள்விப்பட்டு, தனக்குத்தானே சொல்லிக் கொள்கிறார், "மனிதன் இறந்து போய்விட்டான்; எனவே அவன்தான் இந்தக் கொலையைச் செய்தானென்று சொல்லி என்னுடைய சகோதரனைக் காப்பாற்ற முடியும். என்னிடம் பணமும் இருக்கிறது: அந்தப் பணத்திலிருந்து ஒரு கட்டு நோட்டை எடுத்து, ஸ்மெர்தியாக்கவ் இறப்பதற்கு முன்னால் என்னிடம் கொடுத்தான் என்று சொல்லலாம்" என்று. இதை நீங்கள் நியாயமில்லை என்று சொல்வீர்களா; இறந்து போனவன் மீது பழி சுமத்தப்பட்டாலும் சகோதரனைக் காப்பாற்றலாம் அல்லவா? சரி, அப்படியே அவன் தெரியாமலேயே பொய் சொன்னால் தான் என்ன அல்லது அப்படி நடந்திருக்கலாமென்று அவனே கற்பனை செய்து சொன்னால்தான் என்ன; இறுதியாக வேலைக்காரன் இறந்துவிட்டானென்ற செய்தி அவனை மனநோயாளியாக்கிவிட்டது. எந்த நிலையில் அவன் இருந்தானென்பதை நீங்களே கொஞ்ச நேரத்திற்கு முன்பாகப் பார்த்தீர்கள் தானே. உடலளவில் நின்றுகொண்டு அவன் பேசினானே தவிர, அவனுடைய மனநிலை எப்படியிருந்தது? சமீபத்தில் இந்த மனநோயாளியால் சமர்ப்பிக்கப்பட்ட சாட்சி ஒரு கடிதம்; அது குற்றம் சாட்டப்பட்டவர், பெண்மணி வெர்ஹோவ்த்வாசவுக்கு

எழுதிய கடிதம்; அது கொலை நடப்பதற்கு இரண்டு நாட்களுக்கு முன்பு, கொலை எப்படிச் செய்யப்பட வேண்டுமென்ற முழுத் திட்டத்தையும் விவரித்து எழுதப்பட்ட கடிதம். ஆக, எதற்காக நாம் திட்டத்தை, திட்டம் வகுக்கும் ஆட்களைத் தேடுகிறோம்? கடிதத்தில் எப்படிக் குறிப்பிடப்பட்டிருக்கிறதோ அதேபோல அப்படியே அச்சு அசலாகக் கொலை நடந்திருக்கிறது. அப்படியே வேறு யாரையும்விட இதை எழுதியவரே அந்தக் கொலையையும் செய்திருக்கிறார். ஆம், நீதிமன்றப் பெருமக்களே, 'எப்படி எழுதப்பட்டதோ அதேபோலத்தான் கொலையும் செய்யப்பட்டிருக்கிறது!' தன் காதலி தந்தையின் அறையில் தான் இருக்கிறாளென்ற ஆணித்தரமான நம்பிக்கையில், அறையின் ஜன்னலைவிட்டு அவர் பயத்திலும் மரியாதையிலும் விலகி வரவில்லை. இல்லை, இது முட்டாள்தனமான, நம்ப முடியாத ஒன்றாக இருக்கிறது. ஆக, அவன் தன் தந்தையின் அறைக்குப் போனான்; போய் காரியத்தை முடித்துவிட்டான். அநேகமாகக் கோபத்திலும் கொழுந்து விட்டெரிந்த பொறாமையிலும் தனக்குப் போட்டியாக இருந்த அவரைப் பார்த்த மாத்திரத்தில் செம்பு உலக்கையை எடுத்து ஒரே அடியில் அவரைத் தாக்கி அந்தக் கொலையைச் செய்துவிட்டு, தன்னுடைய காதலி அங்கே இருக்கிறாளா என்று ஆர்வத்துடன் தேடியவன், அவளை அங்கே கண்டுபிடிக்க முடியாமல், தலையணைக்கு அடியில் இருந்த பணத்தை மறக்காமல் எடுத்துக்கொண்டு, உறையைக் கீழே போட்டு விட்டுப் போய்விட்டான்; இதோ அந்த உறைதான் இப்போது சாட்சிப் பொருள்கள் வைக்கப்பட்டிருக்கும் இந்த மேஜைமீது வைக்கப்பட்டிருக் கிறது. எதற்காக இதை நான் சொல்கிறேன் என்றால், என்னைப் பொறுத்தவரையில், அவருக்கே உரித்தான பாணியில் இந்தக் கொலை செய்யப்பட்டிருக்கிறது என்பதை நீங்கள் கவனிக்க வேண்டும் என்பதற் காகத்தான். கொலையைத் தொழிலாகச் செய்யும் ஒரு கொலைகாரனாக இருந்திருந்தால், பணத்தைத் திருடும் நோக்கம் மட்டுமே அவனிடம் இருந்திருந்தால், பணத்தை எடுத்துக்கொண்டு, கிழித்த அந்த உறையை இறந்துபோனவரின் உடலுக்கருகிலேயே போட்டிருப்பானா? இதுவே ஸ்மெர்தியாக்கவாக இருந்திருந்தால், பணத்திற்காகக் கொலைசெய்தவன், இறந்துபோனவருக்கருகே உறையைக் கிழித்துப் போடாமல், பணத்தை அப்படியே எடுத்துக்கொண்டு போயிருப்பான்; ஏனெனில் அந்த உறையில் பணத்தைப் போட்டு அதற்குச் சீல் வைத்ததை அவன்தான் நேரில் பார்த்திருக்கிறானே; எனவே, அப்படியே அந்தப் பணத்தை உறையோடு அவன் எடுத்துக்கொண்டு போயிருந்தால், திருட்டு நடந்ததே யாருக்கும் தெரியாமல் போயிருக்கும். நீதிமன்றப் பெருமக்களே, உங்களை நான் கேட்கிறேன், ஸ்மெர்தியாக்கவ் அப்படியா நடந்திருப்பான், அதாவது பணத்தைத் திருடிவிட்டு உறையைக் கீழே போட்டிருப்பானா? இல்லை, இது ஆத்திரத்தில் செய்யப்பட்ட ஒரு செயல்; தன்னுடைய சுயநினைவை இழந்த ஒரு கொலைகாரன், ஒரு கொலைகாரனே அன்றித் திருடனாக இல்லாதவன், எப்போதுமே எதையுமே திருடாதவன், பணத்தை மெத்தைக்கு அடியில் இருந்து எடுத்தவன், ஒரு திருடனாக இல்லாமல், ஒரு திருடனிடமிருந்து தன்னுடைய பணத்தை எடுத்துக் கொள்ளும் நோக்கத்தில் எடுக்கப்பட்டதாக இருக்கிறது; ஏனெனில்,

அந்த எண்ணம்தான் திமித்ரி கரமாஸவின் மனம் முழுவதும் இருக்க, அந்த எண்ணத்தில்தான் அவர் அந்த மூவாயிரம் ரூபிள்களை எடுத்திருக்க வேண்டும். ஆக, இதுவரை தன்னுடைய கண்களால் பார்த்திராத அந்த உறையை எடுத்த அவர், பணம் அதில் இருக்கிறதா என்பதை உறுதிசெய்ய அதைக் கிழித்துப் பார்த்தவர், அதில் இருந்த பணத்தை எடுத்துத் தன்னுடைய சட்டைப்பையில் போட்டுக்கொண்டு, கிழிக்கப்பட்ட நாசமாய்ப்போன அந்த உறை தனக்கு எதிரான ஒரு சாட்சியாக இருக்குமென்பதையே அறியாமல் அதைத் தரையில் போட்டுவிட்டுப் போய்விட்டார். அவர் ஸ்மெர்தியாக்கவாக இல்லாமல் கரமாஸவாக இருந்த காரணத்தால்தான் எதைப் பற்றியும் யோசிக்காமல், எதையும் புரிந்துகொள்ள முற்படாமல் இப்படிச் செய்திருக்கிறார்; ஆமாம், அதற்கெல்லாம் ஏது அப்போது அவருக்கு நேரம்! அப்படி அவர் வெளியே வரும்போது அவரைத் தாண்டிச் சென்ற வேலையாள் ஒருவரின் கூக்குரல் அவருக்குக் கேட்க, அவன் அவரைப் பிடித்து நிறுத்த, செம்பு உலக்கையால் அடிபட்ட அவன் தரையில் வீழ்கிறான். பரிதாபத்தின் பேரில், குற்றம் சாட்டப்பட்டவர், அடிபட்டவனின் நிலைமையைத் தெரிந்துகொள்ள வேலியைத் தாண்டிக் குதிக்கிறார். யோசித்துப் பாருங்கள், அவர் சொல்கிறார், பரிதாபத்தின் பேரில் அடிபட்டவருக்கு என்னவாயிற்றோ என்றெண்ணி உதவிசெய்ய அவர் எட்டிக் குதித்தார் என்று. இது பரிதாபத்தைக் காட்டக்கூடிய நேரமா என்ன? இல்லை, அவர் எட்டிக் குதித்துப் பார்த்தது, இந்தக் கொடூரச் செயலைப் பார்த்த அந்தச் சாட்சியாளன் இன்னும் உயிரோடு இருக்கிறானா இல்லையா என்பதைத் தெரிந்துகொள்வதற்காகத்தான். வேறு எந்த உணர்வும் வேறு எந்த நோக்கமும் இயற்கைக்கு மாறானதாகத்தான் இருக்கும்! பாருங்கள், அவர் கிரிகோரிக்காகப் பாடுபடுகிறார்; அவனுடைய தலையில் கசிந்த ரத்தத்தைத் தன்னுடைய கைக்குட்டையால் துடைக்கிறார், அப்போது அவன் இறந்துபோனதை அறிந்து பைத்தியம் பிடித்தவர் போல மீண்டும் தன் காதலியின் வீட்டிற்கு ஓடுகிறார்; எப்படித் தான் ரத்தத்தில் உறைந்திருப்பதை உணராமல் அப்போது அவரால் ஓட முடியும்? ஆனால், குற்றம் சாட்டப்பட்டவர் சொல்கிறார், அவர் ரத்தத்தில் முழுதுமாய் உறைந்து போயிருப்பதை அவரே கவனிக்கவில்லை என்று; இது நடக்கக்கூடிய ஒன்றுதான்; இதை நம்பலாம்; இது குற்றவாளிகளிடம் நடக்கக்கூடிய ஒன்றுதான். ஒரு சந்தர்ப்பத்தில் அவர்கள் சூழ்ச்சியாளர்கள் என்றால், மறு சந்தர்ப்பத்தில் அவர்கள் கவனக்குறைவாளிகள். ஆனால் அந்த நிமிடம் அவருடைய கவனம் முழுவதும் அவள் எங்கே இருக்கிறாளென்பதைத் தெரிந்துகொள்வதில் மட்டுமே இருந்திருக்கிறது. உடனே அவருக்குத் தெரிய வேண்டும் அவள் எங்கே இருக்கிறாளென்று; ஆகவே அவளுடைய வீட்டைத் தேடி அவர் போக, எதிர்பாராதவிதமாக மிகப் பெரிய செய்தி ஒன்று அவருக்காகக் காத்திருக்கிறது; அவள் தன்னுடைய 'பழைய' 'சட்டப்படி உரிமையுள்ள' தன்னுடைய காதலனைப் பார்க்க மோக்ரயவுக்குப் போய்விட்டாளென்று!' என்று சொன்னார் இப்போலித் கிரீலவிச்.

# 9

# முழுவீச்சுடன் இயங்கும் அகநிலை உணர்வு. விரைந்தோடும் மூன்று குதிரைகள்.

## வழக்குத் தொடுத்த வழக்குரைஞரின் இறுதிப்பேச்சு

இவ்வளவு தூரம் பேசிய இப்போலித் கிரீலவிச், நடந்த சம்பவங்களைத் தெளிவாகச் சரித்திரரீதியாக மட்டுமே கணக்கிலெடுத்து, உணர்ச்சிவசப்படக்கூடிய எல்லாப் பேச்சாளர்களும் விருப்பத்துடன், கடுமையான அந்த வரைமுறைக்குள் நுழைந்து, அடக்க முடியாத தங்களுடைய ஆவலை அடக்குவது போல, இப்போலித் கிரீலவிச்சும் குருஷென்காவின் 'பழைய', 'உரிமையுள்ள' காதலனைப் பற்றிய விஷயத்தைக் குறிப்பாக எடுத்துக்கொண்டு, சற்றே வேடிக்கையாகப் பேசினார். 'மீச்சியா, பைத்தியக்காரத்தனமாக எல்லோரையும் பார்த்துப் பொறாமைப்படுபவன், திடீரென்று அந்தப் 'பழைய', 'உரிமையுள்ள' அவளுடைய காதலனைப் பற்றிக் கேள்விப்பட்டு மனம் உடைந்து போனான். அது மட்டுமில்லாது, முற்றிலும் எதிர்பாராத இப்படிப்பட்ட ஒரு புதிய ஆபத்து, அதாவது அவனுக்குப் போட்டியாளன் என்கிற விசித்திரமான ஒரு புதிய ஆபத்து வருமென்று அவன் எதிர்பார்க்கவே இல்லை. ஆனால், அந்தப் புதிய ஆபத்து வெகு தூரத்தில் இருக்கிறது என்றுதான் அவன் நினைத்திருந்தான்; கரமாஸவ் எப்போதுமே நிகழ்காலத்தில் வாழ்பவன். அப்படிப்பட்ட அந்தப் புதிய ஆபத்து ஒரு கற்பனை என்றே அவன் நினைத்திருந்தான். ஆனால், இந்தப் பெண், அந்தப் போட்டியாளனை ரகசியமாக வைத்திருந்து மீச்சியாவை ஏமாற்றிவிட்டதால், இந்த எதிராளி கற்பனையாக உருவாக்கப் பட்டவனோ போலியானவனாகவோ இல்லாமல், அவளுடைய வாழ்வின் நம்பிக்கை நட்சத்திரமாக இருக்கிறானென்பதை உணர்ந்த மீச்சியா, புண்பட்ட மனத்தில் உடனே அதை ஏற்றுக்கொண்டான். ஆக, நீதிமன்றப் பெருமக்களே, குற்றம் சாட்டப்பட்டவரின் இந்த எதிர்பாராத பண்புநலனைப் பற்றிச் சொல்லாமல் அப்படியே விட்டுவிட முடியாது; இதை எப்படியுமே வெளியில் காட்டும் சக்தி இல்லாதவராக அவர் இருந்தார்; திடீரென்று அவர் தவிர்க்க முடியாத இந்த உண்மையை வெளிப்படுத்துபவராக, ஒரு பெண்ணுக்கு மரியாதை கொடுப்பவராக, அவளுடைய உள்ளத்திலிருக்கும் உரிமையை ஏற்றுக்கொள்பவராக மாறுகிறார்; ஆனால் எப்போது? அவளுக்காகத் தன் தந்தையின் ரத்தத்தில் தன்னுடைய கைகளைத் தோய்த்தபிறகு! அந்தத் தருணத்தில் சிந்திய ரத்தம், பழிவாங்கத் துடித்ததனால் ஏற்பட்டது என்பது உண்மைதான்; எனவே தன்னுடைய ஆத்மாவையும் வருங்கால வாழ்வையும் அழித்துக்கொண்டுவிட்ட அவர், அந்தச் சமயத்தில் தன்னைத்தானே இப்படிக் கேட்டுக்கொண்டிருக்க வேண்டும், "'பழைய', 'வாதத்திற்கு அப்பாற்பட்ட', அந்தப் பழைய காதலன், எப்போதோ அவளுடைய வாழ்வைச் சீரழித்த அவன், இப்போது திரும்பி வந்து, மறுபடியும்

அவளை விரும்புவதாகச் சொல்லி, இனிமேல் அவளிடம் நேர்மையாக இருப்பதாக உறுதியளித்து, சந்தோஷமான வாழ்க்கையை அவளுக்குத் தரப் போவதாகச் சொன்னவனை ஒப்பிட்டுப் பார்க்கையில், உயிரினும் மேலாக அவளை நேசித்த மீச்சியா, இனி அவளுடைய மனத்தில் எந்த இடத்தில் இருக்கிறான். பாவப்பட்டவன் இப்போது அவளுக்காக எதைக் கொடுப்பான், என்ன தருவான்?" என்று. கரமாசவுக்கு எல்லாமே புரிந்தது, எல்லாமே, அதாவது அவன் செய்த குற்றம் அவனுடைய பாதையை மறைத்திருக்க, வரப் போகும் தீர்ப்புக்காகக் காத்திருக்கும் அவன், ஒரு குற்றவாளியே அன்றி வாழ்க்கையை வாழப் போகும் ஒரு மனிதனல்ல என்பது! இந்த எண்ணம்தான் அவனை வீழ்த்தி, சாகடித்தது. உடனே அவன் ஒரு பைத்தியக்கார முடிவை எடுக்க, அது கரமாஸவ் போன்ற ஒருவருக்கு, பயங்கரமான அந்தத் தருணத்தில், தெரியக்கூடிய ஒரே பாதையாக, விதிவசப்பட்ட ஒன்றாக இருந்தது. அந்தத் தீர்மானம்தான் தற்கொலையாக இருந்தது. அப்போதுதான், அவன் தன்னுடைய துப்பாக்கிகளை அடமானம் வைத்திருந்த அரசு அதிகாரி பெர்ஹோத்தினிடமிருந்து அவற்றைத் திரும்பப் பெறுவதற்காக ஓடியபோது, வழியில் தன்னுடைய சட்டைப் பையில் வைத்திருந்த பணத்தை, எதற்காகத் தன் தந்தையின் ரத்தத்தால் தன்னுடைய கைகளைக் கறைபடுத்திக்கொண்டானோ, அந்தப் பணத்தைச் சட்டைப் பையிலிருந்து வெளியே எடுக்கிறான். ஓ, பணம் இப்போது அவனுக்கு மிக முக்கிய மாகத் தேவைப்பட்டது: கரமாஸவ் சாகப்போகிறான்; தன்னைத்தானே சுட்டுக்கொண்டு சாகப் போகிறான்; இது என்றென்றும் நினைவில் நிற்கக் கூடிய ஒன்று: அவன் கவிஞனாக இருந்ததன் பயன் இல்லாமல் போகவில்லை; இதற்காகத் தன்னுடைய வாழ்நாளில் அவன் பல வேலைகளில் ஈடுபட்டதும் வீணாகப் போகவில்லை. "அவளிடம், அவள் இருக்கும் இடத்திற்கு போக வேண்டும் – அங்கே மிகப்பெரிய அளவில், எல்லோருக்கும், உலகத்திற்கே, மிகப் பெரிய விருந்து ஒன்றைத் தரவேண்டும்; இதுவரை யாருமே பார்த்திராத, கேட்டிராத ஒரு விருந்தை, எல்லோரும் நினைத்துப் பார்த்து நீண்ட காலம் பேசக்கூடிய ஒரு விருந்தை நான் தரவேண்டும். பயங்கரமான களியாட்ட சத்தத்திற்கு நடுவே, ஜிப்சிகளின் வெறித்தனமான ஆடல் பாடல்களுக் கிடையே என்னுடைய மதுக் கோப்பையை உயர்த்தி, நான் விரும்பும் என்னுடைய பெண்ணுக்குக் கிடைத்த ஒரு புதிய சந்தோஷத்திற்காக, அவளுடைய நலனை வேண்டி, பாராட்டி, மதுவைக் குடித்த பிறகு, அவளுடைய கால்களில் விழுந்து, அவள் முன்பாக என்னை நானே மூளை தெறிக்கச் சுட்டுக்கொண்டு இறக்க வேண்டும்! அப்படி நான் செய்தால் எப்போதாவது அவள் இந்த மீச்சியா கரமாஸவை நினைத்துப் பார்ப்பாள், அவளை நான் எப்படி விரும்பினேன் என்று; அந்த மீச்சியாவுக்காக அவள் பச்சாதாபப்படக் கூடும்!" என்று அவன் நினைத்திருக்கலாம். இது மிகப்பெரிய காட்சியாக, வீரகாதைக்குரிய வெறிச்செயலாக, காட்டுமிராண்டித்தனமான, கரமாஸவுக்கே உரித்தான, முட்டாள்தனமான உணர்ச்சிமிக்க செயலாக இருக்க, அதற்கும் மேலாக, நீதிமன்றப் பெருமக்களே, ஏதோ ஒன்று அவருடைய மனசாட்சியை உறுத்த, அது இடைவிடாமல் அவருடைய மனத்தை

ஆக்கிரமிக்க, தற்கொலை செய்துகொள்ளுமளவிற்கு அது விஷமாக மாறிப் போயிருந்தது. அது ஏதோ ஒன்று – அது அவருடைய மனசாட்சி யாக இருந்தது, நீதிமன்றப் பெருமக்களே. அது அவருடைய மன சாட்சியின் தீர்ப்பாக, மனசாட்சியின் பயங்கரமான நெருடலாக இருந்தது! ஆக, துப்பாக்கி இவை எல்லாவற்றையும் சரிசெய்யும் – அது ஒன்றுதான் இதற்குச் சரியான வழி, வேறு வழி எதுவுமில்லை என்று நினைத்த கரமாஸவ், 'அங்கே என்ன நடக்கும்' என்பதை ஒரு நிமிடம் நினைத்துப் பார்த்தாரா, இல்லை, ஹேம்லட் *(Hamlet)* போல நினைத்துப் பார்த்தாரா என்று எனக்குத் தெரியாது. ஆமாம், நீதிமன்றப் பெருமக்களே, அங்கே, அவர்களுக்கு ஹேம்லட்டுகள், இங்கே நமக்கு கரமாஸவ்கள்!"

அப்படிச் சொன்ன இப்போலித் கிரீலவிச், திமித்ரி பியோதரவிச், பெர்ஹோத்தினின் வீட்டிற்குச் சென்றது முதல், குதிரை வண்டிக்கார னுடன் கடைக்குச் சென்றதுவரை எல்லாவற்றையும் தெளிவாக விவரித்தார். சாட்சியாளர்கள் உறுதிப்படுத்தியதை வைத்து மிகப்பெரிய காட்சி ஒன்றை, பெரியதொரு தாக்கத்தை அவர் பார்வையாளர்களிடம் ஏற்படுத்தினார். முக்கியமாக, பல உண்மைகள் ஒன்றுசேர்ந்து பெரிய தாக்கத்தை அது ஏற்படுத்தியது. வெறிபிடித்து அலைபாய்ந்துகொண் டிருந்தவர் செய்த இந்தக் குற்றம், அப்படியே தன்னை மனிதனாகவே ஏற்றுக்கொள்ள முடியாத இவருடைய மனநிலை, எல்லாமே வெளிப்படை யாகத் தெரிந்தது. "தன்னைக் காப்பாற்றிக்கொள்ள வேண்டுமென்ற எண்ணம் அவருக்குத் தேவையில்லாத ஒன்றாக இருந்தது" என்று சொன்ன இப்போலித் கிரீலவிச், "இரண்டு மூன்று முறை தான் செய்த குற்றத்தை ஒப்புக்கொள்ள விருப்பப்படுவது போல நடந்துகொண்ட அவர், அதை வெளியே சொல்வதற்கும் தயாராக இருந்தார்" என்றார். (சாட்சியாளர்களுடைய சாட்சிகள் இங்கே குறிப்பிடப்பட்டன.) போகும் போது, வழியில், "தெரியுமா உனக்கு, கொலைகாரனை நீ ஏற்றிக்கொண்டு போகிறாயென்று!" வண்டி ஓட்டுபவரிடம் கேட்டிருக்கிறார், இருந்தாலும் அவரால் உண்மையை வெளியே சொல்ல முடியவில்லை. முதலில் அவருக்கு மோக்ரயவுக்குப் போக வேண்டும், பிறகு அங்கே தன்னுடைய கதையை முடித்துக்கொள்ள வேண்டும். ஆனால், பாவப்பட்ட அந்த மனிதருக்கு அங்கே காத்துக்கொண்டிருந்தது என்ன? மோக்ரய சென்றதும் அவர் பார்த்த அந்த 'உரிமை கொண்டாடும்' போட்டியாளர், 'உரிமை கொண்டாடும்' நிலையில் இல்லாமல், அவளுடைய புதிய சந்தோஷத்திற்காக மீச்சியா நலம் பாராட்டி மதுக் கிண்ணத்தை உயர்த்திக்கொண்டாடுவதை விரும்பாமல் இருந்ததைத்தான் பார்த்தார். இப்படியாக, வழக்கு விசாரணையின் மூலமாக நடந்த உண்மைகள் எல்லாம் ஏற்கனவே உங்களுக்குத் தெரியும், நீதிமன்றப் பெருமக்களே. போட்டியாளரை வெற்றிகொண்டதில் எந்தவிதச் சந்தேகமும் இல்லை என்பது கரமாஸவுக்குத் தெரியும், ஆனால் இங்கே, இங்கேதான் முற்றிலும் புதிய, மிகப் பயங்கரமானதொரு படிநிலை, இதுவரை உணர்ந்திராத ஒரு நிலை அவருள் உருவாகியது! இதை நாம் ஆக்கப் பூர்வமாகவே எடுத்துக்கொள்ளலாம், நீதிமன்றப் பெருமக்களே" என்று சொன்ன இப்போலித் கிரீலவிச், "அவருடைய கோபக் குணமும் குற்றமுள்ள

நெஞ்சமும் எந்தவித மண்ணுலக நியாயத்தைவிடவும் பழிதீர்க்கும் எண்ணத்தையே உசுப்பிவிடக் கூடியதாக இருந்தது! அதுமட்டுமல்ல, நியாயமும் மண்ணுலக தண்டனையும்கூட இயற்கையான தண்டனையை மட்டுப்படுத்தும்; அப்படியே அது குற்றவாளியின் உள்ளத்திற்குத் தேவையானதும்கூட; அதுவும் மனமுறிந்துபோய்த் தளர்ச்சியுற்ற இந்தச் சமயத்தில் அது ஒரு ஆறுதலும்கூட. என்னால் ஒன்றைத் தான் புரிந்துகொள்ள முடியவில்லை, கரமாஸவின் அந்தப் பயங்கரமான நன்னெறி வேதனையை, அதாவது மீச்சியாவை அவள் விரும்புகிறாள், அதற்காகத் தன்னுடைய 'பழைய', 'சட்டப்படி உரிமை கொண்டாடக் கூடிய' அந்தப் பழைய காதலனை அவள் தூக்கி எறிந்துவிட்டு, 'மீச்சியா வுக்காக' மீச்சியாவை அழைத்துக்கொண்டு, ஒரு புது வாழ்க்கையைச் சந்தோஷமாக வாழ அவனை அழைப்பது என்பதுதான்! அதுவும் ஏற்கனவே எல்லாம் முடிந்துபோய் எதுவுமே அவனால் செய்ய முடியாத நிலையில்! குற்றம் சாட்டப்பட்டவருடைய நிலைமையை விளக்குவதற் காக இப்போது முக்கியமானதொரு விஷயத்தை உங்களுக்கு நான் தற்செயலாகக் குறிப்பிட விரும்புகிறேன். இந்தப் பெண், அவருடைய இந்தக் காதலி, கடைசி நிமிடம்வரை, கைதுசெய்யப்படும்வரை, அவனால் அடையப்பட முடியாதவளாக, ஆனால் தீவிரமாக அவரால் காதலிக்கப் பட்டவளாக இருந்திருக்கிறாள். அப்படியிருக்கையில் அவர் ஏன் தன்னைத்தானே சுட்டுக்கொள்ளவில்லை? எதற்காக அவர் தன்னுடைய முடிவைச் செயல்படுத்தாமல் இருந்தார்; துப்பாக்கி இருந்த இடம் கூடத் தெரியாமல் இருந்திருக்கிறார்! எது அவரை அப்படித் தடுத்து நிறுத்தியதென்றால், அவருடைய தீவிரமான காதலும் அது கிடைக்கு மென்ற நம்பிக்கையும்தான். குடி மயக்கத்தில், தன் காதலியை அவர் கட்டித் தழுவ, கேளிக்கை விருந்தில் பங்குகொண்ட அவள் வேறு யாரைவிடவும் அழகானவளாக, கவர்ச்சியானவளாக அவருக்குத் தெரிய, அவளை விட்டு அவர் விலகாமல் அவளை ரசித்தபடியே, அவள் முன்பு மயங்கிக் கிடக்கிறார். இந்தத் தீவிரமான காதல்தான் கைதான சம்பவத்தையும் மனசாட்சியின் வேதனையையும் ஒரு நிமிடம் பொருட்படுத்தவிடாமல் செய்துவிட்டது! ஆனால், ஒரு நிமிடம், ஒரே ஒரு நிமிடம்தான்! மூன்று விஷயங்களில் சிக்கித் தவித்த குற்றவாளி யின் அந்த நிமிட மனோநிலையை என்னால் சந்தேகத்திற்கு இடமின்றிக் கற்பனை செய்து பார்க்க முடிகிறது: முதலாவதாக, அவருடைய குடிமயக்கம், கூச்சலும் கும்மாளமும் நிறைந்த சத்தம், நடனக் களியாட்டம், பாடலின் கீச்சொலி, அப்படியே மது அருந்திச் சிவந்துபோயிருந்த அவள், குடிமயக்கத்தில் சிரித்தபடி ஆடிப் பாடும் அவள்! இரண்டாவதாக, தன்னைச் சமாதானப்படுத்தும் எண்ணம், அதாவது விதிவசப்பட்ட முடிவு இன்னும் வெகுதூரத்தில் இருக்கிறது என்ற அவருடைய எண்ணம்; குறைந்தபட்சம் அது மிக அருகில் இல்லை என்பது; அடுத்த நாள் காலை, அதிகாலை நேரம் புலர்ந்து, அது அவரை அங்கிருந்து அழைத்துச் சென்றது. ஆக, சில மணி நேரங்கள் அந்தச் சில மணி நேரங்கள் அதிகமாக, மிக அதிகமாகவே இருந்தன! அந்தச் சில மணி நேரங்களில் ஒருவர் எவ்வளவோ விஷயங்களை நினைத்துப் பார்க்க முடியும். ஒரு குற்றவாளியைத் தூக்கிலிடுவதற்கு முன்பு அவர் என்ன மனநிலையில்

இருப்பாரோ அதே அந்த மனநிலைதான் அவரிடமும் இருந்திருக்குமென்று நான் நினைக்கிறேன்: தூக்குமேடைக்குப் போகும் குற்றவாளி நினைக்கிறான், "பெரிய, மிகப்பெரிய தெரு, அதை நடந்தே கடக்க வேண்டும்; சுற்றிலும் ஆயிரக்கணக்கான மக்கள்; அப்படி அந்தத் தெருவைக் கடந்து மற்றொரு தெருவுக்குப் போகும்போது, அந்தத் தெருவின் கடைக் கோடியில்தான் அந்த சதுக்கம், தூக்கிலிடப்படும் பயங்கரமான அந்தச் சதுக்கம் இருக்கிறது! குறிப்பாக எனக்கு என்ன தோன்றுகிறது என்றால், இந்தப் பயணத்தின் ஆரம்பத்தில், கேவலமான இந்தச் சக்கரத்தில் அமர்ந்து சுழல்பவர், தனக்கு முன்னால் முடிவுறாத வாழ்க்கை இன்னும் இருப்பதாக அவர் நினைத்திருக்க வேண்டும். ஆனால், தெருக்களின் வழியே வீடுகளைக் கடந்து செல்லும் இவர் முன்பாகக் காலச் சக்கரம் சுழல, தெருவின் திருப்புமுனையை அடைய இன்னும் நீண்ட தூரம் இருக்க, இதில் சம்பந்தப்படாத பல்லாயிரக் கணக்கான மக்களின் ஆர்வமிக்க பார்வை அவர்மீது படிய, இன்னமும் அவர் நம்பிக்கையுடன் வலப்பக்கம், இடப்பக்கம் என்று பார்த்துக் கொண்டு செல்பவர், மற்றவர்களைப் போலவே தானும் ஒரு மனிதர் என்று இன்னமும் நினைத்துக்கொண்டு நடக்கிறார். ஆனால், இப்போது ஏற்கனவே மற்றொரு தெருவின் திருப்புமுனை வந்துவிட்டது – ஓ! அதனால் என்ன; இன்னும் நீண்டதொரு சாலை இருக்கிறது. இன்னும் எத்தனை வீடுகளைக் கடந்து சென்றாலும், அவர் இப்படித்தான் நினைப்பார்: "இன்னும் நான் பல்லாயிரக்கணக்கான வீடுகளைக் கடக்க வேண்டும்" என்று. அப்படித்தான் தெருவின் கடைசி வரை, தூக்குமேடை இருக்கும் அந்தச் சதுக்கம்வரை அவர் நினைப்பார். இப்படித்தான் கரமாஸவும் நினைத்திருப்பாரென்று எனக்குத் தோன்றுகிறது. "இன்னும் அவர்கள் களத்தில் இறங்கவில்லை" என்று நினைத்த அவர், "இன்னும் எதையாவது யோசித்து முடிவெடுக்கலாம், ஓ, என்னைக் காப்பாற்றிக்கொள்ளத் திட்டம் போட இன்னும் நேரம் இருக்கிறது, இன்னும் சரியானதொரு முடிவை நான் எடுக்கலாம்; அவள் எப்பேர்பட்ட ஓர் அழகி!" என்று நினைத்தார். இருளடைந்த அவருடைய மனம் பயங்கரமான வேதனையில் இருந்தாலும், எடுத்த பணத்தில் பாதியை எங்கோ ஒளித்து வைக்கவும் செய்தார் – இல்லாவிட்டால், தந்தையின் தலையணைக்கடியில் இருந்து அப்போதுதான் எடுத்த மூவாயிரத்திலிருந்த பாதி எப்படி மறைந்து போயிருக்கும் என்பதை என்னால் விளக்க முடியவில்லை. மோக்ரயவுக்கு அவர் வருவது இது முதல் முறையல்ல; ஏற்கனவே இரண்டு நாட்கள் அவர் அங்குக் குடித்துக் கும்மாளம் போட்டிருக்கிறார். இந்தச் சத்திரம், பிரம்மாண்டமான இந்தக் கட்டடம் அவருக்கு மிகவும் பரிச்சயமான ஒன்று; அங்கிருந்த முற்றங்களும் தடுப்புகளும் அவருக்குத் தெரிந்த ஒன்றே. நான் என்ன ஊகிக்கிறேன் என்றால், அந்தப் பாதிப் பணத்தை அவர் கைதுசெய்யப்படுவதற்கு முன்பே சத்திரத்தின் ஒரு மூலையில், ஏதாவது ஒரு பிளவிடுக்கில், ஏதாவது ஓர் ஓட்டையில், அல்லது தரைப் பலகைக்கடியில் எங்காவது அவர் ஒளித்து வைத்திருக்க வேண்டுமென்று. அவர் ஏன் அப்படிச் செய்தார்? பேரழிவு இப்போது நடக்கலாம், ஆனால் அதை எப்படிச் சந்திப்பது என்பதைப் பற்றி

அவர் இன்னும் யோசிக்கவில்லை; ஆம், அது அவருடைய மண்டையில் இன்னும் உதிக்கவே இல்லை; ஆமாம், அவருடைய எண்ணமெல்லாம் அவளைப் பற்றித்தான்; ஆனால் பணம்? – பணம் எப்படியிருந்தாலும் அவருக்குத் தேவை! பணம் இருக்கும் மனிதன்தான் – எங்கும் மனிதனாக இருக்க முடியும். ஒருவேளை இந்தக் கணக்கு இந்தச் சமயத்தில் இயல்பான ஒன்றல்ல என்று உங்களுக்குத் தோன்றலாம்! ஆனால், ஒரு மாதத்திற்கு முன்பு, இதேபோன்ற பதற்றமான, விதிவசப்பட்ட ஒரு தருணத்தில், மூவாயிரம் ரூபிள்களில் பாதியை எடுத்து ஒரு பட்டயம் போலச் செய்து அதை அவர் மறைத்து வைத்தாரென்று அவரே சொன்னது ஒரு சமயம் உண்மையாக இல்லாவிட்டாலும்கூட, இப்போது நாம் எதை நிரூபிக்கலாம் என்றால், அந்த யோசனை கரமாஸவ் மனத்தில், அவருடைய எண்ணத்தில் கனிந்திருந்தது என்பதைத்தான். அதுமட்டுமின்றி, பிறகு அவர் விசாரணையாளரிடம் அறுதியிட்டுக் கூறியதுபோல, ஆயிரத்து ஐநூறு ரூபிள்களை ஒரு சிறு பை போலத் தைத்து அதில் அவர் மறைத்து வைத்திருந்தார் என்பதை (அப்படிப்பட்ட ஒன்று இருக்கவே இல்லை) ஒருசமயம் சட்டென்று அவர் கற்பனை செய்துகூடச் சொல்லியிருக்கலாம், ஏனெனில் இரண்டு மணி நேரத்திற்கு முன்புதான் அந்த மூவாயிரம் ரூபிள்களில் பாதியை, அதாவது, ஆயிரத்து ஐநூறு ரூபிள்களை மோக்ரயவில் எங்கேயோ அவர் ஒளித்து வைத்திருந்திருக்கிறார்; எதற்காக என்றால், ஒருசமயம், காலைவரை எங்காவது அது பத்திரமாக இருக்கட்டுமே என்றுதான். நீதிமன்றப் பெருமக்களே, அவர் இங்கு இரண்டு பயங்கரமான படுபாதாளக் குழிகளைத் தோண்டியிருக்கிறார் என்பதைக் கவனமாகப் பாருங்கள்; கரமாஸவால் இரண்டு படுபாதாளச் செயல்களை ஒரே நேரத்தில் செய்ய முடிந்திருக்கிறது! நாங்கள் அந்த வீட்டைச் சோதனை செய்து பார்த்துவிட்டோம்; அங்கே பணம் எதுவும் இல்லை. ஒரு சமயம் அது அங்கே இருக்கலாம் அல்லது அடுத்த நாளே அங்கிருந்து அது காணாமல் போய், இப்போது குற்றவாளியிடம் அது வந்து சேர்ந்திருக்கலாம். எப்படியிருந்தாலும், அவரைக் கைது செய்யும்போது அவளருகில் அவளுடைய கால்களுக்கடியில், கட்டிலில் அவள் படுத்திருக்க, அவளுடைய கைகளைப் பற்றிக் கொண்டு, கைதுசெய்ய வருபவர்களின் சத்தம்கூடக் கேட்காமல் அவர் அமர்ந்திருந்தார். கேட்கப்படும் கேள்விகளுக்கு அவர் பதில் சொல்ல முடியாத மன நிலையில் இருந்தார். அவரும் அவருடைய எண்ணங்களும் அவரைத் தற்காத்துக்கொள்ள முடியாத நிலையில் இருந்தன.

இப்போது அவர் தன்னுடைய வாழ்வை நிர்ணயிக்கும் நீதிபதிகளின் முன்பு நிற்கிறார். நீதிமன்றப் பெருமக்களே, நம்முடைய கடமையை நாம் நிறைவேற்றும்போது சில சமயங்களில் நமக்கே பயங்கரமாக இருக்கிறது, அதுவும் ஒரு மனிதனின் முன்பாக, அவனுக்கு எதிராக நிற்கும்போது! குற்றவாளியின் அந்தப் பயங்கரமான எண்ணங்கள், அதாவது எப்படியுமே தான் வீழ்ந்துவிட்டோம், இருந்தாலும் போராட வேண்டும், எதிர்த்துப் போராட வேண்டுமென்ற எண்ணம் மிகவும் பயங்கரமானது. இந்தச் சமயத்தில்தான் அவருடைய எல்லா உணர்வு

களும் ஒன்று சேர்ந்து விஞ்சி நின்று அவரைப் பாதுகாக்க, எப்படியாவது அவர் தன்னைப் பாதுகாத்துக்கொள்ளும் பொருட்டு, ஊடுருவும் பார்வையால் உங்களுடைய முகத்தை, எண்ணங்களை அவர் ஆழ்ந்து கவனிக்க, எப்படி நீங்கள் அவரை வீழ்த்துவீர்கள், அதிலிருந்து அவர் எப்படித் தப்பிக்கலாமென்று பல்லாயிரக்கணக்கான திட்டங்களைத் தீட்டிக்கொண்டு, அதை வெளியில் சொல்லவும் ஒப்புக்கொள்ளவும் முடியாத மனநிலையில் இருக்கிறார்! இப்படிப்பட்ட கேவலமான தருணங்கள், மனித மனத்தின் கடுஞ்சோதனை, அப்படியே தன்னைக் காப்பாற்றிக்கொள்ளத் துடிக்கும் காட்டுமிராண்டித்தனமான வெறி – இவையெல்லாமே பயங்கரமானவை, சில சமயங்களில் விசாரணை யாளரையே குற்றவாளியின் மீது பரிதாபப்படவைப்பவை! இதற்கு நாம் சாட்சியாகவும் இருந்திருக்கிறோம். முதலில் அவர் ஆச்சரியப் பட்டார், பிறகு அந்தப் பயங்கரமான ஆச்சரியத்தின் காரணமாக ஏதுவான வார்த்தைகள் அவரிடமிருந்து வெளிப்பட்டன: "ரத்தம்! அது எனக்குத் தேவை!" என்று சொன்னார். ஆனால் உடனே அவர் தன்னைக் கட்டுப்படுத்திக்கொண்டார். என்ன சொல்வது, எப்படிச் சொல்வது – என்பதற்கு அவர் இன்னும் தயாராகவில்லை; ஆனால் எல்லாவற்றையும் மறுக்க வேண்டுமென்பதில் மட்டும் அவர் கவனமாக இருந்தார்.

"என் தந்தையின் இறப்புக்கு நான் பொறுப்பல்ல!" இதோ இதுதான் இதுவரை அவர் போட்ட ஒரு முட்டுக்கட்டை; ஒரு சமயம் இதற்குப் பிறகு அவர் வேறு ஏதாவது ஒரு முட்டுக்கட்டையையும் போடலாம். நாம் கேட்கப் போகும் கேள்விகளை எதிர்பார்த்து, அவசரமாக அவர் நமக்கு விளக்கியது என்னவென்றால், வேலையாள் கிரிகோரியின் கொலைக்கு மட்டுமே அவர் பொறுப்பு என்பதுதான். "இந்தக் கொலைக்கு நான்தான் காரணம், ஆனால் தந்தையைக் கொன்றது யார், பெருமக்களே, அவரைக் கொன்றது யார்? அவரை நான் கொலை செய்யாவிட்டால், வேறு யார் அவரைக் கொன்றிருக்க முடியும்?" என்பது அவருடைய கேள்வி. உங்களுக்குக் கேட்கிறதா: அவர் நம்மைக் கேட்கிறார்; நாம் அவரைக் கேட்க வந்த அதே கேள்வியை, அவர் நம்மைப் பார்த்துக் கேட்கிறார்! அவர் சொன்ன வார்த்தைகளை நீங்கள் கேட்டீர்களா: "நான் செய்யவில்லை என்றால்" என்ற மிருகத்தனமான தந்திர வார்த்தைகள், எதுவுமே தெரியாது போலக் கரமாஸவுக்கே உரித்தான பொறுமையில்லாத வார்த்தைகளை நீங்கள் கேட்டீர்களா? "நான் அவரைக் கொலைசெய்யவில்லை; நான் கொலைசெய்ததாக நீங்கள் நினைக்கக் கூடாது: "ஆனால், கொலைசெய்ய விருப்பப்பட்டேன், பெருமக்களே, கொலை செய்ய விருப்பப்பட்டேன்" என்பதை அவர் அவசரத்தில் ஒப்புக்கொண்டார் (அவசரம், பயங்கரமாக அவசரப் படுகிறார்!), "இருந்தாலும் நான் குற்றமற்றவன்; நான் அந்தக் கொலையைச் செய்யவில்லை!" என்பதுதான் அவருடைய வாதம். நம்மிடம் அவர் விட்டுக்கொடுத்துப் பேசுகிறார், அவர் கொலைசெய்ய விருப்பப்பட்டதாக: 'நீங்களே பாருங்கள், நான் எவ்வளவு நேர்மையானவனென்று, எனவே, நான் சொல்வதை நீங்கள் நம்ப வேண்டும், நான் அந்தக் கொலையைச் செய்யவில்லை என்கிறார். ஓ, இப்படிப்பட்ட தருணங்களில் கொலையாளி

நினைத்துப் பார்க்க முடியாத அளவுக்கு அற்பமானவராக, நம்ப முடியாதவராக இருக்கிறார். இங்குதான், சற்றும் எதிர்பாராதவிதமாக மிக மிகச் சாதாரணமான கேள்வி ஒன்று கேட்கப்படுகிறது: "அப்படி யானால் ஸ்மெர்தியாக்கவா இந்தக் கொலையைச் செய்தான்?" என்று. அதற்கான பதில் நாம் எதிர்பார்த்த ஒன்றுதான்: அப்படி நாம் ஸ்மெர்தியாக்கவைச் சந்தேகப்பட்டதற்காக அவர் நம்மீது கோபப்பட்டு, ஸ்மெர்தியாக்கவைத் தக்க சமயத்தில் உள்ளே புகுத்துவதற்கான நேரத்தைத் தேர்ந்தெடுத்து, ஆனால் அதற்குத் தயாராகாத நிலையில் அவர் இருந்தார். இப்படிப்பட்ட குணங்கொண்ட ஒருவரிடம் எதிர் பார்ப்பது போலவே, திடீரென்று அவர் வேகமாக வேறொரு பக்கம் திரும்பி, ஸ்மெர்தியாக்கவ் இந்தக் கொலையைச் செய்திருக்க மாட்டான், அப்படி ஒரு கொலையைச் செய்யுமளவுக்கு அவனிடம் தைரியம் கிடையாது என்று நம்மிடம் அவர் உறுதிசெய்தார். ஆனால், அவர் சொல்வதை நம்பாதீர்கள், அது வெறும் தந்திரமான ஒரு செயல்தான்: அவர் முற்றிலுமாக ஸ்மெர்தியாக்கவை விட்டுவிடவில்லை, மாறாக, அவர் அவனை முன்னிறுத்துகிறார், ஏனெனில் அவனை முன்னிறுத் தாமல் வேறு யாரை அவர் முன்னிறுத்த முடியும்; ஆனால், அவர் வேறு ஒரு தருணத்தில் ஸ்மெர்தியாக்கவை முன்னிறுத்துவார்; இப்போது அவருக்கு இது சரியான தருணமாக இல்லாமல் போய்விட்டது. நாளையோ சில நாட்கள் கழித்தோ, சரியான நேரம் வாய்க்கும்போதோ, "பாருங்கள், உங்கள் யாரையும்விட ஸ்மெர்தியாக்கவுக்காக நான் வாதிட்டேன், அது உங்களுக்கு நினைவிருக்கலாம். ஆனால், இப்போது நான் ஒப்புக்கொள்கிறேன், அவன்தான் இந்தக் கொலையைச் செய்தான்; அவன் செய்யாவிட்டால் வேறு யார் இதைச் செய்திருக்க முடியும்!" என்று சொல்வார். ஆனால், இப்போது அவர் நம் பக்கம் நின்று கொண்டு தெளிவில்லாமல் அதை எரிச்சலுடன் மறுக்கிறார்; பொறுமை யின்மையும் கோபமும் அவருக்குச் சொல்லிக் கொடுக்கிறது, மிகவும் தெளிவில்லாத, நம்ப முடியாத, விளக்க முடியாத ஒன்றை, அதாவது, ஜன்னல் வழியாக அவர் தன்னுடைய தந்தையைப் பார்த்துவிட்டு, அமைதியாக அங்கிருந்து அவர் நகர்ந்து போய்விட்டாரென்பதை. முக்கியமாக, அங்கு நிலவும் சூழ்நிலை அவருக்கு இன்னும் தெரியாது, அப்படியே உடல் தேறி வந்த கிரிகோரி அளித்த வாக்குமூலத்தைப் பற்றியும் அவருக்குத் தெரியாது. நாம் அவரைத் தேடவும் விசாரிக்கவும் செய்தோம். இது அவரைக் கோபமூட்டியது; ஆனால் அது அவருக்கு உற்சாகத்தை ஊட்டியது: மூவாயிரம் ரூபிள்கள் கண்டுபிடிக்கப்பட வில்லை, அதில் ஆயிரத்து ஐநூறு ரூபிள்கள்தான் கண்டுபிடிக்கப் பட்டன. ஆக, இப்படி அமைதியாக, கோபமாக, மறுப்புத் தெரிவிக்கும் அந்தத் தருணத்தில்தான், முதல் முதலாக இந்தப் பட்டயம் பற்றிய எண்ணமே அவருக்கு உதிக்கிறது. சந்தேகத்திற்கு இடமின்றி, அவர் கற்பனை செய்த அந்தக் கட்டுக் கதையை உண்மையாக்க அவர் மிகவும் பிரயாத்தனப்பட்டு, மிக அதிகமாகச் சிரமப்பட்டதில், உண்மை போன்ற இந்த முழு நாவல் உருவானது. இப்படிப்பட்ட தருணங்களில் நாம் முதன்முதலாகச் செய்ய வேண்டிய காரியம், விசாரணையின் மிக முக்கியமான வேலை என்னவென்றால், குற்றவாளி தன்னைத்தானே

பாதுகாத்துக்கொள்ள வழிவகுக்காமல், அவனுடைய ஆழ்மனத்திலிருக்கும் எண்ணங்களையெல்லாம் வெளிப்படையாக, வெகு சாதாரணமாக வெளியில் சொல்ல வழிவகை செய்து, பொய் சொல்லவும் முன்னுக்குப் பின் முரணாகவும் பேசவிடாமல் செய்வதுதான். எதிர்பாராத விதத்தில், ஏதோ ஒரு புது உண்மையைக் குற்றவாளி திடீரென்று சொல்வதற்கான சூழ்நிலையை உருவாக்கி, எந்த விதத்திலும் அவர் அதை முன்கூட்டியே கண்டுபிடிக்காதவாறு மிக இயல்பாக அதைச் செய்ய வேண்டும். அப்படிப்பட்டதொரு உண்மை நம்மிடம் தயாராக இருந்தது; ஓ, எப்போதோ தயாராக இருந்தது. அதுதான் மயக்கத்திலிருந்து விழித் தெழுந்து கிரிகோரி சொன்ன சாட்சி, அதாவது கதவு திறந்திருக்க, அதன் வழியாகக் குற்றவாளி தப்பி ஓடினான் என்ற சாட்சி. அதற்கான தேவையை அவர் முற்றிலுமாக மறந்திருந்தார்; கதவு திறந்திருந்ததைக் கிரிகோரி பார்த்திருக்கக்கூடும் என்பதை அவர் நினைத்துக்கூடப் பார்க்கவில்லை. அதன் விளைவு மிகப்பெரிய ஒன்றாக இருந்தது. உடனே அவர் துள்ளிக் குதித்துத் திடீரென்று, "ஸ்மெர்தியாக்கவ், ஸ்மெர்தியாக்கவ்தான் கொலையைச் செய்தான்!" என்று கத்தினார். இப்படியாக, அவரே அவருடைய அடிப்படைக் கருத்தையும் ரகசியத்தை யும் காட்டிக் கொடுத்து, நம்ப முடியாத விதத்தில், கிரிகோரியைத் தாக்கிவிட்டுத் தப்பித்துப் போனபிறகு, ஸ்மெர்தியாக்கவ் இந்தக் கொலையைச் செய்திருக்கக் கூடுமென்று சொல்கிறார். ஆனால், கிரிகோரி தான் தாக்கப்படுவதற்கு முன்பாகவே கதவு திறந்திருந்ததைப் பார்த்தவர், தன்னுடைய படுக்கை அறையை விட்டு வெளியே வரும்போது, தடுப்புக்குப் பின்னால் படுத்திருந்த ஸ்மெர்தியாக்கவின் முனகல் சத்தம் கேட்டது என்று சொன்னதும், கரமாஸவ் முழுவதுமாக நொறுங்கிப்போனார். என்னுடன் வேலைசெய்யும் மரியாதைக்குரிய, புத்திசாலி நிக்கலாய் பர்ஃபியோனாவிச் பிறகு சொன்னார், அப்படிச் சொன்ன அந்தச் சமயத்தில் கரமாஸவைப் பார்ப்பதற்கே மிகவும் பரிதாபமாக இருந்தது என்று. இதோ இந்தத் தருணத்தில்தான், இதுவரை அவர் சொல்லாத, அந்தப் பணம் வைத்துத் தைத்திருந்த சிறு பட்டயத்தைப் பற்றிய கதையை அவர் நம்மிடம் அவசரமாகச் சொன்னார்: அதைப் பற்றிக் கேளுங்கள்! நீதிமன்றப் பெருமக்களே, ஏற்கனவே உங்களிடம் சொன்னேன், கொலை நடப்பதற்கு ஒரு மாதத்திற்கு முன்பே வைத்துத் தைக்கப்பட்ட இந்தப் பணத்தைப் பற்றிய கதை முட்டாள்தனமான கட்டுக்கதை மட்டுமல்ல, இந்த வழக்கிலேயே நம்ப முடியாத மிகப் பெரிய ஒரு கதையும்கூட என்று. இதைவிடப் பெரியதொரு கட்டுக்கதை இருக்கவே முடியாது. இங்கு மிக முக்கியமான விஷயம் என்னவென்றால், எதேச்சையாக, வெற்றிகரமாகக் கதை கட்டும் இப்படிப்பட்ட நபர்களால், முக்கியமான சில விஷயங்கள் துச்சமாக மதிக்கப்பட்டு, தேவை யில்லாதவை என்று நிராகரிக்கப்படுவதால், எப்போதுமே அவை அவர்களுடைய நினைவில் இருப்பதில்லை. ஓ, அந்த நிமிடம் அதெல்லாம் அவர்களுடைய கவனத்திலும் இருப்பதில்லை; மிகப்பெரிய திட்டம் தான் அவர்களுடைய எண்ணத்தில் உருவாகும் – அதன் விளைவாக இதோ, இப்படிப்பட்ட அற்பமான விஷயங்களைப் பற்றித்தான் அவர்கள் பேசுவார்கள்! இப்படிப்பட்ட விஷயங்களில்தான் அவர்கள் பிடிபடவும்

செய்வார்கள்! குற்றம் சாட்டப்பட்டவரிடம் கேள்வி கேட்கப்படுகிறது: "இந்தச் சிறு பையைத் தைப்பதற்கு உங்களுக்குத் துணி எங்கிருந்து கிடைத்தது, யார் உங்களுக்கு இந்தப் பையைத் தைத்துக் கொடுத்தார்கள்?" என்று. "நானேதான் தைத்தேன்" என்று அவர் பதிலளிக்கிறார். "எங்கிருந்து இந்தத் துணியை எடுத்தீர்கள்?" என்று கேட்டதற்கு இது மிகவும் அற்பமான கேள்வி என்று சொல்லி அவர் கோபித்துக் கொண்டார்; நீங்கள் நம்புவீர்களோ, இல்லையோ உண்மையாக, உண்மையாகவே அவர் கோபித்துக்கொண்டார்! ஆனால், இவர்கள் எல்லாம் இப்படிப் பட்டவர்கள்தாம். "அந்தத் துணியை நான் என்னுடைய சட்டையிலிருந்து கிழித்தெடுத்தேன்" என்று அவர் பதிலளித்தார். "மிகவும் நல்லது. நீங்கள் கிழித்தெடுத்த அந்தச் சட்டையை நாளை நாங்கள் தேடி எடுப்போம்" என்று நாம் சொன்னோம். ஆனால், நீதிமன்றப் பெருமக்களே, யோசித்துப் பாருங்கள், அப்படி நாம் அவருடைய சட்டையை, அந்தத் துணி கிழித்து எடுக்கப்பட்ட சட்டையை நாம் தேடிக் கண்டுபிடித்திருந்தால், (உண்மையாகவே சட்டையை நாம் அவருடைய பெட்டியிலிருந்தோ அவருடைய துணி அலமாரியிலிருந்தோ கண்டுபிடித்து எடுத்திருந்தால்) அது சாட்சியாக, அவர் சொன்னதற்கு உண்மையான சாட்சியாக இருந்திருக்கும்! ஆனால் அவர் அதைப் புரிந்துகொள்ளவில்லை. "எனக்கு அது நினைவிலில்லை; ஒருவேளை அது என்னுடைய சட்டையிலிருந்து எடுத்த துணியாக இல்லாமல் வீட்டு எஜமானியின் தொப்பியிலிருந்து எடுத்த துணியாக இருக்கலாம்" என்று பதிலளித்தார். "அது என்ன அப்படிப்பட்ட ஒரு தொப்பி?" என்று கேட்கப்பட்ட கேள்விக்கு, "அதை நான் என்னுடைய எஜமானியின் வீட்டிலிருந்து எடுத்தேன்; அங்கே அது தேவையில்லாத ஒரு பழைய சீட்டித் துணியாக இருந்தது" என்றார். "அதுதான் இந்தத் துணி என்று உங்களுக்கு நிச்சயமாகத் தெரியுமா?" என்று கேட்ட கேள்விக்கு, "இல்லை, நிச்சயமாகத் தெரியாது . . ." என்று பதிலளித்தார். மேலும் மிகவும் கோபமாகவே பதிலளித்த அவரால் எப்படி இதை மறக்க முடியும்? ஒரு மனிதனுடைய வாழ்க்கையின் மிகப் பயங்கரமான தருணங்களில், அதாவது தூக்கிலிடப்படும் சமயத்தில், குறிப்பாக, இப்படிப்பட்ட தேவையில்லாத விஷயங்கள்தாம் அவனுடைய நினைவுக்கு வரும். மற்ற எல்லாமே மறந்துபோகும்; வழியில் பார்த்த ஏதோ ஒரு பச்சை நிறக் கூரையும் சிலுவை மேல் அமர்ந்திருந்த திருட்டுக் காகமும்தான் அவர்களுடைய நினைவுக்கு வரும். அப்படி யாருக்கும் தெரியாமல் ரகசியமாக அவர் அந்தச் சிறு பையைத் தைக்கும்போது, அது எவ்வளவு ஒரு கேவலமான விஷயமென்றும், அவரைப் பார்க்க யாரும் அப்போது வந்துவிடக் கூடாது என்றும் அவர் பயந்திருப்பார்; அப்படியே அவருடைய வீட்டைத் தட்டும் சத்தம் கேட்டதும் எப்படி அவர் பயந்து போய் அந்தத் தடுப்புக்குப் பின்னால் ஓடி ஒளிந்து (அவருடைய வீட்டில் அப்படி ஒரு தடுப்பு இருந்தது) . . . சரி, நீதிமன்றப் பெருமக்களே, நான் ஏன் இதைப் பற்றியெல்லாம் பேச வேண்டும், தேவையில்லாத இந்த விஷயங்களைப் பற்றி!' என்று திடீரென்று சொன்ன இப்போலித் கிரீலவிச், 'நான் ஏன் குறிப்பாக இதைப் பற்றிச் சொல்ல வேண்டுமென்றால், குற்றம் சாட்டப்பட்டவர் இந்த நிமிடம்

வரை அர்த்தமில்லாத இந்தக் கதையையே சொல்லிக்கொண்டிருப்பதால் தான்! இந்த முழு இரண்டு மாதங்களும் அந்தப் பேரழிவு நடந்த இரவு வேளையிலிருந்து எதையுமே அவர் தெளிவாக விளக்கிச் சொல்ல வில்லை அல்லது முன்பு அவர் சொன்ன கற்பனை சாட்சியங்களுக்கு இதுவரை எந்தவொரு உண்மையான விளக்கத்தையும் அவர் கொடுக்க வில்லை; இவை எல்லாமே, சொல்லப்போனால், தேவையில்லாத, அற்பமான விஷயமென்று சொன்ன அவருடைய உண்மையான வாக்கின் மீது நாம் நம்பிக்கை வைக்க வேண்டும்! ஓ, நம்புவதற்கு நாம் சந்தோஷத்துடன் தயாராகத்தான் இருக்கிறோம், அப்படி அதை நம்புவதற்கும் நமக்கு ஆசைதான், குறைந்தபட்சம் அது உண்மையாக இருந்தால்! நாம் என்ன மனித ரத்தத்தைக் குடிக்கும் குள்ள நரிகளா என்ன? குற்றம் சாட்டப்பட்டவருக்குச் சாதகமாக ஒரு, ஒரே ஒரு சாட்சியத்தைக் காட்டுங்கள், நாம் சந்தோஷப்படுவோம் – ஆனால், அது தெளிவான, உண்மையான சாட்சியாக இருக்க வேண்டும்; வெறுமனே அது குற்றம் சாட்டப்பட்ட சொந்த சகோதரரின் முக பாவமோ குற்றம் சாட்டப்பட்டவர் நெஞ்சில் அடித்துக்கொண்டதால் கண்டிப்பாக அவருடைய நெஞ்சுப் பகுதியில் தொங்கிக்கொண்டிருந்த பட்டயம் போன்ற அந்தப் பையைத்தான் அவர் குறிப்பிட்டிருக்க வேண்டும் என்ற யூகமோ இல்லாமல், அதுவும் அந்தக் கும்மிருட்டில், என்று இப்படிப்பட்டவை எல்லாம் இல்லாமல் இருக்க வேண்டும். இவையெல்லாம் இல்லாமல் வேறு ஏதாவது ஒரு புதிய உண்மையாக அது இருக்க வேண்டும்; அப்படியிருந்தால் எங்களுடைய குற்றச்சாட்டை நாங்களே முதலில் திரும்பப் பெற்றுக்கொள்வோம், அதுவும் உடனே திரும்பப் பெற்றுக்கொள்வோம். ஆனால் நியாயமோ கூக்குரலிடுகிறது, ஆகவே இனியும் நாம் எதையும் ஒப்புக்கொள்ள முடியாது என்பதை வலியுறுத்துகிறோம்.” இப்போது இப்போலித் கிரீலவிச் தீர்ப்பின் முடிவுக்கு வந்துவிட்டார். ‘கொள்ளை என்கிற கேவலமான காரணத்திற்காக’ மகனாலேயே கொல்லப்பட்ட தந்தைக்காக, அவர் சிந்திய ரத்தத்திற்காக, தண்டனையை எதிர்பார்த்து, திமித்ரி கரமாஸவ் ஏறக்குறைய காய்ச்சல் வந்தவர் போல இருந்தார். ஆணித்தரமாக அவர் சோகமாகக் கூக்குரலிடும் உண்மைகள் முழுவதையும் சொன்னார். “குற்றம் சாட்டப்பட்டவருடைய தரப்பில் வாதாடும் புகழ்பெற்ற வழக்கறிஞரின் திறமையான வாதம் (அவரால் அதைக் குறிப்பிடாமல் இருக்க முடியவில்லை) எதுவாக இருந்தாலும்” என்று சொன்ன இப்போலித் கிரீலவிச், “எப்படிப்பட்ட உணர்ச்சிமிக்க, அற்புதமான, உள்ளத்தைத் தொடுகின்ற வார்த்தைகளாக இருந்தாலும் சரி, ஒன்றை நீங்கள் நினைவில் கொள்ளுங்கள், இந்த நிமிடம் நீங்கள் நியாயம் என்னும் ஆலயத்திற்குள் இருக்கிறீர்கள் என்பதை. அப்படியே நினைவிலிருத்திக்கொள்ளுங்கள், நம்முடைய நியாயத்திற்காக நீங்கள் வாதாடுகிறீர்கள், நம்முடைய புனித ரஷ்ய நாட்டிற்காக, அதனுடைய அடிப்படை அம்சத்திற்காக, குடும்பம் மற்றும் அதனுடைய புனிதத் தன்மையைக் காப்பாற்ற நீங்கள் வாதாடுகிறீர்கள் என்பதை! ஆமாம், நீங்கள் ரஷ்யாவின் பிரதிநிதியாக உங்களுடைய தீர்ப்பைச் சொல்லும் இந்த நிமிடம் இந்த நீதிமன்றம் மட்டுமல்ல, முழு ரஷ்யாவே அதைக் கேட்கப் போகிறது; உங்களுடைய

தீர்ப்பு அவர்களுடைய தீர்ப்பாக ஏற்கப்பட்டு, அது ஏற்றுக்கொள்ளப் படவோ தூற்றப்படவோ செய்யும். எனவே, ரஷ்யாவைக் காக்கவைத்து நோகடித்துவிடாதீர்கள்; நம்முடைய ரஷ்ய நாட்டுக் குதிரைகள் மூன்றும் துள்ளிப் பாய்ந்தோடத் தயாராக இருக்கின்றன; ஒரு சமயம் அது அழிவை நோக்கிக்கூடப் போகலாம். ஏற்கனவே நம்முடைய ரஷ்ய மக்கள் கைகளை நீட்டிக்கொண்டு, இப்படித் தறிகெட்டு, தலைதெறிக்க ஓடும் ஓட்டத்தைத் தடுக்க நீண்ட காலமாகவே காத்துக்கொண்டுதான் இருக்கிறார்கள். இப்படிப்பட்ட தறிகெட்ட ஓட்டத்திலிருந்து மற்ற தேசத்து மக்கள் எல்லாம் விலகி நிற்கிறார்கள் என்றால், அது கவிஞனின் எண்ணப்படி ஒருசமயம், மரியாதையின் காரணமாக இல்லாமல், பயத்தின் காரணமாக இருக்கலாம் என்பதையும் நீங்கள் கவனியுங்கள். அப்படியே அது பயத்தின் காரணமாகவும், ஒருவேளை கேவலத்தின் காரணமாகவும்கூட இருக்கலாம்; ஆமாம், அதுவும் நல்லதுதான், அப்படி அவர்கள் தனியாகத் தள்ளி நிற்பதும் நல்லதுதான், ஏனெனில் ஒருநாள் அல்லது ஒருநாள், அப்படி அவர்கள் தள்ளி நிற்காமல், வேகமாக வருகின்ற அந்தப் பேயை, வெறிகொண்டு வரும் அந்த அசுர வேகத்தை, அவர்களே ஒரு உறுதியான அரண் அமைத்து, தடுத்து நிறுத்தி, அந்த அசுர வேகத்தைக் கட்டுப்படுத்தி, அவர்களுடைய நாகரிகத்தை அவர்களே காப்பாற்றிக்கொண்டு, தங்களுக்கான பாதுகாப்பையும் அறிவையும் வளர்த்துக்கொண்டால் என்னவாகும்! ஏற்கனவே இப்படிப்பட்ட எச்சரிக்கைக் குரல்களை நாம் ஐரோப்பாவில் கேட்டுவிட்டோம். மீண்டும் அவை ஒலிக்கத் தொடங்கிவிட்டன. அவற்றை வசியப்படுத்தி நம் வயம் இழுக்காதீர்கள்; வளர்ந்து வரும் கோபத்தை அதிகரிக்கும் விதத்தில், மகன் தந்தையைக் கொன்றது சரிதானென்று தீர்ப்பளித்துவிடாதீர்கள்!”

ஒரே வார்த்தையில் சொன்னால், உணர்ச்சிவசப்பட்டு இப்போலித் கிரீலவிச் இப்படிப் பேசினாலும் இறுதியில் தன்னுடைய வாதத்தை இரக்க உணர்வு மேலிட முடித்தார் – உண்மையாகவே அவருடைய வாதத்தின் தாக்கம் மிகப்பெரிய ஒன்றாக இருந்தது. தன்னுடைய பேச்சை முடித்துக்கொண்டு வேகவேகமாக நீதிமன்றத்தை விட்டு வெளியேறியவர், ஏறக்குறைய அடுத்த அறையில் மயங்கிக் கீழே விழுந்துவிட்டார். கைதட்டும் ஓசை நீதிமன்றத்தில் கேட்கவில்லை என்றாலும், அவருடைய வாதத் திறமை அவர்களுக்குப் பிடித்திருந்தது; வரப் போகின்ற விளைவைப் பற்றிக் கவலைப்படாமல் ஃபெத்யூகோவிச்சை எதிர்பார்த்து அவர்கள் காத்திருந்தார்கள்: “எல்லா உண்மைகளையும் எடுத்துச்சொல்லி, இறுதியாக அவர் எல்லோரையும் வெற்றி கொள்வார்!” என்று அவர்கள் நினைத்தார்கள். எல்லோருடைய பார்வையும் மீச்சியாவின் மேலிருந்தது; பிரதிவாதியின் வழக்கறிஞர் பேசியபோது, அமைதியாக அவன் தன்னுடைய கைகளை இறுக்கமாகக் கோத்தபடி, பற்களைக் கடித்துக்கொண்டு, கண்களைத் தாழ்த்தி அமர்ந் திருந்தான். அவ்வப்போது தலையை நிமிர்த்தி அவர் சொல்வதையும் அவன் கேட்டான்; அதுவும் குறிப்பாக குரூஷென்காவைப் பற்றிப் பேசியபோது. குரூஷென்காவைப் பற்றி ரக்கீத்தின் குறிப்பிட்டதை

அவர் சொன்னபோது, சற்றுச் சத்தமாக, முகத்தில் வெறுப்பும் ஏளப் புன்னகையும் ஒன்றுசேர, "இந்த பெர்னார்டுகள்!" என்று சொன்னான். மோக்ரயவில் எப்படி அவர் அவனைக் கேள்வி கேட்டு வேதனைப் படுத்தினாரென்று சொன்னபோது, மீச்சியா தன்னுடைய தலையை உயர்த்தி, மிகுந்த ஆர்வத்துடன், அவர் சொன்னதைக் கேட்டான். அவர் பேசியபோது வேகமாகத் தன்னுடைய இடத்திலிருந்து எழும்பிக் குதித்துக் கத்த வேண்டுமென்று மீச்சியா நினைத்தாலும், ஏனோ அவன் தன்னைக் கட்டுப்படுத்திக்கொண்டு, வெறுப்பில் தோள்களைக் குலுக்கியபடி அமைதியாக இருந்தான். இப்போலித் கிரீலவிச்சின் இறுதியான பேச்சு, குறிப்பாக, குற்றவாளியை அவர் மோக்ரயவில் விசாரித்ததைப் பற்றிச் சொன்னபோது, நம்மூர்க்காரர்கள் கேலியாக, "தன்னுடைய புத்திசாலித்தனத்தை அவரால் காட்டிக்கொள்ளாமல் இருக்க முடியாது" என்றார்கள். வழக்கானது மிகக் குறுகிய காலத்திற்கு, கால் மணி நேரத்திற்கும் அதிகமாக இருபது நிமிடங்களுக்குத் தள்ளி வைக்கப்பட்டது. அதற்குள் மக்களிடையே பலதரப்பட்ட கருத்துகள் பரிமாறப்பட்டன. அவற்றில் சில என்னுடைய நினைவில் தொக்கி நிற்கின்றன:

"கவனிக்கப்பட வேண்டிய பேச்சு!" என்று கூட்டத்திலிருந்த ஒருவர் கோபமாகச் சொன்னார்.

"மனோதத்துவ வாதங்களை மிக அதிகமாக அவர் முன்வைத்தார்" என்றது மற்றொருவரின் குரல்.

"ஆமாம், அது எல்லாமே உண்மை, மறுக்க முடியாத உண்மை தானே" என்றார் மற்றொருவர்.

"ஆம், அவர் தன்னுடைய தொழிலில் மிகவும் திறமையானவர்."

"எல்லாவற்றையும் தொகுத்து ஒரு முடிவைச் சொல்லிவிட்டார்" என்றார் இன்னொருவர்.

"நமக்கும் நம் எல்லோருக்கும் ஒரு முடிவைத் தெரிவித்துவிட்டார்" என்றது மூன்றாவது குரல், "ஞாபகமிருக்கிறதா, அவர் பேச ஆரம்பித்த போதே சொன்னார், நாம் எல்லோரும் ஃபியோதர் பாவ்லவிச்சைப் போன்றவர்கள்தான் என்று!"

"இறுதியில்கூட அவன் பொய் சொன்னான்."

"ஆமாம். பல விஷயங்கள் தெளிவாக இல்லை."

"சற்றே உணர்ச்சிவசப்பட்டுவிட்டார்."

"நியாயமில்லை, இது நியாயமே இல்லை."

"இல்லை, இருந்தாலும் திறமைசாலிதான். நீண்டகாலமாகக் காத்திருந்தவர் இதோ இப்போது பேசிவிட்டார், ஹி – ஹி!"

"மற்றொரு வழக்கறிஞர் என்ன சொல்லப் போகிறாரோ?"

கூட்டத்திலிருந்த மற்றொருவர்:

"பீத்தர்புர்கிலிருந்து வந்தவரைத் தேவையில்லாமல் குத்திக் காட்டுகிறார்: "உங்களுடைய உணர்வுகளைக் குறிவைத்து" என்பது ஞாபகமிருக்கிறதா?"

"ஆமாம், அது மடத்தனம்."

"அவசரப்பட்டுவிட்டார்."

"பதற்றப்படுபவர், தகவாளர்."

"நாம் இங்குச் சிரித்துக்கொண்டிருக்கிறோம், ஆனால் குற்றம் சாட்டப்பட்டவன் அங்கு எப்படியிருக்கிறானோ?"

"ஆமாம், மீச்சியாவுக்கு எப்படி இருக்குமோ?" என்றார் மற்றொருவர்.

"பிரதிவாதியின் வழக்கறிஞர் என்ன சொல்லப்போகிறாரோ?"

மற்றொரு கூட்டத்திலிருந்து,

"யார் இந்தக் குண்டுப் பெண் கையில் கண்ணாடியுடன் கடைசி வரிசையில்?"

"அவள் ஒரு படைத் தளபதியின் மனைவி. விவாகரத்துப் பெற்றவள். அவளை எனக்குத் தெரியும்."

"ஓ, அதுதான் கையில் கண்ணாடியுடன் உட்கார்ந்திருக்கிறாளா?"

"எப்போதுமே அவள் அப்படித்தான்."

"இல்லை. மிகவும் ரசனை உள்ளவள்."

"இரண்டு நாற்காலிகள் தள்ளி, பொன்னிற முடிகொண்ட பெண் ஒருத்தி அமர்ந்திருக்கிறாள், பார்ப்பதற்கு அவள் இவளைவிட அழகாக இருக்கிறாள்"

"மிகத் தந்திரமாக அவர்கள் அவனை மோக்ரயவில் பிடித்து விட்டார்கள், இல்லையா?"

"ஆமாம், தந்திரமாகத்தான் அவனைப் பிடித்திருக்கிறார்கள். மீண்டும் அதையே அவன் திரும்பத் திரும்பச் சொல்கிறான். ஊர் முழுவதும் அந்தக் கதையையே அவன் திரும்பத் திரும்பச் சொல்லிக் கொண்டிருக்கிறான்"

"மறுபடியும் அதைச் சொல்லாமல் அவனால் இருக்க முடியாது. இது வெறும் தற்பெருமை"

"வேதனையில் இருக்கிறான். ஹா!"

"வேதனைக்குரியவன்தான். ஆம், பேச்சில் வன்மையும் நீண்ட சொற்றொடர்களும் அதிகமாகவே இருக்கின்றன"

“ஆம், பயமுறுத்துகிறார், பாருங்கள், எல்லோரையும் பயமுறுத்துகிறார். அந்த மூன்று குதிரைகளைப் பற்றிச் சொன்னாரே, நினைவிருக்கிறதா?”

“அங்கே ஹேம்லட்டுகள், நம்மிடையே இங்கே வெறும் கரமாஸவ்கள் தாம்! இது அறிவார்ந்த பேச்சு.”

“இது லிபரலிஸத்தைக் காக்கும் விதம். பயப்படுகிறார்!”

“ஆமாம், பிரதிவாதியின் வழக்கறிஞரைப் பார்த்தும் பயப்படுகிறார்.”

“சரி, திரு ஃபெச்சுகோவிச் என்ன சொல்வார்?”

“அவர் என்னதான் சொன்னாலும் நம்முடைய மக்களைப் பற்றித் தவறாகச் சொல்ல மாட்டார்.”

“அப்படியா நினைக்கிறீர்கள்?”

வேறு ஒரு கூட்டத்திலிருந்து:

“மூன்று குதிரைகளைப் பற்றி அவர் வெகு அழகாகச் சொன்னார், அதாவது வேறு நாட்டவரைப் பற்றி . . .”

“ஆமாம், உண்மைதானே, மற்ற நாட்டவர்கள் காத்திருக்க மாட்டார்கள் தானே . . .”

“என்னது?”

“ஆமாம். ஏற்கனவே போன வாரம் ஆங்கிலப் பாராளுமன்றத்தில் ஒருவர் மந்திரியைப் பார்த்துச் சட்ட திட்ட, சமய ஒழுங்கை வெறுத்து ஒதுக்கும் நிஹிலிஸத்தைத் தட்டிக் கேட்டு, காட்டுமிராண்டித்தனமான மக்களைச் சீர்படுத்த வேண்டாமா என்று கேட்டிருக்கிறார். இப்போலித் அதை, அதைப் பற்றித்தான் சொன்னார் என்று எனக்குத் தெரியும். அவர் அதைப் பற்றித்தான் போன வாரம் பேசிக்கொண்டிருந்தார்.”

“நிறைய சறுக்கல்கள்.”

“என்ன சறுக்கல்? என்ன நிறைய?”

“ஆமாம், நாம் நம்முடைய க்ரொன்ஸ்தாத்தை[18] மூடிவிட்டு, அவர்களுக்கு நாம் உணவு கொடுக்காமல் இருப்போம். பிறகு எங்கிருந்து அவர்களுக்கு ரொட்டி கிடைக்குமென்று பார்ப்போம்?”

“ஏன் அமெரிக்காவிலிருந்துதான்! இப்போது அமெரிக்கா இருக்கிறது தானே.”

“அர்த்தமற்ற பேச்சு.”

ஆனால் அதற்குள் மணி அடிக்க, எல்லோரும் அவரவருடைய இடங்களுக்கு வேகமாகச் சென்று அமர்ந்தார்கள். ஃபெச்சுகோவிச் மேடை ஏறினார்.

# 10

# பிரதிவாதியின் வாதம். ஒரே வாதத்தில் இரண்டு குறிக்கோள்களையும் அடைதல்

ஆற்றல் மிகுந்த பேச்சாளரின் முதல் வார்த்தையைக் கேட்டதுமே அமைதி நிலவியது. நீதிமன்றத்தில் எல்லோருடைய கண்களும் அவர் மீதுதான் இருந்தன. கர்வத்தின் சாயல் சிறிதும் இல்லாமல், தன்னுடைய பேச்சை மிகச் சாதாரணமாக, வெளிப்படையாக, தீர்மானமாக ஆரம்பித்தார் ஃபெச்சுகோவிச். அதில் எந்தவிதப் பேச்சாற்றலும் இரக்க உணர்வும் பரிதாப வார்த்தைகளும் இல்லாமலிருந்தது. பரிதாபப் படக்கூடிய, இரக்க உணர்வுள்ள மக்கள் கூட்டத்தில் அவர் பேசினார். அவருடைய குரல் அற்புதமாக, சத்தமாக, கேட்பதற்கு இனிமையாக, சொல்லப்போனால், உண்மையாகவே நேர்மையும் வெளிப்படைத் தன்மையும் அந்தக் குரலில் இருப்பது தெரிந்தது. ஆனால் எந்த நிமிடமும், அந்தப் பேச்சாளர் உணர்ச்சிவசப்பட்டு, நம் நாட்டுக் கவிஞன் சொன்னதுபோல, “விவரிக்க முடியாத சக்தியுடன் உள்ளத்தைத் தாக்கும்”[1] என்பது போல இருந்தது. இப்போலித் கிரீலவிச்சைப் போல இல்லாமல் ஒருசமயம் அவர் தவறாகப் பேசியிருக்கலாம், ஆனால் நீண்ட வாக்கியங்கள் இல்லாமல் மிகத் துல்லியமாக அவர் பேசினார். ஒன்றே ஒன்று, அது பெண்களுக்குத்தான் பிடிக்கவில்லை: குறிப்பாக, அவர் பேச ஆரம்பித்தபோது குனிந்து பேசாமல், ஏதோ முதுகை வளைத்துக்கொண்டு முதுகில் கீல் இருப்பதுபோல ஒரு பக்கமாக, வலது பக்கமாகவே சாய்ந்துகொண்டு பேசினார். பேச்சில் ஒழுங்கு முறைமை எதுவுமில்லாமல் அங்கொன்றும் இங்கொன்றுமான உண்மை களை எடுத்துச் சொல்லி முன்னுக்குப்பின் முரணாகப் பேச ஆரம்பித்தவர், இறுதியாக முழுமையாகப் பேசினார். அவருடைய பேச்சை இரண்டு பாதியாகப் பிரிக்கலாம்: முதல் பாதி – விமர்சனமும் குற்றத்தை எதிர்க்கும் வகையில் வாதமும் இருக்க, சில சமயங்களில் தன்னுடைய எதிர்ப்பைத் தெரிவித்தவர், கேலிசெய்யவும் செய்தார். ஆனால் இரண்டாவது பாதியில், அவை எல்லாமே திடீரென்று மாறிப்போய், குரலும் பேச்சும் மாறி, சட்டென்று பரிதாப உணர்வு மேலெழ, நீதிமன்றமே ஏதோ அதைத்தான் எதிர்பார்த்தது போல, எல்லோரும் ஆச்சரியப்பட்டுப் போனார்கள். நேரடியாக விஷயத்துக்கு வந்த அவர், முதலாகச் சொன்னது என்னவென்றால், பீத்தர்புர்கைச் சார்ந்தவராக அவர் இருந்தாலும், இப்படிப்பட்ட வழக்குகளை ரஷ்யாவின் பல பகுதிகளிலும் வாதாடியது இது முதல்முறை அல்ல என்றும், யாருக்காக வாதாடுகிறாரோ அவர் குற்றமற்றவர் அல்லது அப்படிப்பட்டவர் என்கின்ற உணர்வு இருந்தால் மட்டுமே அவர் குற்றம் சாட்டப்பட்டவர் களின் தரப்பிலிருந்து வாதாடுவாரென்றும் சொன்னார். “இந்த வழக்கிலும் அதைத்தான் நான் உணர்ந்தேன்” என்ற காரணத்தைச் சொல்லி விளக்கினார். “செய்தித்தாளில் படித்த உடனேயே எனக்குத் தோன்றியது,

குற்றம் சாட்டப்பட்டவரின் சார்பாக நான் வாதாட வேண்டுமென்று. சுருக்கமாகச் சொல்லப்போனால், என்னுடைய ஆர்வத்தை முதலாவதாகத் தூண்டியது ஒரு சில சட்டம் சார்ந்த உண்மைகள்தான்; இதுபோன்ற வழக்குகளைச் சந்திப்பது சட்டத்துறையில் சாதாரணம் என்றாலும், இப்படிப்பட்ட வழக்கை, இப்படி ஒரு முழு வடிவில், தனிப்பட்ட அம்சங்களுடன் பார்ப்பது வேறெந்த வழக்கிலும் இல்லை. இந்த உண்மையை என்னுடைய வாதத்தின் முடிவில், பேச்சை முடிக்கும் தறுவாயில்தான் நான் சொல்லியிருக்க வேண்டும், ஆனால், என்னுடைய கருத்தை ஆரம்பத்திலேயே நான் சொல்லிவிட்டேன்; ஒருவேளை அது எந்த விளைவையும் மறைக்காமல், எந்த உணர்வையும் கட்டுப் படுத்தாமல், நேரடியாக விஷயத்திற்கு வர முடியாத என்னுடைய பலவீனமாகக்கூட இருக்கலாம். ஒருவேளை, என்னுடைய தரப்பிலிருந்து இது கணக்கிடப்படாத ஒன்றாகவும் இருக்கலாம், ஆனால் இதுதான் உண்மை. என்னுடைய எண்ணம், சூத்திரம் இதுதான்: குற்றம் சாட்டப் பட்டவருக்குச் சாதகமாக நிறைய உண்மைகள் இருந்தும், விவாதத்திற்கு முன்பாக எந்தவொரு சிறு உண்மையும் வலுவாக நிற்கவில்லை; தனியாக அதை மட்டுமே பார்த்தாலும்கூட, அப்படிப்பட்ட எந்த உண்மையும் உறுதிப்படுத்தப்படவில்லை! செய்தித்தாளில் வெளிவந்த செய்திகள் மூலமாகவும், நான் கேள்விப்பட்டதிலிருந்தும், என்னுடைய எண்ணம் இன்னும் அதிகமாக வலுப்பட, குற்றம் சாட்டப்பட்டவரின் உறவினரிடமிருந்து அவர் சார்பாக நான் வாதிட வேண்டுமென்று என்னைக் கேட்டுக்கொண்டார்கள். உடனே அவசரமாக நான் இங்குப் புறப்பட்டு வந்தேன்; வந்து இந்த வழக்கை வாதாட முடிவு செய்தேன். ஆக, இங்குத் திரட்டப்பட்டிருக்கும் பயங்கரமான உண்மைகளைத் தகர்த்தெறியவும், இதுவரை நிரூபிக்கப்படாத உண்மைகளை நிரூபிக்கவும், குற்றம் சாட்டப்பட்ட ஒவ்வொரு விஷயத்தையும் தனித்தனியாக எடுத்து அது புனையப்பட்ட விதத்தை வெளிக்கொணரவும்தான் நான் இந்த வழக்கை எடுத்துக்கொண்டேன்" என்றார்.

இப்படி ஆரம்பித்த அவர், திடீரென்று, "தீர்ப்புக் குழுவிலிருக்கும் பெருமக்களே, இந்த இடத்திற்கு நான் புதியவன். உணர்ச்சிபூர்வமான எண்ணங்கள் எதுவும் எனக்குத் தவறாகத் தெரியவில்லை. கட்டுக்கடங்காத, அசுரக் குணங்கொண்ட, குற்றஞ்சாட்டப்பட்ட இந்த மனிதர், இந்த ஊரில் நூற்றுக்கணக்கான மக்களை நோகடித்தது போல, என்னை நோகடிக்கவில்லை; அதன் காரணமாகத்தான் இந்த ஊரைச் சார்ந்த பலரும் அவருக்கு எதிராக இருக்கிறார்கள். எனவே, மக்களிடையே நிலவும் இந்த நன்னெறி உணர்வு நியாயமானது என்பதை நான் ஏற்றுக்கொள்கிறேன்: குற்றம் சாட்டப்பட்டவர் வன்முறை உணர்வும் கட்டுக்கடங்காத குணமும் கொண்டவர். இருந்தாலும், இந்தச் சமுதாயத் தில் அவர் கற்றறிந்த, மதிப்பிற்குரிய வழக்கறிஞர் குடும்பத்தாலும் அன்புடன் ஏற்றுக்கொள்ளப்பட்டவர்." (கவனிக்கவும். இந்த வார்த்தையைக் கேட்டதும் கூட்டத்தில் சிரிப்பொலி ஓரிருமுறை எழுந்தது; அப்படி எழுந்த அந்தச் சிரிப்பொலி உடனே அடக்கப்பட்டு விட்டாலும், அனைவராலும் அது கவனிக்கப்பட்டது.) நம் எல்லோருக்கும் தெரியும், அரசு வழக்கறிஞர் தன்னுடைய விருப்பத்துக்கு மாறாக மீச்சியாவைத்

தன்னுடைய வீட்டிற்குச் சில சமயம் அழைத்திருந்தார் என்பது; ஏனெனில் நம்முடைய சமுதாயத்தில் அதிக மதிப்பும் மரியாதையும் கொண்ட அவருடைய மனைவி, தன்னிச்சையாக, விநோதமாக நடந்துகொள்பவள், அற்பமான சிறு விஷயங்களுக்கெல்லாம் கணவருக்கு எதிராக நடந்து கொள்பவள், மீச்சியாவின்மீது ஆர்வமும், அக்கறையும் கொண்டு, அவள் அவனை வீட்டிற்குச் சிலமுறை அழைத்திருந்தாள். ஆனால் மீச்சியா அப்படி அழைக்கப்பட்டது மிக அரிதாகவே இருந்தது: “இருந்தாலும்” என்று ஆரம்பித்த வழக்கறிஞர், “சுதந்திரமான, நேர்மையான குணம் கொண்ட, கற்றறிந்த என்னுடைய நண்பர்கூட, பரிதாபப்பட்ட என்னுடைய வாதி மீது தவறான ஏதோ ஒரு எண்ணத்தைக் கொண் டிருக்கலாமென்று நினைக்கிறேன். ஓ, அது இயல்பான ஒன்றுதான்: பாவப்பட்ட இந்த மனிதன் நடந்துகொண்ட விதத்தில் எல்லோரும் அவரைச் சந்தேகப்படுவது அவருக்குத் தேவையான ஒன்றுதான். சிதைந்து போன நன்னெறியும் அழகியல் உணர்வும் சில சமயங்களில் மனிதனை இரக்கமற்றவனாக்கிவிடுகிறது. இதுவரை குற்றம் சாட்டப் பட்டவரைப் பற்றி நாம் கேட்ட மிகத் திறமையான பேச்சும் குற்றச்சாட்டு களும் அவருடைய குணத்தையும் நடவடிக்கைகளையும் மிகக் கடுமையாக ஆராய்ந்து, அவருடைய உள் மனத்தைத் துருவி, அதன் அர்த்தத்தையும் ஆழத்தையும் வேண்டுமென்றே குற்றம்சாட்டப்பட்டவருக்கு எதிராகத் திருப்பிவிட, சாட்டப்பட்ட இந்தக் கேவலமான குற்றத்திலிருந்து உண்மையைத் தெரிந்துகொள்வது சாத்தியப்படாத ஒன்றாகும். ஆனால், இந்த வழக்கில், வன்மையும் தீய எண்ணமும் மட்டுமில்லாது, அதை விடக் கேவலமாக, அழிவிற்கு இட்டுச் செல்லக்கூடிய விஷயங்களும் இருக்கின்றன. உதாரணமாகச் சொன்னால், நமக்குக் கலை சார்ந்த விளையாட்டு, கலை படைப்பிற்கான தேவை இருந்தால், அதாவது நாவல் எழுத வேண்டுமென்கிற ஆர்வம், அதுவும் குறிப்பாக, இப்படி மனநிலையை ஆராயக்கூடிய திறமையைக் கடவுள் நமக்குப் பரிசாகக் கொடுத்திருப்பதால், அந்த ஆர்வம் நம்மை வெற்றி கொள்ளச் செய்யும். இங்கு வருவதற்கு முன்பு, பீத்தர்புர்கிலேயே எனக்குச் சொன்னார்கள், என்னை எச்சரித்தார்கள் – ஆம், இவர்கள் சொல்வதற்கு முன்பே எனக்குத் தெரியும் – இளம் வழக்கறிஞர்கள் நிறைந்திருக்கும் இந்தச் சட்ட உலகில், மனோதத்துவ நிபுணராக ஏற்கனவே வாதாடும் இந்த வழக்கறிஞர், மிக ஆழமாக, மிகத் துல்லியமாக மனோநிலையை ஆராய்ந்து வாதாடும் திறமை படைத்தவரென்றும் இவருக்கு எதிராகத் தான் நான் வாதாடப் போகிறேனென்றும் சொன்னார்கள். ஆனால், மனோதத்துவம் என்பது, பெருமக்களே, மிக ஆழமான விஷயமாக இருந்தாலும், அது இரு வழியையும் அடைக்கக்கூடிய ஒரு பருப் பொருளாகவும் இருக்கிறது. (மக்களிடையே சிரிப்பலை). ஓ, நான் இப்படி அற்பத்தனமாக ஒப்பிட்டுச் சொன்னதற்கு நீங்கள் என்னை மன்னிக்க வேண்டும்; பேச்சுக் கலையில் எனக்குத் திறமை இல்லை. ஆனால் உதாரணமாக, அரசு வழக்கறிஞருடைய உரையிலிருந்து ஒன்றை எடுத்து நான் மேற்கோள் காட்டுகிறேன். குற்றம்சாட்டப்பட்டவர் அந்த இரவு நேரத்தில் தோட்டத்தின் வழியே ஓடிச் சென்று வேலியைத் தாண்டி குதிக்கையில், அவருடைய காலைப் பிடித்து இழுத்த வேலைக்

காரக் கிரிகோரியை அவர் செம்பு உலக்கையால் அடித்தார். அப்படி அடித்தவர், உடனே மீண்டும் வேலியைத் தாண்டிக் குதித்து, தோட்டத் திற்கு வந்து, ஐந்து நிமிடங்களைச் செலவழித்து, அடிபட்டவன் இறந்து போனானா இல்லையா என்று தெரிந்துகொள்ள ஆசைப்பட்டிருக் கிறார். ஆனால், குற்றம்சாட்டப்பட்ட மனிதர் சொன்ன இந்த உண்மையை, அதாவது பரிதாபத்தின் பேரில், அடிபட்டு விழுந்த கிரிகோரியைப் பார்க்க அவர் திரும்பி வந்தாரென்பதை அரசு வழக்கறிஞர் எப்படியுமே நம்ப மறுக்கிறார்.

இல்லை, அந்தச் சமயம் இப்படிப்பட்ட உணர்ச்சிகளுக்கு எப்படி இடம் அளிக்க முடியும்; இது இயற்கைக்குப் புறம்பானது, ஏனெனில் அப்படி அவர் எட்டிக் குதித்து வந்ததற்குக் காரணமே அவர் செய்த கொலைக்கான ஒரே சாட்சி உயிரோடு இருக்கிறானா, இல்லையா என்பதைத் தெரிந்துகொள்ளத்தானே தவிர, வேறெந்தக் காரணத்திற் காகவோ வேறெந்த உணர்வாலோ அக்கறையாலோ அல்ல" என்றார். இதோ மனோதத்துவம்; இதே இந்த மனோதத்துவ பாணியை, இன்னொரு விதத்தில் இந்த வழக்குடன் சம்மந்தப்படுத்திப் பார்த்தால் அதனுடைய விளைவு நம்ப முடியாத ஒன்றாக இருக்கும். கொலையாளி கவனமாக வேலியைத் தாண்டிக் குதித்துத் தான் செய்த கொலைக்கான சாட்சி யாளன் உயிரோடு இருக்கிறானா இல்லையா என்பதைத் தெரிந்துகொள்ள விரும்பியவன், அரசு வழக்கறிஞரே உறுதி செய்தது போல, கொலை செய்யப்பட்ட அவருடைய தந்தையின் அறையில், அவருக்கு எதிரான மிகப்பெரிய சாட்சி ஒன்றை, மூவாயிரம் ரூபிள்கள் இருந்த உறையை அவருடைய அறையிலேயே போட்டுவிட்டுப் போய்விட்டான். அப்படி அவன் அதைக் கீழே போடாமல் எடுத்துக்கொண்டு போயிருந்தால், பணம் இருந்தது யாருக்குமே தெரியாமல் போயிருக்கும்; அப்படி அவன் செய்யாததால், குற்றம் சாட்டப்பட்டவர்தான் திருடன் என்றாகி விட்டது". இவை எதிர் வழக்கறிஞருடைய வார்த்தைகள்தாம். ஆக, பாருங்கள், ஒருவிதத்தில் குற்றம் சாட்டப்பட்டவருக்குக் கவனம் போதுமானதாக இல்லாமல் தன்னை மறந்து அவர் பயத்தில் ஓட, அவருக்கு எதிரான சாட்சியத்தை அவர் தரையில் போட்டுவிட்டுப் போக, ஓரிரு நிமிடங்கள் கழித்து வேறு ஒருவரை அவர் தாக்கிக் கொல்ல, நம்முடைய வசதிக்கேற்ப, மனிதாபிமானமற்ற, திட்டமிடப் பட்ட அவருடைய எண்ணத்தை அவர் நம்மிடையே விட்டுவிட்டுச் செல்கிறார். சரி, அது அப்படியே இருப்பதாகவே வைத்துக்கொள்வோம்: அதில்தான் நுட்பமான மனோதத்துவமே அடங்கியிருக்கிறது, அதாவது இப்படிப்பட்ட தருணங்களில் ரத்த வெறியும் காகசஸ் மலைக் கழுகு போன்ற கூரிய பார்வையும் கொண்ட நான், மற்ற சமயங்களில், மூஞ்சூறு போலப் பவ்யமாக, அமைதியாக இருப்பவன். ஆனால் அப்படி ரத்த வெறியும் பயங்கரமாகக் கணக்கிடும் தன்மையும் கொண்டவன் நான் என்றால், கொலை செய்தபிறகு சாட்சியாளன் உயிரோடு இருக்கிறானா இல்லையா என்பதைத் தெரிந்துகொள்ள மட்டுமே எட்டிக் குதித்துப் பார்த்தவன், எதற்காக முழுமையாக ஐந்து நிமிடங் களைச் செலவழித்து, இன்னும் புதிய சாட்சிகளை உருவாக்கும்

சாத்தியத்தை உருவாக்க வேண்டும்? பிறகு எதற்காக ரத்தத்தில் கைக்குட்டையை நனைக்க வேண்டும், அப்படித் தலையிலிருந்து வழிந்த ரத்தத்தைத் துடைத்து அதையே தனக்கு எதிரான ஒரு சாட்சியாக உருவாக்கிக்கொள்ள வேண்டும்? ஆம், அப்படியே ரத்த வெறியும் துல்லியமாகத் திட்டமிடக்கூடிய புத்திசாலித்தனமும் கொண்டவராக அவர் இருந்திருந்தால், அதே அந்த உலக்கையை வைத்து அவனுடைய மண்டையை மீண்டும் அடித்து உடைத்து முழுவதுமாக அவனைச் சாகடித்துவிட்டு, சாட்சி எதுவும் இல்லாத மனதிருப்தியுடன்தானே அவர் போயிருக்க வேண்டும்? இறுதியாக, சாட்சியாளன் உயிரோடு இருக்கிறானா, இல்லையா என்பதைத் தெரிந்துகொள்ள வேலியைத் தாண்டிக் குதித்தவர், மீண்டும் தனக்கு எதிராக ஒரு சாட்சியை, அதாவது வீட்டிலிருந்து எடுத்து வந்த செம்பு உலக்கையை நடைபாதையில் விட்டெறிய, அதுவே அவருக்கு எதிரான சாட்சியாக இருக்கக் கூடுமென்பதை அவர் கவனத்தில் கொள்ளாமல் இருந்திருக்கிறார். மேலும் வழியில் அதை அவர் மறந்து விட்டுவிடவும் இல்லை, மறதியாகத் தவறவிட்டுவிடவோ, குழப்பத்தில் அதை விட்டுவிடவோ இல்லை: குறிப்பாக அந்த ஆயுதத்தைத் தூக்கிப்போட்டது, கிரிகோரி தாக்கப்பட்ட இடத்திலிருந்து பதினைந்து அடி தள்ளி அது கண்டுபிடிக்கப்படத்தான். அப்படி ஏன் அவர் அதைச் செய்தாரென்று கேட்கலாம். அவர் ஏன் அப்படிச் செய்தார் என்றால், வயதான வேலைக்காரனைக் கொன்றது பயங்கரமான ஒரு அனுபவமாக இருக்க, மனம் வெறுத்துப் போன அவர், கொலை செய்யப் பயன்படுத்திய ஆயுதத்தைச் சபித்தபடியே தூக்கிப் போட்டுவிட்டார்; இல்லாவிட்டால், எதற்காக இவ்வளவு வேகத்துடன் அது தூக்கி எறியப்பட வேண்டும்? அப்படிக் கொலை செய்யப்பட்ட ஒரு மனிதருக்காக அவர் இரக்கமும் பரிதாபமும் காட்டுகிறார் என்றால், கண்டிப்பாக அவர் தன்னுடைய தந்தையைக் கொலை செய்திருக்க முடியாது; அப்படி அவர் தன்னுடைய தந்தையைக் கொலை செய்திருந்தால், தன்னால் தாக்கப்பட்ட மற்றொருவருக்காக அவர் பரிதாபப்பட்டு வேலியைத் தாண்டிக் குதித்து வந்திருக்க மாட்டார்; அப்போது அவரிடம் வேறுவிதமான உணர்வுதான் இருந்திருக்கும்; பரிதாபம் இருந்திருக்காது; தன்னைப் பாதுகாத்துக்கொள்ளவே அவர் முயன்றிருப்பார். அந்த மனிதருடைய மண்டையை அடித்து அவர் உடைத்திருப்பாரே தவிர, அருகில் உட்கார்ந்துகொண்டு ஐந்து நிமிடத்தை அவர் செலவு செய்திருக்கமாட்டார். அவருக்கு இரக்கமும் பரிதாப எண்ணமும் இருந்ததற்குக் காரணம், குறிப்பாக அவருடைய மனசாட்சி தூய்மையாக இருந்த காரணத்தால்தான். இதோ இப்படியாக இங்கே இன்னொரு மனோதத்துவம். நீதிமன்றப் பெருமக்களே, வேண்டுமென்றேதான் நான் இந்த மனோதத்துவத்தைக் கையில் எடுத்தேன், ஏனெனில் இதை வைத்துக்கொண்டு எப்படி வேண்டுமானாலும் பேசலாம். இது எல்லாமே யாருடைய கைகளில் அது இருக்கிறது என்பதைப் பொறுத்துத்தான். மனோதத்துவமானது அதிகமாக யோசிக்கும் மனிதரைக்கூட நாவல் எழுதச் செய்யும், அதுவும் வெகு இயல்பாக. இங்குத் தேவைக்கு அதிகமான மனோதத்துவத்தைப் பற்றித்தான் நான் சொல்கிறேன், தீர்ப்புக் குழுமப் பெருமக்களே,

அதனுடைய தீய பயன்பாடுகள் சிலவற்றைப் பற்றித்தான் நான் சொல்கிறேன்."

இங்கு அரசு வழக்கறிஞரைப் பற்றிக் குறிப்பிடப்பட்டபோது சிரிப்பலை எழுந்தது. அவர் பேசிய பேச்சு முழுவதையும் விளக்கமாகக் குறிப்பிட்டு இங்கே நான் பேசப் போவதில்லை; ஒருசில முக்கிய பகுதிகளை மட்டுமே இங்கு நான் குறிப்பிட விரும்புகிறேன்.

## 11

## பணமும் இருக்கவில்லை. கொள்ளையும் நடைபெறவில்லை.

அவருடைய வாதத்தின் ஓரிடத்தில், எல்லோரையும் வியக்க வைக்கும் வகையில், அங்கு மூவாயிரம் ரூபிள்கள் இருந்திருக்கவில்லை என்றும் எனவே கொள்ளை நடந்திருக்க வாய்ப்பில்லை என்றும் குறிப்பிட்டார்.

"தீர்ப்புக் குழுமப் பெருமக்களே, ஊகத்திற்கு அப்பாற்பட்ட எந்த ஒரு மனிதனையும் குறிப்பிட்ட பண்புநலம் ஒன்று ஆச்சர்யப்பட வைக்கிறது; குறிப்பாக அது, கொள்ளை என்கின்ற குற்றமும் அதே சமயம், உண்மையாகவே எவ்வளவு பணம் திருடுபோனது என்கின்ற விஷயமும்தான். மூவாயிரம் ரூபிள்கள் திருடுபோனது என்று நமக்குச் சொல்லப்பட்டது, ஆனால் உண்மையாகவே அங்கு மூவாயிரம் ரூபிள்கள் இருந்ததா, இல்லையா என்பது யாருக்குமே தெரியாது. யோசித்துப் பாருங்கள்: முதலில், மூவாயிரம் ரூபிள்கள் அங்கே இருந்தது என்பது நமக்கு எப்படித் தெரிய வந்தது; அதை யார் பார்த்தது? அப்படி அந்தப் பணம் உறையில் போடப்பட்டு, அதன்மீது எழுதப் பட்டது என்பதைப் பார்த்துச் சொன்ன ஒரே ஆள், வேலையாள் ஸ்மெர்தியாக்கவ்தான். அதை அவன் இந்தப் பேரழிவு நடப்பதற்கு முன்பாகக் குற்றம் சாட்டப்பட்டவரிடமும் அவருடைய சகோதரன் இவான் ஃபியோதரவிச்சிடமும்தான் சொல்லியிருக்கிறான். பெண்மணி ஸ்வெத்லோவாவிடமும் இது சொல்லப்பட்டிருக்கிறது. ஆனால் இந்த மூவருமே அந்தப் பணத்தைப் பார்த்திருக்கவில்லை, ஸ்மெர்தியாக்கவ் ஒருவன்தான் அதைப் பார்த்திருக்கிறான் என்கின்ற பட்சத்தில், இயற்கை யாகவே ஒரு கேள்வி எழுகிறது: உண்மையாகவே அப்படி அந்தப் பணம் இருந்து, அதை ஸ்மெர்தியாக்கவ் பார்த்திருந்தான் என்றால், அவன் அதை எப்போது கடைசியாகப் பார்த்தான்? அவனுடைய எஜமான் அவனிடம் சொல்லாமலேயே அந்தப் பணத்தை மெத்தைக்கடியி லிருந்து எடுத்துத் திரும்பவும் பணப்பெட்டிக்குள் வைத்திருக்கலாம் தானே? கவனியுங்கள், ஸ்மெர்தியாக்கவ் வார்த்தையின்படி மெத்தைக்கடி யில் வைக்கப்பட்ட பணம், குற்றம் சாட்டப்பட்டவரால் அங்கிருந்துதான் எடுக்கப்பட்டிருக்க வேண்டும்; ஆனால் படுக்கை எந்தவிதத்திலுமே கலைந்திருக்கவில்லை என்று பதிவுப் பக்கங்களில் மிகக் கவனமாகக் குறிப்பிடப்பட்டிருக்கிறது. குற்றவாளி படுக்கையை எப்படிக் கொஞ்சம்

கூடக் கலைக்காமல், ரத்தக் கறை எதுவுமே படாமல் மிக நேர்த்தியாக, புதிதாகப் போடப்பட்ட, சுத்தமான படுக்கையின் மீது கறை படியாமல் பணத்தை எடுக்க முடியும்? சரி, இப்படிச் சொல்லலாம், பணம் போட்டு வைத்திருந்த உறை தரையில் கிடந்ததே என்று. இதோ அந்த உறையைப் பற்றித்தான் நாம் பேச வேண்டும்: இங்கு நான் சற்றே ஆச்சர்யப்பட்டேன் என்பதைக் குறிப்பிட வேண்டும்.

மிகத் திறமை வாய்ந்த என்னுடைய எதிர்த்தரப்பு வழக்கறிஞர் அந்த உறையைப் பற்றிப் பேசியபோது, கேளுங்கள் பெருமக்களே, அவரே குறிப்பிட்டார், குறிப்பாக, ஸ்மெர்தியாக்கவ் இந்தக் கொலையைச் செய்திருப்பானென்று சொல்வது முட்டாள்தனம் என்று.

அப்படி அந்த உறை சாட்சியாக அங்கே தரையில் கிடக்காமல், அதைக் கொள்ளைக்காரன் எடுத்துக்கொண்டு போயிருந்தால், அப்படி ஒரு பண உறை இருந்ததோ, அதில் பணம் இருந்ததோ, அதை அவன் திருடியதோ எதுவுமே யாருக்குமே தெரிந்திருக்காது. இப்படியாக, அரசு வழக்கறிஞரே ஒத்துக்கொண்டதுபோல, தரையில் பிரிக்கப்பட்டுக் கிடந்த உறையும் அதன்மீது எழுதப்பட்ட வாசகத்தையும் வைத்துத்தான் குற்றம் சாட்டப்பட்டவர்மீது இந்தக் குற்றம் சாட்டப்பட்டது என்றும், இல்லாவிட்டால் அங்கிருந்த திருடப்பட்டது யாருக்குமே தெரிந்திருந் திருக்காது என்றும் அவர் சொன்னார். உறை பிரிக்கப்பட்டுத் தரையில் கிடந்தது என்ற ஒரே காரணத்திற்காக அதில் பணம் இருந்தது என்றோ, அது திருடப்பட்டது என்றோ உறுதியாக நாம் சொல்லிவிட முடியாது. 'ஆனால், அதில் பணம் இருந்தது என்பதை ஸ்மெர்தியாக்கவ் பார்த்திருந்தான்' என்கிறபோது, எப்போது அதில் கடைசியாகப் பணம் இருந்ததை அவன் பார்த்தானா என்பதை நான் கேட்க விரும்புகிறேன். ஸ்மெர்தியாக்கவிடம் நான் பேசியபோது, அதில் பணம் இருந்ததை, அந்தப் பேரழிவு நடப்பதற்கு இரண்டு நாட்களுக்கு முன்பு அவன் பார்த்ததாகச் சொன்னான். அப்படி இருக்கும் பட்சத்தில், நான் ஏன் இப்படி நினைக்கக் கூடாது, உதாரணமாக, கிழவர் ஃபியோதர் பாவ்லவிச் வீட்டிற்குள் தன்னைப் பத்திரமாகப் பூட்டிப் பாதுகாத்துக் கொண்டவர், வெறித்தனமாய்த் தன்னுடைய காதலிக்காகக் காத்திருந்தவர், பொறுமையிழந்து, ஏதாவது ஒன்றைச் செய்ய வேண்டுமென்று திடீரென்று நினைத்தவர், அந்தப் பண உறையை ஏன் பிரித்திருக்கக் கூடாது: 'பணம் இருக்கும் உறையை மட்டும் அவளிடம் காட்டினால், அவள் அதை நம்புவாளோ மாட்டாளோ, எனவே, வானவில் நிறங் கொண்ட அந்த முழு கத்தைப் பணத்தையும் முப்பது நோட்டுகளையும் அவளிடம் காட்டினால் கண்டிப்பாக அது அவளுடைய வாயில் எச்சிலை ஊறவைக்கும்' என்றெண்ணி அந்த உறையைக் கிழித்து, அதிலிருந்த பணத்தை அவரே ஏன் எடுத்துவிட்டு அந்த உறையைக் கீழே போட்டிருக்கக் கூடாது; பணம் அவருடையதானதால் எந்தவித மான சாட்சியையும் விட்டுவைப்பதில் அவருக்குப் பயம் எதுவும் இல்லாமல் இருந்திருக்கும். கேளுங்கள் தீர்ப்புக் குழுமப் பெருமக்களே, இப்படி ஒரு உண்மையும் நடந்திருக்கலாம்தானே? இது ஏன் நடந்திருக்கக் கூடாது? இப்படி ஏதாவது நடந்திருந்தால், கொள்ளையடித்ததற்கான

குற்றமும் மறைந்துபோய்விடும், ஏனெனில் பணம் இல்லாமல் கொள்ளை எப்படி நடந்திருக்க முடியும். மேலும் தரையில் கிடந்த உறை சாட்சி யாகவும் அதில் பணம் இருந்தது உண்மை என்றும் வைத்துக்கொண்டால், நான் ஏன் இதை இப்படி எடுத்துக்கொள்ளக் கூடாது, அதாவது தரையில் உறை கிடந்ததால் அதில் பணம் இருக்க வாய்ப்பில்லை என்றும் அது அந்தப் பணத்தின் சொந்தக்காரராலேயே எடுத்துக் கொள்ளப்பட்டது என்றும்? சரி அப்படி அது ஃபியோதர் பாவ்லவிச்சால் எடுத்துக்கொள்ளப்பட்டிருந்தால் அந்தப் பணம் எங்கே போயிருக்கும்? அப்படியே வீட்டைச் சோதனையிட்டபோது அது ஏன் வீட்டில் கண்டுபிடிக்கப்படாமல் போனது? முதலாவதாக, அந்தப் பணத்தில் பாதி, அவருடைய பணப்பெட்டியில் இருந்தது கண்டுபிடிக்கப்பட்டது; இரண்டாவதாக, அதை அவர் அன்று காலையோ முந்தைய இரவோ எடுத்து யார் மூலமாவது அதைக் கொடுத்து அனுப்பியிருக்கலாம் அல்லது வேறு ஏதாவது வழிவகை செய்திருக்கலாம்; இறுதியாகத் தன்னுடைய திட்டத்தை அவர் மாற்றிக்கொண்டு அதை ஸ்மெர்தியாக்க விடம் முன்கூட்டியே தெரிவிக்காமலும் இருந்திருக்கலாம் அல்லவா? மேலும் இப்படி ஒரு ஊகம் இருக்கும் பட்சத்தில், எப்படி உறுதியாக, ஆணித்தரமாகக் குற்றம் சாட்டப்பட்டவர்மீது பணத்தைக் கொள்ளை யடிப்பதற்காகவே அவர் கொலையைச் செய்தாரென்றும் பணம் உண்மையாகவே கொள்ளையடிக்கப்பட்டது என்றும் குற்றம்சாட்ட முடியும்? இப்படியாக, நாவல் என்கின்ற களத்திற்குள் நாம் நுழைகிறோம். ஒரு பொருளானது திருடப்பட்டால், அது சுட்டிக்காட்டப்பட வேண்டும் அல்லது குறைந்தபட்சம் அது இருந்தது என்பதாவது நிரூபிக்கப்பட வேண்டும். ஆனால் அந்தப் பொருளை யாருமே பார்த்திருக்கவில்லை. பதினெட்டு வயது இளைஞன் ஒருவன் பீத்தர்புர்கில் வீடு வீடாகச் சென்று பொருட்களை விற்பவன், பணம் மாற்றும் கடையில் சில நாட்களுக்கு முன்பு நுழைந்து பட்டப் பகலில் கோடாரியால் கடைக் காரரைத் தாக்கி, காட்டுமிராண்டித்தனமாக அவரைக் கொன்றுவிட்டு, அங்கிருந்த ஆயிரத்து ஐநூறு ரூபிள்களைத் திருடிக் கொண்டுபோனான். ஐந்து மணி நேரங்கழித்து அவன் அந்த ஆயிரத்து ஐநூறு ரூபிள்களை செலவழித்திருக்கிறான். அது மட்டுமின்றி, கொலை நடந்த பிறகு கடைக்கு வந்த உதவி போலீசிடம் எவ்வளவு பணம் திருடுபோனது என்பதைச் சொன்னது மட்டுமில்லாமல், அதில் எவ்வளவு நூறு ரூபிள்கள், பத்து ரூபிள்கள், ஐந்து ரூபிள்கள் இருந்தன, எவ்வளவு தங்கக் காசுகள் எந்தெந்த வடிவில் இருந்தன என்றும் சொன்னதால் கொலைகாரனிடமிருந்து அவை அப்படியே மீட்கப்பட்டன. மேலும் கொலைகாரனே அந்தக் குற்றத்தை ஒப்புக்கொண்டு, தான்தான் இந்தக் கொலையைச் செய்து பணத்தைத் திருடினானென்று வெளிப்படையாகச் சொன்னான். இதோ இதைத்தான் நீதிமன்றப் பெருமக்களே, ஆணித்தர மான சாட்சி என்று நான் சொல்வேன். அந்த வழக்கில் நான் பார்த்தேன், உணர்ந்தேன், எனக்குத் தெரிந்தது அங்கே பணம் இருந்தது என்பது; எனவே, அங்கே பணம் இருக்கவில்லை, என்று என்னால் சொல்ல முடியாது. இந்த வழக்கில் அப்படியா இருக்கிறது? இருந்தாலும், இங்கே ஒரு மனிதனின் விதி வாழ்வா, சாவா என்று நிர்ணயிக்கப்

படுகிறது. “சரி, அன்று இரவு அவன் களியாட்டம் போட்டுப் பணத்தைத் தண்ணீர் போலச் செலவு செய்தபோது ஆயிரத்து ஐநூறு ரூபிள்கள் அவனிடம் இருந்தனவே, அவை எங்கிருந்து வந்தன?” என்று கேட்கலாம். ஆக, குறிப்பாக ஆயிரத்து ஐநூறு ரூபிள்களே கண்டுபிடிக்கப்பட்டு, மீதி ஆயிரத்து ஐநூறு ரூபிள்கள் எங்கேயுமே கண்டுபிடிக்கப்படாததால், அந்தப் பணம் அதுவல்ல என்ற உண்மையும் அப்படி அந்தப் பணம் எந்த உறையிலுமே இருக்கவில்லை என்பதும் நிரூபணமாகிறது. நேரத்தைப் பற்றிச் சொல்லப்போனால், (ஏற்கனவே மிகக் கடுமையான விதத்தில்) இதற்கு முன்பு நடத்திய விசாரணையின் மூலம் நிரூபிக்கப்பட்டிருக்கிறது, குற்றம் சாட்டப்பட்டவர், அந்த இரண்டு வேலைக்காரப் பெண்களையும் சந்தித்துவிட்டு வீட்டிற்கோ வேறெங்கோ போகாமல், நேராக அரசு அதிகாரி பெர்ஹோத்தினையும் சந்தித்துவிட்டுப் பிறகு முழுநேரமும் மக்கள் குழாமுடனேயே இருந்ததால், மூவாயிரம் ரூபிள்களில் பாதியை எடுத்து ஊருக்குள் வேறு எங்காவது அவர் ஒளித்துவைத்திருக்க முடியாது என்பதை. இதன் காரணமாகத்தான் பணத்தை அவர் மோக்ரயவில் எங்காவது ஒரு மூலையில் ஒளித்துவைத்திருக்கலாமென்ற ஊகத்தை உண்டு பண்ணியது. ஆமாம், அது ஏன் உதோல்ஃப்ஸ்கி[1] அரண்மனையின் நிலவறையில் இருக்கக் கூடாது, பெருமக்களே? இந்த யோசனை மிக அற்புதமான கற்பனையாக, வீரகாதைக்குரிய ஒன்றாக இல்லையா? கவனியுங்கள், இந்த யோசனை மட்டும் தோன்றாமல் இருந்திருந்தால், அதாவது மோக்ரயவில் அந்தப் பணம் ஒளித்துவைக்கப்பட்டது என்ற யோசனை மட்டும் தோன்றாமல் இருந்திருந்தால், பணம் கொள்ளையடிக்கப்பட்டது என்ற குற்றமே இல்லாமல் போயிருக்கும்; அப்படியானால் மீதி ஆயிரத்து ஐநூறு ரூபிள்கள் எங்கே போயிருக்க முடியும்? குற்றம் சாட்டப்பட்டவர் எங்குமே போகவில்லை என்றால், அந்தப் பணம் எங்கே மாயமாகப் போயிருக்க முடியும்? இப்படிப்பட்ட கற்பனைக் கதையின் மூலமாக ஒரு மனிதனின் வாழ்வை நாசமாக்க நாம் தயாராகிக்கொண்டிருக் கிறோம்! இப்படிச் சொல்லலாம்: “குற்றம் சாட்டப்பட்டவர், தன்னிடம் அந்த ஆயிரத்து ஐநூறு ரூபிள்கள் எப்படி வந்தது என்பதை விளக்கிச் சொல்ல முடியாத நிலையில் இருக்க, அந்த நாள் இரவுவரை அவரிடம் பணம் இல்லாமல் இருந்தது எல்லோருக்கும் தெரிந்திருந்தது” என்று. ஆனால், இது யாருக்குத் தெரிந்திருந்தது? குற்றம் சாட்டப்பட்டவர் தெளிவாகவும் உறுதியாகவும் சொன்னார், எங்கிருந்து அவர் அந்தப் பணத்தைப் பெற்றாரென்பதை. தீர்ப்புக் குழுமப் பெருமக்களே, வேண்டு மென்றால், பெருமக்களே உங்களுக்கு வேண்டுமென்றால், இதைவிட வேறு எந்தச் சாட்சியமும் சரியானதாக இல்லாமல் இருக்கலாம்; அது மட்டுமன்றி, இது அவருடைய குணநலத்துடன் ஆத்மாவுடனும் சரியாகவே ஒத்துப்போகிறது. குற்றம் சாட்டியவருக்கு அவருடைய கதை மிகவும் பிடித்துப் போயிருந்தது: அதாவது, மன உறுதி இல்லாத அந்த மனிதர், தன்னுடைய மணப் பெண்ணிடமிருந்து கேவலமாகப் பெற்ற மூவாயிரம் ரூபிள்களைப் பாதியாகப் பிரித்து, பதக்கம் போலத் தைத்து மாட்டியிருக்க முடியாது, மாறாக, அப்படி அவர் பணத்தைத் தைத்து, தன்னிடம் வைத்திருந்தால், இரண்டு நாட்களுக்கு ஒருமுறை

அதை அவர் பிரித்து அதிலிருந்து பலநூறு ரூபிள்களை எடுத்து, இறுதியாக, ஒரு மாதத்தில் அந்தப் பணம் முழுவதையும் செலவழித்திருப்பார். யோசித்துப் பாருங்கள், இவை எல்லாமே எந்த ஒரு மறுப்பும் சொல்ல முடியாத நிலையில் விளக்கப்பட்டிருக்கிறது. சரி, நீங்கள் கற்பனை செய்த இந்த கதையைப் போல இல்லாமல் அது முற்றிலும் வேறுபட்ட ஒன்றாக இருந்தால்? அங்குதான் விஷயமே இருக்கிறது; நீங்கள் வேறு ஒரு மனிதனை உருவாக்கியிருக்கிறீர்கள்! அதற்கு எதிர்ப்புத் தெரிவிக்கப் படுகிறது பாருங்கள்:

"மோக்ரயவில் குடித்துக் கும்மாளமடித்து, இந்த மூவாயிரம் ரூபிள்களை அவர் செலவழித்தாரென்று சொல்வதற்குச் சாட்சியாளர்கள் இருக்கிறார்கள்; அந்தப் பணம் இந்தப் பேரழிவு நடப்பதற்கு ஒரு மாதத்திற்கு முன்பு திருமதி வெர்ஹோவ்சவாவிடமிருந்து ஒரே முறையாக, கடைசிக் கோப்பெக் வரை பெறப்பட்டதால் அதைப் பாதியாக அவர் பிரித்திருக்க முடியாது" என்று சொன்னார்கள். ஆனால், இவர்கள் எப்படிப்பட்ட சாட்சியாளர்கள்? இவர்கள் எவ்வளவு தூரம் நம்பிக்கைக்குப் பாத்திரமானவர்கள் என்பது ஏற்கனவே நீதிமன்றத்தில் நிரூபிக்கப்பட்டுவிட்டது. அதுமட்டுமின்றி, வேறொருவர் கையிலிருக்கும் சிறிய துண்டு ரொட்டிகூட மிகப் பெரியதாக அடுத்தவருக்குத் தெரியும். இறுதியாக, இந்தச் சாட்சியாளர்களில் ஒருவர்கூடக் குற்றம் சாட்டப் பட்டவரின் கையில் இருந்த பணத்தை எண்ணிப் பார்த்திருக்கவில்லை; கண்ணளவில் பார்த்ததை வைத்து அவர்களாகவே சொல்லியிருக்கிறார் கள். சாட்சியாளர் மாக்ஸிமவோ குற்றம் சாட்டப்பட்டவரின் கையில் இரண்டாயிரம் ரூபிள்கள் இருந்ததாகச் சொல்லியிருக்கிறார். பாருங்கள், தீர்ப்புக் குழுமப் பெருமக்களே, இரண்டு பக்கங்களுள்ள மனோதத்துவ இயலின் மற்றொரு பக்கத்தைப் பார்க்க என்னை அனுமதியுங்கள், அதிலிருந்து என்ன கிடைக்கப் பெறுகிறோம் என்பதையும் நாம் பார்ப்போம்.

பேரழிவு நடப்பதற்கு ஒரு மாதத்திற்கு முன்பு செல்வி வெர்ஹோவ்த்சவா குற்றம் சாட்டப்பட்டவரிடம் மூவாயிரம் ரூபிள்களைத் தபால் மூலம் அனுப்புமாறு கொடுத்தார்; ஆனால் கேள்வி என்ன வென்றால், அவரிடம் கொடுக்கப்பட்ட அந்தப் பணம், இப்போது அவர் குறிப்பிடும்படியாக, அவ்வளவு கேவலமாகவும் மனத்தைப் புண்படுத்தப்படக்கூடிய வகையிலுமா கொடுக்கப்பட்டது? இதைப் பற்றி செல்வி வெர்ஹோவ்த்சவா முதலில் குறிப்பிடும்போது முற்றிலுமாக அப்படியல்ல என்றார்; இரண்டாவது முறையாக அவர் சொல்ல நாம் கேட்டதெல்லாம், கோபத்தில் அவர் கத்திய வார்த்தைகளையும் பழிவாங்கத் துடிக்கும் நீண்டகால ரகசிய, வெறுப்புக் கதறல்களையும் தான். ஆனால், இந்தச் சாட்சியாளர் முதலாவதாகக் கொடுத்த வாக்குமூலமே தவறாக இருக்கும் பட்சத்தில், இரண்டாவதாக அவர் கொடுத்த வாக்குமூலம் தவறாக இருக்காது என்பதற்கு என்ன உத்திரவாதம்? எதிர்தரப்பு வக்கீல் அவர்களுடைய காதல் விவகாரத்தைப் பற்றிப் "பேசவோ அதைப் பற்றி விவாதிக்கவோ தைரியமில்லை" (அவருடைய வார்த்தைகள்) என்று சொல்லிவிட்டார். ஆக, அது

அப்படியே இருக்கட்டும்; நானும் அதைப் பற்றி ஒன்றும் பேசப் போவதில்லை; ஆனால், ஒன்றே ஒன்றை மட்டும் சொல்லிக்கொள்கிறேன், அப்படி செல்வி வெர்ஹோவ்த்சவா மிகச் சுத்தமான, சீரிய நன்னடத்தை கொண்ட பெண்மணியாக இருக்கும் பட்சத்தில், சந்தேகத்திற்கு இடமின்றி, அப்படிப்பட்ட அவள், அப்படிப்பட்ட ஒரு பெண், என்ன சொல்கிறேன் என்றால், திடீரென்று நீதிமன்றத்தில் ஒரேடியாகத் தன்னுடைய முதல் சாட்சியத்தையே மாற்றி, குற்றம் சாட்டப்பட்டவரின் வாழ்வை நாசப்படுத்த வேண்டுமென்பதற்காகவே அப்படிச் சொன்னார் என்றால், வேண்டுமென்றே அது இரக்கமில்லாமல் சொல்லப்பட்டது தான் என்பது தெளிவாகத் தெரிகிறது. ஆக, பழிதீர்ப்பதற்காக, நடந்ததைப் பெரிதுபடுத்திக் கூறும் இந்தப் பெண்ணுடைய வார்த்தைகளை நம்பி, ஒரு முடிவுக்கு நாம் வர முடியாது என்கிற நம்முடைய இந்த உரிமையை யாரும் தட்டிப் பறிக்க முடியாது, இல்லையா? ஆம், அவள் அவரிடம் பணம் கொடுத்த அந்தக் கேவலத்தையும் வெட்கக்கேட்டையும் பெரிதுபடுத்திக் கூறியது என்னவோ உண்மை தான். மாறாக, அது கொடுக்கப்பட்ட விதம், குறிப்பாக இப்படிப்பட்ட சின்னப் புத்தி கொண்ட இந்தக் குற்றம் சாட்டப்பட்ட மனிதனுக்கு ஏற்றுக்கொள்ளக்கூடிய விதத்திலேயேதான் இருந்தது. முக்கியமாக, அந்தச் சமயம், அவர் தன்னுடைய தந்தையிடமிருந்து, அவருடைய கணக்குப்படி, அவருக்குச் சொந்தமான மூவாயிரம் ரூபிள்கள் கிடைக்கப் பெறுமென்று எதிர்பார்த்திருந்தார். குறிப்பாக, இது அவருடைய முட்டாள்தனமான எண்ணமாக இருந்தது; ஆனால், அவருக்கு அந்தப் பணம் கிடைக்கும், அவருடைய தந்தை அதைக் கொடுப்பார், அப்படி அது கொடுக்கப்பட்டதும் நம்பிக்கையாகத் தன்னிடம் கொடுத்த செல்வி வெர்ஹோவ்த்சவாவிடம் அந்தப் பணத்தைத் திருப்பிக் கொடுத்துக் கடனை அடைத்துவிடலாமென்று அவர் நினைத்திருந்தார். ஆனால், எதிர்தரப்பு வக்கீல் எப்படியுமே அதை நம்ப விரும்பவில்லை, பணம் கிடைத்த அந்த நாளே அவர் அந்தப் பணத்தில் பாதியை எடுத்துப் பட்டயம் போலச் செய்து, அதில் பணத்தை மறைத்துவைத்தா ரென்பதை: "அப்படிப்பட்ட குணங்கொண்டவர் அல்ல அவர்; அப்படிப் பட்ட உணர்வுகள் அவரிடம் கிடையாது" என்கிறார். ஆனால், நீங்கள்தானே பறைசாற்றினீர்கள், கரமாஸவ் பரந்த மனப்பான்மை உள்ளவன் என்றும், இரண்டு விதமான படுபாதகங்களை அவனால் திட்டமிட்டுத் தீட்ட முடியுமென்றும் நீங்கள்தானே உரக்கக் கத்தினீர்கள். ஆமாம், கரமாஸவ் குறிப்பாக அப்படி இரண்டு முகங்களும் இரண்டு விதமான பாவங்களையும் கொண்டவன்தான்; வேறு ஒரு பக்கம் அவன் தாக்கப்படும்போது, கட்டுக்கடங்காமல் குடித்துவிட்டுக் களியாட்டம் போடுவதை அவன் நிறுத்திவிடுவான்.

அவனுடைய மறுபக்கத்தில் காதல், குறிப்பாக, கொழுந்து விட்டெரியக்கூடிய புதுக் காதல்; அந்தக் காதலுக்கோ பணம் தேவைப் பட்டது, அதுவும் குடித்துக் கும்மாளமிட்டு, அதே அந்தப் பெண்ணிடம் போட்ட களியாட்டத்தைவிட மிக அதிகமாகப் பணம் அவனுக்குத் தேவைப்பட்டது. ஒருவேளை அவள் இப்படிச் சொல்லலாம்: "நான் உனக்குத்தான் சொந்தமானவள், ஃபியோதர் பாவ்லவிச்சுக்கு அல்ல"

என்று; அப்படி அவள் சொல்லிவிட்டால், அவளைக் கூட்டிக்கொண்டு அவன் எங்காவது போக வேண்டும் – எந்த அடிப்படையில் அவன் அவளைக் கூட்டிக்கொண்டு போவான். இது களியாட்டத்தைவிட மிக முக்கியமான விஷயமாயிற்றே. கரமாஸவுக்கு இது புரியாதா என்ன? ஆம், அவன் இந்த விஷயத்திற்காகத்தான் கவலைப்பட்டான்; இந்த விஷயத்திற்காகத்தான் – இப்படிப்பட்ட திடீர் தேவைக்காகத்தான் கொஞ்சம் பணத்தை எடுத்து அவன் மறைத்து வைத்திருந்தானோ என்னவோ! ஆனால், நேரமோ ஓடிக்கொண்டிருக்க, ஃபியோதர் பாவ்லவிச்சோ அந்த மூவாயிரம் ரூபிள்களைக் குற்றம் சாட்டப்பட்டவருக்குக் கொடுப்பதற்குப் பதிலாக அவருடைய காதலிக்குக் கொடுத்து, அவளை மயக்கித் தன் பக்கம் இழுக்க முடிவு செய்திருந்தாரென்று அவர் கேள்விப்பட்டார். “ஃபியோதர் பாவ்லவிச் ஒருசமயம் அந்தப் பணத்தைக் கொடுக்கவில்லையென்றால், கத்தரீனா இவானவ்னா முன்பு நான் திருடனாகிவிடுவேன்” என்று அவர் யோசித்தார். இதோ உடனே அவருக்கு ஒரு யோசனை தோன்றியது; அவனுடைய கழுத்தில் தொங்கும் பட்டயத்திலிருந்த அந்த ஆயிரத்து ஐநூறு ரூபிள்களை எடுத்து செல்வி வெர்ஹோவ்த்சவாவின் முன்பு வைத்து அவளிடம் இப்படிச் சொல்லலாமென்று: “நான் ஒரு கயவன்; ஆனால் திருடன் அல்ல” என்று. இப்படியாக அவருக்கு ஏற்கனவே இரண்டு காரணங்கள் இருந்தன, அந்த ஆயிரத்து ஐநூறு ரூபிள்களைப் பொக்கிஷம் போலப் பாதுகாப்பதற்கு; எனவே, அவர் பணம் இருந்த அந்தப் பட்டயத்தைப் பிரித்து அதிலிருந்து நூறு ரூபிள்களை எடுக்காமல் இருந்தார். அவருடைய இந்த நேர்மையான பண்பை எப்படி நீங்கள் ஏற்றுக்கொள்ளாமல் மறுக்க முடியும்? ஆமாம், நேர்மையான எண்ணம் அவரிடம் இருந்தது; அது சரியில்லாமல் முற்றிலும் தவறாக இருந்தது என்று வேண்டுமானால் சொல்லலாம்; ஆனால் அது அவரிடம் இருந்தது, சற்று அதிகமாக இருந்தது என்பதை அவர் நிரூபித்துவிட்டார். ஆனால், விஷயம் வேறு விதத்தில் சிக்கலாகிவிட்டது; பொறாமையின் வேதனை மிக அதிகமாகி, அதே அந்தப் பழைய இரண்டு விஷயங்களும் சீக்குப் பிடித்த அவருடைய மண்டையை மேலும் மேலும் வாட்டி எடுத்தன: “கத்தரீனா இவானவ்னாவிடம் இந்தப் பணத்தை ஒருசமயம் நான் திருப்பிக் கொடுத்தால், குரூஷென்காவை எப்படி நான் கூட்டிக்கொண்டு போவது?” என்ற கேள்விதான். அப்படிப் புத்திகெட்டுப்போய் அவர் அதிகமாகக் குடித்து இந்த மாதம் முழுவதும் சத்திரத்தில் சத்தம் போட்டுக்கொண்டிருந்தார் என்றால், அது அவரால் இதைத் தாங்கிக் கொள்ள முடியாத காரணத்தால்தான். இந்த இரண்டு கேள்விகளும் அவரை வெகுவாகத் தாக்க, இறுதியாக அவர் மனம் நொந்துபோனார். தன்னுடைய இளைய சகோதரனைத் தந்தையிடம் அனுப்பிக் கடைசி முறையாகத் தந்தையிடமிருந்து மூவாயிரம் ரூபிள்களைக் கெஞ்சிக் கேட்டு வாங்கிவருமாறு சொன்னவர், சகோதரனுடைய பதிலுக்குக் காத்திருக்காமல், வேகமாகத் தானே வீட்டிற்குள் நுழைந்து, இறுதியாகத் தன்னுடைய தந்தையைத் தாக்கி, சாட்சியையும் தன் பின்னால் விட்டுவிட்டுச் சென்றார். அதன் பிறகு யாரிடமிருந்தும் பணம் வாங்க முடியாத நிலையில் இருந்தவர், அடிபட்ட தந்தை எப்படியுமே

பணம் கொடுக்க மாட்டாரென்பதை உணர்ந்தார். அதே நாள், மாலை வேளை, அவர் தன்னுடைய மார்புப் பகுதியில், குறிப்பாக மார்பின் மேல் பகுதியில் எங்கே அந்தப் பட்டயம் தொங்கிக்கொண்டிருந்ததோ அதே இடத்தில் தன்னுடைய கைகளால் குத்திக்கொண்டு, சகோதரனிடம் சத்தியம் செய்து சொல்கிறார், தான் கயவனாக இல்லாமல் இருக்க வழியிருக்கிறது என்றும் ஆனால் அவர் கயவனாகவே இருக்க விருப்பப் படுகிறாரென்றும் சொல்கிறார்; ஏனெனில் எப்படியுமே அவர் அந்தப் பணத்தைப் பயன்படுத்தப்போவதில்லை என்றும் அதற்கான மன தைரியமும் குணமும் அவரிடம் இல்லை என்றும் அவர் சொல்லியிருக் கிறார். ஏன், ஏன் எதிர் தரப்பு வழக்கறிஞர், அலெக்ஸெய் கரமாஸவ் தந்த இந்த வெளிப்படையான, மிக உண்மையான, இயல்பாக ஏற்றுக் கொள்ளக்கூடிய ஒரு சாட்சியத்தை ஏற்றுக்கொள்ள மறுக்கிறார்? அதற்கு மாறாக, எங்களை ஒரு மூலையில், உதோல்ஃப் மாளிகையி லிருக்கும் ஒரு கீறலில் ஒளித்து வைக்கப்பட்டிருக்கும் பணத்தை நம்புமாறு ஏன் கேட்டுக்கொள்கிறார்? இதோ, அதே அந்த மாலை வேளை, தன்னுடைய சகோதரரிடம் அவர் பேசிய பிறகு, விதிவசப் பட்ட கடிதம் ஒன்றை அவர் எழுதுகிறார்; அதோ அந்தக் கடிதம், அந்தக் கடிதம்தான் மிக முக்கியமான, மிகப் பயங்கரமான சாட்சியாக, அவருக்கு எதிராக, பணத்தை அவர்தான் கொள்ளையடித்தாரென்பதற்கு ஆதாரமாக மாறிவிட்டது! “எல்லோரிடமும் பணம் கேட்கப் போகிறேன், ஒருசமயம் அவர்கள் பணம் தரவில்லை என்றால், என்னுடைய தந்தையைக் கொன்றாவது அவருடைய மெத்தைக்கடியில் ரோஜா நிற நாடாவால் கட்டப்பட்டிருக்கும் அந்தப் பண உறையை எடுப்பேன்; அப்போது இவான் மட்டும் ஊரில் இல்லாமல் இருக்க வேண்டும்” – இதோ கொலைக்கான முழுத் திட்டம்; இது அவரைத் தவிர வேறு யாரால் தீட்ட முடியும்? “எழுதப்பட்ட விதத்திலேயே கொலையும் செய்யப்பட்டது!” என்று ஆச்சர்யத்துடன் சொல்கிறார் எதிர்தரப்பு வக்கீல். ஆனால், முதலாவதாக, இது குடிபோதையில் எழுதப்பட்ட கடிதம் மேலும் பயங்கரமான எரிச்சலில் எழுதப்பட்ட கடிதம்; இரண்டாவதாக, பணம் இருந்த அந்த உறையைப் பற்றி அவர் எழுதியபோது, அது ஸ்மெர்தியாக்கவ் விவரித்த வார்த்தைகளாக இருக்க, அந்த உறையை அவர் தன்னுடைய கண்களாலேயே பார்க்காமல் இருந்தார்; மூன்றாவதாக, எழுதப்பட்டது என்னவோ எழுதப்பட்டது தான், ஆனால் எழுதப்பட்ட படியா எல்லாம் நடந்தது? இதை எப்படி நிரூபிப்பது? குற்றம் சாட்டப்பட்டவர் தலையணைக்கு அடியில் இருந்த அந்த உறையை எடுத்தாரா, அதற்குள் பணம் இருந்ததா, உண்மையாகவே அந்த உறைக்குள் பணம் வைக்கப்பட்டிருந்ததா? சரி, அந்தப் பணத்திற்காகவா குற்றம் சாட்டப்பட்டவர், அப்போது அவசரமாக ஓடி வந்தார், நினைவுபடுத்திப் பாருங்கள், நினைவுபடுத்திப் பாருங்கள்! மண்டையை உடைத்துக்கொண்டு அப்படி அவர் ஓடி வந்தது பணத்தைக் கொள்ளையடிப்பதற்காக அல்ல; அந்தப் பெண், அவரைக் கிறங்கடித்த அந்தப் பெண் அங்கிருக்கிறாளா இல்லையா என்பதைத் தெரிந்துகொள்ளத்தான் – திட்டம் போட்ட விதத்தில் அல்ல இது நடந்தது; ஆக, கடிதத்தில் எழுதப்பட்ட விதத்தில் அல்ல,

அதாவது, ஏற்கனவே கொள்ளையடிக்க வேண்டுமென்று அவர் திட்டமிட்டபடி நடந்ததல்ல இது; அப்படி அவர் வேகமாக ஓடிவந்தது எதிர்பாராத விதமாகத் திடீரென்று பொறாமைத் தீ கொழுந்து விட்டெரிந்த காரணத்தால்தான்! "ஆம், அவன் ஓடிவந்தான், வந்து தன்னுடைய தந்தையைக் கொன்று, பணத்தை எடுத்துக்கொண்டு ஓடிவிட்டான்" என்று சொல்லலாம். சரி, இறுதியாக, அவர் அந்தக் கொலையைச் செய்தாரா, இல்லையா? பணத்தைக் கொள்ளையடித்தார் என்கிற தேவையில்லாத குற்றத்தை நான் நிராகரிக்கிறேன்: ஒரு மனிதர் கொள்ளையடித்தார் என்பதைக் கொள்ளையடித்த பொருளைக் கண்டுபிடித்துக் காட்டினால்தான் அவர் கொள்ளையடித்தது உண்மை யாகும்! சரி, கொலையை அவர் செய்தாரா? அவர் பணத்தைக் கொள்ளையடிக்காமல் கொலையை மட்டும் செய்தாரா? அதாவது நிரூபிக்கப்பட்டதா? இல்லை, அதுவும் ஒரு கட்டுக் கதையா?" என்றார்.

## 12

## அப்படியே கொலையும் நடக்கவில்லை

"தீர்ப்புக் குழுமப் பெருமக்களே, இங்கே ஒரு மனிதனுடைய வாழ்க்கை அபாயகரமான நிலையில் இருப்பதால், நாம் கவனமாக இருக்க வேண்டுமென்று எதிர்தரப்பு வழக்கறிஞரே குற்றம்சாட்டத் தடுமாறியதை நாம் பார்த்தோமென்பதைச் சொல்ல அனுமதியுங்கள் அதாவது, கடைசி நாள் வரை, இன்றுவரை, தீர்ப்பு சொல்லப்படும் இந்த நாள்வரை, செய்யப்பட்ட இந்தக் கொலையானது வேண்டுமென்றே திட்டமிடப்பட்டு செய்யப்பட்டது என்ற குற்றத்தைச் சாட்ட அவர் தடுமாறினார்; ஆனால் 'குடி மயக்கத்தில்' எழுதப்பட்ட, விதிவசப்பட்ட இந்தக் கடிதம் நீதிமன்றத்தில் இன்று சமர்ப்பிக்கப்படும் வரை அவர் தடுமாறினார். பிறகு, "கடிதத்தில் எழுதப்பட்டது போலவே செய்யப்பட்டது!" என்றார். ஆனால், மீண்டும் சொல்கிறேன்: அவளைக் கண்டுபிடிப்பதற்காக, அவளைப் பார்ப்பதற்காகவே அவர் வேகமாக ஓடினார்; அவள் எங்கே இருக்கிறாளென்பதைத் தெரிந்துகொள்ளவே அவர் ஓடினார். இந்த உண்மை மறுக்கப்பட முடியாத ஒன்றாகும். அவள் மட்டும் வீட்டில் இருந்திருந்தால், அவர் வேறு எங்குமே போயிருக்க மாட்டார்; அவளுடனேயே அவர் வீட்டில் இருந்திருப்பார், கடிதத்தில் குறிப்பிட்டபடி எதையுமே அவர் செய்திருக்க மாட்டார். தற்செயலாக, திடீரென்று அவர் அப்படி ஓடினாரே தவிர, அந்தக் 'குடிமயக்கத்தில்' எழுதிய தன்னுடைய கடிதத்தைப் பற்றிக்கூட அப்போது அவர் நினைத்துப் பார்த்திருந்திருக்க மாட்டார். "உலக்கையைக் கையில் எடுத்துக்கொண்டு சென்றான்" என்று சொன்னார், ஆனால், யோசித்துப் பாருங்கள், இந்த உலக்கையை வைத்துக்கொண்டு எவ்வளவு பெரிய மனோதத்துவத்தை உருவாக்கியிருக்கிறாரென்று: எதனால் அந்த உலக்கையை அவர் ஆயுதமாகப் பயன்படுத்தினார்; அப்படி அதை ஆயுதமாகப் பயன்படுத்தியவர் என்ன செய்தாரென்று பலவிதமான

வாதங்கள். இங்கு எனக்கு வெகு சாதாரணமான யோசனை ஒன்று தோன்றுகிறது: அப்படி அந்த உலக்கை அவருடைய கண்களில் படுமாறு அந்த மரத் தட்டின் மீதில்லாமல் வேறு ஏதாவது ஒரு மர பீரோவில் இருந்திருந்தால் அவர் என்ன செய்திருப்பார்? அவருடைய கண்ணில் அது படாதபட்சத்தில் எந்தவிதமான ஆயுதத்தையும் அவர் எடுத்துக் கொள்ளாமல், வெறுங்கையுடன்தான் ஓடியிருப்பார்; அப்படியே ஒருசமயம் யாரையும் கொலை செய்யாமலும் இருந்திருப்பார். அப்படி யானால், முன்பே அவர் திட்டமிட்டபடி அந்த உலக்கையை ஆயுதமாகப் பயன்படுத்தினாரென்று எப்படி நான் அவர்மீது குற்றம் சாட்ட முடியும்? ஆமாம், அவர்தான் இரண்டு நாட்களுக்கு முன்பு, மாலை நேரத்தில், குடிமயக்கத்தில் அமைதியாகக் கடிதம் எழுதியபோது கடைக்கார ஊழியரிடம் மட்டுமே சண்டை போட்டவர், 'கரமாஸவாக இருக்கும் அவரால் சண்டை போடாமல் இருக்க முடியாது' சத்திரம் முழுவதும் கேட்கும்படிக் கத்தினார், தன்னுடைய தந்தையைக் கொன்று விடுவேனென்று, அதை எப்படி ஏற்றுக்கொள்வது என்று நீங்கள் கேட்கலாம். அதற்கு நான் பதிலளிக்கிறேன். அப்படியே அவர் திட்ட மிட்டபடியே கொலைசெய்ய நினைத்திருந்தால், கடைக்கார ஊழியரிட மும் சண்டை போடாமல், சத்திரத்திற்கும் போகாமல்தான் இருந்திருப்பார், ஏனெனில் இப்படிப்பட்ட ஒரு குற்றத்தைச் செய்ய நினைப்பவன், தன்னை வெளியில் காட்டிக்கொள்ளாமல் யார் கண்ணிலும் படாமல் அமைதியாகத்தான் இருப்பான்: "முடிந்தால் என்னை மறந்துவிடுங்கள்" என்றுதான் உண்மையாகவே அவன் நினைத்திருப்பான். தீர்ப்புக் குழுமப் பெருமக்களே, மனோதத்துவமானது இரண்டு பக்கங்களிலும் இருக்கக் கூடியதுதான், அது எங்களுக்கும் புரியும். சத்திரத்தில் ஒரு மாதமாக போடப்பட்ட இந்தக் கூச்சலைப் பற்றிச் சொல்ல வேண்டு மென்றால், பொதுவாகவே குடிகாரர்களும் இளைஞர்களும் அங்கே சண்டை போட்டுக்கொண்டு சொல்வதுதான்: "உன்னை நான் கொன்று விடுவேன்" என்று; ஆனால் அப்படி அவர்கள் யாரையும் கொலை செய்வதில்லை, இல்லையா? விதிவசப்பட்ட அந்தக் கடிதத்தில் குறிப்பிடப்பட்டதுகூட – குடிவெறியில், சத்திரத்திலிருந்து வெளிவரும் மனிதனின் வெறும் கூச்சலும் காட்டுக் கத்தலும்தான்: 'கொன்றுவிடுவேன், எல்லோரையும் கொன்றுவிடுவேன்!' என்பது. இந்த வழக்கிலும் அப்படிப் பட்ட ஒன்றாக அது ஏன் இருக்கக் கூடாது? அந்தக் கடிதம் விளையாட் டாக எழுதப்பட்டதாக இல்லாமல், விதிவசப்பட்ட ஒன்றாக ஏன் இருக்க வேண்டும்? ஏனெனில், அவனுடைய தந்தை கொல்லப்பட் டிருந்ததாலும், குற்றம் சாட்டப்பட்டவரைச் சாட்சியாளன் ஒருவன் தோட்டத்தில் பார்த்துவிட்டதாலும், குற்றம் சாட்டப்பட்டவரிடம் ஆயுதம் இருந்ததாலும், சாட்சியாளனே அவரால் தாக்கப்பட்டிருந்த தாலும், அந்தக் கடிதம் விளையாட்டுத்தனமாக எழுதப்பட்ட ஒன்றாக இல்லாமல், அதில் எழுதப்பட்டபடியே கொலை நடந்ததால் அது விதிவசப்பட்ட ஒன்றாகிவிட்டது. நல்லவேளையாக முக்கியமான இடத்திற்கு நாம் வந்துவிட்டோம்: "தோட்டத்தில் அவர் இருந்ததால், அவர்தான் இந்தக் கொலையைச் செய்திருக்க வேண்டும்". முழுவாதமும் இந்த வார்த்தைகளில்தான் இருக்கின்றன: 'அவர் அங்கு இருந்ததால்,

அவர்தான் கொன்றிருக்க வேண்டுமென்று அர்த்தமாகிறது.' ஒருவேளை அவர் அங்கிருந்தபோது அப்படி எதுவும் நடக்காமல் இருந்திருந்தால்? ஓ, இந்த உண்மைகளையெல்லாம், இவை நடந்த விதத்தையெல்லாம் வைத்துப் பார்த்தால், உண்மையாகவே, இந்த வாதத்தை, திறமையான பேச்சை நான் ஏற்றுக்கொள்ளவே செய்கிறேன். ஆனால், இந்த உண்மைகளையெல்லாம் ஒன்றுசேர்த்துப் பார்க்காமல் தனித்தனியாகப் பார்த்தால், ஏன் இந்த எதிர்தரப்பு வழக்கறிஞர் குற்றம் சாட்டப்பட்டவரின் உண்மையான சாட்சியத்தை ஏற்க மறுக்கிறார், அதாவது, தந்தையின் அறை ஜன்னலை எட்டிப் பார்த்த அவர், அப்படியே ஓடிவிட்டா ரென்பதை? நினைவுபடுத்திப் பாருங்கள், எதிர்தரப்பு வக்கீலுடைய வார்த்தைகளை, அதாவது, குற்றம் சாட்டப்பட்டவர் திடீரென்று உணர்ந்த அந்தக் 'கருணை' உணர்வை; உண்மையாகவே அப்படிப்பட்ட ஓர் உணர்வு அவரிடம் ஏன் இருந்திருக்கக் கூடாது, அதாவது, மரியாதை உணர்வு அவரிடம் இல்லாமல் இருந்திருந்தால்கூட, குறைந்தபட்சம் இரக்கமனங்கொண்ட நல்ல உணர்வு இருந்திருக்கலாம்தானே? 'நான் நினைக்கிறேன், அந்தச் சமயம் என் தாய் எனக்காகக் கடவுளிடம் பிரார்த்தித்துக் கொண்டிருந்தாளென்று' என்று தன்னுடைய ஆரம்பகட்ட விசாரணையில் சொல்லியிருந்தார் குற்றம் சாட்டப்பட்ட இந்த மனிதர்; பிறகு செல்வி ஸ்வெத்லோவா அவருடைய தந்தையின் வீட்டில் இல்லை என்று தெரிந்தவுடனேயே அங்கிருந்து அவர் வேகமாகக் கிளம்பி விட்டார். "ஆனால், ஜன்னல் வழியாகப் பார்த்த அவர் எதையும் உறுதி செய்திருக்க முடியாது" என்று மறுப்பு தெரிவித்தார் எதிர்தரப்பு வக்கீல். ஏன் உறுதி செய்திருக்க முடியாது? குற்றம் சாட்டப்பட்டவர் கொடுத்த சமிக்ஞையின் பேரில் ஜன்னல் திறக்கப்பட்டதுதானே. இங்கே ஃபியோதர் பாவ்லவிச் பேசிய ஒரு வார்த்தையோ அவர் எழுப்பிய சிறு சத்தமோ குற்றம் சாட்டப்பட்டவருக்குப் போதுமானதாக இருந்திருக்கும், செல்வி ஸ்வெத்லோவா அங்கில்லை என்பதை உறுதிப் படுத்த நாம் கற்பனை செய்து பார்ப்பதை ஏன் ஊகமாக எடுத்துக் கொள்ள வேண்டும் அல்லது எதையாவது கற்பனை செய்து பார்க்க வேண்டும்? வாழ்க்கையில் ஆயிரக்கணக்கான விஷயங்கள் நடக்கலாம்; அவற்றை மிகத் துல்லியமாகக் கவனிக்கும் நாவல் ஆசிரியரின் கவனத்தி லிருந்துகூட அவை நழுவிப் போகலாம். "சரி, கதவு திறந்திருந்ததைக் கிரிகோரி பார்த்தான்; அப்படியானால், குற்றம் சாட்டப்பட்டவர் வீட்டிற்குள் இருந்திருக்கக்கூடும்; எனவே, கொலை செய்திருக்க வேண்டும்". இந்தக் கதவைப் பற்றி, நீதிமன்றப் பெருமக்களே . . . பாருங்கள், கதவு திறந்திருந்தது என்று சொன்னது ஒரே ஒரு சாட்சியாளர்தான், அதுவும் அப்போது அவர் இருந்த நிலையில்!.. சரி, சரி, அப்படியே கதவு திறந்தது என்றே வைத்துக்கொள்வோம்; குற்றம் சாட்டப்பட்டவர் தன்னைப் பாதுகாத்துக்கொள்ளவே பொய் சொன்னாரென்றே வைத்துக் கொள்வோம், ஏனெனில் அவர் இருந்த நிலையில் அப்படி அவர் செய்தது புரிந்துகொள்ளக் கூடியதுதான்; அப்படியே அவர் வீட்டிற்குள் தான் இருந்தாரென்று நாம் வைத்துக்கொண்டாலும், அதனால் என்ன? அவர் அங்கு இருந்ததால் கொலையை அவர் செய்தார் என்றாகிவிடுமா? வீட்டிற்குள் வேகமாக அவர் போயிருக்கலாம், அங்கிருந்த அறைகளில்

அவளைத் தேடிப் பார்த்திருக்கலாம், அவருடைய தந்தையைக் கீழே தள்ளிக் கூடத் தாக்கி இருக்கலாம், ஆனால் செல்வி ஸ்வெத்லோவா அங்கில்லை என்று தெரிந்தவுடன் சந்தோஷத்தில் அவர் தன் தந்தையைக் கொல்லாமல் அங்கிருந்து போயிருக்கவும்கூடும். ஆகவே ஓரிரு நிமிடங்களுக்குப் பிறகு வேலியைத் தாண்டிக் குதித்துத் தாக்கப்பட்ட கிரிகோரியின் நிலையைப் பற்றித் தெரிந்துகொள்ளக்கூட அவர் விருப்பப்பட்டிருக்கலாம்; அப்படி அவர் செய்ததே, பரிசுத்தமான மனசாட்சி அவரிடம் இருந்ததால்தான்; இரக்க உணர்வும் பரிவும் அவரிடம் இருந்ததால்தான்; ஏனெனில், தன் தந்தையைக் கொல்ல வேண்டுமென்ற கெட்ட எண்ணத்திலிருந்து அவர் விடுபட்டு, பரிசுத்த மான உள்ளத்துடன் அவர் இருந்ததால்தான் சந்தோஷமாக அவர் வெளியேறினார். எதிர்தரப்பு வழக்கறிஞர் அற்புதமான பேச்சுத் திறமையுடன் மோக்ரயவில் குற்றம் சாட்டப்பட்டவர் இருந்த நிலையை மிகப் பயங்கரமாக விளக்கினார், அதாவது, அவர் காதலால் பீடிக்கப் பட்டு, புது வாழ்க்கையை வாழ அவருக்கு அழைப்பு விடப்பட்டபோது, அப்படிப்பட்ட ஒரு வாழ்வை வாழ முடியாத தருணத்தில் அவர் இருந்தாரென்றும், அவருக்குப் பின்னால் ரத்தக் கறைபட்ட அவருடைய தந்தையின் உடல் இருந்ததென்றும், அதன் காரணமாகத் தண்டனை அவருக்குக் காத்துக்கொண்டிருந்ததென்றும் சொன்னார். இருந்தாலும், எதிர்தரப்பு வக்கீல் அவருடைய காதலை ஏற்றுக்கொண்டு, அதன் மூலம் அவருடைய மனோதத்துவத்தை விளக்குகிறார்; "குடிமயக்கத்தி லிருந்த குற்றவாளியைத் தண்டனை நிறைவேற்றும் பொருட்டுக் கூட்டிக் கொண்டு செல்கிறார்கள்; அதற்காக நீண்ட நேரம் காத்திருக்க வேண்டி யிருக்கிறது" என்று இப்படிப் பலவிதமாகச் சொன்னார். ஆனால், நீங்கள் வேறு ஒரு முகத்தையல்லவா உருவாக்கிவிட்டீர்கள், எதிர்தரப்பு வழக்கறிஞரே, இதைத்தான் மறுபடியும் நான் கேட்கிறேன்! குற்றம் சாட்டப்பட்டவர்மீது உண்மையாகவே அவருடைய தந்தையின் ரத்தக் கறை படிந்திருந்தால், காதலைப் பற்றியும் நீதிமன்ற விசாரணையைப் பற்றியும் நினைத்துப் பார்க்கும் அளவுக்கு அவர் மனசாட்சி இல்லாத கேடுகெட்ட மனிதராகவா இருந்திருப்பார்? அல்ல, அல்ல, அல்லவே அல்ல! இப்போதுதான் அவள் தன்னுடைய காதலை அவருக்குத் தெரிவிக்கிறாள், அவரைத் தன்னுடன் வந்துவிடுமாறு அவள் அழைக் கிறாள், சந்தோஷமான புதியதொரு வாழ்வை அவருக்குத் தருவதாகச் சொல்கிறாள் – ஓ, சத்தியமாகச் சொல்கிறேன், அப்போதுதான் அவர் தன்னைத்தானே இரண்டு, மூன்று முறை கொன்றுகொள்ள வேண்டுமென்று நினைத்திருப்பார், அப்படி அவருக்குப் பின்னால் அவருடைய தந்தை கொல்லப்பட்டுக் கிடந்திருந்தால்! ஆமாம், அப்படியே துப்பாக்கிகள் இருந்த இடத்தையும் அவர் மறந்திருக்க மாட்டார்! குற்றம் சாட்டப்பட்டவரைப் பற்றி எனக்குத் தெரியும்: காட்டுமிராண்டித் தனமான அவர், கருங்கல்லைப் போலக் கடினமானவர், குற்றம் சாட்டப் படுவது அவருடைய குணத்துடன் ஒத்துப்போகாது என்று, தன்னைத் தானே அவர் கொன்றிருக்கக்கூடும்; அது நடந்தாலும் நடந்திருக்கும்; அப்படி அது நடக்காமல் இருந்ததற்குக் காரணம், "அவருடைய தாய் அவருக்காக அப்போது பிரார்த்தித்துக்கொண்டிருந்தாள்"

அப்படியே தந்தையின் ரத்தத்தால் அவருடைய கைகளும் கறை படியாமல் இருந்ததுதான். அவர் வேதனைப்பட்டார், அந்த இரவு மோக்ரயவில் அவர் வருத்தப்பட்டது கிழவன் கிரிகோரிக்காகத்தான்; தனக்குத்தானே கடவுளிடம் அவர் வேண்டிக்கொண்டதும் கிழவன் கிரிகோரிக்காகத்தான்; அவர் கொடுத்த அடி அவருக்கு மரண அடியாக இல்லாமல் எப்படியாவது கிரிகோரி உயிர்பிழைத்துவிட வேண்டும், அப்படியே தண்டனையிலிருந்து அவர் தப்பித்துவிட வேண்டுமென்பது தான். நடந்த நிகழ்ச்சிகளை வைத்து நாம் ஏன் இப்படிப் புரிந்துகொள்ளக் கூடாது? குற்றம் சாட்டப்பட்டவர் பொய் சொல்கிறாரென்பதற்கு எந்தவித ஆதாரம் நம்மிடம் இருக்கிறது? ஆனால், இதோ அவருடைய தந்தை கொலைசெய்யப்பட்டுக் கிடக்க, அந்த நிமிடமே மீண்டும் நம்மை யோசிக்கவைக்கிறது, தந்தையைக் கொல்லாமல் அவர் ஓடி விட்டாரென்றால், அந்தக் கிழவரை கொன்றது யார்? என்ற கேள்வி.

மீண்டும் சொல்கிறேன், குற்றம் சாட்டப்படுவதன் முழு அர்த்தமும் இங்குதான் இருக்கிறது: இவர் கொல்லவில்லை என்றால், யார் இந்தக் கொலையைச் செய்தது? அவருடைய இடத்தில் வேறு ஒருவரை வைத்துப் பார்க்க அங்கு யாருமே இல்லை, அப்படித்தானே, தீர்ப்புக் குழுமப் பெருமக்களே? உண்மையாகவே அப்படித்தானா, அவருடைய இடத்தில் வேறு யாரையும் வைத்துப் பார்க்க உண்மையாகவே யாருமே இல்லையா? நாங்கள் கேள்விப்பட்டோம், அங்கு வீட்டிலிருந்த, வீட்டிற்கு வந்த எல்லோர் மீதும் குற்றம்சாட்டப்பட்டது என்று. இதில் ஐந்து பேரைக் கண்டுபிடித்தார்கள். அதில் மூன்று பேர் எந்தவிதத்திலுமே பொறுப்பாளிகள் அல்ல என்பதை நான் ஒத்துக்கொள்கிறேன்; கொலை செய்யப்பட்டவர், கிழவன் கிரிகோரி மற்றும் அவனுடைய மனைவி. ஆக மீதி இருப்பவர்கள் ஸ்மெர்தியாக்கவும் குற்றம் சாட்டப் பட்டவரும்தான்; எனவே, எதிர்தரப்பு வக்கீல் பரிதாபமாகச் சொல்கிறார், வேறு யார் மீதும் குற்றம் சாட்ட வழியில்லாததால் குற்றம் சாட்டப் பட்டவர் ஸ்மெர்தியாக்கவைச் சுட்டிக்காட்டுகிறார் என்றும், ஒரு சமயம் இவர்களைத் தவிர வேறு யாராவது ஆறாவது ஒரு மனிதர் அல்லது அவருடைய ஆவி இருந்திருந்தால், குற்றம் சாட்டப்பட்டவர் உடனே வெட்கப்பட்டு அந்த ஆறாவது மனிதர்மீது குற்றத்தைச் சாற்றியிருப்பார் என்று. ஆனால், பெருமக்களே, நான் ஏன் இதை அப்படியே திருப்பிப்போட்டு, உண்மை இதுதானென்று எடுத்துக் கொள்ளக் கூடாது? இங்கே இரண்டு பேர் இருக்கிறார்கள்: குற்றம் சாட்டப்பட்டவர் மற்றும் ஸ்மெர்தியாக்கவ் – வேறு யார் மீதும் குற்றம்சாட்ட வழியில்லாததால் நீங்கள் என்தரப்பு வாதி மீது குற்றம் சாட்டுகிறீர்களென்று நான் ஏன் சொல்லக் கூடாது? அங்கு வேறு யாருமே இல்லாததால், முன்பே நீங்கள் முடிவு செய்ததுபோல, ஸ்மெர்தியாக்கவை எந்தவிதக் குற்றச்சாட்டிலும் சேர்க்காமல் அப்படியே அவனை ஒதுக்கிவிட்டீர்களென்று. உண்மைதான், ஸ்மெர்தியாக்கவ்மீது குற்றம்சாட்டுவது, குற்றம் சாட்டப்பட்டவரும் அவருடைய இரண்டு சகோதரர்களும் மற்றும் ஸ்வெத்லோவ்வாவும்தான். ஆனால், ஸ்மெர்தி யாக்கவ்மீது அப்படிக் குற்றம் சாட்டியவர்கள் இன்னும் சிலர் இருக்கவே செய்கிறார்கள்: ஊரில் பலரிடம் ஒருவிதச் சந்தேகமும் அதிருப்தியான

வதந்தியும் உலவி வரவே செய்கிறது; அதன் காரணமாக ஏதோ ஒருவித எதிர்பார்ப்பும் இருக்கவே செய்கிறது. இறுதியாக, ஒப்பிட்டுப் பார்க்கக்கூடிய ஒருசில உண்மைகள் சாட்சியாகவே இருக்கின்றன; அவை மிக முக்கியமானவையாகவே இருக்கின்றன; இருந்தாலும் அவை தெளிவில்லாமல் இருக்கின்றன என்பதை நான் ஒப்புக்கொள் கிறேன்: முதலாவதாக, பேரழிவு நடந்த நாளன்று வந்த வலிப்புநோய்; அந்த வலிப்புநோயின் காரணமாக, அவனைப் பாதுகாத்து ஒதுக்கி வைக்கிறார் எதிர்தரப்பு வக்கீல். பிறகு தீர்ப்பு வழங்கப்படும் இறுதித் தருணத்தில் திடீரென்று நடந்த ஸ்மெர்தியாக்கவின் தற்கொலை. பிறகு, அதே போல, ஆச்சர்யப்படும் விதத்தில், குற்றம் சாட்டப்பட்டவரின் மூத்த சகோதரர், இதுவரை தன் சகோதரர்தான், குற்றவாளி என்று நம்பியிருந்தவர், திடீரென்று இன்று நீதிமன்றத்தில் பணத்தைக் கொண்டுவந்து கொடுத்து ஸ்மெர்தியாக்கவ்தான் கொலையாளி என்று அவன் பெயரை மட்டுமே மீண்டும் சொல்லியிருக்கிறார்! ஓ, நானும் நீதிமன்றக் கருத்தையும் அரசு வக்கீல் சொன்ன கருத்தையும் முழுமையாக ஏற்றுக்கொள்கிறேன்; அதாவது இவான் கரமாஸவ் நோயாளி, மூளைக் காய்ச்சலால் பாதிக்கப்பட்டவர், தன் சகோதரனைக் காப்பாற்றும் நோக்கத்தில் தன்னுடைய சாட்சி மிக முக்கியமானதென்றெண்ணி, இறந்துபோனவர் மீது குற்றத்தை மாற்றிச் சுமத்தி இருக்கக்கூடுமென்பதை. எப்படி இருந்தாலும், ஸ்மெர்தியாக்கவின் பெயர் புரியாத விதத்தில் பேசப்பட்டுக்கொண்டுதான் இருக்கிறது. சொல்லப்படாத ஒன்று, பெருமக்களே, முடிவு செய்யப்படாத ஒன்றுதான். ஒருசமயம் இனிமேல் கூட அது சொல்லப்படலாம். ஆனால் அதைப் பற்றி இப்போது நாம் ஒன்றும் சொல்ல வேண்டாம்; அதற்கு இன்னும் நேரமிருக்கிறது. வழக்கை நீதிமன்றம் விசாரிப்பது என்று முடிவு செய்துவிட்டபட்சத்தில், இப்போது அது நடந்துகொண்டிருக்கும்பட்சத்தில், ஒன்றை நான் சொல்ல முடியும், உதாரணமாக, இறந்துபோன ஸ்மெர்தியாக்கவின் பண்பு நலனைப் பற்றி மிகத் துல்லியமாக, மிகத் திறமையாக விவரித்தார் எதிர்தரப்பு வக்கீல். அவருடைய பேச்சுத் திறமையைக் கண்டு நான் ஆச்சர்யப்படும் அதே வேளையில், அவர் விவரித்த ஸ்மெர்தியாக்கவின் பண்புநலனை முழுமையாக என்னால் ஏற்றுக்கொள்ள முடியாது – ஸ்மெர்தியாக்கவை நான் நேரில் பார்த்தேன், அவருடைய வீட்டிற்கு நான் போயிருந்தேன், அவருடன் நான் பேசியிருக்கிறேன், ஆனால் அவரைப் பற்றிய என்னுடைய கருத்து வேறுவிதமானது. உடலளவில் வலுவில்லாதவரென்பது உண்மைதான், ஆனால் மனத்தளவில் குணத்தளவில், குற்றம் சாட்டப்பட்டதுபோல, அவ்வளவு தூரம் வலுவில்லாதவர் அல்ல அவர். மிகவும் அமைதியானவராக அவர் எனக்குத் தெரியவில்லை, அதுவும் குறிப்பாக, எதிர்தரப்பு வக்கீல் குறிப்பிட்டது போல, அவர் அவ்வளவு தூரம் பணிவடக்கமானவ ரென்று எனக்குத் தெரியவில்லை. சாதாரண மனிதராகவும் அவர் எனக்குத் தெரியவில்லை. மாறாக, பயங்கரமானதொரு நம்பிக்கையின்மை அவரிடம் இருந்தது எனக்குத் தெரிந்தது, அதுவும் வெறுப்பு என்ற போர்வைக்கடியில் அது இருந்தது. மேலும் அவருடைய அறிவு மிகப் பெரிய விஷயங்களை எண்ணிப்பார்க்கக்கூடியதாக இருந்தது. ஓ!

அவரை அறிவில்லாத முட்டாளென்று எதிர்தரப்பு வக்கீல் குறிப்பிட்டது மிகவும் முட்டாள்தனமான செயல். என்மீது குறிப்பிட்டதொரு தாக்கத்தை அவர் ஏற்படுத்தியிருந்தார்: அவரைப் பார்த்துவிட்டு நான் வெளியேறிய போது இப்படித்தான் நினைத்தேன்; அவர் மிகவும் கேடுகெட்டவர், அளவிட முடியாத பேராசையும் பொறாமையும் பழிவாங்கும் தன்மையும் கொண்டவரென்று. அவரைப் பற்றி ஒருசில விஷயங்களை நான் சேகரித்தேன்: தன்னுடைய பிறப்பை அவர் வெறுத்தாரென்றும், அதற்காக மிகவும் வெட்கப்பட்டு, கோபத்தில் பல்லை நறநறவென்று கடித்துக்கொண்டு "அந்த முடைநாற்றக்காரியின் மகன்" என்று தன்னை நினைவுகூர்ந்தார் என்பதையும். குழந்தைப் பருவத்திலிருந்தே அவரைப் பேணி வளர்த்த கிரிகோரியிடமும் அவனுடைய மனைவியிடம் அவருக்கு மரியாதையே இல்லாமல் இருந்தது. தான் பிறந்த நாடான ரஷ்யாவை அவர் சபித்ததுடன் கேலியும் செய்தார். பிரான்சு நாட்டிற்குச் சென்று பிரெஞ்சுக்காரராக இருக்கவே அவர் ஆசைப்பட்டார். இதற்கு முன்பு மிக அதிகமாக அதைப் பற்றி அடிக்கடி பேசிவந்த அவர், அங்குப் போவதற்குத் தன்னிடம் பணம் இல்லை என்றும் சொல்லி வந்தார். என்னைப் பொறுத்தவரையில், தன்னைத் தவிர வேறு யாரையும் அவர் விரும்பவில்லை; தன்மீது மட்டுமே அவர் அதிக மரியாதை வைத்திருந்தார். நல்ல ஆடையையும் சுத்தமான மேற்சட்டையை யும் பளபளப்பான காலணிகளையும் அணிந்துகொள்வதில் அவருக்கு ஆர்வம் இருந்தது. அவருடைய எஜமானனின் சட்டபூர்வமான மகன்களில் ஒரு மகனாக (அதற்கான ஆதாரங்கள் இருக்கின்றன) இருக்க முடியாத தன்னுடைய நிலையை எண்ணிப் பார்த்து அவர் வெறுப்படைந்திருந்தார். மற்ற மகன்களுக்கு எல்லாமே கொடுக்கப் பட்டிருக்க, இவருக்கோ ஒன்றும் கொடுக்கப்படாமலிருந்தது; எல்லா உரிமையும் வாரிசுப் பட்டமும் அவர்களிடம் இருக்க, இவரோ சாதாரண ஒரு சமையல்காரராகவே இருந்தார். என்னிடம் அவர் சொன்னார், ஃபியோதர் பாவ்லவிச்சுடன் சேர்ந்து இருவருமாகத்தான் பணத்தை அந்த உறையில் அவர்கள் வைத்தார்களென்று. பணம் வைக்கப்பட்டதன் காரணம் – அவருடைய வாழ்வை மேம்படுத்தக்கூடிய வகையில் இருந்த அந்தப் பணம் – அவருக்கு வெறுப்பைக் கொடுத்தது. மேலும் அவர் அந்த வானவில் நிறத்திலிருந்த மூவாயிரம் ரூபிள்களைப் பார்த்திருக்கிறார் (வேண்டுமென்றேதான் அந்தப் பணத்தைப் பற்றி அவரிடம் நான் கேட்டேன்). ஓ, பேராசையும் பொறாமையும் கொண்ட மனிதனிடம் எப்போதுமே இவ்வளவு பெரிய தொகையைக் காட்டாதீர்கள்; இவ்வளவு பெரிய தொகையை அவர் பார்த்தது இதுதான் முதல்முறை. வானவில் நிறத்திலிருந்த அந்தப் பணக் கட்டு அவருடைய கற்பனையைத் தூண்டி விட்டிருக்க வேண்டும்; ஆனால், முதல்முறை எவ்வித விளைவையும் ஏற்படுத்தாமல், மிகத் திறமையான எதிர்தரப்பு வக்கீல் அசாதாரணமான நுணுக்கத்துடன், கொலையில் சம்பந்தப்பட்டிருக்கும் ஸ்மெர்தியாக்கவின் சாதக, பாதக விஷயங்களை விவரித்தபடி குறிப்பாகக் கேட்டார், எதற்காக வலிப்புநோய் வந்தது போல அவர் நடிக்க வேண்டுமென்று? ஆம், அப்படி அவர் நடித்திருக்கவே தேவையில்லை; வலிப்புநோய் இயற்கையாகவே அவருக்கு வந்திருக்கலாம், அப்படி வந்த வலிப்பு

நோயும் சரியாகப் போயிருந்திருக்கலாம். முழுமையாக அவர் குணமடையாமலும் இருந்திருக்கலாம், சிறிது நேரத்தில் அவருக்கு நினைவும் வந்திருக்கலாம்; இயல்பாகவே இது வலிப்புநோய் வந்தவர்களுக்கு இப்படித்தான் நடக்கிறது. எந்தத் தருணத்தில் ஸ்மெர்தியாக்கவ் கொலையைச் செய்திருக்க முடியுமென்று எதிர்தரப்பு வக்கீல் கேட்கிறார். அந்தத் தருணத்தை மிக எளிதாகச் சுட்டிக்காட்ட முடியும். ஆழ்ந்த உறக்கத்திலிருந்து (ஒருவேளை அவர் தூக்கத்தில் இருந்திருக்கலாம்: வலிப்புநோய் வந்த பிறகு நோயாளி எப்போதுமே ஆழ்ந்த தூக்கத்தி லிருப்பது வழக்கம்) விழித்து எழுந்த அவர், குற்றம் சாட்டப்பட்டவரின் காலைப் பிடித்துக்கொண்டு கிழவன் கிரிகோரி தன் குரல் உள்ள மட்டும் சத்தமாக, “தந்தையைக் கொன்றவன்!” என்று கத்தியதைக் கேட்டார். அவருடைய அந்தச் சத்தமோ அந்த இரவு வேளையில் மிகப்பெரியதாகக் கேட்க, அது ஸ்மெர்தியாக்கவை எழுப்பியிருக்கக் கூடும்; ஏனெனில், அந்தச் சமயத்தில் வெகு ஆழமான உறக்கத்தில் அவர் இல்லாமல் இருந்திருக்கக்கூடும்: இயல்பாகவே அந்த நேரத்தில் அவருக்கு உறக்கம் கலைந்திருக்கக்கூடும். படுக்கையிலிருந்து எழுந்தவர், ஏறக்குறைய அரைத் தூக்கத்தில், தான் என்ன செய்கிறோமென்ற நோக்கமில்லாமல், சத்தம் வந்த திசையை நோக்கி என்ன நடக்கிறது என்பதைத் தெரிந்துகொள்ளப் போயிருக்கிறார். அவர் இன்னும் நோய்வாய்ப்பட்ட மயக்கத்தில், மனம் மட்டும் பாதி விழித்திருந்த நிலையில், தோட்டத்துக்குப் போனவர், விளக்கு வெளிச்சம் வரும் ஜன்னல் அருகே போய், அவருடைய எஜமானன் சொன்ன பயங்கரமான விஷயத்தைக் கேட்டார்; சந்தேகத்திற்கு இடமின்றி, அவரைப் பார்த்த எஜமானனும் சந்தோஷப்பட்டார். உடனே ஸ்மெர்தியாக்கவின் மண்டைக்குள் பற்றி எரிகிறது ஒரு எண்ணம். பயந்துபோன அவருடைய எஜமானனிடமிருந்து எல்லா விஷயங்களையும் அவர் கேட்டுத் தெரிந்து கொள்கிறார். இதோ மெதுவாக வித்தியாசமானதொரு எண்ணம், நோய்வாய்ப்பட்ட அவருடைய மூளையில் உதிக்கிறது – பயங்கரமான, அடக்க முடியாத, ஆவலைத் தூண்டுகிற, ஆனால் பகுத்தறிவுக்குட்பட்ட ஒரு எண்ணம்: எஜமானனைக் கொன்று அந்த மூவாயிரம் ரூபிள்களைத் திருடி, பழியைத் திமித்ரி கரமாஸவ்மீது போட்டுவிடுவது என்பது: திமித்ரி கரமாஸவ் அல்லாமல் வேறு யாரைப் பற்றி அவர் யோசிக்க முடியும், வேறு யார்மீது அவர் பழிபோட முடியும்; ஏனெனில் அவர் அங்கு வந்து போனதற்கான எல்லாவிதச் சாட்சியங்களும் இருக்கின்றனவே! பணத்தின் மீதான பயங்கரமான அவருடைய ஆசை, தனக்குக் கிடைக்கக்கூடிய பொக்கிஷம் மனத்தைச் சுண்டி இழுத்திருக்கக்கூடும்; அத்துடன் தப்பித்துக்கொள்ளக்கூடிய வசதியும் அவருக்கு இருந்திருக்கிறது. ஓ, இப்படிப்பட்ட அடக்க முடியாத சீறிடும் உணர்வுகள், வசதியான சந்தர்ப்பம் வாய்க்கும்போது வெடித்து வெளிப்படும்; ஆனால், எல்லாவற்றையும்விட மிக முக்கியமான விஷயம், தன்னால் கொலைசெய்ய முடியுமென்ற உணர்வே, கொலை செய்வதற்குச் சற்று முன்னால்தான் கொலைகாரனுக்குத் தெரிய வந்திருக்கிறது! இப்படியாக, ஸ்மெர்தியாக்கவ் தன்னுடைய எஜமானனின் அறைக்குள் நுழைந்து தன்னுடைய திட்டத்தை நிறைவேற்றுகிறார்;

ஆனால் எந்த ஆயுதத்தைக் கொண்டு – தோட்டத்திலிருந்து முதலில் எடுத்த கல்லைக் கொண்டா? ஆனால், எதற்காக, எந்த நோக்கத்திற்காக? மூவாயிரம் ரூபிள்கள் என்பது அவருடைய வாழ்வையே மாற்றி வடிவமைக்கக்கூடியது. ஓ! முரணாக நான் எதையும் சொல்லவில்லை: பணம் அங்கே இருந்திருக்கக்கூடும். இன்னும் சொல்லப்போனால், பணம் எங்கிருந்தது என்பதும் அப்படியே அதை எங்கிருந்து எடுக்கலாம் என்பதும் ஸ்மெர்தியாக்கவுக்கு மட்டுமே தெரிந்திருந்தது. சரி, பணம் கட்டப்பட்டிருந்த மேலுறை மற்றும் கிழித்தெறியப்பட்டுத் தரையில் கிடந்த பண உறை"யைப் பற்றி என்ன சொல்வது? சிறிது நேரத்திற்கு முன்பு இந்த உறையைப் பற்றி எதிர்தரப்பு வக்கீல் பேசியபோது தன்னுடைய நுணுக்கமான எண்ணத்தைப் பதிவுசெய்தார், அதாவது, உறையைக் கிழித்து இப்படித் தரையில் போடப் பழக்கப்படாத ஒரு திருடனால்தான் முடியும், அதுவும் குறிப்பாக, கரமாஸவைப் போன்றவரால்தான் முடியும், ஸ்மெர்தியாக்கவால் அதைச் செய்ய முடியாது, ஏனெனில் எந்தவிதச் சாட்சியத்தையும் அவன் விட்டுவிட்டுப் போக மாட்டான் என்று – இதைக் கேட்டு, பெருமக்களே, நான் சட்டென்று நினைத்தேன், ஏதோ தெரிந்த ஒரு விஷயத்தை மீண்டும் கேட்பதுபோல. நினைத்துப் பாருங்கள், குறிப்பாக இதே விஷயத்தை, கரமாஸவ் உறையைக் கீழே போட்டுவிட்டுப் போன விஷயத்தை இரண்டு நாட்களுக்கு முன்பு ஸ்மெர்தியாக்கவிடம் நான் கேட்டபோது, அவரும் இப்படித்தான் பதிலளித்தார். மேலும் அவர் என்னை ஆச்சரியப் படவும் வைத்தார். ஏதோ ஒன்றும் தெரியாதவர் போல அவர் நடிப்பதாக எனக்குப் பட்டது; வேண்டுமென்றே, நடந்த விஷயங்களை முன்கூட்டியே சொல்லி, இப்படி ஒரு முடிவுக்கு நான் வரவேண்டும் என்பதுபோல, கருத்தை அவர் என்மீது திணித்து, அது அப்படித்தான் நடந்தது என்று அவர் சொன்னதுபோல இருந்தது. இதையே விசாரணை நடத்திய அதிகாரிகளிடமும் அவர் சொல்லியிருக்கலாம்தானே? மிகத் திறமை வாய்ந்த எதிர்தரப்பு வழக்கறிஞரிடமும் இதையே அவர் சொல்லியிருக்கக்கூடும்! நீங்கள் இப்படியும் கேட்கலாம்: 'அப்படியானால் கிரிகோரியின் மனைவி, அந்தக் கிழவி என்ன ஆனாள் என்று?' அவளோ நோய்வாய்ப்பட்ட ஸ்மெர்தியாக்கவ் இரவு முழுவதும் முனங்கிக்கொண்டு கிடப்பதைக் கேட்கத்தானே செய்தாளென்று. ஆமாம், அவள் கேட்டாள், ஆனால் அது முழுவதுமாக ஏற்றுக்கொள்ள முடியாத ஒன்று. எனக்குத் தெரிந்த பெண்மணி ஒருத்தி, வாசலில் நாய் குரைக்கும் சத்தத்தைக் கேட்டு இரவு முழுவதும் தூங்க முடியவில்லையென்று நொந்துகொண்டாள். ஆனால், பாவப் பட்ட அந்த நாய் இரவு வேளையில் இரண்டு, மூன்று முறைதான் குரைத்தது. இது இயல்பான ஒன்றுதான்: தூங்கிக்கொண்டிருக்கும் மனிதர் திடீரென்று தூக்கத்தில் சத்தம் கேட்டு விழித்தெழ, அடுத்த நிமிடமே மீண்டும் அவர் உறங்கிப்போகிறார். இரண்டு மணி நேரங் கழித்து மீண்டும் அந்தச் சத்தம் கேட்க, அவர் விழித்தெழுந்து மீண்டும் நன்றாக உறங்கிப் போகிறார். இறுதியாக, இரண்டு மணி நேரங்கழித்து மீண்டும் அந்தச் சத்தம் கேட்க, மூன்றாவது முறை அவர் தூக்கத்திலிருந்து விழிக்கிறார். காலையில் எழுந்ததும் இரவு முழுவதும் அவரால் தூங்க

முடியவில்லை என்று வருத்தப்பட்டுச் சொல்கிறார். இப்படித்தான் அவருக்கும் தோன்றியிருக்க வேண்டும்; இரண்டு மணி நேரத்திற்கு ஒருமுறை விழித்தெழுந்தவருக்குத் தான் எழுந்தது மட்டும் நினைவில் இருக்க, அவருக்குத் தோன்றுகின்றது, இரவு முழுவதும் தூங்காமல் அவர் விழித்திருந்தாரென்று. ஆனால், ஏன், ஏன் ஸ்மெர்தியாக்கவ் தான் எழுதிய கடைசிக் குறிப்பில், தான் செய்த குற்றத்தை ஒப்புக் கொள்ளவில்லை என்று ஆச்சரியமாகக் கேட்கிறார் அரசு வழக்கறிஞர். "ஒன்றை மட்டுமே ஒப்புக்கொள்ள அவருக்கு மனசாட்சி இருந்திருக்கிறது, மற்றொன்றை ஒப்புக்கொள்ள அவருக்கு மனசாட்சி இல்லை" என்று. ஆனால், பாருங்கள், மனசாட்சி என்பது வருத்தப்படுவது; தற்கொலை செய்துகொள்பவர்கள் வருத்தத்தை உணரமாட்டார்கள், வேதனையைத் தான் உணருவார்கள். வருத்தம் மற்றும் வேதனை – இவை இரண்டும் வெவ்வேறு விஷயங்கள். வருத்தம் வெறுப்புள்ளதாக, ஏற்றுக்கொள்ள முடியாததாக இருக்கலாம், மேலும் தற்கொலை செய்துகொள்பவன் அப்படிப்பட்ட ஒரு முடிவை எடுக்கும்போது, யாரைப் பார்த்துத் தன்னுடைய வாழ்நாள் முழுவதும் பொறாமைப்பட்டானோ, அவர்கள் மீது, இரண்டு மடங்கு வெறுப்பை அந்த நிமிடம் அவன் கொண்டிருக்க லாம். தீர்ப்புக் குழுமப் பெருமக்களே, தவறாகக் கொடுக்கப்படும் தீர்ப்பை எண்ணிப் பயப்படுங்கள்! இப்போது நான் சொன்ன, விளக்கிய எந்த விஷயத்தில் உண்மை இல்லை என்று நீங்கள் நினைக்கிறீர்கள்? நான் சொன்னதில் தவறு எங்கே இருக்கிறது என்று சொல்லுங்கள், நடக்க முடியாத முட்டாள்தனம் எதுவென்று குறிப்பிட்டுக் காட்டுங்கள். ஆனால், உண்மை என்ற நிழல், சிறிதளவு நிழல் என்னுடைய வாதத்தில் இருந்தால்கூட நீங்கள் கொடுக்கும் தீர்ப்பை நிறுத்திவையுங்கள். இங்கு உண்மைக்கான நிழல் மட்டுமா இருக்கிறது? புனிதமாக இருக்கும் எல்லாவற்றின் மீதும் சத்தியம் செய்து சொல்கிறேன், கொலை எப்படிச் செய்யப்பட்டது என்பதை நினைத்து நான் சொன்ன எல்லா விஷயங் களையும் நான் நம்புகிறேன். முக்கியமாக, மிக முக்கியமாக, எது என்னை வேதனைப்படுத்துகிறது, கஷ்டப்படுத்துகிறது என்றால், அதே அந்த எண்ணம்தான், அதாவது குற்றம் சாட்டப்பட்டவர்மீது எதிர்தரப்பு வழக்கறிஞர் சுமத்திய உண்மைக் குவியல்களுக்கு நடுவே, துல்லியமான, மறுப்புத் தெரிவிக்க முடியாத ஒரே ஒரு கருத்து இல்லாதது தான் பாவப்பட்ட அந்த மனிதருடைய வாழ்வைச் சீரழிக்கிறது – அதுவும் குவியலாய் இருக்கும் அந்த உண்மைகளுக்கு நடுவே. ஆமாம், அந்த முழுக் குவியலும் பயங்கரமானது; அந்த ரத்தம், கைகளில் வழிந்த ரத்தம், கறைபடிந்த துணி, கும்மிருட்டான இரவு, 'தந்தையைக் கொன்றவன்!' என்ற கூக்குரல் அப்படியே கத்தியவரின் தலையில் பட்ட அடியால் கீழே வீழ்ந்த நிலை, அதன்பிறகு சொல்லப்பட்ட ஏராளமான விஷயங்கள், வாக்குமூலங்கள், சமிக்ஞைகள், கூக்குரல்கள் – ஓ, இவையெல்லாமே மிகப் பெரிய அளவில் தாக்கத்தை ஏற்படுத்தக் கூடியவைதான், ஆனால், தீர்ப்புக் குழுமப் பெருமக்களே, உங்களுடைய கருத்துகளையுமா அவை வாங்கிவிட முடியும்? நினைவில் வையுங்கள், உங்களுக்கு அளவில்லாத அதிகாரம் கொடுக்கப்பட்டிருக்கிறது, அந்த அதிகாரத்தால் எதையும் நீங்கள் முடிவு செய்யலாம், முடிவு செய்யாமலும்

விடலாம்.[1] ஆனால் எவ்வளவு தூரம் உங்களுக்கு அதிகாரம் கொடுக்கப் பட்டிருக்கிறதோ, அவ்வளவு தூரம் பயங்கரமானது அதை நடைமுறைப் படுத்தும் முறையும்! இப்போது சொன்ன எந்த விஷயங்களிலிருந்தும் சிறிதளவுகூட நான் விலகி நிற்பதாக இல்லை; ஆனால், இருக்கட்டும், பாவப்பட்ட என் தரப்பு வாதி, அவருடைய தந்தையின் ரத்தத்தில் அவருடைய கைகளைச் சிவப்பாக்கிக்கொண்டதாகவே இருக்கட்டும். அது வெறும் ஒரு ஊகமே, மீண்டும் சொல்கிறேன், அவர் குற்றமற்றவ ரென்பதில் எனக்கு எந்தவிதச் சந்தேகமும் இல்லை, ஆனால், சரி அவர் தன்னுடைய தந்தையைக் கொன்றவராகவே இருக்கட்டுமே என்று சொல்லலாம்; ஆனால் கேளுங்கள், அப்படியே நான் சொன்னா லும், ஒன்றை மட்டும் உங்களிடம் சொல்ல விருப்பப்படுகிறேன், அதாவது, ஏதோ ஒரு மிகப்பெரிய போராட்டம் உங்களுடைய மனத்திலும் எண்ணத்திலும் இருக்கிறது என்பதை நான் உணர்கிறேன் . . . இப்படிச் சொல்வதற்கு என்னை மன்னித்துவிடுங்கள், தீர்ப்புக் குழுமப் பெருமக்களே, அதாவது, உங்களுடைய மனத்தையும் எண்ணத்தையும் பற்றிச் சொல்வ தற்கு. ஆனால், நான் உண்மையை மட்டுமே சொல்ல விரும்புகிறேன், கடைசிவரை உண்மையாகவே இருக்க விரும்புகிறேன். நாம் எல்லோரும் அப்படியே உண்மையானவர்களாகவே இருப்போம்!..'

இந்த இடத்தில் பிரதிவாதிக்குப் பலத்த கைதட்டல் கிடைத்தது. அவர் தன்னுடைய கடைசி வார்த்தைகளை உண்மையாகவே உணர்ச்சி யுடன் சொன்னதால், உண்மையாகவே முக்கியமான ஏதோ ஒன்றை அவர் சொல்லப் போகிறாரென்றும் எல்லோரும் நினைத்தார்கள். ஆனால், கைதட்டலைக் கேட்ட தலைமை நீதிபதி "நீதிமன்றத்தை விட்டு வெளியேற வேண்டி வரும், மீண்டும் இப்படி ஒரு சம்பவம் நிகழ்ந்தால்" என்று சத்தமாகச் சொன்னார். இதைக் கேட்டு எல்லோரும் அமைதியாக இருக்க, இதுவரை இல்லாத வேறு ஒரு குரலில், ஆழமாக ஊடுருவிச் செல்லும் புதியதொரு குரலில் ஃபெச்சுக்கோவிச் பேச ஆரம்பித்தார்.

## 13

## நல்லொழுக்கம் இல்லாதவர்களின் கருத்துகள்

"ஒட்டுமொத்த உண்மைகள் மட்டும் என்னுடைய தரப்பு வாதியைச் சீர்குலைக்கவில்லை, தீர்ப்புக் குழுமப் பெருமக்களே" என்று உரத்துச் சொன்ன வழக்கறிஞர், "உண்மையாகவே ஒரு உண்மைதான் அவரை நாசம் செய்துவிட்டது: அது – அவருடைய தந்தையின் உடல்! இது மட்டும் சாதாரண ஒரு கொலையாக இருந்திருந்தால், முக்கியமில்லாத அதனுடைய தன்மையின் காரணமாக, நிரூபிக்கப்பட முடியாத காரணத் தால், கற்பனை செய்யப்பட்ட உண்மைகளால், இப்படி ஏதாவது ஒரு காரணத்தை வைத்துக்கொண்டு அல்லது இவை எல்லாவற்றையும் சேர்த்துவைத்து, குற்றத்தை ஒதுக்கித் தள்ளிவிட்டு, குறைந்தபட்சம்,

ஏதாவது ஒரு காரணத்தின் பொருட்டாவது அவருடைய வாழ்வை நீங்கள் நாசம் செய்யாமல் இருந்திருப்பீர்கள்; ஓ, அப்படிப்பட்ட ஒன்று அவருக்குத் தேவையாகத்தான் இருக்கிறது! ஆனால், இது ஒரு சாதாரணக் கொலையல்ல, தந்தை கொலை செய்யப்பட்டிருக்கிறார்! அது மிகப்பெரிய தாக்கத்தை உருவாக்கி இருக்கிறது, அதுவும் எந்த அளவுக்கென்றால், ஒன்றுமில்லாத விஷயமும் குற்றத்தை நிரூபிக்க முடியாத உண்மைகளும் மிகச் சாதாரண விஷயங்களாக இல்லாமல், நிரூபிக்கப்படாதவையாகவும் இல்லாமல், குற்றமென்று நினைக்காதவர்கள் மனத்தில்கூடப் பதியக்கூடிய ஒன்றாக இருக்கிறது. ஆக, இப்படிப்பட்ட குற்றவாளியை நாம் எப்படி மன்னிப்பது? இப்படிக் கொலை செய்தவனைத் தண்டிக்காமல் நாம் எப்படி விட்டுவிடுவது – இதைத்தான் ஒவ்வொருவரும் அவரவர்களுடைய மனத்தில் இயற்கையாக, ஏறக்குறைய இயல்பாக நினைப்பது. ஆம், தந்தையின் ரத்தம், அன்பான தந்தையின் ரத்தம், உனக்காகத் தன்னுடைய வாழ்வையும் பாராமல், குழந்தைப் பருவத்தி லிருந்தே உன்னுடைய உடல்நலக்குறைவுக்காக வருத்தப்பட்டு, உன் னுடைய சந்தோஷத்திற்காகப் பாடுபட்டு, உன்னுடைய மகிழ்ச்சிக்காக, வெற்றிகளுக்காக மட்டுமே வாழ்ந்தவர்! ஓ, அப்படிப்பட்ட தந்தையைக் கொல்வது என்பதை யோசித்துக்கூடப் பார்க்க முடியாது! நீதிமன்றப் பெருமக்களே, தந்தை என்றால் யார்? உண்மையான தந்தை என்ற வார்த்தையின் மிகப்பெரிய தாத்பர்யமும், மிக உயர்வான பொருளும் என்னவாக இருக்க முடியும்? இப்போதுதான் அந்த வார்த்தையின் பாதி அர்த்தத்தை நாம் பார்த்தோம்; நல்ல தந்தை என்பவர் எப்படி இருக்க வேண்டுமென்று. ஆனால் தற்போது பேசப்படும் இந்தச் சம்பவத்தில், எல்லோராலும் மிக அதிகமாகப் பேசப்படும் இந்தச் சம்பவத்தில், எல்லோருடைய உள்ளமும் யாருக்காக வருத்தப்படுகிறதோ, அதே அந்தத் தந்தையானவர், இறந்துபோன ஃபியோதர் பாவ்லவிச் கரமாஸவ் என்கிறவர், தந்தை என்கின்ற அர்த்தத்திற்கு நெருங்கிக்கூட வரமுடியாதவர் என்பது நமக்கு நன்றாகப் புரிகிறது. இது வருத்தத்திற் குரிய விஷயம்தான். ஆமாம், தந்தைமார்கள் சிலர் வருத்தத்திற்குட்படக் கூடியவர்கள்தாம். இப்படி வருத்தப்படக்கூடிய இந்த விஷயத்தை நாம் சற்றே நுணுகி ஆராய்வோம் – இதில் பயப்படுவதற்கு ஒன்றுமே இல்லை, நீதிமன்றப் பெருமக்களே, நீங்கள் எடுத்த முக்கியமான முடிவைப் பற்றிப் பயப்படுவதற்கு ஒன்றுமில்லை. இனிமேல் நாம் எதைப் பற்றி நினைத்தும் பயப்படத் தேவையில்லை, சொல்லப்போனால், மற்ற எல்லாக் கருத்துகளையும் நாம் குழந்தைகளைப் போல அல்லது துணிச்சலில்லாத பெண்களைப் போல உதறித் தள்ளிவிடலாம், நம்முடைய திறமைமிக்க எதிர்தரப்பு வக்கீல் பெருமிதத்துடன் சொன்னது போல. ஆனால், சூடான தன்னுடைய பேச்சில் மரியாதைக்குரிய என் எதிர்தரப்பு வழக்கறிஞர் (நான் பேசுவதற்கு முன்பே என் எதிர்தரப்பு வழக்கறிஞர்) உணர்ச்சி பொங்கப் பலமுறை சொன்னார், "இல்லை, குற்றம் சாட்டப்பட்டவருக்கு ஆதரவாக இருக்க யாரையுமே நான் விட மாட்டேன்; பீத்தர்புர்கிலிருந்து வந்திருக்கும் பிரதிவாதி வழக்கறிஞருக்கு நான் விட்டுக் கொடுக்கவே மாட்டேன் – குற்றம் சாட்டுபவனும் நானே, அதை எதிர்த்து நிற்பவனும் நானே!" என்றார்.

இதைத்தான் அவர் பலமுறை உரக்கச் சொன்னார், ஆனால் குற்றம் சாட்டப்பட்டு நிற்கும் பயங்கரமான இந்த மனிதரை, இந்த இருபத்து மூன்று வருடங்களில் குழந்தைப் பருவத்திலிருந்து அன்புடன் அவரை நடத்திய ஒரே மனிதரை, ஒரு பவுண்டு உலர்ந்த கொட்டைகள் கொடுத்ததற்காக இவ்வளவு தூரம் நன்றி பாராட்டுபவரை, மாறாக, அதே அந்த இருபத்து மூன்று வருடங்களும் தன் தந்தை வீட்டில் மருத்துவர் ஹெர்ஷென்ஸ்தூபே சொன்னதுபோல, செருப்புகூட இல்லாமல் "வீட்டின் புழக்கடையில் வெறுங்கால்களுடன், கால் சட்டையில் ஒரு பொத்தானை மட்டுமே மாட்டிக்கொண்டு, அது தொங்கத்தொங்கத் தாங்கிக்கொண்டிருந்ததை" அவர் மறந்திருக்க மாட்டாரென்பதைக் குறிப்பிட மறந்துவிட்டார் மதிப்பிற்குரிய நம்முடைய வழக்கறிஞர். ஓ, தீர்ப்புக் குழுமப் பெருமக்களே, இந்தத் 'துரதிர்ஷ்ட வசமான வாழ்க்கையை' நாம் ஏன் நுணுகி ஆராய வேண்டும், ஏற்கனவே நமக்குத் தெரிந்த விஷயங்களை நாம் ஏன் மீண்டும் நினைவுபடுத்திப் பார்க்க வேண்டும்! என்னுடைய வாதி, அவருடைய தந்தை வீட்டிற்கு வந்ததும் எதைப் பார்த்தார்? எதற்காக, எதற்காக அவர் உணர்ச்சி இல்லாத மிருகம், திமிர் பிடித்த சுயநலவாதி என்று விவரிக்கப்படுகிறார்? கட்டுக்கடங்காத, காட்டுமிராண்டித்தனமான முரட்டு மனிதர்தான் அவர்; இதோ இப்போது நாம் இவரை விசாரணை செய்கிறோம்; ஆனால் உணர்ச்சி ததும்பும் மனப்பாங்கும் நல்ல உள்ளமும் கொண்ட அவர், பொருத்தமில்லாத இப்படிப்பட்ட ஒரு வளர்ப்பைப் பெற்றதற்கு யார் காரணம், இப்படி ஒரு வாழ்க்கை அவருக்கு அமைந்ததற்கு யார் பொறுப்பு?

யாராவது அவருக்கு நல்ல அறிவைக் கொடுத்து வளர்த்தார்களா? நல்ல படிப்பைக் கொடுத்தார்களா? அல்லது குழந்தைப் பருவத்தில் அவரிடம் அன்பையாவது காட்டினார்களா? என்னுடைய வாதி கடவுளின் கருணையால், ஒரு காட்டு விலங்கைப் போல வளர்ந்தார். பல வருட பிரிவுக்குப் பிறகு தன் தந்தையைப் பார்க்க மிக ஆவலாக அவர் இருந்திருக்கலாம்; ஓராயிரம் முறை தன்னுடைய குழந்தைப் பருவத்தை அவர் நினைத்துப் பார்த்து, மனத்தில் குடிகொண்டிருந்த வெறுக்கத்தக்க தன்னுடைய குழந்தைப் பருவ நினைவுகளை ஒதுக்கி வைத்துவிட்டு, தன் தந்தையை மன்னித்து, அவரைக் கட்டி அணைக்க அவர் விருப்பப்பட்டிருக்கலாம்! ஆனால் நடந்தது என்ன? ஏளனப் புன்னகையுடன், சந்தேகத்துடன், சர்ச்சைக்குரிய பணத்திற்காக, சூழ்ச்சி யுடன் அவர் வரவேற்கப்பட்டார்; அவர் கேட்ட வார்த்தைகளெல்லாம் மனத்தை நோகடிக்கும் உபயோகமில்லாத வார்த்தைகளும் சட்ட திட்டங்களும்தான்; அதுவும் தினமும் 'பிராந்தி'யைக் குடித்துவிட்டுப் பேசிய தந்தையின் வார்த்தைகள்தாம்; இறுதியாக, தன்னுடைய மகனிடமிருந்தே அவருடைய காதலியையும் அவருடைய பணத்தையும் தட்டிப்பறிக்கும் தந்தையைத்தான் அவர் பார்த்தார்; ஓ, நீதிமன்றப் பெருமக்களே, இது பயங்கரமான கேவலம், கொடூரம்! அப்படியே இந்தக் கிழவர் எல்லோரிடமும் முறையிடுகிறார், அவருடைய மகன் அவரிடம் மரியாதையாக நடந்துகொள்ளாமல் அவரைக் கொடுமைப் படுத்தினார், சமுதாயத்தில் அவருக்கிருந்த பெயரைக் கெடுத்தார்,

அவரைத் தாக்கி அவர்மீது பழிதூற்றினார், அவருடைய பத்திரங்களை வாங்கிக்கொண்டு அவரைச் சிறைக்கு அனுப்பத் தயாராக இருந்தார் என்று! நீதிமன்றப் பெருமக்களே! இப்படிப்பட்ட கொடூர நெஞ்சக் காரர்கள், மூர்க்கத்தனமான, கட்டுக்கடங்காத என் தரப்பு வாதிகளைப் போன்றவர்கள் பெரும்பாலும் மிகவும் இரக்க மனமுடையவர்களாக, அதை வெளிக்காட்டிக்கொள்ளத் தெரியாதவர்களாகவே இருப்பார்கள். இப்படி நான் சொல்வதைக் கேட்டு நீங்கள் சிரிக்காதீர்கள். சிரிக்கா தீர்கள். ஆனால் திறமை மிக்க எதிர்தரப்பு வழக்கறிஞர் இரக்கமே இல்லாமல் சிறிது நேரத்திற்கு முன்பு என்னுடைய வாதியைச் சுட்டிக் காட்டி ஏளனமாகச் சொன்னார், அவருக்கு ஷில்லரைப் (Schiller) பிடிக்கும், அழகான, மிக உயர்ந்த அவருடைய ஆபரணங்களைப் பிடிக்குமென்று. அவருடைய இடத்தில் நான் இருந்திருந்தால் குற்றம் சாட்டப்பட்டவரைப் பார்த்து அப்படிக் கேலி செய்திருக்கவே மாட்டேன்! ஆம், இப்படிப்பட்ட இதயங்கள் – ஓ, இப்படிப்பட்ட இதயங்களை நான் ஆதரிக்கிறேன்; நியாயமே இல்லாமல் பல தருணங்களில் தவறாக இவை புரிந்துகொள்ளப்படுபவை – இப்படிப்பட்ட உள்ளங்கள்தாம் மென்மையான, அழகான மற்றும் நியாயமானவற்றை எதிர்பார்த்து ஏங்கக் கூடியவை. மேலும் குறிப்பாக, அவர்களுடைய குணத்திற்கு மாறாக அவர்களுடைய மூர்க்கத்தனம், கொடூரம் இவற்றையெல்லாம் எப்படி அவர்கள் தற்செயலாகச் சுயநினைவின்றி விரும்புகிறார்களோ – ஆமாம், அப்படி அவர்கள் அதை மிக அதிகமாகவே விரும்புகிறார்கள். பார்ப்பதற்குப் பயங்கரமாகவும் கொடூரமாகவும் இருக்கும் இவர்கள், தங்களை வேதனைக்குள்ளாக்கும் பெண்ணை விரும்புவார்கள், உதாரணமாக மிக உயர்ந்த, மேன்மையான, தெய்வீகத் தன்மையுள்ள காதலை விரும்புவார்கள். இதைக் கேட்டு நீங்கள் மீண்டும் சிரிக்காதீர்கள். பெரும்பாலும் அவர்களுடைய குணம் குறிப்பாக அப்படித்தான் இருக்கும்! தங்களுடைய உணர்ச்சிப் பெருக்கை மறைக்கத் தெரியாதவர்கள் அவர்கள்; அது பெரும்பாலும் முரட்டுத்தனமாக இருக்க, இதோ இதுதான் மக்களுடைய கவனத்தை ஈர்க்கிறது, அதைத்தான் எல்லோரும் கவனிக்கிறார்கள். ஆனால், அவர்களுக்குள் இருக்கும் உள்ளத்தை யாரும் பார்ப்பதில்லை. மாறாக அவர்களுடைய உணர்ச்சிப் பெருக்கு முழுவதும் மேன்மையான, அழகான மனிதர்களுக்கு நடுவே அமைந் தடங்கிப் போய்விடுகிறது. பார்ப்பதற்கு முரட்டுத்தனமாக, கொடூரமாக இருக்கும் இந்த மனிதர்கள், புது வாழ்வைத் தேடி, தங்களைத் திருத்திக் கொண்டு நல்ல மனிதர்களாக, மேன்மையானவர்களாக, நியாயமான வர்களாக – “மேன்மையும் அற்புதமும்” நிறைந்தவர்களாகத் தங்களை மாற்றிக்கொள்ளவே விரும்புகிறார்கள், எவ்வளவுதான் ஏளனமான வார்த்தைகள் அவர்களைப் பற்றிச் சொல்லப்பட்டாலும்! சிறிது நேரத்திற்கு முன்பு தான் என்னுடைய வாதியின் காதலைப் பற்றி, வெர்ஹோத்சவாவிடம் அவர் கொண்ட காதலைப் பற்றி நான் எதுவும் பேசமாட்டேனென்று சொன்னேன். ஆனால் அதைப் பற்றி மிகச் சுருக்கமாக இப்போது சொல்ல வேண்டுமென்று நான் நினைக்கிறேன்; இப்போது நாம் கேட்டது வாக்குமூலம் அல்ல, பித்துப் பிடித்த, பழிவாங்கத் துடித்த ஒரு பெண்மணியின் கதறலைத்தான்; அவன்

தன்னுடைய மனத்தை மாற்றிக்கொண்டான், அவளுக்கு நம்பிக்கைத் துரோகம் செய்துவிட்டான் என்பதற்காக அவள் கத்தவில்லை. அவள் அவனுக்குத் துரோகம் செய்துவிட்டாள் என்பதற்காகத்தான் அவள் கத்தினாள்! அவள் கொஞ்சம் யோசித்துப் பார்த்திருந்தால் இப்படி ஒரு வாக்குமூலத்தைக் கொடுத்திருக்கவே மாட்டாள்! ஓ, அவள் சொல்வதை நீங்கள் நம்பாதீர்கள். அவள் சொல்வதைப் போல என்னுடைய வாதி 'கொடூரமானவன்' அல்ல! சிலுவையில் அறையப் பட்ட மக்களின் தூதன் – சொன்னார்: "ஆடு மேய்க்கும் அன்பன் நான். ஆடு மேய்க்கும் அன்பன் தன்னுடைய வாழ்வை ஆடுகளுக்காக அர்ப்பணிப்பான். ஆமாம், மந்தையிலிருந்து ஒரு ஆடுகூடத் தொலைந்து போய்விடக் கூடாது"[1] என்று. நாமும் ஒரு மனிதனுடைய வாழ்வை நாசம் செய்துவிடக் கூடாது! இப்போதுதான் நான் கேட்டேன், தந்தை என்றால் யார், தந்தை என்ற மிகப் பெரிய வார்த்தையின் பொருள் என்ன? விலை மதிப்பிட முடியாத அந்த வார்த்தையின் தாத்பர்யம் என்னவென்று. சுருக்கமாகச் சொன்னால் நீதிமன்றப் பெருமக்களே, வார்த்தைகளை நியாயமாகப் பயன்படுத்த வேண்டும். ஒரு வார்த்தையை, அதனுடைய உண்மையான பொருள் புரியும்படிச் சொல்ல வேண்டும்; கொலை செய்யப்பட்ட கிழவர் கரமாஸவ் அப்படிப் பட்ட ஒரு தந்தையாக இருக்கவில்லை. அப்படியே அவரைத் தந்தை என்று அழைப்பதற்கும் தகுதியில்லாதவராகத்தான் அவர் இருந்தார். தந்தையின் மீதிருக்கும் பாசம் அந்தத் தந்தையால் ஏற்றுக்கொள்ளப் படக் கூடிய தகுதியை இழந்திருக்கும்போது, அந்தப் பாசம் முட்டாள் தனமானதாகவும் நடைமுறைக்கு ஒவ்வாததாகவே இருக்கிறது. ஒன்றுமே இல்லாத இடத்திலிருந்து அன்பை வரவழைக்க முடியாது; ஒன்றுமே இல்லாததிலிருந்து ஒன்றை உருவாக்கக் கடவுளால் மட்டுமே முடியும். "தந்தைமார்களே, உங்களுடைய குழந்தைகளுக்கு நீங்கள் வேதனையைக் கொடுக்காதீர்கள்"[2] என்று கொழுந்து விட்டெரிகிற அன்பின் பேரால் எழுதினார் திருத்தூதர். என் தரப்பு வாதிக்காக மட்டும் இந்தப் புனிதமான வார்த்தைகளை நான் குறிப்பிடவில்லை. எல்லாத் தந்தைமார் களுக்கும்தான் இதை நான் நினைவுபடுத்துகிறேன். தந்தையர்களுக்குப் புத்திமதி சொல்ல யார் எனக்கு அதிகாரம் கொடுத்தது? யாரும் கொடுக்கவில்லைதான். ஆனால் ஒரு மனிதனாக, நாட்டின் ஒரு குடிமகனாக முறையிடுகிறேன் – *Vivos Voco!*[3] இந்த மண்ணுலகில் நாம் நீண்ட நாள் வாழப்போவதில்லை, ஆனால் அதற்குள் நாம் கேடு கெட்ட பல செயல்களையும் கேடுகெட்ட வார்த்தைகளையும் பிரயோகிக் கிறோம். ஆகவே, நல்ல வார்த்தைகளைச் சொல்லிக்கொள்ளும் ஏற்புடைய தருணத்தை நாம் இந்தச் சமய வழிபாட்டு ஒற்றுமைக் கூட்டத்தில் ஏற்படுத்திக்கொள்வோம். அதைத்தான் இப்போது நான் செய்கிறேன்: இங்கிருக்கும்வரை என்னுடைய நிமிடத்தை நான் பயன்படுத்திக் கொள்கிறேன். இந்தச் சொற்பொழிவு மேடையில் மிகப்பெரிய அதிகாரம் சாதாரணமாகக் கொடுக்கப்படவில்லை – இங்குப் பேசப்படுவது ரஷ்யா முழுவதும் கேட்கும். இங்கு இருக்கும் தந்தையர்களுக்கு மட்டும் நான் சொல்லிக்கொள்ளவில்லை, எல்லாத் தந்தைமார்களுக்கும்தான் இதை நான் சொல்லிக்கொள்கிறேன்: "தந்தைமார்களே, உங்களுடைய

குழந்தைகளுக்கு நீங்கள் வேதனையைக் கொடுக்காதீர்கள்!” ஏசு கிறிஸ்து சொன்ன போதனையை முதலில் நாம் கடைபிடிப்போம், பிறகு நம்முடைய குழந்தைகளிடமிருந்து அதை நாம் எதிர்பார்ப்போம். இல்லாவிட்டால், நாம் தந்தையர்களே அல்ல, நம்முடைய குழந்தைகளுக்கு நாம் எதிரிகளே. பிறகு அவர்கள் நம்முடைய குழந்தைகளாக இருக்க மாட்டார்கள், அவர்கள் நம்முடைய எதிரிகளாகவே இருப்பார்கள்; எனவே, நாமே அவர்களை நமக்கு எதிராக விரோதிகளாக்கிக் கொள்கிறோம்! “எந்த அளவைக் கொண்டு மற்றவர்களை நீங்கள் அளக்கிறீர்களோ, அதே அளவைக் கொண்டு நீங்களும் அளக்கப் படுவீர்கள்”[4] – இதை நான் சொல்லவில்லை, விவிலிய நூலில் எழுதப் பட்டிருக்கிறது: எந்த அளவைக் கொண்டு மற்றவர்களை நீங்கள் அளக்கிறீர்களோ அதே அளவால் நீங்களும் அளக்கப்படுவீர்கள். அப்படி அதே அளவைக் கொண்டு நம் குழந்தைகளும் நம்மை அளக்கும்போது எப்படி நாம் அவர்களைக் குற்றம்சாட்ட முடியும்? சில நாட்களுக்கு முன்பு பின்லாந்து நாட்டில் ஒரு பெண், வேலைக்காரப் பெண், ரகசியமாகக் குழந்தை ஒன்றைப் பெற்றெடுத்தாளென்று சந்தேகிக்கப்பட்டது. அவளைக் கண்காணித்தபோது, வீட்டின் பரண மேல், மூலையிலிருந்த செங்கற்களுக்குப் பின்னால் இருந்த பெட்டி ஒன்றில், அப்படி ஒரு பெட்டி இருந்தது யாருக்குமே தெரியவில்லை, கொலை செய்யப்பட்ட பிறந்த குழந்தையின் உடலைக் கண்டுபிடித்து எடுத்தார்கள். அதே பெட்டியில் ஏற்கனவே இரண்டு குழந்தைகளின் எலும்புக் கூடுகளும் இருக்க, அதையும் அவள்தான் கொன்று மறைத்து வைத்தாளென்பதை அவளே ஒப்புக்கொண்டாள். நீதிமன்றப் பெருமக்களே, இப்படிப்பட்டவளா ஒரு குழந்தையின் தாய்? ஆம், அவள்தான் பெற்றெடுத்தாள், ஆனால் அவள் அவர்களுக்குத் தாயா என்ன? நம்மில் யாராவது ஒருவர், அவளைப் புனிதமான தாயென்று தைரியமாகச் சொல்ல முடியுமா? நீதிமன்றப் பெருமக்களே, துணிந்து நிற்போம், தைரியமாக இருப்போம், ஏனெனில் நாம் அப்படி நிற்க வேண்டிய நிர்ப்பந்தம் இப்போது நமக்கு ஏற்பட்டிருக்கிறது, அப்படியே வேறு பல கருத்துகளையும் வார்த்தைகளையும் கண்டு நாம் பயப்படக் கூடாது; ஏனெனில் மாஸ்கோ வியாபாரிகளின் மனைவிமார்கள் ‘உலோகம்’, ‘பெண்பேய்’[5]. என்ற வார்த்தைகளைக் கேட்கவே பயப்படுகிறார்கள். இல்லை, மாறாக நிரூபித்துக் காட்டுவோம், சமீபகால வளர்ச்சி நம்மைப் பாதித்திருக்கிறது, அப்படியே குழந்தையைப் பெற்றெடுத்துவிட்டால் மட்டும் ஒருவன் தந்தையாகிவிட முடியாது, தந்தை என்பவர் பெற்றெடுத்தவரும், தந்தை என்கின்ற பெயருக்குத் தகுதியானவருமாக இருக்க வேண்டுமென்று நாம் வெளிப்படையாகச் சொல்வோம். ஓ, ‘தந்தை’ என்ற வார்த்தைக்கு, சந்தேகத்திற்கு இடமின்றி, வேறு ஒரு அர்த்தமும் இருக்கிறது, அதாவது, என் தந்தை மிருகமாகவே இருந்து என்னைக் கொடுமைப்படுத்தினாலும்கூட, என்னைப் பெற்றெடுத்த காரணத்தால் அவரும் ஒரு தந்தை என்பது. ஆனால் இந்த அர்த்தம், சொல்லப்போனால், புரியாத ஒன்று; அதை என்னால் புரிந்துகொள்ள முடியவில்லை; ஆனால் நம்பிக்கை என்ற பேரில் மட்டும் அதை என்னால் ஏற்றுக்கொள்ள முடியும் அல்லது இன்னும்

சரியாகச் சொன்னால், சமய நம்பிக்கை என்ற பேரில், புரிந்துகொள்ள முடியாத பல விஷயங்களை ஏனென்று தெரியாமலேயே நம்மை நம்பச் சொல்லி எப்படிக் கட்டளையிடுகிறதோ அப்படியே இதையும் நாம் நம்பலாம்; அப்படியானால், இது ஒரு உண்மையான வாழ்க்கைக்கு அப்பாற்பட்ட ஒன்றாக இருக்கும். வாழ்கின்ற வாழ்க்கையில் தனக்கான சட்டதிட்டங்களை மட்டுமல்ல, மிகப் பெரிய கடமைகளையும் நம்மீது அது திணிக்கிறது – இதில் நாம் மனிதத் தன்மையுடன் இருக்க வேண்டுமென்றால், கிறிஸ்துவர்களாகிய நாம் இறுதியில், கடுஞ்சோதனைகளினூடே, ஆய்வு செய்யப்பட்ட காரண காரியம், நம்பிக்கைகள் எல்லாமே நியாயமென்று ஏற்றுக்கொள்ளப்பட்ட உறுதியான நம்பிக்கையின் பேரில், சுருக்கமாகச் சொல்லப்போனால், விவேகத்துடன் செயல்பட வேண்டும்; சிந்திக்காமல், ஏதோ கனவில் பிதற்றுவது போல, மனிதனுக்குத் தீங்கு விளைவிக்குமாறு, மனிதனைச் சிரமப்படுத்தி, நாசப்படுத்திவிடக் கூடாது. அப்போதுதான் அது உண்மையான கிறிஸ்துவச் செயலாக, மனித குலத்தை உண்மையாகவே நேசிக்கும் உள்ளார்ந்த, நியாயமான ஒரு செயலாக இருக்கும் . . .' என்றார்.

இதைக் கேட்டவுடன் அரங்கத்தின் பல மூலைகளிலிருந்தும் கை தட்டும் ஒலி சத்தமாகக் கேட்க, ஃபெச்சுகோவிச் தன்னுடைய கைகளை அசைத்தபடி, இடைமறிக்காது அவரைப் பேச அனுமதிக்குமாறு சைகை காட்டினார். உடனே அரங்கத்தில் அமைதி நிலவியது. பேச்சாளர் பேச்சைத் தொடர்ந்தார்:

"நம்முடைய குழந்தைகள், இளைஞர்களாக இருக்கும்போது இதைப் பற்றி யோசித்துப் பார்ப்பார்களென்று நீங்கள் நினைக்கிறீர்களா, நீதிமன்றப் பெருமக்களே? இல்லை, நினைத்துப் பார்க்க மாட்டார்கள், அப்படி அவர்களால் நினைத்துப் பார்க்க முடியாதவரை முறையை அவர்களிடமிருந்து நாம் எதிர்பார்க்காமல் இருப்போம்! தகுதியில்லாத ஒரு தந்தையைப் பற்றி, குறிப்பாக மற்ற தந்தைமார்களுடன், அதாவது தந்தை என்கின்ற தகுதியைக் கொண்ட மற்ற தந்தைமார்களுடன் ஒப்பிட்டுப் பார்க்கும்போது, இயல்பாகவே அந்த இளைஞனுக்கு அது வேதனையாகத்தான் இருக்கும். இந்தக் கேள்விகளுக்கு ஏற்கனவே நிர்ணயிக்கப்பட்ட பதில் ஒன்று அவனுக்குத் தரப்படுகிறது: "அவர் உன்னைப் பெற்றெடுத்தவர், நீ அவருடைய ரத்தம், எனவே, அவரை நீ நேசித்தாக வேண்டும்" என்று. இயற்கையாகவே, அந்த இளைஞர் திரும்பவும் நினைத்துப் பார்க்கிறான்: "சரி, உண்மையாகவே அவர் என்னை விரும்பினாரா?" என்று; ஆச்சர்யத்தில் மீண்டும் மீண்டும் தன்னைத்தானே அப்படிக் கேட்டுக்கொண்ட அவன், "எனக்காகவா அவர் என்னைப் பெற்றெடுத்தார், அவருக்கு அப்போது என்னைத் தெரிந்திருக்காது, நான் ஆணா, பெண்ணா என்றுகூட அவருக்குத் தெரிந்திருக்காது, அதுவும் மன எழுச்சி நிறைந்த அந்தச் சமயத்தில், ஒருவேளை குடிபோதையின் தாக்கத்தில் அவர் அப்போது இருந்திருக்கலாம், அப்படிக் குடிக்கும் அந்த எண்ணத்தை மட்டுமா அவர் எனக்குக் கொடுத்தார், அவருடைய எல்லா மற்ற நல்ல குணங்களையும்தான்

அவர் எனக்குக் கொடுத்தார்... அப்படியிருக்கையில் எதற்காக அவரை நான் விரும்ப வேண்டும், அவர் என்னைப் பெற்றெடுத்தாரென்ற ஒரே காரணத்திற்காகவா, பிறகு அவர் என்னை வாழ்நாள் முழுவதும் விரும்பவே இல்லை என்ற காரணத்திற்காகவா?. ஓ, நீங்கள் நினைக்கலாம், இந்தக் கேள்விகளெல்லாம் நாகரிகமில்லாத, முரட்டுத்தனமான கேள்விகளென்று; ஆனால், நடைமுறைக்கு ஒவ்வாத வரைமுறையை இந்த இளம் மனத்திடம் நீங்கள் எதிர்பார்க்காதீர்கள்: கதவு வழியாக இயற்கையை வெளியே துரத்தும்போது அது ஜன்னல் வழியாக உள்ளே வரும்,[6] முக்கியமாக, மிக முக்கியமாக 'உலேகாம்', 'பெண்பேய்' என்ற வார்த்தைகளைக் கண்டு நாம் பயப்படாமல், தீர்வு காண வேண்டிய விஷயங்களுக்கு விசித்திரமாக, புரிபடாத விதத்தில் தீர்வு காண்பதைவிட, விவேகமாக, மனிதாபிமானத் தன்மையுடன் நாம் தீர்வு காண்போம். இல்லாவிட்டால், வேறு எப்படி இதற்குத் தீர்வு காண முடியும்? இதோ இப்படித்தான்: தந்தைக்கு எதிராக மகன் நின்று அவரையே கேள்வி கேட்கட்டும்: "சொல்லுங்கள் தந்தையே, எதற்காக உங்கள்மீது நான் பாசத்துடன் இருக்க வேண்டும்? தந்தையே, நிரூபியுங்கள் நான் ஏன் உங்களை விரும்ப வேண்டுமென்று?" என்னும் இந்தக் கேள்விகளுக்கு ஒரு தந்தை பதிலளித்து, தன்னைத்தானே நிரூபிக்க முடியுமென்றால், அது உண்மையாகவே நல்லதொரு குடும்பம், தீர்க்க வேண்டிய விஷயங்களை விசித்திரமாக, புரிதலுக்கு அப்பால் நின்று தீர்வு காணாமல், ஆழ்ந்த அறிவுடன், மனிதாபிமானத்துடன் தீர்வு காண்கிறார்கள் என்று அர்த்தம். மாறாக, அப்படி அந்தத் தந்தையால் நிரூபிக்க முடியவில்லையென்றால், அந்தக் குடும்பத்தின் நிலை அவ்வளவுதான்: அந்த மகனுக்கு அவர் தந்தையாக இருக்க முடியாமல், மூன்றாவது மனிதராகக் கருதக்கூடிய சுதந்திரத்தையும் உரிமையையும் மட்டுமல்லாது, விரோதியாக எண்ணிவிடக்கூடிய நிலையில்கூட அவர் இருப்பார். நம்முடைய இந்த அரங்கமானது, நீதிமன்றப் பெருமக்களே, உண்மையின் பள்ளியாக, ஆரோக்கியமான எண்ணங்களைக் கொண்டதாக இருக்க வேண்டும்!" என்றார்.

இங்கே ஏறக்குறைய அடைமழையான, பயங்கரமான கைதட்டல்களால் அவருடைய பேச்சு தடைபட்டது. இந்தக் கைதட்டல் அரங்கம் முழுவதிலிருந்தும் வராவிட்டாலும், அரங்கத்தின் பாதிப் பகுதியிலிருந்து வந்தது. தந்தையரும் தாய்மார்களும் சேர்ந்து கை தட்டினார்கள். மேலே அமர்ந்திருந்த பெண்கள் தரப்பிலிருந்து கூச்சல் சத்தமும் சலசலப்பும் கேட்டது. கைக்குட்டைகளை அசைத்து அவர்கள் சைகை காட்டினார்கள். பலம் முழுவதையும் பிரயோகித்துத் தலைமை நீதிபதி மணியை அடித்தார். அரங்கத்திலிருந்தவர்கள் நடந்துகொண்ட விதம் அவருக்கு எரிச்சலைத் தந்தது தெளிவாகத் தெரிந்தது, ஆனால், நீதிமன்றத்திலிருந்து 'வெறியேற' வேண்டுமென்று அவர் முன்பு பயமுறுத்தியது போல இப்போது அவரால் சொல்ல முடியாமல் இருந்தது: பிரத்தியேகமாக, அரங்கத்தின் பின்புறம், பதிவுசெய்யப்பட்ட இடங்களில் நீண்ட அங்கியுடன் அலங்காரமாக அமர்ந்திருந்த வயதான மனிதர்கள்கூடத் தங்களுடைய கைகளைத் தட்டியும் கைக்குட்டைகளை

அசைத்தும் அவருடைய பேச்சை வரவேற்றதால், சத்தம் அடங்கிய பிறகு ஃபெச்சுகோவிச் மீண்டும் தன்னுடைய பேச்சை வெற்றிகரமாக ஆரம்பித்தார்.

"நீதிமன்றப் பெருமக்களே, இன்று மிக அதிகமாகப் பேசப்பட்ட பயங்கரமான அந்த இரவை நினைவுகூருங்கள்; வேலியைத் தாண்டிக் குதித்துத் தந்தையின் வீட்டில் நுழைந்த மகன், இறுதியாகத் தந்தை முன்னால் நேருக்கு நேராக, தன்னைப் பெற்றவர் முன்பாக, வேதனைப் படுத்திய தன்னுடைய விரோதி முன்பாக நின்றான். என்னுடைய பலம் முழுவதையும் திரட்டி அழுத்தமாகச் சொல்கிறேன், அந்த நிமிடம் அவன் அங்குப் போனது பணத்திற்காகவே அல்ல: நான் முன்பு சொன்னது போலவே, பணத்தைத் திருடப் போனானென்று சொல்வது முட்டாள்தனம். கொலை செய்யவும் அவன் அங்குப் போக வில்லை, ஆம், இல்லவே இல்லை, அதற்காகக் கதவைத் திறந்துகொண்டு அவன் அங்குப் போகவில்லை; அப்படிப்பட்ட எண்ணம் அவனுக்கு முன்கூட்டியே இருந்திருந்தால், குறைந்தபட்சம் ஏதாவது ஒரு ஆயுதத்தை முன்பே அவன் தயார் செய்து எடுத்துக்கொண்டு போயிருப்பான்; செம்பு உலக்கையை அவனுக்கே தெரியாமல் தற்செயலாகத்தான் அவன் எடுத்துக்கொண்டு போனான். சமிக்ஞை கொடுத்து அவனுடைய தந்தையை அவன் ஏமாற்றினானென்றே வைத்துக்கொள்வோம், அப்படியே அவருடைய அறைக்கு அவன் போனானென்றே வைத்துக் கொண்டாலும், இந்தக் கட்டுக் கதையை ஏற்கனவே நான் சொன்னது போல, ஒரு நிமிடம்கூட நான் நம்பத் தயாராக இல்லை; இருந்தாலும் சரி அப்படியே வைத்துக்கொண்டாலும், அந்தக் கதையை ஒரு நிமிடம் நாம் நம்புவோம்! நீதிமன்றப் பெருமக்களே, உங்கள் அனைவர் மீதும் சத்தியமாகச் சொல்கிறேன், புனிதமான எல்லாவற்றின் மீதும் சத்தியம் செய்து சொல்கிறேன், அவருடைய தந்தையாகவே அவர் இல்லாமல் இருந்தாலும், அவரை வேதனைப்படுத்திய மூன்றாவது நபராக அவர் இருந்திருந்தாலும், அறை முழுவதும் அவன் தேடி ஓடியது அவனுடைய காதலி அங்கு இருக்கிறாளா, இல்லையா என்பதைத் தெரிந்துகொள்ளத்தான்; அப்படி அவள் அங்கு இல்லை என்று தெரிந்தவுடன், தன்னுடைய எதிரிக்கு எந்தவிதக் கேடும் விளைவிக்காமல், ஒருசமயம் அப்படி அவன் ஓடி வந்தபோது அவரைத் தள்ளியிருக்கக்கூடும் அல்லது அடித்திருக்கக்கூடும்; ஆனால், அதற்கு மேல் எதுவும் செய்ய அவனுக்கு யோசனை இருந்திருக்காது, ஏனெனில் அவள் எங்கே இருக்கிறாளென்பதைத் தெரிந்துகொள்ளவே அவன் ஆசைப்பட்டிருப்பான். ஆனால், அவனுடைய தந்தை, அவனுடைய தந்தை – ஓ, குழந்தைப் பருவத்திலிருந்தே அவனை வெறுத்து வந்த தந்தை, அவனுடைய எதிரியை, அவனை வேதனைப்படுத்தியவரை, அவனுக்கு இப்போது போட்டியாக இருக்கும் அந்த மாயக்காரத் தந்தையாகப் பார்க்கும்போது, அவர் மீதான வெறுப்பு இயற்கையாகவே அவனை ஆட்கொள்ள, அதைக் கட்டுப்படுத்த முடியாமல், எதைப் பற்றியுமே அவனுக்கு யோசிக்க நேரமில்லாமல் இருந்தது; ஒரு நிமிடம் எல்லாமே அவன் முன்பு எழுந்து நின்றது! அது ஒரு மடத்தனமான,

அறிவற்ற உந்துவேகமாக, ஆனால், இயற்கையிலிருக்கும் இயல்பான ஒன்றாக, பின்பற்றப்படும் விதிமுறைகளைப் பழிவாங்கும் நோக்கத்தில், கட்டுக்கடங்காத, தற்செயலான உந்துவேகமாக அது இருந்தது. ஆனால், குற்றம் சாட்டப்பட்டவர் அப்போதுகூடக் கொலை செய்யவில்லை – இதை நான் ஆணித்தரமாகச் சொல்லமுடியும். உரக்கவும் சொல்கிறேன் – ஆம், ஒன்றுமே செய்ய முடியாத கோபத்தில் அவர் உலக்கையை வீசித்தான் எறிந்தார், ஆனால் அவர் கொலை செய்ய விரும்பவில்லை, அது கொலை செய்யுமென்று அவருக்குத் தெரிந்திருக்கவும் இல்லை. நாசமாய்ப்போன அந்த உலக்கை அவர் கையில் இல்லாமல் இருந்திருந்தால், தன் தந்தையை அவர் தாக்கி இருப்பாரே தவிர, கொலை செய்திருக்க மாட்டார். அவரால் தாக்கப்பட்ட அந்தக் கிழவர் உயிரோடு இருக்கிறாரா, இறந்துவிட்டாரா என்று ஓடிவந்த அவருக்குத் தெரியவில்லை. அப்படிப்பட்ட கொலை ஒரு கொலையே அல்ல. அப்படிப்பட்ட கொலையும் தந்தையைக் கொல்லும் ஒரு கொலை அல்ல. இல்லை, இப்படி ஒரு தந்தை கொலை செய்யப்படுவது, தந்தையைக் கொல்லும் ஒரு கொலை ஆகாது. இது பொறாமையின் பேரில் மட்டுமே தந்தையைக் கொலை செய்தது என்றாகும்! ஆனால், உண்மையாகவே, உண்மையாகவே இந்தக் கொலை நடந்ததா? மீண்டும் மீண்டும் அதைத்தான் ஆழ்மனத்திலிருந்து நான் கேட்டுக்கொண்டிருக்கிறேன்! நீதிமன்றப் பெருமக்களே, இதோ இவர்மீது நாம் குற்றம் சுமத்துகிறோம், அவர் தனக்குள் இப்படிச் சொல்லிக்கொள்ளலாம்: “எனக்காக இவர்கள் எதுவும் செய்யவில்லை, என்னை வளர்க்கவில்லை, கல்வி கொடுத்து என்னை உயர்த்தி ஒரு மனிதனாக்கவில்லை. எனக்கு உணவளித்து, குடிக்கத் தண்ணீர் கொடுக்கவில்லை, நிர்வாணமாய்ச் சிறைச் சாலையில் நான் நின்றபோதும் என்னை வந்து இவர்கள் காப்பாற்றவில்லை, ஆனால் இப்போது தண்டனையை மட்டும் கொடுத்து என்னைக் கைதியாக்கப்போகிறார்கள். இப்போது நான் ஒன்றும் செய்வதற்கில்லை; இனிமேல் அவர்களுக்கு நான் ஒன்றும் செய்யப் போவதில்லை; யாருக்குமே எப்போதுமே எதுவுமே நான் செய்ய வேண்டியதில்லை. அவர்கள் நல்லவர்கள் அல்லாதவர்களாகையால் நானும் அவர்களிடம் நல்லவனாக இருக்கப் போவதில்லை. அவர்கள் கொடுமைக்காரர்களாக இருப்பதால் நானும் அவர்களிடம் கொடுமைக் காரனாகவே இருப்பேன்”[7] என்று. இப்படித்தான் அவர் நினைப்பார், நீதிமன்றப் பெருமக்களே! சத்தியமாகச் சொல்கிறேன்: அவர்மீது நீங்கள் சுமத்தும் குற்றத்தால், அவருக்கு எல்லாவற்றையும் நீங்கள் எளிதாக்கிக் கொடுக்கிறீர்கள்; அவருடைய மனசாட்சியை எளிமைப் படுத்துகிறீர்கள்; அவர் சிந்தும் ரத்தத்தால் அவர் உங்களைச் சபிப்பாரே யன்றி, வருத்தப்பட மாட்டார். அதே சமயம், இன்னும் மனிதனாக அவர் மாறக்கூடிய தன்மையை நீங்கள் அழித்து, வாழ்நாள் முழுவதும் அவரைக் கெட்டவராக, குருடராக்குகிறீர்கள். ஆமாம், நீங்கள் அவருக்கு மிகப் பயங்கரமான, கொடூரமான, உச்சபட்சத் தண்டனையைக் கொடுத்துத் தண்டிக்க நினைத்தால், அவருடைய ஆன்மாவைக் காப்பாற்றி, காலங் காலத்திற்கும் அதற்குப் புத்துயிர் அளித்து, அவருக்குக் கருணைகாட்டி அவரை நொறுக்கி வீழ்த்திவிடுங்கள்! அப்போது நீங்கள் பார்ப்பீர்கள்,

கேட்பீர்கள், எப்படி அவருடைய ஆன்மா பேரச்சத்தில் பயந்து நடுங்கும் என்பதை: "என்மீது நீங்கள் இரக்கம் காட்டி, அன்பு செலுத்து கிறீர்களா, அதற்கு நான் தகுதியானவனா" என்று அவர் ஆச்சர்யப் படுவார்! ஓ, எனக்குத் தெரியும், எனக்கு அந்த மனத்தைப் பற்றித் தெரியும், அது முரட்டுத்தனமானதாக இருந்தாலும், அது நல்லதொரு மனம், நீதிமன்றப் பெருமக்களே. உங்களுடைய பெருந்தன்மைக்கு முன்பு அது மண்டியிடும்; மிகப்பெரிய அன்பான இந்தச் செயலுக்காக அது ஏங்கும்; அது கொழுந்து விட்டெரிந்து, புத்துயிர் பெற்று, காலங்காலத்திற்கும் அது வாழ்ந்திருக்கும்! மனிதர்கள் சிலர் தங்களுடைய குறுகிய மனப்பான்மையால் உலகத்தையே நொந்துகொள்வார்கள். ஆனால், இந்த ஆத்மாவை நீங்கள் கருணையால் வீழ்த்தி, அதற்கு அன்பைக் காட்டுங்கள், அது தான் செய்த செயல்களை எண்ணித் தன்னைத்தானே சபித்துக்கொள்ளும்; ஏனெனில் அதனுள் நல்ல செயல்களைச் செய்யும் ஆற்றல் அதிகம் இருக்கிறது. அந்த ஆத்மா பரந்தகன்று, கடவுள் எவ்வளவு தூரம் கருணையுள்ளவராக இருக்கிறார், மக்கள் எவ்வளவு அற்புதமானவர்களாக, நியாயமானவர்களாக இருக்கிறார்களென்று நினைத்துப் பார்க்கும். அந்த ஆத்மா பயந்து, மிரண்டுபோய், தான் செய்த தவற்றிற்கு வருந்தி, இந்தக் கடனுக்காக, அதைத் திருப்பிக் கொடுக்க வேண்டிய நன்றிக் கடனுக்காக மிகவும் பயப்படும். அப்போது அவர், "நான் ஒன்றும் செய்வதற்கில்லை" என்று சொல்லமாட்டார், பதிலாக, "எல்லோர் முன்னிலையிலும் நான் குற்றவாளியாக இருக்கிறேன், வேறு யாரை விடவும் நான்தான் தகுதியில்லாதவன்" என்று சொல்வார். வருத்தத்தில் கண்ணீர் விட்டு, எரிகின்ற மனவேதனையில், கருணையுடன் உரக்கச் சொல்வார்: "என்னைவிட மற்றவர்கள் மேலானவர்கள், ஏனெனில் அவர்கள் என்னை நாசப்படுத்தாமல் என்னைக் காப்பாற்றவே விரும்பினார்கள்!" என்று. ஓ, இதைச் செய்வது உங்களுக்கு மிகவும் சுலபம்; இந்தக் கருணை மிகுந்த காரியத்தை நீங்கள் மிகச் சுலபமாகச் செய்யலாம், ஏனெனில் சாட்சிகள் எவையுமில்லாமல், உண்மை போலக் காட்சி யளிக்கும் இந்த வழக்கில் இப்படிச் சொல்வது உங்களுக்கு மிகவும் சிரமமாக இருக்கலாம்: "ஆமாம், இவர் குற்றவாளிதான்" என்று. ஒரு நிரபராதியைத் தண்டிப்பதைவிடப் பத்து குற்றவாளிகளை விடுதலை செய்யலாம் – கேட்கிறதா, உங்களுக்குக் கேட்கிறதா, போன நூற்றாண்டில் புகழ்மிக்க நம்முடைய சரித்திரத்தில் ஒலித்த இந்தக் குரல் உங்களுக்குக் கேட்கிறதா?[8] சாதாரண மனிதனாக இருக்கும் நான், உங்களுக்கு இதைச் சொல்ல வேண்டியதில்லை, ரஷ்ய நீதி மன்றங்கள் தண்டனை கொடுப்பதற்கு மட்டும் இருக்கும் ஒரு நிறுவன மல்ல, கைவிடப்பட்டவர்களைக் காப்பாற்றுவதற்காக இருக்கும் ஒரு நிறுவனமும்கூட என்று! மற்ற நாடுகள் வேண்டுமானால் எழுதப்பட்ட சட்டத்தைக் கையில் எடுத்துக்கொண்டு தண்டனையளிக்கட்டும்; நாம் அதனுடைய தாத்பர்யத்தையும் ஆன்ம வடிவத்தையும் பின்பற்றிக் கைவிடப்பட்டவர்களைக் காப்பாற்றுவோம். ஆக, இப்படிப்பட்டது தான் ரஷ்யாவும் அதனுடைய நீதிமன்றமும் என்றால், ரஷ்யா முன்னேற்றப் பாதையில் போகிறது என்று அர்த்தம்; எனவே,

பயமுறுத்தாதீர்கள், அந்த மூன்று குதிரைகள் பூட்டிய வண்டியைக் காட்டி மக்களைப் பயமுறுத்தாதீர்கள்; எதைப் பார்த்து எல்லா நாட்டு மக்களும் பயந்து ஒதுங்கிப் போயிருக்கிறார்களோ, அதைக் காட்டி யாரையும் நீங்கள் பயமுறுத்தாதீர்கள்! கோபங்கொண்டது அல்ல அந்த மூன்று குதிரைகள் பூட்டிய வண்டி, பெருமைக்குரிய அந்த ரஷ்ய வண்டி, வெற்றியுடன் அமைதியாகத் தன்னுடைய குறிக்கோளை நோக்கிப் பயணப்படுகிறது. என்னுடைய வாதியின் வாழ்க்கை உங்களுடைய கைகளில் இருக்கிறது, அப்படியே ரஷ்யாவின் நேர்மையும் உங்களுடைய கைகளிலேயே இருக்கிறது. அதை நீங்கள் காப்பாற்றுங்கள், மெய்ப்பித்துக் காட்டுங்கள், நிரூபியுங்கள், அந்த நேர்மையை நீங்கள் நிலைநிறுத்துவீர்களென்றும் அது நல்லவர்களின் கைகளில்தான் இருக்கிறதென்றும்!" என்றார்.

# 14

# விவசாயிகள் வெற்றிக் களிப்பில் எழுந்து நின்றார்கள்

இப்படியாகத் தனது உரையை ஃபெச்சுகோவிச் பேசி முடித்தபோது, மக்கள் இந்த முறை ஆனந்தப் பரவசத்தில் வெடித்து எழுந்தது, வலிந்து அடக்க முடியாத சூறாவளியைப் போல இருந்தது. இப்போது அவர்களைக் கட்டுப்படுத்துவது என்பது நினைத்துக்கூடப் பார்க்க முடியாத ஒன்றாக இருந்தது: பெண்களில் சிலர் அழுத வண்ணமே இருந்தார்கள். அப்படியே ஆண்களில் பலர், முக்கியமான மனிதர்கள் என்று கருதப்பட்டவர்களில் இரண்டுபேர்கூடக் கண்ணீர் சிந்தி அழுதார்கள். தலைமை நீதிபதி சூழ்நிலைக்கு ஏற்ப மணியை மெதுவாக அடித்தார்: "இப்படிப்பட்ட உற்சாகத்தை மட்டுப்படுத்துவது புனிதமான ஒன்றை மட்டுப்படுத்துவதாகும்" என்று நம்முடைய பெண்கள் உரக்கச் சொன்னார்கள் உண்மையைச் சொல்லப்போனால், பேச்சாளரே நெகிழ்ந்து போயிருந்தார். இதோ இந்தச் சமயத்தில்தான் நம்முடைய இப்போலித் கிரீலவிச் 'ஆட்சேபிக்கிறேன்' என்று சொல்லி எழுந்தார். மக்கள் அவரை வெறுப்புடன் பார்த்தார்கள்: "என்னது? என்ன நடக்கிறது? ஆட்சேபிக்க இவருக்குத் தைரியம்கூட இருக்கிறதா?" என்று முணுமுணுத்தார்கள் பெண்கள். இப்போலித் கிரீலவிச்சின் மனைவியின் தலைமையிலேயே உலகத்துப் பெண்கள் அனைவரும் சேர்ந்துகொண்டு இப்படி முணுமுணுத்திருந்தால்கூட, அந்த நிமிடம் அவரையே அவரால் கட்டுப்படுத்த முடிந்திருக்காது. அவருடைய முகம் வெளிற, மனவெழுச்சியில் அவர் தடுமாறினார்; அவர் உச்சரித்த முதல் வார்த்தை, முதல் வாக்கியம்கூடப் புரியாத விதத்தில்தான் இருந்தது; மூச்சை இழுத்தபடி, சரிவரப் பேச முடியாத நிலையில் வார்த்தைகள் தொடர்பற்று வந்து விழுந்தன. இருந்தாலும், அவர் உடனே தன்னைச் சமாளித்துக்கொண்டார். இப்படி இரண்டாவது

முறையாக அவர் பேசிய பேச்சிலிருந்து சிலவற்றை இங்கு நான் குறிப்பிடுகிறேன்.

"... ஏதோ நான் கட்டுக் கதைவிட்டதாக எண்ணி என்னைக் குற்றம் சாட்டுகிறார்கள். ஆனால், எதிர்தரப்பு வக்கீலோ கதைக்கு மேல் கதை விடுகிறார்! கவிதைதான் இல்லாமல் போய்விட்டது. ஃபியோதர் பாவ்லவிச் தன் காதலியின் வருகையை எதிர்பார்த்தபடியே பணம் வைத்திருந்த உறையைக் கிழித்துத் தரையில் வீசி எறிகிறார். இப்படிப்பட்ட விசித்திரமான சம்பவத்தின்போது அவர் என்ன பேசினார் என்பதையும் குறிப்பிடுகிறார். இது கவிதைபோல இல்லையா என்ன? அப்படி அவர் உறையிலிருந்து பணத்தை எடுத்தாரென்பதற்கு என்ன ஆதாரம்? அவர் பேசியதை யார் கேட்டது? அறிவுகெட்ட அந்த முட்டாள் ஸ்மெர்தியாக்கவ், இழிவான, சட்ட விரோதமான தன்னுடைய பிறப்பிற்காகப் பைரனுடைய (*Byron*) கதாநாயகனைப் போல, சமுதாயத்தைப் பழிவாங்குகிறாராம்; இது ஏதோ பைரனின் பாணிக் கவிதை போல இல்லையா என்ன? தந்தையின் வீட்டுக் கதவை உடைத்துக்கொண்டு வரும் மகன், அவரைக் கொன்றுவிட்டு, அதே சமயம் அவரைக் கொல்லாமல், இது ஏதோ ஒரு புனைகதையோ கவிதையோ அல்ல, இது இரண்டுங்கலந்த மர்மமான ஒன்றாக, அவராலேயே விடைகாண முடியாத ஒரு விடுகதையாக இருக்கிறது. அவர் கொலை செய்தாரென்றால், கொலை செய்தார் என்றுதான் அர்த்தம், அது எப்படி அவர் கொலையும் செய்துவிட்டுக் கொலையும் செய்யாமல் இருப்பார் – யாருக்கு இது புரிகிறது? அதன்பிறகு அவர் நம்முடைய அரங்கம் உண்மையையும் ஆரோக்கியமான விஷயங்களை யும் முன்வைக்கும் அரங்கம் என்று நம்மை எச்சரிக்கிறார்; இதோ 'ஆரோக்கியமான விஷயங்களை' முன்வைக்கும் இந்த அரங்கத்திலிருந்து பொய்யான மூதுரையை, அதாவது தந்தையைக் கொன்ற ஒரு செயலை, தந்தையைக் கொன்றது என்று ஏற்றுக்கொள்ளாமல், பொறாமை என்று ஏற்றுக்கொள்ள வேண்டுமென்கிறார்! அப்படித் தந்தையைக் கொல்வது பொறாமையின் காரணத்தால்தான் என்றால், ஒவ்வொரு குழந்தையும் தன் தந்தையைப் பார்த்துக் கேட்கும், "அப்பா, எதற்காக உன்னை நான் நேசிக்க வேண்டும்?" என்று; ஆக, நமக்கு ஏற்பட்ட இந்த நிலைமை நம்முடைய சமுதாயத்தின் அடிப்படையாகவே மாறும்; பிறகு குடும்பம் எங்கே இருக்கும்? தந்தையைக் கொல்வது என்பது வெறும் "பூச்சாண்டித்தனமான" ஒரு வார்த்தையாகி, மாஸ்கோ வியாபாரிகளின் மனைவிகள் பயப்படும் வார்த்தையாக மட்டுமே மாறிப்போகும். விலை மதிப்பிட முடியாத, மிகப் புனிதமான விஷயங்களெல்லாம்கூட ரஷ்ய நீதிமன்றத்தில் நெறிகெட்ட, சிறுமைத் தனமான விஷயங்களாக மாறி, எதையெல்லாம் நியாயப்படுத்தக் கூடாதோ, அதையெல்லாம் வருங்காலத்தில் நியாயப்படுத்தக் கூடியதாகி விடும். "ஓ, கருணை காட்டி அவனை வீழ்த்திவிடுங்கள்" என்று கூக்குரலிடுகிறார் எதிர்தரப்பு வழக்கறிஞர்; அதுதான் அவருக்குத் தேவைப்படுகிறது, அதன்பிறகு நீங்களே பார்ப்பீர்கள், அவன் எப்படி நொறுங்கிப்போவானென்று! ஆமாம், எதிர்தரப்பு வழக்கறிஞர் எவ்வளவு

அடக்கமாகச் சொல்கிறார், குற்றவாளியை அவர் செய்த குற்றத்திலிருந்து விடுவிக்க வேண்டுமென்று! ஏன், தந்தைக் கொலை என்ற பெயரில், நடந்த இந்த வீரச் செயலுக்காக நற்பணி நிறுவனத்திடமிருந்து பண உதவியைப் பெற்று, பின்வரும் இளைய சமுதாயத்தினருக்கு அவர் ஏன் வழிகாட்டியாக இருக்கக் கூடாது? மதமும் போதனையும் பரிகாரம் செய்யட்டும்: அதாவது, எல்லாமே விசித்திரமானவை; நம்முடைய கிறிஸ்துவம் மட்டும் உண்மையானது; ஏற்கனவே அது எல்லாவிதமான ஆய்வுகளாலும் காரணகாரியங்களாலும் ஆரோக்கியமான எண்ணங்க ளாலும் பரிசீலிக்கப்பட்டுவிட்டது. இதோ நம் முன்பாக உண்மை யில்லாத இயேசு கிறிஸ்து நிறுத்திவைக்கப்படுகிறார்! "எந்த அளவைக் கொண்டு மற்றவர்களை நீங்கள் அளக்கிறீர்களோ, அந்த அளவாலேயே நீங்கள் அளக்கப்படுவீர்கள்" என்று சொன்ன எதிர்தரப்பு வழக்கறிஞர், அப்போதே சொல்கிறார், உங்களை அளந்த அதே அளவுகோலால் மற்றவரை அளக்க ஏசு கிறிஸ்து சொல்லிக் கொடுக்கிறாரென்று; அதுவும் இந்த உண்மையான, ஆரோக்கியமான எண்ணங்கொண்ட இந்த அரங்கத்திலிருந்து! நாம் பேச வருவதற்குச் சற்று முன்பாகத்தான் ஏசு கிறிஸ்துவின் போதனைகளைப் புரட்டிப் பார்க்கிறோம்; எதற்காக என்றால், அதைப் பற்றி நமக்குத் தெரியும், என்பதைச் சுட்டிக்காட்டத் தான்; ஆம், அது ஒரு உண்மையான நீதிபோதனைதான்; நமக்குத் தேவைப்படும்போதெல்லாம் ஒரு உதாரணத்தை எடுத்து, அதை அளவு கோலாக நாம் காட்டிக்கொள்ளத்தான்! ஆனால், ஏசு கிறிஸ்து அப்படி நடக்கச் சொல்லி நமக்கு உத்தரவிடவில்லை; அப்படி நடப்பதற்குப் பதிலாக, கேடுகெட்ட இவ்வுலகத்தில் நடப்பது போல, அவர்களுடைய பிழைகளை நாம் பொறுத்து மன்னித்து, நம்முடைய அடுத்த கன்னத்தையும் அவர்களுக்குக் காட்ட வேண்டுமென்றார்; எந்த அளவால் நாம் அளக்கப்பட்டோமோ அதே அளவால் நாம் பிறரை அளக்கக் கூடாது என்றுதான் அவர் போதித்தார். நம்முடைய ஏசு கிறிஸ்து இதைத்தான் போதித்தாரே தவிர, பொறாமையால் தந்தையை மகன் கொல்லலாமென்று ஒருபோதும் அவர் போதித்த தில்லை. உண்மையான, ஆரோக்கியமான எண்ணங்களைக் கொண்ட இந்த அரங்கத்தில் நம்முடைய ஏசு கிறிஸ்துவின் போதனைகளை நாம் மாற்றப் போவதில்லை, அப்படியே நம்முடைய எதிர்தரப்பு வழக்கறிஞர் குறிப்பிட்டது போலச் "சிலுவையிலறையப்பட்ட மனிதநேயக் காவலர்" என்று ரஷ்ய மரபொழுக்கப்படி அழைத்து வந்த 'நீதான் எங்களுடைய கடவுள்!'[1] என்பதையும் நாம் மாற்றப் போவதில்லை.

இந்தச் சமயத்தில்தான் தலைமை நீதிபதி குறுக்கிட்டு, உற்சாகத்தில் எதையும் பெரிதுபடுத்திப் பேச வேண்டாம், குறிப்பாக, வழக்கு சார்ந்த விஷயங்களைப் பற்றி மட்டும் சுருக்கமாகப் பேசுமாறு, இப்படிப்பட்ட சமயங்களில் எப்படி எல்லாத் தலைமை நீதிபதிகளும் எச்சரிப்பார்களோ, அப்படியே அவரும் எச்சரித்தார். ஆமாம், அரங்கமும் பொறுமையிழந்து காணப்பட்டது. மக்களும் தங்களுடைய இருக்கைகளிலிருந்து அசைந்து கொடுத்து, வெறுப்பாகப் பேசப்பட்ட வார்த்தைகளைக் கேட்டு, ஆச்சர்யத்தில் மூழ்கினார்கள். ஃபெச்சுக்கோவிச் மறுப்பு எதுவும்

தெரிவிக்காமல், ஒரு கையால் தன்னுடைய இதயத்தை அழுத்திப்பிடித்த படி, காயப்பட்ட குரலில், ஒருசில வார்த்தைகளைப் பேச கௌரவமாக அரங்கத்தில் ஏறினார். மீண்டும் அவர் மிக மென்மையாக, ஏளனமாகப் 'புனைகதை', 'மனோதத்துவம்' என்ற வார்த்தைகளை மட்டும் தொட்டுப் பேசியவர், ஒருசமயத்தில் மிகப் பொருத்தமாக, 'ஜூபிட்டர், (ரோமானியப் பெருந்தெய்வம்) நீ கோபித்துக்கொண்டாலும் நீ சொன்னது தப்புதான்'[2] என்று சொன்னபோது நீதிமன்றத்தில் சிரிப்பலையும் அதை ஏற்றுக் கொள்ளும் மனப்பான்மையும் மக்களிடையே இருந்தாலும், ஜூப்பிட்டரின் சாயல் இப்போலித் கிரீலவிச்சிடம் இல்லாமல் இருந்தது. இளைய தலைமுறையினர் தங்களுடைய தந்தையைக் கொலை செய்யக் கூடுமென்று குறிப்பிட்ட குற்றச்சாட்டை ஃபெச்சுகோவிச் ஆழ்ந்த கௌரவத்துடன் கூர்ந்து கவனித்தவர், அதைப் பற்றி எந்த மறுப்பும் தெரிவிக்காமலிருந்தார். "ஏசு கிறிஸ்துவின் பொய் படிவம்" என்று சொன்ன நம்முடைய வழக்கறிஞர், அருள் நிறைந்த நம்முடைய கடவுள் ஏசு கிறிஸ்து என்று சொல்லாமல், 'சிலுவையிலறையப்பட்ட மனிதநேயக் காவலர்' என்று, 'மரபொழுக்கக் கிறிஸ்துவ மதத்திற்கு எதிராக' நின்று, 'உண்மையான, ஆரோக்கிய எண்ணங்களைக் கொண்ட இந்த அரங்கத்தில் சொல்லியிருக்கக் கூடாது என்று 'குற்றஞ்சாட்டிய' ஃபெச்சுகோவிச், குறைந்தபட்சம், நான் வரும்போது, 'இந்த நாட்டுக் குடிமகனாகிய நான், விசுவாசத்திற்குரிய ஒருவன் வரும்போது இப்படி . . .' சொல்லியிருக்கக் கூடாது என்றார்.

இப்படி அவர் சொன்னதுமே தலைமை நீதிபதி அவரைத் தடுக்க, ஃபெச்சுக்கோவிச் தலைவணங்கித் தன்னுடைய உரையை முடித்துக் கொள்ள, அரங்கத்தில் இருந்தவர்கள் சம்மதம் தெரிவிக்கும் வகையில் பொதுவாக முணுமுணுக்க, தன்னுடைய இருக்கைக்குச் சென்று அவர் அமர்ந்தார். நம்முடைய பெண்களின் கணக்குப்படி இப்போலித் கிரீலவிச் 'காலங் காலத்திற்கும் அடித்து நொறுக்கப்பட்டவரானார்.'

பிறகு குற்றம் சாட்டப்பட்டவருக்குப் பேச வாய்ப்பு அளிக்கப் பட்டது. மீச்சியா பேசினான், ஆனால் மிகக் குறைவாகவே பேசினான். உடலளவிலும் உள்ளத்தளவிலும் அவன் மிகவும் சோர்ந்து போயிருந் தான். காலையில் சுறுசுறுப்பாக, சுதந்திரமாக நீதிமன்றத்திற்கு வந்த அவனிடம் இப்போது எல்லாமே மறைந்துபோயிருந்தது. வாழ்நாள் முழுவதற்குமான அனுபவத்தைப் பெற்று, இதுவரை அவனால் புரிந்து கொள்ளப்படாத ஏதோ ஒன்று இப்போது அவனுக்குப் புலப்பட்டது போல, புரிந்துகொள்ளப்பட்டதுபோல இருந்தது. முன்பு உரக்கப் பேசியது போலல்லாமல், இப்போது அவன் குரலைத் தாழ்த்தி அமைதியாக இருந்தான். அவனுடைய வார்த்தைகளில் அடக்கமும் தோல்வியடைந்த, உற்சாகமில்லாத தொனியும் வெளிப்பட்டன.

"என்ன சொல்வது, நீதிமன்றப் பெருமக்களே! தீர்ப்பை ஏற்றுக் கொள்ள வேண்டிய நேரம் வந்துவிட்டது; கடவுள் என்னை ஆசீர் வதிப்பது கேட்கிறது. ஒழுக்கங்கெட்ட மனிதனுக்கு முடிவு வந்துவிட்டது! கடவுளிடம் உண்மையைச் சொல்வது போல உங்களிடம் சொல்கிறேன்:

என் தந்தையின் ரத்தம் சிந்தப்பட்டதற்கு நான் காரணம் அல்ல! கடைசி முறையாக மீண்டும் சொல்கிறேன்: "நான் அவரைக் கொலை செய்யவில்லை." ஒழுக்கங்கெட்டவனாக நான் இருந்தேன், ஆனால் நல்ல விஷயங்களை நான் நேசித்தேன். திருந்த வேண்டுமென்றுதான் ஒவ்வொரு நிமிடமும் நான் முயன்றேன், ஆனால் காட்டு விலங்கைப் போலவே வாழ்ந்தேன். வழக்கறிஞருக்கு என்னுடைய நன்றி, என்னைப் பற்றி மிக அதிகமாக அவர் எனக்குச் சொன்னதற்கு, இதுவரை எனக்குத் தெரியாதவற்றைச் சொன்னதற்கு; ஆனால், நான் என் தந்தையைக் கொலை செய்தேனென்பது உண்மையல்ல; வழக்கறிஞர் தவறு செய்துவிட்டார்! எனக்காக வாதாடிய வழக்கறிஞருக்கும் நன்றி; அவர் பேச்சைக் கேட்டு நான் அழுதேன், ஆனால் என் தந்தையை நான் கொன்றிருப்பேனோ என்றுகூட அவர் ஊகம் செய்திருக்கத் தேவையில்லை! மருத்துவர்கள் சொல்வதையும் நீங்கள் நம்ப வேண்டாம்; நான் நல்ல மனநிலையில்தான் இருக்கிறேன்; என்னுடைய மனம்தான் பாரமாக இருக்கிறது. என்னைத் தண்டித்தாலும் சரி, விடுதலைசெய்தாலும் சரி, உங்களுக்காக நான் பிரார்த்திப்பேன். நான் ஒரு நல்ல மனிதனாக இருப்பேன் என்பதைக் கடவுள் முன்பாகச் சொல்லிக்கொள்கிறேன். ஆனால் நீங்கள் எனக்குத் தண்டனை கொடுத்தீர்களென்றால் – கத்தியை என் தலையின் மீது அடித்து உடைத்து, உடைந்த துண்டுகளை நான் முத்தமிடுவேன்![3] ஆனால், எனக்குக் கருணை காட்டுங்கள்; என்னுடைய கடவுளிடமிருந்து என்னைப் பிரித்துவிடாதீர்கள், ஏனெனில் என்னைப் பற்றி எனக்குத் தெரியும்: நான் விழித்தெழுவேன்! எனக்குப் பாரமாக இருக்கிறது... பெருமக்களே, என்னை விட்டுவிடுங்கள்!" என்று சொன்னவன் ஏறக்குறைய நாற்காலியில் சரிந்துவிழ, குரல் தழுதழுக்க, கடைசி வார்த்தையை அவனால் பேச முடியாமலேயே போனது. பிறகு இரு தரப்பினரையும் நீதிமன்றம் அவரவர்களுக்கான முடிவைச் சொல்லும்படிக் கேட்டது. அதைப் பற்றி இங்கு நான் விவரிக்கப் போவதில்லை. இறுதியாக, தீர்ப்புக் குழுமப் பெருமக்கள் ஒன்றுசேர்ந்து முடிவெடுப்பதற்காக எழுந்துபோனார்கள். தலைமை நீதிபதி மிகவும் சோர்ந்து போயிருந்தார்; எனவே மெல்லிய குரலில், "பாரபட்சமின்றி நியாயமாக இருங்கள்; திறமையாக வாதாடப்பட்ட எதிர்வாதத்தை நுணுகி ஆராயாதீர்கள்; ஆனால் சாட்சியங்களைக் கவனமாகப் பாருங்கள்; மிகப்பெரிய பொறுப்பு உங்களிடம் இருக்கிறது என்பதை நினைவில் கொள்ளுங்கள்" என்று இன்னும் ஏதேதோ இப்படிச் சொன்னார். தீர்ப்புக் குழுமப் பெருமக்கள் எழுந்துபோனதும் வழக்கிற்கான இடைவேளை விடப்பட்டது. இப்போது பொதுமக்கள் எழுந்து சென்று, தங்களுடைய கருத்துகளைப் பரிமாறிக்கொள்ள, சிற்றுண்டி சாப்பிட நேரம் இருந்தது. ஏற்கனவே நேரம் மிகவும் தாமதமாக, இரவு ஒரு மணி ஆகி இருந்தபோதும் மக்கள் யாரும் வெளியே போகவில்லை. எல்லோரும் பதற்றத்தில் இருந்ததால், யாரும் அமைதியாக இல்லை. மனம் படபடக்க எல்லோரும் காத்திருந்தார்கள், இருந்தாலும் எல்லோருடைய மனமும் படபடக்கவில்லை என்பதுதான் உண்மை. பொதுவாகப் பெண்கள் பொறுமையின்றிக் காணப்பட்டாலும்,

மனத்தளவில் அவர்கள் "கண்டிப்பாக விடுதலை கிடைக்கும்" என்ற அமைதியான எண்ணத்தில்தான் இருந்தார்கள். உற்சாகம் அளிக்கக் கூடிய அந்தத் தருணத்தை எதிர்பார்த்து அவர்கள் காத்துக்கொண்டிருந் தார்கள். பெரும்பாலான ஆண்களும் அவனுக்கு விடுதலை கிடைத்து விடுமென்ற நம்பிக்கையில்தான் இருந்தார்கள். ஒருசிலர் மகிழ்ச்சி இல்லாமல் இருக்க, மற்றவர்கள் முகத்தைச் சுளித்துக்கொண்டு வெறுப்பைக் காட்ட, வேறு சிலரோ ஏமாற்றத்துடன் இருந்தார்கள்: அவர்கள் அவனுக்கு விடுதலை கிடைக்கக் கூடாது என்று நினைத்தார்கள்! ஃபெச்சுக்கோவிச்சும் வெற்றி கிடைத்துவிடும் என்ற நம்பிக்கையில்தான் இருந்தார். மக்கள் அவரைச் சூழ்ந்துகொண்டு வாழ்த்தைத் தெரிவித்தபடி அவரிடம் குழைந்துகொண்டிருந்தார்கள்.

'கண்ணுக்குப் புலப்படாத இழை ஒன்று எதிர்தரப்பு வழக்கறிஞரை யும் நீதிமன்றப் பெருமக்களையும் இணைக்கக்கூடியதாக இருக்கிறது' என்று ஒருவர் சொன்னார். 'அவர் பேசும்போதே அவர்களைக் கட்டியிழுக்கக்கூடிய அந்த இழை ஒன்று இருப்பது தெரிந்தது. அதை நான் உணர்ந்தேன்; அப்படி ஒன்று இருக்கத்தான் செய்கிறது. நம்முடைய காரியம் வெற்றியடைந்துவிட்டது, இனி நாம் அமைதியாக இருக்கலாம்' என்றார்.

"இதோ, நம்முடைய ஆண்கள் இப்போது என்ன பேசிக்கொண் டிருப்பார்கள்?" என்று அங்கே பேசிக்கொண்டிருந்த ஆண்களின் கூட்டத்தருகே வந்த பருமனான, அம்மைத் தழும்பு கொண்ட உள்ளூர் நிலப்பிரபு ஒருவர் எரிச்சலுடன் கேட்டார்.

"அவர்கள் சாதாரண ஆண்மக்கள் அல்ல. நான்கு அரசு அதிகாரிகள்."

"ஆமாம், அவர்கள் அரசு அதிகாரிகள்தாம்" என்று அவர்களுடன் சேர்ந்துகொண்டு உள்ளூர் விவசாய சங்க உறுப்பினர் ஒருவரும் சொன்னார்.

"உங்களுக்கு நஸ்ரேவை, அதுதான் அந்த ப்ரஹோர் இவானவிச்சைப் பற்றித் தெரியுமா, பதக்கம் அணிந்திருந்த அந்த வியாபாரியை, அவர், தீர்ப்புக் குழு உறுப்பினர்களில் ஒருவர், அவரை உங்களுக்குத் தெரியுமா?"

"அவருக்கு என்ன?"

"அதிபயங்கர அறிவாளி."

"ஆனால் அவர் வாயே திறக்கவில்லையே."

"அவர் வாயைத் திறக்காமல் அமைதியாக இருந்தது இன்னும் நல்லதுதான். பீத்தர்புர்கிலிருந்து வந்த வழக்கறிஞரிடமிருந்து தெரிந்து கொள்ள அவருக்கு ஒன்றுமில்லை. அவரே அந்த வழக்கறிஞருக்குச் சொல்லிக் கொடுப்பார். பன்னிரண்டு குழந்தைகளுக்குத் தந்தை அவர். யோசித்துப் பாருங்கள்!"

“ஆமாம், கருணை காட்டி அவனுக்கு விடுதலை கொடுத்து விடுவார்களா?” என்று உரக்கக் கேட்டார் மற்றொரு கூட்டத்திலிருந்த ஒரு இளம் அதிகாரி.

“ஒருவேளை விடுதலை அளிக்கப்படலாம்” என்று உறுதியான குரல் ஒன்று கேட்டது.

“வெட்கம், அப்படி விடுதலை தரவில்லையென்றால் கேவலம்” என்று உரக்கச் சொன்னார் மற்றொரு அதிகாரி. ‘அப்படியே அவன் கொலை செய்திருந்தாலும், தந்தை என்பதில் எவ்வளவோ விதம் இருக்கிறது இல்லையா! அதுவும் வெறிபிடித்த ஒரு நிலையில்தானே அவன் இருந்தான் . . . அவன் உண்மையாகவே உலக்கையைத் தூக்கித் தான் எறிந்திருக்கிறான், ஆனால் அவரோ அடிபட்டுக் கீழே விழுந்து விட்டார். பாவம் அந்த வேலைக்காரனைத்தான் இதில் இழுத்து விட்டார்கள். இது வெறும் ஒரு வேடிக்கையான சம்பவம்தான். எதிர்தரப்பு வழக்கறிஞர் இடத்தில் நான் இருந்திருந்தால், இப்படித்தான் சொல்லியிருப்பேன்: ‘அவர் கொலைசெய்தார், ஆனால் அவர்மீது தப்பில்லை, அதனால், நாசமாய்ப் போன உங்களுக்கென்ன!’ என்று.

“ஆமாம், அவரும் அதைத்தான் சொன்னார், என்ன ‘நாசமாய்ப் போக’ என்றுதான் அவர் சொல்லவில்லை” என்றது ஒரு குரல்.

“இல்லை, மிகையில் செமியோனவிச், ஏறக்குறைய அவர் என்ன சொன்னார் என்றால்” என்று அதைப் பிடித்துக்கொண்டது மூன்றாவது குரல்.

“ஓ, பெருமக்களே, நம்முடைய நாற்பது நாள் உண்ணாவிரத நோன்பு சமயத்தில் தன் காதலனின் சட்டபூர்வ மனைவியின் கழுத்தை அறுத்துக் கொன்ற நடிகைக்கு விடுதலை கொடுக்கத்தானே செய்தார்கள்.”[4]

“ஆமாம், ஆனால் அவள் ஆழமாகக் கழுத்தை அறுத்துவிட வில்லையே.”

“எப்படியிருந்தாலும், கழுத்தை அறுக்கத்தானே செய்தாள்.”

“குழந்தைகளைப் பற்றி எப்படிச் சொன்னார்? அற்புதம்!”

“அற்புதம்!”

“சரி, அந்த விசித்திரத்தைப் பற்றி, அந்த விசித்திரத்தைப் பற்றி, எப்படி?”

“ஆமாம், அதை விடுங்கள்” என்று கத்திய மற்றொருவர், “நம்முடைய இப்போலித்தை நினைத்துப் பாருங்கள், இனி எப்படிப்பட்ட வாழ்க்கை அவருக்கு இருக்கப் போகிறது! அவளுடைய அன்பு மீச்சியாவைப்

பற்றி அவர் பேசிய பேச்சுக்கெல்லாம் அவருடைய மனைவி நாளைக்கே அவரைக் குத்திக் குதறப் போகிறாள்" என்றார்.

"அவள் இங்கேயா இருக்கிறாள்?"

"இங்கேயா? இருந்திருந்தால் இங்கேயே அவள் அவரைப் பிய்த்துப் பிடுங்கியிருப்பாள். வீட்டில் இருக்கிறாள். பல் வலியாம். ஹா – ஹா – ஹா!"

"ஹா – ஹா – ஹா!"

மூன்றாவதாகக் கூடியிருக்கும் கூட்டத்திலிருந்து:

"மீச்சியாவை நிரபராதி என்று விட்டுவிடுவார்கள்."

"நாளைக்கே அவன் 'தலைநகர'ச் சத்திரத்தை உலுக்கி எடுத்து விடுவான்; தொடர்ந்து பத்து நாட்கள் குடித்துக் கும்மாளம் போடுவான்."

"நாசமாய்ப் போக!"

"ஆமாம், சாத்தான், சாத்தான்தான். சாத்தான் இல்லாமல் எப்படி; சாத்தான் இங்கில்லாமல் வேறு எங்கு இருக்க முடியும்."

"பெருமக்களே, திறமையான பேச்செல்லாம் சரிதான். ஆனால் தந்தைமார்களுடைய தலையை உடைக்கக் கூடாதுதானே. இல்லாவிட்டால், இது எங்குக் கொண்டுபோய் முடியும்?"

"ரதம், ரதவண்டி, நினைவிருக்கிறதா?"

"ஆமாம், கட்டை வண்டியிலிருந்து ஒரு ரதத்தைச் செய்துவிட்டான்."

"நாளைக்கே அந்த ரதத்தைக் கட்டை வண்டியாக்குவான்; ஆக்கிவிட்டுச் சூழ்நிலையின் காரணமாக, எல்லாமே சூழ்நிலையின் காரணமாக என்பான்".

"மக்கள் புத்திசாலிகளாகிவிட்டார்கள். உண்மையாகவே நம்முடைய ரஷ்யாவில் நியாயம் இருக்கிறதா, இல்லை அது இல்லாமலேயே போய்விட்டதா, பெருமக்களே?"

அதற்குள் மணி அடித்தது. நீதிமன்றக் குழுவினர் சரியாக ஒரு மணி நேரமாக, கூடவும் குறையவும் இல்லாமல், ஒரு மணி நேரமாகக் கூடி நின்று பேசிக்கொண்டிருந்தார்கள். பொதுமக்கள் அவரவர்களுடைய இடத்திற்கு வந்தமர்ந்தவுடன், அடர்ந்த அமைதி நிலவியது. எப்படி நீதிமன்றப் பெருமக்கள் அரங்கத்திற்கு வந்தார்கள் என்று எனக்கு நன்றாக நினைவிருக்கிறது. இறுதியாக, கேட்கப்பட்ட எல்லாக் கேள்விகளையும் வரிசையாக இங்கு நான் சொல்லப் போவதில்லை; ஆமாம், அவை எனக்கு நினைவிலும் இல்லை. முதலும் முக்கியமுமான கேள்வி, 'கொள்ளையடிப்பதற்காகக் கொலையை முன்கூட்டியே அவன் திட்டமிட்டு, அதன்படியே கொலையைச் செய்தானா?' (சரியான

வார்த்தைகள் நினைவிலில்லை) என்ற கேள்விக்கான பதில்தான் எனக்கு ஞாபகம் இருக்கிறது. இதைக் கேட்டு எல்லோருடைய மூச்சும் நின்றுபோயிருந்தது. தீர்ப்புக் குழுமப் பெருமக்களில் மூத்தவரான அந்த அரசு அதிகாரி எல்லோரையும்விட வயதில் குறைந்தவர், அமைதியாக இருந்த அரங்கத்தில் தெளிவாக, சத்தமாகச் சொன்னார்:

'ஆமாம், அவன் குற்றவாளிதான்!' என்று.

பிறகு கேட்கப்பட்ட எல்லாக் கேள்விகளுக்கும் அதே விதமான பதில்தான் வந்தது; ஆமாம், அவன் குற்றவாளிதானென்றும், அவனுடைய குற்றத்தை எந்தவிதத்திலும் குறைத்து மதிப்பிட முடியாது என்றும் சொன்னார்கள்! இதை யாருமே எதிர்பார்க்கவில்லை; குறைந்தபட்சம் அவனுக்குக் கருணை காட்டுவார்களென்றுதான் எல்லோரும் எதிர்பார்த் திருந்தார்கள். பயங்கரமான அமைதி அரங்கத்தில் நிலவ, எல்லோரும் சிலையாகிப்போனார்கள். அவனுக்குத் தண்டனை கொடுக்க வேண்டு மென்றவர்களும் அவனுக்கு விடுதலை கொடுக்க வேண்டுமென்றவர்களும். ஆனால் இது முதல் சில நிமிடங்கள்தான். பிறகு பயங்கரமான கூச்சல் எழுந்தது. ஆண்கள் தரப்பில் நிறையப் பேர் மகிழ்ச்சியுடன் இருந்தார்கள். இன்னும் சிலர் தங்களுடைய சந்தோஷத்தை மறைக்காமல் கைகுலுக்கிக்கொண்டார்கள். வருத்தப்பட்டவர்கள் மனம் நொந்து, வெறுப்பில் தங்களுடைய தோள்களைக் குலுக்கிக் கொண்டவர்கள், என்ன நடந்தது என்பதை இன்னும் உணர முடியாத நிலையில், தங்களுக்குள் முணுமுணுத்துக்கொண்டார்கள். ஆனால், கடவுளே, நம்முடைய பெண்களுக்கு என்னவாயிற்று! நான் நினைத்தேன், அவர்கள் கலகம் செய்வார்களென்று. முதலில் அவர்கள் இதை நம்பவில்லை. பிறகு திடீரென்று நீதிமன்றம் முழுவதும் கேட்கும் படியாக உரக்கக் கத்தினார்கள், 'என்ன இது? என்ன நடக்கிறது?' என்று. அவர்கள் தாங்கள் அமர்ந்திருந்த நாற்காலியிலிருந்து எட்டிக் குதித்தார்கள். இப்போதே இந்தத் தீர்ப்பை மாற்றி அமைக்கலாம், மாறான ஒன்றைச் செய்யலாம் என்று அவர்கள் நம்பினார்கள். அந்தச் சமயம் மீச்சியா எழுந்து, நெஞ்சைப் பிளக்கிற குரலில் கைகளை விரித்தபடி கத்தினான்:

"கடவுள்மீது சத்தியமாகச் சொல்கிறேன், அவர்கள் கொடுத்த இந்தக் கடைசித் தீர்ப்பின் மீது சத்தியமாகச் சொல்கிறேன், என் தந்தை சிந்திய ரத்தத்திற்கு நான் காரணமல்ல! காச்சியா, உன்னை நான் மன்னிக்கிறேன்! சகோதரர்களே, நண்பர்களே, இன்னொரு பெண்ணை விட்டுவிடுங்கள்!" .

அவனால் முழுவதுமாகப் பேச முடியாமல் வெடித்தழுதது அரங்கம் முழுவதும் கேட்க, அவனுடைய குரலோ அவனுடையதாக இல்லாமல், கடவுளுக்குத்தான் தெரியும், திடீரென்று எங்கிருந்து அவனுக்கு அப்பப்பட்ட ஒரு குரல் வந்தது என்று. அப்படி ஒரு பயங்கரமான குரலாக அது இருந்தது. அரங்கத்தின் வெகு தொலைவிலிருந்து, ஒரு மூலையிலிருந்து, பெண்மணியின் குரல் ஒன்று கிறீச்சிட்டு ஒலித்தது:

அது குரூஷென்காவின் குரலாக இருந்தது. தீர்ப்பு சொல்லப்படுவதற்கு முன்பு யாரையோ அவள் கெஞ்சிக் கேட்க, அவளை உள்ளே வர அனுமதித்திருந்தார்கள். மீச்சியாவைக் கூட்டிக்கொண்டு போனார்கள். தீர்ப்பு அடுத்த நாளுக்கு ஒத்திவைக்கப்பட்டது. அரங்கம் முழுவதும் அமளி நிலவ, எதையும் கேட்காமல் எதற்காகவும் காத்திருக்காமல் நான் வெளியே வந்துவிட்டேன். ஒருசில வியப்பொலி அரங்கத்தின் வெளியே வாசற்படியில் கேட்டது மட்டும் எனக்கு நினைவிருக்கிறது.

“இருபது வருடங்கள் சுரங்கத்தில் சுவாசிக்கப் போகிறான்” என்றது ஒரு குரல்.

“அதற்குக் குறைவாக இருக்காது.”

“ஆமாம், நம்முடைய ஆண்மக்கள் தங்களுடைய பெருமையை நிலைநாட்டிவிட்டார்கள்.”

“இப்படியாக, நம்முடைய அருமை மீச்சியாவுக்கு முடிவு கட்டி விட்டார்கள்.”

நான்காவது மற்றும் கடைசி பாகத்தின் கடைசிப் பகுதி.

# முடிவுரை

# 1

## மீச்சியாவைக் காப்பாற்றத் திட்டங்கள்

மீச்சியாவின் வழக்கு விசாரணை முடிந்து ஐந்து நாட்கள் கழித்து, முக்கியமான ஒரு விஷயத்தைப் பற்றி இருவரும் விவாதித்து, இறுதியாக ஒரு முடிவை எடுக்கவும் இன்னுமொரு முக்கியமான விஷயத்தைப் பற்றிப் பேசவும் கத்தரீனா இவானவ்னாவின் வீட்டிற்குக் காலை எட்டு மணிக்கே அல்யோஷா வந்திருந்தான். எப்போதோ குரூஷென்காவைச் சந்தித்த அதே அறையில் அமர்ந்து அவன் பேசினான்; அருகில், மற்றொரு அறையில், மூளைக் காய்ச்சலால் நினைவிழந்த இவான் ஃபியோதரவிச் படுத் திருந்தான். நீதிமன்றத்தில் நடந்த சம்பவத்திற்குப் பிறகு நோய்வாய்ப்பட்டு, நினைவிழந்திருந்த இவான் ஃபியோதர விச்சைத் தன்னுடைய வீட்டிற்குக் கூட்டிக்கொண்டு வருமாறு உத்தரவிட்டிருந்த கத்தரீனா இவானவ்னா, இனி ஊரில் பேசப்படும் பேச்சைப் பற்றியோ அவதூற்றைப் பற்றியோ கவலைப்படாமல் இருந்தாள். இதுவரை அவளுடன் வாழ்ந்து வந்த இரண்டு உறவுக்காரப் பெண்களில் ஒருத்தி நீதிமன்ற விசாரணைக்குப் பிறகு மாஸ்கோ போய்விட, மற்றொருத்தி மட்டும் அவளுடன் தங்கியிருந்தாள். அப்படி அவர்கள் இருவருமே அவளைவிட்டுப் போயிருந்தாலும் கூட, நோயாளி இவான் ஃபியோதரவிச்சைக் கவனித்துக் கொள்ளும் முடிவை அவள் மாற்றிக்கொள்ளாமல், இரவு பகலாக அவள் அவனைக் கவனித்துக்கொண்டுதான் இருந்திருப்பாள். அவனுக்கு வார்வென்ஸ்கியும் ஹெர்ஷென் ஸ்தூபேவும் தான் சிகிச்சை அளித்து வந்தார்கள்; மாஸ்கோவி லிருந்து வந்திருந்த மருத்துவர் அவனுடைய நோயின் தாக்கத்தைப் பார்த்துவிட்டுத் தன்னுடைய கருத்தைத் தெரிவிக்க மறுத்துவிட்டு மீண்டும் அவர் மாஸ்கோவுக்கே

போய்விட்டார். மற்ற இரண்டு மருத்துவர்களும் கத்தரீனா இவானவ்னா மற்றும் அல்யோஷாவின் அச்சத்தைப் போக்கினாலும், நோயை முழுமையாகக் குணப்படுத்த முடியுமென்ற உறுதியான நம்பிக்கையை அவர்களால் கொடுக்க முடியவில்லை. நோய்வாய்ப்பட்ட தன் சகோதரனை ஒரு நாளைக்கு இரண்டு முறை அல்யோஷா சந்தித்து வந்தான். ஆனால், அவனுக்கு இந்த முறை தனிப்பட்ட மிக முக்கியமான தொரு வேலையும், அதைப் பற்றி எப்படிப் பேசுவது என்ற சிரமமும் அதற்கும் மேலாக, அவசரமாக வெளியே போக வேண்டிய வேலையும் இருந்தது: தள்ளிப்போட முடியாத நிலையில் மிக முக்கியமான வேலை ஒன்று இருந்ததால், காலையிலிருந்தே அல்யோஷா பதற்றமாக இருந்தான். ஏற்கனவே கால்மணி நேரமாக அவர்கள் பேசிக்கொண் டிருந்தார்கள். கத்தரீனா இவானவ்னா முகம் வெளிறி, மிகவும் சோர்வாக, அதேசமயம், நோயுற்ற நிலையில் ஆழ்ந்த கவலையில் இருந்தாள்: எதற்காக அல்யோஷா அவளைப் பார்க்க வந்திருக்கிறானென்பது அவளுக்குத் தெரிந்திருந்தது.

"அவருடைய முடிவைப் பற்றி நீங்கள் கவலைப்படாதீர்கள்" என்று உறுதியாக அல்யோஷாவிடம் சொன்னாள். இப்படியோ, அப்படியோ, எப்படியும் அவன் அந்த முடிவுக்குத்தான் வருவான்: கண்டிப்பாக இங்கிருந்து அவன் ஓடித்தான் போக வேண்டும்! பரிதாபத்திற்குரிய நேர்மையான, உண்மையான அந்தக் கதாநாயகன், திமித்ரி ஃபியோதரவிச் இல்லை, மற்றொருவன், அதாவது மற்றொரு அறையில் படுத்திருக்கும் அவன், தன் சகோதரனுக்காகத் தன்னைத் தியாகம் செய்துகொண்டவன்" என்று கண்கள் பளிச்சிடச் சொன்ன காச்சியா, "ஓடிப்போகும் திட்டம் முழுவதையும் எப்போதோ என்னிடம் அவன் சொல்லிவிட்டான். பாருங்கள், ஏற்கனவே அது தொடர்பாக எல்லோரையும் அவன் போய்ப் பார்த்தான் ... உங்களுக்கு ஏற்கனவே நான் சில விஷயங்களைத் தெரியப்படுத்திவிட்டேன் ... மூன்றாவது சிறைச்சாலையின் நிறுத்தத்தில், அரசியல் கைதிகளைச் சைபீரியாவுக்குக் கூட்டிக்கொண்டு போகும் வேளையில் இது அநேகமாக நடக்கலாம். ஓ, அதற்கு இன்னும் நிறைய நேரம் இருக்கிறது. இவான் ஃபியோதரவிச் ஏற்கனவே மூன்றாவது நிறுத்தத்தில் இருக்கும் அதிகாரியைச் சந்தித்துப் பேசிவிட்டான். ஆனால், கைதிகளைக் கூட்டிக்கொண்டு போகும் பொறுப்பிலிருக்கப் போகிறவர் யாரென்பதுதான் இன்னும் தெரிய வில்லை; ஆமாம், இவ்வளவு சீக்கிரமாக அதைத் தெரிந்துகொள்ளவும் முடியாது. ஒருசமயம் விபரீதமாக ஏதாவது நடந்துவிட்டால் என்ன செய்வது என்பதால், இவான் ஃபியோதரவிச், தான் போட்ட திட்டம் முழுவதையும் பத்திரமாக என்னிடம் கொடுத்து வைத்திருக்கிறான்; அதை நான் உங்களுக்கு நாளைக்குக் காட்ட முடியும் ... உங்களுக்கு ஞாபகமிருக்கிறதா, அன்று மாலை நாங்கள் சண்டை போட்டுக் கொண்டபோது எங்களைப் பார்க்க நீங்கள் வந்தீர்களே, அன்று அவன் படிக்கட்டில் இறங்கிப் போகும்போது கட்டாயம் அவரைக் கூட்டிக்கொண்டு வரச் சொல்லி உங்களிடம் நான் சொன்னேனே – அது உங்களுக்கு நினைவிருக்கிறதா, அன்றுதான் அவன் என்னிடம் அதைக் கொடுத்தான். எதற்காக நாங்கள் சண்டை போட்டுக்கொண்டோ

மென்று?" உங்களுக்குத் தெரியுமா, என்று கேட்டாள் கத்தரீனா இவானவ்னா.

"இல்லை. தெரியாது."

"அப்போது அதை அவன் உங்களிடம் சொல்லாமல் மறைத்தான்: இதோ இதே இந்தத் தப்பி ஓடும் திட்டத்தைத்தான். ஏற்கனவே மூன்று நாட்களுக்கு முன்பே அவன் என்னிடம் சொன்னான் – அப்போதே நாங்கள் சண்டை போட ஆரம்பித்தோம், இதோ இன்று வரை, மூன்று நாட்களாக, நாங்கள் சண்டை போட்டுக் கொண்டுதான் இருக்கிறோம். ஏனெனில், திமித்ரி ஃபியோதரவிச்சுக்கு ஒருவேளை தண்டனை கொடுத்துவிட்டால், அந்த மிருகத்துடன் அவர் வெளி நாட்டிற்கு ஓடிப்போய் விட வேண்டுமென்று சொன்னபோது, எனக்குக் கோபம் வந்தது – அது ஏன் என்று தெரியவில்லை, ஏனோ எனக்குக் கோபம் வந்தது... ஓ, ஆமாம், நான் அந்த மிருகத்திற்காக, அவளுக்காகத் தான் கோபப்பட்டேன், அதுவும் குறிப்பாகத் திமித்ரியுடன் அவள் வெளிநாட்டிற்கு ஓடிப்போவதைக் கேட்டுத்தான் நான் கோபப்பட்டேன்!" என்று சொன்ன கத்தரீனா இவானவ்னாவின் உதடுகள் திடீரென்று கோபத்தில் துடித்தன. அந்த ஜென்மத்திற்காக நான் கோபப்பட்டதைப் பார்த்து இவான் ஃபியோதரவிச் அவள்மீது நான் பொறாமைப் படுகிறேன், இன்னமும் திமித்ரியை நான் விரும்புகிறேன் என்று நினைத்தான். உடனே எங்களுக்குள் சண்டை வந்தது. அதற்கு நான் விளக்கம் கொடுக்க விரும்பவில்லை; மன்னிப்பு கேட்கவும் இல்லை; எனக்கு மிகவும் கஷ்டமாக இருந்தது, இப்படிப்பட்ட ஒரு மனிதர் கடந்த கால என்னுடைய காதலைப் பார்த்துச் சந்தேகப்படுகிறாரே என்று... மேலும், நான் திமித்ரியை விரும்பவில்லை, இவானைத்தான் விரும்புகிறேனென்று! நானே அவனிடம் சொல்லியிருக்கிறேன், அப்போது நான் அந்த மிருகத்திற்காகத்தான் கோபப்பட்டேன்! மூன்று நாட்கள் கழித்து, அந்த மாலை வேளையில், நீங்கள் வந்திருந்த போது, அவன் என்னிடம் ஒரு உறையைக் கொடுத்து அப்போதே பிரித்துப் பார்க்கச் சொன்னான்; ஒரு சமயம் அவனுக்கு ஏதாவது நடந்துவிட்டால் என்ன செய்வது என்ற பயத்தில். ஓ, தன்னுடைய நோயைப் பற்றி அவனுக்கு முன்பே தெரிந்திருந்தது! அவனே அந்த உறையைப் பிரித்து, ஓடிப்போகும் திட்டத்தின் முழு விவரத்தையும் என்னிடம் காட்டினான்; ஏனெனில் திடீரென்று அவன் இறந்து போய்விட்டாலோ அவனுக்கு உடல்நலம் சரியில்லாமல் போய் விட்டாலோ மீச்சியாவை நான் காப்பாற்ற வேண்டுமென்பதற்காக. அதில் ஏறக்குறைய அவன் பத்தாயிரம் ரூபிள்களை வைத்திருந்தான்; அதைத்தான் அரசு வழக்கறிஞர் யார் மூலமோ தெரிந்துகொண்டு பணத்தை மாற்றுவதற்காக யாரையோ அவன் அனுப்பினானென்று குறிப்பிட்டார். திடீரென்று ஒரு விஷயம் என்னை ஆச்சர்யப்பட வைக்கிறது, இவ்வளவு தூரம் என்னைச் சந்தேகப்படுகிற இவான் ஃபியோதரவிச், இன்னமும் நான் மீச்சியாவை விரும்புகிறேனென்று உறுதியாக நம்புகிற அவன், தன் சகோதரனைக் காப்பாற்றும் திட்டத்தைக் கைவிடாமல், நம்பி அதை என்னிடம் ஒப்படைப்பதுதான்! ஓ!

இதுதான் தியாகம்! இல்லை, இப்படிப்பட்ட தியாகத்தை முழுமையாக உங்களால் புரிந்துகொள்ள முடியாது அலெக்ஸெய் ஃபியோதரவிச்! எனக்கு அவனுடைய கால்களில் விழுந்து வணங்க வேண்டும் போல இருந்தது, ஆனால் மீச்சியா காப்பாற்றப்பட்டால் நான் சந்தோஷப் படுவேனென்று அவன் நினைப்பானோ என்று நினைத்ததும், (நிச்சயமாக அவன் அப்படித்தான் நினைத்திருப்பான்!) நியாயமில்லாத அவனுடைய எண்ணத்தை நினைத்து நான் எரிச்சலடைந்தேன்; எனவே, அவனுடைய கால்களை முத்தமிடுவதற்குப் பதிலாக, வேறு ஒரு காரியத்தைச் செய்தேன்! ஓ, எப்பேர்பட்ட துரதிர்ஷ்டசாலி நான்! அதுதான் நான் – பயங்கரமான, துரதிர்ஷ்டசாலி நான்! ஹா, இன்னமும் நீங்கள் பார்ப்பீர்கள்: நான் நடந்துகொள்ளும் விதத்தில் அவன் என்னையும் விட்டுவிட்டு, திமித்ரியைப் போல, வேறு ஒரு பெண்ணின் பின்னால் போவான் என்பதை; அதுதான் சரியான ஒன்றாகவும் இருக்கும்; ஆனால்... என்னால்தான் அதைத் தாங்க முடியாமல் தற்கொலை செய்துகொள்வேனென்று நினைக்கிறேன்! அன்று அந்த நாள் மாலை நேரம் நீங்கள் இங்கு வந்தபோது, இவானைத் திரும்ப அழைத்துவரச் சொல்லி உங்களிடம் சொன்னேன், அப்போது அவன் பார்த்த ஏளனமான, வெறுப்பான பார்வையில் நான் கொதித்துப் போய்க் கத்தினேனே, உங்களுக்கு அது நினைவிருக்கிறதா, திமித்ரிதான் கொலைகாரன் என்று நம்பியதற்கு அவன், அவன்தான் காரணமென்று. வேண்டுமென்றேதான் நான் அவன்மீது பழியைப் போட்டேன், அவனைக் காயப்படுத்துவதற்காகவேதான் நான் அப்படிச் சொன்னேன், ஏனெனில் அவன் அப்படித் திமித்ரிதான் கொலைகாரனென்று; எப்போதும், எப்போதுமே சொன்னதில்லை, மாறாக, நான்தான் அப்படிச் சொல்லிக்கொண்டிருந்தேன்! ஓ, என்னுடைய பைத்தியக்காரத் தனம்தான் எல்லாவற்றிற்கும் காரணம்! நான், நான்தான் நீதிமன்றத்தில் நாசமாய்ப்போன அந்த நாடகத்தை ஆடிவிட்டேன்! தான் நல்லவ னென்று என்னிடம் நிரூபிக்க ஆசைப்பட்டவன், அவனுடைய சகோதரனை நான் விரும்புகிறேனென்று தெரிந்திருந்தும் பொறாமை யாலோ பழிவாங்கும் எண்ணத்தாலோ ஒருநாளும் அவன் இவானின் வாழ்க்கையைக் கெடுத்திருக்க மாட்டான். அதனால்தான் இவான் நீதிமன்றத்திற்கே வந்தான்... எல்லாமே என்னால்தான் நடந்தது, நான்தான் எல்லாவற்றிற்கும் காரணம்!" என்றாள்.

இதற்கு முன்பு காச்சியா இப்படி எப்போதுமே அல்யோஷாவிடம் வருத்தப்பட்டதில்லை; அவளால் இதைத் தாங்கிக்கொள்ள முடியாமல், அந்த வேதனையின் காரணத்தால், தற்பெருமை கொண்ட அவளுடைய உள்ளம் வலியை ஆழமாக உணர்ந்து, அவளுடைய தற்பெருமையை நொறுக்கி, வேதனையில் அவளைத் தள்ளியிருந்தது என்று அல்யோஷா நினைத்தான். ஓ, அவளுடைய இந்த வேதனைக்கு வேறு ஒரு பயங்கரமான காரணமும் இருக்கிறதென்று அல்யோஷாவுக்குத் தெரியும், மீச்சியாவின் மீது குற்றம் சாட்டப்பட்டு, வழக்கு நடக்கும் இவ்வளவு நாட்களாக அதை அவள் வெளியே காட்டிக்கொள்ளாமல், தனக்குள்ளேயே அதை அவள் மறைத்து வைத்திருந்தாலும், அது அல்யோஷாவுக்குத் தெரியும்; ஆனால் இப்போது அந்தக் காரணத்தை அவளே சொல்லு

மளவுக்கு அவள் கீழே இறங்கி வந்ததுதான், அல்யோஷாவுக்கு மிகவும் வேதனையாக இருந்தது. நீதிமன்றத்தில் அப்படிக் 'காட்டிக் கொடுத்த தற்காக' அவள் மிகவும் வேதனைப்பட்டாள், அப்படியே அல்யோஷா வுக்குத் தெரியும், அவளுடைய மனசாட்சி, அவள் செய்த பாவத்திற்குப் பரிகாரம் தேடுகிறதென்று, அதுவும் குறிப்பாக அவனிடம், அல்யோஷா விடம் கண்ணீருடன், தேம்பி அழுது, வெறிபிடித்தவள்போல் தரையில் உருண்டு அழ வேண்டுமென்று அவளுடைய மனசாட்சி விரும்புகிற தென்று அல்யோஷாவுக்குத் தெரியும். ஆனால், அப்படிப்பட்ட தருணத்தை எண்ணி அவன் பயந்திருந்தான், அப்படியே வருத்தப் படுபவளை மன்னித்துவிடவும் அவன் விருப்பப்பட்டான். இது அவன் சொல்ல வந்த காரியத்தை இன்னும் சிரமமாக்கியது. மீண்டும் அவன் மீச்சியாவைப் பற்றிப் பேச ஆரம்பித்தான்.

“பரவாயில்லை, பரவாயில்லை, அவனைப் பற்றிப் பேச நீங்கள் பயப்பட வேண்டாம்!” என்று நயமின்றி வெடுக்கென்று மீண்டும் ஆரம்பித்த காச்சியா, “அவனுக்கு எல்லாமே ஒரு நிமிடம்தான், அவனைப் பற்றி எனக்குத் தெரியும், அவனுடைய மனத்தைப் பற்றியும் தெரியும். நீங்கள் நம்பிக்கையோடு இருக்கலாம், ஓடிப்போவதற்கு அவன் சம்மதிப்பான் என்பதை நினைத்து. முக்கியமாக, அது இப்போது இல்லை; அதை முடிவுசெய்ய இன்னும் நேரமிருக்கிறது. அதற்குள் இவான் ஃபியோதரவிச் உடல்நலம் தேறி, அவனே அவனுக்கு வழியும் காட்டுவான்; எனவே நான் இங்குச் செய்ய வேண்டியது ஒன்றுமில்லை. நீங்கள் பயப்பட வேண்டாம், தப்பித்துப் போகும் திட்டத்தை அவன் ஏற்றுக்கொள்வான். ஆமாம், அதற்கு அவன் சம்மதமும் கொடுப்பான்; அந்த ஜென்மத்தை விட்டுவிட்டு அவனால் இருக்க முடியுமா என்ன? சைபீரியா போவதற்கு அவளை அனுமதிக்க மாட்டார்கள், பிறகு அவன் ஓடிப்போகாமல் வேறென்ன செய்வான்? முக்கியமாக, உங்களைக் கண்டு அவன் பயப்படுகிறான், உங்களுடைய நன்னடத்தையைக் கண்டு அவன் பயப்படுகிறான்; அவன் தப்பித்துப்போக நீங்கள் சம்மதிக்க மாட்டீர்களென்று நினைத்து அவன் பயப்படுகிறான்; ஆனால் நீங்கள் பெருந்தன்மையோடு இதை அனுமதிக்க வேண்டும், உங்களுடைய சம்மதம் அவனுக்கு அவ்வளவுதூரம் முக்கியமென்றால்” என்று காழ்ப்புணர்ச்சியுடன் சொன்னாள் காச்சியா. அப்படிச் சொன்னவள் அமைதியாக, குரோதத்துடன் புன்னகைத்தாள்.

“அங்கு எதையோ அவன் உளறிக்கொண்டிருக்கிறான்” என்று மீண்டும் பேச ஆரம்பித்தவள், “ஏதோ பாசுரங்கள், அவன் சுமக்க வேண்டிய சிலுவை, ஏதோ கடமை என்று இவான் ஃபியோதரவிச் சொன்னது எனக்கு ஞாபகம் இருக்கிறது, அதுவும் அவன் எப்படிச் சொன்னான் என்பது மட்டும் உங்களுக்குத் தெரிந்தால்!” என்று அடக்க முடியாத உணர்ச்சிப் பெருக்குடன் திடீரென்று சொன்ன காச்சியா, “அதுமட்டும் உங்களுக்குத் தெரிந்தால், பாவப்பட்ட மீச்சியாவை அந்த நிமிடம் இவான் எப்படி நேசித்தானென்பது மட்டும் உங்களுக்குத் தெரிந்தால்; அப்படி மீச்சியாவைப் பற்றிப் பேசியபோது, அவன் மீச்சியாவை எப்படி வெறுத்தான் தெரியுமா!

ஆனால், நானோ, ஓ, எல்லாவற்றையும் கேட்டுக்கொண்டு, அவன் விட்ட கண்ணீரையும் பார்த்துக்கொண்டு, ஏளனமாக அகங்காரமாகச் சிரித்தேன்! ஓ, அந்தப் பயங்கரமான ஜீவன்! அதுதான் நான், அப்படிப் பட்டவள்தான் நான்! அவனுடைய மூளைக் காய்ச்சலுக்கு நான்தான் காரணம்! மற்றொருவன் – குற்றம் சாட்டப்பட்டவனோ – கஷ்டப்படவா தயாராக இருக்கிறான்!" என்று எரிச்சலுடன் சொன்ன காச்சியா, "ஆமாம், இப்படிப்பட்டவனா கஷ்டப்படப் போகிறான்? இவனைப் போன்றவர்கள் எப்போதுமே கஷ்டப்பட மாட்டார்கள்!" என்றாள்.

அவளுடைய வார்த்தைகளில் ஏதோ ஒரு வெறுப்பும் பகைமை உணர்வும் தெரிந்தன. சொல்லப்போனால், அவள்தானே அவனுக்கு நம்பிக்கை துரோகம் செய்தாள். "மீச்சியா முன்பு குற்றவாளியாக அவள் இருப்பதால்தானோ என்னவோ அவனை அவள் அவ்வப்போது வெறுக்கிறாள்" என்று தனக்குள் நினைத்துக்கொண்டான் அல்யோஷா. "அவ்வப்போது" என்றே இருக்கட்டுமென்று நினைத்தான் அல்யோஷா. காச்சியாவின் கடைசி வார்த்தைகளில் ஒரு சவால் இருப்பதாகத் தோன்றியது; ஆனால் அதைப் பற்றி அவன் எதுவும் பேசவில்லை.

"உங்களை நான் இன்று இங்கு வரச் சொன்னதற்குக் காரணம் நீங்களே அவனிடம் பேசி, சம்மதம் வாங்கித்தர வேண்டுமென்பதை நீங்கள் எனக்குச் சத்தியம் செய்து கொடுக்கத்தான். அல்லது உங்களைப் பொறுத்தவரை தப்பித்து ஓடிவிடுவது நியாயமற்ற, வீரமற்ற அல்லது அது எப்படி . . . கிறிஸ்துவத்தனமில்லாத ஒரு செயலா?" என்று இன்னும் சற்றே அதிக சவால்விடும் பாணியில் கேட்டாள் காச்சியா.

"அல்ல. அப்படியல்ல. எல்லாவற்றையும் அவனிடம் நான் சொல்கிறேன் . . ." என்று முணுமுணுத்தான் அல்யோஷா. "உங்களை இன்று அவன் பார்க்க வரச் சொன்னான்" என்று அவளை உற்றுப் பார்த்தபடி உளறினான் அல்யோஷா. அவள் வேகமாகச் சிலிர்த்துக் கொண்டு சற்றே விலகிப்போய் சோபாவில் அமர்ந்தாள்.

"என்னையா வரச் சொன்னான் . . . இது நடக்கக்கூடிய காரியமா என்ன?" என்று முகம் வெளிறியபடி முணுமுணுத்தாள்.

"ஆமாம், இது நடக்கக்கூடிய காரியம்தான்; நடக்கும்!" என்று உறுதியாக, உற்சாகத்துடன் ஆரம்பித்தான் அல்யோஷா; "நீங்கள் அவனுக்கு மிகவும் தேவைப்படுகிறீர்கள், குறிப்பாக இப்போது. அப்படி இல்லாமல் இருந்திருந்தால் முன்கூட்டியே உங்களை நான் வேதனைப்படுத்தி யிருக்க மாட்டேன். அவனுக்கு உடல்நலம் சரியில்லை, பைத்தியம் பிடித்தவனைப் போல உங்களை வரச் சொல்லிக் கேட்டுக்கொண்டே இருக்கிறான். உங்களுடன் சமாதானமாகப் போக அவன் உங்களை அழைக்கவில்லை, ஆனால் நீங்கள் அங்குப் போக வேண்டும், போய் உங்களுடைய முகத்தைக் காட்ட வேண்டுமென்பதற்காகத்தான். அன்றைய தினத்திலிருந்து நிறைய விஷயங்கள் நடந்தேறிவிட்டன. தவறாக உங்க ளிடம் அவன் நடந்துகொண்டதை அவன் உணர்கிறான். உங்களுடைய மன்னிப்பை அவன் எதிர்பார்க்கவில்லை: "என்னை மன்னிக்கவே கூடாது" என்று அவன்தான் சொன்னான், ஆனால், நீங்கள் உங்களுடைய முகத்தை மட்டுமாவது காட்ட வேண்டும் . . ." என்றான்.

"நீங்கள் என்னைத் திடீரென்று..." என்று முணுமுணுத்த காச்சியா, "இவ்வளவு நாளும் எனக்குத் தெரியும், நீங்கள் வருவீர்களென்று... எனக்குத் தெரியும், அவன் என்னைக் கூப்பிடுவானென்று!.. ஆனால், இது முடியவே முடியாது!" என்றாள்.

"இது முடியாததாகவே இருக்கட்டும், இருந்தாலும் அதைச் செய்யுங்கள். நினைவில் கொள்ளுங்கள், முதன் முறையாக அவன் உங்களை அவமதித்ததை நினைத்து அவன் வருத்தப்படுகிறான், அவனுடைய வாழ்நாளிலேயே முதன்முறையாக, இவ்வளவு ஆழமாக அவன் எப்போதுமே வருத்தப்பட்டதில்லை, இப்போதுதான் அவன் அதை நினைத்துப் பார்க்கிறான்! அவன் சொல்கிறான், 'ஒருவேளை அவள் இங்கு வர மறுத்தால், "வாழ்நாள் முழுவதும் மகிழ்ச்சியில்லாதவனாகவே நான் இருப்பேன்" என்று. கேட்கிறதா உங்களுக்கு: இருபது வருடங்கள் சைபீரியாவில் இருக்கப் போகும் அவன் இன்னும் சந்தோஷத்திற்காக ஏங்குகிறான் – இது உங்களுக்குப் பரிதாபமாகத் தெரியவில்லையா? யோசித்துப் பாருங்கள்: "எந்தப் பாவமும் செய்யாதவனை நீங்கள் பார்க்கப் போகிறீர்கள்" என்று அறைகூவல் விடுக்கும் தொனியில் வெளிவந்தன அல்யோஷாவின் வார்த்தைகள். "அவனுடைய கைகள் சுத்தமானவை, அதில் ரத்தக்கறை கிடையாது! எண்ணற்ற துயரை அனுபவிக்கப்போகும் அவனை இனியாவது போய்ப் பாருங்கள்! போங்கள், போய் இருட்டில் இருக்கும் அவனை... வாசலில் நின்று பாருங்கள். அது மட்டும் போதும்... நீங்கள் இதைக் கண்டிப்பாக, கண்டிப்பாகச் செய்ய வேண்டும்!" என்று சொன்ன அல்யோஷா, 'கண்டிப்பாக' என்ற வார்த்தையை அழுத்தி உச்சரித்தான்.

"கண்டிப்பாக, ஆனால்... என்னால் முடியாது" என்று முணுமுணுத்த காச்சியா, "அவன் என்னைப் பார்ப்பான்... அதை என்னால் தாங்கிக்கொள்ளவே முடியாது."

"உங்களுடைய கண்கள் பார்க்க வேண்டும். நீங்கள் இப்போது ஒரு முடிவை எடுக்கவில்லையென்றால், உங்களுடைய வாழ்க்கையை எப்படி நீங்கள் வாழப் போகிறீர்கள்?" என்று கேட்டான் அல்யோஷா.

"வாழ்நாள் முழுவதும் வேதனைப்படுவதே மேல்" என்றாள்.

"கண்டிப்பாக, கண்டிப்பாக நீங்கள் போய் அவனைப் பார்க்க வேண்டும்" என்று மீண்டும் கெஞ்சும் குரலில் அழுத்திச் சொன்னான் அல்யோஷா.

"ஆனால் ஏன் இன்று, ஏன் இப்போது?... நோயாளியைத் தனியாக விட்டுவிட்டு நான் போக முடியாதே..." என்றாள் மீச்சியா.

"ஒரு நிமிடம், ஒரு நிமிடம் போய் அவனை உங்களால் பார்க்க முடியும்தானே. நீங்கள் போய்ப் பார்க்கவில்லையென்றால், இன்று இரவே அவனுக்குக் காய்ச்சல் வரும். நான் பொய் சொல்லவில்லை. கருணை காட்டுங்கள்!" என்றான்.

"என்மீது இரக்கம் காட்டுங்கள்!" என்று கடுமையாகச் சொன்ன காச்சியா, அழுதாள்.

கரமாஸவ் சகோதரர்கள்

“ஆக, போவீர்கள்!” என்று அவள் அழுவதைப் பார்த்து அல்யோஷா உறுதியாகச் சொன்னான்.

“இல்லை, அவனிடம் சொல்லாதீர்கள்!” என்று பயந்தபடி கத்தினாள் காச்சியா. “நான் போகிறேன், ஆனால் அவனிடம் முன்கூட்டியே சொல்லாதீர்கள், ஏனெனில் நான் போவேன், போய் ஒருசமயம் உள்ளே சென்று பார்க்காமலும் போவேன் . . . அதைப் பற்றி இன்னும் நான் எதுவும் முடிவு செய்யவில்லை . . .”

அவளுடைய குரல் தழுதழுத்தது. சீராக அவளால் மூச்சுவிட முடியாமல் போனது. அல்யோஷா கிளம்புவதற்காக எழுந்தான்.

“ஒருவேளை யாரையாவது நான் சந்திக்க நேர்ந்தால்?” என்று மீண்டும் முகம் வெளிறத் தாழ்ந்த குரலில் திடீரென்று கேட்டாள் காச்சியா.

“அதற்காகத்தான் சொல்கிறேன், இப்போதே நீங்கள் அவனைப் பார்க்கப் போங்கள் என்று. ஏனெனில் இப்போது அங்கு யாருமே இல்லை; யாருமே அங்கு இருக்கப் போவதும் இல்லை; உண்மையாகத் தான் சொல்கிறேன். உங்களுக்காக நாங்கள் அங்குக் காத்திருப்போம்” என்று உறுதியாகச் சொன்னவன், அறையை விட்டு வெளியேறினான்.

## 2

## ஒரு நிமிடத்திற்குப் பொய் உண்மையானது

மீச்சியா படுத்திருந்த மருத்துவமனையை நோக்கி அல்யோஷா வேகமாகப் போனான். தீர்ப்பு வழங்கப்பட்ட இரண்டாவது நாள் அவனுக்கு மூளைக் காய்ச்சல் வந்து, நம் நகரத்து மருத்துவமனைக்குக் கைதிகள் இருக்கும் பிரிவுக்கு அவன் அனுப்பப்பட்டான். அல்யோஷா மற்றும் பலருடைய (ஹஹ்லக்கோவா, லிஸா மற்றும் பலருடைய) வேண்டுகோளின்படி ஸ்மெர்தியாக்கவ் முன்பு படுத்திருந்த கைதிகள் இருந்த பிரிவின் தனி அறையில், மீச்சியாவைப் படுக்கவைத்திருந்தார் மருத்துவர் வார்வர்ஸ்கி. நடைக் கூடத்தின் கடைக்கோடியில் காவலாளி இருந்ததும் ஜன்னல்களிளெல்லாம் வலைக்கம்பி போடப்பட்டிருந்ததும் உண்மைதான்; எனவே வார்வர்ஸ்கி மனத்தளவில் நிம்மதியாக இருந்தார், சட்டத்திற்குப் புறம்பாக அவர் எதையும் செய்யவில்லை என்று; ஆனால் அவர் இரக்கமுள்ள, உதவக்கூடிய இளம் மருத்துவராக இருந்தார். திடீரென்று கொலைகாரர்களுக்கும் கொள்ளைக்காரர்களுக்கும் மத்தியில் மீச்சியா போன்றவர்கள் இருப்பது எவ்வளவு சிரமமென்று; அவருக்குப் புரிந்திருந்தது, இதற்கு அவர்கள் பழக்கப்பட வேண்டுமென்று அவருக்குத் தெரிந்திருந்தது. மருத்துவர், கண்காணிப்பாளர் மற்றும் காவல்காரரின் அனுமதியுடன் உறவினர்கள், நண்பர்களெல்லோரும் பார்க்க அனுமதிக்கப்பட்டாலும், எல்லாமே மிக அமைதியாகவே நடந்தது. சில நாட்களாக அல்யோஷாவும் குரூஷென்காவும்தான்

அவனைப் பார்த்து வந்தார்கள். ரக்கீத்தின், மீச்சியாவை இரண்டுமுறை பார்க்க முயன்றபோதிலும், மருத்துவர் வார்வென்ஸ்கியிடம் அவனை உள்ளேவிடக் கூடாது என்று மீச்சியா கேட்டுக்கொண்டான்.

மருத்துவமனைக்குரிய ஆடையில், தலையில் புளிக்காடியும் தண்ணீரும் கலந்த கலவையால் துவாலையை நனைத்துக் கட்டியபடி படுக்கையில் அமர்ந்திருந்த மீச்சியாவை அல்யோஷா பார்த்தான். உள்ளே வந்த அல்யோஷாவைத் தெளிவற்ற பார்வையால் மீச்சியா பார்த்தானென்றாலும், அவனுடைய பார்வையில் ஏதோ ஒருவிதப் பயம் தெரிந்தது.

தீர்ப்பு சொல்லப்பட்ட பிறகு எதையோ அவன் ஆழமாக யோசித்துக் கொண்டிருந்தான். சில சமயங்களில் முழு அரை மணி நேரமாக அமைதியாக இருந்த அவன், எதையோ ஆழமாக, வேதனையுடன் யோசித்துப் பார்த்தவன், பார்க்க வந்தவர்களிடம் பேசக்கூட மறந்து போயிருந்தான். அப்படி நினைவு திரும்பி அவன் பேச ஆரம்பித்தாலும், திடீரென்று துண்டிக்கப்பட்ட விதத்தில் எதை எதையோ பேசியவன், உண்மையாக எதைச் சொல்ல விருப்பப்பட்டானோ அதைச் சொல்லாமல் வேறு எதைப் பற்றியோ பேசினான். சில சமயங்களில் தன் சகோதரனை மிகவும் சிரமத்துடன் பார்த்தான். அல்யோஷாவைப் பார்ப்பதைவிட, குரூஷென்காவைப் பார்ப்பது அவனுக்குச் சுலபமாக இருந்தது. ஏறக்குறைய அவளிடம் அவன் பேசவில்லை என்பது உண்மை என்றாலும், அவள் உள்ளே வந்ததும் அவனுடைய முகம் மகிழ்ச்சியில் பிரகாசித்தது. படுக்கைக்கு அருகே வந்து அல்யோஷா அமைதியாக அமர்ந்தான். இந்த முறை அல்யோஷாவைப் பார்க்க ஆவலுடன் அவன் காத்துக்கொண்டிருந்தாலும், மீச்சியா அவனிடம் எதைப் பற்றியும் பேசவில்லை. மீச்சியாவைப் பார்க்கவரக் காச்சியா சம்மதிப்பாளென்பதை நினைத்துக்கூடப் பார்க்க முடியாது என்றாலும், அவனைப் பார்க்க அவள் வராமலிருப்பதும் நடக்க முடியாத காரியம் என்றே அவன் நினைத்தான். அல்யோஷாவுக்கு அவளுடைய உணர்வு புரிந்தது.

“திரிஃபோன்தான்” என்று பதற்றத்தில் ஆரம்பித்த மீச்சியா, “அதுதான் பரீசிச், தன்னுடைய சத்திரத்தைத் தலைகீழாய்ப் புரட்டிப் போட்டுவிட்டானாம் – தரையிலிருந்த மரப் பலகைகளைப் பிடுங்கி, வேறு பல இடங்களிலும் மரச் சட்டங்களை உடைத்து, வெளிப்புறத் ‘தாழ்வாரம்’ முழுவதையும் தோண்டி எடுத்து, பணம் ஒளித்து வைக்கப்பட்டிருக்கிறது என்று வழக்கறிஞர் சொன்னாரே, அந்த ஆயிரத்து ஐநூறு ரூபிள்களை அவன்தான் தேடினானாம். திரும்ப வீட்டிற்குப் போனதும், எல்லாவற்றையும் அவன் கலைத்துப் போட்டு வீட்டையே நாசமாக்கிவிட்டானாம், சொல்கிறார்கள். அவனுக்கு அது தேவைதான், மோசக்காரன்! மருத்துவமனைக் காவலாளி நேற்று சொன்னான், அங்கிருந்துதான் அவன் வருகிறான்.”

“கேள்” என்று சொன்ன அல்யோஷா, “காச்சியா வருவாள், ஆனால் எப்போது என்றுதான் தெரியாது, ஒருவேளை இன்றுகூட வரலாம், இரண்டு நாட்கள் கழித்தும் வரலாம், எப்போது வருவாள்

என்று தெரியாது, ஆனால் அவள் வருவாள், வருவாளென்றுதான் நான் நினைக்கிறேன்."

இதைக் கேட்டு அதிர்ச்சியடைந்த மீச்சியா எதையோ சொல்ல நினைத்தவன், அமைதியாகிவிட்டான். இந்த விஷயம் அவனைப் பயங்கரமாகப் பாதித்தது. அவர்கள் பேசிக்கொண்டதைப் பற்றி விளக்கமாகக் கேட்க அவனுக்கு ஆசையாக இருந்தது என்பது தெளிவாகத் தெரிந்தது, ஆனால் அதைப் பற்றி இப்போது கேட்க அவன் பயப்பட்டான்: அவள் கடுமையாக, வெறுப்பாக எதையாவது சொல்லியிருந்தால், அது அவனுக்கு இப்போது மிகப்பெரிய அடியாக இருக்குமென்று நினைத்தான்.

"இதோ, அவள் இப்படித்தான் சொன்னாள், நீ தப்பி ஓடுவது குறித்து உன்னுடைய மனசாட்சியை நான் சாந்தப்படுத்த வேண்டு மென்று: அதற்குள் உடல்நலம் தேறி இவான் வராவிட்டால், அவளே அந்தக் காரியத்தைச் செய்வதாகச் சொன்னாள்."

"அதைப் பற்றி ஏற்கனவே என்னிடம் நீ சொல்லிவிட்டாய்" என்று எதையோ நினைத்தபடி சொன்னான் மீச்சியா.

"அதை ஏற்கனவே நீ குரூஷென்காவிடம் சொல்லிவிட்டாயா?"

"ஆமாம்." "இன்று காலை அவள் இங்கு வரமாட்டாள்" என்று தன் சகோதரனைக் கோழைத்தனமாகப் பார்த்துச் சொன்னான் மீச்சியா. "அவள் சாயங்காலம்தான் வருவாள். இந்த விஷயத்தைக் காச்சியா கவனித்துக் கொள்கிறாளென்று சொன்னதும் குரூஷென்கா ஒன்றும் பேசாமல் அமைதியாகிவிட்டாள்; அவளுடைய உதடுகள் வெறுப்பில் சுழிந்தன. "சரி அவளே பார்த்துக்கொள்ளட்டும்!" என்று முணுமுணுத்தாள். அது முக்கியமான வேலையென்பதை அவள் புரிந்துகொண்டாள். அதற்கு மேல் எதையும் கேட்பதற்கு எனக்குத் தைரியமில்லை. அவளுக்குப் புரிகிறது, அவள் என்னை விரும்பவில்லை, இவானை விரும்புகிறாளென்று!"

"அப்படியா?" என்ற வார்த்தைகள் அல்யோஷாவிடமிருந்து வெளிவந்தன.

"அல்ல, அப்படியல்ல. இன்று காலை மட்டும்தான் அவள் இங்கு வரமாட்டாள்" என்று மீண்டும் ஒருமுறை வேகமாகச் சொன்ன மீச்சியா, "அவளுக்கு நான் ஒரு வேலையைக் கொடுத்திருக்கிறேன் . . . கேள், இவான் நம் எல்லோரையும்விட உயர்ந்து நிற்பான். அவன் நன்றாக இருக்க வேண்டும், நம்மைவிட. உடல்நலம் தேறி அவன் கண்டிப்பாக வருவான்" என்றான் மீச்சியா.

"யோசித்துப் பார், அவனுக்காகக் காச்சியா பதறினாலும், உடல் நலம் தேறி அவன் வந்துவிடுவானென்பதில் அவளுக்குச் சந்தேகமே இல்லை" என்றான் அல்யோஷா.

"அப்படியானால் இவான் இறந்துவிடுவானென்று அவளுக்கு உறுதியாகத் தெரியும். உடல்நலம் தேறி அவன் வந்துவிடுவானென்று பயத்தால் அவள் நம்புகிறாள்" என்று சொன்னான் மீச்சியா.

“இவானுடைய உடம்பு வலிமையாகத்தான் இருக்கிறது. நானும் நம்புகிறேன், அவன் உடல் தேறி வந்துவிடுவானென்று” என்று அல்யோஷா எச்சரிக்கையுடன் சொன்னான்.

“ஆம், அவன் உடல்நலம் தேறி வந்துவிடுவான். ஆனால் அவன் இறந்துவிடுவானென்று அவள் உறுதியாக இருக்கிறாள். அவள் அதிகம் சிரமப்பட்டுவிட்டாள் ...” என்றான் மீச்சியா.

சிறிது நேரம் அமைதி நிலவியது. ஏதோ ஒரு முக்கியமான விஷயம் மீச்சியாவை வேதனைப்படுத்தியது.

“அல்யோஷா, குரூஷென்காவை நான் ஆழமாக விரும்புகிறேன்” என்று திடீரென்று கண்ணீர் பொங்க, குரல் தழுதழுக்கச் சொன்னான் மீச்சியா.

“அவளை உன்னுடன் அங்கே வர அனுமதிக்க மாட்டார்கள்” என்று உடனே பிடித்துக்கொண்டான் அல்யோஷா.

“இன்னும் ஒரு விஷயத்தை உன்னிடம் நான் சொல்ல விரும்பினேன்” என்று கணீரென்ற குரலில் திடீரென்று தொடர்ந்த மீச்சியா, “வழியில் என்னை அடித்தாலோ அங்கே என்னை அடித்து உதைத்தாலோ, அவர்களை நான் விடமாட்டேன், கொன்றுவிடுவேன்; பிறகு அவர்கள் என்னைக் கொன்றுவிடுவார்கள். அதுவும் அப்படி இருபது வருடங்கள்! இப்போதே அவர்கள் என்னை நீ என்று கூப்பிட ஆரம்பித்துவிட்டார்கள். காவலாளிகள் என்னை நீ என்றுதான் கூப்பிடுகிறார்கள். படுத்துக் கொண்டு இரவு முழுவதும் நான் யோசித்துக்கொண்டிருந்தேன்: இதற்கு நான் தயாராக இல்லை! இதை ஏற்றுக்கொள்ள எனக்கு வலிமை இல்லை என்று! ‘கடவுளின் பாசுரத்தை’ப் பாட நான் விரும்பினேன், ஆனால், காவலாளிகள் என்னை மரியாதை இல்லாமல் விளிப்பது எனக்குப் பிடிக்கவில்லை! குருஷாவுக்காக எல்லாவற்றையும் ... எல்லாவற்றையும் நான் ஏற்றுக்கொள்வேன், ஆனால் ஒன்றே ஒன்றைத் தவிர, அதுதான் அடி, உதை ... ஆனால், அவளை அங்கு வர அவர்கள் அனுமதிக்கமாட்டார்கள்” என்றான் மீச்சியா. அல்யோஷா அமைதியாகச் சிரித்தான்.

“கேள், சகோதரனே, கடைசியாகச் சொல்கிறேன்” என்று சொன்ன அல்யோஷா, “என்னுடைய கருத்து இதுதான். உனக்குத் தெரியும் நான் பொய் சொல்ல மாட்டேனென்று. அதனால் கேள்: நீ இதற்குத் தயாராக இல்லை. மேலும் இந்தச் சிலுவை உனக்கானதல்ல. அது மட்டுமல்ல: அது உனக்குத் தேவையானதுமில்லை, இப்படிப்பட்ட பிரம்மாண்டமானதொரு சிலுவையைச் சுமக்க நீ தயாராகவும் இல்லை. தந்தையை நீ கொன்றிருந்தால் இந்தச் சிலுவையை நீ சுமக்காமல் போனதற்கு நான் வருத்தப்பட்டிருப்பேன். ஆனால் நீயோ குற்றம் செய்யாதவன், இந்தச் சிலுவையின் சுமை உனக்கு மிகவும் பெரியது. வேதனையை அனுபவிப்பதன் மூலமாக இன்னொரு மனிதனை உனக்குள் நீ உருவாக்கப் பார்க்கிறாய்; என்னைப் பொறுத்தவரை, எப்போதும் ஒன்றை நினைவில் கொள், உன்னுடைய வாழ்நாள் முழுவதும் அதை நினைவில் கொள், நீ எங்கு ஓடிப்போனாலும்

சரி, அந்த இன்னொரு மனிதனை உன்னுடைய நினைவில் நீ நிலைநிறுத்து – இது ஒன்று போதுமானது. இப்படிப்பட்ட ஒரு மிகப்பெரிய சிலுவையை நீ சுமக்காமல் போவதற்கு ஒரே காரணம், உன்னுடைய கடமையை நீ உணர வேண்டும் என்பதற்காகத்தான். அப்படியே இதை நீ தொடர்ந்து உணருவதால், வாழ்நாள் முழுவதும் உன்னை நீ செதுக்கிக்கொள்ள அது உனக்கு உறுதுணையாய் இருந்து, நீ அங்குப் போவதைவிட, அதிக வழிவகையை அது உனக்குச் செய்து கொடுக்கும். ஏனெனில், உன்னால் எதையும் அங்குத் தாங்கிக்கொள்ள முடியாமல் நீ கலகம் செய்வாய்; ஒருவேளை, இறுதியாக நீ இப்படியும் சொல்லலாம், "எல்லாமே எனக்கு ஒன்றுதான்" என்று. இந்த விஷயத்தைப் பொறுத்தவரை வழக்கறிஞர் சரியாகத்தான் சொன்னார். சுமை என்பது எல்லோராலும் சுமக்கக்கூடிய ஒன்றல்ல; ஒருசிலரால் அதைச் சுமக்கவே முடியாது . . . என்று. இதோ இதுதான் என்னுடைய கருத்தும் கூட, ஒருவேளை என்னுடைய கருத்து உனக்குத் தேவைப்பட்டால். நீ தப்பி ஓடுவதற்கு, மற்றவர்கள் அதாவது அதிகாரிகள், படைவீரர்கள் காரணமாகக் காட்டப்பட்டால் அதை நான் 'அனுமதிக்க மாட்டேன்' என்று சொல்லியபடி சிரித்தான் அல்யோஷா. ஆனால் சொல்கிறார்கள், (இடை நிறுத்தப் பொறுப்பாளரே அவனிடம் சொன்னாராம்) ஒழுங்காகத் திறமையுடன் செய்யப்பட்டால், தப்புவது ஒன்றும் பெரிய விஷயமல்ல என்று. லஞ்சம் கொடுப்பது என்பது சந்தேகத்திற்கு இடமின்றி, நியாயமில்லாத ஒன்றுதான், இந்த விஷயத்தில் கூட, ஆனால், அதைப் பற்றி நான் இங்கு விவாதிக்கவே போவதில்லை, ஏனெனில், உதாரணமாக, என்னை இவானோ காச்சியாவோ இந்த வேலையைச் செய்யச் சொல்லி வேண்டியிருந்தால் கண்டிப்பாக இதை நான் செய்திருப்பேன்; உன்னிடம் கண்டிப்பாக எல்லா உண்மையையும் நான் சொல்ல வேண்டும். எனவேதான் நீ செய்யும் காரியங்களுக்கு நீதிபதியாக நான் இருக்க முடியாது. ஆனால், தெரிந்துகொள், உன்னை நான் எப்போதுமே திட்ட மாட்டேன். ஆமாம், இந்த விஷயத்தில் உன்னைக் குற்றம்சாட்டுவது விநோதமான விஷயம்தானே! சரி, எல்லாவற்றையும் நான் யோசித்துப் பார்த்துவிட்டேனென்று நினைக்கிறேன்.

"ஆனால், என்னையே நான் குற்றம் சாட்டிக்கொள்கிறேன்!" என்று சொன்னான் மீச்சியா. "நான் தப்பித்து ஓடிவிடுவது என்பது நீ இல்லாமலேயே தீர்மானிக்கப்பட்டது: மீச்கா கரமாஸவ் ஓடிப் போகாமல் இருப்பானா என்ன? அதற்காகத்தான் என்னையே நான் குற்றம் சாட்டிக்கொள்கிறேன். மேலும் அங்குப் போய்க் காலத்திற்கும் நான் செய்த பாவத்திற்காகப் பிராயச்சித்தம் தேடப் போகிறேன்! அப்படித்தானே இக்னேஷயஸ் லயோலா சங்கத்தைச் சார்ந்தவர்கள் சொல்கிறார்கள், இல்லையா? இதோ நாம் இப்போது செய்கிறோமே, அப்படித்தானே, என்ன?" என்று கேட்டான் மீச்சியா.

"ஆமாம்" என்றபடி அமைதியாகச் சிரித்தான் அல்யோஷா.

"எதையும் நீ மறைக்காமல் உண்மையைச் சொல்வதற்கு உன்னை நான் நேசிக்கிறேன்!" என்று சந்தோஷமாகச் சிரித்தபடி சொன்னான் மீச்சியா. ஆக, இக்னேஷயஸ் லயோலா பிரிவினரைப் போல நடிக்கும்

என்னுடைய அல்யோஷாவை நான் கையும்களவுமாகப் பிடித்து விட்டேன்! அதற்காக உன்னை நான் முத்தமிட வேண்டும்! சரி, கேள், இனி நான் என்னுடைய மனத்தின் அடுத்த பகுதியையும் உனக்குத் திறந்து காட்டுகிறேன். இதோ இதைத்தான் நான் யோசித்து முடிவுசெய்தேன்: அப்படி நான் தப்பித்துப் பணத்தோடும் பாஸ்போர்ட் டோடும் அமெரிக்காவிற்கே ஓடிப் போனாலும், இந்த எண்ணம் ஒன்றுதான் என்னுள் ஓடிக்கொண்டே இருக்கும், அதாவது, சந்தோஷமாக, மகிழ்ச்சியாக இருப்பதற்காக நான் இங்கு ஓடிவரவில்லை, எனவே உண்மையாகவே இது இன்னுமொரு சைபீரியாவாக இருக்க, ஏன் அது ஒருசமயம் இன்னும் அதைவிட மோசமாகக்கூட இருக்கலாம்! அதைவிடவும் இன்னும் மோசமாகத்தான் அது இருக்கும், அலெக்ஸெய், உண்மையைச் சொல்கிறேன், அதைவிடவும் மோசமாகத்தான் இருக்கும்! நான் அந்த அமெரிக்காவை, நாசமாய்ப்போன அந்த அமெரிக்காவை எப்போதுமே வெறுக்கிறேன். குரூஷா என்னுடன் இருக்கிறாளென்றாலும், அவளைப் பார்: அவள் என்ன அமெரிக்கக்காரியா என்ன? அவள் ரஷ்ய நாட்டுக்காரி, முற்றிலும் ரஷ்ய நாட்டுப் பெண், தன்னுடைய தாய்நாட்டை நினைத்து அவள் ஏங்க, அதை ஒவ்வொரு நிமிடமும் நான் பார்ப்பேன், பார்த்து எப்படி அவள் எனக்காகச் சிரமப்படுகிறாள், இந்தச் சிலுவையைச் சுமக்கிறாளென்று பார்த்து நான் வேதனைப் படுவேன்; அவள் என்ன தவறு செய்தாள்? நாதியற்றுச் சொந்த நாட்டைவிட்டு ஓடிவந்தவர்களை, என்னைவிட மிகச் சிறந்தவர்களாக இருக்கும் அவர்கள் படுத்தும் பாட்டைப் பார்த்துத்தான் என்னால் சும்மா இருக்க முடியுமா? அப்படிப்பட்ட அந்த அமெரிக்காவை நான் வெறுக்கிறேன்! அங்கிருக்கும் ஒவ்வொருவரும் மிகச் சிறந்த அற்புதமான தொழில் நிபுணர்களாகவே இருக்கட்டும் – நாசமாய்ப் போக, அவர்கள் என் நாட்டு மக்களல்லவே; என்னுடைய மனத்துக்கு உகந்தவர்கள் அல்லவே! ரஷ்யாவை நான் விரும்புகிறேன், அலெக்ஸெய், ரஷ்யக் கடவுளை நான் விரும்புகிறேன், கயவனாகவே நான் இருந்தாலும்! ஆமாம், அங்கே நான் அழுகிச் செத்துப் போய்விடுவேன்!" என்று கண்கள் பளிச்சிடத் திடீரென்று கத்தினான் மீச்சியா. அவனுடைய குரல் தழுதழுத்தது.

"இதோ இப்படித்தான் முடிவுசெய்திருக்கிறேன், அலெக்ஸெய், கேள்!" என்று மீண்டும் ஆரம்பித்தவன், தன்னுடைய பதற்றத்தை அடக்கிக்கொண்டு, "நானும் குரூஷென்காவும் அங்குப் போய் நிலத்தை உழுது வேலைசெய்து, எங்காவது ஒரு மூலையில், கரடிகளிடமிருந்து தப்பித்து, ஏதாவது ஒரு இடத்தில் இருக்கிறோமென்றே வைத்துக் கொள், அங்கும் ஏதாவது ஒரு இடம், அமைதியான இடம், இருக்கத் தானே செய்யும்! அங்கே, அந்த அடிவானத்திற்கு அப்பால், வெகு தூரத்தில், சிவப்பு இந்தியர்கள் இருக்கிறார்களென்று சொல்கிறார்கள்; ஆக, அதோ அந்த அடிவானத்திற்கு, அந்த எல்லைக்கு, கடைசியாக வாழும் மொஹிக்கர்கள்[1] இருக்கும் இடத்திற்குப் போவோம். போனதும் நானும் குரூஷாவும் மொழி, இலக்கணம் படிப்போம். வேலை, படிப்பு என்று மூன்று வருடங்களைக் கழிப்போம். இந்த மூன்று வருடங்களில் நாங்கள் ஆங்கிலம் கற்றுக்கொண்டு ஆங்கிலேயர்களைப்

போல மாறிவிடுவோம். அப்படி ஆங்கிலத்தைக் கற்றுக்கொண்ட பிறகு, அமெரிக்காவிலிருந்து விடைபெற்றுக்கொண்டு இங்கு வருவோம், ரஷ்யாவுக்கு, ஆனால் அமெரிக்கக் குடிமகன்களாக. பயப்படாதே, நாங்கள் இந்தச் சின்னக் கிராமத்திற்கு வரமாட்டோம். எங்காவது தூரத்தில், வடக்குப் பக்கமோ தெற்குப் பக்கமோ எங்காவது நாங்கள் வந்து ஒளிந்துகொள்வோம். அதற்குள் நான் மாறிப்போயிருப்பேன், அப்படியே குரூஷென்காவும்; அங்கு, அமெரிக்காவில் மருத்துவர்கள் மரு ஒன்றை என்மீது ஒட்டி அனுப்பியிருப்பார்கள், ஏனெனில் கைதேர்ந்த நிபுணர்கள் அவர்கள்! அப்படியில்லையென்றால், என்னுடைய ஒரு கண்ணை நான் குத்திக்கொண்டு ஒரு அடி நீள தாடியை, சாம்பல் நிறத் தாடியை, (ரஷ்யாவை நினைத்து ஏங்கியதில் எனக்கு முடிவெளுத்துப் போயிருக்கும்) என்னை அடையாளமே கண்டுகொள்ள முடியாதபடி நான் வளர்த்திருப்பேன். ஏனெனில் என்னைக் கண்டுபிடித்துவிட்டார்களென்றால், என்னை சைபீரியாவுக்கு அனுப்பிவிடுவார்கள்தானே, இருந்தாலும் எனக்குக் கவலை இல்லை. அது என்னுடைய கெட்ட நேரமாக இருக்கும்! இங்கும் நாங்கள் எங்காவது நிலத்தை உழுது, வாழ்நாள் முழுவதும் அமெரிக்கர்களாக நினைத்துக்கொண்டு வாழ்வோம். ஆனால், சொந்த நாட்டில் செத்துப் போவோம். இதுதான் என்னுடைய திட்டம், இது உறுதியான திட்டம். இதை நீ ஏற்றுக்கொள்கிறாயா?"

"ஏற்றுக்கொள்கிறேன்" என்று சொன்ன அல்யோஷா, மேலே அவன் பேசுவதைத் தடுக்க விரும்பாமலிருந்தான்.

ஒரு நிமிடம் அமைதியாக இருந்த மீச்சியா திடீரென்று பேசினான்.

"எப்படி அவர்கள் நீதிமன்றத்தில் என்னை ஏமாற்றிவிட்டார்கள்! மிக அற்புதமாக எல்லாவற்றையும் நடத்திவிட்டார்கள்!"

"அப்படி இல்லையென்றாலும், எப்படியும் அவர்கள் உன்மீது குற்றம் சாட்டியிருப்பார்கள்" என்று பெருமூச்சுவிட்டபடி சொன்னான் அல்யோஷா.

"ஆமாம், எல்லோருக்கும் அலுத்துவிட்டது! கடவுள் அவர்களைக் காப்பாற்றட்டும், எவ்வளவு வேதனை!" என்று வேதனையில் புலம்பினான் மீச்சியா. அவர்கள் மீண்டும் ஒரு நிமிடம் அமைதியாக இருந்தார்கள்.

"அல்யோஷா, என்னை இப்போதே கொன்றுவிடு!" என்று திடீரென்று சொன்னவன், "இப்போது அவள் வருவாளா, மாட்டாளா, சொல்! அவள் என்ன சொன்னாள்? எப்படிச் சொன்னாள்?" என்றான்.

"வருவதாகச் சொன்னாள், ஆனால் இன்றைக்கு வருவாளா என்று எனக்குத் தெரியாது. அவளுக்கும் சிரமம்தானே!" என்று தைரியமில்லாமல் சொன்ன அல்யோஷா, தன்னுடைய சகோதரனைப் பார்த்தான்.

"ஏன் இல்லை, அதிகச் சிரமம்தான்! அல்யோஷா, இதுதான் என்னைப் பைத்தியமாக்குகிறது. குரூஷா என்னைப் பார்த்துக்கொண்டே

இருக்கிறாள். அவளுக்கு எல்லாமே புரிகிறது. கடவுளே, கடவுளே, என்னைத் திருத்திவிடு: நான் என்ன கேட்கிறேன்? காச்சியாவைக் கேட்கிறேன்! நான் என்ன கேட்கிறேன் என்பது எனக்குப் புரிகிறதா? கட்டுக்கடங்காத கரமாஸவின் ஆன்மா முரட்டுப் பிடிவாதம் கொண்டது! இல்லை, கஷ்டத்தை அனுபவிக்க என்னால் முடியாது! நான் ஒரு கயவன், அவ்வளவுதான்!"

"இதோ அவள் வருகிறாள்!" என்று கத்தினான் அல்யோஷா. சரியாக அந்தச் சமயம் பார்த்துக் கத்தரீனா வாசலருகே வந்து திடீரென்று நின்றாள். மீச்சியாவைப் பார்த்ததும், ஒரு நிமிடம் உணர்வு மழுங்கியவள் போல நின்றாள். சிரமப்பட்டுக் குதித்து எழுந்த மீச்சியாவின் முகத்தில் பயம் தெரிய, முகம் வெளிறிப் போக, துணிவில்லாமல் நின்றவனின் உதடுகளில் மன்னிப்புக் கோரும் விதத்தில் புன்னகை படர, திடீரென்று தன்னைக் கட்டுப்படுத்த முடியாமல் தன்னுடைய இரண்டு கைகளையும் காச்சியாவை நோக்கி அவன் நீட்டினான். இதைப் பார்த்த காச்சியா வேகமாக அவனை நோக்கி வந்தாள். அவனுடைய கைகளைப் பற்றிய அவள், வலுக்கட்டாயமாக அவனைப் படுக்கையில் உட்காரவைத்துத் தானும் அருகில் உட்கார்ந்தவள், அவனுடைய கைகளை விடாமல் உறுதியாக, நடுக்கத்துடன் அழுத்திப் பிடித்தாள். பலமுறை எதையோ பேச வந்தவர்கள், பேச முடியாமல் மீண்டும் மௌனமாக, கண்களை விலக்கிக்கொள்ள முடியாதபடி ஒருவரையொருவர் பார்த்துக்கொண்டு விநோதமாகச் சிரித்துக் கொண்டார்கள்; இப்படி இரண்டு நிமிடங்கள் கழிந்தன.

"என்னை நீ மன்னித்துவிட்டாயா, இல்லையா?" என்று இறுதியாக முணுமுணுத்த மீச்சியா, அல்யோஷா பக்கம் திரும்பி மகிழ்ச்சியில் அவனைப் பார்த்துக் கத்தினான்.

"கேட்கிறதா, நான் என்ன கேட்கிறேனென்பது உனக்குக் கேட்கிறதா!"

"பரந்த மனப்பான்மை உள்ளவன் நீ என்பதால்தான் உன்னை நான் விரும்பினேன்!" என்று திடீரென்று சொன்னாள் காச்சியா. "ஆமாம், என்னுடைய மன்னிப்பு உனக்குத் தேவையில்லை, அப்படியே உன்னுடைய மன்னிப்பும்; நீ என்னை மன்னித்தாலும் மன்னிக்கா விட்டாலும் வாழ்நாள் முழுவதும் என்னுடைய மனத்தில் காயத்தை ஏற்படுத்தியவனாகவே நீ இருப்பாய், அப்படியே உன்னுடைய மனத்தைக் காயப்படுத்தியவளாகவே நான் இருப்பேன். அது அப்படித்தான் இருக்கும்!" என்று சொன்னவள் மூச்சுவிடச் சற்றே பேச்சை நிறுத்தினாள்.

"எதற்காக நான் இங்கு வந்தேன்?" என்று பித்துப் பிடித்தவளைப் போல வேகமாக மீண்டும் ஆரம்பித்தவள், "உன்னுடைய கால்களைக் கட்டிப் பிடித்து, உன்னுடைய கைகளைப் பற்றி, எப்படி நான் மாஸ்கோவில் அழுத்திப் பிடித்தேனோ அப்படி, நினைவிருக்கிறதா, அப்படி அழுத்திப் பிடித்து மீண்டும் உன்னிடம் சொல்ல, அதாவது நீதான் என்னுடைய கடவுள், என்னுடைய சந்தோஷம், அளவுகடந்து உன்னை நான் காதலிக்கிறேனென்று சொல்வதற்காக" என்று சொன்ன அவள் வேதனையில் புலம்ப, திடீரென்று அவனுடைய கைகளில்

தன்னுடைய உதடுகளை ஆர்வத்துடன் பதித்தாள். அவளுடைய கண்களிலிருந்து கண்ணீர் பெருகியது.

ஒன்றும் பேச முடியாமல் பைத்தியம் பிடித்தவனைப் போல அல்யோஷா நின்றுகொண்டிருந்தான்; இப்படி ஒரு காட்சியைப் பார்ப்பானென்று அவன் நினைத்துக்கூடப் பார்க்கவில்லை.

"அந்தக் காதல் போய்விட்டது, மீச்சியா!" என்று மீண்டும் ஆரம்பித்த காச்சியா, "வேதனையளிக்கக்கூடிய, விலைமதிப்பிட முடியாத காதலாக அது கடந்து போய்விட்டது. இதை நீ எப்போதும் தெரிந்துகொள். ஆனால் இப்போது, ஒரு நிமிடம், எது நடந்ததோ அது அப்படியே நடந்ததாக இருக்கட்டும்" என்று புன்னகையுடன் முணுமுணுத்தவள், மீண்டும் மகிழ்ச்சியுடன் அவனுடைய கண்களைப் பார்த்தாள். "இப்போது நீ வேறு ஒருத்தியை விரும்புகிறாய், நானும் வேறு ஒருவனை விரும்புகிறேன், இருந்தாலும் உன்னை எப்போதுமே நான் நேசிப்பேன், அப்படியே நீயும் என்னை நேசிப்பாய், தெரியுமா? கேள், நீ என்னை நேசி, காலம் முழுவதும் நேசி!" என்று அவள் ஏதோ பயமுறுத்துகிற தொனியில், தழுதழுக்கச் சொன்னாள்.

"விரும்புவேன்... காச்சியா" என்று ஒவ்வொரு வார்த்தையை உச்சரிக்கும்போதும் மூச்சை இழுத்தவண்ணம் சொன்ன மீச்சியா, "ஐந்து நாட்களுக்கு முன்பு, அந்த மாலை வேளையில் உன்னை நான் நேசித்தேன்... கீழே நீ மயங்கி விழுந்தபோது உன்னைத் தூக்கிக்கொண்டு வந்தார்களே அப்போது... என்னுடைய வாழ்நாள் முழுவதும் உன்னை நான் நேசிப்பேன்! அப்படி, அப்படித்தான் எப்போதுமே இருக்கும்..."

இப்படி அவர்கள் ஏறக்குறைய அர்த்தமில்லாமல், வெறிபிடித்த விஷயங்களைப் பற்றி உளறிக்கொண்டிருந்தார்கள்; ஒருவேளை அவை உண்மையில்லாதவையாக இருக்கலாம், ஆனால் அந்த நிமிடம் அவை உண்மைபோல இருக்க, அதை அவர்கள் முழுமையாக நம்பினார்கள்.

"காச்சியா" எனத் திடீரென்று உரக்கக் கத்திய மீச்சியா, "நீ நம்புகிறாயா, நான் அவரைக் கொலை செய்தேனென்று? இப்போது நீ நம்பவில்லை என்று தெரியும், ஆனால் அப்போது... நீ சாட்சி சொன்னபோது... உண்மையாக, உண்மையாக அப்போது நீ நம்பினாயா!" என்றான்.

"நான் அப்போதும் நம்பவில்லை! எப்போதும் நம்பவில்லை! உன்மீது எனக்கு வெறுப்பு இருந்தது, எனவே நான் நம்பியதுபோல, திடீரென்று அந்த நிமிடம்... சாட்சி சொன்னேன்... நம்பியது போல, நம்பியது போல... சாட்சி சொன்ன பிறகு, மீண்டும் உடனே அந்த நிமிடமே, அதை நான் நம்பாமல் போனேன். இதை நீ தெரிந்து கொள். என்னை நானே தண்டித்துக்கொள்ளத்தான் வந்தேனென்பதை நான் மறந்துவிட்டேன்!" என்று திடீரென்று ஏதோ ஒரு புதிய தோரணையில், இதற்கு முன்பு காதல் வயப்பட்ட உளறலைப் போல இல்லாமல் பேசினாள்.

“உனக்குத்தான் சிரமம், பெண்ணே!” என்று ஏதோ தன்னைக் கட்டுப்படுத்த முடியாதவன் போலத் திடீரென்று சொன்னான் மீச்சியா.

“என்னை விட்டுவிடு” என்று முணுமுணுத்த அவள், “நான் பிறகு, மறுபடியும் வருகிறேன், இப்போது எனக்குக் கஷ்டமாக இருக்கிறது . . !”

விடைபெற்றுக்கொண்டு எழுந்தவள், திடீரென்று உரக்கக் கத்தியபடி பின்வாங்கினாள். எதிர்பாராதவிதமாக, மிக அமைதியாக அறைக்குள் நுழைந்தாள் குரூஷென்கா. அவளை யாருமே அங்கு எதிர்பார்க்க வில்லை. கதவுகளை நோக்கி விரைந்த காச்சியா, குரூஷென்கா நிற்குமிடத்திற்கு வந்ததும், சுண்ணாம்பு போல முகம் வெளுத்துப் போனவள், திடீரென்று நின்று, அமைதியாக, ஏறக்குறைய முணுமுணுத்த குரலில், மெதுவாகச் சொன்னாள்:

“என்னை மன்னித்துவிடு!”

அவளை உற்றுப் பார்த்த அவள், ஒரு நிமிடம் கழித்து, முற்றிலும் வெறுப்பாக, விஷம் கலந்த குரலில்,

“நாம் கெட்டவர்கள், தாயே, இருவருமே கெட்டவர்கள்! எங்கிருந்து நான் உன்னை மன்னிப்பது? நீ மட்டும் அவனைக் காப்பாற்று, வாழ்நாள் முழுவதும் உனக்காக நான் கடவுளிடம் பிரார்த்தனை செய்வேன்”

“நீ அவளை மன்னிக்க மாட்டாயா!” என்று குரூஷென்காவைப் பார்த்துக் கடுமையாகக் கேட்டான் மீச்சியா.

“கவலைப்படாதே, உனக்காக நான் அவனைக் காப்பாற்றுவேன்!” என்று அவசரமாக முணுமுணுத்த காச்சியா, அறையைவிட்டு வேகமாக வெளியேறினாள்.

“அவளே உன்னிடம் மன்னிப்பு கேட்ட பிறகு, எப்படி நீ அவளை மன்னிக்காமல் போகலாம்?” என்று மடிபடியும் கடுமையாகக் கேட்டான் மீச்சியா.

“மீச்சியா, அவளைத் திட்டாதே, அதற்கு உனக்கு உரிமையில்லை!” என்று கோபமாகச் சொன்னான் அல்யோஷா.

“அவளுடைய உதடுகள்தான் கர்வத்துடன் பேசின, உள்ளம் அல்ல” என்று திடீரென்று மனம் மாறியவளாய்ச் சொன்னாள் குரூஷென்கா. “உன்னை மட்டும் அவள் காப்பாற்றட்டும், எல்லா வற்றையும் நான் மன்னிக்கிறேன் . . .” என்றாள்.

அப்படிச் சொன்ன அவள், திக்குமுக்காடியவளைப் போல அமைதியானாள். அவளால் இன்னமும் தன்னை ஒரு நிலைக்குக் கொண்டுவர முடியவில்லை. இதை எதிர்பார்க்காமல், இப்படி நடக்கும், இப்படி அவளைச் சந்திப்பாளென்று கொஞ்சமும் எதிர் பார்க்காமல்தான் அவள் வந்தாளென்பது பிறகு தெரியவந்தது.

“அல்யோஷா, அவளைப் போய்ப் பார்!” என்று தன் சகோதரனைப் பார்த்து அவசரமாகச் சொன்ன மீச்சியா, “அவளிடம் சொல் . . .

என்ன சொல்வதென்று தெரியவில்லை... அப்படி அவள் போகக் கூடாது!" என்றான்.

"உன்னைப் பார்க்க நான் சாயங்காலம் வருகிறேன்" என்று உரக்கச் சொல்லியபடி காச்சியாவைப் பின்தொடர்ந்து ஓடினான் அல்யோஷா. மருத்துவமனைக்கு வெளியே அவன் அவளைப் பிடித்தான். வேகமாக, அவசர அவசரமாகப்போன அவள், அல்யோஷா ஓடிவந்து அவளைப் பிடித்ததுமே அவனிடம் அவசரமாகச் சொன்னாள்:

"இல்லை, அவள் முன்பாக என்னை நான் தண்டித்துக்கொள்ள முடியாது! அவளிடம் 'என்னை மன்னித்துவிடு' என்று நான் சொன்னேன், ஏனெனில், இறுதியாக என்னை நானே தண்டித்துக் கொள்ள விருப்பப்பட்டேன். அவள் என்னை மன்னிக்கவில்லை... அதற்காக எனக்கு அவளைப் பிடித்திருக்கிறது!" என்று மூர்க்கத்தனமாகப் பார்த்தபடி, தெரிவுற்ற குரலில் வெறுப்புடன் சொன்னாள் காச்சியா.

"மீச்சியா இதை எதிர்பார்க்கவே இல்லை" என்று முணுமுணுத்த அல்யோஷா, "அவள் வரமாட்டாளென்ற தைரியத்தில்தான் மீச்சியா இருந்தான்" என்றான்.

"நிச்சயமாக. அதை விடுங்கள்" என்று வெறுப்புடன் இடைமறித்தாள் காச்சியா. "கேளுங்கள், உங்களுடன் அந்தச் சாவுக்கு நான் வர முடியாது. அவர்களுக்கு இரங்கல் பூங்கொத்தை நான் அனுப்பவில்லை. அவர்களிடம் பணம் இருக்கிறது என்று நினைக்கிறேன். அவர்களுக்குத் தேவை என்றால் நான் பணம் கொடுக்கிறேன், அவர்களிடம் சொல்லுங்கள், எப்போதுமே அவர்களை நான் கைவிட மாட்டேன் என்று... சரி, இப்போது போய் வாருங்கள், தயவுசெய்து என்னை விட்டுவிட்டுப் போய் வாருங்கள். ஏற்கனவே நீங்கள் தாமதமாகப் போகிறீர்கள்; இரவு நேரப் பிரார்த்தனைக்கான மணி அடித்துவிட்டது தயவுசெய்து போய் வாருங்கள்!" என்றாள் காச்சியா.

# 3

## இல்யூஷாவின் இறுதிச் சடங்கு

### அந்தக் கல்லுக்கு அருகே சொற்பொழிவு

உண்மையாகவே அவன் தாமதமாகத்தான் போனான். அவனுக்காகக் காத்திருந்த அவர்கள், அவனில்லாமல் அழகான பூக்கள் நிறைந்த அந்தச் சிறிய சவப்பெட்டியைத் தேவாலயத்திற்கு எடுத்துச் செல்ல முடிவு செய்திருந்தார்கள். அது இல்யூஷென்காவுடைய சவப்பெட்டியாக, பாவப்பட்ட அந்தச் சின்னப் பையனின் சவப்பெட்டியாக இருந்தது. மீச்சியாவுக்குத் தீர்ப்பு வழங்கப்பட்ட இரண்டு நாட்களுக்குப் பிறகு அவன் இறந்துபோயிருந்தான். இல்யூஷாவின் நண்பர்களுடைய அழுகைக் குரல் வீட்டு வாசலில் கேட்க, அல்யோஷா அவர்களைச்

சந்தித்தான். ஆவலுடன் அவனை எதிர்பார்த்திருந்த அவர்கள், இறுதியாக அவனைப் பார்த்ததும் மிகவும் மகிழ்ந்துபோனார்கள். அங்குக் கூடியிருந்த பன்னிரண்டு பேர்களும் பள்ளிக்குச் செல்லும் புத்தகப் பைகளைத் தோளில் சுமந்தபடி வந்திருந்தார்கள். "அப்பா அழுவார், எனவே அப்பாவுடன் இருங்கள்" என்று இறக்கும் தறுவாயில் நண்பர்களிடம் இல்யூஷா சொன்னதை அவர்கள் நினைவுகூர்ந்தார்கள். அவர்களுடைய தலைமையில் கோல்யா க்ரசோத்கின் இருந்தான்.

"கரமாஸவ், நீங்கள் வந்தது எனக்கு எவ்வளவு சந்தோஷமாக இருக்கிறது!" என்று சொன்ன க்ரசோத்கின், அல்யோஷாவுடன் கை குலுக்கினான். "பயங்கரமாக இருக்கிறது. உண்மை, பார்ப்பதற்கே வேதனையாக இருக்கிறது. ஸ்நெகிரவ் குடிக்கவில்லை, எங்களுக்குத் தெரியும் அவர் ஒன்றுமே குடிக்கவில்லையென்று, ஆனால், ஏதோ குடித்தவர் போல இருக்கிறார்... என்னை நான் கட்டுப்படுத்திக் கொண்டிருக்கிறேன், ஆனால் இது பயங்கரமாக இருக்கிறது. கரமாஸவ், நீங்கள் போவதற்கு முன்பாக ஒரே ஒரு கேள்வி கேட்கிறேன், உங்களை நான் தடுத்து நிறுத்தவில்லை என்று நீங்கள் நினைத்தால்?"

"என்ன அது, கோல்யா?"

"உங்கள் சகோதரர் குற்றவாளியா? அவர் தந்தையைக் கொன்றாரா அல்லது அவருடைய வேலைக்காரனா? நீங்கள் என்ன சொல்கிறீர்களோ அதையே நாங்கள் ஏற்றுக்கொள்வோம். நான்கு நாட்களாக இதை நினைத்து நான் தூங்காமல் இருக்கிறேன்."

"கொன்றது வேலைக்காரன், ஆனால் குற்றவாளி என் சகோதரன்."

"நானும் அப்படித்தான் சொன்னேன்!" என்று சட்டென்று கத்தினான் ஸ்மூரவ்.

"ஆக, உண்மையின் பேரில், குற்றம் செய்யாதவர் தியாகத்திற்குட் பட்டு இறக்கப் போகிறார்!" என்று ஆச்சரியத்துடன் சொன்னான் கோல்யா. "அப்படி அவர் இறந்துபோனாலும், அவர் சந்தோஷத்திற் குரியவர்தான்! அவரைப் பார்த்து நான் பொறாமைப்படுகிறேன்!" என்றான்.

"என்ன, நீங்கள் இப்படி, அது எப்படி, எதற்காக?" என்று ஆச்சர்யமாகக் கேட்டான் அல்யோஷா.

"ஓ, எப்போதாவது, இப்படி உண்மைக்காக என்னால் தியாகம் செய்ய முடியுமென்றால்" என்று உற்சாகமாகச் சொன்னான் கோல்யா.

"ஆனால் இப்படிப்பட்ட செயலுக்காக, இந்த அவமானத்துடன், இப்படிப் பயங்கரமாகவா!"

"நிச்சயமாக... இந்த மனிதகுலத்திற்காக நான் இறக்க விரும்பு கிறேன், இந்த அவமானம் என்பதெல்லாம், எல்லாமே ஒன்றுதான்: ஆமாம், எப்படியும் நம்முடைய பெயர் அழிந்துதான் போகும். உங்களுடைய சகோதரரை நான் மதிக்கிறேன்!"

“நானும்தான்!” என்று கூட்டத்திலிருந்து திடீரென்று ஒரு பள்ளிச் சிறுவன், டிராய் (*Tray*) நகரம் யாரால் உருவானது என்ற கேள்விக்குப் பதில் சொன்னானே, அவன், முன்பு போல, முகம் சிவக்கச் சொன்னான்.

அல்யோஷா அறைக்குள் நுழைந்தான். ஊதா நிறச் சவப்பெட்டியில் வெள்ளைநிற ஓரப் பின்னல் வேலைப்பாடு கொண்ட பெட்டியில், கைகள் கட்டப்பட்டு, கண்களை மூடிப் படுத்திருந்தான் இல்யூஷா. மெலிந்து போயிருந்த அவனுடைய முகத்தில் மாற்றம் எதுவும் இல்லாமல், விநோதமாக எந்தவிதத் துர்நாற்றமும் உடலிலிருந்து எழாமல் இல்யூஷாவின் உடல் இருந்தது. எதையோ சிந்தித்தபடி, காரிய சிரத்தையுடன் இருந்தது அவனுடைய முகம். குறிப்பாக, மார்புப் பகுதி மீதிருந்த அவனுடைய கைகள் மிக அழகாக, பளிங்குக் கல்லால் செய்யப்பட்டவை போல இருந்தன. பூங்கொத்து ஒன்று அவனுடைய கைகளில் இருக்க, சவப்பெட்டி முழுவதும், வெளிப்புறமும் உட்புறமும் லிஸா ஹஹ்லக்கோவாவால் அனுப்பப்பட்ட மலர்களால் அது நிறைந்திருந்தது. அப்படியே கத்தரீனா இவானவ்னா அனுப்பிய மலர்களை, நடுங்கிய கைகளால், அந்தச் செல்லக் குழந்தையின் சவப்பெட்டி மேலே தூவிக்கொண்டிருந்த ஸ்நெகீரவை, கதவைத் திறந்த அல்யோஷா பார்த்தான். உள்ளே நுழைந்த அல்யோஷாவை, ஆமாம், யாரையுமே அவர் பார்க்க முடியாமல், இறந்துபோன தன்னுடைய செல்லப் பிள்ளையை எழுந்து வந்து நெருங்கிப் பார்க்க விழையும் ‘செல்ல அம்மாவாகிய’ தன் மனைவியைக்கூட அவரால் பார்க்க முடியாமல் இருந்தது. நீனச்கா அமர்ந்திருந்த சக்கர நாற்காலியைச் சவப்பெட்டியருகே பள்ளிச் சிறுவர்கள் நகர்த்தி வந்தார்கள். தன்னுடைய தலையை அவனுக்கருகே சாய்த்தபடி அமைதியாக அவளும் அழுது கொண்டிருந்தாள். ஸ்நெகீரவுடைய முகம் உணர்ச்சிபூர்வமாய், ஆச்சரியத்துடன் அதேசமயம் கொடூரமாக இருந்தது – அவருடைய சைகைகளில், பேசிய வார்த்தைகளில் ஏதோ ஒரு பைத்தியக்காரத்தனம் தெரிந்தது. “கிழவனே, என் அருமைக் கிழவனே!” என்று இல்யூஷாவைப் பார்த்து அவ்வப்போது அவர் கத்தினார். இல்யூஷா உயிரோடு இருந்தபோதே அவருக்கு ஒரு பழக்கம் இருந்தது, அவனைச் செல்லமாகக் “கிழவனே, என் அருமைக் கிழவனே!” என்று அழைப்பது.

“என் செல்ல அப்பா, எனக்கும் பூ கொடு, அவனுடைய கைகளில் இருக்கும் அந்த வெள்ளைப் பூவை எனக்குக் கொடு!” என்று குழம்பிப் போன ‘செல்ல அம்மா’ தேம்பித் தேம்பி அழுதபடி கேட்டாள். இல்யூஷாவின் கைகளிலிருந்த அந்தச் சின்ன வெள்ளை ரோஜாவை, அவனுடைய கைகளிலிருந்த ஏதாவது ஒன்றை அவனுடைய நினைவாக வைத்துக்கொள்ள அவள் விருப்பப்பட்டாள் போலும், எனவே அமைதியில்லாமல் அவள் தன்னுடைய கைகளை நீட்டி அந்தப் பூவைக் கேட்டுக்கொண்டிருந்தாள்.

“யாருக்குமே தரமாட்டேன், எதையுமே தர மாட்டேன்!” என்று கருணையே இல்லாமல் கொடூரமாகச் சொன்னார் ஸ்நெகீரெவ். “அது அவனுடைய மலர்கள், உன்னுடையவை அல்ல. எல்லாமே அவனுடையவைதான், உன்னுடையது எதுவுமே இல்லை” என்றான்.

“அப்பா, அம்மாவுக்குப் பூ கொடுங்கள்!” என்று கண்ணீர் வழிந்த முகத்தை நிமிர்த்தித் திடீரென்று சொன்னாள் நீனச்கா.

“எதுவும் கொடுக்க மாட்டேன், அவளுக்கு நான் எதுவுமே கொடுக்க மாட்டேன்! அவள் அவனை விரும்பவில்லை. அவனிடமிருந்த சிறிய பீரங்கி விளையாட்டுப் பொம்மையை அவள் பறித்துக்கொள்ள, அவன் அவளுக்கு அதைப் பரிசாகக் கொடுத்துவிட்டான்” என்று சொன்ன படைத் தளபதியின் குரல் திடீரென்று தழுதழுக்க, தன் அம்மாவுக்கு அளித்த பரிசை அவர் நினைவுகூர்ந்தார். பாவப்பட்ட அந்தப் பித்துப் பிடித்த பெண்மணி தன்னுடைய கைகளால் முகத்தை மூடிக்கொண்டு அமைதியாக அழுதுகொண்டே கண்ணீர் வடித்தாள். இறுதியாக, மகனுடைய உடலைவிட்டு அவர் விலக மறுக்கிறாரென்பதைப் புரிந்து கொண்ட பள்ளிச் சிறுவர்கள், நேரம் ஆகிக்கொண்டே போவதால், ஒன்றுகூடித் திடீரென்று சவப்பெட்டியைத் தூக்கினார்கள்.

“கோயிலைச் சார்ந்த கல்லறைப் பகுதியில் இவனைப் புதைக்க வேண்டாம்!” என்று திடீரென்று கத்திய ஸ்நெகிரவ், “அந்தக் கல் அருகே, எங்களுடைய கல் அருகேதான் அவனைப் புதைக்க வேண்டும்! அப்படித்தான் இல்யூஷாவும் சொன்னான். அவனை எடுத்துக் கொண்டு போக நான் அனுமதிக்க மாட்டேன்!” என்றார்.

இப்படித்தான் அந்தக் கல் அருகேதான் அவனைப் புதைப்பாரென்று மூன்று நாட்களாக அவர் சொல்லிக்கொண்டிருந்தார், ஆனால் அல்யோஷா, கிரசோத்கின், வீட்டுச் சொந்தக்காரி, அவளுடைய சகோதரி அப்படியே மாணவர்கள் எல்லோரும் சேர்ந்து இந்த விஷயத்தில் தலையிட, வயதான வீட்டுச் சொந்தக்காரி கடுமையாக, “புனிதமில்லாத அந்தக் கல் அருகே, ஏதோ தூக்குமாட்டிக்கொண்டு இறந்தவன் போல, அங்கே அவனைப் புதைக்க வேண்டுமா, இது என்ன முட்டாள்தனம். திருக்கோயில் சார்ந்த கல்லறையில் சிலுவை இருக்கிறது. அங்கே அவனுக்காகப் பிரார்த்திப்பார்கள். கோயிலில் பாடும் சத்தம் அவனுக்குக் கேட்கும், உதவி குரு பைபிளைப் படிப்பது தெளிவாகக் கேட்கும்; அது அவனுடைய கல்லறையின்மீது படிக்கப் படுவதுபோல, வார்த்தைகள் ஒவ்வொரு முறையும் பறந்து போய் அவனைச் சென்றடையும்” என்றாள்.

இறுதியாகப் படைத் தளபதி தன்னுடைய கைகளை உதறியபடி, “எடுத்துச் செல்லுங்கள், எங்கு விருப்பப்படுகிறீர்களோ, அங்கு எடுத்துக் கொண்டு போங்கள்!” என்றார். பள்ளி மாணவர்கள் சவப்பெட்டியை எடுத்துக்கொண்டு, அம்மா இருக்கும் பக்கமாகக் கடைசிமுறை அவள் அவனிடம் விடைபெறுவதற்காக ஒரு நிமிடம் சவப்பெட்டியைக் கீழே இறக்கினார்கள். இந்த மூன்று நாட்களாகவே தூரத்திலிருந்து அவனுடைய உடலைப் பார்த்துக்கொண்டிருந்தவள், அருமையான அந்த முகத்தைப் பக்கத்தில் பார்த்ததும் திடீரென்று உடல் நடுங்க, வெறிபிடித்தவள் போல, தன்னுடைய வெள்ளை முடி சவப் பெட்டியின் மீது படும்படிக் குலுங்கி அழுதாள்.

"அம்மா, அவனுக்குச் சிலுவையிடு, ஆசீர்வதி, அவனை முத்தமிடு" என்று கத்தினாள் நீனச்கா. ஆனால், அவளோ தானியங்கி இயந்திரம் போலத் தலையை மேலும் கீழும் ஆட்டியபடி, ஒன்றும் பேசாமல், வேதனையில் முகம் சிதைய, கைமுட்டியால் திடீரென்று மார்பில் அடித்துக்கொண்டாள். சவப்பெட்டியை மாணவர்கள் எடுத்துச் சென்றார்கள். நீனச்காவின் அருகே அவனுடைய உடல் கொண்டு வரப்பட்டபோது கடைசி முறையாக அவள் தன் சகோதரனின் உதட்டில் முத்தமிட்டாள். வீட்டைவிட்டு அல்யோஷா போகும்போது, வீட்டிலிருக்கும் இரண்டு பெண்களையும் பார்த்துக் கொள்ளும்படி வீட்டுச் சொந்தக்காரியிடம் சொல்ல, உடனே அவள் இடைமறித்து, 'தெரியும், நானும் கிறிஸ்துவப் பெண்தான், நான் பார்த்துக்கொள்கிறேன்" என்று சொன்னாள். அப்படிச் சொன்ன அந்தப் பெண்மணி அழ ஆரம்பித்தாள்.

கோயில் அதிக தூரமில்லாமல், முந்நூறு அடி தூரத்தில்தான் இருந்தது. அன்றைய நாள் தெளிவாக, அமைதியாக இருந்தது; பனி பெய்துகொண்டிருந்தாலும் அதிகமாகப் பனி பெய்யாமல் குறைவாகவே பெய்தது. பிரார்த்தனைக்கான மணி இன்னும் ஒலித்துக்கொண்டிருந்தது. ஸ்நெகிரவ் பதற்றமாக, இரங்கத்தக்க விதத்தில், சவப்பெட்டி அருகே தன்னுடைய குட்டையான, பழைய, ஏறக்குறைய கோடைகால மேல் அங்கியுடன், தலையில் எதுவும் அணியாமல், அகன்ற கறையுள்ள நைந்துபோன பழைய தொப்பியைக் கையில் பிடித்தபடி ஓடிவந்தார். வேதனையில் திடீரென்று அவர் சவப்பெட்டியைத் தாங்கிப் பிடிப்பதற் காகக் கைகளை நீட்ட, தூக்கிக்கொண்டு போனவர்களுக்கு அது இடைஞ்சலாக இருந்தது; சவப்பெட்டியருகே தனக்கு ஒரு இடம் கிடைக்காதா என்று அவர் ஓடிவந்தார். அப்போது பூ ஒன்று பனியில் விழ, கடவுளுக்குத்தான் தெரியும், அது ஏனென்று, ஏதோ ஒரு பெரிய பொருள் அவருக்குக் கிடைத்துவிட்டது போலத் தாவிச் சென்று அதை அவர் எடுத்தார்.

"ரொட்டித் துண்டு, ரொட்டித் துண்டை மறந்துவிட்டோமே" என்று பயத்தில் பயங்கரமாகக் கத்தினார் அவர். ஆனால், பள்ளிச் சிறுவர்கள் உடனே சொன்னார்கள், ரொட்டித் துண்டை மறக்காமல் அவர்கள் சட்டைப் பையில் ஏற்கனவே எடுத்து வைத்துக்கொண்டார்க ளென்று. உடனே அதைச் சட்டைப் பையிலிருந்து அவர் எடுத்துப் பார்த்த பிறகுதான் அமைதியானார்.

"இல்யூஷச்கா சொன்னான், இல்யூஷச்கா" என்று உடனே அல்யோஷாவுக்கு விளக்கமளித்தவர், ஒருநாள் இரவு அவன் படுத்திருந்த போது, அவனருகே நான் உட்கார்ந்திருந்தேன்; திடீரென்று அவன் சொன்னான், "என் செல்ல அப்பா, என்னுடைய கல்லறைமீது ரொட்டித் துண்டுகளைப் போடுங்கள், குருவிகள் பறந்து வந்து அதைச் சாப்பிடும்; அப்படி அவை பறந்து வரும் சத்தம் கேட்டு நான் சந்தோஷப்படுவேன், ஏனெனில் அப்போது நான் தனியாக இருக்க மாட்டேன்தானே" என்றான்.

“மிகவும் நல்லது” என்று சொன்ன அல்யோஷா, “அடிக்கடி ரொட்டித் துண்டுகளைப் போட வேண்டும்” என்றான்.

“தினம் தினம், தினந்தோறும்!” என்று முணுமுணுத்தார் படைத் தளபதி உற்சாகமாக.

இறுதியாக அவர்கள் ஆலயத்தை அடைந்து, சவப்பெட்டியை ஆலயத்தின் நடுவே வைத்தார்கள். மாணவர்கள் சவப்பெட்டியைச் சுற்றி நிற்க, மற்றவர்களெல்லாம் மரியாதையுடன் பிரார்த்தனை முடியும்வரை நின்றுகொண்டிருந்தார்கள். ஆலயம் மிகப் பழமையானதாக, வறிய நிலையில், பல உருவச் சிலைகளுக்கு மாடம்கூட இல்லாமல் இருக்க, இப்படிப்பட்ட ஆலயங்களில்தான் சிறப்பாகப் பிரார்த்திக்கப் படுவதாக இருந்தது. பிரார்த்தனை நடந்தபோது ஸ்நெகிரவ் அமைதியாக இருந்தாலும், அவ்வப்போது அவரிடம் நினைவின்மையும் பதற்றமான உணர்ச்சிப் பெருக்கும் வெளிப்பட்டன: சவப்பெட்டியருகே அடிக்கடி போய், அவர் மலர் வளையத்தையும் சவப்பெட்டி மேல் போடப் பட்டிருந்த விரிப்பையும் தலைப்பட்டியையும்[1] சரிசெய்துகொண்டு, ஏற்றி வைக்கப்பட்ட மெழுகுவர்த்தியில் ஒன்று நிலைச் சட்டத்திலிருந்து விழுந்தால்கூட அதை எடுத்து நிமிர்த்திவைத்த வண்ணம் இருந்தார். அதன்பிறகு அமைதியாக, தலையருகே அசையாமல் நின்றவர், வெறித்த, வருத்தமான, குழம்பிய முகத்துடன் நின்றுகொண்டிருந்தார். விவிலிய நூலிலிருந்து வாசகங்கள் படிக்கப்பட்ட பிறகு, அல்யோஷாவின் அருகில் நின்றுகொண்டிருந்த அவர், திடீரென்று அவருடைய எண்ணப்படி வாசகங்கள் சரியாகப் படிக்கப்படவில்லை என்று முணுமுணுத்தார், ஆனால் அதற்கான விளக்கம் எதையும் அவர் கொடுக்கவில்லை. துதிப்பாடல் பாடியபோது சேர்ந்து பாடிய அவர், அதைப் பாடி முடிக்காமல் முழந்தாளிட்டு நெற்றியை ஆலயத்தின் கல்தரையின் மீது பதித்தவர், அப்படியே நீண்ட நேரம் படுத்திருந்தார். இறுதியாகப் பாடல்களைப் பாடி முடித்த பிறகு மெழுகுவர்த்தி கொடுக்கப்பட்டது. அமைதியிழந்த தந்தை மறுபடியும் அங்குமிங்குமாக அலைந்தவர், மனம் மிகவும் நெகிழ்ந்துபோய், உள்ளத்தை உருக்கும் துதிப்பாடல்களால் மனமுருகி, உள்ளம் உவகை பொங்க நின்றார். திடீரென்று முற்றிலுமாக அவர் தளர்ந்துபோய், முதலில் மெல்லிய குரலில் அழுதவர், அடங்கிய, குறுகிய விம்மலைத் தாண்டி, இறுதியாகச் சத்தம் போட்டு அழுதார். சவப்பெட்டியை அவர்கள் இறுதியாக மூடியபோது, இல்யூஷாவை மூடவிடாதபடி தன்னுடைய கைகளால் அவனைக் கட்டியணைத்து இறந்துபோன சிறுவனின் உதடுகளை ஆவேசத்துடன் முத்தமிட்டார். அவரை ஒரு வழியாகச் சமாதானப் படுத்திப் படிக்கட்டு வழியாக நடத்திச் செல்ல, திடீரென்று கைகளை நீட்டி அவர் சவப்பெட்டியின் மீதிருந்து சில மலர்களை ஆவேசமாகப் பற்றி எடுத்தார். உடனே அவருக்கு ஏதோ ஒன்று மனத்தில் தோன்ற, முக்கியமான விஷயத்தையே ஒரு நிமிடம் அவர் மறந்துபோனார். கொஞ்சம் கொஞ்சமாகத் தன்நிலையை மறந்த அவர், சவப்பெட்டியைத் தூக்கியபோது, தடுத்து நிறுத்தாமல் அமைதியாக இருந்தார். கல்லறை அதிக தூரமில்லாமல் ஆலயத்தின் அருகே சுவரோரமாக, விலை

உயர்ந்த ஒன்றாக இருந்தது; அதற்கான பணத்தைக் கத்தரீனா இவானவ்னா கட்டியிருந்தாள். வழக்கமான சடங்குகளுடன் சவப் பெட்டியைக் கல்லறைக்குள் அவர்கள் இறக்கினார்கள். கையில் பூக்களுடன் ஸ்நெகிரவ் கல்லறைக்குள் குனிந்ததில், சிறுவர்கள் பயந்து போய் அவருடைய மேற்சட்டையைப் பிடித்து அவரைப் பின்னுக்கு இழுத்தார்கள். என்ன நடக்கிறது என்பது அவருக்குப் புரியாமலிருந்தது. கல்லறையின்மீது மண் இட்டு நிரப்பும்போது, திடீரென்று, விழுகின்ற மண்ணைச் சுட்டிக்காட்டி, வருத்தப்பட்டபடியே எதையோ அவர் சொல்ல, யாருக்குமே அது புரியாமல் போக, ஆம் அவரே திடீரென்று அமைதியாகிப் போனார். அவரிடம் ரொட்டித் துண்டுகளை அந்தக் கல்லறையின் மீது போடும்படி நினைவூட்ட, அந்த ரொட்டித் துண்டை எடுத்து அவர் தூளாக்கிக் கல்லறையின்மீது போட்டார்: "இதோ, பறந்து வாருங்கள் பறவைகளே, இதோ பறந்து வாருங்கள் குருவிகளே!" என்று கவலையுடன் அவர் முணுமுணுத்தார். பூக்களைக் கையில் வைத்துக்கொண்டே ரொட்டியை நுணுக்கிப் போடுவது அவருக்குச் சிரமமென்று யாரோ ஒருவன் உணர்ந்து அவருடைய கைகளிலிருந்த பூக்களைத் கொடுக்குமாறு கேட்டான். ஆனால் அவர் அந்தப் பூக்களைக் கொடுக்கப் பயந்து ஏதோ அவற்றை அவரிடமிருந்து பறித்துவிடுவார்களோ என்றெண்ணி, கல்லறையைப் பார்த்து எல்லாமே முடிந்து விட்டது என்பதை உறுதி செய்துகொண்ட பிறகு, ரொட்டித் துண்டுகளும் தூவப்பட்டதைப் பார்த்து, திடீரென்று மிக அமைதியாக, எதிர்பாராத விதமாக வீட்டை நோக்கி நடந்தார். அவர் எடுத்து வைத்த அடிகள் வேகமாக, அவசரமாக, ஓடுவதுபோல இருந்தன. சிறுவர்களும் அல்யோஷாவும் விடாமல் அவரைப் பின் தொடர்ந்து சென்றார்கள்.

"செல்ல அம்மாவே, இதோ பூக்கள், என் செல்லமே பூக்கள்! உன்னுடைய உணர்வுகளை நான் காயப்படுத்திவிட்டேன்" என்று திடீரென்று அவர் சொன்னார். யாரோ ஒருவர், அவரைக் கூப்பிட்டுக் குளிரடிக்கிறது, தொப்பியை அணிந்துகொள்ளுங்களென்று சொன்னதும், கோபத்தில் அவர் தொப்பியைப் பனியில் வீசிப் போட்டுவிட்டு, "எனக்குத் தொப்பி வேண்டாம், வேண்டவே வேண்டாம்!" என்றார். சிறுவன் ஸ்மூரவ் அதை எடுத்துக்கொண்டு அவரைப் பின்தொடர்ந்து சென்றான். சிறுவர்கள் எல்லோரும் அழுதார்கள், அதில் மிக அதிகமாகக் கோல்யாவும் டிராயைக் கண்டுபிடித்தது யாரென்று சொன்ன அந்தச் சிறுவனும் அழ, ஸ்மூரவ் படைத் தளபதியின் தொப்பியைத் தன்னுடைய கைகளில் வைத்திருந்தாலும், தாங்கொணாத துக்கத்தில் அவனும் பயங்கரமாக அழ, பனியில் கிடந்த செங்கல் ஒன்றை எடுத்து, பறந்துபோன குருவிக் கூட்டத்தின்மீது வேகமாக விட்டெறிந்தான். சந்தேகத்திற்கிடமின்றி, அது குறிதவறிக் கீழே விழ, அவனும் அழுது கொண்டே ஓடினான். பாதி வழியில் திடீரென்று நின்ற ஸ்நெகிரவ், அரை நிமிடம் எதையோ நினைத்தபடி, திடீரென்று மீண்டும் ஆலயத்தை நோக்கி, கல்லறையை நோக்கி ஓடினார். ஆனால், சிறுவர்கள் அவரைத் துரத்திச் சென்று மேலே அவர் போகாதவாறு அவரைச் சுற்றி நின்றார்கள். சக்தியை இழந்த அவர், அடிபட்டவரைப் போல, பனியில் விழுந்து, அடித்துக்கொண்டு, கதறி அழுதபடி, "என் முதியவனே,

இல்யூஷெச்கா, என் அருமைக் கிழவனே!" என்று அழுதார். அல்யோஷாவும் கோல்யாவும் அவருக்கு சமாதானம் சொல்லி அவரை வீட்டிற்குக் கூட்டிக் கொண்டுவர முயன்றார்கள்.

"படைத் தளபதியே, நீங்கள் எவ்வளவு தைரியமானவர், இதைக் கண்டிப்பாக நீங்கள் தாங்கிக்கொள்ளத்தான் வேண்டும்" என்று அடங்கிய குரலில் சொன்னான் கோல்யா.

"பூக்களை நீங்கள் நாசம் செய்துவிடுவீர்கள்" என்று சொன்ன அல்யோஷா, "அங்கு 'செல்ல அம்மா' இதற்காகக் காத்துக்கொண் டிருக்கிறார்; அவர்கள் அங்கே அழுதுகொண்டிருக்கிறார்கள், பூவை நீங்கள் இல்யூஷாவிடமிருந்து எடுத்துக் கொடுக்கவில்லையென்று. இல்யூஷாவின் படுக்கை இன்னும் அங்கேயே இருக்கிறது..." என்றான்.

"ஆமாம், ஆமாம், செல்ல அம்மாவைப் பார்க்கப்போவோம்!" என்று திடீரென்று மீண்டும் நினைவுகூர்ந்தார் ஸ்நெகிரேவ். "படுக்கையை எடுத்துவிடுவார்கள், எடுத்துவிடுவார்கள்!" என்று உண்மையாகவே எங்கே அவனுடைய படுக்கையை எடுத்துவிடுவார்களோ என்ற பயத்தில் துள்ளிக் குதித்து வீட்டை நோக்கி மீண்டும் ஓடினார் ஸ்நெகிரவ். அப்படியே எல்லோரும் வீட்டிற்கு வந்தார்கள். சிறிது நேரத்திற்கு முன்பு கடுமையாகச் சண்டை போட்ட தன்னுடைய மனைவியைப் பார்த்துக் கத்தியபடி ஸ்நெகிரவ் வீட்டுக் கதவை அவசரமாகத் திறந்தார்.

"என் செல்ல அம்மாவே, கால்கள் சரியில்லாத உனக்கு இல்யூஷெச்கா பூக்கள் கொடுத்தனுப்பியிருக்கிறான்!" என்று கத்தியபடி பனியில் உறைந்து, கீழே விழுந்ததில் உடைந்துபோன கொத்து மலர்களை அவளிடம் நீட்டினான். அதே சமயம், இல்யூஷாவின் படுக்கை முன்பாக, ஒரு ஓரத்தில், வீட்டுச் சொந்தக்காரி சுத்தம் செய்து வைத்த இல்யூஷாவின் பழைய, சாயம்போன, ஒட்டுப்போட்டுத் தைக்கப்பட்ட விறைப்பான காலணிகளைப் பார்த்தார். பார்த்ததும் கைகளை நீட்டிக்கொண்டு, வேகமாக ஓடிப்போய், மண்டியிட்டு விழுந்து, காலணி ஒன்றைக் கையில் எடுத்து, உதடுகளில் அழுத்தி, ஆர்வத்துடன் முத்தமிட்டபடி கத்தினார்: "என் அருமை மூத்தோனே, இல்யூஷெச்கா, என்னைப் பெற்றவனே, உன்னுடைய கால்கள்தான் எங்கே?"

"அவனை எங்கே கொண்டுபோனாய்? எங்கே கொண்டுபோனாய்?" என்று பைத்தியம் பிடித்த அம்மா உள்ளம் உருகக் கத்தினாள். அங்கே நீனச்காவும் கதறி அழுதாள். கோல்யா அறையைவிட்டு ஓட, அவனைத் தொடர்ந்து மற்ற சிறுவர்களும் ஓடினார்கள். கடைசியாக அவர்களைத் தொடர்ந்து அல்யோஷாவும் வெளியேறினான். "அவர்கள் அழட்டும்" என்று கோல்யாவிடம் சொன்னவன், "அவர்களை இப்போது சமாதானப் படுத்தக் கூடாது. சிறிது நேரங்கழித்து உள்ளே போவோம்" என்றான் அல்யோஷா.

"ஆமாம், இப்போது அவர்களைச் சமாதானப்படுத்தக் கூடாது, இது கொடுமை" என்று கோல்யாவும் உறுதிசெய்தான். "உங்களுக்குத் தெரியுமா, கரமாஸவ்" என்று யாருக்கும் கேட்காதபடி தன்னுடைய

குரலைத் தாழ்த்திச் சொன்னவன், "எனக்கு மிகவும் வேதனையாக இருக்கிறது; அவனை மட்டும் மீண்டும் உயிரோடு கொண்டுவர முடியு மானால், உலகத்திலுள்ள எதையும் கொடுக்க நான் தயார்!" என்றான்.

"ஹா, நான் கூட."

"நீங்கள் என்ன நினைக்கிறீர்கள், கரமாஸவ், இன்று மாலை மறுபடியும் நாம் இங்கு வரவேண்டுமா? அவர் கண்டிப்பாகக் குடிப்பார்."

"ஒருவேளை அவர் குடிக்கலாம். நீங்களும் நானும் மட்டும் வரலாம், போதும்; அவருடனும், அம்மா, நீனாவுடனும் சேர்ந்து ஒரு மணி நேரம் நாம் உட்கார்ந்திருப்போம்; எல்லோரும் சேர்ந்து ஒரே நேரத்தில் வந்தால் மீண்டும் அவர்களுக்கு எல்லாவற்றையும் நினைவுபடுத்துவதாக இருக்கும்" என்று ஆலோசனை கொடுத்தான் அல்யோஷா.

"வீட்டு உரிமையாளர் இப்போது சாப்பாட்டு மேஜையைத் தயார் செய்துகொண்டிருக்கிறாள். இறப்பிற்குப் பின் தரப்படும் சாப்பாடு போலிருக்கிறது; பாதிரியார் வருகிறார். இப்போது நாம் அங்கே போக வேண்டுமா, கரமாசவ்?" என்று கேட்டான் கோல்யா.

"கண்டிப்பாக."

"இதெல்லாம் விநோதமாக இருக்கிறது, கரமாஸவ், இவ்வளவு பெரிய சோகம், ஆனால் திடீரென்று ஏதோ சாப்பாடு, மென் அப்பம் என்று, எல்லாமே இயற்கைக்கு மாறாக இருக்கிறது நம்முடைய மதத்தில்!" என்றான் கோல்யா.

"அவர்கள் அங்கே வஞ்சிர மீனும் சாப்பிடப்போகிறார்கள்" என்று திடீரென்று சத்தமாகச் சொன்னான் டிராயைப் பற்றிச் சொன்ன சிறுவன்.

"உங்களை மனப்பூர்வமாகக் கேட்டுக்கொள்கிறேன், கர்த்தஷோவ், இது போன்ற முட்டாள்தனமான விஷயங்களை இனிமேல் பேசாமல் இருங்கள்; அதுவும் உங்களுடன் யாரும் பேசாதபோது அப்படியே இவ்வுலகில் நீங்கள் இருக்கிறீர்களா, இல்லையா என்றுகூடத் தெரிந்து கொள்ள ஆசைப்படாதபோது" என்று எரிச்சலுடன் அவன் இருக்கும் பக்கமாகத் திரும்பிச் சொன்னான் கோல்யா. இதைக் கேட்ட சிறுவன் முகம் சிவந்துபோய், பதில் ஏதும் சொல்லத் தைரியமில்லாமல் அமைதியாக இருந்தான். இதற்குள் எல்லோரும் நடைபாதை வழியாக அமைதியாக நடந்து போக, திடீரென்று ஸ்மூரவ் கத்தினான்:

"இதோ இல்யூஷாவுடைய கல்; இதற்கு அடியில்தான் அவனைப் புதைக்க விரும்பினார்கள்!"

எல்லோரும் அமைதியாக அந்தக் கல் அருகே நின்றார்கள். அதைப் பார்த்த அல்யோஷாவின் கண்கள் முன்பாக முழுக் காட்சியும் வந்துபோனது; இல்யூஷெச்காவைப் பற்றி ஸ்நெகிரவ் சொன்னது, அவன் எப்படி அழுதுகொண்டே தன் தந்தையைக் கட்டிப் பிடித்துக் கொண்டு சொன்னது, "என் அருமை அப்பாவே, எப்படி அவன்

உங்களைக் கேவலப்படுத்திவிட்டான்!" என்று இப்படி எல்லாமே அவனுடைய நினைவுக்கு வந்தது. ஏதோ ஒன்று அவனுடைய உள்ளத்தை உலுக்கியது. அங்கிருந்த பள்ளிச் சிறுவர்களை, இல்யூஷாவின் நண்பர்களைப் பார்த்து, அவர்களுடைய அருமையான, பிரகாசமான கண்களைப் பார்த்துத் திடீரென்று சொன்னான் அல்யோஷா.

"சிறுவர்களே, இந்த இடத்தில் உங்களிடம் நான் ஒன்றைச் சொல்ல ஆசைப்படுகிறேன்."

சிறுவர்கள் தள்ளி நின்று அவனுடைய ஆழ்ந்த, எதிர்நோக்கும் பார்வையை உற்றுப் பார்த்தார்கள்.

"சிறுவர்களே, சீக்கிரமாகவே நாம் விடைபெற்றுக்கொண்டு போய் விடுவோம். இப்போது நான் என்னுடைய இரண்டு சகோதரர்களுடன் இருக்கிறேன்; அதில் ஒருவர் சைபீரியா போய்விடுவார், மற்றொருவர் மிக மோசமான நிலையில், இறக்கும் தறுவாயில் இருக்கிறார். சீக்கிரமாகவே நான் இந்த ஊரை விட்டு, கொஞ்ச காலம் வெளியூருக்குப் போய்விடுவேன். ஆக, நாம் பிரிந்து போகப் போகிறோம், சிறுவர்களே. இங்கே இல்யூஷாவின் இந்தக் கல் இருக்கும் இடத்தில், அனுகூலமான ஒரு முடிவை எடுப்போம். முதலாவதாக, எப்போதுமே இல்யூஷாவை நாம் மறக்க மாட்டோமென்று, இரண்டாவதாக, நாம் ஒருவரை ஒருவரையும் மறக்க மாட்டோமென்று. நம்முடைய வாழ்க்கையில் என்ன நடந்தாலும் சரி, இருபது வருடங்களுக்குப் பிறகு நாம் சந்தித்தாலும், ஒன்றை நாம் நினைவுகூர்வோம், எப்படி நாம் இந்தப் பரிதாபமான சிறுவனைப் புதைத்தோமென்பதை; அவன்மீதுதானே நாம் கல்லெறிந்தோம், நினைவிருக்கிறதா, அந்தப் பாலத்திலிருந்து, அப்படிப்பட்டவனை நாம் நேசிக்க வேண்டும். இனிமையான பையன் அவன், இரக்கமானவன், தைரியமானவன், நேர்மையின் மதிப்பை உணர்ந்தவன், தந்தை பட்ட வேதனையான கேவலத்திற்காகப் போராடியவன். ஆக, முதலாவதாக, அவனை நாம் நம்முடைய வாழ்நாள் முழுவதும் நினைத்துப் பார்ப்போம், சிறுவர்களே. எப்படிப் பட்ட நிலையில் நாம் இருந்தாலும் சரி, நல்ல உயர்ந்த நிலையிலோ அதீதத் துயரத்திலோ எப்படி நாம் இருந்தாலும் சரி, இங்கு எவ்வளவு நன்றாக நாம் இருந்தோம் என்பதை நாம் எப்போதுமே மறக்கக் கூடாது; இரக்க உணர்வு கொண்ட, பரிதாபத்திற்குரிய இந்த நல்ல சிறுவனை நாம் எப்படி நேசித்தோம், அவன் எப்படி நம்மை இன்னும் சிறந்த மனிதனாக மாற்றினானென்பதையும் நாம் மறக்கக் கூடாது. என் அருமைப் புறாக் குஞ்சுகளே, உங்களை நான் அப்படி அழைக்கவே விரும்புகிறேன், ஏனெனில் நீங்கள் அந்த நீலநிறப் பறவைகளைப் போல நல்லவர்களாக இருக்கிறீர்கள், இந்த நிமிடம், உங்களுடைய அருமையான, இரக்கம் தோய்ந்த முகங்களைப் பார்க்கும்போது, என் அருமைக் குழந்தைகளே, ஒருசமயம், நான் சொல்வது உங்களுக்குப் புரியாமல் இருக்கலாம், ஏனெனில், நான் பல சமயங்களில் இப்படிப் புரியாத விதத்தில்தான் பேசுகிறேன், ஆனால் நீங்கள் நினைவில் கொள்ளுங்கள், எப்போதாவது பிறகு அதை நீங்கள் ஏற்றுக்கொள்ளலாம், தெரிந்துகொள்ளுங்கள், வாழ்க்கையில் குழந்தைப் பருவத்தில்,

கரமாஸவ் சகோதரர்கள்

பெற்றவர்கள் வீட்டில் வளர்ந்த நினைவுகளைவிட மிக உயர்ந்த, மிகச் சிறந்த, மிகப் பயனுள்ள, ஆரோக்கியமான, சக்திவாய்ந்த நினைவலைகள் வேறெதுவும் இல்லை. நீங்கள் வளர்ந்த விதத்தைப் பற்றி அதிகம் பேசலாம்; ஆனால், இதோ இந்தச் சில அற்புதமான, புனிதமான குழந்தைப் பருவ நினைவுகள்தாம் ஒருவர் வாழ்வில் மிகச் சிறந்த நினைவுகளாகும். இப்படிப்பட்ட நினைவுகள் ஒருவர் வாழ்க்கையில் நிறைந்திருந்தால், அவன் வாழ்நாள் முழுவதும் காப்பாற்றப்பட்டவனாவான். அப்படி ஏதாவது ஒரு நல்ல சம்பவம் நம்முடைய மனத்தில் தங்கிவிட்டால், எப்படியாவது அது நம்மைக் காப்பாற்றும். ஒருசமயம், பின்னாளில் நாம் கெட்டவர்களாக, கெட்ட காரியங்களைச் செய்து, மனிதர்கள் உகுக்கும் கண்ணீரைக்கூடக் கேலிசெய்து, கோல்யா சொன்னது போல, “இந்த மனித குலத்திற்காக நான் கஷ்டப்பட விரும்புகிறேன்” என்று சொல்பவர்களையும் பார்த்து நாம் கேலிசெய்யலாம். அப்படி நாம் எவ்வளவு தூரம் கெட்டவர்களாக மாறினாலும் சரி, அதற்காகக் கடவுள் நம்மை மன்னிக்கட்டும், ஆனால் எப்படி நாம் இல்யூஷாவைப் புதைத்தோம், எப்படி அவனுடைய இறுதி நாட்களில் அவனை நாம் நேசித்தோம், இதோ இப்போது எவ்வளவு தூரம் நண்பர்களாக நாம் இருக்கிறோம், அப்படியே நாம் ஒன்றுசேர்ந்து இந்தக் கல் அருகே நிற்கும்போது மிகக் கேவல மானவர்களாகக் கெட்டவர்களாக நாம் மாறி இருந்தாலும், இவ்வளவு நல்லவர்களாக, இரக்கமானவர்களாக இருக்கும் நாம், அப்போது கேவலமாக, எள்ளி நகையாடத் தைரியமில்லாதவர்களாக இருப்போம்! அது மட்டுமின்றி, குறிப்பாக, இந்த நினைவு ஒன்றே நம்மை ஒருவேளை மிகப்பெரிய கெடுதலிலிருந்து காப்பாற்றக்கூடியதாக இருக்கலாம்; அது நம்மைக் காப்பாற்றி இப்படிச் சொல்லக்கூடும்: “ஆமாம், நான் அப்போது நல்லவனாக, தைரியசாலியாக, உண்மையானவனாக இருந்தேன்!” என்று. மனத்தளவில் அது நம்மைக் கேலி செய்யட்டும், அது ஒன்றும் பெரிதல்ல; மனிதன் இரக்கமானவர்களையும் நல்லவர்களை யும் பார்த்து அடிக்கடி கேலிதான் செய்கிறான்; அது அவனுடைய சின்னப் புத்தியின் காரணத்தால்தான்; ஆனால், உங்களுக்கு உறுதியாக ஒன்றை நான் சொல்கிறேன், சிறுவர்களே, அப்படி ஏளனம் செய்கிறவர்கள், தங்களுக்குள் சொல்லிக்கொள்வார்கள்: “ஆமாம், நான் கேவலமாகப் பேசிக் கெடுதல் செய்துவிட்டேன்; அப்படி நான் ஏளனமாகப் பேசியிருக்கக் கூடாது!” என்று சொன்னான் அல்யோஷா.

“கண்டிப்பாக, அப்படித்தான் சொல்வார்கள், கரமாஸவ், உங்களை எனக்குப் புரிகிறது!” என்று கண்கள் பளிச்சிடச் சொன்னான் கோல்யா. பதற்றமடைந்த சிறுவர்கள் ஏதோ சொல்ல ஆசைப்பட்டாலும், எதுவும் சொல்லாமல் பேசுபவரையே உன்னிப்பாக, உணர்ச்சிபூர்வமாகக் கவனித்துக்கொண்டிருந்தார்கள்.

“நாம் எங்கே கெட்டவர்களாகிவிடுவோமோ என்ற பயத்தில் நான் இதைச் சொல்கிறேன்” என்று தொடர்ந்த அல்யோஷா, “நாம் ஏன் கெட்டவர்களாக இருக்க வேண்டும், இல்லையா, சிறுவர்களே? முதலில் நாம் நல்லவர்களாக இருப்போம், பிறகு நேர்மையானவர்களாக

இருப்போம், அதன்பிறகு ஒருவரை ஒருவர் எப்போதுமே மறக்காமல் இருப்போம். மீண்டும் சொல்கிறேன், சத்தியமாகச் சொல்கிறேன், சிறுவர்களே, உங்களில் ஒருவரைக்கூட நான் மறக்க மாட்டேன்; ஒவ்வொரு முகத்தையும், என்னை இப்போது பார்க்கும் ஒவ்வொரு முகத்தையும் நான் நினைவில் கொள்வேன்; முப்பது வருடங்கள் ஆனால்கூட உங்களை நான் மறக்காமல் நினைவில் வைத்திருப்பேன். சிறிது நேரத்திற்கு முன்பு கோல்யா, கர்த்தஷோவிடம் சொன்னான், ஏதோ நாம் ஒருவரையொருவர் தெரிந்துகொள்ள ஆசைப்படவில்லை என்று, அதாவது, "உலகத்தில் நீ இருக்கிறாயா, இல்லையா என்றுகூடத் தெரிந்துகொள்ள விருப்பப்படவில்லை" என்று. ஆம், என்னால் மறக்க முடியுமா என்ன, கர்த்தஷோவ் இவ்வுலகில் இருந்தது, இதோ டிராய் பற்றிச் சொன்னபோது அவன் முகம் சிவந்துபோனது, அப்படியே என்னை அவன் தன்னுடைய இனிமையான, இரக்கமான, குறுகுறு கண்களோடு பார்த்தது, இவற்றையெல்லாம் என்னால் மறக்க முடியுமா என்ன? சிறுவர்களே, என் அருமைச் சிறுவர்களே, நாம் இல்யூஷெச்காவைப் போலப் பரந்த மனப்பான்மையுடன் தைரியமாகவும் கோல்யாவைப் போல அறிவுள்ளவர்களாகவும் (வளரும்போது அவன் இன்னும் பெரிய அறிவாளியாக இருப்பான்), தைரியமானவர்களாகவும் பரந்த மனப்பான்மையுடனும் இருப்போம்; அப்படியே கர்த்தஷோவைப் போல வெட்கப்படுபவர்களாக, அறிவாளிகளாக, இனிமையானவர்களாக இருப்போம். ஏன் இந்த இருவரைப் பற்றி மட்டும் சொல்ல வேண்டும்! நீங்கள் எல்லோருமே, சிறுவர்களே, இனிமையானவர்கள்தாம்; எல்லோருக்கும் என்னுடைய இதயத்தில் இடம் இருக்கிறது, அப்படியே எனக்கும் உங்களுடைய மனத்தில் இடம் கொடுங்கள்! சரி, யார் நம்மை இப்படி நல்ல உணர்வுடன் சேர்த்தார்களோ அவரை நாம் எப்போதும் நம்முடைய வாழ்நாள் முழுவதும் நினைவுகூர்வோம்; அப்படி நினைவுகூரவும் நாம் கடமைப்பட்டிருக்கிறோம்; அது இல்யூஷெச்காவைத் தவிர வேறு யாரும் இல்லை, நம்முடைய கனிவான, இனிமையான, விலை மதிப்பிட முடியாத, காலகாலத்திற்கும் மறக்க முடியாத சிறுவன் அவன்! அவனை எப்போதுமே நாம் மறக்காமல் நினைவு கூர்வோம், அப்படியே நம்முடைய மனத்தில் என்றென்றும் தங்கிவிட்ட மிக நல்ல நினைவாக அது இருக்கட்டும்!"[3]

"ஆமாம், ஆமாம், நாம் என்றென்றும் மறக்காமல் நினைவுகூர்வோம்" என்று கணீரென்ற குரலில், இன்முகத்துடன் உரக்கக் கத்தினார்கள் சிறுவர்கள்.

"அவனுடைய முகம், உடை மற்றும் ஏழ்மையான காலணிகள், அவனுடைய கல்லறை, மகிழ்ச்சியில்லாத பாவப்பட்ட அவனுடைய தந்தை மற்றும் தன்னுடைய வகுப்பு முழுவதையும் தைரியமாகத் தனியாக எதிர்த்து நின்ற அவனையும் நாம் நினைவுகூர்வோம்!"

"நினைவில் கொள்வோம், நினைவில் கொள்வோம்!" என்று மீண்டும் அந்தச் சிறுவர்கள் உரக்கக் குரல் கொடுத்தபடி, "அவன் தைரியசாலி! இரக்கம் மிகுந்தவன்!" என்றார்கள்.

"ஹா, எவ்வளவு தூரம் நான் அவனை நேசிக்கிறேன்!" என்று ஆச்சர்யத்துடன் சொன்னான் கோல்யா.

"ஹா, சிறுவர்களே, என் அருமை நண்பர்களே, வாழ்க்கையைப் பார்த்துப் பயப்படாதீர்கள்! நல்லதையும் உண்மையானதையும் செய்யும் போது வாழ்க்கை எவ்வளவு இனிமையானது தெரியுமா!" என்று சொன்னான் அல்யோஷா.

"ஆமாம், ஆமாம்!" என்று உற்சாகத்தில் அதையே சொன்னார்கள் சிறுவர்கள்.

"கரமாஸவ், நாங்கள் உங்களை நேசிக்கிறோம்!" என்று கட்டுப்படுத்த முடியாத குரல் ஒன்று சொன்னது; அது கர்த்தஷோவுடையதாக இருந்தது.

"நாங்கள் உங்களை நேசிக்கிறோம், நாங்கள் உங்களை நேசிக்கிறோம்" என்று எல்லோருமாகச் சேர்ந்து குரல் கொடுத்தார்கள். பலருடைய கண்களிலும் கண்ணீர் மின்னியது.

"வாழ்க, கரமாஸவ்!" என்று உற்சாகமாக முழங்கினான் கோல்யா.

"இறந்துபோன சிறுவனுக்கு எப்போதும் நம்முடைய நினைவுகள் உரித்தாகட்டும்!" என்று மறுபடியும் சொன்னார்கள் சிறுவர்கள்.

"கரமாஸவ்!" என்று விளித்த கோல்யா, "நம்முடைய மதம் சொல்வது சரியா, நாம் எல்லோரும் இறந்தவர்களிடமிருந்து உயிர்த்தெழுந்து வருவோம், உயிருடன் வாழ்வோம், ஒருவரை ஒருவர் மீண்டும் பார்த்துக் கொள்வோம், எல்லோரையும் பார்த்துக்கொள்வோம் என்று சொல்வது உண்மையா, அப்படியானால் நாம் இல்யூஷாவையும் பார்ப்போமா?" என்று கேட்டான்.

"கண்டிப்பாக நாம் எழுந்து வருவோம், கண்டிப்பாகப் பார்ப்போம். அப்படியே நடந்ததைப் பற்றிக் கலகலப்பாகச் சந்தோஷமாக, ஒருவரிடம் ஒருவரும் சொல்லிக்கொள்வோம்" என்று சிரித்துக்கொண்டே ஆச்சர்யத்துடன் பதிலளித்தான் அல்யோஷா.

"ஹா, எவ்வளவு நன்றாக இருக்கும்!" என்றான் கோல்யா.

"சரி, இப்போது நாம் பேச்சை முடித்துக்கொண்டு சாப்பிடப் போவோம். மென் அப்பத்தைச் சாப்பிடப் போகிறோமென்று வருத்தப் படாதீர்கள். இது காலங்காலமாக இருந்துவரும் பழக்கம்; இதில் நன்மையும் இருக்கிறது" என்று சிரித்தபடி சொன்னான் அல்யோஷா. "சரி வாருங்கள், இனி நாம் கைகோத்துச் செல்வோம்!" என்றான்.

"எப்போதுமே இப்படி நாம் கைகோத்துக்கொண்டே போவோம்! வாழ்க, கரமாஸவ்!" என்று மீண்டும் உற்சாகத்தில் கத்திய கோல்யாவைத் தொடர்ந்து மீண்டுமொரு முறை எல்லாச் சிறுவர்களும் உரக்கக் கத்தினார்கள்.

(முற்றும்)

பிற்சேர்க்கை

# கடிதம்

**தஸ்தயேவ்ஸ்கி வி.அ. அலெக்ஸேய்க்கு எழுதியது, 07 ஜூன் 1876, பீத்தர்புர்க்.**

*கனிவுமிக்க ஆட்சியாளருக்கு,*

*ஜூன் 3ஆம் தேதி தாங்கள் எழுதிய கடிதத்திற்கு உடனே என்னால் பதிலளிக்க முடியாமல் போனதற்கு வருந்துகிறேன். நான் வலிப்பு நோயால் பாதிக்கப்பட்டிருந்தேன்.*

*நீங்கள் அறிவார்ந்த கேள்வி ஒன்றைக் கேட்டிருந்தீர்கள். உண்மையைச் சொல்லப்போனால் அதற்குப் பதிலளிக்க நாளாகும். அது ஏன் என்பது தெளிவாகத் தெரிந்த விஷயம்தான். உலகில் சாத்தான் ஆசை காட்டி, மூன்று பெரிய உலகளாவிய எண்ணங்களை உருவாக்கி இன்றோடு பதினெட்டு நூற்றாண்டுகள் கழிந்துவிட, அவற்றைவிடக் கடினமான, அதாவது அறிவார்ந்த கருத்துகள் இன்னும் உலகில் வேறெதுவும் இல்லாமல், அவற்றிற்கான விடையும் காண முடியாமல் இருக்கிறது.*

*"கற்களும் அப்பங்களும்" என்பது தற்போதைய சமூகக் கேள்வியாக, சூழல் சார்ந்த கேள்வியாக இருக்கிறது. இது ஒன்றும் வருவதை முன்னறிவிக்கும் தீர்க்கதரிசனமல்ல; இது காலங்காலமாய் இருந்து வந்த விஷயம்தான். "பசியில் சீரழிந்து, ஏறக்குறைய மிருகத்தைப்போலாகிவிட்ட ஏழைகளிடம்போய்ப் பாவம் செய்யாதே, பணிவடக்கமாய் தன்னடக்கத்துடன் இரு என்று பாடம் நடத்துவதைவிட , அவர்களுக்கு முதலில் உணவளிப்பதல்லவா மேலான விஷயம்? அது மனிதத் தன்மையுள்ள விஷயமும்கூட அல்லவா! அறிவுரைகளும் போதனைகளும் நீர் வரும்வரை போதிக்கப்பட்டவைதான், ஆனால் நீரோ கடவுளின் மைந்தன், அதனால் உலகமே பொறுமையின்றி உமக்காகக் காத்துக் கிடந்தது. எனவே எல்லாவற்றிற்கும் மேலாக அறிவும்*

நியாயமும் இருப்பது போல நீர் நடந்துகொள்ளும். எல்லோருக்கும் நீர் உணவளியும், உணவளித்துவிட்டு, அப்பமும் சட்டமும் எப்போதும் இருக்கும்படியான ஒரு சமுதாயத்தை அவர்களுக்கு அமைத்துக் கொடும்; அதன் பிறகு அவர்கள் செய்த பாவங்களைத் தட்டிக் கேளும். இதற்குப் பிறகும் அவர்கள் பாவம் செய்தார்களென்றால் அவர்கள் நன்றி கெட்டவர்கள். ஆனால் இப்போது அவர்கள் பசியின் கொடுமையால் பாவம் செய்கிறார்கள். எனவே, இப்போது நீர் அவர்களைத் தட்டிக் கேட்பதே பாவமாகும்.

நீர் – கடவுளின் மைந்தன், எனவே உங்களால் எல்லாவற்றையும் செய்ய முடியும். பாரும், இங்கே எவ்வளவு கற்கள் இருக்கின்றன. நீர் கட்டளையிட்டால் போதும் உடனே அவை அப்பங்களாக மாறும்.

அப்படியே உழைப்பில்லாத பூமி உருவாக வேண்டுமென்று நீர் கட்டளையிடும், அப்படியே மக்களுக்கு எல்லாமும் அருளப்பட்ட வாழ்வு கிடைக்க வேண்டுமென்ற விஞ்ஞானத்தை மக்களுக்கு நீர் கற்றுக் கொடும் அல்லது அப்படிப்பட்ட ஒரு வகைமுறையையாவது நீர் கற்றுக் கொடும். பசியிலும் குளிரிலும் பட்டினியிலும் போராடி வாழ வழியின்றித்தான் மனிதன் குற்றம் செய்கிறான், வேதனைப் படுகிறான் என்பதை நீர் நம்ப மறுக்கிறீர்.

இதோ இந்த முதல் கருத்தைத்தான் சோதிக்கும் அந்த ஆவி ஏசு கிறிஸ்துவைப் பார்த்துக் கேட்டது. இதைச் சரிசெய்வது கஷ்டம் தான் என்பதை நீங்களே ஒப்புக்கொள்ளுங்கள். ஐரோப்பாவிலிருக்கும் இப்போதைய சோசியலிஸமும், ஏன் நம் நாட்டிலிருக்கும் சோசியலிஸமும் கூட, கிறிஸ்துவை முற்றிலுமாக நிராகரித்துவிட்டு, முதலில் அப்பம்தான் தேவை என்று அதற்காகப் பாடுபட்டு, விஞ்ஞானத்தைக் கூவி அழைத்து, அதன் மூலமாக நிரூபிக்கிறது. மனித குலத்திற்கான எல்லா வேதனை களும் ஒன்றில்தான் இருக்கிறது, அதாவது அது வறுமையிலும், வாழ்க்கையை வாழப் போராட வேண்டிய போராட்டத்திலும், “சுற்றுச் சூழலுக்கு இரையாகிவிட்ட” நிலையிலும்தான் இருக்கிறதென்று.

இதற்குக் கிறிஸ்து இப்படிப் பதிலளித்தார்: “மனிதர் அப்பத்தால் மட்டும் வாழ்வதில்லை.” ஆன்மிக வாழ்வைப் பற்றி வெளிப்படை யாகச் சொன்னார். மனித மிருகத்திற்கு மட்டுமே சாத்தானின் எண்ணங்கள் வரும், அப்படியே அப்பத்தால் மட்டுமே மனிதனை உயிரோடு வைத்திருக்க முடியாது என்று கிறிஸ்துவுக்குத் தெரியும். ஆன்மிக வாழ்வு, அழகு ஆகியவை இல்லையென்றால் மனிதன் வாழ்க்கையில் சோர்வுற்று, பைத்தியம் பிடித்து, தன்னைத்தானே மாய்த்துக்கொண்டு மரித்துப்போவான். அல்லது அவன் கற்பனை வாழ்வில் அர்த்தமிழந்து உழல்வான். அப்படிப்பட்ட அழகு என்னும் கருத்தியல் வடிவத்தைக் கிறிஸ்து தன்னுள்ளும் தன்னுடைய வார்த்தை யிலும் கொண்டிருந்ததால், அவர் அழகு என்ற கருத்தியலை மனித மனத்திற்குள் செலுத்திவிடுவது என்றும் அப்படி அதை வைத்துக் கொண்டு மனிதன் மற்றொரு மனிதனுடன் சகோதரனாவான், சகோதரனாகி உழைத்து, வேலை செய்து, பணக்காரனாவானென்றும்

முடிவு செய்தார். அப்படியானால் எதற்காக மனிதர்களுக்கு அப்பத்தைக் கொடுத்து, அவர்களைச் சோம்பேறிகளாக்கி, பகைவர்களாக்க வேண்டும்?

சரி, அழகு என்ற கருத்தியலையும் அப்பத்தையும் ஒன்றாகக் கொடுத்தால் என்ன? அப்படியானால், அவனிடமிருந்து உழைப்பையும் தனித்தன்மையையும் மக்களுக்காகத் தியாகம் செய்யும் அவனுடைய உணர்வையும் அவனிடமிருந்து தட்டிப்பறிப்பதாகும். அதாவது ஒரே வார்த்தையில் சொல்லப்போனால் வாழ்க்கையையே, வாழ்க்கை என்ற கருத்தையே அவனிடமிருந்து தட்டிப்பறிப்பதாகும், அதன் காரணமாகவே ஒருவருடைய ஆன்மிக வாழ்வைக் கட்டமைப்பது சிறந்த ஒன்றாக இருக்கும்.

குறிப்பாக, இந்தக் கருத்திற்குச் சாட்சியாக, பைபிளில் ஒரு சிறிய பகுதி இருக்கிறது; அதாவது கிறிஸ்து பசியால் வாட, சோதிக்கும் ஆவி கற்களை அப்பமாக மாற்றும்படி அவருக்கு அறிவுரை சொன்னது என்பது மட்டுமல்ல, குறிப்பாக இதற்குச் சாட்சியாக, ஏசு கிறிஸ்து இயற்கையின் ரகசியத்தை இப்படி வெளிப்படுத்தினார்: "மனிதர் அப்பத்தால் மட்டும் வாழ்வதில்லை" (அதாவது விலங்குகளைப் போல) என்பதுதான்.

பசியை ஒழிப்பது மட்டுமே கிறிஸ்துவின் வேலையாக இருந்திருந்தால் மனிதன் எதற்காக ஆன்மிக வாழ்வைப் பற்றிப் பேச வேண்டும்? சொல்லப்போனால், சோதிக்கும் அந்த ஆவியின் அறிவுரைக்கு முன்பே அவர் மனிதனுக்கு அப்பத்தைக் கொடுத்திருப்பார், அப்படி அதைக் கொடுக்க அவர் விரும்பியிருந்தால். இன்னும் சொல்லப்போனால், இன்றைய டார்வினுடைய கொள்கையை, அதாவது குரங்கிலிருந்து மனிதன் பிறந்தான் என்ற கொள்கையையும் மற்ற கொள்கைகளையும் பற்றிச் சற்றே சிந்தித்துப் பாருங்கள். ஏசு கிறிஸ்து எப்படிப்பட்ட கொள்கையையும் முன்வைக்காமல் பிரகடனப்படுத்துகிறார், விலங்கு களின் உலகைத் தவிர, மனித உலகில் ஆன்மிகம் இருக்கிறதென்று. சரி இருக்கட்டும், மனிதன் எங்கிருந்தாவது தோன்றியிருக்கட்டும் (பூமியிலிருந்து எடுக்கப்பட்ட மண்ணிலிருந்து கடவுள் மனிதனைச் செய்தாரென்பதை பைபிள் விளக்கவே இல்லை), ஆனால் மனிதனுக்குள் கடவுள் மூச்சைச் செலுத்திவிட்டார் (ஆனால், கேவலம் என்ன வென்றால் பாவங்களைச் செய்து மனிதன் மீண்டும் மிருகமாகிவிடக் கூடும் என்பதுதான்).

உங்கள் கீழ்ப்படிதலுள்ள சேவகன்,
எப். தஸ்தயேவ்ஸ்கி

தஸ்தயேவ்ஸ்கி பீத்தர்புர்க் பல்கலைக்கழகத்தில், "கிறிஸ்துவ மத எதிர்ப்பாளர்களைத் தண்டிப்பவர்" என்ற பகுதியை வாசிப்பதற்கு முன்பு ஆற்றப்பட்ட முன்னுரை. 30 டிசம்பர் 1879

கடவுள் நம்பிக்கையில்லாத நாத்திகவாதி ஒருவன், தான் கஷ்டப்படும் தருணத்தில், பயங்கரமான, கற்பனைக் கவிதை ஒன்றை எழுதி ஒரு உரையாடலை நிகழ்த்துகிறான்; அது கிறிஸ்துவுக்கும் கத்தோலிக்க சமயஞ்சார்ந்த ஒருவரான – கிறிஸ்துவ மத எதிர்ப்பாளரைத் தண்டிக்கும் ஒரு விசாரணையாளருக்கும் இடையே நடக்கிறது. இந்தக் கவிதையைப் புனைந்தவருடைய வேதனை என்னவென்றால், அவர் உருவாக்கிய அந்த முதன்மையான மத போதகர், கத்தோலிக்க எண்ணங்களைக் கொண்டிருப்பவர், கத்தோலிக்கத் திருச்சபையிலிருந்து வெகுதூரம் விலகி நிற்பவர், உண்மை ஊழியனான கிறிஸ்துவைப் பார்க்கிறார். ஆனால் சொல்லப்போனால், அந்தக் கிறிஸ்துவ மத எதிர்ப்பாளரைத் தண்டிக்கும் அந்த விசாரணையாளர் உண்மையாகவே ஒரு நாத்திக வாதி – இதன் பொருள் என்னவென்றால், கிறிஸ்துவின் மீதிருக்கும் நம்பிக்கை சீரழிந்துபோனால் உலகிலுள்ள அவநம்பிக்கைகளெல்லாம் ஒன்றுபட்டு, கிறிஸ்துவம் என்ற கருத்தையே ஒட்டுமொத்தமாக அழித்து, நம்பிக்கையின்மையில் அறிவு என்பது சந்தேகத்திற்கிடமின்றி வீழ்ந்து, ஏசு கிறிஸ்து இருந்த அந்த மிகப்பெரிய இடத்தில் புதிய பாபெல் என்ற ஒரு உயர் கோபுரத்தை உருவாக்குவதுதான். மனித குலத்தின் மீதிருக்கும் கிறிஸ்துவ மதத்தின் மரியாதைக்குரிய பார்வை யானது, ஏதோ மிருகத்தைப் பார்க்கும் பார்வைபோல் கேவலப்படுத்தப் பட்டு, மனித குலத்தின் மீதிருக்கும் அன்பு என்ற சமூகக் கருத்தே வெறுப்புக்குரியது என்ற முகமூடியை இனிமேலும் மறைக்க முடியாது என்பது போலாகிவிடும். இது இரண்டு சகோதரர்களுக்கிடையேயான உரையாடலாகக் காட்டப்பட்டிருக்கிறது. இதில் நாத்திகவாதியான ஒரு சகோதரர் தன்னுடைய கவிதையின் உட்கருத்தை மற்றொரு சகோதரனுக்குச் சொல்கிறான்.

## தலைமை குரு யோவான் (ஷாஹவ்ஸ்கய)

"கிறிஸ்துவ மத எதிர்ப்பாளர்களைத் தண்டிப்பவர்" என்ற கவிதை முழுவதுமே கலை நயத்துடன் சொல்லப்பட்ட பொய்கள். கிறிஸ்துவுக்கும் அவருடைய செயல்பாடுகளுக்கும் எதிரான எல்லாவற்றையும் தஸ்தயேவ்ஸ்கி திரட்டி அதைப் புனைவாகச் சீரமைத்திருக்கிறார்.

இங்குச் சொல்லப்பட்டிருக்கும் மைய வாதக் கருத்துகளில் ஒன்றான – 'கெடுதல்" என்பது, இந்த **உலகைப் படைத்தவனைவிட, மக்களிடம் அது அதிக இரக்கமுள்ளதாக** இருக்க விருப்பப்படுகிறது என்பதுதான். நாகரிக, உலகளாவிய எல்லாச் சமுதாய தீய கவர்ச்சிகளும் இந்த அடிப்படையின் பேரில்தான் செயல்படுகின்றன, அதாவது ஏதோ அவை மனித குலத்தை நேசிப்பது போலவும், அந்த அடிப்படையின் பேரிலேயே அவை "மனித குலத்தை ஏசு கிறிஸ்துவிடமிருந்து" ("மிக அதிகமாகவே உயர்ந்து" நிற்கும் கருத்தியலிலிருந்து) காப்பாற்ற விரும்புவது போலவும். "மனிதனிடமிருந்து அவர் மிக அதிகமாக எதிர்பார்த்தார்" என்று சோதிக்கும் அந்த ஆவி ஏசு கிறிஸ்துவை நிந்திக்கிறது. "குறைவாக அவனை மதிப்பிட்டிருந்தால், அவனிடமிருந்து குறைவானதையே அவர் எதிர்பார்த்திருந்திருப்பார், அது அன்புக்கு நெருக்கமானதாகவும், அதை ஏற்றுக்கொள்வது அவனுக்கு எளிதாகவும் இருந்திருக்கும் என்று"– இதுதான் அந்தக் கிறிஸ்துவ மத எதிர்ப்பாளரைத் தண்டிப்பவரின் வாதம்.

"இவ்வளவு பெரிய, பயங்கரமான பரிசுகளை ஏற்றுக்கொள்ள முடியாத, வலிமையில்லாத அந்த ஆத்மாவின் குற்றம் என்ன" என்று அந்தத் தண்டனையாளர் கேட்கிறார் . . . குறிப்பாக, வலிமையில்லாத ஆத்மா, தனக்கு வலிமையில்லை என்பதை உணர, அது கடவுள் கொடுத்த அந்தப் பரிசுடன் இணங்கிப்போகிறது. கடவுள் கொடுத்த பரிசுகளிலேயே மிகச் சிறந்த பரிசு, வலிமையில்லாத, பரிதாபப்பட்ட அந்த நேரத்தில் அந்த ஆத்மா தன்னுடைய சக்தியுடன் இருப்பதுதான் (தன்னுடைய சக்தியை இழக்காமல்). நற்பேறு, எப்போதும் தலைவர்களைத் தேடுவதில்லை, மீமனித மாவீரர்களைத் தேடுவதில்லை, அசுரவீரர்களாகிய புரோமித்தியஸ்களைத் தேடுவதில்லை; அது தேடுவதெல்லாம் "பாவப்பட்ட ஆத்மாக்களைத்தான்", அதுவும் குழந்தை போன்ற

அப்பழுக்கற்ற நம்பிக்கை கொண்ட மனங்களைத்தான். இதைப் புரிந்துகொள்ள அந்தத் தண்டனையாளரால் முடியவில்லை, அவர் அதைப் புரிந்துகொள்ளவும் விரும்பவில்லை; அவருடைய எண்ண மெல்லாம் முற்றிலும் மண்ணுலகு சார்ந்த ஒன்றாக இருக்கிறது.

வலிமையில்லாதவர்களைப் பற்றிய அந்தத் தண்டனையாளரின் கருத்தைப் பற்றிச் சொல்லப்போனால் சந்தேகத்திற்கிடமின்றி தஸ்தயேவ்ஸ்கி பாவ மன்னிப்பு வழங்குவதில் இருக்கும் சலுகையைப் பற்றித்தான் சொல்கிறார்; அது கிறிஸ்துவ ரோமாபுரி இடைநிலைக் காலத்தில் இருந்து வர, அது ஏன் இன்னும் முற்றிலுமாக ரோமாபுரி கிறிஸ்துவச் சட்ட முறையிலிருந்தும், மன நிலையிலிருந்தும் விலக்கப் படாமல் இருக்கிறது. இங்கு மறுபடியும் அதே அந்த ஒழுக்கஞ் சார்ந்த போதனைகள்தான். மனிதனுக்கு எது எளிமையானது, “வலிமை யில்லாதவனாக அவனை ஆக்கி, அவனுடைய சுமைகளைக் குறைக்கும் போது” (வெளியே இருந்து ஏதோ ஒன்றை அவனைக் காப்பாற்றிக் கொள்ளக் கொடுக்கும்போது), அல்லது வலிமையில்லாதவனாக அவன் இருப்பதற்கு இடையூறு விளைவிக்கும்போது, உயர்ந்த ஒன்றை நோக்கி அவனை இழுக்கிறார்கள், முழுமையான ஒன்றை நோக்கி, எப்போதும் பிரகாசமான ஏசு கிறிஸ்துவின் ஒளியை அவன் முன்பு பிடித்துக்கொண்டு நிற்கிறார்கள்; நின்று, அவருடைய கடைசிப் போதனையைக் குறிப்பிடு கிறார்கள்: “முழுமையாக இருங்கள், நம்முடைய விண்ணுலகத் தந்தை முழுமையுடன் இருக்கிறார் . . .” என்று. மனித குலத்தின் முன்பாக பைபிள் உயர்ந்த உலகை, இறுதிவரை இருக்கும் உலகை நோக்கிச் செல்ல வேண்டுமென்று சொல்லி பைபிளை மனிதகுலத்தின் முன்பாக உயர்த்திப் பிடிக்கிறார்கள். இங்கு பைபிளை மாற்றி, திருத்தியமைக்க விருப்பப்படும் பலருக்கும் “சிரமம்” இருக்கிறது. கடவுள் இருத்தலின் உண்மையை, தூய்மையை, அன்பை, முழு அறிவை, மன உறுதியை, உணர்வை, ஆன்மாவை, மனித மனத்தை ஆகிய இவை எல்லாவற்றின் முழுமையையும் உணர்ந்த பிறகு (இதுதான் பைபிளின் போதனையே), கடவுள் இல்லாத வெறுமையை, கடவுள் இல்லாத ஆத்மாவை உணர அழைக்கிறது. ஆத்மா தன்னிறைவில்லாமல், “பாவப்பட்ட ஆத்மா”வாக வேண்டும்; கடவுள் முன்பு அது கேடுகெட்ட ஆத்மாவாகி, அவருடைய அருளுக்காகக் கதறி அழுது, இந்த ஆத்மாவை அவருடைய மகனாக ஏற்றுக்கொள்ளுமாறு கேட்டு, தன்னை வழி நடத்திச்சென்று, கடவுளின் அருளை வேண்ட வேண்டும் . . . இதில்தான் உண்மையான, சமயஞ்சார்ந்த வாழ்வும் முழுமையடைவதன் அடிப்படையும் இருக்கின்றன. கடவுளின் போதனைகளைச் சுயவிருப்பத்திற்கு ஏற்ப எடுத்துக்கொள்வதாலோ மூடிமறைப்பதாலோ ஒழுக்கரீதியான தப்பித்தலை எளிதாக்கிவிட முடியாது. மாறாக, கடவுளின் முழுமையை உயர்த்திப் பிடிப்பதாலேயே அதைச் செய்ய முடியும்.

தன்னைத்தானே நேசிக்கும், தற்பெருமை கொண்ட மனிதன், தொடர்ந்து ஒழுக்கப்பண்புகளைக் கொண்ட உலகைப் பார்ப்பவன், தன் சக்திக்கு உட்பட்ட எல்லையில் தான் புனிதமானவனாக இருக்க

முடியாது என்பதை உணர்பவன், பைபிளை மறுத்து அது "நடை முறைக்குச் சாத்தியமானதல்ல", "அது கடைபிடிக்க முடியாத ஒன்று" என்று இப்படிப் பலவிதமாக நினைப்பான். ஆனால், கடவுளின் சக்தியானது நடக்க முடியாத ஒன்றை நடத்திக் காட்டும் என்பதை அறிந்தவர்கள் இறுதி உண்மையைக் கண்டு அஞ்சாமல் இந்த இறுதி உலகம்தான் உண்மையான உலகமென்று நினைப்பார்கள்.

தான் செய்த பாவத்தை நினைத்துப் பார்க்காத அந்தத் தண்டனை யாளர் தன்னைச் சுற்றி இருப்பவர்களை ஒன்றும் தெரியாத "குழந்தைக ளாக்க" விரும்புகிறார். அவர் தன்னை "மீட்பராக" பிரகடனப்படுத்திக் கொள்கிறார் – எதிர்மறையாக. தெரிந்தே நாங்கள், "மக்களின் பாவங்களை எங்கள்மீது ஏற்றிக்கொள்கிறோம்"; பாவம் செய்வது குற்றம் என்று அவர்களுக்குச் சொல்வதில்லை, அதன் மூலமாக நாங்கள் அவர்களுடைய வாழ்வை எளிதாக்குகிறோம். இதுதான் கிறிஸ்துவ மதத்திற்கு எதிரான, எதிர்பாராத வரம்பெல்லை, அப்படியே "பாவ மன்னிப்பு" என்பதன் பொய். அப்படியே இதுதான் ஆன்மாக்களை ஒன்றுபடுத்தி இறுதி அழிவுக்கு இட்டுச்செல்லும் வழியும்கூட.

இந்த நாவலை எழுத தஸ்தயேவ்ஸ்கியைத் தூண்டியது எது? வாழ்க்கைதான், வாழ்க்கையின் மூலாதாரத்தைக் கண்ட வாழ்க்கைதான். வாழ்க்கையில் இருக்கும் கேடுகளை, வன்மத்தை அவர் உலகுக்கு எப்படிக் காட்ட விரும்பினார் என்றால், அவை கடவுளை அடையக் கூடிய வழியாகக் காட்ட விரும்பினார். தூய யோவான் 17ஆம் அத்தியாயம்தான் – கிறிஸ்துவமத எதிர்ப்பாளர்களைத் தண்டிப்பவர் என்ற புனை கவிதைக்கான திறவுகோல். இந்தப் பகுதி தவறான, தீய கவர்ச்சியான பாபெல் என்ற உயர் கோபுரம் உலகை எப்படிச் சீரழிக்கிறது என்பதைப் பற்றியது; அது ஆட்சி செய்கிறது, தன்னுடைய மிகப்பெரிய மண்ணுலக ஆட்சியில் அது பாவங்களைச் செய்து, மக்களிட மிருந்து விண்ணுலகை மறைத்து, மக்களின் பார்வை மண்ணுலகில் மட்டுமே பதியும்படிச்செய்து, அவர்கள்மீது உடல்ரீதியான, மனரீதியான வேட்கையை அது திணிக்கிறது. ஆனால் இப்படிக் கடவுளே இல்லாமல், கடவுளின் மைந்தனையும் நிராகரித்து, பாபெல் என்ற உயர் கோபுர போதனையைப் போதித்து ஆட்சி செய்துகொண்டிருக்கும் இவர்கள் மீதும் ஒரு நாள் தீர்ப்பு எழுதப்படும். "ஏழு கிண்ணங்களைக் கொண்டிருந்த ஏழு வான தூதர்களுள் ஒருவர் வந்து என்னோடு பேசி, "வா, நீர்த் திரள்மேல் அமர்ந்திருக்கும் பேர் போன விலைமகளுக்கு வரவிருக்கும் தண்டனையை உனக்குக் காட்டுவேன். மண்ணுலகின் அரசர்கள் அவளோடு பரத்தைமையில் ஈடுபட்டார்கள். மண்ணுலகில் வாழ்வோர் அவளது பரத்தைமை என்னும் மதுவால் வெறிகொண்டிருக்கிறார்கள்" என்றார். (திருவெளிப்பாடு 17, 1–2).

அன்புக்கு எதிரான மிகப்பெரிய குற்றம் மனித சதையில் நடப்பதல்ல, அது ஆன்மாவில் நடப்பதுதான். மனிதர்கள் தங்களுடைய அழியா மனத்தைக் கடவுளுக்கு அர்ப்பணிக்கவே தோற்றுவிக்கப்பட்டனர். ஆனால் அவர்கள் தங்களுடைய ஆன்ம சீர்கேடால் தங்களுடைய

ஆன்மாவை, இதயத்தை மண்ணுலகு சார்ந்த மதிப்பிற்கும் பொருள் ஈட்டும் திட்டத்திற்கும் அதற்கான பணிகளுக்கும் அர்ப்பணிக்கிறார்கள். மக்களை ஆளும் அரசரோ "மக்களைச் சீரழித்து", நாட்டைத் தன்னல சமுதாயமாகப் பாழ்படுத்தி, நல்லொழுக்க விதிமுறைகளைக் கடை பிடிக்காமல், இவ்வுலகைப் படைத்தவனிடமிருந்து தங்களை விடுவித்துக் கொண்டு, தங்களைச் சுதந்திரமானவர்களாக அறிவித்துக்கொண்டார்கள்.

"அப்போது தூய ஆவியால் ஆட்கொள்ளப்பட்ட என்னை அந்த வானதூதர் பாலை நிலத்திற்குக் கொண்டுசென்றார். அங்கே கருஞ்சிவப்பு விலங்கின் மீது அமர்ந்திருந்த ஒரு பெண்ணைக் கண்டேன். அவ்விலங்கின் உடல் முழுவதும் கடவுளைப் பழித்துரைக்கும் பெயர்கள் நிறைந் திருந்தன. அதற்கு ஏழு தலைகளும் பத்துக் கொம்புகளும் இருந்தன" (திரு வெளிப்பாடு 17, 3). "ஏழு தலைகள்" – அவை ஏழு பயங்கரமான பாவங்கள், "பத்துக் கொம்புகள்" என்பது கடவுளின் பத்துக் கட்டளைகளை அந்த மிருகம் எதிர்த்து அவற்றை முட்டித் தள்ளுகிறது ...

"நீ கண்ட விலங்கு முன்பு உயிரோடு இருந்தது; இப்போது இல்லை. படுகுழியிலிருந்து அது ஏறிவரவிருக்கிறது; ஆனால் அழிந்து விடும். உலகம் தோன்றியதுமுதல் வாழ்வின் நூலில் பெயர் எழுதப்படாத மண்ணுலகு வாழ் மக்கள் அனைவரும் அந்த விலங்கைக் கண்டு வியப்பு அடைவார்கள்; ஏனெனில் அது முன்பு உயிரோடு இருந்தது, இப்போது இல்லை. ஆனால் மீண்டும் உயிர்பெற்று வரும்" (திரு வெளிப்பாடு 17, 8).

இந்தத் தற்காலிக விதிமுறைகளற்ற நிலையை எண்ணி "ஆச்சர்யப் பட வேண்டியவர்களெல்லாம்" ஆச்சரியப்படாமல், ஏசு கிறிஸ்து சொன்ன வார்த்தைகளை ஏற்றுக்கொள்ள வேண்டும், அதாவது அவர்தான் இறுதியாக வெற்றி பெறுவார் என்பதை.

கிறிஸ்துவ மத எதிர்ப்பாளர்களைத் தண்டிப்பவர், "பாபெல் என்ற உயர் கோபுரத்திற்கு" ஆதரவாளராய், உலகைப் படைத்தவனுக்கு எதிராளியாய் இருக்கிறார். சரித்திரத்தில் "பாபெல் என்ற உயர் கோபுரம்" என்பதன் அர்த்தம் மனித குலத்தால் பலவிதமாகப் புரிந்து கொள்ளப்படுகிறது. கடவுளின் பேரால் மட்டும், கடவுள் – மனிதனால் மட்டுமே கேடுகளிலிருந்தும் வன்மத்திலிருந்தும் காத்துக்கொள்ள முடியும். ஏசு கிறிஸ்துவால் மட்டுமே போதிக்கப்பட்டுள்ளது, மனிதன் என்பவன் தன்னுடைய பொய்யையும் அவனைச் சுற்றியுள்ள பொய்யையும் பார்க்க முடியும், அப்படியே அவன் தன்னுடைய கூர்மையான ஆன்மிகப் பார்வையால் அவற்றை ஊடுருவிப் பார்த்து, எப்படிக் கிறிஸ்துவ மத எதிர்ப்பாளரைத் தண்டிப்பவர் பார்த்து உணர்ந்து, கிறிஸ்துவின் முன் பொய் சொன்னாரோ அப்படியே என்று.

கவிதையின் முடிவைப் பற்றி நமக்குத் தெரியும். அமைதியாக கிறிஸ்து அவரை முத்தமிட்டாரென்று. அவர் தன்னுடைய பலியாளை விடுவித்துவிடுகிறார் ... இந்த முடிவில் கிறிஸ்துவ மத எதிர்ப்பாளர்களைத்

தண்டிப்பவர், எல்லாவற்றையும் மன்னிக்கும் சுபாவமுள்ள கடவுளின் அன்பால் மனம் நெகிழ்ந்து, பரந்த மனப்பான்மையுடன் இருள் மங்கிய அந்தக் கதவுளைத் திறந்தாரென்று ஒருசிலர் கூறுகிறார்கள் . . . ஆனால் கிறிஸ்துவ மத எதிர்ப்பாளர்களைத் தண்டிப்பவர், மிகப்பெரிய வேதனையைத் தரும் வார்த்தைகளைக் கிறிஸ்துவிடம் சொல்கிறார், அது கிறிஸ்துவை அறைந்த ஆணியைவிட வேதனை தரும் வார்த்தைகள். அவர் தேவ மகனிடம் சொல்கிறார், “போய்விடு, போய்விடு, இனி நீ எப்போதுமே திரும்பி வராதே . . . எப்போதுமே திரும்பி வராதே . . . எப்போதுமே, எப்போதுமே!” என்று.

அந்த முத்தத்தில் உண்மையும் இருக்கிறது, பொய்யும் இருக்கிறது. அதில் தஸ்தயேவ்ஸ்கியும் இருக்கிறார், இவான் பியோதரவிச்சும் இருக்கிறான். அந்த முத்தத்தில் உள்ள உண்மையானது, கடவுள் எல்லா உயிரினங்களையும் விரும்புகிறார், அவரை விரும்பாதவர்களையும், அவரை நேசிக்க விரும்பாதவர்களையும். பாவிகளைக் காப்பாற்ற கிறிஸ்து வருகிறார். அப்படியே இப்படிப்பட்ட உயர்ந்த அன்புதான் மனித குலத்திற்குத் தேவைப்படுகிறது, குறிப்பாக இப்படிப்பட்டதொரு உயர்ந்த அன்பு, கிறிஸ்துவ அன்பு, நேசம். உடல்நலம் சரியில்லாத குழந்தைக்குத் தாயின் அன்பு அதிகமாகத் தேவைப்படுகிறது. கிறிஸ்து முத்தமிடுவது அந்த அன்பிற்கான அழைப்பு, பிலாத்தவுகளுக்கும் ஃபரீசேவுகளுக்குமான (ஆசார யூதர்களுக்கும், ஆசார கள்ளர்களுக்குமான) மன்னிப்பைத் தேடும் கடைசி அழைப்பு. இதுதான் தஸ்தயேவ்ஸ்கியின் கருத்து.

இந்த முத்தத்தில்தான் இவான் கரமாஸவின் எண்ணமும் அவனுடைய கடைசி பொய்யும் உண்மையும் கலந்த மருட்சி நிறைந்த பொய்யும் இருக்கிறது.

**1975**

**(“மனிதன் என்ற ரகசியம்”, சராத்தவ், 2002)**

# குறிப்புகள்

# முதலாவது பாகம்

## புத்தகம் ஒன்று

## ஒரு குடும்பத்தின் சரிதம்

### 1. பியோதர் பாவ்லவிச் கரமாஸவ்

1. "உன்னை, உன்னை நம்பாதே" . . . (1839) என்ற மிகாயில் லெர்மான்த்தவுடைய கவிதையிலிருந்து கையாளப்பட்ட மேற்கோள்.

2. லூக்கா 2 : 29

### 2. வீட்டிலிருந்து முதல் மகனை வெளியேற்றுதல்

1. புருதோன், பக்குனின்: பியர்ஜோசப் புருதோன் (1809 – 65) பிரெஞ்சு தத்துவஞானி, சோசலிஸக் கோட்பாட்டாளர். மிகையில் பக்குனின் (1814 – 76) ரஷ்யத் தீவிரவாதி: 1862 – 1873 வரை நிலவிய மார்க்ஸிய அடிப்படையான முதல் உலகத் தொழிலாளர் கூட்டமைப்பின் தலைவராக இருந்தவர்: பிறகு ஆட்சியில்லா நிலையே சிறந்தது என்ற கோட்பாட்டைப் பின்பற்றியவர்.

2. 1848ஆம் ஆண்டு மூன்று நாட்கள் நடந்த பிப்ரவரிப் புரட்சி லூயிஸ் பிலிப்பின் ஆட்சியை முடிவுக்குக் கொண்டுவந்து இரண்டாவது குடியரசைப் பிரகடனப்படுத்தியது.

### 3. இரண்டாவது திருமணம், இரண்டு குழந்தைகள்

1. கிறிஸ்துவ சமயஞ்சார்ந்த வழக்காடு மன்றங்கள்: சமுதாயம் சார்ந்த சட்டத்தை விடவும் கிறிஸ்துவ மதம் சார்ந்த சட்டத்தை இந்த வழக்காடு மன்றங்கள் கையாண்டன. 1864ஆம் ஆண்டு நீதிமன்ற சீர்திருத்தச் சட்டம் இந்தக் கேள்வியை எழுப்பியது; இதைப் பத்திரிகைகளில் தஸ்தயேவ்ஸ்கியும் மற்றவர்களும் விவாதித்திருந்தனர்.

### 4. மூன்றாவது மகன் அல்யோஷா

1. அவற்றைக் கற்பனை செய்துதான் பார்க்க வேண்டும்.

2. நான் வண்டியோட்டுபவனின் ஆவியைப் பார்த்தேன், அந்த ஆவி வண்டியின் ஆவியை, வாருகோலின் ஆவியை வைத்துத் துடைத்துக் கொண்டிருந்தது என்று.

### 5. மூத்தோர்கள்

1. தொடக்க நூல் 11 : 1 – 9 குறிப்பாக, கடவுள் இல்லாத ஒரு கோபுரத்தை நிலைநாட்டி, அதன்மூலமாகப் பூமியிலிருந்து விண்ணுலகை அடையும் சாதனையைச் செய்வதைவிட, விண்ணுலகையே பூமிக்குக் கொண்டு வருவதாகும்).
2. மத்தேயு 19 : 21, மாற்கு 10 : 21, லூக்கா 18 : 22
3. சினாயில் துறவி கேத்தரின் என்ற துறவி மடாலயமும் மற்ற மடாலயங்கள் கிரீஸிலிருக்கும் மலைப்பகுதியான ஏதாஸிலும் பழங்காலந்தொட்டே இருந்து வந்தன. அவை மரபு மாறாத பழைய மடாலயங்களாக இன்னமும் செயல்பட்டுவருகின்றன.
4. ரஷ்யாவில் தத்தார்களின் ஆட்சி 1237 – 1480 வரை இருக்க, அவர்கள் ரஷ்யாவின் மத்திய ஆசியப் பகுதியைக் குறிவைத்துப் படையெடுத்தனர்.
5. கிழக்கு ரோமானியப் பேரரசின் தலைநகரான கான்ஸ்டான்டிநோபிளும் (இஸ்தான்புல்) மரபுமாறா பழைமைவாத கிறிஸ்துவ சமய நிறுவனமும் துருக்கியர்களால் 1453ஆம் ஆண்டு கைப்பற்றப்பட்டது.
6. அவரது காலம் 1722 – 94 வரை. “ரஷ்யாவில் மூத்தோர்களின் தந்தை” (ஜி.பி. ஃபேதத்தவ் எழுதிய “ரஷ்யர்களின் மதம் சார்ந்த மனது” (பெல்மான்ட், இறுதி உணவு விழா வழிபாடு, 1975), 2 : 394), என்ற புத்தகம் 1988இல் ரஷ்ய கிறிஸ்துவ மடாலயத்தால் திருமறைப்படுத்தப் பட்டது. தஸ்தயேவ்ஸ்கியிடம் 1854ஆம் வருடம் வெளிவந்த புத்தகத்தின் பிரதி இருந்தது. அது ஏழாம் நூற்றாண்டைச் சார்ந்த புனிதத் துறவி இசாக் சிரியன் சமய நற்போதனைகளின் மொழிபெயர்ப்பாகும். இதைப் பற்றி இரண்டு முறை இந்த நாவலில் குறிப்பிடப்பட்டுள்ளது. புனிதத் துறவி இசாக்கின் ஆன்மிகத் தாக்கம் தஸ்தயேவ்ஸ்கியிடம் மிகப் பெரிய அளவில் இருந்ததால், அவருடைய பிரதிபலிப்பு முதியவர் ஸோசிமா கதாபாத்திரத்தில் தெரிய, குறிப்பாக அது தெய்வீக அன்பு மற்றும் நரகம் போன்றவற்றைப் பற்றிப் பேசும்போது வெகுவாக உணரப்படுகிறது.
7. புகழ்பெற்ற இந்தத் துறவி மடாலயத்திற்கு பலதரப்பட்ட யாத்திரிகர்களும் சென்று வழிபட்டனர். அதில் தஸ்தயேவ்ஸ்கியும் ஒருவர். துறவி மடாலயங்களைப் பற்றிப் பலவிதமான விவரங்களையும் இங்கிருந்துதான் அவர் சேகரித்தார். அங்கு வாழ்ந்த முதியவர், ஒப்தீனாவைச் சேர்ந்த அம்வ்ரோஸி (1812 – 91) என்ற புனிதத் துறவி ரஷ்ய கிறிஸ்துவ மடாலயத்தால் தூய்மையர் வரிசையில் 1988ஆம் ஆண்டு சேர்க்கப் பட்டார். அதன் பிறகு ஆறு மாதங்கள் கழித்து இந்த மடாலயமானது சோவியத் நாட்டு அதிகாரிகளால் திருச்சபைக்குக் கொடுக்கப்பட்டது.
8. லூக்கா 12 : 14

## இரண்டாவது புத்தகம்

## இடத்திற்குப் பொருந்தாத சந்திப்பு

### 1. துறவி மடாலயத்திற்கு வந்தனர்

1. 1870ஆம் ஆண்டு, மார்ச் 28 – 29ஆம் தேதிகளில் புனித பீத்தர்புர்கி லுள்ள மோசமான ஒரு சத்திரத்தில் பயங்கரமான விதத்தில் கொல்லப் பட்டவன்தான் ஃபோன் ஸோன்.

## 2. வயதான கோமாளி

1. லூயிஸ் XVIIIஆவது மன்னரால் உபயோகப்படுத்தப்பட்ட இந்த சொற்றொடர் ரஷ்யாவில் மிக அதிகமாகப் பயன்படுத்தப்பட்டது.

2. இரு பொருள் கொண்ட சொல்: ஒன்று காவல் அதிகாரி என்று 1917ஆம் வருடத்திற்கு முன்பு அறியப்பட்டது; இரண்டாவது, ரஷ்ய இசை அமைப்பாளரும் இசைக்குழு இயக்குநருமான எர்வார்ட் நப்ராவ்னிக் (1839 – 1916) என்பவரைக் குறிப்பதாகும்.

3. டெனிஸ் தீதராத் (1713 – 84) பிரெஞ்சு நாட்டுத் தத்துவஞானி, எழுத்தாளர், கலைக்களஞ்சியத்தை உருவாக்கியவர் மற்றும் ஒரு நாத்திகவாதி. அவர் பொருள் முதல் வாதத்தைப் பின்பற்றியவர். பேரரசி கத்தரீனாவால் (1729 – 96) ரஷ்யாவுக்கு அழைக்கப்பட்டு ஐந்து மாதங்கள், 1733ஆம் ஆண்டு ரஷ்யாவில் இருந்தார்.

4. மெட்ரோபாலிட்டன் பிளேத்தோ (1737 – 1812) "தலைமை குருவின் பணி இருப்பிடமான" மாஸ்கோவில் மதகுருமாராக சமய போதனை செய்தார். அவர் திருச்சபையில் உற்சாகமாகப் பணியாற்றினார்.

5. திருப்பாடல்கள் 14 : 1, 53 : 1

6. எக்கத்தரீனா ரொமானவா தாஷ்கோவா (1743 – 1810) ஓர் எழுத்தாளர்: ரஷ்ய அகாடமியின் தலைவராகவும் பேரரசி கத்தரீனாவின் தோழியாக வும் இருந்தார். கிரிகோரி அலெக்ஸாந்தரவிச் பத்தோம்கின் (1739 – 91) படைத்தளபதியாகவும் அரசியல் வல்லுநராகவும் இருந்தார். பேரரசியின் புகழ்பெற்ற, செல்வாக்கு மிக்க காதலர்களுள் ஒருவராகவும் இருந்தார்.

7. லூக்கா 11 : 27

8. லூக்கா 10 : 2, மாற்கு 10 : 17, மத்தேயு 19 : 16

9. யோவான் 8 : 44. இங்குத் தந்தை என்பது சாத்தானைக் குறிக்கிறது.

## 3. கடவுள் நம்பிக்கையுள்ள கிராமத்துப் பெண்கள்

1. தஸ்தயேவ்ஸ்கியின் மகன் அலெக்ஸெய் 1878ஆம் ஆண்டு அவனுடைய மூன்று வயதில் இறந்து போனான்.

2. மத்தேயு 2 : 18

3. அலெக்சிஸ் என்ற கிரேக்கத் துறவி 412 A.D.யில் வாழ்ந்தவர். ரஷ்யர்களால் மிகவும் நேசிக்கப்பட்டவர். அவர் 'அலெக்சிஸ், மனிதக் கடவுள்' என்று அழைக்கப்பட்டார். அவரைப் பற்றிய நாட்டுப்புறக் கதையி லிருந்து தஸ்தயேவ்ஸ்கி கதாபாத்திரத்தை உருவாக்கியிருக்கலாம். அலெக்ஸெய் கரமாஸவ் 'மனிதக் கடவுள்' என்று நாவலில் பலமுறை குறிப்பிடப்படுறார்.

4. லூக்கா 15 : 7

## 4. கடவுள் நம்பிக்கையில்லாத பெண்மணி

1. லீஸ் *(Lise)* என்று அவளைப் பிரெஞ்சு மொழியிலேயே அழைத்தனர் அவளுடைய தாயும், அலெக்ஸெயும், கதை சொல்லியும்.

5. **இருக்கட்டும், இருக்கட்டும்!**

1. *Ultramontanism* என்பதன் நேரிடைப் பொருளானது வடக்கு, தெற்கு ஆல்ப்ஸ் மலைகளுக்கு அப்பால் வாழ்பவர் என்பது; அப்படியே போப் ஆண்டவருக்குப் பேராணை உரிமை உண்டு என்னும் கோட்பாட்டை ஆதரிக்கும் ரோமானிய கத்தோலிக்கத் திருச்சபையைச் சார்ந்த இத்தாலியக் கட்சி. கேலிகன் கட்சியாளர்கள் பிரெஞ்சு கட்சியாளர்களை எதிர்த்தனர். இந்தக் கருத்து வேறுபாடு 1820ஆம் ஆண்டு நிலவியது.

2. யோவான் 18 : 36 "அது இவ்வுலக ஆட்சி போன்றதாய் இருந்திருந்தால் நான் யூதர்களிடம் காட்டிக்கொடுக்கப்படாதவாறு என் காவலர்கள் போராடி இருப்பார்கள். ஆனால் என் ஆட்சி இவ்வுலக ஆட்சியைப் போன்றது அல்ல" என்றார்.

7. **கருத்தரங்கு நடத்துபவர் - தொழில் முன்னேற்றத்தில் நாட்டங்கொண்டவர்**

1. கீழ்ப்படிதல் என்ற வார்த்தை மிகப்பெரிய கடமைப் பொறுப்பாக ஒரு துறவியின் மீது அவருடைய திருமடத் தலைவரால் சுமத்தப்பட்டது.

2. மீச்சென்கா என்று மீச்சியாவை செல்லமாக அழைப்பது.

3. புஷ்கினின் பல கவிதைகள் பெண்களின் 'சின்னப்பாதங்களைப்' பற்றி வர்ணிக்கின்றன. அதற்கு 1860ஆம் ஆண்டுகளில் லிபரல்கள் எதிர்ப்புத் தெரிவித்தனர். வெகு சீக்கிரமே ரக்கீத்தினும் ஒரு பெண்ணின் காலைப் பற்றிப் பாட்டு ஒன்று எழுதுவான்.

8. **அவதூறு**

1. தானியம், ரொட்டி போன்றவற்றிலிருந்து தயாரிக்கப்படும் ஒரு குடிவகை.

2. மீன் சூப்

3. பழங்களைத் தண்ணீரில் வேகவைத்து அப்பழத்துடன் தரப்படும் சூடான பழச்சாறு.

4. பழம் கொண்டு செய்யப்படும் ஜெல்லி

5. புனித பீத்தர்புர்கிலுள்ள மிகப் பிரசித்த பெற்ற மளிகைக் கடை. அது இன்றும் அப்படியே பாதுகாக்கப்பட்டு வருகிறது.

6. இவான் என்ற பெயரைச் செல்லமாக அழைப்பது.

## மூன்றாவது புத்தகம்

## சிற்றின்பக்காரர்கள்

1. **வேலைக்காரர்கள் வசிக்கும் இடம்**

1. ஆறுவிரல்களுடன் குழந்தை பிறந்தால், அது கெட்ட ஆவியின் செயல் என்று ஒரு சிலர் நம்பியிருந்தனர். அதனால்தான் அந்தக் குழந்தையைக் கிரிகோரி 'பேய்' என்று பிறகு குறிப்பிட்டான்.

2. ஏழாம் நூற்றாண்டில் புனித ஆலயத்தில் அருட்தந்தையாக இருந்தவர் இசாக் – சிரியன்.

### 3. கொந்தளிக்கும் மனத்தின் பாவமன்னிப்பு. கவிதை வடிவில்

1. பார்க்க: 'மீனவனும் மீனும்' என்ற கதை அலெக்ஸாந்தர் புஷ்கின் என்ற ரஷ்ய எழுத்தாளரால் எழுதப்பட்டது (1799 – 1837).)
2. மகிழ்ச்சிக்காக (ஜெர்மானிய மொழி)
3. சீலன் என்றால் வலிமையானவன்.
4. பிரடெரிக் ஷில்லரின் 'மகிழ்ச்சிக்காக' என்ற கவிதையிலிருந்து
5. பிரடெரிக் ஷில்லரின் 'மகிழ்ச்சிக்காக' என்ற கவிதையிலிருந்து

### 6. ஸ்மெர்தியாக்கவ்

1. எண்ணிக்கை 23 : 30
2. தொடக்க நூல் 1 : 3 – 5, 14 – 17
3. நிக்கலாய் கோகல் (1809 – 52) எழுதிய முதல் சிறுகதைப் புத்தகம்.
4. 19ஆம் நூற்றாண்டின் முற்பகுதியில் எல்லோராலும் பொதுவாகப் படிக்கப்பட்ட பாட நூல்.
5. கிராம்ஸ்கி (1837–87) புகழ்பெற்ற ரஷ்ய ஓவியர். 1878ஆம் ஆண்டு 'சிந்தனையாளர்' என்ற அவருடைய ஓவியம் கண்காட்சியில் இடம் பெற்றது.

### 7. வாக்குவாதம்

1. மத்தேயு 17 : 20, 21 : 21, மாற்கு 11 : 23, லூக்கா 17 : 6

### 8. பிராந்தியைக் குடித்த பிறகு

1. மத்தேயு 7 : 2, மாற்கு 4 : 24, லூக்கா 6 : 38. ஃபியோதர் பாவ்லவிச் இங்குத் தவறாக மேற்கோள் காட்டுகிறார்.
2. பிரெஞ்சு நாட்டுக் கவிஞர் அலெக்ஸிஸ் பிரோன் (1689 – 1773) பல பாடல்களையும் கேலியான கட்டுரைகளையும் அங்கதச் செய்யுள் வகைகளையும் எழுதினார். அவை நகைச்சுவை உணர்வு கொண்டவையாக இருந்தாலும் சிற்றின்பத்தைத் தூண்டுவதாய் இருந்தன.
3. மிகாயில் லெர்மான்தவின் நாடகமான "முகமூடி நடனம்" என்பதில் வரும் முக்கியமான கதாபாத்திரம். "நம் காலத்து மாவீரன்" (1840) என்ற நாடகத்தின் முக்கியமான கதாபாத்திரம் பெச்சோரின்.

### 11. மீண்டும் அழிந்துபோன இன்னும் ஒரு கௌரவம்

1. முக்கியமான நாற்றிசை முனைகள் என்று 19ஆம் நூற்றாண்டில் கருதப்பட்டவற்றைத் திமித்ரி தவறாக ஐந்து கண்டங்கள் என்று குறிப்பிடுகிறான்.

# இரண்டாவது பாகம்

## நான்காவது புத்தகம்

## மனவேதனை

**1. தந்தை ஃபெரபோன்த்**

1. லூக்கா 1:17

**6. குடிசையில் மனவேதனை**

1. செல்லமாக இலியாவை அழைப்பது.
2. ‘தீய ஆவி’ (1823) என்ற புஷ்கினின் கவிதையிலிருந்து மேற்கோள் காட்டப்பட்டிருக்கிறது.
3. கரமாஸவ் என்றால் கறுப்பு நிறத் தோலைக் கொண்டவர் என்று அர்த்தம் – கர –கறுப்பு – இது துருக்கிமொழி முன்னடைச் சொல். இதற்கு இணையான ரஷ்யச் சொல் ச்சோர்னி, எனவே சொ்னமாஸவ் என்று அழைக்கப்பட்டான்.

## ஐந்தாவது புத்தகம்

## ஆதரவாகவும் எதிராகவும்

**1. திருமண ஒப்பந்தம்**

1. அலெக்ஸாந்தர் கிரிபயேதவின் “கூரறிவால் வந்த துன்பம்” நகைச்சுவை நாடகத்தில் *‘woe from wit’* (1824) என்ற கடைசிக் காட்சியில் வருவது பற்றிய குறிப்பு.

**2. கித்தாருடன் ஸ்மெர்தியாக்கவ்**

1. இது தஸ்தயேவ்ஸ்கியால் 1839ஆம் வருடம் மாஸ்கோவில் எழுதப் பட்டது. இதனுடைய கடைசிப் பகுதியைக் கொஞ்ச நேரங்கழித்து ஸ்மெர்தியாக்கவ் பாடுவான்.
2. விடுதலைப் பயணம் 13:2, 12; 34:19

**3. சகோதரர்களின் அறிமுகம்**

1. “குளிர்காற்று இன்னும் வீசுகிறது” (1828) என்ற புஷ்கினின் கவிதையி லிருந்து சுட்டிக்காட்டப்படுகிறது.
2. புஷ்கின் எழுதிய நுட்ப உரையிலிருந்து (1852), “ஒரு முறை ஜார்ஜ் மன்னனிடம் சொல்லப்பட்டது . . .” என்பதிலிருந்து எடுத்துக் கையாளப் பட்டிருக்கிறது.

   “வஞ்சப்புகழ்ச்சி, வஞ்சப்புகழ்ச்சியைக் காப்பாற்ற முற்படு உன்னுடைய அந்தக் கேவலத்தில் புனிதத்தின் மென் சாயல் இருக்கிறது”.
3. யோவான் 1:1 – 2

## 4. கலகம்

1. அலெக்ஸான்டிரியா நகரத்தைச் சார்ந்த துறவி (611 – 19). இந்தக் காட்சி ஃபிளாபார்டின் *"La Legende de Saint - Julien - J' Hospitalier"* (1876)இல் வருகிறது. இது துர்கேனியவால் (1877) ரஷ்ய மொழியில் மொழிபெயர்க்கப் பட்டது. ஃபிளாபார்டில் வரும் ஜூலியன் கதாபாத்திரம் தந்தையைக் கொல்லும் கதாபாத்திரம். இவான் இந்தக் கதாபாத்திரத்தை ஜான் என்று மாற்றி அமைக்கிறான்.

2. தொடக்க நூல் 3 : 5

3. "தட்ப வெப்ப நிலை பற்றி" என்ற கவிதைத் தொகுப்பில் வரும் நிக்கலாய் நிக்ராசவின் (1859) "முன்மாலைப் பொழுது" என்ற கவிதையிலிருந்து.

4. இந்தக் கட்டுரை "ரஷ்ய முன்னறிவிப்பு" (1877, எண் 9) என்ற இதழில் வெளிவந்தது. "கரமாஸவ் சகோதரர்களும்" இந்த இதழில் தொடர் கதையாகப் பிரசுரிக்கப்பட்டது. அந்தக் கட்டுரை "ஒரு அடிமையின் வாழ்க்கைக் குறிப்புகள்" என்ற பெயரில் வெளிவந்தது.

5. இவான் இங்கு விவிலிய, கிரேக்க கலைப் பண்புக் கூற்றைக் கலந்து சொல்கிறான். ஜூயஸ்க்கு எதிராக புரமேதேயஸ் "சொர்க்கத்திலிருந்து நெருப்பைத் திருடியது" பற்றிக் குறிப்பிடுகிறான்.

6. எசாயா (11 : 6, 65 : 25)

7. திருவெளிப்பாடு 15 : 3 – 4, 16 : 7, 19 : 1 – 2; திருப்பாடல்கள் 119 : 137

8. ஷில்லரின் கவிதையான "ராஜினாமா" (1784) என்பதிலிருந்து எடுத்துச் சுட்டிக்காட்டப்பட்டுள்ளது.

## 5. கிறிஸ்துவ மத எதிர்ப்பாளர்களைத் தண்டிப்பவர்

1. மாவீரன் பீட்டருடைய காலத்திற்கு முன்பு மஸ்கோவி என்ற ஜார் மன்னன் (1682 – 1721) ரஷ்யாவை ஆண்டபோது (1721 – 1725) தலைநகரை மாஸ்கோவிலிருந்து பீத்தர்புர்கிற்கு மாற்றினார்.

2. பைஜான்டைன் புராணக் கதையானது, ஆரம்ப ரஷ்ய வரலாற்றின் இடைநிலைக் காலத்தில், பழைய ஸ்லாவிய மொழியில் மொழிபெயர்க்கப் பட்டது.

3. "அருட்போதகர்" தூய யோவான்; பார்க்கவும்: திருவெளிப்பாட்டின் இறுதி ஏடு 3 : 11, 22 : 7, 12, 20

4. பார்க்க: மாற்கு 13 : 32, மத்தேயு 24 : 36

5. "விருப்பம்" (1801) என்ற ஷில்லரின் கவிதையில் வரும் கடைசிப் பத்தி. ரஷ்ய மொழியில் மொழிபெயர்க்கப்பட்ட இந்தப் பகுதி மூலத்தி லிருந்து பெரிதும் வித்தியாசப்படுகிறது.

6. மார்டின் லூதர் (1483 – 1546) என்னும் ஜெர்மனிய சமய சீர்திருத்தக்காரரைப் பின்பற்றுபவர்; ஆக்ஸ்பார்கில் *(Augsburg)* அறிவிக்கப்பட்ட சமயக் கோட்பாடுகளை ஒப்புக்கொள்ளும் திருச்சபையைச் சேர்ந்தவர்.

7. திருவெளிப்பாட்டிலிருந்து தவறாகக் குறிப்பிடப்பட்டிருக்கிறது 8 : 10 – 11 நட்சத்திரம் கசப்பாக்கியது.

8. "கடவுள்தான் மேன்மையான ஏசு கிறிஸ்து; அவர் தன்னை எங்களுக்குக் காட்டினார்" என்ற பாடலைக் காலை வழிபாட்டின்போதும் புனிதப் பொதுத் தொண்டு செய்யும்போதும் பழைமைவாதத் திருச்சபையினர் *(Orthodox Church)* பாடுவர். பழைய ஸ்லாவிய மொழியில் பாடப்பட்ட இந்தப் பாட்டை (அதுதான் ரஷ்ய தேவாலய மொழியாக இருந்தது.) இவான் தவறாகப் புரிந்துகொண்டதால் அர்த்தமே மாறிவிட்டது. இது சாதாரணமாக நடக்கக்கூடிய தவறுதான்.

9. "இந்த ஏழைக் கிராமங்கள்" . . . (1855) என்ற தூச்செவுடைய கவிதையின் கடைசிப் பத்தி.

10. "கொரியோலனஸ்" (1834) என்ற அ.எல். பழிஷாயெவ் கவிஞரின் கவிதையிலிருந்து சற்றே மாற்றிக் காட்டப்பட்ட மேற்கோள். போர்ச்சுக்கல்லில் *auto da fe'* என்றால் "நம்பிக்கையின் பேரில் எடுக்கப் பட்ட (சட்ட) நடவடிக்கை" அதாவது, விசாரணையை மேற்கொள்வது – கிறிஸ்துவ மதஞ்சாராதவரைப் பொது இடத்தில் வைத்து எரிப்பது.

11. பார்க்க: மத்தேயு 24 : 27, லூக்கா 17 : 24

12. இது பழிஷாயெவ் கவிதையிலிருந்தும் மேற்கோளாகக் காட்டப் பட்டிருக்கிறது.

13. இது எபிரேயச் சொல். 'விடுவித்தருளும்' என்பது பொருள். ஆனால், இது எபிரேய வழக்கில் வாழ்த்துத் தெரிவிக்கும் சொல்லாகவும் அமைந்தது.

14. அரமாயிக் மொழியில் "சிறுமியே எழுந்திடு" என்பதாகும். மாற்கு 5 : 40 – 42. இவான் இதைத்தான் ஏசு கிறிஸ்துவின் நற்செய்தியில் சொல்லப்பட்ட "இரண்டாவது வருகை" என்று நிறுவுகிறான்.

15. செவைல் நகரத்தில் நாடகமாக நடிக்கப்பட்ட டான் ஜ்வான் என்ற கருப்பொருள் கொண்ட நாடகத்தின் மேற்கோளைச் சற்றே மாற்றி அமைத்து, புஷ்கினின் நாடகமான "சிறு சோக நிகழ்ச்சிகள்" என்ற நாடகத்திலிருந்து "கல் விருந்தாளி" என்ற இரண்டாவது காட்சியிலிருந்து.

16. பார்க்க: யோவான் 8 : 31 – 36

17. பார்க்க: மத்தேயு 16 : 19

18. பார்க்க: மத்தேயு 4 : 1 – 11, லூக்கா 4 : 1 – 13

19. பார்க்க: புதிய ஏற்பாடு 13 : 4, 13 (10 – 244 பகுதி 2. 5. 4)

20. பார்க்க: குறிப்பு 2 – 26 பக். வரை. பகுதி 1.1.5

21. நற்செய்தியில் சொல்லப்பட்ட ஏசுகிறிஸ்துவின் வார்த்தைப்படி (மத்தேயு 5 : 17 – 18)

22. பார்க்க: மத்தேயு 4 : 6. இங்குக் குறிப்பிடப்பட்டிருக்கும் செய்தி தவறாகக் குறிப்பிடப்பட்டிருக்கிறது. கடைசி இரண்டு வாசகங்களும் சேர்க்கப் பட்டுள்ளன.

23. தவறாகக் குறிக்கப்பட்ட சுருக்கக் குறிப்பு மத்தேயு 27 : 42 (அப்படியே மாற்கு 15 : 32யும் பார்க்கவும்.)

24. மீண்டும், தூய யோவான் (பார்க்க: புதிய ஏற்பாடு 7 : 4 – 8)

25. பார்க்க, மத்தேயு 3 : 4, மாற்கு 1 : 6; திருமுழுக்கு யோவானை மறைமுகமாகக் குறிக்கிறது.

26. கிறிஸ்துவ மத எதிர்ப்பாளர்களைத் தண்டிக்கும் தண்டணையாளர் இருந்த எட்டு நூற்றாண்டுகளுக்கு முன்பு (755 A.D.), பெப்பின் என்ற ஃபிரான்ஸ் நாட்டு மன்னன் ஐந்து நகரங்களை (ரிமினி, பெசாரோ, ஃபானோ, சினிகாக்லியா, அனகோனா) லம்பார்டிகளிடமிருந்து எடுத்து, அவற்றை ஒன்றுசேர்த்து, இரண்டாம் போப் ஸ்டீபனுக்குக் கொடுத்து, தனிப்பட்ட போப்பாண்டவருக்கான ஆட்சி முறையை ஏற்படுத்தினார்.

27. திருவெளிப்பாட்டிலிருந்து 13, 17 வரிகள் புஷ்கினின் "பேராவல் கொண்ட வீரத் திருத்தகை"யில் ("சிறு சோக நிகழ்ச்சிகளைப்" போன்ற இன்னொரு நாடகம்) வரும் இரண்டாவது காட்சியில் இடம்பெறும் வரிகள்:

"பணிவமைதியுடன் பயந்து வெட்கி ஒதுங்கும் ரத்தம் தெறிக்கும் குற்றம் ஊர்ந்து என் கால்களை நோக்கி வந்து, கைகளை நக்கி, என்னுடைய கண்களைப் பார்க்கிறது . . ." (பார்க்க: டொர்ரஸ், பக். 235).

28. பார்க்க: திருவெளிப்பாடு 17 : 15 – 16

29. பார்க்க: திருவெளிப்பாடு 6 : 11 (திருத்தி அமைக்கப்பட்ட ஏற்புடை சமயக் கோட்பாட்டு ஏடு.)

30. பார்க்க: தீத்துக்கு எழுதிய திருமுகம் 1 : 7

31. சுதந்திர மேசன்கள், பரஸ்பர உதவி, சகோதரத்துவத்துடன் ஒரு ரகசிய சமூகமாக 1717ஆம் ஆண்டு, முதன்முதலாக, லண்டனில் "மிகப்பெரிய ஆட்சிக் குழுவை" நிறுவி, பிறகு அங்கிருந்து உலகின் பெரும்பகுதிகளில் பரவிச் சென்றனர்; இவர்கள் ரோமானியக் கத்தோலிக்கத் திருச்சபை யிலும், பழைமைவாதத் திருச்சபையிலும் முரண்பாடான கருத்துகளைக் கொண்டவர்களாகக் கருதப்பட்டனர்.

32. "ஞாபகம்" (1828) என்ற புஷ்கினின் கவிதையிலிருந்து மாற்றி அமைக்கப் பட்ட மேற்கோள்.

33. பார்க்க: தொடக்க நூல் 13 : 9. இடது பக்கம் "கெட்ட" பக்கம், சாத்தானுடன் தொடர்புள்ளது, குறிப்பாகக் 'கடைசித் தீர்ப்பில்' விவரிக்கப் பட்டுள்ளது. இவான் தன்னுடைய இடது தோள்பட்டையைச் சட்டென்று தூக்கி வளைத்துச் சரிக்கிறான்; ஸ்மெர்தியாக்கவ் அடிக்கடி தன்னுடைய இடது கண்ணை ஒருக்களித்துச் சிமிட்டுகிறான்.

34. இந்த அடைமொழி அசிசியின் தூய ஃபிரான்ஸிஸைக் குறிக்கிறது; அப்படியே கோத்தேயின் "ஃபாவ்ஸ்ட்"டில் பகுதி 2இல் காட்சி 5இல் வரும் வரிகளை மறைமுகமாகக் குறிப்பிடுகிறது – 11918 – 25. ஏளனமாக இவான் குறிப்பிடுவது மரியாதை இல்லாமல் இல்லை.

## 6. இன்னமும் ஒன்றும் விளங்கவில்லை

1. ரிச்சர்ட் என்பதன் பெயர்த்திரிபு. இவன் "இளவரசன் போவா" கதையில் வரும் உண்மை ஊழியன்; 16ஆம் நூற்றாண்டைச் சேர்ந்த பிரெஞ்சு மூலத்தின் காதல் கதை இது; இது ஐரோப்பாவில் மிகவும் பிரசித்தி பெற்ற கதை. உண்மை ஊழியனான லிச்சார்தாவைக் கெட்ட எண்ணம் கொண்ட ராணி, ராஜாவைக் கொல்வதற்காகப் பயன்படுத்துகிறாள்.

# ஆறாவது புத்தகம்

## ரஷ்யத் துறவி

**2. கடவுளை அடைந்த துறவியும் மூத்தோர் ஸோசிமாவின் வார்த்தைகளிலிருந்தே, அவர் வாழ்க்கையில் நடந்தவற்றை, அலெக்ஸெய் ஃபியோதரவிச் கரமாஸவ் பதிவுசெய்திருக்கிறான்.**

1. ரஷ்ய மொழியில் மொழியாக்கம் செய்யப்பட்ட ஜெர்மானிய விவிலியக் கதைகள். (1714) ஜோனஸ் ஹப்னர் என்ற ஜெர்மானியரால் தொகுக்கப் பட்டது. குழந்தையாக இருந்தபோது தஸ்தயேவ்ஸ்கி இந்தப் புத்தகத்தை வைத்துத்தான் எழுதப்படிக்கக் கற்றுக்கொண்டார் என்று அவருடைய மனைவி குறிப்பிடுகிறார்.
2. "தூபம் போல என்னுடைய பிரார்த்தனை எழும்பி உன்னுடைய பார்வைக்குப் புலப்படட்டும்" என்ற பாடல் மாலை, ஆறாவது வழிபாட்டு நேரத்தின்போது பாடப்படுவது. இது வழிபாடு நடக்கும் புனித வாரத்தின் போது மண்டியிட்டுப் பாடப்படும் பாடல். 'இயோவாவைப் பற்றிய புத்தகம்' மாலை நேர வழிபாட்டின் போது புனிதத் திங்களன்றும் செவ்வாயன்றும் படிக்கப்பட்டது.
3. மாவட்டக் கிளைப் பிரிவில் வாழும் சமய போதகர்கள் விவசாயம் செய்துகொண்டு சமய வேலைகளிலும் ஈடுபட வேண்டும்.
4. தொடக்க நூல் 11 – 32
5. தொடக்க நூல் 28 : 17. ஜேக்கப் தேவதூதனுடன் சண்டை போட்ட சம்பவம் அல்ல, அவன் ஏணியைப் பற்றிக் கனவு கண்ட சம்பவம் பற்றியது.
6. தொடக்க நூல் 37 – 50
7. தொடக்க நூல் 49 : 10
8. ரதோனிஷைச் சார்ந்த புனிதத் துறவி செர்ஜியஸ் (1314 – 99) மாஸ்கோவிற்கு அருகிலுள்ள ஜகோர்ஸ்க் என்ற இடத்தில் துறவி மடாலயத்தை நிறுவினார். அவர் ரஷ்ய துறவிகளுள் மிகவும் புகழ்பெற்ற துறவி ஆவார்.
9. திருவெளிப்பாடு 9 : 15
10. 1826ஆம் ஆண்டு நடந்த முக்கியமான சம்பவம், 14 டிசம்பர் 1825இல் நடந்த டிசம்பர் புரட்சியாக இருக்க வேண்டும். அது ஜார் மன்னனின் அதிகார வரம்பைக் குறைக்க எழுந்த புரட்சியாகும்.
11. மத்தேயு 24 : 30
12. ரஷ்யத் திருச்சபையில் அப்போது பழைய ஸ்லவானிக் மொழியில்தான் பிரார்த்தனைகள் செய்யப்பட்டன. புதிய ஏற்பாட்டு நூல்கள் 19ஆம் நூற்றாண்டில் தான் ரஷ்ய மொழியாக்கம் செய்யப்பட்டன.

**3. மூத்தோர் ஸோசிமாவின் உரையாடல்கள், அவருடைய சமய நற்போதனையிலிருந்து**

1. திருவெளிப்பாடு 9 : 15
2. மத்தேயு 2 : 2

3. சொந்த லாபத்திற்காகச் சமுதாயத்திற்கு எதிராக நடப்பவர்களைத் திட்டும் வார்த்தை. 'குலாக்' என்றால் முஷ்டி என்று அர்த்தம்.

4. தொடக்க நூல் 49 : 7

5. மத்தேயு 20 : 25 – 26, 23 : 11, மாற்கு 9 : 35, 10 : 43

6. மத்தேயு 21 : 42; திருப்பாடல்கள் 118 : 22 – 23

7. மத்தேயு 26 : 52

8. மத்தேயு 24 : 22, மாற்கு 13 : 20. பொருள் மாறாதபடி ஸோசிமா இதை மாற்றிச் சொல்லியிருக்கிறார்.

9. மத்தேயு 7 : 1 – 5

10. லூக்கா 16 : 19 – 31. ஆசீர்வதிக்கப்பட்டவர்கள் இளைப்பாறுவதற்கான சரியான இடம் "ஆப்ரஹாமின் உடல்."

11. தற்கொலை செய்துகொள்வது மிகப் பெரிய பாவம் என்றும் அப்படித் தற்கொலை செய்துகொண்டவர்களுக்காக மடாலயத்தில் கல்லறைக்கான இடம் ஒதுக்கப்படுவதோ அவர்களுக்காக நினைவுப் பிரார்த்தனை செய்யப்படுவதோ தடைசெய்யப்பட்டதாகும். ஆனால், ஸோசிமாவுக்கு மக்கள் மீதிருந்த அதீத அன்பாலும் எல்லாவற்றையும் மன்னிக்கக்கூடிய மென்மனதாலும் தற்கொலை செய்துகொண்டவர்களுக்காகப் பிரார்த்திக்கலாம் என்கிறார் அவர். தஸ்தயேவ்ஸ்கியின் விளக்க உரையாளர்களின் படி ஜதோன்ஸ்கைச் சார்ந்த தீஹன் (1724 – 83) என்பவருடைய போதனையின் சாயல் அவரிடம் இருப்பதாகத் தெரிகிறது.

# மூன்றாவது பாகம்

# ஏழாவது புத்தகம்

## அல்யோஷா

### 1. இறந்த உடலில் இருந்து வரும் துர்நாற்றம்

1. ரஷ்ய மடாலயத்தில் அணிவிக்கப்படும் அடையாளக் குறி.

2. உடலை அடக்கம் செய்ய எடுத்துக்கொண்டு போகும்போது (அறையிலிருந்து தேவாலயத்திற்கும் பிறகு தேவாலயத்திலிருந்து கல்லறைக்கும்) துறவிகளும் கடுந்துறவிகளும் 'எப்படிப்பட்ட உலக சந்தோஷம்' என்ற சிறு கவிதையைப் பாடுவார்கள். ஆனால் இறந்தவர் திருமணமாகாமல் கடுந்துறவறத்தைக் கடைப்பிடித்தவராக இருந்தால் உயர்நிலைச் சமயக்குரு 'உதவியாளரும் பாதுகாப்பாளரும்' என்ற பாடலைப் பாடுவார் (ஆசிரியர் குறிப்பு)

### 3. வெங்காயம்

1. பதிப்பாளர் என்.ஆ. லுபீமவுக்கு (16 செப்., 1879) இந்தக் கதையைப் பற்றி தஸ்தயேவ்ஸ்கி, "பொக்கிஷமான ஒரு கதையை நான் நாட்டுப்புறப் பெண் ஒருத்தியிடம் இருந்து கேட்டுத் தெரிந்துகொண்டேன்" என்று எழுதினார்.

2. மேரி மக்தலேனாவைப் பற்றி ரக்கீத்தின் நினைத்துப் பார்க்கிறான். மாற்கு 16:9, லூக்கா 8:1–2

3. யோவான் 2:1–11

4. கலிலெய் கடல்

# எட்டாவது புத்தகம்

## மீச்சியா

### 3. தங்கச் சுரங்கம்

1. "போதும். இறந்துபோன கலைஞனின் குறிப்பிலிருந்து ஒரு பகுதி" (1865) என்ற துர்கேனிவின் படைப்பிலிருந்து. குறிப்பாக இந்தப் பகுதி தஸ்தயேவ்ஸ்கிக்குப் பிடிக்கவில்லை.

2. "போதும். இறந்துபோன கலைஞனின் குறிப்பிலிருந்து ஒரு பகுதி" (1865) என்ற துர்கேனிவின் படைப்பிலிருந்து. குறிப்பாக இந்தப் பகுதி தஸ்தயேவ்ஸ்கிக்குப் பிடிக்கவில்லை.

3. எம்.இ. சல்த்யகோவ் – ஷேத்ரின் (1826 – 89) பத்திரிகையாளர், புனை கதை எழுத்தாளர், அப்படியே ஒரு வசையாளராகவும் இருந்தவர், தஸ்தயேவ்ஸ்கியின் ஆலோசகர்களில் ஒருவராகவும் இருந்தார். புஷ்கினால் ஆரம்பிக்கப்பட்ட "சமகாலம்" (1836) என்ற இதழ் ரஷ்யப் புரட்சியாளர்களாகிய குடியரசுப் பற்றாளர்களுக்கு ஒரு வழிகோலாக இருந்தது. அது 1866ஆம் ஆண்டு அரசு அதிகாரிகளால் மூடப்பட்டது. ஷேத்ரின் சில காலம் அதில் இதழாசிரியராக இருந்தார். தஸ்தயேவ்ஸ்கி தன்னுடைய எதிராளிகளை (முன்பு துர்கேனிவை எதிர்த்ததுபோல) சீமாட்டி ஹஹ்லக்கோவா மூலமாகக் கேலிசெய்கிறார்.

### 5. திடீர் முடிவு

1. சரித்திர கால நாட்டுப் பாடலான 'மஸ்த்ரியூக் தெம்ரியுகோவிச்' என்ற பாடலில் மஸ்த்ரியூக் சுயநினைவிழந்து கிடக்கும்போது அவனுடைய உடைகளெல்லாம் களவாடப்பட்டன.

2. ஷில்லருடைய "வெற்றியின் பெருவிருந்து" *("Das Siegesfest," 1803)* என்பதை எப். தூத்செவ் (1851) ரஷ்ய மொழியில் மொழிபெயர்க்க, இது கிளைட்டமென்ஸ்ட்ரா என்கிற கதாபாத்திரத்தைக் குறிக்கிறது.)

3. ஹேம்லட்டை மீச்சியா இங்குத் திரும்பவும் நினைவுகூர்கிறான்.

4. புஷ்கினுடைய சரித்திரத் துன்பியல் நாடகமான "பரீஸ் கதுனோவ்" (1824 – 25) என்ற நாடகத்தில் துறவி பிமெனின் பேச்சிலிருந்து முதல் வரி. இது ரஷ்யர்களிடையே பழமொழியாக உலவிவருவது.

### 6. இதோ நான் வந்துவிட்டேன்!

1. இந்த நாவலில் நரகத்தைப் பற்றிப் பல விதமான கருத்துகள் சொல்லப் பட்டிருக்கின்றன. அந்த்ரேய் சொல்லும் இந்தக் கருத்து பிரசித்தி பெற்ற பழங்கால மரபுவழிப் பாடலான "கடவுளின் புனிதமாதாவுடைய கனவு" என்பதில் ஏசுகிறிஸ்து நரகத்திற்குப் போகிறார் என்கிற கட்டுக்கதையைக் குறிக்கிறது.

**7. முன்பிருந்ததும் மறுக்க முடியாததும்**

1. இது கோகல் எழுதிய தலைசிறந்த வஞ்சப்புகழ்ச்சிப் படைப்பு (1842). அதனுடைய முதல் பாகத்தின் கடைசிப் பகுதி, அதிகாரம் 4இல் வரும் குறிப்பு.

2. இ.அ. கிரிலோவ் (1769 – 1844) எழுதிய செய்யுளிலிருந்து. அவர் "கலைத்தன்மை வாய்ந்த கவிதை" என்ற நிக்கோலஸ் பூஆலோவின் மோசமான மொழிபெயர்ப்பைப் பற்றி எழுதியுள்ளார்.

3. மோசமான ஒரு பெண் கவிஞரைப் பற்றி ஒரு அங்கதக் கவிதை எழுதினார் கே.என். பத்தூஷ்கவ் (1787 – 1855). அதில் சஃபோ கடலில் விழுந்து தற்கொலை செய்துகொள்கிறாள்.

**8. மூளைக் கோளாறால் பிதற்றல்**

1. இந்தப் பாடலைப் பற்றி தஸ்தயேவ்ஸ்கி பதிப்பாசிரியருக்கு எழுதுகிறார், அவர் இந்தப் பாடலைக் கிராமத்துப் பெண்கள் பாடக் கேட்டுப் பதிவு செய்துகொண்டாரென்றும் இது அவர்களுடைய "கற்பனா சக்தியின் உதாரணம்" என்றும் எழுதுகிறார்.

2. மத்தேயு 26:39, மாற்கு 14 : 36, லூக்கா 22 : 42 கெத்சமனித் தோட்டத்தில் இயேசு என்பதைக் குறிப்பிடுகிறது.

3. ரஷ்ய நாடோடிப் பாடலின் பல்லவி.

4. விடுகதைப் பாடலிலிருந்து.

## ஒன்பதாவது புத்தகம்

## பூர்வாங்க விசாரணை

**3. வேதனைகளினூடே ஆன்மாவின் பயணம்**

1. டயோஜனஸ் என்ற சிடுசிடுப்பான கிரேக்க வேதாந்தி (404 – 323 கி.மு.) பட்டப்பகலில், வெளிச்சத்தில் விளக்கை எடுத்துக்கொண்டு 'மனிதர்களைத் தேடினாராம்.'

**4. இரண்டாவது வேதனை**

1. எஃப். தூத்செவ் எழுதிய புகழ்பெற்றக் கவிதை "சிலென்டியம்" (1836) என்பதிலிருந்து சரியாகக் காட்டப்படாத மேற்கோள்.

**5. மூன்றாவது வேதனை**

1. கண்டிப்பாக

**9. மீச்சியாவை வெளியே கூட்டிச் செல்லுதல்**

1. பதிப்பாசிரியருக்கு எழுதிய கடிதத்தில் இந்த ரஷ்யப் பழமொழியைக் குறிப்பிடுகிறார் தஸ்தயேவ்ஸ்கி: "கஷ்டம் வராத வரை ஒருவன் தன்னை உணரமாட்டான்."

# நான்காவது பாகம்

## பத்தாவது புத்தகம்

### பையன்கள்

1. **கோல்யா கிரசோத்கின்**
    1. "முன் மழை நேரம்" (1846) என்ற நிக்கலாய் நிக்கராசவின் கவிதை வரி.

2. **குறும்பு சிறார்கள்**
    1. "சேவல், பூனை, எலி" (1802) என்ற ஐ.ஐ. திமித்ரி (1760 – 1837) எழுதிய கதையின் ஆரம்பப் பகுதியிலிருந்து.

5. **இல்யூஷாவின் படுக்கை அறை**
    1. பிரெஞ்சு மொழியிலிருந்து மொழிபெயர்க்கப்பட்ட இந்தப் புத்தகம் 1785ஆம் வருடம் மாஸ்கோவில் வெளியிடப்பட்டது.
    2. கோல்யாவின் வீராவேசக் கருத்துகளெல்லாம் அந்தச் சமயத்தில் லிபரல் கட்சி சார்ந்த பத்திரிகைகளில் வெளிவந்தவை. திருமதி ஹஹ்லக்கோவாவின் பாத்திரத்தின் மூலமாக தஸ்தயேவ்ஸ்கி சொன்னது போலவே, தன்னுடைய எதிர்ப்பாளர்களின் கருத்துகளைப் பள்ளிச் சிறுவன் மூலமாக அவர் சொல்கிறார். இந்த நாவலின் முக்கியமான ஆய்வுப் பொருள்களில் ஒன்றான வார்த்தையின் தாக்கம் என்பது கவனிக்கப்படவேண்டிய ஒன்று.

6. **பிஞ்சில் முதிர்ச்சி**
    1. வால்ட்டர் எழுதிய வஞ்சப் புகழ்ச்சி – தத்துவக் கதை (1759)
    2. புகழ்பெற்ற முற்போக்காளரும் விமர்சகருமான விஸ்ஸாரியன் பெலின்ஸ்கி (1811 – 48) எழுதிய "புஷ்கினைப் பற்றி ஒன்பது கட்டுரைகள்" (1844 – 45) என்பதைக் குறிக்கிறது. புஷ்கின் எழுதிய "எவ்கேனி அனேகின்" (1823 – 31) என்ற கவிதை நாவலின் கதாநாயகன் அனேகின், கதாநாயகி தச்சியானா.
    3. 'வடக்கு நட்சத்திரம்' (எண் 6, 1861) என்ற அரசுக்கு எதிரான பத்திரிகை பிரெஞ்சுப் புரட்சியின்போது பிரான்சிலிருந்து வெளியேறியவர்களால் நடத்தப்பட்டது. அதில் வெளியான இந்த இரண்டு வரிக் கவிதையைக் கோல்யா மேற்கோள் காட்டுகிறான். அதன் தொடர்ச்சிதான் *மணி* என்ற பத்திரிகையில் லண்டனிலிருந்து அலெக்ஸாண்டர் ஹர்ஸேன் (1812 – 70) என்பவரால் பிரசுரிக்கப்பட்டது.

7. **இல்யூஷா**
    1. திருப்பாடல்கள் 137

# பதினோராவது புத்தகம்

## சகோதரன் இவான் ஃபியோதரவிச்

### 2. நோய்வாய்ப்பட்ட கால்

1. ஆடு, மாடுகள் திரியும் ஊர் என்று அர்த்தம். (அந்தோ பரிதாபம், நம்முடைய ஊர் இப்படித்தான் அழைக்கப்பட்டது; இதை நீண்ட காலமாக நான் வெளியில் சொல்லாமல் மறைத்து வைத்திருந்தேன்.)

2. 1862ஆம் ஆண்டு புஷ்கினுக்கு நினைவுச் சின்னம் எழுப்புவது பற்றிப் பத்திரிகை உலகில் பேசப்பட்டது; இறுதியாக ஜூன் 6, 1880இல் நினைவுச் சின்னம் எழுப்பப்பட்டது. அப்போது தஸ்தயேவ்ஸ்கி மிகச் சிறந்த பேருரை ஒன்றை ஆற்றினார்.

### 8. மூன்றாவது மற்றும் கடைசி முறையாக ஸ்மெர்தியாக்கவைப் பார்த்தல்

1. இங்கே வான்கா என்பது இவானின் குறுக்கம். பேரழிவு நடக்கப்போகும் அந்த மாலை நேரம் இவான் மாஸ்கோ புறப்பட்டுச் செல்வதைப் பற்றி இந்தப் பாடல் தன்னுணர்வில்லாமல் அவனுக்கு உணர்த்துவதாக இருக்கிறது. (பார்க்க: டொர்ரஸ் பக். 381)

2. லிச்சார்ட் என்பது "ரிச்சார்ட்" என்பதன் திரிபு. "இளவரசன் போவா பற்றிய கதை" என்ற பிரெஞ்சு இடைநிலை காலத்திய காதல் – வீர காவியம் 16ஆம் நூற்றாண்டில் ஐரோப்பாவிலும் ரஷ்யாவிலும் பரவலாகப் படிக்கப்பட்டது. அதில் வரும் உண்மைச் சேவகன் லிச்சார்ட்டைப் பயன்படுத்திக் கெட்ட குணம் கொண்ட அரசி அரசனைக் கொல்லச் சதிசெய்கிறாள்.

### 9. சாத்தான். இவான் ஃபியோதரவிச்சின் மனக்கிலி

1. ஐம்பது வயதுக்குட்பட்டவராக

2. யோவான் 20 : 24 – 29

3. அது மெச்சத்தகுந்தது, அருமையானது.

4. அது வீரார்ந்தது

5. துருக்கியர்களின் ஆதிக்கத்தின் கீழிருக்கும் ஸ்லாவிய மக்களை விடுவிப்பதற்காக.

6. நான் சாத்தான், ஆனால் மனித உருவத்திலுள்ள எதுவும் எனக்கு வேறானதல்ல (லத்தீன் மொழி) "டெரன்ஸ்" (190 – 159 B.C.) என்ற ரோமானிய நாடகத்தில் வரும் புகழ்பெற்ற வரிகளைச் சாத்தான் பிரயோகப்படுத்துகிறது.

7. இது புதுமையாக இருக்கிறது, அப்படித்தானே?

8. தொடக்க நூல் 1:7

9. எப்பேர்பட்ட கற்பனை! (பிரெஞ்சு மொழி)

10. 1870 – 1880ஆம் ஆண்டுகளில் அ.அ. கேதசுயூக் (1832 – 1891)

11. ஷில்லருடைய "திருடர்கள்" என்ற நாடகமும் கவிதையும் இந்த நாவல் முழுவதும் மேற்கோளாகக் காட்டப்படுகிறது. உதாரணமாக, "மிகப்பெரிய, அழகான" ஒன்றை.

12. பிசாசு என்று எதுவுமே இல்லையே (பிரெஞ்சு மொழி)

13. கோகலுடைய 'அரசு அதிகாரி' (1986) என்கின்ற இன்பியல் நாடகத்தில் ஆள் மாறாட்டம் செய்யும் ஹ்லெஸ்தக்கோவ் முட்டாள்தனமான தன்னுடைய அதிகாரத்தாலும் மற்ற தொடர்புகளாலும் விருந்தினரைக் குழப்பமடைய வைப்பான்.

14. இதன் காரணமாகத்தான், நான் இங்கு இருக்கிறேன் என்று நான் நினைக்கிறேன். (பிரெஞ்சு) பிரசித்தி பெற்ற தத்துவஞானி ரெனே தெஸ்கார்டெஸ் *(René Descartes (1596 - 1650)* எழுதிய புகழ்பெற்ற வாசகம்.

15. அந்தக் 'குறிப்பிட்ட துறை'தான் ரகசிய சர்வாதிகாரக் காவல்துறை.

16. கிரிபயேதவ் எழுதிய "கூரறிவலால் வந்த துன்பம்" என்ற நகைச்சுவை நாடகத்தில் ரெப்பத்திலவ் பேசிய வார்த்தைகள் மேற்கோளாகக் காட்டப்பட்டிருக்கின்றன.

17. 18ஆம் நூற்றாண்டில் மனிதகுல வளர்ச்சி பற்றிப் பொதுவாக விவாதிக்கப் பட்டது.

18. நோன்பு நாட்களின் போது வாரநாட்களில் படிக்கப்படும் தூய எஃப்ரெம் என்ற சிரியன் என்ற 4ஆம் நூற்றாண்டைச் சார்ந்த பிரார்த்தனையின் பொழிப்புரை புஷ்கின் (1836) கவிதையில் வரும் முதல் வரி.

19. இ.எஃப்.கார்புனோவ் (1831 – 96) தஸ்தயேவ்ஸ்கியின் நண்பர். அப்படியே அவர் ஒரு எழுத்தாளரும் நிமிடத்தில் செய்யுள் எழுதக்கூடிய திறமை கொண்டவரும் ஆவார்.

20. அது அவருக்கு இன்பத்தைத் தருகிறது, எனக்கோ அது ஒரு வேலை. (இந்தச் சாதுர்யமான பேச்சு பிரெஞ்சு நடிகை ஜூயேன் கேத்தரின் கௌசைனைப் (1711 – 67) பற்றிப் பெயர் தெரியாத ஒருவரால் எழுதப் பட்டது.

21. விஸ்ஸேரியன் கிரிகோரியேவிச் பெலின்ஸ்கி (1811 – 1848) மிகச் சிறந்த இலக்கிய விமர்சகர். உயர்குடிப் பெருமகனாக இல்லாத அவர், அறிவார்ந்த மக்களின் முதல் பிரதிநிதி.

22. தஸ்தயேவ்ஸ்கி இங்கு ஒருசில நன்மதிப்புச் சின்னப் பெயர்களையும் பதிப்புத்துறை சார்ந்த "சிங்கமும் சூரியனும்" என்ற பாரசீகப் படைப் பெயரையும் குறிப்பிடுகிறார். இந்தப் படைப் பெயர் காகசஸ் மலையில் பணிபுரிந்த ரஷ்யனுக்குப் பரிசாகக் கொடுக்கப்பட்டது. 'துருவ விண்மீன்' சுவீடன் நாட்டுப் படைப்பெயர், அப்படியே அது ஒரு முக்கியமான ரஷ்யப் பஞ்சாங்கத்தையும் குறிக்கிறது. 'அழல் மீன்' என்கின்ற 'நாய் மீன் மண்டலம்' வால்ட்டரின் "மைக்ரோமேகாஸில்" (1752) வரும் கதாநாயகனையும் குறிக்கிறது. இவான் லிபரலாக இருப்பதை அந்தப் பிசாசு கேலிசெய்கிறது.)

23. பார்க்கவும். கோத்தேயின் "ஃபாவ்ஸ்ட்", பகுதி 1, 1335 – 36 வரிகள்.

24. *á la Heine: Henrich Heine* (1797 – 1856) ஹென்ரிக் ஹெய்ன் ஒரு ஜெர்மானிய கவிஞர்; அறிவார்ந்த கட்டுரையாளர்.

25. ஹா, இது என்ன முட்டாள்தனம், உண்மையாகவே! (பிரெஞ்சு)

26. பைபிளை மார்ட்டின் லூதர் (1483 – 1546) மொழிபெயர்த்தபோது சாத்தானால் அவர் கவர்ந்திழுக்கப்பட, கோபத்தில் அவர் மைக்கூட்டைச் சாத்தான் மீதி தூக்கி அடித்தார்.

27. உங்களுக்குத் தெரியுமா ஐயா, இன்று எப்படிப்பட்ட வானிலை என்று? இந்தத் தட்பவெப்ப நிலையில் நாயைக்கூட வெளியே விரட்ட மாட்டார்கள். தஸ்தயேவ்ஸ்கியின் குறிப்பேட்டில் (1876 – 77) முதலாவதாக எழுதப்பட்டது, "ஆமாம், நீ நாய் இல்லையே" என்று.

**10. 'அவன் இதைச் சொன்னான்!'**

1. இந்தக் கடுங்குளிரில் நாயைக்கூட வெளியே துரத்த மாட்டார்கள் (பிரெஞ்சு)

2. அதுதான் புதிருக்கான விடை! (பிரெஞ்சு)

## பன்னிரண்டாவது புத்தகம்

## தவறான தீர்ப்பு

**2. ஆபத்தான சாட்சியாளர்கள்**

1. திருவெளிப்பாடு 4 : 1

**3. மருத்துவ வல்லுநர்களின் கருத்தும் ஒரு பவுண்டு கொட்டைகளும்**

1. 18ஆம் நூற்றாண்டைச் சார்ந்த சாக்ஸனி என்ற மதத்தவர் பிரிட்டனில் குடியேறிய வட ஜெர்மானியர் – ஹெர்ன்குத்தர் ஆவர். இவர்கள் ரஷ்யாவிலும் பரவி வாழ்ந்து வந்தனர். இவர்களுடைய நம்பிக்கைகளும் போதனைகளும் 15ஆம் நூற்றாண்டைச் சார்ந்த மொரேவியன் சமூகத்துடன் வேர் விட்டு வளர்ந்தவை.

2. கடவுள்தான் தந்தை (ஜெர்மானிய மொழி)

3. கடவுள் தந்தை – கடவுளே மகன் (ஜெர்மானிய மொழி)

4. கடவுள் மகன் – கடவுள் புனிதமானவர் (ஜெர்.)

5. பிரதிவாதி

**5. திடீர்ப் பேரழிவு**

1. லத்தீனத்தில், *"panem et circenses;"* கவிஞர் *Juvenal* (657–128 A.D.)

2. ஆனால் சாத்தான்தான் இல்லையே! (பிரெஞ்சு)

**6. அரசு வழக்கறிஞரின் உரை. குணாம்ச ஆய்வு**

1. மிக அற்புதமான, உதாரணமான ஒரு உரையாக (பிரெஞ்சு)

2. பகுத்தறிவுக்கு எதிராகக் கடவுள், மனித விதி, ரஷ்யாவின் எதிர்காலம் போன்ற பல கேள்விகள் தஸ்தயேவ்ஸ்கியை உண்மையாகவே கவலைக்குள்ளாக்கின. (பார்க்கவும். டொர்ராஸ், பக். 412)

3. 1864ஆம் ஆண்டு கொண்டுவரப்பட்ட நீதிமன்றச் சீர்திருத்தத்தில் பொதுமக்களுக்கான முறைகாண் ஆய வழக்கு விசாரணை ரஷ்யாவில் ஆரம்பிக்கப்பட்டது.

4. போலந்து நாட்டுக் கவிஞர் ஆதாம் மிக்கியேவிச்சுக்காக (1798 – 1855) புஷ்கின் எழுதிய கவிதையின் முதல் வரி.

5. கோகல் எழுதிய 'இறந்துபோல ஆன்மாக்கள்' என்ற நாவலிலிருந்து மேற்கோள் காட்டப்பட்டிருக்கிறது.

6. இவை இந்த நாவலில் வரும் கோமாளித்தனமான கதாபாத்திரங்கள்.

7. ஜி.ஆர். ஜொர்ஷாவின் (1743 – 1816) என்ற புகழ்பெற்ற ரஷ்யக் கவிஞர் எழுதிய "கடவுள்" (1784) என்ற கலிப்பாடலில் இருந்து.

8. பெருவெள்ளம் வந்தால்கூட எனக்குப் பிறகுதான் எல்லாமே.

9. தஸ்தயேவ்ஸ்கி எதிர்ப்பாளர்களால் இந்த விமர்சனம் அடிக்கடி குறிவைத்து தாக்கப்பட, இங்கே அது ஆக்கப்பூர்வமான விதத்தில் குறிப்பிடப்படுகிறது.

### 9. முழுவீச்சுடன் இயங்கும் அகநிலை உணர்வு. விரைந்தோடும் மூன்று குதிரைகள்

1. பின்லாந்து வளைகுடாவிலுள்ள ஒரு தீவுத் துறைமுகம்; 19ஆம் நூற்றாண்டில் கோதுமையை ஏற்றுமதி செய்வதில் ரஷ்யா ஒரு மிகப்பெரிய நாடாக இருந்தது.

### 10. பிரதிவாதியின் வாதம். ஒரே வாதத்தில் இரண்டு குறிக்கோள்களையும் அடைதல்

1. புஷ்கின் எழுதிய "மொட்டைக் கடிதத்திற்குப் பதில்" என்ற கவிதையிலிருந்து (1830)

### 11. பணமும் இருக்கவில்லை. கொள்ளையும் நடைபெறவில்லை

1. ஆஏன் ரேட்கிளிஃப் (1764 – 1823) என்ற ஆங்கில எழுத்தாளரால் பழங்கால ஆங்கில அச்சுருப்படிவத்தில் எழுதப்பட்ட "உதோல்ஃபின் ரகசியங்கள்" (1794) என்ற நாவல் 19ஆம் நூற்றாண்டின் ஆரம்ப காலத்தில் ரஷ்யாவில் மிகவும் பரவலாகப் படிக்கப்பட்டுப் பிரசித்தி பெற்றிருந்தது.

### 12. அப்படியே கொலையும் நடக்கவில்லை

1. மத்தேயு 16 : 19, 18 : 18. இது ஃபெச்சுகோவிச்சால் தெளிவில்லாமல் மேற்கோளாகக் காட்டப்பட்டிருக்கிறது.

### 13. நல்லொழுக்கம் இல்லாதவர்களின் கருத்துகள்

1. இந்த மேற்கோள் வெவ்வேறான பாட பேதங்களை ஒருங்கிணைக்கிறது. ஜான் 10 : 11, 14–15 கடைசி வார்த்தை, ஃபெச்சுகோவிச்சால் சேர்க்கப்பட்டுள்ளது.

2. இயேசுநாதரின் சீடர்கள் கொலாசியர்களுக்கு *(Epistte to the colossions)* எழுதியது III, 21இல் சொல்லப்பட்டிருக்கிறது: "தந்தைமார்களே, உங்களுடைய குழந்தைகளின் கோபத்தைத் தட்டி எழுப்பாதீர்கள். அவர்கள் நம்பிக்கையை இழப்பார்கள்" என்று.

3. மனிதராகிய உங்களிடம் வேண்டிக்கொள்கிறேன். (லத்தீனம்)

4. மத்தேயு 7:2, மாற்கு 4:24, லூக்கா 6:38

5. அலெக்ஸாந்தர் அஸ்த்ரோவ்ஸ்கி (1823 – 86) எழுதிய நாடகமான "சிரமமான நாட்கள்" (1863) என்பதிலிருந்து மேற்கோள் காட்டப் பட்டிருக்கிறது. அந்த நாடகத்தின் இந்த வார்த்தைகளை மாஸ்கோ வியாபாரிகளின் மனைவிமார்கள் கேட்கப் பயப்படுகிறார்கள்.

6. லா ஃபோன்டைனுடைய *"La chatte metamorphosee en femme"* (பூனை ஒரு பெண்ணாக மாறியது) என்ற கதையின் 2.18 பகுதியிலிருந்து, ரஷ்ய மொழிபெயர்ப்பிலிருந்து மேற்கோள் காட்டப்பட்டிருக்கிறது.

7. மத்தேயு 25 : 35 – 43

8. பெரும் புகழ்வாய்ந்த பீட்டரின் கம்பீரமான குரலில் ஒலித்த வார்த்தைகள் இவை. அவருடைய 'படைத்துறை குறியீட்டுச் செய்தி முறை'யிலிருந்து (1716) எடுக்கப்பட்டுச் சற்றே மாற்றியமைக்கப்பட்டிருக்கிறது.

## 14. விவசாயிகள் வெற்றிக் களிப்பில் எழுந்து நின்றார்கள்

1. இந்த வார்த்தைப் பிரயோகம் மரபு வழுவாத கிறிஸ்துவக் கோயில் பிரார்த்தனைகளில், குறிப்பாக ஏசு கிறிஸ்துவின் திருமீட்டெழுச்சி நாளன்று காலை வழிபாட்டின்போது பாடப்படுவதாகும்.

2. ரஷ்யாவில் பரவலாகப் பயன்படுத்தப்படும் முதுமொழி.

3. "பொதுமக்கள் முன்பு நிறைவேற்றப்படும் தூக்குத் தண்டனை"யின் போது குற்றவாளியின் தலைமீது கத்தியை வைத்து உடைப்பது வழக்கம். இதுபோன்ற தண்டனையை தஸ்தயேவ்ஸ்கி 22 டிசம்பர் 1849ஆம் ஆண்டு அனுபவித்தாரென்பதை அவர் தன் சகோதரர் மிகையிலுக்கு அந்த நாளன்று கடிதத்தில் எழுதியிருக்கிறார்.

4. அ.பி. கெய்ரேவா என்ற நடிகையின் வாழ்வில் நடந்த உண்மையான சம்பவத்தை இது குறிக்கிறது. அதைப் பற்றி தஸ்தயேவ்ஸ்கி தன்னுடைய "எழுத்தாளரின் நாட்குறிப்பில்" (மே, 1876) எழுதியிருக்கிறார்.

## முடிவுரை

### 2. ஒரு நிமிடத்திற்குப் பொய் உண்மையானது

1. ஜேம்ஸ் ஃபெனிமோர் கூப்பர் எழுதிய "கடைசி மொஹிகன்ஸ்" (1826) என்ற நாவல் ரஷ்யாவில் மிகவும் புகழ் பெற்றது. அதனுடைய பிரெஞ்சு மொழியாக்கப் புத்தகம் தஸ்தயேவ்ஸ்கியிடம் இருந்தது.

### 3. இல்யூஷாவின் இறுதிச் சடங்கு

1. ரஷ்ய வழக்கப்படி இறந்துபோனவரின் தலையில் மன்னிப்புக்கோரும் பிரார்த்தனை எழுதப்பட்ட துணியாலான பட்டி கட்டப்படுவது வழக்கம்.

2. "நீங்காத நினைவு" என்ற பாடல் இறுதிச் சடங்கின்போது பாடப்படுவது. அதன் எதிரொலியாகச் சொல்லப்பட்ட வார்த்தைகள்.

❖